संपूर्ण महाभारत

(सुरस मराठी भाषांतर)

खंड - ४

५. *भीष्मपर्व*, ६. *द्रोणपर्व*

◆ संपादक ◆

प्रा. भालबा केळकर

◆ भाषांतर ◆

म.ह. मोडक, य.ग. फफे

◆ तपासणारे ◆

बाळकृष्णशास्त्री उपासनी

आठ खंडांची संपूर्ण किंमत : ६०००/-

वरदा बुक्स

'वरदा', सेनापती बापट मार्ग, 397/1, वेताळबाबा चौक, पुणे 411016.

फोन : 020-25655654 मो. : 9970169302

E-mail : Vardaprakashan@gmail.com www.varadabooks.com

मुद्रक व प्रकाशक : वरदा बुक्स
397/1, सेनापती बापट मार्ग, पुणे 411016.

मुद्रण स्थळ : रेप्रो इंडिया लि. 50/2, टी. टी. एम.आय.डी.सी.
इंडस्ट्रियल एरिया, महापे, नवी मुंबई. फोन : 022-27782011

मुखपृष्ठ : धिरज नवलखे

पहिली आवृत्ती : 1904
नवी आवृत्ती : 1 फेब्रुवारी 1982
दुसरी आवृत्ती : ऑक्टोबर 1984
तिसरी आवृत्ती : 15 मार्च 1986
चौथी आवृत्ती : नोव्हेबर 2016

नारायणं नमस्कृत्य नरं चैव नरोत्तमम् ।
देवीं सरस्वतीं चैव ततो जयमुदीरयेत् ।।

ज्या अखिलब्रह्मांडनायकाच्या लीलेने या जगाची यच्चयावत्
कार्ये घडतात, ज्याच्या कृपेने ह्या अनिवार मायामोहाचे
निरसन करिता येते व अल्पशक्ती जीवांना परमपद
प्राप्त करून घेता यावे म्हणून जो त्यास
बुद्धिसामर्थ्य देतो, त्या

परमकारुणिक

श्रीमन्नारायणाच्या चरणी

त्याच्याच कृपेने पूर्ण झालेला हा ग्रंथ
अर्पण असो.

। शुभं भूयात् ।

युद्ध अटळ झाले !– की केले ?

पांडव अज्ञातवासातून प्रकट झाले, ते सर्वांशाने सत्त्वशील सामर्थ्याने झळाळतच. ज्या विराट-प्रासादात पांडव दास म्हणून अज्ञातवासात राहिले होते, त्याच विराटाच्या प्रासादात आता पांडव आप्तसंबंधी म्हणून आणि सद्‌गुणसंपन्नत्तेचे, धर्मशीलतेचे प्रतीक म्हणूनही, कष्टप्रद अशा तेरा वर्षांचे जीवन, वनवास–अज्ञातवासात व्यतीत करून आज आदराने, आत्मयीतेने गौरवपूर्ण जीवन जगायला मुक्त झाले होते. कौरवांकडून अत्यंत अन्याय्य, हीनवृत्तीदर्शक, असभ्य आणि अनार्य अशी वागणूक मिळूनही ते या तेरा वर्षांच्या काळात अनुभवी, ज्ञानसंपन्न, विचारशील, सामर्थ्यसंपन्न झाले होते आणि जास्त नम्र व सहिष्णुवृत्तीचे झाले होते. अजूनही, प्रत्यक्ष विटंबनेची शल्ये बोचून विव्हळ करीत होती, म्हणून जिची सूडभावना तीव्रतेने जागी होती, ती द्रौपदी सोडली तर पाच पांडवांची इच्छा, युद्ध आणि त्यामुळे होणारा भयानक संहार टाळण्यासाठी, अल्पसंतुष्ट राहून कौरवांशी साम करावा, अशीच होती.

ज्या विराटाच्या पदरी त्यांनी अज्ञातवास पत्करला होता, आणि कीचकवध आणि त्रिगर्तराज सुशर्मा व कौरव यांच्याकडून झालेल्या आक्रमणापासून रक्षण केले होते, तो विराट त्यांच्याकडे उपकारकर्ते आणि ज्येष्ठ आप्तसंबंधी म्हणून पाहात होता. त्यांना सर्वसामर्थ्यानिशी साहाय्य करायला सिद्ध होता.

द्रुपद हा तर कुरुराज्याचा एका अर्थी प्रतिस्पर्धी. पांचालराज म्हणून त्याचा लौकिक होता. पराक्रमी राजा म्हणून त्याच्या सामर्थ्याचा

पाठिंबा मिळवायला अनेक राजे सिद्ध होते. असा हा द्रुपद पांडवांचा सासरा म्हणून पाठीराखा होता. द्रौपदीची विटंबना त्याच्या मनात सलत होती. द्रोणाचार्यावर त्याचा राग होता. आपला पुत्र धृष्टद्युम्न याला त्याने, द्रोणद्वेषाने, द्रोणवधासाठी सतत शिकवण देऊन सिद्ध केले होते.

द्वारकेचा राणा श्रीकृष्ण हा तर पांडवांचा जिवलग मित्र होता. त्यांचा मामेभाऊ होता. अर्जुनाचा मेहुणा होता. परमसखाही होता, व द्रौपदीचा पाठीराखा होता. द्रौपदीच्या हाकेला धावून येणे, हे तर त्याचे ब्रीद होते. त्याने उघडच पांडवांचा पक्ष स्वीकारला होता. धर्मराजाच्या धर्माचरणाच्या नैतिक सामर्थ्याला श्रीकृष्ण, सतत व्यवहाराची डोळस जोड देऊन त्यांना विजय प्राप्त करून द्यायला सिद्ध झाला होता.

श्रीकृष्णाचा आप्तसंबंधी यदुवीर सात्यकी हा अर्जुनाचा शिष्य होता. तोही पांडवांच्यावरील अन्यायाने क्षुब्ध होऊन त्यांच्या साहाय्यासाठी त्यांच्या पाठीशी उभा होता.

अभिमन्यू–उत्तरा विवाह झाल्यावर विराट अर्जुनाचा म्हणजे पर्यायाने पांडवांचा व्याही झाला. त्याच्याच राजसभेत विचारविनिमयासाठी सर्वांची सभा भरली होती. त्यात यादव, पांचाल उपस्थित होते. यादव युवराज बलरामही होता. पांडवांना वनवासाला जावे लागले तेव्हा शोकाने विव्हळ झालेला बलराम, मनाने थोडा बदलला होता. मध्यल्या काळात दुर्योधनाने द्वारकेला जाऊन बलरामाचे गदाविद्येत शिष्यत्व पत्करून, गदायुद्धात प्राविण्य व बलरामाची मर्जी प्राप्त करून घेतली होती. भीम हा बलरामाचा दुय्यम मर्जी असलेला शिष्य झाला होता.

विराटाच्या राजसभेत सर्वजण आपआपल्या स्थानी बसले. प्रथम हस्तिनापुराला दूत पाठवून पांडवांनी 'आपले राज्य परत मागण्याचा प्रस्ताव करावा आणि रीतसर मार्ग स्वीकारावा,' हे तर ठरलेच पण 'पांडव अज्ञातवास पूर्ण होण्यापूर्वी प्रकट झाले, म्हणून त्यांनी अट पाळण्यात कसूर केली, तेव्हा पुन्हा वनवास व अज्ञातवास भोगायला त्यांनी जावे, असे दुर्योधनाचे म्हणणे आहे, याची कुणकुण पांडवांना

लागली होती. तेव्हा दूत पाठविला आणि दुर्योधनाने राज्य परत देण्यास नकार दिला तर काय करायचे, हाही विचार करण्यासाठी सारेजण उत्सुक होते.

प्रथम श्रीकृष्णाने प्रस्तावादाखल आपले म्हणणे मांडले. ' शक्यतो शांततामय पद्धतीने प्रयत्न करावे. दुर्योधनही आमचा आप्तच आहे. पण शकुनीच्या साहाय्याने कपटद्यूताने कौरवांनी पांडवांचे राज्य अपहरणाने मिळवले. त्यावेळी क्षत्रियधर्म म्हणून धर्मराजाने सत्याची कास न सोडता द्यूत खेळणे मान्य केले. त्यावेळी कौरवांच्या दानतीचे पितळ उघडे पडले. त्या सभेतल्या अनुभवी, ज्ञानी म्हणून गाजलेल्यांनी मिंधेपणा पत्करून सारा अन्याय उघडचा डोळचांनी पाहिला आणि विनाविकल्प स्वतःची अप्रत्यक्ष शोभा करून घेतली. द्यूत हे युद्धासारखेच शेवटपर्यंत जिद्दीने खेळावयाचे असते, तसे धर्मराज खेळला. आणि ' मनोविनोदनासाठी द्यूत खेळू ' म्हणून पाचारण केलेल्या पांडवांची कौरवांनी केलेली असभ्य, अनार्य विटंबना या सज्जनांनी लाचारासारखी मान खाली घालून पाहिली. तरी धर्मराजाने अट पाळून खडतर वनवास व अज्ञातवास पार पाडला. पांडव आणि द्रौपदी यांनी धर्माचरणाचा आदर्श घालून दिला. आता पांडवांना त्यांचे राज्य परत मिळाले पाहिजे. जर दुर्योधन ते सामोपचाराने द्यायला तयार नसेल, तर मात्र पांडवांना ते युद्ध करून परत मिळवावं लागेल. त्यांचा हक्क त्यांना पौरुषानेच शाबीत करावा लागेल. तरीही धर्मराजाच्या हितासाठी दुर्योधनाचे व कौरवांचे अकल्याण व्हावे असे मात्र नाही. धर्माचा अतिक्रम करून जे जे वैभव मिळेल ते धर्मराजाला नकोच आहे. धर्म व अर्थ यांना अनुसरून पांडव पाचच काय पण एक गाव सुद्धा राज्य म्हणून स्वीकारायला सिद्धच आहेत. पांडवांना अन्यायाने त्यांच्या अधिकाराच्या, पांडूच्या राज्यातून घालवून अरण्ययुक्त इंद्रप्रस्थाचे राज्य देताना कौरवांना दिक्कत वाटली नाही. त्यानंतर पांडवांनी स्वकर्तृत्वाने त्या ठिकाणी सुराज्य निर्माण केले, विस्तार केला, वैभव वाढवलें. ते राज्य असूयेने कपटद्यूत खेळून कौरवांनी पांडवांपासून घेतले आणि वर त्यांची विटंबना केली, वनवासाला धाडले. हे सारे अन्याय सहन करूनही धर्मराज अट पाळून राज्य परत

मागतानाही नम्र आवाहन करतो आहे. ते त्यांचे स्वकष्टार्जित राज्य आहे. तेही दुर्योधन त्यांना परत देताना अनेक अन्याय्य मुद्दे उपस्थित करतो आहे. तरीही साम करून संहार टाळावा असा पांडवांचा प्रयत्न आहे. पण दुर्योधनाला सुविचार सुचत नाही आणि संहार टळत नाही. अशी वेळ येऊ नये, असे मलाही वाटते. म्हणूनच दुर्योधनाच्या निर्णयाचा अंदाज घेता यावा यासाठी प्रथम दूत पाठवावा. व लगेच आपलाहीं विचार निश्चित करावा.

बलरामाने श्रीकृष्णाच्या भाषणाचे स्वागत करतानाच स्वतःचा कौरवांच्या बाजूचा कल स्पष्ट केला. त्याचे भाषण नमुनेदार होते. एकदा मत बनले आणि दुर्जनाबद्दल आपुलकी निर्माण झाली, म्हणजे समर्थ पण भोळा माणूस दुर्जनांच्या भलावणीला कसा पुढे सरसावतो आणि आपली कशी शोभा करून घेतो, याचे उदाहरण म्हणजे बलरामचे भाषण. तो म्हणाला,

'श्रीकृष्णाने उभय पक्षांच्या दृष्टीने फार हितकारक भाषण केले हे तर खरेच. पांडवांनी अर्धे राज्य घ्यावे, मागचे वैर विसरावे, युद्ध टाळावे. म्हणजे कौरवांनाही शांती मिळेल. प्रजा सुखी राहिल.

दूताने हस्तिनापुरास जाऊन, नम्रपणे वागून, धर्मराज म्हणतो तसा साम घडवावा. कौरवांचे मन सांभाळावे. त्यांना क्रोध येईल असे काही करू नये. कारण कौरवांनी बलवान होऊनच पांडवांच्या राज्यावर स्वामित्व प्रथापित केले आहे,' (म्हणजे कपट द्यूत खेळून पांडवांचे राज्य बळकावले आणि विटंबना केली, हे बलरामच्या मते बलवान होऊन स्वामित्व मिळवणे असे होते की काय ? कारण कौरवांनी स्वपराक्रमाने पांडवांवर कधीच विजय मिळविलेला नाही. उत्तर गोग्रहणाचे वेळी अर्जुनाने, केवळ उत्तर सारथी असताना, कौरवांच्या सेनेसकट एकट्याने पराभव केला आणि गोधन परत आणले होते.) बलरामाची स्थिती कावीळ झालेल्या माणसासारखी झालेली होती. कारण तो पुढे म्हणाला, 'साऱ्या व्यवहारात कौरवच दोषी आहेत असे समजू नये. धर्मराजही सर्वस्वी निर्दोषी आहे, असे नाही. त्याने द्यूताचे आव्हान स्वीकारले का ? शकुनी द्यूतनिपुण होता. धर्मराजाला द्यूत खेळता येत नव्हते.

तरीही गुरुजनांची आज्ञा म्हणून तयार झाला.' (आणि धर्मराजाला दोष देणारे तर त्याला जुगारी धर्मराज म्हणतात. हे कसे ?) 'द्यूतात धर्मराज बेभान होऊन खेळला. त्यानें परिणामाचा विचार केला नाही. (कौरवांच्या निमंत्रणाप्रमाणे ते द्यूत मनोविनोदन, करमणूक यासाठी होते. आणि कौरवांनी त्या सर्व प्रसंगाला विकृत स्वरूप दिले.) 'शकुनीचा सर्व दोष नाही. आणि थोडा आहे असे मानले, तरी धर्मराज त्याहीपेक्षा दोषी आहे. म्हणून कौरवांची मर्जी राखून दूताने सामाचा प्रयत्न करावा. दुर्योधनाच्या सद्भावनांना आवाहन करावे. युद्ध टाळावे. परिणामी पांडवांनी स्वतःचे नुकसान सोसावे, पण संहारटाळावा.'

बलरामाच्या साऱ्या भाषणात दुर्योधनाची भलावणी तर होतीच, पण मनुष्य झापडे लावल्यावर विकृत विचार कसा करू लागतो, हे कळले.

याच बलरामाने स्यमंतक मण्यासाठी श्रीकृष्णावर अविश्वास दाखवला,द्वारकेचा त्याग केला. आणि आता तो पांडवांनी हक्काच्या राज्यावरचा लोभ सोडावा हे सांगतो आहे. हयात युद्धात गेल्यावर आता परोपदेशे पांडित्य, 'युद्ध संहारक असते. टाळण्याचा प्रयत्न करा' हे बलरामाला सुचले. जरासंधाशी सतरा वेळा युद्ध केले, आणि आता हा उपदेश. कारण आता त्याच्यावर मोहिनी घालणाऱ्या दुर्वृत्त शिष्याचा पराभव, संहारच शक्य होता. बलराम हा तसा साधा आणि सरळ होता. दुर्योधनाचा कावेबाजपणा त्याच्या कधीही लक्षात आला नाही. दुर्योधनाचा सहवास, शिष्य म्हणून लाघवीपणा, हुशार विद्यार्थी म्हणून त्याच्याबद्दलचे प्रेम आणि बाह्य देखाव्याला भुलणारा भोळा स्वभाव यामुळे बलराम पांडवांपासून मनाने दूर गेला. बलरामाच्या अशा स्वभावामुळे येणाऱ्या अनेक अनिष्ट घटनांना श्रीकृष्णाने स्वतःच्या कौशल्याने योग्य वळण लावले व अनिष्ट टाळले. सुभद्रेचे दुर्योधनाशी लग्न करण्याचा अविचार श्रीकृष्णाने उधळून लावला व लग्न अर्जुनाशी घडवले. वत्सलेचे लग्न दुर्योधन-पुत्र लक्ष्मणाशी लावण्याचा अविचारही श्रीकृष्णाने घटोत्कचाच्या साहाय्याने हाणून पाडून, वत्सलेचे अभिमन्यूशी लग्न घडवून आणले. यादव-पांडव संबंध दृढ घडवून श्रीकृष्णाने दुर्योधनाच्या दुर्वृत्तीला शह दिला. म्हणून बलरामाचे काही चालले नाही.

एक फार चांगले होते. बलरामाचे श्रीकृष्णावर निरतिशय प्रेम होते. त्यामुळे तो श्रीकृष्णाच्या निर्णयाविरुद्ध कधीही गेला नाही. म्हणूनच तो भारतीय युद्धात कुठल्याच पक्षाला मिळाला नाही. तीर्थयात्रेला गेला. अप्रत्यक्षपणे त्याने श्रीकृष्णाला दुर्जनसंहाराचा मार्ग सोपा करून दिला.

शकुनीच्या कपटद्यूताला त्याचे द्यूतप्राविण्य म्हणणारा बलराम, हा रुक्मीने कपटद्यूत केले म्हणून त्याच्यावर संतापला आणि रुक्मीचा त्याने वध केला. कपटद्यूत बलरामाच्या अंगावर बेतले तेव्हा, ते द्यूत-प्राविण्य न ठरता कपटद्यूतच ठरून खेळणाऱ्याला शासन झाले. पण धर्मराजावर बेतले तेव्हा ते शकुनीचे प्राविण्य ठरले. परदुःख शीतल असते ते असे. धर्मराजाला द्यूत खेळता येत नव्हते, हे बलरामाचे म्हणणेही हास्यास्पद होते. शकुनीसारखे कपटद्यूत त्याला मान्य नव्हते. फाशांचे दान पडणे, हा नशिबाचा खेळ असतो. तो राजशाही जुगार असतो. म्हणूनच तो राजेलोकांचा मनोविनोदन करण्याचा खेळ असतो. युद्ध हेही त्यांना तितकेच प्रिय असते. द्यूत व युद्ध यांना क्षत्रियांनी नकार द्यायचा नाही, असा नियम त्या काळी होता. धर्मराज एक द्यूत-क्रीडाकार म्हणूनच विराटाच्या पदरी अज्ञातवासात राहिला होता. म्हणजे बलरामाचे दूषित दृष्टीने केलेले कोणतेच विधान रुचणारे असे नव्हतेच. म्हणूनच सात्यकी संतापला आणि त्याने बलरामाचीच हजेरी घेतली. तो म्हणाला,

'बलरामाचे भाषण वरवर सूज्ञ पण प्रत्यक्षात अन्यायकारक आणि अनाठायी आहे. आपण ते शांतपणे ऐकतो ही आपली चूक आहे. वस्तुतः कौरवांनी पांडवांना हस्तिनापुरास स्नेहद्यूतासाठी बोलावले. भीष्म, द्रोण यासारख्या गुरुजनांनी त्याला संमती दिली. पांडव त्यांच्या शब्दाला मान देऊन तिथे गेले. आणि विश्वासघाताला बळी पडले. कौरव इंद्रप्रस्थाला गेले नाहीत व त्यांनी धर्मपूर्वक द्यूत जिंकले नाही. कौरवांचे समर्थन कुणालाही करता येणार नाही. शिवाय स्नेहद्यूताचे त्याने खुशाल विटंबनेत रूपांतर केले आणि ते गुरुजनांनी उघडया डोळयानी सहन केले. यासारखा अन्यायही पांडवांनी सोसला. धर्मराज द्यूत खेळला, हीच त्याची चूक; हे जरी मान्य केले तरीही, त्याने त्याचे

प्रायश्चित विनाविकल्प भोगले, धर्मबंधनातून पांडव मोकळे झाले आहेत. त्यांचा त्यांच्या अपहृत राज्यावर पुन्हा हक्क प्रस्थापित झाला आहे. ते त्यांना परत मिळणे हे न्याय्य आहे. पण कौरवांचा दुर्जनपणा पराकोटीचा आहे. त्यांच्याजवळ सदिच्छाच नाही, तर आवाहन तरी कसले करायचे? धर्मराजाची न्याय्य मागणी जर त्या दुर्वृत्त दुर्योधनाने मान्य केली नाही तर, आपण पांडवांना साहाय्य करून त्याला शासन केले पाहिजे. प्रसंगी युद्ध करून नष्ट केले पाहिजे. संहार नको म्हणून त्याचा अन्याय चालू दिला, तर ही अनिष्ट प्रथा, पुढे चालून हाहाःकार माजेल. पांडवांना धर्माचरणांचे साहाय्य आहे, ते त्यांचे पुण्य आहे. आता त्यांनी व्यवहाराचा डोळस मार्ग पत्करून जगाला धडा घालून द्यावा. आम्ही साहाय्यार्थ ठाम उभे आहोत.'

द्रुपदाने सात्यकीच्या बोलण्याला आणि निर्धाराला पूर्णतयः पाठिंबा दिला. स्वतःच्या कन्येची-द्रौपदीची-कौरवांनी केलेली विटंबना त्याला फार सलत होती.

श्रीकृष्णाने अंदाज घेऊन आवाहन केले. आम्ही यादव कौरव-पांडवांचे आप्त म्हणून त्यांना सारखेच आहोत. दुर्योधनाकडे दूत तर पाठवावाच पण त्याच्या नकाराची शक्यता लक्षात घेऊन आपण आपल्या युद्ध-सामर्थ्यासाठी आपल्याला साहाय्य किती आणि कोणत्या दर्जाचे मिळणार आहे, याचा अंदाज घेण्यास प्रारंभ करायला प्रत्यवाय नसावा. साम झाला तर नुकसान नाहीच. नाही झाला तर युद्धाची सिद्धता लगेच राहील.' असे म्हणून 'अभिमन्यू-उत्तरा विवाहाच्या मंगल कार्याची जाण ठेवून हा युद्ध विषय इथेच थांबवून आनंदात आपापल्या स्थानी जावे, हे चांगले.' असा अभिप्राय व्यक्त केला; आणि विराटाकडची सभा संपली.

कौरवांकडे पुरोहित प्रेषण आणि भीष्मांचे मिंधे वर्तन

पुरोहिताला पाठवताना त्याला सर्व सूचना दिल्या होत्या. 'महात्मा विदुर आपल्या बोलण्याला पाठिंबा देईल. भीष्म, द्रोण, कृप आणि अश्वत्थामा यांनी-सत्यवादी म्हणवणाऱ्या पुरुषांनी-दुर्योधनाला साहाय्य करणे, लाचारीने मान्य केले आहे. तुमचे काम कौरवात फूट

पाडणे हे आहे. धर्मरक्षणाच्या कार्यासाठी आपण जाताहात. न्याय, नीती तुमच्या पाठीशी आहे. दुष्टांचे परिवर्तन हे आपले विहित कार्य आहे. आपण निर्भयपणाने सत्पक्षाचे कार्य सिद्धीस नेण्याचा प्रयत्न करावा.'

पुरोहित या सूचना मनात ठेवून कौरवसभेत गेला. सन्मानित पुरोहित निर्भयपणे बोलू लागला. 'उभय पक्षांचे हित व्हावे म्हणून पांडवांचा निरोप घेऊन आलो आहे. माझ्या बोलण्यामागचा उद्देश जाणून घ्या. धृतराष्ट्र आणि कौरव यांनी पांडवांच्या न्याय्य राज्य-वैभवाच्या अपहार केला आहे. निंद्य मार्गांनी त्यांच्यावर प्राणसंकटे आणली. त्यांना अन्यायाने दिलेले अरण्यमय राज्य बलशाली करून त्यांनी कौरव कुलाला भूषण आणले. कपटद्यूताने त्यांचे राज्य कौरवांनी हरण केले. तरीही वनवास व अज्ञातवास यांचे कष्ट विनाविकल्प सोसले; आणि आपले राज्य साममार्गाने मागताहेत. कौरवांनी केलेले अत्याचार व विटंबना विसरून ते सामाला तयार आहेत. इथल्या श्रेष्ठ पुरुषांनी सदाचारी पांडव व दुराचारी कौरव यांची तुलना लक्षात घेऊन, दुर्योधनाला समजवावे. नाही तर संहार अटळ होईल. कौरवांना नंतर पश्चात्ताप होईल.'

पुरोहिताचा स्पष्टवक्तेपणा हा भीष्मांना लागला. पुरोहित बोलला त्यात खोटे काहीच नव्हते. कौरवांनी केलेल्या पांडवांवरील अन्यायात भीष्म, द्रोणादींचा मिंधेपणा, किंबहुना ज्ञानीजनांची असह्य लाचारी अप्रत्यक्ष कारण नव्हती का ? ती लाचारीसुद्धा सारासार तर्कशुद्ध विचार न करता पत्करलेली. म्हणूनच 'पुरोहिताचा स्पष्ट इशारा हा शांतिदूताला शोभणारा नाही.' असा अजब निष्कर्ष जिव्हारी सत्याचा घाव बसून घायाळ झालेल्या भीष्मांनी काढला. याचा अर्थ पांडवदूताने 'सुसरबाई तुझी पाठ मऊ' असे म्हणत झाल्या अन्यायाचा उच्चारही न करता 'आमचे राज्य आम्हांला द्याल का हो ? उगीच युद्धाने होणारा संहार कशाला. आम्ही तुमचे सामर्थ्य ओळखतो. सामाने राज्य देता आले तर पहा. उपकृत होऊ तुमच्या उदारपणामुळे. तुम्हीच शांतिप्रिय आहात.' असे नेभळट उद्गार काढून दूताचे काम करायला होते? हा तर सरळ, लाचार सज्जनांनी पाठीशी घातलेल्या हटवादी, उद्धट,

अन्यायी व असत्यपोषक दुर्जनांचा अनुनय झाला. पुरोहिताला दिलेल्या उत्तरात भीष्मांचा मिंधेपणा आणि तसे स्पष्ट म्हणायचे तर जरासा भोंदूपणा उघडच झाला. 'कुरुकुलाचा आनंद वर्धित करणारे पांडव तह करण्याची इच्छा करीत आहेत ही गोष्ट फार मोठीं भाग्याची आहे. ते धर्मपरायण आहेत, हे समजून बरे वाटले.' जणू काही या साऱ्या गोष्टी भीष्मांना नव्यानेच कळत होत्या. पुरोहिताने केलेल्या स्पष्टवक्तेपणाला त्यांनी राजाची निंदा अशी संज्ञा दिली. त्यांची वृत्ती सत्पक्षाला अनुसरणारी असली तरी वागणूक लाचाराचीच होती. आचार्यत्व पावलेले भीष्म हे मिंधेपणाच्या खोटचा कल्पनेने दुबळे झाले होते. ते खरोखर मिंधे असले तर पांडूच्या अन्नाचे. कारण अंधत्वामुळे धृतराष्ट्राचा आणि त्याच्या दुर्वृत्त पुत्रांचा हस्तिनापुराच्याच राज्यावर अधिकार नव्हता, अधिकार आला होता पांडूकडे, विस्तार त्याने केला. राज्य त्याचे, पर्यायाने पांडवांचे. तंटा नको म्हणून राज्याच्या खऱ्या धन्याला, खुशाल, ज्येष्ठपणाच्या जोरावर, ज्ञानीपणाचा आव आणून, 'तुम्ही सूज्ञ आहा, कर्तृत्ववान आहात,' असे म्हणत त्याच्याच राज्याला पारखे करून अरण्यमय राज्य देण्यात भीष्मांनी कोणता न्याय साधला? कपटद्यूत उघडचा डोळचांनी पाहिले. द्रौपदीची विटंबना होऊ दिली. तिच्या प्रश्नाला, 'अर्थस्य पुरुषो दासः', असे लाचार उत्तर दिले. आणि आता सर्व 'सामयुक्त' असे दूतभाषण कसे करावे, याचे ज्ञान पांडव-दूत-पुरोहिताला शिकवू लागले. म्हणूनच त्यांच्या भाषणाची अवहेलना करण्याचा धीर कर्णासारख्या अधिऱ्या आणि गर्वोद्धत अव्यवहारी अहंमन्याला झाला. दुर्योधनाचे उत्तर त्यानेच दिले. धर्मराजाने द्यूताच्या अटीचे पालन केले की नाही; या प्रश्नाचा निकाल उत्तर गोग्रहणाचे वेळीं भीष्मांनी लावला असूनही त्याचा पुनरुच्चार केला. पांडवांना धर्मपरायणतेचे धडे कर्णाने द्यायला पुढे सरसावावे, यासारखी हास्यास्पद आणि दुर्दैवी घटना नाही. याला कारणही भीष्माचे मिंधेपण आणि पांडवदूत-पुरोहिताच्या स्पष्ट सत्यभाषणाला केलेला अवाजवी विरोध.

कर्णाच्या भाषणाने सामाची शक्यता उधळली गेली. भीष्मांना कर्णाचा हस्तक्षेप असह्य झाला. त्यांनी कर्णाला, त्याच्या तथाकथित

पराक्रमाची जाण देऊन सरळ हेटाळणी केली. त्याच्या भ्याड पलायनाची आणि अर्जुनाच्या शौर्याची आठवण करून देताना, उत्तर गोग्रहणाच्या वेळचा संग्रामप्रसंग सांगितला. शेवटी धृतराष्ट्राने, ' संजय, दूत म्हणून पांडवांकडे येईल, म्हणून पुरोहिताची बोळवण केली.

धृतराष्ट्राचा संजयाबरोबर निरोप – मला युद्ध नको आहे.

धृतराष्ट्राचा हा निरोप बाजू अंगावर बेतल्यावर अंग बचावण्यासाठीच नसावा का ? ही शंका येण्यासारखी परिस्थिती नाही का ? संजयाबरोबर निरोप देताना धृतराष्ट्र जे म्हणतो, ते त्याच्या तोपर्यंतच्या वागणुकीशी विसंगत नाही का ? निरोप सांगताना तो म्हणतो,

' संजया ! पांडवांना भेटून त्यांना त्यांचे कुशल विचार. त्यांनी आपली प्रतिज्ञा सत्याचा अवलंब करून पार पाडली आहे. द्यूतानंतर, केवळ मनोविनोदनासाठी खेळूनही, दुर्योधनाच्या हट्टापायी सर्व स्वकष्टार्जित संपत्ती, राज्य माझ्या स्वाधीन केले. प्रयत्न करूनही मला त्यांचे कृत्य-कुठलेही कृत्य-सदोष आहे, असे आढळतच नाही. दुर्योधन व कर्ण यांच्याशिवाय पांडवांच्याविषयी वैर कोणाच्याही मनात नाही. ते दोघे मंदबुद्धी आणि क्षुद्रबुद्धी आहेत. दुर्योधन कर्णाच्या आधाराने राज्यतृष्णेपायी काळाच्या आधीन होणार आहे. पापकर्मालाच तो पुण्य मानत आहे. अजातशत्रू धर्मराजाला भेटून, त्याला, हे कुलक्षय होणारे युद्ध मला म्हणजे धृतराष्ट्राला नको आहे, असे सांग. शांतीसाठी भगवान श्रीकृष्णाची मदत घे. कुंतिकुमार श्रीकृष्णाचे म्हणणे मानतील. '

आश्चर्य म्हणजे, द्यूत मनोविनोदनासाठी असून ते चालू होते तेव्हा, शकुनीने पण जिंकला की, ' काय जिंकले ? काय जिंकले ?' असे धृतराष्ट्र आनंदाने विचारत होता. त्यानंतरच्या दुर्योधनाच्या उद्दाम आणि असभ्य वर्तनाचा आणि द्रौपदीच्या विटंबनेचा प्रकार त्याने खुशाल चालू दिला. मनोविनोदनासाठी खेळलेल्या द्यूताचे पर्यवसान असे होऊ शकते, ते केवळ अभिजात असभ्य आणि विकृत व अतृप्त वृत्तीमुळेच. विदुरासारख्या महात्म्याच्या सतत सदुपदेशाचा लगाम असूनही धृतराष्ट्राची ही वृत्ती होती. भीष्मांनी श्रीकृष्णाचा धाक घातला, तेव्हा द्रौपदीसकट पांडवांना मुक्त करण्याइतकी भीती त्याने बाळगली, हेच

विशेष. तरी पुन्हा पांडवांना बोलावून द्यूत खेळायला लावण्याच्या दुर्योधनादींच्या कारस्थानात तो गुरफटलाच. पांडवांचे वैभव कपट-द्यूताने हरण करवून त्यांना वनवास-अज्ञातवासात पाठवण्याचे कृत्य मान्य करणारा धृतराष्ट्र, मनोविनोदनापुरते द्यूत, हे म्हणणे विसरला आणि पांडव वनवास-अज्ञातवास भोगून परत आल्यावर दुर्योधन हट्टवादीपणाने युद्ध अटळ करणार हे दिसल्यावर त्यांचे प्राण वाचविण्यासाठी, त्याला मंदबुद्धी, कर्णाला क्षुद्रबुद्धी म्हणायला तयार झाला. पांडवांना गुणी मानायला तयार झाला. त्यांना शांतीसाठी आवाहन करू लागला. ही धृतराष्ट्राच्या वागणुकीत विसंगतीच नाही का ? त्याने संजयाबरोबर दिलेला निरोप मानभावीपणाचा का मानू नये ? संजय महर्षी व्यासांचा शिष्य होता. त्याने नम्रपणे वागून कार्यसिद्धी करावी, म्हणजे अन्यायाने वागणाऱ्या कौरवांचे प्राण पांडवांपासून वाचवून, ' अन्याय करून, दुष्ट वागून, उद्दामपणा म्हणजेच मानीपणा असा आभास निर्माण करूनही.' मानभावी नम्रपणाने कातडी बचावता येते, हे प्रस्थापित करावे; हाच धृतराष्ट्राचा हेतू नव्हता का ?

संजय पांडवांना भेटला तेही पूर्वग्रह घेऊन. तो पांडवाना म्हणाला, ' पांडुनंदना ! दुर्योधनाने तुमच्याशी क्रूर वर्तन केले, याची खंत दुर्योधनाच्या राजसभेतल्या सज्जनांना आहे. (उपयोग काय या षंढ खंत असल्याचा. दुर्योधनाला साम, दंड या मार्गानीही परावृत्त करण्याचा आणि ऐकले नाही, तर कडक शासन करण्याचा शहाणपणा व निःस्पृह कर्तुत्व या वृद्ध सज्जनांनी कधी दाखवले का ? अन्नाच्या मिंधेपणाचा पडदा उभारून त्यांनी दुर्योधनाच्या अत्याचारी वागणुकीसमोर पराभवच पत्करला.) दुर्योधनाच्या या दुष्ट वागणुकीमुळे धृतराष्ट्राला लोक दोषी धरतात. पण हा धृतराष्ट्रावर अन्याय होईल. (धृतराष्ट्राच्या पुत्र व राज्य-लोभाचा तर महाभारतात अनेकवेळा उल्लेख झाला आहे. धृतराष्ट्राच्या आज्ञेमुळे दुर्योधन दुष्ट वागत होता असे नव्हे, तर दुर्योधनाच्या दुष्ट वृत्तीला धृतराष्ट्राच्या आज्ञेचा आधार घेण्याचा मानभावी कावेबाज भ्याडपणा दुर्योधन दाखवत होता, व धृतराष्ट्र समजून उमजूनही त्या आज्ञा देत होता.) धृतराष्ट्राला तुम्हा पांडवात एकही दोष आढ-

ळत नाही. म्हणूनच तो तुम्हाला विनंती करतो आहे की युद्ध नाशकारी आहे, ते तुम्ही टाळू शकाल. स्वजनवधाने प्राप्त केलेले कलंकित सुख तुम्ही उपभोगू शकणार नाही.

भगवान् श्रीकृष्ण आपला मार्गदर्शक आहे. तुम्हीही शूर आहात. म्हणूनच तुम्ही अजिंक्य आहात. पण भीष्म, द्रोण, कृप, अश्वत्थामा, इत्यादी वीर कौरवांकडे आहेत. अंगराज कर्ण स्वतःचे बलीदान करायला उभा आहे. अशा कौरवेश्वरांचा पराभव करणे सोपे नाही. त्यामुळे तुम्ही स्वतः दुर्बल व्हाल आणि कौरवांचा नाश होईल. म्हणजे युद्ध प्रलयंकारीच ठरेल हे निःसंशय.

या कर्मांत धर्म साधणार नाही; अर्थप्राप्ती नाही. धर्मराजा ! तू तर धर्मपरायण आहेस. तू हे कौरव संहाराचे अधम कृत्य करणार नाहीस. आपण सर्वांनी कुरुकुलाचे कल्याण चिंतावे आणि सामच करून सर्वांना शांती प्राप्त करून द्यावी.'

संजयाने पर्यायाने पांडवाना आक्रमक ठरविले. युद्ध जणू पांडवानाच हवे आहे, असे ध्वनित केले. कौरवपक्षाचा कांगावाच संजयाच्या तोंडून उमटला होता.

म्हणूनच धर्मराज स्पष्टपणे बोलला, ' संजया ! तू मोठ्या खुबीने पांडवांना युद्धपिपासू ठरविलेस. आम्ही अट पूर्ण न करता योग्य वेळेआधी प्रकट झालो असा असत्य आरोप करून, न्याय्य दृष्टीने आमचे राज्य आम्हाला परत द्यायचे सोडून, उलट नकार देऊन युद्धाचा प्रसंग कौरव आमच्यावर लादताहेत, हे स्पष्ट दिसत असून, संजया ! तू असत्याचा आश्रय का करतो आहेस ? राज्य आम्ही आमचे धर्माचरण करूनच मागतो आहोत. आम्हाला युद्ध नकोच आहे. आम्ही आमच्यावरचे सर्व अन्याय, विटंबना विसरून शांतीसाठी सामाला सिद्धच आहोत. धर्माला विपरीत नसलेले, सर्वांना कल्याणकारक असणारे कर्मच आम्ही सदैव करीत आलो आहोत. स्वार्थासाठी आम्ही कधीही दुसऱ्याचे शोषण केले नाही.

पण धृतराष्ट्राला आमचे राज्य कपटद्यूताने प्राप्त झाले आहे. आता ते धर्ममार्गाने आम्हाला परत देणे, हे त्याचे कर्तव्य असून,

त्याला ते करावयाचे जीवावर आले आहे. स्वतःच्या पुत्रांचा नाश डोळ्यापुढे दिसू लागताच आम्हाला युद्ध न करण्याचा उपदेश त्याने सुरू केला आहे. विदुराचे धर्मप्रवण बोलणे त्याने कधीच मानले नाही. उलट विदुराची त्याने सतत अवहेलनाच केलेली आहे. जाणूनबुजून त्याने अधर्माचा मार्ग स्वीकारला आहे. आपल्या पापबुद्धी पुत्रांच्या प्रेमामुळे धृतराष्ट्र धर्माचा त्याग करतो आहे. आमचे राज्य आम्हाला परत मिळाले पाहिजे. कर्णादिंच्या पराक्रमाची आम्हाला धास्ती नाही. कारण कर्णाने अर्जुनाला कधीच पराभूत केलेले नाही. उलट अर्जुनाने मात्र त्याला अनेक वेळा पळवून लावले आहे. धृतराष्ट्र आणि त्याचे पुत्र यांचे मानभावी कारस्थान, आम्ही चालू देणार नाही. आमचे राज्य आम्हाला परत देण्याचे त्यांनी नाकारले, तर क्षत्रियधर्म म्हणूनही आम्हाला युद्ध करून परत मिळवावे लागेल. तरीही आम्हाला शांती हवी आहे. म्हणून मी सामाच्या मार्गाने ते परत मागत आहे. कौरवांनी आमचे असह्य अपराध केले आहेत. त्याचीही आम्ही त्यांना क्षमा करून आमचे राज्य आम्ही धर्ममार्गाने परत मागत आहोत. ते दिले नाही तर युद्ध तुम्ही, कौरव व धृतराष्ट्र, अटळ करतील हे फक्त लक्षात ठेवा. आम्हाला युद्ध करून अन्यायाचा प्रतिकार हाच धर्मविहीत मार्ग पत्करावा लागेल.

धर्मप्रेमामुळे आम्ही अन्याय सहन केले. आता धर्मरक्षण करण्यासाठी, अन्याय निवारण्यासाठी आम्हाला युद्ध करावे लागेल.

अज्ञातवासानंतर धर्मराजाने युद्धाची सिद्धता सुरू केली. त्यात त्याने चूक ती काय केली ? उत्तर गोग्रहणाचे वेळी दुर्योधनाने जो वाद काढला त्याची कुणकुण धर्मराजाच्या कानावर आली होती. ‘ अट पूर्ण न करता, पांडव आधी प्रकट झाले, ’ हे दुर्योधनाचे म्हणणे भीष्मांनी स्पष्टपणे खोडून काढून त्याला गप्प केले होते. अशा स्थितीत, ‘ दुर्योधनाने राज्य परत करण्याचे नाकारले तर युद्ध अटळ होईल. तेव्हा आपले बलाबल तपासून पाहिले पाहिजे ’ असा विचार धर्मराजाने केला असल्यास त्यात चूक काय ? दुर्योधन हा तर राज्यावरचा अधि-

कार खुशाल दडपशाहीने सांगून राज्योपभोग घेत होता. आपले बलाबल तपासणे, हे काम करणे, त्याला अनावश्यक होते. तरीही त्याने शल्याला फसवून आपल्याकडे ओढले. श्रीकृष्णाकडे साहाय्याची अपेक्षा करूनच तो गेला. अनेक राजांकडे त्याने दूत पाठवले. हे त्याने तरी वाटाघाटी पूर्ण व्हायच्या आत का सुरू केले ? शांती राखून कुलक्षय टाळण्याचा पत्कर काय पांडवांनी घेतला होता ? ' कौरवांची अन्याय्य अरेरावी आणि पांडवांचे सनदशीर आवाहन, हींच पद्धती म्हणजे पांडवांची धर्मशील पद्धती, असा समज कौरवांनी करून घेणे, म्हणजे संजयाच्या मते खरा धर्म होता काय ? खरे म्हणजे धर्माने सामाने राज्य मागण्यासाठी प्रथम पुरोहित पाठवला. शांततापूर्ण सहकार्याचा, कुलक्षय टाळण्यासाठी सामाचा प्रयत्न प्रथम पांडवानी, कौरवांचे सर्व अन्याय सहन करून, केला. तरीही संजय धर्मराजाच्या धर्मप्रवृत्तीला आवाहन करायला पुढे सरसावला. ' राज्यासाठी अडून बसणे हा महान् मोह, कौरवांना क्षमा न करता युद्ध करणे तर अधर्मच. ' हे संजयाने धर्माला सांगावे, यासारखी हास्यास्पद दुसरी गोष्ट नसेल. त्यानंतरही संजयाने आपले उपदेशाचे घोडे पुढे दामटले, ते तर केवळ हास्यास्पद नव्हे तर संतापजनक होते. त्यात स्तुतीच्या पांघरुणाखाली स्वार्थपरायण धृतराष्ट्राचा मानभावीपणा होता. संजयाच्या मनावर धृतराष्ट्राच्या मानभावी संदेशाचा प्रभाव पडला होता. तोही धन्याचेच बोल बोलत होता. आणि ते बोल निर्लज्ज स्वार्थ, धर्मपरायणतेच्या पांघरुणाखाली घेऊन, उमटत होते. संजयाने धर्मराजाच्या भाषणाला उत्तर दिले ते मसालेवाईक होते.

' धर्मराजा ! तू धर्मनिष्ठ आहेस असा तुझा लौकिक आहे. तसे तू आजपर्यंत वागलास. आता युद्ध करून तुझी उज्वल कीर्ती नष्ट होऊ देऊ नकोस. कौरव युद्धाशिवाय तुझे राज्य तुला देत नसले, ते जरी अन्यायाने, अधर्माने वागत असले, तरी तू तुझे धर्माचरण अभंग ठेव. तू तपोधन आहेस. तुला राज्यही सारखेच आणि भिक्षा मागणेही सारखेच, इतका धर्मज्ञ आहेस, असे आम्ही मानतो. पापमय युद्धाने संहार करण्यापेक्षा आणि रक्तरंजित राज्य मिळवण्यासाठी प्रयत्न करण्यापेक्षा भिक्षा मागून जीवननिर्वाह करणे अधिक श्रेयस्कर नाही का ?

दीर्घकालपर्यंत तुम्ही वनवास भोगलात. शम, दम, दया, क्षमा व सत्य हे तुम्ही जीवनाचे ध्येय बाळगलेत. आत्ताच तुम्ही पापमय संहार-कारी युद्ध करायला का सिद्ध झालात ? तेरा वर्षांपूर्वी कौरवांनी तुम-च्याशी कपट केले. तेव्हाच तुम्ही व्यवहाराने का नाही वागलात ? त्यावेळी धर्मरक्षणासाठी अपूर्व त्याग केलात. त्यावेळी क्षत्रियधर्माप्रमाणे वागला असता तर तुम्हाला कोण दोष देणार होते ? तुम्ही अजिंक्य ठरला होतात. तरी धर्माच्या प्रेमामुळे तुम्ही वनवास पत्करलात. त्यावेळी तुमचे राज्य व संपत्ती दुर्योधनाला दिलीत. (जणू काही दान दिली. दुर्योधनाने कपटद्यूताने, अधर्माने ती अपहृत केली. कारण पराक्रमाने ती त्यावेळी पांडवांकडून मिळवणे दुर्योधनाला शक्यच नव्हते. म्हणून त्याने कपटद्यूताचा भ्याडपणा स्वीकारला. तोही 'मनोरंजनाकरिता द्यूत' ह्या बुरख्याखाली, म्हणजे भ्याड खोटेपणाचा मार्ग स्वीकारून. आणि तरीही संजयाचे त्यावर हे निर्लज्ज बोल ? केवळ हास्यास्पद नव्हेत तर चीड आणण्यासारखे.) तुझ्या स्वाभाविक मनोधर्माविरुद्ध जाऊन तू युद्धाचे पाप करायला का प्रवृत्त झालास ? तू सर्व नाशकारी क्रोधाला गिळून टाक. तू सज्जन आहेस. शांती प्रस्थापित करायला कौरवाना क्षमा कर. भीष्म, द्रोण यांची हत्या करून तू काय साधणार आहेस ? दुर्योधन वध करून वंशक्षयाचे पाप का माथी घेतोस ? तू विचारवंत आहेस. संहार टाळायला तू वानप्रस्थाश्रम स्वीकारून मोक्षाची प्राप्ती करून घे. वंशाचा क्षय करणारे युद्ध करून देवयान मार्गावरून ढळू नकोस.'

हा संजयाचा धर्मराजाला उपदेश. वाः ! याला म्हणतात दैव-दुर्विलास. धर्म पाळणाऱ्याला इतरांनी उपदेश करायचा की 'तू धर्माचे पालन कर.' आणि संजयाचा हा उपदेश विसंगतीने परिपूर्ण आहे. कारण कौरवांची कातडी बचावणे हा एकमेव उद्देश. धर्माने सतत धर्माचे पालन केले आणि आताही तो धर्मापासून यत्किंचितही ढळत नव्हता. तरीही हा संजयाचा कांगावा.

दुर्योधनाने, आपल्या दुर्वृत्त सहकाऱ्यांशी खलबत करून पांडवांचे वैभव कपटद्यूताने हरण करायचे ठरविले, हे जणू धर्मकृत्य. त्यात द्यूता-साठी पांडवांना स्वतः आवाहन करण्याचे धैर्य न दाखवता, धृतराष्ट्राकरवी

'मनोरंजनासाठी द्यूत खेळावयाला हस्तिनापुरास या.' हे आवाहन पांडवांना केले. द्यूत, मनोरंजनासाठी, कुणाला हवे होते ? कौरवांना. ते इंद्रप्रस्थाला का आले नाहीत ? कपटद्यूत उघडे पडून पकडले जाऊ, पांडवांचे वैभव कपटाने हरण करण्याचा हेतू उघड होईल म्हणूनच ना ? भीष्म, द्रोण, कृप यांना काय दुर्योधनाची मत्सरी, कपटी वृत्ती माहीत नव्हती ? पण त्यांनीही दुजोरा देऊन द्यूतासाठी पांडवांना आवाहन केले. पांडवांनी सर्वार्थाने धर्माचे पालन केले. द्यूताला व्यावहारिक दृष्टीने नकार दिला असता, तर याच कौरवांनी ओरड केली असती, की पांडव क्षत्रिय धर्म पाळत नाहीत, वडील माणसांची, गुरूजनांची अवज्ञा करताहेत, त्यांच्याच मनात कपट आहे. विकल्प आहे. आम्ही मोकळ्या मनाने मनोरंजन म्हणून द्यूतासाठी आवाहन करीत आहोत. पांडव धर्मपालन करीत नाहीत. आणि पांडव द्यूतासाठी, वडिलांची आज्ञा पाळून आले तर आता संजय म्हणतो व्यवहार त्यावेळी का नाही पाळला. हा सरळ ढोंगीपणा नव्हे तर काय ? द्यूतानंतर विटंबना हा मनोरंजनासाठी द्यूत यातलाच भाग होता का ? विटंबना कुठपर्यंत तर द्रौपदीवस्त्रहरणाच्या निर्लज्ज कृतीपर्यंत. तरीही धर्मज्ञ गप्प बसले म्हणजे प्रतिज्ञांच्या उच्चारापलीकडे गेले नाहीत. अर्थात कौरवांनी त्या प्रतिज्ञांचा अर्थ जाणायला हवा होता, की पांडव ही विटंबना व राज्यअपहरण याबाबतीत केवळ मूग गिळून गप्प बसणार नाहीत. धर्माचरणानंतर परिस्थिती अनुकुल झाली, की आपले वैभव परत मिळवण्यासाठी व विटंबनेचा बदला घेण्यासाठी, प्रतिज्ञापूर्ती केल्याशिवाय राहाणार नाहीत. तरीही पांडवांनी पुन्हा द्यूतानंतर अटीप्रमाणे वनवास व अज्ञातवास भोगून, शांतिदूत पाठवून आपल्या राज्याची मागणी करण्याचा आणि युद्ध टाळण्याचा मनःपूर्वक प्रयत्न केला. सामाने राज्य मिळाले नाही तर युद्धाने आपले न्याय्य वैभव परत मिळवणे आणि अन्यायाचा प्रतिकार करणे हे सुद्धा क्षत्रियधर्माला धरूनच आहे. म्हणजे पांडव आत्ताही धर्मालाच धरूनच वागत होते. त्यांना आत्ता धर्म आठवला असा विचार तरी संजयाच्या मनात आला तो केवळ पूर्वग्रहामुळेच असेच त्यामुळे वाटू लागते. कारण अन्यायाचा

प्रतिकार करून न्यायाची प्रतिष्ठापना करणे हेही क्षत्रियांचे कर्तव्य असते. आणि त्यासाठी आधी धर्माचरणाच्या पराकोटीने न्यायाची बाजू जास्त कणखर करणे हेही महत्त्वाचे असते. श्रीकृष्णाने, म्हटल्याप्रमाणे शिशुपालाचे शंभर अपराध पोटात घालण्याचा धर्म प्रथम पाळला आणि मगच त्याचा शिरच्छेद केला. धर्मराजाने शांती हवी म्हणून तर अनेक अन्याय धर्मपरायणतेने सहन केले. भीम, अर्जुन आणि स्वतः श्रीकृष्ण यांना धर्माच्या धर्माचरणाच्या पराकोटीचा अर्थ कळत होता. म्हणून स्वतः पराक्रमी आणि समर्थ असूनही धर्मराजाचे श्रेष्ठत्व आणि आज्ञा न मानण्याचे त्यांच्या मनाला शिवले देखील नाही. सहजीवनातून सहकार्य सहकार्यातून सहयोग आणि सहयोगातून प्रचंड संहारक शक्तीची– अधर्माला शासन करणाऱ्या शक्तीची निर्मिती म्हणजे द्रौपदीसह पांडव असा अर्थ निर्माण झाला होता. धर्मराज शांतपणे संजयाला म्हणाला,

'संजया ! धर्माच्या श्रेष्ठपणाबद्दल मला थोडाही संदेह नाही. पण एक लक्षात घे. कित्येक वेळा अधर्म धर्माचे रूप घेऊन आपली फसवणूक करीत असतो. अधर्मालाच आपण धर्म मानू लागतो; तर धर्माला अधर्म ही संज्ञा देतो. मला माझ्या धर्माप्रमाणे वागायला जरी धनाची आवश्यकता असली, तरी अधर्माने मिळणारी संपत्ती मी स्वीकारणार नाही. सर्वात धर्मज्ञ असा श्रीकृष्ण इथे आहे. त्याला कौरव आणि पांडव दोघांचेही कल्याण व्हावेसे वाटते. मी जर सामनीती सोडून उन्मत्तपणे युद्धाचा हट्ट धरत असेन तर श्रीकृष्ण मला अशा उद्दाम अर्थापासून परावृत्त करील. श्रीकृष्णाने माझे वागणे योग्य का चूक, ते सांगावे.'

श्रीकृष्ण म्हणाला, 'संजया ! धृतराष्ट्र दुर्योधनाच्या कोणत्याच अन्याय्य कृत्यांना आवरू शकला नाही. तरी पांडव धर्माचरणाला सोडून वागले नाहीत, हे वावगे झाले, असे तुला म्हणायचे आहे का ? धृतराष्ट्र आणि त्याच्यामागे दडून त्याचे पुत्रही पांडवांचे राज्य अपहरण करून मिळवू पहात आहेत, त्यांना आता तेरा वर्षे भोगलेले, रक्ताचा थेंब न सांडता व पराक्रमाचा लवलेश न दाखविता कपटद्यूताने मिळवलेले राज्य सुखासुखी सोडणे जीवावर आले आहे. म्हणून युद्धामुळे होणाऱ्या

संहाराची भीती दाखवून ते पर्याय म्हणून धर्मराजाला वानप्रस्थाची वाट दाखवताहेत आणि युद्ध अटळ होईल ते धर्मराजाच्या राज्य परत मागण्याच्या हट्टाने, असा भास तुझ्याकरवी आलेल्या निरोपात निर्माण केला जातो आहे. संजया ! मला पांडवांना त्यांचे न्याय्य वैभव परत मिळावे व ते सुखी व्हावेत असे वाटते. धर्माचरण करून त्यापायी त्यांनी पुष्कळ दुःख भोगले. पण ते युद्धामुळे होणारा संहार टळावा, म्हणून त्यांची व द्रौपदीची झालेली विटंबना विसरून साम करायला व सर्व प्रतिज्ञा गिळून फक्त राज्य परत मागायला सिद्ध आहेत. मलाही कौरवांचे प्रिय व्हावे असेच वाटते. फक्त त्यांनीही न्यायाला अनुसरून वागावे, नाहीतर मात्र कौरव हट्टाने युद्ध अटळ करतील. त्याचा दोष धर्मावर, धर्मराजावर राहणार नाही, पांडवांवर राहणार नाही.

धर्मराज धर्माचरणानेच चालणारा आहे. त्याला तू धर्माचरणाचा उपदेश करतोस ? यासारखे हास्यास्पद काहीही नाही. दुर्योधनाचे व कर्णाचे द्रौपदीशी झालेले दुराचरण व दुर्भाषण विसरून क्षमाशीलतेने हक्काचे, त्यांनी पराक्रमाने प्राप्त करून घेतलेले राज्य परत मागताहेत, आणि दुर्योधन, दुःशासन, कर्ण आणि शकुनी हे उर्मटपणे आणि भ्याड-पणेही धृतराष्ट्रामागे दडून ते द्यायचे नाकारताहेत. यात युद्ध अटळ होते आहे, की ते बुद्धिपुरःस्सर केले जाते आहे, आणि तेही कौरवांकडून केले जाते आहे, हे कोणीही सूज्ञ सांगू शकेल. तरीही मी शिष्टाई करण्यासाठी हस्तिनापुरास येईन. सामाचा प्रयत्न करीन. युद्ध टळावे, संहार होऊ नये आणि सर्वचजण स्नेहभावाने नांदावेत हे मलाही वाटते. पण ते एकावर पूर्ण अन्याय आणि दुसऱ्या स्वार्थी, लोभी अशा प्रति-स्पर्ध्याचा विनायास अन्याय्य लाभ, असे होऊ नये हे मात्र निश्चित.'

संजय हे ऐकून थोडा विरमला. तो परत जायला निघाला. धर्माने सत्कारपूर्वक त्याला निरोप देताना पुन्हा सांगितले, 'पांडवांना त्यांचे न्याय्यवैभव परत हवेच आहे, ते सामोपचाराने परत देणेच कौरवांना हितकारक ठरेल. आम्हाला शांती हवी आहेच. म्हणून माझ्यासकट मी पाच भावांसाठी केवळ पाच गावे मागतो आहे. तेव-ढ्याने आम्ही मग संतुष्ट राहू आणि युद्ध आपोआप टळून संहार

होणार नाही. शांतिसाठी आम्ही विटंबना, अन्याय आणि प्रतिज्ञा विसरायला तयार आहोत.' संजय पांडवांबद्दल सहानुभूतीपर विचार घेऊनच गेला.

संजयाचे धृतराष्ट्राला निवेदन

'धृतराष्ट्रमहाराज! धर्मराजाने आपणास प्रणाम करून कुशल विचारले आहे. धर्मराजाची इच्छा सामाचीच आहे. पण दुर्बलाच्या सामाची नाही. सर्व धर्मापेक्षा दया व क्षमा हेच धर्म श्रेष्ठ वाटतात, म्हणून तो सामाला म्हणजे सामोपचाराने न्याय्य वैभव परत मिळावे, यासाठी विचारविनिमयाला तयार आहे.

मात्र आपणाला आपल्या पुत्रलोभापायी पांडवांच्या संपत्तीचे अपहरण करण्याचा मोह आवरत नसेल, तर मात्र कौरवांचा विनाश अटळ आहे. आपला स्वार्थ युद्ध अटळ करेल.

धर्मराजाने कौरवांच्या दुष्कृत्यांचे, जशास तसे या नात्याने पूर्वीच उत्तर दिले असते, तर कौरव केव्हाच नष्ट झाले असते. आणि व्यावहारिकदृष्टचा त्यावेळी त्याला कुणी दोषही दिला नसता. आज सज्जनांच्यात आपली निंदाच होते आहे. त्यावेळीही झाली असती, सूतपुत्र कर्णाने प्रोत्साहन दिले, शकुनीने बदसल्ला दिला आणि तुझ्या पुत्रांनी प्रत्यक्ष कृतीने दुर्वृत्ती प्रकट केली. आता पांडवांचे राज्य त्यांना परत न करण्याचा निश्चय करून दुर्योधनच युद्ध अटळ करतो आहे. दुर्वृत्त कौरवांना पाठीशी घालून आपणच पर्यायाने युध्दाला कारण होताहात. तरीही धर्मराजाने त्याच्या क्षमाशील धर्मवृत्तीला अनुसरून जो संदेश पाठवला आहे, तो मी सर्वांना राजसभेत सांगेन.'

संजयाच्या भाषणातून धृतराष्ट्राला एक कळले. ते हेच की ज्या धर्मराजाला आपण भोळे आणि दुर्बल धर्मभावनेचे समजत होतो, तो दुबळा व भोळा नसून, शहाणा, दूरदर्शी आणि परखड धर्माचरणी आहे. त्याला श्रीकृष्णाच्या व्यवहारवादाचा डोळसपणा आहे. तो कौरव–पांडवाच्या भांडणात युध्दामुळे नाहक बळी जाणाऱ्या सैन्याबद्दल दया येऊन व लोककल्याणासाठी शत्रूलाही त्याच्या दुष्कृत्याची क्षमा करावी हा खरा धर्म आहे, हे जाणून सामासाठी तयार झाला आहे, दुबळेपणा-

मुळे नव्हे. कौरवांचा विनाश युध्दात होणार, हे धृतराष्ट्राला, द्यूता-नंतरच्या पांडव-विटंबना काळातल्या पांडवांच्या संतप्त प्रतिज्ञा आठवून प्रकर्षाने जाणवत होते. दुर्योधनापुढे त्याचे चालत नव्हते. विदुर विचित्र-वीर्याच्या दासीचा पुत्र म्हणून त्याला भावासारखा, पण त्याला त्याने एकदा दुखावले होते. 'संजयाने तर निराशा केली. विदुर तरी पांडवांचा युद्धामुळे विनाश होईल, असे सांगेल का?' या आशेने धृतराष्ट्राने विदुराला बोलावले.

धृतराष्ट्र, कौरव आणि विदूर

पांडवांचे हस्तिनापुरात आगमन झाल्यापासून पांडव वनवासात जाईपर्यंत दुर्योधनादी चांडाळ चौकडीने त्यांच्यावर चालविलेले अन्याय, भीमसेनाला विषप्रयोग, लाक्षागृहात पांडवांना जाळण्याचा प्रयत्न, पांड-वांचेच मूळ राज्य असून परक्यासारखी त्यांना दिलेली वागणूक या साऱ्या गोष्टी विदुराने पाहिल्या होत्या. वेळोवेळी त्याने धृतराष्ट्राला स्पष्ट जाणीवही दिली होती. धर्मराज धर्मचरणी होता आणि विदूरही धर्मनिष्ठ होता, म्हणून धर्म आणि विदूर यांचे एकमेकांवर निरतिशय प्रेम होते.

पांडवांशी शकुनीने केलेले कपटद्यूत, पांडवांची विटंबना, द्रौपदीची विटंबना, पुन्हा द्यूत आणि पांडवांचे वनवासगमन हेही त्याने पाहिले होते. कुंती ही त्यानंतर हस्तिनापुरात राजप्रासादात न राहाता विदुराघरी राहिली होती.

द्यूताच्याही वेळी विदुराने योग्य तो सल्ला दिला होता. झालेला प्रकार कुलनाशास कारण होईल हाही इशारा दिला होता. पण धृत-राष्ट्र राज्यलोभाने मनानेही आंधळा झाला होता. त्याने विदुराच्या बोलण्याकडे दुर्लक्ष केले.

पांडव वनवासात असताना दुर्योधनादींचे चाललेले दुष्ट बेत ऐकून वा कळून तो धृतराष्ट्राला सतत जागे करीत होता. पण धृतराष्ट्राला त्याचा उपदेश कधीच रुचला नाही. आणि एकदा तर धृतराष्ट्राने त्याला सरळ पांडवांचा पक्षपाती ठरविले. तेव्हा तो संतापाने वनवासात अस-लेल्या पांडवांकडे गेला. पण धर्मराज फार शहाणा होता. त्याने विदुराला

विनंती केली. ' महात्म्या विदुरा ! तू धृतराष्ट्राजवळच रहा. तू असल्याने धृतराष्ट्र आणि कौरव ताळ्यावर राहातील. तसेच तिथे पांडवांविरुद्ध हालचाली आणि कारस्थाने याचीही तुला जाण राहील. कुंतिमातेलाही तुझ्या हस्तिनापुरातील वास्तव्यामुळे सतत धीर वाटेल आणि आम्हा-लाही मातेची काळजी वाटणार नाही. ' असे सांगून धर्मराजाने विदुराला परत हस्तिनापुरास पाठविले. हा धर्मराज सद्वृत्त आणि शहाणाही होता. त्याचे प्रखर धर्माचरण हे पांडवांची बाजू नैतिकदृष्टचा बळकट करून, मानसिकदृष्टचा सबल करण्यासाठीच होते. दुःख आणि कष्ट भोगल्याशिवाय खऱ्या धर्मप्राप्त सुखाची गोडी कळत नाही आणि मिळतही नाही, याची त्याला खात्री होती.

विदुर हा धर्माचरणी होता. त्याला कौरव–पांडव संघर्ष नको होता. त्याला दोघे सारखेच होते. पांडव गुणी व सद्वृत्त म्हणून त्याला जास्त प्रिय होते. तरी कौरवांचे हित व्हावे, म्हणून तो सदैव धृतराष्ट्र दुर्योधन यांना योग्य सल्ला द्यायचा, पण–

पण कौरवांना त्याचे मोठेपण कधी कळलेच नाही.

धृतराष्ट्राने आत्ताही आगतिक झाल्यावर विदुराला बोलाविले, आणि म्हटले, ' विदुरा, संजयाने माझी निराशा केली. तो पांडवांचीच भलावणी करतो आहे. आम्हालाच दोष देतो आहे. माझ्या मनाची शांती नष्ट झाली आहे. संजय उद्या धर्मराजाचा निरोप सांगणार आहे. युद्ध अटळ झाले, तर कौरवांनी ते अटळ केले असेच होईल, हे संजयाने स्पष्ट केले. दुर्योधन माझे ऐकत नाही. वंशक्षय अटळ आहे. तुला हे संकट निवारण्याचा मार्ग सुचतो आहे का ?'

विदुराला धृतराष्ट्राच्या स्वार्थीपणाची जाणीव होती. आपला उपदेश व्यर्थ होणार आहे, हे जाणूनही, कर्तव्य म्हणून तो म्हणाला, ' धृतराष्ट्रमहाराज ! परधन लोभ हे तुमच्या काळजीचे खरे कारण. धर्मराजाने तुमच्या आज्ञेचे, गुरुजन-आज्ञा म्हणून पालन केले. तुम्ही त्याचा विश्वासघात केलात. दुर्योधनाला विरोध न करता तुम्ही गुरुजन हे केवळ ' तथाकथित ज्ञानी ' म्हणून उघडे पडलात. धर्मराजाने धर्मा-चरणासाठी अपार अन्याय आणि क्लेश सहन केले. आणि त्याला अन्या-

याने क्लेश भोगायला लावणाऱ्या दुर्योधनादी दुर्वृत्त चौकडीला प्राधान्य देऊन त्यांच्यावर राज्य सोपविलेत. तुमचा विवेक परधनलालसा, पुत्रलोभ यामुळे लोपला आहे, झोपला आहे. तो जागा करा. पांडवांना त्यांचे राज्य द्या. युद्ध टाळा, संहार टाळा. तरच तुमच्या मनाला शांती मिळेल.

पण धृतराष्ट्राच्या मनावर विदुराच्या बोलण्याचा काहीही परिणाम झाला नाही. त्याच्या मनाची अवस्था शिलावत् होती. ती कोरडीच राहिली. विदुराने अनेक कथा सांगून आपला उपदेश परिणामकारक करण्याचा प्रयत्न केला. पण धृतराष्ट्राचे मन वळले नाही. तो अगतिक होऊन विदुराला म्हणाला, 'विदुरा! तुझे विचार पटतात. माझे चुकते हेही मला कळते. पण दुर्योधनाची भेट झाली, की माझी बुद्धी चळते हे खरे.पण माझ्या पुत्रांचा त्याग करण्याची शक्ती माझ्याजवळ नाही. मी प्रारब्धाधीन आहे, हेच खरे.'

विदुरानेच नव्हे, तर सनत्सुजातानीही धृतराष्ट्राला हितकर उपदेश केला पण व्यर्थ. कारण धार्मिक म्हणून सर्वमान्य असणाऱ्या पांडवांनी कौरवांसारख्या दुष्टांच्या उन्मत्तपणाला विरोध न करणे हाच धर्म मानावा, दुबळेपणाने अत्याचार सहन करावे, स्वार्थत्याग करावा अशी धृतराष्ट्राची अपेक्षा होती.

पांडवांची सत्त्वशील मागणी

दुसरे दिवशी संजयाने पांडवांचे म्हणणे राज्यसभेत सांगितले. "धर्मराज म्हणाला, 'आजपर्यंत धर्माचरण करून मी माझे राज्य परत मागतो आहे. मला सला सबल शांती हवी आहे, दुर्बल शांती नको.'

श्रीकृष्ण म्हणाला, 'सुबुद्ध म्हणविणाऱ्या गुरुजनांनी मौन स्वीकारून अधर्माला उत्तेजन दिले. पांडवांना धर्मप्रवण राहूनही हाल भोगावे लागले. आता पांडवांना सूज्ञपणाने सन्माननीय तडजोड करून त्यांचे राज्य द्यावे. पांडवांना शांती हवी आहे आणि न्याय्य मार्गाने हवी आहे. नाहीतर मात्र ते युद्धालाही तयार आहेत.'"

अर्जुन द्यूताच्या वेळी फार संयमाने वागला होता. तेव्हा तो काय

म्हणाला, हे धृतराष्ट्राला हवे होते. आशा होती की युद्ध व कौरवसंहार टळेल. संजयाने अर्जुनाचे म्हणणे सांगितले.

'संजया ! पांडवपक्षाचे म्हणणे स्पष्ट आहे. आमचे राज्य सामोपचाराने परत द्या, नाहीपेक्षा युद्धाला तयार रहा. आमचे सामर्थ्य दुर्योधनाला युद्धप्रसंगी लक्षात येईलच. धर्मप्रवण धर्मराजाने निर्वासित होऊन वनात पर्णशय्येवर शयन केले. दुर्योधनाला मृत्यूशय्याच नशिबी येईल. दुर्योधनाला पांडवांवर अधिकार गाजवायचा आहे का ? मग त्याला हा अधर्ममार्ग सोडला पाहिजे, धर्माचरणाने वागले पाहिजे. नाहीतर धर्मराजाचा क्रोध प्रकट झाला की दुर्योधनास पश्चातापाची पाळी येईल. भगवान श्रीकृष्ण माझ्याकडे आहे. तो आहे तिकडे जय आहे, कारण सत्य आहे तिकडेच कृष्ण आहे. तेव्हा युद्धच हवे असेल तर कौरवांनी मरणाला सिद्ध व्हावे.'

धर्मराजाची साधी मागणी संजयाने सांगितली. 'मला आम्हा पाच भावांसाठी फक्त पाच गावे द्या. आम्ही सामाला तयार आहोत. मागील सारे विसरायला तयार आहोत.'

धूर्त धृतराष्ट्र

भीष्मांनी यावेळी स्पष्ट सांगितले, की पांडवपक्ष न्यायाचा आहे. त्यांना त्यांचे राज्य परत करा. कुळाचे कल्याण होईल.'

कर्णाने दुर्योधनाच्या प्रतिष्ठेचा दंभ बाळगून आत्मश्लाघा केली. पण भीष्म, द्रोण यांनी त्याच्या पराक्रमाचे पितळ उघडे पाडले. द्रौपदी स्वयंवर, घोषयात्रा, उत्तर–गोग्रहण इत्यादी प्रसंगी झालेल्या फजितीची आठवण दिली.

भीष्म-द्रोणांनी सांगूनही धृतराष्ट्राने त्यांच्याकडे दुर्लक्ष केले. कौरवांच्या सेनेचे संख्याबल हा त्याचा आधार होता. त्याने संजयाकडून पांडवसैन्याच्या बलाचा अंदाज घेतला. आपल्यावरची जबाबदारी धूर्तपणे झटकून युद्ध मात्र अटळ केले. धृतराष्ट्र हाच खरा पापात्मा होता. वैभवाचा लोभी होता. द्यूताचे वेळी 'काय जिंकले ? काय जिंकले ?' असे उतावीळपणे विचारून गुरुजनास न शोभणारे दुराचरणही केले होते. तो म्हणाला, अगदी विचारपूर्वक म्हणाला,

'कौरवांनो आणि कौरव मित्रांनो ! पांडवांशी युद्ध होऊ नये अशीच माझी इच्छा आहे. कारण मग संहार अटळ आहे. तेव्हा अंतिम निर्णय पूर्ण विचारांती घ्या. पांडवांशी सामोपचाराने वागा. सर्वांचे कल्याण होईल. माझा तरी निर्णय तह आणि त्यामुळे शांती हा आहे. तुमचा विचार काय तो ठरवा.'

धृतराष्ट्राने कौरवपक्षाला डिवचले व त्यांच्यावर निर्णयाचे उत्तरदायित्व ठेवून स्वतः मोकळा झाला. संजयही फसला.

पण दुर्योधन पिसाळून उठला. त्याने धृतराष्ट्राला धीर दिला. कौरवपक्षाच्या सामर्थ्याची भलावणी केली. आत्मश्लाघा केली आणि शेवटी म्हटले, 'पांडवांना पाच गावच काय, तीक्ष्ण सुईचे अग्र भुईवर टोचले असता जेव्हढी मृत्तिका येईल तितकाही भूमीचा अंश मी पांडवांना देणार नाही !'

धृतराष्ट्राला कौरवनाश ही कल्पना असह्य झाली. त्याने उघड बोलून दुर्योधनाचा त्याग केला. अगदी विचारपूर्वक, इतरांची सहानुभूती मिळवण्यासाठी. युद्धाचे उत्तरदायित्व टाळण्यासाठी.

म्हणजेच युद्ध अटळ होण्यात किंवा खरे म्हणजे करण्यात, पुत्राना न आवरणारा धृतराष्ट्र स्वतः जबाबदार होता, पण त्याने आपल्यावर बेतल्यावर आपल्या पुत्रांचाही त्याग केला. इतका तो स्वार्थी होता.

कर्णाने पुन्हा आत्मश्लाघा केली. तेव्हा भीष्मांनी त्याला पूर्णपणे 'तू किती नादान आहेस' हे स्पष्ट करून सांगितले. इथे कर्णाची आत्मकेंद्रित वृत्ती उघडी पडली. तो संतापून शस्त्रे टाकून म्हणाला, 'भीष्म लढताहेत तोपर्यंत मी युद्ध करणार नाही.'

दुर्योधनाचे नुकसान आपण करतो आहोत हेही कर्णाला कळले नाही. आत्मकेंद्रितता ही त्याला दुर्योधनाच्या हितापेक्षाही जास्त वाटत होती. कर्णाने हा अविचार केला. भीष्मांवर आता जास्तच जबाबदारी आली. द्रोण, कृप, अश्वत्थामा यांनाही आता माघार शक्य नव्हती. म्हणजे युद्ध अटळ करण्यात भीष्म व कर्ण यांचाही भाग होताच.

कर्णाच्या शस्त्रत्यागाने दुर्योधन एकापक्षी दुबळा झाला. पांडवांचा

फायदा झाला आणि कौरवांना प्रथम ग्रासे मक्षिकापातः ! पण दुर्योधनाचा उद्दामपणा टिकून होता. त्याने तर युद्धाचे पाऊल उचलल्याची ग्वाही त्याच्या बोलण्यात दिली व युध्द अटळ केले गेले.

कृष्ण शिष्टाईस जाण्याच्या आधी

विराटनगरी आणि त्यातही विराटराजाच्या राणीवशाचा अंतर्महाल आज अपरिमित आनंदाने उजळून निघाला होता. कारण–

कारण पांडवांचा अज्ञातवास संपून ते द्रौपदीसह प्रकट झाले होते आणि द्रौपदी विराटपत्नीच्या अंतर्महालात आता दासी म्हणून नव्हे तर पराक्रमी पांडवांची राणी म्हणून अत्यंत दिमाखाने राहू लागली होती.

द्रौपदीसह पांडव आपले पाहुणे आहेत या अभिमानी आनंदात विराटनगरीतील जनता फुलून आनंदोत्सव साजरा करीत होती.

कौरवांसह सुशर्म्याचा पराभव केल्याने विराटाची शान वाढली होती. कीचकाचे सावट नाहीसे होऊन नगरी सत्त्वतेजाने प्रसन्न दिसत होती.

त्यातच श्रीकृष्णही विराटराजाचा पाहुणा म्हणून उपस्थित झाला होता. विराट–प्रासादाला राजकीय वाटाघाटीच्या परिषदेचे स्वरूपही प्राप्त झाले होते.

द्रौपदी तिच्या महालात दासींकडून केस विंचरून घेत होती. राजसभेत एक प्रमुख चर्चाकारण म्हणून ती उपस्थित राहणार होती.

ज्या महालात सैरंध्री म्हणून, तिने सुदेष्णेसमोर दासीचे काम अज्ञातवास म्हणून पत्करले होते तिथे तिच्यासमोर सुदेष्णा हात जोडून उभी होती.

केस विंचरताना दासीकडून जरा ओढ बसली आणि द्रौपदीनें ती ओढ सहन न झाल्यामुळे एकदम म्हटले,

'अग ! हळूहळू ! ओढ बसतेय !'

दासी वेणी घालणे सुरू करणार तेवढ्यात ती म्हणाली,

'अं हं ! वेणी नाही घालायची ! अजून या केसांच्या अपमानाचा सूड उगवला जायचा आहे.'

आणि क्षणार्धात द्रौपदीच्या मनश्चक्षूंसमोरून भूतकाळ सरकून गेला.

‘द्रौपदी ! पांडव द्यूतात हरून सर्वस्व गमावून बसले आहेत. कौरवांचे दास झाले आहेत. आणि दासी म्हणून दुर्योधनाने आज तुला राजसभेत बोलावले आहे.’

दुःशासनाचे हे शब्द कर्णरंध्रे जाळीत शिरलेले तिला आठवले. त्या भरात ती ताडकन उठली.

‘मी रजस्वला आहे. एकवस्त्रा आहे. मी येऊ शकत नाही.’ तिचे शब्द तिलाच ऐकू आले.

‘दासीला कसली लाज ! चल !’ असे म्हणून मोकळे केस धरून दरादरा ओढत नेणारा दुःशासन तिच्या मानी मनाला आजही जाणवला. इतके ते अपमानाचे दुःख तिच्या हृदयात खोलवर सलत होते. तिने आपले केस हातात घेतले आणि त्यांच्याकडे अश्रुपूर्ण नेत्रांनी ती पाहू लागली. तेवढ्यात तिच्या कानावर शब्द आले.

‘महाराज्ञी द्रौपदी ! आपल्याला श्रीकृष्णाने पाचारण केले आहे. कौरवसभेत ते शिष्टाईसाठी जाणार आहेत. त्याबाबत चर्चा चालू आहे तेथे आपली उपस्थिती आवश्यक आहे.’

द्रौपदी केश हातात धरूनच आवेशात तिकडे निघाली. ती त्या सभेच्या दालनाच्या प्रवेशद्वाराशी आली तोच तिच्या कानावर जे शब्द आले त्यामुळे तिचे रक्त संतापाने सळसळून निघाले. सारे अंग पेटून उठले.

‘श्रीकृष्णा ! ‘कुलक्षय नको ! पांडवांना त्यांचे राज्य हवे’ या त्यांच्या न्याय्य मागणीच्या पूर्ततेसाठीसुध्दा युध्द नको, कुलक्षय नको. केवळ पाच गावे पुरेत. तू साम कर, श्रीकृष्णा तू सामच कर !’ धर्मराजाचे ते सत्त्वशील शब्द त्याला शोभवीत होते.

‘धर्मराज म्हणताहेत ते योग्यच आहे. कुलक्षय होऊ नये म्हणून आम्ही आमचा अपमान, कष्ट, अवहेलना विसरून जाऊ. श्रीकृष्णा ! कौरवांशी शिष्टाईत सामाचाच यत्न कर !’ ज्वलंत प्रतिशोध भीम. त्याच्या तोंडूनही हेच शब्द !

'श्रीकृष्णा ! मी म्हणतो तेच योग्य आहे. तू युध्द न होईल असेच कर ! आप्तेष्टांचा संहार मला अशक्य आहे, असह्य आहे.' धनुर्धरांचा अग्रणी अर्जुनही हेच बोलतो आहे.

द्रौपदीच्या कानावर पांडवांतील वीराग्रणीचे शांतिदूताच्या तोंडी शोभतील असे शब्द जसजसे पडत होते तसतसा तिचा संताप वाढत होता. अर्जुनाचे शब्द ऐकून तिचा संताप पराकोटीला पोहोचला. आणि ..

आणि एखादी नागीण आपल्या विवरगृहातून संतापून सळसळत बाहेर येते तशी, ती सभेच्या दालनाच्या प्रवेशद्वारातून सभेत संतापाचे फूत्कार टाकत गेली.

'श्रीकृष्णा ! माझे पती पांडवच हे बोलताहेत का? माझा विश्वासच बसत नाही. वनवास आणि अज्ञातवास यामुळे यांचे पौरुष, अभिमान कौरवांच्या दुष्कृत्यांबद्दलची चीड सारे नाहीसे झाले का? विरून गेले का ? तसे असेल तर मी पतिहीन झाले रे श्रीकृष्णा ! पतिहीन झाले !

माझे पती माझी झालेली क्रूर विटंबना विसरले. त्यांच्या प्रतिज्ञा विसरले. दुःशासनाने माझे मुक्तकेश निर्दयपणाने ओढून मला एकवस्त्रा रजस्वला असताना कौरवसभेत लज्जास्पद स्थितीत आणलेले ते विसरले! माझ्या केसांना लागलेली वेदनामय ओढ त्यांच्या शांतिप्रिय संहार-विन्मुख मनाला जाणवेनाशी झाली ! वनवास आणि अज्ञातवास या कष्टमय काळात मोकळे राहून रोमारोमातून सूड सूड' म्हणत मुक्त राहिलेला हा माझा केशकलाप स्वत्वहीन पतीच्या मुक्ताफळांनी केविलवाणा होऊन तुझ्यापुढे आला आहे. श्रीकृष्णा ! या केसांची लाज राख. साम न होता युद्ध होईल आणि हे केस पुन्हा मानाने विभूषित करून सिंहासनाधिष्ठित होतील असेच कर.

'असेच होईल कृष्णे ! असेच होईल. तुझ्या केसांची लाज तुझ्या पतींकडूनच राखली जाईल. मी त्याला निमित्तमात्र होईन, सहाय्यभूत होईन.' श्रीकृष्ण स्मित करीत म्हणाला.

कृष्ण शिष्टाई

श्रीकृष्ण हा पांडवांचा हितकर्ता, धर्मनिष्ठ आणि व्यवहारदक्ष

होता. म्हणून तो मनःपूर्वक सामाचा प्रयत्न करण्यासाठी कौरवांच्याकडे शिष्टाईसाठी गेला. भगवान श्रीकृष्णाबरोबरच, भगवान परशुराम, महर्षी कण्व, देवर्षी नारद यांनीही दुर्योधनास उपदेश केला. पण दुर्योधन स्वार्थांध झाला होता. तो अजूनही वस्तुस्थितीच्या दृष्टीने अंधारात होता. याला कारण भीष्मांची लाचार चूक हेच होते.

मूळ राज्य अधिकाराने पांडूचे असताना, युवराज धर्मराज असताना कौरव-पांडवांचे भांडण मिटावे म्हणून भीष्मांनी कौरवांऐवजी पांडवांना हस्तिनापुरातून इंद्रप्रस्थाला धाडले आणि त्यांच्या न्याय्य राज्यावरून दूर केले. त्यामुळे दुर्योधनाला साहाजिकच मनातून पक्के वाटू लागले की ' राज्य आपलेच. पांडव उपरे, ' म्हणूनच त्याचे कृष्ण-शिष्टाईच्या वेळचे उन्मत्त भाषण ऐकण्यासारखे आहे.

' पांडवांचे राज्य मी द्यूतात जिंकले आहे. पांडव असमर्थ असून त्यांनी आमच्या शत्रूशी व्यवहार व सहकार्य केले आहे. (म्हणजे कुणाशी कोण जाणे !) कोणीही आम्हाला कितीही भीती दाखवली तरी आम्ही क्षत्रियधर्मापासून च्युत होणार नाही. धार्मिक म्हणविणाऱ्या पांडवांना धृतराष्ट्र महाराजांविरुद्ध शस्त्र उचलता येणार नाही. तो त्यांचा महान अपराध ठरेल. धृतराष्ट्र महाराजांनी केवळ उपकार म्हणून दयाबुद्धीने राज्याचा काही अंश दिला. पांडवांनी कृतघ्न होऊ नये. ही दया धृतराष्ट्र महाराजांनी दाखवली नसती तर बरे झाले असते. मी त्यावेळी अज्ञ होतो. पण आता पांडवांच्या स्वार्थी मागणीला फसणार नाही.'

यालाच सर्वसामान्य भाषेत म्हणतात, चोराच्या उलटचा ..

यावर श्रीकृष्णाचे उत्तर समर्थतेचे दर्शन देणारे होते. ' पांडव अन्याय सहन न करता, युद्ध करून स्वतःचे राज्य परत मिळवतील. ' तो दुबळा दूत नाही, हे दुःशासनाने जाणले. त्याने दुर्योधनास भावी संकटाची कल्पना दिली. दुर्योधन, दुःशासन, कर्ण व शकुनी यांना बंदीत टाकून पांडवांना राज्य देण्याचा भीष्म, द्रोण, विदुर यांचा कट असावा असे दुःशासनाने प्रदर्शित केले. दुर्योधनास निसटून जाण्यास सुचविले. दुर्योधन चवताळलेल्या सापाप्रमाणे फुसफुसत क्रोधाचे सुस्कारे टाकत निघून गेला. आणि या कृत्याने त्याने श्रीकृष्ण, भीष्म, द्रोण, कृप व स्वतः धृतराष्ट्र यांचा मोठाच अनादर केला.

श्रीकृणाने धृतराष्ट्राला सल्ला दिला की 'दुर्योधनाचे न ऐकता तू साम कर. पांडवांना त्यांचे राज्य परत दे. युद्ध आणि पर्यायाने संहार व कुलक्षय टाळ.'

विदुराने पुन्हा दुर्योधनादींना बोलावले. धृतराष्ट्राने गांधारीला बोलावून दुर्योधनाची समजूत घालण्यास सांगितले. गांधारीने धृतराष्ट्राचा पुत्रलोभ व राज्यलोभ अनावर झाल्याने होणारी हानी त्याच्या पदरात परखडपणे घातली. दुर्योधनाला खडसावून, त्याचे उद्दाम अपराध त्याचे पदरात घालून त्याला पांडवांशी न्याय्य साम करण्यास बजावले. पण सारे व्यर्थ गेले. दुर्योधनादी चांडाळ चौकडीने श्रीकृष्णालाच बंदीत घालण्याचा कट केला, सात्यकी कृष्णाचा पाठीराखा होता. कृतवर्माही होता. त्यांनी प्रसंग जाणून प्रतिकाराची सिद्धता केली. दुर्योधनाच्या या अविचाराला तोंड द्यायला भीष्म, द्रोण, कृप हेही तयार झाले. श्रीकृष्णाने त्यांना आवरले. त्याला दुर्योधनाच्या अज्ञानाचे हसू आले. तो मोठ्यांदा हसला आणि क्षणार्धात शस्त्रांचा खणखणाट होऊन कौरवांना राजसभेत चहूकडे कृष्णच कृष्ण दिसू लागले. भीष्मांनी जाणले की श्रीकृष्णाचे सुदर्शन पथक श्रीकृष्णाच्या इशाऱ्याबरोब्बर त्याच्या रक्षणार्थ क्षणार्धात राजसभेत आले. कौरव गोंधळले. इतके कृष्ण ? मग खरा कृष्ण कोणता ? आणि त्यांना त्या गोंधळात टाकून श्रीकृष्ण, सात्यकी व कृतवर्मा राजसभेतून सुरक्षित निघून गेले. सुदर्शन पथकही क्षणार्धात निघून गेले. दुर्योधनादी चौकडी निराशेने हात चोळत बसली.

कृष्ण व कर्ण

दोघेही एकाच वयाचे. दोघेही अर्जुनाशी संबंधित. वेगवेगळ्या नात्याने. कृष्ण, जिवलग मित्र आणि ज्येष्ठतर आप्त आणि पत्नीचा पाठीराखा आणि मेहुणाही आणि मामेभाऊही आणि किती किती तरी पवित्र नात्याने संबंधित अगदी नामसादृश्यानेही. कारण अर्जुनाचे एक नाव कृष्णही होते. याशिवाय श्रीकृष्ण पांडवांचा पाठीराखा देवतुल्य सेवकही होता. कर्ण श्रीकृष्णाचा मित्र होता. पण मनोमन असे दोघात शत्रुत्वही होते. द्रौपदीची विटंबना करण्यात पुढाकार घेणारा कर्ण,

पांडवांच्या अहिताला सदैव तत्पर असलेला कर्ण. अर्जुनाचा प्रौढीने पाण-उतारा करणारा आणि धनुर्धर म्हणून प्रतिस्पर्धी असणारा हीन वृत्ती कर्ण. दानशूरत्वाचा टेंभा मिरवणारा पण इंद्राकडून अर्जुनवधाच्या खात्रीसाठी मोबदला म्हणून शक्ती स्वीकारणारा कर्ण. अर्जुनाकडून सतत पराभव करून घेऊनही 'अर्जुनापेक्षा मी पराक्रमी आहे,' असा गर्व वाहाणारा कर्ण. दुर्योधनाला युद्धप्रवृत्त करून भीष्मांकडून अर्धरथी म्हणून अवहेलना झाली, म्हणून 'भीष्म लढताहेत तोपर्यंत मी लढणार नाही.' अशी दुर्योधनाला घातक प्रतिज्ञा आत्मकेंद्रित वृत्तीने करून दुर्योधनाचे अहितच साधणारा कर्ण.

श्रीकृष्णाजवळ, कर्णाला नामोहरम करणारा, पांडवांबद्दलची द्वेषाची धार कमी करणारा, किंबहुना बोथट करणारा एक गुप्त वार्तेचा अमोघ बाण होता. ते म्हणजे कर्णाचे जन्मरहस्य.

कृष्ण शिष्टाईनंतर निघाला तो कर्णाला रथात घेऊनच. श्रीकृष्णाचा पवित्रा व्यवहाराला धरूनच होता. श्रीकृष्णाने कधीही 'धर्म-राजासारखे परखड धर्माचरण करीन,' असे म्हटले नाही. जशास तसे आणि लोककल्याण, अन्यायाचा प्रतिकार, सद्‌धर्माची स्थापना हे उद्देश मनात बाळगून साधनशुचितेचे स्तोम त्याने माजवले नाही. इच्छित सद्धर्म-स्थापने-साठी साधनाला आवश्यक ती मुरड घालणे त्याला मान्यच होते. म्हणूनच त्याने कर्णाला मनाने खचवण्याचे कार्य निश्चित केले. रथात बसल्यावर त्याने कर्णाला त्याचे जन्मरहस्य सांगितले. मूळचे बीज चांगले असल्याने कर्ण विषण्ण झाला. आतापर्यंतचा पांडवविरोध हे पापकर्म आहे, हे मनोमन पटूनही लाचारीने आणि अर्जुनद्वेषाने तो ते करीत होता. पण आता ते पापकर्म त्याला बोचू लागले. तो पश्चातापाने जळू लागला. आता राहिला केवळ लौकिक न्यूनगंडाने निर्माण झालेला अहंकार. इथे त्याचा मुळातला सद्‌भाव उसळून आला. तो म्हणाला, 'श्रीकृष्णा! पांडव धर्मशील आहेत, यात शंका नाही. आजपर्यंत मी त्यांचा द्वेष केला, त्यांचे अहित करण्यात पुढाकार घेतला, यांबद्दल मला पश्चाताप होतो आहे, कारण मी त्यांचा ज्येष्ठतम बंधू आहे, हे आता मला कळले. धर्म-राज हा धर्माचरणी आहे. दुर्योधनाने माझ्या साहाय्याच्या जोरावर

युद्ध मांडले आहे. मी जर पांडवांचा ज्येष्ठतम भ्राता म्हणून त्यांच्या पक्षाला मिळालो, तर दुर्योधन युद्ध करण्याऐवजी पांडवांना त्यांचे राज्य देऊन टाकील. धर्मराज धर्मशीलतेस अनुसरून मिळालेले राज्य मी ज्येष्ठतम म्हणून मला देईल. आणि मी दुर्योधनाच्या उपकारांचा मिंधा म्हणून ते राज्य दुर्योधनाला परत करीन. हे व्हायला नको. न्याय्य पक्ष म्हणून ते राज्य पांडवांनाच मिळाले पाहिजे. '

हा कर्णाच्या मनाचा मोठेपणा. श्रीकृष्णाने या पवित्र्यामुळे कर्णाच्या विरोधीवृत्तीतली तीव्रता पार बोथट केली. खरे म्हणजे तिची जागा पश्चात्तापाने, प्रायश्चित्त घेण्याच्या कल्पनेने घेतली.

कृष्ण आणि विदूर

धर्मराजाप्रमाणे विदुराचीही श्रीकृष्णावर भक्ती होती. कारण धर्मसंस्थापनेसाठी गीता जगणारा श्रीकृष्ण हा व्यवहारतज्ज्ञ असा त्यांचा आदर्श होता.

कृष्ण शिष्टाईला गेला, त्यावेळी दुर्योधनाने त्याला राजप्रासादात राहाण्यासाठी निमंत्रण दिले. त्यावेळी असेही म्हटले, ' श्रीकृष्णा ! तू राजदूत. कौरव-पांडवांचा सारखाच आप्त, तू आमचा शत्रू नव्हेस. तू राजप्रासादातच राहायला ये. '

त्यावर श्रीकृष्णाचे उत्तर समर्पक आणि स्पष्ट होते. 'दुर्योधना ! मी तुमचा सध्यातरी शत्रू नव्हे, तसाच मित्रही नव्हेच. तुझ्याकडच्या अन्नग्रहणाचेही मिंधेपण मला नको आहे. मी माझ्या प्रिय धर्मनिष्ठ विदूराकडेच राहाणे पसंत करतो. साम झाला तर मित्रत्व आपोआप निश्चित होईल आणि तुझ्याकडचा पाहुणचार घ्यायला मी आनंदाने येईन. शिवाय एक गोष्ट स्पष्ट आहे. तुझ्या मनात माझ्याविषयी यत्किंचितही प्रेम नाही. माझ्यावर कसले संकटही नाही. अशा परि-स्थितीत तुझे अन्न मला कसे स्वीकारता येईल ? तू माझ्याशी वरकरणी गोड बोलतोस, पण अंतर्यामी दीर्घद्वेष करतोस. तुला पांडवांबद्दलही द्वेष वाटतो. तुझे अन्न दुर्भावनेने दूषित आहे. ते मी स्वीकारू शकत नाही. हस्तिनापुरात फक्त महात्मा विदुर याच्याच घरचा पाहुणचार मी घेऊ शकतो. भीष्म, द्रोण, कृप यांचीही विनंती श्रीकृष्णाने स्वीका-

रली नाही. फक्त विदुराचा शुद्ध भक्तीभाव त्याला मान्य होता. आणि त्याने तसे आपल्या आचरणाने दाखवले.

युद्धासाठी कौरवांचा आणि पांडवांचा, साहाय्य प्राप्तीसाठी प्रयत्न

कौरव आणि पांडव यांनी युद्धाच्या सिद्धतेसाठी जमवाजमव सुरू केली.

कौरवांकडे येणाऱ्या राजांच्यात अनेकजण निरनिराळ्या कारणांनी कौरवांचा पक्ष स्वीकारायला तयार झाले होते. काही केवळ पांडव द्वेष्टे म्हणून. उदाहरणार्थ संशप्तक सदैव अर्जुनाशी युद्ध करायला उत्सुकच होते. काही श्रीकृष्णाला विरोध म्हणून. उदाहणार्थ नरकासुराचा मुलगा भगदत्त. तसेच मित्रविंदा या श्रीकृष्णाच्या पत्नीचे भाऊबंद विंद आणि अनुविंद. काही पांडवांपैकी भीमाचे शत्रू म्हणून. भीमाने वध केलेल्या राक्षसांचे भाऊबंद सूड उगवण्याच्या इच्छेने म्हणून अलंबुष, अलायुध इत्यादी राक्षस. काहीजण फसवून दुर्योधनाने आपल्या पक्षाकडे ओढलेले. उदा. शल्य (पांडवांचा मामा असून), भूरिश्रवा (एक सदाचारी राजा) इत्यादी. काही योद्धे केवळ कर्तव्य म्हणून उदा. भीष्म, द्रोण, कृप, अश्वत्थामा इत्यादी. खरे म्हणजे चुकीच्या कल्पनांनी त्यांना ते त्यांचे कर्तव्य वाटत होते. दुर्योधनाने कारण नसताना अपमान आणि अवज्ञा याशिवाय त्यांना काहीही दिलेले नव्हते. किंबहुना धृतराष्ट्राने (गांधारीनेही) दुर्योधनाला स्पष्ट जाण दिली होती, की धर्माला धरून विचार केला तर दुर्योधनाचा या राज्यावर मुळीच अधिकार नव्हता. तो दुर्योधनाला म्हणाला, ‘मी ज्येष्ठ पुत्र असून अंध निपजलो. त्यामुळे माझा राज्यावरचा अधिकार नष्ट झाला. पांडू कनिष्ठ असून त्याला राज्याधिकार प्राप्त झाला. त्याने माझा अनादर न करता राज्यकारभार केला. पांडूच्या मृत्यूनंतर पांडूच्या पुत्रांचाच या राज्यावर अधिकार आहे. तेव्हा मीच जर राज्याधिकारी नाही तर दुर्योधना ! तुझा अधिकार कसा असेल ? तू राजाचा पुत्र नाहीस. तू पांडवांचे राज्य त्यांना परत दिले नाहीस, तर तो अधर्म होईल.’

दुर्योधनाची अन्याय्य व अधर्मपूरक बाजू धृतराष्ट्राने स्पष्ट केली. तरीही दुर्योधन उद्दामपणे युद्धाची सिद्धता करीत राहिला. त्यातूनच

त्याच्या नाशाची बीजेही पेरली गेली. त्याचे साहाय्यकर्त्यांपैकी काही मनाने पांडवांचेच होते. उदा. भीष्म, द्रोण, कृप, काही काळ अश्वत्थामा शल्य इत्यादी. काही स्वतःच्या आत्मकेंद्रित प्रतिज्ञेने दुर्बलासारखेच ठरले. उदा. कर्ण, भीष्म, द्रोण. काहीतर दुर्योधनाच्या फसवणुकीने त्याच्या बाजूला आलेले पण मूळ पांडवांचे उदा. शल्य. याचा अर्थ दुर्योधनाने आपल्या मूर्ख अधर्मपूर्वक अन्याय्य हट्टाने या सज्जनांचा नाशच घडवला. त्यांनीही चुकीच्या कल्पनांनी स्वनाशाची वाट सुकर करून दिली. म्हणजे दुर्योधनाचे खरे पाठीराखे कोण तर त्याचे विकर्ण सोडून उरलेले भाऊ, कर्ण, शकुनी, मेहुणा जयद्रथ इत्यादी एका अर्थी दुबळेच. म्हणजेच दुर्योधनाच्या पक्षाला केवळ अकरा अक्षौहिणीची सैन्यसंख्याही अधर्माची सूजच होती. तिला तसा सामर्थ्याचा स्पर्श केवळ संख्येच्याशिवाय नव्हताच.

पण पांडवांच्या बाजूला उभे असलेला प्रत्येकजण पांडवांवर होणाऱ्या अन्यायाच्या प्रतिकारार्थ आणि पांडवांचा प्रत्यक्ष वा अप्रत्यक्ष आप्त म्हणूनच उभा होता. पांडवांच्या सज्जनपणावर व गुणावर संतुष्ट होऊन त्यांच्या पक्षाला मिळाला होता. विराट, द्रुपद, चेकितान, द्रुपद-पुत्र, सात्यकी, अभिमन्यू, द्रौपदीपुत्र, विराटपुत्र, घटोत्कच, जरासंधपुत्र सहदेव इत्यादी सारे पराक्रमाने भीष्म, द्रोणांपेक्षा कमी प्रतीचे असतील वा होते, तरी ते सद्‌वृत्त आणि निर्विकल्पवृत्तीने पांडवांच्या साहाय्यार्थ उभे होते. म्हणूनच पांडवांची बाजू नैतिक बलामुळे आणि मानसिक निर्विकल्पतेने जास्त सबल होती. किंबहुना मनाने पांडवांकडे पण देहाने एकमेकांविरुद्ध अशांचेच जणू ते युद्ध होते. म्हणूनच दुर्योधनाच्या दुर्वृत्त, अनाधिकारी असूनही केलेल्या पापमय अट्टाहासामुळेच हा मनाला बोच-णारा भयानक संहार घडून येणार होता. हे घडू नये हा पांडव व श्रीकृष्ण यांचाही सद्‌वृत्त प्रयत्न होता. त्या प्रयत्नाला दुर्योधनाच्या उद्दाम वृत्तीने हरताळ फासला.

श्रीकृष्णाने पांडवांची बाजू अर्जुनाचा सारथी म्हणून स्वीकारली. पण तोच खरा नेता होता. अन्यायाचा प्रतिकार, धर्म संस्थापना, लोक-कल्याण ही अंतिम साध्य असलेली प्रतिज्ञा हे त्याचे विशेष होते.

म्हणूनच त्याने मोठ्या कौशल्याने 'न धरी शस्त्र करी मी' अशी प्रतिज्ञा करून, संपूर्ण न्याय्यच असेल आणि वाटेलही अशा पद्धतीने बुद्धी-कौशल्य चालवून अर्जुनाचे सारथ्य पत्करले; आणि अंतिम विजय पांडवांचाच हे निश्चित केले. धर्मराजाला धर्माचरणापासून कधीही परावृत्त केले नाही. कारण धर्माचरणाच्या कणखर पायावरच पांडवांचा पक्ष उभा रहावा आणि मग आपण व्यावहारिक डोळसपणाने पांडवांच्या न्याय्य पक्षाला अंतिम विजय प्राप्त करून द्यावा, या दृष्टीने श्रीकृष्णाने प्रत्येक पाऊल उचलले आणि ते यशस्वीच होईल अशी वाटचाल केली.

युद्धात भाग न घेणारे राजे अथवा योद्धे

दोन योध्दयांनी या युद्धात भाग घेतला नाही. त्यापैकी एक द्वारकेचा युवराज बलराम आणि आणि दुसरा श्रीकृष्णाचा मेहुणा रुक्मिणीचा भाऊ भोजकटाचा राजा रुक्मी.

बलरामाचा ओढा दुर्योधनाकडे होता. श्रीकृष्णाला त्याने असे म्हटले की, 'आपण दोघे कौरव व पांडव यांचे आप्तच आहोत. कोणा एकाची बाजू आपण कशाला घ्यायची? आपण तटस्थ राहू.' पण श्रीकृष्णाने स्पष्टपणे पांडवांची न्याय्य बाजू घेतली. श्रीकृष्णाविरुद्ध पक्ष स्वीकारणे ही कल्पनाही बलरामाला सहन होणारी नव्हती. म्हणून त्याने युद्धात भाग घ्यायचाच नाही असे ठरविले, आणि युद्धारंभाच्या दिवशीच तो तीर्थयात्रेला निघाला, तो युद्ध समाप्तीचे वेळी भीम-दुर्योधन गदायुद्धाच्या प्रसंगी परत आला.

रुक्मी हा पराक्रमी, मानी पण गर्विष्ठ राजा होता. श्रीकृष्णाचा सख्खा मेहुणा पण मनाने फारसा श्रीकृष्णाला अनुकूल नव्हता. तसा तो कुटिलनीती आणि दुर्वृत्तही होता. जरासंध, शिशुपाल इत्यादी मित्रराजे श्रीकृष्णाने नष्ट केल्यामुळे तो श्रीकृष्णाला व यादवांनाही दबकून होता. कौरव-पांडव-युद्ध निश्चित झाले तेव्हा तो प्रथम पांडवांकडे आला. तो मोठ्या आढ्यतेने पांडवांना म्हणाला, 'घाबरू नका, मी एकटा कौरव-पक्षाला स्वपराक्रमाने नष्ट करून तुम्हाला राज्य मिळवून देतो.' अर्जुनाने अत्यंत नम्रतेने त्याच्या साहाय्याला नकार दिला.

युद्धाची खुमखुमी म्हणून तो कौरवांकडे गेला. पण तिथे तर

अहंकारी दुर्योधनाने अहंकारी रुक्मीचे साहाय्य नाकारले.

त्यामुळे रुक्मी परत आपल्या भोजकट नगराला गेला. पण–

पण संहारकर्माचीच आवड असलेल्या, आणि न्याय्य पक्ष की अन्याय्य पक्ष याची क्षितीही न बाळगता केवळ युद्ध यावर अहंकाराने प्रेम करणाऱ्या रुक्मीचा नाशही शेवटी मनाने सरळ भोळ्या अशा बलरामाशी कपटद्यूत केल्याबद्दल झाला. बलरामाकडून सुवर्णपटानेच प्रहार करून घुसळून तो मारला गेला. युद्धाची खुमखुमी असलेला दुवृत्त अहंकारी रुक्मी शेवटी त्याच्या द्यूतातल्या कपटनीतीने तो, निरागस सत्याग्रही सद्वृत्त बलरामाकडून नष्ट झाला. रुक्मीच्या रूपाने कौरवांची दुर्वृत्ती, युद्धखोर अन्यायी, अधर्मपूरक वृत्ती भारतीय युद्धानंतरही युद्धात भाग न घेतल्यामुळे शिल्लक राहिली होती ती युद्धात भाग न घेणाऱ्या बलरामाकडून नष्ट झाली, आणि श्रीकृष्ण व पांडव यांचे कार्य पूर्ण झाले.

दुर्योधनाचा उद्दाम संदेश आणि युद्धाच्या अटळपणावर शिक्कामोर्तब –

कृष्ण शिष्टाईनंतर जाणवलेल्या नैतिक पराभवाची जाणीव दुर्योधनाला फारच बोचली. कारण देवर्षी नारद, भगवान परशुराम, महर्षी कण्व स्वतः श्रीकृष्ण यांनी दुर्योधनाला त्याच्या हटवादीपणाची पूर्ण जाणीव दिली. एवढेच नव्हे तर धृतराष्ट्राने त्याचा, मानभावीपणे स्वतःला दूषण येऊ नये म्हणून का होईना, त्याग केला. गांधारीने त्याच्या अपराधाचे माप त्याच्या पदरात घातले. दोघांनीही स्पष्ट केले की, 'दुर्योधना ! आम्ही राज्याचे अधिकारी नाही व म्हणूनच तू राज्याचा अधिकारी नाहीसच. राज्याचे खरे अधिकारी पांडवच आहेत. त्यांची मागणी धर्म्य व न्याय्य आहे. तू युद्धाला प्रवृत्त होऊ नकोस.' तरीही दुर्योधनाने हटवाद सोडला नाही. म्हणून त्यानेच युद्ध अटळ केले, व त्यावर कडी म्हणून शकुनीपुत्र धूर्त उलूकाबरोवर धर्मराजाला उद्दाम संदेश पाठवला. तो उद्दाम संदेश धर्मराजाला धर्माचरण शिकवू पाहात होता. हास्यास्पद होता. धर्मराजाला दोषी ठरवू पाहात होता. आपल्या दमदाटीला भीक न घालता पांडव अन्यायाच्या प्रतिकाराला सिद्ध झाले म्हणून, तसेच धृतराष्ट्राच्या आड दडण्याचा भ्याडपणा आता शक्य होणार नसल्याने, युध्दाला आता आपला हटवाद कारण ठरणार हे

दुर्योधनाला उघड झाल्याने, आपल्यावरील दोषारोप पूर्णपणे सिद्ध होतो आहे, हे स्पष्ट दिसल्यामुळे, एका दृष्टीने निराश, अगतिक होऊन, नैतिक पराभवाने चिडून, आता कौरवसंहार आपल्यामुळे अटळ झाला, म्हणून धास्तावून, दुर्योधनाने उलूकाबरोबर पाठवलेल्या उद्दाम संदेशाने त्रागाच व्यक्त केला.

उलूकाबरोबर दुर्योधनाने जो संदेश पाठवला त्यात त्याची हीन आणि ढोंगी वृत्तीच प्रकट झाली आहे. तो म्हणतो,

'धर्मात्मा म्हणून मिरवून, युधिष्ठिरा! तू सर्वांच्या डोळ्यात धूळफेक केली आहेस.

तू माझा शत्रू असूनही तुझ्याविषयी मला अत्यंत आदर वाटत होता. मला वाटत होते की तू हिंसेचा त्याग केला आहेस. पण तू दांभिक आहेस, कुलक्षय करणारे युद्ध करून सर्व जगाचा विनाश तुला पाहायचा आहे. तू जर स्वतःला पुण्यवान व धार्मिक समजत असलास तर मग आम्हीही पुण्यवान व धार्मिक आहोत.

तुझी वाणी भिन्न आणि करणी भिन्न आहे. तुझे वेदाध्ययन आणि तुझा शांत स्वभाव लोकांना भुलविण्याकरिता होता. तू पाखंडी होतास. आता तरी धर्मनिष्ठ हो. क्षत्रियधर्माप्रमाणे वाग. बाहुबलाने पृथ्वीचे राज्य प्राप्त करून दानधर्म, पितृतर्पण कर. कृतार्थ जन्म कर.

तुझी माता दुःखी आहे. तिचे दुःख दूर कर. तू भिक्षेकरी होतास. पाच गावावर संतुष्ट होतास. तुझे कल्याण व्हावे म्हणून मी त्या मागणीला नकार दिला. दुष्टात्म्या विदुराला मी दूर केले. तुम्हा पांडवांना मी नष्ट करण्याचा प्रयत्न केला. आता माझ्यामुळे तुला क्षत्रियाप्रमाणे युद्धाची संधी मिळते आहे, आतापर्यंत क्षत्रियासारखे तू काय केलेस? तरी तू ढोंगाने श्रेष्ठ क्षत्रिय ठरलास. तू शस्त्रास्त्र विद्या शिकलास. श्रीकृष्णाचा तुला आश्रय आहे. तू युद्धाला भितोस का? आता द्यूतावेळच्या प्रतिज्ञा पूर्ण कर.

श्रीकृष्णा! तुला जगात अचानक मोठेपणा प्राप्त झाला आहे.

अर्जुना! वीर म्हणून तुझी कीर्ती का झाली आहे हे तुझे तुलाच माहीत.

आजपर्यंत तुमची विटंबना झाली ती स्मरून आता तरी पुरुषार्थ गाजवा. आम्ही तुमचा अपमान केला, तरी तुम्ही उसळून उठत नाहीं. इतके तुम्ही निर्लज्ज कसे ? त्यावेळी तुमचा श्रीकृष्ण कुठे होता ?

आमचे योध्दे भीष्म, द्रोण, कर्ण इत्यादी रणधुरंधर आहेत. त्यांना जिंकणे तुम्हाला शक्य होईल का ? सारे बांधव मारले गेले म्हणजे युधिष्ठिरा ! तू युद्ध निवृत्त होशील. तेव्हा निराश होशील. तरी तू युद्धाचा विचारच सोड. तुला राज्यप्राप्ती अशक्य आहे.'

दुर्योधनाच्या संदेशात ढोंगांचा आणि असत्यवचनांचा अतएव मूर्ख उद्दामपणाचा बीभत्स रस ओतप्रोत भरलेला स्पष्ट जाणवतो. 'युधिष्ठिराच्या वर्तनाचा विपर्यस्त अर्थ करणारा दुर्योधन मूर्ख, उद्दाम आहे की मानभावी आहे की उगाच चेहरा विक्राळ करून इतरांना भिववू पाहाणाऱ्या पण स्वतः घाबरलेल्या अचरट मुलासारखा भ्याड पोरकट आहे ?' अशी शंका यावी इतका हा संदेश संतापजनक असत्यांनी आणि आढ्यतेने लडबडलेला आहे. 'पडलो तरी नाक वर आहे,' अशा किंवा 'चोराच्याच उलटचा ..असाव्यात' तसा आहे.

तरीही राजदूत म्हणून उलूकाला त्यांनी हात लावला नाही.

श्रीकृष्णाने त्याला सांगितले, 'दुर्योधनाला म्हणावे, की युद्धाबद्दल तुझे व आमचे मत एकच आहे. आम्ही तयार आहोत. तू तयार अस.'

युधिष्ठिर शांतपणे उलूकाला म्हणाला, 'तू जा आता. दुर्योधनाला सांग की तुझ्या सदाच्या अधर्मयुक्त व कुटिल आचरणाप्रमाणेच आत्ताचा संदेशही आहे. तुझ्या आमच्यात फरक एवढाच की आम्हीं स्वतःच्या पराक्रमावर भार देऊन युद्धाला उभे आहोत. तू दुसऱ्याच्या पराक्रमावर जास्त मदार ठेवतो आहेस. वंद्य गुरुजनांच्या मागे दडण्याइतका भ्याड आहेस. तू केलेल्या अपराधाची क्षमा करायला मी तयार होतो, तो कुलक्षय टाळावा म्हणूनच. पण तुझ्या दुराग्रहामुळे वंशक्षय करणाऱ्या युद्धाला मी सिध्द झालो आहे.'

युधिष्ठिराचा निरोप उलूकाने दुर्योधनाला पोहोचवला. दुर्योधनाची कदाचित निराशा झाली असेल. पांडव चिडून युद्ध पराङ्मुख

होतील असे त्याला वाटत असेल, ते जमले नाही. तेव्हा आता भीष्मांचे मन युध्दापुरते तरी आपल्या पक्षाकडे आहे ना, हे तो चाचपू लागला. 'तुम्ही व द्रोण आहात ना? मग मी कुणालाही भीत नाही.' असे म्हणू लागला. तो उगीचच धास्तावल्यासारखा, 'मी कुणालाही भीत नाही,' असे विनाकारण का सांगतो आहे, हे जाणून भीष्मांनी त्याला त्याच्या सैन्याचा सेनापती होण्याचे आश्वासन दिले. फक्त शिखंडी विरुध्द मी शस्त्र उचलणार नाही, असे सांगितले. ही त्यांची आत्मकेंद्रित प्रतिज्ञाच दुर्योधनाचा घात करणारी ठरली. तसेच कर्णाच्या मानभंगामुळे तो भीष्म असेतो युध्दपराङ्मुख झाला होता. हेही दुर्योधनाला नडलेच. कारण दुर्योधनाचा गुरुजनांचाही अवमान करण्याचा हटवादी मूर्ख उद्दाम स्वभाव, हेच होते.

आता युध्दासाठी कौरव–पांडव सेना कुरुक्षेत्रात एकमेकांसमोर उभ्या ठाकण्याचा, निखळ सत्य आणि व्यवहारी सत्य यापैकी कोणी जगायचे, याचा निर्णय लावणाऱ्या युध्दारंभाचा दिवस उजाडला.

कन्या, पत्नी आणि माता या स्त्रीस्वरूपातल्या अस्मितेसाठी युद्ध–

भारतीय संस्कृती ही स्त्रीप्रधान आहे. आणि भारतीय सांस्कृतिक ग्रंथही स्त्रीची अस्मिता जपणारे आहेत. स्त्री अरक्षित राहू नये, स्त्री स्वैरभैर होऊ नये, म्हणून सतत समाजरक्षणासाठी, समाजस्थैर्यासाठी स्त्रीला आवाहन आहे आणि म्हणून सामाजिक बंधनेही आहेत. पण तिच्या कर्तृत्वाला सतत आव्हानही आहे.

कन्या ही स्वकुलतारक असते.
पत्नी ही पतीची अस्मिता असते.
माता ही पुरुषाची देवता असते.

या तीन रूपात स्त्री ही पुरुषाच्या कर्तृत्वाला आवाहन करते आणि स्वतः काळाचे आवाहन स्वीकारून कर्तृत्वासाठी उभी राहते.

कष्टमूर्ती सीतेच्या अस्मितेसाठी रामायण घडले.

तेजस्वी द्रौपदीच्या अस्मितेसाठी महाभारत घडले.

भारतीय सांस्कृतिक ग्रंथांनी स्त्रीची अनेकविध रूपे दाखविली आहेत. पवित्र अहिल्या, तेजस्वी द्रौपदी, कष्टमूर्ती सीता, सत्त्वशील

तारा आणि विवेकी मंदोदरी.

भारतीय युध्द हे तर भारतीय स्त्रीच्या कन्या, पत्नी आणि माता या तिन्ही रूपांच्या अस्मिता-रक्षणातूनच निर्माण झाले.

द्रौपदी ही द्रुपदकन्या. हिच्या स्वयंवराच्या वेळी लावलेला पण क्षत्रियांनाही धडकी भरवणाराच होता. कर्णाला तिने ' सूतपुत्राला मी वरणार नाही, ' म्हणून धिक्कारले. अर्जुनाने तिला जिंकावे ही द्रुपदाची इच्छा. तिच्या विटंबनेमुळे संतप्त झालेला द्रुपद पांडवांचे सामर्थ्य ठरला.

द्रौपदी ही पांडवांची तेजस्वी पत्नी. हिच्या विटंबनेमुळे संतप्त झालेले पांडव कौरवांच्या संहारार्थ उभे राहिले. अठरा अक्षौहिणी सैन्य आप्तांसह धारातीर्थी पडले.

द्रौपदी श्रीकृष्णाची प्रिय मानीव भगिनीच. तिच्या अस्मितेसाठी श्रीकृष्ण पांडवांच्या पाठीशी उभा राहिला. युध्दात पांडव विजयी झाले, त्यात श्रीकृष्णाची बुध्दिमत्ता पणाला लागली होती.

कुंती ही पांडवांची माता. तिने कृष्ण शिष्टाईस आला, तेव्हा विदुराघरी आपले मन त्याच्याजवळ मोकळे केले. स्वतःवर, पुत्रांवर, सुनेवर झालेले अन्याय तिने निवेदन केले. आणि स्वतःच्या पुत्रांना स्वाभिमान जागृत ठेवून साऱ्या विटंबनेसाठी सूड उगवण्यास प्रवृत्त केले. ' आलेल्या संधीचा दुरुपयोग करून प्राणभयाने अधर्माने माझे पुत्र वागले तर ते मेले असे मी समजेन. ' असे ती म्हणाली.

म्हणूनच कुरुक्षेत्रावर एकमेकांसमोर ठाकलेल्या सेना भारतीय स्त्रीच्या विविध रूपातील अस्मितेच्या रक्षणाच्या दृष्टीने न्याय्य निर्णय लावण्यासाठी,आयुधे परजून उभ्या होत्या.भारतीय संस्कृती,जीवनात न्याय सत्य, धर्म आणि अहिंसा यांचा खरा अर्थ जगाला पटवण्यासाठी उभ्या होत्या. मनुष्याच्या जीवनात हा अर्थ स्पष्ट होण्यासाठी जे मानसिक द्वंद्व चालू असते,ते स्पष्ट करून त्याचा निर्णय करण्यासाठीच जणू काही अवतरल्या होत्या. मायामोहाने कर्तव्य न विसरता, निश्काम कर्म कसे करावे, याचा निर्णय आणि सत्यासत्याचा, धर्माधर्माचा, न्यायान्यायाचा निर्णय लावण्यासाठी उभ्या होत्या. आणि त्यासाठीच श्रीकृष्णप्रणीत

गीतेचा जन्म, सर्वतत्त्वतेज एकवटून युद्धाच्या प्रथम दिवशी, मनुष्याला व्यक्तीजीवनापासून, विश्वजीवनापर्यंत मार्गदर्शन करण्यासाठी युद्धक्षेत्रावरच झाला.

माम् अनुस्मर युद्ध च ।

गीतेच्या रूपात श्रीकृष्णाने संभ्रमित अर्जुनाला एकच संदेश दिला, असे आपण व्यावहारिक दृष्टचा म्हणू शकतो. तो म्हणजे ऐहिक वैभव न्याय्य मार्गाने मिळवणे त्याज्य नाही. त्यासाठी आपल्याला रात्रंदिन अन्याय, असत्य, अधर्म यांच्याशी युद्धाचाच प्रसंग असतो. आणि अन्यायाचा प्रतिकार करताना हातून होणाऱ्या तथाकथित हिंसेशी संबंध अटळ होतो. त्यामुळे संभ्रमित होऊन संहाराचे उत्तरदायित्व स्वतःवर घेणे हे वेडेपण आहे. उलट कर्मयोग आचरताना कर्मफल काय मिळते याकडे लक्ष न ठेवता, कर्माच्या न्याय्यतेवर विश्वास ठेवणे जास्त महत्त्वाचे आहे. म्हणजेच कर्मफलसंन्यास मान्य करून कर्म आचरणे आणि कर्तव्य करणे, हेच महत्त्वाचे ध्येय ठरविणे योग्य आहे. आणि म्हणूनच धर्माचरणाचे नैतिक अधिष्ठान मिळवून न्याय्य वैभवासाठी स्वार्थी दुर्वृत्तांशी युद्ध करणेच श्रेयस्कर. त्यानेच व्यवहारी जगात धर्मसंस्थापनेचे कार्य सुकर होते. म्हणूनच भगवंतांनी अर्जुनाला म्हटले आहे ' माम् अनुस्मर युध्द च ।'

अशा वेळी श्रीकृष्णाने पार्थाला पांडवांवर व द्रौपदीवर झालेल्या कौरवांनी केलेल्या अन्यायाची स्पष्ट जाण दिली असणार आणि म्हटले असणार, ' न्याय्यवैभवासाठी, माम् अनुस्मर युध्द च ।' ते असे–

गीताजयंतीचा श्रीकृष्णप्रणित परखड आदेश
' न्याय्यवैभवासाठी ' मामनुस्मर युद्ध च '– दुर्बल व तथाकथित शांतिप्रिय दारिद्र्याचा मोह सोड.'

कुरुक्षेत्र !

कौरव–पांडवांच्या युध्दाचा पहिला दिवस.

दोन्ही सेना युद्धप्रांगणात एकमेकींसमोर येऊन उभ्या ठाकल्या होत्या.

श्रीकृष्णाने अर्जुनाच्याच सांगण्यावरून त्याचा रथ पांडवसेनेच्या

अग्रभागी उभा केला होता.

अर्जुनाने विचारले, 'श्रीकृष्णा ! युद्धोत्सुक अशा या दोन्ही बाजूंच्या वीरांचं मला वर्णन करून सांग. माझं मन काही निराळा विचार करू पाहत आहे.'

श्रीकृष्ण हसला आणि सांगू लागला, 'अर्जुना ! तुझ्या मनात काय विचार येऊ पाहत आहे ते मी जाणतो. म्हणूनच मी करतो ते वर्णन तू लक्षपूर्वक ऐक.'

'पार्था ! प्रथम तू तुझ्या सेनेकडे तुझी दृष्टी वळव. तुझ्या शेजारीच युध्दोत्सुक भीम उभा आहे. पलीकडे नकुल, सहदेव हे तुझे गुणी भाऊ व मागे सेनेच्या मध्यभागी राजा युधिष्ठिर आहे. ज्यांनी तुझी वनवासात व अज्ञातवासात साथ केली, ते तुझे भाऊ तुझ्या इशाऱ्याची वाट पाहताहेत.

तुझ्या उजव्या हाताला तुझा लाडका अभिमन्यू आहे. डाव्या हाताला भीमपुत्र घटोत्कच आहे. त्यांच्या पलीकडे द्रौपदीपुत्र आहेत. पांडवांच्या न्याय्य धनश्रीला मिळविण्यासाठी स्वतःचे प्राण समर्पण करायला ते तयार झाले आहेत.

तुझ्या पाठीमागे यादववीर सात्यकी पाठीराख्यासारखा सज्ज आहे. आणि द्रौपदीचा ज्येष्ठ बंधू धृष्टद्युम्न सेनापती म्हणून सर्व सेनेची नीट पाहाणी करून व्यूह रचतो आहे. द्रौपदीचा– पांडवांच्या राज्य-लक्ष्मीचा-कौरवांनी केलेला अपमान स्वतःच्या रक्ताने धुवून काढायला तो उत्सुक आहे. आणखी कितीतरी बांधव पांडवांच्यावर कौरवांनी केलेल्या अन्यायाचा प्रतिकार करायला तळहातावर शिर घेऊन रणात उतरले आहेत.

धनंजया ! आता शत्रुसेनेकडे पाहा !

अरे, त्या सेनेत तर तुला कितीतरी आप्तांचीच गर्दी तुझ्याविरुध्द युध्द करायला उत्सुक असलेली मला दिसते आहे.

हे वीराग्रणी भीष्म– तुझे पितामह.

हे गुरुवर्य द्रोणाचार्य.

हे चिरंजीव कृपाचार्य,

हा अश्वत्थामा.

हा दुर्योधन– तुझा चुलतभाऊ.

हा दु:शासन.

हा कर्ण– तुझा धनुर्विद्येतला स्पर्धक.

हा शकुनी– द्यूतप्रवीण मामा.

हा मद्रपती शल्य– माद्रीमातेचा बंधू, तुमचा मातुल.

हे सारे कौरव तुझे बंधू. त्यातला हा सुविचारी सत्वशील विकर्ण.

याशिवाय त्यांचे पुत्रपौत्र तुझ्याशी सामना करायला तयार झाले आहेत.

तुम्हा कौरव-पांडवांना एकच बहीण– कौरवांची दु:शीला. तिचा पती जयद्रथ. हा तर केव्हाचा धनुष्याची प्रत्यंचा जोडून दुर्योधनाच्या आज्ञेची वाट पाहतो आहे, तुमच्यावर शरसंधान करायला. आणखी कित्येक आप्तस्वकीय युध्दासाठी जिभल्या चाटीत आहेत. हत्येची मजा चाखायला शस्त्रं परजून सज्ज झाले आहेत.

श्रीकृष्णाने वर्णन पुरे केले आणि मिस्कीलपणे तो अर्जुनाकडे पाहात राहिला– मधून मधून हातातला चाबूक हलवीत.

अर्जुनाच्या मनात हे सारे वर्णन ऐकून एकच गोंधळ उडाला.

स्वसेनेतच काय, शत्रुसेनेतही सारे आपले ज्येष्ठ व कनिष्ठ सगे-सोयरेच आहेत. पितामह, बंधू, पुतणे, भाचे, नातू, गुरू, गुरुपुत्र, गुरु-बंधू, मित्र. सारेजण आप्तस्वकीयच.

पितामह भीष्म– ज्यांनी मला अंगाखांद्यावर खेळवलं, शिकवलं, वाढवलं, कौतुक केलं, ते.

गुरू द्रोणाचार्य. 'अर्जुना ! धनुर्विद्येत त्रिखंडात तुझ्यासारखा कोणीही होणार नाही,' असा आशिर्वाद दिला, विनाविकल्प सर्व विद्या मला दिली, अस्त्रे दिली, ते.

गुरुपुत्र अश्वत्थामा. ज्याच्या गळ्यात गळा घालून आपण अनेक वेळा सुखदु:खाच्या गोष्टी केल्या व जो सतत पांडवांच्यावरील अन्याया-साठी भांडला तो.

तसेच गुरुवर्य कृपाचार्य. ज्यांनी आपण होऊन गुरुपद मोकळे

केले व गुरू द्रोणांना त्या पदावर आणले आणि कर्तृत्ववान माणूस गुणग्राही आणि निरभिमानी असतो, ह्या आदर्श घालून दिला ते.

दुर्योधन, दुःशासन. सत्त्वशील विकर्ण– ज्याने द्रौपदी वस्त्रहरणाचे प्रसंगीही अधर्म, अन्याय म्हणून निषेध करून दुर्योधनासारख्या सख्ख्या बंधूलाही विरोध केला तो. हे सारे माझे, माझ्याचसारखे कुरुकुलाच्या रक्ताचे चुलत भाऊ.

कर्ण. ज्याच्याबरोबर स्पर्धा करून, युध्दक्रीडांगणावर प्रेक्षकांची वाहवा मिळवली, तो धनुर्धर.

हे सारेच माझे आप्तस्वकीय. ह्या साऱ्यांचे पुत्र ते मला माझ्या पुत्रासारखे. यांचे जे सगेसोयरे ते माझेही सगेसोयरे.

यांच्यावर शरसंधान करायचं ? खाऊ की गिळू या त्वेषाने तुटून पडायचे ? त्यांची हत्त्या करायची ?

ज्यांच्या कुशीत शिरून कर्तबगारी केल्याबद्दल कौतुकाची ऊब मिळवायची आणि दुःखाच्या वेळी अश्रू ढाळायचे. त्यांच्यावरच आता प्रहार करून त्यांना प्राणांतिक जखमा करायच्या ?

का ? कशासाठी ?

पृथ्वीचे ऐहिक वैभव मला प्राप्त व्हावे, मी या वैभवाचा स्वामी व्हावं, या इच्छेने.

ही का पुण्यशील महत्त्वाकांक्षा झाली ? यानं आपलं काय कल्याण होणार, हे सारेचजण शत्रू म्हणून उभे राहिलेले व मित्र म्हणून उभे राहिलेले आप्तस्वकीय युध्दात मृत्यूमुखी पडल्यावर मग मिळणारे वैभव तरी कशाला ?

त्यापेक्षा संन्यास पत्करला.

ऐहिकाचा त्याग करून 'भिक्षांदेही' करून शांतपणे चार घास खाल्ले तर तेच जास्त सुखाचे. एक वेळ दारिद्र्य परवडले. नव्हे तेच चांगलं. कसलाही त्रास नाही. आचाराचा, विचाराचा, कर्तव्यकर्माचा कसलाही जाच नाही. कुणाकडेही जावं, चार गोड शब्द बोलावेत. कुणी या म्हटलं यावं, जा म्हटलं जावं, खंत न करता परतावं. अपमान राग, लोभ यापैकी कुठलाही मनाला जाळणारा विचार नाही. मुक्त,

जनात राहूनही मुक्त.

एक नेसणं, एक पांघरणं, एक खडावा, एक भोपळा, एक काठी आणि एक संन्याशाची शांत मठी.

बस् ! दुसरं काय हवं ? भीती कशाची अन् लोभही कशाचा ? सुख तरी कशाचं आणि दुःखही कशाचं ?

संन्यासासारखं सुख नाही. तशी दुसरी मुक्तता नाही.

नको ही कीर्ती, नको ही विजयश्री आणि नको ही धनश्री. वैभवासाठी हत्त्येचं पातक नको. आणि धनसंपदेसाठी आप्तांची हत्त्याही नको. क्षमाशीलतेनं मिळणारं दारिद्र्याचं सुखही मला चालेल. पराक्रमानं, हत्त्येनं मिळवलेल्या ऐहिक वैभवाचं दुःख मला नको.

न्याय अन्याय, सत्य–असत्य, सुष्ट–दुष्ट साऱ्या मनाच्या कल्पना. मुक्त मनाला सारं सारखंच. म्हणूनच–

' हे श्रीकृष्णा ! सारेच हे सगेसोयरे माझे शत्रू म्हणून उभे. यांचा संहार करून त्यांच्या घराला मी चूड लावू ? माझे मित्रही सगेसोयरेच. ते या शत्रूवर तुटून पडतील, धारातीर्थी मरण पत्करतील. कशासाठी ? मला हे क्षुद्र ऐहिक वैभव मिळावं म्हणून ? म्हणून या साऱ्या हत्त्येच्या पातकाचा धनी मी. नको श्रीकृष्णा ! त्यापेक्षा माझ्या शत्रूंनी आमच्या वर केलेल्या अन्यायांची क्षमा करून, क्षमाशील वृत्तीनं संन्यास पत्करून मी ही हत्त्या टाळीन, पुण्य जोडीन. कायमच्या स्वर्गवासाचे वैभव मिळवीन. हे धनुष्य खाली ठेवलं पहा. श्रीकृष्णा, मी युध्दापासून पराङ्मुख होतो आहे. '

असे म्हणून अर्जुनाने धनुष्यबाण जमिनीवर टाकले आणि तो उदासपणे सुस्कारे टाकीत मान खाली घालून उभा राहिला.

अर्जुनाची ही युद्ध निवृत्ती पाहून पांडवसेनेत हाहाःकार उडाला. कौरवसेना आनंदाने हसून वस्त्रे उडवून संतोष दाखवू लागली. न्यायाने मान खाली घातली आणि अन्यायाने आनंदाचा जल्लोष केला. मानाचे तोंड काळवंडले आणि अपमानाचे नाक वर झाले. सत्याने तोंड लपवले आणि असत्य दिमाखाने मिरवू लागले. 'आता न्याय मिळणार' म्हणून हसणारी राज्यश्री अश्रू ढाळू लागली.

'अर्जुन युद्धाला भ्याला. हा धनश्रीचा पती व्हायला नालायकच आहे. घ्या ! द्रौपदीसुद्धा याच्याकडून हिसकावून घ्या ! मत्स्यभंग निराळा आणि युद्ध निराळे. पाच गावेसुध्दा देऊ नका पांडवांना. ते राज्यलक्ष्मीच्या उपभोगाला पात्रच नाहीत. राज्यवैभवाचे यश दुर्योधनाच्या धनवंत हातालाच आहे. राज्यलक्ष्मीने त्यालाच वरले आहे. त्याचेच बुध्दिकौशल्य त्याच्या वैभवाचे कारण आहे. बुध्दिकौशल्य म्हणजेच सत्य, न्याय आणि बुध्दिहीन भित्रेपणा म्हणजेच असत्य आणि अन्याय. चला. युद्ध नुसत्या दरडावणीने जिंकले—आणि राज्यलक्ष्मी कौरवांची दासी झाली.' असे प्रलाप कौरव सेनेत निघू लागले आणि उपरोधिक हास्याचा कल्लोळ उडाला.

श्रीकृष्णाने हातातला चाबूक तसाच हातात ठेवला. आणि तो रथाखाली उतरला. अर्जुनासमोर जाऊन उभे राहिले. अर्जुनाने त्यांच्याकडे उदास नजरेने पाहिले. 'मी गोंधळलो आहे, केशवा ! मी काय करू सांग ! मी मायेनं ग्रस्त झालो आहे. माझी मती गुंग झाली आहे.'

श्रीकृष्णाने कठोर स्वरात म्हटले, 'अर्जुना ! तुझ्या मनात काय आले आहे, ते मी जाणले आहे. तुझ्या शत्रूंचं आणि मित्रांचं मी वर्णन केलं आणि तू कावरा बावरा झालास. आप्तस्वकीयांची हत्या करून आपण वैभव मिळवणार का ? असा किंतु तुझ्या मनात आला. पण तो यावा म्हणूनच तुझ्या शत्रु-मित्रांचं वर्णन मी जास्त आवर्जुन केलं. तुझे आप्तस्वकीय शत्रू म्हणून उभे आहेत. दुर्योधनाकडे वैभव आहे, धनश्री आहे. तुझ्या आप्तस्वकीयांशी तुला युद्ध करायचं आहे. आता ते दुर्योधनाच्या बाजूनं उभे आहेत. दुर्योधनाची धनश्री तुला हिसकावून घ्यायची आहे. कारण मूलतः ती तुझी आहे. भीष्म, द्रोण, कर्ण कृप, अश्वत्थामा कृतवर्मा, दुर्योधन, दुःशासन, विकर्ण, जयद्रथ अशा अनेकांशी तुला युद्ध करून विजयश्री प्राप्त करून घ्यायची आहे. वैभव - ऐहिक वैभव - प्राप्त करून घ्यायचं आहे.

'ज्यांच्या तू लहानपणी गळचात गळे घातलेस त्यांना आता तुला कंठस्नान घालायचे आहे. त्यांच्या अंगाखांद्यावर प्रहार करायचे

आहेत. हे सारं मी तुला मुद्दाम सांगितलं. तू पापभीरू आहेस. कर्तव्य आणि पाप यांचा गोंधळ करून तू आताच युध्द-पराङ्मुख होशील हेही मला माहीत होतं. तरी तुला मी हे सारं सांगितलं; कारण–

श्रीकृष्ण अधिक गंभीरपणे पण खंबीर स्वरात पुढे बोलू लागला–

'कारण हे सांगितलं नाही, आताच मायामोह निर्माण होऊन पुन्हा त्यातून तू बाहेर पडला नाहीस, तुझा भ्रमनिरास झाला नाही, खरं कर्तव्य तुला कळलं नाही, न्याय्यवैभवाची-धनश्रीची तुला ओळख झाली नाही, तर ऐन युद्धात तू कच खाशील, याची मला खात्री होती. क्षणोक्षणी मनात खटकत असलेल्या विभ्रमानं तुला डोळ्यापुढे येणारे शत्रू स्वकीय वाटून तुझा हात शस्त्रावर चालला नसता. तुझ्या हातून कर्तव्य पार पडलं नसतं. वैभव मिळवणं म्हणजे काहीतरी दुष्कृत्य करणं आणि दरिद्री राहाणं म्हणजे सत्कृत्य करणं; वैभव म्हणजे पाप आणि निर्धनता म्हणजे पुण्य; धनश्री म्हणजे कलंक व दारिद्र्य म्हणजे शोभा; अशा मिथ्या कल्पना घेऊन तू लढत राहिला असतास. नव्हे लढण्याचं सोंग करीत राहिला असतास. आणि खरोखर जे धर्मराजाला हवं ते तुझ्या हातून घडलं नसतं. म्हणूनच हा प्रसंग मी युद्धाच्या आधी आणला. आवर्जून, जाणून बुजून व हेतुतः आणला.

अर्जुना! तूच सांग. गुरुदक्षिणा देण्याच्या वेळी तू युद्धप्रवण का झालास? द्रुपदाशी तू युद्ध का केलंस? त्यानं तुझा अपराध केला नव्हता, पण द्रोणांना तुला गुरुदक्षिणा द्यायची होती. द्रोणांचा-तुझ्या गुरुंचा अपमान धुवून काढायचा होता. ते करावं या कर्तव्यनिष्ठेनं तू धनुष्य उचललंस.

द्रौपदीच्या स्वयंवराच्या वेळी तू संगर का मांडलंस? तू द्रौपदी पराक्रमानं मिळविली होतीस. ती तुमची लक्ष्मी होती. ते तुझं वैभव होतं म्हणून!

वनवासात तू किराताशी युद्ध का केलंस? वराहाच्या शिकारीत तुझी अस्मिता त्यानं आव्हानानं डिवचली म्हणून!

निवातकवच राक्षसाशी तू युद्ध केलंस ते इंद्राचं वैभव अबाधित राहावं म्हणून!

आणि घोषयात्रेच्या वेळी तुझ्या परममित्राशी-चित्ररथ गंधर्वाशी तू युद्ध का केलंस ? कौरवही तुझे आप्त आहेत म्हणून.

इतकं कशाला ? चित्ररथाला दिलेला शब्द पाळून वाचवण्यासाठी तू माझ्याशीसुद्धा युद्धाला उभा राहिलास. का ? तर पीडिलेल्यांच्या परित्राणाला.

राजसूय यज्ञाच्या वेळी करभार मिळविण्यासाठी तू ज्यांच्याशी युद्ध केलंस, ते काय सारे राजे तुझे शत्रू होते म्हणून ? या साऱ्या प्रसंगात हत्येचं पाप तुला शिवलं नाही का ?

अर्जुना ! गुरुदक्षिणा, गृहलक्ष्मी, मान, न्याय, कर्तव्य, प्रतिज्ञा, वैभव, धनसंपदा हे सारे मनुष्याच्या अस्मितेचे पैलू आहेत. त्यासाठी मीपणा पणाला लावून माणूस जिद्दीनं उभा राहतो. आणि तो तसा उभा राहिला पाहिजे, तरच तो खरा माणूस !

कर्तव्यकर्म करून परिपूर्ण समाधानी झाल्यावर, अनेक ऐहिक सुखं सन्मार्गानं भोगल्यावर, अन्यायाचा नाश करून न्यायाला पृथ्वीच्या राजसिंहासनावर बसवल्यावर, मानानं जिणं जगल्यावर, अपमानाचा बदला घेऊन, स्वतःचं सामर्थ्य सिद्ध करून, खरी समृद्ध आणि सशक्त शांतता स्थापल्यावर, मग–

अर्जुना ! मगच घेतलेला संन्यास म्हणजे खरी निरीच्छ आणि पारमार्थिक मुक्त-निवृत्ती होते. कर्तव्यकर्म मोहमायेनं, वेड्या समजुतीने लाथाडून नव्हे.

तू, कौरवांनी तुमच्यावर केलेले अन्याय विसरलास? तुमचं स्वकष्टार्जित वैभव त्यांनी कपटद्यूतात हिरावून घेतलं हे तू विसरलास? द्रौपदीच्या भर राजसभेतील वस्त्रहरणाच्या प्रयत्नाची कथा तू विसरलास ? आज तरीही कौरव वैभवोन्मत्त आहेत. म्हणून त्यांच्या बाजूनं अकरा अक्षौहिणी सेना उभी आहे. आणि तुम्ही वैभवहीन आहात, म्हणून केवळ सत्याची पाठीराखी अशी सातच अक्षौहिणी सेना तुमच्यासाठी सज्ज आहे.

अरे, हे तुझे शत्रुसेनेतले आप्तस्वकीय केवळ खाल्ल्या अन्नाचे दास आहेत. कौरवांनी अन्यायानं प्राप्त करून घेतलेल्या वैभवानं दिपून

अंध झाले आहेत.

पण वैभवाची, धनश्रीची प्रभा पहा काय चमत्कार करून उभी आहे. आज अन्यायाच्या हातातली ती दासी आहे, म्हणून न्यायही तिकडेच आहे, असा पडदा जगाच्या डोळ्यावर आला आहे. हे धनश्रीचं सामर्थ्य तू विसरतोस कसा ?

अन्यायाचा नायनाट करून ही धनश्री तू तुझ्याकडे ओढून घे आणि तिचं खरं तेज जगाला दाखव. तुझं कर्तव्य आहे ते. कर्म करून तेज सिद्ध केल्यावर मगच शक्तिमंतांच्या शस्त्रसंन्यासाला अर्थ आहे.

अर्जुना ! मायामोह सोड. तुझ्यापुढं युद्धासाठी उभे आहेत, ते सारे तुझ्यावर झालेल्या अन्यायाची कास धरणारे, असत्याची बाजू घेणारे नाश–योग्य शत्रू आहेत. तू संन्यास घेतल्यानं त्यांचा विजय होईल. तू संन्यास घेऊन सत्पक्षाचा, तुझ्या पराक्रमावर अवलंबून दुष्ट वृत्तीशी युद्ध मांडलेल्या तुझ्या आप्तस्वकीयांचा तू घात करशील. तुझ्या शत्रूचा जर विजय झाला तर तो असत्याचा, अन्यायाचा, अपमानाचा, वैभवाच्या पाशवी अंधतेचा, दुष्टवृत्तीचा, दुष्कर्मांचा विजय होईल. आणि धर्मराजाच्या सत्प्रवृत्तीचा तो पराभव ठरेल. शिवाय हत्येच्या खोट्या भीतीनं संन्यस्त झालेल्या तुला कर्तव्य विसरल्याबद्दल ऐहिक सुखाचा आणि स्वर्गसुखाचा लाभ होणार नाही तो नाहीच.

दारिद्र्यातलं समाधान खोटं आहे. ते क्रियाशून्यतेचं आहे, कर्तव्यहीनतेचं आहे, पराक्रमहीनतेचं आणि भीरुतेचं आहे. तेव्हा ऊठ! कर्तव्याचं धनुष्य उचल. अमानुषतेला, दुष्टपणाला कर्मशीलतेचे बाण मारून नष्ट कर. आणि भलत्या हाती गेलेली धनश्री परत मिळव. वैभव प्राप्त करून घे. ऐहिक वैभवाचा उपभोग घे. खोट्या कल्पनांनी माजणाऱ्या अन्यायाचा नायनाट कर. आणि ऐहिक जगातला न्यायप्रिय सद्प्रवृत्त माणूस समृध्दी वाढवून सुखी कर.

धनधान्यसमृध्दी, शक्तिमंत पण क्षमाशील वृत्ती, दुष्प्रवृत्तीचा नाश करण्याची कार्यप्रवणता यातूनच खरं सामर्थ्य मिळतं, ते तू मिळव.

कर्तव्यपूर्तीनं तुला स्वर्गसुख मिळेलच; आणि तेही इंद्राच्या आसनावर बसून. आणि युद्धात धारातीर्थी पडलास, कर्तव्यपूर्तीसाठी

पराक्रम करताना तुला मृत्यू आला तरीही ऐहिक कीर्ती आणि स्वर्गातलं वैभव तुझं आहेच.

मात्र कर्तव्यशून्य संन्यासानं, दारिद्र्यानं ही दोन्हीही श्रेयं तुझी होणार नाहीत. ऊठ ! अर्जुना ऊठ ! न्याय्य धनश्री प्राप्त करण्यासाठी धनुष्याला प्रत्यंचा जोडून कर्तव्यकर्माचा बाण समोर शत्रू म्हणून उभ्या असलेल्या अधर्मावर सोड, आणि युध्दाला प्रारंभ कर.'

असे म्हणून श्रीकृष्णाने शंख फुंकला आणि उत्साहित भ्रमनिरस्त अर्जुनाने मायामोहातून बाहेर येऊन, न्याय्य धनश्रीच्या प्राप्तीसाठी धनुष्य उचलून प्रत्यंचा चढविली आणि टणत्कार केला.

श्रीकृष्णाने या अंतर्बाह्य बदलून कर्मप्रवण केलेल्या अर्जुनाकडे, चकीत होऊन पाहाणाऱ्या कौरव सेनेवर, हर्षभरीत पांडवसेना चालून जाण्यासाठी सज्ज झाली. राज्यलक्ष्मीही त्याचवेळी निराशेचे अश्रू पुसून उत्साहाने विजयश्रीची माळ पांडवांच्या कंठात घालायला उत्सुकतेने तयार झाली.

सर्वसामान्य माणसाला, श्रीकृष्णाने अर्जुनाला दिलेला हा परखड आदेश, त्याच्याही जीवनात, सहज आकलन होणारी गीता, म्हणून उपयुक्त ठरेल, असेच म्हणायला हरकत नसावीच.

जीवनोपनिषद गीता

भारताचा ललामभूत ग्रंथ 'गीता' हा वैश्विक तत्त्वज्ञान सांगणारा ग्रंथ आहे, हे मी नव्याने सांगायला नको. म्हणूनच गीता ही सर्वसामान्य माणसापासून सर्वमान्य विद्वानांपर्यंत सर्वांनाच सतत नव्याने विचार करायला लावते आहे. जगातल्या महान् तत्त्वज्ञानी गीतेवर भाष्य केले आहे. गीतेवर टीकाग्रंथ लिहिले आहेत. गीतेची भलावण केली आहे. गीतेला दोष दिला आहे. गीतेवर संशोधन केले आहे. गीता कोणी सांगितली ? कोणी लिहिली ? अनेकांनी का एकाने ? युद्धाचे आधी की युद्धानंतर की युद्धाचे वेळी ? तसेच गीता एकसंध का भागशः निर्माण झाली ? गीता एका हाती निर्माण झाली की अनेकांनी प्रक्षेपित केलेल्या भागानी सध्याचे गीतेचे स्वरूप झाले आहे ? गीतेचे भाष्यकार किती आणि कोण ? गीतेने चातुर्वण्याचा पुरस्कार केला

की अर्थ विशद केला ? गीतेने हिंसा प्रवृत्तीला कर्मप्रवृत्त केले की अन्याय निवटण्याची अस्मिता जागी केली ? गीतेने न्याय्य वैभवाचा लाभ करून घेण्यासाठी युद्धाभिमुख वृत्ती जागी केली की संन्यास वृत्तीची जाणीव जागी केली ? गीतेने सत्य–अहिंसेचा खरा अर्थ शोधला की नाही ? गीतेने सन्मार्गशील जीवनाची दिशा माणसाला दिली की नाही ? ज्ञान, विज्ञान आणि अध्यात्म यांची योग्य सांगड दाखवून, योगः कर्मसु कौशलम्, कार्यं कर्म समाचर, त्यागात् शांतिरनन्तरम्, उद्धरेत् आत्मनात्मानम्, सत्वात् संजायते ज्ञानम् असा आदेश देऊन गीतेने जीवनोपनिषद गीता असे बिरूद प्राप्त करून घेतले आहे. ते सर्वमान्य आहे ना ? गीता विचाराचेच पडसाद जगात अनेक देशात, अनेक भाषात, अनेक लेखकांच्या लेखनात उमटले आहेत म्हणून गीता शाश्वत विचारांची आणि सत्याचीही शाश्वत खाणच नाही का ?

असे अनेक प्रश्नोपप्रश्न आणि भाष्योपभाष्य करणारे विद्वज्जन जगात आहेत. ते निश्चितच महान तत्त्वज्ञ आहेत, विचारवंत आहेत, हे तर निःसंशय. पण माझ्यासारखा सर्वसामान्य माणूस उपरिनिर्दिष्ट गदारोळात शिरू इच्छित नाही. शिरू शकत नाही. मी फक्त गीता-आहे, गीता कुणी सांगितली, केव्हा सांगितली इत्यादी प्रश्नात न गुरफटता, गीता तत्त्वज्ञान आहे आणि ते कसे जाणून घ्यावयाचे, जीवन-स्पर्शी कसे आहे, ते स्वतःच समजून घेण्याचा प्रयत्न करतो आहे. ह्या नम्र प्रयत्नात स्वतःचे विचार मांडायचा प्रयत्न आहे. कोणाही तज्ज्ञांचा अधिक्षेप नाहीच नाही, पण क्षमायाचना करून आग्रहपूर्वक एका सर्वसामान्य वाचकाचे म्हणणे मांडायचा हा प्रयत्न आहे. जसा भावला तसा, जसा भिडला तसा आणि जसा खोल रुजला तसा.

गीतेचा पहिला अध्याय आणि पहिला श्लोक

गीतेचा पहिला अध्याय 'अर्जुनविषादयोग.' हा तर घटनात्मकच अध्याय. तत्त्वज्ञानात्मक गीतेत हा घटनात्मक अध्यायच प्रथम आला, तो का ? तो प्रक्षेपित आहे का ? पण मग गीतेत प्रक्षेपण करणारा श्रीकृष्णाच्या तोडीचाच पाहिजे. आणि प्रक्षेपण करताना त्याला ही विसंगती जाणवली पाहिजे, म्हणून प्रक्षेपण कल्पनाच सोडून देऊन

विचार करताना मला वाटले की हाही अध्याय तत्त्वज्ञानात्मक असावा. अगदी प्राथमिक, सर्वसामान्याला कळेल असे तत्त्वज्ञान सांगणारा. गीतेच्या अंतरंगातली जास्त खोल तत्त्वज्ञानात्मक चर्चा कळण्यासाठी सर्वसामान्याची मनोभूमिका सिद्ध करणारा असा हा अध्याय असावा, अशी एक माझ्यासारख्या बुद्धिजीवी श्रद्धावंत सर्वसामान्य माणसाच्या मनाची धारणा आणि त्यातूनच पहिल्या अध्यायातील पहिल्या श्लोकाचा मला कुणी न सांगितलेला; मी पूर्वी न वाचलेला आणि मला आत्ता जाणवलेला अर्थ आणि भाव सांगण्याचा हा नम्र प्रयत्न आहे.

'अर्जुन–पार्थ–पृथ्वीपुत्र–मनुष्य पार्थिव देहाचा. त्याला झालेला विषाद सांगणारा अध्याय. पुढील एका अध्यायाचे शीर्षक आहे. 'क्षेत्र-क्षेत्रज्ञ योग,' क्षेत्र म्हणजे देह आणि क्षेत्रज्ञ आत्मा. हे सूत्र धरून पहिला श्लोक बघू या का ? बघू या तर खरे.

धर्मक्षेत्रे कुरुक्षेत्रे समवेता युयुत्सवः।
मामकाः पाण्डवाश्चैव किमकुर्वत संजय ॥

धृतराष्ट्र संजयाला विचारतो आहे–

धृतराष्ट्र, ज्याच्या पुत्रमायेने आणि राज्यलोभाने भारतीय युद्ध घडून आले, धर्माची अत्यंत नम्र मागणी, अत्यंत न्याय्य मागणी, विनंती न मानता ज्याने शंभर दुर्गुणी पुत्रांच्या मायेने राज्यलोभ धरून त्यांना आवरले नाही, समजावले नाही, दंड केला नाही, असा धृतराष्ट्र व ज्याला महर्षी व्यासांनी बसल्या जागी संपूर्ण युद्ध दिसेल अशी दूर-दृष्टी दिली असा संजय.

धृतराष्ट्र, संजय, धर्मक्षेत्र, कुरुक्षेत्र, मामकाः (कौरवाः) इत्यादी सारी प्रतीकेच असावीत का ? प्रतीके ? असा विचार मनात येऊन अर्थ भावला तो असा–

धर्म म्हणजे विचार आणि कर्म म्हणजे आचार. कर्मामागचा धर्म विसरला गेला म्हणजे आचाराना रूढीचे रूप येते. धर्म म्हणजे कर्माला प्रवृत्त करणारा विचार. मूळ धर्मांचे विचारवंतानी मानलेले स्वरूप हेच. धर्माचा उगम देहात असलेल्या मेंदूत झाला. सुसंस्कृत आणि विचारशील मनात झाला, म्हणून देह हा धर्मक्षेत्र. धर्म हा देहाला कर्म-

प्रवृत्त करतो. कृती देहाकडूनच होते, म्हणून देहच कुरुक्षेत्र कृतिक्षेत्र. (इथे कदाचित दूरान्वयाने अर्थ ओढल्यासारखा वाटेल.) अशा या देहात-क्षेत्रात जे गुणदोष एकमेकासमोर उभे ठाकतात, त्यांच्याबद्दल क्षेत्रातच काही विशिष्ट भावही वास करीत असतात.

धृतराष्ट्र. क्षेत्राप्रमाणेच राष्ट्र म्हणजेही देहच, असे म्हटले तर धृतराष्ट्र, राष्ट्राचा म्हणजे देहाचा जिने ताबा घेतला आहे, अशी गोष्ट म्हणजेच माया. धृतराष्ट्र आंधळा होता, म्हणजेच तो देहात वास करणाऱ्या आंधळ्या मायेचे प्रतीक.

शंभर कौरव, शंभर दुर्गुणांचे प्रतीक. आंधळी माया नेहमी शंभर दुर्गुणांना आपले म्हणते. म्हणून धृतराष्ट्र म्हणतो मामकाः (कौरव) तसेच 'पांडवाः' असे म्हणून धृतराष्ट्र दूरपण स्पष्ट करतो.

'पांडवाः' म्हणजे पूर्ण पुरुष निर्माण करणारे पाच गुण. धर्म, बल, पराक्रम, सौंदर्य आणि विवेक (धर्म, भीम, अर्जुन, नकुल आणि सहदेव).

'क्षेत्रात म्हणजे धर्मकर्म करणाऱ्या अशा या देहात जी आंधळी माया आहे, ती दूर-दृष्टीला (म्हणजेच धृतराष्ट्र संजयाला) विचारते आहे, 'हे दूरदृष्टी ! धर्मकर्म करणाऱ्या या मानवी देहात माझे प्रिय असे शंभर दुर्गुण आणि पूर्ण पुरुष निर्माण करणारे पाच सद्‌गुण यांनी कशा रीतीने संघर्ष केला, न्याय्यवैभव प्राप्तीसाठी कसे युद्ध केले, हे तू मला नीट वर्णन करून सांग, समजावून सांग. '

याचाच अर्थ गीतेतला पहिला श्लोक आणि त्या अनुषंगाने येणारा पहिला अध्याय, वरवर घटनात्मक स्वरूप दाखवतो. पण खरे म्हणजे तोही तत्त्वज्ञानात्मकच आहे.

पहिल्या अध्यायात दुर्योधन, भीष्म, द्रोण या गुरुजनांना पांडव सैन्याबद्दल त्यातील योद्ध्याबद्दल माहिती विचारतो. त्यानंतर पांडव सैन्यातले योद्धे शंख फुंकून युद्धासाठी सिद्धता प्रकट करतात. हे अर्थात मी सर्वसाधारण धावता संदर्भ म्हणून दिला आहे. अगदी अचूक नव्हे. कारण यात उल्लेखित वृद्ध व्यक्ती आणि पांडव व श्रीकृष्ण यांनी केलेला युद्धसिद्धतेचा शंखनाद यांच्यातला लाक्षणिक अर्थ मला

स्पष्ट करायचा आहे.

भीष्म म्हणजे अनुभव आणि द्रोण म्हणजे ज्ञान, हे जेव्हा कौरवांचे बाजूने केवळ मिंधेपणाने उभे राहातात, म्हणजे शंभर दुर्गुणांच्या आधीन होऊन त्यांना साहाय्य करतात, तेव्हा श्रीकृष्णाला पांडवांचे सारथ्य करायला पुढे व्हावे लागते. म्हणजेच सत्वालाच पूर्ण पुरुष निर्माण करणाऱ्या पाच गुणाना मार्गदर्शक व्हावे लागते. भारतीय युद्ध हे बहुधा एकच असे युद्ध आहे, की ज्यात सारथ्याने योद्धयाआधी शंख फुंकला आहे. श्रीकृष्ण म्हणजे सत्व-सारथी. पांचजन्य शंख फुंकला, म्हणजेच 'पंचजनाना मान्य असा युद्धाचा मार्ग, मी, अन्यायाचा प्रतिकार करण्यासाठी, स्वीकारीत आहे,' असे, सत्त्व जगाला ओरडून सांगत आहे. त्यानंतर अर्जुन त्याचा देवदत्त शंख फुंकतो. सत्त्व हे देवदत्त पराक्रमाचा सारथी म्हणूनच तयार असते. त्यानंतर भीम शंख फुंकतो. पराक्रमाच्या पाठीशी बल उभे असते. आणि सत्व, पराक्रम आणि बल यांच्या मागूनच नेहमी धर्म चालत असतो, म्हणूनच त्याला अनंतविजय प्राप्त होतो, हे दर्शविण्याकरिताच जणू धर्मराज युधिष्ठिर अनंतविजय शंख फुंकतो.

अनुभव आणि ज्ञान हे दुर्गुणाचे बाजूने मिंधेपणाने उभे आहेत, हे पाहूनच मनुष्यरूपी पार्थिवाला विषाद वाटला. संभ्रम निर्माण झाला. पराक्रमाला वाटले, 'हे तर आपले गुरू व ज्येष्ठ आप्त.' पराक्रम हा अनुभवजन्य आणि ज्ञानशिक्षित असतो. म्हणूनच मनुष्य गलितगात्र झाला. बुद्धिरूपी धनुष्य आणि कर्तृत्वरूपी अचूक ठरणारा बाण टाकून तो 'युद्ध पराङ्मुख होतो,' असे म्हणू लागला. सत्त्व त्याचा मार्गदर्शक होता. तो त्याला समजावून युद्धोन्मुख करण्यासाठी पुढे सरसावला. आणि–

आणि अर्जुनाला युद्धोन्मुख करण्यासाठी श्रीकृष्णाने सांगितलेले गीता-तत्त्वज्ञान निर्माण झाले.

जुन्या काळात क्षेत्रज्ञाचे अस्तित्व-आत्म्याचे अस्तित्व, त्याचे अमरत्व, त्याचे कर्तव्य व कर्तृत्व, त्यासाठी क्षेत्राचा-शरीराचा तो उपकरण म्हणून करीत असलेला वापर; या साऱ्यावर सर्वसामान्यापासून थोराचा पूर्ण विश्वास होता. पण जसजशी जगात वस्तुनिष्ठ ज्ञानाची चलती

होऊ लागली, चैतन्यापेक्षा वस्तूचे माहात्म्य वाढू लागले, तेव्हा विखुरलेले व श्रीरामासारख्या, सीतेसारख्या, लक्ष्मणासारख्या, भरतासारख्या मनुष्योत्तमांनी प्रत्यक्ष आचरलेले गीता-तत्त्वज्ञान, श्रीकृष्णाला संकलित करून अर्जुनाला समजावण्याच्या रूपात जगासमोर मांडावे लागले. आता आधुनिक वस्तुनिष्ठा इतकी तीव्र झाली आहे की गीता कुणाही समोर मांडताना, पहिल्या अध्यायानंतर एकदम तिसरा अध्याय-कर्मयोग. नंतर ज्ञानकर्मसंन्यास योग, संन्यासयोग, ध्यानयोग या क्रमाने श्रद्धात्रयपर्यंत जाऊन या सर्वांना आधारभूत चैतन्याचे स्वरूप कसे अमर आहे, हे सांगणारा सांख्ययोग (दुसरा अध्याय) आणि शेवटी मोक्षसंन्यास हा शेवटचा अध्याय सांगणे जास्त, परिणामाच्या व शिकवणुकीच्या दृष्टीने श्रेयस्कर वाटते.

पहिल्या अध्यायामुळे सर्वसामान्य माणसाला जीवनाचे सखोल तत्त्वज्ञान जाणून घेण्यासाठी मनोभूमिका तयार व्हावी म्हणून, 'देहात जो दुर्गुण-सद्‌गुणांचा संघर्ष चालू असतो,' त्याची सुलभ रीतीने जाणीव करून देणे सोपे होते. पुढे, हा संघर्ष सतत चालू आहे, म्हणूनच जीवनविषयक तत्त्वज्ञान सांगताना जीवनातील अनेक कूट प्रश्नांची उत्तरे देणारी गीता हे जीवनगीत आहे. जीवनाचे गाणे आहे. जीवनाचे पदर उलगडणारे, सहज भिडणारे, तत्त्वार्थाच्या सुरात गाईलेलें विश्व पुरुषाचे गाणे आहे. गीतेचा पहिला श्लोक व पहिला अध्याय म्हणजे सहज जाणवणाऱ्या पौराणिक घटनेच्या रूपात जीवनाच्या तत्त्वज्ञानाच्या प्रस्तावनेचे पान उलगडून सांगणारे साधे सरळ तत्त्वज्ञान आहे.

आर्न्सरिंग कॉर्डस् – सुसंवादी बोल

भगवद्‌गीतेतील सद्‌विचारांचे जागतिक वाङ्मयातील पडसाद सांगणारा ग्रंथ !

लेखक ? कोण असेल ? तुम्हीच विचार करून सांगा !

तुम्ही म्हणाल, विचार कशाला करायला हवा ! अशा ग्रंथाचा लेखक एकादा भगवत्‌गीतेचा भक्त एकांतिक भारतीयच केवळ नव्हे तर कर्मठ हिंदू असावा. असलाच पाहिजे. आपला भारत, त्याचे प्राचीन तत्त्वज्ञान, इतिहास, फार उज्ज्वल, चिरंतन, विश्वव्यापी आहे असे कोण

दुसरे म्हणणार नाही तरी ? असाच एखादा माथेफिरू !

तुमचा अंदाज चुकला. हा ग्रंथ एका ज्यू माणसाने लिहिला आहे. त्यांचे नाव मायकेल इझिकेल मळेकर.

त्याने आपल्या या पुस्तकाच्या प्रस्तावनेत म्हटले आहे, ' जगातील ज्ञाते म्हणतात की यासम हाच ग्रंथ म्हणजे विश्वगीत भगवत्गीता. हा ग्रंथ म्हणजे तज्ज्ञांचा अभ्यास आहे. आम्ही या विश्वगीतेचे अत्यंत नम्र असे शिष्य आहोत. या गीताची सुमधुर आलापी एकमताने आमच्या सुश्राव्य अशा आवाजात आम्ही आळवण्याचा प्रयत्न करीत आहोत.

भगवद्‌गीतेतील अठरा अध्यायातून या नम्र शिष्याने विचारधन वेचून, काव्यरत्ने निवडून या ग्रंथात मांडली आहेत. आणि त्यांच्याच खाली जागतिक वाङमयात त्याच विचारांचा उठलेला पडसाद त्या त्या वाङमयवेच्यांच्या स्वरूपात दिला आहे. या जागतिक वाङ्मय वेच्यांच्या श्रेयाचे धनी प्लेटोपासून टागोरांपर्यंत आहेत. पवित्र बायबल, धम्मपद आणि थिऑसॉफिकल वाङ्मय हीही भगवद्‌गीतेचीच पडसाद रूपे होत.

सत्य हे विश्वव्यापी आहे. हे सत्य सांगणाऱ्या कल्पना या जगावर अधिराज्य गाजवतात. सध्या जगाला गीतेतील सत्य तत्त्वज्ञानाची आवश्यकता आहे !

लेखकाने आपल्या या ग्रंथाच्या पहिल्या प्रकरणात अर्जुनविषाद योगातील काही वेचे घेऊन त्यातील विचारांचे जागतिक वाङ्मयात उठलेले पडसादही त्या वेच्यांच्या नंतर मांडलेले आहेत.

त्यातल्या काही भागाचा अनुवाद मी वानगीदाखल इथे देत आहे. पुढे सर्व ग्रंथच अनुवादित करण्याचे आश्वासन देतो.

अर्जुन श्रीकृष्णास म्हणाला,

' हे श्रीकृष्णा ! मी चापशर सज्ज करून आप्तांशी युद्धाला सज्ज झालो खरा, पण माझी स्मृती नष्ट झाली आहे, माझी मुद्रा भकास झाली आहे, अंगावर सरकन् काटा उभा रहातो आहे. आणि तोंडाला कोरड पडून शरीर थरथर कापते आहे. कारण एकच. भविष्यातील संहाराची भीषणता आत्ताच माझ्या डोळ्यासमोर दिसू लागली आहे. माझे गांडीव धनुष्य माझ्या हातून गळून पडते आहे. सर्वांगाचा दाह होऊन

ते शुष्क झाले आहे. मला उभे राहणेही अशक्य झाले आहे. कारण माझ्या मनाला भोवऱ्यात सापडल्याप्रमाणे काहीही सुचेनासे झाले आहे. माझ्या भोवती भविष्यकालीन दुर्गतीची भूते थैमान घालू लागली आहेत.

माझ्या आप्तेष्टांचाच मी नाश केल्यावर मीच सुखाची आशा कधीतरी करू शकेन का ?

श्रीकृष्णा ! मला विजय नको, सुख नको. कारण सत्ता आणि सुखे ही जीवनात कशासाठी हवी असतात ? किंबहुना जीवनच कशासाठी हवी असते ? कारण ज्यांच्यासाठी सत्ता, सुख आणि विलास मिळावा म्हणून आपण जीवनाकांक्षा बाळगतो ते आप्तेष्टच जर युध्दासाठी उभे राहिले व नष्ट झाले तर ते दुर्भाग्यच म्हटले पाहिजे.

आपले गुरूजन, पुत्रप्रपौत्र, वडील आप्तेष्ट काके मामे, मित्रपरिवार हे सारेच आज माझ्यासमोर युद्धासाठी उभे ठाकले आहेत. त्यांचा मी युद्धोन्मुख होऊन नाश करू ? नाही श्रीकृष्णा ! मी त्यांच्याशी युद्ध करू इच्छित नाही. मग केवळ पृथ्वीच्या राज्याची गोष्टच सोड. मग त्यांनी माझाच वध करून मला नष्ट केले तरी चालेल. धृतराष्ट्राच्या पुत्रांना मारून मला सुख ते काय लाभणार ? ते जरी अन्यायी असले तरी त्यांना मारल्याने पाप मात्र आपल्या माथी बसेल. म्हणून या आप्तांचा संहार करणे मला इष्ट वाटत नाही.

श्रीकृष्णा ! आपल्याच वंशाचा आपण उच्छेद केला तर आपण सुखी कसे होऊ शकू ?

सत्तेची लालसा ज्यांना बेभान करते आहेच त्यांना आपल्याच वंशाचा उच्छेद करण्यास पाप वाटत नसेल. आपल्याच मित्रांचा वध करण्यात आपण फार मोठा गुन्हा करतो आहोत असे वाटत नसेल तर आपण त्यांच्या मागे जाणे हे योग्य ठरेल का ? आपल्या आप्तेष्टांचा नाश ज्यांना असह्य होतो आहे, त्याने केवळ अंधतेने अशा युद्धोत्सुक जनांचे अनुयायित्व न स्वीकारता, घडणाऱ्या घोर अपराधापासून परावृत्त होणे हेच योग्य ठरणार नाही का ?

शेक्सपिअर हा इंग्रजी वाङ्मयातला प्रख्यात नाटककार–इंग्रजीचा

कालिदासच. त्याचे हॅम्लेट हे नाटक त्याच्या कल्पना विलासाचा तेजोबिंदूच. विचार हेच ज्याचे शस्त्र अशा हॅम्लेटच्या तोंडी शेक्सपियरने घातलेले एक सुविख्यात स्वगत काय सांगते ते पाहू.

हॅम्लेट म्हणतो,

‘ जगावे की मरावे, जिवंत राहून मानसिक यातना भोगाव्या का मृत्यूला मिठी मारून जीवनच संपवावे हा मोठा प्रश्नच आहे. दुर्दैवाचे शरसंधान सहन करीत जगणे हे जीवन उदात्त की संकटसागराच्या उत्तुंग लाटांना तोंड देण्यासाठी सुसज्ज होऊन त्यांचा नाश करणे हेच श्रेयस्कर ? सांगणे दुरापास्त आहे.

मृत्युवश होणे आणि निद्रावश होणे, कोठेतरी सारखेपणच. पण मृत्यू म्हणजे कधीही न संपणारी निद्रा. हृदयाची व्यथा आणि अंकुशासारखे टोचणी देणारे हजारो आघात यांचा कायमचा निरास करणारा मृत्यू हाच निद्रेपेक्षा श्रेयस्कर. मनात अत्यंत बळावून येणारी ही एकमेव इच्छा.

मृत्यू आणि निद्रा. निद्रावश होणे आणि कदाचित स्वप्नमय निद्रेचाही अनुभव येणे. इथेच मृत्यू आणि निद्रा यांच्यातला फरक. कारण काळनिद्रेत स्वप्नं तरी कसली पडणार ? कारण हे स्वप्नरंजनात सुख मानणारे मर्त्य शरीर आपण केव्हाच झुगारून दिलेले असते. हे मर्त्य शरीरच आपल्यावरील दीर्घकाल जीवनाच्या संकटाला कारण झालेले असते. काळाच्या क्रोधाचे फटकारे कोणाला तरी सहन होतील का ? अभिमानी माणसाला जुलमी वृत्तीचा आघात सहन होईल का ? प्रेमभंगाच्या यातना आणि न्यायाचा विलंब, कार्यक्षमांची बेपर्वाई व नालायकांना मिळालेले श्रेय हे कधीतरी मनाला पटेल का ? अत्यंत कंटाळवाण्या जीवनासाठी कोण एवढे अविश्रांत श्रम करणार ?

पण मग मृत्यूनंतरची भीती, तो अज्ञात अदृष्ट प्रदेश, जिथून एकही प्रवासी परत येत नाही तो प्रदेश ? त्याचे काय ? त्याची कल्पना मनात आली की मनात एकच कोलाहल माजतो आणि अशा एखाद्या अज्ञातात जाऊन पडण्यापेक्षा मृत्यूपूर्व जीवनातील सारी दुःखे सहन करायला मन सिध्द होते. सारासार विवेकच आपल्याला भित्रेपण बहाल

करतो. विचारांच्या प्रभावाने तो अत्यंत सामान्य निर्णय घेतो. त्यामुळे आलेल्या प्रसंगाची तीव्रता आणि निर्वाणीचा क्षण यापासून मन माघार घेते. आणि शेवटी निष्क्रीय होते.'

अर्जुनविषाद योगात अर्जुनाने विषद केलेली त्याची मनःस्थिती आणि हॅम्लेटची स्वतःच्या बापाचा खून करणारा आपलाच काका आहे, त्याचा सूड घ्यायचा आहे पण त्याच्याशी स्वतःच्या आईने लग्न केले आहे, हे कळताच असह्य यातना होऊन निर्माण झालेली मनःस्थिती त्यांच्यातील साम्य पाहून गीतेतील विश्वव्यापी तत्त्वचिंतनाची महनीयता कळून येते.

अर्जुनविषाद योगात चाळीसाव्या श्लोकात अर्जुन म्हणतो,

'एकादी जमात नष्ट झाली म्हणजे ती त्या जमातीतील गुण-विशेषांसकट आणि त्या गुणांना जपणाऱ्या अनुभवी कुटुंबियांसकट नष्ट होते. असे झाले म्हणजे त्या जमातींच्या वंशावर दुर्गुण आणि अधर्म यांचेच अधिराज्य निर्माण होते.

अर्जुनाच्या या विचाराशी सुसंवादी विचार जागतिक वाङ्मयात कसे सापडतात ते पुढील उतारे पाहिले म्हणजे जाणवेल.

सॅबेल कॉलिन्स म्हणतो,

'ज्या जीवाने अजून ज्ञानाचा प्रकाश पाहीलाही नाही, अंध माणसासारखा जो अगतिक आहे अशा जीवावर दुःसह दुःखे आणि निराशा व नुकसान याचा भडीमार होऊन तो थरथरू लागतो. असे आघात समतोल न सोडता त्या जीवाकडून जोपर्यंत सहन केले जाऊ शकत नाहीत, तोपर्यंत भविष्याची जाणीव त्या जीवाला नसलेलीच बरी.'

हर्बर्ट स्पेन्सर म्हणतो,

'शासन न केले गेलेले प्रत्येक दुष्कृत्य हे दुष्कृत्याच्या मालिकेलाच जन्म देते.'

चार्लस् डिकन्सने असे लिहून ठेवले आहे की,

'अत्यंत उत्तम शिस्त असलेल्या कुटुंबातच अपघात घडतात.'

लेडी एम्. मॉन्टेग्यूचे मत आहे,

'दलितांना धर्म हा दिलासा आहे, दुर्बलांना धर्म हा मायेने

पोटाशी धरतो आणि दुष्टांना कधीकधी का होईना पण संयमाचे बंधन घालतो.'

धर्मनाशाने ओढवणारी दु:सह आणि धर्माची महती प्रत्यक्ष वा अप्रत्यक्षरीत्या सांगणारे हे विचार विश्वव्यापी नाहीत असे आपण म्हणूच शकणार नाही.'

एकेचाळीसाव्या श्लोकात अर्जुन लगेच म्हणतो,

'अधर्माच्या प्रभावाने स्त्रिया दुर्गुणी होतात, आणि अशा स्त्रियांपासून होणारी प्रजा ही दुराचरणी होते, हाच वर्णसंकर.'

आता जागतिक समाजाच्या स्थैर्याचा, सुवंशवृद्धीचा विचार केला की जागतिक वाङ्मयात स्त्रियांच्या सद्वर्तनावर समाजोन्नती कशी अवलंबून आहे हे पुढील उतारे दर्शवितात.

शेले हा सुविख्यात कवी म्हणतो,

'स्त्री गुलामच राहिली तर पुरुष स्वतंत्र कसा होऊ शकेल ?'

अर्ल ऑफ चॅथॅम म्हणतो,

'नीतिनियमांचे राज्य संपुष्टात आले म्हणजे अधर्मी जुलुमाचे राज्य सुरू होते.

बर्नार्ड शॉ त्याच्या मिष्किल शैलीत प्रतिपादन करतो,

'जेव्हा स्वार्थत्याग आणि क्षमाशीलता ही सत्कृत्याचे स्वरूपात प्रकट होतात, तेव्हा कोणतीही स्त्री त्यांच्यामुळे निर्माण होणारे स्वप्नरंजित सुख नाकारणार नाही.'

'आन्सरिंग कॉर्डस्' या ग्रंथाची ही केवळ तोंडओळख आहे. तुमचे कुतूहल जागवणारी !

सर्वसामान्य वाचकांच्या दृष्टीने थोडेसे भाष्य उपयोगी पडेल असे मला वाटते. कारण प्रतिसादी लेखात कधी सरळ तर कधी दूरान्वयाने गीता तत्त्वज्ञान आहे.

गीतेच्या पहिल्या अध्यायातील क्रमांक बेचाळीस ते सेहेचाळीस हे श्लोक आणि त्यांचा मराठी अर्थ येणेप्रमाणे आहे. ग्रंथाच्या पहिल्या प्रकरणाच्या शेवटच्या भागात यांचा उल्लेख केला आहे.

श्लोक– अर्जुन उवाच –

संकरो नरकायैव कुलघ्नां कुलस्य च ।
पतन्ति पितरो ह्येषां लुप्त पिण्डोदकक्रियाः ॥ ४२ ॥

मराठी अर्थ– अर्जुन म्हणतो ··

संकर झाला म्हणजे तो सर्व कुळाला आणि कुळघातक्यांना हटकून नरकाला नेतो. कारण पिंडदान आणि तर्पणादी क्रिया लुप्त झालेल्या असतात, आणि त्यांचे पितर दुर्गतीला जातात, पतन पावतात.

आधुनिक भारतीय समाजस्थितीला तर हे लागू नाही ना ? असा भास या श्लोकातून होण्याइतका हा श्लोक बोलका वाटतो.

संस्कृती संगमाऐवजी संस्कृती संस्काराचा परिणाम आज दिसतो आहे का ? असाही प्रश्न विचारावासा वाटतो.

सामाजिक अंदाधुंदीतून पूर्वजांच्या सुकृतांचे, सुसंस्कारांचे, सद्गुणांचे स्मरण लुप्त होऊन उज्ज्वल भूतकालच विस्मृत झाल्याने पुढील मार्गदर्शनासाठी लागणारा प्रकाश देणारे ते दीपच विझल्यासारखे झाले आहेत की काय असे वाटते.

पूर्वजांचे उर्ज्वस्वल स्मरण हेच त्यांना पिण्डदान आणि तर्पण व त्यांची विस्मृती हीच पितरांची दुर्गती असे म्हणायला काय हरकत ?

फ्लेचरसारखा विख्यात आंग्ल लेखक काय म्हणतो ते पहा, 'नरक आपल्याला पापपंकात खोल बुडी मारायची कला शिकवतो पण जेव्हा आपण प्रत्यक्ष नरकात जातो तेव्हा मात्र आपल्याला तो शाश्वत दुर्दैव आणि अज्ञान बहाल करतो.'

लिल्गेट म्हणतो, 'मद्य, स्त्रीभोग यांच्या लालसेने आपण सद्धर्मापासून परावृत्त आणि मग अशा स्थितीत शहाण्यासुरत्यांचा, विद्वानांचा अधःपात होतो.'

दोन्ही जगविख्यात लेखकांनी एकच शाश्वत विचार प्रगट केला आहे आणि तो गीतेचा प्रतिसादच आहे.

श्लोक–अर्जुन उवाच
दोषैरेतैः कुलघ्नानां वर्णसंकरकारकैः ।
उत्साद्यन्ते जातिधर्माः कुलधर्माश्च शाश्वताः ॥ ४३ ॥

मराठी अर्थ–अर्जुन म्हणतो–

कुलक्षय करणाऱ्यांच्या या वर्णसंकरकारक दोषांनी शाश्वत अशा जातिधर्मांचा आणि कुलधर्मांचा नाश होतो.

श्लोक–अर्जुन उवाच–

उत्सन्नकुलधर्माणां मनुष्याणां जनार्दन ।
नरके नियतं वासो भवतीत्यनुश्रुम ।। ४४

मराठी अर्थ–अर्जुन म्हणतो–

हे जनार्दना, ज्या मनुष्यांचे कुलधर्म नाहीसे झाले आहेत त्यांची निश्चितच नरकामध्ये रवानगी होऊन तिथे कालक्रमणा सुरू होते असे आम्ही ऐकले आहे,

श्लोक–अर्जुन उवाच–

अहो बत महत्पापं कर्तुं व्यवसिता वयम् ।
यद्राज्यसुखलोभेन हन्तुं स्वजनमुद्यताः ।। ४५

अहो, ज्या अर्थी आम्ही राज्यसुखाच्या लोभाने स्वजनांना ठार मारण्यास उद्युक्त झालो आहोत, त्याअर्थी खरोखर मोठे थोरले पाप करण्याला आम्ही तयार झालो आहोत.

श्लोक–अर्जुन उवाच–

यदि मामप्रतिकारमशस्त्रं शस्त्रपाणयः ।
धार्तराष्ट्रा रणे हन्युस्तन्मे क्षेमतरं भवेत् ।। ४६

मराठी अर्थ–अर्जुन म्हणतो–

हातात शस्त्रे धारण करणारे कौरव जर प्रतिकार न करणाऱ्या आणि निःशस्त्र अशा मला रणामध्ये ठार मारतील, तर माझे अधिक कल्याण होईल.

वरील तिन्ही श्लोकात मोहव्याप्त अर्जुन तत्कालिक हिंसेच्या परिणामाचा विचार करीत, स्वतःच्याच कल्पनेने निर्माण केलेल्या भयप्रद अशा समाजस्थितीचे आणि वैयक्तिक स्थितीचे वर्णन करतो आहे. त्यामुळे प्रत्यक्ष स्थितीचा सखोल विचार न करता कर्तव्यच्युत होऊन न्यायाचा अन्यायाने घातसुद्धा केला तरी चालेल, पण हिंसाचार, कुलक्षय आणि कुलधर्माचा नाश इत्यादी नकोत असे म्हणतो आहे. युद्धपराङ्मुख होतो आहे.

शेक्सपिअर, एस्. डॅनियल, सी. डी. एव्हेनन्ट, मिल्टन इत्यादी जगप्रसिद्ध लेखकांनी, किंबहुना साहित्यिक तत्त्ववेत्त्यांनी वरील श्लोकातील विचार आणि त्यावरील भाष्य आपल्या लेखनातून प्रगट केले आहे. क्वचित दुरान्वयाने तर कधी सरळ सरळ.

शेक्सपियर म्हणतो,

'कधी कधी अतिरेकी सद्सद्विवेक बुद्धीच आपल्याला भित्रे बनवते. आणि त्यामुळेच विचारीपणाच्या अत्यंत दुबळ्या आवरणाखाली आपण अत्यंत सामान्य असा निष्क्रीयतेचा पण तत्वज्ञानपूर्ण भासणारा निर्णय घेतो. अर्थातच याचा परिणाम म्हणजे अत्यंत उत्कट असे कर्तबगारीचे क्षण भलतीकडेच वाहात जातात आणि मनुष्य कर्तव्यच्युत होऊन निष्क्रीय होतो.'

तोच असेही म्हणतो–

'असह्य जीवनापेक्षा मृत्यूच काय वाईट आहे ?'

आणखी एका ठिकाणी त्याने म्हटले आहे.

'हिंसक म्हणून मिरवण्यापेक्षा आपण त्यागी म्हणून जगणे जास्त श्रेयस्कर आहे.'

'स्वप्रेमाचा क्रमांक जीवनात सर्वांत शेवटी ठेवा.'

एस्. डॅनियल म्हणतो,

'सर्व नियमांपेक्षा रूढी श्रेष्ठ ठरते आणि सर्व कलांपेक्षा निसर्ग श्रेष्ठ ठरतो.'

सी. डी. एव्हेनन्टने म्हटले आहे,

'रूढी हा अलिखित नियम आहे. त्यानेच जनता राजालासुद्धा धाकात ठेवते.'

मिल्टन असे म्हणतो,

'नरक ! मृत्यूचे विश्व'

तिथे जीवन मरणाधीन होते आणि मृत्यूच जगतो. भीतीने सुद्धा कधी न कल्पिलेल्या आणि कथांतूनसुद्धा कधी न उमटलेल्या अशा त्याज्य, उच्चारण्यासही अवघड, कल्पनेच्याही पलिकडच्या अशा भयप्रद, विकृत आणि राक्षसी गोष्टी निसर्ग तिथे प्रसवत असतो.'

उपरिनिर्दिष्ट संदर्भात कधी दूरान्वयाने तर कधी सरळसरळ असा गीता श्लोकांचा प्रतिसाद आढळतो.

अर्जुनाची अज्ञानजन्य कर्तव्यच्युती.

तरीही त्याच्या उद्‌गारातील काही शाश्वत जीवनमूल्ये.

नियम आणि रूढीचे नाते.

नरकाची भयाणता.

इत्यादी संदर्भ लक्षात घेण्यासारखे आहेत.

गीता विश्वव्यापी तत्त्वज्ञानाची गंगोत्री आहे असे म्हटले जाते, ते याचसाठी.

अर्जुनाला गीतातत्त्वज्ञान सांगत असताना, अर्जुन श्रीकृष्णाला प्रश्न विचारत होता आणि श्रीकृष्ण त्याच्या प्रश्नांना उत्तरे देऊन त्याचे समाधान करीत होता. तरी अर्जुनाचे प्रश्न संपत नव्हते. त्याचे समाधान होत नव्हते. त्याचा मोह दूर होतच नव्हता. तो युद्धात होणाऱ्या साऱ्या संहाराचे उत्तरदायित्व स्वतःवरच घेत होता. आणि त्याचे कारण म्हणजे अर्जुनाची दृष्टी ही ऐहिकापलिकडे जातच नव्हती. तेव्हा श्रीकृष्णाने विश्वरूप प्रकट केले. ते विश्वरूप पाहून अर्जुन अवाक् झाला. श्रीकृष्णाने त्याला विचारले, 'आता तरी मी म्हणतो ते पटले का ?' अर्जुनाने लगेच म्हटले 'पटले, पटले.' तो विश्वरूप दर्शनाने बावरला. त्याने 'विश्वरूप आवरून घे !' असे श्रीकृष्णाला विनवले. तेव्हा श्रीकृष्णाने विश्वरूप आवरून घेतले. अर्जुनाला पुन्हा विचारले, 'पटले ना माझे म्हणणे ?' अर्जुन म्हणाला, 'खरं म्हणजे पटले नाही.'

विद्यार्थी जर सारखा 'समजले नाही, पटले नाही,' असे म्हणायला लागला, तर शिक्षक जरा रागीट मुद्रा करून छडी उगारून ओरडतो, 'नाही पटले अजून ?' विद्यार्थी घाबरून म्हणतो, 'पटले, पटले !' आणि मग शिक्षकांना शांत व्हायला सांगतो. शिक्षक शांत होतो व विचारतो, 'पटले ना ?' विद्यार्थी म्हणतो. 'खरं म्हणजे नाही.' तसा हा प्रकार होतो. श्रीकृष्ण आणि अर्जुन यांची पातळी राखून मांडायचे झाले, तर ते, श्रीकृष्ण त्याला समजावण्याचा, जास्त व्यापक दृष्टी देण्याचा प्रयत्न करतो; आणि अर्जुन ते मानून, आता व्यवहार सांग असे म्हणतो; हे जास्त योग्य वाटते. म्हणून एक प्रयत्न.

विश्वरूपदर्शन, विशाल दृष्टीतून व्यावहारिक कर्तव्याची जाण.

'नाही ! श्रीकृष्णा ! माझ्याच्याने हे युद्ध करणे शक्य होणार नाही !'

भगवान् श्रीकृष्णांना कोमलहृदयी सद्‌वृत्त अर्जुनाच्या या प्रक्रियेची जाणीव होतीच. त्यांनी प्रथम त्याच्या अस्मितेला आवाहन केले. 'हे अर्जुना ! आर्यांना न शोभणारा हा हीन भ्याडपणा, दुबळेपणा या युद्ध-प्रसंगीच तुझ्या मनात कसा उद्‌भवला ? न्याय्य वैभवासाठी हा हृदयाचा दुबळेपणा टाकून दे. भावनाविवश होऊन कर्तव्याला विसरू नकोस. अन्यायाचे तण माजू देऊ नकोस. बुद्धिनिष्ठ वृत्तीने या साऱ्या प्रसंगाकडे पाहावयाचा प्रयत्न कर. तुला संहार अटळ आहे हे जाणूनही, त्याचा अर्थ कळलेला दिसत नाही. कर्तव्य हे भावनेपेक्षा श्रेष्ठ आहे. ऐहिक मायामोह सोड आणि बुद्धिनिष्ठ कर्तव्याकडे उघडचा डोळचाने निर्वि-कल्प वृत्तीने पाहा.

'उचल ते गांडीव धनुष्य. गेंडचाच्या कणखर कण्याचे केलेले हे धनुष्य, तुला कणखर वृत्तीचे आवाहन करते आहे. उचल ते अक्षय्य बाण–भाते. तुझ्या दुबळचा कल्पनांचा वेध घेऊन त्यांना नष्ट करणाऱ्या असंख्य अमोघ सिद्धान्ताचा साठाच ते तुला दाखवताहेत. तुझ्या सव्य-साचित्वाच्या लाघवासाठी आसुसले आहेत. मी सांगतो ते कर ! कौरवांचे अन्याय स्मर ! न्याय्य वैभवासाठी माम् अनुस्मर, युध्य च.'

अर्जुनाचा मोह दूर झाला नाही. स्वजनांचा संहार त्याच्या मन-श्चक्षूंसमोर नाचत होता. त्याला अजून भेडसावत होता. त्याने म्हटले, 'श्रीकृष्णा ! मी युद्ध करणार नाही ! मी युद्ध का करावे, संहार हाच अटळ कसा, मला पाप का लागणार नाही, या साऱ्यांचा समाधानकारक प्रत्यय मला तू आणून दिल्याशिवाय मी युद्धाला उभा राहणार नाही.'

भगवान् श्रीकृष्णाला अर्जुनाच्या मायामोहाचे हसू आले. अज्ञानाचे हसू आले. अविवेकाचा किंचित् रागही आला. ते म्हणाले, 'अर्जुना ! तू ज्या गोष्टीबद्दल शोक करतो आहेस, तीच मुळी शोक करायला अयोग्य आहे. हा अविवेकीपणा तुला कुठून सुचला ? विवेकी लोक मेलेल्यांबद्दल किंवा न मेलेल्यांबद्दल शोक अथवा अत्यानंद प्रदर्शित

करीत नाहीत. त्यांना त्याचे सारखेच सुखदुःख असते.

'अरे! मी, तू, हे सारे आत्मबांधव पूर्वी नव्हते असे नाही आणि पुढेही असणार नाहीत असे नाही. अरे! ज्याला आत्म्याच्या अमरत्वाची जाणीव झाली आहे, तो देहप्रेमाच्या अतीत जाऊन कर्तव्यावर आपले लक्ष केंद्रित करतो. देह आहे म्हणून मोह आहे, उत्पत्ती आणि विनाश आहेत. पण त्याहीपलीकडे अमर असे चैतन्य आहे. त्या चैतन्याचा काही तू संहार करणार नाहीस; तू संहार करणार आहेस किंवा संहार होणार आहे तो विनाशी देहाचा. आणि ज्या ऐहिकाचा तू एक घटक आहेस, त्या ऐहिकातील घटनांचा एक अटळ भाग म्हणून कर्तव्यवृत्तीने तुला न्यायाच्या अस्मितेसाठी आणि अन्यायाच्या परिमार्जनासाठी हा संहार सहन केला पाहिजे.

'जीर्ण वस्त्रे टाकणे आणि नवी वस्त्रे धारण करणे, हे आत्म्याचे रहाटगाडगे किंबहुना जुने नष्ट होणे आणि नवे निर्माण होणे, हे विश्वाचे रहाटगाडगे अखंड चालूच आहे. त्यातल्या अनेक घटनांतली ही एक घटना आहे. अत्यंत क्षुद्र. त्या घटनेतील तू एक साखळीचा दुवा आहेस तो त्याहीपेक्षा क्षुद्र. तू कशाला स्वतःवर सारे उत्तरदायित्व घेतो आहेस?'

श्रीकृष्णांनी सांख्ययोगाच्या उपदेशाने संहाराबद्दलच्या शोकाचा फोलपणा अर्जुनास दाखवून दिला. कर्मापेक्षाही ज्ञान श्रेष्ठ आहे असे सांगितल्यावर चिकित्सक अर्जुनाने मायामोहाच्या कोशातून श्रीकृष्णाना प्रश्न केला. 'श्रीकृष्णा! कर्मापेक्षा ज्ञान श्रेष्ठ असल्यास मला तू कर्मप्रवृत्त का करतोस?'

श्रीकृष्णांना अर्जुनाच्या प्रश्नाचे कौतुक वाटले, पण योग्य विश्लेषणशून्यतेचा खेद झाला. ते म्हणाले, 'ऐहिकात गुरफटून कर्महीन राहाणे शक्यच नाही हे तुला कळत नाही का? मी तुझे विश्वघटनांकडे लक्ष वेधतो आहे आणि तू पुन्हा पुन्हा मायामोहात गुरफटतो आहेस. ज्ञानाची श्रेष्ठता जाणल्याचे दाखवून कर्मनिवृत्त होऊ पाहातो आहेस. ज्ञानयुक्त कर्म हे, देहधारी ऐहिक विषयात गुरफटलेल्याला

अटळ आहे. यालाच आपण कर्तव्य म्हणतो. ते तू टाळायचा प्रयत्न का करतो आहेस ? तू मायेने ग्रासलास याचाच अर्थ तू विदेही नाहीस आणि तुला कर्म अटळ आहे. ते भावनानिष्ठ वृत्तीने न करता ज्ञाननिष्ठेने कर. म्हणजे त्यांची अपरिहार्यता तुला जाणवेल आणि त्यासाठी तू विश्वाकडे विशाल दृष्टीने पाहायचा प्रयत्न कर.

ज्ञाननिष्ठ कर्मयोग हाच निष्काम कर्मयोग आणि म्हणून क्रोधलोभादींच्या पलीकडचा संन्यासयोग आहे. मायेच्या कोशातून बाहेर पडायला तुला आत्मसंयम साधावा लागेल. विश्वाचे ज्ञान आणि विशेष ज्ञान करून घ्यावे लागेल. त्यातील अखंड घडामोडीचे ज्ञान आत्मसात करावे लागेल म्हणजेच तुला तुझ्या कर्माची अटळता पटेल.

असे सांगत श्रीकृष्णांनी हळूहळू अर्जुनाला विशाल दृष्टी देण्याचा प्रयत्न चालवला. अर्जुन आता आत्मकेंद्रित न राहता जास्त विशाल मनाने विचार करू लागला.

श्रीकृष्णांनी त्याचे लक्ष आपल्याकडे केंद्रित केले आणि दर्पणाप्रमाणे स्वतःला त्यात पाहावयास शिकवले. स्वतःला पाहता पाहता स्वतः म्हणजेच सारे विश्व आहे, अणूरेणू, परमाणू आणि विश्वही एकाच गोष्टीची सूक्ष्म आणि विश्व स्वरूपे आहेत, असा अध्यात्मयोग अर्जुनाच्या मनावर बिंबवण्याचा प्रयत्न केला.

पण अर्जुन होता धनुर्धर, सव्यसाची, लक्ष्यवेधी, जास्तच व्यवहारी. चक्षुर्वैसत्यम् मानणारा. ज्ञानेंद्रियांनी पटेल तेच पटवून घेणारा. अध्यात्माच्या अथांगत्वाने, सखोलत्वाने तो भारावला. गोंधळलाही पण कर्तव्यकर्माची अपरिहार्यता प्रत्यक्ष प्रतीतीशिवाय पटेना.

म्हणून अर्जुन म्हणाला–तसे म्हटले तर तो मार्मिकपणे म्हणाला –खरे म्हणजे तो समजुतीच्या भाषेत पण थोडेसे असत्यही बोलला, ‘ हे श्रीकृष्णा ! माझ्यावर अनुग्रह करण्यासाठी अध्यात्माचे ज्ञान दिलेस, गुह्य असे काहीतरी बोललास, असे जरी असले तरी त्या ज्ञानाच्या अज्ञात अशा शीतलत्वाने, गुढत्वाने, सखोलत्वाने माझा मोह निःशेष नाहीसा झाला. भूतांची उत्पत्ती आणि नाश हे तुझ्याकडून विस्तारपूर्वक

ऐकले आणि त्याचे अपार माहात्म्यही सविस्तर ऐकले. पुनः पुनः तू 'विश्वातल्या घटनांकडे पहा' असे मला म्हणालास. तू स्वतःमध्ये मला विश्वाचे रूप पहावयास सांगितलेस. पण तेवढ्याने माझे समाधान झाले नाही. फक्त विश्वाच्या विशालत्वाने मी भारावलो. पण गोंधळलोही. मोह नाहीसा झाला खरा. खिन्नता नाहीशी झाली खरी. भावनांचा कल्लोळ शमला खरा. पण हे सारे अध्यात्माच्या गूढतेमुळे, कदाचित बुद्धी व भावना यांना अगम्य अशा अगतिकतेमुळेही असेल. बुद्धीला पटण्याचे समाधान मिळण्यापेक्षा, कल्पनाशक्तीच्या असहायतेमुळेही हे समाधान निर्माण झाले असेल. म्हणून हे पुरुषोत्तमा, ज्या विश्वाचा तू पुन्हा पुन्हा उल्लेख केलास, त्या विश्वाचे स्वरूप मला जाणवून देण्यासाठी, त्यातील घटनांचा अर्थ बुद्धीला पटण्यासाठी माझ्या मनाला डोळस कर. मला माझ्यात, तुझ्यात, प्रत्येक वस्तुमात्रात असलेले ऐश्वर्ययुक्त विश्वरूप प्रत्यक्ष डोळ्यासमोर उभे राहिले आणि बुद्धीला ज्ञानाधिष्ठित विहित कर्मांची जाणीव पटेल, असे काहीतरी सांग. हे विश्वरूपाचे ज्ञान घेण्याइतका, दृष्टीला इतकी सूक्ष्मता आणण्याइतका मी ज्ञानी झालो आहे ना ? तसे असेल तर ते रूप मला दाखव. विश्वाकडे सखोलत्वाने पाहायला मला शिकव.'

श्रीकृष्ण हसले. त्यांना अर्जुनाच्या मार्मिकतेचे आणि चक्षुर्वैसत्यम् मानणाऱ्या व्यवहारी, डोळस, बुद्धिप्रामाण्य असलेल्या वृत्तीचे कौतुक वाटले. अध्यात्माने भारावून केवळ भावनाधीन न होता, तो आता कर्तव्यकर्म डोळसपणाने करू शकेल, अशी त्यांची खात्री झाली. विश्वाचे सखोलत्वाने त्याला निरीक्षण करता येईल, इतकी शांतवृत्ती त्याला प्राप्त झाली आहे, याबद्दल त्यांना आनंद झाला. आता त्याला बुद्धिप्रामाण्याने मायामोहाचा फोलपणा आणि ज्ञाननिष्ठा, कर्माची, कर्तव्याची अपरिहार्यता, आवश्यकता पटवून दिली, म्हणजेच विश्वाचे रहाटगाडगे नीट समजावून दिले. त्याने फक्त विहित कर्म करायचे ते का, याचा डोळसपणा दिला की, हा आता युद्धप्रवण होईल, ही खात्री श्रीकृष्णांना पटली. ते म्हणाले–त्याच्या बुद्धीला आवाहन करीत म्हणाले–विश्वातल्या अविनाशी चैतन्याची अनेक रूपे दाखवित म्हणाले,

'हे पार्था ! साऱ्या विश्वाकडे नजर टाक. रात्री, दिवसा, तिन्ही त्रिकाळ, नाना स्वरूपांनी तुझ्या चर्मचक्षूंना दिसत असलेल्या विश्वाला मनश्चक्षूंसमोर उभे कर. विश्वाच्या चैतन्याची, नाना वर्णांची, नाना आकृतींची अशी अनेक दिव्य स्वरूपे पहा.

आपल्या सूर्यमालेतला सूर्यनारायण तुला प्रकर्षाने दिसतो आहे. पण दूरदूर दिसणाऱ्या आकाशस्थ अनेक ज्योती या सूर्यच आहेत. केवळ अंतरामुळे त्यांचे लहानमोठेपण भासते आहे. जवळचा तो मोठा आणि दूरचे ते लहान असा संभ्रम तुला पडतो आहे. पण हा आपल्या दृष्टीचा आणि अपक्व मनाचा परिणाम आहे. सूक्ष्म बुद्धीचा दूरेक्ष्य तुला अनेक आदित्य दाखवून देईल. इतकेच नव्हे तर अनेक आदित्यांची उत्पत्ती, स्थिती आणि लय दाखवून देईल. तुला दिसणारा सूर्य, ग्रह, तारे कधी-तरी निर्माण झालेच आहेत आणि कधी तरी त्यांचा नाश होणारच. ज्याला जन्म आहे त्याला मृत्यू अटळ आहे. पण चैतन्य मात्र अमर आहे. ते फक्त स्वरूप बदलते आहे. म्हणून तुला उत्पत्ती आणि लय असा खेळ दिसतो आहे. अनेक स्वरूपे तुला दिसताहेत. काही तारक, काही मारक, काही सौम्य, आल्हाददायक आणि काही उग्र भयकारक; काही जीवन जगवणारी आणि काही जीवन नष्ट करणारी. अशी परस्पर-विरोधी अनेक आश्चर्ये व घडामोडी तू पाहातो आहेस. या साऱ्या घडताहेत ! त्या साऱ्यांना काय तू कारण आहेस ? तुझ्या लघुदृष्टीने तू त्यांच्या उत्पत्ती व लयात गुंगून तेच सत्य आहे असे मानतो आहेस. पण चैतन्य हेच खरे शाश्वत आहे आणि हा उत्पत्ती आणि लयाचा खेळ आपोआप घडतो आहे. या चैतन्याच्या अनेक भौत्तिक स्वरूपांना तू नावे दिली आहेस ती स्वतःच्या मायामोहात गुरफटलेल्या मनाने. आदित्य, वसू, रुद्र, आश्विनीकुमार, वायू एक ना अनेक भासमान संर-क्षक आणि संहारक रूपे म्हणजे अविनाशी असे एकच चैतन्य आहे. सर्व चराचर जग म्हणजे तुला मोहात पाडणारे चैतन्याचे बहुरंगी, बहुढंगी स्वरूप आहे. तूही त्यातलाच एक आहेस. म्हणूनच त्याच्या संहाराच्या नाशाच्या कल्पनेने तू शोकमग्न होतो आहेस. पण त्याला जन्माला घालणाऱ्या शाश्वत चैतन्याने, त्याच्या या स्वरूपाचा नाशही आधीच

योजून ठेवलेला आहे. तुला जीवनातल्या अत्यंत लहान परिसरात चराचर जग हेच जणू शाश्वत स्वरूप आहे असा भास निर्माण होतो आहे, असा मोह पडतो आहे. म्हणून तू त्याच्या संहाराच्या कल्पनेने खिन्न झाला आहेस. तू त्यांच्या नाशाला कारण होतो आहेस असा भास तुला होतो आहे. तुला विश्वाचा अर्थ कळवून घेण्याची दृष्टी देण्याचा मी प्रयत्न करतो आहे. बुद्धी जागी करून डोळस करणे, भावनाविवश न होता विश्वातल्या घडामोडीची उत्पत्ती, स्थिती आणि लय याचा अर्थ समजावून मायामोहाच्या पलीकडे जाणे, हे सारे अटळ आणि पूर्वनियोजित आहे, हे जाणून घेणे आणि या विश्वचक्रातला एक दुवा म्हणून कर्तव्यकर्म करायला उभे राहाणे यालाच मी दिव्य दृष्टी प्राप्त होणे, असे म्हणतो.

तेव्हा हे अर्जुना ! जीवनाचा आवाका लक्षात घेऊन, विश्वातले तुझे स्थान व कार्य लक्षात घेऊन, विशाल अशा विश्वातली आपोआपी जाणून घेऊन, तू घडणाऱ्या गोष्टीचे उत्तरदायित्व आपल्यावर न घेता फक्त कर्तव्य कर. मायेत गुरफटू नकोस. म्हणजे सुख आणि दुःख, लाभ आणि अलाभ, जय आणि पराजय यांना तू जीवनात सारख्याच तोलाने मोजशील. जीवनाबद्दलची अभिलाषा सोडून तू विहित कर्तव्य करू शकशील. आणि युद्धप्रवण होऊन कर्तव्य हे मायामोहापेक्षा श्रेष्ठ आहे हे जगाला दाखवून देशील.'

अर्जुनाला विश्वातल्या आपोआपीची जाणीव होऊनही, अजूनही काही संदेह होताच. तो म्हणाला, 'हे श्रीकृष्णा ! जर हे सारे विश्वातल्या अटळ घडामोडीचेच स्वरूप आहे, तर मग न्याय-अन्याय असा तरी भेदभाव कशाला हवा आहे ? आणि वैभव आणि दारिद्र्य असा तरी फरक कशाला हवा आहे ? व त्यासाठी सध्याचे युद्ध हेच माझे कर्तव्य का ठरावे ? संन्यास, युद्धपराङ्मुखता हेच माझे कर्तव्य का ठरू नये ?'

श्रीकृष्णांना अर्जुनाच्या व्यवहारी चिकित्सेचे कौतुक वाटले. पण अजून तो समतोल विचार आणि तौलनिक विचार, हा विश्वातल्या

घडामोडीतला फरक जाणू शकत नाही, अजून त्याला विश्वस्वरूपाची पूर्ण ओळख झाली नाही हे जाणून, श्रीकृष्ण म्हणाले,

'पार्था ! सुख आणि दुःख या दोन जाणीवा जीवनात अटळच आहेत. अस्तित्वाचे सुख आणि नाशाचे दुःख हे जाणवणारच. पण त्यांच्या अपरिहार्यत्वाची जाणीव घेऊन, अलिप्ततेने त्यांना समतोलत्वाने जोखणे आणि भावनाविवशता टाळणे, म्हणजे विश्वस्वरूपाची खरी ओळख होणे आहे. तौलनिक दृष्टद्या पहाणे यातून भावनांचा कल्लोळ निर्माण होतो आणि कर्तव्य बाजूला पडते. समतोल वृत्तीने पाहिल्यावर बुद्धीला त्याचा अर्थ कळतो आणि कर्तव्याभिमुख असे मन कर्माला सिद्ध होते. सुखाच्या प्राप्तीसाठी कर्म करणे, यात निषिद्ध काहीच नाही. पण तरीही दुःख निर्माण झाले तर ते अटळ होते हे मानून, भावनाविवश न होणे, याचाच अर्थ कर्तव्याला जाणणे असा होतो.

'म्हणून लाभ–अलाभ, जय–पराजय, या अतूट जोडद्या आहेत. जीवनात यापैकी काही तरी घडणारच. त्यांना तौलनिकदृष्टद्या बघून आनंद आणि शोक या भावनात न गुरफटता, त्यांना समतोलत्वाने पाहून कर्तव्य करणे ही विश्वरूपाची खरी ओळख आहे. तोच प्रकार न्याय आणि अन्याय, वैभव आणि दारिद्र्य याही बाबतीत जोखून पाहा. जीवनात न्याय आणि अन्याय ही जोडी असणारच. पण तुला युद्धप्रवण व्हायचे आहे ते समतोल राखण्यासाठी. जयापजयाचा विचार न करता नियतीच्या भविष्यपूर्तीसाठी तुला फक्त कर्म करायचे आहे. तुला जो न्याय वाटतो आहे, तो तुझ्या शत्रूंना अन्याय वाटत असेल.पण तू त्यांच्याच न्यायाला केवळ संहाराच्या भीतीने स्वतःचाही न्याय समजणे ही दिशाभूल होणार आहे. यात भावनेने बुद्धीवर मात होणार आहे. संहाराच्या भीतीने वैभवाचा त्याग, यातही भावनेची बुद्धीवर मात होणार आहे. जे बुद्धीला पटून मुळात युद्धाला उभा राहिलास, ते तू भावनाविवश होऊन विसरू पहातो आहेस. अनेक ऐहिक पर्याय काढून, बुद्धीला पटलेले कर्तव्य तू बाजूला सारतो आहेस. म्हणून म्हणतो, तू विश्वाकडे जास्त सूक्ष्म आणि अलिप्ततेने पाहून विश्वस्वरूप समजावून घे.'

अर्जुन अजूनही थोडा अस्थिरच होता. तो म्हणाला, ' हे श्रीकृष्णा! माझ्या जीवनासारखेच माझे जे लहानसे विश्व आहे, त्यातील घडणाऱ्या गोष्टीशी तू दाखविलेल्या विश्वाचा संबंध पोहोचतो कुठे ?'

श्रीकृष्णाने शांतपणे सांगितले : ' याचाच अर्थ तू स्वतःला विशाल विश्वापेक्षा निराळा समजतो आहेस. पण तू त्या विश्वाचाच एक घटक आहेस. विश्वातल्याच चैतन्याचा तू एक भाग आहेस आणि विश्वातल्या घडामोडी तुझ्याही विश्वात तशाच घडताहेत.

विशाल विश्वात चैतन्याच्या तेजोमेघापासून, आवर्त निर्माण होऊन चैतन्याचे वस्तूत रूपांतर होते. तारे, ग्रह, धूमकेतू अशी असंख्य रूपे निर्माण होतात आणि पुन्हा तीही नष्ट होऊन मूळचे चैतन्यरूप निर्माण होते. हे सारखे घडतच राहाते. ही घडामोड मानवी आयुष्याच्या अनेकपट मोठ्या काळात घडते.

त्याच घडामोडीत निर्माण झालेल्या या पृथ्वीवरच्या सृष्टीत आवाकाच संकुचित झाल्याकारणाने, अशाच अटळ घडामोडी मानवी जीवनाच्या लहान आवाक्यातही घडलेल्या दिसतात.

प्रचंड जलाशयाच्या पाण्याचे रेणुरूप सूर्याच्या उष्णतेने मेघरूपात परिवर्तित होते. पुन्हा त्या मेघातील रेणुरूप पाण्याचे उष्णतेच्या अभावामुळे जलधारात रूपांतर होते आणि पुन्हा नद्यांच्या रूपाने प्रचंड जलाशयात ते रेणुरूप जाऊन विसर्जित होते. जलाशयातून अनेक बिंदू निर्माण होऊन ते पुन्हा जलाशयात निमज्जन पावते. हे रहाटगाडगे तू नेहमी पाहातोच आहेस. ते काही तू घडवीत नाहीस.

सृष्टीत खडकांची झिजून वाळू होते, वाळूची माती होते, मातीचे एकावर एक थर बसत पुन्हा खडक होतात.

बीजाचे अंकुर फुटून रोप होते, रोपाचे झाड होते, झाडाला फुले, फळे येतात, त्यातूनच बीज जमिनीवर पडून रुजते आणि त्यातूनच पुन्हा रोप उठते. आणि या घडामोडीत एक स्वरूप नष्ट होऊन नवे निर्माण होते आहे.

पृथ्वीच्या पोटात अनेक उलथापालथी होऊन भूकंप होतात. जलाशय नष्ट होऊन तिथे जमीन, जमिनीचे जागी जलाशय, मैदान नष्ट

होऊन डोंगर, म्हणजे एक स्वरूप होऊन दुसरे स्वरूप निर्माण होते.

प्राणी जन्माला येतो आहे, नष्ट पावतो आहे पुन्हा जन्मतो आहे, नष्ट होतो आहे, हे यदृच्छया चालूच आहे. विश्वाचेच रहाटगाडगे लहान स्वरूपात या सृष्टीतही चालूच आहे. दिवस नष्ट होऊन रात्र आणि रात्र नष्ट होऊन दिवस, एक ऋतू नष्ट होऊन दुसरा ऋतू, त्यानंतर तिसरा, पुन्हा पहिला हे चालूच आहे. उत्पत्ती आणि लय ही वैश्विक आपोआपी आहे. तुझ्या लहानग्या जीवनात याला तू मायामोहाने भावनिक स्थान देतो आहेस. पण विश्वाच्या विशाल स्वरूपाकडे तू सूक्ष्म दृष्टीने पाहा. समतोल वृत्तीने पाहा, त्यातच राहून अलिप्तपणे पाहा. या आपोआपीची यदृच्छा आणि अपरिहार्यता ध्यानात येऊन तू शोक आणि आनंद यांच्याही अतीत होशील. जीवनात भावनेला आवश्यक तेवढेच महत्त्व देऊन कर्तव्य श्रेष्ठ मानशील. तू स्वतः सुद्धा, याच आपोआपीचा घटक आहेस हे जाणून, तुझा विषाद दूर होईल. अवकाश आणि काल यांचे एकरूपत्व तुला ध्यानात येऊन तू ज्ञानवंत होशील आणि प्रस्तुत कालात तुझे कर्तव्य युद्धच आहे, हे तू जाणशील.

काळाला आणि अवकाशाला अनेक मुखे, अनेक डोळे आहेत. अनेक स्वरूपे आहेत. ज्या काळाला तू दिवस, रात्र, संध्याकाळ ही स्वरूपे आहेत असे मानतोस, ती केवळ तुझ्या अवकाशातल्या स्थितीमुळे आहेत. काळाचा प्रवाह अखंडच आहे. त्याचे अनंतत्त्व जाणून घे. अनेक रूपांचे एकत्व जाणून घे. रंग, रूप, वस्तू, तेज इत्यादी सारी अवकाश, चैतन्य, काल यांचीच स्वरूपे आहेत, हे जाणून घे. म्हणजे ज्यांच्याबद्दल तू स्तवन करतोस, ज्यांची पूजा करतोस, जे स्थावर जंगमाचे स्वरूपात तू पाहातोस, ज्यांच्या संहाराबद्दल तू शोक करतोस, ज्या वैभवाचा तू त्याग करू इच्छितोस, ते सारे अवकाश, काल, चैतन्य याच विश्वरूपातून निर्माण होताहेत व त्यातच विलीन होताहेत हे तुझ्या ध्यानात येईल, बुद्धीला पटेल. चक्षुर्वैसत्यम् अशा रीतीने सत्य तुला जाणवेल.

कारण या विश्वरूपाला अनेक मुखे, नेत्र, हात, पाय आहेत, पण आदि, मध्य, अंत नाहीत. हे केव्हा सुरू झाले व केव्हा संपणार ते तुला सापडणार नाही. पण हे अनेक स्वरूपांनी घडत राहणार आहे, हे तुझ्या

बुद्धीला पटेल. हेच अव्यय आणि शाश्वत आहे आणि म्हणूनच विश्वधर्माचे पालन करायला तुला प्रेरणा करील

सर्वांनाच या स्वरूपाचा विस्मय वाटतो. उत्पत्ती आणि नाश यांचा प्रचंड संभार पाहून ते भयचकित होतात. अद्‌भुत वाटणारे उग्र स्वरूप जाणवून ते त्रस्त होतात. आणि आपणही यातलेच एक उत्पन्न झालेले आणि नष्ट होणारे क्षुद्र घटक म्हणून व्याकुळ होतात. ही पायरी जे ओलांडून स्थितप्रज्ञतेप्रत जात नाहीत, ते स्वतःचे क्षुद्र जीवन हेच आपले विश्व मानून त्यातल्या सुखदुःखात मग्न होण्यात धन्यता मानतात. पण विश्वरूपदर्शन झाल्यावर, त्याचे खरे ज्ञान झाल्यावर, ज्यांना मायामोहापलीकडे जाऊन जीवनाचा खरा अर्थ कळतो, ते फक्त कर्तव्यतत्पर होतात. ज्ञाननिष्ठ कर्माला सामोरे जातात.

हे अर्जुना ! हे विश्वरूप जाणून तू युद्धप्रवण हो. तुझ्याबरोबर युद्धाला उभे ठाकलेले शत्रु-मित्र, हे त्यांच्या बऱ्यावाईट कृतकर्मानेच विश्वाच्या आपोआपीत नष्ट झाले आहेत. तू फक्त तुझ्या मर्यादित जीवनाच्या दृष्टीने त्यांचा संहारकर्ता ठरणार आहेस. पण खरा केवळ निमित्तमात्र होणार आहेस. हे काळानेच ठरविले आहे, अवकाशातल्या तुझ्या स्थितीने ठरविले आहे. चैतन्याच्या शाश्वत स्वरूपाने ठरविले आहे.

म्हणून हे अर्जुना ! तू फक्त विश्वरूपाची जाणीव घेऊन फक्त निष्काम कर्म कर. तुझे कर्तव्य कर, आणि युद्धप्रवण हो.

अर्जुनाला, बुद्धीचा डोळसपणा प्राप्त झाल्यावर, विश्वरूपाकडे बुद्धिनिष्ठेने पाहिल्यावर, स्वतःच्या क्षुद्र जगापलीकडे भावनाविवश न होता ज्ञाननिष्ठेने पाहिल्यावर कर्तव्यकर्माचा उत्साह आला. भावनेने निर्माण केलेले शोकपटल नाहीसे झाले. श्रीकृष्णाचे विशाल ज्ञानाचे विश्वरूपदर्शन होऊन तो आनंदित आणि संकोचितही झाला. आणि खऱ्या ज्ञानप्राप्तीने युद्धप्रवण झाला.

धर्मराजाची धर्माचरणप्रणीत मुत्सद्दीगिरी

श्रीकृष्णाने गीता सांगून अर्जुनाला युद्धाभिमुख केला आणि पांडव सैन्य हर्षभरित झाले. गीता युद्ध प्रसंगाच्या प्रारंभाला सांगितली, असे

स्वामी विवेकानंदांना ठामपणे वाटते. कारण त्यांचे मते, ‘मनुष्याची बुद्धी ही संघर्ष प्रसंगी फार तीव्रतेने ग्रहणवृत्ती प्रकट करते. व अर्जुनाची मनाची स्थिती युद्ध–प्रसंगाच्या प्रारंभी अशीच होती. गीते-सारखे विश्वव्यापी तत्त्वज्ञान ग्रहण करण्याची तीव्रता, त्याच्या बुद्धीला, त्या प्रसंगविशेषामुळे प्राप्त झाली होती, म्हणून स्वामी विवेकानंदांचे मते, श्रीकृष्णाने अर्जुनाला, गीता, युद्धाचे सुरवातीस सांगितली, हे निःसंशय. असो. श्रीकृष्णाच्या समजावणीच्या कौशल्याचा परिणाम म्हणजे अर्जुन युद्धोन्मुख झाला, त्याने धनुष्यबाण उचलले आणि रथारूढ झाला.

पण पहिल्या दिवशी सर्वांनाच धक्क्यामागून धक्के मिळणार होते. पहिला म्हणजे होता, अर्जुनविषाद. अर्जुन युद्धोन्मुख होताच सारे त्यातून सावरले. पण लगेच दुसरा आश्चर्यजनक प्रकार सुरू झाला.

धर्मराजाने शस्त्रे खाली ठेवली. आणि तो रथातून खाली उतरून पायीच कौरवसेनेकडे निघाला. पांडवसेनेला कळेचना की, हा असे काय करतो आहे ! कौरवसेनेला वाटले की, धर्मराज युद्धाला घाबरून भीष्मांना, कौरव सेनापतीला शरण येतो आहे. ते सैनिक आणि योद्धे हर्षाने वस्त्रे उडवू लागले, धर्मराजाची चेष्टा करीत खिदळू लागले. त्याची निंदा करू लागले. क्षत्रियाला न शोभणारा, म्हणून त्याला दोष देऊ लागले. भीम, अर्जुन इत्यादि पांडव, श्रीकृष्ण तरी धर्मराजाला अडवून समजूत घालील व युद्धोन्मुख करील, अशी आशा बाळगून त्याच्याकडे धावले. पण श्रीकृष्ण धर्मराजाकडे पाहून कौतुकाने हसत होता. तो इतरांना म्हणाला, ‘धर्मराज करतो आहे, ते बरोबर आहे. योग्यच आहे, शहाणपणाचे आहे धर्मास साजेसे आहे. त्याच्यामागे चला.’ स्वतः श्रीकृष्णही त्याच्यामागे निघाला. इतरांना काही उमजे-नाच. ‘अर्जुनाला युद्धोन्मुख होण्यासाठी उद्युक्त करणारा श्रीकृष्ण, धर्मराजाला तसेच का नाही सांगत ?’ पण श्रीकृष्णाच्या सांगण्यावर व कृतीवर विश्वास असणारे पांडव, धर्मराजाच्या मागोमाग निघाले.

शत्रूकडून ‘ विजयी हो ’ असा आशिर्वाद

धर्मराज प्रथम भीष्माचार्यांकडे गेला. त्यांना नम्रपणे वंदन करून, ‘ मी न्यायासाठी युद्ध करतो आहे, ‘ विजयी हो ’ म्हणून आशिर्वाद द्या. ’ असे म्हणाला. भीष्मांचे मनाला संतोष झाला. ते म्हणाले, ‘ धर्मराजा ! मी तुझ्यावर संतुष्ट आहे. तू आला नसतास तर मी तुझे यश चिंतिले नसते. पण तुझी धर्मशीलवृत्ती इतकी जागी आहे की, ती वैभवप्राप्तीच्या कल्पनेनेसुद्धा चळली नाही. जा वत्सा ! तू विजयी होशील असा माझा आशिर्वाद आहे. ’

धर्मराजाने द्रोण, कृप आणि शल्य यांनाही वंदन करून असेच आशिर्वाद प्राप्त करून घेतले. एक अतुलनीय नैतिक बल पांडवसेनेला, पांडवपक्षाला प्राप्त करून घेतले. मानसिक बलही प्राप्त करून घेतले. भीष्म, द्रोण आणि शल्य हे तर कौरवांचे सेनापती झाले. कृपही होणे अशक्य नव्हते. धर्मराजाने, त्याच्या धर्माचरणाने, कौरवांकडील चार महान योद्ध्याचे-शत्रुपक्षाकडील चार महान् योद्ध्यांचे आणि त्यातही एका सेनापतीचे आणि तीन भावी सेनापतींचे- विजयी होशील असे आशिर्वाद मिळवले. एका प्रकारे मुत्सद्दी पण धर्मशील वृत्तीचे आचरण करून शत्रुपक्ष मानसिक दुर्बलता निर्माण करून पोखरूनच टाकला. श्रीकृष्णाला धर्मराजाच्या या बुद्धिमान कृतीची जाण फार झटकन आली; व म्हणूनच त्याने धर्मराजाला आडवले नाही. उलट तोही त्याच्यामागे निघाला. कर्ण सेनापती झालाच तर त्याला सारथी म्हणून श्रीकृष्णाला तोडीस तोड म्हणून, शल्याला विनंती करतील, याची धर्माला जाणीव होती. त्या दृष्टीने सुद्धा धर्म पूर्ण शहाणा होता. ज्ञानी होता. नेता म्हणून त्यालाही ज्ञात होते. (क्रीडासंघाचा संघनायक उत्तम खेळाडूच असेल असे नाही, पण तो डावपेच जाणण्यात कुशल नेता असतो. तसाच धर्मराज हा फार कुशल योद्धा होता असे नाही; पण डावपेच आणि तेही धर्माचरणात बसवून वापरण्याइतका आणि विजयाची वाटचाल यशस्वी करण्याइतका कुशल व बुद्धिमान नेता होता, हे निःसंशय.) म्हणूनच धर्मराजाने शल्याचाही ‘ विजयी होशील. ’ असा आशिर्वाद तर मिळवलाच, पण त्याचबरोबर ‘ कर्णाचे सारथ्य

करताना त्याचा तेजोभंग करण्याचे, जे वचन झाल्याने दिले होते, त्याची आठवण दिली.'

म्हणजेच धर्मराजाने धर्माचरणाने, भीष्मांसारखे पितामह व शल्यासारखे मातुल तसेच द्रोण व कृप यासारखे शिक्षक यांना संतुष्ट करून शत्रुपक्षाला एका दृष्टीने मानसिक दृष्टचा आपल्याकडेच ओढले आणि विजयाची मुहूर्तमेढ रोविली.

श्रीकृष्ण आणि कर्ण

कर्णाला श्रीकृष्णाने धक्का दिला. परतण्याआधी तो कर्णाकडे गेला, व त्याला म्हणाला, 'भीष्म लढतोय तोपर्यंत तू न लढण्याची प्रतिज्ञा केली आहेस. तेव्हा स्वस्थ बसण्याऐवजी तू भीष्म धारातीर्थी पडेतोपर्यंत पांडवांच्याकडून लढ. तुझ्यासारख्या धनुर्धराने स्वस्थ बसून चालणार नाही आणि तुला तसे बसवणार नाही.' म्हणजे श्रीकृष्णाने भीष्म पडणार हे सूचित केले आणि पांडवांचे हित साधण्यासाठी प्रयत्न केला. शिवाय भीष्म पडले नाहीत तर कर्णाचा पराक्रम दुर्योधनाला उपयोगी पडणार नाही व त्याच्या वल्गना फोल ठरणार हेही दर्शविले. आत्मकेंद्रित निष्कीयता स्पष्ट करून मित्रच मित्राचा घात करतो आहे हे दाखविले त्याचे मन विषण्ण केलेच असणार.

कर्ण हसून म्हणाला, 'श्रीकृष्णा ! पांडवांच्या कल्याणासाठी तू काय काय डावपेच लढवशील, ते सांगता येणं कठीण आहे. तुझा हेतू मला कळला, पण क्षमा कर, मी पांडवांकडे येणार नाही. तू आहेस म्हणजे त्यांना विजय आहेच.'

धर्मराजाने परत निघताना शत्रुपक्षाला आपल्या धर्माचरणाने आणखी एक आश्चर्यजनक घटना घडवून कौरवांची व कौरव सेनेची मने–अंतर्मने तर निश्चितच–थोडी का होईना विषण्ण केलीच. धर्मराजाने दोन्ही सेनांच्या मधे उभे राहून द्वाही फिरवली. 'पांडवांचा पक्ष ज्यांना न्याय्य पक्ष वाटत असेल, त्यांनी पांडवांच्या पक्षाकडून लढण्यास आमच्या पक्षास येऊन मिळावे.'

धृतराष्ट्राच्या दासीपुत्राचे नैतिक धैर्य

आणि आश्चर्य हे की धृतराष्ट्राचा दासीपुत्र 'युयुत्सू' हा कौरव पक्ष सोडून पांडव पक्षाला येऊन मिळाला. हा कौरवांना धक्काच होता.

युयुत्सू हा धृतराष्ट्राचा दासीपुत्र. कौरवांचा कनिष्ठ दर्जाचा सावत्रभाऊ. कौरवांच्या पंखाखाली जगणे, हे त्याचे लाचार जीवन. पण त्याचीसुद्धा न्यायबुद्धीयुक्त अस्मिता इतकी जागी होती, की धृतराष्ट्राचीही पर्वा न करता सरळ आगळे मनोधैर्य दाखवून पांडवांना, त्यांचा न्याय पक्ष म्हणून मान्य करून त्यांना, उघडपणे येऊन मिळाला. विकर्णासारख्या एक-मेव सद्‌वृत्त कौरवालाही हे धैर्य झाले नाही. हे त्याचे धैर्य व विचारांशी प्रामाणिक कृती पाहून भीष्म, द्रोण, कृप, अश्वत्थामा, कर्णासुद्धा सर्व कौरव यांची मने क्षणमात्र का होईना लाजून स्वतःच्या मानसिक गुलामगिरीला, लाचारीला दोष देत विषण्ण झाली असतीलच, दुर्बल झाली असतीलच. धर्माचे हे धर्माचरणाचे बुद्धिमान पाऊल परिणाम-कारक ठरले असणार व कौरवांचा पक्ष मनाने पोखरून दुर्बल झाला असणारच. या साऱ्या कृतीतून धर्माचे धर्माचरणयुक्त शहाणपण पांडव-पक्षाला बलवान करायलाच उपयुक्त ठरले यात शंका नाही. श्रीकृष्णानेही हे जाणलेच.

श्रीकृष्ण आणि धर्मराज

भीष्म-द्रोण-कृप यांनी त्यांची अगतिकता द्रव्याधीनतेतून प्रकट केली. द्रोणांनी तर धर्मराजाजवळ आपल्या मानसिक दुर्बलतेबद्दल जवळ जवळ ' क्षमा कर ' अशी विनंतीच केली. स्वाभिमानी द्रोण द्रव्याधीनतेने किती अपराधी झाला होता, व्यावहारिक मिंधेपणाने किती ग्रासला होता, आश्रिताच्या खऱ्या कर्तव्याचे बाबतीत किती अंध झाला होता, हे जाणवून वाईट वाटते. पण त्याच बरोबर भारतीय युद्धाचे काळात धर्म, अर्थ, काम, मोक्ष या जीवनविषयक चतु:सूत्रीचा क्रम, वस्तुनिष्ठे-कडे वाटचाल करणाऱ्या व्यवहारनिष्ठ जगात, किती उलटा पालटा झाला होता, हे प्रकर्षाने जाणवते. हा क्रम अर्थाला महत्त्व देऊन प्रथमा-सन देत होता. अर्थ आणि काम म्हणजे वस्तुनिष्ठ जाणीवेने व वर्तनाने मिळणारे ऐहिक वैभव, मग ते अन्याय्य असूनही, ते प्राप्त करणे म्हणजे मोक्ष. आणि त्यामुळे निर्माण होणारा आचार म्हणजेच धर्म. या क्रम-वारीत धर्माला अगदी शेवटचे स्थान दिलेले म्हणूनच अशाही प्रतिकूल

काळात धर्मराजाचे परखड असे धर्माचरण हे प्रकर्षाने जाणवते. आणि श्रीकृष्णाने लोककल्याणाच्या दृष्टीतून न्याय, सत्य, धर्म आणि अहिंसा यांचे नव्याने लावलेले अर्थ, धर्म व व्यवहार यांची योग्य सांगड घालणारे म्हणून मनाला जास्तच भिडतात.

आत्मघात करणारी भीष्मांची प्रतिज्ञा

भीष्मांची प्रतिज्ञा होती की ' मी शिखंडीविरुद्ध शस्त्र उचलणार नाही. कारण शिखंडी पूर्वाश्रमी स्त्री होता. '

शिखंडी द्रुपदाचा मुलगा. द्रुपदाला दृष्टद्युम्न आणि द्रौपदी या मुलांच्या आधी, एक कन्याच झाली होती. पण त्याने पुत्र झाला अशीच वार्ता पसरवली. त्या कन्येला त्याने पुत्रवत् वाढविली. एका राजकन्येशी वर म्हणून लग्नही लावून दिले. शिखंडी पुरुष नसून स्त्री आहे, ही कुणकुण त्या राजकन्येच्या पित्याला लागली. तेव्हा शिखंडीने एका यक्षाकडून पुरुषत्व घेऊन आपले पुरुषपण सिद्ध केले. यक्षाला कुबेराच्या शापामुळे शिखंडी जिवंत असेतो स्त्रीच राहावे लागले, ही पुराणकथा आहे.

या कथेच्या मुळाशी अनेक शक्यता आहेत.

एक म्हणजे हल्ली आपल्याला काही लोकविलक्षण, लाखात एक, अशी घडलेली घटना ऐकायला येते. ' मुलीचे मुलात रूपांतर झाले. ' तसा काही प्रकार शिखंडीचे बाबतीत घडला असेल, आणि शिखंडीचे पुरुषात रूपांतर झाले असेल. अथवा तो पुरुष म्हणूनच जगला असेल.

द्रुपदाने द्रोणवधाकरिता दृष्टद्युम्न, हा अग्नीच्या उपासनेने पुत्र मिळविला. तसाच स्त्री म्हणून जन्माला आलेला आणि पुरुष म्हणून जगलेली ही शिखंडी–शिखंडिनी–आपल्या वधार्थ जन्माला आलेली अंबा तर नसेल ? कारण कुरु–पांचाल द्वेष सतत चालूच होता. ' हा विचार भीष्मांचे मनात रुजणे साहजिकच आहे. अंबेचे जीवनाचे झालेले नुकसान त्यांच्या सहृदयी वृत्तीला जाचले असणार. त्याला कारण आपण, हेही त्यांच्या अंतर्मनात टोचत असणार.

म्हणूनच धर्मराजाने जेव्हा त्यांना त्यांच्या मरणाचा मार्ग विचा-

रला तेव्हा, शिखंडीला पुढे करून लढा. मी शिखंडी पुढे आहे म्हटल्यावर युद्ध पराङ्‌मुखच होईन.' असे भीष्मांनी सांगितले.

भीष्म–शिखंडी हे नाते असे गुंतागुंतीचे आहे,

पूर्वेकडच्या देशात (थायलँड आदि) रामायण व महाभारत नाट्यरूपात सादर केले जाते. त्यात शिखंडी हा 'श्रीखंडी' या नावाने एक वीरकन्या म्हणूनच वावरतो.

आता 'शिखंडी विरुद्ध शस्त्र उचलणार नाही,' या भीष्मांच्या प्रतिज्ञेला काहीही अर्थ नव्हता. कारण तो स्त्री होता, पूर्वाश्रमीचा स्त्री होता की पुरुष याला महत्त्व नसून तो युद्धात शत्रू म्हणून भीष्मांपुढे उभा राहाणार होता. रामाने ताटकावधाच्या वेळी 'मी स्त्री हत्या कशी करू ?' असा प्रश्न विश्वामित्रांना विचारला, तेव्हा 'स्त्री असली ती शत्रू आहे,' म्हणूनच वध्य आहे,' असे सांगून, रामाकडून ताटकावध करविला. हे उदाहरण समोर असताना भीष्मांची प्रतिज्ञा फारच निरर्थक वाटते.

भीष्मांच्या, एकदा दिलेला शब्द पाळण्याच्या, परिणामाचा विचार न करता पाळण्याच्या, आत्मकेन्द्रित एकांतिक धर्मवृत्तीचा फायदा व्यवहारदक्ष श्रीकृष्णाने, पांडवांच्या हितासाठी घेतला.

युद्धाच्या तिसऱ्या दिवशी भीष्मांसमोर अर्जुन मायामोहाने युद्ध पराङ्‌मुख होतो आहे हे पाहून श्रीकृष्णाने चक्र उगारून भीष्मांवर चाल केली. 'न धरी शस्त्र करी मी,' ही आपली प्रतिज्ञा उघडपणे मोडली. भीष्मांना, 'आपण आपल्या पराक्रमाने श्रीकृष्णालाही प्रतिज्ञा मोडायला लावली हा आनंद झाला असेल. पण विचारांती त्यांना हेही जाणवले नसेल का ? की श्रीकृष्णाने, आपण अन्याय्य पक्षाकडचे म्हणून वध्यच आणि म्हणून आपल्या वधासाठी, न्याय प्रस्थापनेसाठी, लोक कल्याणासाठी प्रतिज्ञा मोडूनही आपल्यावर शस्त्र उगारणे, हे योग्यच आहे, हे जे ठरविले, ते किती व्यापक दृष्टीचे होते ? ते मनात खिन्नही झाले असतील, स्वतःची आत्मकेन्द्रित वृत्ती पाहून. अंतर्मनात दुर्बलतेचा प्रादुर्भाव होणे अवघड नाही.

युद्धाच्या नवव्या दिवशी पुन्हा तसेच घडले. फक्त यावेळी श्रीकृष्ण हातात चाबूक घेऊन धावला. अर्जुनाने त्याला दहाव्या पावलाला आवरून धरला, आणि युद्धाच्या दहाव्या दिवशीच अर्जुनाच्या बाणांनी भीष्म शरपंजरी पडले. हे लाक्षणिक अर्थाने फार उद्‌बोधक आहे.

भीष्मांना दुर्योधन लागट बोलला. 'लढताना तुम्ही पांडवांचे पक्षपाती असल्यासारखे हात राखून लढता,' असे म्हणाला. भीष्मांनी संतापाचे भरात प्रतिज्ञा केली. 'मी पृथ्वी निःपांडवी करीन.' तेव्हा श्रीकृष्ण आणि भीष्म यांच्याबद्दल एक उद्‌बोधक कथा आहे.

भीष्मांच्या या प्रतिज्ञेने पांडव चिंतेत पडले. श्रीकृष्ण द्रौपदीला घेऊन भीष्मांच्या छावणीत गेला. द्रौपदी एकटी आत गेली आणि तिने भीष्मांना नमस्कार केला. भीष्मानी आशिर्वाद दिला. 'अष्टपुत्रा सौभाग्यवती भव.' ती वर बघून भीष्मांना म्हणाली, 'पण तुम्ही तर, पृथ्वी निःपांडवी करीन अशी प्रतिज्ञा केली आहे. आपल्या आशिर्वादाला अर्थ काय?' भीष्म चकीत होऊन म्हणाले, 'द्रौपदी तू? इतक्या अपरात्री, या शिबिरात? बरोबर कोण आहे?' द्रौपदी म्हणाली, 'जोडेराख्या!' श्रीकृष्ण आत आला आणि म्हणाला, 'मी द्रौपदीचे जोडे राखत उभा होतो.' भीष्म हसत म्हणाले, 'श्रीकृष्णा तू? तू, पांडुपुत्र व द्रौपदी या जोड्यांचे रक्षण करायला त्यांच्या पाठीशी उभा रहाणारच.'

अर्थातच भीष्मांना पांडवांच्या रक्षणाचाही विचार अंतर्मनात रुजवून घेण्यासाठी भाग पाडण्यात श्रीकृष्ण यशस्वी झाला.

श्रीकृष्णानेच, धर्मराजाला, 'भीष्मांकडे जाऊन त्यांचे मरण कशात आहे,' हे विचार असे म्हटले. धर्माने विचारले, आणि भीष्मांनी 'शिखंडीला पुढे करून अर्जुनाला माझ्याशी युद्ध करायला लावा. माझे पतन निश्चित घडेल,' असे सांगितले, आपल्या या कृतीने दुर्योधनाचा घात होईल, हा विचारही त्यांच्या आत्मकेन्द्रित वृत्तीला शिवला नाही.

अर्जुनाचे आगळे कर्तृत्व

भीष्म शरपंजरी पडले, तेव्हा कौरव आणि पांडव सेनांनी युद्ध

थांबवले. सारे जण भीष्मांभोवती गोळा झाले. भीष्मांनी, 'आपले मस्तक निराधार असल्याने त्रास होतो.' असे म्हटले. तेव्हा दुर्योधनाने प्रत्यक्ष उशा आणि गिर्द्या आणल्या. भीष्मांनी, 'रणशय्येला त्या अयोग्य आहेत,' असे म्हणून अर्जुनाकडे पाहिले. अर्जुनाने लगेच तीन बाण उभे करून भीष्मांच्या मस्तकाला आधार दिला. भीष्म संतुष्ट झाले.

भीष्मांना तहान लागली. दुर्योधनाने दूत पाठवून सुवासिक पाण्याच्या झाऱ्या आणवल्या. भीष्मांनी त्याही परतवल्या, आणि अर्जुनाकडे पाहिले. अर्जुनाने आपले वैज्ञानिक, वनवासात आणि इंद्राच्या राजधानीतील अमरावतीत प्राप्त-ज्ञान उपयोगात आणले. शरसंधानाने जमीन अशा ठिकाणी, बरोबर खणली की एकदम स्वच्छ पाणी उसळून वर आले आणि भीष्मांच्या तोंडात धार पडली. भीष्मांची तृषा गंगेनेच तृप्त केली असे सर्वजण म्हणू लागले.

अर्जुनाच्या या बुद्धिमान कृतीने कौरव सैनिक थक्क झाले. त्यांना अर्जुनाच्या पराक्रमाची धडकीच भरली. ते पराभूत मनःप्रवृत्ती घेऊन नंतर पुन्हा लढायला उठले.

भीष्म, कर्ण आणि दुर्योधन

भीष्मांना, शरपंजरी पडल्या स्थितीत, कर्ण भेटायला आला भीष्मांनी सांत्वनपूर्वक, त्याची स्तुती केली. त्याच्या गर्वोध्दत वृत्तीबद्दल राग येऊन अर्धरथी म्हटले, असे त्याला सांगून त्याला युद्ध निवृत्त होण्याबद्दल उपदेश केला. 'माझ्यावरचा राग सोड,' असे म्हटले. कर्णालाही मनःपूर्वक वाईट वाटले. पण 'अर्जुनाशी स्पर्धा असल्याने व दुर्योधनाने माझ्या पराक्रमावर युद्ध मांडल्याने मी युद्धापासून पराङ्मुख होऊ शकत नाही,' असे निर्धारपूर्वक सांगितले. कर्णाला आता त्याचे जन्मरहस्य कळले होते. भीष्मांच्या विनंतीचा फायदा घेऊन त्याला पांडवांकडे येता आले असते. पण त्यानें तसे केले नाही. युद्धाचा भार दुर्योधनाच्या मैत्रीखातर अंगावर घ्यायला तो पुढे सरसावला. कर्णाचे बीज उदात्तच होते. फक्त त्याची संगती दुर्वृत्त दुर्योधनाची होती. कर्ण गुणी असून दुर्दैवी होता. न्यूनगंडाची जाण, आत्मविश्वास व गर्व यांची सतत गल्लत, केवल मूल्यांपेक्षा स्पर्धेतून मिळणाऱ्या मोठेपणावर समा-

धान, अशामुळे कर्ण सतत उपहासाला पात्र ठरला आणि याचे अप्रत्यक्ष कारण दुर्योधन आणि त्याची संगती.

भीष्मांनी दुर्योधनाच्या संगतीत घसरणीला लागलेल्या कर्णाला पाणउतारा करण्याचा एकमेव शक्य उपाय योजून सावरण्याचा प्रयत्न केला. पण कर्णाची अधोगती थांबली नाहीच.

भीष्मांनी शरपंजरी स्थितीत दुर्योधनालाही उपदेश केला. 'दुर्योधना, माझ्या पतनाबरोबरच युद्ध संपू दे. झाला संहार पुरे झाला. पांडवांशी साम कर. त्यांचे राज्य त्यांना देऊन टाक. माझ्या पतनाबरोबर वैरही संपू दे.'

पण दुर्योधनाने उत्तर दिले, 'पितामह ! आता माघार नाही. नाहीतर मी युद्धाला भिणारा संधिसाधू ठरेन. आतापर्यंत जो दोन्ही पक्षातील सैनिकांचा व योद्धयांचा संहार झाला आहे, त्याचं काय ? मीं आता युद्ध थांबवले, तर ते सुरू करण्यालाही अर्थ राहाणार नाही. ज्यांचा संहार झाला त्यांच्यावर फार अन्याय होईल. नाही, पितामह ! आता मी युद्ध थांबवू शकत नाही. आता निर्णय काहीही लागो, आता निर्णय लागेतो युद्धच.' दुर्योधनाचे उत्तर त्याच्या मानी स्वभावाला शोभेल असेच होते, यात शंका नाही. त्याच्या अहंकारातही एक जिद्द आणि घेतल्या निर्णयाबद्दल तडीला नेण्याचा प्रामाणिकपणा होता हे खरे.

नवा सेनापती कोण ? कर्ण की द्रोण ?

भीष्मपतनानंतर नव्या सेनापतीची निवड, हा दुर्योधनापुढे यक्ष प्रश्न होता. कारण त्याची इच्छा कर्णाला सेनापतीपद देण्याची होती. द्रोणाचार्य, कृपाचार्य, शल्य यासारखे ज्येष्ठ योद्धेही सेनापतीपदाला योग्य होते.

कर्णाला सेनापतीपदाचा अभिषेक करण्याची इच्छा दुर्योधनाने राजसभेत प्रदर्शित केली. कर्णानेच माघार घेतली. तो म्हणाला, 'मित्रा ! द्रोणाचार्य कुरुकुलाचे ज्येष्ठ आचार्य आहेत. पितामह भीष्मांनंतर त्यांचाच सेनापतीपदाचा मान आहे. त्यांना सेनापतीपदाचा अभिषेक कर.'

कर्णाच्या बीजाची उदात्तता इथे प्रकट झाली. चालून आलेला

मान दूर सारून तो योग्य आणि ज्येष्ठ माणसाला देण्याची उदात्तवृत्ती त्याने दाखविली. (का हा अंतर्मनातला अहंकार ?)

द्रोणाचार्यांना सेनापतीपदाचा अभिषेक झाला. भारतीय युद्धातील धर्म-अधर्म संघर्षाचे आणि व्यवहारवादी डोळसपणाने नवे अर्थ प्रस्थापित करण्याचे पर्व सुरू झाले. या पर्वात श्रीकृष्णाच्या मुत्सद्दी करामतीचे दर्शन होते. बुद्धिकौशल्याचे आणि असीम ज्ञानसमृध्दीचे दर्शन होते.

दुर्योधनाच्या दुर्वृत्तीचे दर्शन

द्रोण सेनापती झाल्यावर त्यांनी दुर्योधनाला विचारले, 'बोल दुर्योधना ! मी तुझ्या सेनेचे धुरीणत्व पत्करले. तुझे प्रिय काय करू ?'

दुर्योधन म्हणाला, 'आचार्य ! आपण युधिष्ठिराला जीवंत पकडून आणा. बस् ! माझे काम झाले.'

द्रोणाचार्यांना वाटले, 'धर्मराज युधिष्ठिराला पकडून त्याचे दुर्बलत्व त्याला पटविले की दुर्योधन संतुष्ट आहे.' ते म्हणाले, 'ठीक आहे, धर्मराजाला मी जीवंत पकडण्याची प्रतिज्ञा करतो. फक्त तुम्ही अर्जुनाला दुसरीकडे गुंतवा. मग मी पाहातो, धर्मराजाला धरण्याचा प्रयत्न करून. अर्जुन त्याचे रक्षण करीत असताना मात्र मला ते शक्य होणार नाही.'

दुर्योधन आनंदित होऊन म्हणाला, 'अर्जुनाला आम्ही गुंतवतो. संशप्तक सैनिक आव्हान करून त्याला दूर नेतील. मरतील पण सोडणार नाहीत. तुम्ही धर्मराज युधिष्ठिराला पकडा आणि माझ्या हवाली करा. पुन्हा त्याला द्यूत खेळायला लावून हारवतो. आणि पुन्हा बारा वर्षे वनवास आणि एक वर्ष अज्ञातवास भोगायला, त्याचे भाऊ आणि द्रौपदी यांच्यासकट पाठवून देतो.'

द्रोणाचार्य दुर्योधनाचे हे भाषण ऐकून स्तंभितच झाले, विषण्ण झाले. दुर्योधनाच्या दुर्वृत्तीचा, दुष्ट बुध्दीचा, राज्यलोभाचा त्यांना पडताळा आला. प्रतिज्ञापूर्तीच्या बाबतीत त्यांच्या अंतर्मनाने ते पराङ्-मुख झालेले असणार. आता देह कर्तव्य करायचा प्रयत्न करणार, एवढेच.

भीम आणि कर्ण

कर्णाच्या पराक्रमाच्या वल्गनांवर तर दुर्योधनाच्या भावी संकल्पित विजयाच्या उड्या होत्या. कर्ण अर्जुनापेक्षा पराक्रमी आहे. ही पोकळ वदंता पसरविण्यात दुर्योधन अग्रगण्य होता, युद्धक्रीडेच्या वेळच्या प्रदर्शनी कौशल्यापलीकडे अर्जुनापेक्षा कर्णाने रणकौशल्य व धनुर्लाघव जास्त वरच्या दर्जाचे दाखवले, असे कधीही घडले नाही.

भीम हा काही धनुर्धारी नाही. भीम हा गदायुद्धात प्रवीण. अर्थात धनुर्विद्या ही अस्त्रविद्येतल्या प्राविण्याशिवाय अपुरी पडत असे. पण तरीही भीमाने कर्णाचा एकूण चार वेळा पूर्ण पराभव करून त्याला जीव घेऊन पळून जायला लावले, ते द्रोण सेनापती असताना. कर्णानेसुद्धा एकदा दुर्योधनासमोर म्हटले की, ‘भीमाच्या बाणांनी माझे शरीर फाटून निघाले आहे, आता मला सध्यातरी लढायचे बल नाही.’

संजयाच्या तोंडून भीमाने कर्णाचा चार वेळा पराभव केलेला ऐकून धृतराष्ट्राने चिंता व्यक्त केली, की ‘भीमासमोरून हा कर्ण धनुर्लाघवात पराभूत होऊन पळतो आणि तोही चार वेळा. मग अर्जुनासमोर या कर्णाचा पराक्रम तो काय चालणार ?’

अभिमन्यूचा चक्रव्यूह–भेद व वीर–मृत्यू

अभिमन्यू हा अर्जुनाचा पुत्र शोभेल, श्रीकृष्णाचा भाचा शोभेल असा असीम धनुर्धर होता. अत्यंत अल्पवयात त्याने प्राप्त करून घेतलेले धनुर्लाघव खरोखर बिनतोड होते. पांडव आणि यादव यांचे युद्धकौशल्य त्याच्यात उतरले होते.

द्रोणांनी चक्रव्यूह रचला, तेव्हा त्याचा भेद कोण करणार, याची धर्मराजाला चिंता पडली. कारण अर्जुन व श्रीकृष्ण यांच्याशिवाय चक्रव्यूहाचा भेद करून परत येण्याचे ज्ञान कुणालाच नव्हते. अभिमन्यूला फक्त भेद करण्याचे ज्ञान होते. तेव्हा अभिमन्यूने म्हटले, ‘धर्मराजमहाराज ! चिंता करू नका. मी चक्रव्यूहाचा भेद करू शकतो. आपण सर्व माझ्या मागोमाग या. म्हणजे आपण यशस्वीरीत्या परत येऊ.

त्याप्रमाणे अभिमन्यूला पुढे करून पांडववीर चक्रव्यूह–भेदाला निघाले. पण अभिमन्यू तेवढा आत जाऊ शकला. जयद्रथाने शंकर-वर-

प्रदान प्राप्त झाल्याच्या आत्मविश्वासात अर्जुनविरहित पांडवाचा एकदा पराभव केला. एकटा अभिमन्यू चक्रव्यूहात अडकला.

अभिमन्यूने आपल्या पराक्रमाची पराकाष्ठा करून सर्वांना पराभूत केले. प्राथमिक द्वंद्वयुद्धाचे नियमाप्रमाणे सर्वजण एकेक करीत पराभूत झाले. अभिमन्यूच्या पराक्रमाने कौरव सेनापती–द्रोणही संतुष्ट होऊन त्याची स्तुती करू लागले. कर्णासकट सर्व, स्वतः द्रोणही नामोहरम झाले होते. द्रोणांनीही अभिमन्यूची प्रशंसा केलेली पाहून दुर्योधन संतापला. त्याला कुठे कळत होते की 'गुणी गुणं वेत्ति। न निर्गुणः ॥' त्याने द्रोणांची निर्भर्त्सना केली. पक्षपाताचा आरोप केला. द्रोणांना दुर्योधनाच्या क्षुद्रतेचे वाईट वाटले.

अभिमन्यू द्वंद्वयुद्धात कोणालाच आटपत नाही हे पाहून, द्रोण कर्णादि कौरववीर एकटया अभिमन्यूवर तुटून पडले. द्वंद्वयुद्धाचे नियम मोडून. संकुलयुद्ध चालू नसतानाही. त्याला विरथ व निःशस्त्र केले. आता कर्ण हिरिरीने पुढे सरला. त्याचा अर्जुनद्वेष उफाळून आला. तरीही अभिमन्यू आटपेना. पडलेली शस्त्रे घेऊन त्याने कौरववीरांना घायकुतीला आणले. दुःशासनपुत्राबरोबर त्याचे गदायुद्ध झाले. दोघेही बेशुद्ध पडले. दुःशासनपुत्र प्रथम शुद्धीवर आला आणि त्याने बेशुद्ध अभिमन्यूचे डोक्यात गदा घालून त्याचा वध केला. या अधर्माला द्रोण, कर्ण, अश्वत्थामा आदिकरून कोणीही विरोध केला नाही. अधर्माचे पहिले पाऊल कौरवांनी उचलले. आणि श्रीकृष्णाला व्यवहारी निर्णयाचा मार्ग मोकळा केला. श्रीकृष्ण व्यवहारदक्ष होता. युद्धापूर्वी कौरव व कर्ण यांनी अनेकदा अधर्माचरण केले होते. आता युद्धातही केले. आणि युद्धात विजयासाठी सर्व काही क्षम्य असेल तर अधर्माला तथाकथित अधर्माने उत्तर देणे हेच योग्य, ही कृष्णाची युद्धनीती होती. कारण त्यामुळेच खरा धर्म आणि न्याय्य पक्ष विजयी होणार होता व तो तथाकथित अधर्म धर्मच ठरणार होता.

श्रीकृष्णाचे युद्धनीती कौशल्य

जशास तसे हाच काही प्रसंगी खऱ्या धर्माला विजयी करणारा निर्णय.

द्रोण सेनापती झाले आणि युद्धाला माध्यान्हीचा भर आला. धर्म–अधर्माचे निर्णय लावण्याचे प्रसंग जास्त येऊ लागले. आता दोन्ही पक्ष निकराने लढू लागले. पांडवांचे बलाढ्य शत्रू नेस्तनाबूद करण्याचे कार्य श्रीकृष्णाने सारथ्यकर्म करताना, 'गोष्टी सांगेन युक्तीच्या चार' असे म्हणत पार पाडण्याचे सत्र चालू ठेवले.

असाच एक प्रसंग भगदत्त-वधाचा.

भगदत्त नरकासुराचा पुत्र, हत्ती-युध्दात प्रवीण, श्रीकृष्णाचा द्वेष म्हणून तो कौरवांच्या पक्षाला मिळाला. अत्यंत वृध्द. सुरकुतलेल्या पापण्या डोळ्यावर पडून अंधत्व येऊ नये म्हणून, केस कापडाच्या पट्टीने कपाळाशी बांधून युध्द करणारा, एक पराक्रमी कौरवपक्षाचा वीर. एकदा भीमालाही जेरीला आणणारा.

अर्जुनाशी युद्ध करताना त्याने हातातला अंकुश वैष्णवास्त्राने मंत्रून अर्जुनावर टाकला. श्रीकृष्णाला वैष्णवास्त्राची उत्तम जाण होती. विष्णू हे त्याचे लाडके दैवत. कारण त्याच्याच सारखा तो स्वतः मिस्कील होता. धर्माधर्माचे बारकावे जाणणारा. त्याने एकदम उभे राहून वैष्णवास्त्र-मंत्रित अंकुश कौशल्याने पकडून गळ्यातील पुष्पमालेत लटकावून टाकला. पुष्पसदृश सौम्यहृदय विष्णू असाच सद्वृत्तीच्या नाजूक पुष्पमालेनेच संतुष्ट होणार, हे श्रीकृष्णाशिवाय कोण जाणार?

मग श्रीकृष्णाने भगदत्ताच्या पराक्रमाची स्तुती करताना, त्याने सुरकुतल्या पापण्या बांधून युध्द कसे चालवले आहे. हे विशद केले. अर्जुनाने सूचना लक्षात घेऊन पापण्या बांधणारी पट्टी तोडून पापण्या खाली पाडल्या आणि भगदत्ताचे जग अंधारमय केले. नंतर त्याला ठार केले.

दुसरा वरुणकृपेने अमोघ गदा मिळालेल्या कौरवपक्षाकडील श्रुतायुध राजाच्या वधाचा प्रसंग.

या राजाशी अर्जुनाचे धनुर्युध्द चालू होते. या राजाचा प्रत्येक बाण श्रीकृष्णाने आपल्या सारथ्य कौशल्याने फुकट घालवला. तो राजा अर्जुनाऐवजी कृष्णावरच चिडला. त्याने ती अमोघ गदा कृष्णावर

फेकली. वरुणाचा वर असा होता की ती अमोघ गदा शस्त्रधारी शत्रूवर टाकली तर शत्रूचा नाश नक्कीच होईल; पण जर ती गदा निःशस्त्रावर टाकली तर मात्र टाकणाऱ्यावर उलटून, टाकणाऱ्याला ठार मारेल. श्रीकृष्ण निःशस्त्र होता, सारथी होता, त्याच्यावर टाकलेली ती गदा उलटून त्या राजालाच लागली. कारण श्रीकृष्ण गदाज्ञानात प्रवीण होता, आणि श्रुतायुध राजाच त्यामुळे मृत्युमुखी पडला.

भुरिश्रवा–वध

अर्जुन जयद्रथ वधाची प्रतिज्ञा करून निकराने लढत होता. पांडववीर कौरववीरांशी एकजुटीने लढत होते. संकुल युध्दच चालू होते. द्वंद्व-युध्द शक्य नव्हते. अशा स्थितीत कधीही पराभूत न होणारा सात्यकी पराभूत होऊन भूरिश्रव्याच्या हाती सापडला होता. त्याचे घराण्याचे पूर्वीचे वैर उसळून आले. तो सात्यकीच्या शिरच्छेदास उद्युक्त झाला. श्रीकृष्णाच्या हे ध्यानात आले. सात्यकी अर्जुनाचा शिष्य होता. श्रीकृष्णाने अर्जुनाला सात्यकीवरील संकटाची जाण दिली अर्जुनाने भूरिश्रव्याचा उचललेला हात तरवारीसकट बाणाने तोडून सात्यकीला सोडवले. भूरिश्रव्याने, 'तुम्ही द्वंद्वयुध्द चालू असता, मधे का आलात ?' म्हणून कृष्णार्जुनाना दोष दिला. तेव्हा श्रीकृष्णाने व अर्जुनाने उत्तर दिले, 'संकुल युद्ध चालू आहे. सहकारी वीरावरचे संकट निवारणे, हे प्रत्येक वीराचे अशा युद्ध पद्धतीत कर्तव्यच आहे.'

या उत्तराने भू रिश्रवा अवाक् झाला. त्याला त्याची चूक पटली. अर्जुनाने अधर्म केला नाही याची खात्री झाली. तो प्रायोपवेशन करून बसला. सात्यकीने त्याला ठार केले. हाही अधर्म नव्हता. कारण रणांगणावर प्रायोपवेशन हे अस्थानी व मृत्यूला निमंत्रण होते. त्यामुळे अशा रीतीने बसलेल्या योद्ध्याला मारू नये, असा नियमही नव्हता.

जयद्रथवध–श्रीकृष्णाचे युद्धकौशल्य, ज्ञानसंपन्नता आणि निर्णयचातुर्य

अभिमन्यूच्या वधाने व्यथित होऊन अर्जुनाने जयद्रथवधाची प्रतिज्ञा केली. कारण अभिमन्यूच्या अधर्मवधाला जयद्रथच अप्रत्यक्षपणे कारण होता, 'उद्या सूर्यास्ताच्या आत जयद्रथवध करीन, नाही तर अग्निकाष्ठ भक्षण करीन.'

अर्जुनाच्या या प्रतिज्ञेने श्रीकृष्ण अस्वस्थ झाला. कौरववीर किती बलाढ्य आहेत याची कृष्णाला जाण होती. अर्जुनाचा परस्पर नाश होणे, हे केवळ 'बचावासाठी प्रतिकार' अशा युद्धाने साध्य होणार होते. तेव्हा तशी वेळ आलीच तर, 'मी स्वतः युद्धात उतरणार आहे. 'न धरी शस्त्र करी मी.' ही माझी प्रतिज्ञा मोडून. अन्यायाच्या प्रतिकारासाठी. तेव्हा दारुका माझा रथ तयार ठेव. मी पांचजन्य शंख विशिष्ट तऱ्हेनं फुंकून तुला इशारा देईन. तेव्हा तू रथ घेऊन तातडीने मी असेन तिथे ये. मी लगेच रथारूढ होऊन युद्ध सुरू करीन. कौरवांचा निःपात करून अन्यायाचे निवटन आणि न्यायाची प्रस्थापना करीन,' अशी आज्ञा दारुकाला देऊन ठेवली. आततायी आणि अविचारी प्रतिज्ञेबद्दल अर्जुनाला दोषही दिला.

लगतच्या युद्ध दिवशी अर्जुनाच्या प्रतिज्ञापूर्तीचा दिवस होता. कौरव सेनापतीच्या आज्ञेने सेनेने जयद्रथाला मधे घेऊन शकटव्यूहाने त्याच्या भोवती सैनिकांची एका बाहेर एक अशी कडीच तयार केली. म्हणून एकेक फळी फोडत जयद्रथापर्यंत पोहोचणे आणि त्यासाठी निकराने युद्ध करणे अत्यंत आवश्यक होते. श्रीकृष्णाने तशी स्पष्ट कल्पना दिली.

द्रोणाचार्यांना हुलकावणी देऊन म्हणजे अप्रत्यक्ष पराभव करून अर्जुनाचा रथ मुसंडी मारून व्युहाच्या आत नेण्यात श्रीकृष्णाने यश मिळवले. एक एक फळी फोडत अर्जुनाचा रथ तसुतसूने जयद्रथाच्या दिशेने नेण्यात श्रीकृष्ण आपल्या सारथ्याच्या कौशल्याची पराकोटी करीत होता. प्रत्येक वीराशी लढताना वेळाचे भान ठेवण्याबद्दल श्रीकृष्ण अर्जुनाला सतत सूचना देत होता. अनेक वीरांना नामोहरम करण्यात आणि द्रोणाचार्यांना गुंगारा देण्यात वेळ वाचवण्याचा श्रीकृष्णाचा प्रयत्न यशस्वी होऊन, अर्जुनाचा रथ अनपेक्षितपणे कौरव वीरांसमोर येत होता आणि अर्जुन त्यांची दाणादाण उडवून एकएक फळी फोडत जयद्रथाकडे जात होता. त्या सपाटचात राजा श्रुतायुध नष्ट झाला, कांबोजराजपुत्र सुदक्षिण धारातीर्थी पडला. श्रुतायू, अच्युतायू मृत्युवश झाले. त्यांचे पुत्रही मृत्युमुखी पडले. अंबष्टाचे शिर उडवण्यात अर्जुनाने

विलंब लावला नाही. अशा तऱ्हेने कौरव सेनेचा शकट व्यूह अर्जुन–श्रीकृष्ण द्वयीच्या कौशल्याने खिळखिळा करून टाकला.

त्यातच पराभवाने अगतिक झालेल्या दुर्योधनाने द्रोणाचार्यांवर पक्षपाताचा आरोप केला. द्रोणांनी शांतपणे त्याचे बोलणे त्याच्याच गळ्यात घातले. 'आम्हा म्हाताऱ्यांपेक्षा तुम्ही तरुण अगतिक झाला आहात,' असे म्हणून त्यांना माहीत असलेले एक वैशिष्टयपूर्ण चिलखत दुर्योधनाचे अंगावर चढवले. अर्जुनाशी त्याची गाठ पडली. अर्जुनाचे बाण विफल होऊ लागले. तेव्हा श्रीकृष्णाने कारणाची जाण अर्जुनाला दिली. अर्जुनाच्याही लक्षात कारण आले होते. त्याने, चिलखत घालूनही नखे आणि बोट यात जी फट राहाते त्यात बाण मारून दुर्योधनाला घायाळ करून पळवून लावले,

अशा निकराने लढूनही सूर्यास्ताची वेळ आली आणि जयद्रथा-भोवतीची एक सैनिक फळी अभेद्य राहिली होती. ती विस्कळीत करण्यास श्रीकृणाचे सर्वांगीण ज्ञान उपयुक्त ठरले. त्याला रणभूमीच्या कडेवर असलेल्या झाडापैकी एका झाडाच्या तळाशी पाणी असावे असे त्या झाडाच्या अवस्थेवरून लक्षात आले असावे. गोकुळाच्या रानात लहानपणी संचार करताना श्रीकृष्णाने हे निसर्गज्ञान आत्मसात केले होते. तसेच नागराज कालियाकडून रसायनज्ञानही प्राप्त करून घेतले होते.

श्रीकृष्णाने एकदम अर्जुनाचा रथ त्या झाडाकडे पिटाळला. कौरवसेना भांबावून अर्जुनाच्या रथामागे धावली. जयद्रथाच्या भोवतीची संरक्षक फळी विस्कळीत झाली.

श्रीकृष्णाने झाडाजवळ रथ नेऊन अर्जुनाला त्या झाडाच्या तळाशी बाण मारून खणण्यास सांगितले व त्याच्या कल्पनेप्रमाणे पाण्याचा झरा लागला व पाण्याचा प्रवाह वाहू लागला. अर्जुनाला पदाती लढायला सांगून श्रीकृष्णाने घोडयांना पाणी पाजून, खरारा करून शेवटच्या मुसंडीसाठी ताजेतवाने केले. आणि लगेच अर्जुनाला रथावर बसवून एकदम रथ जयद्रथाकडे पिटाळला,

पण सूर्य आता अस्ताजवळ आलेला श्रीकृष्णाला दिसला. अर्जुनाच्या प्रक्षुब्ध मनाचा फायदा घेऊन श्रीकृष्ण एकदम अर्जुनाला म्हणाला 'अरे अर्जुना ! सूर्य अस्ताला चालला बघ. अडव ! अडव !! त्याला बाण फेकून तरी अडव !' असे म्हणून त्याने विशिष्ट आवाज येईल अशा तऱ्हेने शंख फुंकला. पश्चिमेकडील टेकड्यांवर श्रीकृष्णाने आपले सुप्रसिद्ध सुदर्शन पथक (चक्र)–शिकवून तयार केलेले व कुणावरही पाठवले तर यशस्वी होऊनच परतणारे, आणि स्वतः श्रीकृष्णासारखा पोशाख करणारे बलशाली देहाचे सैनिक असणारे, बुद्धिमान सैन्यपथक-मुद्दाम सज्ज ठेवले होते. बाण आणि श्रीकृष्णाचा पांचजन्य शंखाचा विशिष्ट नाद हा त्यांना इशारा होता. त्यानी लगेच श्रीकृष्णाने शिकवल्याप्रमाणे रासायनिक प्रक्रिया करून जड व दाट धुरांचे ढग आकाशात सोडून सूर्य आच्छादला आणि सूर्यास्तासारखा भास निर्माण झाला. कौरवसेनेत आनंद झाला. ती आणखीनच विस्कळीत झाली. जयद्रथ व्यूहकेंद्रातून बाहेर येऊन अरक्षित असा संचार करू लागला.

अर्जुनाने अग्निकाष्ठ भक्षण करण्यासाठी अग्नी सिद्ध केला. जयद्रथ तर आनंदाने बेभान होऊन धीटपणे अर्जुनासमोर उभा राहिला. सारा डाव नीट जमला. हवी ती अनुकूल रचना झाली, हे दिसल्यावर श्रीकृष्णाने पुन्हा पांचजन्य शंख तीव्र स्वर काढत फुंकला आणि त्याचा नाद सुदर्शन पथकाने ऐकल्यावर पुन्हा रासायनिक द्रवाचे फवारे सोडून सूर्य आच्छादणारे जड व दाट ढग द्रव-बिंदूत विरवून नाहीसे केले. सूर्य अजून अस्ताला गेला नव्हता. श्रीकृष्णाने लगेच अर्जुनाला इशारा केला, 'अर्जुना ! हा सूर्य आणि हा जयद्रथ. उडव शिर बाण सोडून.' आणि अर्जुनाने बाण सोडून जयद्रथाचे शिर उडवले. अर्जुनाची प्रतिज्ञा श्रीकृष्णाच्या करामतीने व अर्जुनाच्या पराक्रमाने पूर्ण झाली.

जयद्रथाचा पिता वृद्धक्षत्र गंगातीरावर तपश्चर्या करीत होता. दुर्मती जयद्रथाचे रक्षण व्हावे म्हणून त्याचे प्रयत्न होते. तोही मृत्युमुखी पडणे योग्य असे श्रीकृष्णाला वाटले असणार. त्याने अर्जुनास सूचना केली. अर्जुनाने कौशल्याने बाण मारत जयद्रथाचे शिर वरच्यावर उडवत नेऊन वृद्धक्षत्राच्या मांडीवर टाकले. वृद्धक्षत्र दचकून उठून उभा राहिला.

जयद्रथाचे शिर जमिनीवर पडले. आणि जयद्रथ-वध झाला हे कळल्या-मुळे धक्का बसून वृद्धक्षत्र जमिनीवर कोसळून मस्तक फुटून मेंदूतील रक्तवाहिन्या मानसिक ताणाने फुटून,-मेंदूत रक्तस्राव होऊन मरण पावला. येथेही श्रीकृष्णाचे सर्वांगीण ज्ञान पांडव-साहाय्याला धावले.

घटोत्कच-पतन, कर्ण-शक्ती अपव्यय, श्रीकृष्ण–हर्ष

रात्री युद्धात घटोत्कचाच्या राक्षसी मायेने कौरव सैन्य जेरीला आले. त्यातच श्रीकृष्णाने त्याला हेतूपुरस्सर कर्णावर आक्रमण करण्याची सूचना दिली. घटोत्कचाने कर्णाला जेरीला आणले. दुर्योधनाने कर्णाला, इंद्राने कर्णाला दिलेले शस्त्र–अमोघ शक्ती–वापरून, घटोत्कचवधाची विनंती केली. ते शस्त्र अर्जुनालाही दाद देणारे नव्हते. कर्णाने म्हटले, 'ती शक्ती मी अर्जुनाला मारण्यासाठी राखून ठेवली आहे.' दुर्योधन म्हणाला 'अरे! घटोत्कचाच्या हातून आज वाचलो, तर अर्जुनाच्याशी लढण्याचा प्रसंग येणार ना ? टाक ती शक्ती घटोत्कचावर.' कर्णाने नाइलाजाने ती अमोघ वासवी-शक्ती घटोत्कचावर सोडली. ती शक्ती आपल्याला निश्चित मारणार हे लक्षात आल्यावर, भौतिक प्रगतीत विलक्षण ज्ञान प्राप्त केलेल्या त्या वीर घटोत्कचाने एकदम रासायनिक धुरातून असे अक्राळविक्राळ रूप कौरव सेनेसमोर, त्या रात्रीच्या वेळी उभे केले की, हा घटोत्कचाचाच विक्राळ देह आहे, असे वाटून भीतीनेच घटोत्कचाची धास्ती घेतलेले अनेक कौरव-वीर, भीतीच्या धक्क्यानेच मरण पावले. कर्णाच्या अमोघ शक्तीने जरी घटोत्कच मेला, तरी मरताना त्याने पांडवांचे भले केलेच.

श्रीकृष्णाचा डाव सफल झाला. कर्णाच्या शक्तीचा अपव्यय झाला. अर्जुनाला असलेला धोका नाहीसा झाला. किंबहुना कर्णाचा मृत्यूही नक्की झाला. आणि त्याचबरोबर लोककल्याणकारी प्रकल्पांना-यज्ञांना-त्रासदायक होणारा एक राक्षसही परस्पर नष्ट झाला. प्रकल्प-यज्ञ-वादी धर्मात्मे त्यामुळे निर्भय झाले.

द्रोणवध, नारायणास्त्राचा उपशम, व श्रीकृष्ण

पराभवाने अगतिक झालेला दुर्योधन द्रोणांना फारच लागट आणि बोचक बोलला. द्रोण संतप्त झाले. ते पांडव सैन्यावर तुटून पडले.

त्यांनी अस्त्रे न येणाऱ्या सैन्यावर अस्त्रे टाकण्याचा व संहार करण्याचा अधर्म आरंभला. श्रीकृष्णाने जाणले की आता द्रोण वध्य ठरला आहे.

श्रीकृष्णाने भीमाकरवी पांडवसेनेतला अश्वत्थामा नावाचा एक हत्ती मुद्दाम मारवला. आणि 'अश्वत्थामा मारला गेला,' अशी सर्व सैन्यात वदंता पसरवली. पण आधी द्रोणांच्याजवळ जाऊन 'अश्वत्थामा मारला गेला,' अशी घोषणा भीमाने श्रीकृष्णाच्याच सूचनेने केली.

द्रोणाचार्य पुत्रशोकाने व्याकूळ झाले. त्यांनी शोकाच्या भरात एक कृपाचार्य या अश्वत्थाम्याला मामाला, विचारण्याऐवजी सत्यवादी म्हणून धर्मराजासारख्या शत्रूकडे ते गेले. पण धर्मराजाच्या धर्माचरणाला श्रीकृष्णाच्या व्यवहारवादाचा डोळसपणा आला आहे, हे ते विसरले.

श्रीकृष्णाला ही कल्पना होती की, द्रोण धर्माला, विचारणारच. धर्म हा सत्य घटना सांगायला पुढे सरसावणार. त्याला जरा समजावणे आवश्यक आहे. श्रीकृष्णाने समजविल्याप्रमाणे धर्म अर्धसत्य बोलला. म्हणजे 'अश्वत्थामा मारला गेला. नरो वा कुंजरो वा!' असे तो द्रोणांसमोर म्हणाला. ठरल्याप्रमाणे श्रीकृष्णाने रणवाद्यांचा कल्लोळ केला. 'नरो वा कुंजरो वा' हे धर्मराजाचे शब्द रणवाद्यांच्या ध्वनीत बुडवून टाकले. धर्माचरणाला फार धक्का न लावता, त्याचा जीवनरथ श्रीकृष्णाने व्यवहारवादाच्या भूमीवर उतरवला.

द्रोणांनी धर्माच्या तोंडची वार्ता ऐकली व ते रणांगणावरच प्रायोपवेशन करून बसले. लाक्षणिक अर्थाने, धर्मानेच अर्धसत्याचा आश्रय करून सद्धर्मसंस्थापनेसाठी अधर्माचा नायनाट केला,–दृष्टद्युम्नाने, त्यांचा वध केला.

अश्वत्थाम्याला हे कळले त्याने संतापून नारायणास्त्र सोडले. पांडवसेना दग्ध होऊ लागली. नारायणास्त्र हे बहुधा अणु–अस्त्रासारखे असावे. ते श्रीकृष्णास माहीत असावेच. त्यावरचा उपाय म्हणजे शस्त्र खाली टाकून नमस्कार करणे, म्हणजेच रणांगणावरील खड्ड्यात आश्रय घेऊन अस्त्र शमेतो स्वस्थ राहाणे. श्रीकृष्णाने तशी ग्वाही फिरवली. त्यामुळे नारायणास्त्र पांडवसंहार न करता फुकट गेले. व्यासांनी अश्वत्थाम्याला एक सत्य पटवले, जिकडे श्रीकृष्ण तिकडे जय!

भालबा केळकर

अनुक्रमणिका.

भीष्मपर्व.

द्रोणपर्व.

प्रतिज्ञापर्व.

जयद्रथवधपर्व.

घटोत्कचवधपर्व.

द्रोणवधपर्व.

नारायणास्त्रमोक्षपर्व.

श्रीमन्महाभारत.

भीष्मपर्व.

अध्याय पहिला.

मंगलाचरण.

ॐ

नारायणं नमस्कृत्य नरं चैव नरोत्तमम् ।
देवीं सरस्वतीं चैव ततो जयमुदीरयेत् ॥

ह्या अखिल ब्रह्मांडांतील यच्चयावत् स्थावरजंगम पदार्थांच्या ठिकाणीं चिदाभासरूपानें प्रत्ययास येणारा जो नरसंज्ञक जीवात्मा, नरसंज्ञक जीवात्म्यास सदासर्वकाळ आश्रय देणारा जो नारायण नामक कारणात्मा, आणि नरनारायणात्मक कार्यकारणसृष्टीहून पृथक् व श्रेष्ठ असा जो नरोत्तमसंज्ञक सच्चिदानंदरूप परमात्मा, त्या सर्वांस मी अभिवंदन करितों; तसेंच, नर, नारायण व नरोत्तम ह्या तीन तत्त्वांचें यथार्थ ज्ञान करून देणारी देवी जी सरस्वती, तिलाही मी अभिवंदन करितों; आणि त्या परमकारुणिक जगन्मातेनें लोकहित करण्याविषयीं माझ्या अंतःकरणांत जी स्फूर्ति उत्पन्न केली आहे, तिच्या साहाय्यानें ह्या भवबंधविमोचक जय म्हणजे महाभारत ग्रंथाच्या भीष्मपर्वास आरंभ करितों. प्रत्येक धर्मशील पुरुषानें सर्वपुरुषार्थप्रतिपादक अशा शास्त्राचें विवेचन करितांना प्रथम नर, नारायण आणि नरोत्तम ह्या भगवन्मूर्तींचें ध्यान करून नंतर प्रतिपाद्य विषयाचें निरूपण करण्यास प्रवृत्त व्हावें हें सर्वथैव इष्ट होय.

सैन्याशिक्षण.

अनमेजय प्रश्न करितोः—हे तपोनिधे वैशंपायन, मागील पर्वांत, पांडवांनीं कौरवांबरोबर साम करण्याचा केलेला सर्व उद्योग विफल होऊन, दुर्योधनाचे हट्टामुळें गोष्ट युद्धावर येऊन ठेपली, व निरुपायास्तव पांडवांनीं युद्धाची तयारी केली, कौरव तर आपण होऊन युद्धोद्युक्त होतेच, येथपर्यंत इतिहास मीं आपले मुखानें ऐकिला. आतां माझा प्रश्न असा आहे कीं, युद्धार्थ उभय सैन्यें रणांगणीं येऊन उभीं राहिलीं असतां, नानादेशांतून एकत्र मिळा-

लेले महानुभाव कौरवपक्षीय भूपाल वीर तसेच पांडवपक्षीय सोमकप्रभृति नृपाल योद्धे हे कशा प्रकारें लढले ?

वैशंपायन सांगतातः—हे राजा, कुरु राजानें जेथें मूळ तप केलें, त्या पवित्र अशा कुरुक्षेत्रीं कौरव, आणि पांडव व सोमकप्रभृति वीर कशा प्रकारें लढले, तें मी तुला सांगतों, श्रवण कर. वेदाध्ययनसंपन्न व युद्धोत्सुक असे महाबलाढ्य पांडव, युद्धांत आपण जय मिळवूंच अशी खातरी वाटून, प्रतिपक्ष्यास जिंकण्याचे उत्कंठेनें आपल्या साहाय्यकर्त्या सोमकप्रभृति राजांसह आपलें सर्व सैन्य समागमें घेऊन कुरुक्षेत्रीं प्राप्त झाले; व त्या क्षेत्राचे पश्चिम भागाला, पूर्वेकडे तोंड करून, दुर्योधनाचे दुर्धर्ष सैन्यासन्निधच तळ देऊन राहिले. इकडे कौरवही त्यांचे समोर पश्चिमाभिमुख होऊन पूर्वभागाला तळ देऊन बसले.

सैन्याच्या समावेशाकरितां युधिष्ठिरानें समंतपंचकाचे बाहेरील बाजूला लक्षावधि यथाशास्त्र शिबिरें निर्माण केलीं. कौरवपांडवीययुद्धार्थ सर्व देशांतून पुरुष व वाहनें इतकीं संख्यातीत आलीं होतीं कीं, बाल आणि वृद्धशिवाय करून उभ्या पृथ्वींत कोणीही पुरुष शिलक राहिला नव्हता; आणि हत्ती, घोडे व रथ यांचें तर बाहेर नांव देखील उरलें नव्हतें. कुरुक्षेत्रापलीकडे सर्व पृथ्वी ओसच पडली होती, असें म्हटलें तरी शोभेल. राजा, या जंबुद्वीपाच्या जेवढ्या म्हणून भागावर सूर्यप्रकाश पडतो, तेवढ्या सर्व भागांतील लोक त्या सैन्यांत एकवटले होते. अर्थात्, असल्या त्या अवाढव्य सैन्याचें कडें कोसोगणती सभोंवार पडलें असून त्यांत कित्येक देश, नद्या, डोंगर व अरण्यें झांकून गेलीं होतीं. त्या सैन्यांत आर्यावर्तांतील ब्राह्मणक्षत्रियप्रभृति सर्व वर्णांचे लोक मिळाले असून ह्यांखेरीज सरहद्दीवरचे मुलखांतून राहाणारे कैवर्त, म्लेंच्छ, आंध्र, इत्यादिकही जमले होते; तथापि, राजा, युधिष्ठिरानें त्या सर्वेही भिन्न भिन्न लोकांची ज्याच्या त्याच्या पद्धतीनें खाणें, जेवणें, फराळ वगैरेंची उत्तम प्रकारें व्यवस्था लावून, रात्रौ शयनार्थ नानाप्रकारच्या शय्यांचीही तरतूद ठेविली. उदयीक युद्धारंभ होणार, तत्पूर्वीं, आपणांकडील वीर कोण व प्रतिपक्षी कोण ह्याबद्दल घोंटाळा न पडावा म्हणून युधिष्ठिरानें आपल्या पक्षांतील लोकांना कांहीं एक खुणेचे शब्द सांगून ठेविले. त्याशिवाय, स्वपक्षीयांना कांहीं विशेष तऱ्हेच्या निशाण्या, बिल्ले, तशाच विशिष्ट प्रकारच्या संज्ञा किंवा नांवें आणि खुणेचे अलंकारही त्यानें देऊन ठेविले. अशाकरितां कीं, पांडवीयानें पांडवीयाला मारूं नये.

समोर पांडवांकडील ध्वज फडकलेला दृष्टीस पडतांच, शहाण्या दुर्योधनानेंही आपल्या पक्षाचे सर्व राजे मिळवून त्यांसह पांडवांचे तोडीस तोड सैन्याची व्यूहरचना केली; व भोंवतीं हजारों हत्तींचा गराडा असून त्याचे मध्यभागीं आपले सर्व भावांनीं परिवेष्टित होत्साता दुर्योधन आपण उभा राहिला. त्या वेळीं त्याचे माथ्यावर शुभ्र असें छत्र धरिलेलें होतें. पांचालांना युद्धाची हौसच होती; तशांत दुर्योधन युद्धार्थ सज्ज झालेला पाहून त्यांस फारच हर्ष झाला. मग त्या हर्षभरांत सर्वांनीं मोठमोठाले शंख फुंकले, व मधुर शब्द करणाऱ्या नौबदीही ठोकिल्या. आपली सेना या प्रकारें उल्हासित झालेली पहातांच सर्व पांडवांना व बलवान् वसुदेवालाही अत्यानंद होऊन स्फुरण चढलें. नंतर ते पुरुषव्याघ्र अर्जुन व कृष्ण हे रथावर बसले असतां त्यांनीं हर्षोत्कर्षानें आपले देवदत्त व पांचजन्य नामक शंख वाजविले. त्या उभय शंखांचा ध्वनि कानीं पडतांच

योद्ध्यांची तिरपीट उडाली, व कित्येकांचीं तर दोन्ही द्वारें सुटलीं! राजा, सिंहाची गर्जना ऐकून सामान्य श्वापदें घाबरून जातात, त्याप्रमाणेंच त्या शंखांचे शब्दश्रवणानें सैन्याची अवस्था होऊन, त्याचें तत्काल अवसानच खचलें; आणि भयानें सैन्य सैरावैरा धावूं लागलें असतां त्या रणभूमीवरून धुळीचे असे कांहीं लोळचे लोळ उठले कीं, दिवस असतांही सूर्य त्यापायीं एकदम अस्तमित झाल्याप्रमाणें लोपला गेला, व कोणाला कांहींच दिसेना, कांहींच ओळखेना, अशी स्थिति झाली! इतक्यांत रक्तमांसाचा तेथें पाऊस पडूं लागला! व सर्व सैन्यें दशदिशा धावूं लागलीं; त्यामुळें तोच एक तऱ्हेचा चमत्कार होऊन राहिला! इतक्यांत हलकेच वायूनेंही सुरुवात केली. तो वायु अशा तऱ्हेचा कीं, त्याबरोबर भूमीवरील वाळूंतील बारीक बारीक खडे उडून जात. तसल्या त्या वालुकायुक्त वायूनें सैन्यांतील शेंकडों हजारों योद्धे सडकून काढिले. राजा, अशी स्थिति असतांही उभय सैन्यांना असलें कांहीं विलक्षण स्फुरण चढलें होतें कीं, तीं सैन्यें युद्धार्थ सज्ज होऊन खवळलेल्या समुद्राप्रमाणें उसळतच त्या कुरुक्षेत्रांत उभीं राहिलीं; पुढें तीं सैन्यें जेव्हां एकमेकांशीं भिडलीं, तेव्हांचा देखावा तर, युगांत प्राप्त झाला असतां परस्परांशीं टक्कर घेणाऱ्या दोन सागरांच्या संगमाप्रमाणें फारच अद्भुत असा दिसत होता. पोरें–सोरें व म्हातारींकोतारीं वजा करून पृथ्वींतील सर्व पुरुष, तसेच रथ, अश्व व गज तेथें जमा झाले असून सर्व पृथ्वी जशी ओसाड पडली होती!

युद्धनियम.

असो; अशी अवाढव्य सेना एकत्र केल्यावर त्या कौरव-पांडव-सोमकांनीं युद्धाचे निर्बंध ठरविले, ते असेः–उभय पक्षांचा विरोध केवळ प्राप्त असलेल्या युद्धाचे कालींच असावा; युद्ध संपतांच पूर्ववत् स्नेहभाव किंवा प्रेम रहावें. प्रतिद्वंद्वी जोडीस जोड असावे; एक सबल व एक दुर्बल अशा तऱ्हेच्या जोड्या लावून अन्याय करूं नये. कोणी कोणास फसवूं नये. एखाद्यानें शब्दांचा हल्ला केला असतां शब्दांनींच त्याची प्रतिक्रिया करावी, त्यावर हत्यार उपसूं नये. सेनेंतून ज्यांनीं अंग काढिलें, अशांना कांहीं झालें तरी मारूं नये. रथ्यानें रथी याशींच लढावें; गजारोहीनें गजारोही याशीं, घोडेस्वारानें घोडेस्वाराशीं व पदातीनें पदातीशींच लढावें. सारांश, उभय योद्ध्यांचें बल, उत्साह, वय, इच्छा यांचा मेळ पाहून जोड्या लाविल्या जाव्या. कोणीही प्रतिपक्ष्यावर प्रहार करणें तो त्याला राजरोस हांक देऊन सावध करून मग करावा; तो गैरसावध किंवा घायाळ असतां, किंवा आपल्यावर कोणी हल्ला करीत नाहीं अशा समजुतीनें स्वस्थ बसल असतां करूं नये. त्याचप्रमाणें, प्रतिपक्षी दुसऱ्या कोणाशीं लढण्यांत गुंतला असतां त्यावरच प्रहार करूं नये. तसेंच, जो शरण आला, युद्धविमुख झाला, शस्त्रहीन किंवा कवचहीन झाला, अशावर केव्हांही अस्त्र टाकूं नये. सारथी, घोडे व योद्ध्यांस शस्त्रें आणून पुरविणारे लोक, तसेच शंख, नौबदी वगैरे रणवाद्यें वाजविणारे लोक यांवर प्रहार करूं नये.

याप्रमाणें त्या कुरु-पांडव-सोमकांनीं परस्पर युद्धाचे नियम ठरविले, व एकमेकांची तयारी पाहून ते आपापले ठिकाणीं दंग होऊन राहिले. नंतर बाकी सर्व गोष्टींचें लक्षपूर्वक निरीक्षण करून, आपापले परी मोठे संतुष्ट होत्साते आपापले सैनिकांसह प्रसन्न वृत्तीनें ते सर्वही पुरुषश्रेष्ठ युद्धप्रतीक्षा करीत बसले.

अध्याय दुसरा.

—:०:—

व्यास-धृतराष्ट्र-संवाद.

वैशंपायन सांगतातः—हे जनमेजया, या प्रकारें कौरव-पांडवांकडील सैन्यें युद्धार्थ उद्युक्त होऊन कुरुक्षेत्रीं पूर्वपश्चिम बाजूंना तळ देऊन राहिलेलीं समक्ष अवलोकन करून, आणि आतां यांचें कुलघातक असें अति घोर रणकंदन माजणार ही गोष्ट डोळ्यांपुढें उभी राहून, सर्व वेदवेत्त्यांचे मुकुटमणि भारतांचे पितामह सत्यवतीपुत्र त्रिकालज्ञ भगवान् व्यास मुनि हे, दुर्योधनादि स्वपुत्रांनीं मांडलेल्या अनीतीबद्दलचे विचार मनांत घोळत असल्यामुळें दुःखीकष्टी होऊन एकांतांत शोक करीत बसलेल्या धृतराष्ट्राला भेटून म्हणाले, " हे राजा, तुझे पुत्र व त्यांचे अनुयायी इतर राजे यांचा काल खचित फिरला आहे; आणि म्हणूनच हे आतां युद्धांत एकमेकांच्या नरडीचा घोट घेऊन सर्व मृत्यु पावणार; व ही गोष्ट आतां कांहीं केल्या टळणारी नाहीं. यास्तव, हे पुत्रा, माझें तुला इतकेंच सांगणें आहे कीं, हे सर्व अशा प्रकारें नाश पावावे हें सर्वभक्षक कालाचेंच चेष्टित होय, असें पक्कें ओळख; आणि व्यर्थ शोक करीत बसूं नको हे मनुजेंद्रा, युद्ध व नाश हीं तर ठरलींच; तथापि या सर्वांचें रणभूमीवरील युद्धकौतुक पहावें अशी जर तुझी इच्छा असेल, तर मी तुला डोळे देतों, आणि तूं कुरुक्षेत्रांत चाललेलें युद्ध प्रत्यक्ष पहा. "

धृतराष्ट्रानें उत्तर केलें:—हे ब्रह्मर्षिश्रेष्ठा, युद्धांत स्वज्ञाति पटापट वध पावत असतां मीं तें डोळ्यांनीं पहावें, हें मला रुचत नाहीं; तेव्हां मला डोळे नकोत. मात्र आपल्या दिव्य प्रभावानें या संग्रामाची इत्थंभूत हकीगत बसल्या ठिकाणीं कानीं यावी, एवढी माझी इच्छा आहे, ती पूर्ण करावी.

वैशंपायन सांगतातः—हे राजा, धृतराष्ट्राची ही विनंती ऐकून, वाटेल तो वर देण्याविषयीं समर्थ अशा व्यास मुनींनीं संजयाला वर देऊन धृतराष्ट्राला म्हटलें, " राजा, हा संजय तुला या भारती युद्धाचा वृत्तांत अक्षरशः कथन करील. मीं याला स्वभावानें दिव्यचक्षु दिले आहेत. तेव्हां युद्धभूमीवर घडणारी कोणतीही गोष्ट याचे दृष्टिआड अशी राहाणार नाहीं. ह्याला या कामीं सर्वज्ञत्व येईल, व युद्धसंबंधीं कोणतीही उघड किंवा गुप्त, दिवसा किंवा रात्रीं घडलेली, व बाहेरील किंवा नुसती कोणीं मनांत आणिलेली सुद्धां गोष्ट याला पूर्णपणें कळेल; आणि ती तो तुला तशीच सांगेल. याचा शस्त्रांनीं वध होणार नाहीं, कितीही श्रम केले तरी याला थकवा येणार नाहीं, आणि हा गावल्गणाचा पुत्र (संजय) या घोर युद्धांतून जिवंत सुटेल. सारांश, युद्धेतिहासकथनाचें काम याजकडून निर्विघ्न पार पडेल; आणि, हे भरतश्रेष्ठा, हे कुरुवंशज जरी देहरूपानें नष्ट होणार आहेत, तरी हे कीर्तिरूपानें अक्षय जिवंत रहातील अशी तजवीज स्वतः मी करीन. मी यांचा इतिहास लिहून ठेवून यांना अजरामर करून ठेवीन; तूं कांहीं खेद करूं नको. हे नरव्याघ्रा, हा युद्धरूप अनर्थ अदृष्टानेंच पूर्वसंकेतित असल्यानें याचें नियमन करणें आपल्या शक्तीबाहेर आहे, हें ध्यानांत आण; आणि शोक सोडून दे. एवढें मात्र लक्षांत ठेव कीं, या युद्धांत 'जिकडे धर्म तिकडेच जय' येणार. "

दुश्चिन्हकथन.

वैशंपायन सांगतातः—हे राजा, महाभाग कुरुपितामह वेदव्यासांनीं या प्रकारें धृतराष्ट्राचें सांत्वन करून पुनरपि त्यास म्हटलें, " हे महाराजा, या युद्धांत तुझे ज्ञातीचा केवळ फडशा

उडणार आहे, व त्याचीं सूचक अशीं भयंकर दुश्चिन्हें माझे नजरेस येत आहेत. प्रेतें खाणारे पक्षी जे ससाणे, गिधाडें, कावळे, कंक, बक इत्यादि, त्यांच्या झुंडीच्या झुंडी युद्धांगणाचे आसपासचे वृक्षाग्रांवर येऊन एकमेळानें बसत आहेत; व आपणांस आतां हत्ती, घोडे वगैरेंच्या मांसाची यथेच्छ मेजवानी मिळेल म्हणून आनंदित होऊन मोठ्या आतुरतेनें समोर युद्धभूमीकडे टक लावून बसले आहेत. मोठे भयंकर व भयसूचक कंक पक्षी कर्कश असा शब्द करीत रणांगणामधून दक्षिणच्या बाजूला फेऱ्या घालीत आहेत. हे भारता, अलीकडे प्रतिदिवशीं पूर्वापर संध्यासमयीं सूर्योदयाचे व सूर्यास्ताचे वेळीं सूर्य धडांनीं आच्छादिलेला पहातों; व संध्यासमयीं, मध्यें काळा पट्टा असून एकीकडे पांढरा व पलीकडे तांबडा अशा तीन रंगांचे पट्ट्यांचें खळें सूर्याला वेढून टाकितांना दृष्टीस पडतें. चंद्र, सूर्य व नक्षत्रें हीं दिवसरात्र सारखींच प्रकाशतात; आणि अहोरात्र क्षयतिथीचा योग असून पापग्रहानें ग्रस्त असा अमावास्येचा सूर्येंदुसंगम दिसतो, हें तर निखालस: महद्भयसूचक आहे. एरवीं कार्तिकपौर्णिमेला म्हणजे चंद्रप्रकाश कसा उज्ज्वल असावयाचा; परंतु कालचे कार्तिकीला मीं पाहिलें तों आकाश रक्तवर्ण असून त्यांत चंद्र अंधक व निष्प्रभ आणि लालसर दिसत होता. या चिन्हांवरून, अर्गळांप्रमाणें बळकट व पल्लेदार ज्यांचे बाहु आहेत, असले शूर राजे व राजपुत्र हे वध पावून आपल्या शवांनीं सर्व रणभूमि आच्छादून टाकितील असें सूचित होतें. रोज रात्रीं अंतरिक्षांत डुकर-मांजर उभयतां झगडत असून त्या वेळीं भयंकर शब्द करितांना माझे नजरेला येतात. देवतांच्या मूर्ति थरथर कांपतात; खदखद हंसतात; तोंडानें भडाभड रक्त ओकतात; कधीं घामानें डवडवतात, व कधीं तर भुईवर सपशेल पडतात ! हे राजा, कोणी न बडवितांच नगारे आपोआप वाजूं लागतात; व क्षत्रियांचे मोठमोठे रथ कोणी न चालवितां आपसुखेंच धावूं लागतात ! कोकिल, सुतार, चाष, कोंबडे, पोपट, बदक व मोर हे पक्षी कर्कश व भयप्रद शब्द करीत असतात. गोमाशा जणूं शस्त्र घेतल्यासारख्या घोड्यांचे पाठीस लागून त्यांना टोंचतात. वीर ढाली तरवारी घेऊन घोड्यांचे पाठीवर स्वार होऊन मोठमोठ्यानें ओरडत बसतात. अरुणोदयाबरोबर टोळांचे शेंकडों हजारों थवे दृष्टीस पडतात. सकाळसंध्याकाळ दशदिशा जशा पेटल्यासारख्या प्रकाशतात. हे भारता, धुळीचा व मांसकणांचा वर्षाव पर्जन्य करीत असतो. राजा, त्रैलोक्यांत प्रसिद्ध व साधूंना मान्य अशी जी ही सप्तर्षिमंडलांतील अरुंधतीची चांदणी, ती पति वसिष्ठाला मागें टाकून नभोमंडलांत पुढें चाल करून गेली. शनैश्वर रोहिणीच्याच बोकांडीं बसला आहे; तिजपासून दूर होत नाहीं, व चंद्राचें लांच्छन नष्ट झालें आहे. यावरून निश्चित महद्भय प्राप्त होणार ! आकाशांत कोठेंही ढग नसतांना भयंकर गडगडाट ऐकूं येतो, व हत्ती, घोडे वगैरे वाहनें विनाकारण रडत असून टपटपां अश्रु गाळीत आहेत !

अध्याय तिसरा.

—:०:—

दुश्चिन्हकथन.

व्यास सांगतात:—गर्दभ गाईशीं मैथुन करूं पहात आहेत; पुत्र मातांशीं रत होत आहेत; वनांतील वृक्ष अकालीं फलपुष्पयुक्त झाले आहेत, गर्भिणी व वांझोट्या स्त्रियाही प्रसवत असून त्यांना भ्यासुर व विपरीत अशी संतति होत आहे, मांसभक्षक कोल्हे, कुत्रे व

गिधाड-कावळे एकत्रच खात आहेत. तीन शिंगांचे, चार डोळ्यांचे, पांच पायांचे, दोन शिश्नांचे, दोन डोक्यांचे, दोन शेपटांचे, विक्राळ दाढांचे व वासलेल्या जाभाड्यांचे असले कुलक्षण पशु जन्मत आहेत. तीन पायांचे मोर व चार दाढा आणि शिंगें यांनीं युक्त असे तार्क्ष्य पक्षी जन्मत असून ते अशुभसूचक शब्द करीत आहेत; आणि मोठमोठ्या ब्रह्मवेत्त्यांच्या पत्नी गरुड पक्षी व मोर यांना प्रसवत आहेत.

राजा, पहावें तो घोडीला पाडी होते आहे; कुत्रीला कोल्हीं होत आहेत; शरभांना कुत्रे होत आहेत; आणि राघू अभद्र भाषण करीत आहेत. कांहीं बायकांना एकदम चार पांच पोरी होत असून त्या जन्मतांच गात, नाचत व हंसत आहेत. चांडालादि योनींत उत्पन्न झालेले लंगडे, काणे वगैरे व्यंग लोक नाचत आहेत, खिदळत आहेत व महद्भयसूचक गाणीं गात आहेत; आणि कालप्रेरणेनें सशस्त्र मूर्तींचीं चित्रें काढीत आहेत, व लहान लहान मुलें हातांत दांडकीं घेऊन लढण्याचे आवेशानें एकमेकांवर धांवत आहेत, व युद्धाची हांव धरून खेळांतील कृत्रिम नगरांवर परस्पर हल्ला करीत आहेत. भलत्याच झाडावर कुमुदें, व लहानमोठीं कमलें वाढत आहेत. जिकडे तिकडे भयंकर वावटळी उठल्या असून धूळ सारखी उडत आहे, खालीं बसत नाहीं. वारंवार भूकंप बसत असून राहु तुलाराशिस्थ सूर्याला गिळूं पहात आहे व केतु चित्रानक्षत्र सोडून स्वातीवर येऊन बसला आहे. अर्थात् राहु केतु हे एक राशीला आल्यानें विशेषतः कौरवांचा नायनाट होणार हें सूचित होत आहे. महाघोर धूमकतु पुष्यनक्षत्राला विद्ध करीत आहे. यावरून क्षत्रियवध होणार हें निःसंशय आहे. हा महाग्रह उभय सेनांचें चांगलेंच अकल्याण करील असें दिसतें. मंगळ वक्री होऊन मघांत आला आहे; बृहस्पति श्रवणांत आला आहे; व शनैश्चर पूर्वाफाल्गुनीला पीडा देत आहे. शुक्र पूर्वाभाद्रपदांत येऊन चमकत आहे, व आपल्या परिघसंज्ञक उपग्रहासह उत्तराभाद्रपदांवर जाऊं पहात आहे. सधूम अग्नीप्रमाणें दिसणारा दुसरा एक श्वेत ग्रह ज्येष्ठा नामक तेजस्वी ऐंद्र नक्षत्राला आक्रमून राहिला आहे. चित्रा व स्वाति यांचे मध्यें घुसलेला दुष्ट ग्रह राहु भडकून जाऊन, डावी घेऊन रोहिणीला त्रास देत आहे व एकस्थ चंद्रसूर्यांना गिळंकृत करूं पहात आहे. रक्तासारखा लाल ग्रह मंगळ फिरफिरून वक्री होऊन बृहस्पतीनें आक्रमिलेल्या श्रवण नक्षत्राचा पूर्ण दृष्टीनें वेध करून बसला आहे. एकाच वेळीं सर्वही ऋतूंतील धान्यें पिकून पिकांनीं सर्व पृथ्वी आच्छादून गेली आहे. जवसांना पांच पांच व साळीला तर शंभर शंभर लोंबी लागल्या आहेत. ज्यांवर सर्व जगत् अवलंबून आहे अशा लोकश्रेष्ठ ज्या धेनु, त्यांना वासरें लावतांच त्या दुधाऐवजीं रक्ताचा पान्हा सोडितात. धनुष्यांतून ज्वाळा उठत आहेत व तरवारी तर फारच लकलकत आहेत. उदक अग्नीप्रमाणें लाल होऊन राहिलें आहे, आणि ध्वज, कवचें व शस्त्रें यांची कांति आगीचे लोळाप्रमाणें दिसत आहे. यावरून युद्ध नजीक ओढवलें असून, त्यांत भयंकर क्षय होणार आहे, असें स्पष्ट सूचित होत आहे; आणि, राजा, या कौरव-पांडवांचे युद्धांत—ज्यांत मोठ-

१ कृत्तिकायां तथा पुष्ये रेवत्यांच पुनर्वसौ ॥ वेधे सति क्रमाद्वेधो वर्णेषु ब्राह्मणादिषु ॥ १ ॥ (नरपतिविजये.) अर्थः—कृत्तिका, पुष्य, रेवती व पुनर्वसु हीं क्षत्रें विद्ध झालीं असतां क्रमानें ब्राह्मण, क्षत्रिय, ैश्य व शूद्र या वर्णांचा नाश होणार असें समजावें.

मोठाले भोंवरे पडले आहेत व ध्वजरूपी क्षुद्र नावांनीं जो भरून गेला आहे असा रक्तसमुद्र पृथ्वीभर माजून रहाणारसें दिसतें. पशु व पक्षी हे तोंडें होरपळून जाऊन दाही दिशा ओरडत भटकताहेत; आणि त्या कृतीनें मोठेंच अनिष्ट व मोठेंच भय सुचवीत आहेत. ज्याला एकच पंख, एकच डोळा व एकच पाय आहे असला पक्षी रात्रभर आकाशांत घिरट्या घालीत असतो, व खवळून जाऊन इतक्या निकरानें शब्द करितो कीं, हा आतां रक्त ओकतो कीं काय असें वाटतें. हे राजेंद्रा, सांप्रत सर्व शस्त्रें जशीं पेटून राहिलीं आहेत. उदार सप्तर्षींची प्रभा झांकून गेली आहे. वर्षभर राहाणारे ग्रह बृहस्पति व शनैश्चर हे अतिशय प्रज्वलित झाले असून उभयही विशाखा नक्षत्रासमीप आहेत. एकच महिन्यांत चंद्र व सूर्य या दोघांनाही ग्रहणें लागलीं, व तींही पौर्णिमाअमावास्येस नसून त्रयोदशीला. अर्थात्, यावरून प्रजेचा नाश होणार हें खास. सभोंवार धुळीचा पाऊस पडून सर्व दिशा विशोभित दिसूं लागल्या आहेत. भयंकर व औत्पातिक मेघ रात्रौ रक्तवर्षाव करितात. राहु चित्रा नक्षत्रीं बसल्या बसल्या कृत्तिकेला मोठ्या क्रूरतेनें पिडा करीत आहे. धूमकेतूचे सूचक सतत वारे सुटले आहेत, व हे सर्वांना धाय मोकलून रडावयास लावणारे महद्भय दर्शवीत आहेत. क्षत्रियांना प्रतिकूल अशा तीनही नक्षत्रांना व्यापून एक एक पापग्रह शीर्षस्थानीं किंवा कलशस्थानीं बसला आहे, यावरून अत्यंत भयसूचित होत आहे. बाबारे, आजपर्यंत चौदा दिवसांचा, पंधरा दिवसांचा किंवा प्रसंगीं सोळाही दिवसांचा पंधरवडा पडलेला मीं ऐकिला आहे; परंतु तेरा दिवसांचा पंधरवडा हा याच वेळीं आला आहे; हा आजपर्यंत केवळ अश्रुतपूर्व होय; व त्यांतही एकाच महिन्यांत चंद्र व सूर्य या दोघांनाही ग्रहणें लागणें—आणि तींही त्रयोदशीला लागणें हें तर त्याहून विपरीत आहे. दर्श-पौर्णिमासी सोडून त्रयोदशीला ग्रहण लागणें हें तर अत्यंतच अनिष्ट आहे. तशांत वद्यचतुर्दशीला तीव्र मांसवर्षाव झाला, व त्या वेळीं राक्षस तोंडभर रक्त प्याले असूनही त्यांची तृप्ति झाली नाहीं. गंगादि महानद्या उलट वाहूं लागल्या आहेत; बारीकसारीक नद्यांत पाण्याऐवजीं रक्तच वहात आहे; आड, विहिरी एकसारख्या फेंसळत असून बैलाप्रमाणें गर्जत आहेत; आणि इंद्रवज्राप्रमाणें तेजस्वी उल्का मोठा कडकडाट करीत खालीं पडत आहेत !

राजा, आजची एवढी रात्र लोटूं दे, कीं तुमच्या अनीतीचें फळ तुम्हांला मिळेल. सर्व दिशांना गडद अंधकार पडल्या कारणानें महर्षि हातांत मोठमोठ्या चुडी घेऊन बाहेर पडले असून एकमेकांना भेटून ' ही भूमि हजारों राजांचें रक्त प्राशन करील ' म्हणून भाकित बोलत आहेत. हे प्रभो, कैलास, मंदर, तसाच हिमगिरि या पर्वतांवर हजारों तऱ्हेचे विचित्र व भयंकर शब्द उठत असून त्यांचीं शिखरें धडाधड खालीं कोसळत आहेत. पृथक् असणारे चारही महासागर भूकंपामुळें फुगून जाऊन आपापली मर्यादा सोडून बाहेर उसळत आहेत, व सर्व पृथ्वींत त्यांनीं चळवळ उडवून दिली आहे. वाळूचे खडे उडवून नेणारे सोसाट्याचे वारे वृक्षांना मोडीत चालले आहेत. वावटळींच्या व उल्कापातांच्या तडाक्यांनीं खेड्यापाड्यांत व नगरांत वृक्ष व आयतनें कोसळत आहेत. ब्राह्मणांनीं आहुति दिल्या असतां अग्नि निळ्या, तांबड्या व पिंवळ्या ज्वाला डावे

---

१ गजपति, २ अश्वपति व ३ नरपति हे क्षत्रियांचे वर्ण, व या एकेकाला अनिष्ट असें जें एक एक नक्षत्र तें पापग्रहग्रस्त झाल्यानें, सर्व क्षत्रियांचा ध्वंस होणार.

झोंकावर टाकीत असून त्यांतून अति भयंकर तिडतिड शब्द उठत आहे, व अतिशय दुर्गंध पसरत आहे. राजा, स्पर्श, रस व गंध यांचें स्वरूपच फिरून गेलें आहे. रथाग्रीं ध्वज एकसारखे गदगद हालत असून त्यांतून धुराचे लोळ उठत आहेत. मगारे व काहली यांवर टिपरूं टाकिलें असतां त्यांतून तडातड ठिणग्यांचा वर्षाव होतो. फलपुष्पांनीं गजबजलेल्या वृक्षांच्या शेंड्यांभोंवतीं कावळे अप्रदक्षिण घिरट्या घालीत असून उग्र आक्रोश करीत आहेत;व अति कर्कश स्वरानें 'पृकाव्-पृकाव्' असा शब्द करीत ध्वजांत लपत आहेत, व या आपल्या कृतीनें पृथ्वीपालांचा क्षय सुचवीत आहेत! द्वाड मत्त हत्ती थरारून जाऊन मूत्रपुरीष टाकीत आहेत, व सुण्ण होऊन उभे आहेत. सर्व घोडे जसे दीन दिसत आहेत, व हत्तींच्या अंगाचें पाणीपाणी झालें आहे. असा हा सर्व प्रकार ऐकून, जेणेंकरून या लोकांचा उच्छेद होणार नाहीं असें कांहीं समयोचित वर्तन तूं कर.

वैशंपायन सांगतातः—हे राजा, पिता व्यासांचें हें भाषण ऐकून धृतराष्ट्रानें उत्तर केलें "मला वाटतें कीं, या प्रकारें नरक्षय होणार हें पूर्वींच ठरलेलें आहे; तें मजसारख्याला टाळतां येणार नाहीं. शिवाय, क्षात्रधर्म पालन करण्यांत राजे जर युद्धांत मरण पावतील, तर त्यांना वीरपुरुषोचित लोक प्राप्त होऊन केवल सुख मिळेल. एवंच, या प्रसंगानें शूर पुरुषांना इहलोकीं कीर्ति व परलोकीं दीर्घकाल महत्सुख रणांत प्राणत्याग झाला असतां मिळणार आहे, त्यांत वाईटसें कांहीं नाहीं!"

जनमेजया, धृतराष्ट्राचे हे शब्द ऐकून, 'तुझें म्हणणें ठीक आहे' असें त्याला सांगून कविश्रेष्ठ व्यास मुनि पुत्रमोहानें धृतराष्ट्रासंबंधें क्षणैक विचार करण्यांत गुंतले. मग क्षणभर विचार करून पुनरपि धृतराष्ट्राला म्हणाले, "हे नरश्रेष्ठा, काल हाच या जगताचा संक्षय व पुनरुत्पत्ति करीत असतो; आणि कालाच्या तडाक्यापुढें या लोकांत चिरस्थायी असें कांहींच नाहीं, हें जरी खरें, तरी तुझे आप्त, मित्र, ज्ञाति व कौरव यांना धर्मविहित मार्ग दाखविणें तुला उचित आहे. बरें, तूं मनांत आणशील तर यांना अमार्गापासून निवृत्त करूं शकशील. बाबारे, स्वहितार्थ स्वजातिवध करविणें हें कृत्य अप्रशस्त आहे. निदान मला तरी हें प्रिय नाहीं; यासाठीं हें तूं करूं नको. हे नरेंद्रा, दुर्योधन हा पुत्रमिषानें तुझ्या कुलाचा कालच उत्पन्न झाला आहे हें समज. श्रुतीला वध मान्य नाहीं; व त्यापासून कधीं कोणाचें हितही झालें नाहीं. आपलें केवळ शरीरच असा जो आपला कुलधर्म त्याला जो हाणून पाडितो, त्याला तो धर्मही उलट तसेंच करितो. अनर्थाचा प्रतिकार करण्याचें अंगीं सामर्थ्य असूनही एखाद्या विपत्तींत सांपडलेल्या मनुष्याप्रमाणें कालप्रभावानें तूं आडमार्गांत शिरून स्वकुलाच्या व अन्य भूपालांच्या नाशाला कारण होत आहेस. हे नराधिपा, तुझा हा राज्यलोभ नव्हे, हा मूर्तिमंत नाश आहे, असें मी समजतों. बाबारे, तूं धर्माला साफ विसरलासेंसें दिसतें. असें करूं नको. धर्माचा अवलंब कर व मुलांनाही धर्माची वाट दाखीव. हे शूरा, ज्या पायीं एवढें पाप तुझे पदरीं येतें, असलें हें राज्य तूं कां कवटाळून धरिलें आहेस? धर्माचा अवलंब केल्यानें तुला या लोकीं यश व कीर्ति मिळून परत्रीं

१ या ठिकाणीं मूळ संस्कृतांत 'पक्वापक्वेति' असे शब्द असून, टीकाकारांनीं श्लेषबलानें त्यांचा अर्थ '(वीर) मरणाला पक्व झाले' असें कावळे आपल्या 'पक्वा' या ध्वनीनें सुचवीत होते, असा केला आहे, व तो ठीकही आहे.

स्वर्ग प्राप्त होईल. पांडवांना त्यांचें राज्य मिळूं दे, व कौरवांना त्यांशीं शम करावयास लाव.

राजा, विप्रश्रेष्ठ व्यास या प्रकारें बोलत असतां, ज्ञाता अंबिकापुत्र धृतराष्ट्र त्यांचे भाषणाआड येऊन त्यांना म्हणाला, " आपण जसे ज्ञाते आहां, तसाच मीही आहें; वस्तूंची स्थिति व विनाश हीं मला बरोबर रीतीनें समजून चुकलीं आहेत. परंतु. हे तात, स्वार्थाची गोष्ट आली म्हणजे मनुष्यांना भुरळ पडते, अशी आहे लोकांची रीत; आणि मी कांहीं लोकांवेगळा नाहीं. अर्थात्, तोच न्याय मलाही लागू आहे. सारांश, माझें ज्ञान असून फुकट आहे; कारण, स्वार्थापुढें तें लटकें पडतें. परंतु आपली गोष्ट तशी नाहीं. आपण वीतराग आहां. राज्यलोभादि स्वार्थ आपणास नसल्यानें, आपली बुद्धि अचल व ज्ञान अविकृत आहे. आपला प्रभावही केवळ अतुल आहे. यास्तव, मी आपल्या पायां पडून सांगतों कीं, आपणच आमचे मार्गदर्शक होऊन आमची धडगत लावावी. कारण अधर्म करावा हें मला योग्य नाहीं व प्रियही नाहीं; पण करूं काय? माझे मुलगे माझ्या कह्यांत नाहींत, यामुळें माझा निरुपाय आहे; तेव्हां आपण मार्गदर्शी व्हावें. कारण, या भरतकुलाचें यश व नांवलौकिक राखणारे आपणच असून उभयतः कौरव पांडवांचे परमपूज्य पितामह आपणच असल्यामुळें, यांना धर्माचें वळण लावण्याचाही अधिकार वडीलपणामुळें आपलाच आहे. "

जनमेजया, धृतराष्ट्राचें हें भाषण ऐकून व्यास म्हणाले, " हे विचित्रवीर्यपुत्रा, तुझ्या मनांत जें कांहीं असेल तें मोकळेपणानें मला सांग. तुझी कसलीही शंका असली तरी मी ती दूर करण्यास सिद्ध आहें. " धृतराष्ट्र म्हणाला, " भगवन्, आपण अपजयसूचक चिन्हें मला सांगितलीं, परंतु संग्रामांत जयप्राप्ति सुचविणारीं चिन्हें कोणतीं तीं कृपा करून मला ऐकवावीं." हें ऐकून व्यास म्हणाले:-ठीक आहे; आतां

जयचिन्हवर्णन

ऐक. जय व्हावयाचा असल म्हणजे कुंडांतील अग्नि निर्धूम व प्रसन्न दिसतो; त्याच्या ज्वाला निघतांच थेट वर जाऊन मग उजव्या वळणावर वळतात, व आहुति दिल्या असतां तृप्तिकारक सुगंध सुटतो. शंख, मृदंग, वगैरे वाद्यांचे शब्द मोठे गंभीर व उदार होतात; व सूर्यचंद्राचीं किरणें अत्यंत निर्मल असतात. घराबाहेर पडलेल्या किंवा पडूं पहाणाऱ्या लोकांना अनुकूल असे वायसांचे शब्द कानीं पडतात. मनुष्य कोणत्याही कार्यसिद्धीकरितां मार्गक्रमण करूं लागला, आणि त्या समयीं कावळे मागें असले, तर निःसंशय सिद्धि येणार असें समजावें. कारण अशा प्रसंगीं ते मागें राहून त्वरेनें गमन करण्याविषयीं सुचवितात; व समोर येऊन प्रतिबंध करितात; अर्थात् जाऊं नये असें सुचवितात. राजहंस, राघू, करकोंचे व सुतार हे पक्षी शुभ शब्द करून उजवी घालून जातात असें पाहिलें म्हणजे युद्धांत जय निश्चयानें येणार, असें ज्ञाते ब्राह्मण म्हणतात. राजा, ज्या पक्षाची सेना, अलंकार, कवचें व ध्वज यांचे योगानें इतकी चमकत असते कीं, तिजकडे उलट पक्षाला डोळे उघडून पहावत देखील नाहीं, व जीमधील घोड्यांचें खेंकाळणें कानाला सुखकारक लागतें, तो पक्ष शत्रूला जिंकणार असें समजावें. हे भारता, ज्या पक्षांतील वीरांचें भाषण व अंतःकरण प्रसन्न व उत्साहयुक्त असतें, व ज्यांतील वीरांनीं गळ्यांत घातलेल्या व ध्वजादिकांवर लावलेल्या पुष्पमाला सुकून जात नाहींत, तो पक्ष संग्रामसमुद्र तरून जाणार असें समजावें. बाबारे, ज्या पक्षाकडील वीर शत्रुसैन्यांत प्रवेश करण्याचें मनांत येतांच प्रथम प्रतिपक्षाकडील वीरांना, "बाबांनो, सावध रहा" म्हणून

इशारा करितात; सैन्यांत प्रविष्ट झाल्यावर, “ बाबाहो, शहाणे असाल तर मागें सरा, लढूं नका, फुकट मराल ” अशा प्रकारें परवीरांचा प्रतिषेध करितात; व शत्रूला घायाळ केल्यावरही त्याच्याशीं गोडीगुलाबीनें बोलतात, त्या पक्षाला जय ठेवलेला. ज्या पक्षाकडील वीरांच्या वृत्ति सदैव आनंदित असून ज्यांचें शब्द, स्पर्श, रस, रूप, गंध इत्यादि इंद्रियविषयज्ञान अविकृत असतें, अर्थात् ज्यांचीं सर्व इंद्रियें प्रसन्न असतात, त्या पक्षाकडे जय समजावा. राजा, कोणत्याही पक्षाकडे वारे अनुकूल वाहाणें; ढग व पक्षी यांनीं अनुकूल दिशेनें गमन करणें; व सैन्याच्या पश्चाद्भागीं इंद्रधनुष्याचा उदय व सौम्य मेघवृष्टि होणें, हीं त्या पक्षाकडील जयसूचक चिन्हें समजावीं. हे नरपते, विजयी होणाराकडील चिन्हें या प्रकारचीं असतात. मृत्युमुखांत पडणाऱ्या पक्षाकडे यांचे उलट असतात असें समज.

बाबारे, सैन्य अल्प असो किंवा मोठें असो, जय त्यावर अवलंबून नसतो. तें थोडें असलें तरी त्यांतील वीरगण जर हर्षयुक्त असेल, तर तें जयाचें लक्षण समजावें. नुसती सेना मोठी असण्यांत कांहीं मुद्दा नाहीं. कारण, सेनेचें धोरण असें असतें कीं, अतिशय मोठीही सेना असून त्यांतील एकजण का एकदां पिचकला, कीं तो सर्व सेनेला घाबरवून टाकितो. तसें झालें म्हणजे तिच्यांतील शूर शूर योद्धेही माघार घेऊन पळ काढितात. याप्रमाणें एकदां मोठ्या सैन्याची फाटाफूट सुरू झाली म्हणजे पाण्याच्या मोठ्या ओढ्याप्रमाणें किंवा भ्यालेल्या हरणांच्या कळपाप्रमाणें तिला परतवणें दुर्घट होतें. बरें, सैन्य अवाढव्य असल्यानें अर्थातच बेबंदी उत्पन्न होते; व एकदां दाणादाण होऊं लागली कीं, पुनः ती एकत्र गोळा करणें अशक्य होतें; आणि मग एकंदर सेनेची ही स्थिति दृष्टीस आली म्हणजे तींतील चांगले ज्ञाते व खंबीर योद्धेही, इतर सर्व पळाले एवढ्याच कारणानें स्वतःही पाठोपाठ पळ काढितात ! सारांश, एकापासून दुसऱ्याला याप्रमाणें भय वाढत जाऊन अखेर सर्वच घाबरून जाऊन पोबारा करितात, आणि या रीतीनें तें अवाढव्य सैन्य दशदिशा पांगतें. मग मोठे खंदे वीरही पुढें सरसावले तरी त्यांच्यानें त्या पांगलेल्या सेनेला आळा घालवत नाहीं. याकरितां बुद्धिमान् नृपतीनें स्वतः नित्य दक्ष राहून आपल्या चतुरंग बलाची अत्युत्तम व्यवस्था ठेवावी, व त्याचा योग्य सत्कार करून तें सदा संतुष्ट व आपले ठायीं अनुरक्त ठेवावें. एवढी बळकटी आपले ठिकाणीं करून ठेवून मग शत्रूशीं गांठ घालावी. त्यांत देखील एकाएकीं युद्धावर येऊं नये. प्रथम सामादि उपाय योजून पहावे; कारण, ज्ञात्यांचें असें मत आहे कीं, सामोपचारानें शत्रु आपले ताब्यांत आणणें हा पक्ष उत्तम; शत्रूचा घरभेद करून त्याला आपले पगांत आणणें मध्यम; व प्रस्तुतप्रमाणें युद्धानें शत्रूला पादाक्रांत करूं पहाणें, हा अधम पक्ष होय. कारण, दोन विरोधी सैन्यांची एकत्र गांठ पडणें हें फार अनर्थावह आहे. यांतील पहिला अनर्थ परस्पर-जीवनाश हा होय. यास्तव, शहाण्यानें होतां होईल तों युद्धावर बारी आणूं नये. आपलें अकरा अक्षौहिणी म्हणजे पांडवांचे दिढीहून अधिक सैन्य आहे; अर्थात् जय आपलाच आहे, असें तुझ्या दुर्योधनाला वाटत आहे. परंतु जयाचें रहस्य केवळ संख्याधिक्य हें नव्हे. बाबारे, बायकापोरांची फिकीर न ठेवतां बाहेर पडलेले एकदिलाचे, दृढनिश्चयाचे व आनंदवृत्तीचे केवळ पन्नास योद्धे मोठ्या प्रचंड सेनेचाही चुराडा करूं शकतात. फार काय, पण कशाही प्रसंगीं माघार न घेणारे असे सात, सहा, पांच लोक देखील फत्ते करूं

शकतात. हे भारता, खरें म्हणशील तर सात-पांचांची देखील खऱ्या शूराला अपेक्षा नसते. स्वसामर्थ्याविषयीं ज्याला पूर्ण भरंवसा आहे, असला एकाकी वीरही मोठ्या सेनेला तोंड देतो. पहा बरें, केवढाही मोठा शत्रुसमूह (सर्पसमूह) असला तरी त्याशीं तोंड देण्याला विनतापुत्र गरुड हा साहाय्याची अपेक्षा करीत नाहीं; कारण आपण एकाकीच शत्रूचा फन्ना उडवूं अशी त्याची त्याला खातरी असते. हाच न्याय खऱ्या शूराचा. एतावता, सैन्याचें बाहुल्य हें कांहीं जयाचें निश्चित चिन्ह नव्हे. युद्धांत जय येणें ही गोष्ट अनिश्चित आहे; ती बहुतांशीं दैवावरच अवलंबून आहे. मात्र एवढी गोष्ट खरी कीं, ज्यांना संग्रामांत जय मिळेल, ते कृतकृत्य समजले जातात.

अध्याय चौथा.

—:०:—

भूमीचें वर्णन.

वैशंपायन सांगतातः—हे जनमेजया, या प्रकारें बुद्धिमान् धृतराष्ट्राला उपदेश करून व्यास निघून गेले; व धृतराष्ट्र तो उपदेश ऐकून विचारांतच पडला. मग मुहूर्तभर ध्यानस्थ बसल्यासारखें करून त्यानें वरचेवर सुस्कारे टाकिले; आणि नंतर शुद्धात्म्या संजयाला तो म्हणाला, " हे संजया, हे शूर राजे लोक या भूमीचे तुकड्यासाठीं स्वतःचे प्राणांचीही पर्वा न करितां युद्धोत्सुक होऊन लहान मोठीं शस्त्रें हातांत घेऊन एकमेकांत कचाकची चालवीत आहेत, कांहीं केल्या कत्तल करण्याचे थांबत नाहींत, व एकसारखी यमपुरीला भर घालीत आहेत. कोणी कोणाची गय मिळून करीत नाहीं, आणि हा सारा प्रकार कशापायीं? तर या भूमीचें आधिपत्य मिळावें म्हणून! यावरून मला वाटतें कीं, या भूमींत तसेच कांहीं अनेक विलक्षण गुण असावे, एरवीं तिजवर इतक्या उड्या पडल्या नसत्या. असो; अशी जी ही बहुगुणी भूमि, तिचें वर्णन तुझे तोंडून ऐकावेंसें माझे मनांत आहे. आजच आपल्या ह्या कुरुक्षेत्रांत हजारों, लाखों, क्रोडों वीर एकत्र जमले आहेत. तर हे ज्या ज्या शहरांतून व देशांतून आले असतील, त्यांचें खरें खरें वर्णन तुझ्या मुखानें ऐकावें, अशी माझी इच्छा आहे. अमिततेजस्वी व्यास महर्षींच्या वरसामर्थ्यानें तुझी बुद्धि दीपाप्रमाणें उज्वल झाली असून तुला ज्ञानचक्षु प्राप्त झाले आहेत, तुला अज्ञान असें कांहीं नाहीं; तस्मात्, माझी जिज्ञासा पुरी कर."

संजय म्हणतोः—हे महाप्राज्ञा भरतर्षभा, मी तुला प्रथम वंदन करून, माझ्या मतीप्रमाणें भूमीचे गुण कथन करितों. तुला शास्त्रदृष्टि आहेच. ह्या दृष्टीनें तूं त्यांचें निरक्षण कर म्हणजे ते तुझ्या प्रत्ययास येतील.

सृष्ट वस्तूंचे विभाग.

हे राजा, या जगांतील यावत् प्राण्यांचे स्थावर आणि जंगम असे मुख्य दोन विभाग आहेत. ह्यांपैकीं जंगमाचे अंडज (पक्षि-सर्पादि), स्वेदज (उवा, लिखा वगैरे) आणि जरायुज (मनुष्य-पश्वादि) असे तीन वर्ग आहेत. राजा! या तीन वर्गांत जरायुज श्रेष्ठ व जरायुजांतही मनुष्य व पशु हे श्रेष्ठ. पुनरपि, या नानाविध मनुष्य-पश्वादींचेही चौदा भेद वेदांत सांगितले आहेत; आणि, राजा, या चौदा जातींवर यज्ञ अवलंबून आहेत. या चौदांचे मुख्यतः ग्राम्य (गांवांत रहाणारे) व अरण्य (अरण्यांत रहाणारे) असे दोन भेद आहेत. गाय, बकरी, मेंढी, मनुष्य, घोडा, खेंचर आणि गाढव हे सात ग्राम्य, यांत मनुष्य श्रेष्ठ; आणि सिंह, व्याघ्र, वराह, महिष, गज, अस्वल व वानर हे सात वन्य, यांत सिंह श्रेष्ठ. एतावता

ग्राम्य व वन्य मिळून चौदा प्रकारचे पशु ज्ञात्यांनीं सांगितले आहेत. भूतमात्र एकमेकांवर उपजीविका करितात. उद्भिज्ज म्हणजे भूमीचा भेद करून वर येणारे, यांनाच स्थावर म्हणतात. यांचे वृक्ष, गुल्म (झुडुपें), लता (वृक्षांवर चढणाऱ्या वेलीः गुळवेल वगैरे), वल्ली (भुईवर सरपटणाऱ्याःभोपळी वगैरे), आणि त्वक्सार म्हणजे सालीला कठीण असणारीं बांबू ऊंस वगैरे तृणें याप्रमाणें पांच भेद आहेत. याप्रमाणें जंगम व स्थावर मिळून हे एकोणीस प्रकार व यावत् सृष्ट वस्तूंना मूलभूत अशीं आकाशादि पंचमहाभूतें हीं एकत्र केल्यानें चोवीस संख्या होते.

गायत्रीचें रहस्य.

परम पवित्र गायत्री चतुर्विंशत्यक्षरात्मक असण्याचें रहस्य तरी हेंच आहे. महाभूतें ही प्रकृति व प्राणी आणि त्यांचे विकार या दोहोंचाही वरील चोवीस संख्येंत अंतर्भाव होतो; व यामुळेंच प्रकृतिविकृत्यात्मक किंवा कार्यकारणात्मक ब्रह्म तेंच ही गायत्री असें मानिलें आहे. हे भरतश्रेष्ठा अशा, ह्या सर्वगुणान्वित व पवित्र गायत्रीचें खरें खरें स्वरूप ज्याला कळलें; तो या लोकीं कधींही हानि पावत नाहीं.

राजा, यावरून तुझ्या लक्षांत आलेंच असेल कीं, सर्व कांहीं या भूमीपासूनच उत्पन्न होत असून भूमींतच लय पावतें; व ही भूमिच सनातनस्वरूप असून भूतमात्रांचा आधार आहे. अर्थात ज्याची भूमीवर सत्ता, त्याची स्थावरजंगमात्मक निखिल सृष्टीवर सत्ता; आणि म्हणूनच ह्या भूमीचे आधिपत्यासाठीं राजे इतके धडपडतात, व एकमेकांच्या मानेचे लचके तोडूं धांवतात !

अध्याय पांचवा.

—:०:—

पंचमहाभूतें, त्यांचे गुण व अपरिमेयत्व.

धृतराष्ट्र म्हणतोः—हे संजया, तूं प्रमाणज्ञ आहेस; याकरितां मला या पृथ्वीच्या लांबीरुंदीचें सर्व कांहीं प्रमाण सांगून या पृथ्वीचे आश्रयावर असणाऱ्या नद्या, पर्वत, देश तशींच अरण्यें या सर्वांचीं नांवें सविस्तर सांग.

संजय सांगतोः—राजा, ही सृष्टि जरी इतकी विचित्र व भेदपूर्ण दिसत आहे, तरी हें निखिल ब्रह्मांड व त्यांतील वस्तु केवळ पंचमहाभूतांच्याच बनल्या असल्यानें, ज्ञान्यांना ही सृष्टि व तींतील भिन्नभिन्न वस्तु एकरूपच भासतात. आकाश, वायु, अग्नि, जल आणि पृथ्वी अशीं हीं पंचमहाभूतें होत; व शब्द, स्पर्श, रूप. रस आणि गंध हे यांचे गुण होत. मात्र या महाभूतांची गुणसंख्या क्रमानें चढती आहे. आकाशाचा शब्द हाच एक गुण आहे; वायूचे शब्द व स्पर्श असे दोन; अग्नीचे शब्द, स्पर्श व रूप हे तीन; जलाचे शब्द, स्पर्श, रूप व रस हे चार, त्यांत गंध नाहीं; आणि पृथ्वीचे शब्द, स्पर्श, रूप, रस व गंध असे पांच आहेत, असें सत्यज्ञ ऋषींचें म्हणणें आहे. यांत पृथ्वीचे ठिकाणीं गुणसंख्या सर्वांत अधिक असल्यानें पृथ्वी ही पंचमहाभूतांत प्रधान मानिली आहे. राजा, हे पंचमहाभूतांचे पांच गुण सर्वही पांचभौतिक पदार्थांचे ठिकाणीं राहातात. व यांवरच भूतमात्राचे भोग अवलंबून आहेत. हे पांचही गुण जेव्हां निरनिराळे रहातात, व आपली मर्यादा सोडीत नाहींत. तेव्हां त्यांची साम्यावस्था असते. हिलाच प्रकृति म्हणतात. या अवस्थेंत प्रपंच नसतो. परंतु ही मर्यादा—ही साम्यावस्था सोडून हे जेव्हां एकमेकांत कमी अधिक प्रमाणानें मिसळतात, तेव्हां

भोक्तृभोग्यरूपानें देहधारी उत्पन्न होतात, हा सिद्धांत होय. हे राजा, हीं पंचमहाभूतें नाशकालीं पृथ्वी, अप् या क्रमानें नष्ट किंवा लीन होतात; व सृष्टिकालीं आकाशादि क्रमानें उत्क्रांत होतात. मनुष्यें कांहीं तरी अटकळीनें या पंचभूतांचीं परिमाणें किंवा मर्यादा सांगत असतात, परंतु खरें बोलूं जातां ह्यांचें मोजमाप कोणालाही समजत नाहीं; अशीं हीं अपरिमेय आहेत म्हणून ब्रह्मस्वरूपच आहेत. यांपासूनच बनलेले पिंड जिकडे तिकडे दिसतात. सारांश, यांची व्याप्ति केवळ अचिंत्य आहे, आणि तिजविषयीं अनुमानधपक्यानें कांहीं तरी मर्यादा बांधणें हें वेडगळपण किंवा साहस आहे. हें कोणी करूं नये. 'अंचित्य अचिंत्य तें कशाला म्हणावें' म्हणून म्हणशील, तर जें प्रकृतीचे पलीकडे तें अचिंत्य असें समजावें. हे कुरुनंदना, असा जरी हा अचिंत्य विषय आहे, तरी तुझा आग्रहच आहे त्या अर्थीं मी तुला

सुदर्शनद्वीपाचें वर्णन

सांगतों. याचेंच जंबुद्वीप हें अपर नाम आहे. हें द्वीप वाटोळें चक्राकार आहे. हें नद्या व अनेक जलप्रवाह यांनीं व्याप्त असून यांत गगनचुंबित असे अनेक पर्वत आहेत. फलपुष्पांनीं भरावलेले अनेक वृक्ष यांत असून हें धनधान्यांनीं समृद्ध आहे. यांत विविध आकृतींचीं अनेक नगरें तशींच रमणीय खेडींपाडीं असंख्यात आहेत. याभोंवतीं लवणसमुद्राचा गराडा आहे. ज्याप्रमाणें आरशांत आपल्याला आपलें मुख दृष्टीस पडतें, त्याप्रमाणें योगिजनांना मनोगत[1] चंद्रमंडलाचे ठिकाणीं हे सुदर्शनद्वीप सूक्ष्मरूपानें प्रतिबिंबित झालेलें दिसतें. त्याच्या एका भागावर संसाररूपी पिंपळ दिसतो, व दुसऱ्या अर्धावर शीघ्रगति शशरूपानें परमात्मा दिसतो. याभोंवतीं कार्यरूपी अनेक औषधींचा वेढा आहे; त्यापलीकडे पाणी समजावें. याहून अवशेष तें याच कार्याचें अवशिष्ट जीवरूप असून परमात्मा त्याहूनही वेगळा आहे, हें मी तुला संक्षेपरूपानें सांगतों, ऐक.

अध्याय सहावा.

—:०:—

मलयवर्णन.

धृतराष्ट्र म्हणतो:—हे बुद्धिमंता संजया, तूं मला संक्षेपतः तर जंबुद्वीपाचें यथार्थ वर्णन दिलेंसच म्हणावयाचें; परंतु तुला सर्व वस्तूंचें पूर्ण सत्यज्ञान आहे, त्या अर्थीं मला सविस्तर वर्णन सांग. प्रथम हृदाकाशगत चंद्रावरील शशचिन्हाचे भागांत जो भूमीचा अंश प्रतिबिंबित झालेला दिसतो, त्याचें वर्णन सांग, आणि पिप्पलरूप दिसणाऱ्या भागाचें मग सांग.

वैशंपायन सांगतातः—हे जनमेजया, या प्रकारें धृतराष्ट्राचा प्रश्न होतांच संजय म्हणाला, "हे राजा, हिमवान्, हेमकूट, नगश्रेष्ठ निषध, वैदूर्य रत्नांनीं भरलेला नील, चंद्राप्रमाणें कांतिमान् श्वेतपर्वत व सर्व प्रकारचे धातूंनीं चित्रित असा शृंगवान् हे सहा पर्वत पश्चिमेकडून पूर्वेकडे पसरत गेले असून हे दोन्ही तोंडांनीं पूर्व व पश्चिम या समुद्रांत गढले आहेत. यांना वर्षपर्वत असें म्हणण्याचें कारण—यांचे योगानें वर्षसंज्ञक भूभाग पडतात. यावर सिद्ध व चारण यांची वसति आहे. यांमधील परस्परांत अंतर हजारों योजनें असून त्या अंतराचे पट्ट्याला वर्ष अशी संज्ञा आहे. या प्रत्येक पट्ट्यांत पवित्र व मनोहर अशीं शेंकडों स्थानें आहेत, व त्यांत सर्वत्र नानाजातीचे प्राणी रहातात. हे धृतराष्ट्रा, आपण जेथें बसलों आहों तें हें भारतवर्ष होय. याचे पलीकडे हैमवत आहे. हेमकूटाचे पलीकडे हरिवर्ष आहे. हे

[1] "चंद्रमा मनसो जातः" (श्रुति).

महाभागा, नील पर्वताचे दक्षिणेस व निषधाचे उत्तरेस पूर्वपश्चिम पसरलेला माल्यवान् नामक पर्वत आहे. त्या माल्यवतापलीकडे गंधमादन आहे. या दोहोंमध्यें वर्तुलाकृति स्वर्णमय मेरुपर्वत आहे. तो तरुण सूर्याप्रमाणें देदीप्यमान असून धूमरहित अग्नीप्रमाणें प्रकाशितो. तो चौऱ्यायशीं हजार योजनें उंच असून तितकाच भूमींत खोल गेला आहे. याचे डोक्यावर, पायथ्याशीं व अडवटालाही लोकवसति आहे. हे राजा, या मेरूचे चार बाजूंना भद्राश्व, केतुमाल, जंबुद्वीप व पुण्यवंतांनीं आश्रित असा उत्तरकुरु असे चार द्वीप आहेत. या मेरूवरील कावळेही सुवर्णमय आहेत. गरुडाचा पुत्र सुमुख नामक पक्षी हें पाहून म्हणाला कीं, ज्या अर्थीं हा मेरु उत्तम, अधम, मध्यम अशा सर्व प्रतीच्या पक्ष्यांना स्वर्णमय करितो, त्या अर्थीं असल्या तारतम्यशून्य पर्वताचा मी त्याग करितों. असें म्हणून त्यानें हा पर्वत सोडिला. हे राजा, खस्थ ज्योतींचा नायक जो आदित्य, तो ह्या मेरूभोंवतीं घिरट्या घालीत असतो. याचप्रमाणें नक्षत्रांसहित चंद्र व वायु हेही यास प्रदक्षिणा घालीत असतात. हे महाराजा, हा पर्वत दिव्य पुष्पफलांनीं युक्त असून स्वर्णानें अलंकृत अशा गृहांनीं व्यापिलेला आहे. हे राजा, या ठिकाणीं देव, गंधर्व, असुर व राक्षस यांचे समुदाय अप्सरांसह क्रीडा करीत असतात. या ठिकाणीं ब्रह्मा, रुद्र व सुरेश्वर इंद्र येऊन प्रचुरदक्षिणायुक्त अनेक यज्ञ करितात; व नारद, तुंबर, विश्वावसु, हाहा, हूहू आदिप्रभृति गंधर्व येथें येऊन नानाप्रकारचे स्तुतींनीं देवश्रेष्ठांना संतुष्ट करीत असतात. राजा, देव तुझें भलें करो, महात्मे सप्तर्षि व कश्यप प्रजापति हे पर्वापर्वाचे समयीं या ठिकाणीं येतात. हे राजा, या पर्वताचेच शिखरावर कविश्रेष्ठ शुक्र आपल्या दैत्यगणांसह रमतो. हीं सर्व रत्नें व हे रत्नपर्वत शुक्राचे मालकीचे आहेत. भगवान् कुबेराला त्याजपासून रत्नांचा चतुर्थांश भोगावयास मिळतो; आणि कुबेर आपल्या भागाचा जेमतेम षोडशांश मनुष्यांना देतो.

मेरूच्या उत्तरेस, लहान लहान शिलासमूहांवर वाढलेलें, आणि सर्व ऋतूंतील पुष्पांनीं युक्त असें दिव्य व रमणीय कर्णिकार वन आहे. या वनांत सर्व भूतांचा निर्माणकर्ता पशुपति भगवान् शंकर कर्णिकार पुष्पांची पायघोळ माळ गळ्यांत घालून आपल्या दिव्य भूतगणांनीं परिवेष्टित होत्साता उमेसह क्रीडा करीत असतो. त्याचे तीनही नेत्र उदयमान तीन सूर्यांप्रमाणें तेजस्वी असल्यानें त्यांचे प्रकाशानें तें सर्वही वन भरून गेलेलें दिसतें. असल्या ह्या तेजस्वी ईश्वराकडे जे कोणी सत्यवादी, व्रती, उग्र तपस्या करणारे सिद्ध तेच पाहू शकतात; दुराचरणी जीवांचें त्याजकडे वर डोळा करून पहाण्याचें सामर्थ्य नाहीं. हे राजा, याच मेरूच्या शिखरावरून, अत्यंत पुण्यशीलांनीं सेवन केलेली, विश्वरूपिणी, कल्याणकारिणी, अपरिमेया व पवित्र भगवती भागीरथी गंगा ही मेघगर्जनेप्रमाणें भयंकर शब्द करीत खालीं उडी घेते, व आपल्या दुग्धतुल्य मधुर व शुभ्र अशा ओघांसह मोठ्या वेगानें वहात जाऊन शुभ अशा चंद्रसरोवरांत पडते. हें चंद्रसरोवर समुद्रतुल्य विस्तीर्ण आहे; तथापि असलें मोठें सरोवर गंगेनेंच केवळ आपल्या प्रवाहानें निर्माण केलें आहे, अशी ही जबरदस्त नदी आहे. मोठमोठ्या पर्वतांना देखील हिचा वेग सहन होईना. तेव्हां भगवान् पिनाकपाणी शंकरांनीं तिला शंभर हजार वर्षें केवळ आपल्या मस्तकावर धारण केली; म्हणूनच शंकरांना गंगाधर म्हणतात.

हे राजा, मेरूच्या पश्चिम बाजूला जंबूखंडांत केतुमाल नामक मोठा भरवस्तीचा प्रदेश

आहे. तेथें आयुष्यमर्यादा दहा हजार वर्षें आहे. तेथील पुरुषांचा वर्ण सुवर्णमय असून स्त्रिया तर रूपानें केवळ अप्सराच आहेत. तप्तस्वर्णतुल्य तेथील लोकांचें गोरेपण असून त्यांना रोग किंवा शोक माहीतही नसल्यामुळें ते सदा प्रसन्नवृत्ति असतात. गंधमादनाचे शिखरावर गुह्यकाधिपति कुबेर राक्षसांसह व अप्सरांसह आपला काळ मोठ्या आनंदांत घालवीत असतो. या गंधमादनाचे आसपास अनेक लहान लहान डोंगर आहेत. येथें आयुष्याची दीर्घतम मर्यादा अकरा हजार वर्षांची आहे. हे राजा, येथील पुरुष मोठे बलाढ्य, तेजस्वी व सदा आनंदी असतात; व स्त्रिया तितक्या कमलकांति असून सर्वच नेत्रानंदकारिणी असतात. नीलवर्षापलीकडे श्वेतवर्ष आहे; श्वेतापलीकडे हैरण्यक आहे; व त्यापलीकडे, नानाजनपदांनीं युक्त असें ऐरावत द्वीप आहे. हे राजा, हिमालयाचे अनुक्रमें दक्षिणेला व उत्तरेला असणारीं भरत व ऐरावत हीं धनुष्याकार आहेत; व श्वेत, हिरण्यक, इला, हरी व हैमवत हीं पांच मध्यें असून त्यांपैकीं इला हें अगदींच मध्यावर आहे. या सातही वर्षांत उत्तराउत्तरेचीं वर्षें त्यांच्या खालखालच्यांहून विस्तार, आयुर्मर्यादा, धर्म, अर्थ व काम या सर्व गोष्टींत एका पेक्षां एक चढतीं आहेत. या सातही वर्षांत भिन्नभिन्न जातींचे प्राणी आपापले समाज करून एकत्र रहातात. याचप्रमाणें ही पृथ्वी अनेक पर्वतांनीं व्यापिली आहे. पैकीं राजा वैश्रवण हा आपल्या गुह्यक गणांसह जेथें क्रीडा करीत असतो तो प्रसिद्ध कैलास पर्वत म्हणजे हेमकूटच होय. या हेमकूट किंवा कैलासाच्या उत्तरेला मैनाकाच्या सन्निध हिरण्यशृंग नांवाचा दिव्य मणिमय गिरि आहे. त्याचे पार्श्वभागीं एक मोठें विस्तीर्ण, स्फटिकतुल्य, शुभ्र उदकानें पूर्ण व कांचनमय वालुकेनें युक्त असें अत्यंत रमणीय बिंदुसरोवर आहे. या ठिकाणीं राजा भगीरथ गंगेला पाहून बहुत वर्षें राहिला. येथें अनेक मणिमय यज्ञस्तंभ असून येथील वृक्ष हिरण्मय आहेत. महायशस्वी इंद्राला एवढी सिद्धि प्राप्त झाली ती याच स्थलीं तप केल्यानें. येथें भूतगणांनीं परिवेष्टित अशा जगत्स्रष्ट्या सनातन व उग्रतेजस्वी भूतपतीची भूतें उपासना करीत असतात. याच ठिकाणीं नर, नारायण, ब्रह्मा, मनु आणि पांचवा स्थाणु म्हणजे रुद्र यांची भूतमात्र उपासना करितात. स्वर्गांत मंदाकिनी या नांवानें, पातालांत भोगावती ह्या संज्ञेनें व मृत्युलोकीं गंगा—अशाप्रमाणें तीन लोकांतून वहाणारी दिव्य नदी गंगा ब्रह्मलोकांतून जी सुटली ती प्रथम या ठिकाणीं प्रकट होते व मग येथून वस्वौकसारा, नलिनी, पावनी सरस्वती, जंबूनदी, सीता, गंगा व सिंधु याप्रमाणें सप्तधा होऊन समुद्राकडे वहात जाते. या अचिंत्य व दिव्यरूपी गंगेची ही सप्तरूपांनीं वांटणी करणें हें केवळ परमकारुणिक परमेश्वरानें जगदुद्धारार्थ केलेलें कृत्य होय. याचा स्थलीं युगांतानंतर पुनः सृष्टीचे पूर्वी देव व ऋषि यांनीं ज्या ज्या स्थानीं यज्ञ केले आहेत, त्यांतील कांहीं ठिकाणीं सरस्वती ही दृश्य आहे. कांहीं ठिकाणीं अदृश्य आहे. असो; या सातही दिव्य गंगा त्रैलोक्यांत प्रसिद्ध आहेत.

हिमवान् पर्वतावर राक्षस रहातात, हेमकूटावर गुह्यक असतात, निषध पर्वतावर सर्प आणि नाग रहातात, आणि तेथेंच गोकर्ण नामक तपोवन आहे. श्वेतपर्वत हा सर्व देवांचा तसाच असुरांचाही आहे असें म्हणतात. गंधर्व हे सर्वदा निषधावर रहातात. तसेच ब्रह्मर्षि हे नील पर्वतावर सतत असतात. हे महाराजा, शृंगवान् पर्वत हें देवांचें हिंडण्याफिरण्याचें स्थान आहे. हे महाभागा, याप्रमाणें भागशः हीं सात वर्षें तुला सांगितलीं. या

सातही वर्षांत स्थावर व जंगम भूतें वसति करून आहेत. या भूतांना नानाप्रकारची दैवी व मानुषी संपत्ति अनुकूल आहे असें आढळांत येतें. या समृद्धीचें परिगणन करणें शक्यच नाहीं; याकरितां कल्याणेच्छूंनीं या सांगण्यावर भरंवसा ठेवावा हेंच ठीक. हे राजा, तूं मला ज्या दिव्य शशाकृति भागाचें वर्णन विचारिलें होतेंस, तें मीं तुला येथवर सांगितलें. या शशाकृतीच्या दक्षिणेस व उत्तरेस भरत व ऐरावत हीं दोन वर्षें मीं तुला सांगितलींच आहेत. आतां नागद्वीप व काश्यपद्वीप हीं दोन द्वीपें या शशाचे दोन्ही कर्णांचे स्थानीं आहेत असें समज; आणि हे राजा, तांब्याच्या पत्र्यासारख्या ज्यावरील शिला आहेत, असला रमणीय मलय पर्वत हा या शशाकृति द्वीपाच्या दुसऱ्या अर्धांत दिसतो.

अध्याय सातवा.

—:०:—

उत्तरकुरूंचें वर्णन.

धृतराष्ट्र म्हणतोः—हे बुद्धिमंता संजया, आतां मला मेरूच्या उत्तर बाजूचें व पूर्व बाजूचें सविस्तर वर्णन सांग; आणि तसेंच माल्यवान् पर्वताचेंही सांग.

संजय म्हणतोः—हे राजा, मेरूच्या उत्तर बाजूला आणि नील पर्वताच्या दक्षिणेला, सिद्धांनीं निषेवित असे पवित्र उत्तरकुरु आहेत. या प्रदेशांतील वृक्ष मधुर फळें प्रसवणारे असून त्यांना नित्य नवीं फळेंफुलें येतात. फुलें फारच सुगंधयुक्त असून फळें फार रसाळ असतात. राजा, येथील कांहीं वृक्ष तर इच्छिला पदार्थ पुरविणारे आहेत. तसेंच दुसरे 'क्षीरी' संज्ञक कांहीं वृक्ष आहेत. त्यांपासून सर्वदा अमृततुल्य मधुर षड्रसयुक्त क्षीर स्त्रवत असतें, व त्यांचे फळांतून वस्त्रें तशींच आभरणें हीं उत्पन्न होतात. तेथील सर्व भूमि हीरक, माणिक्य, पद्मराग, वगैरे नानारत्नांची असून तिजवर सोन्याची बारीक वालुका पसरलेली असते. तीवर चिखलाचें मिळून नांव नसून कोणत्याही ऋतूंत तिचा स्पर्श सुखावहच लागतो. उन्हाळा असला तरी पायाला चटका बसत नाहीं, व हिमकाल असला तरी पायाला गार गार लागत नाहीं. त्या भूमींत रमणीय व सुखस्पर्श अशा अनेक पवित्र पुष्करिणी आहेत. येथील मनुष्यें म्हणजे मंदपुण्य झाल्यानें देवलोकांतून च्युत झालेले लोक होत. ते येथें जन्म घेत असतात. ते सर्व मोठ्या निर्मल व उच्च कुलांत जन्मले असून फारच देखणे असतात. येथें गंमत अशी आहे कीं, स्त्रीपुरुषांचीं जोडपींच जन्मास येतात आणि ह्यांतील स्त्रिया तर प्रतिअप्सराच असतात. हीं आतां सांगितलेल्या 'क्षीर' वृक्षांच्या अमृततुल्य दुग्धावर निर्वाह करितात. ह्या जोडप्यांतील स्त्रीपुरुषें एकाच कालीं उभयतां जन्मास येत असून गुणांनीं, रूपानें, फार काय पण वेषानेंही अगदीं परस्परांसारखींच असतात व तीं सारखींच वाढतात. सारांश, तीं सर्वच प्रकारें परस्परांस अनुरूप असून, त्यांचें प्रेम तर असें असतें कीं, त्याला चक्रवाकाचीच उपमा! विरह हा कसा तो सहनच होत नाहीं. येथील लोक सर्वदा आनंदांतच असतात. त्यांना दुखणेंबाहणें कसें तें माहीत नसून ते दहा हजार दहाशें वर्षें जगतात, व तेवढ्या मुदतींत नवराबायको एकमेकांना सोडीत नाहींत. येथील मनुष्यें मेलीं असतां या प्रदेशांत असणारे भारुंड नामक मोठे बलाढ्य व तीक्ष्ण चोंचीचे पक्षी त्यांस उचलून नेऊन दरींत टाकून देतात. याप्रमाणें, हे राजा, तुला उत्तरकुरूंची हकीगत थोड्यांत सांगितली. आतां मी तुला

मेरूचे पूर्वेकडील देशांचें वर्णन

जसेंच्या तसेंच देतों. राजा धृतराष्ट्रा, या देशां-

तील मुख्य प्रदेशाला भद्राश्व अशी संज्ञा आहे. त्यांत भद्रसाल नांवाचें वन असून, तेथें कालाम्र नांवाचा एक मोठा सुलक्षण व सतत फलपुष्पसंपन्न एक योजन उंचीचा व सिद्ध-चारणांनीं सेवित असा महावृक्ष आहे. हे राजा, या प्रदेशांतील पुरुष शुभ्रवर्ण तेजस्वी व बलाढ्य आहेत आणि स्त्रिया कुमुद वर्णाच्या असून सुंदर व दृष्टीला सुखकर आहेत. त्यांचीं तोंडें पूर्णचंद्राप्रमाणें असून त्यांची मुखकांति व अंगवर्ण हीं चंद्रासारखींच आहेत. त्यांचे अंगास स्पर्श केला असतां तीं चंद्राप्रमाणें शीतल व सुखावह लागतात. अशा रूपसंपन्न असून शिवाय नृत्यगीतादिकांत त्या फार निष्णात आहेत. हे भरतश्रेष्ठा, येथें लोकांचा आयुर्दाय दहा सहस्र वर्षें असून ते आतां सांगितलेल्या कालाम्र वृक्षाचे रसावर निर्वाह करितात, व त्यामुळें त्यांचें तारुण्य नेहमीं कायम असतें.

नीलाचे दक्षिणेस व निषधाचे उत्तरेस सुदर्शनसंज्ञक एक अतिशय जुनाट जंबुवृक्ष आहे व यावरूनच त्या द्वीपाला जंबुद्वीप हें नांव पडलें. हा वृक्ष सर्व काम पुरविणारा, पवित्र व सिद्ध-चारणांनीं सेवित आहे. हे नरेंद्रा, याची उंची एक हजार एकशें योजनें असून हा वृक्षराज स्वर्गाला भिडला आहे. याचे फळांचा घेर अडीचहजार विती असून तीं फळें पिकलीं कीं उकलतात आणि भुईवर पडतांना मोठ्यानें धबाधब वाजतात, व रुप्याप्रमाणें शुभ्र रस बाहेर टाकितात. हे राजा, या जंबूफलांचे रसाची एक मोठी नदीच झाली असून ती मेरूला प्रदक्षिणा घालून उत्तरकुरूंत उतरते. हे राजा, हा जंबुरस पिणारांचीं मनें शांत राहून त्यांना तहान म्हणून कशी ती लागत नाहीं, किंवा जराही बाधत नाहीं. या रसापासून इंद्रगोपाप्रमाणें चमकदार जांबूनद नांवाचें सुवर्ण बनतें. देव याच सुवर्णाचे अलंकार करितात. या स्थानीं जे कोणी लोक मनुष्यजन्मास येतात, ते कांतीनें तरुण सूर्यासारखे असतात.

माल्यवान् पर्वताचें वर्णन.

माल्यवान् नामक जो पर्वत सांगितला, त्याचे शिखरावर संवर्तक नांवाचा कालाग्नि सदा धडकलेला असतो. या शिखराचे जों जों पूर्वेला जावें, तों तों एकीपुढें एक लहान लहान टेंकड्या लागतात. या माल्यवानाचा विस्तार अकरा हजार योजनें आहे. जीं मनुष्यें ब्रह्मलोकापासून भ्रष्ट होतात, तीं येथें जन्म पावतात. त्यांची कांति सुवर्णाप्रमाणें असते. ते परस्परांशीं भलाईनें वागतात. ऊर्ध्वरेते होऊन भूतांचे रक्षणार्थ अतितीव्र तपाचरण करितात, व सूर्यमंडलांत प्रवेश करितात. त्यांतील सहासष्ट हजारजण सूर्याला वेढा देऊन अरुणाचे अग्रभागीं चालत असतात; व तेथें सहासष्ट हजार वर्षें सूर्यप्रकाशानें तावून निघाले कीं मग चंद्रमंडलांत प्रविष्ट होतात.

अध्याय आठवा.

—:०:—

रमणकादि वर्षांचें वर्णन.

धृतराष्ट्र प्रश्न करितोः—हे संजया, मला तूं भूमीवरील वर्षें, तसेंच पर्वत व पर्वतवासी लोक यांचीं नामें सविस्तर सांग.

संजय सांगतोः—श्वेताच्या दक्षिणेला व निषधाचे उत्तरेला रमणक नामक वर्ष आहे. या ठिकाणीं कुलीन व प्रियदर्शन असे मनुष्य उत्पन्न होतात. कोणी कोणाचा द्वेष करीत नाहींत, व सर्वदा आनंदित चित्तानें ते आपलें साडेअकरा हजार वर्षांचें आयुष्य घालवितात. नीलाचे दक्षिणेला व निषधाचे उत्तरेला हिरण्मयसंज्ञक वर्ष असून तेथें हैरण्वती नदी आहे.

येथेंच पक्षिश्रेष्ठ गरुड रहातो. हे राजा, तेथें महाबली. धनिक, प्रियदर्शन व आनंदी यक्षानुचर रहातात. ते साडेबारा हजार वर्षेंच जगतात. हे मनुजश्रेष्ठा, शृंगवान् पर्वताचीं तीनच शिखरें आहेत. पैकीं एक हीरकमय दुसरें स्वर्णमय व तिसरें रत्नमय आहे. यावर सुंदर सुंदर वाडे आहेत. या ठिकाणीं शांडिली नामक स्वयंप्रकाश देवी सर्वदा रहाते. या शृंगाचे उत्तरेस समुद्रापर्यंत ऐरावत नामक वर्ष आहे. तेथें सूर्यप्रकाश नाहीं, व तेथील मनुष्यास जरा नाहीं. नक्षत्रपरिवृत चंद्रमा हाच काय तो प्रकाश देणारा आहे. (सूर्यप्रकाश नसल्यानें) येथील मनुष्यांची कांति, वर्ण व नेत्र हे कमलाप्रमाणें असून त्यांचे सर्व अंगांस कमलदलाप्रमाणें मनोहर वास येत असतो; त्यांना घाम कसा तो येत नाहीं; भोजनाची अपेक्षा नाहीं; व त्यांचीं इंद्रियें कधींही अनावर होत नाहींत. कारण, ते सर्व देवलोकांतून खालीं आलेले असून रजोगुणरहित आहेत, व त्यांची आयुर्मर्यादा तेरा हजार वर्षांची आहे. क्षीरसमुद्राचे उत्तरेस, जांबूनद सुवर्णानें मंडित, केवळ अग्नीप्रमाणें तेजस्वी व मनाप्रमाणें वेगवान् अशा आठ चाकांच्या स्वर्णमय रथांत सर्वशक्तिमान् वैकुंठ नामक हरि रहातो. भूतें याचा रथ ओढीत असून, हाच अचिंत्यप्रभाव हरि सर्व भूतांचा ईश्वर, व संहार तसाच विस्तार करणारा आणि सर्व गोष्टींचा कर्ता व करविताही आहे. तोच पृथ्वी, अप्, तेज, वायु व आकाश एतद्रूपी आहे. अग्नि हें त्याचें मुख असून तोच प्राणिमात्राला उपास्यभूत यज्ञ आहे.

वैशंपायन सांगतात:—याप्रमाणें संजयाचे मुखानें वर्णन ऐकतांच थोर मनाचा व तेजस्वी धृतराष्ट्र आपल्या पुत्रासंबंधानें मोठ्या विचारांत पडला, व कांहीं वेळ विचार करून पुनः म्हणाला, " हे सूतपुत्रा, मला तर निश्चयानें असें वाटतें कीं, काल हाच जगताचा संहार करतो व पुनरुत्पत्तिही करितो. एतावता, या जगतांत शाश्वत असें कांहीं नाहीं. हा कालच नरनारायणस्वरूपी सर्वज्ञ व सर्वभूतसंहर्ता परमेश्वर होय. देव याच निखिलशक्तिमान् परमेश्वराला वैकुंठ म्हणून म्हणतात, व मानव यालाच विष्णु असें म्हणतात. "

अध्याय नववा.

—:०:—

भारतवर्षवर्णन.

धृतराष्ट्र विचारितो:—हे संजया, माझे मतें तूं फार बुद्धिवान् आहेस; याकरितां, जेथें हें अवाढव्य कौरवपांडवीय सैन्य एकवटलें असून माझा पुत्र दुर्योधन ज्याविषयीं इतका लोभाविष्ट झाला आहे, व पांडवही लालचावले आहेत, तसेंच माझेंही मन ज्याविषयीं आसक्त आहे, अशा या भारतवर्षाबद्दल तूं मला सविस्तर वर्णन सांग.

संजय उत्तर करितो:—हे धृतराष्ट्रा, तूं म्हणालास, परंतु माझें ऐक. या भरतवर्षाविषयीं पांडव कांहीं लालचावले नाहींत. मात्र सौबल शकुनि व तुझा पुत्र दुर्योधन हे लालचावले आहेत. तसेच नानादेशपाल क्षत्रियही या भरतभूमीविषयीं इतके लोलुप झाले आहेत कीं, ते परस्पर सर्व स्नेहभाव विसरून शत्रु बनले आहेत. हे भारता, हें भारतवर्ष सर्वांचेंच आवडतें असल्यानें, आजपर्यंत जे जे बलाढ्य क्षत्रिय झाले त्यांनीं त्यांनीं यावर डोळा ठेविला. हें नुसत्या क्षत्रियांनाच नव्हे, तर देवादिकांनाही प्रिय होत आलें. हें देवेंद्राचें तसेंच वैवस्वत मनूचेंही आवडतें आहे. क्षत्रियांपैकीं प्रमुखतः वेनपुत्र पृथु राजा, महात्मा इक्ष्वाकु, ययाति, अंबरीष, मांधाता, नहुष, मुचकुंद, उशीनराचा पुत्र शिबि, ऋषभ, ऐल, नृगराजा, कुशिक, महात्मा गाधि व सोमक या सर्वांचें हें भारतवर्ष, हे अजिंक्य

धृतराष्ट्रा, परमप्रिय होतें. यास्तव, हे शत्रुमर्दना, अशा या सर्वप्रिय भारतवर्षाचें मी तुला यथार्थ वर्णन सांगतों. तूं जो प्रश्न मला केलास त्याचेंच उत्तर मी तुला देत आहें. याकरितां माझें बोलणें लक्षपूर्वक ऐक. या भारतवर्षाचे मोठमोठे भाग पाडणारे असे महेंद्र, मलय, सह्य, शुक्तिमान्, ऋक्षवान्, विंध्य व पारियात्र असे सात पर्वत आहेत. यांस कुलपर्वत अशी संज्ञा आहे. हे भारता, या सातांखेरीज यांचे आसपास चित्रविचित्र शिखरांचे, अति विशाल व अभेद्य असे हजारों हजार पर्वत आहेत, त्यांचीं नांवेंही लोकांना माहीत नाहींत. याप्रमाणेंच नामानें अज्ञात असे क्षुद्रपर्वत अनेक आहेत. यांवर क्षुद्र रानटी लोक राहून आपली उपजीविका करितात.

हे कुरुश्रेष्ठा, आतां या भरतखंडांत आर्य लोक, म्लेंच्छ लोक व उभयतांचे मिश्रणानें झालेल्या जाती ज्या नद्यांचें पाणी पितात त्या उदार नद्यांचीं नांवें तुला सांगतों. या सर्वांत पहिलें नांव श्रीगंगेचें, ही फार विशाल आहे. हीशिवाय सिंधु, सरस्वती, गोदावरी, नर्मदा, बाहुदा, महानदी, शतद्रु, चंद्रभागा, यमुना, दृषद्वती, विपाशा, स्थूलवालुकायुक्त विपापा वेत्रवती, कृष्णा, वेण्या, इरावती, वितरता, उष्णजळाची देविका, वेदस्मृता, वेदवती, त्रिदिवा, इक्षुला, कृमि, करीषिणी, चित्रवाहा, चित्रसेना, गोमती, धूतपापा, महानदी, गंडकी, कौशिकी, स्वर्गागतकृत्या निचिता, लोहतारणी, रहस्या, शतकुंभा, शरयू, चर्मण्वती, वेत्रवती, हस्तिसोमा, दिक्, शरावती, पयोष्णी, वेणा, भीमरथी, कावेरी, चुलुका, वाणी, शतबला, नीवारा, अहिता, सुप्रयोगा, पवित्रा, कुंडली, राजनी, पुरमालिनी, पूर्वाभिरामा, वीरा, भीमा, मोघवती, पाशाशिनी, पापहरा, महेंद्रा, पाटलावती, करीषिणी असिक्नी, कुशचीरा, मकरी, प्रवरा, मेना, हेमा, घृतवती, पुरावती, अनुष्णा, शैब्या, कापी, सदानीरा, अधृष्णा, कुशधारा, सदाकांता, शिवा, वीरवती, वस्त्रा, सुवस्त्रा, गौरी, कंपना, हिरण्यवती, वरा, वीरकरा, महानदी पंचमी, रथचित्रा, ज्योतिरथा, विश्वामित्रा, कपिंजला, उपेंद्रा, बहुला, कुवीरा, अंबुवाहिनी, विनदी, पिंजला, वेणा, तुंगवेणा, विदिशा, कृष्णवेणा, ताम्रा, कपिला, खलु, सुवामा, वेदाश्वा, महानदी, हरिश्रावा, शीघ्रा, पिच्छिला, भारद्वाजी, कौशिकी, शोणा, बाहुदा, चंद्रमा, दुर्गा, चित्रशिला, ब्रह्मवेध्या, बृहद्वती, यवक्षा, रोही, जांबूनदी, सुनसा, तमसा, दासी, वसामन्या, वाराणसीनीला, धृतवती, पर्णाशा, मानवी, वृषभा, ब्रह्ममेध्या, बृहध्वनी, या व अशाच आणखी, महानद्यांपैकीं सदैव निर्बाध अशी कृष्णा, मंदगतीची मंदवाहिनी, ब्राह्मणी, महागौरी, दुर्गा, चित्रोपला, चित्ररथा, मंजुला, मंदाकिनी, वैतरणी, कोषा, शुक्तिमति, अनंगा, वृषसा, लोहित्या, करतोया, वृषका, कुमारी, ऋषिकुल्या, मारिषा, सरस्वती, मंदाकिनी, सुपुण्या, सर्वा व गंगा. हे राजा, या सर्वही मुख्य नद्या महाफल देणाऱ्या व केवळ विश्वमाताच म्हणाव्या. याशिवाय अज्ञात अशा क्षुद्र नद्या हजारों आहेतच; व महानद्यांतून तरी मला स्मरल्या तेवढ्या सांगितल्या; एवढ्यानें केवळ संपल्या असें नव्हे.

आतां भरतखंडांतील देश सांगतों. हा आपला कुरुपांचाल, पुढें शाल्व, माद्रेय, जांगल, शूरसेन, कलिंग, पुलिंद, बौध, माल, मत्स्य, कुशल्य, भोज, सिंधु, पुलिंदक, उत्तम, उत्कल, पंचाल, कोसल, नैकपृष्ठ, धुरंधर, गोधा, मद्रकलिंग, काशय, परकाशय, जठर, कुक्कर, दशार्ण, कुंति, तसाच अपरकुंति, गोमंत, मंदक, संडा, विदर्भ, रूपवाहिक, अश्मक पांडुराष्ट्र, गोपराष्ट्र, करीति, अधिराज्य, कुशाद्य, मल्लराष्ट्र, केवल. वारवास्य, अयवाह, चक्र, चक्राति, शक, विदेह, मगध, स्वक्ष, मलन,

विजय, अंग, वंग, कलिंग, यकृल्लोम, मल्ल, सुदेष्ण, प्रऱ्हाद, माहिक, शशिक, बाल्हिक, वाटधान, आभीर, कालतोयक, परांत, अपरांत, पंचाल, चर्ममंडल, अटवीशिखर, मेरुभूत, उपावृत्त, अनुपावृत्त, स्वराष्ट्र, केकय, कुंदापरांत, माहेय, कक्ष, सामुद्रनिष्कुट, अंध्र, अंतर्गिरि, बहिर्गिरि, अंगमलज, मगध, मानवर्जक, समंतर, प्रावृषेय, भार्गव, पुंड्र, भर्ग, किरात, सुदृष्ट, यामुन, शक, निषाद, निषध, आनर्त, नैर्ऋत, दुर्गाल, प्रतिमत्स्य, कुंतल, कोसल, तीरग्रह, शूरसेन, ईजिक, कन्यकागुण, तिलभार, मसीर, मधुमंत, सुकंदक, काश्मीर, सिंधुसौवीर, गांधार, दर्शक, अभीसार, उलूत, शैवल, बाल्हिक, दार्वीचव, नव, दर्व, वातज, आमरथ, उरग, बाहुवाद्य, कौरव्य, सुदाम, सुमल्लिक, वध्र, करीषक, कुलिंदोपत्यक, वनायु, दश, पार्श्वरोम, कुशबिंदु, कच्छ, गोपालकक्ष, जांगल, कुरुवर्णक, किरात, बर्बर, सिद्ध, वैदेह, ताम्रलिप्तक, ओंड्र, म्लेंच्छ, सैसिरिध्र, पार्वतीय.

तसेच दक्षिणेकडील द्रविड, केरल, प्राच्य, भूषिक, वनवासिक, कर्णाटक, महिषक, विकल्प, मूषक, झिल्लिक, कुंतल, सौहृद, नभकानन, कौकुट्टक, चोल, कोंकण, मालव, नर, समंग, करक, कुकुरांगार, मारिष, ध्वजिनी, उत्सव, संकेत, त्रिगर्त, शाल्वसेन, व्यूक, कोकबक, प्रोष्ठ, समवेगवश, विंध्यचुलिक, पुलिंद, वल्कल, मालव, बल्लव, अपरबल्लव, कुलिंद, कालद, कुंडल, करट, मूषक, स्तनबाल, सनीप, घटसृंजय, अठिद, पाशिवाट, तनय, सुनय, ऋषिक, विदर्भ, काकल, तंगण, परतंगण, उत्तरेस अपरम्लेंच्छ, क्रूर, यवन, चीन, कांबोज, दारुण, व दुसरे म्लेंच्छदेश सकृद्ग्रह, कुलथ, हूण, पारसिक, रमण, चीन, दशमालिक—ज्यांत क्षत्रियांच्या वसाहती आणि वैश्य व शूद्र यांचीं कुटुंबें आहेत असले देश. यांखेरीज शूद्र, आभीर, दरद, काश्मीर, पशु, खाशीर, अंतचार, पल्हव, गिरिगव्हर, आत्रेय, भरद्वाज, स्तनपोषिक, प्रोषक, कलिंग इत्यादि किरातांचे देश, तसेच तोमर, हन्यमान, करमंजक हे देश आहेत.

हे राजा, येथपर्यंत मीं तुला पूर्व व उत्तरदिशेचे देशांचीं नांवें संक्षेपानें सांगितलीं. तथापि, यांखेरीजही अनेक देशांचीं नांवें राहिलीं आहेत. अशा नानादेशांनीं भरलेली ही पृथ्वी केवळ कामधेनु आहे. हिचें गुणसामर्थ्य ओळखून जर कोणीं हिची योग्य व्यवस्था राखिली, तर ही धर्म, अर्थ व काम हे तिन्ही पुरुषार्थ पुरविणारी आहे; आणि म्हणूनच धर्मार्थींचें रहस्य ओळखणारे शूर राजे तिला इतके बिलगून पडतात, व लोभावेशांत परस्पर झगडे करून प्राण देण्यास देखील मागेंपुढें पहात नाहींत. दिव्य व मानुष देह धारण करणारांची ही भूमिच आश्रयभूत आहे. हीवांचून मनुष्यांना किंवा देवांनाही गति नाहीं. अशी ही भूमि गुणवती असल्यानें हिच्या भोगेच्छेनें, मांसपिंडांवर तुटून पडणाऱ्या कुत्र्यांप्रमाणें राजे एकमेकांशीं हिसकाहिसकी करितात. या भूमींत अशी कांहीं विलक्षण गोडी आहे कीं, एवढे राजे तिला भोगीत आले, तरी आजपर्यंत कोणाचीही तिच्या भोगाविषयीं तृप्ति म्हणून झाली नाहीं. अजूनही ती आपणास भोगण्यास मिळावीच असें सर्वांस वाटतें; आणि, हे भारता, साम, दान, भेद, अखेर दंडादंडी करण्यालाही जे कौरवपांडव सिद्ध झाले आहेत, ते तरी ही भूमि भोगण्यास मिळावी म्हणूनच. हे मनुजेंद्रा, भोगपरायण जीवांना जरी ही केवळ भोग्य स्त्रीप्रमाणें दिसते तरी जे खरे विवेकी आहेत त्यांच्या दृष्टीनें ही भूमि भूतमात्राला पितृस्थानीं, मातृस्थानीं तशीच पुत्रस्थानींही असून, सूर्यलोक व स्वर्गलोकही प्राप्त करून देणारी अशी दिसते.

अध्याय दाहावा.

--::--

आयुर्निरूपण.

धृतराष्ट्र म्हणतोः—हे संजया, हें भरतवर्ष तसेंच हैमवत व हरिवर्ष या तीनही वर्षांतील लोकांचें आयुष्यप्रमाण बल, आणि भूतभविष्य व वर्तमानकालीन शुभाशुभांचें सविस्तर वर्णन मला सांग.

संजय म्हणतोः—हे कुरुवंशवर्धना, आयुर्दायासंबंधें या भारतवर्षांत कृत, त्रेता, द्वापर व कलि अशा युगसंज्ञक चार कालमर्यादा आहेत. यांपैकीं कृतयुग प्रथम, त्रेता त्यामागून, त्रेताचा अंत झाला कीं द्वापर, आणि द्वापरानंतर कलियुग प्रवृत्त होतें. कृतयुगांत चार हजार वर्षें आयुर्मर्यादा गणिली आहे. त्रेतायुगांत तीन हजार, हल्लीं चालू असलेल्या द्वापरांत मनुष्यें दोन हजार वर्षें वांचतात. येणाऱ्या कलींत मात्र आयुष्यनिश्चय कसा तो नाहींच. उपजतांच किंवा गर्भांत देखील लोक कलियुगांत मरतात. कृतयुगांत जन्मलेले लोक महाबल, महासत्त्व, प्रज्ञावान्, गुणवान्, धनाढ्य, प्रियदर्शन व तपोधन असतात, व आपल्याशीं सलक्षण अशी हजारों हजार प्रजा उत्पन्न करितात. त्रेतायुगांत महोत्साह, महामति, धार्मिक, सत्यवादी, दर्शनीय, धिप्पाड, महावीर्य, वरार्ह, युद्धनिपुण व अत्यंत शूर असे क्षत्रिय विशेषतः निपजतात व ते सर्वच चक्रवर्ती राजे होतात. द्वापारांत तपोधन किंवा क्षात्रप असा विशिष्ट वर्ग नसून सर्वच वर्णांचे लोक मोठे उत्साहसंपन्न, वीर्यशाली व परस्परांस जिंकूं पाहाणारे असे निपजतात; आणि, हे भारता, कलियुगांतले लोक हीनतेज, रागीट, लोभी व अनृतभाषी असे निपजतात; व त्यांचें अंगीं ईर्षा, दुरभिमान, क्रोध, कपट, असूया, विषयेच्छा व लोभ हे दुर्गुण असतात. हे राजा, प्रस्तुत द्वापर संपत आलें आहे, यांत देखील सद्गुण बहुतेक संपुष्टांतच आल्यासारखे आहेत; आणि कलींत तर ह्यांचा अभावच होणार हें हिशेबींच आलें. असो; याप्रमाणें भरतखंडांतील लोकांचें बल, आयुष्य वगैरेचें वर्णन तुला सांगितलें. हैमवत वर्षांत या सर्वच गोष्टी सरस आहेत, व हरीवर्षांत तर हैमवताहूनही चढत्या प्रमाणानें आहेत.

भूमिपर्व.

अध्याय अकरावा.

—:०:—

शाकद्वीपवर्णन.

धृतराष्ट्र म्हणतोः—हे संजया, एथवर तूं मला जंबूखंडाचें यथावत् वर्णन दिलेंस, परंतु मला ह्याचें क्षेत्रफळ व विस्तार नीट सांगून खऱ्या खऱ्या बिनचूक दृष्टीनें समुद्राचे विस्तारा-चें प्रमाण व त्यांतील शाक, कुश, शाल्मलि व क्रौंच हीं चारही द्वीपें व राहु, चंद्र व सूर्य यां-संबंधें सर्व कांहीं माहिती, हे गावल्गणे, मला सांग.

संजय म्हणतोः—हे राजा, हें जगत् अनेक द्वीपांनीं भरलें आहे. ह्या सर्वांचीं नांवें कोठवर सांगावीं? तस्मात् त्यांतील मुख्य अशीं सात द्वीपें व चंद्रसूर्य आणि राहु, एवढ्यांचें वर्णन तुला सांगतों. हे राजा, जंबूपर्वताचा विस्तार पुरापूर अठरा हजार सहाशें योजनें आहे; व क्षार समुद्राचा विस्तार याचे दुपटीनें सांगतात. या समुद्रांत अनेक मणि, प्रवाल वगैरे रत्नें असून अनेक देशांची गर्दी आहे. शिवाय अनेक धा-तूंनीं चित्रित अशा पर्वतांनीं ह्याला शोभा आली आहे. सिद्धचारणांची तेथें सतत दाटी असते. हा समुद्र मंडलाकार आहे.

हे पृथ्वीपते, आतां मी तुला शाकद्वीपाचें ही यथावत् वर्णन सांगतों, तें माझें तोंडून तूं लक्ष देऊन ऐक. हे राजा, शाकद्वीपाचें प्र-माण जंबूचे द्विगुणित असून, त्याला वेढा घाल-णारा क्षीरसमुद्र हा शाकद्वीपाचे दुप्पट विस्तीर्ण आहे. या द्वीपांतील लोक मोठे पुण्यशील आहेत, व मरण त्यांना येतच नाहीं. तसेंच ते क्षमा व उत्साह यांनीं संपन्न आहेत; अर्थात् अशांना दुर्भिक्ष कोठून शिवणार? हे भरत-श्रेष्ठा, हें मीं तुला संक्षेपतः शाकद्वीपाचें वर्णन सांगितलें, आतां आणखी काय सांगूं?

धृतराष्ट्र म्हणतोः—संजया, तूं मला शाक-द्वीपाचें संक्षिप्त वर्णन दिलेंस खरें, परंतु तेवढें मला पुरेसें नाहीं, याकरितां तेंच विस्तारानें सांग. तूं मोठा बुद्धिमान् आहेस. तुला ही गोष्ट कांहीं अवघड नाहीं.

संजय म्हणालाः—राजा, ठीक आहे. ऐक. या द्वीपांत मणिभूषित व रत्नखनींनीं युक्त असे सात पर्वत आहेत; व तितक्याच आणि तशाच नद्याही आहेत. त्यांचीं नांवें आतां मजपासून ऐक. हे राजा! तेथील सर्वच वस्तु पवित्र व गुणयुक्त आहेत. असो, पर्वतांत पहिला मेरु. यावर देव, ऋषि आणि गंधर्व यांची वसति असते. दुसरा, मलय, हा पूर्वेकडे विस्तारला आहे. या पर्वतापासून मेघ प्रथम उत्पन्न होऊन मग सर्वत्र फैलावतात. यापुढें जलधार नांवा-चा महापर्वत आहे. इंद्र यापासूनच सर्वदा उत्कृष्ट जल ग्रहण करीत असतो, व म्हणूनच वर्षाकालीं त्याला पर्जन्याची रेलचेल करावयास सांपडते. यापुढें रैवतक नामक अति उंच असा रैवतकगिरि आहे. आकाशांत याचे थेट डोक्या-वर रेवती नक्षत्र असतें, तेथून ढळत नाहीं. कारण, साक्षात् ब्रह्मदेवानें हा नियम करून टाकिला आहे. हे महाराजा, रैवतकाचे उत्तरेस श्याम नामक महागिरि आहे. हा फार वि-स्तीर्ण, शोभिवंत व देदीप्यमान आकृतीचा अ-सून याची कांति नूतन मेघाप्रमाणें काळसर आहे; आणि, हे राजा, यामुळेंच तेथील लो-कांत काळा वर्ण शिरला.

धृतराष्ट्र म्हणतोः—हे संजया, हें तुझें बोलणें ऐकून मला मोठी शंका आली आहे. तुझें म्हणणें येथील प्रजा या पर्वतामुळें काळ्या झाल्या, हें कसें?

सजंय म्हणतोः—हे राजा, इतरही द्वीपांत श्यामवर्ण असतो. पण तेथें त्या-शिवाय गोरा व निमगोरा हेही वर्ण अस-तात. परंतु येथें सर्वच श्यामवर्ण प्रजा दिसते,

व म्हणूनच या पर्वताला श्यामगिरि म्हणतात. हे कौरवेंद्रा, यापुढें मोठा उंच असा दुर्गशैल आहे. त्यापलीकडे केसर पर्वत आहे व त्यावरून सर्वदा पुष्पकेसरांनीं युक्त असा सुगंध वायु सुटतो. या सात पर्वतांचें प्रमाण यथाक्रम दुपटीदुपटीचें चढतें आहे. या सात पर्वतांचे हद्दींत सात द्वीपें आहेत असें मननशील मुनि सांगतात. यांपैकीं मेरूचे वर्षाला महाकाश म्हणतात. जलोत्पाद जो मलय, त्याचे वर्षास कुमुदोत्तर म्हणतात. जलधाराचें सुकुमार हें वर्ष म्हटलें आहे. रैवतकाचें कौमार, श्यामाचें मणिकांचन, केसराचें मौदाकी व त्याचे पुढलें महापुमान् वर्ष होय. या द्वीपांत शाक नामक महावृक्ष आहे, त्याची उंची व जाडी बरोबर जंबुद्वीपांतील जंबुवृक्षाएवढी आहे. येथील सर्व लोक या वृक्षाचे सर्वकाळ भजनीं असतात. ते फार पवित्र असून मोठे शिवपूजक आहेत. सिद्ध, चारण व देवतेंही या ठिकाणीं जातात. येथील सर्व प्रजा धर्मनिष्ठ असून चारही वर्ण आपाआपल्या कर्तव्यात रत असतात. येथें चोर मिळून कसा तो दृष्टीस पडत नाहीं. सर्व प्रजा दीर्घायु व जरामरणरहित आहे. रोगराई, अपघात नसल्यानें हे राजा, येथील लोकसंख्या वर्षाकालांतील नदीप्रमाणें तेव्हांच वाढते. या द्वीपांतील नद्यांचें जल फार पवित्र असून प्रत्यक्ष गंगा अनेक रूपांनीं तेथें वाहते आहे. शिवाय सुकुमारी, कुमारी, शीताशी, वेणिका, महानदी, मणिजला व चक्षुर्वर्धनिका—अशा अनेक पुण्यजलानें भरलेल्या शेंकडों हजारों नद्या आहेत. त्या सर्वच मोठ्या पवित्र आहेत. तथापि त्या असंख्य असल्यानें त्या सर्वांचीं नांवें व विस्तार सांगतां येणें अशक्य आहे. या द्वीपांत चार पवित्र व लोकमान्य देश आहेत. त्यांचीं नांवें—मंग, मशाक, मानस व मंदग. राजा, यांपैकीं मंगांत ब्राह्मण फार असून ते सर्वही ब्रह्मकर्मीत गढलेले असतात. मशाकांत मोठे उदार व धर्मनिष्ठ असे क्षत्रिय रहातात. मानसांतील सर्व रहिवासी वैश्यवृत्तीनें उपजीविका करितात; व ते शूर, धर्मार्थनिर्णय जाणणारे व पूर्णकाम असे आहेत. मंदगांत धर्मशील असे शूद्र आहेत. हे राजा, तेथें कोणी राजा नाहीं, दंडही नाहीं व दंडच म्हणजे शिक्षेस पात्र असाही कोणी नाहीं. कारण, सर्वही नीतिमान् आहेत, व आपआपलें धर्मानें चालून परस्परांचा सांभाळ करितात. हे राजा, या उज्वल शाकद्वीपासंबंधें मीं सांगण्यासारखें व तूं ऐकण्यासारखें एवढेंच आहे, आणि तें सर्व मी तुला सांगितलें.

अध्याय बारावा.

—:०:—

उत्तरादि द्वीपाचें वर्णन.

संजय म्हणतोः—हे कुरुश्रेष्ठा, आतां उत्तरेकडील द्वीपासंबंधीं जी हकीगत माझे ऐकण्यांत आहे, ती मी तुला सांगतों; नीट लक्षांत घे. या उत्तरद्वीपाजवळ घृतसमुद्र, दधिसमुद्र, सुरासमुद्र (मद्याचा) व जलसमुद्र असे चार समुद्र आहेत. हे द्वीपविस्तारानें पहिल्याचे दुप्पट दुसरा, त्याचे दुप्पट तिसरा असे क्रमानें द्विगुणित होत गेले आहेत; व या द्वीपांतील पर्वतांना समुद्रांचा वेढा आहे. मध्यमद्वीपांत गौर नांवाचा मनशीळ धातूचा मोठा पर्वत आहे. पश्चिमद्वीपांत श्रीनारायणाचा आवडता कृष्णसंज्ञक पर्वत आहे, या पर्वतावरील रत्नांची रखवाली श्रीकृष्ण भगवान् स्वतःच करीत असतो, व सदा प्रसन्नवृत्ति असून लोकांना फार सुख देतो. बहुजनपदांनीं युक्त कुशद्वीपामध्यें कुश जातींच्या दर्भाचें एक बेट आहे, त्याची तेथील लोक पूजा करितात; व शाल्मलिद्वीपांत एक शाल्मलीचा वृक्ष आहे,

त्याची पूजा करितात. हे महाराजा, क्रौंचद्वीपांत नानाविध रत्नांची खाण असा क्रौंच नामक पर्वत आहे, त्याची चारीही वर्ण सर्वदा पूजा करितात. तसाच सर्व प्रकारचे धातूंनीं भरलेला गोमंत नामक पर्वत आहे. त्यावर कमलनेत्र श्रीपति परमात्मा नारायण हा मुक्त झालेल्या आपल्या भक्तांसह रहातो. कुशद्वीपांत त्याच नांवानें प्रसिद्ध असा पोंवळ्यांनीं भरलेला व चढण्यास कठीण असा सुवर्णपर्वत आहे. राजा, दुसरा द्युतिमान् नामक हेमपर्वत आहे. तिसरा परमदीप्तिमान् कुमुद नामक पर्वत आहे. चौथा एक आहे त्याचें नांव पुष्पवान्; पांचव्याचें कुशेशय आणि सहावा हरिगिरि. असे हे सहा उत्तम पर्वत या द्वीपांत आहेत. यांतील परस्पर अंतर उत्तरोत्तर दुपटीनें चढतें आहे. या सहा पर्वतांचे योगानें या कुशद्वीपाचीं सात खंडें किंवा सात वर्षें पडलीं आहेत. त्यांचीं नांवें--पहिलें औद्भिद, दुसरें वेणुमंडल, तिसरें सुरथाकार, चौथें कंबल, पांचवें धृतिमान्, सहावें प्रभाकर व सातवें कापिल. हे सात वर्षसंज्ञक प्रधान भाग आहेत. या सर्वांत, हे नरेंद्रा, देव, गंधर्व व इतर प्रजा यथेच्छ विहार करितात व आनंदांत असतात. येथें कोणालाही मरण नाहीं. येथें चोर किंवा म्लेच्छजातीयही कोणी नाहींत. येथील सर्व लोक प्रायः गौर असून सुकुमार असतात.

हे मनुजेश्वरा, आतां उरलेल्या द्वीपांचें मीं ऐकिलें आहे तसें तुला वर्णन सांगतों, तें अव्यग्र अंतःकरणानें ऐक. क्रौंचद्वीपांत क्रौंच नांवाचाच विशाल पर्वत आहे. त्याचे उत्तरेस वामनक नांवाचा दुसरा पर्वत आहे. त्यापुढें अंधकारक, त्यापलीकडे पर्वतश्रेष्ठ मैनाक, मैनाकापुढें गोविंदगिरि व गोविंदापरता निबिड. हे कुरुवंशवर्धना, यांमधील प्रदेश आपापल्या मागल्याच्या द्विगुणित असे विस्तारानें चढते आहेत. आतां यांतील देश सांगतों ते ऐक. क्रौंचाजवळील देशाला कुशल म्हणतात. वामनाजवळच्याला मनोनुग म्हणतात. ह्याच्या पुढल्याला उष्ण; त्यापुढें प्रावरक; त्यापरता अंधकारक; त्याच्यापुढील मुनिदेश व शेवटल्याला दुंदुभिस्वन म्हणतात. हा सिद्धचारणांनीं संकुल असून येथील लोकांचा वर्ण प्रायः गौर असतो. महाराजा, ह्या सर्वच देशांत देव आणि गंधर्व यांची वसति असते.

आतां, पुष्करद्वीप यांत पुष्कर नांवाचाच रत्नें व माणकें यांनीं युक्त असा पर्वत आहे. या पर्वतावर ब्रह्मदेव स्वतःच रहातो व देव आणि महर्षि त्याची सर्वदा पूजा करितात व त्याचे मनाला गोड लागतील अशा शब्दांनीं त्याची स्तुति करितात. जंबुद्वीपामधून नानाप्रकारचीं रत्नें या द्वीपांत येतात. हे कुरूत्तमा, या सर्व द्वीपांतील प्रजांच्या आरोग्याचें व आयुष्याचें प्रमाण ब्रह्मचर्य, सत्य व दम यांच्या योगानें दुपटीनें चढत गेलें आहे. या द्वीपांतील सर्व प्रांतीं एकच धर्म असल्यानें सर्व प्रांत मिळून एकच देश मानिला जातो. साक्षात् ईश्वर प्रजापति हातीं दंड घेऊन येथील प्रजेचें रक्षण करीत असतो. हे राजा, येथील प्रजांचा प्रजापतिच राजा, तोच त्यांचें कल्याण, तोच पिता, तोच पितामह तो जडापासून पंडितापर्यंत सर्व प्रजांचें रक्षण करितो. हे महाबाहो, येथील प्रजांना अयत्नसिद्ध भोजन मिळतें व त्यावर त्या निर्वाह करितात. या द्वीपांपलीकडे सम नांवाची लोकवसति आहे. ही चौकोनी असून हिचें क्षेत्रफळ तेहतीस हजार योजने आहे. हे कुरुश्रेष्ठा, या ठिकाणीं लोकमान्य असे वामन- ऐरावतादि चार दिग्गज आहेत. यांतील सुप्रतीक नांवाचें गंडस्थळ व मुख यांतून सदैव मदस्राव होत असतो. या गजांचें आकारमान सांगण्याचें साहस मी करीत नाहीं, कारण,

यांची लांबी, रुंदी, उंची, हीं सर्वच अजून कोणाला मोजतां आलेलीं नाहींत. हे राजा, सर्व दिशांकडून वारे अनियमितपणें येऊन या ठिकाणीं आदळतात; परंतु हे दिग्गज आपल्या कमलपुष्पाकार दिव्य व विस्तृत शुंडाग्रांनीं त्या वायूचा निग्रह करून पुनः आपल्या उच्छ्वासरूपानें त्यांना सोडून देतात. नंतर ते वारे सर्व पृथ्वीवर पसरून प्रजांचे प्राणधारणास अनुकूल होतात.

धृतराष्ट्र म्हणतोः—हे संजया, तुझी शाबास आहे. तूं माझ्या प्रश्नांतील पूर्वार्धाचा विषय म्हणजे द्वीपादिकांचें वर्णन फार सविस्तर सांगितलेंस. आतां उत्तरार्धाचा विषय म्हणजे चंद्रादि ग्रहांचें वर्णन मला सांग.

संजय म्हणतोः—महाराजा, द्वीपांचें वर्णन तर आपणास पटलें; आतां ग्रहांचें ऐका. प्रथम स्वर्भानु म्हणजे राहूचें वर्णन सांगतों. राहुग्रह वर्तुलाकार आहे असें ऐकितों. त्याचा व्यास बारा हजार योजनें असून परिघ छत्तीस हजार अधिक सहा हजार योजनें, इतका विपुल आहे, असें विद्वान् व पौराणिक म्हणतात. चंद्रमाचा व्यास अकरा हजार व परिघ तेहतीस हजार अधिक एकुणसाठशें योजनें आहे. हे राजा, सूर्याचा व्यास आठ अधिक दोन म्हणजे दहा हजार योजनें असून परिघ तीस हजार अठ्ठावनशें योजनें आहे. हा शीघ्रगामी व परमउदार जो सूर्य त्याचें प्रमाण इतकें आहे. राहु हा चंद्र व सूर्य या दोहोंपेक्षांही विस्तारानें अधिक असल्यामुळें संधि साधेल तेव्हां त्यांना झांकून टाकितो. हें वर्णन मीं संक्षेपानेंच सांगितलें आहे; तथापि तें शास्त्रदृष्टीनें पाहून सांगितलें असल्यामुळें खरें आहे; याकरितां ऐकून तूं समाधान पाव. तुझ्या इच्छेप्रमाणें मीं तुला या जगताचें वर्णन त्यांतील सृष्टीसह दिलें आहे, हें ऐक आणि हें सर्व ईश्वरकर्तृक समजून दुर्योधनासंबंधें तळमळ करूं नको.

हे राजा, हें मनोहर भूमिपर्ववर्णन जो कोणी क्षत्रिय श्रवण करील तो कृतकार्य व सन्मान्य होऊन त्याचें आयुष्य, बल, तेज व कीर्ति हीं वाढतील. हे भूपाला, हें वर्णन विशेषेंकरून जो पौर्णिमा आणि अमावास्या या दिवशीं इंद्रियनिग्रह करून ऐकतो, त्याचे पितर, तसेच पितामह त्यावर प्रसन्न होतात. हे राजा, सांप्रत आपण ज्यांत रहात आहों, तें हें भरतखंड आहे. हें फार पवित्र असून पूर्वीं होऊन गेलेल्या अनेक महानुभाव पुरुषांनीं या रूपास आणिलें आहे. यांचेंही वर्णन तूं ऐकिलेंसच.

भगवद्गीतापर्व.

अध्याय तेरावा.

—:०:—

भीष्ममृत्यूचें संक्षिप्त वर्णन.

वैशंपायन सांगतातः—हे राजा, सर्व वस्तु ज्ञानबलानें प्रत्यक्ष पहाणारा त्रिकालज्ञ ज्ञाता संजय युद्धभूमीवरून घाबरत घाबरत परत येऊन ध्यानस्थ बसलेल्या धृतराष्ट्राला मोठ्या दुःखानें भारतांचा पितामह भीष्म रणांत वध पावल्याची दुष्ट वार्ता सांगूं लागला. तो म्हणाला, "हे महाराजा धृतराष्ट्रा, मी संजय आपणास वंदन करितों. मी हाच रणभूमीवरून आलों. मला आपणास कळविण्यास फार वाईट वाटतें कीं, सर्व योद्ध्यांचा अग्रणी, सर्व भारतांचा पितामह व सर्व धनुर्धरांचें मूर्त तेज असा शांतवन भीष्म घायाळ होऊन शरशय्येवर पडला आहे. हे राजा, ज्याच्या बळावर विश्वासून तुझ्या पुत्रांनीं द्यूत मांडिलें, तो भीष्म आज शिखंडीचे हातून घाय लागून रणांत आडवा पडला आहे. ज्या महारथ्यानें एकट्यानें काशिपुरींत जमलेल्या सर्वही भूमिपालांस तुमुल युद्ध करून जेरीस आणिलें व निर्भयपणें जामदग्न्य रामाशीं युद्ध केलें तथापि जो रामाचे हातून वध पावला नाहीं, त्याला आज शिखंडीनें लोळविलें. जो वीर्यानें इंद्रतुल्य, स्थैर्यानें हिमालयसारखा, गांभीर्यानें प्रतिसमुद्र व सहिष्णुतेनें पृथ्वीसमान असून, तीक्ष्ण बाण ह्याच ज्याच्या दाढा, ताणिलेलें धनुष्य हेंच ज्याचें आस्य आणि हातांतील तरवार हीच ज्याची लळलळणारी जीभ तो नरसिंहाप्रमाणें उग्र तुझा पिता भीष्म पांचाल शिखंडीनें पाडिला. सिंहाला पाहून गाईचे कळपाचा जसा भयानें थरकांप उडतो, त्याचप्रमाणें जो रणांत युद्धोद्यत झालेला पाहून पांडवसेनेची दशा होई, तो सेनाहंता वीर आज दहा रात्री आपले सैन्याचा बचाव करून व युद्धांत अचाट व अनन्य साधारण असें शौर्य गाजवून अखेरीस सूर्याप्रमाणें आज अस्तमित झाला. जो इंद्राप्रमाणें अढळ असून ज्यानें हजारों बाणांचा पाऊस पाडून दहा दिवसपर्यंत नित्य नियमानें दहा दहा हजार योद्धे मारिले, तो आज वाऱ्यानें मोडलेल्या वृक्षाप्रमाणें धरणीवर पसरला आहे. त्याच्या योग्यतेकडे पहातां असा प्रसंग त्याजवर येऊं नये; परंतु, हे धृतराष्ट्रा, तुझ्या गैरविचारामुळें त्याला हें प्राणसंकट प्राप्त झालें समजलास ?

अध्याय चौदावा.

—:०:—

धृतराष्ट्राचे प्रश्न.

धृतराष्ट्र म्हणतोः—हे संजया, बाबा, कायरे तरी हें बोलतोस ? अरे, कुलपुंगव भीष्म शिखंडीच्या हातून वध पावला कसा ? इंद्रासारखा पराक्रमी तो माझा पिता स्वरथांतून खालीं तरी कसा पडला ? माझे तरी कान कांहीं ही वार्ता ऐकत नाहींत. पण तूं सत्य म्हणून सांगतोस तेव्हां काय म्हणावें ! असो; स्वपित्यासाठीं आजन्म ब्रह्मचर्य पालन करणारा देवतुल्य पराक्रमी भीष्म जेव्हां माझ्या योद्ध्यांमधून नाहींसा झाला, तेव्हां त्यांची स्थिति तरी काय झाली ? आणि असला तो महाप्राज्ञ, महासत्त्व, महाबल, महाधनुर्धर नरव्याघ्र घायाळ झालेला पाहून, हे संजया, तुझी स्वतःची तरी मनःस्थिति काय झाली? तो अक्षोभ्य कुरुपुंगव वीर मारला गेल्याचें तूं सांगतोस तें ऐकून माझें तर मन पराकाष्ठेचें दुःखमग्न होत आहे. बा संजया, तो अद्भुतपराक्रमी क्षत्रियपुंगव जेव्हां शत्रूवर चाल करून जाऊं लागला, तेव्हां आमच्या वीरांपैकीं

त्याचे अग्रभागीं कोण चालत होते? त्याचे मागें कोण होते; त्याचे आजूबाजूला कोण टिकाव धरून होते; गेल्यांपैकीं मागें फिरून कोण गेले व पुनः भरतीला पाठोपाठ कोण कोण गेले; तसेंच तो रथिव्याघ्र जेव्हां शत्रुसैन्यांत धडकेसरसा घुसला, तेव्हां त्याच्या पाठी कोण कोण गेले, हें मला सांग.

हे संजया, तूं समक्षच जवळ होतास, त्या अर्थी मला एवढेंच सांग कीं, सहस्रकिरण भगवान् सूर्य ज्याप्रमाणें अंधःकाराला हांकून लावतो, त्याप्रमाणें शत्रुसैन्याला केवळ दृष्टिपातानें घाबरवून सोडून पळण्यास लावणारा तो शत्रुहंता, दुर्धर्ष, युद्धपटु वीर जेव्हां भोंवतीं उभे असलेल्या पांडववीरांचे पटापट बळी पाडीत चालला, त्या वेळीं त्यांचें निवारण पांडवांनीं कशा प्रकारें केलें? तो पापभीरु, अजिंक्य, दृढनिश्चयी व दुरासाध्य वीर आपले धनुष्याचा कमानरूपी जबडा वासून त्यांतून निघणाऱ्या बाणरूप तीक्ष्ण दंष्ट्रांनीं व मध्यें मध्यें लळलळणाऱ्या असिरूपी जिव्हेमुळें फारच भयंकर दिसणारा केवळ व्याघ्रच, कडाकड शत्रुवीरांना काटीत चालला असतांना आणि अत्युत्कृष्ट रथावर बसून आपल्या उग्र धनुर्बाणांचे साह्यानें शत्रूंचीं शिरकमलें फडाफड उडवून देत असतां असतां कुंतीपुत्रानें त्याला रथांतून खालीं कसें पाडिलें? अरे, पांडवांचें एवढें मोठें व पराक्रमी सैन्य ना? पण प्रतिदिवशीं प्रातःकाळीं तो दुर्धर्ष वीर युद्धार्थ पुढें आला कीं, प्रलयाग्नि किंवा प्रलयसूर्य पुढें आल्याप्रमाणें पांडवसैन्याची तडफड तडफड होऊन जाई. आज दहा दिवस शत्रुसैन्यांत सारखी कचाकची चालवून, आणि कधीं कोणाला होणारें नव्हे असें अद्भूत कर्म करून आज दहाव्या दिवसाचे अंतीं सूर्याप्रमाणें अस्तास गेला. इंद्राचे पर्जन्याप्रमाणें ज्यानें आज दहा दिवस अखंड शरवृष्टि चालू ठेवून शत्रूकडील दहा दहा हजार योद्धे प्रतिदिवशीं मारिले, तो वीराग्रणी वाऱ्यानें मोडून पडलेल्या एखाद्या वृक्षाप्रमाणें आज पृथ्वीवर पडला आहे; आणि वास्तविक पहातां या दशेला अपात्र असतां माझ्या दुष्ट सल्लयामुळें पितामहांना हें प्राणसंकट प्राप्त झालें, असें तुझें म्हणणें; तर ह्या प्रचंडपराक्रमी शांतनव भीष्मांना पाहून पांडवसैन्याला त्यांवर प्रहार करण्याचें धैर्य तरी कसें झालें तें मला सांग. त्या पांडुपुत्रांची भीष्मांशीं युद्ध करण्याची छाती तरी कशी झाली? आणि साह्य करणारे द्रोणाचार्य जिवंत असूनही भीष्मांना जय आला नाहीं कसा? त्याप्रमाणेंच, भरद्वाजात्मज व कृपाचार्य[1] तेथें सन्निध असतांना तो योधाग्रणी भीष्म मृत्युवश कसा झाला? देवांच्याही हातीं न लागणारा तो अतिरथी भीष्म युद्धांत पांचाल शिखंडीनें कसा चीत केला.

बा संजया, भीष्मनिधनाची तूं मला मोघम वार्ता सांगिल्यापासून माझें चित्त थारीं नाहीं, मला चैन पडत नाहीं. कारण, मला पुनः वाटतें कीं, जामदग्न्य रामाशींही स्पर्धा करून जो पुरून उरला, हार गेला नाहीं, शूरत्वांत ज्याला उपमा म्हणजे इंद्राचीच, असा तो महारथिकुलोद्भव भीष्म त्या पांचाल पोराचे हातून कसा वध पावावा? हा संशय माझे मनाला छळीत असल्यानें कसें तें समाधान

१ "कृपे सन्निहिते तत्र भरद्वाजात्मजे तथा" यांतील 'भरद्वाजात्मज' या शब्दाचा अर्थ कालिप्रसन्नांनीं "द्रोण" असा केला आहे. तो व्युत्पत्तिदृष्ट्या ठीक आहे. परंतु त्यानें पुनरुक्ति होते, चौधरी यांनीं "अश्वत्थामा" असा केला आहे. तो बरा आहे, मात्र 'आत्मज' याचा अर्थ साक्षात् पुत्र असा न घेतां 'वंशज' असा घ्यावा लागतो. गुर्जरपंडितांनीं 'भरद्वाजात्मज' हें कृपाचें विशेषण केलें आहे, पण तें साफ चुकीचें आहे, कारण 'कृप' हा शारद्वत होता, भारद्वाज नव्हता.

वाटत नाहीं, याकरितां तूं मला भीष्मनिधनाचा इतिहास सविस्तर समजव, म्हणजे माझा जीव खालीं पडेल. हे संजया, शिखंडीला पुढें करून ज्या वेळीं सर्व पांडव अमोघ भीष्मांवर चाल करून आले, त्या वेळीं माझ्याकडील कोणते शूर धनुर्धर भीष्माला न सोडतां साथ करीत राहिले? तसेंच, त्या प्रसंगीं दुर्योधनाचे सांगण्यावरून तरी कोण भीष्माभोंवतीं रक्षणार्थ उभे राहिले किंवा त्यांना सोडून सर्वच कौरव पळाले, तें वृत्त मला सांग. बाबारे, माझें हृदय तरी पोलादाप्रमाणें अतिकठीण म्हटलें पाहिजे. तसें नसतें तर आज एवढा वाघासारखा पुरुष मारला गेल्याचें ऐकून त्याचे तुकडे तुकडे झाले असते. पण तें आहे तसें घट्ट आहे! हे संजया, ज्याची बुद्धि, नीतिमत्ता व सत्यनिष्ठा केवळ अगाध होती, असला वीर युद्धांत कसा मारला गेला? वज्रधर इंद्र ज्याप्रमाणें दानवांचा संहार करीत सुटतो, त्याप्रमाणें, हा जेव्हां शत्रूचा संहार करीत सुटला, तेव्हां पांचाल व सृंजय यांसह पांडवांवर बाणांचा निव्वळ पाऊसच पाडिला. खचितच त्या प्रसंगीं पहाणाराला असा भास होत होता कीं, या वीराचे प्रत्यंचेचा (धनुष्याच्या दोरीचा) टणत्कार हाच मेघांचा गडगडाट; धनुष्यापासून सुटणारे असंख्य बाण ह्याच जलधारा, धनुष्याचा खणखणाट हाच मेघांचा दणदणाट, आणि हा वीर म्हणजे वर्षोन्मुख झालेला प्रत्यक्ष मेघच होय! किंवा याहूनही अधिक समर्पक उपमा देणें तर तो अस्त्रसमुद्रच भासत होता. बाणरूपी नक्रांमुळें तो अगम्य व घोर दिसत होता. प्रतिवेळीं मागेंपुढें हालणाऱ्या धनुष्यांच्या जशा कांहीं लाटा उसळत होत्या; गदा व खड्गें हे जणू त्याचे आश्रयानें रहाणारे मकर होते; हत्तीघोड्यांचीं मंडळें हे त्यांतले जसे भोंवरे होते; त्याचे हाताखालील सैन्यांतील पदाति हे जणू मासे होते; व शंखदुंदुभींचा नाद हीच जणू त्या समुद्राची घोघो गर्जना होती. एवढें असून विशेष हा होता कीं, या समुद्राला नौकेनें तरण्याची सोय नव्हती, अधेंमधें विसाव्याची जागा नव्हती, व ज्याचा अंतपार मिळून दिसत नव्हता; असला तो अद्भुत समुद्र रणमंडलावर पसरून झपाट्यानें शत्रूकडील चतुरंग सैन्य जेव्हां गट्ट करीत चालला, क्रोधाचे व अंगचे तेजानें जेव्हां समुद्रांतील वडवानलाप्रमाणें पेटला, तेव्हां समुद्राचे तीराप्रमाणें आळा घालण्याला त्याचे भोंवतीं कोण कोण वीर उभे राहिले सांग पाहूं?

हे संजया, दुर्योधनाचे कल्याणासाठीं शत्रुहंत्या भीष्मानें जेव्हां अचाट कर्म मांडिलें, तेव्हां त्याचे पुरोभागीं कोण झाले? त्या तेजस्वी वीराचे रथाचे उजवे बाजूचें चाक कोणी संभाळलें होतें? कोणी निश्चयपूर्वक त्याच्या पाठीशीं राहून मागून येणाऱ्या शत्रूंचें निवारण केलें? भीष्माचे पुढल्या बाजूनें रक्षण करण्याकरितां त्याच्या अगदीं सरसे कोण उभे होते? तो वीर युद्धांत गुंतला असतां त्याचे रथाचे पुढील चाकाचा संभाळ कोणी केला? तसेंच त्याच्या रथाच्या डावेकडील चाकाशीं राहून सृंजयांचा समाचार कोणी घेतला? सर्व सैन्याचा धुरीण व कोणाच्या हातीं न लागणाऱ्या त्या वीराचे अघाडीं कोण राखण होते? व स्वतःची नासाडी होत असतांही त्याची बाजू सोडिली नाहीं, असे ते कोण कोण? आणि युद्धाचे गर्दींत भीष्माचे बरोबर शत्रूंवर तुटून पडले असे कोण? मी म्हणतों, पांडवसैन्य दुर्जय असेल, तरी जर आमचेकडील योद्धे व भीष्म हे दक्षतेनें परस्पर साह्य करीत होते, तर पांडवांना तडाक्याबरोबर जेरीस आणणें भीष्मांस कां अवघड जावें? लोकेश्वर दक्षादि

प्रजापतींचा पिता जसा पितामह तसाच समर्थ हा आम्हां सर्वांचा पितामह पांडवांच्यानें मारवला कसा?

अरे, शत्रुरूप समुद्रांत शिरणें तर एखाद्या द्वीपाप्रमाणें हा आपणांस आश्रयभूमि आहे असें मानून ज्याच्या आधारावर माझ्या पुत्रांनीं शत्रूंवर स्वारी आरंभिली ती आश्रयभूमीच समुद्रांत बुडून गेल्याचें तूं सांगतोस याला काय म्हणावें? अरे ज्याचे बलाचे आधारावर माझा पुत्र पांडवांना कसपटाप्रमाणें मोजीत होता तो बृहद्बल भीष्म युद्धांत शत्रूंनीं कसा मारिला? अरे, माझ्या त्या दृढव्रत पित्याची योग्यता आणखी ती काय पाहिजे? पूर्वीं सर्व देव जेव्हां दानवांना मारण्याचे उद्योगांत होते, तेव्हां त्यांनीं स्वसाहाय्यार्थ या झुंजार वीराची प्रार्थना केली होती. बा संजया, जो वीर्यशाली पुत्रोत्तम उदरीं येतांच लोकप्रसिद्ध राजा शंतनु शोक, दैन्य व दुःख हीं टाकून सुखी झाला—असा जो पितृसेवापरायण लोकविश्रुत स्वधर्मनिष्ठ ज्ञाता, पवित्र व वेदवेदांगाचें रहस्य जाणणारा तो मेला म्हणून तूं मला सांगतोस याला काय म्हणावें? अरे यावच्छस्त्रप्रयोगांत कुशल असून शांत, दांत, मनस्वी असा शांतनव मारिला गेल्याचें जर तूं सांगतो आहेस तर बाकीचें सर्व सैन्य ठार झालेंच असें मी समजतों. अरे, आपले वृद्ध पितामहाला ठार करून पांडव ज्या अर्थीं राज्य मिळवूं इच्छितात त्या अर्थीं धर्माहून अधर्माचा सांप्रतकालीं जोर अधिक आहे, असें मला वाटतें. अरे, पूर्वीं काशिराजपुत्री अंबा इचे कार्यार्थ अप्रतिम अस्त्रकोविद जामदग्न्य युद्धार्थ उभा राहिला असतां त्याचाही ज्यानें मोड केला, जो देवेंद्रतुल्य पराक्रमी, व सर्व धनुर्धरांचें केवळ नाकच असा भीष्म मारिला गेल्याचें तूं मला सांगतोस, तर यापरती दुःखवार्ता मला आणखी कोणती ऐकण्याची शिल्लक राहिली? अरे, ज्या जामदग्न्यानें अनेकवार क्षत्रियांचे समूहचे समूह युद्धांत फस्त करून टाकिले, त्या जामदग्न्यालाही जो हार गेला नाहीं, त्या बुद्धिमंताला यःकश्चित् शिखंडीनें आज मारिल्याचें तूं सांगतोस, पण हें व्हावें कसें? कारण, असें झालें असल्यास, युद्धार्थ सदा खुमखुमलेल्या महावीर्यशाली भार्गवरामापेक्षांही तेज, वीर्य व बल यांनीं द्रुपदात्मज शिखंडी अधिक म्हटला पाहिजे.

बरें, असल्या शूर, युद्धनिपुण, सर्वशास्त्रज्ञ, अस्त्रपटु भरतश्रेष्ठ वीराला शिखंडीनें मारिल्याचें सांगतोस, तर त्या शस्त्रसमाजांत कोण कोण वीर त्याचे साथी होते तें तरी सांग; आणि पांडवांशीं भीष्म कोणत्या प्रकारें लढले हेंही सांग. बाबारे, भीष्म गेल्यानें आज माझे पुत्राची सेना हतवीर्य, जिचा मर्द मरून गेला आहे अशा एखाद्या स्त्रीप्रमाणें रांडावली आहे! अरे, वरील गुराखी नाहींसा झाला असतां गाईंचा कळप जसा सैरावैरा होतो, तशी आज माझे सैन्याची स्थिति आहे. अरे, ज्या महावीराचे ठायीं त्रैलोक्याचें पौरुष जणू काय एकवटलें होतें, तो जेव्हां परलोकांची वाट धरण्याचे रंगांत आला, तेव्हां तुम्हां सर्वांची मनःस्थिति कशी तरी झाली सांग पाहूं. बाबारे, अशा त्या महावीर्य, धार्मिक पित्याला जर आम्हीं मारूं दिलें, तर आमच्या जगण्यांत हंशील काय उरलें? संजया, मला तर वाटतें कीं, भीष्म पडलेले पाहून माझे पुत्रांना, अगाध जलांत नाव बुडतांना पाहून परतीरगामी लोकांना जसें अनिवार दुःख होतें तसें दुःख होईल. माझें काळीज मात्र घट्ट पोलादीच खरें; कारण त्या पुरुषव्याघ्राचा घात ऐकूनही तें उलत नाहीं. अरे, असला अप्रतिम अस्त्रवेत्ता, मेधावी, नीतिज्ञ व अजिंक्य वीर युद्धांत कसा तरी मारिला गेला! मला वाटतें कीं, अस्त्रज्ञान, शौर्य,

तपस्या, बुद्धिमत्ता, धैर्य, औदार्य, यांपैकीं कशानेंही कालरूप मृत्यूपासून बचाव होत नाहीं. खरेंच हा महाबलाढ्य सर्वांनाच अलंघ्य आहे. एरवीं भीष्म मारिला जाणारा नव्हे. मी पुत्रांबद्दल चिंताकुल झालों असतां भीष्मांचे हातून त्यांचें रक्षण होईल अशी सदा आशा करून असें; परंतु तो आधार आज तुटला! बा संजया, आकाशांतील सूर्याप्रमाणें तो तेजस्वी भीष्म पतन पावलेला दृष्टीस पडला तेव्हां दुर्योधनानें काय उपाय योजिला? बाबारे, मी आपली बुद्धि चालवून पाहातां, या युद्धांत आमच्या अथवा शत्रूच्या सैन्यांतील एकही महीपाल अखेरीस जिवंत राहीलसें मला वाटत नाहीं. अरेरे, ऋषींनीं दाखवून दिलेला हा युद्धरूपी क्षात्रधर्म किती तरी दारुण आहे! या धर्मोपायींच शांतनवाचा बळी घेऊन पांडव राज्य मिळवूं पहातात, व आम्ही त्या महाव्रताला बळी पाडून आपलें राज्य राखूं पहातों, आणि हें कृत्य पांडव व माझे पुत्रही क्षात्रधर्माला अनुसरूनच करीत असल्यानें यांत अपराधी होत नाहींत, असा न्याय आहे! आम्ही तर राज्यलोलुपच आहों. पण कोणी मोठा संभावितही असला आणि त्यावर जर संकटकाळ आला आहे, तर त्यानें वाटेल तशी आपली शक्ति खर्च करून शत्रूला पादाक्रांत करावें, हा क्षत्रियाचा विहित धर्मच ठरला आहे.

अरे, त्या अपराजित, अकर्मविमुख व शत्रुहंत्या भीष्मांचें निवारण पांण्डवांनीं कशा प्रकारें केलें? सैन्यरचना कसकशी होती? व महानुभाव वीरांचें युद्ध कशा प्रकारें झालें? आणि, हे संजया, माझा पिता शत्रूंनीं कसा मारिला? भीष्म पडले तेव्हां दुर्योधन, कर्ण, शकुनि व जुगारी दुःशासन हे काय म्हणाले? मनुष्यें, हत्ती, घोडे, ह्याच जेथील सोंगट्या किंवा नरदा, बाण, शक्ति, खड्ग, तोमर हेच जेथील फांसे, व वीरांचे प्राण हेंच जेथें पणास लागणारें द्रव्य, अशा त्या महाभयंकर व केवळ अप्रवेश्य युद्धभूमिरूप द्यूतसभेंत कोणकोणते नादान जुगारी राजे शिरून प्राणपणानें खेळत होते तें मला सांग. त्या द्यूतांत हरले जितले कोण व शान्तनव भीष्माखेरीज हटकून पाडिले गेले कोण, तें मला सांग. बा संजया, समरभूमीचा अलंकारभूत तो देवव्रत, भीष्मकर्मा पिता भीष्म पडल्याचें ऐकून मला कशी ती शांति उरली नाहीं. अगोदरच माझ्या हृदयांत माझ्या पुत्रांच्या भावी मरणाबद्दल चिंताग्नि पेटून होता, त्यांत भीष्मवधरूप वार्तेचें तूं खासें तूप ओतून अगदीं भडकाच करून सोडलास. ज्यानें युद्धापैकीं मोठाच भार आपले शिरावर घेतला होता, तो जगद्विख्यात भीष्म पडलेला पाहून मला तर वाटतें कीं, माझे पुत्र विलाप करीत असतील. ते दुर्योधनाचे विलाप मी ऐकेन म्हणतों. यास्तव, हे संजया, त्या रणांत माझ्या मंदबुद्धि पुत्राचे हातून बरें वाईट जें कांहीं घडून आलें असेल तें मला सांग. त्याप्रमाणेंच, आम्हांस जय मिळावा ह्मणून त्या अस्त्रकोविद भीष्मानें जें जें कांहीं चमकदार काम केलें असेल तें तें सविस्तर सांग; आणि त्या कुरुपांडव-सेनांचें एकंदर युद्ध कसकसें झालें, त्यांत कोणत्या काळीं कोणती गोष्ट घडून आली, ती सर्व हकीकत इत्थंभूत व कालक्रमाला धरून सांग.

अध्याय पंधरावा.

—:०:—

दुर्योधनदुःशासनसंवाद.

संजय ह्मणतोः—हा तुझा मागील प्रश्न समर्पक आहे, आणि तुझ्या योग्यच आहे. परंतु तुझ्या ह्मणण्यांत एकच चूक आहे, ती

ही कीं, तूं भीष्मवधाचा दोष दुर्योधनावर लादूं पहातोस हें मात्र न्याय्य नाहीं. कारण, कोणाही मनुष्यास स्वकृतीनें दुःख प्राप्त झालें असतां, त्याबद्दलचें अपयश दुसऱ्याचे माथीं मारणें हा न्याय नव्हे. हे महाराजा, लोकांनीं नीच मानिलेल्या सर्व गोष्टी जो कोणी करितो, तो आपल्या निंद्य कृतीनें सार्वजनिक शत्रु बनतो, त्याचा नाश करण्याचा कोणाही मनुष्याला हक्क आहे. तूंच पहा, हे पांडव तुमचीं सर्व दुष्ट कृत्यें ओळखीत असूनही आपल्या आश्रितांसह तुह्मीं केलेले अपमान व हाल सोशीत निमूटपणें दीर्घकाल वनांत राहिले. ते कां ह्मणशील, तर ते वेडेखुळे होते अशांतली गोष्ट नव्हे. पण ते तुजकडे पाहून राहिले. त्यांना भरंवसा होता कीं, पोरगे कसेही वागले तरी ह्मतारा आपल्या शब्दाला जागेल व आह्मी परत जातांच आमचें राज्य आमचे स्वाधीन करील. पण तुझी बुद्धि नाटी झाली, आणि तूंही त्यांचे तोंडाला पानें पुसण्यास तयार झालास, यामुळें मुख्यतः हें युद्ध उद्भवलें व भीष्मांना बळी पडण्याचा प्रसंग आला! सारांश, या अनर्थाला मूळ तूं आहेस; व्यर्थ दुर्योधनाचें नांव कां घेतोस ? असो; बनली ती गोष्ट बनली. तुझा तरी यांत काय दोष ह्मणावा ? हें भाकीत ठरलेलें होतें तसें घडून आलें हेंच ह्मणणें बरें.

राजा, आतां तूं शोक करूं नको. मीं प्रत्यक्ष या डोळ्यांनीं किंवा मला मिळालेल्या योगसामर्थ्यानें जें जें कांहीं पाहिलें आहे, तें तें सर्व तुला इत्थंभूत सांगतों. या कृत्यांत मला चांगलें यश यावें म्हणून तुझा पिता जो बुद्धिमान् पराशरपुत्र व्यास त्याला मी प्रथम वंदन करितों. कारण त्याचे प्रसादामुळें मला हें दिव्य व अप्रतिम ज्ञान आणि अतींद्रिय दृष्टि ह्मणजे इंद्रियांचे टप्प्यापलीकडील विषय जाणण्याचे सामर्थ्य प्राप्त झालें आहे. त्याचप्रमाणें, दूरची गोष्ट ऐकूं येणें, दुसऱ्याचें इंगित ओळखणें, भूत व भविष्य जाणणें, कोणी शास्त्रमार्ग सोडून वागत असल्यास त्याचे कृतीचें ज्ञान, स्वच्छंद आकाशमार्गें भ्रमण करण्याचें सामर्थ्य व युद्धाचे कचाकचींत उभें असतांही अस्त्रस्पर्शापासून मुक्तता—ह्या सर्व गोष्टी महात्म्या व्यासांच्याच वरदानानें मला मिळाल्या आहेत. यास्तव, त्यांना वंदन करून, अत्यंत अद्भुत व श्रवणमात्रानें अंगावर रोमांच उभे करणारें असें हें विचित्र भारतीय युद्ध मी तुला सविस्तर सांगतों, तें नीट कान देऊन ऐक.

उभय पक्षांकडील सैन्यें युद्धार्थ सज्ज होऊन व्यूहाकार उभीं राहिलेलीं पाहून दुर्योधन दुःशासनास ह्मणाला, 'बा दुःशासना, भीष्मांचें रक्षण करणारे रथ (रथी) सत्वर एकत्र कर. त्याप्रमाणेंच आपल्या सर्व पलटणींना तय्यार राहाण्याविषयीं हुकूम फर्माव. चल, जलदी कर. आज कित्येक वर्षेंपर्यंत माझ्या मनांत घोळत असलेला सैन्यांसह कौरवांपांडवांची उघड रणांत जुंपण्याचा अमूल्य प्रसंग आज प्राप्त झाला आहे. याकरितां आतां बघत बसूं नको, त्वरा कर. प्रस्तुत प्रसंगीं प्रथम होईल तितक्या उत्कृष्ट रीतीनें भीष्मांचें रक्षण करणें याहून अधिक श्रेष्ठ कर्तव्य मला दुसरें कोणतेंही दिसत नाहीं. कारण, भीष्मांची का आपण ठीक पाठ राखिली, म्हणजे तो सोमक व सृंजय यांसकट या पांडवांना निखालस लोळवितो, यांत संदेह नाहीं! खरेंच, म्हातारा मोठा निर्मळ मनाचा व पवित्र. त्यानें स्पष्ट सांगितलें कीं, शिखंडी हा पूर्ववयांत स्त्री होता असें ऐकितों, यास्तव तो मला वर्ज्य आहे, मी त्यावर मिळून रणांत उलट प्रहार करणार नाहीं. पण ही एक मोठी गोम समजून आपण सर्वांनीं भीष्मांची फार काळजी घेतली पाहिजे; व आपलेकडील सर्व

वीरांनीं शिखंडीला ठार करण्याविषयीं डोळ्यांत तेल घालून टपलें पाहिजे. ज्याला साधेल त्यानें एकदां शिखंडीला बेधडक लोळवावा, म्हणजे खोकला मिटला. मग म्हातारबोवा बाकीच्या सर्वांना खास पाणी पाजितात. मात्र त्याचें साह्य ठीक केलें पाहिजे. यास्तव पूर्व, पश्चिम, उत्तर, दक्षिण या चारही बाजूंच्या अस्त्रनिपुण वीरांनीं भीष्मांना मदत करावी व त्यांना बचावून धरावें. कारण असें आहे कीं, मोठा बलाढ्य सिंहही झाला आणि त्याचे नीट बचावाची जर व्यवस्था नसेल, तर एखादें भिकार कोल्हेंही त्याला खड्डयांत घालील. तस्मात् या शिखंडीरूप कोल्ह्याचे हातून आमचे पितामह सिंहाचा वध होईल, असें गचाळपण आपले हातून न व्हावें, म्हणून सर्वांनीं सावधगिरी ठेवावी. शत्रुपक्षाकडे शिखंडीची फार काळजी ठेविलेली दिसते आहे. प्रत्यक्ष अर्जुन त्याचे पाठीशीं आहे, आणि अर्जुनाचे रक्षणार्थ रथाचे डावे चाकाकडे युधामन्यु व उजव्याकडे उत्तमौजा हे खडे आहेत. सारांश, या प्रकारें शिखंडीचे बचावाची तिकडे कडेकोट तयारी आहे. समक्ष अर्जुन त्याची पाठ धरून आहे; आणि इतकें असून भीष्मांनीं त्याचें नांव सोडिलें आहे. अर्थात्, एक प्रकारें त्याला हा दुजोराच मिळाला आहे, व यामुळें भीष्मांचा घात करणें सुलभ जाईल, असा संभव. याकरितां जा, जा. दुःशासना, तुला बजावून सांगतों कीं, कांहीं कर, पण या शिखंडीला भीष्मावर प्रहार करण्याची संधि देऊं नको, म्हणजे जिंकिलेंस.'

अध्याय सोळावा.

—:०:—

सैन्यवर्णन.

संजय सांगतोः—नंतर रात्र सरतांच 'सज्ज व्हा, सज्ज व्हा' म्हणून आपापल्या लोकांना आरोळ्या देणाऱ्या भूपालांचे शब्द, शंखांचें भोंभावणें, नगाऱ्यांची झडती, वीरांचे सिंहनाद, घोड्यांचीं खेंकाळणीं, रथांची घरघर, हत्तींचे चिंकार, योद्धयांच्या वीरघोषणा, त्यांची इकडून तिकडे धावाधाव, शस्त्रांची एकमेकांवर आपटाआपट व लढवय्यांच्या आवेशयुक्त आरोळ्या—या सर्वांचा मिळून त्या रणभूमीवर असा कांहीं एकच गोंगाट माजला कीं, त्यानें दाही दिशा दुमदुमून गेल्या. सूर्योदयाबरोबर कौरव तसेच पांडव यांकडील सैन्यें आपापली लेश तयारी करून उभीं राहिलीं. ज्यांना कोणी धरूं न पावे अशीं उभयपक्षांकडील वीरांचीं दिव्य अस्त्रें, तशींच पाजळलेलीं शस्त्रें व निर्मळ चिलखतें, तशींच तीं झळक पोषाख घातलेलीं तुझ्या पुत्रांकडील व पांडवांकडील अवाढव्य सशस्त्र सैन्य, हीं सूर्यप्रकाशांत जेव्हां खुल्या मैदानांत उभीं राहिलीं, तेव्हां पहाणारांचे डोळे दिपवूं लागलीं. त्या रणभूमीवर सुवर्णानें शृंगारलेले प्रचंड हत्ती व रथ उभे होते, ते विद्युद्युक्त मेघांप्रमाणें खुलत होते. जागजागीं असलेल्या उंच व विशाल रथपंक्ति पाहून गृहयुक्त नगरांचाच भास होत असे. त्यामध्यें तुझा पिता पूर्णचंद्राप्रमाणें फारच शोभत होता. धनुष्यें, ऋष्टि, खड्ग, गदा, शक्ति, तोमर, वगैरे लकलकणारीं झळक आयुधें घेऊन योद्धे सैन्यांतून आपापले स्थळीं उभे राहिले होते. शिवाय, हे राजा, शेंकडों हजारों गज, पदाति, रथी व अश्व हे तर शत्रूला पकडण्याकरितां जाळ्यासारखे जिकडे तिकडे पसरून राहिले होते. आपले व शत्रूकडील हे हजारों हजार गमतीगमतीचे व झळझळीत ध्वज फडकून राहिले होते. तसेंच, भुई सुवर्णाची असून आंत नानातऱ्हेचीं रत्नें बसविल्यानें धगधगणाऱ्या अग्निज्वालांप्रमाणें चमकणारे, व प्रत्यक्ष अमरावतींत इंद्राचे खाजगी वाड्यांवर रोंवलेल्या इंद्रध्वजांप्रमाणें शोभायमान्

असे शेंकडों बाहुटे हत्तींवरून झळकत होते. तसेंच युद्धार्थ सज्ज झालेले युद्धोत्सुक मुख्य मुख्य वीर त्यांकडे पहात राहिले. वृषभाप्रमाणें विशाल नेत्रांनीं टवकारून पहाणारे व अनेक आयुधांचे योगानें चित्रविचित्र दिसणारे वीरश्रेष्ठ हातांत तलत्राणें चढवून व पाठीशीं भाते बांधून आपापल्या तुकड्यांच्या तोंडांशीं येऊन उभे राहिले.

सुबलपुत्र शकुनि, शल्य, जयद्रथ, अवंतिराज (?) विंद व अनुविंद, कैकेय (?) कांबोजपति सुदक्षिण, कलिंगाधीश श्रुतायुध, राजा जयत्सेन, कोशल देशपति बृहद्बल व सात्वत कृतवर्मा, हे वाघांप्रमाणें गरजणारे, यज्ञसमयीं ब्राह्मणांस प्रचुर दक्षिणा देणारे, दृढदीर्घबाहु दहाजण शूर वीर दहा अक्षौहिणींचे नायक होते. हे दहाजण व यांशिवाय दुर्योधनाचे अंकित असलेले मोठे राजनीतिनिपुण महारथी राजे व राजपुत्र चिलखतें वगैरे चढवून आपापल्या तुकडींत उभे राहिलेले दिसत होते. हे सर्वच मोठे बलाढ्य व युद्धविशारद असून दहा अक्षौहिणींना सांभाळून उभे होते; व अंगाभोंवतीं कृष्णाजिनें गुंडाळून दुर्योधनाकरितां ब्रह्मलोकाला जाण्याची दीक्षा घेऊन आनंदांत होते. कौरवांची जी मुख्य सेना म्हणजे अकरावी अक्षौहिणी, ती दाही सेनांचे अघाडीस सेनानायक भीष्म जेथें उभे होते तेथें होती. हे महाराजा, त्या वेळीं शुभ्र शिरोभूषण, शुभ्र अश्व व शुभ्र कवच या प्रकारें सर्वच शुभ्र सरंजाम असलेले अमोघ वीर भीष्म उदित झालेल्या चंद्राप्रमाणें शोभायमान् आम्हीं पाहिले. सोनेरी तालवृक्षाचें चित्र ज्यावर आहे असला ध्वज लावलेल्या रुपेरी रथांत भीष्म बसले असतां शुभ्र मेघाचे मध्यगत सूर्याप्रमाणें कौरवपांडवांनीं पाहिले. एखादा सनाटा सिंह जाबडा वासून पुढें आलेला पहातांच क्षुद्र श्वापदें जशीं थरथर कांपूं लागतात, त्याप्रमाणें

१ ह्या श्लोकांतील विशेषणें बरोबर जुळत नाहींत.

भीष्मांना समोर पाहून धृष्टद्युम्नानुगामी सर्व धनुर्धर सृंजय वीर वरचेवर थरथर कांपूं लागले. हे राजा, याप्रमाणें परम शोभायमान् अशा तुझ्या अकरा अक्षौहिणी व महापुरुषांनीं संरक्षित अशा पांडवांकडील सात अक्षौहिणी या दोहोंची जेव्हां गांठ पडली, त्या वेळीं, उन्मत्त मकरांचे परिवर्तनानें ज्यांत भोंवरे माजले आहेत व ज्यांत मोठमोठ्या नक्रांचा सुळसुळाट उठला आहे अशा एकमेकांवर आदळणाऱ्या प्रलयकालीन दोन समुद्रांचाच देखावा दिसूं लागला. हे राजा, असल्या ह्या कुरुपांडवसेनांच्या तोंडीचा देखावा आम्हीं यापूर्वीं कधींही देखिला नव्हता व ऐकिलाही नव्हता.

अध्याय सतरावा.

—:०:—

सैन्यवर्णन.

संजय म्हणतोः—हे राजा, भगवान् कृष्णद्वैपायन व्यास यांनीं पूर्वीं म्हटल्याप्रमाणेंच सर्व भूपाल एकत्र जमून रणभूमीवर आले. त्या दिवशीं चंद्रमा मघा नक्षत्राचा विषय जो पितृलोक त्या ठिकाणीं होता. (राहु व केतु हे उपग्रह सोडून उरलेले) सातही महाग्रह त्या दिवशीं आगीच्या लोळासारखे लाल दिसत असून आकाशांत एकमेकांवर आदळत होते, त्या दिवशीं सूर्व उदयकालीं पाहिला तो दुभंग झालासा

१ आपले शास्त्राची अशी समज आहे कीं, स्वर्गांत जाणारांना दिव्य देह देणें ही चंद्राची कामगिरी आहे. पितृलोकाचा व चंद्राचा तर विशेषच संबंध आहे. 'पितृणामेव महिमानं गत्वा चंद्रमसः सायुज्यं गच्छात' अशी श्रुति आहे. युद्धारंभीं चंद्र पितृलोकीं होता, या व्यासोक्तीचा आशय असा कीं, भारती युद्धांत जे वीर पतन पावतील त्यांना तत्काल दिव्यदेहप्राप्तीची सोय होती. स्वर्गादिभोगानंतर ज्यांना पुनरावृत्ति आहे, अशा लोकांचें चंद्रमा हें द्वार आहे. "तत्रचांद्रमसं ज्योतिः" "अन्ययाऽऽवर्तते पुनः" हीं गीतावाक्यें यास प्रमाण आहेत.

दिसत असून उगवतांच अतिशय तीक्ष्ण वाटला; कारण, तो किरणांऐवजीं अग्नीच्या लाल लाल ज्वाळा बाहेर टाकीत होता. सर्व दिशा पेटून गेल्या होत्या; व रक्तमांसांचा आहार करणारे कोल्हे व कावळे—आपणांस आतां हजारों प्रेतें खायला मिळतील या आशेनें आनंदित होऊन सर्वभर ओरडत सुटले. युद्ध चालू झाल्यापासून प्रतिदिनीं प्रातःकालीं कुरुवृद्ध भीष्म व भारद्वाज द्रोण हे अथरुणांतून उठतांच पांडुपुत्रांचा जय असो ' असा एकाग्र मनानें घोष करून, नंतर हे राजा, तुझ्याशीं ठराव केल्याप्रमाणें तुजसाठीं लढण्यास उभे रहात. सर्व धर्मरहस्य जाणणारा तुझा पिता देवव्रत भीष्म युद्धारंभीं सर्व राजांना एकत्र आणून म्हणाला, " हे क्षत्रियहो, तुम्हांला स्वर्गास जातां यावें म्हणून आज हें युद्धरूप महाद्वार उघडें टाकिलें आहे; यांतून तुम्ही इंद्रलोकाला तसेच ब्रह्मलोकाला खुशाल चला. तुमच्यांतील जुन्या जुन्या मंडळींनें हाच कायमचा रस्ता करून ठेविला आहे. याकरितां स्थिर मनानें युद्ध करण्याचा पक्का विचार ठेवा. तुमच्यांतील नाभाग, ययाति, मांधाता, नहुष, नृग, वगैरे क्षत्रिय अशा प्रकारेंच यश संपादून शाश्वत पदाला पोहोंचले. बापहो, घरांत राहून अंथरुणावर सडून मरणें हा क्षत्रियाचा धर्म नव्हे; तरवारीखालीं मान देणें हाच त्याचा सनातन धर्म होय. "

हे भरतर्षभा, याप्रमाणें भीष्मांनीं प्रोत्साहन दिल्यावर सर्व भूपाल उत्तम रथांत बसून मोठ्या थाटानें आपापल्या तुकड्यांकडे गेले. कर्ण व त्याचे अमात्य आणि बंधु यांनीं मात्र भीष्मामुळें हातीं शस्त्र घेण्याचें सोडिलेंच होतें. यास्तव कर्णाला सोडून तुझ्या पक्षाकडील सर्व राजे व तुझे पुत्र सिंहनादानें दशदिशा दणदणवीत बाहेर पडले. शुभ्र छत्रें, पताका, ध्वज, हत्ती, घोडे व पायदळ यांचे योगानें तें सैन्य फारच शोभत होतें. नौबती, ढोल, नगोर इत्यादिकांचे शब्द व रथांची घरघर यांनीं सर्व पृथ्वी जशी हलखलून गेली होती. उत्तम सुवर्णाचे बाहुभूषणादि अलंकार घातलेले व स्वर्णमय धनुष्यें घेतलेले ते महारथी अग्नियुक्त (ज्वालामुखी !) पर्वतांप्रमाणें शोभूं लागले. आपला पंचतारकायुक्त तालध्वज फडकावीत विमल सूर्योपम तेजस्वी भीष्म कौरवसैन्याचे अधिपति होऊन बसले. बाकीचे जे तुझे पक्षाचे धनुर्धर राजे होते, ते भीष्मांचे आज्ञेप्रमाणें आपापल्या नेमल्या ठिकाणीं जाऊन उभे राहिले. राजाला योग्य व ज्यावर पताका फडकत आहेत अशा गजराजावर बसून शिबिदेशीय गोवासन राजा इतर सर्व राजांस घेऊन चालला. पद्मवर्ण अश्वत्थामा सज्ज होऊन व सिंहाचे शेपटाचें आपलें निशाण घेऊन सर्व सैन्याच्या अघाडीं जाऊन उभा राहिला. श्रुतायुध, चित्रसेन, पुरुमित्र, विविंशति, शल्य, भूरिश्रवा आणि महारथी विकर्ण हे सातही महाधनुर्धर उत्कृष्ट चिलखतें चढवून रथांत बसून अश्वत्थाम्याला पुढें करून भीष्मांचे अग्रभागीं उभे होते. या सातही वीरांचे रथांवर लावलेले स्वर्णमय अत्युच्च ध्वज रथांना फार शोभवीत होते. आचार्यश्रेष्ठ द्रोणांचे ध्वजावर सोन्याची वेदी, कमंडलु व धनुष्य ही निशाणी होती. आपल्या मागें सैन्याच्या हजारों तुकड्या घेऊन चालणाऱ्या दुर्योधनाचा ध्वज रत्नमय हत्तीचा होता. पौरव, कालिंग, सुदक्षिणासह कांबोज, क्षेमधन्वा व शल्य यांचे रथ त्याचे पुढें उभे होते. वृषभ चिन्हाचा ध्वज ज्यावर फडकत होता अशा उत्कृष्ट रथांत बसून कृप मागध सैन्याला घेऊन चालला होता. शरत्कालीन मेघाप्रमाणें शोभिवंत असें तें प्राच्यांचें मोठें सैन्य महामति कृप व कर्णपुत्र वृषकेतु यांचे राखणीस

होतें. वराहाचें चिन्ह काढलेला आपला रुपेरी ध्वज फडकावीत स्वतःचे तुकडीपुढें यशस्वी जयद्रथ उभा होता. शंभर हजार रथ, ऐशीं हजार हत्ती व साठ हजार पायदळ, एवढें सैन्य त्याच्या ताब्यांत होतें व त्यांतील अनेक रथ, नाग, अश्व यांचे योगानें तें सिंधुपतीनें राखिलेलें सैन्य चित्ताकर्षक दिसत होतें. साठ सहस्र रथ व दश सहस्र गज समागमें घेऊन सर्व कलिंगांचा राजा केतुमानाला बरोबर घेऊन चालला. त्याचे पर्वतप्राय प्रचंड हत्तींवरून तोफा, गुरंज, भाते लादले असून पताका फडकत होत्या, व त्यामुळें त्यांना फारच शोभा आली होती. अग्नीप्रमाणें भडक ध्वज, पांढरें थवथवीत छत्र, गळ्यांतील बहुमोल कंठा आणि दोहोंकडून उडत असलेल्या पांढऱ्या शुभ्र चंवऱ्या यांचे योगानें कलिंगाधिपति फारच खुलत होता. विचित्र-अंकुशयुक्त हत्तीवर बसलेला केतुमानही मेघस्थ सूर्यासारखा समरांत झळकत होता. तेजानें इतरांस दिपवून टाकणारा भगदत्त राजा विशाल हत्तीवर बसून इंद्रासारखा थाटांत चालला होता. भगदत्ताचे तोंडीचे वीर अवंतीचे विंद व अनुविंद हेही हत्तींवर बसून केतुमानाचे धोरणानें चालले होते. हे राजा, द्रोण, राजा भीष्म, अश्वत्थामा, बाल्हिक व कृप यांनीं मोठ्या चतुराईनें ह्या रथपदातियुक्त सैन्याचा असा गमतीदार व्यूह रचला कीं, त्यांतील हत्ती हेंच त्याचें अंग किंवा धड, राजे हेंच मस्तक व घोडे हेच पंख, या प्रकारें पक्ष्याची आकृति असून, पहावें त्या बाजूनें त्याला तोंड आहेच व हंसत हंसतच हा शत्रूवर भयंकर झडप घालतो कीं काय, असा भासत होता.

अध्याय अठरावा.

—:०:—

कौरवसैन्यवर्णन.

संजय म्हणतोः—राजा, याप्रमाणें वीरमंडळी रणभूमीवर पोहोंचून व्यूहादि रचना पूर्ण होतांच एक मुहूर्त लोटला नाहीं तोंच युद्धार्थ हुरळून गेलेल्या योद्ध्यांच्या, काळजाचें पाणी करून टाकतील अशा भयंकर आरोळ्या उठल्या, आणि शंख व दुंदुभींचे शब्द, हत्तींच्या गर्जना व रथांची घरघर यांनीं तर धरणी फाटतेसें वाटलें! घोड्यांचीं खेंकाळणीं व योद्ध्यांच्या गर्जना यांनीं आकाश व पृथ्वी एका क्षणांत जशी भरून गेली! राजा, तुझ्या पुत्रांच्या व पांडवांच्या सैन्यांची जेव्हां गांठ पडली तेव्हां एकमेकांचे भीतीनें दोन्ही सैन्यें कांपूं लागलीं. सुवर्णालंकारांनीं भूषित केलेले त्या सैन्यांतील रथ व हत्ती हे विद्युन्मंडित मेघांप्रमाणें शोभूं लागले. राजा, तुझ्या लोकांचे ते चित्रविचित्र आकृतींचे स्वर्णालंकृत ध्वज अग्निज्वालांप्रमाणें चमकूं लागले. हे भारता, उभय पक्षांकडील शुभ्रध्वज इंद्राचे राजवाड्यांवर उभारलेल्या इंद्रध्वजांप्रमाणें दिसूं लागले. सूर्याग्नीप्रमाणें झगझगीत सुवर्णभूषणें व कवचें चढवून सज्ज उभे राहिलेले ते वीर स्वतः सूर्याग्नीसमान झळकत होते. राजा, हातांना तलत्राणें[1] बांधून व तऱ्हतऱ्हेचीं धनुष्यें व आयुधें उगारून बैलांसारखा विशाल नेत्रांचे ते कुरुवीरमुख्य पताका फडकावीत आपापल्या सैन्यांच्या तोंडीं येऊन उभे राहिले; आणि राजा, भीष्मांचे पाठीशीं दुःशासन, दुर्विषह, दुर्मुख, दुःसह, विविंशति, चित्रसेन, महारथी विकर्ण, सत्यव्रत, पुरुमित्र, जय हे तुझे पुत्र; भूरिश्रवा व शल; त्यांचे मागोमाग वीस हजार

१ हाताचे बचावाकारितां घातलेले चामड्याचें एक तऱ्हेचे मोजे किंवा नुसला पट्टा.

रथ, तसेच अभिषाह, शूरसेन, शिबि, वसाति, शाल्व, मत्स्य, आंबष्ठ, त्रैगर्त, केकय, सौवीर, कैतव, आणि पूर्वपश्चिमोत्तर दिशांकडील मिळून बारा मुलुखांतले राजे सर्वही मोठे शूर व प्राण देण्यास तयार असणारे—बरोबर हजारों रथ घेऊन भीष्मांचें रक्षण करीत होते. या रथसमूहाचे पाठीशींच मागध भूपाल हा दहा हजार वेगवान् हत्तींचें दळ घेऊन साथ देत होता. त्या सेनेमध्यें रथांचीं चाकें राखणारे व हत्तींचीं पावलें राखणारे मिळून साठ लक्ष रखवाली होते. भाल्यांनीं व लोहमय नखांनीं लढणारे लाखों पदाति हातीं ढाली, तरवारी व धनुष्यें घेऊन सर्व सैन्याचे अघाडीं चालले होते. राजा, तुझ्या पुत्राची ती अकरा अक्षौहिणी सेना—जिच्या मधून मधून यमुनेची झांक दिसत आहे अशा गंगेप्रमाणें दिसत होती.

अध्याय एकूणिसावा.

—:०:—

पांडवसैन्यरचना.

धृतराष्ट्र पुसतोः––संजया, युधिष्ठिराचें सैन्य तर फार थोडें होतें. तेव्हां आमच्या अवाढव्य अकरा अक्षौहिणींचे व्यूह बांधलेले पाहिल्यावर त्याचे तोडीस तोड दिसेशी त्यानें आपल्या सैन्याची रचना कशी केली बरें ? शिवाय, त्याला दैव, आसुर, मानुष व गांधर्व या चारही प्रकारच्या व्यूहपद्धति माहीत असल्याचा लौकिक आहे. तर त्या लौकिकाप्रमाणें त्यानें भीष्मांचे व्यूहरचनेवर कशी तोड ठेवून दिली ती तर मला ऐकव.

संजय म्हणतोः—राजा, दुर्योधनाकडील सैन्यांची व्यवस्था लागलीसें पाहून तो धर्ममूर्ति युधिष्ठिर धनंजयाला म्हणाला, 'बाळा अर्जुना, महर्षि बृहस्पतीचे वचनावरून ज्ञाते असें सांगत आले कीं, सैन्य थोडें असतां तें जुळून लढवावें; पुष्कळ असल्यास वाटेल तसें पांगून उभें करावें. पुष्कळांशीं थोड्यांना तोंड देण्याचा प्रसंग असल्यास त्यांनीं सुईच्या टोंकाप्रमाणें चिंचोळ्या व अणकुचीदार आकारानें उभें राहून तोंड द्यावें. आपलें सैन्य शत्रुसैन्यापेक्षां पुष्कळच कमी आहे. यास्तव या महर्षींच्या वचनावर लक्ष देऊन त्याची रचना करावी.'

धर्माचें हें भाषण ऐकून अर्जुन उत्तर करितो, 'ठीक आहे. हा मी वज्रपाणि इंद्रानें काढिलेला वज्रसंज्ञक अचल आणि दुर्जय असा व्यूह रचितों. उठलेल्या वावटळीप्रमाणें युद्धांत शत्रूला नको नको करून सोडणारा श्रेष्ठ प्रहारी, व युद्धांतील सर्व मखल्या जाणणारा आपणांकडील म्होरक्या पुरुषश्रेष्ठ भीम शत्रुसैन्याच्या तेजाचा अवमर्द करीत सेनेच्या अघाडीला उभा राहून युद्ध करील. कारण, भीम पुढें असला म्हणजे दुर्योधन आणि तदनुयायी सर्व कौरव हे सिंहापुढें क्षुद्र मृगांप्रमाणें भयभीत होऊन मागें पाय घेतील. देवगण ज्याप्रमाणें इंद्राचा आश्रय करितात, त्याप्रमाणें आपण सर्व या श्रेष्ठप्रहारी भीमरूपी किल्ल्याच्या तटाचे आश्रयानें राहूं, म्हणजे आपल्याला कोठूनही भीति नाहीं. उग्रकर्मा नरर्षभ भीम एकदां खवळल्यावर त्याजकडे वर डोळे करून पाहील असा कोणीही मायेचा पूत या जगांत नाहीं !'

याप्रमाणें भाषण करून, म्हटल्याप्रमाणें तत्काल सैन्याचा व्यूह बांधून तो महाबाहु धनंजय शत्रूवर निघाला. कौरव पुढें चाल करून येतातसें पाहून पांडवांची ती मोठी सेना तुडुंब भरलेल्या गंगेप्रमाणें थोडी मंदवग दिसूं लागली. भीमसेन, वीर्यशाली धृष्टद्युम्न, नकुल, सहदेव व राजा धृष्टकेतु हे त्या पांडवसेनेचे म्होरक्ये होते. त्यांच्या मागें राजा विराट हा एक अक्षौहिणी सैन्य बरोबर घेऊन आपल्या भावांसह व पुत्रां-

सह त्यांची पाठ राखीत होता. महातेजस्वी माद्रीपुत्र भीमसेनाच्या रथाचे चक्ररक्षक झाले. अतिवेगवान् द्रौपदीपुत्र हे अभिमन्यूसह भीमाची पाठ राखून होते. उत्तम रथी व शूर शिपाई जे प्रभद्रक, त्यांसह महारथी धृष्टद्युम्न हा या राजपुत्रांची राखण करीत होता. भीष्माचा वध करण्याविषयीं सारखा टपून बसलेला व अर्जुनानें मागून संभाळलेला शिखंडी धृष्टद्युम्नाचे मागून चालला. अर्जुनाचे पाठीशीं महाबल युयुधान होता, व रथाचे चाकांशीं पांचाल्य युधामन्यु व उत्तमौजा होते; आणि केकयबंधु, धृष्टकेतु व वीर्यशाली चेकितान् हे त्यांना त्याच कामीं मदत होते. राजा, आवेशास चढल्यास जो समुद्र देखील कोरडा पाडील असा तो भीमसेन वज्राप्रमाणें अत्यंत कठीण धातूची केलेली गदा हातीं घेऊन उभा राहिला असतां कौरव अमात्यांसह त्याकडे टकमक बघत असलेले पाहून अर्जुनानें त्याला म्हटलें, 'भीमा, हे तुजकडे पहात उभे आहेत, तेव्हां यांस तुझा पूर्ण पराक्रम दाखव. हे तुझ्या वांट्याचे आहेत. यांचा तूंच समाचार घे!' हें वाक्य अर्जुनाचे तोंडून येतांच सर्वांनीं त्याचे धूर्तपणाबद्दल अनुकूल शब्दांनीं त्याचें अभिनंदन केलें. असो; चालते पर्वतच कीं काय अशा धिप्पाड हत्तीनिशीं राजा युधिष्ठिर मधल्या तुकडीबरोबर चालला. पराक्रमी व उदार पांचाल नृपति द्रुपद हा पांडवांचे साह्यार्थ एक अक्षौहिणी सेना घेऊन विराटाचे मागें चालला. राजा, या राजांच्या रथांवरून उत्कृष्ट कनकांनीं अलंकृत व नानाप्रकारच्या निशाण्यांनीं युक्त असे मोठमोठे ध्वज चंद्रसूर्याप्रमाणें झळकत होते. इतक्यांत महारथी धृष्टद्युम्न मागून येऊन इतरांना बाजूला सारून आपले पुत्र व बंधु यांसह युधिष्ठिराचें रक्षण करण्याकरितां त्याच्या सन्निध गेला. राजा, तुजकडील व शत्रूकडील रथांवरून असंख्य भव्य ध्वज फडकत होते; पण त्या सर्वांवर ताण करून एकटा मारुति अर्जुनाचे रथावर बसला होता. उकललेल्या गंडस्थळांतून सारखा मदस्राव होत असल्यानें जलवर्षाव करणाऱ्या वर्षाकालीन मेघांप्रमाणें भासणारे, सर्वत्र मदाचा परिमल पसरणारे, आणि स्वर्णमय झुलींच्या योगानें पेटलेल्या पर्वतांप्रमाणें दिसणारे असे दहा हजार हत्ती युधिष्ठिरामागें चालले होते. हातांत शक्ति, कट्यारी, तरवारी, वगैरे घेतलेलें लक्षावधि पायदळ भीमाचे रक्षणार्थ सैन्याचे अघाडीं चाललें होतें. दिलदार व अजिंक्य भीमसेन हातांत परिघासारखी गदा घेऊन आपल्या अवाढव्य सैन्याला आपल्या मागोमाग घेऊन चालला होता. तो जसा जवळ आला तसा सर्व सैन्याला स्वतेजानें सूर्याप्रमाणें भासूं लागला; त्यामुळें इतक्यांतून एका योद्ध्याच्यानेंही त्याजकडे न्याहाळून पहावेना. राजा, पांडवांनीं हा जो 'वज्र' नामक व्यूह रचिला होता, त्याला सर्व बाजूंनीं तोंडें असल्यानें तो निर्भय व घोर होता. त्यांतील वीरांचे हातांतील धनुष्यांच्या कमानी विजेसारख्या शोभत होत्या. अर्जुनाची त्यावर देखरेख होती. व इतर पांडवही त्याचे रक्षणाविषयीं तत्पर होते. असला तो मनुष्यांना केवळ अभेद्य असा सेनाव्यूह तुमच्यावर तोड रचून त्याच्या जिवावर पांडव निर्धास्त होते.

या प्रकारें उभय सैन्यें सज्ज होऊन सूर्योदयाची प्रतीक्षा करीत उजाडावयाचे संधीला उभीं आहेत, तों आकाशांत ढग नसूनही एकाएकीं गडगडाट होऊं लागला व जलतुषारांनीं युक्त असा वायु वाहूं लागला. इतक्यांत भुईवरचे खडे उडवून नेणारे असले सोसाट्याचे वारे सर्व बाजूंनीं सुटले, आणि त्यामुळें अशी कांहीं अतोनात धूळ उडाली कीं, तिचे योगानें

सर्व जगत् जणूं अंधकारांत गढून गेलें. हे भरतश्रेष्ठा, पूर्वेस सूर्य जों वर डोकें करितो आहे, तों एक भयंकर उल्का मोठ्या कडाक्यानें त्यावर आदळली, व तुकडे तुकडे होऊन नष्ट झाली. हे भरतर्षभा, उभय सैन्यें जों अगदीं युद्धोन्मुख होत आहेत, तों सूर्य फिका पडला व मोठा आवाज होऊन पृथ्वी हारदली, किंबहुना ठिकठिकाणीं फाटली ! राजा, सर्वच दिशांना भयंकर आवाज होऊं लागले. धुरळा तर असा माजला कीं, कोणाला कांहींच दिसेना कीं उमगेना. बारीक घंट्या लावलेले, सोन्याच्या माळा व पट्ट्या लावलेले, सूर्याप्रमाणें तेजस्वी व अनेक पताकांनीं युक्त असे ध्वज जेव्हां वाऱ्याच्या सोसाट्यानें फडफडूं लागले, तेव्हां नेहमीं फडफडणाऱ्या ताडांच्या वनांचा भास होऊं लागला. राजा, याप्रमाणें तुझ्या पुत्रांच्या सैन्यावर तोड अशी व्यूहरचना करून युद्धार्थ मोठ्या आनंदानें उभे असतां त्या पुरुषव्याघ्र पांडवांनीं गदापाणी भीमसेनाला आपल्या अग्रभागीं उभें करून तद्द्वारा तुझ्या योद्ध्यांची जशी चंद्रीच व्यापून टाकिली होती !

अध्याय विसावा.

—:०:—

कौरवसेनेची व्यवस्था.

धृतराष्ट्र प्रश्न करितोः—संजया, सूर्योदय झाला तेव्हां, आपणांस आतां लढण्याची संधि आली आहे असें वाटून मोठ्या आनंदानें पुढें पाऊल कोणीं टाकिलें ? भीष्म ज्याचा नायक आहे अशा माझ्या सैन्यानें ? किंवा भीष्म ज्याचा पुढारी आहे अशा पांडवांच्या सैन्यानें ? चंद्र, सूर्य व वायु हे कोणत्या सैन्याला पाठीकडे होते ? कोणत्या सेनेच्या बाजूला श्वापदें अमंगल शब्द करीत होतीं ? आणि कोणाकडील पुरुषांची मुखश्री प्रसन्न दिसत होती ? संजया, मीं विचारलेलें हें सर्व तूं मला यथास्थितपणें सांग.

संजय म्हणतोः—हे नरेंद्रा, दोन्ही सेना सारख्याच आनंदी मुद्रेनें आपापल्या व्यूहांत उभ्या झाल्या; दोन्ही एखाद्या वनराजीप्रमाणें चित्रविचित्र दिसत होत्या; त्याप्रमाणें दोन्ही हत्ती, घोडे व रथ यांनीं चिकार होत्या. दोन्ही सेना अफाट भयंकर दिसत होत्या. दोन्ही सहन करण्यास कठिण अशाच होत्या दोन्ही स्वर्ग मिळविण्याकरितांच जशा निर्माण झाल्या होत्या! हे राजा, कौरवांची सेना पश्चिमाभिमुख होती, व धृतराष्ट्रपुत्राशीं लढण्याविषयीं आतुर झालेली पांडवसेना पूर्वाभिमुख होती. कौरवसेना दैत्येंद्रसेनेसारखी दिसत होती, व पांडवसेना देवेंद्रसेनेसारखी दिसत होती. वायु पांडवांचे पाठीकडून (कौरवांचे तोंडावर) येत होता; व श्वापदांचे शब्द कौरवांचे बाजूला होत होते. पांडवांकडील मदमत्त गजेंद्रांच्या मदाचा उद्दाम गंध तुझे पुत्राचे हत्तींना सहन होईना. पाठीवर व बाजूंना सोन्याचीं जाळीं टाकलेल्या व कमलवर्ण अशा मदस्रावी हत्तीवर सर्व कौरवांचे केंद्रभागीं दुर्योधन बसला होता. शेजारीं बंदी व मागध हे त्याची स्तुति गाऊन राहिले होते. सोन्याची सांखळी असलेलें चंद्राप्रमाणें शुभ्र छत्र त्याचे मस्तकावर शोभत होतें. गांधार देशांतील डोंगरी लोक भोंवतीं घेऊन गांधारराज शकुनि त्याजबरोबर चालला होता. हातीं शुभ्रवर्ण धनुष्य व खड्ग, मस्तकावर श्वेत छत्र, डोकीला श्वेत पागोटें, रथावर पांढरा ध्वज व धवलगिरीसारखे शुभ्र अश्व, अशा थाटानें कुरुवृद्ध भीष्माचार्य कुरुसैन्याच्या अग्रभागीं उभे होते. भीष्मांचे सैन्यांत सर्व धृतराष्ट्रपुत्र, बाल्हिकांपैकीं एका भागाचा राजा शल, आंबष्टसंज्ञक क्षत्रिय, सिंधुदेशस्थ वीर, तसेच सौवीर व शूर पंजाबी

हे होते. बहुतेक सर्व राजांचे गुरु, उदारसत्त्व व धनुष्यपाणी द्रोणाचार्य हे लाल घोडे जुंपलेल्या सोनेरी रथांत बसून भूलोकच्या इंद्राप्रमाणें सर्व सैन्याचें रक्षण करीत पाठोपाठ चालले होते. सर्व सैन्याचे मध्यभागीं वार्द्धक्षत्रि, भूरिश्रवा, पुरुमित्र, जय, शाल्य, मत्स्य व गजसैन्यानिशीं लढणारे केकयबंधु हे होते. शक, किरात, यवन, पल्हव यांस बरोबर घेऊन चित्रयोधी महात्मा महाधनुर्धर कृपाचार्य यांनीं सैन्याचे उत्तरची बाजू धरली होती. प्रसिद्ध सुराष्ट्र, वृष्णि व भोज येथील महारथी राजांनीं उद्यतायुध होऊन संभाळलेलें कृतवर्म्याच्या हाताखालील तुझें मोठें सैन्य दक्षिणेकडचे बाजूनें जात होतें. अर्जुनाला जिंकावें नाहीं तर युद्धांत मरावें तरी, एवढ्याचसाठीं जे निर्माण झाले होते, ते संशप्तक वीर बरोबर दशसहस्र रथ घेऊन शूर त्रिगर्त वीरांसह अर्जुन जेथें असेल तेथें जात होते. हे भारता, तुझ्या सैन्यांत सर्व मिळून एक लक्ष हत्तीदळ होतें. त्यांतील दरएक हत्तीमागें शंभर शंभर रथ, दर रथामागें शंभर शंभर अश्व, दर अश्वामागें दहा दहा धनुर्धर, व दर धनुर्धरापाठीं शंभर शंभर ढालवाले—याप्रमाणें भीष्मांनीं सैन्याची योजना केली होती. शिवाय नवा दिवस उगवला कीं सेनापति शांतनव हे दैव, गांधर्व, आसुर किंवा मानुष्य व्यूहांपैकीं कोणती तरी नवीन रचना करीत. या प्रकारें भीष्मांनीं व्यूहाकार रचलेलें व त्यांतील असंख्य रथांचे घरघरीनें समुद्रासारखें गर्जना करणारें तुझें सैन्य युद्धांत पश्चिमाभिमुख उभें होतें. हे राजा, तुझी सेना असंख्य असल्यानें भयंकर दिसत होती खरी; परंतु माझ्या मतें ज्या सेनेचे केशव व अर्जुन हे नायक, ती पांडवसेना दिसण्यांत लहान असली तरी खरोखर मोठी व अजिंक्य होती.

अध्याय एकविसावा.

—:०:—

धर्मार्जुनसंवाद.

संजय सांगतोः—दुर्योधनाची अवाढव्य सेना युद्धार्थ सज्ज उभी पाहून युधिष्ठिर राजाला चिंता उत्पन्न झाली. भीष्मांनीं रचलेला अभेद्य नामक व्यूह पाहून व तो खरोखरच अभेद्य आहे असें वाटून त्याचें तोंड खरकन् उतरलें; व तसाच तो अर्जुनाला म्हणाला, "बाबा अर्जुना, भीष्मासारखा महान् योद्धा ज्याचा अग्रणी आहे अशा या धार्तराष्ट्र सैन्याशीं आपल्याच्यानें कसें तोंड देववेल? महातेजस्वी शत्रुमर्दन भीष्मांनीं यथाशास्त्र रचलेला हा अभेद्य व्यूह खरोखरच अढळ दिसतो आहे. यामुळें, हे अरिमर्दना, सैन्यासह मला चिंता पडली आहे कीं, असल्या ह्या व्यूहापुढें आपल्याला जय कसा मिळावा!

राजा धृतराष्ट्रा, तुझें सैन्य पाहून अशा प्रकारें विषण्ण झालेल्या युधिष्ठिराला शत्रुमर्दन अर्जुन म्हणाला, " अकलेनें, संख्येनें व गुणांनींही अधिक अशा प्रतिपक्ष्याला थोडेसे लोक कसे जिंकूं शकतात, तें मी सांगतों, ऐका. हें रहस्य भीष्म, द्रोण व नारदऋषि यांना ठाऊक आहे. आपण निर्मत्सर आहां, अतएव आपणांसही सांगतों. पूर्वी देवासुरांचे युद्धांत पितामहांनीं इंद्रादि देवांस याच संबंधानें असा उपदेश केला कीं, हे देवहो, सत्य, दया, धर्म व उद्यम या चार साधनांनीं जयेच्छूंना जसें यश येतें, तसें बल व वीर्य यांचे योगानें येत नाहीं. यासाठीं धर्म व अधर्म यांची ओळख ठेवून आणि अहंकार टाकून देऊन अत्यंत आस्थेनें लढा म्हणजे जय येईल; कारण, जिकडे धर्म तिकडे जय हा नियम आहे. यावरून महाराज, आपण पक्कें समजून रहा कीं, रणांत जय आपल्याला येणार. शिवाय नारदही म्ह-

णाले आहेत कीं, जिकडे कृष्ण तिकडे जय. जय हा कृष्णाचा अंकित असल्यामुळें कृष्ण जाईल तेथें पाठोपाठ जय येतो. विजय हा जसा कृष्णाचा एक गुण आहे, तसाच भक्तप्रवणता हा त्याचा दुसरा गुण आहे. शत्रुसमूहांत निर्धास्त उभा राहाणारा हा अनंत तेजस्वी गोविंद कृष्ण सनातन पुरुष असल्यामुळें, जिकडे कृष्ण तिकडे जय. पूर्वी देवासुरांचें युद्ध जुंपलें असतां हा अमोघबाण कृष्ण हरिरूप होऊन उभयतांस म्हणाला, 'बाबांनो, जय कोणाचा होणार? त्या वेळीं ज्यांनीं उत्तर केलें कीं, 'तुजवांचून आम्हांला जय कशाचा!' त्यांच्या पक्षाला जय आला. अर्थात् त्या हरीच्याच कृपेनें इंद्रादि देवांना त्रैलोक्याचें राज्य प्राप्त झालें. सारांश, हे युधिष्ठिरा, तो विश्वभोक्ता त्रैलोक्यनाथ जर आपल्या जयाची आकांक्षा करून आहे, तर आपल्याला जयाचे कामीं चिंता करण्याचें मुळींच कारण नाहीं."

अध्याय बाविसावा.

पांडवसैन्यवर्णन.

संजय सांगतोः—राजा, नंतर भीष्मांचे सैन्यरचनेवर तोड ठेवून देण्याकरितां युधिष्ठिरानें आपले हाताखालची सेना एकंदर सेनेकडे पाठविली; आणि मग, युद्धानें स्वर्गप्राप्ति इच्छिणाऱ्या कुरुभूषण पांडवांनीं आपल्या मनाजोगी सैन्यरचना केली. सर्व सैन्याचे मध्यभागीं शिखंडीची तुकडी असून तीवर अर्जुनाची राखण होती. धृष्टद्युम्न सर्व सैन्याचे अग्रभागीं असून भीमसेन त्याचें पालन करीत होता. दक्षिणेकडील सेना इंद्रोपम धनुर्धर यादवश्रेष्ठ सात्यकि यानें राखिली होती. सुवर्ण व रत्नें यांनीं शृंगारलेला, सर्व युद्धसामुग्रीनें संपन्न व स्वर्णभूषित अश्वांनीं युक्त अशा केवळ महेंद्रविमानतुल्य रथांत बसून राजा युधिष्ठिर हा गजसमूहाचे मध्यभागीं होता. त्याचे डोकीवर उंच धरलेली हस्तिदंती दांड्याची शुभ्र छत्री फारच खुलत होती, व मोठे मोठे ऋषि त्याची स्तुति करीत त्याचे उजवे बाजूनें चालत होते. तसेंच कित्येक पुरोहित, सिद्ध, ब्रह्मर्षि व वेदपारग ब्राह्मण 'शत्रूचा नाश होवो' असे बोलत, व जप, मंत्र व महौषधि यांसह राजा युधिष्ठिराचें स्वस्त्ययन करीत चालले होते. कुरुश्रेष्ठ युधिष्ठिर हा वस्त्रें, गाई, फळें, पुष्पें, स्वर्णमुद्रा वगैरे ब्राह्मणांचे पदरांत घालीत घालीत देवराज शक्राप्रमाणें थाटांत चालत होता. अर्जुनाचे रथाला पांढरे घोडे होते, व त्याचीं चाकें सुरेख व मजबूत होतीं; त्याला शेंकडों घंटा बांधल्या होत्या; आणि तो अति उंची जांबूनद जातीच्या सोन्यानें मढविलेला असल्यामुळें ज्वालमाली अग्नीप्रमाणें किंवा सहस्र सूर्यांप्रमाणें झळकत होता; परमात्मा केशव त्यावर सारथि होता, व हनुमान त्याचे ध्वजावर होता. अशा त्या रथांत हातीं बाण व गांडीव घेऊन बसला असतां तो अद्भुत धनुर्धर अर्जुन असा कांहीं उग्र दिसूं लागला कीं, तुझ्या पुत्रांचे सेनेला आतांच उलथून टाकील अशी भीति पडली. आयुधावांचून केवळ भुजबलानेंच नर, हय व गज यांचें चूर्ण करून टाकणारा, सिंहासारखे दांडगाईचे खेळ खेळणारा व महेंद्राप्रमाणें तेजस्वी वृकोदर भीम नकुलसहदेवांसह वीररथाचें रक्षण करून होता. राजा, तो अजिंक्य ऐरावताप्रमाणें मस्त वृकोदर सेनेच्या तोंडींच दृष्टीस पडतांच तुजकडील योद्ध्यांचें काळीज भीतीनें व्याप्त झालें; व ते चिखलांत फसलेल्या हत्तीप्रमाणें व्यथा पावले.

भरतश्रेष्ठ अजिंक्य गुडाकेश अर्जुन सेनेमध्यें उभा असतां जनार्दन त्याला म्हणाला, " हा जो कौरवसैन्यांत उभा राहून स्वतेजानें आपणांस भाजून काढीत आहे, व सिंहाप्रमाणें

आपल्या या सेनेकडे टवकारून पहात आहे, त्या या कुरुश्रेष्ठ भीष्मानें तीनशें अश्वमेध केले आहेत. सूर्याला ढग जसे आच्छादितात, तशीं हीं कौरवसैन्यें भीष्माला आच्छादून उभीं आहेत. याकरितां, हे भरतर्षभा, तुला भीष्माशीं गांठ घालणें तर अगोदर हीं भोंवतालचीं सैन्यें साफ कर.'

अध्याय तेविसावा.

—:०:—

अर्जुनजपित दुर्गास्तोत्र.

संजय सांगतोः—धार्तराष्ट्रांचें सैन्य युद्धार्थ येऊन ठेपलें असें पाहून श्रीकृष्ण भगवान् अर्जुनाचें कल्याण व्हावें म्हणून त्यास म्हणाला, "हे महाबाहो, तूं शुचिर्भूत हो, आणि रणभूमीकडे तोंड करून उभा राहून तुझ्या हातून शत्रूचा पराजय व्हावा म्हणून आधीं दुर्गेचें स्तवन कर.

या प्रकारें बुद्धिमान् वासुदेवानें रणभूमीवर केलेला उपदेश ऐकतांच अर्जुनानें रथाखालीं उतरून व नम्रपणें हात जोडून दुर्गेचें स्तोत्र आरंभिलें तें असें:—

नमस्ते सिद्धसेनानि आर्ये मंदरवासिनी !
कुमारि कालि कापालि कपिले कृष्णपिंगले ॥ १ ॥
भद्रकालि नमस्तुभ्यं महाकालि नमोऽस्तु ते ।
चंडि चंडे नमस्तुभ्यं तारिणी वरवर्णिनि ॥ २ ॥
कात्यायनि महाभागे करालि विजये जये ।
शिखिपिच्छध्वजधरे नानाऽभरणभूषिते ॥ ३ ॥
अट्टशूलप्रहरणे खड्गखेटकधारिणि ।
गोपेंद्रस्यानुजे ज्येष्ठे नंदगोपकुलोद्भवे ॥ ४ ॥
महिषासृक्प्रिये नित्यं कौशिकी पीतवासिनि ।
अट्टहासे कोकमुखे नमस्तेऽस्तु रणप्रिये ॥ ५ ॥
उमे शाकंभरि श्वेते कृष्णे कैटभनाशिनि ।
हिरण्याक्षि विरूपाक्षि सुधूम्राक्षि नमोऽस्तुते ॥ ६ ॥
वेदश्रुतिमहापुण्ये ब्रह्मण्ये जातवेदसि ।
जंबूकटकचैत्येषु नित्यं सन्निहितालये ॥ ७ ॥
त्वं ब्रह्मविद्या विद्यानां महानिद्रा च देहिनां ।
स्कंदमातर्भगवति दुर्गे कांतारवासिनि ॥ ८ ॥
स्वाहाकारः स्वधा चैव कला काष्ठा सरस्वती ।
सावित्री वेदमाता च तथा वेदान्त उच्यते ॥ ९ ॥
स्तुताऽसि त्वं महादेवि विशुद्धेनांतरात्मना ।
जयो भवतु मे नित्यं त्वत्प्रसादाद्रणाजिरे ॥ १० ॥
कांतारभयदुर्गेषु भक्तानां चालयेषु च ।
नित्यं वससि पाताले युद्धे जयसि दानवान् ॥ ११ ॥
त्वं जंभनी मोहिनी च माया न्हीः श्रीस्तथैव च ।
संध्या प्रभावती चैव सावित्री जननी तथा ॥ १२ ॥
तुष्टिः पुष्टिर्धृतिर्दीप्तिश्चंद्रादित्यविवर्धिनी ।
भूतिर्भूतिमतां संख्येवीक्ष्यसेसिद्धचारणैः ॥ १३ ॥

'हे सिद्धसमूहास परमपदप्राप्ति करून देणारे मंदरनिवासिनि आर्ये, मी तुला नमन करितों. हे कुमारि (जिचें ब्रह्मचर्य अखंड आहे व जिला जरा नाहीं,) हे कालशक्तिरूपिणी, हे रुद्रपत्नि, हे कृष्णपिंगले, हे भक्तकल्याणकारिणि, तुला नमस्कार असो. हे महाकालि, तुजप्रत नमस्कार असो. हे कालभार्ये, हे प्रगल्भे, हे संकटतारिणी, हे सुंदरि, तुजप्रत वंदन करितों. हे कात्यायनि, हे अतिपूज्ये, हे क्रूरे, हे जयप्रदे, हे जयरूपिणि, तूं नानाअलंकारांनीं भूषित असून मयूरपिच्छांचा ध्वज धारण करितेस; उग्र शूल हेंच तुझें आयुध असून खड्ग व चर्म (ढाल) हींही तूं धारण करितेस. हे कृष्णानुजे, हे ज्येष्ठे, हे नंदगोपकुलोद्भवे, (तुला नमस्कार असो.) हे कुशिककुलोत्पन्ने, हे पीतांबरधारिणी, तुला सदैव रेड्याचें रक्त प्रिय आहे; हे कोकमुखि, हे रणप्रिये, तुला नमस्कार असो. तुझें हास्य फार प्रशस्त असतें. हे उमे, हे शाकंभरि, हे शुभ्रे, हे कृष्णे, हे कैटभदैत्यनाशिनि, हे हिरण्याक्षि, हे विरूपाक्षि, हे सुधूम्राक्षि, तुला नमस्कार असो. तूंच वेदरूप आहेस, श्रुतिही तूंच आहेस. तूं महा-

पवित्र, यज्ञकर्मादिकांविषयीं तूं सदा अनुकूल असतेस व तुला सर्व भूत गोष्टींचें ज्ञान आहे. जंबुद्वीपांतील मुख्य नगरांतील देवालयांत सर्वदा तुझा वास आहे. सर्व विद्यांतील मुख्य जी ब्रह्मविद्या, ती तूंच आहेस; व देहधारी जीवांची मुक्तिरूप शाश्वत निद्रा तूंच आहेस. कार्तिकस्वामींची तूं माता; तूं सर्वैश्वर्ययुक्त असून वनांत वास करणारी व अगम्य आहेस. स्वाहा, स्वधा, कला, काष्ठा, सरस्वती, सावित्री, वेदमाता व वेदांतही तूंच आहेस, असें म्हणतात. हे महादेवि, मीं निर्मल मनानें तुझी स्तुति केली आहे, यास्तव तुझ्या कृपेनें रणांगणांत माझा सदैव जय होवो. अरण्यें, भयस्थलें व दुर्गपर्वतादि ठिकाणीं, त्याचप्रमाणें भक्तांच्या घरीं तुझा निवास नित्य असतो. तूं पातालांतही सदैव वस्ती करितेस व युद्धांत दानवांना जिंकितेस. तूं तंद्रारूप आहेस; निद्रारूप आहेस; माया तूंच; ऱ्ही तूंच; श्री तूंच; तूंच संध्यारूप; तूंच प्रकाशरूप सूर्यप्रभा; गायत्री व जननी तूंच आहेस; तुष्टि, पुष्टि व धृति तूंच असून चंद्र व सूर्य यांना तेजाला चढविणारी दीप्ति तूंच आहेस; ऐश्वर्यवंतांचें ऐश्वर्य तूंच आहेस; आणि समाधि—अवस्थेंत सिद्ध व चारण तुझेंच अवलोकन करितात.'

वरप्रदान.

संजय म्हणतोः—तदनंतर ती भक्तवत्सल देवी अर्जुनाची स्तुति श्रवण करून श्रीकृष्णाचे अग्रभागीं अंतरिक्षांत उभी राहून म्हणाली, 'हे पांडवा, तूं थोड्याच कालांत शत्रूंना जिंकशील. कोणाला हार न जाणारा असा जो नर तो तूं असून शिवाय तुला नारायणाचें पाठबळ आहे. यामुळें, प्रत्यक्ष इंद्रही तुझें शत्रुत्व करून तुजबरोबर युद्धार्थ उभा राहिला असतां त्यालाही तूं अजिंक्य होशील, मग इतर शत्रूंची तर शंकाच नको.' याप्रमाणें बोलून ती वरदात्री क्षणांत अंतर्धान पावली.

स्तोत्रमाहात्म्य.

असो; याप्रमाणें वर प्राप्त झाल्यामुळें स्वतःचा विजय झालाच असें अर्जुन मानूं लागला; नंतर तो आपल्या अत्युत्कृष्ट रथावर चढला. कृष्णार्जुन हे एक रथांतच बसले, व त्यांनीं आपले दिव्य शंख वाजविले. जो कोणी मनुष्य उषःकालीं उठून हें दुर्गास्तोत्र पठन करील, त्याला यक्ष, राक्षस व पिशाच्च यांपासून केव्हांही भीति नाहीं. त्याला शत्रु कसे ते रहाणार नाहींत. सर्पादि दंष्ट्रायुक्त प्राणी किंवा राजकुल यांपासूनही त्याला भय प्राप्त होणार नाहीं. विवादांत त्याची सरशी होईल; बंधनांत असल्यास त्याची सुटका होईल. तो संकटांतून व बिकट मार्गांतून पार पडेल. तसेच चोर त्याला अडवणार नाहींत. संग्रामांत सदा जय येईल; अक्लिष्ट लक्ष्मी त्याला प्राप्त होईल. आणि तो सशक्त व निरोगी राहून शंभर वर्षें जगेल.

हे धृतराष्ट्रा, मला तरी हा चमत्कार ज्ञानवान् व्यासांचे कृपाबलानें दृष्टीस पडला. तुझे हे सर्व दुरात्मे पुत्र क्रोधाधीन होऊन, पार्थकेशव ही नरनारायणांची जोडी आहे हें समजत नाहींत, त्या अर्थी ते कालपाशांत पक्के गुरफटले गेले, असें म्हणणें ओघासच आलें. व्यास, नारद, कण्व, तसाच निष्पाप परशुराम या सर्वांनीं आपापल्या परी तुझ्या पुत्राचें निवारण केलें, परंतु त्यानें त्यांचें ऐकिलें नाहीं. जेथें मिळून धर्म तेथेंच द्युति व कांति; जेथें ऱ्ही तेथें श्री, तशीच मति; जेथें धर्म तेथें कृष्ण; व जेथें कृष्ण तेथें जय, हें ठरलेलें !

अध्याय चोविसावा.

—:०:—

धृतराष्ट्रसंजयसंवाद.

धृतराष्ट्र विचारितोः—हे संजया, हृदयाचा थरकांप करून सोडणाऱ्या त्या युद्धांत माझे व पांडवांकडील योद्धे यांपैकीं कोण मोठ्या उल्हासानें प्रथम पुढें होऊन लढूं लागले; कोणत्या पक्षाचे उमेद धरून होते; व दीन आणि उदास कोण होते; तसेंच, प्रथम प्रहार कोणीं केला? हें सर्व मला सांग. कोणाच्या सेनासमूहांत सुगंध सुटला होता? व पुष्पें टवटवीत दिसत होतीं? तसेंच, कोणत्या पक्षाकडील वीर गर्जत असतांना त्यांच्या तोंडांतून शुभ वाणी बाहेर पडत होती?

संजय म्हणतोः—हे राजा, त्या ठिकाणीं, उभय पक्षांकडील योद्धे आनंदांतच होते. पुष्पांनाही दोन्हीकडे सारखीच प्रफुल्लता असून दोन्ही बाजूंला सुगंध सुटले होते. हे भरतश्रेष्ठा, तीं एकत्र होऊन व्यूहाकृति रचलेलीं सैन्यें जेव्हां एकमेकांशीं निकट येऊन भिडलीं, तेव्हां त्यांची फारच भयंकर धडक उडाली. बाजांच्या कडकडाटांत शंख व नौबती यांची भर पडल्यामुळें तो फारच तुमुल झाला; व एकमेकांना पाहून गर्जना करणाऱ्या रणशूर वीरांच्या शब्दांचीही त्यांत भर पडली. राजा, परस्परांकडे रोखून पाहाणारे योद्धे, गरजणारे कुंजर व आनंदानें खोखावणारीं तीं उभय सैन्यें यांचा तो संगम कांहीं लोकोत्तरच झाला!

(श्रीमद्भगवद्गीता.)

अध्याय पंचविसावा.

—:०:—

अर्जुनविषाद.

धृतराष्ट्र उवाच—

धर्मक्षेत्रे कुरुक्षेत्रे समवेता युयुत्सवः ।
मामकाः पांडवाश्चैव किमकुर्वत संजय ॥१॥

धृतराष्ट्र म्हणालाः—संजया, धर्माचें ठिकाण जें कुरुक्षेत्र, तेथें युद्धाच्या इच्छेनें एके ठिकाणीं जमलेल्या माझ्या व पंडूच्या मुलांनीं काय केलें तें मला सांग. १.

संजय उवाच—

दृष्ट्वा तु पांडवानीकं व्यूढं दुर्योधनस्तदा ।
आचार्यमुपसंगम्य राजा वचनमब्रवीत् ॥ २ ॥

संजय म्हणालाः—पांडवसैन्याची व्यूहरचना झालेली पाहिली, तेव्हां दुर्योधन राजा द्रोणाचार्यांजवळ जाऊन त्यांस म्हणाला. २.

पश्यैतां पांडुपुत्राणामाचार्य महतीं चमूम् ।
व्यूढां द्रुपदपुत्रेण तव शिष्येण धीमता ॥ ३ ॥

अहो गुरुमहाराज, आपला बुद्धिमान् शिष्य जो द्रुपदाचा मुलगा धृष्टद्युम्न त्यानें रचना केलेली ही पांडवांची अवाढव्य सेना पहा. ३.

अत्र शूरा महेष्वासा भीमार्जुनसमा युधि ।
युयुधानो विराटश्च द्रुपदश्च महारथः ॥ ४ ॥
धृष्टकेतुश्चेकितानः काशिराजश्च वीर्यवान् ।
पुरुजित्कुंतिभोजश्च शैब्यश्च नरपुंगवः ॥ ५ ॥
युधामन्युश्च विक्रांत उत्तमौजाश्च वीर्यवान् ।
सौभद्रो द्रौपदेयाश्च सर्व एव महारथाः ॥ ६ ॥

या सेनेंत मोठीं धनुष्यें धारण करणारे आणि युद्धामध्यें भीमार्जुनासारखे पराक्रमी असे युयुधान, विराट व द्रुपद, धृष्टकेतु, चेकितान, पराक्रमी काशिराजा, पुरुजित्, कुंतिभोज व नरश्रेष्ठ शैब्य, शूर युधामन्यु, पराक्रमी उत्तमौजा, सुभद्रेचा मुलगा अभिमन्यु व द्रौपदीचे मुलगे, हे सर्व महारथी आहेत. ४।५।६.

अस्माकं तु विशिष्टा ये तान्निबोध द्विजोत्तम ।
नायका मम सैन्यस्य संज्ञार्थं तान्ब्रवीमि ते ॥७॥

अहो द्विजश्रेष्ठ, आतां आमच्या सैन्यांतील जे विद्या, बल, पौरुषादिकांनीं, प्रसिद्ध असे सेनापति आहेत, त्यांचीं नांवें आपल्या माहितीकरितां सांगतों, श्रवण करा. ७.

भवान्भीष्मश्च कर्णश्च कृपश्च समितिंजयः ।
अश्वत्थामा विकर्णश्च सौमदत्तिस्तथैव च ॥८॥

अन्ये च बहवः शूरा मदर्थे त्यक्तजीविताः ।
नानाशस्त्रप्रहरणाः सर्वे युद्धविशारदाः ॥ ९ ॥

आपण स्वतः भीष्माचार्य, कर्ण, सदा विजयी असे कृपाचार्य, अश्वत्थामा, विकर्ण व त्याचप्रमाणें सौमदत्ति (भूरिश्रवा) आणखीही पुष्कळ वीर जे नानाप्रकारचीं शस्त्रास्त्रें धारण करणारे असून युद्धविद्येंत कुशल आहेत, ते सर्व माझे हिताकरितां प्राणावर उदक सोडून (लढण्यास) तयार आहेत. ८।९.

अपर्याप्तं तदस्माकं बलं भीष्माभिरक्षितम् ।
पर्याप्तं त्विदमेतेषां बलं भीमाभिरक्षितम् ॥१०॥

एतावता, आमचें सैन्य अफाट असून शिवाय भीष्माचार्यांचे आधिपत्याखालीं आहे; आणि हें पांडवांचें सैन्य अगोदरच थोडकें असून भीमासारख्याच्या हाताखालीं आहे. १०.

१ यालाच अंतर्वेद असें म्हणतात.

अयनेषु च सर्वेषु यथाभागमवस्थिताः ।
भीष्ममेवाभिरक्षंतु भवंतः सर्व एव हि ॥ ११॥

तर आतां तुम्हीं सर्वांनीं नेमून दिलेल्या भागीं आपापल्या स्थानीं उभे राहून भीष्माचार्यांचेंच सर्वप्रकारें रक्षण करावें. ११.

तस्य संजनयन्हर्षं कुरुवृद्धः पितामहः ।
सिंहनादं विनद्योच्चैः शंखं दध्मौ प्रतापवान्॥ १२॥

हें ऐकून दुर्योधनाचे मनास हर्ष उत्पन्न करण्याकरितां कुरुकुलांतील वृद्ध आणि महाप्रतापी पितामह भीष्माचार्य यांनीं सिंहाप्रमाणें गर्जना करून मोठ्यानें शंख वाजविला. १२.

ततः शंखाश्च भेर्यश्च पणवानकगोमुखाः ।
सहसैवाभ्यहन्यन्त स शब्दस्तुमुलोऽभवत्॥ १३॥

त्याबरोबर इतर योद्ध्यांनीं शंख, नौबती, डंके, मृदंग व गोमुख या नांवांचीं रणवाद्यें एकदम वाजविलीं, त्यांपासून मोठा नाद उत्पन्न झाला. १३.

ततः श्वेतैर्हयैर्युक्ते महति स्यदने स्थितौ ।
माधवः पांडवश्चैव दिव्यौ शंखौ प्रदध्मतुः॥ १४॥
पाञ्चजन्यं हृषीकेशो देवदत्तं धनंजयः ।
पौंड्रं दध्मौ महाशंखं भीमकर्मा वृकोदरः॥ १५॥
अनंतविजयं राजा कुंतीपुत्रो युधिष्ठिरः ।
नकुलः सहदेवश्च सुघोषमणिपुष्पकौ ॥ १६ ॥
काश्यश्च परमेष्वासः शिखंडी च महारथः ।
धृष्टद्युम्नो विराटश्च सात्यकिश्चापराजितः ॥ १७॥
द्रुपदो द्रौपदेयाश्च सर्वशः पृथिवीपते ।
सौभद्रश्च महाबाहुः शंखान्दध्मुः प्रथक् पृथक् ॥

नंतर इकडे पांडवसैन्यांतही, पांढरे घोडे जोडलेल्या मोठ्या रथांत बसलेले कृष्ण व अर्जुन यांनीं दिव्य शंख वाजविले. श्रीकृष्णानें पांचजन्य नांवाचा, अर्जुनानें देवदत्त नांवाचा व भयंकर कर्म करणाऱ्या भीमसेनानें पौण्ड्र नांवाचा शंख वाजविला. कुंतिपुत्र धर्मराज व नकुल आणि सहदेव यांनीं (अनुक्रमें) अनंतविजय, सुघोष व मणिपुष्पक हे शंख वाजविले. तसेंच, महाधनुर्धर काशिराजा, महारथी शिखंडी, धृष्टद्युम्न, विराट, अजिंक्य सात्यकि, द्रुपद, द्रौपदीचे मुलगे व महापराक्रमी अभिमन्यु या सर्वांनीं आपआपले शंख वाजविले. १४।१५।१६।१७।१८.

स घोषो धार्तराष्ट्राणां हृदयानि व्यदारयत् ।
नभश्च पृथिवीं चैव तुमुलो व्यनुनादयन् ॥ १९॥

तो भयंकर शंखनाद आकाश व पृथ्वी यांत दुमदुमून गेला व त्या योगानें दुर्योधनादिकांचें हृदय फाटून गेलें. १९.

अथ व्यवस्थितान्दृष्ट्वा धार्तराष्ट्रान्कपिध्वजः ।
प्रवृत्ते शस्त्रसंपाते धनुरुद्यम्य पांडवः ॥ २० ॥
हृषीकेशं तदा वाक्यमिदमाह महीपते ।

अर्जुन उवाच—

सेनयोरुभयोर्मध्ये रथं स्थापय मेऽच्युत ॥ २१॥

नंतर ज्याच्या ध्वजावर मारुति आहे असा अर्जुन, दुर्योधनपक्षीय योद्धे न गडबडतां व्यवस्थित उभे राहिलेले पाहून, धनुष्य उचलून शस्त्रप्रहार सुरू होण्याचे समयीं हे धृतराष्ट्रा, इंद्रियप्रवर्तक अशा श्रीकृष्णाला पुढीलप्रमाणें बोलला. २०।२१.

यावदेतान्निरीक्षेऽहं योद्धुकामानवस्थितान् ।
कैर्मया सह योद्धव्यमस्मिन् रणसमुद्यमे ॥ २२॥

अर्जुन म्हणालाः—हे अच्युता, माझा रथ दोन्हीं सैन्यांच्या मध्यभागीं नेऊन उभा कर कसा, म्हणजे मी युद्धाच्या इच्छेनें उभे राहिलेल्या सर्वांस पाहीन. कारण, ह्या रणामध्यें मीं कोणाबरोबर युद्ध करावें हें मला अगोदर पाहिलें पाहिजे. २२.

योत्स्यमानानवेक्षेऽहं य एतेऽत्र समागताः ।
धार्तराष्ट्रस्य दुर्बुद्धेर्युद्धे प्रियचिकीर्षवः ॥ २३ ॥

दुर्बुद्धि दुर्योधनाला युद्धांत यश मिळावें या हेतूनें जे लढणार येथें आले आहेत त्यांस मी पाहातों. २३.

संजय उवाच—

एवमुक्तो हृषीकेशो गुडाकेशेन भारत ।
सेनयोरुभयोर्मध्ये स्थापयित्वा रथोत्तमम् ॥२४॥
भीष्मद्रोणप्रमुखतः सर्वेषां च महीक्षिताम् ।
उवाच पार्थ पश्यैतान्समवेतान्कुरूनिति ॥२५॥

संजय म्हणालाः—राजा धृतराष्ट्रा, याप्रमाणें अर्जुन श्रीकृष्णाला बोलल्यावर श्रीकृष्णांनीं दोन्ही सैन्यांच्या मध्यभागीं भीष्म, द्रोण व सर्व राजे यांच्या समोर तो श्रेष्ठ रथ नेऊन उभा केला आणि अर्जुनास म्हटलें, 'येथें आलेल्या सर्व कौरव मंडळीस अवलोकन कर.' २४।२५.

तत्रापश्यत्स्थितान्पार्थः पितॄनथ पितामहान् ।
आचार्यान्मातुलान्भ्रातॄन्पुत्रान्पौत्रान्सखींस्तथा ॥
श्वशुरान्सुहृदश्चैव सेनयोरुभयोरपि ।
तान्समीक्ष्य स कौंतेयः सर्वान्बंधूनवस्थितान् ॥

तेव्हां अर्जुनानें वडील, आजे, गुरु, मामा, भाऊ, मुलगे, नातू, मित्र, सासरे व आपले हितकर्ते दोन्ही सैन्यांत उभे आहेत असें पाहिलें आणि त्या आपल्या सर्व बंधूंना निरखून पाहून तो अर्जुन करुणेनें अत्यंत पीडित झाला व खिन्न होत्साता बोलला. २६।२७.

कृपया परयाऽऽविष्टो विषीदन्निदमब्रवीत् ।

अर्जुन उवाच—

दृष्ट्वेमं स्वजनं कृष्ण युयुत्सुं समुपस्थितम् ॥२८॥

सीदंति मम गात्राणि मुखं च परिशुष्यति ।
वेपथुश्च शरीरे मे रोमहर्षश्च जायते ॥ २९ ॥

अर्जुन म्हणालाः—कृष्णा, हे माझेच जन युद्धेच्छेनें उभे झालेले पाहून माझीं गात्रें गळून गेलीं आहेत. तोंड कोरडें पडलें आहे व माझ्या शरीरास कंप सुटून रोमांच उभे राहिले आहेत. २८।२९.

गांडीवं स्रंसते हस्तात्त्वक्चैव परिदह्यते ।
न च शक्नोम्यवस्थातुं भ्रमतीव च मे मनः॥३०॥

तसेंच, गांडीव धनुष्य हातांतून गळून पडत आहे, व सर्वांगाचा दाह होत आहे. आतां मला येथें उभें रहावत नाहीं. माझें मन जसें कांहीं गोत्यांत पडलें आहे! ३०.

निमित्तानि च पश्यामि विपरीतानि केशव ।
न च श्रेयोऽनुपश्यामि हत्वा स्वजनमाहवे॥३१॥

आणि हे केशवा, (माझी स्वतःची अशी स्थिति झाली असून) शिवाय मला येथें विपरीत चिन्हें (शकून) दिसूं लागलीं आहेत. व इतकें असूनही, युद्धामध्यें स्वजनांचा घात केला असतां कांहीं कल्याण होईल असें मला वाटत नाहीं. ३१.

न कांक्षे विजयं कृष्ण न च राज्यं सुखानि च।
किं नो राज्येन गोविंद किं भोगैर्जीवितेन वा ॥

कृष्णा, मला युद्धांत जय, राज्य व सुखें यांची अपेक्षा नाहीं. हे गोविंदा, आम्हांस राज्य व भोग भोगून किंवा जगून तरी काय करावयाचें आहे? ३२.

येषामर्थे कांक्षितं नो राज्यं भोगाः सुखानि च ।
त इमेऽवस्थिता युद्धे प्राणांस्त्यक्त्वा धनानि च ॥
आचार्याः पितरः पुत्रास्तथैव च पितामहाः ।
मातुलाः श्वशुराः पौत्राः श्यालाः संबंधिनस्तथा ॥

कारण, ज्यांच्याकरितां आम्ही राज्य, भोग व सुख यांची इच्छा करावयाची, ते हे गुरु, वडील, पुत्र, आजोबा, मामा, सासरे, नातू, मेव्हणे, तसेच इतर आप्तवर्ग सर्व या ठिकाणीं आपल्या प्राणांवर व धनावर उदार होऊन युद्धाकरितां उभे आहेत. ३३।३४.

एतान्न हंतुमिच्छामि घ्नतोऽपि मधुसूदन ।
अपि त्रैलोक्यराज्यस्य हेतोः किं नु महीकृते ॥

हे मधुसूदना, जरी त्यांनीं माझा वध केला तरी मी त्रैलोक्याच्या राज्यसुखाकरितां देखील यांना मारण्याची इच्छा करणार नाहीं; मग पृथ्वीच्या राज्याकरितां कोठला मारायला? ३५.

निहत्य धार्तराष्ट्रान्नः का प्रीतिः स्याज्जनार्दन ।
पापमेवाऽऽश्रयेदस्मान्हत्वैतानाततायिनः ॥ ३६ ॥

हे जनार्दना, या कौरवांना मारून आम्हांला काय सुख होणार? ह्या आततायांच्या वधानें आह्मांस पाप मात्र लागेल! ३६.

तस्मान्नार्हा वयं हंतुं धार्तराष्ट्रान्स्वबांधवान् ।
स्वजनं हि कथं हत्वा सुखिनः स्याम माधव॥ ३७॥

म्हणून आपल्या बांधवांस—या कौरवांस मारणें हें आह्मांस योग्य नाहीं. कारण, माधवा, आपल्या आप्तांना मारून आह्मी सुखी कसे होऊं? ३७.

यद्यप्येते न पश्यंति लोभोपहतचेतसः ।
कुलक्षयकृतं दोषं मित्रद्रोहे च पातकं ॥ ३८ ॥

कथं न ज्ञेयमस्माभिः पापादस्मान्निवर्तितुम् ।
कुलक्षयकृतं दोषं प्रपश्यद्भिर्जनार्दन ॥ ३९ ॥

लोभानें बुद्धि भ्रष्ट झाल्यामुळें हे कौरव, जरी कुलक्षय केल्यापासून लागणारा दोष व मित्रांशीं वैर केल्यानें लागणारें पातक हीं जाणत नाहींत तरी हे जनार्दना, कुलक्षय केल्यापासून लागणारें पाप आह्मांस ढळढळीत दिसत असतांही या पापापासून निवृत्त होण्याचें आह्मांस कसें कळूं नये? ३८।३९.

कुलक्षये प्रणश्यंति कुलधर्माः सनातनः ।
धर्मे नष्टे कुलं कृत्स्नमधर्मोऽभिभवत्युत ॥ ४० ॥

कुलक्षयानें सनातन (वंशपरंपरा चालत आलेले) कुलाचार नाहींतसे होतात; व कुलाचार नाहींतसे झाले म्हणजे अधर्मानें सर्व कुल व्यापून जातें. ४०.

अधर्माभिभवात्कृष्ण प्रदुष्यंति कुलस्त्रियः ।
स्त्रीषु दुष्टासु वार्ष्णेय जायते वर्णसंकरः ॥ ४१ ॥

कृष्णा, अधर्मानें कुल व्यापलें म्हणजे कुलस्त्रिया दुराचरणाविषयीं प्रवृत्त होतात; आणि हे वार्ष्णेया, यांच्या दुष्ट आचरणापासून वर्णसंकर होतो. ४१.

संकरो नरकायैव कुलघ्नानां कुलस्य च ।
पतंति पितरो ह्येषां लुप्तपिंडोदकक्रियाः ॥ ४२ ॥

वर्णसंकर झाला म्हणजे, कुलाचा घात करणारे पुरुष व तें एकंदर कुल यांना नरकप्राप्ति होते; आणि पिण्डदान व तर्पणादि क्रिया बंद राहिल्यामुळें दोघांचे पितर नरकांत पतन पावतात! ४२.

दोषैरेतैः कुलघ्नानां वर्णसंकरकारकैः ।
उत्साद्यंते जातिधर्माः कुलधर्माश्च शाश्वताः ॥ ४३

उत्सन्नकुलधर्माणां मनुष्याणां जनार्दन ।
नरके नियतं वासो भवतीत्यनुशुश्रुम ॥ ४४ ॥

अहो बत महत्पापं कर्तुं व्यवसिता वयम् ।
यद्राज्यसुखलोभेन हंतुं स्वजनमुद्यताः ॥ ४५ ॥

---

१ अग्निदो गरदश्चैव शस्त्रोन्मत्तो धनापहः ।
क्षेत्रदारहरश्चैतान् षड् विद्यादाततायिनः ॥
अर्थ.
आगी लावणारे, विष घालणारे, खून करणारे, चोरी करणारे आणि दुसऱ्याची भार्या अथवा शेत हरण करणारे, ह्या सहांस आततायी म्हणतात.

वर्णसंकर उत्पन्न करणाऱ्या या कुलघातक पुरुषांच्या दोषांमुळें पुरातन जातिधर्म व कुलधर्म नाहींतसे होतात; आणि ज्यांचे कुलधर्म नष्ट झाले आहेत, त्या मनुष्यांस निश्चयेंकरून नरकप्राप्ति होते असें आम्ही ऐकतों. अरेरे! आम्ही राज्यसुखाच्या लोभानें आपल्या बांधवांस मारण्यास उद्युक्त झालों, हें आम्ही मोठें पाप करण्यास तयार झालों आहों. ४३।४४।४५.

यदि मामप्रतीकारमशस्त्रं शस्त्रपाणयः ।
धार्तराष्ट्रा रणे हन्युस्तन्मे क्षेमतरं भवेत् ॥४६॥

म्हणून मी निःशस्त्र राहून त्यांवर उलट शस्त्र उगारीत नसतांना जर ह्या शस्त्रधारी कौरवांनीं युद्धांत माझा वध केला तर त्यांत माझें अधिकच कल्याण आहे. ४६.

संजय उवाच—

एवमुक्त्वाऽर्जुनः संख्ये रथोपस्थ उपाविशत् ।
विसृज्य सशरं चापं शोकसंविग्नमानसः ॥४७॥

संजय म्हणालाः—याप्रमाणें बोलून, ज्याचें अंतःकरण शोकाकुल झालें आहे असा तो अर्जुन बाणांसुद्धां हातांतील धनुष्य खालीं टाकून रथांतील मुख्य जागा सोडून पलीकडे (उपस्थे) खालीं बसला. ४७.

इति श्रीमद्भगवद्गीतासूपनिषत्सु ब्रह्मविद्यायां योगशास्त्रे श्रीकृष्णार्जुनसंवादे अर्जुनविषादयोगो नाम प्रथमोध्यायः ॥ १ ॥

याप्रमाणें श्रीमद्भगवान् परमात्मा यांनीं गाइलेल्या ज्या उपनिषद् त्यांतील ब्रह्मविद्येंतील योगशास्त्रासंबंधें झालेला जो श्रीकृष्ण व अर्जुन यांचा संवाद त्यापैकीं प्रस्तुतचा अध्याय पहिला, याचें नांव अर्जुनविषाद्-योग[1] (अर्जुनास झालेला खेद) असें आहे.

१ उपस्थ–रथांत मुख्य स्थान व दुसरें त्याहून दुय्यम असें उपस्थान, अशा दोन तऱ्हेच्या बसावयाच्या जागा असतात.

अध्याय सव्विसावा.

—:०:—

सांख्ययोगकथन.

संजय उवाच—

तं तथा कृपयाऽऽविष्टमश्रुपूर्णाकुलेक्षणम् ।
विषीदंतमिदं वाक्यमुवाच मधुसूदनः ॥ १ ॥

संजय म्हणालाः—याप्रमाणें, त्याचे मनांत आप्तबांधवांविषयीं स्नेह उत्पन्न झाला व त्यामुळें ज्याचे डोळे पाण्यानें भरून येऊन तो खिन्न झालेला पाहून मधुसूदन त्याला असें वचन बोलले. १.

श्रीभगवानुवाच—

कुतस्त्वा कश्मलमिदं विषमे समुपस्थितम् ॥
अनार्यजुष्टमस्वर्ग्यमकीर्तिकरमर्जुन ॥ २ ॥

श्रीभगवान् म्हणालेः—अर्जुना (स्वच्छा); थोर लोकांना मान्य न होणारा, स्वर्गप्राप्तीचे आड येणारा व इहलोकीं कीर्तीचा नाश करणारा असा हा मोह तुला या अडचणीचे प्रसंगीं कोठून उत्पन्न झाला? २.

क्लैब्यं मा स्म गमः पार्थ नैतत्त्वय्युपपद्यते ।
क्षुद्रं हृदयदौर्बल्यं त्यक्त्वोत्तिष्ठ परंतप ॥ ३ ॥

पार्था, हा नामर्दपणा धरूं नको. हा तुला शोभत नाहीं. तूं आपल्या पराक्रमानें शत्रूंस ताप देणारा आहेस. याकरितां, अर्जुना,

१ गीतेंतल्या अठराही अध्यायांच्या संज्ञांत 'योग' हा शब्द योजिला आहे. या प्रत्येक ठिकाणीं योग शब्दाचा भगवान् पतञ्जलींनीं केलेला 'चित्तवृत्तिनिरोध' रूप विशिष्ट अर्थ संगत होत नाहीं. एकंदर गीताशास्त्र हें योगशास्त्र असल्यानें त्यांतील प्रत्येक अध्यायालाही 'योग' हें टोपण नांव दिलें आहे. यापलीकडे याचा अर्थ नाहीं.

क्षुद्र असें हें मनाचें दुबळेपण टाकून युद्धा-करितां ऊठ. ३.

अर्जुन उवाच—

कथं भीष्ममहं संख्ये द्रोणं च मधुसूदन ।
इषुभिः प्रतियोत्स्यामि पूजार्हावरिसूदन ॥ ४ ॥

अर्जुन म्हणाला, हे मधुसूदना, मी या युद्धांत भीष्म व द्रोणाचार्य यांच्यावर बाण कसे सोडूं ? कारण, हे शत्रुमर्दना, ते (दोघेही) पूजा करण्यास योग्य आहेत. ४.

गुरूनहत्वा हि महानुभावा-
न्श्रेयो भोक्तुं भैक्ष्यमपीह लोके ॥
हत्वाऽर्थकामांस्तु गुरूनिहैव ।
भुञ्जीय भोगान्रुधिरप्रदिग्धान् ॥ ५ ॥

अशा उदार अंतःकरणाच्या भीष्मद्रोणादि गुरूंस न मारिल्यानें ह्या लोकीं भिक्षा मागूनही निर्वाह करणें (प्राप्त झाल्यास) मला कल्याणकारक वाटतें. कारण, या धनलोभी गुरुजनांना मारून आह्मांस इहलोकींच जे भोग (सुखें ?) भोगावयास सांपडणार तेच रक्तानें माखलेले असणार. (मग परलोकींचे भोगांचें स्वरूप वर्णणेंच नको.) ५.

न चैतद्विद्मः कतरन्नो गरीयो
यद्वा जयेम यदि वा नो जयेयुः ।
यानेव हत्वा न जिजीविषाम-
स्तेऽवस्थिताः प्रमुखे धार्तराष्ट्राः ॥ ६ ॥

(आतां सांगितलेले प्रकारचें युद्ध किंवा भिक्षाटण) यांपैकीं कोणतें आम्हांस अधिक श्रेयस्कर आहे हें मला कळत नाहीं. बरें, युद्ध केल्यास आम्हीं त्यांना जिंकूं किंवा ते आह्मांस जिंकतील हेंही कळत नाहीं. (कदाचित् आह्मी जिंकूं असें म्हटलें तरी) ज्या कौरवांना मारून आम्ही जगण्याची इच्छा करीत नाहीं, ते तर माझ्या समोर युद्धास तयार होऊन उभे राहिले आहेत. ६.

कार्पण्यदोषोपहतस्वभावः ।
पृच्छामि त्वां धर्मसंमूढचेताः ॥
यच्छ्रेयः स्यान्निश्चितं ब्रूहि तन्मे ।
शिष्यस्तेऽहं शाधि मां त्वां प्रपन्नम् ॥७॥

अज्ञाननिमित्तक दोषामुळें माझें अंतःकरण दूषित झालें आहे, व माझें कर्तव्य काय आहे हें मला समजत नाहींसें झालें आहे. म्हणून तुम्हांला मी विचारतों. तर यांत निश्चयेंकरून कल्याणकारक जें असेल तें मला सांगा. मी तुमचा शिष्य आहें, व तुह्मांला शरण आलों आहें, यास्तव मला उपदेश करा. ७.

न हि प्रपश्यामि ममापनुद्या-
द्यच्छोकमुच्छोषणमिंद्रियाणाम् ।
अवाप्य भूमावसपत्नमृद्धं
राज्यं सुराणामपि चाऽऽधिपत्यम् ॥८॥

इहलोकीं पृथ्वीचें निष्कंटक व संपन्न राज्य अथवा देवांचें आधिपत्य म्हणजे इंद्रपद मिळालें, तरीही, माझ्या इंद्रियांना शोषून टाकणारा हा शोक कोणत्या उपायांनीं दूर होईल, हें मला कळत नाहीं ८.

संजय उवाच—

एवमुक्त्वा हृषीकेशं गुडाकेशः परंतप ।
न योत्स्य इति गोविंदमुक्त्वा तूष्णीं बभूवह॥९॥

संजय म्हणालाः—शत्रूंस ताप देणारा अर्जुन ह्याप्रमाणें श्रीकृष्णास बोलून, ' मी आतां युद्ध करणार नाहीं ' असें त्या गोविंदाला सांगून खरोखरच स्तब्ध राहिला ! ९.

तमुवाच हृषीकेशः प्रहसन्निव भारत ।
सेनयोरुभयोर्मध्ये विषीदंतमिदं वचः ॥ १० ॥

तेव्हां हे राजा, दोन्ही सैन्यांमध्यें खेद

करीत बसलेल्या किंवा हातपाय गाळून बसलेल्या त्या अर्जुनास श्रीकृष्ण हंसल्यासारखें करून हें भाषण बोलले. १०.

श्रीभगवानुवाच—

अशोच्यानन्वशोचस्त्वं प्रज्ञावादांश्च भाषसे ।
गतासूनगतासूंश्च नानुशोचंति पंडिताः ॥ ११ ॥
न त्वेवाहं जातु नाऽऽसं न त्वं नेमे जनाधिपाः
न चैव न भविष्यामः सर्वे वयमतः परम् ॥ १२ ॥

श्रीकृष्ण म्हणालेः—तूं गोष्टी तर सांगतोस पाण्डित्याच्या आणि (खरोखर) जे शोक करण्यास योग्य नाहींत अशांबद्दल शोक करीत बसला आहेस. पण जे खरे पंडित (आत्मज्ञानी) आहेत ते मेलेल्यांचाही शोक करीत नाहींत, आणि जिवंतांचाही नाहींत. कारण,—मी पूर्वीं केव्हांही नव्हतों किंवा तूंही कधीं नव्हतास, किंवा हे राजेही नव्हते अथवा आपण सर्वजण ह्यापुढें (म्हणजे या देहानंतर) कधीं असणार नाहीं, असें नाहीं! (आपण नित्य आहों) ११।१२.

देहिनोऽस्मिन्यथा देहे कौमारं यौवनं जरा ।
तथा देहांतरप्राप्तिर्धीरस्तत्र न मुह्यति ॥ १३ ॥

देही म्हणजे देहाचा मालक जो आत्मा त्याला त्याच्या ह्या सांप्रतच्या देहांत जशा बाल्य, तारुण्य व वार्धक्य या तीन अवस्था (एकाच देहाचे ठिकाणीं) येतात व जातात (परंतु त्या अवस्थांबरोबर देही जात येत नाहीं) तशीच त्या आत्म्याला दुसऱ्या देहाची प्राप्ति होते. परंतु, या अवस्थांतरांमुळें किंवा देहांतरांमुळें आत्मा अनित्य असेल असली भूल खऱ्या पंडिताला पडत नाहीं. १३.

मात्रास्पर्शास्तु कौंतेय शीतोष्णसुखदुःखदाः ।
आगमापायिनोऽनित्यास्तांस्तितिक्षस्व भारत ॥

अर्जुना, मात्रा म्हणजे इंद्रियें, व त्यांचे स्पर्श म्हणजे विषयांशीं होणारे संबंध हे शीत, उष्ण, सुख व दुःख देणारे आहेत खरे! पण, ते विषयसंबंध येते जाते आहेत, म्हणून अनित्य आहेत. यासाठीं हे भारता, ते (मिथ्या समजून) सहन कर. कारण—१४.

यं हि न व्यथयंत्येते पुरुषं पुरुषर्षभ ।
समदुःखसुखं धीरं सोऽमृतत्वाय कल्पते ॥ १५ ॥

हे पुरुषश्रेष्ठा, ज्याला सुखदुःख समान आहेत अशा ज्ञानी पुरुषाला हे विषयसंबंध बाधा करूं शकत नाहींत, व त्यामुळें तो मोक्षप्राप्तीस योग्य होतो. १५.

नासतो विद्यते भावो नाभावो विद्यते सतः ।
उभयोरपि दृष्टोऽन्तस्त्वनयोस्तत्त्वदर्शिभिः ॥

जें असत् म्हणजे मिथ्या, तें खरेपणास कधीं यावयाचें नाहीं, आणि जें खरें आहे त्याचा अभाव कधीं व्हावयाचा नाहीं. या सत् (आत्मा) व असत् (देहादि) ह्या दोहोंचाही निर्णय तत्त्ववेत्त्यांनीं पाहिलेला आहे. १६.

अविनाशि तु तद्विद्धि येन सर्वमिदं ततम् ।
विनाशमव्ययस्यास्य न कश्चित्कर्तुमर्हति ॥ १७ ॥

अर्जुना, ज्या (सद्वस्तूनें) हें सर्व जगत् व्यापलें आहे तें नाश पावणारें नव्हे असें समज. असें अविकारी जें सद्वस्तु त्याचा नाश करण्यास कोणीही समर्थ नाहीं. १७.

अंतवंत इमे देहा नित्यस्योक्ताः शरीरिणः
अनाशिनोऽप्रमेयस्य तस्माद्युद्ध्यस्व भारत ॥

मात्र या नित्य व अविनाशी म्हणजे सर्वतः किंवा अंशतःही नाश न पावणाऱ्या व अप्रमेय म्हणजे प्रत्यक्षानुमानादि कोणत्याही प्रमाणांनीं न सांपडणाऱ्या या आत्म्याचे उपाधिभूत जे हे (भीष्मादिकांचे) देह ते विनाशी

आहेत. (तदंतर्गत आत्मा तसा नाहीं) असें ज्ञात्यांचें सांगणें आहे. याकरितां (इकडे लक्ष पोंचवून) हे भारता, तूं युद्धपराङ्मुख होऊं नको. ॥ १८ ॥

य एनं वेत्ति हंतारं यश्चैनं मन्यते हतम् ।
उभौ तौ न विजानीतो नायं हंति न हन्यते ॥

जो समजतो कीं, आत्मा मारणारा आहे, तसेंच जो समजतो कीं, आत्मा मरणारा आहे, ते दोघेही अज्ञानी आहेत. कारण, हा कोणास मारीतही नाहीं व कोणाकडून मारिलाही जात नाहीं. १९.

न जायते म्रियते वा कदाचि-
न्नायं भूत्वाभविता वा न भूयः ।
अजो नित्यः शाश्वतोऽयं पुराणो
न हन्यते हन्यमाने शरीरे ॥ २० ॥

हा आत्मा कधींही जन्मत नाहीं व कधींही मरत नाहीं; किंवा हा मागेंच अस्तित्व पावला असून पुनः मृत्यु पावणार असेंही नाहीं; कारण, हा जन्मरहित, नित्य, शाश्वत व अनादि आहे; आणि शरीराचा वध झाला तरी ह्याचा वध होत नाहीं. २०.

वेदाविनाशिनं नित्यं य एनमजमव्ययम् ।
कथं स पुरुषः पार्थ कं घातयति हंति कम् ॥ २१ ॥

पार्था, (याप्रकारें) आत्मा म्हणजे अविनाशी, नित्य, जन्मरहित व विकार न पावणारा आहे असें जो जाणतो, तो पुरुष कसा व कोणाला मारील किंवा मारवील? (तर मारणारही नाहीं व मारविणारही नाहीं.) २१.

वासांसि जीर्णानि यथा विहाय
नवानि गृह्णाति नरोऽपराणि ।
तथा शरीराणि विहाय जीर्णा-
न्यन्यानि संयाति नवानि देही ॥ २२ ॥

जसा पुरुष जीर्ण झालेलीं वस्त्रें टाकून दुसरीं नवीं घेतो, तसा आत्मा जुनीं शरीरें टाकून नव्या शरीरांशीं संगत होतो. २२.

नैनं छिंदंति शस्त्राणि नैनं दहति पावकः ।
न चैनं क्लेदयंत्यापो न शोषयति मारुतः ॥ २३ ॥
अच्छेद्योऽयमदाह्योऽयमक्लेद्योऽशोष्य एव च ।
नित्यः सर्वगतः स्थाणुरचलोऽयं सनातनः ॥ २४ ॥

ह्या आत्म्याला शस्त्रें तोडीत नाहींत; याला अग्नि जाळीत नाहीं; याला पाणी भिजवीत नाहीं; व याला वारा सुकवीत नाहीं. हा आत्मा छिन्न होण्याजोगा नाहीं, हा जाळतां येण्यासारखा नाहीं, भिजवितां येण्यासारखा नाहीं व सुकवितां येण्याजोगा नाहीं; तर नाश न पावणारा, सर्वव्यापी, स्थिर, अचल, आणि त्रिकाल राहाणारा असा आहे. २३, २४.

अव्यक्तोऽयमचिंत्योऽयमविकार्योऽयमुच्यते ।
तस्मादेवं विदित्वैनं नानुशोचितुमर्हसि ॥ २५ ॥

हा अगोचर आहे व म्हणून चित्तानें ह्याचें चिंतनही करतां येत नाहीं; व हा विकाररहित आहे, असें म्हटलें आहे. यास्तव, हा आत्मा अशा प्रकारचा आहे, असें समजल्यावरही शोक करणें योग्य नाहीं. २५.

अथ चैनं नित्यजातं नित्यं वा मन्यसे मृतम् ।
तथापि त्वं महाबाहो नैवं शोचितुमर्हसि ॥ २६ ॥

---

१ मुळांत 'युद्धयस्व' हें पद आहे. याचा अर्थ आचार्यांनीं मुद्दाम असा दिला आहे कीं, 'युद्धयस्व' या पदानें श्रीकृष्ण अर्जुनाला युद्धाची कल्पना नसतांना ती मुळापासून त्याचे डोक्यांत घालितात असें नव्हे तर अर्जुन आपण होऊनच युद्धार्थ रणांगणीं आला असून पुढें भ्रमानें थांबला. तेवढा भ्रम दूर करणें एवढाच या सांगण्याचा अभिप्राय आहे, अर्थात् गीतेंतील 'युद्धयस्व' पदानें आपले धंदे सोडून हत्यारें घ्या असा भाव जर कोणी आधुनिक अर्थकार काढीत असतील, तर तो असमंजस आहे, असें समजावें.

आतां (एकेअर्थी) आत्मा (प्रतिदेहा-बरोबर) नित्य उत्पन्न होतो व नित्य नाश पावतो असें जरी तुझें मत असलें, तरी, (ह्या दृष्टीनें) अर्जुना, तुला त्याच्याबद्दल असा शोक करणें योग्य नाहीं. २६.

जातस्य हि ध्रुवो मृत्युर्ध्रुवं जन्म मृतस्य च ।
तस्मादपरिहार्येऽर्थे न त्वं शोचितुमर्हसि ॥२७॥

कारण, जो म्हणून उत्पन्न झाला तो निश्चयेंकरून मरण पावतो, व जो मरतो तो निश्चयेंकरून पुनः जन्म पावतो. तस्मात्, या न टाळतां येण्यासारख्या गोष्टींबद्दल शोक करणें तुला योग्य नाहीं. २७.

अव्यक्तादीनि भूतानि व्यक्तमध्यानि भारत ।
अव्यक्तनिधनान्येव तत्र का परिदेवना ॥२८॥

हे भारता, हीं सर्व भूतें मुळीं अव्यक्त म्हणजे अस्पष्ट स्थितींत असतात; नंतर मध्यें व्यक्त स्थितीला येतात; व शेवटीं अव्यक्तांत जातात. (हा त्यांचा स्वभावच ठरला.) तेव्हां त्यांच्याबद्दल शोक कमला करावयाचा? २८.

आश्चर्यवत्पश्यति कश्चिदेन-
माश्चर्यवद्वदति तथैव चान्यः ॥
आश्चर्यवच्चैनमन्यः शृणोति ।
श्रुत्वाऽप्येनं वेद न चैव कश्चित् ॥२९॥

कोणी या आत्मस्वरूपाला विलक्षण आश्चर्य म्हणून पाहातो, कोणी आश्चर्य म्हणून त्याचें वर्णन करतो, कोणी आश्चर्य म्हणून ऐकतो, आणि कोणी त्याचे गुणानुवाद ऐकूनही त्याला जाणत नाहीं. (असा हा आश्चर्यकारक आहे.) २९.

देही नित्यमवध्योऽयं देहे सर्वस्य भारत ।
तस्मात्सर्वाणि भूतानि न त्वं शोचितुमर्हसि ॥

हे अर्जुना, देही जो आत्मा हा कोणाच्याही देहांत असला तरी तो कधींही वध पावत नाहीं; म्हणून कोणाही भूतांच्याबद्दल शोक करणें तुला योग्य नाहीं. ३०.

स्वधर्ममपि चावेक्ष्य न विकंपितुमर्हसि ।
धर्म्याद्धि युद्धाच्छ्रेयोऽन्यत्क्षत्रियस्य न विद्यते ॥

बरें, स्वधर्माच्या दृष्टीनेंही तुला शोक करणें योग्य नाहीं. कारण, धर्मयुद्ध प्राप्त झालें असतां त्याहून क्षत्रियाला दुसरें कांहींही कल्याणकारक नाहीं. ३१.

यदृच्छया चोपपन्नं स्वर्गद्वारमपावृतम् ।
सुखिनः क्षत्रियाः पार्थ लभंते युद्धमीदृशम् ॥

पार्था, यदृच्छेनें प्राप्त झालेला युद्धप्रसंग म्हणजे स्वर्गाचें उघडलेलें द्वारच होय. असलें युद्ध भाग्यशाली क्षत्रियांनाच प्राप्त होतें. ३२.

अथ चेत्त्वमिमं धर्म्यं संग्रामं न करिष्यसि ।
ततः स्वधर्मं कीर्तिं च हित्वा पापमवाप्स्यसि ॥

असें असतां जर तूं या धर्मयुद्धाचा त्याग करशील, तर इहलोकींची कीर्ति व परलोकाला साधन जो स्वधर्म तो नाहींसा होऊन, पापाची जोड करशील. ३३.

अकीर्तिं चापि भूतानि कथयिष्यंति तेऽव्ययाम् ।
संभावितस्य चाकीर्तिर्मरणादतिरिच्यते ॥३४॥

आणखी सर्व लोक निरंतर तुझी अपकीर्ति सांगत राहातील; आणि संभावित पुरुषाला तर अपकीर्ति ही मरणापेक्षांही अति दुःखकर आहे. ३४.

भयाद्रणादुपरतं मंस्यंते त्वां महारथाः ।
येषां च त्वं बहुमतो भूत्वा यास्यसि लाघवम् ॥

तसेंच, हे सर्व महारथी तूं भयानें रणांतून पळून गेलास असें मानतील. मग जो तूं

बा सर्वांना आज बहुमत आहेस, त्या तुला कमीपणा येईल. ३५.

अवाच्यवादांश्च बहून्वदिष्यंति तवाहिताः ।
निंदंतस्तव सामर्थ्यं ततो दुःखतरं नु किम्॥३६॥

तुझे शत्रु तर तुझ्या सामर्थ्याची निंदा करून न बोलावीं अशीं पुष्कळ दुर्भाषणें तुझ्या संबंधानें बोलतील; ह्यापेक्षां अधिक दुःखकारक तें काय आहे? ३६.

हतो वा प्राप्स्यसि स्वर्गं
जित्वा वा भोक्ष्यसे महीम् ॥
तस्मादुत्तिष्ठ कौंतेय
युद्धाय कृतनिश्चयः ॥ ३७ ॥

जर तूं युद्धांत मारला गेलास, तर तुला स्वर्गप्राप्ति होईल, अथवा युद्धांत जय पावलास, तर पृथ्वीचें राज्य भोगशील; (एवंच, उभयपक्षीं युद्ध इष्टच आहे) म्हणून अर्जुना, युद्धाविषयीं निश्चय करून ऊठ. ३७.

सुखदुःखे समे कृत्वा लाभालाभौ जयाजयौ ।
ततो युद्धाय युज्यस्व नैवं पापमवाप्स्यसि ॥३८॥

मात्र प्रथम सुख, दुःख, लाभ, हानि, जय, अपजय, हीं सर्व सारखीं मानून युद्धास तयार हो, म्हणजे तुला पाप कधींही लागणार नाहीं. ३८.

एषा तेऽभिहिता सांख्ये बुद्धिर्योगे त्विमां शृणु।
बुद्ध्या युक्तो यया पार्थ कर्मबंधं प्रहास्यसि ॥

पार्था, आतांपर्यंत तुला सांख्यबुद्धि म्हणजे परमार्थवस्तुविवेक किंवा ज्ञानयोग सांगितला. आतां (या ज्ञानाला उपायभूत) निष्काम कर्मयोगाविषयीं जी बुद्धि, कीं जिच्या योगानें कर्मबंध (धर्माधर्मरूपी) नाहींसा होतो, ती ऐक. ३९.

नेहाभिक्रमनाशोऽस्ति प्रत्यवायो न विद्यते ।
स्वल्पमप्यस्य धर्मस्य त्रायते महतो भयात् ॥

या मोक्षप्रापक निष्कामकर्मयोगांत अशी मौज आहे कीं, आरंभिलेलें कर्म मध्येंच खंडित झालें तरी, होऊन गेलेल्या कर्माचें फळ वायां जात नाहीं. (तें पदरांत पडतेंच.) बरें, याला सकाम कर्माप्रमाणें विधिनिषेधात्मक अडचणींचें लचांड नाहीं. शिवाय, या निष्कामकर्मरूपी धर्माचें अल्पस्वल्प आचरण झालें तरी तेवढ्यानें देखील जन्ममरणरूपी मोठ्याच भयापासून रक्षण होतें. ४०.

व्यवसायात्मिका बुद्धिरेकेह कुरुनंदन ।
बहुशाखा ह्यनंताश्च बुद्धयोऽव्यवसायिनाम् ॥

हे कुरुवंशजा, (या धर्मांत आणखी एक खुबी अशी आहे कीं), मोक्ष हें एकच कार्य तें प्राप्य आहे असा जींत दृढनिश्चय ठरला आहे, अशा प्रकारची एकच बुद्धि या मार्गांत काम देते. (यामुळें या मार्गांत घोंटाळा मुळींच नाहीं) आणि स्वर्गादि उच्चावच भिन्न फलांची ज्यांत अपेक्षा असल्यानें अर्थात् एकनिश्चय हा ज्यांत कधींच असत नाहीं अशी जीं नैकविध काम्यकर्में त्यांच्या मागें लागलेले जे मनुष्य त्यांच्या बुद्धि असंख्य प्रकारच्या असून प्रत्येकीस पुन्हां किती तरी फांटे फुटलेले असतात. ४१.

यामिमां पुष्पितां वाचं प्रवदंत्यविपश्चितः ।
वेदवादरताः पार्थ नान्यदस्तीतिवादिनः ॥४२॥
कामात्मानः स्वर्गपरा जन्मकर्मफलप्रदाम् ।
क्रियाविशेषबहुलां भोगैश्वर्यगतिं प्रति ॥ ४३ ॥
भोगैश्वर्यप्रसक्तानां तयाऽपहृतचेतसाम् ।
व्यवसायात्मिका बुद्धिः समाधौ न विधीयते ॥

१ येथें 'सांख्य शब्दानें कपिलमहामुनिप्रणीत' सांख्यशास्त्र समजूं नये.कारण,तें 'निरीश्वरवादी'आहे.

हे पृथापुत्रा, ज्यांना एकवस्तुनिश्चय नाहीं असे जे हे काम्यकर्मांत गढलेले अविचारी मतिमंद मीमांसकादि हे वेदाचे बाह्यार्थालाच भुलून पडणारे असून वेदांत सांगितलेल्या काम्यकर्मापलीकडे साध्य असें कांहींच नाहीं, असें लोकांना फुगवून सांगत बसतात. असल्या या लोकांच्या इच्छेची धांव स्रक्चंदनवनितादि भोग्य वस्तूंवरच असून स्वर्गांतील ऐश्वर्यप्राप्ति हाच परमपुरुषार्थ असें ते मानितात; व यामुळें वरील प्रकारचे भोग व ऐश्वर्य हीं प्राप्त करून देण्यासाठीं ते जो मार्ग उपदेशितात, त्या मार्गांत अग्निष्टोमादि अनेक भानगडीचीं कर्मे करावीं लागून शिवाय अखेर नानायोनींत जन्म घेणें व पुनः तेथें तेथें कर्म करणें हेंच त्याचें फल प्राप्त होतें. आणि ज्या मनुष्यांचीं अंतःकरणें वनितादि भोग व स्वर्गादि ऐश्वर्य यांचे ठायीं आसक्त असतात, अशांचीं मनें या मीमांसकांची वरील प्रकारची वाणी ऐकून सहजच त्यांनीं उपदिष्ट मार्गाकडे ओढलीं जातात. आणि तसें झालें म्हणजे (४१ श्लोकार्धांत सांगितलेली मोक्षमार्गप्रापक जी) निश्चयात्मक बुद्धि (ती) असल्यांच्या अंतःकरणांत निर्माण होत नाहीं. (असा या कर्मठांचे शिकवणीपासून अनर्थ उद्भवतो.) ४२।४३।४४.

त्रैगुण्यविषया वेदा निस्त्रैगुण्यो भवार्जुन ।
निर्द्वंद्वो नित्यसत्त्वस्थो निर्योगक्षेम आत्मवान् ॥

अर्जुना, वेदांत सत्त्व, रज व तम या तीन गुणांनीं युक्त जो संसार त्याचें प्रतिपादन केलें आहे, म्हणून तूं गुणातीत हो; ‘ मी ’ व ‘ माझें ’ हें द्वंद्व टाकून दे; नित्य शुद्ध सत्त्वगुणानें स्थिर हो; योगक्षेम म्हणजे अन्नवस्त्र मिळेल कसें व तें टिकेल कसें, याची काळजी सोड; आणि आत्मस्वरूपीं चित्त ठेव. ४५.

यावानर्थ उदपाने सर्वतःसंप्लुतोदके ।
तावान्सर्वेषु वेदेषु ब्राह्मणस्य विजानतः ॥४६॥

बाबारे, जेथें सर्वभर जलपूर लोटला आहे अशा स्थळीं अल्प जलाशयाची जितपत मातबरी असते, तितपतच ब्रह्मसाक्षात्कारी ब्राह्मणाला या अनेक वेदांची आहे असें समजावें. ४६.

कर्मण्येवाधिकारस्ते मा फलेषु कदाचन ।
मा कर्मफलहेतुर्भूर्मा ते सङ्गोऽस्त्वकर्मणि ॥४७॥

(याप्रमाणें ब्रह्मज्ञानापुढें कर्माची जरी थोरवी नाहीं तरी) हे अर्जुना, (तुझ्या शोकमोहाकुलस्थितीवरून पहातां) तुझी योग्यता केवळ कर्म करण्यापुरतीच आहे. मात्र कर्म करीत असतां त्याच्या नैकविध फलांचा केव्हांही विचार करण्याचा तुला अधिकार नाहीं. यासाठीं कर्म करीत असतां तूं त्यापासून प्राप्त होण्याच्या फलाविषयीं तृष्णा बाळगूं नको. पण, (फलाचा आपणाकडे अधिकार नाहीं हें पाहून) अ-कर्म म्हणजे कर्म न करितां बसण्याची आवड धरशील, तर तसेंही करूं नको. ४७.

योगस्थः कुरु कर्माणि
संगं त्यक्त्वा धनंजय ॥
सिद्ध्यसिद्ध्योः समो भूत्वा
समत्वं योग उच्यते ॥ ४८ ॥

मात्र, हे धनंजया, (धनादिकांस तुच्छ लेखणाऱ्या अर्जुना,) कर्मे करशील तीं साधोत किंवा फसोत तरीही तुझे मनाची समता अढळ ठेवून, आणि कर्तेपणाचा अभिमान व फलासक्ति हीं सोडून केवळ ईश्वरार्पणबुद्धीनें करीत जा. ही जी लाभहानीचे ठिकाणीं मनाची समता हिलाच योग असें म्हणतात. ४८.

दूरेण ह्यवरं कर्म बुद्धियोगाद्धनंजय ।
बुद्धौ शरणमन्विच्छ कृपणाः फलहेतवः ॥४९॥

बुद्धियुक्तो जहातीह उभे सुकृतदुष्कृते ।
तस्माद्योगाय युज्यस्व योगः कर्मसु कौशलम् ॥

आणि, अर्जुना, याप्रमाणें समबुद्धीनें ईश्वराला अर्पण करण्यासाठीं केलेले कर्मापेक्षां फलाच्या हेतूनें केलेलें कर्म फार कमी योग्यतेचें आहे; म्हणून असल्या समबुद्धि योगाचाच आश्रय कर. कर्मांच्या फलाची इच्छा करणारे अति दीन होत. असल्या बुद्धियोगानें युक्त असा पुरुष कर्माचें उभयविध फल जें पापपुण्य त्यापासून ह्या लोकींच मुक्त होतो. म्हणून समत्त्व बुद्धियोग साध्य करून घे. कर्में करीत असतां त्यांत योग म्हणजे वर सांगितल्या प्रकारची अढळ समता ठेवणें हीच तर सारी त्या कर्म करण्यांतील कुशलता किंवा चतुराई आहे. ४९,५०.

कर्मजं बुद्धियुक्ता हि फलं त्यक्त्वा मनीषिणः।
जन्मबंधविनिर्मुक्ताः पदं गच्छंत्यनामयम् ॥५१॥

म्हणून समत्वबुद्धियुक्त असे विद्वान् पुरुष कर्मफलाची आशा सोडून जन्मबंधनापासून मुक्त होत्साते सर्व उपद्रवांनीं रहित अशा (परब्रह्म) पदाप्रत पावतात. ५१.

यदा ते मोहकलिलं बुद्धिर्व्यतितरिष्यति ।
तदा गंतासि निर्वेदं श्रोतव्यस्य श्रुतस्य च ॥५२॥

जेव्हां तुझी बुद्धि तिला मोहानें आलेल्या गढूळपणांतून पार पडून स्वच्छ होईल तेव्हां तुला आजपर्यंत ऐकलेलें व ऐकावयाचें या दोहोंचाही कंटाळा येईल. ५२.

श्रुतिविप्रतिपन्ना ते यदा स्थास्यति निश्चला ।
समाधावचला बुद्धिस्तदा योगमवाप्स्यसि॥५३॥

वेदांतील नानाप्रकारचीं वाक्यें श्रवण करून घोटाळ्यांत पडलेली तुझी बुद्धि जेव्हां निश्चल ठरून आत्म्याचे ठिकाणीं जेव्हां स्थिर राहील तेव्हां तूं योगाप्रत प्राप्त होशील. ५३.

अर्जुन उवाच—

स्थितप्रज्ञस्य का भाषा समाधिस्थस्य केशव ।
स्थितधीः किं प्रभाषेत किमासीत व्रजेत किम् ॥

हे केशवा, कोणेकाची बुद्धि स्थिर झाली व समाधीनें ब्रह्माचे ठिकाणीं स्थित झाली या बोलीचा अर्थ काय ? म्हणजे स्थितप्रज्ञ व समाधिस्थ असें कोणाला म्हणतात ? स्थितप्रज्ञाचें बोलणें कसें, बसणें कसें, चालणें कसें, हें मला सांग. ५४.

श्रीभगवानुवाच—

प्रजहाति यदा कामान्सर्वान्पार्थ मनोगतान् ।
आत्मन्येवाऽऽत्मना तुष्टःस्थितप्रज्ञस्तदोच्यते ॥

श्रीकृष्ण म्हणालेः—हे अर्जुना, जेव्हां मनुष्य मनांत असलेल्या सर्व वासना अगदीं निःशेष टाकून, आत्मसमाधानानें आपल्या ठिकाणीं संतुष्ट होईल, तेव्हां त्याला स्थितप्रज्ञ म्हणावें. ५५.

दुःखेष्वनुद्विग्नमनाः सुखेषु विगतस्पृहः
वीतरागभयक्रोधः स्थितधीर्मुनिरुच्यते ॥५६॥

तसेंच, ज्याचें मन आध्यात्मिक, आधिदैविक किंवा आधिभौतिक दुःखप्राप्तीनें खेद पावत नाहीं, व सुखाविषयीं ज्याला लालसा नाहीं म्हणून प्रेम, क्रोध व भय हे विकार ज्याच्या अंतःकरणांतून गेलेले आहेत, असा जो विवेकी मनुष्य त्याला स्थितप्रज्ञ म्हणावें ५६.

यः सर्वत्रानभिस्नेहस्तत्तत्प्राप्य शुभाशुभम् ।
नाभिनन्दति न द्वेष्टि तस्य प्रज्ञा प्रतिष्ठिता ॥

सर्व विषयांविषयीं ज्याचें ममत्व नष्ट झालें आहे व ज्याला चांगले अथवा वाईट विषय प्राप्त झाले तरी त्यांपासून सुख किंवा दुःख

होत नाहीं, त्याचीच बुद्धि स्थिर झाली असें समजावें. ५७.

यदा संहरते चायं कूर्मोऽङ्गानीव सर्वशः ।
इंद्रियाणींद्रियार्थेभ्यस्तस्य प्रज्ञा प्रतिष्ठिता॥५८॥

ज्याप्रमाणें कांसव आपले अवयव आपले इच्छेप्रमाणें सर्व बाजूंनीं आंवरून घेतें, त्याप्रमाणें सर्व विषयांपासून इंद्रियें माघारीं ओढून आपले ताब्यांत जेव्हां ठेवितो तेव्हां त्याची बुद्धि स्थिर झाली असें समजावें. ५८.

विषया विनिवर्तंते निराहारस्य देहिनः ।
रसवर्जं रसोऽप्यस्य परं दृष्ट्वा निवर्तते॥५९॥

ज्या देहाभिमानी मनुष्यानें इंद्रियें त्यांचें खाद्य जे विषय त्यांपासून बळेंच आंवरून ठेविलीं त्याला जरी विषय दूर झाले तरी विषयसंबंधीं प्रेमा त्याचे ठिकाणीं असतोच. हा विषयप्रेमाही समूळ नाहींसा होणें हें फक्त ब्रह्मसाक्षात्कार झाल्यानेंच होतें. तत्पूर्वीं होत नाहीं. ५९.

यततो ह्यपि कौंतेय पुरुषस्य विपश्चितः ।
इंद्रियाणि प्रमाथीनि हरंति प्रसभं मनः ॥६०॥

अर्जुना, हीं दांडगीं इंद्रियें, मनुष्य विद्वान् असून इंद्रियनिग्रह करण्याचा निग्रह करीत असला तरीही त्याचें मन बलात्कारानें विषयाकडे ओढून घेतात. ६०.

तानि सर्वाणि संयम्य युक्त आसीत मत्परः ।
वशे हि यस्येंद्रियाणि तस्य प्रज्ञा प्रतिष्ठिता ॥

म्हणून तीं सर्व इंद्रियें उत्तम प्रकारें आपल्या ताब्यांत ठेवून ज्ञानी पुरुषानें माझ्याकडेच आपलें मन स्थिर करावें. ज्याचीं इंद्रियें स्वाधीन झालीं तो स्थितप्रज्ञ असें समजावें ६१.

ध्यायतो विषयान्पुंसः संगस्तेषूपजायते ।
संगात्संजायते कामः कामात्क्रोधोऽभिजायते ॥
क्रोधाद्भवति संमोहः संमोहात्स्मृतिविभ्रमः ।
स्मृतिभ्रंशाद्बुद्धिनाशो बुद्धिनाशात्प्रणश्यति ॥

विषयांचें चिंतन करणाऱ्या पुरुषाचे ठिकाणीं विषयांची प्रीति उत्पन्न होते. प्रीतीमुळें काम (प्रबल इच्छा) उत्पन्न होते. त्या इच्छेच्या आड कोणी आलें असतां क्रोध, क्रोधापासून अविवेक, अविवेकापासून स्मृतिनाश, स्मृतिनाशापासून बुद्धिनाश व बुद्धिनाशामुळें पुरुषाचा सर्वस्वनाश होतो. ६२।६३.

रागद्वेषवियुक्तैस्तु विषयानिंद्रियैश्चरन् ।
आत्मवश्यैर्विधेयात्मा प्रसादमधिगच्छति॥६४॥

विषयांसंबंधीं प्रीति व द्वेष टाकून ज्यानें आपलीं इंद्रियें आपल्या आधीन ठेविलीं आहेत अशा आत्मसंयमी पुरुषाला विषयाचें सेवन करून अंतःकरणाची प्रसन्नता प्राप्त होते ६४.

प्रसादे सर्वदुःखानां हानिरस्योपजायते ।
प्रसन्नचेतसो ह्याशु बुद्धिः पर्यवतिष्ठते ॥६५॥

चित्तप्रसाद झाला म्हणजे त्याचे सर्व दुःखाचा नाश होतो, आणि प्रसन्नचित्त झालेल्याची बुद्धि लवकर आत्म्याचे ठिकाणीं स्थिर होते. ६५.

नास्ति बुद्धिरयुक्तस्य न चायुक्तस्य भावना ।
न चाभावयतः शांतिरशांतस्य कुतः सुखम् ॥

ज्याचें अंतःकरण स्वस्थ नसतें, त्याला आत्मज्ञानाची बुद्धि नाहीं; आणि आत्मज्ञानाची आस्थाही नसते, व ज्याला शांति नाहीं, त्याला सुख कोठून असणार ? ६६.

इंद्रियाणां हि चरतां यन्मनोऽनुविधीयते ।
तदस्य हरति प्रज्ञां वायुर्नावमिवांभसि ॥६७॥

जें (ज्याचें) मन इंद्रियांच्या संगतीनें त्यांचे मागोमाग फिरतें तें मन समुद्रांत असलेली नाव जसा प्रतिकूल वारा वाटेल तिकडे ओढून नेतो, त्याप्रमाणें त्या पुरुषाची बुद्धि भलतीकडे खेंचून नेते. ६७.

तस्माद्यस्य महाबाहो निगृहीतानि सर्वशः ।
इंद्रियाणींद्रियार्थेभ्यस्तस्य प्रज्ञा प्रतिष्ठिता ॥

म्हणून, हे महाबाहो, अर्जुना, इंद्रियांचे अर्थ जे विषय त्यांपासून ज्याचीं इंद्रियें सर्व प्रकारेंकरून आंवरून धरिलीं गेलीं त्याची बुद्धि स्थिर झाली, असें समज. ६८.

या निशा सर्व भूतानां तस्यां जागर्ति संयमी ।
यस्यां जाग्रति भूतानि सा निशा पश्यतो मुनेः ॥

स्वरूपाविषयीं अज्ञान हीच रात्र. त्या रात्रीचे ठायीं योगी पुरुष जागा असतो व स्वरूपानुभवरूप जागृति भोगतो आणि ज्या मिथ्या संसाराचे ठिकाणीं सर्व भूतें सत्यबुद्धीनें जागीं असतात त्या संसाराविषयीं योगी पुरुषाला रात्र झालेली असते. ६९.

आपूर्यमाणमचलप्रतिष्ठं
समुद्रमापः प्रविशंति यद्वत् ।
तद्वत्कामा यं प्रविशंति सर्वे
स शांतिमाप्नोति न कामकामी ॥ ७० ॥

ज्याप्रमाणें सर्व बाजूंनीं पाण्यानें भरत असूनही मर्यादा न सोडणाऱ्या समुद्रांत, सर्व नद्या वगैरे येऊन मिळतात त्याप्रमाणें जो निष्काम असून सर्व काम ज्याचे ठिकाणीं प्रवेश करितात त्यालाच शांति मिळते; परंतु, जो भोगाची इच्छा करीत रहातो त्याला शांति मिळत नाहीं. ७०.

विहाय कामान्यः सर्वान्पुमांश्चरति निस्पृहः ।
निर्ममो निरहंकारः स शांतिमधिगच्छति ॥ ७१ ॥

सारांश, जो पुरुष सर्व कामवासनांचा त्याग करून, निस्पृह होऊन आणि मी व माझें हें द्वंद्व टाकून असतो, त्यालाच शांतिसुख प्राप्त होतें. ७

एषा ब्राह्मी स्थितिः पार्थ नैनां प्राप्त विमुह्यति ।
स्थित्वाऽस्यामंतकालेऽपि ब्रह्मनिर्वाणमृच्छति ॥

इति श्रीमद्भगवद्गीतासूपनिषत्सु ब्रह्मविद्यायां योगशास्त्रे श्रीकृष्णार्जुनसंवादे सांख्ययोगो नाम द्वितीयोऽध्यायः ॥२॥

अर्जुना, याच स्थितीला ब्रह्मस्थिति म्हणजे सर्व कर्म सोडून ब्रह्मरूपानें असणें म्हणतात. ही प्राप्त झाली असतां प्राणी मोह पावत नाहीं. या स्थितींत असून मरण आलें तरीही तो शांत असें जें ब्रह्म त्यास प्राप्त होतो. ७२.

अध्याय सत्ताविसावा.

—:o:—

कर्मयोगकथन.

अर्जुन उवाच—

ज्यायसी चेत्कर्मणस्ते मता बुद्धिर्जनार्दन ।
तत्किं कर्मणि घोरे मां नियोजयसि केशव ॥ १ ॥

अर्जुन म्हणाला:—हे जनार्दना केशवा, कर्मयोगापेक्षां बुद्धियोग (ज्ञानयोग) श्रेष्ठ आहे, असें जर तुझें मत आहे तर मग मला तुझा कर्म करण्याचा अधिकार असें म्हणून या हिंसाकर्माचे ठिकाणीं कां प्रवृत्त करीत आहेस ? १.

व्यामिश्रेणेव वाक्येन बुद्धिं मोहयसीव मे ।
तदेकं वद निश्चित्य येन श्रेयोऽहमाप्नुयाम् ॥ २ ॥

तुझ्या या बोलण्यांत ज्ञान व कर्म या दोहोंचेही प्रशंसेची मिसळ केल्यासारखें करून तूं जणूं माझ्या बुद्धीला घोटाळ्यांत घालितो आहेस; पण असें करूं नको. काय तो पुरा

निश्चय ठरवून जेणेंकरून माझें खरें कल्याण (पारलौकिक) होईल असें यांतील मी कोणतें करावें तें एक मला सांग. २.

श्रीभगवानुवाच—

लोकेऽस्मिन्द्विविधा निष्ठा पुरा प्रोक्ता मयाऽनघ।
ज्ञानयोगेन सांख्यानां कर्मयोगेन योगिनाम्॥३॥

श्रीभगवान् म्हणाले:—हे निष्पाप अर्जुना, ह्या लोकीं सृष्टीचे आरंभींच मीं हे दोन प्रकारचे मार्ग सांगितले आहेत. सांख्यविचार करणारांना ज्ञानयोग व कर्म करणारांना कर्मयोग. ३.

न कर्मणामनारंभान्नैष्कर्म्यं पुरुषोऽश्नुते ।
न च संन्यसनादेव सिद्धिं समधिगच्छति ॥४॥

कर्में न आरंभिल्यानें पुरुषाला कर्मशून्यत्व प्राप्त होत नाहीं, व केवळ कर्मत्याग केला म्हणजेच सिद्धि (मुक्ती) प्राप्त होते असेंही नाहीं. ४.

न हि कश्चित्क्षणमपि जातु तिष्ठत्यकर्मकृत् ।
कार्यते ह्यवशः कर्म सर्वः प्रकृतिजैर्गुणैः ॥ ५ ॥

कारण, कोणताहि (अज्ञ) प्राणी कर्म केल्यावांचून एकक्षणभरही स्वस्थ असत नाहीं; तो परतंत्र असल्यानें प्रकृतीपासून उत्पन्न झालेले सत्त्वादि गुण हे त्याकडून कर्में करवितात. ५.

कर्मेंद्रियाणि संयम्य य आस्ते मनसा स्मरन् ।
इंद्रियार्थान्विमूढात्मा मिथ्याचारः स उच्यते ॥

जो मूर्ख पुरुष कर्मेंद्रियें आंवरून धरून इंद्रियांच्या विषयाचें मनानेंच चिंतन करीत रहातो त्याला दांभिक-दुराचारी असें म्हणतात. ६.

यस्त्विंद्रियाणि मनसा नियम्याऽऽरभतेऽर्जुन ।
कर्मेंद्रियैः कर्मयोगमसक्तः स विशिष्यते ॥७॥

परंतु अर्जुना, जो प्रथम मनानें इंद्रियांचें नियमन करून मग आसक्ति न ठेवितां कर्मेंद्रियांकडून कर्मयोगाचें आचरण आरंभितो तो अधिक श्रेष्ठ होय. ७.

नियतं कुरु कर्म त्वं कर्म ज्यायो ह्यकर्मणः ।
शरीरयात्राऽपि च ते न प्रसिद्ध्येदकर्मणः ॥

अरे, तूं विहित कर्मांचें आचरण कर. कर्म न करण्यापेक्षां कर्म करणें हेंच श्रेयस्कर आहे. कारण कर्म न करण्यानें तुझ्या शरीराचा निर्वाह देखील होणार नाहीं. ८.

यज्ञार्थात्कर्मणोऽन्यत्र लोकोऽयं कर्मबंधनः ।
तदर्थं कर्म कौंतेय मुक्तसंगः समाचर ॥ ९ ॥

अर्जुना, ईश्वरार्पण-बुद्धीवांचून फलेच्छेनें केलेल्या कर्मांच्या योगानें हा जीव बांधला जातो; म्हणून, अर्जुना, कर्तेपणाचा अभिमान सोडून ईश्वरार्पणबुद्धीनें तूं कर्म कर. ९.

सहयज्ञाः प्रजाः सृष्ट्वा पुरोवाच प्रजापतिः ।
अनेन प्रसविष्यध्वमेषवोऽस्त्विष्टकामधुक्॥१०॥

सृष्टीच्या आरंभीं यज्ञासहवर्तमान प्रजा उत्पन्न करून ब्रह्मदेव त्यांना म्हणाला:—तुम्ही स्वधर्मरूप यज्ञानें प्रजावृद्धि करा. हा यज्ञ तुमचे इच्छित मनोरथ पूर्ण करील. १०.

देवान्भावयतानेन ते देवा भावयंतु वः ।
परस्परं भावयंतः श्रेयः परमवाप्स्यथ ॥ ११ ॥

ह्या स्वधर्मरूप यज्ञानें तुम्हीं देवांचें पूजन करीत जा, आणि ते देव तुम्हांवर प्रसन्न होतील व ह्याप्रमाणें तुम्हीं परस्परांना संतुष्ट करून आपलें कल्याण करून घ्या. ११.

इष्टान्भोगान्हि वो देवा दास्यंते यज्ञभाविताः ।
तैर्दत्तानप्रदायैभ्यो यो भुंक्ते स्तेन एव सः॥१२॥

यज्ञानें पूजन केलेले देव संतुष्ट होऊन

तुह्मांस तुमचे इच्छित भोग देतील. देवतांनीं दिलेले भोग त्यांना अर्पण न करितां, जो आपणच स्वतः भोगतो, तो चोरच समजावा. १२.

यज्ञशिष्टाशिनः संतो मुच्यंते सर्वकिल्बिषैः ।
भुंजते ते त्वघं पापा ये पचंत्यात्मकारणात् ॥

यज्ञाचा अवशिष्टप्रसाद जे ग्रहण करितात ते श्रेष्ठ पुरुष सर्व पापांपासून मुक्त होतात; पण जे प्राणी आपल्याकरितां पाक करून भोजन करितात ते पातकच सेवन करितात. १३.

अन्नाद्भवंति भूतानि पर्जन्यादन्नसंभवः ।
यज्ञाद्भवति पर्जन्यो यज्ञः कर्मसमुद्भवः ॥१४॥
कर्म ब्रह्मोद्भवं विद्धि ब्रह्माक्षरसमुद्भवम् ।
तस्मात्सर्वगतं ब्रह्म नित्यं यज्ञे प्रतिष्ठितम् ॥१५॥

अन्नापासून भूतें (प्राणी) उत्पन्न होतात; तें अन्न पर्जन्यापासून होतें, तो पर्जन्य यज्ञापासून होतो, व तो यज्ञ कर्मापासून उत्पन्न होतो, कर्म वेदापासून उत्पन्न होतें, असें तूं समज; व वेद अविनाशी परमेश्वरापासून उत्पन्न होतात. ह्याकरितां सर्वगत (सर्वार्थ प्रकाशक) जे वेद ते स्वधर्मरूप यज्ञांत नित्य वास करितात. १४।१५.

एवं प्रवर्तितं चक्रं नानुवर्तयतीह यः ।
अघायुरिंद्रियारामो मोघं पार्थ स जीवति ॥१६॥

पार्था, अशा प्रकारें चालू असलेल्या चक्राला अनुसरून इहलोकीं जो वागत नाहीं, त्याचें जिणें पापी होय; म्हणून तो इंद्रियसुखांत रममाण झाल्यानें आपलें आयुष्य व्यर्थ घालवितो. १६.

यस्त्वात्मरतिरेव स्यादात्मतृप्तश्च मानवः ।
आत्मन्येव च संतुष्टस्तस्य कार्यं न विद्यते॥१७॥

परंतु, जो मनुष्य आत्म्याचेच ठिकाणीं रममाण झालेला आहे, व आत्मसुखानें तृप्त झाला असून आत्मानंदानेंच संतुष्ट आहे त्याला कांहीं कर्तव्य उरत नाहीं. १७.

नैव तस्य कृतेनार्थो नाकृतेनेह कश्चन ।
न चास्य सर्वभूतेषु कश्चिदर्थव्यपाश्रयः ॥१८॥

अशाला या लोकीं कर्म केल्यापासून किंवा कर्म न केल्यापासूनही कांहीं लाभ नाहीं; व कोणत्याही प्राण्यापासून त्याचें कर्मलेंही कार्य साधावयाचें नसतें. १८.

तस्मादसक्तः सततं कार्यं कर्म समाचर ।
असक्तो ह्याचरन्कर्म परमाप्नोति पूरुषः ॥१९॥

ही आत्मज्ञानाची गोष्ट झाली. पण तूं पायरीला आला नाहींस. ह्या कारणास्तव फलाची इच्छा टाकून तूं नेहमीं विहित कर्म कर. कारण, फलाविषयीं निष्काम असणारा पुरुष विहित कर्मांच्या आचरणानें--चित्तशुद्धीमुळें--परमपद प्राप्त करून घेतो. १९.

कर्मणैव हि संसिद्धिमास्थिता जनकादयः ।
लोकसंग्रहमेवापि संपश्यन्कर्तुमर्हसि ॥ २० ॥

जनकादि ज्ञानी कर्मच करून मुक्त झाले; आणि लोकहिताकडे लक्ष देऊन तुलाही कर्मच करणें योग्य आहे. २०.

यद्यदाचरति श्रेष्ठस्तत्तदेवेतरो जनः ।
स यत्प्रमाणं कुरुते लोकस्तदनुवर्तते ॥ २१ ॥

कारण, श्रेष्ठ पुरुष जें जें कर्म आचरण करितो तें तेंच कर्म इतर लोक करितात; आणि तो पुरुष जें खरें मानितो त्याचेंच लोक अनुकरण करितात. २१.

१ जेवणाराला पोट भरून किंवा पुरेसें अन्न मिळालें असतां तो तृप्त होतो, तृप्ति म्ह० अलंबुद्धि.

२ संतोष हा तृप्तीनंतर किंवा तृप्तीपासून होणारें समाधान किंवा आनंद होय.

न मे पार्थास्ति कर्तव्यं त्रिषु लोकेषु किंचन ।
नानवाप्तमवाप्तव्यं वर्त एव च कर्मणि ॥२२॥

पार्था, (मजकडेच पहा) त्रैलोक्यामध्यें मला कांहीं करावयाचें आहे, अथवा कांहीं अप्राप्य प्राप्त करून घ्यावयाचें आहे असें नाहीं; तथापि, (लोकसंग्रहाकरितां) मी कर्म करितोंच. २२.

यदि ह्यहं न वर्तेय जातु कर्मण्यतंद्रितः ।
मम वर्त्मानुवर्तंते मनुष्याः पार्थ सर्वशः ॥२३॥

पार्था, जर मी आळस टाकून कर्मांचें आचरण करणार नाहीं, तर हे सर्व लोक सर्वांशीं माझ्या मार्गाला अनुसरून चालूं लागतील (तेहि कर्म करणार नाहींत). २३.

उत्सीदेयुरिमे लोका न कुर्यां कर्मचेदहम् ।
संकरस्य च कर्ता स्यामुपहन्यामिमाः प्रजाः ॥

जर मी कर्म करणार नाहीं तर सर्व लोक नाश पावतील. प्रजेचा वर्णसंकर मीं केला असें होईल; व सर्व लोकांना मारणारा मी होईन. २४.

सक्ताः कर्मण्यविद्वांसो यथा कुर्वंति भारत ।
कुर्याद्विद्वांस्तथाऽसक्तश्चिकीर्षुर्लोकसंग्रहम् ॥

हे भारता, अविद्वान् लोक कर्मफलाचे आसक्तीमुळें जसे नेटानें कर्माचरण करितात तसेंच कर्म विद्वानानेंही लोकांचे कल्याणार्थ करावें. फरक एवढाच कीं, त्याची ह्या कर्माचे ठिकाणीं अज्ञान्याप्रमाणें आसक्ति नसावी. २५.

न बुद्धिभेदं जनयेदज्ञानां कर्मसंगिनाम् ।
जोषयेत्सर्वकर्माणि विद्वान्युक्तः समाचरन् ॥२६॥

विद्वान् मनुष्यानें फलाच्या आशेनें कर्म करणाऱ्या अज्ञानी लोकांचा बुद्धिभेद करूं नये. तर उलट त्या कर्मांत आपण निष्काम बुद्धीनें आचरण करून त्यांना कर्म करण्याविषयीं अभिरुची उत्पन्न करावी. २६.

प्रकृतेः क्रियमाणानि गुणैः कर्माणि सर्वशः ।
अहंकारविमूढात्मा कर्ताऽहमिति मन्यते ॥२७॥

असें करण्यांत त्याला कांहीं दोष लागणार नाहीं. कारण, सर्व कर्में सर्व प्रकारें प्रकृतीच्या गुणांनीं होत असूनही, अहंकारानें ज्याचें मन मोहित झालें आहे असा मनुष्य तीं कर्में ' मी केलीं ' असें मानितो. २७.

तत्त्ववित्तु महाबाहो गुणकर्मविभागयोः ।
गुणा गुणेषु वर्तंत इति मत्वा न सज्जते ॥२८॥

परंतु, हे महाबाहो, सत्वादि गुण व कर्मेंद्रियें हीं आत्म्यापासून विभक्त आहेत. हें रहस्य ज्यानें ओळखिलें, तो कर्मकालीं इंद्रियें हीं परभारें विषयांचे ठायीं संचार करीत आहेत, त्यांचा आत्म्याला कसा तो लेप नाहीं असें समजल्यामुळें त्या कर्माला चिकटून पडत नाहीं. २८.

प्रकृतेर्गुणसंमूढाः सज्जंते गुणकर्मसु ।
तानकृत्स्नविदो मंदान्कृत्स्नविन्न विचालयेत् ॥

प्रकृतीपासून उत्पन्न होणारीं जीं त्रिगुणात्मक देहेंद्रियें त्यांचे ठिकाणीं भुलीनें आत्मीयता मानणारे, इंद्रियें व त्यांचे विषयगत व्यापार यांचे ठिकाणीं अगदीं गढून जातात. परंतु, असल्या जडमति अपुऱ्या शहाण्यांना ज्याला सर्व रहस्य पुरापूर कळलें आहे, अशा ज्ञात्यानें चाळवूं नये. २९.

मयि सर्वाणि कर्माणि संन्यस्याध्यात्मचेतसा ।
निराशीर्निर्ममो भूत्वा युद्धचस्व विगतज्वरः ॥

अर्जुना, परमात्माच हीं सर्व कर्में करवीत आहे, असा विचार मनांत बाळगून सर्व कर्में

मला अर्पण कर; आणि कर्मफलाची आशा व ममत्व सोडून शोकरहित होत्साता युद्ध कर. ३०

ये मे मतमिदं नित्यमनुतिष्ठंति मानवाः ।
श्रद्धावंतोऽनसूयंतो मुच्यंते तेऽपि कर्मभिः॥३१॥

जे लोक माझी निंदा न करितां श्रद्धेनें माझ्या या मताप्रमाणें चालतात ते देखील कर्मबंधापासून मुक्त होतात. ३१.

ये त्वेतदभ्यसूयंतो नानुतिष्ठंति मे मतम् ।
सर्वज्ञानविमूढांस्तान्विद्धि नष्टानचेतसः ॥३२॥

पण, जे या माझ्या मताची निंदा करून त्याचें अनुष्ठान करीत नाहींत, ते ज्ञानविहीन मूर्ख लोक नाश पावले असें जाण. ३२.

सदृशं चेष्टते स्वस्याः प्रकृतेर्ज्ञानवानपि ।
प्रकृतिं यांति भूतानि निग्रहः किं करिष्यति ॥

आतां हें खरें आहे कीं, ज्ञाता देखील आपल्या स्वभावाला अनुसरून वागतो व सर्व भूतेंही आपल्या स्वभावाला अनुसरूनच वागतात, तर येथें निश्चयाचें काय चालणार? ३३.

इंद्रियस्येंद्रियस्यार्थे रागद्वेषौ व्यवस्थितौ ।
तयोर्न वशमागच्छेतौ ह्यस्य परिपंथिनौ ॥३४॥

पण, इंद्रियांचे अर्थ जे विषय, त्यांच्या ठिकाणीं इंद्रियांची प्रीति (राग) किंवा अप्रीति (द्वेष) हीं ठरलेलींच आहेत. त्या रागद्वेषांना मुमुक्षु पुरुषानें वश होऊं नये. कारण, ते त्याचे हितशत्रु आहेत. ३४.

श्रेयान्स्वधर्मो विगुणः परधर्मात्स्वनुष्ठितात् ।
स्वधर्मे निधनं श्रेयः परधर्मो भयावहः ॥३५॥

अर्जुना, आपल्या धर्मांत जरी कांहीं दोष असले तरी उत्तम प्रकारें आचरिलेल्या परधर्मापेक्षां तो चांगला आहे, स्वधर्माचरणांत मृत्यु जरी आला तरी तो कल्याणप्रद आहे; परंतु, परधर्म भय देणारा आहे. ३५.

अर्जुन उवाच—
अथ केन प्रयुक्तोऽयं पापं चरति पूरुषः ।
अनिच्छन्नपि वार्ष्णेय बलादिव नियोजितः॥३६॥

अर्जुन म्हणालाः—कृष्णा, पुरुषाला (कधीं कधीं) विषयांची इच्छा नसूनही कोणाच्या प्रेरणेनें जीव बलात्कारानें ढकलल्याप्रमाणें पापाचरण करितो, हें मला सांग. ३६.

श्रीभगवानुवाच—
काम एष क्रोध एष रजोगुणसमुद्भवः ।
महाशनो महापाप्मा विद्ध्येनमिह वैरिणम् ॥

श्रीभगवान् म्हणालेः—काम व क्रोध हेच सर्व पापाला कारण आहेत. यांची उत्पत्ति रजोगुणापासून आहे. हे मोठे अधाशी व महापापी आहेत. तूं या लोकीं यांना वैरी समज. ३७.

धूमेनाऽऽव्रियते वह्निर्यथाऽऽदर्शो मलेन च ।
यथोल्बेनाऽऽवृतो गर्भस्तथा तेनेदमावृतम् ॥३८॥

जसा धुरानें अग्नि, मळानें आरसा व गर्भपेशीनें गर्भ आच्छादिलेला असतो, तसें हें शुद्ध ज्ञान या कामानें आच्छादिलेलें आहे. ३८.

आवृतं ज्ञानमेतेन ज्ञानिनो नित्यवैरिणा ।
कामरूपेण कौंतेय दुष्पूरेणानलेन च ॥ ३९ ॥

हे अर्जुना, ज्ञान्याचें नित्य वैर करणाऱ्या व कधीं तृप्त न होणाऱ्या अग्नीप्रमाणें असणाऱ्या अशा या कामानें ज्ञान झांकून टाकलें आहे. ३९.

इंद्रियाणि मनो बुद्धिरस्याधिष्ठानमुच्यते ।
एतैर्विमोहयत्येष ज्ञानमावृत्य देहिनम् ॥४० ॥

इंद्रियें, मन आणि बुद्धि हीं त्या कामाची

राहाण्याची जागा होय. म्हणून हा काम इंद्रियादिकांच्यायोगें जीवाचें ज्ञान झांकून टाकून त्याला मोहांत पाडितो. ४०.

तस्मात्त्वमिंद्रियाण्यादौ नियम्य भरतर्षभ ।
पाप्मानं प्रजहिह्येनं ज्ञानविज्ञाननाशनम् ॥४१॥

म्हणून, अर्जुना, तूं प्रथम इंद्रियांना जिंक; आणि तेणेंकरून शास्त्रीय व अनुभविक ज्ञानाचा नाश करणाऱ्या अशा या महापापी कामाला मारून टाक. ४१.

इंद्रियाणि पराण्याहुरिंद्रियेभ्यः परं मनः ।
मनसस्तु परा बुद्धिर्यो बुद्धेः परतस्तु सः ॥४२॥

देहापेक्षां इंद्रियें सूक्ष्म अतएव श्रेष्ठ, इंद्रियांपेक्षां मन सूक्ष्म [श्रेष्ठ], मनापेक्षां बुद्धि सूक्ष्म [श्रेष्ठ] व बुद्धीपेक्षां जो सूक्ष्म [श्रेष्ठ] तो परमात्मा, असें ज्ञानी म्हणतात. ४२.

एवं बुद्धेः परं बुद्ध्वा संस्तभ्याऽऽत्मानमात्मना ।
जहि शत्रुं महाबाहो कामरूपं दुरासदम् ॥४३॥

इति श्रीमद्भगवद्गीतासूपनिषत्सु ब्रह्मविद्यायां
योगशास्त्रे श्रीकृष्णार्जुनसंवादे कर्मयोगो
नाम तृतीयोऽध्यायः ॥ ३ ॥

हे महाबाहो, ह्याप्रमाणें बुद्धीच्या पलीकडे असणाऱ्या (बुद्धीहून श्रेष्ठ) परमात्म्याला जाणून, आपली स्वस्थता आपण संपादन करून घेऊन जिंकण्यास कठीण अशा कामरूपी शत्रूस जिंक. ४३.

अध्याय अठ्ठाविसावा.

ज्ञानकर्म-संन्यासयोगकथन.

श्रीभगवानुवाच—

इमं विवस्वते योगं प्रोक्तवानहमव्ययम् ।
विवस्वान्मनवे प्राह मनुरिक्ष्वाकवेऽब्रवीत् ॥१॥

भगवान् म्हणालेः—हा नाशरहित किंवा नित्यफल असा कर्मयोग मीं पूर्वी सूर्याला सांगितला, सूर्यानें मनूला सांगितला, आणि मनूनें इक्ष्वाकूला सांगितला. (सूर्याचा पुत्र मनु व मनूचा इक्ष्वाकु.) १.

एवं परंपराप्राप्तमिमं राजर्षयो विदुः ।
स कालेनेह महता योगो नष्टः परंतप ॥ २ ॥

अर्जुना, अशाप्रकारें परंपरेनें प्राप्त झालेला हा योग अनेक राजर्षींना समजला. पण तोच योग पुष्कळ काल गेल्यामुळें, या लोकीं नष्ट झाला आहे. २.

स एवायं मया तेऽद्य योगः प्रोक्तः पुरातनः ।
भक्तोऽसि मे सखा चेति रहस्यं ह्येतदुत्तमम् ॥३॥

म्हणून तोच हा जुनाट योग मीं तुला आज सांगितला. कारण, तूं माझा भक्त व सखा आहेस. एरवीं हा योग म्हणजे एक मोठेंच रहस्य आहे. (तें भलत्यालाच सांगण्याचें नव्हे.) ३.

अर्जुन उवाच—

अपरं भवतो जन्म परं जन्म विवस्वतः ।
कथमेतद्विजानीयां त्वमादौ प्रोक्तवानिति ॥४॥

अर्जुन म्हणालाः—कृष्णा, तुमचा जन्म अलीकडचा, आणि सूर्य तर प्राचीनकाळचा; तेव्हां तुम्हीं त्याला प्रथम योग सांगितला हें मीं कसें समजावें ? ४.

श्रीभगवानुवाच—

बहूनि मे व्यतीतानि जन्मानि तव चार्जुन ।
तान्यहं वेद सर्वाणि न त्वं वेत्थ परंतप ॥ ५ ॥

श्रीभगवान् म्हणालेः—हे शत्रुतापना अर्जुना, माझे व तुझे बहुत जन्म होऊन गेले; ते सर्व मी जाणतों. तूं (मात्र) जाणत नाहींस. ५.

अजोऽपि सन्नव्ययात्मा भूतानामीश्वरोऽपि सन्।
प्रकृतिं स्वामधिष्ठाय संभवाम्यात्ममायया ॥६॥

मी जन्मनाशरहित व सर्व भूतांचा नियंता असूनही स्वकीय प्रकृतीचा स्वीकार करून आपल्या मायेनें जन्म घेतों. ६.

यदा यदा हि धर्मस्य ग्लानिर्भवति भारत ।
अभ्युत्थानमधर्मस्य तदाऽऽत्मानं सृजाम्यहम् ॥

अर्जुना, जेव्हां जेव्हां धर्म क्षीण होतो आणि अधर्म वर डोकें काढितो किंवा शिरजोर होतो तेव्हां मी जन्म घेतों. ७.

परित्राणाय साधूनां विनाशाय च दुष्कृताम् ।
धर्मसंस्थापनार्थाय संभवामि युगे युगे ॥ ८ ॥

साधूंचें रक्षण करण्याकरितां, दुष्टांचा समूळ नाश करण्याकरितां व धर्म पुनरपि व्यवस्थित रीतीनें चालू करण्याकरितां मी युगायुगांच्या ठिकाणीं अवतीर्ण होतों. ८.

जन्म कर्म च मे दिव्यमेवं यो वेत्ति तत्त्वतः ।
त्यक्त्वा देहं पुनर्जन्म नैति मामेति सोऽर्जुन ॥

अर्जुना, अशा प्रकारें (केवळ परोपकारार्थ व धर्मरक्षणार्थ) होणारें माझें दिव्य जन्म व कर्म यांतील खरें रहस्य जो ओळखतो तो देहत्यागानंतर पुनः जन्मास येत नाहीं; तर, मजप्रत येतो. (मद्रूपीं मिळतो.) ९.

वीतरागभयक्रोधा मन्मया मामुपाश्रिताः ॥
बहवो ज्ञानतपसा पूता मद्भावमागताः ॥१०॥

ज्यांचे काम (विषयप्रेम), भय व क्रोध हे दोष गेले आहेत व जे मद्रूप होऊन माझा आश्रय करून राहिले आहेत, असे ज्ञानरूप तपानें पवित्र झालेले पुष्कळ ज्ञानी माझ्या स्वरूपाला पावले. १०.

ये यथा मां प्रपद्यंते तांस्तथैव भजाम्यहम् ।
मम वर्त्मानुवर्तंते मनुष्याः पार्थ सर्वशः ॥११॥

हे अर्जुना, जे ज्या भावनेनें माझें भजन करितात, त्या भावनेनेंच मीही त्यांच्या इच्छा पूर्ण करितों. बाकी, मनुष्य वाटेल त्या भिन्न मार्गांनीं गेले तरी फलतः ते माझ्याच मार्गाला मिळतात. (जसें भूमीवर कोणत्याही प्रवाहांत पडलेलें उदक अखेर समुद्रालाच येऊन मिळतें.) ११.

कांक्षंतः कर्मणां सिद्धिं यजंत इह देवताः ।
क्षिप्रं हि मानुषे लोके सिद्धिर्भवति कर्मजा ॥१२॥

कर्मांच्या फलाच्या प्राप्तीची इच्छा धरणारे पुरुष ह्या लोकीं देवतांचें पूजन करितात. कारण, या मनुष्यलोकीं कर्मापासून फलाची सिद्धि त्वरित होत असते. १२.

चातुर्वर्ण्यं मया सृष्टं गुणकर्मविभागशः ।
तस्य कर्तारमपि मां विद्ध्यकर्तारमव्ययम्॥१३॥

गुणकर्मांच्या विभागानुसार (ब्राह्मण, क्षत्रिय, वैश्य व शूद्र असे) चार वर्ण मीं उत्पन्न केले; (आणि म्हणून) या वर्णांचा मी कर्ता असें जरी दिसलें तरी हें कर्तृत्व मायिक असल्यानें मी अकर्ता, नाशरहित व असंसारी आहें, असें जाण. १३.

न मां कर्माणि लिंपंति न मे कर्मफले स्पृहा ।
इति मां योऽभिजानाति कर्मभिर्न स बद्ध्यते ॥

"कर्में (मला परमात्म्याला) बद्ध करीत नाहींत आणि कर्मफलाविषयीं माझी आसक्तिही नाहीं" असा मी आहें असें जो जाणतो त्यालाही कर्में बद्ध करीत नाहींत. १४.

एवं ज्ञात्वा कृतं कर्म पूर्वैरपि मुमुक्षुभिः ।
कुरु कर्मैव तस्मात्त्वं पूर्वैः पूर्वतरं कृतम् ॥१५॥

(मी कर्म करून अकर्ता आहें) असें जाणून पूर्वींच्या मुमुक्षूंनींही कर्मेंच केलीं

म्हणून तूंही पूर्वीच्या लोकांप्रमाणें प्रथमतः कर्मच कर. १५.

किं कर्म किमकर्मेति कवयोऽप्यत्र मोहिताः ।
तत्ते कर्म प्रवक्ष्यामि यज्ज्ञात्वा मोक्ष्यसेऽशुभात्॥

कर्म म्हणजे काय आणि अकर्म म्हणजे काय हें जाणण्याविषयीं मोठे दूरदर्शी देखील गोंधळांत पडले आहेत. यास्तव, असें जें कर्म तें मी तुला सांगतों. तें जाणलें असतां तूं दुःखकारक संसारापासून मुक्त होशील. १६.

कर्मणो ह्यपि बोद्धव्यं बोद्धव्यं च विकर्मणः ।
अकर्मणश्च बोद्धव्यं गहना कर्मणो गतिः ॥ १७॥

कर्माचें[1], विकर्माचें[2] व अकर्माचें[3] तत्त्व यथार्थ जाणलेंच पाहिजे. कारण, त्या तिन्ही प्रकारचे कर्माचें यथार्थ तत्त्व समजण्यास फार कठीण आहे. १७.

कर्मण्यकर्म यः पश्येदकर्मणि च कर्म यः ।
स बुद्धिमान्मनुष्येषु स युक्तः कृत्स्नकर्मकृत् ॥

जो कर्माचे ठिकाणीं अकर्म पहातो म्हणजे अहंकार व वासना सोडून कोणतेंही कर्म केलें असतां त्याला कर्मशून्यतेचेंच स्वरूप येतें. तसेंच, बाह्यतः अकर्म होऊन म्हणजे कर्मरहितत्व पतकरूनही अंतर्यामीं त्या नैष्कर्म्याबद्दलचा अहंकार सुटला नसेल तर असलें कर्मशून्यत्वच कर्माप्रमाणें बद्धक होतें. हें रहस्य जो ओळखतो तो मनुष्यांत शहाणा, व सर्व कर्में करीत असूनही योगी असा समजावा. हा एक अर्थ.

शंकरानंदांनीं कर्म म्हणजे 'हें कार्यरूप जगत् व अकर्म म्हणजे तदधिष्ठानभूत जें क्रियारहित ब्रह्म तें' असे 'कर्म' व 'अकर्म' या शब्दांचे अर्थ घेऊन, कर्म म्हणजे महत्तत्त्वापासून तों सर्व स्थूलपदार्थांपर्यंतचें हें जगत् त्याचे ठिकाणीं अकर्म म्हणजे क्रियारहित असें ब्रह्मच भरलें आहे; तसेंच अकर्म म्हणजे निष्क्रिय जें ब्रह्म त्याचेच ठिकाणीं हें कर्म म्हणजे क्रियारूप जगत् विवर्तरूपानें आहे असें जो पहातो, तो मनुष्यांत शहाणा, कर्मकर्ता, योगी इ० असा अर्थ केला आहे. तोही ध्यानांत घेण्यासारखा आहे.

मी (आत्मा) कर्मांचा केवळ साक्षी असल्यामुळें, त्या कर्माचें कर्तृत्व मजकडे येत नाहीं म्हणून मी कर्मरहित आहें असें समजणें हें कर्माचे ठायीं अकर्म पहाणें व तृष्णीस्थिति, जींत बाह्य दृष्टीला केवळ स्तब्धता म्हणजे निष्क्रियता दिसते तिचे ठायीं कर्म किंवा क्रिया घडतेच असें पहाणें म्हणजे अकर्मीं कर्म पहाणें हें वर्म ज्याला कळलें तोच मनुष्यांत ज्ञाता व कर्म करून योगी असें समजावें असा तिसराही अर्थ या श्लोकाचा करितात व तोही ग्राह्य आहे. १८.

यस्य सर्वे समारंभाः कामसंकल्पवर्जिताः ।
ज्ञानाग्निदग्धकर्माणं तमाहुः पंडितं बुधाः ॥ १९॥

ज्याचीं सर्व कर्में, संकल्प व फलेच्छा यांविरहित असतात, त्याला ज्ञानी जन 'ज्ञानाग्नीनें सर्व कर्में दग्ध झालेला पण्डित' असें म्हणतात. १९.

त्यक्त्वा कर्मफलासंङ्गं नित्यतृप्तो निराश्रयः ।
कर्मण्यभिप्रवृत्तोऽपि नैव किंचित्करोति सः ॥

जो कर्माचे फलाची इच्छा सोडून देतो आणि (आत्मानंदांत) नित्य तृप्त राहून कशाचाही आश्रय करीत नाहीं, तो सर्व कर्में करीत असला तरी वस्तुतः कांहींच करीत नाहीं. २०.

१ विहित कर्माचें. २ निषिद्धकर्माचें. ३ कांहीं न करणें त्याचें—नैष्कर्म्याचें.

निराशीर्यतचित्तात्मा त्यक्तसर्वपरिग्रहः ।
शारीरं केवलं कर्म कुर्वन्नाप्नोति किल्बिषम्॥२१॥
यदृच्छालाभसंतुष्टो द्वंद्वातीतो विमत्सरः ।
समः सिद्धावसिद्धौ च कृत्वापि न निबद्ध्यते ॥

ज्यानें आशा सोडिली आहे, आपलें चित्त व बुद्धि हीं स्वाधीन ठेविलीं आहेत, आणि (अशा प्रकारें निरिच्छ झाल्यामुळें ज्यानें) सर्व संग्रह सोडिला आहे, त्यानें शरीरनिर्वाहापुरतीं (भिक्षाटनादिक) कर्में केलीं तरी त्याला कर्मांचा दोष लागत नाहीं (संसार प्राप्त होत नाहीं) सहजगत्या मिळेल त्यांत संतुष्ट असणारा, (मी व माझें या) द्वंद्वाच्या पलीकडे असणारा, मत्सररहित आणि कर्म पूर्ण किंवा अपूर्ण झालें असतां हर्ष व खेद न मानणारा असा पुरुष संपूर्ण कर्में करीत असतांही कर्मबंधानें लिप्त होत नाहीं. २१।२२.

गतसंगस्य मुक्तस्य ज्ञानावस्थितचेतसः ।
यज्ञायाऽऽचरतः कर्म समग्रं प्रविलीयते ॥२३॥

जो सर्वसंगविवर्जित असून धर्माधर्मांच्या बंधांतून पार पडला आहे, आणि ज्याचं चित्त ज्ञानाचे ठिकाणीं स्थिर झालें आहे, तो जरा यज्ञ शेवटास नेण्याच्या उद्देशानें कर्म करीत असला तरी त्याचें तें कर्म फलासहवर्तमान लय पावतें (त्याला बाधक होत नाहीं). २३.

ब्रह्मार्पणं ब्रह्म हविर्ब्रह्माग्नौ ब्रह्मणा हुतम् ।
ब्रह्मैव तेन गंतव्यं ब्रह्मकर्मसमाधिना ॥ २४ ॥

कांकीं, चमसादि होमसाधन, व्रीह्यादि होमद्रव्य, अग्नि, होता आणि हवनक्रिया हीं त्या ब्रह्मवेत्त्याच्या दृष्टीनें ब्रह्मच आहेत; आणि ब्रह्मरूप कर्माच्या ठिकाणीं लय लागून राहिलेल्या त्या ब्रह्मवेत्त्याला प्राप्त होणारें फलही ब्रह्मच आहे. २४.

दैवमेवापरे यज्ञं योगिनः पर्युपासते ।
ब्रह्माग्नावपरे यज्ञं यज्ञेनैवोपजुह्वति ॥ २५ ॥

दुसरे कित्येक योगी देवयज्ञ (इंद्रादिक देवतांकरितां केलेला यज्ञ) करितात; दुसरे ब्रह्मरूप अग्नीचे ठिकाणीं (यज्ञसंज्ञक) स्वधर्मानें (आत्म्यानें) आत्म्याचें हवन करितात. २५.

श्रोत्रादीनींद्रियाण्यन्ये संयमाग्निषु जुह्वति ।
शब्दादीन्विषयानन्य इंद्रियाग्निषु जुह्वति ॥२६॥

कोणी श्रोत्रादि ज्ञानेंद्रियाचें हवन संयमरूपी अग्नींत करितात; दुसरे कोणी शब्दादि पंचविषयांचें हवन इंद्रियरूपी अग्नींत करितात. २६.

सर्वाणींद्रियकर्माणि प्राणकर्माणि चापरे ।
आत्मसंयमयोगाग्नौ जुह्वति ज्ञानदीपिते ॥२७॥

दुसरे कोणी ज्ञानानें प्रदीप्त झालेल्या मनोनिग्रहरूपी अग्नींत सर्व . इंद्रियांचे व्यापार व प्राणांचीं कर्में (जीवनशक्तीचे व्यापार) हवन करितात. २७.

द्रव्ययज्ञास्तपोयज्ञा योगयज्ञास्तथाऽपरे ।
स्वाध्यायज्ञानयज्ञाश्च यतयः संशितव्रताः ॥२८॥

आरंभिलेलें कर्म निश्चयानें कडेला नेणारे दुसरे योगी कोणी द्रव्ययज्ञ, कोणी तपोयज्ञ, कोणी योगयज्ञ, कोणी स्वाध्याय (वेदाध्ययन) यज्ञ, व कोणी ज्ञानयज्ञ (असे मोक्षप्राप्ती करितां नानाप्रकारचे यज्ञ) करितात. २८.

अपाने जुह्वति प्राणं प्राणेऽपानं तथाऽपरे ।
प्राणापानगती रुद्ध्वा प्राणायामपरायणाः॥२९॥

त्याचप्रमाणें, कोणी अपानवायूच्या ठिकाणीं प्राणवायूचा प्रक्षेप करितात (पूरक); दुसरे प्राणवायूच्या ठिकाणीं अपानवायूचा प्रक्षेप करितात (रेचक); आणि कोणी प्राण व

अपान ह्या दोन वायूंचा निरोध करितात (कुंभक); ह्यांना प्राणायामपरायण योगी ह्मणतात. २९.

अपरे नियताहाराः प्राणान्प्राणेषु जुह्वति ।
सर्वेऽप्येते यज्ञविदो यज्ञक्षपितकल्मषाः ॥३०॥

दुसरे आहार नियमित करून प्राणांतच प्राणाचें हवन करितात. हे सर्व (२४व्या श्लोकापासून गणलेले सर्व प्रकारचे संयमी) यज्ञ जाणणारे योगी होत, व हे यज्ञानें पापांचा नाश करितात. ३०.

यज्ञशिष्टामृतभुजो यांति ब्रह्म सनातनम् ।
नायं लोकोऽस्त्ययज्ञस्य कुतोऽन्यः कुरुसत्तम ॥

हे कुरुकुलश्रेष्ठा, यज्ञाचा अवशिष्ट प्रसाद घेणारे लोक सनातन ब्रह्माप्रत प्राप्त होतात. यज्ञ न करणाराला इहलोक देखील नाहीं. मग परलोक कोठून मिळणार ? ३१.

एवं बहुविधा यज्ञा वितता ब्रह्मणो मुखे ।
कर्मजान्विद्धि तान्सर्वानेवं ज्ञात्वा विमोक्ष्यसे ॥

ह्याप्रमाणें, जे अनेक प्रकारचे यज्ञ वेदमुखानें सांगितले आहेत, ते सर्व कर्मापासून उत्पन्न होणारे आहेत असें समज. असें तूं जाणलेंस ह्मणजे तूं मोक्ष पावशील. ३२.

श्रेयान्द्रव्यमयाद्यज्ञाज्ज्ञानयज्ञः परंतप
सर्वं कर्माखिलं पार्थ ज्ञाने परिसमाप्यते॥३३॥

हे शत्रुतापना, द्रव्यानें साध्य होणाऱ्या यज्ञापेक्षां ज्ञानयज्ञ श्रेष्ठ आहे; कारण, पार्था, सर्व कर्मांचें जें फल त्याचा ज्ञानामध्यें अंतर्भाव होतो. ३३.

तद्विद्धि प्रणिपातेन परिप्रश्नेन सेवया ।
उपदेक्ष्यंति ते ज्ञानं ज्ञानिनस्तत्त्वदर्शिनः॥३४॥

(तें ज्ञान प्राप्त व्हावें अशी इच्छा असल्यास) तत्त्वदर्शी ज्ञान्यांना नमस्कार करून नंतर पुनःपुनः प्रश्न करून त्यांची सेवा केली असतां ते त्या ज्ञानाचा तुला उपदेश करितील, असें समज. ३४.

यज्ज्ञात्वा न पुनर्मोहमेवं यास्यसि पांडव
येन भूतान्यशेषेण द्रक्ष्यस्यात्मन्यथो मयि॥३५॥

हे पांडुपुत्रा, तें ज्ञान प्राप्त झालें असतां पुनः असा (भेदरूपी) मोह तुला होणार नाहीं; आणि त्या ज्ञानानें हीं सर्वभूतें तूं आपल्या स्वतःचे ठायीं आणि माझे ठायीं पहाशील. ३५.

अपि चेदसि पापेभ्यः सर्वेभ्यः पापकृत्तमः ।
सर्वं ज्ञानप्लवेनैव वृजिनं संतरिष्यसि ॥ ३६ ॥

तूं जरी सर्व पाप्यांपेक्षां अती पापी असलास, तरी या ज्ञानरूप नौकेच्या साधनानें सर्व पापरूप समुद्र अनायासें तरून जाशील. ३६.

यथैधांसि समिद्धोऽग्निर्भस्मसात्कुरुतेऽर्जुन ।
ज्ञानाग्निः सर्वकर्माणि भस्मसात्कुरुते तथा॥३७॥

अर्जुना, प्रज्वलित झालेला अग्नि जसा काष्ठांचें भस्म करून टाकतो, तसा ज्ञानाग्नि सर्व कर्मांचें भस्म करून टाकतो. ३७.

न हि ज्ञानेन सदृशं पवित्रमिह विद्यते ।
तत्स्वयं योगसंसिद्धः कालेनाऽऽत्मनि विंदति ॥

कारण, ज्ञानाच्या बरोबरीचें पावन करणारें असें दुसरें या जगांत कांहीं नाहीं, आणि कर्मयोगानें युक्त झालेला पुरुष कालेंकरून तें (आत्मविषयक) ज्ञान स्वतःच मिळवितो. ३८.

श्रद्धावाँल्लभते ज्ञानं तत्परः संयतेंद्रियः ।
ज्ञानं लब्ध्वा परां शांतिमचिरेणाधिगच्छति ॥

परम विश्वासु, ज्ञानप्राप्तीविषयीं तत्पर, आणि इंद्रियें जिंकलेला—अशा पुरुषास ज्ञान

प्राप्त होतें, व तें प्राप्त झाल्यावर लवकरच उत्तम शान्ति प्राप्त होते. ३९.

अज्ञश्चाश्रद्दधानश्च संशयात्मा विनश्यति ।
नायं लोकोऽस्ति न परो न सुखं संशयात्मनः ॥

अज्ञानी, अविश्वासी व संशययुक्त असा पुरुष नाशाप्रत पावतो (स्वार्थाला मुकतो); आणि त्या संशयी पुरुषास इहलोक, परलोक किंवा मोक्षसुखही प्राप्त होत नाहीं. ४०.

योगसंन्यस्तकर्माणं ज्ञानसंछिन्नसंशयम् ।
आत्मवंतं न कर्माणि निबध्नन्ति धनंजय ॥४१॥

अर्जुना, ज्यानें योगानें सर्व सकाम कर्मांचा संन्यास केला आहे, ज्ञानानें ज्याचे संशय नाहींतसे झाले आहेत, व आत्मस्वरूप ज्याला प्राप्त झालें आहे त्या पुरुषाला कर्मांपासून बंधन प्राप्त होत नाहीं. ४१.

तस्मादज्ञानसंभूतं हृत्स्थं ज्ञानासिनाऽऽत्मनः ।
छित्त्वैनं संशयं योगमातिष्ठोत्तिष्ठ भारत ॥४२॥

इति श्रीमद्भगवद्गीतासूपनिषत्सु ब्रह्मविद्यायां योगशास्त्रे श्रीकृष्णाऽर्जुनसंवादे ज्ञानकर्मसंन्यासयोगो नाम चतुर्थोऽध्यायः ॥ ४ ॥

म्हणून, अर्जुना, अज्ञानापासून उत्पन्न झालेला हा हृदयांतील संशय आपल्या ज्ञानरूप शस्त्रानें नाहींसा करून (ईश्वरार्पण) कर्मयोगाचें अवलंबन कर, आणि युद्धास ऊठ. ४२.

अध्याय एकुणतिसावा.

—:०:—

संन्यासयोगकथन.

अर्जुन उवाच—

संन्यासं कर्मणां कृष्ण पुनर्योगं च शंससि ।
यच्छ्रेय एतयोरेकं तन्मे ब्रूहि सुनिश्चितम् ॥१॥

अर्जुन म्हणालाः—कृष्णा, एकदां कर्मसंन्यासाची (कर्मत्यागाची) प्रशंसा करितां, व पुनः कर्मयोगाची प्रशंसा करितां; तेव्हां या दोहोंमध्यें जें एक कल्याणकारक असेल तें निश्चयेंकरून मला सांगा. १.

श्रीभगवानुवाच—

संन्यासः कर्मयोगश्च निःश्रेयसकरावुभौ ।
तयोस्तु कर्मसंन्यासात्कर्मयोगो विशिष्यते ॥२॥

श्रीभगवान् म्हणालेः—कर्मसंन्यास आणि कर्मयोग हे दोन्ही मोक्षदायक आहेत; परंतु, त्या दोहोंमध्यें, कर्मसंन्यासापेक्षां कर्मयोगच श्रेष्ठ आहे. २.

ज्ञेयः स नित्यसंन्यासी यो न द्वेष्टि न काङ्क्षति ।
निर्द्वंद्वो हि महाबाहो सुखं बंधात्प्रमुच्यते ॥३॥

अर्जुना, जो पुरुष कोणाचा द्वेष करीत नाहीं व अभिलाष धरीत नाहीं, तो (कर्म करीत असूनही) नित्य संन्यासी समजावा; कारण, द्वंद्वरहित (भेदरहित) होऊन तो संसारबंधनापासून सुखानें मुक्त होतो. ३.

सांख्ययोगौ पृथग्बालाः प्रवदंति न पंडिताः ।
एकमप्यास्थितः सम्यगुभयोर्विंदते फलम् ॥ ४॥

सांख्ययोग (कर्मसंन्यास) व कर्मयोग हे दोन्ही फलदृष्टीनें वेगळे आहेत असें अज्ञानी म्हणतात, परंतु, ज्ञानी तसें म्हणत नाहींत. कारण, दोहोंपैकीं एकाचेंही अनुष्ठान चांगल्या रीतीनें करणाराला दोन्ही योगांनें फल मिळतें. ४.

यत्सांख्यैः प्राप्यते स्थानं तद्योगैरपि गम्यते ।
एकं सांख्यं च योगं च यः पश्यति स पश्यति ॥

जें पद सांख्यांना मिळतें कर्मयोग्यांनाही मिळतें; म्हणून सांख्य व योग हे फल-

दृष्ट्या एकच आहेत असें जो समजतो तोच खरा ज्ञानी होय. ५.

संन्यासस्तु महाबाहो दुःखमाप्तुमयोगतः ।
योगयुक्तो मुनिर्ब्रह्म न चिरेणाधिगच्छति ॥६॥

हे महाबाहो, कर्मयोगावांचून कर्मसंन्यास प्राप्त करून घेणे फार कठिण आहे. मात्र कर्मयोगयुक्त मुनीला संन्यास त्वरित प्राप्त होतो. ६.

योगयुक्तो विशुद्धात्मा विजितात्मा जितेंद्रियः ।
सर्वभूतात्मभूतात्मा कुर्वन्नपि न लिप्यते ॥ ७ ॥

ज्या कर्मयोग्याचें अंतःकरण शुद्ध झालेलें आहे, ज्यानें देह व इंद्रियें हीं स्वाधीन ठेविलीं आहेत, आणि ज्याचा आत्मा सर्व भूतांचा आत्मा झालेला आहे, त्या पुरुषानें कर्में केलीं तरी तो बद्ध होत नाहीं. ७.

नैव किंचित्करोमीति युक्तो मन्येत तत्त्ववित् ।
पश्यञ्शृण्वन्स्पृशञ्जिघ्रन्नश्नन्गच्छन्स्वपञ्श्वसन् ॥
प्रलपन्विसृजन्गृह्णन्नुन्मिषन्निमिषन्नपि ।
इंद्रियाणींद्रियार्थेषु वर्तंत इति धारयन् ॥ ९ ॥

योगयुक्त झालेला तत्त्ववेत्ता पुरुष आपण स्वतः पाहात असतां, ऐकत असतां, स्पर्श करीत असतां, वास घेत असतां, खात असतां, गमन करीत असतां, निद्रिस्त असतां, श्वासोच्छ्वास करीत असतां, बोलत असतां, मलादि टाकीत असतां, विषय ग्रहण करीत असतां, व किंवा डोळ्यांची उघडझांप करीत असतां, ' इंद्रियें आपापल्या विषयांचे ठायीं प्रवृत्त होत आहेत ' असा निश्चय करून, ' मी कांहीं सुद्धां करीत नाहीं ' असें मानितो. ८।९.

ब्रह्मण्याध्याय कर्माणि संगं त्यक्त्वा करोति यः ।
लिप्यते न स पापेन पद्मपत्रमिवांभसा ॥१०॥

जो फलाची इच्छा सोडून सर्व क्रिया ब्रह्मार्पणबुद्धीनें करितो, तो, कमळाचें पान जसें पाण्यांत असूनही भिजत नाहीं, तसा (कर्में करीत असून तज्जनित) पापानें लिप्त होत नाहीं. १०.

कायेन मनसा बुद्ध्या केवलैरिंद्रियैरपि ।
योगिनः कर्म कुर्वंति संगं त्यक्त्वाऽऽत्मशुद्धये ॥

हे निष्काम कर्मयोगी केवळ आत्मशुद्धीकरतांच कर्में करितात. पण त्यांत कर्मांचे फलाची आसक्ति मुळींच नसते; व त्यांचें शरीर, मन, बुद्धि किंवा इंद्रियें हीं कर्मकालीं केवल असतात म्हणजे त्यांचे ठायीं ममत्व किंवा आत्मबुद्धीचें साह्य नसतें. ११.

युक्तः कर्मफलं त्यक्त्वा शांतिमाप्नोति नैष्ठिकीम् ।
अयुक्तः कामकारेण फले सक्तो निबद्ध्यते ॥

आत्मनिष्ठ पुरुष हा कर्मफलांचा त्याग करून अढळ शान्ति प्राप्त करून घेतो, आणि आत्मनिष्ठ नसणारा पुरुष, वासनेनें प्रेरित होऊन फलासक्त झाल्यामुळें बद्ध होतो. १२.

सर्वकर्माणि मनसा संन्यस्याऽऽस्ते सुखं वशी ।
नवद्वारे पुरे देही नैव कुर्वन्न कारयन् ॥ १३॥

परमार्थज्ञान झालेला देही, मनापासून सर्व कर्मांचा त्याग करून, ह्या नवद्वारपुरांत (शरीरांत) कांहीं न करितां व कांहीं न करवितां सुखानें रहातो. १३.

न कर्तृत्वं न कर्माणि लोकस्य सृजति प्रभुः ।
न कर्मफलसंयोगं स्वभावस्तु प्रवर्तते ॥ १४ ॥

ईश्वर, जीवाचीं कर्में, कर्तेपणा व फलांचा संबंध हीं तिन्ही उत्पन्न करीत नाहीं, परंतु हा सर्व मायेचा खेळ आहे. १४.

नाऽऽदत्ते कस्यचित्पापं न चैव सुकृतं विभुः ।
अज्ञानेनाऽऽवृतं ज्ञानं तेन मुह्यंति जंतवः॥ १५॥

सर्वव्यापी ब्रह्म कोणाचें पाप व पुण्य आपलेकडे घेत नाहीं; पण ज्ञान हें अज्ञानानें आच्छादित झाल्यामुळें सर्व जीव मोह पावतात. १५.

ज्ञानेन तु तदज्ञानं येषां नाशितमात्मनः ।
तेषामादित्यवज्ज्ञानं प्रकाशयति तत्परम् ॥ १६ ॥

परंतु, ज्याच्या ठिकाणचें तें अज्ञान आत्मस्वरूपाच्या ज्ञानानें नष्ट झालें आहे, त्याचें तें सूर्याप्रमाणें उज्ज्वल असें ज्ञान परब्रह्माप्रत प्रकाशित करितें. १६.

तद्बुद्धयस्तदात्मानस्तन्निष्ठास्तत्परायणाः ।
गच्छंत्यपुनरावृत्तिं ज्ञाननिर्धूतकल्मषाः ॥ १७॥

त्या परब्रह्माचे ठिकाणींच ज्यांची बुद्धि रममाण झाली आहे, तेंच ज्यांचा आत्मा आहे त्याचेच ठिकाणीं ज्यांची पूर्ण निष्ठा आहे आणि जे तत्परायण—ब्रह्मपरायणच झाले आहेत, ते जन्ममरणांच्या येरझारा करीत नाहींत. कांकीं, आत्मज्ञानामुळें त्यांचीं (जन्ममरणाला कारणीभूत होणारीं) सर्व पातकें धुऊन गेलेलीं असतात. १७.

विद्याविनयसंपन्ने ब्राह्मणे गवि हस्तिनि ।
शुनि चैव श्वपाके च पंडिताः समदर्शिनः॥ १८॥

ज्ञाते—आत्मनिष्ठ—जे आहेत ते, विद्या व नम्रता या गुणांनीं युक्त असा ब्राह्मण, गाय, हत्ती, कुत्रें व कुत्रीं खाणारा चांडाळ या सर्वांचे ठिकाणीं समदृष्टीनें ब्रह्मच पहातात. १८.

इहैव तैर्जितः सर्गो येषां साम्ये स्थितं मनः ।
निर्दोषं हि समं ब्रह्म तस्माद्ब्रह्मणि ते स्थिताः॥

ज्यांचें मन समअवस्थेमध्यें (ब्रह्माचे ठिकाणीं) स्थिर झालें आहे, त्यांनीं या लोकींच जन्म व मरण जिंकिलें. कारण, ब्रह्म हें दोषरहित व सम आहे; म्हणून, ते पुरुष ब्रह्माचे ठिकाणीं स्थित आहेत, (अतएव निर्दोष आहेत.) १९.

न प्रहृष्येत्प्रियं प्राप्य नोद्विजेत्प्राप्य चाप्रियम् ।
स्थिरबुद्धिरसंमूढो ब्रह्मविद्ब्रह्मणि स्थितः ॥ २०॥

ज्याची बुद्धि स्थिर झाली आहे, ज्याचें सर्व अज्ञान नष्ट झालें आहे, व जो ब्रह्माचे ठिकाणीं स्थित झाला आहे, असा ब्रह्मवेत्ता पुरुष, आवडता विषय प्राप्त झाला असतां सुख मानीत नाहीं, व नावडता विषय प्राप्त झाला असतां त्याचे चित्ताला दुःख होत नाहीं. २०.

बाह्यस्पर्शेष्वसक्तात्मा विंदत्यात्मनि यत्सुखम् ।
स ब्रह्मयोगयुक्तात्मा सुखमक्षय्यमश्नुते ॥ २१॥

शब्दादि बाह्य विषयांवर अनासक्त असलेल्या पुरुषाला समाधिकालीं आत्मस्वरूपाचे लाभानें जें सुख मिळतें, तशा प्रकारचें सुख जो सर्वत्र समदर्शन किंवा ब्रह्मदृष्टि झाला त्याला (समाधीवांचूनही) सदासर्वदाच भोगावयास सांपडतें. (समाधि लावणारापेक्षांही सर्वत्र ब्रह्मदृष्टि पुरुषाचें सुख अखंड व सर्वगत असतें.) २१.

ये हि संस्पर्शजा भोगा दुःखयोनय एव ते ।
आद्यंतवंतः कौंतेय न तेषु रमते बुधः॥ २२ ॥

कांकीं, अर्जुना, जे विषयाचे भोग इंद्रियांना प्राप्त होतात, ते उत्पत्ति व नाश यांनीं युक्त असून दुःखासच कारण आहेत. म्हणून ज्ञानी पुरुष त्यांचे ठिकाणीं रममाण होत नाहीं. २२.

शक्नोतीहैव यः सोढुं प्राक्शरीरविमोक्षणात् ।
कामक्रोधोद्भवं वेगं स युक्तः स सुखी नरः ॥

ह्या लोकींच देहपातापूर्वींचे कामक्रोधांपासून उत्पन्न झालेले वेग सहन करण्यास जो समर्थ आहे, तोच पुरुष योगी व तोच सुखी होय. २३.

योऽन्तःसुखोन्तरारामस्तथाऽन्तर्ज्योतिरेव यः ।
स योगी ब्रह्मनिर्वाणं ब्रह्मभूतोऽधिगच्छति ॥
लभंते ब्रह्मनिर्वाणमृषयः क्षीणकल्मषाः ।
छिन्नद्वैधा यतात्मानः सर्वभूतहिते रताः ॥ २५॥

जो योगी आपले ठिकाणीं सुखी झाला आहे, आपलेच ठिकाणीं कृत्यकृत्य होऊन बसला आहे, व ज्याला आपले ठिकाणीं ब्रह्माचा प्रकाश झाला आहे तो ब्रह्मरूप होऊन शांत असें जें ब्रह्म त्या ब्रह्माप्रत प्राप्त होतो. ज्यांचीं पापें नाहींतशीं झालीं आहेत, ज्यांचा द्वैतभाव गेला आहे, ज्यांनीं आपलीं अंतःकरणें जिंकलीं आहेत व जे सर्व भूतांचे हिताविषयीं तत्पर आहेत, असे ऋषि, शांत असें जें ब्रह्म त्याप्रत प्राप्त होतात. २४।२५.

कामक्रोधवियुक्तानां यतीनां यतचेतसाम् ।
अभितो ब्रह्मनिर्वाणं वर्तते विदितात्मनाम् ॥

कामक्रोधविरहित, चित्त स्वाधीन केलेले आणि ज्यांनीं आत्मस्वरूपाला जाणलें आहे असे योगी जिवंतपणीं व मरणानंतर शांत असें ब्रह्मच असतात. (जीवन्मुक्ति व विदेहकैवल्य त्यांस प्राप्त होतात.) २६.

स्पर्शान्कृत्वा बहिर्बाह्यांश्चक्षुश्चैवांतरे भ्रुवोः ।
प्राणापानौ समौ कृत्वा नासाभ्यंतरचारिणौ ॥
यतेंद्रियमनोबुद्धिर्मुनिर्मोक्षपरायणः ।
विगतेच्छाभयक्रोधो यः सदा मुक्त एव सः ॥

शब्दादिक बाह्य विषय बाहेर टाकून, भ्रुकुटीमध्यें दृष्टि स्थापन करून, व नासिकेच्या आंत संचार करणारे प्राणापान-वायु एकत्र करून इंद्रियें, मन व बुद्धि यांना आपल्या आधीन करून, आणि इच्छा, भय व क्रोध हीं नाहींतशीं करून जो योगी मोक्षतत्पर असतो तो सदा मुक्तच आहे. २७।२८.

भोक्तारं यज्ञतपसां सर्वलोकमहेश्वरम् ।
सुहृदं सर्वभूतानां ज्ञात्वा मां शांतिमृच्छति ॥

इति श्रीमद्भगवद्गीतासूपनिषत्सु ब्रह्मविद्यायां योगशास्त्रे श्रीकृष्णार्जुनसंवादे संन्यासयोगो नाम पंचमोऽध्यायः ॥ ५ ॥

असा एकाग्र मन करून बसलेला योगी ह्याला जेव्हां सर्व यज्ञ व तपें यांचा भोक्ता, भूतमात्रांचा हितकर्ता व सर्व लोकांचा वरिष्ठ नियंता आहे अशी ओळख पटते, तेव्हां त्याला उत्तम शान्ति प्राप्त होते. २९.

अध्याय तिसावा.

—:०:—

ध्यानयोगकथन.

श्रीभगवानुवाच—

अनाश्रितः कर्मफलं कार्यं कर्म करोति यः ।
स संन्यासी च योगी च न निरग्निर्न चाक्रियः ॥

श्रीभगवान् म्हणाले:—जो अग्निसेवा व विहित कर्में करीत नाहीं तो संन्यासी व योगी असें नव्हे; तर, जो कर्मांचे फलाची इच्छा न करितां विहित कर्में करितो, तो संन्यासी व योगी होय. १.

यं संन्यासमिति प्राहुर्योगं तं विद्धि पांडव ।
न ह्यसंन्यस्तसंकल्पो योगी भवति कश्चन ॥२॥

हे अर्जुना, ज्ञाते ज्याला सं

म्हणतात, तो योगच असें तूं समज. कारण, ज्यानें संकल्पत्याग केला नाहीं, असा कोणीही मनुष्य योगी होऊं शकत नाहीं. म्हणजे आधीं त्यागी किंवा संन्यासी होईल तेव्हांच मग योगी होईल. २.

आरुरुक्षोर्मुनेर्योगं कर्म कारणमुच्यते ।
योगारूढस्य तस्यैव शमः कारणमुच्यते ॥३॥

ज्या मुनीला ध्यानयोग प्राप्त करून घ्यावयाचा आहे, त्याला विहित कर्मांचें आचरण हेंच साधन होय; व योग प्राप्त झाल्यावर त्याच मुनीला तो पूर्णत्वास येण्याकरितां शम म्हणजे कर्मनिवृत्ति हें साधन होय. ३.

यदा हि नेंद्रियार्थेषु न कर्मस्वनुषज्जते ।
सर्वसंकल्पसंन्यासी योगारूढस्तदोच्यते ॥ ४ ॥

जेव्हां योगी विषयाचे ठिकाणीं व कर्मांचे ठिकाणीं सक्त होत नाहीं आणि सर्व संकल्प टाकून देतो, तेव्हां त्याला **योगारूढ** असें म्हणतात. ४.

उद्धरेदात्मनाऽऽत्मानं नाऽऽत्मानमवसादयेत् ।
आत्मैव ह्यात्मनो बंधुरात्मैव रिपुरात्मनः ॥५॥

आपणच आपल्या आत्म्याला वर आणावें म्हणजे योगारूढ करावें; खालीं घालवूं नये, म्हणजे त्याला विषयांत लोळूं देऊं नये. कारण (आत्मतारण दुसरा कोणी करणारा नाहीं) आपणच आत्म्याचे किंवा आपले हितकर्ते व आपणच आपले अहितकर्ते—(हें नीट समजावें). ५.

बंधुरात्माऽऽत्मनस्तस्य
येनाऽऽत्मैवाऽऽत्मना जितः ।
अनात्मनस्तु शत्रुत्वे
वर्तेताऽऽत्मैव शत्रुवत् ॥ ६ ॥

ज्यानें आत्म्याच्या साह्यानें आत्मा जिंकला त्याचा आत्माच त्याचा बंधु—हितकर्ता होय, परंतु ज्यानें आत्मा जिंकला नाहीं त्याचा आत्माच त्याचा शत्रु होतो. ६.

जितात्मनः प्रशांतस्य परमात्मा समाहितः ।
शीतोष्णसुखदुःखेषु तथा मानापमानयोः ॥७॥
ज्ञानविज्ञानतृप्तात्मा कूटस्थो विजितेंद्रियः ।
युक्त इत्युच्यते योगी समलोष्टाश्मकांचनः॥८॥

ज्यानें आत्मसंयमन केलें व ज्याच्या मनाला प्रसन्नता प्राप्त झाली आहे तो जीव परमात्मरूपी आहे. जेव्हां योगी आपलीं इंद्रियें स्वाधीन ठेवितो, परोक्षज्ञान व अनुभविकज्ञान यांनीं तृप्त असतो; माती, दगड व सोनें हीं सारखीं समजतो; शीत–उष्ण, सुखदुःख, तसेंच मान-अपमान हीं सारखीं मानितो आणि निर्विकारस्वरूपीं मन स्थिर ठेवितो, तेव्हां त्याला युक्त असें म्हणतात. ७।८.

सुहृन्मित्रार्युदासीनमध्यस्थद्वेष्यबंधुषु ।
साधुष्वपि च पापेषु समबुद्धिर्विशिष्यते ॥ ९॥

ज्या योग्याची सुहृद् (प्रत्युपकाराची आशा न धरितां उपकार करणारा), मित्र (सहवासानें प्रीति करणारा), शत्रु (केवळ (अहित चिंतणारा), उदासीन, (कोणत्याही पक्षाची चिंता न करणारा), मध्यस्थ (उभयपक्षीं हित चिंतणारा), द्वेषास योग्य व संबंधी, यांचे ठिकाणीं आणि साधूचे ठिकाणीं, तशीच पाप्याचे ठिकाणींही समबुद्धि असते, तो सर्वांत श्रेष्ठ आहे. ९.

योगी युंजीत सततमात्मानं रहसि स्थितः ।
एकाकी यतचित्तात्मा निराशीरपरिग्रहः॥१०॥

योग्यानें एकटेंच एकांतांत वास करून आणि मन देह स्वाधीन ठेवून कशाचीही

आशा व संग्रह न करितां सतत आत्मध्यान करावें. १०.

शुचौ देशे प्रतिष्ठाप्य स्थिरमासनमात्मनः ।
नात्युच्छ्रितं नातिनीचं चैलाजिनकुशोत्तरम् ॥

योग्यानें प्रथम दर्भ, त्यावर मृगाजिन आणि त्यावर वस्त्र याप्रकारें आपलें आसन स्थिर करावें आणि तें फार उंच किंवा फार सखलही असूं नये. ११.

तत्रैकाग्रं मनः कृत्वा यतचित्तेंद्रियक्रियः ।
उपविश्याऽऽसने युंज्याद्योगमात्मविशुद्धये ॥

त्या आसनावर बसून एकाग्र मन करून आणि चित्त व इंद्रियें यांचे व्यापार आंवरून आपल्या अंतःकरणाची शुद्धि करण्याकरितां योगाभ्यास करावा. १२.

समं कायशिरोग्रीवं धारयन्नचलं स्थिरः ।
संप्रेक्ष्य नासिकाग्रं स्वं दिशश्चानवलोकयन् ॥

साधकानें स्वतः स्थिर होऊन शरीर, डोकें व मान हीं नीट सरळ रेषेंत स्थिर धरावीं, व आपल्या नाकाच्या शेंड्याकडे दृष्टि ठेवून इकडे तिकडे न पाहातां योगाभ्यास करावा. १३.

प्रशांतात्मा विगतभीर्ब्रह्मचारिव्रते स्थितः ।
मनः संयम्य मच्चित्तो युक्त आसीत मत्परः ॥

योग्यानें प्रसन्न अंतःकरणानें निर्भय होऊन ब्रह्मचर्यव्रत आचरावें (कामवासना मनांत नसावी) व मनाचें सयमन करून, माझें चिंतन करीत मत्परायण होऊन राहावें. १४.

युंजन्नेवं सदाऽऽत्मानं योगी नियतमानसः ।
शांतिं निर्वाणपरमां मत्संस्थामधिगच्छति ॥

अशा प्रकारें सर्वकाल आपलें अंतःकरण समाधीचे ठिकाणीं लावून मनाचा निग्रह करणाऱ्या योग्याला, मोक्ष हेंच जिचें परम फल आहे अशी माझ्या स्वरूपीं असणारी शांति प्राप्त होते. १५.

नात्यश्नतस्तु योगोऽस्ति न चैकांतमनश्नतः ।
न चातिस्वप्नशीलस्य जाग्रतो नैव चार्जुन ॥१६॥

अर्जुना, अति खाणाराच्यानें योग मुळींच होणार नाहीं; आणि अगदीं न खाणाराच्यानें-ही योग होणार नाहीं. त्याचप्रमाणें अत्यंत झोंप घेणाऱ्याच्यानेंही योगसाधन होणार नाहीं व जागणाराच्यानेंही होणार नाहीं. १६.

युक्ताहारविहारस्य युक्तचेष्टस्य कर्मसु ।
युक्तस्वप्नावबोधस्य योगो भवति दुःखहा ॥

ज्याचे आहारविहार माफक असतात, कर्मा-चरणांतील व्यापार योग्य तऱ्हेनें चाललेले आणि ज्याची निद्रा व जागृति प्रमाणशीर असते अशा पुरुषाचा योग त्याच्या दुःखाचा नाश करितो. १७.

यदा विनियतं चित्तमात्मन्येवावतिष्ठते ।
निःस्पृहःसर्वकामेभ्यो युक्त इत्युच्यते तदा ॥

जेव्हां योग्याचें नियत—एकाग्र झालेलें चित्त आत्म्याच्याच ठिकाणीं स्थिर राहातें; आणि म्हणूनच सर्व वासनांविषयीं तो निस्पृह—निरिच्छ बनतो तेव्हां त्याला ‘ युक्त ’ असें म्हणतात. १८.

यथा दीपो निवातस्थो नेङ्गते सोपमा स्मृता ।
योगिनो यतचित्तस्य युंजतो योगमात्मनः॥१९॥

जसा निवाऱ्यांत ठेविलेला दिवा हालत नाहीं तीच उपमा आत्मविषयक योग कर-णाऱ्या स्थिरचित्त झालेल्या योग्याला लागू पडते. १९.

यत्रोपरमते चित्तं निरुद्धं योगसेवया ।
यत्र चैवाऽऽत्मनाऽऽत्मानं पश्यन्नात्मनि तुष्यति॥

सुखमात्यंतिकं यत्तद्बुद्धिग्राह्यमतींद्रियम् ।
वेत्ति यत्र न चैवायं स्थितश्चलति तत्त्वतः ॥

योगाभ्यासानें संयमित झालेलें चित्त जेव्हां कर्मापासून उपरम पावतें--निवृत्त होतें, व जेव्हां तो आपण आपल्या ठिकाणीं आपल्या स्वरूपाला पाहूनच संतुष्ट होतो, आणि अनंत, केवळ बुद्धीला ग्रहण होण्यासारखें, व इंद्रियांना न सांपडणारें असें जें सुख आहे तें जेव्हां तो अनुभवितो तेव्हां तो स्थिर झालेला योगी ब्रह्मस्वरूपापासून ढळतच नाहीं. २०।२१.

यं लब्ध्वा चापरं लाभं मन्यते नाधिकं ततः ।
यस्मिन्स्थितो न दुःखेन गुरुणाऽपि विचाल्यते ॥

आणखी, जो प्राप्त झाला असतांना योगी त्याहून अधिक दुसरा कोणताही लाभ मानीत नाहीं आणि कसलेंही महत् दुःख प्राप्त झालें तरी त्याचें चित्त स्वरूपानंदापासून ढळत नाहीं. २२.

तं विद्याद्दुःखसंयोगवियोगं योगसंज्ञितम् ।
स निश्चयेन योक्तव्यो योगोऽनिर्विण्णचेतसा ॥

त्याला दुःखसंबंधाची ताडातोड करणारा योग असें जाणावें. तो योग प्रसन्नचित्तानें साधकानें निश्चयबलानें साधावा. २३.

संकल्पप्रभवान्कामांस्त्यक्त्वा सर्वानशेषतः
मनसैवेंद्रियग्रामं विनियम्य समंततः ॥ २४ ॥
शनैः शनैरुपरमेद्बुद्ध्या धृतिगृहीतया ।
आत्मसंस्थं मनः कृत्वा न किंचिदपि चिंतयेत् ॥
यतो यतो निश्चरति मनश्चञ्चलमस्थिरम् ।
ततस्ततो नियम्यैतदात्मन्येव वशं नयेत् ॥ २६॥

संकल्पापासून उत्पन्न होणाऱ्या सर्व वासनांचा निखालस त्याग करून मनानेंच सर्व इंद्रियें सर्व बाजूंनीं जिंकून, धैर्ययुक्त बुद्धीनें हळुहळू आत्मस्वरूपीं स्थिर व्हावें. याप्रमाणें स्वरूपीं मन स्थिर करून मग कशाचेंही चिंतन करूं नये. हें अस्थिर व चंचल मन ज्या ज्या ठिकाणीं जाईल, तेथून तेथून त्याला निग्रहानें ओढून आणून आत्मस्वरूपींच लावावें.२४।२५।२६.

प्रशांतमनसं ह्येनं योगिनं सुखमुत्तमम् ।
उपैति शांतरजसं ब्रह्मभूतमकल्मषम् ॥ २७ ॥

ज्या योग्याचें चित्त या प्रकारें समाधान पावलें आहे, ज्याचा रजोगुण नाहींसा झाला आहे व जो सर्वोत्तम व निष्पाप झाला आहे, अशा ब्रह्मरूप झालेल्या सर्वोत्तम योग्याला ब्रह्मसुख प्राप्त होतें. २७.

युंजन्नेवं सदाऽऽत्मानं योगी विगतकल्मषः ।
सुखेन ब्रह्मसंस्पर्शमत्यंतं सुखमश्नुते ॥ २८ ॥

याप्रमाणें सर्वदा आत्मस्वरूपाशीं संयुक्त होऊन रहाणारा योगी पापरहित होऊन सहजगति ब्रह्मसंबंधीं अत्यंत सुखाचा उपभोग घेतो. २८.

सर्वभूतस्थमात्मानं सर्वभूतानि चाऽऽत्मनि ।
ईक्षते योगयुक्तात्मा सर्वत्रसमदर्शनः ॥२९॥

सर्वत्र समदृष्टि आहे असा योगयुक्त पुरुष सर्व भूतांमध्यें आपणच आहों व सर्व भूतें आपल्यामध्यें आहेत असें पहातो. २९.

यो मां पश्यति सर्वत्र सर्वं च मयि पश्यति ।
तस्याहं न प्रणश्यामि स च मे न प्रणश्यति ॥

जो सर्व भूतांमध्यें मला पहातो व माझ्या ठिकाणीं सर्व भूतें पहातो, त्याच्या दृष्टीआड मी होत नाहीं व माझ्या दृष्टीआड तोही होत नाहीं (कारण दोघेही एकरूप असतों). ३०.

सर्वभूतस्थितं यो मां भजत्येकत्वमास्थितः ।
सर्वथा वर्तमानोऽपि स योगी मयि वर्तते॥३१॥

जो योगी एकनिष्ठेनें सर्व भूतांत असलेल्या मला भजतो, तो कोणत्याही प्रकारें वागत असला तरी माझ्या स्वरूपाचे ठिकाणींच असतो. ३१.

आत्मौपम्येन सर्वत्र समं पश्यति योऽर्जुन
सुखं वा यदि वा दुःखं स योगी परमो मतः ॥

हे अर्जुना, जो योगी आपलेप्रमाणेंच सर्वत्र इतर सर्व जीवांचें सुख आणि दुःख पहातो तो योगी परममान्य होय. ३२.

अर्जुन उवाच—

योऽयं योगस्त्वया प्रोक्तः साम्येन मधुसूदन ।
एतस्याहं न पश्यामि चंचलत्वात्स्थितिं स्थिराम् ॥

अर्जुन म्हणालाः—हे मधुसूदना, तुम्ही जो हा समत्वयोग सांगितला, तो मनाच्या चंचलपणामुळें पक्का साधेल असें मला वाटत नाहीं. ३३.

चंचलं हि मनः कृष्ण प्रमाथि बलवद्दृढम् ।
तस्याहं निग्रहं मन्ये वायोरिव सुदुष्करम्॥३४॥

कारण, हे कृष्णा, मन हें अति चंचल कोणताही बेत तडीस जाऊं न देणारें, बलवान् व अभेद्य आहे; त्याचा निग्रह करणें वायूप्रमाणें दुःसाध्य आहे असें मी मानतों. ३४.

श्रीभगवानुवाच—

असंशयं महाबाहो मनो दुर्निग्रहं चलम् ।
अभ्यासेन तु कौंतेय वैराग्येण च गृह्यते ॥३५॥

श्री भगवान् म्हणालेः—हे महाबाहो, या चंचल मनाचा निग्रह करणें खरोखरच फार कठीण आहे; हें मीही निःसंशय मानितों. पण अर्जुना, वैराग्य व अभ्यास या दोहोंच्या योगानें तें स्वाधीन होतें. ३५.

१वसिष्ठ म्हणतातः—अप्याब्धिपानान्महतः सुमेरून्मूलनादपि । अपि वन्ह्यशनात्साधो विषमश्चित्तनिग्रहः ॥

असंयतात्मना योगो दुष्प्राप इति मे मतिः ।
वश्यात्मना तु यतता शक्योऽवाप्तुमुपायतः ॥

मनाचा निग्रह करण्याचा जे अभ्यास करीत नाहींत, त्यांना योग प्राप्त होत नाहींच. परंतु, जे अंतःकरण वश करून मनाचा निग्रह करण्याचा यत्न करितात, त्यांनाही खटपटीनेंच योग प्राप्त होतो असें माझें मत आहे. ३६.

अर्जुन उवाच—

अयतिः श्रद्धयोपेतो योगाच्चलितमानसः ।
अप्राप्य योगसंसिद्धिं कां गतिं कृष्ण गच्छति ॥
कच्चिन्नोभयविभ्रष्टश्छिन्नाभ्रमिव नश्यति ।
अप्रतिष्ठो महाबाहो विमूढो ब्रह्मणः पथि॥३८॥
एतन्मे संशयं कृष्ण च्छेत्तुमर्हस्यशेषतः ।
त्वदन्यः संशयस्यास्य छेत्ता न ह्युपपद्यते ॥

अर्जुन म्हणालाः—हे कृष्णा, जो साधक श्रद्धेनें युक्त आहे परंतु चित्तसंयमीं विशेष यत्न करीत नाहीं, व यामुळें योगापासून ज्याचें मन भ्रष्ट झालें आहे असा पुरुष योगसिद्धीला न पावतां कोणत्या गतीला जातो? कृष्णा, ब्रह्ममार्गाचे ठिकाणीं स्थिर न होतां मोहाला पावलेला योगी कर्ममार्ग व योगमार्ग या दोहोंपासून भ्रष्ट होऊन, तुटलेल्या ढगाप्रमाणें नाशाला तर पावत नाहींना? हे कृष्णा, या माझ्या संशयाचा निःशेष छेद करण्याविषयीं तुम्हीच योग्य आहां. तुमच्यावांचून या संशयाचा छेद करण्यास दुसरा कोणी समर्थ नाहीं. ३७।३८।३९.

श्रीभगवानुवाच—

पार्थनैवेह नामुत्र विनाशस्तस्य विद्यते।
न हि कल्याणकृत्कश्चिद्दुर्गतिं तात गच्छति ॥

बा पार्था, असल्या साधकाची हानि इहलोकींही होत नाहीं व परलोकींही होत नाहीं. कारण, असा नियमच आहे कीं, जो कोणी शुभकर्म करूं लागला (त्याचें तें कर्म जरी पूर्णतेस न गेलें तरी) तो दुर्गतीला किंवा हीन गतीला मिळून जातच नाहीं. ४०.

प्राप्य पुण्यकृतांल्लोकानुषित्वा शाश्वतीः समाः ।
शुचीनां श्रीमतां गेहे योगभ्रष्टोऽभिजायते ॥ ४१ ॥

असला योगभ्रष्ट पुरुष महत्पुण्यानें प्राप्त व्हावयाचे जे इंद्रादिक लोक तेथें जाऊन पुष्कळ वर्षें राहून नंतर मृत्युलोकामध्यें पवित्र व श्रीमंत पुरुषांच्या कुलांत जन्मास येतो. ४१.

अथवा योगिनामेव कुले भवति धीमताम् ।
एतद्धि दुर्लभतरं लोके जन्म यदीदृशम् ॥ ४२ ॥
तत्र तं बुद्धिसंयोगं लभते पौर्वदेहिकम् ।
यतते च ततो भूयः संसिद्धौ कुरुनंदन ॥ ४३ ॥

अथवा बुद्धिमान् योग्यांच्याच कुलामध्यें हा योगभ्रष्ट जन्माला येतो. कांकीं, अशा प्रकारचा जन्म ह्या लोकीं फार दुर्लभ आहे. अशा योग्यांच्या कुलांत जन्म झाला म्हणजे त्याला पूर्वजन्मींची योगबुद्धि ह्या जन्मीं प्राप्त होते; आणि योगाच्या सिद्धीकरितां हा पुनः यत्न करितो. ४२।४३.

पूर्वाभ्यासेन तेनैव ह्रियते ह्यवशोऽपि सः ।
जिज्ञासुरपि योगस्य शब्दब्रह्मातिवर्तते ॥ ४४ ॥

तेथें जन्म झाल्यावर तो परतंत्र असला तरी पूर्वाभ्यासाचे बलानें योगाकडे ओढला जातो आणि योगाविषयीं जो (नुसता) जिज्ञासु आहे (अधिक ज्ञान नाहीं तरी) त्याला देखील वेदाचरणाच्या फलापेक्षां विशेष फल मिळतें. ४४.

प्रयत्नाद्यतमानस्तु योगी संशुद्धकिल्बिषः ।
अनेकजन्मसंसिद्धस्ततो याति परां गतिम् ॥ ४५ ॥

नियमानें प्रयत्न करणारा योगी सर्व पातकांपासून मुक्त होऊन अनेक जन्मांनीं सिद्धि पावून परमगतीप्रत प्राप्त होतो. ४५.

तपस्विभ्योऽधिको योगी
ज्ञानिभ्योऽपि मतोऽधिकः ।
कर्मिभ्यश्चाधिको योगी
तस्माद्योगी भवाऽर्जुन ॥ ४६ ॥

बा अर्जुना, योगी हा तपस्व्यापेक्षां अधिक आहे, तो ज्ञान्यापेक्षांही वरिष्ठ मानिला आहे; आणि कर्मठापेक्षांतर आहेच आहे. यासाठीं हे पार्था, तूं योगी हो. ४६.

योगीनामपि सर्वेषां मद्गतेनांतरात्मना ।
श्रद्धावान्भजते यो मां स मे युक्ततमो मतः ॥

इति श्रीमद्भगवद्गीतासूपनिषत्सु ब्रह्मविद्यायां योगशास्त्रे श्रीकृष्णार्जुनसंवादे ध्यानयोगो नाम षष्ठोऽध्यायः ॥ ६ ॥

निखिल योगीजनांतही जो आपला अंतरात्मा माझे ठिकाणीं ठेवून श्रद्धेनें मला भजतो तो मला सर्व योग्यांत श्रेष्ठसा वाटतो. ४७.

अध्याय एकतिसावा.

—:o:—

ज्ञानविज्ञानयोगकथन.

श्रीभगवानुवाच—

मय्यासक्तमनाः पार्थ योगं युञ्जन्मदाश्रयः ।
असंशयं समग्रं मां यथा ज्ञास्यसि तच्छृणु ॥ १ ॥

ज्ञानं तेऽहं सविज्ञानमिदं[१] वक्ष्याम्यशेषतः ।
यज्ज्ञात्वा नेह भूयोऽन्यज्ज्ञातव्यमवशिष्यते ॥

भगवान् म्हणाले:—अर्जुना, माझ्या ठिकाणीं, मन आसक्त करून व केवळ माझाच आश्रय धरून तूं योगाभ्यास करूं लागलास म्हणजे ज्याप्रकारें निःसंशय मला समग्र

१ सविज्ञानम्–स्वानुभव संयुक्तम् (विज्ञानासह–अनुभवयुक्त ज्ञानासह.)

(पूर्णपणें) जाणशील, तो प्रकार ऐक. मी तुला विज्ञानासहवर्तमान तें ज्ञान पूर्णपणें सांगतों; आणि तें जाणल्यावर मग या लोकीं आणखी जाणण्याजोगें कांहीं राहाणार नाहीं. १।२.

मनुष्याणां सहस्रेषु कश्चिद्यतति सिद्धये ।
यततामपि सिद्धानां कश्चिन्मां वेत्ति तत्त्वतः ॥

हजारों मनुष्यांमध्यें कोणी एखादाच माझ्या प्राप्तीविषयीं यत्न करितो; आणि माझ्याकरितां यत्न करणाऱ्या सिद्धांतूनही एखादाच मला तत्त्वतः (खऱ्या खऱ्या स्वरूपानें) जाणतो. ३.

भूमिरापोऽनलो वायुः खं मनो बुद्धिरेव च ।
अहंकार इतीयं मे भिन्ना प्रकृतिरष्टधा ॥ ४ ॥

भूमि, उदक, तेज, वायु, आकाश, मन, बुद्धि आणि अहंकार अशी आठ प्रकारांनीं विभागलेली माझी प्रकृति आहे. ४.

अपरेयमितस्त्वन्यां प्रकृतिं विद्धि मे पराम् ।
जीवभूतां महाबाहो ययेदं धार्यते जगत् ॥५॥

हे महाबाहो, ही अपरा म्हणजे गौण (जड) प्रकृति होय. हिच्याहून वेगळी जी माझी परा म्हणजे जीवभूत (चेतन) प्रकृति ती श्रेष्ठ आहे असें समज. तिचा या जगताला आधार आहे. ५.

एतद्योनीनि भूतानि सर्वाणीत्युपधारय ।
अहं कृत्स्नस्य जगतः प्रभवः प्रलयस्तथा ॥६॥

विश्वांतील सर्वही भूतें या दोन प्रकृतींपासून उत्पन्न झालीं आहेत, हें नीट ध्यानांत घे. या रीतीनें मीच या जगताचा निर्माणकर्ता व संहारकर्ताही आहे. ६.

मत्तः परतरं नान्यत्किंचिदस्ति धनंजय ।
मयि सर्वमिदं प्रोतं सूत्रे मणिगणा इव ॥ ७ ॥

हे धनंजया, माझ्याहून जगाला दुसरें कारण कांहीं नाहीं. (सोन्याचे) सुतांत जसे सोन्याचे मणी ओंवावे तसें हें सर्व जग ओतप्रोत माझ्यांत ओंविलेलें आहे. ७.

रसोऽहमप्सु कौंतेय प्रभाऽस्मि शशिसूर्ययोः ।
प्रणवः सर्ववेदेषु शब्दः खे पौरुषं नृषु ॥ ८ ॥
पुण्यो गंधः पृथिव्यां च तेजश्चास्मि विभावसौ ।
जीवनं सर्वभूतेषु तपश्चास्मि तपस्विषु ॥ ९ ॥

हे कौंतेया, सर्व उदकांमध्यें जो रस तो मी आहें; सूर्यचंद्रामध्यें जी प्रभा, ती मी; सर्व वेदांमध्यें प्रणव (ॐकार) तो मी; पुरुषांमध्यें पराक्रम तो मी आहें; आणि पृथ्वीमध्यें उत्तम सुवास तो मी; अग्नीमध्यें तेज मी; सर्व भूतांच्याठायीं जीवन मी व तपस्व्यांमध्यें तप मी आहें. ८।९.

बीजं मां सर्वभूतानां विद्धि पार्थ सनातनम् ।
बुद्धिर्बुद्धिमतामस्मि तेजस्तेजस्विनामहम् ॥
बलं बलवतां चाहं कामरागविवर्जितम् ।
धर्माविरुद्धो भूतेषु कामोऽस्मि भरतर्षभ ॥ ११ ॥

पार्था, सर्व भूतांचें सनातन बीज मी हें जाण. बुद्धिमंतांची बुद्धि मी, तेजस्व्यांचें तेज मी; ईच्छा-प्रीति-रहित असें बलवान् पुरुषांचें बल मी; हे भरतश्रेष्ठा, सर्व भूतांचे ठिकाणीं धर्माला अनुकूल असणारा जो काम (अन्नपानादिविषयक इच्छा) तो मी आहें. १०।११.

ये चैव सात्त्विका भावा राजसास्तामसाश्च ये ।
मत्त एवेति तान्विद्धि न त्वहं तेषु ते मयि ॥

जे सात्त्विक, राजस आणि तामस विकार आहेत ते सर्व माझ्यापासूनच उत्पन्न झाले

१ असें म्हणण्याचें कारण, उत्कट वासना किंवा उत्कट प्रेम यांचे योगानें जीवांचे ठिकाणीं एक प्रकारचा आवेश किंवा जोर येत असतो, पण तो असात्विक असल्यानें भगवंत स्वीकारीत नाहीं.

आहेत असें तूं समज. पण ह्यांच्याठायीं मी नाहीं, माझ्याठायीं ते आहेत. १२.

त्रिभिर्गुणमयैर्भावैरेभिः सर्वमिदं जगत् ।
मोहितं नाभिजानाति मामेभ्यः परमव्ययम् ॥

या त्रिगुणमय विकारांनीं हें सर्व जग मोहून गेलें असल्यानें या गुणांच्या पलीकडे असलेला अविनाशी असा जो मी—त्या मला ते जाणत नाहींत. १३.

दैवी ह्येषा गुणमयी मम माया दुरत्यया ।
मामेव ये प्रपद्यंते मायामेतां तरंति ते ॥१४॥

ही अति दिव्य आणि त्रिगुणात्मक अशी माझी माया दुस्तर आहे. जे मलाच शरण येतात ते ही माया (रूप नदी) तरून जातात. १४.

न मां दुष्कृतिनो मूढाः प्रपद्यंते नराधमाः ।
मायया ऽपहृतज्ञाना आसुरं भावमाश्रिताः॥१५॥

मायेनें ज्यांचें ज्ञान नष्ट झालें आहे व आसुरी प्रकृतीचा ज्यांनीं आश्रय केला आहे; असे पापी व मूर्ख नराधम मला शरण येत नाहींत. १५.

चतुर्विधा भजंते मां जनाः सुकृतिनोऽर्जुन ।
आर्तो जिज्ञासुरर्थार्थी ज्ञानी च भरतर्षभ ॥१६॥
तेषां ज्ञानी नित्ययुक्त एकभक्तिर्विशिष्यते ।
प्रियो हि ज्ञानिनोऽत्यर्थमहं स च मम प्रियः ॥

अर्जुना, हे भरतश्रेष्ठा, आर्त (रोगादिकांनीं पीडित) जिज्ञासु, (भगवत्तत्त्व जाणण्याची इच्छा करणारा), अर्थार्थी, भोगेच्छु आणि ज्ञानी असे चार प्रकारचे पुण्यवान् लोक मला भजतात. त्यांमध्यें ज्ञानी हा निरंतर माझे ठिकाणीं तत्पर असून एकनिष्ठेनें माझी भक्ति करितो, म्हणून श्रेष्ठ आहे. ज्ञान्याला मी अत्यंत प्रिय आहें व तो मला अत्यंत प्रिय आहे. १६।१७.

उदाराः सर्व एवैते ज्ञानी त्वात्मैव मे मतम् ।
आस्थितः स हि युक्तात्मा मामेवानुत्तमां गतिम्॥

हे चारही भक्त थोरच आहेत; परंतु, त्यांत ज्ञानी तर माझा आत्माच असें मी मानितों. कारण, तो माझ्याच ठायीं चित्त ठेवून मलाच सर्वोत्तम गति मानून माझा आश्रय करतो. १८.

बहूनां जन्मनामंते ज्ञानवान्मां प्रपद्यते ।
वासुदेवः सर्वमिति स महात्मा सुदुर्लभः ॥१९॥

(ज्ञानी भक्त सर्वांत प्रियतम कां म्हणशील तर) तो अनेक जन्मांच्या शेवटीं ‘ हें सर्व चराचर विश्व केवळ वासुदेवमयच आहे ’ अशा प्रकारच्या अपरोक्षानुभवानें पूर्ण होऊन माझे ठिकाणीं शरण असतो; आणि म्हणूनच अशा प्रकारचा महात्मा परमदुर्लभ समजावा. १९.

कामैस्तैस्तैर्हृतज्ञानाः प्रपद्यंतेऽन्यदेवताः ।
तं तं नियममास्थाय प्रकृत्या नियताः स्वया ॥

वेगवेगळ्या कामनांनीं ज्याचें ज्ञान नाहींसें झालें आहे आणि जे अज्ञानी आपआपल्या स्वभावाच्या आधीन झालेले आहेत ते (ज्या ज्या देवतेचा जो जो उपासनानियम असेल,) त्या त्या नियमाचें अवलंबन करून (मज आत्मरूप वासुदेवाहून भिन्न असलेल्या) इतर देवतांस भजतात. २०.

यो यो यां यां तनुं भक्तः श्रद्धयार्चितुमिच्छति ।
तस्य तस्याचलां श्रद्धां तामेव विदधाम्यहम् ॥

जो जो भक्त ज्या ज्या देवतेच्या ठायीं भक्ति ठेवून श्रद्धेनें आराधना करूं इच्छित असेल, त्याची त्याची ती श्रद्धा मी त्या त्या देवतेच्या ठायीं स्थिर करितों. २१.

स तया श्रद्धया युक्तस्तस्याराधनमीहते ।
लभते च ततः कामान्मयैव विहितान्हि तान् ॥

तो त्या श्रद्धेनें युक्त होऊन त्या देवतेचें आराधन करण्याचा प्रयत्न करितो, आणि मग मीच निर्माण केलेल्या त्याच्या त्या कामना पूर्ण होतात. २२.

अंतवत्तु फलं तेषां तद्भवत्यल्पमेधसाम् ।
देवान्देवयजो यांति मद्भक्ता यांति मामपि ॥

परंतु, (अन्य देवतांना भजणाऱ्या त्या) अल्पबुद्धि मनुष्यांना प्राप्त होणारें तें फल नाशवंत असतें. देवतांचे भक्त देवतांना जाऊन मिळतात; आणि माझे भक्त मला येऊन मिळतात. २३.

अव्यक्तं व्यक्तिमापन्नं मन्यंते मामबुद्धयः ।
परं भावमजानंतो ममाव्ययमनुत्तमम् ॥ २४ ॥

माझा सर्वोत्कृष्ट व निर्विकार असा अस्सल भाव सर्वथा अगोचर आहे. हें रहस्य न समजल्यामुळें अज्ञानी लोक मी खरोखरी अव्यक्त असतांही व्यक्त होऊन देहधारी झालों आहें असेंच समजतात. (असें कां होतें म्हणशील तर) २४.

नाहं प्रकाशः सर्वस्य योगमायासमावृतः ।
मूढोऽयं नाभिजानाति लोको मामजमव्ययम् ॥

मी माझ्या योगमायेनें गुरफटलों असल्यामुळें मी माझ्या (परमभावानें) सर्वांस प्रकट होत नाहीं आणि या कारणानें ह्या मूर्ख संसारी लोकांना मी परमार्थतः जन्मरहित व विकारशून्य आहें हें उमगत नाहीं. २५.

वेदाहं समतीतानि वर्तमानानि चार्जुन ।
भविष्याणि च भूतानि मां तु वेद न कश्चन ॥ २६ ॥

अर्जुना, मागें झालेलीं, सध्या असणारी आणि पुढें होणारीं भूतें मी जाणतों; परंतु, मला मात्र कोणी जाणत नाहीं. २६.

इच्छाद्वेषसमुत्थेन द्वंद्वमोहेन भारत ।
सर्वभूतानि संमोहं सर्गे यांति परंतप ॥ २७ ॥

हे परंतपा भारता, इच्छा आणि द्वेष यांपासून उत्पन्न झालेल्या सुखदुःखरूप मोहानें सर्व भूतें वेडावून जाऊन उत्पत्तिकालीं मोठ्या गोंधळांत पडतात. २७.

येषां त्वंतगतं पापं जनानां पुण्यकर्मणाम् ।
ते द्वंद्वमोहनिर्मुक्ता भजंते मां दृढव्रताः ॥ २८ ॥

परंतु पुण्यकर्माच्या योगानें ज्यांचें पातक लयास गेलें आहे, ते दृढनिश्चयी जन सुखदुःखांच्या मोहापासून मुक्त होऊन (केवळ) मलाच भजतात. २८.

जरामरणमोक्षाय मामाश्रित्य यतंति ये ।
ते ब्रह्म तद्विदुः कृत्स्नमध्यात्मं कर्म चाखिलम् ॥

जे माझ्या आश्रयानें जरामरणांपासून मुक्त होण्यासाठींच यत्न करितात (भोगप्राप्त्यर्थ करीत नाहींत) ते तें **ब्रह्म** जाणतात, आणि सर्व **अध्यात्माला** व सर्व **कर्मालाही** जाणतात. २९.

साधिभूताधिदैवं मां साधियज्ञं च ये विदुः ।
प्रयाणकालेऽपि च मां ते विदुर्युक्तचेतसः ॥ ३० ॥

इति श्रीमद्भगवद्गीतासूपनिषत्सु ब्रह्मविद्यायां योगशास्त्रे श्रीकृष्णार्जुनसंवादे ज्ञानविज्ञानयोगो नाम सप्तमोऽध्यायः ॥ ७ ॥

जे योगी **अधिभूत, अधिदैव** आणि **अधियज्ञ** यांसह मला जाणतात, ते स्वस्थचित्त पुरुष मरणकालींही मला जाणतात. ३०.

अध्याय बत्तिसावा.

—:०:—

तारक ब्रह्मयोगकथन.

अर्जुन उवाच—

किं तद्ब्रह्म किमध्यात्मं किं कर्म पुरुषोत्तम ।
अधिभूतं च किं प्रोक्तमधिदैवं किमुच्यते ॥१॥
अधियज्ञः कथं कोऽत्र देहेऽस्मिन्मधुसूदन ।
प्रयाणकाले च कथं ज्ञेयोऽसि नियतात्मभिः ॥२॥

अर्जुन म्हणालाः—हे पुरुषोत्तमा, तें ब्रह्म म्हणजे काय? अध्यात्म म्हणजे काय? कर्म म्हणजे काय? अधिभूत कशाला म्हणतात? आणि अधिदैव कशाला म्हणतात? हे मधुसूदना, या देहामध्यें अधियज्ञ तो कोण व कसा आहे? आणि ज्यांनीं अंतःकरण जिंकलें आहे असे योगी मरणकालीं तुला कसे जाणतात? १।२.

श्रीभगवानुवाच—

अक्षरं ब्रह्म परमं स्वभावोऽध्यात्ममुच्यते ।
भूतभावोद्भवकरो विसर्गः कर्मसंज्ञितः ॥ ३ ॥

जें परमश्रेष्ठ आणि अविनाशी तें ब्रह्म होय; आणि स्वभाव म्हणजे प्रत्येक पदार्थाला सत्ता देणारें जें तत्त्व त्याला अध्यात्म (जीव) म्हणतात; आणि भूतांचे उत्पत्तीला कारणीभूत असा जो अग्न्याहुत्यादि यज्ञीय त्याग त्यालाच कर्म असें म्हणतात. ३.

अधिभूतं क्षरो भावः पुरुषश्चाधिदैवतम् ।
अधियज्ञोऽहमेवात्र देहे देहभृतां वर ॥ ४ ॥

हे पुरुषश्रेष्ठा, सर्व नाशवंत जी वस्तु त्याला अधिभूत म्हणावें; हिरण्यगर्भ (समष्टींतील)आणि तैजस (व्यष्टींतील) असा पुरुष याला अधिदैवत म्हणावें; आणि या देहांत केवळ साक्षित्वानें असणाराला अधियज्ञ म्हणावें; व तो मीच आहें. ४.

अंतकाले च मामेव स्मरन्मुक्त्वा कलेवरम् ।
यः प्रयाति स मद्भावं याति नास्त्यत्र संशयः ॥५॥

जो अंतकालीं माझें स्मरण करीत देह सोडतो तो माझ्या स्वरूपीं मिळून जातो, यांत संशय नाहीं. ५.

यं यं वाऽपि स्मरन्भावं त्यजत्यंते कलेवरम् ।
तं तमेवैति कौंतेय सदा तद्भावभावितः ॥ ६ ॥

हे कौंतेया, जो मनुष्य जो जो भाव मनांत आणून शेवटीं शरीर सोडतो, तो दुसऱ्या जन्मीं सदा त्या त्या भावानें युक्त होत्साता जन्म घेतो. ६.

तस्मात्सर्वेषु कालेषु मामनुस्मर युद्ध्य च ।
मय्यर्पितमनोबुद्धिर्मामेवैष्यस्यसंशयः ॥ ७ ॥

याकरितां अर्जुना, माझ्याठायीं मन आणि बुद्धि हीं अर्पण करून सदैव माझें चिंतन कर आणि युद्धाला लाग म्हणजे मलाच येऊन मिळशील यांत संशय नाहीं. ७.

अभ्यासयोगयुक्तेन चेतसा नान्यगामिना ।
परमं पुरुषं दिव्यं याति पार्थानुचिंतयन् ॥८॥

पार्था, आपलें चित्त दुसरे कोठेंही जाऊं न देतां अभ्यासाच्या साधनानें एकाग्र करून जो उपदेशाप्रमाणें अखंड चिंतन करितो, तो प्रकाशात्मक अशा परमपुरुषाला जाऊन मिळतो. ८.

कविं पुराणमनुशासितार-
मणोरणीयांसमनुस्मरेद्यः ।
सर्वस्य धातारमचिंत्यरूप-
मादित्यवर्णं तमसः परस्तात् ॥ ९ ॥
प्रयाणकाले मनसाऽचलेन
भक्त्या युक्तो योगबलेन चैव ।
भ्रुवोर्मध्ये प्राणमावेश्य सम्य-
क्स तं परं पुरुषमुपैति दिव्यम् ॥१०॥

जो अंतकालीं निश्चल मन करून व भक्तियुक्त होऊन योगबलानें दोन्ही भुवयांच्या मध्यभागीं प्राणाला उत्तम प्रकारें स्थिर करितो, आणि सर्वज्ञ, अनादि, सर्वांचा नियंता, सूक्ष्माहून सूक्ष्म, सर्वांचा पोषक, अचिंत्यरूप, सूर्याप्रमाणें तेजस्वी व तमोगुणापासून दूर, अशा दिव्य पुरुषाचें एकसारखें चिंतन करितो तो त्याला जाऊन मिळतो. ९।१०.

यदक्षरं वेदविदो वदंति
विशंति यद्यतयो वीतरागाः ।
यदिच्छंतो ब्रह्मचर्यं चरंति
तत्ते पदं संग्रहेण प्रवक्ष्ये ॥ ११ ॥

वेदवेत्ते ज्या तत्त्वाला अक्षर म्हणतात, ज्यांचे काम व क्रोध नाहींतसे झाले आहेत असे संन्यासी ज्यामध्यें प्रविष्ट होतात व ज्याच्या प्राप्तीसाठीं ब्रह्मचारी ब्रह्मचर्यव्रतानें रहातात, तें पद, अर्जुना, तुला संक्षेपानें सांगतों. ११.

सर्वद्वाराणि संयम्य मनो हृदि निरुद्धय च ।
मूर्ध्न्याधायात्मनः प्राणमास्थितो योगधारणाम् ॥
ओमित्येकाक्षरं ब्रह्म व्याहरन्मामनुस्मरन् ।
यः प्रयाति त्यजन्देहं स याति परमां गतिम् ॥

जो सर्व द्वारांचा निरोध करून मनाला हृदयांत स्थिर करून कपाळाच्या आंत भुवयांच्या मध्यभागीं आपल्या प्राणवायूला निश्चल करून योगाभ्यासामर्थ्यें स्थिर होतो, आणि निर्विकार ब्रह्माचें वाचक ॐ हें एकाक्षर उच्चारून माझें स्मरण करीत देहाचा त्याग करून निघून जातो तो उत्तम गतीला जाऊन पोहोंचतो. १२।१३.

अनन्यचेताः सततं यो मां स्मरति नित्यशः ।
तस्याहं सुलभः पार्थ नित्ययुक्तस्य योगिनः ॥
मामुपेत्य पुनर्जन्म दुःखालयमशाश्वतम् ।
नाप्नुवंति महात्मानः संसिद्धिं परमां गताः ॥

पार्था, जो योगी एकाग्रचित्तानें सदासर्वदा माझें स्मरण करितो व निरंतर समाधानयुक्त असतो त्याला मी सहज प्राप्त होतों. या प्रकारें परम सिद्धीला पावलेले असे महात्मे मजप्रत आल्यावर दुःखाचें स्थान व अशाश्वत अशा जन्माला पुनः कधींही पावत नाहींत. १४।१५.

आब्रह्मभुवनाल्लोकाः पुनरावर्तिनोऽर्जुन ।
मामुपेत्य तु कौंतेय पुनर्जन्म न विद्यते ॥१६॥

हे अर्जुना, ब्रह्मलोकापर्यंत तरी त्यांना पुनरावृत्ति आहेच. मात्र माझी प्राप्ति झाली म्हणजे पुनर्जन्म नाहीं. १६.

सहस्रयुगपर्यंतमहर्यद्ब्रह्मणो विदुः ।
रात्रिं युगसहस्रान्तांतेऽहोरात्रविदो जनाः॥१७॥

कां कीं, चार युगें सहस्र वेळां गेलीं असतां जो काळ जातो, तो ब्रह्मदेवाचा एक दिवस होतो, आणि त्यानंतर तितकाच काळपर्यंत ब्रह्मदेवाची रात्र येते, असें ते दिवस व रात्र यांतील तत्त्व जाणणारेच लोक जाणतात. १७.

अव्यक्ताद्व्यक्तयः सर्वाः प्रभवंत्यहरागमे ।
रात्र्यागमे प्रलीयंते तत्रैवाव्यक्तसंज्ञके ॥१८॥
भूतग्रामः स एवायं भूत्वा भूत्वा प्रलीयते ।
रात्र्यागमेऽवशः पार्थ प्रभवत्यहरागमे ॥१९॥

हा दिवस आला म्हणजे अव्यक्तांपासून सर्व व्यक्तींचा उदय होतो, आणि रात्र झाली म्हणजे त्याच अव्यक्तांमध्यें त्यांचा लय होऊन जातो. हे पार्था, तोच सर्व चराचर वस्तूंचा हा परतंत्र असा समुदाय पुनःपुनः उत्पन्न होऊन रात्र येतांच लय पावतो, आणि दिवस येतांच पुनः उत्पन्न होतो. १८।१९.

परस्तस्मात्तुभावोऽन्योऽव्यक्तोऽव्यक्तात्सनातनः ।
यः स सर्वेषु भूतेषु नश्यत्सु न विनश्यति ॥

सर्व चराचरांचा नाश झाला असतांही जो नाश पावत नाहीं, तो त्या अव्यक्ताहून पलीकडे असलेला अक्षर व अविनाशी असा दुसरा भाव आहे. २०.

अव्यक्तोऽक्षर इत्युक्तस्तमाहुः परमां गतिम् ।
यं प्राप्य न निवर्तंते तद्धाम परमं मम ॥२१॥
पुरुषः स परः पार्थ भक्त्या लभ्यस्त्वनन्यया ।
यस्यांतः स्थानि भूतानि येन सर्वमिदं ततम् ॥

जो अव्यक्त भाव त्यालाच अक्षर असें म्हटलें आहे. त्यालाच **परमगति** म्हणतात ज्ञानी जेथें प्राप्त झाले असतां पुनः मागें येत नाहींत तें हें माझें परमधाम होय. पार्था, ज्याच्या आंत ह्या सर्व भूतांचा समावेश होतो आणि ज्यानें हें सर्व जग व्यापलें आहे, तो परमपुरुष अनन्यभक्तीनेंच प्राप्त होतो. २१।२२.

यत्र काले त्वनावृत्तिमावृत्तिं चैव योगिनः ।
प्रयाता यांति तं कालं वक्ष्यामि भरतर्षभ ॥

हे भरतश्रेष्ठा, ज्या काळीं योगी मरण पावले असतां पुनः जन्माला येत नाहींत व येतात ते दोन्ही काल मी तुला सांगतों. २३.

अग्निर्ज्योतिरहः शुक्लः षण्मासा उत्तरायणम् ।
तत्र प्रयाता गच्छंति ब्रह्म ब्रह्मविदो जनाः ॥

अग्नि, सूर्यप्रकाश, दिवस, शुक्लपक्ष व उत्तरायणाची सहामाही यांच्या देवता याकालीं मरण पावलेले ब्रह्मवेत्ते लोकांस ब्रह्माला नेऊन मिळवितात. २४.

धूमो रात्रिस्तथा कृष्णः षण्मासा दक्षिणायनम् ।
तत्र चांद्रमसं ज्योतिर्योगी प्राप्य निवर्तते ॥२५॥

धूर, रात्र, तसाच कृष्णपक्ष व दक्षिणायनाचे सहा महिने अशा समयीं मरण पावणारा योगी चंद्रलोकचे उपभोग भोगून पुढें न जातां परत येतो. २५.

शुक्लकृष्णे गती ह्येते जगतः शाश्वते मते ।
एकया यात्यनावृत्तिमन्ययाऽऽवर्तते पुनः॥२६॥

याप्रकारें या जगाच्या शुक्ल आणि कृष्ण या दोन गति निरंतर असल्याबद्दल सर्वसंमत आहेत. पहिल्या गतीनें जाणाराला परत येणें घडत नाहीं; आणि दुसऱ्या गतीनें जाणाराला पुनः परत येणें घडतें. २६.

नेते सृती पार्थ जानन्योगी मुह्यति कश्चन ।
तस्मात्सर्वेषु कालेषु योगयुक्तो भवार्जुन॥२७॥

अर्जुना, हे मार्ग जाणणारा कोणताही योगी मोहांत पडत नाहीं. यास्तव, सर्वकाळ तूं योगयुक्त हो. २७.

वेदेषु यज्ञेषु तपःसु चैव
दानेषु यत्पुण्यफलं प्रदिष्टम् ।
अत्येति तत्सर्वमिदं विदित्वा
योगी परं स्थानमुपैति चाऽऽद्यम् ॥

इति श्रीमद्भगवद्गीतासूपनिषत्सु ब्रह्मविद्यायां योगशास्त्रे श्रीकृष्णार्जुन संवादे तारकब्रह्मयोगो नाम अष्टमोऽध्यायः ॥ ८ ॥

ब्रह्म, अध्यात्म, कर्म, अधिभूत, अधिदैव, अधियज्ञ व मरणकालीं भगवच्चिंतन कसें होतें हें सर्व पूर्णपणें समजल्यावर वेद, यज्ञ, तप आणि दान यांपासून जी पुण्यफलप्राप्ति सांगितली आहे, तिचें अतिक्रमण करून आद्य व उत्कृष्ट अशा स्थानाला योगी प्राप्त होतो. २८.

अध्याय तेहतिसावा.

—:०:—

राजविद्याराजगुह्ययोगकथन.

श्रीभगवानुवाच—

इदं तु ते गुह्यतमं प्रवक्ष्याम्यनसूयवे ।
ज्ञानं विज्ञानसहितं यज्ज्ञात्वा मोक्ष्यसे शुभात् ॥

श्रीभगवान् म्हणाले:—तुझें चित्त शुद्ध झालें असल्याकारणानें तूं अधिकारी आहेस म्हणून जें जाणलें असतां तूं अशुभ अशा संसारापासून मुक्त होशील, असें हें अत्यंत गुह्य ज्ञान तुला मी विज्ञानासहित सांगतों. १.

राजविद्या राजगुह्यं पवित्रमिदमुत्तमम् ।
प्रत्यक्षावगमं धर्म्यं सुसुखं कर्तुमव्ययम् ॥२॥

हें ज्ञान सर्व विद्यांचा राजा, सर्व गुह्यांमध्यें श्रेष्ठ, उत्कृष्ट, पवित्र, प्रत्यक्ष अनुभवास येणारें, धर्मास अनुसरून असणारें, सुखानें प्राप्त होणारें व प्राप्त झालें असतां फुकट न जाणारें असें आहे. २.

अश्रद्दधानाः पुरुषा धर्मस्यास्य परंतप ।
अप्राप्य मां निवर्तंते मृत्युसंसारवर्त्मनि ॥३॥

हे परंतपा, ह्या आत्मज्ञानरूप धर्मावर श्रद्धा न ठेवणारे पुरुष, माझी प्राप्ति न होतां मृत्युयुक्त संसाराच्या मार्गांतच परिभ्रमण करीत राहातात. ३.

मया ततमिदं सर्वं जगदव्यक्तमूर्तिना ।
मत्स्थानि सर्वभूतानि न चाहं तेष्ववस्थितः॥४॥

अव्यक्तस्वरूप अशा मीं हें सर्व जग व्यापून टाकिलें आहे; सर्व भूतें माझे ठिकाणीं आहेत, पण मी त्यांच्यामध्यें स्थित नाहीं. ४.

न च मत्स्थानि भूतानि पश्य मे योगमैश्वरम् ।
भूतभृन्न च भूतस्थो ममाऽऽत्मा भूतभावनः ॥५॥

आणि परमार्थतः भूतें माझ्या ठिकाणीं नाहींत अशी माझी ईश्वरी अद्भुत घटना पहा. मी भूतांना धारण करणारा असून भूतांचे ठिकाणीं राहाणारा नाहीं; आणि माझा आत्मा भूतांची उत्पत्ति व संरक्षण करणारा आहे. ५.

यथाऽऽकाशस्थितो नित्यं वायुः सर्वत्रगो महान् ।
तथा सर्वाणि भूतानि मत्स्थानीत्युपधारय ॥६॥

ज्याप्रमाणें सर्वगामी व मोठा वायु नेहमीं आकाशाचे ठिकाणीं असतो त्याप्रमाणें सर्व भूतें माझे ठिकाणीं आहेत असें तूं समज. ६.

सर्वभूतानि कौंतेय प्रकृतिं यांति मामिकाम् ।
कल्पक्षये पुनस्तानि कल्पादौ विसृजाम्यहम्॥७॥

अर्जुना, सर्व भूतें कल्पाचे अंतीं माझ्या प्रकृतीचे ठिकाणीं लीन होतात आणि कल्पाचे प्रारंभीं मी पुनः त्यांनाच उत्पन्न करीत असतों७.

प्रकृतिं स्वामवष्टभ्य विसृजामि पुनः पुनः ।
भूतग्राममिमं कृत्स्नमवशं प्रकृतेर्वशात् ॥ ८ ॥

मी आपल्या प्रकृतीचें अवलंबन करून कर्मफलानें स्वभावतःच पराधीन झालेला असा हा सर्व भूतसमुदाय पुनः पुनः उत्पन्न करितों.८.

न च मां तानि कर्माणि निबध्नंति धनंजय ।
उदासीनवदासीनमसक्तं तेषु कर्मसु ॥ ९ ॥

हे धनंजया, जगाची उत्पत्ति वगैरे कर्मांचे ठिकाणीं उदासीन पुरुषाप्रमाणें मी आसक्तिरहित असल्यामुळें मला तीं कर्में बद्ध करीत नाहींत. ९.

मयाऽध्यक्षेण प्रकृतिः सूयते सचराचरम् ।
हेतुनाऽनेन कौंतेय जगद्विपरिवर्तते ॥ १० ॥

हे कौंतेया, माझ्या अध्यक्षतेनें ही त्रिगुणात्मक माया हें चराचर उत्पन्न करिते; आणि याच कारणामुळें जगत् फिरत राहातें. १०.

अवजानंति मां मूढा मानुषीं तनुमाश्रितम् ।
परं भावमजानंतो मम भूतमहेश्वरम् ॥ ११ ॥

मी मनुष्यदेह धारण केला असल्यामुळें मूर्ख लोक माझी अवज्ञा करितात; कारण मी सर्व भूतांचा स्वामी हें जें माझें उत्कृष्ट स्वरूप त्याचें त्यांना ज्ञान नसतें ११.

मोघाशा मोघकर्माणो मोघज्ञाना विचेतसः ।
राक्षसीमासुरीं चैव प्रकृतिं मोहिनीं श्रिताः ॥

त्या मूर्खांच्या आशा, कर्में व ज्ञान हीं सर्व व्यर्थच असतात; ते विचारशून्य होतात आणि मोह पडणाऱ्या अशा राक्षसी व आसुरी स्वभावाचा आश्रय करितात. १२.

महात्मानस्तु मां पार्थ दैवी प्रकृतिमाश्रिताः ।
भजंत्यनन्यमनसो ज्ञात्वा भूतादिमव्ययम् ॥

पण, हे अर्जुना, दैवी संपत्तीचा आश्रय केलेले महात्मे, मी भूतांचा आदि व अविनाशी आहें असें जाणून एकनिष्ठेनें मला भजतात. १३.

सततं कीर्तयंतो मां यतंतश्च दृढव्रता ।
नमस्यंतश्च मां भक्त्या नित्ययुक्ता उपासते ॥

सर्वदा भक्तियुक्त असलेले, आणि जें स्वीकारलें असेल तें नेटानें चालविणारे ते महात्मे सतत माझें कीर्तन करून इंद्रियदमनपूर्वक मत्प्राप्तीविषयीं यत्न आणि नमस्कार करून माझी उपासना करितात. १४.

ज्ञानयज्ञेन चाप्यन्ये यजंतो मामुपासते ।
एकत्वेन पृथक्त्वेन बहुधा विश्वतोमुखम् ॥ १५ ॥

ज्ञानयज्ञानें पूजन करणारे कांहीं लोक एक रूपानें, निरनिराळ्या रूपांनीं व बहुत प्रकारांनीं सर्वतोमुख असा जो मी त्या माझी उपासना करितात. १५.

अहं क्रतुरहं यज्ञः स्वधाऽहमहमौषधम् ।
मंत्रोऽहमहमेवाज्यमहमग्निरहं हुतम् ॥ १६ ॥

अग्निहोत्रादि श्रौत यज्ञ, वैश्वदेवादि स्मार्त यज्ञ, पितरांना अर्पण केलेलें स्वधा नामक अन्न, मनुष्यांचें अन्न, मंत्र, होमद्रव्य, अग्नि व हवनकर्म हीं सर्व मीच आहें. १६.

पिताऽहमस्य जगतो माता धाता पितामहः ।
वेद्यं पवित्रमोंकार ऋक्साम यजुरेव च ॥ १७ ॥

या जगाचा पिता, माता, प्राण्यांना कर्मफल देणारा, ब्रह्मदेवाचा पिता, जाणण्याची योग्य वस्तु, जगताला पावन करणारी वस्तु, प्रणव आणि ऋग्वेद, सामवेद व यजुर्वेद मीच आहें. १७.

गतिर्भर्ता प्रभुः साक्षी निवासः शरणं सुहृत् ।
प्रभवः प्रलयः स्थानं निधानं बीजमव्ययम् ॥

कर्मफल, जगाचें पोषण करणारा, स्वामी, साक्षी, वसतिस्थान, शरणांगतांचा रक्षक, अनपेक्ष मित्र, जगताची उत्पत्ति, लय, स्थिति, निधि आणि अविनाशी बीज मीच आहें. १८.

तपाम्यहमहं वर्षं निगृह्णाम्युत्सृजामि च ।
अमृतं चैव मृत्युश्च सदसच्चाहमर्जुन ॥ १९ ॥

हे पार्था, मी सूर्यरूपानें ऊन पाडतों, मी पर्जन्य आवरून धरितों व पाडितों, मीच अमृत, मृत्यु मीच, सत् म्हणजे विद्यमान असणाऱ्या वस्तु (कार्य) व असत् म्हणजे त्यांचें कारण मीच आहें. १९.

त्रैविद्या मां सोमपाः पूतपापा
यज्ञैरिष्ट्वा स्वर्गतिं प्रार्थयंते ।
ते पुण्यमासाद्य सुरेंद्रलोक-
मश्नंति दिव्यान्दिवि देवभोगान् ॥ २० ॥

तीन वेद जाणणारे, सोमपान करणारे व त्या योगानें निष्पाप झालेले याज्ञीक यज्ञांचे योगानें माझें पूजन करून स्वर्गप्राप्तीविषयीं प्रार्थना करितात; व ते दीक्षित पुण्यफलरूप स्वर्गीत जाऊन तेथें दिव्य असे देवांचे भोग भोगतात. २०.

ते त्वं भुक्त्वा स्वर्गलोकं विशालं
क्षीणे पुण्ये मर्त्यलोकं विशंति ।

एवं त्रयीधर्ममनुप्रपन्ना
गतागतं कामकामा लभंते ॥ २१ ॥

ते त्या विस्तीर्ण स्वर्गलोकाचा उपभोग घेऊन पुण्य संपलें म्हणजे मृत्युलोकांत येतात; आणि याप्रमाणें तीन वेदांत सांगितलेलें केवळ कर्म करणारे कामुक लोक जन्ममृत्यूंची यातायात पावतात. २१.

अनन्याश्चिंतयंतो मां ये जनाः पर्युपासते ।
तेषां नित्याभियुक्तानां योगक्षेमं वहाम्यहम् ॥

जे लोक एकनिष्ठ होऊन माझें चिंतन करून माझी उपासना करितात, त्या सर्वदा माझ्याशीं युक्त असलेल्या निष्काम भक्तांचा योगक्षेम मी चालवितों. २२.

येऽप्यन्यदेवताभक्ता यजंते श्रद्धयाऽन्विताः ।
तेऽपि मामेव कौंतेय यजंत्यविधिपूर्वकम् ॥

अन्य देवतांची भक्ति करणारेही जे लोक श्रद्धायुक्त होत्साते त्या देवतांचें यजन करितात, ते देखील, अर्जुना, माझेंच यजन करितात. परंतु, हें त्यांचें करणें अविधिपूवक म्हणजे अज्ञानपूर्वक असतें. २३.

अहं हि सर्वयज्ञानां भोक्ता च प्रभुरेव च ।
न तु मामभिजानंति तत्त्वेनातश्च्यवंति ते ॥

कारण, मीच सर्व यज्ञांचा भोक्ता व स्वामी आहें, पण, हे अनन्यदेवताभक्त मला या दृष्टीनें जाणीत नाहींत; म्हणून ते मुख्य यज्ञफलाला मुकतात. सारांश, माझी प्राप्ति त्यांना होत नाहीं. २४.

यांति देवव्रता देवान्पितॄन्यांति पितृव्रताः ।
भूतानि यांति भूतेज्या यांति मद्याजिनोऽपि माम् ॥

देवांची उपासना करणारे देवलोकास जातात; पितृभक्तांना पितृलोक मिळतो; क्षुद्र देवतादि भूतांचे पूजकांस भूतांची प्राप्ति होते आणि माझें भजन करणारांस माझी प्राप्ति होते. २५.

पत्रं पुष्पं फलं तोयं यो मे भक्त्या प्रयच्छति ।
तदहं भक्त्युपहृतमश्नामि प्रयतात्मनः ॥२६॥

जो पान, फूल, फळ अथवा पाणी मला भक्तीनें अर्पण करितो, त्या शुद्धचित्त भक्ताचें भक्तीनें दिलेलें पत्र वगैरे मी स्वीकारतों. २६.

यत्करोषि यदश्नासि यज्जुहोषि ददासि यत् ।
यत्तपस्यसि कौंतेय तत्कुरुष्व मदर्पणम् ॥ २७॥

याकरितां, अर्जुना, तूं जें जें कांहीं करितोस, जें भक्षण करितोस, जें हवन करितोस, जें दान करितोस, आणि जें तप करितोस तें सर्व मला अर्पण कर. २७.

शुभाशुभफलैरेवं मोक्ष्यसे कर्मबंधनैः ।
संन्यासयोगयुक्तात्मा विमुक्तो मामुपैष्यसि ॥

याप्रमाणें सर्व कर्में मला अर्पण केल्यानें शुभ व अशुभ फल देणाऱ्या कर्मबंधनापासून तूं मोकळा होशील, व याप्रमाणें संन्यासयोगानें तुझें अंतःकरण युक्त होऊन, तूं कर्मबंधापासून मुक्त होऊन मला येऊन मिळशील. २८.

समोऽहं सर्वभूतेषु न मे द्वेष्योऽस्ति न प्रियः ।
ये भजंति तु मां भक्त्या मयि ते तेषु चाप्यहम् ॥

मी सर्व भूतांशीं सारखा आहें; माझा कोणी शत्रु नाहीं व कोणी मित्र नाहीं. तथापि, जे मला भक्तीनें भजतात, ते माझे ठिकाणीं, व मीही त्यांचे ठिकाणीं असतों. २९.

अपि चेत्सुदुराचारो भजते मामनन्यभाक् ।
साधुरेव स मंतव्यः सम्यग्व्यवसितो हि सः ॥

अत्यंत दुराचारी असूनही जर एकनिष्ठ-

षणानें माझें भजन करूं लागला तर तो साधूच समजला पाहिजे. कारण, त्याचा विचार चांगला असतो. ३०.

क्षिप्रं भवति धर्मात्मा शश्वच्छांतिं निगच्छति ।
कौंतेय प्रतिजानीहि न मे भक्तः प्रणश्यति ॥

हे अर्जुना, तो लवकर धर्मात्मा होतो व निरंतर शांतीला प्राप्त होतो. सारांश, माझा भक्त कधींही नाश पावत नाहीं, हें तूं पक्कें जाण. ३१.

मां हि पार्थ व्यपाश्रित्य येऽपि स्युः पापयोनयः ।
स्त्रियो वैश्यास्तथा शूद्रास्तेऽपि यांति परां गतिम्॥

कारण, हे पार्था, ज्यांनीं म्हणून माझा आश्रय केला, ते कोणत्याही म्लेंच्छअंत्यजादि नीच योनींत उत्पन्न झालेले असोत, किंवा ते स्त्री, वैश्य किंवा शूद्र यांचे जन्मास आले असोत, त्यांनाही (मदाश्रयामुळें) उत्तम गति मिळते. ३२.

किं पुनर्ब्राह्मणाः पुण्या भक्ता राजर्षयस्तथा ।
अनित्यमसुखं लोकमिमं प्राप्य भजस्व माम् ॥

तर मग पुण्यवान् असून माझी भक्ति करणारे ब्राह्मण व राजर्षि यांना सद्गति होईल हें कशास सांगावयास पाहिजे ? तूं अशाश्वत व दुःखदायक अशा या मृत्युलोकीं जन्म पावला आहेस यासाठीं माझें भजन कर. ३३.

मन्मना भव मद्भक्तो मद्याजी मां नमस्कुरु ।
मामेवैष्यसि युक्त्वैवमात्मानं मत्परायणः॥३४॥

इति श्रीमद्भगवद्गीतासूपनिषत्सु ब्रह्मविद्यायां योगशास्त्रे श्रीकृष्णार्जुनसंवादे राजविद्याराजगुह्ययोगो नाम नवमोऽध्यायः॥९॥

हे अर्जुना, तूं माझे ठिकाणीं आपलें मन ठेव; माझा भक्त हो; माझें यजन कर आणि मलाच नमस्कार कर. ह्याप्रमाणें माझे ठिकाणीं चित्त स्थिर करून मत्परायण झालास म्हणजे मज परमेश्वरासच येऊन मिळशील. ३४.

अध्याय चौतिसावा.

—:०:—

विभूतियोगकथन.

श्रीभगवानुवाच—

भूय एव महाबाहो शृणु मे परमं वचः ।
यत्तेऽहं प्रियमाणाय वक्ष्यामि हितकाम्यया॥१॥

श्रीभगवान् म्हणालेः—हे महाबाहो, पुनः माझें श्रेष्ठ वचन ऐक. तूं माझ्या भाषणानें संतुष्ट होतोस, म्हणून तुझें हित व्हावें या इच्छेनें हें मी तुला सांगतों. १.

न मे विदुः सुरगणाः प्रभवं न महर्षयः ।
अहमादिर्हि देवानां महर्षीणां च सर्वशः ॥२॥

माझी उत्पत्ति देवगणांना माहीत नाहीं आणि महर्षींनाहीं माहीत नाहीं; कां कीं, मी सर्वप्रकारें देव आणि महर्षि यांचें आदिकरण आहें.

यो मामजमनादिं च वेत्ति लोकमहेश्वरम् ।
असंमूढः स मर्त्येषु सर्वपापैः प्रमुच्यते ॥ ३ ॥

जो मला जन्मरहित, अनादि व सर्व लोकांचा नियामक आहे असें ओळखितो तोच काय तो सर्व मर्त्यांत मोहरहित झाला असें समजावें (कारण, त्यानें माझें सत्यस्वरूप ओळखिलें). असला पुरुष ज्ञाताज्ञात पातकांपासून मुक्त होतो. ३.

बुद्धिर्ज्ञानमसंमोहः क्षमा सत्यं दमः शमः ।
सुखं दुःखं भवोऽभावो भयं चाभयमेव च ॥४॥
अहिंसा समता तुष्टिस्तपो दानं यशोऽयशः ।
भवंति भावा भूतानां मत्त एव पृथग्विधाः ॥५॥

बुद्धि, ज्ञान, निर्भ्रमस्थिति, क्षमा, सत्य,

दम, शम, सुख, दुःख, उत्पत्ति, विनाश, भय, अभय, अहिंसा, समता, संतोष, तप, दान, यश व अपयश हे निरनिराळ्या प्रकारचे विकार प्राण्यांना माझ्यापासूनच प्राप्त होतात. ४।५.

महर्षयः सप्त पूर्वे चत्वारो मनवस्तथा ।
मद्भावा मानसा जाता येषां लोक इमाः प्रजाः ॥

प्राचीन भृगु आदिकरून सात महर्षि आणि सावर्णी आदि चार मनु हे माझ्या सामर्थ्यानें युक्त असे माझ्या मनापासून झाले व त्यांच्यापासूनच या सर्व जगांतील लोकांची उत्पत्ति झाली.

एतां विभूतिं योगं च मम यो वेत्ति तत्त्वतः ।
सोऽविकंपेन योगेन युज्यते नात्र संशयः ॥७॥

हा माझा विस्तार व तो उत्पन्न करण्याचें चातुर्य जो खरोखर जाणतो, त्याला स्थिरसमाधियोग प्राप्त होतो यांत संशय नाहीं. ७.

अहं सर्वस्य प्रभवो मत्तः सर्वं प्रवर्तते ।
इति मत्वा भजंते मां बुधा भावसमन्विताः॥८॥

मी सर्वांचा उत्पादक आहें व माझ्याचपासून सर्व प्रवृत्त होतें. असें जाणून ज्ञाते जन श्रद्धायुक्त होत्साते मला भजतात. ८.

मच्चित्ता मद्गतप्राणा बोधयंतः परस्परम् ।
कथयंतश्च मां नित्यं तुष्यंति च रमंति च ॥

ते माझ्या ठिकाणीं चित्त ठेवून व माझ्या ठिकाणीं जीव लावून एकमेकांना माझ्याविषयीं बोध करून माझें कीर्तन करीत सर्वकाल संतोष मानून माझे ठिकाणीं रममाण होतात. ९.

तेषां सततयुक्तानां भजतां प्रीतिपूर्वकम् ।
ददामि बुद्धियोगं तं येन मामुपयांति ते ॥१०॥

याप्रमाणें नेहमीं माझे ठिकाणीं तत्पर असलेले व प्रीतिपूर्वक मला भजणारे जे ज्ञानी, ते ज्याच्या योगानें मला मिळतील असा बुद्धियोग मी त्यांना देतों. १०.

तेषामेवाऽनुकंपार्थमहमज्ञानजं तमः ।
नाशयाम्यात्मभावस्थो ज्ञानदीपेन भास्वता ॥

त्यांच्यावर अनुग्रह करण्याकरितांच त्यांच्या बुद्धीमध्यें वास करून सुप्रकाशित ज्ञानदीपाच्या योगानें मी त्यांचे अज्ञानजन्य अंधकाराचा नाश करितों. ११.

अर्जुन उवाच—

परं ब्रह्म परं धाम पवित्रं परमं भवान् ।
पुरुषं शाश्वतं दिव्यमादिदेवमजं विभुम् ॥१२॥

अर्जुन म्हणालाः—तुम्हीं सर्वश्रेष्ठ ब्रह्म, उत्तमस्थान, आणि परमशुद्धिकर असे आहां. आपण निरंतर असणारे, तेजस्वी, सर्व देवांचे आदि व न उत्पन्न होणारे व सर्व व्यापक आहां. १२.

अहुस्त्वामृषयः सर्वे देवर्षिर्नारदस्तथा ।
असितो देवलो व्यासः स्वयं चैव ब्रवीषि मे ॥

असे आपण आहां म्हणून सर्व ऋषि,—देवर्षि नारद, असित, देवल व व्यास हे म्हणत आहेत आणि तुम्हीही स्वतः तेंच मला सांगत आहां. १३.

सर्वमेतदृतं मन्ये यन्मां वदसि केशव ।
न हि ते भगवन्व्यक्तिं विदुर्देवा न दानवाः ॥

केशवा, जें तुम्हीं मला सांगतां, तें हें सर्व मी सत्य मानतों. हे भगवन्, देवांना किंवा दैत्यांना तुमचें स्वरूप समजलें नाहीं. १४.

स्वयमेवाऽऽत्मनाऽऽत्मानं वेत्थ त्वं पुरुषोत्तम ।
भूतभावन भूतेश देवदेव जगत्पते ॥ १५ ॥

हे पुरुषोत्तमा, हे भूतभावना, हे भूतेशा,

हे देवदेवा, हे जगत्पते, आपणच आपल्या सामर्थ्यानें आपल्याला जाणतां. १५.

वक्तुमर्हस्यशेषेण दिव्या ह्यात्मविभूतयः ।
याभिर्विभूतिभिर्लोकानिमांस्त्वं व्याप्य तिष्ठसि ॥

यास्तव, ज्या विभूतींच्या योगानें तुम्हीं या सर्व लोकांना व्यापून राहातां, त्या तुमच्या अद्भुत अशा सर्व विभूति मला सांगा. १६.

कथं विद्यामहं योगिंस्त्वां सदा परिचिंतयन् ।
केषु केषु च भावेषु चिंत्योऽसि भगवन्मया ॥

हे योगिन्! तुमचें सतत चिंतन करणारा मी तुम्हाला कसा जाणूं शकेन? आणि हे भगवन् कोणकोणत्या वस्तूंचे ठिकाणीं मी तुमचें ध्यान करावें? (तें मला सांगा.) १७.

विस्तरेणाऽऽत्मनो योगं विभूतिं च जनार्दन ।
भूयः कथय तृप्तिर्हि शृण्वतो नास्ति मेऽमृतम् ॥

हे जनार्दना, तो तुमचा योग व विभूति मला पुनः विस्तारानें सांगा. कारण, तुमनें अमृतासारखें भाषण कितीही ऐकलें तरी माझी तृप्तिच होत नाहीं. १८.

श्रीभगवानुवाच—

हंत ते कथयिष्यामि दिव्या ह्यात्मविभूतयः
प्राधान्यतः कुरुश्रेष्ठ नास्त्यंतो विस्तरस्य मे ॥

श्रीभगवान् म्हणाले:—अर्जुना, ठीक आहे पण माझ्या मुख्य मुख्य विभूति मात्र तुला सांगतों. कारण, माझ्या विभूतींच्या विस्ताराचा अंतच नाहीं. १९.

अहमात्मा गुडाकेश सर्वभूताशयस्थितः ।
अहमादिश्च मध्यं च भूतानामंत एव च॥२०॥

हे गुडाकेशा, सर्व भूतांच्या अंतरीं असणारा आत्मा मी आहें; आणि सर्व भूतांचा आदि, मध्य व अंतही मीच आहें. २०.

आदित्यानामहं विष्णुर्ज्योतिषां रविरंशुमान् ।
मरीचिर्मरुतामस्मि नक्षत्राणामहं शशी ॥२१॥

द्वादशादित्यांमध्यें विष्णु मी; प्रकाशवंतांमध्यें किरणवंत सूर्य मी; मरुद्गणांमध्यें मरीचि मी; आणि नक्षत्रांमध्यें चंद्रही मीच आहें. २१.

वेदानां सामवेदोऽस्मि देवानामस्मि वासवः ।
इंद्रियाणां मनश्चास्मि भूतानामस्मि चेतना॥२२॥

वेदांमध्यें सामवेद मी आहें; देवांमध्यें इंद्र मी आहें; इंद्रियांमध्यें मन मी आहें, आणि प्राण्यांमध्यें चेतना मी आहें. २२.

रुद्राणां शंकरश्चास्मि वित्तेशो यक्षरक्षसाम् ।
वसूनां पावकश्चास्मि मेरुः शिखरिणामहम् ॥

एकादश रुद्रांमध्यें शंकर मी आहें; यक्षराक्षसांमध्यें कुबेर मी; अष्टवसूंमध्यें अग्नि मी आहें; आणि पर्वतांमध्यें मेरु मी आहें. २३.

पुरोधसां च मुख्यं मां विद्धि पार्थ बृहस्पतिम् ।
सेनानीनामहं स्कंदः सरसामस्मि सागरः ॥२४॥

महर्षीणां भृगुरहं गिरामस्म्येकमक्षरम् ।
यज्ञानां जपयज्ञोऽस्मि स्थावराणां हिमालयः ॥

पार्था, पुरोहितांमध्यें मुख्य जो बृहस्पति तो मी आहें असें जाण; सेनापतींमध्यें कार्तिकस्वामी मी आहें; व जलाशयांमध्यें समुद्र मी आहें. सप्तमहर्षींमध्यें भृगु मी आहें; वाणीमध्यें ॐकार मी आहें; यज्ञांमध्यें जपयज्ञ मी आहें; व अचल वस्तूंमध्यें हिमालय मी आहें. २४।२५.

अश्वत्थः सर्ववृक्षाणां देवर्षीणां च नारदः ।
गंधर्वाणां चित्ररथः सिद्धानां कपिलो मुनिः ॥

उच्चैःश्रवसमश्वानां विद्धि माममृतोद्भवम् ।
ऐरावतं गजेंद्राणां नराणां च नराधिपम्॥२७॥

सर्व वृक्षांमध्यें अश्वत्थ मी आहें; देवर्षी-

मध्यें नारद मी आहें; गंधर्वामध्यें चित्ररथ मी आहें व सिद्धांमध्यें कपिलमुनि मी आहें. अश्वांमध्यें, क्षीरसागरांतून निघालेला उच्चैःश्रवा नांवाचा घोडा मी आहें असें जाण. उत्तम हत्तींमध्यें ऐरावत मी आहें असें जाण व नरांमध्यें राजा मी आहें असें जाण. २६।२७.

आयुधानामहं वज्रं धेनूनामस्मि कामधुक् ।
प्रजनश्चास्मि कंदर्पः सर्पाणामस्मि वासुकिः ॥
अनंतश्चास्मि नागानां वरुणो यादसामहम् ।
पितॄणामर्यमा चास्मि यमः संयमतामहम् ॥२९॥

आयुधांमध्यें वज्र नांवाचें आयुध मी आहें; गाईमध्यें कामधेनु मी आहें; प्रजा उत्पन्न करणारा जो मदन तो मी आहें; सर्पांमध्यें वासुकि मी आहें. नागांमध्यें मी नागराज अनंत आहें; जलदेवतांमध्यें वरुण मी आहें; पितरांमध्यें अर्यमा नांवाचा पितर मी आहें; नियमन करणारांमध्यें यम मी आहें. २८।२९.

प्रऱ्हादश्चास्मि दैत्यानां कालः कलयतामहम् ।
मृगाणां च मृगेंद्रोऽहं वैनतेयश्च पक्षिणाम् ॥३०॥

दैत्यांमध्यें प्रऱ्हाद मी आहें; गणती करणाऱ्यांमध्यें काल मी आहें; पशूंमध्यें सिंह मी आहें; पक्ष्यांमध्यें गरुड मी आहें. ३०.

पवनः पवतामस्मि रामः शस्त्रभृतामहम् ।
झषाणां मकरश्चास्मि स्रोतसामस्मि जाह्नवी ॥

पवित्र करणाऱ्या वस्तूंमध्यें वायु मी आहें, शस्त्रधरांमध्यें दाशरथी राम मी आहें; जलचरांमध्यें मकर मी आहें; व नद्यांमध्यें भागिरथी मी आहें. ३१.

सर्गाणामादिरंतश्च मध्यं चैवाहमर्जुन ।
अध्यात्मविद्या विद्यानां वादः प्रवदतामहम् ॥
अक्षराणामकारोऽस्मि द्वंद्वः सामासिकस्य च ।
अहमेवाक्षयः कालो धाताऽहं विश्वतोमुखः ॥

हे अर्जुना, सृष्ट पदार्थांचा आदि, मध्य आणि अंत मी आहें; सर्व विद्यांमध्यें आत्मा काय, अनात्मा काय यांचा भेद दाखविणारी जी अध्यात्मविद्या, ती मी आहें. वादविवादांत तत्त्व जाणण्याच्या इच्छेनें केलेला जो वाद तो मी आहें. अक्षरांमध्यें ॐ हें अक्षर मी आहें; समासांमध्यें द्वंद्वसमास मी आहें; अक्षय्य जो काल तो मी आहें; व सर्व बाजूंनीं कर्माचें फल देणारा मी आहें. ३२।३३.

मृत्युः सर्वहरश्चाहमुद्भवश्च भविष्यताम् ।
कीर्तिः श्रीर्वाक्च नारीणां स्मृतिर्मेधा धृतिः क्षमा ॥

सर्वांना हरण करणारा मृत्यु मी आहें; उत्पन्न होणाऱ्या भाग्यवान् प्राण्यांचें भाग्य मी आहें; व स्त्रीलिंगी विभूतींमध्यें कीर्ति, लक्ष्मी, वाणी, स्मृति, बुद्धि, धृति (धैर्य) आणि शान्ति मी आहें. ३४.

बृहत्साम तथा साम्नां गायत्री छंदसामहम् ।
मासानां मार्गशीर्षोऽहमृतूनां कुसुमाकरः॥३५॥

सामांमध्यें बृहत्साम मी आहें; छंदांमध्यें गायत्री छंद मी आहें; मासांमध्यें मार्गशीर्ष मास मी आहें, व ऋतूंमध्यें वसंतऋतु मी आहें. ३५.

द्यूतं छलयतामस्मि तेजस्तेजस्विनामहम् ।
जयोऽस्मि व्यवसायोऽस्मि सत्त्वं सत्त्ववतामहम् ॥
वृष्णीनां वासुदेवोऽस्मि पांडवानां धनंजयः ।
मुनीनामप्यहं व्यासः कवीनामुशना कविः॥३७॥

फसविणाऱ्यांमध्यें द्यूत मी आहें; तेजस्व्यांमध्यें तेज मी आहें; जय मी; उद्योग मी; सात्विकांमध्यें सत्व मी आहें. यादवांमध्यें वासुदेव मी आहें; पांडवांमध्यें अर्जुन तो मी

आहें; मुनीमध्यें व्यास मी आहें; व कवींमध्यें उशना मी आहें. ३६।३७.

दंडो दमयतामस्मि नीतिरस्मि जिगीषताम् ।
मौनं चैवास्मि गुह्यानां ज्ञानं ज्ञानवतामहम् ॥

दमन करणारांमध्यें दंड म्हणजे शिक्षा मी आहें; जय मिळवूं इच्छिणारांची नीति मी आहें; गुह्य गोष्टींमध्यें मौन मी आहें; व ज्ञानवंत जनांचें ज्ञान तें मी आहें. ३८.

यच्चापि सर्वभूतानां बीजं तदहमर्जुन ।
न तदस्ति विना यत्स्यान्मया भूतं चराचरम् ॥
नान्तोऽस्ति मम दिव्यानां विभूतीनां परंतप ।
एष तूद्देशतः प्रोक्तो विभूतेर्विस्तरो मया ॥४०॥

अर्जुना, जें कांहीं सर्व भूतांचें बीज तें मी आहें. मजवांचून असूं शकेल असें चराचर कोणतेंही भूत नाहीं. हे शत्रुतापना, माझ्या दिव्य विभूतींचा अंत नाहीं, व हा जो विभूतींचा विस्तार मीं तुला सांगितला तो केवळ संक्षिप्त आहे. ३९।४०.

यद्यद्विभूतिमत्सत्त्वं श्रीमदूर्जितमेव वा ।
तत्तदेवावगच्छ त्वं मम तेजोंशसंभवम् ॥४१॥

अर्जुना, जी जी वस्तु ऐश्वर्ययुक्त किंवा शोभायुक्त किंवा कांहीं तरी प्रभावानें युक्त असेल ती ती माझ्या तेजाच्या अंशापासूनच झालेली आहे असें तूं जाण. ४१

अथवा बहुनैतेन किं ज्ञातेन तवार्जुन ।
विष्टभ्याहमिदं कृत्स्नमेकांशेन स्थितो जगत् ॥

इति श्रीमद्भगवद्गीतासूपनिषत्सु ब्रह्मविद्यायां योगशास्त्रे श्रीकृष्णार्जुनसंवादे विभूतियोगोनाम दशमोऽध्यायः ॥ १० ॥

अथवा, हे अर्जुना, या कामीं सविस्तर माहिती करून घेत बसण्यांत काय अधिक आहे ? मी माझ्या एकाच अंशानें हें सर्वही चराचर जगत् व्यापून राहिलों आहें, एवढी एक ठळक गोष्ट तुझे ध्यानांत आली म्हणजे काम झालें. ४२.

अध्याय पस्तिसावा.

—:०:—

विश्वरूपदर्शन.

अर्जुन उवाच—

मदनुग्रहाय परमं गुह्यमध्यात्मसंज्ञितम् ।
यत्त्वयोक्तं वचस्तेन मोहोऽयं विगतो मम ॥

अर्जुन म्हणालाः—हे भगवन्, माझ्यावर अनुग्रह करण्याकरितां जो तुम्हीं मला अध्यात्मनामक अत्यंत गुह्य ज्ञानाचा उपदेश केला त्याच्या योगानें माझा सर्व मोह नाहींसा झाला. १.

भवाप्ययौ हि भूतानां श्रुतौ विस्तरशो मया ।
त्वत्तः कमलपत्राक्ष माहात्म्यमपि चाव्ययम् ॥

हे कमलपत्राक्षा, चराचरांची उत्पत्ति आणि विनाश हे दोन्ही विस्तारपूर्वक तुमच्या मुखांतून मीं ऐकले; तसेंच तुमचा महिमा अविनाशी आहे हेंही ऐकलें. २.

एवमेतद्यथाऽऽत्थ त्वमात्मानं परमेश्वरम् ।
द्रष्टुमिच्छामि ते रूपमैश्वरं पुरुषोत्तम ॥३॥

परमेश्वरा, हें जे तुम्हीं आपल्याविषयीं वर्णन केलें तें खरोखर तसेंच आहे. परंतु, पुरुषोत्तमा, तें तुमचें व्यापकरूप पाहाण्याची मला इच्छा आहे. ३.

मन्यसे यदि तच्छक्यं मया द्रष्टुमिति प्रभो ।
योगेश्वर ततो मे त्वं दर्शयाऽऽत्मानमव्ययम् ॥

हे प्रभो, हे योगेश्वरा, तें तुमचें रूप मी पाहूं शकेन असें जर तुम्हांला वाटत असेल तर तें तुमचें अविनाशी रूप मला दाखवा. ४

श्रीभगवानुवाच—

पश्य मे पार्थ रूपाणि शतशोऽथ सहस्रशः ।
नानाविधानि दिव्यानि नानावर्णाकृतीनि च ॥

श्री भगवान् म्हणाले:—पार्था, अनेक प्रकारचीं, अनेक वर्णांचीं आणि अनेक आकारांचीं व अलौकिक अशीं माझीं शेंकडों हजारों रूपें पहा (एकच कां ?). ५.

पश्याऽऽदित्यान्वसून्रुद्रानश्विनौ मरुतस्तथा ।
बहून्यदृष्टपूर्वाणि पश्याऽऽश्चर्याणि भारत ॥६॥

हे भारता, बारा आदित्य, आठ वसु, अकरा रुद्र, दोन अश्विनीकुमार, एकुणपन्नास मरुद्गण, आणि पूर्वीं कधींही पाहिलीं नाहींत अशीं अनेक आश्चर्यकारक रूपें माझे ठिकाणीं पहा. ६.

इहैकस्थं जगत्कृत्स्नं पश्याद्य सचराचरम् ।
मम देहे गुडाकेश यच्चान्यद्द्रष्टुमिच्छसि ॥७॥

हे गुडाकेशा, चराचरांसहित हें सर्व जग, आणि जें कांहीं आणखी तूं पाहूं इच्छितोस तें सर्व आज माझ्या देहामध्यें एके ठिकाणीं असलेलें पाहा. ७.

न तु मां शक्यसे द्रष्टुमनेनैव स्वचक्षुषा ।
दिव्यं ददामि ते चक्षुः पश्यमे योगमैश्वरम् ॥

पण, या तुझ्या चर्मचक्षूंनींच तूं मला पाहूं शकणार नाहींस, म्हणून मी तुला दिव्य चक्षु देतों; आणि मग तूं माझी ईश्वरी शक्ति पाहा. ८.

संजय उवाच—

एवमुक्त्वा ततो राजन्महायोगेश्वरो हरिः ।
दर्शयामास पार्थाय परमं रूपमैश्वरम् ॥ ९ ॥

संजय म्हणाला:—धृतराष्ट्रा राजा, याप्रमाणें बोलून नंतर महायोगेश्वर कृष्णांनीं पार्थाला आपलें परमश्रेष्ठ विश्वरूप दाखविलें. ९.

अनेकवक्त्रनयनमनेकाद्भुतदर्शनम् ।
अनेकदिव्याभरणं दिव्यानेकोद्यतायुधम् ॥१०॥

त्या विश्वरूपांत अनंत मुखें, अनंत नेत्र, आणि अनंत अद्भुत दर्शनीय प्रकार होते. त्यांमध्यें अनंत सुप्रकाशित अलंकार होते व अनंत चकचकीत आयुधें उचलून धरलेलीं होतीं. १०.

दिव्यमाल्यांबरधरं दिव्यगंधानुलेपनम् ।
सर्वाश्चर्यमयं देवमनंतं विश्वतोमुखम् ॥ ११ ॥

अंगावर दिव्य पुष्पें आणि वस्त्रें होतीं व अंगाला दिव्य सुवासिक पदार्थ लावलेले होते. असा सर्व आश्चर्यांनीं भरलेला व सर्व बाजूंस तोंडें आहेत असा विश्वरूप धारण केलेला देव अर्जुनानें पाहिला. ११.

दिवि सूर्यसहस्रस्य भवेद्युगपदुत्थिता ।
यदि भाः सदृशी सा स्याद्भासस्तस्य महात्मनः ॥

आकाशामध्यें सहस्रसूर्यांची जर एकाक्षणीं प्रभा पसरेल तर ती त्या विश्वरूपाच्या प्रभेसारखी कांहींशी दिसेल. १२.

तत्रैकस्थं जगत्कृत्स्नं प्रविभक्तमनेकधा ।
अपश्यद्देवदेवस्य शरीरे पांडवस्तदा ॥१३॥

त्या देवाधिदेवाच्या शरीरामध्यें सर्व जग एकत्र दिसत असून, त्यामध्यें नानाविभाग आहेत असें अर्जुनानें त्या वेळेस पाहिलें. १३.

ततः स विस्मयाविष्टो हृष्टरोमा धनंजयः ।
प्रणम्य शिरसा देवं कृतांजलिरभाषत ॥ १४॥

तेव्हां धनंजय आश्चर्यानें चकित होऊन जाऊन त्याच्या अंगावर रोमांच उभे राहिले; आणि नमस्कार करून व हात जोडून तो देवाला म्हणाला. १४.

अर्जुन उवाच---

पश्यामि देवांस्तव देव देहे
सर्वांस्तथा भूतविशेषसंघान् ।
ब्रह्माणमीशं कमलासनस्थ-
मृषींश्चसर्वानुरगांश्च दिव्यान् ॥ १५ ॥

अर्जुन म्हणाला:---हे देवा, तुमच्या देहामध्यें मला सर्व देव, निरनिराळ्या प्राण्यांचे समुदाय, कमलाच्या आसनावर बसलेला, सर्व प्रजांचा स्वामी ब्रह्मदेव, सर्व ऋषि आणि दिव्य सर्प हेही दिसतात. १५.

अनेकबाहूदरवक्त्रनेत्रं
पश्यामि त्वां सर्वतोनंतरूपम् ।
नांतं न मध्यं न पुनस्तवाऽऽदिं
पश्यामि विश्वेश्वर विश्वरूपम् ॥१६॥

हे विश्वेश्वरा, तुह्माला अनंत बाहु, अनंत उदरें, अनंत मुखें व अनंत नेत्र असून सर्व बाजूंनीं तुह्मांला अनंत रूपें आहेत असें मी पाहातों. पण हे विश्वरूपा, तुमचा आदि, मध्य व अंत मला दिसत नाहीं. १६.

किरीटिनं गदिनं चक्रिणं च
तेजोराशिं सर्वतोदीप्तिमंतम् ।
पश्यामि त्वां दुर्निरीक्ष्यं समंता-
द्दीप्तानलार्कद्युतिमप्रमेयम् ॥ १७ ॥

हे भगवन्, मस्तकावर किरीट असून, हातांत गदा आणि चक्र असलेले तेज:पुंज, सर्व बाजूंनीं देदीप्यमान, प्रदीप्त अग्नीच्या आणि सूर्याच्या प्रभेसारखी ज्याची प्रभा आहे व ज्याची गणती करितां येत नाहीं, व कोणीकडूनही पाहिलें तरी दृष्टि ठरत नाहीं असा तुम्हाला मी पाहातों. १७.

त्वमक्षरं परमं वेदितव्यं
त्वमस्य विश्वस्य परं निधानम् ।
त्वमव्ययः शाश्वतधर्मगोप्ता
सनातनस्त्वं पुरुषो मतो मे ॥१८॥

हे प्रभो, जाणण्यास योग्य असें जें अक्षर नांवाचें परब्रह्म तें तुम्ही आहां, तुम्हीं या विश्वास मोठे आधारभूत आहां, तुम्ही अविनाशी असून सनातन धर्माचे रक्षक आहां; व तुम्ही चिरकाल रहाणारे असे पुरुष आहां, हें मला मान्य आहे. १८.

अनादिमध्यांतमनंतवीर्य-
मनंतबाहुं शशिसूर्यनेत्रम् ।
पश्यामि त्वां दीप्तहुताशवक्त्रं
स्वतेजसा विश्वमिदं तपंतम् ॥१९॥

हे प्रभो, ज्याला आदि, मध्य व अंत नाहीं, ज्याचे शक्तीला अंत नाहीं, ज्याला अनंत हस्त आहेत, चंद्र सूर्य ज्याचे डोळे आहेत, ज्याचें तोंड प्रदीप्त झालेल्या अग्नीप्रमाणें आहे व जो आपल्या तेजानें या विश्वाला ताप करितो, अशा तुम्हाला मी पाहातों. १९.

द्यावापृथिव्योरिदमंतरं हि
व्याप्तं त्वयैकेन दिशश्च सर्वाः ।
दृष्ट्वाऽद्भुतं रूपमिदं तवोग्रं
लोकत्रयं प्रव्यथितं महात्मन् ॥२०॥

हे महात्मन्, आकाश आणि पृथ्वी यांमधील हें अंतर आणि सर्व दिशा तुम्हीं एकट्यानेंच व्यापून टाकिल्या आहेत. तुमचें हें अद्भुत उग्ररूप पाहून हें त्रैलोक्य अतिशय भयभीत झालें आहे. २०.

अमी हि त्वा सुरसंघा विशंति
केचिद्भीताः प्रांजलयो गृणंति ।
स्वस्तीत्युक्त्वा महर्षिसिद्धसंघाः
स्तुवंति त्वां स्तुतिभिः पुष्कलाभिः ॥

हे प्रभो, भूभार हरण करण्याकरितां अव-

तारलेले जे देवांचे अंश ते हे कित्येक योद्धे तुमच्या स्वरूपांत प्रवेश करीत आहेत, कित्येक भयभीत होऊन हात जोडून तुमची स्तुति करीत आहेत; व महर्षि आणि सिद्ध यांचे समुदाय 'स्वस्ति' शब्द उच्चारून संपर्ण स्तुतींनीं तुमची प्रशंसा करीत आहेत. २१.

रुद्रादित्या वसवो ये च साध्या
विश्वेऽश्विनौ मरुतश्चोष्मपाश्च ।
गंधर्वयक्षासुरसिद्धसंघा
वीक्षंते त्वां विस्मिताश्चैव सर्वे ॥२२॥

हे प्रभो, रुद्र, आदित्य, वसु, साध्य (रुद्रगण) विश्वेदेव, अश्विनीकुमार, मरुत, पितर, गंधर्व, यक्ष, असुर व सिद्ध यांचे समुदाय हे विस्मित होऊन तुमच्या रूपाकडे टक लावून पहात आहेत. २२.

रूपं महत्ते बहुवक्त्रनेत्रं
महाबाहो बहुबाहूरुपादम् ।
बहूदरं बहुदंष्ट्राकरालं
दृष्ट्वा लोकाःप्रव्यथितास्तथाऽहम् ॥

हे महाबाहो, तुझें बहुत मुखांचें, बहुत नेत्रांचें, बहुत हस्तांचें, बहुत मांड्यांचें, बहुत पायांचें, बहुत पोटांचें व बहुत दाढांनीं विक्राळ असें विशाळ रूप पाहून सर्व लोक भयानें अत्यंत भयभीत होत आहेत; आणि मीही तसाच भयभीत होत आहें. २३.

नभःस्पृशं दीप्तमनेकवर्णं
व्यात्ताननं दीप्तविशालनेत्रम् ।
दृष्ट्वा हि त्वां प्रव्यथितांतरात्मा
धृतिं न विंदामि शमं च विष्णो॥२४॥

हे विष्णो, तुम्ही जे आकाशापर्यंत पोहोंचलेले, प्रकाशमान्, अनेक वर्णांचे, पसरलेल्या तोंडांचे व प्रदीप्त आणि विशाल नेत्रांचे त्या तुम्हाला पाहून माझा अंतरात्मा भयभीत होऊन गेला आहे. माझें धैर्य टिकत नाहीं व मला शांतीही वाटत नाहीं. २४.

दंष्ट्राकरालानि च ते मुखानि
दृष्ट्वैव कालानलसन्निभानि ।
दिशो न जाने न लभे च शर्म
प्रसीद देवेश जगन्निवास ॥२५॥

हे देवाधिदेवा, जगन्निवासा, प्रलयकालाच्या अग्नीसारखीं प्रदीप्त आणि भयंकर दाढांनीं विक्राळ अशीं तुमचीं मुखें पाहातांच मला दिशा समजेनातशा झाल्या आहेत व मला सुख वाटत नाहीं. तस्मात्, आपण मजवर कृपा करा. २५.

अमी च त्वां धृतराष्ट्रस्य पुत्राः
सर्वे सहैवावनिपालसंघैः ।
भीष्मो द्रोणः सूतपुत्रस्तथाऽसौ
सहास्मदीयैरपि योधमुख्यैः ॥ २६ ॥
वक्त्राणि ते त्वरमाणा विशंति
दंष्ट्राकरालानि भयानकानि ।
केचिद्विलग्ना दशनांतरेषु
संदृश्यंते चूर्णितैरुत्तमांगैः ॥२७॥

हे प्रभो, हे धृतराष्ट्राचे दुर्योधनादि सर्व पुत्र राजांचे समुदायांसह, आणि भीष्म, द्रोण तसाच हा कर्ण व आमच्या कडील मुख्य मुख्य योद्धे यांसह हे योद्धे दाढांनीं विक्राळ अशा तुमच्या भयंकर मुखामध्यें त्वरेनें शिरत आहेत. त्यांत कित्येक तुमच्या दांतांच्या मध्यें सांपडले आहेत असे दिसतात; आणि कित्येकांच्या मस्तकांचा चुराडा होऊन गेला आहे असे दिसतात. २६।२७.

यथा नदीनां बहवोऽबुवेगाः
समुद्रमेवाभिमुखा द्रवंति ।
तथा तवामी नरलोकवीरा
विशंति वक्त्राण्यभिविज्वलंति ॥२८॥

हे प्रभो, जसे नद्यांचे मोठमोठे प्रवाह समुद्राकडेसच धांव घेत असतात, तसे हे मृत्युलोकींचे वीर ह्या तुमच्या प्रज्वलित मुखामध्यें शिरत आहेत. २८.

यथा प्रदीप्तं ज्वलनं पतंगा
विशंति नाशाय समृद्धवेगाः ।
तथैव नाशाय विशंति लोका-
स्तवापि वक्त्राणि समृद्धवेगाः ॥२९॥

हे प्रभो, जसे भडकलेल्या अग्नीमध्यें नाश पावण्यास्तव पतंग मोठ्या वेगानें शिरत असतात, तसेच हेही सर्व लोक तुमच्या मुखांमध्यें नाश पावण्यास्तव मोठ्या वेगानें शिरत आहेत. २९.

लेलिह्यसे ग्रसमानः समंता-
ल्लोकान्समग्रान्वदनैर्ज्वलद्भिः ।
तेजोभिरापूर्य जगत्समग्रं
भासस्तवोग्राः प्रतपंति विष्णो ॥३०॥

हे विष्णो, सर्व बाजूंनीं पेटलेल्या मुखांनीं सर्व लोकांना गट्ट करून तुम्हीं वारंवार जिभल्या चाटीत आहां; तुमच्या उग्रप्रभा संपूर्ण जगताला व्यापून आपल्या प्रखर तेजानें तापवीत आहेत. ३०.

आख्याहि मे को भवानुग्ररूपो
नमोऽस्तु ते देववर प्रसीद ।
विज्ञातुमिच्छामि भवंतमाद्यं
न हि प्रजानामि तव प्रवृत्तिम् ॥३१॥

हे प्रभो, तुम्हाला नमस्कार असो; तुम्हीं प्रसन्न व्हा. उग्ररूप धारण केलेले असे तुम्ही कोण आहां तें मला सांगा. तुम्हीं सर्वांचे आदि आहां, त्या तुम्हांला मीं विशेष जाणण्याची इच्छा करितों. तुमचा हेतु मला कांहींच कळत नाहीं. ३१.

श्रीभगवानुवाच—

कालोऽस्मि लोकक्षयकृत्प्रवृद्धो
लोकान्समाहर्तुमिह प्रवृत्तः ।
ऋतेऽपि त्वा न भविष्यंति सर्वे
येऽवस्थिताः प्रत्यनीकेषु योधाः ॥३२॥

श्रीभगवान् म्हणाले:—जगाचा क्षय करणारा वाढलेला काळ तो मी आहें. प्राण्यांचा संहार करण्यास्तव मी येथें प्रवृत्त झालों आहें. उभय सैन्यांमध्यें जे योद्धे उभे आहेत, ते सर्व, तूं खेरीजकरून, जगणार नाहींत. ३२.

तस्मात्त्वमुत्तिष्ठ यशो लभस्व
जित्वा शत्रून्भुङ्क्ष्व राज्यं समृद्धम् ।
मयैवैते निहताः पूर्वमेव
निमित्तमात्रं भव सव्यसाचिन् ॥३३॥

यास्तव, हे अर्जुना, तूं ऊठ, यश मिळव. आणि शत्रूंना जिंकून सर्व राज्याचा उपभोग घे. हे मीं पूर्वींच मारून ठेविलेले आहेत. तूं निमित्ताला मात्र पुढें हो. ३३.

द्रोणं च भीष्मं च जयद्रथं च
कर्णं तथाऽन्यानपि योधवीरान् ।
मया हतांस्त्वं जहि मा व्यथिष्ठा
युद्ध्यस्व जेतासि रणे सपत्नान् ॥३४॥

द्रोण, भीष्म, जयद्रथ, कर्ण आणि दुसरे पराक्रमी योद्धे यांना मीं आधींच मारलेलें आहे; त्यांना तूं मार; खिन्न होऊं नको; युद्ध कर, रणामध्यें तूं शत्रूंना जिंकशील. ३४.

संजय उवाच—

एतच्छ्रुत्वा वचनं केशवस्य
कृताञ्जलिर्वेपमानः किरीटी ।
नमस्कृत्वा भूय एवाऽऽह कृष्णं
सगद्गदं भीतभीतः प्रणम्य ॥३५॥

संजय म्हणाला:—याप्रमाणें केशवाचें भाषण

ऐकून, थरथर कांपणारा किरीटी हात जोडून श्रीकृष्णांना पुनः नमस्कार करून भीतभीत सद्गदीत अंतःकरणानें नम्र होऊन म्हणाला. ३५.

अर्जुन उवाच—

स्थाने हृषीकेश तव प्रकीर्त्या
जगत्प्रहृष्यत्यनुरज्यते च ।
रक्षांसि भीतानि दिशो द्रवंति
सर्वे नमस्यंति च सिद्धसंघाः ॥३६॥

अर्जुन म्हणालाः—हृषीकेशा, तुमच्या विशेष कीर्तीनें सर्व जगत् आनंदभरित होतें, आणि तुमच्यावर प्रेम करितें; तसेंच राक्षस भयभीत होऊन दशदिशांकडे धांव घेतात, आणि सर्व सिद्धांचे समुदायी तुला नमस्कार करितात. हें योग्यच आहे. ३६.

कस्माच्च ते न नमेरन्महात्मन्
गरीयसे ब्रह्मणोऽप्यादिकर्त्रे ।
अनन्त देवेश जगन्निवास
त्वमक्षरं सदसत्तत्परं यत् ॥३७॥

हे महात्मन्, हे अनंता, हे देवाधिदेवा, तुम्हीं श्रेष्ठ असून ब्रह्मदेवाचेही उत्पन्नकर्ते आहां; मग ते तुम्हांला कां नमस्कार करणार नाहींत? हे जगन्निवासा, जें सत् आणि असत् आहे त्याच्या पलीकडचें जें अविनाशी ब्रह्म तें तुम्ही आहां. ३७.

त्वमादिदेवः पुरुषः पुराण-
स्त्वमस्य विश्वस्य परं निधानम् ।
वेत्ताऽसि वेद्यं च परं च धाम
त्वया ततं विश्वमनंतरूप ॥ ३८ ॥

तुम्हीं आदिदेव, पुराण पुरुष, तुम्हीं या विश्वाचें लयस्थान, तुम्हीं ज्ञाते, तुम्हीं जाणावयाची योग्यवस्तु, व तुम्हीं परमपद आहां. हे अनंतरूपा, तुम्हीं हें सर्व जग व्यापिलें आहे. ३८.

वायुर्यमोऽग्निर्वरुणः शशाङ्कः
प्रजापतिस्त्वं प्रपितामहश्च ।
नमो नमस्तेऽस्तु सहस्रकृत्वः
पुनश्च भूयोऽपि नमो नमस्ते ॥३९॥

नमः पुरस्तादथ पृष्ठतस्ते
नमोऽस्तु ते सर्वत एव सर्व ।
अनंतवीर्यामितविक्रमस्त्वं
सर्वं समाप्नोपि ततोऽसि सर्वः ॥४०॥

वायु, यम, अग्नि, वरुण, चंद्र, कश्यपादि प्रजापति व ब्रह्मदेवाचा पिताही तुम्हींच आहां. सहस्रवेळां तुम्हांला नमस्कार असो; आणि पुनःपुनः तुम्हांला नमस्कार असो. हे सर्वरूपा परमेश्वरा, तुम्हांला समोरून, मागून आणि सर्व बाजूंनीं नमस्कार असो; ज्याच्या बलाला आणि पराक्रमाला पार नाहीं असे तुम्हीं आहां. ज्यापेक्षां तुम्हीं सर्व जग व्यापिलें आहे त्यापेक्षां तुम्हीं सर्वस्वरूप आहां. ३९।४०.

सखेति मत्वा प्रसभं यदुक्तं
हे कृष्ण हे यादव हे सखेति ।
अजानता महिमानं तवेदं
मया प्रमादात्प्रणयेन वाऽपि ॥४१॥

यच्चावहासार्थमसत्कृतोऽसि
विहारशय्यासनभोजनेषु ।
एकोऽथवाऽप्यच्युत तत्समक्षं
तत्क्षामये त्वांमहमप्रमेयम् ॥ ४२ ॥

हे प्रभो, तुमचा हा महिमा न जाणतां, मी तुम्हाला मित्र समजून, हे कृष्णा, हे यादवा, हे सख्या, असें अमर्यादेनें अथवा प्रीतीनें जें उद्दाम भाषण बोललों आहें; आणखी हे अच्युता, खेळतांना, निजतांना, बसतांना आणि जेवतांना तुमच्या तोंडावर अथवा तुमच्या पश्चात् थट्टेनें जो तुमचा अपमान केला, त्याबद्दल अनंत असे जे

तुम्ही त्या तुमची ' क्षमा करा ' अशी मी प्रार्थना करितों. ४१।४२.

पिताऽसि लोकस्य चराचरस्य
त्वमस्य पूज्यश्च गुरुर्गरीयान् ।
न त्वत्समोऽस्त्यभ्यधिकः कुतोऽन्यो
लोकत्रयेऽप्यप्रतिमप्रभावः ॥ ४३ ॥

ज्याच्या सामर्थ्याला उपमा नाहीं, असे तुम्ही या चराचर जगताचे उत्पादक व अतिश्रेष्ठ आणि पूज्य असे गुरु आहां. तुमच्यासारखा या त्रैलोक्यांत दुसरा कोणी नाहीं. तेव्हां तुमच्यापेक्षां अधिक कोठून असणार ? ४३.

तस्मात्प्रणम्य प्रणिधाय कायं
प्रसादये त्वामहमीशमीड्यम् ।
पितेव पुत्रस्य सखेव सख्युः
प्रियः प्रियायाऽर्हसि देव सोढुम् ॥

म्हणून, हे देवा, साष्टांग नमस्कार करून स्तुत्य व समर्थ अशा तुम्हाला प्रसन्न होण्याकरितां मी प्रार्थना करितों. जसा पिता पुत्राचे अपराध, मित्र मित्राचे अपराध आणि पुरुष आपल्या प्रियेचे अपराध सहन करितो तसे तुम्हीं माझे अपराध सहन करण्यास योग्य आहां. ४४.

अदृष्टपूर्वं हृषितोऽस्मि दृष्ट्वा
भयेन च प्रव्यथितं मनो मे ।
तदेव मे दर्शय देव रूपं
प्रसीद देवेश जगन्निवास ॥ ४५ ॥

हे देवाधिदेवा, जगन्निवासा, पूर्वी कधीं न पाहिलेलें असें विश्वरूप पाहिल्यानें मला हर्ष झाला. पण भयानेंही माझें मन अति व्याकूळ झालें. यास्तव, हे देवा, प्रसन्न व्हा, आणि तुमचें तें पूर्वीचें रूप माझे दृष्टीस पाडा. ४५.

किरीटिनं गदिनं चक्रहस्त-
मिच्छामि त्वां द्रष्टुमहं तथैव ।
तेनैव रूपेण चतुर्भुजेन
सहस्रबाहो भव विश्वमूर्ते ॥ ४६ ॥

हे सहस्रबाहो, हे विश्वमूर्ते, तुम्हांस मुकुट घातलेले आणि हातांत गदा तसेंच चक्र घेतलेले असें पाहावें अशी माझी इच्छा आहे. म्हणून त्याच चतुर्भुज रूपानें युक्त असे तुम्हीं व्हा. ४६.

श्रीभगवानुवाच—
मया प्रसन्नेन तवार्जुनेदं
रूपं परं दर्शितमात्मयोगात् ।
तेजोमयं विश्वमनन्तमाद्यं
यन्मे त्वदन्येन न दृष्टपूर्वं ॥४७॥

श्रीभगवान् म्हणाले:—हे अर्जुना, जें तुझ्याशिवाय पूर्वी कोणीं पाहिलें नाहीं, तें हें माझें तेजोमय, सर्व व्यापक, अपार, सर्वांचें मूळ व उत्कृष्ट असें रूप मीं प्रसन्न होऊन आपल्या योगसामर्थ्यानें तुला दाखविलें. ४७.

न वेदयज्ञाध्ययनैर्न दानै-
र्नच क्रियाभिर्न तपोभिरुग्रैः ।
एवंरूपः शक्य अहं नृलोके
द्रष्टुं त्वदन्येन कुरुप्रवीर ॥ ४८ ॥

हे कुरुश्रेष्ठा, या मृत्युलोकीं तुजवांचून दुसऱ्या कोणालाही या प्रकारचें माझें विश्वरूप वेदाध्ययनानें, यज्ञाचरणानें आणि दानानें व कर्माचरणानें तसेंच उग्रतपाचरणानेंही दृष्टीस पडणें शक्य नाहीं. ४८.

मा ते व्यथा मा च विमूढभावो
दृष्ट्वा रूपं घोरमीदृङ्ममेदम् ।

१ येथें प्रियः प्रियायाऽर्हसि (—याः+अ.) असा संधि झाला आहे, पण तो आर्ष समजावा.

व्यपेतभीः प्रीतमनाः पुनस्त्वं
तदेव मे रूपमिदं प्रपश्य ॥४९॥

हे अर्जुना, हें माझें असलें घोररूप पाहून तूं भिऊं नको, आणि गोंधळूंही नको. भय सोडून संतुष्ट मनानें माझें हेंच रूप पुनः नीट पाहा. ४९.

संजय उवाच—

इत्यर्जुनं वासुदेवस्तथोक्त्वा
स्वकं रूपं दर्शयामास भूयः ।
आश्वासयामास च भीतमेनं
भूत्वा पुनः सौम्यवपुर्महात्मा ॥५०॥

संजय म्हणालाः—भगवान् वासुदेवांनीं याप्रमाणें भाषण करून पुनः आपलें रूप अर्जुनाला दाखविलें आणि पुनरपि सौम्य रूप घेऊन भ्यालेल्या अर्जुनाला धीर दिला. ५०.

अर्जुन उवाच—

दृष्ट्वेदं मानुषं रूपं तव सौम्यं जनार्दन ।
इदानीमस्मि संवृत्तः सचेताः प्रकृतिं गतः ॥

अर्जुन म्हणालाः—हे जनार्दना, हें तुमचें सौम्य मानवरूप पाहून आतां मी सावध होऊन, माझें मन पूर्ववत् स्वस्थ झालें आहे. ५१.

श्रीभगवानुवाच—

सुदुर्दर्शमिदं रूपं दृष्टवानसि यन्मम ।
देवा अप्यस्य रूपस्य नित्यं दर्शनकाङ्क्षिणः ॥

श्रीभगवान् म्हणाले, हे अर्जुना, हें पाहाण्यास अति अशक्य असें जें रूप तूं पाहिलें, तें रूप पाहावें असें देव देखील निरंतर इच्छितात. ५२.

नाहं वेदैर्न तपसा न दानेन न चेज्यया ।
शक्य एवंविधो द्रष्टुं दृष्टवानसि मां यथा ॥५३॥

हे अर्जुना, तुला जसें माझें दर्शन झालें, तसें वेदाध्ययनानें, तपानें, दानानें किंवा यज्ञानें देखील कोणाला होऊं शकणार नाहीं. ५३.

भक्त्या त्वनन्यया शक्य अहमेवंविधोऽर्जुन ।
ज्ञातुं द्रष्टुं च तत्त्वेन प्रवेष्टुं च परंतप ॥५४॥

हे परंतपा अर्जुना, माझें या प्रकारचें विश्वरूप खरोखर जाणण्याला, पाहाण्याला व तद्रूप होण्याला एक अनन्य भक्तिच साधन आहे. ५४.

मत्कर्मकृन्मत्परमो मद्भक्तः सङ्गवर्जितः ।
निर्वैरः सर्वभूतेषु यः स मामेति पांडव ॥५५॥

इति श्रीमद्भगवद्गीतासूपनिषत्सु ब्रह्मविद्यायां योगशास्त्रे श्रीकृष्णार्जुनसंवादे विश्वरूपदर्शनं नामैकादशोऽध्यायः ॥ ११ ॥

हे पांडवा, माझ्या उद्देशानें कर्म करणारा, मीच ज्याचें सर्वस्व आहें, उपाधिरहित असणारा, व प्राणिमात्राशीं वैर न करणारा असा जो माझा भक्त आहे तो मला प्राप्त होतो. ५५.

अध्याय छत्तिसावा.

—:०:—

भक्तियोगकथन.

अर्जुन उवाच—

एवं सततयुक्ता ये भक्तास्त्वां पर्युपासते ।
ये चाप्यक्षरमव्यक्तं तेषां के योगवित्तमाः ॥१॥

अर्जुन म्हणालाः—देवा, या तुझ्या म्हणण्याप्रमाणें एकनिष्ठ होऊन तुझ्या सगुणरूपाची उपासना करितात ते, आणि अव्यक्त आणि अविनाशी अशा निर्गुण ब्रह्माची उपासना करतात ते, या दोहों प्रकारच्या भक्तांमध्यें भक्तीचें खरें तत्त्व कोणास समजलें आहे हें मला सांगा. १.

श्रीभगवानुवाच---
मय्यावेश्य मनो ये मां नित्ययुक्ता उपासते ।
श्रद्धया परयोपेतास्ते मे युक्ततमा मताः ॥२॥

श्रीभगवान् म्हणाले:---अर्जुना, विश्वरूपानें आकारलेला जो मी त्याचे ठिकाणीं चित्त स्थिर करून नित्ययुक्त होत्साते परम श्रद्धेनें माझी सतत उपासना करितात ते मला योगवेत्त्यांत श्रेष्ठ वाटतात. २.

ये त्वक्षरमनिर्देश्यमव्यक्तं पर्युपासते ।
सर्वत्रगमचिंत्यं च कूटस्थमचलं ध्रुवम् ॥ ३ ॥
संनियम्यैंद्रियग्रामं सर्वत्र समबुद्धयः ।
ते प्राप्नुवंति मामेव सर्वभूतहिते रताः ॥ ४ ॥

आतां प्राणिमात्राचें हित करण्याविषयीं तत्पर आणि सर्वत्र समदृष्टि असे जे पुरुष सर्व इंद्रियांचें नियमन करून, अनिर्देश्य, अव्यक्त, सर्वव्यापी, अचिंत्य, कूटस्थ, अचल व शाश्वत अशा नाशरहित ब्रह्माची उपासना करितात तेही मलाच येऊन मिळतात. ३।४.

क्लेशोऽधिकतरस्तेषामव्यक्तासक्तचेतसाम् ।
अव्यक्ता हि गतिर्दुःखं देहवद्भिरवाप्यते ॥५॥

पण, अर्जुना, अशा प्रकारें ब्रह्माची उपासना करणाऱ्या देहधारी पुरुषांना उपासनेचे कष्ट होऊन अव्यक्त गति फार प्रयासानें प्राप्त होते. ५.

ये तु सर्वाणि कर्माणि मयि संन्यस्य मत्पराः ।
अनन्येनैव योगेन मां ध्यायंत उपासते ॥ ६ ॥
तेषामहं समुद्धर्ता मृत्युसंसारसागरात् ।
भवामि न चिरात्पार्थ मय्यावेशितचेतसाम् ॥७॥

जे मत्पर होऊन सर्व कर्में मला (सगुणाला) अर्पण करून व माझें ध्यान करून अनन्यभावानें माझी उपासना करितात. पार्था, त्या माझे ठिकाणीं चित्त समर्पण केलेल्या भक्तांचा मी जन्ममरणयुक्त संसारसमुद्रापासून लवकरच उद्धार करितों. ६।७.

मय्येव मन आधत्स्व मयि बुद्धिं निवेशय ।
निवसिष्यसि मय्येव अत ऊर्ध्वं न संशयः ॥८॥

(यास्तव) अर्जुना, तूं माझ्या ठिकाणींच मन ठेव; व माझ्याच ठिकाणीं बुद्धीची स्थापना कर. असें केल्यावर तूं माझ्या ठिकाणींच वास करशील, यांत संशय नाहीं. ८.

अथ चित्तं समाधातुं न शक्नोषि मयि स्थिरम् ।
अभ्यासयोगेन ततो मामिच्छाऽऽप्तुं धनंजय ॥
अभ्यासेऽप्यसमर्थोऽसि मत्कर्मपरमो भव
मदर्थमपि कर्माणि कुर्वन्सिद्धिमवाप्स्यसि ॥१०॥

धनंजया, परंतु, जर तूं आपलें चित्त माझ्या स्वरूपीं स्थिर करण्यास समर्थ होणार नाहींस, तर अभ्यासाच्या[1] योगानें मला प्राप्त करून घेण्याची इच्छा धर. अभ्यास करण्याचें देखील जर तुला सामर्थ्य नसलें, तर माझ्या उद्देशानें कर्में करीत जा. माझ्या उद्देशानें कर्में केलींस तरी तुला मोक्षप्राप्ति होईल. ९।१०.

अथैतदप्यशक्तोऽसि कर्तुं मद्योगमाश्रितः ।
सर्वकर्मफलत्यागं ततः कुरु यतात्मवान् ॥११॥

आतां, हेंही करण्याला जर तूं असमर्थ असलास, तर मनाचा संयम कर; आणि अनन्य भावेंकरून मला शरण येऊन सर्व कर्मांच्या फलांचा त्याग कर. ११.

श्रेयो हि ज्ञानमभ्यासाज्ज्ञानाद्ध्यानं विशिष्यते ।
ध्यानात्कर्मफलत्यागस्त्यागाच्छांतिरनंतरम् ॥

अभ्यासाहून ज्ञान श्रेष्ठ आहे; ज्ञानाहून ध्यान श्रेष्ठ आहे; व ध्यानाहून कर्मफलत्याग

१ कोणत्याही कर्माची पुनःपुनः आवृत्ति करणें याला अभ्यास म्हणतात.

श्रेष्ठ आहे. कां कीं, कर्मफलत्यागापासून शांति प्राप्त होते. १२.

अद्वेष्टा सर्वभूतानां मैत्रः करुण एव च
निर्ममो निरहंकारः समदुःखसुखः क्षमी ॥ १३॥
संतुष्टः सततं योगी यतात्मा दृढनिश्चयः ।
मय्यर्पितमनोबुद्धिर्यो मद्भक्तः स मे प्रियः ॥

जो कोणाचाही द्वेष करीत नाहीं, जो सर्व भूतांचा मित्र, जो दयाळु, जो ममत्व-शून्य, सुख व दुःख हीं दोन्ही ज्याला समान, जो क्षमावान् आहे; जो सर्वदा संतुष्ट आहे, जो स्थिरचित्त आहे, ज्याच्या मनाचा संयम झाला आहे, ज्याचा निश्चय बळकट आहे, आणि ज्यानें आपलें मन व बुद्धि हीं मला अर्पण केलीं आहेत असा जो माझा भक्त तो मला प्रिय आहे. १३।१४.

यस्मान्नोद्विजते लोको लोकान्नोद्विजते च यः ।
हर्षामर्षभयोद्वेगैर्मुक्तो यः स च मे प्रियः ॥ १५॥

ज्याच्यापासून लोकांना उद्वेग होत नाहीं, व लोकांपासून ज्याला संताप होत नाहीं, आणि विषयसंबंधीं आनंद, क्रोध, भय व त्रास या सर्वांपासून जो मुक्त असतो, तो मला प्रिय आहे. १५.

अनपेक्षः शुचिर्दक्ष उदासीनो गतव्यथः ।
सर्वारंभपरित्यागी यो मद्भक्तः स मे प्रियः ॥

जो माझा भक्त निस्पृह, अंतर्बाह्य पवित्र, दक्ष, उदासीन, निर्भय व फलाच्या इच्छेनें कोणतेंही कर्म न करणारा असा असतो तो मला प्रिय आहे. १६.

यो न हृष्यति न द्वेष्टि न शोचति न काङ्क्षति।
शुभाशुभपरित्यागी भक्तिमान्यः स मे प्रियः ॥

जो इष्ट वस्तूच्या लाभापासून आनंद मानीत नाहीं, व जो अनिष्ट वस्तु प्राप्त झाल्यास तिचा तिरस्कार करीत नाहीं, तिचा वियोग झाला असतांना शोक करीत नाहीं, व ती प्राप्त होण्याबद्दल इच्छा करीत नाहीं, आणि शुभाशुभ कर्मांचा त्याग करितो व माझी भक्ति करितो, तो मला प्रिय आहे. १७.

समः शत्रौ च मित्रे च तथा मानापमानयोः ।
शीतोष्णसुखदुःखेषु समः संगविवर्जितः ॥ १८॥
तुल्यनिंदास्तुतिर्मौनी संतुष्टो येन केनचित् ।
अनिकेतः स्थिरमतिर्भक्तिमान्मे प्रियो नरः ॥

जो शत्रूंशीं आणि मित्रांशीं सारखा वागतो, मान आणि अपमान सारखा मानितो, शीत–उष्ण व सुख–दुःख हीं सारखींच समजतो, ज्याची कशावरही आसक्ति नसते, ज्याला निंदा आणि स्तुति समान आहेत, जो मौन धारण करितो, यदृच्छया जें कांहीं मिळेल त्यांतच संतुष्ट असतो, ज्याचें कोणतेंही ठिकाण ठरलेलें असें नाहीं, ज्याची बुद्धि स्थिर आहे, आणि जो माझी भक्ति करितो, तो मनुष्य मला प्रिय आहे. १८।१९.

ये तु धर्म्यामृतमिदं यथोक्तं पर्युपासते ।
श्रद्दधाना मत्परमा भक्तास्तेऽतीव मे प्रियाः ॥

इति श्रीमद्भगवद्गीतासूपनिषत्सु ब्रह्मविद्यायां योगशास्त्रे श्रीकृष्णार्जुनसंवादे भक्तियोगो नाम द्वादशोऽध्यायः ॥ १२ ॥

पण माझ्यावर श्रद्धा ठेवून आणि मत्पर होऊन जे माझे भक्त आतांपर्यंत सांगितलेल्या ह्या धर्मपोषक अशा ज्ञानरूप अमृताचें सेवन करितात, ते मला अतिशय प्रिय आहेत. २०.

अध्याय सदतिसावा.

--:०:--

क्षेत्रक्षेत्रज्ञयोगकथन.

श्रीभगवानुवाच—

इदं शरीरं कौन्तेय क्षेत्रमित्यभिधीयते ।
एतद्यो वेत्ति तं प्राहुः क्षेत्रज्ञ इति तद्विदः ॥ १॥

श्रीभगवान् म्हणाले:—अर्जुना, क्षेत्रक्षेत्रज्ञांचें विभागज्ञान असलेले तत्त्वज्ञ जन या शरीराला 'क्षेत्र' म्हणतात; आणि याला जो जाणतो त्याला क्षेत्रज्ञ असें म्हणतात. १.

क्षेत्रज्ञं चापि मां विद्धि सर्वक्षेत्रेषु भारत ।
क्षेत्रक्षेत्रज्ञयोर्ज्ञानं यत्तज्ज्ञानं मतं मम ॥ २ ॥

हे अर्जुना, या शरीररूपी सर्व क्षेत्रामध्यें हा जो क्षेत्रज्ञ तोही मीच आहें असें जाण. क्षेत्र व क्षेत्रज्ञ यांचें जें पृथक्ज्ञान तेंच उत्तम ज्ञान, असा माझा अभिप्राय आहे. २.

तत्क्षेत्रं यच्च यादृक्च यद्विकारि यतश्च यत् ।
स च यो यत्प्रभावश्च तत्समासेन मे श्रुणु ॥ ३॥

तें क्षेत्र काय, कोणत्या प्रकारचें व कोणत्या विकाराचें आहे व त्यापासून कोणतीं कार्यें उत्पन्न होतात, आणि तो क्षेत्रज्ञ कोण व त्याचें सामर्थ्य काय आहे, तें सर्व मजपासून संक्षेपानें ऐक. ३.

ऋषिभिर्बहुधा गीतं छंदोभिर्विविधैः पृथक् ।
ब्रह्मसूत्रपदैश्चैव हेतुमद्भिर्विनिश्चितैः ॥ ४ ॥

हें क्षेत्रक्षेत्रज्ञज्ञान वसिष्ठादि ऋषींनीं बहुत प्रकारांनीं सांगितलें आहे. ऋग्वेदादि वेदांनीं वेगवेगळ्या शाखाभेदांनीं सांगितलें आहे; आणि युक्तीनें युक्त व निश्चयरूपी अशा ब्रह्मप्रतिपादक सूत्रपदांनीं म्हणजे उपनिषदांतील तत्त्वमस्यादि महावाक्यांनींही सांगितलें आहे. ४.

महाभूतान्यहंकारो बुद्धिरव्यक्तमेव च ।
इन्द्रियाणि दशैकं च पंच चेन्द्रियगोचराः ॥५॥
इच्छा द्वेषः सुखं दुःखं संघातश्चेतना धृतिः
एतत्क्षेत्रं समासेन सविकारमुदाहृतम् ॥ ६ ॥

पंचमहाभूतें, अहंकार, बुद्धि, महत्तत्त्व, आणि दहा इंद्रियें, मन, आणि श्रोत्रादिक ज्ञानेंद्रियांचे पांच विषय व वागादि कर्मेंद्रियांचे पांच विषय, इच्छा, द्वेष, सुख, दुःख, समुदाय, चेतना व धैर्य एतद्विकारयुक्त असें हें शरीर संक्षेपानें मीं सांगितलें. ५।६.

अमानित्वमदंभित्वमहिंसा क्षांतिरार्जवम् ।
आचार्योपासनं शौचं स्थैर्यमात्मविनिग्रहः ॥७॥
इंद्रियार्थेषु वैराग्यमनहंकार एव च ।
जन्ममृत्युजराव्याधिदुःखदोषानुदर्शनम् ॥ ८ ॥
असक्तिरनभिष्वंगः पुत्रदारगृहादिषु ।
नित्यं च समचित्तत्वमिष्टानिष्टोपपत्तिषु ॥ ९ ॥
मयि चानन्ययोगेन भक्तिरव्यभिचारिणी ।
विविक्तदेशसेवित्वमरतिर्जनसंसदि ॥ १० ॥
अध्यात्मज्ञाननित्यत्वं तत्त्वज्ञानार्थदर्शनम् ।
एतज्ज्ञानमिति प्रोक्तमज्ञानं यदतोऽन्यथा ॥

मानाची इच्छा नसणें, दांभिकपणा नसणें, अहिंसा, शांति, सरळपणा, आचार्योपासन, अंतर्बाह्य शुचिर्भूतपणा, स्थिरता आणि आत्मसंयम, विषयाविषयीं विरक्ति, अहंपणाचा अभाव, आणि जन्म, मृत्यु, वृद्धपणा व शरीरव्यथा यांचे ठिकाणीं दोषदृष्टीनें पाहाणें, सर्वत्र उदासीनता, पुत्र, स्त्री, गृह, इत्यादिकांच्या

---

१ याची व्युत्पत्ति किंवा निर्वचनः क्षतात् (त्राणात्) क्षयात् क्षरणात्, क्षेत्रवद्वाऽस्मिन्कर्मफल निर्वृत्तेः क्षेत्रमिति । ' म्ह० हें शरीर जीवाला अज्ञानापासून रक्षणास साह्यभूत होतें, किंवा हें क्षणिक आहे; अथवा झिजत जातें म्हणून, किंवा शेताप्रमाणें सुखदुःखरूपी फलप्राप्तीचें हें एक स्थान आहे, म्हणून या शरीरास "क्षेत्र" असें म्हटलें आहे.

१ या शब्दानें बादरायणकृत शारीरसूत्रें ध्वनित आहेत असे कित्येक टीकाकार मानितात, परंतु हा अर्थ आचार्यांना मान्य दिसत नाहीं.

ठिकाणीं पूर्ण अनासक्ति, आणि इष्ट अथवा अनिष्ट कांहीं प्राप्त झालें तरी आपल्या चित्ताचें समाधान नेहमीं कायम ठेवणें आणि माझ्या ठिकाणीं अनन्यभावेंकरून निर्दोष भक्ति असणें, एकांतांत राहाण्याची आवड असणें, व लोकसमुदायांत राहाण्याचा कंटाळा असणें; सर्वदा अध्यात्मज्ञानांत निमग्न असणें व पारमार्थिक ज्ञानाचा साक्षात्कार होणें, हीं लक्षणें ज्ञानप्राप्ति करून देणारीं आहेत म्हणून यांना ज्ञान असें म्हटलें आहे; आणि यांहून जें उलट तें अज्ञान होय. ७।८।९।१०।११.

ज्ञेयं यत्तत्प्रवक्ष्यामि यज्ज्ञात्वाऽमृतमश्नुते ।
अनादिमत्परं ब्रह्म न सत्तन्नासदुच्यते ॥१२॥
सर्वतःपाणिपादं तत्सर्वतोक्षिशिरोमुखम् ।
सर्वतःश्रुतिमल्लोके सर्वमावृत्य तिष्ठति ॥१३॥
सर्वेंद्रियगुणाभासं सर्वेंद्रियविवर्जितम् ।
असक्तं सर्वभृच्चैव निर्गुणं गुणभोक्तृ च ॥१४॥
बहिरंतश्च भूतानामचरं चरमेव च ।
सूक्ष्मत्वात्तदविज्ञेयं दूरस्थं चांतिके च तत् ॥
अविभक्तं च भूतेषु विभक्तमिव च स्थितम् ।
भूतभर्तृ च तज्ज्ञेयं ग्रसिष्णु प्रभविष्णु च ॥
ज्योतिषामपि तज्ज्योतिस्तमसः परमुच्यते ।
ज्ञानं ज्ञेयं ज्ञानगम्यं हृदि सर्वस्य विष्ठितम् ॥

(अर्जुना,) जें ज्ञेय म्हणजे जाणण्यास योग्य व जाणल्यानें जीवाला मोक्ष मिळतो, तें तुला मी आतां सांगतों. तें ज्ञेय म्हणजे ज्याला आदि नाहीं, तें सर्वोत्कृष्ट ब्रह्म त्यास सत् म्हणतां येत नाहीं व असत् म्हणतां येत नाहीं. या जगांत त्याला सर्व बाजूंनीं हात व पाय आहेत, सर्व बाजूंनीं नेत्र, मस्तकें व मुखें आहेत, सर्व बाजूंनीं कान आहेत आणि तें सर्वाला व्यापून राहिलें आहे. तें सर्व इंद्रियांना त्यांच्या विषयांचें ज्ञान करून देणारें असून, सर्वेंद्रियरहित आहे. तें कोठेंही सक्त नसून सर्वांना धारण करणारें आहे आणि गुणरहित असून गुणांचा उपभोग घेणारें आहे. तें सर्व भूतांच्या बाहेर असून आंतही आहे; स्थिर असून हालणारें आहे; तें अत्यंत सूक्ष्म असल्यामुळें जाणतां येत नाहीं आणि दूर असून जवळही आहे. तें ब्रह्म मूळचें विभागलेलें नसून प्राणिमात्राच्या ठिकाणीं विभागल्यासारखें दिसतें; आणि तें सर्व भूतांना धारण करणारें, सर्वांचा नाश करणारें, व सर्वांची उत्पत्ति करणारें आहे. तें ब्रह्म चंद्रसूर्यादिकांनाहि प्रकाश देणारें आहे. तें अज्ञानरूप अंधकाराच्या पलीकडे आहे असें म्हणतात; तें ज्ञानस्वरूप आहे; ज्ञेयस्वरूप आहे; ज्ञानानें मिळण्याजोगें आहे; आणि तेंच सर्वांच्या हृदयामध्यें विद्यमान आहे. १२।१३।१४।१५ १६।१७.

इति क्षेत्रं तथा ज्ञानं ज्ञेयं चोक्तं समासतः ।
मद्भक्त एतद्विज्ञाय मद्भावायोपपद्यते ॥१८॥

याप्रमाणें क्षेत्र, ज्ञान, आणि ज्ञेय हीं संक्षेपानें तुला सांगितलीं. हीं जाणल्यानें माझा भक्त माझ्या रूपाला मिळतो. १८.

प्रकृतिं पुरुषं चैव विद्ध्यनादी उभावपि ।
विकारांश्च गुणांश्चैव विद्धि प्रकृतिसंभवान् ॥

प्रकृति, (श्लोक ५ व ६ यांमध्यें दिलेलें क्षेत्र) आणि पुरुष हे दोन्ही अनादिच आहेत असें तूं समज. आणि विकार व गुण हे प्रकृतीपासून उत्पन्न झाले आहते असें समज.१९.

कार्यकरणकर्तृत्वे हेतुः प्रकृतिरुच्यते ।
पुरुषः सुखदुःखानां भोक्तृत्वे हेतुरुच्यते॥२०॥

प्रकृति ही कार्य म्हणजे शरीर व करण[1]

---

१ कार्य,—कारण,—कर्तृत्वेः असाहि एक पाठ आहे. तो घेतल्यास कारण म्हणजे पंचतन्मात्रा, बुद्धि व अहंकार हे सप्त पदार्थ मानावे.

म्हणजे तेरा इंद्रियें यांच्या उत्पत्तीला कारण आहे आणि पुरुष हा सुखदुःखांच्या भोक्तेपणास कारण आहे. २०.

पुरुषः प्रकृतिस्थो हि भुंक्ते प्रकृतिजान्गुणान्।
कारणं गुणसंगोऽस्य सदसद्योनिजन्मसु ॥२१॥

पुरुष प्रकृतीशीं संबंध ठेवून प्रकृतीच्या गुणांचा उपभोग घेतो; व गुणसंबंध हाच पुरुषाच्या बऱ्यावाईट जन्माला कारण होतो. २१.

उपद्रष्टाऽनुमंता च भर्ता भोक्ता महेश्वरः।
परमात्मेति चाप्युक्तो देहेऽस्मिन्पुरुषः परः॥

साक्षिभूत, प्रवृत्तीला अनुकूल असणारा, धारण करणारा व उपभोग घेणारा परमेश्वर आणि ज्याला परमात्मा असें म्हटलें आहे असा श्रेष्ठ ‘ पुरुष ’ या देहामध्यें विद्यमान आहे. २२.

य एवं वेत्ति पुरुषं प्रकृतिं च गुणैः सह।
सर्वथा वर्तमानोऽपि न स भूयोऽभिजायते॥

जो याप्रमाणें परमात्म्याला व गुणांसह प्रकृतीला जाणतो, तो सर्व प्रकारांनीं कर्में करीत असला तरी पुनः जन्म पावत नाहीं. २३.

ध्यानेनाऽऽत्मनि पश्यंति केचिदात्मानमात्मना।
अन्ये सांख्येन योगेन कर्मयोगेन चापरे ॥२४॥

कोणी ध्यानाच्या योगानें शुद्ध झालेल्या मनानेंच आपल्या ठिकाणीं आत्म्याला पाहातात, कोणी आत्मानात्मविवेकयोगानें, आणि कोणी कर्मयोगानें आपल्या ठिकाणीं आत्म्याला पाहातात. २४.

अन्ये त्वेवमजानंतः श्रुत्वाऽन्येभ्य उपासते।
तेऽपि चातितरंत्येव मृत्युं श्रुतिपरायणाः॥

या प्रकारचें ज्यांना स्वानुभूत आत्म्याचें ज्ञान नाहीं असे दुसरे लोक गुरुमुखानें आत्म्याचें ज्ञान ऐकून आत्म्याची उपासना करितात; तें ऐकून उपासना करणारेही जन्ममृत्यु तरून जातात. २५.

यावत्संजायते किंचित्सत्त्वं स्थावरजंगमम्।
क्षेत्रक्षेत्रज्ञसंयोगात्तद्विद्धि भरतर्षभ॥ २६॥

हे भरतश्रेष्ठा, या विश्वांत स्थावर अथवा जंगम असा कोणताही पदार्थ उत्पन्न होतो तो, क्षेत्र आणि क्षेत्रज्ञ यांच्या संयोगानें झाला आहे असें तूं समज. २६.

समं सर्वेषु भूतेषु तिष्ठंतं परमेश्वरम्।
विनश्यत्स्वविनश्यतं यः पश्यति स पश्यति॥

नाशवंत अशा सर्व भूतांच्या ठिकाणीं सारखेपणानें राहात असून स्वतः नाश न पावणारा असा परमेश्वर आहे, असें जो जाणतो तोच खरा ज्ञानी होय. २७.

समं पश्यन्हि सर्वत्र समवस्थितमीश्वरम्।
न हिनस्त्यात्मनाऽऽत्मानं ततो याति परां गतिम्॥

कारण, सर्वत्र राहाणाऱ्या ईश्वराला तो सर्वत्र समत्वानेंच राहात आहे असें जो विद्वान् पाहावयास शिकेल, तोच प्रथम आत्मघातापासून बचावतो आणि नंतर क्रमानें अत्युच्च गतीला (मोक्षाला) जातो. २८.

प्रकृत्यैव च कर्माणि क्रियमाणानि सर्वशः।
यः पश्यति तथाऽऽत्मानमकर्तारं स पश्यति॥

प्रकृतीच्या योगानेंच सर्व प्रकारें कर्में केलीं जातात, असें जो पहातो, आणि आत्मा त्यांचा कर्ता नाहीं असें पाहातो तोच खरा ज्ञानी होय. २९.

यदा भूतपृथग्भावमेकस्थमनुपश्यति।
तत एव च विस्तारं ब्रह्म संपद्यते तदा ॥३०॥

जेव्हां सर्व भूतांचा वेगळेपणा एका परमे-

श्वराचे ठिकाणीं पाहातो, आणि परमेश्वरापासूनच या जगाचा विस्तार झाला आहे असें पाहातो, तेव्हां तो ब्रह्मसंपन्न होतो. ३०.

अनादित्वान्निर्गुणत्वात्परमात्माऽयमव्ययः ।
शरीरस्थोऽपि कौंतेय न करोति न लिप्यते ॥

हे कौंतेया, हा परमात्मा अनादि व निर्गुण असल्यामुळें अविनाशी आहे; आणि यामुळें तो शरीरांत असला तरी कांहीं करीत नाहीं व कशानें लिप्तही होत नाहीं. ३१.

यथा सर्वगतं सौक्ष्म्यादाकाशं नोपलिप्यते ।
सर्वत्रावस्थितो देहे तथाऽत्मा नोपलिप्यते ॥

जसें आकाश सर्वव्यापक असूनही सूक्ष्मपणामुळें कशानेंही लिप्त होत नाहीं, तसा सर्व देहांचे ठिकाणीं असलेला आत्मा देहादिकांच्या कर्मांनीं लिप्त होत नाहीं. ३२.

यथा प्रकाशयत्येकः कृत्स्नं लोकमिमं रविः ।
क्षेत्रं क्षेत्री तथा कृत्स्नं प्रकाशयति भारत ॥

हे भारता, जसा एकटा सूर्य या सर्व जगताला प्रकाशित करितो, तसाच क्षेत्रज्ञ हा सर्व क्षेत्रांला प्रकाशित करितो. ३३.

क्षेत्रक्षेत्रज्ञयोरेवमंतरं ज्ञानचक्षुषा ।
भूतप्रकृतिमोक्षं च ये विदुर्यान्ति ते परम् ॥३४॥

इति श्रीमद्भगवद्गीतासूपनिषत्सु ब्रह्मविद्यायां योगशास्त्रे श्रीकृष्णार्जुनसंवादे क्षेत्रक्षेत्रज्ञयोगो नाम त्रयोदशोऽध्यायः ॥ १३ ॥

जे याप्रमाणें क्षेत्र आणि क्षेत्रज्ञ यांच्यामधील अंतर, आणि सर्व भूतांची प्रकृतीपासून किंवा भूत--प्रकृति जी अविद्या तिजपासून सुटका कशी होते हें जाणतात, ते ब्रह्माला पावतात. ३४.

अध्याय अडतिसावा.

--:०:--

णत्रयविभागकथन.

श्रीभगवानुवाच—

परं भूयः प्रवक्ष्यामि ज्ञानानां ज्ञानमुत्तमम् ।
यज्ज्ञात्वा मनुयः सर्वे परां सिद्धिमितो गताः ॥

श्रीभगवान् म्हणाले: -ज्या ज्ञानाला जाणून सर्व मुनि या जन्मापासून मोक्षसिद्धि पावले, तें सर्व ज्ञानांत उत्तम व श्रेष्ठ ज्ञान मी तुला पुनः सांगतों. १.

इदं ज्ञानमुपाश्रित्य मम साधर्म्यमागताः ।
सर्गेऽपि नोपजायंते प्रलये न व्यथंति च ॥२॥

या ज्ञानाचा आश्रय करून जे माझ्या सायुज्याला प्राप्त झाले, ते सृष्टीच्या उत्पत्तिकालीं जन्मत नाहींत आणि प्रलयकालीं सायुज्यापासून च्युति पावत नाहींत. २.

मम योनिर्महद्ब्रह्म तस्मिन्गर्भं दधाम्यहम् ।
संभवः सर्वभूतानां ततो भवति भारत ॥ ३ ॥

हे भारता, महत्ब्रह्म (प्रकृति) हें माझें गर्भ ठेवण्याचें ठिकाण आहे; त्याजमध्यें मी गर्भ ठेवितों आणि तेथून सर्व भूतांची उत्पत्ति होते. ३.

सर्वयोनिषु कौंतेय मूर्तयः संभवंति याः ।
तासां ब्रह्म महद्योनिरहं बीजप्रदः पिता ॥४॥

हे कौंतेया, चौऱ्यायशीं लक्ष योनींमध्यें ज्या व्यक्ति उत्पन्न होतात, त्या सर्वांचें कारण महत्ब्रह्म (प्रकृति) आहे; आणि त्या प्रकृतींत बीजारोपण करणारा पिता मी आहें.४.

सत्त्वं रजस्तम इति गुणाः प्रकृतिसंभवाः
निबध्नंति महाबाहो देहे देहिनमव्ययम् ॥ ५ ॥

हे महाबाहो, सत्त्व, रज व तम हे तीन

गुण प्रकृतीपासून उत्पन्न झालेले आहेत; ते या देहांत अविनाशी आत्म्याला बांधून टाकतात. ५.

तत्र सत्त्वं निर्मलत्वात्प्रकाशकमनामयम् ।
सुखसंगेन बध्नाति ज्ञानसंगेन चानघ ॥ ६ ॥

हे निष्पापा अर्जुना, त्यांमध्यें निर्दोष आणि प्रकाशक असा जो सत्वगुण तो निर्मल असल्यामुळें आत्म्याला सुखसंबंधानें व ज्ञान-संबंधानें या देहांत बांधून टाकितो. म्हणजे सत्वगुणानें आत्म्याला होणारें बंधन सुखरूप किंवा ज्ञानरूप असतें. ६.

रजो रागात्मकं विद्धि तृष्णासंगसमुद्भवम् ।
तन्निबध्नाति कौंतेय कर्मसंगेन देहिनम् ॥ ७ ॥

हे कौंतेया, प्रीतिस्वरूप जो रजोगुण तो आशा व आसक्ति यांच्या संबधानें उत्पन्न झाला आहे; तो आत्म्याला कर्मांच्या आस-क्तीनें या देहांत बांधून टाकितो. ७.

तमस्त्वज्ञानजं विद्धि मोहनं सर्वदेहिनाम् ।
प्रमादालस्यनिद्राभिस्तन्निबध्नाति भारत ॥ ८ ॥

हे भारता, प्राणिमात्राला मोहून टाकणारा तमोगुण तर अज्ञानापासून उत्पन्न झाला आहे असें तूं समज. तो या देहांत आत्म्याला कर्तव्याविषयीं दुर्लक्ष, आळस व झोंप यांनीं बांधून टाकितो. ८.

सत्त्वं सुखे संजयति रजः कर्मणि भारत ।
ज्ञानमावृत्य तु तमः प्रमादे संजयत्युत ॥ ९ ॥
रजस्तमश्चाभिभूय: सत्त्वं भवति भारत ।
रजः सत्त्वं तमश्चैव तमः सत्त्वं रजस्तथा ॥

हे भारता, सत्वगुण हा आत्म्याला सुखाचा संबंध करून देतो; रजोगुण हा आत्म्याला कर्मांचा संबंध करून देतो; व तमोगुण तर ज्ञान आच्छादन करून आत्म्याला कर्तव्या-विषयीं दुर्लक्षाचा संबंध करून देतो. हे भारता, (कोठें) सत्वगुण हा रज व तम या गुणाना जिंकून आपण वाढतो; (कोठें) रजोगुण हा सत्व आणि तम या गुणांना जिंकून आपण वाढतो; आणि (कोठें) तमोगुण हा सत्व आणि रज या गुणांना जिंकून आपण वाढतो. ९।१०.

सर्वद्वारेषु देहेऽस्मिन्प्रकाश उपजायते ।
ज्ञानं यदा तदा विद्याद्विवृद्धं सत्त्वमित्युत ॥
लोभः प्रवृत्तिरारंभः कर्मणामशमः स्पृहा ।
रजस्येतानि जायंते विवृद्धे भरतर्षभ ॥ १२ ॥
अप्रकाशोऽप्रवृत्तिश्च प्रमादो मोह एव च ।
तमस्येतानि जायंते विवृद्धे कुरुनंदन ॥ १३ ॥
यदा सत्त्वे प्रवृद्धे तु प्रलयं याति देहभृत् ।
तदोत्तमविदां लोकानमलान्प्रतिपद्यते ॥ १४ ॥
रजसि प्रलयं गत्वा कर्मसंगिषु जायते ।
तथा प्रलीनस्तमसि मूढयोनिषु जायते ॥१५॥

या देहामध्यें सर्व इंद्रियांच्या ठिकाणीं ज्ञानाचा प्रकाश पडतो, तेव्हां सत्वाची वृद्धि झाली आहे असें समजावें. हे भरतश्रेष्ठा, लोभ, प्रवृत्ति, कर्मारंभ, उच्छृंखलपणा, आणि इच्छा हीं चिन्हें रजोगुणाची विशेष वृद्धि झाली असतां उत्पन्न होतात. विवेकाचा नाश, उद्यो-गाचा कंटाळा, दुर्लक्ष आणि मोह हीं चिन्हें तमोगुणाची विशेष वृद्धि झाली असतां उत्पन्न होतात. सत्वाची वृद्धि झाली असतां जर प्राणी मृत्यु पावला, तर तो महत्तत्वादिक जाणणाऱ्यांना जो उत्तम लोक प्राप्त होतो, त्या उत्तम लोकाप्रत (ब्रह्म लोकाप्रत) जातो. रजोगुणाची वृद्धि झाली असतां जर प्राणी मृत्यु पावला तर कर्मांच्या ठायीं आसक्त असे जे जन त्यांमध्यें तो जन्म पावतो; आणि तमोगुणाची वृद्धि झाली असतां जर मृत्यु

पावला तर तो पशु इत्यादि मूढ योनींत जन्म पावतो. ११।१२।१३।१४।१५.

कर्मणः सुकृतस्याऽऽहुः सात्त्विकं निर्मलं फलम्।
रजसस्तु फलं दुःखमज्ञानं तमसः फलम् ॥

पुण्यकर्माचें फळ सात्विक आणि निर्मल, रजोगुणाचें फळ दुःख आणि तमोगुणाचें फळ अज्ञान हें आहे असें म्हणतात. १६.

सत्त्वात्संजायते ज्ञानं रजसो लोभ एव च।
प्रमादमोहौ तमसो भवतोऽज्ञानमेव च ॥१७॥

सत्वगुणापासून ज्ञान उत्पन्न होतें; रजोगुणापासून लोभ उत्पन्न होतो आणि तमोगुणापासून प्रमाद, मोह आणि अज्ञान हीं उत्पन्न होतात. १७.

ऊर्ध्वं गच्छंति सत्त्वस्था मध्ये तिष्ठंति राजसाः।
जघन्यगुणवृत्तस्था अधो गच्छंति तामसाः ॥

जे सत्वगुणी आहेत ते देवयोनीला पावतात; जे रजोगुणी आहेत ते मनुष्ययोनीला पावतात; आणि कनिष्ठ गुणामध्यें असणारे जे तामस ते पश्वादि योनींत पावतात. १८.

नान्यं गुणेभ्यः कर्तारं यदा द्रष्टाऽनुपश्यति ।
गुणेभ्यश्च परं वेत्ति मद्भावं सोऽधिगच्छति ॥

जेव्हां जीव हा गुणांहून कोणी निराळा कर्ता नाहीं असें पहातो, (सर्व कर्में गुणच करितात असें जाणतो) आणि आपण गुणांच्या पलीकडे आहों असें समजतो, तेव्हां तो माझ्या स्वरूपाला पावतो. १९.

गुणानेतानतीत्य त्रीन्देही देहसमुद्भवान् ।
जन्ममृत्युजरादुःखैर्विमुक्तोऽमृतमश्नुते ॥२०॥

जीव हा देहापासून उत्पन्न झालेल्या तीन गुणांचा अतिक्रम करून जन्म, मृत्यु व वार्धक्य या दुःखांपासून मुक्त होऊन मोक्षाप्रत प्राप्त होतो. २०.

अर्जुन उवाच—

कैर्लिंगैस्त्रीन्गुणानेतानतीतो भवति प्रभो ।
किमाचारः कथं चैतांस्त्रीन्गुणानतिवर्तते ॥२१॥

अर्जुन म्हणालाः—हे प्रभो, या तिन्ही गुणांना मागें टाकून पलीकडे गेलेला जीव कोणत्या चिन्हांनीं ओळखावा ? याचा आचार कसा असतो आणि तो या तीन गुणांना कसा ओलांडून जातो ? २१.

श्रीभगवानुवाच—

प्रकाशं च प्रवृत्तिं च मोहमेव च पांडव ।
न द्वेष्टि संप्रवृत्तानि न निवृत्तानि काङ्क्षति ॥

श्रीभगवान् म्हणालेः—अर्जुना, जो (सत्वाचें कार्य) ज्ञान, (रजाचें) कर्मप्रवृत्ति आणि (तमाचें कार्य) अज्ञान हीं प्राप्त झालीं असतांही त्यांचा द्वेष करीत नाहीं, किंवा तीं नष्ट व्हावीं असें किंवा नष्ट झाल्यास प्राप्त व्हावीं असें इच्छित नाहीं. २२.

उदासीनवदासीनो गुणैर्यो न विचाल्यते ।
गुणा वर्तंत इत्येव योऽवतिष्ठति नेङ्गते ॥ २३॥

उदासीनाप्रमाणें असणारा, जो गुणांपासून विकार पावत नाहीं, ' गुणच कर्ते आहेत ' असें मानून आपण स्थिर रहातो, स्वतः कांहीं करीत नाहीं. २३.

समदुःखसुखः स्वस्थः समलोष्टाश्मकांचनः ।
तुल्यप्रियाप्रियो धीरस्तुल्यनिंदात्मसंस्तुतिः ॥

जो सुखदुःख समान जाणणारा, आत्मस्वरूपीं स्थिर असणारा, माती, दगड व सोनें सारखें मानणारा, प्रिय व अप्रिय समान लेखणारा, धैर्यवान्, आपली निंदा आणि स्तुति सारखी गणणारा. २४.

मानापमानयोस्तुल्यस्तुल्यो मित्रारिपक्षयोः ।
सर्वारंभपरित्यागी गुणातीतः स उच्यते ॥२५॥

ज्याला मान व अपमान हे सारखे आहेत, मित्र व शत्रु हे सारखेच आहेत, आणि जो कोणत्याही कर्माचा आरंभ करीत नाहीं, त्याला गुणातीत असें म्हणावें. २५.

मां च योऽव्यभिचारेण भक्तियोगेन सेवते ।
स गुणान्समतीत्यैतान्ब्रह्मभूयाय कल्पते ॥२६॥

आणि जो एकनिष्ठ भक्तीनें :माझी सेवा करितो तो या तीन गुणांना उत्तम प्रकारें जिंकून ब्रह्मरूप होण्याला योग्य होतो. २६.

ब्रह्मणो हि प्रतिष्ठाऽहममृतस्याव्ययस्य च ।
शाश्वतस्य च धर्मस्य सुखस्यैकांतिकस्य च ॥

इति श्रीमद्भगवद्गीतासूपनिषत्सु ब्रह्मविद्यायां योगशास्त्रे श्रीकृष्णार्जुनसंवादे गुणत्रयविभागयोगो नाम चतुर्दशोऽध्यायः ॥ १४ ॥

कारण, अविनाशी व निर्विकार अशा ब्रह्माचें, सनातन धर्माचें व अखंड अशा सुखाचें स्थान मी आहें. २७.

अध्याय एकुणचाळिसावा.

—:०:—

पुरुषोत्तमयोगकथन.

श्रीभगवानुवाच—

ऊर्ध्वमूलमधः शाखमश्वत्थं प्राहुरव्ययम् ।
छंदांसि यस्य पर्णानि यस्तं वेद स वेदवित् ॥

श्रीभगवान् म्हणालेः—या संसाररूप अश्वत्थ वृक्षाचीं पाळेंमुळें वर आहेत, आणि शाखा खालीं आहेत असें म्हणतात. छंदोबद्ध असे वेद हीं या वृक्षाचीं पानें आहेत, आणि ज्याला हें सर्व प्रकारें अवगत आहे, तो वेदवित् म्हणजे वेदवेत्ता (ज्ञाता) होय. १.

अधश्चोर्ध्वं प्रसृतास्तस्य शाखा
गुणप्रवृद्धा विषयप्रवालाः ।
अधश्च मूलान्यनुसंततानि
कर्मानुबन्धीनि मनुष्यलोके ॥ २ ॥

त्या वृक्षाच्या खांद्या सत्वादि गुणांनीं वाढलेल्या व शब्दादि विषयांच्या पालवीनें युक्त अशा असून त्या मर्त्य लोकापर्यंत वर व खालीं पाताल लोकापर्यंत पसरलेल्या आहेत; आणि खालीं मनुष्यलोकांत या वृक्षाचीं कर्मसंबंधीं मुळें एकांत एक गुंतून राहिलीं आहेत. २.

न रूपमस्येह तथोपलभ्यते
नांतो न चाऽऽदिर्न च संप्रतिष्ठा ।
अश्वत्थमेनं सुविरूढमूल-
मसङ्गशस्त्रेण दृढेन छित्वा ॥ ३ ॥
ततःपदं तत्परिमार्गितव्यं
यस्मिन्गता न निवर्तंति भूयः ।
तमेव चाऽऽद्यं पुरुषं प्रपद्ये
यतः प्रवृत्तिः प्रसृता पुराणी ॥ ४ ॥

या अश्वत्थ वृक्षाचें हें जें वर्णन केलें आहे तसें त्याचें खरें रूप अनुभवास येत नाहीं; आणि याचा अंत, आदि व स्थिति हींही नाहींत. अशा या बळकट वृक्षाचा दृढ वैराग्यरूप शस्त्रानें छेद करून, नंतर ज्या पदाला प्राप्त झालेले लोक पुनः मागें येत नाहींत, तें पद शोधून काढावें. कसें म्हणशील तर ज्याच्यापासून अनादि प्रवृत्ति चालत आली आहे त्याच आद्य पुरुषाला मी शरण आहें, अशा भावनेनें त्या पदाचा शोध लावावा. ३।४.

निर्मानमोहा जितसंगदोषा
अध्यात्मनित्या विनिवृत्तकामाः ।
द्वंद्वैर्विमुक्ताः सुखदुःखसंज्ञै-
र्गच्छंत्यमूढाःपदमव्ययं तत् ॥ ५ ॥

ज्यांचा अभिमान आणि मोह गेला आहे, ज्यांनीं विषयासक्तिरूप दोष जिंकले आहेत, जे आत्मज्ञानाला नित्य पावतात, ज्यांच्या सर्व वासना नाहींतशा झाल्या आहेत आणि जे सुखदुःखरूप द्वंद्वापासून मुक्त झाले आहेत, असे जे ज्ञातेजन, ते त्या शाश्वत पदाला जाऊन मिळतात. ५.

न तद्भासयते सूर्यो न शशांको न पावकः ।
यद्गत्वा न निवर्तंते तद्धाम परमं मम ॥ ६ ॥

त्या पदाला प्रकाशित करण्यास सूर्य, चंद्र किंवा अग्नि हे समर्थ नाहींत; ज्या पदाला प्राप्त झालेले लोक पुनः परत येत नाहींत, तें माझें परम धाम (उत्तम पद) आहे. ६.

ममैवांशो जीवलोके जीवभूतः सनातनः ।
मनःषष्ठानींद्रियाणि प्रकृतिस्थानि कर्षति ॥

मनुष्यलोकीं माझाच सनातन असा जीवरूप अंश आहे, तो प्रकृतीमध्यें असलेलीं पंचज्ञानेंद्रियें व मन यांना आकर्षित करितो. ७.

शरीरं यदवाप्नोति यच्चाप्युत्क्रामतीश्वरः ।
गृहीत्वैतानि संयाति वायुर्गंधानिवाऽऽशयात् ॥

केव्हां म्हणशील तर वायु जसा पुष्पादिकांपासून सुगंध घेऊन जातो, तसा हा जीव जेव्हां पूर्वीचें शरीर टाकून दुसरें शरीर धारण करितो तेव्हां मन व इंद्रियें आपल्या बरोबर घेऊन जातो. ८.

श्रोत्रं चक्षुः स्पर्शनं च रसनं घ्राणमेव च ।
अधिष्ठाय मनश्चायं विषयानुपसेवते ॥ ९ ॥

जो जीव कर्ण, नेत्र, त्वचा, जिव्हा व घ्राण, तसेंच मन यांवर सत्ता ठेवून विषयांचा उपभोग घेतो. ९.

उत्क्रामंतं स्थितं वाऽपि भुंजानं वा गुणान्वितम् ।
विमूढा नानुपश्यंति पश्यंति ज्ञानचक्षुषः ॥ १० ॥
यतंतो योगिनश्चैनं पश्यंत्यात्मन्यवस्थितम् ।
यतंतोऽप्यकृतात्मानो नैनं पश्यंत्यचेतसः ॥

देहापासून वियुक्त होणारा किंवा देहामध्येंच असणारा, शब्दादि विषयांचा उपभोग घेणारा अथवा सुखदुःखादिकांनीं युक्त असणारा जो जीव, त्याचें सत्स्वरूप मूढ जनांना दिसत नाहीं. ज्यांना ज्ञानचक्षु आहेत त्यांना दिसतें. यत्न करणारे योगी आपले ठिकाणीं स्थित असलेल्या जीवाला (आत्म्याला) पाहातात आणि जे शास्त्रसंस्काररहित व अविचारी आहेत, त्यांना यत्न करूनही जीवाचें स्वरूप दृष्टीस पडत नाहीं. १०।११.

यदादित्यगतं तेजो जगद्भासयतेऽखिलम् ।
यच्चंद्रमसि यच्चाग्नौ तत्तेजो विद्धि मामकम् ॥

जें सूर्याच्या ठिकाणीं असलेलें तेज सर्व जगाला प्रकाशित करतें, आणि जें अग्नि व चंद्र यांचे ठिकाणीं आहे, तें तेज माझें आहे असें समज. १२.

गामाविश्य च भूतानि धारयाम्यहमोजसा ।
पुष्णामि चौषधीः सर्वाः सोमो भूत्वा रसात्मकः ॥

आणि मी पृथ्वीमध्यें प्रवेश करून आपल्या सामर्थ्यानें सर्व भूतें धारण करितों; व रसात्मक चंद्र होऊन सर्व ओषधींचें पोषण करितों. १३.

अहं वैश्वानरो भूत्वा प्राणिनां देहमाश्रितः ।
प्राणापानसमायुक्तः पचाम्यन्नं चतुर्विधम् ॥ १४ ॥

मी प्राण्यांच्या देहांमध्यें शिरून आणि प्राण, अपान, इत्यादि वायूंत मिळून, जठराग्नि होऊन भक्ष्य, भोज्य, लेह्य व चोष्य असें चतुर्विध अन्नाचें पचन करितों. १४.

सर्वस्य चाहं हृदि संनिविष्टो
मत्तः स्मृतिर्ज्ञानमपोहनं च ।
वेदैश्च सर्वैरहमेव वेद्यो
वेदांतकृद्वेदविदेव चाहम् ॥ १५ ॥

मी सर्वांच्या हृदयांमध्यें प्रवेश करून राहातों; मजपासून सर्वांना स्मृति, ज्ञान आणि या दोहोंचा अभाव विस्मरण व अज्ञान हीं उत्पन्न होतात. सर्व वेदांनीं जाणण्यास मीच योग्य आहें; वेदान्ताचा सिद्धांत करणारा व त्याचा ज्ञाताही मीच आहें. १५.

द्वाविमौ पुरुषौ लोके क्षरश्चाक्षर एव च ।
क्षरः सर्वाणि भूतानि कूटस्थोऽक्षर उच्यते ॥

या लोकीं क्षर आणि अक्षर हे दोनच पुरुष (पदार्थ) आहेत. सर्व भूतांना क्षर म्हणतात आणि कूटस्थाला (मायोपाधियुक्त जीवाला) अक्षर म्हणतात. १६.

उत्तमः पुरुषस्त्वन्यः परमात्मेत्युदाहृतः
यो लोकत्रयमाविश्य बिभर्त्यव्यय ईश्वरः ॥

या दोहोंहून उत्तम पुरुष निराळा आहे. त्याला परमात्मा म्हणतात. तो अविनाशी ईश्वर-स्वरूप होऊन या जगत्त्रयांत शिरून त्याचें धारण व पोषण करितो. १७.

यस्मात्क्षरमतीतोऽहमक्षरादपि चोत्तमः ।
अतोऽस्मि लोके वेदे च प्रथितः पुरुषोत्तमः ॥

ज्या अर्थीं मी क्षराच्या पलीकडे आणि अक्षराहूनही उत्तम आहें, त्या अर्थीं मी लोकांमध्यें व वेदांमध्यें पुरुषोत्तम या नांवानें प्रसिद्ध आहें. १८.

यो मामेवमसंमूढो जानाति पुरुषोत्तमम् ।
स सर्वविद्भजति मां सर्वभावेन भारत ॥१९॥

अर्जुना, जो ज्ञानी या प्रकारें मला पुरुषोत्तम असें समजतो, तो सर्वज्ञ होऊन सर्वभावेंकरून मला भजतो. १९.

इति गुह्यतमं शास्त्रमिदमुक्तं मयाऽनघ ।
एतद्बुध्वा बुद्धिमान्स्यात्कृतकृत्यश्च भारत ॥

इति श्रीमद्भगवद्गीतासूपनिषत्सु ब्रह्मविद्यायां योगशास्त्रे श्रीकृष्णार्जुनसंवादे पुरुषोत्तमयोगोनाम पंचदशोऽध्यायः

हे निष्पाप, याप्रमाणें हें अत्यंत गुह्य-शास्त्र मीं तुला सांगितलें; अर्जुना, हें जाणल्यानें मनुष्य बुद्धिमान् आणि कृतकृत्य होतो. २०.

अध्याय चाळिसावा.

—:०:—

दैवासुर संपद्विभाग.

श्रीभगवानुवाच—

अभयं सत्त्वसंशुद्धिर्ज्ञानयोगव्यवस्थितिः ।
दानं दमश्च यज्ञश्च स्वाध्यायस्तप आर्जवम् ॥
अहिंसा सत्यमक्रोधस्त्यागः शांतिरपैशुनम् ।
दया भूतेष्वलोलुप्त्वं[1] मार्दवं ह्रीरचापलम् ॥
तेजः क्षमा धृतिः शौचमद्रोहो नातिमानिता ।
भवंति संपदं दैवीमभिजातस्य भारत ॥ ३ ॥

श्रीभगवान् म्हणाले:—निर्भयपणा व निरुपद्रवीपणा, चित्तशुद्धि, परोक्षापरोक्ष ज्ञानसंपादनाविषयीं दृढोद्यम, दातृत्व, बाह्यइंद्रियसंयम, यजन, वेदपठण, शारीरिक, वाचिक व मानसिक असें त्रिविध तप व सरळ वर्तन, अहिंसा, खरेपणा, राग न येणें, दानशीलता, शांति, चुगली न खाणें, भूतमात्रावर दया, विषयसान्निध्य असतांही अविकृत रहाणें, मृदुता,

१ याचें मूळ 'अलोलुप्त्व' असा शब्द आहे; परंतु हा व्याकरण शुद्ध नाहीं. याचें शुद्ध स्वरूप म्हणजे 'अलोलुपत्व' असें आहे.

अकार्य करण्याविषयीं संकोच, रिकामटेंकड्या उठाठेवी न करण्याविषयीं अप्रवृत्ति, तेजस्विता, सहिष्णुता, धैर्य, शुचिर्भूतपणा, शत्रूचाही अपकार न चिंतणें, निरभिमानीपणा, एवढ्या गोष्टी, हे अर्जुना, जो पूर्वपुण्यबलानें दैवी संपत्तींत उत्पन्न झाला त्याला प्राप्त असतात. ।१।२।३.

दंभो दर्पोऽभिमानश्च क्रोधः पारुष्यमेव च ।
अज्ञानं चाभिजातस्य पार्थ संपदमासुरीम् ॥४॥

हे पृथानंदना, पोकळ डौल, आपले वैभवाविषयीं आढ्यता, मीच काय तो भला अशा रीतीचा समज, क्रोध, निष्ठुरता व मूर्खपणा, या गोष्टी आसुर संपत्तींत जन्मलेल्या मनुष्याचे ठिकाणीं सहजीं असतात. ४.

दैवीसंपद्विमोक्षाय निबंधायाऽऽसुरी मता ।
मा शुचः संपदं दैवीमभिजातोऽसि पांडव ॥५॥

दैवी संपत्तीपासून संसारांतून सुटका होते; आणि आसुरी संपत्तीपासून संसारानें बंधन प्राप्त होतें, असें आहे. तथापि, हे अर्जुना, तूं दैवी संपत्तींतच जन्मला आहेस तेंव्हां तूं शोक करूं नको. ५.

द्वौ भूतसर्गौ लोकेऽस्मिन्दैव आसुर एव च ।
दैवो विस्तरशः प्रोक्त आसुरं पार्थ मे शृणु ॥

अर्जुना, या लोकीं दैव आणि आसुर असे दोन प्रकारचे प्राणी उत्पन्न होतात. त्यांपैकीं दैवीवर्ग पूर्वी तुला विस्तारानें सांगितलाच आहे. आतां आसुरवर्गाचीं लक्षणें सांगतों तीं ऐक. ६.

प्रवृत्तिं च निवृत्तिं च जना न विदुरासुराः।
न शौचं नापि चाऽऽचारो न सत्यं तेषु विद्यते ॥

आसुरी संपत्तीच्या लोकांना, कोणतें काम करावें व कोणतें करूं नये हें समजत नाहीं; आणि त्यांचे ठिकाणीं अंतर्बाह्य शुचिर्भूतपणा आणि त्याचप्रमाणें सदाचार व सत्य हीं नसतात. ७.

असत्यमप्रतिष्ठं ते जगदाहुरनीश्वरम् ।
अपरस्परसंभूतं किमन्यत्कामहैतुकम् ॥८॥

"हें जग खोटें, धर्माधर्माची स्थिति ज्यांत नाहीं असें, ईश्वररहित, पुंस्त्रीसंयोगजन्य आणि काम हेंच मूळ कारण, असें आहे, दुसरें काय?" असें ते म्हणतात. ८.

एतां दृष्टिमवष्टभ्य नष्टात्मानोऽल्पबुद्धयः ।
प्रभवंत्युग्रकर्माणःक्षयाय जगतोऽहिताः ॥ ९ ॥

या प्रकारचे नास्तिक[1]दृष्टीचा अवलंब करणारे हे आत्मघातकी कोत्या बुद्धीचे, क्रूरकर्मी, आसुरी संपत्तींतले लोक जगताचे शत्रु बनून त्याचे नाशाविषयीं नेटानें यत्न करीत सुटतात. (रक्षणाविषयीं नव्हे.) ९.

काममाश्रित्य दुष्पूरं दंभमानमदान्विताः ।
मोहाद्गृहीत्वाऽसद्ग्राहान्प्रवर्ततेऽशुचिव्रताः ॥

अनिवार कामाचा आश्रय करून व मोहानें भलताच ग्रह धरून ते दुराचारी, आणि दंभ, मान व मद यांनीं युक्त होत्साते या जगांत रहाटतात. १०

चितामपरिमेयां च प्रलयांतामुपाश्रिताः ।
कामोपभोगपरमा एतावदितिनिश्चिताः ॥ ११ ॥
आशापाशशतैर्बद्धाः कामक्रोधपरायणाः ।
ईहंते कामभोगार्थमन्यायेनार्थसंचयान् ॥ १२॥

आमरण अपारचिंता उराशीं बाळगून आणि कामोपभोग घेणें एवढीच येथील इतिकर्तव्यता आहे, असें त्यांचें ठाम मत असल्यानें सर्वदा कामोपभोगांत दंग झालेले,

१ हा श्लोक लोकायतिक किंवा चार्वाक मताचा प्रतिपादक आहे.

शेकडों आशापाशांनीं जखडलेले व कामक्रोधाचे दास बनलेले हे लोक आपल्यास मनसोक्त भोगण्यास साधन व्हावें म्हणून अनीतीनें द्रव्यसंचय करण्याची हांव बाळगितात. ११।१२.

इदमद्य मया लब्धमिदं प्राप्स्ये मनोरथम् ।
इदमस्तीदमपि मे भविष्यति पुनर्धनम् ॥ १३॥
असौ मया हतः शत्रुर्हनिष्ये चापरानपि ।
ईश्वरोऽहमहं भोगी सिद्धोऽहं बलवान्सुखी ॥
आढ्योऽभिजनवानस्मि
कोऽन्योऽस्ति सदृशो मया ।
यक्ष्ये दास्यामि मोदिष्य
इत्यज्ञानविमोहिताः ॥ १५ ॥
अनेकचित्तविभ्रांता मोहजालसमावृताः ।
प्रसक्ताः कामभोगेषु पतंति नरकेऽशुचौ॥१६॥

हें मी आज मिळविलें, हा मनोरथ मी उद्यां साध्य करीन, हें इतकें धन आतां मजपाशीं आहे, हें इतकें पुनःही अधिक मिळेल असें मनोराज्य ते करितात. हा शत्रु मीं मारला व दुसरे आणखी देखील मारीन. मी मोठा समर्थ, मी विषयोपभोग घेणारा, मी कृतकृत्य, मी बलवान् व मीच सुखी आहें. धनाढ्य मी, कुलीन मी, या जगांत मजसारखा कोण आहे ? मी यज्ञ करण्याच्या कामांत सर्वांवर कडी करीन, व नट वगैरे लोकांना विशेष देणग्या देईन व चैनचान करीन. अशा प्रकारें अज्ञानानें नसत्या अभिमानाला पेटलेले, अनेक मनोरथांनीं ज्यांचें चित्त विक्षिप्त झालेलें आहे, जे मोहजालानें गुरफटलेले आहेत आणि कामभोगामध्यें अत्यंत आसक्त झालेले आहेत, ते पुरुष अखेर अमंगल नरकांत पडतात. १३।१४।१५।१६.

आत्मसंभाविताः स्तब्धा धनमानमदान्विताः ।
यजंते नामयज्ञैस्ते दंभेनाविधिपूर्वकम् ॥ १७ ॥

आपणच आपली प्रशंसा करणारे, ताठ्यानें वागणारे व धनाच्या आणि थोरपणाच्या गर्वानें उन्मत्त झालेले ते लोक शास्त्रविधीला सोडून दांभिकपणानें केवळ नांवाचे यज्ञ करितात. १७.

अहंकारं बलं दर्पं कामं क्रोधं च संश्रिताः ।
मामात्मपरदेहेषु प्रद्विषंतोऽभ्यसूयकाः ॥ १८ ॥

मीपणा, बल, गर्व, काम व क्रोध यांचा आश्रय केलेले, आपल्या व दुसऱ्याच्या शरीरामध्यें असणारा मी परमेश्वर त्या माझा द्वेष करणारे, आणि दुसऱ्यांचा (साधूंचा) उत्कर्ष सहन न करणारे असे ते हे लोक असतात. १८.

तानहं द्विषतः क्रूरान्संसारेषु नराधमान् ।
क्षिपाम्यजस्रमशुभानासुरीष्वेव योनिषु ॥१९॥

त्या साधुद्वेषी व क्रूर अशा पापी नराधमांना संसारांतील अतिशय दुःखदायक अशा आसुरी योनीमध्येंच मी निरंतर जन्मास घालतों. १९.

आसुरीं योनिमापन्ना मूढा जन्मनि जन्मनि ।
मामप्राप्यैव कौंतेय ततो यांत्यधमां गतिम् ॥

अर्जुना, आसुरी योनीला पावलेले ते मूढ पुरुष जन्मोजन्मीं अधिकाधिकच मूढ होत्साते मला न पावतां उत्तरोत्तर अधम गतीला प्राप्त होतात. २०.

त्रिविधं नरकस्येदं द्वारं नाशनमात्मनः ।
कामः क्रोधस्तथा लोभस्तस्मादेतत्त्रयं त्यजेत् ॥

काम, क्रोध आणि लोभ हीं जीवाला कोणत्याही पुरुषार्थाची प्राप्ति करून न देतां त्यास नरकास नेणारीं तीन द्वारें आहेत. यास्तव या तिहींचा त्याग करावा. २१.

एतैर्विमुक्तः कौंतेय तमोद्वारैस्त्रिभिर्नरः ।
आचरत्यात्मनः श्रेयस्ततो याति परां गतिम् ॥

हे कौंतेया, नरकाच्या या तिन्ही द्वारांपासून जो मनुष्य मुक्त होतो, तो आपलें कल्याण करून घेण्याचे मार्गाला लागतो आणि त्यानंतर उत्तम गतीला पोहोंचतो. २२.

यः शास्त्रविधिमुत्सृज्य वर्तते कामकारतः ।
न स सिद्धिमवाप्नोति न सुखं न परां गतिम् ॥

जो कोणी शास्त्रोक्त विधीला सोडून केवळ आपल्या इच्छेस येईल तसा वागतो, त्याला सिद्धि, सुख आणि उत्तम गति हीं मिळत नाहींत. २३.

तस्माच्छास्त्रं प्रमाणं ते कार्याकार्यव्यवस्थितौ ।
ज्ञात्वा शास्त्रविधानोक्तं कर्म कर्तुमिहार्हसि ॥

इति श्रीमद्भगवद्गीतासूपनिषत्सु ब्रह्मविद्यायां योगशास्त्रे श्रीकृष्णार्जुनसंवादे देवासुरसंपद्विभागयोगो नाम षोडशोऽध्यायः ॥१६॥

यास्तव, कार्य अथवा अकार्य यांचा निर्णय करण्याच्या कामीं तुला शास्त्र हेंच प्रमाण धरिलें पाहिजे. म्हणून शास्त्रानें सांगिलेलें कर्म समजून घेऊन त्याप्रमाणें या लोकीं करणें तुला योग्य आहे. २४.

अध्याय एकेचाळिसावा.

—:०:—

श्रद्धात्रयविभाग.

अर्जुन उवाच—

ये शास्त्रविधिमुत्सृज्य यजंते श्रद्धयाऽन्विताः ।
तेषां निष्ठा तु का कृष्ण सत्त्वमाहो रजस्तमः ॥

अर्जुन म्हणालाः—हे कृष्णा, जे कोणी तुजविषयीं श्रद्धेनें पूर्ण आहेत परंतु, तुझें यजनपूजन करितांना शास्त्राज्ञा पाहून मात्र चालत नाहींत. अशांच्या त्या निष्ठेला काय नांव द्यावें ? त्यांची ही निष्ठा का सात्विक म्हणावी कीं राजस, कीं तामस ? १.

श्रीभगवानुवाच—

त्रिविधा भवति श्रद्धा देहिनां सा स्वभावजा ।
सात्त्विकी राजसी चैव तामसी चेति तां शृणु ॥

श्रीभगवान् म्हणालेः—मनुष्याची स्वाभाविक जी श्रद्धा, ती सात्विक, राजस आणि तामस अशी तीन प्रकारची असते ती ऐक.२.

सत्त्वानुरूपा सर्वस्य श्रद्धा भवति भारत ।
श्रद्धामयोऽयं पुरुषो यो यच्छ्रद्धः स एव सः॥

हे भारता, सर्वांना आपल्या पूर्व संस्कारानुसार श्रद्धा उत्पन्न होते. कारण, हा जीव श्रद्धामय आहे. जो ज्या प्रकारच्या श्रद्धेनें युक्त असतो तो तद्रूपच असतो. ३.

यजंते सात्त्विका देवान्यक्षरक्षांसि राजसाः ।
प्रेतान्भूतगणांश्चान्ये यजंते तामसा जनाः ॥

जे सात्विक असतात, ते देवांचें पूजन करितात; जे राजस असतात ते यक्षराक्षसांचें पूजन करितात; आणि बाकी राहिलेले जे तामस जन, ते प्रेत आणि भूतगण यांचें पूजन करितात. ४.

अशास्त्रविहितं घोरं तप्यंते ये तपो जनाः ।
दंभाहंकारसंयुक्ताः कामरागबलान्विताः ॥ ५ ॥
कर्षयंतः शरीरस्थं भूतग्राममचेतसः ।
मां चैवांतःशरीरस्थं तान्विद्ध्यासुरनिश्चयान् ॥

दंभ आणि अहंकार यांनीं युक्त, तसेंच काम व प्रीति यांच्या बलानें युक्त असे जे जन, ते शास्त्रविरुद्ध घोरतपाचें आचरण करितात. आणि जे अविवेकी असल्या तपानें शरीरांतील इंद्रियसमुदायाला आणि शरी-

राच्या अंतर्यामीं असणाऱ्या मलाही वाळवितात (पीडितात) ते आसुरी निष्ठेचे लोक आहेत असें तूं समज. ५।६.

आहारस्त्वपि सर्वस्य त्रिविधो भवति प्रियः ।
यज्ञस्तपस्तथा दानं तेषां भेदमिमं शृणु ॥ ७ ॥

प्रत्येकाच्या आवडीचा जो आहार, तोही तीन प्रकारचा असतो; त्याचप्रमाणें यज्ञ, तप, आणि दान हींही तीन तीन प्रकारचीं आहेत. त्यांचे भेद तुला सांगतों ते ऐक. ७.

आयुःसत्त्वबलारोग्य-
सुखप्रीतिविवर्धनाः ।
रस्याः स्निग्धाः स्थिरा हृद्या
आहाराः सात्त्विकप्रियाः ॥ ८ ॥

आयुष्य, उत्साह, बल, आरोग्य, सुख व प्रीति यांना वाढविणारे आणि रसभरित, स्निग्ध, पौष्टिक व मनाला आनंद देणारे असे आहार सात्विकांना प्रिय असतात. ८.

कट्वम्ललवणात्युष्णतीक्ष्णरुक्षविदाहिनः ।
आहारा राजसस्येष्टा दुःखशोकामयप्रदाः ॥९॥

अतिशय कडु, आंबट, खारट, उष्ण, तिखट, रुक्ष व जळजळणारे आणि दुःख, शोक व रोग यांना उत्पन्न करणारे असे आहार राजसांना प्रिय असतात. ९.

यातयामं गतरसं पूति पर्युषितं च यत् ।
उच्छिष्टमपि चामेध्यं भोजनं तामसप्रियम् ॥

जें अर्धवट शिजलेलें, बेचव झालेलें, आंबलेलें, शिळें आणि उष्टें व अपवित्र असें अन्न तें तामसांना प्रिय असतें. १०.

अफलाकाङ्क्षिभिर्यज्ञो विधिदृष्टो य इज्यते ।
यष्टव्यमेवेति मनः समाधाय स सात्त्विकः ॥

फलाची इच्छा न करणाऱ्या पुरुषांच्या हातून, आपलें कर्तव्य म्हणूनच तो करावयाचा अशा मनाच्या निर्धारानें जो शास्त्रानुसारें यज्ञ केला जातो, त्याला सात्विक यज्ञ असें म्हणतात. ११.

अभिसंधाय तु फलं दंभार्थमपि चैव यत् ।
इज्यते भरतश्रेष्ठ तं यज्ञं विद्धि राजसम् ॥

आणि हे भरतश्रेष्ठा, फलाची इच्छा धरूनच दंभासाठीं केलेला जो यज्ञ त्याला राजस यज्ञ म्हणतात असें तूं समज. १२.

विधिहीनमसृष्टान्नं मंत्रहीनमदक्षिणम् ।
श्रद्धाविरहितं यज्ञं तामसं परिचक्षते ॥ १३ ॥

शास्त्रविधीला सोडून, अन्नदानरहित, मंत्ररहित, दक्षिणारहित आणि श्रद्धारहित, असा जो यज्ञ त्याला विद्वान् लोक तामस यज्ञ म्हणतात. १३.

देवद्विजगुरुप्राज्ञपूजनं शौचमार्जवम् ।
ब्रह्मचर्यमहिंसा च शारीरं तप उच्यते ॥१४॥

देव, ब्राह्मण, गुरु व विद्वान् यांचें पूजन, शुचिर्भूतपणा, ब्रह्मचर्य आणि अहिंसा याला कायिक तप म्हणतात. १४.

अनुद्वेगकरं वाक्यं सत्यं प्रियहितं च यत् ।
स्वाध्यायाभ्यसनं चैव वाङ्मयं तप उच्यते ॥

कोणाच्याही मनाला न लागणारें, सत्य व गोड असून परिणामीं हितकारक असें भाषण करणें आणि वेदांचें अध्ययन करणें याला वाचिक तप असें म्हणतात. १५.

मनःप्रसादः सौम्यत्वं मौनमात्मविनिग्रहः ।
भावसंशुद्धिरित्येतत्तपो मानसमुच्यते ॥ १६ ॥

---

१ येथें मूळ ' यातयामं ' असें आहेः—याचा नेहमींचा अर्थ ' ज्यावरून प्रहर लोटला आहे, म्हणजे गारठलेलें असा आहे. पण येथें आचार्यांनीं 'पर्युषित' यानें होणारी पुनरुक्ति टाळण्यासाठीं त्याचा अर्थ 'मंदपक्व ' असा केला आहे.

मनाची प्रसन्नता, सौजन्य, मौन, आत्मसंयमन आणि अंतःकरणशुद्धि याला मानसिक तप म्हणतात. १६.

श्रद्धया परया तप्तं तपस्तत्त्रिविधं नरैः ।
अफलाकाङ्क्षिभिर्युक्तैः सात्त्विकं परिचक्षते ॥

फलाची आशा न करणारे आणि समाधानी अशा पुरुषांनीं उत्तम श्रद्धेनें आचरिलेलें जें हें तीन प्रकारचें (कायिक, वाचिक व मानसिक) तप, त्याला सात्विक तप म्हणतात. १७.

सत्कारमानपूजार्थं तपो दंभेन चैव यत् ।
क्रियते तदिह प्रोक्तं राजसं चलमध्रुवम्॥ १८॥

येथें आपली स्तुति, बहुमान व पूजा व्हावी, या हेतूनें किंवा दांभिकपणानें केलेलें जें तप तें राजस असें म्हटलें आहे, तें चंचल आणि अस्थिर असें आहे. १८.

मूढग्राहेणाऽऽत्मनो यत्पीडया क्रियते तपः ।
परस्योत्सादनार्थं वा तत्तामसमुदाहृतम् ॥ १९॥

वेडेपणानें दुराग्रह धरून, आपल्या शरीराला दुःख देऊन, अथवा दुसऱ्याचा नाश व्हावा अशी इच्छा धरून केलेलें जें तप तें तामस तप म्हटलें आहे. १९.

दातव्यमिति यद्दानं दीयतेऽनुपकारिणे ।
देशे काले च पात्रे च तद्दानं सात्त्विकं स्मृतम्॥

दान करणें आपलें कर्तव्य आहे अशा हेतूनें जें दान पुण्यक्षेत्रीं, पर्वकाळीं व सत्पात्रीं, आणि दानाचा मोबदला न करणारा अशाला दिलें जातें, तें सात्विक दान होय. २०.

यत्तु प्रत्युपकारार्थं फलमुद्दिश्य वा पुनः ।
दीयते च परिक्लिष्टं तद्दानं राजसं स्मृतम् ॥

प्रत्युपकाराकरितां किंवा फलाच्या इच्छेनें अथवा मोठ्या कष्टानें दिलेलें जें दान तें राजस दान होय. २१.

अदेशकाले यद्दानमपात्रेभ्यश्च दीयते ।
असत्कृतमवज्ञातं तत्तामसमुदाहृतम् ॥ २२ ॥

जें दान सत्काररहित, अपमानपूर्वक, आणि पुण्यदेश, पुण्यकाल व सत्पात्र नमून दिलें जातें तें तामस दान होय. २२.

ॐ तत्सदिति निर्देशो ब्रह्मणस्त्रिविधः स्मृतः ।
ब्राह्मणास्तेन वेदाश्च यज्ञाश्च विहिताः पुरा ॥

ॐ तत्, सत्, अशीं तीन प्रकारचीं ब्रह्माचीं नांवें आहेत. त्यांच्या योगानें ब्राह्मण, वेद आणि यज्ञ हे पूर्वी उत्पन्न केले आहेत. २३.

तस्मादोमित्युदाहृत्य यज्ञदानतपःक्रियाः ।
प्रवर्तंते विधानोक्ताः सततं ब्रह्मवादिनाम् ॥२४॥

याकरितां वेदवेत्त्यांच्या यथाविधि, यज्ञ, दान व तप या क्रिया ॐ या ब्रह्माच्या नांवाचा उच्चार करून निरंतर चालू असतात. २४.

तदित्यनभिसंधाय फलं यतज्ञपःक्रियाः ।
दानक्रियाश्च विविधाः क्रियंते मोक्षकांक्षिभिः ॥

मुमुक्षु जन, ' तत् ' या ब्रह्माच्या नांवाचा उच्चार करून, फलाची आशा न धरितां यज्ञ, तप, आणि दान यांच्या अनेक प्रकारच्या क्रिया करितात. २५.

सद्भावे साधुभावे च सदित्येतत्प्रयुज्यते ।
प्रशस्ते कर्मणि तथा सच्छब्दः पार्थ युज्यते ॥

' सत् ' या ब्रह्माच्या नांवाची योजना ज्ञानी हें अस्तित्व आणि चांगलेपणा दाखविण्याकरितां करितात. तसेंच, पार्था, शुभ कर्म दाखविण्यालाही ' सत् ' हा शब्द योजीत असतात. २६.

यज्ञे तपसि दाने च स्थितिः सदिति चोच्यते ।
कर्म चैव तदर्थीयं सदित्येवाभिधीयते ॥ २७ ॥

यज्ञ, दान व तप यांवरील निष्ठेला 'सत्' म्हणतात; आणि यांच्यासाठीं केलेलें जें कर्म त्यालाही सत् असेंच म्हणतात. २७.

अश्रद्धया हुतं दत्तं तपस्तप्तं कृतं च यत् ।
असदित्युच्यते पार्थ न च तत्प्रेत्य नो इह ॥

इति श्रीमद्भगवद्गीतासूपनिषत्सु ब्रह्मविद्यायां योगशास्त्रे श्रीकृष्णार्जुनसंवादे श्रद्धात्रयविभागयोगो नाम सप्तदशोऽध्यायः॥१७॥

पार्था, श्रद्धेवांचून केलेलें यज्ञ, दान, तप आणि कोणतेंही कर्म याला 'असत्' असें म्हणतात. तें परलोकीं फलप्रद होत नाहीं व या लोकींही फलप्रद होत नाहीं. २८.

अध्याय बेचाळिसावा.

—:०:—

मोक्षसंन्यासोपदेश.

अर्जुन उवाच—

संन्यासस्य महाबाहो तत्त्वमिच्छामि वेदितुम् ।
त्यागस्य च हृषीकेश पृथक्केशिनिषूदन ॥ १ ॥

हे महाबाहो हृषिकेशा, केशिदैत्यांतका, मी 'संन्यास' शब्दाचा खरा अर्थ आणि 'त्याग' शब्दाचाही खरा अर्थ, पृथक् जाणूं इच्छितों. १.

श्रीभगवानुवाच—

काम्यानां कर्मणां न्यासं संन्यासं कवयो विदुः।
सर्वकर्मफलत्यागं प्राहुस्त्यागं विचक्षणाः ॥२॥

श्रीभगवान् म्हणाले:—पण्डित हे काम्यकर्माचा त्याग करणें याला संन्यास म्हणतात; व विद्वान् लोक सर्व कर्में करून त्यांच्या फलाचा त्याग करणें याला त्याग म्हणतात. २.

त्याज्यं दोषवदित्येके कर्म प्राहुर्मनीषिणः ।
यज्ञदानतपः कर्म न त्याज्यमिति चापरे ॥३॥

कित्येक पण्डित असें म्हणतात कीं, कर्म दोषयुक्त असल्यामुळें त्याचा त्याग करावा; आणि दुसरे कांहीं पण्डित असें म्हणतात कीं, यज्ञ, दान व तप या कर्मांचा त्याग करूं नये. ३.

निश्चयं शृणु मे तत्र त्यागे भरतसत्तम ।
त्यागो हि पुरुषव्याघ्र त्रिविधः संप्रकीर्तितः॥४॥

हे भरतसत्तमा, या त्यागाविषयीं (त्याग आणि संन्यास यांविषयीं) माझें निश्चित मत काय आहे, तें तुला सांगतों ऐक. ४.

यज्ञो दानं तपः कर्म न त्याज्यं कार्यमेव तत् ।
यज्ञो दानं तपश्चैव पावनानि मनीषिणाम् ॥५॥

यज्ञ, दान व तप या कर्मांचा त्याग करूं नये, तीं केलींच पाहिजेत. कारण, यज्ञ, दान व तप हीं कर्में निष्काम कर्म करणारांचें चित्त शुद्ध करणारीं आहेत. ५.

एतान्यपि तु कर्माणि संगं त्यक्त्वा फलानि च ।
कर्तव्यानीति मे पार्थ निश्चितं मतमुत्तमम् ॥

परंतु, पार्था, हीं कर्में कर्तेपणाचा अभिमान आणि फळाची इच्छा टाकून करावीं असें माझें उत्तम निश्चित मत आहे. ६.

नियतस्य तु संन्यासः कर्मणो नोपपद्यते ।
मोहात्तस्य परित्यागस्तामसः परिकीर्तितः ॥७॥

नित्यनैमित्तिक कर्मांचा त्याग करणें योग्य नाहीं; अज्ञानानें जर त्यांचा त्याग केला तर त्याला तामस त्याग म्हणतात. ७.

दुःखमित्येव यत्कर्म कायक्लेशभयात्त्यजेत् ।
स कृत्वा राजसं त्यागं नैव त्यागफलं लभेत् ॥

१ सर्वारंभा हि दोषेण धूमेनाग्निरिवावृताः ॥ अ० १८, श्लोक ४८.

जो कोणी कर्म हें दुःखकारक आहे असें मानूनच शरीराला क्लेश होतील या भीतीनें त्याचा त्याग करितो, तो राजस त्याग अस-ल्यामुळें खऱ्या त्यागाचें फल त्याला प्राप्त होणार नाहींच. ८.

कार्यमित्येव यत्कर्म नियतं क्रियतेऽर्जुन ।
संगं त्यक्त्वा फलं चैव स त्यागः सात्विको मतः॥

अर्जुना, आपलें कर्तव्य असें समजूनच जें नैत्यनैमित्तिक कर्म फलाची आशा व कर्ते-पणाचा अभिमान टाकून केलें जातें, त्या त्यागाला सात्विक त्याग म्हणतात. ९.

न द्वेष्ट्यकुशलं कर्म कुशले नानुषज्जते ।
त्यागी सत्वसमाविष्टो मेधावी छिन्नसंशयः १०

जो काम्य कर्माचा द्वेष करीत नाहीं व पुण्यकर्माच्या ठिकाणीं सक्त होत नाहीं, तो शुद्धचित्ताचा बुद्धिमान् असा त्यागी संशय-रहित होऊन मुक्त होतो. १०.

न हि देहभृता शक्यं त्यक्तुं कर्माण्यशेषतः ।
यस्तु कर्मफलत्यागी स त्यागीत्यभिधीयते॥११॥

देहधारी म्हणून जो आहे, त्यानें कर्माचा निखालस त्याग करीन म्हणणें शक्य नाहीं. (म्हणून) जो कर्मफलाचा मात्र त्याग करितो त्यालाच खरा त्यागी असें म्हणतात. ११.

अनिष्टमिष्टं मिश्रं च त्रिविधं कर्मणः फलम् ।
भवत्यत्यागिनां प्रेत्य न तु संन्यासिनां क्वचित्॥

अनिष्ट, इष्ट व इष्टानिष्ट असें तीन प्रकार-चें कर्माचें फळ कर्मफलाचा त्याग न करणा-राला मरणानंतर प्राप्त होतें. कर्मफलाचा त्याग करणारे संन्यासी यांना तिन्ही फलांची प्राप्ति केव्हांही होत नाहीं. १२.

पंचैतानि महाबाहो कारणानि निबोध मे ।
सांख्ये कृतांते प्रोक्तानि सिद्धये सर्वकर्मणाम्॥

हे महाबाहो अर्जुना, सर्व कर्मांच्या सिद्धी-करितां सर्व कर्मांची परिसमाप्ति करणारें जें वेदान्तशास्त्र त्यांत हीं पांच कारणें सांगि-तलेलीं मी सांगतों तीं समजून घे. १३.

अधिष्ठानं तथा कर्ता करणं च पृथग्विधम् ।
विविधाश्च पृथक्चेष्टा दैवं चैवात्र पंचमम् ॥

अधिष्ठान म्हणजे आधारभूत शरीर, तसाच कर्ता म्हणजे जीव, वेगळालीं इंद्रियें व प्राणापान वायूंचे नानाप्रकारचे व्यापार, आणि दैव म्हणजे इंद्रियांच्या देवता, हीं पांच कारणें आहेत. १४.

शरीरवाङ्मनोभिर्यत्कर्म प्रारभते नरः ।
न्याय्यं वा विपरीतं वा पंचैते तस्य हेतवः ॥

मनुष्य शरीरानें, वाणीनें व मनानें सशा-स्त्र किंवा अशास्त्र असें जें कांहीं कर्म करितो त्याचे हे अधिष्ठानादि पांच हेतु आहेत. १५.

तत्रैवं सति कर्तारमात्मानं केवलं तु यः ।
पश्यत्यकृतबुद्धित्वान्न स पश्यति दुर्मतिः ॥१६॥

याप्रमाणें सर्व कर्मांना हे पांच हेतु अस-तांना जो मनुष्य केवळ आत्माच कर्ता आहे असें पहातो, तो अज्ञानी वेदांतसंस्कारशून्य असल्यामुळें कांहींच जाणत नाहीं. १६.

यस्य नाहंकृतो भावो बुद्धिर्यस्य न लिप्यते ।
हत्वाऽपि स इमाँल्लोकान्न हंति न निबध्यते ॥

मी हें अमुक कर्म करितों असा ज्याला अभिमान नाहीं, आणि ज्याच्या बुद्धीग कर्मापासून विकार होत नाहीं, त्यानें जरी या सर्व प्राण्यांचा वध केला तरी तो वध करीत नाहीं; व त्या वधांच्या दोषानें तो बद्ध होत नाहीं. १७.

ज्ञानं ज्ञेयं परिज्ञाता त्रिविधा कर्मचोदना ।
करणं कर्म कर्तेति त्रिविधः कर्मसंग्रहः ॥१८॥

ज्ञान, ज्ञेय व ज्ञाता ही त्रिपुटी कर्माला प्रेरक आहे; आणि करण, कर्म व कर्ता ही त्रिपुटी कर्मसंग्रहास कारण आहे. १८.

ज्ञानं कर्म च कर्ता च त्रिधैव गुणभेदतः ।
प्रोच्यते गुणसंख्याने यथावच्छृणु तान्यपि ॥

ज्ञान, कम व कर्ता हे गुणभेदानें तीन प्रकारचे आहेत, असें सांख्यशास्त्रांत यथार्थ सांगितलें आहे; तेंही तूं ऐक. १९.

सर्वभूतेषु येनैकं भावमव्ययमीक्षते ।
अविभक्तं विभक्तेषु तज्ज्ञानं विद्धि सात्विकम्॥

ज्या ज्ञानाच्या योगानें जीव हा, वेगळाल्या सर्व भूतांमध्यें न विभागलेला असा एकच अविनाशी भाव पहातो, तें ज्ञान सात्विक होय, असें समज. २०.

पृथक्त्वेन तु यज्ज्ञानं नानाभावान्पृथग्विधान् ।
वेत्ति सर्वेषु भूतेषु तज्ज्ञानं विद्धि राजसम् ॥

सर्व भूतांचीं शरीरें भिन्न दिसतात एवढ्याचमुळें हीं सर्व भूतें परस्पर भिन्न असून त्यांत एक भाव नाहीं असें ज्या ज्ञानाचे योगानें वाटतें तें ज्ञान राजस समज. २१.

यत्तु कृत्स्नवदेकस्मिन्कार्ये सक्तमहैतुकम् ।
अतत्वार्थवदल्पं च तत्तामसमुदाहृतम् ॥२२॥

जें ज्ञान, एक शरीर अथवा उपास्य देवतेची मूर्ति यांतच कायतें आहे, यापलीकडे कांहीं नाहीं असें पहातें, जें असयुक्तिक व ज्यांत कांहीं तात्पर्य नाहीं व जें थोडें असतें, त्याला तामस ज्ञान म्हणतात. २२.

नियतं संगरहितमरागद्वेषतः कृतम् ।
अफलप्रेप्सुना कर्म यत्तसात्विकमुच्यते ॥२३॥

फलाची इच्छा न करितां जें नित्यनैमित्तिक कर्म कर्तेपणाचा अभिमान सोडून रागद्वेषरहित केलें जातें त्याला सात्विक कर्म म्हणतात. २३.

यत्तु कामेप्सुना कर्म साहंकारेण वा पुनः ।
क्रियते बहुलायासं तद्राजसमुदाहृतम् ॥ २४ ॥

पण जें कर्म फलाची इच्छा धरून, अहंकारपूर्वक व पुष्कळ आयासानें केलें जातें, त्याला राजस कर्म म्हणतात. २४.

अनुबंधं क्षयं हिंसामनपेक्ष्य च पौरुषम् ।
मोहादारभ्यते कर्म यत्तत्तामसमुच्यते ॥२५॥

परिणाम, हानि, हिंसा व आपलें सामर्थ्य इकडे लक्ष न देतां अज्ञानानें जें कर्म केलें जातें, त्याला तामस कर्म म्हणतात. २५.

मुक्तसंगोऽनहंवादी धृत्युत्साहसमन्वितः ।
सिद्ध्यसिद्ध्योर्निर्विकारःकर्ता सात्विक उच्यते॥

सर्वसंग परित्यागी, निरहंकार, धैर्य व उत्साह यांनीं युक्त, आणि कार्याच्या सिद्धीपासून अथवा असिद्धीपासून विकार न पावणारा याला सात्विक कर्ता म्हणतात. २७.

रागी कर्मफलप्रेप्सुर्लुब्धो हिंसात्मकोऽशुचिः ।
हर्षशोकान्वितःकर्ता राजसः परिकीर्तितः ॥

विषयासक्त, कर्मफलाची इच्छा करणारा, लोभी, घातकी, अपवित्र, हर्ष व शोक यांनीं युक्त असा जो कर्ता तो राजस म्हणून प्रसिद्ध आहे. २७.

अयुक्तः प्राकृतः स्तब्धः शठो नैष्कृतिकोऽलसः ।
विषादी दीर्घसूत्री च कर्ता तामस उच्यते ॥२८॥

अजितेंद्रिय, मूर्ख, उन्मत्त, कपटी, परोत्कर्ष सहन न करणारा, आळशी, दुर्मुख व चेंगट असा जो कर्ता त्याला तामस म्हणतात. २८.

१ सत्व, रज आदि गुणांचा ज्यांत पूर्ण विचार आहे त्या शास्त्राला येथें 'गुणसंख्यान' म्ह० सांख्यशास्त्र म्हटलें आहे.

बुद्धेर्भेदं धृतेश्चैव गुणतस्त्रिविधं शृणु ।
प्रोच्यमानमशेषेण पृथक्त्वेन धनंजय ॥२९॥

हे धनंजया, गुणांच्या योगानें झालेले बुद्धीचे व धैर्याचे तीन प्रकारचे भेद तुला वेगवेगळे सांगतों, ते ऐक. २९.

प्रवृत्तिं च निवृत्तिं च कार्याकार्ये भयाभये ।
बंधं मोक्षं च या वेत्ति बुद्धिःसा पार्थ सात्त्विकी॥

हे पार्था, प्रवृत्ति (कर्ममार्ग) व निवृत्ति (संन्यासमार्ग), काय करावें व काय करूं नये, भय कशापासून व अभय कशापासून, आणि बंध कसा होतो व मोक्ष कसा होतो, हें जी बुद्धि जाणते तिला सात्त्विक म्हणतात. ३०

यया धर्ममधर्मं च कार्यं चाकार्यमेवच ।
अयथावत्प्रजानाति बुद्धिःसा पार्थ राजसी ॥३१॥

ज्या बुद्धीच्या योगें जीव हा धर्म व अधर्म आणि कर्तव्य व अकर्तव्य हें यथार्थ रीतीनें जाणत नाहीं तिला राजस बुद्धि म्हणतात. ३१.

अधर्मं धर्ममिति या मन्यता तमसाऽऽवृता ।
सर्वार्थान्विपरीतांश्च बुद्धिः सा पार्थ तामसी ॥

पार्था, तमोगुणांनीं व्यापलेली जी बुद्धि, अधर्माला धर्म मानणारी व अर्थाचा अनर्थ करणारी, ती तामस बुद्धि असें म्हटलें आहे. ३२.

धृत्या यया धारयते
मनःप्राणेंद्रियक्रिया ।
योगेनाव्यभिचारिण्या
धृतिः सा पार्थ सात्त्विकी॥३३॥

पार्था, ज्या एकनिष्ठ धैर्यानें मन, प्राण व इंद्रियें यांच्या क्रिया मनुष्य समाधि कायम ठेवून करितो तें सात्त्विक धैर्य होय. ३३.

यया तु धर्मकामार्थान्धृत्या धारयतेऽर्जुन ।
प्रसंगेन फलाकांक्षी धृतिः सा पार्थ राजसी ॥

हे अर्जुना, ज्या धैर्यानें धर्म, काम व अर्थ हे तीनच पुरुषार्थ मनुष्य करितो व त्या त्या पुरुषार्थांच्या आचरण समयीं फलाची इच्छा करितो तें राजस धैर्य होय. ३४.

यया स्वप्नं भयं शोकं विषादं मदमेव च ।
न विमुंचति दुर्मेधा धृतिः सा पार्थ तामसी ॥

पार्था, ज्या धैर्यानें दुष्टबुद्धीचा मनुष्य झोंप, त्रास, शोक, खेद, विषय व मद यांना सोडीत नाहीं, तें तामस धैर्य होय. ३५.

सुखं त्विदानीं त्रिविधं शृणु मे भरतर्षभ ।
अभ्यासाद्रमते यत्र दुःखांतं च निगच्छति ॥

हे भरतश्रेष्ठा, आतां तूं माझे तोंडून ज्या सुखाचे ठिकाणीं अभ्यासानें जीव रमतो, व त्याच्या दुःखाचा अंत होतो, तें तीन प्रकारचें सुख ऐक. ३६.

यत्तदग्रे विषमिव परिणामेऽमृतोपमम् ।
तत्सुखं सात्त्विकं प्रोक्तमात्मबुद्धिप्रसादजम् ॥

जें पहिल्या तोंडीं विषासारखें लागत असल्यामुळें ज्याचे ठिकाणीं जीव केवळ दीर्घ परिचयानेंच रमूं लागतो; परंतु, एकदां रमला म्हणजे तें वास्तविक परिणामीं अमृततुल्य असल्यामुळें त्याच्या योगानें जीवाच्या दुःखाचा शेवटचा निकाल लागतो. त्याला सात्त्विक सुख म्हणतात. ३७.

विषयेंद्रियसंयोगाद्यत्तदग्रेऽमृतोपमम् ।
परिणामे विषमिव तत्सुखं राजसं स्मृतम् ॥३८॥

जें विषय आणि इंद्रियें यांच्या संयोगानें होतें व आरंभीं अमृतासारखें गोड व परिणामीं विषासारखें कडू असतें तें राजस सुख होय. ३८.

यदग्रे चानुबंधे च सुखं मोहनमात्मनः ।
निद्रालस्यप्रमादोत्थं तत्तामसमुदाहृतम् ॥३९॥

जें आरंभीं व शेवटींही चित्ताला मोह उत्पन्न करणारें, आणि निद्रा, आळस व प्रमाद यांपासून उत्पन्न झालेलें तें तामस सुख होय. ३९.

न तदस्ति पृथिव्यां वा दिवि देवेषु वा पुनः ।
सत्त्वं प्रकृतिजैर्मुक्तं यदेभिः स्यात्त्रिभिर्गुणैः ॥४०॥

या प्रकृतीपासून उत्पन्न झालेल्या तीन गुणांपासून अलिप्त आहे, अशी कोणतीही स्थावर जंगम वस्तु पृथ्वीवर मनुष्यादिकांत व स्वर्गीं देवादिकांतही दृष्टीस पडत नाहीं. ४०.

ब्राह्मणक्षत्रियविशां शूद्राणां च परंतप ।
कर्माणि प्रविभक्तानि स्वभावप्रभवैर्गुणैः ॥४१॥

हे परंतपा, ब्राह्मण, क्षत्रिय, वैश्य आणि शूद्र यांचीं कर्मे प्रकृतिजन्य गुणांनीं निरनिराळीं केलेलीं आहेत. ४१.

शमो दमस्तपःशौचं क्षांतिरार्जवमेव च ।
ज्ञानं विज्ञानमास्तिक्यं ब्रह्मकर्म स्वभावजम् ॥

शम म्हणजे चित्ताचें नियमन, दम म्हणजे बाह्येंद्रियांचें नियमन, कायिक, वाचिक व मानसिक तप, शुचिर्भूतपणा, क्षमा, सरळपणा, शास्त्रज्ञान, अनुभवज्ञान आणि श्रुतिस्मृतीविषयीं श्रद्धा, हें ब्राह्मणांचें स्वभावसिद्ध कर्म होय. ४२.

शौर्यं तेजो धृतिर्दाक्ष्यं युद्धे चाप्यपलायनम् ।
दानमीश्वरभावश्च क्षत्रकर्म स्वभावजम् ॥४३॥

पराक्रम, तेज (दर्प), धैर्य, दक्षता, युद्धापासून न फिरणें, दातृत्व आणि लोकांवर सत्ता चालविणें, हें क्षत्रियांचें स्वभावसिद्ध कर्म होय. ४३.

कृषिगौरक्ष्यवाणिज्यं वैश्यकर्म स्वभावजम् ।
परिचर्यात्मकं कर्म शूद्रस्यापि स्वभावजम् ॥

कृषि म्हणजे शेती, गोरक्ष्य म्हणजे गुरें बाळगणें, आणि वाणिज्य म्हणजे क्रयविक्रय करणें, हें वैश्यांचें स्वभावसिद्ध कर्म होय. आणि परिचर्या म्हणजे सेवा करणें हें शूद्रांचें स्वभावसिद्धच कर्म होय. ४४.

स्वे स्वे कर्मण्यभिरतः संसिद्धिं लभते नरः ।
स्वकर्मनिरतः सिद्धिं यथा विंदति तच्छृणु ॥

आपआपल्या कर्माच्या ठिकाणीं जो तत्पर असतो त्याला ज्ञाननिष्ठेला पात्र होण्याची योग्यता येते. आपल्या कर्माचे ठिकाणीं तत्पर असणाराला ती योग्यता कशी येते तें ऐक. ४५.

यतः प्रवृत्तिर्भूतानां येन सर्वमिदं ततम् ।
स्वकर्मणा तमभ्यर्च्य सिद्धिं विंदति मानवः ॥

ज्याच्या सत्तेनें सर्व भूतांच्या इंद्रियांच्या चेष्टा चालतात, आणि ज्यानें हें सर्व विश्व व्यापलें आहे, त्या ईश्वराला स्वकर्मानें भजणाऱ्या मनुष्याला ज्ञाननिष्ठायोग्यतारूप सिद्धि मिळते. ४६.

श्रेयान्स्वधर्मो विगुणः परधर्मात्स्वनुष्ठितात् ।
स्वभावनियतं कर्म कुर्वन्नाऽऽप्नोति किल्बिषम् ॥

स्वधर्म हा आचरण्यास कठीण असला तरी आचरण्यास सुलभ अशा परधर्मापेक्षां तो श्रेष्ठ आहे. स्वभावनियत जें कर्म तें केल्यानें मनुष्य पापानें लिप्त होत नाहीं. ४७.

सहजं कर्म कौंतेय सदोषमपि न त्यजेत् ।
सर्वारंभा हि दोषेण धूमेनाग्निरिवावृताः ॥४८॥

हे कौंतेया, स्वभावसिद्ध जें कर्म त्यामध्यें जरी दोष असला तरी तें सोडूं नये. कारण, धूरानें जसा अग्नि व्यापलेला आहे, तसे सर्व कर्मांचे आरंभ दोषानें व्यापिलेले आहेतच. ४८.

असक्तबुद्धिः सर्वत्र जितात्मा विगतस्पृहः ।
नैष्कर्म्यसिद्धिं परमां संन्यासेनाधिगच्छति ॥

ज्याची बुद्धि कोठेंही आसक्त होत नाहीं व जो जितेंद्रिय व निस्पृह आहे असा मनुष्य संन्यासाच्या योगानें उत्कृष्ट अशा ज्ञानसिद्धीला प्राप्त होतो. ४९.

सिद्धिं प्राप्तो यथा ब्रह्म तथाऽऽप्नोति निबोध मे ।
समासेनैव कौंतेय निष्ठा ज्ञानस्य या परा ॥५०॥

कौंतेया, ही ज्ञाननिष्ठायोग्यतारूप सिद्धि ज्याला प्राप्त झाली आहे त्याला ब्रह्माची प्राप्ति कशी होते, तें मी संक्षेपानें सांगतों, तें समजून घे. ही जी ब्रह्मप्राप्ति तीच ज्ञानाची परम सीमा होय. ५०.

बुद्ध्या विशुद्धया युक्तो धृत्याऽऽत्मानं नियम्य च
शब्दादींन्विषयांस्त्यक्त्वा रागद्वेषौ व्युदस्य च॥

जो मनुष्य अत्यंत शुद्धबुद्धीनें युक्त होऊन, धैर्यानें आपल्या चित्ताचें नियमन करून शब्दादिक विषय टाकून प्रीति व अप्रीति नाहींशीं करून टाकतो; ५१

विविक्तसेवी लघ्वाशी यतवाक्कायमानसः ।
ध्यानयोगपरो नित्यं वैराग्यं समुपाश्रितः ॥

जो एकांतवास करणारा, मिताहारी, काया, वाचा व मन यांना स्वाधीन ठेवणारा, निरंतर ध्यानयोगांत तत्पर असणारा आणि वैराग्याचा आश्रय करणारा असा असतो; ५२

अहंकार बलं दर्पं कामं क्रोधं परिग्रहम् ।
विमुच्य निर्ममः शांतो ब्रह्मभूयाय कल्पते ॥

आणि जो मनुष्य अहंकार, सामर्थ्य, उन्मत्तपणा, काम, क्रोध व संग्रह यांना टाकून ममतारहित होऊन शांत असतो तो मनुष्य ब्रह्मरूप होण्यास योग्य होतो. ५३.

ब्रह्मभूतः प्रसन्नात्मा न शोचति न काङ्क्षति ।
समः सर्वेषु भूतेषु मद्भक्तिं लभते पराम् ॥

आणि तो ब्रह्मरूप झालेला प्रसन्न अंतःकरण होऊन कशाचा शोक करीत नाहीं व कशाची इच्छा करीत नाहीं; तर सर्वत्र भूतांच्या ठिकाणीं सुखदुःखांविषयीं समबुद्धि ठेवून माझी परमभक्ति प्राप्त करून घेतो. ५४.

भक्त्या मामभिजानाति यावान्यश्चास्मि तत्त्वतः
ततो मां तत्त्वतो ज्ञात्वा विशते तदनंतरम् ॥

आणि याप्रकारची परमभक्ति त्याला प्राप्त झाली म्हणजे तिचे योगानें "मी खरोखर कोण आहें, केवढा आहें," या गोष्टींचें त्याला यथार्थ ज्ञान होतें. तें झालें म्हणजे त्याला माझी पुरापूर ओळख पटून अखेर तो माझे रूपांतच शिरतो किंवा मिसळतो. ५५.

सर्वकर्माण्यपि सदा कुर्वाणो मद्व्यपाश्रयः ।
मत्प्रसादादवाप्नोति शाश्वतं पदमव्ययम् ॥५६॥

सर्वदा माझा (अनन्यत्वानें) आश्रय धरून असलेला पुरुष कशींही कर्मे करीत असला तरी त्याला माझे कृपेनें अविनाशी असें शाश्वत पद प्राप्त होतें. ५६.

चेतसा सर्वकर्माणि मयि संन्यस्य मत्परः ।
बुद्धियोगमुपाश्रित्य मच्चित्तः सततं भव ॥५७॥

असें आहे म्हणून तूं मनानें सर्व कर्में मला अर्पण करून माझे ठिकाणीं तत्पर होऊन माझ्या ठिकाणीं बुद्धि ठेवून, मन्निष्ठ हो. ५७.

मच्चित्तः सर्वदुर्गाणि मत्प्रसादात्तरिष्यसि ।
अथ चेत्त्वमहंकारान्न श्रोष्यसि विनंक्ष्यसि ॥

जर तूं माझ्या ठिकाणीं चित्त देऊन रहाशील तर माझ्या प्रसादानें सर्व संकटांतून पार पडशील. पण, तूं जर अभिमानानें माझें न ऐकशील तर मात्र नाश पावशील. ५८.

यदहंकारमाश्रित्य न योत्स्य इति मन्यसे ।
मिथ्यैष व्यवसायस्ते प्रकृतिस्त्वां नियोक्ष्यति ॥

तूं जो अहंकाराचा आश्रय करून, 'मी युद्ध करणार नाहीं,' असें म्हणतोस हा तुझा आग्रह व्यर्थ आहे. कारण, क्षत्रियस्वभाव हा तुला जबरदस्तीनें युद्ध करण्यास लावील. ५९.

स्वभावजेनकौंतेय निबद्धःस्वेन कर्मणा ।
कर्तुं नेच्छसि यन्मोहात्करिष्यस्ववशोऽपितत् ॥

अरे कुंतिपुत्रा, युद्ध करणें हें तुझें-क्षत्रियाचें स्वभावसिद्ध कर्म असल्यामुळें तूं त्याचे योगानें पक्का जखडून गेला आहेस. आणि यास्तव, तुला जरी युद्ध करूं नये असें क्षणभर वाटतें आहे तरी तो केवळ मोहाचा परिणाम आहे. अखेर तुझा तुझे मनावर ताबा न राहून तूं युद्धालाच प्रवृत्त होशील. (हें माझें भाकीत ध्यानांत ठेव.) ६०.

ईश्वरः सर्वभूतानां हृद्देशेऽर्जुन तिष्ठति ।
भ्रामयन्सर्वभूतानि यंत्रारूढानि मायया ॥ ६१ ॥

कारण, हे अर्जुना, देहादिक यंत्रांवर अभिमानानेंच चढलेलीं जीं सर्व भूतें, त्यांना आपल्या मायारूप शक्तीनें नानायोनींत फिरविणारा असा परमेश्वर सर्व भूतांच्या हृदयांत वास करितो. ६१.

तमेव शरणं गच्छ सर्व भावेन भारत ।
तत्प्रसादात्परां शांति स्थानं प्राप्स्यसि शाश्वतम् ॥

याकरितां हे भारता, तूं त्यालाच सर्व भावें-करून शरण जा. म्हणजे त्याच्या प्रसादानें तूं परम शांति आणि शाश्वतस्थान यांप्रत पावशील. ६२.

इति ते ज्ञानमाख्यातं गुह्याद्गुह्यांतरं मया ।
विमृश्यैतदशेषेण यथेच्छसि तथा कुरु ॥ ६३ ॥

याप्रमाणें अर्जुना, गुह्याहूनही अति गुह्य असें हें ज्ञान मीं तुला सांगितलें; आतां याचा पूर्ण विचार करून मग तुझ्या मनास येईल तसें तूं कर. ६३.

सर्वगुह्यतमं भूयः श्रृणु मे परमं वचः ।
इष्टोऽसि मे दृढमिति ततो वक्ष्यामि ते हितम् ॥

सर्वांहून अतिशय गुह्य असें माझें वचन पुनः तूं ऐक. कारण, तूं माझा अत्यंत आवडता आहेस. म्हणून तुझ्या हिताची गोष्ट सांगतों. ६४.

मन्मना भव मद्भक्तो मद्याजी मां नमस्कुरु ।
मामेवैष्यसि सत्यं ते प्रतिजाने प्रियोऽसि मे ॥

माझ्या ठायीं मन ठेव; माझी भक्ति कर. माझें पूजन कर; व मला नमस्कार कर. असें केल्यानें मलाच प्राप्त होशील. असें मी प्रतिज्ञा करून तुला खरोखर सांगतों. कारण तूं माझा आवडता आहेस. ६५.

सर्वधर्मान्परित्यज्य मामेकं शरणं व्रज ।
अहं त्वा सर्वपापेभ्यो मोक्षयिष्यामि मा शुचः ॥

तूं सर्व धर्म टाकून मला एकट्यालाच शरण ये. मी तुला सर्व पापांपासून मुक्त करीन. तूं शोक करूं नको. ६६

इदं ते नातपस्काय नाभक्ताय कदाचन ।
न चाशुश्रूषवे वाच्यं न च मां योऽभ्यसूयति ॥

मीं तुला सांगितलेलें हें ज्ञान तपोविहिनाला तूं कधींही सांगूं नको. अभक्तालाही सांगूं नको. ज्याला ऐकण्याची इच्छा नाहीं त्याला सांगूं नको. आणि जो माझा द्वेष करतो त्यालाही सांगूं नको. ६७.

य इमं परमं गुह्यं मद्भक्तेष्वभिधास्यति ।
भक्तिं मयि परां कृत्वा मामेवैष्यत्यसंशयः ॥

जो हें परम गुह्य ज्ञान माझ्या भक्तांना

मागेल तो माझी दृढ भक्ति करून व संशयरहित होऊन मलाच पावेल. ६८.

न च तस्मान्मनुष्येषु कश्चिन्मे प्रियकृत्तमः ।
भविता न च मे तस्मादन्य प्रियतरो भुवि ॥ ६९॥

आणि हें माझें गुह्य (लोकांस) सांगणारांहून मला अत्यंत आवडती गोष्ट करणारा सांप्रत मनुष्यांमध्यें दुसरा कोणीही नाहीं; आणि त्याच्यापेक्षां दुसरा या लोकीं मला अत्यंत प्रिय पुढें होणारही नाहीं. ६९.

अध्येष्यते च य इमं धर्म्यं संवादमावयोः ।
ज्ञानयज्ञेन तेनाहमिष्टः स्यामिति मे मतिः ॥

आणि जो तुझ्या व माझ्या या धर्मयुक्त गीतासंवादाचें पठण करील त्यानें माझें ज्ञानयज्ञानें पूजन केलें असें मी समजतों. ७०.

श्रद्धावाननसूयश्च
शृणुयादपि यो नरः ।
सोऽपि मुक्तः शुभाँल्लोका-
न्प्राप्नुयात्पुण्यकर्मणाम् ॥ ७१ ॥

जो मनुष्य भक्तियुक्त अंतःकरणानें निर्मत्सर होऊन हें गीताशास्त्र नुसतें ऐकेल, तोही मुक्त होऊन पुण्यवान् पुरुष ज्या शुभलोकीं जातात तेथें जाईल. ७१.

कच्चिदेतच्छ्रुतं पार्थ त्वयैकाग्रेण चेतसा ।
कच्चिदज्ञानसंमोहः प्रनष्टस्ते धनंजय ॥ ७२॥

पार्था, मीं सांगितलेलें हें गीताशास्त्र तू एकाग्रचित्तानें ऐकलेंसना ? (आणि जर ऐकलें असशील) तर हे धनंजया, अज्ञानापासून जो तुझ्या मनामध्यें मोह उत्पन्न झाला होता, तो नाहींसा झाला ना ? ७२.

अर्जुन उवाच—

नष्टो मोहः स्मृतिर्लब्धा त्वत्प्रसादान्मयाऽच्युत ।
स्थितोऽस्मि गतसंदेहः करिष्ये वचनं तव ॥

अर्जुन म्हणाला, हे अच्युता, तुमच्या प्रसादेंकरून माझा मोह नाहींसा झाला; मला माझ्या खऱ्या स्वरूपाची आठवण झाली; मी संशयरहित झालों आहें. आतां तुम्ही सांगाल तसें मी करीन. ७३.

संजय उवाच—

इत्यहं वासुदेवस्य पार्थस्य च महात्मनः ।
संवादमिममश्रौषमद्भुतं रोमहर्षणम् ॥ ७४ ॥

संजय म्हणाला:—हे धृतराष्ट्र राजा, याप्रमाणें वासुदेवाचा आणि परमश्रेष्ठ अर्जुनाचा अद्भुत व रोमांचे[1] उत्पन्न करणारा असा हा संवाद मी ऐकला. ७४

व्यासप्रसादाच्छ्रुतवानेतद्गुह्यमहं परम् ।
योगं योगेश्वरात्कृष्णात्साक्षात्कथयतः स्वयम् ॥

साक्षात्, योगेश्वर कृष्ण हें अत्यंत गुह्य असें योगमय गीताशास्त्र अर्जुनाला सांगत असतां मला व्यासमुनींचे प्रसादामुळें समक्ष ऐकावयास मिळालें. ७५.

राजन्संस्मृत्य संस्मृत्य संवादमिममद्भुतम् ।
केशवार्जुनयोः पुण्यं हृष्यामि च मुहुर्मुहुः ॥

हे राजा, केशवार्जुनांच्या या पुण्यकारक व अद्भुत संवादाचें वारंवार स्मरण झाल्यानें मला पुनः पुनः आनंद होतो. ७६.

[1] 'रोमांचास हेतु' या संवादाचें अश्रुतपूर्वत्व, अतिगंभीरत्व, असंभाव्यत्व व अलौकिकत्व हे होत.

तच्च संस्मृत्य संस्मृत्य रूपमत्यद्भुतं हरेः ।
विस्मयो मे महान्राजन्हृष्यामि च पुनःपुनः ॥

तसेंच, हे राजा, श्रीकृष्णाच्या त्या अत्युद्भुत विश्वरूपाचें वारंवार स्मरण होऊन मला मोठा विस्मय होतो आणि पुनःपुनः अंगावर रोमांच उभे रहातात. ७७.

यत्र योगेश्वरः कृष्णो यत्र पार्थो धनुर्धरः ।
तत्र श्रीर्विजयो भूतिर्ध्रुवा नीतिर्मतिर्मम ॥७८॥

आणि एकंदर अनुभवावरून माझें असें मत ठरलें आहे कीं, ज्या पक्षाकडे योगनायक श्रीकृष्ण व धनुर्धर अर्जुन ही जोडी असेल, त्याच पक्षाकडे लक्ष्मी, विजय, ऐश्वर्य आणि अढळ नीति हीं असणार. ७८.

इति श्रीमद्भगवद्गीतासूपनिषत्सु ब्रह्मविद्यायां योगशास्त्रे श्रीकृष्णार्जुनसंवादे मोक्षसंन्यासयोगो नामाष्टादशोऽध्यायः ॥ १८ ॥

भीष्मवधपर्व.

अध्याय त्रेचाळिसावा.

—:०:—

आशीर्वादग्रहण.

वैशंपायन सांगतातः—हे राजा, पद्मनाभ जो परमात्मा श्रीकृष्ण त्याचे मुखकमलांतून बाहेर पडलेली जी ही गीता, तिचें उत्तम प्रकारें पठन करावें. इतर शास्त्रांचे समुदायांची या गीतेपुढें काय मातबरी आहे ? कारण या एकट्या गीतेंत सर्व शास्त्रें आलीं, व एका हरींत सर्व देव आले; एका गंगेंत सर्व तीर्थें आलीं, व एका मनुसंहितेंत सर्व वेद आले, असें समज. गीता, गंगा, गायत्री आणि गोविंद ही गकारचतुष्टयी ज्याच्या हृदयांत स्थिरावली त्याला पुनर्जन्म नाहीं. गीतेपैकीं सहाशें वीस श्लोक श्रीकृष्ण बोलले; अर्जुन सत्तावन बोलला; सदुसष्ट संजय बोलला; व धृतराष्ट्र एक बोलला. याप्रमाणें गीतेच्या श्लोकांच्या वांटणीचें मान सांगितलें आहे. श्रीकृष्णानें सर्व भारतरूप अमृताचें मंथन करून जें सार काढलें, ते गीतारूपानें अर्जुनाचे मुखांत ओतिलें.

संजय सांगतोः—त्या कालीं अर्जुनानें गांडीव व बाण धारण केलेले पाहून महारथ्यांनीं आरोळ्या ठोकल्या. बाकीचे पांडव, सोमक व त्यांचे जे अनुयायी होते, त्यांनीं आनंदित होऊन समुद्रांत उत्पन्न झालेले शंख फुंकले. मोठमोठे नगारे, काहिली, क्रकच व गाई वगैरेंचीं शिंगेंही एकाएकीं वाजविलीं गेल्यानें मोठाच कोलाहल उठला. त्याप्रमाणेंच, हे जनाधिपा, तें अद्भुत रणकंदन पहाण्याचे इच्छेनें गंधर्वांसह देव, तसेच पितर, सिद्ध व चारण यांच्या झुंडीच्या झुंडी आल्या; व इंद्राला पुढें करून महाभाग महर्षिही जमले. नंतर, राजा, त्या युद्धार्थ सज्ज झालेल्या समुद्रप्राय सेनांची वारंवार उचल पाहून वीरश्रेष्ठ राजा युधिष्ठिर आपलें कवच उतरून व श्रेष्ठ आयुध खालीं टाकून मोठ्या लगबगीनें रथाखालीं उतरला, आणि पितामह भीष्मांकडे पाहून, हात जोडून व मौन धरून पायींपायींच पूर्वाभिमुख शत्रुसैन्याकडे चालला. त्याला जातांना पाहून कुंतीपुत्र धनंजयही त्वरित रथांतून उतरून आपले इतर भावांसह त्याचे पाठोपाठ चालूं लागला. भगवान् वासुदेवही त्याचे पाठीमागून गेला. शिवाय, हा काय चमत्कार आहे तो पहावा म्हणून उत्सुक असलेले मुख्य मुख्य राजेही मोठ्या कळकळीनें मागें चालले.

अर्जुन म्हणालाः—हे महाराजा, आम्हांला सोडून तूं पायींपायीं प्राङ्मुख शत्रुसेनेकडे चालला आहेस, हें तूं काय चालविलें आहेस ?

भीमसेन म्हणालाः—हे राजेंद्रा, हे पार्थिव, शत्रुसैन्यें तर युद्धार्थ अगदीं तयार झालीं आहेत, अशा वेळीं कवच व आयुध टाकून आणि आप्त-बंधूंनाही बरोबर न बोलावतां आपण चाललां तरी कोठें ?

नकुल म्हणालाः—हे भारता, आपण आमचे ज्येष्ठ बंधु; आपण अशा प्रकारें चालते झालांसें पाहून माझें हृदय भयानें व्यथित होत आहे. तर आपण जाणार तरी कोठें तें बोला.

सहदेव म्हणालाः—हे नृपाला, असला भयंकर सेनासमूह युद्धार्थ भिडला असतां युद्ध करणें सोडून शत्रुसंमुख आपण कोणीकडे जाणार ?

संजय सांगतोः—या प्रकारें सर्व भाऊ छेडीत असतां एकालाही उत्तर न करितां मौन धरून तो कुरुनंदन धर्म तसा पुढें जातच

१ हे श्लोक व्यासांचे म्हणवत नाहींत. शुद्ध करण्यास आम्हांस अधिकार नाहीं. बंगाली व गौड प्रतींत हे पांचही श्लोक नाहींत.

राहिला. इतक्यांत महाप्राज्ञ उदारधी वासुदेव हंसतच त्या सर्वांना म्हणाला, " मीं धर्माचा अभिप्राय ओळखिला आहे. हा धर्मराजा भीष्म, द्रोण, कृपाचार्य, शल्य, आदिकरून सर्व वडील मंडळीला वंदन करून आणि त्यांची अनुमति घेऊन मग शत्रूशीं गांठ घालील. कारण, पूर्वकालच्या अशा गोष्टी ऐकिवांत आहेत कीं, गुरुजनांची अनुमति न घेतां जो कोणी युद्ध करितो, तो उघड उघड थोरांचे मनांतून उतरल्यामुळें त्याला यश येत नाहीं. परंतु जो कोणी शास्त्रांत सांगितल्याप्रमाणें थोरांची अनुमति संपादून युद्धार्थ उभा राहील त्याला निश्चयानें युद्धांत जय येतो. तस्मात् या हेतूनें युधिष्ठिर चालला आहे, असा माझा समज आहे, व हें त्याचें करणें मलाही संमत आहे. "

याप्रमाणें इकडे श्रीकृष्ण बोलत आहे तों धार्तराष्ट्रांचे सैन्यांत मोठा हाहाःकार उडाला, आणि पांडवांकडील लोक अगदीं गप राहिले. युधिष्ठिराला येतांना दुरून पाहून दुर्योधनाचे सैनिक परस्परांत बोलूं लागले कीं, " हा कुलकलंक राजा युधिष्ठिर भेदरून गेलासा होऊन आपल्या बंधूंसह आश्रय मागण्याकरितां भीष्मांकडे येत आहे, असें स्पष्ट दिसतें. धनंजयासारखा समर्थ वाली असतां आणि वृकोदर, नकुल व सहदेव हेही पाठीराखे असतांना या पांडुनंदनाला भेदरी बसली हें कसें? आम्हांला तर असें वाटतें कीं, ज्या अर्थी संग्राम पाहून हा कच्च्या छातीचा युधिष्ठिर घाबरून गेला, त्या अर्थी हा कांहीं लोकविख्यात अशा क्षत्रियकुलांत जन्म पावला नसावा खास ! " असें म्हणून ते सर्वही सैनिक कौरवांची प्रशंसा करूं लागले; व मोठ्या खुषींत येऊन अत्यानंदानें आपल्या वस्त्रांचे पदर उडवूं लागले; आणि तुझे सर्वही शिपाई हे बंधूंसह युधिष्ठिर, व केशव यांची यथास्थित निंदा करूं लागले. नंतर तें कौरवसैन्य युधिष्ठिराचा धिक्कार करून पुनरपि स्तब्ध राहिलें. कारण, आतां हा युधिष्ठिर भीष्मांला काय बोलतो; भीष्म त्याला उलट काय सांगतात; भीमाला तर युद्धाची फारच घमेंड आहे, तेव्हां तो काय म्हणतो; तसेंच हे कृष्णार्जुन काय म्हणतात; आणि एकंदरींत युधिष्ठिराचे मनांत काय बोलावयाचें आहे, अशा संबंधें तीं दोन्ही सैन्यें मोठ्या बुचकळ्यांत पडलीं.

इतक्यांत बाण, शक्ति, वगैरेंनीं भरून गेलेल्या अशा शत्रुसैन्यांत मुसंडी घालून भावांसह युधिष्ठिर तडक भीष्मांपाशीं येऊन ठेपला व युद्धार्थ सिद्ध होऊन उभ्या राहिलेल्या त्या शांतनवाचे पाय स्वहस्तानें घट्ट धरून म्हणाला, " हे दुर्धर्षा, मी आपणास वंदन करितों. आपल्याशीं आम्ही लढणार आहों; तेव्हां हे ताता, या कामीं आम्हांस अनुज्ञा द्यावी, आणि आपला आशीर्वादही द्यावा. "

भीष्म म्हणालेः—हे राजा, फार योग्य गोष्ट केलीस. जर का तूं या प्रकारें युद्धार्थ माझी आज्ञा मागण्यास मजकडे न येतास, तर मीं तुझा पराभव होवो म्हणून तुला शाप दिला असता ! परंतु वत्सा, तुझ्या सांप्रतच्या वर्तनानें मी बहुत प्रसन्न झालों आहें. आतां खुशाल युद्ध कर आणि जय मिळीव. तुला जय मिळेल. याशिवाय तुला या युद्धप्रसंगीं इष्ट असें जें कांहीं असेल तेंही (माझ्या आशीर्वादानें) मिळेल; आणि, हे पार्था, खुद्द मजपासून कांहीं वर मागून घेणें असेल तर तोही खुशाल घे. राजा, इतकें तूं केलेंस म्हणजे तुझा पराजय होणार नाहीं. बाबारे, **पुरुष हा अर्थाचा गुलाम आहे, अर्थ कोणाचाही गुलाम नाहीं.** असें जें म्हणतात तें खरें आहे. मजकडेच पहासना ! अर्थास्तव मला या कौरवांचा

बंदा गुलाम व्हावें लागलें आहे. त्यांनीं आपल्या पदरचे पैशानें माझें पोषण केलें आहे, यामुळें मी त्यांचा केवळ दास झालों आहें. मीं युद्ध करावें असें कौरवांनीं मला सांगितल्यावर, मी त्यांचा मिंधा असल्यानें, मी युद्ध करीत नाहीं असें म्हणण्याची माझी सोय नाहीं; आणि म्हणूनच, हे कुरुनंदना, युद्धाखेरीज तुला कांहीं मागणें तर मागून घे, असें एखाद्या नेभळ्यासारखें तुला सांगण्याची मला पाळी आली आहे !

यावर युधिष्ठिर म्हणालाः---हे महाबाहो, माझे कल्याणाची इच्छा मनांत ठेवून सदा सर्वदा मला माझे हिताची गोष्ट सांगत चला, आणि मग आपण खुशाल कौरवांचेच बाजूनें लढत रहा, माझी कांहीं ना नाहीं. हेंच माझें सतत मागणें आहे.

भीष्म म्हणतातः—हे कुरुनंदना, मी दुसऱ्याकरितां लढणार हें तर ठरलेंच आहे. तेव्हां अशा स्थितींत मीं तुझें साह्य कोणत्या प्रकारें करावें यासंबंधानें तूं जें बोलावयाचें मनांत आणिलें असशील तें निःशंकपणें बोल.

युधिष्ठिर म्हणतोः--आपला तर आजपर्यंत कोणीही पराजय केला नाहीं, त्या आपणाला आम्हीं युद्धांत कसे जिंकूं, एवढी माझे कल्याणाची गोष्ट आपणांस योग्य दिसेल तर आपण मला सांगा.

भीष्म उत्तर करितातः---हे कुंतीपुत्रा, मी युद्ध करीत असतां मला युद्धांत जिंकील असा पुरुष मला तर कोणी दिसत नाहीं; मग तो प्रत्यक्ष इंद्र कां असेना !

युधिष्ठिर म्हणतोः—हे पितामहा, मी आपल्या पायां पडतों. आपलें हें सामर्थ्य मी जाणतों म्हणूनच आपल्याला प्रश्न केला. याकरितां, समरांत शत्रूंनीं आपला कोणत्या उपायानें वध करावा हें आपणच सांगा. मला हें विचारण्यास अतिशय विषाद वाटतो, पण काय करूं? दुसरा मार्ग नाहीं !

भीष्म म्हणतातः---बाबारे, तूं विचारितोस खरा; पण मला युद्धांत जिंकील असा मला तर कोणी आढळतच नाहीं, तेव्हां तुला सांगूं तरी काय? शिवाय, माझा मृत्युकाल एवढ्यांत आलेलाही नाहीं. याकरितां तूं या प्रश्नाचे उलगड्याकरितां मला पुनः येऊन भेट.

संजय म्हणतोः—हे धृतराष्ट्रा, भीष्म असें बोलल्यावर त्या महाबाहु युधिष्ठिरानें त्यांचें वाक्य शिरसामान्य करून त्यांना पुनःपुनः वंदन केलें, व सर्व सैन्यें पहात असतां त्यांचे मधून आपले भ्रात्यांसह द्रोणाचार्यांचे रथाकडे गमन केलें. मग त्या दुर्धर्ष द्रोणांना उजवी घालून व अभिवादन करून त्या धर्मराजानें आपलें कल्याणाचें बोलणें काढिलें. तो म्हणाला, "भगवन्, पाप न लागतां आपणाशीं मीं युद्ध करावें याबद्दल मी आपल्यालाच मसलत पुसतों. अहो द्विजश्रेष्ठ, युद्धार्थ मला आपली अनुज्ञा असावी, आणि अशेष रिपूंचा माझे हातून पराभव कसा होईल, याची युक्ति आपण मला कृपा करून सांगावी."

द्रोण म्हणतातः—हे महाराजा, युद्धाचा निश्चय ठरल्यावर तूं जर मजकडे न येतास, तर तुझा सर्वथा पराभव होवो म्हणून मीं तुला शाप दिला असता; परंतु, हे युधिष्ठिरा, हे निष्पापा, तूं मजकडे येऊन माझा सन्मान केलास यामुळें मी संतुष्ट होऊन तुला युद्धाची अनुज्ञा देतों. युद्ध कर आणि यशस्वी हो. तुझे मनाची काय आकांक्षा असेल ती सांग. तुझा हेतु मी पूर्ण करीन. मात्र आमची परतंत्र स्थिति ओळखून, तुझे बाजूनें मीं युद्ध करावें, एवढी गोष्ट वर्जा करून बाकी काय तें माग, हे महाराजा, **पुरुष हा अर्थाचा दास आहे, अर्थ पुरुषाचा दास नाहीं,** असें म्हणतात

तें खरें; आणि या न्यायानें या कौरवांनीं मला द्रव्यानें बांधून टाकिलें आहे; व यामुळेंच युद्ध सोडून बाकी काय तें माग, असें नेभळ्यासारखें बोलणें मला प्राप्त आहे. सारांश, मी लढणार तर कौरवांकरितांच; पण जय मात्र तुझा होवो अशी प्रार्थना करीन.

युधिष्ठिर म्हणतोः—ब्रह्मन्, माझे जयाची आपण इच्छा ठेवा, व मला माझे हिताची गोष्ट सुचवीत जा, आणि मग खुशाल कौरवांकरितां युद्ध करा, हा वर मी आपणापाशीं मागून घेतों.

द्रोण म्हणतातः—राजा, ज्या तुझा श्रीहरि मंत्री आहे, त्या तुझा विजय हा निश्चितच आहे. शिवाय माझीही तुला अनुमति आहे. यास्तव तूं रणांत शत्रूंना जिवापासून वेगळें करशील. हे कौंतेया, **जिकडे धर्म तिकडे कृष्ण; आणि जिकडे कृष्ण तिकडे जय,** हा सिद्धांत आहे. यास्तव तूं जा आणि लढाई कर. आणखी मी तुला काय सांगूं ? तुला वाटेल तें विचारून घे.

युधिष्ठिर म्हणतोः—हे द्विजश्रेष्ठा, ऐका. मी आपणाला मनची गोष्ट पुसतों. आपला संग्रामांत आजपर्यंत पराजय झाला नाहीं, त्या अर्थीं आपणास आम्हीं जिंकावें कोणत्या युक्तीनें ?

द्रोण म्हणतातः—बाबारे, जोंपर्यंत मी उभा राहून रणांत लढत आहें, तोंपर्यंत तुला जयाची आशा नको; याकरितां, राजा, आपल्या बंधूंचें साह्य घेऊन माझा जेणेंकरून त्वरित मृत्यु होईल अशी कांहीं खटपट कर.

युधिष्ठिर म्हणतोः—हे महाबाहो गुरो, आपणास साष्टांग प्रणिपात करून विचारितों, आपण एवढें थोर मन करून जर मजला सांगतां, तर कृपा करून आपले वधाचा उपाय आपणच स्वमुखानें मला सांगावा. मी आपला नम्र दास आहें !

द्रोण म्हणतातः—बाबारे, मी रथांत बसून क्रुद्ध होऊन बाणवृष्टीचा पाऊस पाडीत असतां, मला मारील असा शत्रु मला तर आढळत नाहीं. हे राजा, मी तुला खरें सांगतों कीं, मी हातचें शस्त्र खालीं ठेवून (योगबलानें निश्चेष्ट होऊन) केवळ मरणार्थ सज्ज असा बसल्याशिवाय योद्ध्यांपैकीं मला युद्धांत कोणी मारील हें संभवत नाहीं. बरें, हेंही आणखी तुला खरेंच सांगून ठेवितों कीं, ज्याचे वचनावर माझा पूर्ण विश्वास आहे, असल्या पुरुषाच्या मुखांतून तसलीच कांहीं अत्यंत अनिष्ट गोष्ट माझे कानीं येईल, तरच मी रणांत शस्त्रत्याग करीन, एरवी करणार नाहीं. हें समजून रहा.

संजय सांगतोः—हे महाराजा, धीमान् द्रोणाचार्यांपासून हें ऐकून घेऊन त्यांचा सादर निरोप घेऊन धर्मराजा शारद्वत कृपांकडे गेला. त्यांस वंदन करून व उजवी घालून तो भाषणकुशल राजा म्हणाला, " हे दुर्धर्ष, हे गुरो, मी आपणाशीं युद्ध करणार आहें, तर या कामीं आपली अनुमति असावी, म्हणजे मला पाप लागणार नाहीं. हे पवित्रा, माझी अशी खातरी आहे कीं, आपली अनुमति मला मिळाली असतां मी सर्व रिपूंस जिंकीन."

कृप म्हणतातः—हे महाराजा, तूं युद्धार्थ कृतसंकल्प होऊन माझी अनुमति घेण्यासाठीं जर न येतास, तर मी सर्वथा तुझा पराभव होवो म्हणून तुला शाप दिला असता. असो. **पुरुष हा अर्थाचा दास; अर्थ हा कोणाचाही दास नाहीं,** ही गोष्ट सत्य आहे. आणि यामुळेंच मी अर्थानें या कौरवांचा बांधला गेलों आहें. यासाठीं, हे महाराजा, कौरवांचे हितार्थ लढावें असा माझा विचार आहे. म्हणून युद्ध वजा करून मजपासून तुला काय मागणें तें माग ' असें पाबळें बोलणें मी बोलत आहें; काय करूं ?

संजय सांगतोः—धृतराष्ट्रा, कृपाचें हें भाषण

ऐकून युधिष्ठिर म्हणाला, ' ठीक आहे, हे आचार्य, म्हणूनच मी आपणास विचारितों. ' परंतु, इतकें म्हणतो आहे तों त्याचें चित्त खिन्न होऊन तो निश्चेष्ट झाला, व त्याचे तोंडांतून अक्षर निघेना. तेव्हां त्याचे मनांतला भाव ओळखून गौतम कृप त्याला म्हणाले, " हे महीपाला, माझा वध तर होणेंच नाहीं, कारण मी चिरंजीव आहें; तेव्हां इतरांप्रमाणें माझा वधोपाय सांगणेंच शक्य नाहीं. म्हणून मी तुला इतकेंच सांगतों कीं, तूं युद्ध कर व जय मिळीव. हे नृपाला, तुझ्या आगमनानें मी फार संतुष्ट झालों आहें, आणि प्रतिदिनीं प्रातःकालीं उठून ' तुझा जय होवो ' अशी मी प्रार्थना करीत जाईन, हें तुला सत्य सांगतों."

हे राजा, हे नरनाथा, या प्रकारें गौतम कृपांचें भाषण ऐकिल्यावर त्यांची अनुज्ञा घेऊन धर्म मद्रेश शल्याकडे गेला. मग त्याला वंदन व प्रदक्षिणा करून आपले हिताची गोष्ट धर्मानें त्यापाशीं काढिली. तो म्हणाला, ' हे दुर्धर्षा, मला पाप न लागतां आपणाशीं युद्ध करितां यावें, एतदर्थ आपली युद्धार्थ अनुज्ञा घेण्यास मी आलों आहें. हे राजन्, आपली अनुज्ञा असली म्हणजे मी वरिष्ठ शत्रूंना निःसंशय जिंकीन.'

शल्य म्हणतोः—हे महाराजा, युद्धार्थ कृतनिश्चय होऊन तूं जर या प्रकारें मजकडे न येतास, तर ' रणांत तुझा पराजय होवो ' असा मीं तुला शाप दिला असता. परंतु तूं माझा सन्मान केलास, यामुळें मी संतुष्ट झालों. तूं जें इच्छीत आहेस तें तुला मिळो. शिवाय, युद्धार्थही मी तुला अनुज्ञा देतों, तूं खुशाल युद्ध कर आणि जय मिळीव. हे वीरा, आणखी तुझा कांहीं मतलब असेल तर बोल; मी तुला काय द्यावें तें सांग. मात्र माझी स्थिति अशी (परतंत्र) आहे; यास्तव युद्धाव्यतिरिक्त काय तें माग. हे महाराजा, जो तो पैशाचा गुलाम आहे, पैसा कोणाचाही गुलाम नाहीं; आणि यामुळें या कौरवांनीं मला पैशानें बांधून टाकिलें आहे हें उघड आहे. हे भगिनीपुत्रा, तुझ्या मनाप्रमाणें तुझें हित करावें अशी तर माझी पूर्ण इच्छा आहे, परंतु या पारतंत्र्यामुळें ' युद्धाव्यतिरिक्त काय तें माग ' असें नरम बोलणें माझे वांट्यास आलें आहे; काय करूं?

युधिष्ठिर म्हणतोः—हे महाराजा, ठीक आहे. माझें उत्तम हित जींत असेल ती गोष्ट आपण मला सर्वदा सांगत जावी; आणि मग शत्रूतर्फे खुशाल लढावें, हाच वर मी मागून घेतों.

शल्य म्हणतोः—पैशानें कौरवांचा बांधेल असल्यानें मी त्यांचे बाजूनें लढणार हें तर ठरलेंच; तेव्हां, हे नृपोत्तमा, अशा स्थितींत मीं तुझें कोणतें साह्य करावें तें बोल.

युधिष्ठिर म्हणताः—मामा, आज मला नव्यानें कांहीं मागणें नाहीं. उद्योग (पर्व)—समयीं संग्रामांत कर्णाचा तेजोभंग करण्याचा जो वर आपण मला दिला आहे. तोच कायम ठेवा म्हणजे झालें.

शल्य म्हणतोः—हे कुंतीपुत्रा, तुझे मनांत आहे त्या प्रकारें ही तुझी इच्छा पूर्ण होईल, असें मी तुला प्रतिज्ञेवर सांगतों. तूं आतां जा आणि निर्धास्त युद्ध कर.

संजय सांगतोः—याप्रमाणें मातुल मद्राधिपतीची अनुज्ञा संपादून आपल्या बंधूंनीं परिवेष्टित होत्साता त्या महासैन्यांतून युधिष्ठिर बाहेर पडला; व श्रीकृष्ण त्या संग्रामस्थलींच कर्णाला गांठून पाण्डवांचे हितार्थ त्याला म्हणाला, ' हे राधेया, मीं ऐकिलें आहे कीं, भीष्माचें व तुझें वितुष्ट आलें असल्यानें तूर्त तूं शस्त्र धरीत नाहींस. तेव्हां हें खरें असेल, व तूं दोन्ही पक्षांना सारखेंच लेखीत असशील, तर भीष्म वध पावले नाहींत तोंपर्यंत तूं आमचे बाजूला

चल. ते मेले म्हणजे पुनः तूं कौरवांचे बाजूनें युद्धास ये, आणि दुर्योधनाचें साह्य कर.'

कर्ण उत्तर करितोः—हे केशवा, मी दुर्योधनाचा खरा खरा हितैषी असून त्यासाठीं मी आपल्या प्राणांवर पाणी सोडून बसलेला आहें, असें तूं खास समज. यास्तव, दुर्योधनाला जें अप्रिय तें मी केव्हांही करणार नाहीं!

संजय म्हणतोः—कर्णाचें हें स्पष्टोत्तर ऐकून केशव परतला, व युधिष्ठिरप्रमुख पांडवांना मिळाला. नंतर सैन्याचे मध्यभागीं उभा राहून वडील पांडव धर्मराज मोठ्यानें ओरडून म्हणाला, "जो कोणी आम्हांला साह्य करण्यास्तव आमचे बाजूला येईल, त्याला मी आपलासा म्हणून पतकरीन." हें ऐकून, तुझा दासीपुत्र युयुत्सु संतुष्ट होऊन पांडवांकडे पाहून कुंतीपुत्र राजा युधिष्ठिराला म्हणाला, 'हे निष्पापा राजा धर्मा, मला जर तूं आपलासा म्हणत असशील तर मी तुझ्यासाठीं या धृतराष्ट्रसुतांशीं रणांत प्रसंग करीन.' युधिष्ठिरानें उत्तर केलें:—हे युयुत्सो, चल, चल; आपण सर्वच मिळून या तुझ्या मूर्ख भावांची खोड तोडूं, असें आम्हां सर्वांचें व वासुदेवाचेंही म्हणणें आहे. करितां, हे महाबाहो, तुला मीं घेतला. चल-मजकरितां लढ. हे द्युतिमंता राजपुत्रा, धृतराष्ट्राला पिंड देणें व त्याचा वंश चालविणें या गोष्टी तुझ्याच वांट्याच्या दिसतात. आमची तुझे ठिकाणीं भक्ति आहे; तर तूंही आम्हांला प्रेमानें मीळ, म्हणजे हा अक्षांत व दीर्घद्वेषी दुष्ट दुर्योधन नाहींसा होईल.

संजय सांगतोः—हे धृतराष्ट्रा, नंतर युयुत्सु तुझ्या पुत्रांना (कौरवांना) सोडून नगारे ठोकीत राजरोस पांडवसेनेला जाऊन मिळाला. तें पाहून राजा युधिष्ठिर बंधूंसह आनंदित झाला. मग त्यानें आपलें लखलखीत व स्वर्णकांति कवच पुनः घातलें, व त्या सर्व पुरुषश्रेष्ठांनीं आपापले रथांचा पुनः आश्रय केला; आणि त्या सर्वांनीं पूर्ववत् कौरवांचे तोंडीस तोंड व्यूहरचना केली. नंतर शेंकडों नगारे व पडघम वाजविले. तसेच त्या पुरुषश्रेष्ठांनीं नानाप्रकारचे सिंहनाद केले. ते पुरुषव्याघ्र पांडव आपापले रथावर चढलेले पाहून धृष्टद्युम्नादि सर्व राजे पुनः आनंदानें आरोळ्या देऊं लागले. मान्यांचा यथोचित सत्कार करण्यांत त्या पांडवांचा थोरपणा पाहून सर्व राजांनीं त्यांचीही फार मान्यता केली; व त्या महात्म्या पांडवांचा अकृत्रिम स्नेह व प्रेम, तसाच जातिबांधवांविषयीं योग्य कळवळा, याबद्दल त्या प्रसंगीं त्या सर्वांनीं फार वाहवा केली. श्रोत्यांच्या मनाला व हृदयाला आनंदविणारे 'साधु, साधु' अशा प्रकारचे निर्मल स्तुतिपाठ सर्वतोमुखीं त्या कीर्तिमान् पांडवांसंबंधानें चालू झाले. तेथें असलेल्या ज्यांनीं ज्यांनीं पांडवांचें चरित्र पाहिलें व स्तुतिवाद ऐकिले, त्यांनीं त्यांनीं सद्गदित होऊन अश्रु ढाळले. त्या रडणारांत आर्य व म्लेंच्छ हा भेद राहिला नाहीं. नंतर शेंकडों हजारों थोरथोरल्या काहली झडल्या; व आनंदभरांत त्या महात्म्या वीरांनीं दुधासारखे शुभ्र शंख फुंकिले.

अध्याय चवेचाळिसावा.

—:०:—

युद्धारंभ.

धृतराष्ट्र म्हणतोः—संजया, याप्रकारें माझे व इतरांचे सैन्यांची व्यूहरचना झाल्यावर प्रथम प्रहार कोणीं केला? कौरवांनीं का पांडवांनीं?

संजय सांगतोः—हे राजा, बंधूंसह तुझा पुत्र दुःशासन भीष्मांना अग्रणी करून आपले सेनेसह चाल करून निघाला. तसेंच, भीष्मांशीं युद्ध करण्याविषयीं उत्सुक झालेले सर्वही पांडव मोठ्या उल्हासानें चालून गेले. इत-

क्यांत उभय सैन्यांत सिंहनाद, किलकिलाट, कचकडयांचे शब्द, गाईच्या शिंगांचे शब्द, भेरी, मृदंग, मुरज यांचे शब्द व हत्ती, घोडे यांचे शब्द हे सुरू झाले. नंतर पांडव आम्हांवर धांवून आले; व आम्हीही गर्जना करीत त्यांवर धांवलों! त्या वेळीं एकच झिम्मड झाली. त्या प्रचंड रणोद्यमार्थ जमलेलीं तीं कौरवपांडवांचीं अफाट सैन्यें वायूनें हालवून सोडलेल्या अरण्याप्रमाणें शंखमृदंगादिकांचे शब्दांनीं हालून गेलीं. अशुभ मुहूर्तावर रणांगणीं आलेल्या, व राजे, हत्ती, घोडे, रथ इत्यादिकांनीं गजबजून गेलेल्या त्या चमूंचा घोष, वातानें उसळविणाऱ्या समुद्राचे घोषाप्रमाणें प्रचंड उठला. असा तो अंगावर रोमांच फुलविणारा घोष उठला असतां महाबाहु भीमसेनानें पोळाप्रमाणें डरकणी फोडली. त्या भीमाचे डरकणीनें शंखदुंदुभींचे शब्द, हत्तींची गर्जना व वीरांचे सिंहनाद या सर्वांना पराभूत केलें! त्या सैन्यांत हजारों हजार घोडेही खिंकाळत होते; तथापि भीमदादांच्या त्या डरकणीनें त्या सर्व शब्दांना मागें टाकलें! गर्जणाऱ्या मेघाप्रमाणें डरकाळणाऱ्या भीमाचा तो वज्रध्वनितुल्य कडाक्याचा शब्द ऐकून सैन्यांची भयानें गाळण उडाली, व बिचाऱ्या सर्व वाहनांनीं तर मलमूत्र टाकिलें! सारांश, सिंहाला पाहून इतर श्वापदांची जी दशा उडते, ती त्या वाहनांची उडाली!

या प्रकारें महामेघाप्रमाणें गर्जत आणि मोठी उग्र मुद्रा धारण करून तुझ्या पुत्रांना भेडसावीत भीमसेन त्यांवर चालून आला. तो महाधनुर्धर येतांना पाहून मेघांनीं सूर्याला आच्छादावें त्याप्रमाणें शरसंघांनीं दुर्योधनादि बंधूंनीं त्याला झांकून टाकून त्याचें निवारण केलें. राजा, यांत मुख्य म्हटलें तर तुझा पुत्र दुर्योधन, दुर्मुख, दुःसह, शल, अतिरथि दुःशासन दुर्मर्षण, विविंशति, चित्रसेन, महारथी विकर्ण, पुरुमित्र, जय, भोज, वीर्यवान् सौमदत्ति हे होते. या सर्वांनीं विद्युद्युक्त मेघांप्रमाणें आपआपलीं दिव्य धनुष्यें ओढून, नुकतीच कात टाकिलेल्या सर्पांप्रमाणें चपळ व तेजस्वी असे अनेक नाराच बाण (भात्यांतून घेऊन) त्या धनुष्यांपासून सोडून शत्रूस छावून टाकिलें. त्या समयीं द्रौपदीचे विख्यात पुत्र, महारथ अभिमन्यु, नकुल, सहदेव व पार्षत धृष्टद्युम्न हे सर्व तीव्र वज्रांनीं पर्वतांचीं शिखरें उडवावीं त्याप्रमाणें आपल्या तीक्ष्ण बाणांनीं धार्तराष्ट्रांना जर्जर करीत त्यांजवर येऊन पडले. धनुष्यांच्या प्रत्यंचांचे टणत्कार व तलत्राणांचीं फटफटणीं यांचा त्या प्रसंगीं भयंकर नाद होऊन राहिला. दोन्ही पक्षांची ती पहिली चकमक चांगलीच झडली; परंतु, हे धृतराष्ट्रा, तुझ्यापैकीं किंवा शत्रूंपैकीं कोणीही मागें तोंड फिरविलें नाहीं. हे भरतश्रेष्ठा, त्या वेळीं त्या द्रोणशिष्यांचें जें हस्तलाघव मीं पाहिलें, तें तुला काय सांगूं? शरांचा तर त्यांनीं सारखा वर्षावच चालविला होता; यामुळें धनुष्यांपासून वेगानें सुटणाऱ्या त्या बाणांचा सूं सूं सूं असा ऐकूं येणारा सोसाटा क्षणभरही बंद पडला नाहीं. बरें, जे बाण सुटत ते नभस्थलाहून सुटणारे तारेच कीं काय असे झगझगत; आणि आपल्या लक्ष्याचा वेध केल्यावांचून केव्हांच जात नसत. हे भारता, त्या वेळीं ती आप्ताआप्तांची भयंकर टक्कर फारच प्रेक्षणीय दिसत होती, आणि बाहेरचे सर्व राजे तिजकडे केवळ प्रेक्षकांप्रमाणें टकमक पहात होते. हे राजा, नंतर, फार दिवसांपासून एकमेकांनीं एकमेकांच्या खोड्या काढिल्या असल्यामुळें संतापून जाऊन जे परस्पर सूड घेण्याची संधि पहातच बसलेले होते, असे ते उभय पक्षांकडील महारथ मोठ्या चढाओढीनें एकमेकांवर

हल्ले करूं लागले. त्या वेळीं हत्तींनीं, घोड्यांनीं, व रथांनीं भरून गेलेल्या त्या कौरवपांडवांच्या सेना एकाद्या चित्रपटावर चितारल्याप्रमाणें अतिशय रमणीय दिसत होत्या. इतक्यांत, तुझे पुत्राचे आज्ञेवरून ते सर्वही राजे आपापलीं धनुष्यें व सैन्यें घेऊन शत्रूंवर तुटून पडले. तसेच युधिष्ठिराज्ञेनें तत्पक्षीय राजे सिंहनाद करीतच दुर्योधनाचे सैन्यावर येऊन पडले. त्या वेळीं त्या उभय सैन्यांचा फारच निकराचा सामना झाला. सैन्याच्या हालचालीमुळें उडणाऱ्या धुरळ्यानें सूर्य आच्छादित होऊन जमा कांहीं गडप झाला! युद्धार्थ पुढें पुढें घसरणारे, पराजित होऊन मागें घेणारे, व पुनः अवसान धरून परतून युद्धाला तोंड देणारे यांतील आपले कोण व परके कोण हा कांहीं उमटच पडेना. राजा, अशा प्रकारें सर्वांस मृत्युभय घालणारें तें तुमुल युद्ध चालू असतां, तुझा पिता भीष्म हा पराक्रमानें सर्वही योद्ध्यांच्या वर शोभत होता.

अध्याय पंचेचाळिसावा.

द्वंद्वयुद्ध.

संजय म्हणतोः—हे प्रजानाथा, अनेक राजांचे देहांचीं ज्यांत खांडें खांडें होत होतीं, असलें तें महाघोर युद्ध त्या भयंकर दिवसाच्या पूर्वार्धांतच ऐन रंगावर आलें. एकमेकाला जिंकूं पहाणाऱ्या त्या सृंजयांच्या व कौरवांच्या सिंहाप्रमाणें भयंकर आरोळ्यांनीं पृथ्वी व अंतरिक्ष हीं दणाणून सोडिलीं होतीं. सर्वत्र एकच कलकलाट उठला होता. त्यांतच तलत्राणांचे फटकारे, शंखांचे भोंभोंकार, प्रतिपक्ष्याला आव्हान करणाऱ्या योद्ध्यांचे सिंहनाद तलत्राणें आपटल्यानें होणारे धनुष्यांच्या प्रत्यंचांचे शब्द, पायदळाच्या पावलांचे आवाज, घोड्यांचे प्रचंड ध्वनि, दांडक्यांचे दणके, अंकुशांचे टचटच आघात, आयुधांचे खडखडाट, आणि त्यांतच एकमेकांवर धांवून जाणाऱ्या हत्तींच्या घंटांचे घणघणाट यांचीही भर पडली असल्यानें, अंगावर थरारून रोमांच उभे करणारा असा एकच गलका माजून राहिला होता; तशांत मेघगर्जनेसारखी रथांची घडघड कानीं पडत होती. त्या गर्दींत ते सर्व कौरव मन कठोर करून व प्राणांवर उदार होऊन आपापले ध्वज फडकावीत पांडवांवर येऊन पडले. इतक्यांत शांतनव भीष्म हे कालदंडाप्रमाणें भयंकर धनुष्य घेऊन त्या रणांत धनंजयावर धांवले, व अर्जुनही आपलें लोकविश्रुत गांडीव हातीं घेऊन त्या संग्रामांत भीष्मांवर चालून गेला! एकमेकाला खाऊं पाहाणारे ते दोघेही कुरुसिंह भिडले असतां भीष्मांनीं अर्जुनाला वेध केला; पण तो बहादर डगमगला नाहीं. अर्जुनाच्यानें उलट भीष्मांना डगमगवेना. इकडे महाधनुर्धर सात्यकि कृतवर्म्यावर तुटून पडला. तेव्हां त्या दोघांचें तर अंगावर रोमांच आणणारें असें तुंबळ युद्ध झालें. कृतवर्मा सात्यकीला व सात्यकि कृतवर्म्याला घोर शरप्रहार करून जणूं तासून काढीत होता! त्या वेळीं ज्यांच्या सर्वांगांत बाण रुतून रक्ताचे भळभळाट चालले आहेत असे ते महाबलाढ्य वीर वसंत ऋतूंत लाल फुललेल्या पळसाप्रमाणें चित्रविचित्र शोभत होते. महाधनुर्धर अभिमन्यु कोसलाधिपति बृहद्बलाशीं लढत होता. त्यांत बृहद्बलानें अभिमन्यूचा ध्वज तोडिला व सारथि रथाखालीं पाडिला. आपले रथावरील सारथि पाडिलेला पहातांच अभिमन्यूस क्रोध येऊन त्यानें नऊ बाणांनीं बृहद्बलाला विंधिलें. नंतर त्या शत्रुमर्दन सौभद्रानें दुसऱ्या भल्ल जातीच्या दोन अतितीक्ष्ण बाणांनीं बृहद्बलाचा ध्वज उडविला.

एका बाणानें चक्ररक्षक मारिला, व एकानें सारथि लोळविला. मग दोघेही खवळून जाऊन तीक्ष्ण बाणांनीं एकमेकांना घायाळ करीत राहिले !

हे राजा, युद्धाविषयीं घमेंड बाळगणारा, पांडवांना पाण्यांत पहाणारा, आणि गर्विष्ठ असा जो तुझा पुत्र महारथ दुर्योधन, त्याशीं भीमसेनानें सामना मांडिला. मग त्या महाबलाढ्य उभय कुरुव्याघ्रांनीं त्या रणांगणांत बाणवर्षावानें एकमेकांस आच्छादून टाकिलें. दोघेही मोठे मानी, कृतविद्य आणि गमतीचें युद्ध करणारे असल्यामुळें त्यांकडे पाहून भूतमात्राला फारच विस्मय वाटला. इतक्यांत, हे भारता, दुःशासन उठला तो महाबल नकुलावर गेला, व मर्मभेदक अशा अनेक तीक्ष्ण बाणांनीं त्यानें त्याला विंधून टाकिलें. पण, राजा, त्या माद्रीपुत्रानें दुःशासनाचा ध्वज व बाणांसह धनुष्यहीं आपल्या तीक्ष्ण शरांनीं हंसत हंसत तोडून टाकिलीं; व प्रत्यक्ष दुःशासनावर क्षुद्रक जातीचे पंचवीस बाण सोडले.

हे राजा, या प्रकारें नकुलाशीं घोर युद्ध जुंपलें असतां तुझ्या पुत्रानेंही नकुलाचे घोडे बाणांनीं कापून काढिले, व ध्वजही तोडून पाडिला. त्या गर्दींतच महाबल सहदेवही सपात्यानें लढत असतां तुझा पुत्र दुर्मुख एकाएकीं सहदेवावर चालून गेला, व शरवर्षावानें त्याला विंधिता झाला. तेव्हां वीर सहदेवानेंही अतितीक्ष्ण अशा बाणानें दुर्मुखाचा सारथि खालीं पाडिला. हे दोघेही युद्धाविषयीं खुमखुमलेले असल्यानें त्या दोघांनीं तोडीस तोड ठेवून देण्याचे ईर्ष्येमुळें भयंकर बाणवर्षाव करून एकमेकांस हैराण करून सोडिलें. राजा युधिष्ठिर जातीनिशीं मद्राधिप शल्य यावर चालून गेला. त्या वेळीं, हे राजा, मद्रपतीनें युधिष्ठिराचें धनुष्य छेदिलें. तेव्हां त्या कुंतीपुत्रानें तें तुटकें धनुष्य तत्काल फेंकून देऊन त्याहीपेक्षां जोरदार व वेगवान् असें दुसरें धनुष्य घेतलें, आणि क्रुद्ध होऊन मद्रेश्वरास 'थांब, थांब,' असें म्हणत पेरांच्या गांठी मारलेले अशा बाणांनीं त्यास झांकून टाकिलें.

हे भारता, इकडे धृष्टद्युम्नही द्रोणांवर तुटून पडला. त्या वेळीं संक्षुब्ध होऊन द्रोणांनीं त्या समरांत त्या पांचालाच्या त्या रिपुप्राणघातक दृढ धनुष्याचे तीन तुकडे करून टाकिले, व कालदंडाप्रमाणें भयंकर असा एक बाण सोडिला. तो तर धृष्टद्युम्नाचे शरीरांतच गढला. तेव्हां दुसरें नवें धनुष्य व चौदा बाण घेऊन द्रुपदपुत्रानें त्या समरांत उलट द्रोणांचा वेध केला, ते दोघेही एकमेकांवर संतापले असल्यानें त्यांचें तुंबळच रण झालें. हे महाराजा, त्या युद्धांत शंख नांवाच्या अचरट वीरानें 'थांब थांब,' असें म्हणत वेगवान् सौमदत्तीवर तुटून पडून त्याचा उजवा हात भेदिला; तेव्हां सौमदत्तीनें शंखास गळ्याचे फांसळीशीं घाव मारिला. हे प्रजानाथा, त्या उभय मस्त वीरांचें युद्ध असें कांहीं घोर झालें कीं, त्याला पुरातन इंद्रवृत्रासुरांचे युद्धाचीच उपमा ! हे राजा, महात्मा महारथ धृष्टकेतु क्रुद्ध होऊन खवळलेल्या बाल्हीकावर धांवला. त्या वेळीं, हे राजा, त्या रणांत अमर्षण (क्षमा न करणाऱ्या) बाल्हीकानें धृष्टकेतूवर अनेक शर सोडिले व सिंहनादही केला. तेव्हां चेदिपति धृष्टकेतु फारच संतापला, व त्यानें तत्काल नऊ बाणांनीं शत्रूला रणांत विद्ध केलें. याप्रमाणें हे उभय वीर खवळून जाऊन पुनः पुनः गर्जना करीत जेव्हां त्वेषानें एकमेकांवर तुटून पडले, तेव्हां दोन मस्त हत्ती किंवा बुधमंगळ याप्रमाणें ते दिसले. भीमकर्म करणाऱ्या अलंबुप राक्षसावर क्रूरकर्मा घटोत्कच हा बलदैत्यावर धांवणाऱ्या इंद्राप्रमाणें तुटून पडला.

हे भारता, त्या वेळीं त्या क्रुद्ध घटोत्कचानें नव्वद तीक्ष्ण बाणांनीं त्या राक्षसाचें विदारण केलें. अलंबुषानेंही नतपर्व (गांठी काढलेल्या) बाणांनीं अनेक ठिकाणीं भीमपुत्र घटोत्कचाला जखमा केल्या. त्या समरांत शरविद्ध झालेले ते दोघेही वीर देवासुरयुद्धप्रसंगीं बलदैत्य व इंद्र या बलाढ्य वीरांप्रमाणें शोभत होते. हे राजा, बलवान् शिखंडि अश्वत्थाम्यावर चाल करून आला. शिखंडि येतांच अश्वत्थाम्यानें क्रुद्ध होऊन सुतीक्ष्ण अशा नाराच बाणांनीं प्रहार करून शिखंडीस कांपविलें. त्या वेळीं शिखंडीनेंही चांगल्या पाजळलेल्या तीक्ष्ण व पाणी दिलेल्या बाणांनीं अश्वत्थाम्याला ताडन केलें. त्या वेळीं या युद्धांत ते उभयही बहुविध बाणांनीं परस्परांस आघात करिते झाले. सेनापति विराट शूर भगदत्तावर वेगानें धांवला, तेव्हां त्यांची जुंपली. विराटानें क्रोधानें बाणवर्षावानें भगदत्ताला असें व्यापून टाकिलें कीं, मेघानें पर्वताला ! तेव्हां, उदित सूर्याला मेघानें आच्छादावें त्याप्रमाणें पृथ्वीपति विराटालाही भगदत्तानें तत्काल झांकून टाकिलें. हे भारता, शारद्वत कृपांनीं कैकेयाधीश बृहद्रथावर चाल केली, व बाणांच्या वर्षावानें त्यास झांकून टाकिलें. कैकेय क्रुद्ध होऊन त्यानें गौतम कृपाला बाणवृष्टीनें भरून काढिलें. नंतर ते परस्पर घोडे मारून व धनुष्यें छेदून मोठ्या रागांतच रथ सोडून असियुद्धासाठीं सरसावले. त्या वेळीं त्यांची फारच भयंकर चकमक उडाली. शत्रुहंता राजा द्रुपद मोठ्या आनंदानें युद्धोत्सुक जयद्रथावर गेला, तेव्हां त्या सिंधुराजानें तीन बाणांनीं त्यास ताडन केलें, द्रुपदानेंही त्याचा उलट वेध केला. या वेळचें त्यांचें तें युद्ध शुक्रमंगळांचे युतीप्रमाणें भयंकर व नेत्रानंदकर झालें. हे राजा, तुझा पुत्र विकर्ण महाबल सुतसोमावर वेगवान् अश्वांसह चालून गेला, तेव्हां त्यांचें युद्ध झालें. विकर्णानें सुतसोमास घायाळ केलें, तथापि तो ढळला नाहीं. सुतसोमानेंही विकर्णास विंधिलें, तो एक चमत्कारच होऊन राहिला.

पराक्रमी नरव्याघ्र महारथ चेकितान पांडवांकरितां खवळून सुशर्म्यावर पडला. तेव्हां त्या युद्धांत सुशर्म्यानें बाणांचे भडिमारानें त्याचें निवारण केलें. तेव्हां चेकितान फारच चवताळला व मेघानें पर्वत आच्छादावा त्याप्रमाणें त्यानें बाणांनीं सुशर्म्यास झांकून टाकिलें. हे राजेंद्रा, मत्त सिंहानें हत्तीवर पडावें त्याप्रमाणें पराक्रमी शकुनि विक्रमशाली प्रतिविंध्यावर पडला. तेव्हां त्या युधिष्ठिरपुत्रानें रागावून इंद्रानें दानवांस विंधावें त्याप्रमाणें सौबल शकुनीस जखमी केलें. शकुनिही मोठा युक्तिवान् होता. त्यानें आपणास प्रतिवेध करणाऱ्या त्या प्रतिविंध्यास नतपर्व अशा बाणांनीं फाडिलें. महारथी पराक्रमी कांबोज राजा सुदक्षिण यावर श्रुतकर्मा धांवला. तेव्हां सुदक्षिणानें त्या महारथ सहदेवपुत्राचा वेध केला, तरी तो मैनाक पर्वताप्रमाणें अकंपच उभा होता. मग फारच खवळून जाऊन श्रुतकर्म्यानें त्या कांबोजपतीला बाण मारून सर्व शरीरभर जखमी केलें. इतक्यांत, सज्ज असलेला रागीट इरावान सावध अशा श्रुतायूवर पडला; व त्याचे घोडे मारून अशी भयंकर गर्जना करूं लागला कीं, तीमुळें तें सैन्य भरून गेलें. श्रुतायूलाही चिरड येऊन त्यानें गदेच्या अग्रानेंच इरावानाचे घोडे ठार केले; आणि मग त्या दोघांची चांगलीच जुंपली. ससैन्य व सपुत्र अशा महारथ कुंतिभोजाशीं अवंतीचे विंदानुविंद रणांत भिडले. त्या वेळचा त्यांचा तो घोर पराक्रम आम्ही केवळ पहातच राहिलों. कारण, भोजाचे एवढ्या मोठ्या सैन्यालाही ते दोघे बंधु न डगतां तोंड

१ अर्जुनाला द्रौपदीचे ठिकाणीं झालेला पुत्र.

देऊन राहिले. अनुविंदानें कुंतिभोजाला गदेचा टोला दिला. भोजानें तत्काल अनुविंदावर बाणांची पेर केली. कुंतिभोजपुत्रानेंही विंदाला बाणानें विंधिलें. विंदानें परत त्याला विंधिलें; तेव्हां ती एक मौजच होऊन राहिली. हे महाराजा, ससैन्य पांच कैकेय बंधूंनीं ससैन्य पांच गांधार राजपुत्रांशीं सामना केला. तुझा पुत्र वीरबाहु यानें उत्तम रथी विराटपुत्र उत्तर याशीं गांठ घालून त्याला तीक्ष्ण शरांनीं विंधिलें. उत्तरानेंही उलट तसेंच केलें. चेदिराजा त्या गर्दींत उलूकावर पडला, बाणांचा वर्षाव करून उलूकाला विंधिता झाला. उलूकानेंही रक्त काढणाऱ्या अशा तीक्ष्ण बाणांनीं चेदीचा वेध केला. हे राजा, त्यांची जंगीच मग्दाजंगी झाली; व कोणीच कोणास हार न जातां त्वेषानें एकमेकांस फाडूं लागले.

राजा, याप्रमाणें त्या गर्दींत तुझ्या व पांडवांच्याकडील रथांच्या, हत्तींच्या, अश्वांच्या व पदातींच्या हजारों हजार जोड्या लढत राहिल्या होत्या. आरंभीं एक घटकाभर तो प्रकार फारच गोड वाटला. पण लवकरच रामरद्दा माजून राहिला, तेव्हां वेडावल्यासारखें होऊन जाऊन कशाचाच उमज पडेना. त्या गर्दींत हत्तीशीं हत्ती, रथ्याशीं रथी, अश्वाशीं अश्व व पदातीशीं पदाति अशा जोड्या भिडून राहिल्या; व वीरावीरांच्या झुंजा लागल्यावर मोठेंच हातघाईचें भयंकर रणकंदन माजलें. तें भूमीवरील घोर युद्ध पाहून, तेथें जमलेले सिद्ध, चारण व देवर्षि यांना देवदानवांचे युद्धाचाच भास झाला. युद्ध वाढतां वाढतां युद्धमर्यादा सुटून जाऊन हजारों हजार हत्ती, रथ, अश्वसंघ व पुरुषसंघ यांच्या वाटेल तशा टकरा झाल्या; व जेथें पहावें तेथें वारंवार रथ, हत्ती, पदाति व अश्वारोही यांचे घडोघडी सामने दृष्टीस पडूं लागले.

अध्याय शेचाळिसावा.

—:०:—

संकुलयुद्ध.

संजय सांगतोः—हे राजा, त्या वेळीं जागजागीं हजारों हजार पदाति युद्धमर्यादा सोडून परस्परांशीं झगडत होते, तो प्रकार तुला सांगतों, ऐक. लेंक बापाला ओळखीना, किंवा बाप पोटच्या पोराला ओळखीना. भाऊ भावास जाणीना. मामा भाच्यास कीं भाचा मामाला ओळखीनासा झाला. स्नेही स्नेहाला विसरला, आणि पांडवांकडील योद्धे भुतानें झपाटल्यासारखे कौरवांशीं झटत होते. कांहीं नरव्याघ्र रथांनीं रथदलावर तुटून पडले, तेव्हां रथांच्या दांड्यांनीं दांड्यांचा, जोकडांनीं जोकडांचा, व कानखिळांनीं कानखिळांचा त्या धडकेंत चुराडा उडाला. एकमेकांचे जीव घेऊं पहाणारे कांहीं वीर जुटीनें शत्रूकडील वीरांच्या जुटीवर पडले; व कांहीं रथ रथांनीं आडविल्यामुळें हालूं पावले नाहींत. मदस्रावी प्रचंड गज गजांवर पडून परस्परांस रागानें आपले दातांच्या फाळांनीं बहुप्रकारें फाडूं लागले. कांहीं अंबारी घातलेल्या व पताका लावलेल्या वेगवान् महावारणांच्या दांतांच्या धडका बसल्यानें सामान्य हत्ती अतिशय विव्हल होऊन आक्रोश करूं लागले. कांहीं चांगले शिकविलेले हत्ती मदमत्त झाले नसतांही दांडक्यांनीं व अंकुशांनीं मारल्यामुळें मदस्रावी हत्तीशीं तोंड देऊन उभे राहिले; व मदमत्ताशीं गांठ पडली तेव्हां बगळ्यांप्रमाणें केंकत दाही दिशा पळूं लागले. तसेंच गंडस्थळांतून मद गळत असलेले कांहीं सुशिक्षित हत्ती, ऋष्टि, तोमर व बाण यांनीं विद्ध होतांच मर्मवेध

झाल्यामुळें चीं चीं करीत गतप्राण झाले; व कांहीं विक्राळ आरोळ्या फोडीत दशदिशा धांवत सुटले. त्या गजांची पादरक्षा करणारे रुंद छातीडाचे व प्रहारकुशल वीर हातांत ऋष्टि, धनुष्यें, लकलकीत फरशु, गदा, मुसळें, गोफणी, तोमर, लोहदंड, भळक व तीक्ष्ण खड्गें वगैरे आयुधें घेऊन परस्परांचा जीव घेण्याचे इच्छेनें त्वेषांत इकडून तिकडे धांवतांना दृष्टीस पडत होते. त्या वेळीं परस्परांवर धांवणाऱ्या त्या वीरांच्या जलाल तरवारी नररक्तांत भरल्यानें फारच शोभिवंत दिसत होत्या. वीरबाहूंनीं फिरवून शत्रूचे मर्मांवर कचाकच मारलेल्या तरवारींचा एकच ध्वनि उठला. हे भारता, याशिवाय ठिकठिकाणीं गदा, मुसळें यांचे प्रहारानें जखमी झालेल्या, तीक्ष्ण तरवारींनीं कापलेल्या, हत्तींचे दातांनीं फाडलेल्या, हत्तींनीं तुडविलेल्या व परस्परांस आक्रोशपूर्वक आरोळ्या देणाऱ्या शेंकडों मनुष्यपुंजाचे तोंडून नरकांत पचत पडलेल्या जीवांप्रमाणें मोठा हृदयविदारक कोलाहल ऐकूं येत होता. घोडेस्वार हे चामरकेशांचे तुरे लावलेल्या अतिवेगवान् हंससदृश अश्वांवर बसून एकमेकांशीं थडकत होते; व या स्वारांनीं सोडलेले स्वर्णभूषित; वेगवान्, निर्मल व तीक्ष्ण असे भल्लसंज्ञक बाण सर्पांप्रमाणें उसळून पडत होते. कांहीं स्वार आपल्या चपल अश्वांचे साह्यानें रथांवर उड्या घालून रथ्यांचीं मुंडकीं कापून घेत होते. इकडे कोणी रथी बाणांचे टप्प्यांत आलेल्या बऱ्याचशाही स्वारांना नतपर्व अशा भल्लसंज्ञक बाणांनीं ठार करीत होता. नवमेघकांति स्वर्णभूषित असे कांहीं मत्त गज घोड्यांना खालीं पाडून आपल्या पायांनींच चिरडीत होते. कांहीं हत्ती बाणांचे आघातानें गंडस्थळ व कुशी यांचे ठिकाणीं विदीर्ण झाल्यामुळें विव्हल होऊन चीत्कारत सुटले; आणि जेव्हां युद्धाची फारच भयंकर गर्दी माजली, तेव्हां कांहीं श्रेष्ठ हत्तींनीं स्वारांसकट घोड्यांना चुरडून फेंकून दिलें. कांहीं हत्ती सैन्यांत भटकत असून आपल्या दंताग्रांनीं स्वारांसह घोड्यांना फेंकून देत होते, व ध्वजांसह रथसमूहांचा चुराडा उडवीत होते. पैकीं कांहीं महागज तर अंगांत वीर्य मावेनासें झाल्यामुळें व अतिशय मस्तीस आल्यामुळें स्वारांसह घोड्यांना आपल्या पायांनीं व शुंडांनीं ठार करीत होते. त्या युद्धांत घोडेस्वार व हत्तीवरील योद्धे यांनीं सोडलेले तिखट व लकलकीत सर्पतुल्य बाण हत्तींचीं कपाळें, कुशी व अंगें यांवर पडत होते. वीरांचे हातून सुटलेल्या उल्केतुल्य घोर व चकचकीत शक्ति वीरांचीं लोहमय कवचें भेदून त्यांचे व अश्वांचे देहांतून आरपार जाऊन खालीं पडत होत्या. कांहीं वीर वाघ व चित्ते यांच्या चर्मांच्या म्यानांतून उपसलेल्या लखलखीत तरवारींनीं शत्रूंना खची करीत होते. कांहींजण अभिप्लुत,[1] अभिक्रुद्ध[2] व एकपार्श्वावदीरित[3] नामक युद्धप्रकार दाखवीत ढाल, तरवार व फरशा घेऊन शत्रूवर पडले. कांहीं हत्ती माहुतांच्या शब्दांवरून शुंडांनीं अश्वांसह रथ फरफर ओढीत चहूंकडे धांवत होते.

हे राजा, त्या स्थळीं कोणी शंकूंनीं फाडले जाऊन, कोणी फरशींनीं छिन्नभिन्न होऊन, कोणी हत्तींनीं तुडविले जाऊन, कोणी घोड्यांनीं चिरडल्यामुळें, कोणी रथांचे धावांखालीं व कोणी कुऱ्हाडीखालीं तोडले गेल्यामुळें, कोणी आपल्या आप्तांचे नांवानें, कोणी पुत्रांचे, कोणी पितरांचे, कोणी भावांचे, कोणी भाउबंधांचे, कोणी मामांचे, कोणी

१ न भितां दडपून शत्रूचे तोंडासमोर जाणें. २ दांत ओंठ खात तसें जाणें. ३ ढावेच बाजूनें घुसणें.

भाच्यांचे, व कोणी शत्रूंचेही नांवांचें स्मरण करून हांका मारीत होते! पुष्कळांचीं आंतडीं बाहेर पडून, कांहींच्या मांड्या मोडून, कांहींचे हात तुटून, कांहींच्या बरगड्या फाडल्या जाऊन व तृषार्त होऊन ओरडत आहेत, व जीव जगावा म्हणून धडपड करीत आहेत असें दृष्टीस पडलें. हे राजा, त्यांतून जे कमी दमदार होते, ते तर तान्हेनें व्याकुल होऊन भुईवर पडले, व 'कोणी तरी पाणी द्या हो' म्हणून याचना करूं लागले! रक्ताच्या आंघोळी झालेले व घायाळ झालेले कित्येकजण स्वतःची व तुझ्या पुत्राचीही सरसकट निंदा करूं लागले; परंतु अशांतही जे कोणी पक्के क्षत्रिय व परस्पर हाडवैरी होते, त्यांनीं हातचें शस्त्र मिळून सोडिलें नाहीं, किंवा 'आई उई' म्हटलें नाहीं. ते उलट स्फुरण चढून आवेशांत दांतांनीं ओंठ चावून परस्परांस भेडसावीत होते व भुंवया वांकड्या करून एकमेकांकडे निरखीत होते. कांहीं मोठे बलाढ्य व दमदार असूनही शरार्त व व्रणपीडित झाल्यानें निःशब्द होऊन पडले. कांहीं शूर योद्धे हत्तींनीं रथांखालीं ओढून दडपल्यामुळें विरथ झाले असतां 'आम्हांला रथावर घ्या' म्हणून दुसऱ्यांची प्रार्थना करूं लागले; व कित्येक घायांनीं जागजागीं रक्तबंबाळ झाल्यानें फुलून लाल झालेल्या पलाशवृक्षाप्रमाणें शोभत होते. हे राजा, शेलक्या शेलक्या वीरांचा असा भयंकर रीतीनें संहार उडाल्यामुळें सैन्यांतून जिकडे तिकडे हृदयविदारक असे आर्तस्वर उठले. त्या गर्दींत पित्यानें पुत्रास, पुत्रानें पित्यास, भाच्यानें मामास, मामानें भाच्यास, स्नेह्यानें स्नेह्यास व आप्तांनीं आप्तांस मारिलें! या प्रकारें ते कौरवपांडव झगडले. असें तें अतोनात भयंकर रण माजलें असतां पांडवांची सेना जेव्हां भीष्मांपर्यंत येऊन ठेपली, तेव्हां ती चळचळ कांपूं लागली; त्या वेळीं, हे भरतर्षभा, ज्यावर पांच तारे काढिले आहेत अशा रौप्यमय उच्च तालध्वजाचे योगानें भीष्माचार्य हे मेरूच्या आश्रयानें शोभणाऱ्या चंद्राप्रमाणें शोभत होते.

अध्याय सत्तेचाळिसावा.

—:०:—

भीष्म व अभिमन्यु यांचें युद्ध.

संजय सांगतोः—याप्रमाणें त्या भयंकर दिवशीं निवडक महावीरांचा भयंकर संहार चालू असतां बहुतेक दुपार भरत आली असेल. त्या वेळीं, हे राजा, तुझ्या पुत्राचे आज्ञेवरून दुर्मुख, कृतवर्मा, कृप, शल्य व विविंशति हे भीष्मांना गांठून त्यांचे संरक्षणास लागले. या पांच अतिरथ्यांनीं संरक्षित होत्साते भीष्म शत्रुसैन्यांत निःशंक शिरूं लागले. विशेषतः चेदि, काशि, करूष व पांचाल यांचे सैन्यांतून भीष्मांचा तो तालध्वज फडकतांना दिसत होता. भीष्मांनीं नतपर्व अशा वेगवान् बाणांनीं शत्रूंचीं शिरें, व जूं आणि निशाणें यांसह रथ कापून टाकिले. हे भरतश्रेष्ठा, भीष्म रथमार्गांतून जणूं नाचत नाचत जात असतां त्यांच्या रथाच्या धडकेनें मर्मस्थळीं ताडित झाल्यानें अनेक हत्ती अत्यंत दीनवाणीनें रुदन करूं लागले. हें पाहून अभिमन्यूला चेव आला, आणि निवडक पिवळे घोडे जोडलेल्या व कर्णिकार वृक्षासारख्या ध्वजानें युक्त अशा स्वर्णभूषित रथावर बसून तो भीष्म व त्यांचे पांच संरक्षक यांबरोबर लढूं लागला. एका बाणानें कृतवर्म्याला, व पांचांनीं शल्याला विंधून, नऊ तीक्ष्णाग्र बाणांनीं त्यानें पणजोबांचा समाचार घेतला. पुरापूर कानापर्यंत प्रत्यंचा खेंचून जपून सोड-

लेल्या एका बाणाच्या योगानें त्यानें दुर्मुखाचा स्वर्णमंडित ध्वज छेदिला; चिलखतासारखीं कित्येक आवरणें फोडून आंत घुसणाऱ्या दुसऱ्या एका नतपर्व बाणानें त्यानें दुर्मुखाच्या सारथ्याचें शिर धडापासून वेगळें केलें; व एका तीक्ष्णाग्र बाणानें कृपाचार्यांचें सोनेरी नक्षी काढलेलें धनुष्य तोडून टाकिलें, आणि दुसऱ्या तिखट बाणांनीं इतरांस मारिलें. त्या वेळीं तो महारथी अभिमन्यु अत्यंत खवळला असून उत्साहभरानें थयथय नाचत होता. त्याचें तें हस्तलाघव पाहून देवतांना देखील फार आनंद झाला. अभिमन्यूचें तें अचूक शरसंधान पाहून भीष्मप्रमुख रथ्यांना तो अर्जुनाप्रमाणेंच दमदार आहे असें वाटलें; आणि गांडीवाप्रमाणेंच टणत्कार करणारें त्याचें दिव्य धनुष्य त्याचे हस्तलाघवाचे योगानें चटाचट दाही दिशा फिरत असल्यानें अलातचक्राप्रमाणें भासूं लागलें.

त्या अर्जुनपुत्राला गांठून शत्रुहंत्या भीष्मांनीं नऊ वेगवान बाणांनीं तत्काल त्याचा वेध केला, व त्या जितेंद्रिय आचार्यांनीं त्या परम तेजस्वी सौभद्राचा ध्वज तीन बाणांनीं छेदिला व तीन बाणांनीं सारथिही तोडिला. त्याप्रमाणेंच कृतवर्मा, कृप व शल्य यांनीं त्याला विंधिलें, तथापि तो मैनाकाप्रमाणें निष्कंपच राहिला. धार्तराष्ट्रपक्षाच्या त्या पांच महारथ्यांनीं त्याला वेढून टाकिलें असतांही तो कृष्णपुत्र[1] त्यांवर उलट शरवर्षाव करीत होता. याप्रमाणें शरवृष्टीनें प्रतिभटांचीं हजारों आयुधें निवारून मोठ्यानें गर्जना करीत तो भीष्मांवरही बाण सोडूं लागला. राजा, भीष्मांनाही जेव्हां तो बाणांनीं पीडा देऊं लागला, तेव्हां त्याचें अद्भुत बाहुबल सर्वांना दिसून आलें. त्याचा पराक्रम पाहून भीष्मांनींही त्यावर बाण टाकले, परंतु शाबास त्याची, कीं त्यानें भीष्मांचे धनुष्यापासून बाण सुटतां सुटतांच कापून टाकिले! नंतर त्या अमोघबाण वीरानें नव शरांनीं भीष्मांचा ध्वज तोडिला, तेव्हां मात्र लोकांनीं मोठ्यानें आरोळी दिली, व तो रौप्यमय व स्वर्णभूषित भीष्मांचा उच्च तालध्वज सौभद्राचे बाणांनीं छिन्न होऊन भूमीवर पडला! हे भरतर्षभा, सौभद्रानें भीष्मांचा ध्वज पाडिलेला पाहून त्याला प्रोत्साहन देण्याकरितां 'शाबास! शाबास!' म्हणून भीमसेन मोठ्यानें ओरडला. हा प्रकार पाहून त्या महाभयंकर रणांत महाबल भीष्मांनीं अनेक दिव्य महास्त्रें बाहेर काढिलीं; व त्या महाखोल म्हाताऱ्यानें हजार बाणांनीं त्या पोराला झांकून टाकिलें. तेव्हांचा तो देखावा कांहीं विलक्षणच होता. त्या समयीं सौभद्राचे रक्षणार्थ पांडवांकडील दहा महारथी धनुर्धर लगबगीनें रथ घेऊन धांवले. त्या दहांचीं नांवें विराट, उत्तर, धृष्टद्युम्न, भीम, सात्यकि व पांच कैकेय बंधु. ते झपाट्यानें अंगावर येतातसें पाहून शांतनव भीष्मांनीं त्या रणांत तीन बाणांनीं धृष्टद्युम्नाला व नवांनीं सात्यकीला विंधिलें; व पुरापूर खेंचून सोडलेल्या एका तीक्ष्ण बाणानें भीमसेनाचा ध्वज तोडिला. हे नरोत्तमा, भीष्मांनीं तोडिलेला तो भीमाचा शोभायमान ध्वज स्वर्णमय व सिंहाचे चिन्हानें युक्त असा होता. ते वेळीं भीमानें तीन बाणांनीं शांतनव भीष्मांस वेध करून, कृपांस एकानें व कृतवर्म्यास आठांनीं त्या रणस्थळीं विंधिलें.

उत्तराचा वध.

इकडे, विराटपुत्र उत्तर हा शुंडाग्रें वर उचलून चेंटाळणाऱ्या आपल्या हत्तीवर बसून शल्यावर

---

[1] अभिमन्यु. कृष्ण हें नांव अर्जुनाचेंही होतें. "अर्जुनः फाल्गुनो जिष्णुःकिरीटी श्वेतवाहनः। बीभत्सुर्विजयःकृष्ण:सव्यसाची धनंजयः" हा प्रातःस्मरणांतील श्लोक अर्जुन पुष्कळांस अवगत असेल.

धांवला. तो गजराज अति वेगानें स्वरथावर येऊन धडकतोसें पाहून शल्यानें बाणांनीं त्याचा वेग अप्रतिम निवारित केला. परंतु त्या योगानें तो गजेंद्र अधिकच चवताळला, व त्यानें शल्याचे रथाचें जोकड पायांखालीं दडपून धरून त्याचे भले थोराड व मोठ्या युक्तीनें रथ ओढणारे असे चारही घोडे मारिले. पण शल्यानें तसल्याच हताश्व रथांत बसून उत्तराचा प्राणांत करणारी अशी सर्पतुल्य लोहमय शक्ति त्यावर सोडिली. तिनें उत्तराचें चिलखत फाटून त्याचे डोळ्यांपुढें गाढ अंधारी आली, व हातांतील अंकुश व तोमर आपोआप गळून तो हत्तीचे खांद्यावरून भूमीवर कोसळला ! इतक्यांत शल्यानें त्या श्रेष्ठ रथाखालीं उडी मारून हातांत तरवार घेऊन उत्तराच्या धिप्पाड हत्तीची विशाळ शुंडा छाटली. त्या वेळीं शरांनीं मर्मभेद झालेला व शुंडा तुटलेला तो हत्ती भयंकर किंकाळी फोडून खालीं पडला व तत्काल गतप्राणच झाला. असें हें अद्भुत कर्म करून शल्य तटकन् कृतवर्म्याच्या चकचकीत रथावर चढला !

श्वेतयुद्ध.

आपल्या भ्रात्यास मारून कृतवर्म्यासह रथांत बसलेला शल्य पाहून उत्तराचा बंधु विराटपुत्र श्वेत तूप ओतलेल्या अग्नीप्रमाणें क्रोधानें पेटला; व त्या बलाढ्य वीरानें इंद्रचापतुल्य आपलें विशाल धनुष्य ताणून शल्याच्या नरडीचा घोटच घ्यावा अशा इच्छेनें त्याकडे धांव ठोकिली. त्या वेळीं त्याचे रक्षणार्थ त्याभोंवतीं अनेक रथांचा गराडा होता. तो बाणांचा वर्षाव करीत करीतच शल्यापर्यंत जाऊन भिडला. राजा, तो मत्त हत्तीप्रमाणें पराक्रमशाली श्वेत उड्या घेतच शल्यावर येत आहेसें पाहून शल्य हा यमदाढेंतच सांपडला असें तुजकडील वीरांना भासलें; व त्यांपैकीं सात रथ्यांनीं शल्याचें रक्षण व्हावें म्हणून श्वेताला घेरिलें. हे सात जण म्हणजे कोसलाधिप बृहद्बल; मगधपति जयत्सेन, प्रतापी शल्यपुत्र रुक्मरथ, अवंतीचे विंद व अनुविंद, कांबोजपति सुदक्षिण व बृहत्क्षत्राचा दायाद सिंधुपति जयद्रथ हे होत. त्या वीरांचीं तीं ताणलेली नानावर्णांचीं चित्रविचित्र धनुष्यें मेघमंडलावरील विजांप्रमाणें चमकत होतीं. उष्णकालावसानीं (वर्षारंभीं) वायूनें उठविलेले मेघ ज्याप्रमाणें पर्वतावर जलवृष्टि करितात, त्याप्रमाणें त्यांनीं श्वेताचे माथ्यावर बाणवृष्टि चालविली. तेव्हां क्षुब्ध झालेल्या त्या महाधानुष्क विराटसेनापति श्वेतानें अत्यंत तीक्ष्ण अशा सात भल्ल बाणांनीं त्या सातांचीं धनुष्यें छेदून टाकून तुडविलीं. हे राजा, त्यांचीं धनुष्यें तुटलेलीं मात्र पाहिलीं असतील. तोंच एका निमिषार्धांत त्यांनीं नवीं धनुष्यें घेतलीं व श्वेतावर सात सात बाण टाकिले. परंतु तो श्वेत असामान्य वीराचा होता. त्या महाबाहूनें पुनरपि वेगवान् बाणांनीं त्या धनुर्धरांचीं सातही धनुष्यें कापून काढिलीं. पुनरपि जेव्हां धनुष्यें कापलीं गेलीं, तेव्हां त्या महारथांनीं झटदिशीं रथांतून शक्ति हातांत उचलून भयंकर गर्जना केली. व त्या शक्ति श्वेताचे रथावर सोडिल्या. परंतु. हे भरतश्रेष्ठा. इंद्रवज्राप्रमाणें कडाड गाज्या

१ येथें नीलकंठांनीं वैराटि म्हणजे शंख अशी टीप दिली आहे. परंतु बाकीच्या ह्या सर्व अध्यायांत पुढील व त्याच्या पुढील म्हणजे एकुणपन्नासाव्याच्या पंचावन्नाव्या श्लोकापर्यंत शंखाचें नांव नसून श्वेताचेंच वर्णन आहे. हा श्वेत मध्येंच कोठून उपटला हें समजणें कठीण आहे. यावर मुंबईप्रतीवर अशी टीप दिली आहे कीं, हा सर्व भाग प्रक्षिप्त असावा. [illegible]. या अध्यायाचे ४२ ते ५२ श्लोक व ४९ व्याचे ३० ते ३४ श्लोक श्वेत व शंख एवढा भेद वजा करून बहुधा अक्षरशः सेच आहेत ! एका गृहस्थांना या सूचनेचा फायदा घेतला आहे; पण तो त्यांनाच [illegible] (भा. क.)

व जळफळणाऱ्या त्या सात शक्ति श्वेतावर पोहों-चण्यापूर्वीं त्या अस्त्रपटूनें त्यांचा सात भल्लांनीं छेद केला. नंतर, हे भरतश्रेष्ठा, कशाही शरीराला फाडून टाकणारा असा एक बाण घेऊन श्वेतानें रुक्मरथावर सोडिला. तो वज्राहून तीक्ष्ण बाण रुक्मरथाचे देहावर पडला, त्यामुळें तो पूर्ण घायाळ होऊन रथाच्या पुढल्या पडदीवरच मटकन् बसला, व गाढ मूर्च्छा पावला. त्याचा सारथि धीराचा होता; त्यानें आपला धनी बेशुद्ध व मूर्च्छित पाहातांच न घाबरतां सर्व लोकांदेखत त्याला तत्काल एके बाजूस नेलें. नंतर महाबाहु श्वेतानें सुवर्णभूषित असे आणखी सहा बाण घेऊन त्यांचे प्रहारानें, उर-लेल्या सहा प्रतिभटांच्या ध्वजांचीं शिरें तोडून पाडिलीं. हे परंतपा, त्यावर त्यांचे अश्व व सारथि यांचा वध करून व स्वतः त्या वीरांना बाणांनीं आच्छादून टाकून तो वीर शल्याचे रथावर चालला. तो विराटसेनानी शल्याचे रथावर येतांना दृष्टीस पडतांच, हे भारता, सर्व सैन्यांतून 'हाय हाय' असा शब्द उठला. तेव्हां भीष्मांस पुढें करून तुझा बलावन् पुत्र सर्व सैन्यासह श्वेताचे रथावर चालून गेला, व त्याचें निवारण करून मृत्युमुखांत सांप-डलेल्या मद्रराजाला सोडविता झाला. नंतर रथांचा व हत्तींचा ज्यांत एकच घोंटाळा झाला, असलें अंगावर केवळ रोमांच फुलविणारें तुझ्या पुत्रांचें व शत्रूंचें तुमल युद्ध झालें. त्यांत कुरु-वृद्ध पितामहांनीं अभिमन्यु, भीमसेन, महारथ सात्यकि, कैकेय, विराट, पार्षत धृष्टद्युम्न हे नरसिंह व चेदि आणि मत्स्य सैन्य यांवर बाणांचा केवळ पाऊस पडला.

अध्याय अठ्ठेचाळिसावा.

—:०:—

श्वेतवध.

धृतराष्ट्र विचारितोः—हे संजया, बरें, महा-धनुर्धर श्वेत जेव्हां या प्रकारें शल्यरथाप्रत गेला, तेव्हां कौरव-पांडवांनीं काय केलें व विशेषतः शांतनव भीष्मांनीं काय केलें, तें मला सांग.

संजय सांगतोः—हे राजा, त्या वेळीं शें-कडों हजारों पांडवपक्षीय महारथी क्षत्रियश्रेष्ठ तुझे पुत्राला राजा युधिष्ठिराचें बल दाखविण्यासाठीं शिखंडीला पुढें करून शूर सेनापति श्वेताचें रक्षण करण्याचे इच्छेनें, प्रतिद्वंद्व्याचा प्राण घेऊं पाहाणाऱ्या योधाग्रणी भीष्मांच्या स्वर्णमय रथावर चालून गेले. हे राजा, त्या वेळीं त्यांचें व तुझे पुत्रांचें हजारों जीवांचा नाश करणारें तुंबळ युद्ध झालें, त्याचें वर्णन मी तुला सांगतों. सूर्योपम तेजस्वी भीष्मांनीं त्या वेळीं अद्भुतच चमत्कार केला. बाणजालानें त्यांनीं प्रत्यक्ष सूर्यही झांकून टाकिला; उदित सूर्य ज्याप्रमाणें अंधार पळवितो, त्याप्रमाणें त्यांनीं आपल्या आसपासच्या शेंकडों वीरांना पळवून लाविलें; व महावेगवान्, भक्कम आणि क्षत्रियां-तक असे लक्षावधि बाण त्या रणांत सोडून शेंकडों वीरांचीं मुंडकीं पाडिलीं ! व रथांतील बैठकी रित्या पाडिल्या. राजा, वज्रानें पर्वत फोडून पाडावे, त्याप्रमाणें त्यांचे बाणांनीं कां-टेरी बखतरें चढविलेले हत्ती कापून पाडिले. हे प्रजानाथा, त्या रणसंकुलांत रथांत रथ अड-कले; कांहीं तलख घोड्यांनीं आपले रथ दु-सऱ्या जुंपलेल्या रथांवर नेऊन आदळले; कांहीं घोडे उधळून जाऊन पाठीवर मरून धनुष्या-सकट लटकत असलेल्या तरुण वीराला तसाच लोंबत घेऊन इकडे तिकडे धांवत होते; शें-कडों हजारों वीर पाठीवर भाते बांधलेले व कंबरेला तरवारी लटकवलेल्या तशाच कायम

असतां मुंडकीं तुटल्यामुळें धरणीवर पडून वीरोचित शय्येवर शयन करीत आहेत; कांहीं-जण त्वेषानें एकमेकांवर धांवत असतां वाटेंतच पडले, पण पडले तरी पुनः उठून धांवून गेले, तेव्हां त्यांच्या वाटेंत थडका होऊन झोंब्या लागत; त्या झोंबथांत परस्परांना घायाळ करून दोघेही रणभूमीवर लोळत पडत; कांहीं शूर वीर स्वर्णालंकारमंडित व धनुष्यभात्यांसह सज्ज असतांही विश्वासघातानें मारल्यामुळें जखमी होऊन पडले; कांहींनीं प्राण सोडिले; वरील स्वार मारलेला पाहून कांहीं मत्त हत्तींनीं नुसत्या घोड्यांनाच फिरवून हापटलें; इकडे कांहीं रथी आपले रथांनीं आसपास पडलेल्यांना चुरडीत फिरत होते; मध्येंच कोणा रथ्याला दुसऱ्यानें बाणांनीं ताडन केल्यानें तो रथावरून मरून पडत होता, व पुढें त्यावरील सारथिही मारला गेल्यानें एखादा रथ धाडकन् भूमीवर काष्ठवत् पडत होता !

हे राजा, याप्रमाणें एकच गर्दी उसळून गेल्यामुळें जेव्हां का रणमंडळभर अति दाट धुरोळा उठला, तेव्हां योद्ध्यांना केवळ धनुष्याचे टणत्कारानेंच आपला प्रतिभट कोठें उभा आहे हें माहीत पडे,—प्रत्यक्ष दिसेना. कोणाला प्रत्यक्ष देहस्पर्शानें बाण सोडणाऱ्या प्रतिस्पर्ध्याचें ज्ञान होत होतें. हे राजा, भट परस्परांस वीरघोषणा करीत होते; परंतु प्रत्यंचांचे टणत्कार व सैन्यांची खळबळ यांपुढें त्या कानीं पडतना. याप्रमाणें सर्व संग्रामाभर गजबज माजून, तींतच कान फोडून टाकितात काय असल्या नगाऱ्यांच्या गर्जनेची भर पडली असतां, कोणीही वीर युद्ध करितांना प्रतिपक्ष्याला आपलें नाम-गोत्र कथन करीत असत, तेंही मला ऐकूं येईना. रणांत लढत असतां भीष्मांचे धनुष्यापासून सुटलेल्या बाणांनीं जखमी झालेल्या वीरांचीं मनें कांपूं लागलीं. तें अंगावर रोमांच उभे करणारें अतिझिमडीचें भयंकर युद्ध चाललें असतां कोणी कोणास ओळखीना, प्रत्यक्ष पिता पुत्रास ओळखीना ! भीष्मांनीं तर असा कांहीं अनर्थ मांडिला कीं, त्यांचे बाणांनीं बहुतेक वीरांच्या रथांचीं चाकें मोडलीं, जोखडें तुटलीं, धुरीपासून एक एक घोडा मरून पडला, आणि कोठें तर सारथ्यासह मुख्य वीर रथांतून आसडून खालीं लोटला गेला. अशा प्रकारें शेंकडों वीर त्या समरांत रथहीन झाले. पहावें तों कोणी कोठें तर कोणी कोठें, असे वीर सैरावैरा धांवत आहेत, कोणाचे खालचा हत्ती मारला गेला, तर कोणाचें डोकें तुटलें; कोणाचा मर्मच्छेद झाला, तर कोणाचा घोडा जखमी झाला ! सारांश, भीष्मांनीं शत्रूवर शिस्त धरली असतां कोरा मिळून एकही वीर राहिला नाहीं.

उलटपक्षीं, श्वेतानेंही त्या घोर समरांत कौरवांचा असाच संहार चालविला होता. हे भरतर्षभा, त्यानें रथारूढ अशा उदार राजपुत्रांचे शेंकडों समुदाय वधिले व बाणांनीं रथ्यांचीं शिरकमलें तोडून टाकिलीं. हे प्रजापते, श्वेताचे प्रहारानें, त्याचे आसपास, वीरांचे तुटलेले भूषणयुक्त बाहु, त्यांचीं धनुष्यें, रथांचे इसाड, रथांचीं चाकें, जोखडें; त्याप्रमाणेंच भाते, बहुमोल छत्रें, पताका; व घायाळ अश्वांचे, रथांचे व मनुष्यांचे समुदाय व जखमी झालेले शेंकडों मतंगज पडलेले दिसत होते ! श्वेताचे भीतीनें आम्ही (मी) रथ सोडून दूर पळालों, म्हणूनच प्राण धरून आहों, व धन्याला (धृतराष्ट्राला) डोळ्यांनीं पाहात आहों. हे कुरुनंदना, भीष्मांचे रक्षणार्थ म्हणून असलेले कौरववीर श्वेताच्या बाणांचा टप्पा सोडून अंतरावर उभे राहिलेले आह्मीं पाहिले. सारांश, संकटसमयींही न डगणारे एकटे नरव्याघ्र भीष्म तेवढे आपणांपैकीं मेरु पर्वताप्रमाणें अढळ

उभे होते. हिमकालावसानीं आपल्या तीक्ष्ण किरणांनीं जीवांचे प्राण घेणाऱ्या सूर्याप्रमाणें बाणरूप किरणांनीं जीवांचे प्राण घेणारे ते तेजानें शोभत होते. त्या महाधनुर्धरानें बाणांचे अनेक समुदाय सोडून इंद्र दानवांचे प्राण घेतो त्याप्रमाणें समरांगणीं शत्रूंचे प्राण घेतले. याप्रमाणें भीष्मांनीं जेव्हां सपाटा चालविला, तेव्हां श्वेताचे पाठीराखे वीर त्या महाबलाला एकट्याला कळपांतून वेगळा पडल्यासारखा सोडून चालते झाले. परंतु तो समरभूमीवर दारुण कर्म करणारा श्वेत हालला नाहीं. हे परंतपा, एकटा तरी वीर आपणापुढें उभा आहे असें पाहून भीष्मांना आनंद झाला, व स्फुरण चढलें; आणि दुस्त्यज अशा प्राणांनाही त्या महायुद्धांत सोडण्यास सिद्ध झालेल्या निर्भय भीष्मांनीं एकट्या दुर्योधनाच्याच कल्याणाला आपणास वाहून घेतलें असल्यामुळें, पांडवांना रडविण्याकरितां पांडवांचे सैनिक मारण्याचा तडाका चालविला. सेनापति श्वेतही कौरवांकडील सैनिकांस लोळवीत होताच. तेव्हां, राजा, त्याचें तें कर्म पाहून तुझा पिता देवव्रत भीष्म त्यावर चालून आला. तो येतांच श्वेतानें मोठ्या शरजालानें भीष्मांस छावून टाकिलें, तेव्हां भीष्मांनींही उलट श्वेताला तसेंच आच्छादिलें. नंतर पोळांप्रमाणें डरकाळ्या फोडणारे, गजेंद्राप्रमाणें उन्मत्त झालेले व व्याघ्रांप्रमाणें चवताळलेले ते दोघेही वीर एकमेकांस प्रहार करूं लागले. पुढें पुढें ते पुरुषर्षभ परस्परांचीं अस्त्रें अस्त्रांनींच निवारूं लागले. भीष्म म्हणत मी श्वेताला मारीन, श्वेत म्हणे, मी भीष्मांना मारीन, अशा ईर्ष्येनें ते लढत राहिले. खरेंच, तो अत्यंत खवळलेला श्वेत जर बाणवृष्टि करून पांडवसेनेचें पालन न करिता, तर एका दिवसांतच भीष्म पांडवांचें सैन्य जाळून टाकिते. परंतु तो श्वेत खंबीरच होता, त्यानें भीष्मांनाही मोहरा फिरविण्यास लाविलें. तें पाहून पांडवांना हर्ष झाला, व दुर्योधनाला वाईट वाटलें. नंतर राजे व सैन्य बरोबर घेऊन दुर्योधन स्वतः त्वेषानें पांडवसेनेवर धांवून गेला; व त्याचेच सांगण्यावरून दुर्मुख, कृतवर्मा, कृप व मद्रराज शल्य हे भीष्मांस गांठून त्यांचें संरक्षण करूं लागले. इतक्यांत दुर्योधनप्रभृति सर्वच राजे रणांत पांडवसैन्याचा वध करीत आहेत असें दृष्टीस पडतांच श्वेतानें भीष्मांना सोडून देऊन वाऱ्यानें कडाकड वृक्ष मोडून टाकावे त्याप्रमाणें धडाक्यानें तुझ्या पुत्राच्या सैन्याचा नाश चालविला. नंतर, राजा, तुझ्या सैन्याला पळावयास लावून, तो विराटपुत्र क्रोधानें अगदीं धुमारून जाऊन भीष्म जेथें सावधपणें उभे होते, तिकडे एकदम जाऊन थडकला. हे राजा, बाणांच्या योगानें झळकणाऱ्या त्या परस्परवधेच्छु दोघांही बलाढ्य महात्म्यांची समरांत गाठ पडतांच, इंद्रवृत्रासुरांप्रमाणें ते मोठ्या निकरानें लढले. श्वेतानें पुरापूर धनुष्य खेंचून सात बाणांनीं भीष्मांचा वेध केला. परंतु एका मतंगजानें दुसऱ्यास दापावें त्याप्रमाणें त्या विक्रमशाली भीष्मांनीं स्वपराक्रमानें त्याच्या पराक्रमाचें त्वरेनें निवारण केलें. पण नवलाची गोष्ट ही कीं, श्वेतानें माघार न घेतां पुनः भीष्मांस नतपर्व अशा पंचवीस बाणांनीं जखमी केलें. भीष्मांनींही दम न घेतां त्याला दहा बाणांनीं उलट घायाळ केलें. पण तो असला भक्कम कीं, इतकें झालें तरी पर्वतासारखा अकंप उभा होता. इतकेंच नव्हे, तर त्या क्षत्रियाच्या बच्चानें पुनरपि आपलें धनुष्य खेंचून भीष्मांस प्रहार केला; व हंसत हंसत आणि जिभल्या चाटीत नऊ बाण सोडून भीष्मांचे धनुष्याचे दहा तुकडे केले ! नंतर एक पिसाऱ्याचा बाण धनुष्याला लावून त्यानें महात्म्या शांतनवाचे तालध्व-

जाचा शेंडा तोडून पाडिला. हे राजा, भीष्मांचा ध्वजपात झालेला दृष्टीस पडतांच भीष्म श्वेताच्या तावडींत सांपडले, मेलेच ! असें तुझे पुत्र मानूं लागले; आणि पांडव हर्षयुक्त होऊन आनंदानें शंख फुंकूं लागले. तथापि महात्म्या भीष्मांचा तालध्वज पडलेला पाहून दुर्योधनानें त्वेषानें स्वसैन्याला आज्ञा केली कीं, 'नीट तयार होऊन भीष्मांचें रक्षण करीत त्यांचे सभोंवार उभे रहा; कारण आपण उघड्या डोळ्यांनीं पाहात असतां शूर शांतनव भीष्मांना श्वेताचे हातून मृत्यु येतां कामा नये. हें माझें थट्टेचें बोलणें नव्हे, खरेंखरें आहे; संभाळा !' ही राजाज्ञा ऐकून त्यांचेकडील महारथी लगबगीनें बरोबर चतुरंग बल घेऊन गांगेयांचें रक्षण करूं लागले. ते महारथ म्हणजे बाल्हीक, कृतवर्मा, कृप, शल्य, शल, जलसंध, विकर्ण, चित्रसेन, विविंशति, इत्यादि. ती घाईची वेळ पाहून त्यांनीं गरकन् भीष्मां-भोंवतीं कडें दिलें आणि सर्वांनीं श्वेतावर सारखी बाणवृष्टि चालविली. परंतु मनस्वी श्वेतानें क्षणाचा विलंब न करितां असें कांहीं हस्तलाघव प्रकट केलें कीं, सिंहानें हत्तींचें निवारण करावें त्याप्रमाणें त्या सर्वांचेंही एकट्यानें सहज निवारण करून बाणांच्या वर्षा-वानें त्यांतूनही भीष्मांचें धनुष्य तोडिलें ! शांतनव भीष्मांनीं लगेच दुसरें धनुष्य घेऊन कंक पक्ष्यां-चीं पिसें लाविलेले तीक्ष्ण बाण मारून श्वेतास वेध केला. तेव्हा सेनापति श्वेत खवळून जाऊन त्यानें अनेक लोहमय बाण सोडून सर्व लोकांदेखत त्या समरांत भीष्मांस जखमी केलें. राजा, सर्वयोधाग्रणी भीष्मांचेंही श्वेत युद्धांत कांहीं चालूं देत नाहीं असें पाहून दुर्योधन खिन्न झाला, आणि तुझ्या सर्व सैन्याचीही भयानें तारंबळ उडून गेली; इतकेंच नव्हे, तर श्वेतानें भीष्मांस बाणविद्ध करून मागें सारलेले पाहातांच, भीष्म श्वेताचे कह्यांत सांपडले—संपले ! असें सर्व मानूं लागले.

हे राजा, श्वेतानें आपला ध्वज मोडिला, व सेनाही हटविली, असें पाहून तुझा पिता देवव्रत भीष्म फारच संतापला, व त्यानें बाणां-चा अगदीं तडाकाच चालविला. परंतु त्या महारथी श्वेतानें तेवढ्याही बाणांचें निवारण करून पुनरपि तुझ्या बापाचें धनुष्य तोडून टाकिलें. तेव्हां तर भीष्मांचा अगदीं तिळपापडच होऊन गेला, आणि तें मोडकें धनुष्य फेंकून देऊन त्यांनीं पुनः भलें मोठें व अधिक बळकट असें धनुष्य घेतलें; व त्याला शिळेवर लावि-लेले सनाटे सात भल्ल बाण लावून त्यांतील चहूंनीं सेनापति श्वेताचे चारही घोडे मारिले, दोहोंनीं ध्वज तोडिला, व सातव्या बाणानें त्याचे सारथ्याचें मस्तक उडविलें. असा अचाट पराक्रम भीष्मांनीं केला. मग, रथाचे घोडे व सारथिही मेल्यामुळें त्या श्वेतानें रथाखालीं उडी टाकिली. त्यावेळीं संतापानें तर तो अगदीं व्याकूळ होऊन गेला होता. रथिश्रेष्ठ श्वेत विरथ पाहून पितामहांनीं तीक्ष्ण बाणसमूहाचा चहूं-बाजूंनीं मारा चालविला. भीष्मांच्या धनुष्यापा-सून सुटणाऱ्या बाणांचे आपणास तडातड तडाके बसतातसें पाहातांच त्या श्वेतानें आपलें धनुष्य रथावर ठेवून मोठी भयानक, अति उग्र अशी स्वर्णमय शक्ति घेतली. मग ती काळदंडा-प्रमाणें भयंकर-केवळ मृत्यूची जिव्हाच असली शक्ति हातीं घेऊन फुस्कारे टाकीत श्वेत भी-ष्मांना म्हणाला, 'हां आतां नीट आवेशानें उभा रहा. भागूबाईसारखा पळूं नको. मर्द हो आणि तोंड दे. मी तुला आतां आपला पराक्रम दाखवितों. पहा तर खरें, असें म्हणून, पांडवांचें हित करणाऱ्या व तुझा नाश करूं पाहाणाऱ्या त्या पराक्रमी वीरानें ती सर्प-तुल्य घातक शक्ति सोडिली. ती काळदंडोपम

महाघोर किंवा कात टाकिलेल्या सर्पाप्रमाणें लकलकणारी शक्ति श्वेताचे हातची सुटून अग्नि-ज्वालांनीं वेढिल्यासारखी जळफळत अंतराळां-तून येऊन नभस्तलांतून तुटून पडणाऱ्या उल्के प्रमाणें जेव्हां का एकाएकीं आदळली, त्या वेळीं, राजा, तुझे पुत्रमंडळांत एकच 'हाय बाप' माजून राहिला ! पण तुझे वडील देतव्रत मात्र कसे ते डगमगले नाहींत. त्यांनीं आठ तीक्ष्ण बाण सोडून त्या उत्कृष्ट स्वर्ण-भूषित व तीक्ष्ण बाणांनीं घातुक झालेल्या शक्ती-चीं नऊ खांडें केलीं ! हे भरतर्षभा, शक्ति खंडिलेली पाहून तुझ्याकडील सर्वांनीं आनंदा-च्या आरोळ्या ठोकिल्या; परंतु तो विराटपुत्र मात्र क्रोधानें केवळ बेहोष झाला. बाकी त्याची कालमर्यादाच भरल्यानें त्याची अशी दशा झाली म्हणावयाची ! कारण, त्या क्रोधा-वेशांत, काय करणें उचित हें त्याला न सुचून, भीष्मांना ठार करावें या हेतूनें त्यानें मोठ्या आनंदानें हंसत हंसतच गदा हातीं घेतली; व क्रोधानें डोळे लाल होऊन हातीं दंड घेतलेल्या यमाप्रमाणें उग्र मुद्रा करून तो गदाधर श्वेत,ओढा पर्वतावर आदळतो, त्याप्रमाणें भीष्मांवर धावला. भीष्म एवढे प्रतापी, पण त्यांनाही वाटलें कीं, याचा हा तडाखा जबरदस्त बसणार ! म्हणून त्यांनीं तो चुकविण्यासाठीं गपकन् भुईला दडी दिली. श्वेताला क्रोधानें डोळां भुई दिसत नसल्यानें त्यानें ती गदा गरगरगर फिर-वून कुबेराप्रमाणें ताडकन् भीष्माच्या रथावर फेंकली. भीष्मांना ठार करण्यासाठीं योजिले-ल्या त्या गदेनें भीष्मांचा रथ, ध्वज, सारथि, अश्व व जूं-जुपण्या यांसह चूर झाला. तेव्हां रथि-श्रेष्ठ भीष्म विरथ झालेले पाहून शल्य प्रभृति रथी जमून त्यांपाशीं धांवत आले. नंतर दुस-ऱ्या रथावर चढून भीष्मांनीं आपलें धनुष्य ताणिलें, आणि मनांत थोडेसे खोंचल्यामुळें हळूहळू तथापि बाह्यात्कारीं हंसत हंसत त्यांनीं श्वेताला गांठिलें. इतक्यांत, " हे भीष्मा, हे भीष्मा, हे महाबाहो, जलदी यत्न कर; थांबूं नको. कारण, शत्रूवर जय मिळविण्याची तुझी हीच संधि आहे; असें विश्वकर्त्यानें पूर्वींच ठरवून ठेविलें आहे. करितां साधून घे. " अशा प्रकारची भीष्मांचे कल्याणाची अशी मोठी भरदार व दिव्य वाणी आकाशांतून उच्चारलेली त्यांचे कानीं पडली. मग हर्षितचित्त होऊन श्वेताचे वधाविषयीं त्यांनीं चंग बांधला. इकडे रथिश्रेष्ठ श्वेत विरथ होऊन पादचारी झालासें पाहून पांडवांकडील महारथी एकजुटीनें त्याचे रक्षणार्थ त्याजपाशीं धांवून आले. त्यांचीं नांवें:—सात्यकि, भीमसेन, पार्षत धृष्टद्युम्न, कैकेय, धृष्टकेतु व वीर्यशाली अभिमन्यु. हे सर्व श्वेताचा कैवार घेऊन मोठ्या वेगानें भीष्मां-वर येऊं लागले; परंतु पाण्याच्या वेगाचें पर्वत ज्याप्रमाणें सहज निवारण करितो, त्याप्रमाणें त्या अगाध भीष्मांनीं द्रोण, शल्य व कृप यांचे साहाय्यानें त्या सर्वांचें निवारण केलें. आपले पक्षाचे सर्व महात्मे वीर भीष्मांनीं रोधि-लेसें पाहून श्वेतानें तरवार उपसून तिनें भी-ष्मांचें धनुष्य छेदिलें; परंतु देवदूताचें वचन कानीं पडलें असल्यामुळें पितामहांनीं वेळ न गमवितां तें तुटकें कांबीट फेंकून दुसऱ्या इंद्र-चापतुल्य तेजस्वी धनुष्यास तत्काल दोरी चढवून श्वेतवधाविषयीं हेतु धरिला, आणि, भीमसेनप्रभृति महारथ मनुजव्याघ्रांनीं ज्याला गराडा दिला आहे, अशा सेनापति श्वेताकडे त्वरेनें चाल केली.

इतक्यांत, सेनानायक भीम आपणावर झडप घालण्यास येतोसें पाहून प्रतापी महारथ भीष्मांनीं त्याला साठ बाण मारिले. हे राजा, तुझ्या पित्या देवव्रतांनीं अभिमन्यूला तीन, सा-त्यकीला शंभर, धृष्टद्युम्नास वीस व कैकेयांस

पांच बाण मारिले; आणि या प्रकारें त्या सर्व महाधनुर्धरांना घोर बाणांनीं निवारित करून एकट्या श्वेताशीं गांठ घातली. नंतर त्या बलवान् भीष्मांनीं अतिशय बळकट, कोणाचे हातीं न लागणारा, केश लावलेला, साक्षात् मृत्युरूप आणि ब्रह्मास्त्रानें भारलेला असा एक बाण ओढून धनुष्यास लाविला. त्यावेळीं देव, गंधर्व, पिशाच्च, उरग, राक्षस या सर्वांचे डोळे त्या बाणाकडे लागले. तो बाण जो सुटला तो श्वेताचें कवच व हृदयही भेदून विजेसारखा जळफळतच धरणींत घुसला. सायंकालीं भगवान् सूर्य ज्याप्रमाणें जगतांतील प्रकाश बरोबर घेऊन अस्तास जातो, त्याप्रमाणें तो बाण त्या अमिततेजस्वी श्वेताचे देहांतील चैतन्याची ज्योत बरोबर घेऊन रसातळास गेला! एखाद्या पर्वताचें शिखर पडावें त्यासारखा भीष्मांनीं युद्धांत मारिलेला तो नरव्याघ्र धिप्पाड श्वेत कोसळतांना आम्हीं पाहिला. पांडव व तत्पक्षीय महारथ क्षत्रियांनीं श्वेताबद्दल शोक केला; आणि तुझे मुलगे व एकूण कौरव हे आनंदित झाले! हे राजा, श्वेत पाडलेला पाहून तुझा पुत्र दुःशासन मोठ्यानें रणवाद्यें वाजवून सभोंवार आनंदानें थयथय नाचला. रणाला भूषणभूत अशा भीष्मांनीं असला जबरदस्त धनुर्धर लोळविला हें पाहून शिखंडिप्रभृति पांडवीय महाधनुर्धर रथ्यांना कांपरें भरलें. नंतर सेनापति श्वेत मारला गेलासें पाहून धनंजय व वृष्णिकुलोद्भव केशव या दोघांनीं हळूहळू आपलीं सर्व सैन्यें माघारीं घेतलीं; तेव्हां मग तुझ्या पुत्रांनींही आपलीं सैन्यें परतविलीं. परततांना तुझ्या पुत्रांचीं व शत्रूंचीं सैन्येंही वरचेवर आरोळ्या देत होतीं. मात्र परंतप पांडव मनांत खट्टू झाले, व द्वैरथ[1] युद्ध करून भीष्मांनीं केलेल्या श्वेताचे भयंकर वधाबद्दल विचार करीत करीत परतले.

अध्याय एकुणपन्नासावा.

--:०:--

शंखयुद्ध व प्रथमदिनसमाप्ति.

धृतराष्ट्र विचारतोः—बाबा संजया, शत्रूंनीं सेनापति श्वेत मारिला हें पाहून महाधनुर्धर पांडव व पांचाल यांनीं कार्य केलें?[1]..........

खरें पहातां, प्रस्तुतचें युद्ध कोणाही भल्या माणसाला रुचलें नाहीं. भीष्मांना तें कबूल नव्हतें, द्रोणांनाही कसें तें मान्य नव्हतें, कृपाचार्यांना आवडलें नाहीं, गांधारीला पसंत नव्हतें, आणि हे संजया, स्वतः मलाही पटलें नाहीं. बरें, तिकडल्या पक्षालाही अभिमत नव्हतें. कारण, वार्ष्णेय वासुदेव, तसेच पंडुपुत्र युधिष्ठिर, भीम, अर्जुन किंवा पुरुषश्रेष्ठ जावळे बंधु (नकुलसहदेव) यांनाही मान्य नव्हतें. इतकेंच नव्हे, तर, संजया, ह्या आमच्या दुर्योधनाचा, तूं युद्ध करूं नको म्हणून मी, गांधारी व विदुर आला तो दिवस निषेध करीत होतों. शिवाय, जामदग्न्य परशुराम व महात्मे व्यास मुनि यांनींही त्याचें निवारण केलें. पण त्या दुष्टानें आमच्या म्हणण्याला भीक न घालतां, कर्ण, शकुनि व दुःशासन

---

१ खरें पाहातां श्वेत विरथ होता. मग त्या युद्धाला **द्वैरथ** कसें म्हणावें ?

१ यापुढील सहा श्लोक आणि सातव्याचा प्रथम चरण हे बरोबर लागत नाहींत. त्यांतील मजकूर इतका परस्परविसंगत आहे कीं, मागील श्लोकाचा अर्थ पुढील श्लोकाशीं मुळींच जुळत नाहीं. कदाचित् इतर प्रतींतून दुसरे कांहीं पाठ असतील म्हणून बंगालीप्रत, गुर्जरप्रत आणि येथील आनंदाश्रमांतील तीन चार हस्तलिखित प्रती परस्पर ताडून पाहिल्या, परंतु त्यांतही असें झालें कीं; कोणाचा कोणाशींच मेळ बसेना. एका प्रतींतील पाठ दुसऱ्या प्रतीशीं जुळतना; आणि आनंदाश्रमांत ज्या हस्तलिखित प्रती आहेत, त्यांतील एक दोन प्रतींत तर हे श्लोक मुळीं नाहींतच. म्हणून सदरहू श्लोकांचें भाषांतर निरुपायास्तव गाळावें लागलें आहे.

यांची सल्ला पतकरून आपला युद्धाचा हेका सोडला नाहीं, व पांडवांविषयीं योग्य विचार न करितां त्यांशीं वैरबुद्धिच चालू ठेविली. हे संजया, ह्या त्याच्या दुष्कृतीचें खरपूस प्रायश्चित्त त्याला मिळण्याची ही वेळ आली आहे असें मी समजतों. भीष्मांचा विजय झाला, व श्वेत मारला गेला, यामुळें दुर्योधन फुशारला असेल; परंतु माझा समज या कामीं उलट आहे. कारण, या श्वेतवधानें कृष्ण व अर्जुन हे अगदीं खवळून जाऊन युद्धांत काय करतील याचा कांहीं नियम लागत नाहीं. बा संजया, अर्जुनाचे नांवाबरोबर मला कांपरें भरतें, व तें कांहीं केल्या थांबत नाहीं. कारण, आमच्या पक्षाला मुख्यतः त्यापासून फार भय आहे. तो धनंजय कट्टा शूर व मोठा चलाख आहे; आणि यामुळें मला वाटतें कीं, तो शरप्रहारानें शत्रूंचे शरीरांच्या चिंध्या उडवील. इंद्रपुत्र धनंजय बलानें प्रत्यक्ष इंद्राचेच बरोबरीचा असून त्याचे संकल्प व क्रोध कधींच वृथा जात नाहींत. शिवाय, उपेंद्र जो कृष्ण त्याचें त्याला पूर्णसाह्य असून, तो धनुर्वेद पूर्ण जाणणारा, शूर, सूर्याग्नितुल्य दीप्तिमान्, महाशय व इंद्रास्त्रवेत्ता असा आहे; व शत्रूवर तो येऊन पडला पुरे, कीं जय हा त्याला ठेवलेलाच! तो एकएक असलीं अस्त्रें सोडितो कीं, तीं शत्रूला प्रत्यक्ष वज्राप्रमाणें दुःसह लागतात. तो तरवारीच्या फेंका करण्यांत मोठा निपुण आहे, व त्याचा सिंहनाद तर फारच भयंकर! असला अपूर्व योद्धा तो महारथी अर्जुन आहे. बा संजया, खरेंच सांग, त्याला पाहून तुमचे मनाची स्थिति कशी झाली? मला तर त्याचा फार धाक वाटतो. बरें, संजया, युद्धांत श्वेत जेव्हां मारला गेला, तेव्हां त्या द्रुपदपुत्र धृष्टद्युम्नानें काय बरें केलें? मला तर वाटतें कीं, आधींच दुर्योधनानें अनेक अपराध केलेले, तशांत त्यांचा सेनापति (श्वेत) मारिला, तेव्हां महात्म्या पांडवांचें मन संतप्त झालें असेल. त्यांच्या क्रोधाचें चित्र माझे डोळ्यांपुढें अहर्निश उभें आहे, व यामुळें दुर्योधनासाठीं मला मोठी हळहळ वाटत आहे, कशी ती शांति होत नाहीं. तेव्हां, बाबा संजया, हें महायुद्ध कसकसें झालें तें एक अक्षर न गाळतां मला सांग.

संजय उत्तर करितोः–हे राजा, स्थिर हो, आणि दुर्योधनाला अन्यायानें बोल न लावितां स्वकृत घोर अपनयाचीं फळें काय झालीं, तें ऐक. कारण, 'मीं दुर्योधनाचा फार निषेध केला' म्हणून तूं मला सांगतोस; परंतु तुझें तें करणें पाणी वाहून गेल्यावर बंधारा घालणें किंवा घर पेटल्यावर विहीर खणूं लागणें अशांतलेंच—अर्थात् अप्रयोजक होय! अकालीं उपदेशाचे विचार हे विफल होत; असो, त्या भयंकर दिवशीं बहुतेक पाऊण दुपार भरून गेल्यावर उभय पक्षांची पुनः लढाई जुंपली. विराटाचा सेना-पति श्वेत मारला गेला, व शल्य कृतवर्म्याच्या रथांत त्यासह दडपून जाऊन बसला, अशी स्थिति दृष्टीस पडतांच, तूप ओतलेल्या हव्यवाहनाप्रमाणें विराटपुत्र शंख हा क्रोधानें जळफळूं लागला; आणि आपलें इंद्रचापतुल्य भव्य धनुष्य ताणून तो बलाढ्य योद्धा खाऊं डसूं करीतच त्या रणांत मद्रपति शल्यावर धांवून गेला. त्या वेळीं त्याचे भोंवतीं रथसमुदायांचा मोठा गराडा त्याचे रक्षणार्थ उभा होता.

१ या श्लोकापासून पुढील आठ श्लोक म्हणजे ७ वे अध्यायांतील श्लोक ४३-५२ यांचीच अक्षरशः पुनरावृत्ति आहे. भेद एवढाच कीं, ते श्वेतासंबंधीं आहेत. व हे शंखासंबंधीं आहेत. पुष्कळ विद्वानांचे मतें, हें सर्व 'श्वेताख्यान' मागून घुसडलेलें (प्रक्षिप्त) आहे; आणि हें म्हणणें बरेंच समंजस दिसतें.

बाणांचा सारखा पाऊस पाडीतच तो शंख शल्यरथाशीं भिडला. मतंगजतुल्य पराक्रमी असा तो वीर शल्यास झडपणार असें पहातांच शल्याला मृत्यूचे दाढेंतून ओढून काढण्याचे इच्छेनें तुजकडील सात रथ्यांनीं त्याला वेढिलें. ते सात रथी म्हणजे कोसलाधिप बृहद्बल, मागधेश जयत्सेन, शल्यपुत्र रुक्मरथ, अवंतीकर बिंदानुविंद बंधु, कांबोजपति सुदक्षिण व बृहत्क्षत्राचा दाईज सिंधुपति जयद्रथ. या महात्म्यांनीं आपलीं नानाधातूंनीं विचित्रित केलेलीं विशाल धनुष्यें जेव्हां ताणिलीं, तेव्हां मेघोदरावर ताणलेल्या विद्युल्लतांच्या कमानींचा भास होऊं लागला. उष्णकालाचे अखेरीस वावटळीनें उठविलेले मेघ ज्याप्रमाणें पर्वतशिखरावर जलवर्षाव चालवितात, त्याप्रमाणें या धनुर्धरांनीं शंखाचे डोकीवर बाणांचा पाऊस पाडिला. त्या वेळीं तो महाधनुर्धर फारच संतापला. मग त्या चमूपतीनें चांगलें पाजळलेले सात बाण सोडून त्यांचीं तीं धनुष्यें छेदून टाकिलीं, व डरकाळी फोडिली. त्या वेळीं महाबाहु भीष्मांनीं मेघाप्रमाणें गर्जना करून आणि आपलें सहा हात लांबीचें धनुष्य घेऊन रणांत शंखावर धाव ठोकिली. महाधनुर्धर महाबल भीष्म आपल्यावर धावत येतात असें पाहून वाऱ्याच्या सोसाट्यानें थापललेल्या नावेप्रमाणें पांडवसेना कांपूं लागली. त्या वेळीं, भीष्मांपासून आज याचें रक्षण केलें पाहिजे म्हणून अर्जुन त्वरेनें शंखाला मागें घालून आपण भीष्म पुढें उभा राहिला. नंतर लढाई जुंपली; रणांत लढणाऱ्या योद्धेमंडळांत फारच मोठा हाहाःकार उडाला; आणि दोन तेजांचा किंवा ज्योतींचा संघट्ट व्हावा त्याप्रमाणें भास होऊन सर्व प्रेक्षक अत्यंत चकित झाले. एवढ्यांत, हे भरतश्रेष्ठा, हातीं गदा घेऊन शल्य रथाखालीं उतरला, व त्यानें गदेनें शंखाचे चारही घोडे ठार केले. त्या वेळीं हातीं खड्ग घेऊन आपला अश्वरहित झालेला रथ सोडून शंख धांवत धांवत अर्जुनाचे रथावर चढला, तेव्हां त्याला पुनः स्वस्थता आली. त्या काळीं भीष्मांचे रथांतून एकावर एक इतके बाण सुटत होते कीं, त्यांनीं पृथ्वी व अंतरिक्ष सर्वत्र भरून गेलीं. त्या श्रेष्ठप्रहारी भीष्मांनीं अनेक पांचाल, मात्स्य, केकय व प्रभद्रक योद्धे आपले बाणांनीं लोळविले; व सव्यसाची अर्जुनाशीं तोंड देण्याचें सोडून, सेनेनें वेढलेल्या आपल्या प्रियसंबंधी पांचाल द्रुपदाकडे धांव घेतली; व इतके कांहीं प्रखर बाण सोडिले कीं, त्यांच्या योगानें द्रुपदाचीं सैन्यें हिमांतीं अग्नीनें दग्ध झालेल्या वनांप्रमाणें होरपळून गेलींशीं दिसूं लागलीं. भीष्म मात्र निर्धूम अग्नीप्रमाणें त्या रणांत झळकत होते. भरदुपारीं ज्याप्रमाणें सूर्याकडे पहावत नाही त्याप्रमाणें त्या देदीप्यमान भीष्मांकडे पांडववीरांना वर दृष्टि करून बघवेना. पांडव भयानें गांगरून जाऊन थंडीनें कुडकुडणाऱ्या गाईंप्रमाणें आश्रयार्थ इकडे तिकडे पाहूं लागले. पण त्यांना कोणी त्राता सांपडेना. भीष्मांचे बाणांनीं त्रस्त झालेली ती युधिष्ठिराची सेना, सिंहानें विदारलेल्या गवळ्याच्या शुभ्र गाईंप्रमाणें दिसूं लागली. एतावता, पांडवांचें कांहीं सैन्य मेलें, कांहीं पळालें, कांहीं कंबर खचून खालीं बसलें, कांहीं चुरडून गेलें, व अशा योगानें पांडवसैन्यांत एकच हाहाःकार माजून राहिला. भीष्मांचें धनुष्य म्हणजे अगदीं बिंदुकली होई इतकें वांकविलेलें असावयाचें. असल्या धनुष्यापासून विषारी सर्पांप्रमाणें जलाल बाण ते पटापट सोडूं लागले. बाणांचे वर्षावानें त्यांनीं दिशांतील अंतर भरून टाकून सर्व एकमयच करून सोडिलें; व त्या इंद्रियविजयी वीरानें पांडवांकडील रथ्यांना हटकून पटकून ठार मारिलें. याप्रमाणें सर्व सैन्याची दाणादाण

व नासाडी झाली असतां सूर्यास्त झाल्यानें अंधकार होऊन कांहींच दिसेनासें झालें; तेव्हां भीष्मांनीं युद्ध थांबविण्याविषयीं मोठ्यानें सूचना केलेली ऐकून पांडवांनींही आपलें सैन्य विश्रामार्थ गोळा केलें.

अध्याय पन्नासावा.

—:०:—

युधिष्ठिराचा उद्वेग.

संजय म्हणतोः—हे भरतश्रेष्ठा, या प्रकारें पहिले दिवशीं अस्तमानीं उभयपक्षांनीं आपापलीं सैन्यें आटोपलीं असतां भीष्मांचा युद्धावेश पाहून दुर्योधनाला आनंदाच्या उकळ्या फुटूं लागल्या ! परंतु युधिष्ठिराची गोष्ट अर्थात् याच्या उलट होती. त्याचें तोंड चिंतेनें सुकून गेलें होतें. आपले छावणींत जातांच त्यानें आपल्या सर्व बंधूंना व सहकारी राजे लोकांना बरोबर घेऊन वृष्णिप्रदीप जनार्दनाकडे धांव घेतली व त्याला गांठून आपल्या झालेल्या पराजयाबद्दल अत्यंत दुःख प्रदर्शित करून भीष्मांचे पराक्रमाला उद्देशून गाऱ्हाणें दिलें, तो म्हणाला, "कृष्णा, या अघोरपराक्रमी महाधनुर्धर भीष्मांनीं काय प्रळय मांडिला आहे तो पहा तर खरा ! अरे, ग्रीष्मकालीं अग्नि जसा गवत जाळून फस्त करितो, त्याप्रमाणें स्वबाणांनीं हा माझें सैन्य भाजून कीं रे काढीत आहे ! तुपानें धडकलेल्या अग्निज्वालेप्रमाणें हा माझें सैन्य चाटीत सुटला आहे, व त्याचेकडे वर डोळा करून पहाण्याची देखील आमची छाती होत नाहीं; इतकेंच नव्हे, तर या महाबल पुरुषव्याघ्रानें हातीं धनुष्य घेऊन बाणांच्या सपाट्यानें आमचें सैन्य जेव्हां सडकून काढण्याचा सपाटा चालविला, तेव्हां त्याला पाहूनच तें दाही दिशा धांवूं लागलें. क्रुद्ध झालेला यम किंवा वज्रपाणी इंद्र अथवा पाशधारी वरुण वा गदाधारी कुबेरही युद्धांत जिंकवेल; परंतु या महातेजस्वी बलाढ्य भीष्मापुढें कांहीं टाप चालणार नाहीं, असा प्रकार आहे; व यामुळें मला असें वाटतें कीं, मीं आपल्या मूर्खपणानें भीष्मांशीं युद्धांत गांठ घालून, नौकारहित व अगाध अशा महासमुद्रांतच आपणास ढकलून घेतलें आहे ! यांतून मला तारण दिसत नाहीं. यापेक्षां मी पहिलेसारखा वनांत जातों. कारण, हे केशवा, मला तेथेंच जन्म काढणें अधिक बरें वाटतें. हा महास्त्रवेत्ता भीष्म प्रत्यक्ष मृत्यु आहे. हा माझे सैन्याची हां हां म्हणतां चटणी उडवील. याकरितां, माझे ह्या राजमंडळीला या काळाचे दाढेंत देण्याचें मला कांहीं कबूल नाहीं. ह्यापेक्षां हा नाद सोडून वनाश्रय बरा ! हे केशवा, तुला काय सांगूं ? दिव्यावर झडप घालणाऱ्या पतंगांची जी दशा, ती दशा भीष्मांशीं गांठ पडतांच माझे ह्या सैन्याची होऊन जाते ! त्यांचे पुढें जाणें म्हणजे मरण्यासाठींच. दुसरी गोष्ट नाहीं !

"बाबारे, राज्याची हाव मनांत धरून मी आपल्या पराक्रमाचे घमेंडीवर युद्धाला सरसावलों खरा, पण त्या भीष्मांशीं गांठ पडल्यानें माझा धुव्वाधुव्वा उडून गेला आहे. माझे हे बंधुही भीष्मांचे बाणांनीं जर्जर होऊन त्यांचीं तोंडें सुकून गेलीं आहेत. बिचारे भ्रातृप्रेमामुळें माझ्या नादानें चालून राज्याला व सुखाला आंचवले आहेत. आज जीव वांचणें मोठें अवघड झालें आहे. यासाठीं कोणीकडून तरी जीव बचावला असतां मोठीच जोड मिळाली असें मी मानीन; आणि उरलेलें आयुष्य दुश्चर तपश्चर्येंत घालवीन; पण इतउत्तर या माझे मित्रांना रणांत मी भीष्मांना बळी देऊं इच्छीत नाहीं. हे केशवा, या महाबल भीष्मांनीं कोण कहर मांडिला आहे म्हणून

तुला सांगूं ! अरे, माझेकडील योद्धेही कांहीं कमी नाहींत, ते उत्कृष्ट प्रहारी व उत्तम रथी आहेत. पण दिव्यास्त्रांच्या योगानें भीष्म असल्या हजारों हजार रथ्यांचा एकसारखा संहार करीत सुटतात, येथें काय करावें ? बा माधवा, अशा प्रसंगीं विलंब लावूं नको. कोणत्या उपायानें माझें हित होईल तें त्वरित सांग. अर्जुन भीष्मांशीं कदाचित् टिकेल, परंतु पाहातों तों तो आपला तटस्थच असतो, मन घालून लढतच नाहीं. काय तो एकटा माझा भीम क्षत्रधर्म मनांत आणून आपलें सर्व बाहुबल खर्चून निकरानें लढतो. तो मात्र थोर मन करून मोठ्या हौसेनें वीरांचा चुराडा उडविणाऱ्या आपल्या गदेनें रथ, अश्व, नर व गज यांत धुमाकूळ उडवून देतो;पण, हे केशवा, भीम हा पडला सरळमार्गी, आणि युद्धांत लागतात डावपेंच ! तेव्हां अशा सरळपणानें हा शंभर वर्षें जरी झुजत बसला, तरी शत्रुसैन्य नाहींसें करूं शकणार नाहीं. भीष्मांना तोंड देण्याजोगा अस्त्रज्ञ काय तो एकटा हा तुझा लाडका स्नेही आहे. पण तो आमची कामगिरी मनावरच घेत नाहीं. महात्मे भीष्म व द्रोण हे आम्हांला रणांत जाळून काढीत आहेत, तरी अर्जुन मिळून आमचेकडे लक्ष देत नाहीं ! भीष्मद्रोणांचीं हीं दिव्यास्त्रें अशीं अव्याहत चालू राहिल्यास आमच्या बाजूच्या यावत्क्षत्रियांची तीन चिमट्या राख करून सोडितील ! हे कृष्णा, कौरवीय सर्व राजे साह्य असून भीष्म जर खवळले, तर ते आमचें नांव देखील शिल्लक ठेवणार नाहींत असाच विलक्षण त्यांचा पराक्रम आहे. यास्तव, हे महाभागा योगेश्वरा, तूं असा कोणी महारथ निवडून काढ कीं, मेघ वणवा शमवितो त्याप्रमाणें तो या भीष्मांना शमवील. हे गोविंदा, तूं कृपा करशील तरच हे पांडव शत्रूंना मारून स्वराज्य परत घेतील; व आपल्या आप्त-बंधूंसह आनंदांत राहातील."

याप्रमाणें बोलून, धैर्य खचून व शोकामुळें काय करावें हें सुचेनासें होऊन तो बुद्धिमान् ज्येष्ठ पांडव बराच वेळ विचारांत गढल्यासारखा सुस्त बसला. असें पाहून, जेणेंकरून सर्व पांडवांना हर्ष होईल असें भाषण परमात्मा गोविंद युधिष्ठिराला बोलला. तो म्हणाला, 'हे भरतश्रेष्ठा, असा शोक करूं नको. तुजसारख्याला शोक योग्य नाहीं. कारण, सर्व लोकांत अग्रगण्य असे शूर धनुर्धर तुझे भाऊ आहेत; मजसारखा समर्थ तुमचे कल्याणाविषयीं झटणारा आहे; शिवाय मोठा जयशाली सात्यकि, विराट, द्रुपद, पार्षत धृष्टद्युम्न, तसेच हे ससैन्य राजे तुजवर जीव कीं प्राण भक्ति ठेवीत असून तुझे कृपेची आकांक्षा करीत आहेत; हा महाबल पार्षत धृष्टद्युम्न हा तुझा हितैषी व सदा सर्वदा तुझें प्रिय करण्यांत गढलेला असून त्यानें तर तुझें सैनापत्यच पतकरिलें आहे; आणि,हे महाबाहो, आपलेकडील शिखंडि म्हणजे भीष्मांचा साक्षात् मृत्युच उभा आहे. असें असतां तुला जयाची चिंता कां ?'

श्रीकृष्णाचें हें भाषण ऐकून धर्मराजा त्या बैठकींतच श्रीकृष्ण ऐकत असतांच धृष्टद्युम्नाला म्हणाला, " हे मारिषा धृष्टद्युम्ना, तुला जें कांहीं आतां मी सांगत आहें, तें नीट समजून घे. कारण मी जें सांगेन त्याचे अलीकडे पलीकडे काडीभरही तूं जातां कामा नये. तूं वासुदेवाच्या पसंतीनें माझा सेनापति झाला आहेस. हे पुरुषश्रेष्ठा, पूर्वकालीं देवांचा जसा कार्तिकेय हा कायमचा सेनापति होता, तसाच तूंही आम्हां पांडवांचा सेनानी होस. याकरितां, हे पुरुषश्रेष्ठा, तूं पराक्रम करून कौरवांचा वध कर. मी स्वतः, श्रीकृष्ण, भीम, जोडीनें माद्रीपुत्र, तसेंच द्रौपदीपुत्र आणि इतर जे

निवडक निवडक महीपाल आहेत, ते सर्व सज्ज होऊन तुझे साह्यार्थ तुजसाठीं उभे आहों."

हें ऐकून धृष्टद्युम्नानें जे उत्तर केलें, त्यानें सर्वजणांना फारच उमेद आली. तो म्हणाला, "हे पृथापुत्रा, मला तर शंकरांनीं द्रोणांचा प्राण घेण्यासाठीं अगोदरच निर्माण केलें आहे, हें तुम्ही जाणतच आहां. याशिवाय, हे पार्थिवा, भीष्म, कृप, द्रोण, शल्य, तसाच जयद्रथ हे जे कोणी मिळून युद्धाची गुर्मी बाळगून असतील, त्यांची आज मी खासच गुर्मी जिरवीन." हें ऐकतांच युद्धार्थ खुमखुमलेल्या त्या पांडवमंडळीनें उद्घोष केला; व इतकें बोलून त्या शत्रुसूदन पार्षतानें युद्धाची तयारीच केली. त्या वेळीं ह्या सेनापति पार्षताला युधिष्ठिर म्हणाला, "हे पार्षता, देवासुरयुद्धसमयीं, परसैन्यसंहाराविषयीं कुशल व केवळ सर्व प्रकारचे शत्रूंचा फडशा पाडणारा असा क्रौंचारुणसंज्ञक जो व्यूह बृहस्पतीनें इंद्राला सांगितला, तो आज त्वां शत्रूस तोड म्हणून रचावा. तो व्यूह आजपर्यंत भूलोकीं कोणीं पाहिला नाहीं. याकरितां कौरवांसह सर्वच राजांचे एकवार तो दृष्टीस पडूंच द्या."

पांडवांची क्रौंचारुणव्यूहरचना.

संजय सांगतोः—धृतराष्ट्रा, इंद्राज्ञेनें विष्णु तसा युधिष्ठिराज्ञेनें धृष्टद्युम्न युद्धोद्युक्त होऊन त्यानें उजाडतांच आपलें सर्व सैन्य युद्धार्थ उभें केलें; व त्या सेनाग्रीं धनंजयाची स्थापना केली. त्याचे रथाचा ध्वज मोठा विलक्षण व सुंदर असून तो आकाशपंथीं फडकत होता. प्रत्यक्ष इंद्राचे आज्ञेवरून विश्वकर्म्यानेंच तो बनविला होता. इंद्रायुधासारखा अनेक पताकांनीं तो सुशोभित केला असून एखाद्या पक्ष्याप्रमाणें किंवा गंधर्वनगराप्रमाणें तो आकाशांत खुलत होता. हे मारिषा, तो रत्यांतून जातांना तर नाचतोसाच भासत होता! त्या रत्नमय ध्वजानें त्या पार्थाला व त्या पार्थाचे योगानें त्या रथाला, सूर्यानें मेरुपर्वताला शोभा यावी तशी परम शोभा आली होती.

मग क्रौंचारुणव्यूहाची रचना केली. तींत मोठ्या सेनेसह द्रुपद हा पक्ष्याच्या शिरस्थानीं झाला. कुंतिभोज व चैद्य हे दोघे राजे नेत्रस्थानीं झाले. हे भरतश्रेष्ठा, दाशार्णक, दाशेरकांसह प्रभद्रक, अनूपक आणि किरात हे ग्रीवास्थानीं झाले. पटच्चर, पौंड्रक, पौरव व निषाद यांसह युधिष्ठिर पृष्ठस्थानीं झाला. पार्षत धृष्टद्युम्न आणि भीमसेन हे दोन पंखांचे ठिकाणीं झाले. यांचे साथीला उजव्या पक्षाकडे द्रौपदीचे पुत्र, अभिमन्यु, महारथी सात्यकि, पिशाच, दारद, कुंडीविषांसह पुंड्र, मारुत, धेनुक, त्याचप्रमाणें तंगण, परतंगण, बाल्हिक, तित्तिर, चोल, पांड्य हे सर्व राजे होते. तसेच डावे पक्षाकडे अग्निवेश, हुंड, मालव, दानभारि, शबर, उद्भस, नाकुलांसह वत्स हे व नकुल आणि सहदेव होते. दोन पक्ष मिळून अयुत रथ होते. शिराचे भागांत नियुत होते. पाठीला अर्बुद आणि वीस हजार, मानेचे भागांत सत्तर हजार अधिक नियुत होते. तसेच पक्ष, अग्र, पक्षान्त या ठिकाणीं चालत्या पर्वतांसारखे हत्ती चालले होते. केकयांसह विराट व तीन अयुत रथांसह शैब्य आणि काशिराज यांनीं पिछाडी संभाळली होती. याप्रमाणें या क्रौंचारुण नामक महाव्यूहाची रचना करून युद्धार्थ सज्ज होऊन ते पांडव केवळ सूर्योदयाची वाट पाहात राहिले. त्या वेळीं त्या राजांचीं विस्तीर्ण, शुभ्र व सूर्यतुल्य तेजस्वी छत्रें हत्तींवरून व रथांवरून शोभत होतीं.

अध्याय एकावन्नावा.

—:०:—

कौरवव्यूहरचना.

संजय सांगतोः—हे धृतराष्ट्रा, अमिततेजस्वी

पार्थानें राखलेला असा तो महाघोर अभेद्य क्रौंचव्यूह पाहून, द्रोणाचार्य, कृप, शल्य, सौमदत्ति, विकर्ण, अश्वत्थामा, दुःशासनादि सर्व भाऊ, व युद्धार्थ उपस्थित झालेले अन्य सर्व योद्धे या सर्वांस आनंदवीत तुझा पुत्र दुर्योधन समयोचित भाषण बोलला. तो म्हणाला, "वीरहो, आपण सर्व अनेकविध शस्त्रें व आयुधें यांनीं युक्त असून युद्धनिपुण आहां. आपण महारथ एक एक देखील ससैन्य पांडुपुत्रांना रणांत वधाल; मग एक झाल्यावर तर शंकाच नको. शिवाय, आपलें सैन्य अपरिमित आहे आणि भीष्मांचें त्याला संरक्षण आहे; आणि त्यांचें म्हणजे पांडवांचें सैन्य मोजकें असून भीमाचे रखवालीं आहे. तेव्हां आतां दुसरें कांहीं कर्तव्य नाहीं. आपणांपैकीं संस्यान, शूरसेन, वेत्रिक, कुक्कर, आरोचक, त्रिगर्त, मद्रक, तसेच यवन, शत्रुंजय दुःशासन, विकर्ण, नंद, उपनंदक, चित्रसेन, पारिभद्रक या सर्वांनीं सैन्यें घेऊन भीष्मांचें रक्षण करावें." हे महाराजा, हें ऐकतांच भीष्म, द्रोण, व तुझे पुत्र यांनीं पांडवांना बाधक असा एक प्रचंड व्यूह रचिला. भोंवतीं प्रचंड सैन्य घेऊन देवेंद्राप्रमाणें भीष्म चालले होते. त्यांचे मागें प्रतापी द्रोणाचार्य गेले. कुंतल, दशार्ण, मागध, विदर्भ, मेकल, कर्णप्रावरण हे सैन्यासह संग्रामालंकारभूत भीष्मांचें रक्षण करीत होते. गांधार, सिंधुसौवीर, शिबि, बसाति व शकुनि हे सैन्यांसह द्रोणांची पाठ राखीत होते. सर्व बंधूंना घेऊन राजा दुर्योधन अश्वातक, विकर्ण, अंबष्ठ, कोसल, दरद, शक, क्षुद्रक, मालव यांसह शकुनीला राखून होता. भूरिश्रवा, शल, शल्य, भगदत्त, अवंतीकर विंद व अनुविंद हे वामपार्श्वाचें रक्षण करीत होते. सौमदत्ति, सुशर्मा, कांबोज सुदक्षिण, श्रुतायु, अच्युतायु हे उजव्या पखोडीला होते. अश्वत्थामा, कृप, सात्वत कृतवर्मा हे मोठ्या सैन्याच्या पृष्ठभागीं होते; आणि केतुमान्, वसुदान, शत्रुजेता काश्यपुत्र व नानादेशींचे राजे हे पाठीकडे रखवाली होते.

हे राजा, अशी रचना झाल्यावर, तुझ्याकडील सर्व योद्धे हर्षित झाले; व आनंदानें शंख वाजवून त्यांनीं सिंहनादही केले. त्या आनंदित मंडळींचे सिंहनाद कानीं पडतांच प्रतापी कुरुवृद्ध पितामहानें सिंहनाद करून मोठ्यानें शंख वाजविला. नंतर शंख, भेरी, नानाविध पेशी, पटह वगैरे इतरांनीं वाजविले, त्या सर्वांचा एकच कल्होळ उठला. नंतर, पांढरे धवधवीत घोडे जोडलेल्या प्रशस्त रथावर बसलेले कृष्णार्जुन हे सुवर्णरत्नांनीं भूषित केलेले पांचजन्य व देवदत्त नांवांचे शंख अनुक्रमें वाजविते झाले. भीमकर्मा वृकोदरानें पौंड्र नामक महाशंख वाजविला. राजा कौंतेय युधिष्ठिर यानें अनंतविजय नामक शंख फुंकिला. नकुलसहदेवांनीं अनुक्रमें सुघोष व मणिपुष्पक हे शंख वाजविले. काशिराज शैब्य, महारथ शिखंडि, धृष्टद्युम्न, विराट, महारथ सात्यकि, पांचाल्य व महाधनुर्धर पांच द्रौपदेय यांनीं आपापले महान् शंख फुंकिले व सिंहनादही केले. त्या स्थळीं नानावीरांनीं नानाप्रकारें केलेला तो घोष इतका उद्दाम झाला कीं, त्या योगानें पृथ्वी व अंतरिक्ष हीं दुमदुमून गेलीं. या प्रकारें, हे महाराजा, हे कौरवपांडव परस्परांस त्रासविण्याचे इराद्यानें युद्धार्थ सज्ज होऊन मोठ्या आनंदानें रणांत जुळले.

१ दहा हजार. २ एक लक्ष. ३ दहा कोटी.

अध्याय बावन्नावा.

—:०:—

भीष्मार्जुनयुद्ध.

धृतराष्ट्र म्हणतोः—बरें, संजया, याप्रमाणें, उभय सैन्यांची व्यूहरचना झाल्यावर मजकडील व शत्रुपक्षाकडील योधाग्रणींनीं कसकशा प्रकारें प्रहार केले ?

संजय उत्तर करितोः—हे राजा, सैन्यांची बरोबर मांडणी झाल्यावर, ज्यावर मनोहर ध्वज फडकत आहेत असें तें समुद्रप्राय अफाट सैन्य पाहून तन्मध्यवर्ती तुझा पुत्र दुर्योधन त्या सर्वांस म्हणाला, 'हूं, योद्धेहो, तुम्ही सज्ज झालां आहां, तर आतां युद्धास आरंभच करा,' राजाची आज्ञा होतांच ते सर्वजण ध्वज उभारून, जिवावर उदार होऊन व मन कठोर करून पांडवांवर जाऊन पडले. तेव्हां उभय पक्षांकडील रथांची व हत्तींची एकच झिंबड होऊन अंगावर रोमांच उभे करणारें असें तुंबळ युद्ध जुंपलें. रथ्यांनीं सोडलेले सोनेरी पिसांचे तीक्ष्ण व अणकुचीदार असे बाण हत्ती व घोडे यांवर पडत होते. याप्रमाणें उभय पक्षांची झुंज जमून राहिली असतां भयंकर पराक्रमी शत्रुमर्दन कुरुवृद्ध पितामहांनीं सज्ज होऊन धनुष्य उभारून अभिमन्यु, भीमसेन, महारथ सात्यकि, कैकेय, विराट, पार्षत धृष्टद्युम्न, नरश्रेष्ठ चेदि व मत्स्य यांवर बाणांचा सारखा पाऊस चालविला. सर्वच सैन्यांनीं परस्परांवर भयंकर गिल्ला केला; व त्या वीरांची गर्दी माजली असतां तशांतच व्यूहभेद झाला ! तेव्हां पांडवांकडील घोडेस्वार, निशाणदार, रथ व सैन्य यांची पळापळ झाली व मोठमोठे हत्ती मरून पडले. हें पाहून नरव्याघ्र अर्जुनाला फारच क्रोध आला, व त्यानें भीष्मांकडे रोंख लावून श्रीकृष्णाला सांगितलें, " पितामह आहे तिकडे माझा रथ घेऊन चल. कारण, हा भीष्म खवळला असून दुर्योधनाचे हितासाठीं माझे सैन्याचे धुडके धुडके उडवील यांत शंका दिसत नाहीं. शिवाय या खंबीर म्हाताऱ्याचें पाठबळ असल्यानें द्रोण, कृप, शल्य, विकर्ण, दुर्योधनादि सर्व धार्तराष्ट्र हे आज पांचालांचा फडशा उडवतील. याकरितां, हे जनार्दना, माझे सैन्याचे बचावासाठीं म्हणून मला या आजोबांना दूर केलें पाहिजे ! "

राजा, हें ऐकून वासुदेव अर्जुनाला म्हणाला " धनंजय, ठीक आहे. तयार रहा, हा मी तुझा रथ भीष्मांशीं भिडविलाच समज."

जनेश्वरा, असें बोलून त्या शौरीनें[1] तो अर्जुनाचा लोकविश्रुत रथ भीष्मांचे रथाशीं भिडविला. सुहृदांना आनंद व दीनांस आश्रय देणारा तो पांडव—वर अनेक पताका फडकत आहेत, पुढें बगळ्यासारखे शुभ्रवर्ण अश्व जोडले आहेत, मारुति ज्यावर बसून अतिशय भयंकर भुभुःकार करीत आहे असा ध्वज फडकत आहे, व ज्याचें तेज केवळ अपरिमित आणि घडघडाट मेघासारखा आहे अशा रथांत बसून कौरवसैन्याचा व शूरसेनांचा सप्पा उडवीत चालला. गंडस्थळ उकललेल्या मत्त हत्तीप्रमाणें मुसंडीमरशी तो वीरांना भयभीत करीत व बाणांनीं शूरांचा चुराडा उडवीत भीष्मांवर चालून गेला. तेव्हां सैंधवप्रमुख प्राच्य, सौवीर, केकय हे ज्यांच्या पाठीशीं होते असे ते भीष्म अर्जुनाचें हें कृत्य पाहून एकाएकीं त्यावर तुटून पडले; आणि ठीकच आहे—कारण, गाण्डीवधारी अर्जुनावर चालून जाण्याचें सामर्थ्य नाहीं तरी पितामह भीष्म, द्रोण किंवा कर्ण यांहून अन्य कोणाचें असणार ? मग

---

१ कृष्णाच्या आज्याचें नांव शूर असें होतें. त्या शूराच्या कुलांतील यादवांस आणि विशेषतः कृष्णास **शौरी** म्हणत.

भीष्मांनीं अर्जुनावर सत्त्याहत्तर बाण सोडिले. द्रोणांनीं पंचवीस व कृपाचार्यांनीं पन्नास, दुर्योधनानें चौसष्ट, शल्यानें नऊ, जयद्रथानें नऊ, शकुनीनें पांच व विकर्णानें दहा बाणांनीं अर्जुनाचा वेध केला. पण याप्रमाणें चौफेर तीक्ष्ण बाणांनीं तो महाधनुर्धर विंधिला जात होता, तथापि पर्वत फोडला जातांही अचळ असतो तसा तो अढळ होता; तो कसा तो वळवळला नाहीं. उलट त्या महात्म्यानें शल्यावर तीन आणि राजा दुर्योधनावर पांच, भीष्मांवर पंचवीस, कृपांवर नऊ, द्रोणांवर साठ व विकर्णावर तीन शर टाकून त्यांचा वेध केला. सात्यकि, विराट, पार्षत धृष्टद्युम्न, द्रौपदेय व अभिमन्यु यांनीं धनंजयाला भोंवतीं राहून मदत केली. नंतर सोमकांस बरोबर घेऊन पांचाल्य हा भीष्मांचें प्रिय करण्यांत उद्युक्त अशा द्रोणांवर चालून गेला. इतक्यांत रथिश्रेष्ठ भीष्मांनीं अति तीक्ष्ण अशा ऐशीं बाणांनीं पार्थाचा वेध केला. त्या वेळीं तुजकडच्यांनीं आनंदानें आरोळी दिली. त्यांचे ते हर्षोद्गार कानीं येतांच तो नरसिंह प्रतापी धनंजय या महारथांच्या ऐनदाटींत घुसला, व महारथांवर नेम धरून त्यानें धनुष्यक्रीडा चालविली. मग अर्जुनास आपल्या सैन्याला युद्धांत जर्जर करितांना पाहून राजा दुर्योधन भीष्मांना म्हणाला. "ताता, हे गंगानंदना, आमच्या सैन्यानें कितीही प्रयत्न केला तरी हा बलाढ्य अर्जुन कृष्णसाहाय्यामुळें त्यांचीं पाळेंमुळें खणून काढील! आणि तीं ही तुम्ही व रथिश्रेष्ठ द्रोण जिवंत असतांना तुमच्या समक्ष! शिवाय तुमच्यामुळें कर्णानें देखील शस्त्रन्यास केला आहे; तेव्हां तो माझे हितविषयीं सदैव तत्पर असूनही या वेळीं कांहीं अर्जुनाशीं युद्ध करणार नाहीं. याकरितां आपण एवढा फाल्गुनाचा कांटा उपटून टाकण्याची तजवीज करा म्हणजे झालें. एवढी ही कामगिरी आपणासच केली पाहिजे."

राजा धृतराष्ट्रा, या प्रकारचें दुर्योधनाचें भाषण ऐकून तुझा पिता देवव्रत 'क्षात्रधर्माला धिक्कार असो!' असें म्हणून पार्थाचे रथावर गेला. मग त्या उभय श्वेताश्वांची[1] चांगलीच जुंपली; व तें पाहून, राजा, सर्व राजांनीं वारंवार सिंहनाद केले व शंखही फुंकिले. द्रौणि, दुर्योधन व तुझा पुत्र विकर्ण हे भीष्मांना वेढून पांडवांशीं युद्धार्थ सज्ज राहिले. इकडे पांडववीरही धनंजयाभोंवते युद्धार्थ उभे राहिले. मग उभय पक्षांचें कडाकडीचें युद्ध चाललें. गांगेयानें अर्जुनावर नऊ बाण मारिले. त्यावर अर्जुनानें भीष्मांस मर्मभेदक असे दहा बाण मारिले. नंतर युद्धप्रिय अर्जुनानें हजार बाण सोडून भीष्मांच्या दिशाच झांकून टाकिल्या. परंतु, हे राजा, शांतनव भीष्मांनीं अर्जुनाचें तें शरजाल आपल्या शरजालानें उडवून दिलें. दोघांनाही वापडी युद्धाची हौसच होती; परस्परांचें कौशल्य पाहून दोघेही बहुत संतुष्ट झाले. ते दोघेही समतोल योद्धे असल्यानें एकसारखे तोडीस तोड ठेवून देत होते. भीष्म आपले धनुष्यापासून बाणांचे एकजोड थवेच्या थवेच सोडीत; पण पहावें तों तेवढेही अर्जुनाचे बाणांनीं छिन्न होऊन खालीं पडत. त्याचप्रमाणें अर्जुनाचें बाणजाल गांगेयाचे शरांनीं छिन्न होऊन भूमितलीं पडे. मग अर्जुनानें अगदीं निवडक अशा पंचवीस बाणांनीं भीष्मांवर प्रहार केला. भीष्मांनींही चांगलेच तिखट बाण अर्जुनावर टाकिले. त्या उभय बलाढ्य शत्रुमर्दकांचा असा कांहीं खेळ चालला कीं, त्यांत उभयतांचे घोडे, ध्वज, रथाच्या इसाडच्या व चाकें यांचा

[1] अर्जुन भीष्म या दोघांच्या रथांचे घोडे शुभ्रच होते.

चुराडा उडाला. होतां होतां भीष्म फारच संतापले, व त्यांनीं वासुदेवाचे स्तनांचे मधले जागीं तीन बाण खोंचले. राजा, भीष्मांचे धनुष्यापासून सुटलेले ते तीन बाण छातींत रुतल्यानें तो मधुसूदन फुलल्या पळासारखा खुलूं लागला. माधवाची छाती फोडलेली पाहून अर्जुन फारच चवताळला, आणि त्यानें म्हातारबोवांचे सारथ्याला तीक्ष्ण बाणांनीं पाणी पाजिलें.

याप्रमाणें ते दोघेही वीर एकमेकांचा प्राण घेण्याची खटपट करीत होते, तथापि कोणाचेंच कोणावर अभिसंधान चालेना. उभयतांचे सारथि मोठे कुशल व चपल असल्यानें एकमेकांच्या झटापटींत उलट सुलट येणें जाणें, व कोणत्या तरी बाजूनें प्रतिस्पर्ध्यावर प्रहार पोंचण्याला फट सांपडावी म्हणून चक्राकार एकमेकांभोंवतीं गिरक्या घालणें असे नाना चमत्कार प्रेक्षकांच्या दृष्टीस पाडीत होते. हे राजा, त्या वेळीं ते दोघेही महारथी घडी घडी आडबाजू उभे राहात, व सिंहरवानें युक्त असा मधुर शंखनाद करीत. ह्याप्रमाणेंच धनुष्यांचाही टणत्कार करीत होते. त्यांच्या त्या शंखध्वनीनें व रथाच्या धावांच्या घरघरीनें भूमि एकदम हादरून फाटली, व कांपून स्वतः शब्द करूं लागली. हे भरतश्रेष्ठा, ते उभयही वीर त्या वेळीं सर्व थाटानें दुरून इतके एकसारखे दिसत होते, व दोघेही अजेय असून परस्परांस असे बिलगले होते कीं, त्यांपैकीं कोणता कोण हें ओळखण्याची मोठी मारामार पडली; केवळ ध्वजचिन्हावरून हे भीष्म असें कौरवांनीं जाणिलें. तसेंच अर्जुनालाही पांडवांनीं ध्वजचिन्हावरूनच ओळखिलें. हे भारता, त्या युद्धांत उभय नृवरांचा असला पराक्रम पाहून भूतमात्र विस्मित झालें. धर्मनिष्ठ पुरुषाचे वर्तनांत जशी कोठें केव्हांही पापाचरणाला फट आढळत नाहीं, त्याप्रमाणें त्यांच्या युद्धांत नांव घ्यावयाला कोठेंच फट दिसेना. क्षणांत ते दोघे एकमेकांचे बाणजालानें आच्छादून जात, क्षणांत पुनः बाणजाल छेदून मोकळे होत. त्यांचा तो पराक्रम पाहून गंधर्वांसह देव व चारणांसह ऋषि आपसांत म्हणूं लागले कीं, "हे दोघे महारथ एकदां चवताळून झगडूं लागले म्हणजे देवांसह गंधर्व व असुर लोकांनाही आटोपणारे नव्हत. यांचें हें युद्ध म्हणजे उभ्या लोकांना गावयाला एक अत्यद्भुत आश्चर्यच होऊन राहिलें आहे. असलीं युद्धें पुनः कधींही होणार नाहींत. पार्थ इतका चतुर आहे तरीही, स्वतःचें धनुष्य, रथ व घोडे अक्षत असून भीष्म जोंवर रणांत बाणांची पेर करीत आहे, तोंवर त्यावर पार्थाचें सामर्थ्य चालणार नाहीं. तसेंच, देवांनाही हार न जाणाऱ्या ह्या धनुर्धारी अर्जुनाचा मोड भीष्मांचें हातून होणें नाहीं. आम्हांस वाटतें कीं, आयुष्य आहे तोंपर्यंत हें युद्ध असेंच समतोल चालू राहाणार!" हे प्रजानाथ, भीष्मार्जुनांचें युद्ध चालू असतां या प्रकारें उभय वीरांच्या स्तुतीनें पूर्ण अशी वाणी मोठमोठ्यानें वरचेवर ऐकूं येत होती. हे राजा, या जंगी जोडीची अशी झुंज चालू असतां, तुझे व पांडवीय वीर परस्परांत कचाकची करून राहिले होते. उभयपक्षीय वीर तीक्ष्ण धारेच्या खड्गांनीं, चकचकीत परशूंनीं, बाणांनीं व इतर बहुविध शस्त्रांनीं परस्परांस खपाखप कापीत होते. राजा, याप्रमाणें तें अत्यंत दारुण युद्ध चाललें असतां, इकडे द्रोणाचार्य व पांचाल्य धृष्टद्युम्न यांचीही तशीच जंगी लढाई जुंपून राहिली होती.

अध्याय त्रेपन्नावा.

:०:—

द्रोणधृष्टद्युम्नयुद्ध.

धृतराष्ट्र प्रश्न करितोः—हे संजया, महाधनुर्धर द्रोण व पार्षत पांचाल्य हे उभयतः सज्ज झाल्यावर कसकसे लढले तें मला सांग. बाबारे, युद्धांत ज्या अर्थी शांतनव भीष्मांच्यानें पांडव अर्जुनाचें उल्लंघन करवलें नाहीं, त्या अर्थी मला वाटतें कीं, पौरुषापेक्षां दैवच बलवान् होय. कारण, एरवीं पाहातां भीष्म रागावल्यावर चराचर लोकांना ठार करणारे; असें असूनही त्यांचें अर्जुनापुढें तेज चालूं नये, हें दैव नव्हे तर दुसरें काय?

संजय म्हणतोः–हे महाराजा, अंमळ शांतचित्त होऊन हें दारुण युद्ध श्रवण कर; म्हणजे तुझी खात्री होईल कीं, पांडव हे इंद्रासह देवांनाही अजिंक्य आहेत. प्रथम द्रोणांनीं तीक्ष्ण बाणांनीं धृष्टद्युम्नाचा वेध केला, व भल्ल नामक बाणानें त्याचे सारथ्याला रथाचे कोठ्यावरून खालीं पाडिलें; व रागावून चार शेलक्या बाणांनीं त्याचे चार घोडेही जर्जर केले. धृष्टद्युम्नाला झाल्या गोष्टीबद्दल तिळभरही दिक्क वाटली नाहीं. त्यानें उलट हंसत हंसतच द्रोणांस 'थांब थांब' म्हणून नव्वद तीक्ष्ण बाणांनीं विंधिलें. द्रोणांचेंही सामर्थ्य अगाध; त्यांनीं त्या अमर्षण धृष्टद्युम्नाला बाणजालानें छावून टाकिलें. धृष्टद्युम्नाला आतां कायमचा ठार करावा अशा बुद्धीनें इंद्रवज्राप्रमाणें कठोरस्पर्श व प्रतिकालदंड असा एक घोर बाण हातीं घेतला. हे भारता, आचार्यांनीं तो बाण प्रत्यंचेला टेंकतांच सर्व सैन्यभर एकच हलकल्लोळ माजला. पण त्या वेळीं धृष्टद्युम्नाचें तरी लोकोत्तरच पौरुष आमचे दृष्टीस पडलें. कारण, एखाद्या पर्वताप्रमाणें तो एकटा त्या रणांत अढळ उभा होता. आपला प्रत्यक्ष मृत्युच असा तो घोर बाण जळफळतच आपणावर येतांना दृष्टीस पडतांच त्याचे वाटेंत त्यानें तुकडे तुकडे उडवून उलट भारद्वाजावर बाणवृष्टि केली! धृष्टद्युम्नाचें तें अचाट कर्म पाहून सर्वही पांचाल पांडवांसह आनंदाच्या आरोळ्या देऊं लागले. इतक्यांत, द्रोणांची इतिश्रीच करावी अशा रोखानें त्या पराक्रमी धृष्टद्युम्नानें स्वर्ण व वैदूर्य यांनीं भूषित अशी महावेगयुक्त शक्ति द्रोणांवर सोडिली. परंतु भारद्वाजांनीं ती स्वर्णमंडित शक्ति आपल्यावर कोसळणारसें पाहून हंसत हंसतच तिचीं तीन खांडें करून टाकिलीं! हे जनेश्वरा, द्रोणांनीं आपली शक्ति खंडिलीसें पाहून धृष्टद्युम्नानें बाणांची झोड सुरू केली. महायशस्वी द्रोणांनीं त्याच्या त्या शरवृष्टीचें निवारण करून त्याचे धनुष्याचीं बरोबर मध्यावर दोन शकलें केलीं. धनुष्य छिन्न होतांच यशस्वी धृष्टद्युम्नानें तो नाद सोडून अत्यंत घणसर व भली सनाटी अशी गदा उचलली; व द्रोणांना ठार मरण्याचे इच्छेनें मोठ्या वेगानें द्रोणांवर भिरकाविली. त्या प्रसंगीं भारद्वाज द्रोणांचें अलौकिक कौशल्य दृष्टीस पडलें. त्यांनीं ती स्वर्णभूषित गदा चपळाईनें अजीबात चुकविली; व उलट सोनेरी पिसांचे, जहर पाजलेले, तिखट धारेचे व प्राणघातक असे भल्ल बाण शत्रूवर सोडिले. त्या बाणांनीं धृष्टद्युम्नाचें कवच फोडून त्याचे देहांतील रक्त तेथल्या तेथें प्राशन केलें. तेव्हां धृष्टद्युम्नानें दुसरें धनुष्य घेतलें व द्रोणांवर चालून जाऊन त्यांचा पांच बाणांनीं वेध केला. राजा, त्या वेळीं ते उभयही पुरुषपुंगव रक्तबंबाळ होऊन वसंतसमयींच्या पुष्पित पलाशवृक्षाप्रमाणें लाल लाल दिसूं लागले. इतक्यांत, राजा, द्रोणांना पुनः राग येऊन त्यांनीं सेनेच्या तोंडीं उभें राहून धृष्टद्युम्नाचे धनुष्याचे पुनः तुकडे केले; व तशा स्थितींत त्या अगाधवीर्य

आचार्यांनीं गिरीवर मेघ वर्षावा त्याप्रमाणें धृष्टद्युम्नावर बाणांचा केवळ वर्षाव चालविला; भल्ल बाणानें त्याच्या सारथ्याला (पुनरपि) रथाचे पेटीवरून खालीं लोळविलें; व चार बाणांनीं त्याचे रथाचे चारही घोडे मारून रणभूमीवर पाडिले व मोठ्या उत्कर्षानें सिंहनाद केला. मग दुसऱ्या एका बाणानें त्याचे हातांतून धनुष्य उडविलें. या प्रकारें, धनुष्य मोडलें, रथ गेला, घोडे मेले, सारथि पडला, असें पाहून धृष्टद्युम्नानें गदेलाच हात घातला, व तिचे साह्यानें आपलें अद्भुत पौरुष स्थापित केले. बाकी भारद्वाजांनींही त्याला रथावर चढून येण्यास अवकाश न देतां ती गदा बाणांनीं खालीं पाडिली, तो एक अद्भुतच प्रकार म्हणावयाचा! तेव्हां त्या सुबाहु व बलाढ्य धृष्टद्युम्नानें शंभर चांद व सूर्य लाविलेली एक विशाळ ढाल व एक पल्लेदार खड्ग हातीं घेऊन, एखाद्या अरण्यांत मांसार्थी सिंह ज्याप्रमाणें एखाद्या मत्त द्विपावर चालून जावा, त्याप्रमाणें द्रोणांचा प्राणच घ्यावा अशा त्वेषानें त्यांच्यावर चाल केली. हे भारता, त्या वेळीं आम्हीं द्रोणाचार्यांचें विस्मयकारक शौर्य, चलाखी, अस्त्रनैपुण्य व बाहुबल हीं पाहिलीं धृष्टद्युम्न एवढा बलवान्, परंतु द्रोणांनीं त्याला बाणांच्या माऱ्यानें असा कोंडून टाकिला कीं, त्याच्यानें पुढें तोंड करून लढाई देववेना. तेव्हां त्या महारथ धृष्टद्युम्नानें मोठ्या कौशल्यानें ढाल पुढें करून तिनें त्या शरौघाचें निवारण केलें. इतक्यांत महात्मा धृष्टद्युम्नाचा रणांत पाठीराखा महाबाहु भीम हा द्रोणांपुढें सरसावला. राजा, त्यानें तत्काल सात बाणांनीं गुरु द्रोणांचा वेध केला, व धृष्टद्युम्नाला आपले रथावर घेतलें, इकडे राजा दुर्योधनानें भानुमंताला मोठ्या सैन्यासह द्रोणांचे रक्षणार्थ पाठविलें. हे प्रजानाथा, त्या काळीं तुझ्या पुत्राचे आज्ञेवरून ती कलिंगांची अफाट सेना भीमावर चालून गेली. इतक्यांत रथिश्रेष्ठ द्रोणांनीं पांचाल्य धृष्टद्युम्नाचा नाद सोडून वृद्ध अशा विराटद्रुपदांचें निवारण आरंभिलें. इकडे धृष्टद्युम्नही युधिष्ठिराचे साह्यार्थ त्याकडे गेला. नंतर कलिंगांचें तें सैन्य व बलाढ्य भीमसेन यांचें अंगावर रोमांच उभे करणारें मोठें भयंकर व केवळ जगत्क्षय करणारें असें अत्यंत तुंबळ युद्ध माजलें.

अध्याय चौपन्नावा.

—:०:—

कलिंगवध.

धृतराष्ट्र विचारितोः—संजया, याप्रमाणें कलिंगसेनापतीवर हल्ला झाल्याचें तूं सांगतोस, तर हातीं दंड धरलेल्या यमाप्रमाणें हातीं गदा घेऊन इतस्ततः फिरणाऱ्या त्या अद्भुतकर्मा महाबल भीमसेनाशीं त्यानें आपल्या सैन्यासह कसें तोंड दिलें, तें मला कथन कर.

संजय सांगतोः—हे राजा, तुझ्या पुत्राची आज्ञा ऐकून तो महाबल भानुमान् बरोबर प्रचंड सैन्य घेऊन भीमाचे रथावर चालला. त्या वेळीं हातीं मोठमोठीं आयुधें घेतलेली व रथ, अश्व, हत्ती यांनीं गजबजून गेलेली ती कलिंगांची विशाल सेना अंगावर येतेसें पाहून भीमसेन तीवर गेला; तसाच चेदींसह चालून येणाऱ्या केतुमान् नैषादीवर गेला. तेव्हां चेदींनीं व्यूहरचना केली व श्रुतायु संतापून राजा केतुमान् यासह भीमावर चालून गेला. अनेक सहस्र रथ, अयुतसंख्या गज, व निषादसेना बरोबर घेऊन केतुमानानें भीमसेनाभोंवतीं गराडा दिला. तेव्हां भीमसेनाचे पावलामागें पाऊल टाकणारे त्याचे अनुयायी चेदि, मत्स्य आणि करूष हे राजांसह निषादांवर जाऊन पडले. त्यानंतर मोठें घोर भयंकर युद्ध माजलें. उभयपक्षीय वीर एकमेकांचे नरडीचा घोट घेऊं पाहात असल्यानें त्या त्वेषांत त्याना आपले कोण हें

देखील भान राहिलें नाहीं. तेव्हां भीमसेनानें शत्रूंशीं एकाएकीं मोठेंच रणकंदन माजविलें. त्याला उपमा म्हणजे प्रचंड दैत्यसैन्याशीं चालणाऱ्या इंद्रप्रहाराचीच. हे राजा, रणांत तें सैन्य लढत असतां गर्जना करणाऱ्या समुद्राप्रमाणें प्रचंड शब्द उठला. उभयपक्षीयांना केवळ खून चढला असल्यामुळें कोणी कोणास ओळखीना; आणि एकमेकांच्या त्या ओढाताणींत असा बेसुमार रक्तपात झाला कीं, सर्व धरणी सशाचे रक्तानें न्हाल्यासारखी झाली. ज्याचे त्याचे डोळ्यावर खून चढून जो तो शत्रूंचे नरडीचा घोट घेण्याविषयीं उत्सुक झाला असल्यानें, त्या तमांत आपला योद्धा कोणता व शत्रूचा कोणता हा उमट नाहींसा होऊन, कोणी अजिंक्य वीर आपआपले पक्षांतील वीरांशींच गांठ घालूं लागले. त्या वेळीं लहानमोठ्यांचा एकच रट्टा माजून राहिला. हे प्रजानाथा, चेदि थोडे व कलिंग आणि निषाद बहुत होते, तरी चेदींनीं त्या दोघांशीं निकराची लढाई दिली. मग ते महाबल चेदि शक्य तितका पराक्रम गाजवून भीमसेनाला एकटाच सोडून परतले. चेदि परतल्यावर सर्वच कलिंगांशीं एकट्या भीमसेनाची गांठ पडली. त्या वेळीं भीमसेनानें केवळ आपल्या स्वतःच्या बाहुबलावरच तो प्रसंग रेटला. तो महाबल भीमसेन रथोपस्थावरून हालला मिळून नाहीं. मात्र तेथेंच राहून त्यानें कलिंगांवर तीक्ष्ण बाणांची पेर चालविली. तिकडून महाधनुर्धर कलिंग व त्याचा शक्रदेव नामक महारथी पुत्र या उभयांनी त्या पांडवावर बाणांचा प्रहार चालविला. त्या वेळीं महाबाहु भीमसेनानें आपले सुंदर धनुष्याचा टणत्कार करून आपल्या बाहुबलाचे जोरावर कलिंगाला चांगलाच घोळला. इकडे शक्रदेवानें बाणांचा एकसारखा सपाटा चालवून भीमसेनाचे घोडे मारिले; आणि भीमसेन अर्थात् विरथ होतांच पर्जन्यानें धार धरावी त्याप्रमाणें बाणांची सारखी धार धरीतच तो भीमसेनावर चालून गेला. महारथ भीमसेनानें घोडे मारिलेल्या तशाच रथांत बसून शक्रदेवावर अत्यंत कठीण अशा लोहाची गदा फेंकिली. हे राजा, त्या गदेच्या प्रहाराबरोबर तो कलिंगपुत्र शक्रदेव सारथ्यासह रथाखालीं कोलमडत येऊन धरणीवर पडला ! आपला पुत्र भीमसेनानें मारिला हें पाहून, कलिंगराजानें अनेक सहस्र रथांचा गराडा देऊन भीमाच्या दिशा कोंडून टाकिल्या. तें पाहातांच भीमसेनानें आपली वेगवान् व प्रचंड अशी गदा फेंकून देऊन, दारुण कर्म करण्याचे संकेतानें एक तीव्र असें खड्ग घेतलें; आणि तशीच बैलाचे कातड्याची, व सोनेरी तारे, अर्धचंद्र वगैरेंनीं भूषित केलेली अशी ढाल घेतली. त्याबरोबर कलिंगाला क्रोध चढून त्यानें धनुष्याची दोरी टणत्कारून एक सर्पविषाप्रमाणें जलाल बाण घेऊन तो भीमसेनाचे वधेच्छेनें त्यावर सोडिला. हे राजा, कलिंगानें वेगानें सोडिलेला तो बाण आपणावर येऊन आदळणारसें पाहून भीमसेनानें आपल्या पल्लेदार तरवारीनें त्याचे दोन तुकडे केले; व त्या आनंदाचे भरांत, सर्व सैन्याचे उरांत धडकी भरेल असली प्रचंड आरोळी ठोकली ! हें पाहून कलिंगानें चिडीस जाऊन शिळेवर लावलेले असे चौदा तोमर भीमावर सोडिले; परंतु ते अंतराळांत आहेत तोंच त्या महाबाहु पांडवानें न गडबडतां आपल्या तरवारीनें त्यांचीं खांडें केलीं. याप्रमाणें त्या चौदा तोमरांची वाट लावून तो वीरश्रेष्ठ भीम कलिंगात्मज भानुमंतावर धांवला. त्यासरशीं भानुमंतानें भीमास बाणवर्षावानें आच्छादून टाकून सगळें नभस्तल भरून टाकील अशी बळकट गर्जना केली. ती त्याची गर्जना

भीमसेनास सहन न होऊन त्या महाशब्ध्या भीमानें अशी कांहीं प्रचंड आरोळी दिली कीं, तिजबरोबर कलिंगांची सेना थरारून गेली; आणि त्यांना वाटलें कीं, हा भीम खास मनुष्य नसावा! नंतर, राजा, पुनः प्रचंड आरोळी देऊन, हातीं तरवार घेऊन व मोठ्या वेगानें उड्डाण मारून हत्तीचे दांतांवरून चढून भीम त्यांचे पाठीवर जाऊन बसला. इतक्यांत कालिंगानें शक्ति सोडिली, ती अरिंदम भीमानें दुखंड केली, व आपल्या भयंकर खड्गानें गजपृष्ठारूढ अशा वीर भानुमानाला मध्येंच तोडिलें, व नंतर तें दणगट व वजनदार खड्ग धाडकन् त्या हत्तीच्या खांद्यांवर हाणिलें. त्याबरोबर जखमी होऊन चीं चीं करीतच तो गजश्रेष्ठ, सिंधुवेगानें उन्मळून पडणाऱ्या शिखरयुक्त पर्वताप्रमाणें खालीं कोसळला. हे भारता, नंतर तो भारत वीर भीम त्या हत्तीवरून खालीं उडी मारून, किंचित्‌ही श्रांत न होतां, हातीं खड्ग घेऊन पूर्ववत् युद्धार्थ सज्जच उभा राहिला. नंतर सभोंवार हत्ती लोळवीत तो अनेक मार्गांनीं असा चपलतेनें चालला कीं, पहावें तिकडे अलातचक्राप्रमाणें त्याचे त्या खड्गाची धार चमकतेच आहे. अश्वसमुदाय, गजवृंद, रथसमूह, तसेच पदातींचे पुंज यांतून कचाकची करीत तो विजयी वीर रक्तानें शिडकवलेला फिरत होता. शक्तीनें मुसमुसणारा तो महाबल भीम तीक्ष्ण धारेच्या खड्गानें गजयोद्ध्यांचीं शरीरें व मुंडकीं तोडीत तोडीत एखाद्या ससाण्याप्रमाणें घिरट्या घालीत होता. तो एकटा पादचारी असा होता, तरी क्रुद्ध झाल्यामुळें शत्रु त्याला चळचळ कांपत होते. फार काय सांगावें! काल, अंतक किंवा यम, यांपुढें जशी जीवांची भयानें मूढ स्थिति होते, तशी सर्व वीरांची त्यापुढें स्थिति झाली! व अन्य कांहीं सुचेनासें होऊन ते सर्वही, हातीं खड्ग घेऊन झपाट्यानें रणभूमीवर इकडून तिकडे फिरणाऱ्या त्या भीमावरच ओरडत येऊन पडले. परंतु तो रिपुमर्दन भीम कोणास दाद न देतां मोठमोठ्या रथ्यांच्या रथांच्या इसाड्या व जोखडें हीं खपाखप कापीत व प्रसंगीं रथ्यांसही ठार करीत अनेक बाजूंना जातांना दिसत होता. त्या फेरींत त्या पांडवानें भ्रांत, आविद्ध, उद्भ्रांत, आप्लुत, प्रसृत, प्लुत, संपात व समुदीर्ण या नांवाचे अनेक संचाराचे प्रकार प्रेक्षकांना दाखविले. त्या पांडवानें तरवारीच्या पुढल्या जिभलीनेंच छाटून टाकिलेले कांहीं हत्ती मर्मभेद झाल्यानें किंकाळ्या देतच गतप्राण होऊन खालीं कोसळले. कांहींचे दांत तुटले, कांहींच्या सोंडांचीं अग्रें उतरलीं, कांहींचीं गंडस्थळें फुटलीं, व वरचे योद्धे नष्ट झाल्यानें कांहीं स्वतंत्र होऊन आपलेकडील वीरांनाच तुडवूं लागले. कांहीं मोठ्यानें आवाज करीत धरणीवर पडले. राजा, या प्रकारें हत्ती व त्यांवरील वीर खालीं पडले असतां त्याबरोबरच तुटलेले तोमर, महातांचीं मुंडकीं, चित्रविचित्र झुली, चकचकीत सोनेरी बाजू, तसेच हत्तींचे गळपट्टे, शक्ति, पताका, मोगरे, तूणीर, विचित्र यंत्रें, धनुष्यें, गोफणी, टोंचण्या, अंकुश, नानाप्रकारच्या घंटा, मध्यें सोनेरी पत्ती बसविलेल्या हत्यारांच्या मुठी, इत्यादि वस्तु—कांहीं वरून पडल्या आहेत, कांहीं पडत आहेत अशा आम्हीं पाहिल्या. कांहींचीं छाताडें, कांहींचे पुठ्ठे, कांहींचीं मुंडकीं व शुंडा यांची सर्वभर पेर झाल्यानें ती रणभूमि ढांसळलेल्या पर्वतांनीं व्यापलेल्या धरणीप्रमाणें दिसत होती.

या प्रकारें मोठमोठ्या हत्तींचा चुराडा करून त्या महाबल भीमानें निवडक घोडेस्वारांचाही समाचार घेतला. त्या वेळीं त्यांची ती चकमक फारच विलक्षण झाली. त्या

चकमकीत घोड्यांचे लगाम, जुपण्या, सोनेरी बगला, झुली, स्वारांचे हातांतील प्रास, बहुमोल ऋष्टि, कवचें, ढाली, तऱ्हेदार गाशे, इत्यादि वस्तूंचा ठिकठिकाणीं सडा झालेला दृष्टीस पडत होता. त्या भीमसेनानें कित्येकांचे पट्टे, विचित्र कल्पनेचीं आयुधें, झगझगीत शस्त्रें अशांची भूमीवर दाणादाण करून देऊन त्या भूमीला चित्रविचित्र पुष्पांनीं आच्छादिलेल्या भूमीची शोभा आणिली. त्या महाबल पांडवानें कांहींचे तर रथांवर उड्या घेऊन आंतील रथ्यांचा समाचार घेऊन त्यांचे ध्वजांसह त्यांना खालीं पाडिलें. तो यशस्वी भीम जेव्हां क्षणांत या दिशेला, क्षणांत त्या दिशेला अशीं उड्डाणें घेऊं लागला, व गमतीगमतीचे मार्गांनीं संचरूं लागला, तेव्हां त्याची ती लीला पाहून लोकांनीं तोंडांत बोटेंच घातलीं ! कांहींना त्यानें लाथेनेंच उडविलें, कांहींना पायानें तुडवून तसेंच भुईंत गाडलें, कांहींना खड्गानें छाटिलें, कांहींना आरोळीसरसें गर्भगळीत करून सोडिलें, व कांहींचे अंगावरून भरारत जातांनाच त्यांना धडाधड खालीं पाडिलें. दुसऱ्या कांहींनीं तर त्याला नुसतें पाहून भयानेंच राम म्हटलें !

या प्रकारें, त्या तडफदार कलिंगांची प्रचंड सेना ह्या भयंकर भीमसेनावर चहूंकडून कोसळली असतां त्यानें तिची दशा केली. नंतर, हे भरतर्षभा, कलिंगसैन्याच्या अग्रभागीं श्रुतायुध सरसावलासें पाहून भीमसेन त्यावर चालून गेला. भीमसेनाला चाल करितांना पाहून कालिंगानें नऊ बाणांनीं त्याचे उरावर वेध केला. कालिंगाचे बाणांचा प्रहार होतांच भीमसेनाला टोंचणीनें टोंचलेल्या हत्तीप्रमाणें होऊन जाऊन इंधनांनीं चेतविलेल्या अग्नीप्रमाणें तो भडकून गेला. इतक्यांत भीमाचा सारथि विशोक यानें स्वर्णभूषित असा रथ भीमाकडे आणला. त्या रथावर शत्रुकंदन कुंतीपुत्र तत्काल चढला आणि ‘थांब थांब’ असें म्हणत कालिंगावर धावून गेला, तेव्हां श्रुतायूनें रागावून अजब हातचलाखीनें तीक्ष्ण असे नऊ बाण भीमावर सोडिले. उत्कृष्ट धनुष्यापासून नऊ बाण सोडून कालिंगानें जेव्हां त्याला जखमी केलें, तेव्हां वर काठी टाकिलेल्या सर्पाप्रमाणें भीम चवताळला. मग त्या आवेशांत आपलें धनुष्य खेंचून त्या बलिश्रेष्ठ भीमानें सात लोहमय बाण सोडून कालिंगाचा वध केला ! त्याप्रमाणें क्षुर बाणांनीं कालिंगाचे चक्ररक्षक सत्य व सत्यदेव यांनाही यमाचे घरीं पाठविलें. त्यावर पुनः त्या अगाधवीर्य भीमानें तीन तीक्ष्ण नाराचांनीं केतुमानालाही यमद्वार दाखविलें. हें पाहून सर्व कलिंगवीरांनीं पुनर्वार कडेकोट तयारी करून सहस्रावधि सैन्यानिशीं भीमसेनाला गराडा दिला. नंतर, राजा, त्या कालिंग वीरांनीं शक्ति, गदा, खड्ग, तोमर, ऋष्टि, परशु यांचा भीमसेनावर मारा चालविला. परंतु त्या महाबलानें आपणावर उठलेली ती घोर शस्त्रवृष्टि निवारून गदा उचलली व तिच्या तडाक्यानें सातशें वीरांना यमाचे दारीं पोंचविलें. मग मध्यें किंचित् थांबून पुनः त्याच गदेच्या रट्टयानें दोन हजार कालिंग वीर त्या शत्रुमर्दनानें यमाचे पाहुणे केले. याप्रमाणें महारथी भीष्माकडे रोंख देऊन भीमसेनानें कलिंगसैन्याची वरचेवर दाणादाण चालविली. त्या वेळीं, त्या पांडवानें वरील सादी मारल्यामुळें मोकळे सुटलेले मतंगज, वायूनें उडविलेल्या ढगांसारखे सैन्यांतून इतस्ततः संचरूं लागले; व भीमाचे बाणांनीं विव्हल झाले असतां वेडावून किंकाळ्या फोडीत आपलेच लोक तुडवीत चालले. त्या समयीं महाभुज खड्गधर बली भीमानें फार मोठ्या आवाजाचा शंख जोरानें फुंकला. त्या

शंखाचे शब्दानें सर्व कलिंगसैन्याचें काळीज चरारून गेलें व सर्वांस मूर्च्छा आली. त्या भीमसेनापुढें सर्व सैन्यें व वाहनें कांपत होतीं; व एखाद्या मत्त गजाप्रमाणें तो जेव्हां बारा वाटा धांवूं लागला, व वरचेवर उसळूं लागला, तेव्हां भयानें सर्वांची मुरकुंडी वळली. एखादें शांत व विस्तीर्ण सरोवर एखाद्या प्रचंड नक्राच्या चळवळीमुळें जसें हालून जावें, तसें भीमाचे भयानें तें अफाट सैन्य खळबळून गेलें. याप्रमाणें भीमानें सर्व कालिंग वीरांना भयभीत करून सोडिलें असतां त्यांतील कांहीं थवेचे थवे पळत आहेत व कांहीं परत ठिकाणीं येत आहेत, अशी स्थिति पाहून पांडवसेनापति धृष्टद्युम्नानें आपल्या सैन्याला इशारा केला कीं, शत्रूवर हल्ला करण्याची ही उत्तम संधि आहे. सेनापतीचे हे शब्द कानीं पडतांच शिखंडिप्रभृति वीर रथांसह व योद्ध्यांसह भीमाचे साह्यास धांवले. युधिष्ठिर धर्मानें आपलें मेघवर्ण गजवृंद घेऊन त्यांची पाठ राखिली. मग याप्रमाणें आपले सैन्याची व्यवस्था लावून धृष्टद्युम्नानें निवडक वीरांसह भीमसेनाची बगल धरली. कारण धृष्टद्युम्नाला भीम व सात्यकि या दोघांशिवाय प्राणांहूनही प्रियतम असा अन्य कोणी नव्हता. त्यानें जेव्हां महाबाहु भीम अरिसैन्यांत स्वच्छंद निर्भय फिरत आहेसें पाहिलें तेव्हां अत्यंत हर्षानें आरोळ्या दिल्या, शंख फुंकला व मोठ्यानें सिंहनाद केला. पारव्या रंगाचे घोडे जोडलेल्या, व कोविदार वृक्षाचा (लाल रंगाचा) ध्वज लाविलेल्या रथांत बसून धृष्टद्युम्न आपले मदतीस येतोसें पाहून भीमसेनाला दम आला. कालिंगांनीं भीमसेनाभोंवतीं गेर केलेली पाहून धैर्यवान् धृष्टद्युम्न त्याचे परित्राणार्थ म्हणून धांवला. सात्यकिही आपले साहाय्यार्थ येतोसें रून पाहूनच धृष्टद्युम्न व वृकोदर यांना जोर आला, व त्या दोघांनीं रणांत कालिंग वीरांना चांगलेंच खेळविलें. इतक्यांत विजयिश्रेष्ठ वीर सात्यकि तेथें धावत येऊन धृष्टद्युम्न-भीमाचे सन्निध येऊन ठेपला. नंतर त्यानें धनुष्य उचलून फारच भयंकर कर्म केलें, व भयंकर स्वरूप प्रकटून कालिंगांचा फडशा उडविला. भीमसेनानें तर, मांसशोणितांचा जींत चिखल झाला आहे अशी कालिंगांचे रक्ताची एक नदीच निर्माण केली; आणि कालिंग व पांडव यांचे मध्यें ही जी दुस्तर नदी वाहूं लागली, तिला केवळ महाबला भीमच तरून जाऊं शकला. राजा, भीमसेनाचा तो प्रकार पाहून तुझ्या पक्षाचे वीर ओरडून म्हणाले कीं, हा काळच भीमरूपानें कालिंगांशीं युद्ध करीत आहे. नंतर शांतनव भीष्मांनीं तो गोंगाट ऐकून, तात्काल सभोंवार सैन्याची विशेष तऱ्हेनें रचना करून वेगानें भीमावर चाल केली. त्या वेळीं सात्यकि, भीमसेन व धृष्टद्युम्न या त्रिवर्गांनीं भीष्मांच्या स्वर्णमंडित रथाकडे धांव घेतली. मग त्या सर्वांनीं झटकन् भीष्मांना वेढा देऊन, मोठ्या नेटानें तीन तीन भयंकर बाण भीष्मांवर सोडिले. परंतु, हे राजा, तुझ्या पित्या देवव्रतानें त्या झुंजणाऱ्या तिघां धनुर्धरांवर तीन तीन बाण उलट सोडिले. नंतर, हजार बाणांनीं सर्व महारथ्यांचें निवारण करून, सोनेरी सामान घातलेले भीमसेनाचे घोडे बाणांनीं मारिले. तरी तशाच रथांत बसून प्रतापी भीमसेनानें गांगेयांच्या रथावर जोरानें एक शक्ति फेंकली. ती शक्ति, तुझ्या पित्यानें स्वतःवर येऊन ठेपण्याचे पूर्वींच तिखंड केली, ती तशीच भूमीवर पडली. नंतर, हे राजा, उंची लोखंडाची केलेली भली जंगी गदा हातीं घेऊन भीम धावला. इतक्यांत भीमाचें हित करण्याचे हेतूनें सात्यकीनें बाणांनीं भीष्मांचा सारथि मारून पाडिला. सारथि मरतांच

भीष्मांचे घोडे वाऱ्यासारखे भडकून त्यांना कोणीकडचे कोणीकडे घेऊन धावले. राजा, या प्रकारें महाव्रत भीष्म दूर जातांच, गवत खाऊन वाढलेल्या अग्नीप्रमाणें भीमसेन चेतला; व सर्व कालिंगांस मारून सेनेच्या मध्यभागीं उभा राहिला. हे भारता, या वेळीं तुजकडील कोणीही वीर भीमापुढें तोंड करण्यास धजत ना. मग धृष्टद्युम्नानें त्या विजयी वीराला आपल्या रथावर घालून सर्व सैन्यादेखत मोठ्या जयजयकारानें एके बाजूला नेलें. तेव्हां पांचाल, मत्स्य वगैरेंनीं त्याची पूजा केली. मग धृष्टद्युम्नाला आलिंगन देऊन भीमसेन सात्यकीचे भेटीला आला. तेव्हां सत्यविक्रम सात्यकि धृष्टद्युम्ना देखतच भीमसेनाला आनंदवीत म्हणाला, "शाबास भीमसेना, धन्य भाग्य तुझें, कीं तूं कालिंग राजा, त्याचा पुत्र केतुमान् तसाच शक्रदेव यांस व एकंदर कालिंग वीरांना युद्धांत मारिलेंस. तूं एकाकी असून केवळ स्वतःचे मनगटाचे जोरावर रथ, गज, अश्व यांनीं खचलेला, मोठमोठ्या धैर्यशील योद्ध्यांनीं भरलेला, व अनेक थोर पुरुषांनीं युक्त असलेला असा कालिंगांचा महाव्यूह चुरडून टाकिलास. शाबास तुझी शाबास !" हे अरिंदमा, याप्रमाणें भीमाचे धन्यवाद गाऊन सात्यकीनें आपले रथावरून जाऊन भीमसेनाला दृढालिंगन दिलें; आणि नंतर आपल्या रथावर येऊन मोठ्या त्वेषानें तो तुझे पक्षाचे वीरांचा फडशा उडवूं लागला. तेणेंकरून भीमसेनाला मोठी बळकटी आली.

अध्याय पंचावन्नावा.

—:०:—

द्वितीयदिनसमाप्ति.

संजय सांगतोः—धृतराष्ट्रा, इतका प्रकार होत आहे तों दिवसाचा पूर्वभाग बहुतेक संपत आला; व रथ, गज, अश्व, पदाति, स्वार वगैरेंचा सारखा क्षय होऊन राहिला आहे, अशा समयीं पांचाल्य धृष्टद्युम्नानें अश्वत्थामा, शल्य व कृपाचार्य या तिघां महारथांशीं गांठ घातली. त्या बलाढ्य पांचालवंशजानें दहा तीक्ष्ण बाणांनीं अश्वत्थाम्याचे लोकविख्यात अश्व मारिले. घोडे मरतांच अश्वत्थाम्यानें पटदिशीं शल्याचे रथाचा आश्रय करून धृष्टद्युम्नावर बाणांचा पाऊस पाडण्यास आरंभ केला. हे भारता, धृष्टद्युम्न द्रौणीशीं भिडून राहिला आहेसें दृष्टीस पडतांच सुभद्रापुत्र अभिमन्यु तीक्ष्ण बाण पेरीत पेरीतच लगबगीनें धृष्टद्युम्नाचे मदतीला येऊन ठेपला; व त्या वीरवरानें पंचवीस बाणांनीं शल्याचा, नऊ बाणांनीं कृपाचा व आठांनीं द्रौणीचा वेध केला. त्या काळीं द्रौणीनें एक बाणानें, शल्यानें दहा बाणांनीं व कृपानें तीक्ष्णशा तिहींनीं अभिमन्यूचा परत वेध केला. राजा, सुभद्रापुत्र रणांत ठाण मांडून लढत उभा आहेसें पाहून तुझा नातू लक्ष्मण मोठ्या उल्हासानें त्यापाशीं आला; आणि मग दोघांचें युद्ध सुरू झालें. त्या परवीरहंत्या दुर्योधनपुत्रानें सौभद्रावर रागावून प्रहार केला, ती एक मौजच उडाली. कारण, सौभद्र हाताचा फार चलाख होता; त्यानें खवळून जाऊन पन्नास बाणांनीं आपले भावाला विंधून टाकिलें. पण लक्ष्मणही सामान्य नव्हता; त्यानें अभिमन्यूचें धनुष्य मूळ मुठीशीं तोडून पाडिलें; त्या वेळीं मात्र लोक हाय हाय म्हणून ओरडले. शत्रुहंत्या सौभद्रानें तें तुटकें धनुष्य फेंकून देऊन पहिल्यापेक्षांही अधिक वेगवान् असें दुसरें विचित्र धनुष्य घेतलें. मग परस्परांची परत फेड करण्याविषयीं उत्कंठित असलेले ते दोघेही वीरवर एकमेकांशीं पुनः लढाईंत भिडले. त्या वेळीं त्यांनीं तीक्ष्ण बाणांनीं

अन्योन्य प्रहार चालविले, इतक्यांत आपल्या महारथ पुत्राला सौभद्रानें जर्जर केलेंसें पाहून राजा दुर्योधन तेथें आला. धृतराष्ट्रा, तुझा पुत्र तेथें आलासें पाहातांच, सर्व राजांनीं रथसमूह घेऊन सौभद्राला गराडा दिला.

राजा, असल्या दुर्जय वीरांनीं, जरी गराडा दिला होता, तरीही तो कृष्णतुल्य पराक्रमी सौभद्र डगला नाहीं. सौभद्र अगदीं युद्धांत गढून गेला आहेसें पाहून स्वपुत्ररक्षणेच्छु धनंजय धांवत त्याजपाशीं आला. त्या वेळीं भीष्मद्रोणपुरोगम सर्वही राजे रथ, नाग, अश्व यांसह सव्यसाची अर्जुनावर येऊन पडले. त्या गजाश्वरथपत्तींचे दौडीमुळें एकदम जो धुरोळा उसळला, तो इतका उंच गेला कीं, त्यामुळें अंतरिक्षांत सूर्याचा रथ झांकून गेलेला दिसला. इतके हजारों हत्ती व शेंकडों राजे चालून आले होते; परंतु सव्यसाचीच्या बाणांचे तडाक्यांत सांपडले कीं भडाभड नाहींतसे होत. त्या कालीं भूतमात्रानें आक्रोश मांडिला, सर्व दिशा अंधारमय झाल्या, व कौरवांनीं आजपर्यंत केलेल्या अन्यायाचें फल मोठ्या भयंकर रूपानें दुनियेपुढें उभें राहिलें. हे राजा, अर्जुनाच्या त्या शस्त्रांच्या ओघापुढें कांहींच ओळखेना—न अंतरिक्ष, न दिशा, न भूमि, न सूर्य ! अनेक रथ, हत्ती व रथांचे घोडे फुकट गेले, व कित्येक रथसमूहांवरील अधिकारी आपले रथ घेऊन पळतांना दृष्टीस पडले. इतर कांहीं रथी विरथ होऊन भुजांत बाहुभूषणें घातलेले व आयुधें घेतलेले असे बारा वाटा पळतांना जागजागीं आढळत. हे राजा, घोड्यांवरील स्वार घोड्यांना सोडून व हत्तींवरील हत्तींला सोडून अर्जुनाचे भयानें सैरावैरा धांवू लागले; आणि रथांवरून, घोड्यांवरून, हत्तींवरून अनेक राजे अर्जुनाचे बाण लागून पडत आहेत, पाडले जात आहेत; अशा स्थितींत दृष्टीस पडत होते. राजा, अर्जुनानें त्या वेळीं फारच उग्ररूप धारण केलें असून, आपल्या तीक्ष्ण बाणांनीं जागजागीं शेंकडों वीरांचे गदा, खड्ग, प्रास, तूणीर, शर, शरासन, अंकुश, पताका वगैरे धारण केलेले हात तो भडाभड तोडून पाडीत होता. हे राजा, त्या वेळीं त्या रणभूमीवर झळझळीत सडगीं, मोगरे, सांगा, गोफणी, तरवारी, तीक्ष्ण परशु, तोमर, फुटकीं सोनेरी कवचें, ध्वज, ढाली, पंखे, सोनेरी दांड्यांच्या छत्र्या, प्रतोद, जुपण्या, चाबूक वगैरेंच्या सर्वभर राशींच्या राशी पडलेल्या दिसत होत्या. हे भारता, ह्या ठिकाणीं तुझ्या सैन्यापैकीं असा एकही मर्द दिसेना, कीं जो कोणा प्रकारें तरी अर्जुनाला तोंड देईल. कारण, हे प्रजानाथा, जो जो कोणी अर्जुनापुढें धजला, त्याची तीक्ष्ण बाणांनीं ताबडतोब परलोकाला पाठवणी होत होती.

हे राजा, या प्रकारें तुझे एकूण योद्धे बारा वाटा पळतांना पाहून कृष्णार्जुनांनीं आपले उत्कृष्ट शंख फुंकिले, व सैन्याची अशी दाणादाण पाहून तुझा पिता देवव्रत भीष्म विस्मयानें द्रोणाचार्यांस म्हणाला, " ह्या बलाढ्य पांडवानें कृष्णसाहाय्यानें आमच्या सैन्यांत केवळ वणवाच पेटवून दिला आहे. याचें हें रूप काल, अंतक किंवा यम यांप्रमाणें उग्र दिसत असल्यानें यापुढें कोणाची टाप चालण्याची आशा नाही. बरें, आपलें हें सैन्य गोळा करूं म्हणूं, तर तेंही शक्य नाहीं. कारण एकाकडे पाहून दुसरा याप्रमाणें हे सर्व सैनिक पोबारा करीत आहेत. शिवाय, सर्व लोकांची जशी काय दृष्टि चोरून घेऊन हा सूर्य अस्तागिरीला चालला. यामुळें अतां युद्ध तहकूब करणें प्राप्त आहेसें मला वाटतें. आपले वीर भिऊन व थकूनही गेले आहेत; तेव्हां युद्ध चालू ठेविलें तरी ते कांहीं लढणार नाहींत." हे राजा, याप्रमाणें द्रोणांशीं मसलत करून भीष्मांनीं तुझे सैन्याला

युद्धापासून विनिवृत्त होण्याची आज्ञा दिली. इतक्यांत सूर्यास्त होऊन संध्यासमयही झाला, व उभयपक्षीय सैन्यें युद्धभूमीपासून परतलीं.

अध्याय छपन्नावा.

—:०:—

गारुड व अर्धचंद्र व्यूह.

संजय सांगतो:—हे धृतराष्ट्रा, रात्र संपून प्रभात होतांच शांतनव भीष्मांनीं सैन्यास तयार होऊन आपले मागोमाग येण्याची आज्ञा केली. नंतर रणभूमीवर सर्व सैन्य जमतांच धार्तराष्ट्रांचा विजय संपादण्याकरितां पितामहांनीं त्या दिवशीं गारुड व्यूहाची रचना केली. त्या गरुडाच्या चोंचीचे ठिकाणीं आपण स्वत: राहिले. भारद्वाज व सात्वत कृतवर्मा हे डोळयांचे ठिकाणीं ठेविले. यशस्वी अश्वत्थामा व कृप हे मस्तकस्थानीं; त्रैगर्त, केकय, वाटधान यांसह भूरिश्रवा, शल, शल्य, भगदत्त ,मद्रक, सिंधुसौवीर, पांचनद व जयद्रथ हे मानेचे ठिकाणीं ठेविले होते; अनुचर व बंधु यांसह दुर्योधन राजा पृष्ठस्थानीं होता; कांबोज व शक यांसह अंवतीकर विंदानुविंद आणि शूरसेन हे पुच्छ स्थानीं; माधव, कालिंग व दासेरक हे सज्ज होऊन उजव्या पंखाला राहिले; व कारूष, विकुंज, मुंड, कुंडीवृष हे बृहद्बलासह डाव्या पांखाला राहिले.

कौरवांची व्यूहरचना पाहून अर्जुनानें धृष्टद्युम्नाचे सल्ल्यानें त्या गारुडावर तोड असा अति दारुण अर्धचंद्र व्यूह रचिला. त्या अर्धचंद्राच्या उजव्या अग्राला भीमसेन झळकत होता. त्याचे पाठीशीं नानाशस्त्रौघसंपन्न नानादेशीय राजांसहित विराट व महारथ द्रुपद उभे होते. याचे मागोमाग नीलायुधांसह नील होता. त्याचे पाठीलाच खेटून चेदि, काशि, करूषक व पौरव यांसह महाबल धृष्टकेतु होता. हे भारता, मध्यभागीं, युद्धार्थ सज्ज असे धृष्टद्युम्न, शिखंडि, पांचाल, प्रभद्रक हे उभे होते. तेथें जवळच आपले गजसैन्यानें वेष्टित युधिष्ठिर होता. त्यामागें सात्यकि व पांच द्रौपदेय; त्यांमागें शूर अभिमन्यु; त्याचे पाठीशीं इरावान्; त्यानंतर घटोत्कच व महारथ केकय होते. इकडे चंद्राच्या वामाग्राला, सर्वजगद्रक्षक जनार्दन ज्याचा कैवारी आहे असा नरश्रेष्ठ अर्जुन उभा होता.

राजा, या प्रकारें पांडवांनीं तुझे पुत्र व तदनुयायी यांचे वधार्थ अर्धचंद्रव्यूहरचना केली. नंतर, परस्पराची वधेच्छा करणाऱ्या कौरव आणि पांडव यांच्या सैन्यांचें-ज्यांत रथ व हत्ती एकमेकांवर धडकून राहिले आहेत असें तुमुल युद्ध झालें. त्या वेळीं परस्परांवर हल्ला करणाऱ्या अश्वांचे व रथांचे थवेचे थवे जागजागीं दिसत होते. हजारों रथ इकडून तिकडे धडधड धांवत असतांना व परस्परांवर आदळत असतां त्यांचा जो शब्द उठला, त्यांतच नगाऱ्याच्या शब्दाची व इतरेतरांवर प्रहार करितांना आरोळ्या देणाऱ्या वीरांच्या गर्जनांची भर पडून आकाशाला जाऊन पोहोंचेल असा एकच कोलाहल माजला.

अध्याय सत्तावन्नावा.

—•:—

संकुलयुद्ध.

संजय सांगतो:—हे राजा, या प्रकारें उभय सैन्यांची व्यूहरचना होतांच, धनंजयानें रथसैन्याचा सपाटा चालविला. युगान्तसमयींच्या कालाप्रमाणें तो अतिरथी आपले बाणांनीं रथवृंदावरील अधिकाऱ्यांना छिन्नभिन्न करून पाडीत होता. तथापि धार्तराष्ट्रही, दिव्य यश मिळवावयाचें व मृत्यु येईपर्यंत युद्धांतून निवृत्त व्हावयाचें नाहीं असा निश्चय करून बनेल त्या

रीतीनें पांडवांशीं तोंड देतच होते; व अगदीं एकाग्रमनानें हल्ला करून पांडवसैन्यांतील बहुतांना घायाळ करीत होते, मारीत होते व स्वतःही पडत होते. दोन्ही सैन्यांपैकीं कोणी पळून जात आहेत, कोणी घायाळ होऊन पडत आहेत, कोणी परत फिरत आहेत--असा घोंटाळा होऊन आपपर भेदच कळेना. तशांतच सूर्याला झांकून टाकीसा धुरोळा उठला; तेणेंकरून तर दिशा समजतना, कीं उपदिशा ओळखतना. अशा स्थितींत ते वीर प्रहार तरी कसा करीत होते म्हणाल तर, कोठें अनुमानधपक्यानें, कोठें ध्वजादि खुणांवरून, कोठें सांकेतिक शब्दांवरून, कोठें नांवावरून व कांहीं गोत्रांचे उच्चारावरून. कौरवांच्या व्यूहावर सत्यसंध द्रोणाचार्यांची रखवाली असल्यामुळें त्याचा भेद होईना. पांडवांच्या महाव्यूहावर भीमार्जुनांची सक्त नजर असल्यामुळें तोही अभेद्यच होता. हे राजा, उभय सैन्यांतील अग्रभागींचे लोक आपापली जागा सोडून पुढें सरसावून रथदळ व गजदळ यांशीं भिडून लढत होते. निर्मल कट्यारींनीं व संगिनींनीं स्वार स्वारांना पाडीत होते. त्या अति भयंकर युद्धांत एक रथी दुसऱ्या रथ्याला गांठून स्वर्णभूषित बाणांनीं पाडीत होता. दोन्ही सैन्यांतील गजारोही आपल्याशीं भिडणाऱ्या गजारोह्याला नाराच, शर व तोमर यांनीं खालीं आणीत होते. कोणी उंची हत्तीवर बसलेला योद्धा उडी घेऊन शत्रूचीं झुलुपें धरून मुंडकें छाटीत होता. इतर कांहीं वीर गजदंतानें पोटळे बाहेर पडल्यामुळें भडभड रक्त ओकून धापा टाकीत पडले होते. हत्तीचे दांतांवर बसलेला कोणी रणपटु वीर, गजशिक्षा व अस्त्रकला यांत कुशल अशा शत्रूनें सोडिलेल्या शक्तीपायीं घायाळ होऊन लटलट कांपत होता. मोठ्या आनंदानें एकमेकांची खोडी काढून अनेक पदाति अन्य पदातींना गोफणींनीं व फरशांनीं लोळवीत होते. कोणी रथी गजयूथपाला गांठून गजासह पाडीत होता. कोणी गजारोही रथ्याला पाडीत होता. तसाच कोणी रथी घोडेस्वाराला लोळवीत होता; उलट कोणी घोडेस्वारही रथ्याला भाल्यानें खालीं आणीत होता. उभयही सेनांतील कोणी पदाति रथ्याला, तर कोणी रथी पदात्याला तीक्ष्ण शस्त्रांनीं मूर्च्छित करीत होता. हत्तीस्वार घोडेस्वारांना आणि घोडेस्वार हत्तीस्वारांना पालथे घालीत होते; तो एक चमत्कारच दिसत होता. ठिकठिकाणीं चांगल्या चांगल्या हत्तीस्वारांनीं पदाति पाडले होते; पदातींनीं गजारोही लोळविले होते; पत्तींनीं स्वार व स्वारांनीं पत्ती हे तर शेंकडों, हजारों पाडिलेले दिसत होते. हे भरतश्रेष्ठा, त्या वेळीं मोडून पडलेले ध्वज, धनुष्यें, तोमर, भाले, गदा, सोडगे. कंपनें, शक्ति, विचित्र कवचें, कणप जातीचे भाले, अंकुश, निर्मल खड्ग, स्वर्णपिच्छाचे बाण, जंगी भाते, झुली, बहुमोल कांबळे वगैरेंच्या योगें ती रणभूमि पुष्पमालांनीं रंगीबेरंगी होऊन गेल्यासारखी शोभत होती. जिकडे तिकडे मनुष्यांचीं, अश्वांचीं, हत्तींचीं हजारों हजार प्रेतें पडलीं आहेत; रक्तमांसांचा चिखल माजून राहिला आहे—अशा स्थितींत ती रणभूमि, पुढें पाऊल देण्याची सोय नाहीं इतकी भयंकर दिसत होती! रणांत रक्ताचा सडा झाल्यानें सर्व धूळ बसून गेली, व दिशा स्वच्छ झाल्या. जगत्क्षयाचीं साक्ष देणारीं असंख्य धडें रणांत उठून बसत होतीं; व त्या भयंकर युद्धांत सर्वत्र रथी पळतांना दिसत होते.

राजा, त्या प्रचंड युद्धाची ती भयंकर गर्दी चालू असतां तुजकडील सिंहतुल्य पराक्रमी व रणांत अजिंक्य असे भीष्म, द्रोण,

सिंधुराज जयद्रथ, पुरुमित्र, जय, भोज, सौबलासह शल्य हे वारंवार पांडवसैन्याच्या फळ्या फोडीत होते. उलटपक्षीं भीमसेन, घटोत्कच राक्षस, सात्यकि, चेकितान व द्रौपदेय हे तुझे पुत्र व तत्पक्षीय राजे यांस दैत्यांना जसे देव तसे पळवीत होते. या प्रकारें परस्परांना घायाळ केल्यानें रक्तस्नात व विक्राळरूप झालेले ते वीर दैत्यांसारखे भासत होते. तसेच उभय सेनांतील वीर आपापल्या शत्रूला जिंकून विजयश्रीनें आकाशस्थ ग्रहांप्रमाणें चमकत होते. अशांत तुझा पुत्र दुर्योधन सहस्र रथांनिशीं भीमसेन व घटोत्कच यांस आडवा झाला. त्याचप्रमाणें सर्वही पांडववीरांनीं प्रचंड सेनेसह युद्धार्थ सज्ज असलेल्या शत्रुदमन भीष्मद्रोणांवर चाल केली. अर्जुनानें तर रागावून सभोंवारचे राजांवर हल्ला चालविला. अभिमन्यु व सात्यकि हे शकुनीचे सैन्यावर पडले; आणि मग, हे राजा, त्या उभयपक्षीय विजयेच्छु वीरांचा अंगावर रोमांच उभे करणारा संग्राम माजला.

अध्याय अठ्ठावन्नावा.

—:०:—

भीष्मदुर्योधनसंवाद.

संजय सांगतोः—नंतर, अर्जुन युद्धांत शिरला हें पाहातांच खवळून जाऊन त्या सर्व राजांनीं त्याचे भोंवतीं रथांचा वेढा देऊन त्याला विटाळयांत धरल्यासारखें करून त्यावर हजारों बाणांचा भडिमार चालविला. विमल व तीक्ष्ण अशा शक्ति; परिघ, प्रास, परशु, मुद्गर, मुसळें इत्यादिकांची त्या क्रुद्ध वीरांनीं अर्जुनाचे रथावर फेंकाफेंक आरंभिली. परंतु टोळधाडीप्रमाणें अंगावर येऊन पडणाऱ्या या शस्त्रांच्या धाडीला अर्जुनानें आपल्या स्वर्णभूषित बाणांनीं चौफेर रोंखून धरिलें. राजा, त्या वेळचें फाल्गुनाचें तें अमानुष हस्तलाघव पाहून, " शाबास अर्जुना शाबास ! " या प्रकारें देव, दानव, गंधर्व, पिशाच्च, उरग, राक्षस या मंडळींनीं अर्जुनाचा गौरव केला. अभिमन्यु व सात्यकि हे शकुनि व त्याचे शूर गांधार वीर यांवर पडले होते. त्या वेळीं ते गांधार खवळून जाऊन त्यांनीं अनेकविध शस्त्रांचे योगानें सात्यकीच्या रथाचे तिळाएवढे तुकडे उडविले. तेव्हां त्या भयंकर प्रसंगीं ताबडतोब स्वरथ सोडून सात्यकि अभिमन्यूचे रथावर चढला. मग दोघांनीं एकरथस्थ होतांच नतपर्व अशा बाणांनीं शकुनीचे सैन्याची वाताहत उडविली. इकडे भीष्म-द्रोणांनीं चंग बांधून कंकपत्रयुक्त बाणांनीं युधिष्ठिरबलाचा सत्यनाश मांडिला. ते वेळीं धर्मराजानें सर्व सैन्यांचे देखत देखत नकुलसहदेवांसह द्रोणांचे तुकडीवर हल्ला केला. तेव्हां पुरातनचे देवासुरयुद्धाप्रमाणें अति दारुण असें युद्ध झालें. इकडे भीम व घटोत्कच अचाट पराक्रम करीत असतां, दुर्योधनानें त्यांस प्रतिबंध मांडिला. त्या वेळीं हैडिंबानें आपल्या पित्याहूनही सरस पराक्रम प्रकट केलेला आम्हीं पाहिला. भीमसेनानें तर चेतून जाऊन हंसतच दुर्योधनाचे छातींत बाण रोंविला. त्या वेळीं त्या जोराचे प्रहारानें व्याकूळ होऊन राजा दुर्योधन मटदिशीं रथोपस्थावरून पडून मूर्च्छित झाला. त्याला बेशुद्ध पाहून त्याचे सारथ्यानें त्यास तत्काल रणांतून एकीकडे नेलें; त्याबरोबर सैन्याची फाटाफूट झाली. तेव्हां चारी दिशांनीं कौरवसेना पांगतांना पाहून भीमसेनानें तीक्ष्ण बाणांनीं प्रहार करीत तिची पाठ पुरविली. त्याप्रमाणेंच रथिश्रेष्ठ धृष्टद्युम्न व युधिष्ठिर यांनीं द्रोण व भीष्म बघत असतांही घातक अशा तीक्ष्ण बाणांनीं त्यांच्या सेनेचा फडशा चालविला. राजा, तुझ्या पुत्रांचें तें सैन्य धावत असतां भीष्मद्रोण आपल्यापरी त्याला निवारीत होते; परंतु त्यांचें कांहीं न चालतां, तें पळतच

सुटलें. या प्रकारें हजारों रथांची पळापळ सुरू असतां, ते एकरथस्थ सौभद्र व सात्यकि हे शकुनीचें सैन्य कापून काढीत होते; व त्या वेळीं ते दोघे अमावास्येच्या दिवशीं एकत्र असलेल्या चंद्रसूर्यांसारखे शोभत होते. इकडे, राजा, अर्जुनानें संतापून तुझ्या सैन्यावर बाणांची मेघाप्रमाणें जशी धार धरिली. तेव्हां पार्थबाणांनीं खिन्न व भयकंपित झालेलें तें सैन्य पळत सुटलें. त्याला निवारण्यासाठीं दुर्योधनाचे हितैषी भीष्म-द्रोण यांनीं पुष्कळ तडफड केली, परंतु उपयोग झाला नाहीं. मग राजा दुर्योधनानें स्वत: मोठ्या मिनतवारीनें तें सैन्य परतविलें. राजा, त्या वेळीं तुझ्या पुत्राची ज्यावर ज्यावर नजर गेली, तो तो महारथ क्षत्रिय तेथल्या तेथूनच मागें फिरला. ते महारथ परततांना पाहून मग इतरही लाजेकाजेस्तव व स्पर्धेस्तवही फिरले. राजा, चंद्रोदयसमयीं भरती चढूं लागली असतां समुद्राचा वेग असतो तसा त्या परतणाऱ्या सैन्याचा वेग भासत होता. लोक परतलेसे पाहून राजा दुर्योधन लगबगीनें भीष्मांकडे येऊन म्हणाला, " आजोबा, माझें म्हणण्याकडे लक्ष पुरवावें. म्हणणें इतकेंच कीं, आपण, तसेंच सपुत्र व ससुहृद् द्रोण व कृपाचार्य हे विद्यमान् असतां सैन्यानें पळ काढावा हें योग्य नव्हे. कारण, आपण, द्रोण, अश्वत्थामा किंवा कृप यांना म्हणजे पांडव भारी आहेत असें नाहीं. मग सैन्य पळावें कां? तर मला वाटतें, आपले मनांतून पांडवांना साह्य करावयाचें आहे; आणि म्हणूनच आपले सैन्याचा ते फडशा पाडीत असून आपण त्यांची क्षमा करीत आहां. असें जर आपले मनांत होतें तर युद्ध सुरू करण्यापूर्वींच आपण मला स्पष्ट सांगावयाचें होतें कीं, राजा, पांडवसेनेशीं मी कांहीं रणांत लढणार नाहीं; किंवा नुसत्या धृष्टद्युम्न-सात्यकीशीं देखील झुंजणार नाहीं! आपण व कृप हे असे मला बोलतेत, म्हणजे मीं त्याच वेळीं कर्णाशीं मसलत केली असती. आतां म्हणणें इतकेंच कीं, मला जर आतां रणांत फशीं पाडावयाचें नसेल, तर आपण उभयतांनीं स्वपराक्रमाला शोभेसें युद्ध केलें पाहिजे!

दुर्योधनाचें हें भाषण ऐकून भीष्मांना हंसूं कोसळलें. मग रागानें डोळे वटारून ते तुझ्या पुत्राला म्हणाले, "बाबारे, पांडव हे इंद्रासह देवांनाही अजिंक्य आहेत, तूं त्यांशीं प्रसंग आणूं नको, यांतच तुझें हित आहे, म्हणून तुला खरें होतें तें मीं कितीवार तरी सांगितलें! परंतु तूं तें ऐकलेंस कोठें? आतां माझे वांट्यास हें कर्म आलेंच आहे, त्या पक्षीं माझ्या म्हाताऱ्याच्या आवांक्याप्रमाणें बनेल तितकें मी करीन व आप्तांसह तूं माझें चरित्र पाहा. आज मी सर्व लोकांदेखत एकटाससैन्य व सबांधव पांडवांचें निवारण करितों."

राजा, भीष्मांनीं असें वचन देतांच तुझे पुत्रांनीं आनंदानें शंख वाजविले, व भेरी बडविल्या. तो शब्द कानीं येतांच पांडवांनींही शंख, भेरी व मृदंग वाजविले.

अध्याय एकुणसाठावा.

—:०:—

भीष्मांचें भयंकर युद्ध.

धृतराष्ट्र विचारतो:—बा संजया, माझा पुत्र दु:खामुळें भीष्मांना टाकून बोलला ते वेळीं त्यांनीं संतापून जी घोर प्रतिज्ञा केली, तिच्यासारखें त्यांनीं पांडवांचें काय केलें, व उलट पांडवीयांनीं भीष्मांचें काय केलें, तें मला सांग.

संजय सांगतो—हे राजा, त्या दिवशीं पूर्वाह्ण जाऊन सूर्य पश्चिमेकडे कलल्यावर, जयप्राप्तीमुळें पांडव आनंदांत आहेतसें पाहून सर्व धर्मांचें तारतम्य जाणणारा तुझा पिता भीष्म तुझ्या पुत्रांनीं व सैन्यानें रक्षित होत्साता चपल अश्वांचे साहाय्यानें पांडवसेनेवर गेला.

मग, तुझ्या अन्यायबुद्धीपायीं, आपल्या सेनेचें अंगावर रोमांच आणणारें घोर युद्ध पांडवांशीं झालें. त्यांत धनुष्यांचे टणत्कार व तलत्राणांवरील आघात यांचा ध्वनि ऐकून पर्वत फाटतात काय असा भास होऊं लागला. जिकडे तिकडे 'थांब, थांब; हा उभाच आहें पहा; याला बाण मारा; अरे मागें फीर; नीट उभा हो; नीटच उभा आहें, येऊं दे तुझा बाण;' इत्यादि प्रकारचे शब्द कानीं पडूं लागले. पर्वतांवरून घसरणाऱ्या दगडीप्रमाणें सोनेरी कवचें, किरीट व ध्वज यांचा ध्वनि निघत होता. तुटून पडलेलीं शेंकडों हजारों अलंकारयुक्त मस्तकें व भुजा भुईवर तडफड करीत होत्या. कित्येक कट्टे वीर तर मुंडकीं उडून गेलीं असतांही हातीं धनुष्यें व आयुधें तशींच उभारलेलीं धरून उभे दिसत होते. त्या कालीं उत्तम उत्तम अश्व, गज व योद्धे यांचे शरीरांपासून उत्पन्न झालेली, गजशरीररूपी भयंकर शिलांनीं व रक्तमांसांचे चिखलानें युक्त कोल्हे, गिधाडें यांना आनंद देणारी, व परलोकरूपी समुद्राला मिळणारी अशी रक्तनदी मोठ्या झपाट्यानें वाहूं लागली. हे राजा, या तुझ्या मुलांच्या व पांडवांच्या युद्धाचे तोडीचें युद्ध कधीं पाहिलें नाहीं किंवा नुसतें ऐकिलें देखील नाहीं. युद्धांत वीरांनीं मारून पाडलेल्या नीलगिरीचे शृंगांप्रमाणें प्रचंड अशा हत्तींच्या व मनुष्यांच्या कलेवरांनीं ती भूमि इतकी व्याप्त झाली होती कीं, तींतून रथ जाण्याला कशी ती वाट सांपडेना. राजा, सर्वत्र पसरलेल्या विचित्र कवचांनीं व शिरस्त्राणांनीं ती भूमि शरदृतूंतील आकाशाप्रमाणें शोभत होती. कांहीं गर्विष्ठ वीर शत्रूचे बाणांनीं जखमी झाल्यानें त्यांचीं आंतडीं बाहेर लोंबूं लागलीं असतांही न डगतां शत्रूवर उड्या घेतच होते. कांहीं घायाळ होऊन रथांत पडले असतां 'हे तात, हे मित्रा, हे बंधो, हे वयस्य, अहो मामा, मला टाकून जाऊं नकाहो नका' म्हणून ओरडत होते. कांहीं 'चल इकडे ये, असा भ्यालास कां? चाललास कोठें, हा मी समरांत उभा आहें; कांहीं भिऊं नको,' याप्रमाणें ओरडून बोलत होते.

राजा, भीष्मांचें धनुष्य म्हणजे सदा वांकविलेलें असावयाचेंच. ते या प्रसंगीं विषारी सर्पांसारखे चौफेर बाण फेंकून सर्व दिशांचें एक कडें बांधीत पांडवांकडील रथ्यांना हटकूनपटकून मारीत होते. रथोपस्थावर थयथय नाचत अजब हातचलाखीनें भीष्म चौफेर बाण सोडीत असतां, अलातचक्राप्रमाणें, पहावें तिकडे आहेतच असा भास होत होता. आतां पहावें तों पूर्वेस, तोंच पश्चिमेस, इतक्यांत उत्तरेस, तर तेवढ्यांतच पुनः दक्षिणेस, याप्रमाणें भीष्म सर्वभर व्यापिल्याप्रमाणें दिसत असल्यानें, भीष्मांनीं कांहीं इंद्रजालविद्येनें अनेक रूपें घेतलीं असावीं असें लोकांस वाटूं लागलें. पांडवीय वीरांपैकीं कोणालाही भीष्म मिळून दृष्टीस पडतना; काय ते त्यांच्या धनुष्यापासून सुटलेले असंख्य बाण दृष्टीस पडत! याप्रमाणें अचाट कर्म करून सैन्याचा फडशा पाडितांना भीष्मांना पाहून अनेक लोक अनेकपरी ओरडूं लागले. राजा, तुझा पिता याप्रमाणें अमानुषरूपानें रणांत फिरत असतां, ज्यांचे घडे भरले होते असे हजारों लोक, दैवाचे प्रेरणेमुळें, शलभ भडकलेल्या अग्नींत येऊन पडावे त्याप्रमाणें खवळलेल्या भीष्मांवर येऊन पडून पटापट मरत होते. त्या रणांत चहूंकडे गज, अश्व व मनुष्य यांचे सारखे थवेचे थवे असल्यामुळें त्या चलाख भीष्मांचा एकही बाण फुकट जात नव्हता;—कोणाला ना कोणाला तरी तो लागेच. वज्रानें पर्वत फोडावा त्याप्रमाणें एकाच सुंदरशा तीक्ष्ण बाणानें भीष्म हे वर कांटेरी लोखंडी झूल घातलेल्या हत्तींना फोडीत

होते. अंगांत कवचें चढवून दोन तीन गजारोही जरी एकमेकांला चिटकून एकत्र बसले असले, तरी, राजा, तुझा पिता नाराच नामक बाण योजून मारून त्यांना ठार करी. कोणी कसाही शूर भीष्मांपुढें जावो, क्षणभर उभा ठरतो आहे तों मरून पडलाच, असें मी पाहात होतों.

या प्रकारें त्या अतुलवीर्य भीष्मांनीं सपाटा चालविला, तेव्हां धर्मराजाची एवढी प्रचंड सेना—पण ती हजारों वाटांनीं पांगली, व त्यांच्या बाणवर्षावानें त्रासून जाऊन थरथर कांपूं लागली; आणि हा सर्व प्रकार शिखंडि व श्रीकृष्ण यांचे देखत चालला होता. भीष्मांच्या बाणांनीं पीडित झाल्यामुळें पळणाऱ्या महारथ्यांना थोपवून धरण्याविषयीं ते आपलेकडून यत्न करीत होते; पण फुकट ! राजा, त्या महेंद्रतुल्य पराक्रमी भीष्मांच्या तडाक्यापुढें सैन्याची इतकी दाणादाण झाली कीं, नुसते दोघेजण देखील एकत्र धांवतांना आढळतना. घोडे, हत्ती, माणसें हे जखमी झाल्यानें व रथांचे ध्वज व आंस देखील मोडून पडल्यानें पांडवसैन्यांत हाहाःकार उडून जाऊन, तें अगदीं बेशुद्ध होऊन गेलें. दैवाचे जबरदस्तीमुळें बाप लेंकाला व लेंक बापाला मारीत होता व मित्रही मित्राला युद्धार्थ आव्हान करीत होता. हे भारता, धर्मराजाचे सैनिकांपैकीं कांहीं कवचें वगैरे फेंकून देऊन केंस मोकळे सोडून धांवूं लागले. मोठमोठे रथाधिकारी सैरावैरा धांवत आहेत, व आक्रोश करीत आहेत, अशा स्थितींत तें सैन्य वाघाला भिऊन पळत सुटलेल्या गाईंच्या कळपांप्रमाणें अनुकंपनीय दिसलें.

या प्रकारें सैन्य पळतांना दृष्टीस पडलें तेव्हां आपला उत्कृष्ट रथ आवरून धरून श्रीकृष्ण अर्जुनाला म्हणाला, “ हे पार्था, तूं ज्याची इच्छा करीत होतास तो हा वेळ येऊन ठेपला आहे. यास्तव, हे नरव्याघ्रा, आतां विलंब न करितां हल्ला सुरू कर. नाहीं तर मागलेसारखा तुला पुनः मोह पडून भुलशील. हे वीरा, पूर्वीं सर्व राजे एकत्र जुळले असतां त्यांसमक्ष तूं जी प्रतिज्ञा केलीस कीं, ‘भीष्मद्रोणप्रभृति जे कोणी धार्तराष्ट्राचे सैनिक मजशीं रणांत गांठ घालतील, त्या सर्वांना त्यांचे अनुयायांसकट मी ठार करीन;’ ती प्रतिज्ञा, हे शत्रुदमना कुंतीपुत्रा, आतां सत्वर खरी कर. ही थांबण्याची वेळ नव्हे. कारण, हें पहा आपलें सैन्य कसें बारा वाटा पळतें आहे. युधिष्ठिराचे तुकडींतील हे राजे देखील आ पसरून पुढें येणाऱ्या काळाप्रमाणें रणांत भीष्मांना पाहून, सिंहापुढें क्षुद्र श्वापदें धांवावीं तसे धांवत सुटले आहेत ! ” याप्रमाणें कृष्णाचें भाषण ऐकून अर्जुनानें त्यास उत्तर केलें, “ हं, घोडे हांक, आणि या सेनासमुद्रामधून मला भीष्म आहेत तेथें घेऊन चल; म्हणजे त्या अजिंक्य आजोबांना आज रणांत निजवितोंच !”

संजय सांगतोः—हें ऐकून, सूर्याप्रमाणें नजर ठरविण्यास कठीण असा दीप्तिमान भीष्मरथ होता तिकडे माधवानें ते रुप्याप्रमाणें शुभ्र घोडे नेले. भीष्मांशीं तोंड द्यावयाला अर्जुन उभा राहिलेला दृष्टीस पडतांच, पळत असलेलें तें सैन्य पुनः ठिकाणीं आलें. नंतर भीष्मांनीं वारंवार सिंहाप्रमाणें गर्जना करून धनंजयाचा रथ बाणांचे वर्षावांनीं आच्छादून टाकिला. धनंजयाचा तो रथ अश्व व सारथि यांसह एका क्षणांत बाणवृष्टीनें इतका आच्छादून गेला कीं, तो दृष्टीसच पडेना. परंतु सत्त्वशील श्रीकृष्णानें न घाबरत मोठ्या हिमतीनें भीष्मांचे बाणांनीं व्यापलेले ते आपले रथाचे घोडे पुढें चेपले. नंतर अर्जुनानें मेघगर्जनेतुल्य टणत्कार करणारें धनुष्य घेऊन तीन बाण सोडून भीष्मांचें धनुष्य तोडून पाडिलें. तथापि, राजा, तुझ्या पित्यानें पहिलें

धनुष्य मोडिलेलें पाहून एका क्षणांत दुसरें धनुष्य सज्ज केलें, व तें मेघाप्रमाणें शब्द करणारें धनुष्य दोन्ही हातांनीं खेंचलें. परंतु अर्जुनानें रागाचे तडाक्यांत ह्याही धनुष्याचे तत्काल तुकडे केले. अर्जुनाचें ह्या वेळचें तें हस्तलाघव पाहून, ' हे महाबाहो, शाबास, हे पांडुनंदना, शाबास; असलें हें महत्कर्म तूंच करावेंस; बा ! मी फार खुष झालों आहें, बच्चा चालूं दे, असाच मजबरोवर खेळ ! ' या प्रकारें भीष्मांनीं पार्थाची स्तुति केल्यावर, भीष्मांनीं दुसरें सनाटें धनुष्य घेऊन पार्थाचे रथावर बाण सोडिले. परंतु वासुदेवानें त्या वेळीं घोडे हांकण्याचें असें कांहीं कसब दाखविलें कीं, त्यानें तेथल्या तेथें वरचेवर रथाला गिरक्या देऊन भीष्मांचे सर्व बाण फुकट दवडिले. तथापि तशांतूनही भीष्मांनीं मोठ्या नेटानें कृष्णार्जुनांना बाणांनीं सर्वांगभर विंधून टाकिलें; त्या वेळीं ते दोघे नरव्याघ्र झोंबींत परस्परांचे अंगावर शिंगांच्या ओरखड्या निघालेल्या दोन क्रुद्ध पोळांप्रमाणें शोभूं लागले. भीष्मांनीं जास्तच खवळून हजारों बाण सोडून कृष्णार्जुनांच्या दिशाच बंद करून टाकिल्या; व ध्वनियुक्त हास्य करीत करीत रागावून बाण सोडीत कृष्णालाही पीडा करून कांपावयास लाविलें !

कृष्णशस्त्रग्रहण !
(प्रतिज्ञाभंग !)

संजय सांगतोः—संग्रामांतील तो भीष्माचा पराक्रम, अर्जुनाचा पुळपुळितपणा, उभय सेनांच्या मध्यें मध्याह्नसूर्याप्रमाणें उभे राहून भीष्मांचें तें बाण सोडणें, व युधिष्ठिराचे सैन्यांतील ठळक ठळक वीर मारून भीष्मांनीं पांडवसैन्यांत उभा केलेला कल्पांतकाळचा देखावा हीं पाहून त्या महाबाहु शत्रुहंत्या कृष्णाला कसें तें गोड लागलें नाहीं; व त्याला वाटलें, असा प्रकार चालू राहील तर हें युधिष्ठिरसैन्य नायनाट होईल. भीष्म देवदानवांची देखील एकाच दिवसांत चटणी करील; मग ह्या बापड्या ससैन्य व सानुचर पांडुपुत्रांची काय कथा ? हें पहा महात्म्या युधिष्ठिराचें महासैन्य पळतें आहे व सोमकांनीं पळ काढिलेला पाहून कौरव अधिकच उत्साहानें पुढें पुढें दडपीत येत आहेत; व तों तों भीष्मांना अधिकच स्फुरण चढत आहे. सारांश, पांडवांची अशानें धडगत नाहीं. त्यापक्षीं मी स्वतःच पांडवांसाठीं कंबर बांधून आज युद्धांत भीष्मांना उडवितों व पांडवांचे उरावरचें हें थोरलें दडपण दूर करितों; दुसरी तोड नाहीं. कारण, अर्जुनाकडे पहावें तों भीष्मांच्या बाणांनीं तो मरावयाचे पंथास लागला आहे, तथापि भीष्माबद्दल त्याची पूज्यबुद्धि असल्यानें तो कर्तव्यमूढ बनला आहे.

राजा, याप्रमाणें श्रीकृष्ण आपले मनाशीं बोलतो आहे तों भीष्मांनीं आणखीच चेतून पार्थरथावर बाणांचा असा कांहीं अलोट भडिमार केला कीं, त्या बाणांच्या असंख्यत्वामुळें सर्वही दिशा झांकून गेल्या. मग न अंतरिक्ष दिसे, न भूमि, न दिशा, न रश्मिमाली सूर्य ! चहूंकडून वारे उसळले, आणि सर्व दिशा धुंद व क्षुब्ध दिसूं लागल्या. इतक्यांत शांतनवाच्या आज्ञेंत असणारे द्रोण, विकर्ण, जयद्रथ, भूरिश्रवा, कृतवर्मा, कृप, श्रुतायु, अंबष्ठपति, विंद, अनुविंद, सुदक्षिण, प्राच्य, सौवीरगण, सर्व वसाति वीर, व क्षुद्रक आणि मालव देशचे राजे-या सर्वांनीं अर्जुनावर त्वरेनें धांव घेतली, तेव्हां असंख्य अश्व, पदाति, रथ, वारण यांच्या जाळ्यांनीं अर्जुन केवळ वेढून गेला आहे—शस्त्रधरश्रेष्ठ कृष्णार्जुन हे शत्रूचे चतुरंग बलानें केवळ वेढून गेले, असें सात्यकीच्या दृष्टीस पडलें; आणि तो त्यांचे साह्यार्थ तत्काल धांवत त्यां-

पाशीं आला; व विष्णूनें जसें इंद्राचें साह्य करावें, याप्रमाणें त्या सैन्यावर एकाएकीं हल्ला करून त्यानें अर्जुनाचें साह्य केलें. भीष्मांचे तडाक्यापुढें सर्व वीर त्रासून गेले आहेत, व हत्ती, घोडे, रथ, ध्वज यांचे समुदायांची दाणादाण झाली आहे, अशी स्थिति पाहून त्या पळत्या पांडवसैन्याला उद्देशून सात्यकि म्हणाला, "हे क्षत्रियहो, युद्ध सोडून असे पळतां कोठें? जुने लोकांनीं 'पळणें' हा कोठें भले क्षत्रियांचा धर्म सांगितला नाहीं. वीरहो, आपली प्रतिज्ञा सोडूं नका; आणि क्षात्रधर्माचें परिपालन करा." ह्या भाषणाबद्दल कृष्णानें सात्यकीची प्रसंशा केली. तितक्यांत ठळक ठळक राजे चारी बाजू पळत सुटले आहेत, अर्जुन अगदीं युद्धांत नरम पडला आहे व भीष्मांना तर लढाईचा अधिकाधिकच सर भरत आहे, हा प्रकार सहन न होऊन इकडे तिकडे धांवत सुटलेल्या सर्व कुरुवीरांना उद्देशून श्रीकृष्ण सात्यकीशीं बोलला कीं, "हे शिनिप्रवीरा, उगाच कंठशोष कशाला करितोस? जे जात आहेत त्यांना जाऊं दे—नव्हे, जे उभे आहेत त्यांनाही वाटेल तर जाऊं दे. त्यांशीं काय कर्तव्य? तूं मजा तर बघ. आज मी भीष्म व द्रोण यांस त्यांच्या रणांसह रथांतून खालीं आणितों. मी आतां संतापलों आहें त्यामुळें कौरवांकडील कोणीही रथी माझे हातून सुटणार नाहीं. मी माझें उग्र सुदर्शन घेऊन महाव्रत भीष्मांचे प्राण हरण करितों, आणि भीष्म व द्रोण ह्या दोघां म्होरक्यांस त्यांचे गणांसह रणांगणांत लोळवून अर्जुन, राजा युधिष्ठिर, भीम, तसेच माद्रीपुत्र यांचें प्रेम संपादन करितों; मला आज असा कांहीं उल्हास आला आहे कीं, एकूण धार्तराष्ट्र व तत्पक्षीय राजे यांस चिरडून टाकून मी अजातशत्रु धर्माचें राज्य धर्माला आज दिल्याशिवाय रहात नाहीं!"

असें म्हणून तो वसुदेवपुत्र कृष्ण हातचे घोडे सोडून व सूर्यतुल्य तेजस्वी, वज्रतुल्य समर्थ, तिखट धारेचें व सुंदर नाभीचें आपलें चक्र उगारून रथाखालीं उतरला; व आपल्या पायांच्या दणक्यानें पृथ्वीला कांपवीत वेगानें भीष्मांवर धांवून गेला. शत्रूची मस्ती जिरविणाऱ्या त्या क्रुद्ध उपेंद्राची त्या वेळची भीष्मावर चालून जाण्याची धाटी पाहून, मदांध होऊन दर्पानें पुढें निर्धास्त उभा राहिलेल्या मत्त हत्तीवर झेंप घालणाऱ्या मृगेंद्राचेंच स्मरण झालें. जातांना त्याच्या त्या श्यामल देहावरील पिंवळा पितांबर वाऱ्यानें फडफडत होता; व त्यामुळें, ज्याच्या अंगावर विद्युल्लता खेळते आहे अशा सजल मेघाची त्याला शोभा आली होती. प्रभूचा देह हेंच कोणी विशाल सरोवर, व त्याचा हात हेंच कोणी कमलनाल; कृष्णाच्या क्रोधरूपी सूर्याच्या उदयामुळें विकास पावलेलें, व घेराला असलेले वस्तऱ्याप्रमाणें तीक्ष्ण दंत ह्याच ज्याच्या पाकळ्या आहेत, असें सुदर्शनचक्ररूपी कमल, सृष्टयारंभीं नारायणाच्या नाभीपासून उत्पन्न झालेल्या त्या बालार्कसंनिभ आदिपद्माप्रमाणें दिसत होतें. असलें तें सुदर्शन हातीं घेऊन त्वेषानें मोठ्यानें आरोळ्या देत असतांना त्या उपेंद्राला पाहून, आज कौरवांचा क्षय निश्चित होणार असें वाटून भयानें व शोकानें सर्वच भूतें आक्रोश करूं लागलीं. तो धृतचक्र वासुदेव सर्व लोकांचें दहन करणाऱ्या कल्पांतकालीन अग्नीप्रमाणें भासला. तो लोकगुरु उड्या घेतच जेव्हां भीष्मांकडे धांवत चालला, तेव्हां भूतमात्राला जाळून टाकणारा हा कोणी धूमकेतुच उगवलासें वाटूं लागलें. चक्र घेऊन तो देव आपणावर येतो आहेसें पाहून शांतनव भीष्म कसा तो न डगमगतां आपलें तें गाण्डीवतुल्य टणत्कार करणारें धनुष्य दोन्ही हातांनीं खेंचीत राहिला, व त्यानें

तिळभरही न गांगरतां त्या अनंतवीर्य गोविंदाला अंगावर घेऊन म्हटलें, "हे जगन्निवासा, हे माधवा, हे चक्रपाणे, मजकडे ये ये. हा मी तुला नमस्कार करितों. हे लोकनाथा, हे सर्व शरण्या, ह्या माझ्या उत्कृष्ट रथावरून तूं मला या रणांत खालीं आण. हे कृष्णा, तूं माझा आज वध जरी केलास, तरी माझें इहपरलोकींही कल्याणच आहे. हे अंधकवृष्णिनाथा, तूं खुद्द मजवर चाल करून आलास, एवढ्यानेंच, हे वीरा, आज उभ्या त्रैलोल्यांत माझा मोठा मान झाला आहे !" हे भीष्मांचे शब्द कानीं येतांच अर्जुनानें लगबगीनें रथाखालीं उडी घेऊन आपल्या दीर्घ व पुष्ट हातांनीं त्या यदुवीर कृष्णाचे दोन्ही पीन व दीर्घ असे बाहु पकडले, व त्याला खेंचून धरिलें. परंतु अर्जुन आवरून धरीत असतांही तो योगेश्वर आदिदेव रागाचे सपाट्यांत, वावटळ ज्याप्रमाणें एखाद्या वृक्षाला उडवून नेते, त्याप्रमाणें त्या जिष्णूला आपल्या बरोबर ओढीतच वेगानें पुढें चालला. परंतु किरीटी पार्थानें मोठ्या जोरानें पाय रोवून वेगानें भीष्माकडे धांव घेणाऱ्या त्या हरीला दहाव्या पावलाला मोठ्या मुष्किलीनें खुटविलें. मग कृष्ण थोपला असतां, विचित्र स्वर्णमाला धारण करणारा तो अर्जुन प्रसन्न मनानें कृष्णाचे पायां पडून त्याला म्हणाला, "हे केशवा, आम्हां पांडवांना आश्रय तूंच आहेस, याकरितां हा कोप आवर. मजवर रागावूं नको. मी आपल्या पुत्रांची व बंधूंची शपथ घेऊन तुला सांगतों कीं, मीं जें कर्म करीन म्हणून प्रतिज्ञा केली आहे, तें करण्यास चुकणार नाहीं, तर हे इंद्रानुजा, तुझ्या म्हणण्याप्रमाणें कौरवांचा मी नायनाट करीन. करीन !"

अर्जुनाची ही शपथ व प्रतिज्ञा ऐकून, कुरुश्रेष्ठ अर्जुनाचें प्रिय करण्याविषयीं सदा उभा असणारा तो जनार्दन प्रसन्न होऊन आपले चक्रासह पुनरपि रथारूढ झाला, व पूर्ववत् घोड्यांच्या पागा हातीं घेऊन त्या शत्रुहंत्या शौरीनें आपला पांचजन्य शंख इतक्या जोरानें वाजविला कीं, त्याच्या शब्दानें सर्व दिशा दुमदुमून सोडिल्या. त्या वेळीं, ज्यानें कंठाभरण, बाजुबंद व कुंडलें घातलीं आहेत, रजोयुक्त कमळासारखे ज्याचे सुंदर नेत्र असून, ज्याचे दंत अति शुभ्र आहेत, अशा त्या कृष्णानें हातीं शंख घेतलेला पाहून सर्व कौरववीर आक्रोश करूं लागले; व कौरवांच्या सर्व सैन्यांतून उग्र असे सिंहनाद, रथांचे शब्द, तसेच नगारे, भेरी, मृदंग, पणव यांचे शब्द उठले. इकडे अर्जुनाच्या गांडीवाचा तो मेघगर्जनेतुल्य टणत्कार सर्व अंतरिक्ष व दिशा व्यापून राहिला; आणि त्यापासून सुटलेले ते निर्मळ व प्रसन्न बाण सर्व दिशा भरून चालले होते. त्या वेळीं आपला बाणयुक्त हात उभारून कौरवपति दुर्योधन भूरिश्रवा व भीष्म यांसह, गवत जाळणाऱ्या धूमकेतूप्रमाणें अर्जुनावर येऊन पडला. मग भूरिश्रव्यानें स्वर्णपिच्छाचे सात बाण अर्जुनावर सोडिले. दुर्योधनानें उग्रवेगाचा तोमर, शल्यानें गदा व भीष्मांनीं शक्ति सोडिली. त्या काळीं अर्जुनानें सातच बाणांनीं भूरिश्रव्यानें सोडिलेल्या सात उत्कृष्ट भल्लांना हाणून पाडून दुर्योधनाचे हातून सुटलेल्या तोमराचा एका तीक्ष्ण क्षुरानें फडशा पाडिला. त्यानंतर त्या वीरानें भीष्मांनीं सोडिलेली विद्युत्तुल्य शुभ शक्ति व शल्यानें फेंकिलेली ती गदा यांचा दोनच बाणांनीं छेद केला. नंतर त्यानें दोनही हातांनीं तें आपलें अद्भुत गांडीव खेंचून घोर असें माहेंद्र अस्त्र शास्त्रोक्त पद्धतीप्रमाणें आकाशांत प्रकट केलें. त्या उत्तमास्त्राचे योगानें त्या महात्म्या धनुर्धरानें शुद्ध अग्नीप्रमाणें लखलखीत अशा बाणजालांनीं सर्व कौरवसैन्याचें निवारण केलें.

पार्थधनुष्यापासून सुटलेले ते बाण शत्रूंकडील रथ, ध्वजाग्रें, धनुष्यें व बाहु यांस छेदून जाऊन राजे, हत्ती व घोडे यांचे शरीरांत घुसले. नंतर पार्थानें आपल्या सुतीक्ष्ण शरांनीं सर्व दिशा व उपदिशा व्यापून टाकून आपल्या गांडीवाचे शब्दानें सर्व योद्धयांचीं मनें व्याकूळ करून सोडलीं. असला तो भयंकर गाण्डीवाचा टणत्कार सुरू झाला असतां त्याचे खालीं शंखाचे शब्द, नगाऱ्यांचे आवाज, घोड्यांचीं खेंकाळणीं व रथांची उग्र घरघर हीं सर्व लोपून गेलीं. तेव्हां त्या गांडीवाचा शब्द ओळखून हिंमतवान् विराटप्रमुख वीर, पांचाल व द्रुपद हेही त्या स्थळीं आले. परंतु, राजा, तुझ्या सैनिकांना मात्र जेथें जेथें तो टणत्कार कानीं पडला तेथल्या तेथेंच ते दबून गेले; कोणी छाती करून त्याचा प्रतिकार करण्याला पुढें सरसावेना. गांडीवाचा तो भडिमार चालला असतां निवडक निवडक वीर रथ, अश्व व सारथि यांसह मारिले गेले; व सुंदर सोनेरी झुली घातलेले व मोठाले बाहुटे उभारलेले मोठमोठाले हत्ती अर्जुनानें तीक्ष्ण व विमलबाणांनीं त्यांच्या झुली व शरीरें फोडून काढिल्यामुळें गतप्राण होऊन धाडधाड खालीं पडत होते. सैन्यभागाचे तोंडाशीं उभारलेल्या मोठमोठ्या ध्वजांच्या कळी व मोठमोठे खिळे, व तसेच रथ, अश्व, नाग व पदातिही अर्जुनानें त्या रणांत हाणून पाडिले. राजा, या महान् ऐंद्रास्त्रापासून सुटणाऱ्या बाणांच्या योगानें अंगावरील कवचें व शरीरें हीं उभयही भेद पावून शत्रूकडील वीर व गजाश्व पटापट गतप्राण होऊन व गात्रसंकोच करून भूमीवर पडत होते!

तृतीयदिनसमाप्ति.

नंतर, राजा, पार्थानें आपल्या तीक्ष्ण बाणांचे योगानें, मनुष्यांच्या देहांना पाडिलेल्या क्षतांतून भळाभळा वाहणारें रुधिर हेंच जिच्यांतील उदक आहे, व त्यांची चरबी हाच जिच्यांतील फेंस आहे, अशी एक रक्तनदीच त्या रणांगणांत उभी केली. ती रक्तनदी मोठ्या ओघानें व वेगानें वहात असतां, वाटेंत मरून पडलेल्या हत्तीघोड्यांच्या शरीरांचा बांध हेच तिचे तट होते. नरेंद्रांच्या मज्जांतून बाहेर पडलेल्या मांसाचा तिच्यांत चिखल माजला असून तिच्यावर अनेक भूतराक्षसांच्या झुंडी पडल्या होत्या. मस्तकाचे कवट्यांवरील कुरळ केश हीच जिच्यांतील शेवाळ होती; मध्यें मध्यें पडलेल्या गजाश्वादिकांचे शरीरसमूहांना अडखळल्यानें जी सहस्र धारांनीं वहात होती; तुकडे तुकडे होऊन जाऊन वर तरंगणाऱ्या कवचांच्या योगानें जी तरंगसंकुल दिसत होती; गज, अश्व, नर यांचे हाडांचा चुराडा हीच जिच्यांतील पुळण होती; व कुतरीं, कंक, कोल्हीं, लांडगे, गिधाडें, कावळे, मांसाशन राक्षस व तरस यांच्या झुंडीच्या झुंडी जिचे कांठावर बसल्या होत्या, अशी ती महाभयंकर नदी लोकांना प्रत्यक्ष वैतरणी नदीसारखीच भासली!

असो; अर्जुनाचे बाणसंघानें निर्माण केलेली ही—मेद, वसा, रुधिर यांनीं वहाणारी भयंकर रक्तनदी, व जिच्यांतील बहुतेक ठळक वीर फाल्गुनानें ठार केले आहेत अशी ती कौरवसेना पाहून चेदि, पांचाल, करूष, मत्स्य व सर्व कुंतीपुत्र यांनीं जयाच्या आरोळ्या दिल्या. जात्याच ते खंदे वीर होते, आणि तशांत विजयप्राप्तीनें त्यांस अधिकच अवसान आलें होतें, यामुळें त्यांनीं आरोळ्या इतक्या जोराच्या दिल्या कीं त्याबरोबर कौरववीरांचीं घाबरगुंडीच उडाली. सिंहानें मृगांचे कळप त्रासवावे त्याप्रमाणें कौरवांकडील सर्व सेनापतींचे हाताखालील सेनेला भेवडावून मोडून शत्रुभयकर्त्या अर्जुनानें तींतील ठळक वीर नाहींतसे केले, हें

पाहून स्वतः जनार्दन व अर्जुन हेही मोठ्या आनंदानें आरोळ्या देऊं लागले. इतक्यांत भगवान् सहस्त्ररश्मि आपलें किरणजाल आवरून अस्ताकडे चालला आहे, व प्रत्यक्ष युगांताचा भास उभा करणारें तें घोर ऐंद्रास्त्र अंतरिक्षांत अजून तसेंच पसरलेलें आहे असें पाहून, शस्त्रांचे योगानें ज्यांचीं शरीरें सर्वभर क्षतयुक्त झालीं आहेत अशा त्या कौरववीरांनीं भीष्म, द्रोण, बाल्हिक, दुर्योधन यांसह रणांतून छावणीची वाट धरिली. धनंजयानेंही पाहिलें तों सूर्यनारायण अगदीं लालवर्ण झाला आहे, व रात्र जवळ येऊन ठेपली आहे, शत्रू चीत झाले आहेत व आपण विजयी होऊन सर्वतोमुखीं आपली वाहवाही झाली आहे, त्या अर्थी आपली आजचे दिवसाची कामगिरी पुरी झाली असें पाहून नरेंद्र व भ्राते यांसह तो रात्रौ विश्रांतीकरितां आपले छावणींत गेला; आणि, हे राजा, तुझे पक्षाचे इतर लोक अर्जुनापुढें जर्जर होऊन, रात्र पडल्यामुळें मोठमोठे हजारों टेंभे व मशाली पाजळून व तोंडानें "आज महारथी अर्जुनानें दहा हजार रथी व सातशें हत्ती मारून सर्व प्राच्य सौवीर, क्षुद्रक व मालववीर पाडिले; व रणांत खवळून जाऊन प्रत्यक्ष भीष्मांसह द्रोण, कृप, जयद्रथ, बाल्हीक, भूरिश्रवा, शल, शल्य, श्रुतायु, अंबष्टपति दुर्योधन दुर्मर्षण यांसही आपले बाहुबलानें जिंकून दुसरे कोणाचेही हातून होणार नाहीं असें अद्भुत कर्म केलें; एकूण धन्य त्या वीराची!" अशा प्रकारें अर्जुनाची कीर्ति गात गात आपल्या छावणींत शिरले.

अध्याय साठावा.

—:०:—

भीष्मार्जुनाचें द्वैरथ युद्ध.

संजय सांगतोः-हे धृतराष्ट्रा, अर्जुनाच्या त्या दिवशींच्या कृत्यामुळें भीष्मांना अत्यंतच संताप चढला होता. मग त्यांनीं कशीबशी ती रात्र लोटून उजाडतांच सर्व कौरवसैन्याचे अग्रभागीं राहून सर्व बल घेऊन शत्रुसैन्यावर चाल केली. त्यांच्या साह्यार्थ द्रोण, दुर्योधन, बाल्हिक, तसेच दुर्मर्षण, चित्रसेन, बलाढ्य जयद्रथ व अन्यही सर्व राजे आपापल्या सैन्यांसह त्यांभोंवतीं जमले. त्या तेजस्वी व वीर्यवान् अशा महारथी राजश्रेष्ठांच्या मंडळांत, देवसभेचे मध्यस्थानीं इंद्र शोभावा त्याप्रमाणें भीष्म शोभत होते. मुख्य मुख्य तुकड्यांच्या तोंडीं असणाऱ्या प्रचंड गजांचे स्कंधांवर उभ्या केलेल्या उंची लाल, पिंवळ्या, काळ्या व पांढऱ्या रंगांच्या पताका फडफडत असतांना फारच बहारीचा देखावा दिसत होता. मोठमोठे रथ, गज, अश्व यांनीं भरून गेलेली ती भीष्मांचे हाताखालील सेना वर्षारंभींच्या सविद्युत् मेघाप्रमाणें किंवा मेघयुक्त आकाशाप्रमाणें दिसत होती. नंतर ती भीष्मांनीं रक्षित महोग्र कुरुसेना ज्या वेळीं युद्धार्थ अर्जुनावर एकाएकीं लोटली, त्या वेळीं तिचा वेग एखाद्या महानदीप्रमाणें भयंकर होता. ज्यामध्यें गज, अश्व, रथ, पदाति यांची सारखी थाप लागून राहिली आहे व ज्यामध्यें नाना तऱ्हेची गुप्त शक्ति भरली आहे, अशा त्या महामेघतुल्य कौरवव्यूहाकडे कपिध्वज महात्म्या अर्जुनाची दृष्टि गेली. मग, शत्रूकडील सर्व तरुणांचा वध करावयाची प्रतिज्ञा करून, आपल्या बुरखा घातलेल्या व शुभ्राश्व जोडलेल्याजयध्वज रथांत बसून तो महात्मा सैन्याचे अघाडीस गेला. त्या काळीं, राजा, सर्व सामानानें भरलेला, मढविलेल्या दांड्यांचा, यदुश्रेष्ठानें स्वाधीन ठेविलेला, व कपिध्वजानें युक्त असा अर्जुनाचा रथ दृष्टीस पडतांच, तुझ्या पुत्रांसह सर्व कौरवांच्या कंबराच बसल्या. ज्याच्या चारी कोन्यांला चार चार हजार हत्ती ठेविले आहेत, व लोक-

महारथ किरीटी हातीं शस्त्र उगारून ज्याचें रक्षण करीत आहे, असा तो अद्भुत व्यूह तुझे पुत्र वेड्यासारखे टकमक पहात बसले. त्या दिवशीं सकाळीं कौरवश्रेष्ठ धर्मराजानें जो व्यूह रचिला, तसला या भूलोकांत यापूर्वी मनुष्यांत कोणी रचला नव्हता; इतकेंच नव्हे, तर कोणीं पाहिला किंवा ऐकिला देखील नव्हता. असो; मग श्रेष्ठ श्रेष्ठ चेदींसह प्रमुख पांचाल आपापले जागीं उभे राहिले. नंतर सेनापतीचे आज्ञेवरून त्या स्थळीं हजारों दुंदुभि वाजूं लागले. शंखांचे भोंभाट, रणवाद्यांचे कडकडाट, रथांचे खडखडाट, सैन्यांतून ठिकठिकाणीं होत असलेले वीरांचे सिंहनाद, असा एकच कोलाहल माजला. इतक्यांत वीरांनीं आपलीं विशाल धनुष्यें ताणून त्यांपासून सटासट बाण सोडण्यास आरंभ केला.त्या वेळीं त्या धनुष्यांच्या प्रत्यंचांच्या फटफटीनें, बाणांच्या सोसाट्यानें व शंखांचे ध्वनीनें एका क्षणांत त्या नौबदी-काहलींचेही शब्द गिळून टाकिले. आधींच आकाश त्या शंखांचे शब्दानें कोंदाटलें होतें, तशांत रणभूमीवरून धुरोळा उडून त्याचें आकाशांत असें कांहीं दाट पटल बसलें कीं, त्या वेळीं आकाशभर छतच पसरलें आहे कीं काय असा भास होऊं लागला. मग अशी वेळ पाहून उभयपक्षीय वीरांनीं एकदम चढाव केला. कोठें कोणीं रथ्यानें घोडे, ध्वज, सारथि यांसह प्रतिरथी मारून पाडिला. हत्तीनें हत्ती तुडविला. पायदळानें पायदळ तुडविलें. कांहीं स्थळीं निवडक घोडेस्वारांनीं आपल्यावर प्रतिपक्ष्याचे स्वार चालून आल्यामुळें त्यांना भाले व तरवारी यांखालीं घायाळ करून घोड्यांसह खालीं पाडिलें. तेव्हां त्यांचे चेहेरे फारच भयंकर दिसूं लागले. सूर्याप्रमाणें तेजस्वी व वर सोन्याचे तारे बसविल्यामुळें फारच शोभिवंत दिसणारीं अशीं दिव्य कवचें फरशा, भाले व तरवारी, यांचे तडाक्यानें चूर होऊन पडलीं. कांहीं कांहीं रथी हत्तींच्या दांतांच्या धडकेनें चूर होऊन सारथ्यांसह भूमीवर पडले. उलटपक्षीं कांहीं मतंगज रथ्यांच्या बाणांचे घायांनीं विव्हळ होऊन धरणीवर पडले. कांहीं लोक तर हत्तींच्या झुंडींच्या रेटांखालीं व दांतांखालीं चिरडून गेलेल्या स्वार व पदाति या वीरांचे विलापरव कानीं आल्यानेंच कंबरा खचून जागजागीं पडले.

याप्रमाणें स्वार व पदाति यांचा सारखा सत्तम उडून राहिला आहे, व अनेक गज, रथ, घोडे पळ काढीत आहेत अशा समयीं महारथांनीं परिवेष्टित असलेल्या भीष्मांची दृष्टि त्या कपिध्वज अर्जुनाकडे गेली. मग उत्तम घोड्यांमुळें ज्याचे रथाचा वेग अद्भुत वाढला आहे, व ज्याचे रथावर निशाणादाखल पांच ताड उभारले आहेत अथवा ज्याचा तालध्वज पांच ताड उंच आहे असा तो गंगापुत्र दिव्यास्त्रांचे योगानें जो विद्युल्लतेप्रमाणें चमकत आहे अशा त्या किरीटीवर चालून गेला. त्याचप्रमाणें द्रोणप्रभृति वीरही त्या इंद्रतुल्य पराक्रमी इंद्रपुत्रावर जाऊन पडले. राजा, या मंडळींत कृप, शल्य, विविंशति, दुर्योधन व सौमदत्ति हे होते. इतक्यांत, सर्वास्त्रनिपुण व विचित्र सोनेरी चिलखत चढविलेला अर्जुनाचा औरस पुत्र अभिमन्यु या सर्वही मंडळीवर मोठ्या वेगानें चालून आला. त्या वेळीं त्या असह्यपराक्रमी अर्जुनपुत्राला असा तेज चढला होता कीं, त्यानें त्या सर्व महारथ्यांचीं महान् महान् अस्त्रें तेव्हांच हाणून पाडलीं. ते समयीं त्याचें तेज म्हणजे महामंत्रांनीं बोलावून आणलेल्या यज्ञमंडपस्थ ज्वालायुक्त भगवान् अग्निप्रमाणें दिसत होतें. तें पाहून भीष्मांनीं त्याला टाळिलें, व न डगतां शत्रूंच्या रक्ताची अल्पावधींत एक नदी निर्माण करून महारथ पार्था-

कडेसच धांव घेतली. तेव्हां पार्थानें हंसून आपल्या अद्भुत सामर्थ्याच्या गांडीव धनुष्यापासून विपाठसंज्ञक तीक्ष्ण बाणांनीं भीष्मांचे महास्त्रजालाचा उच्छेद केला. पश्चात् त्या महात्म्या कपिध्वजानें सर्वधनुर्धरोत्तम भीष्मांवर बाणांची केवळ झोड उठविली; व विशेषतः लखलखीत अशा भल्ल नामक बाणांची गर्दी केली. उलटपक्षीं, सूर्यानें अंधकाराचे धुडके उडवावे त्याप्रमाणें भीष्मांनीं अर्जुनाच्या त्या महास्त्रजालाचे अंतरिक्षांतच धुडके धुडके उडविलेले तुजकडील लोक डोळ्यांनीं पहात होते. या प्रकारें धनुष्यांच्या भयंकर नादानें भरलेलें व मोठ्या जोरानें चालविलेलें तें पुरुषश्रेष्ठ भीष्मार्जुनाचें द्वैरथयुद्ध कुरु, सृंजय व इतर सर्व लोक पहात राहिले.

अध्याय एकसष्टावा.

—०:—

सायंमनिपुत्रवध.

संजय म्हणतोः—राजा, इकडे अश्वत्थामा, भूरिश्रवा, शल्य, चित्रसेन व सायंमनीचा पुत्र या पांचांनीं सौभद्राला वेढलें. परंतु तो अतितेजस्वी सौभद्र न डगतां पांचांशीं तोंड देत होता; व हत्तींमध्यें उभ्या राहिलेल्या सिंहाच्या छाव्याप्रमाणें निर्भय झुंजत होता, असें लोकांनीं पाहिलें. अचूक नेम मारण्यांत, शौर्यांत, पराक्रमांत, अस्त्रयोजनेंत किंवा हस्तलाघवांत अभिमन्यूच्या तोडीचा एकही वीर तेथें नव्हता. याप्रमाणें आपला पुत्र कंबर कसून युद्धांत शत्रूंवर धूम गाजवीत आहे असें पाहून अर्जुनानें आनंदानें सिंहनाद केला. हे राजेंद्रा, तुझ्या नातवानें आपल्या सैन्याला याप्रमाणें जर्जर केलेलें पाहून तुझे पक्षाचे वीरांनीं त्यास गराडा दिला. तथापि शत्रूंना दीन करून सोडणारा तो सुभद्रापुत्र न डगतां मोठ्या तडफेनें व जोरानें तुमच्या सेनेवर चालून गेला. शत्रूंशीं लढत असतां त्याचें तें सूर्यतुल्य तेजस्वी महाधनुष्य एकसारखें चटाचट बाणच फेंकीत आहेसें शत्रूंनीं पाहिलें. मग त्यानें एक बाणानें अश्वत्थाम्याला व पांचांनीं शल्याला वेधून आठ बाणांनीं सायंमनीचा ध्वज तोडला. सौमदत्तीनें त्यावर सोनेरी दांड्याची एक सर्पतुल्य शक्ति टाकिली; परंतु सौभद्रानें एकाच तीक्ष्ण बाणानें तिचा अपहार केला. तसेंच शल्य मोठ्या सनात्यानें बाण मारीत असतां असतां, त्याला दाद न देतां त्या अर्जुनपुत्रानें शल्याचे चारही घोडे मारून टाकिले. त्या वेळीं भूरिश्रवा, शल्य, द्रौणि, सायंमनि आणि शल हे सगळेच घाबरून गेले; व अभिमन्यूच्या त्या बाहुबलाचे प्रभावापुढें त्यांचा टिकाव निघेना. तेव्हां, राजेंद्रा, तुझ्या पुत्राचे आज्ञेवरून, धनुर्वेदनिपुण व युद्धांत शत्रूला अजिंक्य अशा कैकेयांसह मद्र व त्रिगर्त मिळून पंचवीस हजार योद्ध्यांनीं त्यांवर उठलेल्या अर्जुनाला व अभिमन्यूला एकत्रच कोंडिलें. इतक्यांत, राजा, ते महारथ पितापुत्र शत्रूंनीं वेढिले आहेत असें शत्रुंजय सेनापति धृष्टद्युम्नानें पाहिलें; तेव्हां हजारों हत्ती व रथवृंद तसेच शेंकडों हजारों घोडे व पायदळ बरोबर घेऊन धृष्टद्युम्न धनुष्य ताणून आणि रागानें सैन्याला चाल करण्याचा हुकूम देऊन त्या मद्रसैन्यावर व केकयांवर आला. त्या कीर्तिमान् व दृढधनुर्धारी सेनापतीचे हाताखालील तें सैन्य रथ, हत्ती, अश्व यांसह त्वेषानें शत्रूंवर चढ करीत असतांना फारच गमतीचें दिसत होतें. नंतर, त्या धृष्टद्युम्नानें अर्जुनासंमुख चाल करून जाणाऱ्या कृपाचार्याला गळ्याचे फांसळीजवळ तीन बाण मारिले. नंतर दहा मद्रकांना दहाच बाणांनीं मारून त्यानें त्याच दमांत कृतवर्म्याचे पृष्ठरक्षकाला भल्ल बाणांनीं चीत केलें. पुढें

महात्म्या पौरवाचा वारस जो दमनक त्याला त्या शत्रुदमनानें लखलखीत अग्राचे बाणानें मारिलें. तें पाहून सायंमनीचे पुत्रानें त्या दंडुक्या धृष्टद्युम्नाला तीस बाणांनीं वेधिलें व त्याचे सारथ्याला दहा बाणांनीं मारिलें. याप्रमाणें सायंमनीनें महाधनुर्धर धृष्टद्युम्नाला जेव्हां फारच जखमी केलें तेव्हां त्यानें संतापून जिभळ्या चाटीत चाटीत भल्ल नामक अतितीक्ष्ण बाणानें सायंमनीचें धनुष्य तोडून टाकिलें; व खुद्द त्यावर पंचवीस बाण त्याच वेळीं सोडून शिवाय त्याचे घोडे व दोघेही पृष्ठरक्षक मारून टाकिले. मग हताश्व अशा रथांत बसून त्या सायंमनिपुत्रानें धृष्टद्युम्नाचे पुत्रावर नजर फेंकली, व हातीं अतितीक्ष्ण पोलादी खड्ग घेऊन रथांत बसलेल्या धार्ष्टद्युम्नाकडे पायींच धाव घेतली. त्या वेळीं तो पांडवांना व धृष्टद्युम्नाला एखादे पाणलोटाप्रमाणें किंवा आकाशांतून उडी घेणाऱ्या सर्पाप्रमाणें भासला. सूर्याप्रमाणें चमकत असून माजलेल्या हत्तींची गुर्मी ज्याच्यांत दिसत होती असा तो वीर म्यान भिरकावून देऊन जंगी समशेर हातीं घेऊन कालानें जगत्संहारार्थ प्रेरिलेल्या अंतकाप्रमाणें दिसला. मग असलें तीक्ष्ण खड्ग व ढाल हातीं घेऊन बाणाचा टप्पा चुकवून हा आपले नजीक येऊन भिडतो असें पाहून त्या सेनापति पांचालपुत्रानें गदाघातानें त्याचें शिर रागाचे तडाक्यांत दूर उडविलें ! राजा, मरून पडत असतां त्याचे हातांतील ती लखलखीत ढाल व तरवारही झपाट्यानें खालीं पडली. याप्रमाणें त्या सायंमनिपुत्राला गदेचे शेंड्यानें उडवून दिल्यानें त्या भीमविक्रम पांचालपुत्राला फार आनंद झाला. हे राजा, असला तो महारथी महाधनुर्धर राजपुत्र जेव्हां मारिला गेला, तेव्हां तुझ्या सैन्यांत मोठाच हाहाःकार माजला. मग आपले पुत्राला मारिलेलें पाहून सायंमनीचा संताप झाला व तो भिरीरीसरसा युद्धदुर्मद अशा धृष्टद्युम्नावर धांवत जाऊन पडला. दोघेही गडी रगदार व शूर होते, म्हणून त्यांची ती झुंज सर्व कौरव, पांडव व एकूण राजे मोठ्या उत्सुकतेनें पहात होते. इतक्यांत, अंकुशानें मत्त हत्तीला टोंचावें त्याप्रमाणें शत्रुहंत्या सायंमनीनें तीन बाणांनीं धृष्टद्युम्नाला टोंचिलें. तशांतच रणशाली शूर शल्यानेंही धृष्टद्युम्नाचे छातींत तडाखा दिला. तेव्हां प्रकरण चिरडीवर येऊन निकराचेंच युद्ध जुंपलें.

अध्याय बासष्टावा.

—:०:—

भीमयुद्ध.

धृतराष्ट्र म्हणतोः—संजया, माझे पुत्राचें सैन्य भीष्मद्रोणांसारख्यांनीं युक्त व दीडपटीनें मोठें असूनही पांडवसैन्यापुढें जर्जर होतें, यावरून पौरुषापेक्षांही दैव बलवत्तर, असें मी मानितों. अरे बाबा, रोज ऐकावें तों तूं आपले माझेकडील वीर मेल्याचेंच सांगत असतोस; आणि पांडव मात्र सदाकदा बिनघोर व आनंदांत आहेत असें सांगतोस ! संजया, ऐकावें तों तुझें ह्मणणें माझे वीर पुरुषार्थानें पांडवांहून हीन असून कोणी पडत आहेत, पाडिले जात आहेत, ठार होत आहेत, असेंच तूं सांगतोस. अरे, माझे वीर अंगांत असेल तेवढी शक्ति खर्चून युद्ध करून जय मिळविण्याविषयीं सारखे झटत असतां, ऐकावें तों आपले पांडवच जिंकतात, आणि माझे हरतातच, हें कसें ? अरे बाबा, याप्रमाणें दुर्योधनाचे पायीं आला तो दिवस हजारों तीव्र व असह्य दुःख मी ऐकतों आहें; कसें करूं ? मी पुष्कळ विचार करितों; पण जेणेंकरून युद्धांत पांडव जिंकले जाऊन माझ्यांना विजय प्राप्त होईल

असा उपायच मला आढळत नाहीं. तूं तरी कांहीं सांग.

संजय म्हणतोः—राजा, उपायाची वेळ गेली. हा सर्व भयंकर अनर्थ तूंच घडवून आणिला आहे. आतां रडतोस कां? आतां स्वस्थ चित्तानें तुजकडील हत्ती, घोडे, रथ, मनुष्यें या सर्वांची कत्तल कशी उडते आहे तीं ऐकून घे!

शल्यानें जेव्हां नऊ बाणांनीं धृष्टद्युम्नाला पीडिलें, तेव्हां धृष्टद्युम्नानेंही मद्रपति शल्याला रागावून लोहमय बाणांनीं उलट पीडिलें. त्या वेळीं धृष्टद्युम्नाचा पराक्रम कांहीं विलक्षणच आह्मीं पाहिला! कारण, रणशाली शल्यासारख्या वीरालाही त्यानें पानाला चुना लावण्याचे अवकाशांत उडवून दिलें. बाकी दोघेही वीर तोलाचेच असल्यानें, कांहीं वेळपर्यंत त्यांच्यांत फरक किंवा कमजास्तपणा दिसेचना. मग शल्यानें जहर पाजलेल्या तीक्ष्ण भल्ल बाणानें धृष्टद्युम्नाचें धनुष्य तोडिलें; व वर्षाकालीं मेघ ज्याप्रमाणें जलवृष्टीनें पर्वतास झांकतात त्याप्रमाणें त्यानें बाणवृष्टीनें त्या पार्षतास झांकून टाकिलें; शल्यानें धृष्टद्युम्नाला पीडिलेला पाहून अभिमन्यु संतापून वेगानें शल्याचे रथाशीं भिडला. व तेथें पोहोंचतांच त्या महारागीट वीरानें अत्यंत तीक्ष्ण बाणांनीं शल्याला विंधिलें. राजा, त्या वेळीं अभिमन्यूला आळा घालण्याचे इच्छेनें तुजकडील वीर तत्काल शल्याचे रथाभोंवतीं जमले. दुर्योधन, विकर्ण, दुःशासन, विविंशति, दुर्मर्षण, दुःसह, चित्रसेन, दुर्मुख, सत्यव्रत, आणि—हे राजा, देव तुझें कल्याण करो, पुरुमित्र, एवढे हे शल्याला संभाळूं लागले. या दहा कौरवरथ्यांना निवारण करण्याकरितां क्रोधी भीमसेन, पार्षत धृष्टद्युम्न, पांच द्रौपदीपुत्र, अभिमन्यु व नकुलसहदेव याप्रमाणें पांडवांकडूनही दहाचजण उभे राहिले. दोन्ही पुढे एकमेकांचे जिवावर उठले असल्यानें मोठ्या आनंदानें एकमेकांवर नानाप्रकारचीं शस्त्रें सोडीत होते. बाकी, हे राजा, या दसकड्यांना भिडण्याचा प्रसंग येण्याला कारण तुझी दुष्ट मसलतच होय. मग या रथ्यांच्या दसकड्या रागावून जेव्हां भयंकर युद्ध करूं लागल्या, त्या वेळीं उभयपक्षीय रथी लढाई सोडून स्तब्ध पहात बसले. दोहोंकडील ते महारथी अनेक प्रकारचीं शस्त्रें सोडीत होते, व परस्परांना हांका दे देऊन घाव मारीत होते. जो तो प्रतिस्पर्ध्याच्या नरडीचा घोट घेऊं पहात आहे, व रागानें लाल होऊन चढाओढीनें शत्रूला चिरडतो आहे, कोणी कोणाची गय मिळून करीत नाहीं, व आपलें भाऊपण विसरून शस्त्रास्त्रांच्या साहाय्यानें ईर्षे ईर्षेनें एकमेकांवर तुटून पडत आहे, असा देखावा बनून राहिला. दुर्योधनानें तर रागारागानें धृष्टद्युम्नाला हां हां म्हणतां चार तीक्ष्ण बाणांनीं विंधिलें. पाठोपाठ दुर्मर्षणानें वीस, चित्रसेनानें पंचवीस, दुर्मुखानें नऊ, दुःसहानें सात, विविंशतीनें पांच व दुःशासनानें तीन बाण धृष्टद्युम्नाला मारिलें. राजा, या सर्वांनाही त्या शत्रुतापन धृष्टद्युम्नानें एकट्यानें पंचवीस पंचवीस बाण मारून आपलें हस्तलाघव प्रकट केलें. अभिमन्यूनें सत्यव्रत व पुरुमित्र यांना दहादहा बाणांनीं समाचार घेतला; आणि, राजा, मातेला आनंद देणाऱ्या त्या माद्रीपुत्रानें आपले मामावरच तीक्ष्ण बाण सोडिले. तो तर एक विलक्षणच देखावा झाला. ते वेळीं, राजा, तोडीस तोड देऊं पहाणाऱ्या त्या दोघांही भाच्यांना शल्यानें बाणवर्षावानें असें कांहीं व्यापून टाकिलें कीं, त्यांना हालतां येईना.

इतक्यांत, भीमसेनाची दृष्टि दुर्योधनावर गेली तेव्हां या कलिपुरुषाला एकदां ठेंचून टाकून कलहाचा नीमोड करून टाकावा अशा इराद्यानें भीमानें आपली गदा हातीं घेतली. तेव्हां, राजा,

गदा उगारून धरल्यानें, वर शिखर उचललेल्या कैलास पर्वताप्रमाणें भासणाऱ्या त्या धिप्पाड भीमाला पहातांच तुझ्या पुत्रांनीं भयानें पोबारा केला ! दुर्योधन मात्र रागावून दहा हजार वेगवान् हत्तींचे तुकडीसह मागधाला पुढें करून रागानें भीमसेनावर आला. हत्तीसेनेसह दुर्योधन आपणावर येत आहेसें दृष्टीस पडतांच, भीम हा सिंहाप्रमाणें गर्जना करीतच गदेसह रथाखालीं उतरला; व एका पर्वताचें सामर्थ्य जींत भरलें आहे अशी आपली भली लठ्ठ गदा कवळून आ पसरून धावणाऱ्या अंतकाप्रमाणें त्या गजसेनेवर धांवत गेला. मग वज्रधर इंद्राप्रमाणें बलाढ्य असा तो महाबाहु भीमसेन आपल्या गदेच्या रट्टयानें हत्तींचीं धुडें धडाधड लोळवीत त्या समरभूमीवर संचरूं लागला. महाबाहु भीमसेन गर्जना करीत असतां, त्याच्या त्या मन व हृदय या उभयांना कांपवून सोडणाऱ्या गर्जनेनें भिऊन जाऊन ते हत्ती एकमेकांला चिकटून बसले, व त्यांची हालचाल बंद पडली. अशांत भीमाचे पाठीराखे द्रौपदीपुत्र, महारथ अभिमन्यु, नकुलसहदेव व पार्षत धृष्टद्युम्न हे सर्वजण पर्वतावर मेघ त्याप्रमाणें त्या हत्तींवर बाणांचा वर्षाव करीत सुटले. त्या पांडववीरांनीं क्षुर, क्षुरप्र भल्ल व आंजलिक नामक तीक्ष्ण पाजळलेल्या बाणांनीं त्या हत्तींवरील वीरांचीं मुंडकीं तोडिलीं. अंकुश धरलेले हात, भूषणें घातलेले बाहु व मुंडकीं हीं तुटून खालीं पडत असतां पाषाणवृष्टीचा भास झाला. कांहीं गजारोही मुंडकीं तुटून तसेच गजपृष्ठावर राहिले असतां, पर्वतावरील शेंडे तुटलेल्या वृक्षांप्रमाणें भासूं लागले. राजा, यांशिवाय महात्म्या धृष्टद्युम्नानें पाडिलेले, व पाडिले जात असलेले अनेक महागज आम्हीं पाहिले. इतक्यांत मागध राजानें त्या रणांगणांत एक ऐरावतासारखा प्रचंड गज सौभद्राचे रथावर घातला. तो मागध राजाचा महागज आपणावर चालून येतोसें दिसतांच त्या शत्रुहंत्या सौभद्रानें एकाच बाणानें त्याला ठार केलें. मागधाचा हत्ती मेल्यावर शत्रुजेत्या सौभद्रानें एका रजतपुंख बाणानें त्या राजाचें शिर तोडलें. भीमसेन त्या गजघटेंत घुसून, पर्वतांना चुरडीत इंद्र जातो त्याप्रमाणें हत्तांना मारीत समरांत संचार करूं लागला. वज्रप्रहारानें उडविलेल्या पर्वताप्रमाणें भीमाच्या एकाच तडाक्यानें ठार केलेले शेंकडों हत्ती आम्हीं पाहिले. हे राजा, कांहींचे दांत मोडलेले, कांहींचीं गंडस्थळें फुटलेले, कांहीं मांड्यांत चुरडलेले, कांहींचे पेकाट मोडलेले, कांहीं ठारच झालेले, कांहीं चीत्कार करीत असलेले, कांहीं खचून खालीं बसलेले, कांहीं रणांत मोहरा फिरवून उभे राहिलेले, कांहीं पळत सुटलेले, कांहीं भयानें व्याकूळ झालेले, कांहीं मलमूत्र टाकीत असलेले, कांहीं भीमाचे वाटेंतच पर्वतांप्रमाणें आडवे पडलेले, कांहीं तोंडांतून फेंस तर कांहीं रक्त ओकीत असलेले, कोणी गंडस्थळें फुटलेले तर कोणी विव्हल होऊन पर्वतांप्रमाणें धाडकन् भूमीवर पडलेले असे अनेक हत्ती त्या वेळीं तेथें मीं पाहिले. त्यांचे रक्त व मेद यांनीं अंग लेपाटलेला, व चरबी व मज्जा यांनीं छिडकावलेला भीमसेन दंडधर कालाप्रमाणें समरांत फिरत होता. हत्तींचे रक्तानें माखलेली ती गदा धारण केलेला तो वृकोदर पिनाक धारण केलेल्या युगांतींच्या शंकराप्रमाणें विक्राळ व भयंकर दिसत होता. राजा, याप्रमाणें तो रागावलेला भीमसेन हत्तींचा फडशा उडवीत सुटला असतां, अनेक हत्ती भयानें जे

---

१ हे निरनिराळ्या जातींचे बाण आहेत. क्षुर–वस्तऱ्यासारखे; क्षुरप्र–घोड्याच्या नालासारख्या अग्रांचे; भल्ल–रुंदट अग्रांचे; आंजलिक–अर्धचंद्राकार अग्रांचे.

पळत सुटले, ते तुझ्या सैन्यालाच तुडवीत चालले. भीमसेन याप्रमाणें लढत असतां इंद्राला देव त्याप्रमाणें सौभद्रप्रभृति रथी त्याला राखीत होते. हत्तींच्या रक्तानें शिंपडल्यामुळें ती लडबडलेली गदा हातीं धरणारा तो भीम कृतांताप्रमाणें भयंकर दिसूं लागला. हे भारता, हातीं गदा घेऊन भीमसेन रणांत सर्व दिशांना फिरत असतां नृत्य करणाऱ्या शंकराप्रमाणें आम्हांला वाटला. हे महाराजा, ती त्याची शत्रुक्षयकर्त्री गदा कालदंडाप्रमाणें लठ्ठ व इंद्रवज्राप्रमाणें भयंकर शब्द करणारी अशी भासली. रक्तानें लडबडलेली व केशमज्जांनीं भरलेली ती त्याची गदा, रागावून पशूंचा संहार उडवीत चाललेल्या रुद्राचे पिनाक धनुष्याप्रमाणें भयंकर दिसली. जसा मेंढपाळ काठीवारीं मेंढरांना बडवितो, त्याप्रमाणें भीमानें गदेनें तें गजसैन्य बडवून काढिलें. राजा, ते हत्ती भीमाच्या गदेनें व अवांतर वीरांच्या बाणांनीं वध पावत असतां तुझ्याच लोकांना तुडवीत पळत सुटले. महावातानें ढग उडवून द्यावे त्याप्रमाणें त्या हत्तींना उडवून देऊन, श्मशानांत त्रिशूलपाणी शंकर उभा रहातो त्याप्रमाणें तो त्या गर्दींत उभा होता.

अध्याय त्रेसष्टावा.

—:०:—

वृकोदरयुद्ध.

संजय म्हणतोः—धृतराष्ट्रा, भीमानें या प्रकारें त्या गजदलाचा विध्वंस केलेला पाहून दुर्योधनानें आपल्या यावत् सैन्यांना ‘ ह्या भीमाला मारा ’ म्हणून हुकूम केला. त्या वेळीं तुझे पुत्राचे हुकुमावरून सर्व सैन्यें अक्राळविक्राळ आरोळ्या फोडीत भीमसेनावर धांवलीं. अवसेपुनवेला वाढलेल्या अपरंपार समुद्राप्रमाणें तो देवांनाही दुःसह असा अफाट सैन्याचा लोट— ज्यांत रथ, हत्ती, घोडे यांची खेंच झाली आहे, शंख, दुंदुभि यांची गर्जना चालू आहे, रथ व पायदळ असंख्य असून राजे हे ज्यांतील गंभीर डोह आहेत, असा तो महासागरासारखा अक्षोभ्य सेनासमुद्र——भीमसेनावर लोटत असतां, समुद्रतीराप्रमाणें भीमसेनानें त्याला आळा घातला. राजा, त्या वेळीं आम्हीं भीमाचें अतिमानुष असें अद्भुत कर्म पाहिलें. एवढे राजे रथ व गज यांसह त्यावर उसळून आले होते, तथापि किंचित्‌ही न गलबलतां भीष्मानें नुसत्या गदेनें त्यांना फेंटाळिलें. रथिश्रेष्ठ भीम याप्रमाणें गदेनें तो सैन्याचा लोट निवारून मेरुपर्वताप्रमाणें त्या रणांत अढळ उभाच होता. तथापि त्या वेळचा क्षण सर्वांनाच इतका भयंकर वाटला कीं, भीमाचे भाऊ, पुत्र, धृष्टद्युम्न, द्रौपदीपुत्र, सौभद्र व शिखंडी, यांनीं भीमाची पाठ सोडिली नाहीं. इतक्यांत उत्तम पोलादाची केलेली आपली लठ्ठ गदा घेऊन भीम दंडधर यमाप्रमाणें तुझे योद्धयांवर धांवला. त्या जयशाली वीरानें कांहीं रथदलें व अश्वदलें जागचे जागींच जमीनदोस्त केलीं; कांहीं रथवृंदें बाहुबलानें फरफरत नेलीं; व कांहीं मांड्यांखालीं रेंटीत नेलीं. युगांतींच्या कालाप्रमाणें तो शक्तिमान् भीम सर्वांचा फडशा पाडीत रणांत फिरत होता. हत्तीनें जसे बरू तशीं तो तुझीं सैन्यें तेव्हांच चिरडून टाकी. रथ्यांना रथांत, गजयोद्धयांना गजपृष्ठांवर, स्वारांना घोड्यांवर व पायदळाला भुईवर——एकूण तुझ्या पुत्राच्या सैन्यांतील सर्वांना, गदेच्या रट्ट्यांनें, वावटळीनें जोरानें वृक्ष भंगावे तसें त्यानें भंगून टाकिलें. हत्तीघोड्यांना तडाक्यासरशी लोळविणारी ती गदाही वसा, मज्जा, मांस, रक्त, यांनीं लडबडून गेल्यामुळें फारच भयंकर दिसूं लागली. त्या वेळीं ठिकठिकाणीं मनुष्यें, गज, वाजी मरून पडले असल्यामुळें तें रणांगण

यमपुरीप्रमाणेंच भासत होतें. भीमसेनाची महामारी लठ्ठ गदा, पशूंना मारीत सुटलेल्या रुद्राच्या पिनाकाप्रमाणें किंवा यमदंडाप्रमाणें उग्र, व इंद्रवज्राप्रमाणें खडखडणारी दिसली. महात्मा कौंतेय गदेनें सर्वभर फन्ना उडवीत चालला असतां त्याचें तें रूप युगांतींच्या काला-प्रमाणें फारच घोर दिसूं लागलें. इतक्या मोठ्या सेनेला पुनःपुनः पळवून लावणाऱ्या त्या भीमाला पाहून हा मृत्यूच आला असें समजून सर्व वीर खट्टू झाले. हातीं गदा उगारून जिकडे जिकडे भीमानें नजर फेंकावी तिकडील तिक-डील सैन्याची विदारणा झालीच समजावें. आ पसरलेल्या काळाप्रमाणें स्वबलानें शत्रुसै-न्याला पळविणाऱ्या किंवा ग्रासणाऱ्या त्या भीमकर्मा अमितपराक्रमी वृकोदराला लठ्ठ गदा उगारतांना पाहून सूर्यतुल्य तेजस्वी अशा घडघडणाऱ्या रथांत बसून वृष्टियुक्त पर्जन्या-प्रमाणें शरवृष्टीनें त्याला आच्छादून टाकीतच भीष्म त्याजवळ येऊन ठेपले. आ वासलेल्या काळाप्रमाणें भीष्म आपणावर येत आहेतसें पाहूनही तो महाबाहु भीम चवताळून त्यांवर धसला. त्यावेळीं शिनिकुलावतंस सत्य पराक्रमी सात्यकी आपल्या बळकट धनुष्यानें शत्रूंना मारीत व दुर्योधनाच्या सैन्याला कांप-वीत, भीमाचे तर्फेनें भीष्मांवर तुटून पडला. त्या वेळीं आपल्या रुप्याप्रमाणें शुभ्र घोड्यांच्या रथांत बसून तीक्ष्ण व पिच्छयुक्त शरांचा व-र्षाव करीत सात्यकि हल्ला करीत असतां, राजा, तुझ्या एकूण गणांच्या हातूनही त्याचा प्रती-कार करवला नाहीं. त्या वेळीं फक्त अलंबुष राक्षसानें त्याला दहा बाण खोंचले; परंतु सा-त्यकीनें त्याला उलट चार बाणांनीं विंधून रथासह त्यावर चाल केली. शत्रुसमूहांत इत-स्ततः भवंडणारा व कुरुवीरांना पुनःपुनः पि-टाळून लावून रणांगणांत हर्षानें आरोळ्या देणारा वृष्णिश्रेष्ठ सात्यकि आलासें पाहून, मेघ ज्याप्रमाणें वारिधारांनीं पर्वताला आच्छा-दितात, त्याप्रमाणें तुझ्या वीरांनीं त्याला बाण-वृष्टीनें छावून टाकिलें. तथापिही माध्याह्नीं तपणाऱ्या उग्र सूर्याप्रमाणें त्याचें निवारण त्यां-च्यानें होईना. राजा, त्या काळीं सोमदत्तपुत्र भूरिश्रव्याखेरीज तेथें गडबडला नाहीं असा एकही वीर नव्हता. तो सौमदत्ति मात्र, आपलें रथी सात्यकि पळवून लावीत आहेसें पाहून, सात्यकीशीं दोन हात करण्याच्या इच्छेनें आपलें धनुष्य घेऊन त्यावर चालून गेला.

अध्याय चौसष्टावा.

—:०:—

चतुर्थदिनसमाप्ति.

भीमयुद्ध.

संजय सांगतोः—हे राजा, नंतर भूरिश्र-व्यानें संतापून, एखादे मतंगजाला अंकुश टोंचावे त्याप्रमाणें सात्यकीला नऊ बाण मारिले. परंतु त्या अगाधबलशाली सात्यकीनें सर्व लोकांदेखत त्या कुरुवीराचें नतपर्व अशा बाणांनीं तत्काल निवारण केलें. त्या काळीं राजा दुर्योधन आपल्या भावांसह बहुत खबर-दारीनें साह्यार्थ सौमदत्तीभोंवतीं उभा राहिला. इकडे महातेजस्वी पांडवही त्या मुसांडी देणाऱ्या सात्यकीच्या भोंवते उभे राहिले. राजा, तें पाहा-तांच भीमसेनानें त्वेषानें गदा उचलून दुर्योधन-प्रभृति तुझ्या सर्व पुत्रांस चहूं बाजूंनीं रोंखून धरिलें. त्या समयीं तुझा पुत्र नंदक मोठ्या क्रोधानें व सूड घेण्याचे बुद्धीनें हजारों रथांसह तेथें आला; आणि शिळेवर पाज-ळलेल्या व कंकपुच्छानें युक्त असलेल्या सहा बाणांनीं भीमास वेधिता झाला. दुर्योध-नानेंही रागावून महारथी भीमसेनाचे छातीवर नऊ तीक्ष्ण बाण मारिले. त्या काळीं महाबल

महाबाहु भीमसेन आपल्या उत्तम रथावर चढला, व विशोक सारथ्याला म्हणाला, "हे शूर धार्तराष्ट्र महारथी येथें एकत्र मिळाले असून अतिशय संतापानें युद्धांत मलाच ठार मारूं पाहात आहेत. हे सगळेच सोदर बंधु अनायासें एकवटले आहेत, त्या अर्थी आज बहुत वर्षांपासून मनांत असलेला माझा मनोरथ सफल होईल. हे अशोका, रथाचे धावांनीं उडालेला रजःकण बाणसमूहाचे धक्क्यानें उडून अंतरिक्षांत दिगंतराळीं जेथें जाऊन थडकतात तेथें राजा सुयोधन युद्धार्थ सज्ज होऊन उभा आहे, तसेच फार मस्तीला आलेले त्याचे कुलीन बंधुही तेथेंच आहेत; तर खाली असूं दे कीं, या सर्वांना आज तुझे देखत ठार करितों. याकरितां नीट सावधगिरीनें माझ्या रथाचे घोडे आज संग्रामांत चालव."

राजा, असें बोलून भीमानें तुझ्या पुत्राला स्वर्णभूषित व धार लावलेल्या अशा तीक्ष्ण बाणांनीं वेध केला; व नंदकाचे छातींत तीन बाण खोंचले. उलट दुर्योधनानें महाबल भीमसेनाला साठ बाण मारून दुसऱ्या तीन तीक्ष्ण बाणांनीं विशोकास विंधिलें. शिवाय, राजा, तुझ्या पुत्रानें हंसत हंसत भल्ल बाणांनीं भीमाचें तेजस्वी धनुष्य मुठीजवळच तोडिलें. त्या रणभूमीवर आपला सारथि विशोक याला धनुर्धारी दुर्योधनानें तीक्ष्ण बाणांनीं व्यथित केलेलें पाहून भीमसेन संतापला; व त्याबद्दल तुझे पुत्राचा वध करून मूड उगवावा या बुद्धीनें त्यानें एक दिव्य धनुष्याला हात घातला आणि रोमरंध्रांत रुतण्यासारख्या क्षुरप्र जातीच्या तीक्ष्ण बाणानें राजाचें उत्कृष्ट धनुष्य तोडून टाकिलें. त्या वेळीं दुर्योधनाचें माथें संतापानें फिरून जाऊन त्यानें तें तुटकें धनुष्य फेंकून देऊन त्याहूनही सकस असें दुसरें धनुष्य घेतलें; व त्याला कालमृत्युप्रमाणें उग्र बाण योजून त्याचे योगानें भीमाला उभय स्तनांचे मध्यभागीं विंधिलें. त्या वेळीं भीमसेन घाव खोल लागल्यानें फार घायाळ होऊन मट्कन् रथोपस्थावर बसला व मूर्च्छितच झाला. तेव्हां अभिमन्युप्रभृति पांडवांकडील पुढारी महारथ्यांनीं भीमाला घायाळ पाहून, क्षमा न करितां, तुझे पुत्राचे डोक्यावर अति जलाल अशा शस्त्रांचा केवळ एकदिलानें सारखा पाऊस पाडिला. इतक्यांत भीमसेनानें शुद्धीवर येऊन दुर्योधनाला प्रथम तीन व लगेच पुनः आणखी पांच बाणांनीं वेधिलें; व त्या महाधनुर्धर भीमानें सोनेरी पिसांच्या पंचवीस बाणांनीं शल्याचा समाचार घेतला. त्या वेळीं बिचाऱ्या शल्यानें मुळीं रणांतून पायच काढिला. नंतर सेनापति सुषेण, जलसंध, सुलोचन, उग्र, भीमरथ, भीम, वीरबाहु, अलोलुप, दुर्मुख, दुष्प्रधर्ष, विवित्सु, विकट आणि सम असे तुझे चौदा पुत्र भीमावर घसरले. रागानें डोळे लालगुंज करून सर्वांनीं एकवटून भीमावर चाल केली, व अनेक बाण सोडून त्याला बरेंच जखमी केलें. परंतु राजा, महाबल भीम तुझे पुत्रांना पाहून, पशूंमध्यें लांडगा उभा राहातो त्याप्रमाणें जिभल्या चाटीतच उभा राहिला; व गरुडाप्रमाणें झडप घालून त्या महाबाहु पांडवानें एका क्षुरप्र बाणानें सेनापतीचें डोकें उडविलें. मग हंसून व अधिकच स्फुरण पावून त्या महाबाहूनें तीन बाणांनीं जलसंधाला मारून यमसदनीं पोंचविलें. नंतर सुषेणाला मारून मृत्यूकडे पाठविलें. पुढें पागोट्यासकट उग्राचें कुंडलयुक्त चंद्रतुल्य मस्तक भल्ल बाणानें भूमीवर पाडिलें. त्या पांडव वीरानें सत्तर बाण मारून वीरबाहूला सारथि, ध्वज व अश्व यांसह परलोकाला पाठविलें. राजा, तुझे मस्तीस आलेले दोघे पुत्र भीम व भीमरथ यांची भीमानें हंसत हंसतच यमगृहीं पाठवणी केली. त्या घोर युद्धांत सर्व सैन्याचे देखत देखत

सुलोचनाला क्षुरप्र बाणानें यमसदनाला पोंचविलें. मग, राजा, जे कोणी तुझे पुत्र शिलक होते, ते भीमसेनाचा तो तडाका पाहून भ्याले; व भीमसेन प्रहार करीत असतां असतां बारा वाटा पळत सुटले. त्या वेळीं शांतनव भीष्म सर्व महारथ्यांना उद्देशून म्हणाले, “ हा उग्र धनुर्धर भीमसेन संतापला आहे. आपलेकडील जे म्होरके, वडील वडील व शूर शूर महारथी एकत्र झाले आहेत, त्या सर्वांना लोळविण्यास हा चुकणार नाहीं; याकरितां याला पकडा; वेळ लावूं नका.” या इशाऱ्याबरोबर दुर्योधनाचे सर्व सैनिक रागावून भीमसेनावर पडले. राजा, मदभिन्न अशा हत्तीसह भगदत्त हा एकाएकीं भीमसेन जेथें होता तेथें जाऊन उभा राहिला; व भीमावर पडतांच मेघांनीं सूर्याला आच्छादावें त्याप्रमाणें त्यानें बाणांचे योगानें भीमसेनाला अदृश्य करून सोडिलें. पण भीमसेन झांकला गेला ही गोष्ट, स्वतःचे बाहुबलाची ज्यांना खातरी होती अशा अभिमन्युप्रभृति महारथांना खपली नाहीं. त्यांनीं तत्काल बाणांची झोड सुरू करून भगदत्ताला चौफेर वेढून टाकिलें; व त्याचे हत्तीलाही सर्व बाजूंनीं जखमी केलें. राजा, त्या सर्वच महारथांनीं निरनिराळ्या तऱ्हेच्या अति तिखट बाणांचे वृष्टीनें घायाळ केल्यानें त्या भगदत्ताचे हत्तीला जेव्हां सर्व अंगभर रक्ताच्या उपळी फुटल्या, तेव्हां सूर्यकिरणांनीं मिश्रित झालेल्या महामेघाप्रमाणें तो मोठा प्रेक्षणीय दिसूं लागला. कालानें सोडिलेल्या अंतकाप्रमाणें भगदत्तानें सोडिलेला तो मदस्रावी गज सर्वांवर धांवूं लागला. त्या वेळीं नेहमींपेक्षां दुप्पट वेगानें तो दौडत असल्यानें त्याचे पायांनीं भुई हादरत होती. त्या वेळीं त्याच्या या आविर्भावावरूनच हें प्रकरण आपणास जडच जाणार असें वाटल्यामुळें सर्वच महारथ मनांत थोडेबहुत निरुत्साहच झाले. नंतर भगदत्तानें रागावून नतपर्व बाणानें भीमाचे स्तनांतरांत जखम केली. त्या वेळीं तो महाधनुर्धर त्या प्रहारासरशीं मूर्च्छेनें व्याप्त झाल्यामुळें ध्वजाचे काठीचा आश्रय धरून राहिला. तेव्हां इतर वीर भ्याले; व स्वतः भीमसेन मूर्च्छित झाला असें पाहून प्रतापी भगदत्तानें आनंदानें आरोळ्या दिल्या.

घटोत्कचयुद्ध.

नंतर, भीमसेनाची ती अवस्था पाहून, घोरकर्मा राक्षस घटोत्कच रागावून तेथल्या तेथेंच अदृश्य झाला; व भित्र्यांची हबेलंडी उडवून सोडणारें असें विक्राळ मायावी रूप घेऊन एका क्षणांत प्रकट झाला. त्या वेळीं तो मायेनें निर्माण केलेल्या ऐरावण नामक दिग्गजावर बसला होता; व अंजन, वामन व तेजस्वी महापद्म असे दुसरे तीन दिग्गज त्याचे पाठीशीं होते. या तिघांवरही राक्षस बसले असून त्यांच्या त्या प्रचंड देहांवरून तीन वाटांनीं मदाचे लोट चालले होते. ते मोठे तेजस्वी, वीर्यवान्, महाबल व पराक्रमी होते. त्या वेळीं हत्तीसकटच भगदत्ताला ठार करावा अशा इराद्यानें घटोत्कचानें आपला हत्ती त्यावर घातला. त्याचे पाठोपाठ बाकीचे ते चार सुळ्यांचे महागज त्या महाबल राक्षसांनीं हांकल्यामुळें त्वेषानेंच चारी बाजू धांवूं लागले; व भगदत्ताचे त्या हत्तीला आपल्या सुळ्यांनीं टोंचूं लागले. त्या दिग्गजांनीं त्रासवून सोडलेला व बाणांनीं विद्ध झालेला तो भगदत्ताचा हत्ती दुःखार्त होऊन त्यानें वज्रपाताप्रमाणें कडाक्याची आरोळी दिली. त्याची ती भयंकर आरोळी कानीं येतांच भीष्माचार्य राजा सुयोधनाला म्हणाले, “ राजा, हा महाधनुर्धर भगदत्त त्या दुष्ट घटोत्कचाशीं लढत असून मोठ्या संकटांत सांपडला आहेसें वाटतें.

तो राक्षस शरीरानें जगड्वाळ आहे; बरें, भगदत्तही मोठा तामसी आहे; यामुळें एक काल आणि एक मृत्यु अशांचीच जोडी झुंजत आहे. पांडवांच्या आनंदाच्या आरोळ्या कानीं येत असून, हत्तीची अगदीं भेदरल्यासारखी किंचाळी ऐकूं येत आहे. याकरितां भगदत्ताचे रक्षणार्थ आपण तिकडे चलूं; कारण, साह्य न मिळाल्यास, मला वाटतें, या युद्धांत तो लवकरच प्राण सोडील. हे वीरहो, त्वरा करा, आपण असेच जाऊं; आतां उशीर लावण्यांत अर्थ नाहीं. कारण, अंगावर रोमांच उभा करणारा असा भयंकर संग्राम माजून राहिला आहे. भगदत्त हा सत्कुलोत्पन्न, शूर, भक्तिमान् आणि सेनेचा नायक असा आहे. याकरितां, हे अमोघवीर्या दुर्योधना, त्याचें रक्षण करणें हें आमचें उचित कर्तव्य आहे." भीष्मांचें हें वाक्य ऐकून सर्वच महारथी भीष्मद्रोणांना पुढें करून भगदत्ताच्या रक्षणाचे इच्छेनें मोठ्या वेगानें भगदत्त होता तेथें धांवत गेले. त्यांना येतांना पाहून युधिष्ठिरप्रमुख पांडव पांचालांसह शत्रूंच्या पाठीवर पडले. मग त्या सैन्यांना पाहून त्या प्रतापी राक्षसानें विजेचे कडकडाटाप्रमाणें भयंकर असा महानाद केला. त्याचा तो महारव ऐकून, व त्या दिङ्नागांची ती झुंज पाहून शांतनव भीष्म पुनरपि द्रोणांना म्हणाले, "हा दुष्ट दुरात्मा हैडिंब बलवान् व वीर्यवान् असून सांप्रत त्याला भरपूर पाठबळही मिळालें आहे; तर अशा वेळीं याशीं गांठ घालणें हेंच मला रुचत नाहीं. हा अचूक वेध करणारा व मोठा प्रहारी असून युद्धांत इंद्राला देखील अजिंक्य आहे आणि आपलीं तर घोडीं थकलीं आहेत! शिवाय, आज सारा दिवस पांचाल व पांडव यांनीं बाण मारमारून आमच्या शरीरांची चाळण केली आहे. सबब या जयशाली पांडवांशीं आज आतां लढणें मला पसंत नाहीं. याकरितां आजचें युद्ध बंद करण्याचा गजर द्या. आपण शत्रूंशीं उद्यां लढूं."

भीष्मांचें तें वाक्य ऐकून, घटोत्कचाचे भयानें घाबरलेल्या कौरवांनीं मोठ्या युक्तीनें मागें पाय काढिला. कौरव परततांच जयशाली पांडवांनीं वरचेवर सिंहनाद व शंखनाद केले. हे भरतश्रेष्ठा, याप्रमाणें घटोत्कचाचे जिवावर त्या दिवशीं कौरव--पांडवांचें युद्ध झालें. राजा, मग पांडवांनीं पराभूत केल्यामुळें लाजून रात्र पडतांच कौरव आपल्या शिबिरास परत गेले. महारथी पांडव बाणांनीं जखमी झाले होते, तथापि विजयामुळें आनंदांतच आपले छावणींत शिरले. छावणींत जातांना वाटेंत त्यांनीं भीमसेन व घटोत्कच यांचे मोठ्या आनंदानें धन्यवाद गाइले; व अनेक रणवाद्यांनीं मिश्र असे नानाप्रकारचे शब्द करीत व शंखध्वनींशीं मिसळलेले सिंहनाद करीत, गर्जनेनें धरणी कांपवीत आणि, राजा, तुझे पुत्राचे मर्मीं टोले हाणीत रात्रीचे सुमारास छावणींत पोहोंचले. राजा, दुर्योधन भ्रातृवधामुळें दीन होऊन व अश्रूंनीं व विलापांनीं व्याकूळ होऊन घटकाभर तसाच चिंतातुर उभा राहिला. नंतर छावणीची रीतीप्रमाणें सर्व व्यवस्था लावून, भ्रातृमरणामुळें दुःखग्रस्त व शोकसंतप्त होऊन आपल्याशीं फिकीर करीत पडला.

अध्याय पांसष्टावा.

—:०:—

विश्वोपाख्यान.

धृतराष्ट्र म्हणतोः—हे संजया, देवांना देखील दुर्घट असें हें पांडवांचें कर्म ऐकून मला फारच भीति बसली आहे व विस्मयही वाटत आहे. तसेंच, हे सूता, पुत्रांचा पराभव ऐकून 'आतां पुढें कसें होणार!' अशा तऱ्हेची जबर चिंता

मला छळिते आहे. पहातों तों दैवयोगानें विदुर ह्मणत होता तसतसें घडून येत आहे, व त्यामुळें त्याचे ते शब्द आतां मला जाळीत आहेत. अरे, भीष्मप्रभृति सर्वही शस्त्रपटु व उत्तमोत्तम योद्ध्यांशींही ज्या अर्थी पांडवांकडील गडी खेळून राहिले आहेत, त्या अर्थी मी असें विचारतों कीं, हे पांडव असे अवध्य कशानें झाले? आकाशांतील तारागणांप्रमाणें हे आपले अक्षय चमकतच आहेत, नाश मिळून पावतच नाहींत! यासाठीं मी पुसतों कीं, यांना का कोणीं कांहीं वर दिला आहे? किंवा यांजवळ कांहीं गुप्त विद्या आहे? बाबारे, पांडव पुनःपुनः आमचें सैन्य मारितात, हें मला ऐकवत नाहीं. पण बघतों तों दैवाचे करणीनें पुनःपुनः मजवरच भयंकर सोटा चालू आहे. तर, संजया, पांडव अवध्य कां असावे, आणि माझेच पुत्र पटापट कां मरावे, हें मला खरें खरें सांग. नुसत्या बाहूंनीं महासमुद्र तरणाऱ्या मनुष्याला जसा परपार दिसत नाहीं, तसाच मला या दुःखसमुद्राचा पार दिसत नाहीं. मला तर वाटतें कीं, माझे पोरांचे गळ्याभोंवतीं घोरपड पक्की आली. कारण, हा भीमच माझे सर्व पोरांना ठार करील यांत अंदेशा दिसत नाहीं; आणि माझे पोरांना युद्धांत बचावील असा आमचे पक्षाला एकही वीर आढळत नसल्यामुळें माझे पोरांचें मरण निःसंशय आलें असें मी समजतों. तस्मात्, संजया, मी तुला इतक्या अगत्यानें प्रश्न करीत आहें हें ध्यानांत घेऊन, पांडवजयाचें कारण व विशेषतः त्यांजपाशीं असणाऱ्या गुप्त शक्ति, यांचें यथार्थ स्पष्टीकरण मला करून दाखव. तसेंच, आपले वीर रणांत पराङ्मुख उभे पाहून दुर्योधनानें काय केलें, किंवा माझे पुत्रांना युद्धविमुख पाहून भीष्म, द्रोण, कृप, सौबल, जयद्रथ, महाधनुर्धर अश्वत्थामा किंवा महाबल विकर्ण या थोर थोर मंडळींनीं काय ठराव केला, तेंही मला नीट सांग.

संजय सांगतोः—राजा, तुझ्या प्रश्नांचें उत्तर नीट लक्ष देऊन ऐक; आणि ऐकून तें पक्कें ध्यानांत धर. बाबारे, पांडवांपाशीं कसलाही मंत्र नाहीं किंवा इंद्रजाल नाहीं; अथवा पांडव कसला बागुलबोवाही उभा करीत नाहींत. ते रणामध्यें केवळ न्यायानें व बिनकसूर लढतात. आपल्याला पूर्ण यश यावें अशी इच्छा असल्यामुळें, हे पृथापुत्र पोट भरण्यापासून यावत् सर्व कार्यें धर्माला अनुसरून आरंभितात. ते स्वभावतः बलवान् असून त्यांना धर्माची बळकटी असल्यामुळें ते रणांत पाठ दाखवीत नाहींत; व विजयश्रीही त्यांनाच माळ घालिते. कारण, धर्म तिकडे जय हें ठरलेलेंच आहे. याच कारणानें, राजा, हे पार्थ रणांत अवध्य व विजयी झाले आहेत; आणि तुझे पुत्र आधींच मनाचे दुष्ट, निष्ठुर, नीच व पापकर्मांत पडणारे असल्यामुळें त्यांचा रणांत मोड होतो. राजा, अधम मनुष्यांप्रमाणें तुझ्या ह्या पुत्रांनीं पांडवांसंबंधीं किती तरी दुष्ट व नीच कर्में केलीं! हे पाण्डुपूर्वजा, इतकें झालें तरीही तुझ्या पुत्रांच्या सर्व पातकांकडे कानाडोळा करून व दुष्कृत्यांवर पांघरूण घालून पांडव बिचारे त्यांशीं सर्वदा सरळच वागत. तरी देखील तुझे पुत्र पांडवांना तुच्छच लेखीत. याप्रमाणें, राजा, बहुत काळपर्यंत तुझे पुत्रांचें पापकर्म सांठत गेल्यानें त्या सर्वांचें अतिभयंकर फल हल्लीं त्यांच्या वांट्यास येत आहे; आणि, हे महाराजा, आपले पुत्र व सुहृद् यांसह आपण आतां तें फळ बिनतक्रार भोगावें; दुसरी तोडच नाहीं. कारण, महात्म्या भीष्म-द्रोण–विदुरप्रभृति सुहृज्जनांनीं तुला अनेक वेळां या कर्मांपासून निवारिलें, पण तूं कसा तो शुद्धीवर आला नाहींस. मरणारा रोगी

हितकारक औषध लाथाडून देतो, त्याप्रमाणेंच या लोकांच्या हितावह व पथ्यकारक वचनांचा तूं अनादर केलास; आणि पोरांच्या सांगण्यावर भिस्त ठेवून, आपण पांडव जिंकिलेच, असें मानून चाललास त्याचें हें फळ होय, समजलास ?

असो; राजा, तूं मला पांडवजयाचें कारण विशेष आस्थेनें पुसत आहेस, त्या अर्थीं तुला यांतलें इंगित पुनर्वार सांगतों, ऐक. हें कांहीं मी आपल्या पदरचें सांगत नाहीं. तर ह्या कामीं दुर्योधनानें भीष्मांनाच प्रश्न केला असतां पितामहांचे तोंडून मीं जशीं अक्षरें ऐकिलीं तशींच तुला सांगतों. हे राजा, आपले सर्वही महारथ बंधु संग्रामांत हार गेलेसे पाहून दुर्योधन शोकसंमूढ होत्साता रात्रीचे वेळीं महाप्राज्ञ पितामहाजवळ मोठ्या नम्रतेनें जाऊन त्यांना पुसता झाला कीं, "हे पितामहा, आपण, द्रोण, शल्य, कृप, द्रौणि, कृतवर्मा, हार्दिक्य, कांबोज, भूरिश्रवा, विकर्ण, वीर्यशाली भगदत्त हे सर्व सत्कुलोत्पन्न व प्राणावर उदार होऊन लढणारे म्हणून प्रसिद्ध आहां; आणि मला तर वाटतें कीं, हे सर्व त्रैलोक्याला देखील भारी आहेत; पण हे सर्व एकत्र असूनही पांडवांचे पराक्रमापुढें टिकत नाहींत, हा काय चमत्कार! हे पितामहा, मला हें मोठें गूढ पडलें आहे; तर हे पांडव आम्हांला जे क्षणक्षणीं युद्धांत जिंकतात, ते कशाचे बलावर तेवढें मला सांगा !"

भीष्म म्हणाले:—राजा, आजपर्यंत मीं तुला बहुताप्रकारीं सांगितलें, तसें तूं ऐकिलें नाहींसच; पण आज तूं मुद्दाम प्रश्न केला आहेस, त्या अर्थीं पुनर्वार सांगतों कीं, पांडवांशीं शम कर. एवढें माझें वचन ऐक. कारण, हे प्रभो, याच गोष्टींत तुझें व पृथ्वीचेंही कल्याण आहे. यास्तव, राजा, शम कर आणि सुखानें बंधूंसह पृथ्वीचें राज्य भोग. आपल्या शत्रूंना जर्जर कर व बांधवांना चैनींत ठेव. अरे, पूर्वीं मीं इतका कंठशोष केला, पण तूं ऐकिलें नाहींस. पांडवांची हेटाळणीच करीत गेलास, त्यामुळें आतां हें गळचेपीं आलें. हे महाबाहो, ते बिनचूक काम करणारे पांडव अवध्य कां, तेंही मी तुला सांगतों, श्रवण कर. बाबारे, शार्ङ्गधर श्रीकृष्ण पांडवांचा पालक असल्यामुळें त्यांना जिंकील असा वीर सर्व लोकांत कधीं झाला नाहीं किंवा होणारही नाहीं. हे धर्मज्ञा, मीं जें हें तुला सांगितलें, तें जितात्म मुनींनीं पूर्वींच बोलून ठेविलें आहे, व तें मी तुला जसेंच्या तसेंच सांगत आहें, लक्ष दे.

पूर्वीं एका वेळीं सर्व देव व ऋषि गंधमादन पर्वतीं ब्रह्मदेवाजवळ जमले. त्यांचे मध्यभागीं पितामह बसला असतां, तेजानें केवळ जळत असणारें असें एक अत्यंत श्रेष्ठ विमान अंतरिक्षांत स्थिर झालेलें त्यांनें पाहिलें. तेव्हां तें विमान कोणाचें हें ध्यानमार्गानें ओळखून ब्रह्मदेवानें मनोनिग्रहपूर्वक हात जोडून मोठ्या आनंदानें परमेश्वर पुराणपुरुषाला नमस्कार केला. ब्रह्मदेव हात जोडून उभा आहेसें पाहातांच सर्व देव व ऋषि प्रांजल उभे राहिले, व तो चमत्कार पाहात बसले. मग, ब्रह्मवेत्त्यांत श्रेष्ठ अशा ब्रह्मदेवानें त्या पुराणपुरुषाचें यथाविधि अर्चन करून, तो परमधर्मज्ञ प्रजापति त्या परमपुरुषाला म्हणाला, "हे परमपुरुषा, तूं विश्वमूर्ति असून या विश्वाचें तेजही तूंच आहेस. या अखिल विश्वाचा शास्ता व आधारही तूंच असून, या विश्वाचा कर्ता व संयमी तूंच आहेस. तसाच तूं विश्वपति, वासुदेव व योगात्मा आहेस, हें जाणून, तूं माझें दैवत म्हणून मी तुजकडे आलों आहें. हे विश्वरूपा, हे महादेव, हे लोकहितरता, हे योगेश्वरा, हे विभो, हे योगाचे आद्यंतरूपा, तुझा जयजयकार असो. हे पद्मगर्भा, हे विशालाक्षा, हे

राजश्रेष्ठा, हे भूत, भविष्य व वर्तमान यांच्या नियंत्या, हे सौम्या, हे सुतोत्तमा, तुझा जय असो. हे असंख्यगुणनिवासा, हे सर्वगतिरूपा, हे नारायणा, हे अपारा, हे शार्ङ्गधरा, हे सर्वगुणाढ्या, हे विश्वाकरा, हे निरामया, हे विश्वनाथा, हे महाबाहो, हे लोककल्याणदक्षा, हे शेषरूपा, हे वराहा, हे पीतकेशा, हे प्रभो, तुझा आज उत्कर्ष असो. हे पीतवसना, हे दिशानाथा, हे विश्ववास, हे अमित, हे अव्यय, हे व्यक्ता, हे अव्यक्ता, हे अमितस्थानरूपा, हे जितेंद्रिया, हे सदाचारपरायणा, हे अमिता, हे आत्मज्ञा, हे गंभीरा, हे कामदा, हे अनंता, हे ब्रह्मज्ञा, हे अविनाशा, हे भूतभावना, हे कृतकार्या, हे कृतप्रज्ञ, हे धर्मज्ञ, हे विजयावह, हे गुह्यात्मन्, हे सर्वयोगात्मन्, तुझा जयजयकार असो. जेवढें मिळून स्पष्टपणें आकारास आलें आहे, ह्याचा उगम तूंच आहेस; व सर्व भूतांचा आद्य, लोकांचें रहस्य जाणणारा व भूतमात्राचा निर्माता तूंच आहेस. तूं आपणापासूनच उत्पन्न झालास असून, तुझें वैभव अगाध आहे; आणि वस्तुमात्राची घटना व लय करण्यांत तूं सदा गुंतला आहेस. प्राणिमात्राला स्फूर्ति देणारा तूंच असून विचारस्वरूपीही तूंच आहेस. तूंच ब्रह्म व तूंच प्रिय आहेस. ब्रह्मांडाची वडामोड करण्यांत तूंच दक्ष असून, सर्व मनोरथांचा मालक व परमेश्वर तूंच आहेस. अमृताचें उत्पत्तिस्थान व सर्ववस्तुरूप असून मुक्तात्मा व जयप्रद तूंच आहेस. हे प्रजापतिपते, हे देव, हे पद्मनाभ, हे महाबल, हे आत्मयोने, हे महाभूता, हे सर्वात्मन्, तुझा सर्वदा उत्कर्ष असो. हे विराटरूपा, ही धरित्री देवी तुझे पाय असून दिशा हे बाहु व आकाश हें तुझें मस्तक आहे, मी तुझी मूर्ति आहें, देव हे तुझें शरीर आहे; चंद्रसूर्य हे तुझे नेत्र आहेत. कर्म व धर्म यांत दिसून येणारें मन हेंच तुझें तप व बल आहे. अग्नि हें तुझें तेज; वायु हा तुझा श्वास; जल हा तुझा घाम; अश्विनीकुमार हे तुझे दोन कान; व देवी सरस्वती ही तुझी जिव्हा आहे, आणि वेद ही तुझी संस्कारनिष्ठा आहे; व सर्व जगत् तुझे आश्रयावर आहे. हे योगयोगीश्वरा, तुझें गणन, परिमाण, तेज, पराक्रम, बल किंवा तुझी उत्पत्ति यांपैकीं आम्हांला कांहींच समजत नाहीं. हे विष्णो, हे परमेशा, हे महेश्वरा, आम्ही इतकेंच करितों कीं, तुझ्या भक्तींत निमग्न होऊन व तुझा आश्रय धरून नियमानें तुझें अर्चन करितों. हे पद्मनाभ, हे विशालाक्ष, हे कृष्णा, हे क्लेशनाशन, तुझ्या कृपाबलानेंच मीं ऋषि, देव, गंधर्व, यक्ष, राक्षस, पन्नग, पिशाच्च, मनुष्य, मृग, पक्षी, सर्पयोनि इत्यादि सृष्टि या पृथ्वीवर निर्माण केली. भूतमात्राची गति, त्यांचा नायक व जगद्गुरु तूंच आहेस. हे देवेशा, तुझ्या कृपेनेंच हे सर्व देव सदा सुखांत असतात. हे देवा, तुझ्याच प्रसादानें ही पृथ्वीही सदा निर्भय असे. हे विशालाक्षा, ही गोष्ट लक्षांत घेऊन, धर्माची पुनः प्रतिष्ठा, दैत्यांचा वध व जगताचें संरक्षण करण्यासाठीं तूं यदुवंशांत जन्म घे. हे प्रभो, एवढ्या माझ्या विनंतीला तूं मान दे. हे वासुदेवा, हे विभो, तुजसंबंधीं जें गुह्याचें गुह्य, तें मीं तुझ्याच प्रसादबलानें यथार्थ प्रकट केलें आहे. हे कृष्णा, तूं प्रथम आपणापासूनच संकर्षण देवाला उत्पन्न करून नंतर आपल्यापासूनच प्रद्युम्नालाही निर्माण केलेंस. मग प्रद्युम्नापासून अव्यय विष्णु या रूपानें ओळखिला जाणारा अनिरुद्ध निर्माण केलास. मग त्या अनिरुद्धानें लोकधारण कर्त्या मला ब्रम्ह्याला निर्माण केलें. एवंच मीही वासुदेवरूप असून हे भगवंता, तूंच निर्मिलेला आहेस. हे विभो, आतां आपले विभाग करून तूं मनुष्यरूप घे. मग मर्त्यलोकीं

सर्वलोकहितार्थ असुरांना मारून, धर्म व यश जोडून पुनः आपल्या योगरूपांत मिळून जा. हे अमितविक्रमा, लोकांमध्यें हे ब्रह्मर्षि व देवगण निरनिराळीं नामें घेऊन मोठ्या आसक्तीनें परमात्मस्वरूपी तुझेंच गायन करीत असतात. हे सुबाहो, हे वरदात्या, तुझा आश्रय करून हे सर्वही भूतसंघ तुझ्याच ठिकाणीं रहातात; व ज्ञाते जन तुज आदिमध्यांतरहिताला आणि अपारयोगयुक्ताला जगताचा तारक असें म्हणत असतात.

अध्याय सहासष्टावा.

—:०:—

विश्वोपाख्यान.

भीष्म सांगतातः—त्या कालीं तो राजाधिराज भगवान् परमात्मा प्रेमळ व गंभीर अशा वाणीनें ब्रह्मदेवास उलट म्हणाला, "हे तात, तुझा हा मानस मीं योगबलानें केव्हांच पूर्णपणें ओळखिला आहे. वत्सा, काळजी करूं नको, त्याप्रमाणेंच सर्व कांहीं होणार आहे." असें बोलून तो त्याच स्थळीं अदृश्य झाला. त्या वेळीं देव, ऋषि, गंधर्व हे सर्वच फार विस्मित होऊन मोठ्या कौतुकानें ब्रह्मदेवाला म्हणाले, हे 'भगवन्, हे विभो, आपल्यासारख्यांनीं ज्याला इतक्या नम्रतेनें प्रणाम करून उत्तमोत्तम शब्दांनीं स्तविलें, असा हा कोण, तें ऐकण्याची आमची फार इच्छा आहे.'

या प्रकारें प्रश्न होतांच भगवान् पितामह मधुर वाणीनें तेथील देव-ब्रह्मर्षि-गंधर्वप्रभृति सर्वांस म्हणाला, 'हे देवश्रेष्ठहो, जो सर्व कालीं असणारा, भूतमात्राचा आत्मा, प्रभु, साक्षात् परात्पर, परमपदसंज्ञक ब्रह्म, तो मजवर प्रसन्न झाल्यानें मी जगद्धितार्थ त्याशीं संवाद केला, व याचनाही केली. ती अशी कीं, "हे देवा, तूं असुरांचा वध करण्याकरितां पृथ्वीतलावर अवतरून वासुदेव या नांवानें मनुष्यलोकांत प्रसिद्ध हो." असें म्हणण्याचें कारण, पूर्वी जे कोणी घोररूप व महाबलाढ्य दैत्य, दानव, राक्षस रणांत मेले, तेच सांप्रतकालीं मनुष्ययोनींत उत्पन्न झाले आहेत. यामुळें जितेंद्रिय भगवान् आपल्या नर नामक मित्रासह मनुष्ययोनि स्वीकारून भूतलावर संचार करील. ते जे अमिततेजस्वी नरनारायणसंज्ञक पुराणपुरुष, ते एकमतानें या मनुष्यलोकांत प्रकट झाले आहेत. ते कंबर बांधून युद्धास उभे राहिले असतां, सर्व देव एकवटून आले तरी त्यांनाही हार जाणार नाहींत. परंतु मूढ जे आहेत, ते या नरनारायण ऋषींना ओळखीत नाहींत. असो. सर्वलोकाधिपति जो मी, तो त्या नारायणाचा (वासुदेवाचा) पहिला पुत्र. यावरूनच पहा, आणि ह्या सर्वलोकेश्वर वासुदेवाचें अर्चन करा. हे सुरश्रेष्ठहो, हा वसुदेवपुत्र मनुष्य आहे म्हणून ह्याची अवगणना करूं नका. हा शंखचक्रगदाधारी वासुदेव केवळ गुह्याचें गुह्य, परमपद, परब्रह्म परमयश, अक्षर, अव्यक्त, शाश्वत तेज—कीं ज्याचें पुरुष या संज्ञेनें वर्णन मात्र करितात पण ज्याचें प्रत्यक्ष ज्ञान कोणालाच होत नाहीं असा असून विश्वकर्म्याचे सांगण्याप्रमाणें पाहातां हेंच सर्वश्रेष्ठ तेज, हेंच उच्चतम सुख व हेंच परम सत्य होय. यास्तव, हा अमितविक्रम वसुदेवपुत्र केवळ मनुष्यरूपी आहे म्हणून सर्व लोकांनीं किंवा इंद्रासह देवांनींही त्याची अवहेलना करूं नये; ह्या हृषीकेशाची अवज्ञा करून, हा केवळ मनुष्य आहे असें जो म्हणत असेल तो मूर्ख केवळ नराधम समजावा. मनुष्यदेहांत शिरलेल्या या महायोगी परमात्म्याची जो कोणी अवमानना करील, त्याला लोक तामस म्हणतात. चराचराचा आत्मा, श्रीवत्सलांच्छन, परमतेजस्वी, पद्मनाभ वासु-

देव ह्याला सत्यस्वरूपानें जो कोणी ओळखीत नाहीं, त्याला ज्ञाते 'अज्ञानी' म्हणतात. जो कोणी या किरीटकौस्तुभधारी मित्ररक्षक महात्म्याला अवगणील, तो घोर अंधकारांत पडेल. याकरितां, हे सुरश्रेष्ठहो, हें खरें रहस्य जाणून ह्या सर्वलोकेश्वर वासुदेवाला या भावनेनें सर्वदा नमस्कार करावा.

भीष्म सांगतातः—भूतात्मा भगवान् ब्रह्मदेव या प्रकारें ऋषिगणांसहित देवांनीं बोलून त्यांस वाटेस लावून आपल्या स्थानीं गेला. इकडे गंधर्व, देव, मुनि व अप्सरा देखील ब्रह्मदेवानें सांगितलेली ती कथा ऐकून प्रसन्न होऊन स्वर्गास गेले. बा दुर्योधना, पूर्वी एक वेळ जितेंद्रिय अशी ऋषिमंडळी एकत्र जमून पुराणपुरुष वासुदेवाबद्दल गोष्टी बोलत होती, त्या वेळीं मीं ही कथा ऐकिली होती. हे भरतश्रेष्ठा, हीच कथा मी जामदग्न्य राम, धीमान् मार्कंडेय, व्यास मुनि तसेंच नारद यांच्याही मुखांतून ऐकिली. यास्तव, हे दुर्योधना, ही गोष्ट ऐकून घेऊन, महात्मा वासुदेव हा राजाधिराज, अविनाशी प्रभु आहे, व सर्व जगत्पिता ब्रह्मदेवही त्याचा पुत्र आहे, ही गोष्ट नीट ध्यानांत आणिल्यावर मनुष्यांनीं या वासुदेवाची पूजाअर्चा न करावी हें अयोग्य नव्हे काय? बाबारे, वेदपारग ऋषि व मी यांनीं 'असल्या धनुर्धर वासुदेवाशीं युद्धप्रसंग आणूं नको' म्हणून अनेक वेळां तुझें निवारण केलें; तसेंच, पांडवांशीं युद्धाची वेळ आणूं नको म्हणून तुला खरी गोष्ट होती ती सांगितली; परंतु तुला जबरदस्त मोह पडल्यानें तुला खरें कळत नाहीं, व तूं शुद्धीवर येत नाहींस. मी तर समजतों कीं, तूं मनुष्य नसून तमांत गढून गेलेला कोणी क्रूर राक्षस आहेस. कारण, नरनारायणस्वरूपी धनंजय व गोविंद यांचा तूं द्वेष करितोस. हें कर्म तुजवांचून दुसरा कोणी मनुष्य करूं शकत नाहीं. यास्तव तुला मी राक्षस म्हणतों. असो; हे राजा, तुला मी पुनः बजावून सांगतों कीं, हा कृष्ण शाश्वत, अव्यय, सर्वलोकमय, नित्य, शास्ता, धात्रीधर व अविनाशी आहे. हा चराचराचा गुरु व स्वामी असून त्रैलोक्याचा आधार आहे. हाच योद्धा, हाच जय, हाच जेता आणि सर्वांना प्रकृतिभूत व सर्वेश्वर असून हा तमरागरहित विश्वरूपी आहे. जिकडे कृष्ण तिकडे धर्म, व धर्म तिकडे जय. राजा, या परमेश्वराच्या माहात्म्ययोगानें व आत्मस्वरूपी योगबलानें हें पांडव रक्षित असल्यामुळें यांचाच जय होणार. कारण, हा गोविंद सर्वदा पांडवांच्या कल्याणाचीच बुद्धि वागवीत असून त्यांना आला तो दिवस रणांत बळ देतो व भयापासून राखतो. हे भारता, ज्या अर्थीं तूं मला प्रश्नच करितोस, त्या अर्थीं मी तुला स्पष्ट सांगतों कीं, हा वसुदेवपुत्र म्हणजे सर्वगुह्यमय, शाश्वत, कल्याणस्वरूप देव आहे हें तूं ओळखून चाल. आपापल्या वर्णाला उचित अशा गुणधर्मांनीं युक्त ब्राह्मणादि चतुर्वर्ण भक्तिपुरःसर स्ववर्णोचित कर्में करून याच वासुदेवाचें अर्चन व उपासना करितात. द्वापराचे अंतीं व कलीचे आरंभीं संकर्षणानें (बलदेवानें) नारदपांचरात्रागम पद्धतीनें ज्याचें गायन केलें जातें, तो हा वासुदेव प्रतियुगीं देवलोक, मर्त्यलोक, समुद्रांतील द्वारकापुरी व मनुष्यांचीं वसतिस्थानें, हीं पुनः पुनः निर्माण करितो.

अध्याय सदुसष्टावा.

—:०:—

विश्वोपाख्यानसमाप्ति.

दुर्योधन विचारितोः—हे पितामहा, वासुदेवाला सर्व लोक महद्भूत असें म्हणतात,

यास्तव त्याची उत्पत्ति व त्याचें वैभव हें ऐकण्याची माझी इच्छा आहे.

भीष्म सांगतातः—बाबारे, वासुदेव हा महद्भूत खरेंच. हाच सर्व देवतांचेंही दैवत आहे. हे भरतश्रेष्ठा, या कमलनेत्र कृष्णावांचून अधिक श्रेष्ठ दुसरा कोणी दिसत नाहीं. मार्कंडेयानें तर या गोविंदाचें कांहीं अद्भुतच वर्णन केलें आहे. तो याला सर्वभूतमय, भूतात्मा, महात्मा, पुरुषोत्तम आणि जल, वायु व तेज या त्रयीचा कर्ता असें म्हणतो. या महात्म्या पुरुषोत्तमानें ही पृथ्वीदेवी निर्माण केली; व नंतर तो सर्वतेजोरूपी देव योगबलानें पाण्यांत निजला. त्यानें आपल्या मुखांतून अग्नि निर्माण केला; प्राणापासून वायु उत्पन्न केला; व त्या अच्युतानें आपले मनापासून सरस्वती व वेद हीं निर्मिलीं. यानेंच प्रथम सर्व लोक व ऋषि यांसह देव निर्माण केले; प्रजांचे उत्पत्तिलय, तसेंच मरण व मरणाचें कारण यानेंच निर्माण केलें. हाच धर्मरूप, हाच धर्मवेत्ता, व सर्व इच्छा पुरविणारा वरदाता होय. हाच कर्ता, हाच कार्य, हाच पूर्वदेव व स्वयंप्रभु होय. यानेंच भूत, भविष्य व वर्तमान हीं अगोदरच करून ठेविलीं. प्रातः सायं हे उभय संधिकाल, सर्व दिशा, हा अवकाश व सृष्टीचे नियम हे याच जनार्दनानें केले. याच गोविंदानें ऋषि व तप यांस निर्मिलें. जगत्स्रष्ट्याचालाही ह्याच अव्यय व प्रभु अशा महात्म्यानें उत्पन्न केलें. त्याप्रमाणेंच, सर्व भूतांचा अग्रज जो संकर्षण तो यानेंच घडविला. सनातन देवाधिदेव नारायणही यापासून जन्मला. सर्व लोकांचे उत्पत्तीला हेतुभूत जें कमल, तें प्रथम याचे नाभीपासून उत्पन्न झालें. नंतर त्यांतून ब्रह्मा झाला व ब्रह्मचापासून ह्यापुढील प्रजा झाल्या. अनंत व विश्वरूपी जो दिव्य शेष सर्प, त्याला यानेंच निर्माण केलें. हाच शेष पर्वतांसह सर्व पृथ्वी व सर्व भूतें यांना आपले मस्तकावर धारण करितो. ह्या महातेजस्वी पुरुषाला विप्र ध्यानमार्गानें जाणतात. याचे कानांतील मळापासून मधु नामक एक अत्युग्रकर्मा व उग्रबुद्धीचा महान् असुर निपजला. त्यानें ब्रह्मदेवाला नाहींसें करण्याचा हेतु धरिलासें पाहून, ह्या पुरुषोत्तमानें त्या असुराला मारिलें; आणि, बाबा दुर्योधना, ह्या दैत्याला मारिल्यापासून ह्या जनार्दनाला देव, दानव, मनुष्य व ऋषि हे मधुसूदन असें म्हणूं लागले. हाच वराह झाला, हाच नृसिंह झाला, हाच प्रभु तीन पावलें टाकणारा वामन झाला. हाच हरि सर्व प्राण्यांचा आईबाप आहे. या पुंडरीकाक्षाहून वेगळें या सृष्टींत कधीं कांहीं झालें नाहीं व होणारही नाहीं. यानें आपल्या मुखापासून ब्राह्मण निर्माण केले; बाहूंपासून क्षत्रिय केले; राजा, वैश्य मांड्यांपासून केले; व पायांपासून शूद्र केले. हा देव केशव सर्व देहधर्त्यांचें निधान, केवळ ब्रह्मस्वरूप व योगस्वरूप आहे. याचें जो कोणी अमावास्यापौर्णिमेला नियमपूर्वक आराधन करील, किंवा याप्रीत्यर्थ तप करील, त्याला ब्रह्मस्वरूपाची प्राप्ति होईल. केशव हें परमोत्कृष्ट तेज होय व हाच सर्व लोकांचे बापाचा बाप आहे, असें या हृषीकेशासंबंधानें ऋषि म्हणत आले. एतावता, राजा, हा कृष्ण आपला आचार्य, पिता व गुरु आहे; कृष्णाचा ज्यावर प्रसाद झाला त्यानें शाश्वत लोक जिंकले. जो कोणी भयाचे प्रसंगीं या केशवाला शरण येईल, किंवा जो कोणी हें स्तोत्र सदा पठण करील, तो सुखी होईल. जे मनुष्य कृष्णाला शरण गेले, ते मोह पावत नाहींत. मोठ्याही भयांत बुडालेल्यांना हा जनार्दन सदैव राखितो. राजा, युधिष्ठिरानें या असल्या केशवाचें खरें खरें स्वरूप ओळखिलें आहे, व म्हणूनच तो या

जगत्पतिं योगेश्वर केशवाला सर्वदा सर्वभावानें शरण आहे.

अध्याय अडुसष्ठावा.

—:०:—

केशवस्तव.

भीष्म ह्मणतातः--हे राजा, पूर्वी ब्रह्मर्षि व देवर्षि यांनीं भूलोकीं कथन केलेला केवळ ब्रह्मस्वरूप असा हा केशवाचा स्तव माझे तोंडून ऐक.

" हे देवदेवेश्वरा, तूं साध्यांचा तसाच देवांचाही प्रभु आहेस, व तूं लोकांचा निर्माता असून त्यांचा भावज्ञाताही आहेस, असें नारदांनीं तुला म्हटलें. मार्कंडेयानें तुला त्रिकालस्वरूप म्हणून म्हटलें आहे. यज्ञांचा यज्ञ तूं, तपांचें तप तूंव देवांचाही देव तूं असें भगवान् भृगु तुला म्हणतात. हे विष्णो, तुझें रूप फार जुनाट आहे असेंही भृगु म्हणतात. अष्टवसूंपैकीं वासुदेव तूं व इंद्राला इंद्रपदावर स्थापणारा तूं व देवांचा आधिदेवही तूंच असें द्वैपायन मुनि तुला म्हणतात. पूर्वी सृष्टिनिर्माणकालीं तूंच दक्ष प्रजापति म्हटला जात होतास. अंगिरा मुनींनीं तुला जगत्स्रष्टा म्हटलें आहे. अव्यक्त तेवढें तुझे शरीरापासून उठलें व व्यक्त तेवढें तुझे मनांत राहिलें; व देवही तुजपासूनच झाले, असें असित देवल म्हणाला. तपश्चर्येनें ज्या पुरुषांचीं मनें शुद्ध झालीं आहेत, ते असें समजतात कीं, तुझ्या मस्तकानें स्वर्ग व्यापिला, उभय बाहूंनीं पृथ्वी व्यापिली, व त्रैलोक्य हेंच तुझें जठर होय. स्वस्वरूपदर्शनानें धालेले जे ऋषि, त्यांत तूं श्रेष्ठ होस. त्याप्रमाणेंच रणांत पाठ न दाखविणारे जे उदार राजर्षि, त्यांतही तूं अग्रेसर आहेस; आणि, हे मधुसूदना, जे कोणी धर्मपरायण आहेत त्या सर्वांची अखेर गति तूंच आहेस. " या प्रकारें, सनत्कुमारप्रभृति जे योगज्ञ ते या भगवान् पुरुषोत्तम हरीचें स्तवन व अर्चन करितात. राजा, याप्रमाणें मीं तुला संक्षेप व विस्तार या दोन्ही प्रकारांनीं केशवाचें खरें खरें वर्णन तें सांगितलें; हें ऐकून घेऊन प्रसन्न मनानें केशवाची भक्ति कर.

संजय म्हणतोः—हे महाराजा, हें पवित्र आख्यान कानीं पडल्यापासून तुझा मुलगा केशवाला व महारथ पांडवांनाही फार मानूं लागला. इतक्यांत भीष्म त्याला पुनः म्हणाले कीं, " हे राजा, तूं महात्म्या केशवाचें माहात्म्य ऐकिलेंस; तसेंच तूं मला पुसत होतास तें नराचेंही खरें खरें वर्णन तूं ऐकिलेंस. तसेंच, हे दोघे नरनारायण ऋषि मनुष्ययोनींत कां संभवले आहेत, व हे दोघे वीर युद्धांत कधींही पराजय न पावणारे व केवळ अवध्य आहेत, हेंही तूं समजलास. सारांश, राजा, यशस्वी पांडवांवर श्रीकृष्णाची अत्यंत प्रीति असल्यामुळें हे पांडव युद्धांत कोणाचेही हातून मारले जाणार नाहींत, यासाठीं मी तुला पुनः सांगतों कीं, पांडवांशीं शम होऊं दे; आणि मन स्वाधीन ठेवून आपल्या बलाढ्य भावांसह पृथ्वीचा उपभोग घे. जर का तूं या नरनारायण देवांची अवज्ञा करशील, तर शिलक उरणार नाहींस हें खास समज. " धृतराष्ट्रा, असें बोलून तुझा पिता कांहीं वेळ गप बसला; नंतर राजाला रजा देऊन आपण झोंपीं गेला. राजा दुर्योधनही पितामहांस वंदून शिबिरांत आला; व त्या रात्रीं शुभ्र अशा शय्येवर शयन करिता झाला.

अध्याय एकुणसत्तरावा.

—:०:—

मकरव्यूह व श्येनव्यूह.

संजय सांगतोः—हे धृतराष्ट्रा, ती रात्र जाऊन सूर्योदय होतांच पुनरपि दोन्ही सैन्यें, दुसरा तिमरा विचार मनांत न आणितां, युद्धार्थच

एकत्र मिळालीं. उभयपक्षीय वीरांची दृष्टादृष्ट होतांच एकमेकांवर जय मिळविण्याचे ईर्ष्येनें सर्वही त्वेषानें शत्रूंवर धांवून गेले. राजा, तुझ्या गैरमसलतीनें हा युद्धप्रसंग प्राप्त झाला असतां प्रहारकुशल असे कौरव व पांडव मोठ्या आनंदानें आपापले सैन्यांचे व्यूह बांधून आवेशानें युद्धास सरसावले. भीष्म हे आपल्या लोकांसह चारी तर्फे मकरसंज्ञक व्यूहाचें रक्षण करीत होते. त्याचप्रमाणें पांडवही आपला श्येनसंज्ञक व्यूह राखीत होते. मग, हे राजा, सुरुवातीला तुझा पालक रथिश्रेष्ठ देवव्रत बरोबर मोठा रथसमूह घेऊन निघाला. तेव्हां इतर म्हणजे रथी, दंती, सादी व पत्ति हे आपापले नेमलेल्या क्रमानें उभे राहून भीष्मांमागें चालले. कौरव युद्धास सज्ज झालेसें पाहून युद्धांत केवळ अजिंक्य अशा श्येनसंज्ञक उत्तम व्यूहाची त्यांनीं योजना केली. या श्येनाच्या (ससाण्याच्या) मुखस्थानीं महाबल भीम शोभत होता. दोन डोळ्यांचे ठिकाणीं दुर्धर्ष शिखंडी व पार्षत धृष्टद्युम्न हे होते. त्याचे शिरस्थानीं अमोघपराक्रमी सात्यकि वीर होता; व मानेचे जागीं आपलें गांडीव धनुष्य हालवीत अर्जुन उभा राहिला. त्याचे डावे पांखाला अक्षौहिणी सेनेसह सपुत्र महात्मा श्रीमान् द्रुपद उभा राहिला; उजवा पांख अक्षौहिणीपति कैकेय झाला. पृष्ठभागीं पांचही द्रौपदेय, वीर्यवान् सौभद्र व आपले जावळे भावांसह रुचिरविक्रम स्वतः राजा युधिष्ठिर हे उभे राहिले.

नंतर भीमानें कौरवांचे त्या मकरव्यूहांत तोंडाकडूनच शिरून भीष्मांना बाणांनीं झांकून टाकिलें. त्या वेळीं पांडुपुत्रांनीं त्या घोर युद्धासाठीं मोठ्या चतुराईनें उभ्या केलेल्या सैन्याची नजर चुकवून भीष्मांनीं महास्त्रांचा उपयोग केला. आपले सैन्याची देखतभूल झालेली पाहून अर्जुनानें मोठ्या त्वरेनें हजार बाण सोडून त्या रणस्थलीं भीष्मांना वेधिलें. भीष्मांनीं उलट शस्त्रें सोडिलीं, परंतु त्या सर्वांचें निवारण करून आपल्या युद्धोत्सुक सेनेसह तो लढाईस पुढें सरसावला. तें पाहातांच, अर्जुनानें पूर्वी केलेल्या आपल्या बंधूंच्या व सैन्याच्या नाशाचें स्मरण येऊन महारथ दुर्योधन द्रोणांना म्हणाला, "आचार्य, हे निष्पाप, आपण सर्वदा माझे कल्याणाविषयीं झटतां यांत संशय नाहीं; आणि आपल्या व भीष्मांच्या आधारावर आम्ही देवांशीं देखील युद्धांत गांठ घालून जय मिळवूं यांत संदेह नाहीं. मग या लेंच्यापेंच्या पांडवांची काय कथा! याकरितां जेणेंकरून हे ठार होतील अशी तोड योजा. देव आपलें कल्याण करील."

राजा, तुझे पुत्रानें या प्रकारें प्रार्थना करितांच द्रोणांनीं सात्यकीचे देखत देखत पांडव सैन्यांत फळी पाडली. तें पाहून सात्यकि द्रोणांस आडवा आला. मग उभयतांचें मोठें भयंकर असें घनघोर युद्ध झालें. द्रोणांनीं संतापून हंसतच सात्यकीला गळ्याभोंवतीं फांसळीजवळ तीक्ष्ण बाणांनीं विंधिलें. तेव्हां भीमसेनानें सात्यकीची कड घेतली; व शस्त्रधराग्रणी द्रोणांपासून सात्यकीचें रक्षण करण्याकरितां भारद्वाजांना वेध केला. त्या वेळीं द्रोण, भीष्म व शल्य या तिघांनीं रागावून भीमाला बाणांनीं झांकून टाकिलें. तें पाहून द्रौपदेय व अभिमन्यु यांचें पित्त खवळलें, आणि त्या तरुण वीरांनीं शस्त्र उगारून राहिलेल्या त्या तिघांनाही तिखट बाणांनीं जखमी केलें. इतक्यांत महाबल द्रोण व भीष्म त्या घोर संग्रामांत अतिशय त्वेषानें पांडवांवर तुटून पडत आहेत असें बघतांच महाधनुर्धर शिखंडि त्यांना सामोरा झाला. त्या बलाढ्य वीरानें मेघाप्रमाणें गर्जणारें धनुष्य घेऊन बाणांची अशी कांहीं झोड उठविली कीं, तिनें सूर्यदेखील झांकून गेला. पण

शिखंडीशीं जेव्हां गांठ पडली, तेव्हां त्याचें पूर्वीचें स्त्रीत्व ध्यानांत येऊन भीष्मांनीं त्याशीं प्रसंग टाळिला. तेव्हां, हे महाराजा, तुझ्या पुत्राचे सूचनेवरून भीष्मांचे रक्षणार्थ द्रोण पुढें झाले, व त्यांनीं शिखंडीवर शिस्त धरिली. परंतु त्या शस्त्रपटु द्रोणाशीं गांठ पडतांच युगांतीच्या उल्बण अग्नीप्रमाणें त्यांचें भय वाटून शिखंडीनें तोंड चुकविलें. ते वेळीं, राजा, तुझ्या जयेच्छु पुत्रानें मोठ्या सैन्यानिशीं भीष्मांची पाठ राखिली. पण इकडे पांडवांनीं जय मिळवावयाचाच असा दृढ संकल्प करून अर्जुनाला पुढें घालून भीष्मांचीच गळचेपी धरिली. मग युद्धांत जय व अद्भुत कीर्ति यांची इच्छा करणाऱ्या त्या वीरांनें देव-दानवयुद्धाप्रमाणें अति घोर युद्ध झालें.

अध्याय सत्तरावा.

—:०:—

संकुलयुद्ध.

संजय म्हणतोः— हे राजा, हे धार्तराष्ट्र भीमाचे रगाड्यांत सांपडले म्हणजे कठीण असें मनांत आणून त्यांचे रक्षणार्थ म्हणून शांतनव भीष्मांनीं या दिवशीं फारच निकराचें युद्ध केलें. कौरवपांडवांकडील म्होरके म्होरके वीर ज्यांत ठार झाले असें उभयपक्षीय राजांचें महाभयंकर युद्ध त्या दिवशीं सकाळीं झालें. त्या युद्धाची जेव्हां एकच भयंकर गर्दी माजली, तेव्हां तीमधून गगनाला जाऊन भिडे असा भयंकर शब्द उठला. मत्तगजांचें गर्जणें, घोड्यांचें खेंकाळणें, नौबदी, शंख यांचे ध्वनि हे सर्व मिळून एकच कल्होळ माजला. डुरकण्या फोडणाऱ्या गोठ्यांतील पोळांप्रमाणें जयार्थ परस्परांशीं झगडणारे ते शूर वीर एकमेकांवर गर्जत होते. राजा, तीक्ष्ण बाणांनीं पाडिली जाणाऱ्या मुंडक्यांची त्या वेळीं आकाशांत जणूं काय पाषाणवृष्टि चालली होती. हे भारता, स्वर्णभूषणांनीं चमकणारीं आणि कुंडलें व पागोटीं घातलेलीं शेंकडों मुंडकीं खालीं कोसळतांना दिसत होतीं. बाणांनीं तोडलेल्यानें शरीरांनीं, धनुष्य तसेंच असलेल्या बाहूंनीं, व दुसऱ्या कांहीं सालंकृत हस्तांनीं पृथ्वी आच्छादली. हे राजा, कवच घातलेल्या शरीरांनीं, अलंकारयुक्त हस्तांनीं व आरक्तनयनयुक्त अशा सुलक्षण चंद्रतुल्य मुखांनीं, व गज, वाजी, मनुष्यें यांच्या कांहीं अखंड शरीरांनीं ती धरित्री एका घटकेंत झांकून गेली. त्या वेळीं, वर उडालेल्या धुळीचें दाट पटल तें मेघपटल, मध्यें मध्यें चमकणाऱ्या शस्त्रांचे प्रकाश ह्याच विजा, व आयुधांचा खडाखड होणारा शब्द हीच मेघगर्जना असा अद्भुत देखावा बनून राहिला. पाण्यासारखें जींत रक्त वाहिलें अशी ती कौरव-पांडवांची धुमश्चक्री फारच भयंकर व उद्वेगजनक झाली. युद्धार्थ खुमखुमलेल्या क्षत्रियांनीं अंगावर रोमांच उभे करणाऱ्या त्या भयंकर रणसंकुलाचे वेळीं बाणांचा केवळ पाऊस पाडिला. हे भारता, त्या वेळीं उभय सैन्यातील कुंजर बाणपीडित झाल्यानें कोकलूं लागले. ते अमिततेजस्वी धीट वीर आवेशाआवेशानें जेव्हां धनुष्यांचा दोऱ्या खेंचूं लागले, तेव्हां त्यांच्या फटफट शब्दापुढें दुसरें कांहींच उमगेना. जिकडे तिकडे पाण्यासारखे रक्ताचे पाट वहात होते; व त्यांत मध्येंच जेव्हां धडें उठून उभीं रहात, तेव्हां रिपुवधाविषयीं हपापलेले वीर फसून त्यावरच धांवत. परिघाप्रमाणें दीर्घ व मांसल ज्यांचे दंड आहेत असे ते तेजस्वी वीर, बाण, शक्ति, गदा, खड्ग इत्यादि आयुधांनीं परस्परांची कत्तल करीत होते. बाणांनीं घायाळ झालेले निरंकुश हत्ती इतस्ततः भटकूं लागले; घोडेही वरील स्वार मेल्यामुळें मोकळे सुटून दाही

दिशा धांवूं लागले. हे भारता, उभय पक्षांतील कांहीं वीर बाणप्रहारानें पीडित झाल्यानें उठउठून पडत होते. राजा, त्या भीमभीष्मसमागमसमयीं वाहनें, मस्तकें, धनुष्यें, गदा, परिघ, हात, मांड्या, पाय, भूषणें, बाहुभूषणें यांचे ठिकठिकाणीं ढीगचे ढीग दिसत होते. हे प्रजानाथा, जागजागीं पिच्छेहाट न सोसणाऱ्या हत्तींचे, घोड्यांचे व रथांचे थवेच्या थवे दिसत होते. ह्या आणीबाणीचे वेळीं ते क्षत्रिय परस्परांस कोणी गदांनीं, कोणी तरवारींनीं, कोणी प्रासांनीं, कोणी नतपर्व बाणांनीं—याप्रमाणें मारीत होते. दुसरे कांहीं कुस्तींत तरबेज असलेले वीर शस्त्रास्त्र वगैरे न घेतां पोलादी पहारींसारख्या दृढ भुजांनींच भिडत होते. कोणी मुठींनीं, कोणी गुडघ्यांनीं, कोणी तळहातांनीं—याप्रमाणें उभयपक्षीय वीर झगडत होते. राजा, पडलेल्या, पडणाऱ्या व धडपडणाऱ्या लोकांनीं जिकडे पहावें तिकडे ती रणभूमि भयंकर दिसत होती. तेथें कांहीं रथी विरथ झाल्यामुळें हातीं उत्तम खड्गें घेऊन परस्परवधेच्छेनें तसेच एकमेकांवर धांवत होते. नंतर, राजा दुर्योधन अनेक कलिंग वीर बरोबर घेऊन भीष्मांचें आश्रयानें पांडवांवर चालून आला. इकडे पांडवही भीमाला मध्यें करून रागानें भीष्मांवर धांवले. तेव्हां पुनः युद्ध जुंपलें.

अध्याय एकाहत्तरावा.

—:०:—

संकुलयुद्ध.

संजय सांगतोः—आपले सर्व भाऊ व इतर राजे भीष्मांशीं भिडून राहिले आहेतसें पाहून, धनंजय अस्त्र उगारून भीष्मांवरच धांवला. अर्जुनाचा तो कपिध्वज पाहून, आणि तो गांडीव धनुष्याचा व पांचजन्य शंखाचा शब्द ऐकून आपलेकडील सर्वांना भेदरी बसली. हे महाराजा, त्या वेळीं, वर सिंहपुच्छ काढलेला ज्वालामुखी पर्वताप्रमाणें आकाशांत दिसणारा, वृक्षांना न आठवणारा, उठलेल्या धूमकेतूसारखा, नानारंगांचा, तऱ्हेवाईक, तेजस्वी व वानरचिन्हानें युक्त असा गांडीवधन्याचा ध्वज आम्हीं पाहिला. त्या महारणांत सोन्याचे पाठीचें तें त्याचें गांडीव आकाशांत मेघपटलामध्यें खुलणाऱ्या विजेप्रमाणें योधांना भासलें. तुझे सैन्याचा सप्पा उडवीत असतांना मेघगर्जनेसारखा भयंकर असा त्याच्या पंजाचा फडफड शब्द आम्हांस ऐकूं येत होता. वीज, गडगडाट व झंझावात यांहीं युक्त मेघाप्रमाणें अर्जुन बाणवृष्टीनें सर्व दिशांना जणूं पूर आणून सोडीत होता! भयंकर अस्त्र घेऊन धनंजय भीष्मांवर धांवला; पण आम्ही त्या अस्त्रानें इतके दिपून गेलों कीं, आम्हांला पूर्व कोणती आणि पश्चिम कोणती हेंही कळेनासें झालें. राजा, तुजकडील योद्ध्यांपैकीं कांहींचीं वाहनें थकल्यानें व कांहींचे तर घोडे मेल्यानें निराश होऊन, व कोणच्या दिशेला जावें हें सुचेनासें होऊन ते परस्परांचे गळां पडून तुझे पुत्रांसह भीष्मांचेच मागें दडले; आणि त्या प्रसंगीं काय ते भीष्मच त्या दुःखितांना आश्रयभूत झाले. कांहीं रथी भीतीनें आपले रथांतून पटापट उड्या घेऊं लागले. तसेंच घोडेस्वार व भूमीवरील पदातिही उड्या घेऊं लागले. हे भारता, तो विद्युत्स्वनासारखा भयंकर गांडीव घोष ऐकून सर्वच सैन्यें भीतीनें जागजागीं लपलीं. राजा अशी स्थिति झाली, तेव्हां कांबोज देशांतील चलाख व थोराड घोडे, लहान लहान गोपायनांच्या टोळ्या, तसेच हजारों हजार गोप, व मद्र, सौवीर, गांधार, त्रैगर्त आणि मुख्यमुख्य सर्व कालिंग वीर यांनीं परिवेष्टित असा कालिंगाधिपति; सर्व राजे व अनेक नरगण यांसह दुःशासनाचे मागोमाग जाणारा

जयद्रथ; आणि तुझ्या पुत्राचे आज्ञेवरून तयार झालेले व मदतीसाठीं शकुनीभोंवतीं जमलेले चौदा हजार निवडक स्वार ह्या सर्वांनीं रथ, घोडे यांच्या निरनिराळ्या तुकड्या करून एकजुटीनें अर्जुनावर मारा सुरू केला. रथ, कुंजर, अश्व, व पदाति यांचे पायीं उडालेल्या धुळीच्या लोळांनीं तें रणमंडल मेघमंडलाप्रमाणें भयंकर दिसूं लागलें. तोमर, प्रास, नाराच, गज, रथ, अश्व व योद्धे यांची भरपूर कुमक घेऊन भीष्म अर्जुनाशीं भिडले. आवंत्य काशिराजाशीं, जयद्रथ भीमसेनाशीं, पुत्रामात्यांसह युधिष्ठिर हा यशस्वी मद्रपतीशीं, विकर्ण सहदेवाशीं व चित्रसेन शिखंडीशीं भिडला. राजा, मत्स्यांनीं दुर्योधन व शकुनि यांशीं गांठ घातली; द्रुपद, चेकितान व महारथ सात्यकि हे अश्वत्थाम्यासहित महात्म्या द्रोणांशीं भिडले; आणि कृप व कृतवर्मा धृष्टद्युम्नावर धांवले.

याप्रमाणें तीं सैन्यें युद्धांत गुंतलीं असतां पहावें तों घोडे दौडत आहेत, रथ घिरट्या घेत आहेत, हत्ती भटकत आहेत, असा चौफेर देखावा दिसत होता. त्या वेळीं, राजा, आकाशांत ढग नसून तीव्र विजा चमकूं लागल्या; दिशा धुळीनें भरून गेल्या; मोठ्या कडकडाटाचे उल्कापात होऊं लागले; मोठी वावटळ उठली; व धुळीचा पाऊस पडला. सैन्यानें उडविलेल्या धुळीनें सूर्य आच्छादला जाऊन आकाशांतच जसा गडप झाला. धुळीनें अंध झाल्यानें व अस्त्रजालांनीं जर्जर झाल्यानें प्राणिमात्राला जशी भूल पडली! कसलींही आवरणें फोडून आंत घुसणाऱ्या वीरांचे हातून सुटलेल्या बाणांचा एकच सुळसुळाट झाला. राजा, नक्षत्रांप्रमाणें शुद्ध तेजानें चमकणाऱ्या वीरांच्या हातांत उभारलेल्या अस्त्रांच्या योगानें आकाश प्रकाशमान झालें. बैलांच्या कातड्याच्या केलेल्या, व वर सोन्यांचीं जाळीं घातलेल्या विचित्र ढाली सर्व दिशांना पडल्या होत्या. सूर्याप्रमाणें लकलकणाऱ्या तरवारींनीं तोडून पाडलेलीं शिरें व शरीरें सर्व दिशांना दिसत होतीं. चाकें, आंस, तुंबे, पेट्या, तसेच ध्वज मोडून व घोडे मारले जाऊन मोठमोठे रथ ठिकठिकाणीं जमीनदोस्त झाले होते. रथांतील वीर मारिले गेले असतां शस्त्रांनीं घायाळ झालेले घोडे भलतीकडेच रथ भरकटत घेऊन चालले. कांहीं उंची घोडे बाणांनीं घायाळ झाले असतांही जुपण्या बांधलेल्या असल्यामुळें तशींच जोखडें खेंचीत होते. कोठें कोठें एखाद्या बलाढ्य हत्तीनें घोडे, सारथि व आंतील रथी यांसह चुरडलेले रथ दिसत होते. त्या सैन्याच्या गर्दींत कांहीं हत्ती गंधगजांचे मदाचा गंध नाकांत कोंदल्यानें बेशुद्ध होऊन मत्तगजांऐवजीं निर्वीर्य गजांसच ओढूं लागले. नाराच बाणांनीं मारलेले हत्ती व गतप्राण होऊन हातांतील अंकुशांसह खालीं पडणारे त्यांवरील माहूत यांच्या योगानें ती रणभूमि झांकून गेली. त्या सैन्याचे गर्दींत कोणी मोठमोठे प्रचंड हत्ती सोडिले होते, त्यांनीं आपल्या शुंडांनीं—वरील योद्धे व पताका यांसह—लहानसहान हत्ती मुरगळून पाडिले. पुष्कळ रथांचे दांडे सर्पासारख्या लांबलचक शुंडांच्या हत्तींनीं मोडून टाकिलेले तेथें आढळत होते. कांहीं दांताळ हत्तींनीं रथबीथ मोडून टाकून आंतील रथ्यांना केसट्या धरून बाहेर ओढून झाडाच्या फांदीप्रमाणें मुरगळून तुडवून रण-

---

१ 'वीतमाददिरे' असा मुंबई पाठ आहे; व वीत मसारगजे' असा नीलकंठांनीं कोश दिला आहे, याला धरून आम्हीं वरील अर्थ निरुपायास्तव केला आहे, आमचे मतें या ठिकाणीं बंगाली पाठ 'वातं' असा आहे, तो बरा आहे. कारण कोणत्याही अतिउद्दाम गंधानें मस्तक फिरून गेलें असतां खुली हवा घेणें हा सर्व जीवांचा स्वभाव आहे.

भूमीवर फेंकून दिलें होतें. कांहीं उंची हत्ती रथांत अडखळलेले रथ ओढीत इकडे तिकडे जात होते व कानठळ्या बसत तों गर्जत होते. ते गज ते रथ ओढीत असतां सरोवरांत गढून पडलेलें कमलिनींचें जाळें ओढणाऱ्या हत्ती-प्रमाणें दिसत होते. या प्रकारें, राजा, तें सर्व रणांगण स्वार, पायदळ, ध्वजांसह महारथ यांनीं चिकार भरून गेलें होतें.

अध्याय बहात्तरावा.

—:०:—

संकुलयुद्ध.

संजय सांगतोः—हे राजा, मत्स्यपति विराटासह शिखंडीनें दुर्जय अशा महाधनुर्धर भीष्मांशीं गांठ घातली; व द्रोण, कृप, आणि महाबल विकर्ण, शिवाय रणशूर असे अन्य राजे यांशीं धनंजयानें सामना केला. हे राजश्रेष्ठा, बंधुअमात्यांसह सिंधुराज, तसेच प्राच्य व दाक्षिणात्य नृपति आणि युद्धांत असह्य असा तुझा खुनशी पुत्र धनुर्धर दुर्योधन यांशीं भीमसेन भिडला. महारथी व दुर्जय धनुर्धर पितापुत्र शकुनि आणि उलूक यांबरोबर सहदेवानें दंड थोपटले. हे महाराजा, तुझ्या पुत्रानें फसविलेल्या महारथ युधिष्ठिरानें संग्रामांत आपलेकडील गजसैन्यावर शिस्त धरिली; आणि युद्धांत शूरांना रडविणारा माद्रीपुत्र नकुल यानें त्रिगर्तांचे सैन्याशीं तोंड दिलें. शाल्व-केकय यांना सात्यकि, चेकितान व महारथ सौभद्र यांनीं रागारागानें घेरलें. रणांत दुर्जय असा धृष्टकेतु व राक्षस घटोत्कच यांनीं तुझे पुत्रांचे रथदळावर हल्ला केला. महात्मा व महाबल सेनापति धृष्टद्युम्न हा उग्रकर्मा द्रोणांशीं युद्धार्थ उभा ठाकला. या प्रकारें ह्या महाधनुर्धरांनीं तुझ्या पक्षाकडील वीरांची निवड करून गर्दी सुरू केली. सूर्य ऐन-मध्याह्नीं येऊन सर्व आकाश त्यानें तापवून सोडिलें आहे अशा प्रखर वेळीं कौरवपांडवांची परस्पर कत्तल मोठ्या रंगांत आली होती. वर सुवर्णाचें विचित्र काम केलेले आणि व्याघ्रचर्मानें मढविलेले व ध्वजपताकायुक्त असे रथ रणभूमीवर इकडून तिकडे फिरतांना फारच शोभत होते. परस्परांना युद्धांत जिंकावें, या उत्कंठेनें गर्जना करीत करीत सर्व वीर एकत्र झाले, तेव्हां त्यांचा ध्वनि अनेक सिंहांच्या एकवट ध्वनीप्रमाणें मांसल भासत होता. नंतर शूर संजयांनीं कौरवांशीं जो कांहीं अत्यंत दारुण व अद्भुत झगडा केला, तो आम्हीं डोळ्यांनीं पाहिला. राजा, त्या वेळीं सर्वभर इतके कांहीं बाण सुटले कीं, आकाश कीं सूर्य, दिशा कीं उपदिशा, कांहींएक दिसेना. स्वच्छ धारेच्या शक्ति, शत्रूंवर फेंकले जाणारे तोमर व पाजलेल्या तरवारी यांचें तें नीलकमलासारखें तेज, त्याप्रमाणेंच विचित्र कवचभूषणें यांच्या प्रभा, या योगानें अंतरिक्ष, दिशा व उपदिशा भरून गेल्या. राजा, ठिकठिकाणीं तें रणांगण चंद्रसूर्याप्रमाणें लकलकणाऱ्या राजांच्या शरीरांनीं फारच खुलून दिसत होतें. रणांत एकत्र झालेले ते शूर रथी नभोमंडलांतील ग्रहांप्रमाणें चमकत होते. रथिश्रेष्ठ भीष्म यांनीं रागावून सर्व सैन्यादेखत भीमाचें निवारण केलें. त्या वेळीं भीष्मांनीं सोडलेले—सहाणेवर लावून अति तिखट केलेले व तेल लावून लखलखीत केलेले सोनेरी पिच्छाचे बाण भीमाला घाय करूं लागले. त्या समयीं भीमानें रागावलेल्या सर्पाप्रमाणें भयंकर अशी महावेगवान् शक्ति भीष्मांवर सोडिली. ती स्वर्णदंडयुक्त व हातीं लागण्यास कठीण अशी शक्ति येऊन पडणार तोंच चांगली पेरें काढलेल्या बाणांनीं भीष्मांनीं ती तोडून टाकिली. नंतर, पाजलेल्या व तिखट

अशा दुसऱ्या भल्ल बाणानें त्यांनीं भीमसेनाच्या धनुष्याचे दोन तुकडे केले. राजा, यावर सात्यकीनें तुझ्या पित्याला गांठून त्यावर कानापर्यंत धनुष्य खेंचून सोडलेल्या तिखट व जलाल धारेच्या अशा अनेक बाणांनीं हल्ला केला. त्या काळीं भीष्मांनीं अतिशयच भयंकर असा एक तीक्ष्ण बाण योजून त्या योगानें सात्यकीचे रथावरून त्याचा सारथि लोळविला; आणि हे राजा, रथावरील सारथि जेव्हां मेला तेव्हां सात्यकीच्या रथाचे घोडे अर्थातच इतस्ततः पळत सुटले. त्यांच्या त्या वेळच्या वेगाला उपमा मनोवेगाची किंवा वायुवेगाचीच साजेल. नंतर सर्व सैन्याचा एकच दणक्या शब्द उडाला, व पांडवांकडे हाहाःकार उडून, "अरे धांवा, घोड्यांना पकडा, बांधा" अशा प्रकारचा एकच गोंगाट सात्यकीच्या रथाभोंवतीं माजला. इतक्या संधींत, इंद्र जसा असुरसेनेवर तसा भीष्मांनीं पांडवसेनेवर हल्ला केला. भीष्म जों जों त्या पांचाळसोमकांना मारीत होते, तों तों हट्टास पेटून ते न कचरतां भीष्मांवर तुटून पडत होते. हे राजा, तुझ्या पुत्राच्या सैन्याला जिंकू पाहाणारे धृष्टद्युम्नप्रमुख पांडवीय वीरही भीष्मावरच कोसळले. इकडे उलटपक्षीं भीष्मद्रोणांस पुढें करून कौरववीर मोठ्या जोरानें पुढें थडकले, आणि पुनः उभय पक्षांचें घनघोर युद्ध माजलें.

अध्याय त्र्याहात्तरावा.

—:०:—

अभिमन्युहस्तें लक्ष्मणपराजय.

संजय सांगतोः—मग विराटानें भीष्मांस तीन बाण मारून दुसऱ्या तीन बाणांनीं त्यांचे घोडे विंधिले. तेव्हां महाबली व कसलेल्या हाताचे धनुर्धर भीष्म यांनीं उलट विराटावर सोनेरी पिसाचे दहा बाण सोडले. भयंकर धनुष्य धरणारा व चिकाटीचा बळकट जो अश्वत्थामा, त्यानें सहा बाण अर्जुनाचे छातीच्या शिंपींत रोंवले. परंतु शत्रुहंत्या फाल्गुनानें न डगतां त्याचें धनुष्य तोडून शिवाय त्यावर जलाल बाण सोडिले. पार्थानें आपलें धनुष्य तोडिलें ही गोष्ट अश्वत्थाम्याला कशी ती खपली नाहीं, तो रागानें केवळ वेडा होऊन त्यानें तडाक्यासरसें दुसरें धनुष्य उचलिलें, व अर्जुनाला तिखट असे नव्वद बाण मारिले, आणि कृष्णालाही निवडक असे सत्तर बाण मारिले. त्या वेळीं क्रोधानें डोळे लाल करून व दीर्घ-उष्ण सुस्कारे टाकीतच कृष्णासह विचार करून बलिश्रेष्ठ अर्जुनानें संतापानें डाव्या हातानें धनुष्याची दोरी छेदून केवळ प्राणांत करणारे असे पेरीं मारलेले तीक्ष्ण बाण उचलून त्यांनीं ताडकन् द्रौणीचा वेध केला. ते बाण अश्वत्थाम्याचें कवच फोडून त्याचें रक्त प्याले. अर्जुनानें इतका फोडून काढिला तरी द्रोणपुत्र नुसतें हायदेखील म्हणाला नाहीं. परंतु भीष्मांचें परित्राण करण्याचे हेतूनें अर्जुनावर एकसारखे बाण फेंकीत तो तसाच न घाबरतां उभा राहिला. कृष्णार्जुनाच्या जोडीलाही अश्वत्थामा तोंड देऊन उरला आहे असें पाहून कौरवांनीं त्याचे पराक्रमाची फारच वाहवा केली. इतरांना प्राप्त होण्यास कठीण अशी सर्व अस्त्रसमूहाची—तीं सोडावीं कशीं व आवरावीं कशीं यांसह—त्याला द्रोणांपासून माहिती झाली असल्यानें तो आला तो दिवस सैन्यामध्यें निर्भय उभा राहून लढत असे. अर्जुनही कांहीं कमी नव्हता; परंतु हा आपला आचार्यपुत्र, व द्रोणाचा विशेष लाडका, तशांत ब्राह्मण, या अर्थीं आपणाला विशेषतः वंद्य आहे, अशा भावनेनें त्या रथिश्रेष्ठ वीर बीभत्सूनें अश्वत्थाम्यावर दयादृष्टि ठेविली आणि म्हणूनच, राजा, द्रौणीला सोडून तो पराक्रमी अर्जुन तुझ्या

इतर सैनिकांवर मोठ्या वेगानें जाऊन पडला. इकडे गिधाडाचीं पिसें लावलेले, सोनेरी दांड्यांचे व निसणावर लावलेले दहा तीक्ष्ण बाण दुर्योधनानें भीमसेनावर टाकिले. त्यावेळीं भीमसेनानें न गडबडतां रागावून मृत्युप्रद असें एक बळकट धनुष्य घेऊन त्यापासून तीक्ष्ण, वेगवान् धार दिलेले व सरळ जाणारे असे दहा बाण कानापर्यंत धनुष्याची दोरी खेंचून दुर्योधनाचे छातींत रोंविली त्यासमयीं दुर्योधनाचे छातीवर सोन्याचे गोफांत ओंवलेला हिरा होता, तो भोंवतीं रुतलेल्या शरांमुळें, आकाशांतील ग्रहपरिवेष्टित सूर्याप्रमाणें भासूं लागला. तुझा पुत्रही तेजस्वी असल्यानें, भीमानें जेव्हां त्याला ताडन केलें, तेव्हां मदोत्कट हत्तीला जशी थाप सहन होत नाहीं; तसें भीमाचें तें कृत्य त्याला सहन झालें नाहीं; आणि त्यानें संतापून रुक्मपुंख व शिलाशित असे बाण भीमाला मारिले व सेनेलाही भिववून सोडिलें. राजा, याप्रमाणें एकमेकांनीं जखमी केलेले ते तुझे दोघे महाबली पुत्र देवांप्रमाणें शोभत होते.

इतक्यांत शत्रुहंत्या सौभद्रानें नरव्याघ्र चित्रसेनाला दहा बाण मारिले, व पुरुमित्राला सात मारिले; आणि सत्यव्रताला सत्तर बाण मारून तो इंद्रतुल्य पराक्रमी वीर जेव्हां रणांत थयथय नाचूं लागला, तेव्हां आह्मांला मोठी चिंता उत्पन्न झाली. उलट चित्रसेनानें त्याला दहा बाण मारिले, सत्यव्रतानें नऊ मारिले, व पुरुमित्रानें सात मारिले. त्या वेळीं घायाळ होऊन, अंगांतून रक्त वहात असतांही त्या अर्जुनपुत्रानें चित्रसेनाचें तें शत्रुनिवारणदक्ष व चित्रविचित्र असें धनुष्य तोडिलें. शिवाय बाणानें त्याचें कवच फोडून त्याचे छातीला जखम केली. तेव्हां तुजकडील महारथी राजपुत्र वीर एकवटले व क्षुब्ध होऊन अभिमन्यूवर तीक्ष्ण बाणांचा भडिमार करूं लागले. परंतु सौभद्र अस्त्रविद्येंत पुराच निपुण! त्यानें तेवढ्या वीरांनाही तीक्ष्ण बाणांनीं मारिलें. त्याचें तें अचाट कृत्य पाहून, रानांत तृण जाळणाऱ्या अग्नीप्रमाणें सैन्यें जाळून टाकिणाऱ्या त्या वीराच्या भोंवतीं तुझे पुत्र गराडा घालून उभे राहिले. तुझीं सैन्यें जाळून काढीत असतांना तो सौभद्र उष्णकालांत अग्नि झगमगतो त्याप्रमाणें झगमगत होता. राजा, त्याचें तें वृत्त पाहून तुझा नातू लक्ष्मण तत्काल त्या सुभद्रापुत्रावर धांवून गेला. तेव्हां सौभद्रानें खवळून त्या शुभलक्षणी लक्ष्मणाला सहा तीक्ष्ण बाण मारिले; व त्याचे सारथ्याला तीन मारिले. उलट लक्ष्मणानेंही तसेच जलाल बाण अभिमन्यूला मारिले. तेव्हां ती एक मौजच दिसली. सौभद्रानें पुनः लक्ष्मणाचे चारी घोडे व सारथि मारून तीक्ष्ण बाणांसह लक्ष्मणावर धांव घेतली. घोडे मेले तरी तशाच रथांत बसून शत्रुहंत्या लक्ष्मणानें रागावून सौभद्राचे रथावर एक शक्ति सोडिली. ती सर्पतुल्य भयंकर शक्ति अंगावर येऊन पडणार तोंच अभिमन्यूनें तीक्ष्ण बाणांनीं तिचीं खांडें केलीं. त्या वेळीं कृपाचार्यांनीं लक्ष्मणाला स्वरथावर घालून सर्व सैन्यादेखत एका बाजूला नेलें. मग त्या भयंकर रणसंकुलांत, समरांत आपले प्राणांची आहुति देण्यास सिद्ध झालेले कौरवपांडवीय धनुर्धर एकमेकांवर धांवधांवून एकमेकांचा प्राण घेऊं लागले. शेंड्या मोकळ्या सुटल्या आहेत, कवचें निखून गेलीं आहेत, धनुष्यें तुटून पडलीं आहेत, रथ मोडून गेले आहेत, अशा स्थितींत सृंजय नुसत्या बाहूंनींच कौरवांशीं लढूं लागले. त्या वेळीं महाबाहु भीष्मांनीं संतापून दिव्यास्त्रांनीं पांडवसेनेची कत्तल चालविली असतां, वरील मालक मरून

पडलेले हत्ती, घोडे तसेच रथी, स्वार व पायदळ लोक यांचे शवांनीं ती रणभूमि सर्व आच्छादून गेली.

अध्याय चौऱ्याहत्तरावा.

—:०:—

पंचमदिनसमाप्ति.

(सात्यकिपुत्रवध.)

संजय सांगतोः—हे राजा, नंतर, युद्धाची सदैव खुमखुम बाळगणाऱ्या महाबाहु सात्यकीनें रणांगणीं एक मोठें बळकट व अप्रतिम धनुष्य खेंचून त्यापासून सर्पतुल्य वेगवान् व प्राणहारक असे पंखयुक्त शर सोडून आपलें असलें गहन व विचित्र हस्तलाघव प्रकट केलें कीं, त्याचें धनुष्य खेंचणें, त्यापासून बाण सोडणें, इतक्यांत दुसरे बाण घेणें, ते पुनः धनुष्याला लावून चटदिशीं सोडणें व त्यांबरोबर तडातड शत्रूंचा प्राण घेणें ह्या सर्व क्रिया पाहून अखंड पर्जन्यधार धरणाऱ्या मेघाचेंच सादृश्य दिसूं लागलें. सात्यकीचा तो उठाव पाहून राजा दुर्योधनानें त्याजवर दहा हजार रथ पाठविले. परंतु त्या वीर्यशाली, परमास्त्रनिपुण व अमोघपराक्रमी सात्यकीनें तेवढ्यांचाही दिव्यास्त्रानें तेव्हांच फडशा पाडिला. इतकें अघोर कर्म करूनही न थांबतां हातीं धनुष्य घेऊन त्यानें भूरिश्रव्याशीं गांठ घातली. त्या वेळीं, कौरवपक्षाची कीर्ति वाढविणारा तो भूरिश्रवाही, सात्यकीनें ती कौरवांची सेना जमीनदोस्त केलेली पाहून मोठ्या संतापानेंच त्यावर धांवला व आपलें इंद्रधनुष्यतुल्य चाप ताणून त्यानें त्यापासून अजब चलाखीनें वज्रासारखे किंवा सर्पासारखे हजारों हजार बाण सोडिले. राजा, स्पर्शाबरोबर मृत्युच आणणारे त्याचे ते बाण सात्यकीच्या अनुयायांना जेव्हां सहन होतना तेव्हां ते त्याला सोडून इकडे तिकडे पळूं लागले. सात्यकि मात्र तसाच मस्तींत उभा होता. तो प्रकार दृष्टीस येतांच मोठे बलाढ्य नाणावलेले महारथी व चित्रविचित्र ध्वज, आयुधें व कवचें वागविणारे सात्यकीचे दहा मुलगे मोठ्या संतापानें, ज्याच्या ध्वजावर यज्ञस्तंभाचें चिन्ह आहे अशा भूरिश्रव्याला गांठून म्हणाले, “ अरे, हे कौरवबंधो, तुझ्यांत एवढी शक्ति आहे, तर असा ये, आणि आम्हांशीं सगळ्यांशीं मिळून किंवा एकेकट्याशीं लढ. तूं तरी आम्हांला युद्धांत पराभूत करून यश मिळीव; नाहींपेक्षां आम्ही तरी तुला जिंकून आपले पित्याची प्रीति संपादन करितों.”

राजा, नरश्रेष्ठ भूरिश्रव्यालाही आपले वीर्याची घमेंड होतीच ! त्यानें त्या शूरांचे ते बोल ऐकून व ते सामना देऊन उभे राहिलेच असें पाहून त्यांस म्हटलें, “हे वीरहो, तुम्हीं ही फार चांगली गोष्ट मला सांगितली. तुमची जर अशी इच्छा असेल, तर तुम्ही सारे मिळूनच मजवर तयारीनें या, आणि मी तुम्हां सर्वांनाही रणांत मार देतों.” हे शब्द कानीं येतांच त्या उतावीळ तरुणधनुर्धरांनीं बाणांचा पाऊस पाडीतच त्या शत्रुमर्दन भूरिश्रव्यावर धांव घेतली. हे महाराजा, ज्यांत एकेबाजूला फक्त एकटा भूरिश्रवा व दुसरीला ते दहाही बंधु होते— असा त्यांच्या तो तुमुल संग्राम तिसरे प्रहरीं झाला. राजा, वर्षाकालीं मेघांनीं मेरुपर्वतावर जलभार धरावी तशी दहाजणांनीं त्या एकट्या रथ्यावर बाणांची केवळ धार धरिली. परंतु त्यांनीं सोडिलेले ते यमदंडतुल्य घोर बाण त्या महारथानें न गडबडतां आपल्या अंगाशीं पोहोंचण्याचे पूर्वींच तोडून टाकिले. त्या वेळीं आम्हीं त्या भूरिश्रव्याचा जो पराक्रम पाहिला, तो कांहीं अद्भूतच. कारण, ते अनेक व हा एक; परंतु कसा तो न भितां एवढ्यांशींही तो तोंड देऊन होता. इतक्यांत, राजा, त्या दहाजणांनीं

त्याला बाणवृष्टीनें केवळ झोडून टाकून ठार करण्याचा बेत आणिला. तेव्हां भूरिश्रव्यानें रागास चढून त्या महारथांशीं लढतां लढतां त्यांचीं धनुष्यें खडाखड तोडून टाकिलीं; आणि, हे राजा, ते छिन्नधनुष्य होतांच पाठोपाठ त्यांचीं शिरेंही तोडून टाकिलीं! तेव्हां वज्रानें तुटलेल्या वृक्षांप्रमाणें ते भूमीवर पडले. राजा, आपले ते महाबल पुत्र मारिलेले पाहून सात्यकि आरोळी देतच भूरिश्रव्यावर आला. तेव्हां त्या दोघां महारथ्यांनीं आपल्या रथारथांचीच धडक करून प्रथम आपले रथ व घोडे ठार केले; आणि मग विरथ झाल्यावर हातीं मोठीं पल्लेदार खड्गें व उंची ढाली घेऊन वीरघोषणा करीत करीत युद्धाचे पवित्रे सुरू केले. त्या वेळीं ते दोघेही नरव्याघ्र फारच शोभिवंत दिसत होते. इतक्यांत खड्गधर सात्यकीपाशीं येऊन भीमानें त्याला झट्दिशीं रथावर बसविलें; आणि, राजा, दुर्योधनानेंही सर्व धनुर्धरांसमक्ष भूरिश्रव्याला रथांत घातलें. इकडे या दोघांची ही झटपट चालली असतां दुसरीकडे पांडव त्वेषानें महारथ भीष्मांशीं निकरानें लढतच होते. इतक्यांत अस्ताचा समय आल्यानें सूर्य लाल झाला असें पाहून अर्जुनानें लगबग करून पंचवीस हजार महारथि मारून टाकिले. तेही बिचारे दुर्योधनाचे आज्ञेवरून पार्थाला ठार करण्यासाठीं अर्जुनावर येऊन पडले; परंतु अग्निशलभन्यायानें संनिध येतात तोंच नष्ट झाले. त्या काळीं धनुर्विद्यानिपुण केकय व मत्स्य यांनीं सपुत्र महारथ पार्थाला गराडा दिला. परंतु इतक्यांतच सूर्यास्त झाला व कोणत्याच सैन्याला कांहीं न्यहाळेनासें झालें, व स्वतःचेही घोडे थकले, तेव्हां देवव्रत भीष्मांनीं सैन्य आटोपलें; व परस्परांचे झगड्यांत शोक व चिंता यांनीं व्याप्त झालेलीं कौरवपांडवसैन्यें शिबिरास गेलीं. शिबिरांत शिरल्यावर सृंजयांसहित पांडव, आणि कौरव यांनीं रीतीप्रमाणें विश्रांति घेतली.

अध्याय पंचाहत्तरावा.

—:०:—

मकरव्यूह व क्रौंचव्यूह.

संजय सांगतोः—राजा, तीं उभय सैन्यें रात्रभर विश्रांति घेऊन प्रभात होतांच पुनः युद्धार्थ बाहेर पडलीं. त्या वेळीं उभय सैन्यांतील रथांची जोडाजोड करण्यानें, हत्तींच्या अंबाऱ्या वगैरे चढविण्यानें, आणि घोडे व पायदळ यांचें सामान व पोषाख घालण्यानें मोठाच गलबला झाला. तशांत शंख, दुंदुभि वगैरेंची भर पडल्यानें तर सर्वत्रच गोंगाट उडून गेला. नंतर राजा युधिष्ठिर धृष्टद्युम्नाला म्हणाला, “ हे महाबाहो, शत्रुनाशक असा मकरव्यूह आज रच. ” या सूचनेबरोबर रथिश्रेष्ठ धृष्टद्युम्नानें आपलेकडील रथ्यांना व्यूहरचनेचा इषारा दिला. मग त्या मकराकृतीचे द्रुपद व अर्जुन हे शिर झाले; नकुलसहदेव डोळे झाले; महाबली भीमदादा मुसकट झाले; आणि सौभद्र, द्रौपदेय, घटोत्कच राक्षस, सात्यकि व धर्मराज हे मानेला राहिले. हे महाराजा, सेनापति विराट व मोठ्या सैन्यानिशीं धृष्टद्युम्न हे पाठ झाले. पांच केकयबंधु डावी कूस धरून राहिले; व शूर धृष्टकेतु आणि वीर्यशाली चेकितान हे उजवी कूस धरून व्यूह राखीत राहिले. महारथी श्रीमान् कुंतिभोज व मोठ्या सैन्यानिशीं शतानीक हे पायांचे ठिकाणीं होते. सोमकांनीं परिवेष्टित असा बलाढ्य महाधनुर्धर शिखंडि व इरावान् हे त्या मकराचे पुच्छाचे ठिकाणीं होते.

हे महाराजा, सूर्योदयाबरोबर या प्रकारें हा मकर नांवाचा व्यूह तयार करून पांडव युद्धाला तयार झाले; व चतुरंग बल, उभार-

लेले ध्वज, छत्रें, व निर्मल आणि तीक्ष्ण अशीं शस्त्रें घेऊन त्वरेनें कौरवांवर जाऊन पडले.

राजा, पांडवांनीं स्वसैन्याचा या प्रकारें व्यूह रचिलेला पाहून तुझा पिता देवव्रत यानें क्रौंच नामक महान् व्यूहाकारानें पांडवांचे उलट आपलें सैन्य रचिलें. हे राजा, या क्रौंचाच्या तोंडीं महेश्वास द्रोणाचार्य शोभत होते. अश्वत्थामा व कृप हे नेत्र झाले. सर्वधनुर्धराग्रणी राजा कृतवर्मा हा निवडक कांबोज व बाल्हीक यांसह शिरस्थानीं होता. ग्रीवेचे ठिकाणीं शूरसेन व अनेक नृपतींसह राजा दुर्योधन; मद्र-सौवीर-कैकेय यांसह मोठी सेना घेऊन प्राग्ज्योतिषाधिपति उरस्थानीं राहिला. प्रस्थलाधिपति सुशर्मा चिलखत चढवून आपल्या सेनेसह वामपक्षाला राहिला. तसेंच तुषार, यवन व चूचुपांसह शक हे व्यूहाचा दक्षिण पक्ष धरून राहिले. राजा, श्रुतायु, शतायु व सौमदत्ति हे एकमेकांना रक्षण करीत व्यूहाच्या पिछाडीला राहिले. याप्रमाणें सूर्योदयाला सैन्यरचना करून कौरवही युद्धार्थ निघाले; आणि मग युद्धाला आरंभ झाला.

त्या युद्धांत हत्ती रथ्यांवर, रथी हत्तींवर; रथारोही (रथांत बसणारे) घोडेस्वारांवर, घोडेस्वार रथारोह्यांवर; सादी (स्वार) घोड्यांवर व रथ्यांवर; गजारोह्यांवर घोडेस्वार; रथी स्वारांवर, रथी पायदळावर, तसेच पायदळ लोकांवर स्वार, याप्रमाणें आवेशानें परस्परांवर धांवूं लागले. भीम, अर्जुन, नकुल, सहदेव व अन्य महारथ यांनीं राखलेली पांडवी सेना नक्षत्रयुक्त रात्रीप्रमाणें शोभत होती. त्याचप्रमाणें भीष्म, द्रोण, कृप, शल्य, दुर्योधन यांच्या योगानें तुझी सेनाही ग्रहांनीं व्याप्त अशा आकाशाप्रमाणें खुलत होती. पराक्रमी कुंतीपुत्र भीष्मद्रोणांना पाहून आपल्या चलाख घोड्यांनिशीं त्यांच्या सैन्यावर गेला असतां, युद्धश्लाघी द्रोणांनीं भीमाला मर्मी मर्मी पाहून नऊ बाण मारिले. त्या वेळीं भीम इतका जखमी झाला असतांही त्यानें द्रोणांच्या सारथ्याला यमसदनास पाठविलें. त्या वेळीं स्वतःच घोडे आवरून धरून त्या प्रतापी द्रोणांनीं अग्नीनें तूस जाळावा त्याप्रमाणें पांडवी सेना जाळून काढिली. द्रोण व भीष्म यांनीं जेव्हां कत्तल चालविली, तेव्हां कैकेयांसह सृंजयांनीं पोबारा केला. उलटपक्षीं, भीमार्जुनांनीं व्यथित केलेली तुझी सेना, तारुण्याचे तोऱ्यांत चलणाऱ्या सुंदरीप्रमाणें थबकत थबकत चालत होती. मग ठळक ठळक वीर मरून गेल्यानें दोन्हींकडील व्यूहांत खिंडी पडल्या, व उभय सैन्यांची एकच गर्दी झाली. त्या वेळीं उभय पक्षांची एक मौजच पाहिली. ती अशी कीं, त्या विरोधी सेना एकमेकींत मिळून मिसळून लढूं लागल्या. हे प्रजानाथा, ते महाबल कौरव व पांडव एकमेकांचीं अस्त्रें निवारण करीत लढत होते.

अध्याय शहात्तरावा.

—:०:—

धृतराष्ट्राचा उद्वेग.

धृतराष्ट्र विचारितोः—हे संजया, आमचें हें सैन्य बहुविध व बहुगुणी असून यथाशास्त्र व्यूहांत उभें केलेलें अतएव खात्रीनें जय मिळविणारें, तशांत उल्हासवृत्ति व आम्हांस पूर्णपणें सर्वदा अनुकूल, आणि आमचे कलानें वागणारें असून व्यसनापासून दूर व पूर्वीं पराक्रम गाजविलेलें, अति खलड किंवा अति कोंवळें नव्हे, अति किरकोळही नव्हे, अति लठ्ठही नव्हे. चलाख, रुंद व मजबूत हाडाचें, निरोगी व कसदार, शस्त्रें व चिलखतें चढविलेलें, बहुविध शस्त्रांत कुशल, असियुद्ध, द्वंद्वयुद्ध व गदायुद्ध यांत प्रवीण, प्रास, ऋष्टि, तोमर, परिघ, लोहदंड, गोफण, शक्ति, मुसळें, कंपेन,

धनुर्ष्ये, कणपें, नानाप्रकारचीं क्षेपणें व मुष्टियुद्धें यांत कुशल, नानाविद्याप्रवीण व व्यायामाचे कामीं मेहनत घेतलेलें, कोणत्याही शस्त्रविद्येंत पटाईत, हत्तीवर चढणें, उतरणें, पुढें चाल करणें, उडून जाणें, अचूक प्रहार करणें, चाल करून जाणें किंवा माघार घेणें यांत कुशल, पाहिजे तसले रथ, घोडे, हत्ती यांवर बसण्यांत अनेक वेळां परीक्षेस उतरलेलें, यथान्याय वेतन देऊन पदरीं ठेवलेलें, थापा देऊन ओशाळगतीनें, भाऊपणानें किंवा स्नेहाखातर गोळा झालेलें किंवा कुलहीनाचें नसून थोर व संपन्न घराण्यांतील लोकांचें, ज्यांतील संबंधी व बांधव हे अनेक उपकारांनीं संतुष्ट केले आहेत असें असून विचारी व यशस्वी, मोठें नाणावलेलें, आणि लोकपालांच्या तुलनेच्या थोर थोर व अनेक युद्धें पाहिलेल्या स्वजनांनीं भरलेलें, सर्व पृथ्वीला मान्य व आपखुषीनें आपलें सैन्य व सेवक यांसह आम्हांस येऊन मिळालेल्या असल्या अनेक क्षत्रियांनीं संभाळलेलें; समुद्राप्रमाणें सभोंवार नद्यांनीं वेढलेलें; पक्षहीन तथापि पक्ष्यांप्रमाणें चपळ अशा रथांनीं व हत्तींनीं भरलेलें, असंख्य वीररूपी जलानें भरलेलें भयंकर, वाहनरूपी लाटांनीं तरंगयुक्त झालेलें, गोफण, तरवार, गदा, शक्ति, बाण, प्रास यांनीं भरलेलें, ध्वज व भूषणें यांनीं खचलेलें, रत्नें व वस्त्रें यांनीं समृद्ध, धांवणाऱ्या अश्वांमुळें जसें काय वायुवेगानें कांपणारें, समुद्राप्रमाणें गर्जणारें, अपार व अवाढव्य, द्रोण, भीष्म, कृतवर्मा, कृप, दुःशासन, जयद्रथादिक, भगदत्त, विकर्ण, द्रौणि, सौबल, बाल्हिक, इत्यादि लोकप्रसिद्ध बलाढ्य महाशय वीरवरांनीं संभाळलेलें असें असूनही जर तें संग्रामांत पांडवांकडून मारिलें जात आहे, तर बाबा, हें आपलें प्रारब्ध म्हटलें पाहिजे! अरे, अशा प्रकारचा बलवान् यत्न या भूतलावर आजपर्यंत कोणी मनुष्यांनीं किंवा जुनाट जुनाट महाभाग ऋषींनीं देखील पाहिला नसेल. अरे, असले असले वीरांचा एवढा जमाव व त्याला असली शस्त्रसंपत्ति अनुकूल असूनही जर युद्धांत त्याचा आपला फडशाच होत आहे, तर बाबा, हें दैवच म्हणावयाचें, दुसरें काय? बाबारे, असलें घोर सैन्य ज्यापक्षीं युद्धांत पांडवांवर सरशी करूं शकत नाहीं त्यापक्षीं हें कांहीं तरी विपरीत दिसतें आहे. मी तुला खचीतच सांगतों कीं, सर्व देव पांडवांकरितां रणांत आले असून तेच माझे सैन्याशीं लढत आहेत, व म्हणूनच तें मारिलें जात आहे. विदुर मला नित्य उठून सोईची व हिताची गोष्ट सांगत होता, पण ती मीं किंवा माझ्या मूर्ख पुत्रानें—दुर्योधनानेंही ऐकिली नाहीं. मला वाटतें, त्या महात्म्या सर्वज्ञ विदुराला हें सर्व पूर्वींच कळून चुकलें होतें. किंवा, संजया, हें सर्व असें असेंच व्हावयाचें म्हणून पूर्वींच सृष्टिकर्त्यानें नेमून ठेविलेलें असेल; आणि यामुळेंच कांहीं केलें तरी हें असेंच होणार, अन्यथा व्हावयाचेंच नाहीं, असें मला वाटतें.

अध्याय सत्याहत्तरावा.

—:०:—

द्रोणपराक्रम.

संजय उत्तर करितोः—राजा, असल्या प्रकारचें हें प्राणसंकट तूं आपल्या चुकीनेंच आपल्यावर ओढवून घेतलें आहेस; कारण दुर्योधनाचे लक्षांत तुझ्या त्या धर्मभ्रंशकारक वर्तनांतले दोष मुळीं आलेच नाहींत; परंतु तुला ते पूर्ण समजत होते. असें होतें तरी, या अनर्थाला कारणभूत जें द्यूत तें तुझ्याच दोषानें उत्पन्न झालें. पुढें हें पांडवांशीं युद्ध जुंपलें तें तरी तुझ्याच दोषानें. अर्थात् तूंच जर असलीं

पापें स्वतः होऊन केलीं आहेस, तर आतां त्यांचीं फळें भोग. कारण, राजा, हा मुळीं देवाच्या घरचा ठरलेलाच नियम आहे कीं, ज्यानें जें (बरें-वाईट)कर्म केलें असेल, त्याचें अनुरूप फल त्याला येथें म्हणा परलोकीं म्हणा, पण त्यालाच भोगिलें पाहिजे आणि भोगिलेंच पाहिजे! या कायद्याप्रमाणें पहातां, राजा, तुजवर प्रस्तुतचें संकट आलें आहे हें हिशोबाचेंच आहे. आतां तडफडतोस कां? एवींतेवीं गळ्याशीं भिडलें खरें, आतां स्वस्थ होऊन युद्ध कसकसें झालें तें तरी माझे तोंडून ऐकून घे.

भीमसेनानें जलाल बाणांनीं ती कौरवांची भीष्मांनीं राखलेली प्रचंड सेना भेदून जाऊन, दुःशासन, दुर्विषह, दुःसह, दुर्मद, जय, जयत्सेन, विकर्ण, चत्रसेन, सुदर्शन, चारुमित्र, सुवर्मा, दुष्कर्ण, कर्ण, इत्यादि दुर्योधनानुज व जवळ असलेले इतर महारथ राजे हे रागावलेले पाहून त्यांवरच धांव घेतली. भीमसेन व्यूहांत शिरला हें पाहून ते सर्व एकदम म्हणाले, "राजांनो, आपण या भीमाला आज ठार करूं या चला." हा संकेत होतांच त्या भावांनीं ह्याला मारण्याचा दृढनिश्चय करून त्याला गराडा दिला. त्या वेळेस तो कल्पांतीं क्रूर ग्रहांनीं वेढलेल्या सूर्याप्रमाणें शोभत होता. कौरवसैन्याच्या ऐनगर्दींत एकटा भीम शिरला होता, तथापि त्याला भीति कशी ती शिवली देखील नाहीं. ठीकच आहे! देवासुरयुद्धांत इंद्र असुरांचे भर गर्दींत शिरला होता, म्हणून त्याला कोठें भीति होती? असो; नंतर, हे प्रभो, सर्व बाजूंनीं हजारों हजार रथी उभे होऊन त्या एकट्याला बाणजालांनीं वेढून टाकीत होते. परंतु भीमानें धार्तराष्ट्रांना न जुमानतां त्यांकडील ठकळ ठळक योद्धे व हत्ती, घोडे, रथी, स्वार वगैरे अनेक ठार केले. आपल्याला हे धरण्याचे खटपटींत आहेत इतकें ध्यानांत येतांच त्या मनस्वी भीमसेनानें सर्वांचाच चुराडा करण्याचा निश्चय केला; आणि रथ सोडून व हातीं गदा घेऊन तो धार्तराष्ट्रांचें तें समुद्रप्राय सैन्य पार करीत चालला.

इकडे धृष्टद्युम्नही द्रोणांना सोडून शकुनि होता तिकडे त्वरेनें चालला. वाटेंत, राजा, तुझे पुत्रांचें तें अफाट सैन्य निवारून जात असतांना त्याला भीमसेनाचा शून्य रथ दिसला. भीमसेन रथांत नाहीं, फक्त त्याचा सारथि तेवढा दिसतो आहे, असें पाहातांच तो उदास व बेशुद्ध झाला. मग, एकीकडे सुसकारे टाकितो आहे, अश्रूंनीं दाटलाच आहे, अशा स्थितींत तो विशोकाला मोठ्या दुःखानें म्हणाला, "बाबारे, मला प्राणापेक्षां प्रिय असा भीम रथांत दिसत नाहीं, तो आहे कोठें?" तेव्हां विशोकानें हात जोडून धृष्टद्युम्नास उत्तर केलें कीं, "तो पराक्रमी पांडव मला येथें ठेवून धार्तराष्ट्रांच्या त्या सेनासमुद्रांत शिरला आहे. जातांना मला मोठ्या प्रेमानें म्हणाला, 'हे सूता, क्षणभर घोडे आंवरून धरून माझी वाट पाहात येथेंच रहा. माझ्या एवढे हे आज जिवावर उठले आहेत त्या अर्थीं त्यांना एकदां साफ करून येतों!' असें म्हणून व हातीं गदा घेऊन तो धांवला, त्या वेळीं आपले पक्षाच्या सर्व सैन्यांना आनंद झाला. इकडे त्या भयंकर युद्धाचे गर्दींतून त्या महाव्यूहाचें भेदन करून तो वृकोदर आंत घुसला. असा वृत्तांत आहे."

विशोकाचे हे शब्द ऐकून पार्षत धृष्टद्युम्न उलट त्याला म्हणाला, "भीमसेनाला सोडून मला आज जगण्याचेंच कारण नाहीं. कारण, पांडवांशीं माझा असलेला सर्व स्नेह विसरून भीमसेनाला रणांत सोडून मी एकटा परत गेलों असतां क्षत्रिय मंडळी मला काय म्हणेल?

मी संग्रामांत असून एकट्या भीमानें कोंडींत सांपडावें हें ऐकून लोक माझी छी थू करितील. जो कोणी आपले बरोबरचे मित्रांना रणांत सोडून आपण तेवढा खुशाल घरीं परततो, अशाचें इंद्रप्रभृति देव अकल्याण करितात. एक तर भीमसेन माझा जिवलग मित्र, तशांत संबंधी, त्यांतून त्याचें प्रेम माझे ठिकाणीं व माझेंही त्याचे ठिकाणीं असा आहे प्रकार; याकरितां, वृकोदर जेथें गेला असेल तेथेंच मी जाणार. तेथें जाऊन, इंद्र जसा दानवांचा फन्ना उडवितो तशी मी शत्रूंची गत करितों. तूं पहा तर खरा !"

हे भारता, असें बोलून तो वीर भीमसेनानें वाटोवाट गदेनें मारून टाकिलेल्या हत्तींच्या राशींमधून वाट काढीत तडक भीमाकडे चालला. जातां जातां वायूनें बलात्कारानें वृक्ष मोडावे त्याप्रमाणें शत्रूला भीमसेन मोडून टाकीत असतांना किंबहुना शत्रुसेनेला भाजून काढीत असतांना त्यानें पाहिला. भीमसेनाचे रट्टयांत सांपडून शत्रूकडील रथी, सादी, पदाति, दंति हे एकच आर्तनाद करून राहिले होते; आणि राजा, त्या युद्धकुशल व विचित्र युद्ध करणाऱ्या भीमाचे कृतीमुळें तुझ्या सर्वच सैन्यांत मोठा हाहाःकार माजून राहिला होता. इतक्यांत तुजकडील सर्व अस्त्रपटु योद्धयांनीं भीमसेनाला गराडा देऊन न भितां त्यावर शरवृष्टि चालविली. नीट जुटीनें उभ्या राहिलेल्या घोर सैन्यानें वेढून टाकिलेल्या त्या शस्त्रधरश्रेष्ठ पांडवाला पाहून तो लोकवीर बली धृष्टद्युम्न त्याकडे गेला, व बाणांनीं सच्छिद्र अंग झालें असून क्रोधरूप विष ओकीत अंतकालीन कालाप्रमाणें हातीं गदा घेऊन जमीनीवर उभा असलेल्या त्या भीमसेनाला धीर देऊन व तत्काल त्याचे अंगांत रुतलेले बाण उपटून काढून अगोदर त्यानें त्याला रथांत बसविलें, आणि शत्रूंसमक्ष त्याला दृढालिंगन देऊन त्याचें आश्वासन केलें.

इकडे तुझा पुत्रही तसल्या रट्टयांत आपल्या भावांजवळ येऊन म्हणाला, "हा दुष्ट द्रुपदपुत्र भीमसेनाला मिळाफी झाला आहे. तस्मात् तुम्ही सर्वजण मोठें सैन्य घेऊन आपण होऊन याजवर पडा. त्याला आपले सैन्याचे वाटेस जाण्याची अगोदर पाळी येऊं देऊं नका." ज्येष्ठ बंधूचें वाक्य ऐकतांच अंगाची आग होऊन ते धार्तराष्ट्र आज्ञानुसार शस्त्र उचलून धृष्टद्युम्नाला मारण्याकरितां, युगांतींच्या धूमकेतूंप्रमाणें उग्ररूप धरून त्यावर जाऊन पडले. त्या वीरांनीं अस्त्रें व धनुष्यें हातीं घेऊन रथनेमींचे घोषानें धरणी कांपवून मेघानें पर्वतावर जलधार सोडावी त्या प्रकारें त्या द्रुपदपुत्रावर बाणांची वृष्टि चालविली. तेव्हां आपलेभोंवतीं प्राण घेण्याचे इराद्यानें धार्तराष्ट्र उभे आहेतसें पाहून त्या तरुण धृष्टद्युम्नानें त्यांना मारण्याकरितां उग्र असें प्रमोहनास्त्र योजिलें. रणांत महेंद्र दैत्यांवर कोपतो त्याप्रमाणें तुझ्या पुत्रांवर अतिशय संतापून त्यानें जेव्हां तें प्रमोहनास्त्र सोडिलें, तेव्हां त्या अस्त्राचे योगानें बुद्धिसामर्थ्य नष्ट होऊन ते सर्व नरवीर त्या स्थळीं मोह पावले. तुझे पुत्र मोहानें मेल्याप्रमाणें निश्चेष्ट पडलेले पाहून कौरवसैनिकांनीं हत्ती, घोडे, रथ यांसह पळ काढिला. एवढ्यांत द्रोणांनीं द्रुपदाला गांठून तीन दारुण शरांनीं त्याला जखमी केलें. राजा, द्रोणांनीं द्रुपदाला फारच जखमी केल्यामुळें पूर्ववैराचें स्मरण करीतच तो समरांतून दूर गेला. प्रतापी द्रोणांनीं द्रुपदाला जिंकून उत्कर्षानें शंख फुंकिला, तो शंखध्वनी ऐकूनच सर्व सोमकांचा थरकांप झाला. इतक्यांत तुझे पुत्र मोहनास्त्रानें रणांत मूर्च्छित झाल्याची वार्ता त्या शस्त्रधरश्रेष्ठ तेजस्वी द्रोणांचे कानीं गेली. तेव्हां ती बाजू सोडून ते झटपट तुझ्या

पुत्रांचे बाजूला आले. पाहातात तों धृष्टद्युम्न व भीमसेन त्या महारणांत निर्भय इकडून तिकडे फिरत आहेत, आणि तुझे पुत्र भूल येऊन पडले आहेत. त्या वेळीं द्रोणांनीं प्रज्ञास्त्र सोडून त्या मोहनास्त्राचा नाश केला. तेव्हां तुझे पुत्र पुनः शुद्धीवर येऊन भीम-धृष्टद्युम्नांशीं पुनरपि लढण्यास गेले. नंतर युधिष्ठिरानें आपले सैनिकांना एकत्र बोलावून म्हटलें, "अभिमन्युपुरःसर बारा वीरांनीं चिलखतें चढवून भीमधृष्टद्युम्नांचे साहाय्यार्थ त्यांचे मागोमाग जावें. शिवाय, त्या दोघांची काय अवस्था आहे ती बातमी मला अगोदर कळवा; कारण माझें मन ठिकाणीं नाहीं." याप्रमाणें आज्ञा होतांच 'बरें' म्हणून ते सर्वही शूर व अभिमानी योद्धे सूर्य मध्याह्न आला असतां तिकडे गेले. त्यांतील मुख्य म्हणजे सौभद्र व त्याचे हाताशीं केकय, द्रौपदेय व वीर्यवान् धृष्टकेतु हे होते. शिवाय त्यांबरोबर मोठीशी सैन्याची तुकडी होती. त्या शत्रुदमनांनीं सुईचे तोंडासारखी अणकुचीदार सैन्यरचना करून धार्तराष्ट्रांच्या त्या रथदळाचा भेद केला. अगोदरच तुझी सेना भीमाला भ्यालेली, आणि त्यांतही धृष्टद्युम्नानें मोहित केलेली असल्यामुळें, ते अभिमन्युप्रभृति महारथ जेव्हां तिजवर चालून गेले, तेव्हां त्यांचें निवारण तिचे हातून झालें नाहीं; परंतु मदानें व मूर्च्छेनें व्याप्त होऊन, भररस्त्यांतून थबकत चालणाऱ्या तरुणीप्रमाणें ती थबकून राहिली. इकडे ते कुलीन धनुर्धर सोनेरी ध्वज उभारून धृष्टद्युम्न-वृकोदरांचें रक्षण करण्याचे इच्छेनें त्यांजकडे धांवत गेले. ते दोघे वीर तुझी सेना खच्ची करीतच होते, इतक्यांत सौभद्रप्रभृति आपणांकडे आलेले पाहून ते फारच हर्षित झाले. मध्यंतरीं गुरु द्रोण आपलेकडे येतातसें पाहून धृष्टद्युम्नानें तुझे पुत्रांना ठार करण्याचा इरादा बाजूला ठेविला, व वृकोदराला केकय राजाचे रथांत बसवून, आपण बाण व अस्त्रविद्या यांत प्रवीण अशा द्रोणांवर संतापून धांवून गेला. त्या वेळीं शत्रुहंत्या द्रोणांनीं पार्षत अंगावर येत असतां असतां बाणानें त्याचें धनुष्यच तोडून टाकिलें. शिवाय, स्वामीचें आपण अन्न खाल्लें आहे ही गोष्ट ध्यानीं येऊन दुर्योधनाचे कल्याणासाठीं म्हणून पार्षतावर आणखीही अनेक बाण त्यांनीं टाकिले. तेव्हां शत्रुमर्दन पार्षतानें दुसरें धनुष्य घेऊन सोनेरी पिच्छाचे व निसणावर लावलेले अशा वीस बाणांनीं द्रोणांचा वेध केला. परंतु शत्रुकर्शन द्रोणांनीं पुनरपि त्याचें धनुष्य तोडून चार शेलक्या बाणांनीं त्याचे चारही घोडे यमाचे भयंकर वसतीला पाठवून दिले; त्याप्रमाणेंच एक भल्ल बाणानें त्याच्या सारथ्यालाही यमाचे पदरांत घातलें. तेव्हां घोडे मेलेल्या रथावरून उतरून तो महाबाहु अभिमन्यूचे महारथांत चढला. त्या समयीं, भीम आणि धृष्टद्युम्न हे प्रत्यक्ष तेथें उभे असतांही, अमिततेजस्वी द्रोणाचार्यांच्या मारानें ती पांडवी सेना रथ, गज व अश्व यांसह कांपूं लागली; आणि अशा प्रकारें दोणाचार्य हे सैन्याचा विध्वंस करीत आहेत असें पाहात असूनही त्या महारथ्यांच्या हातून त्यांचें निरवाण झालें नाहीं! याप्रमाणें द्रोणाचार्य त्या सैन्यावर तीक्ष्ण शरांचा वर्षाव करीत असतांही, तें सैन्य खवळलेल्या महासागराप्रमाणें तेथल्या तेथेंच गिरक्या घेत होतें. त्या वेळीं, राजा, द्रोणाचार्य हे क्रुद्ध होऊन शत्रुसैन्यावर पडले आहेत आणि रिपुसेनेची अगदीं दाणादाण उडून गेली आहे असें पाहून तुझे सैन्याला आनंद झाला, व 'वाहवा, आचार्य, ठीक केली!' म्हणून तुजकडील सर्वही वीर ओरडूं लागले.

अध्याय अठ्याहत्तरावा.

—:०:—

संकुलयुद्ध.

संजय सांगतोः— नंतर राजा दुर्योधन मूर्च्छेंतून ठिकाणीं येऊन पुनरपि अच्युत पराक्रमी भीमावर शरवृष्टि करून त्याचें निवारण करूं लागला, व तुझे सर्व महारथी पुत्र कंबरा बांधून समरांगणांत भीमाशीं लढूं लागले. त्या वेळीं भीमसेनही पुनः स्वरथावर चढून जेथें दुर्योधन होता तेथें गेला; व शत्रूचा प्राण घेणारें, बळकट, वेगवान् व प्रत्यंचा चढविलेलें धनुष्य घेऊन तुझ्या पुत्राला बाणांनीं वेधूं लागला. ह्या प्रसंगीं राजा दुर्योधनानें महाबल भीमसेनाला तीक्ष्ण बाणांनीं वारंवार मर्मींचे ठिकाणीं ताडन केलें. तुझ्या धनुर्धर पुत्रानें जेव्हां त्या महेष्वासाला विशेषच जखमी केलें, तेव्हां त्यानें मोठ्या जोरानें धनुष्य खेंचून आणि क्रोधानें डोळे लाल करून दुर्योधनाला तीन बाणांनीं छाती व दंड या ठिकाणीं प्रहार केला. तेव्हां तो राजा शिखरांनीं युक्त अशा पर्वतासारखा शोभूं लागला. ते दोघे परस्परांवर प्रहार करीत आहेतसें पाहून दुर्योधनाचे सर्वही धाकटे बंधु प्राणावर उदार होऊन व भीमाला अडवून धरण्याची आपली पूर्वप्रतिज्ञा स्मरून मोठ्या निश्चयानें त्याला अडविण्याचा यत्न करूं लागले. ते जों चाल करून येत आहेत तोंच, एका हत्तीनें प्रतिस्पर्धी हत्तीवर चालून जावें त्याप्रमाणें भीमसेन त्यांवर चालून गेला. तो महायशस्वी व तेजस्वी वीर अतिशय रागावून तुझा पुत्र चित्रसेन याला, तसेंच तुझ्या इतरही पुत्रांना नानाप्रकारचे स्वर्णपुंखयुक्त तीक्ष्ण बाण मारूं लागला. इतक्यांत, आपल्या सैन्याच्या सर्व तुकड्या नीट रीतीनें उभ्या करून धर्मराजानें भीमसेनाचे पाठोपाठ साहाय्यार्थ अभिमन्युप्रमुख बारा वीर पाठविले, व ते तुझ्या पुत्रांवर जाऊं लागले. सोनेरी मुकुटांनीं रणभूमीवर चमकणारे सूर्याग्नितुल्य तेजस्वी व सुंदर असे ते बाराही महाशूर धनुर्धर आपणांवर चालून येतांना पाहून तुझ्या पुत्रांनीं भीमाशीं लढणें सोडून वाट धरली. परंतु ते आपल्या पुढून जिवंत समरांतून परततात ही गोष्ट भीमसेनाला सहन न होऊन त्यानें सर्वांस पुनः गोळा करून जर्जर केलें. इतक्यांत अभिमन्यु व धृष्टद्युम्न हे भीमसेनाला मिळालेले पाहून तुझ्या सैन्यांतील दुर्योधनप्रभृति महारथी धनुष्य घेऊन अतिवेगानें घोडे पिटाळीत तें त्रिकूट जेथें होतें तेथें येऊन ठेपले. तेव्हां तिसरा प्रहर झाला होता. मग तुझ्या सैन्याची व बलाढ्य शत्रूंची चांगलीच चकमक झडली. त्या गर्दींत अभिमन्यूनें विकर्णाचे घोडे मारून खुद्द त्याच्यावर पंचवीस हलके बाण सोडिले. घोडे मरतांच तो रथ सोडून विकर्ण चित्रसेनाचे रथावर चढला. मग ते कुलवर्धन दोघे बंधु एकाच रथांत बसले असतां अभिमन्यूनें बाणजालानें त्या उभयतांसही आच्छादून काढिलें. तेव्हां चित्रसेन व विकर्ण यांनीं पांच पांच लोहमय बाण त्या सौभद्राला मारिले; परंतु तो लवभरही न कांपतां मेरूसारखा स्थिरच होता. राजा, दुःशासनानें पांच केकय बंधूंला लढाई दिली, ती एक अद्भुतच. द्रौपदेय बंधूंनीं रागावून सर्पाकार बाणांनीं दुर्योधनाचें निवारण केलें. परंतु राजा, तुझा पुत्रही दुर्धर्षच! त्यानेंही प्रत्येक द्रौपदेयाचा तीक्ष्ण बाणांनीं पृथक् पृथक् वेध केला; व त्यांनीं उलट वेध केल्यानें रक्तबंबाळ झाला असतां, तांबडा गरू वगैरे खनिज ज्यांत मिसळले आहेत असले ओढे ज्याचे अंगावरून वहात आहेत अशा पर्वताप्रमाणें शोभूं लागला. बलवान् भीष्मांनींही गुराखी गुरें झोडपतो त्याप्रमाणें पांडवसेनेला झोडून काढिलें. इतक्यांत, शत्रूंना खच्ची करीत

चाललेल्या अर्जुनाच्या गांडीवाचा ध्वनि सैन्याच्या दक्षिण बाजूनें निघाला. कौरवपांडव या उभयसैन्यांत जिकडे तिकडे धडें उठउठून बसूं लागलीं. रक्त हेंच ज्यांतील उदक, सूं सूं करणारे बाण हे ज्यांतील भोंवरे, हत्ती हीं ज्यांतलि बेटें व उसळणारे घोडे ह्याच ज्यांतलि लाटा, अशा त्या सैन्यसमुद्रांतून ते नरवीर रथरूप नौकांनीं तरून जात होते. त्या रणस्थळीं हात तुटलेले, कवचहीन झालेले व देह छिन्नभिन्न झालेले शेंकडों हजारों वीर सर्वत्र पडले होते. अंगावरून रक्ताचे पाट वहात आहेत असल्या मरून पडलेल्या प्रचंड गजराजांच्या योगानें ती भूमि डोंगराळ मुलखासारखी दिसत होती. अशा समयीं आम्हीं एक नवल पाहिलें. तें हें कीं, ज्याला युद्धाची लसलस नाहीं असा एकही पुरुष तेथें नव्हता. एवंच, पांडवांशीं लढून जय मिळविण्याचे आकांक्षेनें तुजकडील सर्वही वीर झुंजत होते.

अध्याय एकुणऐंशींवा.

—:०:—

षष्ठदिनसमाप्ति.

संजय म्हणालाः—नंतर, सूर्य लाल लाल होत आहे अशा समयास, संग्रामाविषयीं हुटहुटलेला दुर्योधन भीमाला ठार करण्याचे इच्छेनें त्यावर धांवला. तेव्हां तो आपला कट्टा दुस्मान आपल्यावर येत आहेसें पाहून भीमसेन अत्यंत रागावून त्याला बोलला कीं, "आज अनेक वर्षें ज्याची इच्छा करीत होतों तो समय आतां प्राप्त झाला आहे. तूं रणांगण सोडून न जाशील तर आज तुला खचित ठार करितों; आणि तुला मारून आज कुंतीमातेचे क्लेश, सारें वनवासाचें दुःख, व द्रौपदीचा छळ या सर्वांची फेड करितों. हे गांधारीपुत्रा, आजपर्यंत तूं पांडवांना पाण्यांत पाहून त्यांना तुच्छ मानीत आलास, त्या पापाचें प्रायश्चित्त तुझें आज बोकांडीस बसतें आहे तें पहा. कर्ण व हा शकुनि यांच्या मतानें चालून पांडवांना न मोजतां मन मानेल तसें त्यांच्याशीं वागलास, प्रत्यक्ष श्रीकृष्ण शमाची याचना करण्यास आला असतां मूर्खपणानें त्याचा अवमान केलास, मोठ्या आनंदानें फुरफुरून उलूकाबरोबर उन्मत्तपणाचा निरोप पाठविलास, त्या सर्व कर्मींचें प्रायश्चित्त देण्याकरितां आज तुला बंधु व अनुचर यांसह ठार करून पूर्वीं तूं केलेल्या अपकारांची तंतोतंत फेड करितों !"

याप्रमाणें भाषण करून त्यानें आपलें तें घोर धनुष्य खेंचिलें; आणि तें पुनःपुनः ताणून पाहून, विद्युत्सम तेजस्वी असे अनेक बाण त्या धनुष्याला जोडिले; आणि शांतपणें दुर्योधनावर सव्वीस बाण सोडले. ते बाण जळत्या अग्नीच्या ज्वालांसारखे जाज्वल्य, वज्रासारखे कठोर व तडक सरळ जाणारे असे होते. नंतर दोन बाणांनीं त्याचें धनुष्य तोडून, दोहोंनीं सारथ्याला जखमी केलें; व आणखी चार बाणांनीं त्याच्या चारही चलाख अश्वांना यमाचें दार दाखविलें. याशिवाय, हे नरश्रेष्ठा, त्या अरिमर्दन भीमानें फारच खेंचून दोन बाण मारून त्या राजाचें छत्र उडविलें, व सहा बाणांनीं त्याचा उत्तम झळकणारा ध्वज तोडून तुझे पुत्राचे डोळ्यांदेखत मोठ्यानें आरोळी दिली. इतक्यांत, मेघमंडलापासून तुटून वीज खालीं यावी त्याप्रमाणें तो देदीप्यमान व नानारत्नांनीं शृंगारलेला ध्वज एकाएकीं खालीं आला. सूर्याप्रमाणें तेजस्वी व रत्नांनीं खचलेला असा तो गजचिन्हांकित शुद्ध ध्वज भीमानें तोडून पाडिला तो सर्वही राजांनीं पाहिला. नंतर टोंचणीनें मत्तगजाला मारावें त्याप्रमाणें त्या महारथानें हंसतच त्याला दहा बाणांनीं वेधिलें. त्या वेळीं महारथी सिंधुराज जयद्रथ यानें

निवडक पुरुष बरोबर घेऊन दुर्योधनाची कड धरली; व कृपाचार्यांनीं त्या तेजस्वी व अक्षांत दुर्योधनाला रथांत घातलें. त्या समयीं तो दुर्योधन भीमसेनानें केलेल्या जबर जखमेनें घायाळ होऊन रथाचे पडदीवर मूर्च्छित पडला. नंतर भीमाला जिंकण्याचे उद्देशानें जयद्रथानें त्याला अनेक सहस्र रथांनीं गराडा देऊन त्याच्या जशा कांहीं दिशा बंद केल्या. त्या वेळीं, राजा, धृष्टकेतु, वीर्यशाली अभिमन्यु, केकय व द्रौपदेय यांनीं तुझे पुत्रांशीं टक्कर दिली. चित्रसेन, सुचित्र, चित्रांग, चित्रदर्शन, चारु, चित्र, सुचारु, तसेच नंद व उपनंद या आठही यशस्वी सुकुमार महावीरांनीं अभिमन्यूचे रथाभोंवतीं गराडा दिला. तेव्हां त्या थोर मनाच्या अभिमन्यूनें वेळ न लावितां त्यांपैकीं एकेकाला नतपर्व अशा पांच पांच तीक्ष्ण बाणांनीं ताडन केलें. नानाप्रकारचे आयुधांपासून निघालेले ते बाण वज्राप्रमाणें किंवा मृत्यूप्रमाणें घातुक होते. ही गोष्ट त्या आठजणांना सहन न होऊन, मेघानें गिरिशिखरावर जलवृष्टि करावी त्याप्रमाणें त्यांनीं तीक्ष्ण बाणांची अभिमन्यूवर वृष्टि चालविली. परंतु अभिमन्यु अस्त्रविद्येत पटाईत व युद्धाविषयीं रंगेल असल्यानें, देवासुरयुद्धांत देवेंद्रानें असुरांना त्राहि त्राहि करावें, त्याप्रमाणें त्यानें स्वतः न डगमगतां तुझ्या पुत्रांना कांपवून सोडिलें. नंतर त्या वीरानें सर्पतुल्य चौदा भल्ल बाण मारून विकर्णाचे रथापासून त्याचा ध्वज, सारथि व घोडे पाडले; व त्या रणांगणांत जणूं थयथय करीतच त्यानें तिखट जिभल्यांचे, शिळेवर लावलेले, व जहर पाजलेले असे दुसरे चौदा बाण संतापानें विकर्णावर सोडिले. कंकपिच्छ नेसवलेले ते बाण विकर्णाजवळ जाऊन पोहोंचतांच त्याचा देह भेदून जळफळणाऱ्या सर्पांप्रमाणें भूमीवर पडले. अशा प्रकारें भूमीवर पडलेले ते सोनेरी पुच्छांचे बाण विकर्णाचे रक्तानें थबथबल्यानें, रक्त ओकत आहेत कीं काय असे दिसत होते! रणांत विकर्णाचे तुकडे झाले असें पाहून त्याचे उरलेले सहोदर बंधु सौभद्रप्रभृति रथ्यांवर चालून आले. परंतु ते रणदांडगे वीर पूर्वीप्रमाणें त्वेषानें त्या उज्वल रथ्यांवर चालून गेले व परस्परांत मारामारी सुरू झाली. दुर्मुखानें श्रुतवर्म्याला सात बाणांनीं विंधून, एक बाणानें त्याचा ध्वज, सातांनीं त्याचा सारथि, व सोन्याच्या झुली घातलेले वायुवेगाचे त्याचे घोडे सहा बाणांनीं कापून काढून अखेरीस सारथ्याला खालीं पाडिलें. तेव्हां घोडे मेलेल्याच रथांत बसून त्या महारथी श्रुतवर्म्यानें मोठ्या क्रोधानें जळत्या उल्केसारखी एक शक्ति सोडली. तिनें यशस्वी दुर्मुखाचें निर्मल कवच फोडून, स्वतेजानें जळफळतच ती धरणी फाडून तींत शिरली. त्यावेळीं श्रुतवर्म्याला विरथ पाहून सुतसोमानें सर्व लोकांदेखत त्याला आपले रथांत बसविलें. तुझा यशस्वी पुत्र जयत्सेन याला मारण्याच्या उद्देशानें वीर श्रुतकीर्ति त्यावर धांवला. परंतु तुझ्या जयत्सेनानें त्याचें तें मोठा शब्द करणारें धनुष्य तो बाण मारीत असतांच हंसतच तीक्ष्ण क्षुरप्र बाणानें तोडून टाकिलें. त्या काळीं, आपला सहोदर छिन्नधनुष्य झाला हें शतानिकानें पाहून सिंहाप्रमाणें वारंवार गर्जना करीत करीत तो तेजस्वी वीर भावापाशीं आला; आणि आपलें लंबीर धनुष्य ताणून त्यानें जयत्सेनाला दहा शिलीमुख बाण मारिले; आणि गंडस्थळ मदानें उललेल्या हत्तीप्रमाणें मोठ्यानें गर्जला. नंतर त्या शतानिकानें सर्व आवरणें भेदून जाणाऱ्या तीक्ष्ण बाणानें जयत्सेनाचे काळजाला जबर जखम पाडिली. तो प्रकार पाहून भावाचे समीप असणाऱ्या दुष्कर्णानें रागानें बेफाम होऊन नकुलपुत्र शतानिकाचें

धनुष्य तोडिलें; परंतु बलाढ्य शतानिकानें भारक्षम असें अप्रतिम दुसरें धनुष्य घेऊन त्याला घोर बाण योजिले, व भावासमोर दुष्कर्णाला 'उभा रहा, उभा रहा!' असें म्हणून ते सर्पासारखे जाज्वल्य बाण त्यावर सोडिले. नंतर एक बाणानें त्याचें धनुष्य व दोहोंनीं सारथि तोडून खुद्द त्याला सात बाण मारिले आणि त्याच्या कबऱ्या रंगाच्या वायूसारख्या चपळ घोड्यांना पाठोपाठ तीक्ष्णसे बारा बाण मारिले. तदनंतर, त्वरित जाणाऱ्या व नीट योजलेल्या अशा दुसऱ्या एका बाणानें त्या वज्रदेही दुष्कर्णाचा रागानें हृदयस्थानीं दृढवेध केला. त्या वेळीं वज्रानें तुटलेल्या वृक्षाप्रमाणें तो भुईवर कोसळला! राजा, दुष्कर्ण घायाळ झालेला पाहून ते पांच महारथ शतानिकाला ठार करावें या हेतूनें त्याचे भोंवतीं जमले. इतक्यांत तो यशस्वी शतानीक या महारथ्यांनीं बाणांनीं झांकून टाकिलेला पाहून पांचही सहोदर केकयबंधु धांवत त्याजपाशीं आले. त्यांना येतांना पाहून, हे महाराजा, हत्तींवर महाहत्तींनीं जावें त्याप्रमाणें तुझेही पुत्र त्यांवर चालून गेले;—दुर्मुख, दुर्जय, तसाच तरुण दुर्मर्षण, शत्रुंजय व शत्रुसह हे सर्वही जयशाली वीर क्रुद्ध होऊन एकदम केकयबंधूंवर पडले. ज्याप्रमाणें सिंह एका वनांतून दुसऱ्या वनांत जातात, त्याप्रमाणें, चित्रविचित्र कवचें घातलेले व ध्वज उभारलेले, व उत्तम धनुष्यें धारण करणारे ते वीर, मनोवेगी घोडे ज्यांना जोडले असून नानावर्णांच्या पताकांनीं जे शोभत आहेत असल्या नगरप्राय विस्तीर्ण रथांत बसून शत्रुसैन्यांत शिरले. मग त्यांची जेव्हां परस्पर कचाकची सुरू झाली, तेव्हां रथ, हत्ती वगैरेंच्या टकरा चालू होऊन अत्यंत भयंकर व तुंबळ असें युद्ध झालें. एकमेकांना पाण्यांत पाहणाऱ्या त्या वीरांचें सूर्यास्ताचे वेळीं मुहूर्तभर असलेलें दारुण युद्ध झालें कीं, त्या योगानें यमाचे राज्याला किती तरी भर पडली! त्या युद्धांत हजारों रथी व स्वार इतस्ततः मारून टाकिले होते. त्या वेळीं शांतनव भीष्मांनीं संतापून नतपर्व अशा बाणांनीं पांडवांच्या त्या सैन्याची धूळ केली; व आपल्या बाणांनीं पांचालांचीं सैन्यें यमालयीं पोहोंचविलीं. राजा, याप्रमाणें पांडवसैन्याचा ध्वंस करून धनुर्धर भीष्मांनीं त्या दिवशीं सैन्यें गोळा करून युद्ध तहकूब केलें, व आपले छावणीची वाट धरिली. तेव्हां धर्मराजही धृष्टद्युम्न-वृकोदरांना भेटून व त्यांचीं मस्तकें हुंगून मोठ्या आनंदानें आपल्या शिबिरास चालता झाला!

अध्याय ऐशींवा.

—:०:—

भीष्मदुर्योधनसंवाद.

संजय सांगतो:—हे महाराजा, या प्रकारें एकमेकांशीं वैर करून आणि रक्तानें माखले जाऊन ते वीर आपापल्या शिबिरांत परतले. मग त्या दिवशीं केलेल्या पराक्रमाबद्दल एकमेकांची प्रशंसा करून आणि रात्रभर विश्रांति घेऊन पहांट होतांच पुनरपि युद्धेच्छेनें सज्ज झालेले दिसले. राजा, त्या वेळीं तुझा पुत्र चिंतेनें व्याप्त होऊन अंगांतून वाहणाऱ्या रक्तानें सर्वभर माखला गेला आहे अशा स्थितींत भीष्मांना विचारिता झाला कीं, "नानाप्रकारचीं निशाणें घेतलेलीं आपलीं असलीं असलीं घोर व भयंकर सैन्यें व तीं असल्या उत्तम तऱ्हेनें रचिलीं असतांही पांडवांनीं आपले व्यूह भेदून आपले सैन्यांना मारिलें, हाणलें, झोडपलें; व आपल्याकडल्या मोठमोठ्या सर्व प्रख्यात योद्ध्यांना मोहित करून आणि वज्रासारखा दुर्भेद्य जो मकरव्यूह तोही

भेदून भीमानें यमदंडतुल्य घोर बाणांनीं मला जर्जर केलें, याला काय म्हणावें? हे पितामहा, आज पुनः तोच भीम डोळे लाल करून मज-वर तयारच आहे, हें पाहून माझी भयानें बोबडी वळली असून मला कशी ती शांति वाटत नाहीं. यामुळें, हे सत्यसंधा, पांडवांना मारणें व युद्धांत विजयी होणें या दोन्ही गोष्टी केवळ आपण कृपा कराल तरच होतील असें मी मानून आहें!"

दुर्योधनाचें हें भाषण ऐकून व तो कांहींसा रागांतच आहे हें ओळखून, मनांत किंचितूही उदास न होतां शस्त्रधराग्रणी गंगासुत भीष्म हंसतच त्याला म्हणाले, "हे राजपुत्रा, माझा शिकस्तीचा यत्न आहे तितका करून शत्रु-सेनेंत प्रवेश करून तुला विजय व सुख यांची प्राप्ति करून द्यावी, असें मी अगदीं मना-पासून इच्छितों. या कामीं मी कोणताही लपं-डाव खेळणार नाहीं, किंवा अंग राखून काम करणार नाहीं. परंतु पांडवांना जे हे युद्धांत बरेचजण साह्यकर्ते मिळाले आहेत, ते सर्वही महारथी, यशस्वी, शूरतम, अस्त्रपटु आणि श्रमाला दाद न देणारे असून आपणांवर जसे क्रोधरूपी विष ओकीत आहेत! त्यांचें तुझ्याशीं कट्टें वैर असून शिवाय त्यांचे अंगांत रगही दांडगी आहे, यामुळें ते सहसा हार येतील असें वाटत नाहीं. तथापि, हे वीरा, मी आपले जिवावर पाणी सोडून माझें सर्व सामर्थ्य खर्चून मनापासून त्यांना तोंड देईन. कारण, हे महानुभावा, आज रणांत तुझा अर्थ साध-ण्यापेक्षां माझे प्राण अधिक रक्षणीय आहेत असें मी मानीत नाहीं. तुझा हेतु साधण्यासाठीं मी देवदैत्यांसारख्या घोर वीरांची देखील होळी करीन, मग पांडवांबद्दल प्रश्नच नको. राजा, मी आज पांडवांचें चांगलेंच भूस पाडून तुझें जेवढें मिळून इष्ट करणें शक्य आहे तेवढें करितों!"

भीष्मांचें हें वचन कानीं पडतांच दुर्यो-धन प्रसन्न झाला. नंतर त्यानें सर्व सैन्यांना व राजांना 'युद्धार्थ बाहेर पडा' म्हणून आज्ञा दिली. त्या वेळीं गज, अश्व, पदाति व रथ या चतुरंगांनीं युक्त अशीं तीं सैन्यें तत्काल मोठ्या आनंदानें बाहेर पडलीं. हे राजा, हातीं नानाविध शस्त्रें घेतलेलीं तीं गजाश्वरथयुक्त तुझीं अवाढव्य सैन्यें जेव्हां रणभूमीवर येऊन उभीं राहिलीं, तेव्हां फारच शोभूं लागलीं. शस्त्रास्त्रपटु अशा अनेक वीरांनीं अधिष्ठित अशीं तीं तुझीं सैन्यें शास्त्रांत सांगि-तल्याप्रमाणें पाऊल टाकणाऱ्या रथ, पदाति, गज व अश्व यांच्या समुदायांसह जेव्हां चालूं लागलीं, तेव्हां तरुण सूर्याप्रमाणें रक्तवर्ण जें रज उडालें, त्यानें सूर्यकिरण केवळ झांकून टाकिले. त्यांतील रथ व हत्ती यांवर लाव-लेल्या नानारंगांच्या पताका वाऱ्याचे योगानें जेव्हां त्या रणभूमीवर फडफडूं लागल्या, तेव्हां त्या आकाशांत मेघमंडळावर विजाच लवत आहेतशा वाटल्या. तसेंच, सभोंवार घोळक्यांनीं उभे केलेले हत्ती कुशलतेनें चाल-विल्यामुळें फारच शोभत होते. शिवाय, राजे लोक जेव्हां धनुष्यांच्या रज्जूंचे विस्फारण करूं लागले, तेव्हां त्यांचा शब्द कृतयुगीं देवासुरांनीं समुद्रमंथन केलें त्या वेळीं होणाऱ्या समुद्राच्या शब्दाप्रमाणें अति भयंकर होता. सारांश, राजा, रिपुसैन्याचा घात करणारें तें नानारंगांचें व नानाआकृतींचें तुझे पुत्राचें सैन्य या प्रकारें युद्धार्थ उभें राहिलें असून उग्र नादं करूं लागलें असतां युगांतकालीन मेघां-प्रमाणें भासूं लागलें.

---

१ या स्थलीं मुंबईपाठ 'तदुग्रनागं' म्हणजे ज्यांत उग्र हत्ती उभे आहेत, असा अर्थाचा आहे; व बंगाली पाठ '०नादं' असा आहे. आम्हीं या स्थलीं बंगाली पाठच स्वीकारिला आहे.

अध्याय एक्यायशींवा.

—:०:—

कुरुपांडवांची व्यूहरचना.

संजय सांगतोः—हे राजा, चिंतामग्न झालेल्या तुझ्या पुत्राला आनंददायक असें वचन भरतश्रेष्ठ भीष्म पुनः बोललेः " दुर्योधना, मी, द्रोण, शल्य, सात्वत कृतवर्मा, अश्वत्थामा, विकर्ण, भगदत्त, सौबल, अवंतीकर विंद-अनुविंद, बाल्हिकसेनेसह बाल्हिक, बलाढ्य त्रिगर्त राजा, दुर्जिंक्य मागध राजा, कौसलपति बृहद्बल, चित्रसेन, विविंशति, शोभिवंत व विशालध्वजयुक्त अनेक सहस्र रथ, उत्तम घोडेस्वारांनी चालविलेले उंची उंची देशी घोडे, उन्मत्त झाल्यानें गंडस्थळें उकलून मदस्राव होत असलेले गजेंद्र; तसेंच तुजसाठीं लढण्यास निघालेले नानादेशवासी व नानाप्रकारचे ध्वज व आयुधें घेतलेले शूर पायदळ लोक—हे सर्व व आणखीही कित्येकजण जर तुजसाठीं प्राणांवर उदक सोडून युद्धार्थ सरसावले आहेत, तर ते देवांस देखील रणांत जिंकतील असें मला वाटतें. तथापि, राजा, केव्हांही तुझे बऱ्याची गोष्ट तुला सांगणें हें माझें कर्तव्य असल्यानें, मी तुला स्पष्ट सांगतों कीं, पांडव हे स्वतः इंद्रतुल्य पराक्रमी असून त्यांत त्यांना प्रत्यक्ष भगवान् वासुदेवाचें पाठबळ आहे, यामुळें इंद्रासकट देव आले तरी त्यांनाही ते दाद देणार नाहींत, हा सिद्धांत समज. तथापि मी कसर न करितां तुझें म्हणणें पूर्ण करण्याची खटपट करीन, आणि रणांत पांडवांना जिंकीन. निदान पांडव तरी मला जिंकतील. सारांश, कोणता तरी एक निकाल होई तों मी सोडणार नाहीं." असें म्हणून भीष्मांनीं हटकून जखमा भरून आणणारी मोठी गुणकारी अशी एक वनस्पति दुर्योधनाला दिली व तिचे योगानें दुर्योधनाचे घाय भरून येऊन तो शल्यरहित झाला. इतक्यांत लख्ख उजाडलें. तेव्हां त्या युद्धकुशल नरश्रेष्ठ भीष्मांनीं आपले सैन्याचा मंडलसंज्ञक व्यूह रचिला. त्या व्यूहांत अनेक प्रकारचे शस्त्रास्त्रांची, श्रेष्ठ योद्ध्यांची, हत्तींची व पायदळांची केवळ खेंच असून सभोंवतीं रथांचा गराडा होता. ऋष्टि, तोमर वगैरे आयुधें घेतलेल्या घोडेस्वारांच्या टोळ्याच्या टोळ्या होत्या. एक एका हत्तीला सात सात रथ, व एक एक रथास सात सात घोडेस्वार, दर दर अश्वाला दहा दहा तिरंदाज व दर तिरंदाजामागें दहा दहा ढालाईत, याप्रमाणें ज्यांत योजना केली होती, तें तुझें महारथांनीं युक्त व भीष्मांनीं संरक्षित असें सैन्य जंगी सामना करण्यासाठीं सिद्ध होऊन उभें राहिलें. त्यांत स्वतः भीष्मांचे रक्षणार्थ म्हणून दहा हजार घोडे, तितकेच गज, अयुत रथ व कवचें घालून तयार असलेले तुझे चित्रसेनादि शूर पुत्र इतकी योजना होती. या प्रकारें हे शूर महाबल राजे सज्ज होऊन व भीष्म परस्पर संरक्षण करीत असतां, दुर्योधन हा कवचादि धारण करून रथांत बसला होता, व राजश्रीच्या योगानें स्वर्गाधिपति इंद्राप्रमाणें शोभत होता. इतक्यांत, हे भारता, तुझे पुत्रांनीं महानाद केला; तशांतच रथांची घरघर व रणवाद्यांचे ध्वनि होऊं लागले. राजा, भीष्मांनीं पश्चिमाभिमुख रचलेला तो धार्तराष्ट्रांचा अभेद्य आणि शत्रुघातक असा मंडल नामक व्यूह सर्व बाजूंनीं सारखाच सुंदर दिसत होता; व समरांत शत्रूंना दुर्भेद्य असा दिसत होता.

मग तो परमदुर्जय असा कौरवांचा मण्डल व्यूह पाहून राजा युधिष्ठिरानें स्वतः वज्र नामक व्यूह रचिला. याप्रमाणें दोन्ही बाजूंची व्यूहरचना होऊन रथी व सादी हे आपापल्या योग्य स्थानीं उभे राहिल्यावर त्यांनीं सिंहनाद केला, व परस्परांचे व्यूह भेदूं पाहाणारे ते युद्धोत्सुक

प्रहारकुशल योद्धे आपापले सैन्यासह परस्परांवर चालून गेले.

द्रोण विराटावर गेले; अश्वत्थामा शिखंडीवर, व दुर्योधन पार्षत धृष्टद्युम्नवार गेला. नकुलसहदेव शल्यावर पडले. अवंतीकर विंदानुविंद इरावतावर धावले, व राजे तेवढे पार्थाशीं झुंजू लागले. संग्रामांत चाल करून येणाऱ्या हार्दिक्यास भीमसेनानें निवारिलें; आणि, राजा, समर्थ अशा अभिमन्यूनें चित्रसेन, विकर्ण व दुर्मर्षण या तुझ्या पुत्रांचें निवारण केलें. एक माजलेला हत्ती दुसऱ्यावर पडावा त्याप्रमाणें महाधनुर्धर प्राग्ज्योतिष हा घटोत्कच राक्षसावर वेगानें जाऊन पडला, व अलंबुष राक्षसही सैन्यासह रगदार अशा सात्यकीवर पडला. भूरिश्रव्यानें कंबर कसून धृष्टकेतूशीं सामना मांडिला; आणि श्रुतायु याशीं धर्मपुत्र राजा युधिष्ठिर भिडला. चेकितानानें कृपाचार्यांशींच गांठ घातली. इतर पांडवांवीरनीं महारथ भीष्मांवरच हल्ला केला, व तुझे बाजूचे राजे लोकांनीं हातीं शक्ति, तोमर, नाराच, गदा, परिघ इत्यादि आयुधें घेऊन अर्जुनाला गराडा दिला. ह्या वेळीं रागावूनअर्जुन कृष्णाला म्हणाला, 'माधवा, महात्म्या व्यूहकुशल गांगेयांनीं ह्या धृतराष्ट्राचे सैन्यांची कसकशीं योजना केली आहे, व हे कसकसले शूर व युद्धोत्सुक वीर चिलखतें चढवून उभे आहेत तें पहा तर खरें. हा त्रिगर्ताधिपति तर आपले बंधूंसह उभा आहे, यावरही नजर टाक. हे जनार्दना, हे यदुश्रेष्ठा, हे जे कोणी माझ्याशीं रणांगणांत तोंड देण्याची घमेंड बाळगून पुढें आले आहेत, त्यांना मी तुझ्या देखतच नाहींतसे करितों.'

राजा, असें बोलून धनंजयानें आपले धनुष्याची दोरी साफ पुसून त्या राजमंडळावर बाणांचा वर्षाव चालविला. ते राजेही मोठे धनुर्धर होते. वर्षाकाळीं मेघ ज्याप्रमाणें जलधारांनीं एखादा तडाग भरून काढितात, त्याप्रमाणें त्यांनींही बाणवृष्टीनें अर्जुनाला भरून काढिलें. त्या वेळीं ते कृष्णार्जुन बाणांनीं आच्छादून गेलेले पाहून पन्नगांसह गंधर्व, देव व देवर्षि फार विस्मित झाले. इतक्यांत अर्जुनानें रागावून ऐंद्रास्त्राची योजना केली; व असंख्य प्रतिपक्ष्यांनीं केलेली शस्त्रवृष्टि केवळ बाणांनींच निवारून टाकिली. त्या वेळचा त्याचा पराक्रम असा कांहीं अद्भुत होता कीं, प्रतिपक्ष्याकडील हजारों हजार राजे, हत्ती व घोडे यांपैकीं अर्जुनानें घायाळ केला नाहीं असा एकही उरला नाहीं! शिवाय, हे राजा, इतर जे कोणी तेथें होते त्यांवर अर्जुनानें दोन दोन तीन तीन बाण टाकिले. पार्थानें असा मार दिला तेव्हां ते भीष्मांकडे गेले; व अगाध संकटसमुद्रांत ते बुडत असतां भीष्म त्यांना नौकेप्रमाणें तारक झाले. राजा, तुझें तें सैन्य भीष्मांकडे धांव घेत असतां त्याची फाटाफूट होऊन जी खळबळ उडाली, तिच्या योगानें, वायूनें क्षुब्ध केलेल्या महासमुद्राचा देखावा दिसूं लागला.

अध्याय ब्यायशींवा.

—:०:—

द्वैरथयुद्ध.

संजय म्हणतोः—हे राजा, याप्रमाणें रणधुमाळी माजून राहिली आहे, सुशर्मा युद्धांतून परतून महात्म्या धनंजयानें इतर वीरांचाही मोड करून टाकिला आहे, व तुझें तें सागरतुल्य सैन्य तत्काल हलखलून गेलें असून भीष्म हे त्वरेनें अर्जुनावर चालून गेले आहेत, अशा स्थितींत अर्जुनाचा तो संग्रामांतील पराक्रम पाहून दुर्योधन लगबगीनें येऊन सर्व साह्यकर्त्या राजे लोकांस—विशेषतः त्यांतील प्रमुख जो सुशर्मा त्यास आनंद वाटेलसा

रीतीनें म्हणाला, " हे वीरहो, आज पितामह भीष्म प्राणावर उदक सोडून अर्जुनाशीं बिनकसूर लढणार आहेत, तेव्हां तुम्ही सर्वही कंबरा बांधून त्या पितामहांचें रक्षण करा." त्यावर 'बरें ठीक' असें उत्तर करून त्या राजांचीं सर्व सैन्यें भीष्मांभोंवतीं जमलीं. इतक्यांत अत्यंत शुभ्र व धिप्पाड घोडे जोडलेल्या, भयंकर असा वानर ध्वजावर असलेल्या, व मेघाप्रमाणें गंभीर घर्घर ध्वनि करणाऱ्या शोभायमान रथांत बसून रणांगणांत येत असलेल्या भरतश्रेष्ठ अर्जुनावर महाबल शांतनव भीष्मांनीं एकाएकीं हल्ला केला. किरीटी धनंजय रणांत येतांना दिसतांच सर्व सैन्यांनीं भयविव्हल होऊन एकच आर्तनाद केला; आणि मध्याह्नींचा दुसरा सूर्यच असा तेजस्वी जो भगवान् कृष्ण हातीं घोड्यांच्या पागा धरून रणस्थलीं रथावर बसला होता, त्याकडे तर कोणी वर डोळा करून पाहूं शकेना. उलटपक्षीं, त्या शुभ्राश्व व शुभ्रधनुर्युक्त शांतनव भीष्मांकडे पहातांना शुक्राचे ग्रहाकडे पाहिल्याप्रमाणें पांडवांचे डोळे दिपत. स्वतःचे बंधु, पुत्र व दुसरे महारथ सैनिक यांनीं युक्त असे जे दमदार त्रिगर्त योद्धे, ते भीष्मांना सर्वभर पाठबळ देऊन होते.

अशा स्थितींत इकडे द्रोणांनीं एका बाणानें विराटाला व्यथित करून एक शरानें त्याचा ध्वज व आणखी एकानें त्याचें धनुष्य छेदून टाकिलें. त्या वेळीं तें मोडकें धनुष्य फेंकून देऊन सेनापति विराटानें पहिल्यापेक्षांही बळकट व भारक्षम असें दुसरें धनुष्य, व सर्पाकृति व जळते सर्पच काय असे बाण घेतले. मग तीन बाणांनीं द्रोणांस वेध करून चार बाणांनीं त्यांचे घोडे, एकानें त्यांचा ध्वज, पांचांनीं त्यांचा सारथि व एकानें त्यांचें धनुष्य विंधिलें. त्या वेळीं द्रोण खवळले; आणि हे भारता, त्यांनीं नतपर्व अशा आठ बाणांनीं त्याचे घोडे मारिले, व एक बाणानें सारथि मारिला. मग सारथि व घोडे मेलेल्या त्या आपल्या रथांतून उडी टाकून विराट एकदम आपले पुत्राचे रथावर चढला. नंतर त्या पितापुत्रांनीं एक रथांत बसून मोठ्या नेटानें द्रोणांना बाणवृष्टीनें झांकून टाकिलें. त्या वेळीं द्रोणांनीं संतापून विराटपुत्र शंख यावर एक सर्पतुल्य जहरी बाण सोडिला. तो बाण त्याचें काळीज फोडून व त्याचें रक्त पिऊन, पिसारा रक्तानें भिजून जाऊन धरणीवर पडला; व शंखही द्रोणांचे त्या बाणानें व्यथित होऊन हातांतील धनुष्य व बाण टाकून त्या बाणाच्या शेजारींच मरून पडला. पोर मरून पडलेला पाहातांच, आ पसरलेल्या काळाप्रमाणें भयप्रद अशा त्या द्रोणांना सोडून विराट भयानें तेथून पळून गेला. मग तर द्रोणांनीं अतिशयच सपाटा चालविला, व शेंकडों हजारों पांडववीर मारून त्यांचे सैन्याचा केवळ शेणसडा केला!

हे महाराजा, इकडे शिखंडीनें रणात अश्वत्थाम्याला गांठून त्वरितगामी अशा तीन नाराच बाणांनीं त्याला भुंवयांच्या मध्यें विंधिलें. ते तीन बाण कपाळांत रुतलेले असतांना तो रथिव्याघ्र अश्वत्थामा तीन स्वर्णमय उच्च शिखरांनीं युक्त अशा मेरु पर्वताप्रमाणें शोभूं लागला! परंतु, राजा, त्यावेळीं अश्वत्थामा फारच संतापला, व त्यानें एका निमिषार्धांत शिखंडीचा ध्वज, सारथि, घोडे व आयुधें हीं अनेक बाणांनीं आच्छादून रणभूमीवर पाडिलीं. त्या वेळीं हताश्व अशा रथावरून उडी टाकून रथिश्रेष्ठ शत्रुतापन शिखंडी हातीं अत्यंत तीक्ष्ण खड्ग व विमल चर्म (ढाल) घेऊन संतापानें बहिरीससाण्याप्रमाणें इतस्ततः रणभूमीवर अशा अद्भूत कौशल्यानें भ्रमण करूं लागला कीं, त्यावर बाण मारण्यास द्रौणीला कोठें

फटच सांपडेना. त्या कारणानें एक गंमतच झाली. ती अशी कीं, नेमका अवसर जेव्हां सांपडेना, तेव्हां तो परमकोपी द्रौणी हजारों हजार बाण फेंकूं लागला. हेतु हा कीं, कसा तरी शिखंडि त्यांत सांपडेल. पण शिखंडिही कांहीं कमी बलवान् व कुशल नव्हता. त्यानें आपणावर येणारी ती घोर शरवृष्टि नुसत्या आपल्या तीक्ष्ण धारेच्या खड्गानें तोडून काढिली. तेव्हां द्रौणीनें शिखंडीच्या त्या शंभर चांद वर काढलेल्या मनोहर व लखलखीत ढालीचे व खड्गाचेही तुकडे केले; आणि अनेक तीक्ष्ण बाणांनीं त्याला व्यथित केलें. परंतु शिखंडीनें न डगतां आपल्या तुटक्या खड्गाचें जळस्या सापाप्रमाणें दिसणारें तें अर्धुक तत्काल गिरगिर फिरवून द्रौणीवर भिरकाविलें. पण द्रौणीनेंही अद्भुत हस्तकौशल्यानें तें युगांताग्नितुल्य जाज्वल्य खड्गार्ध आपणावर पडत आहे तोंच तोडून टाकिलें, व खुद्द शिखंडीला अनेक लोहबाणांनीं विंधिलें. राजा, याप्रमाणें शिखंडीला जेव्हां तीक्ष्ण बाणांचा वरचेवर मार बसूं लागला तेव्हां तो चट्दिशीं महानुभाव सात्यकीच्या रथावर चढला. बलिश्रेष्ठ सात्यकिही रागावून क्रूर अलंबुष राक्षसाला समरांत तीक्ष्ण बाणांनीं वेधूं लागला. त्या वेळीं त्या राक्षसश्रेष्ठानें त्याचें धनुष्य एका अर्धचंद्र बाणानें तोडून टाकून सात्यकीलाही बाण मारिले, व राक्षसी माया प्रगट करून त्यांवर बाणांचा पाऊस पाडिला. त्या समयीं सात्यकीचा अद्भुत पराक्रम आम्हीं पाहिला. कारण, समरांत असलेल्या तीक्ष्ण शरांनीं झोडला जात असतांही न गडबडतां त्यानें ऐंद्रास्त्राची योजना केली. हें ऐंद्र अस्त्र त्या यशस्वी सात्यकीला अर्जुनापासून मिळालें होतें. त्या अस्त्रानें त्या राक्षसी मायेला भस्मसात् करून पर्जन्यकालीं मेघानें पर्वताला जलधारांनीं व्यापून टाकावें त्याप्रमाणें नव्या बाणवृष्टीनें त्यानें अलंबुषाला झांकून टाकिलें. त्या यशस्वी सात्यकीनें याप्रमाणें जर्जर केला असतां त्याचें नांव सोडून देऊन तो राक्षस भयानें अन्यत्र पळून गेला. हे राजा, वास्तविक पाहातां तो राक्षस म्हणजे इंद्राला देखील अजेय होता, परंतु अशालाही त्या शिनिवंशजानें (सात्यकीनें) तुझे लढवय्यांदेखत जिंकिलें व उत्कर्षानें मोठी गर्जना केली. मग त्या अमोघविक्रम वीरानें तुझ्या इतर सैनिकांवरही तीक्ष्ण शरांचा मारा चालविला, तेव्हां ते भयार्त होऊन पळून गेले.

हे महाराजा, याच वेळीं रणांत दुसरीकडे बलाढ्य धृष्टद्युम्नानें तुझा पुत्र राजा दुर्योधन याला नतपर्व अशा बाणांनीं झांकून टाकिलें. परंतु तो कसा तो 'हाय' न म्हणतां तत्काल धृष्टद्युम्नावर बाण सोडूं लागला. त्यानें प्रथम साठ बाण मारिले व मागून तीस मारिले, तेव्हां एक मजाच झाली. कारण सेनापति धृष्टद्युम्नानें खवळून जाऊन दुर्योधनाचें धनुष्य तोडिलें, एका क्षणांत त्याचे चारी घोडे मारिले, व लगेच दुर्योधनाला तीक्ष्णशा सात बाणांनीं जखमी केलें. त्या काळीं बलाढ्य दुर्योधन आपल्या हताश्व अशा रथावरून उडी टाकून हातीं तरवार उगारून पायींपायींच धृष्टद्युम्नावर धांवून चालला. तेव्हां त्या सर्व लोकांचे राजावर अत्यंत लोभ करणाऱ्या शकुनीनें त्याजकडे येऊन त्याला स्वतःचे रथांत बसविलें. तथापि शत्रुहंत्या धृष्टद्युम्नानें राजा दुर्योधनाचा पराजय केलाच; आणि शिवाय इंद्रानें असुरांना मारावें त्याप्रमाणें तुझ्या इतर सैन्यावरही हत्यार धरिलें.

इकडे, महामेघानें रवीला झांकावें त्याप्रमाणें महारथी कृत्यवर्म्यानें भीमसेनाला बाणांनीं झांकिलें. त्या वेळीं भीमानें हंसतच कृत्यवर्म्यावर बाण सोडिले. त्या बाणांनीं

जखमी झाला असतांही तो सात्वतकुलोत्पन्न तत्त्वज्ञ अतिरथी न कांपतां उलट भीमाला तीक्ष्ण बाणांनीं झांकिता झाला. तेव्हां भीमानें त्याचे चारी घोडे मारून त्याचा सारथि व शृंगारिलेला ध्वज हे पाडिले; व अनेक प्रकारचे बाणांनीं कृत्यवर्म्याला भरून काढिलें. त्या काळीं त्याचें सर्वांग छिन्नभिन्न दिसूं लागलें; आणि, राजा, घोडे मेल्यामुळें तो रथ सोडून तो दुर्योधनासमक्ष तुझा मेहुणा वृषक याचे रथांत शिरला. तेव्हां भीमसेनानेंही रागावून तुझे सैन्याकडे धांव घेऊन त्याची कत्तल चालविली. त्या वेळीं त्याचें रूप हातीं दंड घेतलेल्या अंतकाप्रमाणें उग्र दिसत होतें.

अध्याय ब्यायशींवा.

—:०:—

द्वंद्वयुद्ध.

धृतराष्ट्र म्हणतोः—हे संजया, तूं युद्धाची कहाणी सांगत असतांना तुझे तोंडून मी आमच्या व पांडवांच्या वीरावीरांत गमतीदार जोड्याजोड्यांच्या अनेक लढायांचें वर्णन ऐकिलें, परंतु त्यांपैकीं एकाही लढाईंत म्हणजे माझे पक्षाकडील वीर हंसत परत आल्याचें कांहीं तूं सांगितलें नाहींस. रोज उठून पांडुपुत्र विजयी झाले व आनंदानें गर्जूं लागले असेंच तूं सांगत असतोस. हे सूता, माझे वीर युद्धांत जिंकले जाऊन खट्टू होऊन परतले, असेंच बोलतोस; त्या अर्थीं हें आमचें नशीबच असें, यांत संशय नाहीं!

संजय सांगतोः-महाराजा, हे शत्रुतापना, तुजकडील वीर यथाशक्ति व यथोत्साह युद्ध करून आपले सामर्थ्याची शिकस्त करून दाखविण्यांत कसर करीत नाहींत. परंतु, देवनदी जी गंगा तिचें उदक इतकें जरी मधुर आहे, तरीही महासमुद्राची गांठ पडतांच ज्याप्रमाणें त्याचे संगतीनें तें खारट होऊन जातें, त्याप्रमाणें, तुझ्या वीरांचें कसेंही पौरुष असलें तरी त्या वीर पांडवांची युद्धांत गांठ पडतांच फुकट जातें, याला त्यांनीं काय करावें? हे कुलश्रेष्ठा, मला वाटतें कीं, ज्या पक्षीं तुझे वीर स्वशक्त्यनुसार यत्न करून बरेंच दुष्कर कर्म करीत आहेत, त्या पक्षीं त्यांना तूं दोष देणें हें बरोबर नाहीं. हे प्रजापते, खरें बोलूं जातां तुझ्याच दोषानें यमाचे लोकसंख्येला भर घालणारा हा तुझे पुत्रांचा व सर्व पृथ्वीचा भयंकर क्षय चालला आहे; आणि तुझेच दोषांचा जर हा परिणाम आहे, तर आतां रडतोस काय म्हणून? आतां पेटली खरी. आतां तूं डोळे पुसलेस तरी हे क्षत्रिय राजे इरीला पेटले—पुण्यवानांना मिळणारे लोक आपण युद्ध करून मिळवावे अशी महत्वाकांक्षा त्यांना असल्यामुळें तूं कांहीं म्हटलेंस तरी ते आपले जिवाची पर्वा करीत नाहींत! स्वर्ग मिळविणें हीच त्यांची अनन्य उत्कंठा असल्यामुळें ते बेधडक सैन्याचे गर्दींत घुसून बिनकसर युद्ध करीत सुटतात! तस्मात्, त्याबद्दल शोक करण्यांत कांहीं तात्पर्य नाहीं. तर आतां देवदानवांचे युद्धाप्रमाणें कडाकडीचा प्रसंग होऊन या सातव्या दिवशीं सकाळीं जो जनक्षय झाला, त्याचें तूं एकचित्त होऊन श्रवण कर.

महाधनुर्धर, महाबलवान्, व महासेन असे अवंतीचे विंदानुविंद युद्धाला मस्तीनें मुसमुसलेले होते, ते इरावान् यास पहातांच त्यावर चालून गेले. तेव्हां त्यांचें अंगावर रोमांच उभे करणारें असें फार घोर युद्ध झालें. इरावानानें संतापून त्या देवरूपी बंधूंना नतपर्व बाणांनीं विंधिलें. तेही मोठे गमतीदार योद्धे होते, त्यांनीं इरावानाला उलट विंधिलें. हे राजा, दोघेही तोडीस तोड देऊं पहाणारे व कुशल असल्यामुळें त्यांचें युद्ध चाललें असतां अमुक डावा आणि अमुक

उजवा असें कांहींच म्हणतां येईना. असो; राजा, इरावानानें चार बाणांनीं अनुविंदाचे चारी घोडे यमगृहीं पाठविले; व तीक्ष्ण भल्लांनीं त्याचा ध्वज व धनुष्य हीं छेदिलीं. ते वेळीं एक गम्मतच झाली. अनुविंद स्वरथ सोडून आणि अत्यंत बळकट व भारक्षम असें उत्कृष्ट धनुष्य घेऊन विंदाचे रथांत शिरला. मग ते रथिश्रेष्ठ आवंत्य बंधु एक रथांत बसले असतां त्यांनीं महात्म्या इरावानावर बाण मारण्याचा सारखा सपाटा चालविला. त्या बंधूंनीं सोडलेले ते कांचनभूषित महावेगवान् बाण सूर्यमार्गापर्यंत पोंचून आकाश आच्छादिते झाले. इरावानानेंही संतापून त्या महारथ बंधूंवर बाणवृष्टि केली, व त्यांच्या सारथ्याला खालीं पाडिलें. सारथि गतप्राण होऊन भूमीवर पडतांच घोडे भडकून रथ इतस्ततः धांवूं लागला. राजा, या प्रकारें त्या इरावानानें त्या उभयतांस जिंकून आपलें पौरुष स्थापित करून नंतर तुझे सेनेचा फडशा चालविला. ती धार्तराष्ट्रांची चमू इरावानाचे माऱ्यांत सांपडली असतां, विषार झालेल्या मनुष्याप्रमाणें अनेक प्रकारें तिडका देऊं लागली.

राक्षसेंद्र हैडिंबानें सूर्यवर्ण रथांत बसून भगदत्तावर धांव घेतली. त्या वेळीं तो प्राग्ज्योतिषाधिपति भगदत्त पुरातन कालीं तारकासंबंधीं झालेल्या संग्रामांत ज्याप्रमाणें वज्रधर इंद्र नागराजावर बसून आला होता, त्याप्रमाणें मोठ्या मत्त गजावर बसून आला. त्यांचें युद्ध पहाण्यास ऋषि व गंधर्वांसह देव जमले होते. पण त्यांना घटोत्कच व भगदत्त यांत सरसनीरस कोण हें कांहीं कळेना. होतां होतां, देवेंद्र जसा दानवांना पळवितो तशी भगदत्तानें पांडवसेना पळवून लाविली. ते पांडववीर त्यानें पळवून लाविले असतां त्यांना त्यांचे सैन्यापैकीं कोणीही त्राता सांपडेना. एक हैडिंब काय तो आपल्या रथांत कायम बसलेला होता. बाकी पांडववीर मनांत खट्टू होऊन महारथी असतांही पळत सुटले. परंतु ते लवकरच माघारे जमले. राजा, त्या वेळीं मात्र तुझ्या सैन्यांत मोठा हलकल्होळ झाला. नंतर, राजा, मेघानें पर्वत झांकावा त्याप्रमाणें घटोत्कचानें त्या महारणांत भगदत्ताला बाणांनीं आच्छादून टाकिलें. भगदत्तानें घटोत्कचाचे धनुष्यापासून सुटलेल्या त्या सर्व बाणांचा विध्वंस करून घटोत्कचाला मर्मामर्मांचे ठिकाणीं ताडन केलें. अशा प्रकारें अनेक नतपर्व बाणांनीं ठिकठिकाणीं जरी जखमी होत होता तरीही तो राक्षस पर्वताप्रमाणें अचल राहिला. भगदत्तानें रागावून त्यावर चौदा तोमर सोडिले, परंतु त्या राक्षसानें ते तोडून टाकिले; व कंकपत्र अशा बाणांनीं भगदत्ताला विंधिलें. त्या वेळीं भगदत्तानें हंसत हंसत बाण मारून घटोत्कचाचे चारही घोडे पाडिले, तरी तो राक्षसेंद्र तशाच रथांत होता, तेथून त्यानें भगदत्ताचे हत्तीवर एक मोठी वेगवान् शक्ति सोडिली. ती सोनेरी दांड्याची शक्ति सोसाट्यानें चालून येत असतां भगदत्तानें तिचीं तीन खांडें केलीं. तेव्हां ती शक्ति तत्काल धरणीवर पडली. ही शक्ति जेव्हां तोडिलेली पाहिली, तेव्हां घटोत्कच भिऊन पळाला. अशाच प्रकारें पूर्वकालीं इंद्राशीं युद्ध करितांना नमुचि राक्षस पळाला होता. राजा, यमाला किंवा वरुणालाही रणांत हार न जाणारा असला पराक्रमी व नाणावलेला वीर जो घटोत्कच, त्याला जिंकल्यावर भगदत्त राजा आपल्या हत्तीसह पांडवसेनेवर गेला; व एखादा वनगज कमलिनी तुडवीत चालतो त्याप्रमाणें रणांत पांडुसेनेला तुडवीत चालला!

इकडे शल्यानें आपले भाचे नकुलसहदेव यांशीं सामना मांडिला, व त्यांस बाणांनीं झांकून टाकि-

लें. सहदेवानें आपला मामा आपल्याशीं लढत आहेसें पाहून, मेघानें सूर्य झांकावा त्याप्रमाणें त्याला शरौघानें झांकून टाकिलें. परंतु त्या मुलांचें तें कृत्य पाहून शल्यास फार कौतुक वाटलें; आणि तशांतही, ते माद्रीचे (आपल्या बहिणीचे) पुत्र हें पाहून तर त्याचें त्यांवर अधिकच प्रेम जडलें. नंतर महारथ शल्यानें हंसत हंसत चार उत्कृष्ट बाणांनीं नकुलाचे चारही घोडे यमसदनीं पाठविले. तेव्हां नकुलानें त्या रथांतून चटदिशीं उडी मारून आपल्या यशस्वी बंधूच्या रथांत प्रवेश केला. मग एका रथांत बसून त्या उभय शूरांनीं बळकट धनुष्यें ताणून हां हां म्हणतां शल्याचा रथ बाणांनीं आच्छादून टाकिला. भाच्यांनीं इतका घेरला तरी तो शल्य पर्वताप्रमाणें अढळच होता; आणि हंसतच त्यानें ती शरवृष्टि हाणून पाडिली. तेव्हां त्या वीर्यशाली सहदेवानें रागावून एक बाण उचलिला, व मद्रराजाला नीट न्याहाळून त्याजवर तडाक्यानें सोडिला. त्यानें सोडिलेला तो गरुड किंवा वायु यांप्रमाणें वेगवान् बाण शल्याला भेदून जाऊन भूतलावर पडला; आणि जबर जखम झाल्यानें तो महारथी शल्य मटकन् रथांतील पुढल्या बैठकीवर डोकें टेंकून मूर्च्छित पडला! त्या जावळ्या भावांनीं जखमी केल्यामुळें आपला यजमान बेशुद्ध पडलासें पाहून त्याचे सारथ्यानें त्याला रथासह रणांतून एकीकडे नेलें. शल्य पराभूत झालासें दृष्टीस पडतांच सर्वही धार्तराष्ट्र मनांत खरकन् उतरले, व 'हें कांहीं धड नव्हेरे नव्हे' असें म्हणाले!

इकडे मामाला युद्धांत जिंकितांच माद्रीपुत्रांनीं शंख वाजविले व सिंहनाद केले; आणि, राजा, इंद्र व उपेंद्र हे दोघे दैत्यचमूवर धांवून जातात त्याप्रमाणें ते तुझे सेनेवर धांवून गेले.

अध्याय चौऱ्यायशींवा.

—:०:—

द्वंद्वयुद्ध.

संजय सांगतो:—हे धृतराष्ट्रा, याप्रमाणें सकाळचा प्रकार झाला. इतक्यांत भगवान् दिनकर भरमध्यावर आला. तेव्हां राजा युधिष्ठिर यानें श्रुतायुषाकडे पाहून त्यावर आपले घोडे घातले; व नतपर्व अशा नऊ तीक्ष्ण सायकांनीं त्या शूराला हाणीतच तो त्यावर धांवला. परंतु, राजा, श्रुतायुषानें धर्माचे ते बाण निवारून उलट त्याचेच पदरांत सात बाण टाकिले, ते धर्मराजाचें कवच फोडून व रक्त पिऊन त्याचे देहांत असणारे प्राण वेंचीतच चालले. श्रुतायुषाचे या कृत्यामुळें धर्मराजाला अतिशय कोप येऊन त्या महारथ्यानें डुकराचे कानाचे आकाराचा एक बाण श्रुतायुताचे काळिजांत रोंविला; व दुसऱ्या एका भल्ल बाणानें त्याचे रथावरील ध्वज खालीं पाडिला. आपला केतु पडला हें पाहून श्रुतायूनें युधिष्ठिरावर सात तीक्ष्ण बाण सोडिले. तेव्हां कल्पांतीं भूतमात्राला भस्म करून टाकणाऱ्या अग्नीप्रमाणें युधिष्ठिर क्रोधानें पेटला. युधिष्ठिराचा तो कोप पाहून देव, गंधर्व, राक्षसदेखील भयभीत झाले, व एकूण जगत् केवल व्याकूळ होऊन गेलें. जो तो आपल्या मनांत म्हणूं लागला कीं, आज हा धर्मराजा इतका रागावला आहे, त्या पक्षीं हा खास त्रैलोक्याची राख करील! राजा, त्या वेळीं देव व ऋषि यांनीं जगत्प्रलयाचें हें संकट टळो म्हणून स्वस्त्ययनें व शांति केल्या. रागाचे आवेशांत युधिष्ठिर जिभल्या चाटीत होता, व त्याचें तें रूप कल्पांतसूर्याप्रमाणें उग्र दिसत होतें. राजा, त्या वेळीं तुझीं सर्व सैन्यें जीविताविषयीं निराश झालीं. परंतु त्या कीर्तिमान् पांडवानें मोठ्या धैर्यानें आपला तो क्रोध आवरून,

श्रुतायूचे धनुष्याचे मुठीपाशीं तुकडे केले; व धनुष्य तुटतांच सर्व लोकांदेखत त्याचे दोन स्तनांचे मधोमध नाराच बाण खोंचला व पाठोपाठच त्या महात्म्याचे घोडे व सारथिही त्या बलाढ्य युधिष्ठिरानें बाण मारून ठार केले. तेव्हां धर्मराजाचा तो पराक्रम पाहून श्रुतायु आपला हताश्व रथ सोडून रणांतून मोठ्या घाईनें पळत गेला. श्रुतायूसारख्या महाधनुर्धरालाही जेव्हां धर्मपुत्रानें रणांत जिंकिलें, तेव्हां दुर्योधनाचे सर्व सैन्यानें पाठ फिरविली. एवढें करून तो युधिष्ठिर आ पसरलेल्या काळाप्रमाणें तुझें सैन्य गट्ट करीत चालला.

इकडे वृष्णिवंशोद्भव चेकितान यानें सर्व लोकांसमक्ष महारथी कृपाचार्यांना बाणांनीं झांकून टाकिलें. परंतु शारद्वत कृपाचार्यांनीं त्या बाणांचें निवारण करून, चेकितान इतक्या सावधगिरीनें असतांही त्याला बाणांनीं जखमी केलें; आणि दुसऱ्या एका भल्ल बाणानें त्याचें धनुष्य तोडिलें व हातचलाखीनें त्याचे सारथ्यालाही तत्काल रणांत पाडिलें. लगोहात त्याचे रथाचे घोडे व बाजूचे दोन्ही रक्षक यांनाही पाणी पाजिलें. तेव्हां चेकितानानें चटदिशीं रथांतून खालीं उडी घालून हातीं गदा घेतली. मग त्या गदिश्रेष्ठानें वीरांचा चुराडा उडविणाऱ्या त्या गदेनें गौतमाचे घोडे हाणून त्याचा सारथिही लोळविला. तेव्हां कृपाचार्यांनीं भूमीवर उभें राहून चेकितानाला सोळा बाण मारिले. ते बाण त्याचे अंगांतून पार जाऊन भुईंत घुसले. त्या वेळीं चेकितानाला संताप येऊन, वृत्रवधेच्छु इंद्राप्रमाणें गौतमाचे वधाकांक्षेनें त्यानें आपली गदा त्यावर फेंकिली. ती लखलखीत व वज्रसार गदा अंगावर येत असतां कृपांनीं हजारों हजार बाण सोडून तिचें निवारण केलें. तेव्हां चेकितानानें रागानें खड्ग उपसून मोठ्या चलाखीनें गौतमावर धांव घेतली. तेव्हां गौतमानेंही धनुष्य टाकून तरवार उपसून मोठ्या वेगानें चेकितानाकडे धूम ठोकिली. ते दोघेही बलवान् असून त्यांचे हातीं अस्सल तरवारी होत्या, त्यामुळें त्या तीक्ष्ण तरवारींनींच ते परस्परांचे अंगांच्या साली काढूं लागले. कांहीं वेळानंतर तरवारींचे तडाक्यांनीं घायाळ होऊन ते दोघेही मल्ल प्राणिमात्रानें आश्रय केलेली जी धरित्री तिजवर पडले. श्रमामुळें गात्रें ग्लान होऊन मूर्च्छा आल्यानें ते बेशुद्ध झाले होते. चेकितानाची ती अवस्था पाहून स्नेहधर्मामुळें रणमस्त वीर करकर्ष हा त्याचे साह्यार्थ धांवत आला व सर्वांदेखत त्यानें चेकितानाला रथांत घातलें. त्याप्रमाणेंच, राजा, तुझा श्यालक शकुनि यानें महारथ गौतमाला रथांत घातलें.

दुसरीकडे महाबली धृष्टकेतूनें संतापून नव्वद बाण सौमदत्तीचे (भूरिश्रव्याचे) छातींत मारिले. ते बाण छातींत रुतले असतां मध्यान्हीचा सूर्य जसा किरणांनीं शोभावा तसा सौमदत्ति शोभत होता. मग सौमदत्तीनें महारथी धृष्टकेतूचे घोडे व सारथी बाणांनीं मारून त्यास विरथ केलें व तशा स्थितींत त्याला बाणांनीं झांकून टाकिलें. धृष्टकेतु कांहीं कच्चे दिलाचा नव्हता, त्यानें तत्काल आपला रथ सोडून शतानिकाचे रथांत आरोहण केलें. इतक्यांत, हे महाराजा, चित्रसेन, विकर्ण व दुर्मर्षण हे तिघे सोनेरी चिलखतें घालून अभिमन्यूवर पडले. त्या वेळीं कफ, वात व पित्त या तीन दोषांशीं शरीराचा जसा झगडा चालतो, तसा अभिमन्यूचा त्या तिघांशीं झगडा चालला. अभिमन्यूनें तुझे पुत्रांना विरथ तर केलेंच, मात्र भीमाचें वचन[1] स्मरल्यामुळें त्यांना ठार मारिलें नाहीं; इतक्यांत देवांनाही अजिंक्य

१ धृतराष्ट्राचे सर्व पुत्र मारण्याविषयींची भीमाची प्रतिज्ञा.

असे भीष्म सहस्रावधि गजाश्वरथपत्तींसह तुझे पुत्रांचे रक्षणार्थ येत आहेतसें पाहून, आपला अल्पवयी वत्स महारथी अभिमन्यू एकाकी लढत आहे इकडे दृष्टि जाऊन श्वेतवाहन अर्जुन वासुदेवाला म्हणाला, "हे हृषीकेशा, हे बरेचसे रथी जुळले आहेत तिकडे आपला रथ ने. हे रणमस्त व अस्त्रकुशल अनेक शूर वीर आपले सेनेची दैना करूं न पावोत. अशासाठीं, माधवा, तिकडे रथ घेऊन चल." याप्रमाणें त्या अमिततेजस्वी अर्जुनानें विनंती करितांच त्या वृष्णिवंशजानें तो शुभ्राश्वयुक्त रथ त्या रणांगणांत फेंकला. राजा, याप्रमाणें रागावून अर्जुन जेव्हां तुझे लोकांवर चालला, तेव्हां तुझे सैन्यांत मोठाच कोलाहल माजला. नंतर त्या भीष्मांचे रक्षणकर्त्या राजांशीं येऊन भिडल्यावर धनुर्धर पार्थ सुशर्म्याला म्हणाला, 'मी ओळखून आहें कीं, तूं मोठा श्रेष्ठ योद्धा आहेस, व आमचा जुनापुराणा वैरी आहेस. असो, तुझ्या अन्यायाचें तुला आज भयंकर फल प्राप्त होईल हें तूं पाहाशील. आज मी तुला तुझे वर गेलेले वाडवडील दाखवितों!' याप्रमाणें त्या शत्रुघाती बीभत्सूनें यथेच्छ तोंड सोडिलें व पाहिजे तसें कठोर भाषण केलें; तथापि तें ऐकूनही रथपाल सुशर्म्यानें बरें किंवा वाईट कांहींच उत्तर केलें नाहीं. परंतु आपले बरोबर राजांचें चौफेर कडें घेऊन त्या महारथानें तुझ्या पुत्रांसह अर्जुनाला वेढलें, व मेघांनीं सूर्य आच्छादावा त्याप्रमाणें त्याला बाणांनीं आच्छादून टाकिलें. नंतर, पाण्याप्रमाणें ज्यांत रक्ताचे पाट वाहिले अशा प्रकारचा तुमुल संग्राम तुझ्या व पांडवांच्या वीरांचा त्या रणांगणांत माजला.

अध्याय पंचायशींवा.

—:०:—

अर्जुनपराक्रम.

संजय सांगतोः—धनंजयावर जेव्हां तुझ्या सैनिकांनीं बाणांचा प्रहार केला, तेव्हां शेंपटीवर पाय पडलेल्या सर्पाप्रमाणें तो फुसकारूं लागून त्यानें एकएका बाणाचे दणक्याबरोबर त्या महारथांचीं धनुष्यें तोडून रणभूमीवर पाडिलीं. असल्या वीर्यवान् राजांचीं धनुष्यें एका क्षणांत कापून टाकून त्या सर्वांना कायमचे या लोकांतून नाहींतसे करण्याचें मनांत आणून त्यानें एकाच वेळीं सर्वजणांना बाणांचे योगानें सारखेंच घायाळ केलें. राजा, इंद्रपुत्र अर्जुनाचे प्रहारापुढें त्यांचीं चिलखतें व शरीरें छिन्नभिन्न होऊन, मुंडकीं तुटून पडून व प्राण नाहींतसे होऊन ते सर्वजण रक्तानें माखून धरणीवर पडले; व पार्थाचे शक्तीपुढें दीन होऊन धरणीवर पडले असतां ते चित्रविचित्र वेष घातलेले सर्वही राजे एकाच वेळीं संपले.

त्या राजांची ही स्थिति पाहून, त्रिगर्ताधिपति हा रथ बरोबर घेऊन अर्जुनावर आला; त्याचे बरोबर त्या रथांचे दुसरे बत्तीस पाठराखेही अर्जुनावर येऊन पडले. त्यांनीं पार्थाला जागचे जागींच वेढून आपलीं महाशब्द करणारीं धनुष्यें खेंचून, मेघांनीं जलधारांनीं गिरीला झांकावें त्याप्रमाणें शरांच्या महावृष्टीनें अर्जुनाला भरून टाकिलें. ते जेव्हां बाणवृष्टीनें ताप देऊं लागले तेव्हां अर्जुनाला रोष येऊन, त्यानें तेल लावून चक्क केलेले साठ बाण त्या पृष्ठरक्षकांना मारिले, व त्यांचे त्यांचे रथ्यांनाही मारून धनंजय यशस्वी व आनंदित झाला. राजा, याप्रमाणें सैन्याचा फडशा पाडून तो जिष्णु त्वरेनें भीष्मांना मारण्याकरितां गेला. इतक्यांत आपले स्नेही रथी पार्थानें मारिलेसें पाहून त्रिगर्ताधिपति इतर राजांना पुढें घालून वधेच्छेनें पार्थावर धांवला.

अस्त्रधरश्रेष्ठ धनंजय ह्यावर गर्दी झालेली पाहून अर्जुनाचा रथ राखण्यासाठीं शिखंडिप्रभृति वीर हातीं तिखट धारेचीं हत्यारें घेऊन पुढें सरसावले. परंतु आपल्यावर त्रिगर्तराजासहित कोणी वीर येतातसें पाहून पार्थानें आपले गांडीवापासून सुतीक्ष्ण बाण सोडून त्यांना जागचे जागीं फस्त केलें. नंतर भीष्मांकडे चाल धरिली असतां, वाटेंत दुर्योधन व जयद्रथादिक राजे त्याचे दृष्टीस पडले. ते भीष्मांची पाठ राखणार हें ध्यानांत आणून त्या तेजस्वी व अनंतवीर्य अर्जुनानें निकारानें त्यांशीं घटकाभर दोन हात केले व त्यांना सोडून हातीं धनुर्बाण घेऊन त्या बलाढ्य व विवेकी वीरानें समरांत भीष्मांची गांठ घेतली, तों अनंतकीर्ति राजा युधिष्ठिरही आपला भाग जो शल्य त्याला सोडून सहदेव व नकुल यांसह रागारागानें भीष्मांशींच लढण्याकरितां प्राप्त झाला. या प्रकारें ते रथिश्रेष्ठ सर्वही पांडुपुत्र एकजुटीनें तोंड देत असतां चित्रयोधी महात्मे भीष्म व्यथित झाले नाहींत. इतक्यांत सत्यप्रतिज्ञ, उग्रशक्ति व हेकेखोर जयद्रथ येऊन त्यानें आपल्या श्रेष्ठ धनुष्याच्या साह्यानें त्या महारथ पांडवांचीं धनुष्यें तोडिलीं; व क्रोधरूपी विष धारण करणाऱ्या महात्म्या दुर्योधनानें अग्नितुल्य बाण सोडून रागानें धर्म, भीम, नकुल, सहदेव व अर्जुन या सर्वांवर प्रहार केले. त्याप्रमाणेंच कृप, शल्य, शल आणि चित्रसेन यांनींही प्रहार केले असतां ते पांडव अतिशय कोपयुक्त होऊन, सर्व दैत्यांनीं ज्यांवर प्रहार चालविले आहेत अशा देवांप्रमाणें शोभूं लागले. इतक्यांत भीष्मांनीं शिखंडीचें धनुष्य तोडिलेलें पाहून अजातशत्रु धर्म संतापून शिखंडीला म्हणालाः—'निर्मल सूर्याप्रमाणें ज्यांचा वर्ण आहे अशा शरांचा वर्षाव करून मी देवव्रत भीष्मांना मारीन, हें मी खरें खरें सांगतों,' अशी तूं आपले बापासमक्ष त्या वेळीं प्रतिज्ञा केली असून तूं आज भीष्मांना मारून ती तर सफल करीत नाहींस. परंतु, हे वीरा, हें बरें नव्हे. असा तूं मिथ्यावादी होऊं नको. आपला शब्द खरा करून आपला धर्म, कुल व यश हीं राख. पहा बरें, उग्रवेगवान् भीष्म अतिप्रखर गतिमान् बाणांचे ओघांनीं, काल जसा यावत् वस्तु ध्वस्त करितो तसे माझे सेनेला ध्वस्त करीत आहेत. शांतनवांनीं धनुष्य मोडून टाकून तुला पराजित केलें तरीही युद्धाची ईर्षा न धरितां आपले बंधूंना व बांधवांना सोडून तूं एकटा चाललास कोठें ? हें करणें तुला कांहीं शोभत नाहीं. हे द्रुपदपुत्रा, मला वाटतें, भीष्मांचा अनंत पराक्रम व त्यापुढें पळत सुटलेलें आपलें हें सैन्य पाहून तूं मनांत खास भिऊन गेला आहेस; आणि म्हणूनच तुझे मुखावर कशी ती प्रसन्नतेची कळा दिसत नाहीं. अरे, तुला जरी माहीत नाहीं, तरी नरवीर अर्जुन भीष्मांशीं मोठ्या निकरानें भिडून राहिला आहे; आणि तुझी एवढी शूरत्वाविषयीं पृथ्वीभर ख्याति असून, तूं, वीरा, आज भीष्मांना डरतोस, हें कसें ?

धर्मराजाचें तें कठोर व प्रतिकूल भाषण ऐकून, हा आपला यानें धिक्कारच केला हें मनांत ओळखून तो महात्मा द्रुपदपुत्र भीष्मांचा वध करण्याच्या ईर्षेनें त्यांकडे त्वरेनें धांवत चालला. तेव्हां त्याचा तो रोंख पाहून शल्यानें त्याला दुर्जय व घोर असें अस्त्र मारून मध्येंच थांबविण्याचा यत्न केला. राजा, तो द्रुपदपुत्र इंद्रतुल्य पराक्रमी असल्यामुळें तें कल्पांताग्नितुल्य तेजस्वी अस्त्र फेंकलेलें पाहूनही कसा तो घाबरला नाहीं; परंतु बाणांनीं त्या अस्त्राला पीडा देत तो महाधनुर्धर तेथेंच उभा राहिला. नंतर शिखंडीनें त्या अस्त्रावर तोड म्हणून दुसरें वारुण नांवाचें अस्त्र घेतलें. मग त्या अस्त्रानें तें शल्याचें अस्त्र कापलें जात असतां तो चमत्कार आकाशांतून

देवांनीं व भूमीवरून राजेलोकांनीं पाहिला. इतक्यांत, राजा, भीष्मांनीं त्या अजमीढवंशोद्भव राजा युधिष्ठिराचें धनुष्य व विचित्र ध्वज तोडून सिंहनाद केला. तेव्हां युधिष्ठिर भयभीत होऊन धनुष्यबाण टाकून चालता झाला. तें पाहून भीमसेन हातीं गदा घेऊन पायींपायींच जयद्रथावर जाऊन पडला. भीमसेन गदेसह वेगानें आपणावर येत आहेसें पहातांच जयद्रथानें कालदंडाप्रमाणें भयंकर असे पांचशें तीक्ष्ण बाण त्याचे चौफेर मारिले. परंतु त्वेषाचे भरांत त्या वेगवान् वृकोदरानें त्या बाणांकडे लक्षही न देतां जयद्रथाचे पारवे रंगाचे घोडे तडातड मारून रणभूमीवर टाकिले. तो चमत्कार पाहून, हे धृतराष्ट्रा, तुझा अतुलपराक्रमी पुत्र चित्रसेन भीमसेनाला मारण्याकरितां घाईघाईनें रथासह इंद्राप्रमाणें शस्त्र उगारून पुढें आला. तेव्हां भीमानेंही एकदम आरोळी दिली, व गदेनें धमकावणी दाखवीत तुझ्या पुत्रावर धांव घेतली. तेव्हां ती कालदंडाप्रमाणें उगारलेली भीमाची गदा पाहून आसपासचे कुरुवीर तिचा रट्टा चुकविण्याकरितां तुझ्या शूर पुत्राला एकटाच सोडून दूर पळाले. हे भारता, तसल्या त्या गोंधळून टाकणाऱ्या भयंकर झिमडींत तुझा पुत्र चित्रसेन मात्र सावध होता; त्यानें ती गदा येतांना पाहून आपला रथ सोडिला, व भूमीवर उतरून हातीं खड्ग व मोठी थोरली ढाल घेऊन पर्वतशृंगावरून सिंहानें उड्डाण मारावें त्याप्रमाणें टिपणें टाकीत रणभूमीचे दुसरेच बाजूकडे चाल धरिली. इकडे ती गदा आकाशांतून तुटून भूमीवर पडणाऱ्या उल्केप्रमाणें जळफळत त्याचे सुंदर रथावर आदळली; आणि रथ, घोडे व सारथि यांचा चुराडा करून भूमींत शिरली. हा विलक्षण चमत्कार पाहून तुझे वीरांना फारच आनंद झाला, व सर्वांनी मिळून सर्वत्र जयघोष केले व तुझे पुत्राचे शौर्याची वाहवा केली.

अध्याय शायशींवा.

—:०:—

सप्तमदिनसमाप्ति.

संजय सांगतोः—राजा, यशस्वी चित्रसेनाला विरथ असतांना गांठून तुझा पुत्र विकर्ण यानें पुनः रथांत घातलें. मग ती रणघाई चालली असतां भीष्म घाईघाईनें युधिष्ठिरावर गेले. त्या वेळीं रथ, हत्ती, घोडे यांसह सृंजय चळचळां कांपूं लागले, व युधिष्ठिर हा निखालस मृत्यूचे जबड्यांत सांपडला असें मानूं लागले. तथापि युधिष्ठिरही समर्थच होता. तो आपले जावळे बंधु बरोबर घेऊन महाधनुर्धर नरव्याघ्र शांतनव भीष्मांवर चालून आला. नंतर त्या पांडवानें हजारों बाण सोडून मेघांनीं सूर्य लोपवावा त्याप्रमाणें भीष्मांना आच्छादून टाकिलें. युधिष्ठिर मोठ्या तजविजीनें शेंकडों हजारों बाणजाल सोडीत होता; व भीष्म तेवढ्यांनाही अंगावर घेऊन उलट इतकीं शरजाळें आकाशमार्गानें फेंकीत होते कीं, हे पक्ष्यांचे कळपच चालले आहेत कीं काय, असा भास होत होता. शांतनवांनीं एका निमिषार्धांत युधिष्ठिराला आपल्या शरजालाच्या एका कोंपऱ्यानेंच झांकून टाकिलें. त्या वेळीं युधिष्ठिरानें रागावून त्या कुरुश्रेष्ठावर सर्पतुल्य नाराच बाण सोडिला. परंतु, राजा पांडवाचे धनुष्यापासून सुटलेला तो बाण आपलेपर्यंत येऊन पोहोंचला नाहीं तोंच क्षुरप्र नामक बाणानें भीष्मांनीं त्याचे तुकडे केले; व तो काळासारखा बाण तोडून टाकिल्यावर युधिष्ठिराचे सोनेरी साज घातलेले घोडे मारिले. त्या वेळीं आपला तो हताश्व रथ सोडून युधिष्ठिर झटकन् महात्म्या नकुलाचे रथावर चढला. पण शत्रुजेत्य

भीष्मांनीं त्या वेळीं रागाच्या आवेशांत त्या दोघां जावळ्या बंधूंना गांठून त्यांना बाणांनीं आच्छादून टाकिलें. जावळे बंधुही भीष्म-बाणांनीं जर्जर झालेले जेव्हां दृष्टीस पडले, तेव्हां 'भीष्मांचा वध आतां होतो कसा' म्हणून युधिष्ठिराला मोठी चिंता पडली. मग त्यानें 'सर्वजण मिळून भीष्मांना मारा' म्हणून आपले आज्ञाधारक स्नेही राजे यांस आज्ञा केली. तेव्हां धर्माचें तें भाषण ऐकून त्या सर्व राजांनीं मोठा थोरला रथांचा तांडा बरोबर घेऊन भीष्मांना गराडा दिला. राजा, सभोंवतीं जेव्हां त्या रथ्यांचा गराडा पडाला, तेव्हां तुझ्या त्या देवव्रत पित्याला तो एक खेळच झाला. तो आपल्या धनुष्यानें त्या रथ्यांना चिमण्यां-पाखऱ्यांप्रमाणें पटापट मारून पाडूं लागला. तो कुरुश्रेष्ठ समरांत फिरत असतांना अरण्यांत मृगसमुदायांत संचरणारा हा सिंहच असा राजांना भास झाला. कारण, तो वीर पांडव-वीरांना दबकावण्या दाखवीत असतांना व बाणांनीं सळो का पळो करून टाकीत असतांना सर्व सैनिक सिंहाला पाहून मृग भ्यावे तसे भ्याले. वायूचे साह्यानें तृण जाळीत चाललेल्या अग्नीची जी लीला, तीच त्या भारतसिंहाची त्या रणांत क्षत्रियांनीं त्या वेळीं पाहिली. ज्याप्रमाणें एखादा पटाईत माळी पिकलेलीं ताडफळें ताडांवरून पटापट खालीं पाडितो, त्याप्रमाणें भीष्म त्या रथ्यांचीं मुंडकीं पटापट खालीं पाडीत होते. हे महाराजा, तीं मुंडकीं जेव्हां टपाटप भूतलावर पडूं लागलीं, तेव्हां भूमीवर वरून पडणाऱ्या गोट्यांप्रमाणें त्यांचा खडाखड आवाज होऊं लागला. याप्रमाणें हें भयंकर रण तुंबळ माजून राहिलें असतां सर्वच सैन्यांत मोठा गोंधळ उडाला. त्या गोंधळांत ती व्यूहरचना विस्खलित होऊन गेली, व ते क्षत्रियवीर परस्परांना आव्हान करीत एक एकटेच युद्धार्थ उभे राहिले. पैकीं शिखंडीनें भरतपितामह भीष्म यांवरच धांव घेऊन 'थांब, थांब,' म्हणून म्हटलें. परंतु शिखंडीचें स्त्रीत्व ध्यानांत आणून त्याचे आव्हानाला मान न देतां भीष्मांनीं त्वरेनें सृंजयांकडे धांव घेतली. भीष्म इतक्या उत्साहानें युद्धार्थ येतांना पाहून सृंजयांनीं शंखनादमिश्र असे नानाप्रकारचे सिंहनाद केले. हे प्रभो, या वेळीं भगवान् सविता पश्चिम दिशेलाच गेला होता, तथापि रथ व हत्ती यांची ज्यांत एकच खिचडी झाली आहे असें मोठें तुंबळ युद्ध चाललें.

राजा, त्या कालीं पांचाल धृष्टद्युम्न व महा-रथ सात्यकि हे नानाप्रकारचीं शस्त्रें, शक्ति व तोमर यांची वृष्टि करून तुझ्या वीरांना झोडून काढूं लागले; व तुझे वीरही जरी असा मार खात होते, तरी 'युद्ध मिळून सोडावयाचें नाहींच' असा उदार विचार करून रणांगण सोडून न जातां आपले धमकेप्रमाणें शत्रूला बाण हाणीतच होते. तथापि धृष्टद्युम्नाचे माऱ्यामुळें तुझे शूरांत फार ओरडाओरड उठली. ती ओरड ऐकून अवंतीकर विंदानुविंद पार्षताशीं तोंड देण्याकरतां पुढें सरसावले. या महारथ्यांनीं झपाट्यासरसे पार्षताचे प्रथम घोडे मारिले, व नंतर त्याला बाणांनीं छावून टाकिलें. धृष्टद्युम्न महाबलाढ्य होता. त्यानें तत्काल आपले रथांतून उडी टाकून सात्यकीचे रथाचा आश्रय केला. इतक्यांत राजा युधिष्ठिर एक मोठी तुकडी बरोबर घेऊन त्या शत्रुतापन व क्रुद्ध अवंतीकर बंधूं-पाशीं येऊन ठेपला. राजा, त्याप्रमाणेंच दुर्यो-धनानेंही खटपट करून त्या बंधूंची पाठ धरिली. क्षत्रियश्रेष्ठ अर्जुन हाही संतापून जाऊन इंद्र असुरांशीं लढतो त्याप्रमाणें क्षत्रियांशीं झुंजत होता. तुझे प्रियकर्ते द्रोणाचार्यही खवळून जाऊन अग्नीनें कापसाची रास जाळावी.

त्याप्रमाणें पांचालांची राख करीत होते. राजा, तुझे दुर्योधनप्रमुख पुत्र हे भीष्मांभोंवतीं राहून पांडवांशीं लढत होते. इतक्यांत सूर्य अगदीं लालगुंज दिसूं लागलासें पाहून दुर्योधन तुझे सैनिकांना ' आटपा, त्वरा करा' असें म्हणूं लागला. तथापि ते वीर लढत होते, व अचाट- कर्म करीतच होते. इतक्यांत सूर्य अस्ताचलावर जाऊन प्रकाश देईनासा झाला, व रात्रीच्या अंधाराला आरंभ झाला. अशा वेळीं जीभोंवतीं कोल्ह्यांच्या झुंडीच्या झुंडी जमल्या आहेत अशी रक्तमय ओघ व तरंग यांची एक भयंकर रक्तनदी वाहूं लागली. त्या वेळीं कोल्ह्या अशुभसूचक व विक्राळ स्वरानें रडूं लागल्या व भूतावळही फार जमली. यामुळें ती रणभूमि फार भ्यासूर दिसूं लागली. जिकडे पाहावें तिकडे शेंकडों हजारों राक्षस, पिशाच्च, व दुसरेही मांसाहारी प्राणी जमले होते. इतक्यांत अर्जुनानें सुशर्मादि राजांना त्यांचे अनुयायांसह सेनेमध्येंच जिंकून आपले शिबिराची वाट धरिली; व रात्र पडलीसें पाहून युधिष्ठिरही आपले दोघे बंधू व सेना यांसह आपले छावणींत परतला. भीमसेनही दुर्योधनप्रभृति रथ्यांचा पाडाव करून आपले तंबूंत गेला; आणि दुर्योधन राजाही भीष्मांना मध्यें घेऊन त्वरित आपले शिबिरास गेला. मग द्रोण, द्रौणि, कृप, शल्य, सात्वत कृतवर्मा हेही सारे सर्व सैन्याभोंवतीं राहून आपले गोटांत घुसले. राजा, इकडे सात्यकि व धृष्टद्युम्न पार्षत हेही आपआपले सैनिकांसह शिबिरांत गेले.

हे महाराजा, हे शत्रुदमना, या प्रकारें तुझे व पांडवांचेही वीर रात्र पडतांच शिबिरांत परतले; व तेथें गेल्यावर उभय पक्ष आपापले वीरांची आपसांत प्रशंसा करीत कांहीं काळ बसले. नंतर रात्रीकरितां छावणीचा बंदोबस्त करून व सभोंवार नाक्यानाक्यांनीं रीतीप्रमाणें पहारे बसवून, अंगांत रुतलेलीं बाणाग्रें वगैरे काढून टाकून त्यांनीं नानाप्रकारचे उदकांनीं स्नानें केलीं. मग सर्वांनीं स्वस्त्ययनें करून ते विजयी वीर करमणुकीकरितां गायनवादन ऐकूं लागले. शिवाय भाट त्यांची स्तुति गातच होते. सारांश, एका घटकेंत तेथें स्वर्गाप्रमाणें जिकडे तिकडे नृत्य, गायन वगैरे आनंद भरून राहिला. युद्धाची मिळून कोणीही वीर कशी ती वार्ता करीना. नंतर उभय सैन्यांतील असंख्य लोक, व हत्ती, घोडे इत्यादि वाहनें अगदीं थकून गेलीं असल्यामुळें जेव्हां विश्रांतीसाठीं त्या रात्रीं स्वस्थ घोरत पडलीं, तेव्हां त्या सैन्यांचा देखावा एक प्रकारें मोठाच रमणीय दिसत होता.

अध्याय सत्यायशींवा.

—:०:—

कुरुपांडवांची व्यूहरचना.

संजय सांगतो:—राजा, ते सर्व राजे याप्रमाणें ती रात्र विश्रांतींत घालवून सुखी झाल्यावर उजाडतांच पुनरपि बाहेर पडले. बाहेर पडतांना त्या उभय सैन्यांत जो गजबजाट उठला, त्याला केवळ समुद्रगर्जनेचीच उपमा. रणांत सैन्यें पोहोंचतांच राजा दुर्योधन, चित्रसेन, विविंशति, रथिश्रेष्ठ भीष्म व द्रोण हे सर्व चिलखतें चढवून सावधपणें एकत्र झाले; आणि पांडवांशीं तोंड देण्यासाठीं त्यांनीं त्या अवाढव्य कौरवसेनेची व्यूहाकार रचना केली. राजा, हत्ती व घोडे हेच ज्यांतील तरंग आहेत असा अफाट समुद्रप्राय घोर महाव्यूह भीष्मांनीं रचिला; व आवंत्य, मालव व दाक्षिणात्य यांसह आपण सर्व सैन्यांच्या अघाडीस चालले. त्यांचे मागोमाग कुलिंद, पारद व क्षुद्रकमाल यांसह प्रतापवान् आचार्य द्रोण चालले. राजा, द्रोणांनंतर मगध, कलिंग व पिशाच्च यांसह

दक्ष भगदत्त चालला. भगदत्तापाठीमागें कोसलाधिपति बृहद्बल हा मेकल, कुरुविंद व त्रैपुर यांनीं युक्त होत्साता चालला. बृहद्बलानंतर प्रस्थलाधिप शूर त्रिगर्त हा अनेक कांबोज व हजारों यवन वीर घेऊन चालला. त्रिगर्तामागोमाग धाडसी अश्वत्थामा सिंहनादानें भूतल दुमदुमीत चालला. त्यानंतर आपले सर्व सहोदर व अशेष सैन्य यांसह राजा दुर्योधन चालला. दुर्योधनामागें शारद्वत कृपाचार्य हे लागले होते. या प्रकारें कौरवांचा हा समुद्रतुल्य महाव्यूह होता. त्यांत पताका, शुभ्र छत्रें, विचित्र बाहुभूषणें व बहुमोल धनुष्यें झळकत होतीं.

राजा, तुझे सैन्याचा हा महाव्यूह पाहातांच युधिष्ठिर सेनापति धृष्टद्युम्नाला म्हणाला, "हे महाधनुर्धरा, हा पहा कसा समुद्रप्राय व्यूह त्यांनीं रचिला आहे. याचे तोडीस तोड तूंही आपले व्यूह ताबडतोब रच." तें ऐकून त्या क्रूर धृष्टद्युम्नानें श्रृंगाटक नांवाचा मोठा भयंकर व शत्रुव्यूहभेदक असा व्यूह रचिला. त्याच्या दोन श्रृंगांचे ठिकाणीं भीमसेन व महारथ सात्यकि हे अनेक सहस्र रथ, हय, तसेच पदाति घेऊन उभे होते. त्यांचे मागें श्वेताश्व व कृष्णसारथि असा नरवीर अर्जुन फडकत होता. मध्याला दोघे माद्रीपुत्र व राजा युधिष्ठिर हे होते. त्यांचे पुढें व्यूहशास्त्रनिपुण अनेक महाधनुर्धर राजे व्यूहपूरणार्थ उभे होते. त्यांपाठीमागें अभिमन्यु, महारथ विराट, आनंदी द्रौपदेय व राक्षस घटोत्कच हे होते. या प्रकारें आपलेकडील महाव्यूह रचून ते जयेच्छु पांडव वीर युद्धार्थ उभे राहिले, शंखस्वनानें मिश्र अशा शुद्ध भेरींचे शब्दांनीं, व वीरांचे सिंहनाद, प्रतिगर्जना व आस्फोटित खाका वाजविणें, यांहीं सर्व दिशा दणाणून गेल्या. नंतर त्या वीरांच्या समरांत परस्पर गांठी पडल्या असतां ते कांहीं वेळपर्यंत परस्परांकडे टक लावून पाहात बसले. मग त्यांनीं प्रथम एकमेकांचीं नांवें घेऊन एकमेकांस युद्धार्थ आह्वान केलें, आणि नंतर ते युद्धार्थ उभे राहिले. त्यापुढें उभय पक्षांची कचाकची सुरू होऊन अतिशय भयंकर असें युद्ध झालें. सर्पांप्रमाणें भयंकर व जबडा वांसलेले असे तीक्ष्ण नाराच बाणांचे लोटचे लोट येऊन पडूं लागले. त्याचप्रमाणें, राजा, मेघांतून पडणाऱ्या विजांसारख्या तैलधौत व सुतीक्ष्ण शक्ति येऊन आदळूं लागल्या. स्वर्णभूषित निर्मल पदांनीं बांधलेल्या शुभ्र गदा गिरिशृंगांप्रमाणें पडतांना दिसत होत्या. स्वच्छआकाशवर्णाच्या तरवारीही पडतांना दिसत होत्या. राजा, त्याप्रमाणेंच जिकडे तिकडे वृषभचर्माच्या केलेल्या चित्रविचित्राकृति शतचंद्रयुक्त ढाली खालीं पाडिलेल्या दिसत होत्या. त्या उभय सेना परस्परांशीं समरांत लढत असतां देवदैत्यांचे सेनांप्रमाणें शोभत होत्या. त्यांतील वीर सर्वत्र एकमेकांवर धांवून जात होते. रथी राजे प्रतिरथ्याचे रथाचे जोकडाशीं जोकड भिडवून लढूं लागले. हे भारता, हत्ती दांतांनीं टकरा देत असतां त्या दंतांचे घर्षणामुळें अग्नि उत्पन्न होऊन त्यानें सर्व दिशा सधूम झाल्या. कोणी गजयोधी प्रासांचे योगानें गजांवरून पाडिले जात असतां गिरिशिखरांवरून पडणाऱ्या वृक्षांप्रमाणें दिसले. विचित्र वेष घातलेले कांहीं शूर पायदळ लोक नखें व प्रास यांनीं परस्परांशीं लढतांना दिसत होते. सारांश, त्या कुरुपांडव वीरांनीं एकमेकांला नानाविध अशा घोर अस्त्रांनीं प्रहार करून यमसदनीं पोंचविलें. नंतर आपल्या रथघोषानें दिशा शब्दायमान करीत व आपल्या धनुष्याच्या शब्दानें पांडवांना भयविवश करीत शांतनव भीष्म रणांत पांडवांवर चालून आले. तेव्हां धृष्टद्युम्नप्रभृति पांडवांकडचेही रथी

विक्राळ गर्जना करीत तयारीनें पुढें धांवत आले. हे राजा, तदनंतर उभयपक्षांकडील चतुरंग बलाची ज्यांत खिचडी बनून गेली आहे असें मोठ्या गर्दीचें उभय पक्षांचें परस्पर--युद्ध झालें.

अध्याय अठ्ठयायशींवा.

—:०:—

सुनाभादि धार्तराष्ट्रांचा वध.

संजय सांगतोः—राजा, भीष्म संतापून मध्यान्हीच्या सूर्याप्रमाणें सर्वभर आपला प्रताप गाजवीत असतां पांडव त्यांकडे पाहूं देखील शकले नाहींत. नंतर सर्व सैनिक युधिष्ठिराचे आज्ञेवरून तीक्ष्ण बाणांनीं भीष्मांना पीडितच त्यांवर धांवले. भीष्मांना युद्धाची हौसच होती; त्यांनीं त्यांना न जुमानतां सृंजयांसह सोमक व महाधनुर्धर पांचाल यांना बाणांनीं लोळविलें. तथापि ते मृत्यूला न भितां भीष्मांवरच धांवले. राजा, त्या वेळीं भीष्मांनीं त्यांचे बाहु व शिरें तोडून पाडिलीं; व त्या रथ्यांना तुझ्या पित्या देवव्रतानें विरथ केलें. हे महाराजा, भीष्मांच्या अस्त्रानें मोहित होऊन पृथ्वीवर लोळत पडलेले सादीरहित पर्वतप्राय मातंग व घोड्यांवरून पडत असलेलीं स्वारांचीं मुंडकीं आम्हीं पाहिलीं. त्या वेळीं, हे प्रजानाथा, रथिश्रेष्ठ महाबल भीमसेनाखेरीज एकही पांडववीर तेथें टिकला नाहीं. त्यानें मात्र भीष्मांस युद्धांत गांठून ताडन केलें. मग त्या भीम-भीष्मांचे समागमसमयीं तुजकडील सर्व सैन्यांनीं एकच भयंकर आरोळी फोडली. तेव्हां पांडवांनींही मोठ्या आनंदानें सिंहनाद केला. नंतर तो जनक्षय चालला असतां दुर्योधनानें आपल्या सहोदरांसहित भीष्मांचें गोपन केलें. इतक्यांत रथिश्रेष्ठ भीमानें भीष्मांचा सारथि मारिला. नंतर घोडे भडकून तो रथ सर्वभर धांवत असतां तीक्ष्ण अशा क्षुरप्र बाणानें भीमानें सुनाभाचें मुंडकें तोडलें; तेव्हां तो मरून भुईवर पडला. हे राजा, तुझा महारथी पुत्र सुनाभ पडला असतां ती गोष्ट त्याचे सात शूर भावांना खपली नाहीं. यामुळें आदित्यकेतु, बव्हाशी, कुण्डधार, महोदर, अपराजित, पण्डितक व अजिंक्य विशालाक्ष हे सातजण रिपुमर्दक व युद्धेच्छु वीर विचित्र साज करून व रंगीबेरंगी चिलखतें घालून भीमसेनावर धांवले, आणि इंद्रानें नमुचीला बाण मारावे त्याप्रमाणें महोदरानें वज्रतुल्य नऊ बाण भीमाला मारिले. आदित्यकेतूनें सत्तर, बव्हाशीनें पांच, कुंडधारानें नव्वद, विशालाक्षानें पांच, व महारथ भीमसेनाला पराजित करूं पाहाणाऱ्या अपराजितानें तर बहुत बाण सोडिले. पण्डितकानें भीमाला तीन बाण मारिले. परंतु अशा प्रकारें शत्रूंकडून आपला वेध होणें हें भीमाला सहन न होऊन त्या शत्रुकर्शनानें डाव्याच हातानें धनुष्य खेंचून नतपर्व असा एक बाण सोडून तुझा पुत्र अपराजित याचें तें सुंदर नासिकानें युक्त असें मस्तक तोडिलें. या प्रकारें भीमानें पराजित केलेल्या त्या अपराजिताचें तें मुंडकें धरणीवर पडलें. नंतर दुसरा एक भल्ल बाण मारून भीमानें सर्वांदेखत कुंडधाराला यमलोकीं पाठविलें. भीमाचा पराक्रम अगाध होता, त्यानें न थांबतां एक शिलीमुख बाण पंडितकावर सोडिला, तो एखादा कालप्रेरित सर्प मनुष्यास मारून जसा बिळांत शिरतो तसा पंडितकाला मारून भूमींत घुसला. नंतर पुरातन क्लेश स्मरून त्या वीरानें न दमतां तीन बाणांनीं विशालाक्षाचें शिर तोडून भुईवर पाडिलें. पुढें महाधनुर्धर महोदर याचे स्तनांतरांत एक नाराच बाण त्यानें मारिला. त्यामुळें तो मरून रणभूमीवर पडला. एका बाणानें आदित्यकेतूचा ध्वज तोडून अतिशय जलाल अशा भल्ल

बाणानें त्याचा शिरच्छेद केला. राजा, नंतर भीमसेनानें रागावून बव्हाशीला एका नतपर्व बाणानें यमाचें घर दाखविलें. त्या वेळीं, भीम जें सभेंत बोलला तें तो खरें करून दाखवील असें वाटून, राजा, तुझे बाकीचे पुत्र पळून गेले. तेव्हां बंधूंचे मरणानें आर्त झालेला दुर्योधन राजा तुझ्या योद्ध्यांना म्हणाला, "अरे, या भीमाला युद्धांत मारा." राजा, या प्रकारें बंधु जेव्हां मारिले गेले, तेव्हां तुझे पुत्रांना दिव्यदर्शी विदुरानें जो निर्दोष व हितावह उपदेश केला होता त्याची स्मृति होऊन, त्याचें भाकित आज खरें झालें असें वाटलें. राजा, तूंही पोरवेडा होऊन व लोभ-मोहांत गुंतून विदुरानें तुला जें खरें खरें सांगितलें तें जाणत नाहींस. भीमानें चालविलेल्या कौरववधावरून खास असें वाटतें कीं, हा पांडव तुझे पुत्रांचा नायनाट करण्याकरितां उत्पन्न झाला आहे! असो. नंतर राजा दुर्योधनानें रणांगणांतच भीष्मांची गांठ घेऊन फार दुःखी होऊन विलाप केला; व म्हटलें, "भीमसेनानें युद्धांत माझे शूर भाऊ मारिले. तसेंच दुसरे जे कोणी म्हणून सैनिक पुढें डोकें करूं जातात त्यांनाही तो मारून टाकितो आणि आपण तर तटस्थ राहून रोज आमचा तमाशा पहातां. आपल्याला काय म्हणावें! माझेंच दैव खोटें म्हणून मी या आडवाटेंत शिरलों!"

राजा, दुर्योधनाचें हें कठोर भाषण ऐकून देवव्रत भीष्मांनीं डोळ्यांस पाणी आणून उत्तर केलें, "बाबारे, हें भविष्य तुला पूर्वींच मीं व द्रोण, विदुर व यशस्वी गांधारी यांनीं सांगितलें होतें; पण तूं तें तेव्हां मनावर घेतलें नाहींस. हे शत्रुतापना, मीं तुझ्याशीं पूर्वींच करार केला होता कीं, त्वां मला किंवा आचार्य द्रोणांना युद्धाचे भानगडींत घालूं नये; पण तूं ऐकिलें नाहींस. आतां भीम आला तो दिवस ज्या ज्या वीरावर दृष्टि टाकील त्याला त्याला ठार मारील हें मी तुला खचित सांगतों. याकरितां, राजा, आतां शांतचित्त होऊन, युद्धाचा निश्चय न सोडतां, स्वर्ग हेंच आपलें अखेरचें स्थान आहे असें मनांत समजून पांडवांशीं लढ. नाहीं तरी पांडव हे देवदैत्यांसह इंद्रालाही जिंकिले जाणार नाहींत. तेव्हां शहाणा असशील तर आतां स्वस्थ चित्त करून बनेल तसें पांडवांना तोंड दे. रडूं नको, मागें घेऊं नको."

अध्याय एकुणनव्वदावा.

—:०:—

भीम-नकुल-सहदेवांचा पराक्रम.

धृतराष्ट्र विचारितोः—हे संजया, माझे अनेक पुत्र एकट्याच भीमानें मारिलेले पाहून भीष्म, द्रोण व कृप या आचार्यांनीं कांहीं हातपाय हालविले कीं नाहीं तें मला सांग. अरे बाबा, माझे पुत्र आला तो दिवस मरत आहेत, तेव्हां मला वाटतें कीं त्यांचें दैवच फुटकें! कारण, माझे सर्वच पुत्र जिंकिले जातात. पांडवांना जिंकील असा कोणीच नाहीं; व भीष्म, द्रोण, महात्मा कृप, सौमदत्ति व भगदत्त हे दोघे वीर, तसाच अश्वत्थामा-असल्या कधींही पाठ न दाखविणाऱ्या शूरांच्या गराड्यामध्यें माझे पुत्र असूनही जर संग्रामांत मारिले जातात, तर हा दैवाचाच खेळ होय, याहून दुसरें काय म्हणावें? बाबारे, हा आमचा दुर्योधन पडला बुद्धीचा पुरा मठ्ठ! या दुर्मतीला पूर्वीं पुष्कळ सांगितलें, पण त्यानें ऐकिलें नाहीं. स्वतः मीं व भीष्म, विदुर व गांधारी या सर्वांनीं याचे कल्याणाची बुद्धि मनांत धरून याला युद्धापासून विनिवृत्त करण्यासाठीं पुष्कळ बोध केला; परंतु त्याला अशी कांहीं भूल पडली होती कीं, त्यानें ज्याचें नांव तें आमचें ऐकिलें नाहीं, कीं समजूत घेतली नाहीं; आणि आतां

भीमसेन जो माझ्या मूर्ख पुत्रांना हरदिवस यमलोकीं पाठवीत आहे, हें त्याच कृतीचें फल प्राप्त झालें आहे !

संजय म्हणतोः—राजा, दुर्योधनाला कशाला दोष देतोस ? सर्व अनर्थांचें मूळ तूं आहेस. त्या वेळीं विदुर तुला मोठ्या हिताचा व उत्तम उपदेश सांगत होता कीं, राजा, तुझे पुत्रांना द्यूतापासून मागें फिरव, व पांडवांचा द्वेष सोडून दे. या प्रकारें तुजविषयीं खरी कळकळ बाळगणाऱ्या व हितेच्छु अशा विदुरप्रभृति मित्रांनीं तुला त्याच वेळीं ओरडून सांगितलें; परंतु एखादा मृत्यूनें घेरलेला मनुष्य जसा औषधाचा अनादर करितो, तसा तूं त्या उपदेशाचा अनादर केलास. हा जो विदुर, द्रोण, भीष्म तसेच अन्य हितेच्छु यांचे सदुक्तीचा तूं अव्हेर केलास, त्यांचेंच हें फल प्राप्त झालें आहे; आणि, राजा, हें पूर्वींच ठरलेलें होतें. यांत नवीनसें कांहीं नाहीं. याकरितां त्याबद्दल व्यर्थ खेद करीत न बसतां युद्ध कसकसें झालें तें इत्थंभूत ऐक.

राजा, मध्याह्नीं मोठा लोकक्षयकर असा संग्राम झाला. त्याचें वर्णन मी तुला सांगतों, ऐक. धर्मराजाचे आज्ञेवरून सर्व सैन्यें संतापून वधेच्छेनें भीष्मांशींच येऊन भिडलीं. राजा, धृष्टद्युम्न, शिखंडि व महारथ सात्यकि हे आपलीं सैन्यें घेऊन भीष्मांवरच पडले. विराट व द्रुपद हे सर्व सोमकांसह महारथ भीष्मांवरच लोटले. केकय, धृष्टकेतु, कवच घातलेला कुंतिभोज—हेही सैन्यासह भीष्मांवरच घसरले. अर्जुन, द्रौपदेय, वीर्यवान् चेकितान् ह्यांनीं दुर्योधनानें आज्ञा दिलेल्या सर्व राजांवरच झडप घातली. तसेच शूर अभिमन्यु, महारथी हैडिंब, संक्रुद्ध भीमसेन हे कौरवांवर धांवून गेले. राजा, याप्रमाणें तीन भाग करून युद्धांत पांडवांकडून कौरव मारिले जात होते; व कौरवही त्याच रीतीनें आपल्या शत्रूंना मारीत होत. सृंजयांसहित श्रेष्ठ रथी सोमक यांना यमगृहीं पाठविण्याचा हेतु धरून द्रोण त्यांवर धांवत गेले. मग, राजा, धनुर्धर द्रोणांनीं सृंजयांची कत्तल चालविली असतां त्यांनीं ओरडून एकच आकांत केला. त्या स्थळीं द्रोणांनीं मारिलेले शेंकडों लोक व्याधिग्रस्त नरांप्रमाणें घालमेल घालतांना आम्हीं पाहिले. क्षुधेनें व्याकूळ झालेले नरांप्रमाणें कण्हणाऱ्या, रडणाऱ्या व महाशब्द करणाऱ्या लोकांचे शब्द अखंड कानीं येत होते. उलटपक्षीं, प्रतिकाळाप्रमाणें संतापलेल्या भीमसेनानें कौरवेयांचेंही खूपच कांडात काढिलें. एकमेकांनीं कत्तल चालविलेल्या त्या उभय सैन्यांची मिळून --रक्ताचे पाट जींत चालले आहेत अशी एक भयंकर नदी उत्पन्न झाली. हे महाराजा, त्या दिवशींच्या ह्या कौरवपांडवांमधील घोर संग्रामानें यमाचे राष्ट्राला फार भर पडली. भीम संतापलेलाच होता, त्यानें मग विशेषच जोरानें गजदळें गांठून मृत्युगृहीं पोंचतीं केलीं. राजा, त्या स्थळीं भीमाचे बाणांनीं जखमी झालेले हत्ती पडले, बसले, केंकाटले, गिरगिर फिरले, आणि सोंडा तुटल्यामुळें व गात्रें छिन्नभिन्न झाल्यामुळें भीतीनें करकोंचा पक्ष्यांप्रमाणें कीं कीं करीत भूमीवर पसरले! नकुलसहदेवांनीं अश्वदलाकडे धांव घेतली. त्या वेळीं, सोन्याचे तुरे लावलेले आणि सोनेरी झुली व अलंकार घातलेले ते घोडे शेंकडों हजारों मरून पडतांना आम्हीं पाहिले. राजा, त्या पडणाऱ्या अश्वांचे योगानें ती रणभूमि आच्छादून गेली. हे नरश्रेष्ठा, कोणी घोडे धापा टाकीत आहेत, कोणाच्या जिभा बाहेर आल्या आहेत, कोणी कुंथत आहेत, कोणी गतप्राण झाले आहेत—अशा त्या अश्वांच्या योगानें ती रणभूमि बहुरूपिणी दिसत होती. हे भारता, अर्जुनानें व इतर राजांनीं ठिकठिकाणीं मारून

टाकिलेल्या शवांच्या योगानें ती भूमि फार भयाण दिसत होती. मोडके रथ, तुटके ध्वज, कापलेलीं महायुधें, चामरें, पंखे, प्रकाशमान छत्रें, रत्नहार, उरोभूषणें, बाहुभूषणें, कुंडलांसह शिरें, वेगळीं पडलेलीं पागोटीं, पताका, घोड्यांचे लगाम, जुपण्या, पागा, इत्यादि वस्तूंनीं भरून गेलेली ती रणभूमि वसंत ऋतूंतील पुष्पाच्छादित भूमीप्रमाणें दिसत होती. राजा, शांतनव भीष्म, रथिश्रेष्ठ द्रोण, अश्वत्थामा, कृपाचार्य, तसाच कृतवर्मा हे खवळले असतां पांडवपक्षाचाही असाच धुव्वा उडाला. उलटपक्षीं, पांडवांकडील वीर संतापले त्या वेळीं तुझेही पक्षाचा असाच सत्यनाश झाला.

अध्याय नव्वदावा.

—:०:—

अर्जुनपुत्र इरावानाचा वध.

संजय सांगतोः—राजा, या प्रकारें वरिष्ठ वीरांचा भयंकर क्षय चालला असतां सुबलपुत्र श्रीमान् शकुनि पांडवांवर चालून गेला. त्याचप्रमाणें शत्रुहंता सात्वत हार्दिक्यही पांडवांचे सेनेवर चालून गेला. नंतर, उंची उंची कांबोज, तसेच नदीज, आरट्ट, महीज व सिंधुज, तसेच वनायुज, व पर्वतनिवासी शुभ्रवर्ण अनेक अश्व; तसेच दुसरे केवळ वायुवेगाचे तित्तिरदेशोद्भव चपल अश्व, स्वर्णालंकार घालून चांगलीं चिलखतें अंगांत घातलेले असे वीर बरोबर घेऊन इरावान् नांवाचा शत्रुहंता वीर्यवान् श्रीमान् अर्जुनपुत्र मोठ्या उत्साहानें कौरवसेनेवर येऊन पडला. हा इरावान् अर्जुनपुत्र कसा म्हणशील तर ऐक. ऐरावत नांवाचा जो महानाग, त्याचा पुत्र गरुडानें मारिल्यामुळें त्याची स्त्री (ऐरावताची सून) अगदीं दीन व कामार्त झाली. शिवाय तिचे पोटीं पुत्र नव्हता. हें पाहून ऐरावतानें ती पार्थाला दिली व त्यानेंही भार्या म्हणून तिचा स्वीकार केला. या प्रकारें इरावान् हा परक्षेत्रीं (दुसऱ्याचे स्त्रीचे ठिकाणीं) उत्पन्न झालेला अर्जुनपुत्र होय. हा नागलोकांत लहानाचा मोठा झाला. आईनें त्याचें पालन केलें. परंतु त्याचे चुलत्याचा (अश्वसेनाचा) अर्जुनाशीं द्वेष पडल्यामुळें त्यानें इरावानाला घरांतून काढून लाविलें. त्या वेळीं अर्जुन इंद्रलोकीं होता; हें ऐकून तो बलवान्, रूपवान्, गुणवान् आणि अमोघविक्रम असा इरावान् तत्काल इंद्रलोकीं गेला. तेथें जाऊन त्या महाबाहु व सत्यविक्रम इरावानानें नम्रतेनें व स्थिरचित्तानें हात जोडून अर्जुनाला अभिवादन केलें, व आपलें इरावान् नांव असून आपण अर्जुनाचे पुत्र आहों, आपले मातेचा व अर्जुनाचा समागम अशा अशा प्रकारें घडला, हें सर्व वृत्त अर्जुनाला सांगितलें. तें ऐकून अर्जुनालाही त्या गोष्टीची इत्थंभूत स्मृति झाली. मग गुणांनीं आत्मतुल्य असलेल्या त्या पुत्राला आलिंगन देऊन मोठ्या प्रेमानें अर्जुन त्याला इंद्राचे घरीं घेऊन आला. नंतर अर्जुनानें त्याला प्रेमपूर्वक आज्ञा केली कीं, आम्हांला युद्धसमयीं त्वां साह्य करावें. इरावानानें 'बरें' म्हणून आज्ञेचा स्वीकार केला; व प्रस्तुत युद्धकाल चालू आहेसें पाहून अनेक सुंदर सुंदर रंगांचे व पवनचपल असे अश्व बरोबर घेऊन तो अर्जुनसाह्यार्थ आला. असो.

इरावानाचे हे अनेक रंगांचे, सोनेरी तुऱ्याचे व मनोजव अश्व त्या रणभूमीवर येतांच महासमुद्रांत जसे हंस उड्या घेतात तसे उसळूं लागले. राजा, हे अश्व तुजकडील चपल अश्वांशीं छातीनें व नाकाडानें थडका घेत असतां अंगच्या अतिवेगानें आपसुखेंच कोलमडून भुईवर पडले. त्यांचे थडकांनीं तुजकडीलही घोडे पडतच होते. त्या वेळीं त्या अश्वांचे पडण्याचा शब्द असा भयंकर होता कीं, तो ऐकून गरुडाचे झडपेचाच भास झाला. हे राजा, घोड्यांप्रमाणें

त्यांवरील स्वारही एकमेकांवर पडून एकमेकांस मारूं लागले. याप्रमाणें उभय पक्षांचें तुंबळ संकुल चाललें असतां शेंकडों घोडे जागचे जागींच गार होऊन पडले; आणि बाण सरून, घोडे मरून स्वतः अगदीं शिणूनभागून गेलेले वीरही एकमेकांना प्रहारांनीं तासून काढीत असतां असतांच शांत झाले!

राजा, याप्रमाणें बहुतेक अश्वदळ पार होऊन थोडेंसें शिलक राहिलें असतां शकुनीचे सहा शूर बंधु रणांत बाहेर पडले. या सहांचीं नांवें—गज, गवाक्ष, वृषभ, चर्मवान्, आर्जव आणि शुक्र अशीं होतीं. ज्यांचा वेग व स्पर्श सोसाट्याच्या वाऱ्याप्रमाणें आहे अशा बळकट व ज्वान घोड्यांवर बसून हे सहाजण मोठ्या वेगानें बाहेर पडले. त्यांना शकुनि व इतर महाबल योद्धे निवारीत होते; परंतु त्यांचें न ऐकतां चिलखतें चढवून व उग्र मुद्रा करून ते बलाढ्य व युद्धकुशल रणमस्त गांधार वीर जयेच्छेनें व स्वर्गप्राप्तीचे आशेनें प्रेरित होऊन मोठ्या आनंदानें त्या परम दुर्जय पांडवसेनेला भेदून पुढें चाल करीत चालले. ते व्यूहांत शिरतात तों वीर्यशाली इरावानाची नजर तिकडे गेली. त्याबरोबर तो विचित्र वेष व दारुण आयुधें धारण केलेल्या आपल्या योद्ध्यांना म्हणाला, 'वीरहो, अशी कांहीं युद्धाची युक्ति योजा कीं, जेणेंकरून दुर्योधनाकडील योद्ध्यांचा त्यांचे अनुयायी व वाहनें यांसह फडशा पडेल!' तेव्हां 'बरें आहे' असें म्हणून इरावानाच्या सर्व योद्ध्यांनीं युद्धांत इतरांना हार न जाणारें धार्तराष्ट्रसैन्य हाणून पाडिलें. सैन्यानें सैन्य मारिलेलें पाहातांच त्या सुबलपुत्रांच्या अंगाची आग झाली, आणि क्षणभरही उपेक्षा न करितां त्यांनीं इरावानाभोंवतीं गराडा दिला; आणि 'पहातां काय? हाणा!' म्हणून एकमेकांला प्रेरणा करीत त्यांनीं एकच चळवळ उडवून दिली, व इरावानाला तीक्ष्ण प्रास मारिले. त्या प्रासांचे योगानें इरावानाचे अंगांतून रुधिर वाहूं लागलें असतां, अंकुशांनीं टोंचिलेल्या मतंगजाप्रमाणें तो शोभत होता. तो एकटा असूनही व त्या अनेकांनीं पुढून, मागून, दोन्ही बाजूंनीं इतका टोंचिला असतांही तो मुळींसुद्धां व्यथा पावला नाहीं, असल्या निधड्या छातीचा होता. उलट संतापून त्या शत्रुनगरजेत्या इरावानानें त्या सर्वांनाही तीक्ष्ण बाणांनीं विंधून मूर्च्छित केलें. त्या बहाद्दराची गंमत अशी कीं, आपले अंगांत घुसलेले प्रास जोरानें उपटून काढून तो तेच त्या सौबलांना परत मारीत सुटला. नंतर तीक्ष्ण खड्ग उपसून व ढाल हातीं घेऊन त्या सौबलांना ठार करण्याचे इराद्यानें पायीं पायींच तो त्वरित त्यांवर गेला. इतक्यांत ते सौबल शुद्धीवर आले, व रागास चढून इरावानावर धांवले. इरावानालाही शक्तीची घमेंड कमी नव्हती व त्याचें हस्तलाघवही अद्भुतच होतें;—इतकें कीं, तो भूमीवर पायीं होता, आणि ते सौबल चपल अश्वांवर बसून त्याभोंवतीं घिरटत होते, तथापि त्याचे त्या तरवारीचे हातांमधून त्यावर प्रहार करण्याला त्यांना अवसर सांपडेना! शेवटीं, हा पादचारी आहे, याला असाच पकडावा, असा विचार करून त्यांनीं त्याभोंवतीं वेढा देऊन त्याला धरण्याची खटपट चालविली; परंतु फळ काय? त्या शत्रुमर्दनाचे तरवारीचे डावे उजवे हात एकसारखे चालू असल्यानें, जे त्याला धरूं जात त्यांचे अवयव पटापट तुटून पडूं लागले. त्या सर्वांचे हातांतील आयुधांची व भूषणयुक्त बाहूंचीही तीच वाट होऊन ते छिन्नांग व गतप्राण असे भूमीवर पडले. हे महाराजा, एकटा वृषभ काय तो त्या वीरांचे कत्तलींतून जिवंत सुटला. बाकी त्याचेही अंगाची सर्वभर चाळण झाली होतीच!

ते सर्वच मरून पडलेले पाहातांच, दुर्योधन भयचकित झाला; आणि पूर्वी बकवधामुळें ज्याचें भीमसेनाशीं वैर पडलें होतें अशा मायावी, शत्रुमर्दक, व विक्राळरूपी आर्ष्यश्रृंगि नामक धनुर्धर राक्षसाकडे जाऊन त्याला म्हणाला, "हे वीरा, हा पहा अर्जुनाचा मायावी व बलाढ्य पुत्र माझें अनिष्ट करण्याकरितां माझे सैन्याचा ध्वंस करीत आहे. बारे, तूंही मायावी अस्त्रविद्येंत निपुण असून वाटेल तिकडे संचार करण्यास समर्थ आहेस. शिवाय, पार्थाचा तुझा द्वेष आहेच. याकरितां या इरावानाला एकदां ठार कर कसा!" तेव्हां 'फार ठीक आहे' असें म्हणून तो विक्राळरूपी राक्षस सिंहनाद करीत अर्जुनाचा तो कोंवळा पोरगा होता तेथें गेला. त्या महाबल इरावानाला मारण्याचे उद्देशानें त्यानें आपल्याबरोबर—ज्यांत युद्धकुशल, प्रहारपटु, निर्मळ प्रासांनीं लढणारे असे अनेक स्वार होते असें—आपलें सैन्य, व मृत्यूंतून वांचलेले उत्तमसे दोन हजार उंची घोडे घेतले होते. इरावानही पराक्रमी व शत्रूंचा चुराडा करणाराच वीर होता. त्यानें तत्काल संतापून त्या राक्षसाला ठार करण्याचे मनीषेनें त्याला वेढा दिला. इरावान् आपल्यावर येऊन पडतोसें पाहून त्या राक्षसानें लगबगीनें आपले मायेचा प्रयोग करण्याचा उपक्रम केला. त्यानें आपले मायेनें शूल, पट्टिश धारण करणारे असे विक्राळरूप आणखी दोन हजार घोडेस्वार निर्माण केले. ते दोन हजार स्वार चवताळून प्रहार करीत इरावानाचे स्वारांवर पडले असतां अल्पावकाशांतच परस्परांचे प्रहारांनीं उभयपक्षही प्रेतलोकास गेले. याप्रमाणें तें सैन्य मारिलें गेल्यावर ते दोघे रणदांडगे वृत्रवासवांप्रमाणें जातीनिशींच युद्धार्थ उभे राहिले. तो युद्धदुर्मद राक्षस धांवत येतोसें पाहून बलाढ्य इरावान् खवळून त्यावर चालून गेला; व आर्ष्यश्रृंगि अंगझटीस येतांच आपले खड्गानें त्यानें त्या दुष्टाचें तें दीप्त धनुष्य व भाता हीं तत्काल तोडून टाकिलीं. आपलें धनुष्य तुटलेंसें पाहून तो टणदिशीं आकाशांत उडाला, व आपले मायेचे योगानें त्यानें त्या संतापलेल्या इरावानाला जसा कांहीं मोह पाडिला. नंतर वाटेल तें रूप घेणाऱ्या व अजिंक्य अशा त्या इरावानानेंही आकाशांत उड्डाण करून राक्षसाला चकित केलें; व शरिरांतील मर्मांची त्याला पूर्ण माहिती असल्यामुळें त्यानें मायाबलानें बाण मारून राक्षसांचीं अंगें मर्मामर्माचे ठिकाणीं छेदिलीं. हे महाराज, याप्रमाणें इरावानाचे बाणांनीं कापला जात असतांही तो मायावी राक्षसश्रेष्ठ पुनः पूर्ववत् झाला; इतकेंच नव्हे, तर अगदीं तरुण झाला. हे राजा, राक्षसांना ही माया सहजच असते, व वाटेल तसें रूप व वाटेल तितकें वय धारण करणें हें त्यांच्या इच्छेवर आहे. असो; या प्रकारें त्या राक्षसाचें अंग छिन्नभिन्न होत होतें, तो पुनः पूर्ववत् होत होता, व इरावान् अधिकच चिरडीस जाऊन त्याला आपले तीक्ष्ण फरशीनें पुनःपुनः कापीतच होता. मग बलवान् इरावानाकडून कापला जात असतांना तो राक्षस वीर भयंकर आरोळ्या देई, त्यांचा मोठाच गोंगाट माजत होता. त्या राक्षसाचे अंगाची परशूचे क्षतांनीं चाळण झाल्यामुळें त्यांतून भळभळ रक्त लोटत होतें. नंतर, आपला शत्रु विशेषच जोरकस आहे असें पाहून तो राक्षस आर्ष्यश्रृंगि फार खवळला; त्यानेंही जोर केला; आणि एक विक्राळ रूप घेऊन यशस्वी अर्जुनपुत्र इरावानाला पकडण्याचा विचार केला. त्या दुरात्म्यानें सर्वांदेखत त्या संग्रामांत प्रकट केलेली माया पाहून इरावानानेंही संतापून आपली माया प्रकट करण्यास आरंभ केला. त्याबरोबर

त्याच्या मातृवंशाकडील सर्व नागमंडळी त्याचे साह्यार्थ तेथें जमली. मग इरावानानेंही अनंत संज्ञक सर्पाप्रमाणें अत्यंत विशाल असें रूप धारण करून आपल्या साह्यकर्त्या नागांसह आर्ष्यशृंगीला झांकून टाकिलें. तेव्हां या राक्षसश्रेष्ठानें कांहीं काळ ध्यानस्थ बसून गरुडाचें रूप घेतलें, व त्या सर्व नागांची चटणी केली. याप्रमाणें मायेनें इरावानाचा मातृवंश खाऊन टाकिल्यावर त्या राक्षसानें त्या चकित झालेल्या इरावानावर असिप्रहार करून त्याचें मुकुटकुंडलांनीं युक्त व चंद्राप्रमाणें तेजस्वी शिरकमल तोडून भूतलावर पाडिलें !

त्या राक्षसानें या प्रकारें अर्जुनाचा तो वीर पुत्र मारिला तेव्हां दुर्योधनासकट सर्व धार्तराष्ट्र शोकरहित झाले. नंतर तो भयंकर संग्राम चालू असतां उभय सेनांची पुनर्वार एक भयंकर लठ्ठालठ्ठी उसळली. एकमेकांत गुंतून गेलेले हत्ती, घोडे व पदाति हे दंताळ हत्तींनीं मारून टाकिले. तसेच कांहीं पायदळ लोकांनीं रथ, अश्व व दंतीही ठार केले. त्याप्रमाणेंच, राजा, तुम्हां उभयतांच्या संकुलांत रथ्यांनीं अनेक रथ, हय व पदाति तुडविले. आपला औरस पुत्र मारला गेला हें माहीत पडलें नसल्यानें अर्जुनानें भीष्मरक्षक वीरांचा संहार चालविलाच होता. त्याप्रमाणेंच, राजा, तुजकडील वीर व सृंजय हे जिवाची आहुति देण्यास तयार होऊन एकमेकांस कापून काढीत होते. केश मोकळे सुटले आहेत, कवचें अंगांत नाहींत, धनुष्यें तुटून गेलीं आहेत व रथही नाहींत, अशा स्थितींत ते वीर एकत्र मिळून बाहुयुद्धच करीत होते. त्याचप्रमाणें, परंतप भीष्म हे मर्म भेदून पार जाणाऱ्या अशा बाणांनीं महारथांना मारून पांडवसेनेचा थरकांप करून सोडीत होते. त्यांनीं तर युधिष्ठिराचे सेनेंतील अनेक पुरुष, तसेच दंती, सादी, रथी व हत्तीही मारिले. हे भारता, त्या वेळचा तो भीष्मांचा त्या रणांतील पराक्रम पाहून आम्ही इंद्राचाच अद्भुत पराक्रम पाहात आहों काय, असा भास झाला. त्याचप्रमाणें, हे भारता, धनुर्धर सात्यकि, धृष्टद्युम्न व भीमसेन या तिघांनींही या दिवशीं फारच भयंकर युद्ध केलें. इकडे द्रोणांचा पराक्रम पाहून पांडवांना भेदरी बसली, व ' हा एकटाच सर्व सैनिकांना ठार करण्यास समर्थ आहे. मग भुवनविख्यात अशा योद्ध्यांच्या झुंडी याला साह्य असल्यावर तर शंकाच नको. ' याप्रमाणें ते द्रोणाचे पराक्रमानें जर्जर झालेले पांडव वीर बोलूं लागले. हे भरतश्रेष्ठा, याप्रमाणें तो घनघोर संग्राम चालला असतां उभयपक्षीय वीरांनीं एकमेकांची उपेक्षा मिळून केली नाहीं. तुजकडील व पांडवांकडील बलाढ्य धनुर्धर खवळून जाऊन कोणी राक्षसपिशाच्चानें झपाटल्यासारखे आवेशाआवेशानें लढत होते. असा तो वीरक्षयकर व दैत्यसंग्रामतुल्य संग्राम चालला असतां सर्वांनाच असा खून चढला होता कीं, आपले प्राणाची पर्वा करणारा कोणी एकही आम्हांला आढळेना.

अध्याय एक्याण्णवावा.

—:०:—

दुर्योधनघटोत्कचयुद्ध.

धृतराष्ट्र म्हणतोः—हे संजया, इरावान् मारिला गेलासें पाहून महारथी पार्थ यांनीं काय केलें तें मला सांग.

संजय सांगतोः—राजा, इरावान् मारलेला पाहून, भीमसेनाचा पुत्र राक्षस घटोत्कच यानें मोठ्यानें आरोळी दिली. त्या आरोळीबरोबर ही समुद्रवसना पृथ्वी पर्वत व अरण्यें यांसह हदरली. याचप्रमाणें अंतरिक्ष, दिशा, उपदिशा हीं सर्व हाललीं; आणि त्याचा तो महानाद

ऐकून, हे महाराजा, तुझ्या सैन्यांला चळचळ कांप व घाम सुटला आणि त्यांच्या मटकन् कंबरा बसल्या. हे राजा, तुझे सर्व लोक दीन-वृत्ति होऊन सिंहाला भ्यालेल्या गजांप्रमाणें चेष्टा करूं लागले. मग विजेच्या कडाडण्या-प्रमाणें मोठ्यानें गर्जून, हातीं जळजळीत शूल उगारून व भयंकर रूप धरून, नानाकृति आयुधें घेतलेल्या राक्षसश्रेष्ठांस समागमें घेऊन तो घटोत्कच काल, अंतक किंवा यम यां-प्रमाणें क्रुद्ध होऊन हाणीत सुटला. दुर्योधनानें त्या विक्राळरूपी राक्षसाला आपलेवर येतांना पाहून व आपले सैन्याला त्याचे भयानें बहु-तेक तोंड फिरवतांना पाहून स्वतःच भलें मोठें धनुष्य घेऊन वारंवार सिंहनाद करीत घटो-त्कचावर धांव घेतली. त्याचे पाठोपाठ, अंगा-वरून ओढे वहात असलेल्या पर्वतांसारखे दहा हजार मस्त हत्ती घेऊन वंगराजा स्वतः साह्यार्थ आला. हे महाराजा, याप्रमाणें गजदळानिशीं तुझा पुत्र येतोसें पाहून तो निशाचर (घटो-त्कच) फार रागावला. नंतर राक्षसमंडळी व दुर्योधनाचें सैन्य, यांमध्यें अंगावर रोमांच आणणारें असें तुमुल युद्ध झालें. एखादें ढगाळ पुढें उठून यावें त्यासारखें तें गजवृंद पुढें आलेलें पाहून हे राक्षस हातीं शस्त्रें घेऊन त्यावर धांवत सुटले. वीज निघालेल्या मेघा-प्रमाणें ते एकीकडे विविध प्रकारें गर्जना करीत होते, व एकीकडे शर, शक्ति, नाराच, भिंदि-पाल, शूल, मुद्गर, परशु इत्यादि आयुधांनीं दुर्योधनाकडील गजयोद्ध्यांचें कांडात काढीत चालले होते. हत्तींना तर त्यांनीं पर्वतशृंगांनीं व वृक्षांनीं झोडून काढिलें. हे महाराजा, या-प्रमाणें राक्षसांनीं झोड उठविली असतां, गात्रें छिन्नभिन्न झालीं आहेत, रक्त भळभळ वहात आहे, गंडस्थळें फुटलीं आहेत, अशा स्थितींत या हत्तींना आम्हीं पाहिलें. याप्रकारें गजांचा संहार व गजयोद्ध्यांचा मोड पाहून राजा दुर्योधन क्रोधाधीन होऊन व जिवावर उदार होऊन राक्षसांवर धांवत गेला; व तीक्ष्ण बाण सोडून त्यांतील मुख्यमुख्य राक्षस त्यानें लोळविले. हे भरतश्रेष्ठा, तुझ्या महाबल पुत्रानें चार बाणांनीं वेगवान्, महारौद्र, विद्युज्जिव्ह व प्रमाथी असे चार राक्षस मारिले. दुर्योधन तरी अगाधवीर्य होता; तो इतकेंच करून थांबला नाहीं, तर त्यानें त्या राक्षससेनेवर दुःसह असा बाणवर्षाव केला. राजा, तुझ्या पुत्राचें हें कर्म पाहून घटोत्कचाचे अंगाचा क्रोधानें भडका झाला. नंतर विद्युल्लतेप्रमाणें देदीप्यमान असें आपलें धनुष्य ताणून तो अरिंदम दुर्योधनावर वेगानें धांवत गेला. तो घटोत्कच कालानें प्रेरिलेल्या अंतकाप्रमाणें जरी झडप घालीत येतांना दृष्टीस पडला, तरी दुर्यो-धन डगला नाहीं. तेव्हां क्रोधानें लालगुंज डोळे करून तो क्रूर राक्षस दुर्योधनाला म्हणाला, “ आज मी तुला मारून आइबापांचे ऋणां-तून मुक्त होतों. हे राजा, त्वां अति दुष्टपणानें पांडवांना जो दीर्घकाल प्रवास करविला, कपट-द्यूतांत त्यांचा पराजय केला, हे दुर्बुद्धे, कृष्णा द्रौपदी रजस्वला व एकवस्त्रा असतांना तूं सभेंत आणून अनेक प्रकारें गांजली, तशीच ती आश्रमांत असतां तुझ्या त्या दुष्ट हस्त-कानें—जयद्रथानें माझे पित्यांना न जुमानितां तिशीं दांडगाई केली, या व इतर सर्व अपका-रांची फेड, हे नराधमा, तूं आज जर रण सोडून न पळशील तर आतांच करितों ! या प्रकारें बोलून व दांतओंठ खाऊन जिभल्या चाटीत घटोत्कचानें आपलें मोठें धनुष्य ताणून मेघानें पर्वतावर जलधार चालवावी तशी दुर्योधनावर सारखी बाणवृष्टि चालविली.

अध्याय ब्याण्णवावा.

—:०:—

घटोत्कचाचा पराक्रम.

संजय सांगतोः—घटोत्कचाची ती बाणवृष्टि वास्तविक पाहातां दानवांना देखील असह्य होती; तथापि एखादा गजराज ज्याप्रमाणें मुसळधार पावसांत निःशंक उभा असतो, त्याप्रमाणें दुर्योधन ती सहन करून उभा होता. नंतर, हे भारता, तुझा पुत्र मोठ्या फिकिरींत पडून सर्पाप्रमाणें सुसकारे टाकूं लागला. मग त्यानें पंचवीस नाराच बाण सोडिले, ते, गंधमादन पर्वतावर क्रुद्ध सर्प येऊन पडावे त्यांप्रमाणें एकदम त्या राक्षसश्रेष्ठावर पडले. त्यांनीं विद्ध होऊन भिन्नकुंभ गजाप्रमाणें त्याचे अंगांतून रक्त निथळूं लागलें, तेव्हां त्या मांसाशनानें दुर्योधनाला ठारच करण्याचा संकल्प केला; व त्या दीर्घबाहूनें तुझे पुत्राला मारण्याकरितां पेटलेल्या उल्केप्रमाणें किंवा विजेप्रमाणें जाज्वल्य व पर्वतांनाही फोडून टाकणारी अशी दीप्त शक्ति उगारली. ती उगारलेली दृष्टीस पडतांच वंगाधिपानें त्वरा करून आपला पर्वतप्राय हत्ती घटोत्कचावर घातला. तो बलाढ्य आणि शीघ्रगामी गजराज दुर्योधनाचे रथाचे आड येऊन त्यानें रथाचा रस्ता रोंखला. बुद्धिमान् वंगराजानें या प्रकारें रथाचा मार्ग रोधिलेला पाहून राक्षसानें क्रोधानें नेत्र लाल करून ती उगारलेली महाशक्ति त्या गजावर सोडिली. घटोत्कचाचे हातून सुटलेल्या त्या शक्तीचे योगानें त्या हत्तीला रक्ताची उपळ फुटून तो खालीं पडला व मेला. गज पडतांच तो बलाढ्य वंगाधीशही त्या हत्तीवरून त्वरेनें भूमीवर उतरला. असला धिप्पाड हत्ती मारून पडला व सैन्यही मोडावलें, असें पाहून दुर्योधनाला बहुतच दुःख झालें. वास्तविक पाहातां पळ काढण्याचीच वेळ ती; परंतु आपला क्षात्रधर्म व पुरुषाभिमान यांकडे पाहून दुर्योधन पर्वताप्रमाणें अचळ उभा राहिला; आणि युगांताग्नितुल्य तेजस्वी असा एक बाण त्यानें धनुष्याला जोडून, मोठ्या त्वेषानें त्या क्रुद्ध निशाचरावर सोडिला. तो बाण येतोसें पाहून महात्म्या घटोत्कचानें एक विद्युल्लतेसारखा बाण सोडिला; व रागानें डोळे लाल करून अशी कांहीं भयंकर आरोळी दिली कीं, तीसरशीं सर्व सैन्यें युगांतींचे मेघगर्जनेला भ्यावीं तशीं भिऊन गेलीं. तो त्या भीषण राक्षसाचा घोर निनाद ऐकून शांतनव भीष्म द्रोणाचार्यांपाशीं येऊन म्हणाले, "ज्या अर्थी ही राक्षसानें फोडलेली भयंकर डरकाळी कानीं येत आहे, त्या अर्थीं हा हैडिंब राक्षस दुर्योधनाशीं लढत आहे, हें खचित. या राक्षसाला कोणीही भूत संग्रामांत जिंकूं शकणार नाहीं; याकरितां तुम्ही जाऊन राजाला संभाळा, देव तुमचें कल्याण करो. त्या अवचट राक्षसानें जर राजाला घेरिलें आहे, तर, हे शूरहो, या वेळीं तुम्हीं सर्वांनीं राजाला संभाळणें हेंच तुमचें कर्तव्य आहे."

पितामहांचे हे शब्द ऐकून ते सर्व महारथी अतिशय चलाखी करून दुर्योधन होता तिकडे गेले. द्रोण, सोमदत्त, बाल्हीक, जयद्रथ, कृप, भूरिश्रवा, शल्य, आवंत्य, बृहद्बल, अश्वत्थामा, विकर्ण, चित्रसेन, विविंशति हे वीर तसेच हजारों रथ व त्यांचे अनुयायी हे घेरलेल्या दुर्योधनाचें रक्षण करण्याचे इच्छेनें त्याजकडे गेले. तसलें तें महारथांनीं राखिलेलें दुर्निवार शत्रुसैन्य आपणावर येत आहेसें पाहूनही तो राक्षस मैनाकाप्रमाणें अढळच उभा राहिला; आणि शूल, मुद्गर व नाना प्रहरणें हातीं घेतलेल्या आपल्या जातभाईंस बरोबर घेऊन व आपलें विशाळ धनुष्य ताणून तो युद्धाला उभा राहिला. नंतर त्या राक्षसमुख्याचें व दुर्योधनबलाचें अंगावर कांटा

उभारणारें असें तुंबळ युद्ध माजलें. हे महाराजा, त्या रणघाईंत, आगींत पडून तडातड फुटणाऱ्या कळकाचे काठीच्या शब्दाप्रमाणें सर्वत्र धनुष्यांचे शब्द ऐकूं येऊं लागले; तसाच प्रतिभटांच्या अंगांवरील चिलखतांवर खडाखड आपटणाऱ्या शस्त्रांचा शब्द तर पर्वतांच्या फाटण्याप्रमाणें भयंकर उठूं लागला; वीरांचे हातून सुटून आकाशपंथें चाललेल्या तोमरांचा देखावा केवळ वळवळणाऱ्या सर्पांसारखा दिसत होता; इतक्यांत महाबाहु घटोत्कचानें संतापून विक्राळ आरोळी दिली, व आपलें जंगी धनुष्य ताणून अर्धचंद्र बाण सोडून द्रोणांचें धनुष्य छेदिलें. त्याप्रमाणेंच एका भल्लानें सोमदत्ताचा ध्वज पाडून गर्जना केली. बाल्हीकाचे छातींत तीन बाण खोंचले; कृपाला एक मारिला, व चित्रसेनाला तीन हाणिले; पुरापूर धनुष्य ताणून आणि नीट नेम धरून बाण लावून विकर्णाला गळ्याचे फांसळीपाशीं हाणिलें; त्यामुळें रक्ताची आंघोळ होऊन विकर्ण आपले रथाचे उपस्थावर मटकन् बसला. त्यावर त्या महाबल राक्षसानें भूरिश्रव्यावर रागारागानें पंधरा बाण फेंकिले, ते त्याचे कवचांतून निघून जाऊन धरणीला पडले; विविंशति व अश्वत्थामा यांचे सारथ्यांना हाणिलें, तेव्हां ते हातच्या पागा सोडून रथाच्या पेटीवरच पडले; अर्धचंद्र बाणानें जयद्रथाचा वराहचिन्हयुक्त ध्वज तोडिला व दुसऱ्या एका बाणानें धनुष्य तोडिलें; क्रोधानें डोळे लालबुंद होऊन चार नाराच बाण सोडून आवंत्याचे चारी घोडे मारिले; जहर पाजलेला व धार लावलेला असा एक बाण धनुष्य पुरें खेंचून सोडून राजपुत्र बृहद्बल यास असें कांहीं जबर जखमी केलें कीं, तो तत्काल रथाचे पेटीवरच बसला; तरीही त्या राक्षसाला क्रोधाचे उमाळे येतच होते; त्यानें स्वरथांत बसून, घांसलेले व तिखट असे सर्पतुल्य बाण युद्धकुशल शल्यावर टाकिले व त्या बाणांनीं त्याला जखमी केलें.

अध्याय ब्याण्णवावा.

—:०:—

संकुलयुद्ध.

संजय सांगतोः—हे भारता, याप्रमाणें बाकी सर्वांना मागें फिरवून तो राक्षस दुर्योधनाला मारावें म्हणून त्याजकडे धांवला. हा आपले राजावर इतक्या वेगानें येऊन पडतो आहेसें पाहून तुझे रणमस्त वीर त्याला मारण्यासाठीं त्यावर धांवले. त्या वेळीं तुझ्या महारथ्यांचे हातीं सहा सहा हात लांबीचीं धनुष्यें होतीं, तीं ते खेंचीत होते, व सिंहाचे कळपाप्रमाणें गर्जना करीत होते. मग, वर्षाकालीन मेघ ज्याप्रमाणें जलधारांनीं डोंगराला वेढतात, त्याप्रमाणें त्यांनीं घटोत्कचाला बाणवृष्टीनें वेढून टाकिलें. त्या योगानें तो राक्षस अंकुशानें टोंचिलेल्या हत्तीप्रमाणें व्यथित होऊन, गरुडासारखी एकाएकीं अस्मानांत उडी घेऊन सभोंवार घिरटत सुटला, व शरत्कालीन मेघाप्रमाणें कडकडाट करून त्यानें दिशा, उपदिशा व अंतरिक्ष दणाणून सोडिलें. तो त्याचा शब्द ऐकून राजा युधिष्ठिर भीमसेनाला म्हणाला कीं, "या दणदणाटावरून आपला घटोत्कच दुर्योधनाचे महारथ्यांशीं लढत आहेसें वाटतें. माझे मतें त्या एकट्यावर मोठाच भार पडला असावा, तेव्हां त्याला मदत केली पाहिजे. बरें, तिकडे पितामहांनीं संतापून पांचालांचें कंदन करण्याचें मनावर घेतल्यामुळें, अर्जुन शत्रूंशीं तोंड देत आहे. तेव्हां एकाच काळीं हीं दोन कार्यें एकटा अर्जुन कशीं करणार? यास्तव, हें मनांत आणून, हे महाबाहो भीमा, तूं धांवत जा आणि त्या हैडिंबाला प्राणसंशयांतून वांचीव."

वडील बंधूचें हें वचन ऐकतांच त्याला मान देऊन वृकोदर मोठ्या लगबगीनें व वेगानें पर्वकाळचे समुद्राप्रमाणें उसळत व सिंहनादानें सर्व सेनेला भिववीतच हैडिंबाकडे चालला. त्याचे मागें रणमस्त सत्यधृति, सौचित्ति, श्रेणिमान्, वसुदान, काश्याचा पराक्रमी पुत्र, अभिमन्यु, द्रौपदेय इत्यादि महारथ, पराक्रमी क्षत्रदेव तसाच क्षत्रधर्मा, व स्वसैन्यासहित अनूपाधिपति नील, ह्या सर्व महारथ्यांनीं बरोबर मोठा रथसंघ घेऊन जाऊन हैडिंबाला वेढिलें; व सर्व काळ मस्तींत असणारे आणि थडक मारण्यांत कुशल असे सहा सहस्र कुंजर घेऊन ते राक्षसेंद्र घटोत्कचाचें रक्षण करूं लागले. घटोत्कचाकडे जात असतां त्या महारथ्यांचे घोड्यांचे टापांचे टपटप शब्द, रथांचे धावांची घरघर, व त्यांचे स्वतःचे सिंहनाद यांचे योगानें धरणी कांपत होती. तुझें बल तर हा दणदणाट ऐकून व भीमसेनाचे भयानें अगदीं उद्विग्न होऊन गळवंडून गेलें; व सैन्यानें वेढलेल्या घटोत्कचाला सोडून परतलें. नंतर संग्रामांतून मागें पाऊल न घेणाऱ्या तुझ्या व पांडवांकडच्या वीरांचें युद्ध फारच झिमडीचें व भित्र्यांची बोबडी वळविणारें असें परम भयंकर झालें. घोडे हत्तींशीं भिडले; पदाति रथ्यांशीं हांका मारमारून भिडले; हत्ती, रथ, घोडे, पदाति यांच्या युगपत् पादाघातानें व रथांचे धावांमुळें एकाएकीं मनस्वीच धुरोळा उठला; व त्या धूसरताम्र रजाचे योगानें ती रणभूमि अशी झांकून गेली कीं, आपला कोण व परका कोण याचाच उमट पडेना. बाप लेंकाला ओळखीना, कीं लेंक बापाला जाणीना. हे भारता, अशा प्रकारें अंगावर रोमांच थरारविणारें तें अमर्याद युद्ध चाललें असतां, शस्त्रें व गर्जणारीं मनुष्यें यांचा यमपुरींतील पचणाऱ्या जीवांप्रमाणें कोलाहल माजला. गज, वाजी, मनुष्यें यांचीं त्यांचेच रक्तांत तरंगणारीं आंतडीं हेच जीमधील तरंग होत, व त्यांचे केश हें जींतील ताजें शेवाळ, अशी रक्तनदी तेथें प्रवृत्त झाली. मनुष्यांच्या देहापासून तुटून मुंडकीं टपाटप खालीं पडत होतीं, त्यांचा शब्द भूमीवर पडणाऱ्या दगडांप्रमाणें होत होता. बिनमुंडक्यांचीं माणसें, छिन्नांग हत्ती व जखमी घोडे यांचे योगानें ती रणमेदिनी व्यापून गेली. ते महारथी नानाप्रकारचीं शस्त्रें हातीं घेऊन एकमेकांवर धांवत जाऊन प्रहारार्थ उद्युक्त झाले होते. घोडेस्वारांनीं शत्रूंचे घोडे पाहून त्यांवर आपले घोडे घातले, ते परस्पर लाथाळें करून गतप्राण होऊन तेथेंच पडले. नरवीरांनीं क्रोधानें डोळे लाल करून एकमेकांना उरांच्या थडकांनींच ठार केलें. माहुतांनीं घातलेल्या हत्तींनीं शत्रूंचे हत्तींना आपले सुळ्यांनींच हाणून पाडिलें. त्या हत्तींना जेव्हां रक्ताच्या उपळी फुटल्या, तेव्हां ते पताकांनीं अलंकृत हत्ती दुसऱ्यांत घोंटाळून विद्युद्युक्त मेघांप्रमाणें दिसले. कोणी सुळ्यांनीं घायाळ होऊन व कांहींचीं तोमरांनीं कपाळें फुटून ते मेघांप्रमाणें गर्जत इतस्ततः धांवूं लागले. कांहींच्या सोंडांच्या दोन चिरफळ्या होऊन व कांहींचे देह छिन्नभिन्न होऊन ते पंख छाटलेल्या पर्वतांप्रमाणें धडाधड भूमीवर पडले. कांहीं हत्तींच्या कुशी त्यांच्यापेक्षां जबरदस्त हत्तींनीं फाडल्यामुळें, पर्वत जसे धातु बाहेर टाकितात तसें ते रक्त सांडूं लागले. दुसरे कांहीं हत्ती नाराच व तोमर यांनीं घायाळ होऊन वरील स्वार मरून पडल्यानें विशृंग[1] पर्वतांप्रमाणें धांवूं लागले. कांहीं अत्यंत

---

१ या ठिकाणीं मुंबईप्रतीचा पाठ 'विनदंतोऽभ्यधावंत' असा आहे. परंतु त्यानें 'विशृंगाः' या उपमेचें सार्थक्य होत नसल्यानें आम्हीं बरद्वान-पंडितांचा 'हतारोहा...' हा पाठ घेऊन त्याप्रमाणें अर्थ केला आहे.

मदांध व क्रुद्ध झाल्यानें अनावर होऊन शेंकडों रथ, अश्व, पदाति यांस तुडवीत चालले. ह्याप्रमाणेंच प्रास, तोमर मारून स्वारांनीं चिडविलेले घोडे शत्रूंवर धांवत असतां त्यांच्या थयथयाटानें सर्व दिशा गजबजून गेल्या. मोठमोठे कुलवान् रथी देहत्यागास तयार होऊन न भितां आपली शिकस्त करून रथ्यांशीं लढत होते. राजा, ते युद्धशाली वीर, एक यश तरी मिळवूं नाहीं तर स्वर्ग तरी पाहूं असा संकल्प करून, एखादे स्वयंवरप्रसंगाप्रमाणें त्या तुमुल युद्धांत परस्परांवर चुरशीनें प्रहार करीत होते. राजा, अंगावरील लोम फुलविणारा तो संग्राम चालला असतां धार्तराष्ट्रांचे सैन्याला बहुधा तोंडें फिरवूनच उभें राहावें लागलें !

अध्याय चौऱ्याण्णवावा.

—:०:—

घटोत्कचयुद्ध.

संजय सांगतोः—आपलें सैन्य झोडलेलें पाहून स्वस्तः दुर्योधन संतापानें अरिंदम भीमावर चालून गेला; आणि इंद्रवज्राप्रमाणें महानाद करणारें धनुष्य घेऊन बाणांच्या मोठ्या वर्षावानें भीमसेनाला त्यानें झांकून काढिलें; व पिसें लाविलेला एक अति तीक्ष्ण अर्धचंद्र बाण नेमून मारून त्यानें भीमसेनाचें धनुष्य त्वेषानें तोडून टाकिलें; व तो धनुष्यरहित झाला ही संधी पाहून त्या महारथ दुर्योधनानें, पर्वतांना देखील फोडून काढील असा एक तीक्ष्ण बाण नेमानें भीमसेनाचे छातींत मारिला. त्यानें भीम फार घायाळ व विव्हल होऊन जिभल्या चाटूं लागला; व त्या वेळीं त्या बुद्धिमंतानें आपल्या स्वर्णभूषित ध्वजस्तंभाचा आधार घेतला. भीमसेन या प्रकारें बेशुद्धसा पाहून घटोत्कचाचे आंगाचा क्रोधानें अग्नीप्रमाणें भडका झाला; व अभिमन्युप्रमुख पांडवीय महारथीही क्रुद्ध होऊन ओरडतच दुर्योधनावर धांवून गेले. त्यांना येतांना पाहून द्रोणाचार्य तुझ्या महारथ्यांना म्हणाले, "देव तुमचें भलें करो, दुर्योधन संकटसमुद्रांत केवळ बुडत असून त्याच्या जीविताविषयीं महान् संशय उत्पन्न झाला आहे. याकरितां तुम्ही त्वरित जाऊन त्याचें परिक्षण करा. कारण, जय मिळवावयाचाच अशा निश्चयानें हे पांडवांकडील महाधनुर्धर भीमसेनाला पुढें घालून अनेक प्रकारचीं शस्त्रें सोडीत व भयंकर शब्दांनीं आपलेकडील राजांना भेवडवात दुर्योधनावर चालून आले आहेत !"

आचार्यांचे हे शब्द ऐकून सौमदत्तीला पुढें करून तुजकडील वीर पांडवसैन्यावर चालून गेले. कृप, भूरिश्रवा, शल्य, द्रौणि, विविंशति, चित्रसेन, विकर्ण, जयद्रथ, बृहद्बल, महाधनुर्धर आवंत्य एवढ्यांनीं दुर्योधनाभोंवतीं कडें दिलें; आणि ते सरासरी वीस पावलें पुढें जातात न जातात तोंच परस्परांना जिंकण्याविषयीं आतुर झालेल्या त्या कौरव-पांडवांनीं एकमेकांवर प्रहार सुरू केले. इकडे महाबाहु द्रोणांनींही वीरांना त्याप्रमाणें सांगून स्वतः भीमावर सव्वीस बाण सोडिले; व पाठोपाठ, वर्षाकालीन मेघानें पर्वताला जलधारांनीं झांकावें त्याप्रमाणें भीमाला बाणवर्षावानें झांकून काढिलें. त्या वेळीं द्रोणांचे डावे बरगडींत महाबल भीमसेनानें सत्वर दहा शिलीमुख बाण मारिले, त्यामुळें वयोवृद्ध द्रोण घायाळ व विव्हल होऊन रथाचे पेटीवर मटकन् बेशुद्ध पडले. हे भारता, गुरु द्रोण जखमी झालेसें पाहून राजा दुर्योधन व अश्वत्थामा हे जोडीनें भीमसेनावर धांवून गेले. ते दोघे काळाप्रमाणें आपणावर येतांना पाहून महाबाहु भीमसेन सत्वर गदा घेऊन रथांतून उडी टाकून तत्काल पृथ्वीवर पर्वताप्रमाणें अचल उभा राहिला. रणामध्यें

आपली ती यमदंडासारखी भयंकर लठ्ठ गदा उगारून तो उभा असतां श्रृंगवान् कैलासाप्रमाणें दिसत होता. त्याला पाहून दुर्योधन व द्रौणि हे एकवटून त्यावर धांवले. त्यांना येतांना पाहून भीम वेगानें त्यांवर आला. इतक्यांत द्रोणाचार्य सावध झाले; आणि तो भ्यासूर भीमसेन धांवून येतांना पाहून त्याला ठार करण्याचे इच्छेनें द्रोणप्रमुख सर्व कुरुमहारथी त्वरित धांवत येऊन त्यांनीं एकाएकीं व एकजुटीनें भीमाचे छातीवर नानाप्रकारचीं शस्त्रें घालून त्याला सर्वभर पीडित केलें. त्या वेळीं त्याचे प्राणांभोंवतीं घोरपड आलेली पाहून अभिमन्युप्रभृति पांडवीय महारथी दुस्त्यज अशा प्राणांवरही पाणी सोडून भीमाचे साह्यार्थ धांवले. नीलमेघतुल्यकांति जो भीमाचा जिवलग मित्र अनूप देशाचा राजा नील, तो संतापून अश्वत्थाम्यावर पडला. कारण, त्याची नाहीं तरी सदाच अश्वत्थाम्याशीं चुरस आहे. राजा, आपलें मोठें धनुष्य ताणून, पूर्वीं ज्यानें क्रोधयुक्त होऊन स्वतेजानें जगत्रयाला त्रासविलें होतें; अशा देवतांना भय देणाऱ्या दुर्धर्ष विप्रचित्ति नामक दानवाला इंद्रानें बाणविद्ध केलें त्याप्रमाणें त्यानें द्रौणीला बाणविद्ध केलें. नीलाच्या त्या अचूक नेमलेल्या पिच्छयुक्त बाणानें विद्ध होऊन रक्ताचा गोंडा फुटल्यानें द्रौणि संतापास चढला. मग आपलें वज्रतुल्य शब्द करणारें धनुष्य ताणून त्या बुद्धिमंतानें नीलाला ठार करण्याचाच विचार मनांत आणिला; आणि शिकलगारानें लावून स्वच्छ केलेले बाण धनुष्याला जोडून नीलाचे चारी घोडे मारून दोहोंनीं ध्वज पाडिला, व सातवे भल्ल बाणानें नीलाला छातींत जखमी केलें. ती जखम खोल गेल्यानें व्यथित होऊन तो रथाचे पेटीवर बसला. त्या घननील नीलाला मूर्च्छित पाहून घटोत्कच आपले जातभाईंना बरोबर घेऊन त्या रणालंकारभूत द्रौणिवर धांवून गेला. त्याबरोबर इतर रणमस्त राक्षसही धांवले. तो भ्यासूर राक्षस येतांना पाहून तेजस्वी द्रौणि त्वरेनें धांवत गेला, आणि जे कोणी विक्राळ राक्षस रागावून घटोत्काचाचेही अघाडी सरसावले होते, त्यांवर त्यानें बाणवृष्टि करून त्यांना युद्धविमुख केलें.

घटोत्कची माया.

तें पाहून तो अगडबंब राक्षस घटोत्कच संतापला व त्यानें दारुण घोररूप माया प्रकट करून द्रौणीला तेथल्या तेथें मोहित केलें. नंतर त्याच्या त्या मायेनें तुजकडील सर्वच वीर युद्धविमुख होऊन, आपण सर्व कापले जाऊन भूमीवर पडलों आहों, व रक्तबंबाळ व दीन होऊन गडबडां धरणीवर लोळत आहों; आपले गुरु द्रोण, राजा दुर्योधन, अश्वत्थामा, शल्य, व बहुतेक ठळक ठळक कौरवधनुर्धर हेही सर्व पळत आहेत; आपले सर्व रथी विध्वस्त झाले आहेत; राजे लोळत पडले आहेत; आणि सहस्त्रावधि घोडे व घोडेस्वार कापून पडले आहेत, असें पाहाते झाले; व तो प्रकार पाहून तुझें सर्व सैन्य घाबरून शिबिराकडे धांव घेऊं लागले. देवव्रत भीष्म व मी ओरडून ओरडून सांगत होतों कीं, " अरे पळूं नका ! ही सर्व घटोत्कचानें सोडलेली माया आहे, यांत खरें कांहीं नाहीं, यास्तव तुम्ही वृथा भिऊन पळूं नका. मागें फिरा, आणि युद्ध करा. " परंतु सर्वांना असा जबरदस्त मोह पडला होता कीं, कोणीही आमचे कंठशोषाला न जुमानितां सर्वांनीं भयानें पळ काढिला. ते पळाले तेव्हां अर्थातच पांडवांना जय प्राप्त झाला. त्यामुळें आनंदी होऊन पांडवांनीं घटोत्कचासह सिंहनाद केले; व त्यांचे बाजूला जिकडे तिकडे शंखदुंदुभींचे आवाज दुमदुमूं लागले. राजा, या प्रकारें दुष्ट घटोत्कचानें

अस्तसमयीं तुझ्या सर्व सैन्याची दाणादाण केल्यानें ते दशदिशा पळून गेले.

अध्याय पंचाणववावा.

—:०:—

भीम–भगदत्तयुद्ध.

संजय सांगतोः—यात्रमाणें आपले सैन्याची वाताहत झालेली पाहून राजा दुर्योधनानें भीष्माकडे जाऊन व सविनय अभिवादन करून त्या दिवशींचा आपला पराजय व घटोत्कचाचा जय कसकसा झाला त्याची कच्ची हकीकत सांगितली; व पुनःपुनः सुस्कारे टाकून त्या अजिंक्य वीरानें त्या कुरुपितामहांना म्हटलें, "हे प्रभो, पांडवांनीं ज्याप्रमाणें वासुदेवाचा आश्रय केला, त्याचप्रमाणें मीं आपला आश्रय करून पांडवांशीं हा घोर संग्राम आरंभिला. खुद्द मी व माझें गाजलेलें अकरा अक्षौहिणी सैन्य हें सर्व आपल्या हुकुमांत हजर आहे. असें असतां, हे भरतशार्दूला, पांडवांनीं भीमाला पुढें करून घटोत्कचाचे साह्यानें मला जिंकिलें! अग्नि जसा शुष्क वृक्षाला जाळितो, तशी ही गोष्ट माझे गात्रांना जाळिते आहे. याकरितां आपणांसारख्या अजिंक्य वीरांच्या आश्रयबलावर त्या दुष्ट राक्षसाला मीं स्वतः ठार करावा अशी माझी फार फार इच्छा आहे, ती आपण महाभागांनीं कृपा करून पुरी करावी. मी पोर आहें, आपण माझे वडील आहां; तेव्हां माझी एवढी आळ पुरविणें आपणास उचित आहे; तर एवढें करावें."

हे भारता, राजा दुर्योधनाचें हें वाक्य ऐकून शांतनव भीष्म त्याला म्हणाले, "हे परंतपा राजा, त्वां या प्रसंगीं कसें वागावें तें मी तुला सांगतों; माझें वचन ऐक. राजा, कोणतीही स्थिति आली तरी आत्मरक्षण करणें हें पहिलें कर्तव्य आहे. शिवाय, राजधर्माला धरून चालणें तर राजानें राजाशींच लढावें. यास्तव, हे निष्पापा, त्वां स्वतः धर्मराजाशीं, अर्जुनाशीं, नकुलसहदेवांशीं किंवा पाहिजे तर भीमसेनाशीं युद्ध करावें; आणि मी, द्रोण, कृपाचार्य, सात्वत कृतवर्मा, महारथ शल्य, सौमदत्ति, विकर्ण, तसेच दुःशासनप्रभृति तुझे श्रेष्ठ भ्राते—हे सर्व आम्ही तुजसाठीं त्या बलाढ्य राक्षसाशीं झगडतों; किंवा त्या भयंकर राक्षसासंबंधें तुला फारच चुटपुट लागून राहिली असेल, तर त्या दुष्टाशीं सामना करण्याकरितां आपलेकडील इंद्राचे तोडीचा योद्धा राजा भगदत्त याला जाऊं दे!" याप्रमाणें दुर्योधनाला सांगून वाक्पटु भीष्म त्याचे समक्षच भगदत्त राजाला म्हणाले, "हे महाराजा, त्या रणदांडग्या हैडिंबाची खोड तोडण्याकरितां त्वरित त्यावर जा, व सावधगिरीनें लढून सर्व धनुर्धरांसमक्ष त्या क्रूरकर्मी राक्षसाला, तारकासुराला पूर्वी इंद्रानें उडविलें त्याप्रमाणें उडवून दे. हे परंतपा, तुझीं अस्त्रें दिव्य आहेत, पराक्रमही दिव्य आहे, आणि तुझा बहुत देवांशीं समागम झालेला आहे. यास्तव, हे राजशार्दूला, असल्या घोर संग्रामांत तूंच त्या राक्षसाचा प्रतियोद्धा हो, आणि आपले बलाचे उभारीवर त्या राक्षसाला ठार कर!"

सेनापति भीष्मांचें हें वचन ऐकून भगदत्त हा सिंहनाद करीत त्वरित शत्रुसंमुख गेला. तेव्हां गरजत्या मेघाप्रमाणें त्याला अंगावर येतांना पाहून भीमसेन, अभिमन्यु, घटोत्कच राक्षस, द्रौपदेय, सत्यधृति, क्षत्रदेव, चेदिप, वसुदान व दशार्णाधिपति हे पांडवांकडील महारथी रागानें त्यावर चालून आले. तें पाहातांच भगदत्त हा त्यांवर आपल्या सुप्रतिक नांवाच्या हत्तीसह चालून गेला. नंतर पांडव व भगदत्त यांचें यमपुरीला भर घालणारें असें अति भयंकर युद्ध झालें. हे महाराजा, रथ्यांनीं सोडि-

लेले अति भयंकर, वेगयुक्त व तीक्ष्ण बाण हत्तींवर व रथांवर पडले. सादींनीं उत्तम शिकविलेले व गंडस्थळें उकललेले मतंगज एकमेकांस भेटतांच एकमेकांवर निर्भयपणें पडले. त्या मदांधांनीं एकमेकांची गांठ पडतांच क्रुद्ध होऊन आपल्या दंतमुसलांनीं परस्परांना फाडिलें. चवरीचे तुरेवाले घोडे हे हातीं भाले घेतलेल्या वरील स्वारांनीं दपटतांच तत्काल एकमेकांवर पडले. पायदळ लोकही, पदातींनीं शक्ति, तोमर घेऊन ताडण केल्यानें शेंकड्यानीं हजारांनीं भूमीवर पडले. राजा, रथ्यांनीं प्रतिरथ्यांना कर्णि—नालीक-नाराचप्रभृति बाणांनीं ताडन करून सिंहनाद केले. या प्रकारचा तो लोमहर्षक (रोमांच फुलविणारा) संग्राम चालला असतां भगदत्त भीमसेनावर चालून गेला. त्या वेळीं त्याच्या खालीं जो गज होता, त्याचे अंगांतून मदाच्या सात धारा वहात असल्यानें, सर्वत्र जल प्रस्रवणाऱ्या पर्वताप्रमाणें तो दिसत होता. अशा त्या सुप्रतीकाचे डोक्यावर बसून, ऐरावतावरून इंद्र जसा जलधारा सोडितो तसा तो हजारों बाण फेंकूं लागला; आणि निदाघांतीं मेघ जलधारांनीं पर्वताला झोडितो त्याप्रमाणें त्यानें शरधारांनीं भीमाला झोडून काढिलें. तेव्हां धनुर्धर भीमानें संतापून शरवृष्टीनें भगदत्ताचे शंभरांवर पादरक्षक मारिले. त्यांना मारलेले पाहून प्रतापी भगदत्तानें क्रुद्ध होऊन भीमसेनाचे रथावर आपला सुप्रतीक गज घातला. प्रत्यंचेपासून सोडिलेल्या तीराप्रमाणें तो हत्ती धन्यानें सोडितांच अरिंदम भीमावर धांवून गेला. त्याला येतांना पाहून भीमसेनप्रभृति पांडवीय महारथी वेगानेंच त्यापाशीं आले. हे महाराजा, केकय, अभिमन्यु, सारे द्रौपदेय, शूर दशार्णाधिपति, क्षत्रदेव, चेदिप व चित्रकेतु हे सर्व बलाढ्य वीर दिव्य उत्तमास्त्रें नाचवीतच रागावून त्या हत्तीभोंवतीं गराडा देऊन उभे राहिले. तो महाद्विप अनेक ठिकाणीं बाणांनीं जखमी होऊन रक्तबंबाळ झाला असतां धातूंनीं चित्रित पर्वताप्रमाणें शोभूं लागला. इतक्यांत दशार्णाधिपति एका पर्वतप्राय हत्तीवर बसून भगदत्ताचे हत्तीवर चालून गेला. परंतु समुद्राला जशी तीरमर्यादा रोंखून धरिते तसें त्या गजाला सुप्रतीक गजेंद्रानें रोंखून धरिलें. त्या वेळीं पांडवसैन्यांनीं देखील ‘ शाबास, शाबास ’ म्हणून त्याची वाहवा केली. इतक्यांत, हे नृपश्रेष्ठा, भगदत्तानें रागावून चौदा तोमर त्या हस्तिश्रेष्ठाला मारिले, ते त्याचें तें स्वर्णभूषित उत्तम चिलखत फोडून, वारुळांत साप घुसावे त्याप्रमाणें त्या गजाचे शरीरांत घुसले. तेव्हां खोल जखमांनीं व्यथित होऊन त्या हत्तीची मस्ती उतरली; व त्या वेदनेचे लहरींत, वारा वृक्षांना वेगानें मोडितो त्याप्रमाणें तो आपल्याच सैन्याला तुडवीत व मोठ्यानें बेंबटत रणांतून चालता झाला. त्या हत्तीचा जेव्हां मोड झाला तेव्हां पांडवीय वीर मोठ्यानें सिंहनाद करून युद्धार्थ उभे राहिले, व भीमाला पुढें करून नानाविध शस्त्रें व बाण फेंकीत भगदत्तावर चालून गेले. रागावून सूड घेण्याचे इच्छेनें ते वीर गर्जना करीत आपणावर येतातसें पाहून भगदत्तालाही त्वेष चढला, व त्यानें निर्भयपणें आपला सुप्रतिक हत्ती त्यांवर घातला. अंकुशानें व अंगठ्यानें डवचतांच तो हत्ती चेतून जाऊन प्रलयकालीन अग्नी प्रमाणें अतिशय उग्र दिसूं लागला. मग त्या हत्तीनें इकडून तिकडे धांवतांना शेंकडों हजारों रथसंघ, हत्ती, स्वारांसकट घोडे, तसेच पायदळ लोक रागानें पायांखालीं तुडवून टाकिले. त्या हत्तीनें जेव्हां खळबळ चालविली, तेव्हां तें पांडवबल अग्नीवर घातलेल्या चर्माप्रमाणें संकुचित झालें. आपले सैन्याची बुद्धि-

मान् भगदत्तानें दाणादाण केलेली पाहून घटोत्कच विकट व उग्र रूप धरून मुखनेत्रांतून ज्वाळा टाकीत भगदत्तापाशीं आला; आणि भयानक मुद्रा करून, पर्वतांनाही फोडून टाकील असा तीव्र, व ज्याभोंवतीं विस्तवाच्या ठिणग्या चालल्या आहेत असा लखलखीत शूल हातीं घेऊन सुप्रतीकाला ठार करण्याचे इच्छेनें त्या महाबल राक्षसानें त्या गजावर तो टाकिला. त्या शूलाला येतांना पाहून भगदत्तानें एक उग्र व तीक्ष्ण परंतु दिसण्यांत सुंदर असा अर्धचंद्राकृति बाण फेंकला, व त्याचे योगानें त्या महान् शूलाचा छेद केला. आकाशांतून इंद्राचे हातून सुटून जशी अशनि पडावी तसा तो स्वर्णभूषित शूल द्विधा होऊन भूमीवर उडून पडला. राजा, शूल दुखंड होऊन धरणीवर पडलासें पाहून, भगदत्तानें सोनेरी दांड्याची व अग्निज्वालेप्रमाणें जाज्वल्य अशी एक शक्ति घेऊन ती राक्षसाचे अंगावर टाकिली, व त्याला थांब, थांब, असें म्हटलें. आकाशांतील अशनीप्रमाणें ती पडतांना पाहून राक्षसानें पटदिशीं उडी मारून ती अधांतरींच पकडली, व उत्कर्षानें गर्जना केली; आणि गुडघ्यावर घालून तत्काल ती मोडून टाकिली. हा अद्भुत प्रकार भगदत्ताचे नजरेसमोरच झाला. राक्षसाचें तें अद्भुत कर्म पाहून स्वर्गस्थ मुनि व गंधर्वांसह देव यांना देखील नवल वाटलें; आणि भीमसेनप्रभृति पांडवांनीं तर 'भले शाबास भले,' म्हणून आरोळ्यांनीं पृथ्वी दणाणून सोडिली. परंतु पांडवांच्या ह्या आनंदाच्या गर्जना भगदत्ताला सहन झाल्या नाहींत. त्यानें आपलें इंद्रधनुष्यासारखें तेजस्वी धनुष्य ताणून त्यापासून अग्निवर्ण, स्वच्छ व तीक्ष्ण असे नाराच बाण सोडून पांडवीय महारथ्यांना भीति घातली. त्यानें भीमाला एक बाण मारिला; राक्षसाला नऊ; अभिमन्यूस तीन व केकयबंधूंस पांच मारिले. मग पूर्णपणें धनुष्य खेंचून एक नतपर्व बाण मारून त्यानें रणांत क्षत्रदेवाचा उजवा हात फोडिला. त्यामुळें त्याचे हातांतील उत्कृष्ट धनुष्य एकाएकीं बाणासह खालीं पडलें; नंतर पांच द्रौपदेयांवर पांच बाण टाकून रागानें भीमसेनाचे घोडे मारिले; तीन बाणांनीं भीमाचा सिंहयुक्त ध्वज तोडून आणखी तीन बाणांनीं सारथि घायाळ केला. भगदत्तानें घाय जबर केल्यामुळें सारथि विशोक व्यथित होऊन रथाचे पेटीवर पडला. तेव्हां महाबाहु भीम विरथ झाला असतां त्यानें तत्काल आपली गदा कवळून आपल्या श्रेष्ठ रथावरून उडी टाकिली. वर शिखर उचललेल्या पर्वताप्रमाणें उगारलेल्या गदेच्या योगानें दिसणाऱ्या त्या भीमाला पाहून, हे भारता, तुझ्या लोकांना मोठेंच भय पडलें. इतक्यांतच कृष्णसारथि अर्जुन सर्वत्र शत्रूंचा संहार करीत करीत याच स्थलीं म्हणजे भीम व घटोत्कच हे महाबल पिता-पुत्र भगदत्ताशीं भिडत होते तेथें येऊन पोंचला. आपले महारथ बंधु युद्ध करितातसें पाहून अर्जुनानेंही बाण सोडून युद्ध सुरू केलें. तेव्हां राजा दुर्योधनानें लगबगीनें आपल्या चतुरंग सेनेला प्रेरणा केली. ती कौरवीय महाचमू आपणावर त्वरेनें येतांना पाहून अर्जुन अगोदरच तिजवर धांवत गेला. उलटपक्षीं भगदत्त आपल्या हत्तीखालीं पांडवसैन्य चिरडीत चिरडीत युधिष्ठिरापाशीं येऊन ठेपला. हे महाराजा, त्या वेळीं उद्यतायुध पांचाल, केकय व पांडव यांशीं भगदत्ताचें जंगी युद्ध झालें. इतक्यांत इरावानाचे मृत्यूचें वृत्त भीमसेनानें कृष्णार्जुनांचे कानांवर घातलें.

अध्याय शहाण्णवावा.

—:०:—

अष्टमदिनसमाप्ति.

संजय सांगतोः—पुत्र इरावान् मारिला गेल्याचें ऐकून धनंजयाला फार दुःख झालें. मग सर्पाप्रमाणें सुसकारे टाकीत तो वासुदेवाला म्हणाला, "युद्धांत अशा प्रकारें कौरवपांडवांचा क्षय होईल ही गोष्ट महाप्राज्ञ व महामति विदुराच्या केव्हांच नजरेस आली असल्यामुळें, त्यानें त्या वेळीं राजा धृतराष्ट्राचें निवारण करण्याचा यत्न केला. पण त्यानें ऐकिलें नाहीं, त्यामुळें असा प्रसंग आला, आणि माझा पुत्र कौरवांनीं मारिला. एक पुत्रच काय? आमचेकडील दुसरे किती तरी शूर योद्धे कौरवांनीं मारिले; तसेच आम्हीही त्यांजकडील शेंकडों ठार केले; आणि ह्या सर्व अनर्थाला मूळ काय? तर द्रव्यलोभ! हरहर! हे पुरुषोत्तमा, धिक्कार असो या द्रव्याला, कीं ज्याच्याकरितां ज्ञातिसंक्षयासारखीं निंद्य कर्में करण्याची प्रवृत्ति होते! मला वाटतें, ज्ञातीला मारून गबर होण्यापेक्षां निर्धन मरणेंच बरें. हे कृष्णा, य आपल्या एकत्र झालेल्या ज्ञातिबांधवांस मारून आपणांस काय मिळणार बरें? हे गरीब बिचारे क्षत्रिय, कर्णाची बदसल्ला व दुर्योधन आणि सौबल शकुनि यांचा दोष यांपायीं मृत्युमुखीं पडत आहेत! हे महाबाहो, त्या वेळीं धर्मराजानें दुर्योधनाजवळ 'राज्यार्ध दे, निदान पांचच गांव दे,' इतकी नुकसानीची मागणी केली ती फार शहाणपणाची गोष्ट होती हें आतां माझ्या ध्यानांत उतरलें. कारण, ज्ञातिवध टळावा हा युधिष्ठिराचा स्तुत्य हेतु होता. परंतु दुर्योधन दुर्बुद्धिच पडला, त्याला तेवढीही पतकरली नाहीं, आणि त्यामुळें धर्मराजाचा निरुपाय होऊन हा प्रसंग ओढवला. हे मधुसूदना, खरें पुसशील तर असले असले हे शूर क्षत्रिय मरून धरणीवर पडलेले पाहून मी वारंवार स्वतःची निंदा करितों, व आमच्या या क्षात्रवृत्तीला धिक्कार असो असें म्हणतों. आतां मीं माघार घेतली असतां हे क्षत्रिय मला युद्धाविषयीं असमर्थ असें समजतील, आणि एवढ्यासाठींच मीं युद्ध करितों. एरवीं म्हणशील तर, हे मधुसूदना, मला हें स्वजातीशीं युद्ध रुचत नाहीं. असो, उपाय नाहीं, याकरितां, धृतराष्ट्रसैन्याकडे त्वरित घोडे ने, आतां टंगळमंगळ करीत बसण्याची ही वेळ नव्हे. एकदां उडी घालून मला हा समररूपी महोदधि बाहुबलानें तरून जाऊन तड गांठलीच पाहिजे."

याप्रमाणें अर्जुनानें सांगतांच परवीरहंत्या केशवानें ते वायुगति शुभ्र अश्व दाबले. त्या वेळीं, अमावास्या पौर्णिमेचे उधानांत आणखी वाऱ्याची थाप बसल्यानें ज्याप्रमाणें सागराची गर्जना चालते, त्याप्रमाणें, राजा, तुझ्या सर्व सैन्यांत कोलाहल माजला. मग अपराह्णीं पांडवांचा भीष्माशीं पर्जन्याप्रमाणें कडाक्याचा संग्राम झाला. त्या वेळीं, वसु जसे इंद्राला मध्यें घेऊन यावे तसे द्रोणांना मध्यें घेऊन सर्व धार्तराष्ट्र भीमावर चालून आले. तेव्हां शांतनव भीष्म, महारथ कृप, भगदत्त व सुशर्मा हे धनंजयावर गेले. हार्दिक्य व बाल्हीक यांनीं सात्यकीवर धांव घेतली. राजा अंबष्ठक अभिमन्यूशीं उभा राहिला. उरलेल्या महारथांनीं बाकीच्यांना गांठलें; आणि नंतर जंगी युद्ध सुरू झालें. तुझ्या पुत्रांकडे दृष्टि जातांच तुपानें अग्नि चेतावा त्याप्रमाणें भीमसेन भडकला. तुझ्या पुत्रांनीं वर्षाकालीन मेघ पर्वताला त्याप्रमाणें भीमाला बाणांनीं झांकिलें. त्या काळीं त्या वीरानें वाघाप्रमाणें गुरकावून जिभल्या चाटीत

व्यूढोरस्काला तीक्ष्ण क्षुरप्रानें मारिलें, तेव्हां तो गतप्राण होऊन पडला; दुसऱ्या तिखट विषारी बाणानें, एखाद्या क्षुद्र श्वापदाला सिंहानें हाणावें त्याप्रमाणें कुंडली याला हाणिलें; नंतर चांगले पाजळलेले जहरी शिलीमुख बाण घेऊन तुझ्या पुत्रांना गांठून त्यांवर ते झपझप सोडिले. दृढधन्व्या भीमानें सोडिलेल्या ह्या बाणांनीं तुझे महारथ पुत्रांना रथावरून पाडिलें. त्यांचीं नांवें अनाधृष्टि, कुंडभेदि, वैराट, दीर्घलोचन, दीर्घबाहु, सुबाहु आणि कनकध्वज. हे सर्वही वीर पडतांना वसंत ऋतूंत मोहोरानें विचित्र दिसणाऱ्या आम्रवृक्षाप्रमाणें दिसत होते. त्या काळीं, भीमसेन हा समरांतील काळच आहे असें समजून तुझे बाकीचे महाबल पुत्र पळून गेले. भीमसेन तुझ्या पुत्रांना जाळीत असतां एखादे डोंगराला जलधारांनीं वेढावें त्याप्रमाणें त्याला द्रोणांनीं बाणांनीं घेरून टाकिलें. परंतु भीमाचेही पौरुषाची शाबासच पाहिली, कीं द्रोणांनीं घेरलें असतां तशांतूनही तुझ्या पुत्रांना तो मारीतच होता! जसा एखादा पोळ आकाशांतून कोसळणारा जलवर्षाव अंगावर घेतो, तसा भीमसेन द्रोणांचा तो शरवर्षाव अंगावर घेत होता. राजा, तुझे पुत्र मारावयाचे ते मारून शिवाय द्रोणांचेंही भीमानें निवारण केलें, तेव्हां ही अद्भुतच करणी खरी! राजा, वाघ क्षुद्र श्वापदांत खेळतो तसा तो अर्जुनाग्रज तुझे पुत्रांत खेळत होता. गुरांचे कळपांत शिरून लांडगा ज्याप्रमाणें त्यांना पळवितो, त्याप्रमाणें भीमानें तुझ्या पुत्रांची दाणादाण उडविली.

इकडे भीष्म, भगदत्त व कृप हे महारथी जोरदार अर्जुनाला निवारीत होते. परंतु त्या अतिरथ्यानें त्या सर्वांचीं अस्त्रें आपल्या अस्त्रांनीं वरचेवर उडवून तुझ्या सैन्यांतील ठळक ठळक वीर मृत्युमुखीं पाठविण्याचा क्रम चालविलाच होता. लोकप्रसिद्ध रथिश्रेष्ठ अंबष्ठ राजाला यशस्वी सौभद्रानें बाण मारून विरथ केलें. विरथ होऊन आतां आपण मारिलेही जाणार असें पाहून अंबष्ठ राजानें रथाखालीं उडी घातली, व शूर सौभद्रावर एक तरवार फेंकून हार्दिक्याच्या रथाचा आश्रय केला. शत्रुहंता सौभद्र युद्धाचे सर्व युक्त्यांत प्रवीणच होता. त्यानें ती तरवार आपणावर येतेसें पाहून ती तेव्हांच उडवून दिली. राजा, त्या कालीं त्याची ती करामत पाहून, सैन्यांत सर्वत्र 'शाबास शाबास' असा घोष झाला. इतर धृष्टद्युम्नप्रभृति वीर तुझ्या सैन्याशीं झुंजत होते; व तुझे वीरही पांडवसैन्याशीं झगडत होते. ह्या वेळीं अचाट कर्म करून एकमेक एकमेकांना तोडीत असतांना उभय सैन्यांत एकच आरोळी माजली. ते मानी वीर एकमेकांचे केश आंचकून नखांनीं, दातांनीं, मुठींनीं, गुडघ्यांनीं, तळव्यांनीं आपल्या बांधेसूद बाहूंनीं व खड्गांनींही लढत होते व संधि साधून एकमेकांना यमपुरीस पोंचवीत होते. बाप पोराला मारीत होता, पोर बापाला ठोकीत होता. सारांश, सर्व अवयवांचा उपयोग करून ते वीर परस्पर झगडत होते. राजा, त्या रणभूमीवर मरून पडलेल्या वीरांचीं हातांतून गळलेलीं सोनेरी पाठीचीं सुंदर धनुष्यें, बहुमोल भूषणें, कात टाकलेल्या सर्पाप्रमाणें चमकणारे सोनेरी पिसाऱ्यांचे तैलधौत बाण, सोनेरी मुलाम्याचे व हस्तिदंती मुठींचे खड्ग, सोनेरी कामानें चितारलेलीं धनुर्धरांचे हातून पडलेलीं चर्में (ढाली), सोन्याचें पाणी दिलेले प्रास व पट्टिश व ऋष्टि व उज्वल शक्ति, पडलेले साज; तशींच लठ्ठ मुसळें, परिघ, पट्टिश, भिंदिपाल; सोनेरी छटा दिलेलीं नानाकृति धनुष्यें, नानाआकृतींच्या चटया, चवऱ्या, पंखे,

१ धृतराष्ट्रपुत्रांपैकीं एक.

इत्यादि वस्तु सर्वत्र पडल्या होत्या. हातीं शस्त्रें जशींचीं तशींच असल्यानें कित्येक पडलेले शूर वीर गतप्राण असूनही सजीवसे दिसत. गदेनें अंगें चेंचून गेलेले, मुसळांनीं टकलीं फुटलेले, व हत्ती, घोडे, रथ यांखालीं चिरडलेले असे अनेक नर भुईवर निजले होते. त्याचप्रमाणें अश्व, नर, नाग यांच्या शरीरांनीं आच्छादिलेली ती भूमि डोंगराळ प्रदेशासारखी दिसूं लागली. समरांत पडलेल्या शक्ति, ऋष्टि, बाण, तोमर, खड्ग, पट्टिश, प्रास, लोखंडी भाले, परशु, परिघ, भिंदिपाल, शतघ्नी, तोफा व शस्त्रांनीं भिन्न झालेलीं शरीरें यांचे योगानें पृथ्वी आच्छादून गेली होती. हे शत्रुघ्ना, कोणी निःशब्द झाले आहेत, कोणी अल्पस्वल्प बोलत आहेत, कोणी गतप्राण झाले आहेत, अशा रक्तांनीं न्हालेल्या मनुष्यांनीं धरणी खचून गेली होती. हे भारता, वीरांचे तलत्राण व बाजुबंद यांनीं युक्त अशा चंदनचर्चित छिन्न बाहूंच्या योगानें, हस्तिशुंडातुल्य मांड्यांनीं, आणि कुंडलें व शिखामणि यांनीं युक्त अशा विशाल नेत्रांच्या मस्तकांनीं त्या रणमेदिनीला बहुत शोभा आली होती. रक्तांत माखलेलीं व शकलें झालेलीं सोनेरी चिलखतें यांचे योगानें मंदज्वालायुक्त अग्निप्रमाणें ती रणभूमि चमकत होती. तुटून पडलेले अलंकार, पाडिलेलीं धनुष्यें, विखरलेले सोनेरी पिसांचे बाण, अनेक ठिकाणीं मोडून गेलेले क्षुद्रघंटायुक्त रथ, बाणांनीं घायाळ झाल्यानें रक्तबंबाळ होऊन जिभा बाहेर आलेले घोडे, रथांचे तळ, पताका, भाते, ध्वज, वीरांचे हातांतलि पांढरे शुभ्र फुटके शंख, व लोळत पडलेले सोंडा उतरलेले हत्ती यांचे योगानें रणभूमि नानातऱ्हेचे अलंकार घातलेल्या एखाद्या यौवनोन्मत्त सुंदरीप्रमाणें खुलत होती. दुसरे बाजूला कांहीं हत्ती अंगांत भाले घुसल्यामुळें अतिशय वेदना लागून शुंडाग्रानें वारंवार चीं चीं चीं शब्द व जलतुषार सोडीत लोळत पडल्यामुळें तें रणस्थान हालत्या पर्वतांनीं युक्तसें वाटलें. नानारंगांचीं कांबळीं, तशाच झुली, अंकुश, रंगीबेरंगी गळपट्टे, सोनेरी बाजवा, तुकडे होऊन पडलेलीं यंत्रें, सोनेरी तोमर, धुळीनें पिंगट झालेले सोनेरी मुलाम्याचे घोड्यांचे छातीवरील पडदे, स्वारांचे हातांतील बाहुभूषणांसह तुटून पडलेले तीक्ष्ण व विमल असे प्रास, झळझळीत ऋष्टि, गळून पडलेलीं विचित्र पागोटीं, सोन्यानें भूषित असे नानाजातींचे बाणसमूह, रंकु नामक मृगाचें कातडें कमवून केलेल्या घोड्यांच्या बैठकी व झुली, राजांचे शिरांवरील बहुमोल व विचित्र रत्नें, मोडक्या छत्र्या, चवऱ्या, पंखे सुंदर कुंडलें घातलेलीं कमलतुल्य किंवा चंद्रतुल्य सुंदर अशीं तीं वीरांचीं बेताचीं दाढी ठेवलेलीं मुखें, तशींच त्यांचीं गळून पडलेलीं उज्ज्वल स्वर्णकुंडलें—एवंच, मृत झालेल्या अशा त्या महासेनेच्या योगानें ती वसुंधरा ग्रहनक्षत्रांनीं चित्रित झालेल्या आकाशाप्रमाणें शोभत होती.

राजा धृतराष्ट्रा, त्या परस्पर सेनांची रणांगणांत गांठ पडून अशा प्रकारें उभयतांनीं एकमेकांचा संहार केला. नंतर, कांहीं श्रांत होत आहेत, कांहीं भग्न होत आहेत, कांहीं गतप्राण होत आहेत, इतक्यांत रात्र पडली; आणि आपले पाठीशीं कोण उभें आहे तेंही आम्हांस दिसेनासें झालें. तेव्हां त्या कुरुपांडवांनीं आपापलीं सैन्यें आवरलीं; आणि त्या आवरलेल्या सैन्यांसह, निशीमुखींच्या त्या भयंकर काळो-

१ मूळ पाठ 'सादिनां भुजगैश्छिन्नैः पतितैः सांगदैस्तथा' असा आहे. 'भुजग' याचा अर्थ 'भुज' असा करणें अवघड आहे, परंतु सर्व भाषांतरकारांनीं तो तसाच केला आहे. आमचें धारिष्ट होईना, म्हणून आम्हीं वरील सहोक्तियुक्त अर्थ करून निर्वाह केला आहे.

खांत आपापल्या शिबिरांप्रत जाऊन यथाकाल विसांवा घेतला.

अध्याय सत्याणवावा.

—:०:—

दुर्योधनाचें भीष्मांशीं भाषण.

संजय सांगतोः—राजा, नंतर राजा दुर्योधन, सौबल शकुनि, तुझा पुत्र दुःशासन व सूतपुत्र कर्ण या चौघांनीं एकत्र होऊन मसलत चालविली कीं, रणांत या पांडवांना त्यांच्या गणांसह आतां कोणत्या युक्तीनें जिंकावें ? त्या वेळीं दुर्योधन कर्णाला व शकुनीला, संबोधून सर्व मुत्सद्यांना म्हणाला, "द्रोण गुरु, पितामह भीष्म, कृपाचार्य, शल्य व सौमदत्ति हे पांडवांची युद्धांत खोड जिरवीत नाहींत का, याचें कारण कळत नाहीं. बरें, यांनीं पांडवांना मोकळे सोडल्यामुळें त्यांनीं माझे सैन्याचा सारखा संहार चालविला आहे; आणि, कर्णा, या कारणानें मी रणांत क्षीणबल व क्षीणशस्त्र होऊन, देवांना देखील जे अवध्य पांडव ते माझे डोक्यावरून हात फिरवीत आहेत; व त्यांचा सूड कसा उगवावा याचें मला तर मोठें गूढ पडलें आहे, कांहीं सुचत नाहीं !"

हे महाराजा, हें ऐकून सूतपुत्र कर्ण त्याला म्हणाला, "हे भरतश्रेष्ठा, शोक करूं नको. मी तुझी इष्टसिद्धि करितों. मात्र या शांतनव भीष्माला अगोदर लढाईतून काढून लाव. हा म्हातारा शस्त्र खालीं ठेवून वेगळा सरला म्हणजे मी भीष्माचे डोळ्यांदेखत सोमकांसह सर्व पार्थांचा संहार करितों. राजा, मी थट्टा करीत नाहीं; सत्याचीं शपथ घेऊन हें मी तुला सांगतों. पहावें तों भीष्म नेहमीं पांडवांवर दयाच करितो ! शिवाय, किती झालें तरी पांडव ताठ गडी पडले, त्यांना जिंकण्याची या खल्लडाची काय ताकद आहे ? भीष्माला युद्धाची घमेंड आहे व आवडही आहे, ही गोष्ट खरी; तरी, बाबा, ज्वान पांडव एकजुटीनें लढत असतां हा म्हातारा त्यांना कशाचा जिंकणार, हें दिसतेंच आहे. याकरितां तूं त्वरित भीष्मांचे शिबिरास जा, आणि त्यांचें मन वळवून त्यांचे हातून शस्त्र खालीं ठेवीव, आणि आपल्या विचाराला त्यांचा रुकार घेऊन ये. भीष्मांनीं कां शस्त्र खालीं ठेविलें, कीं तूं माझ्या एकट्याच्याच हातून सगण, सबांधव व ससुहृद् पांडव मेलेलेच पाहा. दुसरी-तिसरी गोष्ट नाहीं."

राजा, या प्रकारें कर्णानें सांगतांच तुझा पुत्र दुर्योधन आपला बंधु दुःशासन यास म्हणाला, "दुःशासना, जेणेंकरून माझे चट सारे अनुयायीवर्ग जिकडे तिकडे युद्धार्थ जय्यत तयार रहातील अशी तजवीज त्वरित कर." राजा, असें बोलून तो राजा कर्णाला म्हणाला, "हे अरिंदमा, मी नरश्रेष्ठ भीष्मांची अनुमति घेऊन या पावलींच तुजकडे येतों. मग भीष्म युद्धांतून दूर सरल्यावर तूं आपला दणका सुरू कर मग तर झालें ना ?"

धृतराष्ट्रा, असें म्हणून, देवांसह शतक्रतुप्रमाणें दुर्योधन आपले बंधूंसह तत्काळ बाहेर पडला. त्या वेळीं त्या व्याघ्रतुल्य पराक्रमी नरव्याघ्राला भ्राता दुःशासन यानें झट्दिशीं घोड्यावर बसविलें. डोकीला मुकुट घातला असून भुजांत बाहुभूषणें व हातांत वलयें, अंगुठ्या वगैरे घातलीं असल्यानें, दुर्योधन वाटेनें जात असतांना चमकत होता. मंजिष्ठपुष्प किंवा तप्तस्वर्ण यांप्रमाणें लालसर अशा अति उंची व सुगंधी चंदनाची अंगाला चर्चा केली होती. त्यानें स्वच्छ वस्त्रें धारण केलीं होतीं, व त्याची चालण्याची ढब सिंहासारखी सखेल होती. याप्रमाणें तो जात असतां त्याची निर्मल कांति सर्वत्र पसरली असल्यानें तो आकाशांतील सूर्याप्रमाणें

शोभत होता. तो नरव्याघ्र भीष्मांचे शिबिराला चालला असतां देव इंद्राबरोबर जातात त्याप्रमाणें त्याचे सहोदर व इतर लोकविख्यात धनुर्धर त्याचे मागोमाग गेले. कोणी घोड्यावर तर कोणी हत्तीवर आणि कोणी कोणी रथांत बसून त्याचे भोंवतीं चालले; आणि कांहीं हितैषी मित्र शस्त्रें घेऊन आपल्या राजाच्या संरक्षणार्थ म्हणून स्वर्गीत शक्राभोंवतीं जसे देव तसे त्याभोंवतीं मिळाले. वाटेंत सर्वभर लोक अंजलि जोडून त्याला प्रणाम करीत होते; व शिष्टाचारकुशल असा तो दुर्योधन, शस्त्रादिधारणांत पटु व शत्रुमर्दनाविषयीं दक्ष असा गजशुंडेसारखा आपला दीर्घ व मांसल उजवा हात योग्य समयीं उचलून त्यांचे ते प्रमाण घेत होता. त्याचप्रमाणें, नानादेशवासी लोकांचीं भिन्नभिन्न पद्धतीचीं मधुर गाणीं त्याचे कानीं पडत होतीं, व सूतमागधगण त्याची मोठी स्तुति गात होते, आणि तो राजेश्वर त्या सर्वांचा परत सत्कार करीत होता. सुवासिक तैलें घातलेल्या सोनेरी दिव्यांच्या पंचारत्या हातीं घेऊन कांहींजण भोंवतीं जमले. त्या वेळीं त्या कांचनदीपांचे मध्यवर्ती तो राजा तेजोयुक्त महाग्रहांमध्यें चालणाऱ्या चंद्राप्रमाणें शोभत होता. सोनेरी पटके घालून हातीं चमचम वाजणाऱ्या वेताच्या छड्या घेतलेले भालदार आसपासचे लोकांना अदबीनें पैस करीत होते.

अशा थाटानें तो कौरवांनीं पूज्य मानिलेला महाबल राजा दुर्योधन आपले बंधु व अनुयायी यांसह यशस्वी गांगेय भीष्म यांच्या शिबिरासन्निध येऊन घोड्यावरून उतरला. नंतर भीष्मांचे त्या शुभ सदनांत प्रवेश करून त्यानें भीष्मांना वंदन केलें, व स्पृहणीय असें आस्तरण वर घातलेल्या सर्व बाजूंनीं सुंदर अशा उंची सुवर्णासनावर तो बसला. नंतर हात जोडून व नेत्रांत अश्रु आणून गद्गद कंठानें तो भीष्मांना म्हणाला, " हे शत्रुसूदना, आपल्या आश्रयानें आम्ही इंद्रासहित सुरासुरांना देखील जिंकण्याची उमेद बाळगितों, मग ससुहृद्गण व सबांधव पांडव वीरांची कथा काय ? यास्तव, हे प्रभो, मजवर कृपा करून, इंद्र दानवांचा समाचार घेतो त्याप्रमाणें आपण एवढ्या पांडव वीरांना पार करावें. 'मी सोमक, पांचाल व केकयांसह करूषक यांचाही समाचार घेईन ' असें आपण बोललां होतां, तें आपलें वचन सत्य करा आणि धनुर्धर सोमक व पांडव यांना तेवढे एकत्र लोळवा म्हणजे आपले वाणीला मिथ्यत्व येणार नाहीं. हे महाराज, पांडवांवरील दयेमुळें किंवा मजवरील द्वेषभावामुळें किंवा माझे मंदभाग्यतेमुळें आपले हातून पांडव मारले जाणार नसतील, तर रणालंकारभूत कर्णाला अनुज्ञा असावी; म्हणजे तो सुहृद्गणबांधवांसकट त्या पांडवांना युद्धांत जिंकील."

राजा, सत्यपराक्रमी भीष्मांना इतके शब्द बोलून तुझा पुत्र राजा दुर्योधन पुढें कांहीं बोलला नाहीं.

अध्याय अठ्याण्णवावा.

—:o:—

भीष्मांचें दुर्योधनाशीं भाषण.

संजय सांगतोः—राजा, किती झालें तरी भीष्म फार थोर मनाचे ! त्यांना तुझ्या पुत्रानें याप्रमाणें वाक्शल्यानें टोंचल्यानें जरी अतिशय दुःख झालें, तरी त्यांनीं तोंडावाटे एक देखील गैर शब्द काढिला नाहीं. वाक्शल्यानें टोंचल्यामुळें दुःखित व क्रुद्ध होऊन एकीकडे सर्पाप्रमाणें सुसकारत असतां ते बहुत वेळ विचार करीत बसले. मग डोळे उघडून व कोपानें देवासुरगंधर्वांसह सर्व लोकांना जाळतातच काय अशी उग्र मुद्रा करून ते व्यवहारचतुर पितामह सौम्य शब्दांनीं दुर्योधनाला

म्हणाले, " बा दुर्योधना, मी यथाशक्ति झटून-झोंबून तुझें हित करीत असतां व तुझ्या कल्याणार्थ रणांत प्राणाची आहुति देण्यास तत्पर असतांही तूं आपला वाग्बाणांनीं मला टोंचितोसच, याला काय म्हणावें ? पांडव माझे हातून मरत नाहींत म्हणून तूं मला दोष देतोस. परंतु पांडव आपणांला अजिंक्य आहेत याचे दाखले तुला युद्धापूर्वीं अनेक वेळां आले असूनही तूं आमचें न ऐकितां त्यांशीं युद्धप्रसंग आणिलास, आणि आतां माझ्या नांवानें खडे फोडितोस या तुझ्या जुलुमाला काय म्हणावें ? सर्व पांडवांची गोष्ट तर राहूं दे, पण नुसत्या अर्जुनाच्याच अजिंक्यतेचे तुला थोडे का दाखले आले आहेत ? तुला स्मरत नसतील तर मी सांगतों; ऐक. खांडववनांत इंद्राचा पराजय करून त्यानें अग्नीला तृप्त केलें; खुद्द तुला जेव्हां गंधर्वांनीं बांधून नेलें, आणि सूतपुत्र कर्ण तसेच तुझे पुत्र व बंधु पळूं लागले, तेव्हां अर्जुनानेंच पुढें होऊन स्वबलानें तुला सोडविलें; गोग्रहणसमयीं विराटनगरांत आपणां सर्वांवर तो एकटाच चालून आला; त्या वेळीं मला व क्रुद्ध द्रोणांना हटवून आमचीं वस्त्रें त्यानें घेतलीं; तसेंच अश्वत्थामा व महेष्वास कृप यांना पूर्वीं गोग्रहकालीं त्यानें जिंकिलें; मीच काय तो एकटा पुरुष आहें, अशी घमेंडी मारणाऱ्या कर्णाला जिंकून उत्तरेला त्याचीं वस्त्रें दिलीं; इंद्रालाही अजिंक्य अशा निवातकवच राक्षसांना अर्जुनानें जिंकिलें. अरे ! अशीं एकासारखीं एक अर्जुनाचे अजेयत्वाचीं किती तरी उदाहरणें तूं पुरापूर पाहिलीं असून, तुझी शंका कायमच आहे ना ? बाबारे ! अर्जुन स्वतःच अजिंक्य, तशांत सर्वेश्वर, देवाधिदेव, अनंतशक्ति, सृष्टिसंहारकर्ता, सनातन, परमात्मा, शंखचक्रगदाधारी, जगत्पालक वासुदेव त्याचा पाठीराखा आहे, तेव्हां अशाला रणांत दांडगाईनें कोण जिंकूं शकेल बरें ? तूंच सांग ! राजा, नारदांसारख्या महर्षींनीं तुला परोपरीनें सांगितलें, परंतु तूं पडलास मूर्ख ! त्यामुळें, काय बोलावें आणि काय न बोलावें हें मनांत न आणितां मला व्यर्थ दोष देतोस, याला काय म्हणावें ? ज्याप्रमाणें मरूं घातलेल्या मनुष्याला सर्वच वृक्ष कांचनमय दिसतात, त्याचप्रमाणें, हे गांधारीपुत्रा, तुलाही सर्व गोष्टी उलट दिसत आहेत. तूं होऊन जर पांडव-सृंजयांशीं एवढा द्वेष केला आहेस, तर आज पुढें होऊन त्यांशीं सामना दे, बरें पाहूं तुझें तरी पौरुष ! शिखंडि खेरीज करून सर्व सोमक व पांचाल यांना मी संपवितों. मग त्यांचे हातून मरून यमसदनास तरी जातों, नाहीं तर त्यांना मारून तुला तरी संतुष्ट करितों. शिखंडि प्रथम राजगृहीं स्त्री जन्मून पश्चात् वरप्राप्तीमुळें पुरुष झाला. यास्तव, माझा प्राण गेला तरी शिखंडीला मी मारणार नाहीं. कारण ब्रह्मदेवानें जर त्याला स्त्री म्हणून जन्मास घातलें, तर कांहीं झालें तरी ती स्त्रीच खरी. असो; हे गांधारीपुत्रा, जोंपर्यंत ही पृथ्वी कायम आहे, तोंपर्यंत लोक वर्णन करीत रहातील असा घोर संग्राम मी उदयीक करीन, ही खातरी ठेव. जा आतां, स्वस्थ झोंप घे. "

राजा, याप्रमाणें भीष्मांनीं सांगतांच राजा दुर्योधन मस्तक लववून पितामहांना वंदन करून तेथून बाहेर पडला, व आपल्या छावणीकडे गेला. तेथें पोहोंचतांच बरोबरचे मंडळीला रजा देऊन तो शत्रुक्षयकर्ता आपले निद्रागारांत गेला. मग तेथें रात्र घालवून उजाडतांच उठून राजे लोकांना त्यानें आज्ञा केली कीं, " आपापलीं सैन्यें अगदीं जय्यत ठेवा. आज भीष्म फार रागावले आहेत, ते सोमकांना निर्मूल करणार आहेत "

दुर्योधनाचें दुःशासनाशीं भाषण.

इकडे भीष्मांची काय स्थिति झाली ती ऐक. आदले रात्रीं दुर्योधनानें त्यांजवळ जें अनेक प्रकारें रडून गाऱ्हाणें दिलें, तें गाऱ्हाणें नसून पर्यायानें आपली निर्भर्त्सनाच आहे असें भीष्मांस वाटून, त्यांना फार फार खेद झाला, व परवशतेची त्यांनीं निंदा केली; आणि आतां रणांत अर्जुनाशीं युद्ध करावयाचें ही गोष्ट मनांत येऊन ते बराच वेळ विचारांत गढून गेले, दुर्योधनानें भीष्मांचें इंगित तर्कानेंच जाणून दुःशासनास आज्ञा केली कीं, भीष्मांचे रक्षक सर्व रथ त्वरित तयार करा, आणि आपले सैन्याच्या सर्व बावीसही तुकड्यांना तयारीचा हुकूम द्या. पांडवांचा ससैन्य वध करून त्यांचें राज्य आपलेकडे यावें म्हणून आज कित्येक वर्षेपर्यंत माझे मनांत इच्छा होती, ती सफल होण्याचा दिवस आज उगवला आहे. याकरितां आजचे दिवशींचें आपलें अत्युच्च कर्तव्य म्हणजे भीष्मांचें रक्षण करणें. कारण, आमचें पाठबळ असलें म्हणजे ते आम्हांला संभाळून पांडवांचा फडशा पाडतील. त्यांच्या मनांत काळेंबेरें नसल्यानें त्यांनीं अगदीं उघडउघडच सांगून ठेविलें आहे कीं, राजा, एका शिखंडीला मात्र मी मारणार नाहीं. कारण तो पूर्ववयांत स्त्री असल्यानें मला रणांत वर्ज्य आहे. मी जर असें न करीन, तर मीं आपले पित्याचें प्रिय करण्याकरितां एवढें समृद्ध राज्य व स्त्रिया यांचा प्रतिज्ञापूर्वक पूर्वीं त्याग केला आहे, ती माझी कृति बाहेर काढून मला नांवें ठेवतील. हे नरश्रेष्ठा, मी तुला खरेंच सांगतों कीं, कांहीं झालें तरी मी स्त्रीला किंवा पूर्वीं स्त्री असलेल्या पुरुषालाही मारणार नाहीं; आणि उद्योगसमयीं (उद्योगपर्वांत) मीं तुला सांगितलें तें जर तूं ऐकिलें असशील, तर तुला हें माहीतच असेल कीं, हा शिखंडि प्रथम शिखंडिनी नामे स्त्रीजन्मास येऊन पश्चात् पुरुष झाला आहे. यामुळें, हा जर माझ्याशीं युद्ध करणार असेल तर मी म्हणून त्याचे पुढें राहून बाण सोडणार नाहीं. तो शिवाय करून जे कोणी क्षत्रिय पांडवांना जय मिळवून देण्याचे इच्छेनें माझे संमुख रणांत उभे रहातील, त्या सर्वांना मी पार करीन.' हे दुःशासना, याप्रमाणें शास्त्रज्ञ गांगेयांनीं मला स्पष्ट सांगितलें आहे, त्या अर्थीं जीव लावून आपण सर्वांनीं गांगेयाचें रक्षण करणें हेंच मला उचित दिसतें. कारण, एक न्याय असा आहे कीं, सिंहही झाला आणि त्याला जर कोणी पाठीराखा नाहीं, तर ऐनगर्दींत लांडगा देखील त्याला थापडील. याकरितां माझें म्हणणें कीं, या शिखंडि लांडग्याचे हातून आपण गांगेय सिंहाला थापडला जाऊं देऊं नये. यास्तव शकुनि मामा, शल्य, कृप, द्रोण, विविंशति ह्या सर्वांनीं दक्षतेनें भीष्मांना राखावें. ते सुरक्षित राहिले म्हणजे आपला जय ठरलेलाच !"

दुर्योधनाचें वचन ऐकून त्या सर्व वीरांनीं बरोबर मोठा रथसमूह घेऊन भीष्मांभोंवतीं कोट केला. पाठोपाठ तुझे पुत्रही भीष्मांभोंवतीं उभे राहून मोठ्या आनंदानें चालले. जातांना त्यांनीं आपले दणक्यानें आकाश, पृथ्वी व पांडवांचीं हृदयें हीं हालवून सोडिलीं. असो; ते सर्व महारथी चिलखतें घालून व रथ आणि हत्ती यांची नीट योजना करून भीष्मांना वेढून उभे राहिले. देवासुरयुद्धांत देव जसे इंद्राला राखून होते, तसे ते कौरववीर भीष्मांना संभाळून उभे राहिले. नंतर दुर्योधन पुनर्वार आपले भावाला म्हणाला, "दुःशासना, तो बघ अर्जुन शिखंडीची पाठ राखीत आहे, आणि स्वतः अर्जुनाचे बचावासाठीं त्याच्या रथाच्या डावे चाकाशीं युधामन्यु व उजवे चाकाशीं उत्तमौजा उभा आहे. असा तिकडे शिखंडीभोंवतीं

बंदोबस्त आहे. करितां आपले निष्काळजीपणानें भीष्म शिखंडीचे तावडींत जेणेंकरून न सांपडतील अशी सक्त तजवीज ठेवा."

बंधूचें हें वचन ऐकून तुझा पुत्र दुःशासन भीष्मांना पुढें करून सेनेसह निघाला. रथांच्या गराड्यामध्यें भीष्मांना उभे पाहून रथिश्रेष्ठ अर्जुन धृष्टद्युम्नाला म्हणाला, "हे पांचाला, आज नरव्याघ्र शिखंडीला भीष्मांचे समोरासमोर उभा कर, आज मी स्वस्तः त्याच्या पाठोपाठ त्याचें रक्षण करण्याकरितां उभा राहातों."

अध्याय नव्याण्णवावा.

—:०:—

व्यूहरचना.

संजय सांगतोः—नंतर शांतनव भीष्मांनीं सेनेसह पटांगणांत येऊन आपले बाजूनें सर्वतोभद्र नांवाचा व्यूह रचिला. त्या व्यूहाचे तोंडाशीं सर्व सैन्याचे अघाडीस कृप, कृतवर्मा, महारथ शैब्य, शकुनि, जयद्रथ व सुदक्षिण कांबोज हे भीष्म व तुझे पुत्र यांसह उभे राहिले. द्रोण, भूरिश्रवा, शल्य, भगदत्त हे चिलखतें चढवून उजवे बाजूला धरून राहिले. अश्वत्थामा, सोमदत्त, दोघे महारथ आवंत्य हे मोठ्या सैन्यासह डावी बाजू राखीत होते. त्रिगर्तीचा सर्व बाजूला वेढा ठेवून राजा दुर्योधन पांडवांशीं तोंड देण्याकरितां व्यूहाचे बरोबर केंद्रस्थानीं उभा राहिला. रथिश्रेष्ठ अलंबुष व महारथ श्रुतायु हे कवचें घालून सर्व सैन्याचे पिछाडीला उभे ठाकले. राजा, तुझे लोक या प्रकारें व्यूहाची मांडणी करून स्वस्थानीं जय्यत उभे राहिले असतां धडकलेल्या अग्नीप्रमाणें शोभत होते.

नंतर पांडवांनीं त्याचे तोडीस तोड एक महाव्यूह रचिला.त्यांत राजा युधिष्ठिर, भीमसेन, नकुल व सहदेव हे सर्व चिलखतें घालून सर्व सैन्यांच्या अघाडीला उभे राहिले. धृष्टद्युम्न, विराट, महारथ सात्यकि हे परसैन्यनाशक वीर मोठ्या सेनेसह त्यांचे पागें राहिले. त्यांचे अलीकडील रांगेला शिखंडि, विजय,घटोत्कच राक्षस महाबाहु चेकितान, व वीर्यवान् कुंतिभोज हे जंगी सैन्यानिशीं उभे होते. त्यांचे मागें शेवटल्या रांगेला महाधन्वा अभिमन्यु, महाबल द्रुपद, धनुर्धर युयुधान, वीर्यवान् युधामन्यु व केकयबंधु हे सज्ज होऊन युद्धार्थ उभे होते. याप्रमाणें पांडवही महाव्यूह रचून तयार उभे राहिले.

नंतर तुझे बाजूचे राजे लोक आपलीं सैन्यें घेऊन व भीष्मांस पुढें करून मोठ्या दक्षतेनें पांडवांवर गेले. त्याचप्रमाणें भीमसेनाला पुढें करून भीष्मांशीं लढण्यासाठीं मोठ्या दणक्यानें विजयेच्छु पांडवही निघाले. निघतांना सिंहनाद, किलबिल शब्द, व शंख, ककच, गोशृंगें, भेरी, मृदंग, पणव, पुष्कर इत्यादि वाद्यें वाजवून मोठमोठ्यानें गर्जना करीत होते. तें पाहून आमचे पक्षानेंही एकदम संतापून ईर्ष्येनें तत्काल भेरी, मृदंग, शंख, दुंदुभि यांचे शब्द, व सिंहनाद, केले; आणि मग निरनिराळ्या प्रकारच्या वीरांच्या वल्गना तत्काल सुरू झाल्या.

उत्पातदर्शन.

नंतर घोर युद्ध झालें. त्या वेळीं एकमेक एकमेकांवर धांवत जाऊन प्रहार करूं लागले. गर्जनेनें पृथ्वी कांपू लागली. पक्षी घोर शब्द करीत इकडे तिकडे भटकूं लागले. सूर्य उगवतांना तेजस्वी होता तो अगदीं फिका पडला. महद्भयसूचक तुफान वारे वाहूं लागले. स्वतः घोर व घोर शब्द करणाऱ्या कोल्ह्या रडूं लागल्या व कांहीं तरी मोठा जीवनाश होणार असें सुचवूं लागल्या. दिशा पेट घेऊन रक्त व हाडें यांनीं मिश्र अशा धुळीचा वर्षाव चालला. राजा, गजअश्वादि वाहनें ध्यानस्थासारखीं मट्ठ उभीं राहिलीं आणि रडून डोळ्यांतून टपटप पाणी गाळूं लागलीं व मलमूत्र टाकूं

लागलीं. अक्राळविक्राळ किंचाळणाऱ्या मनुष्यभक्षक राक्षसांचे गुरफाटलेले महानाद कानीं येऊं लागले. कोल्हीं, गिधाडें व कावळे घिरट्या घालूं लागलीं. कुत्रीं नाहीं नाहीं त्या प्रकारीं रडूं लागलीं. महद्भयसूचक जळत्या उल्का सूर्यावर आदळून तडातड भूमीवर येऊन आपटूं लागल्या. नंतर, त्या भयंकर गर्दीत कौरवपांडवांचीं असलालीं अफाट सैन्यें,—पण वायूनें हालवून सोडलेल्या अरण्याप्रमाणें केवळ शंखभेरींचे आवाजांनीं कांपूं लागलीं; व तीं उभय दळें त्या अशुभ मुहूर्तीं एकमेकांसंमुख येत असतां तुफान वाऱ्यानें उचंबळणाऱ्या समुद्राप्रमाणें त्यांची खळबळ उडून राहिली.

अध्याय शंभरावा.

—:०:—

अलंबुषाभिमन्युसमागम.

संजय सांगतो:—उदार रथी अभिमन्यूनें आपल्या उत्कृष्ट पिंगट वर्णाचे घोड्यांचे रथांत बसून, मेघानें जलवर्षाव करावा त्याप्रमाणें शरवर्षाव करीत दुर्योधनावर धांव घेतली. तो अरिहंता सौभद्र क्रुद्ध होऊन शस्त्रांचे ओघांवर ओघ सोडीत तुमच्या अपरंपार सेनासमुद्रांत जेव्हां निःशंक शिरला, तेव्हां तुह्मांकडील कोणीही त्याला अडवूं शकले नाहींत. राजा, त्यानें सोडिलेल्या शत्रुध्वंसक बाणांनीं प्रतिपक्षीय क्षत्रियांना यमाचीच वसति दाखविली. तो सौभद्र रागावून जाज्वल्य सर्पांप्रमाणें किंवा यमदंडाप्रमाणें घोर बाण सोडीत होता. त्यानें रथासह रथी, स्वारांसकट घोडे व सादींसकट हत्ती विदारून टाकिले. या प्रकारचें अचाट कर्म जेव्हां तो करूं लागला, तेव्हां राजे लोक हर्षित होऊन, त्याचा सन्मान व प्रशंसा करूं लागले. वाऱ्यानें ज्याप्रमाणें कापसाची रास दाही दिशा आकाशांत उडवून द्यावी, त्याप्रमाणें त्या सैन्यांची त्यानें दाणादाण उडवून दिली. हे भारता, त्यानें पळवून लावलेल्या त्या सैन्यांना, चिखलांत रुतलेल्या हत्तींप्रमाणेंच, कोणी तारक मिळेना. मग तुझे सर्व सैन्यांना पळवून लावून तो अभिमन्यु धूमरहित अग्नीप्रमाणें ठिकाणींच जळत उभा राहिला. काळानें प्रेरित पतंग अग्निज्योतीवर जाऊन पडत असतां त्यांना ती जशी सहन होत नाहीं, तसा तुझ्या लोकांना त्या शत्रुहंत्या वीराचा मारा सोसवेना. तो पांडवीय महारथी यावत् शत्रूंवर प्रहार करून संवरून सवज्र इंद्राप्रमाणें अजिंक्य उभाच होता. तो दाही दिशा भ्रमत असतां त्याचें तें सोनेरी पाठीचें धनुष्य मेघपृष्ठावरील विद्युल्लतेप्रमाणें दिसत होतें; आणि त्याचे त्या धनुष्यापासून जे तीक्ष्ण जहरी बाण त्या रणमंडळावर पसरत होते ते फुललेल्या वृक्षांच्या अरण्यांतून भ्रमणाऱ्या भंग्यांच्या थव्यांप्रमाणें दिसत होते. सोनेरी रथांत बसून तो धनुर्धर कृप, द्रोण, द्रौणि, बृहद्बल, जयद्रथ, यांना चकित करीत अशा कौशल्यानें व चलाखीनें घिरटत होता कीं, पाहाणारांना मध्यें कोठें फटच दिसेना. सूर्यमंडलाप्रमाणें तुझें सैन्य भाजून काढीत असतां त्याचें तें धनुष्य सदाकदा मंडलाकार वांकलेलेंच आम्ही पाहात होतों. याप्रमाणें त्या वेगवान् वीराला चमकतांना पाहून त्याच्या त्या अचाट कर्मावरून, या लोकीं दोन अर्जुन आहेत असें सर्व क्षत्रियांना वाटूं लागलें. त्यानें जर्जर करून सोडलेली ती अफाट भारती सेना मदानें धुंद झालेल्या एखाद्या तरुणीप्रमाणें जागचे जागींच झोंके खात होती. त्या अफाट सैन्याला पळवयास लावून आणि महारथ्यांचा थरकांप करून, मयासुराला जिंकून इंद्र जसा आपले मित्रांना आनंदविता झाला, तसा तो सौभद्र स्वमित्रांना आनंद देता झाला. त्यानें पळवून लावलेल्या तुझ्या सैन्यांनीं पर्जन्याचे

शब्दाप्रमाणें घोर आर्तरव केला. राजा, वाहुटळानें उचंबळविलेल्या अंवसे-पुनवेच्या समुद्राच्या गर्जनेप्रमाणें तुझे सैन्याचा तो घोर शब्द ऐकून दुर्योधन अलंबुषाला म्हणाला, “ हे महाबाहो, जसा कांहीं दुसरा अर्जुनच असा हा सौभद्र, देवसेनेला वृत्रासुर त्याप्रमाणें आपले सेनेला पळवीत आहे; तेव्हां, हे राक्षसेंद्रा, अशाला तुजसारख्या सर्वविद्याविशारद वीरावांचून रणभूमीवर दुसरें रामबाण औषध मला दिसत नाहीं. याकरितां सत्वर रणांत जाऊन तूं त्या सौभद्र वीराला ठार कर. आम्ही भीष्मद्रोणांला पुढें करून अर्जुनाला मारितों.”

दुर्योधनाच्या या आज्ञेवरून तो प्रतापी राक्षस वर्षाकालीन मेघाप्रमाणें गर्जत तत्काल समरांत आला. त्याच्या त्या गर्जनेनें पांडवांचें तें अफाट सैन्य वाऱ्यानें हेलकावणाऱ्या समुद्राप्रमाणें खळबळलें. हे महाराजा, बरेच लोक त्याच्या त्या गर्जनेला इतके भ्याले कीं, आपले प्रिय प्राणांना सोडून निचेत धरणीवर पडले. परंतु सौभद्राला उलटा आनंद होऊन तो बाणांसह धनुष्य घेऊन रथाचे पेटीवर नाचतच त्या राक्षसावर आला. त्या वेळीं त्या राक्षसानें संतापून सौभद्रावर चाल केली; व त्याचे आसपास असलेली सर्व सेना पळवून लाविली. देवसेनेवर बल दैत्य पडावा त्याप्रमाणें तो राक्षस आपल्या हातून वध पावत असलेल्या त्या विशाल पांडवचमूवर पडला. राजा, त्या घोररूपी राक्षसानें कत्तल चालविली असतां त्या घाईंत त्या सैन्याचा फारच चेंदामेंदा उडाला. नंतर त्या राक्षसानें हजारों बाण सोडून ती पांडवसेना पळविली व आपला पराक्रम प्रकट केला. तेव्हां त्या भ्यासूर राक्षसाचे कैचींत सांपडलेली पांडुसेना भयानें पळून चालली. हत्तीनें कमलें तुडवावीं त्याप्रमाणें त्या सेनेला तुडवून तो राक्षस महाबल द्रौपदेयांवर गेला. त्या वेळीं ते पांचही शूर धनुर्धर क्रुद्ध होऊन पंचग्रह रवीवर पडावे त्याप्रमाणें त्या राक्षसावर पडले. मग युगांतीं पंचग्रहांनीं चंद्रमा पीडावा त्याप्रमाणें त्या वीर्यशाली पंचवीरांनीं त्या राक्षसाला पीडिलें. प्रथम प्रतिविंध्यानें अति तीक्ष्ण, सर्वांगीं लोहमय व अग्राला न बोथलेले आणि शीघ्रगामी अशा बाणांनीं राक्षसाला विंधिलें. त्या वेळीं त्याचें कवच फुटून जाऊन तो सूर्यकिरणांनीं युक्त मेघाप्रमाणें शोभूं लागला. सोनेरी पिसांचे ते बाण अंगांत रुतले असतां, तो अलंबुष उज्ज्वल शृंगांचे पर्वताप्रमाणें शोभूं लागला. नंतर त्या पांचही भावांनीं स्वर्णभूषित बाणांचा मारा त्या राक्षसावर चालविला. क्रुद्धभुजंगोपम घोर बाणांनीं व्यथित झाला असतां तो अलंबुष नागेंद्राप्रमाणें चवताळला. त्या महारथांनीं बाणांनीं फारच घायाळ केल्यामुळें त्याचे डोळ्यांपुढें बराच वेळ अंधारी आली. नंतर शुद्धीवर येऊन आणि रागानें दुप्पट फुगून तो त्या पांचांचे बाण, ध्वज व धनुष्यें छेदिता झाला. रथाचे पेटीवर नाचत व हंसतच त्यानें एकेकांवर पांच बाण टाकिले. नंतर अधिकच खवळून त्यानें झटक्यासरशीं त्या महाबलांचे घोडे व सारथि मारिले. पश्चात् नाना आकृतींचे शेंकडों हजारों तीक्ष्ण बाण सोडून त्या सर्वांना विरथ करून त्यांचा प्राण घेण्याकरितां तो निशाचर त्यांवर धांवत गेला. त्या दुरात्म्या राक्षसानें आपल्या बंधूंना जर्जर केलेलें पाहून अभिमन्यु त्या राक्षसावर चालून गेला. नंतर त्या उभयतांचें वृत्रवासवतुल्य युद्ध झालें, ते पांडवमहारथी व तुजकडील वीरही पाहातच राहिले. हे महाराजा, ते दोघेही महाबली वीर क्रोधोद्दीस होऊन आणि डोळे लाल करून रणांत सामन्यानें उभे राहिले असतां कालाग्नीप्रमाणें एकमेकांकडे पाहूं लागले. मग त्यांचा फारच उद्वेग-

जनक व घोर असा संग्राम झाला. त्याला उपमा म्हटली म्हणजे पुराणकालच्या देवासुरसंग्रामांतील शक्रशंबरयुद्धाचीच योग्य !

अध्याय एकशें पहिला.

—:०:—

अलंबुषपराभव.

धृतराष्ट्र विचारतोः—हे संजया, तो शूर अर्जुनपुत्र याप्रमाणें महारथांचा रणांत फडशा उडवीत चालला असतां अशाशीं अलंबुषानें युद्ध कसकसें केलें, व उलट शत्रुहंत्या सौभद्रानें अलंबुषाशीं कसें केलें तें जसेंच्या तसेंच मला सांग. त्याचप्रमाणें धनंजय, रथिश्रेष्ठ भीमसेन, राक्षस घटोत्कच, नकुल, सहदेव, किंवा महारथ सात्यकि यांनीं माझे सैन्याची काय अवस्था केली ती खरी खरी सांग. तूं मोठा वर्णनचतुर आहेस, म्हणून तुला पुसतों.

संजय म्हणतोः—फार उत्तम. हे महाराजा, सौभद्र व अलंबुष यांचा तो रोमोद्गम करणारा संग्राम कसकसा झाला; अर्जुन, भीमसेन,नकुल व सहदेव यांनीं रणांत काय पराक्रम केला; तसेंच तुजकडील भीष्मद्रोणप्रभृति वीरांनीं न भितां कसकसलीं अवचट व विचित्र कर्मे केलीं, तें सर्व इत्थंभूत तुला सांगतों; ऐक.

प्रथम अलंबुष हा महानाद करीत व अभिमन्यूला दबकावण्या दाखवून 'हं, उभा रहा, आलों' असें म्हणत त्याजवर वेगानें धांवत गेला. अभिमन्युही वारंवार सिंहगर्जना करीत आपल्या पित्याचा हाडवैरी जो तो धनुर्धर अलंबुष त्यावर धांवून गेला. या प्रकारें ते रथिश्रेष्ठ नर आणि राक्षस देवदानवांप्रमाणें मोठ्या वेगानें आपले रथ घेऊन एकत्र भिडले. राक्षस पूर्ण मायावी होता; अर्जुनपुत्र पूर्ण दिव्यास्त्रकुशल होता. प्रथम कार्ष्णीनें तीन तीक्ष्ण बाण अलंबुषाला मारून, लगेहात आणखी पांच बाण मारिले. अलंबुषानेंही संतापून अंकुशांनीं मत्त गजाला टोंचावें त्याप्रमाणें कार्ष्णीला नऊ बाणांनीं टोंचिलें, आणि त्या चलाख राक्षसानें त्वरा करून आणखी एक सहस्र बाण मारिले. तेव्हां अभिमन्यूनें कोपून नतपर्व अशा नऊ बाणांनीं त्या राक्षसाचें छाताड फोडिलें. मर्में फोडून ते बाण त्या राक्षसाचे देहांत तत्काल रुतून बसले असतां रक्त वाहूं लागल्यानें तो राक्षस सर्वभर फुललेल्या पळसांनीं युक्त अशा पर्वताप्रमाणें शोभूं लागला. किंवा ते तप्तस्वर्णाचे पिच्छांनीं युक्त असे शर देहावर धारण करण्यानें तो ज्वालामुखी पर्वताप्रमाणें दिसत होता, असेंही म्हणणें बरें ! असो; नंतर तो अक्षांत राक्षस फारच खवळून त्यानें त्या इंद्रतुल्य कार्ष्णीला बाणांनीं आच्छादून टाकिलें. त्यानें सोडिलेले ते यमदंडतुल्य तीक्ष्ण बाण अभिमन्यूला फोडून जाऊन भुईत घुसले. तोच प्रकार उलट अभिमन्यूनें राक्षसावर सोडिलेल्या बाणांनीं केला. परंतु सौभद्रानें आपल्या नतपर्व बाणांनीं इंद्रानें जसें मयाला तसें त्या राक्षसाला युद्धविमुखच करून टाकिलें. त्या कालीं त्या राक्षसानें शत्रूला क्लेश देणारी अशी अंधकारमय माया प्रकट केली. त्या मायेमुळे ते सर्वच अंधारांत गढून जाऊन त्यांना अभिमन्यूही दिसेना किंवा स्वपरपक्षाचे लोकही दिसतना. अभिमन्यूनें तो भयंकर अंधार पाहून 'भास्कर' संज्ञक दिव्यास्त्र प्रकट केलें; तेणेंकरून सर्वत्र प्रकाशच प्रकाश झाला. या प्रकारें कार्ष्णीनें त्या दुष्ट राक्षसाची माया तोडून टाकून शिवाय संतापून त्याला नतपर्व बाणांनीं केवळ झांकून काढिलें. पुनरपि राक्षसानें अनेक माया सोडिल्या, परंतु त्या अगाधसत्त्व व अखिलास्त्रज्ञ फाल्गुनीनें तेवढ्यांचेंही निवारण केलें. आपल्या सर्व माया ध्वस्त होऊन शिवाय बाणांचा मारा आपल्यावर सुरूच आहे असें

पाहून तो राक्षस आपला रथ तेथेंच सोडून भयानें पळून गेला.

याप्रमाणें त्या कपटयुद्ध करणाऱ्या राक्षसाला जिंकल्यावर, एखादा मदांध गंधद्विप ज्याप्रमाणें कमलयुक्त पद्मिनीला चिरडून टाकितो, त्याप्रमाणें अभिमन्यु तुझे सैन्याला चिरडीत सुटला. त्या वेळीं आपले सैन्याची पळापळ पाहून शांतनव भीष्मांनीं मोठी बाणवृष्टि करून सौभद्राला झांकिलें; व धार्तराष्ट्रपक्षाचे इतर महारथी त्याला एकट्याला मध्यें कोंडून बाणांनीं केवळ तासून काढूं लागले. परंतु शस्त्रधरश्रेष्ठ सौभद्र हा पराक्रमानें आपल्या बापाच्या व शौर्य आणि बल यांनीं आपल्या मामाच्या तोडीचा असल्यानें, त्यानें त्या रथ्यांशीं लढतांना अनेक प्रकारांनीं आपल्या बापाला व मामाला शोभेल अशीच कृति करून दाखविली. इतक्यांत अक्षांत वीर अर्जुन तुझे सैनिकांना झोडीत झोडीत पुत्ररक्षणेच्छेनें भीष्मांजवळ येऊन ठेपला. राजा, राहूनें सूर्याला गांठावें त्याप्रमाणें तुझ्या देवव्रत पित्यानेंही अर्जुनाशीं रणांत गांठ घातली. नंतर तुझे पुत्रांनीं रथ, अश्व, कुंजर यांसह भीष्मांना गराडा देऊन ते त्यांचें रक्षण करूं लागले. पांडवही मोठ्या तयारीनें धनंजयाभोंवतीं उभे राहून त्याचें रक्षण करूं लागले. मग भीष्मांचे समोरच उभे राहिलेल्या अर्जुनाला पंचवीस बाणांनीं कृपाचार्यांनी वेधिलें त्याबरोबर हत्तीवर व्याघ्र उसळतो त्याप्रमाणें अर्जुनप्रियकर्त्या सात्यकीनें कृपांवर उसळून त्यांना तीक्ष्ण बाणांनीं वेधिलें. गौतमानेंही तत्काल संतापून नऊ कंकपत्रयुक्त बाण सात्यकीचे काळिजांत रोंविले. तेव्हां सात्यकीनें अधिकच खवळून आपलें धनुष्य चांगलें वांकवून मोठ्या झपाट्यानें कृपाचार्यांचा तत्काळ तोच करील असा एक शिलीमुख बाण योजिला. तो इंद्रवज्रतुल्य तेजस्वी बाण येऊन पडणार तों अति रागीट अश्वत्थाम्यानें वाटेंतच त्याचीं दोन खांडें करून टाकिलीं. ते वेळीं गौतमाचा नाद सोडून, आकाशांत राहु चंद्रावर धांवतो त्याप्रमाणें तो रथिश्रेष्ठ सात्यकि द्रौणीवर धांवला. परंतु द्रौणीनें त्याचें धनुष्य तोडून टाकून त्यावर बाणांचा भडिमार चालविला. हे महाराजा, त्या काळीं सात्यकीनें दुसरें बळकट शत्रुक्षयकारक असें धनुष्य घेऊन अश्वत्थाम्याच्या छातीवर व दंडावर मिळून साठ बाण मारिले. तेव्हां अश्वत्थामा घायाळ व विव्हल होऊन त्याचे डोळ्यांपुढें अंधारी आली, आणि ध्वजाचा दांडा धरून तो रथाच्या पेटीवर बसला. क्षणकालानें शुद्धीवर येऊन त्या प्रतापी द्रोणपुत्रानें सात्यकीला संतापानें एक नाराच बाण मारिला, तो त्याला भेदून, वसंतकालीं सर्पाचें पिलूं जसें बिळांत शिरतें तसा भूमींत शिरला. नंतर द्रौणीनें दुसऱ्या एका भल्ल बाणानें सात्यकीचा ध्वज हाणून पाडून सिंहनाद केला; आणि ग्रीष्मांतीं मेघांनीं सूर्याला आच्छादावें त्याप्रमाणें बाणवर्षाव करून त्याला घोर शरजालानें छावून टाकिलें. परंतु सात्यकीनें तें शरजाल उडवून देऊन उलट अश्वत्थाम्यावर बाणांचें छत बांधिलें; व ढगांतून बाहेर पडलेला सूर्य ज्याप्रमाणें पुनः पृथ्वीला तावूं लागतो, त्याप्रमाणें स्वतः शरजालमुक्त होऊन द्रौणीला पुनः तो ताप देऊं लागला; व पुनः उठाव करून त्यावर सहस्र बाण मारून त्याला झांकून टाकून सिंहाप्रमाणें गरजला. राहूनें ग्रासलेल्या चंद्रासारखी स्वपुत्राची स्थिति पाहून प्रतापी द्रोण सात्यकीवर चालून आले; व सात्यकीनें गांजलेल्या आपल्या पुत्राच्या बचावाच्या उत्कंठेनें त्यांनीं त्या गर्दींत सुतीक्ष्ण असा पृषत्क बाण सात्यकीवर सोडिला. तेव्हां सात्यकीनें अश्वत्थाम्याला

सोडून द्रोणावरच सर्वलोहमय असे वीस बाण मारिले. इतक्या संधींत अगाधसत्त्व महारथ अर्जुन खवळून द्रोणांवर आला. ते वेळीं, हे महाराजा, आकाशांत बुध-शुक्रांची तशी त्या द्रोण-पार्थांची त्या महासंग्रामांत गांठ पडली.

अध्याय एकशें दुसरा.

—:•:—

द्रोणार्जुनयुद्ध.

धृतराष्ट्र विचारतोः—हे संजया, महेष्वास द्रोण व धनंजय पांडव हे दोघेही नरश्रेष्ठ एकमेकांशीं कसे तयारीनें भिडले तें मला सांग. कारण, बुद्धिमान् द्रोणाचार्यांचा अर्जुन म्हणजे अखंड प्रीतींतला शिष्य; बरें, अर्जुनाचीही गुरुजींवर अलोट भक्ति; असें असतां मोठ्या उत्साहानें मदोन्मत्त सिंहांसारखे ते भारद्वाज व धनंजय सज्ज होऊन रणांत भिडले, हा प्रकार काय तो मला निवेदन कर.

संजय सांगतोः—हे राजा, पार्थ हा आपला लाडका आहे. ह्या गोष्टीची गुरु द्रोणांनीं, किंवा द्रोण हे आपले गुरु आहेत ह्या गोष्टीची पार्थानेंही ओळख ठेविली नाहीं. त्यांनीं संग्रामाचे वेळीं केवळ क्षत्रधर्माकडे पाहिलें; आणि राजा, तुला माहीतच असेल कीं, या क्षत्रधर्माप्रमाणें चालणारे क्षत्रिय हा माझा अमका म्हणून कोणाचीही वगळ करीत नाहींत; आपला पिता असो, भ्राता असो, ती नात्याची मर्यादा कशी ती न पाळतां परस्पर झगडतात. असो; राजा, युद्धांत प्रथम अर्जुनानें द्रोणांस तीन बाण मारिले; परंतु पार्थचापापासून सुटलेल्या त्या बाणांकडे द्रोणांनीं लक्षही दिलें नाहीं. तेव्हां पार्थानें पुनः त्यांना बाणवृष्टीनें झांकून काढिलें. आतां मात्र अरण्यांत बळावलेल्या अग्नीप्रमाणें द्रोण क्रोधानें जळूं लागून त्यांनीं थोड्याच अवकाशांत अर्जुनाला नतपर्व अशा बाणांनीं आच्छादून टाकिलें. इतक्यांत दुर्योधनानें सुशर्म्याला द्रोणांचे बाजूला त्यांचे रक्षणार्थ राहाण्यास सांगितलें. तेव्हां सुशर्म्यानेंही आपलें धनुष्य बरेंच वांकवून क्रोधानें पार्थाला केवळ लोहमय बाणांनीं आच्छादिलें. राजा, द्रोण-सुशर्म्यांनीं सोडलेले ते बाण शरत्कालीं आकाशांतून कळपांनीं जाणाऱ्या शुभ्र हंसांप्रमाणें अंतरालांत शोभत होते. ते बाण पार्थाजवळ येऊन, मधुर फलांच्या भारानें लवलेल्या वृक्षाला जसे पक्षी झोंबून पडतात, तसे त्याभोंवतीं झोंबून पडत होते. मग अर्जुनानें सिंहनाद करून सुशर्म्याला त्याचे पुत्रांसह बाणांनीं विंधिलें. पार्थ जरी कल्पांतींच्या कालाप्रमाणें त्यांचा संहार करूं पाहा[त] होता, तरी मरणाविषयीं त्यांचा निश्चयच झाला असल्यानें ते पार्थाचे पुढेंपुढेंच येत होते. त्यांनीं पांडवाचे रथावर शरवृष्टि केली, परंतु पर्वतानें जलवृष्टि अंगावर घ्यावी त्याप्रमाणें तो त्या वृष्टीला उलट आपण शरौघ सोडून वरचेवर धरीत होता. त्या वेळीं अर्जुनाचें अद्भुतच हस्तलाघव आम्हीं पाहिलें. कारण, अनेक योद्धे सारखे शरवृष्टि करीत होते; आणि वायूनें ढगाळ उडवून द्यावें त्याप्रमाणें तो एकटा तेवढी उडवून देत होता. पार्थाच्या ह्या कर्तबगारीनें देवदैत्यही संतुष्ट झाले. यानंतर पार्थानें त्रिगर्तांवर संतापून सेनामुखीं वायव्यास्त्र सोडिलें. तेव्हां वायु प्रकट होऊन त्यानें नभस्तल हालवून सोडिलें, झाडेंचीं झाडें पाडिलीं, व सैनिकांनाही लोळविलें. द्रोणांनीं तें दारुण वायव्यास्त्र पाहून त्यावर तोड म्हणून जबरदस्त असें पर्वतास्त्र सोडिलें. तें अस्त्र द्रोणांनीं सोडतांच वायु बंद पडला, व पूर्वीं धुंद झालेल्या दिशा खुलल्या. नंतर त्या वीर पांडवानें त्रिगर्तांचे रथ्यांना निरुत्साह, हीनविक्रम व युद्धविमुख करून सोडिलें. त्या वेळीं दुर्योधन,

कृप, अश्वत्थामा, शल्य, कांबोज सुदक्षिण, आवंत्य विंद व अनुविंद, व बाल्हीकवीरांसह बाल्हिक यांनीं बरोबर रथसंघ घेऊन पार्थाच्या दिशा कोंडून टाकिल्या. भगदत्त व महाबल श्रुतायु यांनीं गजघंटा बरोबर घेऊन भीमाला तसेंच कोंडिलें. हे लोकनाथा, भूरिश्रवा, शल, सौबल यांहीं विमल व तीक्ष्ण शरौघांनीं नकुल-सहदेवांना घेरलें. ससैनिक धृतराष्ट्रपुत्रांचे साह्यानें भीष्मांनीं युधिष्ठिराला गांठून वेढिलें.

तेव्हां भीमसेन हा आपणावर गजदळ येत आहेसें पाहून काननांतील सिंहाप्रमाणें जिभल्या चाटूं लागला, व हातीं गदा घेऊन रथाखालीं उडी घेऊन तुझे सैन्यांना दरडवूं लागला. भीमसेनाला गदायुक्त पाहून त्या गजसादींनीं त्याला मोठ्या सावधगिरीनें वेढा दिला. भीमसेन त्या गजदळामध्यें उभा असतां मेघमध्यवर्ती सूर्याप्रमाणें शोभत होता. मग वाऱ्यानें ढगाळ उडवून द्यावें त्याप्रमाणें भीमानें आपल्या गदेच्या तडाक्यानें तीं हत्तींचीं धुडें उडवून दिलीं. ते हत्ती भीमसेनाच्या रट्ट्यांत सांपडले तेव्हां जर्जर होऊन मेघगर्जनेप्रमाणें ओरडूं लागले. हत्तींनींही आपल्या सुळक्यांनीं भीमाला बरेच ठिकाणीं फाडिलें होतें; त्यामुळें तो फुललेल्या पळसाप्रमाणें रणांत शोभूं लागला. त्यानें कित्येक हत्तींचे सुळके पकडून त्या हत्तींना दंतहीनच करून टाकिलें. कोठें कोठें तोच उपटलेला सुळका त्याच हत्तीच्या टाळक्यांत मारून दंडहस्त यमाप्रमाणें त्याला जागींच लोळविलें. मेद व मज्जा यांचा शिडकाव झालेला व रक्तानें न्हालेला तो भीम ती रक्तानें भरलेली गदा हातीं घेऊन उभा असतां साक्षात् रुद्राप्रमाणें भयंकर दिसत होता.

हे राजा, याप्रमाणें संहार उडून जे कांहीं महागज उरले होते, ते आपल्याच सैन्याला तुडवीत बारा वाटा पळूं लागले. हे भरतश्रेष्ठा, ते महागज पळतांना पाहून दुर्योधनाचे सर्व सैन्यानेंही तोंड फिरविलें.

अध्याय एकशें तिसरा.

--:०:--

संकुलयुद्ध.

संजय सांगतोः—ऐन दुपारीं भीष्म व सोमक यांचा लोकक्षयकारक असा घोर संग्राम झाला. रथिश्रेष्ठ गांगेयांनीं शेंकडों हजारों बाण मारून पांडवसैन्याचा नाश चालविला. कापून ठेवलेल्या धान्यराशीला गुरें तुडवितात त्याप्रमाणें भीष्मांनीं पांडवसेनेची गति केली. धृष्टद्युम्न, शिखंडि, विराट व द्रुपद हे बाणांनीं त्या महारथाला सडकीत होते. त्या काली भीष्मांनीं धृष्टद्युम्नाला व विराटाला तीन तीन बाण मारून द्रुपदावर एक नाराच बाण टाकिला. या प्रकारें त्या शत्रुहंत्या भीमांनीं वेध केले असतां शेपटीवर पाय पडलेल्या सर्पाप्रमाणें ते चवताळले. मग शिखंडीनें पितामहांवर प्रहार केला, परंतु त्या सत्यव्रतानें शिखंडि स्त्री हें ध्यानांत आणून त्यावर उलट प्रहार केला नाहीं. धृष्टद्युम्नानें क्रोधानें अग्नीप्रमाणें जळफळत पितामहांचे दंड व छाती यांवर तीन बाण वाहिले. द्रुपदानें पंचवीस, विराटानें दहा आणि शिखंडीनें पंचवीस बाण भीष्मांस मारिले. त्या वेळीं फार जखमी होऊन अंगांतून रक्ताचे पाट वाहूं लागल्यानें वसंत ऋतूंत पुष्पांनीं चित्रित झालेल्या तांबड्या अशोक वृक्षाप्रमाणें ते शोभूं लागले. मग त्यांनीं त्या वीरांवर प्रत्येकीं तीन तीन सरळ बाण टाकिले, आणि द्रुपदाचें मात्र एका भल्ल बाणानें धनुष्यच तोडिलें. त्यानें दुसरें धनुष्य घेऊन सुतीक्ष्ण असे पांच बाण भीष्मांना व तीन त्यांचे सारथ्याला मारिले. हे महाराजा, याशिवाय भीमसेन, द्रौपदीचे पांचही पुत्र,

पांच केकय बंधु, सात्वत सात्यकि व धृष्टद्युम्न हे युधिष्ठिराला पुढें करून पांचाल्यांचें रक्षण करण्याचे इच्छेनें गांगेयांवर धांवत गेले. त्याचप्रमाणें तुझ्या बाजूचे राजे लोक भीष्मांचे रक्षणाविषयीं उद्युक्त होऊन सैन्यासह पांडवसेनेवर जाऊन पडले. तेथें उभय पक्षांकडील नर, अश्व, हस्ती, रथ यांचें संकुल युद्ध होऊन यमपुरीला बरीच भर पडली. रथ्यानें रथ्याला गांठून यमगृहीं पाठविलें; त्याचप्रमाणें, अवांतर म्हणजे पायदळ लोक, अश्वसादी, व गजसादी यांनीं नतपर्व बाणांनीं आपापले प्रतिस्पर्ध्यांस परलोकीं पाठविलें. ठिकठिकाणीं रथ्यांनीं विविध घोर बाण मारून रथी व सारथि मारिल्यानें कित्येक रथांचे घोडे भडकून ते दशदिशा धांवत चालले; अशा प्रकारें कीं, त्यांनीं वाटेंत किती तरी लोक व घोडे चिरडून टाकिले. ते रथ अतिशय मोठे असून केवळ वाऱ्याप्रमाणें धांवत चालल्यानें आकाशांतील गंधर्वनगराप्रमाणें दिसत होते. तसेंच, रथहीन झालेले, अंगांत चिलखतें चढविलेले, वीरश्रीनें झळकणारे, कुंडलें व शिरस्त्राणें घातलेले, स्वर्णमय बाहुभूषणें ल्यालेले, सर्वही देवपुत्रासारखे देदीप्यमान असून युद्धांत इंद्रासारखे शूर, आणि ऋद्धीनें कुबेराला व नयानें बृहस्पतीलाही मागें टाकणारे सर्व लोकांचे अधिपति राजे रथी यःकश्चित् प्राकृत मनुष्याप्रमाणें ठिकठिकाणीं पळतांना दिसत होते. राजा, नूतन मेघाप्रमाणें दिसणारे, पर्जन्याप्रमाणें गर्जना करणारे व विचित्र चिलखतें, चामरें व पताका यांहीं विभूषित असे लांब सुळेवाले हत्ती आपलींच सैन्यें तुडवीत व पाठीवरील शुभ्र छत्रें व सोनेरी दांड्यांचीं चामरें इकडे तिकडे पेरीत दशदिशा धांवत सुटलेले दिसत होते. त्याचप्रमाणें त्या उभय सैन्यांतील गजारोही खालील हत्ती मरून पडल्यामुळें पायीं पायींच त्या गर्दींतून पळत होते. नानादेशांत उत्पन्न झालेले व स्वर्णालंकारांनीं भूषित केलेले शेंकडों हजारों अश्व वाऱ्याप्रमाणें इतस्ततः धांवतांना दृष्टीस पडले. घोडे मरून पडल्यामुळें हातीं तरवारी घेऊन इकडे तिकडे धांवणारे किंवा धावूं लागलेले कांहीं घोडेस्वार इतस्ततः दिसत होते. एक गज दुसऱ्या गजाला पळतांना पाहून आपणही वेगानें धांवत जाऊन वाटेंत माणसें व घोडे तसेच रथ यांना चिरडून टाकीत होता. तसेंच रथही रणांत घोड्यांवरून पडलेल्या माणसांना चिरडून टाकीत होते. घोडेही माणसांना तुडवीत होते. एवंच, अशी सर्वत्र चेंगराचेंगरी चालू होती. या प्रकारें भयंकर युद्ध चाललें असतां रक्ताची भयंकर नदीच उत्पन्न झाली. तींत तरंगणारीं रक्तानें भरलेलीं आंतडीं हींच लाटांप्रमाणें होतीं. जागोजाग पडलेल्या हाडांच्या राशी हे प्रवासास अडथळा करणारे खडक होते. वीरांचे केश हेंच तींतील शेवाळ होतें. रथ हेच डोह; घुमणारे बाण हेच तींतील भोंवरे; घोडे हेच हातीं न लागणारे मासे; मुंडकीं हीच दगडाळ; हत्ती हेच नक्र; कवचें आणि पागोटीं ह्याच फेंसाच्या वड्या; धनुष्यें हेच वेग; तरवारी हींच कासवें; ध्वज, पताका हींच झाडें; ज्यांना ती वारंवार गडप करीत होती अशीं मनुष्यें त्याच तिच्या थडी; व तेथें बसलेले मांसभक्षक प्राणी हेच तेथील हंसपक्षी होते. मात्र ही नदी इतर नद्यांप्रमाणें समुद्राला भर न घालितां यमराष्ट्राला भर घालीत होती. अनेक शूर क्षत्रिय या नदीला रथ, नाग, हय एतद्रूप नौकांनीं निर्भयपणें तरून गेले. परंतु जे भेकड होते त्यांना मात्र मूर्च्छाकुल करून, वैतरणी मृतांना यमपुरीस वहात नेते त्याप्रमाणें तिनें वहात नेलें !

ती भयंकर प्राणहानि पाहून तेथील क्षत्रिय ओरडूं लागले कीं, "हरहर! दुर्योधनाचे अपराधानें हे क्षत्रिय क्षयाला जात आहेत. अहो, ह्या पापात्म्या धृतराष्ट्र राजानें लोभाविष्ट होऊन गुणवान् पांडवांशीं द्वेष तरी कसा केला हो?" याप्रमाणें ते क्षत्रिय पांडवांचीं स्तोत्रें गातांना व तुझे पोरांचे नांवानें खडे फोडतांना ऐकूं येत होते. सर्वच योद्ध्यांनीं या प्रकारचे काढिलेले उद्गार ऐकून अलमदुनियेचा गुन्हेगार तुझा पुत्र दुर्योधन भीष्म, द्रोण, कृप व शल्य यांना म्हणाला, 'आढ्यता सोडून लढा. उगीच उशीर कां करितां?' हें ऐकतांच, फांशांमुळें उद्भवलेलें तें कुरुपांडवांचें युद्ध पुनः सुरू होऊन भयंकर कत्तल सुरू झाली. हे विचित्रवीर्यपुत्रा, पूर्वीं थोरथोरांनीं तुझें निवारण केलें असून तूं त्यांचें ऐकिलें नाहींस, त्याचा हा असा भयंकर परिणाम पहा! कारण पांडव, त्यांचे सैनिक व अनुयायी, त्याचप्रमाणें कौरव, त्यांचे सैनिक व अनुयायी यांपैकीं कोणीच जिवाची पर्वा या युद्धांत बाळगीत नाहीं; व या प्रकारें, हे पुरुषव्याघ्रा, दैवगतीनें किंवा तुझ्या अन्यायामुळें हा भयंकर जनक्षय चालू आहे!

अध्याय एकशें चौथा.

—:०:—

संकुलयुद्ध.

संजय सांगतोः—नरव्याघ्र अर्जुनानें त्या सुशर्म्याचे अनुयायी राजांस तीक्ष्ण बाणांनीं प्रेतपतीचें घर दाखविलें; तेव्हां सुशर्म्यानेंही अर्जुनास अनेक बाण मारून, वासुदेवास सत्तर बाण मारिले, व पुनरपि अर्जुनास नऊ बाण मारिले. परंतु त्या महारथी इंद्रपुत्रानें सुशर्म्याचें निवारण करून त्याचे योद्ध्यांना बाणांचे योगानें यमसदनीं पाठविलें. युगांतींचे काळाप्रमाणें पार्थाचे हातून ते जेव्हां वध पावूं लागले, तेव्हां भय उत्पन्न होऊन पळूं लागले. कोणी आपले घोडे, कोणी आपले रथ, तर कोणी आपले हत्ती सोडून देऊन त्यांनीं दाही दिशा पळ काढला. पायदळ लोकही हातचीं शस्त्रें टाकून निराश होऊन ठिकठिकाणीं पळूं लागले; आणि त्रिगर्ताधिपति सुशर्मा व इतर थोर राजे हे निवारण करीत असतांही थांबतना. या प्रकारें आपलें सैन्य पळतांना पाहून तुझा पुत्र दुर्योधन सर्व सैन्यासह मोठ्या मेहनतीनें सुशर्म्याचे प्राण वांचविण्याकरितां धनंजयावर धांवून गेला. परंतु तो एकटा काय तो नानाविध बाण सोडीत आपले बंधूंसह त्या रणमंडळावर उभा राहिला; कारण, बाकीचे सर्व लोक पळून गेले. उलटपक्षीं पांडवही सज्ज होऊन मोठ्या मेहनतीनें फाल्गुनाचा बचाव करण्याकरितां भीष्म उभे होते तिकडे चालून गेले. अर्जुनाचें भयंकर शौर्य जरी ते जाणीत होते, तरीही मोठ्या उत्साहानें आरोळ्या ठोकीत ते भीष्मांभोंवतीं उभे राहिले. तेव्हां त्या तालध्वज भीष्मांनीं नतपर्व बाणांनीं पांडवसेनेला आच्छादून सोडिलें.

हे महाराजा, नंतर सर्व कौरवपांडव एक होऊन युद्ध करूं लागले. या वेळीं सूर्य ऐनमध्यावर आला होता. शूर सात्यकि कृतवर्म्याला पांच बाणांनीं वेधून शिवाय हजारों बाण सोडीत रणांत उभाच होता. नंतर तसेंच द्रुपद राजानें द्रोणाचार्याला तीक्ष्ण बाणांनीं वेधून पुनः सत्तर बाण त्यांवर सोडून त्यांचे सारथ्यावर पांच बाण सोडिले. भीमसेनानें आपल्या पणजाला—बाल्हीकाला वेधून रानांत व्याघ्र गरजतो तशी गर्जना केली. शूर अभिमन्यु चित्रसेनाचे अनेक बाण सोसूनही आपण हजारों बाणांची पेर करीत उभा राहिला. चित्रसेनाला त्यानें तीनच बाणांत फार जखमी

केलें. ते दोघे थोर योद्धे एकत्र मिळाले असतां आकाशांतील बुध-शनैश्चरांप्रमाणें घोर दिसूं लागले. सौभद्रानें चित्रसेनाचे चारी घोडे मारून व नऊ बाणांनीं सारथि मारून मोठ्यानें गर्जना केली. हे प्रजानाथा, घोडे मरतांच चित्रसेन त्या रथावरून पटकन् उतरून दुर्मुखाचे रथावर चढला. पराक्रमी द्रोणांनीं नतपर्व बाणांनीं द्रुपदाला मारून झापाट्याबरोबर त्याचा सारथि पाडिला. सेनेचे तोंडींच द्रोणांनीं आपले असे हाल चालविलेले पाहून व पूर्ववैराची स्मृति होऊन आपल्या चलाख अश्वांचे साह्यानें द्रुपद तत्काल मागें फिरला. भीमसेनानें सर्व सैन्यादेखत राजा बाल्हिकाला एका मुहूर्तांतच अश्व, रथ व सारथि यांहीं विरहित केलें. त्या वेळीं बाल्हीकाला मोठी भीति पडून तो कांहीं वेळ गोंधळून गेला. नंतर तो नरश्रेष्ठ खालीं उडी टाकून तटदिशीं लक्ष्मणाचे रथावर चढला. सात्यकीनें अनेक बाणांनीं कृतवर्मोचें निवारण करून नंतर पितामहांशीं गांठ घातली; व केंसांत घुसणारे असे साठ तीक्ष्ण बाण त्यांना मारून आपले हातांतील मोठें धनुष्य हालवीत तो रथाच्या पेटीवर थयथय नाचूं लागला. त्या काळीं पितामहांनीं नागकन्येप्रमाणें चपल, नेत्रानंदकर आणि स्वर्णानें चित्रित केलेली लोहमय शक्ति सात्यकीवर सोडिली. ती दुर्जय व मृत्युरूपी शक्ति अंगावर येत असतांच त्या यशस्वी वृष्णिवीरानें चलाखीनें उडवून दिली. तेव्हां ती परमदारुण व उज्ज्वल शक्ति सात्यकीस न लागतां एखादे उल्केप्रमाणें धरणीवर आदळली. नंतर सात्यकीनें आपली कनकप्रभा शक्ति झटकन् पकडून पितामहांच्या रथावर सोडिली. मनुष्याला कालरात्र झडपते त्याप्रमाणें सात्यकीनें हातांतून जोरानें भिरकावून दिलेली ती शक्ति सोसाट्यानें भीष्मांवर झडप घालूं लागली; परंतु तीक्ष्ण क्षुरप्रांनीं भीष्मांनीं ती पडतां पडतांच दुखंड केल्यानें भूमीवर पडली. नंतर त्या शत्रुकर्शन भीष्मांनीं सात्यकीचे छातींत हंसतच नऊ बाण मारिले. हे पांडुपूर्वजा, त्या वेळीं पांडववीरांनीं सात्यकीचे बचावाकरितां आपले रथ, नाग, अश्व यांसह भीष्मांना गराडा दिला. नंतर त्या संग्रामभूमीवर अंगावर रोमांच उभारणारें असें कुरुपांडवांचें तुमुल युद्ध झालें.

अध्याय एकशें पांचवा.

—:०:—

संकुलयुद्ध.

संजय सांगतोः—हे महाराजा, ग्रीष्मांतीं आकाशांत मेघ सूर्याला आच्छादून टाकितात त्याप्रमाणें पांडवांनीं क्रुद्ध भीष्मांना आच्छादिलेलें पाहून राजा दुर्योधन दुःशासनाला म्हणाला, "हे भारता, हा महाधनुर्धर शत्रुहंता भीष्म शूर पांडवांनीं चौफेर वेढिला आहे. तस्मात् त्या महात्म्याचें तूं रक्षण कर, म्हणजे तो पांडवांसह पांचालांचा रणांत समाचार घेईल. यास्तव आपलें अत्युच्च कर्तव्य म्हणजे भीष्मांचें रक्षण असेंचमी मानितों. हा महाव्रतच आमचा परित्राता आहे. याकरितां तूं आपले सर्व सैन्यानिशीं त्या दुष्कर कर्म करणाऱ्या भीष्मांचें रक्षण कर."

याप्रमाणें दुर्योधनानें सांगतांच दुःशासन सर्व सैन्यासह भीष्मांना वेढा देऊन राहिला. नंतर चांगले कवाईत शिकलेले व युद्धकुशल असे बलाढ्य, सुंदर वेष घातलेले, व हातीं निर्मल प्रास, ऋष्टि, तोमर आणि पताका धारण करणारे असे हजारों हजार गुर्मीदार घोडेस्वार घेऊन शकुनीनें नकुल, सहदेव व पांडव धर्मराज यांस वेढिलें. त्या काळीं दुर्योधनानें पांडवांचें निवारण करण्याकरितां दहा सहस्र

घोडेस्वार पाठविले. ते गरुडासारखे वेगवान् घोडे रणांत आले तेव्हां त्यांच्या टापांच्या तडाक्यानें ती भूमि कांपूं आणि शब्द करूं लागली. त्या वेळीं तो खुरांचा शब्द ऐकून वणवा लागलेल्या पर्वतावरील वेळूंचे वनांतील शब्दाचा भास होऊं लागला. ते घोडे जेव्हां धांवूं लागले, तेव्हां त्यांचे टापांनीं उडालेली धूळ सूर्याचे रथाशीं पोंचली व तिनें सूर्य आच्छादित केला. महावेगवान् हंसांचे झडपेनें एखादें मोठें सरोवर हालून जावें त्याप्रमाणें त्या वेगवान् अश्वांचे योगानें ती पांडवसेना हलखलून गेली. घोड्यांच्या खिंकाळण्यापुढें तर कांहींच ऐकूं येईनासें झालें. त्या कालीं, वर्षाकालांत जलाची समृद्धि होऊन अतिशय वाढलेल्या पर्वदिवशींच्या समुद्राजलाला जशी तीरमर्यादा आळा घालिते, तसा युधिष्ठिर व दोघे माद्रीपुत्र यांनीं त्या घोडेस्वारांचा वेग जोरानें दाबून टाकिला. नंतर त्या रथ्यांनीं नतपर्व बाणांनीं त्या स्वारांचीं मुंडकीं तोडिलीं; त्या वेळीं, हत्तींनीं मारिलेले हत्ती जसे गिरिगव्हरांत पडतात तसे त्या धनुर्धरांनीं मारिलेले ते स्वार तेथें पडले. पांडववीर प्रास व नतपर्व बाण यांहीं त्या स्वारांचीं मुंडकीं कापीत दशदिशा फिरतच होते. हे भारता, ऋष्टींचे तडाके जेव्हां त्या स्वारांना बसूं लागले, तेव्हां महावृक्ष फळें खालीं टाकितात त्याप्रमाणें ते मस्तकें टपाटप खालीं टाकूं लागले. सर्वभर जागोजाग स्वारांसह घोडे घायाळ होऊन पडतांना व पाडिले जात असतांना दिसत होते. सिंहाची गांठ पडतांच प्राणत्राणपरायण मृग जसे पळतात, तसे ते घोडे मारिले जात असतांना भयार्त होऊन प्राणरक्षणार्थ पळूं लागले; आणि पांडव हे शत्रूंना जिंकून त्या महारणांत शंख फुंकूं लागले व नौबदी ठोकूं लागले.

हे भरतश्रेष्ठा, त्या कालीं स्वसैन्य पराभूत झालेलें पाहून दुर्योधन दीन होऊन शल्याला म्हणाला, "हा ज्येष्ठ पांडव नकुल-सहदेवांच्या साह्यानें तुमचे डोळ्यांदेखत आपली सेना पळवून लावीत आहे. याकरितां, हे मद्रराजा, वेला जशी समुद्रास निवारिते तसें तूं या युधिष्ठिराचें निवारण कर. कारण, तूं असह्यबल व पराक्रम यांहीं युक्त आहेस, अशी तुझी ख्याति आहे;" हे राजा, तुझ्या पुत्राचें हें वाक्य ऐकून प्रतापी शल्य बरोबर रथसमुदाय घेऊन, धर्मराज होता तेथें गेला. तें शल्याचें महद्बल मोठ्या ओढ्याप्रमाणें एकाएकीं अंगावर येऊन लोटत असतां युधिष्ठिरानें त्याचें निवारण करून शल्याचे छातीचे शिंपींत तत्काल दहा बाण मारिले; व नकुल-सहदेवांनींही सरळ जाणारे सात बाण मारिले. उलट मद्रराजानेंही त्या सर्वांस तीन तीन बाण मारिले. नंतर त्यानें युधिष्ठिराला तीक्ष्णसे साठ बाण मारून, त्या क्रुद्ध माद्रीपुत्रांना आणखी दोन दोन मारिले. इतक्यांत शत्रुजेत्या महाबाहु भीमानें कालमुखीं सांपडल्याप्रमाणें युधिष्ठिर हा मद्रराजाचे रथाचे आटोक्यांत सांपडलेला पाहून तो त्याजपाशीं आला; तों सूर्य पश्चिमदिशावलंबी होत होता; अशा वेळीं दारुण असें महायुद्ध सुरू झालें.

अध्याय एकशें सहावा.

—:०:—

नवमदिनसमाप्ति.

(भीष्मांचा पराक्रम.)

संजय सांगतो:—त्या समयीं तुझा पिता क्रुद्ध होऊन सेनेसह पांडवांवर चौफेर मारा करूं लागला. त्यानें भीमाला बारा बाण मारून, सात्यकीला नऊ, नकुलाला तीन, सहदेवाला सात, युधिष्ठिराला दंड व छाती यांचे ठिकाणीं मिळून बारा बाण मारिले; व

धृष्टद्युम्नाला घायाळ करून त्या महाबलानें गर्जना केली. परत भीष्मांना नकुलानें बारा, सात्यकीनें तीन, धृष्टद्युम्नानें सत्तर, भीमसेनानें सात, व युधिष्ठिरानें बारा बाण मारिले. द्रोणांनीं आधीं सात्यकि व मग भीम यांस यमदंडाप्रमाणें तीक्ष्ण असे पांच पांच बाण मारिले, तेव्हां उलट त्या दोघांनीं सरळ जाणारे तीन तीन बाण हत्तींला अंकुश मारावे तसे त्या ब्राह्मणश्रेष्ठ द्रोणांना मारिले. सौवीर, कितव, प्राच्य, प्रतीच्य, उदीच्य, मालव, अभिषाह, शूरसेन आणि वसाति ह्यांना भीष्म वारंवार तीक्ष्ण बाणांनीं घायाळ करीत असतांही ते भीष्मांना टाकून पळाले नाहींत. तसेच नानादेशागत अन्य राजे हातीं विविध शस्त्रें घेऊन पांडवांभोंवतीं झटत होते; व पांडवही उलटपक्षीं पितामहांना वेढा देऊन होते. तो अपराजित भीष्म रथसमुदायानें वेढिला असतां रानांत टाकिलेल्या अग्नीप्रमाणें इतरांना जाळीत अधिकाधिकच पेटूं लागला. हे राजा, रथ हेंच ज्याचें अग्निगृह, चाप हीच ज्वाला, तरवार हीच शक्ति, गदा हेंच इंधन, व शर हेच स्फुलिंग असा तो भीष्मरूप अग्नि त्या क्षत्रियश्रेष्ठांना जाळीत सुटला. त्यानें गिधाडांचीं पिसें लाविलेले, सोनरी दांड्यांचे व अतितीक्ष्ण असे कर्णि, नालीक, नाराच बाण सोडून पांडवसैन्य झांकून काढिलें. त्यानें निशित शरांनीं रथी व ध्वज पाडून त्या रथसमुदायाला तर भुंड्या तालवनाप्रमाणें करून टाकिलें. रथ, गज, आणि अश्व यांवर त्या शस्त्रधरवर महाबाहूनें मनुष्य मिळून उरूं दिला नाहीं. विजेचे कडाडण्यासारखें त्याचें तें धनुष्याचे दोरीचें व तळहाताचें आस्फालन ऐकून भूतमात्राला कांपरें भरलें. हे भरतर्षभा, तुझे पित्याचा एकही बाण फुकट गेला नाहीं. भीष्माचे धनुष्यापासून सुटलेले बाण केवळ कवचांवर आदळून न राहातां तीं फोडून पार गेले. राजा, आंतील वीर मेले आहेत व जोडलेले चपळ अश्व त्यांना (रथांना) ओढून वाटेल तिकडे नेत आहेत अशा स्थितींत आम्हीं रथ पाहिले. चेदि, काशि व करूषक यांपैकीं चौदा हजार सत्कुलोत्पन्न प्रख्यात महारथी, व जिवाची पर्वा न करणारे आणि रणांत पाठ न दाखविणारे वीर सोनेरी नक्षीचे ध्वज फडकावीत पुढें जाऊन आ पसरलेल्या काळासारख्या त्या भीष्मांचे तावडींत सांपडतांच अश्व, रथ, कुंजर यांसह गडप होऊन परलोकीं गेले. राजा, कांहींचे आस मोडलेले, कांहींचे तळ सुटलेले, कांहींचीं चाकें मोडलेलीं अशा स्थितींत आम्हीं शेंकडों हजारों रथ पाहिले. मोडून पडलेले बुरख्याचे रथ, मरून पडलेले रथी, तुटून पडलेले बाण, कवचें, पट्टिश, गदा, भिंदिपाल, तीक्ष्ण बाण, तळ, भाते, मोडकीं चक्रें, धनुष्यें, खड्गें, बाहु, कुंडलांसह मस्तकें, तलत्राणें, अंगुलित्राणें, मोडून पाडिलेले ध्वज आणि तुकडे तुकडे झालेलीं धनुष्यें यांचें त्या रणभूमीवर आंथरूण झालें होतें. राजा, शेंकडों हजारों घोडे, स्वार व ज्यांवरील सादी गेले आहेत असे हत्ती मरून पडले होते. भीष्मांचे बाणांनीं जर्जर होऊन लोक पळत असतांना त्यांना थोपवून धरण्याचा यत्न ते मुख्य वीर करीत होते, परंतु फायदा झाला नाहीं. राजा, त्या महेंद्रतुल्य पराक्रमी भीष्मांचे तडाक्यापुढें त्या सेनेची अशी कांहीं दाणादाण झाली कीं, पुरे दोन असामी देखील एकजुटीनें धांवतांना दिसले नाहींत. जींतील रथी, नाग, अश्व मरून पडले आहेत व पडलेल्या ध्वजांनीं जी खचून गेली आहे, अशी ती पांडुसेना केवळ बेशुद्ध होऊन जाऊन तींत मोठा हाहाःकार माजला. तींत पिता पुत्राला मारूं लागला, पुत्र पित्याला मारूं लागला, आणि दैवाच्या सपाट्यांत सांपडून स्नेही स्नेह्याच्या

नांवानें ओरडूं लागला. दुसरे कांहीं युधिष्ठिराचे सैनिक कवचें काढून टाकून व केंस पिसकरून धांवत सुटलेले सर्वत्र दिसत होते. राजा, मानेवरील जूं उडून जाऊन भयानें पळत सुटलेल्या बैलांचे कळपाप्रमाणें तें आर्तनाद करणारें पांडुपुत्राचें सैन्य तेव्हां दिसत होतें.

सैन्याची ती फाटाफूट पाहातांच रथ थोपवून धरून यदुनंदन कृष्ण अर्जुनाला म्हणाला, "तूं ज्यासाठीं टपून बसला होतास, तो हा समय प्राप्त झाला आहे. मोहानें मूढ झाला नसशील तर अशांत हाण. हे वीरा, पूर्वी विराटनगरांत सर्व राजेमंडळी जुळली असतां संजयासमक्ष तूं सांगितलेंस कीं, 'भीष्मद्रोणप्रभृति जे कोणी धार्तराष्ट्राचे सैनिक संगरांत मजशीं युद्ध करितील, त्या सर्वांस मी त्यांच्या अनुयायांसह ठार मारीन.' तर, हे शत्रुंजया कुंतीपुत्रा, तें आपलें वाक्य खरें कर. आपल्या क्षत्रधर्माचें स्मरण कर आणि सर्व तळमळ सोडून युद्ध कर."

याप्रमाणें कृष्ण बोलतांच अर्जुन तिर्यक्दृष्टि व अधोमुख राहून एखाद्या निरुत्साह मनुष्याप्रमाणें म्हणाला, "ज्यांचा वध करूं नये अशांचा वध करून नरक हाच ज्याचा परिणाम आहे असें राज्य मिळविणें, किंवा वनवासांत राहून दुःखें सोसणें, या दोन गोष्टींपैकीं माझें कल्याण कोणतींत तें तूंच मला सांग, आणि मग जेथें भीष्म आहेत तिकडे अश्व घेऊन चल. मी तुझे आज्ञेप्रमाणें वागेन आणि तूं सांगशील तर दुर्धर्ष अशा कुरुपितामह भीष्मांना रणांत लोळवीन.' हें ऐकून कृष्णांनीं अर्जुनाच्या रथाचे ते रौप्यवर्ण अश्व ते सूर्यसम दुष्प्रेक्ष्य भीष्म जिकडे होते तिकडे नेले. नंतर महाबाहु अर्जुनानें भीष्मांवर चालून जाण्यासाठीं कंबर बांधलेली पाहून युधिष्ठिराचें तें प्रचंड सैन्य पुनः गोळा झालें. त्या वेळीं कुरुश्रेष्ठ भीष्मांनीं सिंहाप्रमाणें वारंवार गर्जना करून धनंजयाचा रथ बाणवृष्टीनें तत्काल झांकून टाकिला; तो इतका कीं, एका क्षणांत त्याचे घोडे व सारथि यांसह तो रथ कोठें आहे तें समजेना. परंतु वासुदेवानें न गडबडतां तत्काल मोठ्या धैर्यानें भीष्मांचे बाणांनीं जखमी झालेल्या अश्वांना तसेंच पुढें दडपलें. नंतर पार्थानें मेघाप्रमाणें नाद करणारें दिव्य धनुष्य घेऊन तीक्ष्ण शरांनीं भीष्मांचें धनुष्य तोडून पाडिलें. परंतु एक धनुष्य तुटतांच त्या कुरुश्रेष्ठानें एका निमिषांत दुसरें धनुष्य घेऊन त्याला दोरी चढविलीच, व तो दोहों दोहों हातांनीं तें मेघतुल्य शब्द करणारें धनुष्य खेंचूं लागला. पण अर्जुनानें रागाचे झटक्यांत त्यांचे हातचें तेंही धनुष्य तोडून पाडिलें; त्या वेळीं भीष्मांनीं त्याचे हातचलाखीची फार प्रशंसा केली; व त्या श्रेष्ठ धनुर्धराला म्हटलें, 'हे महाबाहो, शाबास, शाबास ! हे कुंतीसुता, शाबास!' असें बोलून दुसरें सुंदरसें धनुष्य घेऊन पार्थाचे रथावर भीष्मांनीं शरांची गर्दी केली. परंतु सारथि वासुदेवानें आपल्या अजब चतुराईनें रथाचे घोडे अशा जोरानें मंडळावर धरिले कीं, भीष्मांचे बाणांनीं विद्ध झालेले ते दोघे नरव्याघ्र शिंगांनीं उकरलेल्या मातीनें लाल झालेल्या दोन रागीट पोळांप्रमाणे दिसूं लागले. वासुदेवानें पाहिलें तों अर्जुन नरमाईनें युद्ध करीत आहे, आणि भीष्म मात्र मध्याह्नींचे सूर्याप्रमाणें लखलखत उभय सैन्यांचे मध्यभागीं उभें राहून ठळक ठळक वीरांना मारून युगांताप्रमाणें युधिष्ठिराचे सैन्यांत कल्होळ उडवून देत आहे ! ही गोष्ट शत्रुहंत्या महाबाहु वासुदेवाला सहन न होऊन त्यानें पार्थाच्या त्या रुपेरी घोड्यांस सोडून देऊन त्या महारथावरून खालीं उडी टाकिली, आणि क्रोधानें लाल डोळे करून, पायांनीं पृथ्वीचे विदारण करीत व सिंहाप्रमाणें वारंवार गर्जत तो

अतुलतेजस्वी आणि बलवान् जगदीश्वर हातीं चाबूक घेऊन व भुज हेच प्रहरण करून भीष्मांवर धांवत गेला. त्या गर्दींत प्रत्यक्ष माधव भीष्मांना ठार मारण्याचे इच्छेनें त्यांजपाशीं येऊन ठेपलेला पाहून, राजा, तुझ्या वीरांचे मनानें भीतिच घेतली; व वासुदेवाचे भयानेंच 'भीष्म मारिले गेले, भीष्म मारिले गेले!' हाच मोंगाट तेथें ऐकूं येऊं लागला. पाचेप्रमाणें श्याम असून पीतांबर धारण करणारा तो जनार्दन भीष्मांवर धांवत असतां विद्युल्लतेनें वेढलेल्या मेघाप्रमाणें शोभत होता. तो यादवर्षभ मोठ्यानें गर्जत हत्तीवर सिंह गर्जत जावा किंवा म्होरक्या बैल साध्या बैलावर डरकाळत जावा त्याप्रमाणें धांवत गेला. तो पुंडरीकाक्ष आपलेकडे धांवत येतांना पाहून भीष्म न डगतां आपलें पल्लेदार धनुष्य खेंचून शांत व स्वस्थ अशा चित्तानें त्या गोविंदाला त्या रणभूमीवर म्हणाले, "हे पुंडरीकाक्षा, ये, ये, मी तुला नमस्कार करितों. हे सात्वतश्रेष्ठा, या असल्या महायुद्धांत मला पाड. कारण, हे निर्मला देवा, तुझ्या हातानें मी या रणांत मारिलों गेल्यानें या सर्व लोकांत माझें कल्याणच होणार आहे. हे गोविंदा, तुझ्या ह्या कृतीनें या त्रैलोक्यांत मी मोठ्या मानास चढलों आहें. तुला वाटेल तसा मला बुकल. हे निष्कलंका, मी तुझा दासच आहें."

इतक्यांत महाबाहु अर्जुनानें कृष्णाचे पाठोपाठ जाऊन त्याला पाठीमागून घट्ट कव मारून आवरून धरिलें. परंतु त्या राजीवलोचन पुरुषोत्तम कृष्णानें आपणास धरून ठेवणाऱ्या पार्थाला मोठ्या वेगानें तसेंच ओढीत नेलें. पण शत्रुहंत्या पार्थानें कृष्णाचे पायांत पाय अडकवून मोठ्या कष्टानें दहाव्या पावलाला त्याला कुंठविलें; आणि मग रागानें ज्याचे डोळे फिरून गेले असून जो सर्पाप्रमाणें सुस्कारत होता. अशा कृष्णाला त्याचा दुःखी मित्र अर्जुन स्नेहबुद्धीनें म्हणाला, "हे महाबाहो, मागें फीर, आणि तूं पूर्वीं जें म्हटलें आहेस कीं, मी युद्ध करणार नाहीं; तें आपलें बोलणें खरें कर; नाहीं तर लोक तुला मिथ्यावादी म्हणतील. हे माधवा, हा सर्व भार माझा आहे. पितामहाला मी मारणार. हे शत्रुमर्दना, हे केशवा, मी आपल्या त्या शस्त्राची, सुकृताची व सत्याची शपथ घेऊन तुला सांगतों कीं, मी शत्रूंचा शेवट लावीन. युगांतीं यदृच्छेनें पतन पावणाऱ्या पूर्णचंद्राप्रमाणें तो दुर्धर्ष महारथ आजच माझे हातून पतन पावेल आणि तूं पाहाशील."

महात्म्या अर्जुनाचें हें भाषण ऐकून घेऊन कांहींएक उत्तर न करितां माधव रागांतच माघारा रथावर चढला. शांतनव भीष्मांनीं त्या दोघांही रथस्थ नरव्याघ्रांवर मेघ पर्वतावर या न्यायानें शरवृष्टि चालविली. उष्णकालांत ज्याप्रमाणें सूर्य वस्तुमात्रांतील रस शोषण करितो, त्याप्रमाणें, हे राजा, तुझ्या पित्या देवव्रतानें प्रतियोद्ध्यांचें प्राणाकर्षण केलें. पांडवांनीं युद्धांत ज्याप्रमाणें कुरुसेनेचा भंग केला, त्याचप्रमाणें भीष्मांनीं पांडुसेनेचा भंग केला. त्या काळीं पांडवांचें सैन्य कांहीं मारिलें गेलें व कांहीं पळून गेलें व यामुळें ते निरुत्साह व वेडावल्यासारखे झाले. अतुल वीर भीष्म तर दुपारचे सूर्याप्रमाणें स्वतेजानें झळकतच होते, त्यांजकडे त्यांच्यानें पाहावेना देखील! भीष्म जेव्हां केवळ अमानुष कर्म करून शेंकडों हजारों पांडवीयांचा फडशा उडवूं लागले, तेव्हां ते वीर भयपीडित होऊन हातपाय न उचलतां नुसते टकमक पाहात राहिले. पांडवसैन्यें पळूं लागलीं. त्यांना त्राता कोणी मिळेना, आणि चिखलांत रुतलेल्या गाईंप्रमाणें त्यांची अवस्था झाली. सारांश, त्या बली भीष्मांनीं त्यांना मुंग्यांसारखें चिरडलें. शररूप किरणांनीं पांडवीय

नरेंद्रांना भाजून काढणाऱ्या त्या सूर्यतुल्य प्रतापी महारथ दुष्प्रकंप्य भीष्मांना ते उलट पाहूं शकले नाहींत. असो; या प्रकारें भीष्मांनीं पांडवसेनेचा चुराडा चालविला असतां भगवान् सहस्त्ररश्मि अस्तास गेला. त्या वेळीं सैन्येंही थकून गेलीं असल्यानें सर्वांचे मनांत युद्ध बंद करावेंसें आलें.

अध्याय एकशें सातवा.

—:०:—

भीष्मवधोपायपृच्छा.

संजय सांगतो:—तीं सैन्यें लढतां लढतां सूर्यास्त होऊन भयंकर संध्याकाल प्राप्त झाल्यानें आम्हांस तें रणमंडळ दिसेना. तेव्हां राजा युधिष्ठिरानें पाहिलें तों संध्याकाल झाला आहे, आपलें सैन्य भीष्मांचे माऱ्यांत सांपडल्यानें भयविव्हल व युद्धविमुख होऊन पलायनपरायण झालें आहे, महारथ भीष्म संतापून जाऊन आपणांस जर्जर करीत आहेत, व महारथ सोमक हे भीष्मांना हार जाऊन निरुत्साह झाले आहेत ! हा प्रकार ध्यानीं येतांच आतां युद्ध आटोपणें बरें, असें युधिष्ठिराला वाटून त्यानें सैन्याला युद्ध बंद करण्यास सांगून परत बोलाविलें. त्या वेळीं तुझे सैन्यांचाही अवहार झाला. अवहार करून भीष्मांचे बाणांनीं क्षतविक्षत झालेले पांडव स्वशिबिरांत गेले, तथापि त्यांना कशी ती शांति वाटली नाहीं. इकडे भीष्मांनीं सृंजयांसह पांडव रणांत त्या दिवशीं पराजित केले असल्यानें तुझे पुत्रांनीं त्यांचा फार गौरव केला, आणि मग आनंदी मुद्रेच्या सर्व कौरवांना बरोबर घेऊन भीष्म शिबिरांत शिरले. इतक्यांत भूतमात्राला भूल आणणारी रात्र झाली. मग त्या घोर प्रदोषसमयीं दुराधर्ष सृंजय, पांडव व वृष्णि हे पुढील मसलतीसाठीं एकत्र बसले; व सांप्रत स्थितींत आपलें कल्याण कशांत आहे याविषयीं त्या निर्णयकुशलांनीं एकाग्र मनानें विचार केला.

राजा, याप्रमाणें इतरांशीं बराच वेळ विचार केल्यावर कृष्णाकडे पाहून युधिष्ठिर म्हणाला, "हे कृष्णा, हें पहा—महात्मे भीमपराक्रमी भीष्म हत्तीनें बोरू चिरडावे त्याप्रमाणें माझें सैन्य चिरडीत आहेत. भडकलेल्या अग्निज्वालेप्रमाणें ते भराभर आमचे लोकांना चाटीत चालले असतां आम्हां कोणाला वर टकलें करून त्यांजकडे पाहावतही नाहीं ! प्रतापी भीष्म क्रुद्ध होऊन आपलें धनुष्य हातीं घेऊन तीक्ष्ण शर सोडीत उभे राहिले असतां उल्बण विष टाकणाऱ्या घोर तक्षक सर्पाचाच भास होतो. एक वेळ क्रुद्ध यमधर्म, किंवा वज्रधर देवेंद्र, अथवा पाशधर वरुण किंवा गदाधर कुबेरही जिंकवेल; पण संग्रामांत खवळलेले भीष्म जिंकवणार नाहींत. हे कृष्णा, अशी स्थिति असल्यामुळें, म्यां मंदमतीनें भीष्मांशीं रणांत गांठ कोठची घातली असें होऊन जाऊन मी शोकसमुद्रांत पार बुडालों आहें. हे दुर्धर्षा, मी आतां वनांत जातों ! कारण मी तेथें जावें हेंच मला बरें. कां कीं, कृष्णा, भीष्म सदानकदा आमचें तेल काढीत असल्यामुळें मला हें युद्ध नकोसें झालें आहे. धडकलेल्या विस्तवांत उडी घेणारा पतंग निश्चयानें मरावयाचाच, त्याचप्रमाणें भीष्मांवर जाण्यानें माझी दशा होत आहे! हे वार्ष्णेया, राज्य कमवावयाची ईर्षा धरून जो मी मोठ्या पराक्रमानें पुढें झालों, तें कमावणें एकीकडे राहून क्षीणबल मात्र होत चाललों ! बरें, माझे बंधु असलाले शूर, पण तेही भीष्मांचे बाणांनीं जर्जर होऊन गेले आहेत. बरें, प्रथम तरी मजसाठीं भ्रातृस्नेहास्तव राज्याला मुकून त्यांना वनांत जावें लागलें. त्याचप्रमाणें हे मधुसूदना, कृष्णेलाही मजसाठींच क्लेश सोसावे लागले. हे कृष्णा, मला राज्य वगैरे

कांहीं नको. जीव जगला म्हणजे सर्व मिळालें; कारण, आज मला जीवितासारखें दुर्लभ कांहीं वाटत नाहीं. परंतु तेंच आज बचणें कठीण झालें आहे. जर बचलों तर उरलेलें आयुष्य उत्तम धर्माचरणांत घालवावें असें मला वाटतें. हे केशवा, जर तुझी मजवर व माझे बंधूंवर कृपा असेल, तर स्वधर्माला विरोध न येतां आमचें ज्यांत कल्याण होईल असा मार्ग आम्हांस सांग."

धर्माचें हें लांबरुंद गाऱ्हाणें ऐकून कृष्णाला दया येऊन युधिष्ठिराचें सांत्वन करण्याकरितां त्यानें उत्तर केलें, "हे सत्यसंधा धर्मपुत्रा, विषाद करूं नको. तुला विषादाचें काय कारण आहे! अरे, शत्रूंची कुंदी काढणारे असे शूर व अजिंक्य असे तुझे बंधु आहेत. अर्जुन व भीम हे तेजानें वायु व अग्नि यांप्रमाणें असून शूर माद्रीपुत्र हे तर जसे देवाग्रणीच आहेत. बरें, मीही तुझा स्नेही म्हणवितों. तुझी मर्जी लागेल तर मला सांग, मी भीष्मांशीं लढतों. तुझी आज्ञा असल्यावर मी रणांत वाटेल तें करीन. हे पांडवा, अर्जुन जर कबूल नसेल, आणि एकटे भीष्म मेले कीं आपण जिंकिली असेंच जर तुला वाटत असेल, तर आज मी पुरुषश्रेष्ठ भीष्मांना रणांत धार्तराष्ट्रांदेखत हटकून पटकून हाणितों. राजा, फार काय सांगूं? आज मी एकाच रथानें कुरुवृद्ध पितामहांना पार करितों, तूं पहा तर खरा! मी आज इंद्रासारखा पराक्रम करून महास्त्रांनीं त्याला रथाखालीं पाडितों. पांडुपुत्रांचा जो कोणी शत्रु तो माझाही शत्रुच, यांत संशय नाहीं. जे तुझे ते माझे व माझे ते तुझेच. तुझा भाऊ अर्जुन हा माझा मित्र, (नातेवाईक—मेहुणा) आणि शिष्यही आहे. राजा, अधिक काय बोलूं? ह्या ह्या अर्जुनाकरितां माझ्या आंगाचे लचके तोडून द्यावे लागले तरी मी मागें घेणार नाहीं. बरें, ह्राही नरव्याघ्र मजसाठीं स्वतः जीव देईल. कारण, 'आपण एकमेकांचें तारण करावयाचें' असा आमचा परस्पर करारच आहे. याकरितां तूं मला आज्ञा कर म्हणजे मीं लढण्याला कंबर बांधलीच म्हण. अर्जुनानें पूर्वी उपप्लव्यांत सर्व लोकांजवळ 'मी गांगेयांना मारीन' अशी प्रतिज्ञा केली आहे. याकरितां शहाण्या पार्थाची ही प्रतिज्ञा राखली पाहिजे. अर्जुन अनुज्ञा देत असेल तर ही गोष्ट निःसंशय मीच पुरी करितों. नसेल तर ही जोखीम अर्जुनालाही बेताचीच आहे. तो मनावर घेईल तर अशक्य गोष्टी देखील करील. तो शत्रुंजय भीष्मांना मारील. दैत्यदानवांसहित देव उठून एक आल्यास त्यांना देखील मारील, मग भीष्मांना मारील यांत शंका काय? भीष्म महावीर्य खरे; परंतु प्रस्तुत त्यांचें माथें फिरलें आहे. वार्धक्यामुळें मेंदू कमजोर होऊन विचारबलही मंदावलें आहे, यामुळें त्यांचें योग्य कर्तव्य त्यांना समजत नाहींसें झालें आहे!"

युधिष्ठिरानें उत्तर केलें:—हे महाबाहो, तूं म्हणतोस हेंच खरें. हे सर्व जरी झालें तरी तुझ्या वेगाआड येण्यास असमर्थ आहेत. हे पुरुषव्याघ्रा, जर तूं माझे बाजूला भक्कम धरून आहेस तर खचित माझे मनाप्रमाणें सर्व कांहीं मला प्राप्त होईल. हे जयशालिन्, तूं जर आमचा नायक आहेस, तर आम्ही इंद्रासह देवांना देखील रणांत जिंकूं, मग महारथ भीष्मांची बिशाद काय! परंतु माझी प्रतिष्ठा वाढावी म्हणून मी तुला खोटा करूं इच्छीत नाहीं,' 'मी लढणार नाहीं म्हणून तूं बोलला आहेस, तें कायम राखून, न लढतांच बोलल्याप्रमाणें साह्य कर म्हणजे झालें. भीष्मांनीं मजपाशीं लढाईचे बाबतींत एक करार केला आहे. तो असाः ते म्हणाले,' हे धर्मा, मी लढेन दुर्योधनातर्फे. तुजतर्फे कधींही लढणार नाहीं.

मात्र तुझ्या हिताची सल्लामसलत तुला सांगेन. सारांश, हे माधवा, मला राज्य देणारेही भीष्मच व मसलत सांगणारेही तेच. याकरितां, हे मधुसूदना, तुजसह आपण सर्व भीष्मांनाच त्यांचे वधाचा उपाय पुसण्यासाठीं त्यांकडे जाऊं. भीष्म फार थोर पुरुष आहेत, त्यांकडे आपण सर्व मिळून आतां विलंब न लावतां जाऊं आणि त्यांचा वधोपाय पुसूं. हे जनार्दना, ते आमचे कल्याणाची खरी गोष्ट असेल ती खचित सांगतील. ते सांगतील तशा धोरणावर मी लढाई करीन. आम्हांला मसलत देणारेही सत्यव्रत तेच, व जय मिळवून देणारे तरी तेच. बालपणींच आमच्या पित्यानें सोडलें असतां त्यांनींच आम्हांला लहानाचें मोठें केलें; आणि, हे माधवा, त्या पितामहांना म्हणजे आमचे पित्याचेही आवडत्या पित्याला आम्ही मारूं पाहातों तेव्हां आमच्या ह्या क्षात्रवृत्तीला धिक्कार असो !

संजय सांगतोः—हे धृतराष्ट्रा, यावर कृष्णानें युधिष्ठिराला म्हटलें, " राजा, तुझें बोलणें मला रुचलें. देवव्रत भीष्म इतका पुण्यवान् आहे कीं, तो नुसत्या दृष्टीनें देखील तुम्हांला भाजून टाकील. याकरितां त्या गंगासुताचे वधाचा उपाय पुसण्यासाठीं त्याजकडेसच जावें हें नामी. तो विचारिलें असतां खरें तेंच सांगेल; आणि त्यांतूनही तूं विचारल्यास तर खचितच सांगेल. याकरितां, कुरुपितामहाला विचारण्याकरितां, आपण तिकडे जाऊं, आणि तेथें जाऊन आजोबांना मसलत पुसूं. तो आपल्याला मसलत सांगेल आणि तीप्रमाणें आपण शत्रूंशीं लढूं.

या प्रकारें खलबत करून ते सर्वही पांडव वीर व वीर्यशाली केशव असे एकत्र होऊन, शस्त्रें व कवचें धारण न करितां भीष्मांचे शिबिराला गेले. आंत जातांच त्यांनीं मस्तकें लववून भीष्मांना प्रणिपात केला, आणि भीष्मांची पूजा करून व साष्टांग नमस्कार करून शरण गेले. त्यांना कुरुपितामह महाबाहु भीष्म ह्मणाले, " हे वृष्णिवंशजा कृष्णा, तुझें स्वागत असो. हे धनंजया ! तुझें स्वागत असो. हे धर्मा, हे भीमा, हे जावळ्यांनो, तुमचें स्वागत असो. तुमचें जेणेंकरून प्रेम वाढेल असली तुमची कोणती कामगिरी मी आज करूं ? सांगा. ती कितीही अवघड असली तरी मी करीन; मग त्या कामीं जीव खर्चीं पडला तरी बेहेत्तर, "

याप्रमाणें गांगेय जेव्हां मोठ्या प्रेमळपणानें पुनःपुनः विचारूं लागले, तेव्हां बिचारा युधिष्ठिर प्रेमपूर्वक म्हणाला, ' हे तात, आपण सर्व कांहीं जाणतांच; तथापि, आमचा जय कसा होईल, आम्हांस राज्य कसें मिळेल व प्रजाजनांची प्राणहानि दूर कशी होईल, तें मला सांगा. तसाच आपल्या वधाचाही उपाय आपणच आम्हांस सांगा. कारण, संग्रामांत आपल्यापुढें आमचा टिकाव कसा लागणार ? आपण बाण घेतां केव्हां, लावितां केव्हां, धनुष्य खेंचतां केव्हां, व सोडितां केव्हां हें आमच्यां कांहींच लक्षांत येत नाहीं. पहावें तों सदा मंडलाकार धनुष्य घेऊन फिरत असतां; शत्रूला फट मिळून कशी ती सांपडतच नाहीं. आपण रथावर बसलां असलां म्हणजे आम्हांस प्रतिसूर्यासारखा भास होतो. हे शत्रुहन्, आपण युद्ध करूं लागलां कीं, चतुरंग बलाची एकसारखी कत्तल चालू असते, तेव्हां आपला हात धरावा कोणी ? आपण आपल्या बाणवृष्टीनें केवढी जीवहानि केली म्हणून सांगूं ? माझें एवढें अफाट सैन्य, पण आपण तें बहुतेक नाहींसें करीत आणिलें ! यास्तव, हे पितामहा, जेणेंकरून आम्ही युद्धांत आपणास जिंकूं, जेणेंयोगें मला पुनः राज्य मिळेल व माझे

सैन्याचें कुशल होईल, तो उपाय आपणच मला सांगावा. "

युधिष्ठिराचें हें भाषण ऐकून ते पांडुपूर्वज शांतनव पांडवांना म्हणाले, " बा सर्वज्ञा युधिष्ठिरा, मी जिवंत आहें तों तुम्हीं कांहीं केलें तरी तुम्हास रणांत जय मिळणार नाहीं, ही गोष्ट तर खरीच असें मीच आपले तोंडानें कबूल करितों. मला युद्धांत जिंकिल्यावर तुमचा रणांत जय सहज होईल. यास्तव, तुम्हांला जर रणांत जय पाहिजे असेल, तर त्वरित मजवर प्रहार सुरू करा. हे पार्थांनो, या कामीं मी तुम्हांस मनापासून मोकळीक देतों. तुम्हीं खुशाल वाटेल तसे प्रहार करा. तुम्हीं माझें अजिंक्य सामर्थ्य ओळखिलें हीच मी मोठी गोष्ट समजतों. तुम्हीं मला मारिलें असतां सर्वांस मारिल्यासारखेंच आहे, यास्तव मला मारण्याची तेवढी तजवीज करा म्हणजे मिळवलीत ! "

युधिष्ठिर म्हणतोः—हे प्रभो, नुसती मारण्याची आज्ञा दिल्यानें माझें कार्य होत नाहीं. कारण, आपण संग्रामांत खवळून, दंडपाणी अंतकाप्रमाणें उभे राहिलां असतां इंद्रासह देवदानव आले तरी आपणास जिंकूं पावणार नाहींत. यम, वरुण किंवा वज्रधर इंद्रही जिंकणें शक्य होईल; परंतु आपण जिंकिले जाणार नाहीं. याकरितां आम्हीं आपणास युद्धांत जिंकावें कसें, तोच उपाय आपण आम्हांस सांगावा.

भीष्म सांगतातः—बा महाबाहो पांडुपुत्रा, तूं म्हणतोस तीच गोष्ट खरी. मी हातीं शस्त्र व उंची धनुष्य घेऊन चंग बांधून युद्धास उभा राहिलों असतां इंद्रासह देवदैत्यही निरुपाय होतील हें सत्य आहे. याकरितां, मीं शस्त्र खालीं ठेविलें असेल अशा संधीसच तुझ्या महारथ्यांनीं मला मारावें. आतां, मी आपलें शस्त्र केव्हां केव्हां चालवीत नाहीं म्हणशील तर ऐक. ज्यानें आपलें शस्त्र खालीं ठेविलें आहे; जो पडला आहे; ज्यानें कवच व ध्वज टाकून दिले आहेत, जो पळत आहे, भ्याला आहे, ' मी आपला आहें ' असें म्हणत आहे; शत्रु जातीनें स्त्री किंवा स्त्रीसंज्ञक आहे, जो विकलांग आहे, किंवा आपल्या बापाचा एकुलताच पुत्र आहे, किंवा जो मोठासा नांवाजलेला नाहीं, अशाशीं गांठ पडली असतां उलट प्रहार करणें मला रुचत नाहीं. हे राजा, मी अगोदरपासूनच एक बेत करून ठेविला आहे तो ऐक. कोणीही अमंगळ चिन्हाचा ध्वज करून पुढें आला असतां मी कधींही त्याशीं युद्ध करीत नाहीं; आणि, हे राजा, तुझ्या सैन्यांत हा जो युद्धोत्सुक, शूर विजयी महारथ द्रुपदपुत्र शिखंडि आहे हा प्रथम स्त्री असून पश्चात् पुरुष झाला. ही सर्व कच्ची हकीकत आपणांस माहीतच आहे. अर्थातच हा शिखंडि पुढें असतां मी प्रतिप्रहार करणार नाहीं. यास्तव, अर्जुनानें कवच घालून व शिखंडीला पुढें करून मजवरच तीक्ष्ण बाणांचा वर्षाव चालवावा. तो अभद्र ध्वजाचा व विशेषतः पूर्ववयांत स्त्री असलेला शिखंडि मजपुढें उभा असतां मी म्हणून उलट प्रहार करण्याचें केव्हांही मनांत आणणार नाहीं. तेव्हां ती संधि साधून धनंजयानें जलदी करून मजवर बाणांचा चौफेर प्रहार करावा. कारण, मी उद्यतशस्त्र असतांना मजवर प्रतिघात करूं पावेल असा वीर तर मला या त्रिभुवनांतही दिसत नाहीं. नाहीं म्हणावयास एक भगवान् कृष्ण कीं तुझा धनंजय हे मात्र आहेत ! यास्तव या अर्जुनानें सज्ज होऊन आपलें गांडीव घेऊन व सशस्त्र होऊन माझ्यापुढें दुसऱ्या कोणाला (शिखंडीला) करून आपण मजवर आडून मारा करून मला पाडावें; म्हणजे या युक्तीनें

तुला निश्चित जय मिळेल. बा सुव्रता कौंतेया, मीं तुला योग्य उपाय सुचविला आहे, हा माझे सांगण्याप्रमाणें अमलांत आण; आणि मग रणांत जुळलेल्या सर्वेही धार्तराष्ट्रांना सुखानें मार.

संजय सांगतोः—याप्रमाणें भीष्मांचे तोंडून त्यांचा वधोपाय समजून घेऊन त्यांना वंदन करून पांडव स्वशिबिरास गेले. भीष्म या प्रकारें बोलून, परलोकाकडे डोळे लावून बसले असें पाहून अर्जुनाला फार दुःख झालें व तो लाज वाटून म्हणाला, "हे माधवा, भीष्म म्हणजे एक तर महाज्ञानी व बुद्धिमान्, त्यांतून सर्व कुरुकुलाला गुरुस्थानीय, आणि आमचे तर पितामह, अशांशीं मीं युद्ध कसें करावें? हे वासुदेवा, पोरपणीं मीं खेळत असतां धुळींत मळलेल्या माझ्या अंगानें भीष्म आजोबांचे मांडीवर लोळून त्यांचें अंग खरबरीत केलें, परंतु जो थोर मनाचा महात्मा मजवर रागावला नाहीं. हे गदाग्रजा, मी बाळ असतांना माझे पित्याचे त्या पित्याला त्याचे मांडीवर बसून 'अरे बाबा' म्हणून म्हटलें असतां, ज्यांनीं 'मी तुझा बाबा नाहीं. तुझ्या बाबाचा बाबा आहें,' असें लडिवाळपणें मला म्हटलें, त्यांना मी कसें वधूं? त्यांना खुशाल माझे सैन्याचा वाटेल तसा फडशा पाडूं द्या, मी म्हणून त्या थोर पुरुषाशीं झगडणार नाहीं मग आमचा जय होवो वा न होवो. असें माझें मत आहे. पण कृष्णा, तुला कसें वाटतें?"

वासुदेव म्हणतोः—हे जिष्णो, पूर्वी सर्व मंडळी जुळली असतां 'मी भीष्मांस मारीन' अशी तूं उघड प्रतिज्ञा केली आहेस, तर तूं क्षत्रधर्माला धरून चालणारा असतां आतां भीष्मांना न मारणें कसें शोभेल? तस्मात्, हे पार्था, 'हा आपला आजा' ही भावना मनांत न ठेवितां, हा केवळ एक रणमस्त क्षत्रिय आहे एवढीच गोष्ट ध्यानांत वागवून या गांगेयाला रथाखालीं लोळव; कारण याला मारिल्याशिवाय युद्धांत तुझा जयजयकार होणार नाहीं. तो तुझे हातूनच मृत्यु पावणार ही गोष्ट देवांनीं पूर्वींच ठरविलेली आहे; आणि, बाबा, जें जसें ठरलें असेल तसेंच व्हावयाचें, अन्यथा व्हावयाचें नाहीं. बाबारे, आ पसरलेल्या अंतकाप्रमाणें दुराधर्ष भीष्मांशीं तुजवांचून दुसरा कोणीही—मग तो वज्रधर इंद्र कां असेना—लढूं शकणार नाहीं. यास्तव, स्थिरचित्त होऊन लढ आणि भीष्मांस मार. माझे म्हणण्याला तुला प्रमाण सांगतों तें ऐक. पूर्वकालीं महाबुद्धिमान् बृहस्पतीनें इंद्राला असें सांगितलें कीं, जो कोणी आपल्याला घातक शत्रु आहे तो आपणाहून वडील असून केवळ वृद्ध व गुणवान्‌ही असला तरी तो आपल्यावर उठला असतां त्यास बेलाशक मारावें. बा अर्जुना, क्षत्रियांचा हा सनातन धर्मच आहे कीं, त्यांनीं असूयारहित वृत्तीनें युद्ध, प्रजारक्षण व यज्ञादिकर्में-हीं करावीं.

अर्जुन म्हणतोः—कृष्णा, शिखंडि भीष्मांचें मरणमूळ होणारसें खास दिसतें. कारण, शिखंडि दृष्टीस पडला रे पडला कीं भीष्म माघार घेतात. याकरितां आपण शिखंडीला आपल्या पुढें भीष्मासंमुख उभा करून युक्तीनें गांगेयाला पाडावें असें मला वाटतें. मी आपल्या बाणांनीं इतर योद्ध्यांचें निवारण करीन, आणि शिखंडीनें केवळ योधाग्रणी भीष्मांवर मारा करावा. त्या कुरुश्रेष्ठाचे तोंडून आपण ऐकलेंच आहे कीं, शिखंडि प्रथम कन्या असून मागाहून पुरुष झाला आहे, त्या अर्थी मी (भीष्म) त्याला मारणार नाहीं. यास्तव शिखंडीला भीष्मांवर योजावा हें उत्तम.

याप्रमाणें भीष्मांची मान्यता संपादून व तदनुसार वागण्याचा ठराव करून, माधवासह नरश्रेष्ठ पांडव मोठ्या आनंदित अंतःकरणानें आपापल्या शय्येवर गेले.

अध्याय एकशें आठवा.

—:०:—

भीष्मशिखंडिसमागम.

धृतराष्ट्र पुसतोः-हे संजया, युद्धांत शिखंडि भीष्मांशीं कसा भिडला, आणि उलटपक्षीं भीष्मांनीं पांडवांवर कसा हल्ला केला, तें मला निवेदन कर.

संजय सांगतोः—हे राजा, रात्रीं याप्रमाणें बोलणीं झालींच होतीं. मग सूर्योदय होतांच अनेक भेरी ठोकल्या जात आहेत, काहली, मृदंग वाजत आहेत, दुग्धासारखे शुभ्र शंख सभोंवार फुंकले जात आहेत, अशा थाटानें पांडव शिखंडीला पुढें करून युद्धस्थानाकडे गेले. तेथें जाऊन, शत्रूचा नाश करणारा असा एक त्यांनीं व्यूह रचिला. राजा, त्या व्यूहांत सर्वही सैन्याच्या अघाडीस शिखंडि होता. त्याचे रथाचे चक्ररक्षक भीम व धनंजय हे असून द्रौपदेय बंधु व वीर्यवान् सौभद्र हे पाठीशीं होते. यांचें रक्षण करण्यास महारथ सात्यकि व चेकितान हे होते. त्यांचे पाठीशीं पांचालांनीं राखिलेला धृष्टद्युम्न होता. अशी व्यवस्था केल्यावर, राजा युधिष्ठिर आपल्या जावळच्या बंधूंना बरोबर घेऊन सिंहनाद करीत पुढें चालला. त्याचे मागें आपले सैन्यासह विराट चालला. त्यांचेही मागें द्रुपद राजा, पांच कैकेय बंधु आणि वीर्यवान् धृष्टकेतु हे पांडवसैन्याची पिछाडी संभाळून होते. या प्रकारें आपले सैन्याची रचना करून जिवाची पर्वा सोडून पांडववीर तुझे सैन्यावर चालून आले, तेव्हां कौरवही महारथ भीष्मांना सर्व सैन्यांचे अघाडीस करून पांडवांवर आले. त्या वेळीं त्या दुराधर्ष भीष्मांना तुझे बलाढ्य पुत्र राखीत होते. त्यांचे मागें द्रोण व त्यांचा बलाढ्य पुत्र अश्वत्थामा हे होते. त्यांचे मागें गजसैन्यानें परिवृत असा भगदत्त होता. कृप व कृतवर्मा त्याचे पाठीशीं; बलवान् सुदक्षिण कांबोज त्याचेही अलीकडे; आणि मागध जयत्सेन, सौबल, बृहद्बल, तसेच सुशर्माप्रभृति अन्य राजे हे तुझ्या सैन्याचा पश्चाद्भाग राखीत होते. आला तो दिवस भीष्म नवी नवी व्यूहरचना करीत. ते कधीं आसुर व्यूह तर कधीं दैव व कधीं पैशाच व्यूह रचीत. राजा, नंतर उभय सैन्यांची कचाकची सुरू होऊन, यमराज्याला भर घालणारें युद्ध सुरू झालें. अर्जुनप्रभृति पांडव युद्धांत शिखंडीला पुढें करून अनेक बाणांची पेर करूं लागले. त्या वेळीं भीमसेनाचे बाणप्रहारानें रक्ताच्या आंघोळी होऊन तुझे वीरांनीं परलोकाची वाट धरिली. नकुल, सहदेव व महारथ सात्यकि यांनींही तुझे सैन्याला गांठून आपल्या पराक्रमानें त्याची बरीच एरंडी पातळ केली. पांडव तुझे लोकांचे बळी पाडीत असतां त्यांचे हातून पांडवांचें निवारण झालें नाहीं. इतक्यांत पांडवीय महारथांनीं झोडून काढिलेलें तुझें सैन्य दाही दिशांना पांगलें. राजा, सृंजय आणि पांडव यांचे माऱ्यांत तुझे लोक सांपडले असतां त्यांना वाली कोणी मिळेना.

धृतराष्ट्र म्हणतोः—हे संजया, या प्रकारें पांडवांनीं माझे सैन्याची दशा मांडिली असतां भीष्मांनीं काय केलें तें मला सांग. हे निष्पापा, ते परंपत भीष्म क्रुद्ध होऊन सोमकांना मारीत पांडवांवर कसे गेले तें मला सांग.

संजय सांगतोः—हे पांडुपूर्वजा, पांडव-सृजयांनीं तुझे पुत्राचें सैन्य पीडिलें असतां तुझे पित्यानें काय केलें, तें मी तुला सांगतों. शूर पांडव हे मोठ्या आवेशानें तुझे पुत्राची सेना मारीत चालले होते. त्या वेळीं, राजा, शत्रूंकडून होणारा तो स्वसैन्यांतील हय, गज, मनुष्य यांचा नाश भीष्मांना सहन झाला नाहीं. तेव्हां त्या महात्म्यानें आपले प्राणावर उदार होऊन पांडव, पांचाल व सृंजय यांवर तीक्ष्ण नाराच, वत्सदंत व अंजलीक बाणाची वृष्टि चालविली.

हातीं शस्त्र घेऊन त्यानें बाण मारून मोठ्या यत्नानें पांडवांकडील प्रमुख पांच महारथांचें निवारण केलें. अंगचे बलानें व क्रोधाचे आवेशानें ज्यांना फारच वेग आला आहे अशीं नानाप्रकारचीं शस्त्रास्त्रें असंख्य सोडून त्यानें किती तरी हत्ती व घोडे लोळविले; अनेक रथ्यांना रथांतून पाडिलें; तसेच घोड्यांचे पाठींवरून स्वार खालीं पाडिले; जमलेले पायदळ लोक लोळविले; शत्रूंना जिंकणाऱ्या अशा गजारोह्यांना गजांवरून खालीं पाडिलें. या प्रकारें त्या महारथ भीष्मांनीं रणांत सपाटा चालविला असतां वज्रधर इंद्रावर असुर चालून जावे, त्याप्रमाणें पांडव त्यांवर चालून आले. इंद्रवज्राप्रमाणें कठोरस्पर्श असे पाजळलेले बाण सर्व दिशांना सोडीत असतां भीष्मांचें स्वरूप फारच विक्राळ दिसूं लागलें. रणांत लढत असते वेळीं भीष्मांचें तें इंद्रधनुष्यतुल्य विशाल धनुष्य सदासर्वदा मंडलाकार वांकविलेलें असे. राजा, पितामहांचें तें अचाट कर्म पाहून, तुझे पुत्र विस्मित होऊन भीष्मांची प्रशंसा करूं लागले, आणि पांडव विरस होऊन तुझे पित्याचे मुखाकडे पाहात राहिले. पूर्वीं विप्रचित्त दानव लढत असतांना देवही असेच त्याकडे पाहात राहिले होते!

असो; आ वांसलेल्या अंतकाप्रमाणें त्या भीष्मांचें कोणी निवारण करूं शकेना. तो दिवस युद्धाचा दहावा आला. त्या दिवशीं भीष्मांनीं अग्नीनें जसें अरण्य जाळून फस्त करावें त्या न्यायानें शिखंडीचें रथसैन्य जाळून काढिलें. त्या वेळीं शिखंडीनें क्रुद्ध सर्पाची किंवा कालप्रेरित अंतकाची ज्यांना उपमा अशा त्या भीष्मांचे स्तनांतरांत तीन बाण मारिले. त्या बाणांनीं जबर जखम केल्यामुळें क्रोध आला असतांही शिखंडीवर प्रत्याघात करण्याची इच्छा नसल्यानें ते हंसतच शिखंडीला म्हणाले, "तुला वाटलें तर मजवर प्रहार कर, न वाटलें तर करूं नको! कांहीं केलेंस तरी मी म्हणून तुझ्याशीं लढणार नाहीं. कारण, ज्या पक्षीं ब्रह्मदेवानें तुला शिखंडिनी या स्त्रीरूपानें मूळ निर्माण केलें, त्या पक्षीं मी तुला अजूनही स्त्रीच समजतों!" त्यांचें तें भाषण ऐकतांच शिखंडि क्रोधानें मूर्च्छित होऊन जिभल्या चाटीत चाटीत भीष्मांना म्हणाला, "हे महाबाहो, आपण क्षत्रियांचे क्षयकर्ते आहां हें मी खूप ओळखून आहें. आपण जामदग्न्यांशीं केलेलें युद्धही माझे कानीं आहे. आपला पराक्रम केवळ अमानुष आहे ही गोष्टही मीं अनेकदां ऐकिली आहे; आणि, हे पुरुषसत्तमा, आपला असला प्रभाव जाणूनसंवरूनही मी पांडवांचें व आपलें कल्याण करण्याकरितां आज आपणाशीं युद्ध करून आपणास मारणार. या कामीं मी आपले समक्षच सत्याची शपथ घेतों. हें माझें वाक्य ऐकून घेऊन आतां योग्य वाटेल तसें वर्तन करा. तुम्ही मजवर प्रहार करा वा न करा, आज आपण माझे हातून जिवंत सुटत नाहीं हें खास. याकरितां, हे समितिंजय भीष्म, एकदां हा लोक शेवटचा डोळे भरून पाहून घ्या."

संजय सांगतोः—असें बोलून वाग्बाणांनीं घायाळ केलेल्या त्या भीष्मांवर शिखंडीनें नतपर्व असे पांच बाण सोडिले. त्याचे ते शब्द ऐकून, शिखंडि हा भीष्मांचा काळ आहे असें समजून सव्यसाची धनंजय त्याला प्रेरणा करून म्हणाला, "तूं पूर्ण आवेशानें त्या घोर पराक्रमी भीष्मांवर चालून जा. मी बाणांनीं शत्रूंची दाणादाण करीत तुझे पाठोपाठ चालतों. भीष्म कितीही बलिष्ठ झाले तरी युद्धांत तुझे वाटेस जाण्याची त्यांची सोय नाहीं हें उघड आहे; याकरितां, हे महाबाहो, तूं आज कसेंही करून भीष्मांवर हल्ला कर;

आणि ध्यानांत धर कीं, भीष्मांना न मारतां जर का तूं आज परतशील, तर तुझा आणि माझाही सर्व लोक उपहास करतील. यास्तव हे वीरा, असल्या जंगी युद्धांत जेणेंकरून आपण हास्यास्पद होणार नाहीं असा यत्न कर, आणि एवढ्या पितामहांची शिकार साध. मी इतर रथ्यांना रोखून धरून तुझें रक्षण करितों, पण तूं तेवढ्या पितामहांना साध. बेला ज्याप्रमाणें समुद्राला रोधिते, त्याप्रमाणें मी द्रोण, द्रोणपुत्र, कृप, सुयोधन, चित्रसेन, विकर्ण, जयद्रथ, विंदानुविंद, सुदक्षिण कांबोज, शूर भगदत्त, महाबल मागध, शूर सौमदत्ति, राक्षस आर्ष्यशृंगि, सर्व महारथांसह त्रिगर्तपति आणि यांखेरीज कौरवांकडील सर्व महाबल योद्धे यांस आवरून धरितों; पण तूं भीष्मांना मार."

अध्याय एकशें नववा.

—:०:—

भीष्मदुर्योधनसंवाद.

धृतराष्ट्र सांगतो:—हे संजया, धर्मात्मा यतव्रत पितामह गांगेय याजवर क्रुद्ध शिखंडि कोणत्या प्रकारें चालून गेला? व त्या घाईचे वेळीं त्वरा करून पांडवसैन्यांतील कोणते जयेच्छु महारथ हातीं शस्त्रें घेऊन शिखंडीचें रक्षण करीत होते? युद्धाच्या त्या दहाव्या दिवशीं महावीर्य शांतनवांनीं पांडव-सृंजयांशीं कशा प्रकारें युद्ध केलें? शिखंडी-सारख्यानें भीष्मांवर चढ करून जाणें ही गोष्ट मला सहन होत नाहीं. अरे, भीष्मांचा रथ-बीथ मध्येंच मोडला, किंवा धनुष्याचे तुकडे होऊन पडले, असें तर कांहीं झालें नाहीं ना? कारण, एरवीं शिखंडि पुढें ठरला कसा?

संजय सांगतो:—हे भारता, संग्रामांत युद्ध करीत असतांना भीष्मांचें धनुष्य तुटलें नाहीं किंवा रथभंगही झाला नाहीं. नतपर्व बाणांनीं ते शत्रूंना मारीतच होते; व तुझ्या सैन्यांतील शेंकडों हजारों महारथी, तसेच सुसज्ज हत्ती व घोडे पितामहांना पुढें करून युद्धार्थ उभे होते; आणि, हे कौरव्या, समितिंजय भीष्मही आपले प्रतिज्ञेप्रमाणें पांडव-सैन्याचा सारखा संहार करीत होते. तो महाधनुर्धर शत्रूंची बाणांनीं कत्तल उडवीत असतां पांडवांसह पांचाल त्यांचें निवारण करूं शकले नाहींत. असें करितांकरितां, युद्धाच्या त्या दहाव्या दिवशीं हातीं पाश घेतलेल्या अंतकाप्रमाणें भीष्म रणांत उभे राहून शत्रुसैन्याचे शेंकडों हजारों धुडके उडवीत असतांही, हे पांडुपूर्वजा, पांडव त्यांना जिंकूं शकले नाहींत. अशा संधीस अपराजित सव्यसाची धनंजय हा सिंहाप्रमाणें उच्च स्वरानें गर्जत, वारंवार धनुष्याची दोरी ओढीत व शरवृष्टि करून रथ्यांना जर्जर करीत कालाप्रमाणें रणांत फिरूं लागला. हे भारता, त्याचे गर्जनेला भिऊन तुझे वीर सिंहापुढें मृग पळावे तसे पळाले. अर्जुनाची सरशी व तुझ्या सैन्याची जर्जर स्थिति पाहून दुर्योधन खिन्न होऊन भीष्मांस म्हणाला, "हे ताता, हा कृष्णसारथि श्वेताश्व पांडुपुत्र अग्नीनें अरण्य जाळावें त्या न्यायानें माझें सैन्य जाळीत आहे. हे गांगेया, हे योधाग्रणे, पहा वरें अर्जुनानें धुव्वा उडविल्यामुळें हीं सैन्यें सर्वभर पळत सुटलीं आहेत! ज्याप्रमाणें अरण्यांत गुराखी गुरें दांडकतो, त्याप्रमाणें हा अर्जुन माझें सैन्य सडकून काढीत आहे; आणि त्याचे बाणांनीं भग्न होऊन तें इतस्ततः धांवत आहे. दुराधर्ष भीमही त्याच प्रकारें माझें सैन्य पळवीत आहे. सात्यकि, चेकितान, उभय माद्रीपुत्र आणि पराक्रमी अभिमन्यु हेही माझे सेनेची तीच गत करीत आहेत. शूर धृष्टद्युम्न व राक्षस घटोत्कच यांनींही या महायुद्धांत

माझें सैन्य पिटून लाविलें. या प्रकारें हे सर्वही महारथ माझे सैन्याला हांकून लावीत असल्यानें, हे भारतश्रेष्ठा, आपल्या आश्रयावांचून युद्ध करण्याची किंवा नुसती आपली जागा धरून रहाण्याची देखील आमची सोय उरली नाहीं. अशा शत्रूंना देवतुल्य पराक्रमी आपण मात्र पुरून उरण्यास समर्थ आहां. याकरितां हे नरव्याघ्रा, या आम्हां दुःखितांना आपण आश्रय द्या."

हे महाराजा, तुझ्या पित्या देवव्रताला दुर्योधन असें बोलला असतां, क्षणभर विचार करून आणि आपल्या मनाशीं निश्चय करून तो दुर्योधनाला धीर देऊन म्हणाला, "राजा दुर्योधना, स्वस्थ हो, आणि मी काय म्हणतों तें समजून घे. हे महाबाला, मीं पूर्वीं तुला प्रतिज्ञेवर सांगितलें होतें कीं, मीं प्रतिदिवशीं दहा हजार महात्मे क्षत्रिय मारीन तेव्हांच रणांतून परत फिरत जाईन. तर, हे भारता, या माझ्या बोलण्याप्रमाणें मीं केलें आहे; व आजही मी असेंच अचाट कर्म करणार आहें. आज मी तरी मरून पडेन किंवा पांडवांना तरी मारीन. हे पुरुषव्याघ्रा, आजपर्यंत तूं माझा यजमान होऊन माझें पोषण केलेंस, याकरितां सेनेचे अग्रभागीं आपला देह टाकून तें तुझें ऋण मी फेडीन!"

हे भरतश्रेष्ठा, असें बोलून त्या दुराधर्षभीष्मांनीं क्षत्रियांवर बाण सोडीत सोडीत पांडवसेना गांठली. राजा, मग गांगेय क्रुद्ध सर्पाप्रमाणें सेनामध्यभागीं उभा असतां पांडवांनीं त्याचे निवारणाचा यत्न केला. राजा, भीष्मांनीं या दहाव्या दिवशीं आपले शक्तीची पराकाष्ठा करून दाखविण्याकरितां शंभर हजार वीर मारिले. सूर्य ज्याप्रमाणें स्वकिरणांनीं जलाचें आकर्षण करितो, त्याप्रमाणें भीष्मांनीं पांचालांपैकीं जे कोणी महारथ राजपुत्र होते, त्यांचीं तेजें आकर्षून घेतलीं. वेगवान् असे दहा हजार हत्ती, स्वारांसकट दहा हजार घोडे, आणि पक्के वीस हजार पायदळ मारून पुनः भीष्म निर्धूम अग्नीप्रमाणें रणमंडळांत जसे पेटून राहिले. उत्तरायणांतील प्रखर सूर्याप्रमाणें तपणाऱ्या त्या भीष्मांकडे पांडवेयांपैकीं कोणीही पाहूं शकेना. त्या वेळीं त्या धनुर्धरानें पीडा दिल्यानें ते पांडवेय क्षुब्ध होऊन महारथ सृंजयांसह भीष्मांना मारावें म्हणून त्यांवर धांवत गेले. शांतनव भीष्म याप्रमाणें असंख्य वीरांशीं लढत असतां मेघांनीं सर्वत्र व्याप्त झालेल्या मेरु पर्वताप्रमाणें शोभत होते. राजा, तुझे पुत्रांनीं बरोबर मोठी सेना घेऊन भीष्मांना गराडा दिला होता. नंतर युद्ध सुरू झालें.

अध्याय एकशें दहावा.

—:०:—

अर्जुनदुःशासनसमागम.

संजय सांगतोः—राजा, भीष्मांचा तो रणांतील अचाट पराक्रम पाहून अर्जुन शिखंडीला म्हणाला, "पाहातोस काय? भीष्मांवर चल. आज तूं भीष्मांची भीति मिळून कशी ती धरूं नको. आपल्या तीक्ष्ण शरांनीं मी त्यांना त्यांचे श्रेष्ठ रथांतून खालीं पाडतों." हे भरतश्रेष्ठा, अर्जुनाचें हें भाषण ऐकून शिखंडि भीष्मांवर धांवला. त्याच प्रकारें अर्जुनाचे शब्दावरून धृष्टद्युम्न व महारथ सौभद्र हेही भीष्मांवर गेले. वृद्ध विराट व द्रुपद आणि कवच घातलेला कुंतिभोज हे दुर्योधनासमक्ष गांगेयांवर गेले. हे प्रजानाथा, अर्जुनाचें तें भाषण ऐकून नकुल, सहदेव, वीर्यवान् धर्मराजा, आणि इतर सर्व सैन्यें भीष्मांवर जाऊन पडलीं. मग ह्या जुळलेल्या महारथांवर तुझे लोकही आपापल्या शक्तीप्रमाणें व उत्साहाप्रमाणें चाल करून गेले. कसे तें ऐक? सांगतों. एखाद्या बैलावर जसा व्याघ्रशिशु चालून जातो, तसा भीष्मांचे प्राण घेऊं जाणाऱ्या

चेकितानावर चित्रसेन चालून गेला. राजा, तसाच धृष्टद्युम्न सज्ज होऊन भीष्मांशीं ठेपत आहे तों कृतवर्म्यानें त्याचें निवारण केलें. गांगेयांचा वध इच्छिणाऱ्या क्रुद्ध भीमाला सौमदत्तीनें त्वरा करून निवारिलें. त्याचप्रमाणें भीष्मांचे प्राण बचावूं पाहाणाऱ्या विकर्णानें अनेक बाण पेरणाऱ्या नकुलाचें निवारण केलें. तसाच सहदेव भीष्मांचे रथावर जात असतां शारद्वत कृपांनीं त्याला अडविलें. भीष्मांचे मृत्यूची वाट पाहाणाऱ्या हैडिंबाला दुर्मुखानें गांठलें. सात्यकीला दुर्योधनानें निवारिलें. अभिमन्यु भीष्मांचे रथावर जात होता, त्याला सुदक्षिण कांबोज आडवा झाला. ह्मातारे लढवय्ये विराट व द्रुपद यांना अश्वत्थाम्यानें संतापून एकत्रच रोंखून धरिलें. त्याचप्रमाणें भीष्मवधेच्छु युधिष्ठिराला द्रोणांनीं सज्ज होऊन निवारिलें. भीष्मांना मारण्यासाठीं शिखंडीला पुढें करून युद्धाला घसरलेल्या व स्वतेजानें दशदिशा दिपविणाऱ्या अर्जुनाला महाधनुर्धर दुःशासन आडवा झाला. याशिवाय तुझे इतर योद्ध्यांनींही भीष्माभिमुख येणाऱ्या पांडववीरांना रोधून ठेविलें. महारथ धृष्टद्युम्न मात्र संतापून एकटाच भीष्मांवर चालला, व पुनःपुनः ओरडून सैन्याला म्हणूं लागला, " हा पहा कुरुनंदन अर्जुन भीष्मांवर चालला आहे, यास्तव तुम्हीही भीष्मांवर चला, भिऊं नका. भीष्म आज तुम्हांला गांठीत नाहींत. कारण, अर्जुनाशीं युद्धांत तोंड देण्याची इंद्राची प्राज्ञा नाहीं. मग मरयाला टेकलेल्या या खलड भीष्मांची काय कथा ?"

या प्रकारचें आपल्या सेनापतीचे तोंडचें उत्तेजनपर भाषण ऐकून पांडवांकडील महारथ मोठ्या आनंदानें भीष्मांचे रथाकडे गेले. प्रलयकालीन जलौघाप्रमाणें ते वीर येऊन लोटत असतां तुझे वीरही मोठ्या उल्हासानें त्यांचें निवारण करीत होते. भीष्मांचे जीविताची आकांक्षा बाळगणारा दुःशासन भीति सोडून धनंजयावर धांवला. उलटपक्षीं ते शूर पांडव महारथी भीष्मांचे रथाभोंवतीं असलेल्या तुझ्या पुत्रांवर चालून आले. त्या वेळीं एक अद्भुत प्रकार आम्हीं पाहिला. तो असा: धनंजय दुःशासनाचे रथाशीं येऊन ठेपल्यावर त्याच्यानें पुढें जाववेना; कारण, खवळलेल्याही समुद्राला तीरमर्यादा निवारिते त्याचप्रमाणें क्रुद्ध धनंजयाला तुझे पुत्रानें अडवून धरिलें. हे दोघेही अजिंक्य महारथी कांतीनें आणि दीप्तीनें केवळ चंद्रसूर्यांसारखे असून परस्परवधाकांक्षेनें क्षुब्ध होऊन रणांत एकमेकांशीं भिडले असतां पूर्वीच्या मयासुर व इंद्र यांच्या युद्धाचा भास झाला. दुःशासनानें तीन बाण अर्जुनाला व वीस बाण कृष्णाला मारिले. त्या वेळीं कृष्णाला पीडा झालेली पाहून अर्जुन रागावला; आणि त्यानें दुःशासनावर नाराच बाणांची एक शंभरी सोडली, ती त्याचें कवच फोडून रक्तच प्याली. दुःशासनानें संतापून नतपर्व असे तीन बाण पार्थाचे कपाळांत मारले, त्यांचे योगानें तो त्रिशृंग मेरूप्रमाणें अतिशय शोभूं लागला; आणि तुझ्या धनुर्धर पुत्रानें आणखीच जखमी करून रक्तबंबाळ केला, तेव्हां तर तो फुलल्या पळसासारखा दिसूं लागला. मग पौर्णिमेला राहु पूर्णचंद्रास पीडितो त्याप्रमाणें अर्जुनानें दुःशासनास पीडिलें. राजा, जबर योद्धा अर्जुन जेव्हां त्रास देऊं लागला, तेव्हां दुःशासनानें त्याला शिळेवर घांसलेल्या अशा कंकपत्र बाणांनीं विंधिलें. पार्थानें दुःशासनाचें धनुष्य तोडून व तीन बाणांनीं रथ मोडून शेवटीं तीक्ष्ण बाणांनीं खुद्द त्याला घाय केला. इतक्यांत दुःशासनानें दुसरें धनुष्य घेऊन व भीष्मांपुढें उभें राहून अर्जुनाचे दंड आणि छाती यांवर पंचवीस बाण मारिले. तेव्हां शत्रुतापन अर्जुनानें संतापून कालदंडाप्रमाणें

भयंकर असे अनेक बाण त्यावर मारिले. पार्थानें इतका नेट करून बाण मारिले, परंतु चमत्कार हा कीं, दुःशासनानें ते बाण वाटें-तच तोडून पाडिले व उलट पार्थाला तीक्ष्ण बाणांनीं विंधिलें. त्या वेळीं पार्थानें संतापून स्वर्णपुंख व शिळेवर घांसलेले बाण धनुष्याला लावून दुःशासनाला मारिले. ते बाण हंस सरोवरांत शिरतात त्याप्रमाणें त्याच्या विशाल देहांत शिरले. या प्रकारें अर्जुनानें घायाळ केल्यावर त्याची वाट सोडून तत्काल दुःशासन भीष्मांचे रथापाशीं गेला; आणि दुःखसमुद्रांत बुडणाऱ्या त्या वीराला भीष्मांनीं एखाद्या द्वीपाप्रमाणें आश्रय दिला. मग क्षणभरानें शुद्धीवर येऊन, राजा, तुझा पराक्रमी पुत्र पुनरपि तीक्ष्ण बाणांनीं इंद्र जसा वृत्रासुराला तसा अर्जुनाला निवारूं लागला. त्याच्या त्या बाणांनीं त्या महाकाय अर्जुनाला जखमा झाल्या, पण कशी ती व्यथा वाटली नाहीं.

अध्याय एकशें अकरावा.

—:०:—

द्वंद्वयुद्ध.

संजय सांगतोः—सात्यकि चिलखत घालून भीष्मांवर गेला असतां त्याला आर्ष्यशृंगीनें वारिलें. परंतु सात्यकीनें हंसतच मोठ्या तेखानें नऊ बाण त्या राक्षसास मारिले. त्याच-प्रमाणें राक्षसानेंही नऊ बाण मारून सात्यकीला व्यथित केलें. तेव्हां सात्यकीनें राक्षसावर बाणांचा केवळ लोटच केला. नंतर त्या राक्षसानें त्या सत्यविक्रम सात्यकीला तीक्ष्ण बाणांनीं वेध करून सिंहनाद केला. राक्षस याप्रमाणें प्रहार करीत असतां व निवारीत असतां तेजस्वी सात्यकि हंसत होता आणि सिंहनाद करीत होता. इतक्यांत हत्तीला अंकुश त्याप्रमाणें सात्यकीला भगदत्तानें कोपून तीक्ष्ण बाण मारिले. मग सात्यकीनें राक्षसाचा नाद सोडून नतपर्व असे बाण भगदत्तावर टाकिले. त्या वेळीं त्या कसलेल्या हाताच्या भगदत्तानें शत-धार अशा भल्ल बाणानें सात्यकीचें सनाटें धनुष्य तोडिलें. तेव्हां त्या शत्रुहंत्या सात्यकीनें दुसरें वेगवान् धनुष्य घेऊन तीक्ष्ण बाणांनीं त्या क्रुद्ध भगदत्ताला वेध केला. तो वेध विशेष जबर झाल्यानें संतापून जिभेनें ओष्ठप्रांत चाटीत कनकवैदूर्यभूषित अशी कालदंडाप्रमाणें भयंकर लोहमय दृढ शक्ति भगदत्तानें सात्यकीवर टाकिली. परंतु, राजा, त्यानें भुजबलानें भिर-कावलेली ती शक्ति सात्यकीनें वाटेंतच दुखंड केली; तेव्हां ती निस्तेज होऊन एखाद्या उल्के-प्रमाणें खालीं पडली ! राजा, शक्ति हाणून पाडलेली पाहून दुर्योधनानें मोठ्या रथदळासह सात्यकीला गराडा दिला; आणि तो आपले बंधूंस म्हणाला, " हे कौरवहो, असें करा कीं, जेणेंकरून हा सात्यकि आपल्या ह्या रथांच्या गोटांतून जिवंत परत जाणार नाहीं. कारण, सात्यकि मेला असतां पांडवांचें हें मोठें सैन्य मृतप्रायच मी समजतों. "

त्या वेळीं त्या महारथ्यांनीं दुर्योधनाची आज्ञा मान्य करून भीष्मांवर निघालेल्या सात्यकीशीं झगडा मांडिला. राजा, कांबोज-पति सुदक्षिण यानें भीष्मांचे जीवितरक्षणार्थ अभिमन्यूला सन्नतपर्व बाणांनीं प्रथम निवारून पुनः त्यावर चौसष्ट बाण टाकून आणखी पांच टाकिले; आणि, हे नृपा, अखेरीस नऊ बाणांनीं त्याचा सारथि मारिला. त्या वेळीं त्या उभयतांची मोठीच चकमक झाली. इतक्यांत शत्रुकर्शन शिखंडि भीष्मांवर धांवलासें पाहून वृद्ध महारथी विराट व द्रुपद हेही मोठ्या त्वेषानें मधील सैन्य दूर करीत भीष्मांवर जाऊन पडले. तें पाहून रथिश्रेष्ठ अश्वत्थामा

संतापून त्यांशीं झगटला. मग त्या दोघांचें व अश्वत्थाम्याचें युद्ध झालें.

राजा, रणालंकारभूत अश्वत्थामा सावध असतां विराटानें दहा बाणांनीं त्याला विंधिलें, आणि द्रुपदानेंही त्याला तीन तीक्ष्ण बाण मारिले. एवंच, त्या दोघांही महाबलांनीं गुरुपुत्राला गांठून त्यावर मारा चालविला. तेव्हां भीष्मांचे जिवावर उठलेल्या त्या विराट--द्रुपद वीरांना अश्वत्थाम्यानेंही अनेक बाणांनीं झोडिलें. बाकी दोघां म्हाताऱ्यांनीं तरी त्या वेळीं अचाटच कर्म केलें. कारण, गुरुपुत्राचे असले घोर बाण परंतु त्यांनीं तसेच उलटून पाडिले. इकडे, वनांत ज्याप्रमाणें एक मस्त हत्ती दुसऱ्या हत्तीवर चालून जातो, त्याप्रमाणें शारद्वत कृप हे सहदेव भीष्मांवर जात असतां त्यावर गेले; व स्वर्णभूषित असे सत्तर बाण त्यांनीं त्यास मारिले. परंतु त्या माद्रीपुत्रानें आपल्या बाणांनीं त्यांचें धनुष्य दुखंड केलें; व धनुष्य तुटल्यावर त्यांवर नऊ बाण मारिले; परंतु त्यांनीं मोठ्या आनंदानें भलें भक्कम असें दुसरें धनुष्य घेऊन भीष्मांचा जीव राखावा या इराद्यानें संतापानें सहदेवाच्या छातींत दहा तीक्ष्ण बाण मारिले. तेव्हां त्या माद्रीपुत्रानेंही भीष्मवधार्थ कोपिष्ट कृपांच्या छातींत घाय केले. मग त्या दोघांचें भयंकर घनघोर युद्ध झालें. शत्रुतापन विकर्णानें महाबल भीष्मांचे रक्षणार्थ नकुलाला साठ बाण मारिले. नकुलालाही बरेच घाय झाले तेव्हां त्यानें तुझ्या बुद्धिमान् विकर्ण पुत्राला सत्याहत्तर शिलीमुख बाण मारिले. नंतर गोठ्यांत दोन पोळांची झुंज व्हावी त्याप्रमाणें या दोघां नरव्याघ्रांची भीष्मांवरून परस्पर मारामारी झाली. घटोत्कच हा रणांत येऊन तुझी सेना ठेंचीत असतां पराक्रमी दुर्मुख भीष्मांवर दृष्टि देऊन त्याला सामोरा झाला. त्या वेळीं घटोत्कचानें आनतपर्व बाणांनीं दुर्मुखाची छाती भेदिली. परंतु दुर्मुखानें त्याचा खेद न धरितां रणांत मोठ्यानें गर्जना करून चांगले तोंडाचे साठ बाण हैडिंबाला मारिले. त्याचप्रमाणें भीष्मवधाकांक्षेनें रथिश्रेष्ठ धृष्टद्युम्न चालला असतां महारथ हार्दिक्य आडवा झाला; व त्याला पांच लोहमय बाणांनीं प्रथम व पन्नास बाणांनीं पुनः भेदून 'थांब, थांब' ह्मणून ह्मणाला, आणि त्यावर प्रहार करिता झाला. राजा, धृष्टद्युम्नानेंही हार्दिक्याला सरळ जाणाऱ्या पाजविलेल्या तीक्ष्ण नऊ कंकपत्र बाणांनीं वेध केला. तेव्हां भीष्मांवरून त्या दोघांचें वृत्रवासवांप्रमाणें मोठें चढाओढीचें युद्ध झालें. इकडे भीमसेन महारथ भीष्मांवर चालला असतां भूरिश्रवा त्यावर धांवत येऊन त्याला 'थांब, थांब' असें म्हणाला. मग त्यानें स्वर्णपुंख असा तीक्ष्ण नाराच बाण भीमसेनाचे छातीचे खळींत रोंविला; त्या योगानें, राजा, पूर्वी कार्तिकस्वामीच्या शक्तीनें जसा क्रौंच पर्वत शोभत होता, तसा तो शोभूं लागला. ते नरवर क्रुद्ध होऊन शिकलगारानें लावून चकचकीत केलेले व सूर्याप्रमाणें तेजस्वी बाण एकमेकांवर सोडूं लागले. भीष्मवधेच्छु भीम भूरिश्रव्याला व भीष्मरक्षणेच्छु भूरिश्रवा भीमसेनाला या प्रकारें ते दोघेही तोडीस तोड ठेवून देण्याचे हेतूनें चंग बांधून मोठ्या नेटानें लढूं लागले. कुंतीपुत्र युधिष्ठिर मोठ्या सैन्यासह भीष्माभिमुख चालला असतां भारद्वाजानें त्याचें निवारण केलें. राजा, मेघगर्जनेसारखा तो द्रोणांचे रथाचा घडघडाट ऐकून प्रभद्रकांचा थरकांप झाला. राजा, युधिष्ठिराचें तें सैन्य इतकें तयार व मोठें असतांही द्रोणांनीं त्याला असें अटकवून टाकिलें कीं, तें पाऊलभर

१रुक्मभूषणः असा पाठ आहे. परंतु तो अग्राह्य वाटला. कारण रुक्मभूषणः हें कृपांचें विशेषण करण्यांत स्वारस्य नाहीं.

पुढें हालूं शकेना. हे जनेश्वरा, भीष्मांवर रोख ठेवणाऱ्या संतप्त चेकितानाला तुझा पराक्रमी पुत्र चित्रसेन यानें आपलें सर्व सामर्थ्य खर्चून सामना दिला. चेकितानानेंही चित्रसेनाला अडविलें. मग त्यांची चांगलीच चकमक झाली. त्या वेळीं, हे भारता, अर्जुनाला इतके प्रकारें वारीत असतांही अखेर त्यानें तुझे पुत्राला पराङ्मुख करून तुझी सेना तुडविलीच ! कांहीं करून तरी हा आपल्या भीष्मांना न मारो या हेतूनें दु:शासनानेंही अर्जुनाला अडविण्याचे कामीं शिकस्त केली. राजा, या प्रकारें तुझे पुत्राचे सेनेचा फडशा उडत असतां तींत अधूनमधून रथी लोक ढवळाढवळ करीतच होते.

अध्याय एकशें बारावा.

—:०:—

द्रोणांचें अश्वत्थाम्याला सांगणें.

संजय सांगतोः—इतक्यांत, माजलेल्या हत्तीलाही दटावील अशा प्रकारचें महद्धनुष्य हातीं घेऊन तें वांरवार ओढीत पांडवसेनेंत शिरून तिची पळापळ उडवीत चाललेले मत्तवारणतुल्य पराक्रमी महाधनुर्धर निमित्तज्ञ गुरु द्रोण सर्वभर दुर्निमित्तें अवलोकन करून शत्रुसेनेला त्राहि त्राहि करीत असलेल्या आपल्या पुत्राला म्हणाले, "बाबारे, भीष्मांना मारण्यासाठीं महाबल अर्जुन ज्या दिवशीं आपले यत्नाची पराकाष्ठा करणार आहे, तो हा आजचाच दिवस ! माझे बाण आपोआप उसळ्या मारितात, धनुष्य फुरफुरतें, अस्त्रें आपोआप सुटत आहेत व माझे मनाची प्रवृत्तिही क्रूर कर्माकडे होत आहे. दिशांचे ठायीं पशुपक्षी घोर व क्षुब्ध असे शब्द करीत आहेत. भारतसेनेंत गिधाडें खालून घुसत आहेत. सूर्य निस्तेजसा झाला असून सर्व दिशा मात्र लाल झाल्या आहेत. भूमि सर्वत्र जशी भिते आहे, कांपते आहे, रडते आहे! कंक, गृध्र व बगळे हे वरचेवर ओरडत आहेत. अमंगल भालु महद्भयसूचक असे शब्द करीत आहेत. सूर्यमंडलाचे मध्यावरून एक मोठी थोरली उल्का पडली. सूर्याभोंवतीं जणू धडांचा गराडा पडला आहे. तसेंच, राजांचे देह चरचर कापले जातील अशा प्रकारचें घोर भय सुचविणारें भयंकर खळें सूर्यचंद्रांभोंवतीं पडलें आहे. धृतराष्ट्राच्या देवळांतले देव कांपत आहेत, हंसत आहेत, नाचत आहेत, रडत आहेत! ग्रह हे अशुभचिन्हयुक्त सूर्याभोंवतीं डावी फेरी करीत आहेत. भगवान् चंद्रमा अधोमुख उदय पावत आहे. धृतराष्ट्रसैन्यांतील राजे इतके जरी सजले आहेत, तरी ते कसे ते शोभत नसून त्यांचीं शरीरें निस्तेज दिसत आहेत.उभय सेनांच्या भोंवतीं पांचजन्याचा शब्द व गांडीवाचा टणत्कार ऐकूं येत आहे. यावरून असें खास दिसतें कीं, आज अर्जुन उत्तम उत्तम अस्त्रांचे जोरावर इतर योधांना दूर सारून भीष्मांजवळ जाऊन खेटणार. हे महाबाहो वत्सा, हा भीष्मार्जुनांचा भावी समागम डोळ्यांपुढें येतांच माझीं रोमरंध्रें फुलतात व मन खचतें. कारण, त्या कपटपटु पापी शिखंडीला पुढें करून अर्जुन भीष्मांशीं झुंजण्यास गेला आहे; आणि भीष्मांनीं तर पूर्वीच सांगून टाकिलें आहे कीं, शिखंडि हा मूळ ब्रह्मदेवानें स्त्री निर्माण केला असून केवळ दैवयोगानें पुढें पुरुष झाला असल्यानें मी मिळून त्यावर प्रहार करणार नाहीं. शिवाय या द्रौपदाच्या ध्वजावर अमंगळ चिन्ह आहे, यामुळें तो गंगानंदन असल्या अभद्रावर शस्त्र टाकणार नाहीं. हा विचार आला म्हणजे माझा मेंदू मठ्ठ होऊन जातो, कांहीं सुचत नाहीं. पार्थ हा शस्त्र उगारून भीष्मांवर गेलाच आहे. तस्मात् या पार्थभीष्मांचा समागम, युधिष्ठिराचा संताप आणि माझे अस्त्रांची आपोआप उडी

ह्या तीनही गोष्टी निश्चयानें प्रजांचें अकल्याण सुचवितात. अर्जुन विचारी, बलवान्, शूर, अस्त्रपटु, चलाख, पल्लयावर नेम मारणारा, बळकट बाणसंधान करणारा, कालदेश ओळखणारा, इंद्रासह देवांसही समरांत अजिंक्य, बलवान्, बुद्धिमान्, काटक, अस्सल योद्धा व रणांत सदा यशस्वी असून त्याला भैरवास्त्राची प्राप्ति आहे. याकरितां हे यतव्रता वत्सा, सत्वर त्याची वाट रोंखून त्याला अडव, जा. ध्यानांत ठेव, आजच्या या घोर युद्धांत मोठीच कत्तल उडणार आहे. नतपर्व अशा बाणांनीं वीरांचीं स्वर्णचित्रित अशीं मोठीं प्रशस्त व सुलक्षण कवचें छिन्नभिन्न होताहेत. तोमर, धनुष्यें व ध्वजाग्रें तुटून पडत आहेत. विमल व तीक्ष्ण असे प्रास, कनकोज्ज्वल शक्ति व हत्तींवरील वैजयंती या अर्जुन रागानें तोडतोडून टाकीत आहे. हे पुत्रा, आपल्यासारख्या राजाश्रितांनीं आतां प्राण राखून ठेवण्याचा हा काळ नव्हे. याकरितां स्वर्गाकडे नजर देऊन पुढें घसर, आणि यश व जय मिळीव. हा कपिध्वज अर्जुन रथ-नागहयरूपी भोंवऱ्यांनीं युक्त अशी ही घोर आणि दुर्गम रणनदी रथरूप नौकेनें तरून जात आहे. युधिष्ठिरानें आजपर्यंत जी ब्रह्मण्यता, दम, दान, तप, व सदाचरण केलें त्या सर्वांचें श्रेय त्याला येथेंच प्राप्त होतेंसें दिसत आहे. कारण, त्याला धनंजय, बलवान् भीम, नकुल आणि सहदेव असले भाऊ व वृष्णिवंशज वासुदेव हा स्वामी मिळाला आहे. तपानें ज्यानें आपलें शरीर भाजून काढिलें आहे अशा या युधिष्ठिराला या दुष्टबुद्धि दुर्योधनानें दिलेल्या दुःखामुळें आलेला जो राग तोच हें कौरवसैन्य जाळून काढीत आहे असें समज. हा पहा पार्थ कृष्णसाह्यानें धार्तराष्ट्रांचे सर्व सैन्याची सर्वत्र रेवडी उडवित आहे. अर्जुनानें खळबळून सोडलेलें हे महत्सैन्य, एखाद्या तिमिंगल माशानें हालवून सोडलेल्या तरंगयुक्त जलाशयाप्रमाणें दिसत आहे; आणि सैनिकांचे तोंडून हाय, हाय, असे शब्द ऐकूं येत आहेत. यास्तव तूं शिखंडीसमोर जा, आणि मी युधिष्ठिरावर जातों. अमित तेजस्वी युधिष्ठिराचे व्यूहाचे सर्वभर अतिरथी उभे असल्यानें त्या व्यूहाचें अंतरंग समुद्रकुक्षीप्रमाणें दुष्प्रवेश्य आहे. सात्यकि, अभिमन्यु, धृष्टद्युम्न, वृकोदर, नकुल आणि सहदेव हे युधिष्ठिराला राखीत आहेत. श्रीकृष्णाप्रमाणें श्यामल व एखाद्या श्यालवृक्षाप्रमाणें उंच व रूपानें दुसरा अर्जुनच असा हा अभिमन्यु सेनेच्या अग्रभागीं चालला आहे. करितां वत्सा, निवडक उंची अस्त्रें व पल्लेदार धनुष्य घे, आणि शिखंडीवर जाऊन भीमसेनाशीं दोन हात कर. आपला प्रिय पुत्र चिरायु व्हावा अशी इच्छा कोणास नसेल? परंतु आज मी जो तुला युद्धांत घालतों आहें, तो केवळ क्षात्रधर्मावर लक्ष देऊन! तें पहा भीष्म देखील ही मोठी पांडवसेना आजच्या संग्रामांत जाळून काढीत आहेत. वत्सा, युद्धांत भीष्मांचें सामर्थ्य यमाप्रमाणें किंवा वरुणाप्रमाणें आहे!"

अध्याय एकशें तेरावा.

—:०:—

भीमपराक्रम.

संजय सांगतोः—राजा, भगदत्त, कृप, शल्य, तसाच कृतवर्मा, आवंत्यबंधु, सिंधुराज जयद्रथ, चित्रसेन, विकर्ण आणि दुर्मर्षण असे तुजकडील दहा योद्धे बरोबर नानादेशागत महासैन्य घेऊन भीमसेनाशीं लढले. लढण्याचा उद्देश भीष्मांना यश यावें हा. शल्यानें भीमाला नऊ बाण मारिले; कृतवर्म्यानें तीन, कृपानें नऊ, आणि चित्रसेन, विकर्ण व भगदत्त यांनीं दहा दहा बाण मारिले. जयद्रथानें तीन,

आवंत्य बंधूंनीं पांच पांच व दुर्मर्षणानें वीस मारिले. तेव्हां राजा, भीमसेनानें त्या सर्वही कौरवमहारथ्यांचा पृथक् पृथक् समाचार घेतला. शल्याला सात व कृतवर्म्याला आठ बाण मारून त्यानें कृपाचें सशर धनुष्य तोडिलें व धनुष्य तोडून पुनः त्याला सात बाण मारिले. आवंत्यांना तीन तीन, दुर्मर्षणाला वीस, चित्रसेनाला पांच, विकर्णाला दहा व जयद्रथाला पांच मारून भीमसेनानें एक आनंदाची आरोळी दिली, व पुनरपि तीन बाण जयद्रथाला मारिले. इतक्यांत कृपांनीं दुसरें धनुष्य घेऊन मोठ्या त्वेषानें भीमसेनाला दहा तीक्ष्ण बाण मारिले. त्या वेळीं अंकुशानें टोंचलेल्या मतंगजाप्रमाणें रागावून त्या प्रतापी भीमानें गौतमावर अनेक बाण सोडिले. त्या मृत्युतुल्य भीमानें जयद्रथाचे घोडे व सारथि तीन बाणांनीं यमलोकाला पाठविले. त्या वेळीं जयद्रथानें त्या रथांतून खालीं उडी घेऊन भीमावर तीक्ष्ण बाण टाकिले. भीमानें दोन भल्ल बाणांनीं त्याचें धनुष्य मधोमध तोडिलें. धनुष्य तुटलें, रथ मोडला, घोडे मेले, सारथि मेला, असें पाहून तो जयद्रथ लगबग चित्रसेनाचे रथावर चढला. त्या वेळीं भीमानें अचाट कर्म केलें. तें असें. भोंवतींच्या महारथ्यांना बाणांनीं जखमी व पराङ्मुख करून सर्वांसमक्ष जयद्रथाला विरथ केलें. तेव्हां मात्र भीमाचा तो पराक्रम शल्याला सहन होईना. म्हणून त्यानें सहाणेवर लावलेले असे तीक्ष्ण बाण भीमावर सोडून त्याला ‘ थांब, थांब ’ म्हणून म्हटलें. मग कृप, कृतवर्मा, वीर्यवान् भगदत्त, विंदानुविंद, चित्रसेन, दुर्मर्षण, विकर्ण व जयद्रथ यांनींही शल्याप्रीत्यर्थ भीमावर पटापट बाण मारिले. त्यानें त्यांस उलट प्रत्येकीं पांच पांच बाण मारून शल्याला सात व पुनः दहा बाण मारिले. शल्यानें त्याला प्रथम नऊ व पश्चात् पांच बाणांनीं वेध करून त्याचे सारथ्याला भल्ल बाणानें मर्मस्थानीं वेधिलें. आपला सारथि विशोक जखमी पाहून जखमी भीमसेनानें शल्याची छाती व दंड यांवर तीन तीन बाण मारिले. तसेंच इतरांसही तीन तीन सरळ बाण मारून त्यानें सिंहनाद केला. तेही महाधनुर्धर कमी नव्हते; त्यांनीं त्या युद्धपटु पांडवाला तीन तीन शिताग्र बाणांनीं मर्मस्थानीं विंधिलें. परंतु जलधारांनीं पर्वत व्यथित होत नाहीं त्याचप्रमाणें तो त्या जखमांनीं व्यथा पावला नाहीं. उलट संतापून त्या महायशस्वी पांडवानें मद्रराजाला तीन बाणांनीं मोठी जखम केली; व कृपांना नऊ बाणांनीं जखमी करून, भगदत्ताला तर चहूंकडून मिळून शंभर बाण मारिले. नंतर तीक्ष्णशा क्षुरप्र बाणानें त्या कसलेल्या वीरानें सात्वताचें सशर धनुष्य तोडिलें. तेव्हां कृतवर्म्यानें अन्य धनुष्य घेऊन भीमाचे भुंवयांमध्येंच नाराच बाण मारिला. भीमानें शल्यास नऊ लोहमय बाण मारून भगदत्तास तीन, कृतवर्म्यास आठ, आणि गौतमप्रभृतींत दोन दोन मारिले. त्या महारथांनीं त्याला तीक्ष्ण बाणांनीं वेधिलें; परंतु त्यांचे बाणांना तृणवत् समजून तो निर्बाध फिरत होता; आणि ते सर्व रथीही एकाग्र चित्तानें त्याला शेंकडों हजारों बाण मारीत होतेच. महारथी भगदत्तानें सोनेरी दांड्याची व महावेगवान् अशी एक शक्ति त्यावर टाकिली. महाबाहु जयद्रथानें तोमर व पट्टिश, कृपानें शतघ्नी, आणि शल्यानें शर टाकिला. इतर धनुर्धरांनीं भीमाचे उद्देशानें पांच पांच बाण मोठ्या तेखानें सोडिले. त्या वायुपुत्रानें जयद्रथाचा तोमर एका क्षुरप्रानेंच दुखंड केला, आणि तीन बाणांनीं पट्टिशाचे तिळाच्या कांड्यासारखे तुकडे केले. शल्याचा शर छेदून नऊ कंकपत्र बाणांनीं त्यानें शतघ्नीचा भेद केला. भगदत्तानें सोडिलेली शक्ति एकाएकीं

छेदून इतरांनीं सोडलेल्या घोर शरांचे नतपर्व बाणांनीं त्या समरश्लाघी भीमानें तीन तीन तुकडे केले, आणि त्या सर्वही महेष्वासांस तीन तीन बाण मारिले. इतक्यांत भीमाला बाणांनीं शूरांना मारितांना व त्यांशीं लढतांना पाहून, राजा, धनंजयही रथासह त्या महारणांत आला. राजा, ते दोघे एकत्र झालेले पहातांच तुझे वीरांनीं जयाची आशा सोडिली. वास्तविक अर्जुन भीष्मांना मारावें या इच्छेनें शिखंडीला पुढें घालून भीष्मांवर चालला होता; परंतु वाटेंत भीम त्या दहा महायोधांशीं लढत आहे असें पाहून तेथेंच थांबून भीमाचें इष्ट साधण्याकरितां त्यानें त्या महारथ्यांना स्वतः लढून घायाळ केलें. त्या वेळीं दुर्योधनानें, 'हे त्रिगर्ताधिपते, आपले सैन्यासह जा आणि ह्या एकत्र झालेल्या भीमार्जुनांना मार.' असें सांगून सुशर्म्याला त्यांवर पाठविलें. सुशर्म्यानें राजाज्ञेवरून त्या बंधूंना अनेक रथांसह गराडा दिला. नंतर अर्जुनाचें शत्रूंशीं युद्ध झालें.

अध्याय एकशें चौदावा.

—:०:—

भीमार्जुनपराक्रम.

संजय सांगतोः—शल्य आपली शिकस्त करीत होता, तथापि अर्जुनानें त्याला नमत्या पेरांच्या बाणांनीं केवळ झांकून काढिलें. राजा, त्या अतिरथ्यानें युद्धांत तुझे सेनेला सळो का पळो करून सोडून सुशर्मा, कृप, भगदत्त, जयद्रथ, चित्रसेन, विकर्ण, कृतवर्मा, दुर्मर्षण आणि महारथ आवंत्य बंधु—यांपैकीं प्रत्येकास कंक पक्ष्याच्या पिसांनीं वेगवान् केलेले असे तीन तीन बाण मारिले. हे भारता, चित्रसेनाचे रथांत बसून जयद्रथानें अर्जुनाला बाण मारून भीमालाही मारिले. तसेच कृप व शल्य यांनींही त्यांस अनेक मर्मभेदक बाण मारिले. हे प्रजानाथा, चित्रसेनादिक जे तुझे पुत्र त्यांनीं अर्जुन व भीमसेन यांवर पांच पांच तीक्ष्ण शर महावेगानें सोडिले. त्या रथिश्रेष्ठ कौंतेय बंधूंनीं तर त्रिगर्तांच्या त्या महासैन्याचा उत्साहच मांडिला. सुशर्म्यानेंही अर्जुनास नऊ बाण मारून इतक्या मोठ्यानें सिंहनाद केला कीं, तें मोठें सैन्य भिऊन गेलें. इतरही शूर रथी स्वर्णपुंखयुक्त व वांकडे न जाणारे असे बाण भीमार्जुनांवर सोडीतच होते. आमिषाभिलाषी मदोत्कट सिंह ज्या प्रकारें गाईगुरांत खेळत असावे, त्या प्रकारें ते दोघे रथिश्रेष्ठ चित्रवेष पांडव त्या कौरवसैन्यांत स्वच्छंद खेळतांना दिसत होते. त्या उभय वीरांनीं रणांत शूरांचीं धनुष्यें व बाण छेदून शेंकडोंशें मुंडकीं तोडून पाडिलीं, शेंकडों रथ मोडिले, हजारों घोडे मारिले व वरील सादींसकट कित्येक हत्ती भुईवर लोळविले. तसेच घायाळ केलेले रथी व सादी ठिकठिकाणीं लटलट कांपतांना दिसत होते. मारून टाकिलेले हत्ती व पदाति, ठार केलेले घोडे, आणि चुरडलेले रथ यांनीं ती रणभूमि जशी आच्छादून गेली होती ! अनेक ठिकाणीं फाडलेलीं छत्रें, पाडिलेले ध्वज, गळून पडलेले अंकुश व झुली, केयूर, अंगद, हार, कमविलेलीं रंकु मृगांचीं चर्में, फेटे, ऋष्टि, चामरें, पंखे, तसेच चंदनाचा शिडकाव दिलेले राजांचे भुज व मांड्या यांनीं पृथ्वी जणू भरून गेली होती. त्या वेळीं आम्हीं अर्जुनाचा कांहीं विलक्षणच पराक्रम पाहिला. कारण त्या महाबलानें त्या सर्वही वीरांना बाणांनीं रोंखून धरून बेलाशक कत्तल चालविली. भीमार्जुनांचा तो पराक्रम पाहून तुझा बलाढ्य पुत्र भीष्मांचे रथासन्निध जाऊन राहिला; व कृप, कृतवर्मा, सिंधुराज जयद्रथ आणि आवंत्य बंधु हेही तसेच नेट धरून राहिले. नंतर महाधनुर्धर भीम व महारथ अर्जुन यांनीं कौरवांची घोर

सेना वारंवार पळवून लाविली. त्या वेळीं मयूरपिच्छयुक्त अयुतावधि—अर्बुदावधि बाण राजे लोकांनीं झटाझट धनंजयाचे रथावर टाकिले. परंतु पार्थानें तितक्यांचेंही आपल्या शरजालानें निवारण करून त्या राजांना मृत्युमुखीं टाकिलें. महारथ शल्यानें रागावून सहज लीलेनें म्हणून नतपर्व असे भल्ल बाण पार्थाचे छातीवर मारिले. पार्थानें पांच बाणांनीं त्याचें धनुष्य व हस्तवाप[1] तोडून शिवाय त्याचे मर्मस्थानीं घाव केला. तेव्हां दुसरें भक्कम धनुष्य घेऊन त्या मद्रपतीनें रोषानें अर्जुनाला तीन बाणांनीं जोराचा प्रहार केला, कृष्णाला त्यानें पांच बाण मारिले, आणि भीमाची छाती व दंड यांवर मिळून नऊ मारिले. नंतर, भीमार्जुन जेथें कौरवसेनेची दैना उडवीत होते त्या स्थळीं द्रोण आणि महारथ मागध हे दुर्योधनाचे आज्ञेवरून गेले. नंतर, हे भारता, मगधराज जयत्सेन यानें त्या भयंकर आयुध धारण करणाऱ्या भीमाला आठ तीक्ष्ण बाण मारिले. भीमानें त्याला प्रथम दहा व पुनः पांच बाण मारून त्याचे सारथ्याला रथाचे कोठ्यावरून पाडिलें. त्या वेळीं रथाचे घोडे बेफाम झाल्यानें जयत्सेन सर्वांसमक्ष भलते कोणीकडे तरी गेला. द्रोणांनीं संधि पाहून लोहमय व तीक्ष्ण अशा पांसष्ट शिलीमुख बाणांनीं भीमसेनाला वेधिलें. तेव्हां समरश्लाघी भीमसेनानें त्या पितृतुल्य गुरूला पांच आणि साठ बाण मारिले. अर्जुनानें सुशर्म्याला अनेक लोहमय बाण मारून वाऱ्यानें ढग उडवावे त्याप्रमाणें त्याचें तें सैन्य उडवून दिलें. तेव्हां भीष्म व कोसलराज बृहद्बल हे संतापून भीमार्जुनांशीं भिडले; आणि धृष्टद्युम्न व शूर पांडव हे त्या आ वांसलेल्या कालतुल्य भीष्मांवर धांवले. शिखंडि तर भीष्मांना पहातांच त्यांचें काडीमात्र भय न धरितां त्यांवर धांवत गेला; आणि युधिष्ठिरप्रभृति सर्व पांडव व सृंजय हे शिखंडीला पुढें करून भीष्मांशीं लढूं लागले. त्याप्रमाणेंच तुझे सर्व वीर भीष्मांना पुढें करून, शिखंडि आहे अग्रभागीं ज्यांच्या अशा त्या सर्व पांडवांशीं लढूं लागले. त्या वेळीं भीष्मांचे जयार्थ म्हणून कौरवांची पांडवांशीं भयंकर चकमक झाली. राजा, त्या रणांगणांतही जय किंवा पराजय यासाठीं तुझे पुत्रांनीं एक तऱ्हेचें द्यूतच मांडिलें; व भीष्म हें त्यांतील पणास लाविलेलें द्रव्य होतें. हे राजेंद्रा, धृष्टद्युम्न आपल्या सैन्यांना "वीरहो, भिऊं नका, बेधडक भीष्मांवर जा." म्हणून सारखें उत्तेजन देत होता. सेनापतीची ती आज्ञा ऐकून पांडवसेना प्राणांची पर्वा न करितां तत्काल भीष्मांवर येऊन पडली. तेव्हां महोदधि ज्याप्रमाणें पतन पावणाऱ्या तीरभूमीला आपल्यांत घेतो, त्याप्रमाणें आपणावर येऊन पडणाऱ्या त्या सेनेला भीष्मांनीं अंगावर घेतलें.

अध्याय एकशें पंधरावा.

—:०:—

भीष्मोपदेश.

धृतराष्ट्र पुसतोः—हे संजया, महावीर्य भीष्मांनीं युद्धाचे या दहावे दिवशीं पांडवसृंजयांबरोबर कसकसें युद्ध केलें? व कौरवांनीं पांडवांचें निवारण कसें केलें? सारांश, रणालंकारभूत भीष्मांचा एकूण युद्धचमत्कार मला कथन कर.

संजय सांगतोः—राजा, तुझी इच्छा आहे तर कौरव पांडवांशीं कसे लढले, व तें एकंदर घोर युद्ध कसकसें झालें, तें तुला सांप्रत सांगतों. युद्धाचे दर दर दिवशीं किरीटी

१ हाताचें रक्षण करण्यासाठीं हातमोज्यासारखें चामड्याचें केलेलें आच्छादन.

पार्थानें उत्तम अस्त्रांचे योगानें तुजकडील मोठमोठे क्षुब्ध महारथी परलोकीं पाठविले; आणि भीष्मांनींही आपल्या प्रतिज्ञेप्रमाणें पांडवसेनेचा रणांत एकसारखा क्षय चालविला होता. हे परंतपा, एका बाजूला कौरवांसह भीष्म व दुसरे बाजूला पांचाल्यांसह अर्जुन असे लढत असतां जय कोणते पक्षाचा होणार, याविषयीं मोठा संशय पडला; आणि दहाव्या दिवशीं जेव्हां भीष्मार्जुनांचा सामना झाला, तेव्हां तर अत्यंत भयंकरच कत्तल एकसारखी चालू राहिली. परमास्त्रवेत्त्या भीष्मांनीं तर त्या दिवशीं अयुत संख्येनें योद्धे मारिले. त्यांत शेंकडोंचीं तर नामगोत्रेंही माहीत नव्हतीं; आणि ते रणांत माघार न घेणारे असे शूर होते, तथापि भीष्मांनीं त्यांना ठार केलें. याप्रमाणें सारखें दहा दिवसपर्यंत पांडवसेनेला जाळून काढिल्यावर त्या धर्ममूर्ति भीष्मांना स्वतःचे जीविताचाच कंटाळा आला. अखेरीस रणांत अभिमुख असतां आपला त्वरित वध व्हावा अशी इच्छा करून, आणि इतःपर अशा असंख्य नरश्रेष्ठांची हत्या आपगास करणें नाहीं असा विचार मनांत आणून, राजा, तुझा पिता देवव्रत जवळच असलेल्या पांडवाला म्हणाला, "हे सर्वशास्त्रनिपुण महाप्राज्ञा युधिष्ठिरा, बाबा, माझें हें धर्म्य आणि स्वर्ग्य असें भाषण ऐक. बाबारे, रणांत आला तो दिवस हजारों हजार जीवांचे प्राण घेण्यांत मीं आयुष्याचीं अनेक वर्षें लोटलीं, यामुळें मला आतां माझे देहाचाच कंटाळा आला आहे. यास्तव, माझें प्रिय करावें अशी तुझी इच्छा असेल तर पांचाल व सृंजय यांचे मदतीनें अर्जुनाला पुढें करून माझे वधाविषयीं तूं यत्न कर."

राजा, त्यांचा तो हेतु जाणून तो सत्यदर्शी पांडव सृंजयांसह भीष्मांकडे आला; आणि भीष्मांच्या त्या वाक्यानुरोधानें धृष्टद्युम्न व युधिष्ठिर यांनीं आपल्या सैन्याला प्रेरणा केली. ते म्हणाले, " हे वीरहो, धांवा, झगडा, भीष्मांना युद्धांत पाडा, जिंका, कशी ती भीति धरूं नका. कारण, हा रिपुजेता व सत्यप्रतिज्ञ अर्जुन तुम्हांला राखण आहे. शिवाय हा मी सेनापति धृष्टद्युम्न, तसाच भीमसेन हे आम्हीही तुम्हांला निश्चयानें संभाळूं. हे सृंजयहो, आजचे युद्धांत तुम्हांला भीष्मांचें भय कसें तें नको. आपण शिखंडीला पुढें करूं, म्हणजे भीष्म जिंकिलेच समजा."

या प्रकारें संकेत करून ते सर्वही पांडववीर ब्रह्मलोकाकडे लक्ष लावून मोठ्या त्वेषानें एकत्र झाले, आणि धनंजय व शिखंडि यांस पुढें करून त्यांनीं त्या दहावे दिवशीं भीष्मांना पाडण्याचा बिनकसर यत्न चालविला. इकडे दुर्योधनाचे आज्ञेवरून द्रोण व अश्वत्थामा यांना पुढें करून तत्पक्षीय सर्व महाबलाढ्य ससैन्य अनेक राजे आणि सर्व सोदरांसह बलवान् दुःशासन यांनीं रणमध्यभागीं भीष्मांना सांभाळिलें. नंतर भीष्मांना पुढें करून तुजकडील योद्ध्यांनीं शिखंडीप्रमुख पांडवांशीं युद्ध चालविलें. वानरध्वज अर्जुन हा शिखंडीला पुढें घालून चेदिपांचालांसहित शांतनव भीष्मांवर चाल करून आला. सात्यकि अश्वत्थाम्याशीं भिडला; धृष्टकेतु पौरवाशीं आणि अभिमन्यु सामात्य दुर्योधनाशीं लढला. हे परंतपा, सैन्यासह विराटानें वृद्धक्षत्राचा पुत्र जयद्रथ यांशीं गांठ घातली. ससैन्य महाधनुर्धर युधिष्ठिर यानें शल्याशीं सामना केला, व भीमसेन हा बंदोबस्तानें गजदळावर जाऊन पडला. पांचाल्य धृष्टद्युम्न हा सज्ज होऊन शस्त्रधराग्रणी, अप्रधृष्य व अनिवार्य जो अश्वत्थामा त्यावर गेला. शत्रुहंता व सिंहध्वज राजपुत्र बृहद्बल कर्णिकार चिन्ह ज्याचे ध्वजावर आहे अशा अभिमन्यूवर पडला. सर्व राजांसह तुझे पुत्र प्राण घेण्याचे इच्छेनें शिखंडि व अर्जुन

यांवर पडले. नंतर त्या उभय सैन्यांचा जंगी सामना होऊन जेव्हां सैन्यांतील लोक इकडून तिकडे धांवूं लागले, तेव्हां धरणी कांपूं लागली. राजा, भीष्मांना रणांत पाहून तुझीं व शत्रूंचीं सैन्यें एकमेकांशीं बिलगलीं. मग संतप्त होऊन तीं सैन्यें परस्परांवर धांव घेत असतां, सर्व दिशा भरून जाईसा मोठा कलकलाट उठला. ह्यांतच शंख व नगारे यांचे आवाज, हत्तींच्या गर्जना आणि सैन्यांचे दारुण सिंहनाद यांची भर पडली. सर्व राजांच्या मुकुटांवरील व बाहुभूषणांवरील चंद्रार्कतुल्य प्रभा फिकी दिसूं लागली. शस्त्रांतून उठलेल्या विजांनीं भरलेले असे धुळीचे मेघ उत्पन्न झाले. धनुष्यांचाही भयंकर टणत्कार तेव्हांच उठला. बाणांचा सोसाटा, शंखभेरींचे महाध्वनि व रथघोष हेही उभय सैन्यांत भरून राहिले. पाश, शक्ति, ऋष्टि आणि बाण यांचे समुदायांनीं आकाश भरून गेल्यामुळें उभय सेनांत अगदीं अंधार पडला. त्या संकुलांत रथी रथ्यांवर, अश्व अश्वांवर, कुंजर कुंजरांवर आणि पदाति पदातींवर घसरले. हे नरव्याघ्रा, मांसाचे तुकड्यासाठीं झोंबणाऱ्या दोन बहिरीससाण्यांचा जसा भयंकर झगडा व्हावा, तसें भीष्मांचे जीवितासाठीं झटणाऱ्या त्या कौरव-पांडवांचें फारच घनघोर युद्ध झालें. परस्परांस ठार करून एकमेकांवर जय मिळवूं पाहाणाऱ्या त्या उभय पक्षांची झुंज फारच भयंकर झाली.

अध्याय एकशें सोळावा.

—:०:—

संकुलयुद्ध.

संजय सांगतोः—राजा, पराक्रमी अभिमन्यु महत्सेनायुक्त अशा तुझ्या पुत्राशीं भीष्मांसाठीं लढला. दुर्योधनानें संतापून अभिमन्यूला छातींत प्रथम नऊ नतपर्व बाण मारून पुनः तीन मारिले. त्या वेळीं यमाची जणू बहीण अशी घोर शक्ति कार्ष्णीनें दुर्योधनरथावर फेंकिली, परंतु तुझ्या शूर पुत्रानें एका क्षुरप्र बाणानें ती वाटेंतच तोडिली. आपली शक्ति हाणून पाडिलेली पाहून परम कोपिष्ट अभिमन्यूनें दुर्योधनाचे दंड व छाती यांवर मिळून तीन बाण मारिले; आणि पुनरपि त्याचे स्तनांतरांत दहा घोर बाण रोंविले. मग भीष्मांचा मृत्यु व पार्थाचा विजय मनांत आणून त्या सौभद्र व कुरुराज या दोघांचें जें घोर युद्ध झालें, तें मोठें गमतीचें व प्रेक्षकांचीं अंतःकरणें प्रसन्न करणारें आणि सर्व राजांनीं पूज्य असें झालें. ब्राह्मणश्रेष्ठ परंतप द्रौणीनें त्या धसक्या सात्यकीच्या छातींत एक नाराच बाण मोठ्या त्वेषानें मारिला. सात्यकीचा पराक्रम अमेय होता, त्यानें कंक पक्ष्याचीं पिसें लाविलेले नऊ बाण गुरुपुत्राचीं मर्में मर्में शोधून मारिले. द्रौणीनें सात्यकीला उलट नऊ बाण मारून पुनः लगेहात तीस बाण त्याची छाती व दंड यांचे ठिकाणीं मारिले. द्रौणीनें जबर जखम केली असतां त्या यशस्वी सात्वतानें त्या द्रोणपुत्राला तीन बाण मारिले. इकडे महारथी पौरवानें धनुर्धर धृष्टकेतूला बाणांनीं झांकून अनेक ठिकाणीं छिन्नभिन्न केलें. उलट त्या महाभुज पौरवाला महारथी धृष्टकेतूनें तीस तीक्ष्ण बाणांनीं विंधिलें. तेव्हां पौरवानें धृष्टकेतूचें धनुष्य तोडून मोठ्यानें गर्जना केली, व तीक्ष्ण बाणांनीं त्याला भेदिलें. परंतु धृष्टकेतूनें तत्काल दुसरें धनुष्य घेऊन ब्याहात्तर तीक्ष्ण शिलीमुख बाणांनीं पौरवाचा वेध केला. मग त्या उभय महारथी, महाधनुर्धर व महाकाय वीरांनीं परस्परांवर बाणांचा मोठाच पाऊस पाडिला. परस्परांचीं धनुष्यें तोडून आणि घोडे मारून विरथ होत्साते ते दोघे-

ही अक्षांत वीर असियुद्धार्थ भिडले. ज्यांवर शंभर चांद व शंभर तारे काढिले आहेत अशा चितारलेल्या बैलाच्या चामड्याच्या ढाली व अतिशय लकलकीत तरवारी घेऊन, राजा, हे दोघे वीर, मस्तींत आलेल्या एकाच सिंहिणीवर पडूं पहाणारे दोघे सिंह महारण्यांत जसे परस्पर झगडतात तसे झगडूं लागले. मागेंपुढें सरून व विचित्र मंडळें घेऊन ते दोघे वीर युद्धकौशल्य दाखवीत एकमेकांवर हल्ला करूं लागले. पौरवानें धृष्टकेतूच्या कपाळावर आपल्या मोठ्या खड्गानें वार केला, आणि 'थांब थांब' असें म्हटलें. तेव्हां चेदिराज धृष्टकेतूनेंही आपली तिखट अणीची तरवार पौरवाचे गळ्याचे फांसळीवर मारिली. राजा, ते दोघेही एकमेक झगडतां झगडतां एकमेकांच्या तडाक्यानें मूर्च्छित होऊन पडले. त्या वेळीं तुझा पुत्र जयत्सेन यानें पौरवाला आपल्या रथांत घालून रणांगणांतून एकीकडे नेलें; आणि धृष्टकेतूला पराक्रमी सहदेवानें रागाचे झटक्यांतच दूर नेलें.

चित्रसेनानें सुशर्म्याला बरेच लोहमय बाण मारून पुनः त्याला साठ आणि नऊ बाण मारिले. राजा, त्या वेळीं सुशर्म्यानें संतापून तुझे पुत्राला आधीं दहा आणि मग दहा असे तीक्ष्ण बाण मारिले. राजा, मग चित्रसेनानें त्याला रागावून नतपर्व असे तीस बाण मारिले, त्या वेळीं सुशर्म्यानेंही त्याला प्रतिवेध केला. राजा, भीष्मनिधनार्थ चाललेल्या त्या रणांत आपलें यश व मान्यता वाढेल अशा रीतीनें अभिमन्यूनें अर्जुनाचा हेतु मनांत आणून बृहद्बलाशीं युद्ध केलें. पराक्रमी कोसलेंद्रानें अर्जुनपुत्राला पांच लोहमय बाणांनीं विंधून पुनरपि नतपर्व अशा वीस बाणांनीं वेधिलें. आर्जुनीनें कोसलेंद्राला आठ लोहबाणांनीं विंधिलें, तरी तो कांपला नाहीं, तेव्हां त्यानें त्यावर पुनरपि बाण टाकून त्याचें धनुष्य छेदिलें, आणि तीस कंकपत्र बाणांनीं त्याला प्रहार केले. त्यावर त्या राजपुत्र बृहद्बलानें अन्य धनुष्य घेऊन त्या फाल्गुनीला अनेक बाण मारिले. हे परंतपा, मग ते दोघेही चित्रयोधी वीर फारच खवळले, आणि भीष्मांचे उद्देशानें त्यांनीं देवासुरयुद्धांतील बल दैत्य व इंद्र यांचे युद्धाप्रमाणें कडाक्याचें युद्ध केलें.

भीमसेन हा गजदळाशीं[1] झगडत असतां पर्वतश्रेष्ठांचें विदारण करणाऱ्या वज्रपाणी इंद्राप्रमाणें शोभत होता. ते पर्वतप्राय मातंग भीमाचे हातून मरून एकत्र भुईवर पडत असतांना त्यांनीं पृथ्वी शब्दायमान केली. पर्वतांसारखे विशाल व काजळाचे डोंगरांसारखे काळेकुळकुळीत असे ते हत्ती पृथ्वीवर पडले असतां पसरलेल्या पर्वतांप्रमाणें दिसत होते. महाधनुर्धर युधिष्ठिरानें मोठ्या सेनेसह आपल्याशीं लढणारा जो मद्रराज त्याला जर्जर केलें. उलट शल्यानेंही भीष्मांसाठीं युधिष्ठिराला बहुत पीडा दिली. सिंधुराजानें विराटाला नऊ नतपर्व बाणांनीं वेधून पुनरपि तीस तीक्ष्ण बाण मारिले. सेनापति विराटानें सिंधुराजाचे स्तनांतरांत तीस तीक्ष्ण बाण मारिले. तऱ्हेवाईक धनुष्यें व खड्गें, तशींच विचित्र कवचें, आयुधें आणि ध्वज धारण करणारे ते मत्स्यसैंधव त्या रणांत मोठे गमतीचे दिसत होते. इकडे द्रोणांनीं धृष्टद्युम्नाला रणांत गांठून त्यावर नतपर्व बाणांची मोठीच गेर केली. त्यांनीं पार्षताचें मोठें धनुष्य तोडून पन्नास बाणांनीं त्याला विंधिलें, तेव्हां त्यानें दुसरें धनुष्य घेऊन द्रोणांचे डोळ्यांदेखत त्यांवर बाण

१ मुळांत 'रथानीकं' असा पाठ आहे, परंतु तो प्रमाद असावा, असें स्पष्ट दिसतें, म्हणून आम्ही बरद्वानपंडितांचा 'गजानीकं' हा पाठ स्वीकारिला आहे.

टाकिले. त्या बाणांचा त्या महारथ द्रोणांनीं आपल्या शरप्रहारानें छेद करून धृष्टद्युम्नावर पांच बाण टाकिले. तेव्हां धृष्टद्युम्नानें रागावून यमदंडतुल्य घोर गदा द्रोणांवर सोडिली. परंतु ती स्वर्णभूषित गदा येऊन पडणार तोंच द्रोणांनीं पन्नास बाणांनीं अनेक ठिकाणीं तोडिली, मग ती छिन्नभिन्न होऊन चुरा होऊन भूमितलीं विखरून पडली. गदा तोडून पाडिलेली पाहून शत्रुतापन धृष्टद्युम्नानें सर्व लोहमय अशी शुभ शक्ति द्रोणांवर टाकिली; तिचे द्रोणांनीं नऊ बाणांनीं तुकडे तुकडे करून त्या महाधनुर्धर पार्षतालाही पीडिलें. हे महाराजा, अशा प्रकारें भीष्मांचे उद्देशानें द्रोणधृष्टद्युम्नामध्यें हें भयंकर युद्ध झालें.

इकडे भीष्मांची गांठ पडतांच त्यांना तीक्ष्ण बाणांनीं त्रासवून सोडून, वनांतील एक मत्त हत्ती दुसऱ्यावर चालून जातो त्याप्रमाणें अर्जुन भीष्मांवर मस्तीनें चाल करून गेला. परंतु ज्याला तीन ठिकाणीं मदधारा फुटल्या आहेत अशा मदांध हत्तीला पुढें करून प्रतापी भगदत्त अर्जुनावर आला. तो ऐरावततुल्य गज अंगावर येत असतां अर्जुनानें मोठ्या यत्नानें त्याशीं सामना केला. इतक्यांत राजा भगदत्तानें हत्तीवर बसूनच अर्जुनाला बाणवृष्टीनें झांकिलें. अर्जुनानें आपणावर चाल करून येणाऱ्या हत्तीला रुप्याप्रमाणें लखलखीत अशा तीक्ष्ण व निर्मल लोहमय बाणांनीं विंधिलें. राजा, नंतर त्या कुंतीपुत्रानें, 'भीष्मांवर चालून जा, आणि त्यांस मार, चल.' अशी शिखंडीला प्रेरणा केली. हे पांडुपूर्वजा, त्या वेळीं भगदत्त अर्जुनाचा नाद सोडून त्वरित द्रुपदाचे रथाकडे वळला. तेव्हां अर्जुन शिखंडीला पुढें करून लगबग भीष्मांवरच गेला, आणि नंतर उभयतांचें युद्ध झालें. त्यांत तुझेकडील वीर आरोळ्या देतच त्या वेगवान् पांडवांवर गेले, परंतु तो एक चमत्कारच झाला! कारण, आकाशांत वायूनें मेघ उडवून द्यावे त्याप्रमाणें तुझीं नानाविध सैन्यें अर्जुनानें उडवून दिलीं. इकडे शिखंडीनें भीष्मांना गांठून निर्भयपणें त्यांस अनेक बाणांनीं खचून टाकिलें. भीष्मही दिव्य अस्त्रें सोडीत असतांना तृणारण्यांत चरत चाललेल्या मोठ्या धडकलेल्या अग्नीप्रमाणें भासत होते. त्या भीष्मरूपी अग्नीचें रथ हेंच कुंड, चाप हाच ज्वाला, असि, शक्ति आणि गदा हींच इंधनें, व शरसमूह हाच ज्वालासमुदाय होता; आणि समरांतील क्षत्रियांना तो तृणवत् जाळीत होता. अर्जुनाचे पावलामागें चालणाऱ्या सोमकांना भीष्मांनीं मारिलें आणि पांडवांच्या त्या सैन्याचें त्यांनीं निवारण केलें. भीष्मांनीं त्या महारणांत नतपर्व व तीक्ष्ण अशा स्वर्णपुंख बाणांनीं सर्व दिशा आणि उपदिशा दणाणून सोडिल्या. स्वारांसह घोडे व रथांतील रथी पाहून त्यांनीं ते रथसमुदाय शेंडे छाटलेल्या तालवनाप्रमाणें करून टाकिले. राजा, त्या शस्त्रधराग्रणी भीष्मांनीं रथ, गज अश्व हे सर्व निर्मनुष्य करून सोडिले. विद्युत्स्फुरणाप्रमाणें कडाक्याचा त्यांचे धनुष्याच्या दोरीचा तडाका ऐकून सैनिक कांपूं लागले. हे मनुजेश्वरा, तुझ्या पित्याचा बाण मिळून फुकट गेलाच नाहीं. भीष्मांचे धनुष्यापासून बाण सुटला, आणि तो शत्रूचे शरीरांत न घुसतां केवळ चाटून गेला, असें झालेंच नाहीं. हे प्रजानाथा, वरील रथी व सारथी नाहींतसे झाल्यानें चलाख घोडे जोडलेले शेंकडों रथ वायुवेगानें कोठें तरी ओढिले जात असतांना आम्हीं पाहिले. चेदि-काशि-करूष यांचे मोठे कुलवान् शूर, रणांत माघार न घेणारे, सोनेरी ध्वजांचे, व प्राणांची पर्वा न करणारे असे चौदा हजार सुप्रसिद्ध महारथी होते. परंतु आ पसरलेल्या कालतुल्य त्या भीष्मांशीं त्यांची समरांत गांठ

पडतांच अश्व-रथ-कुंजरांसह हे सर्वजण भडाभड परलोकीं गेले. त्या रणांत सोमकांपैकीं असा एकही महारथ नव्हता कीं, भीष्मांची गांठ पडल्यावर जो जीविताची आशा राखूं शकेल. सारांश, भीष्मांचा विक्रम पाहून त्यांचे सर्व प्रतिपक्षी यमपुरींत गेल्यादाखलच लोक मानूं लागले. राजा, एक श्वेताश्व कृष्णसारथि असा अर्जुन किंवा दुसरा शिखंडी यांखेरीज अन्य कोणीही वीर भीष्मांपुढें जाण्यास धजेना.

अध्याय एकशें सतरावा.

—:०:—

संकुलयुद्ध.

संजय सांगतोः—भीष्मांना गांठून शिखंडीनें त्यांच्या स्तनांतरांत दहा तीक्ष्ण बाण मारिले. परंतु भीष्मांनीं त्याचें स्त्रीत्व मनांत आणून त्यावर उलट प्रहार न करितां, ज्यांचे कटाक्ष केवळ जाळीत होते अशा क्रोधदीप्त नेत्रांनीं सर्व लोकांदेखत त्या शिखंडीकडे केवळ पाहिलें मात्र! परंतु शिखंडीच्या हें लक्षांत आलें नाहीं, तेव्हां अर्जुनानें शिखंडीला सांगितलें, "हं, धांव आणि झटपट पितामहांना मारून टाक. उगाच कसें करूं, काय करूं करताचा करीत बसला आहेस! हे पुरुषव्याघ्रा, तुला मी खरें खरें सांगतों कीं, या सर्व युधिष्ठिरबलांत भीष्मांना मारण्यास समर्थ असा तुजवांचून अन्य मला कोणीही दिसत नाहीं."

हे भारता, या प्रकारें अर्जुनानें उत्तेजन देतांच शिखंडीनें नानाप्रकारचे बाणांनीं भीष्मांना तेव्हांच व्यापून टाकिलें. परंतु भीष्मांनीं ते बाण खिजगणतींतही न घेतां आपल्या बाणांनीं क्रुद्ध अर्जुनाचें निवारण चालविलेंच. शिवाय, त्या महारथानें तीक्ष्ण शरांनीं पांडवांची सर्व सेना परलोकांकडे चालविलीच होती. मेघांनीं सूर्याला आच्छादावें त्याप्रमाणें पांडवांनींही मोठें सैन्य घेऊन भीष्मांना झांकून काढिलें. परंतु दावाग्नीप्रमाणें ते भीष्म आपल्या भोंवतालचे वीरांना भाजून काढितच होते. राजा, त्या वेळीं तुझ्या पुत्राचाही प्रशंसा करण्याजोगाच पराक्रम आह्मीं पाहिला; कारण, एकीकडे पितामहांचें रक्षण करून शिवाय तो अर्जुनाशीं दोन हात करीतच होता. दुःशासनाचें हें कौशल्य पाहून सर्व लोक फार संतुष्ट झाले. तो एकटा असून पांडव अर्जुनासह होते; तथापि त्या उग्र वीराचें निवारण पांडवांच्यानें होईना. दुःशासनानें विरथ केलेले रथी, महाधनुर्धर सादी व महाबल हत्ती तीक्ष्ण शरांनीं छिन्नभिन्न केल्यामुळें भूतलावर पडले. कांहीं हत्ती बाणांनीं जर्जर होऊन दाही दिशा पळूं लागले. राजा, भरकच सर्पण मिळालें असतां अग्नि जसा धडाडा जळतो, तसा तुझा पुत्र पांडवसेनेला जाळीत असतां उग्र तेजानें जळूं लागला. त्या कालीं त्या भरतवंशज श्रेष्ठाला जिंकण्याची किंवा सामना देण्याचीही कोणी पांडववीर उमेद धरीना. नाहीं ह्मणायाला कृष्णसारथि व श्वेताश्व इंद्रपुत्र अर्जुन मात्र पुढें झाला; आणि त्या विजयानें दुःशासनाला युद्धांत जिंकून टाकून सर्व सैन्याचे देखत तशीच भीष्मांकडे धांव मारिली. तुझा पुत्र जरी पराजित झाला होता, तरी भीष्मांचे बाहुबलाचा त्याला आधार असल्यानें मध्यें मध्यें विसावा घेऊन तो फिरफिरून अवसान धरून दांडगाईनें लढतच होता. अर्जुन मात्र लढत असतांना रणभूमीवर फारच शोभत होता. शिखंडीनें तर वज्रतुल्य कठोर व सर्पतुल्य विषारी अशा बाणांनीं भीष्मांचा सारखा वेध चालविला होता; परंतु त्या बाणांनीं, राजा, तुझ्या पित्याला कशी ती व्यथा वाटली नाहीं. अतिशय उन्हानें

तापलेला मनुष्य ज्याप्रमाणें मौजेनें जलधारा अंगावर घेत बसतो, त्याप्रमाणें तो गंगानंदन शिखंडीच्या त्या शरधारा अंगावर घेत होता; आणि एकीकडे पांडवसेनेला सर्व क्षत्रियांसमक्ष जाळून काढीत होता. त्या काळीं, राजा, तुझे पुत्रानें सर्व सैन्यांना आज्ञा केली कीं, " वीरहो, तुम्ही सर्वजण मिळून फाल्गुनावर चहूंकडून गेर करा. धर्मज्ञ भीष्म तुम्हां सर्वांचें रणांत रक्षण करितील. यास्तव तुम्ही सर्व भय सोडून पांडवांशीं झुंजा. सोनेरी तालध्वज फडकवीत भीष्म हे तुमचें रक्षण करण्यास उभे आहेत. भीष्म हे आम्हां सर्व धार्तराष्ट्रांचें रणांत परित्राण व कल्याण आहेत. भीष्मांना जिंकण्यास प्रत्यक्ष देव देखील समर्थ नाहींत. मग या पांडवांची कथा काय? कारण, पांडव कितीही बलाढ्य झाले तरी मर्त्य आहेत. याकरितां, हे वीरहो, फाल्गुनाला भिऊन न पळतां त्यावर चालून जा. मीही स्वतः आज कंबर कसून अर्जुनाशीं लढणार आहें व त्या वेळीं तुम्हां सर्व राजांची मदत मला अवश्य आहे."

राजा, तुझ्या धनुर्धारी पुत्राचें हें वचन ऐकून सर्वही महाबल योद्धे आपल्या सैन्यांसह क्षुब्ध झाले. ते कोण म्हणशील तर विदेह, कलिंग, दासेरक, निषाद, सौवीर, बाल्हीक, दरद, प्रतीच्य, उदीच्य, मालव, अभिह, शूरसेन, शिबि, वसाति, शाल्व, शक, त्रिगर्त, केकय व अंबष्ठ. हे सर्वही त्या अप्रतिम बलाढ्य अर्जुनावर शलभपावक या न्यायानें पडले. परंतु, हे महाराजा, अर्जुनानें वेगवान् दिव्यास्त्रांची योजना व संधान करून या सर्वही महाबल महारथांना त्यांचे सैन्यांसह भाजून काढिलें. अग्नि जसा पतंगांला जाळतो, त्याप्रमाणें त्या बीभत्सूनें आपल्या बाणज्वालांनीं त्यांना जाळिलें. तो दृढधन्वा हजारों बाण गांडीवापासून सोडीत असतां तें गांडीव आकाशांत पेटल्यासारखें दिसत होतें. त्या वेळीं ते सर्व भूपाल अर्जुनाचे बाणांनीं जर्जर व भग्नध्वज झाल्यानें एकवटून त्या वानरध्वजावर चाल करण्याचें त्यांस अवसान उरलें नाहीं. रथी ध्वजांसह खालीं पडले; स्वार घोड्यांसह पडले; अर्जुनबाणांनीं ताडित होऊन गजांसह गजारोहीही पडले. त्या वेळीं अर्जुनाचे हातून सुटलेल्या बाणांनीं पृथ्वी केवळ आच्छादून गेली. त्याप्रमाणेंच त्या राजांचीं सैन्यें सर्वभर पळत होतीं त्या योगानेंही ती तशीच आच्छादली गेली.

नंतर पार्थानें सैन्य पळवून लावून दुःशासनावर अनेक बाण सोडिले. ते लोहमुख बाण तुझ्या पुत्राचे अंगांतून भेदून पार जाऊन सर्प वारुळांत शिरावे त्याप्रमाणें भूमींत शिरले. नंतर अर्जुनानें दुःशासनाचे घोडे मारून सारथिही पाडिला; मग त्या बलाढ्य वीरानें वीस बाणांनीं विविंशतीला विरथ केलें; आणि पुनरपि त्यास नतपर्व असे पांच बाण मारिले. त्या श्वेतवाहन कौंतेयानें कृप, विकर्ण व शल्य यांसही बहुत लोखंडी बाण मारून विरथ केलें. हे महाराजा, या प्रकारें ते सर्वजण म्हणजे कृपाचार्य, शल्य, दुःशासन, विकर्ण आणि विविंशति हे विरथ झाले; आणि सव्यासाचीनें युद्धांत जिंकल्यामुळें पळूं लागले. हे भरतश्रेष्ठा, पूर्वाह्णीं सर्व महारथांना जिंकून तो पार्थ धूमरहित अग्नीप्रमाणें जळत होता. त्याच प्रकारें किरणमाली सूर्याप्रमाणें आपल्या प्रखर शरवर्षावानें इतर राजांनाही तो ताप देत होता. आपल्या बाणवर्षावानें कित्येक महारथ त्यानें पराङ्मुख करून कुरुपांडवसैन्यांच्या मध्यें एक मोठी थोरली रक्तनदी उत्पन्न केली. त्या गर्दींत रथ्यांनीं अनेक गज व रथसंघ मारिले; हत्तींनीं रथ तुडविले व पदातींनीं घोडे मारिले. हत्ती,

घोडे, रथ, योद्धे यांचीं अर्धेमर्धे कापलेलीं शरीरें व शिरें सर्व दिशांना पडलीं होतीं. हे राजा, कुंडलें व बाहुभूषणें धारण करणारे शेंकडों महारथ पडून व पाडले जाऊन तें रणांगण झांकलें गेलें होतें. कांहीं रथांचे धांवांखालीं कापले जाऊन, व कांहीं हत्तींचे पायांखालीं दडपले जाऊन त्या अंगणावर पडले होते. घोड्यांसह स्वार, पदाति, गज व गजयोधी सर्वत्र धांवत होते. चाकें, जोखडें व ध्वज भग्न होऊन रथ भूमीवर अस्ताव्यस्त पसरले होते. अनेक गज, अश्व, रथी यांच्या रक्तानें शिंपडलें जाऊन सर्वत्र लाल झालेलें तें अंगण ताम्रमेघयुक्त शरत्कालीन आकाशाप्रमाणें शोभत होतें. कुत्रीं, कावळे, गिधाडें, लांडगे, कोल्हीं, तशींच अनेक विक्राळ श्वापदें व पक्षी यथेच्छ भक्ष्य सांपडल्यामुळें आनंदानें ओरडत होते. सर्व दिशांना नानाप्रकारचे वारे वाहूं लागले, भूतें ओरडूं लागलीं व राक्षस इतस्ततः संचार करूं लागले. वाऱ्याच्या वेगामुळें सोन्याच्या माळा व बहुमोल पताका झोंके खातांना दिसूं लागल्या. शेंकडों हजारों श्वेतछत्रें व ध्वजयुक्त महारथ इकडे तिकडे दाणादाण होऊन पडलेले दिसत होते. शरार्त होऊन मत्त हत्ती पताकांसह दशदिशांना पळूं लागले. हे मनुजेंद्रा, त्याचप्रमाणें हातीं गदा, शक्ति, धनुष्यें धारण केलेले क्षत्रियही धरणीतलावर सर्वत्र पडलेले दिसत होते. हे महाराजा, अशांत भीष्म हे दिव्यास्त्र उगारून सर्व धनुर्धरांसमक्ष कौंतेयावर धांवून गेले. इतक्यांत शिखंडि चिलखत घालून त्यांवर धांवला. त्या वेळीं भीष्मांनीं तें आपलें अग्नितुल्य अस्त्र आटोपून घेतलें; आणि मधला पांडव अर्जुन यानें भीष्मांची धांदल करून तुझे सैन्याचा फ़डशा उडविला.

अध्याय एकशें अठरावा.

—:०:—

भीष्मपराक्रम.

संजय सांगतोः—राजा, उभय पक्षांकडील विपुल सैन्यांची योग्य प्रकारें तुल्य रचना झाल्यावर, त्यांतील माघार न घेणारे सर्व योद्धे केवळ स्वर्गलोकाकडे नजर देऊन नेटानें उभे होते. त्या संकुल युद्धांत सजातीयांची झुंज जमली नाहीं; म्हणजे रथ्यांशीं रथी, पदातींशीं पदाति, अश्वांशीं अश्व, किंवा गजांशीं गजारोही अशी जोडी न लागतां, उन्मत्ताप्रमाणें वाटेल तो वाटेल त्याशीं भिडत होता. मनुष्य, हत्ती वगैरेंची अशी सर्वत्र फाटाफूट झाल्यानें उभय सैन्यांत फारच भयंकर गोंधळ माजला. त्या महाभयंकर कत्तलींत हा हत्ती आणि हा मनुष्य, हा आपला आणि हा परका असला भेद मिळून उरला नाहीं.

नंतर, हे भारता, शल्य, कृप, चित्रसेन, दुःशासन व विकर्ण हे शूर वीर उज्ज्वल रथांत बसून पांडवांचें सैन्य कांपवूं लागले. हे राजा, त्या वीरांनीं मारा चालविला असतां वाऱ्याचे योगानें नौका पाण्यांत गोते खाते त्याप्रमाणें पांडुसेना गोते खात होती. ज्याप्रमाणें हिमकाल गाईगुरांचीं मर्में कृंतन करितो, त्याप्रमाणें भीष्म हे पांडुपुत्रांचीं मर्में कृंतन करीत सुटले. उलटपक्षीं, राजा, अर्जुनानें तुझ्या पक्षापैकीं अनेक नवमेघकांति हत्ती लोळविले. तसेच अनेक सेनानायक चिरडून टाकिले. कित्येक महागज हजारों बाणांनीं व नाराचांनीं हाणिले गेल्यानें भयंकर शब्द करून रणांगणावर पडले. शरीरांवरील आभरणें तशींच्या तशींच व शिरांवर कुंडलें तशींच अशा स्थितींत मरून पडलेल्या शेंकडों महावीरांनीं तें रणमंडळ आच्छादून गेल्यानें फारच शोभत होतें. हे महाराजा, तसल्या त्या महावीरांचे कत्तलींत, भीष्म

व धनंजय हे पराक्रम चालवीत असतां, भीष्मांना पराक्रम करितांना पाहून तुझे पुत्र स्वर्गाकडे डोळे लावून रणांत मरण मिळविण्याच्या इच्छेनें त्या सपाट्यांत आपापल्या सैन्यासह पांडवांवर जाऊन पडले. हे महाराजा, तें पाहून, तूं व तुझे पुत्र यांनीं पूर्वी दिलेल्या नानाप्रकारच्या अनेक क्लेशांचें स्मरण होऊन ते पांडववीर सर्व भीति सोडून देऊन व ब्रह्मलोकाविषयीं तत्पर होऊन त्या भयंकर वीरक्षयांत मोठ्या आनंदानें तुझ्या योद्ध्यांशीं व पुत्रांशीं युद्ध करूं लागले.

नंतर त्यांच्या महारथ सेनापतीनें आपल्या सेनेला सांगितलें कीं, 'हे सोमकहो, तुह्मी सृंजयांसह भीष्मांवर जा.' सेनापतीचे ते शब्द ऐकून ते सोमक व सृंजय बाणांच्या तसल्या माऱ्यामधून गांगेयांवर गेले. राजा, याप्रमाणें त्यांनीं जेव्हां भीष्मांवर हल्ला केला, तेव्हां भीष्मांना कोप येऊन त्यांनीं सृंजयांवर शिस्त धरली. राजा, त्या कीर्तिमान् वीराला पूर्वी धीमान् जामदग्न्यानें शत्रुसैन्यनाशिनी अशी अस्त्रविद्या दिलीच होती. त्या विद्येचा आश्रय करून भीष्म दर दर दिवशीं दहा हजार पांडववीरांचा क्षय करीत होते. हे राजा, मग तो दहावा दिवस आला तेव्हां तर एकाकी भीष्मांनीं मत्स्य व पांचाल यांशीं लढतांना अनेक गज व अश्व मारून सात महारथी, पंचसहस्र रथी, चौदा हजार पदाति, हजारों हत्ती व दहा हजार घोडे—एवढे आपले विद्येच्या बलानें मारिले; नंतर सर्व राजांच्या तुकड्यांचा फडशा पाडून विराटाचा प्रिय भ्राता शतानीक यास लोळविलें; आणि शतानिकाला मारून त्या प्रतापवान् भीष्मांनीं भल्ल बाणांनीं हजार राजे मारिले. त्या वेळीं ते योद्धे उद्विग्न होऊन युद्धांत धनंजयाचे नांवानें ओरडूं लागले. धनंजयाचे बरोबर जे मिळून पांडवीय राजे भीष्मांवर चालून गेले होते, ते त्यांचे हातून यमसदनीं रवाना झाले. याप्रमाणें भीष्म पांडवसेनेला दाही दिशांना बाणजालांनीं गुरफाटून टाकून कुरुसेनेच्या अग्रभागीं उभेच होते. त्या दहावे दिवशीं हातीं धनुष्य घेऊन उभय सैन्यांच्या मध्यभागीं उभे राहून भीष्मांनीं असें कांहीं अचाट कर्म चालविलें कीं, त्यांकडे राजांपैकीं कोणी वर डोळा करून पाहाण्यासही धजेना. कारण, ग्रीष्मकालीन मध्याह्न सूर्याप्रमाणें ते तपत होते. इंद्रानें युद्धांत ज्याप्रमाणें दैत्यसेनेला जर्जर केलें होतें, त्याप्रमाणें भीष्मांनीं पांडवेयांना त्राहि त्राहि करून सोडिलें होतें. भीष्मांचा तो तडाका पाहून देवकीपुत्र प्रेमानें अर्जुनाला ह्मणाला, " हा भीष्म उभय सेनांचे मध्यें उभा आहे; याला मारशील तेव्हां तुझा जयजयकार होईल. तो जेथून सैन्याची दाणादाण उडवीत आहे त्याच जागीं त्याला नेटानें तूं जखडून टाक. बा समर्था, तुजवांचून अन्य कोणी भीष्मांचे बाण सहन करूं शकणार नाहीं. "

राजा, याप्रमाणें कृष्णांनीं प्रेरणा करितांच त्या वानरध्वजानें आपल्या बाणांनीं भीष्मांना ध्वज, रथ व अश्व यांसहित झांकून टाकिलें. भीष्मांनींही अर्जुनाचें शरजाल शरजालानेंच उडवून दिलें. इतक्यांत पांचाल राजा, वीर्यशाली धृष्टकेतु, भीमसेन, पार्षत धृष्टद्युम्न, नकुल, सहदेव, चेकितान, पांच केकय, महाबाहु सात्यकि, सौभद्र, घटोत्कच, द्रौपदेय, शिखंडि, वीर्यवान् कुंतिभोज, सुशर्मा, विराट व दुसरेही महाबल पांडववीर भीष्मांचे बाणांनीं जर्जर होऊन शोकसागरांत निमग्न झाले असतां अर्जुनानें सोडविले. नंतर अर्जुन रक्षण करीत असतां शिखंडीनें अतिश्रेष्ठ आयुध घेऊन भीष्मांवर धांव मारिली; व युद्धांतील विभाग जाणणाऱ्या अपराजित अर्जुनानें आधीं भीष्मांचे अनुचरांस खलास करून मग भीष्मांवर चाल केली.

सात्यकि, चेकितान, पार्षत धृष्टद्युम्न, विराट, द्रुपद व माद्रीपुत्र नकुल-सहदेव हे अर्जुनाचे जोरावर भीष्मांवरच चढून गेले. तसेच द्रौपदीचे पांच पुत्र व अभिमन्यु हे मोठीं आयुधें उगारून भीष्मांवर धांवत गेले. ते सर्वही दृढधन्वी व रणांत पीछेहाट न करणारे वीर अंगास क्षतें पाडणाऱ्या अशा बाणांनीं भीष्मांवर प्रहार करीत होते. त्या नरेंद्रांनीं सोडिलेले सर्व बाण उडवून देऊन न डगतां भीष्मांनीं पांडवसेनेंत संचार केलाच, आणि सहज खेळल्याप्रमाणें बाणांचा मारा चालविला. मात्र शिखंडि पुर्वीचा स्त्री आहे हें ध्यानांत आणून भीष्म वारंवार हंसत, परंतु त्यावर बाण टाकीतना. त्यांनीं द्रुपदसैन्यापैकीं सात महारथी मारिले. तेव्हां त्या एकट्यावर चालून येणाऱ्या मत्स्य-पांचालचेदींमध्यें तत्काळ किलबिल सुरू झाली. त्या सर्वांनीं मिळून रणमंडळांत शत्रूंस तापविणाऱ्या त्या गंगापुत्रालाच नर, अश्व, रथ व बाण त्यांच्या समूहांनीं, मेघांनीं सूर्याला आच्छादावें त्याप्रमाणें आच्छादून टाकिलें. नंतर त्या राजाचें व भीष्मांचें तें देवासुरोपम युद्ध चालू असतां, शिखंडीला पुढें करून अर्जुन भीष्मांवर चालून गेला.

अध्याय एकशें एकूणिसावा.

—:०:—

भीष्मपतन!

संजय सांगतोः—या प्रकारें त्या सर्व पांडवांनीं भीष्मांना गराडा दिला, व शिखंडीला पुढें करून भीष्मांवर मारा चालविला. सर्वही सृंजय एकवटून त्यांनीं भयंकर शतघ्नी, परिघ, परशु, मुद्गर, मुसल, प्रास व इतर फेंकण्याचीं आयुधें, तसेच स्वर्णपुंख बाण, शक्ति, तोमर, कंपनें, नाराच, वत्सदंत, भृशुंडी, इत्यादी आयुधें यांचा सर्व बाजूंनीं भीष्मांवर मारा चालविला. त्या वेळीं भीष्मांचें कवच फुटून जाऊन अनेक मर्मस्थानीं अनेकांचे घाव बसत होते तरी ते विवळले नाहींत, परंतु धनुर्बाण हे ज्यांतील पेटलेले निखारे, अस्त्रांचे वेग हे साहाय्यकारी वायु, रथांची घरघर हीच ज्यांची धगधग, दिव्यास्त्रांची चमक हाच ज्याचा प्रकाश, विचित्र धनुष्यें याच महाज्वाला, व मारिले जाणारे वीर हेंच ज्याचें सर्पण अशा प्रलयाग्नीप्रमाणें ते शत्रूंना भासत होते. क्षणांत पाहावें तों रथांचे गर्दींतून निसटून ते राजमंडळांतून फिरत, पुनः क्षणांत पलट मारून रथवृंदांत घुसत. नंतर, हे राजा, पांचालराज व धृष्टकेतु यास न विचारतां ते पांडवसेनेच्या मध्यें शिरले; आणि मग सात्यकि, भीमसेन, धनंजय, द्रुपद, विराट आणि धृष्टद्युम्न या सहाजणांवर त्यांनीं अतिशय वेगवान्, मोठ्या सोसाट्यानें जाणारे आणि शत्रूंचीं कवचें व मर्में फोडून टाकणारे असे अत्युत्तम तीक्ष्ण बाण मारिले. तेव्हां त्या महारथांनीं त्यांच्या त्या बाणांचें निवारण करून प्रत्येकीं दहा दहा बाण सोडून भीष्मांना पीडा केली. महारथ शिखंडीनें निसणावर लाविलेले व सोनेरी दांड्यांचे तीक्ष्ण बाण मारिले, परंतु त्यांचे योगानें ते भीष्म व्यथा पावले नाहींत. तें पाहून अर्जुन संतापून भीष्मांवरच धांवत गेला, व शिखंडीच्या आडून बाण मारून त्यानें भीष्मांचें धनुष्य तोडिलें. परंतु ही गोष्ट कौरवमहारथांस सहन झाली नाहीं; आणि द्रोण, कृतवर्मा, सिंधुपति जयद्रथ, भूरिश्रवा, शल, शल्य आणि भगदत्त हे सातजण अतिशय क्रुद्ध होऊन पार्थावर धांवले; व नानाप्रकारचीं दिव्यास्त्रें प्रकट करून मोठ्या त्वेषानें अर्जुनाला झांकून टाकण्यासाठीं त्यावर पडले. ते फाल्गुनावर पडत असतां जो शब्द झाला, त्याला

युगांतीं उसळणाऱ्या समुद्राच्या गर्जनेचीच उपमा! फाल्गुनाचे रथाभोंवतीं, "अरे हाणा, पकडा, वेधा, कापा!" अशा प्रकारचा एकच कोलाहल माजला. तो कोलाहल ऐकतांच पांडवीय महारथी अर्जुनाचे रक्षणार्थ त्याभोंवतीं धांवले. हे भरतर्षभा, त्यांत मुख्य सात्यकि, भीमसेन, धृष्टद्युम्न, विराट-द्रुपद ही जोडी, राक्षस घटोत्कच व क्रुद्ध अभिमन्यु असे हे सातजण रागानें बेफाम होऊन हातीं विचित्र धनुष्यें घेऊन झटपट धांवत गेले. मग त्या संग्रामांत शत्रूंशीं त्यांचें देवासुरयुद्धाप्रमाणें अंगावर रोमांच उभविणारें तुमुल युद्ध झालें. किरीटी शिखंडीचें रक्षण करीत असल्यामुळें त्यानें मोठ्या दिमाखानें छिन्नधनुष्य झालेल्या भीष्मांवर दहा बाण मारिले; व दहा बाणांनीं त्यांचे सारथ्याला वेधून एक बाणानें त्यांचा ध्वज तोडिला. तेव्हां गांगेयांनीं पहिल्यापेक्षांही वेगवान् धनुष्य घेतलें, परंतु फाल्गुनानें तीन तीक्ष्ण बाणांनीं तेंही छेदून टाकिलें, भीष्मांनीं पुनः घेतलें, त्या सव्यसाचीनें तेंही तोडिलें. असा बराच वेळ क्रम चालला. त्या वेळीं, आपलीं धनुष्यें तोडिलीं जातात असें पाहून भीष्म अतिक्रोधानें जिभळ्या चाटूं लागले, व पर्वतांनाही फोडून टाकणारी अशी तीव्र शक्ति त्यांनीं मोठ्या त्वेषानें उचलली आणि रागानें फाल्गुनाचे रथावर भिरकावली. ती भीष्मांचे हातांनीं फेंकलेली विद्युल्लतेप्रमाणें जळफळती शक्ति आपणावर येतेसें पाहून अर्जुनानें पांच तीक्ष्ण भल्ल बाण घेऊन त्या पांचांनीं तिचे पांच ठिकाणीं तुकडे पाडिले. क्रुद्ध किरीटीनें तुकडे पाडिले असतां ती शक्ति मेघमंडलापासून तुटून पडलेल्या विजेप्रमाणें भूमीवर पडली. आपली शक्ति छेदलेली पाहून भीष्मांस क्रोध चढला. मग शत्रूंचीं नगरें जिंकणाऱ्या त्या वीरानें मनांत म्हटलें, 'काय करावें? महाबल परमात्मा कृष्ण जर पांडवांचा राखणदार नसता, तर एकाच धनुष्यानें मी हे सर्व पांडव मारिले असते. परंतु दोन गोष्टींमुळें पांडवांशीं मला धड लढतां येत नाहीं! पैकीं एक गोष्ट पंडुपुत्रांचें अवध्यत्व, आणि दुसरी शिखंडीचें स्त्रीत्व! पूर्वीं कालीचे (सत्यवतीचे) परिणयसमयीं पित्यानें संतुष्ट होऊन मला इच्छामरण व रणांत अवध्यत्व असे दोन वर दिले. त्या अर्थीं माझे मृत्यूची वेळ येऊन ठेपली असें मी मानितों!'

अमिततेजस्वी भीष्मांचा याप्रमाणें निश्चय झालेला पाहून आकाशस्थ ऋषि व वसु भीष्मांस म्हणाले, "बाबारे, तूं जो निर्णय केला आहेस तो आम्हांला देखील पसंत आहे; आणि, हे महाराजा, तूं त्याप्रमाणेंच वाग आणि आतां युद्धांतून मन काढ." त्यांचें हें भाषण संपतें आहे तोंच शुभ, अनुकूल सुगंधि व तुषारयुक्त वायु वाहूं लागला; देवांचे जंगी नगारे झडूं लागले; आणि, हे राजा, भीष्मांवर पुष्पवृष्टि होऊं लागली. भीष्मांविषयीं आकाशांत जो संवाद चालला होता, तो एक महाबाहु भीष्मांना ऐकूं येत होता किंवा व्यासप्रभावामुळें मला ऐकूं येत होता; दुसरे कोणासही आला नाहीं. हे राजा, सर्वलोकप्रिय भीष्म हे आतां रथांतून पडणार हें ध्यानांत येऊन देवमंडळांत एकच गडबड उडून गेली.

महातपस्वी भीष्मांनीं हा देवगणांचा संवाद कानीं आल्यापासून अर्जुनावर चढाव करावयाचें सोडून दिलें. अंगावर कितीही आवरणें असलीं तरी तीं फोडून जातील असले तीक्ष्ण बाण अर्जुन त्यांवर टाकीत होता; परंतु त्यांनीं प्रतीकार केला नाहीं. शिखंडीनें संतापून त्या कुरुपितामहाच्या छातींत नऊ तिक्ष्ण बाण मारिले. तथापि त्यांच्या घावानें भीष्म न कांपतां, भूकंपांतून पर्वत अचल रहावा तसे अढळ राहिले;

मग अर्जुनानें हंसत हंसत आपलें धनुष्य ताणून भीष्मांवर पंचवीस क्षुद्र बाण टाकिले. आणि नंतर तो धनंजय मोठ्या त्वेषानें व घाईनें भीष्मांचे सर्वांगभर मर्में पाहून पाहून तीक्ष्ण बाण वरचेवर मारूं लागला. अर्जुनाप्रमाणेंच इतर वीरही हजारों बाण मारीत होते; त्यांस भीष्महीं तत्काल उलट वेधीत होते. त्यांनीं सोडिलेले सर्व बाण भीष्मांनीं नतपर्व अशा शरांनीं निवारिले. शिखंडीनें जे शिलाशित व स्वर्णपुंख बाण मारिले होते, त्यांपासून भीष्मांना मुळीं पीडाच होत नव्हती. इतक्यांत अर्जुन रागावून भीष्मांवर आला, व शिखंडीला पुढें करून त्यांचें धनुष्य तोडिता झाला. पुढें भीष्मांस नऊ बाण मारून एका बाणानें त्यानें त्यांचा ध्वज तोडून टाकिला व दहा बाणांनीं त्यांचा सारथि हालविला. त्या कालीं भीष्मांनीं पहिल्यापेक्षां बळकट असें दुसरें धनुष्य घेतलें; पण अर्जुनानें तीन बाणांनीं तें तीन ठिकाणीं तोडिलें. भीष्मांनीं पुनः नवें घेतलें, अर्जुनानें तेंही तोडिलें. भीष्मांनीं पुनः ध्यावें कीं अर्जुनानें निमिषार्धांत तें तोडावें, असा क्रम कांहीं वेळ चालला. अशीं भीष्मांचीं कित्येक धनुष्यें अर्जुनानें तोडल्यावर भीष्म अर्जुनावर चढाव करीनातसे झाले. तेव्हां अर्जुनानें भीष्मांवर क्षुद्र बाणांची पंचविशी सोडिली. तिनें घायाळ होऊन तो धनुर्धर दुःशासनाला म्हणाला, " हा पांडवांकडील महारथी अर्जुन संतापून एकट्या मलाच हजारों बाण मारीत सुटला आहे. हा रणांत साक्षात् इंद्रालाही अजिंक्य आहे. बरें, मलाही सर्व देव, दानव आणि राक्षस हे एकत्र झाले तरी जिंकणार नाहींत, मग हे महारथी किती झाले तरी मरणशील आहेत; यांची कथा काय ! "

याप्रकारें त्यांचा संवाद चालला असतां अर्जुनानें शिखंडीला पुढें घालून त्याच्या आडून भीष्मांवर तीक्ष्ण बाणांचा मारा सुरू केला. त्या कालीं भीष्म अर्जुनाच्या त्या तीक्ष्ण बाणांनीं अति विद्ध झाले असतां हंसून पुनरपि दुःशासनाला म्हणाले, " बाबारे, इंद्रवज्राप्रमाणें ज्यांचा स्पर्श दुःसह अशा बाणांची ही मजवर धार चालली आहे, यावरून हे बाण शिखंडीचे नव्हत; हे खचितच अर्जुनाचे असले पाहिजेत. अरे, यांचें सामर्थ्य काय सांगावें ! माझे अंगावर असलीं दृढ आवरणें आहेत, परंतु त्यांना फोडून माझे मर्मामर्मांवर मुसळासारखा दणक्याचा घाव घालीत आहेत; तस्मात् हे बाण खचित शिखंडीचे नव्हत. वज्रदंडाप्रमाणें दुःस्पर्श्य व वज्रतुल्य असह्य वेगाचे हे बाण माझे प्राण व्याकूळ करून सोडीत आहेत, हे शिखंडीचे नव्हत. यांचा स्पर्श गदा किंवा परिघ यांसारखा कठोर लागतो आणि वैरी यमदूतांप्रमाणें हे माझा प्राणनाशच करूं पाहात आहेत, त्या अर्थीं हे बाण शिखंडीचे नव्हत. अति तीव्र विषानें युक्त संक्रुद्ध सर्पाप्रमाणें जिभल्या काढून हे माझ्या मर्मांत घुसत आहेत, हे बाण शिखंडीचे नव्हत. खेंकडीचीं पिलें जशीं बाहेर पडतांना आपल्या जननीची पाठ फोडितात, त्याप्रमाणें हे बाण माझीं मर्मेंमर्में फोडूत टाकीत आहेत. यावरून हे बाण अर्जुनाचेच आहेत, शिखंडीचे नव्हत. इतके राजे मजबरोबर लढले, परंतु ह्या गांडीवधारी कपिध्वज अर्जुनासारखें मला कोणीही जर्जर केलें नाहीं. " पांडवांना भस्मसात् करूं पाहाणाऱ्या भीष्मांनीं या प्रकारें भाषण करून अर्जुनावर एक शक्ति सोडली. तिचे त्यानें तीन बाणांनीं तीन ठिकाणीं सर्व कुरुवीरांसमक्ष तुकडे पाडिले. तेव्हां भीष्मांनीं त्यांदेखतच मरणार्थ तरी किंवा जयार्थ तरी म्हणून स्वर्णपरिष्कृत चर्म (ढाल) व खड्ग हातीं घेतलें. परंतु चमत्कार असा झाला कीं,

भीष्म खड्गचर्मासह रथांतून खालीं उतरण्यापूर्वींच अर्जुनानें त्या ढालीचे शेंकडों तुकडे उडविले. त्या काळीं ‘ तुम्ही गांगेयावर चला, तिळभरही भिण्याचें काम नाहीं. ’ असें म्हणून राजा युधिष्ठिरानें स्वसैन्यास प्रेरणा केली. तेव्हां त्याचे सैनिक तोमर, प्रास, बाण, पट्टिश, तीक्ष्ण नाराच, वत्सदंत, भल्ल, इत्यादि आयुधें हातीं घेऊन त्यांवर धांवले. त्या समयीं पांडवपक्षानें घोर सिंहनाद केला. मग भीष्मांचा जय इच्छिणाऱ्या तुझ्या पुत्रांनींही तसाच सिंहनाद केला. ते सर्वजण मिळून एकट्या भीष्मांना राखीत होते व सिंहनादही करीतच होते. अशांत, हे राजा, भीष्म व अर्जुन यांचें निकराचें युद्ध सुरू होऊन युद्धाच्या त्या दहाव्या दिवशीं तुझ्या सैनिकांचें व पांडवांचें अतितुमुल युद्ध झालें. तीं दोन सैन्यें जेव्हां एकत्र मिळालीं, तेव्हां त्या ठिकाणीं, गंगा सागराला मिळते त्या स्थळीं भोंवरा पडून जसें पाणी घोंटाळतें त्याप्रमाणें घोंटाळा झाला. पृथ्वी रक्तानें माखून जाऊन फारच विकरालरूप दिसूं लागली. उंच-नीच, खोलगा-उंचवटा हें कांहींच ध्यानांत येईना. स्वतःचा मर्मभेद होत असतांही भीष्म त्या दिवशीं दहा हजार वीर मारून अढळ राहिले. पार्थानें स्वसैन्याचे अग्रभागीं राहून कौरवसैन्याची कोंडी फोडून भरमध्यस्थानचें सैन्य देखील पळवून लाविलें. आम्ही देखील त्या श्वेताश्व धनंजयाला भिऊन व त्याच्या तीक्ष्ण शस्त्रांनीं जर्जर होऊन रणांतून पळ काढिला. सौवीर, कितव, प्राच्य, प्रतीच्य, उदीच्य, मालव, अभिषाह, शूरसेन, शिबि, वसाति, शाल्वाश्रित, त्रिगर्त व केकयांसह अंबष्ठ हे सर्वही महात्मे शरार्त व व्रणपीडित होऊनही, अर्जुनाशीं भीष्म लढत असतां त्यांना सोडून गेले नाहींत. तेव्हां पांडवांकडील वीरांनीं कौरवांना झोडून काढून एकट्या भीष्मांभोंवतीं गराडा दिला व त्यांवर बाणांची धार धरिली. भीष्मांचे रथाभोंवतीं, ‘ पाडा धरा, झगडा, कापून काढा ’ या शब्दांचाच गलका चालला. राजा, भीष्मांनीं युद्धांत शेंकडों हजारों वीर ठार केले. अखेरीस त्यांचे स्वतःचे अंगांवर छिन्नभिन्न झाल्याखेरीज पुरी दोन बोटेंही जागा राहिली नाहीं. या प्रकारें अर्जुनानें तीक्ष्णाग्र अशा बाणांनीं छिन्नभिन्न केल्यामुळें, हे राजा, तुझा पिता तुझ्या पुत्रांदेखत थोडासा दिवस शेष आहे तोंच पूर्वेकडे तोंड करून रथांतून खालीं पडला ! त्या कालीं स्वर्गांत देवांच्या व भूतलीं राजांच्या तोंडांतून ‘ हाय ! हाय, ’ असा मोठ्यानें शब्द निघाला. महात्मा पितामह पतन पावलेला दृष्टीस पडतांच कौरवांकडील सर्व वीरांच्या काळजानें त्याच वेळीं ठाव सोडिला. ते सर्वधनुर्धराग्रणी महाबाहु भीष्म उपटलेल्या इंद्रध्वजाप्रमाणें जेव्हां धाडकन् धरणीवर पडले, तेव्हां सर्व पृथ्वी हादरून गेली ! मात्र अंगांत सर्वभर बाण रुतून उभे असल्यामुळें त्यांचें शरीर भूतलाला शिवलें नाहीं. तें तसेंच बाणशय्येवर अधांतरीं राहिलें. या प्रकारें रथांतून पडून तो पुरुषश्रेष्ठ धनुर्धर शरशय्येवर पडला असतां त्याचे शरीरांत दिव्य तेजाचा संचार झाला; पर्जन्यवृष्टि झाली व भूकंप झाला ! रथांतून मूर्च्छित होऊन पडण्यापूर्वीं भीष्मांनीं पाहून ठेविलेंच होतें कीं, सूर्य दक्षिणेचा आहे (दक्षिणायन आहे); आणि हे भारता, यामुळें त्या मूर्च्छेंतच डोळे न झांकतां, तो अशुभ काल मनांत वागवून पुनरपि ते शुद्धीवर आले. शिवाय, त्यांना अंतरिक्षांतही सर्वभर दिव्य वाणी ऐकूं येऊं लागली कीं, ‘सर्वशस्त्रधराग्रणी महात्मा नरव्याघ्र गांगेय सांप्रत दक्षिणायन असतां देहावसान करितो हें काय ?’ तें ऐकून ‘गांगेयानें उत्तर केलें, “ मी प्राण धरून आहें, सोडीत

नाहीं ! " आणि भूतलावर पडला असतांही उत्तरायणाची प्रतीक्षा करीत त्या कुरुपितामहानें प्राण धरून ठेविले. त्याचा तो संकेत जाणून हिमवानाची कन्या गंगा हिनें हंसाचे रूपानें महर्षींस भीष्मांसन्निध पाठविलें. त्या काळीं ते मानससरोवरवासी हंस नरश्रेष्ठ कुरुपितामह भीष्म जेथें शरशय्येवर निजले होते तेथें झपाट्यानें उडत आले. नंतर त्या कुरुकुलोद्वहाला शरशय्यागत पाहून त्यांनीं प्रदक्षिणा घातली, तों दक्षिणेस सूर्य आहे असें त्यांचे दृष्टीस पडलें. तेव्हां ते परस्परांत म्हणाले, "भीष्म हा समर्थ असतांही दक्षिणायनांत देह ठेवितो याला काय म्हणावें ? " असें बोलून ते हंस दक्षिण दिशेला निघून गेले. त्यांना पाहून त्या महाबुद्धिमान् भीष्मांनीं क्षणभर मनन करून त्यांस उद्देशून म्हटलें, " हे हंसहो, मी तुम्हांस सत्य सांगतों कीं, कांहीं होवो, सूर्य जोंपर्यंत दक्षिण दिशेला आहे, तोंपर्यंत परलोकास जावयाचें माझे मनांत नाहीं. आदित्य जेव्हां उत्तरेला येईल, तेव्हांच मी आपल्या मूळ ठिकाणास परत जाईन, असा माझा निश्चय ठरलेलाच आहे. यास्तव उत्तरायणाचे आकांक्षेनें मी प्राण असेच धरून ठेवीन. हें मला अशक्य नाहीं. कारण, माझे इच्छेस येईल तेव्हां प्राण सोडणें ही गोष्ट माझ्या हातची आहे. याकरितां, उत्तरायणांत मरण्याचे संकल्पानें मी प्राण असेच धरून ठेवितों. माझ्या समर्थ पित्यानें मला जो वर दिला आहे कीं, 'तूं स्वच्छंदमरणी होशील' तो तरी आयता सफल होऊं द्या. प्राणांचा उत्सर्ग जर माझ्या ताब्यांत आहे, तर मी उत्तरायणापावेतों प्राण धरूनच ठेवितों. " याप्रमाणें त्या हंसांस बोलून भीष्म शरशय्येवर तसेच पडून राहिले.

कौरवचूडामणि महातेजस्वी भीष्म ज्या वेळीं याप्रमाणें पतन पावले, त्या वेळीं पांडव व सृंजय यांनीं आनंदानें सिंहनाद केले. हे राजा, ते महासत्त्व पितामह जेव्हां घायाळ होऊन पडले, तेव्हां तुझे पुत्रांना पुढें करावें काय हें सुचेना; आणि एकंदर कौरवांना गाढ मोह पडला. कृपदुर्योधनप्रभृति वीर दीर्घ उश्वास टाकून रडले; आणि विषादामुळें बराच वेळ विकलेंद्रिय होऊन भ्रमिष्टासारखे ध्यानस्थ बसले. युद्ध करण्याकडे त्यांचें मन लागेना. त्यांचा जसा ऊरुस्तंभ झाला आणि पांडवांवर त्यांच्यानें धांवून जाववेना. हे राजा, अवध्य असे महातेजस्वी शंतनुपुत्र भीष्मही जेव्हां सहसा वध पावले, तेव्हां दुर्योधनाचा समूळ उच्छेद खास होणार असा आम्हीं तेव्हांच तर्क केला. हे राजा, सव्यसाचीनें आमचे ठळक ठळक वीर आपल्या तीक्ष्ण बाणांनीं मारून कापून टाकून आह्मांस जिंकिल्यामुळें, आतां पुढें करावें काय हें आह्मांस सुचेना. शूर व परिघबाहु पांडव रणांत जय व परत्र उत्तम गति संपादिल्यामुळें आनंदित होऊन त्यांनीं मोठ्यानें शंखनाद केले. हे राजा, पांचालांसह सोमकांसही फार हर्ष झाला. नंतर हजारों हजार रणवाद्यें वाजूं लागलीं; आणि महाबली भीमानें खाका वाजवून मोठ्यानें डुरकणी फोडली. समर्थ गांगेय वध पावले असतां उभयही सेनांतील वीर आपापलीं शस्त्रें खालीं ठेवून सर्वत्र सचिंत बसले. कोणी ओरडूं लागले; कोणी धांवूं लागले; तसेच कोणी मूर्च्छित पडले; कांहीं क्षात्रधर्माची निंदा करूं लागले; आणि कांहीं भीष्मांची स्तुति करूं लागले. ऋषि, पितर यांनीं व भरतवंशांतील जे कोणी पूर्वज होते त्यांनीं या महाव्रत भीष्मांची प्रशंसा चालविली. इकडे बुद्धिमान् व वीर्यवान् शांतनव महोपनिषदांत सांगितलेल्या योगमार्गाचा आश्रय

करून ध्यानपरायण होऊन उत्तरायणाची वाट पाहात राहिले.

अध्याय एकशें त्रिसावा.

—:०:—

भीष्मोपधानदान.

धृतराष्ट्र म्हणतोः—हे संजया, पित्यासाठीं ब्रह्मचर्य धारण करणारे, देवतुल्य, बलाढ्य भीष्म जेव्हां सोडून गेले, तेव्हां आपल्या योद्ध्यांची काय स्थिति झाली? स्त्रीत्वामुळें शिखंडीला तुच्छ मानून भीष्मांनीं त्यावर प्रहार करण्याचें जेव्हां सोडिलें, तेव्हांच आमचे कौरव व तत्पक्षीय हे पांडवांनीं मारिले, असें मी समजलों! आणि मी केवढा अभागी चांडाळ कीं, मी आज माझ्या पित्याची मृत्युवार्ता ऐकत असूनही जिवंत आहें! वास्तविक पाहातां याहून दुःखतर दुसरी कोणतीही गोष्ट होणें शक्य नाहीं. असें असतां ती ऐकूनही माझें हृदय शतधा भिन्न झालें नाहीं, त्याअर्थीं तें खचित पोलादी आहेसें मला वाटतें. असो, हे सुव्रता संजया, निधन पावलेल्या त्या कुरुसिंहानें मरणापूर्वीं जयाकांक्षेनें काय काय केलें, तें मला सांग. देवव्रत भीष्म रणांत मारिले जावे ही गोष्ट पुनः पुनः मला असह्य वाटते आहे. अरे, पूर्वीं जो जामदग्न्य रामाला दिव्यास्त्रांच्या योगानेंही मारवला नाहीं, तो त्या पांचाल्य द्रुपदपुत्र शिखंडीकडून मारिला जावा, ही गोष्ट काय आणि कशी सहन व्हावी?

संजय सांगतोः—कुरुपितामह भीष्म संध्याकाळचे सुमारास जेव्हां घायाळ होऊन पडले, तेव्हां धार्तराष्ट्रांना विषाद झाला व पांचालांना हर्ष झाला. प्रस्तुत ते पृथ्वीला स्पर्श न करितां शरशय्येवर पडून आहेत. प्रथम भीष्म जेव्हां रथांतून पडले तेव्हांच भूतमात्राचे तोंडांतून 'हाय, हाय' असा भयंकर शब्द उठला. हे राजा, तो कौरवांचा सीमावृक्ष समितिंजय भीष्म जेव्हां पडला तेव्हां उभय सैन्यांतील क्षत्रिय वीरांचे छातींत धडकी भरली. भीष्मांच्या कवचाचे व ध्वजाचे तुकडे झालेले पाहून कौरव व पांडव यांची नेहमींची उत्साहवृत्ति बदलली. आकाश अंधकारानें व्याप्त झालें; सूर्य निस्तेज झाला; पृथ्वी आर्तशब्द करूं लागली; आणि त्या पुरुषश्रेष्ठाला आडवा पाहून, 'अरे! हा ब्रह्मवित्तम, हा ब्रह्मवेत्त्यांतील अग्रणी, असा का पडावा!' म्हणून भूतमात्र एकमेकांत बोलूं लागले. सिद्धचारणांसह ऋषि म्हणूं लागले, "अहो, या शांतनवाचें काय वर्णन करावें? कोण याची पितृभक्ति! पूर्वीं आपला पिता शंतनु कामार्त झालासें पाहून त्याचे संतोषार्थ यानें आपण आजन्म ऊर्ध्वरेता राहाण्याचें पतकरिलें, धन्य याची!" हे भारता, तुझे पुत्र मात्र त्या वेळीं कांहीं न करितां लाजल्यासारखे व निस्तेज होऊन जाऊन खालीं तोंडें घालून बसले; आणि पांडव विजयी झाल्यानें रणाग्रीं राहून स्वर्णभूषित शंख फुंकूं लागले, व हजारों हजार रणवाद्यें वाजूं लागलीं. त्या वेळीं बलाढ्य भीमसेन मोठ्या खुषींत येऊन आनंदानें क्रीडा करूं लागला; व मोठ्या बलिष्ठ वीरांना देखील तडाक्यास चीत करूं लागला. कौरवांना मात्र गाढ मोह पडला. कर्ण व दुर्योधन हे वारंवार उसासे टाकूं लागले. भीष्म पडल्यानें सर्वत्रच हायहाय माजली व कौरवसेनेंत तर सर्वच बेबंदी झाली; आणि, राजा, भीष्मांना पडलेले पाहून दुर्योधनानें दुःशासनाला सज्ज करून सैन्यासह द्रोणांकडे पाठविलें. तेव्हां तो पुरुषव्याघ्र स्वसैन्याला खेद वाटत असतांही अतिशय त्वरेनें द्रोणांचे सेनेकडे गेला. तो येतांना पाहून, 'हा आतां काय बोलतो!' या आकांक्षेनें दुःशासनाभोंवतीं कौरव जमले. इतक्यांत दुःशासनानें भीष्महननाची वार्ता द्रोणांस

सांगितली. ही अनिष्ट वार्ता ऐकून द्रोण तत्काल मोह पावले. कांहीं वेळानें प्रतापी द्रोण शुद्धीवर येऊन त्यांनीं स्वसैन्याचें निवारण केलें. कौरव परतलेले पाहून पांडवांनींही चलाख घोड्यांवर बसलेले स्वार धाडून आपलें सैन्य चहूंकडून परतविलें. या प्रकारें सर्व बाजूंनीं सर्व सैन्यें क्रमशः परतल्यावर, सर्व राजे कवचें काढून टाकून भीष्मांपाशीं गेले. हजारों हजार योद्धे एकदम युद्ध बंद करून, देव प्रजापतीभोंवते जमावे त्याप्रमाणें भीष्मांभोंवतीं जमले. मग ते सर्वही शय्यागत भरतश्रेष्ठ भीष्मांना भेटले आणि कौरव तसेच पांडवही त्यांना वंदन करून उभे राहिले. त्या कालीं आपणापुढें उभे असलेल्या कुरु–पांडवांना नमस्कार करून धर्मात्मा शांतनव भीष्म म्हणाला, "हे महाभागहो, हे महारथहो, तुमचें स्वागत असो. हे देवतुल्य महात्म्यांनो, तुमचे दर्शनानें मी संतुष्ट झालों." याप्रमाणें त्यांस आमंत्रण करून शिर खालीं लोंबत असतां ते त्यांस म्हणाले, 'माझें डोकें फारच निराधार लोंबत आहे, यास्तव उशाला द्या.' तेव्हां राजांनीं अतिशय मृदु व लहानसर अशा उशा आणिल्या. परंतु भीष्मांना त्या पटल्या नाहींत. तो नरव्याघ्र हंसतच त्या राजांना म्हणाला, 'हे राजांनो, हीं तुमचीं उपधानें असल्या वीरशय्येवर उचित नाहींत.' नंतर सर्वलोकमहारथ दीर्घबाहु अशा नरश्रेष्ठ धनंजयाला भीष्म म्हणाले, "बा धनंजया, माझें डोकें खालीं लोंबत आहे. यास्तव अशा प्रसंगीं तुला योग्य वाटेल तसलें मला उसें दे."

संजय सांगतोः—हें वचन ऐकतांच अर्जुनानें आपल्या विशाल धनुष्याला दोरी चढविली; आणि पितामहांना वंदन करून, डोळ्यांत आंसवें आणून म्हटलें, 'हे दुर्धर्ष शस्त्रधराग्रणे कुरुश्रेष्ठा, मी आपला किंकर आहें, काय करूं ती आज्ञा द्या.' तेव्हां त्यास शांतनव म्हणाले, 'बाबारे, माझें शिर लोंबतें आहे. हे फाल्गुना, मला कांहीं तरी लवकर टेंकण दे. मात्र तें माझ्या ह्या शरशय्येला शोभेसें असावें. हे पार्था, तूं सर्व धनुर्धरांत श्रेष्ठ व समर्थ आहेस. क्षात्रधर्म तुला पूर्णपणें अवगत असून तूं बुद्धिमान्, गुणी व सत्त्वस्थ आहेस.' यावर फाल्गुनानें 'बरें' असें म्हणून योग्य व्यवसाय आरंभिला. तो असा कीं, त्यानें आपलें गांडीव घेऊन तें मंत्रून नतपर्व बाण योजून महात्मा भीष्मांची अनुमति घेऊन महावेगवान् अशा तीन तीक्ष्ण बाणांनीं शिर उचलून धरिलें. त्या कालीं अर्जुनानें आपला अभिप्राय ओळखून आपणास योग्य उपधान दिलेंसें पाहून भीष्मांनीं त्याचें अभिनंदन केलें; आणि सर्वांकडे अवलोकन करून, सुहृदांचें प्रेम वाढविणाऱ्या त्या योधाग्रणी कुंतीपुत्राला म्हटलें, "बा पांडवा, तूं माझे शय्येस योग्य असेंच उपधान आणून दिलेंस, मी संतुष्ट झालों, तूं जर असें न करितास तर मी रागावून शाप दिला असता. बा महाबाहो, क्षात्रधर्म धरून चालणारा जो कोणी क्षत्रिय असेल. त्यानें याप्रमाणेंच रणांत शरशय्येवर शयन करणें योग्य आहे." या प्रकारें अर्जुनास बोलून, नंतर सभोंवतीं उभे असलेले सर्व राजे, राजपुत्र व इतर पांडव यांस ते म्हणाले, "हें पहा, मला अर्जुनानें किती योग्य उपधान दिलें आहे तें! आतां सूर्य फिरे तों मी याच शय्येवर निजणार; आणि सूर्य जेव्हां सप्ताश्वयुक्त अशा आपल्या तेजस्वी रथांत बसून कुबेरानें व्यापलेल्या दिशेला म्हणजे उत्तर दिशेला जाईल, त्या वेळीं माझे हे सुहृदांप्रमाणें प्रिय प्राण मी सोडीन, असें जे राजे मजसन्निध त्या समयीं असतील त्यांचे दृष्टीस पडेल. तोंपर्यंत मी अंगांत शेंकडों बाण रुतलेला असाच सूर्याराधन करीत राहाणार आहें.

याकरितां, हे नृपालहो, माझ्या ह्या निवासस्थानाभोंवतीं एक खंदक खणून माझी एवढी जागा अलग करा. आणि तुम्ही आतां हें वैर सोडून देऊन युद्धापासून निवृत्त व्हा."

संजय सांगतोः—इतक्यांत, कुशल गुरूंनीं काळजीपूर्वक पढविलेले व अंगांत रुतलेलीं शल्यांप्रें युक्तीनें काढण्यांत निपुण असे शस्त्रवैद्य आपणांस लागणारीं शस्त्रें वगैरे सर्व सामुग्री बरोबर घेऊन भीष्मांसन्निध आले. यांना पाहून, हे राजा, गांगेय दुर्योधनास म्हणाले, "या चिकित्सकांचा सन्मान करा आणि द्रव्य देऊन यांची बोळवण करा. कारण, असल्या स्थितीला मी येऊन पोंचल्यावर मला आतां वैद्यांचें प्रयोजन काय? क्षात्रधर्माला जी अतिप्रशस्त गति, ती मला प्राप्त झाली, याहून अधिक काय पाहिजे? हे भूपालहो, या शरशय्येवर मी पडून असतां आतां चिकित्सा करीत बसणें हा माझा धर्म नाहीं. माझे हे बाण काढूं नका; पण या बाणांसकट मला असाच जाळा!" त्यांचें तें वचन ऐकून दुर्योधनानें त्यांची योग्यतेनुरूप पूजा करून पाठवणी केली. त्या वेळीं अमिततेजस्वी भीष्मांची ती क्षात्रधर्मावरील आत्यंतिक निष्ठा पाहून त्या विविध देशांतील भूपालांना परम आश्चर्य वाटलें. नंतर त्यांनीं भीष्मांना नीट उसें दिलें व ते शुभ अशा शरशय्येवर पडले असतां कौरव व पांडव यांसह त्यांनीं भीष्मांस तिवार प्रदक्षिणा घालून व भीष्मांना कशाचाही उपसर्ग पोंचणार नाहीं अशा प्रकारचा त्यांचेभोंवतीं कडेकोट पहारा वगैरे बंदोबस्त ठेवून, शिबिरांस जाण्याची त्यांस अत्युत्कंठा झाली असल्यामुळें ते सर्वही रक्तानें माखलेलीं अंगें घेऊन विश्रांत्यर्थ त्या सायाह्नसमयीं आपापल्या शिबिरास परतले. शिबिरांत शिरल्यावर, भीष्मांच्या पतनानें आनंद पावलेल्या आपल्या आवडत्या पांडवांकडे योग्य समयीं जाऊन श्रीकृष्ण युधिष्ठिराला म्हणाला, "हे कौरव्या, महद्भाग्य तुझें! तुला जय प्राप्त झाला व भीष्म पतन पावला. अरे, तो सत्यप्रतिज्ञ सर्वशस्त्रपारग महारथी केवळ मनुष्यांनाच नव्हे, तर दैवतांसही अजिंक्य. परंतु तुझे दृष्टीचें सामर्थ्य कांहीं विलक्षणच! तिचा पात होतांच प्रतिपक्षी दग्ध व्हावा असा कांहीं चमत्कार तींत असल्यानें, तुझा घोर दृष्टिपात होतांच तो होरपळून निघाला!"

हें कृष्णाचें भाषण ऐकून युधिष्ठिरानें उत्तर केलें, "हे कृष्णा, बाबारे, यांत माझें कांहीं नाहीं. मला एवढेंच समजतें कीं, आमचा किंवा कोणाचाही विजय होणें तो तुझे प्रसादानें व पराजय होणें तो तुझे क्रोधानें होत असतो. बा कृष्णा, भक्तांना अभय देणारा असा तूंच आमचा अनन्याश्रय आहेस. बा केशवा, तूं ज्यांचा आहेस, त्यांनीं जय मिळविणें यांत कांहींच आश्चर्य नाहीं. तूं आम्हांला नित्य समरांत राखीत होतास, व सदैव आमचे हितार्थ झटत होतास. सारांश, सर्व कांहीं तुझे बलाचें फल आहे. यास्तव आम्हांला जय मिळणें यांत आश्चर्यसें कांहीं नाहीं असें मला वाटतें." याप्रमाणें धर्मराज बोलला असतां जनार्दन हंसून म्हणालाः—हे राजश्रेष्ठा, हें बोलणें तुलाच शोभतें!

अध्याय एकशें एकविसावा.

—:०:—

भीष्मांचा दुर्योधनास उपदेश.

संजय सांगतोः—हे महाराजा, रात्र संपल्यावर पांडव, धार्तराष्ट्र व तत्पक्षीय सर्व राजे त्या वीरशय्येवर निजलेल्या वीर पितामहांकडे गेले, व त्या क्षत्रियश्रेष्ठाला वंदन करून ते सर्व क्षत्रिय सन्निध उभे राहिले. शेंकडों कन्यांनीं तेथें जाऊन पितामहांवर चंदनाचा चूर,

लाह्या व फुलें उधळलीं. गंधर्वादि जसे सूर्य-दर्शनार्थ जातात, त्याप्रमाणें स्त्रिया, वृद्ध, बाल व किरकोळ सामान्य जन हे प्रेक्षक या नात्यानें शांतनवांकडे गेले. शेंकडों वाजंत्री, नट, नर्तक, तसेच कारागीर लोकही कुरुपितामहाकडे गेले. कौरव-पांडव हे युद्ध थांबवून व आपला लढाईचा साज उतरून एकत्र झाले, व क्षणभर सर्व विरोध सोडून आपआपल्या वयाच्या पायरीप्रमाणें, एकामागें एक, परस्पर प्रीतियुक्त वृत्ति करून त्या दुर्धर्ष व शत्रुंदम अशा देवव्रताभोंवते बसले. मध्यें भीष्म व भोंवते शेंकडों राजे असे बसल्यानें ती उज्ज्वल भारती सभा आकाशांतील सूर्यमाले (सूर्य व त्याभोंवतालचे ग्रह) प्रमाणें शोभूं लागली; किंवा ते राजे त्या पितामहांची उपासना करीत असतांना, त्या सभेला, जींत सकल देव देवेश पितामहाची सेवा करीत आहेत अशा देवसभेची शोभा आली. भीष्मांच्या सर्वांगांना शल्यें खुपल्यानें ताप होऊन सारख्या वेदना लागल्या होत्या, व फुसकारत्या सर्पाप्रमाणें त्यांचे सारखे सुसकारे चालू होते. तथापि, बाणांनीं अंगाची लाही होत असतां व अस्त्राघातामुळें केवळ मूर्च्छा येत असतांही त्यांनीं मोठ्या धैर्यानें वेदनांचा निग्रह करून व त्या क्षत्रियांकडे पाहून 'पाणी' असे शब्द उच्चारिले. त्याबरोबर त्या राजांनीं अनेक प्रकारचे सामान्य व उंची असे भक्ष्य पदार्थ व थंडगार पाण्यानें भरलेले जलकुंभ आणिले. पाणी आणिलेलें पाहून शांतनव म्हणाले, " बापहो, मी तुमच्यामध्यें या शरशय्येवर पडलों आहें खरा; परंतु तो केवळ चंद्र-सूर्य पालटण्याच्या प्रतीक्षेनें पडलों आहें; बाकी खरें पाहातां मी मनुष्यांतून उठलों आहें, आणि म्हणूनच मला हे तुम्हीं आणिलेले भक्ष्यपेयादि मानुष भोग स्वीकारतां येत नाहींत." असें म्हणून व आपल्या या शब्दांनीं त्या राजांची निंदा ध्वनित करून ते बोलले, 'अर्जुनाला पहावेंसें वाटतें!' या शब्दांबरोबर महाबाहु धनंजय पुढें आला व पितामहांना अभिवादन करून हात जोडून उभा राहिला व मोठ्या नम्रतेनें 'काय करूं?' असें म्हणाला. हे राजा, त्या वेळीं त्या धनंजयाला अग्रभागीं उभा पाहून त्याला अभिवादन करून मोठ्या प्रेमानें भीष्म म्हणाले, " बा अर्जुना, तुझ्या बाणांनीं भरून गेलेलें हें माझें सर्व शरीर जणू पेटलें आहे, मर्मेंमर्में दुखत आहेत, व तोंड कोरडें ठणठणीत झालें आहे; आणि सर्वांग वेदनांनीं पीडिलें आहे. यास्तव तूं मला पाणी दे. बा धनुर्धरा, मला यथाविधि पाणी देण्याला तूंच काय तो समर्थ आहेस ! "

तें ऐकून अर्जुन 'बरें आहे' असें बोलून रथावर चढला, व आपले गांडीव धनुष्याला भक्कम दोरी चढवून ती जोरानें टणटण छेडूं लागला. तिचा तो मेघगर्जनेतुल्य टणत्कार ऐकून तेथील सर्व राजे व इतर प्राणी भिऊन गेले. इतक्यांत रथिश्रेष्ठ अर्जुनानें त्या शरशय्यागत शस्त्रधराग्रणीला रथानेंच प्रदक्षिणा घातली; व उज्ज्वल असा एक शर धनुष्याला लावून व तो मंत्रून सर्व लोकांदेखत त्याचे ठिकाणीं पर्जन्यास्त्राची स्थापना करून तो सोडिला. त्या बाणानें भीष्मांचे उजवे बाजूला धरणींत प्रवेश केला. त्याबरोबर अमृततुल्य मधुर, अतिशय शीतल व दिव्य सुगंधानें व रुचीनें युक्त अशा जलाची निर्मल आणि मंगल अशी धारा तेथून उसळली, व त्या शीतल जलधारेनें त्या दिव्य कर्म व पराक्रम करणाऱ्या भीष्मांची अर्जुनानें तृषा शांत केली. विशिष्ट पराक्रम करणाऱ्या इंद्रासारखें तें अर्जुनाचें कर्म पाहून ते सर्वही राजे परम विस्मित झाले; आणि कौरव तर तें त्याचें अमानुष कर्म पाहून थंडीनें थडथडणाऱ्या गाईंप्रमाणें कांपूं लागले, आणि

सर्व राजांनीं विस्मयानें आपले अंगावरील उपवस्त्रांचे पदर हवेंत उडविले. सर्वत्र शंख व दुंदुभींचा तुमुल शब्द दाटून राहिला. मग शांतनवांची तृषा शांत होऊन त्या सर्व पार्थिव वीरांसमक्ष त्याचा गौरव करण्याकरितां कीं काय, ते म्हणाले, "हे कुरुनंदना, तूं केलेली गोष्ट तुजसारख्याला कांहीं मोठी विलक्षण नव्हे. हे अमितद्युते, नारदांनीं पूर्वींच सांगितलें आहे कीं, तूं पूर्वींचा ऋषि (नर) असून वासुदेवाचे साह्यानें या जन्मीं अद्भुत कर्म करशील. सर्व देवांसह जरी देवेंद्र आला तरीही निश्चयानें तूं जिंकिला जाणार नाहींस. जे तज्ज्ञ होते, त्यांनीं तूं उत्पन्न झालास तेव्हांच ओळखून ठेविलें होतें कीं, तूं म्हणजे यावत्क्षात्रियमंडलाचा मूर्तिमंत मृत्यु आहेस. हे पार्था, तूं पृथ्वीवरील सर्वही मनुष्यांत श्रेष्ठ असून अद्वैत धनुर्धर आहेस, पृथ्वींत (पृथ्वीवरील सर्व प्राण्यांत) मनुष्य श्रेष्ठ आहे; प्रवाहांत समुद्र श्रेष्ठ आहे; चतुष्पदांत गाय श्रेष्ठ आहे; तेजस्वतांत आदित्य श्रेष्ठ आहे; पर्वतांत हिमवान् श्रेष्ठ आहे; सर्व जातींत ब्राह्मण श्रेष्ठ आहे; तसाच सर्व धनुर्धरांत तूं श्रेष्ठ आहेस. मीं, विदुर, द्रोण, जामदग्न्य राम व जनार्दन यांनीं परोपकारीं अनेकदां धार्तराष्ट्रास सांगितलें, परंतु धार्तराष्ट्रानें आमचें सांगणें कसें तें मनांत आणिलें नाहीं. बुद्धि फिरून जाऊन व बेशुद्ध होऊन जाऊन हा दुर्योधन आमच्या बोलण्यावर विश्वास ठेवीना. तर शास्त्रमर्यादा उल्लंघन करणारा तो लवकरच भीमाचे रगाड्यांत चिरडून जाऊन कायमचा निजेल."

हें भीष्मांचें वचन ऐकून कौरवेंद्र दुर्योधन हा अगदीं खट्टू झाला. मग त्याला पाहून भीष्म म्हणाले, "राजा, शोक सोड, आणि मी काय बोलतों तें ऐक. बाबारे, या बुद्धिमान् पार्थानें ही अमृताप्रमाणें मधुर व सुगंधयुक्त जलधारा माझे मुखांत सोडिली आहे, ही तूं पाहातच आहेस. हें कर्म करण्याला समर्थ या लोकांत दुसरा कोणीही नाहीं. अग्नि, वरुण, सोम, वायु, विष्णु, इंद्र, पशुपति, ब्रह्मदेव, परमेष्ठी, प्रजापति, धाता, त्वष्टा, सविता किंवा विवस्वान् या सर्वही देवांचीं अस्त्रें जाणणारा एका धनंजयावांचून किंवा देवकीपुत्र कृष्णावांचून या मनुष्यलोकांत अन्य कोणीही नाहीं. बाबारे, ज्या महात्म्याचीं कृत्यें कसलीं अमानुष आहेत, तो युद्धांत तुला कोणत्याही प्रकारें जिंकितां येणार नाहीं. यास्तव माझें सांगणें असें आहे कीं, त्या समरभूषणभूत सत्ववान् व धन्य वीराशीं तूं लवकर संधि कर, वेळ लावूं नको. हे कुरुश्रेष्ठा, जोंपर्यंत महाबाहु कृष्ण तुला राजी आहे, तोंपर्यंत या शूर पार्थाशीं संधि कर. बाबारे, जोंपर्यंत या अर्जुनानें आपल्या नतपर्व बाणांनीं तुझ्या यावत् सैन्याची रांगोळी केली नाहीं, तोंपर्यंत तूं त्याशीं संधि कर. हे राजा, जोंपर्यंत तुझ्या बंधूंपैकीं मरून उरलेले बंधू, तसेच हे बरेचसे राजे शिल्लक आहेत, तोंपर्यंत संधि कर. बा राजा, क्रोधानें नेत्र प्रदीप्त करून त्या युधिष्ठिरानें तुझें सैन्य रणांत जाळून टाकिलें नाहीं, तोंपर्यंत संधीची योजना कर. हे वीरा, हे नकुल, सहदेव व भीमसेन ह्यांनीं जों तुझे सैन्याचा सर्वांशीं फन्ना उडविला नाहीं, तों तूं पांडवांशीं संधि करावास हें मला रुचतें. माझ्या मरणाबरोबरच युद्धाचा शेवट करून आतां पांडवांशीं शम करा. हे निष्पापा, मी तुला जें हें बोललों आहें तें तुला पटावें. त्यांत तुझें व तुझ्या कुलाचें कल्याण आहे असें मला वाटतें. हे राजा, क्रोध सोडून या पृथापुत्रांशीं शम कर. अर्जुनानें आतांपर्यंत केलें तेवढें पुरे झालें. भीष्माचे मरणानें आतां तुमचें सख्य जडूं द्या आणि आतां उरले आहेत हे सर्व लोक असेच

जिवंत ठेव; एवढी कृपा कर. पांडवांना राज्यार्ध दे. धर्मराजाला इंद्रप्रस्थास जाऊं दे. एखाद्या क्षुद्र राजाप्रमाणें मित्रद्रोही होऊन दुर्लौकिक संपादूं नको. माझे मरणानें आतां प्रजांस शांति होवो. सर्व राजांनीं परस्पर प्रीतीनें मिळावें. पुत्रास पिता, मामास भाचा, भावास भाऊ परत भेटूं दे. असें मी सांगत असतांना माझा हा समयोचित उपदेश मोहानें किंवा मूर्खपणामुळें न पाळशील, तर अखेरीस पस्तावशील, आणि सर्वांची या युद्धांतच इतिश्री होईल, ही खरी खरी गोष्ट मी बोलत आहें!"

केवळ कौरवांचे हितबुद्धीनें प्रेरित होऊन गांगेयांनीं सर्व राजांसमक्ष दुर्योधनास हें भाषण ऐकवून तोंड बंद केलें; व शल्यांच्या योगानें त्यांचे मर्मस्थानांची आग होत असतांही सर्व वेदनांचा निग्रह करून, त्यांनीं आत्म्याचे ठायीं लय लावला.

संजय सांगतोः—भीष्मांचें वाक्य धर्मार्थयुक्त, हितावह व निर्मल होतें. तथापि मृत्यु ओढवलेल्यास जसें औषध रुचत नाहीं, तसें तें दुर्योधनाला पटलें नाहीं.

अध्याय एकशें बाविसावा.

—:०:—

भीष्मकर्णसंवाद.

संजय सांगतोः—हे महाराजा, शांतनव निशब्द झालेसें पाहून सर्वही राजे आपापल्या ठिकाणीं गेले. इतक्यांत भीष्म पडले, ही वार्ता नरश्रेष्ठ कर्णाचे कानीं गेली. तेव्हां तो कांहींसा मनांत दचकून मोठ्या त्वरेनें भीष्मांकडे आला; व पाहातो तों शरवणांत उत्पन्न झालेले प्रभु कार्तिकेय ज्याप्रमाणें जन्मतः शरशय्येवर होते, त्याप्रमाणें ते महात्मा भीष्म जन्मशय्येवर पडावे तसे स्वच्छंदांत त्या शरशय्येवर डोळे मिटून पहुडलेले दृष्टीस पडले. त्यांना पाहून त्या तेजस्वी कर्णाचा कंठ दाटून आला; व त्यानें "हे भीष्मा, अहो भीष्मा, हे महाबाहो, हे कुरुश्रेष्ठा, नेहमीं आपल्या डोळ्यांत खुपणारा व प्रत्येक कामांत आपण तुच्छ मानिलेला मी राधापुत्र कर्ण आपले दर्शनार्थ आलों आहें," असें म्हटलें. तें ऐकून कुरुवृद्ध भीष्मांनीं आपले ते सुरकुत्या पडलेले डोळे हळूच उघडून वर कर्णाकडे पाहिलें; व त्या स्थलीं कोणी नाहींसें पाहून व रखवालदारांस दूर जाण्यास सांगून मोठ्या प्रेमानें कर्णास पित्यानें पुत्रास कवळावें त्याप्रमाणें एका हातानें कवळून म्हटलें, "बाबारे, तूं कुंतीपुत्र आहेस, राधापुत्र नव्हस. तसाच अधिरथ सूत तुझा पिता नसून सूर्य आहे. हे महाबाहो, ही गोष्ट मला नारद व व्यास या दोघांनीं सांगितली आहे; तेव्हां तिचे खरेपणाविषयीं शंका नाहीं. बाबारे, तूं सदा माझ्या विरुद्ध असून माझी स्पर्धा करीत असस. परंतु माझी कांहीं तुजविषयीं कशी ती द्वेषबुद्धि नाहीं हें मी तुला खचित सांगतों. तूं मला भेटावयास आलास, फार चांगलें झालें. न येतास तर मात्र तुझें कल्याण झालें नसतें. असो; माझा तुझ्याशीं द्वेष नाहीं. परंतु तूं जेव्हां विनाकारण सर्व पांडवांना नांवें ठेवूं लागलास, तेव्हां तुझा पाणउतारा करावा म्हणून मी तुला टाकून बोललों. बाकी, हे सूतनंदना, तुला पांडवांचा द्वेष वाटणें यांत नवलही नाहीं. कारण, एक तर तूं कुंती अविवाहित असतां अर्थात् धर्मलोप होऊन उत्पन्न झालास; त्यांतून दुर्योधनानें तुला वारंवार वारंवार प्रेरणा केली; तेव्हां नीचाश्रयामुळें तुझी बुद्धि गुणिजनांचाही द्वेष व मत्सर करणारी बनली हें उघडच आहे; आणि मी तरी ही तुझी बुद्धि दूर व्हावी म्हणूनच तुला कौरवसभेंत असा टाकून बोललों. एरवीं तुझें सम-

रांत शत्रूला सहन न होणारें असें या पृथ्वीवर अतुल वीर्य, तुझी ब्राह्मणांविषयीं निष्ठा, तुझें शौर्य, व पराकाष्ठेची दानप्रियता हीं मी पूर्ण जाणतों. बाबारे, तूं देवतुल्यच आहेस. तुझ्या तोडीचा मनुष्यांत मला कोणी आढळला नाहीं. असें असतां मी तुला नेहमीं कठोर बोलें त्याचें कारण, तूं कलह माजवून कुलभेद करशील ही भीति, दुसरें कांहीं नाहीं. बाणयोजनेंत, अस्त्रसंधानांत, हस्तचापल्यांत व अस्त्रबलांत तूं अर्जुन किंवा महात्मा श्रीकृष्ण यांचे तोडीचा आहेस. बा कर्णा, कुरुराजाला वधू आणून देण्याचे वेळीं तूं एकटा हातीं धनुष्य घेऊन काशिराजाच्या नगरीस गेलास व तेथें जमलेल्या सर्व राजांना युद्धांत चिरडलेंस. हे रणप्रिया, जरासंध एवढा बलाढ्य म्हणतात ना, पण त्याला खचितच तुझी सर येणार नाहीं. तूं ब्राह्मणांवर निष्ठा ठेवणारा व अकपट युद्ध करणारा आहेस. युद्धांत तूं बलानें व तेजानें देवपुत्रासारखा व मनुष्यांना भारी असा आहेस. मी तुजवर यापूर्वी रोष करीत असें तोही आज मीं सोडिला. कारण, मीं असें पाहिलें कीं, दैवापुढें मनुष्याचा इलाज चालत नाहीं, मग तुजवर तरी कां रागवावें ? असो; बा महाबाहो, माझें कांहीं बरें करावें अशी जर आपली इच्छा असेल तर हे अरिसूदना, पांडवांशीं गट्टी कर. कारण ते तुझे सख्खे बंधु आहेत. हे सूर्यपुत्रा, हें वैर आतां मजबरोबरच लयास जाऊं द्या, आणि या सर्व राजांचे मागचा हा रोग एकदांचा मिटवा.'

कर्ण उत्तर करितोः—हे महाबाहो, आपण म्हणतां हें सर्व कांहीं मी निःसंशय जाणितों. आपण म्हणतां त्याप्रमाणें मी कुंतीपुत्रच खरा, सूतपुत्र नव्हे. परंतु कुंतीनें माझा त्याग केला, आणि सूतानें मला लहानाचें मोठें केलें; व दुर्योधनाचे ऐश्वर्यावर मीं चैन भोगिली; तेव्हां आतां त्यांशीं बेइमान होणें मला रुचत नाहीं. हे दानशूरा, श्रीकृष्णानें ज्याप्रमाणें पांडवांना साह्य करण्याचा दृढ संकल्प केला आहे, त्याचप्रमाणें दुर्योधनासाठीं मी आपलें वित्त, शरीर, दारापुत्र, यश, फार काय—सर्व कांहीं यांवर पाणी सोडून बसलों आहें. आमच्या ह्या क्षत्रियमंडळीला रोगानें लोळत पडून मरण न यावें म्हणून मीं दुर्योधनाचा सदा आश्रय करून पांडवांना कोप आणिला. नाहीं तरी ही गोष्ट अवश्य होणारीच होती, हिचें उल्लंघन शक्य नव्हतें. पुरुषयत्नाचे बलानें दैव पालथें घालील असा कोण आहे? हे पितामहा, सर्व पृथ्वीचा क्षय सुचविणारीं चिन्हें आपल्यालाच दिसलीं व आपण तीं उघड सभेंत सांगितलीं खरींना ? पांडव आणि केशव हे इतरांस अजिंक्य आहेत हें मला पूर्ण माहीत आहे. तथापि मीं त्यांशीं झगडण्यासाठीं कंबर बांधली आहे, व मी त्यांस लढाईंत जिंकीन तेव्हां राहीन असा मी निर्धार करून चुकलों आहें. इतक्या दारुण रूपाला पोहोंचलेलें हें वैर आतां सोडतां येत नाहीं. याकरितां युद्ध करणें म्हणजे स्वधर्मपालन करणें आहे अशी भावना धरून मी मोठ्या आनंदानें धनंजयाबरोबर युद्ध करीन, तस्मात् युद्ध करण्याचा माझा निश्चय अढळ आहे, हें समजून आपण मला अनुज्ञा द्यावी. कारण, आपली अनुज्ञा घेऊन मग युद्ध करावें असें मला वाटतें. असो; आजपर्यंत मी आपणास अविचारानें किंवा रागानें कांहीं अमर्याद किंवा प्रतिकूल शब्द बोललों असल्यास व इतर कांहींही गैरवर्तन मजकडून झालें असल्यास आपण मला क्षमा करावी.

भीष्म म्हणतातः—बाबारे, येथवर पेटलेलें दारुण वैर आतां सोडितां येत नाहीं असेंच जर तुझें निश्चित मत असेल, तर मा तुला

युद्धार्थ अनुज्ञा देतों. मात्र स्वर्गप्राप्तीच्या इच्छेनें लढ. सर्व क्रोध सोड, खुनशीपणा सोड, आणि सज्जनांचे चालीला धरून तुझ्या राजाचे कार्यासाठीं तुझ्या शक्तीप्रमाणें व उमेदीप्रमाणें खुशाल रणांत पराक्रम कर. माझी तुला मनापासून मोकळीक आहे. तुला जें पाहिजे आहे, तें प्राप्त होवो. धनंजयाचे हातून तुला क्षात्रधर्मपालनानें प्राप्त होणारे लोक प्राप्त होतील. सर्व अहंकार सोड आणि मग अवसान धरून नेटानें लढ. कारण, धर्मार्थ युद्ध करणें याहून क्षत्रियाला अधिक कल्याण-कारक दुसरी गोष्ट नाहीं. बा कर्णा, मी तुला खरें सांगतों कीं, शम व्हावा म्हणून मीं बहुत दिवस खटपट केली; परंतु यश आलें नाहीं!

संजय सांगतो:—भीष्म एवढें बोलल्यावर कर्ण उठला, आणि त्यांना अभिवादन करून व त्यांची क्षमा मागून तो रथावर चढला; आणि, धृतराष्ट्रा, तुझ्या पुत्राकडे गेला.

द्रोणपर्व

श्रीमन्महाभारत.

द्रोणपर्व.

अध्याय पहिला.

मंगलाचरण.

ॐ

नारायणं नमस्कृत्य नरं चैव नरोत्तमम् ।
देवीं सरस्वतीं चैव ततो जयमुदीरयेत् ॥

ह्या अखिल ब्रह्मांडांतील यच्चयावत् स्थावर-जंगम पदार्थांच्या ठिकाणीं चिदाभासरूपानें प्रत्ययास येणारा जो नरसंज्ञक जीवात्मा, नर-संज्ञक जीवात्म्यास सदासर्वकाळ आश्रय देणारा जो नारायण नामक कारणात्मा, आणि नरना-रायणात्मक कार्यकारणसृष्टीहून पृथक् व श्रेष्ठ असा जो नरोत्तमसंज्ञक सच्चिदानंदरूप पर-मात्मा, त्या सर्वांस मी अभिवंदन करितों; तसेंच, नर, नारायण व नरोत्तम ह्या तीन तत्त्वांचें यथार्थ ज्ञान करून देणारी देवी जी सरस्वती, तिलाही मी अभिवंदन करितों; आणि त्या परमकारुणिक जगन्मातेनें लोकहित कर-ण्याविषयीं माझ्या अंतःकरणांत जी स्फूर्ति उत्पन्न केली आहे, तिच्या साहाय्यानें ह्या भव-बंधविमोचक जय म्हणजे महाभारत ग्रंथाच्या द्रोणपर्वास आरंभ करितों. प्रत्येक धर्म-शील पुरुषानें सर्वपुरुषार्थप्रतिपादक अशा शास्त्राच विवेचन करितांना प्रथम नर, नारायण आणि नरोत्तम ह्या भगवन्मूर्तींचें ध्यान करून नंतर प्रतिपाद्य विषयाचें निरूपण करण्यास प्रवृत्त व्हावें हें सर्वथैव इष्ट होय.

धृतराष्ट्राची संजयास पृच्छा.

जनमेजय विचारतोः---हे विप्रोत्तमा, देवव्रत भीष्म कांहीं सामान्य नव्हते. कितीही मोठें दुःख होण्याजोगें कारण घडलें तरी त्यांस दुःख होत नसे. तसेंच त्यांचें मानसिक व शारीरिक बल अप्रतिम असून पराक्रमही अलौकिक होता. असें असतां त्यांचाही पांचाल्य शिखंडीकडून अंत झ ल्याचें ऐकून धृतराष्ट्रास अत्यंत शोक होऊन त्यानें रडून रडून डोळे सुजवून घेतले; पण, हे विप्रर्षे, पितामहांचा वध झाल्यावर त्या वीर्यवंतानें पुढें काय केलें बरें? कारण भग-

वन्, त्याचा पुत्र दुर्योधन हा भीष्मद्रोणप्रभृति रथ्यांच्या साहाय्यानें महाधनुर्धर पांडवांस जिंकून राज्य मिळविण्याची इच्छा करीत होता. तेव्हां, महाराज, सर्व धनुर्धरांत अग्रेसर असे ते भीष्माचार्य पडल्यावर पुढें धृतराष्ट्रानें ज्या ज्या खटपटी केल्या, त्या हे तपोधना, मला सांगा.

वैशंपायन सांगतातः—पितामह पडल्याचें ऐकिल्यापासून धृतराष्ट्र राजास चैन पडेनासें झालें. त्याच्या मनांत एकसारखी तीच ती गोष्ट घोळूं लागली; आणि भीष्मांचें पतन त्याच्या नेत्रांपुढें सारखें उभें राहून तो अगदीं व्याकूळ होऊन गेला. त्याप्रमाणें तो त्या दुःखद गोष्टीचें एकसारखें चिंतन करीत बसला असतां त्या ठिकाणीं शुद्धात्मा संजय पुनः प्राप्त झाला. तो युद्ध पहाण्यासाठीं कुरुक्षेत्रास गेला असून, सायंकाळ झाल्यामुळें नुकताच तेथून हस्तिनापुरास परत येऊन तसाच धृतराष्ट्राकडे आला होता. संजय आल्याचें समजतांच त्यास धृतराष्ट्र आपल्या पुत्रांचें वर्तमान विचारूं लागला. भीष्माचार्यांची निधनवार्ता ऐकून अत्यंत खिन्न झालेला, व आपल्या पुत्रांचा जय कसा होतो याचें चिंतन करणारा तो धृतराष्ट्र आतुर होऊन त्याशीं बोलूं लागला.

धृतराष्ट्र म्हणालाः---बा संजया, त्या भीम पराक्रमी महात्म्या भीष्मांबद्दल शोक केल्यानंतर कालानें प्रेरित झालेल्या कौरवांनीं पुढें काय केलें ? ज्या महात्म्यावर शत्रूनें चाल करणेंही दुरापास्त असा तो वीर पडल्यावर शोकसागरात बुडून गेलेल्या कौरवांनीं पुढें केलें तरी काय ? कारण, संजया, तें महात्म्या पांडवांचें अफाट सैन्य त्रैलोक्यासही मोठें भय उत्पन्न करील अशा योग्यतेचें आहे; तेव्हां अशा या दारुण युद्धप्रसंगीं ज्याच्या आश्रयानें वीरांचें रक्षण होईल असा पुरुषार्थी महावीर दुर्योधनाच्या सैन्यामध्यें कोण बरें आहे ? तेव्हां, संजया, कौरवांमध्यें वरिष्ठ असे ते देवव्रत भीष्माचार्य पडल्यावर त्या वेळीं त्या समरभूमींत जमलेल्या राजांनीं पुढें काय केलें तें मला सांग.

संजय सांगतोः---राजा, युद्धामध्यें भीष्म पडल्यानंतर तुझ्या पुत्रांनीं पुढें काय केलें तें सांगतों, एकाग्र अंतःकरणानें श्रवण कर. सत्य पराक्रमी भीष्म मरण पावले त्या वेळीं तुझे पुत्र व पांडव यांच्या मनामध्यें अगदीं भिन्न भिन्न विचार घोळूं लागले. आपला पराभव झाला असें वाटून कौरव खिन्न झाले; व जय झाल्यामुळें पांडव आनंदित झाले. भीष्माचार्य हे वडील व सर्वांस पूज्य असतां त्यांच्या वधामध्येंही दोष नाहीं, अशा प्रकारचा हा क्षात्रधर्म अवलोकन करून कित्येक विस्मित झाले, व त्यांस युद्धांत मरण आल्यामुळें उत्तम लोक प्राप्त होणार म्हणून कित्येकांस आनंदही झाला; आणि दुसरे कित्येक तर भीष्मांस वंदन करून अशा या क्षात्रधर्माची निंदाही करूं लागले. असो; पुढें त्या वीरांनीं अचाट पराक्रम करणाऱ्या भीष्मांसाठीं बाणांचीं टोकें खालीं करून त्यांच्या योगानें एक उशीसह शय्या तयार केली; आणि त्यांच्या रक्षणाची तजवीज केल्यावर एकमेकांशीं कांहीं संभाषण करून त्यांस प्रदक्षिणा केली; आणि एकमेकांच्या भेटी घेऊन, क्रोधानें ज्यांचे नेत्र आरक्त झाले आहेत असे ते वीर कालानेंच प्रेरित होऊन भीष्मांच्या संमतीनें तेथून पुनः युद्धासाठीं निघाले. मग डंके व नौबदी वाजवीत तुमचीं व शत्रूंचीं सैन्यें बाहेर पडलीं. राजेंद्रा, अपराह्णकालीं गंगानंदन भीष्माचार्य पडले, त्या वेळीं कौरवांस विलक्षण चेव आला; कालवशात् त्याची बुद्धि कुंठित झाली; आणि तेणेंकरून त्या थोर गंगानंदनाच्या हितकर

भाषणाचाही अनादर करून ते शस्त्रास्त्रें घेऊन त्वरेनें बाहेर पडले. धृतराष्ट्रा, तुझ्या पुत्राच्या मूर्खपणामुळें. आणि भीष्मांच्या निधनामुळें राजांसहवर्तमान सर्व कौरव मृत्युवश झाले. हिंस्र श्वापदांनीं व्याप्त अरण्यांत मेंढपाळ नसल्यास मेंढ्यांची जी स्थिति होते, तीच स्थिति देवव्रत भीष्मांच्या अभावीं कौरवांची झाल्यामुळें ते अगदीं उद्विग्न होऊन गेले. राजा, कुरुश्रेष्ठ भीष्माचार्य पडल्याबरोबर कौरवांची सेना नक्षत्रहीन नभोमंडलाप्रमाणें निस्तेज व वायुरहित आकाशाप्रमाणें शून्य दिसूं लागली. ती पीक बुडालेल्या जमिनीप्रमाणें निःसत्त्व, संस्काररहित वाणीप्रमाणें स्वकर्तव्यास असमर्थ, बलिराजा पादाक्रांत झाला असतां दीन झालेल्या राक्षससेनेप्रमाणें व्याकुल, विधवा सुंदरीप्रमाणें अलंकाररहित, पाणी आटलेल्या नदीप्रमाणें निरुपयोगी, आणि म्होरक्या नष्ट झाला असतां रानांत लांडग्यानें अडविलेल्या हरिणीप्रमाणें आसन्नमरण भासूं लागली. धृतराष्ट्रा, तो भरतकुलावतंस गंगानंदन पतन पावतांच ती भारती सेना, जींत राहाणारा सिंह शरभानें मारून टाकिला आहे अशी विशाल गिरिगुहाच आहे कीं काय असें वाटूं लागलें. महासागरामध्यें चोहोंकडून वादळ सुरू झालें असतां त्यांत सांपडलेल्या एखाद्या जीर्ण नावेची जशी स्थिति होते, तशीच त्या कौरवसेनेची अचूक बाण सोडणाऱ्या त्या शूर व बलवान् पांडवांनीं वरचेवर हल्ले केल्यामुळें स्थिति झाली. तीमधील रथ, अश्व व गज यांची अगदीं दैना उडून गेली; व सैनिकही पार मरण पावल्यामुळें सर्वांच्या तोंडचें पाणी पळून ती सर्व सेना अगदीं दीन दिसूं लागली. भीष्मवियोगामुळें त्या सेनेंतील राजे व सैनिक आपआपल्या परी इतके गांगरून गेले कीं, आपण पाताळांतच बुडून जातों कीं काय असें त्यांस होऊन गेलें!

अशा या कठीण प्रसंगीं ते कर्णाचें स्मरण करूं लागले. कारण, भीष्मांची बरोबरी करील असा तोच एक वीर होता. शिवाय तो सर्व शस्त्रधरांत श्रेष्ठ, विद्या व तप यांच्या योगानें झळकणारा, रणांगणांतील अतिथि व संकटांत सांपडलेल्यांचा बंधु असल्यामुळें त्याकडेच सर्वांचें लक्ष गेलें; आणि तेथील राजे 'हे कर्णा, हे कर्णा' असें म्हणून ओरडूं लागले. राजेंद्रा, कित्येक असेंही म्हणूं लागले कीं, "हा देहाचीही पर्वा न बाळगणारा सूतपुत्र कर्णच आमचा हितकर्ता आहे. या महायशानें आपले अमात्य व आप्त यांसह दाही दिवसांत मुळींच युद्ध केलें नाहीं. यास्तव त्यास घेऊन या. बिलकूल विलंब करूं नका."

राजा, बलिष्ठ व पराक्रमी अशा रथ्यांची गणना करण्याच्या वेळीं भीष्मांनीं महाबाहु कर्णाची गणना—वास्तविक तो दोन अतिरथ्यांच्या बरोबरीचा पराक्रमी असतां सर्व वीरांसमक्ष अर्धरथ्यांत केली! खरोखर कर्ण हा सर्व रथी व अतिरथी यांमध्यें अग्रेसर असून, मोठमोठे वीरही त्यास पाहून माना डोलवितात. इतकेंच नव्हे, तर दैत्य व देव एकत्र झाले असतां त्यांशींही रणांत दोन हात करण्यास तो भिणार नाहीं. असो; राजा, या अपमानामुळें कर्णास क्रोध आला व तो गंगानंदनास म्हणाला, "हे कुलश्रेष्ठा, तूं जिवंत आहेस तोंपर्यंत मी कदापि युद्ध करणार नाहीं. या महायुद्धांत तूं जर पांडवांस मारिलेंस, तर मी दुर्योधनाची आज्ञा घेऊन वनवासास जाईन; आणि पांडवांच्या हातून मृत्यु येऊन तूंच स्वर्गस्थ झालास, तर तूं ज्यांस रथी समजतोस त्या सर्व पांडवांस मी एकाच रथानें यमसदनीं पाठवीन."

राजा, असें बोलून त्या महायशस्वी कर्ण वीरानें दुर्योधनाच्या संमतीनें दहा दिवसपर्यंत युद्ध केलें नाहीं. इकडे समरपटु भीष्मांनीं अतुल पराक्रमानें पांडवांकडील पुष्कळ योद्धे मारिले व पुढें आपली प्रतिज्ञा शेवटास गेल्यावर त्या महातेजस्वी वीरानें देह ठेविला. त्या वेळीं, समुद्रांतून तरून जाण्याची इच्छा करणाऱ्या लोकांस ज्याप्रमाणें नावेचें स्मरण होतें, त्याप्रमाणें तुझे पुत्र व सर्व राजे यांस कर्णाचें स्मरण झालें; आणि ते "हे कर्णा! तुला परत येण्याची हीच वेळ आलेली आहे!" असें म्हणूं लागले. याप्रमाणें ते महाबल योद्धे ठिकठिकाणीं जमून साहसी कर्णाच्या नांवानें आरोळ्या ठोकूं लागले. राजा, प्रत्यक्ष परशुरामानें कर्णास अस्त्रें शिकविलीं होतीं, व त्याचा पराक्रमही अनिवार होता. त्यामुळें, दुर्धर प्रसंगीं बंधूचें स्मरण होतें त्याप्रमाणें आम्हांस कर्णाचें स्मरण झालें. कारण विष्णु ज्याप्रमाणें संकटसमयीं देवांस नेहमीं सोडवितो, त्याप्रमाणें या दारुण भीतीपासून आमचें रक्षण करण्यास तोच एक समर्थ होता.

वैशंपायन सांगतात:—याप्रमाणें संजय वारंवार कर्णाचें स्तोत्र गात असतां धृतराष्ट्र सर्पाप्रमाणें दीर्घ निश्वास टाकून बोलूं लागला.

धृतराष्ट्र म्हणाला:—संजया, त्या वेळीं वैकर्तन कर्णाकडे तुमचें लक्ष गेलें, आणि तो देहाचीही पर्वा न करतां युद्ध करणारा आहे, असें पाहून तुम्हीं त्याचा आश्रय केला; परंतु त्या सत्यपराक्रमी सूतपुत्रानें तुमचा मनोरथ निष्फल तर केला नाहीं ना? अरे, त्या वेळीं तुम्ही भिऊन गेल्यामुळें तुमची अगदीं त्रेधा उडून जाऊन तुम्हांस कांहीं सुचेनासें झालें होतें, आणि कोणी तरी रक्षण करणारा मिळो असें होऊन गेलें होतें. तेव्हां तुमची ती आशा धनुर्धरांत वरिष्ठ अशा त्या कर्णानें परिपूर्ण केलीना! अरे, भीष्म पडल्यावर कौरवपक्षामध्यें जें न्यून पडलें होतें, तें भरून काढून त्यानें शत्रूस भयभीत केलें किंवा नाहीं? संजया, कर्ण हा पुरुषश्रेष्ठ म्हणून जगांत प्रसिद्ध असून माझे पुत्र त्यास सख्ख्या भावाप्रमाणें आहेत. तेव्हां ते दीन होऊन आक्रोश करीत असतां—विशेषेंकरून त्यांच्या रक्षणासाठीं स्वतःच्या सुखावर व प्राणावर पाणी सोडून त्यानें माझ्या मुलांची विजयेच्छा पूर्ण केली किंवा कसें?

अध्याय दुसरा.

—:०:—

कर्णाचें निर्याण.

संजय सांगतो:—भीष्म मरण पावले असून अगाध समुद्रांत विदीर्ण झालेल्या नौकेप्रमाणें कौरवसेनेची शोचनीय स्थिति झाली आहे, असें कळतांच, दुर्योधनावर बंधुवत् प्रेम करणारा तो कर्ण त्याच्या सेनेस संकटापासून सोडविण्यासाठीं पुढें आला. राजा, सर्व वीरांत श्रेष्ठ व सर्वदा विजयी असा जो महारथी भीष्म तो मरण पावल्याचें श्रवण करतांच, शत्रूंचा निःपात करणारा वीराग्रणी कर्ण एकदम पुढें सरसावला. पुत्रास संकटांतून सोडविण्यास पिता जितक्या तत्परतेनें येतो, तितक्याच तत्परतेनें या प्रसंगीं भीष्मांच्या मृत्यूनें घोर समुद्रांतील फुटक्या गलबताप्रमाणें झालेल्या तुझ्या मुलांच्या सैन्यांचें संरक्षण करण्यासाठीं कर्ण पुढें आला.

कर्ण म्हणाला:—ज्याच्या अंगीं धैर्य, बुद्धि, पराक्रम, सामर्थ्य, सत्य, स्मृति व वीरास शोभविणारे इतर सर्व गुण पूर्णपणें वसत होते; सर्व दिव्यास्त्रें ज्यास विदित असून जो ब्रह्मद्वेष्ट्यांच्या नाशाविषयीं तत्पर असे; विनयता, नम्रता, मत्सरराहित्य, प्रिय भाषण, कृतज्ञता, इत्यादि

उत्तमोत्तम गुण चंद्राच्या चिन्हाप्रमाणें ज्याच्या ठायीं नित्य दृग्गोचर होत असत, तो भीष्म जर आज निधन पावला आहे, तर या सेनेंतील सर्वही वीर मृतच झाले आहेत असें मी समजतों. खरोखर या जगांत कांहींच स्थिर नाहीं! येथील सर्वच कर्में अस्थिर असल्यामुळें सर्व कांहीं अनित्य आहे. श्रेष्ठ तपोनिष्ठ भीष्म मृत झाले असतां उद्यांचा दिवस धडपणें उगवेल अशी कोणास बरें खात्री वाटणार आहे! वसूंप्रमाणें पराक्रमी अशा शंतनु राजाचा पुत्र, स्वतःही वसूंप्रमाणें पराक्रमी व अष्टवसूंच्या अंशांपासून झालेला असा तो वसुंधराधिपति भीष्म शेवटीं वसूंच्याच ठायीं लय पावला, त्यापेक्षां आतां ते अष्टवसु, वसुंधरा, पुत्र, कौरव व सेना यांबद्दल शोकच करीत बसा, दुसरें काय करणार?

संजय सांगतोः—राजा, महाप्रतापी, वरप्रद, लोकाधिपति, सर्वांस उत्तम कित्ता घालून देणारे व अमितसामर्थ्यवान् अशा त्या भीष्मांचा वध झाल्यामुळें कौरवसेनेची दाणादाण उडालेली पाहून कर्णास फार वाईट वाटलें; आणि तो डोळ्यांत आंसवें आणून दीर्घ निश्वास टाकूं लागला. राजा, कर्णाचें तें भाषण श्रवण करून तुझे पुत्र व इतर सैनिक एकमेकांची भावी स्थिति मनांत येऊन दुःखानें आक्रोश करूं लागले; व नेत्रांतून घळघळां अश्रु गाळूं लागले. नंतर पुनः घनघोर युद्धास प्रारंभ होऊन राजे लोक आपापल्या सैन्यांत शिरूं लागले असतां महारथिश्रेष्ठ कर्णानें त्या रथिश्रेष्ठांस हर्षकारक असें भाषण केलें. तो म्हणाला, "हें सारें जग अशाश्वत असून एकसारखें मृत्यूकडे धाव घेत आहे; व त्यामुळें येथें स्थिर असें कांहींएक नाहीं, असें विचारांतीं दिसतें. अहो, तुम्हांसारखे पराक्रमी वीर जवळ उभे असतांना तो पर्वतासारखा धैर्यवान् कुरुपुंगव कसा बरें पतन पावला? सायंकाळीं भूतलावर उतरलेल्या सूर्याप्रमाणें हा महारथी शंतनुपुत्र मृत होऊन धरणीवर पडला असतां पर्वत उडवून देणाऱ्या प्रचंड वायूचा वेग सहन करण्यास वृक्ष जसे अगदींच असमर्थ होत, तसे या अर्जुनाचा पराक्रम सहन करण्यास हे राजेही असमर्थ होत. तेव्हां शत्रूंनीं सेनापतीचा वध करून निरुत्साह, अनाथ व भयभीत करून सोडलेल्या या कौरवसेनेचें संरक्षण युद्धामध्यें त्या माहात्म्या भीष्माप्रमाणें आज मलाच केलें पाहिजे. स्वतःवर येऊन पडलेला हा अशा प्रकारचा भार, जगाची अनित्यता व रणशूर भीष्मांचा युद्धांत झालेला अंत इतक्या गोष्टी माझ्या डोळ्यांपुढें मूर्तिमंत उभ्या आहेत; अशा प्रसंगीं मजपासून शत्रूंस भय कसें उत्पन्न होईल तें खरें! कांहीं होवो, रणांगणांत संचार करून, त्या कुरुश्रेष्ठ पांडवांस बाणांच्या योगानें यमसदनीं पाठवून या जगांत आपलें महद्यश तरी गाजवीन, किंवा शत्रूंकडून वध पावून या रणांगणीं तरी पडेन! युधिष्ठिराच्या अंगीं धैर्य, चातुर्य, सत्य व पराक्रम हे गुण वास करीत आहेत; भीमास तर शेंकडों गजांचें बल आहे; अर्जुन हा प्रत्यक्ष अमरपति इंद्राचा पुत्र व तरुण आहे; यामुळें पांडवांच्या सैन्यांस जिंकणें प्रत्यक्ष देवांसही अवघडच जाईल. त्याचप्रमाणें, युद्धांत प्रत्यक्ष कृतांतासारखे नकुलसहदेव, सात्यकि व भगवान् कृष्ण हे ज्या सैन्यांत आहेत, त्यापुढें एखादा यःकश्चित् पुरुष गेल्यास तो कालमुखीं पडलेल्या प्राण्याप्रमाणें जिवंत परत येणें शक्य नाहीं. तथापि मला या सैन्याची बिलकूल पर्वा वाटत नाहीं. मोठ्या तपाचा तपाच्याच योगानें बाध होतो. त्याचप्रमाणें विचारी लोक सैन्याच्याच योगानें सैन्याचा पराभव करीत असतात; व यामुळेंच

शत्रुनिवारण व स्वसंरक्षण यांविषयीं माझें मन पर्वतासारखें अगदीं निश्चल आहे. यास्तव, सूता, पांडवांच्या बलाचा विध्वंस करीत करीत रणांगणांत जाऊन मी आज त्यास जिंकीन. कारण, असें न केल्यास मला मित्रद्रोहाचें पातक लागेल; व तें सहन करणें मला शक्य नाहीं. अरे, सैन्याचा विनाश झाला असतांही जो त्यास येऊन मिळेल, तोच खरा मित्र होय. यास्तव सुमनुष्यास उचित असें हें कर्म मी आज करणार. म्हणजे भीष्माचें अनुकरण करून स्वतःच्या प्राणांचीही पर्वा न करितां रणांत शत्रूंच्या सर्व समुदायांचा निःपात करून टाकीन; किंवा त्यांकडून वध पावून स्वर्गास तरी जाईन. धृतराष्ट्राचा खटाटोप शत्रूंनीं हाणून पाडल्यामुळें बायकापोरांस रडत बसण्याचा प्रसंग आला आहे, व "हे कर्णा, कसेंही करून आमचें रक्षण कर, रक्षण कर!" असा जिकडे तिकडे बायकापोरांचा आक्रोश सुरू झाला आहे; या प्रसंगीं त्यांच्या रक्षणार्थ युद्ध करणें हेंच माझें कर्तव्य आहे, असें मी समजतों. यास्तव, सूता, मी आज दुर्योधन राजाच्या शत्रूंचा पराभव करीन. कौरवांचें संरक्षण करण्यासाठीं व पांडवांचा वध करण्यासाठीं या घोर रणकंदनांत मी आपले प्राणही खर्चीं घालीन, परंतु युद्धांत सर्व शत्रूंचा निःपात करून दुर्योधनास राज्य मिळवून देईन! अहो, माझें मणिरत्नांनीं चकाकणारें सुवर्णमय शुभ्र व विचित्र कवच माझ्या अंगांत चढवा; तें सूर्यासारखें तेजस्वी शिरस्त्राण माझ्या मस्तकीं घाला; अरे, तें धनुष्य व अग्नीसारखे व विषारी सर्पांसारखे भयंकर बाण लवकर घेऊन या; माझे सोळाही भाते बाणांनीं भरून रथावर ठेवा; व मोठमोठीं प्रचंड धनुष्यें इकडे आणा. तरवारी, शक्ति, प्रचंड गदा व चित्रविचित्र सुवर्णमय नालांनीं युक्त असा तो शंखही घेऊन या. ही सुवर्णाची मनोहर गजशृंखला व हें कमलचिन्ह यांनीं अंकित असा दिव्य ध्वज सिद्ध करा; आणि जिला मधून मधून लाह्या लाविल्या आहेत, अशी ती उत्तम गुंफलेली चित्रविचित्र माला वस्त्रानें पुसून स्वच्छ करून घेऊन या. सूता, शुभ्र ढगांसारखे स्वच्छ वर्णाचे व पुष्ट असे ते शीघ्रगामी श्रेष्ठ अश्व मंत्रोदकांनीं स्नान घालून व सुवर्णाचे देदीप्यमान अलंकार चढवून सत्वर घेऊन ये. त्याचप्रमाणें, ज्याला सुवर्णमाला लटकत आहेत, चंद्रसूर्यांसारखीं तेजस्वी रत्नें सर्वत्र लाविलीं आहेत, व युद्धोपयोगी सर्व साहित्य ज्यांत सिद्ध आहे, असा तो श्रेष्ठ रथही अश्व जोडून त्वरित फिरवून आण. नानाप्रकारचीं वेगवान् धनुष्यें, ताणास योग्य अशा उत्तमोत्तम धनुष्याच्या दोऱ्या, शरपूर्ण असे मोठमोठे भाते; शरीररक्षणाचीं कवचें, आणि युद्धास निघण्याचे वेळीं अवश्य असें सर्व साहित्य घेऊन ये. वीरहो, दह्यानें भरलेले सोन्याचे व कांशाचे घडे तुम्ही आणा. हारगजरे वगैरे धारण करा; आणि जयप्राप्तीस्तव सत्वर नौबदी वाजवा. सारथे, ज्या बाजूस धर्मराज, भीमार्जुन व नकुलसहदेव असतील, त्या बाजूस लवकर चल. आज समरांगणामध्यें गांठून मी त्यांस ठार करीन, किंवा शत्रूंकडून वध पावून भीष्मांकडे तरी जाईन. ज्या सैन्यामध्यें अत्यंत धैर्यमान् युधिष्ठिर, भीमार्जुन, भगवान् गोपालकृष्ण, सात्यकि, सृंजय व दुसरे नृपति उभे आहेत, तें सैन्य अजिंक्य आहे असें मला वाटतें. तरी पण आज सर्वहर यम जरी अर्जुनाचें युद्धामध्यें रक्षण करीत असला तरी मी त्यास समरांत गांठून ठार करीन; किंवा भीष्म ज्या मार्गानें गेला त्या मार्गानें यमसदनीं तरी जाईन. मी निश्चयानें सांगतों कीं, त्या शूरलोकांत गेल्याशिवाय मी कदापि राहा-

णार नाहीं. जे मित्रद्रोही, सरासरी भक्ति करणारे, व दुष्ट बुद्धीचे पुरुष असतील, त्यांच्या साह्याची मला बिलकूल अपेक्षा नाहीं."

संजय सांगतो:—राजा, याप्रमाणें बोलून तो कर्ण सर्वसाहित्ययुक्त, सुवर्णालंकृत, धुरा व पताका यांनीं युक्त व वायूप्रमाणें वेगवान् अप्रतिम अश्व जोडलेल्या रथांत बसून पांडवांस जिंकण्यास निघाला. त्या वेळीं, देवगण ज्याप्रमाणें इंद्राची पूजा करितात, त्याप्रमाणें रथिश्रेष्ठ कर्णाचा कौरवांनीं सन्मान केल्यावर, तो महाधनुर्धर रणामध्यें महात्मा भीष्म जेथें पडला होता तेथें गेला. तो सूर्यासारखा तेजस्वी महाबल कर्ण ज्या रथांत बसला होता, तो प्रचंड रथ सुवर्णमाला, हिरे व माणकें यांनीं सुशोभित केला असून, त्यावर उत्तम आच्छादन (पिंजरी) घातलें होतें, व त्याच्या शिरोभागीं ध्वज उभारिला होता. त्या रथास जातिवंत घोडे जोडले असून, ते मेघांप्रमाणें गंभीर शब्द करीत होते. अशा आपल्या त्या अग्नीप्रमाणें देदीप्य व शुभकारक रथामध्यें तो अग्नीसारखा तेजस्वी व शुचिर्भूत कर्ण धनुष्य घेऊन बसला असतां, तो महारथी विमानांत आरूढ झालेल्या इंद्राप्रमाणें शोभूं लागला.

अध्याय तिसरा.

—:०:—

भीष्मांशीं कर्णाचें भाषण.

संजय ह्मणाला:--सर्व क्षत्रियांचा अंत करण्याचें ज्यांचें सामर्थ्य, अशा त्या महाधनुर्धर भीष्मांस सव्यसाची अर्जुनानें दिव्यास्त्रांच्या योगानें पाडिल्यामुळें, ते वीर्यशाली पितामह शरतल्पावर निजले असतां, प्रचंड वातसमूहानें शुष्क करून टाकलेल्या समुद्राप्रमाणें त्यांस अवलोकन करून, तुझ्या मुलांची विजयेच्छा नष्ट झाली; व त्यांचें सौख्य मावळून गेलें. संकटरूपी अगाध सागरांत सांपडून आधाराची इच्छा करणाऱ्या तुझ्या मुलांस भीष्म म्हणजे एक बेटच होतें, तेव्हां ते पडल्यामुळें त्यांचें शरीररक्षक कवचच भंग पावलें. चोहोंकडून बाणसमुदायांनीं व्याप्त झालेले ते भीष्म यमुना नदीच्या प्रवाहांतच सांपडले आहेत कीं काय, किंवा हा महेंद्रानें धरणीवर पाडिलेला मैनाक पर्वतच कीं काय असें वाटूं लागलें. त्याचप्रमाणें हा आकाशांतून तुटून भूतलावर पडलेला भगवान् सहस्त्ररश्मिच कीं काय, किंवा प्राचीन काळीं वृत्रासुरानें जिंकिलेला हा अचिंत्य शतक्रतुच कीं काय असा भास होऊं लागला. असो; सर्व सैन्यांत श्रेष्ठ व धनुर्धरांचें भूषण असे ते भीष्म युद्धांत पडले असतां, सर्व सैन्य वेडावून गेलें. अर्जुनाच्या शरांनीं व्याप्त होऊन, वीरशयन जें शरतल्प त्यावर शयन केलेला तुझा ब्रह्मचारी पिता पुरुषर्षभ भीष्म यास अवलोकन करून तो अधिरथाचा महातेजस्वी पुत्र कर्ण दुःखार्त होऊन रथाखालीं उतरला; आणि त्यांस वंदन करून व हात जोडून, नम्रपणानें पण कंठ दाटून आल्यामुळें घोगऱ्या आवाजानें म्हणाला, "हे भारता, मी कर्ण आहें. आपणास क्षेम असो. आपण मजशीं पवित्र व कल्याणकारक वाणीनें दोन शब्द बोला, व मजकडे कृपादृष्टीनें पहा. हर हर! आपण इतके वृद्ध व धर्मतत्पर असतांही आपणास येथें जमिनीवरच पडावें लागलें आहे, त्यापेक्षां इहलोकीं सुवर्तनाचें फल कोणासही मिळत नाहीं हेंच खरें! हे कुरुपुंगवा, धनसंचय करणें, मसलत करणें, व्यूह रचणें आणि शस्त्रप्रहार करणें या कामांत तुम्हांप्रमाणें तरबेज या कौरवांत मला कोणीच दिसत नाहीं. त्याचप्रमाणें या प्रसंगीं कौरवांचें रक्षण करील असा विमलधी पुरुष मला आपणाशिवाय दुसरा एकही आढळत नाहीं; आणि आपण तर अनेक

प्रकारें योद्ध्यांचा क्षय करून सांप्रत पितृलोकीं गमन करीत आहां! तेव्हां हे भरतश्रेष्ठा, चवताळलेला वाघ जसा हरणांचा सप्पा उडवितो, तसे हे पांडव आजपासूनच कौरवांचा क्षय करूं लागणार खास! वज्रधर इंद्रापासून जसे असुर त्रस्त होतात, तसे हे कौरव आज अर्जुनाच्या गांडीव धनुष्याच्या टणत्कारांचें सामर्थ्य अनुभवून त्रस्त होऊन जातील. आज गांडीव धनुष्यापासून सुटणाऱ्या बाणांचा विजांच्या कडकडाटासारखा प्रचंड ध्वनि कौरव व त्याच्या पक्षाचे इतर राजे यांची दाणादाण करून सोडील! हे वीरश्रेष्ठा, ज्याप्रमाणें महाज्वालांनीं युक्त असा प्रचंड अग्नि वृक्ष जाळून टाकतो, त्याप्रमाणें अर्जुनाचे बाण आज धृतराष्ट्राच्या पुत्रांस जाळून टाकतील. हे नरश्रेष्ठा, अग्नि व वायु एकत्र होऊन वनांत ज्या ज्या बाजूनें पसरत जातात, त्या त्या बाजूचीं असंख्य झुडपें, गवत व वृक्ष यांची राखरांगोळी करतात. या ठिकाणीं अर्जुन हा निःसंशय अकस्मात् पेटलेल्या अग्नीप्रमाणें असून श्रीकृष्ण हा वायूप्रमाणें आहे यांत संदेह नाहीं. हे भारता, पांचजन्य शंख वाजूं लागल्यावर व गांडीव धनुष्याचा टणत्कार सुरू झाल्यावर तो श्रवण करतांच सर्व सैन्यांची अगदीं त्रेधा उडून जाईल. हे वीरा, अर्जुनाचा तो शत्रूंस आकर्षण करणारा कपिध्वज रथ वेगानें फिरूं लागला म्हणजे त्याचा शब्द तुम्हावांचून अन्य राजांस सहन होणें शक्य नाहीं. त्याचप्रमाणें अर्जुनाशीं युद्ध करण्यास तरी तुम्हाशिवाय दुसरा कोणता वीर समर्थ आहे? पहा मोठमोठे विचारी पुरुषही अर्जुनाच्या अमानुष कृत्यांची प्रशंसा करतात. त्यानें निवातकवचप्रभृति अमानुष योद्ध्यांशीं व प्रत्यक्ष महादेव शंकराशींही युद्ध केलें आहे. इतकेंच केवळ नव्हे, तर अजितेंद्रिय लोकांस दुर्लभ असे वरही त्यानें शंकरापासून मिळविले आहेत. तेव्हां भीष्मा, क्षत्रियांचा संहार करून देवदानवांचाही गर्व हरण करणाऱ्या परशुरामासही ज्या वीर्यशालीनें रणांगणांत जेरीस आणिलें, त्या तुम्हासही आतांपर्यंत ज्याचा पराभव करतां आला नाहीं, त्या अर्जुनास संग्रामामध्यें जिंकण्यास दुसरा कोण बरें समर्थ आहे! अर्जुन हा युद्धकलेंत निपुण, दृष्टिभूल करणारा, सर्पाप्रमाणें भयंकर व विलक्षण शूर आहे; तथापि मज कोपिष्ठास आपलें अनुमोदन मिळाल्यास आज अस्त्रप्रभावानें त्याचाही वध करण्यास मी समर्थ होईन?

अध्याय चौथा.

--:०:--

भीष्मांचें कर्णास युद्धार्थ अनुमोदन.

संजय सांगतोः---कर्ण याप्रमाणें बोलत असतां त्या कुरुवृद्ध पितामहांचें अंतःकरण समाधान पावून ते त्याशीं देशकालानुरूप भाषण करूं लागले.

भीष्म म्हणाले:---नद्यांस सागराचा आधार आहे; त्यांचें अस्तित्व सूर्यावर अवलंबून आहे; सज्जन हें सत्याचें आश्रयस्थान आहे; बीजांस पृथ्वीचा आधार आहे; व पर्जन्य हा सर्व प्राण्यांस आधार आहे; त्याचप्रमाणें, कर्णा, तूं आपल्या मित्रांचा आधार हो. देव ज्याप्रमाणें सहस्राक्ष इंद्राच्या आश्रयानें राहातात, त्याप्रमाणें दुर्योधनादिक तुझे बांधवही तुझ्या आश्रयानें जिवंत राहोत. सर्व देवांस आधारभूत असलेल्या महाविष्णूप्रमाणें तूं कौरवांस आधार हो. कर्णा, दुर्योधनाचा विजय व्हावा एतदर्थ त्वां पूर्वी राजपुरास जाऊन आपल्या बाहुबलाच्या प्रभावानें कांबोजांस जिंकिलें; गिरिव्रज नामक नगरांतील नग्नजित् वगैरे राजे, आणि त्याचप्रमाणें अंबष्ठ, विदेह व गांधार या देशां-

तील राजे तूं पादाक्रांत केले; आणि, कर्णा, हिमालयांतील अवघड प्रदेशांत वास्तव्य करणारे रणशूर किरातही तूं मागेंच दुर्योधनाचे आज्ञांकित करून सोडिले आहेस. त्याचप्रमाणें उत्कल, मेकल, पौंड्र, कलिंग, आंध्र, निषाद, बाल्हीक व त्रिगर्त यांचा तूं समरांगणांत पराभव केला आहेस; आणि दुर्योधनाच्या हिताची इच्छा धरून तूं आपल्या अतुल सामर्थ्यानें ठिकठिकाणीं शेंकडों वीरांस रणांगणांत जिंकिलें आहेस. बाबारे, ज्ञातिकुल व बांधव यांसहवर्तमान दुर्योधन जसा कौरवसेनेस आधार आहे, तसाच तूंही सर्व कौरवांस आधारभूत हो. जा, शत्रूंबरोबर युद्ध कर, आणि संग्रामांत कौरवांचें आधिपत्य स्वीकारून दुर्योधनास जय मिळवून दे. तुझें कल्याण व्हावें या हेतूनें हें मी तुला सांगत आहें. कारण दुर्योधनाप्रमाणेंच तूंही मला नातवासारखा आहेस; आणि आम्ही सर्वजण दुर्योधनाप्रमाणेंच तुलही धर्मतः पूज्य आहों. शिवाय, या जगांत शरीरसंबंधापेक्षां सज्जनांचा सज्जनांशीं झालेला प्रीतिसंबंधच विशेष श्रेष्ठ आहे असा विद्वानांचा सिद्धांत आहे. तेव्हां, हे पुरुषर्षभा, तूं सत्याचा आश्रय करून हें सैन्य आपलेंच आहे असा मनाचा निश्चय करून दुर्योधनाप्रमाणें कौरवसैन्याचें पालन कर.

संजय सांगतोः—राजा, भीष्मांचें हें भाषण श्रवण करून कर्णानें त्यांच्या पायांस स्पर्श करून अभिवंदन केलें; आणि नंतर तो रणांगणांत सर्व योद्धे होते त्यांच्या जवळ गेला. जगांत कोठेंच कधींही जमलें नाहीं इतकें मोठें सैन्य जेथें एकत्र झालें आहे असें तें रणस्थल त्यानें अवलोकन केलें; आणि ज्यांतील योद्ध्यांचें वक्षःस्थल विशाल असून आयुधेंही प्रचंड आहेत अशा त्या सैन्याचें सामर्थ्य त्यानें आपल्या येण्यानें वृद्धिंगत केलें. तो सर्व सैन्यांत अग्रेसर व महापराक्रमी कर्ण समीप येतांच दुर्योधनप्रभृति सर्व कौरवांस मोठा हर्ष झाला. तो महात्मा कर्ण युद्धास उभा राहिलेला पाहून कित्येकजण मोठमोठ्यानें गर्जना करूं लागले; कित्येक दंड ठोकूं लागले; कित्येक सिंहनाद करूं लागले; आणि कोणी धनुष्याचा टणत्कार करूं लागले. याप्रमाणें कौरवांनीं अनेक प्रकारें त्याचें स्वागत केलें.

अध्याय पांचवा.

—:०:—

द्रोणांस सेनापति करण्याविषयीं कर्णाची सूचना.

संजय सांगतोः—राजा, तो पुरुषश्रेष्ठ कर्ण रथावर बसून आल्याचें पाहातांच दुर्योधनास मोठा आनंद झाला; व तो त्यास म्हणाला, ‘ कर्णा, सैन्याचें रक्षण तूं करीत आहेस तेव्हां तें सनाथ झालें आहे असें मी समजतों. यास्तव या प्रसंगीं हितकारक असें काय करतां येण्याजोगें आहे याचा तूं विचार कर. ’

कर्णानें सांगितलेंः—राजा, तूंच सर्व पुरुषांत श्रेष्ठ व अधिक बुद्धिमान् आहेस. यास्तव या प्रसंगीं काय करावयाचें तें तूंच आम्हांस सांग. शिवाय, ज्याच्यावर मुख्य जबाबदारी असते, त्यास कसें काय करावें हें सुचतें, तसें तें इतरांस सुचत नाहीं. यास्तव तूंच काय तें ठरीव. हे नरेश्वरा, आम्ही सर्वजण तुझा अभिप्राय काय आहे हें ऐकण्यास उत्सुक झालों आहों. कारण, तुझ्या मुखांतून अयोग्य भाषण कधींही यावयाचें नाहीं, अशी आमची पूर्ण खातरी आहे.

दुर्योधन म्हणतोः—कर्णा, वय, पराक्रम, बुद्धिमत्ता, इत्यादिकांनीं भीष्म हे खरे योग्य सेनानायक होते. त्या महात्म्यांनीं सर्व सैन्याचें आधिपत्य स्वीकारून माझ्या शत्रूंचा नाश करून मोठा पराक्रम गाजविला, व घनघोर युद्ध करून

दहा दिवसपर्यंत माझ्या सैन्याचें संरक्षण केलें! अशा प्रकारें दुर्घट कर्म करून सांप्रत त्यांनीं स्वर्गाचें अवलंबन केलें आहे. तेव्हां या वेळीं सेनापति होण्यास कोण योग्य आहे असें तुला वाटतें? हे रणशूरा, कोणीतरी सेनापति हा पाहिजेच, नावाड्यावांचून उदकामध्यें नौका चालणें शक्य नाहीं; त्याप्रमाणेंच, सेनापति नसेल तर सेना दोन घटकाही टिकाव धरूं शकणार नाहीं. ज्याप्रमाणें कर्णधाररहित नौका किंवा सारथिरहित रथ पाहिजे तिकडे भडकून जातो, त्याप्रमाणेंच सेनापति नसेल तर सैन्याचीही दाणादाण होऊन जाते. वाटाड्या नसल्यास प्रवाशांचा तांडा जसा संकटांत सांपडतो, तसा नायकरहित सैन्यामध्येंही सर्व प्रकारचा घोंटाळा होऊन जातो, यास्तव आपल्या पक्षाकडील या सर्व थोर थोर वीरांमध्यें भीष्मांमागून सेनापति होण्यास कोण योग्य आहे याचा तूंच विचार कर. तूं सांगशील त्यासच आम्ही सर्वजण या युद्धांत सेनापति करूं. यांत बिलकूल अंतर होणार नाहीं.

कर्ण म्हणालाः---हे सर्वही थोर वीर सेनापति होण्यास योग्य आहेत. कारण, हे सुकुलांत जन्मलेले, उत्तम शरीरसामर्थ्याचे, ज्ञानी, बलवान्, पराक्रमी व बुद्धिमान् आहेत. हे सर्वजण मोठे बहुश्रुत, चतुर व युद्धांत माघार न घेणारे आहेत. परंतु एकाच वेळीं तर सर्वांस सेनापति करतां येत नाहीं; तेव्हां त्यांतल्या त्यांत जो विशेष गुणवान् असेल, त्या एकासच सेनापति केला पाहिजे. परंतु हे सर्व राजे एकमेकांची बरोबरी करणारे असल्यामुळें, एकास सेनापति केलें म्हणजे इतर सर्वांस विषाद वाटेल; व ते तुझ्या हितार्थ मनापासून झटून युद्ध करणार नाहींत हें उघडच दिसतें. आतां द्रोणाचार्य हे सर्व शस्त्रधरांत श्रेष्ठ व वृद्ध असून आपले गुरु व सर्व योद्ध्यांचे आचार्य असल्यामुळें, त्यांस सेनापति नेमल्यानें कोणासच वाईट वाटणार नाहीं; व या प्रसंगीं तेच सेनापतित्वास खरोखर योग्य आहेत. कारण द्रोणाचार्य हे शस्त्र धारण करण्यांत वरिष्ठ आहेत. इतकेंच नव्हे, तर केवळ अजिंक्य आहेत. तेव्हां ते विद्यमान असतां, त्या शुक्रबृहस्पतितुल्य आचार्याशिवाय दुसरा कोण बरें सेनापति होण्यास योग्य आहे? हे भारता, द्रोण समरांगणांत संचार करूं लागले असतां नुसता त्यांच्या मागोमाग जाईल असाही योद्धा या सर्व भूपालांत एक देखील नाहीं! मग आचार्यांची बरोबरी करणें तर दूरच राहिलें. राजा, हा तुझा गुरु द्रोण सर्व सेनानायकांत श्रेष्ठ, शस्त्रधरांत वरिष्ठ, व बुद्धिमंतांतही अग्रेसर आहे; यास्तव, दुर्योधना, समरांत दैत्यांस जिंकण्याची इच्छा धरून देवांनीं ज्याप्रमाणें कार्तिकेयास सेनानायक केलें, त्याप्रमाणेंच तूं द्रोणाचार्यांस त्वरित सेनापति कर.

अध्याय सहावा.

—:०:—

द्रोणाचार्यांस दुर्योधनाचें प्रोत्साहन.

संजय सांगतोः—कर्णाचें भाषण श्रवण करतांच दुर्योधन राजा, सेनेच्या मध्यमार्गी असलेल्या द्रोणाचार्यांशीं भाषण करूं लागला.

दुर्योधन म्हणालाः—आचार्य, वर्णतः श्रेष्ठत्व, उत्तम कुलांत जन्म, विद्या, वय, बुद्धिमत्ता, पराक्रम, दक्षता, अजेयत्व, अर्थशास्त्राचें ज्ञान, नीतिज्ञता, जयशीलता, तपश्चर्या, कृतज्ञता, इत्यादि सर्व गुणांनीं आपण वृद्ध आहां; ह्मणजे हे सर्व गुण आपणांमध्यें पूर्णपणें वसत आहेत. तस्मात् आपणांसारखा रक्षक या राजांत दुसरा कोणीही नाहीं. यास्तव, हे द्विजसत्तमा, इंद्र देवांचें रक्षण करितो तद्वत् आपण आह्मां सर्वांचें रक्षण करावें. आपल्या नायकत्वाखालीं

राहून शत्रूंस जिंकण्याची आमची इच्छा आहे. ज्याप्रमाणें रुद्रांमध्यें कापाली, वसूंमध्यें पावक, यक्षांमध्यें कुबेर, अमरांमध्यें इंद्र, विप्रांमध्यें वसिष्ठ, तेजस्वी पदार्थांत सूर्य, पितरांमध्यें यमधर्म, जलचरांमध्यें वरुण, नक्षत्रांमध्यें चंद्र व दैत्यांमध्यें शुक्र श्रेष्ठ ह्मणून प्रसिद्ध आहे, त्याप्रमाणेंच सेनानायकांमध्यें आपण अग्रेसर आहां, यास्तव आपण आमचे सेनापति व्हा. हे निष्पापा, हें अकरा अक्षौहिणी सैन्य आपल्या आज्ञेंत वागेल. या सैन्याच्या योगानें व्यूहरचना करून दैत्यांचा वध करणाऱ्या इंद्राप्रमाणें आपण शत्रूंचा निःपात करा. कार्तिकेय ज्याप्रमाणें देवांच्या अग्रभागीं असतो, त्याप्रमाणें आपणही आमच्या अग्रभागीं व्हा; ह्मणजे नंदीच्या मागोमाग येणाऱ्या सुरभिपुत्रांप्रमाणें आम्हीही आपल्या मागोमाग समरांगणांत येऊं. मग तो महाधनुर्धारी अर्जुन आपल्या उग्र व दिव्य धनुष्याचा टणत्कार करूं लागला तथापि आपण पुढें आहां असें पाहिल्यावर प्रहार करण्याचें त्याचें धाडस होणार नाहीं. तेव्हां, हे पुरुषर्षभा, आपण जर सेनापति व्हाल, तर आह्मी बांधव व अनुयायी यांसहवर्तमान धर्मराजास युद्धामध्यें खातरीनें जिंकूं.

संजय सांगतो:---याप्रमाणें दुर्योधनानें द्रोणास सांगितलें असतां राजे द्रोणाचार्यांच्या नांवानें जयजयकार करूं लागले; आणि मोठमोठ्यानें सिंहनाद करून तुझ्या मुलांस आनंदवूं लागले. त्याचप्रमाणें महद्यशाची इच्छा करणारे सर्व सैनिकही दुर्योधनाबरोबरच द्रोणाचार्यांच्या नांवानें जयघोष करूं लागले. धृतराष्ट्रा, याप्रमाणें जयघोष चालला असतां द्रोणाचार्य दुर्योधनाशीं भाषण करूं लागले.

अध्याय सातवा.

—:०:—

द्रोणसैन्यापत्याभिषेक.

द्रोणाचार्य ह्मणाले:---षडंग वेद व मनुष्यलोकीं प्रचलित असलेलें अर्थशास्त्र हीं मी जाणतों; त्याचप्रमाणें पाशुपतास्त्र व दुसरीं अनेक प्रकारचीं अस्त्रें मला विदित आहेत; इतकेंच नव्हे तर तुह्मीं जयेच्छा मनांत धरून माझ्या ठिकाणच्या ज्या ज्या गुणांचें वर्णन केलें, ते सर्व मजमध्यें आहेत, ही गोष्ट सिद्ध करून दाखविण्यासाठीं मी सर्व पांडवांबरोबर युद्ध करीन. परंतु, राजा, माझ्या हातून रणामध्यें धृष्टद्युम्नाचा वध कदापि होणें नाहीं. कारण विधात्यानें त्या पुरुषश्रेष्ठास केवळ माझ्या वधासाठींच उत्पन्न केलें आहे. मी सर्व सोमकांचा नाश करण्याच्या उद्देशानें त्यांच्या सैन्याशीं युद्ध करीन; आणि प्रत्यक्ष पांडव देखील संग्रामामध्यें माझ्याशीं कांहीं आनंदानें युद्ध करणार नाहींत!

संजय सांगतो: ---राजा, याप्रमाणें द्रोणाचार्यांचें अनुमोदन मिळतांच दुर्योधनानें शास्त्रोक्त विधीनें त्यांस सेनापति केलें. प्राचीनकालीं इंद्रप्रभृति देवांनीं ज्या विधीनें कार्तिकेयास सैनापत्याचा अभिषेक केला, त्याच विधीनें दुर्योधनप्रभृति भूपालांनीं द्रोणाचार्यांस अभिषेक केला. अशा प्रकारें द्रोणाचार्यांस अभिषेक होतांच जिकडे तिकडे वाद्यघोष व शंखांचे प्रचंड ध्वनि होऊं लागले, आणि आनंदीआनंद पसरला. यानंतर पुण्याहघोष, स्वस्तिवाचनाचा शब्द, सूत, मागध व बंदी यांचे स्तुतिपाठ, गायनाचे आलाप, द्विजवरांनीं दिलेले जयसूचक आशीर्वाद, व सौभाग्यवती स्त्रियांचीं नृत्यें यांनीं द्रोणाचार्यांचा विधिपूर्वक सत्कार केल्यावर पांडवांचा पराभव झालाच असें कौरवांस वाटूं लागलें.

राजा, सेनापत्य प्राप्त होतांच त्या महारथी भारद्वाजानें सैन्यांची रचना करून तुझ्या पुत्रांसह युद्धासाठीं कूच केलें. सिंधुराज, कलिंगराज व तुझा पुत्र विकर्ण हे अंगांत चिलखतें चढवून आचार्यांच्या उजव्या बाजूस उभे राहिले. त्यांच्या पलीकडे शकुनि हा उत्कृष्ट घोडेस्वार व चकचकीत भाल्यांनीं युद्ध करणारे गांधारक यासहवर्तमान अगदीं शेवटीं होता. कृपाचार्य, कृतवर्मा, चित्रसेन, विविंशति व तुझे दुःशासनप्रभृति पुत्र मोठ्या सावधगिरीनें डाव्या बाजूचें रक्षण करीत होते. या सर्वांच्या शेवटीं सुदक्षिणप्रभृति कांबोज, शक व यवन हे मोठ्या चपल घोड्यांवर स्वार होऊन चालले होते. कर्ण व दुर्योधन सर्वांच्या पुढें चालले असून, त्यांच्या मागें मद्र, त्रिगर्त, अंबष्ठ, पश्चिम व उत्तर दिशांकडील मालव, शिबि, शूरसेन, मलद, शूद्र, सौवीर, कितव, पाश्चिम व दक्षिण दिशांकडील अन्य राजे व तुझे पुत्र आपापल्या सैन्यांस उत्तेजन देत चालले होते. सर्ववीरशिरोमणि वैकर्तन कर्ण हा सैन्यामध्यें उत्साह उत्पन्न करीत सर्व वीरांच्या पुढें चालला होता, त्याचा हत्तीच्या शृंखलेच्या चिन्हाचा देदीप्यमान भव्य महाध्वज सूर्याप्रमाणें प्रकाशमान होत असून स्वसैन्यास हर्ष उत्पन्न करीत होता. कर्णास पाहिल्यावर भीष्म पडल्याचें दुःख कोणासही वाटेनासें झालें, व सर्व राजांसहवर्तमान कौरवही शोकरहित झाले. त्यांस पाहून पुष्कळ योद्धे आनंदित होऊन त्या ठिकाणीं एकदम म्हणूं लागले कीं, " समरांगणांत कर्णास पाहिल्यावर युद्धामध्यें पांडवांस टिकावच धरवणार नाहीं; कारण, हा कर्ण युद्धांत इंद्रासुद्धां सर्व देवांसही जिंकण्यास समर्थ आहे. मग या हीनपराक्रमी दुर्बल पांडवांची ती कथा काय ? भीष्माचार्यांनीं मोठ्या दयेनें पांडवांचें युद्धांत संरक्षण केलें. परंतु तीक्ष्ण शरांच्या योगानें कर्ण संग्रामांत त्यांचा निःपात करील. "

राजा, ते हर्षभरित होऊन एकमेकांशीं याप्रमाणें बोलून कर्णास बहुमान देऊन त्याची प्रशंसा करीत चालले होते. द्रोणाचार्यांनीं आमच्या सैन्याची रचना शकटाकार केली असून, प्रतिपक्षी पांडवांच्या बाजूला धर्मराजानें आनंदानें क्रौंचव्यूह रचिला होता. हे भारता, पांडवांच्या व्यूहाच्या तोंडावर, सर्व सैन्यांचें भूषण व सर्व धनुर्धरांचें निवासस्थान असे ते पुरुषर्षभ कृष्णार्जुन कपिध्वज उभारून उभे राहिले होते. महातेजस्वी पार्थाचा तो आकाशांत फडकत असलेला ध्वज त्या महात्म्याचें सैन्य प्रकाशित करीत होता. प्रलयकालीं पृथ्वी प्रदीप्त करणारा सूर्य जसा प्रज्वलित दिसतो, तसा अस्त्रविद्याविशारद अर्जुनाचा तो ध्वज चोहोंकडून प्रदीप्त झालेला दिसत होता. सर्व योद्ध्यांत अर्जुन हा श्रेष्ठ असून सर्व धनुष्यांत गांडीव धनुष्य श्रेष्ठ होय. वासुदेव हा सर्व भूतांत श्रेष्ठ असून चक्रांमध्यें सुदर्शन हें श्रेष्ठ होय. हीं चार तेजें वाहून नेणारा तो श्वेत अश्व जोडलेला रथ उगारलेल्या कालचक्रासारखा पांडवांच्या अग्रभागीं उभा राहिला होता. राजा, तुझ्या पुत्रांच्या अग्रभागीं कर्ण व पांडवांच्या अग्रभागीं अर्जुन याप्रमाणें ते दोघे महात्मे दोन सैन्यांचे अग्रभागीं उभे होते. जय मिळविण्यासाठीं खवळून गेलेले व परस्परांस ठार करूं इच्छिणारे ते कर्णार्जुन त्या वेळीं समरांगणांत एकमेकांकडे पहात होते.

असो; पुढें द्रोणाचार्यांनीं सर्व सैन्यांसह एकदम मोठ्या जोरानें चाल केली. त्या वेळीं भयचकित झालेल्या लोकांच्या भयंकर आरोळ्यांनीं जमीन दणाणून गेली. वाऱ्यानें आका-

शांत इतकी धूळ उडाली कीं, तिनें सूर्यासह सर्व आकाश व्याप्त केलें, व तीवर सूर्यकिरण पडल्यामुळें ती रेशमाच्या ढिगाप्रमाणें भासूं लागली. त्याचप्रमाणें आकाशांत मेघ नसतांही त्यांतून रक्त, मांस व अस्थि यांची वृष्टि होऊं लागली. राजा, गिधाड, श्येन, बक, कंक व काक पक्षी सैन्यांच्या भोंवतीं वरचेवर झडपा घालूं लागले. कोल्हे दारुण व भयंकर स्वरानें रडूं लागले आणि मांस खाण्याच्या व रक्त पिण्याच्या हेतूनें तुझ्या सैन्याच्या डाव्या बाजूनें जाऊं लागले. इतक्यांत भयंकर गर्जना होऊन एक प्रदीप्त व प्रकाशमान उल्का थरारत येऊन रणांगणांत पडली! तिच्या विशाल पुच्छानें तो सर्व प्रदेश व्यापून गेला. सूर्यास मोठें खळें पडलें. विजा लवूं लागल्या व मेघध्वनि होऊं लागला. राजा, तो सेनापति द्रोणाचार्य निघाल्याबरोबर हे व अशा प्रकारचे वीरांचा निःपात सुचविणारे दुसरे पुष्कळ घोर उत्पात होऊं लागले. पुढें कुरुपांडवसेनांनीं परस्परांचा वध करण्याच्या इच्छेनें युद्धास प्रारंभ केला. त्या वेळीं झालेल्या भयंकर ध्वनीनें सगळें विश्व भरून गेलें. पांडवांप्रमाणें कौरवही मोठे लढवय्ये वीर असून दोघांसही आपला जय व्हावा अशी प्रबल इच्छा होती. ते प्रखर शस्त्रांचा एकमेकांवर प्रहार करूं लागले. महातेजस्वी व महाधनुर्धारी द्रोणाचार्य पांडवांच्या प्रचंड सेनेवर वेगानें चाल करून आपल्या शेंकडों तीक्ष्ण बाणांनीं तीस आच्छादूं लागले.

राजा धृतराष्ट्रा, अशा प्रकारें द्रोणाचार्य युद्धास सरसावले असें पहातांच, पांडव व सृंजय यांनींही बाणवृष्टि करून त्यांचें वेगवेगळें स्वागत केलें. परंतु द्रोणाचार्यांनीं त्या प्रचंड सैन्यांस सतावून त्यावर असे हल्ले चढविले कीं, त्यांच्या योगानें शेवटीं पांचालांसहवर्तमान त्या सैन्याची अगदीं दाणादाण उडून गेली! वाऱ्याच्या योगानें मेघांची जशी पांगापांग होऊन जाते, तशी पांडवसैन्याची अवस्था झाली! धृतराष्ट्रा, याप्रमाणें द्रोणाचार्यांनीं समरांत पुष्कळ दिव्य अस्त्रांचा प्रयोग करून पांडव व सृंजय यांस एका क्षणांत जेरीस आणिलें. इतकेंच केवळ नव्हे, तर इंद्र ज्याप्रमाणें दानवांचा संहार करितो, त्याप्रमाणें द्रोणाचार्य त्या सैन्याचा संहार करूं लागले. त्या वेळीं धृष्टद्युम्नप्रभृति पांचालही थरथर कांपूं लागले. परंतु धृष्टद्युम्न तरी दिव्यास्त्रें जाणणारा महारथी व मोठा शूर होता. त्यानें शरवृष्टि करून द्रोणाचार्यांच्या सैन्याचा अनेक ठिकाणीं भेद केला. एकीकडे आपल्या बाणवृष्टीनें द्रोणाचार्यांच्या बाणवृष्टीचें निवारण करून दुसरीकडून त्या बलिष्ठानें कौरवांचा संहार चालविला. तेव्हां द्रोणाचार्यांनीं मोठ्या धैर्यानें आपल्या सैन्यास आवरून धरून पुनः युद्धास सिद्ध केलें, आणि धृष्टद्युम्नावर चाल केली. इंद्र ज्याप्रमाणें अत्यंत क्रुद्ध होऊन दानवांवर बाणांचा वर्षाव करितो, त्याप्रमाणें द्रोणाचार्यांनीं धृष्टद्युम्नावर फारच मोठी शरवृष्टि केली. द्रोणांनीं सोडलेल्या बाणांच्या योगानें ते पांडव व सृंजय चळचळ कांपूं लागले; आणि सिंहास भिऊन पळणाऱ्या इतर श्वापदांप्रमाणें वारंवार पळ काढूं लागले. राजेंद्रा, ते महाबली द्रोणाचार्य पांडवांच्या सैन्यांत वेगानें संचार करूं लागले, त्या वेळीं असा चमत्कार झाला कीं, गरगर फिरणाऱ्या कोलिताचें जसें कडें दिसतें, तसे द्रोण सर्वत्र दिसूं लागले. त्यांचा रथ गंधर्वनगरासारखा शोभत असून तो शास्त्रोक्त रीतीनें तयार केला होता. त्यावरील पताका वायूच्या योगानें फडकत असून तो रथ योद्ध्यांस आनंद उत्पन्न करीत होता. त्याचे अश्व गर्जना करीत असून त्याचा ध्वज स्फटि-

काप्रमाणें विमल होता; यामुळे तो रथ पहातांच शत्रूंची त्रेधा उडून जाई. अशा प्रकारच्या त्या श्रेष्ठ रथांत आरूढ होऊन द्रोणाचार्यांनीं पांडवसेनेचा संहार चालविला.

अध्याय आठवा.

—:०:—

संक्षेपतः द्रोणवधकथन.

संजय सांगतोः—याप्रमाणें द्रोणाचार्य अश्व, गज, रथ व सारथि यांचा विध्वंस करीत आहेत हें पाहून पांडवांस दुःख झालें; तथापि आचार्यांचे निवारण त्यांच्यानें होईना. त्या वेळीं ' पूर्णपणें दक्ष राहून द्रोणाचार्यांचे निवारण करावें ' असें धर्मराजानें धृष्टद्युम्न व अर्जुन यांस सांगितलें. तेव्हां ते दोघेजण आपापल्या अनुयायांसह द्रोणांशीं युद्ध करूं लागले. इतक्यांत सर्वच महारथी वीर पुढें सरसावले. केकय, भीमसेन, अभिमन्यु, घटोत्कच, युधिष्ठिर, नकुल, सहदेव, मत्स्य, द्रुपदाचे पुत्र, हर्षभरित झालेले द्रौपदीपुत्र, धृष्टकेतु, सात्यकि खवळून गेलेला चेकितान, महारथी युयुत्सु आदिकरून युधिष्ठिराच्या पक्षाकडील सर्व भूपालांनीं आपलें कुल व सामर्थ्य यांस अनुरूप अशीं नानाप्रकारचीं पराक्रमाचीं कृत्यें केलीं. याप्रमाणें संग्रामामध्यें पांडव आपल्या सैन्याचें रक्षण करीत आहेत असें पाहून द्रोणाचार्य कोपानें डोळे वटारून त्यांकडे पाहूं लागले. त्यांस अत्यंत संताप चढला; आणि वायु ज्याप्रमाणें मेघांस उडवून देतो, त्याप्रमाणें त्या युद्धांत अजिंक्य असलेल्या द्रोणाचार्यांनीं रथांत बसल्या बसल्याच पांडवांचें सैन्य पिटाळून लाविलें. ते वृद्ध असतांही तरुणाप्रमाणें उन्मत्त होऊन रथ, अश्व, नर व गज यांवर हल्ले करीत इकडून तिकडे संचार करूं लागले. त्या वेळीं त्यांचे तांबड्या रंगाचे कुलीन घोडे अगदीं रक्तबंबाळ होऊन गेले, तथापि ते बिलकुल विसावा न घेतां वायुवेगानें एकसारखे धांवत होते. खवळून गेलेल्या कृतांताप्रमाणें युद्धदीक्षा घेतलेल्या द्रोणाचार्यांस अवलोकन करतांच पांडवपक्षाकडील योद्धे सैरावैरा पळत सुटले ! त्यांतील कित्येक एकसारखे पळत होते, कित्येक थांबून मागें पहात होते, व कित्येक परत फिरले होते. अशा त्या वीरांनीं मारिलेल्या आरोळ्यांचा शब्द फारच भयंकर होऊं लागला. त्यांच्या योगानें, जे शूर होते त्यांस हर्ष झाला; भित्र्यांची भीति दुणावली; आणि पृथ्वी व आकाश यांमधील सर्व जागा दुमदुमून गेली. इकडे द्रोणाचार्य पुनः संग्रामामध्यें आपल्या नांवाची गर्जना करीत, शेंकडों बाणांनीं शत्रूंस व्याप्त करून आपलें स्वरूप भयंकर करूं लागले. राजा, ते बली द्रोणाचार्य वृद्ध असतांही एखाद्या तरुण बांडाप्रमाणें पांडवांच्या सैन्यांत यमासारखे संचार करूं लागले ! त्यांनीं कित्येकांचीं शिरें तोडिलीं; कित्येकांचे भूषणालंकृत उग्र बाहू छेदून टाकले; व महारथांस ठार करून रथांतील वीरासनें शून्य केलीं, आणि मोठ्यानें गर्जना केली. राजेंद्रा, त्यांचा जयघोष व बाणांचा वेग यांच्या योगानें रणांगणामध्यें योद्धे थंडीनें कुडकुडणाऱ्या गाईप्रमाणें थरथर कांपूं लागले. त्यांच्या रथाचा घडघडाट, प्रत्यंचेचा आघात व धनुष्याचा टणत्कार यांचा प्रचंड ध्वनि आकाशांत दुमदुमून राहिला; आणि त्यांच्या धनुष्यापासून निघणारे हजारों बाण दाही दिशा भरून टाकून पांडवांचे गज, अश्व, रथ, व पदाति यांवर पडूं लागले. इतक्यांत, ज्यांच्या धनुष्याचा वेग विलक्षण असून ज्यांनीं अस्त्रांच्या योगानें जिकडे तिकडे अग्नि प्रज्वलित केले होते, अशा त्या द्रोणाचार्यांशीं पांडव व द्रुपद येऊन भिडले. परंतु आचार्यांनीं पांचालांपैकीं शेंकडों वीरांस गज, सैनिक व घोडे यांसह

यमसदनीं पाठवून थोडक्याच अवकाशांत पृथ्वीवर रक्ताचा चिखल करून टाकला. ते दिव्य अस्त्रांची योजना करून एकसारखे शरवृष्टि करीत असल्यामुळें चोहोंकडे त्यांच्या बाणांचें जाळें दिसूं लागलें. ज्याप्रमाणें मेघांवर वीज संचार करिते, त्याप्रमाणें द्रोणाचार्यांचा ध्वज परपक्षाकडील हत्ती, घोडे, रथ व पदाति यांवर फडकतांना दिसूं लागला! नंतर ते महावीर्यवान द्रोणाचार्य हातांत धनुष्यबाण घेऊन केकयांतील पांच मुख्य वीर व पंचालराज यांस ठार करून, पांडवांच्या सेनेवर चाल करून गेले. त्यांस पाहतांच भीमसेन, अर्जुन, सात्यकि, धृष्टद्युम्न, शैब्यपुत्र, काशीराज आणि शिबि हे गर्जना करून बाणांच्या प्रवाहानें त्यांस आच्छादूं लागले. इतक्यांत द्रोणाचार्यांच्या धनुष्यापासून सुटलेले सुवर्णमय व चित्रविचित्र पिसाऱ्यांचे बाण गज, अश्व व तरुण वीर यांचीं शरीरें भेदून व त्यांच्या रक्तानें आपले पिसारे रंगवून जमिनींत जाऊन शिरले. त्या वेळीं त्या शरांनीं विदीर्ण झालेले गज, अश्व, रथ व वीर यांच्या योगानें ती रणभूमि छावून गेल्यामुळें प्रलयकालच्या मेघांनीं व्याप्त झालेल्या नभोमंडलाप्रमाणें शोभूं लागली. राजेंद्रा, तुझ्या मुलांचें हित करावें या हेतूनें द्रोणाचार्यांनीं सात्यकि, भीम व अर्जुन यांच्या सैन्यांचा अधिपति, अभिमन्यु, द्रुपद, काशिराज आदिकरून पुष्कळ वीर समरांगणांत मर्दिले. हे कुरुनाथा, प्रयलकालीन सूर्य सर्व लोकांस तप्त करून लय पावतो, त्याप्रमाणें द्रोणाचार्यांनीं युद्धामध्यें हे व अशा प्रकारचे दुसरे पुष्कळ पराक्रम करून येथून स्वर्गलोकीं प्रयाण केलें. याप्रमाणें पांडवपक्षाकडील हजारों वीरांस रणांगणीं पाडिल्यावर त्या शूर रुक्मरथ द्रोणाचार्यांस धृष्टद्युम्नानें मारिलें. राजा, युद्धांत कधींही माघार न घेणारे शूर वीर एक अक्षौहिणीपेक्षांही अधिक पाडिल्यानंतर ते धैर्यशाली आचार्य स्वर्गस्थ झाले. राजा, अमंगल व क्रूर कर्म करणाऱ्या पांचालांनीं व पांडवांनीं अत्यंत दुर्घट कृत्य करून आचार्यांचा घात केला. द्रोणाचार्य युद्धांत पडतांच सैन्य व इतर प्राणी यांचे अंतरिक्षांत दुःखोद्गार निघूं लागले. ते "धिःकार! धिःकार!" असें मोठ्यानें म्हणूं लागले. तेव्हां त्यांचा तो शब्द स्वर्ग, मृत्युलोक, आकाश, दिशा व उपदिशा यांत दुमदुमून गेला. त्या ठिकाणीं मरून पडलेल्या त्या महारथी द्रोणाचार्यांकडे देवता, पितर व त्यांचे पूर्वज दुःखाकुलतेनें पाहूं लागले, आणि इकडे जय प्राप्त झाल्यामुळें पांडव सिंहनाद करूं लागले. तेव्हां त्यांच्या त्या महानादाच्या योगानें पृथ्वीही कंपायमान होऊन गेली!

अध्याय नववा.

—:०:—

धृतराष्ट्राचा शोक.

धृतराष्ट्र म्हणतोः—संजया, द्रोण अस्त्रविद्येमध्यें सर्व शस्त्रधरांहून अत्यंत प्रवीण असतांही त्यांस पांडव-सृंजयांनीं मारिलें म्हणतोस, तर त्या वेळीं ते रणांगणांत करीत होते तरी काय? त्यांचा रथ मोडला? किंवा शरवृष्टि करतां करतां त्यांचें धनुष्यच भंग पावलें? का बेभान होऊन गेल्यामुळें ते मृत्यु पावले? अरे, ज्यावर नुसती चाल करण्याचीही शत्रूंस छाती होत नसे; जे आपल्या अतिशय चलाख हातानें सुवर्णपुंख बाणांची सारखी वृष्टि करीत असत, व ते बाण फार दूरवरही जात; जे जितेंद्रिय व अस्त्रविद्याविशारद असून संग्रामांत दक्ष राहून पराक्रमाचीं भयंकर कृत्यें करून सर्वांस आश्चर्यचकित करून टाकीत, त्या अच्युतधैर्य दिव्यास्त्रधारी द्विजश्रेष्ठांस पांचालपुत्रानें मारिलें तरी कसें? अरे, त्या

रणशूर आचार्यांचा धृष्टद्युम्नाकडून अंत झाला, त्या अर्थी निःसंशय पौरुषापेक्षां दैवच बलवत्तर आहे असें मला वाटतें! अरेरे! चतुर्विध अस्त्रविद्येचें वास्तव्यस्थान व सर्व शस्त्रधरांचे आचार्य अशा द्रोणांचा वध झाल्याचें तूं मला सांगत आहेस! व्याघ्रचर्म पांघरून व सुवर्णालंकार घालून सुवर्णमय रथावर आरूढ झालेल्या आचार्यांचा वध झाल्याचें श्रवण करूनही मी शोकाकुल होत नाहीं ना! संजया, खरोखर दुसऱ्याच्या दुःखानें कोणीही मरत नाहीं! पहा—आचार्यांचा वध झाल्याचें ऐकूनही मी मंदबुद्धि अद्याप जिवंतच आहें! त्याचप्रमाणें पौरुषांतही कांहीं अर्थ नसून दैवच श्रेष्ठ आहे असें मी मानितों. अरेरे! द्रोणाचार्यांची निधनवार्ता श्रवण करूनही माझें हृदय शतधा विदीर्ण होत नाहीं, त्यापेक्षां तें खरोखरच पोलादी--फारच कठीण असलें पाहिजे. ब्रह्मास्त्र, दिव्यास्त्रें व धनुर्विद्या यांत प्रावीण्य मिळविण्यासाठीं ब्राह्मण व राजपुत्र ज्यांची उपासना करीत असत, त्या आचार्यास मृत्यूनें कसेंरे हरण करून नेलें! सागर शुष्क होणें, मेरु पर्वत पलीकडे सरणें, व सूर्य पतन पावणें या गोष्टींप्रमाणेंच द्रोणांचा वध होणें ही गोष्टही मला अगदीं असंभवनीय वाटत आहे. जो दुष्टजनांस शासन करणारा, धार्मिकांचें संरक्षण करणारा, व दीन जनांच्या रक्षणार्थ प्राणांचीही पर्वा न करितां शत्रूंस तप्त करणारा तो द्रोणाचार्य आज आम्हांस सोडून गेला ना! हरहर! जे बुद्धीनें बृहस्पति व शुक्राचार्य यांच्या तोडीचे होते, व माझ्या बुद्धिहीन सर्व पुत्रांची जयाशा ज्यांच्या पराक्रमावर अवलंबून होती, त्या आचार्यांचा कसारे अंत झाला! त्यांचे ते सुवर्णमय अलंकारांनीं नखशिखांत भरून गेलेले आरक्तवर्ण भव्य अश्व रथास जोडिले असतां वायुवेगानें जात, व कोणत्याही प्रकारच्या शस्त्राच्या आटोक्यांत सांपडत नसत. ते बलाढ्य, गर्जना करणारे व शिकविलेले असल्यामुळें उत्तम प्रकारें रथ ओढणारे सिंधुदेशाचे बळकट घोडे संग्रामामध्यें विव्हल तर झाले नाहींतना? अरे, युद्धामध्यें हत्तींच्या गर्जना, शंख, दुंदुभि वगैरे रणवाद्यांचे शब्द, प्रत्यंचांचा आघात, शरवृष्टि व इतर शस्त्रांचा प्रहार यांच्या योगानें डगमगून न जातां जे शत्रूंस जिंकण्याची हाव धरीत असत; शरीरास झालेली इजा ज्यांचे खिसगणतींतही नसे; व ज्यांस कधींच दम लागत नसे, त्या द्रोणाचार्यांचा रथ ओढणाऱ्या शीघ्रगामी अश्वांचा त्या वेळीं पराभव झाला कीं काय? अरे, सुवर्णरथास जोडलेल्या त्या अश्वांचा नरवीर द्रोणाचार्यांबरोबर अंत झाला, त्यापूर्वींच ते पांडवांच्या सैन्यांतून पार निघून कसे गेले नाहींत? तसेंच त्या सत्यपराक्रमी भारद्वाजानें सुवर्णालंकृत रथांत बसून संग्रामामध्यें केलें तरी काय? भूतलावरील सर्व धनुष्य धारण करणारे वीर ज्यांच्या विद्याबलावर उपजीवन पावतात, त्या सत्यप्रतिज्ञ बलवान् द्रोणाचार्यांनीं रणांगणांत कोणकोणते पराक्रम केले बरे? स्वर्गात जसा इंद्र तसें द्रोणाचार्य पृथ्वीवरील सर्व धनुर्धरांत श्रेष्ठ व भयंकर कर्मे करणारे होते. त्याबरोबर युद्ध करण्यास प्रतिपक्षाकडील कोणकोण वीर उद्युक्त झाले बरें? समरांगणांत दिव्यास्त्रांचा प्रयोग करणाऱ्या त्या महाबलाढ्य द्रोणाचार्यांस पाहातांच पांडव खरोखरच पळून गेले काय? किंवा धृष्टद्युम्नाच्या सल्लयानें वागणाऱ्या धर्मराजानें आपले भ्राते व सर्व सैन्य यांच्या योगानें द्रोणाचार्यांस चोहोंकडून वेढून टाकिलें? खरोखर अर्जुनानें बाणांच्या योगानें इतर सर्व वीरांचें निवारण केलें असेल, आणि नंतर तो पापी धृष्टद्युम्न एकट्या द्रोणाचार्यांवर

चालून आला असेल! त्या नृशंस धृष्टद्युम्नावांचून आचार्यांचा वध करण्यास समर्थ असा मला दुसरा कोणीच दिसत नाहीं; आणि धृष्टद्युम्नाचें संरक्षण अर्जुन करीत असेल तरच त्याच्या हातून हें काम होणें शक्य आहे. पांडवांनीं चोहों बाजूंस उभें राहून धृष्टद्युम्नाचें रक्षण केलें असेल; व सर्पास व्याकुल करणाऱ्या मुंगळ्यांप्रमाणें केकय, चेदि, कारूष, मत्स्य व अन्य भूपाल यांनीं आचार्यांस व्याकुल केलें असतां तशा स्थितींत दुष्कर्मांत गढून गेलेल्या आचार्यांचा त्या नराधमानें अंत केला असेल, असें मला वाटतें. एरवीं हें काम होणें शक्य नाहीं. अहो, ज्यानें चार वेद व पांचवा इतिहास यांचें सांग अध्ययन केलें असून नद्यांस जसा सागराचा आधार असतो तसा सर्व ब्राह्मणांस ज्याचा आधार होता, आणि क्षत्रिय व ब्राह्मण या दोहोंत श्रेष्ठ असून जो शत्रूंची त्रेधा उडवून देई, त्या वयोवृद्ध आचार्यांचा अंत शस्त्रप्रहारानें झाला तरी कसा? पांडवांस त्रास देणें वास्तविक योग्य नसतांही ती निर्दयतेनें सदोदीत त्यांस त्रास देत असे, यामुळें आचार्य पांडवांवर नेहमीं दया करीत असत; त्या त्याच्या दयेचा मोबदला त्यांस पांडवांकडून हा अशा प्रकारें मिळाला ना! जगांतील सर्व योद्धे ज्यांच्या कृतीचें अवलंबन करतात, त्या सत्यप्रतिज्ञ पुण्यशील द्रोणाचार्यांचा पांडवांनीं राज्यलाभास्तव वध केलाना? अहो, क्षुद्र जलचरांनीं देवमाशाचा अंत करावा, त्याप्रमाणें स्वर्गांतील इंद्रासारखे श्रेष्ठ, धैर्यवान् व महाबलिष्ठ अशा द्रोणाचार्यांचा वध पांडवांकडून झाला तरी कसा? ज्या बलवंताचा हात अतिशय चलाख असून धनुष्य दृढ असे; विजयाची इच्छा धरून ज्यांच्या आटोक्यांत आलेला कोणीही वीर जिवंत सुटत नसे; आणि वेदज्ञांचे ठिकाणीं असणारा वेदघोष व वीरांचे ठिकाणीं वास करणारा प्रत्यंचेचा टणत्कार हे दोनही ध्वनि मरणकालपर्यंत ज्यास सोडून गेले नाहींत, त्या उदार, विनयशील, अजिंक्य व सिंहव्याघ्रांप्रमाणें पराक्रमी पुरुषश्रेष्ठाचा अंत झाला, हें मला बिलकुल सहन होत नाहीं. संजया, ज्याचा पराक्रम व यश यांस कोठेंच अडथळा आलेला नाहीं, अशा त्या अजिंक्य द्रोणाचार्यांस इतर राजांसमक्ष धृष्टद्युम्नानें मारलें तरी कसें? त्या वेळीं पुढें होऊन कोण लढत होते? त्यांच्या बाजूस उभे राहून त्यांचें रक्षण कोण कोण करीत होते? आणि ते स्वर्गस्थ झाले त्या वेळीं त्यांच्या मागल्या बाजूस कोण उभे होते? त्या महारथाच्या उजव्या व डाव्या तुकड्यांचें संरक्षण करण्यास कोणते वीर होते? त्याचप्रमाणें, ते समरांगणांत लढत असतां त्यांस समोरून कोणीं तोंड दिलें? धारातीर्थीं देह ठेवून कोणीं कोणीं मृत्युमुखांत उड्या घातल्या? व द्रोणाचार्य समरकर्म करीत असतां ज्यांनीं अतुल धैर्य दाखविलें असे वीर कोण? संजया, हें सर्व मला सांग. आमच्या पक्षाकडील ते मंदबुद्धि क्षत्रिय द्रोणांस सोडून रणांगणांतून पळून तर गेले नाहींतना? किंवा ते रक्षण करणारे पळून जाऊन कौरवसेना शून्य झाल्यामुळेंच आचार्यांस शत्रूंनीं मारिलें? अरे, द्रोणाचार्य विलक्षण शूर असल्यामुळें कशाही बिकट प्रसंगीं ते भिऊन जावयाचे नाहींत, व रणांत कदापि पाठ दाखवावयाचे नाहींत. असें असतां शत्रूंनीं त्यांचा वध केला तरी कसा? बा संजया, कितीही संकटें भयंकर येवोत, त्यांस तोंड देऊन आपल्या शक्तीप्रमाणें पराक्रम करणें हें आर्यांचें कर्तव्य असून तें द्रोणाचार्यांचे ठिकाणीं पूर्णपणें वसत होतें. असें असतांही त्या महात्म्याचा अंत झाला ना! हरहर! संजया, माझें अंतःकरण अगदीं बावरून गेलें

आहे, यास्तव कांहीं वेळपर्यंत ही कथा राहूं दे. माझें चित्त जरासें स्वस्थ झालें म्हणजे मी तुला पुनः विचारीन.

अध्याय दहावा.

—:०:—

धृतराष्ट्राचें भाषण.

वैशंपायन सांगतातः—राजा, याप्रमाणें संजयास सांगून धृतराष्ट्रानें धरणीवर अंग टाकिलें. त्याचें अंतःकरण अत्यंत शोकाकुल झालें असून, आपल्या मुलांच्या जयाविषयीं तो अगदीं निराश होऊन गेला होता. तो याप्रमाणें निचेष्ट होऊन जमिनीवर पडला असतां परिचारिका त्याजवर फुलांनीं सुवासित केलेल्या शीतजलाचें सिंचन करूं लागल्या, व त्यास वारा घालूं लागल्या. तो पडल्याचें पहातांच भरतकुलांतील स्त्रिया त्याच्या सभोंवतीं जमल्या. त्यांनीं आपल्या हातांनीं महाराज धृतराष्ट्राला हलकेच भूमीवरून उठविलें आणि सिंहासनावर नेऊन निजविलें. त्यास पाहून त्या सुंदरींचा कंठ दाटून आला होता. धृतराष्ट्र सिंहासनावर पडला असून त्या स्त्रिया त्याला चोहोंकडून वारा घालीत होत्या. तथापि त्यास प्रबल मूर्च्छा आल्यामुळें तो अगदीं निचेष्ट पडला होता. कांहीं वेळानें तो हळूहळू सावध होऊन कांपत कांपत पुनः गवल्गणपुत्र संजयास इत्थंभूत वर्तमान विचारूं लागला.

धृतराष्ट्र म्हणालाः—उदय पावणाऱ्या आदित्याप्रमाणें आपल्या तेजानें अंधकाराचा नाश करणारा तो अजातशत्रु युधिष्ठिर द्रोणाचार्यांवर चालून आला असतां त्याचें कोणीं निवारण केलें? अन्य यूथपतीस अजिंक्य असा मदोन्मत्त, वेगवान् व क्रुद्ध झालेला गजेंद्र ज्याप्रमाणें हस्तिनीसमागमाच्या प्रसंगीं प्रसन्न वदनानें प्रतिपक्षी गजावर चाल करितो, त्याप्रमाणें धिम्मेपणानें हल्ला करणाऱ्या त्या धर्मराजाचें कोणीं निवारण केलें बरें? त्या पुरुषर्षभानें रणांगणांत शेंकडों वीरांस पाडिलें असेल; कारण तो एकटाच आपल्या घोर दृष्टीनें दुर्योधनाचें संपूर्ण सैन्य जाळून टाकील इतका पराक्रमी व धैर्यवान् असून आपली प्रतिज्ञा शेवटास नेणारा आहे. त्यास पहातांच शत्रूंचे डोळे दिपून जातात. शिवाय तो जितेंद्रिय जगतांत मान्य, सर्वदा विजयी, मोठा धनुर्धारी व युद्धापासून कधींही मागें न फिरणारा असा आहे. तेव्हां त्याचें निवारण कोणत्या वीरांनीं केलें बरें? अरे धैर्यशील व अजिंक्य धनुर्धर जो कुंतीपुत्र युधिष्ठिर, त्याबरोबर माझ्या पक्षाकडील कोणकोणत्या वीरांनीं युद्ध केलें? त्याचप्रमाणें जो वेगानें पुढें येऊन द्रोणाचार्यांवर धांवला, शत्रुपक्षाकडील सर्व वीरांत बलवान् असून जो अचाट कर्म करितो, ज्या उत्साहशीलास दहा हजार गजांचें बल आहे, तो महादेही भीमसेन चाल करून आला असतां त्याचें निवारण कोणत्या वीरांनीं केलें? तो परमवीर्यवान् मेघतुल्य अर्जुन विजांचा प्रचंड गडगडाट करणाऱ्या पर्जन्याप्रमाणें गर्जना करीत व वर्षाव करणाऱ्या इंद्राप्रमाणें बाणजाल पसरीत पुढें येऊन जेव्हां प्रत्यंचेचा टणत्कार व रथचक्रांचा शब्द यांच्या नादानें दाही दिशा दणाणून सोडूं लागला असेल, तेव्हां तुम्हांस काय वाटलें बरें? अरे, अर्जुनास इंद्राचीच उपमा योग्य होय! तो इंद्राप्रमाणेंच दिसण्यांत उग्र असून गांडीव धनुष्य हीच त्याची विद्युत्प्रभा होय. रथांचे समुदाय हे त्याचे मेघ असून त्या रथांच्या धावांचा शब्द हा त्याचा गडगडाट होय. तो बाणांच्या सणत्कारानें जास्त शोभत असतो. बा संजया, अर्जुनाचा राग मेघांपेक्षांही भयंकर असून त्याचा वेग मनांतील अभिप्राया-

प्रमाणें विलक्षण आहे; म्हणजे मनांत येण्याचा मात्र अवकाश, कीं लगेच तो तेथें जाऊन पोंचतो. असो; हा मर्मभेद करणारा, बाणधारी, रक्तरूप उदकानें ओथंबलेला, सर्व दिशा भरून काढणारा व मानवशरीरांनीं भूमि व्याप्त करणारा गांडीवधारी बुद्धिमान् अर्जुन भयंकर रणगर्जना करीत संग्रामामध्यें दुर्योधनादिकांवर लखलखीत बाणांचा वर्षाव करूं लागला, त्यावेळीं तुमच्या मनाची स्थिति कशी काय होऊन गेली बरें? ज्या वेळीं तो कपिध्वज पार्थ बाणांच्या योगानें आकाश व्याप्त करीत चाल करून आला, त्या वेळीं त्यास पहाणारांस काय वाटलें बरें? अरे, गांडीव धनुष्याचा भयंकर टणत्कार करीत अर्जुनानें जोरानें हल्ला केला, त्या वेळीं नुसत्या टणत्कारानेंच तुमच्या सैन्याचा नाश झाला नाहींना? बा संजया, वायु ज्याप्रमाणें आपल्या वेगाच्या योगानें मेघांस दिगंतरीं पोंचवितो, त्याप्रमाणें शरवृष्टीनें राजांस पिटाळून लावणाऱ्या अर्जुनाच्या त्या बाणांच्या योगानें तुमचे प्राण व्याकूळ तर झाले नाहींतना? कारण असें पहा कीं, गांडीवधारी अर्जुनापुढें समरांगणांत टिकाव धरण्यास कोण बरें समर्थ आहे? तो सेनेच्या अग्रभागीं आहे ही वार्ता कानावर येतांच सर्वजण गर्भगळीत होऊन जातात! अरे, त्या वेळीं अर्जुनास पाहून सर्व सैन्यें थरथर कांपूं लागलीं असतील, व सर्व वीरांस भय पडलें असेल. अशा प्रसंगीं कोणते वीर द्रोणाचार्यांस सोडून गेले नाहींत? आणि कोणते नीच पुरुष भीतीनें पळून गेले? त्याचप्रमाणें, निवातकवचादिक अमानुष योद्ध्यांसही जिंकणाऱ्या त्या अर्जुनाशीं युद्ध करून समरांगणांत देह ठेवून मृत्युमुखांत कोणीं प्रवेश केला? त्या श्वेताश्व अर्जुनाचा पराक्रम व गांडीव धनुष्याचा वर्षाकालच्या मेघांसारखा भयंकर शब्द सहन करण्यास माझे पुत्र समर्थ नाहींत. श्रीकृष्ण ज्यावरील सारथि व अर्जुन हा ज्यावरील योद्धा, त्या रथास जिंकणें देवदानवांसही अशक्य आहे, अशी माझी समजूत आहे. असो; सुकुमार असून सुंदर, तरुण असून शूर, बुद्धिमान व विचारी असून अस्त्रविद्येंत निष्णात, युद्धामध्यें खरा प्रतापी, व नुसत्या भयंकर गर्जनेनें सर्व सैनिकांचा थरकांप करून सोडणारा तो पांडुपुत्र नकुल जेव्हां द्रोणाचार्यांवर चाल करूं लागला, तेव्हां कोणत्या वीरांनीं त्यास प्रतिबंध केला? संग्रामामध्यें केवळ आपल्या तेजानेंच शत्रूंस अजिंक्य असा तो सदाचारसंपन्न, अमोघपराक्रमी, विनयशील व कधींही पराभव न पावणारा सहदेव शत्रूंचा सहार करीत येत असतां त्यास कोणत्या शूरांनीं अडथळा केला? अरे, ज्यानें सौवीर राजाच्या प्रचंड सैन्याचा धुव्वा उडवून प्रेमपात्र व सर्वांगसुंदर अशा भोजकन्येस आपली पट्टराणी केलें; सत्य, धैर्य, शौर्य व निष्कलंक ब्रह्मचर्य हे सर्व गुण ज्या पुरुषर्षभाचे ठिकाणीं नित्य वास्तव्य करीत आहेत; जो बलवान अमोघ कर्म करणारा उदार व अजिंक्य असून केवळ युद्धकलेंतच कृष्णाची बरोबरी करणारा आहे इतकेंच नव्हे, तर सर्व प्रकारें त्याच्या तोडीचा आहे; आणि अर्जुनानें धनुर्विद्या शिकविली असल्यामुळें बाण व अस्त्र सोडण्याच्या कलेंत जो अर्जुनाप्रमाणेंच तरबेज झाला आहे, त्या सात्यकीस द्रोणाचार्यांपासून कोणीं परावृत्त केलें? अरे, तो सर्व वृष्णिवीरांत वरिष्ठ, व धनुर्धरांत शूर असून अस्त्रप्रयोग, पराक्रम व कीर्ति यांनीं प्रत्यक्ष श्रीरामचंद्राच्या योग्यतेचा आहे. ज्याप्रमाणें केशवाच्या ठिकाणीं त्रैलोक्य पूर्णपणें समाविष्ट आहे, त्याप्रमाणेंच सात्यकीच्या ठिकाणीं सत्यता, धैर्य, बुद्धिमत्ता, पराक्रम व

सर्वश्रेष्ठ ब्रह्मास्त्र हीं सर्व वास्तव्य करीत आहेत· अशा प्रकारें सर्वगुणसंपन्न व देवतांसही अजिंक्य अशा त्या महाधनुर्धर सात्यकीचें कोणत्या शूरानीं निवारण केलें बरें ? पंचालांमध्येंही उत्तम वीर, कुलीनांवर प्रेम करणारा, नेहमीं प्रशंसनीय कर्म करणारा, समरांगणांत मोठा पराक्रम गाजविणारा, धनंजयाचें हित करण्यांत गुंतलेला असून माझ्यावर संकटें आणण्यांत तत्पर, यम, कुबेर, आदित्य, महेंद्र व वरुण यांच्या तोडीचा व मोठा प्रसिद्ध महारथी जो सात्यकि, त्यानें रणांगणांत द्रोणाचार्यांवर हल्ला केला असतां त्या घनघोर रणकंदनांत आपल्या प्राणांच्या आहुति देऊन कोणत्या वीरांनीं त्यास थांबवून धरिलें ? चेदि देशांतून एकटा बाहेर पडून जो पांडवांस मिळाला, तो धृष्टकेतु द्रोणांवर चालून आला असतां त्यास कोणत्या वीरानें अडविलें ? संजया, अपरांत पर्वताजवळ अजिंक्य अशा राजपुत्राचाही ज्यानें वध केला, त्या केतुमान् वीरास द्रोणांपासून कोणीं परावृत्त केलें ? जो पुरुषश्रेष्ठ स्त्री व पुरुष या उभयतांचेही गुणावगुण उत्तम प्रकारें जाणतो, युद्धामध्यें ज्याच्या हृदयास म्लानता कधीं ती शिवतही नाहीं, व त्या महायुद्धामध्यें प्रत्यक्ष देवव्रत भीष्माचार्यांच्या मृत्यूस जो कारणीभूत झाला, तो याज्ञसेनि शिखंडि जेव्हां द्रोणांसंमुख धांवून आला, तेव्हां त्याचें निवारण करण्यास कोणते वीर पुढें सरसावले ? बा संजया, ज्या वीराच्या ठिकाणीं सर्व गुण धनंजय अर्जुनापेक्षांही कांकणभर सरस आहेत; अस्त्रें, सत्यता, व ब्रह्मचर्य हीं ज्याच्या ठायीं सर्वदा वास करीत आहेत; जो पराक्रमामध्यें श्रीकृष्णासमान, बलानें अर्जुनासमान, तेजानें भगवान् सूर्यासारखा, व बुद्धिमत्तेनें बृहस्पतीसारखा, तो महावीर अभिमन्यु आ पसरलेल्या काळाप्रमाणें जेव्हां द्रोणाचार्यांवर चालून आला, तेव्हां कोणकोणत्या वीरांनीं मध्यें पडून त्याचें निवारण केलें बरें ? अरे, परवीरांतक, बुद्धिमान् व तरुण सौभद्र जेव्हां द्रोणाचार्यांवर चालून आला, तेव्हां तुमच्या मनाची स्थिति कशी काय झाली होती ? समुद्राकडे धांव घेणाऱ्या महानद्यांप्रमाणें ते नरव्याघ्र द्रौपदीपुत्र जेव्हां युद्धामध्यें आचार्यांवर वेगानें धावले, तेव्हां कोणत्या शूरांनीं त्यांस अडवून धरिलें ? बा संजया, हे द्रौपदीचे बालक आपली बालक्रीडा सोडून देऊन आणि उत्तम प्रकारचें ब्रह्मचर्य पाळून अस्त्रविद्या शिकण्यासाठीं बारा वर्षेंपर्यंत भीष्मापाशीं राहिले होते; यामुळें मला यांची मोठी भीति वाटते. तसेच ते धृष्टद्युम्नाचे पुत्र—क्षत्रंजय, क्षत्रदेव व मानी क्षत्रवर्मा हेही मोठे शूर आहेत. त्यांचें द्रोणांपासून कोणीं निवारण केलें ? जो युद्धांत शंभरांस भारी आहे. असें वृष्णि समजतात, त्या महाधनुर्धारी चेकितानास द्रोणांपासून कोणी दूर केलें ? ज्यानें युद्धामध्यें कलिंगराजकन्येस हरण केलें, त्या उच्छृंखल व उत्साहशील वार्धक्षेमीस द्रोणापासून कोणीं मागें सारिलें ? अरे, ज्यांचा वर्ण इंद्रगोपसंज्ञक वर्षाकालोद्भव कीटकांप्रमाणें तांबडा असून ज्यांचीं कवचें, आयुधें व ध्वज हीं आरक्तवर्णच आहेत; व जे सत्यपराक्रमी असून परमधार्मिक आहेत असे ते पांडवांचा विजय इच्छिणारे त्यांचे मावसभाऊ केकयाधिपतीचे पांच पुत्र द्रोणाचार्यांच्या वधार्थ धांवले असतां त्यांचें निवारण कोणत्या वीरांनीं केलें बरें ? बा संजया, तो युयुत्सु तरी मोठा शूर व धनुर्धरांत वरिष्ठ आहे. त्याचें भाषण कदापि असत्य होत नसून तो महाबलवान् आहे. मागें वारणावतामध्यें त्यास मारण्याच्या हेतूनें खवळून गेलेल्या अनेक राजांनीं सहा महिनेपर्यंत त्याशीं

मोठ्या निकरानें युद्ध केलें, तथापि त्यांस जय मिळाला नाहीं. असा तो वीराधिपति द्रोणांवर आला असतां त्याचें निवारण कोणीं केलें बरें? त्याचप्रमाणें, धृष्टद्युम्न हा माहधनुर्धारी असून पांडवांचा सल्लामसलतगार आहे. त्यानें पूर्वी वाराणसीमध्यें काशिराजाच्या स्त्रीलंपट महारथी पुत्रास एकाच भल्ल बाणानें रथावरून खालीं पाडिलें आहे. तो दुर्योधनाचें अनिष्ट करण्यास तत्पर असून केवळ द्रोणवधासाठींच त्याचा अवतार आहे. तो रणामध्यें योद्ध्यांस जाळीत व सैन्याचें चोहोंकडून विदारण करीत जेव्हां द्रोणावर धांवला, तेव्हां त्याचें निवारण कोणत्या वीरांनीं केलें? द्रुपद राजाच्या मांडीवरच जणूं काय वाढलेला, व अस्त्रविद्याविशारदांत वरिष्ठ असून शस्त्रानें स्वतःचें रक्षण करणारा जो शैखंडि, त्यास दोणाचार्यांपासून कोणीं दूर केलें? तसाच तो शैब्य राजा तरी कांहीं सामान्य नाहीं. याचा आजोबा जो औशीनर शैब्य, तो महारथी असून प्रबल शत्रूंचाही वध करणारा होता. त्यानें आपल्या प्रचंड रथघोषरूपी चर्मरज्जूनें ही संपूर्ण पृथ्वी जशी कांहीं आवळून टाकिली होती. त्यानें दहा अश्वमेध यज्ञ केले असून त्यांमध्यें उत्तम प्रकारचें अन्नपान व अपरंपार दक्षिणा दिल्या. इतकेंच केवळ नव्हे, तर सर्व प्रकारचे इतर यज्ञही त्यानें निर्विघ्नपणें पार पाडिले. गंगेच्या प्रवाहामध्यें जितके वाळूचे कण आहेत, तितक्या गाई त्यानें यज्ञामध्यें दान दिल्या! हें त्यानें केलेलें दुर्घट कृत्य पाहून देवांनींही उच्च स्वरानें असे उद्गार काढिले कीं, "असें कृत्य प्राचीन काळींही किंवा अर्वाचीन काळींही कोणींच केलेलें नाहीं! खरोखर या स्थावरजंगमात्मक त्रैलोक्यामध्यें उशीनरपुत्र शैब्यावांचून त्याच्यासारखा राज्यधुरा ओढणारा पुरुष मागें झाला नाहीं, सांप्रत नाहीं, व पुढेंही होईल असें आम्हांस वाटत नाहीं! या भूलोकीं राहणाऱ्या मानवांकडून त्याची बरोबरी होणें अशक्य आहे. त्या उशीनरपुत्र शैब्याचा नातू तो शैब्यराज तो आ पसरलेल्या मृत्यूप्रमाणें द्रोणाचार्यांवर लक्ष्यपूर्वक चालून आला असतां त्याचें निवारण कोणीं केलें बरें? शत्रूंचा निःपात करणारा जो मत्स्याधिपति विराट राजा, त्याचे रथ समरामध्यें द्रोणाचार्यांवर हल्ला करीत असतां त्यांस कोणत्या वीरांनीं निवारिलें? वृकोदरापासून अकस्मात् ज्याचा जन्म झाला, त्या महाबलिष्ठ, महापराक्रमी, मायावी व शूर राक्षसाची मला फार भीति वाटते. पृथापुत्रांस जय मिळावा अशी त्याची मनीषा असून तो माझ्या मुलांस खरोखर कांट्याप्रमाणें आहे. त्या महासमर्थास द्रोणांपासून कोणीं परावृत्त केलें बरें? बा संजया, हे व यांच्याचसारखे पराक्रमी दुसरे पुष्कळ वीर ज्यांच्यासाठीं प्राणांवर उदार होऊन लढत आहेत, त्या पांडवांस युद्धामध्यें अजिंक्य तें काय असणार? त्याचप्रमाणें तो शार्ङ्गपाणी पुरुषश्रेष्ठ गोपालकृष्ण ज्यांच्या हिताविषयीं तत्पर आहे, व त्याचा ज्यांस पूर्ण आश्रय आहे, त्या पृथापुत्रांचा पराभव कसा होणार? अरे, तो श्रीकृष्ण सर्व लोकांचा मुख्य गुरु, त्रैलोक्याचें पालन करणारा, नित्यशाश्वत, रणांगणांतील अधिपति, दिव्य देही, दिव्यस्वरूपी व प्रत्यक्ष प्रभु नारायण होय. विद्वज्जन त्याच्या अमानुष कृत्यांचें वर्णन करीत असतात. यास्तव मीही आत्म्यास स्थैर्य प्राप्त होण्यासाठीं त्याच्या दिव्य कृत्यांचें भक्तिपुरःसर संकीर्तन करितों.

अध्याय अकरावा.

—:०:—

धृतराष्ट्रमुखें कृष्णकृत्यवर्णन.

धृतराष्ट्र म्हणालाः—संजया, इतरांस कदापि

व्हावयाचीं नाहींत अशीं जीं जीं अमानुष कृत्यें श्रीकृष्णानें केलीं, तीं सांगतों, श्रवण कर. तो महात्मा गोपगृहीं वाढत असतांना केवळ बाल्यावस्थेंतच त्यानें आपलें बाहुबल त्रैलोक्यांत गाजविलें ! उच्चैःश्रव्याप्रमाणें बलवान् व वायूप्रमाणें वेगवान् अशा यमुनावनवासी केशि दैत्यास त्यानें ठार मारिलें ! गाईचा मूर्तिमंत मृत्युच कीं काय असा तो बैलाचे रूपानें उत्पन्न झालेला क्रूरकर्मी राक्षस त्यानें बालपणींच केवळ नुसत्या हातांनीं ठार केला ! त्याचप्रमाणें त्या कमलनयनानें प्रलंब, नरक, जंभ, पीठ व कालसन्निभ मुरु या महादैत्यांचा वध केला. कंस स्वतः महापराक्रमी असून त्याचें रक्षण जरासंध करीत होता. तथापि त्यास व त्याचे अनुयायांस श्रीकृष्णानें अस्त्रांशिवाय केवळ आपल्या बाहुबलानेंच समरांगणांत पाडिलें! भोजराज कंसाचा सुनामा म्हणून एक मोठा पराक्रमी मधला भाऊ होता. संपूर्ण अक्षौहिणी सैन्य त्याच्या हाताखालीं असून तो स्वतः मोठा रणशूर होता. तथापि शत्रुनाशक श्रीकृष्णानें केवळ एकट्या बलरामाचें साह्य घेऊन सैन्यासह त्या वेगवान् शूरसेनाधिपतीस भस्मसात् करून टाकलें. दुर्वास मुनि इतके शीघ्रकोपी ना? पण कृष्णानें आपल्या पत्नीसह त्यांचें आराधन करून त्यांपासून वर देखील मिळविले! त्याचप्रमाणें, गांधारराज्यकन्येचें स्वयंवर चाललें असतां, तेथें जमलेल्या सर्व भूपालांचा पराभव करून त्या कमलनयनानें ती राजकन्या रथावर घालून आणिली; आणि जातिवंत घोड्यांना ज्याप्रमाणें चाबकाचा स्पर्शही सहन होत नाहीं, त्याप्रमाणें त्या अपमान सहन न करणाऱ्या राजांनीं त्या कृष्णाच्या रथाभोंवतीं गेर केली असतां कृष्णाच्या प्रतोदप्रहारानें ते उलथेपालथे झाले! सबंध अक्षौहिणी सैन्याचा अधिपति जो महाबाहु जरासंध त्यास जनार्दनानें मोठ्या युक्तीनें परभारें भीमाकडून मारविलें ! पांडवांच्या राजसूय यज्ञाच्या वेळीं अग्रपूजेविषयीं लढा पडला असतां संपूर्ण राजांचा नायक जो पराक्रमी चेदिपती शिशुपाल, त्याचा त्या बलवंतानें यज्ञांतील पशूप्रमाणें वध केला ! आकाशांत संचार करणारें शाल्वाचें सौभ नामक दैत्यपुर अतिशय दुर्भेद्य असतांही श्रीकृष्णानें मोठा पराक्रम गाजवून त्याचे तुकडे तुकडे करून समुद्रांत पाडिले. अंग, वंग, कलिंग, मागध, काशि, कोसल, वात्स्य, गार्ग्य, करूष व पौंड्र या सर्वांसही त्यानें युद्धांत जिंकिलें आहे. आवन्त्य, दाक्षिणात्य, पार्वतीय, दशेरक, काश्मीरक, औरसिक, पिशाच, मुद्गल, कांबोज, वाटधान, चोल, पांड्य, त्रिगर्त, मालव, अजिंक्य असे दरद, नानादिशांकडून आलेले खश, शक, यवन व त्यांचे अनुयायी या सर्वांसही त्या कमलनेत्रानें जिंकिलें आहे ! ज्यामध्यें घोर मकर व जलचर प्राणी यांचे थवेच्या थवे राहातात, त्या महासागरांत प्रवेश करून यानें पूर्वी खोल पाण्यांत दडून बसलेल्या वरुणाचाही संग्रामांत पराभव केला आहे ! पातालांत राहाणाऱ्या पंचजन नामक दैत्यास ठार करून, या हृषीकेशानें पांचजन्य नामक दिव्य शंख मिळविला. या बलवंतानें अर्जुनासह खांडवारण्यामध्यें अग्नीस संतुष्ट करून त्यापासून आग्नेयास्त्र व अजिंक्य असें सुदर्शन चक्र मिळविलें. ह्या वीरानें गरुडावर बसून अमरावतीवर स्वारी केली, आणि प्रत्यक्ष इंद्राच्या घरून पारिजातक उखडून आणिला ! पण त्याचा पराक्रम इंद्रास माहीत असल्यामुळें बिचारा कांहींएक गडबड न करतां गप बसला ! खरोखर, कृष्णानें ज्यास जिंकिलें नाहीं असा एखादा राजा असल्याचें आम्हांला ऐकून देखील ठाऊक नाहीं! संजया, आपल्या त्या सभेमध्यें श्रीकृष्णानें जो अद्भुत चमत्कार करून दाखविला, तो करण्यास

या भूलोकीं त्या कमलनयनाशिवाय दुसरा कोण समर्थ आहे बरें ? मी जन्मांध असतांही भक्तिभावपुर:सर त्या जगदीश्वर श्रीकृष्णाचें स्वरूप डोळे भरून पाहिलें ! अहाहा ! तें त्याचें स्वरूप या वेळीं घडलेल्या एखाद्या सत्यस्थितीप्रमाणें माझ्या डोळ्यांपुढें जसें कांहीं प्रत्यक्षच उभें आहे ! मी तें कदापि विसरणार नाहीं. बा संजया, तो हृषीकेशी सत्यपराक्रमी व महाज्ञानी आहे. त्याच्या कृत्यांचा अंत लागणें अशक्य आहे. त्या श्रीकृष्णाप्रमाणेंच गद, सांब, प्रद्युम्न, विदूरथ, अगावह, अनिरुद्ध, चारुदेष्ण, सारण, उल्मुक, निशठ, झिल्ली, वीर्यशाली बभ्रु, पृथु, विपृथु, शमीक, अरिमेजय इत्यादि मोठे रणशूर बलाढ्य वृष्णिवीरही महानुभाव श्रीकृष्णाच्या बोलावण्यानें येऊन नि:संशय पांडवसेनेसच भूषित करतील. ते सर्वजण समरांगणांत येऊन उभे राहिले म्हणजे आमचे सैन्यापैकीं कोणी वांचेल कीं नाहीं याचा बहुतेक वानवाच आहे ! ज्या वीरास दहा हजार हत्तींचें बल आहे, असा तो कैलासशिखराप्रमाणें धिप्पाड व वनमाला धारण करणारा हलधर बलरामसुद्धां जिकडे कृष्ण असेल तिकडेच जाऊन मिळेल. संजया, ज्या वासुदेवाला ब्राह्मण सर्व भूतांचा पिता समजतात, तोही या वेळीं पांडवांसाठीं युद्ध करणार आहे काय ? जर का तो पांडवांच्या बाजूनें युद्ध करूं लागला, तर बाबा, मोठाच कठीण प्रसंग आहे. अरे, युद्धांत त्याला सामना देईल असा एकही वीर आह्मांमध्यें नाहीं. यदाकदाचित् सर्व कौरवांनीं मिळून पांडवांस जिंकिलें, तर तो महाबाहु वार्ष्णेय पांडवांसाठीं आपलें दारुण शस्त्र उगारून समरांगणांत सर्व भूपालांसह कौरवांस ठार करून ही पृथ्वी कुंतीस अर्पण करील ! ज्या रथावरील सारथि श्रीकृष्ण असून योद्धा अर्जुन हा आहे, त्या रथाच्या तोडीचा दुसरा रथ या सर्व सैन्यामध्यें दुसरा कोणता आहे बरें ? खरोखर कोणत्याही उपायानें कौरवांस जय प्राप्त होईलसें दिसत नाहीं. यास्तव त्या ठिकाणीं युद्ध कसकसें झालें तें सर्व वर्तमान मला इत्थंभूत सांग. अर्जुन हा श्रीकृष्णाचा जीव कीं प्राण असून अर्जुनास कृष्णही तसाच आहे. अर्जुनाच्या ठिकाणीं विजय नित्य वसत असून श्रीकृष्णाचे ठिकाणीं शाश्वत यश वास करितें. खरोखर अर्जुन हा त्रैलोक्यांतही अजिंक्य आहे. केशवाचे गुण वास्तविक पहातां अपरिमित आहेत. मीं त्यांपैकीं कांहीं मुख्य मुख्य सांगितले. दुर्योधन हा केवळ अज्ञानामुळें गोपालकृष्णास ओळखीत नाहीं. दुर्दैवामुळें त्यास भुरळ पडली असून त्याच्या गळ्याभोंवतीं मृत्यूचा पाश घट्ट पडला आहे; व म्हणूनच त्यास दाशार्ह श्रीकृष्णाचें व पांडुपुत्र अर्जुनाचें सत्यस्वरूप ओळखत नाहीं. बा संजया, हे दोघे महात्मे नरनारायण नामक प्राचीन देव आहेत. यांचा आत्मा एकच असून हे भिन्न रूपांनीं पृथ्वीतलावर अवतीर्ण झालेले मानवांस दिसत आहेत. हे मोठे यशस्वी असून केवळ अजिंक्य आहेत. हे मनांत आणतील तर केवळ मानसिक बलानेंच ही सर्व सेना नष्ट करून टाकतील; परंतु यांनीं मनुष्यरूप धारण केल्यामुळें तसें करण्याची त्यांची इच्छा नाहीं. बाबारे, भीष्म व द्रोण यांचा अंत झाला ही गोष्ट युगाच्या विपर्यासाप्रमाणें मोह पाडणारी आहे. खरोखर ब्रह्मचर्यानें मृत्यूचें निवारण होत नाहीं; वेदाध्ययनानें तो चुकवितां येत नाहीं; आणि यज्ञयागादि पुण्यकर्में किंवा अस्त्रें हीं देखील मृत्यूचें निवारण करण्यास अगदीं असमर्थ आहेत. ते संपूर्ण अस्त्र जाणणारे व युद्धांत कदापि हार न जाणारे लोकमान्य वीर भीष्मद्रोणही निधन

पावले, हें ऐकल्यावर सुद्धां माझे प्राण निघून जाऊं नयेत का? बा संजया, धर्मराजास मिळालेल्या ज्या ज्या वैभवाचा मागें आम्हीं अभिलाष केला, तें तें सर्व आतां भीष्म व द्रोण मृत्यु पावल्यामुळें त्यांजकडेच राहाण्याविषयीं आम्ही अनुमोदन देतों! हायहाय! केवळ माझ्यामुळेंच आज हा कौरवांचा भयंकर संहार होत आहे. हे सूता, पिकलीं पानें तोडायला गवतसुद्धां वज्रासारखें होत असतें! असो; आज या भूलोकींचें अनंत ऐश्वर्य धर्मराज युधिष्ठिरास मिळालें, हें मात्र निर्विवाद आहे. त्याच्याच कोपामुळें भीष्म व द्रोण या महात्म्यांचा क्षय झाला आहे. तो स्वभावतःच धर्मनिष्ठ असून माझे पुत्र अधर्माचरणी आहेत; तेव्हां चाललें आहे तेंही ठीकच आहे. हा क्रूर काल सर्वांचा विनाश करणारा आहे. याचें उल्लंघन कोणाच्यानें होत नाहीं. बाबारे, विचारी पुरुष बेत करीत असतात एक प्रकारचे, आणि दैवयोगानें होत असतें कांहीं भलतेंच! हें मला पक्कें समजून चुकलें. तेव्हां सध्यां आम्हांवर जें हें दुस्तर महत्संकट ओढवलें आहे, तें कांहीं केलें तरी टळत नाहीं! मग त्याबद्दल व्यर्थ शोक करीत बसण्यांत काय तात्पर्य? जाऊं दे झालें! द्रोणाचार्यांच्या वधासंबंधें काय काय झालें तें तूं आपला सांग कसा!

अध्याय बारावा.

—:०:—

द्रोणांची प्रतिज्ञा.

संजय सांगतोः—ठीक आहे. पांडव व सृंजय यांनीं हल्ला केला असतां द्रोणाचार्य कसे पतन पावले तो सर्व प्रकार मीं प्रत्यक्ष पाहिला आहे, तो तुला सांगतों. महारथी भारद्वाजास सेनापतित्वाचा अभिषेक होतांच, सर्व सैन्याच्या मध्यभागीं उभे राहून ते तुझ्या पुत्रास म्हणाले "राजा, सर्व कौरवांमध्यें श्रेष्ठ जे भीष्म, त्यांच्या मागें तूं मला सेनापति केलें आहेस; या तुझ्या कृतीस अनुरूप असेंच फल तुला मजपासून मिळेल. आतां, हे भारता, मी तुझा कोणता मनोरथ आज पूर्ण करूं बरें? तुला काय हवें असेल तें मागून घे."

द्रोणाचार्यांचें हें भाषण ऐकून घेऊन दुर्योधन राजानें कर्णदुःशासनादिक मंत्र्यांबरोबर खलबत केलें, आणि तो विजयिश्रेष्ठ अजिंक्य आचार्यांस म्हणाला, "गुरो, आपण जर मला वरप्रदान देतच असाल, तर रथिश्रेष्ठ युधिष्ठिरास जिवंत धरून येथें माझ्याजवळ आणावें हें मी मागतों!"

राजा, तुझ्या पुत्राचें हें भाषण ऐकतांच ते कौरवाचार्य सर्व सैन्यास आनंद उत्पन्न करणारें भाषण करूं लागले. ते म्हणाले, "राजा, त्या अति अजिंक्य वीराच्या वधाविषयीं वर न मागतां तूं आज केवळ त्यास जिवंत धरून आणण्याचीच इच्छा करीत आहेस, त्यापेक्षां तो कुंतीपुत्र खरोखरच धन्य होय! राजेंद्रा, त्यास मारण्याची तुला कां बरें इच्छा होत नाहीं! दुर्योधना, ही गोष्ट माझ्या हातून होऊं नये अशीच तुझी खरी खरी इच्छा आहे काय? अरे, धर्मराजा जिवंत रहावा अशी इच्छा करून ज्यापेक्षां तूंही आज आपल्या कुलाचें संरक्षण करीत आहेस, त्यापेक्षां धर्मराजाचा द्वेष करणारा कोणीच नाहीं असें म्हणतात तें सत्य आहे! अथवा भरतश्रेष्ठा, पांडवांस युद्धामध्यें जिंकिल्यावर त्यांचें राज्य त्यांस परत देऊन त्यांच्याशीं सख्य करावें अशी तर तुझी इच्छा नाहीं ना? धन्य तो कुंतीपुत्र युधिष्ठिर! धन्य त्या बुद्धिमंताचा जन्म! तूंही त्यावर प्रेम करतोस, त्यापेक्षां त्यास 'अजात शत्रु' म्हणतात तें अगदीं यथार्थ आहे!"

संजय सांगतोः—धृतराष्ट्रा, याप्रमाणें तुझ्या पुत्रास द्रोणाचार्यांनीं विचारिलें असतां, मनांत एकसारखा घोळत असलेला विचार एकदम त्याच्या तोंडून बाहेर पडला. खरोखर मनांतील हेतु छपविणें बृहस्पतीसारख्यांसही शक्य नाहीं. तो मोठ्या खुषींत येऊन म्हणाला, "आचार्य, कुंतीपुत्र धर्मराजाचा युद्धांत अंत झाला, तर त्यांत माझा विजय झाला असें होत नाहीं. कारण युधिष्ठिराचा घात झाल्यास इतर कुंतीपुत्र आम्हां सर्वांस निःसंशय ठार करतील. त्या सर्वांचा युद्धांत पराभव करणें प्रत्यक्ष देवांसही शक्य नाहीं. त्यांपैकीं जो कोणी शिल्लक राहील, तो आम्हांपैकीं एकासही जिवंत ठेवणार नाहीं हें खास. यास्तव त्या सत्यवचनी युधिष्ठिरास धरून आणून पुनः द्यूतांत जिंकिलें असतां त्यास अनुसरणारे सर्व पांडवही त्याच्या मागून पुनः अरण्यांत जातील; आणि अशा प्रकारें मला जो विजय मिळेल, तो दीर्घकाल टिकेल हें उघडच आहे. म्हणून धर्मराजाच्या वधाची मला कधींच इच्छा होत नाहीं !"

राजा, द्रोणाचार्य फार बुद्धिमान् व मार्मिक ! त्यांनीं दुर्योधनाचा हा कुटिल अभिप्राय जाणून थोडा वेळ विचार केला, आणि एक अट घालून त्यास वर दिला.

द्रोणाचार्य म्हणालेः—राजा, अर्जुन मोठा पराक्रमी आहे, तेव्हां तो जर युद्धामध्यें धर्मराजाचें संरक्षण करीत नसला, तर त्यास धरून तुझ्या ताब्यांत आणलाच म्हणून समज. परंतु, बाबा, अर्जुन जर तेथें असेल, तर ही गोष्ट होण्याची मला कांहीं आशा नाहीं. कारण, इंद्रासह देव व सर्व दानव आले तरी पार्थाचा रणामध्यें पराभव होणें शक्य नाहीं. तो माझा शिष्य असून प्रथम अस्त्रविद्या मजजवळच शिकला हें सर्व जरी खरें आहे, तरी तो तरुण व पुण्यवान् असून, एक जय तरी मिळवीन किंवा मरून तरी पडेन, अशा करारानें लढणारा आहे; शिवाय त्यानें इंद्रापासून व शंकरापासून आणखी अस्त्रें मिळविलीं असून तो तुझ्यावर अतिशय संतप्त झाला आहे. तेव्हां, राजा, तो जवळ असतांना धर्मराजास धरतां येईल असें मला मुळींच दिसत नाहीं. तेव्हां तुम्हीं काय पाहिजे तें करून त्यास युद्धापासून दूर न्या. राजा, तूं अर्जुनास रणभूमींतून काढून नेलेंस कीं, धर्मराजासच जिंकिलेंस ! हे पुरुषर्षभा, तूं म्हणतोस तेंच खरें! धर्मराजाला धरण्यामध्येंच तुझा जय आहे,--ठार करण्यांत नाहीं. आतां तुला मीं जी युक्ति सांगितली, त्या युक्तीनेंच त्यास धरतां येईल. राजा, तो नरव्याघ्र कुंतीपुत्र अर्जुन बाजूला झाल्यावर धर्मराजा समरांगणामध्यें माझ्यापुढें जरी मुहूर्तमात्र उभा राहिला, तरी त्या सत्यधर्मपरायणास धरून आजच्या आज तुझ्या स्वाधीन करीन. यांत तिळमात्र अंतर पडूं देणार नाहीं. परंतु, राजा, अर्जुन जवळ असतांना समरांत धर्मराजास धरणें इंद्रासह देवदानवांसही अशक्य आहे !

संजय सांगतोः—धृतराष्ट्रा, याप्रमाणें आचार्यांनीं धर्मराजास धरण्याविषयीं मध्यें अट घालून प्रतिज्ञा केली असतां, धर्मराज सांपडलाच असें तुझे पोरकट मुलगे मानूं लागले ! द्रोणांचा पांडवांकडे ओढा आहे ही गोष्ट दुर्योधनास माहीत असल्यामुळें, त्यांच्या प्रतिज्ञेस बळकटी यावी म्हणून त्यानें ती गोष्ट पुष्कळांस सांगितली; आणि हे अरिंदमा, पुढें तर त्यानें सर्व गोटांतून दवंडीही पिटविली कीं, 'द्रोणाचार्य युधिष्ठिरास धरणार आहेत !'

अध्याय तेरावा.

—:०:—

अर्जुनाचें धर्मराजास आश्वासन.

संजय सांगतोः—द्रोणाचार्यांनीं धर्मराजास धरण्याविषयीं अशी अट ठेवून प्रतिज्ञा केली असतां, धर्मराज धरिला जाणार हें ऐकून सर्व सैनिक हर्षभरित झाले, व मोठमोठ्यानें दंड ठोंकून वारंवार सिंहनाद करूं लागले. हे भारता, भारद्वाजांचा तो बेत गुप्त हेरांकडून ताबडतोब धर्मराजास समजला. तेव्हां त्यानें आपले भाऊ व दुसरे मोठमोठे मंत्री एकत्र जमविले, आणि नंतर तो अर्जुनाकडे वळून म्हणाला, "हे पुरुषश्रेष्ठा, द्रोणाचार्यांनीं आज काय बेत केला आहे हें तुला कळलेंच आहे. तेव्हां त्यांचा तो बेत सिद्धीस न जाईल अशी तजवीज आपण केली पाहिजे. हे महाधनुर्धरा, त्या शत्रुघातक आचार्यांनीं आपल्या प्रतिज्ञेंत एक प्रकारची अट घातली असून त्यांनीं ती केवळ तुजवर ठेविली आहे. यासाठीं, हे महाबाहो, तूं आज अगदीं माझ्याजवळ उभा राहून युद्ध कर; आणि दुर्योधनाचा हा मनोरथ द्रोणांकडून पूर्ण होऊं देऊं नको.

अर्जुन म्हणालाः—' राजा, जसा द्रोणाचार्यांचा वध मला कदापि कर्तव्य नाहीं, तसाच तुझा त्यागही मी कदापि करणार नाहीं. युद्धामध्यें मी प्राणही देईन, पण आचार्यांचा प्रतिपक्षी कदापि होणार नाहीं; हें जरी खरें आहे, तरी युद्धामध्यें तुला धरून राज्य मिळविण्याची जी दुर्योधनास इच्छा आहे ती या भूलोकीं कधींही सफल होणार नाहीं. कदाचित् नक्षत्रांसह हें आकाश कोसळून पडेल, आणि पृथ्वीचेही तुकडे तुकडे होऊन जातील, पण मी जिवंत असतांना आचार्य तुला धरूं शकणार नाहींत हें पक्कें लक्षांत ठेव! समरांगणामध्यें त्यांना साह्य करण्यास वज्रधारी इंद्र जरी स्वतः आला, किंवा सर्व देवांसह तो महाविष्णुही युद्धास आला, तरी, राजेंद्रा, मी जिवंत असतांना तुला भिण्याचें कारण नाहीं. द्रोणाचार्य अस्त्रज्ञांमध्यें, किंबहुना सर्व शस्त्रधरांमध्यें वरिष्ठ आहेत; तरी मी जिवंत असतांना त्यांच्याकडून तुझ्या केंसासही धक्का लागणार नाहीं. राजेंद्रा, मी आपली दुसरीही एक निश्चल प्रतिज्ञा तुला सांगून ठेवितों कीं, असत्य भाषण, पराभव किंवा दिलेलें वचन न पाळणें या गोष्टी हा कालपर्यंत मला माहीत नाहींत. यास्तव मी बोलतों याविषयीं तूं बिलकूल शंका घेऊं नको."

संजय सांगतोः—हे महाराजा, याप्रमाणें अर्जुनानें धर्मराजास आश्वासन दिलें असतां पांडवांच्या गोटामध्यें शंख, भेरी, मृदंग व डंके यांचा तुमुल घोष होऊं लागला; वीर सिंहनाद करूं लागले; व त्यांच्या धनुष्याच्या टणत्कारांचा प्रचंड ध्वनि तर आकाशास जाऊन पोंचला. महापराक्रमी पांडवांच्या शंखांचा ध्वनि ऐकून तुझ्या सैन्यामध्येंही वाद्यें वाजूं लागलीं. नंतर, हे भारता, आपापली योग्य रचना करून तीं दोन्हीं सैन्यें बेताबातानें चाल करीत पुढें येऊन समरांगणांत एकमेकांशीं भिडलीं. नंतर कौरवपांडवांचें आणि द्रोण व पांचाल यांचें अंगावर कांटा येईल असें घनघोर युद्ध सुरू झालें. द्रोणाचार्यांच्या सैन्याचा नाश करण्यासाठीं सृंजयांनीं आपली शिकस्त केली; परंतु द्रोणाचार्यांच्या उत्कृष्ट रक्षणामुळें त्यांचा कांहींच उपाय चालेना. तसेंच, अर्जुन रक्षण करीत असल्यामुळें तुझ्या पुत्रांकडील महारथी योद्ध्यांसही पांडवांच्या सेनेचा नाश करतां आला नाहीं. कमलवनें ज्याप्रमाणें रात्रीं पानें मिटून स्तब्ध रहातात, त्याप्रमाणें त्या दोन्ही सेना आपआपलें रक्षण करीत जागच्या जागींच कांहीं वेळ स्तब्ध राहिल्या. पुढें द्रोणाचार्य आपल्या सूर्याप्रमाणें प्रकाश-

मान रथावर बसून उड्या घेत सैन्याच्या बीनीवर येऊन ठेपले. ते एकटे होते तरी त्या युद्धांत इतक्या वेगानें घिरटत होते कीं, पांडव व सृंजय अगदीं गर्भगळीत होऊन जाऊन, तेथें अनेक द्रोणाचार्य आहेत कीं काय असें त्यांस वाटूं लागलें ! हे महाराजा, त्यांनीं सोडलेल्या भयंकर बाणांनीं सर्व बाजूंनीं दिशा व्याप्त करून पांडवांचें सैन्य अगदीं जर्जर करून सोडलें, तेव्हां चोहोंकडून शेंकडों किरणशलाका निघत आहेत अशा भरदुपारच्या सूर्याप्रमाणें द्रोणाचार्य तेजस्वी दिसूं लागले. हे भारता, समरांगणामध्यें महेंद्राकडे पहाण्यास दानव समर्थ होत नाहीं तसेंच या वेळीं त्या कोपायमान झालेल्या आचार्यांकडे पांडवांपैकीं कोणासही वर डोळा करून बघवेना ! नंतर त्या प्रतापी भारद्वाजानें सर्व सैन्यास मोह पाडून आपल्या तीक्ष्ण बाणांनीं धृष्टद्युम्नाचें सैन्य हां हां म्हणतां पिटाळून लावलें. त्यांनीं आपल्या बाणांनीं आकाश भरून काढून सर्व दिशाच कोंडून टाकल्या; आणि ज्या ज्या बाजूला धृष्टद्युम्न जाई त्या त्या बाजूकडून पांडवसैन्याची अगदीं धूळधाण उडवून दिली !

अध्याय चौदावा.

—:०:—

द्वंद्वयुद्ध.

संजय सांगतो:—नंतर, गवत जाळून टाकणाऱ्या अग्नीप्रमाणें द्रोणाचार्यांनीं पांडवसैन्यास भाजून काढीत संचार करण्यास आरंभ केल्यावर त्यांस अगदीं 'त्राहि भगवन्' होऊन गेलें. आचार्य अगदीं खवळून गेले असून, धडकलेल्या प्रत्यक्ष अग्निनारायणाप्रमाणें सैन्याची राखरांगोळी उडवीत आहेतसें पाहून सृंजयांचा थरकांप झाला. ते संग्रामामध्यें एकसारखें धनुष्य खेंचूं लागले तेव्हां विजांच्या कडकडाटासारखा प्रत्यंचेचा भयंकर टणत्कार सारखा कानीं येऊं लागला. त्या अतिशय चलाख हाताच्या आचार्यांनीं सोडलेल्या भयंकर बाणांच्या योगानें रथी, स्वार, हत्ती, घोडे व पायदळ या सर्वांचा संहार होऊं लागला. आषाढ महिना संपण्याच्या सुमारास ज्याप्रमाणें भयंकर गर्जना करीत मुसळधार पाऊस पडूं लागतो, त्याप्रमाणें द्रोणाचार्य भयंकर पाषाणवृष्टीप्रमाणें बाणवर्षाव करूं लागले. तेव्हां शत्रूंची अगदीं त्रेधा उडाली. राजा, याप्रमाणें त्या सेनापतीनें शत्रुसैन्यावर चाल करून त्यांत एकच गोंधळ उडवून दिला असतां ती सेना इतकी भयभीत झाली कीं, हा द्रोण मनुष्य नसून कोणी देव किंवा दैत्यच द्रोणरूपानें लढत आहे, असें त्यांस भासलें ! मेघावर वीज चमकावी त्याप्रमाणें येथें रथरूपी मेघावर आचार्यांचें तें सुवर्णालंकृत धनुष्य वरचेवर चमकूं लागलें. त्या विलक्षण शूर, बुद्धिवान्, सत्याचरणी व निरंतर धर्मनिष्ठ अशा आचार्यांनीं युगांतकालाप्रमाणें भयंकर अशी एक घोर नदी निर्माण केली. तिचा उगम त्यांच्या क्रोधावशापासून झाला असून, ती मांसाहारी प्राण्यांनीं अगदीं गजबजलेली होती. सैन्यरूप प्रवाहानें ती परिपूर्ण असून तींतून ध्वजरूपी वृक्ष वाहात जात होते. तिच्या शोणितरूप उदकामध्यें रथरूप भोंवरे असून कवचरूप होडगीं, मेलेले हत्ती व घोडे हे तट, मांस हा चिखल, मेद, मज्जा व हाडें ही वाळू, आणि वाहात जाणारीं पागोटीं व शिरस्त्राणें हा तिचा फेंस होता. युद्धरूप मेघवृष्टि झाल्यामुळें ती तुडुंब भरून गेली असून तिच्यामध्यें प्रासरूपी मत्स्य सर्वत्र तळपत होते. हत्ती, घोडे व पुरुष यांनीं ती अगदीं भरून गेली असून शरवेगरूपी प्रवाहानें वाहात होती. शरीरें हींच कोणी तिच्या प्रवाहांत वाहाणारीं लांकडें एकमेकांवर आद-

ळत होतीं. रथ हीं त्या नदींतील कांसवें असून खड्ग मत्स्य होते, व या जलचर प्राण्यांनीं ती अगदीं व्याप्त होऊन गेली होती. मनुष्यांचीं मस्तकें हीं तींतील कमळें, आणि हत्ती व रथ हे डोह होते. ती नानाप्रकारच्या आभरणांनीं सुशोभित झाली होती. शेंकडों मोठमोठे रथ हेच तिच्यांतील भोंवरे असून जमिनीवर उठत असलेले धुळीचे लोट ह्या उसळत असलेल्या लाटा होत्या. जे कोणी महावीर्यवान् असतील, त्यांनाच समरांगणांत या नदींतून पार जाणें शक्य होतें; भेकड असतील त्यांस तींतून तरून जाणें अशक्य होतें. तिजमध्यें कलेवरांचा खच पडला असून गृध्र, कंक वगैरे पक्षी तिच्या तीरावर बसले होते. हजारों महारथांस ती यमसदनीं घेऊन जात असून शूलरूप सर्पांनीं व प्राणिरूप पक्ष्यांनीं तिचा आश्रय केला होता. छिन्नविच्छिन्न झालेले क्षत्रिय हे तिच्यांतील राजहंस असून मुकुटरूपी पक्षी तिच्या आश्रयानें राहिले होते. चक्रें हीं तिजमधील कांसवें व गदा त्या सुसरी असून बाण हे क्षुद्र मत्स्य होते. बगळे, गिधाडें व कोल्हीं यांचे मोठमोठे कळप तेथें होते. राजेंद्रा, त्या बलाढ्य द्रोणाचार्यांनीं युद्ध करून समरांगणांत पाडिलेल्या शेंकडों प्राण्यांस ती नदी पितृलोकीं नेत होती. शेंकडों शरीरांची तिच्यामध्यें खेंचाखेंची झाली असून ती केशरूप शेवाळानें हिरवी झालेली दिसत होती. राजा, अशा प्रकारची भित्र्यांची भीति वाढविणारी ती घोर नदी द्रोणाचार्यांनीं निर्माण केली.

असो; तो महारथी द्रोण पांडवांकडील ज्या त्या बाजूच्या सैन्यास जर्जर करीत सुटला, तेव्हां युधिष्ठिरप्रभृति महावीर त्याजवर धावून आले. त्या शूरांनीं पुढें चाल केल्याबरोबर तुझ्या पक्षाकडील दृढपराक्रमी वीर चोहोंकडून पुढें सरसावून त्यांना तोंड देऊं लागले, तेव्हां तर अंगावर कांटाच उभा राहिला. कपटविद्येचे शेंकडों प्रकार जाणणाऱ्या शकुनीनें सहदेवावर हल्ला करून रथ, घोडे व सारथि यांसह त्याला तीक्ष्ण बाणांनीं वेधिलें. तेव्हां त्या माद्रीसुतानें विशेष न रागावतां सहज लीलेनें बाण सोडून शकुनीचा ध्वज, धनुष्य, सारथि व घोडे छिन्नभिन्न करून खुद्द त्यावरही साठ बाण टाकिले. तेव्हां शकुनीनें हातांत गदा घेऊन रथांतून उडी टाकिली, आणि त्या गदेच्या तडाक्यानें सहदेवाचा सारथि रथापासून खालीं लोळविला. नंतर, राजा, विरथ झालेले ते दोघे महाबलिष्ठ वीर हातांत गदा घेऊन समरांगणांत युद्धक्रीडा करूं लागले. तेव्हां हे दोन पर्वतच एकमेकांशीं झगडत असून उंच केलेल्या गदा हीं त्यांचीं शिखरेंच आहेत कीं काय असा भास होऊं लागला.

द्रोणांनीं द्रुपद राजाला दहा बाण मारिले, तेव्हां त्यानेंही उलट पुष्कळ बाण सोडिले. परंतु द्रोणाचार्यांनीं पुनः त्याच्यावर त्याच्यापेक्षांही अधिक बाण टाकले. इकडे भीमसेनानें सोडलेले वीस तीक्ष्ण बाण विविंशतीच्या शरीरांत घुसले, तरी तो बिलकूल चळला नाहीं, तेव्हां सर्वांस मोठा चमत्कार वाटला. इतक्यांत उलट विविंशतीनें भीमाचे घोडे, ध्वज व धनुष्य तोडून टाकलें, तेव्हां तर उभय सैन्यें त्याची तारीफ करूं लागलीं. शत्रूचा समरांगणांतील हा पराक्रम त्या मानी भीमसेनास सहन न होऊन त्यानें आपल्या गदेनें त्याचे उत्तम शिकविलेले सर्व घोडे ठार केले. राजा, इतक्यानेंही तो महावीर विविंशति डगमगून न जातां हातांत ढाल घेऊन आपल्या हताश्व रथावरून खालीं उतरला; आणि एखादा मदोन्मत्त हत्ती दुसऱ्या मत्त हत्तीवर धावतो त्याप्रमाणें भीमसेनावर धावला. इकडे प्रतापी शल्य राजानें आपला

आवडता भाचा नकुल यास कांहींसें खेळविण्याच्या व कांहींसें खिजविण्याच्या उद्देशानें हंसत हंसत त्यावर बाण टाकले. तेव्हां त्या महापराक्रमी नकुलानें त्याचें छत्र, ध्वज, धनुष्य, घोडे व सारथि समरांगणांत लोळवून, विजयोत्साहानें शंख वाजविला. कृपाचार्यांनीं सोडलेले नानाप्रकारचे बाण छेदून धृष्टकेतूनें सत्तर बाण टाकून त्यांचा वेध केला; आणि तीन बाणांनीं त्यांचा ध्वजही पाडिला. तेव्हां कृपाचार्यांनीं मोठी शरवृष्टि करून क्रुद्ध झालेल्या धृष्टकेतूच्या त्या बाणांचें निवारण केलें आणि उलट त्यासच जखमी केलें. सात्यकीनें कृतवर्म्याच्या स्तनांतरीं एक नाराच बाण मारिला, आणि पुनः हंसत हंसत आणखी सत्तर बाण मारिले; तेव्हां लगेच त्या भोजानें अतिशय तीक्ष्ण बाणांनीं सात्यकीचा वेध केला. परंतु वायुपर्वतन्यायानें तो सात्यकि जरा देखील चळला नाहीं! इकडे सेनापतीनें सुशर्म्याच्या मर्मस्थानीं जबर घाय केला, तेव्हां त्यानेंही उलट सेनापतीच्या गळ्याच्या फांसळीवर तोमराचा तडाका दिला. मत्स्याधिपति विराटानें आपल्या महाबलिष्ठ मत्स्यदेशीय सैन्याच्या साह्यानें समरांगणांत कर्णास अडवून धरिलें, तेव्हां सर्वांस मोठा चमत्कार वाटला; आणि जेव्हां कर्णानें सन्नतपर्व अशा बाणांनीं तें सैन्य पिटाळून लाविलें, तेव्हां समरांगणांत त्याचें दारुण शौर्य प्रकट झालें. हे महाराजा, स्वतः द्रुपद राजा भगदत्ताशीं भिडला तेव्हां त्यांचें आश्चर्यकारकच युद्ध झालें. भगदत्तानें सारथि, ध्वज व रथ यांसुद्धां द्रुपदास नतपर्व बाणांनीं जखमी केलें. त्यामुळें त्यास त्वेष येऊन त्यानें त्वरेनें एका अनतपर्व बाणानें महारथी भगदत्ताच्या छातीवर जबर जखम केली. अस्त्रपारग व वीरश्रेष्ठ भूरिश्रवा व शिखंडि यांची जेव्हां जुंपली तेव्हां सर्व प्राणी भयविव्हल होऊन गेले. राजा, वीर्यशाली भूरिश्रव्यानें रणामध्यें महारथ शिखंडीला बाणवृष्टीनें अगदीं छावून सोडिलें असतां उलट शिखंडीनें संतापून नव्वद बाणांनीं सौमदत्तीस कांपविलें. हे भारता, घटोत्कच व अलंबुष हे दोघेही क्रूरकर्मी राक्षस जेव्हां परस्परांस जिंकण्याच्या ईर्षेनें एकमेकांवर घसरले, तेव्हां मोठें अद्भुत युद्ध करूं लागले. ते दोघेही गर्विष्ठ राक्षस मायेचे शेंकडों प्रकार उत्पन्न करून त्यांच्या साह्यानें वारंवार आश्चर्यकारक गोष्टी करूं लागले, आणि एकमेकांस अदृश्य राहून संचार करूं लागले. देवासुरयुद्धांतील महाबलिष्ठ बल दैत्य व इंद्र यांप्रमाणें चेकितानानें अनुविंदाशीं घनघोर युद्ध केलें. राजा, प्राचीनकाळीं महाविष्णूनें समरांगणामध्यें हिरण्याक्षाशीं केलेल्या युद्धाप्रमाणें लक्ष्मणानें क्षत्रदेवाशीं दारुण समरकर्म केलें.

अभिमन्यूचा पराक्रम.

नंतर, राजा, अतिशय वेगवान् घोडे जोडलेल्या व यथाशास्त्र बनविलेल्या अशा रथांत बसून पौरव राजा आरोळ्या देतच अभिमन्यूवर जाऊन पडला. तेव्हां लगेच अरिंदम व युद्धाकांक्षी महाबलाढ्य अभिमन्यूनेंही पुढें सरसावून त्याला सामना दिला. प्रथम पौरवानें बाणांचा पाऊस पाडून अभिमन्यूस छावून सोडिलें, उलट अभिमन्यूनें पौरवाचें छत्र, ध्वज व धनुष्य जमिनीवर पाडलें आणि सात बाणांनीं त्याला घायाळ करून, पांच बाणांनीं त्याचे घोडे व सारथि यांसही जखमी केलें. नंतर त्या अर्जुनपुत्रानें वारंवार सिंहनाद करून आपल्या सेनेस आनंदवीत पौरवाचा नाश करण्यास समर्थ असा एक बाण त्वरेनें भात्यांतून काढिला. पण तो भयंकर बाण जोडलेला पाहातांच हार्दिक्यानें दोन बाण सोडून त्या बाणासह अभिमन्यूचें धनुष्यच छेदून टाकलें!

तेव्हां त्या परवीरांतक सौभद्रानें तें तुटकें कांबीट फेंकून देऊन, एका हातानें लखलखीत तरवार व लगेच दुसऱ्यानें ढाल उचलली; आणि आपली ती अनेकतारांकित ढाल व तरवार अतिशय सफाईनें व कौशल्यानें परजीत तो आपलें सामर्थ्य प्रकट करूं लागला. आपल्या सभोंवार ढाल-तरवार फिरवीत असतां तो मध्येंच ती उंच करून फिरवूं लागे, मध्येंच बैठक मारून तरवार चमकावी, आणि पुनः उठून तिचे हात करी. याप्रमाणें त्याची ढाल व तरवार एकसारखी गरगर फिरत असतां त्याच्या विलक्षण वेगामुळें ढाल कोणती व तरवार कोणती याचा मुळींच उमज पडेना. नंतर सौभद्रानें भयंकर गर्जना करून एकदम पौरवाच्या रथाच्या धुरेवर उडी मारली; आणि रथावर चढून त्याची शेंडी धरली. मग लाथेनें सारथि लोळवून त्यानें तरवारीनें ध्वज तोडून पाडिला; आणि समुद्राची खळबळ करून सर्पास फेंकून देणाऱ्या गरुडाप्रमाणें किंवा बैलास लोळविणाऱ्या सिंहाप्रमाणें त्यानें त्यास सर्व राजांच्या देखत रथावरून खालीं फेंकून देऊन मूर्च्छित केलें. पौरव अर्जुनपुत्राच्या तावडींत सांपडला असून त्यास तो जमिनीवर पाडून निराश्रिताप्रमाणें फरफर ओढीत आहे, हें पाहून जयद्रथास अभिमन्यूचा संताप आला; आणि मोराचीं पिसें व शेंकडों घुंगुर लागलेली आपली ढाल व तरवार घेऊन तो आरोळ्या देतच रथावरून खालीं उतरून अभिमन्यूवर धावला. जयद्रथ येत आहे हें पाहातांच अभिमन्यूनें पौरवास सोडून दिलें आणि तत्काळ रथावरून उडी टाकून एखाद्या बहिरीससाण्याप्रमाणें त्यावर झडप घातली. त्या वेळीं कौरवपक्षीय वीरांनीं अभिमन्यूवर भाले, पट्टे व खड्ग फेंकिले; परंतु तीं सर्व आपल्या तरवारीनें तोडून पाडून त्यानें ढालीनें इतर शस्त्रांचें निवारण केलें.

अशा प्रकारें सर्व सैन्यास आपल्या दंडाचें सामर्थ्य दाखविल्यावर त्या बलाढ्य अभिमन्यु वीरानें पुनः आपला प्रचंड खड्ग उगारिला, ढाल घेतली, आणि हत्तीवर धांवून जाणाऱ्या वाघाप्रमाणें-- आपल्या पित्याचा हाडवैरी व धृतराष्ट्राचा जामात जो जयद्रथ त्याच्यावर समोरून हल्ला केला. त्या दोघांची गांठ पडतांच, नखें व दांत हींच ज्यांचीं आयुधें अशा सिंहव्याघ्रांप्रमाणें ते हर्षानें एकमेकांवर तरवारींचे घाव करूं लागले. याप्रमाणें त्यांची जुंपली तेव्हां ते तरवारींनीं वार केव्हां करतात, तरवारीवर तरवार केव्हां आपटते, व ढालीवर तरवारी केव्हां आदळतात, यांचा कांहींच उमज पडेना. राजा, युद्ध करण्याची त्यांची चलाखी इतकी विलक्षण होती कीं, धार खालीं करून तरवारींचे घाव, तरवारी एकमेकांवर आपटल्या असतां होणारा खणखणाट, इतर हत्यारांप्रमाणें तरवारी पाळणें, व आंतले आणि बाहेरचे हात करणें हीं सर्व कामें ते दोघेही वीर एका वेळींच करीत आहेत कीं काय असें दिसलें. ते दोघे महावीर आंतले व बाहेरचे हात करीत उत्कृष्ट पद्धतीनें युद्ध करूं लागले, तेव्हां ते समक्ष पर्वतच आहेत कीं काय असें भासलें.

असो; मग त्या यशस्वी अभिमन्यूनें आपल्या तरवारीचा घाव घातला, तो जयद्रथानें आपल्या ढालीच्या टोंकावर झेलला. अभिमन्यूनें तो प्रहार फार जोराचा केला असल्यामुळें त्याची तरवार जयद्रथाच्या त्या सुवर्णपत्रमंडित ढालींत रुपून बसली, आणि जयद्रथानें जोराचा हिसका मारिल्यामुळें अगदीं मोडून गेली. आपली तरवार मोडली हें पाहातांच अभिमन्यूनें तत्काळ सहा पावलें मागें

उडी मारिली, आणि क्षणार्धांत तो पुनः आपल्या रथांत बसलेला आहे असें दिसूं लागलें! तो सुभद्रासुत समरांगण सोडून आपल्या श्रेष्ठ रथावर चढला हें पाहातांच सर्व राजांनीं त्यावर चोहोंकडून गेर केली. तेव्हां त्या बलवंतानें दुसरी तरवार व ढाल घेऊन जयद्रथाकडे पाहून रणगर्जना केली. परंतु त्याच्या भोंवतीं इतर सैन्याचा गराडा पडल्यामुळें, तो परवीरांतक सौभद्र जगद्रथाचा नाद सोडून देऊन, जगाला तापविणाऱ्या सूर्याप्रमाणें तें शत्रुसैन्य भाजून काढूं लागला. तेव्हां सुवर्णालंकारांनीं विभूषित व अग्निज्वालेप्रमाणें धगधगीत अशी एक पोलादी शक्ति शल्यानें त्यावर भिरकाविली; पण पळणाऱ्या भुजंगावर झडप घालणाऱ्या गरुडाप्रमाणें अभिमन्यूनें ती शक्ति पकडली, आणि म्यानांतून तरवार उपसली! अमितपराक्रमी अभिमन्यूचें हें कौशल्य व धैर्य पाहून सर्व राजे थक्क होऊन आरोळ्या देऊं लागले. इतक्यांत त्या परवीरनाशक सौभद्रानें ती वैदूर्यरत्नालंकृत लखलखीत शक्ति उलट शल्यावरच भिरकाविली. तेव्हां एखाद्या मोकळ्या सुटलेल्या भुजंगाप्रमाणें वेगानें शल्याच्या रथावर जाऊन तिनें सारथ्यास खालीं लोळविलें! हें अभिमन्यूचें विलक्षण कृत्य पाहून विराट, द्रुपद, धृष्टकेतु, युधिष्ठिर, सात्यकि, केकय, भीमसेन, धृष्टद्युम्न, शिखंडि, नकुलसहदेव आणि द्रौपदीपुत्र 'शाबास! भले बहादर!' म्हणून ओरडूं लागले; तसेच त्यांच्या सैन्यांत निरनिराळ्या प्रकारचे बाणांचे शब्द होऊं लागले; आणि रणांत पिछेहाट न करणाऱ्या अभिमन्यूला अधिकच अवसान येण्याकरितां पुष्कळ सिंहनादही होऊं लागले! पण, राजा, हें शत्रुविजयाचें चिन्ह तुझ्या पुत्रांस सहन झालें नाहीं; आणि मेघ पर्वतावर जलधारांचा वर्षाव करितात त्याप्रमाणें आपल्या पक्षाकडील सर्व वीर अभिमन्यूवर एकाएकीं तीक्ष्ण बाणांचा वर्षाव करूं लागले; व तुझ्या पुत्रांचें कल्याण इच्छिणारा शत्रुनाशक शल्य राजा आपल्या सारथ्याचा पराभव झालेला पाहून खवळून जाऊन सौभद्रावर धावला.

अध्याय पंधरावा.

—:०:—

शल्यापयान.

धृतराष्ट्र पुसतोः—संजया, तूं जीं हीं अनेक गमतीगमतीचीं द्वंद्वयुद्धें सांगितलींस, तीं ऐकून डोळस मनुष्यांच्या दृष्टिसौख्याची मला इच्छा होते. खरोखर कौरवपांडवांचें हें देवासुरोपम युद्ध अति आश्चर्यकारक कथा म्हणून पृथ्वीतलावरील पुढील लोक गात राहातील. बा संजया, तूं आतां जें अद्‌भुत युद्ध वर्णिलेंस, तें ऐकून माझी तृप्ति होत नाहीं; ह्यास्तव सौभद्र व शल्य यांचें युद्ध पुढें कसकसें झालें, तें मला सांग.

संजय सांगतोः—सौभद्रानें आपल्या सारथ्यास मारिलें हें पहातांच शल्यानें लोहमय गदा उचलून क्रोधावेशानें गर्जना करीत रथावरून खालीं उडी घेतली. तेव्हां प्रलयकालच्या प्रदीप्त अग्नीसारखा लाल झालेला भीमसेन दंडपाणि कृतांताप्रमाणें महागदा हातांत घेऊन वेगानें त्यावर धांवला, तों सौभद्रही आपली वज्रप्राय प्रचंड गदा उगारून 'ये, ये' म्हणून शल्यास बोलावूं लागला. तेव्हां भीमानें मोठ्या प्रयत्नानें त्याचें निवारण केलें; व सौभद्रास मागें सारून तो महाप्रतापी भीमसेन समरांगणांत शल्यास गांठून पर्वताप्रमाणें अचल उभा राहिला. त्या महाबलिष्ठ भीमास पाहून तो मद्रपति शल्यही हत्तीवर चाल करणाऱ्या व्याघ्राप्रमाणें त्यावर समोरून वेगानें धावला. त्या वेळीं उभय सैन्यांमध्यें हजारों रणवाद्यें व हजारों शंख वाजूं लागले; सिंहनाद व

भेरींचे प्रचंड ध्वनि होऊं लागले; आणि एकमेकांवर धावून जाणाऱ्या कौरव-पांडवांमध्यें व प्रेक्षकांमध्यें 'शाबास! भले भले!' असे घोष वारंवार होऊं लागले. हे भारता, समरांगणामध्यें भीमाचा वेग सहन करण्यास सर्व भूपालांमध्यें एक मद्रपति शल्यावांचून दुसरा कोणीच समर्थ नाहीं. त्याप्रमाणेंच युद्धामध्यें महात्म्या मद्राधिपतीच्या गदेचा भयंकर वेग सहन करण्यास तरी एक भीमसेनावांचून या जगांत दुसरा कोण समर्थ आहे! भीमाची गदा जरतारी पट्टयांनीं बांधलेली असून, आपल्या प्रभावानें ती लोकांस हर्षित करणारी होती. ती प्रचंड गदा भीमसेन रेलूं लागला तेव्हां तिच्यांतून ठिणग्या पडूं लागल्या. त्याचप्रमाणें अनेक हात करीत शल्यही चौफेर मंडलें घेऊं लागला तेव्हां त्याचीही गदा तेजानें महाविजेप्रमाणें चमकूं लागली. फिरवीत असलेल्या गदा हीं ज्यांचीं शिंगें असे ते दोघे शल्य व भीमसेन बैलांप्रमाणें डुरकण्या फोडीत मंडलें घेऊं लागले. मंडलें घेऊन, आपल्याच भोंवतीं गरगर फिरून, साधे हात करून व गदा पेलून युद्ध करणें या सर्व गोष्टींत ते दोघेही पुरुषश्रेष्ठ समसमान कुशल ठरले. नंतर भीमसेनानें शल्याच्या प्रचंड गदेवर प्रहार केला, तेव्हां त्या भयंकर गदेंतून ज्वाला निघून ती तत्काळ भंगून गेली. त्याचप्रमाणें शल्यानें भीमसेनाच्या गदेवर प्रहार केला असतां तिच्यांतून ठिणग्या पडून, ती वर्षाकालाच्या रात्रीं काजव्यांनीं भरलेल्या वृक्षाप्रमाणें शोभूं लागली. हे भारता, मद्रपतीनें शत्रूवर गदा फेंकली तेव्हां तिनें आकाश प्रकाशित केलें, व तिच्यामधून वारंवार ठिणग्या पडूं लागल्या. त्याचप्रमाणें भीमसेनानें शत्रूवर टाकलेल्या गदेनेंही आकाशांतून पडणाऱ्या प्रचंड उल्केप्रमाणें तें सैन्य तापवून सोडलें. सैन्याचा क्षय करणारे रोग उत्पन्न करणाऱ्या सर्व आयुधांमध्यें पहिल्या प्रतीच्या त्या दोन भयंकर गदा एकमेकींवर आपटून नागिणीप्रमाणें फोंफावत अग्नि उत्पन्न करूं लागल्या. ज्याप्रमाणें दोन मोठे वाघ नखांनीं एकमेकांशीं लढतात, किंवा दोन बलाढ्य हत्ती आपल्या दांतांचे एकमेकांवर प्रहार करतात, त्याप्रमाणें ते दोघे वीर आपल्या श्रेष्ठ गदांनीं एकमेकांस प्रहार करीत संचार करूं लागले. वारंवार गदांचे तडाके बसल्यामुळें एका क्षणांत रक्ताच्या आंघोळी होऊन ते दोघे फुललेल्या पळसांप्रमाणें शोभूं लागले. ते पुरुषसिंह एकमेकांवर गदेचे प्रहार करीत असतां त्या आघातांपासून होणारा प्रचंड ध्वनि मेघगर्जनेप्रमाणें दशदिशांस ऐकूं गेला! पर्वत फोडूं लागलें असतां तो जसा हालत नाहीं, तसा भीमसेन हा शल्य डाव्या उजव्या बाजूस गदेचे सारखे तडाके देत असतांही जागचा हलला देखील नाहीं. त्याचप्रमाणें भीमाच्या गदेचे वरचेवर प्रहार होत असतांही तो महाबली व धैर्यवान् मद्रपति वज्रहत पर्वताप्रमाणें निश्चल उभा होता. नंतर ते दोघे महावीर आपल्या भयंकर गदा उंच करून मोठ्या वेगानें एकमेकांवर जाऊन पडले; आणि पुनः आंतले हात करीत मंडलें घेऊं लागले. नंतर पुनः आठ पावलें उडी मारून ते गजांप्रमाणें एकमेकांवर कोसळले, आणि एकाएकीं लोहदंडांनीं एकमेकांस मारूं लागले. त्या दोघांनीं एकाच वेळीं एकमेकांस गदेचा भयंकर तडाका दिला, तेव्हां ते परस्परांच्या सामर्थ्यानें इंद्रध्वजाप्रमाणें एकदम जमिनीवर पडले. तें पाहून, हे महाराजा, धापा टाकीत विवळत पडलेल्या मद्रपतीजवळ महारथी कृतवर्मा त्वरेनें आला, आणि गदेच्या प्रहारानें जबर दुखापत होऊन सर्पाप्रमाणें तडफडत असलेल्या त्या मूर्च्छित शल्यास त्यानें आपल्या रथावर घालून ताबड-

तोब रणांगणांतून दूर नेलें. इकडे प्रतापी भीमसेनही विव्हल होऊन मदिरापानानें धुंद झालेल्या पुरुषाप्रमाणें निचेष्ट लोळत पडला होता; परंतु तो क्षणांत सावध होऊन आपली भयंकर गदा सरसावून पुनः उभा राहिला.

राजा, मद्रपति शल्य पराङ्मुख झालेला पाहातांच हत्ती, घोडे, रथ व पायदळ यांसह तुझे पुत्र चळचळां कांपूं लागले. इतकेंच नव्हे, तर भीमाच्या या विजयानें पांडव अधिकच आवेशानें हल्ले करूं लागले असतां भयभीत होऊन, वावटळीनें उडवून दिलेल्या मेघांप्रमाणें दशदिशांस उधळून गेले. राजा, याप्रमाणें महारथी पांडवांनीं कौरवांस जिंकिलें असतां, प्रदीप्त झालेल्या अग्नीप्रमाणें ते रणांगणामध्यें शोभूं लागले; आणि वारंवार सिंहनाद करूं लागले; आनंदानें शंख फुंकूं लागले; व भेरी, मृदंग, पडघम, वगैरे वाद्यें ठोकूं लागले.

अध्याय सोळावा.

—ः—

प्रथमदिनसमाप्ति.

संजय सांगतोः——राजा, तुमच्या अफाट सैन्याची फाटाफूट झालेली पाहून एकट्या वीर्यशाली वृषसेनानें आपल्या अस्त्रप्रभावानें तें आवरून धरलें! त्यानें समरांगणांत दाही दिशांस सोडलेले बाण हत्ती, घोडे, रथ व पदाति यांस भेदून जाऊं लागले. राजेंद्रा, वृषसेनानें मोठे प्रचंड व प्रदीप्त असे हजारों बाण सोडले, आणि उन्हाळ्यांतील सूर्यकिरणांप्रमाणें ते जिकडे तिकडे संचार करूं लागले. वाऱ्यानें मोडून पडणाऱ्या वृक्षांप्रमाणें त्यानें मारलेले रथी व घोडेस्वार पटापट जमिनीवर पडूं लागले. अशा प्रकारें, राजा, त्या महारथानें शेंकडों हजारों घोडे, रथ व हत्ती जमिनीवर लोळविले! याप्रमाणें तो समरांगणामध्यें निर्भयपणें धुमाकूळ घालीत आहेसें पाहून पांडवांकडील सर्व राजांनीं मिळून त्याला गराडा दिला. मग प्रथम नकुलाचा पुत्र शतानीक यानें पुढें होऊन वृषसेनास मर्मभेदक असे दहा बाण मारिले; पण त्या कर्णपुत्रानें त्याचें धनुष्यच तोडून टाकलें, व ध्वजही उलथून पाडिला. तेव्हां द्रौपदीचे दुसरे मुलगे आपल्या भावाच्या संरक्षणार्थ जवळ धावत येऊन त्यांनीं मोठ्या त्वरेनें वृषसेनास बाणजालांनीं अगदीं छावून टाकलें. हें पाहून अश्वत्थामाप्रभृति महावीर आरोळ्या देतच त्यांवर घसरले; आणि, हे महाराजा, मेघ पर्वतांना झांकतो त्याप्रमाणें ते नानाप्रकारच्या बाणांचा वर्षाव करून त्वरेनें महारथी द्रौपदेयांस झांकून सोडूं लागले. पण पुत्रवत्सल पांडव मध्यें पडून त्यांनीं त्यांचा मारा आपणांवर घेतला; तेव्हां पांचाल, केकय, मत्स्य, सृंजय हेही आयुधें सरसावून पुढें झाले. तेव्हां दानवांशीं देवांचें त्याप्रमाणें तुझ्या पुत्रांशीं पांडवांचें अंगावर कांटा आणणारें घनघोर युद्ध सुरू झालें. दोन्ही पक्षांकडील वीर अगदीं बेहोष होऊन जाऊन रागारागानें एकमेकांकडे टवकारून पहात झटत होते. ते मूळचेच तेजस्वी असून या वेळीं त्यांस युद्धाची ईर्षा चढली होती, त्यामुळें कोपानें त्यांचीं शरीरें आकाशांत युद्ध करणाऱ्या सर्प-गरुडांप्रमाणें दिसूं लागलीं. भीम, कर्ण, कृप, द्रोण, अश्वत्थामा, धृष्टद्युम्न व सात्यकि यांच्या योगानें तें रणांगण प्रलयकालीं प्रकट झालेल्या कालसूर्याप्रमाणें देदीप्यमान दिसूं लागलें. प्राचीनकालीं बलिष्ठ दानवांचें बलवान् देवांबरोबर जसें घनघोर युद्ध झालें, तसें यावेळीं परस्परांवर प्रहार करणाऱ्या कौरव-पांडववीरांचें तुंबळ रण माजलें. नंतर युधिष्ठिराचें सैन्य खवळलेल्या समुद्राप्रमाणें गर्जना करीत तुमच्या सैन्याचा सप्पा उडवीत सुटलें, तेव्हां त्यांतील महारथी वीर देखील

पळ काढूं लागले. राजा, शत्रूंनीं अगदीं जर्जर करून सोडिल्यामुळें आपल्या सैन्याची अगदीं दाणादाण उडून गेलेली पाहातांच द्रोण त्यांस उद्देशून म्हणाले, 'वीरहो, पुरे तुमचें हें पळणें आतां!' असें बोलून तो क्रुद्ध झालेला रक्ताक्ष द्रोण ऐरावताप्रमाणें पांडवांच्या सैन्यांत शिरून युधिष्ठिरावर धावला. तेव्हां युधिष्ठिर त्यांवर तीक्ष्ण कंकपत्र बाण सोडूं लागला. परंतु द्रोणांनीं त्याचें धनुष्यच तोडून त्यावर वेगानें चाल केली. तेव्हां समुद्रास आळा घालणाऱ्या तीरमर्यादेप्रमाणें युधिष्ठिराचा चक्ररक्षक यशस्वी पंचालराजकुमार यानें त्या चाल करून येणाऱ्या द्रोणाचार्यांस अडवून धरिलें. कुमारानें द्विजश्रेष्ठ द्रोणाचार्यांचें निवारण केलें हें पाहून पांडवांच्या सैन्यामध्यें "शाबास! कुमारा शाबास!" असा घोष होऊन सिंहनादही होऊं लागले. इकडे कुमारानें द्रोणांबरोबर भयंकर युद्ध करून रागारागानें सिंहाप्रमाणें गर्जना करीत करीत एक बाण नेमका त्यांच्या छातींत मारिला. याप्रमाणें तो महाबलाढ्य, दमदार, हातांचा चलाख, शूर, सदाचारसंपन्न आणि मंत्र व अस्त्रें यांत परिश्रम केलेला सैन्याधिपति कुमार द्रोणाचार्यांस अडवून बसला असतां त्या प्रतापी भारद्वाजानें त्याचा शिरच्छेद केला. नंतर तो द्विजश्रेष्ठ आपल्या सैन्याच्या मध्यभागीं येऊन सर्व दिशांस संचार करीत सैन्याचें संरक्षण करूं लागला. मग त्यानें शिखंडीवर बारा, उत्तमौजावर वीस, नकुलावर पांच, सहदेवावर सात, युधिष्ठिरावर बारा, प्रत्येक द्रौपदीपुत्रावर तीन तीन, सात्यकीवर पांच आणि विराटावर दहा बाण सोडून सर्व योद्ध्यांचा एकच गोंधळ उडवून दिला; आणि प्रत्येक मुख्य वीरावर हल्ला करीत करीत त्यानें कुंतीपुत्र युधिष्ठिरास गांठण्याच्या उद्देशानें त्याकडे मोर्चा वळविला. राजा, त्या वेळीं, वाऱ्यानें खवळून गेलेल्या समुद्राप्रमाणें खवळलेल्या महारथी भारद्वाजांस युगंधरानें अडविलें. तेव्हां भारद्वाजांनीं संनतपर्व बाणांनीं युधिष्ठिरास घायाळ करून एका भल्ल बाणानें युगंधरास रथ्याच्या जागेवरून पाडलें. नंतर विराट, द्रुपद, केकय, सात्यकि, शिबि, पांचालपुत्र व्याघ्रदत्त, पराक्रमी सिंहसेन ह्या व दुसऱ्याही पुष्कळ वीरांनीं युधिष्ठिराच्या साह्यार्थ शरवृष्टीनें द्रोणांचा मार्ग रोखून धरला. धृतराष्ट्र राजा, पांचालपुत्र व्याघ्रदत्तानें पन्नास तीक्ष्ण बाणांनीं द्रोणांस घायाळ केलें, तेव्हां सैन्यांत हाहाःकार उडाला. सिंहसेनानें तर महारथी द्रोणांस त्वरेनें जखमी करून दुसऱ्या मोठमोठ्या वीरांची एकदम दाणादाण उडवून दिली; आणि विजयानंदानें तो हंसूं लागला. तेव्हां द्रोणाचार्यांनीं डोळे वटारून धनुष्याची दोरी साफ पुसली; व जोरानें हात आपटून सिंहसेनावर उडी घातली; आणि त्या बलवंतानें दोन भल्ल बाण सोडून सिंहसेन व व्याघ्रदत्त यांचीं कुन्डलालंकृत शिरकमलें तोडून पाडिलीं! युधिष्ठिरावर हल्ला करीत असतां या दोघांप्रमाणेंच आणखी जे जे महारथी आडवे आले होते, त्या सर्वांस शरवृष्टीनें उधळून लावून, ते यतव्रत आचार्य आ वासलेल्या कृतांतकालाप्रमाणें युधिष्ठिराच्या रथापुढें दत्त म्हणून उभे राहिले.

राजा, तें पाहातांच "धर्मराजा मेला हो मेला!" असा पांडवांच्या सैन्यांत योद्ध्यांचा एकच शब्द उठला. द्रोणांचा पराक्रम पाहून तुझे सैनिक म्हणूं लागले कीं, "आज धृतराष्ट्र राजा कृतार्थ होणार! द्रोण आतां थोड्याच अवकाशांत निश्चयानें युधिष्ठिरास धरून रणांगणांत दुर्योधनासमोर आणून उभा करतील!" राजा, याप्रमाणें तुझ्या पक्षाकडील महारथी बडबडत आहेत इतक्यांत कुंतीपुत्र अर्जुन

आपल्या रथघोषानें तें रणांगण दणाणून सोडीत त्या ठिकाणीं वेगानें येऊन थडकला; आणि लगेच बाणांची पेर करून त्यानें एक भयंकर रक्तनदी निर्माण केली. तीमध्यें रथरूप भोंवरे असून वीरांच्या अस्थिराशींनीं ती भरून गेली होती. तिच्या प्रवाहानें प्रेतें बाजूस होऊन त्यांच्या योगानें तिचीं तीरें बनत होतीं. तिजवर शरसमुदायरूप प्रचंड फेंस आला असून प्रासरूपमत्स्य तींत तळपत होते. अशा प्रकारची ती नदी वेगानें उतरून अर्जुनानें कौरवांस पिटाळून लावलें. नंतर शरजालानें रणांगण छावून सर्वांस मोह पाडीत पाडीत तो एकाएकीं द्रोणाचार्यांच्या सैन्यावर जाऊन आदळला! तो महायशस्वी कौंतेय फार जलद बाण सोडीत एकसारखा शरसंधान करीत असल्यामुळें, तो बाण जोडतो केव्हां व ते सोडतो, केव्हां हें कांहींच समजेनासें झालें! हे महाराजा, त्या वेळीं आम्हांस न दिशा दिसे, न अंतरिक्ष, न आकाश, न पृथ्वी! कांहींच दिसेना! सर्वच बाणमय होऊन गेलें! राजेंद्रा, त्या गांडीवधरानें बाणांच्या योगानें समरांगणांत निबिड अंधकार पाडल्यामुळें तेथें मुळींच दिसेनासें झालें. इतक्यांत सूर्यही अस्तास गेला. त्यामुळें दाट काळोख होऊन शत्रु कोण व मित्र कोण याचाही उमट पडेना. तेव्हां द्रोण, दुर्योधन आदिकरून तुझ्या पक्षाकडील वीरांनीं युद्ध आटोपतें घेतलें. शत्रु त्रस्त झाले असून युद्ध चालू ठेवण्याचा त्यांचा विचार नाहीं, असें जाणून अर्जुनानेंही आस्ते आस्ते आपलीं सैन्यें परत फिरविलीं.

राजा, अर्जुनाचा पराक्रम पाहून सूर्याची स्तुति करणाऱ्या ऋषींप्रमाणें पांडव, सृंजय व पांचाल हे अर्जुनाची गोड शब्दांनीं स्तुति करूं लागले. याप्रमाणें शत्रूंस हार खावयास लावून धनंजय सर्व सैन्याच्या मागून कृष्णासह आपल्या गोटास परतला. राजेंद्रा, नक्षत्रांच्या योगानें आकाश जसें चमकत असतें, तसा अर्जुनाचा तो रथ इंद्रनील, पद्मराग, सोनें, रुपें, हिरे, पोंवळीं व स्फटिक यांच्या योगानें त्या वेळीं चित्रविचित्र दिसत होता; आणि त्या रथावर आरूढ झालेला कुंतीपुत्र अर्जुन हा नक्षत्रयुक्त नभोमंडलांतील चंद्राप्रमाणें झळकत होता.

संशप्तकवधपर्व.

अध्याय सतरावा.

--:०:--

अर्जुनाचें संशप्तकांकडे गमन.

संजय सांगतोः—हे प्रजापालका, उभय पक्षांकडील सर्व सैन्य आपापल्या गोटांत येऊन स्वतःच्या तुकडींत दाखल झालें; आणि आपल्या पूर्वींच्या जागीं मोठ्या बंदोबस्तानें राहिलें. सैन्य मागें फिरविल्यानंतर द्रोणांचें मन अगदीं खट्टू होऊन, ते दुर्योधनास लज्जेनें म्हणाले, "राजा, समरांगणामध्यें अर्जुन जवळ उभा असतां युधिष्ठिर देवांच्याही हातीं लागणें शक्य नाहीं, असें मीं तुला पूर्वींच सांगून ठेविलें होतें. आजच्या युद्धांत त्यास धरण्याविषयीं तुम्हीं आपली शिकस्त केली, पण माझेंच म्हणणें अर्जुनानें तुमच्या प्रत्ययास आणून दिलें. राजा, कृष्णार्जुन अजिंक्य आहेत, असें जें मी म्हणतों त्याविषयीं आतां तरी संशय बाळगूं नको. ते खरोखरच तसे आहेत. तेव्हां, हे दुर्योधना, कांहीं तरी युक्ति योजून अर्जुनास युद्धांतून फोडून दूर नेला तरच हा धर्मराज तुझ्या हातीं लागेल. एखाद्या वीरानें युद्धाचें आव्हान करून अर्जुनास दूर नेलें, तर तो कुंतीपुत्र त्यास जिंकिल्यावांचून कधींही मागें परतणार नाहीं. राजा, अर्जुन तिकडे गुंतला आहे इतक्या अवकाशांत इकडे धर्मराज उघडा पडेल, आणि असें झालें असतां पांडवांचे सैन्याची फळी सोडून धृष्टद्युम्नाच्या देखत मी त्यास धरून आणीन. अर्जुन जवळ नसतांही धर्मराज रणभूमि सोडून न जातां माझ्या समोर उभा राहील तर तो आपल्या हातांत सांपडलाच समज! हे राजेंद्रा, अशा युक्तीनें आज धर्मपुत्र युधिष्ठिरास त्याच्या परिवारासकट खात्रीनें धरून आणतों. मग अर्जुन गेल्यावर तो मुहूर्तमात्र कां संग्रामांत असेना? किंवा तो संग्रामांत उभा न राहातां तेथून पळूनच गेला, तर मग त्यास धरून जय मिळविण्यापेक्षांही ती गोष्ट विशेषच श्रेयस्कर आहे!"

संजय सांगतोः—धृतराष्ट्रा, द्रोणांचें हें भाषण ऐकून त्रिगर्त देशचा राजा व त्याचे भाऊ पुढें होऊन बोलूं लागले, "राजा, गांडीवधारी अर्जुन नेहमीं आमचा उपमर्द करीत आला आहे. आमचा कांहींएक अपराध नसतांना त्यानें आम्हांस फार पीडा दिली आहे. त्यानें केलेल्या अनेक निरनिराळ्या अपमानकारक गोष्टी हृदयांत सारख्या टोंचत असल्यामुळें, क्रोधाग्नीनें अंगाची आग होत असून आम्हांस झोंप देखील येत नाहीं. तो अस्त्रसंपन्न अर्जुन आज आमच्या दृष्टीस पडला हें आमचें भाग्यच होय. आतां आमच्या मनामध्यें पुष्कळ दिवसांपासून घोळत असलेलें कृत्य आज आम्हीं उरकून टाकूं. अर्जुनास रणांगणांतून ओढून त्याचा आम्हीं शिरच्छेद करूं; म्हणजे तुमचे मनोरथ सिद्धीस जातील व अर्जुनाचा सूड उगविल्यामुळें आम्हांसही ही गोष्ट मोठी भूषणावह होईल. आज ही पृथ्वी अर्जुनरहित तरी होईल, किंवा त्रिगर्तरहित तरी होईल, अशी आम्ही तुझ्याजवळ प्रतिज्ञा करितों, ही कदापि असत्य व्हावयाची नाहीं!"

हे भारता, त्रिगर्तदेशचे राजपुत्र सत्यरथ, सत्यवर्मा, सत्यव्रत, सत्येषु आणि सत्यकर्मा या पांच भावांनीं याप्रमाणें बोलून युद्धाची प्रतिज्ञा केली, आणि ते दहा हजार रथी बरोबर घेऊन निघाले, त्याचप्रमाणें मालव व तुंडिकेर हे तीस हजार रथ घेऊन आले. प्रस्थलाधिपति पुरुषश्रेष्ठ सुशर्मा हा मावेल्लक, ललित्थ,

मद्रक व आपले भाऊ यांसह दहा हजार रथ घेऊन निघाला, यांशिवाय निरनिराळ्या देशांचे दहा हजार निवडक रथी तयार होऊन शपथ घेण्यास पुढें आले. नंतर त्यांनीं अग्नि पेटवून त्यांत पृथक् पृथक् हवन केलें, आणि कुशवस्त्रें व चित्रविचित्र कवचें घेतलीं. नंतर अंगाला तूप चोपडून त्यांनीं तीं कवचें चढविलीं, आणि दर्भवस्त्रें परिधान करून मौर्वीरूप मेखलेचा स्वीकार केला. त्या वीरांनीं पूर्वीं मोठमोठे यज्ञ करून अग्नीचें संतर्पण केलें होतें; शेंकडों हजारों मोहरा दक्षिणा देऊन ब्राह्मणांस तृप्त केलें होतें; आणि पुत्रवान् होऊन ते पितृऋणांतूनही उत्तीर्ण झाले होते. अशा प्रकारें भूलोकीं करावयाचीं अवश्य कर्तव्यें करून ते कृतकृत्य झाल्यामुळें, पुण्यलोक प्राप्त करून घेण्यास अगदीं योग्य झाले होते. तेव्हां अर्थातच ते कीर्ति व विजय मिळविण्यासाठीं जिवावर उदार होऊन लढण्यास सिद्ध व्हावे हें यथायोग्यच होय. ब्रह्मचर्य, वेदाध्ययन, इत्यादि पुण्यकर्मांनीं आणि विपुल दक्षिणा देऊन केलेल्या महायज्ञांनीं जे लोक प्राप्त होतात, ते लोक धर्मयुद्धानें त्वरित प्राप्त करून घेण्यास ते उद्युक्त झाले. त्यांतील प्रत्येकानें ब्राह्मणांस गाई, मोहोरा व वस्त्रें देऊन संतुष्ट केलें; आणि एकमेकांच्या भेटी घेतल्या. नंतर त्या दृढनिश्चयी वीरांनीं अग्नि प्रदीप्त करून रणदीक्षा घेतली; आणि त्या अग्नीच्या साक्षीनें अर्जुनाच्या वधाविषयीं प्रतिज्ञा केली! ते सर्वजण सर्व प्राण्यांस ऐकूं येईल अशा उच्च स्वरानें म्हणाले, “ आज युद्धामध्यें अर्जुनास मारल्यावांचून आम्ही मागें फिरलों, किंवा त्यानें जर्जर केल्यामुळें भीतीनें पळून गेलों, तर व्रतभंग करणारे, ब्रह्मघातकी, मद्यपान करणारे व गुरुदाररत अशा महापातक्यांस जे निंद्य लोक प्राप्त होतात, ते आह्मांस प्राप्त होतील! ब्रह्मस्व चोरणारे, राजपिंडाचा अपहार करणारे, शरणागताचा त्याग करणारे व याचना करणारास ठार मारणारे यांस मिळणारी गति आह्मांस प्राप्त होईल. घरें जाळणारे, गोहत्या करणारे, विनाकारण दुसऱ्यास त्रास देणारे, ब्रह्मद्वेष्टे, उद्दामपणानें स्वपत्नीच्या ठिकाणीं ऋतुकालीं गमन न करणारे, श्राद्धकालीं मैथुनासक्त होणारे, आपली जात छपविणारे, ठेवी गट्ट करणारे, क्लीबाबरोबर लढणारे नीचसेवक, नास्तिक, अग्नि, माता व पिता यांचा त्याग करणारे, अशा महापाप्यांस जे लोक प्राप्त होतात, ते लोक, आम्ही अर्जुनास न मारतां युद्धापासून मागें परतल्यास आह्मांस मिळोत. त्याचप्रमाणें, अर्जुनानें त्रस्त केल्यामुळें भयभीत होऊन आम्हीं त्यास पाठ दाखविली, तरीही आम्हांस तेच निंद्य लोक प्राप्त होवोत. अर्जुनास जिंकणें हें पृथ्वीवर सर्वांस दुर्घट वाटत आहे. तें जर आह्मीं आज समरांगणांत प्रत्यक्ष घडवून आणलें, तर आमचा कार्यभाग झालाच. अथवा असें न होतां या दुर्घट कामांत आम्ही धारातीर्थीं पतन पावलों, तरीही आह्मांस इष्टलोक मिळतीलच यांत शंका नाहीं. ”

राजेंद्रा, अशी प्रतिज्ञा केल्यावर ते वीर अर्जुनास युद्धाचें आव्हान करीत करीत समरभूमींतून दक्षिण दिशेस वळले. शत्रुसंघाचा पराभव करणाऱ्या अर्जुनास या पुरुषश्रेष्ठांनीं याप्रमाणें युद्धास बोलाविलें, तेव्हां तो जवळच असलेल्या धर्मराजाला उघडपणें म्हणाला, “ राजा, कोणीं युद्धास बोलाविलें तर मागें फिरावयाचें नाहीं, हें तर माझें ठरलेलेंच व्रत आहे; आणि आज या महायुद्धामध्यें संशप्तक[1] मला बोलावीत आहेत! हा पहा त्रिगर्ताधिपति

[1] युद्धांत शत्रूस मारूं किंवा मरून तरी पडूं; परंतु मागें फिरणार नाहीं अशी शपथ घेतलेले वीर.

सुशर्मा आपल्या भावांसहवर्तमान मला युद्धाचें आमंत्रण देत आहे. तेव्हां अनुयायांसह त्यास ठार करण्याची आपण मला आज्ञा द्यावी. हे पुरुषर्षभा, याप्रमाणें आव्हान करीत असतां तें मुकाट्यानें सहन करणें मला शक्य नाहीं. हे मोठे वीर आहेत म्हणून अनुमोदन देण्यास कचरण्याचें मुळींच प्रयोजन नाहीं. आपली अनुज्ञा मिळतांच शत्रु समरांगणांत पडलेच समज. हें मी प्रतिज्ञापूर्वक सांगतों. "

युधिष्ठिर म्हणालाः---बाबा, द्रोणांचा बेत काय आहे तो तुला पूर्णपणें ठाऊक आहेच, तेव्हां त्यांचा तो बेत फसेल, असें आचरण त्वां करावें. कारण द्रोण मोठे बलवान्, शूर, अस्त्रविद्याविशारद व कधींही श्रांत न होणारे असे असून, त्या महारथानें मला धरण्याची प्रतिज्ञा केलेली आहे. हें सर्व मनांत आणून योग्य तें वर्तन कर.

अर्जुन म्हणाला:-राजा, हा सत्यजित् आज युद्धामध्यें तुझें रक्षण करील. हा पंचालपुत्र जिवंत असतांना आचार्यांचा मनोरथ कदापि सिद्धीस जावयाचा नाहीं. तथापि, हे प्रभो, यदाकदाचित् सर्व कौरवांनीं मिळून पुरुषश्रेष्ठ सत्यजिताचाही वध केला, तर मात्र आपण समरांगणांत कदापि राहूं नये.

संजय सांगतोः---याप्रमाणें अर्जुनानें सांगितलें असतां धर्मराजानें त्यास जाण्याविषयीं रुकार दिला. त्या वेळीं युधिष्ठिरास गहिंवर येऊन त्यानें अर्जुनाच्या गळ्यास मिठी मारिली; स्नेहार्द्र दृष्टीनें त्याकडे वारंवार पाहिलें; आणि जयसूचक असे अनेक प्रकारचे आशीर्वाद दिले. नंतर, क्षुधित सिंह आपली भूक शमविण्यासाठीं जसा श्वापदगणांवर चालून जातो, तसा तो बलशाली अर्जुन धर्मराजास सोडून त्रिगर्तांवर चालून गेला. अर्जुन धर्मास सोडून गेला हें पाहून दुर्योधनाच्या सैन्यास पराकाष्ठेचा हर्ष झाला; आणि त्यास विलक्षण स्फुरण चढून धर्मराजास धरण्यासाठीं तें वेगानें पुढें सरसावलें. त्या वेळीं, पावसाळ्यामध्यें मोठा पूर आला असतां गंगा व सरयू या नद्या जशा वेगानें धावत येऊन एकमेकींशीं मिसळतात, तशीं तीं दोन्ही सैन्यें वेगानें परस्परांशीं भिडलीं.

अध्याय अठरावा.

—:०:—

सुधन्ववध.

संजय सांगतोः—राजा, युद्धाची शपथ घेऊन निघालेल्या त्या संशप्तक वीरांनीं रथांच्याच योगानें आपल्या सैन्याची चंद्राकार रचना करून, ते मोठ्या आनंदानें सपाट जागेवर सज्ज होऊन उभे राहिले. हे मारिषा, किरीटी येत आहे असें पाहून ते आनंदानें मोठमोठ्यानें गर्जना करूं लागले. त्या प्रचंड ध्वनीनें दिशा, उपदिशा व अंतरिक्ष अगदीं भरून गेलें. पण सर्व भूमि वीरांनीं गजबजून गेल्यामुळें व त्या सर्वांनींच रणगर्जना केल्यामुळें प्रतिध्वनीस अवसरच मिळाला नाहीं. त्रिगर्त अतिशय आनंदित झाले आहेत. असें पाहून धनंजय किंचित् हास्यवदन करून श्रीकृष्णास म्हणाला, " हे देवकीनंदना, पहा, ह्या रणांत त्रिगर्त बंधूंना हा समय म्हणजे वास्तविक रडण्याचा, पण हे आपले आनंदच मानीत आहेत ! पण एका अर्थीं हा आनंदाचाही समय आहे हेंही खरेंच; कारण, धारातीर्थीं मरण येऊन निंद्य पुरुषांस दुष्प्राप्य असे उत्तम लोक यांस आज मिळणार आहेत ! "

राजा, याप्रमाणें तो महाबाहु अर्जुन गोपालकृष्णाशीं बोलत बोलत, सज्ज झालेल्या त्रिगर्तांचे नजीक येऊन ठेपला. ताडबतोब त्यानें आपली सुवर्णभूषणांनीं अलंकृत केलेला देवदत्त शंख घेऊन जोरानें फुंकिला, आणि त्याच्या

नादानें दाहीदिशा दणाणून सोडिल्या. त्या प्रचंड नादानें त्रिगर्तांची सेना भयमूर्च्छित होऊन समरांगणामध्यें दगडाप्रमाणें निचेष्ट पडली. त्यांचे घोडे डोळे फिरवूं लागले. त्यांच्या मानेवरील केंस व कान यांची हालचाल बंद झाली. आणि ते मठ्ठ उभे राहून मूत्र व रक्त यांचा उत्सर्ग करूं लागले. नंतर कांहीं वेळानें ते वीर सावध होऊन त्यांनीं आपलें सैन्य व्यवस्थेनें उभें केलें, आणि ते अर्जुनावर एकदम बाण सोडूं लागले. तेव्हां त्यांनीं सोडिलेले हजारों बाण पराक्रमी अर्जुनानें मोठ्या त्वरेनें जलद जाणाऱ्या पंधरा बाणांनीं वाटेंतच तोडून टाकले. पुनः त्यांनीं अर्जुनावर दहा दहा तीक्ष्ण बाण टाकले, तेव्हां पार्थानें त्यांवर प्रत्येकीं तीन तीन बाण सोडून त्यांचा वेध केला. राजा, नंतर प्रत्येकानें पांच पांच बाण सोडून अर्जुनास जखमी केलें असतां, अर्जुनानें दोन दोन बाण सोडून उलट त्यांनाही घायाळ केलें. त्या वेळीं ते वीर अतिशय खवळले; आणि पर्जन्यवृष्टीनें सरोवर भरून जातें त्याप्रमाणें त्यांनीं केशवासह पृथापुत्रास तीक्ष्ण बाणांनीं अगदीं व्याप्त करून टाकिलें. अरण्यामध्यें फुललेल्या वृक्षवाटिकेवर जशा भ्रमरांच्या झुंडीच्या झुंडी पडतात, तसे हजारों बाणांचे समुदाय त्या वेळीं अर्जुनावर कोसळूं लागले. इतक्यांत सुबाहूनें लोहमय तीस बाण सोडून सव्यसाची अर्जुनाच्या मुकुटाचा जोरानें वेध केला, तेव्हां ते सुवर्णाच्या पिसाऱ्याचे बाण मुकुटांत अडकून राहिल्यामुळें, सुवर्णमालाविभूषित असा तो अर्जुन उदय पावलेल्या सूर्याप्रमाणें झळकूं लागला. सुबाहूचा हा पराक्रम अवलोकन करून अर्जुनानें एका अर्धचंद्राकृति बाणानें त्याचें तलत्राण छेदून रणांगणांत पाडिलें; आणि पुनः त्यालाही शरवृष्टीनें झांकून टाकलें. तेव्हां सुशर्मा, सुरथ, सुधर्मा, सुधनु व सुबाहु, यांनीं दहादहा बाण अर्जुनावर टाकिले. तथापि त्या कपिध्वज वीरानें उलट बाण सोडून तितक्यांचाही नाश केला; आणि अर्धचंद्राकार शरांनीं त्या सर्व प्रतिपक्षी वीरांचे ध्वज तोडून पाडिले; मग सुधन्व्याचें धनुष्य छेदून घोडेही मारिले, आणि शिरस्त्राणासह त्याचें मस्तक धडापासून वेगळें करून जमिनीवर पाडिलें. सुधन्वा पडतांच त्याचे अनुयायी गडबडून गेले; आणि भयभीत होऊन दुर्योधनाच्या सैन्याकडे पळत सुटले. तेव्हां आपल्या किरणांनीं अंधकाराचा नायनाट करणाऱ्या सूर्याप्रमाणें तो खवळून गेलेला इंद्रपुत्र अर्जुन घनदाट बाणजाळ पसरून संशप्तकांच्या त्या महासेनेचा धुव्वा उडवीत तिचा पाठलाग करूं लागला. याप्रमाणें त्या सैन्याची दाणादाण होऊन तें चोहोंकडे दडून बसलें. तथापि संतप्त झालेल्या त्या सव्यसाची पृथापुत्रानें त्यांचा पिच्छा न सोडल्यामुळें तें फारच भिऊन गेलें. अर्जुन त्यांस नतपर्व बाणांनीं ठार करीत असतां ते सैनिक जर्जर झालेल्या श्वापदगणांप्रमाणें घाबरून जाऊन ठिकठिकाणीं थबकून राहिले. त्यांची अशी स्थिति झाली असतां त्रिगर्ताधिप सुशर्मा संतप्त होऊन त्यांस ह्मणाला, " वीरहो, पळूं नका, तुह्मांसारख्या शूरांनीं भिऊन जाणें योग्य नव्हे. अहो, सर्व सैन्याच्या देखत तुह्मीं मोठमोठ्या भयंकर शपथा घेतल्या आहेत, हें तुह्मांस आठवत नाहीं काय ? तशा प्रकारें शपथा घेऊन आतां तुह्मीं पळून जाऊन दुर्योधनाच्या सैन्यास काय सांगाल ? संग्रामांतून पळून जाण्यासारखें नीच कर्म आपण या ठिकाणीं केल्यास आपण सर्वजण लोकांच्या उपहासास पात्र नाहीं का होणार ? यास्तव, वीरहो, आपापलें अवशिष्ट सैन्य घेऊन तुह्मीं परत फिरा. "

राजा, अशा प्रकारचें त्याचें वीरश्रीचें भाषण ऐकतांच ते वीरश्रेष्ठ संशप्तकगण, आणि

गोपाल व नारायणगण एकावर एक गर्जना करूं लागले; एकमेकांस उत्साह आणण्यासाठीं शंख फुंकूं लागले; आणि मृत्यु येईपर्यंत माघार न घेण्याच्या निश्चयानें पुनः युद्धासाठीं परतले.

अध्याय एकुणिसावा.

—:०:—

अर्जुनाचें संशप्तकांशीं युद्ध.

संजय सांगतोः—राजा, संशप्तक पुनः परत फिरलेसें पाहातांच अर्जुन माहात्म्या श्रीकृष्णास म्हणाला, "हे हृषीकेशा, ह्या संशप्तकगणांकडे घोडे हांक. जिवांत जीव आहे तोंपर्यंत कांहीं हे युद्ध सोडणार नाहींतसें मला वाटतें. आतां माझें घोर अस्त्रबल, बाहुबल व धनुर्बल पहा. पशूंचा सप्पा उडविणाऱ्या क्रुद्ध रुद्राप्रमाणें मी आज यांचा फडशा पाडतों !"

अर्जुनाचें हें भाषण ऐकून कृष्णानें मित हास्य करून मनामध्यें त्याचें कल्याण चिंतिलें, आणि जिकडे जिकडे जाण्याचें अर्जुनानें मनांत आणिलें तिकडे तिकडे तो दुर्जय गोपालकृष्ण त्यास घेऊन गेला. त्यांचा रथ रणांत संचार करूं लागला तेव्हां तो इतका विलक्षण झळकूं लागला कीं, पांडुरवर्णाचे अश्व हें एक विमानच आकाशांतून नेत आहेत कीं काय असें वाटलें. राजा, प्राचीन देवासुरयुद्धांतील इंद्ररथाप्रमाणें तो रथ मंडलें करून पुनःपुनः पूर्वस्थलीं येऊं लागला. असो; इकडे नारायणगणांनीं हातांत नानाप्रकारचीं शस्त्रें घेतलीं असून, ते अगदीं संतप्त होऊन हजारों बाण सोडून धनंजयास आच्छादूं लागले. हे भरतश्रेष्ठा, त्या वेळीं त्यांनीं केवळ दोन घटकांत कृष्णासहवर्तमान कुंतीपुत्र धनंजयास रणामध्यें अगदीं अदृश्य करून टाकलें ! या त्यांच्या कृत्यानें अर्जुनास त्वेष येऊन त्याचा पराक्रम दुप्पट वाढला. त्यानें त्वरेनें धनुष्य माफ करून हातांत घेतलें, आणि युद्धास प्रारंभ केला. त्यास विलक्षण क्रोध आल्यामुळें त्याची मुद्रा भयंकर होऊन त्यानें भुंवया चढविल्या; आपला देवदत्त नांवाचा महाशंख फुंकिला; आणि शत्रूंच्या टोळ्यांच्या टोळ्या ठार करणारें त्वाष्ट्रास्त्र सोडिलें. राजा, त्या अस्त्राची योजना होतांच संशप्तकांस एकमेकांचीं रूपें अर्जुनासारखीं दिसूं लागून, त्या ठिकाणीं हजारों अर्जुन प्रकट झाल्याचें भासूं लागलें ! या मायेच्या योगानें ते अगदीं वेडावून गेले; आणि एकमेकांस अर्जुन समजून ठार करीत सुटले ! "अरे, हा अर्जुन आहे !" "अरे, हा कृष्ण आहे !" "हे पहा कृष्णार्जुन !" असें म्हणत त्यांनीं मूढपणानें रणांगणांत परस्परांसच ठार केलें ! अशा प्रकारें त्या दिव्य अस्त्राच्या प्रभावानें परस्परांविषयीं भूल पडून संशप्तक परस्परच नाश पावले. त्या वेळीं जखमी झालेले योद्धे समरभूमीमध्यें फुललेल्या पळसांप्रमाणें शोभूं लागले. त्या वीरांनीं सोडलेल्या हजारों बाणांचें भस्म करून त्या दिव्य अस्त्रानें त्या वीरांस यमसदनीं नेलें. अशा प्रकारें नारायणगणांचा धुव्वा उडविल्यानंतर बीभत्सु पार्थानें विकट हास्य करून ललित्थ, मावेल्लक, मालव, त्रिगर्त व व यौधेय यांसही बाणांच्या योगानें जर्जर करून सोडिलें. तो वीर त्यांस मारीत असतां त्या कालप्रेरित झालेल्या क्षत्रियांनीं मोठ्या निकरानें पार्थावर नानाप्रकारचीं शरजालें सोडिलीं. त्या वेळीं अर्जुनाचा ध्वज दिसेना; रथ दिसेना; आणि तो स्वतः आणि गोपालकृष्ण हेही कोठें दिसेनात. त्या बाणांच्या भयंकर वृष्टीनें ते अगदीं झांकून गेले. हें पाहून संशप्तक वीर आनंदानें एकमेकांस आरोळ्या मारूं लागले. कृष्णार्जुन पडले असें समजून हर्षानें वस्त्रें उंच उडवून ही गोष्ट एकमेकांस कळवूं लागले;

हजारों वीर भेरी, मृदंग व शंख वाजवूं लागले; आणि मोठमोठ्यानें सिंहनाद करूं लागले. हे मारिषा, इकडे कृष्ण घामाघूम व खिन्न होऊन अर्जुनास म्हणाला, " बा अर्जुना, तूं कोठें आहेसरे ? अरे, तूं मला मुळींच दिसत नाहींस ! हे शत्रुनाशका, जिवंत तरी आहेसना?"

कृष्णाचें हें भाषण ऐकून अर्जुनानें त्वरा करून वायवास्त्र सोडिलें, आणि शत्रूंनीं केलेली ती शरवृष्टि दूर केली. त्या अस्त्राच्या योगानें प्रचंड वारा सुटून त्यानें अश्व, हत्ती, रथ व आयुधें यांसहवर्तमान संशप्तकगणांस वाळलेल्या पानांच्या राशींप्रमाणें उडवून दिलें. हे सन्मान्य राजा, वायूच्या योगानें ते वीर उडून जात असतां प्रातःकालीं वृक्षांवरून उडून जाणाऱ्या पक्ष्यांप्रमाणें शोभूं लागले ! अशा प्रकारें त्यांची गाळण उडविल्यानंतर अर्जुनानें लगेहात तीक्ष्ण बाणांनीं शेंकडों–हजारोंजणांचीं डोकीं उडविलीं; अर्धचंद्राकार बाणांच्या योगानें मस्तकें, आयुधांसह हात आणि गजशुंडेतुल्य मांसल मांड्या छेदून भूतलावर पाडल्या; कित्येकांच्या पाठी मोडून टाकल्या; कित्येकांचे पाय तोडून टाकले; आणि कित्येकांचे हात, कुशी व डोळे भग्न केले. अशा प्रकारें धनंजयानें शत्रूंस नाना अवयवांनीं विहीन करून सोडलें. यथायोग्य रीतीनें तयार केलेल्या त्यांच्या गंधर्वनगराकार प्रचंड रथांचे तुकडे उडवून त्यांबरोबरच घोडे व हत्ती यांचाही नाश केला. तेव्हां ठिकठिकाणीं पडलेल्या मोडक्या रथांच्या व ध्वजांच्या राशींनीं तें रणांगण मुंड्या तालवनाप्रमाणें शोभूं लागलें. पताका, अंकुश, ध्वज व सादी यांसह हत्तींस अर्जुनाचे बाणांचे तडाके बसून ते इंद्रवज्राच्या तडाक्यानें उलथून पडणाऱ्या सवृक्ष पर्वताप्रमाणें उलथून पडले ! अश्वांस अर्जुनाचे बाण लागून त्यांचे तुरे मोडले; कवचें फुटून गेलीं; त्यांच्या पोटांतील आंतडीं बाहेर निघूं लागलीं; त्यांचे डोळे गळून पडूं लागले; आणि वरील स्वारांसह ते विगतप्राण होऊन धरणीवर पडले ! अर्जुनशरांच्या प्रहारानें सैनिकांचे खड्ग व ते धारण करणारे त्यांचे पंजे तुटून पडले. चिलखतें, भाले व शक्ति यांचा चुराडा उडाला; आणि कवचें छिन्नभिन्न झाल्यामुळें ते बिचारे मरून जमिनीवर पडले. त्या वेळीं अर्जुनाच्या बाणांनीं मेलेले, मरत असलेले, विकल होऊन पडलेले व पडत असलेले, श्रमिष्ट होऊन गेलेले, आणि विवळत असलेले यांच्या योगानें तें रणांगण फारच भ्यासूर दिसूं लागलें. प्रथम उडालेली प्रचंड धूळ रक्तवृष्टीमुळें शांत होऊन गेली, आणि जिकडे तिकडे धडांच्या राशी पडल्यामुळें त्या युद्धभूमींत संचार करणेंही दुर्घट होऊन गेलें. प्रलयकालीं प्राण्यांचा संहार करणाऱ्या रुद्राच्या क्रीडाभुवनाप्रमाणें भयाण अशा त्या समरभूमींत अर्जुन संचार करीत असतां, तो रुद्राप्रमाणेंच अतिशय उग्र दिसूं लागला. अश्व, रथ व हत्ती यांस व्याकुल करून अर्जुन संशप्तकांचा वध करीत असतां ते अर्जुनासमोर मरत असल्यामुळें त्यांस इंद्रलोक प्राप्त होत असून तेथें त्यांचा चांगला पाहुणचार होत होता. हे भरतश्रेष्ठा, अर्जुनाकडून वध पावलेल्या महारथी संशप्तकांच्या प्रेतराशींनीं ती सर्व रणभूमि चोहोंकडून अगदीं भरून गेली.

असो; अशा प्रकारें इकडे अर्जुन युद्धांत गुंग होऊन गेला असतां, तिकडे द्रोणाचार्यांनीं व्यूह रचून धर्मराजावर हल्ला केला. तेव्हां ज्यांनीं आपल्या सैन्याची रचना उत्तम केली आहे असे पांडवांकडील योद्धेही त्वरेनें पुढें होऊन युधिष्ठिराचें चोहों बाजूंनीं रक्षण करीत

द्रोणांशीं सामना करूं लागले. त्या वेळीं तेथें फारच भयंकर रणकंदन माजलें.

अध्याय विसावा.

—:०:—

संकुलयुद्ध.

संजय सांगतोः—हे राजाधिराजा, ती रात्र संपल्यावर महारथी द्रोणाचार्यांचें दुर्योधनाशीं पुष्कळच संभाषण झालें. नंतर अर्जुनाचा संशप्तकांबरोबर सामना ठरून तो त्यांस मारण्यासाठीं निघून गेल्यावर द्रोणांनीं आपल्या सैन्याचा व्यूह रचिला; आणि, हे भरतश्रेष्ठा, नंतर धर्मराजास धरण्याच्या इच्छेनें ते पांडवांच्या प्रचंड सेनेवर चालून गेले. भारद्वाजानें आपल्या सैन्याची रचना सुपर्णाकार केली आहे, असें पाहून युधिष्ठिरानें आपल्या सैन्याची रचना त्याच्या उलट—अर्धवर्तुलाकार केली. भारद्वाजांनीं रचिलेल्या गरुडाच्या मुखप्रदेशीं तो महारथी स्वतः उभा होता. शिरोभागीं दुर्योधन राजा आपले मुलगे व भाऊ ह्यांना घेऊन होता. कृतवर्मा व वीराग्रणी कृपाचार्य हे उभयतां दोन नेत्रांच्या ठिकाणीं होते. भूतशर्मा, क्षेमशर्मा, पराक्रमी करकाक्ष, कलिंग, सिंहल, प्राच्य, रणशूर आभिर, दशेरक, शक, यवन, कांबोज, हंसपथ, शूरसेन, दरद, मत्स्य, आणि केकय हे हत्ती, घोडे, रथ व पायदळ यांचीं पथकें बरोबर येऊन जय्यत तयारीनें त्या गरुडाच्या मानेच्या ठिकाणीं उभे होते. भूरिश्रवा, सोमदत्त, शल्य व बाल्हीक हे वीर अक्षौहिणी सैन्यासह उजव्या कुशीस राहिले होते. अवंति देशचे राजे विंद व अनुविंद आणि कांबोजाधिपति सुदक्षिण हे डाव्या बाजूच्या आश्रयानें द्रोणपुत्र अश्वत्थाम्याच्या अग्रभागीं उभे होते. पाठीच्या ठिकाणीं कलिंग, अंबष्ठ, मागध, पौंड्र, मद्रक, गांधार, शकुन, आणि पूर्वेकडील पर्वतावर राहाणाऱ्या जातींचे लोक असून पुत्र, ज्ञाति, बांधव व अनेक देशांतून आलेलीं प्रचंड सैन्यें यांसह वैकर्तन कर्ण पुच्छाचे ठिकाणीं होता. जयद्रथ, भीमरथ, संपाति, ऋषभ, जय, भूमिंजय, वृषक्राथ आणि महाबलाढ्य निषधपति हे मोठमोठीं सैन्यें घेऊन ब्रह्मलोकप्राप्तीसाठीं तयार झाले होते. हे राजा, ते सर्व युद्धकलाविशारद वीर त्या व्यूहाच्या उरःप्रदेशीं उभे होते. अशा प्रकारचा तो पायदळ, घोडे, रथ व हत्ती यांच्या योगानें द्रोणांनीं रचलेला व्यूह वाऱ्यानें खवळलेल्या समुद्रासारखा दिसत असून, थयथय नाचतच आहे कीं काय असा भासत होता. ज्याप्रमाणें ग्रीष्म ऋतूच्या शेवटीं वीज व गडगडाट यांनीं युक्त असलेले मेघ चोहोंकडून निघूं लागतात, त्याप्रमाणें त्या व्यूहाच्या पंखांतून व लहान लहान पिसांमधून युद्धाची इच्छा करणारे वीर गर्जना करीत व शस्त्रें चमकावीत बाहेर पडत होते. राजा, त्या सैन्यांत प्राग्ज्योतिषदेशाधिपतीचा उत्तम तऱ्हेनें श्रृंगारलेला हत्ती उभा असून तो उदयाचलावर आरूढ झालेल्या सहस्त्ररश्मि दिनकराप्रमाणें झळकत होता. राजा, त्या हत्तीवर पुष्पमालांनीं युक्त असें छत्र धरिलें असून, तें कार्तिकी पौर्णिमेच्या चंद्रासारखें स्वच्छ दिसत होतें. तो मत्त हत्ती काजळाच्या राशीप्रमाणें नीलवर्ण असल्यामुळें महामेघांनीं ज्यावर अतिशय वर्षाव केला आहे, अशा एखाद्या मोठ्या पर्वतासारखा दिसत होता! नानाप्रकारचीं आयुधें व भूषणें धारण केलेले नानादेशचे पर्वतनिवासी राजे त्या गजाच्या चौफेर उभे असल्यामुळें, तो देवगणांनीं परिवेष्टित इंद्राप्रमाणें शोभत होता. असो; अशा प्रकारचा तो संग्रामांत शत्रूंस सर्वथा अजिंक्य असलेला अमानुष व्यूह पाहून धर्मराज धृष्टद्युम्नास म्हणाला, "हे पारावताश्व

धृष्टद्युम्ना, मी आज द्रोणाचार्यांच्या हातीं लागणार नाहीं अशी कांहीं तरी युक्ति लढव."

धृष्टद्युम्न म्हणालाः—हे सुव्रता, द्रोणांनीं कितीही प्रयत्न केला तरी तूं त्यांच्या हातीं लागणार नाहींस अशी मी तजवीज करितों. आज द्रोण व त्याचे अनुयायी या सर्वांस मी अडवून धरीन. हे कुरुकुलावतंसा, मी जिवंत असतां तुला खिन्न होणें योग्य नव्हे. कारण द्रोणाचार्यांनीं कांहीं केलें तरी ते रणांत मला जिंकण्यास मुळींच समर्थ नाहींत.

संजय सांगतोः—राजा, ज्याचे अश्व पारव्या रंगाचे आहेत, असा तो द्रुपदाचा बलिष्ठ पुत्र धृष्टद्युम्न धर्मराजाला अशा प्रकारें आश्वासन देऊन बाण टाकीत टाकीत द्रोणांवर धांवला. ज्याच्या नुसत्या दर्शनानेंच अंगाचा थरकांप होऊन जावयाचा असा तो धृष्टद्युम्न पुढें सरसावलेला पाहून एका क्षणांत द्रोणांचा आनंद मावळला. परंतु इतक्यांत तुझ्या शत्रुनाशन दुर्मुख नामक पुत्राची त्याकडे दृष्टि जाऊन त्यानें द्रोणांचें प्रिय करण्याच्या उद्देशानें धृष्टद्युम्नास अडथळा केला. त्या वेळीं हे भारता, पार्षत धृष्टद्युम्न व रणशूर दुर्मुख यांचें मोठें तुंबळ युद्ध झालें. पार्षतानें शरजालानें क्षणार्धांत दुर्मुखास आच्छादून टाकिलें, आणि मोठी शरवृष्टि करून द्रोणांचेंही निवारण केलें. आपण केलेला प्रयत्न व्यर्थ जाऊन द्रोणांचें निवारण झालें हें पाहून तुझा मुलगा दुर्मुख यानें आपली शिकस्त केली; आणि नानाप्रकारचे असंख्य बाण सोडून शेवटीं धृष्टद्युम्नास अगदीं जेरीस आणिलें. अशा प्रकारें पंचालाधिपति धृष्टद्युम्न व कौरवाधिपति यांची समरांगणांत झटापट चालली असतां द्रोणांनीं आपल्या बाणांच्या योगानें युधिष्ठिराचें बहुतेक सर्व सैन्य उधळून लाविलें. वायूच्या योगानें मेघ ज्याप्रमाणें विस्कळित होतात त्याप्रमाणें पांडवाचें सैन्य विस्कळित झालेलें दिसूं लागलें. युद्धास प्रारंभ झाल्यापासून सुमारें दोन घटकांपर्यंत तें व्यवस्थित चाललें होतें; पण पुढें सर्व शिस्त जाऊन घोर रणकंदनास सुरुवात झाली. राजा, त्या हातघाईच्या प्रसंगीं स्वकीय कोण व परकीय कोण हेंही एकमेकांस ओळखेनासें होऊन कांहीं अनुमानानें व कांहीं खुणांवरून ते परस्परांशीं झगडूं लागले. त्यावेळीं पडलेले शिरोमणि, पदकें, भूषणें व कवचें यांच्या सूर्यकिरणांसारख्या प्रभा चमकूं लागल्या! बगळे उडत असतां आकाश चित्रविचित्र दिसावें त्याप्रमाणें अस्ताव्यस्त पडलेल्या पताका, रथ, घोडे व हत्ती यांच्या योगानें तें रण चित्रविचित्र दिसूं लागलें. वीर वीरांस मारूं लागले; खवळून गेलेले अश्व दुसऱ्या श्रेष्ठ अश्वांवर घसरले; रथी दुसऱ्या पक्षाकडील रथांचा चुराडा करूं लागले; आणि हत्ती हत्तींचा समाचार घेऊं लागले. ज्यांवर उंच पताका उभारल्या आहेत, अशा निशाणाच्या हत्तींचा दुसऱ्या श्रेष्ठ गजांशीं फारच भयंकर सामना होऊं लागला. ते परस्परांशीं भिडून एकमेकांस खेंचूं लागले, तेव्हां त्यांचे दांतांवर दांत आपटून त्यांच्या घर्षणापासून धूमयुक्त अग्नि निघूं लागला; त्यांवरील पताका अस्ताव्यस्त होऊन गेल्या; आणि दांतांतून ज्वाला निघूं लागल्यामुळें, ते आकाशांतील विद्युद्युक्त मेघांप्रमाणें शोभूं लागले. शरदृतूमध्यें आकाश ज्याप्रमाणें मेघांनीं अगदीं व्याप्त होतें, व त्यांतील कांहीं मेघ एकमेकांस रेटीत असून कांहींचा गडगडाट होत असतो, व कांहीं पर्जन्यरूपानें खालीं पडत असतात, त्याप्रमाणेंच या ठिकाणीं तें रणांगण गजांनीं अगदीं व्याप्त होऊन गेलें असून त्यांतील कांहीं दुसऱ्यांस रेटीत होते, कित्येक गर्जना करीत होते, व दुसरे कित्येक जमिनीवर कोसळत

होते, यामुळें ती रणभूमि शरत्कालीन नभोमंडलाप्रमाणें शोभूं लागली. बाण, तोमर व खड्ग यांचे त्या गजांवर प्रहार होऊं लागले, त्या वेळीं ते प्रलयकालाच्या मेघांप्रमाणें गर्जना करूं लागले. कांहीं श्रेष्ठ गजांस तोमरांचे तडाके बसल्यामुळें, व कांहींस बाण लागल्यामुळें ते भयभीत होऊन किंकाळ्या फोडीत होते आणि दुसरे कित्येक स्वतःस इजा झाली नसतांही इतर गजांच्या किंकाळ्या ऐकून त्यांचा अनुवाद करीत होते ! त्या ठिकाणीं कांहीं हत्ती परपक्षाकडील हत्तीच्या दांतांनीं जखमी झाल्यामुळें प्रलयकालाच्या मेघांप्रमाणें भयंकर व दुःखसूचक शब्द करीत होते; आणि प्रतिपक्षी गजांनीं पळवून लाविलेले कित्येक हत्ती अंकुशाचा इषारा झाल्यामुळें पुनः खवळून संग्रामांत मिसळत होते. दुसऱ्या महातांनीं बाण व तोमर यांचे प्रहार केल्यामुळें कांहीं महातांचे अंकुश व इतर आयुधें गळून जाऊन ते हत्तीवरून खालीं आले. त्यांचे मोकळे झालेले हत्ती ठिकठिकाणीं गर्जना करूं लागले; आणि परस्परांच्या धडकांनीं छिन्नभिन्न झालेल्या मेघाप्रमाणें जमिनीवर कोसळूं लागले. कित्येक मोठमोठ्या हत्तींवर आरूढ झालेले योद्धे त्यांच्या पाठीवरच गतप्राण होऊन पडले होते; कित्येक मूर्च्छित झाले होते; आणि कित्येकांचीं आयुधें गळून गेलीं होतीं. अशा वीरांस घेऊन ते हत्ती एकलकोंड्याप्रमाणें वाट फुटेल तिकडे भटकत होते. तोमर, खड्ग व परशु यांनीं आधींच जखमी झालेल्या हत्तींस आणखी जखमा होऊन ते दुःखानें किंकाळ्या फोडीत रणांगणीं देह टाकूं लागले. तेव्हां त्यांचीं तीं पर्वतप्राय शरीरें भूमीवर चोहोंकडे एकदम कोसळूं लागल्यामुळें भूमि कंपायमान होऊन शब्द करूं लागली. तीवर मेलेले प्रचंड हत्ती, पताका व सादी अस्ताव्यस्त पडल्यामुळें ती पर्वतांनीं व्याप्त झाल्याप्रमाणें दिसूं लागली. महारथांनीं अर्धचंद्राकार बाणांच्या योगानें हत्तींवरील कित्येक महातांचीं हृदयें विदीर्ण केल्यामुळें त्यांचे अंकुश व मोगर हातांतून सुटून जाऊन, त्याबरोबर ते महातही जमिनीवर कोसळले. भल्ल बाणांनीं घायाळ होऊन कित्येक हत्ती क्रौंच पक्ष्यांप्रमाणें चीं चीं करीत स्वकीय व परकीय वीरांस तुडवीत दशदिशांस उधळून गेले. राजा, त्या रणभूमीवर जिकडे तिकडे हत्ती, घोडे, रथी व पदाति यांचीं हजारों प्रेतें पडून रक्तमांसाचा चिखल झाला. हत्तींनीं आपल्या दंताग्रांनीं कित्येक चाकें मोडलेले व कित्येक चांगले रथही वरील वीरांसह भग्न करून वर झुगारून दिले. राजेंद्रा, त्या हातघाईच्या वेळीं वीर, रथ, स्वाररहित घोडे व सादीरहित हत्ती भयभीत होऊन सैरावैरा पळत सुटले. सर्व वीर अगदीं बेहोष होऊन बाप मुलांना मारूं लागले व मुलगे पित्यांना मारूं लागले. असा सर्व गोंधळ उडून गेला. कोणी कोणास ओळखीचना. पुढें सांपडेल त्यास काप, अशी सर्वांची अवस्था होऊन गेली. त्या वेळीं रक्ताचा इतका चिखल होऊन गेला कीं, त्यामध्यें वीर घोट्यापर्यंत बुडून गेले; आणि ते प्रदीप्त वणव्यामध्यें सांपडलेल्या वृक्षाप्रमाणें शोभूं लागले ! वस्त्रें, कवचें, ध्वज, पताका व छत्रें हीं सर्व रक्तानें भरून गेल्यामुळें ती रणभूमि सर्वत्र लालभडक दिसूं लागली. मरून पडलेले घोडे, रथी व मनुष्यें यांच्या ढिगाऱ्यांवरून वारंवार रथ गेल्यामुळें त्यांचा बहुतेक चेंदामेंदा होऊन गेला. राजा, तें हातघाईवर आलेलें सैन्य सागराप्रमाणें शोभत होतें. धांवणारे हत्तींचे समुदाय हा त्या सैन्यसागराचा भयंकर वेग होय; मेलेलीं मनुष्यें हें शेवाळ होय; आणि रथसमुदाय हे प्रचंड

भोंवरे होत. अशा त्या सैन्यरूप महासागरामध्यें जयरूप धनाची इच्छा करणारे वीर वाहनरूप मोठ्या नौकांच्या आश्रयानें संचार करीत असतां ठिकठिकाणीं गटंगळ्या खात होते, तथापि गडबडून गेले नाहींत. त्यांच्यावर एकसारखी बाणवृष्टि होऊन ते आच्छादित झाले होते, आणि त्या वृष्टीनें त्यांचीं शरीरें छिन्नभिन्न होऊन गेलीं होतीं. तथापि त्यांपैकीं एकही योद्धा भेदरून गेला नाहीं, किंवा एकाचीही मुखश्री उतरली नाहीं. अशा प्रकारचें घनघोर युद्ध चाललें असतां द्रोणांनीं शत्रूंस चकवून अचानक युधिष्ठिरावर झडप घातली !

अध्याय एकविसावा.

—:०:—

द्रोणांचा पराक्रम.

संजय सांगतोः—राजा, द्रोण जवळ येऊन भिडले असें पाहून युधिष्ठिरानें मोठी बाणवृष्टि करीत करीत निर्भयपणें त्यांस तोंड दिलें; परंतु त्याच्या सैन्यांत मात्र गोंधळ उडून गेला. एखादा भयंकर सिंह गजेंद्रास धरण्याच्या बेतांत आला असतां त्याच्या कळपांतील हत्तींमध्यें जसा हाहाःकार उडून जातो, तसा द्रोणाचार्य युधिष्ठिराजवळ पोंचतांच पांडवांच्या सैन्यांत एकच हलकल्लोळ उडून गेला. इतक्यांत द्रोणांस पाहून अमोघपराक्रमी शूर सत्यजित् युधिष्ठिराच्या रक्षणार्थ आचार्यांवर धांवला. तेव्हां ते दोघे बलिष्ठ योद्धे—द्रोण व सत्यजित् इंद्रबलीप्रमाणें सैन्यांस क्षोभवीत भयंकर युद्ध करूं लागले. महाधनुर्धर व सत्यपराक्रमी सत्यजित् यानें आपलें अस्त्रनैपुण्य दाखविण्याच्या उद्देशानें एका तीक्ष्ण शरानें आचार्यांस जखमी केलें; आणि सर्पविषाप्रमाणें भयंकर व प्रत्यक्ष मृत्यूप्रमाणें अंतकारक असे पांच बाण त्याच्या सारथ्यावर टाकून त्यास मूर्च्छित पाडिलें. त्यानें द्रोणाच्या घोड्यांवर एकदम दहा बाण मारिले; आणि क्रोधावेशानें दोघां पार्ष्णिसारथ्यांवरही प्रत्येकीं दहादहा बाण टाकून व त्यांस जखमी करून तो मंडलें घेत घेत सैन्याच्या तोंडावर संचार करूं लागला; व शिताफीनें त्यानें शत्रुघातक द्रोणांचा ध्वजही छेदून टाकला. संग्रामामध्यें त्यानें केलेलें हें कृत्य पाहून याची घटका भरत आली असें मनांत आणून द्रोणांनीं त्वरेनें त्याचें धनुष्यबाण छेदून टाकून तीक्ष्ण व मर्मभेदक शरांनीं त्यास वेध केला. परंतु त्या प्रतापी वीरानें न डगमगतां तत्काळ दुसरें धनुष्य घेतलें, आणि तीस कंकपत्र बाण द्रोणांवर टाकिले. राजा, सत्यजित् संग्रामामध्यें द्रोणांस ग्रासीत चालला आहे, असें पाहून पंचालपुत्र वृकानें शेंकडों तीक्ष्ण बाणांनीं द्रोणांस जर्जर केलें. याप्रमाणें रणगणांत द्रोण अगदीं झांकून गेलेले पाहून पांडव सिंहनाद करूं लागले, व आनंदानें वस्त्रें फडकावूं लागले. इकडे बलवान् वृकानें खवळून जाऊन द्रोणांना छातीच्या शिपींत साठ बाण मारून जखमी केलें. हें पाहून लोकांस मोठाच चमत्कार वाटला. राजेंद्रा, अशा प्रकारें शरवृष्टीनें ते महारथी द्रोण अगदीं झांकून गेले असतां त्या महावेगवंतानें रागानें डोळे फाडून मोठी गर्दी केली; आणि सत्यजित् व वृक या दोघांचीही धनुष्यें छेदून केवळ सहा बाणांनीं घोडे व सारथि यांसह वृकाचा शिरच्छेद केला ! तेव्हां सत्यजितानें दुसरें धनुष्य घेऊन पूर्वीपेक्षांही जास्त चपलाईनें बाण सोडून अश्व, सारथि व ध्वज यांसह द्रोणांस विद्ध केलें. याप्रमाणें पंचालपुत्रानें संग्रामामध्यें द्रोणांस जर्जर केलें असतां, तें त्यांस सहन न होऊन त्यांनीं पांचाल्याच्या वधार्थ त्वरेनें बाण सोडिले. द्रोणांनीं बाणांच्या हजारों सरी पाडून सत्य-

जिताचे घोडे, ध्वज, धनुष्य, मुष्टि व दोघे सारथि ह्यांना सर्व बाजूंनीं व्यापून टाकलें. याप्रमाणें सत्यजिताचें धनुष्य वरचेवर तुटत असतांही तो दिव्यास्त्रज्ञ पांचाल्य रक्ताश्व भारद्वाजांशीं तसाच झगडत होता. याप्रमाणें घनघोर युद्ध चाललें असतां महायुद्धामध्यें तशा प्रकारें प्रबल झालेल्या त्या सत्यजितास पाहून द्रोणांनीं अर्धचंद्राकार बाणानें त्या महात्म्याचें मस्तक छेदिलें !

पांचालांपैकीं महारथी वीर व मोठा धुरंधर योद्धा सत्यजित् पडतांच युधिष्ठिर द्रोणांच्या भीतीनें वेगवान् घोड्यांच्या साह्यानें तेथून दूर पळाला; आणि पांचाल, केकय, मत्स्य, चेदि, कारूष व कोसल हे युधिष्ठिराच्या रक्षणार्थ द्रोणास आडवे झाले. तेव्हां युधिष्ठिरास गांठण्याच्या इच्छेनें त्या शत्रुसंघनाशक आचार्यांनीं कापसाचा ढीग उडवून देणाऱ्या वायूप्रमाणें तीं सैन्यें उडवून दिलीं. द्रोणाचार्य वरचेवर सैन्यें दग्ध करीत सुटले असतांही विराटाचा धाकटा भाऊ शतानीक हा मोठ्या धिटाईनें द्रोणांवर धांवला. त्यानें, शिकलगारानें घांसून चक्क केल्यामुळें सूर्यकिरणांप्रमाणें उज्ज्वल दिसणाऱ्या अशा सहा बाणांनीं सारथि व अश्व यांसह द्रोणांस विद्ध करून भयंकर गर्जना केली आणि त्या घोरकर्मी शतानिकानें दुर्घट पराक्रम करून दाखविण्याच्या हेतूनें महारथी भारद्वाजांस शेंकडों बाणांनीं अगदीं छावून सोडिलें. परंतु इतक्यांत द्रोणांनीं एकाच क्षुर बाणानें गर्जना करणाऱ्या त्या शतानीकाचें कुंडलयुक्त शिरकमल तोडून पाडिलें. तें पहातांच मत्स्यवीरांनीं पळ काढिला. याप्रमाणें मत्स्यांस जिंकल्यानंतर भारद्वाजांनीं चेदि, करूष, केकय, पांचाल, सृंजय व पांडव यांसही पुनःपुनः जिंकिलें. तेव्हां अरण्यें खाक करणाऱ्या अग्नीप्रमाणें संतप्त होऊन सैन्यांची राखरांगोळी उडवीत असलेल्या त्या सुवर्णरथाधिष्ठित द्रोणास पाहून सृंजय थरथरां कांपूं लागले. ते चलाख द्रोण सर्वोत्तम धनुष्य घेऊन शत्रूंचा संहार करीत असतां त्यांच्या प्रत्यंचेचा टणत्कार जिकडे तिकडे ऐकूं येऊं लागला; आणि त्या कुशल वीरानें सोडलेले भयंकर बाण हत्ती, घोडे, पदाति, रथी व गजसादी यांची कत्तल उडवीत सुटले. हिंवाळा संपल्यानंतर मिश्र वायूनें युक्त असा मेघ ज्याप्रमाणें गर्जना करीत भयंकर वृष्टि करितो, त्याप्रमाणें जोराची बाणवृष्टि करून द्रोणांनीं सर्वांस भयभीत करून टाकिलें. ते महाबलाढ्य, शूर, महाधनुर्धर व मित्रांस आश्वासन देणारे द्रोण सैन्यांत गोंधळ उडवून देण्यासाठींच कीं काय चोहोंकडे संचार करूं लागले. त्या वेळीं मेघांमध्यें चमकणाऱ्या विजेप्रमाणें त्या महातेजस्वी द्रोणांचें सुवर्णालंकृत धनुष्य चोहोंकडे चमकत होतें. हे भारता, रणांगणांत वेगानें संचार करणाऱ्या त्या भारद्वाजांच्या ध्वजावरील वेदी हिमालयाचे शिखराप्रमाणें दिसत होती. देवदानव ज्यास वंदन करितात, त्या महाविष्णूनें पूर्वी असुरसमुदायांमध्यें जसा अनर्थ उडवून दिला, तसा त्या वेळीं द्रोणाचार्य पांडवांच्या सैन्यामध्यें मोठा अनर्थ उडवूं लागले. त्या रणशूर, सत्यवचनी, बुद्धिमान्, बलाढ्य, सत्यपराक्रमी व थोर द्रोणाचार्यांनीं कल्पांतकालाप्रमाणें तेथें एक घोर व भित्र्यांस भयभीत करून सोडणारी अशी भयंकर रक्तनदीच निर्माण केली. कवचें ह्या तिच्या लाटा असून ध्वज हे भोंवरे होत. तीं मनुष्यकलेवरांनीं आपलीं तीरें बनवीत चालली होती. हत्ती व घोडे हे तिच्यांतील नक्र असून तीमध्यें खड्गरूपी मासे तळपत असल्यामुळें तींतून जाणें दुर्घट झालें होतें. मेलेल्या वीरांचीं हाडें ही त्या घोर नदींतील वाळू, नगारे व ढोल हीं कांसवें, ढाली व चिलखतें हीं होडगीं

आणि केश हेंच शेवाळ होत. शररूप ओघांनीं व धनुष्यरूप ओढ्यांनीं ती संपन्न असून, बाहुरूप भुजंगांनीं ती व्यापून गेली होती. ती रणभूमींतून मोठ्या वेगानें वहात असून आपणाबरोबर कुरुसृंजयांस वाहून नेत होती. त्या नदींत मनुष्यमस्तकरूपी गोटे व शक्तिरूप मत्स्य असून गदारूप होड्या होत्या. शिरोवस्त्ररूपी फेंसानें ती चोहोंकडून वेष्टिली होती. अस्ताव्यस्त पडलेलीं आंतडीं हेच तिच्यांतील पाणसाप होते. वीरांचा अपहार करीत असल्यामुळें तीमध्यें रक्तमांसाचा चिखल माजला होता; आणि तेणेंकरून उग्र झालेल्या त्या नदीमध्यें गजरूपी नक्र असून तीरावर ध्वजरूपी वृक्ष होते. क्षत्रियांना बुडविणारी ती उग्र नदी कलेवरांनीं गच्च भरून गेली होती. घोडेस्वार हे मगर तिच्या पात्रांत असल्यामुळें तींतून पार पडणें मोठें कठीण झालें होतें. अशा प्रकारची मृत्युपुरीकडे वहात जाणारी एक भयंकर नदी द्रोणांनीं त्या ठिकाणीं निर्माण केली. तिच्या आश्रयानें मांसाहारी प्राण्यांचे समुदाय राहिले असून तीरावर कोल्ह्याकुत्र्यांचे कळप वास्तव्य करीत होते· आणि मांसभक्षक क्रूर श्वापदें तिच्या आसमंताद्भागीं राहिलीं होतीं.

असो; याप्रमाणें ते महारथी द्रोणाचार्य कृतांतकालाप्रमाणें सैन्य जाळीत सुटले असतां पांडवप्रभृति वीर चोहोंकडून त्यांवर घसरले; आणि आपल्या उष्ण किरणांच्या योगानें पृथ्वी संतप्त करणाऱ्या सूर्याप्रमाणें सैन्यास ताप देणाऱ्या द्रोणाचार्यांचें त्या वीरांनीं एकजुटीनें सर्व बाजूंनीं निवारण केलें. ते सर्वजण द्रोणावर घसरले असतां तुझ्या पक्षाकडील राजे व राजपुत्र यांनीं शस्त्रें सरसावून त्या महाधनुर्धर द्रोणांचें सर्वतोपरी संरक्षण केलें. नंतर शिखंडीनें द्रोणांवर पांच नतपर्व बाण टाकिले. त्याचप्रमाणें क्षत्रवर्म्यानें वीस, वसुदानानें पांच, उत्तमौजानें तीन, क्षत्रदेवानें सात, सात्यकीनें शंभर, युधामन्यूनें आठ, युधिष्ठिरानें बारा, धृष्टद्युम्नानें दहा, आणि चेकितानानें तीन बाण, आचार्यांवर टाकले. याप्रमाणें सर्व वीर वेध करूं लागले असतां त्या सत्यप्रतिज्ञ द्रोणांनीं मदोन्मत्त हत्तीप्रमाणें खवळून जाऊन रथसमुदायाचें उल्लंघन करून दृढसेनास खालीं लोळविलें; आणि निर्भयपणें प्रहार करीत असलेल्या क्षेमराजास गांठून त्यांनीं त्यावर नऊ बाण टाकिले. तेव्हां तो तत्काल गतप्राण होऊन रथाखालीं कोसळला. नंतर द्रोण सैन्याच्या मध्यभागीं आले आणि दाही दिशांस संचार करून सर्वांचें संरक्षण करूं लागले. राजा, त्या वेळीं दुसऱ्या कोणी त्यांचें रक्षण करण्याची मुळींच अपेक्षा नव्हती. इतकेंच नव्हे, तर तेच आपल्या पक्षाकडील इतर सर्व वीरांचें संरक्षण करण्यास समर्थ होते. त्यांनीं शिखंडीवर बारा व उत्तमौजावर वीस बाण टाकून एका अर्धचंद्राकार बाणानें वसुदानास यमसदनी पाठविलें. त्यांनीं क्षत्रवर्म्यावर ऐशीं व सुदक्षिणावर सव्वीस बाण टाकून त्यांचा वेध केला; आणि एकाच भल्ल बाणाच्या योगानें क्षत्रदेवास रथ्याच्या जागेवरून लोळविलें. नंतर युधामन्यूस चौसष्ट बाणांनीं आणि सात्यकीस तीस बाणांनीं घायाळ करून, ते त्वरेनें युधिष्ठिरावर धांवून गेले. तेव्हां तो नृपश्रेष्ठ युधिष्ठिर वेगवान् अश्वांच्या साह्यानें तत्काळ आचार्यांपासून दूर पळाला, आणि पांचाल नांवाचा वीर द्रोणांस आडवा झाला. परंतु द्रोणांनीं त्यास धनुष्य, घोडे व सारथि यांसह विद्ध केलें असतां तो गतप्राण होऊन, आकाशांतून पडणाऱ्या ज्योतीप्रमाणें रथावरून खालीं जमिनीवर कोसळला. राजा, पांचालांची कीर्ति वाढविणारा तो राजपुत्र वध पावतांच

त्यांच्या सैन्यांत "द्रोणास मारून टाका, द्रोणास मारून टाका!" असा एकच ध्वनि उठला. पांचाल, मत्स्य, केकय, सृंजय व पांडव अशा प्रकारें अत्यंत खवळून गेले असतां त्या बलिष्ठ द्रोणांनीं त्यांस अगदीं भंडावून सोडलें. त्यांनीं कौरवांच्या साह्यानें सात्यकि, चेकितान, धृष्टद्युम्न व शिखंडी, वार्धक्षेमि, चैत्रसेनि, सेनाबिंदु, सुवर्चा ह्यांचा आणि इतरही नानादेशाच्या असंख्य भूपालांचा संग्रामामध्यें पराभव करून टाकला. हे राजाधिराजा, तुझ्या पक्षाकडील सैनिकांस त्या भयंकर संग्रामामध्यें अशा प्रकारें जय मिळाला असतां, दशदिशांस पळून जाणाऱ्या पांडवांकडील वीरांस ते रणांगणांत ठार करूं लागले. हे भारता, इंद्र वध करीत असतां दानव ज्याप्रमाणें त्रस्त होतात, त्याप्रमाणें ते महानुभाव द्रोणाचार्य वध करूं लागले असतां पांचाल, केकय व मत्स्य यांचा अगदीं थरकांप होऊन गेला.

अध्याय बाविसावा.

—:o:—

कर्णदुर्योधनसंवाद.

धृतराष्ट्र विचारतोः—संजया, त्या महायुद्धामध्यें भारद्वाजांनीं पांडव, पांचाल आदिकरून सर्वांचा मोड केला असतां त्यांपैकीं एखादा वीर तरी युद्धाच्या इच्छेनें परत फिरला कीं नाहीं? अरे, मरेपर्यंत युद्ध करणें हाच विचार सर्वश्रेष्ठ असून तो क्षत्रियांस मोठा भूषणावह आहे. श्रेष्ठ लोक त्याचा नेहमीं आदर करीत असून निंद्य पुरुष मात्र या विचाराच्या उलट वागतात. सैनिकांचा पराभव झाला असतांही जो परत फिरतो, तोच मोठा वीर व खरा शूर होय. तेव्हां युद्ध करण्याच्या स्तुत्य हेतूनें कोणता वीर पुढें सरसावला? किंवा द्रोणाचार्यास सज्ज झालेले पाहून पुढें सरसावण्याजोगे वीर पांडवांकडे कोणी नव्हताच? व्याघ्राप्रमाणें जांभया देणारे गंडस्थल उकललेल्या हत्तीप्रमाणें मदोन्मत्त, युद्धामध्यें जिवावरही उदार झालेले, मोठ्या बंदोबस्तानें राहिलेले, आश्चर्यकारक युद्ध करणारे, मोठें धनुष्य धारण करणारे, शत्रूंचें भय वृद्धिंगत करणारे, कृतज्ञ, सत्यनिष्ठ व दुर्योधनाच्या कल्याणाविषयीं तत्पर अशा त्या पुरुषश्रेष्ठ शूर भारद्वाजांस तशा प्रकारें सैन्याच्या तोंडीं पाहूनही कोणते वीर मागें फिरले तें मला सांग.

संजय सांगतोः—द्रोणांच्या बाणांनीं पांडव पांचाल, मत्स्य, सृंजय, चेदि व केकय यांची घाबरगुंडी वळून ते पळत सुटले आहेत, आणि नदीच्या प्रचंड प्रवाहाबरोबर होडी वाहून जाते त्याप्रमाणें ते द्रोणांच्या धनुष्यापासून निघालेल्या वेगवान् शरप्रवाहानें वहात चालले आहेत, असें पाहून कौरवांनीं सिंहनाद करीत व नानाप्रकारचीं वाद्यें वाजवीत प्रतिपक्षाकडील रथ, हत्ती व पायदळ या सर्वांस सर्व बाजूंनीं अगदीं वेढून टाकलें. अशी त्यांची अवस्था पाहून, सैन्याच्या मध्यभागीं आपल्या मित्रमंडळीसह उभा असलेला दुर्योधन राजा आनंदानें हंसत हंसत कर्णाशीं बोलूं लागला.

दुर्योधन म्हणतोः—राधेया, हे पहा पंचाल द्रोणांच्या बाणांनीं सैरावैरा पळत सुटले आहेत. वन्य पशूंस त्रस्त करणाऱ्या सिंहाप्रमाणें महा धनुर्धर आचार्यांनीं यांची अगदीं त्रेधा उडविली आहे. आतां यांस पुनः कधींही युद्धाची इच्छा होणार नाहींसें मला वाटतें. कारण मोठमोठीं झाडें मोडून पाडणाऱ्या वायूप्रमाणें द्रोणांनीं यांची अगदीं वाताहत उडविली आहे. अरे, त्या महासमर्थ आचार्यांच्या सुवर्णपुंख बाणांनीं जर्जर होऊन हे ठिकठिकाणीं धडपडत धडपडत अनेक मार्गांनीं पळत सुटले आहेत पहा! हे या ठिकाणीं कित्येक वीर महात्म्या

द्रोणांनीं व कौरवांनीं चोहोंकडून अडविल्यामुळें अग्नीनें घेरून टाकलेल्या गजांप्रमाणें मंडलाकार गोळा झाले आहेत. अरे, मधमाशांच्या नांग्यां-प्रमाणें आचार्यांचे तीक्ष्ण शर यांच्या शरीरांत शिरल्यामुळें धूम ठोकीत पळत सुटलेले हे पहा कित्येक लोक एकमेकांवर कोसळत आ हेत! कर्णा, त्या महाक्रोधी भीमसेनाला सर्व पांडव व सृंजय सोडून गेले आहेत, व माझ्या योद्ध्यांनीं त्यास चोहोंकडून घेरा दिला आहे. हा जरी आपल्या जागेवर उभा आहे, तरी याची अशी दीन स्थिति झाल्यामुळें हा मला आज आनंदच देत आहे! अरे, सर्व साहा-य्यकर्ते पळून गेले असतांही क्रोधानें लढत राहाणाऱ्या ह्या अविचारी भीमसेनास आज सर्व जग द्रोणमय झालेलें दिसूं लागून जीवित व राज्य यांविषयीं पूर्णपणें निराश व्हावें लागणार हें खास!

कर्णानें उत्तर केलें:—हे नरेंद्रा, हा महा-बाहु भीमसेन जिवांत जीव आहे तोंपर्यंत कदापि युद्ध सोडणार नाहीं. अरे, आपले हे सिंह-नाद यास सहन व्हावयाचे नाहींत. इतकेंच नव्हे, तर तूं म्हणतोस त्याप्रमाणें युद्धामध्यें पांडवांचा मोड कदापि होणार नाहीं अशी माझी समजूत आहे. कारण ते शूर, बलवान्, अस्त्रज्ञ व मोठे झुंजार वीर आहेत. शिवाय आपणांकडून विष, अग्नि व द्यूत यांसंबंधीं त्यांस पोंचलेली पीडा व वनवास यांचें स्मरण त्यांच्या हृदयांत नित्य जागृत असल्यामुळें, ते यापुढें लढणार नाहींत, असें कदापि होणार नाहीं. ते समरांगण सोडून कदापि जाणार नाहींत, असें मला वाटतें. अरे, तो अमित-पराक्रमी महाबाहु वृकोदर जर उलटला, तर मोठमोठ्या महारथांस तेव्हांच चिरडून टाकील; आणि खड्ग, धनुष्य व शक्ति यांच्या योगानें वीरां-चा शेणसडा करील! बाबारे, तो महाबली खवळ-ला म्हणजे घोडे, हत्ती, मनुष्य व रथ जें पुढें सांपडेल तें आपल्या सैन्यावर फेंकीत सुटेल, आणि आपल्या लोहदंडानें एकदम सैनिकांच्या टोळ्यांच्या टोळ्याच लोळवील. अरे, ते पहा सात्यकिप्रभृति वीर भीमाच्या मागोमाग येत आहेत; आणि त्या क्षुब्ध झालेल्या भीमसेनानें आज्ञा केल्यामुळें पंचाल, केकय, मत्स्य व वि-शेषेंकरून पांडव हे शूर, बलवान्, पराक्रमी व महारथी वीर मारामारी करीत भीमसेनासच अनुसरत आहेत. ते सर्व कुरुकुलावतंस वृको-दराच्या रक्षणासाठीं सूर्यापुढें येणाऱ्या मेघगणां-प्रमाणें चोहोंकडून द्रोणांवर चालून येत आहेत. मुमूर्षु पतंग दीपावर झडप घालतात त्याप्रमाणें हे दृढनिश्चयी वीर द्रोणांवर येऊन पडतील. आणि त्या युद्धदीक्षा घेतलेल्या आचार्यांच्या रक्षणास कोणी नसल्यामुळें ते त्यांस पीडाही देतील. हे पांडव मोठे अस्त्रज्ञ असल्यामुळें भारद्वाजांसही रोधण्यास निःसंशय समर्थ आहेत. यामुळें आचार्यांवर हा मोठाच पेंच येऊन पडला आहे असें मला वाटतें. लांड-ग्यांनीं गजेंद्राचा वध करण्याप्रमाणें या क्षुद्र पांडवांनीं दृढव्रत आचार्यांचा वध न करावा, यासाठीं आपण आचार्य उभे आहेत तिकडेच त्वरेनें जाऊं, चला.

संजय सांगतोः—राजा, राधेयाचें हें भाषण ऐकून दुर्योधन राजा आपल्या भावांसहवर्तमान द्रोणाचार्यांच्या रथाजवळ जाऊन पोंचला. त्या अनेक रंगांच्या श्रेष्ठ अश्वांच्या साह्यानें परत फिरलेल्या व एकाकी द्रोणांचा वध करूं पाहा-णाऱ्या पांडवांचा त्या ठिकाणीं मोठाच हलक-ल्लोळ माजून राहिला होता.

अध्याय तेविसावा.

—:०:—

अश्व, ध्वज वगैरेंचें वर्णन.

धृतराष्ट्र विचारतोः—संजया, भीमसेनप्रभृति जे वीर क्रुद्ध होऊन द्रोणांवर उलटले, त्या सर्वांचीं रथचिन्हें कसकशीं होतीं तें मला सांग.

संजय सांगतोः—अस्वलाप्रमाणें काळेकुळकुळीत घोडे जोडलेल्या रथांत बसून भीमसेनानें उलट खाल्लेली पाहातांच, ज्याचे अश्व शुभ्रवर्ण आहेत असा शूर सात्यकिही मागें परतला. त्याचप्रमाणें सारंग रंगाच्या अश्वांनीं युक्त असा तो अजिंक्य युधामन्यु क्रुद्ध होऊन घोड्यांस स्वतःच त्वरा करीत द्रोणरथावर येऊन पडला. ज्याच्या तलख घोड्यांचा रंग पारव्यांप्रमाणें असून त्यांवर सुवर्णाचें बहुमोल सामान घातलें आहे, असा पंचालराजाचा पुत्र धृष्टद्युम्नही मागें फिरला. ज्याचे अश्व रक्तकमलाप्रमाणें आरक्तवर्ण आहेत असा दृढनिश्चयी क्षत्रवर्मा पित्याला उत्तम जयप्राप्ति व्हावी म्हणून त्याच्या साह्यार्थ परतला. शिखंडीचा मुलगा क्षत्रदेव याचे अश्व कमलपत्राच्या रंगाचे असून त्यांचे डोळे फारच पाणीदार होते; आणि ते उत्तम रीतीनें शृंगारलेले होते. त्या अश्वांस स्वतःच तांतड करीत तो त्वरेनें पुढें आला. राजा, नकुलाचे घोडे कांबोज देशाचे होते. त्यांमधील विशेष असा आहे कीं, त्यांचें कपाळ, जघन, खांदा व छाती विशाल असून वेगही भारी असतो; मान व एकंदर शरीर लांबट असतें; आणि वृषण आंखूड असतो. नकुलाचे अश्व कांबोज देशाचे असून विशेष देखणे होते; आणि पोपटाच्या पिसांप्रमाणें त्यांची लव होती. असे ते उत्तम अश्व नकुलास घेऊन तुझ्या सैन्यावर वेगानें चालून आले. हे भारता, मेघांप्रमाणें कृष्णवर्णाचे घोडे युद्धाविषयीं उत्सुक झालेल्या उत्तमौजाला अजिंक्य द्रोणाचार्याकडे घेऊन आले. तित्तिर पक्ष्यांप्रमाणें ज्यांचा वर्ण आहे, आणि जे वेगानें वायूप्रमाणें आहेत, अशा अश्वांनीं आयुधें सज्ज केलेल्या सहदेवास युद्धाच्या गर्दींत आणिलें. ज्यांचें सर्वांग हस्तिदंताप्रमाणें शुभ्र आहे, परंतु शेंपटीचे केंस मात्र काळे आहेत, असे युधिष्ठिराचे वायूप्रमाणें वेगवान् अश्व त्यास घेऊन चालले. युधिष्ठिर निघाल्याबरोबर सर्वच सैन्यें सज्ज झालीं; आणि वायूप्रमाणें वेगवान् व सुवर्णालंकारांनीं उत्तम शृंगारलेल्या घोड्यांच्या साह्यानें त्याच्या बरोबर निघालीं. पंचालाधिपति द्रुपद राजा युधिष्ठिराच्या अगदीं मागोमाग येत असून त्याचें छत्र सुवर्णमय होतें; आणि पांचाल देशाचे सर्व सैनिक त्याचें रक्षण करीत होते. ज्यांच्या कपाळाच्या मध्यभागीं नक्षत्रासारखा स्वच्छ तिलक असतो असे ललामसंज्ञक श्रेष्ठ अश्व त्याच्या रथास जोडले होते. ते इतके तापट होते कीं, त्यांस कोणत्याही प्रकारचा शब्द झालेला देखील सहन होत नसे. त्यांचा वर्ण पिवळ्या रेशमी वस्त्राप्रमाणें असून केश व आयाळ सुवर्णाप्रमाणें चकाकत होतीं. अशा अश्वांच्या रथांत बसून तो महाधनुर्धर द्रुपद राजा निर्भयपणें सर्व राजांच्या मध्यभागीं शांतपणें चालला होता. त्याच्या पाठीमागून सर्व महारथांसहवर्तमान विराट राजा मोठ्या लगबगीनें चालला; आणि केकय, शिखंडी व धृष्टकेतु हेही त्या मत्स्याधिपति विराटाच्या मागोमाग आपआपल्या सैन्यासह चालले होते. त्या शत्रुघातक विराटाचे गुलाबी रंगाचे श्रेष्ठ घोडे त्यास घेऊन चालले असतां फारच मनोहर दिसत होते. हळदीप्रमाणें पिवळ्या रंगाचे सुवर्णालंकृत घोडे मोठ्या उत्साहानें विराटपुत्रास तेथें त्वरेनें घेऊन गेले. केकय देशाचे अधिपति पांच भाऊ होते, ते

इंद्रगोपकसंज्ञक कीटकांप्रमाणें तांबड्या रंगाचे घोडे घेऊन तेथें येऊन दाखल झाले. त्या सर्व राजपुत्रांची कांति सुवर्णाप्रमाणें असून त्यांनीं सोन्याचे अलंकार घातले होते; आणि त्यांचे ध्वजही लाल रंगाचेच होते. ते सर्वजण मोठे शूर व युद्धकलाभिज्ञ असून त्या वेळीं चिलखतें घालून जसे कांहीं मेघांप्रमाणें वर्षाव करीत होते. महातेजस्वी शिखंडीला तुंबरूनें दिलेले भुरकट घोडे त्या पंचालपुत्रांसह समरांगणांत येऊन दाखल झाले. त्याचप्रमाणें पांचालाकडील बारा हजार महारथी वीर तेथें येऊन पोंचले. त्यांपैकीं सहा हजार या शिखंडीबरोबर चालले होते. हे सन्मान्य राजा, ज्यांच्या अंगावर टिपके टिपके आहेत असे कबऱ्या रंगाचे घोडे शिशुपालाच्या प्रतापी पुत्रासह सहज लीलेनेंच जसे कांहीं तेथें येऊन पोंचले. आपल्या विलक्षण सामर्थ्यानें उत्कर्षास चढलेला चेदि देशचा राजा अजिंक्य भूपाल धृष्टकेतु कांबोज देशच्या कबऱ्या घोड्यांसह तेथें आला. राजा, सिंधुदेशचे अश्व मोठे प्रख्यात आहेत. त्यांचें तोंड मान व जननेंद्रिय लांब असून नेत्र विशाल असतात. केंस अगदीं पातळ असतात आणि शरीर धिप्पाड असून फार बळकट असतें. या जातीचे फोलकटाच्या धुरासारख्या निळसर रंगाचे घोडे, केकय देशचा सुकुमार राजा जो बृहत्क्षत्र, त्याला घेऊन त्वरेनें तेथें पोहोंचले. तांबडा व पांढरा यांच्या सम प्रमाणानें होणाऱ्या पद्मवर्णाप्रमाणें ज्यांचा रंग असून, नेत्र मोगरींच्या फुलांप्रमाणें स्वच्छ आहेत, आणि ज्यांवर उत्कृष्ट शृंगार घातला आहे, असे बाल्हीक देशचे अश्व शिखंडिपुत्र शूर ऋक्षदेवास घेऊन आले. राजा, हे बाल्हीक देशचे घोडे बहुतेक कांबोज देशच्या घोड्यांप्रमाणेंच असतात. विशेष इतकाच कीं, त्यांची पाठ व शरीर त्यांच्यापेक्षां जास्त लांब असतें. शत्रूंचें दमन करणाऱ्या सेनाबिंदूला ज्यांनीं समरांगणांत आणिलें, ते अश्व अगदीं गरीब स्वभावाचे व रेशमांप्रमाणें पिवळट रंगाचे असून त्यांवर सुवर्णाचें भारी सामान घातलें होतें. काश्य राजाचा सुकुमार व तरुण पुत्र जो महारथी अभिभू, त्याला रणांगणांत नेणारे घोडे क्रौंचवर्ण होते. या जातीच्या घोड्यांची आयाळ व केंस पांढरे असतात, आणि त्वचा, गुह्य, नेत्र, ओष्ठ व खूर काळेभोर असतात. हे धृतराष्ट्र राजा, प्रतिविंध्य राजपुत्राचे घोडे पांढऱ्या रंगाचे असून त्यांची मान मात्र काळी होती; आणि त्यांचा वेग प्रत्यक्ष मनाप्रमाणें होता; तथापि ते सारथ्याच्या अगदीं हुकुमांत वागत असत. अर्जुनाचा सौम्य स्वभावाचा पुत्र जो सुतसोम, त्याचे उडदाच्या फुलाप्रमाणें फिकट पिवळ्या रंगाचे घोडे त्यास समरांगणांत घेऊन गेले. कुरुकुलाची राजधानी जें इंद्रप्रस्थ नगर—ज्याला उदयेंदु अशीही संज्ञा आहे, त्या नगरामध्यें सोमयाग चालला असतां सहस्र चंद्रांप्रमाणें आल्हादकारक असा हा पुत्र जन्मला म्हणून यास सुतसोम असें नांव पडलें आहे. नकुलाचा मोठा गुणवान् पुत्र जो शतानीक त्याच्या घोड्यांचा रंग शालपुष्पांप्रमाणें तांबूस पिवळा असून बालरवीसारखें त्यांचें तेज होतें. मोराच्या कंठाप्रमाणें ज्यांची कांति व सोन्याचा मुलामा दिलेले ज्यांचे तंग, असे श्रेष्ठ अश्व द्रौपदीपुत्र श्रुतकर्म्याला घेऊन समरांगणांत गेले. युद्धामध्यें अर्जुनाची बरोबरी करणारे द्रौपदीचे दुसरे दोन मुलगे श्रुतकीर्ति व श्रुतानिधि यांच्या अश्वांचा वर्ण चास पक्ष्याच्या पिसांसारखा होता. युद्धामध्यें कृष्णापेक्षां किंवा अर्जुनापेक्षां दीडपट सरस म्हणून ज्याची प्रसिद्धि आहे, तो कुमार अभिमन्यु आपल्या कपिलवर्ण अश्वांसह रणांगणांत प्रवेशला. राजा, तुझ्या मुलांना सोडून जो एकटाच पांडवांच्या पक्षास जाऊन मिळाला

आहे, तो युयुत्सुही आपल्या गव्हाच्या काडाप्रमाणें पिवळट रंगाच्या धिप्पाड व स्थूल घोड्यांच्या साह्यानें तावडतोब येऊन युद्धांत मिसळला. उत्तम शृंगारलेले कृष्णवर्णाचे घोडे चपल वार्धक्षेमीला घेऊन युद्धाच्या गर्दींत शिरले. ज्यांवरील मौल्यवान् गाशांवर सोनेरी वेलबुट्टी काढिली आहे असे सारथ्याच्या हुकुमांत वागणारे स्वच्छ पायांचे तुरंग राजकुमार सौचित्तीला घेऊन युद्धभूमीस परतले. श्रेणिमानाच्या रथास जोडलेले अश्व स्वभावानें थंड असून त्यांचा रंग पिवळ्या रेशमी वस्त्रासारखा होता. त्यांवरील खोगीर सर्व सुवर्णमय असून त्यांच्या गळ्यांत सुवर्णाच्या माळा घातल्या होत्या, यामुळें ते विशेष शोभत होते. अशाच प्रकारचे सुवर्णमाला, सुवर्णाचें खोगीर व उत्तम शृंगार घातलेले रणशूर अश्व, प्रशंसेस पात्र अशा नरश्रेष्ठ काशीराजास समरांगणांत घेऊन गेले. अस्त्रसंबंधीं धनुर्वेद व मुख्य ब्रह्मवेद या दोहोंत पारंगत असलेला सत्यधृति येत असतां त्याच्या रथाला अरुणवर्णाचे घोडे जुंपिलेले होते. ज्या पांचालसेनानायकानें द्रोणवधाचा विडा उचलला होता, त्या धृष्टद्युम्नाचा रथ ओढणाऱ्या तुरंगमांचा रंग पारवा होता. सत्यधृति, मोठा झुंजार वीर सौचित्ति, श्रेणिमान्, वसुदान व काश्य राजाचा पुत्र अभिभू हे धृष्टद्युम्नाच्या अगदीं पाठोपाठ आले. त्यांस यम व कुबेर यांचीच उपमा योग्य असून त्यांस पाहून शत्रुसैन्याचा थरकांप होत होता. राजा, त्यांच्या रथांस कांबोज देशचे उत्कृष्ट अश्व जोडिले असून त्यांच्या अंगावर सुवर्णाच्या माळा घातल्या होता. अशा या राजांबरोबर कांबोज देशचे सहा हजार प्रभद्रकसंज्ञक वीर आपल्या सुवर्णध्वजांकित व सुवर्णमय रथांत नानारंगांचे अश्व जोडून व शस्त्रें सज्ज करून चालले होते. त्यांनीं आपल्या धनुष्यांस प्रत्यंचा चढविल्या असून ते शरवृष्टीनें शत्रूंची दाणादाण उडवीत होते; आणि मोठ्या शौर्यानें लढून प्रसंगीं सर्वांनीं एकदम मरूनही जावयाचें अशा निश्चयानें ते धृष्टद्युम्नाबरोबर चालले होते. सुवर्णमालांनीं अलंकृत केलेले पिंगट पांढऱ्या रंगाचे घोडे चेकितानाचा रथ. मोठ्या उत्साहानें ओढीत होते. इंद्रधनुष्याप्रमाणें ज्यांचा वर्ण चित्रविचित्र आहे अशा उत्तम जातलग घोड्यांच्या रथांत बसून अर्जुनाचा मामा कुंतिभोज पुरुजित् हा समरांगणांत जाऊन पोंचला. जे घोडे रोचमान राजांस समरांगणांत घेऊन आले, त्यांच्या निळ्या अंगावर पांढरे ठिपके असल्यामुळें ते तारकायुक्त अंतरिक्षाप्रमाणें शोभत होते. जरासंधाचा मुलगा सहदेव याच्या रथास जोडलेल्या अश्वांचें शरीर कबऱ्या रंगाचें असून त्यांचे पाय मात्र निर्भेळ काळे होते; आणि त्यांच्या अंगावरील झुलींस सोन्याच्या जाळ्या लाविल्या होत्या. कमलाच्या देंठाप्रमाणें ज्यांचा रंग आहे व श्येनपक्ष्याप्रमाणें आश्चर्यकारक ज्यांचा वेग आहे, अशा हयश्रेष्ठांनीं सुदाम्यास त्या ठिकाणीं आणिलें. पंचालांपैकीं गोपतीचा पुत्र सिंहसेन याच्या रथाचे घोडे सशाच्या रक्ताप्रमाणें फिकट तांबूस रंगाचे असून त्यांवर पांढरे पट्टे होते. त्याचप्रमाणें पांचालांमध्यें रणशूर म्हणून प्रख्यात असलेल्या जनमेजय नामक वीरश्रेष्ठाचे घोडे हुबेहूब मोहरीच्या फुलाप्रमाणें पिवळ्या रंगाचे होते. सर्व शरीराचा रंग उडदाप्रमाणें मळकट सांवळा आणि पाठ मात्र दह्याप्रमाणें पांढरी असून तोंड तेवढें रंगीबेरंगी, असे सुवर्णमाला घातलेले धिप्पाड व वेगवान् अश्व पांचाल्यास त्वरेनें रणांगणांत घेऊन आले. मनोहर चेहेरा, वेताच्या छडीप्रमाणें सडपातळ शरीर आणि कमलकेसरासारखा वर्ण यांनीं संपन्न असलेले शूर अश्व दंडधारास घेऊन

आले. ज्यांच्या शरीराचा रग गर्दभाप्रमाणें मळकट अरुण आहे, आणि पाठीचा मात्र मूषकाप्रमाणें मळकट पांढरा आहे, असे उन्मत्तपणानें खिंकाळत असल्यामुळें मोठ्या प्रयत्नानें आवरून धरलेले अश्व व्याघ्रदत्तास घेऊन आले. अनेक रंगांच्या फुलांनीं सुशोभित केलेले काळ्या रंगाचे विलक्षण घोडे पंचालपुत्र सुधन्व्यासह तेथें येऊन पोंचले. विद्युत्पाताप्रमाणें ज्यांचा तडाका असून इंद्रगोपक कीटकांप्रमाणें ज्यांची प्रभा आहे, आणि अंगावर चित्रविचित्र पट्टे आहेत, असे अद्भुत अश्व चित्रायुधाला घेऊन समरांगणांत दाखल झाले. चक्रवाक पक्ष्याप्रमाणें ज्यांच्या पोटाच्या रंगांत पांढऱ्या रंगाची थोडीशी झांक आहे अशा आपल्या चपल अश्वांसह संग्रामांत कोसलाधिपतीचा पुत्र सुक्षत्र हा सामील झाला. हे धृतराष्ट्र राजा, सुवर्णमालांनीं शृंगारलेले, चित्रविचित्र रंगाचे, सुशिक्षित, धिप्पाड, उंच व शुभकारक अश्व, धैर्यशाली क्षेमीराजाला युद्धामध्यें घेऊन आले. ज्याचे घोडे, धनुष्य, कवच, ध्वज वगैरे सर्व कांहीं एक रंगाचें म्हणजे स्वच्छ पांढरें आहे असा शुक्ल राजाही ताबडतोब समरांगणास परतला. समुद्रसेनाचा रुद्राप्रमाणें तेजस्वी पुत्र चंद्रसेन याच्या रथाला चंद्राप्रमाणें आल्हादकारक असे सामुद्र अश्व जोडिले होते. सुवर्णाचे अलंकार व तऱ्हेतऱ्हेच्या माळा यांनीं शृंगारिलेले नीलोत्पलाच्या रंगाचे अश्व समरभूमीकडे शैब्य राजाचा अद्भुत रथ ओढीत होते. वाटाण्याच्या फुलाप्रमाणें ज्यांच्या रगांत श्यामवर्णाची झांक मारीत असून अंगावर पांढरे व तांबडे पट्टे आहेत, असे उत्तम अश्व युद्धांत सहसा हार न जाणाऱ्या रथसेनाचे रथास जोडिले होते. हे राजेंद्रा, पट्टचर नामक दैत्यांचा ज्यानें नाश केला, व ज्यास सर्व मानवांहून अधिक शूर म्हणून म्हणतात, त्या समुद्राधिपतीचे पोपटी रंगाचे घोडे समरांगणाकडे दौडत निघाले. राजा, चित्रायुधाचें कवच, त्याच्या माळा, शस्त्रें, ध्वज वगैरे सर्व कांहीं विचित्र होतें, आणि पलाशपुष्पांच्या रंगाचीं अश्वरत्नें त्याचा रथ नेत होतीं. ज्याचें कवच, धनुष्य, ध्वज वगैरे सर्व साहित्य एका निळ्या रंगाचें आहे, तो नील वीर आपल्या निळ्या रथास निळेच घोडे जोडून मागें परतला. हे राजाधिराजा, चित्र राजाचा रथ, धनुष्य व रथावरील लोहमय आवरण यांवर नानाप्रकारच्या रत्नांचें जडावाचें काम केलें होतें, आणि त्याचे घोडे, ध्वज व पताका देखील मोठ्या चित्रविचित्र होत्या. रोचमानाचा पुत्र हेमवर्ण याचा रथ वाहणारे घोडे फारच उत्तम असून कमलपुष्पाप्रमाणें त्यांचा रंग होता. दंडकेतूच्या रथाला जोडलेले घोडे उत्तम हालचाली करणारे असून लढाईस सर्वस्वीं योग्य होते. त्यांची पाठ व वृषण गौरवर्ण असून सर्व शरीर कोंबडीच्या अंड्याप्रमाणें तुळतुळीत होतें.

असो; हे राजाधिराजा, मागें श्रीकृष्णानें पांड्य देशांतील कपाट नामक नगराचा विध्वंस करून तेथील राजास ठार केलें असतां व त्या कठीण प्रसंगीं सर्व बंधु पळून गेले असतांही ज्यानें भीष्म, द्रोण, परशुराम व कृपाचार्य यांपासून अस्त्रविद्या संपादन केली, आणि तेणेंकरून जो रुक्मी, कर्ण, अर्जुन व प्रत्यक्ष श्रीकृष्ण यांच्या बरोबरीचा अस्त्रकुशल झाला; याप्रमाणें सामर्थ्य प्राप्त झाल्यानंतर संपूर्ण पृथ्वी जिंकण्याची व पित्याचा सूड उगवावा म्हणून द्वारका उध्वस्त करण्याची इच्छा झाली असतां विचारी व बुद्धिमान् सुहृज्जनांनीं हितबुद्धीनें ज्याचें निवारण केलें, आणि सांप्रत जो श्रीकृष्णाबरोबरचा वैरभाव सोडून देऊन शांतपणानें आपलें राज्य करीत आहे, तो

महापराक्रमी व बलवान् पांड्याधिपति सागरध्वज चंद्रकिरणांप्रमाणें प्रकाशमान व वैदूर्य रत्नांच्या जाळ्यांनीं आच्छादित अशा अश्वांच्या रथांत बसून आपलें दिव्य धनुष्य खेंचीत द्रोणांवर चालून आला. या पांड्य राजाच्या मागोमाग जें सैन्य समरांगणांत आलें, त्यांत एक लक्ष चाळीस हजार मुख्य रथ असून त्यांस आडुळशाच्या फुलांप्रमाणें पांढऱ्या रंगाचे घोडे जोडिले होते. रणशूर घटोत्कचाच्या रथास निरनिराळ्या रंगांचे आणि शरिराचा बांधा व चेहरे यांत परस्परांहून फारच भिन्न असे अश्व जोडिले असून त्याच्या ध्वजावर रथचक्रासारखें चिन्ह होतें. कौरवपक्षाकडे गोळा झालेल्या सर्व भारती वीरांचीं मतें सोडून देऊन, आणि सर्व प्रियकर गोष्टींवर लाथ मारून जो मोठ्या भक्तीनें युधिष्ठिराच्या सेवेस सादर झाला, आणि या वेळीं क्रोधानें डोळे लाल करून सुवर्णाच्या रथां बसून परतला, त्या महापराक्रमी बृहंताच्या त्या सुवर्णमय रथाला मोठे धैर्यवान् व धिप्पाड असे अरट्ट देशचे घोडे जोडलेले होते; आणि या सर्वांच्या मागून राजाधिराज धर्मज्ञ युधिष्ठिराचा सैन्यपरिवेष्टित रथ येत असून त्याचे घोडे सुवर्णाच्या रंगाचे होते.

या वीरांशिवाय, देवांप्रमाणें रूपसंपन्न असे शेंकडों प्रभद्रक निरनिराळ्या रंगांचे लहानमोठे घोडे रथांस जोडून युद्धासाठीं मागें परतले होते. हे राजाधिराजा, भीमसेनाच्या नायकत्वाखालीं गोळा झालेले ते कांचनध्वजयुक्त वीर इंद्राच्या हाताखालीं जमलेल्या देवांप्रमाणें शोभत होते. पांडवांकडील पुढें सरसावलेल्या ह्या वीरांमध्यें धृष्टद्युम्न विशेष शोभत होता; आणि भारद्वाज द्रोणाचार्यांचें तेज तर उभय पक्षांकडील एकंदर सर्व सैन्यापेक्षांही अधिक होतें. त्यांचा कृष्णाजिनयुक्त ध्वज आणि सुवर्णमय पवित्र कमंडलु हेही विलक्षण झळकत होते. राजा, वैदूर्य मण्याचे डोळे लाविलेला देदीप्यमान प्रचंड सिंह ज्यावर आहे असा भीमसेनाचा झळकत असलेला ध्वज मी प्रत्यक्ष पाहिला. त्याचप्रमाणें, अमितपराक्रमी कुरुकुलाधिपति युधिष्ठिराचा सुवर्णमय ध्वज ग्रहगणान्वित चंद्राप्रमाणें चमकतांना माझ्या दृष्टीस पडला. धर्मराजाच्या या ध्वजावर नंद व उपनंद नामक दोन प्रचंड दिव्य मृदंग होते. ते यंत्राच्या योगानें वाजत असून त्यांचा मधुर शब्द सैन्यास हुरूप आणीत होता. नकुलाच्या रथावरील अत्यंत उग्र भयोत्पादक प्रचंड ध्वज आम्हीं अवलोकन केला, त्यावर सोन्याच्या पाठीचा एक शरभ काढिला होता. प्रतापी सहदेवाच्या ध्वजावर हंसरूप चिन्ह असून त्यास घंटा व पताका लाविलेल्या होत्या; आणि त्या ध्वजावर हल्ला करणें केवळ दुरापास्त होतें. इतकेंच नव्हे, तर तो पाहिल्याबरोबरच शत्रूंचें दुःख दुणावत असे. द्रौपदीच्या पांच पुत्रांच्या ध्वजांवर अनुक्रमें यमधर्म, वायु, इंद्र व दोघे अश्विनीकुमार या महात्म्यांच्या प्रतिमा शोभत होत्या. धृतराष्ट्र राजा, कुमार अभिमन्यूच्या रथावर सोनेरी शार्ङ्गपक्षी काढलेला श्रेष्ठ ध्वज असून तो तप्तसुवर्णाप्रमाणें झळकत होता. राजेंद्रा, घटोत्कचाच्या ध्वजावर गृध्रपक्षी शोभत असून प्राचीनकाळच्या रावणाच्या घोड्यांप्रमाणें त्याचे घोडे मनांत येईल तिकडे तत्काल गमन करीत असत. धर्मराज युधिष्ठिराजवळ माहेंद्र नांवाचें दिव्य धनुष्य असून भीमसेनाचें वायव्य धनुष्यही मोठें अलौकिक आहे. हे भूपते, त्रैलोक्याच्या संरक्षणासाठीं ब्रह्मदेवानें जें एक कधींही जीर्ण न होणारें दिव्य आयुध निर्माण केलें, तें गांडीव धनुष्य होय. तें या वेळीं अर्जुनाच्या कार्यीं तत्पर होतें. नकुलाजवळ वैष्णव आणि सहदेवाला अश्विनीकुमारांनीं उत्पन्न केलेलें आश्विन धनुष्य असून घटोत्कचाजवळचें

पौलस्त्य नामक धनुष्यही अमानुष व मोठें भयानक आहे. हे भारता, रौद्र, आग्नेय, कौबेर, याम्य व गिरिश या नांवांचीं द्रौपदीपुत्रांचीं धनुष्यें म्हणजे केवळ रत्नें होत. रौद्र नामक जें एक उत्कृष्ट धनुष्य रोहिणीपुत्र बलरामाला प्राप्त झालें होतें, तें त्यानें महानुभाव अभिमन्यूला मोठ्या प्रीतीनें दिलें आहे. राजा, मीं आतांपर्यंत सांगितले हे, व शत्रूचा शोक वाढविणारे वीरपुरुषांचे दुसरेही पुष्कळ सुवर्णमय रथ त्या ठिकाणीं झळकत होते. हे राजेंद्रा, द्रोणांच्या सैन्यांतही शेंकडों ध्वजांची गर्दी होऊन गेली असून त्यांत भितरा पुरुष एकही नव्हता. यामुळें पांडवांचा हल्ला होत असतांही कांहींएक गोंधळ न करितां तें पटावर काढिलेल्या चित्राप्रमाणें तटस्थ होतें; आणि राजा, स्वयंवरास जशा उत्साहानें जावें तशा उत्साहानें युद्धामध्यें मिसळून द्रोणांवर धांवणाऱ्या वीरांचीं नामगोत्रें त्या समरांगणभर ऐकूं येत होतीं.

अध्याय चोविसावा.

—:०:—

धृतराष्ट्राचें भाषण.

धृतराष्ट्र म्हणतोः—बा संजया, वृकोदरप्रभृति जे भूपाल समरांगणांत परत फिरले म्हणून सांगितलेंस, त्यांची योग्यता खरोखरच फार विलक्षण आहे. ते प्रत्यक्ष देवसैन्यास देखील जर्जर करतील, मग आमच्या या क्षुद्र सैन्याची ती कथा काय? हे ज्ञानवंता, खरोखर मनुष्य जन्मास येतो तो आपलें प्राक्तनकर्म बरोबर घेऊनच येतो, आणि त्याच्या आयुष्यांतील सर्व खेळ त्या प्राक्तनाप्रमाणेंच होत असतात असें प्रत्ययास येतें. पहा, हा युधिष्ठिर कृष्णाजिन परिधान करून व जटा राखून दीर्घकालपर्यंत अरण्यांत राहिला, आणि पुढें तर त्यानें अज्ञातवासांत दिवस कंठिले असें असून त्यानेंच आज एवढें प्रचंड सैन्य समरांगणांत उभें केलें आहे, तेव्हां हे सर्व दैवाचेच खेळ नव्हत तर काय! त्याचप्रमाणें माझ्या मुलानें आजवर राज्य भोगिलें हा तरी त्याचा दैवयोगच होय! एरवीं पांडव वनवासास गेले त्याच वेळीं आजच्यासारखा प्रसंग आला असतां. तेव्हां हें सर्व नशीब नव्हे तर काय? खरोखर मनुष्य आपलें नशीब बरोबर घेऊनच जन्मास येत असतो, आणि तें नशीब म्हणजे संचित कर्मच त्याला फिरवीत असतें! त्या दैवलिखिताबाहेर मनुष्याला आपल्या इच्छेप्रमाणें एक पाऊलही टाकतां येत नाहीं. ज्या युधिष्ठिरानें द्यूतादि संकटांत सांपडून पूर्वीं निमूटपणें क्लेश भोगिले त्यालाच आज दैवयोगानें पुनः साहाय्यकर्ते मिळाले आहेत! हाय हाय! मी दुर्योधनाच्या बोलण्यावर विश्वास ठेवून फसला गेलों. ‘ आज केकय माझ्या पक्षास मिळाले! आज काशिक मिळाले! कोसल हे माझ्याच पक्षाचे आहेत. चेदि आणि ते दुसरे वंग देखील माझ्याच आश्रयानें असतात! बाबा, आज बहुतेक सर्व पृथ्वी मला वश आहे तशी ती पांडवांना नाहीं! ’ असें एक का दोन तो मंदबुद्धि दुर्योधन मला पूर्वीं सांगत असे? आणि आज त्याच्या त्या सेनासमुद्राच्या मध्यभागीं द्रोण उभे असतां आणि तें सर्व सैन्य त्यांचें रक्षण करीत असतां धृष्टद्युम्नानें युद्धामध्यें त्यांस ठार केलें! तेव्हां आमचें नशीबच फिरलें म्हणावयाचें? दुसरें काय! अरे, द्रोण म्हणजे सामान्य वीर काय? ते सर्व अस्त्रें पूर्णपणें जाणणारे व मोठे बलिष्ठ असून नेहमीं मोठ्या हौसेनें लढत! असें असतां, आणि त्यांच्या रक्षणासाठीं एवढे राजे त्यांच्या सभोंवार उभे असतां त्यांस मृत्यु आला तरी कसा? हाय हाय! मजवर भयंकर संकट

ओढवलें असून त्यामुळें मी अगदीं वेडाल्यासारखा झालों आहें. अरे, भीष्मद्रोणांचा अंत झालेला ऐकल्यापासून मला आपल्या जीविताचा कसा अगदीं वीट आला आहे ! बाबारे, माझा आपल्या मुलाकडे विशेष ओढा आहे असें पाहून ज्ञानी विदुरानें मला पूर्वींच त्याचें भविष्य सांगितलें होतें, तें सर्व माझ्या व दुर्योनाच्या अगदीं तंतोतंत प्रत्ययास आलें. खरोखर मीं पूर्वींच दुर्योधनाचा त्याग करून बाकीच्या मुलांचें संरक्षण केलें असतें तर फार बरें होतें. तसें केल्यानें अघोर कृत्य केल्यासारखें झालें असतें खरें; परंतु सर्वांचा क्षय होण्याचा जो आज भयंकर प्रसंग आला आहे, तो तरी खात्रीनें टळला असता. बाबारे, सांप्रत होत आहे तें अगदीं यथायोग्य आहे. कारण, धर्माचा त्याग करून केवळ अर्थाच्या पाठीस जो लागला, त्यास ऐहिक सुखें तर मिळत नाहींतच, पण उलट हलकेपणा मात्र येतो. या सिद्धांताप्रमाणें आम्हां नीतिहीनांची आज अवस्था झाली आहे ! संजया, नायकाचा अंत होऊन आज आपला पक्ष हतवीर्य झाला असल्यामुळें या उत्साहहीन सैन्यांत कांहीं जीव आहे असें मला मुळींच दिसत नाहीं; आणि ज्या क्षमाशील पुरुषर्षभांवर आमची सर्व मदार असे, ते दोन्ही नायक नष्ट झाल्यावर आमच्यांत जीव उरावा तरी कसा ? असो; संजया, पांडव चालून आल्यावर पुढें कसकसें युद्ध झालें तें सर्व विशद करून मला सांग. अरे, त्या वेळीं युद्धास कोण पुढें सरसावले, पांडवांस कोणी अडथळा केला, कोण कोण भ्याड पळून गेले, तें सर्व मला सांग. त्याचप्रमाणें रथिश्रेष्ठ धनंजयानें जीं जीं पराक्रमाचीं कृत्यें केलीं असतील, तींही सर्व सांग. कारण, त्यापासून आणि शत्रुभावानें वागणाऱ्या भीमसेनापासून आम्हांस मोठी भीति आहे. संजया, पांडवांनीं उलट खाऊन हल्ला चढविला असतां माझ्या शिलकी सैन्याचा कसकसा संहार उडाला, ते परत फिरले त्या वेळीं तुमच्या मनाची कशी काय स्थिति झाली, आणि त्या ठिकाणीं आमच्या पक्षाकडील कोणीं कोणास अडविलें, तें सर्व मला सांग.

अध्याय पंचविसावा.

—:०:—

द्वंद्वयुद्ध.

संजय सांगतोः—राजा, मेघांनीं सूर्यास झांकावें त्याप्रमाणें पांडवांनीं उलटल्याबरोबर द्रोणांस झांकून टाकण्याचा उपक्रम केला, हें पाहून आम्ही अगदीं भिऊन गेलों. त्यांनीं जोराचा हल्ला केल्यामुळें जी धूळ उडाली, तिनें आपलें सर्व सैन्य भरून जाऊन त्यास कांहींएक दिसेनासें झालें; आणि त्यामुळें द्रोणाचार्यांचा वधच झाला अशी सर्वांची समजूत झाली. महाधनुर्धारी शूर पांडवांचा क्रूर कर्म करण्याचा विचार आहे असें जाणून, दुर्योधन आपल्या सैन्यास त्वरेनें उत्तेजन देऊन म्हणाला, " हे नराधिपहो, ह्या पांडवांच्या सैन्यास मोठ्या उमेदीनें तोंड द्या, आणि ईर्षेनें आपल्या सामर्थ्याची व पराक्रमाची शिकस्त करून पुढें भेटेल त्या वीराचें निवारण करा. "

राजा, इतक्या अवकाशांत तुझ्या दुर्मर्षण पुत्रानें दुरून भीमसेनास पाहिलें. तेव्हां तत्काल तो त्याचा प्राण घेण्याच्या ईर्षेनें बाणवृष्टि करीत त्यावर धांवून गेला. क्रुद्ध झालेल्या मृत्यूप्रमाणें त्यानें समरांगणांत भीमसेनास आच्छादित केलें, तेव्हां भीमसेनही त्यावर शर सोडूं लागला. अशा प्रकारें त्या दोघांचें तुंबळ युद्ध होऊं लागलें. इतक्यांत जणूं काय ईश्वरानेंच आज्ञा दिलेले ते ज्ञानी शूर योद्धे पांडव संग्रामामध्यें शत्रूंसमोर येऊन पोहोंचले. हे

प्रजापालका, संग्रामामध्यें शोभणारा शिनीचा पौत्र जो शूर सात्यकि, तो द्रोणांवर चालून येत असतां त्यास कृतवर्मा आडवा झाला. त्या वेळीं क्रुद्ध सात्यकीनें संतप्त झालेल्या कृतवर्म्याला आवरून धरिलें, आणि एक मत्त गज दुसऱ्या मत्त गजाचें कांहींएक चालूं देत नाहीं त्याप्रमाणेंच कृतवर्म्यानें सात्यकीचेंही कांहींएक चालूं दिलें नाहीं. इतक्यांत महाधनुर्धारी क्षत्रवर्मा तीक्ष्ण बाणांचा वर्षाव करीत द्रोणांवर धांवला, परंतु उग्र धनुष्य धारण करणाऱ्या सिंधुराज जयद्रथानें मोठ्या तत्परतेनें त्यास द्रोणांपासून परावृत्त केलें. सिंधुराज आडवा आल्यामुळें क्षत्रवर्मा खवळून गेला. त्यानें त्याचा ध्वज व धनुष्य छेदून टाकिलें, आणि दहा नाराच बाण सोडून त्याचीं सर्व मर्मे विद्ध केलीं. तेव्हां त्या हस्तलाघवी जयद्रथानें लगेहात दुसरें धनुष्य घेतलें, आणि भल्ल बाणांनीं क्षत्रवर्म्यास जर्जर करून सोडिलें. महारथी युयुत्सु पांडवांच्या हितासाठीं झटत असतां त्या भारती वीरास सुबाहूनें मोठ्या दक्षतेनें द्रोणांपासून दूर राखिलें. परंतु ही अवज्ञा सहन न होऊन त्या लढवय्या वीराचे--सुबाहूचे--धनुष्यबाण धारण करणारे परिघतुल्य दोन्ही हात युयुत्सूनें घांसून लख्ख केलेल्या दोन क्षुर बाणांनीं छेदून टाकिले. राजा, पांडवांपैकीं वडील धर्मात्मा युधिष्ठिर राजा द्रोणांवर चालून येत होता, परंतु क्षुब्ध झालेल्या सागरास आळा घालणाऱ्या तीराप्रमाणें त्या धर्मराजास मद्रपति शल्यानें अडवून धरिलें. त्या वेळीं युधिष्ठिरानें त्यावर पुष्कळ मर्मभेदक बाण सोडिले; पण मद्रपतीनें ते सर्व छेदून टाकून उलट चौसष्ट बाणांनीं धर्मासच विद्ध करून तो भयंकर गर्जना करूं लागला. अशा रीतीनें तो गर्जना करीत आहे इतक्यांत युधिष्ठिरानें दोन क्षुर बाणांनीं त्याचें धनुष्य व ध्वज छेदून टाकिला.

तेव्हां सर्व सैनिकांत एकच हाहाःकार उडाला. त्याचप्रमाणें द्रुपद राजानें आपल्या सैन्यासह बाणवृष्टि करीत हल्ला चढविला असतां बाल्हीक राजानें आपल्या सैन्यासह त्यास तोंड दिलें. तेव्हां मदोन्मत्त झालेल्या यूथपति गजांमध्यें जसें भयंकर युद्ध होतें, तसें त्या ससैन्य वृद्ध वीरांमध्यें घनघोर युद्ध होऊं लागलें. पूर्वीं इंद्र व अग्नि या दोघांनीं मिळून जशी बलीवर चाल केली, तशी अवंतिपति विंद व अनुविंद यांनीं आपल्या सैन्यासह मत्स्याधिपति विराटाच्या सैन्यावर चाल केली. त्या वेळीं त्या मत्स्य व केकय सेनेमधील हत्ती, घोडे व रथ जिवाची आशा न धरितां लढूं लागले. यामुळें त्यांमध्यें देवदानवांच्या युद्धाप्रमाणें भयंकर रणकंदन माजून राहिलें. दुसऱ्या बाजूनें नकुलाचा पुत्र शतानीक हा बाणजाल सोडीत द्रोणांवर येत असतां सभापति भूतकर्म्यानें त्याचें निवारण केलें. तेव्हां त्या नकुलपुत्रानें अत्यंत तीक्ष्ण अशा तीन अर्धचंद्राकार बाणांनीं भूतकर्म्याचे दोन्ही हात व मस्तक छेदून धरणीवर पाडिलें ! पराक्रमी सुतसोम बाणांचा पाऊस पाडीत द्रोणांसमोर येत असतां तुझा पुत्र विविंशति त्यास आडवा झाला. परंतु सुतसोमानें त्या आपल्या चुलत्यास सरळ जाणाऱ्या बाणांनीं जखमी केलें आणि तो तसाच पुढें जाऊं लागला. इकडे भीमरथानें तीक्ष्ण व शीघ्रगामी अशा सहा भल्ल बाणांनीं अश्व व सारथि यांसह शाल्व राजास यमसदनीं पाठविलें. हे राजाधिराजा, आपल्या मयूरसदृश अश्वांच्या योगानें श्रुतकर्मा विविंशतीवर चालून आला, तों चैत्रसेनी विविंशतीस मागें सारून आपण पुढें सरला. तेव्हां परस्परांस ठार करूं पाहाणारे ते तुझे दोघे अजिंक्य नातू आपआपल्या पित्यांस जय मिळावा म्हणून घनघोर

युद्ध करूं लागले. याच वेळीं तिकडे प्रतिविंध्य समरांगणाच्या मध्यभागीं द्रोण उभे होते त्यांच्या अगदीं पुढें जाऊन उभा राहिला आहे असें पाहून पित्याची बाजू संभाळण्याच्या ईर्षेनें अश्वत्थाम्यानें बाणांनीं त्याचा मार्ग अडवून धरिला. परंतु पित्याच्या बचावासाठीं मोठ्या तत्परतेनें झटणाऱ्यास त्या सिंहपुच्छध्वज अश्वत्थाम्यास क्रुद्ध प्रतिविंध्यानें तीक्ष्ण बाणांनीं जखमी करून टाकिलें. हे नरश्रेष्ठा, इतक्यांत प्रतिविंध्याच्या साह्यास द्रौपदीचे दुसरे पुत्र येऊन पोंचले; आणि पेरणीच्या वेळीं जमिनीवर धान्य फेंकणाऱ्या शेतकऱ्याप्रमाणें द्रोणपुत्रावर बाणांचा वर्षाव करून ते त्यास झांकून टाकूं लागले. अर्जुनापासून द्रौपदीस झालेला महारथी पुत्र श्रुतकीर्ति हा तर तडक द्रोणाचार्यांवर चालून निघाला. दुःशासनाचा पुत्र दौःशासनि त्यास आडवा झाला. परंतु पराक्रमानें अर्जुनाची बरोबरी करणारा तो अर्जुनपुत्र अत्यंत तीक्ष्ण अशा तीन अर्धचंद्राकार बाणांनीं दौःशासनीचा ध्वज, धनुष्य व सारथि यांचा विध्वंस करून द्रोणांजवळ जाऊन पोहोंचला. राजा, पट्टचर नामक असुरांचा ज्यानें वध केला, आणि जो सर्वांपेक्षां अधिक शूर असल्याबद्दल उभय सैन्यें कबूल करीत होतीं, त्या पराक्रमी सागराधीपाशीं तुझा नातू लक्ष्मण हा झगडूं लागला. त्या वेळीं सागराधीपानें लक्ष्मणाचें धनुष्य तोडून टाकिलें आणि त्याचा ध्वजही उलथून पाडला. हे भारता, लक्ष्मणावर बाणजाल सोडीत असतां तो राजा फारच शोभूं लागला. द्रुपदाचा तरुण पुत्र शिखंडी समरांगणांत चालून येत असतां महाज्ञानी तरुण विकर्णानें त्यास अटकाव केला; तेव्हां शिखंडीनें बाणजालानें त्यास झांकून टाकण्याचा प्रयत्न केला. परंतु त्याच्या बाणजालाचा विध्वंस करून तुझा बलिष्ठ पुत्र विकर्ण समरांगणांत झळकूं लागला. द्रोणांवर चालून येणाऱ्या शूर उत्तमौजावर अंगदानें बाणवृष्टि करीत समोरून हल्ला चढविला, त्या वेळीं त्या नरवीरांमध्यें मोठीच चकमक उडाली. ती पाहून सर्व सैनिकांस आनंद झाला; इतकेंच नव्हे, तर बरोबरीचा सामनेवाला मिळाल्यामुळें त्या दोघांसही हर्ष झाला. बलवीर्यशाली पुरुजित् द्रोणांवर धावला, तेव्हां महाधनुर्धारी दुर्मुखानें वत्सदंत बाणांनीं त्याचें निवारण केलें. परंतु पुरुजितानें एक भल्ल बाण दुर्मुखाच्या नेमका दोन भिंवयांच्या मध्यें मारला, तेव्हां तो बाण रुतून राहिल्यामुळें त्याचें मुखकमल नालयुक्त कमलाप्रमाणें शोभूं लागलें. राजा, आरक्तवर्ण ध्वजाचे पंचकेकय द्रोणांवर धावले असतां कर्णानें बाणवृष्टि करून त्यांचें निवारण केलें. त्या वेळीं त्यांस अतिशय संताप येऊन ते कर्णास वारंवार बाणजालांनीं आच्छादित करूं लागले. त्यांच्या बाणवृष्टीनें आच्छादित झाल्यामुळें कर्ण दिसेनासा झाला; आणि कर्णाच्या बाणांनीं आच्छादित होऊन ते पांचहीजण दिसतनासे झाले. याप्रमाणें अश्व, सारथि, ध्वज व रथ यांसह ते वीर परस्परांच्या बाणराशींत अदृश्य होऊन गेले. तुझे पुत्र दुर्जय, जय व विजय यांचें अनुक्रमें नील, काश्य व जयत्सेन या तिघांशीं युद्ध जुंपलें. राजा, सिंहाचें अस्वलाशीं, वाघाचें रानरेड्याशीं किंवा तरसाचें बैलाशीं युद्ध व्हावें त्याप्रमाणें त्यांचें युद्ध मोठें घनघोर व प्रेक्षणीय झालें. जेव्हां समरांगणामध्यें सात्वत द्रोणांसंमुख येऊं लागला, तेव्हां क्षेमधूर्ति व बृहंत या उभयतां बंधूंनीं तीक्ष्ण शरांनीं त्याचा वेध केला. त्या वेळीं अरण्यांत दोन मदोन्मत्त महागज व सिंह यांचें युद्ध व्हावें त्याप्रमाणें त्या वीरांचें सात्वताशीं मोठें विलक्षण युद्ध होऊं लागलें. इतक्यांत युद्धाविषयीं हर्ष मानणारा अंबष्ठ राजा एक-

टाच द्रोणांवर चालला असतां चेदिपति क्रुद्ध होऊन बाणवृष्टि करीत त्यावर जाऊन पडला. नंतर अंबष्ठानें अस्थिभेदिनी शलाकेनें त्यास भोंसकलें, तेव्हां त्याचें धनुष्यबाण गळून जाऊन तो रथांतून खालीं कोसळला. दुसरीकडे, क्रुद्ध झालेल्या वृष्णिकुलोत्पन्न वार्धक्षेमीला महानुभाव शारद्वत कृपाचार्यांनीं क्षुद्र बाणांनींच अडवून धरलें. त्या वेळीं त्या आश्चर्यकारक युद्ध करणाऱ्या झुंझार वीरांकडे ज्यांची ज्यांची दृष्टि गेली, त्या सर्वांचीं अंतःकरणें त्या विचित्र युद्धाकडे इतकीं वेधून गेलीं कीं, त्यामुळें त्यांस दुसरी कोणतीही गोष्ट समजली नाहीं. मणिमान् राजा त्वरेनें चाल करून येत असतां द्रोणांचें यश वृद्धिंगत करणाऱ्या सौमदत्ति यूपकेतूनें त्याचें निवारण केलें. तेव्हां मणिमानानें मोठी त्वरा करून त्याचें विचित्र धनुष्य, आश्चर्यकारक ध्वज, पताका, सारथि आणि छत्रही रथाखालीं लोळविलें. तेव्हां लगेच त्या शत्रुघातक यूपकेतूनें रथाखालीं उडी टाकून आपल्या तीक्ष्ण खड्गानें घोडे, सारथि, ध्वज व रथ ह्यांसह मणिमानाचे तुकडे उडविले. नंतर त्यानें पुनः आपल्या रथावर चढून दुसरें धनुष्य घेतलें; आणि स्वतःच घोडे हांकीत पांडवांची सेना पिटाळून लाविली. हे राजेंद्रा, असुरांवर इंद्र चाल करितो त्याप्रमाणें दुर्जय पांड्य राजा चालून येत असतां समर्थ वृषसेनानें आपल्या बाणवृष्टीनें त्यांस थांबवून धरलें. इतक्यांत घटोत्कच गदा, परिघ, तरवारी, पट्टे, गोफणीचे दगड, सोटे, भुशुंडी, भाले, बरच्या, बाण, मुसळें, मोगर, चक्रें, हातानें फेंकण्याच्या लहान बरच्या, परशु वगैरे आयुधांनीं सैनिकांस ठार व जखमी करीत पुढें आला; आणि धूळ, वारा, अग्नि, उदक, राख, मातीचीं ढेपळें, गवत व वृक्ष यांच्या योगानें कित्येकांस खालीं पाडूं लागला, कित्येकांस पळवूं लागला आणि कित्येकांस दूर भुगारून देऊं लागला. अशा प्रकारें सैन्याचा वेध करून त्यास पीडा देत व चळचळां कांपवीत तो द्रोणांस ग्रस्त करण्यासाठीं पुढें सरसावला. तेव्हां आपल्या पक्षाकडील अलंबुष नामक राक्षस क्रुद्ध होऊन नानाप्रकारच्या आयुधांनीं त्याचा समाचार घेऊं लागला. राजा, पूर्वीं शंबरासुर व देवेंद्र यांमध्यें जसें युद्ध झालें, तशा प्रकारचें त्या दोघां राक्षसाग्रणींचें युद्ध त्या वेळीं होऊं लागलें. तुझें कल्याण असो; हे धृतराष्ट्र राजा, कौरव-पांडवांमध्यें हातघाईचें भयंकर युद्ध होऊं लागलें तेव्हां उभय पक्षांकडील रथ, हत्ती, घोडे व पदाति यांमध्यें मीं आतां सांगितलीं अशा प्रकारचीं शेंकडों द्वंद्वयुद्धें जुंपलीं. राजा, द्रोणाचार्यांस मारण्याविषयीं व त्यांचें संरक्षण करण्याविषयीं दृढ परिश्रम करणाऱ्या पांडव-कौरवांमध्यें या वेळीं जसें युद्ध झालें, तसें युद्ध पूर्वीं कधीं कोणीं पाहिलें नाहीं किंवा झालेलें ऐकिलेंही नाहीं. हे प्रभो, एकेक घोर आश्चर्यकारक व भयंकर अशीं शेंकडों द्वंद्वयुद्धें त्या ठिकाणीं माजून राहिलेलीं दिसत होतीं.

अध्याय सव्विसावा.

—:०:—

भगदत्ताचा पराक्रम.

धृतराष्ट्र विचारतोः—संजया, एका तुकडीमागून दुसरी तुकडी अशा प्रकारें सर्व पांडवांनीं मागें फिरून हल्ला चढविला असतां त्यांच्याशीं माझे शूर पुत्र कसकसे लढले ? त्याचप्रमाणें, संशप्तकगण व अर्जुन यांच्या युद्धामध्यें अर्जुनानें त्यांची कसकशी विल्हेवाट लाविली ? अथवा त्यांनीं अर्जुनाचें पारिपत्य केलें असल्यास तें कसें केलें ?

संजय सांगतोः—राजा, सर्व पांडव परत

फिरून त्यांच्या टोळ्या क्रमाक्रमानें हल्ला करूं लागल्या, त्या वेळीं तुझा मुलगा दुर्योधन गज-सैन्य घेऊन स्वतः भीमसेनावर चालून गेला; आणि गजानें गजाला किंवा वृषभानें वृषभाला आव्हान करावें त्याप्रमाणें त्यानें भीमसेनास आव्हान केलें. तेव्हां तोही त्या गजसेनेवर धांवून आला. राजेंद्रा, भीमसेन मोठा कुशल योद्धा आणि महाबलाढ्य वीर ! त्यानें त्या गजसेनेची क्षणार्धांत वाताहत करून टाकली ! राजा, त्यांच्या पर्वतप्राय अंगांवरून मदाच्या धारा चालल्या होत्या. असे ते मदोन्मत्त व प्रचंड गज भीमसेनाच्या नाराच बाणांनीं गर्भ-गळीत होऊन माघारे परतले. अभ्र-जालें उडवून देणाऱ्या सोसाट्याच्या वाऱ्या-प्रमाणें त्या वायुपुत्र भीमसेनानें तें हत्तींचें सैन्य उधळून लाविलें ! उदयाचलावर नुकताच आरूढ झालेला सूर्य सर्व भुवनांमध्यें आपले किरण पसरीत असतांना जसा शोभतो, तसा तो भीमसेन हत्तींवर बाण टाकीत असतां शोभत होता; आणि भीमाचे ते बाण हत्तींच्या अंगांवर सारखे रुतून राहिल्यामुळें ते आका-शांत सूर्यकिरणांनीं व्याप्त झालेल्या विविध मेघांप्रमाणें शोभत होते ! याप्रमाणें भीमसेन गजांचें चंदन उडवीत असतां दुर्योधन राजा क्रुद्ध होऊन पुढें सरसावला, आणि तीक्ष्ण बाणांनीं भीमास घाय करूं लागला. लगेच भीमही रक्ताप्रमाणें लालगुंज डोळे करून दुर्योधनास ठार करण्याच्या इराद्यानें त्यावर बाण टाकूं लागला. त्या बाणांनीं दुर्योधनाचें सर्वांग फुटून गेलें. तथापि त्यानें मनांत आलेला विलक्षण संताप बाहेर न दाखवितां गालांतल्या गालांत हंसल्यासारखें करून सूर्यकिरणांप्रमाणें देदीप्य-मान असे भल्ल बाण भीमसेनावर टाकिले. इत-क्यांत भीमसेनानें एका अर्धचंद्राकृति बाणानें त्याच्या रत्नखचित ध्वजावरील रत्नमय हत्ती आणि दुसऱ्यानें त्याचें धनुष्य छेदून टाकिलें.

हे मारिषा, याप्रमाणें दुर्योधन राजा भीम-सेनाच्या तावडींत सांपडला असून तो त्याची दुर्दशा उडवीत आहे, असें पाहातांच गजारूढ अंगराज भीमाशीं युद्ध करण्यास पुढें सरसावला. त्याचा मेघाप्रमाणें गर्जना करणारा हत्ती उड्या घेत पुढें येतो न येतो तोंच भीमसेनानें त्याच्या गंडस्थळावर इतक्या जोरानें बाण मारिले कीं, त्यांपैकीं एक बाण तर त्याच्या पोटांतून पार जाऊन जमिनींत घुसला ! याप्रमाणें जबर जखमी होऊन तो हत्ती वज्राचा तडाका बस-लेल्या पर्वताप्रमाणें धरणीवर कोसळला; आणि तो पतनोन्मुख झाल्यामुळें वरील म्लेंच्छपति खालीं पडत आहे तोंच भीमानें त्वरा करून एका भल्ल बाणानें त्याचें मस्तक उडविलें ! अंग-राज पडल्याबरोबर त्याच्या सैन्यानें पळ काढिला. आणि त्या सैन्यांतील हत्ती, घोडे व रथ अगदीं बेफाम होऊन गेल्यामुळें पळणाऱ्या आपल्याच पायदळास तुडवीत सुटले !

याप्रमाणें त्या सैन्याची वाताहत होऊन तें दशदिशांस उधळलें असतां प्राग्ज्योतिषाधि-पति भगदत्त राजा कुंजरारूढ होऊन भीमावर धांवला. त्याचा तो हत्ती, इंद्रानें ज्या हत्तीवर बसून देवदानवांस जिंकिलें त्या ऐरावताच्या कुलांत उत्पन्न झालेला होता. तो गजराज आपली सोंड संकुचित करून दोन दोन पायांनीं उड्या घेत एकाएकीं भीमसेनावर धांवला, आणि रागानें डोळे गरगरावून त्या पांडुपुत्रास ठारच करतो कीं काय अशा त्वे-षानें त्यानें अश्वांसुद्धां त्याच्या रथाचा अगदीं चक्काचूर उडविला ! त्या वेळीं भीमसेन खरो-खर चिरडूनच जावयाचा, परंतु तो बहादर मोठ्या चपलतेनें निसटला; पण अंजलिकावेध माहीत असल्यामुळें, पळून न जातां चटदिशीं

त्या हत्तीच्याच पोटाखालीं लपला! आणि कत्तल करूं इच्छिणाऱ्या त्या अजिंक्य हत्तीस हातानें ताडन करून खेळवूं लागला! नंतर, ज्यास दहा हजार सामान्य हत्तींचें बळ आहे असा तो कांतिमान् गजेंद्र भीमास पायांखालींच चिरडण्याच्या उद्देशानें कुंभाराच्या चाकाप्रमाणें जागच्या जागींच गरगर फिरूं लागला. त्या वेळीं भीमसेनही मोठ्या शिताफीनें पोटाखालून निसटून त्या सुप्रतीकाच्या समोर आला, तेव्हां त्यानें भीमास सोंडेनें खालीं वांकवून गुडघ्यांचे तडाके दिले आणि मानेस सोंडेचा वळखा घालून त्यास ठार करण्याचा घाट घातला, परंतु भीमानें उसळी मारून तो विळखा सोडविला, आणि लगेच तो त्या हत्तीच्या पोटाखालीं गेला. तेथें त्यानें आपल्या पक्षाकडील एखादा हत्ती या हत्तीबरोबर युद्ध करण्यास पुढें येईल म्हणून कांहीं वेळ वाट पाहिली आणि कोणताही हत्ती पुढें होत नाहीं असें दिसतांच तो त्याच्या पोटाखालून निसटून दूर पळाला! हे सन्मान्य राजा, भीम सुरक्षितपणें पळाला हें कोणाच्याच समजण्यांत न आल्यामुळें "अहो, धिक्कार असो या भीमसेनाला!" यास केवळ हत्तीनेंच ठार केलें! असा सर्व सैन्यांत मोठा गलबला होऊं लागला. राजा, त्या गजवरानें पांडवांच्या सेनेस भंडावून सोडल्यामुळें ती भीम उभा होता त्या बाजूला वेगानें पळत सुटली; आणि त्यामुळें धर्मराजासही भीमसेन मेला असें वाटून तो व धृष्टद्युम्न यांनीं भगदत्तास चोहोंकडून अडथळा केला. इतक्यांत युधिष्ठिराच्या रथाभोंवतीं शत्रूंस तप्त करणारे हजारों महारथी गोळा होऊन असंख्य तीक्ष्ण बाणांनीं भगदत्तास व्यास करूं लागले. तेव्हां त्या पर्वतेश्वरानें शत्रूंचा सर्व मारा आपल्या अंकुशावर घेऊन आपल्या हत्तीकडून पांडुपांचालांची दाणादाण उडविली. हे प्रजापालका, त्या वृद्ध भगदत्तानें आपल्या गजाच्या साहाय्यानें समरांगणांत जो कहर करून सोडला, तो आम्हांस मोठा अद्भुत वाटला.

नंतर दशार्ण देशाचा अधिपति आपल्या वक्र गतीनें जाणाऱ्या, मदोन्मत्त व चपल हत्तीवर बसून प्राग्ज्योतिषाधिपति भगदत्तावर चालून आला. तेव्हां त्या प्रचंडदेही गजांमध्यें, पूर्वी पर्वतांस पक्ष असतांना त्या सवृक्ष पर्वतांमध्यें जसें युद्ध होई तसें भयंकर युद्ध जुंपलें. नतर कांहीं वेळानें प्राग्ज्योतिषपतीचा हत्ती वळून थोडा मागें हटला, आणि एकदम उडीसरशीं कुशींत धडक मारून दशार्णपतीच्या हत्तीस त्यानें खालीं लोळविलें! त्या वेळीं त्या हत्तीवर बसलेला आपला शत्रु दशार्णराजा स्थानभ्रष्ट झाला आहेसें पहातांच भगदत्तानें सूर्यकिरणाप्रमाणें लखलखीत सात बरचा फेंकून त्यास ठार केलें. नंतर युधिष्ठिरानें भगदत्त राजाचा वेध करून मोठ्या रथसमूहानें त्यास चोहोंकडून वेढिलें. त्या वेळीं चोहोंकडून रथी वीरांनीं घेरून टाकिलेला तो हत्तीवर बसलेला भगदत्त, निबिड अरण्यांतील टेकडीवर प्रज्वलित झालेल्या वणव्याप्रमाणें शोभूं लागला. उग्र धनुष्यें धारण करून बाणांचा पाऊस पाडणाऱ्या महारथी वीरांनीं चोहोंकडून खचून गेलेल्या त्या मंडलामध्यें तो गजेंद्र कांहीं वेळ सभोंवार फिरत राहिला. नंतर प्राग्ज्योतिषराजानें त्यास आवरून धरून एकदम सात्यकीच्या रथावर सोडलें. तेव्हां त्या महागजानें शिनीचा पौत्र सात्यकि याचा रथ उचलून त्यापूर्वी त्यांतून निसटला होता! इकडे त्याच्या सारथ्यानें आपल्या रथाचे ते सिंधुदेशचे धिप्पाड घोडे उठविले, आणि रथ हळूहळू सात्यकीजवळ आणिला. तेव्हां तो उडी मारून पुनः आपल्या रथांत बसला. इकडे सात्यकीचा रथ उडा-

त्यामुळें त्या कड्यांत फट पडली, आणि अशा प्रकारें अवसर सांपडतांच तो प्रचंड हत्ती त्वरेनें रथांच्या वेढ्यांतून बाहेर पडून पुढें सांपडेल त्या राजास रथासह फेंकून देऊं लागला. त्यानें अत्यंत वेगानें फिरून सर्व राजांस इतकें भंडावून सोडलें कीं, समरांगणांत वास्तविक तो एकटा हत्ती असतांना तेथें शेंकडों हत्ती संचार करीत आहेत असा भास झाला! राजा, ऐरावतावर बसून इंद्र ज्याप्रमाणें दानवांचा संहार करितो, त्याप्रमाणें त्या श्रेष्ठ गजावर आरूढ झालेला भगदत्त राजा पांडवांच्या सैन्याचा संहार करूं लागला. त्या वेळीं वाट फुटेल तिकडे पळत सुटलेल्या पंचालांचे हत्ती व घोडे यांचा प्रचंड कोलाहल होऊं लागला. अशा प्रकारें संग्रामामध्यें भगदत्तानें पांडवांचा विध्वंस उडविला असतां भीमसेन क्रुद्ध होऊन पुनः प्राग्ज्योतिषावर धांवून येऊं लागला. परंतु इतक्यांत त्या गजेंद्रानें आपल्या सोंडेनें त्याच्या घोड्यांवर पाण्याचा फवारा उडविल्यामुळें ते बुजून भीमसेनास दुसरीकडेच घेऊन गेले! नंतर कृतांतकालाप्रमाणें उग्र अशा कृतीचा महारथी पुत्र रुचिपर्वा यानें शरवृष्टि करीत त्या गजावर हल्ला केला. पण हाडापेरानें मजबूत अशा त्या पर्वतपति भगदत्तानें त्यास एकाच आनतपर्व बाणानें यमसदनाला पाठविलें. अशा प्रकारें वीर रुचिपर्वा पडला असतां सौभद्र, द्रौपदेय, चेकितान, धृष्टकेतु व युयुत्सु, हे त्या गजेंद्रावर चालून आले; आणि मेघ ज्याप्रमाणें जलधारांनीं भूमीवर अभिषेक करितात, त्याप्रमाणें ते त्यास ठार करण्याच्या इराद्यानें भयंकर गर्जना करीत त्यावर शरधारांनीं अभिषेक करूं लागले. नंतर महातानें टांचा, अंकुश व आंगठा यांनीं त्या गजास इषारा करतांच तो सोंड लांब करून, कान ताठ उभे करून व एकसारखी टक लावून त्वरेनें निघाला, आणि एकदम युयुत्सूच्या रथाजवळ जाऊन त्यानें त्याच्या घोड्यावर पाय देऊन सारथ्याचे तुकडे उडविले. परंतु, राजा, तितक्यांत युयुत्सु मात्र मोठ्या चपलतेनें रथांतून निसटून दूर पळाला. नंतर खाऊ गिळूं करणाऱ्या पांडवांकडील योद्ध्यांनीं भयंकर गर्जना करीत वेगानें शरवृष्टि करून त्या गजाधिपति भगदत्तास व्यापून ठाकण्याचा सपाटा चालविला. तेव्हां त्या गडबडीमध्यें तुझा पुत्र दुर्योधन गोंधळून जाऊन त्यानें चुकून अभिमन्यूच्याच रथावर उडी मारली. इकडे गजारूढ भगदत्त राजा शत्रूंवर बाण टाकीत असतां भुवनांच्या ठिकाणीं किरण फेंकणाऱ्या सूर्याप्रमाणें शोभत होता. त्यावर अभिमन्यूनें बारा व युयुत्सूनें दहा बाण मारिले, आणि द्रौपदीपुत्र व धृष्टकेतु यांनीं प्रत्येकीं तीन तीन बाणांनीं त्याचा वेध केला. त्या वेळीं त्यांच्या त्या दृढ प्रयत्नानें तो गजेंद्र जखमी होऊन त्याच्या शरीरांत बाण रुतून राहिल्यामुळें, सूर्यकिरणांनीं ज्याचा भेद केला आहे अशा एखाद्या प्रचंड मेघासारखा तो शोभूं लागला. अशा प्रकारें तो जरी शत्रूंच्या बाणांनीं पीडित झाला होता, तरी महाताच्या कुशलतेनें व प्रयत्नानें तो पुढें सरून शत्रूंस डाव्या उजव्या बाजूंस फेंकून देऊं लागला; आणि हातांत दंडुका घेऊन रानांत आपल्या ढोरांच्या कळपाभोंवतीं फिरणाऱ्या गुराख्याप्रमाणें भगदत्त त्या गजावर बसून वरचेवर त्या सैन्याभोंवतीं घिरट्या घालूं लागला. त्या वेळीं, ससाण्याच्या तावडींत सांपडलेल्या कावळ्याप्रमाणें त्या पळून जाणाऱ्या पांडववीरांचा एकच हलकल्लोळ होऊं लागला. राजा, प्राचीन काळच्या सपक्ष पर्वताप्रमाणें प्रचंड असा तो गजराज प्रखर अंकुशानें ताडित झाला असतां त्यापाऱ्यांस

भय उत्पन्न करणाऱ्या क्षुब्ध सागराप्रमाणें शत्रूंस फारच भयभीत करूं लागला. राजा, त्या वेळीं हत्ती, घोडे, रथ व राजे भयानें पळ काढीत असतां समरभूमीमध्यें इतका प्रचंड ध्वनि होऊं लागला कीं, त्यानें सर्व पृथ्वी, आकाश, स्वर्ग, दिशा व उपदिशाही दणाणून गेल्या. पूर्वीं देव उत्तम प्रकारें रक्षण करीत असतांही त्यांच्या सेनेमध्यें प्रऱ्हादपुत्र विरोचन निर्विघ्नपणें संचार करीत असे, त्याचप्रमाणें या वेळीं पांडवांच्या सैन्यामध्यें तो भगदत्तराजा आपल्या गजश्रेष्ठाच्या जोरावर पाहिजे तिकडे अव्याहतपणें संचार करूं लागला. त्यामुळें सोसाट्याचा वारा सुटून आकाश व सर्व सैन्य वरचेवर धुळीनें भरून जाऊं लागलें, आणि वास्तविक तो एकटाच हत्ती समरांगणामध्यें धुमाकूळ घालीत असतां, आपणांभोंवतीं हत्तींचे कळपच्या कळप वेगानें फिरत आहेत असें सर्व लोकांस वाटूं लागलें !

अध्याय सत्ताविसावा.

—:०:—

संशप्तकवध.

संजय सांगतोः—राजा, समरांगणांतील अर्जुनाचीं कृत्यें तूं वारंवार विचारीत असतोस तर त्यानें तेथें कसकसा पराक्रम केला तें सांगतों, ऐक.

भगदत्तानें पांडवांच्या सैन्यांत तसा धुमाकूळ घातला असतां आकाशांत धुरोळ्याचे जे लोट उठले, ते अर्जुनाच्या दृष्टीस पडले; आणि त्यास हत्तीची गर्जना एकसारखी ऐकू येऊं लागली. तेव्हां तो श्रीकृष्णास म्हणाला, "हे मधुसूदना, प्राग्ज्योतिषाधिपति भगदत्त राजा आपल्या हत्तीवर बसून त्वरेनें युद्धास आला असावा. हा शब्द खात्रीनें त्याच्याच हत्तीचा आहे; हा भगदत्त युद्धामध्यें इंद्रापेक्षां तिळमात्र कमी नसून हत्तीवर बसण्यांत तर तो फारच तरबेज आहे. या सर्व पृथ्वींत हत्तीवर बसून युद्ध करणारे जितके वीर आहेत, तितक्या सर्वांत हा श्रेष्ठ आहे. अरे, त्याचा तो श्रेष्ठ हत्तीही मोठा विलक्षण आहे. त्याच्यापुढें समरांगणांत कोणताच हत्ती कधींही तोंड करीत नाहीं. शिवाय त्या गजावर कोणत्याही शस्त्राचा लाग चालत नाहीं ! आजवर त्या गजेंद्रानें अनेक वेळां पराक्रम गाजविला असून, थकवा कसा तो त्याला माहीतही नाहीं. हे निष्पापा, सर्व प्रकारच्या शस्त्रांचें प्रहार व प्रत्यक्ष अग्नीचा स्पर्श यांनाही तो हत्ती भीक घालणारा नाहीं. तेव्हां तो आज एकटाच सर्व पांडवसैन्याची चांदी उडवील. बरें, त्याची रग जिरविण्यास तुझ्या माझ्याशिवाय दुसऱ्या कोणाची ताकद आहे ? मला तर कांहीं कोणी दिसत नाहीं. तेव्हां, कृष्णा, तो भगदत्त आहे तिकडे लवकर चल कसा ! युद्धांत त्या हत्तीच्या बळाची भगदत्ताला मोठी घमेंड आहे ! आणि आपण इतके म्हातारे झालों तरी तरुण बांडांस दाद देत नाहीं म्हणून त्यास मोठें कौतुक वाटत असतें; पण आज त्याला इंद्राच्या येथील गोड गोड पाहुणचार झोडण्यास तिकडे पाठवून देतों !

सव्यसाची अर्जुनाचें हें भाषण ऐकून, जिकडे भगदत्त पांडवसेनेची दाणादाण उडवीत होता तिकडे श्रीकृष्ण निघाला. पण ते जाऊं लागतांच संशप्तकांपैकीं चौदा हजार महारथी त्यांस युद्धाकरितां हांका मारीत त्यांच्या मागोमाग निघाले. त्यांमध्यें त्रिगर्त महारथी दहा हजार असून चार हजार नारायणगण होते. राजा, त्या वेळीं अर्जुनास मोठें कोडें पडलें. तिकडे भगदत्त तर आपल्या सेनेचा धुव्वा उडवीत आहे, आणि इकडे संशप्तकही युद्धास बोलावीत आहेत. तेव्हां यां-

पैकीं कोणाकडे जावें, याविषयीं त्याचें मन द्विधा होऊन गेलें. परत फिरावें का युधिष्ठिराच्या साह्यास जावें, या दोहोंपैकीं कोणतें अधिक श्रेयस्कर होईल याचा विचार करतां करतां शेवटीं संशप्तकवधाकडे त्याच्या मनाचा विशेष कल वळला. भगदत्तानें कितीही नुकसान केलें तरी हरकत नाहीं, पण युद्धास आव्हान होत असतां तें सोडून दुसरीकडे गेल्यानें आपल्या क्षात्रब्रीदास बट्टा लागेल तो लागूं द्यावयाचा नाहीं, असा दृढनिश्चय करून त्यानें संशप्तकांकडे वळण्याचें ठरविलें; आणि लगेच तो एकटाच कपिध्वज हजारों रथ्यांस ठार करण्यासाठीं समरांगणाकडे परतला. हे कुरुनाथा, कर्ण व दुर्योधन या दोघांनीं अर्जुनाच्या वधाविषयीं हीच युक्ति काढिली होती कीं, हजारों वीरश्रेष्ठांबरोबर त्यास एकट्यास झुंजण्यास लावावें म्हणजे आपोआपच त्याचें अर्धेंमुर्धें लक्ष युधिष्ठिराकडे लागून राहील, व त्यामुळेंच त्याचा सहज नाश होईल; आणि यासाठींच त्यांनीं संशप्तकांस निराळें काढून दोन ठिकाणीं युद्ध करण्याची व्यवस्था केली होती. राजा, त्यांच्या कल्पनेप्रमाणें या दोन ठिकाणच्या युद्धानें अर्जुनाचें मन प्रथम द्विधा होऊन गेलें खरें, तथापि त्यानें शेवटीं त्या सर्व नरश्रेष्ठ संशप्तकांस ठार करून कर्णदुर्योधनांचें अनुमान खोटें पाडिलें!

असो; अर्जुन संशप्तकांकडे वळतांच त्या महारथांनीं अर्जुनावर शेंकडों हजारों नतपर्व बाण टाकिले! त्या वेळीं, राजा, बाणांनीं छावून गेल्यामुळें न अर्जुन दिसे, न जनार्दन श्रीकृष्ण, न रथ, न घोडे! स्वतः श्रीकृष्णही घाबरून जाऊन त्याला दरदरून घाम सुटला! पण अर्जुनानें ब्रह्मास्त्रानें सर्व बाण उडवून देऊन बहुतेक वीरांचा फडशा पाडिला; तेव्हां तलत्राण, धनुष्यें, प्रत्यंचा व बाण घेतलेले वीरांचे शेंकडों हात, तसेच ध्वज, घोडे, सारथि व रथी हे भूतलावर पडले. वृक्ष, पर्वतशिखरें किंवा मेघ यांप्रमाणें प्रचंड देहांच्या व उत्तम शृंगार घातलेल्या हत्तींस अर्जुनाच्या बाणांचा जबर मारा झाल्यामुळें कित्येकांच्या झुली फाटून गेल्या, अलंकारांचे तुकडे तुकडे उडाले, आणि वरील वीर व महात यांसुद्धां ते गतप्राण होऊन जमिनीवर कोसळले! ऋष्टि, प्रास, खड्ग, वाघनखें, मोगर व परशु धारण केलेले वीरांचे बाहु अर्जुनाच्या भल्ल बाणांनीं तुटून चोहोंकडे उडाले; आणि बालरवि, कमल व चंद्र यांसारखीं सुंदर अशीं वीरांचीं विदीर्ण झालेलीं मस्तकें जमिनीवर पडलीं. हे मारिषा, त्या वेळीं फाल्गुन क्रुद्ध होऊन शत्रूंचा संहार उडवीत असतां त्याच्या नानाप्रकारच्या उज्ज्वल व प्राणिघातक बाणांनीं अलंकृत झालेली ती सेना जशी कांहीं जळत आहे असें भासलें! कमलसरोवराची खळबळ करून सोडणाऱ्या हत्तीप्रमाणें अर्जुनानें त्या सेनेंत धुमाकूळ मांडिलेला पाहून ' शाबास! बहुत ठीक!' म्हणून भूतगण त्याची प्रशंसा करूं लागले, आणि दानवारि इंद्राप्रमाणें त्याचें तें अघटित कृत्य पाहून प्रत्यक्ष श्रीकृष्णही आश्चर्यचकित होऊन त्यास हात जोडून म्हणाला, " पार्था, अरे! संग्रामामध्यें संशप्तकांपैकीं शेंकडों हजारों महारथी वीर आज एकदम पडलेले मीं पाहिले! खरोखर तूं आज समरांत केलेलें हें कृत्य प्रत्यक्ष इंद्र, यम, कुबेर यांनाही दुष्कर आहेसें मला वाटतें!"

राजा, याप्रमाणें युद्धास सज्ज झालेल्या संशप्तक वीरांचा वध करून पार्थानें श्रीकृष्णास सांगितलें, ' चल आतां भगदत्ताकडे!'

अध्याय अठ्ठाविसावा.

—:०:—

भगदत्तार्जुनयुद्ध.

संजय सांगतोः—राजा, अर्जुनाच्या इच्छेप्रमाणें कृष्णानें लगेच त्याचे सुवर्णालंकृत मनोजव अश्व द्रोणांच्या सैन्याकडे वळविले. तो कुरुश्रेष्ठ पार्थ द्रोणानें पीडिलेल्या आपल्या भावांकडे निघतांच सुशर्मा व त्याचे भाऊ युद्धाची याचना करीत त्याच्या पाठीस लागले. तेव्हां तो श्वेतहय विजय आजिंक्य श्रीकृष्णास म्हणाला, ' हे अच्युता, हा सुशर्मा आपल्या भावांसह मला बोलावीत आहे त्याची कांहीं मोठीशी पर्वा नाहीं, त्याच्या सैन्याचे तेव्हांच धुडके उडतील; पण, हे मधुसूदना, यासंशप्तकांनीं आज माझें मन गोंधळून सोडिलें आहे. या वेळीं संशप्तकांस मारावें, कीं शत्रूंनीं गांजिलेल्या आपल्या सैन्याच्या रक्षणास जावें याचा मला मोठा विचार पडला आहे. तर या प्रसंगीं कोणतें करणें हिताचें होईल तें मला सांग. तुला सर्व कांहीं कळत आहे. "

याप्रमाणें अर्जुनानें विचारिलें असतां, त्रिगर्ताधिपति सुशर्मा बोलावीत होता त्या बाजूला कृष्णानें रथ फिरविला. नंतर अर्जुनानें सात शीघ्रगामी बाणांनीं सुशर्म्यास जखमी करून दोन क्षुरप्र बाणांनीं त्याचा ध्वज व धनुष्य तोडिलें, आणि सहा वेगवान् बाण टाकून अश्व व सारथि यांसह त्याच्या भावासही यमाच्या घरीं पाठविलें. तेव्हां सुशर्म्यानें एक नागिणीसारखी चपळ पोलादी शक्ति अर्जुनावर फेंकिली, आणि वासुदेवावर तोमराची योजना केली. परंतु अर्जुनानें तीन बाणांनीं तीं दोन्ही आयुधें छेदून व असंख्य बाणांनीं सुशर्म्यास मोहित करून तो कौरवसैन्याकडे वळला. राजा, जोराची वृष्टि करणाऱ्या इंद्राप्रमाणें अर्जुन बाणांचा पाऊस पाडीत येत असतां त्या शूराला तुझ्या सैन्यांतील एकाही वीराच्यानें अडथळा करवला नाहीं; त्याचें उग्र स्वरूप पाहून त्याच्या पुढें जाण्यास कोणाचें धैर्यच होईना ! आणि तो तर गवत जाळीत सुटलेल्या अग्नीप्रमाणें पुढें सांपडेल त्या महारथास लोळवीत चालला ! राजा, प्राण्यास अग्नीचा स्पर्श सहन होत नाहीं तसा तुझ्या पक्षाकडील वीरांस पराक्रमी अर्जुनाचा त्या वेळचा तो सपाटा सहन होईना. तो सर्व सैन्यास बाणवृष्टीनें घेरीत घेरीत गरुडाच्या उड्डाणाप्रमाणें अचानक प्राग्ज्योतिषाधिपतीशीं जाऊन भिडला ! राजा, निष्पाप भारतांच्या हितासाठीं व संग्रामामध्यें शत्रूंना रडविण्यासाठीं म्हणून जें धनुष्य अर्जुनानें मिळविलें, तेंच या प्रसंगीं केवळ तुझ्या कपटद्यूत खेळणाऱ्या पोरामुळें अर्जुनानें तुझ्याच पक्षाकडील भरतकुलोत्पन्न वीरांचा निःपात करण्यासाठीं उचलिलें ! हे महाराजा, अशा रीतीनें अर्जुन तुझ्या सेनेवर प्रहार करूं लागला तेव्हां ती खडकावर आपटलेल्या नावेप्रमाणें विदीर्ण होऊन तिची फाटाफूट होऊन गेली. इतक्यांत दहा हजार धनुर्धारी वीर ' मारूं किंवा मरूं ' असा दृढनिश्चय करून मागें फिरले; आणि हृदय निर्भय करून त्या महारथी वीरांनीं अर्जुनास गराडा दिला. परंतु युद्धामध्यें कसाही पेंच पडला तरी मुळींच न गडबडणाऱ्या त्या पार्थानें, बोरूच्या रानाचा विध्वंस करणाऱ्या ऐनउमेदींत आलेल्या साठ वर्षांच्या मदोन्मत्त हत्तींप्रमाणें तुझ्या सैन्याचा फडशा पाडिला ! अशा प्रकारें त्या सैन्याचा नाश झाल्याबरोबर भगदत्त राजानें आपल्या हत्तीसह धनंजयावर अचानक घाला घातला; पण नरश्रेष्ठ पार्थानें आपल्या रथानेंच त्याशीं सामना केला. त्या वेळीं तो रथ व गज यांची फारच भयंकर लढाई जुंपली ! तो रथही यथाशास्त्र बनविलेला असून त्या हत्तीवरही आव-

श्यक अशी सर्व सामुग्री सिद्ध होती. अशा त्या उत्कृष्ट वाहनांवर आरूढ होऊन ते वीराग्रणी भगदत्त व धनंजय समरांगणांत एकमेकांशी भिडले. त्या मेघतुल्य गजवरावरून इंद्रसदृश भगदत्त राजा पार्थावर बाणांचा पाऊस पाडूं लागला, आणि तो वीर्यवान् इंद्रपुत्र धनंजयही ते भगदत्ताचे बाण आपल्या बाणांनीं वाटेंतच छेदूं लागला. तेव्हां प्राग्ज्योतिषाधिपानें अर्जुनाच्या बाणांचें निवारण करून कृष्ण व पार्थ या दोघांसही बाण मारून जखमी केलें; आणि ताबडतोब त्यांच्या भोंवतीं प्रचंड शरजाल पसरून त्या दोघांस ठार करण्याविषयीं आपल्या गजास इषारा दिला. त्याबरोबर तो गजेंद्र त्वरेनें कृष्णार्जुनांवर धांवला, पण क्रुद्ध कृतांतकालाप्रमाणें खवळलेला तो हत्ती उड्या घेतच येत आहेसें पाहातांच जनार्दनानें चलाखी करून आपल्या रथासुद्धां डावें चक्कर घेतलें. त्यामुळें तो रथ हत्तीच्या मागें जाऊन तो हत्ती व वरील वीर हे अर्जुनाला पाठमोरे पुढेंच सांपडले. परंतु युद्धधर्म स्मरणाऱ्या त्या पृथापुत्रानें त्यांस मारून टाकण्याचें मनांतही आणिलें नाहीं. पण राजा, इकडे त्या गजेंद्रानें पांडवांच्या सैन्यांतील हत्ती, घोडे व रथ यांचा चेंदामेंदा उडवून त्यांस यमलोकीं पाठविलें. तेव्हां मात्र धनंजय फारच खवळला.

अध्याय एकुणतिसावा.

—:०:—

भगदत्तार्जुनयुद्ध.

धृतराष्ट्र विचारितोः——संजया, याप्रमाणें अर्जुन खवळून गेला तेव्हां त्यानें भगदत्ताचें काय पारिपत्य केलें? किंवा प्राग्ज्योतिषानें तरी अर्जुनाचें काय पारिपत्य केलें? तें मला एक शब्द न गाळतां जसेंच्या तसें सांग.

संजय सांगतोः—हे प्रभो, कृष्णार्जुन हे भगदत्ताशीं भिडलेले पाहून ते प्रत्यक्ष यमाच्याच दाढेंत सांपडले असेंच सर्वांना वाटलें. कारण, तो गजस्कंधावरून रथस्थ कृष्णार्जुनांवर एकसारखी तशीच भयंकर शरवृष्टि करीत होता! हे महाराजा, त्या वेळीं भगदत्तानें आपलें धनुष्य पुरापूर खेंचून निसणावर लावलेले सुवर्णपुंख लोखंडी बाण श्रीकृष्णास मारिले. तेव्हां भगदत्तानें सोडलेले ते उत्कृष्ट पुच्छाचे अग्निस्पर्श शर कृष्णाच्या अंगांतून पार जाऊन जमिनींत शिरले! इतक्यांत अर्जुनानें त्याचें धनुष्य तोडून अनुचरांचाही संहार उडविला; आणि भगदत्तास खेळवीत खेळवीत तो त्याशीं युद्ध करूं लागला. तेव्हां भगदत्तानें सूर्यकिरणांप्रमाणें लखलखीत असे चौदा तीक्ष्ण तोमर फेंकिले, परंतु सव्यसाचीनें ते सर्व दुखंड करून टाकिले नंतर अर्जुनानें मोठी शरवृष्टि करून त्या गजावरील कवच फोडिलें, तेव्हां तें भूतलावर गळून पडलें; आणि कवचहीन झालेल्या त्या गजावर एकसारखे बाण पडूं लागले असतां तो पर्जन्यवृष्टि होत असलेल्या अभ्रहीन पर्वताप्रमाणें शोभूं लागला. तें पाहून भगदत्तानें सोन्याच्या दांड्याची एक पोलादी शक्ति वासुदेवावर टाकिली, पण अर्जुनानें तिचे दोन तुकडे करून पाडिले; आणि कित्येक बाण सोडून त्याचें छत्र व ध्वज छेदून टाकून व दहा बाणांनीं एकदम विद्ध करून त्यानें त्या पर्वतेश्वरास विस्मित करून टाकलें! अर्जुनाच्या त्या उत्कृष्ट कंकपिच्छ बाणांनीं भगदत्तास जबर जखमा झाल्यामुळें तो अर्जुनावर फारच संतापला; आणि त्यानें रागारागानें श्वेताश्व अर्जुनाच्या मस्तकावर तोमर फेंकून भयंकर गर्जना केली. राजा, त्या तोमराच्या योगानें अर्जुनाचा मुकुट फिरून गेला, तेव्हां तो उरफाटा झालेला मुकुट नीट करीत करीत अर्जुन

त्याला म्हणाला, ' भगदत्ता, एकदां हें जग नीट डोळे भरून पाहून घे ! '

अर्जुनाचे हे शब्द ऐकतांच भगदत्त विलक्षण संतापला; आणि भयंकर धनुष्य घेऊन त्यानें कृष्णार्जुनांवर बाणांची सारखी धार धरली ! तेव्हां अर्जुनानें त्याचें धनुष्य छेदून भात्यांचेंही तुकडे उडविले, आणि लगेच बहात्तर बाण सोडून त्याचीं मर्मै मर्मै खिळून टाकलीं ! ते बाण त्याच्या शरीरांत रुतून फार पीडा झाल्यामुळें त्याला पराकाष्ठेचा संताप येऊन त्यानें वैष्णवास्त्र सोडण्याच्या इच्छेनें आपला अंकुश मंत्रून तो अर्जुनाच्या छातीवर फेंकला. इतक्यांत कृष्ण अर्जुनाच्या पुढें होऊन त्यानें अर्जुनास पाठीशीं घातलें, आणि भगदत्तानें सोडलेलें तें सर्वघातक अस्त्र आपल्या छातीवर घेतलें ! राजा, त्या वेळीं असा चमत्कार झाला कीं, कृष्णाचा अंगस्पर्श होतांच त्या अस्त्राची वैजयंती माला बनून ती त्याच्या हृत्पटलावर लटकूं लागली ! ती माला कमलगुच्छांनीं सुसंपन्न असून फुलांनीं भरगच्च होती. अग्नि, सूर्य किंवा चंद्र यांप्रमाणें तिची प्रभा असून तीमधील पल्लव अग्नीप्रमाणें उज्ज्वल होते. तीमध्यें जागोजाग कमलपत्रें गुंफिलीं असून तीं वाऱ्यानें कंपायमान होत होतीं. अशा त्या वैजयंती मालेनें, जवसाच्या फुलाप्रमाणें ज्याचा वर्ण आहे असा तो गोपालकृष्ण विशेषच शोभूं लागला.

नंतर अर्जुन खिन्न अंतःकरणानें केशवास म्हणाला, " हे निष्पापा पुंडरीकाक्षा, ' मी युद्ध करणार नाहीं, फक्त अर्जुनाचे घोडे हांकीन ' असें प्रथम बोलून आतां ती आपली प्रतिज्ञा तूं पाळीत नाहींस ! अरे, मी संकटांत सांपडलों असेन, किंवा निवारण करण्यास असमर्थ असेन, तरच तुला असें करणें योग्य होईल; परंतु मी उभा असतांना तुला असें करणें योग्य नव्हे. गोविंदा, माझ्या हातीं हें धनुष्य व बाण असल्यावर देव, दानव व मनुष्य या सर्वांसह हें त्रैलोक्य जिंकण्यासही मी समर्थ आहें, ही गोष्ट तुलाही माहीत आहे ! "

वैष्णवास्त्राची पूर्वकथा.

अर्जुनाचें हें भाषण ऐकून वासुदेवानें त्याला यथायोग्य उत्तर दिलें. तो म्हणाला, " पार्था, या गोष्टींत कांहीं गूढ आहे. त्याबद्दल पूर्वीं घडलेली हकीकत तुला सांगतों, ऐकून घे. अरे, या जगाच्या संरक्षणासाठीं मी चार मूर्ति धारण करून सर्वदा तत्पर असतों. स्वतःचेच चार विभाग करून मी लोकांचें पालन करितों. माझी नारायणरूपी एक मूर्ति बदरिकाश्रमांत राहून तपश्चर्या करीत असते; दुसरी परमात्मरूपी मूर्ति बरें-वाईट कर्म करणाऱ्या या जगाकडे पहात असते; तिसरी क्षेत्रज्ञरूपी मूर्ति मनुष्यलोकांत राहून तत्प्रयुक्त कर्मे करीत असते; आणि चौथी जलशायिनी मूर्ति सहस्र वर्षेपर्यंत निद्रा घेत पडून असते. ही माझी चौथी मूर्ति हजार वर्षे पूर्ण झाल्याबरोबर जेव्हां जागृत होते, तेव्हां वरप्रदानास योग्य अशा श्रेष्ठांस वर देत असते. एकदां तो वरप्रदानकाल प्राप्त झाला आहे असें जाणून पृथ्वीनें नरकासुरासाठीं कोणता वर मागितला तो ऐक. ती म्हणाली, ' भगवन्, ह्या माझ्या मुलास आपलें वैष्णवास्त्र प्राप्त होऊन हा देवदानवांसही अवध्य व्हावा, एवढें आपण मला द्यावें ! '

" पार्था, भूदेवीचें तें भाषण ऐकून मीं तिच्या नरकसंज्ञक मुलाला कधींही विफल न होणारें वैष्णवास्त्र दिलें, आणि सांगितलें कीं, ' हे देवि, हें अमोघ अस्त्र नरकाचें रक्षण करील; आणि तेणेंकरून याला कोणीही मारणार नाहीं. हें अस्त्र याचें रक्षण करीत असतां हा

शत्रुसैन्यांचें मर्दन करील, आणि त्रैलोक्यांत सर्वदा अजिंक्य राहील.'

"यावर 'तथास्तु' असें म्हणून ती पूर्णकाम झालेली भूदेवी प्रसन्न चित्तानें निघून गेली; आणि तेव्हांपासून तो नरक शत्रूंस तप्त करणारा व अजिंक्य झाला. पार्था, ह्या नरकापासून पुढें तें माझें अस्त्र या भगदत्ताला मिळालें. बाबारे, या अस्त्राला अवध्य असा या त्रैलोक्यांत कोणीच नाहीं! फार तर काय? प्रत्यक्ष इंद्र किंवा रुद्र यांच्यावर त्याचा प्रभाव तितक्याच पूर्णपणें चालेल! यास्तव, पार्था, तुझ्या बचावासाठीं मीं तें अस्त्र विफल करून टाकलें! आतां दिव्यास्त्ररहित झालेल्या या महादैत्याचा तूं पराभव कर. अरे, हा तुझा वैरी मोठा झुंजार वीर असून देवद्वेष्टा आहे. याकरितां, ज्याप्रमाणें पूर्वी जगताच्या कल्याणासाठीं मीं नरकासुराचा वध केला, त्याप्रमाणें तूं या महाराक्षसास ठार मारून टाक."

भगदत्तवध.

याप्रमाणें महानुभाव श्रीकृष्णानें सांगतांच पार्थानें तीक्ष्ण बाणांचा वर्षाव करून एकाएकीं भगदत्तास व्यापून टाकलें; आणि बिलकूल न कचरणाऱ्या त्या महापराक्रमी महाशय पृथापुत्रानें लगेच एक नाराच बाण त्या गजाच्या दोन गंडस्थलांच्या नेमका मध्यावर मारला. तेव्हां पर्वतावर पडणाऱ्या वज्राप्रमाणें त्या हत्तीवर पडून, वारुळांत शिरणाऱ्या सर्पाप्रमाणें तो बाण पिसाऱ्यासुद्धां सगळाचा सगळा त्याच्या गंडस्थळांत घुसला. तेव्हां इकडून भगदत्त त्या हत्तीस वरचेवर इषारा करूं लागला; पण दरिद्री मनुष्याची बायको ज्याप्रमाणें आपल्या पतीचें ऐकत नाहीं, त्याप्रमाणें त्या व्यथित झालेल्या प्रचंड हत्तीनें आपल्या धन्याचा हुकूम न मानतां अंग संकुचित करून व दांत खालीं टेंकून हळूच जमिनीवर अंग टाकलें आणि अत्यंत क्लेश झाल्यामुळें किंकाळ्या फोडीत फोडीत प्राण सोडले! नंतर गांडीवधारी अर्जुनास कृष्ण म्हणाला, "पार्था, ह्या भगदत्ताच्या अतिप्रचंड देहावरील सर्व केंस पिकून पांढरे झाले आहेत; आणि पापण्या सुरकुतून डोळे झांकून गेल्यामुळें ते उघडे राहाण्यासाठीं यानें पापण्या फडक्यानें वर आवळून टाकल्या आहेत. वार्धक्यामुळें जरी याची अशी अवस्था होऊन गेली आहे, तरीही याचें शौर्य इतकें भारी आहे कीं, सांप्रतही यास जिंकणें केवळ अशक्य आहे!"

राजा, कृष्णाच्या या सांगण्यावरून अर्जुनानें त्याचा अभिप्राय ताडला, आणि ताबडतोब एक बाण मारून भगदत्ताच्या पापण्यांस बांधलेला तो पट्टा छेदून टाकला. त्याबरोबर त्याचे डोळे मिटले, आणि त्या प्रतापीभगदत्तास संपूर्ण जगत् अंधकारमय भासूं लागलें! नंतर अर्जुनानें एका अर्धचंद्राकार नतपर्व बाणानें भगदत्ताच्या हृदयाचा भेद केला. तेव्हां अर्जुनानें हृदय विदीर्ण केल्यामुळें, तो गतप्राण होऊन त्याचें धनुष्य व बाण गळून पडलें; आणि देहावर ताडन केल्यामुळें मोडून गेलेली पाकळी कमलापासून खालीं पडावी तसें त्याच्या मस्तकावरील श्रेष्ठ वस्त्रही गळून पडलें व एखादा फुललेला कर्णिकारवृक्ष वायुवेगानें मोडून जाऊन पर्वतशिखरावरून खालीं पडावा त्याप्रमाणें तो हेममाला धारण केलेला भगदत्त राजा आपल्या सुवर्णालंकृत पर्वतप्राय गजावरून खालीं कोसळला! याप्रमाणें, इंद्राचा मित्र व इंद्रतुल्य पराक्रमी अशा त्या भगदत्त राजास समरांगणांत ठार केल्यानंतर, सोसाट्याचा वारा वृक्ष मोडितो त्याप्रमाणें त्या इंद्रपुत्र अर्जुनानें तुझ्या जयाची इच्छा करणाऱ्या दुसऱ्या वीरांसही जमीनदोस्त करून टाकलें!

अध्याय तिसावा.

—:०:—

शकुनीचें पलायन.

संजय सांगतोः—इंद्रानें ज्यावर सदोदीत प्रेम असे असा त्याचा मित्र अमितपराक्रमी प्राग्ज्योतिषाधिपति ठार करून अर्जुन त्याला उजवी घालून वळला, तेव्हां गांधार राजाचे महाप्रतापी पुत्र वृषक व अचल हे दोघे भाऊ समरांगणांत अर्जुनास पीडा देऊं लागले. त्यांपैकीं एकानें पाठीमागून व एकानें पुढून अर्जुनास गांठलें आणि अशा प्रकारें त्या धनुर्धारी वीरांनीं महावेगवान् तीक्ष्ण शरांनीं अर्जुनास अगदीं घायाळ करून टाकलें. इतक्यांत पार्थानें तीक्ष्ण बाण सोडून सुबलपुत्र वृषकाचे घोडे, सारथि, धनुष्य, छत्र, रथ व ध्वज या सर्वांचे तिळाएवढे तुकडे उडविले ! नंतर त्यानें शरसमूहांनीं आणि नानाप्रकारच्या आयुधांनीं सौबलप्रभृति गांधार वीरांस व्याकुल करून टाकलें. इतकेंच नव्हे, तर त्या क्रुद्ध धनंजयानें शस्त्रें उगारून आलेल्या पन्नास गांधार वीरांस यमलोकीं पाठविलें. इकडे भुजवीर्यशाली वृषकाच्या रथाचे घोडे वगैरे मरून गेल्यामुळें त्यानें ताबडतोब त्या रथांतून उडी टाकिली, आणि आपल्या भावाच्या रथावर चढून दुसरें धनुष्य घेतलें. नंतर एका रथावर बसलेले ते वृषकाचल भ्राते वरचेवर शरवृष्टि करून अर्जुनाचा वेध करूं लागले. राजा धृतराष्ट्रा, ते तुझे मेहुणे गांधार देशाचे राजे वृषक व अचल मोठे बलिष्ठ वीर होते. ते इंद्रावर प्रहार करणारे वृत्रासुर व बली यांप्रमाणें अर्जुनावर विलक्षण प्रहार करूं लागले. ग्रीष्म ऋतूचे दोन महिने उष्ण किरणांच्या योगानें जगतास जसा ताप देतात, तसे अचूक नेम मारणारे ते दोघे गांधार अर्जुनास ताप देऊं लागले. राजेंद्रा, इतक्यांत अर्जुनानें रथांत एकमेकांस चिकटून बसलेल्या त्या दोघां नरश्रेष्ठ राजकुमारांस एकाच बाणानें ठार केलें. तेव्हां, राजा, ज्यांच्या शरीराची ठेवण अगदीं एक आहे असे ते सिंहाप्रमाणें उमदे, आरक्तनेत्र, महाबलिष्ठ सहोदर वीर रथांतून खालीं पडले; आणि त्यांचे भूमीवर आलेले ते आप्तइष्टांस प्रिय असलेले देह आपलें उज्ज्वल यश दशदिशांस पसरून पंचमहाभूतांचे ठिकाणीं लीन झाले. राजा, युद्धामध्यें कधींही माघार न घेणारे आपले दोघे मामा युद्धांत मेलेले पाहून तुझे पुत्र फारच अश्रु ढाळूं लागले. इतक्यांत मायेचे हजारों प्रकार जाणणाऱ्या शकुनीनें आपले भाऊ पडलेले पाहून कृष्णार्जुनांस मोहित करण्याच्या उद्देशानें कांहीं माव केली. तेव्हां सोडगे, लोखंडी गोळे, दगड, तोफा, शक्ति, गदा, परिघ, तरवारी, शूळ, मोगर, पट्टे, काठ्या, दोहोंकडून धार असलेल्या तरवारी, वाघनखें, मुसळें, परशु, वस्तरे, नळ्यांतून फेंकण्याचीं शस्त्रें, वत्सदन्त बाण, अस्थिमय फाळ, चक्रें, बाण, भाले, इत्यादि नानाप्रकारचीं असंख्य आयुधें सर्व दिशांकडून व उपदिशांकडून येऊन अकस्मात् अर्जुनावर पडूं लागलीं. त्याचप्रमाणें गर्दभ, उंट, रेडे, सिंह, वाघ, गवे, चित्ते, अस्वल, कुत्रे, गिधाडें, वानर, सर्प, राक्षस, अनेक जातींचे पक्षी वगैरे हजारों प्रकारचे भुकेनें वखवखलेले क्रूर प्राणी अतिशय खवळून अर्जुनावर धांवले. तेव्हां त्या दिव्यास्त्रवेत्त्या शूर कुंतीपुत्र अर्जुनानें तत्काल बाणजालें पसरून त्यांस मारण्याचा सपाटा मांडला असतां त्या शूराच्या उत्तमोत्तम व बळकट बाणांनीं मरत असलेले ते प्राणी मोठमोठ्यानें किंकाळ्या फोडीत चोहोंकडे पडले आणि एकूणएक नष्ट झाले. नंतर अर्जुनाच्या रथाभोंवतीं घनदाट अंधकार पसरला, आणि त्यामधून अर्जुनाची निंदा करणारे भयंकर शब्द निघूं लागले ! तो अंधकार

मोठा भयंकर व उग्र असून संपूर्ण समरांगणीं सर्वांस भयभीत करीत होता, तथापि त्याचाही अर्जुनानें ज्यौतिष नामक एका मोठ्या उत्तम अस्त्रानें नाश केला. त्या अंधकाराचा नाश होतांच तेथें पाण्याचे भयंकर प्रवाह उत्पन्न झाले, परंतु अर्जुनानें त्यांच्या नाशासाठीं आदित्यास्त्राची योजना केल्यामुळें बहुतेक सर्व पाणी सुकून गेलें! अशा प्रकारच्या पुष्कळ माया सुबलपुत्र शकुनीनें केल्या, परंतु अर्जुनानें आपल्या अस्त्रबलानें त्यांचा सहज खेळतां खेळतां नाश करून टाकला. याप्रमाणें मायांची व्यवस्था लागल्यावर तो शकुनि अर्जुनाच्या शरप्रहारानें त्रस्त झाल्यामुळें वेगवान् अश्वांच्या साह्यानें एखाद्या सामान्य मनुष्याप्रमाणें दूर पळाला! नंतर तो अस्त्रविद्याविशारद पार्थ शत्रूंस आपलें चापल्य दाखविण्याच्या उद्देशानें कौरवसेनेवर बाणसमुदायांचा वर्षाव करूं लागला. हे महाराजा, अर्जुनाचा भयंकर मारा सुरू होतांच, पर्वत आडवा आल्यामुळें दुभंग होणाऱ्या नदीप्रमाणें तुझ्या मुलाची सेना दुभंग होऊन गेली. राजा, अर्जुनाकडून जर्जर होत असलेले कांहीं वीर द्रोणांकडे धांवले, आणि बाकीचे दुर्योधनास जाऊन मिळाले. त्या वेळीं सर्व सैन्य धुळीनें भरून गेल्यामुळें अर्जुन तर आम्हांस दिसतच नव्हता, परंतु दक्षिण दिशेकडून गांडीवाचा टणत्कार मात्र एकसारखा ऐकूं येत होता. तो प्रचंड घोष, शंखदुंदुभींच्या शब्दांस व वाद्यांच्या ध्वनींस मागें सारून आकाशांत घुमत होता. इतक्यांत दक्षिण दिशेला अद्भुत युद्ध करणाऱ्या वीरांचें व अर्जुनाचें भयंकर युद्ध जुंपलें. परंतु त्या वेळीं मी द्रोणांच्या मागें गेलों. इकडे युधिष्ठिराचीं सैन्यें ठिकठिकाणीं हल्ले करीतच होतीं; आणि, हे भारता, अर्जुनानें तर आकाशांतील मेघ उडवून देणाऱ्या वायूप्रमाणें दुर्योधनाच्या अनेक तुकड्यांची अगदीं धूळधाण उडविली. जोराचा पाऊस पाडणाऱ्या इंद्राप्रमाणें तो शरवृष्टि करीत चालून आला, तेव्हां त्याचें निवारण करण्यास तुझ्या पक्षाकडील सर्व महाधनुर्धारी वीरांपैकीं एक देखील पुढें सरसावला नाहीं! उलट अर्जुनाच्या माऱ्यानेंच अत्यंत घायाळ होऊन ते सैरावैरा पळत सुटले, आणि पळतां पळतां आपल्याच लोकांस पायांखालीं तुडवून ठार करूं लागले. राजा, ज्याप्रमाणें टोळधाड सर्व आकाश व्याप्त करून टाकते, त्याप्रमाणें अर्जुनानें सोडलेले ते कंकपत्रांकित शरीरभेदक बाण दशदिशा झांकून टाकून खालीं पडले; आणि घोडे, हत्ती, रथ, पदाति— जें सांपडेल त्यांतून आरपार जाऊन वारुळांत शिरणाऱ्या भुजंगाप्रमाणें जमिनीच्या पोटांत शिरले! हत्ती, घोडे किंवा मनुष्य यांपैकीं कोणावरही अर्जुनानें दुसरा बाण कसा तो टाकलाच नाहीं. केवळ एकेकाच बाणानें ते गतप्राण होऊन पडले! राजा, त्या वेळीं चोहोंकडे मरून पडलेले हत्ती व वीर, शरांनीं मेलेले व एकसारखे मरत असलेले घोडे, आणि कोलाहल करून सोडणारे कोल्ह्याकुत्र्यांचे कळप यांच्या योगानें तें रणांगण फारच भयाण होऊन गेलें. आर्या धृतराष्ट्रा, अर्जुनानें कौरवांकडील सर्व वीरांची त्या वेळीं इतकी त्रेधा उडविली कीं, बाप मुलांना टाकून गेले, मित्र आपल्या प्रिय मित्रांच्या प्राणांवर उदार झाले, आणि पुत्र आपल्या पित्यांस सोडून पळत सुटले. फार काय सांगावें? पार्थपीडित झालेल्या त्या वीरांचें सर्व लक्ष केवळ स्वतःच्या संरक्षणाकडे लागून ते आपल्या बसूंखालचे घोडे देखील टाकून पळाले!

अध्याय एकतिसावा.

—:०:—

नीलवध.

धृतराष्ट्र विचारतोः—संजया, पांडुपुत्र अर्जुनानें सैन्याची दाणादाण उडवून दिली, आणि तुम्हीं धैर्य सोडून वेगानें पळत सुटलां, त्या वेळीं तुमच्या मनाची स्थिति कशी काय झाली होती? अरे, त्या पराजित झालेल्या सैन्यांस कोठेंच आधाराची जागा दिसत नसल्यामुळें त्यांकडून उलट मारा होणें केवळ दुरापास्तच होतें. तेव्हां त्या प्रसंगीं तुम्हांस काय वाटलें व पुढें काय झालें तें सर्व मला सांग.

संजय सांगतोः—हे प्रजापालका, तशा बिकट प्रसंगीं देखील तुझ्या पुत्राचें प्रिय इच्छिणारे कित्येक श्रेष्ठ वीर लोकांमध्यें आपली कीर्ति राखण्यासाठीं द्रोणांच्या मागून गेले; आणि अस्त्रें सज्ज करून धर्मराजानें हल्ला केला तेव्हां वास्तविक मोठ्या भीतीचा प्रसंग असतांही त्यांनीं निर्भयपणें मोठमोठे पराक्रम केले. त्या महापराक्रमी वीरांनीं भीमसेन, सात्यकि व धृष्टद्युम्न वीर यांमध्यें मोठीं खिंडारें पाहून त्यांची परस्पर भेटही होऊं दिली नाहीं. राजा, त्या वेळीं ‘ द्रोणांस मारा, द्रोणांस मारा ! ’ असें क्रूर पांचाल ओरडूं लागले आणि कौरव ‘ द्रोणांस मारूं देऊं नका; द्रोणांस वांचवा ! ’ असें म्हणून आपल्या सर्व सैन्यास हुरूप आणूं लागले. एका पक्षाचे वीर ‘ द्रोणांस मारा, द्रोणांस मारा ’ असें ह्मणूं लागले, आणि ‘ द्रोणांचा वध होऊं देऊं नका, द्रोणांचा वध होऊं देऊं नका ! ’ असें दुसऱ्या पक्षाचे वीर ओरडूं लागले; आणि याप्रमाणें त्या कौरवपांडवांमध्यें द्रोणांच्या नांवाचा एक प्रकारचा जुगारच सुरू झाला.

असो; संग्रामामध्यें द्रोण पांचालांच्या ज्या ज्या रथसमूहावर हल्ला करीत, त्याच्या त्याच्या रक्षणास पंचालकुमार धृष्टद्युम्न तेथें जाई. राजा, त्याच वेळीं चोहोंकडे उभय पक्षांकडील टोळ्याटोळ्यांचें युद्ध जुंपून भयंकर रणकंदन माजलें असून त्यांतूनच वीर प्रचंड गर्जना करीत पुढें होऊन एकमेकांचा समाचार घेत होते. परंतु त्या वेळच्या युद्धाचा सामान्य परिणाम असा होत होता कीं, कौरवांनीं पूर्वीं दिलेले क्लेश स्मरून पांडव विशेष त्वेषानें लढत असल्यामुळें ते शत्रुसैन्याचा थरकांप उडवून देत; परंतु शत्रूंनीं त्यांचा थरकांप उडविला असें मात्र होत नसे ! पांडव जात्या विनयशील, परंतु अंतःकरण पेटल्यामुळें ते क्रोधाधीन होऊन गेले, आणि त्यामुळें कशासही न भितां व प्राणांचीही पर्वा न करतां ते द्रोणांस मारण्यासाठीं पुढें सरसावले. त्या वेळीं झालेल्या कचाकचींत आपल्या प्राणांचे पण लावून जुगार खेळणाऱ्या त्या वीरांची परस्पर गांठ पडणें ह्मणजे लोखंडावर लोखंड किंवा दगडावर दगड आपटण्यासारखाच प्रकार ! राजा, इतकें भयंकर युद्ध मागें कधीं पाहिल्याचें वृद्धांस सुद्धां आठवत नाहीं. इतकेंच नव्हे, तर असें युद्ध झालेंही त्यांच्या ऐकिवांत नाहीं ! ज्यामध्यें वीर पटापट मरून पडत आहेत अशा त्या रणांगणांत तो मोठा सेनासमूह संचार करूं लागला, तेव्हां अतिभारामुळें भूमि जशी कांहीं कांपूं लागली. अजातशत्रु युधिष्ठिराचा सेनासमुद्र इकडून तिकडे उसळूं लागला तेव्हां झालेला अति भयंकर शब्द आकाशास स्तब्ध करून पुनः त्याच सैन्यांत शिरला. द्रोणाचार्यांनीं संग्रामांत फिरत असतां पुढें सांपडलेल्या पांडवसैन्याच्या कित्येक तुकड्यांचा तीक्ष्ण बाणांनीं विध्वंस करून टाकला. याप्रमाणें द्रोणाचार्य अद्भुत पराक्रम करून सैन्याचा नाश उडवूं लागले, तेव्हां स्वतः धृष्टद्युम्नानें पुढें होऊन

त्यांचें निवारण केलें. त्या वेळीं द्रोण व पांचाल यांमध्यें जें अद्भुत युद्ध झालें, त्यास कोणतीच उपमा योग्य नाहीं अशी माझी निश्चयपूर्वक समजूत आहे.'

पुढें, शर ह्याच ज्याच्या ठिणग्या व धनुष्य हीच ज्याची ज्वाला अशा अनिलसदृश नील वीरानें गवत जाळणाऱ्या अग्नीप्रमाणें कौरवसैन्याचा विध्वंस मांडला, तेव्हां कोणाबरोबरही प्रथम भाषण करणारा प्रतापी द्रोणपुत्र त्यास हंसत हंसत स्पष्टपणें म्हणाला, "नीला, शररूप ज्वालेनें पुष्कळ सामान्य योद्ध्यांस जाळून तुला काय मिळणार ? यांत कांहींएक पुरुषार्थ नाहीं ! तुला युद्ध कर्तव्य असेल तर एकट्या मजबरोबरच लढ, आणि दांतओंठ खाऊन काय मारा करावयाचा असेल तो लवकर होऊं दे!"

याप्रमाणें अश्वत्थामा बोलला असतां कमलसमूहाप्रमाणें ज्याचा आकार आहे आणि कमलपत्राप्रमाणें ज्याचे नेत्र आहेत अशा त्या अश्वत्थाम्यास, प्रफुल्लित कमलाप्रमाणें ज्याचें मुख आहे अशा त्या नील वीरानें बाणांनीं विद्ध केलें. तेव्हां द्रोणपुत्रानेंही एकदम त्याचा वेध करून तीन अर्धचंद्राकार बाणांनीं शत्रूचें धनुष्य, ध्वज व छत्र छेदून टाकलें. इतक्यांत नील वीरानें अश्वत्थाम्याचें मस्तक धडापासून वेगळें करण्याच्या इराद्यानें ढाल व उत्कृष्ट तरवार हातांत घेऊन पक्ष्याप्रमाणें एकदम रथावरून उड्डाण केलें ! परंतु, धृतराष्ट्रा, द्रोणपुत्रानें उलट त्याचेंच तें कुंडलयुक्त, सुंदर नासिका असलेलें गुबगुबीत शिरकमल सहज हंसत हंसतच उडविलें ! तेव्हां पद्मपत्राप्रमाणें ज्याचे डोळे व अंगकांति आहे असा तो पूर्णचंद्राप्रमाणें उज्ज्वल मुखाचा धिप्पाड नील वीर गतप्राण होऊन जमिनीवर पडला ! अग्नीप्रमाणें तेजस्वी असा तो नील आचार्यपुत्राकडून मारला गेला तेव्हां पांडवांची सेना अत्यंत विव्हल होऊन दुःख करूं लागली; आणि, हे आर्यपुत्रा, पांडवांकडील सर्व महारथी वीरांस मोठी दहशत पडून, अर्जुन आम्हांस केव्हां एकदां शत्रूंच्या कचाटींतून सोडवितो असें होऊन गेलें ! परंतु या वेळीं तो बलाढ्य वीर दक्षिण दिशेला शिल्लक राहिलेले संशप्तक व नारायणगण यांच्या सैन्याचा संहार उडविण्यांत गुंतला होता !

अध्याय बत्तिसावा.

—:०:—

द्वितीयदिनसमाप्ति.

संजय सांगतोः—आपल्या सैन्याची होत असलेली खराबी वृकोदरास सहन न होऊन त्यानें द्रोणांवर साठ व कर्णावर दहा बाण टाकिले. तेव्हां द्रोणांनीं त्याचा प्राणांत करण्याच्या उद्देशानें सरळ जाणाऱ्या तीक्ष्ण धारेच्या पाजळलेल्या बाणांनीं त्याचीं सर्व मर्में भेदून टाकिलीं; आणि त्यास सवड सांपडूं नये म्हणून तावडतोब आणखी सव्वीस बाण त्यावर टाकले. इतक्यांत कर्णानें बारा, अश्वत्थाम्यानें सात व दुर्योधनानें सहा बाण टाकून त्याचा वेध केला; परंतु महाबली भीमसेनानें ते सर्व बाण छेदून उलट द्रोणांवर पन्नास, कर्णावर दहा, दुर्योधनावर बारा व द्रोणपुत्रावर आठ शीघ्रगामी बाण सोडले, आणि भयंकर गर्जना करीत तो रणांगणांत त्यांवरच उलटला. तेव्हां तो जिवावर उदार होऊन साहसास प्रवृत्त झाल्यामुळें मृत्यु पावण्याच्या बेतांत आला आहे असें पाहून अजातशत्रु युधिष्ठिरानें 'भीमाचें रक्षण करा' म्हणून आपल्या सैनिकांस आज्ञा केली. त्याबरोबर माद्रीसुत नकुल-सहदेव व युयुधानप्रभृति महावीर खवळून गोळा झाले, आणि एकजुटीनें अमितपराक्रमी भीमसेनाजवळ येऊन पोहोंचले. नंतर भीमसेनासह त्या महारथांनीं आपल्या श्रेष्ठ धनुष्यांनीं स्वतःचें सं-

संरक्षण करीत द्रोणांच्या सैन्याची फळी फोडण्यासाठीं त्यावर निकराचा हल्ला केला; आणि रथिश्रेष्ठ द्रोणांनींही बिलकुल न गडबडतां मोठ्या धैर्यानें त्यांशीं सामना दिला. राजा, तुझ्या पक्षाकडील अतिबलाढ्य रणशूर महारथी वीरांवर जेव्हां पांडव मृत्यूसही न भितां येऊन पडले, तेव्हां स्वारास्वारांची हाणामारी सुरू झाली, रथी रथ्यांवर घसरले, शक्ति व खड्ग यांची खणाखणी होऊं लागली, आणि युद्धाच्या कामीं कुऱ्हाडींचाही उपयोग होऊं लागला. ज्यामध्यें मनुष्याच्या खऱ्या शौर्याची पारख होते तें खड्गयुद्ध तर फारच भयंकर झालें. हत्तीहत्तींची गांठ पडून ठिकठिकाणीं मोठेंच रण माजलें. हे राजश्रेष्ठा, कोणी हत्तीवरून खालीं पडला, कोणी घोड्यावरून खालीं डोकें वर पाय होऊन घसरला, आणि कोणी शरपीडित होऊन रथांतून खालीं कोसळला ! याप्रमाणें त्या गर्दींत कवचें फुटून व जखमी होऊन धरणीवर पडलेल्या कित्येक वीरांच्या हृदयांवर पाय देऊन कांहीं हत्तींनीं त्यांचीं मस्तकें तुडविलीं, आणि इतरांनीं तेथें पडलेल्या दुसऱ्या सैनिकांचा विध्वंस मांडला! कित्येक हत्ती दांत जमिनींत रोंवून रथ्यांचा नाश करूं लागले, आणि ज्यांच्या दांतांस मनुष्यांचीं आंतडीं लटकलीं आहेत अशा दुसऱ्या कित्येक गजांनीं वारेमाप धांवून पायांखालीं शेंकडोंजणांस चिरडण्याचा सपाटा चालविला! अंगावर लोखंडाचीं मजबूत चिलखतें आहेत असे खालीं पडलेले सैनिक, घोडे, रथ व हत्ती यांसही ते जाड बोरूंप्रमाणें चिरडीत चालले. त्या वेळीं मोठमोठ्या विनयशील राजांसही कालगतीनें जखमी होऊन फक्त गिधाडांचीं पिसें हंतरून तयार केलेल्या अत्यंत कष्टकारक शय्येवर पडावें लागलें! नंतर, राजा, तें रण अमर्याद माजलें, आणि सर्वच वीर अगदीं बेफाम होऊन गेल्यामुळें बाप मुलांवर व मुलगे बापांवर रथ घालूं लागले व एकमेकांस ठारही करूं लागले! कोणाचा रथ मोडला, कोणाचा ध्वज छिन्नभिन्न झाला. कित्येकांचीं छत्रें शत्रूंनीं पाडलीं. घोडे मोडकी अर्धी दांडी घेऊनच भडकूं लागले! खड्गांसह वीरांचे हात तुटून पडले, कुंडलांसह मस्तकें छिन्नभिन्न झालीं, बलवान् गजानें फेंकून दिल्यामुळें कित्येक रथांचा जमिनीवर आपटून चुराडा उडाला, रथ्यानें नाराच बाणानें जखमी केलेले हत्ती जमिनीवर कोसळूं लागले आणि हत्तींच्या धडका बसून शेंकडों घोडे वरील स्वारांसुद्धां धडाधड आदळूं लागले! याप्रमाणें तें घनघोर महायुद्ध बेसुमार वाढलें, तेव्हां "अहो बाबा! हे पुत्रा! हे मित्रा! कोठें आहेस? उभा रहा, कोणीकडे धांवतोस? मार, पकड, ह्याचा पराभव कर." अशा प्रकारचे शब्द वीर उच्चारूं लागले. त्याबरोबर कित्येक हास्य करीत होते, कित्येक रागारागानें गुरगुरत होते, आणि कित्येक रणगर्जना करीत होते. अशा नानाप्रकारच्या शब्दसमुच्चयानें बनलेला भयंकर कोलाहल त्या ठिकाणीं ऐकूं येत होता. मनुष्य, घोडे व हत्ती यांचें रक्त गोठून गेलें, आणि त्याच्या योगानें जमिनीवरील धूळ भिजून पादाघातानें ती अगदीं बसून गेली. हा सर्व प्रकार पाहून भित्र्या लोकांस मूर्च्छा येऊं लागली! धैर्यवान् वीर एकमेकांच्या रथांवर रथ घालून चाकांत चाकें अडकवूं लागले; आणि अगदीं एकमेकांजवळ येऊन भिडल्यामुळें बाण चालतनासे होतांच गदेनेंच मस्तकें उडवूं लागले! कोणी शेंड्या धरूं लागले, कोणी दारुण मुष्टियुद्धास सरसावले, आणि कित्येक वीर तर इतर शस्त्रांच्या अभावीं केवळ दांत व नखें यांचाच उपयोग करूं

लागले ! कोणी वीरानें हातांत खड्ग घेऊन तो उगारला असतां अकस्मात् त्याचा तो हात वरचेवर उडाला, कोणाचा धनुष्य घेतलेला हात छिन्नभिन्न झाला, आणि त्याचप्रमाणें कोणाचे बाण व कोणाचे अंकुश हातांतल्या हातांत राहून त्यांसह त्यांचे ते हात समरांगणात तुटून पडले ! त्या ठिकाणीं कोणी दुसऱ्यास हांका मारीत होते, कोणी पराङ्मुख होऊन पळत होते, कोणी पुढें आलेल्या वीराचें मस्तक धडापासून वेगळें करीत होते, कोणी किंकाळ्या फोडीत पळत सुटले होते, आणि कोणी तो शब्द ऐकूनच अगदीं भेदरून जात होते ! कित्येक वीर तीक्ष्ण बाणांनीं शत्रूंस ठार करीत होते, आणि कित्येक तर बेहोष होऊन स्वकीयांचाच प्राण घेत होते ! ज्याप्रमाणें उन्हाळ्यांत नदीचें पाणी आटलें असतां कित्येक वेळां तिचें तीर आंत कोसळतें, त्याप्रमाणें येथील एकेक पर्वतशिखरासारखा प्रचंड हत्ती नाराच बाणानें विद्ध होऊन जमिनीवर कोसळूं लागला ! कोणी मदोन्मत्त झालेला पर्वतप्राय हत्ती, घोडे व सारथि यांसुद्धां रथ्यास जमिनीवर लोळवून त्यांचा चुराडा करण्यासाठीं त्यास पायांनीं तुडवूं लागला. त्या ठिकाणीं जे अस्त्रज्ञ व खरे शूर होते, त्यांना रक्ताच्या आंघोळी होऊन गेल्या होत्या तरी ते लढतच होते ! त्यांचीं तीं रक्तानें माखलेलीं शरीरें पाहून पुष्कळ भेकडांचे मात्र डोळे फिरत होते ! याप्रमाणें चोहोंकडे वाताहत चालली होती. सर्व वीर देहभान विसरले होते, आणि सैन्यानें उडविलेल्या धुळीनें तर फारच खराबी उडत होती.

राजा, या गर्दींत पांडव प्रथमपासूनच मोठ्या त्वरेनें चाल करीत होते, तथापि त्यांचा सेनापति धृष्टद्युम्न हा "द्रोणाचा पाडाव करण्याची हीच संधि आहे !" असें म्हणून त्यास विशेष त्वरा करूं लागला. तेव्हां त्याच्या मनोदयानुरूप वागणारे ते महातेजस्वी पांडव सरोवराकडे वेगानें जाणाऱ्या हंसपक्ष्याप्रमाणें मारामारी करीत एकदम द्रोणरथावर जाऊन पडले. त्या वेळीं त्या अजिंक्य आचार्यांच्या रथाजवळ "धरा, पळा, न भितां शत्रूंस कापा !" अशा प्रकारचा एकच हलकल्लोळ होऊं लागला. इतक्यांत द्रोण, कृपाचार्य, कर्ण, अश्वत्थामा, जयद्रथ राजा, अवंतिपति विंद व अनुविंद, आणि शल्य हे पांडवांशीं सामना देण्यास पुढें सरसावले. परंतु पांडव व पांचाल हे मोठे अजिंक्य व अनिवार वीर असून ते या प्रसंगीं क्षात्रधर्मास अनुरूप अशा विलक्षण प्रकारें खवळले होते, त्यामुळें ते शरपीडित झाले असतांही द्रोणांस सोडून परतले नाहींत. नंतर द्रोण फारच संतापले, आणि शेंकडों शर सोडून चेदि, पांचाल व पांडव यांकडील वीरांचा एकसारखा भयंकर संहार करूं लागले. हे सन्मान्य महाराजा, त्यावेळीं आचार्यांच्या हातावर त्यांच्या प्रत्यंचेचा आघात इतक्या जोरानें होऊं लागला कीं, त्याचा प्रचंड ध्वनि दशदिशांस दुमदुमत राहून विजेच्या कडकडाटाप्रमाणें मनुष्यांस भयभीत करूं लागला. इतक्या अवकाशांत इकडे अर्जुनानें शिलक राहिलेल्या सर्व संशप्तकांस जिंकिलें; आणि ताबडतोब तो द्रोण ज्या बाजूला पांडवांचा नाश करीत होते त्या बाजूला येऊं लागला. राजा, शररूप ओघानें वाहाणारे, रक्तरूप उदकानें तुडुंब भरलेले, आणि रथरूपी प्रचंड भोंवऱ्यांनीं व्याप्त असलेले असे ते संशप्तकरूपी भयंकर डोह तरून अर्जुन पैलतीरीं आलेला दिसूं लागला. सूर्याप्रमाणें तेजस्वी व परमविख्यात अशा त्या पांडुनंदनाचें चिन्ह जो वानरयुक्त ध्वज, तो तेजानें झळकत असलेला आम्हांस दुरून दिसला. इतक्यांत तो अर्जुनरूपी कल्पांतसूर्य आपल्या अस्त्ररूपी प्रखर

किरणांनीं संशप्तकरूपी समुद्र शुष्क करून पैलतीरच्या कौरवांसही तप्त करूं लागला! राजा, युगांतकालीं उत्पन्न झालेला धूमकेतु ज्याप्रमाणें संपूर्ण जग जाळूं लागतो, त्याप्रमाणें अर्जुन आपल्या अस्त्रतेजानें कौरवसेनेस दग्ध करूं लागला. त्यानें हजारों बाणांचा एकेक असे कित्येक बाणप्रवाह निर्माण केले, तेव्हां त्यांनीं ताडित झालेले कौरवांकडील हत्ती, घोडे, रथी व पदाति व्याकूळ होऊन केश वगैरे अस्ताव्यस्त होऊन जमिनीवर पडूं लागले. कित्येक दीनस्वरानें विवळत पडले, कित्येकांनीं विवळतां विवळतां प्राण सोडले, आणि दुसरे कित्येक तर अर्जुनाच्या बाणांचा स्पर्श होतांच गतप्राण झाले. जमिनीवर पडलेल्या वीरांपैकीं जे कित्येक उठून पाठीस पाय लावून पळत सुटले, त्यांस युद्धाचे नियम पाळणाऱ्या त्या अर्जुनानें मारलें नाहीं. राजा, त्या वेळीं तुझ्या पक्षाकडील वीरांचे रथ मोडले, त्यांची मुखश्री उतरून गेली, आणि बहुतेक सर्व पराङ्मुख होऊन, 'हे कर्णा! हे कर्णा! हायहाय! कोण हा दारुण प्रसंग!' असा आक्रोश करूं लागले. तो त्यांचा विलाप अधिरथपुत्र कर्णाच्या कानावर पडला, तेव्हां हे स्वसंरक्षणासाठीं आपणास शरण आले आहेत असें पाहून, 'भिऊं नका, भिऊं नका' असें म्हणत तो अर्जुनासंमुख धावला. हे भारता, रथी वीरांत अग्रेसर, सर्व भारती योद्ध्यांचें भूषण व अस्त्रज्ञांत वरिष्ठ अशा त्या कर्णानें त्या वेळीं आग्नेयास्त्राची योजना केली; परंतु देदीप्यमान धनुष्य धारण करून प्रज्वलित बाणांचा वर्षाव करणाऱ्या कर्णाचे ते सर्व बाण धनंजयानें आपल्या शरसंघानें छेदून टाकले. त्या सूतपुत्रानेंही अर्जुनाचे बाण व त्याचें अस्त्र यांचा आपल्या अस्त्रानें विध्वंस केला, आणि उलट त्यावरच बाणवृष्टि करीत तो रणगर्जना करूं लागला. इतक्यांत धृष्टद्युम्न, भीमसेन व महारथ सात्यकि यांनीं कर्णास गांठून तीन तीन सरळ जाणाऱ्या बाणांनीं त्याचा वेध केला. नंतर राधेयानें शरवृष्टि करून अर्जुनाच्या अस्त्राचें निवारण केलें, आणि त्याच वेळीं या तिघांवर तीन बाण सोडून त्यांच्याही धनुष्यांचे तुकडे उडविले! तेव्हां शस्त्रें छिन्न झाल्यामुळें त्या वीरांची दांत पाडलेल्या सर्पाप्रमाणें शोचनीय अवस्था झाली असतां ते निशाणाच्या काठ्यास्त्र झुगारून सिंहनाद करूं लागले! राजा, त्यांच्या हातांतून सुटलेले ते सर्पाप्रमाणें भयंकर, उज्ज्वल व प्रचंड सोटे मोठ्या वेगानें कर्णाच्या रथावर आले, परंतु बलवान् कर्णानें त्या प्रत्येकावर तीन तीन बाण सोडून त्यांचे तुकडे उडविले; आणि अर्जुनावर बाण टाकीत टाकीत आरोळी ठोकली. इतक्यांत अर्जुनानें सात शीघ्रगामी बाणांनीं कर्णास विद्ध करून त्याच्या पाठच्या भावास तीक्ष्ण बाणांनीं ठार केलें. नंतर पार्थानें कर्णाचा दुसरा भाऊ शत्रुंजय यास सहा बाणांनीं परलोकची वाट दाखविली, आणि त्याचा तिसरा भाऊ विपाट याचें मस्तक तर एकाच अर्धचंद्राकृति बाणानें रथापासून हरण केलें! याप्रमाणें एकट्या अर्जुनानें सर्व कौरव पाहात असतां प्रत्यक्ष कर्णाच्या समोर त्याचे तीन सख्खे भाऊ ठार केले! इतक्यांत भीमसेनानें गरुडाप्रमाणें आपल्या रथावरून उड्डाण केलें, आणि उत्कृष्ट तरवारीनें कर्णाचे पंधरा साथीदार जमिनीवर लोळविले. नंतर त्यानें पुनः आपल्या रथावर येऊन दुसरें धनुष्य घेतलें, आणि कर्णास दहा बाणांनीं व त्याचे घोडे व सारथि यांस पांच बाणांनीं जखमी करून टाकलें. इतक्यांत दुसऱ्या बाजूनें धृष्टद्युम्न आपली उज्ज्वल ढाल व प्रचंड तरवार घेऊन पुढें आला, आणि ताबडतोब

चंद्रवर्मा, बृहत्क्षत्र व नैषध यांस ठार करून परत आपल्या रथावर गेला. नंतर त्यानें दुसरें धनुष्य घेऊन एकवीस बाणांनीं कर्णास विद्ध केलें, आणि रणगर्जना ठोकली ! इतक्यांत शैनेय सात्यकिही चंद्राप्रमाणें प्रकाशमान असें दुसरें धनुष्य घेऊन चौसष्ट बाणांनीं कर्णास विद्ध करून सिंहाप्रमाणें गर्जूं लागला. नंतर त्यानें मोठ्या कौशल्यानें दोन अर्धचंद्राकार बाण सोडून कर्णाचें धनुष्य छेदून टाकलें, आणि पुनः त्याच्या दोन बाहूंवर दोन आणि वक्षःस्थलावर एक असे तीन बाण मारले ! तेव्हां त्या सात्यकिरूप समुद्रांत कर्ण बुडत आहे असें पाहून दुर्योधन, द्रोण व जयद्रथ या तिघांनीं त्यास त्या समुद्रांतून वर काढिलें. इतक्यांत तुमच्या पक्षाकडील शेंकडों सैनिक हे घोडे, रथ व हत्ती स्वतः जर्जर होत असतांही शत्रूंवर प्रहार करीत करीत कर्णाच्या साह्यार्थ त्याकडे धांवले; आणि प्रतिपक्षाकडील इतके वीर एकट्या सात्यकीवर घसरलेले पाहून धृष्टद्युम्न, भीमसेन, सौभद्र, अर्जुन, नकुल व सहदेव यांनीं समरांगणांत त्याचें संरक्षण केलें !

अशा प्रकारें--सर्व धनुर्धरांचा क्षय होण्यासाठींच कीं काय--त्या ठिकाणीं घनघोर रणकंदन माजून त्यांत उभय पक्षांकडील हजारों वीर प्रणांस मुकले. राजा, तेथें पायदळ व हत्ती, रथी व घोडेस्वार, हत्ती व रथ, आणि घोडेस्वार व पायदळ यांचें युद्ध जुंपलें ! त्याचप्रमाणें कोठें कोठें एकेकटे रथी, हत्ती व पायदळ या दोहोंशीं झगडतांना, व कोठें कोठें रथ व पायदळ यांचा समुदाय प्रतिपक्षाकडील रथ व हत्ती यांशीं झगडतांना दिसला; आणि रथ्यारथ्यांत, हत्तीहत्तींत, स्वारास्वारांत व पायदळापायदळांत तर असंख्य द्वंद्वयुद्धें सुरू झालेलीं दिसूं लागलीं. अशा प्रकारें उभय पक्षांकडील महान् महान् वीर निर्भयपणें समोरून धांवून आलेल्या प्रतिपक्षाबरोबर अगदीं हातघाईवर येऊन लढूं लागले, तेव्हां त्यांमध्यें एकच गर्दी उडून प्रेतांचे ढीगचे ढीग पडले. त्यामुळें मांसाहारी प्राण्यांस मोठा हर्ष झाला व यमपुरींतली वस्ती वाढली ! एकमेकांचें पायदळ, घोडे, रथी व हत्ती यांनीं शत्रूंकडील शेंकडों हत्ती, घोडे, रथ व पदाति यांचा संहार उडविला ! हत्तींनीं हत्ती मारले, रथ्यांनीं शस्त्रें सज्ज केलेल्या रथ्यांचें चंदन उडविलें, अश्वांनीं अश्वांचा समाचार घेतला, आणि पायदळानें पायदळाचा फडशा पाडला. याशिवाय हत्तींवर रथ्यांचे, मोठमोठ्या घोड्यांवर गजवरांचे, पदातींवर अश्वांचे, आणि अश्वांवर मोठमोठ्या रथ्यांचे प्रहार झाल्यामुळें त्यांच्या जिभा, दांत व डोळे बाहेर पडले, कवचें व भूषणें यांचा चुराडा उडाला, आणि ते गतप्राण होऊन जमिनीवर पडले ! त्याचप्रमाणें नानाप्रकारच्या इतर श्रेष्ठ आयुधांनीं ताडित झाल्यामुळें अत्यंत विद्रूप व भयंकर व फारच व्याकुल होऊन जमिनीवर पडलेले वीर, घोडे व हत्ती यांच्या पायांखालीं तुडविले जाऊन व रथांच्या चाकांखालीं चिरडून प्राणास मुकले. याप्रमाणें त्या ठिकाणीं श्वापदें, पक्षी व राक्षस यांस हर्षभरित करणारी दारुण प्राणहानि होत असतां एकमेकांवर खवळलेले ते बलिष्ठ वीर आपापल्या पराक्रमाप्रमाणें समरांगणांत संचार करीत होते.

हे भरतकुलोत्पन्ना धृतराष्ट्रा, याप्रमाणें तुंबळ युद्ध चाललें असतां सूर्य अस्ताचलास गेला, तेव्हां अतिशय थकून गेलेलीं व रक्तानें न्हालेलीं तीं दोन्ही सैन्यें रागारागानें एकमेकांकडे पाहात पाहात आपापल्या शिबिरांस परतलीं.

अभिमन्युवधपर्व.

अध्याय तेहतिसावा.

—:०:—

अभिमन्युवधाचें संक्षिप्त वर्णन.

संजय सांगतोः—अमितपराक्रमी अर्जुनानें आमची दाणादाण उडवून व धर्मराजाचें संरक्षण करून द्रोणांची प्रतिज्ञा निष्फल केली. त्या वेळीं आपल्या पक्षाकडील सर्व वीरांचा पराभव होऊन त्यांचीं कवचें फुटून गेलीं, देह धुळीनें भरून गेले व ते केविलवाणीं चोहोंकडे पाहूं लागले; तेव्हां आम्ही भारद्वाजांच्या संमतीनें त्या दिवशीं लढाई बंद केली. राजा, आपल्या वीरांस बाण लागून ते जखमी झाल्यामुळें व रणांगणांत त्यांचा अनेक वेळां उपहास झाल्यामुळें आपल्या गोटांत त्या रात्रीं अगदीं सामसूम होतें. पराभूत झाल्यामुळें सर्वजण ध्यानस्थांप्रमाणें किंवा एखाद्या मुक्या मनुष्याप्रमाणें अगदीं स्तब्ध राहिले होते. तिकडे पांडवांच्या गोटांत मात्र मोठा उत्साह चालला असून सर्व लोक अर्जुनाचा विलक्षण पराक्रम व श्रीकृष्ण परमात्म्याचें त्यावरील अहेतुक प्रेम यांचें वर्णन करीत होते. मग ती रात्र संपल्यावर सुप्रभातकालीं शत्रूंच्या उत्कर्षानें खट्टू झालेला व अतिशय चिडून गेलेला तो मानी व वाक्पटु दुर्योधन राजा द्रोणांकडे गेला आणि सर्व वीरांच्या देखत त्यांना बरेंच बोलला.

दुर्योधन म्हणालाः—आचार्य, या युद्धांत आमचा वध करावा किंवा होऊं द्यावा असेंच तुमच्या मनांत खात्रीनें वागत असलें पाहिजे, आणि त्यामुळेंच काल युधिष्ठिर पुढें सांपडला असतांही तुम्हीं त्यास धरिलें नाहीं ! कारण, आपण धरण्याचा प्रयत्न केला असतांही पांडव त्याचें संरक्षण करीत असल्यामुळें तो सांपडला नाहीं म्हणावें, तर तुमचें सामर्थ्य असें आहे कीं, तुमच्या मनांत शत्रूस धरावयाचें असून तो समरांगणांत दृष्टीच्या टप्प्यांत आला तर नुसते पांडवच काय—पण सर्व देव जरी त्याच्या रक्षणार्थ आले, तरी तो आपल्या हातून सुटून जावयाचाच नाहीं! आचार्य, आपण मजवर प्रसन्न होऊन मागें मला तसा वर दिला आहे, आणि आतां मात्र त्याच्या उलट वागत आहां ! परंतु सेवकाचा असा आशाभंग आर्यजन कधींच करीत नसतात !

राजा धृतराष्ट्रा, दुर्योधनाचें हें भाषण ऐकून द्रोणांस फार वाईट वाटलें. ते दुर्योधनास म्हणाले, “ राजा, मी तुझ्या बऱ्यासाठीं इतके जिवापाड श्रम करीत असतांही मजविषयीं तुझें असें मत व्हावें ना ! अरे, मजविषयीं अशी कुकल्पना मनांत आणणें तुला शोभत नाहीं. दुर्योधना, समरांगणांत पार्थ रक्षण करीत असतां मीचसा काय—पण देव, दानव, गंधर्व, यक्ष, उरग व राक्षस यांसह हें त्रैलोक्य देखील धर्मराजाला जिंकण्यास समर्थ नाहीं. संपूर्ण विश्वाचा उत्पन्नकर्ता गोविंद व अर्जुन हे जेथील सेनापति आहेत, तेथें जगदीश्वर त्र्यंबकावांचून दुसऱ्या कोणाचें सामर्थ्य चालणार आहे ? असो; काल झालें तें झालें, पण आज मात्र मी तुला प्रतिज्ञापूर्वक सांगतों कीं, आज कोणत्या तरी एका विशेष श्रेष्ठ महारथाला मी समरांगणांत पाडीन. हें माझें भाषण कधींही असत्य होणार नाहीं ! देवादिकांसही अभेद्य असाच व्यूह आज मी रचीन. परंतु, राजा, कांहीं तरी मसलत करून तूं अर्जुनास दूर ने. कां कीं, त्या वीरास समरविद्येंतली अमुक एक गोष्ट म्हणजे माहीत नाहीं असें मुळींच नाहीं. कारण त्यानें माझ्या-

पासून व इतर पुष्कळ गुरूंपासून सांगोपांग सर्व ज्ञान संपादिलें आहे.

याप्रमाणें द्रोणाचार्यांनीं सांगतांच संशप्तकगणांनीं पुनः अर्जुनास समरांगणाच्या दक्षिण बाजूस युद्धार्थ आव्हान केलें. तेव्हां त्यांबरोबर अर्जुनानें इतकें घनघोर युद्ध केलें कीं, तशा प्रकारचें युद्ध मागें झाल्याचें कोणीं पाहिलें किंवा ऐकिलेंही नाहीं. राजा, याप्रमाणें पार्थ तिकडे गुंतला असतां इकडे मुख्य समरांगणांत द्रोणाचार्यांनीं चक्रव्यूह रचिला. तो इतका झळकूं लागला कीं, मध्यान्हाचें आक्रमण करणाऱ्या प्रतापी दिनकराप्रमाणें त्याकडे नुसतें वर मान करून पहाणेंही अवघड झालें. हे भारता, तो व्यूह इतका दुर्भेद्य होता तरी सुद्धां वडील चुलता धर्मराजा याच्या आज्ञेवरून अभिमन्यूनें समरांगणांत त्याचा अनेक प्रकारें भेद केला. हे शत्रुतापना, अशा प्रकारें तें चक्रव्यूहभेदाचें दुर्घट काम सिद्धीस नेल्यावर व हजारों वीरांस ठार केल्यावर तो एकदम सहा वीरांशीं लढण्यांत गुंतला असतां दुःशासनपुत्राच्या तावडींत सांपडला आणि प्राणास मुकला! राजा, अभिमन्यु पडला त्या वेळीं आम्हांस परमानंद झाला, व पांडवांस शोकानें ग्रासिलें; आणि आम्हीं त्या दिवशीं युद्ध तेवढ्यावरच आटोपतें घेतलें.

धृतराष्ट्र विचारतोः—संजया, पुरुषश्रेष्ठ अर्जुनाच्या त्या मुलास अजून तारुण्यदशाही आली नव्हती, आणि इतक्या लहानपणींच त्याचा रणांगणांत अंत झाला ना! हरहर! धर्मस्थापक ऋषींनीं क्षात्रधर्म हा फारच दारुण सांगितला आहे! पहा—या क्षात्रधर्मास अनुसरून राज्याची इच्छा करणाऱ्या अनेक वीरांनीं एका किशोर अर्भकावर कींरे शस्त्र टाकिलें! हे संजया, हा अभिमन्यु बाळ नित्य सौख्यसागरांत पोहत होता, व कोणत्याही प्रकारचें दुःख कसें तें त्यास कधीं स्वप्नांतही ठाऊक नव्हतें. अशा प्रकारचा तो अत्यंत सुखांत वाढलेला अस्त्रसंपन्न कुमार समरांगणांत एखाद्या निर्ढावलेल्या वीराप्रमाणें निर्भयपणें संचार करीत असतां त्यास अनेक वीरांनीं गांठून कसें मारिलें, तो वृत्तांत मला सांग! त्याचप्रमाणें, संजया, तुमच्या रथसैन्याचा विध्वंस उडविणाऱ्या त्या अमितपराक्रमी सौभद्रानें समरांगणांत काय काय पराक्रम केले तेही सर्व सांग.

संजय सांगतोः—हे राजेंद्रा, सौभद्रास कसें पाडिलें म्हणून तूं विचारतोस, तर तें तुला सर्व सांगतों; आणि आपल्या सैन्याची फळी फोडण्यासाठीं त्यानें कसकसे प्रयत्न केले, व समरभूमींत केवळ दुःसाध्य अशा वीरांसही त्यानें कसें जर्जर करून सोडलें, तेंही सांगतों, ऐक. राजा, जाळ्या, झुडपें, गवत व मोठमोठे वृक्ष जेथें घनदाट लागून राहिले आहेत अशा अरण्यास चोहोंकडून आग लागली असतां तीमध्यें सांपडलेल्या वन्य प्राण्यांची जशी भीतीनें त्रेधा उडून जाते, तशी तो वीरश्रेष्ठ अभिमन्यु तुमच्या सैन्यांत शिरतांच त्यांतील वीरांची अगदीं त्रेधा उडून गेली!

अध्याय चौतिसावा.

—:०:—

चक्रव्यूहनिर्माण.

संजय सांगतोः—पांचही पांडव व कृष्ण हे समरांगणामध्यें भयंकर कर्म करणारे व त्या कर्मास अनुरूप असा प्रयत्न करणारे असल्यामुळें, रणांगणीं त्यांची गांठ घेणें प्रत्यक्ष देवांसही जडच आहे. पहा—सत्त्व, सुकर्म, कुलीनता, बुद्धि, कीर्ति, उज्ज्वल यश व संपत्ति यांनीं हा युधिष्ठिर परिपूर्ण आहे. त्याच्यासारखा पुण्यशील पुरुष मागें झाला नाहीं व पुढेंही होणार नाहीं. त्यानें इंद्रियनिग्रह केला असून

तो नेहमीं सत्य धर्माच्या ठिकाणीं रत असतो. तो जरी भूलोकीं राहात आहे, तरी गुणांनीं व विप्रपूजनादि पुण्यकृत्यांनीं, तो सदैव स्वर्गीतच नांदत असल्याप्रमाणें आहे. राजा, भीमसेन तरी सामान्य आहे काय? अरे, रथांत बसलेला भीमसेन, कल्पांतकाळचा अत्युग्र यम आणि प्रतापी जमदग्निपुत्र परशुराम हे तिघे सारखे, असें लोक म्हणत असतात. तसाच तो आपली प्रतिज्ञा पार पाडण्याविषयीं मोठ्या दक्षतेनें संग्राम करणारा गांडीवधारी अर्जुन! त्या रणशूरास कोणाची उपमा द्यावी? अरे! त्याच्या उपमेस साजेल असा या सर्व पृथ्वीवर एक देखील वीर नाहीं. माद्रीसुत नकुलाच्या ठिकाणीं अत्यंत गुरुवात्सल्य, नैभृत्य, विनय, दम, सौंदर्य व शौर्य हे सहा गुण नित्य वास्तव्य करीत आहेत. वीर सहदेव तर बहुश्रुतपणा, गांभीर्य, माधुर्य, सत्य, सौंदर्य व पराक्रम यांमध्यें प्रत्यक्ष अश्विनीकुमारांसारखा आहे; आणि या पांचही पांडवांमध्यें जे सद्गुण आहेत ते सर्व, व शिवाय श्रीकृष्णाच्या अंगीं असलेले श्रेष्ठ गुण त्या अभिमन्यूच्या ठिकाणीं एकवटले असून तेथें सद्गुणांचीं भांडारेंच निर्माण झालेलीं होतीं! तो वीर्यानें युधिष्ठिरासारखा, सदाचरणानें श्रीकृष्णासारखा, भीमकर्मा वृकोदराप्रमाणें घोर कर्म करणारा, रूप, पराक्रम व ज्ञान यांमध्यें अर्जुनाची बरोबरी करणारा, आणि नकुलसहदेवांप्रमाणें मोठा विनयशील होता.

धृतराष्ट्र म्हणालाः—सूता, सुभद्रापुत्र अभिमन्यु इतका पराक्रमी असल्यामुळें त्याचा कधीं पराभव व्हावयाचा नाहीं; असें असतांही तो मारला गेला, तेव्हां हें कसें घडलें तें सविस्तर सांग. मला ऐकण्याची इच्छा आहे.

संजय सांगतोः—हे राजा, दुर्धर शोकावेश आवरून धर आणि शांत हो. या सौभद्रवधाच्या हकीकतींत मी तुझ्या पुष्कळ आप्तस्वकीयांचा नाश झाल्याची वार्ता तुला सांगणार आहें. हे महाराजा, आचार्यांनीं चक्रव्यूह रचून त्यामध्यें इंद्रतुल्य पराक्रमी अशा सर्व राजांची योजना केली. त्या चक्राच्या आरांच्या ठिकाणीं सूर्याप्रमाणें तेजस्वी असे राजकुमार उभे केले, तेव्हां तेथें राजपुत्रांची एकच गर्दी उडाली. त्या सर्वांनीं निर्धारानें लढण्याविषयीं प्रतिज्ञा केल्या होत्या, सुवर्णालंकृत ध्वज उभारिले होते, आणि रक्तवस्त्रें परिधान करून आरक्त वर्णाचींच भूषणें धारण केलीं होतीं. सर्वांच्या पताका लालभडक असून सर्वांच्याच गळ्यांत सुवर्णमाला होत्या, आणि त्यांनीं अंगांस चंदनागरूच्या उट्या लावून पुष्पमाला व झिरझिरीत वस्त्रें परिधान केलीं होतीं. अशा प्रकारचे ते युद्धोत्सुक झालेले दहा हजार दृढधन्वी वीर एकजुटीनें सुभद्रासुत अभिमन्यूवर धावले. ते सर्वजण समदुःखी व एकमेकांच्या जिवास जीव देणारे होते. त्यांमध्यें कचरणारा वीर कोणीच नव्हता. सर्व एकसारखेच साहसी व एकमेकांवर ताण करण्याची हाव बाळगणारे होते. अशा त्या वीरश्रेष्ठांच्या बिनीवर तुझा अतिशय देखणा पौत्र लक्ष्मण हा उभा होता. हे राजेंद्रा, स्वतः दुर्योधन राजा व्यूहाचे मध्यभागीं असून त्याच्या भोंवतीं कर्ण, दुःशासन, कृपाचार्य वगैरे महारथी वीर उभे होते. शुभ्र छत्रांनीं परिवेष्टित व देवराज इंद्राप्रमाणें तेजःपुंज अशा त्या राजावर चवऱ्या व मोर्चेलें वारिलीं जात असल्यामुळें तो उदय पावणाऱ्या सूर्याप्रमाणें प्रकाशमान होत होता. या सर्व सैन्याच्या तोंडावर सेनाधिपति द्रोणाचार्य स्वतः उभे असून, त्यांच्या जवळच श्रीमान् सिंधुपति जयद्रथ मेरु पर्वताप्रमाणें निश्चल उभा होता. हे महाराजा, सिंधुपतीच्या एका बाजूस द्रोणपुत्रप्रभृति वीर व तुझे देवांप्रमाणें तेजस्वी असे

तीस पुत्र होते; आणि दुसऱ्या बाजूस गांधारराज कपटपटु शकुनि, मद्रपति शल्य व भूरिश्रवा हे महारथी वीर शोभत होते. याप्रमाणें चक्रव्यूहाची रचना झाल्यानंतर स्वकीय व परकीय वीर जिवावर उदार होऊन तुंबळ संग्राम करण्यास प्रवर्तले, तेव्हां अंगावर कांटाच उभा राहिला !

अध्याय पसतिसावा.

—:०:—

अभिमन्यूची प्रतिज्ञा.

संजय सांगतोः—राजा, याप्रमाणें भारद्वाज द्रोणाचार्य आपल्या अजिंक्य सैन्याचें रक्षण करीत असतां त्यावर भीमसेमप्रभृति पांडव चालून आले. त्याचप्रमाणें सात्यकि, चेकितान, पार्षत, धृष्टद्युम्न, पराक्रमी कुंतिभोज, महारथी द्रुपद, अभिमन्यु, क्षत्रधर्मा, ·वीर्यशाली बृहत्क्षत्र, चेदिपति धृष्टकेतु, नकुलसहदेव, घटोत्कच, प्रतापी युधामन्यु, अजिंक्य वीर शिखंडी, दुर्धर्ष उत्तमौजा, महारथ विराट, खवळून गेलेले द्रौपदीपुत्र, वीर्यसंपन्न शिशुपालपुत्र, महापराक्रमी पंचकेकय, हजारों सृंजय, हे व दुसरेही पुष्कळ अस्त्रसंपन्न झुंझार वीर आपापल्या पथकांसह युद्धाच्या ईर्षेनें एकाएकीं भारद्वाजांवर धांवले. हे इतकेजण जवळ येऊन भिडले असतांही अमितपराक्रमी भारद्वाजांनीं बिलकूल न डगमगतां मोठी शरवृष्टि करून त्यांचें निवारण केलें. राजा, पाण्याच्या प्रचंड प्रवाहापुढें दुर्भेद्य पर्वत आला असतां तो प्रवाह जसा उलट खातो, किंवा सागराचें पाणी आपल्या वेलातटाशीं पोंचतांच तेथें अडखळून परावृत्त होतें, तसे ते पांडवपक्षीय वीर द्रोणांची गांठ पडतांच मागें हटूं लागले. राजा, द्रोणचापापासून सुटलेल्या बाणांनीं पीडित झाल्यामुळें पांडवांस त्यांपुढें उभें राहावेना. इतकेंच नव्हे, तर सर्व पांचाल व सृंजय यांनाही आचार्यांपुढें टिकाव धरवला नाहीं. याप्रमाणें सर्वांची पीछेहाट करून टाकीत असतां आचार्यांचें तें अद्भुत भुजबल पाहून आम्ही थक्क होऊन गेलों. द्रोणाचार्य खवळून गेले असून पुढें चाल करून येत आहेतसें पाहून युधिष्ठिरानें त्यांना अडविण्याविषयीं मनांत अनेक प्रकारची योजना करून पाहिली; परंतु इतर सर्व वीरांकडून हें कार्य होणें अशक्य आहे असें आढळून आल्यावरून त्यानें ती अवघड कामगिरी सौभद्रावर सोंपविली.

राजा, अभिमन्यु हा वासुदेव श्रीकृष्णाहून किंवा पृथापुत्र अर्जुनाहून बिलकूल कमी नव्हता. त्या अमितपराक्रमी व परवीरांतक सौभद्रास धर्मराज म्हणाला, "बाळा, संशप्तकांकडून अर्जुन परत आल्यावर तो आपणांस दोष देणार नाहीं अशी कांहीं तरी तजवीज कर. कारण, या चक्रव्यूहाचा भेद कसा करावा हें आम्हांपैकीं एकाला देखील माहीत नाहीं. तूं, अर्जुन, श्रीकृष्ण किंवा प्रद्युम्न असे तुम्ही चौघे मात्र याचा भेद करूं शकाल. हे महाबाहो, हा चक्रव्यूह साध्य करणारा पांचवा वीर नाहीं. यास्तव, वत्सा अभिमन्यो ! आम्ही तुझे वडील, हे तुझे मामा व हीं सर्व सैन्यें तुझ्या जवळ व्यूहभेदाविषयींचें मागणें मागत आहेत; आणि आम्हां सर्वांवर अनुग्रह करून इतकी जोड देण्यास तूं समर्थ आहेस ! बाळा, या चक्रव्यूहाचा भेद न झाल्यास अर्जुन संग्रामांतून परत आला म्हणजे आम्हांस नांवें ठेवील. यास्तव तो येण्यापूर्वींच अस्त्रें सज्ज करून तूं द्रोणसैन्याचा विध्वंस करून टाक."

अभिमन्यूनें उत्तर केलें:——काका, हें समरांगणांत उभें असलेलें द्रोणांचें श्रेष्ठ सैन्य मोठें बलाढ्य व अत्यंत उग्र आहे, तथापि वडिलांस जय मिळावा म्हणून मी त्या सैन्यांत

घुसेन. व्यूहाचा भेद कसा करावा ही विद्या मला पित्यानें सांगितली आहे. तेव्हां मी व्यूहाचा भेद निश्चयानें करीन, पण आंत गेल्यानंतर कांहीं संकट उपस्थित झाल्यास त्यांतून बाहेर पडतां येईल किंवा नाहीं याविषयीं मात्र मला खात्री देववत नाहीं !

युधिष्ठिर म्हणालाः—हे वीरश्रेष्ठा, हें सैन्य भेदून तूं आम्हांस रस्ता मात्र करून दे, म्हणजे तूं जाशील त्या मार्गानें आम्ही तुझ्या मागोमाग येतों. नेहमीं समरांगणामध्यें धनंजय हा जसा आमचा पुढारी असतो, व त्याच्या मागोमाग जसे आम्ही जातों, तसा आज तूं पित्याच्या जागीं आहेस असें समजून तुझें सर्व प्रकारें संरक्षण करीत आम्ही तुझ्या बरोबर येतों.

भीमसेन म्हणालाः—हे सौभद्रा, मी तुझ्या बरोबर येतों. त्याचप्रमाणें हा धृष्टद्युम्न, हा सात्यकि, हे केकय, हे पांचाल व मत्स्य आणि हे सर्व प्रभद्रक तुझ्या बरोबर येतील. तूं एकदां त्याचा भेद मात्र कर म्हणजे आम्ही पुनः पुनः त्याच्या ठिकठिकाणीं चिंधड्या उडवूं आणि मोठमोठ्या वीरांस लोळवूं !

अभिमन्यु म्हणालाः—संतापलेला पतंग प्रदीप्त अग्नीमध्यें उडी घालतो, त्याप्रमाणें मी त्या अजिंक्य द्रोणसैन्यांत उडी घालीन. ज्या योगानें श्रीकृष्ण मामाला कौतुक वाटेल, व अर्जुन बाबांसही हर्ष होऊन उभय कुलांचें ज्यानें हित होईल, असाच पराक्रम मी आज गाजवीन ! एकटा बालक समरांगणामध्यें शत्रुसैन्याच्या टोळ्याच्या टोळ्या लोळवीत आहे असा देखावा आज मजमुळें सर्वांना पाहावयास सांपडेल ! आज जर समरांगणांत माझ्या हातून कोणी जिवंत सुटला, तर मी अर्जुनापासून किंवा सुभद्रेपासून जन्मलोंच नाहीं हें मी निक्षून सांगतों ! त्याचप्रमाणें, मी आज युद्धामध्यें एकाच रथानें समग्र क्षत्रमंडळास बारा वाटा पळावयास न लावीन तर मी अर्जुनाचा बच्चाच नव्हे !

यावर युधिष्ठिर म्हणालाः—सौभद्रा, तूं आपल्या या उत्साहपूर्ण भाषणानें आम्हांस आनंद देत आहेस ! तुझें बल वृद्धिंगत होवो. बाळा, साध्यगण, मरुद्गण व रुद्रगण यांप्रमाणें ज्यांची योग्यता, व वसु, आदित्य व अग्नि यांप्रमाणें भयंकर ज्यांचा पराक्रम, असे महाबलिष्ठ व महाधनुर्धर पुरुषश्रेष्ठ ज्यांचें रक्षण करीत आहेत अशा या अजिंक्य द्रोणसैन्याचा भेद करण्याविषयीं तूं उत्साह धरीत आहेस. धन्य तुझी ! या प्रसंगीं तुझ्या सामर्थ्याची वृद्धि व्हावी असें आम्ही इच्छितों.

संजय सांगतोः—युधिष्ठिराचें हें भाषण श्रवण करून सौभद्र सारथ्यास म्हणाला, 'हं, सुमित्रा, चल, हांक घोडे रणांगणांत, जाऊन भेटूं दे एकदां द्रोणांच्या सैन्याला !

अध्याय छत्तिसावा.

—:०:—

चक्रव्यूहप्रवेश.

संजय सांगतोः—हे भारता, विचारसंपन्न धर्मराजाचें तें भाषण ऐकून, द्रोणसैन्याकडे चलण्याविषयीं सौभद्र सारथ्यास प्रेरणा करूं लागला, आणि 'चल चल' म्हणून त्यास घाई करूं लागला. तेव्हां सारथ्यानें त्यास विनविलें, "आयुष्मन्, पांडवांनीं जी ही आपल्यावर जोखीम टाकिली आहे, ती आपल्या अवांक्याबाहेरची आहेसें मला वाटतें. तेव्हां या गोष्टीचा आपल्याच मनाशीं एकदां नीट विचार करून मग युद्धास प्रवृत्त व्हा. कारण असें पहा, हा द्रोण धनुर्विद्येंतला आचार्य व मोठा कसलेला वीर असून दिव्यास्त्रांतही निष्णात आहे; आणि आपण आज-

पर्यंत केवळ अत्यंत सौख्यांत वाढलेले असून युद्धकलेविषयीं अनभ्यस्तच आहां. तेव्हां याचा आपल्याला चांगलाच विचार केला पाहिजे."

अभिमन्यूनें हंसत हंसत म्हटलें:—सूता, द्रोण म्हणजे काय पदार्थ आहेरे? अथवा ह्या समग्र क्षत्रमंडलाची तरी काय प्रतिष्ठा आहे? सर्व देवांसह स्वतः इंद्र ऐरावतावर बसून आला, किंवा सकल भूतगणांनीं सेवित असा तो देवाधिदेव रुद्र जरी आला, तरी त्याशीं देखील मी एकटा समरांगणांत युद्ध करीन. मग या द्रोणाची किंवा या क्षत्रमंडलाची ती कथा काय? मला तर यांचा मुळींच बाऊ वाटत नाहीं. या सर्व शत्रुसैन्याला माझ्या षोडशांशाचीही सर नाहीं. सूतपुत्रा, फार काय सांगूं? जगजेत्या श्रीकृष्ण मामांशीं किंवा प्रत्यक्ष अर्जुन बाबांशीं युद्ध करण्याचा प्रसंग आला, तरी सुद्धां मला भीति कशी ती शिवणार देखील नाहीं!

राजा, याप्रमाणें सौभद्रानें त्याच्या भाषणाचा उपहास करून त्यास म्हटलें, "चल द्रोणसैन्याकडे, बिलकूल बिलंब करूं नको." तेव्हां कांहींसें खिन्न होऊन सारथ्यानें ते सोन्याचे अलंकार घातलेले तीन तीन वर्षांचे तरुण अश्व त्वरेनें हांकले. राजा, सुमित्र सारथ्यानें द्रोणसेनेकडे चालविलेले ते घोडे विलक्षण पराक्रमी व अत्यंत चपल अशा द्रोणाचार्यांवरच तडक चालून येऊं लागले. याप्रमाणें सौभद्र चालून येत आहे असें पाहून द्रोणांच्या हाताखालचे सर्व कौरव वीर त्याकडे वळले; आणि इकडून पांडवही सौभद्राच्या मागून येऊं लागले. राजा, मोठ्या कर्णिकार वृक्षाप्रमाणें ज्याचा ध्वज उंच आहे, सुवर्णाचें कवच ज्यानें धारण केलें आहे, आणि जो प्रत्यक्ष अर्जुनापेक्षांही कांकणभर सरस आहे, असा तो अर्जुनपुत्र अभिमन्यु युद्धोत्सुक होऊन, सिंहाचा बच्चा हत्तींवर धावतो तसा द्रोणप्रभृति महारथांवर धावून आला; आणि इकडून चक्रव्यूहाचें रक्षतेनें रक्षण करणारे आपले वीर त्यावर मारा करूं लागले, तेव्हां तेथें गंगेंतील किंवा समुद्रांतील भोंवऱ्याप्रमाणें मुहूर्तमात्र सैन्याचा भोंवरा होऊन गेला! राजा, वीर एकमेकांशीं झगडूं लागून इतरांवर प्रहार करूं लागले आणि अत्यंत दारुण व तुंबळ युद्ध सुरू झालें. याप्रमाणें तें अति भयंकर रणकंदन माजलें असतां अर्जुनपुत्र अभिमन्यु द्रोणाचार्यांच्या देखत देखत व्यूह फोडून आंत शिरला, आणि शत्रुसंघांस ठार करीत सुटला. इतक्यांत हत्ती, घोडे, रथ व पदाति यांच्या झुंडीच्या झुंडी शस्त्रें सरसावून पुढें होऊन त्यास चोहोंकडून घेरूं लागल्या. कोणी वीर नानाप्रकारचीं रणवाद्यें वाजवीत व तारस्वरानें 'मारा, मारा' अशा आरोळ्या ठोकीतच पुढें आले. कोणी मोठ्यानें हुंकार देत होते; कोणी मोठ्यानें सिंहनाद करीत होते; आणि दुसरे कित्येक 'उभा रहा, उभा रहा' असें म्हणत पुढें येत होते. 'अरे, पळून जाऊं नको, उभा रहा, असा मजपुढें ये. दुष्टा, हा मी येथें आहें,' इत्यादि अनेक प्रकारचीं भाषणें करून ते एकसारखे भयंकर कोलाहल करीत होते. या त्यांच्या कोलाहलाबरोबरच हत्तींच्या गर्जना, भूषणांचा खणखणाट, वीरांचें विकट हास्य, टाळ्यांचा शब्द व रथांच्या धावांचा घडघडाट इतके ध्वनि मिश्र होऊन बनलेल्या भयंकर शब्दानें संपूर्ण पृथ्वी दणाणून देत ते सौभद्रावर घसरले.

राजा, याप्रमाणें ते वीर अभिमन्यूवर येऊन पडले असतां तो चलाख, महाबलाढ्य, जलदीनें अस्त्रयोजना करणारा व मर्मज्ञ सुभद्रापुत्र मर्मभेदक बाणांनीं त्यांचा संहार करूं लागला. तेव्हां त्यानें सोडलेल्या नानाप्रकारच्या तीक्ष्ण बाणांनीं घायाळ होऊन, वणव्यांत पडणाऱ्या टोळांप्रमाणें आपलेकडील हजारों वीरांनीं रणांगणीं शयन केलें! राजा, वेदीवर

सर्वत्र दर्भ पसरून ती आच्छादित करून टाकणाऱ्या यज्ञांतील अध्वर्यूप्रमाणें सौभद्रानें ती रणभूमि शत्रूंच्या प्रेतांनीं व त्यांच्या तुटलेल्या हस्तपादादि अवयवांनीं क्षणार्धांत अगदीं भरून काढिली. तलत्राणें व अंगुलित्राणें ज्यांवर बांधिलीं असून ज्यांनीं धनुष्य, बाण, ढाल, तरवार, अंकुश, तोमर, गदा, परशु, लोखंडी गोळे, भाले, दुहेरी धारेच्या तरवारी, मोगर, पट्टे, भिंदिपाल, परिघ, शक्ति, कंपनें, चाबूक, मोठमोठे शंख, कुंत, अंकुश, मुद्गर, गोफणी, फांस, परिघ, दगड वगैरे आयुधें धारण केलीं आहेत, त्याचप्रमाणें बाहुभूषणें व अंगुलिभूषणें घालून ज्यांना चंदनादि मनोहर सुगंधि पदार्थांची उटी लाविली आहे, असे तुमच्या पक्षाकडील वीरांचे हजारों बाहु त्या पराक्रमी अर्जुनपुत्रानें थोड्याच अवकाशांत तोडून पाडले. धृतराष्ट्रा, ते रक्तानें माखलेले वीरांचे बाहु तडफड करीत जमिनीवर पडले, तेव्हां ते गरुडानें मारिलेले पंचमुखी सर्पच पडले आहेत कीं काय असें भासलें. आर्या, ज्यांच्या नासिका, मुखप्रदेश व केशपाश अत्यंत मनोहर असून ज्यांवर एक देखील जखम नाहीं, ज्यांच्या कानांत सुंदर कुंडलें व मस्तकावर उत्कृष्ट मुकुट व उत्तमोत्तम शिरोवेष्टनें लटकत आहेत, हिरे, माणकें वगैरे रत्नांच्या अलंकारांनीं जीं सुशोभित केलीं आहेत, क्रोधावेशानें ओष्ठप्रांत चावल्यामुळें तेथें दांतांचे वण उठले आहेत, ज्यांतून पुष्कळसें रक्त वाहात आहे, समयास अनुरूप अशीं हितकारक व गोड भाषणें ज्यांतून निघत असत, आणि ज्यांपासून पुण्यकारक सुवास पसरत असून नालरहित कमलांप्रमाणें जीं दिसत आहेत, अशा सूर्यचंद्रांप्रमाणें तेजःपुंज शत्रुमस्तकांनीं ती संपूर्ण रणभूमि त्या फाल्गुनपुत्रानें आच्छादून टाकली! त्याचप्रमाणें, गंधर्वनगरांसारख्या आकारांचे, शास्त्रीय पद्धतीनें तयार केलेले, पुढील बाजूस दांडी असून दोन तीन बांबू लाविलेले, दंडप्रहार झाल्यामुळें वांकडेतिकडे होऊन गेलेले, तसेच दांड्या, पीठें, धावा, चक्रें, कवचें, अलंकार व बसावयाच्या जागा नष्ट झालेले, युद्धसामुग्री संपून गेलेले, आच्छादनें खालीं पडलेले आणि वरील योद्ध्यांचा वध झाला आहे अशा हजारों रथांचे तो सर्व दिशांस आपल्या बाणांच्या योगानें तुकडे उडवीत आहे असें दिसत होतें! त्याचप्रमाणें हत्ती, त्यांवरील महात व वीर, पताका, अंकुश व ध्वज, भाते, कवचें, कमरबंद, कंठभूषणें, पाठीवरील झुली, गळ्यांतील घंटा, त्यांच्या सोंडा, दांतांचीं अग्रें, छत्रमाला व त्यांच्या मागून चालणारे शत्रूंचे पदाति या सर्वांचे त्यानें तीक्ष्णाग्र बाणांनीं तुकडे उडविले. राजा, ज्यांचे नेत्र, कर्ण व पुच्छें अगदीं स्थिर होतीं, व ज्यांवर शक्ति, खड्ग व भाले या आयुधांनीं युद्ध करणारे पटाईत वीर बसले होते, असे तुझ्या पक्षाकडील मोठे वेगवान् व उत्तम चालीवर चालणारे वनायुज, पार्वतीय, कांबोज व बाल्हिक या जातींचे श्रेष्ठ अश्व तो अर्जुनपुत्र जमिनदोस्त करूं लागला, तेव्हां त्यांच्या मुखांवरील चामरें उध्वस्त झालीं, पाठीवरील सामान अस्ताव्यस्त झालें, जिभा व डोळे बाहेर आले, आंतडीं, पित्ताशय व पोटळेही बाहेर निघाले, वरील स्वार मरून गेले, गळ्यांतील घंटांचा चुराडा उडाला, अंगावरील चामड्याचीं कवचें छिन्नभिन्न झालीं, विष्ठा, मूत्र व रक्त यांनीं त्यांचें सर्वांग माखून गेलें, व एकंदरींत गिधाडादि मांसभक्षक प्राण्यांच्या कळपांचें ते आवडतें खाद्य बनले! अशा प्रकारें तुझ्याकडील श्रेष्ठ अश्वांचा निःपात करणारा तो वीर अभिमन्यु तेथें झळकत होता. राजा, एकट्या अभिमन्यूनें महाविष्णूप्रमाणें चिंत्य व परम दुर्घट पराक्रम

केला; व अमितसामर्थ्यवान् त्रिनेत्रधारी शंकरानें असुरसैन्याचा मागें नाश केला त्याप्रमाणें त्यानें तुमच्या त्या त्र्यंग महत्सैन्याचा धुव्वा उडविला. त्या अर्जुनपुत्रानें युद्धामध्यें शत्रूंस असह्य असा पराक्रम गाजविला; आणि तुमच्या सर्व पायदळ तुकड्यांचा निःपात करून टाकिला.

याप्रमाणें, स्कंदानें दैत्यसेनेचा संहार करावा तद्वत् त्या एकट्या सुभद्रासुतानें आपल्या तीक्ष्ण शरांनीं त्या संपूर्ण सैन्याची अगदीं वाताहात करून टाकलीसें पाहून तुझे पुत्र व इतर सर्व वीर दीनवदनानें चोहोंकडे पाहूं लागले. त्यांचीं तोंडें सुकून गेलीं, डोळे फिरून गेले, शरीरास घाम सुटला, सर्वांगावर रोमांच उभे राहिले, आणि शत्रूंस जिंकण्याची पूर्ण निराशा होऊन त्यांस पळ काढण्याचीच स्फूर्ति होऊं लागली. मग आपले पडलेले पुत्र, पिते, भाऊ, सोयरे, सुहृद् यांस तसेंच रणांत टाकून ते एकमेकांच्या नांवांनीं व उपनांवांनीं एकमेकांस हांका देत आणि हत्ती व घोडे यांस पिटाळीत जीव घेऊन निसटून गेले !

अध्याय सदतिसावा.

—:०:—

शल्यमूर्च्छा.

संजय सांगतोः—राजा, अमितपराक्रमी सौभद्रानें आपल्या सेनेची तशी रेवडी उडविलेली पाहून दुर्योधन राजास त्याचा विलक्षण संताप आला, आणि तो स्वतः त्यावर धांवला. दुर्योधन राजा स्वतः अभिमन्यूवर चालून गेला आहे असें पाहून द्रोणांनीं सर्व योद्ध्यांस उद्देशून म्हटलें, " वीरहो, राजाचें रक्षण करा. हा वीर्यशाली अभिमन्यु यावर लक्ष ठेवून आपल्या डोळ्यांदेखत यावर झडप घालील तर हा दुर्योधन त्याच्या तावडींत सांपडण्यापूर्वींच तुम्ही त्याकडे धांव घ्या, बिलकूल कचरूं नका, त्वरेनें पुढें होऊन राजाचें रक्षण करा ! "

द्रोणाचार्यांच्या तोंडांतून असे शब्द निघतांच ते कृतज्ञ, बलवान् व मित्रभावानें वागणारे विजयशील योद्धे संकटापासून रक्षण करण्यासाठीं तुझ्या रणशूर दुर्योधनाभोंवतीं गोळा झाले. द्रोण, अश्वत्थामा, कृपाचार्य, कर्ण, कृतवर्मा, शकुनि बृहद्बल, मद्रपति शल्य, भूरिश्रवा, शल, पौरव व वृषसेन इतके वीर तीक्ष्ण बाण सोडीत पुढें होऊन त्यांनीं भयंकर शरप्रवाहानें सौभद्रास आच्छादून टाकलें आणि अशा प्रकारें त्यास गोंधळांत पाडून दुर्योधनाची सोडवणूक केली ! तोंडांतला घांस काढून घ्यावा त्याप्रमाणें दुर्योधन हातचा निसटलासें पाहून सौभद्राच्या अंगाची आग झाली. त्यानें तत्काळ मोठी शरवृष्टि करून घोडे व सारथि ह्यांसह त्या महारथांस माघारें फिरविलें, आणि सिंहनाद केला. आमिषाभिलाषी सिंहाप्रमाणें त्याची ती गर्जना त्या द्रोणप्रभृति महारथांस सहन झाली नाहीं. ते अत्यंत खवळून गेले, आणि त्यांनीं आपल्या रथसमुदायांनीं त्यास घेरून त्यावर एकजुटीनें नानाप्रकारच्या बाणजालांची पेर केली. राजा, त्यांचीं तीं सर्व बाणजालें तुझ्या सौभद्र नातवानें तीक्ष्ण बाणांनीं अंतरिक्षांतच छेदून उलट त्या प्रतिपक्षी वीरांसच जखमी करून टाकलें. त्या वेळीं त्याचा तो अद्भुत पराक्रम पाहून सर्व लोक आश्चर्यचकित होऊन गेले. नंतर सौभद्राच्या सर्पतुल्य तीक्ष्ण बाणांनीं संतप्त झालेले ते वीर खाऊं डाऊं करीत चोहोंकडून त्या अजिंक्य सुभद्रासुतावर धवांले. परंतु, हे भरतर्षभा, समुद्राप्रमाणें विस्तीर्ण अशा तुझ्या त्या बलसागरास एकट्या अर्जुनपुत्रानें वेलेप्रमाणें आवरून धरलें. त्या वेळीं एकमेकांशीं लढणाऱ्या व शस्त्रप्रहार करणाऱ्या त्या शूरांपैकीं म्हणजे अभिमन्यु व प्रति-

पक्षी वीर यांपैकीं कोणीच माघार घेईना; अशा प्रकारें घोर व भयंकर रणकंदन माजून राहिलें असतां दुःसहानें नऊ बाणांनीं अभिमन्यूचा भेद केला. त्याचप्रमाणें दुःशासनानें बारा, शारद्वत कृपाचार्यांनीं तीन, द्रोणांनीं सर्पतुल्य असे सतरा, विविंशतीनें सत्तर, कृतवर्म्यानें सात, बृहद्बलानें आठ, अश्वत्थाम्यानें सात, भूरिश्रव्यानें तीन, मद्रपति शल्यानें सहा, शकुनीनें दोन आणि दुर्योधन राजानें तीन बाण त्यावर टाकले. परंतु त्या प्रतापी धनुर्धरानें थयथय नाचतच त्यांवर तीन तीन सरलगामी बाण टाकून त्यांचा भेद केला. नंतर तुझ्या पुत्रांनीं विशेष त्रास दिल्यामुळें तो वीर अभिमन्यु संतापला, आणि आपलें पितृपरंपरागत व शिक्षणानें मिळविलेलें अलौकिक सामर्थ्य शत्रूस दाखविण्याचा त्यानें विचार केला. इतक्यांत अश्मकपुत्रानें आपल्या गरुड व वायु याप्रमाणें वेगवान् व सारथ्याच्या हुकुमांत वागणाऱ्या शिक्षित अश्वांच्या योगानें त्वरेनें अभिमन्यूस अडविलें, आणि त्यावर दहा बाण सोडून "उभा रहा, उभा रहा," असें त्यास म्हटलें. पण याप्रमाणें तो उद्दामपणानें बोलतो न बोलतो तोंच अभिमन्यूनें हंसत हंसतच दहा बाण सोडून त्याचे घोडे, सारथि, ध्वज, दोन्ही हात, धनुष्य व मस्तक धरणीवर पाडिलें. तो वीर अश्मकेश्वर अभिमन्यूच्या हातून निधन पावतांच सर्व सैन्य चळचळां कांपूं लागलें; आणि आतां पळून जाण्यावांचून दुसरी गति नाहीं असें त्यास वाटूं लागलें!

आपल्या सैन्याची झालेली ती दीन दशा अवलोकन करून कर्ण, कृपाचार्य, द्रोण, अश्वत्थामा, गांधारपति शकुनि, शल, शल्य, भूरिश्रवा, क्राथ, सोमदत्त, विविंशति, वृषसेन, सुषेण, कुंडभेदी, प्रतर्दन, वृंदारक, ललित्थ, प्रबाहु, दीर्घलोचन आणि दुर्योधन हे वीर संक्रुद्ध होऊन अभिमन्यूवर शरवृष्टि करूं लागले. त्या महाधनुर्धरांच्या ह्या सरलगामी शरांनीं अति विद्ध झाल्यामुळें अभिमन्यु खवळून गेला, आणि त्यानें कवच फोडून देहाचा भेद करणारा एक बाण घेऊन कर्णावर योजिला. तेव्हां तो शीघ्रगामी बाण त्याचें तनुत्राण व शरीर भेदून वारुळांत सर्प शिरावा त्याप्रमाणें वेगानें जमिनींत शिरला! त्या भयंकर प्रहारानें जबर जखम झाल्यामुळें कर्ण व्यथित होऊन विवळूं लागला, आणि भूमिकंपानें कांपणाऱ्या पर्वताप्रमाणें तो रणांगणांत कंपित होऊं लागला! इतक्यांत त्या संक्रुद्ध झालेल्या बलाढ्य अभिमन्यूनें तसेच तीन तीक्ष्ण बाण सोडून सुषेण, दीर्घलोचन व कुंडभेदी या तिघांस ठार केलें. तेव्हां कर्णानें पंचवीस, अश्वत्थाम्यानें वीस व कृतवर्म्यानें सात नाराच बाण अभिमन्यूवर टाकले. तेव्हां ज्याचें सर्वांग शरांचित झालेलें आहे असा तो शक्रात्मजाचा पुत्र अभिमन्यु क्रुद्ध होऊन तुझ्या सैन्यांत संचार करूं लागला असतां, हा हातांत पाश घेऊन प्रत्यक्ष यमच आला आहे कीं काय असें भासूं लागलें. मग जवळच असलेल्या शल्य राजावर त्यानें बाणवृष्टि केली, आणि मोठ्यानें गर्जना करून तुझ्या सैन्यास भयभीत करून सोडलें. राजा, त्या अस्त्रकुशल वीरानें मर्मभेदक बाणांनीं जखमी केलेला तो शल्य राजा रथांतील आंतल्या बाजूस पडला आणि मूर्च्छित झाला! याप्रमाणें यशस्वी सौभद्रानें शल्यासही मूर्च्छित पाडिलें हें पाहून प्रत्यक्ष भारद्वाजांसही न जुमानतां सर्व सैन्य पळत सुटलें. सुवर्णपुंख बाणांनीं व्याप्त झालेला शल्य पाहातांच सिंहानें त्रस्त केलेल्या श्वापदांप्रमाणें तुझे सैनिक पळूं लागले. तेव्हां तो सौभद्र तूप ओतल्यामुळें धडाडलेल्या अग्नीप्रमाणें जास्तच शोभूं लागला. याप्रमाणें रणां-

गणांत विजयी झाल्यामुळें पितर, देव, चारण, सिद्ध व यक्ष यांचा समुदाय आणि भूतलस्थ भूतसंघ अभिमन्यूची प्रशंसा करूं लागले.

अध्याय अडतिसावा.

—:०:—

शल्यबंधुवध.

धृतराष्ट्र विचारतोः—याप्रमाणें तो अर्जुनपुत्र समरांगणामध्यें महाधनुर्धरांचें मर्दन करीत असतां आमच्याकडील कोणत्या वीरांनीं त्याचें निवारण केलें बरें ?

संजय सांगतोः—राजा, कुमार अभिमन्यूनें भारद्वाजरक्षित रथसैन्याचा भेद करण्याची इच्छा धरून समरांगणामध्यें फारच थोर पराक्रम गाजविला, तो ऐक. सौभद्रानें बाणांनीं रणांगणांत मद्रपति शल्य जर्जर केल्याचें पाहून त्याचा धाकटा भाऊ क्रुद्ध होऊन बाणवृष्टि करीत करीत अभिमन्यूवर धांवला. त्यानें दहा बाणांनीं अश्व व सारथि यांसह अर्जुनपुत्रास विद्ध करून ‘ उभा रहा, उभा रहा!’ म्हणून मोठ्यानें गर्जना केली. तेव्हां हस्तलाघवी सौभद्रानें त्याचें मस्तक, मान, हात, पाय, धनुष्य, घोडे, छत्र, ध्वज, सारथि, दांड्या, रथांतील बैठक, चक्र, जोखड, भाते, तळ, पताका, दोन चक्ररक्षक व युद्धाची सर्व सामुग्री बाणांनीं छिन्नभिन्न करून टाकिली; परंतु तो स्वतः मात्र कोणासही दिसत नव्हता!

याप्रमाणें आभरणें व वस्त्रें छिन्न झालेला तो अमिततेजस्वी शल्यानुज वायूनें उलथून दिलेल्या महाशैलाप्रमाणें क्षीण होऊन धरणीवर कोसळलेला पाहून त्याचे अनुचर भयविव्हल होऊन वाट फुटेल तिकडे पळत सुटले! हे भारता, अर्जुनपुत्राचा तो पराक्रम पाहून सर्व प्राणी ‘ शाबास! शाबास! ’ अशी मोठ्यानें गर्जना करूं लागले. तो शल्याचा भ्राता वध पावल्यानंतर त्याचे पुष्कळ सैनिक क्रुद्ध होऊन आपआपलीं गोत्रें, वसतिस्थानें व नांवें सांगत विविध आयुधें घेऊन अभिमन्यूवर धांवले. कित्येक रथांवर बसून, कित्येक हत्तींवर बसून आणि कित्येक बलाढ्य वीर तर पायींच धांवले. त्या वेळीं आपल्या बाणांचा प्रचंड सणसणाट, रथचक्रांचा ध्वनि, प्रचंड आरोळ्या, सिंहनाद, रणगर्जना, प्रत्यंचांचा टणत्कार व तलनाद यांच्या योगानें दशदिशा भरून सोडीत ते सौभद्रास म्हणत होते, “ अर्जुनपुत्रा, तूं आमच्या तावडींत सांपडला आहेस, आतां कदापि जिवंत सुटणार नाहींस. ” ही त्यांची बडबड ऐकून सौभद्र किंचित् हंसला; आणि ज्यानें ज्यानें हा वेळपर्यंत त्यावर प्रहार केले होते त्या त्या वीरास त्यानें बाणांनीं विद्ध करून टाकलें. पुढें, आपलीं लहान लहान विचित्र अस्त्रें त्यांस दाखविण्याच्या उद्देशानें त्या शूर आर्जुनीनें समरांगणांत प्रथम सौम्यपणानेंच युद्ध आरंभिलें. मग, वासुदेवापासून व धनंजयापासून संपादन केलेल्या सर्व अस्त्रांचा त्यानें त्या कृष्णद्वयाप्रमाणें प्रयोग करून दाखविला; आणि आपणावर कोसळलेला तो मोठा सैन्यभार दूर करून त्यांस पुनः भयभीत करून सोडलें. त्या वेळीं तो इतक्या झपाट्यानें शर सोडीत होता कीं, तो ते धनुष्यास जोडतो केव्हां व सोडतो केव्हां तें कांहींच समजत नव्हतें. शरत्कालीन रविमंडलाप्रमाणें त्याचें सारखें बिंदुकलीप्रमाणें वांकलेलें चाप मात्र सर्व दिशांस झळकत असलेलें दिसत होतें, त्याच्या प्रत्यंचेचा टणत्कार व दारुण तलशब्द म्हणजे वर्षाकालीं प्रचंड विद्युत्पात करणाऱ्या मेघाचाच शब्द वाटे! राजा, तो विनयशील, शत्रूंचा उत्कर्ष सहन न करणारा, मानी व प्रसन्नमुख सुभद्रापुत्र वीरांचा बहुमान करावा म्हणून त्यांशीं शर व अस्त्रें यांच्या साधनांनीं लढला. हे महाराजा, प्रथम त्याचें

स्वरूप इतकें उग्र दिसत नव्हतें; पण वर्षाकालांतून शरत्कालांत जाणाऱ्या, भगवान् दिनकराप्रमाणें पुढें तो प्रखर झाला. सूर्य किरण सोडतो त्याप्रमाणें सहाणेवर घांसलेले व सोन्याच्या पिसाऱ्याचे नाना आकारांचे हजारों बाण त्यानें सोडिले. त्या महद्यशानें भारद्वाज द्रोणाचार्यांच्या देखत देखत क्षुरप्र, वज्रदंत, विपाठ, नाराच, अर्धचंद्र, भल्ल, अंजलिक इतक्या प्रकारच्या बाणांचा त्या रथसैन्यावर पाऊस पाडला. त्यामुळें तें सैन्य जर्जर होऊन तोंड फिरवून पळत सुटलें !

अध्याय एकुणचाळिसावा.

—:०:—

दुःशासनाभिमन्युसमागम.

धृतराष्ट्र विचारतोः——बा संजया, सौभद्रानें माझ्या पुत्राच्या सैन्यास जर्जर केल्याचें ऐकून माझें मन द्विधा झालें आहे. कुमार अभिमन्यूचा तो पराक्रम ऐकून मला संतोष होत आहे. पण त्याबरोबरच मला माझ्या मुलांविषयीं भीति उत्पन्न झाली आहे. यास्तव, हे गावल्गणे, असुरांशीं युद्ध करणाऱ्या स्कंदाप्रमाणें कुमार अभिमन्यूची ती सर्व रणक्रीडा मला विस्तारपूर्वक सांग.

संजय सांगतोः—राजा, ठीक आहे. एकट्या अभिमन्यूनें बहुतांशीं केलेलें तुमुल रणकंदन, आणि त्या झटापटींत झालेला घनघोर संग्राम मी तुला सांगतों, ऐक. रथावर बसलेला तो उत्साही अभिमन्यु तुझ्या पक्षाकडील—शत्रूंचें दमन करणाऱ्या—सर्व उत्साहशील रथ्यांवर धावूं लागला. तो अलातचक्राप्रमाणें सर्वत्र संचार करीत द्रोण, कर्ण, कृप, शल्य, द्रोणपुत्र, भोज, बृहद्बल, दुर्योधन, सौमदत्ति व महाबलाढ्य शकुनि, त्याचप्रमाणें नानादेशाचे भूपाल, राजपुत्र व विविध सैन्यें या सर्वांस बाणांनीं विद्ध करूं लागला. हे भारता, सौभद्र इतक्या वेगानें फिरत होता कीं, तो महाप्रतापी व तेजःपुंज वीर आपल्या दिव्य अस्त्रांनीं शत्रूंचा निःपात करीत असलेला सर्व दिशांस एकाच वेळीं दिसत होता ! अमितपराक्रमी सौभद्राचें तें विलक्षण कृत्य पाहून तुझ्या पक्षाकडील सर्व सैन्यें लटलटां कांपूं लागलीं. राजा, त्या वेळीं अभिमन्यूचा तो पराक्रम पाहून प्रतापी द्रोणाचार्यांनाही मोठा आनंद झाला. त्या ज्ञानवंताचे नेत्र हर्षानें प्रफुल्लित झाले, आणि रणांगणीं संचरत असलेल्या त्या अभिमन्यूकडे मोठ्या प्रेमानें पाहून तुझ्या मुलांच्या मर्मस्थलांवर डाग देण्यासाठींच कीं काय—कृपाचार्यांस हाक मारून ते म्हणाले, “ हे कृपा, हा पांडवांचा बच्चा अभिमन्यु रणांगणांत कसा संचार करीत आहे पहा ! खरोखर आपल्या या कृतीनें हा सर्व आप्तेष्टांस, सर्व राजांस, पृथ्वीपति युधिष्ठिरास, आणि नकुल—सहदेव, भीमसेन, अर्जुन, बंधु, संबंधी, शत्रु, मध्यस्थ, मित्र या सर्वांना आनंद देत आहे. युद्धांत याची बरोबरी करणारा एकही धनुर्धर आज हयात नाहीं. अरे, मनांत आणील तर हा हां हां म्हणतां या सर्व सैन्याचा फडशा पाडील ! परंतु तसें करण्याची बुद्धि यास कां होत नाहीं कोण जाणे ! ”

राजा, आचार्यांचें तें प्रेमळ भाषण ऐकून तुझा पुत्र दुर्योधन अभिमन्यूवर मनांत जळफळूं लागला; आणि द्रोणांकडे कांहींसा उपहासानें पाहून कर्ण, बाल्हीक, दुःशासन, मद्रपति शल्य यांस आणि दुसऱ्याही महारथांस म्हणाला, “ द्रोण ब्रह्मवेत्त्यांत वरिष्ठ असून सर्व मूर्द्धाभिषिक्त क्षत्रियांचा आचार्य आहे. ह्याचे अंगीं सामर्थ्य असूनही हा अर्जुनाच्या त्या मूर्ख पोराला मारूं इच्छीत नाहीं यास काय म्हणावें ! अहो, मी खरेंच सांगतों,

जिवावर उदार होऊन लढणाऱ्या ह्या द्रोणांपुढें समरांगणांत प्रत्यक्ष यमही उभा राहूं शकणार नाहीं. मग एखाद्या सामान्य मनुष्याचा काय हिशोब! पण, कर्णा, हा अर्जुनाचा मुलगा म्हणून केवळ शिष्यत्वामुळें हा याचें रक्षण करीत आहे. कारण धर्मभोळ्या लोकांना आपले शिष्य, पुत्र व त्यांचीं अपत्यें हीं सर्व प्रिय असतात. द्रोण तर याचें असें रक्षण करीत आहेत; आणि इकडे सौभद्रास तर हें सर्व आपलेंच सामर्थ्य आहे व आपल्या पराक्रमानेंच द्रोणादिकांवर आपण विजय मिळवीत आहों असें वाटत आहे! तेव्हां आपली आपणच पाठ थोपटून घेणाऱ्या या गर्विष्ठ मूर्ख पोराला लवकर ठार करा पाहूं! बिलकूल विलंब लावूं नका!"

हे कुरुशार्दूला, याप्रमाणें दुर्योधनानें भाषण करतांच ते सर्व वीर क्रुद्ध होऊन द्रोणांदेखत खाऊं गिळूं करीत सुभद्रासुतावर तुटून पडले. इतक्यांत, दुर्योधनाचें तें भाषण ऐकून दुःशासन त्यास म्हणाला, "हे महाराजा, मी ह्याला ठार करीन हें प्रतिज्ञापूर्वक सांगतों. सूर्याला ग्रासणाऱ्या राहूप्रमाणें मी आज सर्व पांडवांच्या व पांचालांच्या समक्ष या सौभद्रास ग्रासीन; आणि, हे राजा दुर्योधना, सौभद्रास मीं ग्रस्त केलें हें ऐकून ते अत्यंत अभिमानी कृष्णार्जुन इहलोक सोडून मृत्युलोकीं जातील हें तूं पक्कें समजून ठेव. कारण ते मोठे मानी असल्यामुळें आपल्या डोळ्यांदेखत सौभद्राचा वध झालेला त्यांच्यानें पाहावणार नाहीं; व अशा स्थितींत जगास तोंड दाखविण्याची लाज वाटून व अत्यंत शोकाकुल होऊन ते मृत्युलोकची वाट धरतील. याप्रमाणें त्या दोघांचा अंत झाला म्हणजे पांडवांचा पराक्रम संपलाच! त्यांची मृत्युवार्ता ऐकतांच ते गर्भगळीत होऊन जातील आणि आपल्या सर्व सुहृद्गणांसह एका दिवसांतच जिवास मुकतील. याप्रमाणें, राजा, या एका शत्रूला—अभिमन्यूला ठार केलें असतां तुझ्या सर्व शत्रूंची आपोआपच वाट लागणार आहे. यास्तव राजेंद्रा, माझ्या कल्याणाचें चिंतन कर, हा मी तुझ्या शत्रूंचें निर्मूलन करितों!"

धृतराष्ट्रा, याप्रमाणें बोलून तुझ्या दुःशासन पुत्रानें आरोळी ठोकली, आणि बाणांची धार धरीत मोठ्या त्वेषानें तो सौभद्रावर चालला. तो तुझा पुत्र अत्यंत क्रुद्ध होऊन आपल्यावर चालून येत आहे असें पाहून शत्रूंची खोड मोडणाऱ्या त्या सौभद्रानें त्यावर सव्वीस तीक्ष्ण बाण सोडिले. इकडून दुःशासनही मदोन्मत्त हत्तीप्रमाणें खवळून जाऊन अभिमन्यूशीं लढूं लागला आणि अभिमन्यूही तशाच त्वेषानें त्याशीं भिडला. अशा प्रकारें त्या रथशिक्षाविशारद वीरांची समरांगणांत गांठ पडतांच ते आपआपल्या रथानें आश्चर्यकारक अशीं डावीं उजवीं मंडलें करीत युद्ध खेळूं लागले. तेव्हां पणव, मृदंग, दुंदुभि, क्रकच, महानक, भेरी व झर्झर यांचा समुद्रगर्जनेप्रमाणें मोठा भयंकर ध्वनि होऊं लागला.

अध्याय चाळिसावा.

—:०:—

दुःशासनमूर्च्छा.

संजय सांगतोः—राजा, त्या झटापटींत अभिमन्यूच्या अंगाची बाणांनीं चाळण होऊन गेली होती तरी त्याची मुळींच पर्वा न करितां तो समोर उभा असलेल्या प्रतिपक्ष्यास—दुःशासनास हंसत हंसतच म्हणाला, "भाग्य माझें—कीं गर्विष्ठ, निर्दय, धर्महीन व दुसऱ्यांस रडविण्यांत तत्पर असा तूं आज माझ्या चांगला तावडींत सांपडला आहेस! अरे, प्रत्यक्ष तुझा बाप—धृतराष्ट्र राजा सभेंत ऐकत असतां त्याची

यत्किंचित् प्रतिष्ठा न ठेवतां तूं धर्मराजाला नाहीं तसलीं निष्ठुर भाषणें बोलून संताप आणिला आहेस ! तसेंच, आपल्या व शकुनीच्या फांशांच्या कसबावर कपटद्यूतांत मिळालेल्या विजयानेंच शेफारून जाऊन तूं भीमसेनाला उद्देशून अशी बडबड केलीस कीं, तिला कांहीं ताळ ना मेळ ! पण महात्म्या युधिष्ठिराच्या कोपाचें फळ भोगण्याकरितां बरा आलास माझ्या समोर ! अरे, परवित्तापहार, निष्कारण क्रोध, शांतीचा अभाव, लोभ, ज्ञानशून्यता, अति अमंगल असा आमचा द्रोह, माझ्या महाधनुर्धर पित्यांच्या राज्याचा अपहार, इत्यादि जीं अति दारुण पातकें तुझ्या हातून घडलीं आहेत, त्या सर्वांचें फल माझ्या महानुभाव पित्यांच्या कोपानें आज तुला मिळत आहे; तेव्हां, दुष्टा, तें फल भोगण्यास तयार हो. हें सर्व सैन्य जरी तुझें रक्षण करीत असलें, तरी त्याचें कांहींएक चालूं न देतां मी आज तुला बाणांनीं शासन करणार, आणि पितृव्य युधिष्ठिराच्या कोपाचें रणांगणांत सार्थक्य करून आपलें कर्तव्य बजावणार ! अरे, कृष्णभगिनी पांचालीची तूं विटंबना केलीस तिजमुळें तिच्या काळजाला जी आग लागून राहिली आहे, ती मी आज शांत करणार ! आणि हे कुरुकुलाधमा, माझ्या पित्याची इच्छा आणि भीमसेनाची प्रतिज्ञा यांचें आज ह्या रणांगणांत साफल्य करून दाखविणार ! अरे, आतां तूं येथून पाठीस पाय लावून पळून गेलास तरच जगशील, नाहींपेक्षां माझ्या हातून तूं खास जिवंत सुटत नाहींस !"

राजा, असें बोलून त्या आजानुबाहु अभिमन्यूनें दुःशासनाची गठडी वळवील अशा योग्यतेचा एक बाण काढला; आणि त्या परवीरांतकानें तो प्रलयकालच्या अग्नीप्रमाणें तेजस्वी व वायूप्रमाणें वेगवान् बाण धनुष्यास जोडून त्याजवर सोडिला. तो तत्काल दुःशासनाच्या गळ्याच्या फांसळीवर आदळून वारुळांत शिरणाऱ्या भुजंगाप्रमाणें पिसाऱ्यासुद्धां पार आंत घुसला ! नंतर त्यानें लगोलग अग्नीप्रमाणें दुःसह असे आणखी पंचवीस बाण आकर्ण धनुष्य खेंचून त्यावर सोडिले तेव्हां राजा, दुःशासन भयंकर जखमी झाल्यामुळें व्यथित होऊन रथांत पडला; आणि त्यास प्रबल मूर्च्छा आली ! हें पाहातांच त्याच्या सारथ्यानें मोठी त्वरा करून सौभद्राच्या शरांनीं पीडित होऊन अचेतन पडलेल्या त्या आपल्या धन्यास रणांतून दूर काढून नेलें ! तें पाहून पांडव, द्रौपदीपुत्र, विराट, पांचाल, व केकय हे सिंहनाद करूं लागले; पांडवांचे सर्व सैनिक हर्षभरित होऊन चोहोंकडे नानाजातीचीं वाद्यें मोठमोठ्यानें वाजवूं लागले; आणि ते अभिमन्यूची कृति मोठ्या कौतुकानें पाहूं लागले. नंतर, आपला अत्यंत द्वेष करणारा व मोठा गर्विष्ठ शत्रु जो दुःशासन, त्याचा पराभव झाला असें पाहून यमधर्म, मारुत, इंद्र व अश्विनीकुमार यांच्या प्रतिमा आपल्या ध्वजाग्रांचे ठिकाणीं धारण करणारे महारथी द्रौपदीपुत्र, सात्यकि, चेकितान, धृष्टद्युम्न, व शिखंडी, केकय, धृष्टकेतु, मत्स्य, पंचाल, सृंजय आणि युधिष्ठिरप्रभृति पांडव हर्षभरित होऊन द्रोणसैन्याची फळी फोडण्यासाठीं मोठ्या त्वरेनें धांवले. तेव्हां, राजा, विजयेच्छु व कशाही प्रसंगीं पीछेहाट न करणाऱ्या तुझ्या शूर वीरांचें शत्रूंबरोबर महाघोर युद्ध सुरू झालें.

कर्णाभिमन्युयुद्ध.

हे महाराजा, याप्रमाणें तेथें अति भयंकर रणकंदन माजून राहिलें असतां दुर्योधन राजा कर्णास म्हणाला, "हे राधेया, अरे ! हा दुःशासन म्हणजे सामान्य का वीर ? रणांगणांत हा हजारों शत्रूंस तेव्हांच लोळवायाचा, पण तोही आज अभिमन्यूच्या तडाक्यांत सांपडला !

हा सूर्यच कीरे आकाशांतून कोसळला! बा-बारे, आतां कांहीं आपली धडगत दिसत नाहीं. कारण ते पहा! सिंहाप्रमाणें बलोत्कट पांडव मोठ्या त्वेषानें सौभद्राचें रक्षण करण्यासाठीं अस्त्रें सज्ज करून धांवत आले आहेत!

दुर्योधनाचें तें भाषण ऐकून, त्या संक्रुद्ध झालेल्या कर्णानें त्याची काळजी दूर करण्यासाठीं दु:साध्य अभिमन्यूवर तीक्ष्ण बाणांचा वर्षाव केला; आणि रणांगणांत अभिमन्यूला तुच्छ लेखून त्या शूरानें त्याच्या अनुयायांवरही तीक्ष्ण दिव्य बाण टाकले. तेव्हां त्र्याहात्तर शिलीमुख बाणांनीं राधेयास विद्ध करून तो महाशय अभिमन्यु मोठ्या त्वरेनें द्रोणांची गांठ घेण्यास निघाला. हे राजा, याप्रमाणें तो वज्रधारी इंद्राचा नातू अर्जुनपुत्र अभिमन्यु रथसंघांस जर्जर करीत द्रोणांवर जात असतां त्याचें निवारण करण्यास एकही रथी धजेना! तेव्हां सर्व धनुर्धरांमध्यें विशेष अभिमानी व विजयाची इच्छा करणारा कर्णच पुन: आपलीं उत्तमोत्तम अस्त्रें प्रकट करीत अभिमन्यूस शेंकडों जखमा करूं लागला. सर्व अस्त्रज्ञांमध्यें वरिष्ठ व साक्षात् परशुरामाचा शिष्य असा तो प्रतापी राधेय समरांगणांत शत्रूंस दु:साध्य अशा अभिमन्यूला अस्त्रवृष्टीनें अत्यंत पीडा देऊं लागला; पण याप्रमाणें कर्ण भयंकर पीडा देत असतांही तो देवतुल्य प्रतापी अभिमन्यु तेथें बिलकूल डगमगला नाहीं. त्यानें शिळेवर पाजवलेल्या तीक्ष्ण आनतपर्व भल्ल बाणांनीं इतर वीरांचीं धनुष्यें छेदून क्षणाचाही विलंब न करितां आपल्या मंडलाकार धनुष्यापासून सर्पतुल्य शर सोडून हंसत हंसतच कर्णाचें छत्र, ध्वज, सारथि व घोडे विद्ध केले. उलट कर्णानेंही पुष्कळ नतपर्व बाण त्यावर टाकिले; पण त्या फाल्गुनीनें बिलकूल न भितां ते सर्व मुकाट्यानें सहन केले. याप्रमाणें थोडा वेळ चकमक उडाल्यावर त्या वीर्यशाली अभिमन्यूनें एकाच बाणानें कर्णाचा ध्वज व धनुष्य छेदून धरणीवर पाडलें. तेव्हां कर्ण संकटांत सांपडला आहेसें पाहातांच त्याचा पाठचा भाऊ आपलें बळकट धनुष्य ताणून त्वरेनें सौभद्रावर धांवला.

याप्रमाणें अभिमन्यूनें कर्णावर विजय मिळविला असें पाहून त्याला अधिकच अवसान येण्याकरितां पांडव व त्यांचे अनुचर मोठमोठ्यानें गर्जना करून वाद्यें वाजवूं लागले!

अध्याय एकेचाळिसावा.

—:०:—

कर्णाच्या भावाचा वध.

संजय सांगतो:—तो कर्णाचा धाकटा भाऊ भयंकर गर्जना करीत व पुन: पुन: धनुष्य खेंचीत अति त्वरेनें कर्ण व अभिमन्यु या दोघां महावीरांच्या मध्यें येऊन थडकला, आणि सहज लीलेनेंच दहा तीक्ष्ण बाण सोडून त्यानें अभिमन्यूचें छत्र, ध्वज, सारथि व घोडे यांसुद्धां खुद्द त्यालाही वेधिलें. तेव्हां राजा, आपल्या पूर्वजांप्रमाणेंच अमानुष पराक्रम करणाऱ्या त्या अभिमन्यूला अनेक जखमा होऊन तो पीडित झाला आहे असें पाहून, तुझ्या वीरांना मोठा हर्ष झाला. पण इतक्यांत अभिमन्यूनें हंसत हंसतच एक बाण सोडून त्याचें मस्तक उडविलें! तेव्हां वायूनें पर्वतापासून उडविलेल्या कर्णिकारपुष्पाप्रमाणें तें रथांतून खालीं पडलें! राजा, धाकटा भाऊ संपला हें पाहून कर्णास फार वाईट वाटलें. पण लगेच अभिमन्यूनें त्यालाही कंकपत्रांचित बाणांनीं पाठ फिरवायास लावून दुसऱ्याही पुष्कळ धनुर्धरांवर वेगानें चाल केली; आणि त्या प्रखरतेजस्वी महारथानें हत्ती, घोडे, रथ व पायदळ यांनीं गजबजून गेलेल्या त्या अफाट सैन्याचे धुडके धुडके उडवून दिले! त्यानें कर्णावर तर इतके बाण

मारिले कीं, त्याच्या मारानें कासावीस होऊन तो आपल्या चपल घोड्यांच्या साह्यानें लांब पळून गेला ! आणि कर्णानें असें केलेलें पाहातांच बाकीचें सैन्यही पार उधळून गेलें ! राजा, टोळधाडीनें किंवा पर्जन्यधारांनीं व्याप्त झाल्याप्रमाणें आकाश अभिमन्यूच्या बाणांनीं भरून गेल्यामुळें कांहींएक दिसेनासें झालें. राजा, अशी स्थिति होऊन त्या तीक्ष्ण बाणांनीं तुझ्या वीरांचा वध होऊं लागला तेव्हां तेथें एका सिंधुपति जयद्रथावांचून कोणाचाच टिकाव लागला नाहीं. नंतर सौभद्रानें जोरानें शंख फुंकिला आणि त्या भारती सेनेवर शीघ्र गतीनें चाल केली. हे भरतर्षभा, वाळलेल्या गवतांत पडलेल्या अग्नीप्रमाणें वेगानें शत्रूंची राखरांगोळी करीत तो प्रतापी सुभद्रापुत्र पुढें चालून आलेल्या भारतसैन्यामध्यें मंडलें घेत त्यांतून पार पडला; आणि रथ, हत्ती, घोडे व पदाति यांस तीक्ष्ण बाणांनीं लोळवीत त्या चक्रव्यूहाच्या आंत प्रवेश करून त्यानें भूमीवर सर्वत्र धडांचे ढीग पाडले. त्या वेळीं सौभद्राच्या धनुष्यापासून सुटलेल्या दिव्य बाणांनीं घायाळ झालेले वीर माघारे परतून पुढें आलेल्या आपल्याच वीरांस ठार करून रस्ता काढीत जीव घेऊन पळत सुटले ! आणि सौभद्राचे ते प्रखर घोर लखलखीत असंख्य बाण, रथ, हत्ती व घोडे यांचा सप्पा उडवीत जोरानें पृथ्वींत घुसूं लागले. त्या वेळीं आयुधें, अंगुलित्राणें, गदा, बाहुभूषणें व सुवर्णालंकार घातलेले असंख्य बाहु छिन्नभिन्न होऊन रणांगणांत पडलेले दिसूं लागले. तेथें हजारों बाण, धनुष्यें आणि तरवारी उडाल्या; आणि धडें व पुष्पमालायुक्त सकुंडल मस्तकें तुटून पडलीं. त्याचप्रमाणें युद्धसामुग्रीनें भरलेल्या रथांतील वीरांच्या बैठकी, त्यांच्या मोडक्या दांड्या, आंस, चाकें, जोकडें, शक्ति, धनुष्यें, तरवारी, मोठमोठे ध्वज, मोडून तोडून पडलेल्या ढाली, धनुष्यें, बाण, मरून पडलेले क्षत्रिय, घोडे, गज यांच्या योगानें ती रणभूमि क्षणार्धांत इतकी भरून गेली कीं, त्या भयंकर रणभूमीवर पाऊल ठेवायाला देखील जागा उरली नाहीं. कोणी राजपुत्र प्राण सोडीत असतां मोठमोठ्यानें किंकाळ्या फोडीत होते, कोणी एकमेकांस हांका मारीत होते, व यामुळें त्यांचा जो प्रचंड कोलाहल चालला होता, तो ऐकून साधारण मनुष्याचें काळीज भीतीनें फाटूनच जाईल ! हे भरतश्रेष्ठा, तो शब्द सर्व दिशांस सारखा दुमदुमत होता.

असो; इकडे सौभद्र त्या सेनेवर धांवला आणि मोठमोठे घोडे, रथ व हत्ती यांचा फडशा उडवीत चालला. वाळलेलें गवत खुशाल जाळीत सुटलेल्या अग्नीप्रमाणें तो अभिमन्यु भारती सेनेंत वेगानें शत्रूंची राखरांगोळी उडवीत आहे असें दिसूं लागलें; आणि हे भारता, याप्रमाणें तो धुव्वा उडवीत सर्व दिशांस व उपदिशांस संचार करूं लागला. त्या वेळीं धुळीनें सर्व सैन्य भरून गेल्यामुळें प्रथम तो आम्हांस मुळींच दिसत नव्हता; पण हत्ती, घोडे व वीर यांना ठार मारण्याचा त्याचा तडाखा सारखा चाललाच होता. हे महाराजा ! नंतर थोड्या वेळानें तो परंतप अभिमन्यु भरदुपारच्या सूर्याप्रमाणें झळकत असलेला पुनः आम्हांस दिसूं लागला. राजाधिराजा धृतराष्ट्रा, तुला काय सांगूं ? युद्धामध्यें इंद्रतुल्य पराक्रम गाजविणारा तो इंद्रपुत्र अर्जुनाचा मुलगा त्या वेळीं त्या सैन्यामध्यें सहस्ररश्मि सूर्याप्रमाणें देदीप्यमान दिसत होता!

अध्याय बेचाळिसावा.

—:०:—

जयद्रथवरवृत्त.

धृतराष्ट्र विचारतोः——हे संजया, तो अत्यंत सुखांत वाढलेला व स्वतःच्या बाहुबलाचा अभिमान बाळगणारा बालक वीर अभिमन्यु लढाईतला दर्दी खरा. तो माझा गोत्रजपुत्र जिवावर उदार होऊन आपल्या तीन तीन वर्षांच्या उत्कृष्ट अश्वांच्या योगानें सैन्य तुडवीत चालला असतां युधिष्ठिराच्या सैन्यांतील एखादा तरी बलिष्ठ वीर त्याच्या मागोमाग आला का ?

संजय सांगतोः—युधिष्ठिर, भीमसेन, सात्यकि, नकुल, सहदेव, शिखंडी, धृष्टद्युम्न, विराट, द्रुपद, केकय, चवताळलेला धृष्टकेतु आणि मत्स्य इतके वीर रणांत आले. अभिमन्यु ज्या मार्गानें गेला त्याच मार्गानें त्याचे चुलते हे त्याच्या मातुलवंशीय वीरांसह निघाले; आणि विजयच्छेनें प्रेरित होऊन आपआपल्या सैन्याचे व्यूह रचून कापाकापी करीत त्याच्या मागोमाग चालले. याप्रमाणें ते शूर वीर धुमश्चक्री करीत येत आहेत असें पाहून तुझे सैनिक तोंडें फिरवून पळत सुटले. तेव्हां तुझ्या पुत्राचें तें अवाढव्य सैन्य विमुख झालेलें पाहून तुझा महातेजस्वी जामात जयद्रथ राजा हा पांडवांस थोपवून धरण्यासाठीं पुढें सरसावला. राजा, पुत्रवत्सल पांडव हे बाळ अभिमन्यूच्या रक्षणासाठीं आपल्या सैन्यांसह चालून येत होते, तथापि त्या सर्वांस एकट्या सैंधव जयद्रथानें अडवून धरिलें ! त्या वेळीं त्यानें फारच प्रचंड व उग्र धनुष्य धारण केलें असून, दिव्यास्त्रांची योजना करून त्यानें उतरणीवर आलेल्या हत्तींप्रमाणें शत्रूंची पीछेहाट केली.

धृतराष्ट्र म्हणालाः—संजया, सिंधुपतीच्या अंगावर येऊन पडलेली ही कामगिरी फारच जोखमीची होती असें मला वाटतें. कारण, पांडव त्या वेळीं अगदीं चवताळले असतील, आणि त्यांनीं आपल्या पुत्रास भेटण्यासाठीं पराकाष्ठा केली असेल. पण त्या सर्वांसही ज्या एकट्यानें थोपवून धरिलें, त्या सिंधुपति जयद्रथाचें शौर्य व सामर्थ्य अचाटच असलें पाहिजे ! वास्तव त्याचें वीर्य कसें काय आहे, त्यानें पुढें कसा काय पराक्रम गाजविला, सर्व पांडवांना आवरून धरतां येईल इतकें सामर्थ्य प्राप्त करून घेण्यासाठीं त्यानें कोणतें दान दिलें, कोणते यज्ञयाग केले, किंवा कशा प्रकारें तपश्चर्या केली बरें ?

संजय सांगतोः—राजा, मागें जयद्रथानें द्रौपदीचें हरण केलें असतां भीमसेनानें त्यास जिंकून आणिलें. त्याबद्दल त्या मानी सिंधुपतीला मोठें वैषम्य वाटून त्यानें वरप्राप्तीस्तव फारच मोठी तपश्चर्या केली. प्रिय विषयांपासून इंद्रियें आवरून आणि भूक, तहान व ऊन यांची पर्वा न करतां शरीर कृश करून तो सतत वायुभक्षण करून राहिला. त्यानें नित्य शाश्वत अशा ब्रह्माचा स्वीकार करून देवाधिदेव शंकराचें आराधन चालविलें. याप्रमाणें त्याची तपश्चर्या चालली असतां भक्तवत्सल भगवंतानें त्याजवर कृपा केली,—स्वतः शंकर त्या सिंधुपति जयद्रथाच्या स्वप्नांत येऊन त्याला म्हणाले, "जयद्रथा, मी तुजवर प्रसन्न झालों आहें, तुझ्या इच्छेस येईल तो वर माग."

याप्रमाणें शिवानें सिंधुराज जयद्रथास सांगितलें तेव्हां तो आत्मदमनशील राजा साष्टांग प्रणिपात करून हात जोडून उभा राहिला आणि म्हणाला, "भगवन्, अत्यंत पराक्रमी व वीर्यवान् अशा समस्त पांडवांना एकट्या मीं आपल्या रथानें परावृत्त करावें !"

राजा, देवाधिदेव शंकरापाशीं जयद्रथानें हा वर मागितला तेव्हां तो त्यास म्हणाला,

" मी तुला तुझ्या मागण्यापेक्षां किंचित् सौम्य असा वर देतों. पृथापुत्र धनंजयावांचून इतर चौघां पांडुपुत्रांचें तूं समरांगणांत निवारण करशील. " यावर जयद्रथानें त्या महादेवास 'तथास्तु ' म्हणून प्रत्युत्तर दिलें आणि नंतर तो जागा झाला.

याप्रमाणें त्याला वरप्रदान मिळाल्यामुळें, त्याच्या प्रभावानें व आपल्या दिव्यास्त्रबलानें त्यानें पांडवांच्या सर्व सैन्याचें निवारण केलें. त्याच्या प्रत्यंचेचा टणत्कार व हाताचा शब्द यांचा जो गंभीर ध्वनि होत होता, तो ऐकून शत्रूंकडील क्षत्रिय भयभीत होऊन गेले; परंतु त्यानेंच आपल्या सैन्यास परमानंद झाला; आणि राजा, सिंधुपतीनें सर्व भार आपल्या शिरावर घेतला आहे असें पाहून, ज्या बाजूनें युधिष्ठिराचें सैन्य चालून आलें होतें त्या बाजूस आपले क्षत्रिय गर्जना करीत धांवून गेले.

अध्याय त्रेचाळिसावा.

--:०:--

जयद्रथयुद्ध.

संजय सांगतोः—हे राजेंद्रा, सिंधुराजाचा पराक्रम तूं मला विचारीत आहेस, तर तो पांडवांबरोबर कसकसा लढला तें सर्व तुला सांगतों, ऐक. त्याच्या रथाला जे सिंधुदेशचे धिप्पाड घोडे जोडले होते, ते सारथ्याच्या हुकुमांत वागणारे, उत्कृष्ट चालींवर चालणारे, समरांगणांत अनर्थ करून सोडणारे आणि वायूप्रमाणें जलद पळणारे होते. तो रथ गंधर्वनगराच्या आकाराचा असून त्याची रचना अगदीं शास्त्रोक्त होती; आणि त्यावर वराहचिन्हांकित प्रचंड रौप्यमय ध्वज फडकत होता. त्याचप्रमाणें श्वेत छत्र, शुभ्र पताका, चामरें व इतर राजचिन्हें यांच्या योगानें तो रथ आकाशांतील तारानाथ चंद्राप्रमाणें शोभत होता; आणि त्या रथावर जें लोहाच्छादन घातलेलें होतें त्यास मोत्यें, पोवळीं, हिरे व सुवर्ण हीं जडविलीं असल्यामुळें तें रथाच्छादन नक्षत्रखचित नभोमंडलाप्रमाणें भासत होतें.

अशा त्या श्रेष्ठ रथावर बसलेल्या जयद्रथानें आपल्या महच्चापाचा टणत्कार करून व बाणांची पेर करून अभिमन्यूनें पाडिलेलें खिंडार भरून काढिलें. त्यानें सात्यकीवर तीन, वृकोदरावर आठ, धृष्टद्युम्नावर साठ, विराटावर दहा, द्रुपदावर पांच, शिखंडीवर सात, केकयांवर पंचवीस, द्रौपदीपुत्रांवर तीन तीन, आणि युधिष्ठिरावर सत्तर बाण सोडून त्यांचा प्रतिरोध केला; आणि बाणांचें एक भलें मोठें जाळें पसरून इतर सर्वांस पिटाळून लाविलें. त्या वेळीं ती गोष्ट मोठी अद्भुत भासली. नंतर धर्मपुत्र प्रतापी युधिष्ठिर राजानें एक घांसून लखलखीत केलेला भल्ल बाण स्मितपूर्वक सोडून जयद्रथाचें धनुष्य छेदून टाकिलें. परंतु डोळ्यांचें पातें लवतें न लवतें तों त्यानें दुसरें धनुष्य घेऊन धर्मराजास दहा बाणांनीं व इतरांस तीन तीन बाणांनीं विद्ध केलें. त्याची ती चलाखी पाहून भीमसेनानें त्याचें धनुष्य, ध्वज व छत्र यांवर प्रत्येकीं तीन तीन भल्ल बाण टाकून तीं क्षणार्धांत धरणीवर पाडिलीं. तरी त्या बलवंतानें लगेच दुसरें धनुष्य ताणून भीमाचा ध्वज, धनुष्य व घोडे धरणीवर लोळविले. तेव्हां, हे मारिषा, तो भग्नधनुष्य भीमसेन तत्काळ आपल्या त्या हताश्व झालेल्या उत्तम रथावरून उडी टाकून, पर्वतशिखरावर चढणाऱ्या सिंहाप्रमाणें सात्यकीच्या रथावर चढला.

राजा, सिंधुपति जयद्रथानें असें हें अद्भुत कर्म केलें म्हणून कोणाला सांगितलें तर खरें देखील वाटणार नाहीं ! तें पाहून तुझे वीर हर्षभरित होऊन " भले शाबास ! " म्हणून ओरडूं लागले. इतकेंच नव्हे, तर क्रुद्ध

झालेल्या सर्व पांडवांस त्यानें एकट्यानें आपल्या अस्त्रप्रभावानें थोपवून धरल्यामुळें सर्वच प्राणी त्याच्या पराक्रमाची प्रशंसा करूं लागले. अशा प्रकारें, सौभद्रानें पूर्वी उत्तमोत्तम योद्धे व गज मारून चक्रव्यूहांत शिरण्यास पांडवांना जो मार्ग तयार करून ठेविला होता, तो सिंधुपति जयद्रथानें रोंखून धरला; आणि मत्स्य, पांचाल, केकय व पांडव वीर हे अभिमन्यूच्या मागोमाग जाऊन त्याला गांठण्याविषयीं आपली शिकस्त करीत होते, पण सिंधुपतीनें त्यांचीं बिलकूल डाळ शिजूं दिली नाहीं ! राजा, तुझा जो जो शत्रु द्रोणसैन्याचा भेद करण्याचा प्रयत्न करी, त्याचें त्याचें तो सिंधुपति निवारण करी. कारण त्यानें तसाच वर मिळविला होता !

अध्याय चवेचाळिसावा.

—:०:—

अभिमन्यूचा पराक्रम.

संजय सांगतोः—जयेच्छु पांडवांना सिंधुपतीनें अडवून धरिलें तेव्हां तुझ्या वीरांचें शत्रूंबरोबर घोर युद्ध होऊं लागलें. अशा वेळीं इकडे सत्यप्रतिज्ञ, तेजस्वी, अजिंक्य सौभद्रानें तुमच्या सेनेमध्यें शिरून सागरास क्षुब्ध करणाऱ्या मकराप्रमाणें खळबळ करून सोडली. याप्रमाणें तो शत्रूंच्या नाकांत वेसण अडकविणारा अभिमन्यु त्या सेनेची दाणादाण उडवूं लागला, तेव्हां मुख्य मुख्य महारथी त्यावर घसरले. तेव्हां त्यांचें व अभिमन्यूचें फारच दारुण रण माजलें. या अमितपराक्रमी महारथांनीं अभिमन्यूवर एकसारखी बाणांची धार धरली आणि त्यांनीं आपल्या रथसमुदायानें त्यास घेरा दिला. याप्रमाणें अभिमन्यूला शत्रूंनीं वेढिलें असतां त्या बलवंतानें वृषसेनाच्या सारथ्यास ठार करून त्याचें धनुष्य छेदून टाकिलें, आणि दूरगामी बाणांनीं त्याचे घोडेही जखमी केले. तेव्हां ते थरथरां कांपूं लागून त्यांनीं वृषसेनाचा रथ रणांतून दूर नेला. इतक्यांत अभिमन्यूच्या सारथ्यानें चपळाई करून वृषसेनाचा रथ गेला त्याच मार्गानें आपलाही रथ बाहेर काढला ! हें त्याचें कौशल्य पाहून तेथील सर्व महारथी 'शाबास! शाबास!' अशा गर्जना करून त्याची प्रशंसा करूं लागले. नंतर क्रुद्ध झालेल्या सिंहाप्रमाणें शरांनीं शत्रूंचें निर्दालन करीत त्वरेनें येणाऱ्या अभिमन्यूवर वसातीयानें एकदम हल्ला केला; आणि साठ रुक्मपुंख बाणांनीं अभिमन्यूस झांकून टाकून म्हटलें, "मी जिवंत असतांना तूं युद्धामध्यें कधींही जिवंत सुटणार नाहींस." याप्रमाणें तो गर्जना करीत येत आहे तों अभिमन्यूनें लोखंडी चिलखत घातलेल्या त्या वीराच्या हृदयावर एक दूरगामी बाण मारिला. तेव्हां तो गतप्राण होऊन भूमीवर पडला ! राजा, वसातीय मारला गेलासें पाहातांच ते क्षत्रियपुंगव खवळून जाऊन खाऊं गिळूं करीत तुझ्या पौत्राभोंवतीं जमले; व अभिमन्यूस वेढून ते आपलीं नानाप्रकारचीं असंख्य धनुष्यें खेंचूं लागले. त्या वेळीं सौभद्रानें शत्रूंबरोबर फारच निकराचें युद्ध केलें. त्या क्रुद्ध झालेल्या फाल्गुनीनें त्यांचे बाण, शरासनें, शरीरें व कुंडलपुष्पमालादि भूषणें धारण करणारीं त्यांचीं मस्तकें छेदून टाकिलीं. खड्ग, अंगुलित्राणें, पट्टे व परशु यांसह वीरांचे सुवर्णालंकारविभूषित बाहु छिन्न झालेले दिसूं लागले. पुष्पमाला, आभरणें, वस्त्रें, तोडून टाकिलेले प्रचंड बाहु, कवचें, ढाली, हार, मुकुट, छत्रें, चामरें, सामानानें भरलेलीं रथांतील आसनें, मोडक्या दांड्या, वांकडेतिकडे झालेले आंस, चक्काचूर उडालेलीं चाकें, हजारों जोकडें, रथांचे तळ व पताका, त्याचप्रमाणें सारथि, घोडे,

भग्न झालेले रथ व मरून पडलेले हत्ती यांचें त्या रणभूमीवर हंतरूण झालें. त्याचप्रमाणें नानादेशचे विजयेच्छु शूर क्षत्रिय व राजे यांच्या प्रेतांनीं ती भूमि अगदीं झांकून गेल्यामुळें भयंकर दिसूं लागली. राजा, त्या रणांगणामध्यें तो क्रुद्ध अभिमन्यु सर्व दिशांस व उपदिशांस याप्रमाणें भ्रमण करीत असतांना त्याचें रूप अगदीं झांकून गेलें होतें. त्याचें कवच, अलंकार, धनुष्य व बाण यांच्या ठिकाणीं जें सुवर्ण होतें, तेवढें मात्र चमकतांना आम्हांस दिसत होतें. राजा, त्या वेळीं बाणांनीं योद्ध्यांचे प्राण हरण करणाऱ्या त्या भरदुपारच्या सूर्याप्रमाणें प्रखर अभिमन्यूकडे कोणाच्यानें वर डोळा करून बघवेना !

अध्याय पंचेचाळिसावा.

—:०:—

रुक्मरथवध.

संजय सांगतोः—प्रलयकालीं सर्व प्राण्यांचें जीवित हरण करणाऱ्या कृतांतकालाप्रमाणें त्या ठिकाणीं अवतरलेला तो शूरांचीं आयुष्यें हरण करणारा इंद्रपुत्र अर्जुनाचा इंद्रतुल्य पराक्रमी व बलाढ्य पुत्र अभिमन्यु त्या संपूर्ण सैन्याला लोळवीत आहेसें दिसूं लागलें. हे राजेंद्रा, क्षत्रियेंद्रांचा मूर्तिमंत काळच अशा त्या तरुण वीरानें आंत प्रवेश करतांच, मृगावर उडी घालणाऱ्या वाघाप्रमाणें सत्यश्रव्यावर उडी घातली. त्यानें त्यावर झडप घालतांच मोठमोठे महारथी वीर विपुल शस्त्रें घेऊन त्वरेनें त्यावर धावले! ते क्षत्रियश्रेष्ठ ' मी आधीं ! मी आधीं !' अशा चढाओढीनें त्या अर्जुनपुत्र अभिमन्यूस ठार करण्याकरितां म्हणून त्यावर चालून आले. परंतु समुद्रामध्यें तिमि नामक प्रचंड मत्स्य इतर बारीकसारीक माशांस गांठून पकडतो त्याप्रमाणें अभिमन्यूनें धावपळ करीत येणाऱ्या क्षत्रियांचीं वेगानें पळत सुटलेलीं तीं सैन्यें पकडलीं ! जे कित्येक पळून न जाणारे वीर त्याच्या जवळ जाऊन पोंचले, तेही समुद्रास जाऊन मिळालेल्या नद्यांप्रमाणें त्यापासून परत आले नाहींत ! त्या वेळीं, जशी वादळांत सांपडून भयभीत झालेली किंवा प्रचंड मगरानें धरलेली एखादी नौका समुद्रांत गोते खाऊं लागते, तशी ती भग्न झालेली सेना चळचळां कांपूं लागली ! नंतर भद्रपति शल्याचा रुक्मरथ नामक बलवान् पुत्र स्वतः बिलकूल न गडबडतां उलट भ्यालेल्यांस आश्वासन देत त्या सेनेला म्हणाला, " शूरहो, भिऊं नका, भिऊं नका ! मी जिवंत असतांना हा अभिमन्यु म्हणजे काय पदार्थ आहे ? मी याला जिवंतच धरीन यांत तिळमात्र संशय नको ! "

याप्रमाणें बोलून तो वीर्यशाली रुक्मरथ आपल्या विधिकल्पित देदीप्यमान रथावर बसून अभिमन्यूवर धांवला. त्यानें तीन बाणांनीं अभिमन्यूच्या वक्षस्थळाचा वेध करून सिंहनाद केला, आणि उजव्या दंडावर तीन बाण टाकून डाव्या दंडावरही तीन तीक्ष्ण बाणांनीं मारा केला. इतक्यांत फाल्गुनीनें त्याचें धनुष्यच छेदून टाकिलें; आणि लगेच त्याचे दोन्ही हात, व पाणीदार नेत्र व मनोहर भिवया यांनीं युक्त असें मस्तक तोडून पाडलें.

राजपुत्रवध व दुर्योधनपराजय.

राजा, याप्रमाणें त्या यशस्वी सौभद्राला जिवंत धरूं इच्छिणारा तो मानी शल्यपुत्र रुक्मरथ उलटा त्याच्याच हातून यमाच्या घरचा पाहुणा झालेला त्याच्या मित्रांनीं पाहिला, तेव्हां ते महाबलिष्ठ झुंजार वीर फारच खवळले; आणि ज्यांचे ध्वज सुवर्णखचित आहेत अशा त्या वीरांनीं आपलीं तालवृक्षांप्रमाणें प्रचंड धनुष्यें खेंचून शरवृष्टि करीत अभिमन्यूभोंवतीं गेर केली. मोठे शूर, उत्तम शिकलेले,

महाबलाढ्य, कधींही क्षमा न करणारे व अगदीं तरुण अशा त्या अनेक राजपुत्रांशीं समरांगणांत अपराजित सौभद्र एकटा झुंजत असून तो शरसमूहाखालीं अगदीं झांकून गेला आहे असें पाहून दुर्योधन राजाला आनंदानें गुदगुल्या होऊं लागल्या आणि अभिमन्यु यमलोकीं गेलाच असें त्यास वाटलें. हे मारिषा, त्या राजपुत्रांनीं डोळ्याचें पातें लवतें न लवतें तों सुवर्णपुंख अशा नानाप्रकारच्या अत्यंत तेजस्वी बाणांनीं अर्जुनपुत्रास अदृश्य करून टाकलें ! राजा, साळू पक्षी जसा साळपिसांनीं आच्छादिलेला असतो, तसा अभिमन्यु त्याचा सारथि, त्याचे अश्व, त्याचा ध्वज व रथ सर्व बाजूंनीं शरखचित झालेला आम्हांस दिसूं लागला. याप्रमाणें तो अभिमन्यु अंकुशांनीं पीडित झालेल्या गजाप्रमाणें अतिविद्ध झाला असतां अतिशय चवताळला आणि त्यानें गांधर्वास्त्र व रथमाया यांचा प्रयोग केला. हे भारता, अर्जुनानें तपाचरण करून तुंबरुप्रभृति गंधर्वांपासून जें मिळवून आणिलें, त्या गांधर्वास्त्रानें त्या परंतपानें शत्रूंस मोहित केलें. त्या वेळीं, राजा, तो अभिमन्यु अस्त्रयोजना करीत समरांगणांत अलातचक्राप्रमाणें घिरटत असल्यामुळें वास्तविक तो एकटा असतांना त्या ठिकाणीं शेंकडों हजारों अभिमन्यु संचार करीत आहेत असें दिसलें ! अशा प्रकारची विलक्षण रथचर्या व अस्त्रमाया यांच्या योगानें त्या परंतपानें शत्रूंस मोह पाडून भूपालपुत्रांच्या शरीरांच्या चिंधड्या चिंधड्या उडविल्या ! राजा, त्यानें समरांतील प्राणधारी वीरांचे प्राण आपल्या तीक्ष्ण शरांच्या योगानें तेथून जे पाठविले ते तडक परलोकीं जाऊन पोंचले, आणि त्यांचीं शरीरें मात्र जमिनीवर पडलीं ! त्याचप्रमाणें त्या फाल्गुनपुत्रानें तीक्ष्ण बाणांनीं त्यांचीं धनुष्यें छेदिलीं, घोडे मारिले, सारथि ठार केले, ध्वज उलथून पाडले, भूषणांसहवर्तमान बाहु तोडिले आणि मस्तकें उडविलीं ! लावून पांच वर्षें झाल्यामुळें लागास आलेला आंब्याचा बाग उजाड करावा त्याप्रमाणें तारुण्याच्या ऐनभरांत येऊन पोंचल्यामुळें हातातोंडाशीं आलेलीं शेंकडों राजांचीं पोरें त्या सौभद्रानें निजविलीं. खरोखर सुखांत कालक्रमणा करण्यास योग्य असे ते सुकुमार राजपुत्र क्रुद्ध भुजंगांप्रमाणें चवताळले असतांही त्यांस एकट्या सुभद्रासुतानें परलोकची वाट दाखविली, हें पाहून दुर्योधन भयभीत झाला. परंतु रथी, हत्ती, घोडे व पदाति या सर्वांचाच नाश होत आहे असें पाहातांच तें त्यास सहन न होऊन तो त्वरेनें सौभद्रावर धांवला. तेव्हां त्या दोघांचें क्षणभर मोठें भयंकर युद्ध झालें; परंतु थोडक्याच वेळांत तुझ्या मुलास शेंकडों बाण लागून तो मागें फिरला !

अध्याय शेचाळिसावा.

—:०:—

लक्ष्मणवध.

धृतराष्ट्र विचारतोः—सूता, एकाचें अनेकांशीं तुंबळ व घोर युद्ध होऊन त्यांत त्या एकट्या महात्म्यास जय मिळाल्याचें तूं मला सांगत आहेस ! खरोखर हा सौभद्राचा आश्चर्यकारक पराक्रम इतका अद्भुत आहे कीं, यावर कोणाचा विश्वासही बसावयाचा नाहीं. पण आश्चर्य तरी कसलें? कांहीं नाहीं ! **सनातन धर्म ज्यांचा पाठीराखा आहे, त्यांच्या ठिकाणीं अत्यंत अद्भुत असें कांहींच नाहीं !** असो; शेंकडों राजपुत्र मारले गेले, व स्वतः दुर्योधन विमुख झाला, तेव्हां माझ्या वीरांनीं सौभद्राच्या निवारणाविषयीं कोणता उपाय योजिला ?

संजय सांगतोः—राजा, दुर्योधनाचा परा-

भव होऊन शत्रूस जय मिळाला तेव्हां सर्व वीरांचीं तोंडें सुकून गेलीं, डोळे कावरेबावरे झाले, सर्वांगास दरदरून घाम सुटला, रोमांच उभे राहिले, शत्रूंवर जय मिळविण्याविषयींची त्यांची हांव जिरून गेली व ते पूर्ण निराश झाले. पण पळून जाण्याविषयीं मात्र उत्साह धरून आपले मरून पडलेले भाऊ, बाप, मुलगे, मित्र, संबंधी व नातलग यांस तेथच्या तेथेंच सोडून ते हत्ती व घोडे पिटाळीत घाईघाईनें चालते झाले!

याप्रमाणें त्यांची दाणादाण उडालेली पाहून द्रोण, द्रौणि, बृहद्बल, कृपाचार्य, दुर्योधन, कर्ण, कृतवर्मा व शकुनि हे क्षुब्ध होऊन अपराजित सौभद्रावर कोसळले. पण, राजा, तुझ्या नातवानें बहुतेक सर्वांस माघारें फिरविलें. एकटा महातेजस्वी लक्ष्मण मात्र तसाच अभिमन्यूवर चालून येत होता. तो जरी लहानपणापासून अगदीं सुखांत वाढलेला होता, तरी धनुर्विद्या व अस्त्रें यांत तो चांगला वाकबगार होता. तेव्हां त्या घमेंडींत आणि कांहीं बालपणच्या हूडपणामुळें स्वारी बिलकूल न भितां घसरली अभिमन्यूवर! तो पुढें सरसावल्याचें पाहातांच पुत्रवात्सल्यामुळें मागें परतून दुर्योधनही त्याच्या मागोमाग चालला; आणि दुर्योधनास अनुसरून दुसरेही महारथी परत फिरले. याप्रमाणें त्या सर्वांनीं पुनः उलट खाऊन, पर्वतावर जलवृष्टि करणाऱ्या मेघांप्रमाणें अभिमन्यूवर बाणांची संतत धार धरली; पण मेघांची धूळदाण उडविणाऱ्या सर्वगामी वायूप्रमाणें एकट्या अभिमन्यूनें त्यांची दशा दशा केली! राजा, अत्यंत सुखांत वाढलेला, कुबेरपुत्राच्या बरोबरीचा, मोठा शूर, देखणा व दुर्धर्ष असा तुझा नातू लक्ष्मण धनुष्य ताणून आपल्या पित्यासन्निध उभा होता, तों एक मस्त हत्ती दुसऱ्या मस्त हत्तीवर उडी घालतो त्याप्रमाणें अभिमन्यूनें त्यावर एकदम झडप घातली! हे महाराजा, त्या परवीरांतक सौभद्रानें लक्ष्मणाशीं भिडतांच त्याच्या छातीवर व दोन्ही दंडांवर घांसून तीक्ष्ण केलेल्या शरांचा मारा केला; आणि, हे राजेंद्रा, काठी बसलेला सर्प चवताळतो तसा चवताळून गेलेला तो सौभद्र तुझ्या लक्ष्मणाला म्हणाला, "अरे, एकदां हें जग नीट डोळे भरून पाहून घे. कारण तूं आतां परलोकीं जावयाचा आहेस. मग फिरून म्हणशील तर तुला हें कधींही पाहावयास मिळायचें नाहीं! तुझ्या ह्या भाऊबंधांसमक्ष मी तुला यमसदनीं पाठवितों!"

असें बोलून त्या परवीरांतक आजानबाहु सौभद्रानें मोकळ्या सुटलेल्या सर्पाप्रमाणें भयंकर असा एक भल्ल बाण भात्यांतून काढिला. राजा, त्याच्या धनुष्यापासून तो बाण सुटला मात्र, तोंच त्यानें तें लक्ष्मणाचें सरल नासिका, कमानदार भिवया, काळेभोर केंस आणि कुंडलें यांनीं युक्त असें सुंदर शिरकमल हरण केलें! लक्ष्मण संपला असें पाहातांच लोक हाहाःकार करून आक्रोश करूं लागले. प्रिय पुत्राला सौभद्रानें पाडिल्यामुळें दुर्योधन राजा चवताळून गेला, आणि "अरे, ह्याला ठार करा, ह्याला ठार करा!" असें क्षत्रियांस ओरडून ओरडून सांगूं लागला. त्या वेळीं द्रोण, कृप, कर्ण, अश्वत्थामा, बृहद्बल व हार्दिक्य कृतवर्मा या सहा महारथांनीं अभिमन्यूस वेढिलें. परंतु त्यानें तीक्ष्ण बाणांनीं त्यांस विद्ध करून पाठमोरे फिरविलें, आणि चवताळून मोठ्या वेगानें सिंधुपतीच्या प्रचंड सैन्यावर झडप घातली.

क्राथपुत्रवध.

राजा, तो त्या सैन्यावर चाल करून येत असतां कलिंग, निषाद व पराक्रमी क्राथपुत्र यांनीं मोठ्या दक्षतेनें आपल्या गजसैन्याच्या योगानें त्याचा मार्ग अडवून धरिला. त्या वेळीं तेथें फारच हातघाईचें भयंकर रण

माजलें. नंतर, राजा, नित्यगतिक वायु ज्याप्रमाणें आकाशामध्यें मेघांची पांगापांग करून टाकतो, त्याप्रमाणें अर्जुनपुत्रानें त्या उन्मत्त गजसैन्याची पांगापांग करून टाकिली. मग क्राथानें अभिमन्यूस बाणसमुदायांनीं व्यापून टाकिलें. इतक्या अवकाशांत द्रोणप्रभृति दुसरे महारथीही पुनः परत आले; आणि दिव्य अस्त्रें सोडीत अभिमन्यूवर धावले. तेव्हां अभिमन्यूनें पुनः त्या सर्वांचें निवारण करून क्राथपुत्रावर शिस्त धरिली, आणि त्याचा प्राण घेण्यासाठीं मोठी त्वरा करून अपरिमित बाणप्रवाहानें त्याचें धनुष्य, बाण, केयूर, बाहु, मुकुटासहवर्तमान मस्तक, छत्र, ध्वज, सारथि, रथ आणि अश्व या सर्वांचा निःपात केला ! राजा, याप्रमाणें तो कुल, शील, विद्या, बल, कीर्ति आणि अस्त्रज्ञान यांनीं संपन्न असा क्राथपुत्र निधन पावला. तेव्हां बहुतेक सर्वच वीरांनीं पाठ दाखविली !

अध्याय सत्तेचाळिसावा.

—:०:—

बृहद्बलवध.

धृतराष्ट्र विचारतोः—संजया, कधींही पराभव न पावणारा तो तरुण सौभद्र कुलानुरूप पराक्रम गाजवून संग्रामामध्यें एकावर एक विजय मिळवीत आपल्या तीन तीन वर्षांच्या तरुण, बलवान् व जातलग अश्वांच्या योगानें जसा कांहीं आकाशांतूनच पोहत जात असतांना कोणत्या शूरांनीं त्याचा प्रतिकार केला बरें ?

संजय सांगतोः—पांडुनंदन अभिमन्यूनें पुढें चाल करून तीक्ष्ण बाणांनीं तुझ्याकडील सर्व भूपालांना विमुख करून टाकलें, तेव्हां द्रोण, कृपाचार्य, कर्ण, अश्वत्थामा, बृहद्बल व हार्दिक्य कृतवर्मा या सहा वीरांनीं त्यास अडथळा केला. त्याचप्रमाणें हे महाराजा, तिकडे एकट्या सिंधुपतीवर पांडवांचा विशेष भार पडला असून तो त्यास सहन होण्याजोगा नाहीं असें पाहून तुझें कांहीं सैन्य युधिष्ठिराकडे वळलें; आणि इतर महाबलिष्ठ वीरांनीं आपलीं तालप्राय प्रचंड धनुष्यें आकर्षून शररूप उदकानें वीर अभिमन्यूवरच अभिषेक चालविला. तेव्हां प्रचंड धनुष्यें धारण करणाऱ्या त्या अस्त्रविद्येंत पारंगत अशा सर्व महान् महान् वीरांस परवीरांतक अभिमन्यूनें एकट्यानें आपल्या बाणांनीं रणांगणांत खिळून टाकलें. त्यानें पन्नास बाणांनीं द्रोणांस विंधिलें, वीस बाणांनीं बृहद्बलाला खिळून टाकलें, कृतवर्म्यावर ऐशीं बाणांचा वर्षाव करून कृपाचार्यांवर साठ बाण टाकले, आणि त्या अर्जुनपुत्रानें महावेगवान् असे दहा सुवर्णपुंख बाण आकर्ण ओढून अश्वत्थाम्यावर सोडले. त्याचप्रमाणें त्या फाल्गुनपुत्रानें पांसून लखलखीत केलेला एक उत्तम कर्णि बाण शत्रूंच्या मध्यभागीं असलेल्या कर्णाच्या नेमका कानावर मारला. मग त्यानें कृपाचार्यांचे अश्व व दोहों बाजूंचे दोन सारथि लोळविले; आणि खुद्द त्यांना स्तनांतरीं दहा बाण मारून विद्ध केलें. मग कुरुकुलाची कीर्ति वृद्धिंगत करणाऱ्या रणशूर वृंदारकाला त्या बलवंतानें तुझ्या पोरांच्या डोळ्यांदेखत ठार केलें. याप्रमाणें तो निर्भयपणें शत्रूंकडील थोर थोर वीरांचा समाचार घेत असतां अश्वत्थाम्यानें पंचवीस क्षुद्र बाण त्यावर टाकले, तेव्हां लगेच अर्जुनपुत्रानेंही धार्तराष्ट्रांच्या देखत अश्वत्थाम्यावर तीक्ष्ण शरांचा उलट मारा केला. हे मारिषा, मग अश्वत्थाम्यानें अत्यंत तेजस्वी व तीक्ष्ण धारेचे असे साठ उग्र बाण त्यावर सोडले, पण तो बहादर बिलकूल न गडबडतां मैनाक पर्वताप्रमाणें निश्चल राहिला! इतकेंच नव्हे, तर त्या महातेजस्वी बलवंतानें सुवर्णपुंख एकवीस बाणांनीं उलट शत्रुभूत द्रोण-

पुत्रासच घायाळ केलें. तेव्हां हा आपल्या मुलास आवरत नाहीं असें पाहून पुत्रवत्सल द्रोणाचार्यांनीं त्यावर शंभर बाण टाकले; आणि रणांगणांत पित्यास मदत व्हावी म्हणून अश्वत्थाम्यानेंही त्यावर आठ बाणांचा मारा केला. इतक्यांत दुसरेही महारथी वीर पुढें सरसावून त्यांपैकीं कर्णानें बावीस, कृतवर्म्यानें वीस, बृहद्बलानें पन्नास आणि शारद्वत कृपाचार्यांनीं दहा बाण त्यावर टाकले; पण याप्रमाणें चोहोंकडून सारखा मारा होऊं लागला तरी तो मर्द बिलकूल डगमगला नाहीं! त्यानें उलट त्या सर्वांसच दहा दहा बाणांनीं जखमी करून टाकलें. नंतर कोसलाधिपति बृहद्बलानें एक कर्णिसंज्ञक अणकुचीदार बाण अभिमन्यूच्या छातीवर मारिला, तेव्हां अभिमन्यूनें ताबडतोब त्याचे घोडे, ध्वज, धनुष्य व सारथि जमीनदोस्त करून टाकला. मग त्या विरथ झालेल्या कोसल राजानें ढाल-तरवार हातांत घेतली, आणि फाल्गुनपुत्राच्या देहापासून त्याचें सकुंडल शिरकमल हरण करण्याचा बेत केला. परंतु याप्रमाणें तो मनांत योजितो न योजितो तोंच अभिमन्यूचा एक बाण नेमका त्याच्या हृदयांत घुसला, आणि तो कोसलाधिपति बृहद्बल राजपुत्र हृदय विदीर्ण झाल्यामुळें गतप्राण होऊन धरणीवर आडवा झाला! नंतर अभिमन्यूनें खड्ग व धनुष्य उचलून अभद्र भाषणें करीत असलेल्या दुसऱ्याही मोठमोठ्या दहा हजार राजांचा पराभव केला. याप्रमाणें बृहद्बलाचा वध केल्यानंतर सौभद्र रणांगणांत धूळदैना उडवीत संचार करूं लागला; आणि त्या महाधनुर्धरानें तुझ्या सैनिकांस शरवृष्टीनें जागच्या जागीं खिळून टाकलें!

अध्याय अठ्ठेचाळिसावा.

—:०:—

अभिमन्युविरथकरण!

संजय सांगतोः—अभिमन्यूनें पुनः एका कर्णि बाणानें कर्णाच्या कानावर घाव घातला, व आणखी पन्नास बाण मारून त्यास पराकाष्ठेचा राग आणिला. तेव्हां राधेयानें उलट तितकेच बाण अभिमन्यूवर टाकले, त्यांनीं त्याचें सर्वांग शरखचित होऊन तो विशेषच शोभूं लागला. हे भारता, नंतर अभिमन्यूनेंही संतप्त होऊन कर्णाच्या अंगांतून रक्तप्रवाह चालविले, तेव्हां शरविद्ध होऊन रक्ताची आंघोळ झालेला तो शूर कर्णही विलक्षण शोभूं लागला. त्या दोघांचीं शरीरें बाण लागून चित्रविचित्र झालीं, आणि दोघेही रक्तानें नखशिखांत भरून गेले, यामुळें ते महात्मे फुललेल्या पळसांसारखे दिसूं लागले. नंतर सौभद्रानें आश्चर्यकारक युद्ध करणाऱ्या कर्णाच्या सहा शूर सचिवांचा त्यांचे घोडे, सारथि, ध्वज व रथ यांसह निःपात केला आणि बिलकुल न गडबडतां इतरही महाधनुर्धरांस दहा बाणांनीं विद्ध केलें, तें एक मोठें आश्चर्यच! त्याचप्रमाणें त्यानें मागध राजाचा तरुण पुत्र अश्वकेतु यावर सहा सरलगामी बाण टाकून अश्व व सारथि ह्यांसह त्याचाही निकाल लाविला! आणि गजचिन्हांकित ध्वजाच्या मार्तिकावतक भोजराजाचा एकाच क्षुरप्र बाणानें वध करून शरवृष्टि करीत गर्जना केली. मग दुःशासनपुत्रानें अभिमन्यूच्या चार घोड्यांवर चार व सारथ्यावर एक बाण टाकून खुद्द त्याच्यावर दहा बाण टाकले. तेव्हां सौभद्रानें सात शीघ्रगामी शरांनीं त्यास विद्ध केलें; आणि रागानें डोळे लाल करून तो उच्चस्वरानें त्यास म्हणाला, "हे दौःशासने, तुझा बाप नामर्दाप्रमाणें पाठीला पाय लावून युद्ध सोडून पळाला म्हणून वांचला!

पण सुदैवानें तुलाही युद्धकला माहीत असून तूं माझ्यासमोर आला आहेस. तेव्हां आतां तुला पळून जाऊं देणार नाहीं, समजलास ! ”

असें बोलून त्यानें शिकलगारानें घांसलेला एक नाराच बाण त्यावर टाकला, पण द्रोणपुत्रानें तीन बाणांनीं मध्येंच त्याचे तुकडे उडविले ! तेव्हां अर्जुनपुत्र अभिमन्यूनें त्याचा ध्वज उलथून पाडिला, आणि शल्यावर तीन बाण फेंकले, परंतु या एकाएकीं झालेल्या माऱ्यानेंही तो शल्य जेव्हां मनांत बिलकूल कचरलाही नाहीं, आणि त्यानेंच उलट नऊ गृध्रपिच्छ बाणांनीं अभिमन्यूस घाय केला, तेव्हां त्याचें तें कृत्य मोठें अद्भुतच झालें. इतक्यांत अभिमन्यूनें त्याचा ध्वज छेदून टाकला, दोन्ही चक्ररक्षक लोळविले, आणि सहा बाणांनीं स्वतः शल्यासही घायाळ केलें. तेव्हां तो दुसऱ्या रथावर जाऊन बसला. मग अभिमन्यूनें शत्रुंजय, चंद्रकेतु, मेघवेग, सुवर्चा व सूर्यभास या पांच वीरांचा वध केला, आणि सुबलपुत्र शकुनीवर प्रहार केला. तेव्हां शकुनि त्यावर तीन बाण टाकून दुर्योधनास म्हणाला, “ एकामागून एक याप्रमाणें हा सौभद्र आपल्या वीरांस मारीत सुटला आहे, तेव्हां याच्या हातून मरून जाण्यापूर्वी सर्व मिळून यास ठार करूं या. ” इतक्यांत समरांगणांत दुसऱ्या बाजूला वैकर्तन कर्णही द्रोणांस म्हणाला, “ आचार्य, ह्याच्या हातून सर्वांचा क्षय होण्यापूर्वी लवकर याच्या मृत्यूचा उपाय सांगा. ”

नंतर महाधनुर्धारी द्रोण सर्व वीरांस म्हणाले:—वीरहो, ह्या कुमार अभिमन्यूच्या भ्रमणमार्गांत कोठें यत्किंचित् तरी खंड दिसत आहे का पहा ! अहो, हा या वेळीं सर्व दिशांस संचार करीत आहे, तथापि त्यांत कोठें तरी अंतर दिसत आहे का ? या नरसिंह पांडुनंदनाची चपलता तर पहा ! याच्या रथमार्गामध्यें धनुष्याचें जसें कांहीं कडेंच झालेलें दिसत आहे ! हा इतक्या जलदीनें शरसंधान करीत आहे कीं, बाण जोडतो केव्हां व सोडतो केव्हां हेंही कोणास समजत नाहीं. हा आपल्या शरांनीं मला मोहित करून माझे प्राण व्याकूळ करीत आहे. तथापि ह्या परवीरांतक अभिमन्यूकडे पाहून मला पुनःपुनः आनंदाच्या उकळ्या फुटत आहेत ! हा सौभद्र रणांगणांत संचार करूं लागला म्हणजे मला अतिशयच आनंद होतो ! अहो, याचें हें कौशल्य पाहून समाधान कां बरें नाहीं होणार ? कारण, हा हस्तलाघवी वीर सर्व दिशांस प्रचंड बाण फेंकीत असतां तुम्हांसारख्या क्षुब्ध झालेल्या छिद्रान्वेषी महारथांसही त्यांत कोठें खंड दिसत नाहीं ! गांडीवधारी अर्जुन सुद्धां रणागणांत याच्याहून जरा देखील सरस असेल असें मला मुळींच वाटत नाहीं !

नंतर सौभद्रशरांनीं विद्ध झालेला कर्ण पुनः द्रोणांस म्हणाला, “ खरोखर, राहिलेंच पाहिजे म्हणून मी कसा तरी तग धरून उभा आहें, पण मला अभिमन्यूकडून फारच पीडा होत आहे. या तेजस्वी कुमाराचे बाण मोठे कठीण ! फारच भयंकर ! अगदीं अग्नीप्रमाणें प्रखर ! यांच्या योगें आपलें तर हृदय बुवा अगदीं आज होरपळून निघत आहे ! ”

यावर स्मित हास्य करून आचार्य हलकेच कर्णास म्हणाले, “ या शीघ्रपराक्रमी तरुण कुमाराच्या अंगांत अभेद्य कवच आहे खास ! मीं याच्या पित्याला अभेद्य कवच कसें धारण करावें हें शिकविलें आहे. तेव्हां ह्या परपुरंजय अभिमन्यूला ती संपूर्ण विद्या अवगत असलीच पाहिजे; आणि तशा प्रकारचें अभेद्य कवच अंगांत असल्यामुळें त्याचा प्राण घेण्याचा प्रयत्न करणें व्यर्थ होय. आतां, काळजीपूर्वक संधान केल्यास याचें धनुष्य किंवा प्रत्यंचा

छेदितां येईल. त्याचप्रमाणें याचे भाते, घोडे व दोघे पार्ष्णि सारथि यांचा विध्वंस करणेंही शक्य आहे. तेव्हां हे महाधनुर्धरा राधेया, तुझ्या हातून होईल तर प्रथम एवढें कर, आणि नंतर त्याला विमुख करून पाठीमागून मारा कर. याच्या हातांतील धनुष्य कायम आहे तोंपर्यंत हा देवदानवांसही भारी आहे. यासाठीं याला जिंकण्याची इच्छा असेल तर याला विरथ करून याचें धनुष्य छेदून टाक."

आचार्यांचें हें भाषण ऐकून वैकर्तन कर्णानें त्वरा केली, आणि अतिशय चलाखीनें शरसंधान करणाऱ्या त्या अभिमन्यूचें धनुष्य पृषत्क बाणांनीं छेदून पाडलें. इतक्यांत भोजानें त्याचे घोडे मारले, गौतमानें पार्ष्णि सारथ्यांचा वध केला, आणि इतर सर्व वीर धनुष्यहीन झालेल्या त्या अभिमन्यूवर शरवृष्टि करूं लागले. त्या आणीबाणीच्या प्रसंगीं सहा महारथ्यांनीं विरथ झालेल्या त्या एकाएकी अर्भकाला निर्दयपणानें बाणांच्या वर्षावानें अगदीं झांकून काढिलें बरें! परंतु धनुष्य मोडून गेलें आहे व रथाचा चुराडा झाला आहे अशा वेळींही स्वकीय क्षात्रधर्म तंतोतंत पाळणारा तो तेजस्वी वीर ढाल-तरवार घेऊन आकाशपंथें उडाला; आणि आपल्या कौशल्यानें व बलानें कौशिकादि मार्गांनीं पक्षिराज गरुडाप्रमाणें आकाशांत वेगानें घिरट्या घालूं लागला. आतां हा आपणावरच उडी घालतो कीं काय अशा शंकेनें वर पाहाणाऱ्या समरांगणांतील छिद्रान्वेषी वीरांनीं त्या वीरश्रेष्ठाचा वेध आरंभिला. शेवटीं शत्रुंजय महातेजस्वी द्रोणांनीं त्वरेनें एका क्षुरप्र बाणानें त्याचा तो सुवर्णखचित मुठीचा खड्ग मुठीपाशींच तोडला आणि कर्णानें त्याच्या त्या उत्कृष्ट ढालीचेही तीक्ष्ण शरांनीं तुकडे केले. तेव्हां सर्वांग बाणांनीं भरून गेलेला तो कुमार अभिमन्यु ढाल व तरवार मोडून गेल्यामुळें पुनः अंतरिक्षांतून भूमीवर येऊन उभा राहिला; आणि रथचक्र उचलून मोठ्या त्वेषानें द्रोणांवर धांवला. त्या वेळीं त्या चक्रापासून उडालेल्या रजःकणांनीं त्याचें शोभिवंत शरीर विशेष उज्ज्वल होऊन लखलखीत चक्र धारण करणारा तो वीर फार शोभूं लागला; आणि सुदर्शन चक्र धारण करणारा दुसरा श्रीकृष्णच कीं काय अशा त्या वीर अभिमन्यूनें रणांगणांत कांहीं वेळ फारच उग्र पराक्रम केला. राजा, शरीरांतून निथळणाऱ्या रक्तानें ज्याच्या अंगावरील वस्त्रांचा एकच तांबडा लाल रंग बनविला आहे, ज्याच्या भिवया चढून गेल्या आहेत, आणि ज्यानें आपल्या गर्जनेनें सिंहनादासही मागें सारिलें आहे, असा तो रणांगणांत नृपवरांच्या मध्यभागीं पोंचलेला अमितबलवान् प्रभु अभिमन्यु फारच देदीप्यमान दिसूं लागला.

अध्याय एकुणपन्नासावा.

—:०:—

अभिमन्युवध.

संजय सांगतोः—कृष्णभगिनी सुभद्रेला आनंद देणारा, व कृष्णाचें आयुध जें चक्र तें धारण करणारा तो अतिरथी अभिमन्यु समरांगणांत प्रतिश्रीकृष्णाप्रमाणें शोभूं लागला. ज्याचे कुरळे केंस वाऱ्यानें उडत आहेत, मोठमोठ्या शत्रूंवर ज्यानें शस्त्र उगारिलें आहे, आणि प्रत्यक्ष देवांसही ज्याकडे पाहावणार नाहीं असें तें अभिमन्यूचें भयंकर स्वरूप पाहून तेथील भूपालांचे अगदीं हातपाय गळाले; तथापि कसाबसा धीर करून त्या सर्वांनीं मिळून त्या चक्राचे शेंकडों तुकडे उडविले! शत्रूंनीं त्याला पूर्वींच विरथ केलें असून खड्गहीन व धनुष्यहीन केलें होतें, आणि आतां तर त्यांनीं त्याचें चक्रही भग्न केलें. तथापि तो महारथी अभिमन्यु वीर

यत्किंचित् कचरला नाहीं, त्यानें लगेच प्रचंड गदा घेतली आणि ती उगारून तो अश्वत्याम्यावर धावला. जळत्या विजेसारखी ती गदा उंच झालेली दिसतांच पुरुषश्रेष्ठ अश्वत्थामा रथोपस्थ सोडून तीन पावलें मागें हटला! आणि सौभद्रानें गदेच्या तडाक्यानें त्याचे घोडे व दोन्ही चक्ररक्षक ठार केले. राजा, या वेळीं सौभद्राच्या अंगांत इतके बाण रुतले होते कीं, त्यांयोगें तो साळपक्ष्याप्रमाणें शोभत होता. असो; नंतर त्या वीराग्रणीनें सुबलपुत्र कालिकेयाचा चूर उडवून त्याच्या बरोबर असलेले गांधार देशचे सत्याहत्तर वीरही ठार केले. पुनः त्यानें दहा वसातीय रथ्यांचा निःपात करून केकयांचे सात रथ व दहा हत्ती विदीर्ण केले; आणि एकदम दुःशासनपुत्राच्या रथावर उडी घालून त्याचा तो रथ व त्याचे घोडे गदाघातानें चूर्ण करून टाकले. हे मारिषा, अभिमन्यूच्या या कृत्यानें दौःशासनि फारच चवताळला आणि गदा उगारून ‘ थांब थांब ’ म्हणत त्यावर धावला. तेव्हां ज्यांनीं आपल्या गदा उंच केल्या आहेत, व जे एकमेकांस ठार करूं इच्छीत आहेत, असे ते दोघे शूर भाऊ एकमेकांच्या टाळक्यांत गदा घालूं लागले; त्या वेळीं, हे प्राचीन कालचे त्र्यंबक व अंधकच युद्ध करीत आहेत कीं काय असा भास झाला! होतां होतां शेवटीं त्यांनीं एकदम एकमेकांस गदेचे भयंकर तडाके दिले, तेव्हां एकमेकांच्या प्रहारानें ते दोघेही शत्रुतापक वीर बेसावध होऊन तुटून पडलेल्या इंद्रध्वजाप्रमाणें रणांगणांत धरणीवर कोसळले! राजा, ब्रह्मलिखित मोठें विलक्षण! दौःशासनीच्या हातून कौरवांची कीर्ति वृद्धिंगत व्हावयाची होती, यामुळें तो क्षणभर आधीं सावध होऊन उठला, आणि सौभद्र उठत असतांना त्यानें त्याच्या टाळक्यांत गदा घातली! हरहर! काय सांगावें? राजा, हा वेळपर्यंतच्या युद्धानें आधींच सौभद्र शिणला भागला होता. तशांतही, पहिल्या प्रचंड गदाघातानें त्याला मूर्च्छा आली, तो तींतून अजून परत सावध झाला नव्हता, अशा स्थितींत—तो बेसावध असतांना-दौःशासनीनें त्याच्या मस्तकांत भयंकर गदाप्रहार केला, तेव्हां तो परवीरांतक सौभद्र धरणीवर निचेष्ट पडला!

राजा, याप्रमाणें संग्रामांत अनेकांनीं मिळून एकाचा वध केला! जरी अभिमन्यु तेथें मरून पडला होता, तरी प्रथम सर्व सेनेचा विध्वंस करून नंतर तो पडला असल्यामुळें कमलिनींचा विध्वंस केल्यानंतर व्याधांनीं मारिल्यामुळें त्या भग्नकमलिनींमध्यें गतप्राण होऊन पडलेल्या वनगजाप्रमाणें तो शोभत होता. संपूर्ण अरण्य दग्ध करून शिशिर ऋतूच्या शेवटीं शांत झालेल्या दावानलाप्रमाणें तो शूर सौभद्र त्या ठिकाणीं पडला असतां तुझे वीर त्याच्या भोंवतीं जमले. राजा, पर्वतशिखरांचें चूर्ण उडवून हा अभिमन्युरूपी वायु शांत झाला! भारती सेनेला जाळून पोळून सौभद्रसूर्य अस्ताचलीं गेला! त्याच्या उज्वल मुखचंद्राला ग्रहण लागलें, आणि त्याचा आयुष्यसागर कोरडा पडला! हरहर! पूर्णचंद्राप्रमाणें ज्याची मुखकांति असून ज्याचीं झुलपें डोळ्यांवर आलीं आहेत असा तो सुभद्रापुत्र जमिनीवर लोळत पडलेला पाहून तुझ्या महारथ्यांस आनंदाच्या उकळ्या फुटूं लागल्या, व ते वरचेवर सिंहनाद करूं लागले. हे प्रजापालका, तुझ्या पोरांना याप्रमाणें हर्ष झाला, पण इतर वीरांच्या नेत्रांतून टपटपां आंसवें गळालीं. त्याचप्रमाणें, राजा, नभश्चुत चंद्राप्रमाणें तो वीर पडलेला पाहून अंतरिक्षस्थ प्राणीही आक्रोश करूं लागले. ते म्हणाले, “ द्रोण, कर्ण वगैरे धृतराष्ट्राकडील सहा महारथी वीर एकावर घसरल्यामुळें त्यांच्या हातून हा मरून पडला

आहे, परंतु हा धर्म नव्हे, व हें त्यांचें कृत्य आह्मांस मुळींच मान्य नाहीं ! "

असो; नक्षत्रगणान्वित आकाश पूर्णचंद्रानें शोभतें, त्याप्रमाणें, हजारों मृत वीरांनीं युक्त अशी ती समरभूमि अभिमन्यु वीर मरून पडल्यावर फारच शोभूं लागली, त्या भूमीवर जिकडे तिकडे सुवर्णपुंख बाण पसरले होते, रक्ताचे पाट वहात होते, वीरांच्या सकुंडल तेजस्वी मस्तकांच्या राशी पडल्या होत्या, आणि चित्रविचित्र परिस्तोम, पताका, चामरें, झुली आणि फाटून गेलेलीं उंची वस्त्रें यांचें तीवर हंतरूण झालें होतें. त्याचप्रमाणें अश्व, मनुष्यें व हत्ती यांचे उज्ज्वल अलंकार, भुजंगांप्रमाणें पीतवर्ण असे लखलखीत खड्ग, छिन्नभिन्न झालेलीं नानाआकारांचीं धनुष्यें, व शक्ति, ऋष्टि, प्रास, कंपनें, आणि दुसरीं नानाप्रकारचीं आयुधें यांनीं भरून गेलेली ती भूमि भ्यासूर दिसूं लागली. अभिमन्यूनें वरील स्वारांसहवर्तमान लोळविलेले निर्जीव व धुगधुगी असलेले घोडे जिकडे तिकडे इतके पडले होते कीं, त्या समरभूमींत संचार करण्यास मोठीच अडचण पडूं लागली. त्याचप्रमाणें अंकुश, महात, कवचें, आयुधें व ध्वज यांसह सौभद्रबाणांनीं विध्वस्त झालेले पर्वतप्राय गज, अश्व, सारथि व योद्धे गतप्राण झाल्यामुळें नागरहित क्षुब्ध डोहांप्रमाणें भूमीवर ठिकठिकाणीं दिसत असलेले प्रचंड रथ, आणि विविध आयुधांनीं अलंकृत असे मरून पडलेले पायदळांचे भार यांच्या योगानें त्या समरभूचें स्वरूप फारच भीतिप्रद होऊन गेलें, आणि तिकडे पाहून धैर्यहीनांची बोबडी वळली.

असो; चंद्रसूर्यांप्रमाणें देदीप्यमान असा तो कुमार अभिमन्यु गतप्राण झालेला पाहून तुझ्या लोकांस परमाल्हाद झाला, परंतु पांडवांस तितकेंच विलक्षण दुःख झालें. राजा, पुरता तारुण्यांतही न आलेला तो बाल अभिमन्यु पडल्याबरोबर पांडवांची सर्व सेना धर्मराजाची मुरवत न ठेवतां त्याच्या समक्ष पळत सुटली. सौभद्र मेल्यामुळें सैन्याचा धीर सुटून त्याची फाटाफूट होत आहे असें पाहून अजातशत्रु युधिष्ठिर आपल्या वीरांस म्हाणाला, "शूरहो, हा वीर अभिमन्यु रणांगणांत सन्मुख मरण पावल्यामुळें निःसंशय स्वर्गास गेला आहे, तेव्हां याबद्दल खेद कसला करितां? अहो, थांबा, थांबा; भिऊं नका; आपण रणांगणांत शत्रूंचा खात्रीनें पराभव करूं ! " याप्रमाणें त्या महातेजस्वी महाबलाढ्य वीरश्रेष्ठ धर्मराजानें आपल्या दुःखित सैनिकांस सांगून त्यांचें समाधान केलें.

राजा, समरांगणांत विषारी सर्पांप्रमाणें भयंकर अशा शत्रुपक्षीय राजपुत्रांस प्रथम युद्धांत मारून नंतर अर्जुनपुत्र पडला. दहा हजार वीरांना व महारथी कोसलाधिपतीला मारून तो कृष्णार्जुनतुल्य सौभद्र निःसंशय इंद्रलोकाला गेला. अहाहा! अभिमन्यूची थोरवी कोठवर वर्णन करावी? हजारों घोडे, शेंकडों हत्ती व असंख्य वीर यांचा निःपात करूनही ज्याची समरतृष्णा शांत झाली नाहीं, त्या अभिमन्यूची धन्य होय! त्या पुण्यशीलाच्या मृत्यूबद्दल मुळींच शोक करावयास नको! कारण, पुण्यपुरुषांना आपल्या पुण्याईच्या जोरावर मिळणारे शाश्वत पुण्यलोक प्राप्त झाले आहेत!

अध्याय पन्नासावा.

—:o:—

तृतीयदिनसमाप्ति.

समरभूमिवर्णन.

संजय सांगतोः—राजा, आम्ही पांडवांकडील त्या प्रमुख वीरास ठार करून सायंकालीं आपल्या शिबिरास परतलों. त्या वेळीं आम्हांस

पांडवांच्या बाणांनीं जबर जखमा झाल्या असून, आमचे देह रक्तानें माखले होते. हे महाराजा, आम्ही व पांडव असे दोघेही समरभूमीकडे पाहात पाहात मागें परतलों. पण पांडवांचें चित्त ठिकाणावर नसून त्यांना ग्लानीनें घेरलें होतें. नंतर थोड्याच वेळानें सूर्य अस्ताचलास जाऊन आकाशांत लोंबूं लागला. त्याची प्रभा रक्तकमलाप्रमाणें आरक्त झाली, आणि भालूंच्या अशिव शब्दानें अमंगल झालेला दिवस व रात्र यांचा अद्भुत संधिकाल प्राप्त झाला. मोठमोठ्या तरवारी, ऋष्टि, शक्ति, वरूथ व ढाली यांमध्यें असलेलें तेज व भूषणांची प्रभा सूर्य हलके हलके ग्रहण करूं लागला, आणि आकाश व भूमि एकत्र करण्यासाठींच कीं काय त्यानें तें तेज आपल्या अग्निरूपी प्रिय मूर्तीच्या ठिकाणीं ठेवून दिलें. राजा, प्रचंड अभ्रपटलें किंवा पर्वतशिखरें यांप्रमाणें भव्य हत्ती जणू काय वज्रघात झाल्यामुळेंच गळ्यांतील वैजयंती माळा, अंकुश, कवचें व महात यांसह चोहोंकडे गतप्राण होऊन पडल्यामुळें, त्या रणभूमींतील मार्ग बंद पडले. हे नराधिपा, ज्यांवरील वीरांचा वध झाला आहे, सामग्रीचा व बरोबरच्या पादरक्षकांचा चुराडा उडाला आहे, आणि घोडे व सारथि मारले गेले आहेत, असे ध्वजपताकाहीन झालेले मोठमोठे रथ जिकडे तिकडे चूर्ण होऊन पडल्यामुळें ती रणभूमि शत्रूंनीं उध्वस्त केलेल्या नगरप्रदेशाप्रमाणें भयाण होऊन गेली. त्याचप्रमाणें, ज्यांवरील नानाप्रकारच्या अलंकारांचा व इतर सामानाचा विध्वंस उडाला आहे आणि ज्यांच्या जिभा, दांत, आंतडीं व डोळे बाहेर निघाले आहेत, अशा रथाश्वांच्या समुदायांनीं व स्वारांच्या घोड्यांनीं तर पृथ्वी फारच घोर व विरूप दिसूं लागली. ज्यांच्या अंगांतील कवचें, अलंकार, वस्त्रें व आयुधें छिन्नभिन्न होऊन गेलीं आहेत, आणि ज्यांच्या बरोबरचे हत्ती, घोडे, रथ व सेवकजन यांचा निःपात झाला आहे, असे मोठमोठे वीरपुरुष—जे वास्तविकपणें मृदु शय्येवरील बहुमोल आस्तरणांवरच पडावयास योग्य, ते तेथें गतप्राण होऊन उघड्या जमिनीवर कीं हो निजले होते! राजा, त्या प्रेतराशी व तो रक्तमांसाचा चिखल पाहून कोल्हे, कुत्रे, कावळे, बगळे, गरुड, लांडगे, तरस, रक्तपान करणारे दुसरे पक्षी, राक्षससमुदाय व अत्यंत भयंकर पिशाच्चगण यांस त्या रणांगणांत परमानंद झाला. कोणी कातडें सोलून वसा, रक्त, मज्जा व मांस खाऊं लागले; कोणी चरबीचे लचके तोडूं लागले आणि कोणी इकडून तिकडे प्रेतें ओढीत हंसूं लागले व गातही सुटले! प्रेतांचे थवेच्या थवे जींतून वाहात आहेत, रक्त हें जींतील उदक आहे, रथरूपी होड्या जींत आहेत, मधूनमधून कुंजररूपी प्रचंड खडक असल्यामुळें जींतून जाणें धोक्याचें आहे, मनुष्यमस्तकरूपी गोटे व मांसमय चिखल यांनीं जी परिपूर्ण आहे, आणि छिन्नभिन्न झालेलीं नानाप्रकारचीं शस्त्रें जींत पडलीं आहेत, अशा प्रकारची अत्यंत भीतिप्रद व मोठी दुस्तर अशी ती दुसरी वैतरणी नदीच वीरश्रेष्ठांनीं तेथें निर्माण केली होती. ती भयावह नदी रणांगणाच्या मध्यावरून वाहात असून जिवंत व मेलेल्या प्राण्यांस आपणाबरोबर वाहून नेत होती. ज्यांकडे पाहाणें मोठें कठिण असे भयंकर पिशाच्चसंघ तिजमध्यें रक्तपान व मांसभक्षण करीत होते. ते घायाळ प्राण्यांचा संहार करीत मोठ्या आनंदानें कोल्हीं, कुत्रीं व पक्षी यांबरोबर अन्नपान करीत होते. अशा प्रकारचें तें दिसण्यांत अत्यंत घोर, नाचणाऱ्या कबंधांनीं व्याप्त व यमपुरीची वस्ती वाढविणारें भयंकर रणमैदान अवलोकन करीत करीत उभय सैन्यें सावकाश निघून गेलीं. त्या

वेळीं, ज्याच्या अंगावरील बहुमोल आभरणें गळून व फुटून गेलीं आहेत, असा तो रणांगणांत पडलेला शक्रतुल्य महाबलाढ्य अभिमन्यु हवनीय द्रव्याची वाट लावून शांत झालेल्या यज्ञमंडपांतील अग्नीप्रमाणें लोकांस दिसला !

अध्याय एकावन्नावा.

—:०:—

युधिष्ठिराचा विलाप.

संजय सांगतोः—रथसंघांचें पालन करणारा तो महा वीर्यशाली सौभद्र पडल्यावर पांडवांकडील सर्व वीरांनीं रथांचा त्याग केला, युद्धाचे पोषाख उतरले, धनुष्यें फेंकून दिलीं, व सौभद्राकडे चित्त गुंतून गेल्यामुळें त्या युद्धाचें चिंतन करीत ते युधिष्ठिराभोंवतीं गराडा देऊन बसले. नंतर भावाचा महारथी पुत्र—अभिमन्यु वीर—पतन पावल्यामुळें धर्मराजाला दुःखाचे वरचेवर उमाळे येऊन तो विलाप करूं लागला, ‘ अरेरे ! तें द्रोणांचें सैन्य म्हणजे अगदीं दुर्भेद्यच, परंतु केवळ माझें प्रिय करण्यासाठीं ज्यानें त्याचाही भेद करून गाईमध्यें शिरणाऱ्या सिंहाप्रमाणें त्यांत प्रवेश केला; अस्त्रविद्येंत पारंगत व जिवाची आशा न धरतां बेफाम होऊन लढणारे असे शत्रूंकडील मोठमोठे धनुर्धर वीरही ज्याच्यापुढें हतवीर्य होऊन मागें परतले; फार कशाला ? आमचा हाडवैरी दुःशासन केवढा रणशूर ? पण तो समोर सांपडतांच त्यालाही क्षणार्धांत आपल्या बाणांनीं मूर्छित करून ज्यानें रणांगणांतून पळवून लावलें, तो बाळ अभिमन्यु द्रोणसैन्यरूपी महासागर उतरून गेल्यानंतर दौःशासनीची गांठ पडून यमसदनीं गेलाना! हरहर ! सौभद्र मरण पावल्यावर आतां मी अर्जुनास कसें तोंड दाखवूं? वा जिला आतां प्रिय पुत्र कधींच पाहावयास सांपडणार नाहीं त्या महाभागा सुभद्रेकडे तरी मी आतां कोणत्या तोंडानें पाहूं ? हायहाय ! कृष्णार्जुनांचा सर्व जीव ज्यावर होता तो अभिमन्यु बाळ आज आमच्या हातून हरपला ? आतां मीं त्यांना ही अशुभ वार्ता कशी सांगावी ? हें वेडेंविद्रें मी त्यांच्याजवळ बोलूं तरी कसें ? आणि मीं त्यांना कांहीं सांगितलें म्हणून तें त्यांना रुचणार आहे काय ? हरहर! सुभद्रा कीं कृष्णार्जुन यांचें प्रिय करण्याचा सदैव ज्याला निदिध्यास, त्या मींच आज विजयाच्या आशेला गुंतून त्यांचें हें असें भयंकर अप्रिय केलें ना ! लोभ मोठा कठीण आहे ! त्याच्या तावडींत मनुष्य सांपडला म्हणजे त्याला भूल पडते व आपले दोष दिसतनासे होतात! मलाच पहा आज जयरूप मधाला लुब्ध झाल्यामुळें हा एवढा भयंकर उत्पात दिसला नाहीं ! शिव शिव ! भोजनाच्या वेळीं, कोठें यात्रेला जाण्याच्या वेळीं, शयनाच्या वेळीं किंवा वस्त्रालंकार वगैरे देण्याच्या वेळींच ज्याला सर्वांच्या पुढें करावयाचें, त्या सुकुमार कुमाराला आम्हीं लढाईंत कीं हो पुढारी केला ! ज्याला युद्धाचा विशेष प्रसंग नाहीं अशा किशोर अर्भकाचा, ह्या एवढ्या गहन व दुर्गम सैन्यसागरांत, जो कधींच माघार ध्यावयाचा नाहीं अशा जातिवंत अश्वाप्रमाणें कसा निभाव लागावा ? पण या गोष्टी मागून मनांत येऊन काय उपयोग? आतां मरून जावें, दुसरें काय ! कारण अभिमन्यूस अनुसरून आम्ही गतप्राण होऊन भूमीवर न पडलों तर क्रोधानें लाल झालेल्या अर्जुनाच्या नेत्ररूपी प्रखर अग्नीनें तरी निःसंशय खाक होऊन जाणारच ! अहो ! अर्जुन हा निर्लोभ, बुद्धिमान्, विनयशील, क्षमावान्, रूपसंपन्न, बलाढ्य, तेजस्वी, मोठा मानी व खरा खरा पराक्रमी वीर असून सर्वांस प्रिय आहे. त्या विख्यात कर्म करणाऱ्या वीराचे पराक्रम देवही गात असतात. त्या वीर्यवंतानें निवातकवचांचा

निःपात केला; कालकेयांस ठार केलें; आणि हिरण्यपुरांत रहाणारे महेंद्राचे शत्रु जे पौलोम त्यांना डोळ्याचें पातें लवतें न लवतें इतक्या अवकाशांत सपरिवार धुळीस मिळविलें! शत्रुही जरी अभय मागूं लागले तरी त्यांसही जो पाठीशीं घालतो, त्या समर्थाच्या बलाढ्य पुत्राचेंही आमच्या हातून संरक्षण झालें नाहींना ! महाबलाढ्य धृतराष्ट्रपुत्रांस तरी आतां मोठीच भीति आहे ! कारण पुत्रवधाची वार्ता ऐकून पार्थाच्या अंगाची लाही लाही होऊन जाईल व तो सर्व कौरवांची तीन चिमट्या राख करून टाकील! क्षुद्र दुर्योधन हलक्या लोकांच्या नादीं लागून स्वपक्षाचा नाश करण्यास निघाला आहे ! तो निःसंशय हायहाय करीतच प्राण सोडील! तथापि ज्याच्या वीर्य-पौरुषांना तोड नव्हती तो इंद्रपुत्र अर्जुनाचा मुलगा बाळ अभिमन्यु मृत झाल्यामुळें आतां मला जय मिळाला किंवा राज्य प्राप्त झालें तरी त्याचें सुख नाहीं! फार कशाला ? अमरत्व मिळालें, किंवा देवांबरोबर राहावयास सांपडलें, तरी त्याचाही मला आनंद नाहीं!

अध्याय बावन्नावा.

—:०:—

व्यासयुधिष्ठिरसंवाद.

संजय सांगतोः—याप्रमाणें कुंतीपुत्र युधिष्ठिर विलाप करीत बसला असतां महामुनि कृष्णद्वैपायन तेथें आले; तेव्हां त्यांचें यथाविधि पूजन करून त्यांस आसनावर बसविल्यानंतर, भ्रातृपुत्र सौभद्राच्या वधानें शोकाकुल झालेला युधिष्ठिर राजा त्यांस म्हणालाः—भगवन्, अनेक महारथ्यांनीं धर्मनीति सोडून सौभद्राला वेढिलें, आणि त्या महाधनुर्धरांशीं लढतां लढतां तो रणांगणांत पडला ! हा कुमार वयानें लहान व पोरबुद्धीचा असतांही शत्रूंकडील पुष्कळ वीरांस ठार करून समरांगणांत विशेष प्रकारचें युद्धकौशल्य दाखवीत होता. भगवन्, चक्रव्यूहाच्या भेदाविषयीं आमचा अगदीं निरुपाय झाल्यामुळें, ' युद्धामध्यें आम्हांस वाट करून दे ' असें मीं त्यास सांगितलें. त्याप्रमाणें त्यानें व्यूह भेदून आंत प्रवेश केला आम्हांस वाट करून दिली; परंतु तो आंत शिरतांच सिंधुपति जयद्रथानें आम्हांस अडवून धरिलें, यामुळें तो एकटा आंत सांपडला. वास्तविक पाहातां युद्ध हीच ज्यांच्या जीविताची इतिकर्तव्यता, त्या क्षत्रियांनीं समयुद्ध करावें हेंच त्यांस योग्य ! परंतु या वेळीं शत्रूंनीं जो हा प्रकार केला, े केवळ धर्मबाह्य होय. अभिमन्यु बाळ आंत सांपडून मारला गेल्यामुळें मला फारच दुःख होत आहे. शोकामुळें माझा कंठ दाटून आला आहे, आणि पुनःपुनः तीच ती गोष्ट मनांत घोळत असल्यामुळें मला कशी ती शांति वाटत नाहीं.

संजय सांगतोः—युधिष्ठिराचें चित्त शोकानें व्याकूळ होऊन तो असा विलाप करीत असतां भगवान् बादरायणांनीं त्यास उपदेश केला.

व्यास ह्मणालेः—राजा युधिष्ठिरा, तूं मोठा ज्ञाता आहेस व तुला सर्व शास्त्रें अवगत आहेत. हे भरतर्षभा, तुझ्यासारखे ज्ञानी पुरुष संकटसमयीं मोह पावत नसतात ! अरे, ह्या पुरुषश्रेष्ठ कुमारानें प्रौढाप्रमाणें पराक्रम गाजवून पुष्कळ शत्रूंस मारलें आणि नंतर तो मेला, अर्थात् तो वीर निःसंशय स्वर्गासच गेला आहे. तेव्हां त्याबद्दल शोक कसला करतोस ? युधिष्ठिरा, प्राक्तनकर्मानुरूप प्राप्त होणारा मृत्यु कोणासही चुकवितां येत नाहीं. फार कशाला ! देव, दानव, गंधर्व यांस देखील मृत्यु ओढून नेत असतो !

युधिष्ठिर ह्मणालाः—युद्धांत गतप्राण होऊन जमिनीवर लोळत पडलेल्या ह्या राजांना मृत अशी संज्ञा प्राप्त झाली आहे. सहस्र गजांचें

ज्यांना बल व वायूप्रमाणें ज्यांचा वेग व पराक्रम, असलाले झुंजार वीर समरांत बरोबरीच्या वीरांनीं पाडिले आहेत. परंतु यांचे प्राण हरण करणारा पुरुष—ज्याला मृत्यु मृत्यु ह्मणतात, तो त्या सगळ्या रणांगणांत मला कोठेंच दिसला नाहीं. ज्यांच्या अंगीं अतुल पराक्रम असून तपोबल व शारीरबलही विपुल होतें, आणि ज्यांच्या अंतःकरणामध्यें परस्परांस जिंकण्याचा निदिध्यास लागून राहिला होता, ते हे महामति वीर आयुष्य संपून जमिनीवर निचेष्ट पडले आहेत. तेव्हां यांस प्राप्त झालेली 'मृत' ही संज्ञा यथार्थ आहे; परंतु यांचे प्राण हरण करणारा कोणीच दिसत नसल्यामुळें, हे मेले तरी कसे, अशी मला शंका येते. यास्तव, हे पितामह, मृत्यु मृत्यु म्हणून म्हणतात तो कोणाचा कोण ? तो कसा उत्पन्न झाला ? तो लोकांना कसें हरण करितो ? हे अमरतुल्य ऋषे, हें सर्व मला कथन करा.

संजय सांगतोः—याप्रमाणें कुंतीपुत्र युधिष्ठिरानें प्रश्न केला, व भगवान् बादरायण मुनींनीं त्याला आश्वासनपर असें उत्तर दिलें.

व्यास ह्मणालेः—राजा, याविषयींचा एक पुरातन इतिहास सांगत असतात. तो प्राचीन काळीं नारदानें अकंपन राजाला सांगितला होता. राजेंद्रा, त्या राजालाही मृत्युलोकीं अत्यंत असह्य असा भयंकर पुत्रशोक झाला होता; आणि त्याच वेळीं नारदांनीं त्याला हें आख्यान सांगितलें होतें. राजा, मृत्यूच्या उत्पत्तीविषयींचें तें उत्तम कथानक मी तुला सांगतों. तें तूं ऐकलेंस म्हणजे प्रेमपाशापासून उत्पन्न झालेला तुझा शोक दूर होईल. यास्तव, सर्व पापांचें भस्म करणारें हे धनदायक, आयुर्वर्धक, शोकनाशक, पुष्टिकाकर, अरिसंघनाशक व समस्त मंगलांमध्यें मंगल असें पवित्र आख्यान सांगतों, ऐक. हे महाराजा, हें उपाख्यान वेदाध्ययनाप्रमाणेंच पुण्यकारक असून पुत्र, राज्य, आयुष्य व लक्ष्मी यांची इच्छा करणाऱ्या राजांनीं तर तें रोज सकाळीं ऐकत जावें.

राजा, पूर्वीं कृतयुगांत एक अकंपन नांवाचा राजा होऊन गेला. त्याला विष्णूप्रमाणें बलिष्ठ असा एक हरि म्हणून मुलगा होता. तो फार सुंदर, अस्त्रसंपन्न, बुद्धिमान् व युद्धांत इंद्रतुल्य पराक्रमी होता. एकदां तो अकंपन राजा समरांगणांत शत्रूच्या तावडींत सांपडून, रणांत त्याच्या त्या हरि नामक मुलास शत्रूंकडील अनेक वीरांनीं घेरून टाकलें. त्या वेळीं त्यानें योद्धे व हत्ती यांवर हजारों बाण टाकीत दुष्कर पराक्रम गाजवून समरांगणांत शत्रूंस तप्त केलें; परंतु, युधिष्ठिरा, शत्रु पुष्कळ व तो एकटा असल्यामुळें शेवटीं तो शत्रूंकडून मारला गेला. तेव्हां त्या राजाला अत्यंत दुःख होऊन त्यानें शोक करीत करीतच त्याचें और्ध्वदेहिक कृत्य केलें. तथापि पुढेंही त्याच्या चित्ताला मुळींच चैन पडेना. तो आपला रात्रंदिवस रडत बसे. याप्रमाणें त्या राजाला पुत्रशोक झाला आहे असें जाणून देवर्षि नारद मुनि त्याजकडे आले. तेव्हां त्या देवर्षिसत्तमांस पाहातांच महाभाग अकंपन राजानें त्यांचें विधिपूर्व पूजन करून आपली कर्मकथा त्यांस सांगितली. शत्रूंनीं समरांगणांत कसा जय मिळविला, त्या महाबलिष्ठ पुत्राचा कसा घात केला, वगैरे सर्व वर्तमान त्यानें त्यांस इत्थंभूत निवेदन केलें; आणि प्रश्न केला, " भगवन् , हा मृत्यु कोण आहे, त्याचें वीर्य, बल व पराक्रम कशा प्रकारचा आहे, वगैरे सर्व यथावत् श्रवण करण्याची माझी इच्छा आहे, यास्तव, हे ज्ञानवरा, ती आपण पूर्ण करावी."

युधिष्ठिरा, अकंपनाचें तें भाषण ऐकून वरद

नारद प्रभूनें पुत्रशोक दूर करणारें हें विस्तृत आख्यान त्यास सांगितलें.

नारद म्हणाले:—राजा, हे महाबाहो, हें मोठें विस्तृत आख्यान जसें झालें म्हणून माझ्या ऐकण्यांत आहे, तसेंच्या तसेंच तुला सांगतों, ऐक. हे वसुधाधिपा, पितामह ब्रह्मदेवानें प्रथम सृष्टि निर्माण केली, तेव्हां हें जग अपरंपार वाढलेलें पाहून त्याच्या संहाराविषयीं त्या महातेजाला मोठी चिंता उत्पन्न झाली. राजा, याप्रमाणें विचार करूनही जेव्हां कांहीं उपाय सुचेना, तेव्हां त्याला मोठा संताप आला. त्याबरोबर त्याच्या त्या कोपापासूनच अग्नि उत्पन्न होऊन तो त्याच्या शरीरांतून बाहेर पडला, आणि आंतील सर्व प्रदेशांस जाळीत सर्व दिशांस पसरला. पुढें तो भगवान् अग्नि इतका भडकला कीं, त्याच्या ज्वालासमूहानें पृथ्वी व स्वर्ग भरून जाऊन तो चराचर ब्रह्मांडच भस्म करूं लागला. नंतर त्या वीर्यवंतानें भयंकर क्रोधावेशानें सर्वांचा थरकांप उडवीत स्थिरचर सकल भूतांचा क्षय करून टाकला. तेव्हां दुःख हरण करणारा, जटिल व निशाचरांचा पति जो स्थाणू रुद्र, तो परमेष्ठी ब्रह्मदेवाला शरण गेला. याप्रमाणें तो अचल रुद्र प्रजांचें हित व्हावें ह्या बुद्धीनें ब्रह्मदेवांकडे गेला असतां तो दग्ध करीत सुटलेला सर्वशक्तिमान् महामुनि ब्रह्मदेव त्यास म्हणाला, “ वत्सा, मीं तुला स्वेच्छेनें निर्माण केलें आहे. यास्तव तुझा हेतु मला पूर्ण केलाच पाहिजे. तुझी कोणती इच्छा म्यां पूर्ण करावी बरें ? बा स्थाणो, तुझी जी इच्छा असेल ती सांग, मी तुझें सर्व मनोगत पूर्ण करीन. ”

अध्याय त्र्याण्णवावा.

—:०:—

मृत्युवृत्तांतकथन.

स्थाणु म्हणाला:—प्रभो, प्रजा उत्पन्न व्हाव्या म्हणून आपण प्रयत्न केला, आणि त्या निर्माण करून निरनिराळ्या प्रकारच्या प्राणिसंघांचें निरनिराळ्या प्रकारांनीं संवर्धन केलें. असें असतां त्या सर्वच प्रजा पुनः आपल्याच कोपानें जळत आहेत! भगवन्, ह्यांची ही स्थिति पाहून माझें अंतःकरण गहिंवरून आलें आहे! यास्तव, प्रभो, आपण प्रसन्न व्हावें, व आपला कोप आवरून धरावा.

ब्रह्मदेव म्हणाले:—हा अशा प्रकारें सर्वांचाच संहार करावा असें माझ्या मनांत मुळींच नव्हतें. पृथ्वीचा भार किंचित् कमी करून तिला सुखी करावें एवढीच माझी इच्छा होती. परंतु तसें न जुळल्यामुळें मला राग आला. महादेवा, ही भूदेवी अतिभारानें चिरडून जाऊन व्याकुल झाल्यामुळें मजकडे आली, व तिनें संहाराविषयीं माझी प्रार्थना केली. तेव्हां मीं पुष्कळ विचार केला, पण हें अनंत जग कायम ठेवून त्याचा नियमित प्रमाणानें कसा संहार करावा हें मला मुळींच समजेना, तेव्हां मात्र मी संतापलों.

रुद्र म्हणाला:—हे भूपालका, संहार करण्याविषयीं आपण क्रोध करूं नका. शांत व्हा. ह्या स्थावरजंगम सर्व सृष्टीचा नाश होणें योग्य नाहीं. भगवन्, मागें गेलेलें, पुढें होणारें व सांप्रत असलेलें असें हें त्रिविध जगत् तुझ्या कृपेनें सुखी असो. भगवन्, तूं कोपानें लाल होऊन त्या कोपापासून अग्नि उत्पन्न केलास, व तो अग्नि सांप्रत खडक, पर्वत, वृक्ष, नद्या, सरोवरें व सर्व प्रकारचीं गवतें व झुडपें दग्ध करीत सुटला असून हें स्थावरजंगमात्मक सर्व जग निःशेष करीत आहे. ह्या स्थिरचर सर्व

विश्वाचें बहुतेक भस्म झालें आहे. यास्तव, भगवन्, आपण प्रसन्न व्हावें व आपला राग शांत व्हावा, हाच वर मी मागतों. देवा, आपण स्वतः निर्माण केलेल्या सर्वच प्राण्यांचा कसा नाश होत आहे पहा! यासाठीं, देवा, आपलें तेज आवरून धरून स्वस्थानीं लीन होऊं द्यावें. देवा, ह्या आपल्या प्रजांकडे अत्यंत स्नेहार्द्र दृष्टीनें अवलोकन कर, व हे सर्व प्राणी सुखी राहातील अशी तजवीज कर. हे सृष्टिकर्त्या आदिदेवा, संततिविच्छेद होऊन त्या प्रजा नष्ट न व्हाव्या म्हणून तूं माझी येथें योजना केली आहेस. यासाठीं, हे जगन्नाथा, मी अशी प्रार्थना करीत आहें कीं, देवा, प्रसाद करण्यास योग्य असें हें स्थावरजंगमात्मक जग नाश न पावावें.

नारद म्हणाले:—स्थाणूचें तें भाषण ऐकून ब्रह्मदेवानें लोकहितबुद्धीनें तें तेज आवरून स्वतःचे ठिकाणीं गुप्त केलें; आणि याप्रमाणें अग्नीचा उपसंहार केल्यावर त्या लोकसत्कृत-भगवंतानें उत्पत्तीचा हेतु व मोक्षाचा हेतु स्थाणूस सांगितला. परंतु त्या क्रोधोत्पन्न अग्नीचा उपसंहार करीत असतांना महानुभाव ब्रह्मदेवाच्या इंद्रियाच्छिद्रांपासून एक स्त्री उत्पन्न झाली. अकंपना, त्या स्त्रीचा वर्ण कांहींसा काळसर, तांबूस व कांहींसा पिंगट होता. तिची जिव्हा, मुख व नेत्र लाल होते; आणि कुंडलें व इतर अलंकार तेजःपुंज होते, ती त्याच्या इंद्रियच्छिद्रांतून बाहेर पडून दक्षिण दिशेस उभी राहिली आणि त्या विश्वचालक उभय देवांकडे हास्यवदनानें पाहूं लागली. तेव्हां लोकांची उत्पत्ति व लय यांचे अधिपति ब्रह्मदेव तिला 'मृत्यु' या संज्ञेनें हांक मारून म्हणाले, "हे मृत्यो, या प्रजांचा संहार कर. या जगाचा संहार व्हावा म्हणून माझ्या कोपापासून तुझी उत्पत्ति झाली आहे. यास्तव तूं माझ्या आज्ञेनें सजीव व निर्जीव सर्व प्रजांचा नाश करून टाक. माझ्या आज्ञेप्रमाणें वाग म्हणजे तुझें कल्याण होईल."

राजा अकंपना, ह्याप्रमाणें त्या कमलाक्षी मृत्युदेवीला ब्रह्मदेव म्हणाले, तेव्हां तिनें मनाशीं पुष्कळ वेळ विचार केला; आणि शेवटीं ती अबला उच्चस्वरानें रडूं लागली! तेव्हां पितामह ब्रह्मदेवानें प्राणिमात्राच्या कल्याणासाठीं तिचे अश्रु आपल्या ओंजळींत धरले व तिचेंही सांत्वन केलें.

अध्याय चौपन्नावा.

—:०:—

मृत्युब्रह्मदेवसंवाद.

नारद सांगतात:—राजा अकंपना, नंतर ती अबला आपलें दुःख आंतल्या आंत गिळून, व वृक्षाश्रय करणाऱ्या लतेप्रमाणें अनन्यगतिक होऊन हात जोडून ब्रह्मदेवाशीं बोलूं लागली.

मृत्यु म्हणाली:—हे श्रेष्ठ वक्त्या देवा, ह्या घोर कामासाठीं तूं अशा प्रकारची स्त्री रे कशाला उत्पन्न केलीस? आतां मजवर सोंपविलेलें हें क्रूर कर्म मी समजून उमजून कसें करूं? भगवंता, मला अधर्माचें फार भय वाटतें, यास्तव मजवर प्रसन्न हो. मीं हें काम पतकरल्यास प्रिय, पुत्र, मित्र, भ्राते, मातुल पितर व पति यांचा मी घात करतें म्हणून माझ्या नांवानें त्यांचे आप्त खडे फोडतील व मला शिव्याशाप कीरे देतील! देवा, मृतांच्या आप्तांची मला फार भीति वाटते. ते धाय मोकलून रडूं लागले म्हणजे त्यांच्या नेत्रांतून टपटपां आंसवें गळतील, तीं तर मला पाहावणारच नाहींत. त्यांच्या नुसत्या कल्पनेनेंच माझ्या अंगावर कांटा उभा राहिला आहे! भगवंता, मी भयभीत होऊन तुला शरण आलें आहें, मजवर कृपा कर. हे सुरो-

त्तमा, मी कांहीं हें काम करण्याला यमलोकीं जावयाची नाहीं. हे त्रैलोक्यपितामहा, मीं साष्टांग नमस्कार घालून व मस्तकीं हात जोडून तुजजवळ एवढें मागणें मागतें. हे प्रजापते, तुझ्या अनुमतीनें तपाचरण करण्याची माझी इच्छा आहे. यासाठीं प्रभो, हे भगवंता, एवढा वर मला दे. देवा, तुझी आज्ञा मिळाली म्हणजे मी सर्वश्रेष्ठ धेनुकाश्रमाला जाईन आणि अनन्यगतिकत्वानें तुझ्या आराधनांत रत राहून तीव्र तपश्चर्या करीन. हे देवाधिदेवा, प्राणधारी जीवांचे प्रिय प्राण हरण करणें माझ्या हातून होणार नाहीं. यासाठीं देवा, हें काम मला सांगूं नको, आणि विलाप करणाऱ्या आप्तेष्टांच्या शिव्याशापांपासून माझें रक्षण कर.

ब्रह्मदेव म्हणाले:—हे मृत्यो, प्रजांचा संहार करण्यासाठींच तुला मीं उत्पन्न केलें आहे, तेव्हां जा, व सर्व प्रजांचा संहार कर. यांत असें होईल आणि तसें होईल असा व्यर्थ विचार करण्याची तुला काय गरज? अशा प्रकारच्या गोष्टी व्हावयाच्याच आहेत, त्या कधींच चुकावयाच्या नाहींत. यासाठीं तूं माझ्या आज्ञेप्रमाणें ही कामगिरी कर, म्हणजे तुझी लोकांत मुळींच निंदा होणार नाहीं!

नारद सांगतात:—यांप्रमाणें ब्रह्मदेवानें सांगितल्यावर ती त्या प्रभूसन्मुख प्रसन्न चित्तानें हात जोडून उभी राहिली. तिच्या अंतःकरणांत प्राण्यांबद्दल कळवळा असल्यामुळें तिला त्यांचा संहार करण्याची इच्छा होईना. ती आपली तशीच स्तब्ध उभी राहिली. तेव्हां थोड्या वेळानें प्रजानाथ ब्रह्मदेवाचा राग आपोआपच शांत होऊन ते प्रसन्न झाले; आणि स्मितपूर्वक त्या देवाधिदेवानें सर्व लोकांकडे कृपापूर्वक दृष्टीनें पाहिलें, त्याबरोबर ते सर्व लोक अगदीं जसेच्या तसे झाले. याप्रमाणें त्या अजिंक्य भगवंताचा कोप शांत झाल्यावर ती कन्याही त्या ज्ञानघनाजवळून हळूच निघून गेली! राजेंद्रा, प्रजाहरणाचें काम कबूल न करतां ती तेथून पळाली; आणि त्वरेनें धेनुकाश्रमास गेली. त्या ठिकाणीं तिनें फारच कडक आचरण ठेवून खडतर तपश्चर्या केली. तिनें प्रिय अशा इंद्रियविषयांपासून इंद्रियांचें निग्रहण केलें, आणि एकवीस अब्ज वर्षें एका पायावर उभें राहून तप केलें. नंतर तिनें दुसऱ्या पायावर राहून तप करण्यांत आणखी तेवढींच वर्षें घालविलीं. बा अकंपन राजा, पुढें तिनें एक हजार अब्ज म्हणजे एक महापद्म वर्षें होत तोंपर्यंत मृगांसमागमें संचार केला! मग तिनें नंदा नदीवर जाऊन तिच्या निर्मल व शीत उदकांत आठ हजार वर्षें काढलीं. त्या ठिकाणीं अशा प्रकारें व्रतस्थ राहून निष्पाप झाल्यावर ती व्रताचरणानें हुत होणारी स्त्री पुण्यकारक कौशिकी नदीवर गेली. तेथें ती पुनः वायु व जल भक्षण करून व्रतस्थ राहिली. नंतर त्या पुण्यशील कन्येनें पंचगंगांच्या तीरीं जाऊन तेथील वेतसंयुक्त प्रदेशांत अनेक प्रकारच्या महान् महान् व्रतनियमांनीं आपलें शरीर झिजविलें. मग ती तेथून जी निघाली, ती महामेरूवर गेली; आणि तेथें गंगानदीच्या तीरावर दृढ समाधि लावून दगडाप्रमाणें निचेष्ट राहिली. राजा, पुनः ती अत्यंत मंगल स्त्री हिमाचलाच्या माथ्यावर—पूर्वीं देवांनीं ज्या ठिकाणीं हवन केलें होतें, त्या ठिकाणीं—निखर्व वर्षेंपर्यंत केवळ पायाच्या अंगठ्यावर उभी राहिली! पुढें तिनें पुष्कर तीर्थ, गोकर्ण क्षेत्र, नैमिषारण्य व मलय पर्वत यांवर आपल्या इच्छेप्रमाणें अनेक नियम व व्रतें पाळून आपला देह क्षीण केला. राजा, याप्रमाणें त्या मृत्युसंज्ञक स्त्रीनें पितामह ब्रह्म-

देवाच्या चरणीं नित्य दृढभक्ति ठेवून आपल्या अद्वितीय धर्माचरणानें त्यास प्रसन्न केलें. राजा, तिची ती घोर तपश्चर्या पाहून पितामह संतुष्ट झाले, व मनांत कांहींएक विकल्प न ठेवतां प्रेमपुरस्सर तिला म्हणाले, "हे मृत्यो, किती घोर ही तुझी तपश्चर्या ! अग, हें तूं मांडलें आहेस तरी काय ?"

यावर ती मृत्युसंज्ञक स्त्री भगवान् पितामहास म्हणालीः—देवा, ह्या प्रजा सर्व प्रकारें आनंदांत नांदत आहेत. ह्यांना मजपासून पीडा होऊं लागली म्हणजे या विलाप करूं लागतील व आकांत करतील; यासाठीं, भगवंता, मी कांहीं यांचा संहार करणार नाहीं. भगवंता, हे सर्वेश्वर प्रभो, आपणापासून एवढी जोड मला मिळेल असें मी इच्छितें. दयाळा, अधर्म घडेल म्हणून मी फारच भिऊन गेलें आहें; आणि त्यामुळेंच हा तपाचरणाचा मार्ग मीं अंगिकारिला आहे. यासाठीं, हे महाभागा, मज भीतेला अभय दे. हे अव्यया, मी निरपराध अबला असून आर्तस्वरानें तुझी प्रार्थना करीत आहें, मला हात दे !

नंतर तो भूत, भविष्य, वर्तमान जाणणारा ईश्वर तिला म्हणालाः—मृत्यो, या प्रजांचा संहार करण्यानें तुला बिलकूल पातक लागणार नाहीं. यांत तुझ्या हातून मुळींच अधर्म होत नाहीं. कारण, ही अशा प्रकारची माझीच आज्ञा तुला होत आहे. हे कल्याणि, माझें भाषण कदापि असत्य व्हावयाचें नाहीं. यासाठीं या चतुर्विध सर्व प्रजांचा क्षय कर. सनातन धर्म तुला सर्व प्रकारें पुनीत करील, आणि लोकपाल यम व व्याधि हे तुला साहाय्य करतील. त्याचप्रमाणें मी व हे देव तुला असा वर देतों कीं, तूं पापापासून मुक्त होशील; इतकेंच नव्हे, तर अत्यंत शुद्ध म्हणून विख्यातीस चढशील !

राजा अकंपना, याप्रमाणें ब्रह्मदेवाची आज्ञा होतांच ती त्या सर्वेश्वरापुढें हात जोडून उभी राहिली व शिरसा प्रणाम करून पुनः म्हणालीः—प्रभो, जर ही कामगिरी अवश्य झालीच पाहिजे अशी असेल, व ती माझ्याशिवाय होणारच नसेल, तर तुमची आज्ञा मला शिरसा मान्य आहे. परंतु मी काय म्हणतें तें ऐकून घे. ह्या देहधारी प्राण्यांचे लोभ, क्रोध, द्रोह, मोह, ईर्ष्या, अभ्यसूया, निर्लज्जता, इत्यादि दुर्गुण व त्यांनीं परस्परांस केलेले वाक्प्रहार यांपैकीं कशाच्या तरी योगानें त्यांचे देह परस्परच नष्ट व्हावे !

ब्रह्मदेव म्हणालेः—मृत्यो, ठीक आहे. तुझ्या म्हणण्याप्रमाणेंच होईल. अग, आतां प्रजांचा संहार कर. तुला अधर्म घडणार नाहीं व तुजबद्दल माझ्याही मनांत बिलकूल विकल्प येणार नाहीं. हे शुभांगि, माझ्या हातांत हे जे तुझे अश्रु आहेत, ते प्राण्यांचे स्वतःसिद्ध रोग होत. गतप्राण झालेल्या मनुष्यांस हे मारतील व तुला पातक लागणार नाहीं, भिऊं नको. अग, या प्राण्यांबद्दल तुला मुळींच अधर्म घडणार नाहीं. कारण तूंच स्वतः धर्म आहेस, आणि धर्माधिष्ठात्री देवताही तूंच आहेस. तूं आजपर्यंत नित्य धर्मनिष्ठ राहून व ऊन, तहान वगैरे सोसून जें पुण्यार्जन केलें आहेस, त्याच्या योगानें तुला ही योग्यता प्राप्त होऊन तुझ्या ठिकाणीं धर्म हा अगदीं खिळून गेला आहे. यासाठीं अधर्माची कल्पनाही मनांत न आणितां तूं या प्राण्यांच्या वृद्धीचें नियमन कर. तूं कोणत्याही प्राण्याबद्दल राग किंवा लोभ न धरतां सर्वांचा संहार कर, म्हणजे तुला अनंत पुण्य लागेल व मिथ्याचरणी प्राण्यांस परस्पर त्यांचा अधर्मच ठार करील. यासाठीं तूं आपली आपण सफाई करून घे. प्राणी आपापल्या असत्यामुळें पातकांत बुडून जातील त्याबद्दल रागद्वेष बाळगूं नको; कोणाच्या दुष्कृत्या-

बद्दल संताप आला किंवा कोणास होणाऱ्या यातनांबद्दल कळवळा आला, तथापि तो सोडून दे; त्यांशीं तुला काय कर्तव्य आहे ? ते आपलीं पापपुण्यें भोगतील. तूं स्वतःच आपली शुद्धता कर, जलाप्रमाणें निर्मल रहा व अलिप्त राहून प्राण्यांचे प्राण हरण कर !

नारद सांगतातः—राजा, ती स्त्री ' मृत्यु या नांवामुळेंच आधीं भिऊन गेली होती. आपणाला देव ' मृत्यु ' हें भयंकर नांव देतो याचेंच तिला भय वाटलें; आणि पुढें मृतांचे आप्त शिव्याशाप देतील म्हणून ती गांगरली. परंतु ब्रह्मदेवांनीं याप्रमाणें तिला परोपरीनें सांगून तिची समजूत केली. तेव्हां आतां ती रागद्वेष टाकून व केवळ अलिप्त राहून अंतकालीं प्राण्यांचे प्राण हरण करीत असते. अशा प्रकारची ही मृत्यु आहे तिच्यापासून व्याधि उत्पन्न झाले, त्यांस रोग म्हणतात. या रोगांपासूनच प्राण्यांची उत्पत्ति होते, आणि आयुर्मर्यादा संपली म्हणजे सर्वांचाच यांपासून नाश होतो. तेव्हां याबद्दल वृथा शोक करूं नको, त्याचा कांहींएक उपयोग व्हावयाचा नाहीं. राजा, मनुष्याची गोष्ट कशाला ? सर्व देवांच्या देखील आयुष्याची कांहींएक मर्यादा आहेच ! ती संपली म्हणजे तेही प्राण्यांप्रमाणेंच परलोकीं जाऊन राहात असतात, व मनुष्याप्रमाणेंच पुनरपि स्वकर्मानुरूप जन्म पावतात. याप्रमाणें हे राजश्रेष्ठा, ज्यांना ज्यांना म्हणून प्राण आहे, व ज्यांची ज्यांची म्हणून उत्पत्ति झाली आहे, त्या सर्वांना परलोकीं हें जावेंच लागतें. मग ते मनुष्य असोत कीं देव असोत. मृत्यु म्हणून कोणाला चुकत नाहीं. राजा, भयंकर शब्द करणारा वायु मोठा उग्र व महासमर्थ असून त्याची गति सर्वत्र अकुंठित आहे. तोच प्राण्यांचे देह भेदीत असतो. तो अत्यंत उग्र व अमिततेजस्वी असल्यामुळें, त्याचा प्रभाव कोठें चालत नाहीं किंवा तो अडकून राहिला आहे, असें कधींच घडत नाहीं. हे राजश्रेष्ठा, सर्व देवही मर्त्यच आहेत. फार कशाला ? प्रत्यक्ष ब्रह्मदेवासही अंत आहेच ! नाश पावणें हा वस्तुजाताचा स्वभावसिद्ध धर्मच आहे. तेव्हां याबद्दल शोक करणें अगदीं निरर्थक होय. यासाठीं, राजा, हें सर्व लक्षांत आणून तूंही गतपुत्राचा शोक करूं नको. अरे, तुझ्या मुलाला स्वर्गप्राप्ति झाली आहे. वीरास जो लोक मिळावयाचा तो त्याला मिळाला आहे; आणि तेथें तो नित्य आनंदानें कालक्रमणा करीत आहे. तेव्हां त्याच्या सुखाबद्दल शोक करणें वेडेपणाचें नव्हे काय ? यासाठीं, राजा, व्यर्थ दुःख करणें पुरें करून सत्पुरुषांचा समागम कर. अरे, ज्यानें हें जग निर्माण केलें, त्या प्रभूनेंच सर्व प्रजांच्या मृत्यूला निर्माण करून ठेविलें आहे; आणि वेळ भरली म्हणजे तीच मृत्युदेवता प्राक्तनानुसार त्यांचे प्राण हरण करीत असते. हें असो; पण वास्तविक पाहिलें असतां ज्याचा तोच मृत्यु आहे,—म्हणजे प्रत्येकजण आपला आपणच मृत्यु पावतो. मनुष्य जीं जीं कर्में करितो, तदनुसार त्याची आयुर्मर्यादा व मृत्युकाल ठरत असतो. तेव्हां प्रत्येक प्राणी आपला मृत्यु आपणच निर्माण करितो असें झालें. परंतु आपला मृत्यु ही कोणी आपणाहून निराळी व्यक्ति आहे असें कित्येक मानतात, तो त्यांचा निव्वळ भ्रम होय. कारण, हे सर्व जीव आपला आपणच घात करितात ! कोणी मृत्युरूपी निराळी व्यक्ति त्यांचे जवळ येते, व त्यांस तडाके ओढते असें थोडेंच आहे ? यासाठीं राजा, वीर पुरुष मृत्यूबद्दल शोक करीत नाहींत. कारण तो ईशानिर्मित असून निश्चयानें यावयाचा तेव्हांच यावयाचा, कधींही चुकावयाचा नाहीं, हें त्यांस कळत असतें. याप्रमाणें

ही ईशानिर्मित सर्व सृष्टि नश्वर व क्षणभंगुर आहे असें जाणून गतपुत्राविषयींचा शोक सत्वर सोडून दे कसा!

द्वैपायन म्हणाले:—याप्रमाणें नारदानें विशद केलेला तो विषय श्रवण करून अकंपन राजा आपल्या परम मित्र नारदमुनीस म्हणाला, "ऋषिसत्तमा, आतां माझा शोक गेला, व माझें अंतःकरण प्रसन्न झालें. भगवन्! आपण सांगितलेला हा इतिहास श्रवण करून मी कृतकृत्य झालों. माझा आपणास नमस्कार असो!"

याप्रमाणें त्या राजानें नारदास सांगितलें, तेव्हां तो अचिंत्यात्म महाज्ञानी देवर्षि त्वरेनें नंदनवनास निघून गेला.

राजा युधिष्ठिरा, ह्या इतिहासाचें श्रवण केलें असतां किंवा हा दुसऱ्यास ऐकविला असतां मोठें पुण्य लागतें, स्वर्गप्राप्ति होते, आणि आयुष्य, कीर्ति व धन यांची वृद्धि होते.

अशा प्रकारचें व्यासांचें तें अर्थपूर्ण भाषण ऐकून युधिष्ठिर राजाची दृष्टि क्षत्रधर्मावर गेली, व वीरास मिळणारे उत्तम लोक त्याला आठवले. इतक्यांत द्वैपायन मुनि पुनः त्यास म्हणाले, "युधिष्ठिरा, हा वीर्यशाली व महारथी अभिमन्यु स्वर्गासच गेला आहे. कारण ह्यानें सर्व धनुर्धरांसमक्ष शेंकडों शत्रूंस लोळविलें आहे, व या महाधनुर्धर महारथाला तरवार, गदा, शक्ति व धनुष्य यांनीं शत्रूंबरोबर लढतां लढतां रणांगणांत सन्मुख मरण आलें आहे! अरे, हा पूर्वींचा सोमपुत्र विरजा होय. तो पुनः त्याच्याच स्वरूपांत लीन झाला. यासाठीं हे पांडुपुत्रा, आपल्या भावांसह पूर्णपणें शांत हो. बिलकूल वाईट वाटूं देऊं नको, आणि मनाची समता न ढळूं देतां पूर्ण तयारीमें लवकर युद्धास सिद्ध हो.

अध्याय पंचावन्नावा.

—:०:—

षोडशराजकीय.

सृंजय राजाचें वृत्त.

संजय सांगतोः—धृतराष्ट्र राजा, याप्रमाणें द्वैपायन मुनींच्या तोंडून मृत्यूची उत्पत्तिकथा व तिनें केलेली अनुपम तपश्चर्या ऐकून धर्मराजाचें अंतःकरण कांहींसें स्वस्थ झालें. परंतु मृत्यु येणें ही गोष्ट स्वाभाविक आहे, अशाबद्दल मनुष्याची कितीही खात्री झाली असली तरीही गुणवंत मनुष्याच्या वियोगानें त्याचें मन हळहळणारच! या सामान्य मनोधर्माप्रमाणें धर्मराजास अजूनही अभिमन्युवधाबद्दल दुःख होत होतें; परंतु थोर पुरुषांवर कठीण प्रसंग आला असतां ते त्याहून कष्टतर गोष्टींकडे लक्ष देऊन आपलें दुःख दूर करीत असतात. या रीतीस अनुसरून, मागें होऊन गेलेल्या थोर थोर महात्म्यांच्या अलौकिक कृत्यांविषयीं युधिष्ठिरानें व्यास मुनींस आदरपूर्वक प्रश्न केला.

तो म्हणालाः—ब्रह्मन्, शक्राप्रमाणें पराक्रमी व आपल्या कृत्यांचा आपल्या मुखानें उच्चार न करणारे असे पुण्यशील सत्पुरुष अंतीं ब्रह्मलोकादि पुण्यस्थळींच जात असतात, हें मला समजलें. परंतु, महाराज, पुनः आपण मजवर अनुग्रह करून मला धीर द्या, आणि मागें होऊन गेलेल्या राजर्षींचीं पुण्यकृत्यें मला निवेदन करा. जे मोठे महात्मे व पुण्यशील म्हणून गाजत आहेत, त्यांपैकीं कोणी किती दानधर्म केला, वगैरे सर्व मला सांगा.

व्यास म्हणालेः—एक. शैब्य राजाला सृंजय या नांवाचा एक पुत्र होता. त्याचे पर्वत व नारद हे दोन ऋषि मोठे मित्र होते. एकदां असें झालें कीं, हे दोघे मुनि एकाच वेळीं त्यास भेटण्यास आले. तेव्हां सृंजयानें त्यांचें यथायोग्य आदरातिथ्य केल्यावर ते मोठ्या

आनंदानें आसनावर विराजमान झाले, व परम मित्रांच्या भेटीनें राजास अत्यानंद होऊन तोही इकडल्या तिकडल्या गोष्टी करीत त्यांचेजवळ बसला. इतक्यांत त्या राजाची उपवर झालेली कन्या सहजगतीनें मधुर हास्य करीत आपल्या बापाजवळ आली, आणि त्यास अभिवंदन करून त्याच्या बाजूस उभी राहिली! तेव्हां राजानेंही तिला अनुरूप व इष्ट असे आशीर्वाद देऊन तिचें यथायोग्य रीतीनें अभिनंदन केलें. राजा, त्या मुलीस पाहून पर्वत हंसत हंसत म्हणाला, " सृंजया, अरे, ही सर्वलक्षणसंपन्न चंचलनयना कोणाची कोण? अहो, ही काय सूर्याची प्रभा आहे? किंवा अग्नीची ज्वाला आहे? का चंद्राची कांति? अथवा श्री, ऱ्ही, कीर्ति, धृति, पुष्टि व सिद्धि यांपैकीं ही कोणी आहे?

देवर्षि पर्वताच्या या बोलण्यावर सृंजय राजा म्हणालाः—भगवन्, ही माझी मुलगी असून माझा आशीर्वाद घेण्यासाठीं येथें आली आहे. इतक्यांत नारद त्यास म्हणाला, " राजा, उत्तम श्रेय संपादावें अशी तुला इच्छा असेल तर ही कन्या मला भार्या करून दे!" यावर 'ठीक आहे, देतों!' असें सृंजयानें मोठ्या आनंदानें उत्तर दिलें. परंतु नारदाच्या या लटपटीनें पर्वतास त्याचा विलक्षण संताप येऊन तो म्हणाला, " नारदा, मीं हिला पूर्वीच मनानें वरिलें आहे, असें असतां माझी अवज्ञा करून तूं तिलाच वरिलेंस, त्यापेक्षां या तुझ्या उद्दाम कृत्यामुळें तुझी स्वेच्छेनें स्वर्गी जाण्याची शक्ति कुंठित होवो!"

नारदानें प्रत्युत्तर केलें:—पर्वता, सात प्रकारचा कन्यापरिग्रह प्रसिद्ध आहे. वरणारानें मनानें वरणें व वाणीनें वरणें, दात्यानें बुद्धिपुरःसर देण्याचें ठरविणें, आणि स्त्रीपुरुषांचें परस्पर संभाषण होऊन ठरणें, हे चार लौकिक प्रकार, व उदकपूर्वक दान आणि पाणिग्रहणमंत्र हे दोन वैदिक प्रकार. या सहा प्रकारांपैकीं कोणत्याही प्रकारानें लग्न निश्चित होत नाहीं. तर सप्तपदी म्हणून जो पुढला संस्कार आहे, त्याच्याच योगानें लग्न कायम होऊन वधूकडे भार्यात्व येत असतें. सप्तपदी होण्यापूर्वी कांहीं ती भार्या ठरत नाहीं. तेव्हां तुझ्या म्हणण्याप्रमाणें तुझा कांहींएक हक्कसंबंध सिद्ध होत नसतांना तूं मला विनाकारण शाप दिलास, त्यापेक्षां तूंही माझ्यावांचून स्वर्गास जाऊं शकणार नाहींस, समजलास!"

याप्रमाणें एकमेकांस शाप दिल्यामुळें त्या दोघांसही भूलोकीं राहाणें भाग पडून ते तेथेंच राहिले; आणि त्या राजानेंही आपणास पुत्र व्हावा म्हणून ब्राह्मणांस अन्नपान, आच्छादन इत्यादि पुरवून त्यांची शुद्ध भावानें व शक्य तितक्या तत्परतेनें सेवा चालविली. याप्रमाणें कांहीं काळ लोटल्यावर एकदां ते तपश्चर्यावेदाध्ययनरत आणि वेदवेदांगपारंगत असे विप्रवर्य त्या पुत्रेच्छु राजावर प्रसन्न होऊन त्यांनीं त्या राजास इच्छित पुत्र देण्याविषयीं नारदाची प्रार्थना केली. तेव्हां 'ठीक आहे' असें सांगून नारद सृंजयाला म्हणाले, "राजर्षे, हे ब्राह्मण तुजवर प्रसन्न झाले असून तुला पुत्र असावा अशी ते इच्छा करीत आहेत. तेव्हां तुला ज्या प्रकारचा पुत्र पाहिजे असेल तसा वर मागून घे."

यावर त्या राजानें हात जोडून 'ठीक आहे' असें म्हटलें; व अत्यंत गुणवान्, यशस्वी, कीर्तिमान्, मोठा तेजस्वी, शत्रूंचें दमन करणारा, आणि ज्याचें मूत्र, पुरीष, क्लेद, स्वेद वगैरे शरीरांतून बाहेर येणारें सर्व कांहीं सुवर्णमय असा पुत्र मागितला, आणि त्यामुळेंच पुढें त्या मुलाचें 'सुवर्णष्ठीवि' असें नांव ठेवलें गेलें. असो; याप्रमाणें वरप्रदान असल्यामुळें

त्या मुलापासून अपरिमित सुवर्ण उत्पन्न होऊं लागलें. तेव्हां त्या राजानें आपल्या मनास येईल तें सर्व सुवर्णमय बनविलें. मोठमोठीं घरें, राजवाडे व किल्ले सोन्याचे बांधले. ब्राह्मणांचीं वसतिस्थानें, शय्या, आसनें, गाड्या, पालख्या, वगैरे वाहनें आणि तपेलींपातेलीं वगैरे भांडींही सोन्याचीं केलीं. फार कशाला? कांहीं दिवसांनीं तर असें झालें कीं, त्या राजाचा राजवाडा व त्या राजवाड्याबाहेरील सर्वच उपयुक्त पदार्थ सुवर्णमय होऊन गेले! असो. पुढें चोरांच्या टोळ्यांना ही बातमी समजली व सुवर्ण उत्पन्न करणाऱ्या त्या राजपुत्रास त्यांनीं प्रत्यक्षही पाहिलें. तेव्हां त्यांस तें सहन न होऊन त्यांनीं एकत्र जमून, या राजास कोणत्या रीतीनें अपकार करावा याचा विचार चालविला. त्या ठिकाणीं कांहींजण म्हणाले:—आपण त्या राजपुत्रासच पकडूं या. कारण तोच या राजाची सुवर्णाची खाण आहे. तेव्हां त्यालाच धरण्याविषयीं आपण प्रयत्न करूं या.

याप्रमाणें बेत ठरल्यानंतर ते लोभी चोर राजवाड्यांत शिरले, आणि बलात्कारानें त्या राजपुत्रास घेऊन अरण्यांत गेले. तेथें गेल्यावर त्या राजपुत्राचें काय करावें हें त्या मूर्खांस न सुचल्यामुळें त्यांनीं त्यास ठार मारिलें; आणि त्याचे पोटांत द्रव्य असेल अशा समजुतीनें त्यास फाडूनही पाहिलें! परंतु त्या आशाळभूतांना कांहींएक सांपडलें नाहीं! कारण त्याचे प्राण निघून जातांच तें वरोत्पन्न द्रव्य नष्ट झालें होतें! असो; इतका प्रयत्न करून कांहींच लभ्यांश न झाल्यामुळें ते मूर्ख चोर एकमेकांवर संतापून आपसांत हाणामारी करूं लागले; आणि सर्व पृथ्वीवर अलौकिक अशा त्या कुमार सुवर्णष्ठीवीला ठार करून एकमेकांच्या हातून सर्वजण प्राणांस मुकले; आणि या दुष्ट कृत्यामुळें, ज्याची कल्पनाही करवत नाहीं अशा घोर नरकांत जाऊन पडले!

मरुत्त राजाचें वृत्त.

इकडे, मोठ्या प्रयासानें मिळविलेल्या वीराच्या योगानें प्राप्त झालेला पुत्र मृत झाला असें पाहून तो महातपस्वी सृंजय राजा अत्यंत दुःखाकुल होऊन करुणास्वरानें अनेक प्रकारें विलाप करूं लागला. तो याप्रमाणें पुत्रशोकानें व्याकुल होऊन एकसारखा दुःख करीत बसला आहे असें ऐकून देवर्षि नारद मुनींनीं त्याजवळ येऊन त्यास दर्शन दिलें, आणि दुःखार्त व शून्यहृदय होऊन विलाप करणाऱ्या त्या राजास उपदेश केला. युधिष्ठिरा, नारद मुनींनीं सृंजयाजवळ जाऊन त्यास काय उपदेश केला तो ऐक. नारद म्हणाले, "सृंजया, तुझे मनोरथ अजून तृप्त झाले नाहींत; आणि असा शोक करीत बसलास तर तुझ्या इच्छा शिल्लक राहून तसाच येथें मरण पावशील. अरे, गत गोष्टीचा शोक काय करतोस? मृत्यु हा कोणाला तरी चुकला आहे काय? बाबारे, आम्ही व हे ब्रह्मज्ञ मुनि ज्याच्या घरीं वास्तव्य करीत होतों तो आविक्षित मरुत्त राजाही मृत झाल्याचें आम्हीं ऐकिलें. मग इतरांचा तो पाड काय! अरे, काय त्या राजर्षीची योग्यता सांगावी? बृहस्पतीच्या स्पर्धेनें स्वतः संवर्तानें त्या राजासाठीं हवन केलें आणि त्याला लागणारें धनही त्याच सकलगुणसंपन्न प्रभूनें पुरविलें. हिमालयाच्या सुवर्णमय पायथ्याशीं त्यानें विविध यज्ञयाग करण्याचें योजिलें, तेव्हां तेथें बृहस्पतिप्रभृति अमरगण इंद्र व सर्व विश्वोत्पादक देव यज्ञसमाप्तीपर्यंत बसले होते. त्याच्या यज्ञांतील सर्व उपकरणें सुवर्णमय होतीं. तेथें आलेल्या ब्राह्मणांना आणि इतर अन्नार्थी

जनांनाही त्यांच्या इच्छेस येईल तशा प्रकारचें अन्न मनमुराद खावयास मिळत असून तें सर्व अगदीं निर्मल असे. त्याच्या सर्व यज्ञांमध्यें दूध, दहीं, तूप, मध, सुग्रास अन्न, वस्त्रें, अलंकार व इतर उपभोग्य पदार्थ तेथें जमलेल्या वेदपारंगत ब्राह्मणांस यथेष्ट मिळत असून ते अगदीं संतुष्ट असत. त्या आविक्षित मरुत्त राजर्षीच्या घरीं स्वतः मरुद्गण वाढपी असून विश्वेदेव हे सभासद असत. तो वीर्यशाली राजा राज्य करीत असतां नेहमीं सुवृष्टि होत असे व विपुल धान्य पिकत असे. त्यानें उत्तम प्रकारें यज्ञयाग करून देवांस तृप्त केलें. ऋषि, पितर व सुखांत वास करणारे देव यांस तृप्त करण्यासाठीं तो नित्य वेदाध्ययन व ब्रह्मचर्य यांत निमग्न राहून सर्व प्रकारचीं दानें करीत असे. यामुळें तेथें शय्या, आसनें, भक्ष्यभोज्य पदार्थ आणि मोठमोठ्या सुवर्णराशी वगैरे जें अपरिमित वित्त होतें तें सर्व त्यानें आपखुषीनें ब्राह्मणांस समर्पण केलें. याप्रमाणें तो श्रद्धालु राजा सर्व प्रजांस व्याधिवर्जित करून उत्तम प्रकारें राज्य करीत असतां इंद्रानें त्याचें चिंतन केलें, तेव्हां तो आपली प्रजा, मांडलिक राजे, अमात्य, भार्या, अपत्यें व बांधव यांसहवर्तमान स्वसुकृतार्जित अशा अक्षय्य लोकांप्रत गेला. सृंजया, ज्यानें पूर्ण यौवनामध्यें एक हजार वर्षेपर्यंत राज्य केलें, आणि दानयुक्त वित्त, गर्वरहित ज्ञान, क्षमान्वित शौर्य व संगरहित भोग या चारी शुभ गोष्टींत जो तुझ्याहून किती तरी अधिक, त्या मरुत्तराजर्षीलाही मृत्यु टळला नाहीं! तेथें इतरांची कथा काय? पहा, तुझ्या पुत्रानें कधीं यज्ञयाग केले नाहींत किंवा मोठेंसें औदार्यही दाखविलेलें नाहीं. याच्यापेक्षां तो मरुत्त राजा किती तरी पुण्यवान्! परंतु त्यालाही कालवश व्हावेंच लागलें! यासाठीं पुत्राच्या नांवानें व्यर्थ शोक करूं नको.

अध्याय छप्पन्नावा.

—:०:—

षोडशराजकीय.

सुहोत्राची कथा.

नारद म्हणाले:—सृंजया, ज्याच्याकडे वांकडा डोळा करून पाहाण्याची प्रत्यक्ष देवांचीही छाती नाहीं, असा तो सर्व पृथ्वीवरील श्रेष्ठ राजा सुहोत्र हाही मेला, असें आम्हांस ठाऊक आहे. पितृपरंपरागत हक्कानें राज्य प्राप्त झालें, तेव्हां जो ऋत्विज् ब्राह्मण व पुरोहित यांना आपलें हित कशांत आहे, हें विचारून केवळ त्यांच्या मताप्रमाणें वागत असे; प्रजापालन, दानधर्म, हवन व शत्रूंस जिंकणें हेंच आपलें कर्तव्य अशी ज्याची पूर्ण समजूत; सन्मार्गानेंच द्रव्य मिळवावें अशी ज्याची इच्छा; ज्यानें धर्माचरणानें देवतांस संतुष्ट केलें, बाणांनीं शत्रूंस पराभूत केलें, आपल्या उत्तमोत्तम गुणांनीं प्राणिमात्रास सुख दिलें, आणि ज्यानें म्लेंच्छ देशाशिवाय या सर्व पृथ्वीचें राज्य केलें, त्या सुहोत्र राजालाही मृत्यु चुकला नाहीं! सृजया, पूर्वीं तो सुहोत्र राजा राज्य करीत असतां पर्जन्यानें कित्येक वर्षेपर्यंत त्याच्या राज्यांत सुवर्णवृष्टि केली व त्यामुळें तेथील सर्व नद्या सुवर्णमय होऊन गेल्या! त्यांवर जाण्याची कोणासही बंदी नसल्यामुळें त्यांचा सर्व प्रजाजनांना उपयोगही होत होता. राजा, फार काय सांगावें? त्या नद्यांतील मकर, खेंकडे व हजारों प्रकारचे इतर मत्स्यादि प्राणीही सुवर्णाचेच बनले! तेव्हां ते सुवर्णमय बनलेले वामन, कुब्ज, नक्र, मकर, कच्छप. इत्यादि हजारों प्रकारचे प्राणी पाहून सुहोत्र राजास मोठें नवल वाटलें! लगेच या एवढ्या द्रव्याचें

काय करावें, असा विचार त्याच्या मनांत येऊन, " कुरुजांगल देशांत मोठमोठे यज्ञ करावे व त्यांत हें अपार सुवर्ण ब्राह्मणांस समर्पण करावें. " असा त्यानें आपल्या मनाशीं बेत केला. नंतर त्यानें हजारों अश्वमेध केले, शेंकडों राजसूय यज्ञ केले, व फक्त क्षत्रियांनींच करावयाचे असे कित्येक क्रतु केले, आणि काम्य नैमित्तिक व नित्य याग करून त्या सर्वांत अपरंपार दक्षिणा दिल्या; व अशा प्रकारें पुण्यकर्मे करून त्यानें सद्गति मिळविली. सृंजया, ज्यानें एवढीं पुण्यकृत्यें केलीं; धर्म, अर्थ, काम व बल या चारी शुभ गोष्टींत जो तुजपेक्षांही श्रेष्ठ, व तुझ्या पुत्रापेक्षां तर फारच श्रेष्ठ, तो सुहोत्र राजाही मरण पावला, तेथें तुझ्या या यज्ञयागविरहित व दानधर्महीन पुत्राची गोष्ट कशाला ? यासाठीं, बाबा, " हे श्वैत्या, हे श्वैत्या ! " असा टाहो फोडून व्यर्थ शोक करणें सोडून दे.

अध्याय सत्तावन्नावा.

—:०:—

षोडशराजकीय.

पौरवाची कथा.

नारद सांगतातः—राजा, ज्यानें लक्षावधि श्यामकर्ण सोडून असंख्य अश्वमेध केले, त्या महाप्रतापी पौरव राजालाही अंतीं मृत्यु आलाच ! त्या पौरवानें केलेल्या अश्वमेधांच्या वेळीं वेदवेदांगें व यज्ञविधानें जाणणारे असंख्य विद्वान नानादेशांहून जमा झाले होते. वेदविद्या पूर्ण होईपर्यंत स्नातकधर्मानें राहिलेले, मनाचे उदार व सदा आनंदी अशा त्या विद्वानांची तेथें सर्व प्रकारें उत्तम व्यवस्था राखिली होती. सुंदर गृहें, सुग्रास अन्न, उत्तम वस्त्रप्रावरणें, सुखशय्या, सुखासनें व उत्तमोत्तम भोज्य पदार्थ यांची तेथें रेलचेल होती. नट, नर्तक, गायक व हातांवर किंवा डोक्यांवर भरलेलीं भांडीं, समया, वगैरे घेऊन नाचणारे लोक हे त्यांच्या करमणुकीसाठीं नेमलेले असून, ते सदासर्वकाळ मोठ्या तत्परतेनें आपापलीं कामें करीत असल्यामुळें ते सकल द्विजगण जणूं आनंदसागरांत मग्न असत ! प्रत्येक यज्ञामध्यें दक्षिणा देण्याची वेळ आली म्हणजे तर त्या पौरव राजाचा हात फारच सैल सुटत असे. सुवर्णाप्रमाणें ज्यांची अंगकांति आहे असे दहा हजारांवरी मदोन्मत्त हत्ती, ध्वजपताकायुक्त असे सुवर्णमय रथ, अश्व, रथ व गज यांवर आरूढ झालेल्या हेमालंकारमंडित हजारों कन्या, त्यांस राहाण्यासाठीं मंदिरें, शेतें व शेंकडों गाई हें सर्व तो दक्षिणा म्हणून ब्राह्मणांस देत असे. तो स्वर्णमाली राजा लक्षावधि सवत्स गाई दान देई, तेव्हां त्यांबरोबर त्यांचे तितके गोवारी, सुवर्णाचीं शिंगें, रुप्याचे खूर वगैरे त्यांचे अलंकार, आणि दूध काढण्याच्या कासंड्या सुद्धां देत असे. यांशिवाय दासी, दास, गर्दभ, उष्ट्र, शेळ्यामेंढ्यांचे कळप, विविध रत्नें व नानाप्रकारच्या पक्वान्नांचे पर्वतप्राय ढीग अशा प्रकारच्या बहुमोल दक्षिणा तो राजर्षि आपल्या विस्तृत यज्ञांमध्यें ब्राह्मणांस देत असे. पौराण कथा जाणणारे लोक त्याच्या संबंधानें अशी गोष्ट सांगत असतात कीं, हा अंगाधिपति पौरव यज्ञ करूं लागला तेव्हां त्याला त्याच्या पूर्वसुकृताच्या योगानें शुभकारक अशा यज्ञांचें यथार्थ ज्ञान प्राप्त झाल्यामुळें ते यज्ञ यथासांग झाले, व त्यामुळें ते विशेष फलप्रद होऊन त्यांपासून त्या राजाचे सर्व मनोरथ पूर्ण झाले. सृंजया, ज्यानें इतके यज्ञयाग करून तुझ्यापेक्षां व तुझ्या पुत्रापेक्षां किती तरी अधिक पुण्य संचित केलें, तो पौरव राजाही जर मृत्युवश झाला आहे, तर ज्यानें कधीं यजन केलें नाहीं,

किंवा विशेष दानधर्मही केला नाहीं, त्या तुझ्या पुत्रास मृत्यु येणें ही कांहीं अघटित गोष्ट नव्हे ! हें असें व्हावयाचेंच, त्यास कांही एक उपाय नाहीं. यासाठीं, बाबा, मुलासाठीं कष्टी होऊं नको, आणि ' बाळा श्वैत्या, ' असा व्यर्थ आक्रोश करूं नको.

अध्याय अठ्ठावन्नावा.

—:०:—

षोडशराजकीय.

शिबीची कथा.

नारद सांगताातः—सृंजया, ज्यानें पर्वत, अरण्यें, द्वीपें व समुद्र यांसह ही संपूर्ण पृथ्वी आपल्या रथघोषानें दणाणून देऊन तिजवर आपला पूर्ण अंमल बसविला, तो उशीनरपुत्र शिबि राजाही परलोकवासी झाल्याचें आमच्या ऐकिवांत आहे. प्रत्येक लढाईत तो आपल्या बलाढ्य शत्रूंचा निःपात करीत असे. त्यानें अनेक प्रकारचे मोठमोठे यज्ञयाग करून त्यांत मोठ्या औदार्यानें दक्षिणा दिल्या. त्या वीर्यशाली व चतुर राजानें अपार द्रव्य मिळविलें व युद्धकौशल्यासंबंधानें सर्व मूर्द्धाभिषिक्त भूपालांकडूनही त्यानें अग्रेसरत्व संपादिलें. नंतर त्यानें संपूर्ण पृथ्वी पादाक्रांत करून बहुफलदायक असे अनेक अश्वमेध यज्ञ केले व ते निर्विघ्नपणें सिद्धीस गेले. याचकांस खर्व खर्व मोहरा देणाऱ्या त्या उदार राजानें हत्ती, घोडे, गुरेंढोरें, धान्य, मृग, गाई व शेळ्यामेंढ्या, यांसह ही विविध साधनसंपन्न पवित्र भूमि ब्राह्मणांस अर्पण केली. पावसाच्या धारा, आकाशांतील तारका, गंगेंतील वाळूचे कण, मेरु पर्वतावरील दगड, आणि समुद्रांतील रत्नें व जीवजंतु या सर्वांच्या संख्येइतक्या गाई त्यानें यज्ञ करून दान दिल्या. या शिबीसारखा राज्यधुरा ओढणारा दुसरा राजा मागें होऊन गेलेला, पुढें होणारा किंवा त्या वेळीं विद्यमान असलेला प्रत्यक्ष ब्रह्मदेवासही कोणी आढळला नाहीं. या औशीनर शिबीनें नानाप्रकारचे यज्ञयाग केले, परंतु त्यांतील एकांतही अणुरेणुमात्र देखील न्यून पडलें नाहीं. सर्व प्रकारच्या इच्छित वस्तु तेथें अगदीं तयार असत. प्राकार व तोरणें हीं देखील सुवर्णमयच असत. यज्ञस्तंभ, त्याचप्रमाणें आसनें व गृहें सर्व सोन्याचीं असत. निर्मल व रुचिकर असे खाण्यापिण्याचे पदार्थ तयार असावयाचे आणि दहा दहा लाख ब्राह्मण त्या यज्ञासाठीं जमावयाचे. जिकडे तिकडे लोक नानाप्रकारचे भक्ष्य पदार्थ खात आहेत, व मौजेनें गप्पागोष्टी करीत आहेत, दूध व दहीं यांचे मोठमोठे डोह भरलेले आहेत, पेय पदार्थांच्या नद्या वहात आहेत, आणि स्वच्छ अन्नाचे पर्वत पडले आहेत. अशी त्याच्या यज्ञवाटिकेंत स्थिति असे. " लोकहो, प्या, स्नान करा, जें गोड लागेल तें खा " अशी प्रार्थना चाललेली असावयाची. राजा, त्या त्याच्या पुण्यकर्मानें भगवान् शंकर त्याजवर प्रसन्न झाले, व त्यांनीं त्यास वर दिला कीं, " तूं कितीही दानधर्म केलास तरी तुझी संपत्ति कमी होणार नाहीं, ती अक्षय्य राहील. त्याचप्रमाणें तुझे हे यज्ञयाग सतत चालतील व तुझी अक्षय्य कीर्ति होईल. सर्व जनांला तूं प्रिय होशील, व अंतीं परमपावन अशा स्वर्गलोकाला जाशील. "

अशा प्रकारचे इष्ट वर मिळवून शिबि राजा मृत्युकाल येतांच स्वर्गस्थ झाला. सृंजया, तुजपेक्षां सर्व प्रकारें श्रेष्ठ व तुझ्या पुत्रापेक्षां फारच अधिक पुण्यवान् असा तो शिबि राजाही ज्या अर्थी मृत्यु पावला आहे, त्या अर्थी आपल्या यज्ञयागहीन व औदार्यशून्य पुत्राबद्दल

" हे श्वैत्या, हे श्वैत्या ! " असा आक्रोश करून व्यर्थ शोक कशाला करतोस ?

अध्याय एकुणसाठावा.

—:०:—

षोडशराजकीय

दाशरथी रामाची कथा.

नारद सांगतात—सृंजया, औरस पुत्राला पाहून पित्यास आनंदाचें भरतें येतें, त्याप्रमाणें ज्या राजाला पाहून प्रजाजनांचें अंतःकरण आनंदानें उचंबळून येत असे, तो दाशरथी-रामचंद्रही मृत्यु पावल्याचें आम्हीं ऐकिलें. त्या अमितपराक्रमी रामचंद्राच्या ठिकाणीं असंख्य गुण वसत होते. ज्यानें केवळ पित्राज्ञेचें उल्लंघन होऊं नये म्हणून भार्येसह चौदा वर्षेंपर्यंत वनवास केला. ज्यानें तापसांच्या रक्षणासाठीं जनस्थानांत चौदा हजार राक्षसांचा संहार केला. त्या प्रभु रामचंद्रालाही मृत्यु चुकला नाहीं. सृंजया, भगवान् रामचंद्र जनस्थानांत राहात असतां त्यास व लक्ष्मणास फसवून रावणानें देहकन्या जानकीस हिरावून नेलें. रावण ा बलाढ्य व शत्रूंस केवळ अजिंक्य होता, ापि त्याच्या या अपराधानें रामचंद्रास कोप न, त्रिनेत्रधारी शंकरानें पूर्वीं अंधकास केलें, त्याप्रमाणें रामचंद्रानें त्यास समरांांत मारिलें. सर्व सुरासुरांना अवध्य व वब्राह्मणांचा द्वेष्टा जो पुलस्तिपुत्र रावण, यास त्याच्या सर्व परिवारासह ठार करून त्या त्रिदशवंद्य दाशरथीनें प्रजाजनांवर अनुग्रह केला. तेव्हां त्याची कीर्ति सकल विश्वांत पसरली, आणि सुरगण व ऋषिगण त्याची स्तुति करूं लागले. सर्व प्राण्यांविषयीं ज्याच्या मनांत अत्यंत स्नेहबुद्धि असे अशा त्या रामाला राज्य प्राप्त झाल्यावर त्यानें धर्मनीतीप्रमाणें प्रजांचें उत्तम प्रकारें पालन केलें, अश्वमेध नामक महायज्ञ करून तो यथासांग व निर्विघ्नपणें पार पाडला, हविर्द्रव्यानें इंद्रास संतुष्ट केलें, आणि बहुफलदायक असे दुसरेही अनेक यज्ञ केले. रामचंद्रानें आपली भूक व तहान जिंकिली, आणि प्राण्यास होणारे सर्व रोगही जिंकिले. तेव्हां आपल्या तेजानें सतत प्रकाशमान होणारा तो गुणसंपन्न दाशरथी राम सर्व भूतांहून विशेष प्रकारें शोभूं लागला. भगवान् रामचंद्र राज्य करीत असतां मनुष्य, देव व ऋषि हे भूमीवर एकत्र राहूं लागले. सर्व लोक अत्यंत पुण्यवान् असल्यामुळें देवही मनुष्यांच्या दृग्गोचर होऊन भूमीवर संचार करूं लागले. सृंजया, रामराजा राज्य करीत असतां प्राण्यांचें बल क्षीण होत नसे. त्यांचे श्वासोच्छ्वासादि व्यापार नियमितपणें चालत असून त्यास अतिश्वास इत्यादि रोग कधींही होत नसत. तेजस्वी पदार्थ अधिक उज्वल दिसत. कोणत्याही प्रकारचे अनर्थ होत नसत. सर्व प्रजा दीर्घायुषी असे. कोणीही तारुण्यांत मरत नसे. चतुर्वेदांच्या घोषानें स्वर्गस्थ देव सदा संतुष्ट असत. नाना प्रकारचें हव्य, कव्य व हवन त्यांस प्राप्त होत असून त्यांच्या आलयांभोंवतीं उत्तम बागबगीचे व पुष्करिणी असत. सर्व देशांमध्यें डांस, चिलटें इत्यादिकांचा बिलकूल उपद्रव होत नसे. हिंस्रपशु व सर्प यांपासूनही मुळींच पीडा होत नसे. पाण्यांत बुडून कोणीही मरत नसे; व अग्नि देखील कोणतीही वस्तु अकालीं जाळीत नसे. अधर्मप्रिय, चोर, व मूर्ख असे त्या वेळीं मुळींच नव्हते; सर्व वर्णांचे लोक शिष्टसंमत व शहाणपणाचें असेंच वर्तन करणारे होते. जनस्थानामध्यें राक्षसांनीं बंद पाडलेलें पितरांचें तर्पण व देवतांचें पूजन ह्याच प्रभु रामचंद्रानें त्या राक्षसांचा संहार करून पुनः सुरू केलें. सृंजया, रामराज्याच्या वेळीं मनुष्यांस हजार वर्षें आयुष्य असून एके-

कास हजार हजार पुत्र होत असत, आणि ज्येष्ठाला कनिष्ठाचें श्राद्ध करण्याचा प्रसंग कधींही येत नसे. ज्याचा वर्ण सांवळा, नेत्र आरक्त, मत्त गजाप्रमाणें गति, बाहु सुंदर व गुडघ्यापर्यंत पोंचणारे आणि स्कंदप्रदेश सिंहाच्याप्रमाणें असून ज्याचें तारुण्य सर्वदा कायम होतें, तो महाबलिष्ठ रामचंद्र अकरा हजार वर्षें राज्य करून सर्व भूतांचीं अंतःकरणें प्रसन्न करिता झाला. त्या वेळीं सर्व प्रजाजनांचीं अंतःकरणें त्याच्या ठिकाणीं इतकीं वेधून गेलीं होतीं कीं, त्यांचीं सर्व बोलणीं रामाविषयीं असत. त्यांस ध्यानीं मनीं राम दिसे. रामचंद्र राज्य करीत असतांना त्याच्या योगानें सर्व जगाला विलक्षण मोहकता आली होती. याप्रमाणें चतुर्विध प्रजांना स्वचरणीं लीन करून स्वर्गी गेल्यावर येथें स्वांशभूत अशा आठ प्रकारच्या राजवंशांची स्थापना करून प्रभु रामचंद्रही स्वर्गारोहण करिते झाले. सृंजया, एवढ्या योग्यतेचा तो प्रभु रामचंद्रही जर स्वर्गस्थ झाला आहे, तर त्याच्यापेक्षां किती तरी हीन व यज्ञयाग व दानधर्मविरहित अशा तुझ्या पुत्राला मृत्यु आला यांत काय आश्चर्य ? यासाठीं, बाबा, मुलाच्या नांवानें व्यर्थ शोक करूं नको !

अध्याय साठावा.

—:०:—

षोडशराजकीय.

भगीरथाची कथा.

नारद म्हणाले:—सृंजया, भागीरथीच्या उगमापासून ती सागराला मिळेपर्यंत तिच्या तीरांवर ज्यानें सुवर्णमय घाट बांधिले, त्या भगीरथ राजालाही मृत्यु आलाच ! अरे, या भगीरथराजानें राजे व राजपुत्र यांचा अनादर करून हजारों कन्या सुवर्णालंकारांनीं सुशोभित करून ब्राह्मणांस समर्पिल्या. त्या सर्व कन्यांस चार चार घोड्यांच्या रथांत बसविलें असून प्रत्येक रथाबरोबर शंभर शंभर हत्ती चालत होते. हे सर्व हत्ती सुवर्णपदकांच्या मालांनीं विभूषित केलेले होते. यांतील प्रत्येक हत्तीच्या पाठीमागून हजार हजार घोडे व प्रत्येक घोड्यामागें शंभर शंभर गाई चालत असून, गाईच्या पाठीमागून शेळ्यामेंढ्यांचे कळप चालले होते. इतकें सर्व भगीरथानें त्या कन्यांबरोबर ब्राह्मणांस अर्पण केलें ! गंगेच्या तीरीं बसून तो राजा मोठमोठ्या दक्षिणा देत असल्यामुळें त्या ठिकाणीं याचकांची इतकी गर्दी होऊन गेली कीं, त्याच्या योगानें गंगेचा प्रवाह कुंठित होऊन तिचें पाणी वर चढूं लागलें व तें भगीरथाच्या मांडीवरही चढलें; जणूं काय या ब्राह्मणांच्या गतिभारामुळें अत्यंत पीडित होऊन कीं काय गंगा आपल्या पित्याकडे म्हणजे भगीरथाकडे येऊन त्याच्या मांडीवर बसली ! राजा, याप्रमाणें ती भागीरथी गंगा भगीरथाच्या मांडीवर बसून त्याची मुलगी झाली व तिनें त्यास पुन्नाम नरकापासून मुक्त केलें. यासंबंधानें सूर्यतुल्य तेजस्वी गंधर्व आपल्या सुस्वर वाणीनें पितर, देव, मनुष्य यांच्या समक्ष त्याची स्तुति करूं लागले ! इक्ष्वाकुकुलोत्पन्न भगीरथ राजा यज्ञ करून अपार दक्षिणा देत असे. समुद्रगामिनी गंगादेवीनें त्यास आपला पिता मानिलें व त्याच्या आश्रयानें ती राहिली ! इंद्रासह सुरगण व देवता त्याच्या यज्ञाला येऊन त्यांनीं तो सुशोभित केला आणि त्या यज्ञाचा त्यांनीं मोठ्या आदरानें स्वीकार केला. तो यज्ञ चालू असतांना कोणत्याही रोगाचा प्रादुर्भाव झाला नाहीं, व तो निर्विघ्नपणें पार पडला. या राजाला योगाभ्यासानें इतकें विलक्षण सामर्थ्य प्राप्त झालें होतें कीं, कोणताही ब्राह्मण कोणत्याही ठिकाणीं असो,

त्याच्या मनांत जी इष्ट वस्तु येईल ती त्याच्यापुढें हजर असे; म्हणजे कोणत्याही ठिकाणीं कोणतीही वस्तु तत्काल देण्याचें सामर्थ्य या भगीरथीला प्राप्त झालें होतें. ब्राह्मणाची इष्ट वस्तु कितीही दुर्मिळ असो, ती भगीरथाकडून मिळाली नाहीं, असें कालत्रयीं घडत नसे. अशा प्रकारें दानधर्म करणारा तो राजा विप्रप्रसादानें ब्रह्मलोकाला गेला. कर्मयज्ञ व योगयज्ञ यांनींच ज्यांची प्राप्ति व्हावयाची, उदय पावणारा सूर्य व तदंतर्यामी देव यांची उपासना मरीचिपादी ऋषि करीत असतात, त्याचा हेतु इतकाच कीं, सूर्यदर्शनानें पातकाचा नाश होतो, व तदंतर्यामी देवांचे उपासनेनें सत्यसंकल्पत्वादि फलें मिळतात. हीं दोन्ही प्रकारचीं फलें भगीरथाच्या दर्शनानें व उपासनेनें मिळत असल्यामुळें तेच मरीचिपादी ऋषि या राजाच्या दर्शनाविषयीं व उपासनेविषयीं तितक्याच औत्सुक्यानें तत्पर असत. सृंजया, तुजपेक्षां चतुर्गुण व तुझ्या पुत्रापेक्षां सहस्रगुण पुण्यशील असा तो भगीरथ राजाही मरण पावला आहे, हें समजून आपल्या यज्ञयागहीन व औदार्यहीन पुत्राच्या निधनाबद्दल व्यर्थ दुःख करीत कां बसतोस बरें ?

अध्याय एकसष्टावा.

—:०:—

षोडशराजकीय.

दिलीपाची कथा.

नारद सांगतातः—राजा, भूमीवरील कुबेरच की काय असा तो दिलीप राजाही निधन पावला. त्यानें शेंकडों यज्ञ केले असून त्या प्रत्येक यज्ञांत लाख लाख दहा दहा लाख ब्राह्मण असत. त्यांस अनुष्ठानाच्या कृतीचें व वेदार्थाचें पूर्ण ज्ञान असून त्यांनीं पुष्कळ वेळ यज्ञयाग केले होते, व त्यांस पुत्रपौत्रही झालेले होते. वसुधाधिप दिलीपानेंही वसुपूर्ण संपूर्ण वसुधा मोठमोठे यज्ञ करून ब्राह्मणार्पण केली. या दिलीपाच्या यज्ञामध्यें विधिमार्ग उज्ज्वल झाले,—म्हणजे ते याच वेळेपासून विशेष प्रचारांत आले; आणि इंद्रासहवर्तमान सकल देवांनींही सुकृतलालसेनें तेच मार्ग अंगिकारिले. पर्वतप्राय ज्यांचीं शरीरें असे हजारों हत्ती त्या यज्ञमंडपाच्या बाहेर डुलत असत. तो सर्व सभामंडप सुवर्णमय असून अतिशयच तेजस्वी दिसे. त्या ठिकाणीं षड्रसांचे पाट चालले होते, व भक्ष्य पदार्थांचे डोंगराएवढाले ढीग पडले होते. सृंजया, तेथील यज्ञस्तंभ हजार हजार वांवा लांबीचे असून ते सर्व सोन्याचे असत. त्या हिरण्मय यज्ञस्तंभावरील चक्रें वगैरेही सोन्याचींच असत. त्या मंडपामध्यें सहा हजार अप्सरा सात प्रकारचा नाच करीत असत. स्वतः विश्वावसु गंधर्व त्या ठिकाणीं प्रेमानें वीणा वाजवीत असे. त्या सत्यनिष्ठ राजाला सर्व प्राणी बहुमान देत असत. गूळभात, खांडवी, वगैरे उत्तमोत्तम भक्ष्य व भोज्य पदार्थांच्या सेवनानें उन्मत्त झालेल्या स्त्रियाही पतिसमागमच करीत असत. म्हणजे उन्मत्तपणांतही त्यांजकडून पापाचरण घडत नसे. तो राजा पाण्यांतून लढत चालला तरी त्यामध्यें त्याच्या रथाचीं चाकें बुडत नसत, त्याचा रथ पाण्यावरूनही चालावयाचा. अशा प्रकारचें सामर्थ्य दुसऱ्या कोणत्याही राजाला नसल्यामुळें, ही गोष्ट मला फारच अद्भुत वाटते. महापराक्रमी, सत्यवादी व अत्यंत उदार अशा या दिलीप राजाला ज्यांनीं प्रत्यक्ष पाहिलें आहे, त्यांनीं स्वर्गच जिंकला म्हणून समजावें. नुसत्या त्याच्या दर्शनानेंच स्वर्गप्राप्ति व्हावयाची. या दिलीपाच्या घरीं वेदघोष, प्रत्यंचेचा शब्द, प्या, उपभोग घ्या व खा " हे पांच प्रकारचे शब्द अखंड चाललेले असत. सृंजया, ज्यानें इतकीं पुण्यकर्में

केलीं, त्या दिलीप राजालाही जर मृत्यु चुकला नाहीं, तर ज्यानें असे यज्ञयाग केले नाहींत व दानधर्मही केला नाहीं, त्या तुझ्या यःकश्चित् पुत्राची कथा काय ! यासाठीं बाबा, मुलासाठीं कष्टी होऊं नको, व त्याच्या नांवानें आक्रोश करण्याचें सोडून दे !

अध्याय बासष्टावा.

—:०:—

षोडशराजकीय.

मांधात्याची कथा.

नारद सांगतातः—सृंजय राजा, ज्यानें त्रैलोक्य जिंकून देव, दानव व मानव या सर्वांचें आधिपत्य मिळविलें, तो युवनाश्वपुत्र मांधाताही मृत झाला. तो आपल्या पित्याच्या उदरामध्यें गर्भरूपानें उत्पन्न झाला असतां तेथून त्याला अश्विनीकुमारांनीं बाहेर काढिलें. तो वृत्तांत असा आहे कीं, एकदां युवनाश्व राजा मृगया करीत हिंडत असतां त्याचे घोडे अगदीं थकून गेले व स्वतः त्यालाही फार तहान लागली. इतक्यांत पलीकडे त्याला धूर दिसला. तेव्हां त्या अनुरोधानें तो तेथें गेला. त्या ठिकाणीं सत्र चाललें होतें. त्यांतील पृषदाज्य म्हणजे दहीं व तूप यांच्या मिश्रणानें तयार केलेला पदार्थ त्याला मिळाला. तें पृषदाज्य त्याच्या उदरांत प्रविष्ट होतांच त्यापासून त्या ठिकाणीं एक बालक गर्भरूपानें उत्पन्न झालें. ही गोष्ट भिषग्वर अश्विनीदेवांच्या दृष्टोत्पत्तीस येऊन त्यांनीं त्या बालकास पितृजठरांतून मोठ्या कौशल्यानें बाहेर काढिलें. पित्याच्या मांडीवर पडलेलें तें देवतुल्य तेजस्वी बालक पाहून देव एकमेकांस म्हणूं लागले कीं, "आतां या बालकानें कोणाचें दूध प्यावें हो ?" इतक्यांत, "मजपासूनच यानें आतां दुग्धपान करावें," असें इंद्र तेथें म्हणाला. नंतर इंद्राच्या अंगुलीपासून अमृतासारखें दूध निघूं लागलें. राजा, इंद्राला त्या अर्भकाची करुणा येऊन "मांधास्यति" 'मजपासून दुग्धपान करील' असे शब्द त्याच्या मुखांतून निघाले, व त्यावरूनच त्या मुलाचें नांव मांधाता असें चमत्कारिक पडलें. नंतर इंद्राच्या अंगुलीपासून दुधाच्या व तुपाच्या धारा त्या महात्म्या मांधात्याच्या मुखांत पडूं लागल्या, आणि अशा प्रकारें इंद्राच्या हाताचें पान करून तो दिवसेंदिवस वाढूं लागला. केवळ बारा दिवसांतच तो बारा वर्षांच्या मुलाएवढा व मोठा बलवान् झाला. पुढें त्यानें एका दिवसांतच ही संपूर्ण पृथ्वी जिंकिली; आणि त्या धर्मशील, धैर्यवान्, सत्यप्रतिज्ञ व जितेंद्रिय वीरपुरुषानें आपल्या अलौकिक पराक्रमानें जनमेजय, सुधन्वा, गय, पूरु, बृहद्रथ, असित व नृग या सर्वांस मागें सारिलें ! ज्या ठिकाणीं सूर्य उदय पावतो त्या ठिकाणापासून सूर्य मावळतो तेथपर्यंतचा सर्व प्रदेश हें या युवनाश्वपुत्र मांधात्याचें क्षेत्र होय, म्हणजे हा सर्व प्रदेश त्याच्या ताब्यांत होता. राजा सृंजया, त्या मांधात्यानें शेंकडों अश्वमेध केले, तसेंच शेंकडों राजसूय यज्ञ केले, व ज्यांत पद्मरागमण्यांच्या व सोन्याच्या खाणी असून जो इतर प्रदेशांपेक्षां पुष्कळ उंच आहे, असा शंभर योजनें लांबीचा मत्स्य ब्राह्मणांस अर्पण केला ! त्याचप्रमाणें अनेक प्रकारच्या भक्ष्यभोज्यपदार्थांचे व स्वादिष्ट अन्नाचे पर्वतच्यापर्वत त्यानें ब्राह्मणांस समर्पण केले. त्या वेळीं ब्राह्मणांस पुरून इतके पदार्थ उरत असत कीं, ते खाण्यास मंडळीचाच तोटा पडे ! जिकडेतिकडे भक्ष्यभोज्य पदार्थांचा खच पडला आहे; अन्नाचे पर्वत पडले आहेत, त्यांवर तुपाचीं सरोवरें बनलीं आहेत, सभोंवतीं चटण्याभाज्यांचा चिखल झाला आहे,

दहीं हा त्यांवर फेंस आला आहे व गुडरूप उदकही त्यांवर आहे. अशा प्रकारच्या त्या अन्नपर्वताभोंवतीं दूध व मध यांच्या पवित्र नद्यांचा वेढा पडला असून त्यांमध्यें ते पर्वत गडप होतात कीं काय असें वाटत आहे, अशी तेथें स्थिति असे. देव, दानव, मनुष्य, यक्ष, गंधर्व, उरग व पक्षी, त्याचप्रमाणें वेद-वेदांगपारंगत असे ब्राह्मण त्या ठिकाणीं होते. तेथील ब्राह्मण व ऋषि यांमध्यें अविद्वान् कोणीच नव्हता. सर्वच मोठे ज्ञानी होते. सृंजया, ही समुद्रवलयांकित संपूर्ण समृद्ध पृथ्वी ब्राह्मणांस अर्पण करून तो भूपति अस्तंगत झाला; व आपल्या कीर्तीनें दाही दिशा व्यापून तो पुण्यलोकाला गेला. हे सृंजया, तुझ्यापेक्षां चतुर्गुण व तुझ्या पुत्रापेक्षां किती तरी अधिक पुण्यवान् असा तो महात्मा मांधाताही मृत्यु पावला, तेथें तुझ्या या यज्ञयागहीन व औदार्यरहित पुत्राचा काय पाड ? तेव्हां, बाबारे, मरण हें कोणासच चुकलें नाहीं, हें ध्यानीं आणून गत पुत्राच्या नांवानें व्यर्थ शोक करूं नको !

अध्याय त्रेसष्टावा.

—:०:—

षोडशराजकीय.

ययातीचें वर्णन.

नारद सांगतातः—सृंजया, तुझ्या पुत्राची गोष्ट कशाला ! नहुषपुत्र ययाति राजाही मरण पावला आहे. त्यानें शेंकडों राजसूय व शेंकडों अश्वमेध यज्ञ केले असून हजार पुंडरीक यज्ञ, शेंकडों वाजपेय, हजारों अतिरात्र, इच्छेस आलीं तितकीं चातुर्मास्यें, तसेच अनेक अग्निष्टोम व नाना प्रकारचीं सत्रें केलीं; व त्यांत उदार हस्तानें दानधर्म केला. पृथ्वीवर ब्राह्मणेतरांच्या ताब्यांत असलेलें सर्व द्रव्य गोळा करून त्यानें तें ब्राह्मणांस देऊन टाकलें ! तो अत्यंत पुण्यशील राजा यज्ञ करूं लागला म्हणजे सर्व नद्यांत पवित्र अशी सरस्वती नदी सप्त सागर, पर्वत व इतर नद्या त्यास दूध व तूप पुरवीत असत. पूर्वीं देवांचें व असुरांचें युद्ध जुंपलें, तेव्हां या ययातिराजानें देवांस साहाय्य केलें, आणि सर्व पृथ्वीचे चार विभाग करून ते चौघांस वांटून दिले. त्यानें नानाप्रकारचे यज्ञयाग केले आणि शुक्रकन्या देवयानी व शर्मिष्ठा यांचे उदरीं धर्मसंतति उत्पन्न केली. नंतर त्या देवतुल्य नहुषपुत्रानें सर्व देववनांमध्यें अपर इंद्राप्रमाणें विहार केला, तथापि त्याचे मनोरथ तृप्त झाले नाहींत; तेव्हां त्या चतुर्वेदज्ञ राजानें ही गाथा म्हणून भार्येसह वनवास अंगिकारिला—तो म्हणाला, “या पृथ्वीवर असलेलें सर्व धान्यधुन्य संगळें हिरण्य, सर्व पशु व सगळ्या स्त्रिया एका मनुष्याला प्राप्त झाल्या, तरी तेवढ्यानेंही त्याची तृप्ति व्हावयाची नाहीं; यासाठीं मनुष्यानें विवेक करूनच शमाचें अवलंबन केलें पाहिजे.”

अशा प्रकारें ययातीनें सर्व विषयोपभोगांचा त्याग करून विवेकाचा अवलंब केला, आणि पूरु नामक पुत्रास राज्याभिषेक करून वानप्रस्थाश्रम स्वीकारिला. सृंजया, ययाति राजा तुजपेक्षां व तुझ्या पुत्रापेक्षां किती तरी अधिक पुण्यवान्, तथापि तोही मृत्युमुखीं पडलाच ! तेथें तुझ्या या यज्ञयागरहित व औदार्यहीन पुत्रांची गोष्ट कशाला ? यासाठीं, बाबा, पुत्रनिधनाबद्दल उगाच कां कष्टी होतोस बरें ?

अध्याय चौसष्टावा.

—:०:—

षोडशराजकीय.

अंबरीषाची कथा.

नारद पुढें सांगतातः—सृंजया, नाभाग अंबरीष राजाही मृत झाला, तेथें तुझ्या पुत्राचा काय पाड ? अरे, तो राजा हजारों हजार भूपालांबरोबर एकटा लढत असे ! एकदां त्याला समरांत जिंकावें म्हणून शत्रु चोहोंकडून एकदम त्यावर चालून आले. ते सर्व अस्त्रविद्येंत निष्णात असून फार उग्र होते. ते या वेळीं अगदीं दांतओंठ खात व अपशब्द बोलतच अंबरीषावर धांवून आले. तथापि एकट्या अंबरीषानें आपलें शारीरबल, हस्तलाघव, युद्धज्ञान व अस्त्रबल यांच्या योगानें त्यांचीं आयुधें, रथ, ध्वज व छत्रें छेदून त्यांस जर्जर केलें; आणि इतकें करण्याला त्याला विशेष श्रम पडले असेंही नाहीं. याप्रमाणें ते सर्व शत्रु जर्जर होऊन गेले तेव्हां ते लढणें सोडून देऊन प्राण वांचविण्यासाठीं त्या शरण्य राजाला शरण जाऊन म्हणाले, "महाराज आम्ही आपले आज्ञांकित आहों." अशा प्रकारें अंबरीषानें आपल्या सर्व शत्रूंस अंकित करून संपूर्ण पृथ्वी जिंकिली, आणि यथाशास्त्र रीतीनें शेंकडों यज्ञ केले. हे निष्पाप सृंजय राजा, तो अंबरीष राजा राज्य करीत असतांना, त्याच्या येथील काय—पण इतर सर्वच लोक षड्रस अन्नें खात असत. त्या राजाच्या यज्ञाला आलेले ब्राह्मण तर त्यानें केलेल्या अत्यादरानें अगदीं प्रसन्न झाले. त्या ठिकाणीं मोदक, पुऱ्या, चिरोटे, उत्तम पुरणानें भरलेल्या करंज्या, कोशिंबिरी, टपोरीं द्राक्षें, उत्तम रीतीनें बनविलेलीं पक्कान्नें, वरण, अपूप, खांडवी, पन्हें वगैरे पेय पदार्थ आणि मोठ्या कुशलतेनें तयार केलेलीं मिष्टान्नें, त्याचप्रमाणें तूप, मध, दूध, गोड गोड दहीं व रुचकर फळेंमुळें ब्राह्मणांस यथेष्ट खावयास मिळत असत. मद्यपान करणारे गवय्ये व बजवय्ये केवळ सुख व्हावें म्हणून निषिद्ध मानलेलीं मद्यें प्राशन करून मत्त होत व आनंदित होऊन नाभाग राजाचीं स्तुतिस्तोत्रें गात. त्याचप्रमाणें दुसरे हजारों लोक नाचूंही लागत. अंबरीष राजानें त्या यज्ञामध्यें फारच मोठमोठ्या दक्षिणा दिल्या. ज्यांनीं अपारद्रव्य खर्च करून यज्ञयाग केले होते असे एक लक्ष राजे या अंबरीषानें दक्षिणा म्हणून दिले ! त्या सर्वांचीं कवचें सुवर्णाचीं होतीं. त्यांचीं छत्रें व चामरें शुभ्रवर्णाचीं होतीं. ते सोन्याच्या रथांत बसले असून त्यांच्या समागमें मोठा लवाजमा होता. अंबरीषानें आपल्या प्रचंड यज्ञाच्या समाप्तीचे वेळीं अशा प्रकारचे ते मूर्द्धाभिषिक्त राजे व शेंकडों राजपुत्र दक्षिणा म्हणून ब्राह्मणांस देऊन त्यांबरोबरच राजदंड, कोश व भांडागार हेंही सर्व त्यांस अर्पिलें ! "ह्या उदार अंबरीष राजानें केलेलें हें कृत्य मागें कोणीं केलें नाहीं व पुढेंही कोणी करूं शकणार नाहीं !" असे उद्गार सुप्रीत झालेल्या महर्षींच्या मुखांतून आनंदभरांत निघत असत. सृंजया, अशा प्रकारचा तो अंबरीष राजाही मृत झाला आहे ! यासाठीं बाबा, आपल्या हीनपुण्य पुत्राबद्दल व्यर्थ दुःखी होऊं नको !

अध्याय पांसष्टावा.

—:०:—

षोडशराजकीय.

शशबिंदूची कथा.

नारद सांगतातः—सृंजया, शशबिंदु राजलाही मृत्यु चुकवितां आला नाहीं, तेथें तुझ्या मुलाची गोष्ट कशाला ! त्या राजानें नाना-

प्रकारचे यज्ञ करून हवन केलें होतें. तो खरा पराक्रमी योद्धा असून त्याचे जवळ सर्व प्रकारची समृद्धि होती. त्या महात्म्याला एक लक्ष बायका होत्या आणि त्या प्रत्येकीला एकेक हजार पुत्र झाले. ते सर्व कुमार मोठे पराक्रमी निघाले व त्यांनीं अपार द्रव्य खर्चून मोठमोठे याग व ऋतु केले. त्यांनीं वेदाचें पूर्ण अध्ययन केलें, धनुर्विद्येंत प्राविण्य मिळविलें, आणि सर्वांनीं पृथक् पृथक् राज्य संपादून अश्वमेध यज्ञ केले, अशा प्रकारचे सोन्याचीं चिलखतें वापरणारे ते राजपुत्र शशबिंदु राजानें आपल्या अश्वमेधांत ब्राह्मणांस अर्पण केले. प्रत्येक राजपुत्राच्या मागून शंभर शंभर रथ व तितकेच हत्ती चालत होते. त्याचप्रमाणें प्रत्येक राजपुत्राबरोबर कित्येक कन्या असून त्या सुवर्णविभूषणांनीं अलंकृत होत्या. प्रत्येक कन्येमागें शंभर हत्ती व प्रत्येक हत्तीमागें शंभर शंभर रथ होते. एकएका रथाबरोबर शंभर शंभर उमदे घोडे चालत असून त्यांच्या अंगांवर सुवर्णाचा शृंगार होता. एका घोड्याला एक हजार याप्रमाणें गाई असून त्या प्रत्येक गाईस पन्नासप्रमाणें शेळ्या होत्या. अशा प्रकारचें हें अपरंपार धन महाभाग शशबिंदु राजानें आपल्या अश्वमेध नामक महामखांत ब्राह्मणांस अर्पण केलें; तरी आपण ब्राह्मणांस थोडेंच दिलें असें त्याला वाटलें! त्या महायज्ञांत जितके लांकडी स्तंभ होते, तितकेच आणखी सुवर्णाचे झाले! त्याचा अश्वमेध समाप्त झाल्यावर भक्ष्यभोज्य पदार्थांचे कोसकोस उंचीचे तेरा पर्वत अवशिष्ट राहिले होते! कोणत्याही प्रकारचीं विघ्नें व रोगराई नसल्यामुळें आनंदी व पुष्ट जनांनीं गजबजलेल्या या भूमीचें राज्य बहुत काळपर्यंत उपभोगून तो शशबिंदु राजा स्वर्गलोकीं गेला. सृंजया, तुजपेक्षां व तुझ्या पुत्रापेक्षां किती तरी पटीनें पुण्यवान् अशा या शशबिंदु राजालाही मृत्यु चुकला नाहीं, तेव्हां ज्याच्या हातून यज्ञयाग किंवा दानधर्म घडला नाहीं, त्या तुझ्या मुलाला मृत्यु आला तर नवल कोणतें? यासाठीं, बाबा, गत गोष्टीबद्दल दुःखाकुल होऊन पुत्राच्या नांवानें व्यर्थ आक्रोश करणें सोडून दे!

अध्याय सहासष्टावा.

—:०:—

षोडशराजकीय.

गयराजाची कथा.

नारद सांगतातः—सृंजय राजा, आणीबाणीच्या प्रसंगींही शहाणपणानें वागणारा गय राजा देखील मृत्यु पावला आहे, मग तुझ्या मुलाची कथा काय! तो गय राजा शंभर वर्षेंपर्यंत नुसतें हुतावशिष्टच खाऊन होता. पुढें अग्निनारायण त्याला प्रसन्न झाला. तेव्हां त्यानें असा वर मागितला कीं, तप, ब्रह्मचर्य, व्रत, नियम व गुरुसेवा यांच्या योगानें वेदज्ञान संपादण्याची माझी इच्छा आहे. दुसऱ्यांस पीडा न देतां केवळ स्वधर्मानें अक्षय्य द्रव्य संपादावें अशी माझी मनीषा आहे. विप्रांस दानधर्म करीत असतां माझ्या अंतःकरणांत नित्य श्रद्धा उत्पन्न व्हावी. एकपतित्वानें रहाणाऱ्या स्ववर्णाच्या स्त्रियांपासूनच मला पुत्रसंतति व्हावी. माझे हातून भक्तिपुरःसर अन्नदान घडावें आणि धर्माचे ठिकाणीं माझें मन रममाण व्हावें. त्याचप्रमाणें, हे पावका, मी धर्मकार्यें करीत असतां त्यांत कधींही विघ्नें येऊं नयेत, असें माझें मागणें आहे. यावर 'याप्रमाणें होईल' असें प्रत्युत्तर देऊन अग्निनारायण तेथेंच अंतर्धान पावला आणि गय राजाचे सर्व हेतु परिपूर्ण होऊन त्यानें धर्मनीतीस अनुसरून शत्रूंस पादाक्रांत केलें. वेळचे वेळीं दर्श, पूर्णमास, आग्रयण, चातुर्मास्यें व मोठमोठ्या खर्चाचे नानाप्रकारचे

यज्ञयाग श्रद्धापूर्वक करण्याचा त्याचा क्रम सतत शंभर वर्षें चालला होता! त्याचप्रमाणें एक लक्ष गाई, दहा हजार घोडे, एक लक्ष मोहरा व साठ हजार धेनु दररोज सकाळीं देण्याचा नित्यक्रम त्याचा शंभर वर्षें चालला होता! त्या गय राजानें प्रत्येक नक्षत्राला योग्य म्हणून सांगितलेल्या दक्षिणा दिल्या, व चंद्र किंवा अंगिरा यांच्यासारखे विविध याग केले. त्या राजानें अश्वमेध नामक थोर यज्ञामध्यें रत्नें व मधुर पदार्थ यांनीं संपन्न असलेली ही भूमि सुवर्णमंडित करून ब्राह्मणांस अर्पण केली. त्याच्या यज्ञांतील सर्व यज्ञस्तंभ निवळ सोन्याचे असून त्यावर रत्नें जडविलेलीं होतीं, यामुळें ते मौल्यवान् स्तंभ पाहून सर्व लोक थक्क होऊन जात. त्या गय राजानें आपल्या यज्ञामध्यें ब्राह्मणांस व इतर सर्व लोकांस सर्वगुणसंपन्न अशा उत्तम अन्नाचें भोजन घालून सर्वांस संतुष्ट केलें. समुद्र, वनें, द्वीपें, नद्या, नद, उदक, नगरें, राष्ट्रें, स्वर्ग व अंतरिक्ष यांत वास्तव्य करणारे विविध भूतसंघ त्या राजाच्या त्या यज्ञसंपदेनें तृप्त होऊन म्हणूं लागले कीं. “ या गय राजाच्या यज्ञासारखा यज्ञ दुसरा पहावयास मिळणारच नाहीं! ” सृंजया, त्या यज्ञांतील वेदी छत्तीस योजनें लांब आणि पुढल्या बाजूनें तीस व मागच्या बाजूनें चोवीस योजनें रुंद असून ती सर्व सोन्याची होती! व शिवाय तिजवर मोत्यें, हिरे व रत्नें यांचें जडावकाम केलें होतें! यजन करणाऱ्या गय राजानें ही वेदी ब्राह्मणांस देऊन टाकिली! त्याचप्रमाणें त्या उदार गय राजानें वस्त्रें, भूषणें व यथोक्त दक्षिणाही त्यांस दिल्या. तो यज्ञ समाप्त झाल्यावर तेथें शिल्लक राहिलेल्या अन्नाचे पंचवीस पर्वत पडले होते! षड्रसांचे पाट दुथडी भरून चालले होते. वस्त्रें, आभरणें व सुगंधि पदार्थ यांच्या निरनिराळ्या राशी पडल्या होत्या. ज्याच्या योगानें गय राजाची त्रैलोक्यांत कीर्ति पसरली, तो अक्षय्य वटवृक्ष व तें पवित्र ब्रह्मसरोवर याच ठिकाणीं होतें. सृंजया, चतुर्विध शुभ गोष्टींत जो तुजपेक्षां श्रेष्ठ व तुझ्या पुत्रापेक्षां फारच पुण्यवान्, तो गय राजाही जर मृत्यु पावला आहे, तर तूं आपल्या यज्ञयागऔदार्यशून्य पुत्राबद्दल कष्टी होऊन ‘ श्वेत्या ’ म्हणून त्याच्या नांवानें व्यर्थ आक्रोश कां करतोस बरें?

अध्याय सदुसष्टावा.

—:०:—

षोडशराजकीय.

रंतिदेवाची कथा.

नारद म्हणाले:—सृंजया, सांकृति रंतिदेवही मरण पावला. त्या महात्म्याचे घरीं दोन लक्ष आचारी होते व ते घरीं आलेल्या ब्राह्मणांस व अतिथिअभ्यागतांस अमृताच्या योग्यतेचीं उत्तमोत्तम पक्वान्नें व कोरान्नें रात्रंदिवस वाढीत असत! त्या राजानें धर्मनीतीनें अपार संपत्ति मिळवून ती सर्व ब्राह्मणांस समर्पण केली. त्यानें वेदांचें अध्ययन केलें व धर्मास अनुसरून शत्रूंस ताब्यांत आणिलें. तो सदाचरणी राजा यथोक्त रीतीनें सत्र करूं लागला म्हणजे असंख्य पशु स्वर्गप्राप्तीच्या इच्छेनें स्वतःच त्याकडे येत. त्या राजाच्या पाकशाळेंत व अग्न्यागारांत इतके पशु मारले जात असत कीं, मृत पशूंच्या चर्मराशींपासून मागें एका (रक्तरूप) नदीची उत्पत्ति झाली आहे व म्हणूनच त्या नदीला चर्मण्वती असें नांव पडलें आहे. तो स्वसामर्थ्यानें ब्राह्मणांस सुवर्णाचे निष्क देत असे; व ‘ तुम्ही निष्क घ्या, तुम्ही निष्क घ्या ’ असें एकसारखें म्हणत असे. ‘ हें तुम्हांला, हें तुम्हांला ’ असें म्हणून तो हजारों निष्क देई व नंतर कांहीं वेळ

विश्रांति घेऊन पुनः निष्क देऊं लागे. याप्रमाणें त्याचा एकसारखा सपाटा चाले. तो एका दिवसांत हजार कोटि निष्क देत असे तरी देखील मी आज अगदीं थोडा दानधर्म केला असें म्हणे ! असा दाता दुसरा कोण आहे बरें ? ब्राह्मणाच्या हाताचा थोडा वेळ वियोग झाला तर मला निःसंशय अपार दुःख होईल व तें सर्वदा कायम राहील असें म्हणून तो एकसारखा द्रव्य देई. (सोन्याचे हजार वृषभ, शंभर गाई व एकशें आठ तोळे सोने या सर्वांला मिळून निष्क असें म्हणतात.) अग्निहोत्राचें व यज्ञाचें साहित्य दर पंधरा दिवसांनीं ब्राह्मणांस देण्याचा त्याचा क्रम सतत शंभर वर्षे चालला होता ! कमंडलु, घागरी, तपेलीं, पातेलीं, शय्या, आसनें, यानें, प्रासाद, घरें, नानाप्रकारचे वृक्ष, विविध अन्नें आणि सर्व प्रकारची संपत्ति त्यानें ऋषींस अर्पिली. धीमान् रंतिदेवानें दिलेल्या या पदार्थांपैकीं तपेलीं, पातेलीं वगैरे बहुतेक सर्व पदार्थ निवळ सोन्याचे होते ! रंतिदेवाकडचीं तीं सोन्याचीं घरें व ती अमानुष संपत्ति पाहून विस्मित झालेले पुराणवेत्ते लोक असें म्हणत असत कीं, अशी परिपूर्ण संपत्ति कुबेराच्या घरींही आम्हीं कधीं पाहिली नाहीं. मग ती एखाद्या मनुष्याचे घरीं पहाण्याची वार्ता कशाला ? त्या सांकृति रंतिदेवाच्या घरीं एक रात्र अतिथि राहिला म्हणजे तितक्या वेळांत एकवीस हजार गाईंचें आलभन झाल्याचें त्याच्या दृष्टीस पडे, तथापि तेथील उत्तम रत्नजडित कुंडलें घातलेले आचारी असें ओरडत असत कीं, " वरणभाज्या यथेष्ट खा. आज रोजच्या सारखें मांस नाहीं ! " सारांश काय कीं, एवढें मांस असतांही तोटा येईल इतकें ब्राह्मणभोजन तेथें रोज होत असे. या रंतिदेवाजवळ जितकें म्हणून सुवर्ण होतें तितकें सर्व त्यानें आपल्या विस्तृत यज्ञांत ब्राह्मणांस देऊन टाकलें. देव प्रत्यक्ष प्रकट होऊन त्याचीं हविर्द्रव्यें स्वीकारीत असत. पितरही योग्यकालीं स्वतः तेथें येऊन कव्य पदार्थांचा स्वीकार करीत; आणि ब्राह्मणांचे सर्व मनोरथ त्याकडून पूर्ण होत. सृंजया, तुजपेक्षां चौपटीनें अधिक व तुझ्या पुत्रापेक्षां किती तरी पुण्यवान् असा तो रंतिदेव राजाही मृत्युपाशांतून सुटला नाहीं. तेव्हां तुझ्या यज्ञऔदार्यरहित पुत्रास मरण आलें यांत काय आश्चर्य आहे ? यासाठीं बाबा, पुत्राच्या नांवानें व्यर्थ आक्रोश करून कष्टी होऊं नको.

अध्याय अडुसष्टावा.

—:०:—

षोडशराजकीय.

भरताची कथा.

नारद सांगतातः—सृंजया, दुष्यंत राजाचा पुत्र भरत यालाही मृत्यु चुकला नाहीं, तेथें तुझ्या मुलाची कथा काय ? तो भरत लहानपणीं अरण्यांत कण्वाश्रमीं राहात असतांनाच त्यानें जीं अघटित कृत्यें केलीं, तीं इतरांस केवळ दुष्करच आहेत. नखें व दांत हीं ज्यांचीं स्वयंसिद्ध आयुधें आहेत अशा बर्फाप्रमाणें पांढऱ्या रंगाच्या सिंहांना तो बलाढ्य कुमार क्षणांत निर्वीर्य करून फरफरां ओढीत आणून बांधून ठेवीत असे ! ज्यांवर लाखेच्या राशी पसरल्या आहेत अशा मनशीलयुक्त शिलांप्रमाणें ज्यांच्या शरिरांचा रंग आहे व जे क्रूर व अत्यंत उग्र आहेत अशा वाघांचीही रग जिरवून तो त्यांस आपल्या ताब्यांत आणी. सर्प वगैरे प्राणी व मोठमोठे हत्ती यांचे दांत उपटून तो बलवंत त्यांस निस्तेज व दीन करी आणि आपल्या हुकमतींत ठेवी. महाबलाढ्य रानरेड्यांना त्यानें फरफरां

ओढीत आणावें, आणि कित्येक वेळीं तर आवेशानें गुरगुरणारे शंभर शंभर सिंह त्यानें धरून आणावे ! आणि मोठे मोठे मृग, गेंडे व इतर वन्य पशु यांस मोठ्या शिकस्तीनें बांधून जेरीस आणावें व पुनः सोडून द्यावें ! अशा प्रकारचीं अचाट कृत्यें तो करी म्हणून त्याला ब्राह्मण "सर्वदमन" असें म्हणत. त्या वीर्यशाली भरतानें यमुनेच्या तीरीं शंभर, सरस्वतीच्या तीरीं तीनशें व गंगेच्या कांठीं चारशें अश्वमेध केले ! यांशिवाय त्याने एक हजार अश्वमेध व शंभर राजसूय यज्ञ केले व ज्यांत मोठमोठ्या दक्षिणा द्याव्या लागतात असे दुसरेही पुष्कळ मोठेमोठे क्रतु केले. अग्निष्टोम, अतिरात्र, विश्वजित्, एक हजार वाजपेय आणि तितकेच सुसंवृत यज्ञ करून त्या शकुंतलापुत्रानें द्रव्यदानानें ब्राह्मणांस तृप्त केलें. त्या महायशस्वी भरतानें एकट्या कण्व मुनींसच एक हजार पद्मभार शुद्ध जांबूनद सोनें दिलें ! त्याच्या यज्ञस्तंभाची लांबी शंभर वांवा असून तो सर्व सोन्याचा होता. इंद्रासह सर्व देव व ब्राह्मण यांनीं एकत्र जमून तो उभा केला. सर्व प्रकारच्या सुंदर रत्नांनीं सुशोभित केल्यामुळें विशेष शोभणारे सुवर्णयुक्त अश्व, गज, रथ, उंट, शेळ्यामेंढ्या, दासी, दास, धन, धान्य, सवत्स दुभत्या गाई, गांव, घरें, शेतें व नानाप्रकाचे अलंकार त्यानें कोट्यवधि ब्राह्मणांस देऊन त्यांचा सन्मान केला. सृंजया, ज्याचें अंतःकरण सदा उत्साहपूर्ण असे, ज्यानें आपल्या सर्व शत्रूंस जिंकलें, व जो कधींच दुसऱ्याला हार गेला नाहीं, तो सार्वभौम भरत राजाही कालवश झाला, तेथें इतरांचा काय पाड ? तो राजा तुजपेक्षां तर सर्व प्रकारें श्रेष्ठ होता आणि तुझ्या पुत्रापेक्षां तर फारच पुण्यवान् होता. कारण तुझ्या पुत्राच्या हातून यज्ञयागही घडले नाहींत किंवा मोठासा दानधर्मही झालेला नाहीं. यासाठीं गत गोष्टीबद्दल व्यर्थ कष्टी होऊन "हे पुत्रा, हे पुत्रा !" असा आक्रोश करूं नको.

अध्याय एकुणसत्तरावा.

—:०:—

षोडशराजकीय.

पृथुराजाची कथा.

नारद सांगतातः--सृंजय राजा, वेनपुत्र पृथु राजाही मरण पावल्याचेंच आम्हीं ऐकिलें आहे. राजसूय यज्ञामध्यें मोठमोठ्या ऋषींनीं त्यास साम्राज्याचा अभिषेक केला होता. हा स्वपराक्रमानें पृथ्वी उदयास आणील व सर्वांचें उत्तम प्रकारें पालन करील, असें म्हणून ऋषींनीं त्यास पृथु असें अन्वर्थक नांव ठेविलें होतें. दुःखापासून हा आपणां सर्वांस सोडवील असें त्यांनीं म्हटलें व येणेंकरून तो क्षत्रिय या संज्ञेस पात्र झाला. शिवाय या वेनपुत्र पृथूस पाहून सर्व प्रजा त्याजवर अनुरक्त होतील; या त्यांच्या आशीर्वादानें त्याचें राजा हें नांवही प्रजानुरागामुळें सार्थ झालें ! त्याच्या कारकीर्दींत जमीन इतकी सुपीक होती कीं, ती नांगरण्याचें कारण पडत नसे,—नांगरल्यावांचूनच चांगलें पीक येई ! त्या वेळीं सर्व गाई कामधेनु होत्या, व प्रत्येक भांड्यांत अमृत भरलेलें होतें ! त्या कालीं दर्भ सुवर्णमय होते, तथापि ते इतके मृदु असत कीं, अंगाला मुळींच खुपावयाचे नाहींत; इतकेंच नव्हे, तर त्यांपासून विशेष सुख वाटत असे. लोक त्यांचीं वस्त्रें विणीत व सर्व प्रजाजन त्यांवरच निजत ! अमृतासारखीं गोड व रुचकर फळें ते खात. त्या वेळीं उपाशीं रहाण्याचा प्रसंग कोणासच येत नसे. सर्व लोक निरोगी होते. त्यांच्या सर्व गरजा भागत असत व त्यांस कशाचीही भीति नसे. ते वृक्षांवर किंवा गुहांमध्यें

जेथें वाटेल तेथें रहात. देश व शहरें अशा प्रकारचे विभागच त्या वेळीं नव्हते. सर्व प्रजा इच्छेस येईल व सोईला पडेल त्या रीतीनें पण अगदीं आनंदांत रहात असत. तो राजा समुद्रावरून जाऊं लागला म्हणजे पाणी निश्चल होई! पर्वतही त्याला वाट देत व त्याच्या ध्वजाचा भंग कधींही होत नसे. एका वेळीं तो सुखासनावर बसला असतां वनस्पति, पर्वत, देव, दानव, मनुष्य, सर्प, सप्तर्षि, पुण्यजन, गंधर्व, अप्सरा व पितर त्याच्याजवळ येऊन म्हणालेः—हे राजा, तूं सार्वभौम आहेस, खरा क्षत्रिय आहेस व तूं आमचें रक्षण करणारा आहेस; इतकेंच नव्हे, तर तूं प्रत्यक्ष आमचा पिता (पालन करणारा) आहेस हे महाराजा, तुला सर्व प्रकारची शक्ति आहे. यास्तव ज्यांच्या योगानें आमचें कायमचें कल्याण होईल व आम्हांस सुखानें कालक्रमणा करितां येईल असे इच्छित वर आम्हांस दे.

यावर त्यांस ठीक आहे असें उत्तर देऊन पृथु राजानें अजगव धनुष्य व अनुपम घोर शर हातांत घेतले व थोडा वेळ विचार करून पृथ्वीस म्हटलें:—हे भूदेवि, तूं वसपूर्ण असून कामधेनु आहेस. यास्तव या लोकांस इच्छित असें दुग्ध दे. (यांना इष्ट वस्तु देऊन यांचे मनोरथ पूर्ण कर.) म्हणजे तुला मजपासून यत्किंचितही इजा पोंचणार नाहीं व ज्याला जें पाहिजे आहे तें त्याला देतां येईल.

पृथ्वी म्हणाली:—वीरा, मजवर शस्त्र उगारूं नको तूं मला आपली कन्या मानावीस हेंच तुला योग्य होय. तुझ्या इच्छेप्रमाणें दूध देण्यास मी सिद्ध आहें.

पृथ्वीच्या त्या भाषणास रुकार देऊन त्या इंद्रियदमनशील पृथु राजानें भूदोहनाची सर्व तयारी केली. नंतर त्या भूतसंघांनीं पृथ्वीचें दूध काढलें. प्रथम दूध काढण्यासाठीं वृक्ष पुढें आले. तेव्हां ती वत्सल पृथ्वी वत्स व दुग्धपात्र यांची इच्छा करीत स्वस्थ उभी राहिली, तेव्हां फुललेला शालवृक्ष तिचा वत्स झाला व प्लक्षवृक्ष तिचें दूध काढूं लागला. तेव्हां औंदुंबररूप पवित्र पात्रामध्यें, वठलेल्या झाडांस अंकुर फुटणें हेंच दूध निघालें! नंतर उदय पर्वत वत्स झाला व महागिरि मेरु दूध काढण्यास बसला. त्यानें दूध काढण्यास शिलामय पात्र घेतलें होतें. त्यांत रत्नौषधिरूप दुग्ध निघालें. नंतर आत्मा हा स्वतः वत्स होऊन आपणच दूध काढूं लागला. तेव्हां मनरूपी पात्रांत पोषक-इष्ट-वस्तुरूप दुग्ध जमलें! मग दोहन करण्यासाठीं दैत्य पुढें सरसावले, त्यांनीं आमपात्रामध्यें मायारूप दूध काढलें. त्या वेळीं द्विमूर्धा हा दूध काढीत होता व विरोचन वत्स झाला होता. नंतर मनुष्यांनीं दूध काढलें व भूतलावर शेतकी व गवत निर्माण केलें. स्वायंभुव मनु हा त्यांचा वत्स असून स्वतः पृथुराजा दोग्धा होता. नंतर धृतराष्ट्रानें तक्षकाला वत्स करून अलाबुपात्रतां पृथ्वीची धार काढिली. तेव्हां विषरूप दुग्ध निर्माण झालें! नंतर सत्याचरणी सप्तर्षींनीं सोमराजाला वत्स केलें व वेदमय पात्र देऊन बृहस्पतीला दूध काढण्यास बसविलें. तेव्हां "सनातन ब्रह्म" हें दूध निघालें. नंतर पुण्यजनांनीं आमपात्रामध्यें अंतर्धानरूप दुग्ध काढिलें, त्या वेळीं कुबेर हा दूध काढणारा होता. नंतर गंधर्व व वृषध्वज हा त्या भूधेनूचा वत्स झाला होता. नंतर गंधर्व व अप्सरा यांनीं कमलरूप पात्रांत पवित्र-सुवासरूप दूध काढिलें. तेव्हां चित्ररथ हा त्यांचा वत्स व प्रभु विश्वरुचि हा दूध काढणारा होता. नंतर त्या भूधेनूपासून पितरांनीं रौप्यपात्रांत स्वधारूप दुग्ध उत्पन्न केलें. वैवस्वत हा त्यांचा वत्स होता व स्वतः अंतक यमानें धार पिळली. याप्रमाणें त्या

भूतसंघांनीं त्या वेळीं भूधेनूचें दोहन करून इच्छित पय मिळविलें. इतकेंच नव्हे, तर ते ते वत्स व तीं तीं पात्रें घेऊन अद्यापिही ते याच प्रकारें नित्य दूध काढीत असतात! असो. त्या प्रतापी वेनपुत्र पृथूनें विविध याग केले व सर्व प्राण्यांस इष्ट वस्तु पुरवून सर्वांस तृप्त केलें. भूमीवर जेवढे म्हणून मातीच पदार्थ होते तेवढे सर्व ह्यानें सोन्याचे करून टाकले! आणि अश्वमेध नामक महायज्ञ करून त्यांत ते सर्व पदार्थ ब्राह्मणांस अर्पण केले! त्या राजानें सहासष्ट हजार सोन्याचे हत्ती करून ते ब्राह्मणांस देऊन टाकले, आणि ही सर्व पृथ्वी सुवर्णानें व हिरेमाणकांनीं मढवून काढून ती विप्रांस अर्पण केली! सृंजया, चतुर्विध शुभकृत्यांत तुजहून थोर व तुझ्या पुत्रापेक्षां पुण्यवान् असा तो पृथु राजाही मृत्युमुखीं पडला, तेथें इतरांची कथा काय? तशांतून तुझ्या मुलानें तर कधीं यजन किंवा दान केलेलें नाहीं, तेव्हां त्याला मृत्यु आला यांत मोठेंसें अद्भुत नाहीं! कारण, आयुर्मर्यादा संपली म्हणजे सर्वांसच मृत्यु यावयाचा आहे; यासाठीं, बाबा, 'मुला, मुला' म्हणून व्यर्थ आक्रोश करून वृथा शीण करूं नको!

अध्याय सत्तरावा.

—:०:—

षोडशराजकीय.

परशुरामाची कथा.

नारद सांगतातः—सृंजया, महातपस्वी, खरा शूर, वीरपुरुषही ज्याला वंदन करितात, त्या अत्यंत कीर्तिमान् व युद्धाविषयीं अतृप्त असलेल्या जामदग्न्य परशुरामालाही मृत्यु यावयाचा आहे! ज्यानें ही संपूर्ण पृथ्वी निरुपद्रव करून तिजवर कृतयुगास अनुरूप अशा धर्माची संस्थापना केली; अनुपम ऐश्वर्य प्राप्त झालें असतांही ज्याच्या मनाला लोभ, अहंकार, इत्यादि विकारांचा स्पर्शही झाला नाहीं; कार्तवीर्याच्या मुलांनीं पिता व वत्स यांना पीडा दिली असतां ज्यानें उगाच वथवथ न करतां इतरांस अजिंक्य अशा त्या कार्तवीर्याचा समरांगणांत संहार केला, त्या परशुरामालाही मृत्यु यावयाचा आहे! यानें कार्तवीर्यावर शस्त्र उगारलें, तेव्हां त्यानें आपल्या एका धनुष्यानेंच चौसष्ट कोटी क्षत्रिय यमसदनीं पाठविले! त्यांमध्यें ब्राह्मणांचा द्वेष करणारे असेच चौदा कोटी होते. पुनः त्यानें इतर क्षत्रियांचा निग्रह केला व दंतकूरास ठार मारिलें. त्यानें एक हजार वीर मुसळानें लोळविले. एक हजार तरवारीनें छाटले. हजारांना झाडास टांगून मारिलें व आणखी तितक्या क्षत्रियांना पाण्यांत बुडविलें! हजारजणांचे दांत उपटून त्यांचीं नाकें व कान कापून टाकिले. सात हजारांस तिखटाची धुरी दिली! आणि राहिलेल्यांस बांधून मारून व मस्तकें फोडून धुळीस मिळविलें! गुणावतीच्या उत्तरेस व खांडवारण्याच्या दक्षिणेस ज्या टेंकड्या आहेत, त्यांच्या पायथ्याशीं ह्याचें व हैहयांचें युद्ध झालें, तेव्हां लक्षावधि हैहयवीर समरांगणांत मरून पडले. रथ, अश्व व गज यांबरोबरच त्या सर्व वीरांचीं प्रेतें समरांगणांत तशींच पडून राहिलीं! त्यांची विल्हेवाट लावण्यासही कोणी उरले नाहींत! जमदग्नीस कार्तवीर्यानें मारिलें, तेव्हां आश्रमवासी द्विजवरांनीं "हे परशुरामा, धांव, धांव!" असा जो मोठ्यानें आक्रोश केला व त्यास अनुलक्षून जीं भाषणें केलीं, तीं त्यास सहन झालीं नाहींत! पित्याचा वध झाला हें पाहून त्या मानी परशुरामास विलक्षण कोप आला व त्या आवेशांत दहा हजार क्षत्रियांस त्यानें आपल्या परशूनें ठार केलें. नंतर त्या प्रतापी जामदग्न्यानें काश्मीर, दरद, कुंति, क्षुद्रक, मालव, अंग, वंग, कलिंग,

विदेह, ताम्रलिप्त, रक्षोवाह, वीतिहोत्र, त्रिगर्त, मार्तिकावत, शिबी व दुसरेही हजारों देशचे राजे तीक्ष्ण बाणांनीं ठार करून ते देश उजाड करून टाकले! त्यानें शेंकडों हजारों कोटी क्षत्रिय मारून इंद्रगोपक किड्यांप्रमाणें किंवा बंधुजीवपुष्पांप्रमाणें लालभडक रक्ताच्या प्रवाहांनीं मोठमोठीं सरोवरें भरून काढिलीं व अठराही द्वीपें आपल्या तब्यांत आणिलीं. त्यानें शेंकडों पुण्यकारक ऋतु केले व त्यांत अपार दक्षिणा वांटल्या. त्याच्या यज्ञांतील वेदी बत्तीस हात उंचीची व सर्व सुवर्णमय असून ती यथाशास्त्र तयार केली होती. सर्व प्रकारचीं असंख्य रत्नें तिजवर सारखीं बसविलीं होतीं आणि तिच्या सभोंवार शेंकडों पताका फडकत असल्यामुळें ती विशेष शोभत होती. गांवें, अरण्यें, व प्राणिसंघ यांनीं व्याप्त असलेली ही सर्व पृथ्वी परशुरामानें कश्यप मुनींस दान दिली व ती त्यांनीं स्वीकारिली. त्याच वेळीं परशुरामापासून त्यांनीं सुवर्णभूषित असे एक लक्ष हत्ती स्वीकारिले! रामानें प्रथम पृथ्वीवरील सर्व रानटी व क्रूर लोकांस निर्मूळ केलें व नंतर ती सज्जनांनीं गजबजलेली पृथ्वी अश्वमेध नामक महायज्ञांत कश्यप मुनींस अर्पण केली. त्या प्रभु भार्गवानें एकवीस वेळां पृथ्वी निःक्षत्रिय केली आणि शंभर ऋतु करून त्यांत ब्राह्मणांची यथायोग्य संभावना केली. नंतर त्यानें दान दिलेली सप्तद्वीपा वसुमति मारीच कश्यपानें स्वीकारिली व नंतर तो रामास म्हणालाः—भार्गवा, या भूमीवर आतां तुझी सत्ता नाहीं, यास्तव तूं माझ्या हुकुमावरून या पृथ्वीपासून दूर जा. कश्यपाच्या मुखांतून असे शब्द निघतांच त्या वीराग्रणीनें " ही ब्राह्मणाची आज्ञा आहे, हीप्रमाणें वागलेंच पाहिजे. " असा विचार करून एकाच बाणानें समुद्र मागें हटविला! नंतर त्या नवीन निर्माण केलेल्या प्रदेशांत म्हणजे समुद्रतीरच्या पर्वतश्रेष्ठ महेंद्रगिरीवर तो राहूं लागला. अशा प्रकारचा तो शेंकडों गुणांनीं युक्त, भृगुकुलाची कीर्ति वृद्धिंगत करणारा, महायशस्वी व अत्यंत पराक्रमी—तुजपेक्षां चौपट श्रेष्ठ व तुझ्या पुत्रापेक्षां पुण्यवान् असा तो जामदग्न्य परशुरामही निःसंशय मरणार आहे! एका वेळीं त्यालाही मृत्यु यावयाचा आहे! यासाठीं, बाबा, आपल्या यज्ञौदार्यहीन पुत्राबद्दल व्यर्थ कष्टी होऊं नको. कल्याणकारक अशा गोष्टींचा विचार करतां, तुझ्या चौपट किंवा किंबहुना शंभरपट असे असंख्य थोर पुरुष आजवर निधन पावले आहेत व जे आज हयात आहेत ते सर्व केव्हां तरी गत व्हावयाचेच आहेत, याचा विचार कर व दुःख सोडून दे!

अध्याय एकाहत्तरावा.

—:०:—

सृंजयपुत्रसंजीवन.

व्यास सांगतातः—युधिष्ठिरा, सोळा राजांचें हें आयुर्वर्धक व पुण्यकारक आख्यान श्रवण करून सृंजय राजा स्तब्ध बसला, तो कांहींएक बोलेना. तेव्हां भगवान् नारद मुनि त्यास म्हणाले, " हे महातेजस्वी भूपाला, मीं सांगितलेलें हें सर्व आख्यान तूं ऐकिलेंस. परंतु हें तुझ्या मनांत उतरलें का? का शूद्र स्त्रीशीं विवाह करणारा ब्राह्मण श्राद्धास सांगितला असतां निष्फल होणाऱ्या त्या श्राद्धाप्रमाणें माझें सर्व सांगणें वायां गेलें?

नारद मुनींनीं याप्रमाणें प्रश्न केला, तेव्हां सृंजय त्यास हात जोडून म्हणाला, " हे महाभागा, ज्यांनीं मोठमोठे यज्ञ करून अपार दक्षिणा दिल्या अशा पुराण राजर्षींचें हें धन्य व अनुपम आख्यान श्रवण करून माझें अंतःकरण विकास पावलें; आणि सूर्यप्रकाशानें

अंधाराचा नाश करावा तद्वत् या चित्तविकासानें माझा सर्व शोक दूर केला. सांप्रत माझ्या मनांतील सर्व किल्बिश नष्ट झालें असून मी अगदीं शांत झालों आहें. यास्तव आतां पुढें मीं काय करावें याची मला आज्ञा व्हावी."

नारद म्हणाले:—राजा, तुझा शोक दूर झाला ही मोठी सुदैवाची गोष्ट आहे. आतां तुला पाहिजे तो वर मागून घे. तुझ्या सर्व इच्छा परिपूर्ण होतील. ही माझी वाणी कधींही असत्य होणार नाहीं.

सृंजय म्हणाला:—ऋषे, आपण मजवर प्रसन्न झालां एवढ्यानेंच माझें समाधान झालें. आतां मला दुसरें कांहींएक मागण्याची इच्छा नाहीं. कारण प्रत्यक्ष भगवान् ज्यावर प्रसन्न झाला, त्यास इहलोकीं दुर्लभ असें काय आहे?

नारद म्हणतातः—राजा, तुझ्या मृत पुत्रास घोर नरकांतून काढून तो मी तुला परत देतों. कारण एखाद्या प्रोक्षित पशूप्रमाणें शत्रूंनीं त्यास निष्कारण मारिलें आहे.

व्यास सांगतातः—नारदानें प्रसन्न होऊन सृंजयाचा मुलगा परत दिला असतां तो तत्काल तेथें प्रकट झाला. त्या वेळीं त्याला विलक्षण तेज चढलें असून तो कुबेरपुत्राप्रमाणें शोभत होता. पुत्र भेटल्यामुळें राजास परमानंद झाला व त्यानें पुण्यकारक यज्ञ करून फार दानधर्म केला. हा सृंजयाचा मुलगा युद्धास तयार नसून अगदीं भिऊन गेला होता, अशा वेळीं त्याचा अंत झाला. शिवाय त्याच्या हातून यज्ञयाग झाले नसून त्यास कांहीं अपत्यही नव्हतें, यामुळें त्याच्या जन्माचें कांहींच साफल्य झालें नसल्या कारणानें नारद मुनींनीं त्यास पुनः जिवंत केलें. युधिष्ठिरा, आतां अभिमन्यूकडे पाहिलें तर तो शूर वीर जन्माचें सार्थक करून व हजारों वीरांस धुळीस मिळवून सैन्याच्या सन्मुख मरण पावला असल्यामुळें पुण्यलोकीं गेला आहे. ब्रह्मचर्य, ज्ञान, वेदाध्ययन व यज्ञयाग यांच्या योगानें जे लोक मिळतात, त्याच उत्तम लोकीं तुझा अभिमन्यु बाळ गेला आहे. विद्वान् लोक सुकृत करून स्वर्ग मिळविण्याची अहर्निश इच्छा करीत असतात; परंतु स्वर्गांत रहाणाऱ्या लोकांस तेथून या लोकीं येण्याची मुळींच इच्छा होत नाहीं. यासाठीं, धारातीर्थीं मरण पावून स्वर्गस्थ झालेल्या सौभद्रास इहलोकीं परत आणणें केवळ अशक्य होय. ध्यानानें सत्यस्वरूप पाहाणारे योगिजन, महाक्रतु करणारे याचक, व यथायोग्य तपाचरण करणारे तापस, हे आपल्या पुण्यकर्मांच्या योगानें जी गति मिळवितात, तीच अक्षय्य गति तुझ्या अभिमन्यूला मिळाली आहे. हा वीर व भगवद्भक्त अभिमन्यु मरण पावल्यावर आपल्या अमृतमय किरणांच्या योगानें राजासारखा झळकूं लागला आहे; आणि द्विजांस उचित अशी स्वकीय चंद्रतनु याला प्राप्त झाली आहे. यास्तव तो शोकार्ह नाहीं, त्याबद्दल शोक करणें म्हणजे निवळ वेडेपणा होय, असा विचार करून अंतःकरण शांत कर आणि धैर्य धरून शत्रूंस जिंक. अरे, आम्हांसारखे जे उगाच बहुत वर्षें जिवंत असतात, त्यांबद्दल शोक केला तर तें कांहीं अंशीं बरोबर होईल. कारण आम्हांस ते पुण्यलोक अद्याप मिळत नाहींत, याबद्दल वाईट वाटणें साहजिक आहे. अभिमन्यूप्रमाणें जे लोक स्वर्गसुखाचा अनुभव घेत आहेत, त्यांबद्दल शोक करणें वाजवी नाहीं. कारण, शोक करण्याजोगी त्यांची स्थितीच नाहीं. राजेंद्रा, तूं निष्पाप आहेस व वृथा शोक केल्यानें कांहींएक फायदा न होतां उलट पातक मात्र लागतें; यासाठींच सुज्ञ पुरुष शोक करीत नाहींत. आनंद, अभिमान व सुखप्राप्ति यांची इच्छा करणाऱ्या प्राज्ञ जनांच्या मनांत

शोक सोडून देऊन पुढें आपलें हित साधण्याच्या उद्योगास लागावें हा विचार येतो व ते शोक सोडून देतात. वास्तविक पाहिलें असतां शोक शोक म्हणून कांहींएक नाहीं. ती एक चित्तवृत्ति आहे. केवळ मन हेंच शोकरूप बनत असतें, यापलीकडे कांहीं नाहीं. तेव्हां मन शांत ठेविलें म्हणजे शोक संपलाच. युधिष्ठिरा, तूं ज्ञाताच आहेस. मीं सांगितल्याप्रमाणें विवेक करून ऊठ. उद्योगाला लाग. उगाच शोक करूं नको. मृत्यूची उत्पत्ति, अनुपम तपश्चर्या, सर्व प्राण्यांची सारखीच कालवशता, संपत्तीचें चांचल्य आणि सृंजयाच्या मेलेल्या पुत्राचें पुनः झालेलें संजीवन, या सर्व गोष्टी तूं ऐकल्याच आहेस. राजश्रेष्ठा, या सर्वांचा विचार कर व शोक सोडून दे. मी आंतां जातों."

असें बोलून भगवान् व्यास मुनि तेथेंच अंतर्धान पावले. निरभ्र आकाशाप्रमाणें कांतिमान्, बुद्धिमंतांमध्यें वरिष्ठ, वाग्देवीचे केवळ अधिपति असे ते भगवान् व्यास मुनि याप्रमाणें युधिष्ठिराचें सांत्वन करून निघून गेले असतां, त्यांच्या मुखांतून महेंद्राप्रमाणें पराक्रमी व केवळ धर्मनीतीस अनुसरून संपन्न झालेल्या अशा त्या प्राचीन नृपपुंगवांची ती यज्ञसंपत्ति श्रवण करून युधिष्ठिराच्या मनांत त्यांविषयीं मोठा पूज्यभाव उत्पन्न झाला व त्या ज्ञानसंपन्न युधिष्ठिराचा सर्व शोक नष्ट झाला. परंतु अर्जुन परत आल्यावर त्यास काय सांगावें, हा विचार मनांत येऊन तो पुनः दीनाप्रमाणें चिंता करीत बसला.

प्रतिज्ञापर्व.

अध्याय बहात्तरावा.

—:०:—

अर्जुनाचा शोक व कोप.

संजय सांगतोः—हे धृतराष्ट्रा, सूर्यास्त होऊन प्राण्यांच्या संहार करणारा तो घोर दिवस संपला; व संध्यासमय प्राप्त झाला असतां सर्व लोक आपआपल्या गोटाकडे परतले. अशा वेळीं, ज्यानें आपल्या दिव्य अस्त्रांनीं संशप्तकांच्या झुंडीच्या झुंडी ठार मारिल्या तो जयशाली कपिध्वज पार्थही आपल्या त्या विजयी रथावर बसून स्वशिबिराकडे परतला. परंतु जातां जातां एकाएकीं त्याचा कंठ दाटून येऊन तो गोविंदास म्हणालाः—केशवा! माझें हृदय एकाएकीं कां बरें धडधडूं लागलें? त्याचप्रमाणें कंठ दाटून आल्यामुळें वाणीही स्पष्ट उमटत नाहीं, अपशकुन होत आहेत व माझे हातपाय अगदीं मोडून कीं रे गेले! अच्युता! हें आहे तरी काय? माझ्या मनांत अनिष्ट विचार येऊं लागले आहेत, ते कांहीं मनांतून जात नाहींत! जमिनीवर सर्व दिशांस अति भयंकर उत्पात होत आहेत, यामुळें तर मला फारच भय वाटत आहे. पुष्कळ प्रकारचे उत्पात व अपशकुन होत असून ते सर्व अशुभसूचक आहेत. वासुदेवा! माझा पितृतुल्य धर्मराजा आपल्या अमात्यांसह खुशाल असेल ना?

वासुदेव म्हणालाः—अर्जुना, तशी शंका मनांतही आणूं नको. तो आपल्या अमात्यांसह निःसंशय सुखी असेल. मात्र दुसरें कांहीं बारीकसारीक अशुभ घडलें असेल, इतकेंच.

संजय सांगतोः—राजा, नंतर त्या वीरांनीं रणांगणांत संध्यावंदन केलें; आणि त्या दिवशीं लढाईंत घडलेल्या गोष्टींची चर्चा करीत ते रथारूढ होऊन दुर्घट पराक्रम करून आलेले दोघे वीर कांहीं वेळानें शिबिरास पोंचले, तों तेथें निस्तेजता पसरलेली असून आनंद अगदीं मावळून गेला आहे असें त्यांच्या नजरेस पडलें. आपलें शिबिर शून्याकार पाहून परवीरांतक पार्थाचें हृदय धडधडूं लागलें. तो श्रीकृष्णास म्हणाला, "जनार्दना, आज मंगलवाद्यें वाजत नाहींत आणि दुंदुभींचा ध्वनि व तूर्यस्वर यांबरोबर मिश्रित होणारा शंखनादही ऐकूं येत नाहीं हें आहे तरी काय? झांजा, टाळ व वीणा हेही आज रोजच्याप्रमाणें येथें वाजत नाहींत; त्याचप्रमाणें कोणी मंगलगीतें गात नाहींत व आमच्या सैन्यांतील बंदीजन कर्णमधुर अशीं स्तुतिगीतेंही आज म्हणत नाहींत.—सर्वत्र विचित्र व भयानक प्रकार दिसतो! पहा—सैनिक मला पाहातांच खालीं माना घालून मागें परतत आहेत आणि पूर्वीच्या वहिवाटीप्रमाणें "आपण असा असा पराक्रम केला" म्हणून कोणी कांहींच सांगत नाहींत. माधवा! माझे भाऊ खुशाल असतील ना? या स्वकीय जनांना दुःखाकुल पाहून माझ्या मनांत भलभलते कल्पनातरंग उठत आहेत. श्रीकृष्णा, पंचाल राजा व विराट यांना तर कांहीं इजा पोंचली नसेल ना? माझे सर्व योद्धे सर्व प्रकारें सुखरूप असतील का? अच्युता, आज मी रणांगणांतून परत येत असतां नेहमींच्या रीतीप्रमाणें सौभद्र आपल्या भावांसह आनंदानें हंसत हंसत मला सामोरा कां बरें आला नाहीं?"

संजय सांगतोः—याप्रमाणें बोलतां बोलतां ते आपल्या शिबिरांत शिरले, तों पांडव अगदीं खिन्न व नष्टहृदय झालेले त्यांना दिसले. सर्व भ्राते व पुत्र खिन्नतेनें बसले असून त्यांत सौभद्र कोठेंच दिसत नाहीं असें पाहून कपिध्वज अर्जुन म्हणालाः—अहो! तुमची सर्वांची मुखश्री आज उतरलेली दिसत आहे, परंतु

अभिमन्यु बाळ कोठें आहे? अहो, तुम्हीं आज माझें स्वागत मुळींच कां करीत नाहीं बरें? आज द्रोणांनीं चक्रव्यूह रचला होता म्हणून मीं ऐकिलें व तो व्यूह भेदण्याचें सामर्थ्य बाळ सौभद्राशिवाय तुम्हांपैकीं कोणासच नाहीं हेंही मला ठाऊक आहे. परंतु सौभद्रास तरी व्यूहांतून परत कसें फिरावें हें मीं शिकविलें नव्हतें. तेव्हां त्या बाळाला तुम्हीं शत्रुसैन्यांत तर नाहींना पाठविलें? अहो, बोलत कां नाहीं? शत्रूंचे व्यूहाचा शतशः भेद करून व अनेक वीरांस ठार करून तो परवीरनाशक महाधनुर्धारी सौभद्र रणांगणांत पडला तर नाहींना? अथवा, हाय! हाय! तुम्हीं बोलत नाहीं त्यापेक्षां दुसरें काय असणार आहे! अहो, पर्वतनिवासी सिंहाप्रमाणें अतुलपराक्रमी व प्रत्यक्ष विष्णूची बरोबरी करणारा तो लोहिताक्ष युद्धांत कसा हो पडला? इंद्रात्मजाचा सुकुमार पुत्र व मला सदोदित प्रिय वाटणारा तो महाधनुर्धारी कुमार युद्धांत कसा मारला गेला सांगा हो! द्रौपदी, कृष्ण व कुंती ज्याला जीव कीं प्राण समजत असत, त्या सुभद्रेच्या लाडक्या बाळाला मृत्यूची झांपड पडलेल्या कोणत्या दुष्टानें मारिलें बरें? अहो! अभिमन्यु म्हणजे सामान्यवीर होता काय? पराक्रम, ज्ञान व महत्त्व यांमध्यें प्रत्यक्ष महात्म्या श्रीकृष्णाची बरोबरी करणारा होता! असें असतां समरांगणांत त्याचा वध तरी झाला कसा? सुभद्रेचा अतिशय लाडका व मीही नेहमीं ज्याचे लाड करीत असें तो माझा शूर पुत्र माझ्या दृष्टीस पडला नाहीं तर मी कांहीं जिवंत रहाणार नाहीं. अहाहा! त्याचे ते मृदु कुरळ केंस, हरणाच्या पाडसासारखे ते नेत्र, तें कोमल शरीर, मत्त गजासारखा पराक्रम, सिंहाच्या छाव्याप्रमाणें चालण्याची ढब, स्मित भाषण, सदोदित वडिलांची आज्ञा पाळण्याविषयीं तत्परता व इंद्रियनिग्रह, केवळ बाल्यावस्थेंतही त्याचा तो अतुल पराक्रम, मधुर भाषण आणि त्याचें तें निर्मत्सर वर्तन माझ्या डोळ्यांपुढें कसें मूर्तिमंत दिसत आहे! अत्यंत उत्साही, आजानुबाहु, कमलनेत्र, सेवकांविषयीं कृपाळू, मनोनिग्रही, नीचांची संगत न धरणारा, कृतज्ञ, ज्ञानी, अस्त्रविद्याविशारद, युद्धांतून कालत्रयीं मागें न फिरणारा, युद्धाची ज्याला नित्य हौस, शत्रूंस ज्यानें भयभीत करून सोडावें, आपल्या लोकांचें प्रिय व हित साधण्याविषयीं तत्पर, वडिलांस जय मिळावा म्हणून मनापासून ज्याची इच्छा, समरांगणांत शत्रूवर प्रथम चाल करावयाची नाहीं असा ज्याचा बाणा व एकदां युद्धांत शिरला म्हणजे मग स्वतःच्या देहाचेंही ज्याला भान राहूं नये असा तो माझा प्रिय पुत्र माझ्या नजरेस पडला नाहीं तर मी यमलोकीं जाईन. रथी वीरांची गणना करतांना मीं त्याची महारथांत गणना केली होती; परंतु तो त्याहूनही जास्त योग्यतेचा होता. तो तरुण व भुजवीर्यशाली कुमार युद्धांत माझ्या दिढी होता. प्रद्युम्नाचा प्रिय मित्र आणि श्रीकृष्णाचा व माझा लाडका बालक अभिमन्यु मला न भेटला तर माझे प्राण कांहीं राहाणार नाहींत खास! सरल नासिका, सुंदर ललाटप्रांत, पाणीदार नेत्र, कमानदार व काळ्याभोर भिंवया व सुंदर दंतपंक्ति यांनीं युक्त असें त्याचें तें मनोहर मुख मला पहावयाला सांपडलें नाहीं म्हणजे मला कोठून समाधान होणार! त्याचा तो वीण्याप्रमाणें कर्णमधुर, रम्य व कोकिल पक्ष्याप्रमाणें कोमल शब्द ऐकूं येत नसतां माझ्या चित्ताला स्वस्थता कशी मिळणार? देवांसही दुर्लभ असें तें त्या वीराचें अप्रतिम सौंदर्य माझ्या दृष्टीआड झाल्यावर मग माझ्या अंतःकरणांत शांति कशी वास्तव्य करील! गुरुजनांस वंदन करण्यास न चुकणारा व वडिलांच्या आज्ञेंत वाग-

णारा असा तो कुमार आज माझ्या दृष्टीस पडला नाहीं, तर माझें चित्त कधींच स्वस्थ होणार नाहीं ! सदोदित बहुमोल बिछान्यावरच पडण्यास योग्य व सनाथांमध्यें वरिष्ठ असा तो वीर आज अनाथाप्रमाणें जमिनीवर निजला ना? पूर्वी तो निजला असतां अप्रतिम-लावण्यवती त्याच्या सेवेस तत्पर असत आणि आज तो भयंकर जखमी होऊन पडल्यामुळें अभद्र कोल्ह्या कीं हो त्याच्या भोंवतीं जमल्या असतील ! आजपर्यंत सूत, मागध व बंदीजन आपल्या मंजुळ स्वरानें ज्याला झोंपेंतून जागा करीत असत, त्यालाच आज श्वापदें आपल्या भ्यासूर ध्वनीनें जागृत करीत असतील ना ! वास्तविक छत्रछायेलाच योग्य असें तें त्याचें मनोहर वदन आज निःसंशय रणांतील धुरळ्यानें भरून गेलें असेल ! हे पुत्रा, तुजकडे पाहून माझी केव्हांही तृप्ति झाली नाहीं ! तूं सतत दृष्टीपुढें असावास असेंच मला नेहमीं वाटतें. असें असतां मज मंदभाग्यापासून यम त्याला बळेंच नेत आहे त्या अर्थी, पुण्यवान् लोक निधनोत्तर जेथें वास करितात ती मूळचीच मोहक व रमणीय असलेली संयमनी नगरी तुझ्या योगानें अतिशयच शोभूं लागली असेल, यांत संशय नाहीं ! खरोखर इंद्र, यम, वरुण व कुबेर यांनीं तुज धैर्यवंताला प्रिय अतीथि समजून तुझा उत्तम प्रकारें सन्मान केला असेल !

राजा, नौका भग्न झाली असतां व्यापारी शोक करितो त्याप्रमाणें अर्जुनानें आतां सांगितल्याप्रमाणें अनेक प्रकारें विलाप केला व अत्यंत दुःखाकुल होऊन तो युधिष्ठिरास विचारूं लागलाः—हे कुरुनंदना, समरांगणांत शत्रूंचें चंदन उडविल्यानंतर अनेक वीरांशीं झगडत असतां तो सन्मुख मरण पावून स्वर्गलोकीं गेला ना ? अथवा शंका कशाला ! अनेक दृढनिश्चयी वीरांबरोबर निःसंशय त्याला एकट्यालाच झगडावें लागलें असेल व त्या ठिकाणीं तो अगदीं असहाय असल्यामुळें त्याला मदतीची अपेक्षा उत्पन्न होऊन त्यानें एकसारखें माझें चिंतन चालविलें असेल, हें खचित आहे. कर्ण, द्रोण, कृपाचार्य, इत्यादि महारथांनीं नानाप्रकारच्या शाणोल्लीढ तीक्ष्ण शरांचा त्याजवर एकसारखा मारा चालविला असेल व “या वेळीं माझा पिता येथें असता तर मला खास या संकटांतून सोडविता ! ” असें त्या माझ्या सुकुमार बाळाच्या मनांत वारंवार आलें असेल ! हरहर ! अशा प्रकारें माझ्या नांवाचा जप करीत असतां त्याला त्या अघोरकर्मी दुष्टांनीं धरणीवर पाडिलें असेल ! अथवा त्याच्या तोंडून असे दीन शब्द निघालेच नसतील ! तो माझ्या वीर्यापासून झालेला, श्रीकृष्ण परमात्म्याचा भाचा व सुभद्रेच्या पोटीं जन्मलेला आहे. त्याच्या मुखांतून असें केविलवाणें भाषण निघावयाचेंच नाहीं ! हायहाय ! माझें अंतःकरण किती तरी कठोर ! तो माझा अजानुबाहु व आरक्तनेत्र कुमार दृष्टीआड झाला असतांही तें विदीर्ण होऊन जात नाहीं, त्यापेक्षां वज्रांतील कठीण अंशाचेंच तें बनविलें असावें खचित ! अहो, या अर्भकावर बाण टाकण्याचा त्या मर्मभेदी राक्षसांना कसा हो धीर झाला ? अथवा हा माझा पुत्र व वासुदेवाचा भागिनेय आहे हें स्मरून तरी त्यांनीं कांहीं भ्यावयाचें ? हरहर ! जो नित्य मोठ्या उत्साहानें मला सामोरा येऊन माझें अभिनंदन करावयाचा, तो आज मी शत्रूंस ठार करून आलों असतांही कां बरें माझ्या दृष्टीस पडत नाहीं ? निःसंशय शत्रूंकडून वध पावून तो धरणीवर पडला असून त्याचें सर्व शरीर रक्तबंबाळ कीं हो झालें असेल ! आकाशांतून खालीं पडलेल्या सूर्याप्रमाणें त्याचा देह भूमीस भूषवीत असेल !

शिव शिव ! रणांत कधींही माघार न घेणारा असा आपला पुत्र रणांत पडल्याचें ऐकतांच सुभद्रेला अनावर शोक होईल व त्यामुळें तिची मोठी कठीण अवस्था होईल. तिची स्थिति मनांत येऊन तर मला फारच वाईट वाटतें ! जिला आतां अभिमन्यु बाळ कायमचाच अंतरला, ती सुभद्रा आतां मला काय म्हणेल ? त्याचप्रमाणें द्रौपदी मला काय दोष देईल ? आणि मीं तरी त्या दुःखार्त स्त्रियांस आतां काय सांगावें ? हें माझें हृदय अद्याप नष्ट होत नाहीं, त्या अर्थी तें खरोखरच वज्रापेक्षांही कठीण असलें पाहिजे ! गर्वानें फुगून गेलेल्या धार्तराष्ट्रांचा सिंहनाद मीं ऐकिला आणि युयुत्सु त्या वीरांची अवहेलना करीत होता ती प्रत्यक्ष श्रीकृष्णानेंही ऐकिली. तो म्हणाला, " महारथहो ! अर्जुनापुढें कांहीं उपाय चालेना तेव्हां त्याला येथून फोडून दूर नेलेंत आणि मागें केवळ अधर्माचा अंगीकार करून या बाळाचा प्राण घेतलात व त्यांतच मोठा आनंद मानीत आहां; परंतु धर्मभ्रष्टांनो! पांडवांचें सामर्थ्य काय आहे तें लवकरच तुम्हांला दिसून येईल ! युद्धामध्यें केशवार्जुनांचें अप्रिय करूनही मोठ्या आनंदानें सिंहनाद करीत आहां, या तुमच्या मूर्खपणाला काय म्हणावें ? अहो, या कृत्याचा परिणाम काय होईल याचा विचार कराल तर ही तुमची वास्तविक रडण्याची वेळ आली आहे बरें ! तुमच्या दुष्कृत्याचें फळ लवकरच मिळेल; थोडा धीर धरा. तुम्हीं केलेल्या या घोर अधर्माचें फळ लवकरच तुमच्यापुढें उभें राहील ! " ह्याप्रमाणें, दुःख व क्रोध यांनीं व्याप्त झालेल्या त्या महाज्ञानी दासीपुत्र युयुत्सूनें त्यांची निर्भर्त्सना केली व शस्त्र फेंकून देऊन तो तेथून निघाला, असें, कृष्णा, तूं मला आतां सांगत आहेस त्यापेक्षां हें तूं पूर्वी रणामध्येंच कां सांगितलें नाहींस ? अरे ! ही गोष्ट मला पूर्वींच समजती तर तेव्हांच त्या सर्व क्रूर महारथांस जाळून टाकलें असतें !

संजय सांगतोः—राजा धृतराष्ट्रा, या वेळीं पार्थ पुत्रशोकानें फारच विव्हल झाला होता. त्याचे नेत्र बाष्पपूर्ण होऊन त्यास अभिमन्यूचा अगदीं ध्यास लागून राहिला होता व त्या पुत्रनिधनरूप मानसिक दुःखांत तो अगदीं बुडून गेला होता. अशा वेळीं त्या तीव्रशोकी पार्थास सांवरून धरून श्रीकृष्ण त्याला म्हणालाः—पार्था, असा शोक करूं नको. अरे, युद्धांत पाठ दाखवावयाची नाहीं असा ज्यांचा निर्धार असतो त्या सर्व शूर पुरुषांची हीच गति आहे; आणि त्यांतही केवळ युद्धानेंच जीविका चालविणाऱ्या क्षत्रियांस तर दुसरा मार्गच नाहीं ! अर्जुना, तूं मोठा विचारी आहेस. माघार न घेणारे शूर पुरुष लढूं लागले म्हणजे त्यांचा असाच परिणाम व्हावयाचा म्हणून सर्व शास्त्रें जाणणाऱ्या लोकांनीं सांगितलें आहे. अनिवर्ती वीरांना निश्चयानें युद्धांतच मरण यावयाचें व तेंच त्यांस भूषणावह आहे. अभिमन्यु अशा प्रकारें मरण पावला आहे तेव्हां तो पुण्यलोकीं गेला आहे यांत बिलकुल संदेह नाहीं. हे भरतर्षभा, संग्रामामध्यें सन्मुख मरण यावें हीच सर्व वीरांची महत्त्वाकांक्षा असते. अर्जुना, सुकृती व पुरुषार्थी जनांना तूं योग्य सन्मान देतोस. तुझ्या पुत्रानेंही महाबलाढ्य राजपुत्र व शेंकडों वीर रणांत लोळविल्यानंतर, वीर पुरुष ज्याची सर्वदा इच्छा करीत असतात तें रणांगणांत सन्मुख मरण त्याला प्राप्त झालें आहे. यासाठीं, हे पुरुषर्षभा, शोक करूं नको. बाबारे ! प्राचीन धर्मकर्त्यांनीं क्षत्रियांचा रणांत क्षय व्हावा असा हा सनातन धर्मच करून ठेविला आहे. हे भरतसत्तमा, तूं शोकाकुल झाल्यामुळें हे तुझे सर्व भाऊ, हे राजे, हे सुहृत् वगैरे सर्व लोक

अगदीं खिन्न होऊन गेले आहेत. यासाठीं यांचें सौम्य शब्दांनीं सांत्वन कर. तुला असा शोक करणें शोभत नाहीं; कारण तूं ज्ञाता आहेस, व ज्ञेय असें आदितत्त्व तुला समजलेलें आहे.

राजा, याप्रमाणें त्या अद्भुत लीला करणाऱ्या गोपालकृष्णानें पार्थाचें सांत्वन केलें असतां तो आपल्या सद्गदित झालेल्या भ्रात्यांस म्हणाला:—अहो तो दीर्घबाहु, विशालस्कंध, व दीर्घराजीवलोचन अभिमन्यु कसा मरण पावला, तें मला सांगा. त्याला मारण्यास कोण कारणीभूत झाले हें मला समजलें पाहिजे. म्हणजे हत्ती, घोडे, रथ व अनुयायी यांसहवर्तमान जाऊन कुमाराच्या त्या सर्व शत्रूंस मीं समरांगणांत ठार केलेंच असें तुम्ही समजा. अहो! तुम्ही सर्व अस्त्रसंपन्न वीर हातांत शस्त्रें घेऊन सज्ज असतां सौभद्राचा कसाहो अंत झाला? तुम्हीं रक्षण करीत असल्यावर प्रत्यक्ष इंद्रास देखील ही गोष्ट करतां येऊं नये, मग ती या क्षुद्र वीरांनीं कशी केली? तुम्ही सर्व पांडव व पांचाल हे माझ्या मुलाचें रक्षण करण्यास केवळ असमर्थ आहां असें मला पूर्वी कळलें असतें, तर मींच त्याचें रक्षण केलें असतें. तुम्ही सर्वजण रथावर बसून शरवृष्टि करीत असतां तुम्हां सर्वांस कस्पटाप्रमाणें करून शत्रूंनीं कुमाराला असा कसा मारला? अहो! रणांत तुमच्या डोळ्यांसमोर अभिमन्यु मारला गेला त्यापेक्षां तुमच्या अंगीं सामर्थ्य व पराक्रम मुळींच नाहीं असें म्हटलें पाहिजे हें उघड होतें. अथवा तुम्हांला गेलण्यांत काय अर्थ आहे? अत्यंत निर्बळ, भित्रे व डळमळीत अंतःकरणाचे अशा तुम्हांवर सर्व भार टाकून मी येथून गेलों ही माझीच चूक आहे व तिजबद्दल मीं आपणालाच दोष लावणें योग्य आहे! अहो, हीं तुमचीं शस्त्रें, आयुधें व कवचें व्यर्थ आहेत! हीं केवळ शरीरास शोभा आणण्याच्याच उपयोगाचीं आहेत! आणि तुमच्या वाणी फक्त सभेंत पांडित्य करण्यासच समर्थ आहेत. बाकी त्यांतही कांहीं जीव नाहीं. माझ्या पुत्राचें रक्षण तुमच्या हातून झालें नाहीं यावरूनच हें व्यक्त होत आहे!

याप्रमाणें त्यांचा उपहास करून, तो उत्कृष्ट धनुष्य व खड्ग धारण करणारा पार्थ स्तब्ध उभा राहिला. त्या वेळीं तो इतका उग्र दिसत होता कीं, त्याकडे नुसतें पहाण्याचीही कोणाची छाती झाली नाहीं. तो कृतांत काळाप्रमाणें क्रुद्ध झाला असून वरचेवर दीर्घ निश्वास सोडीत होता आणि पुत्रशोकामुळें अत्यंत व्याकूळ झाला असून त्याचें मुख आंसवांनीं भिजून गेलें होतें. त्या वेळीं तेथील आप्त मंडळींपैकीं कृष्ण व धर्मराज यांवांचून दुसऱ्या कोणासही त्याच्याकडे नुसतें पहावेना, मग बोलणें तर दूरच राहिलें! ते दोघे मात्र सर्व प्रसंगीं अर्जुनास मदत करीत असून त्याच्या अभिप्रायाप्रमाणें वागत असत. शिवाय अर्जुन त्यांस फार मान देई व त्यांचीही त्यावर तशीच ममता होती. यामुळें ते दोघे मात्र त्याबरोबर बोलण्यास समर्थ होते. असो; नंतर पुत्रशोकानें ज्याचें हृदय अत्यंत संतप्त झालें आहे अशा त्या क्रुद्ध झालेल्या राजीवाक्ष अर्जुनाला युधिष्ठिर धर्मराजानें अभिमन्युवधाची सविस्तर हकीकत सांगितली.

अध्याय त्र्याहात्तरावा.

—:०:—

अर्जुनाची प्रतिज्ञा.

युधिष्ठिर म्हणाला:—हे महाबाहो! तूं संशप्तकांच्या सैन्याकडे निघून गेल्यावर आचार्यांनीं मला धरण्याविषयीं फारच खटपट केली. त्यांनीं आपल्या रथांची विशेष प्रकारची

रचना केली असून, रणांगणांत मला धरण्यासाठीं ते जिवापाड खटपट करीत होते. तथापि आह्मींही आपल्या सैन्याचा व्यूह रचून पुष्कळ वेळपर्यंत त्यांचें कांहींच चालूं दिलें नाहीं. याप्रमाणें आमच्या रथ्यांनीं द्रोणांचें निवारण केलें असल्यामुळें मी सुरक्षित होतों, परंतु थोडयाच अवकाशांत तो तीक्ष्ण बाणांनीं आमचें कांडात काढीत आमच्या अगदीं जवळ येऊन ठेपला. त्या वेळीं द्रोणांनीं आमच्यावर इतका भयंकर भाडिमार चालविला कीं, स्वतःचें रक्षण करतां करतांच आमच्या नाकीं नव आले. द्रोणाचार्यांचे सैन्याकडे वर डोळा करून बघण्याची आम्हांस छाती होईना! मग त्यावर चालून जाऊन त्याचा भेद करणें दूरच राहिलें ! असे आह्मी अगदीं पेंचांत सांपडलों. तेव्हां तुझ्या अप्रतिमपराक्रमी अभिमन्यूस म्हटलें, “ बाळा, आतां तूं या सैन्याचा भेद कर. ” अर्जुना ! आह्मी त्यावर टाकलेला हा भार त्याच्या शक्तीबाहेरचा होता; तथापि आमच्या तोंडून हे शब्द निघतांच त्या वीर्यशाली कुमारानें एखाद्या जातिवंत अश्वाप्रमाणें तें काम पार पाडण्याकरितां कंबर बांधिली. तुझ्यापासून त्यानें अस्त्रें संपादिलीं असून तो जात्याच पराक्रमी असल्यामुळें, सागरांत गरुड शिरावा तसा तो बाळ शत्रूंच्या सैन्यांत घुसला. तो ज्या मार्गानें व्यूहांत शिरला, त्याच मार्गानें आह्मीही त्याच्या मागोमाग जाऊं लागलों. परंतु बाबा ! सिंधुपति क्षुद्र जयद्रथानें केवळ रुद्रदत्त वराच्या जोरावर आम्हां सर्वांस अडवून धरलें ! नंतर तिकडे व्यूहाचे आंतल्या बाजूस द्रोण, कृप, कर्ण, अश्वत्थामा बृहद्बल व कृतवर्मा या सहा वीरांनीं मिळून एकजुटीनें एकट्या अभिमन्यूवर गेर केली. याप्रमाणें त्या सर्व महारथांनीं जरी त्याला चोहोंकडून वेढिलें होतें, तरी तो आपली शिकस्त करून त्यांच्या हातून निसटण्याचा प्रयत्न करीत होता; पण तो सफल न होऊन त्या सर्वांनीं मिळून त्याला विरथ केलें; आणि तो विरथ होऊन अत्यंत संकटांत सांपडतांच दौःशासनीनें त्याचा त्वरित अंत केला ! अभिमन्यूनें वीर, अश्व, रथ व गज हजारों मारिले. आठ हजार रथ, नऊशें हत्ती, दोन हजार राजपुत्र आणि असंख्य वीर त्यानें परलोकीं पाठविले. त्याचप्रमाणें समरांगणांत बृहद्बल राजालाही स्वर्गलोकची वाट दाखविली. याप्रमाणें अद्भुत पराक्रम गाजवून तो परमधार्मिक कुमार कालवश झाला ! अशा प्रकारें आम्हीं आपल्यास शोकसागरांत लोटून घेतलें ! त्या पुरुषर्षभानें मात्र स्वर्गलोक जिंकला !

धर्मराजाचें हें भाषण ऐकून अर्जुनानें एक मोठा सुस्कारा टाकला, आणि “ हे पुत्रा ! ” असें म्हणत धाडकन् धरणीवर आंग टाकलें ! तेव्हां सर्व लोक खिन्न होऊन त्याभोंवतीं बसले व दीन दृष्टीनें ते एकमेकांकडे टक लावून पाहूं लागले. नंतर थोडया वेळानें तो शुद्धीवर आला. त्या वेळीं त्यास इतका विलक्षण कोप चढला कीं हींव भरल्याप्रमाणें त्याचें अंग कांपूं लागलें. तो वरचेवर लांब सुस्कारे टाकूं लागला व त्याचे डोळे पाण्यानें डवडवले ! नंतर हात चोळीत व सुस्कारे टाकीत तो उन्मत्ताप्रमाणें चहूंकडे पहात बोलूं लागला.

अर्जुन म्हणालाः—मी प्रतिज्ञापूर्वक खरें सांगतों कीं, जयद्रथ जर जिवाच्या भीतीनें धृतराष्ट्राच्या पोरांस सोडून न जाईल, तर मी उद्यांच्या उद्यां त्यास ठार करीन ! धर्मराजा, जर तो तुला, आम्हांला किंवा पुरुषोत्तम श्रीहरीला शरण न येईल, तर उद्यांच मी त्याला मारीन ! माझ्या ठिकाणचें मित्रत्व विसरून धार्तराष्ट्रांचें प्रिय करण्याच्या इच्छेनें

तो चांडाळ माझ्या बाळाच्या जिवावर उठला काय ? ठीक आहे ! उद्यांच्या उद्यां त्याला परलोकीं पाठवितों ! राजा, त्याचें रक्षण करण्यासाठीं समरांगणांत जे जे मजबरोबर लढूं लागतील,—मग त्यांत द्रोणाचार्य असोत का कृपाचार्य असोत—त्या सर्वांना मी बाणांनीं छावून सोडीन ! हे पुरुषश्रेष्ठहो, माझ्या हातून जर हें झालें नाहीं, तर शूरसंमत असे पुण्यलोक मला मिळणार नाहींत ! मी जयद्रथाचा वध न करीन तर मातृघातकी, पितृघातकी गुरुदाररत, चहाड, साधूंचा मत्सर करणारे, निंदक, परद्रव्यापहार करणारे, दुसऱ्यांच्या ठेवी गट्ट करणारे, विश्वासघातकी, भुक्तपूर्वा स्त्रीचा स्वीकार करणारे, पापारोप करणारे—ब्रह्मघ्न, गोघातक, आणि पायस, यवान्न, शाक, कृसर, संयाव, अपूप व मांस हे पदार्थ विशिष्ट कारणावांचून खाणारे यांना जे दुर्लोक प्राप्त होत असतात, ते मला मिळोत. वेदाध्ययन करणारा, किंवा अत्यंत पवित्र आचरण करणारा श्रेष्ठ ब्राह्मण, त्याचप्रमाणें वडील, साधुसंत व गुरु यांचा अवमान करणारे ज्या लोकीं जातात; ब्राह्मण, गाय व अग्नि यास लत्ताप्रहार करणारांस जे लोक मिळतात; व जलसंचयामध्यें खाकरा, मूत्र व पुरीष यांचा उत्सर्ग करणारांस जी दुर्गति प्राप्त होते, तीच कष्टकारक गति माझ्या हातून जयद्रथाचा वध न झाल्यास मला मिळो ! नग्नस्नान करणारा, अतिथीचा आदरसत्कार न करणारा, लांचखाऊ, असत्यवादी व वंचक यांना जी गति मिळते; मनांत एक असतां बाहेर दुसरेंच भासविणारे, असत्यदोषारोप करून दुसऱ्यास उगाच दूषण लावणारे, पुत्र, स्त्री, व सेवक तसेच आश्रित यांच्या आज्ञेंत वागणारे, दुसऱ्यास विभाग न देतां केवळ स्वतःच मिष्टान्न खाणारे क्षुद्र लोक यांना जी घोर गति प्राप्त होते, ती माझ्या हातून जयद्रथ न मेल्यास मला प्राप्त होवो ! जो दुष्ट मनाचा पुरुष आपल्या आज्ञाधारक, सच्छील व उपकार करणाऱ्या सेवकाचा त्याग करितो; व त्याचें पोषण न करितां उलट त्याची निंदा मात्र करितो, त्याचप्रमाणें योग्य असा सत्पात्र ब्राह्मण जवळ असतांही त्यास श्राद्धास न सांगतां अपात्र किंवा विवाहापूर्वी ऋतु प्राप्त झालेल्या कन्येशीं विवाह करणारास क्षण देतो. त्याला अंतीं जी दुर्गति मिळते ती, व मद्यपी, अमर्याद, कृतघ्न व स्वामिनिंदक यांना मिळणारी गति जयद्रथाचा वध न केल्यास मला त्वरित प्राप्त होवो ! डाव्या हातानें जेवणारे, पदार्थ मांडीवर घेऊन खाणारे, पानांच्या आसनांवर बसणारे, व टेंबुरणीच्या काड्यांनीं दांत घासणारे, दुसऱ्यांचा प्राण घेणारे व उषःकालीं झोंप घेणारे यांना जे निंद्य लोक प्राप्त होत असतात, ते, व त्याचप्रमाणें थंडीस भिणारे ब्राह्मण, रणास भिणारे क्षत्रिय, ज्या गांवांत एकच विहीर असून वेदघोष मुळींच चालत नाहीं त्या गांवांत सहा महिने वास करणारे, शास्त्राची निंदा करणारे, दिवसा मैथुन करणारे व झोंप घेणारे, घरें जाळणारे, विष घालणारे, अग्निहोत्र नसलेले, अतिथीचा सत्कार न करणारे, गाई पाणी पीत असतां त्यांस विघ्न करणारे, रजस्वलासंगमी, कन्याविक्रय करणारे, आणि श्ववृत्तीनें वागून पुष्कळ लोकांचें याजन करणारे ब्राह्मण यांना, व आस्यमैथुन करणारे, दिवसा स्त्रीरत होणारे व ब्राह्मणाला देतों असें सांगून नंतर लोभामुळें न देणारे यांना त्यांच्या या दुष्कृत्यांमुळें जी निंद्य गति प्राप्त होत असते, तीच गति माझ्या हातून उद्यां जयद्रथाचा वध न झाल्यास मला प्राप्त होवो. आतां मीं जे सांगितले ते, व मीं न सांगितले असे दुसरेही अधर्मी लोक यांना परलोकीं प्राप्त होणाऱ्या सर्व विपत्ति

उजाडल्यावर मी जयद्रथाचा अंत न केल्यास मला त्वरित प्राप्त होवोत ! याशिवाय मी आणखी एक प्रतिज्ञा करितों, तीही ऐकून ठेवा. हा पापी जयद्रथ मरण्यापूर्वींच जर उद्यां सूर्यास्त झाला, तर मी येथेंच अग्नि पेटवून त्यांत देह समर्पण करीन ! देव, दानव, मनुष्य, पक्षी, उरग, पितर, राक्षस, ब्रह्मर्षि व देवर्षि फार कशाला ? हें चराचर जगत् व याशिवाय जें उरलें तेंही सर्व माझ्या शत्रूचें संरक्षण करण्यास समर्थ नाहीं. तो पाताळांत गेला किंवा स्वर्गांत देवांच्या नगरांत दडून बसला, अथवा दानवनगरींत गेला, तरीही त्या अभिमन्यूच्या शत्रूचें मस्तक मी उदयीक शेंकडों बाण सोडून हां हां म्हणतां तोडून पाडीन !

याप्रमाणें प्रतिज्ञा करून अर्जुनानें आपलें गांडीव धनुष्य डावीकडून उजवीकडे असें फिरविलें. तेव्हां त्या धनुष्याचा शब्द अर्जुनाच्या शब्दास मागें सारून आकाशांत दुमदुमूं लागला. अर्जुनानें अशी प्रतिज्ञा करतांच जनार्दन कृष्णानें पांचजन्य शंख फुंकला, व संतापलेल्या पार्थाही देवदत्त शंख वाजवूं लागला. अच्युत गोपालकृष्णाच्या मुखवायूनें पांचजन्याची आंतली पोंकळी भरून जाऊन त्यापासून जो प्रचंड ध्वनि निघाला, त्यानें आकाश, पाताळ व दिक्पाळ यांसह हें सर्व जग—प्रलयकालचा भास होऊन—थरथरां कांपूं लागलें. इतक्यांत पांडवांच्या सैन्यांत हजारों वाद्यें वाजूं लागलीं, व अर्जुनानेंही प्रतिज्ञा केल्यामळें पांडवही सिंहनाद करूं लागले !

अध्याय चौऱ्याहात्तरावा.

—:०:—

जयद्रथास आश्वासन.

संजय सांगतोः—धृतराष्ट्रा, त्या दिवशीं जयद्रथाचें मन फारच अस्वस्थ झालें होतें. अभिमन्यूच्या मृत्यूस सर्व प्रकारें आपणच कारण झालों, हें अर्जुनास समजल्यावर आपली धडगत नाहीं हा विचार मनांत येऊन तो अगदीं भेदरून गेला. या संबंधानें पांडवांच्या गोटांत काय गडबड चालली आहे ती समजून घेण्यासाठीं त्यानें तिकडे बातमी काढण्याकरितां गुप्त हेर पाठविले. तेव्हां त्यांनीं जयाभिलाषी पांडवांच्या गोटांत जाऊन सर्व वित्तंबातमी काढिली आणि " अर्जुनानें आपणांस मारण्याची प्रतिज्ञा केली आह! " असें जयद्रथास येऊन सांगितलें. त्यांच्या तोंडचे ते शब्द ऐकतांच तो दचकून उभा राहिला ! भीतीमुळें तो गांगरून गेला व अतिशय दुःख करूं लागला. जणूं काय अगाध व विस्तीर्ण अशा शोकसागरांत बुडतच आहे ! नंतर तो अति उद्विग्न होऊन राजसभेंत गेला व तेथील राजांना त्यानें सर्व बातमी सांगितली. अभिमन्यूच्या पित्याला भ्यालेला तो जयद्रथ कांहींसा सलज्जतेनें म्हणाला, " पांडुराजाच्या स्त्रीच्या उदरीं कामी इंद्रापासून उत्पन्न झालेला तो दुर्बुद्धि अर्जुन मला एकट्यालाच यमलोकीं नेऊं इच्छीत आहे. त्यापेक्षां तुमचें देव भले करो, मी जीव घेऊन आपल्या घरींच निघून जातों. अथवा, हे क्षत्रियश्रेष्ठहो ! त्या वीरापासून माझें रक्षण करा. हे अस्त्रज्ञ वीरांनो ! अर्जुन मला ठार मारण्याची इच्छा करीत आहे, यासाठीं तुम्ही मला अभय द्या. द्रोण, दुर्योधन, कृपाचार्य, कर्ण, मद्रपति, बाल्हिक, दुःशासन वगैरे वीर मला प्रत्यक्ष कृतांताच्या दाढेंतूनही ओढून काढण्यास समर्थ आहेत ! पण एकटा अर्जुन मला मारूं इच्छीत असतां त्यापासून तुम्ही समस्त राजे माझें रक्षण करणार नाहीं काय? पार्थिवहो! पांडवांकडील वीरांचा तो हर्षघोष ऐकून मला फारच भय वाटतें? मरणोन्मुखाप्रमाणें माझीं गात्रें शिथिल

पडत आहेत! खरोखर, माझा वध करण्याची अर्जुनानें प्रतिज्ञा केली आहे, व त्यामुळेंच हे पांडव आनंदित होऊन गर्जना करीत आहेत! वास्तविक पाहातां अभिमन्यु मरण पावल्यामुळें ही त्यांची शोक करण्याची वेळ! पण अशा प्रसंगींही ते हर्षानें सिंहनाद करीत आहेत, यावरून हीच गोष्ट स्पष्ट होते! अर्जुनानें केलेली ती प्रतिज्ञा अन्यथा करण्याची देव, गंधर्व, असुर, उरग व राक्षस यांचीही प्राज्ञा नाहीं; मग तुम्हां भूपालाची काय कथा? यासाठीं, नरर्षभहो, मला आपली घरीं जाण्याची आज्ञा द्या कशी! तुमचें कल्याण असो, मी आतां अगदीं लपून बसेन. पांडवांच्या कधीं दृष्टीसच पडणार नाहीं!"

जयद्रथ भेदरून जाऊन याप्रमाणें विलाप करूं लागला. तेव्हां स्वकार्यदक्ष दुर्योधन राजा त्यास म्हणाला, हे नरश्रेष्ठा, तूं मुळींच भिऊं नको! अरे, आम्हां क्षत्रिय वीरांच्या मध्यभागीं तूं उभा राहिलास म्हणजे तुजबरोबर युद्ध करण्याचें कोण मनांत आणणार आहे? मी, वैकर्तन, कर्ण, चित्रसेन, विविंशति, भूरिश्रवा, शल, शल्य, तो अजिंक्य वृषसेन, पुरुमित्र, जय, भोज, कांबोज, सुदक्षिण, महापराक्रमी सत्यव्रत, विकर्ण, दुर्मुख, दुःशासन, सुबाहु, सशस्त्र कालिंग, अवंतिपति विंद व अनुविंद, द्रोण, अश्वत्थामा, शकुनि हे व दुसरे पुष्कळ देशोदेशींचे राजे आपआपल्या सैन्यासह तुझ्या संरक्षणास येतील. तूं आपल्या मनांतली ही चिंता अगदीं काढून टाक. शिवाय तूंही स्वतः मोठा तेजस्वी व शूर असा महारथी आहेस. तेव्हां, हे सैंधवा, तूं पांडवांना डरतोस हें काय? हें माझें अकरा अक्षौहिणी सैन्य तुझें रक्षण करण्यासाठीं अगदीं शिकस्तीनें लढेल, भिऊं नको. जयद्रथ राजा, अगदीं निश्चिंत ऐस."

संजय सांगतोः—राजा, याप्रमाणें तुझ्या पुत्रानें जयद्रथास आश्वासन दिलें. तरी त्याचें समाधान न होऊन तो दुर्योधनास घेऊन रात्रींच्या रात्रींच द्रोणाचार्यांकडे गेला, आणि पादाभिनंदन केल्यावर जवळ बसून नम्रपणानें म्हणाला, "भगवन्! लक्ष्याचा भेद करणें, दूर अंतरावर शर टाकणें, चापल्य व बरोबर वेध करणें या गोष्टींमध्यें अर्जुन व मी यांमध्यें कोण श्रेष्ठ आहे, तें आपण मला सांगा. अर्जुनाच्या व माझ्या विद्येमध्यें काय अधिकउणें आहे, तें अगदीं खरें खरें समजावें अशी माझी इच्छा आहे. यासाठीं आपण मला जें खरें असेल तेंच सांगा.

द्रोणाचार्य म्हणाले—बाबारे, तुम्ही दोघेही गुरूपासून अगदीं सारखेंच शिकला आहां परंतु अर्जुनाला विशेष अनुभव असून या वेळीं पुत्रनिधनदुःखामुळें त्याला विलक्षण त्वेष आलेला आहे. यामळें तत्वतः तो तुझ्याहून भारी आहे. तथापि अर्जुनापासून तुला युद्धामध्यें केव्हांही बिलकुल उपद्रव पोंचणार नाहीं, भिऊं नको. मी तुझें संकटापासून रक्षण करीन. अरे, हे माझे बाहु ज्याचें रक्षण करीत असतील, त्याचें अप्रिय करण्यास देवही समर्थ नाहींत; समजलास? मी असा व्यूह रचीन की, अर्जुनाला त्याचा भेद करतांच येणार नाहीं. यासाठीं युद्ध कर- भिऊं नको आणि लढणें हाच जो क्षत्रियांचा धर्म त्याचें रक्षण कर. हे महारथा, युद्धांतून भिऊन पळून जाणें क्षत्रियांस उचित नव्हे. आपले वाडवडील ज्या मार्गानें गेले, त्याच मार्गाचा तूं अवलंब कर. तूं यथासांग वेदाध्ययन केलें आहेस, अग्नीचें उत्तम प्रकारें आराधन केलें आहेस, व पुष्कळ यज्ञयागही केले आहेस; तेव्हां इहलोकचें कर्तव्य तुझ्या हातून उत्तम प्रकारें झालें असल्यामुळें, तुला मृत्यूची भीति वाटणें बरोबर नाहीं. अरे,

तुला समरांगणांत सन्मुख मरण येईल, तर अभागी मनुष्यांस केवळ दुर्लभ असें तें तुझें महद्भाग्यच उदयास आलें असें समजलें पाहिजे. येणेंकरून तुला अनुपम असे दिव्य लोक स्वपराक्रमानें मिळतील! बाबारे, हे सर्व कौरव, पांडव, वृष्णि, मी व माझा पुत्र व इतरही सर्व लोक केवळ नश्वर आहेत. कोणीही अमर नाहीं, या गोष्टींचा नीट विचार कर. कोणत्या ना कोणत्या प्रकारें काळाचा तडाका बसून आपण सर्वच आपापलीं बरीं वाईट कर्मे बरोबर घेऊन परलोकीं जाणार आहोंतच! तपस्वी तपाचरणानें जे लोक मिळवितात, तेच लोक क्षात्रधर्माप्रमाणें वर्तन करणाऱ्या क्षत्रियांसही प्राप्त होतात.

याप्रमाणें भारद्वाजांनीं सिंधुपतीस धीर दिला, तेव्हां त्याला पूर्वी जें अर्जुनाचें भय पडलें होतें तें दूर होऊन युद्ध करण्याचें त्याच्या मनानें घेतलें. तेव्हां धृतराष्ट्रा, तुझ्या सैन्यास आनंद झाला, आणि वाद्यें व सिंहनाद यांचा प्रचंड ध्वनि होऊं लागला.

अध्याय पंचाहात्तरावा.

—:०:—

श्रीकृष्णाचें भाषण.

संजय सांगतोः—धृतराष्ट्रा, अर्जुनानें सिंधुपतीच्या वधाची प्रतिज्ञा केली. तेव्हां प्रतापी वासुदेव त्याला म्हणाला, “पार्था, आपल्या भावांचें व माझें मत न घेतां ‘सैंधवाला मी मारणार’ म्हणून तोंडानें बोलून गेलास खरा; पण ह्या कामांत तूं फार उतावळी केलीस. माझ्याशीं या बाबतींत कांहींच सल्लामसलत न करतां तूं एकदम ही न झेंपण्याजोगी जोखीम उचललीस. आतां यांतून पार पडून आपलें सर्व जगांत हंसें होणार नाहीं ही गोष्ट कशी साधेल ती साधो! कौरवांच्या गोटांत मीं हेर पाठविले होते, त्यांनीं आतांच येऊन मला तिकडील बातमी सांगितली. अर्जुना, तूं सैंधववधाची प्रतिज्ञा केलीस, त्या वेळीं आपल्या येथें वाद्यें व सिंहनाद यांचा जो प्रचंड घोष झाला तो कौरवांनीं ऐकिला. त्या शब्दांमुळें कौरव व जयद्रथ अगदीं भेदरून गेले; आणि हा अकस्मात् झालेला सिंहनाद उगाच झालेला नाहीं, पांडवांचा कांहीं तरी विशेष बेत असावा, असें त्यांस वाटून ते सैन्याची व्यवस्था करूं लागले; आणि त्यामुळेंच, हे महाबाहो! कौरवांचे हत्ती, अश्व व पदाति यांचा मोठा कलकलाट चालला असून रथांचा ध्वनिही भयंकर होत आहे. अभिमन्युवध झाला ही गोष्ट ऐकून अर्जुन दुःखाकुल झाला असेल व तो खात्रीनें रातोरात हल्ला करीत असेल, असें समजून ते दक्षतेनें राहिले आहेत. हे कमलनयना, कौरव मोठे प्रयत्नशील आहेत; सिंधुराजाला ठार करण्याविषयीं तूं केलेली प्रतिज्ञा त्यांस खात्रीनें समजली आहे; व तूं आपलें भाषण असत्य होऊं देणार नाहींस हेंही ते जाणून आहेत. यामुळेंच दुर्योधनाचे मंत्री व जयद्रथ राजा हे प्रथम अगदीं उदास झाले व क्षुद्र मृगांप्रमाणें भेदरून गेले. नंतर तो सिंधुसौवीराधिपति जयद्रथ राजा अत्यंत दुःखी व दीन होऊन मंत्र्यांसह तेथून उठला व आपल्या गोटांत गेला. त्या ठिकाणीं ‘आपलें संरक्षण होण्यास काय काय तजविजी करतां येतील’ याचा पुष्कळ विचार केल्यावर तो राजसभेंत जाऊन दुर्योधनास म्हणाला, “मला ‘पुत्रघातकी’ समजून उद्यां अर्जुन माझ्यावर चालून येणार आहे. मला ठार मारण्याविषयीं त्यानें भरसैन्यांत प्रतिज्ञा केली आहे. सव्यसाची अर्जुनाची ती प्रतिज्ञा विफल करण्यास देव, गंधर्व, असुर, उरग व राक्षस हेही धजावणार नाहींत

यासाठीं समरांगणांत तुम्ही माझें रक्षण करा, आणि तुमच्या डोक्यावर पाय देऊन अर्जुन आपली शिकार साधणार नाहीं अशी तजवीज करा. हे कुरुनंदना राजा, तुम्हांस युद्धांत माझें रक्षण करतां येत नसेल तर मला आपली घरीं जाण्याची आज्ञा दे ! ”

“ जयद्रथाचें असें भाषण ऐकून दुर्योधनानें खिन्न होऊन खालीं मान घातली; ती प्रतिज्ञा ऐकून पुढें काय करावयाचें याचा त्याला विचारच पडला. याप्रमाणें दुर्योधन विवंचनेंत पडला आहे असें पाहून जयद्रथ मोठ्या युक्तीनें आपणास हितकर असें भाषण करूं लागला. तो हळूच म्हणाला, “ महायुद्धांत अर्जुनाच्या अस्त्रावर उलट अस्त्र सोडून त्याचें खंडन करील असा पराक्रमी धनुर्धर येथें तुम्हांमध्यें मला कोणीच दिसत नाहीं. वासुदेव ज्याचा साह्यकारी आहे असा तो अर्जुन आपलें गांडीव धनुष्य खेंचूं लागला म्हणजे त्याच्या पुढें उभा राहाण्यास कोण समर्थ आहे ? साक्षात् इंद्रही असमर्थच आहे ! मागें अर्जुन केवळ पादचारी असूनही त्यानें अमितशक्तिमान् प्रभु महादेवाशीं युद्ध केल्याचें आम्ही ऐकतों ! इंद्राचे सांगण्यावरून त्यानें एकट्यानेंच हिरण्यपुरवासी हजारों दानवांचा संहार केला ! त्या अर्जुनास चतुर वासुदेवाचें साह्य असल्यावर तो अमरांसह या त्रैलोक्याचाही क्षय करील असें मला वाटतें. यासाठीं मी म्हणतों, तूं मला जाण्याची आज्ञा द्यावीस हें बरें. अथवा तुझ्या इच्छेस येईल तर महात्मा द्रोणाचार्य व अश्वत्थामा या वीरांनीं माझें रक्षण करण्याचा पतकर ध्यावा ! ”

“ अर्जुना, जयद्रथ एवढ्यावरच स्वस्थ बसला नाहीं. त्यानें स्वतः याविषयीं आचार्यांची अतिशय काकळूत केली ! पुढें कसकसें करावयाचें याविषयींचे त्याचे बेत केव्हांच ठरले आहेत, आणि त्याचे रथही तयार झाले आहेत. कर्ण, भूरिश्रवा, अश्वत्थामा, अजिंक्य असा वृषसेन, कृपाचार्य व मद्रपति शल्य हे त्याच्या पुढें रहाणार आहेत. द्रोण शकटव्यूह व अर्धपद्मव्यूह रचणार असून त्यांतील पद्मकर्णिकेच्या मध्याशीं सूचिमुखाचे तेथें मोठा झुंजार वीर सिंधुपति हा स्वतः सुरक्षितपणें राहाणार आहे. धनुर्विद्या, अस्त्रविद्या, पराक्रम व शारीर सामर्थ्य यांमध्यें हे सहा वीर कोणासही हार जाणारे नसून त्यांनीं या वेळीं अगदीं विडाच उचललेला आहे. ह्या सहा वीरांस जिंकल्याशिवाय जयद्रथ कदापि साध्य होणार नाहीं. पार्था, या सहा वीरांपैकीं प्रत्येकाचें सामर्थ्य किती आहे याचा विचार कर. हे नरर्षभा, हे साहीजण एकदिलानें लढत असतां त्यांस जिंकणें केवळ अशक्यच आहे. तेव्हां आपलें कार्य सिद्धीस नेण्यास आपल्या फायद्याची कोणती युक्ति लढवावी याविषयीं मंत्रकुशल सचिवांबरोबर व मित्रमंडळीबरोबर मला पुनः एकदा विचार केला पाहिजे ! ”

अध्याय शाहात्तरावा.

—:o:—

अर्जुनाचें भाषण.

अर्जुन म्हणालाः—गोविंदा, कौरवांकडील हे सहा वीर विशेष बलाढ्य आहेत असें तुझें म्हणणें आहे; पण मला तर असें वाटतें कीं, त्या सर्वांचें बल एकत्र केलें तरी तें माझ्या निम्मेंही होणार नाहीं ! हे मधुसूदना, जयद्रथवधाच्या इच्छेनें मी एकदां धनुष्य उचललें म्हणजे ह्या अर्जुनाच्या अस्त्रानें त्या सर्वांच्या अस्त्रांचे धुडके धुडके उडत आहेत असें तुला दिसेल ! द्रोणाचार्य व त्यांचे गण विलाप करीत असतांना त्यांच्या समक्ष मी जयद्रथाचें मस्तक भूतलावर पाडीन ! फार काय सांगूं ? साध्य,

रुद्र, वसु, अश्विनीकुमार, इंद्रासह सर्व देव, ईश्वर, विश्वेदेव, पितर, गंधर्व, गरुड, सागर, स्वर्ग, अंतरिक्ष व ही पृथ्वी, दिशा व दिग्पाल आणि ग्रामवासी व अरण्यवासी अशीं स्थावर-जंगम सर्व भूतें त्या सिंधुपतीच्या रक्षणास धांवलीं, तरी उद्यां तो माझ्या बाणांनीं रणांत मरून पडलेला तुझ्या दृष्टीस पडेल! कृष्णा, मी सत्याला स्मरून व हें धनुष्य हातांत घेऊन याविषयीं शपथ करितों. द्रोणाचार्य त्या महापातकी दुष्टाचें रक्षण करीत आहेतना? कांहीं हरकत नाहीं. केशवा, मी प्रथम द्रोणावरच शिस्त धरीन. जिकडे द्रोण तिकडे जय असें समजून दुर्योधनानें या युद्धरूपी द्यूताची सर्व मदार द्रोणांवर ठेविली आहे. यासाठीं त्यांच्याच सैन्याची फळी फोडून मी सिंधुराजावर चालकरणार? युद्धामध्यें मोठमोठे धनुर्धर वीर माझ्या प्रखर बाणांनीं वज्रभिन्न पर्वतशिखरांप्रमाणें विदीर्ण होतांना तुला दिसतील. माझ्या तीक्ष्ण शरांनीं खालीं पडलेले, पडत असलेले, व अत्यंत जखमी झालेले वीर, हत्ती व अश्व यांच्या शरीरांतून रक्ताच्या चिळकांड्या उडतील? मन किंवा वायु यांप्रमाणें वेगवान् असे माझ्या गांडीवापासून सुटलेले बाण हजारों नर, नाग व अश्व यांचे प्राणांची व देहांची कायमचीच ताटातूट करतील. यम, कुबेर, वरुण व इंद्र यांपासून मीं जीं घोर अस्त्रें संपादिलीं आहेत, तीं या प्रसंगीं समरांगणांत लोकांस पहावयास मिळतील. सैंधवाच्या रक्षणास जे जे म्हणून येतील, त्या त्या सर्वांचीं अस्त्रें माझ्या ब्रह्मास्त्राच्या योगानें नष्ट होत आहेत असेंच रणांत तुला दिसेल. केशवा, शरवेगानें साफ तुटून निराळीं झालेलीं राजांचीं मस्तकें मी उद्यां जमिनीवर सारखीं पसरून देत आहें असें तुझ्या अवलोकनांत येईल. मी रक्तमांसानें क्रूर श्वापदांस तृप्त करीन, शत्रूंस पळवून लावीन, आणि सिंधुपतीचें मंथन करून स्वजनांस आनंदित करीन. जयद्रथ हा आमचा आप्त परंतु अगदीं नीच असून यानें आमचे पुष्कळ अपराध केले आहेत. यास्तव हा पापी देशांत जन्मलेला राजा माझ्या हातून मरण पावेल व आप्तस्वकीयांना रडत बसवील! सर्व प्राण्यांचें दूध व पाहिजे तें अन्न भक्षण करणारा व रणांगणांत अनीतीनें वागणारा तो सिंधुराज—आपल्या रक्षणकर्त्या इतर राजांसह—माझ्या बाणांनीं भिन्न झालेला तुझ्या दृष्टीस पडेल. कृष्णा, उद्यां मी असा पराक्रम गाजवीन कीं तो पाहून "या अर्जुनासारखा वीर सर्व भूमंडलावर दुसरा कोणीही नाहीं, अशी दुर्योधनाची खात्री होईल. हे नरश्रेष्ठा, हें दिव्य गांडीव धनुष्य, माझ्यासारखा योद्धा व तूं सारथि एवढें जुळल्यावर मला अजिंक्य असें काय आहे? भगवन्, तुझ्या प्रसादानें मला रणांत कोणती गोष्ट असाध्य आहे? हे हृषीकेशा, माझें सामर्थ्य कोणासही सहन होणारें नाहीं हें तुला ठाऊक असतां मला उगाच कां बोल लावतोस? ज्याप्रमाणें चंद्रावरील चिन्ह किंवा समुद्रांतील पाणी सर्वदा कायम असावयाचें, त्याचप्रमाणें ही माझी प्रतिज्ञा सत्य आहे असें समज. जनार्दना, माझ्या अस्त्रांना दोष लावूं नको. ह्या बळकट गांडीवाचा अपमान करूं नको, त्याचप्रमाणें माझें बाहुबल कमी समजूं नको, व या धनंजयाचीही निंदा करूं नको. जेणेंकरून माझा पराभव न होतां जयच होईल अशा प्रकारें मी संग्राम करीन. या माझ्या भाषणावर विश्वास ठेवून जयद्रथ समरांगणांत पडलाच म्हणून समज. ब्राह्मणाचे ठिकाणीं सत्य, साधुसंतांचे ठिकाणीं नम्रता,

यज्ञांचे ठिकाणीं लक्ष्मी आणि नारायणाकडे जय अढळ असावयाचाच !

संजय सांगतोः---याप्रमाणें आत्मस्वरूप श्रीकृष्णाला मनःपूर्वक सांगितल्यावर अर्जुन गर्जना करीत करीत पुनः त्याला म्हणाला,--कृष्णा, हा आणीबाणीचा प्रसंग येऊन ठेपला आहे. यासाठीं, उजाडल्याबरोबर माझा रथ अगदीं तयार असेल अशी आतांच तजवीज लावून ठेव.

अध्याय सत्याहत्तरावा.

—:०:—

उत्पातदर्शन.

संजय सांगतोः---त्या रात्रीं वासुदेव व अर्जुन यांना मुळींच झोंप आली नाहीं. ते दुःखशोकार्त होऊन सर्पाप्रमाणें सुस्कारे सोडीत होते. ते साक्षात् नरनारायण संतप्त झाले आहेत असें पाहातांच इंद्रासह सर्व देव दुःखित होऊन ह्याचा काय परिणाम होणार अशा मोठ्या फिकीरींत पडले ! अनर्थसूचक रूक्ष वारे भयंकर वेगानें वाहूं लागले; सूर्याला खळें पडून त्यांत कबंधें दिसूं लागलीं; निर्घातशब्द होऊं लागले; उल्कापात होऊं लागले; व त्यांबरोबर विजांचा चकचकाट व गडगडाट सुरू झाला ! पर्वत, वनें व अरण्यें यांसह पृथ्वीही कंपायमान होऊं लागली. हे महाराजा, मकरांचें वास्तव्यस्थान असे ते सप्त सागर खवळून गेले. समुद्रगामिनी नद्यांचे ओघ उलट फिरले! रथ, अश्व, नर व हत्ती उलथेपालथे होऊं लागले ! मांसभक्षक प्राण्यांस आनंद व यमराष्ट्राची वृद्धि होईल हें सूचित करण्याकरितां वाहनें मूत्रपुरीषोत्सर्ग करूं लागलीं व रडूंही लागलीं ! हे भरतर्षभा, हे सर्व दारुण व अंगावर कांटा आणणारे उत्पात पाहून व महाबलाढ्य सव्यसाची अर्जुनाची ती प्रतिज्ञा ऐकून तुझीं सैन्यें गर्भगळीत होऊन गेलीं !

सुभद्रासांत्वन.

असो; तिकडे महाबाहु अर्जुन कृष्णास म्हणालाः--गोविंदा तुझी बहीण सुभद्रा व तिची तिची सून यांचें सांन्वन तुलाच केलें पाहिजे. माधवा, सुभद्रेच्या त्या अल्पवयस्क सुनेचा शोक दूर कर; आणि, हे प्रभो, त्या दोघींना मोठ्या युक्तीनें दोन समजुतीच्या गोष्टी सांगून व आत्म्याच्या सत्यस्वरूपाविषयीं थोडासा समयोचित उपदेश करून त्यांस धीर दे.

अर्जुनाचें हें भाषण ऐकून श्रीकृष्ण खिन्न अंतःकरणानें अर्जुनाच्या अंतर्गृहांत गेला; आणि शोकानें व्याकुळ झालेल्या त्या आपल्या भगिनीस आश्वासन देऊं लागला. वासुदेव म्हणालाः---सुभद्रे, तूं आपल्या सुनेसह पुत्राबद्दल शोक करीत बसली आहेस, पण आतां त्याचा काय उपयोग होणार? व्यर्थ शोक करूं नको. अग भित्रे, सर्व प्राण्यांची गति तीच. आज नाहीं उद्यां केव्हां तरी प्रत्येकास जावयाचेंच आहे; आणि क्षत्रियांच्या कुलांत व त्यांतही विशेष पराक्रमी कुलांत ज्याचा जन्म झाला, त्याला असेंच मरण यावयाचें? आपल्या कुलशीलास शोभेल अशाच प्रकारें तुझ्या मुलाला मृत्यु आला आहे, यासाठीं त्याबद्दल शोक करूं नको. हा पितृतुल्य पराक्रमी महारथी वीर सुदैवानें क्षत्रियास उचित असें कर्म करून, वीर लोक जिची इच्छा करीत असतात त्याच गतीला गेला आहे. असंख्य शत्रूंस जिंकून त्यांस यमलोकीं पाठवून सर्व मनोरथ पूर्ण करणारे अक्षय्य पुण्यलोक त्यानें मिळविले आहेत. तप, ब्रह्मचर्य, बुद्धि व ज्ञान यांच्या योगानें संत जी गति मिळवूं इच्छितात, तीच गति तुझ्या मुलास लाभली आहे. तूं वीरमाता आहेस. त्याचप्रमाणें वीरपत्नी, वीर-

कन्या व वीरभगिनी आहेस. यासाठीं, हे कल्याणि श्रेष्ठ पदावर आरूढ झालेल्या पुत्राविषयीं व्यर्थ दुःख करूं नको. शिवाय या बाळाचा घात करणाऱ्या त्या चांडाळ जयद्रथास व त्याच्या मित्रबांधवांस थोड्याच अवकाशांत या अपराधाचें फळ मिळेल. हे वरांगने, तो पातकी प्रत्यक्ष अमरावतीस गेला तरी उद्यां रात्रीला कांहीं अर्जुन त्याला शिल्लक ठेवीत नाहीं खास! उद्यां रणांत त्या सिंधुपतीचें मस्तक छेदून या स्यमंतपंचकाच्या बाहेर फेंकून दिल्याचें तूं ऐकशील. शोक करूं नको. अगदीं रडूं नको. कारण क्षात्रधर्माचा अंगीकार करून वीर अभिमन्यु सद्गतीस गेला आहे; आणि आम्हांसारखे जे शस्त्रजीवी क्षत्रिय आज येथें हयात आहेत, ते सर्व याच गतीला जावयाचे आहेत. हे वरारोहे, समरांगणांत माघार न घेणारा, रथांची दाणादाण उडविणारा व महापराक्रमी तुझा तो निधड्या छातीचा पुत्र स्वर्गलोकीं गेला आहे. यासाठीं तूं आपला संताप आवरून धर! तो वीर्यशाली कुमार पितृकुल व मातृपक्ष यांस अनुसरूनच वागला. हजारों शत्रूंस रणांत लोळविल्यानंतर त्या शूर महारथास मरण आलें आहे. हे राज्ञि, आपल्या सुनेला धीर दे. तूं क्षत्रियकन्या आहेस, तुला फार शोक करणें उचित नव्हे. हे नंदिनि, उद्यां मोठी आनंददायक गोष्ट होणार हें मनांत आणून आपलें दुःख पार गिळून टाक. पार्थानें जशी प्रतिज्ञा केली आहे, तशीच ती शेवटास जाईल, असत्य होणारच नाहीं. कारण तुझ्या भर्त्याचा असाच प्रभाव आहे कीं, त्यानें योजलेलें काम कदापि निष्फल व्हावयाचें नाहीं. फार काय सांगूं? मनुष्य, पन्नग, पिशाच्च, राक्षस, पक्षी, देव, दानव हे जरी रणांगणांत त्या सिंधुराजाच्या रक्षणास धांवले, तरी उद्यां त्यांकडूनही त्याचें रक्षण व्हावयाचें नाहीं!

अध्याय अठ्ठयाहत्तरावा.

—:०:—

सुभद्रेचा विलाप!

संजय सांगतोः—महात्म्या केशवाचें हें भाषण ऐकून, पुत्रशोकानें व्याकुल झालेल्या सुभद्रेला भडभडून येऊन ती विलाप करूं लागली. हे पुत्रा! मज हतभागिनीला सोडून कसारे गेलास! बाळा, तूं पित्याप्रमाणें पराक्रमी असतांना रणांगणांत गेल्यावर कसारे निधन पावलास! वत्सा, नीलकमलाप्रमाणें श्याम वर्ण, मनोहर दंतपंक्ति व सुंदर नेत्र यांनीं शोभणारें तुझें मुखकमल रणांतील धुळीनें भरून गेल्यामुळें कसेंसेंरे दिसत असेल! बाळा, कधींही हार न घेणाऱ्या तुज वीराला आज लोक रणांगणीं पडलेला पाहातात काय! हर हर! तुझें तें मनोहर मुखकमल, ती सरळ नासिका, सुंदर मान, पुष्ट दंड, मांसल स्कंधप्रदेश, विशाल वक्षःस्थल, कृश उदर आणि मनास आल्हाद देणारे ते पाणीदार नेत्र असा तुझा तो सर्वांगसुंदर देह आज शस्त्रांच्या घायांनीं भरून गेला असेल; आणि या वेळीं खरोखर उदय पावलेल्या चंद्राप्रमाणें तुजकडे भूतें कीं रे टक लावून पाहात असतील! उंची पलंगपोस हंतरलेल्या बिछान्यावर जो पूर्वीं निजे, केवळ सुखांत राहण्यासच जो खरोखर योग्य, तो माझा बाळ आज अत्यंत जखमी होऊन जमिनीवर निजलाना! ज्या महापराक्रमी वीराच्या बाजूला पूर्वीं वरांगना बसत असत, तोच आज रणांत पडल्यामुळें त्याच्याभोंवतीं कोल्हीं कीं हो जमलीं असतील! हाय हाय! देवा, मागें सूत, मागध, व बंदिजन मोठ्या हर्षानें ज्याची स्तुति करीत असत, त्याचीच आज क्रूर मांसाहारी प्राण्यांनीं आपल्या गर्जनांनीं उपासना चालविली असेल! शिवशिव! हे पुत्रा, अरे माझ्या राजा, पांडव,

वृष्णि व पांचाल इतके वीर तुझ्या रक्षणास असतांना तुला केवळ अनाथाप्रमाणें कोणीं रे मारिलें ? बाळा, तुझें दर्शन घेण्याविषयीं माझे डोळे तृप्त झाले नाहींत रे ! तेव्हां, हे पुण्यशीला, नेत्रांचें पारणें फेडण्याला मी हतभागिनी आजच यमलोकीं जाणार हें उघड आहे ! बाळा, तुझे ते विशाल नेत्र, कुरळे केशाग्र, तें गोड भाषण आणि तुझें सुगंधयुक्त व्रणरहित मुख पुनः माझ्या केव्हां दृष्टीस पडेल ? धिक्कार असो त्या भीमसेनाच्या बलाला आणि त्या धनुर्धारी अर्जुनाला ! बाळा, ज्यांना तुझें रणांगणांत रक्षणही करवलें नाहीं, त्या वृष्णींचें वीर्य व पंचालांचें सामर्थ्य केवळ व्यर्थ होय ! याचप्रमाणें केकय, मत्स्य, चेदि व सृंजय यांनाही धिक्कार असो ! शोकानें माझी दृष्टि मंद झाली आहे, व आज अभिमन्यु कोठें दिसत नसल्यामुळें ही संपूर्ण पृथ्वी मला शून्य व निस्तेज भासत आहे ! बाळा, तूं वासुदेवाचा भागिनेय व गांडीवधारी अर्जुनाचा पुत्र असून स्वतःही अतिरथी वीर असतांना आज तुला मी निधन पावलेला कसा रे पहात आहें ! वत्सा, ये, ये. तुला तहान लागली असेल. बाळा, माझ्या स्तनांना पान्हा फुटला आहे ! लवकर ये आणि या हतभाग्य व मूढ मातेच्या अंकावर बसून स्तनपान कर ! तुझ्या दर्शनाविषयीं मी अगदीं अतृप्त आहें रे ! हायहाय ! वीरा, स्वप्नांतील द्रव्याप्रमाणें तूं माझ्या दृष्टीस पडून क्षणांत कीं रे नष्ट झालास ! अहो ! हें मनुष्याचें जीवित पाण्यांतील बुडबुड्याप्रमाणें चंचल व अनित्य आहे ! बाळा, तुझ्या वियोगरूप दुःखसागरांत बुडून गेलेली ही तुझी तरुण भार्या वत्सरहित धेनूप्रमाणें दीन झाली आहे, हिचें आतां मी कसें रे समाधान करूं ? पुत्रा, तुझ्या दर्शनाविषयीं अत्यंत उत्सुक अशा मला सोडून तूं भर तारुण्यांत केवळ अकालीं इहलोक सोडून चाललास रे ! ज्यापेक्षां साक्षात् केशव हा तुझा त्राता असतांना तुला केवळ अनाथाप्रमाणें संग्रामांत मरण आलें, त्यापेक्षां कालाची करणी ज्ञात्यांसही समजत नाहीं हेंच खरें ! बाळा, यज्ञयाग करणारे, दानशील, आत्मप्राप्ति झालेले ब्राह्मण, ब्रह्मचर्यनिष्ठ, पुण्यतीर्थांत स्नान करणारे, कृतज्ञ, उदार, गुरुसेवेंत तत्पर राहाणारे आणि हजारों मोहोरा दक्षिणा देणारे अशा अशा पुण्यशीलांना जी गति मिळते, ती गति तुला प्राप्त होवो ! बाळा, रणांत माघार न घेणारे शूर वीर आपल्या शत्रूंस ठार करून लढतां लढतां समरांगणांत पतन पावले म्हणजे त्यांना जी गति प्राप्त होते, त्याच गतीला तूंही जा ! वत्सा, हजारों गोदानें करणारे, यज्ञयाग करणारे, सर्व साहित्यानें परिपूर्ण असें घर देणारे, परमपूज्य अशा ब्राह्मणांना द्रव्यसंचय देणारे व निरभिमानी लोक हे ज्या शुभ गतीला जातात, त्याच शुभ गतीला तूंही जा ! सदाचरणी मुनि आपल्या ब्रह्मचर्यानें व पतिव्रता आपल्या पातिव्रत्यानें जी गति मिळवितात, ती गति तुला मिळावी ! पुत्रा, राजांना उत्तम आचरणानें व पुण्यशील ब्राह्मणांना त्यांच्या अविच्छिन्न पुण्यकर्मांनीं जे अक्षय्य लोक प्राप्त होत असतात, तेच तुलाही लाभोत. बाळा, दीनावर दया करणारे, आपल्याजवळील पदार्थांचा त्यांस नित्य विभाग देणारे व वाईट कृत्यांपासून अलिप्त राहाणारे यांची गति तुला मिळो. व्रती, धर्मशील, गुरुसेवारत व आतिथ्यदक्ष यांस प्राप्त होणारी गति तुला प्राप्त होवो ! बाळा, महासंकटाच्या प्रसंगींही जे आपलें मन स्वाधीन ठेवतात, व शोकाग्नीनें जे आंतल्या आंत दग्ध होत असतात, त्यांस मिळणारे पुण्यलोक तुला मिळोत ! बाळा, जे पुरुष

सदोदीत मातापितरांची सेवा करीत असतात, आणि केवळ स्वभार्येच्या ठिकाणींच रत राहातात, त्यांची गति तुला प्राप्त होवो ! हे पुत्रा, जे मनीषी ऋतुकालीं स्वस्त्रीगमन करितात व परस्त्रीपासून दूर राहातात, त्यांना मिळणारी गति तुला मिळावी. जे निर्मत्सर साधु सर्व भूतांकडे दयार्द्र दृष्टीनें पाहातात, स्वतः कोणाचा मर्मभेद करीत नाहींत, व दुसऱ्यानें केलेल्या अपराधांची क्षमाच करितात, त्यांची जी गति तीच तुला प्राप्त होवो! बाळा, मधु व मांस सेवन न करणारे, मद, दंभ, असत्य व परपीडा यांपासून दूर राहाणारे आणि विनयसंपन्न, सर्वशास्त्रज्ञ, जितेंद्रिय व ज्ञानतृप्त असे सत्पुरुष ज्या गतीला जातात, त्याच गतीला, बाळा, तूंही जा.

याप्रमाणें ती शोककर्षित सुभद्रा दीन होऊन विलाप करीत असतां उत्तरेला बरोबर घेऊन द्रौपदी तिच्याजवळ आली. राजा, मग काय ? सर्वच मोठमोठ्यानें रडूं लागल्या !त्यांनीं दुःखातिशयानें पुष्कळ विलाप केला, आणि शेवटीं सगळ्याजणी निशापान केल्याप्रमाणें बेशुद्ध होऊन धरणीवर पडल्या ! कृष्णालाही फार वाईट वाटत होतें; तथापि त्यानें त्यांच्या अंगावर शीतोदक शिंपून व दुसरे उपचार करून त्यांस सावध केलें व अनेक प्रकारचे हितवाद सांगून तो त्यांचें समाधान करूं लागला. काळजाला पुत्रशोकरूप धक्का बसल्यामुळें जी थरथर कांपत आहे, आक्रोश करीत आहे व भ्रमिष्टासारखी झाली आहे, त्या आपल्या बहिणीस तो कमलाक्ष म्हणालाः—सुभद्रे, पुत्राविषयीं शोक करूं नको. हे पांचालि, तूं उत्तरेचें सांत्वन कर. क्षत्रियपुंगव अभिमन्यूला जी गति मिळाली आहे, ती प्रशंसनीय आहे. हे वरानने, आपल्या कुलांत जे पुरुष आहेत, त्या सर्वांना हीच यशस्वी अभिमन्यूची गति मिळो ! तुझ्या महारथी पुत्रानें आज जें थोर कृत्य केलें, तशाच प्रकारचें कृत्य आतां आह्मी व आमचे मित्र करूं.

याप्रमाणें सुभद्रा, द्रौपदी व उत्तरा यांचें सांत्वन करून महापराक्रमी शत्रुतापन श्रीकृष्ण अर्जुनाकडे आला. नंतर त्यानें सर्व राजे, आप्त व अर्जुन यांना आपापल्या गोटांत जाण्यास आज्ञा करून तो अंतःपुरांत गेला, व सर्व लोकही आपापल्या शयनमंदिरांत गेले.

अध्याय एकुणऐशींवा.

—:०:—

कृष्ण व दारुक यांचें संभाषण.

संजय सांगतोः—नंतर पुंडरीकाक्ष प्रभु केशवानें अर्जुनाच्या अनुपम मंदिरांत प्रवेश केला; व हातपाय धुऊन, शुभलक्षणसंपन्न अशा वेदीवर वैदूर्य रत्नाप्रमाणें चकाकणाऱ्या दर्भांची मंगल शय्या पसरली; आणि फुलें, लाह्या व मंगलकारक सुवासिक पदार्थ यांनीं ती शय्या विधिपूर्वक अलंकृत करून तिचे भोंवतीं उत्तमोत्तम शस्त्रें ठेवून दिलीं. नंतर अर्जुनानें स्नान केलें; व त्याच्या देखत त्याच्या बाजूला नम्र सेवकांनीं रात्रीं करावयाचा त्र्यंबकबलि तयार केला. मग अर्जुनानें मोठ्या प्रीतीनें माधवाची गंधपुष्पादींनीं पूजा केली! आणि उपहार व तो निशाविहित बलि त्यास अर्पण केला. तेव्हां श्रीकृष्ण हास्यवदन करून अर्जुनास म्हणाला, "पार्था, आतां नीज, देव तुझें भलें करो. तुझ्या कल्याणाकरितां मी जातों." असें म्हणून व रक्षणासाठीं दरवाज्यावर सशस्त्र शिपायांचा पहारा ठेवून तो लक्ष्मीपति दारुकाला बरोबर घेऊन आपल्या शिबिरास गेला आणि स्वच्छ शय्येवर पडला. परंतु, धृतराष्ट्रा,त्याला झोंप कोठून येणार ? अनेक गोष्टी त्याच्या मनांत घोळूं लागल्या. तो सर्वदेवाधिदेव

अर्जुनाच्या हिताविषयीं तत्पर, सर्वांचें बरें करावें अशी इच्छा करणारा, महायशस्वी व थोर मनाचा साक्षात् विष्णु होय. त्यानें अर्जुनाचा शोक व दुःख दूर होऊन त्याचें तेज व पराक्रम वृद्धिंगत होईल अशी सर्व योजना करून ठेविली. राजा, त्या रात्रीं पांडवांच्या सैन्यांत कोणालाच झोंप आली नाहीं. सर्वांस अलोचन जागरण घडलें. महात्म्या गांडीवधारी अर्जुनानें पुत्रशोकानें संतापून सिंधुपतीला ठार करण्याविषयीं एकदम प्रतिज्ञा केली आहे, ती प्रतिज्ञा तो परवीरांतक व महासमर्थ अर्जुन कशी शेवटास नेणार? याविषयीं त्यांना मोठी चिंता पडली होती, "खरोखर, महात्म्या अर्जुनानें केलेली ही प्रतिज्ञा फारच बिकट आहे; व तो जयद्रथ राजाही मोठा पराक्रमी आहे. परंतु ईशकृपेनें अर्जुन या प्रतिज्ञेंतून उत्तीर्ण होवो. पुत्रशोकानें संतप्त होऊन यानें प्रतिज्ञा तर मोठी दुर्घट केली आहे! आतां, याचे भाऊ मोठे पराक्रमी असून सैन्यही पुष्कळ आहे; तथापि कौरवांना ही बातमी कळून तेही सावध झाले आहेत, व दुर्योधनानें हें सर्व सिंधुराजाला कळविलें आहे. यामुळें काळजी वाटते. देव करो व उद्यां सर्व शत्रूंस जिंकून व सैंधवाला समरांगणांत ठार करून अर्जुन सुरक्षित परत येवो! कारण तो आपली प्रतिज्ञा शेवटास नेणारा वीर आहे. जर त्याच्या हातून सिंधुपतीचा अंत झाला नाहीं, तर तो उद्यां अग्निप्रवेश करील! त्यानें तशी प्रतिज्ञाच केलेली आहे, व तीप्रमाणें न वागणें हें अर्जुनाकडून कालत्रयीं घडावयाचें नाहीं. जर करतां अर्जुन मरण पावला, तर धर्मराजाची काय स्थिति होईल? त्याचा सर्व जयापजय केवळ अर्जुनावर अवलंबून आहे. देवा, आमच्या हातून जर कांहीं पुण्य घडलें असेल, जर आम्हीं कांहीं दानधर्म केला असेल, किंवा हवन केलें असेल, तर त्याच्या फलानें सव्यसाची अर्जुनास शत्रूंवर जय मिळो."

राजा धृतराष्ट्रा, अशा प्रकारें बोलत व पार्थाचा जय इच्छीत सर्व वीरांनीं ती रात्र मोठ्या कष्टानें कंठिली. त्या रात्रीं श्रीकृष्ण मध्येंच जागा झाला व अर्जुनाच्या प्रतिज्ञेची आठवण होऊन दारुकास म्हणाला, "पुत्रवधानें आर्त झालेल्या पार्थानें 'उद्यां जयद्रथास मारीन' अशी प्रतिज्ञा केली आहे. ही दुर्योधनाला समजली असेल व अर्जुनाकडून सिंधुपति जयद्रथाचा वध न होण्यास काय उपाय करावा याविषयीं मंत्र्यांबरोबर त्याचीं खलबतेंही झालीं असतील. उद्यां त्याचें सर्व अकरा अक्षौहिणी सैन्य जयद्रथाच्या रक्षणास सज्ज राहील. द्रोण व त्याचा पुत्र अश्वत्थामा ह्यांस सर्व अस्त्रांचीं विधानें अवगत आहेत, तेही त्याच्या रक्षणास तत्पर राहातील; व द्रोण रक्षण करीत असल्यावर जयद्रथाकडे वांकड्या नजरेनें पाहाण्याची दैत्यदानवांचा गर्व हरण करणाऱ्या सहस्राक्ष इंद्राचीही छाती होणार नाहीं. मग इतरांची कथा काय! यासाठीं, सूर्य अस्तंगत होण्यापूर्वीं कुंतीपुत्र अर्जुनाच्या हातून जयद्रथ मारला जावा, अशा प्रकारची कांहीं तरी तजवीज मलाच केली पाहिजे. स्त्रिया, मित्र, जातिबांधव, बंधु किंवा दुसरा कोणीही मला अर्जुनापेक्षां प्रिय नाहीं. दारुका, फार काय सांगूं? हें जग अर्जुनरहित झालेलें माझ्यानें मुहूर्तमात्रही पाहावणार नाहीं! दोन घटकांच्या आंतच माझे प्राण निश्चयानें निघून जातील! मी उद्यां अर्जुनासाठीं दुर्योधन, कर्ण आदि सर्व योद्ध्यांस स्वसामर्थ्यानें जिंकीन व सर्वांस अश्वगजांसह यमलोकीं पाठवीन. उद्यांच्या महायुद्धांत स्वर्ग, मृत्यु व पाताळ या तिन्ही लोकांनीं माझें सामर्थ्य अवलोकन करावें. दारुका, उद्यां अर्जुनाचा इष्ट हेतु साधण्या-

साठीं मी समरांगणांत संचार करूं लागलों म्हणजे हजारों राजांना व शेंकडों राजपुत्रांस आपापल्या अश्वगजरथांसह रणांगणांतून पिटाळून लावीन. उद्यां दुर्योधनी सेना माझ्या चक्रानें जर्जर झालेली आहे व पांडवांसाठीं मी क्रुद्ध होऊन तिला समरांगणांत लोळविली आहे असेंच तुझ्या नजरेस पडेल. मी अर्जुनांचा खराखरा मित्र आहें, हें उद्यां देव, गंधर्व, उरग, पिशाच्च व राक्षस या सर्वांच्या पूर्ण प्रत्ययास येईल. जो त्याचा द्वेष करतो तो माझा द्वेष्टा व जो त्याचा मित्र तो माझा मित्र असें समजून व अर्जुन हा केवळ माझेंच अर्धें शरीर आहे असें मनांत वागवून आतां रात्रींच्या रात्रीं माझा श्रेष्ठ रथ उत्तम प्रकारें सज्ज करून सकाळला अगदीं तयार ठेव. जा, अगदीं चुकूं नको. सूता, माझी कौमोदकी गदा, दिव्य शक्ति, चक्र, धनुष्य, बाण वगैरे सर्व साहित्य रथांत ठेवून दे. समरांगणांत रथास शोभविणारा व शत्रूची गाळण उडविणारा माझा गरुडध्वज व छत्र रथाच्या मध्यावर बांध. स्वतः विश्वकर्म्यानें बनविलेल्या सूर्य किंवा अग्नि याप्रमाणें तेजस्वी अशा सोन्याच्या दिव्य माळ्या घालून बलाहक, मेघपुष्प, शैब्य व सुग्रीव हे चारी अश्व चांगले शृंगार, व रथाला जोडून तूंही अंगांत कवच वगैरे घालून अगदीं तयार रहा; वेळ झाली म्हणजे मी ऋषभस्वरानें पांचजन्य शंख वाजवीन. त्याचा तो भयानक शब्द कानीं पडतांच तूं त्वरेनें माझ्याकडे ये. दारुका, माझा आतेभाऊ अर्जुन याचा क्रोध व त्याचीं सर्व दुःखें मीं उद्यां एका दिवसांतच पार घालवून देईन. जेणेंकरून पार्थ समरांगणांत कौरवांच्या देखत त्यांचें कांहींएक चालू न देतां जयद्रथाचा वध करील असा प्रयत्न मी करीन. मला शक्य ते सर्व उपाय मी योजीन, परंतु ही गोष्ट घडवून आणीन. हे सारथे, बीभत्सु कोणाच्याही वधाला उद्युक्त होवो, त्यामध्यें अर्जुनाचा जयच झाला पाहिजे अशी माझी इच्छा आहे !

दारुकानें उत्तर केलें:—त्याला जय ठेवलेलाच आहे. हे पुरुषव्याघ्रा, तूं स्वतः ज्याचा सारथि झाला आहेस, त्याचा पराजय कोठून होणार? ठीक आहे. अर्जुनाचा विजय होण्यासाठीं म्हणून आपण मला जी आज्ञा केली आहे, तीबरहुकूम सर्व तजवीज मी आजरात्रीं उजाडण्यापूर्वींच करून ठेवतों !

अध्याय ऐशींवा.

—:०:—

अर्जुनास पडलेलें स्वप्न.

संजय सांगतो:—धृतराष्ट्रा, तिकडे तो अचिंत्यपराक्रमी व सत्यप्रतिज्ञ धनंजय त्या मसलतीचा विचार करीत पडला असतां त्याचा डोळा लागला. त्या वेळीं शोकसंतप्त व विचारमग्न असलेल्या त्या कपिध्वजाच्या स्वप्नांत महातेजस्वी गरुडध्वज श्रीकृष्ण आला राजा, अर्जुनाच्या मनांत कृष्णाविषयीं इतकी विलक्षण भक्ति व अकृत्रिम प्रेम वसत आहे कीं, तो कोणत्याही अवस्थेंत असला तरी त्याला अभ्युत्थान दिल्यावांचून रहावयाचाच नाहीं. त्या वेळींही त्यानें उठून कृष्णास आसन दिलें व आपण तसाच उभा राहिला. नंतर तो महातेजस्वी देव अर्जुनाचा उभें राहाण्याचा निश्चय जाणून बसल्याबसल्याच त्यास म्हणाला, “ पार्था, मनांत विषाद मानूं नको. कारण काल हा स्वतंत्र असून अजिंक्य आहे. कधींही न टळणारे असे प्रसंग तो सर्व प्राण्यांवर आणीत असतो. हे मनुजेंद्रा, तुला कां वाईट वाटतें बरें? कारण तूं समंजस आहेस, तेव्हां शोक करणें हें तुजसारख्याला चांगलें नाहीं. शोक करीत बसल्यानें कार्याचा मात्र नाश होत असतो. यासाठीं, जेणेंकरून उद्दिष्ट कार्य

साधेल अशा उद्योगाला लाग. धनंजया, जो प्रतिकाराचा कांहींच उद्योग करीत नाहीं, त्याचा शोक हा केवळ शत्रु होय. शोक करणारा आपल्या शत्रूंस उत्तेजन देतो, आणि बांधवांचा उत्साह भंग करीत असतो! शिवाय तो स्वतःही शोकाच्या योगानें क्षीण होत जातो. यासाठीं, बाबा, तुला शोक करणें उचित नव्हे."

राजा, याप्रमाणें श्रीकृष्ण बोलला असतां सर्वविद्याविशारद पार्थ त्याला म्हणाला, "केशवा, त्या पुत्रघातकी दुरात्म्या जयद्रथाला उद्यां ठार करीन म्हणून मीं घोर प्रतिज्ञा केली आहे, ती तुला ठाऊक आहेच! हे अच्युता, माझी प्रतिज्ञा भंग व्हावी म्हणून उद्यां सर्व कौरव व दुसरे महारथ खात्रीनें सैंधवाला पाठीशीं घालतील व त्याच्या रक्षणार्थ झटतील. याशिवाय, माधवा, आज त्यांच्यापाशीं जवळजवळ अजिंक्य असें अकरा अक्षौहिणी सैन्य अजून शिल्लक आहे. तें सैन्य व सर्व महारथी वीर त्याच्या भोंवतीं कोट बांधून बसले म्हणजे, कृष्णा, तो दुरात्मा सिंधुपति माझ्या दृष्टीस पडणें तरी शक्य आहे काय? केशवा, माझी प्रतिज्ञा शेवटास जाणार नाहीं असें मला वाटतें! आणि जर का असेंच झालें, तर मजसारख्या प्रतिज्ञापालकाला जिवंत रहाणें शक्य आहे का? छे, असाच नको! वीरा गोपालकृष्णा, या माझ्या प्रतिज्ञेनें मजवर संकटच येणार असें मला वाटतें. कारण तो शीघ्रगामी सूर्य हां हां म्हणतां अस्ताला जाईल! तो मजकरितां थोडाच सावकाश चालणार आहे! म्हणून म्हणतों.

राजा, पार्थाच्या शोकाचें तें कारण समजल्यावर तो गरुडध्वज श्रीकृष्ण उदकस्पर्श करून पूर्वेस तोंड करून बसला; आणि अर्जुनाचें प्रिय व्हावें व जयद्रथाचा वध व्हावा असें मनांत योजून तो महातेजस्वी कमलनयन म्हणाला, "पार्था, पाशुपत म्हणून एक सनातन दिव्य अस्त्र आहे. त्याच्या साह्यानें भगवान् महेश्वरानें समरांगणांत सर्व दैत्यांचा संहार उडविला. तें अस्त्र जर तुला आज माहीत असलें तर तूं उद्यां जयद्रथास मारूं शकशील. जर तें तुला ठाऊक नसेल, तर वृषभध्वज शंकराला मनोभावें शरण जा. धनंजया, त्या देवाधिदेवाचें मनांत ध्यान करीत तूं चित्तनिरोध करून बैस, म्हणजे त्याचा तुजवर प्रसाद होऊन तें अतिप्रखर अस्त्र तुला प्राप्त होईल.

कृष्णाचें हें भाषण ऐकून अर्जुनानें उदकस्पर्श केला आणि भूमीवर बसून एकाग्रचित्तानें शंकराचें ध्यान आरंभिलें. त्या वेळीं पवित्र ब्राह्ममुहूर्त होता. त्यानें चित्ताचा प्रभुचरणीं लय केला असतां आपण कृष्णासह आकाशमार्गानें जात असल्याचें त्याला दिसून आलें. पुढें त्यांना हिमालयाचा पायथा लागला, व ज्यावर सिद्धचारण वास्तव्य करितात व अतितेजस्वी पुरुषांनीं जो गजबजून गेलेला आहे, असा मणिमान् पर्वत त्यांच्या दृष्टीस पडला. अशा प्रकारें तो अर्जुन केशवासह आकाशांतून वायुवेगानें चालला होता व कृष्णानें त्याचा उजवा हात धरला होता. याप्रमाणें अद्भुत देखाव्याचे असंख्य भूप्रदेश पाहात पाहात तो धर्मात्मा पार्थ वेगानें जात असतां उत्तर दिशेला श्वेतपर्वत त्याच्या दृष्टीस पडला. त्याचप्रमाणें, स्वतः कुबेर जेथें विहार करितो तेथील ती तांबड्या व पांढऱ्या कमलांनीं सुशोभित दिसणारी व दुथडी भरून चाललेली सरिच्छ्रेष्ठा गंगानदी त्यानें पाहिली. तिच्या दोन्ही तीरचे दगड स्फटिकमय होते. सदोदीत फलपुष्पांनीं ओथंबलेले असे वृक्ष तिच्या दोन्ही तीरांवर दाट लागून गेलेले होते; व सिंह, व्याघ्र व नानाप्रकारचे मृग तिच्या कांठीं वास्तव्य करीत होते. जिच्या तीरांवर पवित्र आश्रम आहेत, जी सर्व प्रकारें मनोहर

दिसत आहे, व जिच्या तीरांवर सुंदर पक्षी राहात आहेत, अशी ती गंगानदी ओलांडल्यावर, किन्नरांच्या गायनानें दुमदुमून गेलेले मंदर पर्वतावरील प्रदेश त्यानें पाहिले. त्यांवरील शिखरें सोन्यारुप्याचीं होतीं. नानाप्रकारच्या औषधि व फुललेले मंदार वृक्ष यांनीं ते प्रदेश विशेष शोभिवंत दिसत होते. त्यानंतर, स्निग्ध काजळाच्या ढिगाप्रमाणें दिसणारा कालपर्वत त्यांस लागला. पुढें ब्रह्मतुंग, दुसऱ्या पुष्कळ नद्या, निरनिराळे देश, अति उंच शतशृंग, शर्यातिवन, पवित्र असें अश्वशिरःस्थान, आथर्वणाचें ठिकाण व वृषदंश पर्वत यांवरून ते अप्सरा व किन्नर यांची जेथें वस्ती आहे त्या महामंदर पर्वतावर गेले. त्या पर्वतावर अर्जुन कृष्णासह फिरत असतां तेथून त्यानें पृथ्वीकडे पाहिलें, तों तिजवरून अनेक पवित्र नद्या वाहात आहेत, जिकडे तिकडे सुवर्णादि धातु पसरले आहेत, चंद्रप्रकाशानें तिचा पृष्ठभाग प्रकाशित झाला आहे, व मधून मधून सुंदर नगरें दिसत आहेत, अशी तिची अवर्णनीय शोभा त्याच्या नजरेस पडली. त्याचप्रमाणें चमत्कारिक आकारांचे विस्तीर्ण सागर व पुष्कळ निरनिराळ्या प्रकारच्या खाणी त्यानें पाहिल्या. आकाश, स्वर्ग, पृथ्वी व विष्णुपद विस्मयपूर्वक पाहात पाहात तो कृष्णासह अंतरिक्षांतून तिरासारखा चालला होता. पुढें ग्रह, नक्षत्रें, चंद्रसूर्य किंवा अग्नि यांप्रमाणें देदीप्यमान व तेजानें जणूं जळत असलेला एक पर्वत त्याला दिसूं लागला. त्यावर जाऊन, अर्जुनानें पर्वतशिखरावर नित्य तपश्चर्या करीत बसलेल्या वृषभध्वज महादेवाचें दर्शन घेतलें. जो स्वतेजानें सहस्र सूर्यांप्रमाणें प्रकाशमान होत आहे, ज्यानें हातीं शूल व मस्तकीं जटा धारण केल्या आहेत, जो स्वतः गौरवर्ण असून ज्यानें वल्कलें व मृगचर्म परिधान केलें आहे, हजारों नेत्र असल्यामुळें ज्या महासमर्थाचें शरीर विचित्र दिसत आहे, ज्याच्याजवळ पार्वती असून तेजस्वी भूतसंघ सभोंवार जमले आहेत, जेथें गीतवाद्यें यांचे ध्वनि चालले आहेत, कोणी नाचत आहेत, कोणी हंसत आहेत, कोणी इतस्ततः भ्रमण करीत आहेत, कोणी हातांतील काठ्या ठोठावीत आरोळ्या मारीत आहेत, जेथें पवित्र व सुगंधि द्रव्यांचा परिमल चालला आहे, आणि ब्रह्मवादी मुनिजन दिव्यस्तोत्रांनीं ज्याचें स्तवन करीत आहेत, त्या सर्वभूतरक्षक धनुर्धर अच्युत शंकराला अवलोकन करितांच धर्मात्म्या वासुदेवानें अर्जुनासह सनातन ब्रह्माचा उच्चार करीत करीत जमिनीवर साष्टांग नमस्कार घातला. तेव्हां, राजा, लोकांचें आदिकारण, विश्वाची उत्पत्ति करणारा, अज, ईश, अव्यय, मनाच्या प्रवृत्तिनिवृत्तींचें कारण व जन्मस्थान, तेजोधिष्ठान, आकाश आणि वायु यांचें आदिस्वरूप, जलधारांचा स्रष्टा, जगदुत्पादक, परा प्रकृति, देव, दानव, यक्ष व मानव यांना सिद्धि देणारा, योगांचें परमधाम, ब्रह्मवेत्त्यांना प्रत्यक्ष दिसणारा निधि, सुखाची खाण, चराचराचा स्रष्टा, तसाच संहारकर्ता, कालकोप, महात्मा आणि इंद्र व सूर्य यांच्या गुणांचा उदय अशा त्या शंकराला श्रीकृष्णानें बुद्धि-काया-वाचा-मनें करून वंदन केलें. सूक्ष्म अध्यात्मपदाची अपेक्षा करणारे ज्ञानीजन ज्याप्रत येऊन मिळतात, त्या अज व कारणात्म शंकराला ते उभयतां शरण गेले. अर्जुनानें तर तो सर्वभूतादि व भूतभव्यभवोद्भव आहे असें ओळखून त्याला वारंवार वंदन केलें.

ते दोघे नरनारायण आलेले पाहून शिव त्यांस प्रसन्न चित्तानें हंसत हंसत म्हणालाः— नरश्रेष्ठहो, तुमचें स्वागत असो. उठा, तुमचे क्लेश संपले म्हणून समजा. वीरहो, तुमच्या

मनांत कोणती इच्छा आहे ते सत्वर सांगा. तुम्ही कोणत्या कामासाठीं आलां आहां ? मीं तुमचें कोणचें कार्य करावें बरें ? तुम्हांला श्रेयस्कर असेल तें मागा, मी तें सर्व तुम्हांला देईन.

शंकराचें हे भाषण ऐकतांच कृष्णार्जुन हात जोडून उभे राहिले; आणि त्या पुण्यशील व महाबुद्धिमान् महात्म्यांनीं भक्तिपूर्वक दिव्य स्तोत्रांनीं शिवास संतुष्ट केलें.

कृष्णार्जुन म्हणाले:—देवा, तूं सर्वांचा प्रभु व संहारकर्ता आहेस. तुला आमचा नमस्कार असो. तूं रुद्र, भक्तांना वर देणारा, सर्व भूतांचें सर्वदा पालन करणारा व जटिल आहेस; तुज उग्राला आम्ही नमस्कार करितों. तूं सर्व देवांहून श्रेष्ठ, अत्यंत पराक्रमी, त्रिनेत्रधारी व शांत आहेस. तुझी सत्ता सर्वत्र अबाधित चालते. मागें तूं दक्षयज्ञाचा विध्वंस केलास म्हणून तुला यज्ञघ्न म्हणत असतात. अंधकासुरालाही तूंच मारिलेंस. तुला आमचा नमस्कार असो. तूं कुमार षडाननाचा पिता, नीलकंठ, जगदुत्पादककर्ता व पिनाकी आहेस. तुलाच उद्देशून हवन करणें सर्वथा उक्त होय. देवा, तुझ्या मनांत नित्य एकभाव असल्यामुळें तूं सत्य आहेस, व सर्वव्यापक असल्यामुळें तूं विभु आहेस. तुला आम्ही नमन करितों. तूं आरक्त वर्ण, धूम्रपान करणारा व इतरांचा पराभव करणारा आहेस. मृगहननामुळें तुला व्याध ही संज्ञा प्राप्त झाली आहे. तुझे केश नीलवर्ण असून तुझी दृष्टि दिव्य आहे. हे शूलधारिन् ! तुला आमचा नमस्कार असो. देवा, तूं होता, पोता, त्र्यंबक, व्याधरूप व वस्तुरेता आहेस आणि तुझें रूप तर केवळ अचिंत्य असें आहे. हे अंबिकापते ! सर्व देव तुझी स्तुति करितात, त्या तुला आम्हीही प्रणाम करितों. वृषभध्वज, मुंड, जटिल, ब्रह्मचारी, उदकांत तपश्चर्या करणारा, ब्रह्मनिष्ठ व अजित अशा तुज देवाला आमचा नमस्कार असो. हे देवाधिदेवा, तूं विश्वात्मा व विश्वोत्पादक असून सर्व विश्व व्यापून राहिला आहेस. तुज प्रमथादि प्राण्यांच्या स्वामीला व त्रैलोक्यनाथाला आमचा नमस्कार असो. देवा, तुझ्या मुखांतून सर्वदा वेदघोष चाललेला असतो. सर्व सृष्टि हें तुझेंच विराटस्वरूप असल्यामुळें तुला ‘ सर्व ’ हेंच नांव शोभतें. मोक्षप्राप्ति तुजपासूनच होत असल्यामुळें ज्ञाते तुला शिव असें म्हणतात. वाणीचा प्रवर्तक असल्यामुळें तूं वाचस्पति होस. तूं सर्वांचें कल्याण करणारा व प्रजांचा नाथ आहेस. तुला नमस्कार असो. विश्वपति, महत्पति, सहस्रशीर्ष, सहस्रभुज, सहस्रनेत्र, सहस्रपाद व अवर्णनीय लीला करणारा अशा तुला आमचा नमस्कार असो. देवा, तूं हिरण्यवर्ण व हिरण्यकवची आहेस. तूं भक्तांवर नित्य दया करीत असतोस. हे प्रभो, तुला आम्ही वंदन करितों. आमची इच्छा पूर्ण व्हावी.

संजय सांगतो:—याप्रमाणें, राजा, वासुदेव व पार्थ यांनीं महादेवाची स्तुति करून अस्त्रप्राप्तीस्तव त्या प्रभूला प्रसन्न करून घेतलें.

अध्याय एक्यायशींवा.

—:०:—

पार्थाला स्वप्नांत पाशुपतप्राप्ति.

संजय सांगतो:—राजा, ज्याचें अंतःकरण प्रसन्न झालें असून नेत्र प्रफुल्लित झाले आहेत, अशा त्या अर्जुनानें समस्ततेजोधिष्ठान वृषभध्वज शंकरास करद्वयपूर्वक वंदन केलें. इतक्यांत तेथें कृष्णानें सांगितल्याप्रमाणें रात्रींचा सोपस्कर नित्यबलि शंकराच्या सन्निध असलेला त्याच्या दृष्टीस पडला. नंतर अर्जुनानें कृष्ण व शंकर यांची मानसपूजा केली व शंकरास

म्हटलें, "हे प्रभो, दिव्य अस्त्र मिळावें अशी माझी मनीषा आहे."

पार्थानें वरप्राप्त्यर्थ केलेलें तें भाषण श्रवण करून देव हंसत हंसत कृष्णार्जुनांस म्हणाले:— हे नरश्रेष्ठहो! तुमचें स्वागत असो. तुमच्या मनांतील अभिप्राय मला समजला आहे. ज्याकरितां तुम्ही येथें आलां आहां, तें मी तुम्हांस देतों. हे परांतकहो! मी ज्याच्या साह्यानें युद्धामध्यें देवांचे सर्व शत्रु लोळविले, तें माझें दिव्य धनुष्य व तो बाण मीं मागेंच अमृतसरोवरांत टाकून दिला आहे. तें सरोवर येथून जवळच आहे. तर, हे कृष्णार्जुनहो, बाणासह तें उत्तम धनुष्य तुम्ही तेथून घेऊन या.

यावर 'ठीक आहे' असें म्हणून ते दोघे वीर शेंकडों अलौकिक ऐश्वर्यांनीं संपन्न असलेल्या त्या दिव्य सरोवराकडे सर्व पार्षदांसमागमें निघाले. ते दोघे नरनारायण ऋषि शंकरानें निर्दिष्ट केलेल्या त्या सर्वार्थसाधक व पवित्र सरोवराकडे स्थिरचित्तानें गेले. तेथें गेल्यावर त्या सूर्यमंडलतुल्य तेजस्वी सरोवरांत खोल पाण्यामध्यें एक भयंकर सर्प त्यांच्या दृष्टीस पडला, व दुसराही एक सहस्र शिरांचा श्रेष्ठ नाग त्यांनीं पाहिला. तो अग्नीप्रमाणें तेजस्वी असून त्याच्या मुखांतून प्रचंड ज्वाला निघत होत्या. असो; नंतर ते कृष्णार्जुन उदकस्पर्श करून त्या नागांपुढें हात जोडून उभे राहिले त्या वेदवेत्त्यांनीं वृषभध्वज शंकरास वंदन केलें, रुद्राध्यायाचा पाठ चालविला, आणि अशा प्रकारें त्या अप्रमेय प्रभूला मनोभावें शरण जाऊन त्यांनीं त्यास प्रणाम केला.

नंतर, रुद्राच्या अतर्क्य माहात्म्यानें त्या प्रचंड नागांचीं तीं नागरूपें नष्ट होऊन त्यांपासून एक उत्कृष्ट धनुष्य व बाण निर्माण झाला. तेव्हां कृष्णार्जुनांनीं मोठ्या प्रीतीनें तें लखलखीत धनुष्य व बाण उचलून महानुभव शंकरास नेऊन दिला. इतक्यांत महात्म्या शंकराच्या पार्श्वभागापासून एक मोठा बलवान्, तपोनिष्ठ व पिंगाक्ष असा ब्रह्मचारी उत्पन्न झाला. ही भगवान् शंकराचीच 'नीललोहित-नामक अपरमूर्ति होय. तें श्रेष्ठ धनुष्य घेऊन तो ब्रह्मचारी निश्चल उभा राहिला. मग त्यानें त्यास बाण लाविला व तें यथाशास्त्र आकर्षण केलें. तेव्हां अचिंत्यपराक्रमी अर्जुनानें त्याची प्रत्यंचा, मुष्टि व स्थान नीट पाहून घेतलें; आणि भगवदुपदिष्ट मंत्राचें ग्रहण केलें. याप्रमाणें शरसंधान कसें करावें वगैरे माहिती अर्जुनास प्रत्यक्ष दिल्यानंतर त्या महाबलाढ्य नीललोहितानें त्या सरोवरांत तो बाण टाकिला आणि धनुष्यही त्यांतच फेंकून दिलें.

मागें शंकरानें अरण्यांत आपणास दर्शन दिलें असून त्या वेळीं एक वरही देऊन ठेविला होता, त्याचें अर्जुनास स्मरण होतेंच. या वेळीं शंकर प्रसन्न झाले आहेत असें पाहून तो मागें दिलेला वर पूर्ण करावा, म्हणून त्यानें त्याचें मनांत ध्यान केलें. अर्जुनाचा अभिप्राय जाणून त्याप्रमाणें शंकरानें मोठ्या प्रेमानें त्यास वर दिला व त्यार्थ प्रतिज्ञा पूर्ण करण्यास समर्थ असें तें घोर पाशुपत अस्त्र त्यानें त्यास अर्पण केलें. याप्रमाणें ईश्वरापासून दिव्य पाशुपतास्त्र प्राप्त होतांच अर्जुनाचे अंगावर रोमांच उभे राहिले व आपण कृतकृत्य झालों असें त्यास वाटलें. नंतर अस्त्रप्राप्तीनें आनंदित झालेल्या त्या कृष्णार्जुनानीं शंकरास वंदन केलें व त्याची अनुज्ञा घेऊन तत्काल ते अत्यंत हर्षभरित होत्साते स्वशिबिरास प्राप्त झाले. त्या वेळीं ज्यांस प्रबलदैत्यनाशक शंकराची संमति मिळली आहे असे ते दोघे जयद्रथवधेच्छु वीर जंभवधेच्छु इंद्रविष्णूंप्रमाणें शोभत होते.

अध्याय ब्यायशींवा.

—:०:—

युधिष्ठिराची सज्जता.

संजय सांगतोः—राजा, मला सांगितल्याप्रमाणें कृष्ण व दारुक यांचें संभाषण चाललें असतांनाच ती रात्र उजाडली, तेव्हां इकडे युधिष्ठिरही जागा झाला. त्या समयीं, मधुपर्काच्या वेळीं गायन करणारे मागध हातांनीं ताल धरून गीतें म्हणूं लागले. भाट व सूत त्या पुरुषश्रेष्ठाची स्तुति करून त्यास संतुष्ट करूं लागले. नर्तक नाचूं लागले आणि सुस्वर कंठाचे गायक कुलवंशाच्या स्तुतिपर अशीं मधुर मधुर पद्यें गाऊं लागले. मृदंग, झांजा, पणव, आनक, गोमुख, आडंबर, शंख व प्रचंड शब्द करणाऱ्या दुंदुभि हीं व दुसरीं सर्व प्रकारचीं वाद्यें त्या त्या कामांत सुशिक्षण मिळवून निष्णात झालेले लोक मोठ्या हर्षभरानें वाजवूं लागले. तेव्हां त्यांचा मेघांप्रमाणें प्रचंड ध्वनि होऊं लागून तो स्वर्गास जाऊन पोंचला, व त्यानें नृपश्रेष्ठ युधिष्ठिरास जागृत केलें. बहुमूल्य व उत्कृष्ट अशा शय्येवर स्वस्थ झोंपी गेलेला तो राजा जागा होतांच उठला व अवश्य कार्याकरितां प्रथम स्नानगृहांत गेला. तेथें स्नान करून शुभ्र वस्त्रें परिधान केलेले एकशें आठ तरुण शागिर्द हातांत उदकपूर्ण सुवर्णकुंभ घेऊन तयार होते. नंतर युधिष्ठिर लहानसें वस्त्र नेसून चौरंगावर बसला; आणि चंदनमिश्रित मंत्रोदकानें स्नान करूं लागला. प्रथम बलाढ्य व सुशिक्षित सेवकांनीं अनेक वनस्पतींपासून बनविलेली उटी त्याच्या अंगाला चोळफोळून लाविली, आणि नंतर सुवासिक उदकानें त्याला सचैल स्नान घातलें. नंतर केंस टिपून निघावे म्हणून त्या महासमर्थ युधिष्ठिरानें राजहंसाप्रमाणें स्वच्छ असा एक शेला डोक्यास सैलसा गुंडाळला; अंगास चंदनाची उटी लाविली; आणि माळा घालून व धोतर नेसून तो हात जोडून पूर्वेस तोंड करून बसला. तेथें थोडासा जप करून तो सन्मार्गानें वागणारा कुंतीपुत्र प्रदीप्त अशा अग्निगृहांत गेला; त्या ठिकाणीं पवित्र समिधा व आज्याहुति यांचें समंत्रक हवन करून अग्निसंतर्पण केल्यानंतर तेथून आंतील दिवाणखान्यांत येऊन त्यानें वयोवृद्ध, वेदवेत्ते, इंद्रियनिग्रही, ब्रह्मचर्यानें वेदाध्ययन करून स्नातक बनलेले, यज्ञांच्या शेवटीं अवभृथस्नानें केलेले, हजार हजार शिष्य ज्यांबरोबर आहेत असे व सूर्याची उपासना करणारे अशा एक हजार आठ द्विजवरांचें दर्शन घेतलें. नंतर त्या महाभुजानें स्वस्तिवाचन करवून या द्विजांची मधुपर्कपूजा केली; आणि अक्षता, फुलें व मंगलाकारक श्रेष्ठ फळें त्यांस अर्पण केलीं. नंतर त्यानें प्रत्येक ब्राह्मणास सुवर्णाचा एकेक निष्क दिला. तसेच अलंकृत केलेले शंभर शंभर अश्व, आठ आठ वस्त्रें, आणि सुवर्णाचीं शिंगें, रुप्याचे खूर वगैरे अलंकारांनीं सुशोभित केलेल्या दुभत्या सवत्स कपिला गाई दिल्या आणि त्यांस प्रदक्षिणा केली. मग स्वस्तिक, वर्धमान, संपुष्टादि कांचनमय पात्रें, पुष्पें, पूर्णकुंभ, प्रज्वलित अग्नि, पूर्ण अक्षतापात्रें, महाळुंग, गोरोचन, उत्तम अलंकार घातलेल्या पवित्र कन्या, दहीं, तूप, उदक, मंगलकारक पक्षी व दुसरेही पवित्र पदार्थ अवलोकन करून व त्यांस स्पर्श करून युधिष्ठिर बाहेरील दिवाणखान्यांत आला. तेव्हां लगेच परिचारकांनीं मोत्यें व वैदूर्यमणि यांनीं सुशोभित केलेलें सर्वतोभद्रसंज्ञक सुवर्णासन तेथें मांडिलें. विश्वकर्म्यानें घालून दिलेल्या पद्धतीनें तयार केलेल्या त्या आसनावर उत्कृष्ट आस्तरण पसरलेलें असून वरच्या बाजूस असलेल्या छतानें तर त्यास फारच शोभा आली होती. त्यावर महात्मा धर्मराज आरूढ होण्या-

बरोबर भृत्यांनीं नानाप्रकारचे बहुमूल्य व तेजस्वी अलंकार त्याच्या पुढें केले. राजा धृतराष्ट्रा, मग धर्मराजानें मोत्यांचे अलंकार चढविले, तेव्हां याचें रूप इतकें देदीप्यमान दिसूं लागलें कीं, त्यास पाहातांच शत्रु शोकाकुलच व्हावे! राजा, ज्यांना सोन्याचे दांडे आहेत अशा त्या चंद्रकिरणांप्रमाणें चमकणाऱ्या मंगलप्रद चंवऱ्या हालूं लागल्या, त्या वेळीं विजांच्या योगानें मेघ शोभतो तद्वत् धर्मराज शोभूं लागला. सूत त्याची स्तुति करूं लागले, बंदिजन त्यास वंदन करूं लागले, व गवई त्याचे गुणानुवाद गाऊं लागले. नंतर थोड्या वेळानें रथांचा प्रचंड ध्वनि होऊं लागला. घांवांचा खडखडाट व घोड्यांच्या टापांचा आवाज सुरू झाला. हत्तींच्या गळ्यांतील प्रचंड घंटा, वीरांच्या हातांतील शंख व पादचारी सैनिकांचे पदाघात यांचा ध्वनि इतका प्रचंड होऊं लागला कीं, त्याच्या योगानें पृथ्वी कंपायमानच होत आहे कीं काय असें वाटलें! इतक्यांत कवचकुंडलें घालून हातीं तरवार घेतलेला एक तरुण द्वारपाल आंत आला. त्यानें जमिनीवर गुडघे टेंकून त्या वंदनीय धर्मराजाला शिरसा प्रणाम केला, आणि आपल्या भेटीस श्रीकृष्ण येत आहेत म्हणून कळविलें. तेव्हां धर्मराज म्हणाला, "त्यास खुशाल येऊं द्या. कारण, त्या महात्म्यास आमच्या येथें मुळींच प्रतिबंध नाहीं. जनहो, त्या परमपूज्य माधवाला अर्घ्य व आसन द्या." नंतर युधिष्ठिरानें कृष्णास आंत आणून उत्कृष्ट आसनावर बसविलें, आणि त्याचें विधिपूर्वक पूजन केलें.

अध्याय ब्यायशींवा.

—:०:—

धर्मराजाचें भाषण.

संजय सांगतो:—धृतराष्ट्रा, श्रीकृष्णाच्या आगमनानें धर्मराजास परमानंद होऊन त्यानें त्याचें अभिनंदन केलें; आणि "हे मधुसूदना, तुझी कालची रात्र सुखानें गेलीना? अच्युता! आज तुझ्या सर्व विद्या प्रसन्न आहेतना?" वगैरे कुशलप्रश्न त्यास केले. श्रीकृष्णानेंही त्यास यथायोग्य कुशल विचारिलें. इतक्यांत 'लोक भेटीस आले आहेत' म्हणून द्वारपालानें निवेदन केलें; आणि धर्मराजाची अनुज्ञा घेऊन विराट, भीमसेन, धृष्टद्युम्न, सात्यकि, चेदिपति, धृष्टकेतु, महारथी द्रुपद, शिखंडी, नकुल-सहदेव, केकयांसह चेकितान, कुलकुलोत्पन्न युयुत्सु, पांचाल्य, उत्तमौजा, युधामन्यु आणि सर्व द्रौपदीपुत्र ह्यांस त्यानें सभेंत नेलें. हे व दुसरेही पुष्कळ क्षत्रिय त्या क्षत्रिश्रेष्ठ धर्मराजाकडे आले व आपापल्या मंगल आसनांवर विराजमान झाले. अत्यंत बलिष्ठ वीर श्रीकृष्ण व सात्यकि हे दोघे अमिततेजस्वी महात्मे एकाच आसनावर बसले.

नंतर, युधिष्ठिर त्या सर्वांस ऐकूं जाईल अशा बेतानें कृष्णाला मधुर वाणीनें म्हणाला, "हे श्रीकृष्णा, सर्व देवांनीं इंद्राचा आश्रय करावा त्याप्रमाणें आम्हीं सर्वांनीं तुझा आश्रय केला आहे, आणि केवळ तुझ्या आश्रयावरच आम्ही युद्धांत जय व शाश्वत सुखें यांची इच्छा करीत आहों. कृष्णा, शत्रूंनीं आमचें राज्य हिरावून घेऊन आम्हांस कसें दूर घालविलें, आणि आम्हांस नानाप्रकारें कसें छळिलें, तें सर्व तुला ठाऊक आहेच. देवा, तूं सर्वांचा ईश व भक्तवत्सल आहेस. हे मधुसूदना! आमचें सर्वांचें सुख केवळ तुजवरच अवलंबून आहे. इतकेंच नव्हे, तर उपजीवन देखील तुझ्याच स्वाधीन आहे. यासाठीं, हे वार्ष्णेया, तुजवर माझा जो भरंवसा आहे, तो आज खरा कर. अर्जुनाची प्रतिज्ञा शेवटास जाईल असें करून आम्हांस दुःख-

शोकरूपी महासागरांतून पैलतीरी नेणें तुजकडे आहे. माधवा, हा दुःखरूपी समुद्र उल्लंघूं इच्छिणाऱ्या आम्हांस तूं आज नौकाभूत हो. सारथ्यानें आपली पराकाष्ठा केली असतां त्यास समरांगणांत जें करितां येतें, तें प्रत्यक्ष रिपुवधोद्युक्त झालेल्या रथ्यांसही करितां येत नाहीं, इतकें सारथ्याचें काम महत्त्वाचें आहे. जनार्दना ! तूं ज्याप्रमाणें सर्व आपत्तींपासून वृष्णींचें संरक्षण करितोस, त्याचप्रमाणें, हे महाबाहो ! या सकटसमयीं आमचेंही संरक्षण करणें तुला योग्य होय. हे शंखचक्रगदाधरा ! कौरवरूपी अगाध व नौकारहित सागरांत बुडून जाणाऱ्या पांडवांना स्वतः नौकाभूत होऊन वर काढ. हे देवदेवेशा ! तुला माझा नमस्कार असो. देवा, तूं आद्यंतरहित व नित्य आहेस. तूंच सर्वांचा संहार करितोस. श्रीहरे ! तूं साक्षात् विष्णु असून जिष्णु म्हणजे जयनशील आहेस. तुला माझा नमस्कार असो. हे कृष्णा ! हे वैकुंठाधिपते ! हे परमात्मन् ! तूं पुराण ऋषिश्रेष्ठ नारायण असून भक्तांस वर देणारा श्रेष्ठ शार्ङ्गी आहेस असें नारदमुनी तुला म्हणत असतात; तें, माधवा, या वेळीं सत्य कर. ”

याप्रमाणें त्या सभेमध्यें धर्मराजानें पुंडरीकाक्षास विनविलें, तेव्हां भाषणपटु श्रीकृष्णानें जलपूर्ण मेघाप्रमाणें गंभीर स्वरानें धर्मराजास उत्तर दिलें.

श्रीकृष्णाचें भाषण.

श्रीकृष्ण म्हणालाः—धर्मराजा, या अर्जुनाला तूं काय सामान्य वीर समजतोस ? अरे, अमरांसह सर्व त्रैलोक्यांत याच्यासारखा एकही धनुर्धर नाहीं. हा मोठा वीर्यशाली, पराक्रमी, अस्त्रनिपुण, महाबलिष्ठ, युद्धकलाप्रवीण, कधींही अपराध सहन न करणारा, मनुष्यांमध्यें असाधारण तेजस्वी व तरुण आहे. ह्याचे स्कंध वृषभाप्रमाणें रुंद असून बाहु दीर्घ आहेत आणि सिंहेंद्राप्रमाणें गति आहे. हा महाबलिष्ठ तेजस्वी वीर तुझ्या शत्रूंचा निःपात करील. ज्याप्रमाणें अग्नि इंधनें जाळतो त्याप्रमाणें कुंतीपुत्र अर्जुन जेणेंकरून कौरवांच्या सैन्यांची राखरांगोळी करील असा प्रयत्न मी करीन. अर्जुन आज त्या क्षुद्र पापी सौभद्रघातकाला आपल्या बाणांनीं अशा मार्गानें फेंकून देईल कीं, त्याचें पुनः म्हणून दर्शन व्हावयाचें नाहीं. गृध्र, श्येन, गोमायु वगैरे जे मांसभक्षक प्राणी आहेत, ते आज त्याचें मांस भक्षण करतील. जरी समरांगणांत इंद्रासह सर्व देव त्याच्या संरक्षणास धांवले, तरी तो आजच्या घनघोर युद्धांत ठार होऊन यमपुरीस जाऊन पोंचणार खास ! राजा, आज सायंकाळीं हा जयनशील अर्जुन सिंधुपतीस ठार करून तुजकडे परत येईल. शोक सोडून दे आणि चिंतारहित होऊन अगदीं स्वस्थ रहा !

अध्याय चौऱ्यायशींवा.

—:०:—

अर्जुनाची सज्जता.

संजय सांगतोः—याप्रमाणें त्यांचें भाषण चाललें आहे इतक्यांत सुहृद्गणपरिवेष्टित धर्मराजाच्या दर्शनास अर्जुन आला. तो सभागृहांत येऊन धर्मराजास वंदन करून पुढें उभा राहिला असतां धर्मराजानें उठून प्रेमानें त्यास आलिंगन दिलें. त्यानें त्याच्या मस्तकाचें अवघ्राण केलें, बाहूंनीं त्यास कडकडून आलिंगन दिलें, आणि त्यास मोठमोठे आशीर्वाद देऊन तो हास्यपूर्वक म्हणाला, “ अर्जुना ! आज तुला समरांगणांत निश्चयानें मोठा विजय मिळणार आहे, असें तुझ्या या प्रफुल्ल मुखचर्येवरून व श्रीकृष्णाच्या प्रसन्नतेवरून स्पष्ट होत आहे ! ” नंतर अर्जुन त्यास म्हणाला.

" राजा, तुझें कल्याण असो; मीं श्रीकृष्णाच्या प्रसादानें काल फारच अद्भुत आश्चर्य पाहिलें !" असें म्हणून अर्जुनानें त्यास हुरूप येण्यासाठीं श्रीशंकराची भेट, अस्त्रप्राप्ति वगैरे स्वप्नांतील सर्व प्रकार जशाचा तसा सांगितला. तेव्हां सर्वजण आश्चर्यचकित होऊन त्यांनीं भूमीस मस्तक लावून वृषभध्वज शंकराला नमन केलें, आणि ते ' फार उत्तम, फार उत्तम !' असें म्हणूं लागले. नंतर धर्मपुत्र युधिष्ठिराची अनुज्ञा घेऊन ते सर्वजण त्वरेनें सज्ज होऊन मोठ्या हर्षानें युद्धासाठीं बाहेर पडले. सात्यकि, कृष्ण व अर्जुन हेही धर्मराजास वंदन करून आनंदानें तेथून निघाले. सात्यकि व जनार्दन हे दोघे अजिंक्य वीर एकाच रथांत बसून अर्जुनाच्या शिबिरास गेले. त्या ठिकाणीं श्रीकृष्णानें रथिश्रेष्ठ अर्जुनाचा तो कपिध्वजांकित रथ एखाद्या सारथ्याप्रमाणें स्वतः सज्ज केला. मेघाप्रमाणें गंभीर शब्द करणारा व तप्तकांचनाप्रमाणें देदीप्यमान असा तो रथ सज्ज होतांच उदयाचलावर आलेल्या सूर्याप्रमाणें झळकूं लागला. नंतर त्या पुरुषश्रेष्ठानें युद्धाची सर्व सामुग्री सज्ज केली, आणि अर्जुनाचें आह्निक आटोपतें तोंच रथ सज्ज असल्याचें त्यास सांगितलें. मग अर्जुनानें अंगांत सुवर्णकवच घालून डोकीस मुकुट चढविला, आणि धनुर्बाण घेऊन रथास प्रदक्षिणा केली. नंतर तपोवृद्ध, वयोवृद्ध व ज्ञानवृद्ध असे पुण्यशील व जितेंद्रिय ब्राह्मण त्यास विजयाचे आशीर्वाद देऊन त्याची स्तुति करीत असतां त्यानें त्या महारथावर आरोहण केलें. संग्रामसंबंधीं जयावह मंत्रांनीं तो रथ प्रथमच अभिमंत्रित केलेला होता. अशा त्या रथावर अर्जुन उदयाचलीं आलेल्या सूर्याप्रमाणें प्रकाशमान होऊं लागला. त्या वेळीं अंगांत सुवर्णकवच घालून सुवर्णरथांत बसलेला तो अर्जुन उदयाद्रीवरील विमलप्रकाशमान आदित्याप्रमाणें भासत होता. ज्याप्रमाणें इंद्र शर्यातीच्या यज्ञास निघाला असतां दोघे अश्विनीकुमार त्याच्या मागोमाग निघाले, त्याप्रमाणें, अर्जुन युद्धास निघाल्याबरोबर श्रीकृष्ण व सात्यकि हे दोघे त्याच्या मागोमाग रथारूढ झाले. नंतर इंद्र वृत्रासुरावर चाल करून जात असतां त्याचें सारथ्य करणाऱ्या मातलीप्रमाणें सर्व सारथ्यांत वरिष्ठ अशा त्या गोविंदानें घोड्यांचे लगाम धरले. धृतराष्ट्रा, अंधकाराचा नाश करण्यासाठीं बुध व शुक्र यांसह उदय पावलेला चंद्र किंवा तारकासुरवधार्थ मित्रावरुणांसह निघालेला इंद्र याप्रमाणें तो जयद्रथवधेच्छु शत्रुसंघांतक अर्जुन श्रीकृष्णयुयुधानांसह श्रेष्ठ रथांत बसून निघाला. तेव्हां मंगल वाद्यें वाजवून व शुभ स्तवन करून मागध त्या प्रयाण करणाऱ्या पार्थ वीरास हुरूप आणूं लागले. जयाचे आशीर्वाद, पुण्याहवाचन आणि वाद्यघोष यांनीं युक्त झालेला तो सूतमागधांचा ध्वनि त्या रथस्थ वीरांस फारच आनंदवूं लागला. इतक्यांत पुण्यगंधयुक्त मंगल वायु वाहूं लागून तो अर्जुनास हर्षित व शत्रूंस दुःखित करूं लागला. धृतराष्ट्रा, याशिवाय त्याच वेळीं पांडवांचा विजय सुचविणारे नानाप्रकारचे शुभ शकुन होऊं लागले; आणि इकडे तुझ्या सैन्यांत अशुभसूचक अपशकुन होऊं लागले. हे सन्मान्य धृतराष्ट्रा, ते जयशकुन पाहून, आपल्या उजव्या हातास बसलेल्या महाधनुर्धर युयुधानाशीं अर्जुन बोलूं लागला.

अर्जुनाचें भाषण.

अर्जुन म्हणालाः—युयुधाना, आज युद्धांत खात्रीनें माझा जय होणार असें दिसतें. हे शिनिपुंगवा, अशाच प्रकारचीं हीं चिन्हें दिसत आहेत. यासाठीं, जिकडे तो सिंधुपति यमलोकीं जाण्याच्या इच्छेनें माझ्या पराक्रमाची

मार्गप्रतीक्षा करीत असेल तिकडेच मी आतां जातों. परंतु ज्याप्रमाणें जयद्रथाचा वध करणें हें माझें सर्वश्रेष्ठ कर्तव्य आहे, त्याचप्रमाणें धर्मराजाचें रक्षण करणें हेंही अत्यंत महत्त्वाचें आहे. यासाठीं, हे महाबाहो! तूं आज राजाचें संरक्षण कर. तूं मजप्रमाणेंच त्याचें रक्षण करण्यास समर्थ आहेस. तूं त्याचें रक्षण करीत असलास म्हणजे मीच तेथें असल्याप्रमाणें आहें. बा सात्यके, तूं वासुदेवाच्या बरोबरीचा आहेस. तुझा पराभव करील असा कोणीही वीर मला या लोकीं दिसत नाहीं. फार तर काय ? प्रत्यक्ष इंद्रही तुला जिंकील असें मला वाटत नाहीं. हे नरर्षभा, तूं व महारथी श्रीकृष्ण यांच्याच आधारावर मी आज कोणाच्याही साहाय्याची अपेक्षा न करितां एकटाच सिंधुपतीचा घात करण्यास उद्युक्त झालों आहें. हे सात्वता, तूं माझ्याबद्दल बिलकूल काळजी करूं नको. राजाचें मात्र अति दक्षतेनें उत्तम प्रकारें संरक्षण कर. कारण जेथें महाबाहु श्रीकृष्ण व मी दक्षतेनें असूं, तेथें कांहीं एक हानि होणार नाहीं हें निःसंशय आहे! तूं इकडची व्यवस्था मात्र नीट ठेव.

याप्रमाणें त्या परवीरांतक सात्यकीला अर्जुनानें सांगितलें, तेव्हां ‘ ठीक आहे ’ असें म्हणून, धर्मराज होता तिकडे तो निघून गेला.

जयद्रथवधपर्व.

अध्याय पंचायशींवा.

—:०:—

धृतराष्ट्राचें भाषण.

धृतराष्ट्र विचारितोः—संजया, अभिमन्यु पडल्यानंतर दुःख व शोक यांनीं व्याप्त झालेल्या त्या पांडवांनीं पुढें काय केलें? तसेंच समरांगणांत त्यांबरोबर माझे कोणकोणते वीर लढले! अरे, माझ्या पुत्रांस त्या सव्यसाची अर्जुनाचा अमानुष पराक्रम माहीत असूनही त्याचा असा अपराध करून पुनः ते निर्भय कसे राहिले तें मला सांग. तो पुरुषव्याघ्र पुत्रशोकानें संतप्त होऊन कृतांतकाळाप्रमाणें चवताळून समरांगणांत येऊं लागला तेव्हां कसा दिसला? अरे, पुत्रवधानें दुःखित झालेला तो कपिवरध्वज पार्थ समरांगणांत आपलें प्रचंड धनुष्य खेंचीत आहे असें पाहिल्यावर माझ्या वीरांनीं पुढें केलें तरी काय? बा संजया, आज संग्रामामध्यें दुर्योधनासंबंधानें तरी काय वर्तमान आहे? आज आनंदाची बातमी कानावर न येतां उलट सर्वत्र भयंकर हाहाःकारच मला ऐकूं येत आहे. सिंधुपतीच्या गोटामध्यें मनोहर व कर्णमधुर शब्द नेहमीं चाललेले असावयाचे, परंतु आज त्यांपैकीं कांहींच नाहीं. माझ्या पुत्रांच्या शिबिरांमध्यें सूतमागधगण व नर्तक यांचे स्तुतिशब्द कोठेंच ऐकूं येत नाहींत, हें आहे तरी काय? अरे, ज्याच्या योगानें माझ्या अगदीं कानठळ्या बसण्याची वेळ यावयाची, तो दीनांचा शब्दही आज कोठें ऐकूं येत नाहीं! संजया, सत्यधृतीच्या किंवा सोमदत्ताच्या शिबिरांत बसून जो मी मागें अत्यंत मधुर असे शब्द ऐकत असें, तोच आज पुण्याई सरल्यामुळें सर्व पुत्रांच्या शिबिरांतून निघणारे उत्साहहीन व आर्त स्वर मी ऐकत आहें! विविंशति, दुर्मुख, चित्रसेन, विकर्ण व माझे इतर पुत्र यांचाही जयशब्द आज पूर्वीप्रमाणें ऐकूं येत नाहीं. ब्राह्मण, क्षत्रिय व वैश्य ज्याची शिष्यभावानें सेवा करितात, जो महाधनुर्धर माझ्या पुत्रांचा मुख्य आधार आहे, वितंडवाद, संभाषणें, वादविवाद, उत्कृष्ट वाद्यध्वनि व नानाप्रकारचीं प्रिय गीतें यांच्या योगानें जो रात्रंदिवस करमणूक करीत असावयाचा, आणि जो कौरव, पांडव, सात्वत वगैरे बहुतांस पूज्य आहे, त्या द्रोणपुत्र अश्वत्थाम्याच्या घरीं आज पूर्वीप्रमाणें गजगजाट नाहीं! त्या महाधनुर्धराकडे नर्तक व गायक यांचा अगदीं जलसा चाललेला असावयाचा, परंतु त्यांचाही शब्द आज कानीं पडत नाहीं. त्याचप्रमाणें विंद, अनुविंद व केकय यांच्या वसतिस्थानांतही अगदीं सामसूमच आहे! अरे, नेहमींची रीत म्हटली म्हणजे या वेळीं लोकांचे थवेच्या थवे तालावर गाणीं गाऊन व नाचून कोलाहल करीत असावयाचे; परंतु त्यांचाही ध्वनि आज होत नाहीं! याजक लोक सतारी लावून सोमदत्तपुत्र श्रुतनिधीची करमणूक करीत असावयाचे, परंतु त्यांचाही आवाज आज ऐकूं येत नाहीं! प्रत्यंचाघोष, ब्रह्मघोष आणि तोमर, खड्ग व रथ यांचा शब्द द्रोणाचार्यांच्या गोटांत सारखा चालू असावयाचा, परंतु तोही आज मला ऐकूं येत नाहीं! नानादेशांत रूढ असलेल्या गीतांचा व वाद्यांचा रोज जो प्रचंड कोलाहल चाललेला असे, तोही आज माझ्या कानावर येत नाहीं! बा संजया, कौरव-पांडवांत साम होऊन सर्व प्राण्यांचें कल्याण व्हावें म्हणून अच्युत गोपालकृष्ण उपप्लव्य नगराहून शिष्टाईस आला, त्याच वेळीं मी या मूर्ख दुर्योधनाला सांगितलें कीं, "बाबारे, वासुदेव सांगत आहे तशा प्रकारें पांडवांबरोबर तूं साम करावास हेंच

या वेळीं माझ्या दृष्टीनें योग्य आहे. दुर्योधना, तूं गोपालाची अवज्ञा करूं नको. तुजजवळ सामोपचाराची मागणी करून हा तुझ्या कल्याणाचाच उपदेश करीत आहे; आणि असें असून तूं याजवर जहाल जाशील, तर रणांगणांत तुझा कधींही जय होणार नाहीं!" याप्रमाणें मीं सांगितलें असतांही सर्व धनुर्धरांत श्रेष्ठ अशा त्या दाशार्ह श्रीहरीचें तें हितकारक भाषण त्यानें केवळ उन्मत्तपणानें अमान्य केलें. अशा प्रकारें भवितव्यतेप्रमाणें बुद्धि होऊन तो दुर्बुद्धि माझा अनादर करून दुःशासन व कर्ण यांच्या मसलतीप्रमाणें वागूं लागला. द्यूत खेळणें मला आवडत नाहीं, विदुर त्यास संमति देत नाहीं, जयद्रथ व भीष्म हेही त्याची इच्छा करीत नाहींत, इतकेंच नव्हे, तर शल्य, भूरिश्रवा, पुरुमित्र, जय, अश्वत्थामा, कृपाचार्य व द्रोणाचार्य यांपैकीं कोणासही द्यूत खेळणें पसंत नाहीं. संजया, या आम्हां सर्वांच्या मताप्रमाणें जर तो पोरटा वागता, तर आपले ज्ञातिबांधव व इष्टमित्र यांसह चिरकाल सुखानें राहिला असता! पांडव हे सरळ वर्तनाचे, मधुरभाषणी, ज्ञातिबांधवांबरोबर गोड बोलणारे, कुलीन, सर्वांस प्रिय व विद्यासंपन्न असे आहेत. त्यांस सुखच प्राप्त होईल. धर्मानें वागणाऱ्या मनुष्याला सर्वकालीं व सर्व ठिकाणीं सुखच प्राप्त होत असतें. जिवंतपणींचसें काय? पण मेल्यावरही त्याचें पारलौकिक कल्याण होऊन ईश्वराची त्याच्यावर कृपा होत असते! पांडव हे पृथ्वीचा उपभोग घेण्यास योग्य असून ती प्राप्त करून घेण्याचेंही त्यांस सामर्थ्य आहे; आणि पितृपरंपरागत हक्कानें पाहिलें तर ही समुद्रवलयांकित पृथ्वी वास्तविकपणें त्यांचीच आहे. याप्रमाणें खरी स्थिति असूनही या पृथ्वीचा वियोग होण्याची वेळ आली तरी ते धर्ममार्गानेंच वागतील. बाबा, पांडव ज्यांचें म्हणणें ऐकतील असे माझे कित्येक आप्त आहेत. शल्य, सोमदत्त, महात्मा भीष्म, द्रोण, विकर्ण, बाल्हीक, कृप ह्या व दुसऱ्या थोर थोर भरतवृद्धांनीं, बाळा, तुझ्यासाठीं शब्द टाकला तर पांडव त्यांच्या आज्ञेबाहेर जाणार नाहींत. यांशीं विरुद्ध बोलणारा पांडवांमध्यें कोण बरें आहे? कृष्ण कांहीं धर्म सोडणार नाहीं; आणि पांडव तर केवळ तदनुयायीच आहेत. मींही त्यांस धर्मास अनुसरून दोन उपदेशाच्या गोष्टी सांगितल्या तर ते त्या अमान्य करणार नाहींत. कारण ते मोठे धर्मात्मे आहेत!"

सूता, याप्रमाणें मीं बहुतांपरी दुर्योधनास सांगितलें, परंतु त्या मूर्खानें तें कांहींच ऐकिलें नाहीं, त्यापेक्षां आमचा कालच फिरला! दुसरें काय? वृकोदर, अर्जुन, वृष्णिवीर सात्यकि, पांचाल्य उत्तमौजा, दुर्जय युधामन्यु, दुर्धर्ष धृष्टद्युम्न, अजिंक्य शिखंडी, अश्मक, केकय, क्षत्रधर्मास अनुसरून वागणारा सौम्यकी, चैद्य, चेकितान, काश्यपुत्र अभिभू, द्रौपदेय, विराट, महारथी द्रुपद राजा, पुरुषश्रेष्ठ नकुल-सहदेव आणि मुत्सद्दी श्रीकृष्ण हे वीर ज्यांच्या बाजूला आहेत, त्यांबरोबर कधीं तरी विजयेच्छेनें झगडेल असा वीर या लोकीं कोण आहे बरें? ते दिव्य अस्त्रांचा प्रयोग करूं लागले म्हणजे तीं सहन करण्यास समर्थ असा दुर्योधन, कर्ण, शकुनि किंवा दुःशासन या चौघांशिवाय पांचवा वीर आमच्या बाजूस मला तर कोणीच दिसत नाहीं. हातांत घोड्यांच्या पागा धरून रथावर बसलेला श्रीकृष्ण, व सुसज्ज होऊन लढणारा अर्जुन ज्यांच्या बाजूस आहे, त्यांचा कदापि पराभव होणें नाहीं. सूता, त्या वेळच्या माझ्या या विलापांचें दुर्योधनास आतां स्मरणही नसेल. पण पुरुषश्रेष्ठ भीष्म-द्रोण निधन पावल्याचें तूं मला सांगत आहेस,

त्यापेक्षां दूरदर्शी विदुरानें मागेंच केलेलें तें भविष्य तंतोतंत प्रत्ययास आलेलें पाहून पोरें धाय मोकलून रडतील बरें ! सात्यकि व अर्जुन यांनीं सैन्यास पेंचांत आणिलेलें व रथांतील वीरांचीं स्थानें शून्य झालेलीं पाहून त्यांस शोक होईलसें मला वाटतें. हिंवाळा संपण्याच्या सुमारास वाऱ्यानें प्रदीप्त झालेला प्रचंड वणवा ज्याप्रमाणें वाळलेलें गवत जाळून टाकतो, त्याप्रमाणें हा धनंजय माझ्या सैन्याची राखरांगोळी उडवील अशी मला भीति वाटते ! असो; संजया, तूं मोठा वर्णनकुशल आहेस म्हणून पुसतों, ती सर्व हकीकत मला सांग. बाबारे, अभिमन्यूस ठार करून पार्थास अपकार केल्यानंतर सायंकाळीं तुम्ही परत आलां त्या वेळीं तुमच्या मनाची स्थिति कशी काय होती ? पार्थाचा तसा अत्यंत अपराध करून त्यास चेतविल्यावर त्या गांडीवधारी अर्जुनाचें समरांगणांतील विलक्षण शौर्य आमच्या वीरांस कदापि सहन व्हावयाचें नाहीं. अशा स्थितींत दुर्योधन, कर्ण, दुःशासन व शकुनि यांनीं पुढें काय करण्याचें ठरविलें बरें ? संजया, मूढ दुर्योधनाच्या भयंकर अपराधामुळें माझ्या सर्व पुत्रांवर प्रसंग ओढवून ते समरांगणांत एकत्र झाल्यावर पुढें काय झालें तें मला इत्थंभूत सांग; आणि त्या लोभी, दुष्ट, क्रोधामुळें चित्त स्थिर नसलेल्या, राज्याभिलाषी, मूर्ख व मत्सरी दुर्योधनानें बरें वाईट जें केलें तें मला सर्व सांग.

अध्याय शायशींवा.

—:०:—

संजयाचें भाषण.

संजय म्हणाला:—राजा, ठीक आहे. मी तुला तें सर्व सांगतों. मीं तें प्रत्यक्ष पाहिलें आहे; परंतु यांत तुझाच मोठा अपराध आहे. अरे, शेतांतील पाणी निघून गेल्यावर त्यास बांध घालावा त्याप्रमाणें तुझा हा अकालीन विलाप होय. यापासून आतां कांहींच फलनिष्पत्ति व्हावयाची नाहीं. यासाठीं उगाच शोक करूं नको. हे भरतर्षभा, ही कालाची अद्भुत करणी असून ती कोणासच चुकवितां यावयाची नाहीं. हे भरतर्षभा, हें भवितव्य मागेंच ठरलेलें असल्यामुळें त्याबद्दल दुःख करूं नको. जर तूं मागेंच धर्मराजास व आपल्या पुत्रांस द्यूतापासून परावृत्त करतास, तर हें संकट तुजवर ओढवलें नसतें. बरें तें असो, पण युद्धाची वेळ येऊन ठेपल्यावर जरी त्या क्षुब्ध वीरास दोन समजुतीच्या गोष्टी सांगून तूं युद्धापासून मागें फिरवितास, तरीही हा तुजवरील आजचा प्रसंग टळला असता ! त्याचप्रमाणें, दुर्मार्गानें वागणाऱ्या दुर्योधनास अटकेंत टाकण्याविषयीं तूं कौरवांस आज्ञा केली असतीस, तर तुजवर हें संकट आलेंच नसतें; आणि याप्रमाणें तूं वागतास, तर आजच्याप्रमाणें हे पांडव, पांचाल, वृष्णि व इतर सर्व भूपाल तुजवर वैषम्यबुद्धीचा आरोप न करते. अरे, तूं या भूलोकांतील एक अत्यंत शहाणा राजा असूनही सनातन धर्माचा अव्हेर करून दुर्योधन, कर्ण व शकुनि यांच्या दुर्मतास अनुसरलास, तेव्हां तुला काय म्हणावें ! राजा, तूं मागें जो विलाप केला म्हणून म्हणतोस, तो मीं सर्व ऐकिला आहे. अरे, तुझ्या अंतःकरणांत द्रव्यलोभानें ठाणें दिल्यामुळें तुझी ती सर्व गडबड विषमिश्र मधाप्रमाणें दूषित होय ! पूर्वी श्रीकृष्ण तुला जितका मान देत असे, तितका तो धर्मराज, द्रोण किंवा भीष्म यांनाही देत नसे. परंतु जेव्हांपासून तूं राजधर्मापासून च्युत झालास असें त्याच्या दृष्टोत्पत्तीस आलें, तेव्हांपासूनच तो तुजविषयीं तितका आदर बाळगीनासा झाला. आपल्या पुत्रांना राज्य मिळावें म्हणून लोभ धरणाऱ्या राजा,

कौरवांनीं पांडवांशीं केलेल्या कठोर भाषणांकडे तूं जो कानाडोळा केलास, त्याचें हें फळ तुला प्राप्त झालें आहे! अरे, हें पितृपरंपरागत राज्य त्या वेळीं तूं वादांत न घालतां त्यांस देतास, तर पांडवांनीं जिंकलेली ही अखिल पृथ्वी तुझीच होती! पांडूनें जिंकलेलें राज्य व कुरुकुलाचें यश धर्मशील पांडवांनीं पुढें अधिक विस्तृत केलें. त्यांनीं तशा प्रकारें केलेले पराक्रम केवळ तुझ्यामुळें व्यर्थ गेले! कारण, आमिषलोभानें तूंच त्यांना वडिलार्जित राज्यापासून भ्रष्ट केलेंस. राजा, याप्रमाणें वास्तविक तूंच दोषी असतांना, युद्धाची वेळ येऊन आतां गळ्याशीं आल्यावर मात्र मुलांची निंदा करीत आहेस व त्यांस अनेक दूषणें देत आहेस, पण हें योग्य नव्हे. रणांगणांत लढत असतां राजे प्राणांचीही पर्वा करीत नाहींत आणि सर्व क्षत्रियर्षभ पांडवांच्या सैन्यांत घुसून त्यांशीं युद्ध करतात! अरे, प्रत्यक्ष कृष्णार्जुन किंवा सात्यकि व भीमसेन ज्या सेनेचें संरक्षण करीत आहेत, तिजबरोबर कौरवांवांचून इतर कोण युद्ध करूं शकणार आहे? गुडाकेश पार्थ, कारस्थानी गोपालकृष्ण, महावीर सात्यकि व भीमसेन हे ज्यांकडील योद्धे आहेत त्यांबरोबर कौरव व त्यांचे अनुयायी यांवांचून मानव जातींतील दुसरा कोणता धनुर्धर लढूं शकेल? क्षात्रधर्मनिष्ठ, शूर व प्रसंग जाणणाऱ्या अशा राजांस जितकें जितकें म्हणून करतां येणें शक्य आहे, तितकें तितकें कौरव या वेळीं करीत आहेत. आतां नरश्रेष्ठ पांडवांबरोबर कौरवांचें मोठें खडाजंगीचें युद्ध कसकसें झालें तें सर्व जसेंच्या तसेंच ऐक.

अध्याय सत्यायशींवा.

—:०:—

कौरवव्यूहरचना.

संजय सांगतोः—ती रात्र उजाडतांच द्रोणाचार्य आपल्या सैन्याचा व्यूह रचूं लागले. त्या वेळीं, अपराध सहन न करणाऱ्या, अत्यंत क्रुद्ध, व मारूं किंवा मरूं अशी इच्छा धरून गर्जना करणाऱ्या शूर वीरांचे नानाप्रकारचे शब्द कानीं पडूं लागले. कित्येक धनुष्याचा टणत्कार करीत तर कित्येक प्रत्यंचेवर हात फिरवून दीर्घ निश्वास टाकीत " कोठें आहे तो पार्थ आतां ?" अशा आरोळ्या मारूं लागले. कित्येक आपल्या धार लाविलेल्या उत्कृष्ट मुठीच्या व पाणी दिल्यामुळें आकाशाप्रमाणें चमकणाऱ्या तरवारी सरसावून त्यांची फेंक करूं लागले. लढण्याविषयीं हपापलेले हजारों शूर वीर त्या ठिकाणीं मोठ्या कौशल्यानें तरवारींचे हात व धनुष्यांचीं मंडलें करितांना दिसत होते. दुसरे कित्येक वीर—ज्यांना घुंगूर लाविले आहेत, सुवर्ण व रत्नें यांचें कोंदणकाम ज्यांवर केलें आहे, आणि ज्यांस चंदन थापलें आहे, अशा आपल्या गदा उभारून अर्जुनास धुंडाळूं लागले. दुसरे भुजवीर्यशाली व बलमदोन्मत्त वीर परिघसंज्ञक आयुधें उंच करून त्यांच्या योगानें तें रणांगण इंद्रधनुष्यांनीं भरलेल्या आकाशाप्रमाणें भासवूं लागले. केवळ ' लढणें ' एवढाच ज्यांच्या मनांतील विषय आहे असे दुसरे शूर पुरुष नानाप्रकारचीं शस्त्रें घेऊन चित्रविचित्र माला धारण करून ठिकठिकाणीं व्यवस्थेनें उभे राहिले. " अरे, तो अर्जुन कोठें आहे ? " " तो कृष्ण कोठें आहे ? " " तो गर्विष्ठ वृकोदर कोठें आहे ?" " त्यांचे ते मित्र कोठें आहेत ? " अशा प्रकारचे आपले वीर तेव्हां त्यांस रणांगणांत आव्हान करीत होते; आणि द्रोणाचार्य शंख वाजवून

घोड्यांस स्वतः पिटाळीत सैनिकांची चोहों-कडे रचना करीत मोठ्या वेगानें इकडून तिकडे वावरत होते. राजेंद्रा, अशा प्रकारें युद्धाविषयीं उल्हास बाळगणारीं सर्व सैन्यें व्यवस्थेनें उभीं राहिल्यावर भारद्वाज जयद्रथास म्हणाले, "जयद्रथा, तूं, सौमदत्ति, महारथि कर्ण, अश्वत्थामा, शल्य, वृषसेन व कृपाचार्य इतकेजण, एक लक्ष स्वार, साठ हजार रथ, चौदा हजार मदोन्मत्त हत्ती, आणि चिलखतें चढविलेले एकवीस हजार पदाति बरोबर घेऊन माझ्यापासून सहा कोसांवर जाऊन उभा रहा. सैंधवा, त्या ठिकाणीं तूं असतांना इंद्रासह सर्व देवांसही तुजबरोबर टिकाव धरवणार नाहीं, मग या सर्व पांडवांची ती कथा काय? जा, कांहीं काळजी करूं नको."

याप्रमाणें द्रोणाचार्य म्हणाले तेव्हां जयद्रथाचा जीव खालीं पडून, तो गांधार वीर, द्रोणांनीं सांगितलेले महारथी व भाले, कवचें वगैरे धारण करून सज्ज झालेले स्वार यांस घेऊन तिकडे जाण्यास निघाला. त्याबरोबर असलेल्या सर्व घोड्यांवर सुवर्णाचे अलंकार घातले असून त्यांच्या मस्तकांवर चामरासारखे तुरे होते. राजेंद्रा; जयद्रथाबरोबर उत्तम शिकविलेले असे एकंदर चौऱ्याहत्तर हजार अश्व होते. ज्यांवर चिलखत चढविलें असून निष्णात महात बसले आहेत असे पूर्ण यौवनांत येऊन मदोन्मत्त झालेले प्रचंडदेही व भयंकर कर्मे करणारे पंचवीस हजार हत्ती बरोबर घेऊन तुझा पुत्र दुर्मर्षण सर्व सैन्याच्या बिनीवर राहून मोठ्या व्यवस्थेनें लढत होता. त्याच्या मागच्याच बाजूस दुःशासन व विकर्ण हे तुझे दोघे मुलगे सिंधुपतीचें कार्य सिद्धीस नेण्यासाठीं सैन्याच्या पुढील भागींच राहिले होते. इकडे भारद्वाज द्रोणांनीं सैन्याचा व्यूह रचिला. त्याची लांबी चोवीस कोस असून मागील बाजूची रुंदी दहा कोस होती; व त्याचा आकार शकटाप्रमाणें असून त्याच्या मध्यभागीं चक्र होतें. नानादेशचे राजे, वीरपुरुष आणि रथ, अश्व, गज व पदाति यांचे समुदाय ठिकठिकाणीं व्यवस्थेनें उभे करून द्रोणाचार्यांनीं स्वतः त्या व्यूहाची रचना केली. या व्यूहाच्या मागील भागांत त्यांनीं दुसरा एक अत्यंत दुर्भेद्य असा सूचीपद्मसंज्ञक व्यूह रचिला; आणि त्याच्या गर्भींतही आणखी एक व्यूह त्यांनीं बनविला. अशा प्रकारें त्या प्रचंड व्यूहाची रचना करून द्रोणाचार्य मोठ्या तयारीनें राहिले. व्यूहसूचीच्या मुखावर कृतवर्मा व्यवस्थेनें उभा होता. त्याच्या मागें कांबोज व जलसंध हे होते: आणि, हे राजेंद्रा, त्यांच्या पाठीमागें दुर्योधन व कर्ण ही जोडी होती. या वीरांच्या पृष्ठभागीं माघार न घेणारे लाखों निर्धाराचे वीर द्वाररक्षणासाठीं शकटामध्यें सज्ज होते. त्यांच्या मागच्या बाजूला सूचीपार्श्वभागीं मोठ्या सैन्यानें परिवेष्टिलेला जयद्रथ राजा उभा होता. राजेंद्रा, शकटाच्या तोंडावर भारद्वाज द्रोणाचार्य उभे असून भोजराजा त्यांच्या मागें राहून स्वतः त्यांचें रक्षण करीत होता. रुंद छाती व प्रचंड बाहु यांनीं शोभणारे ते द्रोणाचार्य श्वेतवर्णाचें कवच, वस्त्र व शिरोवेष्टन धारण करून धनुष्याचा टणत्कार करीत होते, त्या वेळीं हा प्रत्यक्ष यमधर्मच क्रुद्ध होऊन येथें आला आहे कीं काय असें भासत होतें. ज्यावर वेदी व कृष्णाजिन हीं चिन्हें आहेत असा ध्वज, आणि पताका व आरक्त वर्णाचे अश्व असलेला तो द्रोणाचार्यांचा रथ पाहून सर्व कौरव हर्षभरित झाले. क्षुब्ध सागराप्रमाणें भासणारा तो द्रोणनिर्मित व्यूह पाहून सिद्धचारणांचे समुदाय फारच आश्चर्यचकित होऊन गेले. पर्वत, सागर, वनें व वसाहतींचे प्रदेश यांसह ह्या

संपूर्ण पृथ्वीला हा व्यूह ग्रासून टाकतो कीं काय असें प्राण्यांस वाटूं लागलें. असंख्य रथ, वीर, अश्व, पदाति व हत्ती यांनीं व्याप्त, अद्भुत आकाराचा, ज्यांत अत्यंत भीतिदायक शब्द होत आहे, व ज्याकडे नुसतें पाहातांच शत्रूंचीं हृदयें विदीर्ण होऊन जातील, असा तो प्रचंड शकटव्यूह रचलेला पाहून दुर्योधन राजास आनंद झाला.

अध्याय अठ्ठयायशींवा.

—:०:—

अर्जुनाचा रणांगणांत प्रवेश.

संजय सांगतोः—हे सन्मान्य राजा, याप्रमाणें सैन्याची रचना होऊन वीर गर्जना करूं लागले, दुंदुभी झडूं लागल्या, मृदंग वाजूं लागले, सैन्यें प्रचंड कल्होळ करूं लागलीं, रणवाद्यांचे शब्द होऊं लागले, शंख वाजूं लागले, आणि या सर्वांचा इतका भयंकर शब्द उठला कीं, अंगावर थरारून कांटा उभा राहिला ! नंतर ते भरतकुलोत्पन्न वीर हळूहळू हत्यारें उचलूं लागले, तों रौद्र मुहूर्तावर अर्जुन रणांगणांत येऊन थडकला ! त्या वेळीं हजारों कावळे व बगळे त्याच्या अग्रभागीं क्रीडा करूं लागले; आणि ज्यांचें दर्शनही अशुभ अशीं भयंकर शब्द करणारीं श्वापदें व कोल्हीं आमच्या उजव्या बाजूला ओरडूं लागलीं ! हे भारता, याप्रमाणें तें भयंकर संकट प्राप्त झालें असतां याशिवायही दुसरे कित्येक अपशकुन झाले. प्रचंड शब्द करणाऱ्या हजारों प्रज्वलित उल्कांची वृष्टि होऊं लागली, संपूर्ण पृथ्वी कांपूं लागली, आणि अर्जुन समरांगणांत येऊन उभा राहातांच प्रलयकालीन रुक्ष वारे घों घों शब्द करीत इतक्या वेगानें वाहूं लागले कीं, दगडही उडूं लागले !

असो; इतक्या अवकाशांत तिकडे नकुलपुत्र शतानीक व धृष्टद्युम्न या दोघां कुशल वीरांनीं पांडवांच्या सैन्याची रचना केली.

राजा, नंतर एक हजार रथ, शंभर हत्ती, तीन हजार स्वार व दहा हजार पदाति बरोबर घेऊन तुझा पुत्र दुर्मर्षण मुख्य सैन्याच्या पुढें त्याच्यापासून दीड हजार धनुष्यांच्या अंतरावर उभा राहून बोलूं लागला, "वीरहो, मोठा झुंजार व तेजस्वी वीर जो गांडीवधारी अर्जुन, त्यास मी आज समुद्राच्या मर्यादेप्रमाणें अडवून धरीन. ज्याशीं सामना करण्यास सर्व लोक भीत असतात, तो असहिष्णु पार्थ 'दगडाशीं दगड' या न्यायानें आज समरांगणांत माझ्याशीं भिडलेला लोक पाहोत ! वीरहो ! तुम्हांस युद्ध करण्याची मोठी हांव आहे खरी, पण तुम्ही क्षणभर स्वस्थ उभे रहा. या एकवटलेल्या सर्व शत्रूंशीं मी एकटाच युद्ध करितों व आपला मान व यश वृद्धिंगत करितों !"

हे महाराजा ! याप्रमाणें बोलत तो महाबुद्धिमान् व महाधनुर्धर महात्मा आपल्या शूर वीरांसह मोठ्या बंदोबस्तानें उभा राहिला. नंतर नररूपी अर्जुन नारायण कृष्णासह उत्कृष्ट रथांत बसून आपलें गांडीव धनुष्य हालवीत समरांगणांत उदय पावलेल्या सूर्याप्रमाणें झळकूं लागला. त्या वेळीं तो क्रुद्ध यमधर्म, वज्रधारी इंद्र, कालप्रेरित झालेला दंडधारी असह्य मृत्यु, स्थिरचित्त शूलपाणी, अथवा पाशधारी वरुणच आहे कीं काय असें भासूं लागलें. तो कल्पांतकाळचा प्रदीप्त अग्नि असून पुनः प्रजा जाळून टाकतोसा दिसला. क्रोध, अमर्ष व सामर्थ्य यांमुळें बेहोष झालेला, निवातकवचांतक, सदाविजयी, सत्यधर्मानें वागणारा, कवच, खड्ग, सुवर्णकिरीट, शुभ्र माला, केयूर व कुंडलें धारण करणारा तो

वीर आपली खडतर प्रतिज्ञा शेवटास नेण्याच्या इच्छेनें समोरच्या प्रचंड सैन्यापासून बाणाच्या टप्प्यावर आला; आणि रथ उभा करून त्या प्रतापी वीरानें शंख वाजविला. राजा, स्थिरचित्त कृष्णानेंही अर्जुनाबरोबरच आपला पांचजन्य नामक श्रेष्ठ शंख जोरानें फुंकला. हे प्रजापालका, त्या दोघांचे ते शंखध्वनि होतांच तुझ्या सैन्यांतील वीरांच्या अंगावर कांटा उभा राहिला, ते लटलटां कांपूं लागले, व कित्येक तर मूर्च्छित पडले! विजांच्या कडकडाटानें सर्व प्राणी भयभीत होतात त्याप्रमाणें त्या शंखनादानें तुझ्या सैनिकांची अवस्था झाली. सर्व वाहनें विष्ठा व मूत्र यांचा उत्सर्ग करूं लागलीं; आणि याप्रमाणें वाहनांसह सर्व सैन्य भयभीत होऊन गेलें. हे सन्मान्य राजा, त्या शंखनादानें लोक कचरून गेले, कित्येक अगदीं गोंधळून गेले व कित्येक तर मूर्च्छित पडले. इतक्यांत पार्थध्वजावरील हनुमंतानें तेथील भूतगणांसह आ पसरून व प्रचंड भुभुःकार करून तुझ्या सैनिकांची गाळण उडवून सोडली. मग पुनः आपल्या सैन्यांत शंख, भेरी, मृदंग व आनक वाजूं लागले, तेणेंकरून आपल्या लोकांस हुरूप चढला. असो; ते नानाप्रकारचे वाद्यघोष. सैन्यांचा गजगजाट, भुजांचे शब्द, आणि महारथांनीं उच्चस्वरानें केलेले सिंहनाद यांचा भीरूंचें भय वृद्धिंगत करणारा तुमुल शब्द होऊं लागला, तेव्हां पार्थास अत्यंत हर्ष होऊन तो दाशार्हं कृष्णाशीं बोलूं लागला.

अध्याय एकुणनव्वदावा.

—:०:—

अर्जुनयुद्ध.

अर्जुन म्हणालाः—हे हृषीकेशा, तो दुर्मर्षण उभा आहे तिकडे घोडे हांक. हें गजसैन्य भेदून मी शत्रुसैन्यांत शिरतों.

संजय सांगतोः—याप्रमाणें सव्यसाची अर्जुनानें सांगतांच महाबाहु श्रीकृष्णानें दुर्मर्षण होता त्या बाजूला घोडे पिटाळले. मग एकटा अर्जुन व अनेक शत्रु यांचें नर, नाग व रथ यांचा विध्वंस करणारें अत्यंत दारुण व तुंबळ युद्ध सुरू झालें. त्या वेळीं अर्जुनानें पर्जन्याप्रमाणें शरवृष्टि करून, मेघ पर्वतांस जलधारांनीं व्याप्त करितो त्याप्रमाणें शत्रूंस अगदीं भरून काढलें. इकडून आपलेही सर्व कुशल रथी मोठ्या त्वरेनें कृष्णधनंजयांवर बाणजालें पसरूं लागले. याप्रमाणें शत्रूंनीं समरांगणांत अडथळा केल्यामुळें वीर्यशाली अर्जुनास त्वेष येऊन त्यानें बाणांनीं रथस्थ वीरांचीं मस्तकें धडापासून वेगळीं करण्याचा सपाटा सुरू केला. त्या वेळीं डोळे फिरलेल्या, ओंठ चावलेल्या आणि कुंडलें व शिरस्त्राणें यांनीं युक्त अशा सुंदर मुखकमलांनीं जमीन भरून गेली. उजाड झालेल्या कमलवनाप्रमाणें चोहोंकडे पडलेलीं वीरांचीं मुंडकीं तेथें शोभत होतीं. चकचकीत चिलखतें घातलेले वीर रक्तानें भरून गेल्यामुळें विद्युद्युक्त मेघसंघांप्रमाणें दिसूं लागले. राजा, धरणीवर शिरकमलें पडूं लागलीं तेव्हां यथाकालीं परिपक्व होऊन पडणाऱ्या ताडांच्या फळांप्रमाणें टपटप शब्द होऊं लागला. त्या वेळीं कांहीं कबंधें धनुष्याचा टेंका धरून उभीं राहिलीं, व कांहीं तर उपसलेल्या तरवारी हातांत उंच धरून उभीं होतीं. समरांगणांत अर्जुनास पाहून विलक्षण त्वेषास चढलेल्या कित्येक जयाकांक्षी नरश्रेष्ठांस तर स्वतःचीं मस्तकें तुटल्याचेंही समजलें नाहीं. घोड्यांचीं मस्तकें, हत्तींच्या सोंडा आणि वीरांचे बाहु व शिरें यांनीं जमीन भरून गेली. "हा पहा पार्थ!"

"कोठें आहे अर्जुन ?" "हा हा अर्जुन !" अशा प्रकारें, हे प्रभो, तुझ्या सैन्यांतील योद्ध्यांस पार्थाशिवाय दुसरें कांहीं दिसतच नव्हतें. ते सर्व कालप्रेरित होऊन त्यांस सर्व जग पार्थमय भासूं लागल्यामुळें ते एकमेकांवरच प्रहार करूं लागले, व कित्येकांनीं तर पार्थ समजून स्वतःवरच शस्त्रें चालविलीं ! यामुळें शेंकडों वीर रक्तबंबाळ व मूर्च्छित होऊन अत्यंत वेदना सोशीत तेथें विवळत पडले, व आपल्या आप्तबांधवांस मोठमोठ्यानें हांका मारूं लागले. भिंदिपाल, प्रास, शक्ति, ऋष्टि, परशु, निर्व्यूह, तरवारी, धनुष्यें, तोमर, बाण, ढाली, आभरणें, गदा व बाहुभूषणें यांनीं मंडित व प्रचंड सर्पांप्रमाणें किंवा दारांच्या अडसरांप्रमाणें शोभणारे असे वीरांचे बाहु तीक्ष्ण बाणांनीं चोहोंकडे तुटून पडल्यामुळें वळवळत, तडफडत, अनेक प्रकारें हालचाल करीत, किंवा क्षुब्ध होऊन वेगानें उडत आहेत, अशी तेथें स्थिति होऊन गेली ! समरांगणांत जो जो म्हणून अर्जुनासमोर येई, त्याच्या त्याच्या शरीरांत प्राणनाशक बाण शिरे ! रथानें मंडलें करीत व धनुष्य फिरवीत अर्जुन इतक्या वेगानें संचार करीत होता कीं, त्या सर्व प्रदेशांत जेथें अर्जुन नाहीं अशी अणुरेणुइतकीही जागा कोणास दिसत नव्हती ! याप्रमाणें अर्जुन मोठ्या दक्षतेनें झटून व त्वरेनें बाण सोडीत असतां त्याचें तें विलक्षण लाघव पाहून सर्व शत्रु चकित होऊन गेले. हत्ती, महात, अश्व, स्वार, सारथि व रथी या सर्वांसच अर्जुन आपल्या बाणांनीं विदीर्ण करीत होता. मागें वळत असलेला, मागें वळलेला, युद्ध करणारा व समोर उभा असलेला यांपैकीं कोणासच तो जिवंत ठेवीत नव्हता. ज्याप्रमाणें सूर्य आकाशांत प्रचंड अंधकाराचा नाश करितो, त्याप्रमाणें अर्जुनानें कंकपत्रयुक्त बाणांनीं त्या गजसैन्याचा हां हां म्हणतां सप्पा उडविला ! राजा, तुझ्या सैन्यामध्यें चोहोंकडे विदीर्ण झालेले हत्ती पडल्यामुळें तें कल्पांतकालीं पर्वतांनीं व्याप्त झालेल्या पृथ्वीप्रमाणें दिसूं लागलें. मध्याह्नीं आलेला सूर्य जसा सर्व प्राण्यांस दुष्प्रेक्ष्य होतो तसा तो क्रुद्ध अर्जुन त्या वेळीं समरांगणांत शत्रूंस दुष्प्रेक्ष झाला. कोणासही त्याकडे पाहाण्याचें धैर्य होईना. हे परंतपा, याप्रमाणें समरांगणांत तुझ्या दुर्मर्षण पुत्राच्या सैन्याची क्षणार्धांत दाणादाण होऊन तें अत्यंत शरपीडित व भयभीत होऊन उधळून गेलें. प्रचंड मारुतानें विध्वस्त केलेल्या मेघसैन्याप्रमाणें तुझ्या सैन्याची वाताहात उडून गेली. त्यास मागें वळून पाहाण्याचें धैर्यही होईना. अर्जुनानें पीडिलेले तुझे रथी, स्वार व पदाति यांनीं चाबुकांनीं, धनुष्यांच्या टोकांनीं, कुशीवर कोरडे ओढून, मोठमोठ्यानें ओरडून व हुंकार देऊन घोड्यांस पिटाळीतच पळ काढला ! गजारूढ असलेले वीरही टांचा, अंगठे व अंकुश यांचे प्रहार करून हत्तींस त्वरा करूं लागले; आणि उत्साहहीन व भ्रमिष्ट झालेले तुझे दुसरे कित्येक वीर तर अर्जुनाच्या बाणांच्या योगानें गोंधळून पळतांना उलट त्याकडेसच जाऊं लागले !

अध्याय नव्वदावा.

—:o:—

दुःशासनाच्या सैन्याचा पराभव.

धृतराष्ट्र प्रश्न करितोः—अघाडीच्या सैन्याची फळी फुटून अर्जुन त्यांची कत्तल करूं लागला तेव्हां त्यांतील कोणते वीर रणांत त्यावर चालून गेले ? ते दुर्मर्षणादि वीर गर्भगळीत होऊन शकटव्यूहांत शिरून द्रोणांच्या आश्रयानें कोटाच्या आंत राहिल्यावर तरी ते पूर्ण निर्भय झालेना ?

संजय सांगतोः—राजा, अर्जुनानें तुझ्या सैन्याची तशी दाणादाण उडविली असतां तें हतवीर्य व हतोत्साह होऊन एकसारखें पळत सुटलें. अर्जुनाच्या तीक्ष्ण शरांनीं वध पावणाऱ्या त्या सैन्यापैकीं कोणासही समरांगणांत अर्जुनाकडे मागें वळून पाहाण्याचें देखील धैर्य होईना. मग वळून त्याशीं तोंड देण्याचें दूरच राहिलें! राजा, सैन्याची तशी शोचनीय अवस्था झाल्याचें पाहून तुझा पुत्र दुःशासन अत्यंत क्रुद्ध होऊन युद्धासाठीं अर्जुनाकडे धांवला. त्यानें अंगांत सुवर्णजडित कवच घातलें असून डोक्यावर शुद्ध सोन्याचें शिरस्त्राण चढविलें होतें. अत्यंत पराक्रमी व शूर अशा त्या वीरानें प्रचंड गजसेनेच्या योगानें ही पृथ्वी जणू ग्रासीतच अर्जुनास गराडा दिला. गजघंटांचा घणघणाट, शंखांचा नाद, प्रत्यंचांचा टणत्कार व हत्तींचे चीत्कार यांच्या प्रचंड कल्लोळानें दिशा व अंतरिक्ष दुमदुमून गेलें. तो कल्लोळ मुहूर्तमात्र मोठा भयंकर व क्रूर भासला. नंतर, ते समक्ष पर्वतांप्रमाणें भासणारे क्रुद्ध गज अंकुशांनीं इषारा होतांच सोंडा लांब करून त्वरेनें उड्या घेतच येत आहेत असें पाहून नरसिंह धनंजयानें प्रचंड सिंहनाद करून शत्रूंचें तें गजसैन्य बाणांनीं उधळून दिलें! वादळानें खवळल्यामुळें ज्याला प्रचंड लाटा येत आहेत अशा महासागरांत मगरानें प्रवेश करावा, त्याप्रमाणें तो अर्जुन त्या गोंधळलेल्या गजसैन्यांत शिरला! दिङ्मर्यादा सोडणाऱ्या कल्पांतकाळच्या सूर्याप्रमाणें तो शत्रुपुरांतक पार्थ सर्व दिशांस संचार करतांना दिसूं लागला. अश्वांच्या टापा, रथांच्या धावा व धनुष्यांच्या प्रत्यंचांचे शब्द, तशाच वीरांच्या आरोळ्या, नानाप्रकारच्या वाद्यांचे ध्वनि, पांचजन्य व देवदत्त यांचा नाद, आणि गांडीवाचा भयंकर टणत्कार यांच्या योगानें भांबावून गेलेले ते तुझे मत्त लोक अर्जुनानें आपल्या सर्पतुल्य नाशक बाणांनीं छिन्नभिन्न करून टाकले. त्यांतील प्रत्येक हत्तीच्या प्रत्येक अवयवावर अर्जुनाचे हजारों हजार तीक्ष्ण बाण रुतले. तेव्हां अर्जुनाकडून वध पावत असतां ते मोठ्यानें चीत्कार करीत छिन्नपक्ष पर्वतांप्रमाणें एकसारखे जमिनीवर कोसळूं लागले! दुसऱ्या कित्येकांचीं दांतांचीं चवाळीं, गंडस्थलें व कटिदेश यांवर अर्जुनाचे बाण असून ते वरचेवर करकोंचा पक्ष्यांप्रमाणें ओरडूं लागले. त्याच प्रमाणें गजारूढ असलेल्या वीरांचींही शिरकमलें अर्जुन नतपर्व भल्ल बाणांनीं उडवूं लागला. तेव्हां धरणीवर पडणाऱ्या त्या मस्तकरूपी कमलांच्या राशीच जणूं काय त्यानें भूमातेस अर्पण केल्या! यंत्रांनीं बांधलेले, कवचहीन, जखमांनीं व्याकूळ व रक्तबंबाळ झालेले हत्ती समरांगणांत भ्रमण करूं लागले, आणि त्यांवरील वीर लोंबूं लागले. क्वचित् अर्जुनानें कौशल्यानें सोडलेल्या एकाच बाणानें दोन दोन तीन तीन हत्ती मरून धरणीवर पडले. कित्येक नाराच बाणांनीं विद्ध झाल्यामुळें तोंडावाटे रक्त ओकत वरील वीरांसह सवृक्ष पर्वताप्रमाणें धरणीवर कोसळले. रथ्यांची मौर्वी, ध्वज, धनुष्य, जूं, इसाड या सर्वांचा अर्जुनानें सन्नतपर्व बाणांनीं चक्काचूर उडविला! अर्जुन बाण जोडतो केव्हां, धनुष्य ओढितो केव्हां, बाण सोडतो केव्हां, आणि पुनः भात्यांतून घेतो केव्हां हें कांहींच उमगत नव्हतें. तो एकसारखें धनुष्य फिरवीत जसा कांहीं नाचतच आहेसा दिसत होता. दुसऱ्या कित्येक गजांनीं त्याच्या नाराच बाणांनीं अतिविद्ध होऊन मुहूर्तमात्रांत रक्त ओकतच भूमीवर लोटांगणें घातलीं. हे महाराजा! त्या अत्यंत तुमुल युद्धांत चोहोंकडे असंख्य कबंधें उठलेलीं दिसत होतीं. धनुष्यें, अंगुलित्राणें, खड्ग,

बाहुभूषणें व सुवर्णालंकार यांनीं युक्त असे बाहु छेदून पडलेले दिसूं लागले. सर्व उपकरणांनीं भरलेल्या रथांच्या साट्या, इसाडें, दांड्या, रथांचे मागील भाग, चुरडलेलीं चाकें, मोडके आंस व अनेक तुकडे झालेलीं जोखडें, त्याचप्रमाणें ढाली व धनुष्यें यांनीं युक्त असे ठिकठिकाणीं पडलेले वीरांचे हात, तुटक्या माळा, भूषणें, वस्त्रें, उलथून पडलेले ध्वज, व मेलेले हत्ती व घोडे व पाडिलेले क्षत्रिय यांच्या योगानें तेथील भूमि अत्यंत भयाण दिसूं लागली. याप्रमाणें अर्जुन दुःशासनाच्या सैन्याची कत्तल उडवूं लागला, तेव्हां नायकासह तें सर्व भयभीत होऊन सैरावैरा पळत सुटलें. धृतराष्ट्रा, नंतर सैन्यासह शरपीडित व त्रस्त झालेला दुःशासन द्रोण रक्षण करतील या आशेनें शकटव्यूहाकडे पळाला. !

अध्याय एक्याण्णवावा.

—:०:—

द्रोणातिक्रम.

संजय सांगतोः—राजा, दुःशासनाच्या सैन्याचा विध्वंस करून महारथी अर्जुन जयद्रथास धुंडाळण्याच्या इच्छेनें द्रोणसैन्याकडे धांवला. द्रोणाचार्य व्यूहाचे तोंडावर उभे होते; तेव्हां प्रथम त्यांकडे जाऊन व हात जोडून तो कृष्णाचे अनुमतीनें आचार्यांस म्हणाला, "ब्रह्मन्, आपण माझें हितचिंतन करा, व मला कल्याणकारक आशीर्वाद द्या. मी आपल्या प्रसादानें या दुर्भेद्य सेनेंत प्रवेश करूं इच्छितों. भगवन्, आपण मला पिता पंडूप्रमाणें, धर्मराजाप्रमाणें व प्रत्यक्ष श्रीकृष्णाप्रमाणें आहां हें मी सत्य सांगतों. हे तात, हे निष्पाप, ज्याप्रमाणें अश्वत्थाम्याचें रक्षण करणें आपल्याकडे आहे, त्याचप्रमाणें माझेंही सदैव पालन करणें आपणाकडे आहे. हे मनुजवरा, आपल्या प्रसादानें युद्धांत सिंधुराजाचा वध करण्याची मी इच्छा करीत आहें ! तरी, हे प्रभो, माझी ती प्रतिज्ञा आपण सिद्धीस न्यावी.

संजय सांगतोः—अर्जुनाचें हें भाषण ऐकून द्रोणाचार्यांनीं हास्यवदन करून त्यास प्रत्युत्तर दिलें, "पार्था, मला जिंकल्यावांचून जयद्रथास जिंकणें अशक्य आहे, समजलास !" असें म्हणून त्यांनीं हंसत हंसतच त्याला रथ, अश्व, ध्वज व सारथि यांसह तीक्ष्ण बाणांनीं झांकून टाकिलें. तेव्हां अर्जुनानें आपल्या बाणांनीं द्रोणांचे ते बाणसंघ निवृत्त करून घोररूप व लांबलांब बाण सोडीत द्रोणांवर चाल केली; आणि, राजा, त्यानें रणांत द्रोणांस वंदन करून विद्ध करून टाकिलें आणि क्षत्रधर्मानुसार पुनः आणखी नऊ बाण त्यांवर टाकले. मग आचार्यांनीं शर सोडून अर्जुनाचे ते बाण तोडिले, आणि विष किंवा अग्निज्वाला यांप्रमाणें जाज्वल्य बाणांनीं उभयतां कृष्णार्जुनांस विद्ध केलें. मग आचार्यांचें धनुष्य तोडून टाकण्याचें अर्जुनानें मनांत आणिलें; परंतु तो असें मनांत आणितो न आणितो तोंच वीर्यशाली द्रोणाचार्यांनीं मोठ्या सावधगिरीनें महात्म्या अर्जुनाच्याच धनुष्याची दोरी तोडली. त्याचा ध्वज, घोडे व सारथि यांचा वेध केला; आणि हास्यपूर्वक अर्जुनासही अगदीं शरांचित करून टाकलें. इतक्या अवकाशांत पार्थानें आपलें प्रचंड धनुष्य पुनः सज्ज केलें आणि आचार्यांवर ताण करूं पाहाणाऱ्या त्या सर्वास्त्रसंपन्न वीराग्रणीनें त्वरेनें एकामागून एक सहाशें बाण सोडिले, पुनः दुसरे सातशें व त्यांच्यामागून आणखी एक हजार अमोघ बाण त्यानें टाकले आणि त्यानंतर तर लाखों बाण फेंकले ! त्या बाणांनीं द्रोणसेनेचा विध्वंस उडविला. त्या अत्यंत बलवान्, कर्तृत्ववान् व विचित्र पद्धतीनें लढणाऱ्या पार्थानें मोठ्या

कौशल्यानें सोडलेल्या त्या बाणांनीं मनुष्य, अश्व व गज जखमी व ठार होऊन पडले. ज्यांचे सारथि, अश्व व ध्वज नष्ट झाले आहेत व आयुष्यरूप जीविताचा उच्छेद झाला आहे असे मुख्य मुख्य रथांवरील वीर एकाएकीं शरपीडित होऊन रथांतून खालीं कोसळले. वज्रचूर्णित पर्वत, वाताहत मेघ, किंवा अग्निदग्ध घरें यांप्रमाणें दिसणारे हत्ती धरणीवर लोटांगणें घालूं लागले. हिमालयाच्या पृष्ठभागीं जलप्रवाहानें हंस मरून पडतात त्याप्रमाणें हजारों घोडे अर्जुनाच्या बाणांनीं समरांगणांत मरून पडले. रथ, अश्व, गज व पत्ति यांचे संघ हेच कोणी अद्भुत जलौघ अर्जुनरूपी युगांतकालिक सूर्याच्या अस्त्ररूपी व शररूपी किरणांनीं आटून गेले. तें अर्जुनरूपी आदित्याचें बाणरूपी अंशुजाल कौरववीरांस युद्धांत तप्त करीत असतां द्रोणरूप मेघानें जोराची शरवृष्टि करून त्या सूर्यकिरणांस आच्छादून टाकलें. मग द्रोणांनीं शत्रूंचे प्राण घेईल असा एक नाराच बाण फारच झपाट्यानें नेमका अर्जुनाच्या छातींत मारला. त्याबरोबर धरणीकंपानें पर्वत कांपतो त्याप्रमाणें अर्जुनाचें सर्वांग कंपित झालें. तथापि त्यानें धैर्य न सोडतां द्रोणांस शरविद्ध केलें. मग आचार्यांनीं वासुदेवावर पांच, अर्जुनावर त्र्याहात्तर व त्याच्या ध्वजावर तीन बाण टाकले. राजा! शिष्यावर गुरुत्व स्थापित करण्याच्या इच्छेनें त्या पराक्रमी आचार्यांनीं इतकी जोराची शरवृष्टि केली कीं, अर्जुन निमेषमात्रांत अदृश्य झाला. राजा! त्या वेळीं आचार्यांचे बाण अगदीं एकास एक लागून चाललेले आम्हीं पाहिले, आणि त्यांचें तें अद्भुत धनुष्य मंडलाकार फिरत आहे असें आमच्या नजरेस पडलें. द्रोणांनीं सोडलेले ते सर्व असंख्य कंकपत्रयुक्त बाण कृष्णार्जुनांवर जाऊन पडले!

याप्रमाणें अर्जुन व द्रोण यांचें तें तशा प्रकारचें लवकर न संपणारें युद्ध चाललेलें पाहून महाबुद्धिमान् वासुदेव जयद्रथवधरूप पुढील अवघड कर्तव्य मनांत आणून अर्जुनास म्हणाला, "पार्था, पार्था! हे महाबाहो! येथें वेळ घालविण्यांत कांहीं हंशील नाहीं. आपण द्रोणांला सोडून पुढें जाऊं, चल. कारण यांना जिंकण्यापेक्षां आपलें तेंच कार्य जास्त महत्त्वाचें आहे." यावर "केशवा, तुझ्या मर्जीस येईल तसें कर." असें अर्जुनानें प्रत्युत्तर दिलें. नंतर महापराक्रमी द्रोणांस उजवी घालून अर्जुन बाजूस वळला, व बाणांची पेर करीत पुढें चालला. तेव्हां द्रोणाचार्य आपण होऊन त्यास म्हणाले, "पार्था! कोणीकडे चाललास? अरे, रणांत शत्रूस जिंकिल्याशिवाय तूं मागें फिरत नसतोसना? मग आज हें काय?"

अर्जुनानें उत्तर केलें:—आचार्य, आपण माझे गुरु आहां; शत्रु नाहीं. मी आपला शिष्य असून आपल्या मुलासारखा आहें. महाराज! माझी ती कथा काय? आपणास पराभूत करील असा पुरुष या लोकांत कोणीही नाहीं!

संजय सांगतो:—याप्रमाणें बोलून तो जयद्रथवधाविषयीं उत्सुक झालेला महाबलिष्ठ पार्थ त्वरेनें तुझ्या सैन्यावर चालून आला; आणि पांचालवीर युधामन्यु व उत्तमौजा हे त्याचे दोघे चक्ररक्षकही तुझ्या सैन्यांत शिरणाऱ्या त्या अर्जुनाच्या मागोमाग येऊं लागले. धृतराष्ट्रा, मग जय, सात्वत कृतवर्मा, कांबोज व श्रुतायु हे धनंजयास आडवे आले. त्याच्या मागोमाग हजारों रथांसह अभीषाह, शूरसेन, शिबि, वसाति, मावेल्लक, ललित्य, केकय, मद्रक, त्याचप्रमाणें नारायणगण, गोपालगण आणि कर्णानें पूर्वी समरांत जिंकिलेले शूरसंमत कांबोजगण इतके सर्व भारद्वाजांच्या नायकत्वाखालीं एकत्र जमून, पुत्रशोकानें संतप्त, मृत्यूप्रमाणें क्रुद्ध,

प्राणांचीही पर्वा न धरतां तुंबळ व विलक्षण युद्ध करणास, दक्ष, गजराजाप्रमाणें शत्रूंच्या सैन्यांत धुमाकूळ घालणारा महाधनुर्धर व पराक्रमी अशा पुरुषश्रेष्ठ अर्जुनाचें त्यांनीं निवारण केलें; तेव्हां एकमेकांस गांठूं इच्छिणारे ते वीर व अर्जुन यांचे अंगावर कांटा येईल असें तुंबळ युद्ध जुंपलें. ज्याप्रमाणें उत्पन्न झालेल्या रोगाचें औषधक्रिया निवारण करतात, त्याप्रमाणें ते सर्वजण एकत्र होऊन जयद्रथवधाच्या महत्त्वाकांक्षेनें चालून येत असलेल्या त्या पुरुषश्रेष्ठाचें निवारण करूं लागले !

अध्याय ब्याण्णवावा.

—:०:—

श्रुतायुध व सुदक्षिण यांचा वध.

संजय सांगतोः—याप्रमाणें महाबल पराक्रमी अर्जुनास अडविलें, तथापि तो रथिश्रेष्ठ तसाच वेगानें द्रोणांवर चालून गेला; आणि सूर्यकिरणांप्रमाणें प्रखर बाणसंघ सोडून, देहांना जर्जर करणाऱ्या व्याधींप्रमाणें त्या सैन्यास त्यानें जर्जर केलें. त्या वेळीं अश्व घायाळ झाले, रथांचा चुराडा उडाला, वरील वीरांसह गज धरणीवर पडले, छत्रें मोडून गेलीं, रथांच्या चाकांचा चुराडा झाला, आणि सैन्यें शरपीडित होऊन चोहोंकडे उधळलीं. राजा, याप्रमाणें तुंबळ रणकंदन माजल्यामुळें कोणास कांहीं सुचेनासें झालें. ते वीर परस्परांस सरलगामी बाणांनीं अडवीत असतां अर्जुन तुझ्या सैन्यांस वारंवार कंपित करूं लागला. आपली प्रतिज्ञा शेवटास नेऊं इच्छिणारा तो सत्यप्रतिज्ञ श्वेतवाहन रक्ताश्व द्रोणांवर चालून आला, तेव्हां द्रोणांनीं त्या महाधनुर्धर शिष्यावर मर्मभेदक असे पंचवीस बाण मारले. तथापि तो अत्यंत पराक्रमी पार्थ द्रोणांच्या शरांची गति मध्येंच कुंठित करणारे बाण सोडीत सोडीत तसाच पुढें सरसावला; आणि द्रोणांकडून येणारे ते भल्ल बाण महात्म्या अर्जुनानें ब्रह्मास्त्र सोडून आपल्या सन्नतपर्व भल्लांनीं तोडून टाकिले. याप्रमाणें तो तरुण पार्थ जिवापाड प्रयत्न करीत असतांही जेव्हां त्यास द्रोणांना विद्ध करतां येईना, तेव्हां मात्र द्रोणांचें अद्भुत कौशल्य आमच्या निदर्शनास आलें. असंख्य जलधारांचा वर्षाव करणाऱ्या मेघाप्रमाणें त्या द्रोणरूप मेघानें शरवृष्टींनीं अर्जुनरूप पर्वतावर वर्षाव केला. हे मारिषा, बाणांनीं बाण तोडणाऱ्या त्या तेजस्वी अर्जुनानें ती शरवृष्टि ब्रह्मास्त्रानें आवरली. मग द्रोणांनीं अर्जुनावर पंचवीस व कृष्णाची छाती व बाहु यांजवर नेम धरून सत्तर बाण मारिले. परंतु अर्जुनानें बिलकूल न गडबडतां त्या तीक्ष्ण बाणांचा ओघ उत्पन्न करणाऱ्या आचार्यांचें हंसत हंसतच समरांगणांत निवारण केलें. नंतर द्रोण त्यास अगदीं मारण्याच्या बेतांत आले तेव्हां ते दोघे नरवीर युगांतीं प्रदीप्त झालेल्या अग्नीप्रमाणें दुर्धर्ष अशा त्या आचार्यांस टाळून दुसरीकडे वळले. किरीटमाली कौंतेयानें द्रोणचार्यांपासून सुटलेले तीक्ष्ण शर चुकविले व भोजाच्या सैन्याचा विध्वंस मांडिला. मग तो पार्थ मैनाक पर्वताप्रमाणें द्रोणांस वगळून एकदम कृतवर्मा व कांबोज सुदक्षिण यांवर घसरला. तेव्हां नरश्रेष्ठ भोजानें बिलकूल न गडबडतां तत्काल त्या दुर्धर्ष पार्थाचा दहा कंकपत्र बाणांनीं वेध केला. राजा, मग अर्जुनानें त्यावर शंभर बाण टाकले व पुनः तीन बाण सोडून त्या सात्वतास गोंधळून सोडिलें. नंतर भोजानें हास्यपूर्वक अर्जुन व कृष्ण यांवर प्रत्येकीं पंचवीस पंचवीस बाण टाकिले; परंतु इतक्यांत अर्जुनानें त्याचें धनुष्य छेदून त्यास अग्निज्वाला किंवा क्रुद्ध भुजंग यांप्रमाणें प्रखर अशा त्र्याहात्तर बाणांनीं घायाळ केलें. हे

भारता, यानंतर महारथी कृतवर्म्यानें तत्काल दुसरें धनुष्य घेऊन अर्जुनाच्या छातीवर पांच बाण मारून त्यास जखमी केलें; आणि त्यानें पुनः पांच तीक्ष्ण बाण सोडले. तेव्हां अर्जुनानें त्याच्या छातीच्या शिंपींत नऊ बाण मारिले. याप्रमाणें अर्जुन कृतवर्म्याशीं झगडण्यांत गुंतलेला पाहून, आपली वेळ भरून जाईल कीं काय अशी वार्ष्णेयास चिंता पडून तो पार्थास म्हणाला, "या कृतवर्म्यावर दया करूं नको. नातेंबितें पार विसरून याला रगडून छाटून टाक!"

मग अर्जुनानें त्यास शरमोहित करून चपल घोड्यांस इषारा करून कांबोजाच्या सेनेवर हल्ला केला. अर्जुन तिकडे गेल्यावर असहिष्णु कृतवर्मा आपलें सशर धनुष्य फिरवीत दोघां पांचालांशीं भिडला. ते दोघे अर्जुनाचे चक्ररक्षक त्याच्या मागोमागच जात होते. परंतु कृतवर्म्यानें आपला रथ मध्येंच घालून शरांनीं त्या दोघांना अडविलें. त्या भोज कृतवर्म्यानें युधामन्यूवर तीन व उत्तमौजावर चार तीक्ष्ण बाण टाकून त्यांस घायाळ केलें. मग त्यांनीं प्रत्येकीं दहा दहा बाण टाकून भोजाचा वेध केला, आणि पुनः तीन तीन बाण टाकून त्याचें धनुष्य व ध्वजही छेदून पाडिला. यामुळें तर हार्दिक्याला अतिशय संताप येऊन तो देहभानही विसरला आणि त्या भरांत त्यानें दुसरें धनुष्य घेऊन बाणांची पेर करून त्या दोघांचीं धनुष्यें तोडिलीं. लगेच त्यांनींही दुसरीं धनुष्यें सज्ज करून भोजावर उलट मारा चालविला. याप्रमाणें त्यांची खडाजंगी उडून राहिली आहे तों इकडे अर्जुन शत्रुसैन्यांत घुसला. पण कृतवर्म्यानें अडविल्यामुळें दोघां पांचालांस मात्र आंत शिरायाला मार्ग मिळाला नाहीं. याप्रमाणें ते दोघे तुमच्या सैन्याशीं झगडत असतां इकडे अर्जुन युद्धांत सैन्यास जर्जर करीत त्वरेनें पुढें चालला. त्या शत्रुमर्दनानें कृतवर्मा सांपडला असतांही त्यास मारिलें नाहीं.

असो; याप्रमाणें तो त्वरेनें येत आहेसें पाहून चवताळलेला श्रुतायुध राजा आपलें प्रचंड धनुष्य चाळीत त्यावर घसरला! त्यानें अर्जुनास तीन व कृष्णास सत्तर बाणांनीं जखमी केलें; व एक वस्तऱ्याप्रमाणें अत्यंत तीक्ष्ण बाण अर्जुनाच्या ध्वजावर टाकला. मग अंकुशानें टोंचलेल्या हत्तीप्रमाणें त्या अत्यंत क्रुद्ध अर्जुनानें नव्वद नतपर्व बाणांनीं त्यास ताडन केलें. राजा, पांडवाचा तो पराक्रम श्रुतायुधास सहन न होऊन त्यानें सत्त्याहत्तर नाराच बाण त्यावर टाकिले. परंतु अर्जुनानें ते सर्व बाण छेदून उलट त्याचें धनुष्य छेदून टाकलें; आणि त्वेषानें सात नतपर्व बाण त्याच्या छातीवर मारिले. तेव्हां त्या राजाला विलक्षण क्रोध चढून लगेच त्यानें दुसरें धनुष्य घेतलें, व अर्जुनाचे दंड व छाती यांवर मिळून नऊ बाण मारिले. हे भारता, नंतर अरिंदम अर्जुनानें हंसत हंसतच हजारों बाणांनीं त्यास घायाळ करून सोडिलें. त्या महारथानें तत्काल त्याचे घोडे मारिले, सारथि लोळविला, आणि सत्तर नाराच बाणांनीं त्याला वेध केला. तेव्हां श्रुतायुध त्या आपल्या हताश्व रथांतून उतरून गदा उगारून अर्जुनावर धांवला. तो श्रुतायुध वरुणाचा पुत्र व मोठा वीर होता. शीत उदकाची पर्णाशा नामक महानदी ही त्याची माता होय. राजा, ती त्याची माता आपल्या मुलासंबंधानें वरुणास म्हणाली, 'हा माझा पुत्र जगांत शत्रूंस अजिंक्य व्हावा.' तेव्हां वरुण प्रीतीनें म्हणाला, "मी याला हितकर वर देईन आणि एक दिव्य अस्त्र देईन. त्यानें हा तुझा मुलगा अवध्य होईल, मनुष्याला अमरत्व कधीं यावयाचें

नाहीं. हे सरिद्वरे, जन्मास आलेल्या सर्वांस केव्हां ना केव्हां तरी मेलें हें पाहिजेच ! आतां या अस्त्रप्रभावानें हा समरांगणांत शत्रूंस कधींही हार जावयाचा नाहीं. तूं मनांत बिलकूल काळजी करूं नको. ”

याप्रमाणें बोलून वरुणानें त्याला मंत्रपुरःसर गदा दिली. ती मिळाल्यामुळें श्रुतायुध सर्व जगांत केवळ दुर्धर्ष झाला. मग त्याला पुनः भगवान् वरुण म्हणाला, “ बाबारे, जो तुजशीं लढत नसेल त्यावर मात्र ही गदा टाकूं नको. तसें केल्यास ती उलट तुजवरच पडेल ! ही प्रतिपक्षी वीराला मारील एक, किंवा त्याच्या अभावीं योजना करणारासच मारील हें दुसरें; तिसरी गोष्ट नाहीं ! ”

राजा, याप्रमाणें वरुणानें सांगितलें असतांही वेळ आली तेव्हां श्रुतायुधानें तें पाळिलें नाहीं. त्यानें ती वीरघातिनी गदा जनार्दन कृष्णावर फेंकिली ! वीर्यशाली कृष्णानें तिचा प्रहार आपल्या पीनस्कंधप्रदेशावर घेतला; पण वायु ज्याप्रमाणें विंध्यगिरीस कंपित करूं शकत नाहीं, त्याप्रमाणें ती त्या शूरकुलोत्पन्न श्रीकृष्णास कंपित करूं शकली नाहीं. अभिचारदेवतेचें यथासांग अनुष्ठान न झाल्यास ती कर्त्यावरच उलटते तद्वत् ती गदा परत फिरली व समरांगणांत उभा असलेल्या अमर्षी श्रुतायुधास तिनें ठार केलें; आणि याप्रमाणें त्या वीरास मारून ती भूमीस जाऊन मिळाली! राजा, ती गदा मागें फिरली व श्रुतायुध मेला हें पाहून तुझ्या सैन्यांत एकच हाहाःकार उडाला. तो अरिमर्दन वीर स्वतःच्याच शस्त्रानें मेल्याचें पाहून लोक घाबरून गेले. राजा, श्रुतायुधानें न लढणाऱ्या केशवावर गदा टाकिली व त्यामुळें तिनें त्याचाच अंत केला ! वरुणानें सांगितलें होतें तशाच प्रकारें त्यास युद्धांत मरण आलें; व सर्व वीर पहातां पहातां तो गतप्राण होऊन धरणीवर पडला ! तो पर्णाशेचा प्रिय पुत्र पडत असतां, वाऱ्यानें मोडलेल्या बहुशाखी वृक्षाप्रमाणें भासला.

असो; अरिंदम श्रुतायुध मेल्याचें पाहून सर्व सैन्यें व त्यांचे सेनापति वाट फुटेल तिकडे पळत सुटले. मग कांबोजराजाचा पुत्र शूर सुदक्षिण चपल अश्वांच्या साह्यानें शत्रुसूदन पार्थावर धांवला. तेव्हां हे भारता, अर्जुनानें त्यावर सात बाण सोडले, ते त्याच्या शरीरांतून आरपार जाऊन जमिनींत शिरले. मग गांडीवापासून आलेल्या तीक्ष्ण शरांनीं अत्यंत जखमी झालेल्या त्या सुदक्षिणानें अर्जुनावर दहा कंकपत्र बाण मारले, कृष्णावर तीन मारले व पुनः पांच बाण अर्जुनावर टाकले. हे मारिषा, नंतर पार्थानें त्याचें धनुष्य तोडून टाकलें, ध्वज छाटून पाडला, आणि अति तीक्ष्ण अशा दोन भल्लांनीं त्यास वेध केला. मग त्यानेंही अर्जुनास तीन बाणांनीं वेध करून सिंहनाद केला, व घंटा लावलेली सर्वपारसवी नामक भयंकर शक्ति रागारागानें गांडीवधरावर फेंकली. तुटलेल्या प्रचंड उल्केप्रमाणें जळजळीत अशी ती शक्ति रथावर येऊन ठिणग्या टाकीतच त्यास भेदून भूतलावर पडली. त्या शक्तीच्या प्रहारानें पार्थास प्रबळ मूर्च्छा आली, परंतु पुनः सावध होऊन त्यानें दांतओंठ चावीतच चौदा कंकपत्र नाराच बाणांनीं अश्व, ध्वज, धनुष्य व सारथि यांसुद्धां सुदक्षिणास घायाळ करून टाकलें. लगेहात दुसरे पुष्कळ बाण सोडून त्यानें त्याच्या रथाचा चुराडा उडविला; आणि एका पातळ धारेच्या बाणानें त्या कांबोजाधिपति सुदक्षिणाचें हृदय विदीर्ण करून त्याचा संकल्प व पराक्रम व्यर्थ करून टाकला ! त्या प्रहारानें त्याचें कवच फुटलें, अंगें विगलित झालीं, बाहुभूषणें व मुकुट गळून पडला, आणि अशा प्रकारें तो शूर वीर यंत्रमुक्त ध्वजा-

प्रमाणें खालीं डोकें करून पडला. ज्याला सुंदर शाखा असून जो चांगला शोभत आहे, व ज्याचीं मुळें जमिनींत चांगलीं गच्च बसलीं आहेत असा एखादा गिरिशिखरावर वाढलेला कर्णिकार वृक्ष हिंवाळ्याच्या शेवटीं वावटळीनें मोडून पडावा त्याप्रमाणें तो राजा खालीं पडला ! वास्तविक कांबोजराजधानींत मृदु अस्तरणाच्या गादीवरच पडण्यास योग्य व बहुमोल आभरणांनीं युक्त असा तो सुदक्षिण राजा सशृंग पर्वताप्रमाणें हत होऊन जमिनीवरच आडवा झाला ! अत्यंत देखणा व आरक्तनेत्र असा तो कांबोजराजाचा पुत्र सुदक्षिण अर्जुनानें कर्णिसंज्ञक बाणानें पाडला, तेव्हां मस्तकावर अग्नीप्रमाणें तेजस्वी कांचनमाला धारण करणारा तो महापराक्रमी वीर जमिनीवर गतप्राण होऊन पडला असतांही शोभतच होता ! त्याचें तेज उतरलें नव्हतें. असो; श्रुतायुध व कांबोज सुदक्षिण हे दोघे संपलेसें पहातांच तुझ्या मुलाचें सर्व सैन्य पळत सुटलें !

अध्याय त्र्याण्णवावा.

—:०:—

अंबष्ठवध.

संजय सांगतोः—राजा, सुदक्षिण व श्रुतायुध या वीरांचा वध झाल्यावर तुझे सैनिक क्रुद्ध होऊन संतापानें अर्जुनावर धांवले. त्यांपैकीं अभीषाह, शूरसेन, वसाति व शिबि यांनीं तर अर्जुनावर अगदीं बाणांचा पाऊस पाडला. परंतु अर्जुनानें त्यांतलेही सहा हजार लोक बाणांनीं ठार केले. तेव्हां मात्र ते वाघाच्या भीतीनें पळणाऱ्या क्षुद्र श्वापदांसारखे पळत सुटले. नंतर पुनः एकदां ते मागें वळले व रणांत विजय मिळविण्याच्या इच्छेनें शत्रूंचा संहार करीत असलेल्या अर्जुनास त्यांनीं चोहोंकडून वेढा दिला. याप्रमाणें ते तुटून पडले असतां अर्जुनानें गांडीव धनुष्यापासून सोडलेल्या बाणांनीं त्यांचीं मस्तकें व बाहु हां हां म्हणतां तोडले. तेव्हां त्या पडलेल्या मस्तकांनीं तें रणांगण अगदीं भरून गेलें व आकाशांत कावळे, गिधाडें व बगळे यांची अत्यंत गर्दी होऊन ढग आल्याप्रमाणें काळोख पडला. याप्रमाणें त्या वीरांचा संहार उडत असतां क्रोधिष्ठ व असहिष्णु वीर श्रुतायु व अच्युतायु हे अर्जुनाशीं भिडले. ते दोघे बलिष्ठ, मत्सरी, कुलीन व भुजवीर्यशाली वीर अर्जुनावर डाव्या उजव्या बाजूनें शरवर्षाव करूं लागले. राजा, अर्जुनास मारून तुझ्या पुत्राचें कार्य करावें व आपण मोठी कीर्ति मिळवावी या हेतूनें त्या दोघां क्रुद्ध वीरांनीं त्वरा करून एक हजार नतपर्व बाणांनीं अर्जुनास अगदीं छावून काढिलें. मेघानें पर्जन्यवृष्टि करून एखादें तळें भरून टाकावें त्याप्रमाणें त्यांनीं अर्जुनास बाणांनीं भरून टाकिलें. मग क्रुद्ध श्रुतायुनें घांसून लखलखीत केलेला तोमर अर्जुनावर मारला. तेव्हां शत्रुकर्षक पार्थ अगदीं घायाळ होऊन त्यास प्रबळ मूर्च्छा आली. तें पाहून श्रीकृष्णही घाबरून गेला. इतक्यांत महारथी अच्युतायूनें अत्यंत तीक्ष्ण शूलानें अर्जुनास प्रहार केला. त्यानें अर्जुनाच्या जखमेवर जसें कांहीं मीठच चोळलें आणि त्यामुळें अर्जुन फारच जखमी होऊन त्यानें ध्वजाची काठी घट्ट धरली. हे प्रजापालका ! याप्रमाणें अर्जुनाची व्यवस्था झाली, त्या वेळीं अर्जुन मेला असें समजून तुझे सर्व सैनिक मोठा सिंहनाद करूं लागले. अर्जुन निचेष्ट पडलेला पाहून कृष्णही फार घाबरला, आणि गोड भाषण करून त्यास शुद्धीवर आणूं लागला. इतक्यांत ज्यांनीं नुकताच अर्जुनाला वेध केला होता त्या दोघां रथिश्रेष्ठांनीं चोहोंकडे शरवृष्टि करून चक्रकूबरांसह रथ, अश्व, ध्वज व पताका यांसकट वासुदे-

वासही अदृश्य करून टाकिलें ! तेव्हां सर्वांस मोठा चमत्कार वाटला. मग, हे भारता, एखादा मनुष्य यमलोकीं जाऊन पुनः परत यावा त्याप्रमाणें अर्जुन हळूहळू सावध झाला; आणि डोळे उघडून पाहातो तों केशवासुद्धां रथ शरजालानें अगदीं झांकून गेला आहे, आणि अग्नीप्रमाणें झळकत असलेले प्रकाशमान शत्रु समोर उभे आहेत असें त्याच्या दृष्टीस पडलें. मग महारथी अर्जुनानें इंद्रास्त्र सोडलें; तेव्हां त्यापासून हजारों नतपर्व बाण निघाले. त्यांनीं ते दोघे महाधनुर्धर वीर व त्यांनीं सोडलेले बाण यांचा निःपात उडविला, व अर्जुनाच्या अस्त्रानें चूर झालेले ते बाण आकाशांत उडाले. याप्रमाणें त्या बाणांचा शरवेगानें क्षणार्धांत विध्वंस करून अर्जुन ठिकठिकाणीं महारथ्यांशीं झगडत पुढें निघाला. श्रुतायु व अच्युतायु या दोघांचीं मस्तकें व बाहु तुटून ते वाऱ्यानें कोसळलेल्या वृक्षांप्रमाणें भूतलावर पडले ! श्रुतायु व अच्युतायु यांचें निधन लोकांस समुद्रशोषणाप्रमाणें अद्भुत वाटलें. असो; त्यांच्या मागून येणारे पन्नास रथी ठार करून अर्जुन मुख्य मुख्य वीरांस मारीत कौरवसेनेंत शिरला. हे भारता, श्रुतायु व अच्युतायु मेलेले पाहून त्यांचे पुत्र नियुतायु व दीर्घायु पितृवधामुळें संतापून नानाप्रकारचे बाण सोडीत अर्जुनावर चालून आले. परंतु परमक्रुद्ध अर्जुनानें त्यांना मुहूर्तमात्रांतच सन्नतपर्व बाणांनीं यमसदनीं पाठविलें. कमलांचें सरोवर तुडवणाऱ्या गजाप्रमाणें पार्थ शत्रुसेना तुडवीत असतां मोठमोठे क्षत्रियही त्यास प्रतिबंध करूं शकले नाहींत ! राजा, युद्धकलेंत निष्णात, गजारूढ व क्रोधायमान अशा हजारों अंगदेशीय वीरांनीं आपल्या गजसंघानें अर्जुनास चोहोंकडून अडविलें. त्याचप्रमाणें दुर्योधनाच्या आज्ञेनें प्राच्य, दाक्षिणात्य, कलिंग वगैरे देशचे राजे पर्वतप्राय हत्तींसह अर्जुनावर चालून आले. परंतु तुटून पडणाऱ्या त्या वीरांचीं अर्जुनानें क्षणार्धांत मस्तकें कापिलीं व भूषणयुक्त बाहूही छेदिले. तेव्हां त्यांच्या मस्तकांनीं व अंगदयुक्त बाहूंनीं रणभूमि भरून गेली. तीं मस्तकें हे सुवर्णाचे पाषाण व ते बाहु हे भुजंग असून त्यांनींच तीं व्याप्त झाली आहे असें भासूं लागलें. ज्याप्रमाणें वृक्षावरून पक्षी उडतात, त्याप्रमाणें वीरांचे शरविद्ध झालेले बाहु व मस्तकें उडतांना दिसलीं. हजारों हत्ती बाणांनीं घायाळ होऊन त्यांच्या शरीरांतून रक्ताचे पाट चालले; व पहिल्या आगोठीला ज्यांपासून गढूळ पाण्याचे ओढे निघाले आहेत अशा पर्वतांप्रमाणें दिसूं लागले. दुसरे कित्येक गजारूढ म्लेंच्छ वीर अर्जुनाच्या तीक्ष्ण शरांनीं मृत होऊन अनेक प्रकारचे विद्रूप चेहरे होऊन जमिनीवर पडले. राजा, ज्यांचे नानाप्रकारचे वेष आहेत असे ते वीर अनेक प्रकारच्या शस्त्रांनीं भरून जाऊन रक्तबंबाळ झालेले दिसले. अर्जुनाचे बाण लागून हजारों हत्ती हे वरील वीर आणि बरोबरचें पायदळ यांसह छिन्नगात्र होऊन रक्त ओकूं लागले. कित्येक चीं चीं करून किंकाळूं लागले व कित्येक निचेष्ट पडले. दुसरे कित्येक वाट फुटेल तिकडे पळूं लागले आणि अगदीं भयभीत झालेले पुष्कळ हत्ती तर आपलेंच सैन्य तुडवूं लागले. संधि सांपडतांच पुढें घुसणारे व तीक्ष्ण विषाप्रमाणें संहार उडविणारे हत्ती त्याचप्रमाणें ज्यांची दृष्टि व शरीरें अत्यंत भयंकर आहेत व जे आसुरी माया जाणतात असे कृष्णवर्णाचे दुराचारी, स्त्रीलंपट व कलहप्रिय यवन, पारद, शक व बाल्हीक तेथें लढत होते. मत्त गजांप्रमाणें ज्यांचा पराक्रम ते द्राविड, सुरधेनु नंदिनीपासून ज्यांची उत्पत्ति झाली ते म्लेंच्छ, लांकडापेक्षांही कणखर शरीराचे दरद व हजारों पुंड्र यांच्या असंख्य

सैन्यांनीं अर्जुनावर तीक्ष्ण शरांचा वर्षाव केला व नानाप्रकारच्या युद्धपद्धतींत पारंगत असे म्लेंच्छ वीर अर्जुनावर बाणांचा पाऊस पाडूं लागले. तेव्हां अर्जुनानेंही त्यांवर उलट शरवृष्टि करण्यास सुरुवात केली. त्याची ती प्रचंड टोळधाडीसारखी वृष्टि आकाशमार्गानें येत असतां कौरवांच्या सैन्यांत ढगें आल्याप्रमाणें काळोख पडला. अशी ती प्रचंड शरवृष्टि करून अर्जुनानें तेथें जमलेले मुंड, अर्धमुंड, जटिल व लांबलांब दाढीचे सर्व म्लेंच्छ आपल्या अस्त्रप्रभावानें संहारिले. डोंगरावरच फिरण्याची ज्यांना संवय असे ते डोंगरांच्या गुहांत राहाणारे म्लेंच्छसंघ शेंकडों बाण लागल्यामुळें भयभीत होऊन रणांत पळूं लागले. हत्ती व घोडे यांवर स्वार झालेले ते म्लेंच्छ तीक्ष्ण शरांनीं मरून भूमीवर पडले; व बगळे, कंकपक्षी, लांडगे हे त्यांचें रक्त मोठ्या हर्षानें पिऊं लागले. राजा, पत्ति, अश्व, रथ व गज यांनी झांकून गेल्यामुळें जिच्यावर पूल झाला आहे, शरवृष्टि ह्याच जिच्या नावा आहेत, जिचें स्वरूप भयानक आहे, केशरूपी शेवाळानें जी शेवाळली आहे, रक्तप्रवाहाच्या जिच्यावर लाटा येत आहेत, तुटलेलीं बोटें हेच जिच्यांतील लहान लहान मासे तळपत आहेत, प्रलयकालिक कृतांताप्रमाणें जी उग्र आहे, व रणरेणूंनीं जी भरून गेली आहे, अशी एक भयंकर रक्तनदी तेथें पार्थानें निर्माण केली. इंद्र पाऊस पाडूं लागला म्हणजे भूमीचे उच्चनीच भाग दिसतनासे होतात त्याप्रमाणें या वेळीं सर्व पृथ्वी रक्तानें भरून जाऊन ती सपाट दिसूं लागली. क्षत्रियश्रेष्ठ अर्जुनानें सहा हजार घोडे व एक हजार धनुर्धर यांना यमलोकीं पाठविलें ! उत्तम प्रकारें सज्ज केलेले हजारों हत्ती शरविद्ध होऊन वज्राचा तडाका बसलेल्या पर्वतांप्रमाणें जमिनीवर पडले. बोरूचें अरण्य तुडवीत जाणाऱ्या मदोन्मत्त गजाप्रमाणें तो अर्जुन घोडे, रथ व हत्ती यांचा विध्वंस करीत चालला. राजा, ज्याप्रमाणें वाऱ्यानें प्रज्वलित झालेला अग्नि वृक्ष, वेली, झुडपें, वाळलेलीं लांकडें, गवत व वेली यांनीं भरलेलें अरण्य जाळतो, त्याप्रमाणें क्रुद्ध धनंजयरूप अग्नि कृष्णरूपी वायूच्या साह्यानें तुझें सैन्यरूपी अरण्य शररूपी ज्वालांनीं दग्ध करूं लागला. त्यानें रथस्थानें शून्य केलीं; जमिनीवर प्रेतांचें अंथरूण घातलें; आणि हातांत धनुष्य घेऊन रणांगणांत थयथय नाचत असलेल्या त्या पार्थानें वज्रतुल्य प्रखर बाणांनीं जमीन रक्तमय करून टाकिली !

याप्रमाणें तो अत्यंत खवळलेला धनंजय भारती सेनेंत प्रवेश करून पुढें येऊं लागला तेव्हां श्रुतायु अंबष्ठानें त्यास अडथळा केला. तेव्हां, राजा, अर्जुनानें कंकपत्रयुक्त तीक्ष्ण शरांनीं तत्काल त्या झटून युद्ध करणाऱ्या अंबष्ठाचे घोडे ठार केले मग, हे भारता, तो वीर गदा घेऊन युद्ध करूं लागला. तेव्हां पार्थानें उदय पावलेल्या सूर्यास मेघ आच्छादितो तद्वत् त्या गदाधारी वीरास सुवर्णपुंख शरांनीं झांकून टाकलें; आणि लगेच आणखी बाण सोडून त्याची ती गदाही चूर्ण केली ! तेव्हां अर्जुनाचें तें कृत्य फारच आश्चर्यकारक झालें. असो; पहिली गदा नष्ट होतांच त्या वीरानें दुसरी प्रचंड गदा उचलली, व कृष्णार्जुनांवर प्रहारांवर प्रहार चालविले. परंतु त्याचे ते गदा घेऊन उंच झालेले इंद्रधनुष्याकार हात पार्थानें एका बाणानें छेदून दुसऱ्यानें मस्तक उडविलें, तेव्हां तो अंबष्ठ वीर गतप्राण होऊन धाडकन् जमिनीवर पडला ! धृतराष्ट्रा, यंत्राचें बंधन तुटून मोकळ्या झालेल्या इंद्रध्वजाप्रमाणें तो अंबष्ठ धरणीवर कोसळला; व ज्याभोंवतीं रथसैन्याची गर्दी झाली आहे, व शेंकडों

हत्ती व घोडे यांनीं ज्याला वेढिलें आहे, असा तो पार्थ त्या वेळीं मेघावृत सूर्याप्रमाणें शोभूं लागला.

अध्याय चौऱ्याण्णवावा.

—:०:—

दुर्योधनकवचबंधन.

संजय सांगतोः—राजा, अर्जुनानें सिंधुपतीस मारण्याच्या हेतूनें द्रोणसैन्याचा व दुस्तर भोजसेनेचा भेद करून आंत प्रवेश केला, कांबोजाचा दायाद सुदक्षिण व पराक्रमी श्रुतायुध यांचा वध झाला, जर्जर झालेलीं सैन्यें चोहोंकडे उधळलीं, आणि आपल्या सर्व सैन्याची अगदीं फाटाफूट झाली, असें पाहून तुझा पुत्र दुर्योधन एकटाच रथ पिटाळीत द्रोणांकडे गेला व त्यांच्याशीं बोलूं लागला.

दुर्योधन म्हणालाः—आचार्य, ही महासेना तुडवीत तो पुरुषश्रेष्ठ अर्जुन आंत शिरला असून भयंकर प्राणहानि करीत आहे; तेव्हां आतां पुढें त्याचा निग्रह करण्यासाठीं काय करावयाचें याचा नीट विचार करा. आचार्य, आपलें देव भलें करो ! आम्हांस मुख्य आधार काय तो आपलाच आहे. तेव्हां जयद्रथाचा वध न होईल अशी कांहीं तरी आपण तजवीज करा. लौकिकाग्नि शुष्क गवत जाळतो त्याप्रमाणें हा कोपमारुतानें प्रदीप्त झालेला धनंजयाग्नि आपल्या शरज्वालांनीं माझ्या तृणभूत सेनेस जाळीत सुटला आहे ! हे परंतपा, ह्या अभेद्य सेनेचाही भेद करून अर्जुन पार गेल्यामुळें जयद्रथाच्या रक्षणाविषयीं सर्व वीरांचा धीर अगदीं सुटला आहे. हे ब्रह्मवरा, अर्जुन कांहीं केल्या जिवंतपणीं द्रोणांचें अतिक्रमण करूं शकणार नाहीं अशी सर्व राजांची पक्की समजूत होती; पण, हे महाद्युते, आज आपणासही न जुमानतां अर्जुन पुढें गेला, तेव्हां सर्वांची कंबर खचली ! आतां सैन्यांत कांहींच त्राण उरलें नाहीं. हे महाभागा, आपण पांडवांच्या कल्याणास वाहिलेले आहां हें मी जाणून आहें, तथापि बलवत्तर कार्याचा ध्यास लागल्यामुळें मला असा मोह पडतो ! ब्रह्मन् , मीं आपली उपजीविका शक्य तितक्या उत्तम प्रकारें चालविली असून आपणास संतुष्ट करण्यासाठीं मी आपणाकडून होईल तितका प्रयत्न करीत असतों. तथापि आपणास त्याची कांहींच जाण नाहीं ! हे अमितविक्रमा, आम्ही नित्य तुझी भक्ति करीत असतांही तूं आमचें कल्याण इच्छीत नाहींस, आणि पांडव आमचे वाईटावर टपले असतां त्यांवर मात्र नित्य खुष असतोस, तेव्हां तुला काय म्हणावें ! केवळ आमचें अन्न खात असतांही तुम्ही आमचें अहित करण्यांतच गढलेले आहांना? मध लावलेल्या वस्तऱ्यासारखे आपण आहां हें मला आजपर्यंत समजलें नव्हतें ! अर्जुनाचा निग्रह करण्याविषयीं आपण मला वचन दिलें नसतें, तर घरीं जाणाऱ्या जयद्रथास मीं थांबवून घेतलेंच नसतें. मीच मूर्ख ! तुमच्या हातून त्याचें रक्षण होईल कीं नाहीं याची मला नुसती शंकाही आली नाहीं, आणि मला भूल पडून मीं जयद्रथास धीर देऊन त्यास केवळ मृत्यूच्या हवालीं केला ! यमाच्या दाढेंत गेलेला मनुष्यही एक वेळ सुटेल, पण युद्धांत अर्जुनाच्या तावडींत सांपडलेला जयद्रथ कालत्रयीं सुटणार नाहीं. यासाठीं, हे शोणाश्वा, दुःखावेगानें निघालेल्या या माझ्या बोलण्याचा राग न मानतां सिंधुपतीचें रक्षण करा; व अर्जुनाच्या हातून त्याची सुटका होईल असें करा.

द्रोण म्हणालेः—राजा, मला तुझ्या बोलण्याचा मुळींच राग नाहीं. तूं मला माझ्या अश्वत्थाम्यासारखा आहेस ! राजा, असें होण्याचें खरें कारण मी तुला सांगतों, ऐक. श्रीकृष्ण

हा फारच निपुण सारथि आहे, आणि त्याचे ते उत्कृष्ट घोडे तर फारच चपळ आहेत. त्यामुळें, लहानसें छिद्र पाडून अर्जुनास त्वरेनें जातां येतें! अरे, अर्जुन वेगानें जात असतां त्यानें सोडलेले बाण त्याच्या रथाच्याही मागें कोस कोस पडलेले तूं पहात नाहींस का! अरे, मी आतां झालों म्हातारा! मला कांहीं इतक्या वेगानें आतां जाववत नाहीं! शिवाय या सेनेच्या तोंडावर हें पांडवांचें सैन्य उभें आहेच. तशांतून, हे महाभुजा, 'अर्जुन जवळ नसेल तर इतर सर्व वीरांचें कांहींएक चालूं न देतां मी धर्मराजास धरीन.' अशी मीं क्षत्रियांमध्यें प्रतिज्ञा केली आहे; व या वेळीं अर्जुन दूर गेला असून धर्मराज माझ्या समोर उभा आहे. तेव्हां मला हें व्यूहमुख सोडून अर्जुनाशीं लढण्यास जातां येत नाहीं. पण, अरे, त्याशीं लढण्यास मीच कशाला पाहिजे! तूं या जगाचा राजा आहेस, व तुला पुष्कळांचें साह्य आहे, आणि अर्जुन हा कुल व पराक्रम यांनीं तुझ्या बरोबरीचा असून एकटाच आंत शिरला आहे! तेव्हां जा, भिऊं नको, त्या एकाकी शत्रूबरोबर युद्ध कर. अरे, तूं राजा, शूर, पराक्रम गाजविलेला, उत्तम सेनानायक व अनेक शत्रूंस जिंकणारा वीर आहेस; तर धनंजय पार्थ असेल तेथें स्वतः तूंच जा!

दुर्योधन म्हणालाः—आचार्य, आपण सर्व शस्त्रधरांत अग्रेसर असतांना आपणासही ज्यानें मागें टाकलें, त्या अर्जुनाला मी कसा अडवूं शकेन? एक वेळ वज्रधारी इंद्रासही रणांत जिंकतां येईल, पण परपुरंजय अर्जुनास समरांगणांत जिंकणें केवळ अशक्य आहे! ज्यानें हार्दिक्य भोज व देवतुल्य आपण या दोघांसही अस्त्रप्रभावानें जिंकिलें, श्रुतायूला ठार केलें, सुदक्षिण व श्रुतायु यांसही तीच वाट दाखविली आणि श्रुतायु, अच्युतायु व हजारों म्लेंच्छ वीर ठार केले, त्या अग्नीप्रमाणें जाज्वल्य, शस्त्रकोविद व केवळ अजिंक्य अशा अर्जुनाबरोबर मीं कसें युद्ध करावें? महाराज! माझें व त्याचें आज समरांगणांत युद्ध होणें योग्य व शक्य आहे असें आपणास वाटतें काय? महाराज! मी आपला दास आहें, माझ्या यशाचें आपणच रक्षण करा!

द्रोण म्हणालेः—हे कुरुनाथा! तूं खरें बोललास. धनंजय पार्थ खरोखरच अजिंक्य आहे. तथापि तुला त्याचा पराक्रम सहन करवेल असें मी करतों. वासुदेव पहात असतांही अर्जुनास तूं आज अडविलें आहेस, व तो तुझ्याशीं लढण्यांत गढून गेला आहे, अशीच अद्भुत गोष्ट आज जगांतील वीर पाहोत. राजा, जेणेंकरून तुला रणांत बाण किंवा अस्त्रें कांहींच लागणार नाहींत अशा प्रकारचें हें सुवर्णकवच मी तुला घालतों. अर्जुनाची ती कथा काय? पण असुर, सुर, यक्ष, राक्षस, उरग, नर यांसह हें संपूर्ण त्रैलोक्य जरी तुझ्याशीं लढूं लागलें, तरी तुला भीति नाहीं, समजलास! हा कृष्ण, अर्जुन किंवा दुसरा कोणताच वीर तुझ्या ह्या कवचावर बाण मारण्यास समर्थ नाहीं. यासाठीं हें कवच घेऊन तूं स्वतः त्वरेनें त्या क्रुद्ध अर्जुनाकडे जा. आज तुझाच पराक्रम त्यास सहन होणार नाहीं!

संजय सांगतोः—याप्रमाणें बोलून द्रोणांनीं त्वरेनें उदकस्पर्श केला आणि अत्यंत अद्भुत व देदीप्यमान असें कवच मंत्र म्हणून त्याला यथाविधि चढविलें. राजा, त्या अतिविशाल रणांत तुझ्या पुत्राचा विजय व्हावा व आपल्या विद्येनेंही सर्व लोक चकित व्हावे या हेतूनें त्या ब्रह्मवरानें त्याचे अंगांत कवच घातलें.

राजा, त्या वेळीं द्रोणाचार्य म्हणालेः—हे भारता, परब्रह्म तुझें कल्याण करो. त्याचप्रमाणें ब्रह्मा, ब्राह्मण सरीसृप इत्यादि जे जे श्रेष्ठ

आहेत, ते सर्व तुझें रक्षण करोत, नाहुष ययाति, धुंधुमार, भगीरथ वगैरे राजर्षि तुझें सर्वदा कल्याण करोत. एकपाद, बहुपाद व अपाद यांपासून या महारणांत तुझें सर्वदा क्षेम असो. स्वाहा, स्वधा व शचि तुझें सर्वदा कल्याण करोत. त्याचप्रमाणें, हे निष्पापा, लक्ष्मी व अरुंधती तुझें रक्षण करोत. असित, देवल, विश्वामित्र, वसिष्ठ, अंगिरा व कश्यप हे तुझें कल्याण करोत. राजा, धाता, विधाता, लोकाधिपति, दिशा व त्यांचे अधिपति आणि कार्तिकेय षडानन हे तुझें रक्षण करोत. भगवान् सूर्य तुझें सर्व प्रकारें प्रिय करो. चारी दिग्गज, भूमि, आकाश, ग्रह व पृथ्वीस खालून उचलून धरणारा पन्नगराज शेष तुझें कल्याण करो. हे गांधारीपुत्रा, पूर्वी वृत्रासुरानें युद्धांत मोठा पराक्रम गाजविला व देव जिंकिले, तेव्हां त्यांचे देह सहस्रधा विदीर्ण झाले; व इंद्रासुद्धां त्या सर्वांचें तेज व बल नष्ट झालें. तेव्हां ते त्या वृत्रासुराच्या भीतीनें ब्रह्मदेवास शरण गेले.

देव म्हणाले:—हे देवदेवेशा, वृत्रासुरानें जर्जर केलेल्या आह्मां देवांचा तूं आधार हो. हे सुरश्रेष्ठा, आम्हांस या महाभयापासून सोडीव.

याप्रमाणें देवांचें भाषण ऐकून, बाजूस उभा असलेला विष्णु व खिन्न झालेले शक्रप्रभृति देव यांस भगवान् ब्रह्मदेव याप्रमाणें बोलूं लागले.

ते म्हणाले:—देवहो, ब्राह्मण व इंद्र यांसह सर्व देव मला सर्वदा रक्षणीय आहेत. परंतु बाबांनो, ज्यानें वृत्रासुराला उत्पन्न केलें, तें त्वाष्ट्रतेज अत्यंत दुर्धर आहे. पूर्वी त्वष्ट्यानें दहा लक्ष वर्षें तपश्चर्या केली, आणि नंतर शंकराच्या अनुज्ञेनें वृत्रासुरास निर्माण केलें! देवहो, वृत्रासुर त्या शंकराच्याच प्रसादानें अत्यंत बलवान् झाला आहे. तुम्ही कैलासास जाऊन शंकराचें दर्शन न कराल तर तो बलिष्ठ शत्रु तुम्हांस खात्रीनें ठार करील; आणि तुम्हांस शंकराचें दर्शन घडल्यास तुम्ही वृत्रासुरास जिंकाल. यासाठीं, सकल तपांचें उत्पत्तिस्थान, दक्षयज्ञविनाशक, भगनेत्रहारक, सर्व भूतांचा अधिपति पिनाकपाणी शंकर जेथें राहातो, त्या मंदराचलावर तुम्ही सत्वर जा.

मग ब्रह्मदेवासह सर्व देव मंदराचलीं गेले आणि सकल तेजांचें निधान व कोटिसूर्याप्रमाणें प्रकाशमान अशा महादेवाचें त्यांनीं दर्शन घेतलें. तेव्हां महादेव म्हणाले:—देवहो, तुमचें स्वागत असो. मीं तुमचें काय काम करावें सांगा. माझें दर्शन विफल होऊं नये व तुमचीही इच्छा परिपूर्ण व्हावी!

याप्रमाणें शंकरांनीं भाषण केलें असतां सर्व देवांनीं त्यास प्रत्युत्तर दिलें:—देवा, वृत्रासुरानें आमचें तेज हरण केलें आहे, यास्तव तूं आम्हांस आधार दे. आमचीं शरीरें प्रहारांनीं कशीं जर्जर झालीं आहेत पहा! हे महेश्वरा, आम्हीं तुला शरण आलों आहों. आमचें रक्षण कर.

शिव म्हणाले:—हे महाबल देवहो! अजितेंद्रियांस अजिंक्य अशी ही घोर कृत्या त्वष्ट्याच्या तेजापासून निर्माण झाली आहे, हें तुम्हांस माहीतच आहे. या प्रसंगीं सर्व देवांस मला साह्य केलें पाहिजे. इंद्रा, माझ्या शरीरापासून उत्पन्न झालेलें हें देदीप्यमान कवच घे; आणि, हे सुरेश्वरा, देवांचा नाश करणारा असुरांचा अधिपति जो वृत्र, त्याच्या नाशासाठीं हें ह्या मानसमंत्रानें धारण कर.

द्रोणाचार्य सांगतात:—याप्रमाणें बोलून त्या वरद शंकरानें तें कवच व तो मंत्र इंद्रास दिला, आणि त्या कवचानें ज्याच्या शरीराचें रक्षण झालें आहे असा तो इंद्र वृत्रसेनेवर चालून गेला. मग भयंकर रणकंदन माजून त्यांत नानाप्रकारचे शस्त्रांचे ओघच्या ओघ

इंद्रावर पडत असतांही त्या कवचबंधास यत्किंचितही इजा झाली नाहीं. मग देवपति इंद्रानें स्वतः रणांत वृत्रासुरास ठार केलें. पुढें इंद्रानें तें कवच मंत्रासह अंगिरा ऋषीला दिलें. अंगिरानें ते आपल्या मंत्रज्ञ बृहस्पति नामक पुत्रास सांगितलें. बृहस्पतीनें तें बुद्धिमान् अग्निवेश्यास दिलें. अग्निवेश्यानें तें मला दिलें; आणि, हे नृपश्रेष्ठा, तेंच मी या वेळीं तुझें रक्षण व्हावें म्हणून मंत्रपूर्वक तुझ्या शरीरावर चढवितों !

संजय सांगतोः—याप्रमाणें बोलून द्रोणाचार्य कांहीं वेळ स्तब्ध झाले, आणि पुनः कांहीं वेळानें तुझ्या महातेजस्वी पुत्रास म्हणाले, "हे भारता, मी ब्रह्मसूत्रानें तुला कवच बांधतों. पूर्वीं हिरण्यगर्भानें रणांत विष्णूस जसें कवच बांधिलें, किंवा तारकासुराच्या युद्धांत ब्रह्मदेवानें जसें इंद्रास कवच बांधिलें, तसें मी आज तुला हें कवच बांधितों." असें म्हणून त्या द्विजानें मंत्र म्हणून विधिपूर्वक त्यास कवच बांधलें, आणि त्यास महायुद्धासाठीं पाठविलें. तेव्हां महानुभाव आचार्यांनीं कवच चढविलेला तो महाबाहु दुर्योधन एक हजार झुंजार त्रिगर्त रथी, मदोन्मत्त व वीर्यशाली असे एक हजार गज, नियुत अश्व व दुसरे पुष्कळ महारथी यांसह नानावाद्यांच्या गजरांत बलिराजासारखा अर्जुनाच्या रथावर चालून गेला. त्या वेळीं, हे भारता, अगाध सागराप्रमाणें कुरुपतीनें प्रयाण केलेलें पाहून तुझ्या सैन्यांत प्रचंड सिंहनाद होऊं लागला.

अध्याय पंचाणववावा

—:०:—

संकुलयुद्ध.

संजय सांगतोः—हे महाराजा, कृष्णार्जुन रणांत शिरले व त्यांच्या मागोमाग पुरुषश्रेष्ठ दुर्योधन गेला. त्यानंतर लगेच सोमकांसह पांडव प्रचंड गर्जना करीत मोठ्या वेगानें द्रोणावर चालून आले, आणि मग लढाई जुंपली. त्या वेळीं व्यूहाच्या पुढच्या बाजूस कौरवपांडवांचें अंगावर कांटा आणणारें तीव्र, तुंबळ व अद्भुत युद्ध झालें. राजा, त्या वेळीं सूर्य मध्याह्नीं आला असतां जसें युद्ध झालें, तसें आम्हीं पूर्वीं कधींही पाहिलें किंवा ऐकिलेंही नाहीं. ज्यांनीं आपल्या सैन्याचा व्यूह रचिला आहे असे ते धृष्टद्युम्नप्रभृति सर्व झुंजार पांडव द्रोणसैन्यावर बाणांचा वर्षाव करूं लागले; आणि आम्हींही सर्व शस्त्रधरांत अग्रेसर अशा द्रोणाचार्यांच्या हाताखालीं एकत्र होऊन धृष्टद्युम्नप्रभृति पांडवांवर शरांचा पाऊस पाडला. राजा, रथांनीं शोभणाऱ्या दोन्ही सुंदर प्रधान सेना एकत्र झाल्या, तेव्हां शिशिर ऋतूंत उठलेल्या वातयुक्त महामेघांप्रमाणें भासूं लागल्या. वर्षाकालामध्यें गंगा व यमुना ह्या नद्यांस पूर येऊन त्या जशा वेगानें एकमेकींत शिरतात, तशा त्या दोन्ही प्रचंड सेना अत्यंत वेगानें एकमेकींत घुसल्या. नानाप्रकारचीं शस्त्रें हाच पूर्वेचा वारा व गदा ह्याच विजा यांनीं युक्त, हत्ती, रथ, घोडे व असंख्य सैन्य यांनीं व्यापलेला व अत्यंत उग्र असा संग्रामरूपी महामेघ द्रोणरूप वायूनें प्रेरित होऊन हजारों शरधारांनीं पांडवसेनारूप प्रदीप्त अग्नीवर वृष्टि करूं लागला. ज्याप्रमाणें उन्हाळ्याच्या शेवटीं घोर प्रचंड वावटळ समुद्रांत शिरते, त्याप्रमाणें द्विजश्रेष्ठ द्रोण पांडवांच्या सेनेंत शिरून तिचा क्षोभ करूं लागले. तेव्हां वाळूचे बांध फोडून टाकणाऱ्या जलप्रवाहांप्रमाणें पांडवही आपली शिकस्त करीत द्रोणांवर धांवले. परंतु पाण्याचा प्रवाह पर्वत पुढें आला असतां जसा तेथेंच अडून राहातो, तसें द्रोणांनीं क्रुद्ध पांडव, पांचाल व केकय यांस

समरांगणांत अडवून धरलें. मग दुसऱ्याही महाबलाढ्य व शूर राजांनीं पांचालांस चोहोंकडून गराडा दिला व त्यांची गति कुंठित केली. तेव्हां पांडवांसह धृष्टद्युम्न शत्रुसैन्याची फळी फोडावी या इच्छेनें वारंवार द्रोणांवर मारा करूं लागला. इकडून द्रोण जितक्या जोराची शरवृष्टि धृष्टद्युम्नावर करीत होते, तितक्याच जोराची वृष्टि उलट तोही द्रोणांवर करीत होता. राजा, खड्ग हाच ज्याचा पूर्ववायु, प्रत्यंचा ही ज्याची वीज, व चापघोष हा ज्याचा गडगडाट, त्या शक्ति, प्रास व ऋष्टि यांनीं संपन्न असा धृष्टद्युम्न मेघानें सर्व दिशांस शरवृष्टि व शिलावृष्टि करीत व मुख्य मुख्य रथ व भार यांचा संहार करीत कौरवसेना बुडवून टाकिली. पांडवांच्या ज्या ज्या रथसमुदायांवर द्रोण शरप्रहार करीत, त्या त्या बाजूनें धृष्टद्युम्न द्रोणांस मागें फिरवी. हे भारता, याप्रमाणें द्रोण अगदीं जिवापाड परिश्रम करीत असतांही धृष्टद्युम्नाची गांठ पडतांच तुझे सैन्याचे तीन तुकडे झाले. कांहीं लोक भोजाभोंवतीं जमले, दुसरे कित्येक जलसंधाकडे धांवले, आणि पांडवांचा मारा होत असलेले बाकीचे लोक द्रोणांच्या आश्रयानें राहिले. रथिश्रेष्ठ द्रोण आपल्या सैन्याची जमवाजमव करीत, आणि महारथि धृष्टद्युम्न पुनः ती उधळून देई. याप्रमाणें कौरवांची स्थिति झाली असतां, अरण्यांत गोपरहित पशूंचा वन्य श्वापदें संहार करितात त्याप्रमाणें पांडव व सृंजय त्यांचा संहार करूं लागले. धृष्टद्युम्नानें मोहित केलेल्या वीरांस स्वतः यमच ग्रासीत आहे असें त्या भयंकर संग्रामांत लोकांस वाटूं लागलें. वाईट राजांचें राष्ट्र दुष्काळ, व्याधि व तस्कर यांच्या योगानें देशोधडीस लागतें, तद्वत् तुझी सेना पांडवांच्या भयानें व्याकूळ होऊन पळूं लागली. शस्त्रें व कवचें यांवर सूर्यकिरण पडल्यामुळें लोकांचे डोळे दिपून गेले, व सैन्याच्या धुराळ्यानें तर ते जवळजवळ अंधळेच बनले. याप्रमाणें पांडवांचा मारा चालू होतांच तुझ्या सैन्याची अगदीं त्रेधा उडाली. परंतु शत्रूंचा तो पराक्रम द्रोणांस सहन झाला नाहीं. त्यांनीं शरवृष्टि करून पांचालांस पिटाळून लावलें. त्या वेळीं द्रोण शत्रुसैन्याचें मर्दन करीत असतां व बाणांनीं त्यांस ठार करीत असतां त्यांचें स्वरूप प्रदीप्त कालाग्नीप्रमाणें शोभूं लागलें. राजा, रथ, हत्ती, अश्व व पदाति यांस त्या महारथानें एकेकाच बाणानें रणांगणांत लोळविलें. हे भारता, द्रोणचापापासून सुटलेले त्या वेळचे ते बाण सहन करणारा वीर पांडवांच्या सर्व सैन्यांत एक देखील नव्हता. हे प्रभो, सूर्यकिरणांनीं शिजत असलेलें व द्रोणांच्या बाणांनीं त झालेलें धृष्टद्युम्नाचें सैन्य ठायीं ठायीं भ्रमण करूं लागलें. हे भारता, धृष्टद्युम्नानेंही तुझ्या सैन्याचा असाच गोंधळ उडविला, तेव्हां तेंही अग्नीनें तप्त केलेल्या शुष्क वनाप्रमाणें सर्वत्र आर्त होऊन गेलें. याप्रमाणें द्रोण-पार्षत यांच्या बाणांनीं उभय दळें पीडित होत असतांही तीं प्राणांचीही पर्वा न करतां सर्वत्र आपली पराकाष्ठा करून लढत होतीं. हे भरतर्षभा धृतराष्ट्रा, त्या वेळीं लढत असलेल्या तुझ्या व शत्रूंच्या सर्व सैन्यांपैकीं एकही वीर भीतीनें रणांगण सोडून गेला नाहीं. विविंशति चित्रसेन व महारथी विकर्ण या सहोदरांनीं कुंतीपुत्र भीमसेनाचें निवारण केलें, त्या वेळीं अवंतीचे विंद व अनुविंद आणि वीर्यशाली क्षेमधूर्ति हे तिघे त्या तिघांच्या बरोबर होते. तेजस्वी बाल्हीक राजा, महारथी कुलपुत्र व अमात्यांसह सहसेन यांनीं द्रौपदेयांशीं सामना मांडला. गोवासन शैब्य राजानें एक हजार वीरांनिशीं विजयी काशिराजाच्या पराक्रमी

पुत्रास अडथळा केला. क्रोधानें जळजळीत अग्नीप्रमाणें लाल झालेल्या अजातशत्रु धर्मराजास मद्रपति शल्य राजानें अडविलें. असहिष्णु, क्रुद्ध व शूर दुःशासनानें आपल्या सेनेस थोपवून समरांगणांत रथिश्रेष्ठ सात्यकीवर स्वतःच चाल केली. मीही स्वतः अंगांत कवच वगैरे चढवून सज्ज झालों होतों; व स्वतःचें सैन्य आणि दुसरे चारशें धनुर्धर यांसमवेत चेकितानाचें निवारण करीत होतों. चाप, शक्ति व खड्ग हातांत घेतलेल्या सातशें गांधार वीरांसह ससैन्य शकुनीनें माद्रीपुत्रांस प्रतिबंध केला. ज्यांनीं केवळ मित्रकार्यासाठीं आयुधें उचललीं होतीं त्या महाधनुर्धर अवंत्याधिपति विंदानुविंदांनीं प्राणांचीही पर्वा न धरतां मत्स्यपति विराटावर हल्ला केला. ज्याचा कधींही पराभव झालेला नाहीं व जो शत्रूंस मात्र कुंठित करतो, त्या याज्ञसेनि शिखंडीशीं बाल्हिक राजा मोठ्या तयारीनें लढूं लागला. अवंतिपतीनें क्रूर प्रभद्रक व सौवीर यांनिशीं क्रुद्ध धृष्टद्युम्नाचें निवारण केलें. विलक्षण शूर व क्रूर कर्मे करणारा घटोत्कच राक्षस क्रुद्ध होऊन समरांगणांत येत असतां त्याजवर अलायुध त्वरेनें धांवला. क्रुद्ध झालेल्या राक्षसाधिपति अलंबुषाशीं महारथी कुंतिभोज राजानें मोठ्या सैन्यानिशीं तोंड दिलें. हे भारता, याप्रमाणें पुढें तुंबळ युद्ध चाललें असतां सर्व सैन्याच्या पिछाडीला सिंधुपति जयद्रथ उभा असून कृपाचार्यप्रभृति महाधनुर्धर रथी त्याचें रक्षण करीत होते. राजा, त्या सिंधुपतीच्या दोहों बाजूंस दोन महासमर्थ चक्ररक्षक होते; त्याच्या उजव्या बाजूस द्रोणपुत्र अश्वत्थामा व डाव्या बाजूस कर्ण त्याचें रक्षण करीत होता. आणि सौमदत्तिप्रभृति वीरांनीं त्याची पिछाडी संभाळली होती. याप्रमाणें कृपाचार्य, वृषसेन, शल व अजिंक्य शल्य हे सर्वही मोठे धनुर्धर, नीतिमान् व युद्धकलाप्रवीण वीर अशा प्रकारें सिंधुपतीचे रक्षणाची तजवीज करून लढत होते.

अध्याय शहाण्णवावा.

—:०:—

द्वंद्वयुद्ध.

संजय सांगतोः—राजा, पुढें कौरवांचें कसकसें युद्ध झालें तें मी आतां सांगणार आहें, तर तो आश्चर्यकारक संग्राम श्रवण कर. व्यूहाच्या पुढच्या बाजूस स्थित असलेल्या भारद्वाजांस गांठून त्यांच्या सेनेचा भेद करण्याच्या इच्छेनें पांडव रणांत त्यांशीं लढूं लागले, आणि आपल्या व्यूहाचें रक्षण करावें व महायश संपादन करावें अशी दुहेरी इच्छा करणारे ते द्रोणही आपल्या सैनिकांनिशीं रणांत त्यांशीं झगडूं लागले. मग तुझ्या पुत्राचें हित इच्छिणारे अवंतीचे राजे विंद व अनुविंद अत्यंत क्रुद्ध होऊन त्यांनीं विराटावर दहा बाण टाकले; आणि विराटही सेवकांसह रणांत उभे राहिलेल्या त्या दोघां पराक्रमी वीरांशीं लढून त्यांस आपला पराक्रम दाखवूं लागला. धृतराष्ट्रा ! ज्याप्रमाणें वनांत दोन मदोन्मत्त गजेंद्रांशीं सिंहाचें युद्ध होतें, त्याप्रमाणें त्यांचें रक्ताचें पाणी करणारें घनघोर युद्ध होऊं लागलें. महाबल याज्ञसेनीनें युद्धांत मर्मभेदक, अस्थिभेदक, घोर व तीक्ष्ण बाणांनीं अत्यंत वेगानें बाल्हीकावर मारा केला. तेव्हां बाल्हीकानेंही अत्यंत संतापून शिळेवर घांसलेले सोन्याच्या पिसाऱ्याचे नऊ नतपर्व बाण याज्ञसेनीवर मारले. मग त्यांचें जें युद्ध जुंपलें, त्यांत त्यांनीं शर, शक्ति वगैरेंचा उपयोग केल्यामुळें त्यास फारच भयंकर स्वरूप आलें. त्याच्या योगानें भिव्यांची बोबडी वळली व शूरांचा हर्ष वृद्धिंगत झाला. त्या दोघांनीं जे बाण सोडले, त्यांनीं अंतरिक्ष, दिशा वगैरे सर्व झांकून टाकल्यामुळें आपपर कांहीं कांहींच

समजेनासें झालें. गज गजांशीं भिडावा त्याप्रमाणें ससैन्य गोवासन शैब्य रणांत काशीराजाच्या महारथी पुत्रांशीं झुंजत होता. महारथी द्रौपदीपुत्रांशीं भिडलेला बाल्हीक राजा तेथें पंचेंद्रियांशीं संगत झालेल्या मनाप्रमाणें भासला. हे नरश्रेष्ठा, इंद्रियांचे विषय ज्याप्रमाणें सद्दोदीत देहाशीं झगडत असतात, त्याप्रमाणें ते द्रौपदेय चोहोंकडे शरौघ उत्पन्न करून त्या बाल्हीकाशीं निकरानें लढत होते. तुझ्या दु:शासन पुत्रानें वृष्णिकुलोत्पन्न सात्यकींवर रणांत नऊ नतपर्व बाण मारिले, तेव्हां त्या बलाढ्य वीराच्या माऱ्यानें सत्यपराक्रमी सात्यकीलाही तत्काल थोडीशी मूर्च्छा आली. मग सात्यकीनें तुझ्या पुत्रास शाबासकी देऊन दहा कंकपत्र बाणांनीं त्वरेनें त्याचा वेध केला. राजा ! त्यांनीं एकमेकांस अत्यंत घायाळ केल्यामुळें परस्परांच्या बाणांनीं पीडित झालेले ते वीर रणांत फुललेल्या पळसांप्रमाणें शोभूं लागले. कुंतिभोजाच्या बाणांनीं जखमी झाल्यामुळें संतप्त झालेला अलंबुषही कांतीनें हुबेहुब फुललेल्या पळसाप्रमाणें शोभत होता. मग कुंतिभोजानें पुष्कळ पोलादी बाणांनीं त्या राक्षसाचा वेध करून तुझ्या सेनेच्या अग्रभागीं भयंकर गर्जना केली. मग परस्परांशीं लढणारे ते दोघे वीर रणांत सर्व सैन्यांस प्राचीन काळाच्या इंद्रजंभासुरांसारखे भासले. हे भारता, ज्यानें हें वैर मूळ उत्पन्न केलें त्या क्रुद्ध शकुनीस खवळलेल्या नकुल-सहदेवांनीं शरांनीं अत्यंत विकल केलें. राजा, त्या वेळीं घोर व भयंकर प्राणहानि होऊं लागली. राजा ! ज्या क्रोधरूप अग्नीचें तूं बीजारोपण केलेंस, कर्णानें ज्याची अतिशय वृद्धि केली, आणि तुझ्या पुत्रांनीं जतन केली, तोच हा कोधाग्नि सर्व पृथ्वी जाळण्यास उद्युक्त झाला. हे राजन्, त्या पांडुपुत्रांनीं शकुनीस शरांनीं पराभूत करून माघारें फिरविलें, त्या वेळीं तो इतका गांगरला कीं, त्यास यत्किंचितही पराक्रम करण्याचें सुचेना. अशा प्रकारें तो विमुख झालेला पाहून महारथी माद्रीसुतांनीं महागिरीवर वर्षाव करणाऱ्या मेघांप्रमाणें पुनः त्यावर बाणांची वृष्टि केली. याप्रमाणें अनेक सन्नतपर्व बाणांनीं मरणोन्मुख झालेला तो शकुनि घोडे पिटाळीत द्रोणसैन्याकडे पळून गेला.

इकडे विलक्षण शूर व क्रुद्ध अशा अलायुधावर घटोत्कच रणांत धिम्मेपणानें चालून गेला. त्यावेळीं, हे महाराजा ! पूर्वी रामरावणांचें समरांगणांत युद्ध झालें तशा प्रकारचें त्या दोघांचें विलक्षण युद्ध जुंपलें. मग युधिष्ठिरानें रणांत पन्नास बाणांनीं मद्रराजाचा वेध केला, आणि पुनः त्यावर सात बाण टाकले. तेव्हां, राजा, मागें शंबरासुर व अमरेंद्र यांचें जसें महायुद्ध झालें, तसें त्या दोघांचें अत्यंत अद्भुत युद्ध जुंपलें. इकडे तुझा पुत्र विविंशति, चित्रसेन व विकर्ण हे प्रचंड सेनेनिशीं भीमसेनाशीं लढत होते.

अध्याय सत्याण्णवावा.

—:०:—

द्रोण व धृष्टद्युम्न यांचें युद्ध.

संजय सांगतोः—राजा, याप्रमाणें अंगावर कांटा असणारा घनघोर संग्राम सुरू झाला असतां तीन ठिकाणीं फुटलेल्या कौरवांवर पांडवांनीं हल्ला चढविला. महाबाहु जलसंधावर भीमसेन धांवला, स्वतः युधिष्ठिर आपल्या सैन्यानिशीं रणांत कृतवर्म्याशीं भिडला, आणि अंशुमाली सूर्याप्रमाणें शरवृष्टि करीत धृष्टद्युम्नानें रणांत द्रोणांकडे चाल केली. मग परस्परांवर क्रुद्ध होऊन त्वरेनें हल्ला करणाऱ्या कौरवपांडवांकडील सर्व वीरांचें युद्ध जुंपलें. तीं दोन्हीं सैन्यें निर्भयपणें लढूं लागून अत्यंत

भयंकर संहार होऊं लागला असतां बलवान् द्रोण बलाढ्य धृष्टद्युम्नाशीं भिडून त्यांनीं त्यावर बाणांचे लोटच्या लोट फेंकले. तेव्हां त्यांचें तें कृत्य फारच अद्भुत झालें. मग त्या द्रोणपांचालांनीं नाश पावलेल्या कमलवनाप्रमाणें रणांत चोहोंकडे नरमस्तकें छिन्नभिन्न करून टाकिलीं. त्या वीरांच्या सैन्यामध्यें वस्त्रें, आभरणें, शस्त्रें, ध्वज, कवचें व आयुधें सर्वत्र विखुरलीं. सुवर्णाचीं चिलखतें घातलेले व रक्तानें भरलेले वीर हे विद्युद्युक्त मेघसमुदायच एकमेकांवर आदळत आहेत असें भासलें. तालवृक्षाएवढालीं प्रचंड धनुष्यें आकर्षण करणारे कित्येक महारथी बाणांनीं हत्ती, घोडे व नर यांस लोळवीत होते. त्या शूर महात्म्यांच्या हाणामारींत ढाली, तरवारी, धनुष्यें, कवचें व मस्तकें यांचें हंतरूण झालें; आणि हे महाराजा! त्या अत्यंत तुंबळ युद्धांत चोहोंकडे असंख्य कबंधें उठलेलीं दिसूं लागलीं. त्याचप्रमाणें, हे मारिषा, गृध्र, कंक, बक, श्येन, काक व जंबुकादि मांसाहारी प्राणी तेथें पुष्कळ दिसूं लागले. त्यांतील कांहीं मांसाचे लचके तोडीत आहेत, कांहीं रक्त पीत आहेत, कांहीं केंस उपटीत आहेत, आणि कांहीं आंतडीं बाहेर काढीत आहेत; त्याचप्रमाणें, हे नृपा, कित्येक प्राणी प्रेतें व त्यांचे अवयव फरफरा ओढीत आहेत आणि नर, अश्व व गज यांचीं मस्तकें इकडून तिकडे ओढीत नेत आहेत, असें चोहोंकडे दिसत होतें! अस्त्रसंपन्न, रणदीक्षा घेतलेले व युद्धामुळें विशेष शोभणारे वीर जयाची आशा धरून रणांत अगदीं निकरानें लढत होते. सैनिक तेथें नानाप्रकारचे तरवारीचे हात करीत होते; आणि रणरंगांत आलेले क्रुद्ध वीर ऋष्टि, शक्ति, प्रास, शूल, तोमर, पट्टिश, गदा, परिघ, दुसरीं आयुधें आणि तुटून पडलेले बाहु यांचा एकमेकांवर मारा करीत होते. रथी रथ्यांशीं, स्वार स्वारांशीं, हत्ती हत्तींशीं आणि पायदळ पायदळाशीं भिडले. झिंगलेल्या मनुष्यांप्रमाणें धुंद झालेले दुसरे हत्ती त्या रणरंगांत एकमेकांवर गुरगुरूं लागले व एकमेकांस प्रहार करूं लागले. हे प्रजापालका, याप्रमाणें अमर्याद युद्ध वाढलें असतां धृष्टद्युम्नानें आपले घोडे अगदीं द्रोणांच्या घोड्यांशीं नेऊन भिडविले. त्या वेळीं एकत्र झालेले ते पारव्या व लाल रंगांचे वायुवेगी घोडे रणांगणांत फारच शोभूं लागले. द्रोणांच्या त्या रक्ताप्रमाणें लाल घोड्यांशीं भिडलेले धृष्टद्युम्नाचे पारव्या रंगाचे घोडे विद्युद्युक्त मेघांसारखे दिसत होते. हे भारता, द्रोण अगदीं जवळ आलेले पाहातांच शूर धृष्टद्युम्नानें धनुष्य खालीं ठेविलें, व ढालतरवार हातांत घेतली. मग तो परवीरांतक पार्षत दुष्कर कर्म करण्यास प्रवृत्त होऊन आपल्या रथाच्या इसाडावरून एकदम द्रोणांच्या रथावर गेला; आणि जुंवाच्या मध्यभागीं—तें दांडीस बांधलेलें असतें तेथें उभा राहून घोड्यांच्या कमरेवर प्रहार करूं लागला. तेव्हां त्याचें तें विलक्षण धाडसाचें कृत्य पाहून सर्व सैन्यें त्याची तारीफ करूं लागलीं. मग तो द्रोणांच्या त्या रक्तवर्ण घोड्यांच्या पाठीवर उभा राहून तरवार फिरवूं लागला, तेव्हां त्यांत द्रोणांस अणुमात्र अंतर दिसलें नाहीं, अशा प्रकारचें त्यानें विलक्षण कौशल्य दाखविलें! द्रोणांस ठार करूं पाहाणाऱ्या धृष्टद्युम्नाची ती झडप आमिषलोलुप श्येनपक्ष्याच्या वनांतील झडपेप्रमाणें लोकांस भासली. असो; मग द्रोणांनीं शंभर बाणांनीं द्रुपदपुत्राची ती शतचंद्र ढाल पाडली, व दहा बाणांनीं त्याचा खड्गही तोडला. त्याचप्रमाणें त्या बलवंतानें चौसष्ट बाणांनीं त्याचे घोडे मारले, ध्वज व छत्र तोडलें, आणि दोन्ही पार्ष्णि सारथीही

दूर केले. मग त्यानें त्वरेनें आणखी दुसरा एक प्राणनाशक बाण आकर्ण ओढून इंद्र वज्र सोडतो त्याप्रमाणें सोडला; परंतु इकडून सात्यकीनें चौदा तीक्ष्ण शरांनीं तो बाण तोडून आचार्यश्रेष्ठानें ग्रासिलेल्या धृष्टद्युम्नास वांचविलें. हे मारिषा, सिंहानें मृग पकडावा त्याप्रमाणें नरसिंह द्रोणानें ग्रासलेल्या त्या पांचालपुत्रास त्या शिनिपुंगवानें सोडविलें. या महायुद्धांत धृष्टद्युम्नाला सात्यकि पाठीराखा आहे असें पाहून द्रोणांनीं त्वरेनें सव्वीस बाण त्यावर टाकले. परंतु द्रोण सृंजयांस ग्रासीत असतांही त्या शिनीच्या पौत्रानें—सात्यकीनें उलट सव्वीस तीक्ष्ण शरांनीं त्याचा स्तनांतरीं भेद केला. मग द्रोण सात्यकीकडे वळतांच सर्व जयेच्छु पांचाल रथ्यांनीं धृष्टद्युम्नास दूर पळविलें.

अध्याय अठ्याण्णवावा.

—:०:—

द्रोण व सात्यकि यांचें युद्ध.

धृतराष्ट्र प्रश्न करितोः—संजया, त्या वृष्णिश्रेष्ठ सात्यकीनें बाणांचे तुकडे करून धृष्टद्युम्नास वांचविलें, ही गोष्ट त्या शस्त्रधरश्रेष्ठ महाधनुर्धर अमर्षी आचार्यांस सहन झाली नसेलच! तेव्हां पुढें त्यांनीं त्या शिनीच्या पौत्राचें रणांत कसें काय पारिपत्य केलें बरें ?

संजय सांगतोः—राजा, क्रोध व सहिष्णुता यांनीं ज्याचे डोळे लाल झाले आहेत, असा तो नरवीर द्रोणाचार्य महाभुजंगाप्रमाणें फूत्कार टाकीत व सुवर्णपुंख शर फेंकीत अत्यंत वेगवान् अशा रक्ताश्वांच्या साह्यानें फारच वेगानें सात्यकीवर धांवला. क्रोध हें त्या द्रोणरूपी भुजंगाचें विष होय; तीक्ष्ण धारेचे बाण हे दांत, व चकचकीत नाराच ह्या दाढा होत; आणि आकर्ण खेंचलेलें धनुष्य हें त्याचें पसरलेलें मुख होय. राजा, त्या वेळीं त्यांचे घोडे इतक्या वेगानें धांवत होते कीं, ते आकाशांतच उडत आहेत कीं काय किंवा पर्वतच उल्लंघीत आहेत कीं काय असें भासलें! शरपात हीच ज्याची महावृष्टि, रथघोष हाच ज्याचा गडगडाट, धनुष्याचें आकर्षण हेंच ज्याचें वृष्टि करण्याचें साधन, आणि नाराच, शक्ति व खड्ग हीच ज्याची महाविद्युत्, असा तो क्रोधावेगापासून उत्पन्न झालेला व अश्वरूपी मारुतानें प्रेरिलेला द्रोणरूपी अनावर मेघ आपणावर पडत आहे असें पाहून परपुरंजय व झुंजार वीर सात्यकि हास्यपूर्वक सारथ्याला म्हणाला, "धृतराष्ट्र राजाला ज्याचा मुख्य आधार आहे,व ज्याच्या सामर्थ्यामुळें त्याला दुःख किंवा भीति वाटत नाहीं, जो राजपुत्रांचा गुरु व शूरांस सर्वदा वंद्य आहे,त्या ह्या स्वकर्म सोडून शस्त्र उचललेल्या शूर ब्राह्मणाकडे बिलकूल न भितां त्वरेनें घोडे पिटाळीत चल."

सात्यकीचें हें भाषण ऐकतांच सारथ्यानें घोडे पिटाळले, तेव्हां ते रुप्याप्रमाणें चमकणारे व वायूप्रमाणें वेगवान् अश्व त्वरेनें द्रोणांसन्मुख गेले; आणि मग ते शत्रुतापन द्रोणसात्यकि हजारों बाणांनीं एकमेकांस प्रहार करीत झगडूं लागले. त्यांनीं आकाश अगदीं शरजालांनीं झांकून टाकलें, आणि दाही दिशा बाणांनीं भरून काढल्या. ग्रीष्म-ऋतूच्या शेवटील मेघांप्रमाणें ते शरधारांनीं परस्परांस छावून सोडीत असतां सूर्याचा प्रकाशही लोपला व वाराही बंद पडला. सर्व आकाश शराच्छादित झाल्यामुळें सर्वत्र घोर अंधकार पसरला, व त्या दोघांशिवाय इतर वीरांचा त्यापुढें कांहींच उपाय चालेना! शीघ्रास्त्रें जाणणाऱ्या त्या दोघां द्रोण-सात्यकीच्या बाणांनीं त्या वेळीं सर्व जग अंधकारमय करून टाकलें! त्या नरसिंहाच्या शरवृष्टींत कोठेंच खंड दिसत नव्हते.

बाणांची प्रचंड वृष्टि होत असतां त्यांच्या धारा एकमेकांवर आपटून जो शब्द होत होता, तो इंद्रानें सोडलेल्या वज्रांचाच शब्द आहे असें भासत होतें! आणि, हे भारता, नाराच बाणांनीं छिन्नभिन्न झालेले शर सर्प चावलेल्या सर्पांप्रमाणें दिसत होते. त्या दोघां युद्धकुशल वीरांच्या तळहातांवर त्यांच्या प्रत्यंचांचें घर्षण होऊन होणारा शब्द वरचेवर वज्राचे घाव बसत असलेल्या शैलशृंगांच्या शब्दाप्रमाणें निघत होता. राजा, त्या दोघांचे ते रथ व त्यांचे ते निर्भय सारथि सुवर्णपुंख शरांनीं घायाळ झाल्यामुळें चमत्कारिक दिसत होते. मोकळ्या सुटलेल्या सर्पांप्रमाणें भासणाऱ्या निर्मल व सरलगामी बाणांची फारच भयंकर वृष्टि झाली. दोघांचीं छत्रें पडलीं, ध्वज मोडले, आणि दोघांनाही रक्ताच्या आंघोळी झाल्या, तथापि ते दोघेही जयाची सारखीच इच्छा करीत होते! अंगांतून रक्तस्राव होत असल्यामुळें मदस्रावी गजांप्रमाणें भासणारे ते वीर प्राणांतक बाणांनीं परस्परांस घायाळ करूं लागले. धृतराष्ट्रा, गर्जना, किंकाळ्या यांचे शब्द आणि शंख व दुंदुभि यांचेही ध्वनि बंद पडले. कोणीही चकार शब्द करीना; सैन्यें स्तब्ध झालीं; योद्धे लढण्याचे थांबले; आणि सर्वजण कौतुकानें त्यांचें द्वंद्वयुद्ध पाहूं लागले. रथी, सादी, घोडेस्वार व पायदळ त्या नरश्रेष्ठांच्या सभोंवार निश्चल दृष्टीनें त्यांचें युद्ध अवलोकन करूं लागले. गजसैन्यें, घोड्यांचीं पथकें व रथसेना व्यवस्थेनें उभ्या राहिल्या. सुवर्णालंकार व रत्नें यांनीं सुशोभित व मोत्यापोंवळ्यांनीं चित्रविचित्र दिसणारे ध्वज, तशींच आभरणें, हिरण्मय कवचें, विलक्षण पताका, लोंकरीचीं रंगीबेरंगी तलम वस्त्रें, घांसून लखलखीत केलेलीं शस्त्रें, घोड्यांचीं आयाळें, गजांच्या मस्तकांवर व गंडस्थलांवर घातलेल्या सुवर्णाच्या चकचकीत माळा व दंतवेष्टणें यांच्या योगानें, त्या गजाश्वरथसेना बगळे, काजवे, विद्युल्लता व इंद्रधनुष्य यांनीं युक्त वर्षाकालीन मेघसमुदायाप्रमाणें दिसत होत्या. याप्रमाणें आमचे व युधिष्ठिराचे लोक स्तब्ध राहून सात्यकि व द्रोण या महात्म्यांचें ते युद्ध पाहूं लागले. ते दोघे पुरुषसिंह एकमेकांचीं अस्त्रें चुकवून अनेक विलक्षण प्रकारांनीं पुढें येत तसेच मागें परतत व प्रहार करीत हें पाहून विमानांत बसलेले ब्रह्मसोमप्रभृति देव, सिद्धाचरणांचे समुदाय, विद्याधर व महोरग विस्मित होऊन गेले. अस्त्रविद्येंत हस्तलाघव दाखविणाऱ्या त्या दोघांनीं परस्परांस शरांनीं विद्ध केलें. सात्यकीनें त्वरेनें अत्यंत बळकट बाणांनीं महातेजस्वी द्रोणांचें धनुष्य तोडलें; भारद्वाजांनीं निमिषमात्रांत दुसरें धनुष्य सज्ज केलें, परंतु सात्यकीनें तेंही तोडलें. पुनः द्रोण त्वरेनें धनुष्य सज्ज करून उभे राहिले, परंतु सात्यकीनें त्याचीही तीच वाट लाविली! त्यांनीं धनुष्य सज्ज करावें, व सात्यकीनें तीक्ष्ण शरांनीं छेदावें, याप्रमाणें त्या दृढधन्वी वीरानें आचार्यांचीं एकशें एक धनुष्यें तोडलीं. त्या वेळीं दोघांनींही इतकें चापल्य दाखविलें कीं, धनुष्य सज्ज करणें व तें तोडणें यांत कांहींच अंतर दिसलें नाहीं. राजेंद्रा, सात्यकीचें तें अमानुष समरकर्म पाहून द्रोण आपल्याशीं म्हणाले, "सात्वतश्रेष्ठ सात्यकीचे ठिकाणीं असलेलें हें अस्त्रसामर्थ्य परशुराम, कार्तवीर्य, अर्जुन व भीष्म यांच्या तोडीचें आहे!" असें म्हणून द्रोणांनीं त्याच्या पराक्रमाचा मनःपूर्वक गौरव केला. इंद्रासारखें त्याचें तें लाघव पाहून अस्त्रज्ञवर द्विजश्रेष्ठ द्रोण व इंद्रासह सर्व देव संतुष्ट झाले. धृतराष्ट्र राजा, त्वरेनें संचार करणाऱ्या युयुधानाचें तें लाघव व आचार्यांचा तो पराक्रम देव, गंधर्व

सिद्ध यक्षचारणांचे समुदाय ह्यांसही उमगला नाहीं. असो; मग द्रोणांनीं दुसरें धनुष्य घेऊन अस्त्रांनीं युद्ध आरंभिलें. हे भारता ! त्यांच्या त्या अस्त्रांचा सात्यकीनें अस्त्रमायेनें प्रतिकार केला; आणि उलट तीक्ष्ण बाणांचा मारा केला. तेव्हां त्याचें तें कृत्य अद्भुतच भासलें ! रणांत दुसऱ्याच्या हातून न होणारा त्याचा तो अमानुष पराक्रम पाहून तुझे चाणाक्ष लोक त्या युक्तिवंताची प्रशंसा करूं लागले. द्रोण जें अस्त्र सोडीत तेंच उलट सात्यकि सोडी. यामुळें शत्रुतापन द्रोणही कांहींसे गोंधळले; परंतु त्यामुळें तर, हे महाराजा, तो धनुर्वेद-पारंगत वीर विशेषच खवळला; आणि त्यानें युयुधानाच्या वधार्थ दिव्य अस्त्र सोडलें. तें शत्रूचा हटकून नाश करणारें महाघोर अग्न्यस्त्र पाहून सात्यकीनें दिव्य वारुणास्त्राचा त्याच्यावर प्रयोग केला. त्या दोघांनीं तीं दिव्यास्त्रें धारण केलेलीं पाहून मोठाच हाहाःकार उडाला. खेचर प्राणीही आकाशांत संचार करीतनासे झाले. त्या वीरांनीं बाणांवर अभिमंत्रित केलेलीं तीं अग्निवारुणास्त्रें सुटतात तोंच सूर्यही डळमळूं लागला ! राजेंद्रा, मग युधिष्ठिर राजा, भीमसेन, नकुल व सहदेव हे सात्यकीच्या रक्षणार्थ त्याच्या भोंवतीं जमले; आणि विराट, केकय, मत्स्य व शाल्वेयसेना यांसह धृष्टद्युम्नप्रभृति वीर वेगानें द्रोणांवर धांवले. इकडून दुःशासनाबरोबर हजारों राजपुत्र शत्रूंनीं वेष्टिलेल्या द्रोणांजवळ येऊन पोंचले. राजा, मग त्यांचें व तुझ्या योद्ध्यांचें युद्ध जुंपलें, त्या वेळीं जग शरजालांनीं आच्छादित व धुळीनें व्याप्त होऊन सर्वत्र वाताहत उडाली, आणि सैन्याच्या रजःकणांनीं व्यापून टाकल्यामुळें निर्वेध म्हणून कसलाच उरला नाहीं !

अध्याय नव्याण्णवावा.

—:०:—

विंदानुविंदवध.

संजय सांगतोः—इकडे सूर्य अस्ताचलाकडे कलला, आणि धुरोळ्यामुळें त्याचा प्रकाश विशेषच मंद झाला; अशा वेळीं कांहीं वीर लढत आहेत, कांहीं परत फिरत आहेत, कांहीं पराभूत होत आहेत, व कांहीं विजय मिळवीत आहेत अशा स्थितींत त्यांचा तो दिवस हळूहळू संपला. परंतु इकडे हीं जयाभिलाषी सैन्यें याप्रमाणें एकमेकांशीं भिडलीं असतां तिकडे कृष्णार्जुन सरळ सिंधुराजावर चालले होते. कौंतेयानें तीक्ष्ण बाणांनीं रथ जाण्यापुरता मार्ग तयार केला आणि जनार्दनानें त्या वाटेनें रथ चालविला. महात्म्या अर्जुनाचा तो रथ जिकडे जिकडे जाई, तिकडे तिकडे तुझें सैन्य दुभंग होई ! उत्तम, मध्यम व कनिष्ठ प्रतीचीं मंडलें करून वीर्यशाली दाशार्ह हा आपलें विलक्षण रथकौशल्य दाखवीत होता. अर्जुनाचे ते वर नांव घातलेले, पाणीदार, कालाग्नीप्रमाणें देदीप्यमान, वाघांनीं आवळलेले, गुळगुळीत गांठींचे, विशाल व पल्लेदार असे वेणूचे व लोखंडाचे उग्र बाण विविध शत्रूंस ग्रासून रणांगणांत पक्षी व श्वापदें यांसह त्यांचें रक्त प्राशन करीत होते. रथस्थ अर्जुन एक कोस पुढें असलेल्या शत्रूवर जे बाण सोडी, ते बाण अर्जुनाचा रथ शत्रूस ओलांडून कोसभर पुढें गेल्यावर मागें त्या शत्रूंचा वध करीत ! राजा, गरुड किंवा वायु यांप्रमाणें वेगवान् व हुकुमी घोडे फेंकीत कृष्ण त्या वेळीं अशा रीतीनें गेला कीं, तेणेंकरून सर्व जग चकित झालें ! राजा, सूर्याचा, इंद्राचा, रुद्राचा किंवा कुबेराचाही रथ अशा प्रकारें चालत नाहीं ! इतकेंच नव्हे, तर अर्जुनाचा तो मनोजव रथ गेला

त्या रीतीनें मागें कोणाचाच रथ रणांत गेलेला नाहीं !

असो; परवीरांतक कृष्णानें रणांत प्रवेश करून सेनेच्या मध्यभागाकडे घोडे हांकले. हे भारता ! थोड्या वेळानें ते उत्तम घोडे रथ-सेनेच्या मध्यभागीं येऊन थडकले, त्या वेळीं ते तृषेनें व क्षुधेनें व्याकूळ झाले होते, व मोठ्या कष्टानें रथ ओढीत होते. रणमस्त वीरांनीं अनेक शस्त्रांनीं त्यांस हजारों जखमा केल्या होत्या, तथापि ते वरचेवर विचित्र मंडलें घेत संचरत होते; आणि मरून पडलेले घोडे, रथ, हत्ती व मनुष्यें यांच्या पर्वतप्राय राशींवरून उड्या मारीत जात होते. राजा, अशा प्रकारें अर्जुनाचे घोडे थकले आहेत अशा संधीस अवंति देशचे दोघे भ्राते त्यावर तुटून पडले. त्यांनीं मोठ्या उत्साहानें अर्जुनास चौसष्ट, कृष्णास सत्तर व अश्वांस शेकडों बाणांनीं वेधिलें. उलट क्रुद्ध झालेल्या मर्मज्ञ अर्जुनानेंही मर्मभेदक नऊ बाण त्यांवर मारिले. हे भारता, मग ते वीर फारच खवळले; आणि त्यांनीं कृष्णासह अर्जुनास बाणांच्या वृष्टीनें छावून सोडून मोठ्यानें आरोळी दिली ! परंतु श्वेत-वाहन पार्थानें दोन भल्ल बाणांनीं त्यांचीं तीं विलक्षण धनुष्यें तत्काल छेदून रणांत पाडलीं; व त्यांचे सुवर्णाप्रमाणें उज्ज्वल ध्वजही छेदिले. राजा, मग त्यांनीं दुसरीं धनुष्यें घेतलीं, आणि फारच क्रुद्ध होऊन समरांगणांत अर्जु-नास शरांनीं पीडित केलें. परंतु अत्यंत संतप्त झालेल्या धनंजयानें पुनः त्यांचीं धनुष्यें तो-डलीं; शिळेवर घांसलेल्या आणखी सुवर्णपुंख बाणांनीं त्यांचे घोडे, सारथि, चक्ररक्षक व अनुचर यांचाही फन्ना उडविला; आणि एकाच क्षुरप्र बाणानें त्यांतील ज्येष्ठ बंधूचें मस्तक धडापासून वेगळें केलें ! तेव्हां तो गतप्राण होऊन वातरुग्ण वृक्षाप्रमाणें पृथ्वीवर कोसळ-ला ! राजा, विंद हत झालेला पाहून प्रतापी अनुविंद आपल्या अश्वहीन रथांतून खालीं उतरला! व गदा घेऊन भ्रातृवधाचें चिंतन करीत रणांगणांत भ्रमण करूं लागला. तो महाबल महारथी गदा फिरवीत तेथें जणूं थयथय नाचूं लागला. मग त्या अनुविंदानें क्रोधानें मधुसूदन कृष्णाच्या मस्तकांत गदा घातली, परंतु त्या प्रहारानें कृष्ण जरा चळलाही नाहीं ! इतक्यांत अर्जुनानें सहा बाण सोडून त्याची मान, पाय, हात व मस्तकही कापलें, तेव्हां छिन्नभिन्न झालेला तो अनुविंद पर्वतशिखराप्रमाणें खालीं पडला !

राजा, ते दोघे वीर निधन पावलेले पाहून त्यांचे अनुयायी अत्यंत खवळून शेंकडों शर फेंकीत धांवून आले. परंतु, हे भरतर्षभा ! त्यांस तत्काल बाणांनीं निवटून हिमकालाच्या शेवटीं अरण्य जाळून टाकलेल्या दावाग्नीप्रमाणें अर्जुन शोभूं लागला. नंतर घोडे थकले असल्यामुळें जरा कष्टानेंच अर्जुन त्यांचें सैन्य उल्लंघून पलीकडे गेला, व मेघांचें अतिक्रमण केलेल्या सूर्याप्रमाणें झळकूं लागला. त्यास पाहून प्रथम कौरव भयभीत झाले, परंतु पुनः त्यांस हुरूप येऊन ते अर्जुनावर चोहोंकडून कोसळले. हे भरतर्षभा, अश्व थकले आहेत, व सिंधुपतिही अजून पुष्कळ दूरच आहे, असें पाहून अर्जु-नानें प्रचंड सिंहनाद केला व तेथेंच शत्रूंचें निवारण आरंभिलें. ते अत्यंत खवळलेले पाहून अर्जुन विस्मयपूर्वक कृष्णाशीं हळूहळू बोलूं लागला, " कृष्णा, घोड्यांस बाणांनीं फारच जखमा झालेल्या आहेत, व ते अगदीं व्याकूळ झाले आहेत. शिवाय जयद्रथही बराच दूर आहे. तेव्हां आतां पुढें काय करणें तुला रुचतें बरें ? कृष्णा, मला योग्य असेल तें सांग. कारण तूंच सर्वांहून अधिक ज्ञाता आहेस, व तुझें ज्ञान त्रिकालाबाधित आहे. तूं सूत्रधार

असल्यामुळेंच पांडव रणांत शत्रूंस जिंकू शकतील. हे गोविंदा, या वेळीं काय करणें मला इष्ट आहे तें सांग. हे माधवा, माझें असें म्हणणें आहे कीं, घोडे सोड व खुशाल त्यांच्या अंगांतील शल्यें काढीत बैस."

याप्रमाणें अर्जुनाचें भाषण श्रवण करून, 'पार्था, तूं बोललास तसेंच माझें मत आहे.' असें केशवानें त्यास प्रत्युत्तर दिलें. मग अर्जुन त्यास म्हणाला, "केशवा, मी सर्व सैन्य आवरून धरीन, तूंही येथें जें योग्य दिसेल तें करीत बैस."

सरोवरनिर्माण.

संजय सांगतोः—मग तो अर्जुन निर्धास्तपणें रथाखालीं उतरला, आणि गांडीव धनुष्य हातांत घेऊन पर्वताप्रमाणें निश्चल उभा राहिला. त्या वेळीं ही चांगली संधि आहे असें जाणून जयाभिलाषी क्षत्रिय धरणीवर उभा असलेल्या पार्थावर गर्जना करीत धांवून आले. त्यांनीं धनुष्यें खेंचीत व बाण सोडीत महान् रथसंघानें त्या एकाकी वीरास वेढा दिला. त्या ठिकाणीं त्यांनीं आश्चर्यकारक शस्त्रें प्रगट केलीं, आणि दिवाकरास आच्छादित करणाऱ्या मेघांप्रमाणें पार्थास शरांनीं झांकून टाकलें. प्रशस्त रथांनीं युक्त असे ते वीर मत्त हत्ती सिंहावर चालून यावे त्याप्रमाणें त्या नरसिंह पार्थावर चालून आले; परंतु क्रुद्ध पार्थानें त्या बहुत सेनांचेंही जेव्हां चोहोंकडून निवारण केलें, तेव्हां त्याचें अतुल भुजवीर्य दृग्गोचर झालें! त्या समर्थानें शत्रूंचीं अस्त्रें अस्त्रांनीं निवृत्त करून तत्काल अनेक बाणांनीं त्या सर्वांस व्यापून टाकलें! हे प्रजापालका, त्या वेळीं अत्यंत दृढ अशा बाणांच्या संघर्षणानें अंतरिक्षांत प्रचंड ज्वालांनीं युक्त असा अग्नि उत्पन्न झाला. महाधनुर्धर वीर ठिकठिकाणीं रक्तबंबाळ होऊन धापा टाकीत होते, शत्रुनाशक गज व अश्व फार जखमी होऊन चीत्कार करीत होते, आणि जयाची आकांक्षा बाळगणारे दुसरे पुष्कळ क्रुद्ध वीर समरांगणांत एकत्र झाले होते, यामुळें तेथें उष्मा होऊं लागला. शररूपी लाटा, ध्वजरूपी भोंवरे व गजरूपी नक्र यांनीं व्याप्त, पायदळरूपी मत्स्यांनीं भरलेला, शंख व दुंदुभींच्या रूपानें गर्जना करणारा, रथ हे ज्याचे तरंग, शिरोवेष्टणें हींच ज्यांतील कांसवें, छत्र व पताका हा ज्याचा फेंस, आणि गजशरीरें हे ज्यांतील खडक अशा त्या दुस्तर, अपार, खोल व अवर्णनीय रणसागरास अर्जुनानें मर्यादेप्रमाणें होऊन बाणांनीं आवरून धरलें.

धृतराष्ट्र म्हणालाः—अर्जुन जमिनीवर उतरला व कृष्ण घोड्यांची चाकरी करूं लागला, अशा प्रकारचें छिद्र सांपडलें असतांही अर्जुनाचा घात कसा झाला नाहीं?

संजय सांगतोः—राजा, श्रुतिहीन वाक्यांचा श्रुति विरोध करते तद्वत् त्या भूमिस्थ एकट्या अर्जुनानें रथस्थ सर्व राजांचा निरोध केला. लोभ ज्याप्रमाणें इतर सर्व गुणांस मागें सारतो, त्याप्रमाणें पार्थ केवळ भूमीवर उभा असतांही त्यानें रथस्थ पार्थिवांस एकट्यानें मागें हटविलें. मग धैर्यशाली जनार्दन प्रिय अशा पुरुषश्रेष्ठ अर्जुनास म्हणाला, "पार्था, या रणांगणांत घोड्यांस प्यावयासही पुरेसें पाणी नाहीं; आणि यांना तर पाणी हवें आहे. तूर्त यांना धुतलें नाहीं तरी चालेल. पण पाणी मात्र पाजिलेंच पाहिजे."

तेव्हां 'हें बघ पाणी!' असें म्हणत अर्जुनानें अस्त्रानें जमीन खणली, आणि घोड्यांस पिण्यासाठीं एक सुंदर सरोवर निर्माण केलें! तें हंसकारंडवांनीं व्याप्त असून चक्रवाकांच्या योगानें शोभत होतें. त्या अति विशाल सरोवरांतील उदक अगदीं स्वच्छ

असून त्यांत उत्तम उत्तम कमळें फुललीं होतीं. मत्स्यकूर्मीनीं व्याप्त, ऋषींनीं सेवित व अगाध अशा त्या क्षणांत निर्माण केलेल्या सरोवराचे दर्शनास नारद मुनि तेथें आले. त्या अद्‌भुत कर्म करणाऱ्या पार्थानें विश्वकर्म्याप्रमाणें बाणांच्या तुळया, बाणांचे खांब व बाणांचेंच आच्छादन करून अद्‌भुत शरमंदिर निर्माण केलें. महात्म्या अर्जुनानें केलेलें तें शरगृह पाहून कृष्ण हास्यपूर्वक म्हणूं लागला, 'शाबास पार्था, धन्य तुझी !'

अध्याय शंभरावा.

—:०:—

सैन्याचा विस्मय.

संजय सांगतोः—महावीर अर्जुनानें तेथें पाणी उत्पन्न केलें, आणि शत्रुसैन्याचें निवारण करून रथाभोंवतीं शरांचें मंदिर निर्मिलें असतां महातेजस्वी वासुदेव त्वरित रथावरून उतरला; आणि त्यानें शरांनीं व्याकूळ झालेले घोडे सोडले ! पार्थाचें तें अदृष्टपूर्व कर्म पाहून सिद्धचारणांचे संघ व सर्व सैनिक त्याचे फारच धन्यवाद गाऊं लागले. तो कुंतीपुत्र पादचारी होऊन लढत असतांही महारथी त्याचा पराभव करूं शकले नाहींत, तेव्हां तें एक मोठेंच आश्चर्य होऊन गेलें ! पुष्कळ गज व अश्व यांसह रथभार त्यावर येऊन पडत असतांही अर्जुन गडबडला नाहीं ! हें त्याचें धैर्य सर्व नरांहून विशेष होय ! तुझ्या पक्षाकडील राजे अर्जुनावर शरांचे ओघ सोडीत होते, तथापि त्या धर्मशील व परवीरनाशक वासवीला त्यांपासून कांहींच अपाय झाला नाहीं. शेंकडों शरजालें, गदा, प्रास वगैरे जीं जीं आयुधें येत, त्या सर्वांस—नद्यांस पोटांत सांठविणाऱ्या सागराप्रमाणें अर्जुन ग्रासीत होता ! पार्थ आपल्या बाहुबलानें व महान् अस्त्रवेगानें सर्व राजेंद्रांचे ते भयंकर बाण नष्ट करीत होता ! हे महाराजा, पार्थ व वासुदेव या दोघांचा तो अत्यंत अद्‌भुत पराक्रम पाहून कौरवही त्यांची स्तुति करूं लागले. भर रणांगणामध्यें कृष्णार्जुनांनीं रथाचे घोडे सोडले, यापेक्षां अधिक अद्‌भुत कर्म जगांत कोणतें होणार आहे ? अथवा मागें तरी कोणतें झालें आहे ? त्या नरोत्तमांनीं आम्हांस फारच भयभीत केलें ! ते स्वतः मात्र रणांगणाच्या अग्रभागीं निर्भय होत्साते उग्र तेजानें झळकत होते. हे भारता, त्या निर्धास्त श्रीकृष्णानें जणूं काय आपण स्त्रीसमुदायांतच उभे आहों अशा प्रकारें हंसतच आपले घोडे तुझ्या सर्व सैन्यांच्या डोळ्यांदेखत अर्जुनानें रणांत निर्माण केलेल्या त्या शरमंदिराकडे नेले. मग त्या अश्वकलाप्रवीण कृष्णानें त्यांची योग्य व्यवस्था करून त्यांचा शीणभाग घालविला. तोंडाचा फेंस व अंगाचा घाम पुसून काढला, व्रण वगैरे नाहींतसे केले, दोहों हातांनीं त्यांच्या अंगांतलीं शल्यें उपटून काढून खरारा केला; आणि योग्य प्रकारें फिरवून त्यांस पाणी पाजलें. मग पाणी पिऊन, स्नान होऊन व दाणा वगैरे खाऊन ताजेतवाने झालेले ते घोडे त्यानें पुनः आनंदानें आपल्या श्रेष्ठ रथाला जोडले. मग सर्व शस्त्रधरांत श्रेष्ठ असा तो महातेजस्वी श्रीकृष्ण अर्जुनासह त्या रथांत बसून त्वरेनें चालला. राजा, पाणी वगैरे पिऊन हुषार झालेले घोडे त्या रथिश्रेष्ठाच्या रथाला पुनः जोडलेले पाहून कौरव वीर पुनः खिन्न झाले; आणि दांत पाडलेल्या भुजंगाप्रमाणें सुस्कारे टाकीत ते पृथक् पृथक् म्हणाले, "अहो, अर्जुन व कृष्णही आमच्या हातून निसटून गेलाना ! धिक्कार, धिक्कार असो आम्हांला !" सैन्याची सर्वत्र अंगावर कांटा आणणारी विलक्षण अवस्था झालेली पाहून

'त्वरा करा ! त्वरा करा ! असें कित्येक ओरडूं लागले," आणि "यांत कांहीं अर्थ नाहीं!" असेंही कित्येक म्हणूं लागले. राजा, याप्रमाणें तुझे सैनिक आरोळ्या देत असतां व अडथळा करण्याविषयीं झटत असतांही केवळ एका रथानें आंत शिरलेले ते परंतप कृष्णार्जुन कोठेंही न अडखळतां आपल्या सैन्यास कस्पटाप्रमाणें लेखून सर्व-क्षत्रियांच्या देखत देखत आपला पराक्रम गाजवीत सर्व राजांमधून चालले ! कृष्णार्जुनांनीं पुनः प्रयाण केलेलें पाहून त्या वेळीं दुसरे सैनिक म्हणाले, " कौरवहो, या कृष्णकिरीटीच्या वधासाठीं सर्वजण त्वरा करा. हा श्रीकृष्ण रथावर आरूढ होऊन सर्व धनुर्धरांच्या देखत आपणां सर्वांस रणांत कःपदार्थ समजून जयद्रथाकडे जात आहे !"

राजा, समरांगणांतील तें अत्यंत अद्भुत अदृष्टपूर्व कर्म पाहून कांहीं राजे आपसांत कुजबुजूं लागले, " सर्व सैन्यें व धृतराष्ट्र राजा यांचा आतां नाश झालाच म्हणून समजावें. दुर्योधनाच्या अपराधामुळें क्षत्रियजाति व अखिल पृथ्वी नष्टदशेस येऊन पोंचली आहे, परंतु राजाच्या हें ध्यानांत येत नाहीं ! " असें कित्येक क्षत्रिय तेथें बोलत होते; आणि, हे भारता, " उपाय काय करावा हें न जाणणाऱ्या या अज्ञान दुर्योधनानें जयद्रथ यमसदनीं गेलाच असें समजून पुढल्या तजविजीस लागावें ! " असेंही कित्येक म्हणत होते.

मग दिवस फिरल्यावर अर्जुन आपल्या ताजेतवाने झालेल्या उत्साहपूर्ण अश्वांच्या साह्यानें विशेष शीघ्रगतीनें सिंधुपतीकडे चालला. सर्व शस्त्रधरांत वरिष्ठ असा तो महाबाहु पार्थ याप्रमाणें गमन करीत असतां अंतकाप्रमाणें क्रुद्ध झालेल्या त्या वीराचें कोणासच निवारण झालें नाहीं. ज्याप्रमाणें सिंह मृगगणांची दाणादाण उडवीत जातो, त्याप्रमाणें तुझ्या सैन्याची धूळधाण करून सिंधुराजास गांठण्यासाठीं तो शत्रुतापन पार्थ तें तुडवीत चालला ! सैन्य खळबळविणाऱ्या दाशार्ह कृष्णानें त्वरेनें घोडे हांकले, आणि बगळ्यासारखा पांढरा स्वच्छ पांचजन्य शंख वाजविला. कुंतीपुत्र अर्जुनानें पुढें मारलेले बाण त्याच्या रथाच्या मागेंच पडत होते, आणि त्याचे ते वायुगति अश्व अधिक अधिक त्वरेनें जात होते. मग क्रुद्ध भूपालांनीं व इतर पुष्कळ क्षत्रियांनीं जयद्रथवधाकांक्षी धनंजयास गराडा दिला; आणि सैन्यांची पळापळ झाली असतां स्वतः दुर्योधन त्या महायुद्धांत किंचित् स्थिर झालेल्या पुरुषश्रेष्ठ पार्थाच्या मागोमाग गेला. वाऱ्यानें ज्याच्या पताका फडकत आहेत, ज्याचा ध्वनि मेघाप्रमाणें गंभीर होत आहे, आणि ज्याच्या ध्वजावर स्वतः हनुमान् बसला आहे, असा तो भयंकर रथ पाहूनच इतर रथी गर्भगळीत झाले. मग धुळीनें सूर्य चोहोंकडून अगदीं आच्छादून गेल्यामुळें व योद्धे शरांनीं व्याकूळ झाल्यामुळें त्यांस रणांगणांत उभय कृष्णांकडे पाहावलेंही नाहीं !

अध्याय एकशेंएकावा.

—:०:—

दुर्योधनाचें आगमन.

संजय सांगतोः—राजेंद्रा, ते वासुदेव-धनंजय सैन्यांतून पलीकडे गेलेले पाहून तुझे लोक भयसागरांत बुडून जाऊन अगदीं गर्भगळीत झाले. परंतु पुनः त्यांची त्यांसच कांहींशी लाज वाटून त्यांचे अंगांत वीर्याचा संचार झाला; आणि पुनः ते संतापून व स्थिर होऊन धनंजयावर धांवले. या वेळीं, चढलेला कोप व अर्जुनाविषयीं आधींच दृढ झालेला रोष यांनीं युक्त असे जे वीर पंडुपुत्राकडे गेले, ते सागरापासून परावृत्त न हो-

णाऱ्या नद्यांप्रमाणें अद्यापि मागें येतच नाहींत. नाहीं म्हणायला कित्येक नीच पुरुष मात्र वेदांपासून पराङ्मुख होणाऱ्या नास्तिकांप्रमाणें रणांतून पळून आले; व अशा प्रकारें अधर्म आचरून त्यांनीं नरक मात्र जोडला !

असो; राजा, तुझें सैन्य ओलांडून मोकळे झालेले ते पुरुषश्रेष्ठ राहुमुक्त सूर्याप्रमाणें झळकूं लागले ! त्या सैन्यरूपी जाळ्याचें विदारण करून ते उभय कृष्ण प्रचंड जाळ्याचा भेद करून भयमुक्त झालेल्या मत्स्यांप्रमाणें तळपत होते. द्रोणांच्या अतिदुर्भेद्य अशा त्या सशस्त्र सैन्यांतून पार पडलेले ते दोघे महात्मे उदयाचलीं आलेल्या कालसूर्याप्रमाणें प्रखर झाले.अस्त्रांच्या गर्दींतून व शस्त्रांच्या कचाट्यांतून मुक्त झालेले ते महात्मे शत्रूंची धांदल उडवीत आहेतसें दिसूं लागलें ! अग्नीप्रमाणें प्रखर अशा मगराच्या तोंडांतून सुटलेल्या मत्स्याप्रमाणें द्रोणांच्या मगरमिठींतून सुटलेल्या त्या दोघां वीरांनीं, मकर समुद्र खवळून देतात त्याप्रमाणें तुझ्या सेनेस क्षुब्ध केलें. ते दोघे द्रोणांच्या सैन्यांत असतांना " हे कांहीं द्रोणांच्या हातून जिवंत सुटावयाचे नाहींत ! " अशी तुझ्या पुत्रांची व इतर सर्व वीरांची समजूत होती. परंतु, हे महाराजा ! ते महातेजस्वी वीर द्रोणसैन्यांतून पार पडलेले पाहिल्यावर मात्र सिंधुपति वांचण्याची त्यांची आशा नष्ट झाली. राजा, द्रोण व हार्दिक्य कृपाचार्य यांच्या हातून कृष्णार्जुन सुटावयाचे नाहींत अशी त्यांस खात्री असल्यामुळें, सिंधुराजाच्या जीविताविषयीं त्यांस बळकट आशा होती. परंतु, हे प्रभो, त्या दोघां शत्रुदमनांनीं द्रोणसैन्यांतून आणि दुस्तर भोजसैन्यांतूनही पार होऊन त्यांची ती आशा विफल करून टाकिली ! प्रज्वलित अग्नीप्रमाणें ताप देणारे ते वीर द्रोणसैन्य उल्लंघून गेल्याचें पाहून आपले लोक अगदीं निराश झाले. आतां सिंधपति म्हणजे जगेल असें कोणाच्या मनांतही येईना! शत्रूंचें भय वाढविणारे ते कृष्ण-धनंजय परस्परांशीं निर्भयपणें बोलत होते. जयद्रथाच्या वधाविषयीं त्यांचे निरनिराळे बेत चालले होते. " सहा धार्तराष्ट्रवीरांनीं सैंधवास मध्यें घातलें आहे, तथापि त्याची-माझी दृष्टादृष्ट झाल्यास तो माझ्या हातून सुटावयाचा नाहीं. जरी इंद्र स्वतः देवगणांसह त्याचें रक्षण करावयास समरांगणांत आला, तथापि आम्ही त्यास ठार करूं ! " असें ते उभय कृष्ण म्हणत होते.

राजा, याप्रमाणें तिकडे ते महाबाहु परस्परांशीं बोलत असतां तुझे पुत्र जयद्रथाकडे पाहून फारच आक्रोश करूं लागले ! मरुप्रदेश ओलांडून गेलेले तृषित गज पाणी वगैरे पिऊन ताजेतवाने व्हावे तसे ते दोघे अरिंदम दिसत होते. ज्यांनीं मृत्यूस तुच्छ करून टाकलें आहे व जरा ही ज्यांस स्पर्श करूं शकत नाहीं, असे ते दोघे वीर व्याघ्र, सिंह, गज वगैरे रानटी श्वापदांनीं व्याप्त असे पर्वत उल्लंघून गेलेल्या व्यापाऱ्यांप्रमाणें दिसत होते. त्यांस जरामृत्यूंची भीति नसावी असेंच त्यांच्या मुखचर्येवरून तुझ्या वीरांस वाटलें. राजा, कृष्णार्जुन मुक्त झालेले पाहून तुझे सैनिक चोहोंकडे आक्रोश करीत सुटले. विषारी सर्प किंवा प्रज्वलित अग्नि यांचीच ज्यांला उपमा योग्य, अशा द्रोणांपासून व इतर राजांपासून व द्रोणसैन्यरूपी सागरांतून निसटून गेलेले, व सूर्याप्रमाणें प्रकाशमान होणारे ते शत्रुमर्दक वीर समुद्रच ओलांडून गेल्याप्रमाणें हर्षभरित दिसूं लागले. द्रोण व हार्दिक्य कृपाचार्य यांनीं चालू ठेविलेल्या प्रचंड अस्त्रौघापासून मुक्त झालेले ते वीर रणांत इंद्र व अग्नि यांप्रमाणें प्रकाशत होते ! भारद्वाजांच्या बाणांनीं ज्यांच्या शरीरांतून रक्त वाहूं लागलें आहे, आणि

तीक्ष्ण शरांनीं तीं भरून गेलीं आहेत, असे ते उभय कृष्ण कर्णिकार वृक्षांनीं भरलेल्या पर्वतांप्रमाणें शोभत होते! पोलादी बाणरूपी भयंकर मगरांनीं व्याप्त, श्रेष्ठक्षत्रियरूपी उदकानें परिपूर्ण, द्रोणरूपी ग्राहानें युक्त आणि शक्तिरूप सर्पांनीं संकटप्रद झालेल्या त्या द्रोणसेनारूपी डोहांतून वांचलेले; त्याचप्रमाणें प्रत्यंचेचा टणत्कार व तलशब्द हा ज्याचा गडगडाट, आणि गदा, खड्ग वगैरे आयुधें हीच ज्याची विद्युल्लता, त्या द्रोणास्त्ररूपी मेघापासून बचावलेले ते वीर अंधःकारांतून उदय पावलेले सूर्यच आहेत कीं काय असें भासलें! त्यांनीं द्रोणांच्याही अस्त्रबलाचें निवारण केल्यामुळें, ते लोकविश्रुत विख्यात धनुर्धर नक्रमकरादि प्रचंड जलचरांनीं व्याप्त व उदकानें परिपूर्ण अशा सिंधुप्रभृति सहा महानद्या केवळ बाहुबलानें उतरून आले असेंच सर्व लोक मानूं लागले. हे महाराजा! हरिणास मारूं पाहाणाऱ्या वाघांप्रमाणें ते दोघे जवळ असलेल्या जयद्रथाकडे जिघांसेनें पाहात उभे राहिले. त्यांची तशी मुखश्री पाहून तुझ्या वीरांस जयद्रथ मेलाच असें वाटलें! एकत्र झालेले ते आरक्तनेत्र महापराक्रमी कृष्णार्जुन जयद्रथाकडे पाहून हर्षानें वरचेवर सिंहनाद करूं लागले. राजा, हातांत लगाम धरलेला श्रीकृष्ण व धनुष्य घेतलेला पार्थ यांचें तेज त्या वेळीं सूर्य व अग्नि यांसारखें दिसत होतें. जवळ आमिष सांपडलें असतां ससाण्यांस हर्ष होतो तद्वत् त्या द्रोणसेनामुक्त कृष्णार्जुनांस जयद्रथ जवळ दिसतांच हर्ष झाला; आणि सिंधुपति अगदींच समीप आहे असें पाहून त्या दोघां क्रुद्ध वीरांनीं आमिषावर झडप घालणाऱ्या श्येन पक्ष्यांप्रमाणें एकाएकीं वेगानें त्यावर झडप घातली. राजा इतक्यांत इकडे असें झालें कीं, कृष्णार्जुन द्रोणसैन्य उलटून पलीकडे गेलेले पाहून, ज्याला द्रोणानें कवच बांधिलें होतें तो तुझा पराक्रमी पुत्र दुर्योधन सिंधुराजाच्या रक्षणासाठीं कुशलतेनें घोडे हांकीत एकटाच समरांगणांत धडकला! हे नराधिपा, तुझा पुत्र मागून येऊन कृष्णार्जुनांस उल्लंघून पुढच्या बाजूस कृष्णाच्या समोर येऊन पोंचला. राजा, तुझ्या पुत्रानें धनंजयाचें अतिक्रमण केलें त्या वेळीं सर्व सैन्यें हर्षभरित होऊन वाद्यें वाजवूं लागलीं. समरांगणांत कृष्णार्जुनांच्या समोर दुर्योधन उभा आहे, असें पाहून जिकडे तिकडे शंखध्वनि व सिंहनाद होऊं लागले. हे प्रभो! सिंधुराजाच्या रक्षणास असलेले ते अग्नीप्रमाणें तेजस्वी वीरही रणांगणांत तुझ्या पुत्रास पाहून आनंदित झाले. राजा, दुर्योधन आपल्या अनुयायांसह आपणांस ओलांडून पुढें आल्याचें पाहून कृष्ण अर्जुनाशीं समयोचित असें भाषण करूं लागला.

अध्याय एकशें दुसरा.

—:०:—

कृष्णार्जुनसंवाद.

वासुदेव म्हणालाः—धनंजया, ह्या निघून गेलेल्या सुयोधनाकडे पहा! ह्याचें हें कृत्य मला तर अत्यंत अद्भुत दिसतें. खरोखर ह्याच्या रथासारखा रथ नाहीं. पार्था, हा दूरवेधी, महाधनुर्धर, अस्त्रसंपन्न, मोठा लढवय्या, अस्त्राचा बळकट, विलक्षण पद्धतीनें लढणारा, अत्यंत सुखांत लहानाचा मोठा झालेला, ज्याला महारथीही मान देतात असा, आणि पांडवांस सतत पाण्यांत पाहाणारा असा आहे, व या महाबलिष्ठ दुर्योधन राजाशीं तुझे दोन हात होण्याची ही वेळ आली आहे. ह्याजबरोबर होणारें युद्ध हें जयापजयाविषयींचें द्युतच आहे असें मी समजतों. आजवर अंतःकरणांत सांठविलेले

क्रोधरूपी विष आतां याजवर ओकून टाक. हाच महारथी पांडवांच्या संकटांचें मूळ होय. तोच आज तुझ्या बाणांच्या तडाक्यांत आला आहे. तेव्हां आपलें काय सार्थक करावयाचें असेल तें करून घे. अरे, हा राज्याभिलाषी दुर्योधन रणांत तुझ्या समोर कसा येईल याच विचारांत मी होतों. परंतु या वेळीं सुदैवानें तो आपण होऊनच तुझ्या बाणांच्या टप्प्यांत आला आहे. तेव्हां, धनंजया, जेणेंकरून तो प्राण सोडील असें कर. हे पुरुषर्षभा, हा दुर्योधन ऐश्वर्यमदानें उन्मत्त झालेला असून त्याला अजून दुःखाचा अनुभव नाहीं; आणि यानें समरांगणांत तुझें सामर्थ्यही पाहिलेलें नाहीं. पार्था, देव, दैत्य व मानव यांसह तिन्ही लोकही रणांत तुला जिंकण्याची उमेद धरणार नाहींत, मग ह्या एकाकी दुर्योधनाची काय कथा! अरे, तो हा दुर्योधन दैववशात् तुझ्या रथाजवळ आला आहे. यास्तव, हे महाबाहो, पुरंदरानें वृत्रास जिंकिलें त्याप्रमाणें तूं यास जिंक. हे निष्पापा, हा दुर्योधन तुम्हांस संकटांत घालण्याविषयीं सर्वदा उद्युक्त असतो. यानेंच कपटानें धर्मराजास द्युतांत ठकविलें. शिवाय, हे मानदा, तुम्ही निरपराधी असतांही ह्या पापबुद्धीनें तुम्हांस अनेक घोर प्रकारें छळलें! यास्तव, पार्था, तूं सावधगिरीनें लढून बिलकूल मागेंपुढें न पाहातां या नित्यक्रुद्ध, पाषाणहृदयी, विषयलंपट दुर्जनाचा पराभव कर. हे पांडवा, यानें तुमचे लहानसान अपराध केले आहेत काय? कपटानें केलेला राज्यापहार, वनवास, आणि कृष्णेचा छळ इतक्या गोष्टी मनांत वागवून पराक्रम गाजीव. हा सुदैवानें तुझ्या बाणांस गोचर झाला आहे, आणि आपल्या उद्दिष्ट कार्यास विघात करावा म्हणून आपल्या समोर राहून झटत आहे हेंही चांगलेंच आहे. अर्जुना, समरांगणांत तुझ्याशीं युद्ध करण्याची हा इच्छा करीत आहे हेंही आपलें भाग्यच होय. कारण, पार्था, दैववशात् अनपेक्षित असेही सर्व मनोरथ सफल होत असतात. यास्तव, अर्जुना, पूर्वीं देवदानवांच्या संग्रामांत इंद्रानें जंभासुरास ठार केलें, तद्वत् तूं या कुलाधम दुर्योधनास रणांत ठार कर. अरे, याचा घात होतांच हें अनाथ झालेलें सैन्य तुला तेव्हांच जिंकितां येईल; व या वैराचा एकदांचा निकाल लागेल. यास्तव या दुष्टांचें मूळच छेदून टाक.

संजय सांगतोः—यावर पार्थानें रुकार दिला, "हें माझें कर्तव्यच आहे. कृष्णा, इतर सर्व गोष्टी बाजूस ठेवून, जिकडे दुर्योधन आहे तिकडेच प्रथम चल. अरे ज्यानें आमचें हें राज्य दीर्घकालपर्यंत निष्कंटक उपभोगिलें, त्यास युद्धांत जिंकून त्याचें मस्तक रणांत छेदून पाडण्याचें काम आज माझ्या हातून होणार काय? माधवा, क्लेश भोगण्यास अयोग्य अशा त्या द्रौपदीला केश धरून दुष्टानें ओढीत आणली त्याचें उसनें माझ्या हातून फिटेल कायरे?"

याप्रमाणें बोलत बोलत त्या हर्षोत्फुल्ल कृष्णार्जुनांनीं दुर्योधनास गांठण्याच्या हेतूनें समरांगणांत आपले उत्कृष्ट पांढरे घोडे पिटाळले. हे भरतश्रेष्ठा, तुझ्या पुत्राची व त्यांची गांठ पडली त्या वेळीं मोठा भयंकर प्रसंग गुजरला असतांही तुझा पुत्र डगमगला नाहीं. इतकेंच नव्हे, तर उलट त्या कृष्णार्जुनांवर चालून जाऊन त्यानें त्यांचें निवारण केलें. त्या वेळीं सर्व क्षत्रिय त्याची प्रशंसा करूं लागले. राजा, मग दुर्योधन राजास रणांत पुढें सरसावलेला पाहून तुझ्या सर्व सैन्यांत प्रचंड सिंहनाद होऊं लागला. याप्रमाणें लोकांचा भैरव ध्वनि होत असतां तुझ्या पुत्रानें शत्रूंस तुच्छ करून त्यांचें निवारण केलें. परंतु तुझ्या

धनुर्धर पुत्रानें कुंठित केल्यामुळें त्या परंतप कुंतीपुत्रास पुनः फारच चेव आला. याप्रमाणें ते पार्थ–दुर्योधन खवळून गेले असतां भीमदेही राजे चोहोंकडून त्यांस पाहात होते. धृतराष्ट्रा, कृष्ण व पार्थ चवताळलेले पाहून तुझ्या पुत्रानें हंसत हंसत त्यांस लढाईचें आव्हान केलें. मग संतुष्ट कृष्णानें व पांडुपुत्र अर्जुनानें मोठ्यानें गर्जना ठोकली, व आपले उत्कृष्ट शंख फुंकिले. त्या वेळीं त्यांचे ते उत्साहपूर्ण चेहरे पाहूनच सर्व कौरव तुझ्या पुत्राच्या जीविताविषयीं निराश झाले. कित्येक शोक करूं लागले; आणि दुर्योधन अग्निमुखांतच पडला असेंच एकंदर सर्व कौरवांना वाटूं लागलें ! कृष्णार्जुनांस तशा प्रकारें हर्षोत्फुल्ल पाहून तुझे सैनिक भयभीत होऊन " राजा मेला ! राजा मेला ! " असें ओरडूं लागले. लोकांचा तो गलबला ऐकून दुर्योधन त्यांस म्हणाला, " वीरहो, भीति सोडा, हा पहा मी कृष्णार्जुनांस मृत्यूकडे पाठवून देतों ! "

याप्रमाणें सर्व सैनिकांस आश्वासन देऊन तो जयाभिलाषी राजा पार्थास हांक मारून त्वेषानें म्हणाला:—पार्था, जर तूं पांडूचा पुत्र असशील, तर जीं जीं दिव्य व लौकिक अस्त्रें तुला अवगत असतील, त्या त्या सर्वांचा लवकर मजवर प्रयोग कर. अरे, तुझ्या व कृष्णाच्याही अंगीं जेवढें सामर्थ्य व जितका पराक्रम असेल, तितका सर्व तूं मला दाखीव. आम्ही तुझें पौरुष काय आहे तें पाहातों. अरे, तूं अनेक पराक्रमाचीं कृत्यें करून दुसऱ्यांकडून शाबासकी मिळविलीस असें कित्येक म्हणतात, परंतु तीं कृत्यें आम्हीं प्रत्यक्ष पाहिलेलीं नाहींत यासाठीं तीं तूं येथें दाखीव.

अध्याय एकशें तिसरा.

—:०:—

दुर्योधनाचा पराभव.

संजय सांगतोः—याप्रमाणें बोलून दुर्योधनानें अर्जुनास तीन मर्मभेदक बाणांनीं व त्याच्या चारी घोड्यांस चार महावेगी बाणांनीं विद्ध केलें; दहा बाण कृष्णाच्या छातीवर मारले, आणि एका भल्लानें त्याचा चाबूकही तोडून जमिनीवर पाडला. परंतु अर्जुनानें बिलकूल न गडबडतां चित्रविचित्र पिसाऱ्यांचे शिळेवर घांसलेले चौदा बाण त्वरेनें त्यावर टाकले, परंतु ते त्याच्या कवचास लागून खालीं पडले ! ते निष्फळ झालेले पाहून अर्जुनानें पुनः नऊ व आणखी लगेच पांच तीक्ष्ण बाण सोडले, परंतु तेही त्या कवचावरून गळून पडले ! मग त्यानें सोडलेले अठ्ठावीस बाणही निष्फळ झाल्याचें पाहून परवीरघ्न कृष्ण अर्जुनास म्हणालाः—पार्था, शिला चालाव्या त्याप्रमाणें मी आज अपूर्व पहात आहें ! अरे, तूं सोडलेले बाण कांहींच काम करीत नाहींत हं काय ? बाबारे, तुझें गांडीव पूर्वींप्रमाणें बळकट आहेना ? तसाच तुझा मुष्टि व बाहू यांचें सामर्थ्य तरी पूर्वींप्रमाणें कायम आहेना ! किंवा हा दुर्योधन लढाईस आल्यापासून आज तुला विपरीत काळ तर आला नाहींना ? पार्था, दुर्योधनाच्या रथावर टाकलेले तुझे हे बाण विफल झालेले पाहून मला मोठेंच आश्चर्य वाटत आहे. अरे, वज्र व विद्युल्लता यांसारखे घोर व शत्रुशरीरांचा भेद करणारे तुझे बाण आज तुझें कांहींच काम करीत नाहींत ही कोण विटंबना ?

अर्जुन म्हणालाः—कृष्णा, या दुर्योधनावर द्रोणानें आपल्या ज्ञानाचा प्रयोग केला आहे. यानें धारण केलेलें हें कवच माझ्या अस्त्रांस अभेद्य आहे. कृष्णा, अशा प्रकारचें हें कवच-

धारणा त्रैलोक्यांत कोणाला येत नाहीं. एका द्रोणाला ती अवगत आहे व त्याच श्रेष्ठाच्या कृपेनें ती मीही जाणतों. या कवचाचा बाणांनीं भेद करणें कदापि शक्य नाहीं. गोविंदा, स्वतः इंद्र वज्रानेंही तें युद्धांत फोडण्यास असमर्थच आहे. कृष्णा, तुला हें सर्व विदित असतां मला उगीच कां मोह पाडतोस ? केशवा, त्रैलोक्यांतील भूत, वर्तमान व भविष्य सर्व कांहीं तूं जाणतोस. मधुसूदना, तुझ्याप्रमाणें ज्ञाता दुसरा कोणीच नाहीं. कृष्णा, द्रोणानें केलेल्या या कवचबंधनामुळें हा दुर्योधन निर्भयपणें समरांगणांत उभा आहे, परंतु हें धारण केल्यावर पुढें युद्धांत काय करावयाचें तें यास ठाऊक नाहीं. माधवा, केवळ स्त्रीप्रमाणें ही उत्कृष्ट कवचधारणा यानें धारण मात्र केली आहे. जनार्दना, आतां माझ्या बाहूंचें व धनुष्याचें सामर्थ्य अवलोकन कर. कवचानें रक्षण होत असतांही मी या कुरुकुलाधमास पराभूत करतों. हें तेजस्वी कवच देवराजानें अंगिरा मुनीला दिलें, त्याच्यापासून तें बृहस्पतीला प्राप्त झालें, आणि त्यापासून तें इंद्राला मिळालें. पुनः सुरपतीनें तें कवच मंत्रपूर्वक मला दिलें. हें ब्रह्मदेवानें स्वतः निर्माण केलेलें दिव्य कवच जर याचें रक्षण न करतें, तर हा दुरात्मा आज माझ्या बाणांनीं खचित ठार झाला असता.

संजय म्हणाला:—असें बोलून सन्मान्य अर्जुनानें सुदृढ कवचाचाही भेद करणाऱ्या मानवास्त्रानें बाण अभिमंत्रून धनुष्यास लाविले. परंतु अर्जुनानें आकर्षिले जाणारे ते बाण धनुष्याच्या मध्यभागीं असतांच द्रोणपुत्रानें सर्वास्त्रघातक अशा अस्त्रानें ते तोडून टाकले. ब्रह्मवादी अश्वत्थाम्यानें ते बाण दुरूनच तोडलेले पाहून पार्थ विस्मित झाला आणि कृष्णास म्हणाला, " जनार्दना, ह्या अस्त्राचा प्रयोग मला दुसऱ्यानें करतां यावयाचा नाहीं. तसें केल्यास हें अस्त्र माझा व माझ्या सैन्याचाच नाश करील ! "

संजय म्हणाला:—राजा, मग दुर्योधनानें सर्पाप्रमाणें तीक्ष्ण असे नऊ नऊ बाण कृष्णार्जुनांवर टाकून रणांत त्यांस विद्ध केलें; आणि पुनः त्यांवर शरवृष्टि केली. ती प्रचंड शरवृष्टि पाहून तुझे वीर हर्षभरित झाले. ते वाद्यें वाजवूं लागले व सिंहनाद करूं लागले. असो; मग रणांत क्रुद्ध होऊन ओंठ चावणाऱ्या पार्थाला दुर्योधनाच्या शरीरापैकीं कवचानें रक्षण न केलेला असा कोणताच भाग दिसेना; तेव्हां त्यानें कालोपम तीक्ष्ण बाण सफाईनें मारून त्याचे घोडे व उभय पार्ष्णिसारथि यांचे तुकडे उडविले. तसेंच त्या वीर्यशाली सव्यसाचीनें त्वरेनें त्याचें धनुष्य छेदिलें, तलत्राण फोडून टाकलें, आणि रथाचे तुकडे उडविण्यास प्रारंभ केला. याप्रमाणें प्रयत्नशील पार्थानें त्यास विरथ केलें आणि नंतर दोन भल्ल बाणांनीं त्याचे दोन्ही तळहातांचा नखांमधील मांसाच्या ठिकाणीं वेध केला. तेव्हां दुर्योधन त्या वेदनांनीं व्याकुल होऊन धूम पळत सुटला. याप्रमाणें तो महत्संकटांत सांपडल्याचें पाहून अर्जुनाच्या बाणांनीं घायाळ झालेल्या त्या राजाच्या रक्षणार्थ अनेक धनुर्धर वीर धांवले. त्यांनीं हजारों रथ, सजविलेले हत्ती, स्वार व क्षुब्ध झालेलीं पायदळपथकें यांनीं पार्थास वेढून टाकलें, तेव्हां कृष्णार्जुन किंवा त्यांचा रथही दिसेना. ह्या सैन्यभारानें व त्यांनीं केलेल्या महान् अस्त्रवृष्टीनें ते अगदीं झांकून गेले. मग अर्जुनानें अस्त्रप्रभावानें त्या सेनेचा फडशा पाडला. तेव्हां तेथें शेंकडों हत्ती, व रथ छिन्नभिन्न होऊन पडले. त्या मेलेल्या व मरत असलेल्या हत्तींनीं व रथांनीं अर्जुनाचा तो उत्तम रथ अडविला. चोहोंकडे एक कोसपर्यंत त्या विदीर्ण रथ-गजांचा खच पडल्यामुळें अर्जुनाचा

रथ मध्येंच अडकून राहिला, मग वृष्णिवीर श्रीकृष्ण तांतडीनें अर्जुनास म्हणाला, "तूं धनुष्याचा जोरानें टणत्कार कर आणि मीही शंख वाजवितों." मग अर्जुनानें सुदृढ गांडीव धनुष्य आकर्षून महान् शरवृष्टीनें व तलशब्दानें शत्रूंचा संहार उडविला. धुळीनें ज्याचे डोळे भरून गेले आहेत व ज्यास अतिशय घाम फुटला आहे, अशा बलशाली कृष्णानेंही पांचजन्य शंख तारस्वरानें वाजविला. त्या वेळीं त्या शंखाच्या नादानें व धनुष्याच्या टणत्कारानेंच धैर्यहीन व धैर्यशाली लोकही भूमीवर पडले. मग त्यांच्या घेऱ्यांतून मुक्त झालेला अर्जुनाचा रथ वायुप्रेरित मेघाप्रमाणें शोभूं लागला. नंतर जयद्रथाचे रक्षक आपल्या अनुयायांसह खवळून गेले. एकाएकीं पार्थ त्यांच्या दृष्टीस पडल्यामुळें त्या जयद्रथाच्या पाठीराख्या धनुर्धरांनीं गर्जना केली, तेव्हां भूमि कांपूं लागली! बाणांवर बाण आपटून होणारे प्रचंड ध्वनि, त्यांतच मिसळलेले शंखांचे ध्वनि आणि सिंहनाद यांचा त्या महात्म्यांनीं कल्लोळ करून सोडला. राजा तुझ्या वीरांमध्यें उठलेला तो भयंकर कलकलाट ऐकून कृष्णार्जुनांनीं आपले श्रेष्ठ शंख वाजविले. तेव्हां हे राजा, त्यांच्या महान् ध्वनीनें पर्वत, सागर, द्वीपें व पाताल यांसहवर्तमान ही संपूर्ण पृथ्वी दणाणून गेली! हे भरतश्रेष्ठा, त्या शब्दानें दाही दिशा पूर्ण व्यापिल्या व तेथून उलट खाऊन तेथेंच त्या कौरवपांडवांच्या सैन्यांत त्याचा प्रतिध्वनि उठला. त्या ठिकाणीं कृष्णार्जुनांस पाहून तुझे रथी फारच गडबडून गेले व महारथ्यांचीही धांदल उडाली. मग सुसज्ज झालेल्या महाभाग कृष्णार्जुनांस पाहून तुझे वीर चवताळून त्यांवर धांवले, तेव्हां तेंही विलक्षणच दिसलें!

अध्याय एकशें चौथा.

—:०:—

संकुलयुद्ध.

संजय म्हणालाः—राजा, याप्रमाणें तुझे वीर समोर वृष्ण्यंधकश्रेष्ठ कृष्णास व कुरुश्रेष्ठ अर्जुनास पाहून प्राण घेण्याच्या इच्छेनें त्यांवर वेगानें धांवले आणि तिकडून अर्जुनही तसाच शत्रूंवर तुटून पडला. व्याघ्रचर्म व सुवर्ण यांनीं चित्रविचित्र दिसणारे व घरघर शब्द करणारे त्यांचे प्रचंड रथ प्रदीप्त झालेल्या अग्नीप्रमाणें सर्व दिशा प्रकाशित करूं लागले. हे पृथ्वीपते, चवताळविलेल्या अश्वांप्रमाणें विलक्षण शब्द करणारीं व सोन्यानें मढविलेलीं त्यांचीं धनुष्यें इतकीं चमकत होतीं कीं, त्यांकडे पाहाणेंही दुर्घट होतें. भूरिश्रवा, शल, कर्ण, वृषसेन, जयद्रथ, कृपाचार्य, शल्य व रथिश्रेष्ठ अश्वत्थामा हे आठ वीर व्याघ्रचर्मे व सुवर्णाच्या टिकल्या यांनीं मंडित अशा अश्वांच्या योगानें आकाशच गिळीत आहे कीं काय असे सर्व दिशांस चमकूं लागले! अर्जुनाच्या तीक्ष्ण शरांनीं रागास चढलेले ते सुसज्ज वीर मेघसंघांच्या ध्वनीप्रमाणें शब्द करणाऱ्या आपल्या रथांनीं दशदिशा व्यापूं लागले. त्या महारथांस वाहून नेणारे कुलीन आणि चपळ व चित्रविचित्र घोडे दशदिशा उज्ज्वल होतील अशा प्रकारें तेथें शोभत होते. डोंगराळ प्रदेश, नदीतीर व समुद्रकांठचा प्रदेश यांत उत्पन्न झालेल्या नानादेशांच्या महावेगवान् व जातवान घोड्यांच्या योगानें ते कौरववीराग्रणी तुझ्या पुत्राच्या रक्षणार्थ अर्जुनाच्या रथावर चोहोंकडून वेगानें धांवले. राजा, त्या पुरुषश्रेष्ठांनीं शंख घेऊन ते वाजविले आणि आकाश व सागर यांसुद्धां सर्व पृथ्वी दणाणून सोडली. त्यांच्याप्रमाणेंच वासुदेव व धनंजय यांनींही शंख वाजविले. ते दोघे वीर सर्व देवांहून वरिष्ठ

असून त्यांचे शंख पृथ्वीवरील सर्व शंखांत उत्तम होते. अर्जुनानें देवदत्त व कृष्णानें पांचजन्य शंख वाजविला. धनंजयानें केलेल्या देवदत्ताच्या ध्वनीनें पृथ्वी, अंतरिक्ष व दिशा व्यापून गेल्या. त्याचप्रमाणें वासुदेवानें केलेल्या पांचजन्याच्या ध्वनीनेंही इतर सर्व शब्द फिके पाडून आकाश भरून टाकलें. याप्रमाणें भीरूंस त्रासविणारें व शूरांस उत्साह आणणारें अनेक नादांचें भयंकर संमिश्रण तेथें चालू असतां व भेरी, झांजा, डंके व मृदंग अनेक ठिकाणीं वाजत असतां, हे राजेंद्रा, दुर्योधनाचें हित इच्छिणाऱ्या महारथांस युद्धाचें आव्हान झालें; परंतु आपापल्या सैन्याचें संरक्षण करणाऱ्या नानादेशांच्या परमधन्वी भूपालांस तो शब्द सहन न होऊन ते क्रुद्ध झाले; व कृष्णार्जुनांच्या तोडीस तोड देण्यासाठीं त्या अमर्षी महारथांनींही शंख वाजविले ! हे प्रभो, त्या शंखध्वनीनें तुझ्या सैन्यांतील हत्ती, घोडे व रथ उद्विग्न होऊन तें सैन्य कांहींसें अस्वस्थ झालें. शूरांनीं शंखध्वनीनें दुमदुमून दिल्यामुळें आकाशच फाटून गेलें काय, किंवा निर्घातध्वनीनें सर्व नादित होत आहे कीं काय असें त्या सैन्यास वाटून तें फारच भयभीत झालें. राजा, त्या प्रचंड शब्दानें सर्व दिशा दणाणून गेल्या, आणि युगांतसमयच प्राप्त झाला आहे कीं काय असें वाटून तें सैन्य त्रस्त झालें. मग दुर्योधन व ते आठ महारथी राजे यांनीं जयद्रथाच्या रक्षणार्थ अर्जुनास गराडा दिला. नंतर अश्वत्थाम्यानें वासुदेवावर त्र्याहात्तर व अर्जुनावर तीन बाण मारले, आणि पांच बाणांनीं त्याचा ध्वज व अश्व यांचाही वेध केला. जनार्दन कृष्ण जखमी झाल्यामुळें अर्जुन फारच खवळला; व त्यानें अश्वत्थाम्यावर सहाशें बाणांचा मारा केला; कर्णास दहा व वृषसेनास तीन बाणांनीं विद्ध केलें; आणि शल्याचें सशर धनुष्य मुठीशींच छेदून टाकलें ! मग शल्यानें दुसरें धनुष्य घेऊन अर्जुनास वेध केला, आणि भूरिश्रव्यानेंही शिळेवर घांसलेले सुवर्णपुंख तीन बाण त्यावर मारले. तसेच कर्णानें बत्तीस, वृषसेनानें सात, जयद्रथानें त्र्याहात्तर, कृपाचार्यांनीं दहा आणि मद्रपतीनेंही दहा बाण रणांत त्यावर टाकले. अश्वत्थाम्यानें तर साठ बाण अर्जुनावर मारून वासुदेवावर वीस बाण टाकले; आणि पुनः पार्थावर पांच बाणांचा मारा केला. राजा, कृष्ण हा ज्याचा सारथि आहे तो श्वेताश्व पार्थ आपलें हस्तलाघव दाखवीत हास्यपूर्वक त्या सर्वांसच विद्ध करीत होता. त्यानें कर्णास दहा व वृषसेनास तीन शरांनीं वेधून शल्याचें धनुष्य बाणासुद्धां मुठीशीं तोडून टाकलें ! त्यानें सौमदत्तीला तीन व शल्यास दहा बाणांनीं घायाळ करून अग्निज्वालेप्रमाणें तीक्ष्ण अशा आठ बाणांनीं द्रोणपुत्रास विद्ध केलें; आणि गौतमावर पंचवीस व सैंधवावर शंभर बाण टाकून पुनः अश्वत्थाम्यास सत्तर बाणांचा मार दिला. मग भूरिश्रव्यास फारच कोप चढला, त्यानें कृष्णाचा चाबूक तोडून टाकला, आणि अर्जुनावरही त्र्याहात्तर बाण मारले ! नंतर, ज्याप्रमाणें प्रचंड वारा मेघांस प्रतिबंध करितो, त्याप्रमाणें क्रुद्ध झालेल्या अर्जुनानें शेंकडों तीक्ष्ण बाणांनीं त्या शत्रूंचें हां हां म्हणतां निवारण केलें !

अध्याय एकशें पांचवा.

—:०:—

ध्वजांचें वर्णन.

धृतराष्ट्र विचारतो—संजया, माझ्या वीरांचे व पांडवांचे अत्यंत तेजानें झळकणारे नानाप्रकारच्या आकृतींचे ध्वज कसे काय होते तें मला सांग.

संजय म्हणालाः---राजा, त्या महात्म्यांच्या बहुविधाकृति ध्वजांचे आकार, रंग व नांवें मी तुला सांगतों, श्रवण कर. राजेंद्रा, त्या रथिश्रेष्ठांचे रथांवरील नानाप्रकारचे ध्वज प्रज्वलित अग्नीप्रमाणें देदीप्यमान दिसत होते. त्या सुवर्णाच्या ध्वजांचे दांडेही सोन्याचे होते व सुवर्णमालांनीं ते अलंकृत केले होते, यामुळें कांचन पर्वतावरील कांचनमय शिखरांप्रमाणें ते भासत होते. नानाप्रकारच्या रंगांनीं चित्रविचित्र झाल्यामुळें त्यांस फारच शोभा आली होती. त्यांच्या सभोंवतीं पताका लाविल्या होत्या; आणि त्या रंगीबेरंगी पताकांनीं चोहोंकडून वेष्टिलेले ते ध्वज विशेष खुलत होते. हे भरतर्षभा, त्या इंद्रधनुष्यासारख्या रंगीत पताका वाऱ्यानें हालत असल्यामुळें जशा कांहीं विलासिनी स्त्रियाच रणरूपी रंगभूमीवर नृत्य करीत आहेत असें भासत होतें; आणि फडकणाऱ्या त्या पताका रथ्यांचे श्रेष्ठ रथांस शोभा देत होत्या. सिंहाचें पुच्छ व भयंकर तोंड असलेला पार्थाचा वानरचिन्हांकित ध्वज रणांगणांत फारच भयंकर दिसत होता. राजा, कपिश्रेष्ठ हनुमान् ज्यावर बसला आहे असा तो पताकांनीं अलंकृत झालेला गांडीवधराचा ध्वज त्या सैन्यास त्रस्त करीत होता. हे भारता, तसाच द्रोणपुत्राचा ध्वज सिंहपुच्छांकित असून तो उत्तम ध्वज बालसूर्याप्रमाणें प्रकाशमान होत असलेला आम्हांस दिसला. इंद्रधनुष्याप्रमाणें तेजस्वी, वाऱ्यानें फडकणारा, चिन्हांकित, सुवर्णमय असा तो द्रोणपुत्राचा ध्वज कौरवांस आनंदवीत होता. हत्तीची सुवर्णमय सांखळी हा अधिरथपुत्राचा ध्वज होय. राजा, समरांगणांत त्यानें आकाश व्यापून टाकलेलें दिसत होतें. कर्णाच्या ध्वजावर माळा घातलेली सुवर्णमय पताका असून ती वाऱ्यानें प्रेरित होऊन रथोपस्थावर जशी नाचतच होती! पांडवांचा आचार्य जो तपस्वी ब्राह्मण गौतम कृपाचार्य, त्याचा गोवृषांकित ध्वज उत्तम सजविलेला होता. राजा, तेजस्वी वृषभध्वजानें त्रिपुरारि शंकर जसा शोभतो, तसा तो महारथी कृपाचार्य त्या गोवृषांकित ध्वजानें शोभत होता. हिरेमाणकें लाविलेला सोन्याचा मयूर वृषसेनाच्या ध्वजावर असून सेनेचा अग्रभाग सुशोभित करणारा तो मयूर आतां बोलेल असें दिसत होतें. राजेंद्रा, शोभायमान मयूरानें स्कंदाचा रथ जसा शोभत असे, तसा त्या महात्म्याचा तो रथ त्या मयूरानें शोभत होता. मद्रपति शल्याच्या ध्वजाच्या अग्रभागीं अग्नीच्या ज्वालेप्रमाणें देदीप्यमान सोन्याचा फाळ अप्रतिम शोभत असलेला आम्हीं पाहिला. हे मारिषा, सर्व धान्य रुजलें असतां त्याच्या मध्यभागीं नांगरांचा फाळ जसा शोभतो तसा तो ध्वजावरील फाळ त्या महात्म्याचे रथावर प्रकाशत होता. सिंधुराज जयद्रथाचे ध्वजाग्रावर सुवर्णाच्या जाळ्या घातलेला रुप्याचा डुकर असून तो शुद्ध स्फटिकाप्रमाणें चमकत होता, आणि देवदानवांच्या युद्धामध्यें पूर्वी सूर्य शोभला त्याप्रमाणें जयद्रथ राजा त्या रौप्यमय ध्वजानें सुशोभित दिसत होता. यज्ञशील व ज्ञानसंपन्न सौमदत्तीचा ध्वज यज्ञस्तंभाच्या चिन्हानें युक्त असून तो तेथें सूर्याप्रमाणें प्रकाशत होता, व पुनः चंद्राप्रमाणें आल्हादकारक दिसत होता. राजा, सोमदत्तीचा तो कांचनमय यज्ञस्तंभ राजसूय नामक महायज्ञांत उभारिलेल्या यज्ञस्तंभासारखा विराजत होता. हे धृतराष्ट्र महाराजा! सुवर्णानें चित्रविचित्र अशा मयूरांनीं शोभणारा रुप्याचा प्रचंड गज हा शल राजाचा ध्वज असून, हे भरतर्षभा, शुभ्रवर्ण ऐरावत इंद्राच्या सेनेस भूषित करितो तद्वत् तो तुझ्या सेनेस

शोभवीत होता. राजा, दुर्योधनाच्या रथावर सुवर्णानें आच्छादित असा ध्वज असून त्यावर एक रत्नखचित हत्ती होता. त्या चित्रविचित्र दिसणाऱ्या ध्वजावर शेंकडों घुंगरांचा आवाज होत होता, आणि तशा प्रकारच्या त्या प्रचंड ध्वजानें तुझा पुत्र कौरवाधिपति दुर्योधन त्या वेळीं समरांगणांत झळकत होता. याप्रमाणें कल्पांतसूर्यासारखे प्रकाशणारे हे नऊ ध्वज तुझ्या सैन्यांत मुख्यत्वें उभारलेले असून त्यांच्या योगानें तुझी सेना देदीप्यमान झाली होती. अर्जुनाचा कपिवरांकित ध्वज हा दहावा असून शत्रुपक्षाकडील तेवढा एकच ध्वज तेथें होता; व त्याच्या योगानें अर्जुन वन्हियुक्त हिमालयाप्रमाणें तेज टाकीत होता.

मग त्या परांतक महावीरांनीं अर्जुनाच्या पारिपत्यासाठीं आपलीं रंगीबेरंगी लखलखीत व अति प्रचंड अशीं धनुष्यें उचललीं; आणि तुझ्या दुष्ट मसलतीमुळें, अमानुष पराक्रम करणाऱ्या शत्रुनाशक अर्जुनानेंही गांडीव धनुष्य हातांत घेतलें. राजा, नानादिशांहून आणविलेले बहुत राजे रथ, गज व अश्व यांसहवर्तमान केवळ तुझ्या अपराधामुळें युद्धांत मरण पावले! दुर्योधनप्रभृति राजे व पांडवशिरोमणी अर्जुन एकमेकांच्या अंगावर ओरडूं लागले व परस्परांस प्रहार करूं लागले. याप्रमाणें युद्धास आरंभ झाल्यावर कृष्णसारथि अर्जुन एकटा अनेक शत्रूंस निर्भयपणें भिडला! असें अत्यंत अद्भुत कर्म त्यानें केलें! तेथें त्या सर्वांस जिंकून जयद्रथास ठार करूं करूं पाहाणारा महापराक्रमी नरश्रेष्ठ अर्जुन गांडीव धनुष्य चमकावीत तेथें शोभूं लागला. त्या शत्रुतापन अर्जुनानें हजारों प्राण सोडून तुझ्या योद्ध्यांस रणांत अदृश्य केलें! मग त्या सर्व महारथांनींही चोहोंकडून बाणांचे लोट फेंकून समरांत अर्जुनास अदृश्य करून टाकलें. याप्रमाणें त्या नरश्रेष्ठांनीं कुरुकुलावतंस अर्जुनास आच्छादिलें असतां त्याचे सैन्यांत मोठाच हाहाःकार उडाला.

अध्याय एकशें सहावा.

--:०:--

युधिष्ठिरापयान.

धृतराष्ट्र म्हणालाः—संजया, अर्जुन सिंधुपतीकडे आला असतां तिकडे भारद्वाजांनीं अडविलेल्या पांचालांनीं कौरवांबरोबर कसें युद्ध केलें?

संजय म्हणालाः—महाराज! तिसरे प्रहरीं कांटा आणणारें रणकंदन चाललें असतां कौरवपांडवांचें द्रोणाविषयीं द्यूतच सुरू झालें. हे मारिषा, पांचाल द्रोण ठार करण्याच्या ईर्षेनें गर्जना करीत त्यांवर शरवृष्टि करूं लागले. आणि नंतर देवदानवांच्या संग्रामाच्या तोडीचा त्या कौरवपांडवांचा घोर, अद्भुत व तुंबळ संग्राम सुरू झाला. सर्व पांचाल व पांडव द्रोणरथाजवळ येऊन थडकले आणि त्यांच्या सैन्याचा भेद करावा म्हणून महान् अस्त्रें सोडूं लागले. रथांत बसलेल्या त्या महारथ्यांनीं भूमि कांपवीत आस्ते आस्ते द्रोणांच्या रथापर्यंत चाल केली. केकयांतील महारथी बृहत्क्षत्र इंद्रवज्राप्रमाणें देदीप्यमान असे तीक्ष्ण बाण पेरीत द्रोणांवर धांवला. परंतु इकडून महायशस्वी क्षेमधूर्ति शेंकडों हजारों तीक्ष्ण बाण सोडीत त्वरेनें त्यास आडवा आला. मग चेदीचा अधिपति जो अतिबलाढ्य धृष्टकेतु, तो शंबरावर जाणाऱ्या महेंद्राप्रमाणें त्वरेनें द्रोणांवर चालून आला; परंतु आपसरलेल्या मृत्यूप्रमाणें एकाएकीं झडप घालणाऱ्या त्या वीरास महाधनुर्धर वीरधन्वा सत्वर आडवा आला. जयेच्छु, सुसज्ज व ससैन्य युधिष्ठिर राजास वीर्यशाली द्रोणांनीं गांठिलें. हे प्रभो, युद्धकलेंत निष्णात व पराक्रमी नकुल चालून आला असतां तुझा पराक्रमी पुत्र विकर्ण त्यास सामोरा गेला. त्याचप्रमाणें चालून येणाऱ्या

सहदेवास शत्रुकर्षण दुर्मुखानें हजारों आशुगामी बाणांनीं भरून काढलें. व्याघ्रदत्तानें वरचेवर भूमि कंपित करीत नीट पाजळलेल्या तीक्ष्ण बाणांनीं नरव्याघ्र सात्यकीचें निवारण आरंभिलें. खवळून गेलेले नरश्रेष्ठ द्रौपदीपुत्र उत्तमोत्तम बाण सोडीत जसतां त्या रथिश्रेष्ठांचें सोमदत्तीनें निवारण केलें. ज्याचें रूप भीषण असून ज्याकडे पाहूनच इतर भयभीत होतात, त्या क्रुद्ध भीमसेनानें चाल केली असतां महारथी आर्श्यशृंगीनें त्यास अटकाव केला. राजा, मागें नरराक्षसांचे युद्धांत राम-रावणाचें जसें युद्ध झालें, तसें त्या दोघांचें तुंबळ युद्ध होऊं लागलें. मग, हे भारता, भरतश्रेष्ठ धर्मराजानें नव्वद नतपर्व बाणांनीं द्रोणांचे सर्व मर्मस्थलांवर प्रहार केला. तेव्हां यशस्वी युधिष्ठिरानें कोपविलेल्या द्रोणांनींही पंचवीस बाण त्याच्या स्तनांच्या मध्यावर मारिले. पुनः त्यांनीं आणखी वीस बाण सोडून सर्व धन्व्यांच्या देखत अश्व, सारथि व ध्वज यांसहवर्तमान धर्मराजास व्यापून टाकलें. परंतु त्या धर्मशील पांडुपुत्रानें आपलें हस्तलाघव दाखवून द्रोणांनीं सोडलेले ते बाण शरवृष्टीनें निवृत्त केले. मग द्रोण समरांगणांत धर्मराजावर फारच रागावले; आणि त्या धनुर्धरानें महात्म्या धर्माचें धनुष्य तोडून रणांत पाडिलें; आणि लगेच त्या महारथानें हजारों हजार बाण सोडून त्या धनुष्यहीन युधिष्ठिरास चोहोंकडून व्यापून टाकलें ! भारद्वाजांच्या सायकांनीं राजा अदृश्य झालेला पाहून युधिष्ठिर मेलाच असें सर्वांस वाटलें ! हे राजेंद्रा, त्याचा पराभव झाला असें कित्येकांस भासलें; आणि महात्म्या द्रोणांनीं राजास ठार केलें असेंच कित्येक मानूं लागले ! याप्रमाणें तें परम संकट प्राप्त झालें असतां धर्मराज युधिष्ठिरानें समरांत द्रोणांनीं तोडलेलें तें धनुष्य टाकून दुसरें अधिक वेगवान् व तेजःपुंज असें दिव्य धनुष्य घेतलें; आणि द्रोणांनीं सोडलेले ते असंख्य बाण रणांत छेदून टाकले. अशा प्रकारचा त्या वीरानें अद्भुत पराक्रम केला ! राजा, क्रोधामुळें ज्याचे नेत्र आरक्त झाले आहेत अशा त्या युधिष्ठिरानें ते बाण छेदून तत्काल एक पर्वतांचेंही विदारण करणारी शक्ति हातात घेतली. त्या अत्यंत घोर व भयोत्पादक शक्तीचा दांडा सुवर्णाचा असून तीस आठ घंटा लाविल्या होत्या. ती शक्ति फेंकून त्या बलाढ्य राजानें आनंदित होऊन जोरानें गर्जना केली ! आणि हे भारता, त्या नादानें त्यानें सर्व भूतांस भयभीत करून सोडलें. धर्मराजानें समरांगणांत शक्ति उगारलेली पाहून " द्रोणांचें कल्याण असो, द्रोणांचें कल्याण असो ! " असें सर्व लोक एकाएकीं म्हणालें. धर्मराजाच्या हातांतून सुटलेली; मोकळ्या नागिणीप्रमाणें चमकणारी व दिशा व उपदिशा व आकाश प्रज्वलित करणारी ती शक्ति दीप्तास्य नागिणीसारखी द्रोणांच्या जवळ आली. हे प्रजापालका, एकाएकीं येत असलेली ती शक्ति पाहून अस्त्रज्ञवर द्रोणांनीं ब्रह्मास्त्र सोडलें. तें अस्त्र त्या घोररूप शक्तीचें भस्म उडवून त्वरेनें यशस्वी धर्मराजाच्या रथावर गेलें. हे मारिषा, मग महाज्ञानी युधिष्ठिरानें द्रोणांच्या त्या अस्त्राचें ब्रह्मास्त्रानेंच शमन केलें; आणि पांच नतपर्व बाणांनीं द्रोणांचा पाय जायबदी करून एका तीक्ष्ण क्षुरप्रानें त्यांचें प्रचंड धनुष्यही तोडून टाकलें. मग क्षत्रियमर्दक द्रोणांनीं तें मोडकें धनुष्य टाकून दिलें आणि एकाएकीं धर्मराजावर गदा फेंकिली. हे मारिषा, वेगानें येणारी ती गदा पाहून परंतप व क्रुद्ध अशा धर्मराजानें गदाच घेऊन फेंकिली. तेव्हां वेगानें फेंकलेल्या त्या दोन गदा एकमेकींवर आदळल्या आणि घर्षणानें अग्नि उत्पन्न करून एकदमच भूमीवर पडल्या. हे मारिषा, मग द्रोण धर्मराजावर फारच

रागावले. त्यांनीं चार पाजविलेल्या तीक्ष्ण बाणांनीं त्याचे घोडे मारिले; एका बाणानें त्याचें धनुष्य तोडून टाकलें. इंद्रध्वजाचे तोडीचा ध्वज एकानें छेदिला; आणि तीन बाणांनीं त्यासही पीडा केली. हे भरतर्षभा, मग युधिष्ठिर त्या अश्वहीन रथांतून उडी मारून निःशस्त्र होत्साता हात वर करून उभा राहिला. त्यास विरथ व विशेषेंकरून निःशस्त्र झालेला पाहून द्रोणांनीं शत्रूंस व त्यांच्या सर्व सैन्यास मोहित केलें. तो हाताचा चपल व दृढनिश्चयी वीर हजारों तीक्ष्ण बाण सोडीत बलाढ्य सिंह मृगावर धांवतो तद्वत् धर्मराजावर धांवला. शत्रुघातक द्रोण त्यावर चालून आले हें पाहून पांडव एकदम "द्रोणांनीं राजास मारिलें हो मारिलें!" अशा प्रकारें हाहाःकार करूं लागले. हे भारता, याप्रमाणें पांडवांच्या सैन्यांत फारच मोठा गलबला होऊं लागला; परंतु इतक्यांत कुंतीपुत्र युधिष्ठिर राजा त्वरेनें सहदेवाच्या रथावर बसून घोडे पिटाळीत दूर निघून गेला!

अध्याय एकशें सातवा.

—:०:—

क्षेमधूर्तीचा वध.

संजय म्हणालाः—महाराज, केकय देशाचा दृढपराक्रमी वीर बृहत्क्षत्र चालून येत असतां क्षेमधूर्तीनें त्याचे छातीवर बाणांचा मारा केला. परंतु बृहत्क्षत्रानें द्रोणसैन्य फोडण्याच्या हेतूनें त्वरेनें त्यास नव्वद बाण मारिले. तेव्हां क्षेमधूर्ति खवळून त्यानें महात्म्या कैकेयाचें धनुष्य एकाच पाणीदार तीक्ष्ण बाणानें तोडून टाकलें! आणि लगेच त्या छिन्नधनुष्य महावीरास एक बाण मारून समरांत विव्हल केलें! मग बृहत्क्षत्रानें हास्यपूर्वक दुसरें धनुष्य घेऊन महारथी क्षेमधूर्तीचे घोडे व सारथि मारून त्यास विरथ केलें; आणि दुसऱ्या एका पाजविलेल्या पाणीदार भल्लानें, देदीप्यमान कुंडलें धारण करणाऱ्या त्या राजाचें मस्तक धडापासून दूर केलें! तेव्हां ज्यावरील केंस कुरळे आहेत असें तें एकाएकीं छिन्न झालेलें त्याचें मस्तक किरीटासह जमिनीवर पडून आकाशांतून पडलेल्या ताऱ्याप्रमाणें शोभूं लागलें!

वीरधन्व्याचा वध.

याप्रमाणें त्यास मारून तो बृहत्क्षत्र महारथी अर्जुनाचे कार्यास्तव तुझ्या सैन्यावर वेगानें जाऊन पडला! हे भारता, याप्रमाणें द्रोणांस गांठण्यासाठीं येणाऱ्या त्या धृष्टकेतूला पराक्रमी व महाधनुर्धर वीरधन्व्यानें अडविलें. तेव्हां शर याच ज्यांच्या दाढा आहेत अशा त्या वेगवान् वीरांनीं एकमेकांशीं भिडून परस्परांवर हजारों बाण टाकले. ज्याप्रमाणें दोन अत्यंत मदोन्मत्त गजेंद्र महावनांत एकमेकांशीं झुंजतात, त्याप्रमाणें ते दोघे नरश्रेष्ठ परस्परांशीं लढले. गिरिगव्हरांत एकमेकांस भेटलेल्या दोघां क्रुद्ध वाघांप्रमाणें परस्परांस ठार करूं पाहाणारे ते महावीर्यशाली वीर लढूं लागले. त्या वेळीं, हे राजा, त्यांचें तें युद्ध फारच तुंबळ, प्रेक्षणीय व सिद्धचारणांचे समुदायांसही विस्मयकारक व अद्भुत असें झालें. असो; हे भारता, मग क्रुद्ध वीरधन्व्यानें एका भल्ल बाणानें धृष्टकेतूचे धनुष्याचे हंसत हंसतच दोन तुकडे केले. तेव्हां त्या महारथी चेदिराजानें तें मोडकें धनुष्य टाकून दिलें; आणि सुवर्णाचा दांडा असलेली एक प्रचंड पोलादी शक्ति उचलली. हे भारता, त्यानें ती महावीर्यशाली शक्ति दोन्ही हातांनीं धरून एकदम नेमानें वीरधन्व्याच्या रथावर फेंकिली. तेव्हां त्या वीरांतक शक्तीच्या भयंकर तडाक्यानें त्याचें हृदय विदीर्ण होऊन तो तत्काल रथांतून खालीं जमिनीवर पडला! हे प्रभो, त्रिगर्तांचा तो महारथी वीर मारला गेला असतां

पांडवांकडील योद्ध्यांनीं चोहोंकडून तुझ्या सैन्याची फाटाफूट उडविली.

दुर्मुख व सहदेव यांचें युद्ध.

नंतर दुर्मुखानें सहदेवावर साठ बाण टाकिले आणि त्या पांडुपुत्रास रणांत भयभीत करण्यासाठीं त्यानें प्रचंड सिंहनाद केला. मग खवळलेल्या माद्रीसुतानें हंसत हंसतच त्या चालून येणाऱ्या चुलत भावावर तीक्ष्ण शरांचा मारा केला. हे भारता, तो महाबलिष्ठ सहदेव रणांत सरसावलेला पाहून दुर्मुखानें त्यावर नऊ बाण मारले. परंतु महाबलिष्ठ माद्रीसुतानें एका भल्ल बाणानें दुर्मुखाचा ध्वज छेदून चार तीक्ष्ण शरांनीं चारी घोडे मारले; आणि दुसऱ्या एका पाणीदार तीक्ष्ण भल्लानें त्याच्या सारथ्याचें मस्तक देदीप्यमान मुकुटासह देहापासून भिन्न केलें ! मग सहदेवानें एका तीक्ष्ण क्षुरप्रानें त्या कौरवाचें प्रचंड धनुष्य रणांत छेदून पांच बाणांनीं त्याचाही वेध केला. हे भारता, त्या वेळीं दुर्मुख खिन्न होऊन तो अश्वहीन रथ सोडून देऊन निरमित्राच्या रथावर चढला. राजा, मग त्या परवीरांतक क्रुद्ध सहदेवानें त्या महायुद्धामध्यें एकाच भल्ल बाणानें त्या निरमित्रास सेनेमध्यें ठार केलें. तेव्हां तो त्रिगर्त राजाचा मुलगा निरमित्र राजा रथस्थानावरून खालीं पडला व त्यानें तुझ्या सेनेस दुःखित केलें ! दाशरथि रामचंद्रानें महाबलाढ्य खर राक्षसास मारिलें त्या वेळीं तो जसा शोभला, तसा महाबाहु सहदेव या वेळीं त्या त्रिगर्तपुत्राचा वध केल्यामुळें शोभूं लागला. राजा, महारथी निरमित्र राजपुत्र पडलेला पाहून त्रिगर्त फारच हाहाःकार करूं लागले.

राजा, तिकडे नकुलानें तुझ्या दीर्घलोचन विकर्ण नामक, पुत्रास दोन घटकांत अगदीं जेरीस आणलें. तेव्हां तें त्याचें कर्म लोकांस अद्भुतसें वाटलें. व्याघ्रदत्तानें तीक्ष्ण शरांनीं सात्यकीस अश्व, सारथि व ध्वज यांसहवर्तमान सेनेच्या मध्यभागीं अदृश्य करून टाकलें. मग त्या शूर शिनिप्रपुत्रानें घटलेल्या वीराप्रमाणें त्या बाणांचें निवारण करून अश्व, सूत व ध्वज यांसहवर्तमान व्याघ्रदत्ताचा निःपात उडविला ! हे प्रभो, तो मागधराजाचा कुमार मारला जातांच मागधवीर चोहोंकडून मोठ्या निकरानें युयुधानावर धांवले. हजारों बाण, तोमर, भिंदिपाल, भाले, मोगर व मुसळें फेंकीत ते वीर युद्धनिपुण सात्वताशीं रणांत झगडूं लागले. परंतु त्या बलाढ्य, झुंजार व पुरुषश्रेष्ठ सात्यकीनें विशेष आयास न पडतां हंसत हंसतच त्या सर्वांस जिंकिलें ! मग त्यांतील जिवंत राहिलेले मागधवीर चोहोंकडे पळत सुटले असतां त्यांस पाहून, हे राजा, युयुधानाच्या बाणांनीं त्रस्त झालेलें तुझें सैन्यही फुटून गेलें ! याप्रमाणें रणांत तुझ्या सैन्याचा नाश करून तो महायशस्वी सात्यकि आपलें श्रेष्ठ धनुष्य फडकावीत तेथें चमकूं लागला ! राजा, महाबलिष्ठ सात्यकि तुझ्या सैन्याची दाणादाण उडवीत असता त्यानें त्यास इतकें त्रासविलें कीं, तें त्यासमोर युद्धास उभेंही राहीना ! मग द्रोण अत्यंत खवळले आणि त्यांनीं एकदम डोळे वटारून त्या सत्यपराक्रमी सात्यकीवर स्वतःच चाल केली !

अध्याय एकशें आठवा.

—:०—

अलंबुषाचा पराभव.

सौमदत्तीचा वध.

संजय सांगतोः--राजा, महायशस्वी सौमदत्तीनें महाधनुर्धर द्रौपदीपुत्रांवर प्रत्येकीं पांच पांच बाण टाकून पुनः सात सात बाणांनीं त्यांचा वेध केला. हे प्रभो, त्या रौद्ररूपी वीरानें

एकाएकीं अत्यंत पीडित केल्यामुळें द्रौपदीपुत्र गोंधळून गेले; व समरांगणांत आतां काय केलें पाहिजे हें त्यांस कांहींच समजेना. तथापि नकुलाचा शत्रुनाशक पुत्र जो नरश्रेष्ठ शतानीक, त्यानें सौमदत्तीस दोन बाणांनीं जखमी करून धिटाईनें गर्जना केली. तेव्हां त्याच्या दुसऱ्या भ्रात्यांनींही सावधगिरीनें त्या अमर्षी सौमदत्तीवर तीन तीन बाण टाकून समरांगणांत त्वरेनें त्याचा वेध केला. महाराजा, मग महायशस्वी सौमदत्तीनें त्यांवर पांच बाण सोडले आणि प्रत्येकाच्या छातीवर एकेक बाण मारिला. नंतर त्याच्या शरांनीं विद्ध झालेले ते पांच भाऊ रणांत त्या वीरास घेरून त्यास फारच शरपीडित करूं लागले. क्रुद्ध अर्जुनपुत्रानें चार तीक्ष्ण बाण मारून त्याचे घोडे यमसदनीं पाठविले. भीमपुत्रानें त्या महात्म्याचें धनुष्य तोडून टाकलें, तीक्ष्ण शरांनीं त्याचा वेध केला, आणि जोरानें गर्जना केली. युधिष्ठिरपुत्रानें त्याचा ध्वज छेदून जमिनीवर पाडला; नकुलपुत्रानें त्याच्या सारथ्यास रथनीडेपासून दूर केलें आणि याप्रमाणें त्यास आपल्या भावांनीं पराभूत केलेला पाहून सहदेवपुत्रानें एका क्षुरप्र बाणानें त्याचें मस्तक कापलें! राजा, सुवर्णभूषणांनीं विभूषित असें तें त्याचें मस्तक भूमीवर पडलें, आणि बालसूर्याप्रमाणें तेजस्वी असें तें मस्तक रणांगण प्रकाशित करूं लागलें. राजा, महासमर्थ सौमदत्तीचा शिरच्छेद झालेला पाहून तुझे सैनिक भयभीत होऊन अनेक वाटांनीं पळत सुटले.

अलंबुष व भीमसेन यांचें युद्ध.

राजा, लक्ष्मणाशीं इंद्रजित, त्याप्रमाणें क्रुद्ध झालेला अलंबुष महाबलाढ्य भीमसेनाशीं समरांगणांत झुंजला. ते दोघे नरराक्षस रणांत युद्ध करीत असतां त्यांस पाहून सर्व भूतांस विस्मय व हर्ष उत्पन्न झाला. राजा, मग भीमसेनानें नऊ तीक्ष्ण शरांनीं त्या असहिष्णु राक्षसेंद्रास हास्यपूर्वकच विद्ध केलें. तेव्हां तो राक्षस जखमी होऊन त्यानें तेथें भयंकर किंकाळी फोडली; आणि तो व त्याचे अनुचर भीमसेनावर धांवले. त्यानें भीमास पांच उत्कृष्ट शरांनीं जखमी करून त्याबरोबरच्या तीस रथांचा युद्धांत चक्काचूर उडविला; आणि पुनः चारशें रथांचा चूर करून त्यानें एका बाणानें भीमासही घायाळ केलें. याप्रमाणें त्या राक्षसानें अत्यंत जखमी केल्यामुळें तो महाबलिष्ठ भीम मूर्च्छित होऊन रथांत पडला! परंतु पुनः सावध होऊन विलक्षण संतापानें त्यानें घोर, उत्तम व बळकट असें आपलें धनुष्य खेंचून अलंबुषाचें सर्व अंग तीक्ष्ण शरांनीं सडकून काढलें. राजा, त्या वेळीं काळ्या काजळाच्या ढिगासारखा तो राक्षस अनेक बाणांनीं विद्ध झाल्यामुळें प्रफुल्लित पळसाप्रमाणें शोभूं लागला. भीमचापापासून सुटलेल्या बाणांनीं रणांगणांत पीडित होत असतां महात्म्या भीमसेनानें केलेला आपल्या भावाचा वध आठवून तो भयंकर रूप धारण करून भीमास म्हणाला:—पृथापुत्रा, आतां रणांत मात्र उभा रहा आणि आज माझा पराक्रम काय आहे तो पहा! अरे दुर्बुद्धे, बकासुर नामक जो बलाढ्य राक्षसपति—तो माझा भाऊ तूं मारिलास त्या वेळीं मी तेथें नव्हतों रे!

असें भीमास म्हणून तो अदृश्य झाला आणि त्यावर प्रचंड शरवृष्टि करून त्यानें त्यास चोहोंकडून व्यापून टाकलें. राजा, याप्रमाणें तो राक्षस समरांगणांत अदृश्य झाला असतां भीमानें नतपर्व शरांनीं आकाश भरून टाकलें. याप्रमाणें भीमानें त्यास मारण्याचा उद्योग आरंभिला असतां तो क्षणार्धांत रथावर बसे, पुनः धरणीवर उतरे आणि लगेच अल्प रूप

धारण करून एकाएकीं आकाशांत जाई. लहानमोठीं अनेक प्रकारचीं रूपें तो घेई; क्षणात लहान तर क्षणांत मोठा होई व पुनः स्थूल देह धारण करी. तो मेघाप्रमाणें नाद करीत चोहोंकडे एकदां हळू तर एकदां मोठ्यानें असे शब्द करीत होता. आकाशांतून हजारों शरधारा पडत होत्या, त्याचप्रमाणें शक्ति, कणप, भाले, शूल, पट्टे, तोमर, शतघ्नी, परिघ, परशू, भिंदिपाल, शिला, तरवारी, गुड, ऋष्टि व वज्र यांचाही वर्षाव होत होता. राक्षसानें उत्पन्न केलेली ती अत्यंत घोर शरवृष्टि रणांगणांत भीमाचे सैनिकांस ठार करीत सुटली. त्या राक्षसानें पांडवांच्या सैन्यांतील हत्ती रणांत पाडिले; आणि, हे राजा, पुष्कळसे घोडे व तसेंच पायदळही लोळविलें आणि रथीही त्याच्या सायकांनीं घायाळ होऊन रथांतून खालीं कोसळले. शोणित हेंच जिच्यांतील उदक आहे, रथ हे जींतील भोंवरे आहेत, गजरूपी नक्रांनीं जी गजबजून गेली आहे, छत्रें हे जीमधील हंस आहेत, आणि बाहुरूपी भुजंगांनीं जी व्याप्त झाली आहे, अशी राक्षसांच्या समुदायानें गजबजलेली व शेंकडों चेदि, पांचाल व सृंजय यांना वाहून नेणारी एक कर्दमयुक्त नदीच त्यानें तेथें निर्माण केली. राजा, याप्रमाणें तो समरांगणांत निर्भयपणानें संचार करीत असतां पांडव अत्यंत उद्विग्नतेनें त्याचा पराक्रम शून्यदृष्टीनें पाहात होते. त्या वेळीं तुझ्या सैन्यास मोठा आनंद झाला व त्यामध्यें अंगावर रोमांच उठविणारा अतिशय मोठा व भयंकर असा वाद्यघोष होऊं लागला! राजा, तुझ्या सैन्याचा तो घोर शब्द ऐकून, तलशब्द गजास सहन होत नाहीं, त्याप्रमाणें भीमसेनास तो शब्द सहन झाला नाहीं. त्याचे डोळे क्रोधानें लाल होऊन तो प्रदीप्त अग्नीसारखा दिसूं लागला, आणि त्यानें प्रत्यक्ष विश्वकर्म्याप्रमाणें त्वाष्ट्र अस्त्राचा प्रयोग केला. मग चोहोंकडे हजारों बाण उत्पन्न झाले, आणि त्या बाणांच्या योगानें तुझ्या सैन्याची अगदीं पळापळ उडाली. भीमसेनानें समरांगणांत प्रेरिलेल्या त्या अस्त्रानें अलंबुषाच्या महामायेचा नाश करून त्यासही पीडित केलें. तेव्हां भीमसेनानें अनेक प्रकारें भंडावून सोडलेला तो राक्षस रणांत भीमास सोडून द्रोणसैन्याकडे धांवला. राजा, महाबलाढ्य भीमसेनानें त्या अलंबुष राक्षसाधिपतीस जिंकिलें, तेव्हां पांडवांनीं सिंहनाद करून सर्व दिशा दणाणून दिल्या; आणि ज्याप्रमाणें समरांगणांत प्रऱ्हादास जिंकिल्यावर मरुद्गणांनीं इंद्राची स्तुति केली, त्याप्रमाणें हर्षभरित झालेल्या पांडवांनीं त्या महाबलाढ्य वायुपुत्राची स्तुति केली.

अध्याय एकशें नववा.

—:c:—

अलंबुषाचा वध.

संजय सांगतोः—हे महाराजा, नंतर, अलंबुष निर्भयपणें समरांगणांत संचार करीत असतां हिडिंबेचा पुत्र घटोत्कच त्यावर वेगानें चालून गेला, आणि त्यानें त्यास तीक्ष्ण शरांनीं वेधिलें. तेव्हां, हे राजा, विविध माया दाखविणाऱ्या त्या दोघां बलाढ्य राक्षसांचें शक्रशंबरांच्या युद्धाप्रमाणें मोठें भयंकर युद्ध झालें. अलंबुषानेंही चवताळून घटोत्कचास तीव्र प्रहार केले, आणि पूर्वी जसें रामरावणांचें युद्ध झालें, तशा प्रकारचें त्या दोघां राक्षसेंद्रांचें भयंकर युद्ध झालें. हे प्रभो, अलंबुषाच्या स्तनमध्यप्रदेशीं घटोत्कचानें वीस बाण मारले, आणि थांबून थांबून सिंहाप्रमाणें गर्जना केली. राजा, अलंबुषानेंही त्याचप्रमाणें झुंजार हिडिंबासुतास वरचेवर विद्ध करून

उन्मत्तपणें सिंहनाद केला आणि सभोंवार आकाश दणाणून सोडलें! याप्रमाणें ते दोघे महाबलिष्ठ राक्षसपति अत्यंत संतप्त होऊन एकमेकांशीं मायेनें आपली पराकाष्ठा करून लढले. ते वरचेवर शेंकडों प्रकारची माव करीत होते आणि परस्परांस भूल पाडीत होते. ते दोघेही मायायुद्धांत निष्णात असल्यामुळें ते तशाच प्रकारानें लढले. राजा, युद्धामध्यें घटोत्कच जी जी म्हणून माव दाखवी तिचा अलंबुष मायेनेंच नाश करी. अशा प्रकारें तो मायायुद्धकुशल अलंबुष झगडत आहे असें पाहून पांडवांस क्रोध आला. ते क्रुद्ध होऊन व चवताळून चोहों बाजूंनीं रथ घेऊन त्यावर धावले. राजा, त्यांनीं रथसमुदायानें अलंबुषास चौफेर गराडा दिला; आणि गजावर उल्कावृष्टि व्हावी त्याप्रमाणें त्यांनीं त्यावर सर्व बाजूंनीं बाणांचा वर्षाव केला. तथापि अलंबुषानें त्यांचे बाण अस्त्रमायेनें कुंठित केले आणि वणव्यांतून सुटलेल्या हत्तीप्रमाणें तो त्यांच्या रथांच्या वेढ्यांतून निसटला. इंद्राच्या वज्राप्रमाणें शब्द करणारें आपलें घोर धनुष्य खेंचून त्यानें भीमसेनावर पंचवीस, घटोत्कचावर पांच, युधिष्ठिरावर तीन, सहदेवावर सात, नकुलावर एकवीस आणि प्रत्येक द्रौपदीपुत्रावर पांच पांच बाण टाकून त्यांचा वेध केला आणि भयंकर गर्जना केली. मग उलट भीमसेनानें नऊ, सहदेवानें पांच आणि युधिष्ठिरानें शंभर बाण टाकले. त्याचप्रमाणें नकुलानें चौसष्ट, द्रौपदीपुत्रांनीं तीन तीन आणि हिंडिबासुतानें पन्नास बाणांनीं त्यास युद्धांत विद्ध केलें! मग पुनः सत्तर बाणांनीं त्यास जखमी करून महाबलाढ्य घटोत्कचानें गर्जना केली. तेव्हां त्याच्या त्या प्रचंड ध्वनीनें पर्वत, वनें, वृक्ष व समुद्र यांसुद्धां ही संपूर्ण रणभूमि कांपूं लागली. राजा, याप्रमाणें त्या महारथी वीरांनीं त्या अलंबुषास चोहोंकडून अत्यंत जर्जर केलें असताही त्यानें त्या सर्वांस उलट पांच पांच बाणांनीं जखमी केलें. हे भरतर्षभा, मग त्या रणांत क्रुद्ध झालेल्या त्या राक्षसावर घटोत्कच संतापून त्यानें सात बाणांनीं त्यास घायाळ केलें. तेव्हां त्या बलवंताच्या माऱ्यानें तो महाबली अलंबुष फारच जखमी झाला; तथापि त्यानें शिळेवर घांसलेले सोन्याच्या पिसाऱ्याचे बाण सत्वर सोडले. तेव्हां ते गुळगुळीत गांठीचे बाण पर्वताच्या शिखरांमध्यें घुसणाऱ्या कोपिष्ट पन्नगाप्रमाणें घटोत्कचाच्या अंगांत शिरले. राजा, मग पांडव व घटोत्कच हे चवताळून चोहोंकडून त्यावर तीक्ष्ण शरांचा मारा करूं लागले. तेव्हां त्या जयशाली पांडवांच्या माऱ्यानें अलंबुष घायाळ होऊन मरणोन्मुख झाला, व पुढें काय करावें, हेंही त्यास सुचेना. अशा वेळीं मग युद्धनिपुण महाबलिष्ठ घटोत्कच त्याची ती अवस्था पाहून त्याच्या वधास उद्युक्त झाला. तो वेगानें त्या राक्षसपतीच्या रथावर धांवला. तो क्रुद्ध घटोत्कच आपल्या रथावरून त्वरेनें निघाला व जळलेल्या पर्वतशिखराप्रमाणें किंवा विदीर्ण झालेल्या काजळाच्या राशीप्रमाणें दिसणारा अलंबुषाचा रथ त्यानें गांठला. लगेच त्यानें गरुड सर्पास उचलतो त्याप्रमाणें अलंबुषास रथावरून उचललें, हातांनीं वर करून वारंवार गरगर फिरविलें, आणि भरलेला घडा दगडावर आपटून फोडावा त्याप्रमाणें त्या बललाघवसंपन्न व वीर्यशाली घटोत्कचानें अलंबुषास भूमीवर आपटून क्षणांत त्याचें चूर्ण उडविलें! राजा, रणांत क्रुद्ध झालेल्या त्या भीमपुत्रानें आपल्या सर्व सैन्यास भयभीत केलें. त्याचे सर्व अवयव विदीर्ण झाले, अस्थींचा चुराडा उडाला, आणि त्यामुळें तो फारच भेसूर दिसत होता. त्याप्रमाणें तो घटोत्कच

वीरानें ठार केलेला अलंबुष कंटकयुक्त शाल-वृक्षासारखा दिसत होता. असो; मग त्या निशाचराचा नाश झाल्यामुळें पांडवांचीं अंतःकरणें प्रफुल्लित झालीं, ते सिंहनाद करूं लागले व वस्त्रें हालवूं लागले; आणि, हे भरत-र्षभा, तो महाबलिष्ठ अलंबुष राक्षसही चंदन उडालेल्या पर्वताप्रमाणें मेल्याचें पाहून तुझीं सैन्यें व तसे तुझे शूर वीरही हाहाःकार करूं लागले. स्वेच्छेनें जमिनीवर पसरलेल्या अग्नी-प्रमाणें पडलेल्या त्या राक्षसाकडे लोक मोठ्या कौतुकानें पाहूं लागले. असो; घटोत्कचानें त्या बलवंतांत वरिष्ठ अशा राक्षसास ठार मारून, बलदैत्यास मारिल्यावर इंद्रानें गर्जना केली त्याप्रमाणें जोरानें गर्जना केली! घटोत्कचानें तें दुष्कर कर्म केल्यामुळें त्याचे वडील व भाऊ त्याची प्रशंसा करूं लागले; आणि पिक-लेल्या भोपळ्याप्रमाणें त्या अलंबुष नामक शत्रूचा वध झाल्यामुळें त्या वेळीं स्वतः घटो-त्कचासही आनंद झाला. मग शंखनाद व नानाप्रकारचे बाणघोष यांनीं युक्त असा फारच मोठा शब्द उठला आणि तो ऐकून पांडवही उलट गर्जना करूं लागले, यामुळें तो ध्वनि जोरानें स्वर्गास जाऊन पोंचला.

अध्याय एकशें दहावा.

—:०:—

युधिष्ठिराचें भाषण.

धृतराष्ट्र म्हणालाः—संजया, युयुधानानें द्रोणाचार्यांचें युद्धांत कसें निवारण केलें तें मला यथार्थ सांग, मला तें ऐकण्याची मोठी उत्कंठा आहे.

संजय सांगतोः—हे महाज्ञानी राजा, युयुधानप्रभृति पांडवांबरोबर द्रोणांचें अंगावर कांटा आणणारें युद्ध झालें, त्याची हकीकत श्रवण कर. हे मारिषा, युयुधान सैन्यास मारीत सुटला असें पाहून द्रोण स्वतः सत्य-पराक्रमी सात्यकीवर चालून गेले. महारथी द्रोण एकाएकीं येत असतां सात्यकीनें पंचवीस क्षुद्र बाण त्यांवर मारले. तेव्हां युद्धांत नांवा-जलेल्या त्या निर्भय द्रोणांनीं त्वरेनें सुवर्णपुंख तीक्ष्ण बाणांनीं युयुधानास वेध केला. तेव्हां ते मांस-भक्षक बाण त्याच्या त्या बळकट कव-चाचाही भेद करून पन्नगांप्रमाणें फूत्कार करीत धरणींत प्रवेशले. तेव्हां अंकुश टोंच-ल्यामुळें चवताळलेला हत्तीच कीं काय अशा त्या बलाढ्य वीरानें अग्नितुल्य पन्नास बाणांनीं द्रोणांस विंधिलें. याप्रमाणें युयुधानानें रणांत सत्वर जखमी केलेल्या द्रोणांनीं त्या झटणा-ऱ्या सात्यकीस अनेक बाणांनीं विद्ध केलें. मग पुनः त्या क्रुद्ध झालेल्या महाबलिष्ठ महा-धनुर्धरानें सात्वतास नतपर्व शरानें पीडा दिली. तेव्हां भारद्वाजानें याप्रमाणें मरणोन्मुख केले-ल्या त्या सात्यकीस कांहींच कर्तव्य सुचेना. हे प्रजापालका! तो युयुधान खिन्नवदन झाला होता, तथापि तसाच रणांत द्रोणांकडे पाहून त्यांवर तीक्ष्ण शर सोडीत होता. राजा, सात्यकीची ती स्थिति पाहून तुझे पुत्र व सैनिक आनंदित झाले आणि वरचेवर सिंह-नाद करूं लागले. हे भारता, त्यांचा तो घोर शब्द श्रवण करून व जर्जर झालेल्या सात्य-कीस पाहून युधिष्ठिर आपल्या सर्व सैनिकांस म्हणालाः—हा वृष्णींतील प्रमुख वीर सत्य-पराक्रमी सात्यकि राहूकडून ग्रस्त होणाऱ्या सूर्याप्रमाणें शूर द्रोणांकडून ग्रासला जात आहे! यास्तव, वीरहो, धांवा, सात्यकि लढत आहे तिकडे चला. मग तो युधिष्ठिर राजा पुनः पांचाल्य धृष्टद्युम्नास म्हणालाः—पार्षता, सत्वर द्रोणांवर चालून जा; अरे, उभा काय राहातोस? या द्रोणानें आम्हांस घोर संकटांत घातल्याचें पाहात नाहींस काय? अरे,

ज्याप्रमाणें दोरीस बांधलेल्या पक्ष्याशीं बालक क्रीडा करितो, त्याप्रमाणें हा महाधनुर्धर द्रोण-सात्यकीशीं रणांत नुसता खेळत आहे. यास्तव भीमसेन वगैरे तुम्ही सर्वजण जमाव करून तिकडेच युयुधानाच्या रथाकडे जा. मीही सैनिकांसह तुझ्या मागोमाग येतों. आज यमाच्या दाढेंत सांपडलेल्या सात्यकीस सोडव.

हे भारता, असें बोलून धर्मराजा सर्व सैन्यासह युयुधानाच्या रक्षणार्थ रणांगणांत द्रोणांवर धांवला. त्या वेळीं एकट्या द्रोणांशीं लढण्याची इच्छा करणाऱ्या त्या पांडवांचा व सृंजयांचा चोहोंकडे प्रचंड कोलाहल होऊं लागला. ते नरश्रेष्ठ एकजमावानें महारथी भारद्वाजांवर कंकपत्रमंडित तीक्ष्ण शरांचा वर्षाव करूं लागले. परंतु घरीं आलेल्या अतिथींचा आसन, उदक वगैरे देऊन सत्कार करितात त्याप्रमाणें द्रोणांनीं स्वतः हास्यपूर्वक त्या सर्व वीरांचा बाणांनीं सत्कार केला. राजा, ज्याप्रमाणें घरीं आलेल्या अतिथींस अतिथेय प्राप्त होतें, त्याप्रमाणें त्या धनुर्धर भारद्वाजांच्या बाणांनीं त्या वीरांचें तर्पण केलें. हे प्रभो, ज्याप्रमाणें मध्याह्नीं आलेल्या सहस्त्ररश्मि दिनकराकडे कोणासच पाहावत नाहीं, त्याप्रमाणें त्या वेळीं भारद्वाजांकडे पाहाण्यास त्यांपैकीं कोणीच समर्थ झाला नाहीं; आणि किरणमाली सूर्याप्रमाणें शस्त्रधराग्रणी द्रोणानें त्या सर्व धनुर्धरांस शरसमुदायांनीं तप्त केलें. हे महाराजा, याप्रमाणें पांडव व सृंजय मरत असतां चिखलांत रुतलेल्या हत्तीप्रमाणें त्यांस कोणीच त्राता दिसेना. द्रोणांचे पसरत जाणारे महाबाण सूर्याच्या प्रदीप्त किरणांप्रमाणें चोहोंकडे दिसत होते. द्रोणांनीं त्या ठिकाणीं धृष्टद्युम्नाच्या खात्रीचे असे पांचालांतील पंचवीस प्रख्यात महारथी ठार केले. तो शूर द्रोण पांडवांच्या व पांचालांच्या सर्व सैन्यांत मोठमोठ्या वीरांस मारीत आहे असें दिसलें. त्यानें केकयांतील शंभर वीर मारून त्यांची चोहोंकडे दाणादाण उडविली; आणि, हे महाराजा, तो आ पसरलेल्या कृतांतासारखा तळपूं लागला. हे नराधिपा, महारथी द्रोणानें शेंकडों हजारों पांचाल तसेच सृंजय, मत्स्य व केकय यांना जिंकिलें. तेव्हां धूमकेतूनें अरण्यांत व्यापिलेल्या अरण्यवासी जनांप्रमाणें त्या द्रोणशरार्दित सैनिकांचा कोलाहल सुरू झाला. राजा, त्या ठिकाणीं देव, गंधर्व व पितर हेही म्हणाले कीं, " हे पांचाल व पांडव आपल्या सैन्यांसह पळत सुटले आहेत ! " याप्रमाणें द्रोण समरांगणांत सोमकांचा संहार उडवीत असतां त्यांवर कोणीच चालून आले नाहींत व जे आले त्यांनीं त्यांचा वेध केला नाहीं. याप्रमाणें तेथें भयंकर वीरनाश होत असतां एकाएकीं पांचजन्याचा शब्द धर्मराजानें ऐकिला. सिंधुपतीचें रक्षण करणारे वीर लढत होते, अर्जुनाच्या रथाच्या बाजूस कौरव गर्जना करीत होते, गांडीवाचा शब्द कोठेंच ऐकूं येत नव्हता, आणि अशा वेळीं वासुदेवानें फुंकिलेला तो उत्कृष्ट शंख मोठ्यानें वाजत होता. यामुळें धर्मराजाच्या अंतःकरणांत काळेंबेरें येऊन तो चिंता करूं लागला, " ज्यापेक्षां हा पांचजन्य शंख वाजत आहे, आणि कौरव वरचेवर हर्षानें गर्जना करीत आहेत, त्यापेक्षां पार्थास कांहीं तरी अपाय झाला खास. "

याप्रमाणें त्या अजातशत्रु पंडुपुत्रानें व्याकुल अंतःकरणानें चिंता केली. त्यास वरचेवर भ्रम पडूं लागला आणि जयद्रथवधरूपी कर्तव्य निर्विघ्न सिद्धीस जावें असें इच्छिणारा तो धर्मराज कंठ दाटून आल्यामुळें घोगऱ्या आवाजानें शिनिपुंगव सात्यकीशीं बोलूं लागला.

युधिष्ठिर म्हणालाः—शैनेया, मित्राचें कार्य बुडण्याचा समय आला असतां मित्रानें कसें

वागावें याविषयीं सज्जनांनीं जो शाश्वतधर्म सांगितला आहे, त्याची ही वेळ आली आहे. हे शिनिपुंगवा, विचार करून पाहातां या सर्व योद्ध्यांमध्येंही तुझ्यासारखा उत्तम मित्र कोणीच दिसत नाहीं. तूंच सर्वांहून श्रेष्ठ असें मी समजतों. सात्यके, जो नित्य आपणावर संतुष्ट असेल आणि ज्याचा निश्चय सर्वदा दृढ असेल त्याचीच संकटसमयीं योजना करावी असें माझें मत आहे. वार्ष्णेया, ज्याप्रमाणें कृष्ण नेहमीं पांडवांस वाहिलेला आहे, तसाच तूंही असून शिवाय तूं कृष्णासारखाच पराक्रमी आहेस. यासाठीं मी तुजवर जड कामगिरी सोंपवितों, ती सिद्धीस नेण्यास तूं समर्थ आहेस. माझें मनोगत विफल करणें तुला कधींही योग्य नाहीं. यासाठीं, हे नरर्षभा, तुझा भाऊ, मित्र व गुरु जो पार्थ, त्याच्या संकटसमयीं समरांगणांत त्यास साह्य कर. तूं दृढनिश्चयी आहेस. शूर आहेस व मित्रांस अभय देणारा आहेस. तुझ्या आजपर्यंतच्या कृत्यांवरून तूं सत्यवचनी म्हणून तुझी लोकांत प्रख्याती आहे. शैनेया, जो मित्रकार्यार्थ लढत असतां देह ठेवील, तो आणि ब्राह्मणांस जो पृथ्वी दान देईल तो हे दोघे सारखे होत. ही संपूर्ण पृथ्वी यथाविधि ब्राह्मणांस अर्पण करून जे स्वर्गास गेले असे पुष्कळ राजे आम्हीं ऐकिले आहेत. यास्तव, हे धर्मात्मन्, मी तुजजवळ हात जोडून एवढें मागणें मागतों. हे प्रभो, याच्या योगानें तुला भूदानाचें किंबहुना त्याहूनही अधिक पुण्य लागेल. मित्रास अभय देणारा श्रीकृष्ण हा एक त्याच्यासाठीं रणांत नेहमीं जिवावर उदार असतो आणि तसाच दुसरा तूं आहेस. सात्यके, पराक्रमी वीर युद्धांत जयाची इच्छा करीत असतां जो खरा शूर असेल तोच त्याचें साह्य करील. इतर सामान्य मनुष्याकडून तें होणें नाहीं. माधवा, सांप्रत अशा प्रकारची हाणामारी चालू असतां रणामध्यें अर्जुनाचें रक्षण करील असा तुझ्यावांचून दुसरा कोणीच नाहीं. अर्जुन तुझ्या शेंकडों पराक्रमांची स्तुति करीत असतो, आणि मला हर्ष उत्पन्न करीत तो ते पुनःपुनः सांगत असतो! " सात्यकि हा हाताचा चपळ, विचित्र पद्धतीनें लढणारा, महापराक्रमी, सर्व अस्त्रें जाणणारा, सुजाण व शूर असून तो युद्धांत कधींच गडबडत नाहीं. त्याचे खांदे भरदार, छाती रुंद, बाहु प्रचंड व हनुवटी विशाल असून त्याचे अंगीं सामर्थ्य व पराक्रम अतिशयच आहे. असें असून तो उदार अंतःकरणाचा व महारथी वीर आहे. तो माझा शिष्य व मित्र असून माझा आवडता आहे, आणि मीही त्यास तसाच प्रिय आहें. माझा साह्यकारी युयुधान कौरवांचें मर्दन करील. राजेंद्रा, जरी श्रीकृष्ण, बलराम, अनिरुद्ध, महारथी प्रद्युम्न, गद, सारण किंवा वृष्णींसह सांब रणांगणांत आमच्या साह्यास तत्पर असले, तथापि, महाराज, मी आपल्या साह्यास नरश्रेष्ठ सत्यपराक्रमी सात्यकीची योजना करीन, मला त्याच्यासारखा दुसरा कोणीच नाहीं. "

बाबारे, द्वैतवनांत श्रेष्ठांच्या सभेमध्यें तुझ्या पाठीमागें तुझ्या खऱ्या खऱ्या गुणांची प्रशंसा करून अर्जुन याप्रमाणें मला म्हणाला. वार्ष्णेया, धनंजयाचा व माझ्या भीमाचा उभयतांचाही तो संकल्प व्यर्थ न होऊं देणें तुजकडे आहे. मी ज्या वेळीं तीर्थयात्रा करीत द्वारकेस आलों होतों, त्या वेळीं तेथेंही अर्जुनावरील तुझी भक्ति माझ्या निदर्शनास आली होती. शैनेया, आम्ही घोर संकटांत सांपडलों असतांही तूं आमचें साह्य करीत आहेस! अशा प्रकारचें मित्रत्व मीं इतरांत असलेलें पाहिलें नाहीं! यास्तव, हे माधवा, कुलीनता व भक्तिपूर्वक आपल्या ठिकाणीं असलेलें मित्रप्रेम, गुरुभक्ति, स्नेह, वीर्य, कुलीनता, दयाशीलता आणि सत्य यांस

अनुरूप असें कर्म करणें, हे महाधनुर्धरा, तुला उचित होय. द्रोणानें ज्यास कवच बांधिलें तो सुयोधन वेगानें तिकडे गेला, आणि कौरवांकडील महारथी तर पूर्वींच तिकडे जमले आहेत. शिवाय अर्जुनाच्या बाजूस फारच मोठा गलबला ऐकूं येत आहे. यास्तव, हे अभिमानी शिनिपुत्रा, तूं वेगानें लवकर जा. भीमसेन व मी सैन्यासह येथें सज्ज आहों. जर द्रोण तुला अडथळा करण्यास आले तर त्यांचें आम्ही निवारण करूं. शैनेया, हीं रणांत त्वरेनें जाणारीं सैन्यें, तेथें चाललेला प्रचंड कोलाहल, आणि ही फुटलेली भारती सेना अवलोकन कर. बाबारे, पर्वकालीं प्रचंड वाऱ्याच्या सोसाट्यानें समुद्र खवळतो त्याप्रमाणें हें कौरवांचें सैन्य अर्जुनाच्या योगानें क्षुब्ध झालें आहे. धांवणारे रथ, मनुष्यें व घोडे यांच्या योगानें हें सैन्य धुळीनें अगदीं भरून गेलें आहे. नखर व प्रास यांनीं लढणाऱ्या व गर्दी करून जमलेल्या या शूर सिंधुसौवीरवीरांनीं परवीरांतक अर्जुनास घेरून टाकलें आहे. हें अनिवार सैन्य जिंकणें शक्य नाहीं. कारण जयद्रथ व त्याच्यासाठीं हे सर्व वीर जिवावर उदार झाले आहेत. अरे, शर, शक्ति व ध्वज यांनीं श्रेष्ठ आणि घोडे व हत्ती यांनीं गजबजलेलें हें कौरवांचें सैन्य पहा. याशीं गांठ घालणें फारच कठीण आहे. अरे; दुंदुभींचा घोष, पुष्कळसे शंखांचे शब्द, सिंहनाद आणि रथांच्या चाकांचा घरघराट श्रवण कर. त्याचप्रमाणें हत्तींचे चीत्कार, पदातींच्या हजारों आरोळ्या आणि भूमि दणदणवीत दौडत जाणाऱ्या स्वारांचा शब्द ऐक. बाबारे, अर्जुनाच्या पुढल्या बाजूस जयद्रथाचें सैन्य व मागच्या बाजूस द्रोणांचें सैन्य असून अपरिमित संख्येमुळें तें देवेंद्रासही त्रस्त करील ! हे नरव्याघ्रा, त्या अपरंपार सैन्यामध्यें बुडून अर्जुन कदाचित् प्राणही सोडील; आणि युद्धांत त्याचें बरेंवाईट झाल्यास माझ्यासारखा कसा जगेल ? सारांश, तूं जिवंत असतांना मी सर्व प्रकारें प्राणसंकटांत सांपडलों आहें. बाबारे, शीघ्र अस्त्रें सोडणारा व आश्चर्यकारक युद्ध करणारा तरुण श्यामसुंदर गुडाकेश पार्थ सूर्योदयाच्या वेळींच शत्रुसैन्यांत शिरला आहे, आणि हल्लीं तर फारच दिवस झाला आहे. यामुळें, हे वार्ष्णेया, तो जिवंत आहे कीं नाहीं याविषयींचा मला संशय येत आहे. कारण, बाबारे, कौरवांचें तें सैन्य सागराप्रमाणें अपार असून त्यांत बीभत्सु एकटाच शिरला आहे. समरांगणांत ती कौरवसेना देवांसही आवरणार नाहीं अशी आहे. आज माझें युद्धाकडे मुळींच लक्ष लागत नाहीं; आणि द्रोण तर क्षुब्ध होऊन युद्धांत माझ्या सैन्यास पीडा देत आहेत. तुझ्या समक्षच द्रोणाचार्य संचार करीत आहेत व तिकडे अर्जुन संकटांत सांपडला आहे. याप्रमाणें अनेक कार्यें एकदम उपस्थित झालीं आहेत. तूं विचक्षण आहेस,--या कार्यांपैकीं विशेष महत्त्वाचें व थोडीं साधनें असलेलें कोणतें याचा विचार करून तें सिद्धीस नेणें तुजकडे आहे. माझें मत असें आहे कीं, या सर्व कामांमध्यें रणांत अर्जुनाचें रक्षण करणें हेंच मुख्य होय. जगताचा पति व पालनकर्ता दाशार्ह श्रीहरि याविषयीं मला भीति वाटत नाहीं. कारण, बाबारे, रणांत त्रैलोक्य एकवटलें तथापि त्यास जिंकण्यासही तो पुरुषश्रेष्ठ समर्थ आहे हें मी तुला सत्य सांगतों. मग त्याच्यापुढें ह्या अत्यंत दुर्बल अशा कौरवांच्या सैन्याची ती कथा काय ? परंतु, वार्ष्णेया, हा अर्जुन युद्धांत अनेक वीरांकडून घायाळ होऊन कदाचित् समरांगणांत प्राणही सोडील अशी मला धास्ती वाटते. यास्तव तूं त्याच्याकडे जा. त्या अर्जुना-

सारख्यावर असा कठीण प्रसंग आला असतां माझ्यासारख्यानें सांगितल्यावर तुजसारखे थोर पुरुष असे जातच असतात. रणांगणांत वृष्णिवीरांपैकीं अतिरथी म्हणून दोनच पुरुष प्रसिद्ध आहेत. एक महाबाहु प्रद्युम्न व दुसरा सात्वतांतील प्रख्यात वीर तूं. तूं अस्त्रविद्येंत नारायणासारखा. सामर्थ्यांत बलरामाच्या तोडीचा आणि पराक्रमामध्यें अर्जुनाच्या बरोबरीचा आहेस. हे नरव्याघ्रा, भीष्म व द्रोण यांस सोडून या पृथ्वीवर सर्व प्रकारच्या युद्धांत निष्णात म्हणून तिसरें तुझेंच नांव शहाणे घेत असतात; आणि माधवा, सात्यकीस अशक्य असें या जगांत कांहींच नाहीं असेंही ते म्हणतात. यास्तव, हे महाबला, मी तुला सांगतों तसें कर. तुझ्या कुलशीलज्ञानादिकांविषयीं सर्व लोकांची, अर्जुनाची व आम्हां उभयतांची असलेली आस्तिक्यबुद्धि या प्रसंगीं अन्यथा न होऊं देणें तुला योग्य होय. यासाठीं तूं प्रिय प्राणांचीही पर्वा न धरतां निर्भयपणें रणांत संचार कर. हे शैनेया, दाशार्ह श्रीकृष्णही रणांत प्राणांकडे पहात नसतो ! युद्ध न करणें, स्थिर न रहाणें व रणांतून पळून जाणें हा नीच भित्र्यांचा मार्ग होय; तो दाशार्ह अंगीकारीत नाहीं. बा शिनिपुंगवा, धर्मशील अर्जुन तुझा गुरु असून श्रीकृष्ण हा तुझ्या ज्ञानी अर्जुनाचाही गुरु आहे. अशा प्रकारचें दुहेरी नातें मनांत आणून मीं तुला हें सांगितलें. मी तुझ्या गुरूचाही गुरु आहें, यास्तव तूं हें माझें बोलणें अवमानूं नको. मीं तुला सांगितलें असेंच कृष्णाचें, माझें व अर्जुनाचेंही मत आहे, हें माझें भाषण सत्य मानून अर्जुनाकडे जा. हे सत्यपराक्रमा, माझ्या या भाषणाचा आदर करून दुष्ट दुर्योधनाच्या ह्या सैन्यांत प्रवेश कर; आणि, हे सात्यके, आंत शिरल्यावर महारथांशीं यथान्याय भिडून आपल्या कुलशीलास साजेल असा पराक्रम रणांत दाखीव.

अध्याय एकशें अकरावा.

—:०:—

युधिष्ठिर व सात्यकि यांचें संभाषण.

संजय सांगतो:—हे भरतर्षभा, युधिष्ठिराचें तें प्रीतियुक्त, मनोहर, गोड, समयोचित व नीतीस अनुसरून असलेलें विलक्षण भाषण श्रवण करून शिनिपुंगव सात्यकीनें धर्मराजास प्रत्युत्तर दिलें:—हे अच्युता, तुझें सर्व बोलणें मीं ऐकिलें. धनंजयाच्या कामामध्यें मला प्राणांची मुळींच पर्वा नाहीं, आणि पुनः त्याचीच तूं आज्ञा केल्यावर मी समरांगणांत काय करणार नाहीं ? राजा, तुझी आज्ञा झाल्यास देवदानवमानवांसह त्रैलोक्याशींही मी युद्ध करीन, मग या अत्यंत दुर्बल दुर्योधनाच्या सैन्याची ती कथा काय ? राजा, मी आज या कौरवसेनेशीं सर्वत्र युद्ध करीन व रणांत तीस जिंकीन हें तुला प्रतिज्ञेवर सांगतों. मी आज स्वतःला कांहींएक इजा न होऊं देतां कुशल अशा अर्जुनास गांठीन; आणि जयद्रथास ठार केल्यानंतर, राजा, तुझ्याजवळ पुनः येईन. परंतु, हे नराधिपा श्रीकृष्ण व धीमान् अर्जुन यांनीं मला जें सांगितलें आहे, तें सर्व तुला अवश्य विदित केलें पाहिजे. अर्जुनानें मला सर्व सैन्याच्या मध्यभागीं कृष्णाच्या समक्ष वारंवार असें बांधून टाकलें आहे कीं, “ हे सात्यके, आज मी जयद्रथास ठार करीपर्यंत निष्कलंकपणें युद्ध करून मोठ्या दक्षतेनें धर्मराजाचें रक्षण कर. हे महाबाहो, तुझ्या व महारथी प्रद्युम्नाच्या स्वाधीन राजास करून मी कोणाच्याही साह्याची अपेक्षा न धरतां जयद्रथाकडे जाईन. द्रोण रणांगणांत सर्व कौरवांमध्यें श्रेष्ठसंमत आहे हें तं जाणतोसच.

त्यानें धर्मराजास धरण्याविषयीं विचारपूर्वक अशी प्रतिज्ञा केली असून तो ती शेवटास नेऊं इच्छीत आहे; आणि रणांत युधिष्ठिरास धरण्यास तो समर्थही आहे. यासाठीं, नरोत्तम धर्मराजास तुझ्या स्वाधीन करून मी आज जयद्रथाच्या वधासाठीं जाणार आहें. माधवा, जर द्रोण रणांत बलात्कारानें धर्मराजास न धरतील, तर मी जयद्रथास मारून लवकरच परत येईन. परंतु, माधवा, भारद्वाजानें राजास धरल्यास माझा हिरमोड होईल व सैंधवाचाही वध होणार नाहीं. अशा प्रकारें सत्यवादी धर्मराज जर त्यांच्या तावडींत सांपडला, तर मग आम्हांस पुनः वनांत जावें लागेल हें उघड आहे. म्हणून क्रुद्ध द्रोणानें रणांत युधिष्ठिराचा निग्रह केल्यास मी जरी जय मिळविला असला तथापि तो फुकटच जाईल हें उघड आहे. यास्तव, हे महाबाहो सात्यके, तूं आज माझें प्रिय करण्यासाठीं माझा जय व्हावा म्हणून आणि माझ्या कीर्तीसाठीं युद्धांत राजाचें रक्षण कर."

हे प्रभो, याप्रमाणें द्रोणाचा सर्वदा धाक बाळगणाऱ्या सव्यसाचीनें तुला ठेव म्हणून माझ्या हवालीं केलें आहे. हे महाबाहो, त्यानें ठेविलेल्या त्या भाराचें साफल्य करणारा योद्धा मला त्या रुक्मिणीपुत्रावांचून दुसरा कोणींच कधीं दिसत नाहीं. मलाही अर्जुन युद्धांत धीमान् भारद्वाजाचा प्रतियोद्धा म्हणून समजतो. यासाठीं पार्थानें केलेली ती संभावना व ती गुरूची आज्ञा उल्लंघून तुझा त्याग करण्यास माझें मन धजत नाहीं. हे महीपते, द्रोणाचार्य हा हाताचा चपळ असून त्यानें अभेद्य कवच धारण केलें आहे. तो रणांगणांत येऊन पक्ष्याशीं खेळणाऱ्या अर्भकाप्रमाणें क्रीडा करूं लागेल. जर मकरध्वज प्रद्युम्न धनुष्य घेऊन येथें उभा असता, तर मी तुला त्याचे हवालीं केलें असतें. तो तुझें अर्जुनाप्रमाणें रक्षण करील. परंतु आतां तूंच आपलें रक्षण कर. मी गेल्यावर मी तिकडे अर्जुनाकडे असेंपर्यंत जो द्रोणाशीं झगडेल असा तुझा रक्षणकर्ता कोण आहे? हे राजर्षभा, तुला आज अर्जुनाविषयीं काळजी नको. कामगिरी उचलल्यावर मग तो कदापि खचावयाचा नाहीं. ते सौवीरक योद्धे, तसेच ते सैंधव, पौरव, उदीच्य व दाक्षिणात्य महारथी आणि कर्णप्रभृति प्रसिद्ध महारथी यांस क्रुद्ध अर्जुनाच्या षोडशांशाचीही सर यावयाची नाहीं. फार कशाला? सुर, असुर, मनुष्य, राक्षसगण, किन्नर व उरग यांसहवर्तमान ही संपूर्ण पृथ्वी व स्थावरजंगमात्मक सर्व पदार्थ उद्युक्त झाले, तथापि तेही रणांगणांत अर्जुनाशीं टक्कर देण्यास समर्थ नाहींत, असें जाणून, हे महाराजा, तूं धनंजयाविषयींची भीति सोडून दे. अरे, जेथें सत्यपराक्रमी महाधनुर्धर वीर कृष्णार्जुन आहेत, तेथें कार्यविपत्ति कदापि व्हावयाची नाहीं. त्याचप्रमाणें तूं आपल्या भ्रात्याचें अमानुष सामर्थ्य, अस्त्रनैपुण्य, अभिज्ञान, रणांतील असहिष्णुता, कृतज्ञता व सदयता विचारांत घे. मीही येथून अर्जुनाकडे जाऊं लागलों असतां द्रोणांच्या अंगीं रणांगणांत दिसणारी विलक्षण अस्त्रसंपन्नताही मनांत आण. राजा, हा आचार्य तुला धरण्याविषयीं जिवापाड धडपडत आहे, आणि हे भारता, आपली प्रतिज्ञा पाळणारा तो वीर ती सत्य करण्याचें इच्छीत आहे. आज तूं स्वतःच आपलें रक्षण कर, कारण मी गेल्यावर तुझें रक्षण करणारा कोण आहे? पार्था, ज्याच्यावर विसंबून मीं खुशाल अर्जुनाकडे जावें अशा वीराच्या स्वाधीन तुला केल्याशिवाय मी येथून कोठेंही जाणार नाहीं हें तुला निक्षून सांगतों. राजा, तूं बुद्धिमंतांत वरिष्ठ आहेस माझ्या या बोलण्याचा नीट विचार कर. तूं

आपल्या उत्कृष्ट विचारशक्तीनें अत्यंत कल्याणकारक काय तें पाहून मग मला आज्ञा कर.

युधिष्ठिर ह्मणालाः--हे महाबलाढ्य सात्यके, तूं म्हणतोस तें यथार्थ आहे. परंतु, हे मारिषा, अर्जुनाविषयीं माझें मन निःशंक होत नाहीं. मी आपलें रक्षण करण्याविषयीं आपली शिकस्त करीन. तूं माझ्या अनुज्ञेनें अर्जुन गेला आहे तिकडे जा. हा महाबलाढ्य भीमही माझें रक्षण करील. त्याचप्रमाणें हा बांधवांसह धृष्टद्युम्न, हे महाबलिष्ठ राजे, आणि हे द्रौपदीपुत्र माझें रक्षण करतील यांत शंका नाहीं. तसेंच पांच केकय भाऊ, घटोत्कच राक्षस, विराट, द्रुपद, महारथी शिखंडी, बलाढ्य धृष्टकेतु, कुंतिभोज मामा, नकुल, सहदेव, पांचाल व सृंजय हेही तत्परतेनें निःसंशय माझें रक्षण करतील. हे इतकेजण येथें असल्यामुळें, सैन्यासह द्रोण किंवा कृतवर्मा हे समरांगणांत मला गांठण्यास किंवा नुसते भेवडाविण्यासही समर्थ नाहींत. बाबारे, मकरालय सागरास आवरून धरणाऱ्या वेलेप्रमाणें हा परंतप धृष्टद्युम्न, द्रोण क्रुद्ध झाला असतांही त्याचें निवारण करील. हा परवीरांतक पार्षत रणांगणांत जेथें जेथें असेल, तेथें तेथें द्रोणांचें किंवा त्यांच्या बलाढ्य सैन्याचें पाऊल कदापि शिरकावयाचें नाहीं. कारण हा कवच, खड्ग, धनुष्य, शूर व वरभूषणें यांसहवर्तमान केवळ द्रोणवधासाठींच अग्नींतून उत्पन्न झाला आहे. यास्तव, शैनेया, तूं निर्धास्तपणें जा. माझ्याविषयीं बिलकूल काळजी करूं नको. द्रोण समरांगणांत क्रुद्ध झाला असतां त्याला हा धृष्टद्युम्न आवरील.

अध्याय एकशें बारावा.

—:०:—

सात्यकीचें निर्गमन.

संजय सांगतोः—राजा, धर्मराजाचें तें भाषण ऐकून शिनिश्रेष्ठ सात्यकीचें मन द्विधा झालें. राजास सोडून गेल्यास अर्जुन काय म्हणेल याची त्यास भीति वाटत होती; आणि आपण अर्जुनाकडे न गेल्यास लोक आपणास भित्रा म्हणतील, व अशा प्रकारें आपणावर लोकापवाद येईल याचें तर त्यास विशेषच भय पडलें. मग त्या झुंजार सात्यकीनें पुष्कळ विचार करून काय करावयाचें तें ठरविलें, आणि तो धर्मराजास म्हणाला, "राजा, आमचें आह्मी रक्षण करूं असें म्हणत आहेस, ठीक आहे; तुझें कल्याण असो. मी अर्जुनाकडे जातों व तुझ्या म्हणण्याप्रमाणें करतों. राजा, पंडुपुत्र अर्जुनापेक्षां मला त्रैलोक्यांत कोणी अधिक प्रिय नाहीं हें मी तुला खरें खरें सांगतों. हे मानदा, तुझ्या आज्ञेनें मी तो असेल तेथें जाईन. तुझ्यासाठीं मी करणार नाहीं असें कांहींच नाहीं. हे मनुजवरा, जसें मला माझ्या गुरूचें म्हणजे अर्जुनाचें भाषण मान्य आहे, तसेंच किंवा त्याहूनही थोडें अधिक तुझें भाषण मला वंदनीय आहे. हे राजपुंगवा, कृष्णार्जुन हे दोघे भ्राते तुझ्याच हिताविषयीं तत्पर असतात आणि मी तर सर्वस्वी त्यांचें प्रिय करण्यासाठीं वाहिलेला आहें असें समज. प्रभो, अर्जुनाकडे जाण्याविषयींची तुझी आज्ञा शिरसा मान्य करून मी या दुर्भेद्य सैन्याची फळी फोडून निघून जाईन. हे नरपुंगवा, मी सागरांत शिरणाऱ्या क्रुद्ध मत्स्यासारखा द्रोणसेनेंत घुसेन; आणि राजा, जेथें तो जयद्रथ राजा असेल तेथें जाईन. पांडुपुत्र अर्जुनास भिऊन तो अश्वत्थामा, कर्ण, कृपाचार्य वगैरे वीरांच्या रक्षणाखालीं सेनेचा आश्रय करून जेथें उभा आहे, तें स्थळ येथून तीन योजनें आहे अशी माझी अटकळ आहे. जयद्रथाचा वध करण्याविषयीं उत्सुक असलेला पार्थही तेथेंच आहे. राजा, तो जरी येथून तीन योजनें दूर गेला आहे तरी, मी दृढ अंतःकर-

णानें जयद्रथाचा वध होण्यापूर्वींच तेथें जाऊन पोंचेन. राजा, गुरूची आज्ञा नसतां कोण लढणार आहे? तसेंच त्याची आज्ञा झाल्यावर मग माझ्यासारखा कोणता वीर लढल्यावांचून राहाणार आहे? हे प्रभो, जेथें मी जाणार आहें, तो प्रदेश मला माहीत आहे. हा सैन्यसागर नांगर, शक्ति, गदा, भाले, ढाली, तरवारी, ऋष्टि, तोमर, बाण व मोठमोठीं अस्त्रें यांनीं समृद्ध आहे, तथापि मी तो क्षुब्ध करीन. राजा, हें हजारों हजार गजसैन्य पाहिलेंस का? हें आंजनक नामक कुल होय. यांतील हे हत्ती मोठे पराक्रमी आहेत. शिवाय अनेक युद्धकुशल झुंझार म्लेंच्छ त्यांवर आरूढ झाले आहेत. राजा, वृष्टियुक्त घनांप्रमाणें मदस्राव करणारे हे मेघसन्निभ गज महातांची प्रेरणा झाल्यावर मग कदापि मागें हटावयाचे नाहींत. राजा, यामुळें यांचा वध केल्याशिवाय यांचा पराभव व्हावयाचा नाहीं. राजा, तसेंच जे अलीकडे हजारों रथी दिसतात, ते रुक्मरथ नामक महारथी राजपुत्र होत. हे रथ चालविणें, अस्त्रें सोडणें व गजारोहण करणें यांत कुशल आहेत. हे धनुर्वेदांत पारंगत, मुष्टियुद्धविशारद, गदायुद्धांतील खुब्या जाणणारे आणि द्वंद्वयुद्धांत निष्णात आहेत. त्याचप्रमाणें तरवारीचे वार व ढालतरवारींची फेंक यांतही निपुण असून हे मोठे शूर, विद्यासंपन्न व अहमहमिकेनें एकमेकांच्या पुढें सरसावणारे आहेत. राजा, हे रणांत नेहमीं शत्रूंचा पराभव इच्छीत असतात. ह्यांची योजना कर्णानें केली असून दुःशासनाचे विचारांप्रमाणें हे वागत असतात. हे मोठे उत्कृष्ट रथी म्हणून वासुदेवही यांची प्रशंसा करीत असतो. हे नित्य कर्णाच्या आधीन राहून त्याच्या मर्जीप्रमाणें वागतात. राजा, कर्णाच्याच सांगीवरून ते अर्जुनाकडून निघून इकडे आले. त्यांचीं धनुष्यें व कवचें मोठीं बळकट असून त्यांस थकवा व ग्लानि कशी ती येतच नाहीं. दुर्योधनाच्या आज्ञेवरून ते केवळ मला अडविण्यासाठींच तेथें राहिले आहेत. कौरवा, तुझें प्रिय करण्यासाठीं मी यांसही समरांगणांत जर्जर करीन आणि नंतर अर्जुनाजवळ जाईन. राजा, ते पलीकडे जे दुसरे सातशें चिलखतें चढविलेले व वर किरात बसलेले हत्ती दिसत आहेत, ते पूर्वीं दिग्विजयाच्या वेळीं किरात राजानें अलंकृत करून महातांसह आपल्या जिवाच्या बचावासाठीं अर्जुनास अर्पण केले होते. राजा, हे पूर्वीं पूर्णपणें तुझीं कामें करीत होते; आणि तेच आज तुझ्याशीं लढूं इच्छितात, कालाची गति कशी विचित्र आहे पहा! ह्यांचे जे किरात जातीचे महात आहेत, तेही मोठे रणधुरंधर व हस्तिशिक्षा जाणणारे असून त्या सर्वांची उत्पत्ति अग्नीपासून झालेली आहे! यांना अर्जुनानें समरांगणांत युद्ध करून जिंकिलें आहे, तथापि दुर्योधनाचे आज्ञांकित होऊन ते आज माझ्यासाठीं मोठ्या दक्षतेनें राहिले आहेत. राजा, याही युद्धदुर्मद किरातांस बाणांनीं ठार करून सैंधववधार्थ सज्ज असलेल्या अर्जुनाकडे मी जाईन. हे जे प्रचंड हत्ती आहेत, ते अंजनकुलांत उत्पन्न झालेले असून कर्कश, शिक्षित व मदोन्मत्त असे आहेत. शिवाय ते सुवर्णमय चिलखतांनीं सुशोभित केले आहेत. राजा, हे हत्ती रणामध्यें ऐरावताच्या बरोबरीचे असून हे रणांत शिकार जाऊं देत नाहींत. कडक स्वभावाच्या दस्यूंनीं हे उत्तरेकडील हिमालय पर्वतांतून आणिले आहेत, आणि ते दस्युही मोठे लढवय्ये व भयंकर असून त्यांनीं कृष्णवर्ण लोखंडी चिलखतें चढविलीं आहेत. त्यांतील कित्येक धेनूंपासून, कित्येक वानरांपासून, कित्येक मनुष्यांपासून आणि कित्येक दुसऱ्याही अनेक जातींपासून झाले आहेत. हिमालयांतील दुर्गम प्रदेशांत राहणाऱ्या पापाचरणी

म्लेच्छांचें गोळा झालेलें हें सैन्य धूम्रवर्ण दिसत आहे. दुर्योधन राजाला हें संपूर्ण राजमंडल व तसेच कृपाचार्य, सौमदत्ति, रथिश्रेष्ठ द्रोण, सिंधुराज व कर्ण हे मिळाल्यामुळें तो पांडवांस तुच्छ लेखितो आणि कालप्रेरित होऊन स्वतःस अगदीं कृतार्थ मानीत आहे! परंतु, कौंतेया, ते सर्व वीर आज मला बाणगोचर झाले असून ते जरी मनोवेगानें पळूं लागले तरी माझ्या हातून वांचणार नाहींत. परवीर्योपजीवी दुर्योधनानें ज्यांस आजवर मोठ्या इतमामानें वागविलें, तेच आज माझ्या शरवृष्टीनें पीडित होऊन विनाश पावतील. राजा, हे जे सुवर्णध्वज उभारलेले रथी दिसतात, ते दुर्वारण नामक कांबोज होत. यांचें नांव तूं ऐकिलें असशीलच. हे मोठे शूर, विद्यासंपन्न व धनुर्विद्येंत निष्णात आहेत. शिवाय एकमेकांचें हित करण्याच्या इच्छेनें हे अगदीं एकजुटीनें वागतात. त्याचप्रमाणें हे भारता, कुरुवीर ज्यावर हुकुमत चालवीत आहेत असें दुर्योधनाचें कित्येक अक्षौहिणी सैन्य माझा प्रतिकार करण्यास मोठ्या सावधगिरीनें माझ्या वाटेंत सज्ज राहिलें आहे. तथापि, महाराज, अग्नि तृणास दग्ध करितो तद्वत् मी त्यांचें मर्दन करीन. यास्तव, हे राजा, रथशिल्प्यांनीं माझ्या रथावर सर्व प्रकारचे भाते व सर्व उपकरणें सज्ज करावीं. पुढें होणाऱ्या हाणामारींत मला नानाप्रकारच्या आयुधांचा उपयोग करावा लागेल, यासाठीं शिल्पकांनीं रथावर उत्तम प्रकारची पांचपट तयारी करून ठेवावी. नानाप्रकारच्या शस्त्रांचे समूह धारण करणारे, विविध आयुधांनीं लढणारे व सर्पांप्रमाणें प्रखर अशा कांबोजांशीं मी जाऊन भिडेन. त्याचप्रमाणें दुर्योधन राजा सतत चोज करीत असल्यामुळें त्याच्या हिताची इच्छा करणारे, विषतुल्य, झुंजार किरातांशीं मी युद्ध करीन. अग्नीप्रमाणें दुर्धर्ष, अगदीं प्रदीप्त अग्नीसारखे व इंद्राप्रमाणें पराक्रमी अशा त्या शकांशींही मी झगडेन; आणि, राजा, तशाच दुसऱ्याही पुष्कळ कालतुल्य, दुर्धर्ष व युद्धदुर्मद अशा निरनिराळ्या वीरांशीं मी रणांत युद्ध करणार आहें. यासाठीं हे माझे शुभलक्षणी प्रख्यात घोडे जमिनीवर लोळून ताजेतवाने झाल्यावर त्यांस पाणी वगैरे पाजून ते पुनः माझ्या रथास जोडावे.

संजय म्हणालाः—मग युधिष्ठिरानें त्याच्या रथांत सर्व भाते, सर्व प्रकारचीं उपकरणें व नानाप्रकारचीं शस्त्रें ठेवविलीं. नंतर सेवकांनीं सर्वलक्षणसंपन्न अशा त्या चारी कुलीन अश्वांस रुचकर व मादक पेय पाजिलें. मग ते पाणी पिऊन थोडेसे लोळून, अंग धुऊन व दाणा वगैरे खाऊन हुषार झाल्यावर त्यांजवर उत्तम शृंगार चढविला. त्यांचे अंगांतील शल्यें काढून टाकिलीं होतीं. मग ते रुपेरी रंगाचे सुवर्णविभूषित केलेले हुकुमी व शीघ्रगामी चारी उत्कृष्ट अश्व उत्तम प्रकारें रथास जोडले; त्या वेळीं ते अगदीं आनंदचित्त असून थैमान करीत होते. सुवर्णकेसरांनीं शोभणारा सिंह ज्यावर आहे असा प्रचंड ध्वज त्यावर फडकत असून रत्नें पोवळीं लावून चित्रविचित्र केलेलीं सुवर्णाचीं भूषणें त्यावर घातलीं होतीं. पांढऱ्या ढगांप्रमाणें प्रकाशणाऱ्या पताकांनीं तो सुशोभित केला होता. सुवर्णाच्या दांड्यावर छत्र उभारलें होतें आणि पुष्कळ शस्त्रास्त्रांनीं तो परिपूर्ण होता. अशा त्या रथाला सुवर्णालंकारपरिष्कृत असे ते अश्व योग्य प्रकारें जोडले होते. दारुकाचा धाकटा भाऊ हा त्याचा सारथि व प्रिय मित्र असून, इंद्राच्या मातलीप्रमाणें त्यानें रथ तयार असल्याचें सात्यकीस सांगितलें.

मग सात्यकि स्नान करून शुचिर्भूत झाला,

त्यानें मंगलकृत्यें केलीं, आणि सहस्र स्नातकांस सुवर्णाच्या मोहरा वांटल्या. मग त्या मधुपर्कांहि सुंदरवर सात्यकीनें त्यांचे आशीर्वाद घेतले; आणि कैलातक मद्य प्राशन केलें. त्या वेळीं त्याचे डोळे लाल व मदविव्हल झाल्यामुळें तो तेथें शोभूं लागला. मग त्यानें मोठ्या हर्षानें वीरांस योग्य असें पेय घेतलें, तेव्हां त्याचें तेज द्विगुणित होऊन तो अग्नीप्रमाणें प्रदीप्त दिसूं लागला. त्या रथिश्रेष्ठानें मांडीवर सशर धनुष्य घेतलें, कवच धारण केलें व अलंकार घातले. नंतर ब्राह्मणांनीं त्यास स्वतिवाचन केलें; आणि कन्यांनीं गंध, पुष्पें व लाह्या उधळून त्याचें अभिनंदन केलें. मग त्यानें युधिष्ठिराचे पायांस वंदन करून हात जोडले, आणि युधिष्ठिरानें त्याच्या मस्तकाचें अवघ्राण केल्यावर तो आपल्या महारथावर चढला. मग ते अजिंक्य, वायुवेगी, धष्टपुष्ट व मस्ती करणारे सिंधुदेशचे अश्व त्या जयनशीलास ओढूं लागले. त्याच्याप्रमाणेंच धर्मराजानें सत्कारिलेल्या भीमसेनानेंही त्यास वंदन करून सात्यकीबरोबरच प्रयाण केलें. राजा, ते दोघे शत्रुमर्दक वीर तुझ्या सेनेंत शिरूं पाहात आहेत असें पाहून तुझे द्रोणप्रभृति सर्व वीर सज्ज झाले. कवचधारी भीमसेन आपल्या मागोमाग येत आहे असें पाहून सात्यकि वीर त्याचें अभिनंदन करून आनंद देणारें भाषण करूं लागला, "भीमा, तूं राजाचें रक्षण कर. तुला तेंच सर्वांत अगत्याचें आहे. मी एकटा ह्या कालपक्क शत्रुसैन्याचा भेद करून आंत शिरेन, ह्या क्षणीं व ह्याच्या पुढील वेळीं राजाचें रक्षण करणें हेंच श्रेयस्कर होय. बा अरिंदमा, तूं माझा पराक्रम जाणतोस आणि मीही तुझा पराक्रम जाणून आहें. यास्तव, भीमा, माझ्या मनाप्रमाणें वागूं इच्छीत असशील तर मागें फीर."

याप्रमाणें सात्यकीनें त्यास सांगितलें तेव्हां भीमसेन त्यास म्हणाला, "हे पुरुषसत्तमा, तूं कार्यसिद्धीसाठीं गमन कर, मी राजाचें रक्षण करतों!" यावर सात्यकीनें त्यास प्रत्युत्तर दिलें, 'पृथापुत्रा, जा, जा; ज्यापेक्षां खऱ्या गुणांवर प्रीति करणारा तूं मला अनुकूल होऊन राहिला आहेस, त्यापेक्षां माझा विजय होणार खास! भीमा, शुभ शकुनही मला तेंच सांगत आहेत. पापी सैंधवाला महात्म्या अर्जुनानें ठार केल्यानंतर मी धर्मशील युधिष्ठिर राजास येऊन भेटेन.'

असें बोलून त्या महायशस्वी वीरानें भीमास रजा दिली; आणि तो मृगगणांकडे पाहाणाऱ्या वाघाप्रमाणें तुझ्या सैन्याकडे डोळे वटारून पाहूं लागला. हे जनाधिपा, तुझ्या सैन्यांत प्रवेश करूं पाहाणाऱ्या त्या वीरास पाहून पुनः तुझें सैन्य गडबडून जाऊन लटलटां कांपूं लागलें. मग, राजा, तो सात्यकि धर्मराजाच्या आज्ञेनें अर्जुनास भेटण्यासाठीं एकाएकीं तुझ्या सैन्यांत शिरला.

अध्याय एकशें तेरावा.

—:०:—

सात्यकीचा व्यूहप्रवेश.

संजय म्हणालाः—महाराज, याप्रमाणें लढण्याच्या इच्छेनें युयुधानानें तिकडे प्रयाण केलें असतां युधिष्ठिर आपल्या सैन्यांसहवर्तमान द्रोणांच्या रथास गांठण्याच्या इच्छेनें युयुधानाच्या मागून चालला. मग पांचाल राजाचा समरदुर्मद पुत्र वसुदान राजा हा पांडवांच्या सेनेंत मोठ्यानें गर्जना करून म्हणाला "वीरहो, या, मारा, त्वरेनें धांवा; आणि जेणेंकरून ह्या युद्धदुर्मद सात्यकीस

सहज जातां येईल असें करा. कारण यास जिंकण्याविषयीं पुष्कळच महारथी प्रयत्न करणार आहेत."

असें म्हणत ते महारथी वेगानें उड्या टाकीत आले आणि आह्मीही त्यांस जिंकण्यासाठीं त्यांजवर त्वरेनें चालून गेलों. मग युयुधानाच्या रथाजवळ मोठाच गलबला होऊं लागला. महाराज, सात्यकीच्या बाणांनीं व्याप्त होत असल्यामुळें तुझ्या पुत्राची सेना पळूं लागली; आणि तशा वेळीं सात्यकीनें तिची शेंकडों ठिकाणीं फाटाफूट केली. याप्रमाणें ती सेना विदीर्ण होत असतां महारथी शिनिपुंगवानें पुढील सेनेपैकीं सात महाधनुर्धर वीर व दुसरेही नानादेशचे राजे ठार केले. राजेंद्रा, त्यानें अग्नितुल्य प्रखर बाणांनीं वीरांस यमलोकीं पाठविलें. त्यानें शंभर वीरांस एकाच बाणानें विद्ध केलें आणि एकावरही शंभर शंभर बाण टाकले ! हत्तीस्वार व हत्ती, घोडेस्वार व घोडे आणि अश्व व सारथि ह्यांसहवर्तमान रथी यांची त्यानें निवळ लांडगेतोड चालविली. याप्रमाणें अद्भुत पराक्रम गाजविणाऱ्या व बाणावर बाण टाकून सारखा पाऊस पाडणाऱ्या त्या सात्यकीवर तुझ्या सैनिकांपैकीं कोणीच चालून गेले नाहींत. त्या हर्षयुक्त महावीरानें जर्जर केलेले ते वीर गर्भगळीत होऊन त्या अत्यंत अभिमानी वीरास पाहूनच रणांगण सोडून जाऊं लागले. त्याच्या तेजानें ते मोहित झाले व तो वास्तविक एकटा असतां तेथें त्यांस पुष्कळ सात्यकि दिसूं लागले. राजा, मोडकेतोडके रथ, फुटकीं चाकें, फाटकीं छत्रें, खालीं पाडलेले ध्वज, तशाच पताका, सुवर्णयुक्त शिरस्त्राणें, चंदनाची उटी लाविलेले वीरांचे अंगदविभूषित बाहु, हत्तीच्या सोंडेसारख्या किंवा भुजंगाच्या धुडाप्रमाणें दिसणाऱ्या वीरांच्या तुटून पडलेल्या मांड्या, आणि सुंदर कुंडलांनीं मंडित व चंद्रबिंबासारखीं शोभणारीं वृषाक्ष वीरांचीं पडलेलीं मस्तकें यांच्या योगानें ती रणभूमि विलक्षण शोभूं लागली. पर्वतप्राय गज छिन्नभिन्न होऊन तेथें त्यांनीं लोटांगणें घातल्यामुळें ते पर्वतच तेथें विदीर्ण होऊन पडले आहेत कीं काय असा भास होऊं लागला ! महाबलाढ्य सात्यकीनें उडविलेले अश्व गतप्राण होऊन जमिनीवर पडले असतां सुवर्णाचे पदर व मोत्यांचे सर लाविलेल्या चित्रविचित्र तंगांच्या योगानें विशेष शोभत होते. याप्रमाणें तुझीं नानाविध सैन्यें ठार करून व तुझ्या सेनेची दाणादाण उडवून सात्यकीनें आंत प्रवेश केला. ज्या वाटेनें अर्जुन गेला त्याच वाटेनें तो जाऊं लागला, परंतु त्यास द्रोणांनीं अडविलें. त्या वेळीं समुद्र मर्यादेशीं थांबतो त्याप्रमाणें क्रुद्ध युयुधान सात्यकिही भारद्वाजांची गांठ पडली असतां तेथेंच थांबला. द्रोणांनीं रणांत महारथी युयुधानाचें निवारण करून मर्मभेदक अशा पांच तीक्ष्ण बाणांनीं त्याचा वेध केला. राजा, सात्यकीनेंही कंकपत्रें लाविलेले व शिळेवर घांसलेले सात सुवर्णपुंख बाण त्यांवर मारिले. मग द्रोणांनीं सहा बाणांनीं अश्व आणि सारथि ह्यांसह त्यास जखमी केलें. परंतु महारथी युयुधानानें द्रोणांचें तें कृत्य सहन केलें नाहीं. त्यानें सिंहनाद केला आणि प्रथम दहा बाणांनीं आणि लगेच सहा व आणखी आठ बाणांनीं द्रोणांस वेध केला. मग पुनः युयुधानानें दहा बाणांनीं द्रोणांस, एका बाणानें त्यांच्या सारथ्यास आणि चार बाणांनीं चारी घोड्यांस घायाळ केलें आणि एका बाणानें त्यांच्या ध्वजाचाही वेध केला. मग, हे मारिषा, टोळधाड पडावी त्याप्रमाणें द्रोणांनीं त्वरेनें त्यास शीघ्रगामी शरांनीं

आच्छादून टाकलें. त्याचप्रमाणें युयुधानानेंही न डगतां द्रोणांस अनेक बाणांनीं आच्छादिलें. तेव्हां द्रोणाचार्य त्यांस म्हणाले:—सात्यके, तुझा गुरु अर्जुन भित्र्या मनुष्यासारखा रण सोडून निघून गेला. मी त्याशीं लढत असतां मला सोडून तो बाजूस वळला. माधवा, जर तूं आपल्या गुरूप्रमाणें रणांगणांत मला सोडून लवकर दूर गेला नाहींस, तर माझ्या हातून युद्धांत जिवंत सुटणार नाहींस, समजलास ?

यावर सात्यकीनें उत्तर दिलें:—ब्रह्मन्, धर्मराजाच्या आज्ञेनें मी अर्जुनाकडे जात आहें. आपलें कल्याण असो. आपल्याशीं लढल्यानें मला उशीर होईल तो न व्हावा. शिष्य नेहमीं आपल्या गुरूच्याच मार्गास अनुसरत असतात. या नियमाप्रमाणें मीही तो माझा गुरु गेला तसाच त्वरेनें जाईन.

संजय म्हणाला:—राजा, असें बोलून शैनेयानें आचार्यांस टाळून एकाएकीं प्रयाण केलें; आणि सारथ्यास म्हटलें, "सूता, हे द्रोण मला अडविण्याविषयीं आपली शिकस्त करतील; यासाठीं, सूता, मोठ्या सावधगिरीनें रणांतून चल. दुसरें मी सांगतों तें ऐकून घे. हें अवंति देशचें मोठें तेजस्वी सैन्य दिसत आहे, त्याच्या पलीकडे त्यास लागूनच जें प्रचंड सैन्य आहे, तें दाक्षिणात्यांचें होय. त्याच्या पलीकडचें तें बाल्हीकांचें महासैन्य असून, त्यांच्याही पलीकडे कर्णाचें अपार सैन्य मोठ्या बंदोबस्तानें राहिलें आहे. सारथे, हीं सैन्यें जरी एकमेकांपासून पृथक् राहिलीं आहेत, तथापि त्यांस परस्परांचा आधार असल्यामुळें तीं रणांतून पळून जात नाहींत. यास्तव, सारथे, या दोन सैन्यांमधील जागेतून धीरपणानें घोडे हांक, आणि धिम्मेपणानें रथ चालवीत मला येथून घेऊन चल. येथें हे बाल्हिक नानाप्रकारच्या शस्त्रांचे प्रहार करण्याविषयीं अगदीं टपलेले दिसतात. तसेच कर्णप्रभृति पुष्कळ दाक्षिणात्य वीरही अगदीं सज्ज आहेत. हें सैन्य हत्ती, घोडे व रथ यांनीं भरलेलें दिसत आहे व यांत नानादेशचे पदाति उभे आहेत." असें म्हणून तो द्रोणांस टाळण्यासाठीं पुनः सारथ्यास म्हणाला:—कर्णाच्या या प्रचंड व घोर सैन्यांतून चल.

असें म्हणून तो मागें न फिरणारा महाभाग युयुधान जाऊं लागला, तेव्हां द्रोणही क्रुद्ध होऊन पुष्कळ बाण सोडीत त्याचे मागून चालले. इकडे सात्यकीनें कर्णाच्या त्या अतिप्रचंड सेनेस तीक्ष्ण शरांनीं जर्जर करून अपरंपार भारती सेनेंत प्रवेश केला. तो आंत शिरतांच सैन्यें उधळून गेलीं हें पाहून अमर्षी कृतवर्मा सात्यकीस आडवा आला. याप्रमाणें तो अंगावर पडत असतां सात्यकीनें सहा बाणांनीं त्यास जखमी केलें; आणि तत्काल चार बाण मारून चारी अश्व घायाळ केले. मग पुनः त्या वीर्यशाली सात्यकीनें सोळा नतपर्व बाणांनीं कृतवर्म्याच्या छातीवर वेध केला. हे महाराजा, सात्वत अशा प्रकारानें अनेक तेजस्वी शरांनीं त्याजवर मारा करीत असतां कृतवर्माही स्वस्थ बसला नव्हता. त्यानें एक अग्नीप्रमाणें देदीप्य व सरलगामी वत्सदंत बाण धनुष्यास जोडून आकर्ण ओढला आणि सात्यकीच्या छातीवर मारला. तेव्हां तो बाण त्याचें चिलखत व शरीर भेदून पार गेला व रक्तानें भरून जाऊन पिसाऱ्यासुद्धां जमिनींत शिरला. मग त्या परमास्त्रवेत्त्या कृतवर्म्यानें क्रुद्ध होऊन अनेक बाणांनीं सात्यकीचें धनुष्य बाणांसह छेदून टाकिलें आणि त्या सत्यपराक्रमी सात्यकीसही रणांत दहा तीक्ष्ण शरांनीं स्तनमध्यभागीं जखमी केलें. मग शक्तिमंतांत वरिष्ठ अशा त्या सात्यकीनें धनुष्याचे तुकडे

झाले असतां कृतवर्म्याच्या उजव्या हातावर शक्ति मारिली आणि लगेच दुसरें चांगलें बळकट धनुष्य घेऊन तें पूर्ण आकर्षून सत्वर शेंकडों हजारों बाण सोडले, आणि कृतवर्म्याचा रथ चोहोंकडून खचून काढला. राजा, त्या सात्यकीनें याप्रमाणें हार्दिक्यास रणांत आच्छादित करून एका भल्लानें त्याच्या सारथ्याचें डोकें कापलें! तेव्हां तो गतप्राण होऊन हार्दिक्याच्या महारथावरून खालीं कोसळला. मग आवरणारा नाहींसा झाल्यामुळें त्या रथाचे घोडे फारच भडकले. तेव्हां शूर भोजानें धांदलीनें स्वतःच घोडे आवरले व हातांत धनुष्यही सज्ज ठेविलें; तेव्हां सर्व सैन्यें त्याची प्रशंसा करूं लागलीं. असो; मग त्या भोजपति कृतवर्म्यानें क्षणमात्र विश्रांति घेतली आणि पुनः घोडे पिटाळून त्या निर्भय वीरानें शत्रूंस फारच भयभीत केलें. परंतु इतक्या अवकाशांत सात्यकि त्याच्यापासून बराच दूर गेल्यामुळें तो मग भीमसेनावर धांवला. राजेंद्रा, इकडे युयुधान भोजसैन्यांतून निसटून त्वरेनें एकदम कांबोजांच्या प्रचंड सेनेंत शिरला. त्या ठिकाणीं अनेक शूर महारथ्यांनीं त्यास प्रतिबंध केला. तथापि, हे राजा, तो सत्यपराक्रमी सात्यकि डगमगला नाहीं. मग द्रोणांनीं सैन्याची स्थिरस्थावर करून कृतवर्म्यावर तिकडील भार सोंपविला, आणि युयुधानाशीं लढण्याच्या इच्छेनें मोठ्या दक्षतेनें रणांत त्याकडे धांव घेतली. याप्रमाणें ते युयुधानाच्या मागून धांवत येत असतां पांडवांच्या सेनेंतील मोठमोठ्या वीरांनीं मोठ्या ईर्ष्येनें त्यांस अडविलें. असो; तिकडे रथिश्रेष्ठ हार्दिक्याशीं गांठ पडल्यामुळें भीमसेनप्रभृति पांचालांचा उत्साह मावळून गेला. राजा, शूर कृतवर्म्यानें पराक्रम गाजवून धडपड करणाऱ्या त्या सर्व वीरांचें निवारण केलें. आणि त्यांस कांहींसें खिन्न करून त्यांचीं वाहनेंही दमवून सोडलीं. याप्रमाणें भोजसैन्याशीं गांठ घालूं पाहाणाऱ्या त्या वीरांचा भोजानें रणांत निरोध केला, तेव्हां ते महद्यशाची इच्छा करणारे वीर कुलीनासारखे स्वस्थ उभे राहिले!

अध्याय एकशें चौदावा.

—:०:—

धृतराष्ट्राचें भाषण.

धृतराष्ट्र म्हणालाः—संजया, माझें सैन्य शौर्यधैर्यादि अनेक गुणांनीं इतकें संपन्न, अशा प्रकारचें अगदीं निवडक, व इतकें पुष्कळ असून त्याची अशी यथान्याय व्यूहरचना केली असतांही त्याचा पराभव झालाना! अरे, आम्ही त्याचा नित्य मानमरातब ठेवीत होतों, आणि तेंही आम्हांवर सदोदित अनुरक्त असे. तें मोठें विस्तृत असून त्याचा आकार अद्भुत दिसतो. त्यानें मागें मोठमोठे पराक्रम गाजविले आहेत. तें अगदीं वृद्ध नाहीं किंवा बालही नाहीं. तसेंच, त्यांत कोणी फाटक्या अंगाचे नाहींत किंवा कोणी फारसे लठ्ठही नाहींत. त्यांचे अवयव घट्ट असून ते निरोगी आहेत. त्यांनीं कवचें घातल्यामुळें त्यांचे देह आच्छादित आहेत. त्यांपाशीं पुष्कळ शस्त्रसामुग्री आहे आणि अनेक प्रकारच्या शस्त्र चालविण्याच्या विद्येंत ते निष्णात आहेत. संजया, हें माझें सैन्य आरोहण करणें, खालीं उतरणें, मोठ्या जागेवर पसरणें, उड्या टाकीत जाणें, चाल करणें, व मागें हटणें या सर्व गोष्टींत निपुण आहे. हत्ती, घोडे, व रथ चालविण्याविषयीं अनेक वेळां त्याची परीक्षा घेतलेली आहे; आणि अशा प्रकारें परीक्षा घेऊन मग यथायोग्य वेतनें देऊन तें ठेविलें आहे. नुसतें बोलावून आणिलेलें, भिडेभाडेनें जमलेलें, नातेवाईक म्हणून आलेलें किंवा सहजगत्या गोळा

झालेलें असें माझें सैन्य नसून तें सर्व पगार वगैरे देऊन ठेविलेलें आहे. त्यांत कुलीन व थोर माणसांची भरती केलेली आहे. तें धष्टपुष्ट व संतुष्ट असून त्याचे ठिकाणीं उद्धटपणा नाहीं. त्याचा आम्हीं योग्य मानमरातब ठेविला आहे व चांगली तरतूद राखली आहे. शिवाय तें मोठें यशस्वी व प्रगल्भ मनाचें आहे. त्यावर नेमिलेले अधिकारी मोठे मुत्सद्दी व लोकपालांच्या तोडीचे वीर असून पवित्र आचरणाचे आहेत; आणि त्या नरश्रेष्ठांनीं माझ्या सैन्याचें पालन केलें आहे. शिवाय आमचें प्रिय करण्याविषयीं झटणारे पुष्कळ राजे आपलीं सैन्यें व चाकरनोकर बरोबर घेऊन आपखुषीनें आम्हांकडे आले आहेत व ते त्या सैन्याचें रक्षण करीत आहेत. माझ्या ह्या मूळच्याच प्रचंड सैन्यांत सभोंवतींचे राजे ससैन्य येऊन मिळाल्यामुळें तें चोहोंकडून नद्यांनीं परिपूर्ण केलेल्या महासागरासारखें झालें आहे. पक्षरहित पक्ष्यांप्रमाणें भासणारे रथ व अश्व यांनीं तें व्यास झालें आहे; आणि ज्यांच्या गंडस्थळांतून मदस्राव होत आहे अशा गजांनीं त्यास गराडा दिला आहे. असें तें माझें महासैन्यही नाश पावलें, त्यापेक्षां हा माझा दैवदुर्विलास होय! दुसरें काय? योद्धे हेंच ज्यांतील अक्षय जल आहे, वाहनें ह्याच ज्याला लाटा उसळत आहेत, यंत्रें, तरवारी, गदा, शक्ति, बाण, व भाले या मत्स्यांनीं जो गजबजला आहे, ध्वज व भूषणें ह्याच रत्नांनीं व दगडांनीं जो अगदीं आच्छादिलेला आहे, धांवणाऱ्या वाहनांनीं ज्याला वायुवेगाप्रमाणें उसळून दिला आहे, द्रोणरूपी गंभीर तळ, कृतवर्मारूपी प्रचंड डोह व जलसंधरूपी महाग्राह यांनीं जो युक्त आहे, तसेंच कर्णरूपी चंद्राचा उदय झाल्यामुळें ज्यास भरती आली आहे, असा तो माझा सैन्यसागर भेदून कृष्णार्जुन केवळ एकट्या रथानेंच वेगानें निघून गेले आणि तसाच तो युयुधानही गेला! संजया, सव्यसाची अर्जुन व उदार रथी सात्यकि हे आंत शिरले, त्यापेक्षां आतां माझ्या सैन्यांत कांहीं राम उरला आहे असें मला वाटत नाहीं. बाबारे, ते दोघे अत्यंत चपल वीर तेथून सुखरूप पार पडलेले पाहून व सिंधुपति गांडीवशरांस गोचर झालेले पाहून कालप्रेरित कौरवांनीं पुढें काय करावयाचें योजिलें असेल? आणि अशा दारुण व आणीबाणीच्या प्रसंगीं ती योजलेली मसलत कशी काय शेवटास नेली असेल? बाबारे! या कौरवांस अर्जुनानें गांठिलें नसून त्यांस मृत्यूनेंच ग्रस्त केलें आहे असें मी समजतों. शिवाय रणांगणांत त्यांचा पराक्रमही पूर्वींप्रमाणें दिसत नाहीं. कृष्ण व अर्जुन हे रणांत केवळ अढळ आहेत. त्यांचा तेथें प्रवेश झाला आहे; आणि, संजया, त्यांचें निवारण करणारा तेथें कोणीच नाहीं. मीं पुष्कळ मोठे मोठे रथी निवडून त्या योद्ध्यांचें पोषण केलें. कित्येकांस वेतनें ठरविलीं आणि कित्येकांस गोड बोलून वश करून घेतलें. बाबारे, ज्यांचा अपमान झाला आहे असे माझ्या सैन्यांत कोणीच नाहींत. त्यांच्या त्यांच्या पराक्रमानुरूप त्यांस भत्ते व वतनें मिळत असतात. तसेंच, हे संजया, अपराक्रमी पुरुष माझ्या सैन्यांत एकही नाहीं. त्याचप्रमाणें, ज्यास थोडें वेतन मिळतें किंवा मुळींच मिळत नाहीं असाही कोणी नाहीं. मी दान, मान, आसन इत्यादिकांनीं त्यांचें यथाशक्ति गौरव केलेलें आहे; आणि, ताता, माझ्या मुलांनीं व ज्ञातिबांधवांनींही त्यांचा तसाच सत्कार केलेला आहे. अशा प्रकारचे हे माझे वीर अर्जुनानें गांठ पडल्याबरोबर जिंकले, आणि शैनेयानेंही त्यांचा समाचार घेतला, त्यापेक्षां दुर्दैव माझें! दुसरें काय? संजया, ज्याचें रक्षण केलें जात

आहे तो व हे रक्षक या उभयतांचीही एकच वाट होणार! समरांगणांत अर्जुन सिंधुपतीच्या अग्रभागीं उभा राहिल्याचें पाहून त्या माझ्या अत्यंत मूढ पुत्रानें पुढें काय करावयाचें ठरविलें? त्याचप्रमाणें सात्यकिही निर्भयपणें समरांगणांत प्रवेश करीत असल्याचें पाहून तरी दुर्योधनानें काय करण्याची वेळ आली म्हणून मानलें? कोणत्याही शस्त्रास दाद न देणारे ते रथिश्रेष्ठ सेनेंत घुसल्याचें अवलोकन करून माझ्या वीरांपैकीं कोणीं कोणीं युद्धांत धैर्य दाखविलें? अर्जुनाचे मनोरथ सफल व्हावे म्हणून दाशार्ह श्रीकृष्ण सज्ज असल्याचें व शिनिपुंगव सात्यकीस अवलोकन करून माझे पुत्र शोक करूं लागले असतील असें मला वाटतें. त्याचप्रमाणें ते दोघेही सेनेचें उल्लंघन करून आले व कौरवसेनेची दाणादाण उडाली हें पाहिल्यावर तर ते रडूंच लागले असतील असें मला वाटतें. शत्रूंस जिंकण्याविषयीं निरुत्साह झालेले ते रथी पळण्याचा मात्र मोठा उत्साह धरून धांवपळ करीत आहेत असें पाहून माझ्या मुलांस दुःख झालें असेल! अर्जुनानें व सात्यकीनें वीरांस ठार करून रथोपस्थें रितीं केलेलीं पाहून त्यांस वाईट वाटलें असेल. ज्यांचे घोडे, हत्ती व रथ नष्ट झाले आहेत असे हजारों वीर घाबरून रणांगणांत धांवत आहेत असें पाहून माझ्या मुलांस शोक झाला असेल. अर्जुनाच्या बाणांनीं ताडित होऊन हत्ती पळत सुटले आहेत, कित्येक मरून पडले असून राहिले त्यांचीही तीच स्थिति होत आहे, असें पाहून माझे पुत्र शोक करूं लागले असतील असें मला वाटतें. त्या ठिकाणीं सात्यकि व अर्जुन यांनीं स्वारांस ठार करून घोडे रिकामे केल्यामुळें व योद्धे विरथ केल्यामुळें पोरांनीं अश्रु ढाळले असतील. अर्जुन व सात्यकि यांनीं हजारों घोडे रणांत मारून पाडले व बाकीचे वाट फुटेल तिकडे उधळून गेले हें पाहून पोरांच्या छातींत धस्स झालें असेल असें मला वाटतें. पायदळाच्या तुकड्या रणांगणांत चोहोंकडे पळत सुटल्या आहेत असें पाहून पोरगे विजयाविषयीं निराश झाले असतील व त्यांस कृतकर्माचा पश्चात्तापही झाला असेल अशी माझी अटकळ आहे. ते दोघे अजिंक्य वीर एका क्षणांत द्रोणसैन्य उल्लंघून आल्याचें पाहून त्यांचें धाबें दणाणून गेलें असेल असें मला वाटतें. बाबारे, ते अढळ कृष्णार्जुन व सात्वत हे माझ्या सैन्यांत शिरले, हें ऐकून मी फारच घाबरलों आहें. संजया, तो शिनींतील उत्कृष्ट रथी भोजसैन्याचें उल्लंघन करून त्या सेनेंत शिरल्यावर पुढें कौरवांनीं काय केलें? त्याचप्रमाणें द्रोणानें समरांगणांत पांडवांचा निग्रह केला असतां तेथें कसें काय युद्ध झालें तेंही मला सांग. कारण द्रोण हा मोठा बलिष्ठ, अस्त्रसंपन्न व युद्ध करीत असतां देहभानही विसरणारा असा श्रेष्ठ प्रतीचा वीर आहे. तेव्हां पांचालांनीं त्या महाधनुर्धराशीं रणांत कसा सामना केला? अर्जुनाचा जय व्हावा असें मनांत धरून त्यांनीं द्रोणाशीं वैर बांधलें होतें; आणि महारथी द्रोणानेंही त्यांशीं पुरेंच वैर धरलें होतें; तेव्हां त्यांनीं परस्परांवर कसा काय पराक्रम गाजविला तें आणि अर्जुनानें सिंधुपतीच्या वधासाठीं जो प्रयत्न केला तोही सर्व, हे संजया, मला इत्थंभूत निवेदन कर. तूं या कामांत मोठा कुशल आहेस.

संजय सांगतोः—हे भरतर्षभा, केवळ स्वतःच्याच अपराधामुळें तुजवर हें संकट ओढवलें आहे, तेव्हां या वेळीं प्राकृतजनांप्रमाणें शोक करणें हें तुझ्यासारख्या वीरास उचित नव्हे. अरे, मागेंच विदुरासारखे आप्त व ज्ञाते लोक 'पांडवांचा उपहास करूं नको' म्हणून

तुला सांगत होते, परंतु तूं तें ऐकिलें नाहींस. अरे, हित इच्छिणाऱ्या आप्तांचें बोलणें जो ऐकत नाहीं, तो महत्संकटांत सांपडून तुज-प्रमाणें शोक करूं लागतो असा सिद्धांतच आहे. राजा, मागें दाशार्ह श्रीकृष्णानें साम करण्याविषयीं तुजजवळ मागणी केली, परंतु त्या महायशस्वी कृष्णाची इच्छा त्या वेळीं तुजकडून पूर्ण झाली नाहीं. हे राजेंद्रा, तुझी निर्गुणता, पुत्रांविषयीं पक्षपात, धर्माविषयीं अनिश्चित मत, पांडवांविषयीं मत्सर, तुझा पांडवांविषयींचा कुटिल अभिप्राय, आणि मानभावीपणाचें भाषण जाणून मग सर्व लोकांतील खरेपणा ओळखणारा व सर्व लोकांचा अधिपति जो प्रभु वासुदेव त्यानें कौरव–पांड-वांचें महान् युद्ध सुरू केलें. हे अभिमानी राजा, तुझा जो फारच मोठा विनाश झाला आहे, त्यास तुझाच अपराध कारण होय. त्याविषयीं दुर्योधनास दोष देणें योग्य नाहीं. हे भारता, तूं आरंभीं, मध्यंतरीं किंवा शेवटीं केव्हांही चांगलें आचरण केल्याचें दिसत नाहीं, तेव्हां पराजयाचें मूळ तूंच होस. यासाठीं, सर्व लोकांचा सामान्य स्वभाव मनांत आणून तूं अंतःकरण स्थिर कर आणि देव-दानवांच्या युद्धाप्रमाणें घोर असें तें युद्ध इत्थंभूत श्रवण कर.

कृतवर्म्याचा पराक्रम.

सत्यपराक्रमी सात्यकि तुझ्या सैन्यांत शिर-तांच भीमसेनप्रभृति पांडव तुझ्या सेनेवर चालून आले. ते खवळून गेलेले वीर आपल्या अनुयायांसह वेगानें येत असतां त्या सर्वांस महारथी कृतवर्म्यानें एकट्यानें रणांत अडवून धरलें. ज्याप्रमाणें वेला ही खवळलेल्या साग-राचें निवारण करते, त्याप्रमाणें त्या हार्दिक्यानें पांडवांच्या सैन्याचें समरांगणांत निवारण केलें. त्याची गांठ पडतांच पांडवांस रणांत पुढें जातां येईना. तेव्हां त्या हार्दिक्याचा पराक्रम आम्हांस फारच अद्भुत दिसला. मग महा-बाहु भीमसेनानें तीन बाणांनीं हार्दिक्यास विद्ध केलें आणि शंख वाजवून सर्व पांडवांस हर्षित केलें. मग सहदेवानें वीस, धर्मराजानें पांच व नकुलानें शंभर बाण हार्दिक्यावर टाकिले. द्रौपदेयांनीं त्र्याहात्तर, घटोत्कचानें सात आणि धृष्टद्युम्नानें तीन बाणांचा त्यावर मारा केला. त्याचप्रमाणें विराट, द्रुपद, याज्ञसेनि व शिखंडी यांनीं पांच पांच बाण त्यावर सोडले; आणि शिखंडीनें तर उपहासपूर्वक पुनः वीस बाण मारले. राजा, मग कृतवर्म्यानें त्यांतील प्रत्ये-कास पांच पांच बाणांनीं चोहोंकडून विद्ध करून व भीमास सात बाणांनीं वेधून त्याचें धनुष्य व ध्वजही तत्काल रथावरून खालीं भूमीवर पाडला; आणि लगेच त्वरा करून त्या क्रुद्ध महारथानें धनुष्यहीन झालेल्या त्या भीमसेनाच्या छातीवर तीक्ष्ण सत्तर शरांचा मारा केला. तेव्हां हार्दिक्याच्या त्या उत्कृष्ट शरांच्या योगानें तो एवढा बलाढ्य भीमसे-नही धरणीकंपाच्या वेळीं कंपित होणाऱ्या पर्वताप्रमाणें रथामध्यें बसल्या बसल्याच डळ-मळूं लागला. राजा, भीमसेनाची तशी अवस्था पाहून धर्मराजप्रभृति वीर तीक्ष्ण शर सोडीत कृतवर्म्यास पीडा करूं लागले. हे मारिषा, त्यांनीं त्यास रथसमुदायानें घेरून टाकलें आणि भीमसेनाचें रणांत रक्षण करण्यासाठीं हर्षानें कृतवर्म्यास तीक्ष्ण शरांनीं विंधिलें. मग महाबलाढ्य भीमसेनही सावध झाला. त्यानें सुवर्णाचा दांडा असलेली पोलादी शक्ति घेतली, आणि त्वरेनें ती आपल्या रथावरून कृतवर्म्या-च्या रथावर फेंकिली. ती भीमसेनाच्या भुजा-पासून सुटलेली व मोकळ्या भुजंगाप्रमाणें तळ-पणारी अत्यंत दारुण शक्ति कृतवर्म्याच्या समोर देदीप्यमान होऊं लागली. याप्रमाणें युगांतींच्या

अग्नीसारखी जिची कांति आहे अशी ती शक्ति एकाएकीं येत असतां हार्दिक्यानें दोन बाणांनीं तिजवर दोन ठिकाणीं प्रहार केला. तेव्हां, राजा, ती कनकभूषित शक्ति छिन्न होऊन आकाशांतून तुटलेल्या मोठ्या उल्केप्रमाणें दिशा उज्ज्वल करीत जमिनीवर पडली. शक्तीचा नाश झालेला पाहून भीमसेनास फारच क्रोध आला. त्यानें दुसरें मोठें वेगवान् व प्रचंड ध्वनि करणारें धनुष्य घेऊन रणांत हार्दिक्याचें निवारण चालविलें. राजा, मग त्या महाबलाढ्य भीमसेनानें त्याच्या स्तनमध्यप्रदेशीं पांच तीक्ष्ण बाण मारले. तेव्हां, हे मारिषा, तुझ्या दुष्ट मसलतीमुळें भोजाचे सर्व शरीरास जखमा होऊन तो रणांगणांत फुललेल्या तांबड्या अशोकाप्रमाणें शोभूं लागला. मग क्रुद्ध हार्दिक्यानें तीन बाणांनीं भीमसेनास युद्धांत सहज दृढ जखमी करून झटून पडणाऱ्या त्या इतरही सर्व महारथांस तीन तीन बाणांनीं विद्ध केलें. तेव्हां त्यांनींही उलट सात सात बाण हार्दिक्यावर टाकले. मग क्रुद्ध महारथी सात्वतानें एका क्षुरप्र बाणानें शिखंडीचें धनुष्य छेदिलें. तेव्हां धनुष्य छिन्न झाल्यामुळें शिखंडीस त्वेष येऊन त्यानें शतचंद्र खड्ग सत्वर हातांत घेतला; आणि चामीकरांनीं विभूषित अशी प्रचंड ढाल फिरवून तो खड्ग कृतवर्म्याचे रथांत फेंकला. तेव्हां तो प्रचंड खड्ग कृतवर्म्याचें धनुष्य छेदून आकाशांत तुटलेल्या ताऱ्याप्रमाणें जमिनीवर पडला. इतक्या अवकाशांत इतर महारथांनींही त्वरा करून कृतवर्म्यास समरांगणांत बाणांनीं फारच विद्ध केलें. हे भरतश्रेष्ठा, मग हार्दिक्यानें तें मोडकें प्रचंड धनुष्य टाकून दुसरें घेतलें, आणि युद्धामध्यें पांडवांस तीन तीन शरांनीं व शिखंडीस प्रथम तीन व पुनः पांच बाणांनीं विंधिलें. मग महायशस्वी शिखंडीनेंही दुसरें धनुष्य घेतलें; आणि कांसवाच्या नखांचे ज्यांचे फाळ आहेत अशा बाणांनीं त्या हृदिकात्मज कृतवर्म्याचें निवारण केलें. राजा, मग तो हृदिकाचा पुत्र रणांत खवळला; आणि भीष्मांचे मृत्यूस कारणीभूत झालेल्या त्या महात्म्य यज्ञसेनपुत्र शिखंडीच्या अंगावर--तो वीर आपलें सामर्थ्य प्रकट करीत--सिंह हत्तीवर जातो त्याप्रमाणें वेगानें धांवला ! ते दिग्गजांप्रमाणें शोभणारे व शत्रूंस चीत करणारे वीर प्रज्वलित अग्नीप्रमाणें शरवृष्टि करीत परस्परांवर पडले. ते दोघेही आपलीं श्रेष्ठ धनुष्यें हालवीत होते, बाण जोडीत होते, आणि किरण सोडणाऱ्या सूर्याप्रमाणें बाण सोडीत होते ! तीक्ष्ण शरांनीं परस्परांस ताप देणारे ते महारथी वीर युगांतकालच्या सूर्यांसारखे तेथें प्रकाशत होते ! कृतवर्म्यानें महारथी याज्ञसेनीवर ब्याहात्तर बाण मारून पुनः आणखी सात टाकले. तेव्हां तो फारच जखमी झाल्यामुळें व्यथित होऊन रथांत पडला; त्यास मूर्च्छेनें घेरिलें आणि त्यामुळें त्याच्या हातांतील धनुष्यही खालीं पडलें ! हे पुरुषर्षभा, तो शिखंडी रणांत विषण्ण झालेला पाहून तुझे सैनिक हार्दिक्याची प्रशंसा करूं लागले आणि वस्त्रेंही हालवूं लागले ! याप्रमाणें शिखंडी हार्दिक्याच्या बाणांनीं मूर्च्छित पडल्याचें पाहून सारथि त्या महारथास त्वरेनें समरांगणांतून दूर घेऊन गेला. त्याला रथाच्या आंतील बाजूस निजविलें आहे असें पाहातांच पांडवांनीं आपल्या रथांनीं कृतवर्म्यास रणांत वेढून टाकलें. परंतु महारथी कृतवर्म्यानें तेथें फारच आश्चर्यकारक कृत्य केलें ! त्यानें एकट्यानें अनुयायांसह सर्व पांडवांचें निवारण केलें. इतकेंच नव्हे, तर पांडवांस जिंकिल्यावर त्यानें चेदि, पांचाल, सृंजय व महापराक्रमी केकय यांसही जिंकिलें ! समरांगणांत त्यांवर

हार्दिक्याचा मारा होत असल्यामुळें पांडवांकडील वीर इतस्ततः पळत सुटले,—त्यांस रणांत स्थिर राहावेना. याप्रमाणें युद्धामध्यें भीमसेनप्रभृति पांडवांचा पराजय करून हार्दिक्य रणामध्यें धूमरहित अग्नीसारखा उभा राहिला; आणि त्यानें पळवून लाविलेले व शरवृष्टींनीं पीडित केलेले पांडवांकडील महारथी पराङ्मुख झाले !

अध्याय एकशें पंधरावा.

—:०:—

जलसंधवध.

संजय सांगतोः—राजा, तूं मला जें खोदखोदून विचारीत आहेस, तें नीट लक्ष देऊन ऐक. महावीर कृतवर्मा यानें त्या शत्रुसैन्याची दाणादाण उडविली, तेव्हां लज्जेनें त्यांनीं खालीं माना घातल्या, आणि तुझे वीर हर्षभरित झाले. अशा वेळीं अगाध समुद्रांत आश्रय शोधूं पाहाणाऱ्या पांडवांस बेटाप्रमाणें असलेल्या त्या सात्यकीनें महारणांतील तुझ्या वीरांचा तो प्रचंड जयघोष ऐकतांच त्वरेनें कृतवर्म्यावर चाल केली. तो जवळ येतांच हार्दिक्य कृतवर्म्यानें अत्यंत क्रोधानें सात्यकीला तीक्ष्ण बाणांनीं छावून सोडिलें. तेव्हां सात्यकीही चवताळला; आणि त्यानें एका तीक्ष्ण भल्लानें त्याचें धनुष्य तोडून लगेच चार बाण सोडून रणांत त्याचे घोडे लोळविले. मग लगेच त्यानें कृतवर्म्याचा सारथि व पृष्ठरक्षक यांचाही वेध केला; आणि अशा प्रकारें त्या सत्यपराक्रमी सात्यकीनें त्यास विरथ करून त्याच्या सैन्यावर तीक्ष्ण बाणांचा मारा चालविला. त्या वेळीं तें सैन्य शरपीडित होऊन दुभंग झालें; आणि मग सत्यपराक्रमी सात्यकीनें त्वरेनें पुढें चाल केली.

राजा, त्या वीर्यवंतानें तुझ्या सैन्यांत कसा धुमाकूळ घातला तो ऐक. हे महाराजा, महासागरप्राय द्रोणसैन्याच्या पार जाऊन व युद्धांत कृतवर्म्याचा पराभव करून तो सारथ्यास म्हणाला, “ सूता, बिलकूल न कचरतां धिमेपणानें रथ हांक. ” रथ, अश्व व गज यांनीं गजबजलेल्या व पायदळानें खचलेल्या त्या तुझ्या सैन्याकडे पाहून तो पुनः सारथ्यास म्हणाला, “ द्रोणसैन्याच्या उजव्या बाजूला जें हें अतिप्रचंड गजसैन्य मेघसमुदायाप्रमाणें दिसत आहे, व रुक्मरथ ज्याचा पुढारी आहे, तें सैन्य अनेक महाधनुर्धर राजपुत्रांचें असून ते राजपुत्र रणांत मोठे दुर्निवार आहेत. दुर्योधनाच्या आज्ञेमुळें माझी खबर घेण्यासाठीं हे जिवावर उदार झाले आहेत. हे सर्वच प्रख्यात लढवय्ये आहेत. ज्यांचे ध्वज सुवर्णानें मढविलेले आहेत असे शूर त्रिगर्त महारथी माझ्या सन्मुख लढाईच्या तयारीनें उभे आहेत. यास्तव, सूता, मला लवकर तेथें घेऊन चल, व घोडे जलद हांक; मी द्रोणांच्या समक्ष या त्रिगर्तांशीं लढेन. ”

सात्यकीचें हें भाषण ऐकून त्याच्या त्या आज्ञाधारक सारथ्यानें हळूच पुढें चाल केली. त्याचा रथ सूर्याप्रमाणें देदीप्यमान व तेजस्वी असून त्यावर पताका लाविल्या होत्या. सारथ्याच्या हुकुमांत वागणारे व मधून मधून खिंकाळणारे श्रेष्ठ प्रतीचे घोडे त्याला ओढीत होते. ते समरांगणांतून वायुवेगानें चालले होते. कुंदपुष्पें, चंद्र किंवा रुपें यांसारखें त्यांचें तेज होतें. अशा प्रकारें तो सात्यकि शंखवर्ण श्रेष्ठ अश्वांच्या योगानें रणांगणांतून वेगानें चालला असतां अनेक हस्तलाघवी शूरांनीं नानाप्रकारचे तीक्ष्ण बाण सोडीत आपल्या गजसैन्यानें त्यास चोहोंकडून वेढा दिला. तेव्हां ग्रीष्म ऋतूचे शेवटीं पर्वतावर वर्षाव करणाऱ्या महामेघाप्रमाणें तो सात्यकि तीक्ष्ण बाणांनीं त्या

गजसैन्याशीं लढूं लागला. वज्र किंवा विद्युत्पात यांप्रमाणें ज्यांचा स्पर्शप्रभाव आहे अशा त्या शिनिवीरानें सोडलेल्या बाणांनीं मरूं लागलेले ते गज रण सोडून पळूं लागले. दांत मोडले आहेत, अंगांतून रक्त वाहतें आहे, मस्तकें छिन्नभिन्न झालीं आहेत, कान, तोंडें व सोंडा यांचा चुराडा उडाला आहे, वरील महात व पताका नाश पावल्या आहेत, मर्मस्थळें व घंटा फुटल्या आहेत, महाध्वज छेदून पडले आहेत, वरील वीर मृत झाले आहेत, आणि पाठीवरील झुलीही अस्ताव्यस्त झाल्या आहेत, असे हत्ती दशदिशांस पळून जाऊन त्या शोभवूं लागले. सात्यकीनें नाराच, वत्सदंत, भल्ल, अंजलिक, क्षुरप्र व अर्धचंद्र बाणांनीं विदीर्ण केलेले व मेघांप्रमाणें शब्द करणारे ते गज अनेक प्रकारें चीत्कार करीत व रक्त, मूत्र व पुरीष गाळीत पळूं लागले. कित्येक सैरावैरा भ्रमण करूं लागले, कित्येक अडखळूं लागल, कित्येक धांवतां धांवतां पडले आणि कांहीं व्याकूळ झाले. याप्रमाणें सात्वतानें पीडिलेलें ते गजसैन्य अर्कतुल्य तेजस्वी बाणांच्या योगानें चोहोंकडे उधळून गेलें.

त्या गजसैन्याचा फडशा पडतांच महाबलिष्ठ जलसंधानें दक्षतेनें रजताश्व युयुधानाच्या रथाशीं आपला हत्ती आणून भिडविला. जलसंध हा मोठा शूर असून शुचिर्भूत असे. त्यानें रुप्याचें कवच, सुवर्णाचीं बाहुभूषणें, कुंडलें व मुकुट आणि खड्ग धारण केला होता; अंगास रक्तचंदन फांसलें होतें; मस्तकावर देदीप्यमान सुवर्णमाला धारण केली होती; छातीवर पदक व तेजस्वी हार लटकाविला होता; आणि गजमस्तकावर बसून तेथें तो आपलें सुवर्णमंडित चाप चमकावीत होता. यामुळें हे महाराजा, तो गज विद्युद्युक्त मेघाप्रमाणें शोभत होता. तो मागधाचा श्रेष्ठ हत्ती याप्रमाणें एकाएकीं येत असतां समुद्रास आला घालणाऱ्या मर्यादेप्रमाणें सात्यकीनें त्याचें निवारण केलें, राजा, शैनेयाच्या उत्कृष्ट शरांनीं हत्तीनें मोहरा फिरविलासें पाहून, तो महाबलिष्ठ जलसंध रणांगणांत संतापून गेला; आणि, हे महाराजा, त्यानें क्रोधानें बाण व दुसरीं समर्थ आयुधें यांनीं त्या शिनिपौत्राच्या विशाळ वक्षस्थळाचा वेध केला. मग दुसऱ्या एका पाणी दिलेल्या व घांसलेल्या भल्ल बाणानें त्यानें त्या शरसंधान करणाऱ्या वृष्णिवीराचें धनुष्यच तोडून टाकलें ! हे भारता, मग छिन्नधनुष्य झालेल्या त्या सात्यकीचा उपहास करीतच कीं काय—त्या मागधवीरानें त्यावर आणखी पांच बाण टाकले !

हे भारता, अशा प्रकारें जलसंधानें अनेक बाणांनीं विंधिलें असतांही तो वीर्यशाली महाबाहु सात्यकि जरा डगला देखील नाहीं, हें केवढें आश्चर्य ! त्या बाणांकडे बिलकूल लक्ष्य न देतां त्या बलिष्ठानें लगेच दुसरें धनुष्य घेतलें;आणि ‘ उभा रहा, उभा रहा ! ’ अशी गर्जना करीतच त्या जलसंधाच्या विशाल वक्षःस्थलावर हंसत हंसत साठ बाणांनीं जबरदस्त प्रहार केला. एका अति तीक्ष्ण क्षुरप्रानें त्याचें प्रचंड धनुष्य मुठीशींच छेदिलें, आणि त्यावर आणखी तीन बाण टाकले ! मग जलसंधानेंही तें सशर धनुष्य फेंकून दिलें आणि त्वरेनें सात्यकीवर तोमर फेंकला. हे मारिषा, तो घोर तोमर महारणांत महाभुज सात्यकीच्या उजव्या भुजेचा भेद करून महाभुजंगाप्रमाणें फूत्कार टाकीत जमिनींत शिरला. उजवा हात घायाळ झाला असतांही महापराक्रमी सात्यकीनें तीस तीक्ष्ण बाणांनीं जलसंधास ताडन केलें. मग महाबलिष्ठ जलसंधानें खड्ग व शेंकडों टिकल्या लाविलेली प्रचंड ढाल उचलली; आणि तो खड्ग गरगर फिरवून

सात्यकीवर सोडला. तेव्हां तो खड्ग सात्यकीचें धनुष्य छेदून जमिनीवर पडला, आणि तेथें अलातचक्राप्रमाणें चमकूं लागला. मग सात्यकीनें सर्व प्रकारचीं शरीरें विदीर्ण करणारें असें दुसरें धनुष्य घेतलें. तें धनुष्य तालवृक्षाच्या खांदीसारखें दिसत असून त्याचा शब्द विजांच्या कडकडाटासारखा होता, असो; क्रुद्ध सात्वतानें तें धनुष्य ताणून एका बाणानें जलसंधाचा वेध केला; आणि त्याचे अडसरांसारखे सरळ दिसणारे दोन्ही सालंकार बाहु दोन क्षुरप्रांनीं सहज लीलेनें छेदिले! तेव्हां गजश्रेष्ठाच्या पाठीवरून ते हात खालीं पडत असतां पर्वतावरून घसरत खालीं येणाऱ्या पंचमुखी भुजंगाप्रमाणें भासले! मग सात्यकीनें सुंदर दाढांनीं युक्त व मनोहर कुंडलांनीं मंडित असें त्या जलसंधाचें भलें मोठें मस्तक तिसऱ्या क्षुरप्रानें उडविलें, तेव्हां मग शिर व हात तुटून गेल्यामुळें अत्यंत भ्यासूर दिसणाऱ्या त्या जलसंधाच्या कबंधांतून हत्तीवर रक्ताची वृष्टि होऊं लागली!

राजा, याप्रमाणें जलसंधाचा वध केल्यावर सात्वतानें त्वरा करून हत्तीवरून अंबारी खालीं पाडली. परंतु ती उत्कृष्ट अंबारी जमिनीवर न पडतां हत्तीच्या पोटाखालीं लोंबूं लागली! अशी ती अंबारी घेऊन तो रक्तानें भरलेला जलसंधाचा हत्ती सात्यकि बाण मारीत असल्यामुळें विव्हल होऊन भीतीनें भयंकर किंकाळ्या फोडीत आपलीच सेना तुडवीत पळूं लागला! हे मारिषा, वृष्णिवीरानें जलसंधास मारिल्याचें पाहून तुझ्या सर्वच सैन्यांत मोठा हाहाःकार उडाला; व तुझे वीर तोंड फिरवून इतस्ततः धांवूं लागले. ते शत्रूंस जिंकण्याविषयीं पूर्ण निराश झाले असून पळण्याविषयीं मात्र त्यांनीं मोठा उत्साह धरिला होता! राजा, याप्रमाणें सैन्याची अवस्था झाली, इतक्यांत शस्त्रधराग्रणी द्रोणाचार्य हे घोडे पिटाळीत महारथी युयुधानावर धांवले. ते शैनेयावर धांवल्याचें पाहातांच दुसरे कौरववीरही चवताळून त्यांजबरोबरच सात्यकीवर धांवून येऊं लागले. राजा, मग सात्यकीशीं द्रोण व कौरव यांचें देवासुरांच्या युद्धाप्रमाणें घोर युद्ध जुंपलें.

अध्याय एकशें सोळावा.

—:०:—

दुर्योधनाचा पराभव.

संजय सांगूं लागलाः—हे महाराजा, ते सर्व दक्ष योद्धे बाणांचे लोटच्या लोट सोडीत युयुधानाशीं लढूं लागले. द्रोणांनीं सत्याहत्तर तीक्ष्ण बाणांचा त्यावर मारा केला. त्याप्रमाणें दुर्मर्षणानें बारा व दुःसहानें दहा बाण त्यावर टाकले. विकर्णानें कंकपक्ष्याचीं पिसें लाविलेले तीस तीक्ष्ण बाण त्याच्या उजव्या कुशीवर व छातीच्या शिंपींत मारिले. दुर्मर्षणानें दहा, दुःशासनानें आठ, आणि चित्रसेनानें दोन बाण त्यावर टाकले; आणि हे मारिषा, दुर्योधन व दुसरेही शूर महारथी मोठी शरवृष्टि करून रणांत त्यास पीडा करूं लागले. याप्रमाणें तुझ्या महारथी पुत्रांनीं चोहोंकडून त्याचा वेध चालविला असतांही त्या वृष्णिवीरानें त्या सर्वांशीं पृथक् पृथक् शरयुद्ध चालविलें! त्यानें भारद्वाजांवर तीन, दुःसहावर नऊ, विकर्णावर पंचवीस, चित्रसेनावर सात, दुर्मर्षणावर बारा, विविंशतीवर आठ, सत्यव्रतावर नऊ आणि विजयावर दहा बाण टाकिले. मग तो महारथी सात्यकि आपलें सुवर्णमंडित चाप चमकावीत त्वरेनें तुझा महारथी पुत्र दुर्योधन यावर चालून गेला. सर्व लोकांचा राजा व सर्वांहून श्रेष्ठ अशा त्या महारथी दुर्योधनास त्यानें बाणांनीं अगदीं विद्ध केलें; आणि मग दोघांचें युद्ध जुंपलें. तीक्ष्ण बाण सोडणाऱ्या

व तावडतोब दुसरे बाण जोडणाऱ्या त्या महारथांनीं रणांगणांत एकमेकांस अदृश्य करून टाकलें. कुरुराजानें अगदीं घायाळ केल्यामुळें सात्यकि विशेष शोभूं लागला. रक्तचंदनाचे वृक्षापासून स्वरस गळतो त्याप्रमाणें त्याच्या अंगांतून पुष्कळच रक्त गळूं लागलें. सात्वतानेंही तुझ्या मुलास विशेष जखमी केल्यामुळें सुवर्णमुकुट धारण करणारा तो राजा उभारिलेल्या यज्ञस्तंभाप्रमाणें दिसूं लागला. राजा, माधवानें हास्यपूर्वक एका क्षुरप्र बाणानें दुर्योधनाचें धनुष्य रणांत छेदून टाकलें; आणि अशा प्रकारें तो धनुष्यहीन झाला असतां पुष्कळ बाणांनीं त्यास अगदीं खचून टाकलें. याप्रमाणें त्या चलाख शत्रूनें राजास अत्यंत जखमी केलें असतांही युद्धांत शत्रूंस जय मिळण्याचें चिन्ह त्यास सहन झालें नाहीं. त्यानें सुवर्णाच्या पाठीचें भयंकर असें धनुष्य घेऊन तत्काल शंभर बाणांनीं सात्यकीचा वेध केला. राजा, तुझ्या बलशाली धनुर्धर पुत्रानें त्याला अत्यंत विद्ध केल्यामुळें त्याचा कोप अनावर होऊन तो तुझ्या मुलाला पीडा देऊं लागला. तेव्हां आपला राजा पीडित झाला आहे असें तुझ्या महारथी पुत्रांच्या दृष्टीस पडतांच त्यांनीं जोरानें शरवृष्टि करून सात्यकीला आच्छादून टाकलें. राजा, तुझे पुष्कळ महारथी पुत्र एकजुटीनें त्यास आच्छादीत असतां त्यानें त्या प्रत्येकावर प्रथम पांच पांच व पुनः आणखी सात सात बाण मारिले, आणि दुर्योधनालाही त्वरेनें आठ शीघ्रगामी शरांनीं विद्ध केलें. त्यानें शत्रूंस भयभीत करणारें तें त्याचें धनुष्य हंसत हंसतच छेदून टाकलें; आणि ज्यावर रत्नमय हत्ती आहे असा त्याचा ध्वजही बाणांनीं पाडून टाकला; चार तीक्ष्ण शरांनीं त्याचे चारी घोडे मारिले; आणि त्या महायशस्वी सात्यकीनें एका क्षुरप्रानें त्याच्या सारथ्यासही लोळविलें. इतक्या अवकाशांतच त्यानें महारथी कुरुराजावरही मोठ्या हर्षानें पुष्कळसे मर्मभेदक बाण सोडले! राजा, याप्रमाणें समरांत शैनेयाच्या उत्कृष्ट शरांनीं जर्जर होऊं लागल्यामुळें तुझा पुत्र दुर्योधन एकाएकीं पळूं लागला; व पुढें त्यानें धनुर्धर चित्रसेनाच्या रथावर उडी मारिली!

कृतवर्म्याचा पराभव.

राजा, आकाशांत राहु चंद्रास ग्रासितो त्याप्रमाणें सात्यकि राजास ग्रासीत आहे असें पाहून सर्वत्र हाहाःकार उडाला! तेव्हां त्यांचा तो गलबला ऐकून, जेथें तो शक्तिमान् सात्यकि होता तेथें महारथी कृतवर्मा एकाएकीं जाऊं लागला. तो आपलें श्रेष्ठ धनुष्य चमकावीत व स्वतः घोड्यांस इषारा देत आणि 'अरे लवकर पुढें चल, लवकर पुढें चल,' असें म्हणून सारथ्याची निर्भर्त्सना करीत चालला होता. हे महाराजा! आ पसरलेल्या कृतांताप्रमाणें तो उड्या घेत येत आहे असें पाहून युयुधान सारथ्यास म्हणाला, "हा शरधारी कृतवर्मा त्वरेनें रथ चालवीत येत आहे, यास्तव सर्व धनुर्धरांत वरिष्ठ अशा या वीराला रथ घेऊन सामोरा चल."

मग यथायोग्य सज्ज केलेल्या आपल्या रथाचे घोडे पिटाळून त्यानें धनुर्धरांचा प्रतिपक्षी भोज कृतवर्मा यास रणांगणांत गांठिलें. मग जाज्वल्य अग्नीप्रमाणें अत्यंत क्रुद्ध झालेले ते दोघे नरव्याघ्र चपल वाघांप्रमाणें एकमेकांशीं भिडले. कृतवर्म्यानें सात्यकीवर सव्वीस बाण मारिले, घांसून तीक्ष्ण केलेले पांच बाण त्याच्या सारथ्यावर टाकले, आणि त्या चतुर वीरानें चार उत्कृष्ट शरांनीं सात्वताच्या उत्तम शिक्षित सिंधुदेशीय चारी घोड्यांचाही वेध केला. याप्रमाणें ज्याचा ध्वज, बाहुभूषणें व कवच हीं सर्व सोन्याचीं आहेत अशा त्या

कृतवर्म्यानें आपल्या प्रचंड सुवर्णपृष्ठ धनुष्याचा टणत्कार करून सुवर्णपुंख बाणांनीं सात्यकीचें निवारण केलें.

नंतर अर्जुनास पाहाण्याच्या इच्छेमुळें शिनिपौत्र सात्यकीनें त्वरा करून ऐशीं बाण कृतवर्म्यावर फेंकले. तेव्हां तो शत्रूंस ताप देणारा अजिंक्य कृतवर्मा त्या बलवान् शत्रूकडून अत्यंत घायाळ झाल्यामुळें धरणीकंपाचे वेळीं पर्वत कांपतो त्याप्रमाणें कांपूं लागला ! इकडे सत्यपराक्रमी सात्यकीनें चौसष्ट शरांनीं त्याचे चार अश्व व सात शरांनीं त्याचा सारथि यांस त्वरेनें विद्ध केलें. मग सात्यकीनें क्रुद्ध पन्नगासारखा महातेजस्वी एक सुवर्णपुंख बाण घेऊन सोडिला असतां तो यमदंडोपम बाण कृतवर्म्यास लागला; आणि त्याचें सुवर्णचित्रित उज्ज्वल कवच भेदून पार जाऊन तो उग्र बाण रक्तानें भरलेला असा जमिनींत शिरला ! सात्वताच्या शरांनीं रणांत पीडित होऊन कृतवर्म्याच्या शरीरांतून रक्त वाहूं लागलें; आणि बाण जोडलेलें धनुष्य तसेंच टाकून तो आपल्या उत्कृष्ट आसनावरून खालीं पडला. सिंहाप्रमाणें ज्याच्या दाढा आहेत असा तो महापराक्रमी नरश्रेष्ठ कृतवर्मा सात्यकीनें शरपीडित केल्यामुळें रथाच्या पुढल्या बाजूस गुडघ्यांवर आपटला !

असो; सहस्रार्जुनासारखा पराक्रमी व सागरासारखा गंभीर अशा त्या कृतवर्म्याचें निवारण करून सात्यकि पुढें गेला. खड्ग, शक्ति व धनुष्यें यांनीं भरलेली, गज, अश्व व रथ यांनीं गजबजलेली, व शेंकडों क्षत्रियांनीं भयंकर, रक्तानें भरून काढिलेली ती सेना सोडून, तो शिनिपुंगव असुरांची सेना तुडवीत जाणाऱ्या इंद्रासारखा सर्व सैन्यांच्या देखत त्या सेनेंतून चालला ! मग इकडे हार्दिक्य कृतवर्माही सावध झाला; आणि दुसरें धनुष्य घेऊन रणांत पांडवांचें निवारण करीत तो बलिष्ठ वीर तेथेंच उभा राहिला !

अध्याय एकशें सतरावा.

—:०:—

द्रोणांचें निवारण.

संजय सांगतोः—सात्यकीनें तुझ्या सैन्याची ठिकठिकाणीं घाबरगुंडी उडविली असतां आचार्यांनीं बाणांचा भयंकर पाऊस पाडून त्यांस अगदीं छावून सोडलें. त्या वेळीं द्रोण व सात्यकि यांचें तें इंद्र-बलीसारखें तुंबळ युद्ध होऊं लागलें असतां सर्व सैन्यें त्यांकडे तटस्थ पहात राहिलीं. मग द्रोणांनीं सबंध पोलादी असे तीन सर्पाकार चमत्कारिक बाण सात्यकीच्या कपाळावर मारिले. हे महाराजा ! ते बाण कपाळांत रुतल्यामुळें सात्यकि त्रिशृंग पर्वतासारखा शोभूं लागला. रणांत संधि साधण्याविषयीं टपून बसलेल्या द्रोणांनीं इंद्राच्या वज्राप्रमाणें घोष करणारे दुसरे बाण त्यावर सोडिले. द्रोणचापापासून सुटलेले ते बाण वेगानें येत असतां परमास्त्रवेत्त्या सात्यकीनें दोन दोन बाणांनीं ते वाटेंतच छेदून टाकले. राजा, त्याची ती चलाखी पाहून द्रोणांनीं हास्य केलें, व एकाएकीं तीस बाण त्यावर मारिले; आणि युयुधानापेक्षांही जास्त चलाखी करून पुनः आणखी पन्नास तीक्ष्ण बाण त्यावर सोडले ! राजा, वारुळांतून एकामागून एक क्रुद्ध सर्प बाहेर पडावे त्याप्रमाणें द्रोणांच्या रथांतून शरीरछेदक असे बाण भराभर बाहेर पडत होते. त्याचप्रमाणें युयुधानानें सोडलेले रक्ताचें भोजन करणारे शेंकडों हजारों बाण द्रोणांच्या रथाभोंवतीं विखुरले. हे मारिषा, द्विजश्रेष्ठ द्रोण व सात्यकि या दोघांमध्यें हस्तलाघवाविषयीं कांहींएक तफावत आम्हांस दिसली नाहीं. ते दोघेही नरश्रेष्ठ अगदीं समान होते.

असो; नंतर अत्यंत क्रुद्ध झालेल्या सात्यकीनें द्रोणांवर नऊ नतपर्व बाण व त्यांच्या ध्वजावर कित्येक तीक्ष्ण बाण मारले; आणि भारद्वाजांच्या डोळ्यांदेखत त्यांच्या सारथ्यावर शंभर बाण मारिले. युयुधानाचें तें लाघव पाहून महारथी द्रोणांनीं त्याच्या सारथ्यावर सत्तर व घोड्यांवर तीन तीन बाण टाकून एकानें सात्यकीच्या रथावरील ध्वज छेदिला ! आणि दुसऱ्या सुवर्णपुंख बाणानें रणांत त्याचें धनुष्य तोडिलें. मग महारथी सात्यकीनें अतिशयच चवताळून धनुष्य टाकून दिलें, आणि प्रचंड गदा उचलून द्रोणांवर भिरकावली ! पट्टे बांधलेली ती पोलादी गदा एकाएकीं येत असतां द्रोणांनीं अनेक प्रकारच्या पुष्कळ बाणांनीं तिचें निवारण केलें. नंतर महापराक्रमी सात्यकीनें दुसरें धनुष्य घेऊन शिळेवर घांसलेल्या पुष्कळ बाणांनीं द्रोणांस विंधिलें, व याप्रमाणें रणांगणांत द्रोणांस जखमी करून त्यानें सिंहनाद केला. पण सर्वशस्त्रधरश्रेष्ठ द्रोणांस शत्रूची ती गर्जना सहन झाली नाहीं. त्यांनीं रुप्याचा दांडा लावलेली पोलादी शक्ति घेऊन ती वेगानें सात्यकीच्या रथावर फेंकिली; परंतु ती दारुण शब्द करणारी कालतुल्य उग्र शक्ति सात्यकीस न लागतां त्याच्या रथाचा भेद करून जमिनींत शिरली. राजा, मग सात्यकीनें द्रोणांचा उजवा हात एका बाणानें जखमी करून टाकला; आणि हे भरतश्रेष्ठा, द्रोणांनींही अर्धचंद्र बाणानें समरांत त्याचें धनुष्य तोडिलें व रथशक्तीनें सारथ्यास घायाळ केलें. त्या शक्तीच्या तडाक्यानें सात्यकीचा सारथि मूर्छित होऊन रथाच्या पुढल्या बाजूस मुहूर्तमात्र आडवा पडला ! राजा, नंतर सात्यकीनें अमानुष सारथ्य केलें; त्यानें स्वतःच लगाम धरून एकीकडे द्रोणांशीं युद्धही चालविलें. राजा, मग युयुधानानें मोठ्या हर्षानें शंभर बाणांनीं युद्धांत द्रोणांस विद्ध केलें. हे भारता, नंतर द्रोणांनीं सात्यकीवर पांच बाण सोडिले. तेव्हां ते घोर बाण कवच फोडून समरांत त्याचें रक्त प्राशन करिते झाले. त्या भयंकर बाणांनीं विशेष घायाळ झाल्यामुळें सात्यकि फारच चवताळला; व त्या रुक्मरथावर बाण सोडूं लागला. त्यानें एका बाणानें द्रोणांचा सारथि जमिनीवर लोळविला, आणि सारथि मेल्यामुळें मोकळे झालेले घोडे चोहोंकडे उधळून लावले. तेव्हां, राजा, घोडे भडकल्यामुळें द्रोणांचा रथ रणांगणांत हजारों मंडलें करीत किरणमाली सूर्याप्रमाणें झळकूं लागला. त्या वेळीं " अरे त्वरा करा, द्रोणांचे घोडे आंवरा, धांवा ! " याप्रमाणें सर्व राजे व राजपुत्र ओरडूं लागले; आणि, राजा, ते सर्व महारथी समरांगणांत सात्यकीस सोडून द्रोणांकडे वेगानें धांवत गेले. सात्वताच्या बाणांनीं पीडित झालेले ते वीर याप्रमाणें समरभूमींत पळत सुटलेले पाहून तुझें सैन्य भयभीत होऊन त्याची पुनः दाणादाण उडाली. सात्यकीच्या बाणांनीं पीडित झाल्यामुळें द्रोणांचे घोडे जे रथ घेऊन उधळले, ते पुनः व्यूहाच्या तोंडावर पोंचल्यावर द्रोणांनीं त्यांस आंवरलें. त्या ठिकाणीं पांडव व पांचाल यांनीं व्यूहाचा भेद केल्याचें पाहून वीर्यशाली द्रोण सात्यकीकडे जाण्याचा नाद सोडून देऊन तेथेंच व्यूहाचें रक्षण करीत राहिले; आणि क्रोधरूप इंधनांनीं प्रदीप्त झालेला तो द्रोणरूपी अग्नि पांडुपांचालांचें निवारण करून, उदय पावलेल्या कालसूर्याप्रमाणें त्यांस जाळीतच कीं काय तेथें उभा राहिला !

अध्याय एकशें अठरावा.

—:०:—

सुदर्शनवध.

संजय सांगतोः—हे कुरुपुंगवश्रेष्ठा, द्रोण, कृतवर्मा वगैरे तुझ्या वीरांस जिंकल्यानंतर तो नरप्रवीर सात्यकि हंसत हंसत सारथ्यास म्हणाला, “ सूता, या कृत्यास आपण आज निमित्तमात्र आहों. कारण केशवार्जुनांनीं शत्रूंस पूर्वींच जाळून टाकलें आहे. इंद्रपुत्र अर्जुनानें मारलेल्या लोकांसच आम्ही मारीत आहों ! ” याप्रमाणें सारथ्यास बोलून तो शत्रुनाशक श्रेष्ठ धनुर्धर सात्यकि एकाएकीं चोहोंकडे बाणांची पेर करीत आमिषावर झडप घालणाऱ्या श्येनपक्ष्याप्रमाणें महारणांत येऊं लागला. हे भारता, इंद्रतुल्य पराक्रमी, मेघनिर्मुक्त आकाशांतील सूर्याप्रमाणें झळकणारा, असह्यपराक्रमी व थोर अंतःकरणाचा असा तो नरवीर सात्यकि आपल्या शंखाप्रमाणें किंवा चंद्राप्रमाणें शुभ्रवर्णाच्या अश्वांनीं सैन्य तुडवीत चालला असतां त्या सूर्यकिरणांप्रमाणें तेजस्वी रथिश्रेष्ठाचें निवारण करण्यास आसपासचा कोणीच वीर समर्थ झाला नाहीं ! तथापि ज्याच्या अंगांत राग नखशिखांत भरला आहे, जो फारच विलक्षण युद्ध करतो, व ज्यानें धनुष्य व सुवर्णाचें कवच धारण केलें आहे, असा राजाधिराज सुदर्शन उड्या टाकीत येणाऱ्या सात्यकीस जोरानें अडविता झाला. तेव्हां, हे भारता, त्यांची भयंकरच चकमक उडाली; आणि वृत्रासुर व इंद्र यांच्या युद्धाची प्रशंसा करणाऱ्या देवगणांप्रमाणें त्या ठिकाणच्या तुमच्या व पांडवांच्याही योद्ध्यांनीं त्यांची मोठी प्रशंसा केली. राजा, सुदर्शनानें युद्धामध्यें शेंकडों तीक्ष्ण बाण सात्यकीवर मारिले; आणि सात्यकीनेंही ते बाण वाटेंतच छेदून टाकले. त्याचप्रमाणें इंद्रतुल्य पराक्रमी सात्यकिही जे जे बाण सुदर्शनावर मारी, ते ते तो श्रेष्ठ रथांत बसलेला सुदर्शन आपल्या उत्कृष्ट शरांनीं दुखंड तिखंड करून टाकी ! असो; सात्यकीच्या बाणांच्या वेगांनीं आपले बाण तोडले गेलेले पाहून सुदर्शन क्रोधानें जसा कांहीं अग्नीप्रमाणें प्रदीप्त होऊं लागला; आणि त्यानें सुवर्णानें सुशोभित केलेले बाण सात्यकीस मारून पुनः चांगल्या पिसाऱ्याचे तीन अग्नितुल्य लखलखीत बाण आकर्ण ओढून सोडिले असतां ते बाण सात्यकीचें कवच फोडून त्याच्या शरीरांत घुसले त्याचप्रमाणें राजपुत्र सुदर्शनानें दुसरे चार जाज्वल्य बाण जोरानें सोडून सात्यकीच्या रुप्याप्रमाणें चमकणाऱ्या घोड्यांचा वेध केला.

याप्रमाणें सुदर्शनानें आघात केला असतां इंद्राप्रमाणें पराक्रमी व वेगवान् अशा त्या शिनिपौत्रानें अति तीक्ष्ण शरांनीं त्वरित सुदर्शनाचे घोडे मारून मोठ्यानें आरोळी दिली. नंतर त्यानें एका इंद्रवज्रतुल्य भल्लानें त्याच्या सारथ्याचें मुंडकें तोडिलें; आणि प्रलयकालच्या अग्नीप्रमाणें तेजस्वी अशा दुसऱ्या क्षुर बाणानें सुदर्शनाचेंही मस्तक उडविलें ! राजा, पूर्वी वज्रधारी इंद्रानें अतिबलिष्ठ बलदैत्याचें समरांगणांत जसें शिर उडविलें तसें त्या सात्यकीनें त्याचें तें पूर्णचंद्राप्रमाणें शोभणारें, मोठें तेजस्वी व कुंडलभूषित मस्तक धडापासून वेगळें केलें ! राजा, राजपुत्र व राजपौत्र सुदर्शन यास रणांत ठार केल्यानंतर तो अत्यंत आनंदित झालेला शूर यदुश्रेष्ठ सात्यकि देवराज इंद्रासारखा शोभूं लागला. मग, राजा, सर्व लोकांस आश्चर्यचकित करणारा तो नरवीर सात्यकि बाणसंघांनीं तुझ्या सैन्याचें निवारण करून उत्तम घोडे जोडलेल्या आपल्या रथाच्या योगानें अर्जुन ज्या मार्गानें गेला होता त्याच मार्गानें चालला. राजा, तेथें जमलेले योद्धे

त्याच्या त्या आश्चर्यकारक पराक्रमाची प्रशंसा करूं लागले, आणि इकडे सात्यकीनें आपल्या बाणांच्या टप्प्यांत आलेल्यांस अग्नीप्रमाणें बाणांनीं दग्ध केलें.

अध्याय एकशें एकुणिसावा.

—:०:—

सात्यकि-सूतसंवाद.

संजय सांगतोः—नंतर तो बुद्धिमान् व थोर अंतःकरणाचा वृष्णिकुलोत्पन्न सात्यकि रणांत सुदर्शनास मारिल्यानंतर पुनः सारथ्यास म्हणाला, "अश्व, रथ व गज यांनीं गजबजून गेलेला, शररूप व शक्तिरूप लाटांनीं युक्त, खड्ग हेच ज्यांतील मत्स्य व गदा ह्याच ज्यांतील सुसरी आहेत, शूरांच्या आयुधांचा ज्यामध्यें मोठा शब्द चाललेला आहे,मोठमोठ्यानें वाजविलेल्या वाद्यांमुळें जो दुमदुमून गेला आहे, ज्याचा स्पर्श योद्ध्यांस अपायकारक असून जयेच्छूंला जो अजिंक्य आहे, आणि समरांगणांत जलसंधाच्या सैन्यामुळें जो मनुष्यभक्षक राक्षसांनींच व्याप्त झालेला दिसत आहे, असा हा प्राणांचा अपहार करणारा भयंकर व दुस्तर द्रोणसैन्यरूपी महासागर आपण तरून आलों आहों. आतां बाकी राहिलेलें हें दुसरें सैन्य म्हणजे उथळ पाण्याची भिकार नदी असेंच मी समजतों. अर्थात् ती सहज तरून जातां येईल. यासाठीं, बाबा, निभ्रांतपणें अश्व हांक. केवळ आजक्य अशा द्रोणाचार्यांना अनुयायांसह युद्धांत जिंकिल्यानंतर आतां अर्जुनाला आपण गांठलेंच असें मी समजतों. अरे, योद्ध्यांमध्यें वरिष्ठ जो कृतवर्मा, तोही पराभूत झाल्यामुळें अर्जुनाची गांठ निश्चयानें पडणार असें मला वाटतें. ज्याप्रमाणें रानामध्यें प्रदीप्त झालेल्या अग्नीस शुष्क तृणें व वेली यांपासून अपाय घडत नाहीं, त्याप्रमाणें हीं अनेक सैन्यें पाहून मला भय वाटत नाहीं. सूता, पांडुश्रेष्ठ अर्जुन जींतून गेला आहे, ती ही भूमि पहा. हीवर पायदळ, अश्व, हत्ती व रथ यांचे समुदाय पडल्यामुळें चालायाला नीट वाट देखील नाहीं! हे सारथे, त्या महात्म्यानें भग्न केलेलें तें सैन्य, रथ, अश्व व गज पिंटाळीत पळत सुटल्यामुळें रेशमाप्रमाणें अरुणवर्णाची ही धूळ उडत आहे पहा! त्याचप्रमाणें हा अति बळकट अशा गांडीव धनुष्याचा टणत्कारही ऐकूं येत आहे. तेव्हां कृष्णसारथि अर्जुन येथून जवळच असावासें दिसतें. मला जे शकुन होत आहेत, त्यांवरूनही अर्जुन सूर्यास्तापूर्वींच सिंधुपतीस मारणार असेंच ठरतें. आतां सूता, घोड्यांना विसावा देत देत तूं ती शत्रूची सेना उभी आहे तिकडे हलके हलके चल. जेथें ते तलत्राणें घातलेले दुर्योधनप्रभृति वीर उभे आहेत, रणमस्त क्रूरकर्मी असे कांबोज जेथें चिलखतें चढवून उभे आहेत, धनुष्यबाण घेतलेले झुंजार यवन, शक, किरात, दरद व ताम्रलिप्तक व तसेच दुसरे पुष्कळ म्लेंच्छ नानाप्रकारचीं आयुधें हातांत घेऊन जेथें उभे राहिले आहेत, आणि हे दुर्योधनप्रभृति वीर तलत्राणें घालून जेथें उभे आहेत, तिकडेच चल. हे युद्धाची इच्छा करणारे सर्व जण माझ्याच सन्मुख ठाकले आहेत, यास्तव या सर्व शत्रूंना रथ, अश्व व गज यांसह रणांत लोळवून हें अति भयंकर व दुर्गम असें दुसरें सैन्यही आपण तरून गेलोंच म्हणून समज.

सूत म्हणालाः—हे वार्ष्णेया, तूं सत्यपराक्रमी आहेस, यास्तव मला या सैन्याची मनांत भीति वाटत नाहीं. यद्यपि क्रुद्ध परशुराम तुझ्या समोर उभा राहिला, अथवा रथिश्रेष्ठ द्रोण, कृपाचार्य किंवा मद्रपति शल्य तुझ्यासमोर ठाकला, तथापि, हे महाभुजा, तुझ्या आश्रयानें मला मुळींच भीति वाटत नाहीं. हे

शत्रुसूदना, तूं किती तरी वीरांस युद्धांत जिंकिलें आहेस. क्रूरकर्मी रणदांडगे असे चिलखतें चढविलेले कांबोज, धनुर्बाण धारण करणारे झुंजार यवन, किरात, दरद, बर्बर, ताम्रलिप्तक व नानाआयुधें धारण करणारे दुसरे पुष्कळ म्लेंच्छ यांना तूं जिंकिलें आहेस. परंतु मला कधींही थोडी देखील भीति वाटलेली नाहीं. मग, हे धैर्यवंता, या गाईच्या पावलासारख्या उथळ युद्धामध्यें मला भय वाटण्याची गोष्ट कशाला ! आयुष्मन् तुला कोणत्या मार्गानें धनंजयाकडे पोंचवूं ? हे वार्ष्णेया, तूं कोणावर क्रुद्ध झाला आहेस ? कोणाचा मृत्यु जवळ आला आहे? कोणाचें मन आज त्या यमपुरींत जाण्याला हापापलें आहे ? तुज कल्पांतकाळच्या यमाप्रमाणें पराक्रमी वीराला पाहून कोणते वीर आज रणांतून पळ काढणार आहेत ? किंवा, हे महाभुजा, धर्मराज यमाला आज कोणाची आठवण झाली आहे बरें ?

सात्यकि म्हणालाः—इंद्रानें दानवांस मारिलें त्याप्रमाणें मी या मुंडांना ठार करीन; आणि आपली प्रतिज्ञा शेवटास नेईन. मला कांबोजांकडे घेऊन चल. आज यांचें चंदन उडवून मग मी प्रिय अर्जुनाकडे जाईन. दुर्योधनासह कौरवांना आज माझें सामर्थ्य दिसून येईल. सूता, हें शिखानष्टांचें सैन्य नष्ट झालें असतां व सर्व सैन्यांसमक्ष कौरवसेना रणांत वारंवार विदीर्ण होऊं लागली असतां, तिच्या नानाप्रकारच्या आरोळ्या ऐकून दुर्योधनाला संताप उत्पन्न होईल. गुरु अर्जुनानें घालून दिलेला कित्ता मी रणांत गिरवीन, आज मोठमोठे हजारों योद्धे माझ्या हातून मेलेले पाहून दुर्योधन राजाला पश्चात्ताप होईल, मी आज चलाखीनें बाण सोडीत असतां माझें धनुष्य अलातचक्राप्रमाणें गरगर फिरतांना कौरव पाहातील. माझ्या बाणांनीं ज्यांचें सर्वांग भरून गेलें आहे, व वरचेवर ज्यांच्या अंगांतून रक्तस्राव होत आहे, अशा सैनिकांचा वध झालेला पाहून दुर्योधनास फार दुःख होईल. मी आज संतप्त होऊन मोठमोठे वीर मारूं लागलों म्हणजे ह्या जगांत दोन अर्जुन आहेत असें दुर्योधनास वाटेल. रणांत मीं मारिलेले हजारों राजे पाहून आजच्या महायुद्धांत दुर्योधनास फारच खेद होईल. आज हजारों राजे मारून पांडवांच्या ठिकाणीं माझी भक्ति व प्रेम किती आहे हें मी सर्व राजांस दाखवीन आणि माझें बल, पराक्रम व कृतज्ञता कौरवांच्या प्रत्ययास येईल.

यवनपराजय.

संजय सांगतोः—याप्रमाणें त्यानें सूतास सांगितलें, तेव्हां त्यानें शिकविलेले, उत्तम चालणारे चंद्रवर्णाचे घोडे जलद फेंकले. मन किंवा वायु यांप्रमाणें ज्यांचा वेग आहे असे ते अश्व आकाश गिळीतच चालले आहेत कीं काय, अशा प्रकारें युयुधानास त्वरेनें यवनांकडे घेऊन गेले. माघार न घेणाऱ्या सात्यकीची सैन्यामध्यें गांठ पडतांच अनेक हस्तलाघवी योद्धे त्यावर शरवृष्टि करूं लागले. राजा, त्यांचे ते बाण व तीं अस्त्रें चपल सात्यकीनें नतपर्व बाणांनीं छेदून टाकिलीं. ते बाण सात्यकीपर्यंत येऊन पोंचलेही नाहींत. उलट उग्र सात्यकीनें गृध्रपक्ष्याचीं पिसें पिसाऱ्यास लाविलेल्या व चांगली धार दिलेल्या सुवर्णपुंख शरांनीं यवनांचीं शिरें व हातही कापिले. चोहोंकडे तांबडीं लोखंडाचीं व कांशाचीं कवचें व त्यांबरोबरच यवनांचे देह भेदून ते बाण भूतलावर पडले. शूर सात्यकीनें मारिलेले शेंकडों म्लेंच्छ त्या ठिकाणीं गतप्राण होऊन जमिनीवर आडवे झाले. सात्यकि अगदीं पुरापूर धनुष्य खेंचून बाण सोडी; व ते इतके जलद सोडी कीं, दोन बाणांमध्यें मुळींच

अंबर रहात नसे. शिवाय अशा प्रत्येक बाणानें पांच, सहा, सात किंवा आठही यवनांस तो एकदम जखमी करी ! राजा, कांबोज, शक, शबर, किरात व बर्बर या प्रत्येकांपैकीं हजारों वीर मारून सात्यकीनें रणभूमि दुर्गम केली; आणि तुझ्या सैन्याचा क्षय करीत त्यानें तीवर रक्तमांसाचा चिखल पाडला. पक्षहीन विहंगांनीं एखादी जमीन भरून जावी त्याप्रमाणें, ज्यावर टोप घातलेले आहेत, डोकीचे केंस उपटलेले आहेत, व ज्यांना लांबलांब दाढी-मिशा आहेत, अशा दस्यूंच्या मस्तकांनीं ती जमीन भरून गेली. ज्यांचें सर्वांग रक्तानें माखलें आहे, अशा कबंधांनीं तें रणांगण तांबड्या अभ्रांनीं भरलेल्या आकाशासारखें शोभूं लागलें. वज्र किंवा विद्युत्प्रहार यांप्रमाणें ज्यांचा स्पर्श कठोर आहे, आणि ज्यांचीं पेरें साफ आहेत, अशा सरलगामी शरांनीं सात्यकीनें मारिलेल्या यवनांनीं पृथ्वी आच्छादून गेली. हे महाराजा ! अंगांत चिलखतें चढविलेले जे थोडे वीर समरांगणांत शिल्लक होते, त्यांनाही युद्धांत सात्यकीनें जिंकिल्यामुळें त्यांची फाटाफूट झाली; आणि जरी त्यांनीं मोठ्या कष्टानें जीव बचाविला होता, तरी त्यांस कांहीं सुचेनासें झालें होतें. ते भयामुळें टाचांनीं व चाबुकांनीं घोड्यांस प्रहार करीत मोठ्या वेगानें चोहोंकडे पळत सुटले. हे भारता, याप्रमाणें युद्धांत केवळ अजिंक्य अशा कांबोजसैन्याचा धुव्वा उडवून व त्याचप्रमाणें यवनांचें सैन्य व शकांची प्रचंड सेना यांचीही वाट लावून व तुझ्या वीरांस जिंकून मग तो पुरुषश्रेष्ठ सत्यपराक्रमी सात्यकि आंत शिरला; आणि ‘ पुढें चल ’ म्हणून त्यानें सारथ्यास आज्ञा केली. मागें इतरांकडून कधीं न झालेलें असें तें त्याचें समरकर्म पाहून चारण व गंधर्व त्याची अतिशय स्तुति करूं लागले; आणि, हे प्रजापालका, तो अर्जुनाचा पाठीराखा पुढें जातांना पाहून चारणास आनंद झाला, व तुझे लोकही त्याची प्रशंसा करूं लागले !

अध्याय एकशें विसावा.

—:०:—

दुर्योधनापयान.

संजय सांगतोः—यवन व कांबोज यांना जिंकिल्यानंतर रथिश्रेष्ठ सात्यकि तुझ्या सैन्यामधून अर्जुनाकडे जाऊं लागला. ज्याच्या दाढा सुंदर व कवच आणि ध्वज चित्रविचित्र आहे असा तो नरश्रेष्ठ सात्यकि मृगाची पारध करूं इच्छिणाऱ्या व्याधाप्रमाणें तुझे सैन्यास भयभीत करूं लागला. त्याच्या धनुष्याची पाठ सोन्याची असून त्याला पुष्कळशा सोन्याच्या टिकल्या लाविल्या होत्या; आणि रथानें मार्ग चालत असतां सात्यकि तें प्रचंड वेगाचें धनुष्य एकसारखें फिरवीत होता. त्या सात्यकीचीं बाहुभूषणें व टोप सुवर्णाचा असून त्यानें सुवर्णाचेंच चिलखत अंगांत चढविलें होतें; आणि त्याचें धनुष्य व ध्वजही सोन्याचाच असल्यामुळें तो मेरूच्या शिखराप्रमाणें शोभत होता. तो धनुर्मंडलानें युक्त नरसूर्य सात्यकि शरदृतूंतील उदय पावलेल्या तेजस्वी किरणांनीं संपन्न अशा सूर्याप्रमाणें त्या समरांगणांत झळकूं लागला. त्या नरर्षभाचे खांदे व नेत्र वृषभासारखे असल्यामुळें गाईंमध्यें बैल शोभतो तसा तो तुझ्या सैन्यांत शोभत होता.

असो; कळपामध्यें व्यवस्थेनें उभ्या असलेल्या मदोन्मत्त गजावर वाघांनीं हल्ला करावा, तद्वत् ज्याचें तेज व गति मत्त गजाप्रमाणें आहे अशा त्या सात्यकीवर प्राण घेण्याची इच्छा करणाऱ्या तुझ्या वीरांनीं वेगानें चाल केली. जो द्रोणसैन्य व दुस्तर असें भोजसैन्य उल्लंघून गेला, जलसंधरूपी समुद्र उतरला,

कांबोजांच्या सैन्यांतून पार पडला, आणि हार्दिक्यरूपी नक्राच्या तावडींतून सुटून सैन्यसागरही तरून गेला, त्या सात्यकीला तुझ्या क्रुद्ध रथ्यांनीं वेढा दिला. दुर्योधन, चित्रसेन, दुःशासन, विविंशति, शकुनि, दुःसह, तरुण दुर्धर्षण, क्रथ व दुसरे पुष्कळ शस्त्रधारी अजिंक्य शूर मागें धांवले. हे मारिषा, पर्वदिवशीं वाऱ्यामुळें खवळलेल्या सागराचा शब्द होतो तसा तुझ्या सैन्यांत मोठा शब्द होऊं लागला. आपणावर चालून येणाऱ्या त्या सर्वांस न्याहाळून पाहून शिनिपुंगव सात्यकि हंसत हंसत सारथ्यास म्हणाला, " सावकाश रथ हांक. गज, अश्व, रथ व पदाति यांनीं युक्त असें हें जें दुर्योधनाचें सैन्य खवळलें आहे, तें त्वरेनें माझ्या सन्मुखच येत आहे. हे सारथे, हें सैन्य रथघोषानें सर्व दिशा दणाणवीत असून पृथ्वी, अंतरिक्ष व सागरही कांपवीत आहे. सूता, पौर्णिमेच्या दिवशीं खवळलेल्या समुद्रास आळा घालणाऱ्या तीराप्रमाणें मी या बलार्णवाचें महारणांत निवारण करीन. सूता, महारणामध्यें आज तूं माझा इंद्रासारखा पराक्रम पहा. हा मी तीक्ष्ण बाणांनीं शत्रुसैन्याचे धुडके उडवितों! माझ्या अग्नितुल्य शरांनीं घायाळ होऊन हजारों पदाति, अश्व, रथ व गज युद्धांत मारून पडलेले पाहा! "

याप्रमाणें तो अमितपराक्रमी सात्यकि सारथ्याशीं बोलत आहे इतक्यांत ते लढण्याची इच्छा करणारे सैनिक "मार, धांवा, उभा रहा, पहा पहा!" असें म्हणत त्वरेनें त्याच्या जवळ येऊन ठेपले. परंतु याप्रमाणें वल्गना करीत ते जवळ येतात न येतात तोंच सात्यकीनें तीक्ष्ण बाण सोडून त्यांपैकीं तीनशें घोडे व चारशें हत्ती लोळविले! मग ते वीर व सात्यकि यांची चांगलीच लढाई जुंपली; आणि देवासुरांच्या युद्धासारखी प्राणहानि होऊं लागली. हे मारिषा, मेघसंघासारखी ज्याची कांति आहे असें तुझ्या मुलाचें सैन्यही सर्पतुल्य शरांनीं त्या शिनीच्या पौत्राशीं लढूं लागलें. हे महाराजा! ते त्यास शरजालांनीं अगदीं छावून सोडीत असतांही त्या वीर्यशाली सात्यकीनें न घाबरतां तुजकडील पुष्कळ वीर लंबे केले! राजेंद्रा, त्या ठिकाणीं एक मोठें विलक्षण आश्चर्य मीं पाहिलें. तें असें कीं, सात्यकीचा एक देखील बाण फुकट जात नव्हता! हे प्रभो, रथ, हत्ती व घोडे यांनीं व्यापलेला व पदातिरूपी लाटांनीं उसळलेला तो सैन्यरूपी महासागर सात्यकिरूपी मर्यादेशीं येतांच तेथें स्थिरावला! सात्यकि बाणांनीं चोहोंकडे त्या सैन्यांचा वध करूं लागल्यामुळें त्यांतील रथ, अश्व, हत्ती अगदीं बावरून गेले; आणि तें सैन्य थंडीनें कुडकुडणाऱ्या गाईप्रमाणें इतस्ततः भ्रमण करूं लागलें. ज्याला युयुधानाच्या बाणांचा प्रसाद मिळाला नाहीं असा पदाति, कीं रथ, कीं हत्ती, कीं अश्व-एक देखील तेथें दिसत नव्हता! राजा, सात्यकीनें सैन्याचा सप्पा उडविला तसा अर्जुनानेंही उडविला नाहीं! हा पुरुषश्रेष्ठ सात्यकि मोठा चलाख हाताचा व नेहमीं बेगुमान असून आपलें कसब दाखवीत अर्जुनापेक्षांही विशेष लढला!

असो; मग दुर्योधन राजानें सात्यकीच्या सारथ्याला तीन बाण मारून चार तीक्ष्ण बाणांनीं त्याचे घोडे जखमी केले, आणि खुद्द सात्यकीसही प्रथम तीन बाणांनीं वेधून त्यावर आणखी आठ बाण टाकिले. दुःशासनानें सोळा बाणांनीं त्याचा वेध केला; शकुनीनें पंचवीस व चित्रसेनानें पांच बाण त्यावर टाकिले; आणि दुःसहानें त्याच्या छातीवर पंधरा बाण मारिले! हे महाराजा, याप्रमाणें बाणांचा मारा झाला असतां सात्यकीनें विकट हास्य करीत त्या

सर्वांवर तीन तीन बाण सोडले; आणि अति तीक्ष्ण शरांनीं शत्रूंस जबर जखमी करून तो चपल सात्यकि मलचक्राप्रमाणें समरांगणांत फिरटूं लागला. त्यानें सौबलाचें धनुष्य छेदून त्याचें हस्तकवच तोडून टाकलें; तीन बाणांनीं दुर्योधनाच्या उराच्या खळींत घाव घातला; आणि चित्रसेनाला शंभरांनीं व दुःसहाला दहांनीं विद्ध करून तीस बाणांनीं दुःशासनाचा वेध केला. राजा, मग तुझ्या शालकानें दुसरें धनुष्य घेऊन सात्यकीस प्रथम आठ आणि पुनः पांच बाण मारिले; दुःशासनानें दहा व दुःसहानें तीन बाण त्यावर टाकले; दुर्मुखानें बारा शरांनीं त्याचा वेध केला; आणि हे भारता, दुर्योधनानें एकवीस बाणांनीं त्यास जखमी करून त्याच्या सारथ्यावरही तीन तीक्ष्ण बाण फेंकिले.

याप्रमाणें ते शूर महारथी एकदिलानें लढत असतां सात्यकीनें त्या सर्वांवर पुनः पांच पांच शरांचा मारा केला. पुढें त्या रथिश्रेष्ठानें एका भल्ल बाणानें तुझ्या पुत्राच्या सारथ्यास त्वरित प्रहार केला, आणि तेणेंकरून तो गतप्राण होऊन भूमीवर कोसळला! हे प्रभो, सारथि पडतांच तुझ्या पुत्राच्या रथाचे घोडे भडकून त्यांनीं दुर्योधनास समरांगणांतून दूर नेलें ! हे प्रजापालका, मग तुझे इतर पुत्र व सैनिकही राजाच्या रथाकडे पाहून पळत सुटले, व त्यांचे शेंकडों विभाग झाले. हे भारता, त्या ठिकाणीं तें सैन्य पळत सुटलेलें पाहून सात्यकि त्यावर शिळेवर घांसलेल्या तीक्ष्ण सुवर्णपुंख बाणांची पेर करूं लागला. राजा, याप्रमाणें तुझ्या सर्व सैन्यांची दाणादाण उडवून सात्यकि अर्जुनाच्या रथाकडे जाऊं लागला. त्या वेळीं बाण जोडून आपलें व सारथ्याचें संरक्षण करणाऱ्या त्या वीरांची तुझे लोक प्रशंसा करूं लागले !

अध्याय एकशें एकविसावा.

—:०:—

सात्यकीचा पराक्रम.

धृतराष्ट्र विचारतोः—संजया, त्या अफाट सैन्याची धूळदैना करून सोडून सात्यकि अर्जुनाकडे जाऊं लागला; तेव्हां माझ्या निर्लज्ज पोरांनीं त्याला काय केलें ? अर्जुनाच्या तोडीच्या त्या सात्यकीशीं गांठ पडली असतां त्या वेळीं मरणोन्मुख झालेल्या त्या पोरांनीं युद्धांत कशी हिंमत धरली ? तसेंच त्या क्षत्रियांनीं तरी काय केलें ? आणि युद्धांत हार खाल्लेल्या त्या योद्ध्यांनीं तरी पुढें काय केलें ? महायशस्वी सात्यकि समरांगणांत त्यांस डावलून कसा गेला? संजया, माझे पुत्र त्या ठिकाणीं जिवंत असतांना सात्यकि समरांगणांत अर्जुनाकडे कसा आला, हें मला सांग. बाबारे, एकट्या सात्यकीनें त्या अनेक महारथी शत्रूंशीं युद्ध केल्याची ही अत्यंत अद्भुत गोष्ट मीं तुझ्या तोंडून ऐकली, ज्यापेक्षां सात्यकीनें समरांत महारथांस ठार केलें, त्यापेक्षां, मला वाटतें, माझ्या हतभाग्य पुत्रांचें नशीबच फुटकें ! संजया, सर्व पांडवांची गोष्ट तर लांबच राहिली, पण खवळलेल्या एकट्या सात्यकीलाही माझें सैन्य पुरें पडणार नाहीं! युद्धकलेंत तरबेज व आश्चर्यकारक युद्ध करणाऱ्या द्रोणांसही समरांत जिंकून पशुगणांस सिंह मारितो तद्वत् हा सात्यकि माझ्या पोरांची चटणी करील खास! जर कृतवर्मा वगैरे दक्षतेनें लढणाऱ्या पुष्कळ शूर योद्ध्यांच्या हातूनही युद्धांत सात्यकीचा वध होणें अशक्य झालें आहे, तर तो सात्यकि निश्चयानें माझ्या पुत्रांस जिंकणार! या महापराक्रमी सात्यकीनें युद्धांत पराक्रम गाजविला तसा पूर्वीं कधीं अर्जुनानेंही गाजविलेला नाहीं.

संजय सांगूं लागलाः—राजा, तुझी बदसल्ला आणि दुर्योधनाची तशी कृति यांनें

फळ मी तुला सांगत आहें, तें तूं नीट लक्ष देऊन ऐक. हे भारता, तुझ्या पुत्राच्या आज्ञेनें युद्धाविषयीं एकमेकांशीं अत्यंत क्रूरपणाची मसलत करून संशप्तक पुनः परतले. दुर्योधनप्रभृति तुझे पुत्र, तीन हजार स्वार, शक, कांबोज, बाल्हीक, यवन, तसेच पारद, कुलिंद, तंगण, अंबष्ठ, पैशाच, बर्बर, आणि पाषाण हातांत घेतलेले क्रुद्ध पार्वतीय अग्नीकडे पतंग धांवतात त्याप्रमाणें धांवून, पन्नासपन्नासांच्या टोळ्या करून सात्यकीवर चालून आले. मग हजार रथ, शंभर महारथ, हजार हत्ती व दोन हजार घोडे यांसह महारथी व असंख्य पायदळ नानाप्रकारच्या शरांचा वर्षाव करीत शैनेयावर धांवले; आणि, हे महाराजा, 'याला मारा, मारा !' म्हणून त्या सर्वांना उत्तेजन देत दुःशासनानें सात्यकीस प्रतिबंध केला. त्या वेळीं तेथें सात्यकीचा अद्भुत पराक्रम आम्हीं पाहिला! कारण तो एकटा होता तरी बिलकूल न गडबडतां त्या बहुतांशीं लढला; आणि तें रथसैन्य, गजसैन्य, ते सर्व स्वार आणि एकूण एक पदाति त्यानें ठार केला. त्या ठिकाणीं मोडकीं चाकें, तुटकीं धनुष्यें, पुष्कळ ठिकाणीं मोडलेले कणे, इसाडें, दांड्या, बावखडे, जर्जर झालेले अश्व, पाडलेले ध्वज, चोहोंकडे विखुरलेलीं कवचें व ढाली, तशाच माळा, वस्त्रें, भूषणें आणि अनुकर्ष यांच्या योगानें ती जमीन शरत्कालीन आकाश नक्षत्रांनीं भरून जातें तद्वत् अगदीं झांकून गेली. ज्यांचे देह पर्वतप्राय आहेत असे उत्तम उत्तम हत्तीही मरून पडले. हे भारता, अंजनाच्या, वामनाच्या, सुमतीकाच्या, महापद्माच्या, ऐरावताच्या कुलांत उत्पन्न झालेले आणि तसेंच दुसऱ्या कुलांतीलही पुष्कळ गजश्रेष्ठ मरून जमिनीवर पडले. त्याचप्रमाणें, हे राजा, वनायुज, पार्वतीय, कांबोज व बाल्हीक अशा उत्कृष्ट अश्वांस त्या ठिकाणीं सात्यकीनें ठार केलें. नानादेशांत जन्मलेले नानाजातींचे शेंकडों हजारों पायदळ शिपाई होते, ते सर्व त्या ठिकाणीं सात्यकीनें मारिले !

यांप्रमाणें तो त्या दस्यूंची दाणादाण उडवीत असतां दुःशासन त्यांस म्हणाला, "क्षात्रधर्म न जाणणारे वीरहो, मागें फिरा आणि युद्ध करा! तुम्ही पळून जाणार कोठें ?" राजा, त्यांची अगदीं फाटाफूट झालेली पाहून तुझा पुत्र दुःशासन यानें पाषाणांनीं लढणाऱ्या शूर पार्वतीयांस इषारा केला, "वीरहो, तुम्ही पाषाणयुद्धांत कुशल आहां, आणि सात्यकीस तर हें माहीत नाहीं; तेव्हां युद्धासाठीं हपापलेल्या पण पाषाणयुद्धाची माहिती नसलेल्या या सात्यकीला तुम्ही लंबे करा. या सात्यकीप्रमाणेंच सर्व कौरवही पाषाणयुद्धांत दक्ष आहेत ! तेव्हां, वीरांनो, धांवा, बिलकूल कचरूं नका. सात्यकीपासून तुम्हांस जरा देखील इजा व्हावयाची नाहीं.

धृतराष्ट्रा, मग ते दगडांनीं युद्ध करणारे पर्वतवासी राजे, राजाकडे जाणाऱ्या मंत्र्याप्रमाणें सात्यकीवर धांवले. मग ते शैलवासी वीर गजमस्तकाएवढाले दगड उचलून युद्धांत सात्यकीच्या पुढें उभे राहिले; आणि सात्यकीस ठार करण्याविषयीं तुझ्या पुत्रानें ज्यांना हुरूप आणिला अशा दुसऱ्याही वीरांनीं गोफणी घेऊन सर्व दिशा रोंखून टाकल्या. याप्रमाणें शिलायुद्ध करण्यासाठीं ते सात्यकीकडे चाल करून येत असतां सात्यकीनें त्यांजवर शिस्त धरून तीक्ष्ण बाणांची पेर चालविली; आणि पार्वतीयांनीं केलेल्या घोर पाषाणवृष्टीचें त्या सात्वतानें आपल्या सर्पतुल्य बाणांनीं भूस करून टाकलें ! हे मारिषा, त्या वेळीं त्या दगडांचा जो चूर उडाला तो पेटून काजव्यांच्या थव्याप्रमाणें दिसूं लागला;

आणि त्या जळजळीत कणांनींच बहुतेक सैन्य मरून पडून जिकडे तिकडे हायबाप माजून राहिला! राजा, मग पांचशें शूरांनी मोठमोठ्या शिला उचलिल्या, परंतु त्यांचे बाहु तुटून जाऊन ते भूतलावर आडवे झाले! पुन: हजार वीर पडले; आणि नंतर लखों वीरांनीं हातीं घेतलेले पाषाण हातच्या हातींच राहून बाहु तुटून गेल्यामुळें-सात्यकीस गांठण्यापूर्वींच यमलोकचा रस्ता सुधारला! युद्धास उभे राहून शर्थीनें लढणाऱ्या हजारों पाषणयोधी शूरांस त्यानें एकट्यानें मारिलें, ही गोष्ट अद्भुतासारखी झाली! असो; मग अवशिष्ट वीर पुनः एकत्र होऊन चोहोंकडून पाषाणवृष्टि करूं लागले. शस्त्रें व शूल हातांत घेतलेले दरद, तंगण, खश, लंपाद व पुलिंद हातांतील शस्त्रें फेंकू लागले, परंतु प्रतिकार करण्यांत तरबेज अशा त्या सात्यकीनें नाराच बाणांनीं तीं शस्त्रें तोडून टाकिलीं. अंतरिक्षामध्यें तीक्ष्ण शरांनीं पर्वतप्राय शिला भग्न होऊं लागल्या. त्या वेळीं त्यांचा जो भयंकर शब्द होऊं लागला, त्याच्या योगानें भयभीत होऊन रणांगणांत रथ, घोडे, हत्ती व पदाति धूम पळूं लागले. दगडांच्या कपरा अंगभर लागल्यामुळें मनुष्य, हत्ती व घोडे यांची भुंगे चावले असतां जशी स्थिति होते तशी स्थिति होऊन त्यांस जागीं उभें राहावेना! जे हत्ती अजून जिवंत उरले होते. त्यांचीं मस्तकें तुटून ते रक्तबंबाळ झाल्यामुळें त्या वेळीं युयुधानाच्या रथाकडे तोंड करीतनासे झाले!

हे मारिषा, मग पर्वणीच्या वेळीं सागराचा शब्द होतो त्याप्रमाणें सात्यकीनें जर्जर केलेल्या तुझ्या सैन्यांत शब्द होऊं लागला. तो प्रचंड ध्वनि ऐकून द्रोण सारथ्यास म्हणाले, “सूता, हा सात्वतांतील महारथी सात्यकि रणांत अगदीं चवताळून गेला असून अनेक प्रकारें सैन्याची धूळदाण उडवीत कृतांतासारखा रणांत थिरट्या घालीत आहे! यास्तव, सूता, जिकडून हा घोर शब्द येत आहे तिकडे रथ ने. युयुधान या वेळीं पाषाणयोधी वीरांशीं लढत आहे खास! कारण, हे भरधांव सुटलेले घोडे सर्व रथ्यांस दूर नेत आहेत; शस्त्ररहित व कवचहीन झालेले घायाळ ठिकठिकाणीं पडत आहेत; आणि या तुमुल युद्धामध्यें सारथ्यांसही घोडे आवरत नाहींत!”

सर्वशस्त्रधरवरिष्ठ आचार्यांचें हें भाषण ऐकून त्यांचा सारथि म्हणाला, “आयुष्मन्, कौरवांचें सैन्य चोहोंकडे पळत आहे, आणि योद्धे पराभूत होऊन रणांत इतस्ततः धांवत सुटले आहेत पहा! हे एकत्र झालेले शूर पांचाल व पांडव केवळ आपल्यालाच मारण्याच्या हेतूनें चोहोंकडून चालून येत आहेत. यासाठीं, हे शत्रुदमना, या वेळीं येथेंच उभें रहावें किंवा तिकडे जावें यांपैकीं कोणती गोष्ट अवश्य कर्तव्य आहे याचा विचार करून ती करावी. कारण सात्यकि फार दूर निघून गेलेला आहे!”

याप्रमाणें तो भारद्वाजांचा सारथि बोलत आहे तोंच तिकडे सात्यकि पुष्कळ रथ्यांस रणांत ठार करतांना दिसूं लागला. युयुधानाकडून रणांत मारले जाणारे ते तुझे योद्धे सात्यकीचा रथ सोडून द्रोणांच्या सैन्याकडे पळत सुटले. ज्या रथ्यांसह दुःशासन कांहीं वेळापूर्वीं मागें फिरला होता, ते सर्व भयभीत होऊन द्रोणांच्या रथाकडे धांवूं लागले!

अध्याय एकशें बाविसावा.

—:०:—

द्रोणकृत दुःशासनोपहास !

संजय सांगतोः—दुःशासनाचा रथ जवळच उभा आहे असें पाहून द्रोणाचार्य त्यास म्हणाले, "दुःशासना, हे सर्व रथी कां बरें पळत आहेत ? राजा दुर्योधन खुशाल आहेना ? तसाच सिंधुपति जयद्रथही अजून जिवंत आहेना ? अरे तूं राजपुत्र, राजाचा पाठचा भाऊ व महारथी वीर असून यौवराज्याचा तुला अभिषेक झालेला आहे, असें असतांना तूं युद्धांत पळतोस ? अरे, तूं मागें द्रौपदीला काय काय दुःशब्द बोललास त्याची तुला आठवण आहे का ? 'अग, तूं द्यूतांत जिंकली गेली आहेस, आतां दासी होऊन तुला आमच्या इच्छेप्रमाणें कामें केलीं पाहिजेत. माझा भाऊ जो दुर्योधन राजा त्याचीं वस्त्रें नेण्याचें काम तूं करीत जा. हे सर्व पांडव तुझे पति नव्हत, ते आज नपुंसकांसारखे झाले आहेत!' अरे दुःशासना, असें तूं मागें म्हणालास, आणि आतां कां रे बाबा पळतोस ? अरे ! पांडव व पांचाल यांशीं तूं स्वतःच वैर वाढविलेंस, आणि नुसत्या सात्यकीची गांठ पडतांच रणांगणांत तुला भेदरी बसली ? अरे, मागें द्यूतामध्यें तूं फांसे घेतलेस तेव्हां हे फांसेच पुढें दारुण सर्पांसारखे बाण बनतील हें त्या वेळीं तुझ्या ध्यानांत आलें नाहीं ! विशेषेंकरून पांडवांविषयीं अप्रिय भाषणें व द्रौपदीचा छल हीं पूर्वी केवळ तुजमुळेंच घडलीं आहेत ! अरे, त्या वेळचा तुझा तो मान, गर्व, पराक्रम व गर्वाचें भाषण आज कोणीकडे गेलें ? सर्पतुल्य पांडवांस संताप आणून आतां रे कोठें पळतोस ? ज्याचा तुझ्यासारखा कर्कश भाऊ पलायनतत्पर झाला, त्या दुर्योधन राजाची आणि या भारती सेनेची स्थिति शोचनीय होय ! अरे वीरा ! भयानें व्याकूळ होऊन फुटत असलेल्या त्या सेनेचें आपल्या बाहुबलाच्या आश्रयानें रक्षण करणें हेंच खरोखर तुझें कर्तव्य आहे; आणि तोच तूं आज भिऊन रण सोडून शत्रूंस हर्षवीत आहेस ! हे शत्रुसूदना, तूं सेनापतिच जर पळतोस तर दुसरा कोणता आश्रयहीन भित्रा मनुष्य रणांत उभा राहाणार आहे ? अरे, आज त्या एकट्या सात्यकीशींच लढत असतांना संग्रामांतून पळून जाण्याकडे तुझ्या मनाची प्रवृत्ति झाली ! मग, कौरवा, जेव्हां, तूं गांडीवधारी अर्जुन, भीमसेन किंवा नकुल—सहदेव यांस समरांगणांत पाहाशील, तेव्हां तुझी काय स्थिति होईल ? अर्जुनाचे बाण समरांगणांत सूर्य किंवा अग्नि यांसारखे तेजस्वी असतात; सात्यकीचे बाण कांहीं त्यांच्या तोडीचे नाहींत. पण त्यांनाच तूं भिऊन पळत आहेस ! जर तुला पळण्याशिवाय दुसरें कांहीं सुचतच नसेल, आणि लढाई करण्याचें तुझ्यामध्यें अवसान नसेल, तर बऱ्या बोलानेंच धर्मराजाला ही पृथ्वी देऊन टाक कसा ! अरे, मोकळ्या भुजंगांसारखे अर्जुनाचे बाण तुझ्या अंगांत घुसले नाहींत तोंपर्यंत पांडवांशीं तह कर. तुझ्या शंभर भावांना रणांत ठार करून महात्म्या पृथापुत्रांनीं राज्य हिसकलें नाहीं तोंच त्यांच्याशीं साम कर. जोंपर्यंत धर्मराज, युधिष्ठिर व युद्धप्रिय श्रीकृष्ण रागावला नाहीं तोंपर्यंत पांडवांशीं संधि करा. महाबाहु भीमसेनानें प्रचंड सेना धुंडाळून तुझ्या भ्रात्यांस पकडलें नाहीं तोंच पांडवांशीं स्नेह करा. अरे, तुझ्या त्या दुर्योधन भ्रात्याला मागेंच भीष्मांनीं सांगितलें होतें कीं, 'पांडव युद्धांत अजिंक्य आहेत आणि तूं तर पराक्रमहीन आहेस, यास्तव त्यांशीं तूं साम कर.' परंतु तुझ्या त्या मतिमंद भावानें तसें केलें नाहीं. यासाठीं तूंही आतां युद्धाचा निर्धार करून दक्षतेनें पांडवांशीं युद्ध कर. जेथें सात्यकि

उभा आहे तेथें सत्वर रथांत बसून जा. कारण, हे भारता, तूं नसल्यानें या सैन्याची दाणादाण उडणार आहे. स्वतःच्या मानासाठीं तरी रणांत सत्यपराक्रमी सात्यकीशीं लढ."

राजा, याप्रमाणें आचार्य तुझ्या मुलाला म्हणाले, तेव्हां त्यांचें तें भाषण ऐकलें न ऐकलेंसें करून तो कांहींच न बोलतां सात्यकीकडे निघून गेला; आणि माघार न घेणाऱ्या म्लेंच्छांच्या प्रचंड सेनेसह रणांत सात्यकीस गांठून त्याशीं दक्षतेनें लढूं लागला.

आचार्यांचा पराक्रम.

इकडे रथिश्रेष्ठ द्रोणही चवताळून मध्यम वेगानें पांचाल व पांडव यांवर धांवले. द्रोणांनीं रणांत पांडवांच्या सैन्यांत प्रवेश करून शेंकडों हजारों योद्ध्यांस समरांगणांतून पळवून लाविलें. हे महाराजा, मग द्रोणांनीं रणांत आपलें नांव गाजवीत पांडव, पांचाल व मत्स्य यांचें मोठें कंदन उडविलें. याप्रमाणें भारद्वाज चोहोंकडे सैन्याचा पराजय करीत असतां प्रतापी पांचालपुत्र वीरकेतु त्यांस आडवा झाला. त्यानें पांच नतपर्व शरांनीं द्रोणाचा वेध करून त्याच्या ध्वजावर एक व सारथ्यावर सात बाण टाकिले. हे महाराजा, याप्रमाणें वीरकेतु चालून आला असतां रणांत क्षुब्ध झालेले द्रोणाचार्य त्याच्याकडे नुसते वळलेही नाहींत हें पाहून मला मोठा चमत्कार वाटला! असो; हे मारिषा, द्रोण रणांत अडविले गेले आहेत असें पाहून धर्मराजाच्या जयाची इच्छा करणाऱ्या पांचालांनीं चोहोंकडून त्यांस वेढिलें. राजा, त्यांनीं अतिशय बळकट असे शेंकडों तोमर व दुसरीं नानाप्रकारचीं शस्त्रें यांचा द्रोणावर सारखा वर्षाव चालविला. तथापि, राजा, द्रोणांनीं बाणांच्या योगानें त्या शस्त्रांचा सर्वत्र नाश केला; आणि आकाशामध्यें महामेघांचा नाश केल्यानंतर वायु जसा शोभतो तसे ते रणांगणांत शोभूं लागले. मग त्यांनीं सूर्य किंवा अग्नि यांसारखा तेजस्वी व अतिघोर असा एक बाण वीरकेतूचा रथ लक्षून धनुष्यास लाविला. राजा, तो बाण सत्वर पांचालपुत्र वीरकेतूस ठार करून रक्तानें भरून जळत जळतच भूमीवर पडला! मग, राजा, वाऱ्याच्या सपाट्यानें एखादा मोठा वृक्ष गिरिशिखरावरून खालीं कोसळावा त्याप्रमाणें तो पांचालराजपुत्र वीरकेतु लगेच रथांतून खालीं पडला! तो महाबलिष्ठ व महाधनुर्धर राजपुत्र मरण पावला तेव्हां इतर पांचालांनीं त्वरेनें द्रोणांस चोहोंकडून वेढिलें. हे भारता, चित्रकेतु, सुधन्वा, चित्रवर्मा आणि चित्ररथ हे भावाच्या मृत्यूनें खवळून गेले; आणि वर्षाकालच्या मेघांप्रमाणें बाणांची धार धरीत ते युद्ध करण्याच्या ईर्षेनें एकदम भारद्वाजांवर धांवले. ते महारथी राजपुत्र अनेक प्रकारें द्रोणावर प्रहार करूं लागले, तेव्हां मग त्यांचा नाश करण्यासाठीं द्रोणाचार्य कोपले; आणि त्यांनीं त्या राजपुत्रांवर बाणांचें केवळ जाळेंच पसरलें. हे राजसत्तमा, द्रोणांनीं पुरापूर धनुष्य खेंचून सोडलेल्या बाणांचा त्यांवर मारा होऊं लागला तेव्हां पुढें काय करावें हेंही त्या कुमारांस सुचेना. हे भारता, रणांत ते भांबावून गेले, तेव्हां क्रुद्ध द्रोणांनीं हंसत हंसतच त्यांचे घोडे व सारथि मारून त्यांस विरथ केलें; आणि लगेच त्या महायशस्वी आचार्यांनीं फुलें खुडावीं त्याप्रमाणें त्यांचीं शिरकमलें तीक्ष्ण भल्लांनीं तोडून पाडलीं! राजा, पूर्वीं ज्याप्रमाणें देवासुरांच्या युद्धामध्यें दैत्य व दानव पडत, त्याप्रमाणें ते अतितेजस्वी राजपुत्र मृत होऊन रथांतून भूमीवर कोसळले! राजा, प्रतापी भारद्वाज रणांत त्यांचा वध करून आपलें सोन्याच्या पाठीचें अजिंक्य धनुष्य चमकावूं लागले. ते देवांसारखे महारथी पांचाल पड-

त्याचें पाहून क्रुद्ध धृष्टद्युम्नाच्या डोळ्यांस पाणी आलें; आणि तो अतिशय खवळून जाऊन समरांगणांत द्रोणांकडे वळला. हे नृपाला, मग धृष्टद्युम्नानें बाणांनीं द्रोणांचा रणांत निरोध केल्याचें पाहून एकाएकीं हाहा:-कार उडाला. महावीर पांचाल्य द्रोणांस अनेक प्रकारें आच्छादीत असतांही द्रोण गडबडले नाहींत; इतकेंच केवळ नव्हे, तर ते हंसत हंसतच त्याशीं लढत होते. हे महाराजा, मग रागानें बेहोष झालेल्या पांचाल्यानें नव्वद नतपर्व बाण नेमके आचार्यांच्या छातीवर मारिले. याप्रमाणें त्या बलवंतानें महाकीर्तिमान् भारद्वाजांस जबर जखमी केलें, तेव्हां ते बेशुद्ध होऊन रथांतील बैठकीवर आडवे पडले. त्यांची अशी अवस्था झालेली पाहून पराक्रमी व वीर्य-संपन्न धृष्टद्युम्नानें धनुष्य टाकून तरवार उपसली; आणि, हे मारिषा, तो महारथी त्वरेनें रथाखालीं उडी मारून लगेच द्रोणांच्या रथावर चढला! क्रोधानें ज्याचे डोळे लाल झाले आहेत, असा तो धृष्टद्युम्न द्रोणांचें मस्तक धडापासून वेगळें करण्याचें मनांत आणीत आहे, इतक्यांत द्रोण सावध होऊन त्यांनीं धनुष्य उचलिलें; आणि प्राण घेण्याच्या इच्छेनें धृष्टद्यु्न अगदीं जवळ आल्याचें पाहून, अशा जवळील शत्रूंस मारावयाचे वैतस्तिक नामक बाण त्यावर टाकले. याप्रमाणें वीर्यशाली द्रोण समरात महारथी धृष्टद्युम्नाशीं पुनः लढूं लागले. राजा, जवळच्यास मारण्यास योग्य असे ते वैतस्तिक बाण द्रोणांस माहीत असून त्यांनीं त्या बाणांनीं धृष्टद्युम्नास घायाळ केलें. याप्रमाणें त्या पुष्कळ बाणांचा मारा होऊं लागला तेव्हां धृष्टद्युम्नाचा आवेश नष्ट होऊन तो त्या रथावरून उडी मारून त्वरेनें आपल्या रथावर चढला; आणि प्रचंड धनुष्य घेऊन रणांत द्रोणांचा वेध करूं लागला. हे महाराजा, इकडून द्रोणही त्यावर बाण मारूं लागले. तेव्हां त्या दोघां द्रोण-धृष्टद्युम्नांचें, त्रैलोक्याची इच्छा करणाऱ्या इंद्र-प्रल्हादांप्रमाणें अद्भुत युद्ध झालें. युद्धांतील हालचाली दोघांसही उत्तम अवगत असल्यामुळें यमकें व आश्चर्यकारक मंडलें व इतर प्रकारच्या हालचाली करीत ते बाणांनीं परस्परांस जखमी करूं लागले. त्यांनीं योद्ध्यांच्या मनांत मोह पाडला; आणि वर्षाकालांत मेघ वृष्टि करतात त्याप्रमाणें शरवृष्टि करीत त्यांनीं बाणांनीं आकाश, भूमि व दिशा आच्छादून टाकल्या. हे महाराजा, त्या वेळीं भूतगण, क्षत्रिय व तेथील इतर सैनिक त्यांच्या त्या अद्भुत युद्धाची प्रशंसा करूं लागले. राजा, हा धृष्टद्युम्नाशीं भिडलेला द्रोण हटकून आमच्या आधीन होईल, असें पांचाल ओरडूं लागले. परंतु इतक्यांत झाडावरून पिकलें फळ पाडावें त्याप्रमाणें द्रोणांनीं युद्धांत धृष्टद्युम्नाच्या सारथ्याचें मस्तक त्वरेनें उडविलें. मग, राजा, सारथि मेल्यामुळें त्याचे घोडे भडकून गेले; आणि ते घोडे धांवूं लागल्याबरोबर इकडे पराक्रमी द्रोणांनीं पांचाल व सृंजय यांस ठिकठिकाणीं पळ काढण्यास लाविलें. याप्रमाणें पांडव, सृंजय व पांचाल यांस जिंकून ते प्रतापी भारद्वाज पुन: आपल्या व्यूहांत येऊन उभे राहिले. हे प्रभो, मग युद्धांत पुनः द्रोणांस जिंकण्याविषयीं पांडवांस ईर्षा आलीच नाहीं!

अध्याय एकशें तेविसावा.

—:०:—

दु:शासनाचा पराजय.

संजय सांगतो:—राजा, मग वर्षाव करणाऱ्या मेघाप्रमाणें हजारों बाण सोडीत दु:शासन सात्यकीवर धांवला. त्यानें प्रथम साठ व नंतर सोळा शरांनीं सात्यकीस जखमी केलें; परंतु रणांत मैनाक पर्वताप्रमाणें निश्चल उभ्या

असलेल्या त्या सात्यकीस नुसता कंपही उत्पन्न झाला नाहीं. भरतश्रेष्ठ दुःशासन नानादेशच्या प्रचंड रथसमूहांसह-चोहोंकडे पुष्कळ बाण टाकीत व पावसाच्या गर्जनेप्रमाणें सिंहनादानें दाही दिशा दणाणवीत उच्चा घेत येत आहे असें पाहून महापराक्रमी सात्यकीनें रणांत त्यावर धांवून बाणांनीं त्यास आच्छादून टाकिलें. दुःशासनाबरोबरचे वीर बाणसंघांनीं आच्छादूं लागतांच भयभीत होऊन दुःशासनास न जुमानतां रणांत पळूं लागले. राजेंद्रा, ते जरी पळूं लागले, तरी तुझा पुत्र दुःशासन निर्भयपणें सात्यकीवर बाणांचा भडिमार करीत होता. त्यानें चार बाणांनीं त्याचे घोडे, तिहींनीं सारथि आणि शंभर बाणांनीं खुद्द सात्यकीस युद्धांत घायाळ करून सिंहनाद केला. हे महाराजा, मग सात्यकि रणांत त्यावर फारच कोपला. त्यानें त्याचा रथ, सारथि व ध्वज शरांनीं अदृश्य केला; आणि शूर दुःशासनासही बाणांनीं अगदीं झांकून टाकिलें. राजा, मच्छर जवळ आलें असतां कोळी त्यास आपल्या जाळ्यांत गुरफटितो त्याप्रमाणें त्या शत्रुजेत्या सात्यकीनें त्वरेनें दुःशासनास बाणांच्या जाळ्यांत गुरफटून टाकिलें. याप्रमाणें दुःशासन शेंकडों शरांनीं भरून गेला आहे असें पाहून दुर्योधन राजानें त्रिगर्तांस युयुधानाच्या रथाकडे जाण्याची आज्ञा केली. तेव्हां युद्धकलेंत निष्णात असलेले ते तीन हजार क्रूर त्रिगर्त रथी युयुधानाच्या जवळ गेले. त्यांनीं परस्परांशीं आणाशपथा घेऊन युद्धाचा निर्धार केला; आणि प्रचंड रथसमुदायानें सात्यकीस वेढिलें. पण ते शरवृष्टि करीत समरांगणांत चालून येतां येतांच त्यांतील अघाडीचे पांचशें प्रमुख वीर प्राणास मुकले; आणि प्रचंड वावटळीच्या जोरानें मोडलेले वृक्ष पर्वतावरून पडावे तद्वत् ते वीर सात्यकीच्या बाणांनीं तत्काल मरून पडले! हे प्रजापालका, अनेक प्रकारें जखमी झालेले हत्ती, ध्वज व सात्यकीच्या बाणांनीं जखमी होऊन रक्तबंबाळ झाल्यामुळें फुललेल्या पळसांसारखे शोभणारे मस्तकांवर सोन्याचे तुरे असलेले घोडे यांच्या योगानें ती रणभूमि शोभूं लागली. हे महाराजा, चिखलांत रुतलेल्या हत्तीस कोणी त्राता आढळत नाहीं तद्वत् सात्यकीकडून रणांत मरत असलेल्या त्या तुझ्या योद्ध्यांस कोणीच त्राता सांपडेना. तेव्हां ते सर्व गरुडाच्या भीतीनें बिळाकडे पळणाऱ्या सर्पांप्रमाणें द्रोणांच्या रथाकडे वळले.

असो; मग सर्पतुल्य शरांनीं पांचशें वीर मारिल्यानंतर तो वीर सात्यकि सावकाश अर्जुनाच्या रथाकडे चालला. तो जाऊं लागतांच तुझ्या दुःशासन पुत्रानें त्वरेनें त्यावर नऊ नतपर्व बाण मारिले. तेव्हां सात्यकीनेंही उलट गृध्रपक्ष्याचीं पिसें लाविलेल्या रुक्मपुंख बाणांचा त्यावर मारा चालविला. हे महाराजा, मग पुनः दुःशासनानें तीन बाणांनीं सात्यकीचा वेध केला. तेव्हां शैनेयानें तुझ्या पुत्रावर पांच बाण टाकून रणांत त्याचें धनुष्य छेदिलें; आणि तो हंसत हंसतच अर्जुनाकडे जाऊं लागला. तो वृष्णिवीर जाऊं लागतांच दुःशासन संतापला; आणि त्यास ठार मारण्याच्या हेतूनें त्यानें सर्व पारसवी नामक शक्ति त्यावर सोडिली! तेव्हां, राजा, तुझ्या पुत्राची ती घोर शक्ति सात्यकीनें तीक्ष्ण शरांनीं तोडून टाकिली. हे जनेश्वरा, मग तुझ्या पुत्रानें दुसरें धनुष्य घेऊन सात्यकीस बाणांनीं विद्ध करून सिंहनाद केला. तेव्हां मग सात्यकिही खवळला. त्यानें युद्धांत तुझ्या पुत्रास मोह पाडला, आणि अग्निज्वालेसारख्या शरांनीं त्याच्या छातीवर भडिमार केला. त्यानें तीक्ष्ण फाळांचे आठ पोलादी बाण पुनः त्यावर मारिले; आणि

दुःशासनानेंही उलट सात्यकीवर वीस बाण टाकले. हे महाराजा, मग सात्वतानें तीन बाण दुःशासनाच्या छातीवर नेमके मारिले; आणि तीक्ष्ण शरांनीं त्याच्या घोड्यांस ठार करून मोठ्या त्वेषानें त्याचा सारथि लोळविला! नंतर त्या परमास्त्रवेत्त्या सात्यकीनें एका बाणानें त्याचें धनुष्य, पांचांनीं हस्तकवच व दोन भल्लांनीं ध्वज व रथशक्ति यांचा चुराडा उडविला; आणि दोन तीक्ष्ण शरांनीं त्याचे दोन्ही पार्ष्णिसारथिही यमाच्या घरचे पाहुणे केले!

याप्रमाणें, राजा, ज्याचें धनुष्य तुटून गेलें आहे, रथ भग्न झाला आहे, घोडे मेले आहेत आणि सारथिही पडला आहे, अशा त्या दुःशासनाला त्रिगर्तांच्या सेनापतीनें आपल्या रथांत घालून दूर पळविलें. सात्यकीनें मुहूर्तमात्र त्याचा पाठलाग केला; परंतु भीमसेनाच्या प्रतिज्ञेचें त्याला स्मरण असल्यामुळें त्यानें त्यास मारिलें नाहीं. कारण, भारता, तुझ्या सर्व पुत्रांचा युद्धांत क्षय करण्याची भीमसेनानें सभेंत प्रतिज्ञा केलेली आहे. असो; हे प्रभो, दुःशासनाला युद्धांत जिंकिल्यानंतर, अर्जुनाच्या मार्गानें सात्यकि त्वरेनें जाऊं लागला!

अध्याय एकशें चोविसावा.

—:०:—

संकुलयुद्ध.

धृतराष्ट्र प्रश्न करितोः—संजया, याप्रमाणें सात्यकि चाल करीत असतांना त्याला कोणी मारिलें नाहीं, किंवा नुसतें अडवूनही धरिलें नाहीं. त्यापेक्षां माझ्या त्या सेनेमध्यें कोणीच महारथी नव्हते कीं काय? अरे, इंद्रतुल्य बलवान् अशा त्या एकट्या महापराक्रमी सात्यकीनें दानवांवर महेंद्रानें गाजविलेल्या पराक्रमासारखा युद्धांत विलक्षण पराक्रम गाजविला! त्या सत्यविक्रमानें एकट्यानें पुष्कळ सेनांचें चंदन उडविलेंना! किंवा तो रस्त्यानें गेला तो शून्याकारच होता? संजया, अनेक महान् महान् योद्धे लढत असतांना त्या बहुतांच्या हातून एकटा सात्यकि कसा निसटून गेला तें मला सांग.

संजय सांगतोः—राजा, तुझ्या चतुरंग सैन्यानें आपली शिकस्त केली. खरोखर त्यांनीं प्रलयकालाप्रमाणें तुंबळ हाणामारी केली. हे अभिमानी राजा, प्रत्येक दिवशीं तुझ्या सैन्याच्या समूहांची हजीरी होई, तेव्हां तशा प्रकारचा एकही समूह जगतांत मागें कधीं झाला नसेल असें मला वाटतें. इतकेंच नव्हे, तर त्या ठिकाणीं जमलेले देव व चारण हेही म्हणत होते कीं, ‘पृथ्वीच्या पाठीवर हेच शेवटचे समूह होत!’ राजा, जयद्रथाचा वध व्हावयाचा म्हणून द्रोणांनीं त्या दिवशीं जो व्यूह रचला होता, असा दुसरा कोणताच व्यूह मागें झालेला नाहीं! प्रचंड वाऱ्यानें समुद्रास लाटा उसळल्या असतां त्यांचा जसा शब्द होतो, तसा एकमेकांवर हल्ले करणाऱ्या त्या सैन्यसंघांचा रणांत भयंकर शब्द होत होता. हे नरोत्तमा, तुझ्या व पांडवांच्या सैन्यांत शेंकडों हजारों राजे गोळा झालेले होते; आणि क्षुब्ध झालेल्या दृढपराक्रमी वीरांच्या-अंगावर रोमांच उठविणाऱ्या-तुंबळ गर्जना तेथें चालल्या होत्या.

हे मारिषा, नंतर भीमसेन, धृष्टद्युम्न, नकुलसहदेव व धर्मराज युधिष्ठिर मोठ्यानें ओरडूं लागले कीं, “चला, मारा, त्वरेनें हल्ला करा. कारण, सात्यकि व अर्जुन हे दोघे वीर शत्रुसेनेंत शिरले आहेत; ते जेणेंकरून निर्विघ्नपणें जयद्रथाच्या रथापर्यंत जाऊन पोंचतील असें सत्वर करा.” याप्रमाणें त्यांनीं सैन्यांस आज्ञा केली व ते पुनः म्हणाले, ‘त्या दोघांचा नाश झाल्यास कौरव कृतार्थ होतील, व आपण परा-

भूत होऊं. यासाठीं तुम्ही एकवटून, सोसाट्याचा वारा सागरास क्षोभवितो तद्वत् या बलरूपी सागराची लवकर खळबळ उडवून द्या.'

राजा, भीमसेन व धृष्टद्युम्न यांची आज्ञा होतांच ते वीर प्रिय प्राणांचीही पर्वा न करितां समरांत कौरवांवर भडिमार करूं लागले. कारण त्यांना स्वर्ग मिळविण्याची इच्छा असल्यामुळें ते महापराक्रमी वीर युद्धामध्यें शस्त्रप्रहारांनीं मरण यावें असें इच्छीत होते; आणि यामुळेंच मित्रकार्यापुढें त्यांना प्राणांची किंमत वाटत नव्हती. राजा, यांच्याप्रमाणेंच मोठी कीर्ति मिळविण्याची महत्त्वाकांक्षा बाळगणारे तुझे वीरही युद्ध करण्याविषयींची श्लाघ्य इच्छा धरून युद्धास उभे राहिले होते. मग त्यांचा भयंकर व तुंबळ रणसंग्राम चालला असतां तुझ्या सर्व सैन्यांस जिंकून सात्यकि अर्जुनाकडे गेला. त्या ठिकाणीं कवचांवर सूर्याचे किरण पडल्यामुळें विशेष खुलणाऱ्या त्यांच्या प्रभा समरांगणांत चोहोंकडे सैनिकांच्या नेत्रांत शिरत होत्या. हे महाराजा, याप्रमाणें महात्मे पांडव प्रयत्न करीत असतां दुर्योधनानें त्यांचें प्रचंड सैन्य खळबळून सोडिलें. हे भारता, त्या वेळीं त्यांची व दुर्योधनाची सर्व भूतांचा क्षय करणारी मोठी तुंबळ हाणामारी झाली.

धृतराष्ट्र विचारितोः—सूता, याप्रमाणें सैन्यें पळून गेलीं असतां व स्वतः दुर्योधन संकटांत सांपडला असतां त्यानें युद्धांत पाठ दाखविली नाहीं काय? महायुद्धामध्यें एकट्याचें अनेकांशीं युद्ध आणि तेंही विशेषेंकरून दुर्योधन राजाचें मला कठीण वाटतें. कारण तो लक्ष्मी व पृथ्वी यांचा अधिपति व अत्यंत सुखांत वाढलेला आहे. तेव्हां त्या एकट्याची बहुतांशीं गांठ पडल्यावर तो पराङ्मुख तर झाला नाहींना?

दुर्योधनाचा पराक्रम.

संजय सांगतोः—राजा, तुझ्या एकट्या पुत्राचा बहुतांशीं झालेला आश्चर्यकारक संग्राम मी सांगतों, ऐक. ज्याप्रमाणें हत्ती कमळांचें सरोवर येथून तेथवर खळबळून टाकतो, त्याप्रमाणें दुर्योधनानें रणांत पांडवांच्या सेनेची खळबळ करून सोडिली! राजा, मग तुझ्या मुलानें त्या सेनेला जर्जर केल्याचें पाहून भीमसेनप्रभृति वीर व पांचाल वेगानें धांवून आले. तेव्हां दुर्योधनानें भीमसेनाचा दहा बाणांनीं वेध केला; नकुलसहदेवांवर तीन तीन व धर्मराजावर सात बाण टाकिले; त्याचप्रमाणें त्यानें विराट व द्रुपद यांवर प्रत्येकीं सहा, शिखंडीवर शंभर, धृष्टद्युम्नावर वीस आणि द्रौपदीपुत्रांवर तीन तीन बाण टाकिले. शिवाय दुसऱ्या रथ्यांस व शेंकडों वीरांस त्यांच्या हत्तींसह त्या क्रुद्ध दुर्योधनानें प्रजांचा संहार करणाऱ्या यमाप्रमाणें उग्र शरांनीं रणांत कापून काढलें. राजा, त्या वेळीं त्याचें धनुष्य मंडलाकार फिरत असल्यामुळें, तो बाण जोडतो केव्हां व सोडतो केव्हां हें मुळींच दिसत नव्हतें. तो आपल्या कौशल्यानें व अस्त्रसामर्थ्यानें शत्रूंस ठार करतांना मात्र दिसत होता! याप्रमाणें तो शत्रूंचा संहार करीत असतांना त्याचें तें सोन्याच्या पाठीचें प्रचंड धनुष्य समरांगणांत एकसारखें गरगर फिरतांना लोकांस दिसत होतें.

दुर्योधन व धर्मराज यांचें युद्ध.

हे कौरवा, याप्रमाणें तुझा पुत्र रणांत झटत असतां युधिष्ठिर राजानें दोन अर्धचंद्राकार बाणांनीं त्याचें धनुष्य छेदिलें, आणि उत्कृष्ट अस्त्रयोजना करून दहा उत्तम बाण त्यावर मारिले, तेव्हां ते बाण दुर्योधनाच्या चिलखतावर आपटून मोडले व जमिनींत शिरले. मग ज्याप्रमाणें पूर्वीं वृत्रवधाच्या वेळीं महर्षि व देव इंद्राभोंवतीं गोळा झाले होते, त्याप्रमाणें सर्व पांडव आनंदित होऊन

युधिष्ठिराभोंवतीं जमले. नंतर तुझ्या प्रतापी पुत्रानें दुसरें धनुष्य घेतलें, आणि 'उभा रहा, उभा रहा!' असें युधिष्ठिरास म्हणत तो पांडवांवर चालून गेला. तो तुझा पुत्र समरांगणांत चालून येत आहे असें पाहून जयेच्छु पांचाल मोठ्या हर्षानें त्याकडे उलट चाल करूं लागले. परंतु प्रचंड वावटळीमुळें उठलेल्या मेघांस पर्वत थोपवून धरतो तद्वत् युद्धांत दुर्योधनाचें संरक्षण करूं इच्छिणाऱ्या द्रोणांनीं त्यांस अडवून धरलें. राजा, त्या ठिकाणीं पांडवांचा व तुझ्या लोकांचा रुद्राच्या क्रीडेप्रमाणें सर्व प्राण्यांचा संहार करणारा व अंगावर कांटा उभा राहील असा मोठा दारुण रणसंग्राम झाला. नंतर, जिकडून अर्जुन गेला तिकडे पुनः गलबला झाला. हे प्रभो, त्या बाजूला तुझे वीर व महाबाहु अर्जुन यांच्या-इतर सर्व शब्दांस मागें टाकणाऱ्या व रोमांच उठविणाऱ्या—गर्जना होऊं लागल्या. त्याचप्रमाणें समरांगणांत भारती सेनेच्या मध्यभागीं सात्यकीच्या व व्यूहाच्या तोंडावर शत्रूंसह द्रोणाचार्यांच्या भयंकर गर्जना चालू होत्या. हे पृथ्वीपते, अर्जुन, द्रोण व महारथी सात्यकि हे क्रुद्ध झाले असतां पृथ्वीवर असा भयंकर संहार सुरू झाला.

अध्याय एकशें पंचविसावा.

—:०:—

बृहत्क्षत्राचा वध.

संजय सांगतो:—महाराज! तिसरे प्रहरीं द्रोणांची पुनः सोमकांबरोबर फार मोठी खडाजंगी सुरू होऊन मेघांप्रमाणें गर्जना होऊं लागल्या. नरवीर द्रोणाचार्य स्थिरचित्तानें तांबडे घोडे जोडलेल्या आपल्या रथांत बसून मध्यम वेगानें समरांगणांत पांडवांवर चालून गेले. तुझें प्रिय व हित करण्यास वाहिलेले ते महाबलिष्ठ प्रतापी धनुर्धर द्रोणाचार्य चित्रविचित्र पिसाऱ्यांच्या तीक्ष्ण बाणांनीं मोठमोठे वीर वेंचीतच कीं काय रणामध्यें क्रीडा करूं लागले. तेव्हां, राजा, कैकेयांच्या पांच भावांमध्यें वडील जो रणमस्त बृहत्क्षत्र महारथी, तो द्रोणांवर धांवून गेला; आणि गंधमादनावर महामेघ वर्षाव करितो त्याप्रमाणें तीक्ष्ण बाणांची धार धरून त्यानें द्रोणांस फारच पीडा दिली. तेव्हां, हे महाराजा! द्रोणाचार्यांनीं संतापून त्यावर निसणावर घांसलेले पंधरा सुवर्णपुंख बाण मारिले. द्रोणांनीं सोडलेले ते बाण चवताळलेल्या सर्पासारखे भयंकर होते; पण त्या प्रत्येकावर पांच पांच बाण टाकून बृहत्क्षत्रानें हंसत हंसतच ते तोडून टाकले. त्याचें तें लाघव पाहून द्विजश्रेष्ठ द्रोणांनीं हास्यपूर्वक आठ नतपर्व बाण त्यावर सोडले, परंतु द्रोणचापापासून सुटलेले ते बाण त्वरेनें येतांना पाहून त्यानें तितक्याच बाणांनीं रणांत त्यांचें निवारण केलें. हे महाराजा, बृहत्क्षत्राचा तो दुष्कर पराक्रम पाहून तुझ्या सैन्यास विस्मय वाटला. असो; नंतर बृहत्क्षत्रावर ताण करूं पाहाणाऱ्या द्रोणांनीं अत्यंत दुर्जय असें दिव्य ब्रह्मास्त्र रणांत प्रकट केलें. राजेंद्रा, द्रोणांनीं रणांत सोडलेलें तें अस्त्र पाहून कैकेयानें ब्रह्मास्त्राचा प्रयोग करून तें शांत केलें! हे भारता, त्या ब्रह्मास्त्राचा नाश केल्यानंतर बृहत्क्षत्रानें साठ तीक्ष्ण स्वर्णपुंख बाण द्रोणांवर मारिले. उलट पुरुषश्रेष्ठ द्रोणांनीं त्यावर एक नाराच बाण टाकिला. तेव्हां तो बाण त्याचें कवच भेदून भूपृष्ठांत शिरला! हे नृपसत्तमा, मोकळा कृष्णसर्प बिळांत शिरावा त्याप्रमाणें तो बाण युद्धांत कैकेयाचा भेद करून भूमींत घुसला. हे महाराजा! द्रोणांच्या बाणांनीं अतिशय जखमी झाल्यामुळें कैकेयास मोठा राग आला; आणि आपले शुभ नेत्र वटारून त्यानें सत्तर सुवर्णपुंख तीक्ष्ण

बाणांनीं द्रोणांचा वेध केला, व एका बाणानें त्यांच्या सारथ्यासही मर्मस्थानीं जबर जखम केली! हे मारिषा, बृहत्क्षत्रानें पुष्कळ बाणांनीं द्रोणांस घायाळ केलें होतें; तथापि त्यांनीं कैकेयाचे रथावर तीक्ष्ण बाण सोडले; आणि त्या महारथी बृहत्क्षत्राला व्याकुल करून चार बाणांनीं त्याचे चार घोडे ठार केले, एका बाणानें त्याच्या सारथ्याला रथाच्या पेटीवरून लोळविलें, आणि दोन बाणांनीं त्याचें ध्वज व छत्र तोडून जमिनीवर पाडिलें; आणि लगेच त्या द्विजवरानें झपाट्यानें एक नाराच बाण नेमका त्याच्या छातीवर मारून त्याच्या हृदयाचा वेध केला! तेव्हां हृदय फुटून जाऊन तो बृहत्क्षत्र गतप्राण होऊन पडला!

धृष्टकेतूचा वध.

राजा, कैकेयांतील महारथी बृहत्क्षत्र पडतांच शिशुपालाचा पुत्र द्रोणांवर संतापून सारथ्यास म्हणाला, “ सारथे, हा चिलखत ल्यालेला द्रोण कैकेयांस व पांचालांच्या सेनेस मारीत उभा आहे तेथें चल. ” त्याची ती आज्ञा ऐकून सारथ्यानें आपल्या कांबोज देशाच्या चपल अश्वांस इषारा करून त्या रथिवरास त्वरेनें द्रोणांजवळ आणिलें. तो चेदींचा अधिपति अतिबलिष्ठ धृष्टकेतु अग्नीवर झडप घालणाऱ्या पतंगाप्रमाणें द्रोणांस ठार करण्याच्या हेतूनें त्यांवर धांवला. लगेच त्यानें अश्व, रथ व ध्वज यांसह द्रोणांचा साठ बाणांनीं वेध केला; आणि निजलेल्या वाघास डंवचावें त्याप्रमाणें त्यानें पुनः आणखी तीक्ष्ण बाण त्यांवर मारिले. त्याप्रमाणें तो बलाढ्य वीर धडपड करीत असतां द्रोणांनीं गिधाडाचीं पिसें लाविलेल्या एका क्षुरप्रानें त्याचें धनुष्य मध्यावर तोडून टाकलें. नंतर महारथी शिशुपालपुत्रानें दुसरें धनुष्य घेऊन कंक-मयूरपिच्छयुक्त बाणांचा द्रोणांवर मारा चालविला. तेव्हां द्रोणांनीं चार शरांनीं त्याचे चारी घोडे मारून हंसत हंसत त्याच्या सारथ्याचें मस्तक धडापासून वेगळें केलें; आणि खुद्द त्यावरही बाणांची एक पंचविशी सोडिली! तेव्हां चैद्यानें त्वरेनें आपली गदा कवळून रथाखालीं उडी टाकली, आणि चवताळलेल्या नागिणीसारखी ती गदा द्रोणांवर भिरकाविली. ती सुवर्णाचीं भूषणें लाविलेली लोखंडाची जड गदा उद्यत कालरात्रीसारखी कोसळतांना पाहून भारद्वाजांनीं पुष्कळ हजार तीक्ष्ण बाणांनीं तिचे तुकडे केले! हे मारिषा, भारद्वाजांनीं अनेक बाणांनीं फोडलेली ती गदा खालीं पडली तेव्हां जमीन हादरली! आपल्या गदेचा नाश झालेला धृष्टकेतूस सहन झाला नाहीं. त्या वीरानें मग तोमर व सोन्याच्या मुलाम्यानें उज्ज्वल केलेली एक शक्ति फेंकिली. तेव्हां भारद्वाजांनीं पांच बाणांनीं तोमराचे तुकडे करून पांचच बाणांनीं ती शक्तिही तोडिली, तेव्हां गरुडानें तोडलेल्या सर्पाप्रमाणें ती दोन्ही तुकडे होऊन जमिनीवर पडली. नंतर प्रतापी द्रोणाचार्यांनीं जिवावर उदार झालेल्या त्या धृष्टकेतूच्या वधार्थ समरांगणांत एक तीक्ष्ण बाण फेंकला. तो बाण त्या अमितसामर्थ्यवान् धृष्टकेतूचें कवच व हृदय भेदून पद्मवनांत शिरणाऱ्या हंसाप्रमाणें भूमीवर आला! ज्याप्रमाणें बुभुक्षित चाष पक्षी क्षुद्र पतंगाला ग्रासितो, त्याप्रमाणें शूर द्रोणाचार्यांनीं महारणांत धृष्टकेतूला ग्रासिलें. याप्रमाणें तो चेदिपति मरण पावला असतां त्याच्या दिव्यास्त्रवेत्त्या पुत्रानें आपल्या पित्याच्या तुकडीचें आधिपत्य स्वीकारिलें तो पितृवधामुळें क्रोधवश झाला होता, परंतु मोठा बलिष्ठ वाघ घोर अरण्यांत हरिणाच्या पाडसाला यमसदनीं पाठवितो त्याप्रमाणें द्रोणांनीं त्यालाही हंसत हंसतच बाणांनीं यमलोक दाखविला!

जरासंधपुत्राचा वध.

हे भारता, याप्रमाणें पांडवांकडील वीरांचा क्षय होऊं लागला असतां जरासंधाचा शूर पुत्र स्वतः द्रोणांवर चालून आला; आणि सूर्यास झांकून टाकणाऱ्या मेघाप्रमाणें त्या महाबलिष्ठानें शरधारांनीं समरांगणांत द्रोणांस हां हां म्हणतां अदृश्य करून टाकिलें! त्याचें तें लाघव पाहून क्षत्रियमर्दक द्रोणांनीं त्वरेनें शेंकडों हजारों बाण सोडले; आणि रथांत बसलेल्या त्या रथिश्रेष्ठ जरासंधपुत्रास रणांत अगदीं छावून सोडून लगेच सर्व क्षत्रियांच्या डोळ्यांदेखत त्यास ठार केलें! राजा, घटका भरली म्हणजे यम सर्व प्राण्यांचा स्वीकार करतो त्याप्रमाणें तो अंतकतुल्य द्रोण जो जो पुढें येई त्याची त्याची चटणी उडवी! असो; हे महाराजा, नंतर रणांत आपल्या नांवाची गर्जना करीत द्रोणांनीं हजारों बाणांनीं पाडवांकडील सैन्यांस अगदीं आच्छादून टाकलें. त्यांचे ते निसणावर लावलेले व वर नांव घातलेले बाण समरांगणांत शेंकडों नर, गज व अश्व यांचा संहार करूं लागले. इंद्रानें मोठमोठे असुर मारावे त्याप्रमाणें द्रोण त्यांचा फडशा पाडूं लागले, तेव्हां थंडीनें कुडकुडणाऱ्या गाईंप्रमाणें पांचाल थरथरां कांपूं लागले. हे भरतर्षभा, द्रोण सैन्याचा वध करीत असतां पांडवांच्या सेनेंत दुःखाच्या भयंकर किंकाळ्या होऊं लागल्या. वरून उन्हाचा सारखा चटका बसत आहे आणि इकडे बाणांचा भडिमारही सारखा चालू आहे, हें पाहून पांचाल मनांत अगदीं घाबरून जाऊन जेरीस आले; आणि युद्धाविषयीं अतिशयच दुराग्रह धरून बसलेल्या त्या पांचाल्यांतील महारथ्यांस भारद्वाजांनीं बाणजालानें मोहित केलें! हे महाराजा, मग चेदि, सृंजय व काशिकोसल हर्षभरित होत्साते युद्ध करण्यासाठीं भारद्वाजांवर धांवून आले. ते चेदि, पांचाल व सृंजय "द्रोणांस मारा! द्रोणांस मारा!" असें एकमेकांस सांगत द्रोणांवर चालून आले. महापराक्रमी द्रोणांस युद्धांत यमसदनीं पाठविण्याची इच्छा करणारे ते पुरुषश्रेष्ठ आपली सर्व शक्ति खर्च करून अगदीं पराकाष्ठेचा पराक्रम करीत होते. याप्रमाणें ते झटत असतां भारद्वाजांनीं त्या वीरांस व विशेषेंकरून त्यांतील चेदि देशाच्या वीरांस तीक्ष्ण बाणांनीं यमाकडे पाठविलें. त्या चेदिप्रभृति वीरांचा क्षय होऊं लागला तेव्हां द्रोणांच्या बाणांनीं पीडिलेले पांचाल लटलटा कांपूं लागले. हे भारता, द्रोणांचीं तशा प्रकारचीं घोर कर्में पाहून ते मोठमोठ्यानें भीमसेनास व धृष्टद्युम्नास हांका मारूं लागले! ह्या ब्राह्मणानें खरोखर मोठें दुष्कर तपाचरण केलेलें आहे; आणि तसाच हा क्रुद्ध होऊन मोठमोठ्या क्षत्रियांना युद्धांत दग्ध करीत आहे. युद्ध करणें हें क्षत्रियाचें कर्म असून श्रेष्ठ तपश्चर्या करणें ब्राह्मणधर्म होय. या द्रोणानें तपश्चर्याही केली आहे, आणि क्षत्रियविद्याही संपादन केली आहे, यामुळें हा नुसत्या दृष्टिपातानेंही भस्म करून टाकील. पुष्कळ मोठमोठे क्षत्रिय व अस्त्रसंपन्न द्रोणरूपी घोर व दुस्तर अग्नीमध्यें प्रविष्ट झाले व तेथेंच जळून गेले. कोणाचें कितीही सामर्थ्य असो, कितीही हुरूप असो किंवा कितीही पराक्रम असो, महातेजस्वी द्रोण सर्वांस मोहित करून आमच्या सैन्याचा संहार करीत आहे!"

क्षत्रधर्म्याचा वध.

त्यांचें तें भाषण ऐकून क्षत्रधर्मा पुढें सरसावला, आणि त्यानें क्रोधपूर्ण अंतःकरणानें एका अर्धचंद्र बाणानें द्रोणांचें शर लाविलेलें धनुष्य तोडून टाकिलें. तेव्हां क्षत्रियमर्दक द्रोण जास्तीच संतापले. त्यांनीं दुसरें जास्त वेगाचें चकचकीत धनुष्य घेऊन शत्रुसैन्यांचा नाश

करणारा असा एक तीक्ष्ण बाण त्याला लाविला, आणि आकर्ण ओढून सोडला. तेव्हां तो बाण क्षत्रधर्म्यास ठार करून भूतलावर पडला; व क्षत्रधर्म्याचें हृदय विदीर्ण होऊन तो घोड्यावरून खालीं जमिनीवर पडला! याप्रमाणें तो धृष्टद्युम्नाचा पुत्र मरण पावतांच सैन्यें कांपूं लागलीं.

नंतर महाबलिष्ठ चेकितान द्रोणांवर चालून आला, त्यानें द्रोणांस दहा बाणांनीं विद्ध करून चार बाणांनीं त्यांच्या सारथ्यास स्तनमध्यभागीं जखमी केलें; आणि त्यांच्या चार घोड्यांवरही चार बाण मारिले. आचार्यांनीं तीन बाणांनीं त्याचे दोन बाहु व हृदय यांस जखमा करून सात बाणांनीं त्याचा ध्वज उलथून दिला, व दोन बाणांनीं त्याचा सारथि ठार केला. मारिषा, सारथि मरतांच त्याचे ते घोडे रथ घेऊन पळूं लागले, परंतु द्रोणांनीं बाणांनीं त्यांचाही फडशा पाडला. हे मारिषा, मग चेकितानाचा रथ अश्वरहित व सारथिहीन झालेला पाहून रणांत एकवटलेले शूर चेदि, पांचाल व सृंजय यांना द्रोणांनीं चोहोंकडे उधळून लाविलें. राजा, ज्याचे कानांपर्यंतचे केंस पांढरे झाले आहेत व जो चारशें वर्षांचा आहे, असा तो श्यामवर्ण वृद्ध द्रोणाचार्य सोळा वर्षांच्या तरुणासारखा रणांत इकडून तिकडे संचरत होता! हे महाराजा, याप्रमाणें तो शत्रूस ठार करणारा द्रोण निर्भयपणें संचार करीत असतां हा वज्रपाणी इंद्रच आहे कीं काय, असें शत्रूस वाटलें.

हे राजा, नंतर महापराक्रमी व बुद्धिमान् द्रुपद राजा बोलूं लागलाः—ज्याप्रमाणें वाघ क्षुद्र श्वापदांना मारितो, त्याप्रमाणें हा लुब्ध क्षत्रियांस मारीत आहे. ज्याच्या लोभामुळें मोठमोठे क्षत्रिय रणांगणांत मरून पडले आहेत, त्या पापी दुर्बुद्धि व दुर्योधनाला दुःखदायक लोक प्राप्त होतील. कांपलेल्या बैलांप्रमाणें हे शेंकडों वीर रक्तानें माखून भूमीवर आडवे पडले असून त्यांस कोल्हींकुत्रीं कीं हो खात आहेत!

हे महाराजा! अक्षौहिणीपति द्रुपद राजा याप्रमाणें बोलून रणांत पांडवांस पुढें करून वेगानें द्रोणांवर धांवला.

अध्याय एकशें सव्विसावा.

—:०:—

धर्मराजाची चिंता.

संजय सांगतोः—पांडवांच्या तुकड्यांची ठिकठिकाणीं दाणादाण उडूं लागली, तेव्हां पांडव, पांचाल व सोमक फारच दूर पळाले. हे भारता, मागें सांगितल्याप्रमाणें अंगावर रोमांच उठविणारा घोर संग्राम सुरू होऊन युगांताप्रमाणें जगताचा तडकाफडकीं संहार होऊं लागला. पराक्रमी द्रोण रणांत वरचेवर गर्जना करूं लागले, पांचाल कमी कमी होऊं लागले, आणि पांडवांच्याही सेनेचा वध होऊं लागला, अशा वेळीं धर्मराज युधिष्ठिराला कोठेंच थारा दिसेना; आणि हे राजेंद्रा आतां, हें कसें होणार, म्हणून तो काळजी करूं लागला.

नंतर अर्जुनास पाहाण्यासाठीं त्यानें दाही दिशांस दृष्टि फेंकिली, परंतु अर्जुन किंवा श्रीकृष्ण त्याला मुळींच दिसला नाहीं. श्रेष्ठ वानर हेंच ज्याच्या ध्वजावरील चिन्ह आहे असा तो पुरुषश्रेष्ठ अर्जुन त्यास दिसेना, व गांडीवाचाही टणत्कार ऐकूं येईना. तेव्हां त्याचें मन फारच दुःखित झालें. त्याचप्रमाणें, वृष्णींतील प्रमुख रथी जो सात्यकि, तोही कोठें न दिसल्यामुळें तर त्याला चिंतेनें घेरलें. नरश्रेष्ठ कृष्णार्जुन दिसत नसल्यामुळें त्या वेळीं त्याला चैन पडेना; आणि सात्यकीला त्यानें अर्जुनाच्या रक्षणासाठीं पाठविलें असल्यामुळें तोही जेव्हां दिसेना, तेव्हां तो थोर अंतःकरणाचा धर्मराज लोकापवादाच्या भीतीनें मनांत चिंता करूं लागला कीं, मित्रांस

अभय देणाऱ्या या सत्यप्रतिज्ञ सात्यकीला मीं रणांत अर्जुनाकडे पाठविलें, परंतु या करण्यानें मीं एकाचीं दोन संकटें मात्र करून घेतलीं. आतां मला सात्यकीची हालहवाल आणविली पाहिजे, व अर्जुनाकडील बातमीही आणविली पाहिजे. अर्जुनाच्या मागोमाग मीं सात्यकीला पाठविलें खरें; परंतु आतां सात्यकीच्या पाठीवर कोणाला रणांत पाठवूं ? आतां जर मीं प्रयत्नानें अर्जुनाचा शोध चालविला, तर युयुधान सात्यकीविषयीं लोक मला दूषण देतील. "धर्मपुत्र युधिष्ठिरानें आपल्या भावाचा मात्र शोध केला, आणि सत्यपराक्रमी सात्यकीची तेवढी उपेक्षा केली !" असें ते म्हणतील; आणि मला तर लोकापवादाची फार भीति वाटते ! तेव्हां तो न यावा म्हणून आतां आपण कुंतीपुत्र वृकोदराला महात्म्या सात्यकीच्या शोधाला पाठवावें. शत्रुनाशक अर्जुनावर माझी जितकी प्रीति आहे, तितकीच त्या युद्धदुर्मद वृष्णिवीर सात्यकीवरही आहे. खरोखर मीं शैनेयाला फारच जड कामगिरी सांगितली; आणि तो महाबलिष्ठही मित्रप्रेमामुळें व माझ्या वचनामुळें, सागरांत प्रवेश करणाऱ्या मकरासारखा भारती सेनेंत शिरला. हा त्या धीमान् वृष्णिवीराशीं झगडणाऱ्या व मागें न परतणाऱ्या शूरांचा शब्द ऐकूं येत आहे. तेव्हां जिकडे ते दोघे महारथी गेले, तिकडेच धनुर्धर भीमसेनानें जावें हें मला बरें दिसतें. खरोखर तशीच वेळ सांप्रत आलेली असून, पुष्कळ प्रकारें विचार करून त्यास तिकडे पाठविण्याचा मीं दृढनिश्चय केला आहे. कारण त्या भीमसेनाला भूतलावर कांहींच असाध्य नाहीं. यानें मनावर घेतलें असतां केवळ आपल्या बाहुबलाच्या जोरावर पृथ्वीवरील सर्व वीरांच्या विरुद्ध रणांत साक्षात् उभा राहाण्यास हा समर्थ आहे ! ज्या महात्म्याच्या बाहुबलाच्या आश्रयानें आम्ही सर्वजण वनांतून सुखरूप परत आलों, व युद्धांत जिंकले गेलों नाहीं, तो भीमसेन इकडून सात्वताकडे गेला असतां समरांगणांत सात्वत व अर्जुन हे उभयतांही सनाथ होतील. वास्तविक पाहिलें तर शस्त्रविद्याविशारद श्रीकृष्ण स्वतः त्या दोघांचें रणांत रक्षण करीत असल्यामुळें त्यांविषयीं काळजी करण्याचें कांहींच कारण नाहीं. परंतु मला जी उगाच भीति वाटत आहे तिचें निरसन केलें पाहिजे. यासाठीं मी भीमसेनाला सात्वताच्या मागोमाग पाठवीन; म्हणजे मग सात्यकीविषयीं आपण आपलें कर्तव्य बजावलें असें मला वाटेल.

भीम व धर्मराज यांचें संभाषण.

याप्रमाणें मनांत निश्चय करून धर्मराज युधिष्ठिर 'भीमाकडे मला ने' असें सारथ्यास म्हणाला. धर्मराजाची आज्ञा ऐकतांच, घोडे चालविण्यांत तरबेज अशा त्याच्या सारथ्यानें सुवर्णानें तो शृंगारिलेला रथ भीमाजवळ नेला. भीमसेनाजवळ पोंचतांच, समयानुरूप काय केलें पाहिजे हें मनांत येऊन त्याला फार विषाद वाटला, आणि त्यानें त्या ठिकाणीं भीमास पुष्कळ सांगितलें. राजा, तो दुःखाकुल झालेला कुंतीपुत्र युधिष्ठिर राजा भीमसेनास हाक मारून म्हणाला, "बा भीमसेना, ज्यानें देव, गंधर्व व दैत्य यांना केवळ एक रथाच्या योगानें जिंकिलें, तो तुझा भ्राता अर्जुन कुशल असल्याविषयींचें मला कांहींच चिन्ह दिसत नाहीं !"

राजा, शोकाकुल झालेल्या धर्मराजाचें हें भाषण ऐकून भीमसेन म्हणाला. "राजा, असें दुःख करितांना तुला आम्ही कधींही पाहिलें नाहीं किंवा ऐकिलेंही नाहीं; इतकेंच नव्हे, तर मागें आम्ही जेव्हां जेव्हां दुःखातिशयानें विदीर्ण होत असूं, तेव्हां तेव्हां

तूंच आमचें समाधान करीत असस. राजेंद्रा, ऊठ, ऊठ. मीं काय करावें त्याची आज्ञा कर. हे मानदा, कोणतेंच काम मला अशक्य नाहीं. यास्तव, हे कुरुश्रेष्ठा, मला आज्ञा कर. शोक करूं नको."

मग, राजा, ज्याचें तोंड अगदीं उतरून गेलें आहे व डोळे पाण्यानें भरून आले आहेत असा तो धर्मराजा कृष्णसर्पाप्रमाणें सुस्कारे टाकीत भीमास म्हणाला, "ज्यापेक्षां खवळलेल्या यशस्वी वासुदेवानें फुंकिलेल्या पांचजन्याचा घोष ऐकूं येत आहे, त्यापेक्षां खरोखर आज तुझा भाऊ अर्जुन मरण पावला असावा; आणि तो पडल्यामुळें खरोखर हा कृष्णच लढत आहे! ज्या बलवंताच्या पराक्रमावर पांडव उपजीवन करितात, व संकटसमयीं इंद्राकडे जाणाऱ्या देवांप्रमाणें ते ज्याच्या आश्रयास जातात, तो शूर पार्थ सैंधवास गांठण्यासाठीं भारती सेनेंत शिरला आहे. भीमसेना, तो गेला तो गेलाच, तो परत येईल असें आम्हांस वाटत नाहीं! अरेरे! तो महारथी श्यामवर्ण, तरुण व गुडाकेश असून मोठा सुंदर होता. त्याचें वक्षःस्थल भव्य, हात सडक व नेत्र चकोरासारखे सुंदर असून आरक्तवर्ण असत. मत्तगजासारखा त्याचा पराक्रम असून त्याच्या योगानें शत्रूंची भीति वाढत असे. भीमसेना, असा तो पार्थच माझ्या शोकाचें कारण होय. बा शत्रुमर्दना, तुझें कल्याण असो. हे महाबाहो, अर्जुन व सात्यकि यांच्याविषयीं मला शोक होत असून वरचें हविर्द्रव्य टाकिल्यामुळें धृद्धिंगत होणाऱ्या अग्नीप्रमाणें तो वाढत आहे. अर्जुनाच्या अस्तित्वाची कांहींच खूण मला दिसत नाहीं, आणि त्यामुळें मी घोरांत पडलों आहें. यास्तव, भीमसेना, माझें वचन पाळणें हें आपलें कर्तव्य आहे असें समजत असशील, तर जिकडे अर्जुन व महापराक्रमी सात्यकि गेले आहेत तिकडे जा. बा भीमा, तूं धर्म जाणणारा आहेस, आणि मी तुझा वडील भाऊ आहें; तेव्हां माझें ऐकणें तुझें कर्तव्य आहे हें तूं जाणतोसच. पार्था, तुला अर्जुनापेक्षांही सात्यकीची मातबरी अधिक मानिली पाहिजे. कारण माझें प्रिय करण्यासाठींच, जिकडे अर्जुन होता त्या घोर, दुर्गम व पुण्यवंतांशिवाय इतरांस केवळ अगम्य अशा मार्गानें तो गेला आहे! बा भीमा, कृष्णार्जुन व सात्वत सात्यकि खुशाल आहेत असें पाहून तूं मला सिंहनादानें तशी खूण कर!"

अध्याय एकशें सत्ताविसावा.

—:o:—

भीमसेनाचा कौरवसेनेंत प्रवेश.

भीमसेन म्हणालाः—ब्रह्मदेव, शंकर, इंद्र व वरुण हे पूर्वी ज्या रथांत बसून गेले आहेत, त्याच श्रेष्ठ रथांत बसून कृष्णार्जुन गेले आहेत; त्यांस लवमात्रही भीति नाहीं. तथापि महाराजांची आज्ञा शिरसा मान्य करून हा मी चाललों. आपण शोक करूं नये. त्या नरश्रेष्ठांची गांठ पडतांच मी खुणेनें आपणांस कळवीन.

संजय सांगतोः—असें बोलून बलवान् भीमसेनानें धर्मराजास धृष्टद्युम्नाच्या व इतर सुहृदांच्या स्वाधीन केलें; आणि त्याचें रक्षण करण्याविषयीं त्यांस पुनः पुनः बजावून तो निघून गेला. जाण्यापूर्वी तो बलाढ्य भीमसेन धृष्टद्युम्नाला म्हणाला, "हे महाबाहो, हरप्रयत्न करून धर्मराजाला धरण्याचा महारथी द्रोणांचा विचार आहे हें तुला माहीतच आहे. हे पार्षता, येथें राहून राजाचें संरक्षण करणें आपणांस जितकें अवश्य आहे तितकें कांहीं तिकडे जाणें अगत्याचें नाहीं. तथापि मला धर्मराजाची तशी आज्ञा झालेली आहे, आणि

तीवर उलट जबाब देण्यास मी धजावत नाहीं. तेव्हां तो मुमूर्षु जयद्रथ जेथें उभा आहे तेथें मी प्रयाण करतों. कारण कोणत्याही प्रकारच्या शंका न काढतां धर्मराजाच्या आज्ञेप्रमाणें वागणें हेंच आपलें कर्तव्य होय. अर्जुन व सात्यकि यांच्याकडे मी जातों, तूं आज रणांत मोठ्या दक्षतेनें युधिष्ठिराचें संरक्षण कर. कारण युद्धांत आपणांस करावयाच्या कृत्यांपैकीं राजाचें संरक्षण हेंच सर्वांत वरिष्ठ होय."

हे महाराजा, धृष्टद्युम्नानें भीमसेनास उत्तर केलें:—पार्था, तुझा मनोदय मी सिद्धीस नेईन, तूं अगदीं निश्चिंतपणें जा. या धृष्टद्युम्नाला युद्धांत मारिल्यावांचून द्रोणांस धर्मराजाचा निग्रह कदापि करतां यावयाचा नाहीं.

भीमसेनाचें प्रयाण.

मग धर्मराजाला धृष्टद्युम्नाच्या हवालीं करून भीमसेनानें ज्येष्ठ बंधु युधिष्ठिर याला वंदन केलें. आणि अर्जुन गेला होता त्याच रस्त्यानें तो निघाला. हे भारता, त्या वेळीं धर्मराजानें त्यास आलिंगन दिलें, त्याच्या मस्तकाचें अवघ्राण केलें, आणि त्याला शुभकारक आशीर्वाद दिले नंतर भीमानें पूजनानें संतुष्ट झालेल्या ब्राह्मणांस प्रदक्षिणा केली; आठ[1] मंगलकारक पदार्थांस स्पर्श केला; व कैलातक मद्य प्राशन केलें. तेव्हां त्याला दुप्पट स्फुरण चढलें; व मदानें त्याचे नेत्रप्रांत आरक्त होऊन गेले. मग ब्राह्मणांनीं त्याला स्वस्तिवाचन केलें; विजयसूचक असे शुभ शकुन होऊं लागले; त्याच्या मनांतही विजयानंदकारक विचार घोळूं लागले; आणि लगेच अनुलोप वायु वाहूं लागून त्यांनीं त्याचा विजय सुचविला. महाबलिष्ठ भीमसेनानें अंगांत चिलखत घातलें असून शुभ कुंडलें धारण केलीं होतीं; आणि त्याचप्रमाणें बाहुभूषणें व तलत्राणही घातलें होतें; रथांत बसलेल्या त्या महारथाचें बहुमोल चिलखत लोहमय व कृष्णवर्णाचें असून त्यावर सोनेरी वेलबुट्टी काढली असल्यामुळें, तें सर्वांगास चिकटून बसलेलें चिलखत विद्युद्युक्त मेघाप्रमाणें शोभत होतें. भीमसेनानें आपल्या अंगाभोंवतीं पिंवळीं, तांबडीं, काळीं व पांढरीं वस्त्रें नीट गुंडाळिलीं असून मानेला कंठत्राण घातलें होतें. यामुळें तो इंद्रधनुष्यासह असलेल्या मेघासारखा भासत होता!

राजा, युद्ध करण्याच्या इच्छेनें भीमसेन तुझ्या सैन्याकडे जाऊं लागला तेव्हां पुनः पांचजन्याचा भयंकर ध्वनि झाला. तो त्रैलोक्याचा थरकांप करून सोडणारा प्रचंड घोर ध्वनि ऐकून पुनः धर्मराज भीमास म्हणाला, "हा वृष्णिवीर कृष्णानें जोरानें फुंकिलेला श्रेष्ठ शंख पृथ्वी व आकाश दुमदुमून सोडीत आहे! खरोखर सव्यसाची अर्जुन फारच मोठ्या संकटांत सांपडला असून चक्रगदाधारी श्रीकृष्णच सर्व कौरवांशीं लढत आहे! आज कुंती, बांधवांसह द्रौपदी व सुभद्रा यांस अशुभ प्रकार पाहाण्याचा प्रसंग येणार खास! यास्तव भीमा, अर्जुनाकडे लवकर जा. मला अर्जुन व सात्यकि कसे दृष्टीस पडतात या चिंतेनें दिशा-उपदिशांचेंही भान नाहीसें झालें आहे!"

भीमसेनाचा पराक्रम.

राजा, याप्रमाणें वडील भावानें 'जा, जा' म्हणून वृकोदरास आज्ञा केली, तेव्हां तो प्रतापी पांडुपुत्र भीमसेन शत्रूंवर चालून गेला. वडील भावानें कनिष्ठ भ्रात्याच्या रक्षणास पाठविलेल्या त्या बंधु भीमसेनानें त्या वेळीं हातास गोधा गुंडाळलेला असून अंगुलित्राण बांधिलें होतें व

---

१ 'क्षनको गोहिरण्यं च दुर्वागोरोचनामृतं ॥ अक्षतं दग्धि चेत्यष्टौ मंगलानि प्रचक्षते ॥' अग्नि, गाय, सोनें, दूर्वा, गोरोचन, दूध, अक्षता व दहीं हे आठ पदार्थ मंगलकारक समजले जातात.

धनुष्य घेतलें होतें. असो; तो दुंदुभि वाजवूं लागला, वारंवार शंख फुंकूं लागला, आणि सिंहनाद करून पुनःपुनः प्रत्यंचेचा टणत्कार करूं लागला. त्यानें त्या प्रचंड शब्दानें शत्रूंचीं अंतःकरणें गर्भगळीत करून सोडलीं आणि आपलें भयंकर रूप प्रकट करून तो एकाएकीं शत्रूंवर तुटून पडला. शिक्षित, चपल, हृष्ट व मन किंवा वायु यांप्रमाणें वेगवान् अश्व त्याचा रथ नेत होते. पृथापुत्र भीमसेन कापाकापी करीत, वेध करीत, हातांनीं धनुष्याची दोरी आकर्ण खेंचून पूर्णपणें धनुष्य ओढीत व बाण सोडीत त्या सैन्यास त्रासवूं लागला. तो महापराक्रमी वीर चालून जाऊं लागला तेव्हां इंद्राच्या मागून जाणाऱ्या देवांप्रमाणें शूर पांचाल व सोमक त्याच्या मागून चालले. तेव्हां, हे महाराजा, तुझे वीर एकवटून त्याचें निवारण करूं लागले. दुःशल, चित्रसेन, कुंडभेदी, विविंशति, दुर्मुख, दुःसह, विकर्ण, शल, विंद, अनुविंद, सुमुख, दीर्घबाहु, सुदर्शन, वृंदारक, सुहस्त, सुषेण, दीर्घलोचन, अभय, रौद्रकर्मा, सुवर्मा व दुर्विमोचन हे रणांत शोभणारे वीर सैन्यें व पदानुचारी यांसह मोठ्या दक्षतेनें रणांत भीमसेनावर धांवले. त्या शूरांनीं रणांत महारथी भीमास चोहोंकडून गराडा दिला, तेव्हां त्या पराक्रमी कुंतीपुत्रानें त्यांस नीट पाहून क्षुद्र श्वापदांकडे जाणाऱ्या सिंहाप्रमाणें तो वेगानें त्यांकडे वळला. त्या वीरांनीं तेथें मोठमोठीं दिव्य अस्त्रें प्रकट करून उदय पावलेल्या सूर्यास आच्छादिणाऱ्या मेघांप्रमाणें बाणांनीं भीमसेनास आच्छादिलें. परंतु त्या वीरांस ओलांडून भीमसेन वेगानें द्रोणसैन्यावर धांवला. द्रोणसैन्याच्या पुढेंच गजसेना होती तीवर त्यानें बाणांची वृष्टि केली; आणि थोडक्याच वेळांत त्या वायुपुत्रानें सर्व दिशा रोंखून तें गजसैन्य बाणांनीं उधळून दिलें. शरभाच्या गर्जनेनें अरण्यांत मृग भयभीत होतात त्याप्रमाणें भयभीत होऊन ते सर्व हत्ती भयंकर किंकाळ्या फोडीत पळत सुटले. मग भीमसेन पुनः फारच वेगानें द्रोणांच्या सेनेवर चालून आला; परंतु मर्यादा उल्लंघून गेलेल्या सागरासारख्या भीमसेनास आचार्यांनीं थोपविलें! त्यांनीं हास्यपूर्वक एक नाराच बाण भीमसेनाच्या कपाळावर मारिला, तेव्हां त्या बाणाच्या योगानें तो —ज्यांचीं किरणें ऊर्ध्वमार्गीं जात आहेत अशा—सूर्याप्रमाणें शोभूं लागला. अर्जुनाप्रमाणेंच भीमसेनही आपला गौरव करील असें द्रोण समजत होते; म्हणून ते भीमास म्हणाले, “ भीमसेना, तूं मोठा बलिष्ठ आहेस खरा. परंतु आज मज शत्रूला समरांत जिंकिल्यावांचून शत्रुसैन्यांत तुझा शिरकाव होणें केवळ अशक्य आहे, समजलास! तुझा तो महापराक्रमी भाऊ अर्जुन माझी अनुमति घेऊनच आंत शिरला आहे. अरे! त्यालाही जर स्वपराक्रमानें आंत प्रवेश करवला नाहीं, तर मग येथें माझ्या सेनेंत तुझा प्रवेश होणें केवळ अशक्य आहे ! ”

गुरुजींचें हें भाषण ऐकून भीमास बिलकूल भय वाटलें नाहीं; तर उलट क्रोध येऊन त्याचे डोळे रक्ताप्रमाणें लाल झाले आणि तो लगेच द्रोणास म्हणाला, “ अरे भटुर्ग्या, अर्जुन कांहीं तुझें अनुमोदन घेऊन रणांगणांत शिरला नाहीं. त्याला अडविणारा कोण आहे? तो इंद्राच्या सैन्यांतही शिरेल! अरे, त्यानें तुझा मोठा सत्कार करून बोज राखिला, परंतु मी तो दयाभूत अर्जुन नव्हे, मी तुझा वैरी भीमसेन आहें! वास्तविक तूं आमचा गुरु असल्यामुळें आम्हांस पित्याप्रमाणें किंवा वडील बंधूप्रमाणें आहेस; व आम्ही तुझ्या पुत्राप्रमाणें आहों. खरोखर आम्ही सर्वजण असेंच मानतों आणि म्हणूनच तुजपुढें हात जोडून उभे

राहातों. परंतु आज तुझ्या बोलण्यावरून आम्हांस याच्या उलट प्रकार दृग्गोचर होत आहे. तूंच जर आपल्याला शत्रु समजतोस, तर तसेंच कां होईना! तुज शत्रूला अनुरूप असेंच कर्म हा भीमसेन करील!"

नंतर, राजा, यम कालदंड फिरवितो तद्वत् भीमसेनानें गदा वरच्या बाजूस गरगरवून ती द्रोणांवर भिरकावली, आणि रथाखालीं उडी मारून अश्व, सारथि व ध्वज यांसह त्याच्या रथाचा चक्काचूर केला. त्याचप्रमाणें, वायु आपल्या सामर्थ्यानें वृक्षांचा चुराडा उडवितो तद्वत् त्यानें पुष्कळ योद्ध्यांस चिरडून टाकिलें. मग तुझ्या पुत्रांनीं पुनः त्या रथिश्रेष्ठास वेरिलें. इकडे वीराग्रणी द्रोणाचार्य हे दुसऱ्या रथांत बसून व्यूहाचे तोंडीं युद्धास उभे राहिले. हे महाराजा, मग क्रुद्ध झालेल्या पराक्रमी भीमसेनानें आपल्या समोरच्या रथसैन्यावर बाणांचा पाऊस पाडला. याप्रमाणें रणांत तुझ्या त्या महारथी पुत्रांवर भडिमार होत असतांही ते महाबलिष्ठ योद्धे जय मिळविण्याच्या ईर्षेनें भीमाशीं लढतच होते. मग दुःशासन खवळला, त्यानें त्या पांडुनंदनाचा घात करण्याच्या हेतूनें सर्वपारसवी नामक तीक्ष्ण रथशक्ति फेंकिली. परंतु तुझ्या पुत्रानें सोडलेली ती प्रचंड शक्ति येत असतां भीमानें तिचे दोन तुकडे केले, तेव्हां सर्वांस आश्चर्य वाटलें. नंतर भीमसेन फारच संतापला; आणि त्या बलवंतानें तीन बाणांनीं कुंडभेदी, सुषेण व दीर्घनेत्र या तिघांस ठार केलें. मग कौरवांची कीर्ति वाढविणारा वीर वृंदारक यास त्यानें तुझे पुत्र व इतर योद्धे लढत असतां असतां मारिलें; आणि त्यानंतर पुनः तीन बाणांनीं अभय, रौद्रकर्मा व दुर्विमोचन या तुझ्या तीन मुलांचा वध केला. हे महाराजा, याप्रमाणें तो बलवंत तुझ्या मुलांचा संहार करूं लागला असतां त्या योधवर भीमसेनास त्यांनीं चोहोंकडून वेढिलें; आणि उन्हाळा संपल्यावर मेघ पर्वतावर जलधारांचा वर्षाव करितात त्याप्रमाणें त्यांनीं समरांगणांत त्या भीमकर्मी वृकोदरावर बाणांचा वर्षाव केला. परंतु पर्वतावर पाषाणांची वृष्टि झाली असतां ती तो निमूटपणें सहन करितो, त्याप्रमाणें भीमसेनानें ती शरवृष्टि सहन केली. त्या शत्रुनाशकास तिचें कांहींच वाटलें नाहीं. मग त्या कुंतीपुत्रानें एकत्र झालेले विंदानुविंद व तुझा पुत्र सुवर्मा यांस हंसत हंसतच बाणांनीं यमसदनीं पाठविलें. हे भरतर्षभा, नंतर त्यानें सुदर्शन नामक तुझ्या शूर पुत्राचा समरांगणांत वेध केला, तेव्हां तो तत्काल खालीं पडला व गतप्राण झाला. पुढें त्या पांडुपुत्रानें थोड्याच वेळांत सर्व दिशांस दृष्टि फिरवून बाणांच्या योगानें त्या रथसैन्याची अगदीं दाणादाण उडविली. राजा, मग रणांगणांत पराभूत झालेले तुझे पुत्र रथ खडाडवीत व श्वापदांप्रमाणें किंकाळत भीमसेनाच्या भयानें व्याकूळ होऊन सर्वजण एकाएकीं पळत सुटले; आणि कुंतीपुत्र भीमसेन तुझ्या मुलांच्या प्रचंड सैन्याचा पाठलाग करूं लागला. राजा, त्यानें रणांगणांत चोहोंकडे कौरवांकडील योद्ध्यांचा वेध चालविला. तेव्हां, हे महाराजा, भीमसेनाकडून मारले जाणारे तुझे वीर भीमास सोडून रणांतून घोडे पिटाळीत पळून गेले!

याप्रमाणें त्यांस रणांत जिंकून महाबलिष्ठ भीमसेनानें सिंहनाद केला, दंड ठोकले, फारच मोठ्यानें तलशब्द केला; आणि अशा प्रकारें तुझ्या रथसैन्यास भिववून, मोठमोठ्या योद्ध्यांस ठार करून व त्या रथ्यांसही उल्लंघून तो द्रोणांच्या सेनेवर वेगानें चालून गेला.

अध्याय एकशें अठ्ठाविसावा.

—:०:—

भीमसेनाचा पराक्रम.

संजय सांगतोः—राजा, रथसैन्य उल्लंघून आलेल्या भीमसेनाचें निवारण करावें म्हणून आचार्यांनीं हंसत हंसत त्यावर शरवृष्टि केली. परंतु द्रोणांच्या धनुष्यापासून सुटलेले ते बाणसंघ प्राशीतच कीं काय तो आपल्या सामर्थ्याच्या प्रदर्शनानें सैन्यास मोह पाडीत चुलत भावांवर धांवून गेला. तेव्हां तुझ्या मुलांनीं ज्यांना प्रेरणा केली आहे अशा महाधनुर्धर राजांनीं समरांगणांत चाल करून त्याचें चोहोंकडून निवारण चालविलें. हे भारता, भीमाला त्यांनीं अगदीं वेढून टाकिलें होतें, तथापि भीमसेनानें न गडबडतां हंसत हंसत व सिंहाप्रमाणें गर्जना करीत अति भयंकर गदा त्यांवर उगारिली; आणि शत्रुपक्षाचा विनाश करणारी ती गदा वेगानें भिरकाविली! हे महाराजा, इंद्रानें वज्र सोडावें त्याप्रमाणें भीमसेनानें आपली सर्व शक्ति एकवटून सोडलेल्या त्या गदेनें रणांगणांत तुझ्या सैनिकांचा चुराडा उडविला. राजा, आपल्या प्रचंड घोषानें पृथ्वी दुमदुमून टाकणारी ती भयंकर गदा तेजानें जशी कांहीं जळतच होती! तिनें तुझ्या पुत्रांस भयभीत केलें. जिच्याभोंवतीं तेजाचें कडें बनून राहिलें आहे अशी ती गदा महावेगानें येतांना पाहून तुझे सर्व पुत्र भयंकर किंकाळ्या फोडीत पळूं लागले. हे भारता, तिचा तो असह्य शब्द ऐकतांच लोक पडले व रथीही रथांतून कोसळले! गदाधारी भीमसेन तुझ्या लोकांस मारीत सुटला, तेव्हां ते वाघाचा वास आल्यामुळें पळणाऱ्या मृगांप्रमाणें भिऊन जाऊन रणांगणांत वेगानें पळत सुटले. याप्रमाणें त्या अजिंक्य शत्रूंची रणांत दाणादाण उडवून कुंतीपुत्र भीमसेन पक्षिराज गरुडाप्रमाणें वेगानें त्या सैन्यांतून पार निघून गेला! हे महाराजा, तो रथसंघांच्या अधिपतीचा अधिपति भीमसेन याप्रमाणें पराक्रम गाजवीत असतां भारद्वाज त्यास सामोरे आले. द्रोणांनीं शररूपी लाटांनीं रणांत भीमाचें निवारण करून अकस्मात् गर्जना केली व पांडवांस भयभीत करून सोडलें. हे महाराजा! द्रोणांचें व महात्म्या भीमसेनाचें त्या वेळीं झालेलें तें युद्ध देवासुरांच्या युद्धाप्रमाणें मोठें व अतिशय भयंकर होतें. जेव्हां द्रोणांच्या चापापासून सुटलेल्या तीक्ष्ण शरांनीं रणांत शेंकडों हजारों वीर मरूं लागले, तेव्हां भीमसेनानें रथावरून उडी टाकून व डोळे मिटून पायांनींच द्रोणांकडे वेगानें चाल केली. भीमसेनानें त्या वेळीं मान खांद्यावर टाकिली असून दोन्ही हात छातीवर गच्च धरिले होते; आणि तो बलशाली वीर मन, वायु किंवा गरुड यांच्या वेगानें चालला होता. जसा पोळ अगदीं निश्चितपणें मुसळधार पावसांत उभा असतो, तसा तो नरर्षभ भीमसेन शरवृष्टि सहन करीत होता! हे राजा, द्रोणांचा रणांत त्यावर मारा चालला असतांही त्या बलवंतानें त्यांच्या रथाची दांडी धरून तो रथच उचलून भिरकाविला! राजा, याप्रमाणें भीमसेनानें द्रोणांस रणांत दूर फेंकिलें असतां ते त्वरेनें दुसऱ्या रथावर चढून पुनः व्यूहाचे दारावर येऊं लागले. त्या वेळीं ते उत्साहहीन झालेले आचार्य याप्रमाणें येतांना पाहून भीमसेनानें पुनः वेगानें जाऊन त्यांच्या रथाची धुरा धरली; आणि अतिशय कोपलेल्या त्या भीमसेनानें तोही प्रचंड रथ भिरकावून दिला! याप्रमाणें त्यानें आठ रथ सहज लीलेनें फेंकले! मग डोळ्यांचें पातें लवतें न लवतें इतक्या अवकाशांत तो पुनः आपल्या रथांत बसलेला दिसूं लागला! त्या वेळीं तुझे वीर

विस्मयपूर्ण नेत्रांनीं त्याच्याकडे पाहूं लागले. हे कुरुकुलोत्पन्ना धृतराष्ट्रा, भीमसेन आपल्या रथावर बसतांक्षणींच त्याच्या सारथ्यानें तत्काल घोडे पिटाळले, तेव्हां तें त्याचें कृत्य मोठें आश्चर्यकारक झालें! मग महाबलिष्ठ भीमसेन आपल्या रथांत बसून तुझ्या पुत्राच्या सेनेवर वेगानें चालून आला; आणि प्रचंड वायु वृक्षांचा चुराडा करतो त्याप्रमाणें युद्धांत क्षत्रियांचा चुराडा करीत व खडक भेदून जाणाऱ्या नदीवेगाप्रमाणें सेनेचें निवारण करीत चालला. हार्दिक्य कृतवर्म्याच्या हाताखालील भोजसेनेस गांठून व वेगानें तिला जर्जर करून तो अतिबलाढ्य वीर तींतूनही पार निघून गेला. राजा, त्या पंडुपुत्रानें तलशब्दानें सैन्यांस भयभीत केलें; व वाघ ज्याप्रमाणें बैलांस जिंकतो त्याप्रमाणें सर्व सैन्यांस जिंकिलें. भोजसैन्याचें अतिक्रमण केल्यावर त्यानें दरदांची सेना ओलांडिली, आणि त्याचप्रमाणें युद्धकलेंत निपुण अशा म्लेंच्छांच्या दुसऱ्या अनेक सेना त्यानें उल्लंघिल्या. नंतर महारथी सात्यकि लढत आहे असें त्याच्या नजरेस पडलें, तेव्हां तो सज्ज भीमसेन रथ वेगानें काढून पुढें जाऊं लागला. हे महाराजा, अर्जुनाला पाहाण्याच्या इच्छेनें तो पराक्रमी पांडुपुत्र भीमसेन तुझ्या योद्ध्यांस रणांत उल्लंघून गेल्यावर तेथें शत्रूंस जर्जर करणारा महारथी अर्जुन सैंधववधार्थ लढतांना त्याच्या दृष्टीस पडला. हे महाराजा, त्याला पाहातांच पुरुषश्रेष्ठ भीमसेनानें पावसाळ्यांत गर्जणाऱ्या मेघाप्रमाणें फारच मोठ्यानें आरोळ्या ठोकल्या. याप्रमाणें तो गर्जना करूं लागला तेव्हां त्याचा तो घोर शब्द रणांत अर्जुनानें व वासुदेवानें ऐकिला. कौरवा, त्या बलवंताची गर्जना ऐकून त्यास पाहाण्याच्या इच्छेनें त्या दोघां वीरांनीं एकदम पुनःपुनः मोठ्यानें गर्जना केल्या. हे महाराजा, मग अर्जुन व कृष्ण मोठ्यानें आरोळ्या देत व बैलांप्रमाणें डरकण्या फोडीत भीमसेनाकडे गेले.

धर्मराजाचा हर्ष.

हे महाराजा! भीमसेनाचा व धनुर्धर अर्जुनाचा शब्द ऐकून धर्मराज युधिष्ठिर संतुष्ट झाला. त्या दोघांचा शब्द ऐकून त्याची चिंता नाहींशी झाली, आणि त्या प्रभूनें पार्थास रणांत जय येवो अशा प्रकारचे आशीर्वाद दिले. मदोन्मत्त भीमसेन याप्रमाणें गर्जना करूं लागला तेव्हां धर्मशीलांत श्रेष्ठ व महापराक्रमी धर्मराज युधिष्ठिर गालांतल्या गालांत हंसून व कांहींसा विचार करून आपल्याशींच म्हणाला, " भीमा, तूं खरोखर खूण दिलीस व वडील भावाची आज्ञा पूर्ण केलीस. पांडवा, तूं ज्यांचा शत्रु असशील त्यांस युद्धांत कदापि जय मिळावयाचा नाहीं. सुदैवानें समरांगणांत अर्जुन जिवंत आहे, आणि सुदैवानें सत्यपराक्रमी सात्यकि वीरही सुखरूप आहे. कृष्णार्जुनांच्या गर्जना मला ऐकूं येत आहेत हें माझें भाग्य होय. ज्यानें रणांत इंद्रास जिंकून अग्नीला तृप्त केलें तो शत्रूंचा संहार करणारा पार्थ रणांत जिवंत आहे हें महद्भाग्य होय! आम्ही सर्वजण ज्याच्या बाहुबलाच्या आश्रयानें जिवंत आहों, तो शत्रुसैन्यहंता फाल्गुन आमच्या नशिबानें जिवंत आहे! ज्यानें देवांसही दुर्जय अशा निवातकवचांना एका धनुष्यानें जिंकिलें, तो पार्थ सुदैवानें जिवंत आहे! मत्स्यनगरांत गोग्रहणाच्या वेळीं सर्व कौरव एकवटून आले असतां त्या सगळ्यांना ज्यानें जिंकिलें, तो वीर अर्जुन जिवंत आहे हें आमचें सुदैवच समजावयाचें! ज्यानें आपल्या भुजवीर्यानें चौदा हजार कालकेयांस महारणांत ठार मारलें, तो पार्थ आमच्या पूर्वपुण्याईच्याच योगानें आज जगला म्हणावयाचा! ज्यानें दुर्योधनास सोडविण्यासाठीं

बलाढ्य गंधर्वराजाला अस्त्रप्रभावानें जिंकिलें, तो पार्थ दैवयोगानें आज हयात आहे ! ज्याचे अश्व पांढरे असून कृष्ण हा ज्याचा सारथि आहे, व जो मला सर्वदा प्रियकर वाटतो, तो किरीटमाली बलाढ्य अर्जुन माझ्या महद्भाग्याच्याच योगानें जिवंत आहे. पुत्रशोकानें संतप्त झाल्यामुळें दुष्कर कर्मास प्रवृत्त होऊन ज्यानें जयद्रथास ठार मारण्याविषयीं प्रतिज्ञा केली आहे, तो धनंजय सिंधुपतीला युद्धांत मारील काय ? वासुदेव ज्याचें रक्षण करीत आहे तो पार्थ आपली प्रतिज्ञा पूर्ण करून सूर्य अस्तास जाण्यापूर्वी येथें मला भेटेल काय ? दुर्योधनाच्या हिताविषयीं झटणारा तो सिंधुदेशचा राजा अर्जुनाच्या हातून अंत पावून आपल्या शत्रूंस आनंदित करील काय ? अर्जुनानें रणांत जयद्रथाला मारिल्याचें पाहून दुर्योधन राजा आम्हांशीं सख्य करील कीं नाहीं ? रणांत भीमसेनानें आपले भाऊ मारिलेले पाहून तरी मंद दुर्योधन आम्हांशीं शम करील काय ? त्याचप्रमाणें, दुसरे मोठमोठे वीर भूतलावर लोळविलेले पाहून मूढ दुर्योधनाला पश्चात्ताप होईल काय ? एका भीष्मांच्या अंतानें हें आमचें वैर नाहींसें होईल काय ? राहिलेल्यांच्या रक्षणासाठीं तरी दुर्योधन तह करील काय ?

याप्रमाणें दयार्द्र अंतःकरणाचा युधिष्ठिर राजा अनेक प्रकारें चिंतन करीत असतां घोर युद्ध सुरू होतें.

अध्याय एकशें एकुणतिसावा.

—:०:—

कर्णाचा पराभव.

धृतराष्ट्र प्रश्न करितोः—याप्रमाणें तो महाबलिष्ठ भीमसेन मेघगर्जनेप्रमाणें गंभीर गर्जना करीत असतां कोणत्या वीरांनीं त्याचें निवारण केलें ? खवळलेल्या भीमसेनाला सामना देण्याकरितां रणांत उभा राहील असा पुरुष मला तर उभ्या त्रैलोक्यांत कोणी दिसत नाहीं ! संजया, कृतांतकालाप्रमाणें रणांत गदा फिरविणाऱ्या त्या भीमसेनाच्या समोर युद्धांत तग धरील असा मला कोणीच आढळत नाहीं. एका रथावर दुसरा रथ आपटून त्याचा चूर करावा, त्याचप्रमाणें हत्तीवर दुसरा हत्ती मारून त्याचा चेंदामेंदा उडवावा, अशी ज्याची करणी, त्याच्यापुढें रणांत कोणाचा टिकाव लागणार ? साक्षात् इंद्राचाही लागणार नाहीं, मग इतरांची कथा काय ? भीमसेन संतापून जाऊन माझ्या पोरांचें चंदन उडवूं पाहात असतां दुर्योधनाच्या हितास वाहिले असे कोणते वीर त्याच्यापुढें उभे राहिले ! तो भीमरूप दावाग्नि रणांगणाच्या तोंडीं माझ्या तृणतुल्य पुत्रांस जाळून फस्त करीत असतां त्याच्या समोर कोणते लोक उभे राहिले ? सर्व प्रजांचा संहार करणाऱ्या कालाप्रमाणें भीमसेन माझ्या पुत्रांचा क्षय करीत असतां त्याचें कोणीं निवारण केलें ? मला भीमसेनाचें जितकें भय वाटतें, तितकें अर्जुनाचें, कृष्णाचें सात्यकीचें किंवा धृष्टद्युम्नाचेंही वाटत नाहीं. यास्तव, संजया, माझ्या पुत्रांस जाळणाऱ्या त्या भीमरूपी प्रदीप्त अग्नीचें कोणकोणत्या शूरांनीं निवारण केलें तें मला सांग.

संजय सांगतोः—महाबलिष्ठ भीमसेन तशा प्रकारें गर्जना करीत असतां बलशाली कर्णही भयंकर गर्जना करीतच त्यावर तुटून पडला. तो असहिष्णु कर्ण दोन हात करून आपलें सामर्थ्य दाखविण्याच्या इच्छेनें आपलें प्रचंड धनुष्य अतिशय खेंचूं लागला; आणि वायूचा मार्ग अडविणाऱ्या पर्वताप्रमाणें त्यानें भीमाचा मार्ग रोंखून धरला. वैकर्तन कर्ण समोर उभा आहेसें पाहातांच भीमसेनही खवळला; आणि शिळेवर घांसलेले तीक्ष्ण बाण त्यावर जोरानें

फेंकूं लागला. इकडून कर्णही ते बाण अंगावर घेऊन प्रतिपक्ष्यावर बाण मारूं लागला.

मग कर्ण व भीमसेन यांची चकमक उडूं लागली, त्या वेळीं इतर सर्व योद्धे नुसते दक्षतेनें तिकडे पाहात असतांही त्यांच्या सर्वांगांत जणूं हुडहुडी भरली. त्यांचा तलशब्द ऐकून रथी व स्वार यांचीही तीच अवस्था झाली. रणांगणांत भीमसेनाची घोर गर्जना ऐकून आकाश व पृथ्वी हीं दोन्ही त्या शब्दानें भरून गेलीं आहेत असेंच क्षत्रियांना वाटलें. पुनः त्या महात्म्या पांडुपुत्रानें केलेल्या घोर शब्दानें समरांगणांत सर्व वीरांचीं धनुष्यें भूमीवर पडलीं, शस्त्रें गळून गेलीं, आणि कित्येकांचे तर प्राणच निघून गेले! सर्व वाहनें भयभीत होऊन मूत्रपुरीषोत्सर्ग करूं लागलीं; आणि अगदी उदासीन होऊन गेलीं! पुष्कळ घोर शकुन होऊं लागले; आणि गिधाडें, कंक व बगळे यांनीं आकाश भरून गेलें. राजा, कर्णभीमसेनांचा तो अति तुंबळ संग्राम चालला असतां कर्णानें भीमसेनावर वीस बाण मारिले, आणि लगेच त्याच्या सारथ्याचा पांच बाणांनीं वेध केला. इकडून भीमसेनही हास्य करून रणांत कर्णावर धांवून गेला; आणि त्या महायशस्वी वीरानें चपळाई करून चौसष्ट बाण त्यावर टाकले. मग महाधनुर्धर कर्णानें त्यावर चार बाण सोडले, परंतु ते जवळ येण्यापूर्वीच भीमसेनानें हस्तलाघव दाखवून नतपर्व बाणांनीं त्यांचे अनेक तुकडे उडविले. मग बाणांचे लोटच्या लोट सोडून कर्ण भीमास छावून टाकूं लागला; तेव्हां अनेक प्रकारें आच्छादिलेल्या त्या महारथी पांडुपुत्रानें कर्णाचें धनुष्य मुठीशींच तोडून टाकलें आणि पुष्कळ नतपर्वांनीं त्यास वेध केला! नंतर भयंकर कर्म करणाऱ्या महारथी कर्णानें दुसरें धनुष्य घेऊन सज्ज केलें आणि रणांगणांत भीमावर मारा चालविला. तेव्हां भीम त्यावर अतिशयच संतापला; आणि त्यानें रागारागानें तीन नतपर्व बाण सूतपुत्र कर्णाच्या हृदयावर वेगानें रोंविले. हे भरतर्षभा, छातीच्या मध्यावर रुतलेल्या त्या बाणांच्या योगानें तो कर्ण तीन उंच शिखरें असलेल्या पर्वतासारखा भासूं लागला; आणि धातुस्रावी पर्वतापासून गैरिक धातु वहात असतात त्याप्रमाणें त्या तीक्ष्ण शरांनीं घायाळ झालेल्या कर्णाच्या शरीरांतून रक्त निथळूं लागलें! त्या जबर प्रहारानें जखमी झाल्यामुळें कर्ण कांहींसा डगमगला, परंतु लगेच आकर्ण धनुष्य खेंचून भीमाचा बाणांनीं वेध करूं लागला, व पुनः त्यावर शेंकडों हजारों बाण टाकता झाला. दृढधन्वी कर्णानें याप्रमाणें पीडिलें असतां भीमानें त्वरेनें एका क्षुर बाणानें त्याच्या धनुष्याची दोरी तोडून टाकली; दुसऱ्या भल्ल बाणानें सारथ्यास रथाच्या पेटीवरून लोळविलें; आणि त्या महारथानें त्याचे चारी घोडेही मारिले! राजा, मग त्या घोडे मेलेल्या रथांतून उडी मारून कर्ण भीतीमुळें त्वरेनें वृषसेनाच्या रथावर चढला.

याप्रमाणें प्रतापी भीमसेनानें कर्णास जिंकून मेघगर्जनेप्रमाणें जोरानें गर्जना केली. त्याची ती गर्जना ऐकतांच रणांत भीमसेनानें कर्णाचा पराभव केल्याचें समजून धर्मराजास हर्ष झाला; आणि पांडवांची सेना चोहोंकडे शंखनाद करूं लागली. राजा, शत्रुसेनेचा शब्द ऐकून त्या वेळीं तुझे सैनिकही मोठ्यानें शंख वाजवूं लागले! त्या शंखांच्या व बाणांच्या शब्दानें आनंदित झालेला युधिष्ठिर राजा आपल्या सेनेस हर्षाच्या गर्जनांनीं भरून काढूं लागला. इतक्यांत अर्जुनानें गांडीवाचा टणत्कार केला आणि कृष्णानेंही पांचजन्य शंख वाजविला. राजा, भीमसेन गर्जना करूं लागला,

तेव्हां त्याचा तो दारुण शब्द या ध्वनीलाही मागें सारून सर्व सैन्यांत दुमदुमूं लागला. नंतर ते दोघेही निरनिराळ्या पद्धतींनीं बाणावर अस्त्रप्रयोग करून लढूं लागले. कर्णानें प्रथम मृदुस्वरूप धरिलें असून भीमसेनानें प्रथमपासूनच उग्र रूप धारण केलें होतें.

अध्याय एकशें तिसावा.

—:०:—

दुर्योधनद्रोणसंवाद.

संजय सांगतोः—राजा, अर्जुन, सात्यकि व भीमसेन जयद्रथाकडे गेले असतां तुझीं सैन्यें गोंधळून गेलीं, तेव्हां तुझा पुत्र दुर्योधन अनेक कृत्यांचा विचार करीत एकटाच त्वरेनें रथ घेऊन द्रोणांकडे गेला. तो तुझ्या पुत्राचा रथ फारच वेगानें चालल्यामुळें दुर्योधन राजा जसा कांहीं मन किंवा वायु यांच्या वेगानेंच तत्काळ द्रोणांजवळ जाऊन पोंचला; आणि रागानें डोळे लाल झाले आहेत असा तुझा तो पुत्र घाईघाईनें त्यांस म्हणाला, " आचार्य, अर्जुन, भीमसेन व आजिंक्य सात्यकि हे महारथी कांहींएक अडथळा न होतां मोठमोठीं सर्व सैन्यें जिंकून सिंधुराजाच्या जवळ जाऊन पोंचले ! त्या ठिकाणींही ते हाणामारी करीत असून अद्याप कोणाचाच पराजय झालेला नाहीं. हे अभिमानी गुरो, महारथी पार्थ रणांत आपल्याला उल्लंघून गेला तर गेला, परंतु सात्यकि व भीमसेन यांनींही आपलें अतिक्रमण कसें केलें ! हे विप्रवरा, सात्यकि, अर्जुन व भीमसेन यांनीं आपला पराभव करावा ही गोष्ट समुद्र कोरडा पडण्याप्रमाणें या लोकीं आश्चर्यकारक आहे, आणि सर्व लोकही एकसारखे असेंच म्हणत आहेत ! धनुर्वेदांत पारंगत असलेले द्रोण रणांत कसे जिंकले गेले असें सर्व वीर म्हणत आहेत. कारण खरोखरच आपला पराभव झाला असेल ही गोष्ट कोणासही खरी वाटण्याजोगी नाहीं. ज्यापेक्षां आपल्यासारख्या पुरुषश्रेष्ठाला तीन रथी उल्लंघून गेले, त्यापेक्षां आज रणांत माझा सत्यनाश होणार खास ! आचार्य, अशी स्थिति झाली असतां आपल्या मनांत काय आहे तें एकदां स्पष्ट सांगा. हे मानदा, जें झालें तें झालें, आतां पुढें काय करावयाचें याचा तरी विचार करा. द्विजवरा, सिंधुराज जयद्रथासंबंधानें आतां कोणती गोष्ट करावयास पाहिजे त्याचा नीट विचार करून सत्वर त्याप्रमाणें करा."

द्रोणाचार्य म्हणालेः—बाबारे, पुष्कळ गोष्टी विचार करण्यासारख्या आहेत, तथापि या वेळीं जें कर्तव्य आहे तें मी सांगतों, ऐक. पांडवांचे तीन महारथी पार निघून गेले आहेत त्यापेक्षां त्यांचें भय मागच्या बाजूला आहे, तर यांचें भय पुढील बाजूस आहेच. तथापि जेथें कृष्णार्जुन आहेत तेथें अधिक मोठी भीति आहे असें मला वाटतें. ही आपली भारती सेना पुढून व मागून घेरली गेली आहे, तीमध्यें सिंधुपतीचें रक्षण करणें हेंच आपलें कर्तव्य आहे असें मी समजतों. बाबारे, क्रुद्ध अर्जुनाला तो अगदीं भिऊन गेला आहे, आणि कसेंही करून आपणाला त्याचें रक्षण केलें पाहिजे. ते भयंकर युयुधान-भीमसेनही जयद्रथाकडे गेले आहेत. तेव्हां शकुनीच्या बुद्धीनें उद्भवलेलें हें द्यूतच येथें प्राप्त झालेलें आहे. सभेमध्यें आपला जयही झाला नाहीं, व पांडवांचा पराभवही झाला नाहीं ! तेथें कोणाचाच जयापजय झाला नाहीं; पण आज येथें खेळत असतांना आपला खराखुरा जयापजय व्हावयाचा आहे. यासाठीं बाबा, जेथें ते महाधनुर्धर सज्जतेनें जयद्रथाचें रक्षण करीत आहेत, तेथें लवकर स्वतः जा आणि सर्व पाठीराख्यांचें रक्षण कर. मी

या ठिकाणीं राहून दुसऱ्यांस यमसदनीं पाठवितों व पांडव, सृंजय, पांचाल यांस अडवून धरतों.

दुर्योधनयुद्ध.

हे महाराजा, आचार्यांच्या या आज्ञेप्रमाणें दुर्योधन राजा घोर कर्मास उद्युक्त होऊन आपल्या अनुयायांसह निघून गेला. ज्यांना पूर्वीं कृतवर्म्यानें मागें फिरविलें होतें, ते पांडवांचे चक्ररक्षक पांचाल युधामन्यु व उत्तमौजा बाहेरच्या बाजूनें सेनेवर चालून येऊन अर्जुनाकडे जाऊं लागले. राजा, युद्ध करण्याच्या इच्छेनें अर्जुन तुझ्या सेनेंत शिरला असतां एका बगलेनें सेनेचा भेद करून ते आंत शिरले. परंतु ते याप्रमाणें बाजूनें आंत शिरत असतां कुरुपति दुर्योधनानें त्यांस पाहिलें, आणि मग त्या बलिष्ठ राजानें त्वरा करून जलद येणाऱ्या त्या भ्रात्यांशीं उत्कृष्ट युद्ध केलें. तेव्हां ते दोघे क्षत्रियश्रेष्ठ महारथी वीर धनुष्यें ताणून समरांगणांत दुर्योधनावर धांवून आले. युधामन्यूनें त्याला तीस कंकपत्रांनीं वेधिलें, आणि वीस बाण त्याच्या सारथ्यावर व चार बाण चार घोड्यांवर मारिले. तेव्हां दुर्योधनानें एका बाणानें त्याचा ध्वज छेदून टाकला, एकानें त्याचें धनुष्य तोडलें, एका भल्ल बाणानें त्याच्या सारथ्यास रथाच्या पेटीवरून पाडिलें; आणि चार तीक्ष्ण शरांनीं त्याच्या चारी घोड्यांचा वेध केला. मग युधामन्यु फारच चवताळला, व त्यानें त्वरेनें तीस बाण तुझ्या मुलाच्या छातीवर मारले. तसाच उत्तमौजाही क्रुद्ध होऊन त्यानें दुर्योधनाच्या सारथ्याला सुवर्णभूषित शरांनीं विद्ध करून यमसदनीं पाठविलें. राजेंद्रा, दुर्योधनानेंही पांचाल्य उत्तमौजाचे चारी घोडे व उभय पार्ष्णिसारथि मारून टाकले. तेव्हां रणांत हताश्व व हतसूत झालेला तो उत्तमौजा त्वरेनें भ्रात्या युधामन्यूच्या रथावर चढला. त्यानें भावाच्या रथावर बसतांच दुर्योधनाच्या घोड्यांवर पुष्कळ बाणांचा भडिमार केला; तेव्हां ते मरून भूमीवर पडले. घोडे पडतांच युधामन्यूनें त्वरेनें एका उत्कृष्ट बाणानें रणांत त्याचें धनुष्य तोडून टाकलें. तेव्हां त्या हताश्व व हतसारथि रथावरून उतरून तुझा पुत्र दुर्योधन राजा गदा घेऊन त्या दोघां पांचालपुत्रांवर धांवला. त्या वेळीं तो क्रुद्ध कुरुपति उड्या घेत येत आहे असें पाहून युधामन्यु व उत्तमौजा यांनीं रथावरून खालीं उड्या टाकिल्या. नंतर तुझ्या त्या संतप्त झालेल्या गदाधारी पुत्रानें त्यांच्या त्या सुवर्णालंकारांनीं सुशोभित केलेल्या रथाचा गदेच्या योगानें अश्व, सारथि व ध्वज यांसह चकाचूर उडविला! राजा, त्या रथाचा चुराडा उडवून तो तुझा शत्रुतापन पुत्र स्वतःचे घोडे व सारथि मरून गेल्यामुळें त्वरेनें मद्रपति शल्याच्या रथावर चढला. नंतर ते दोघे पांचालांतील प्रमुख राजपुत्र दुसऱ्या रथांत बसून अर्जुनाकडे जाऊं लागले.

अध्याय एकशें एकतिसावा.

—:०:—

कर्णाचा पराजय.

संजय सांगतोः—हे महाराजा, अंगावर कांटा आणणारा संग्राम सुरू असतां व सर्व सैन्यें चोहोंकडून पीडित होऊं लागल्यामुळें व्याकूळ होऊन गेलीं असतां, हे भरतर्षभा, ज्याप्रमाणें वनामध्यें एक मत्त हत्ती दुसऱ्या मत्त हत्तीवर धांवतो, त्याप्रमाणें राधेय कर्ण भीमसेनावर धांवला.

यावर धृतराष्ट्र विचारितोः—संजया, कर्ण व भीमसेन हे महाबलिष्ठ योद्धे अर्जुनाच्या रथाजवळच लढले, त्यांचा तो संग्राम कसा काय झाला? कारण कर्णाला भीमसेनानें पूर्वींच युद्धांत जिंकिलें होतें; मग तो महा-

रथी कर्ण पुनः भीमावर कसा चालून आला? त्याचप्रमाणें भीम तरी सूतपुत्रावर रणांत कसा चालून गेला? कारण, तो प्रख्यात महारथी पृथ्वीवरील एक श्रेष्ठ रथी आहे. भीष्म व द्रोण यांस सोडून दिलें तर धर्मराज युधिष्ठिराला महारथी कर्णाशिवाय दुसऱ्या कोणाचें भय वाटत नाहीं; आणि ज्या महाबलढ्य राधेयाचा पराक्रम नित्य मनांत येऊन त्यांच्या भीतीनें त्याला पुष्कळ वर्षे चांगली झोंपही आली नाहीं, त्या सूतपुत्र कर्णाशीं रणांत लढण्याचें भीमास कसें धारिष्ट झालें? ब्राह्मणांची सेवा करणारा, वीर्यशाली व रणांत माघार न घेणारा अशा या वीराग्रणी कर्णाशीं भीमसेन लढला तरी कसा? ते जे कर्ण भीमसेन वीर एकमेकांशीं भिडले, त्या महाबलाढ्य व महापराक्रमी वीरांचें युद्ध तेथें कसें झालें? भीमसेन हा आपला भाऊ आहे हें कर्णाला पूर्वींच कळलें होतें, आणि तो स्वतःही दयाळू आहे. तेव्हां कुंतीच्या भाषणाचें स्मरण असतांना तो भीमाशीं कसा लढला? किंवा कर्णानें पूर्वीं केलेला वैरभाव स्मरणाऱ्या शूर भीमानें रणांत कर्णाशीं कसें युद्ध केलें? सूता, माझा पुत्र दुर्योधन याला नेहमीं अशी आशा वाटत असते कीं, कर्ण युद्धांत सर्व पांडवांस जिंकील. तर माझ्या मूढ पुत्राची रणांत जय मिळविण्याची आशा ज्यावर अवलंबून आहे, त्या कर्णानें भीमपराक्रमी भीमसेनाशीं कशी काय टक्कर मारिली? बाबारे, माझ्या महारथी पुत्रांनीं ज्याच्या आश्रयानें पूर्वीं पांडवांशीं वैर बांधिलें, त्या सूतपुत्र कर्णाशीं भीमसेन तरी कितपत झगडला? त्या सूतपुत्रामुळें उद्भवलेल्या अनेक अपकारांचें भीमास स्मरण आहे, तेव्हां तो त्याशीं कसा लढला? अरे, ज्या वीर्यवंतानें केवळ एका रथाच्या योगानें सर्व पृथ्वी पादाक्रांत केली, त्या सूतपुत्र कर्णाबरोबर भीम रणांत लढला तरी कसा? कवचकुंडलांनीं युक्त असाच जो उत्पन्न झाला, त्या सूतपुत्राबरोबर भीमानें समरांगणांत कसें युद्ध केलें? संजया, तूं मोठा वर्णनकुशल आहेस, तेव्हां त्या दोघांचें युद्ध कसें झालें व त्यांपैकीं कोण विजयी झाला, तें मला जसेंच्या तसें सांग.

संजय सांगूं लागलाः—भीमसेनानें तर रथिश्रेष्ठ राधेयास सोडून जिकडे कृष्णार्जुन वीर होते तिकडे जाण्याचें मनांत आणिलें; आणि त्याप्रमाणें तो जाऊंही लागला. परंतु, हे महाराजा, तो जात असतां त्यावर राधेयानें चाल करून पर्वतावर जलवृष्टि करणाऱ्या मेघाप्रमाणें कंकपत्रांचा वर्षाव केला. आपलें प्रफुल्ल कमलासारखें मुख हास्ययुक्त करून तो अधिरथाचा पुत्र कर्ण यानें रणांत त्या वेळीं प्रयाण करणाऱ्या भीमास आव्हान केलें.

कर्ण म्हणालाः—भीमा, तूं कसें काय युद्ध करतोस हें तुझ्या शत्रूंनीं स्वप्नांतही पाहिलेलें नाहीं. मग तूं पार्थास पाहाण्यासाठीं मला कां बरें पाठ दाखवितोस? हे पांडुनंदना, कुंतीच्या मुलाला हें शोभण्यासारखें नाहीं. यासाठीं माझ्या सन्मुख उभा राहून मजवर शरवृष्टि कर पाहूं!

रणांत कर्णानें केलेलें तें आव्हान भीमसेनास खपलें नाहीं. तो लगेच अर्धमंडलाकार मागें वळून कर्णाशीं लढूं लागला. त्या महाकीर्तिमंतानें द्वैरथ युद्धासाठीं अंगांत चिलखत वगैरे घालून सज्ज असलेल्या सर्वशस्त्रविशारद कर्णावर सरलगामी बाणांची वृष्टि केली; आणि कर्णास ठार करून एकदांचा या वैराचा निकाल लावावा असें मनांत आणून त्यानें कर्णास घायाळ केलें. हे मारिषा, रागानें लाल झालेल्या त्या परंतप भीमसेनानें कर्णाचे अनुचर ठार करून खुद्द त्यासही ठार करण्याच्या हेतूनें नानाप्रकारचे भयंकर बाण त्यावर सोडले. परंतु

मत्त गजाप्रमाणें गमन करणाऱ्या भीमसेनाचे ते बाणवर्षाव दिव्यास्त्रें जाणणाऱ्या कर्णानें अस्त्रमायेच्या योगानें ग्रासून टाकिले. तो विद्येनें परमपूज्य, बलशाली, महाधनुर्धर व महापराक्रमी कर्ण अगदीं द्रोणाचार्यांसारखा संचार करूं लागला. राजा, लढणाऱ्या कुंतीपुत्र भीमसेन वृकोदरावर तो हंसत हंसतच वेगानें चालून गेला. परंतु, राजा, कर्णाचें रणांतील हास्य भीमसेनास सहन झालें नाहीं. तो अगदीं संतप्त झाला, व अंकुशांनीं गजेंद्राला टोंचावें त्याप्रमाणें त्या बलवंतानें सभोंवतीं लढणारे वीर पाहात असतां त्या अगदीं जवळ आलेल्या कर्णाला स्तनांच्या मध्यभागीं वत्सदंत बाणांनीं टोंचलें! व पुनः शिळेवर घांसलेले एकवीस सुवर्णपुंख बाण जोरानें सोडून त्या चित्रविचित्र कवच असलेल्या कर्णास भेदून टाकलें. मग कर्णानें सोन्याच्या जाळ्या अंगावर घातलेले भीमसेनाचे वायूप्रमाणें वेगवान् अश्व पांच पांच बाणांनीं वेधिले; आणि नंतर, राजा, एका निमिषार्धांत कर्णानें भीमसेनाच्या रथाभोंवतीं बाणांचें अगदीं जाळें पसरलेलें दिसूं लागलें. राजा, कर्णचापापासून सुटलेल्या बाणांनीं त्या वेळीं रथ, ध्वज व सारथि ह्यांसह भीमसेन अगदीं झांकून गेला. मग कर्णानें भीमसेनाचें बळकट चिलखत चौसष्ट बाणांनीं दूर उडविलें, आणि रागारागानें त्यावरही मर्मभेदक नाराच बाण मारिले. पण कर्णाच्या धनुष्यापासून सुटलेल्या त्या बाणांची पर्वा न करतां भीमसेन निभ्रांतपणें सूतपुत्र कर्णाशीं जाऊन भिडला! हे महाराजा, कर्णाच्या धनुष्यापासून सुटलेले सर्पतुल्य बाण भीमास लागले होते, तथापि तो रणांत व्यथित झाला नाहीं. नंतर प्रतापी भीमसेनानें अति तेजस्वी पन्नास तीक्ष्ण बाण सोडून रणांत कर्णाचा वेध केला; परंतु सैंधवाचा वध व्हावा असें इच्छिणाऱ्या त्या महाबलिष्ठ भीमसेनास कर्णानें विशेष प्रयास न पडतां सहज बाणांनीं अगदी झांकून टाकलें. तो राधापुत्र कर्ण युद्धामध्यें भीमाशीं सौम्यपणें लढत होता, आणि त्यानें पूर्वीं केलेलें वैर आठवून भीमसेन मात्र त्वेषानें त्याशीं झगडत होता. तो असहिष्णु भीमसेन कर्णानें पूर्वीं केलेला अवमान विसरला नाहीं; त्या शत्रुघातकानें त्वरेनें त्यावर शरवृष्टि केली. भीमानें रणांत कर्ण वीरावर सोडलेले ते बाण किलबिलाट करणाऱ्या पक्ष्यांप्रमाणें चोहोंकडे पडले. ज्यांचे पिसारे सुवर्णाचे आहेत व अग्रें लखलखीत असल्यामुळें प्रसन्न दिसत आहेत, अशा त्या भीमसेनाच्या धनुष्यापासून सुटलेल्या बाणांनीं—अग्नीस टोळांनीं आच्छादावें त्याप्रमाणें राधेयास आच्छादून टाकलें. हे भरतकुलोत्पन्ना राजा, रथिवर कर्ण चोहोंकडून आच्छादित होऊं लागला तेव्हां तोही भयंकर शरवृष्टि करूं लागला. परंतु भीमानें त्याचे ते रणांत शोभणारे वज्रप्राय शर जवळ येऊन पोंचण्यापूर्वींच अनेक भल्ल बाणांनीं त्यांचे तुकडे उडविले. हे भारता, शत्रूंस जर्जर करणाऱ्या वैकर्तन कर्णानें पुनः शरवृष्टीनें भीमास आच्छादिलें. राजा, साळू पक्षी साळपिसांनीं आच्छादिलेला असतो त्याप्रमाणें तेथें समरांगणांत भीमाचें सर्वांग शरांनीं भरून गेलेलें आम्हीं पाहिलें. हे भारता, ज्याप्रमाणें सूर्य आपले किरण धारण करतो, त्याप्रमाणें वीर भीमसेनानें रणमैदानांत कर्णाच्या धनुष्यापासून निघालेले ते शिळेवर घांसलेले सुवर्णपुंख बाण धारण केले. त्या वेळीं भीमाचें सर्व शरीर रक्तानें माखून गेल्यामुळें तो वसंत ऋतूंत फुलांचा बहर आलेल्या अशोक वृक्षासारखा शोभूं लागला. तथापि, राजा, महाबलिष्ठ कर्णाचा रणांगणांतील तो पराक्रम भीमसेनानें सहन केला नाहीं. त्या महाबलिष्ठानें रागानें डोळे

वटारले; आणि कैलासावर पडणाऱ्या भयंकर विषारी सर्पांप्रमाणें पंचवीस नाराच बाण कर्णावर मारले. पुनः त्या देवतुल्य पराक्रमी भीमानें जिवावर उदार झालेल्या कर्णाचा सहा व आठ बाणांनीं मर्मस्थानीं वेध केला; आणि लगेच त्या प्रतापी वीरानें कर्णाचें धनुष्य तत्काल हंसत हंसतच तोडून टाकलें. नंतर त्यानें त्वरा करून बाणांनीं त्याचे चारी घोडे मारिले, सारथि ठार केला, आणि सूर्यकिरणांप्रमाणें तेजस्वी असे नाराच बाण त्या कर्णाच्या उरांत मारले. तेव्हां सूर्यकिरण मेघांस भेदून जातात त्याप्रमाणें ते शर त्वरेनें कर्णास भेदून भूमीवर पडले. मग, ज्याचें धनुष्य भंगून गेलें आहे असा तो लोकमान्य कर्ण शरपीडित झाल्यामुळें फारच विकल होऊन दुसऱ्या रथाकडे पळाला !

अध्याय एकशें बत्तिसावा.

—:०:—

भीम व कर्ण यांचें युद्ध.

धृतराष्ट्र विचारतोः—स्वतः उत्तम धनुर्धर व प्रत्यक्ष शंकराचा शिष्य जो भार्गवराम, तो कर्णाचा गुरु असून कर्ण हा अस्त्रविद्येनें त्याच्या तोडीचा आहे; इतकेंच नव्हे, तर शिष्यत्वास अवश्य असे सर्व गुण ज्याच्या ठायीं वास करीत आहेत, असा हा कर्ण गुरूपेक्षांही कांकणभर सरस झाला आहे ! असें असतां त्याला कुंतीपुत्र भीमसेनानें तर सहज लीलेनें जिंकिलें ! बा संजया, माझ्या पुत्राची मोठी जयाची आशा ज्याच्या जिवावर अवलंबून आहे, तो कर्ण भीमासमोरून तोंड चुकवून पळाल्याचें पाहून दुर्योधन काय बरें म्हणाला? त्याचप्रमाणें, पराक्रमानें शोभणाऱ्या महाबलिष्ठ भीमसेनानें पुढें कसें काय युद्ध केलें ? आणि, बाबा, प्रज्वलित अग्नीसारखा भीमसेन रणांत तळपतांना पाहून कर्णानें तरी पुढें रणांगणांत काय केलें ?

संजय सांगतोः—राजा, कर्ण पुनः योग्य प्रकारें सजविलेल्या दुसऱ्या रथांत बसून वादळानें खवळलेल्या सागरासारखा भीमसेनावर चालून गेला. राजा, तो अधिरथाचा पुत्र कर्ण खवळलेला पाहून भीमसेन अग्निमुखीं पडलाच असें तुझे पुत्र समजूं लागले. नंतर कर्ण धनुष्याचा टणत्कार व भयंकर तलशब्द करून भीमसेनाच्या रथावर धांवला; आणि, राजा, शूर कर्ण व बलाढ्य भीमसेन यांची पुनः फारच जोराची चकमक उडून राहिली.

ते दोघेही महाबलिष्ठ वीर अतिशय खवळून एकमेकांचा वध करण्याच्या इच्छेनें डोळ्यांनीं जसे कांहीं एकमेकांस जाळीतच परस्परांकडे पाहूं लागले. ज्यांचे नेत्र क्रोधानें लाल झाले आहेत, आणि जे सर्पांप्रमाणें सुस्कारे टाकीत आहेत, असे ते शत्रूंस जर्जर करणारे तामसी वीर एकमेकांस गांठून जखमा करूं लागले. खवळलेले दोन वाघ, जलद जाणारे दोन श्येनपक्षी किंवा चवताळलेले दोन शरभ यांसारखे ते एकमेकांशीं झगडले. नंतर अक्षद्यूतांत व वनांत झालेले क्लेश, विराटनगरांत झालेलें दुःख, तुझ्या पुत्रांनीं हरण केलेलीं रत्नांनीं समृद्ध राष्ट्रें, तूं व तुझ्या मुलानें सतत दिलेले क्लेश, निरपराध कुंतीला पुत्रांसह जाळून टाकण्याची दुर्योधनानें केलेली मसलत, दुष्टांनीं सभेमध्यें द्रौपदीचा केलेला छळ, त्याचप्रमाणें दुःशासनानें केलेलें तिचें केशग्रहण, आणि, हे भारता, कर्णानें केलेलीं हीं कठोर भाषणें; त्याचप्रमाणें, 'द्रौपदी, तूं आतां दुसरा नवरा कर; कारण पांडव हे आतां तुझे पति नाहींत. हे सर्वजण षंढ असून नरकांत पडले आहेत !' अशा प्रकारें दासीभावानें द्रौपदीचा उपभोग घेऊं इच्छिणारे तुझे मुलगे तुझ्या समक्ष त्या

वेळीं जें बोलले तें त्यांचें भाषण, आणि राजा, हरणाचीं कातडीं पांघरून पांडव जाऊं लागले तेव्हां तूं जवळ असतांना कर्णानें सभेंत त्यांस केलेलीं दुरुत्तरें या सर्वांचें त्या भीमसेनास स्मरण होत होतें ! त्याचप्रमाणें, पांडवांवर कठीण प्रसंग आला असतां चैनींत असलेल्या तुझ्या पुत्रानें त्यांस कस्पटासमान लेखून ज्या वल्गना केल्या, त्या व बालपणापासून स्वतःस भोगावीं लागलेलीं दुःखें त्या शत्रुघ्न भीमसेनाच्या डोळ्यांसमोर उभीं राहून तो धर्मात्मा कर्णास जिंकण्यासाठीं स्वतःच्या जिवावरही उदार झाला.

नंतर, तो प्राणांची पर्वा न करणारा भरतश्रेष्ठ भीम आपलें सुवर्णाच्या पाठीचें इतरांस न पेलणारें अतिप्रचंड धनुष्य खेंचून कर्णावर चालून गेला. त्यानें कर्णाच्या रथावर शरमय जाळीं पसरिलीं; आणि शिळेवर घांसलेल्या लखलखीत बाणांनीं सूर्याची प्रभाही लोपवून टाकिली. नंतर कर्णानें हास्य करून त्वरेनें भीमसेनाचीं तीं शरजालें तीक्ष्ण बाणांच्या योगानें उडवून दिलीं; आणि महारथी, महाबलिष्ठ व महापराक्रमी अशा त्या कर्णानें भल्या मोठ्या नऊ तीक्ष्ण बाणांनीं त्या वेळीं भीमसेनाचा वेध केला. तेव्हां अंकुशांनीं टोंचला जाणाऱ्या गजाप्रमाणें भीमसेनाचे बाणांनीं निवारण होत असतांही तो बिलकूल न डगमगतां कर्णावर धांवून गेला. राजा, याप्रमाणें तो पांडवर्षभ खवळून वेगानें उड्या घेत येत असतां इकडून कर्णही मत्तगजावर धांवणाऱ्या दुसऱ्या मत्तगजाप्रमाणें रणांत त्यावर चालून गेला; आणि शेंकडों भेरींसारखा ज्याचा शब्द आहे, असा आपला शंख फुंकून त्यानें खवळलेल्या सागराप्रमाणें हर्षानें सैन्य खळबळून टाकलें. याप्रमाणें तें चतुरंग सैन्य खवळलें असें पाहून भीमानें कर्णास गांठून त्यास बाणांनीं आच्छादिलें. तेव्हां कर्णानेंही भीमसेनास आच्छादीत आच्छादीत आपले अस्वलाच्या रंगाचे घोडे रणांत भीमसेनाच्या हंसवर्णाच्या उत्कृष्ट घोड्यांशीं नेऊन भिडविले. राजा, ते अस्वलाच्या वर्णाचे घोडे भीमसेनाच्या वायूप्रमाणें वेगवान् अशा पांढऱ्या घोड्यांशीं मिसळून गेलेले पाहून तुझ्या पुत्रांच्या सैन्यांत सर्वत्र हाहाःकार उडाला. हे महाराजा, आकाशांत काळे व पांढरे बगळे शोभतात त्याप्रमाणें ते वातवेगी काळे व पांढरे अश्व एकमेकांत मिसळल्यामुळें फारच शोभूं लागले. क्रोधानें ज्यांचे नेत्र आरक्त झाले आहेत अशा त्या खवळून गेलेल्या भीम-कर्णांस पाहून तुझ्या पुत्रांकडील महारथी भयभीत होऊन थरथरां कांपूं लागले. मग, हे भरतर्षभा, त्या दोघांचें यमराष्ट्रासारखें घोर व यमनगरीप्रमाणें पाहाण्यासही कठीण असें युद्ध झालें. तेव्हां चित्रासारखे तटस्थ राहून महारथी त्यांचें युद्ध पाहात होते. परंतु या महायुद्धांत त्या दोघांपैकीं कोणाचा जय होईल, हें त्यांस निश्चितपणें समजलें नाहीं. राजा, तुझ्या व तुझ्या पुत्रांच्या दुष्ट मसलतीमुळें उत्पन्न झालेला त्या दोघां महास्त्रसंपन्न वीरांचा झगडा लोक पाहात होते. त्या दोघां अद्भुत पराक्रम गाजविणाऱ्या शत्रुघातक वीरांनीं एकमेकांस आच्छादण्यासाठीं तीक्ष्ण शर सोडून आकाश बाणजालांनीं व्यापून टाकलें. एकमेकांस ठार करूं पाहाणारे ते महारथी वीर तीक्ष्ण शर सोडीत असतां वृष्टि करणाऱ्या मेघांप्रमाणें विशेष प्रेक्षणीय झाले होते. हे प्रभो, शत्रूंस दमविणारे हे दोघे वीर सुवर्णाचा मुलामा दिलेला बाण सोडीत असल्यामुळें त्यांनीं आकाश जणूं काय मोठमोठ्या उल्कांनींच प्रकाशमान केलें. राजा, त्यांनीं सोडलेल्या बाणांना गिधाडांचीं पिसें लाविलेलीं असल्यामुळें, त्या शरत्कालांत मत्तहंसां-

त्यांच्या पंक्ति आकाशांत संचार करीत आहेत असें भासलें !

असो; शत्रुतापन कर्णाशीं भीमसेन भिडला आहे असें पाहून हा त्याच्यावर फाजील भार पडला आहे असें कृष्णार्जुनांस वाटलें. त्या ठिकाणीं कर्ण व भीमसेन यांनीं जोरानें सोडलेल्या शरांनीं गतप्राण होऊन अश्व, वीर व हत्ती बाणाच्या टप्प्याच्या पलीकडे जाऊन पडत होते. हे राजाधिराजा, याप्रमाणें पडत असलेल्या व इतरही अनेक प्रकारें मरून पडलेल्या अश्वादिकांच्या योगानें तुझ्या पुत्रांच्या लोकांचा क्षय चालला होता. हे भरतर्षभा, मनुष्यें, अश्व व गज यांच्या गतप्राण झालेल्या शरीरांनीं ती रणभूमि क्षणांत झांकून गेली.

अध्याय एकशें तेहतिसावा.

—:०:—

भीम व कर्ण यांचें युद्ध.

धृतराष्ट्र विचारतोः—संजया, कर्ण इतका चपळाईनें लढणारा असतांही त्याशीं रणांगणांत भीम झुंजला, तेव्हां खरोखर भीमसेनाचा पराक्रम अति अद्भुत आहे असें मला वाटतें ! अरे ! यक्ष, राक्षस व मानव यांसह देव जरी सर्व प्रकारचीं आयुधें घेऊन समरांगणांत युद्धास उभे राहिले, तरी त्यांचेंही जो निवारण करूं शकेल, त्या कर्णानें विजयश्रीनें रणांत झळकणाऱ्या भीमसेनाला युद्धांत कसें जिंकिलें नाहीं हें मला सांग; आणि प्राणांचा पण लावून त्यांचें कसें काय युद्ध झालें तेंही सांग. कारण, एकंदर युद्धांतील जयापजय त्यांच्या ह्याच युद्धावर अवलंबून आहे असें मी समजतों. सूता, कर्ण स्वतःस अनुकूल असल्यामुळेंच माझ्या दुर्योधनानें कृष्णसात्वतांसह पांडवांस जिंकण्याचा उत्साह धरिला. तेव्हां भीमकर्मी वृकोदरानें कर्णास रणांत अनेक वेळां जिंकल्याचें ऐकून माझी अक्कल अगदीं गुंग होऊन गेली आहे ! दुर्योधनाच्या अनीतीच्या वर्तनामुळें कौरव आतां नष्ट झालेच आहेत असें मला वाटतें. कारण, संजया, हा कर्ण कांहीं महाधनुर्धर पांडवांस जिंकूं शकणार नाहीं ! कर्णानें पांडवांशीं रणांगणांत जेवढीं जेवढीं म्हणून युद्धें केलीं, त्या सर्वांत पांडवांनींच त्यास जिंकिलें. तेव्हां बाबा, हे पांडव इंद्रासुद्धां सर्व देवांसही अजिंक्य आहेत. परंतु माझ्या मठ्ठ पोराला—दुर्योधनाला मात्र हें समजत नाहीं ! कुबेराच्या संपत्तीसारखी पांडवांची संपत्ति माझ्या मुलानें हरण केली, परंतु या कामांत त्याची फार मोठी चूक झाली. एखादा मूर्ख मनुष्य मधाच्या आशेला गुंतला म्हणजे तुटलेला कडाही त्यास दिसत नाहीं, व शेवटीं तो त्या कड्यावरून घसरतो, त्याप्रमाणें दुर्योधनाची स्थिति झाली आहे ! पांडवांचें धन हरण केल्यास पुढें त्याचा असा भयंकर परिणाम होईल हें त्यास उमगलें नाहीं. त्या कपट्यानें कपटमार्गानेंच महात्म्या पांडवांचें राज्य हरण केलें, आणि आपण पांडवांस जणू जिंकिलेंच असें समजून तो त्यांचा अवमान करीत असतो; आणि म्यां कृतघ्नानेंही पुत्रलोभाला गुंतून महात्म्या धर्मनिष्ठ पांडुपुत्रांशीं कपट केलें ! युधिष्ठिर मोठा दूरदृष्टि असून त्याचें अंतःकरण भ्रातृप्रेमानें कळकळत असल्यामुळें साम करावा अशी त्याची इच्छा होती. परंतु तो साम करण्यास तयार झाला एवढ्यावरूनच त्यास अशक्त समजून माझ्या पोरांनीं त्याचें म्हणणें नाकारिलें. आतां त्यांनीं दिलेलीं अनेक प्रकारचीं दुःखें व सर्व अपकार मनांत आठवून महाबलिष्ठ भीमसेन कर्णाशीं लढत आहे. यास्तव, संजया, परस्परांचा वध करूं पहाणारे ते विख्यात वीर कर्ण-भीमसेन रणांत कसे लढले तें मला सांग.

संजय सांगतोः—राजा, एकमेकांचे जीव घेण्यास उद्युक्त झालेल्या वनगजांप्रमाणें त्या कर्ण-भीमसेनांचा संग्राम जसा झाला तसा ऐक. राजा, पराक्रमी, क्रुद्ध व शत्रूंस जेरीस आणणाऱ्या भीमसेनावर कर्णानें रागानें चाल करून त्याला तीस बाण मारले. हे भरतश्रेष्ठा, ज्यांचीं टोंकें चकचकीत असून जे सुवर्णानें विभूषित आहेत, अशा मोठ्या वेगवान् बाणांनीं कर्णानें भीमसेनाला घायाळ केलें. याप्रमाणें तो बाण सोडीत असतां भीमानें तीन शरांनीं त्याचें धनुष्य तोडिलें, आणि एका भल्ल बाणानें सारथ्यास रथाच्या पेटीवरून जमीनीवर पाडलें. मग कर्णानें भीमसेनास ठार करण्याचा अगदीं दृढनिश्चय करून, सोनें व वैदूर्य मणि यांनीं जिचा दांडा चित्रविचित्र केलेला आहे अशी एक शक्ति काढली; व दुसऱ्या कालशक्तीसारखी ती प्रचंड शक्ति घेऊन पेलून पाहिली, आणि नेम धरून भीमावर भिरकावली ! इंद्रानें वज्र सोडावें त्याप्रमाणें प्राणांत करणारी ती महाशक्ति सोडून बलिष्ठ सूतपुत्रानें फारच मोठ्यानें गर्जना केली. ती गर्जना ऐकून तुझे पुत्र हर्षभरित झाले. परंतु कर्णाच्या हातून सुटलेली ती सूर्य किंवा अग्नि यांसारखी तेजस्वी शक्ति भीमानें सात तीक्ष्ण बाणांनीं आकाशांतच तोडून टाकिली ! हे मारिषा, मोकळ्या नागिणीसारख्या त्या शक्तीचे तुकडे करून लगेहात भीमसेनानें कर्णाचे प्राण हरण करण्याच्या हेतूनें शिळेवर घांसलेले व मोराचीं पिसें लाविलेले यमदंडतुल्य सुवर्णपुंख बाण समरांगणांत सोडले. तेव्हां कर्णानेंही उचलण्यास कठीण असें दुसरें सोन्याच्या पाठीचें धनुष्य घेऊन तें प्रचंड चाप आकर्षून बाण सोडले. परंतु, राजा, कर्णानें सोडलेले ते प्रचंड बाण भीमानें नऊ नतपर्व शरांनीं तोडून टाकले; आणि, राजा, ते बाण छेदून त्यानें सिंहाप्रमाणें गर्जना केली ! कालवडीच्या जवळ एकमेकांवर डुरकणाऱ्या बैलाप्रमाणें किंवा आमिषासाठीं परस्परांवर गुरगुरणाऱ्या वाघांप्रमाणें गर्जना करणारे ते वीर एकमेकांचें छिद्र हुडकून काढून प्रतिपक्ष्यास जिंकण्याची इच्छा करीत होते; आणि मोठ्यांतील मोठ्या बैलाप्रमाणें ते एकमेकांकडे रोंखून पहात होते. महागज एकमेकांस गांठून दंताग्रांनीं प्रहार करूं लागतात, त्याप्रमाणें ते दोघेजण आकर्ण धनुष्य ओढून एकमेकांस बाणांनीं प्रहार करूं लागले. हे महाराजा, शस्त्रवृष्टीनें परस्परांस भाजून काढणारे, रागानें डोळे वटावरून एकमेकांकडे पहाणारे, त्याचप्रमाणें अन्योन्यांस हंसणारे व वरचेवर निर्भर्त्सना करणारे ते वीर मोठ्यानें शंख वाजवीत परस्परांशीं लढत होते. हे मारिषा, मग भीमानें पुनः कर्णाचें धनुष्य मुठीशीं तोडलें; त्याचे ते शंखाच्या रंगाचे घोडे बाणांनीं यमसदनीं पाठविले; आणि त्याचा सारथि पेटीवरून खालीं पाडिला. तेव्हां कर्णाला अनिवार चिंता पडली. रणांगणांत तो शराच्छादित झाला असून त्याचे घोडे व सारथि मरून गेला होता; त्यांतच आणखी बाणजालानें तो भांबावून गेला, आणि पुढें काय केलें पाहिजे हेंही त्यास सुचेनासें झालें. याप्रमाणें कर्ण संकटांत सांपडलेला पाहून दुर्योधनानें रागानें कांपत कांपत दुर्जयाला आज्ञा केली, "दुर्जया, कर्णाकडे जा. समोर भीमसेन त्यास ग्राशीत आहे, यास्तव त्यास पाठबळ देऊन षंढ भीमसेनाचा पराभव कर !"

दुर्योधनाची अशी आज्ञा होतांच तुझा पुत्र दुर्जय 'ठीक आहे' म्हणून सांगून बाण टाकीत भीमसेनावर धांवला. त्यानें कर्णाशीं झगडण्यांत गुंतलेल्या त्या भीमावर नऊ व त्याच्या घोड्यांवर आठ बाण मारिले; आणि सारथ्यावर नऊ व ध्वजावर तीन बाण सोडून

पुनः भीमसेनावरही आणखी सात बाण टाकले. तेव्हां भीमसेनही खवळून त्यानें दुर्जयाच्या मर्मस्थलांचा भेद करून अश्व व सारथि यांसह त्यास यमसदनीं पाठविलें! राजा, तुझा तो उत्तम अलंकार घातलेला पुत्र भूमीवर चिरडला जाऊन सर्पाप्रमाणें विवळत असतां त्यास कर्णानें दुःखानें स्फुंदत स्फुंदत प्रदक्षिणा घातली. मग भीमानें त्या हाडवैरी कर्णाला विरथ करून बाणांचे समुदाय, शतघ्नी व शंकु यांनीं भरून काढलें. याप्रमाणें तो अतिरथी कर्ण त्याच्या बाणांनीं विद्ध होत होता, तथापि तो परंतप समरांगणांत क्रोधिष्ट भीमसेनास सोडून गेला नाहीं!

अध्याय एकशें चौतिसावा.

—०:०—

कर्णपलायन.

संजय सांगतोः—भीमानें कर्णास विरथ करून पुनः पूर्णपणें जिंकलें, तथापि तो दुसऱ्या रथांत बसून फिरून भीमाशीं लढूं लागला. ज्याप्रमाणें महागज दंताग्रांनीं एकमेकांस प्रहार करितात, त्याप्रमाणें ते दोघेजण आकर्ण ओढून सोडलेल्या बाणांनीं परस्परांस प्रहार करूं लागले. नंतर कर्णानें अनेक शरसंघ सोडून मोठी गर्जना केली, आणि पुनः भीमाच्या वक्षःस्थलाचा वेध केला. तेव्हां भीमानेंही त्यावर प्रथम दहा बाण टाकून लगेच आणखी सत्तर नतपर्व बाण त्यावर मारिले; आणि, राजा, नऊ बाणांनीं त्याच्या वक्षस्थलाचा भेद करून एक तीक्ष्ण बाण त्याच्या ध्वजावर टाकला. नंतर अंकुशानें गजास किंवा चाबुकानें घोड्यास मारावें त्याप्रमाणें त्यानें त्रेसष्ट शरांनीं त्याचा वेध केला. हे महाराजा! याप्रमाणें त्या यशस्वी पांडवानें कर्णास अतिशय घायाळ केलें, तेव्हां क्रोधानें त्याचे नेत्रप्रांत रक्तासारखे लाल होऊन तो ओंठ चावूं लागला. मग, राजा, इंद्रानें बल दैत्यावर वज्र टाकिलें त्याप्रमाणें सर्व प्रकारच्या शरीरांचें विदारण करणारा एक बाण कर्णानें भीमसेनावर सोडला. तेव्हां कर्णाच्या चापापासून सुटलेला तो चित्रविचित्र पिसाऱ्याचा बाण रणांत भीमसेनास भेदून भूमि विदारीत तींत शिरला. नंतर महाबलिष्ठ भीमसेनास कोप येऊन त्याचे नेत्र आरक्त झाले. त्यानें मागचा पुढचा विचार न पाहातां आपली सोन्याच्या वळ्या लाविलेली चार हात लांबीची जड षट्कोनी व वज्रप्राय गदा त्या सूतपुत्रावर फेंकिली; आणि इंद्र वज्रानें असुरांस मारितो तद्वत् त्या क्रुद्ध भीमसेनानें त्या गदेच्या योगानें कर्णाचे उत्तम चालणारे जातिवंत घोडे ठार मारिले. नंतर, हे भरतर्षभा, त्या महाबलिष्ठ भीमानें दोन क्षुर बाणांनीं त्याचा ध्वज छेदिला आणि दुसऱ्या अनेक शरांनीं सारथिही ठार केला! हे भारता, मग तो हताश्व, हतसूत व भग्नध्वज रथ सोडून कर्ण आपल्या धनुष्याचा टणत्कार करीत खिन्न अंतःकरणानें उभा राहिला. मग त्या ठिकाणीं त्या राधापुत्राचा अद्भुत पराक्रम आम्हीं पाहिला. कारण तो रथिश्रेष्ठ विरथ असतांही त्यानें शत्रूचें निवारण केलें!

राजा, मग तो रथिश्रेष्ठ रणांत विरथ झाला आहे असें पाहून दुर्योधन दुर्मुखाला म्हणाला, "दुर्मुखा, हा पहा कर्ण भीमानें विरथ करून सोडिला आहे, तेव्हां त्या नरश्रेष्ठ महारथास तूं दुसरा रथ नेऊन दे!"

हे भारता, दुर्योधनाचें हें भाषण श्रवण करून, बाणांनीं भीमाचें निवारण करीत दुर्मुख त्वरेनें कर्णाकडे चालला. तो दुर्मुख सूतपुत्र कर्णाच्या मागून समरांगणांत आलेला पाहून वायुपुत्र भीमसेनास फारच हर्ष झाला आणि तो ओंठ चाटूं लागला. राजा, मग त्या पांडवानें शिलीमुख शरांनीं कर्णाचें निवारण करून

त्वरेनें दुर्मुखाकडे रथ पिटाळिला; आणि त्याच क्षणीं त्यानें नऊ तीक्ष्ण नतपर्व शरांनीं दुर्मुखास यमसदनीं पाठविलें! दुर्मुख मेल्यावर कर्ण त्याच्याच रथांत आरूढ झाला; आणि, राजा, सहस्त्ररश्मि दिनकराप्रमाणें तेथें झळकूं लागला. मर्मे भिन्न होऊन व रक्तानें माखून पडलेल्या दुर्मुखास पाहून कर्णाचे नेत्र पाण्यानें भरून आले, आणि तो मुहूर्तमात्र तेथेंच स्तब्ध उभा राहिला. मग गतप्राण झालेल्या त्या दुर्मुखास ओलांडून व त्यास प्रदक्षिणा करून तो दीर्घ व उष्ण निश्वास सोडूं लागला, व त्यास कांहींएक सुचेनासें होऊन गेलें. राजा, ही संधि साधून भीमसेनानें कर्णावर गृध्रपक्ष्याचीं पिसें लाविलेले चौदा नाराच बाण मारिले. हे महाराजा, ते सुवर्णपंख शर त्या महाबलिष्ठाच्या सुवर्णचित्रित कवचाचा भेद करून दशदिशांस शोभूं लागले. हे मनुजेंद्रा धृतराष्ट्रा, कालप्रेरित झालेल्या क्रुद्ध भुजंगाप्रमाणें त्या रक्तभोजी शरांनीं कर्णाचें रक्त प्राशन केलें, आणि चवताळलेले प्रचंड सर्प अर्धे बिळांत शिरलेले व अर्धे बाहेर असतांना शोभतात त्याप्रमाणें जमिनींत शिरणारे ते बाण शोभूं लागले. मग राधेयानें कांहींएक विचार न करतां त्वेषानें सुवर्णविभूषित असलेले अति भयंकर चौदा बाण टाकून भीमाचा उलट वेध केला. तेव्हां ते भयंकर बाण, ज्याप्रमाणें पत्ररथ नामक पक्षी क्रौंच पक्ष्यास टोंचितो त्याप्रमाणें भीमाचा डावा हात भेदून जमिनींत शिरले; आणि सूर्य अस्तास चालला असतां त्याचे प्रकाशमान किरण चमकतात तद्वत् ते भूमीमध्यें शिरतांना चमकूं लागले. याप्रमाणें भीमसेन त्या मर्मभेदक नाराच बाणांनीं रणांत अगदीं घायाळ झाला, तेव्हां पर्वतांतून पाणी वाहातें तसें त्याच्या अंगांतून रक्त वाहूं लागलें. मग त्या जखमी भीमसेनानें गरुडाप्रमाणें वेगवान् अशा तीन शरांनीं सूतपुत्रास व सात शरांनीं त्याच्या सारथ्यास वेधिलें. तेव्हां, हे महाराजा, तो कर्ण भीमाचे बाण लागल्यामुळें विव्हल होऊन अतिशय भिऊन गेल्यामुळें आपले वेगवान् अश्व पिटाळीत रण सोडून पळाला, आणि इकडे तो अतिरथी भीमसेन आपलें सुवर्णालंकृत धनुष्य ताणून रणांगणांत अग्नीप्रमाणें राखरांगोळी करीतच उभा राहिला!

अध्याय एकशें पसातिसावा.

—:०:—

धृतराष्ट्राची चिंता.

धृतराष्ट्र म्हणालाः—ज्यापेक्षां अधिरथीपुत्र कर्णाला रणांत भीमसेनाचा पराभव करतां आला नाहीं, त्यापेक्षां दैवच बलवत्तर आहे असें मला वाटतें! ज्याचा कांहीं उपयोग होत नाहीं त्या पौरुषास धिःकार असो! "कर्णाला कृष्णासह सर्व पांडवांस रणांत जिंकण्याची ईर्षा आहे, त्याच्यासारखा वीर मीं या भूलोकीं तर कोणचि पाहिला नाहीं!" असें दुर्योधन वारंवार बडबडतांना मीं ऐकिलें आहे. "कर्ण हा मोठा बलाढ्य, शूर व धनुष्याचा दृढ असून त्यास श्रमांची खिसगणतीच नाहीं," असें तो मंद दुर्योधन मला पूर्वीं सांगत असे. त्याचप्रमाणें, सूता, तो मला असेंही म्हणे कीं, "कर्णाचें साहाय्य असल्यावर मला देवही रणांत जिंकूं शकणार नाहींत. मग, राजन्, या बलहीन व उदास पांडवांची कथा काय?"

बा संजया, निर्विष भुजंगाप्रमाणें त्या ठिकाणीं कर्ण जिंकिला गेला, व क्रुद्ध भीमसेनापुढून पळून गेला, हें पाहून दुर्योधन काय बरें म्हणाला असेल? अहो अग्नींत पतंग लोटावा तद्वत् त्या युद्धाविषयीं अनभिज्ञ अशा दुर्मुखाला एकट्यालाच त्यानें रणांत लोटिलें, त्यापेक्षां त्याचें चित्त ठिकाणावरच नाहीं असेंच

खरें ! संजया, अश्वत्थामा, मद्रपति शल्य, कृपाचार्य व कर्ण इतके एकत्र झाले तथापि ते सर्वही रणांत भीमसेनासमोर उभे राहाण्यास समर्थ नाहींत ! ते सर्वजण याचें दहा हजार हत्तींइतकें मोठें प्रचंड सामर्थ्य व दारुण पराक्रम जाणतात. तेव्हां त्याचें बल, क्षोभ व पराक्रम जाणणारे ते वीर यम, काल व अंतक यांच्या तोडीच्या त्या क्रूरकर्मी भीमसेनास रणांत कां कोपवितील बरें ! महाबलिष्ठ कर्णाला मात्र आपल्या भुजबलाचा गर्व असल्यामुळें तो भीमसेनाचा अपमान करून रणांत त्याशीं लढला; परंतु असुरांस जिंकणाऱ्या इंद्राप्रमाणें त्यालाही ज्यानें जिंकिलें, तो पांडुपुत्र रणांत कोणाकडूनही जिंकिला जाणें शक्य नाहीं ! अरे, जो एकटा द्रोणाचार्यांस जर्जर करून माझ्या सेनेंत घुसला, त्या धनंजयाकडे जाऊं पाहाणाऱ्या भीमसेनाशीं विजय मिळविण्याची इच्छा धरून कोण लढणार आहे ? संजया, वज्र उगारिलेल्या इंद्रापुढें उभें राहाण्याचें दैत्यांस धैर्य होत नाहीं, त्याप्रमाणें या भीमसेनाच्या पुढें उभें राहाण्यास कोण धजावणार आहेत ? एकवार यमनगरींत गेलेलाही मनुष्य मागें येईल, पण भीमसेनाची गांठ पडल्यावर मात्र कदापि मागें येणार नाहीं ! जे अविचारी व मूढ लोक खवळलेल्या भीमसेनाकडे धांवतात, ते पतंगांप्रमाणें अग्नींतच उड्या घालतात ! क्षुब्ध झालेल्या उग्र भीमसेनानें सभेमध्यें सर्व कौरव ऐकत असतांना माझ्या पुत्रांचा वध करण्याविषयीं त्या वेळीं जें भाषण केलें, तें मनांत एकसारखें घोळूं लागून व कर्णालाही त्यानें जिंकिलेलें पाहून दुःशासनानें व त्याच्या भावानें (दुर्योधनानें) त्या भयंकर भीमसेनाचें नांवच सोडून दिलें असेल ! बा संजया, " कर्ण, दुःशासन व मी समरांगणांत पांडवांस जिंकूं ! " असें जो वारंवार सभेमध्यें बडबडला होता, त्या दुर्बुद्धि दुर्योधनास आज कर्णाला भीमसेनानें विरथ करून पूर्णपणें जिंकिलें हें पाहून कृष्णाचा उपमर्द केल्याबद्दल खरोखर अतिशय पश्चात्ताप होत असेल ! भीमसेनानें रणांगणांत आपल्या सुसज्ज भ्रात्यांस ठार केल्याचें पाहून त्या पोरट्याला आपल्या पूर्वापराधाबद्दल खरोखर फारच मोठा पश्चात्ताप होत असेल. साक्षात् कालाप्रमाणें असलेल्या व प्रचंड आयुधें धारण करणाऱ्या त्या क्रुद्ध भीमसेनापुढें जीविताची आशा करणारा कोणता वीर जाणार आहे बरें ? वडवानलांत सांपडलेला मनुष्यही सुटेल, पण भीमसेनाच्या तावडींत सांपडलेला कांहीं सुटावयाचा नाहीं असें मला खातरीनें वाटतें. संजया, या भीमसेनाप्रमाणेंच सर्व पांडव, पांचाल, श्रीकृष्ण व सात्यकि हे एकदां का युद्धांत खवळले, म्हणजे त्यांना आपल्या जिवाच्या रक्षणाचेंही भान रहात नाहीं ! सूता, आतां खरोखर माझ्या मुलांच्या जिवावरच येऊन बेतलें म्हणावयाचें !

याप्रमाणें धृतराष्ट्र शोकाकुल झालेला पाहून संजय म्हणाला:—हे कौरवा, महासंकट प्राप्त झाल्यानंतर आतां तूं त्याबद्दल शोक करीत आहेस, परंतु जगाच्या या विनाशाला तूंच कारणीभूत आहेस यांत संशय नाहीं. तूंच स्वतः मुलांच्या सांगण्याप्रमाणें वागून मोठें वैर वाढविलेंस; व तुला परोपरीनें सांगितलें असतांही, मृत्युकाल जवळ आलेला मनुष्य हितकर औषध घेत नाहीं तद्वत् तूं त्याचा स्वीकार केला नाहींस. हे महाराजा, हे नरोत्तमा, पचण्यास अतिशय कठीण असें कालकूट विष तूं स्वतः प्राशन केलें आहेस, त्याचें हें दारुण फल आतां भोग ! लढाई करणाऱ्या महाबलिष्ठ योद्धयांना तूं कुत्सित बोलत आहेस, तेव्हां त्या ठिकाणीं कसकसें युद्ध झालें तें मी तुला निवेदन करितों.

भीमपराक्रम.

हे भारता, भीमसेनानें कर्णास पराजित केलेलें पाहून तुझ्या पांच महाधनुर्धर पुत्रांस तें सहन झालें नाहीं. दुर्मर्षण, दुःसह, दुर्मद, दुर्धर व जय हे पांच चित्रविचित्र चिलखतें चढविलेले भ्राते त्या पांडवांवर धावून गेले. त्यांनीं त्या महाबलिष्ठ वृकोदरास चोहोंकडून घेरिलें, आणि टोळांच्या झुंडीप्रमाणें बाणांनीं दशदिशा व्यापून टाकिल्या. राजा, याप्रमाणें ते देवांसारखे रूपवान् कुमार एकाएकीं चालून येत असतांना भीमसेनानें रणांत हंसत हंसतच त्यांशीं सामना मांडला. इतक्यांत तुझे मुलगे भीमसेनासमोर गेलेले पाहून राधेय कर्णही महाबलिष्ठ भीमसेनावर शिळेवर लावलेले तीक्ष्ण सुवर्णपुंख बाण सोडीत उलटला. तेव्हां तुझे मुलगे अडथळा करीत असतांही भीमसेन त्वरेनें त्यावर चालून गेला. परंतु मग कौरवांनीं कर्णाच्या सभोंवतीं जमून भीमावर नतपर्व शरांचा वर्षाव चालविला. परंतु, राजा, भीमानें पंचवीस बाणांनींच त्या भयंकर धनुष्यें धारण करणाऱ्या नरश्रेष्ठांना अश्व व सारथि यांसुद्धां यमसदनीं पाठविलें. रंगीबेरंगी फुलें ज्यांवर आहेत असे महावृक्ष वाऱ्यानें मोडून पडतात तद्वत् ते आपल्या सूतांसह गतप्राण होऊन रथांतून खालीं कोसळले ! राजा, भीमसेनानें कर्णास बाणांनीं झांकून तुझ्या मुलांस ठार केलें, त्या वेळीं तेथें त्याचा अद्भुत पराक्रम आम्हांस दृग्गोचर झाला. हे महाराजा, भीमसेन तीक्ष्ण शरांनीं कर्णास चोहोंकडून अटकाव करूं लागला, तेव्हां तो भीमाकडे डोळे वटारून पाहूं लागला; आणि अगदीं खवळून गेल्यामुळें रागानें ज्याचे डोळे लाल झाले आहेत असा तो भीमसेनही वरचेवर आपल्या अतिप्रचंड धनुष्याचा टणत्कार करीत त्याकडे तसाच वांकड्या नजरेनें पाहूं लागला.

अध्याय एकशें छत्तिसावा.

—:०:—

भीमाचा पराक्रम.

संजय सांगतोः—राजा, तुझे पुत्र पडलेले पाहून प्रतापी कर्णाला फारच क्रोध आला, आणि तो आपल्या जिवावरही उदार झाला. आपल्या समक्ष भीमसेनानें तुझ्या पुत्रांस रणांत मारिलें, तेव्हां याचा सर्व दोष आपणावरच येतो, असें मनांत घेऊन तो त्या वेळीं आपणास अपराधी समजूं लागला; आणि भीमाशीं निकरानें लढूं लागला. नंतर क्रुद्ध भीमसेनानें पूर्वीचें वैर स्मरून कर्णाच्या अंगांत तीक्ष्ण शर टोंचिले. तेव्हां कर्णानेंही मोठ्यानें हंसत हंसतच भीमसेनास पांच बाणांनीं विद्ध करून लगेच आणखी सत्तर तीक्ष्ण शर त्यावर टाकिले. परंतु कर्णानें फेंकलेल्या त्या बाणांची फिकीर न करतां भीमानें शंभर नतपर्व सायकांनीं कर्णास घायाळ केलें; आणि, हे मारिषा, पुनः त्यानें पांच शरांनीं त्याच्या मर्मस्थानाचा वेध करून अर्धचंद्राकार बाणानें त्याचें धनुष्य तोडून टाकिलें. हे भारता, नंतर तो दुर्मुखलेला कर्ण दुसरें धनुष्य घेऊन भीमास शराच्छादित करूं लागला. तेव्हां भीमानें त्याचे घोडे मारून सारथिही ठार केला, आणि याप्रमाणें तोडीस तोड करून तो फार मोठ्यानें हंसला. पुनः पुनः त्या पुरुषर्षभानें बाण सोडून त्याचें धनुष्य भग्न केलें ! तेव्हां हे महाराजा, तें सुवर्णपृष्ठ धनुष्य मोठ्यानें कडकडत खालीं पडलें. मग महारथी कर्णानें रथांतून उतरून गदा उचलली, आणि ती रागारागानें रणांगणांत भीमसेनावर फेंकिली. राजा, ती महागदा येत आहे असें पाहून भीमानें सर्व सैन्याच्या देखत शरांनीं तिचे तुकडे उडविले ! नंतर सूतपुत्राच्या वधाची इच्छा करणाऱ्या त्या पराक्रमी पांडवानें त्वरेनें हजारों बाण सोडले; परंतु कर्णानें

ते बाण बाणांनींच निवारून आणखी सायकांनीं रणांत भीमाचें कवच फोडून टाकलें! नंतर भीमानें पंचवीस नाराच बाण सर्व सैन्यासमक्ष कर्णाच्या शरीरावर रोविले, तेव्हां तें त्याचें कृत्य मोठें अद्भुत झालें! हे मरिषा, मग खवळलेल्या भीमसेनानें नऊ नतपर्व बाण कर्णावर सोडिले. तेव्हां ते तीक्ष्ण बाण त्याचें कवच फोडून व उजवा हात जायबंदी करून वारुळांत शिरणाऱ्या सर्पांप्रमाणें धरणींत प्रवेशले.

राजा, तो कर्ण भीमसेनाच्या शरौघांनीं आच्छादित होऊं लागल्यामुळें पुनः त्यापासून पराङ्मुख झाला. तो सूतपुत्र पराङ्मुख होऊन पायांनींच पळत आहे आणि अशा स्थितींत भीमसेनाच्य बाणांनीं तो अगदीं व्यापून गेला आहे असें अवलोकन करून दुर्योधन राजा म्हणाला, "वीरहो, चोहोंकडून दक्षतेनें कर्णाच्या रथाकडे सत्वर चला."

राजा, मग आपल्या भावाचे ते शब्द ऐकून तेजस्वी उपचित्र, चित्राक्ष, चारुचित्र, शरासन, चित्रायुध व चित्रवर्मा हे तुझे विलक्षण लढवय्ये पुत्र तीक्ष्ण शर सोडित रणांगणांत त्वरेनें भीमसेनावर धांवले. इकडून महारथी भीमही त्वरेनें त्यांवर जाऊन पडला. त्यानें तुझ्या मुलांस एकेक बाणानेंच रणांगणांत लोळविलें; तेव्हां वायूनें मोडलेल्या वृक्षांप्रमाणें ते गतप्राण होऊन भूतलावर कोसळले! राजा, तुझे ते महारथी पुत्र ठार झाल्याचें पाहून कर्णाचें मुख आंसवांनीं भिजून गेलें; आणि विदुराच्या त्या मागील भाषणाची त्याला आठवण झाली! मग पुनः तो पराक्रमी वीर दुसऱ्या सुसज्ज रथावर बसून रणांगणांत त्वरेनें भीमसेनावर चालून गेला. मग त्या दोघांनीं सुवर्णपुच्छ तीक्ष्ण शरांनीं एकमेकांच्या शरीरांस आरपार भोकें पाडिलीं; तेव्हां, ज्यांतून सूर्यकिरण पार गेले आहेत अशा मेघांसारखे ते शोभूं लागले. नंतर क्रुद्ध पंडुपुत्रानें घांसलेल्या तीक्ष्ण धारेच्या छत्तीस भल्ल बाणांनीं कर्णाचें धनुष्य दूर उडवून दिलें; आणि, हे भरतर्षभा, कर्णानेंही गांठी मारून अगदीं गुळगुळीत केलेल्या पन्नास बाणांनीं त्या कौंतेयाचा वेध केला; त्या दोघांच्या अंगांस मूळचेंच रक्तचंदन फांसलेलें होतें; आणि त्या वेळीं त्यांवर बाणांच्या मोठमोठ्या जखमा झाल्या असून ते अगदीं रक्तबंबाळ होऊन गेले होते, यामुळें ते आरक्तवर्ण वीर नुकतेच उदय पावलेले चंद्रसूर्यच आहेत कीं काय असा भास होत होता. ज्यांचे अवयव रक्तानें भरून गेले आहेत आणि चिलखतें शरांनीं छिन्न झालीं आहेत असे ते कर्ण-भीमसेन मोकळ्या भुजंगांसारखे तेथें तळपत होते. ते दोघे नरश्रेष्ठ दांतांनीं एकमेकांस घाय करणाऱ्या वाघांप्रमाणें परस्परांस पीडा देत होते; आणि मेघांप्रमाणें शरधारांचा वर्षाव करीत होते. हत्ती एकमेकांस दांतांनीं प्रहार करितात त्याप्रमाणें ते शत्रूंस जर्जर करणारे वीर अन्योन्यांच्या अवयवांचा शरांनीं भेद करीत असतां फारच चमकूं लागले. ते वरचेवर गर्जना करीत व मधून विकट हास्य करीत, अन्योन्यांशीं झगडत, आणि पुनः उलटून रथांच्या योगानें मंडलें करीत, कालवडीसन्निध असलेल्या बलिष्ठ बैलांप्रमाणें ते डुरकण्या देत होते, आणि ते महाबलिष्ठ नरवीर सिंहांप्रमाणें पराक्रम गाजवीत होते. क्रोधानें ज्यांचे नेत्र आरक्त झाले आहेत, असे ते महापराक्रमी वीर इंद्र व बलि यांसारखे लढले!

राजा, नंतर दोहों हातांनीं धनुष्य इकडून तिकडे फिरविणारा महाबलिष्ठ भीमसेन रणांत विद्युद्युक्त मेघाप्रमाणें शोभूं लागला. रथाच्या धावांचा शब्द हा ज्याच्या गडगडाट, चाप हीच ज्याची विद्युत् व शर हेंच ज्याचें उदक, असा तो भीमसेनरूपी महामेघ कर्णरूपी पर्वताला झांकूं लागला. हे भारता, मग त्या भीमपराक्रमी

पंडुपुत्र भीमसेनानें हजारों बाण नेमानें सोडून कर्णास अगदीं भरून काढलें. जेव्हां तो कंकपत्रयुक्त सुपुंख शरांनीं कर्णास आच्छादूं लागला, तेव्हां त्या ठिकाणीं त्याचा अद्भुत पराक्रम तुझ्या पुत्रांनीं अवलोकन केला. तो भीमसेन रणांत अर्जुन, यशस्वी कृष्ण, सात्यकि व पार्थाचे चक्ररक्षक उत्तमौजा व युधामन्यु ह्यांस हर्षवीत कर्णाशीं लढत होता. हे महाराजा, त्या आत्मवेत्त्या भीमसेनाच्या बाहूंचा प्रताप, त्याचा पराक्रम व धैर्य पाहून तुझे पुत्र उदास झाले.

अध्याय एकशें सदतिसावा.

—:०:—

भीमयुद्ध.

संजय सांगतोः—ज्याप्रमाणें मत्त गजाला दुसऱ्या गजाची गर्जना सहन होत नाहीं, त्याप्रमाणें कर्णाला भीमसेनानें केलेला प्रत्यंचेचा टणत्कार व तलशब्द सहन झाला नाहीं. तथापि त्यानें मुहूर्तमात्र भीमसेनाच्या दृष्टीआड राहून त्यानें लोळविलेल्या तुझ्या मुलांस डोळे भरून पाहिलें. राजा, त्यांस पाहून त्या वेळीं कर्णाचें अंतःकरण व्याकूळ होऊन त्यास फार दुःख झालें. शेवटीं तो दीर्घ व उष्ण निश्वास टाकीत पुनः भीमसेनासन्मुख झाला. क्रोधामुळें ज्याचे नेत्र आरक्त झाले आहेत व जो सर्पासारखे सुस्कारे टाकीत आहे, असा तो कर्ण बाण सोडीत असतां किरण सोडणाऱ्या सहस्ररश्मीप्रमाणें शोभूं लागला. हे भरतर्षभा, सूर्यकिरणांनीं पर्वत व्यापून जातो त्याप्रमाणें कर्णाच्या धनुष्यापासुन निघालेल्या शरांनीं वृकोदर भीमसेन झांकून गेला. ते कर्णाच्या धनुष्यापासुन निघालेले मयूरपिच्छांकित शर पक्षी वस्ती करण्यासाठीं चोहोंकडून वृक्षांच्या विस्तारांत घुसतात त्याप्रमाणें भीमसेनाच्या शरीरांत घुसले. कर्णाच्या धनुष्यापासून सुटलेल्या त्या बाणांचे पिसारे सोन्याचे असल्यामुळें, ते आकाशमार्गानें सर्वत्र भ्रमण करीत असतां ओळीओळीनें चाललेल्या हंसांसारखे शोभत होते. राजा, त्या अधिरथपुत्र कर्णाचे बाण धनुष्य, ध्वज, उपकरण, छत्र, दांडी व जूं यांपासून निघतांना दिसत होते. त्या कर्णानें महावेगानें आकाश व्याप्त करीत गृध्रपक्ष्याचीं पिसें लावलेले व सुवर्णानें सुशोभित केलेले आकाशगामी तेजस्वी बाण सोडले; व स्वतःच्या प्राणावरही उदार होऊन, त्या अंतकाप्रमाणें खवळून चालून येत असलेल्या भीमसेनास गांठून त्याचा नऊ तीक्ष्ण शरांनीं वेध केला. तेव्हां त्याचा तो असह्य वेग पाहून व ते मोठे शरसंघ पाहूनही तो वीर्यशाली भीमसेन डगमगला नाहीं. त्यानें कर्णाचीं तीं शरजालें उडवून देऊन पुनः त्यास वीस तीक्ष्ण शरांनीं वेध केला. ज्याप्रमाणें त्यास कर्णानें बाणांनीं आच्छादिलें होतें, त्याच प्रमाणें त्यानें रणांगणांत कर्णास आच्छादून टाकिलें. तेव्हां, हे भारता, भीमसेनाचा युद्धांतील पराक्रम पाहून तुझे वीर त्याची प्रशंसा करूं लागले; चारण हर्षभरित झाले; आणि भूरिश्रवा, कृपाचार्य, अश्वत्थामा, शल्य, जयद्रथ, उत्तमौजा, सात्यकि, युधामन्यु व कृष्णार्जुन हे कौरवपांडवांकडील मोठमोठे दहा महारथी 'शाबास! शाबास!' असें म्हणून ओरडूं लागले. राजा, याप्रमाणें तो अंगावर कांटा आणणारा तुंबळ ध्वनि होऊं लागला, तेव्हां तुझा पुत्र दुर्योधन घाईघाईनें म्हणाला, "राजे, राजपुत्र व भ्रातेहो, तुमचें कल्याण असो. भीमसेनापासून कर्णाचें रक्षण करण्यासाठीं त्याकडे चला. समोर भीमसेनाच्या चापापासून सुटलेले शर राधेयास मारीत आहेत. यासाठीं, महाधनुर्धरहो, राधापुत्राच्या रक्षणाविषयीं झटकन् प्रयत्न करा.

हे भारता, दुर्योधनाची आज्ञा होतांच सात सहोदर भाऊ खवळून भीमसेनावर धांवून त्याचें निवारण करूं लागले. त्यांनीं भीमसेनास गांठलें, आणि पावसाळ्यांत मेघ पर्वतास शरधारांनीं झांकितात त्याप्रमाणें त्यास शरवृष्टींनीं झांकून टाकलें. राजा, ज्याप्रमाणें सृष्टिसंहार कालीं सप्त-ग्रह सोमास पीडितात, त्याप्रमाणें ते क्रुद्ध महा-रथी भीमास पीडूं लागले. राजा, मग भीम-सेनानें उत्तम सजविलेलें आपलें धनुष्य मुठीनें घट्ट धरून मनुष्यास ठार करण्याजोगे सात बाण निवडून धनुष्यास लाविले; आणि, हे महाराजा, पूर्वीचें वैर मनांत आठवून तुझ्या पुत्रांचे प्राण शरीरांतून दूर करीतच कीं काय ते सूर्यकिर-णांसारखे तेजस्वी बाण त्या समर्थानें मोठ्या त्वेषानें सोडले! हे भारता, भीमसेनानें फेंकलेले ते सुवर्णपुंख तीक्ष्ण शर त्या भारती वीरांस भेदून आकाशांत उडाले! हे महाराजा, त्यांचीं हृदयें विदीर्ण करून ते सुवर्णभूषित बाण आका-शांत उडणाऱ्या गरुडासारखे झळकूं लागले. त्यांवर सोन्याचें जडावाचें काम केलेलें असून त्यांच्या पिसाऱ्यांचीं अग्रें रक्तानें माखलीं होतीं; आणि, हे राजेंद्रा, तुझ्या पुत्रांचें रक्त पिऊन ते वर गेले होते!

असो; ज्याप्रमाणें पर्वताच्या कड्यावर वाढ-लेले महावृक्ष हत्तीनें मोडले असतां खालीं कोसळतात, त्याप्रमाणें ते तुझे पुत्र शरांनीं मर्मस्थानें विदीर्ण झाल्यामुळें रथांतून भूमीवर पडले. याप्रमाणें ते शत्रुंजय, शत्रुसह, चित्र, चित्रायुध, दृढ, चित्रसेन व विकर्ण हे सातजण मारले गेले. या तुझ्या मेलेल्या सर्व मुलांपैकीं विकर्णाविषयीं मात्र भीमास फार दुःख होऊन त्यानें अतिशय शोक केला. कारण तो त्यास तसाच प्रिय वाटत असे. तो म्हणाला, "विकर्णा! मी सर्वांस रणांत मारीन म्हणून प्रतिज्ञा करून चुकलों आहें, आणि त्यामुळें तूं मारला गेलास. मीं आपली प्रतिज्ञा पाळिली! वीरा, क्षत्रधर्माप्रमाणें तूं समरांगणांत प्राप्त झालास, आणि त्यामुळें युद्धांत पडलास. बाबारे, युद्धाचे नियम मोठे कडक आहेत. तूं विशेषेंकरून राजाच्या व आमच्या हिताविषयीं तत्पर होतास; आणि त्यामुळें एका तऱ्हेनें न्यायानें व दुसऱ्या तऱ्हेनें अन्यायानेंही तूं महातेजस्वी वीर मरून पडला आहेस. अरे, इतरांची गोष्ट कशाला? ज्याची बुद्धिमत्ता अगाध असून भू-लोकीं जो केवळ बृहस्पतीसारखा होता, त्या गांगेय भीष्मानें रणांत प्राण सोडले, त्यापेक्षां युद्ध हेंच मोठें निष्ठुर होय!"

संजय सांगतोः—कर्णाच्या देखत त्यांस ठार करून महाबलिष्ठ भीमसेनानें घोर सिंह-नाद केला. हे भारता, त्या शूराच्या त्या शब्दानें जणूं काय तें युद्ध व त्यांत झालेला आपला मोठा विजयच कळविला. धनुर्धर भीम-सेनाचा तो प्रचंड सिंहनाद ऐकून धीमान् धर्म-राजाला मोठा आनंद झाला. हे राजा, मग त्यानें हर्षभरित अंतःकरणानें मोठमोठ्यानें वाद्यें वाजवून भावाच्या त्या सिंहनादाचा गौरव केला; आणि त्यानें याप्रमाणें सिंहनादानें दिलेल्या खुणेचा स्वीकार करून परमानंदानें रणांगणांत सर्वशस्त्रधराग्रणी द्रोणाचार्यांवर चाल केली.

राजा, इकडे भीमानें आतांपर्यंत तुझे एक-तीस पुत्र मारिले होते. ते गतप्राण झालेले पाहून दुर्योधनास विदुराचें तें मागील वाक्य आठवलें! विदुराचें तें भाषण खरोखर हितकर होतें हें आतां प्रत्ययास आलें! असें मनांत येऊन त्यास पुढें काय करावें हेंही सुचेनासें झालें. अरे, तुझा तो कोत्या बुद्धीचा दुष्ट पुत्र व कर्ण द्यूताच्या वेळीं पांचालीला सभेंत आणवून जें बोलला; आणि, राजा, कर्णानें पांडवांच्या व तुझ्याही तोंडावर द्रौपदीला जे

कठोर वाक्प्रहार केले; त्याचप्रमाणें, राजेंद्रा, तूं व सर्व कौरव ऐकत असतांना, “ द्रौपदी, हे पांडव नष्ट झाले असून शाश्वत नरकांत जाऊन पडले आहेत! आतां तूं दुसरा पति वर.” असें जें तो म्हणाला, त्याचें हें फल प्राप्त झालें आहे! तसेंच तुझ्या कोपिष्ट पुत्रांनीं महात्म्या पांडवांना षंढ वगैरे जीं दुरुत्तरें ऐकविलीं त्याचें हें फळ होय! राजा, तेरा वर्षे दाबून ठेवलेला तो क्रोधाग्नि भीमानें आज प्रकट करून तुझ्या पुत्रांचा संहार चालविला आहे! हे भरतश्रेष्ठा, विदुरानें तुला व तुझ्या मुलांना परोपरीनें सांगितलें, परंतु त्याचा कांहीं-एक उपयोग न होऊन त्याची हुरहुर नाहींशी झाली नाहीं त्याचें हें फळ भोग. तूं वृद्ध व विचारी असून काय करावें, काय नाहीं, याचें तुला यथार्थ ज्ञान आहे, तथापि तूंही सुहृदांच्या उपदेशाप्रमाणें वागला नाहींस. तेव्हां येथें दैवच बलवत्तर म्हणावयाचें! यासाठीं, हे नरश्रेष्ठा, शोक करूं नको. हा तुझाच मोठा अपराध आहे; व आपल्या पुत्रांच्या नाशास तूंच कारणीभूत आहेस असें माझें मत आहे! असो; राजेंद्रा, विकर्ण पडला, वीर्यशाली चित्रसेन गतप्राण झाला, आणि तुझ्या मुलांपैकीं बलिष्ठ बलिष्ठ व दुसरेही महारथी मरण पावले. हे महाराजा, तुझे जे जे पुत्र भीमसेनाच्या दृष्टीस पडत, त्यांना त्यांना तो त्वरेनें ठार करी! खरोखर पंडुपुत्र भीमसेन व कर्ण यांनीं सोडलेल्या हजारों बाणांनीं सेना दग्ध होत असतांना मी केवळ तुझ्यासाठीं ती पहात होतों.

अध्याय एकशें अडतिसावा.

—:०:—

समरवर्णन.

धृतराष्ट्र म्हणालाः—सूता, तूं म्हणतोस तेंच खरें! यांत विशेषेंकरून माझाच मोठा गुन्हा आहे, आणि मला शोक करीत बसावयास लावणारें हें त्याचेंच फळ सांप्रत प्राप्त होत आहे असें मी समजतों. असो; संजया, मला वाटतें, झालें तें झालें. आतां त्याबद्दल पश्चात्ताप करीत बसण्यांत काय तात्पर्य? आतां या ठिकाणीं मात्र माझें जें कर्तव्य असेल तें मी करीन! असो; संजया, माझ्या दोषामुळें उद्भवलेला हा वीरांचा क्षय कसकसा घडून आला तें मला सांग, मीं आपलें चित्त स्वस्थ ठेविलें आहे.

संजय सांगतोः—हे महाराजा, महाबलिष्ठ व पराक्रमी वीर कर्ण—भीमसेन यांनीं वृष्टि करणाऱ्या मेघांप्रमाणें बाणांचा पाऊस पाडला. भीमाचें नांव ज्यांवर लिहिलें आहे असे त्याचे सुवर्णपुंख व निसणावर लावलेले बाण प्राणांच्या चिंधड्या करीत कीं काय कर्णाच्या शरीरांत घुसले; आणि त्याचप्रमाणें कर्णाच्या मयूरपिच्छयुक्त शेंकडों हजारों शरांनीं वीर भीमसेनास आच्छादून टाकिलें. हे महाराजा! त्या दोघांच्या चोहोंकडे पडणाऱ्या बाणांनीं त्या ठिकाणीं सैन्यांमध्यें समुद्रापेक्षांही मोठी खळबळ उडवून दिली! हे अरिंदमा, भीमसेनाच्या धनुष्यापासून सुटलेल्या सर्पतुल्य भयंकर शरांनीं चमूच्या मध्यभागीं तुझ्या सैन्याचा निःपात उडविला. राजा, त्या वेळीं मरून पडलेले हत्ती, घोडे व नर यांच्या योगानें ती रणभूमि जशी कांहीं वाऱ्यानें मोडलेल्या वृक्षांनींच व्यापून गेली आहेशी दिसूं लागली. भीमाच्या चापापासून सुटलेल्या शरांनीं मरूं लागलेले तुझे योद्धे “ अरे! हें आहे तरी काय?” असें ओरडूं लागले व पळ काढूं लागले. मग कर्ण व भीमसेन यांच्या महावेगवान् बाणांनीं तें जर्जर झालेलें सिंधु, सौवीर व कौरव यांचें सैन्य दूर पळविलें. ज्यांतील मोठमोठे वीर पडले आहेत, आणि

अश्व, रथ व हत्ती भग्न झाले आहेत, असे ते वीर भीम व कर्ण यांस सोडून दाही दिशांस उधळले. " ज्यापेक्षां कर्ण व भीमसेन यांच्या शरांनीं आमचेंच सैन्य मरत आहे, त्यापेक्षां खरोखर देवच पांडवांचा जय व्हावा म्हणून आम्हांस मोह पाडीत आहेत खास ! " असें म्हणत ते तुझे भयभीत झालेले योद्धे बाणाच्या टप्प्याच्या पलीकडे जाऊन युद्ध पाहाण्यासाठीं उभे राहिले.

राजा, नंतर भिण्यांचें भय वाढविणारी व शूरांस हर्षविणारी एक भयंकर नदी त्या रणांगणांत वाहूं लागली. हत्ती, अश्व व मनुष्य यांच्या रक्तापासून तिची उत्पत्ति झाली होती; आणि गतप्राण झालेले मनुष्य, गज व अश्व यांनीं ती भरून गेली होती. त्याचप्रमाणें रथाच्या बैठकी व पताका, हत्ती, घोडे व रथ यांचीं भूषणें, मोडके रथ, भंगलेलीं चाकें, आंस व दांड्या, फारच मोठा टणत्कार करणारीं सुवर्णालंकृत धनुष्यें, कर्ण-भीमांनीं सोडलेले मोकळ्या भुजंगांसारखे हजारों सुवर्णपुंख नाराच बाण, प्रास व तोमर यांच्या राशी, खड्ग, परशु, सुवर्णविभूषित गदा, मुसळें व पट्टे, निरनिराळ्या आकारांचे ध्वज, शक्ति, परिघ आणि चित्रविचित्र शतघ्नी यांच्या योगानें, हे भारता, ती रणभूमि शोभूं लागली. तसेंच, हे मारिषा, सोन्याचीं कडीं, हार, कुंडलें व मुकुट, त्याचप्रमाणें मोडकीं कडीं, अंगठ्या, चूडामणि, पागोटीं, गोफ, कवचें, तलत्राणें, हार, निष्कांच्या माळा, वस्त्रें, छत्रें, मोडून पडलेल्या चंवऱ्या व पंखे, विदीर्ण झालेले गज, अश्व व मनुष्य, रक्तानें माखलेले बाण आणि यांशिवाय छिन्नभिन्न व विद्ध होऊन सर्वत्र पडलेले नानाप्रकारचे पदार्थ यांनीं ती भूमि ग्रहयुक्त अंतरिक्षाप्रमाणें शोभूं लागली. त्या दोघांचें अचिंत्य, अद्भुत व अमानुष कर्म पाहून चारण व सिद्ध यांसही विस्मय वाटला. अग्नीला वायूचें साहाय्य मिळाल्यावर सुक्या गवतावर त्याचा परिणाम होतो, त्याप्रमाणें कर्णाला रणांत भीमसेनाची तोड मिळाल्यामुळें त्याचा प्रभाव फारच भयंकर झाला. ध्वज व रथ पाडले गेले; अश्व, नर व गज मारले गेले आणि दोन हत्ती एकमेकांशीं झगडूं लागले असतां देवनळाचें रान उध्वस्त होतें, तसें त्या दोघांच्या योगानें, मेघराजासारखें दिसणारें तें तुझें सैन्य उध्वस्त होऊन गेलें; आणि, राजा, कर्ण व भीमसेन या उभयतांच्या योगानें रणांत फारच नाश झाला.

अध्याय एकशें एकुणचाळिसावा.

—:०:—

भीम व कर्ण यांचा घनघोर संग्राम.

संजय सांगतोः—हे महाराजा, नंतर कर्णानें तीन शरांनीं भीमास वेधून पुष्कळ विचित्र शरवृष्टि केल्या. परंतु याप्रमाणें सूतपुत्राचा मारा होत असतांही तो महाबलिष्ठ भीमसेन उलणाऱ्या पर्वताप्रमाणें व्यथित झाला नाहीं. इतकेंच नव्हे, तर उलट त्यानेंही समरांगणांत तेल लावून घांसलेल्या एका तीक्ष्ण कर्णिसंज्ञक बाणानें कर्णाच्या कानास जबर दुखापत केली; आणि, हे महाराजा ! एखादा देदीप्यमान तेजस्वी तारा आकाशांतून तुटून पडावा त्याप्रमाणें त्यानें कर्णाचें भलें मोठें व सुंदर कुंडल भूमीवर पाडिलें ! नंतर त्या क्रुद्ध वृकोदरानें हंसत हंसत दुसरा एक भल्ल बाण कर्णाच्या स्तनमध्यभागीं जोरानें मारिला; आणि, हे भारता, पुनः त्या महाबलिष्ठानें मोकळ्या भुजंगांसारखे आणखी दहा नाराच बाण त्वरेनें रणांत सोडिले. धृतराष्ट्रा, त्यानें फेंकलेले ते बाण वारुळांत शिरणाऱ्या भुजंगांप्रमाणें कर्णाचें कपाळ फोडून आंत शिरले ! व त्या कपाळांत रुतलेल्या शरांच्या योगानें

कर्ण पूर्वी नीलकमलांची माळा धारण करून शोभत असे तसा शोभूं लागला. चपल पांडुपुत्रानें याप्रमाणें अतिशय घायाळ केल्यामुळें कर्णाला चक्कर आली, आणि रथाची दांडी धरून त्यानें डोळे मिटले, परंतु रक्तानें ज्याचें सर्वांग माखलें आहे असा तो परंतप कर्ण मुहूर्तमात्रांत पुनः सावध झाला, आणि मग फारच चवताळला. नंतर दृढधन्वी भीमानें पीडिल्यामुळें रणांत संतापलेला तो चपल कर्ण मोठ्या वेगानें भीमसेनाच्या रथावर धांवला. हे भरतकुलोत्पन्ना धृतराष्ट्रा, त्या अमर्षी, क्रुद्ध व बलवान् कर्णानें गिधाडाचीं पिसें लाविलेले शेंकडों बाण त्यावर सोडले ! तेव्हां तिकडून भीमसेनानेंही त्याच्या पराक्रमाची पर्वा न करितां रणांत त्याचा अपमान करून बाणांचे भयंकर वर्षाव केले. हे महाराजा, मग क्रुद्ध झालेल्या परंतप कर्णानें त्या खवळलेल्या पांडुपुत्राच्या छातीवर नऊ बाण मारिले; कराल दंष्ट्रांच्या वाघांसारखे ते दोघे नरव्याघ्र मेघांप्रमाणें रणांगणांत परस्परांवर शरवृष्टि करूं लागले, मोठ्यानें तलशब्द करून एकमेकांस भेडसावूं लागले, आणि आघातास प्रत्याघात करूं पाहाणारे ते क्रुद्ध वीर रणांत नानाप्रकारचीं शरजालें सोडून परस्परांस त्रास देऊं लागले.

हे भारता, नंतर त्या परवीरांतक महाबलिष्ठ भीमसेनानें एका क्षुरप्रानें कर्णाचें धनुष्य तोडून सिंहनाद केला ! तेव्हां महारथी सूतपुत्रानें तें मोडकें धनुष्य फेंकून दिलें आणि अधिक वेगवान् व मोठें बळकट असें दुसरें धनुष्य घेतलें. परंतु वृकोदरानें तेंही निमिषार्धांत छेदून टाकिलें. मग तिसरें, चौथे, पांचवें, सहावें, सातवें, आठवें, नववें, दहावें, अकरावें, बारावें, तेरावें, चौदावें, पंधरावें, सोळावें, सतरावें आणि अठरावेंही धनुष्य त्यानें वेगानें तोडून टाकिलें. याप्रमाणें भीमसेनानें कर्णाचीं पुष्कळ धनुष्यें तोडलीं !

राजा, नंतर कर्ण निमिषार्धांत पुनः धनुष्य हातांत घेऊन उभा राहिला. त्या वेळीं कुरु, सौवीर व सिंधु या वीरांचा क्षय झालेला पाहून व गळून पडलेलीं कवचें, ध्वज व शस्त्रें यांनीं जमीन व्याप्त झाली असून चोहोंकडे हत्ती, घोडे, रथ व मनुष्यें गतप्राण झालीं आहेत असें पाहून त्या सूतपुत्राला इतका संताप चढला कीं, तेणेंकरून त्याच्या शरीरावर विलक्षण तेज चढलें. तो आपल्या सुवर्णभूषित प्रचंड धनुष्याचा टणत्कार करून त्या भयानक भीमाकडे क्रूर दृष्टीनें पाहूं लागला. नंतर तो क्रुद्ध कर्ण बाण सोडीत असतां शरत्कालीं मध्याह्नीं आलेल्या सहस्ररश्मि दिनकराप्रमाणें झळकूं लागला. राजा, शेंकडों बाणांनीं भरून गेलेलें कर्णाचें शरीर चोहोंकडे किरण पसरणाऱ्या सूर्याप्रमाणें प्रखर दिसूं लागलें. तो बाण हातांत घेतो केव्हां, ते जोडतो केव्हां, धनुष्य ओढतो केव्हां, व बाण रणांत सोडतो केव्हां, हें कांहींच समजत नव्हतें. या चारी क्रिया इतक्या जलद चालल्या होत्या कीं, त्यांमध्यें मुळींच अंतर पडत नव्हतें; आणि, हे राजा, डावीउजवीकडून शर सोडणाऱ्या त्या कर्णाचें भयंकर धनुष्य अलातचक्राप्रमाणें मंडलाकार फिरत होतें ! हे महाराजा, कर्णाच्या धनुष्यापासून निघालेल्या सुवर्णपंख तीक्ष्ण शरांनीं दिशा व सूर्याची प्रभाही झांकून टाकिली. मग धनुष्यापासून सुटलेल्या नतपर्व शरांचे बहुतकरून लोटच्या लोट आकाशांत दृग्गोचर होऊं लागले. राजा, त्या कर्णाच्या धनुष्यापासून जे बाण निघत, ते आकाशांतून टोळ्याटोळ्यांनीं जाणाऱ्या क्रौंचपक्ष्यांप्रमाणें भासत. सोन्यानें सुशोभित केलेले, शिळेवर घांसलेले, गिधाडाचीं पिसें लाविलेले व तीक्ष्ण

अस्त्रांचे मोठे वेगवान् बाण कर्ण सोडीत होता. ते धनुष्याच्या बळानें फेंकले गेलेले सुवर्णविभूषित शर एकसारखे भीमसेनाच्या रथावर पडत होते. ते सोन्यानें मढविलेले हजारों बाण आकाशांत चकाकत होते, आणि त्यानें सोडलेले ते बाण त्याच्या धनुष्यापासून उडत असतांना टोळांच्या झुंडींसारखे दिसत होते. ते अगदीं एकाला एक लागून चालल्यामुळें जसा कांहीं एकच लांबच्या लांब बाण आकाशांत पसरला आहे असा भास होत होता; आणि अशा प्रकारें तो क्रुद्ध कर्ण पर्वतास जलधारांनीं व्यापणाऱ्या मेघाप्रमाणें भीमसेनास सायकवृष्टींनीं आच्छादीत होता.

हे भारता, त्या वेळीं तेथें भीमाचें बल, वीर्य, पराक्रम व कर्तृत्व सैन्यासह तुझ्या पुत्रांनीं अवलोकन केलें. समुद्राप्रमाणें अमर्याद अशा त्या चालू असलेल्या शरवृष्टीकडे बिलकूल लक्ष न देतां संतप्त भीमसेन कर्णावर धांवला. राजा, भीमसेनाचें सोन्याच्या पाठीचें प्रचंड धनुष्य त्यानें जोरानें आकर्षिल्यामुळें मंडलाकार होऊन दुसऱ्या इंद्रधनुष्याप्रमाणें शोभत होतें; आणि त्याच्यापासून निघालेले बाण जसे कांहीं आकाशच भरून टाकीत होते. भीमानें नतपर्व शरांची आकाशांत मालिकाच लाविली होती, आणि त्याचे ते बाण सोन्याच्या पिसाऱ्यांचे असल्यामुळें ती माळ सोन्याचीच आहे असें भासत होतें. मग आकाशास जाऊन मिळालेलीं तीं कर्णाचीं शरजालें भीमाच्या बाणांनीं फुटून त्यांचे तुकडे झाले. भीमसेन व कर्ण या उभयतांच्या शरजालांच्या शेंकडों समुदायांनीं त्या रणांगणांत आकाश अगदीं व्यापून गेलें. त्यांचे ते बाण सोन्याच्या पिसाऱ्याचे व सरलगामी असून त्यांचा स्पर्श अग्नीच्या ठिणग्यांप्रमाणें प्रखर होता.

असो; याप्रमाणें त्या बाणांनीं जेव्हां आकाश भरून गेलें, तेव्हां सूर्याचा प्रकाश पडेनासा झाला, वाराही बंद पडला आणि आकाश बाणजालांनीं झांकून गेल्यामुळें कांहींएक समजेनासें झालें. तो सूतपुत्र कर्ण भीमास निरनिराळ्या बाणांनीं आच्छादीत त्याच्या पराक्रमाचा अनादर करून त्याच्याजवळ जाऊन पोंचला. हे मारिषा, त्या ठिकाणीं तो शर सोडीत असतां त्यांचीं एकमेकांशीं भिडलेलीं शरजालें वायूप्रमाणें भ्रमण करतांना दिसूं लागलीं. हे भरतश्रेष्ठा, त्या पुरुषसिंहांचे बाण एकमेकांवर घांसूं लागल्यामुळें आकाशांत अग्नि पेटला. त्याचप्रमाणें खवळलेल्या कर्णानें शिकलगारानें पाणी दिलेले सोन्याच्या मुलाम्याचे तीक्ष्ण बाण भीमसेनाला ठार मारण्याच्या हेतूनें त्यावर सोडले; परंतु सूतपुत्रावर कडी करणाऱ्या भीमसेनानें अंतराळींच त्या एकेका बाणाचे तीन तीन तुकडे केले, आणि "उभा रहा! उभा रहा!" अशी आरोळी दिली. पुनः त्या असहिष्णु, बलवान् व अग्नीप्रमाणें प्रखर झालेल्या क्रुद्ध पांडवानें बाणांची भयंकर वृष्टि चालविली. नंतर त्यांच्या गोध्यांवर बाणांचा आघात झाल्यामुळें 'चटचट' असा शब्द होऊं लागला. त्याचप्रमाणें फारच मोठा तलशब्द, भीतिप्रद सिंहनाद, रथांच्या धांवांचा घरघराट व प्रत्यंचांचा दारुण टणत्कार होऊं लागला. राजा, त्या वेळीं एकमेकांचा वध करण्याची इच्छा करणाऱ्या कर्ण-पांडवांचा पराक्रम पाहाण्यासाठीं युद्ध करण्याचे थांबले; देवर्षि, सिद्ध व गंधर्व "शाबास, शाबास!" असें म्हणून त्यांची प्रशंसा करूं लागले; आणि त्याचप्रमाणें विद्याधरांचे थवे पुष्पवृष्टि करूं लागले.

नंतर चवताळून गेलेला दृढपराक्रमी व महाबलिष्ठ भीमसेन कर्णाचीं अस्त्र आपल्या

अस्त्रांनीं आवरून धरून त्यास बाणांनीं वेधूं लागला; आणि महाबलाढ्य कर्णानेंही भीमाचे बाण निवारून रणांत त्यावर सर्पतुल्य नऊ नाराच बाण टाकिले. तेव्हां भीमसेन तितक्याच शरांनीं अंतराळांत कर्णाच्या त्या बाणांचे तुकडे करून "उभा रहा! उभा रहा!" असें त्यास म्हणाला. मग महाबाहु भीमसेनानें दुसरा यमदंडच किंवा खवळलेला यमच कीं काय असा एक बाण कर्णावर सोडला. परंतु, राजा, भीमाचा बाण येत असतां, प्रतापी कर्णानें हंसत हंसतच तीन शरांनीं त्याचे तुकडे उडविले. मग पांडुपुत्र भीमसेनानें पुनः भयंकर शरवृष्टि केली, परंतु लढणाऱ्या भीमाचीं तीं सर्व अस्त्रें कर्णानें निर्भयपणें अस्त्रमायेच्या योगानें ग्रहण केलीं. मग क्रुद्ध कर्णानें नतपर्व शरांनीं भीमाचा भाता, धनुष्याची दोरी आणि घोड्यांचे लगाम व तंग रणांगणांत तोडून टाकिले; आणि पुनः त्याचे घोडे ठार करून सारथ्यावरही पांच बाण टाकिले; परंतु तो निसटून त्वरेनें युधामन्यूच्या रथावर गेला. मग प्रलयकालिक अग्नीप्रमाणें तेजस्वी अशा त्या संतप्त राधेयानें हास्यपूर्वक भीमाचा ध्वज छेदिला आणि पताकाही खालीं पाडिली! मग धनुष्यहीन झालेल्या महाबाहु भीमानें रथशक्ति घेतली, आणि ती परजून रागारागानें कर्णाच्या रथावर भिरकावली. कांचनाचीं भूषणें लाविलेली ती शक्ति मोठ्या उल्केप्रमाणें प्रकाशित असतां खवळलेल्या कर्णानें दहा शरांनीं ती छेदून टाकिली. तेव्हां मित्र दुर्योधनासाठीं विलक्षण लढणाऱ्या सूतपुत्रानें सोडलेल्या त्या तीक्ष्ण शरांनीं ती शक्ति दहा ठिकाणीं फुटून पतन पावली! मग एक मृत्यु किंवा विजय मिळविण्याचा निर्धार करून भीमसेनानें सोन्याच्या मुलाम्याची ढाल व तरवार उचलली. परंतु, हे भारता, क्रुद्ध कर्णानें ती त्याची उज्ज्वल ढाल अनेक अत्युग्र शरांनीं सहज उडवून दिली. हे महाराजा, मग विरथ व चर्महीन झाल्यामुळें भीमसेन रागानें बेहोष झाला, आणि त्यानें तरवार चमकावून ती त्वरेनें कर्णाच्या रथावर फेंकिली. राजेंद्रा, त्या प्रचंड तरवारीनें कर्णाचें सज्ज धनुष्य तोडून टाकिलें, आणि चवताळलेला सर्प आकाशांतून पडावा त्याप्रमाणें ती भूमीवर पडली. मग रणांत क्रुद्ध झालेल्या कर्णानें हास्य करून शत्रूंस मारणारें, बळकट दोरीचें व अधिक वेगवान् असें दुसरें धनुष्य घेतलें; आणि, हे महाराजा, तो सोन्याच्या पिसाऱ्याचे हजारों तेजस्वी बाण पांडुपुत्रास ठार मारण्याच्या हेतूनें सोडूं लागला. राजा, याप्रमाणें कर्णाच्या धनुष्यापासून निघालेल्या शरांचा भडिमार होऊं लागला, तेव्हां बलाढ्य भीमसेन त्याचें अंतःकरण उद्विग्न करीत आकाशमार्गानें त्यावर जाऊन पडला. परंतु समरांगणांत विजयाची इच्छा करणाऱ्या भीमसेनाचें तें कृत्य अवलोकन करून कर्णानें अंग संकुचित करून त्यास फसविलें. तो मनांत भिऊन गेलेला कर्ण रथोपस्थावर अंग चोरून निजला आहे असें पाहून भीमसेन त्याच्या ध्वजाचा विध्वंस करून भूतलावर उतरला. या वेळीं भीमानें सर्पास धरणाऱ्या गरुडाप्रमाणें कर्णास अचानक रथांतून उचलण्याचा जो प्रयत्न केला, त्याबद्दल त्याची सर्व कौरव व चारण प्रशंसा करूं लागले! असो, तो छिन्नधनुष्य व विरथ झालेला भीमसेन स्वधर्माचें पालन करण्यासाठीं आपला रथ मागें घालून युद्धास सज्ज झाला. त्याचा तो डाव फसवून नंतर कर्ण समरांत युद्धास उभा राहिलेल्या भीमसेनावर त्वेषानें चालून गेला. हे महाराजा, मग एकमेकांची स्पर्धा करणारे ते महाबलिष्ठ नरवीर ग्रीष्मर्तूच्या अंतीं एकमेकांवर आदळणाऱ्या मेघांसारखे गर्जना करीत परस्परांशीं भिडले. मग रणांगणांत त्या क्रुद्ध

व असहनशील नरसिंहांची देवदानवांच्यासारखी मोठीच हाणामारी सुरू झाली ! पुढें भीमाचीं शस्त्रें सरलीं व कर्ण तर त्यावर चालून येऊं लागला, तेव्हां तो आयुधरहित भीम कर्णाच्या रथाचा मार्ग चुकविण्यासाठीं जवळच अर्जुनानें मारून टाकिलेले पर्वतप्राय गज पडले आहेत असें पाहून त्यांमध्यें तो शिरला. हत्तींच्या ढिगाचा आश्रय करून तो मोडून पडलेल्या रथांच्या कोटांत शिरला, आणि आपले प्राण वांचविण्याच्या इच्छेनें त्यानें मग कर्णावर चाल केली नाहीं. मग तो परपुरंजय भीमसेन निश्चयाचें अवलंबन करून अर्जुनाच्या बाणांनीं मारिलेला एक हत्ती उगारून महौषधियुक्त द्रोणागिरि उचलून घेणाऱ्या हनुमंतासारखा स्थिर उभा राहिला. तेव्हां कर्णानें बाणांनीं त्याच्या हातांतून तो हत्ती दूर उडविला. मग भीमसेनानें पुनः हत्तीचे पाय, सोंड वगैरे अवयव कर्णावर फेंकले; आणि चाकें, घोडे व दुसरें जें जें भूमीवर पडलेलें दिसेल तें तें उचलून तो कर्णावर रागारागानें फेंकूं लागला. परंतु त्यानें जें जें फेंकिलें त्या सर्वांचे कर्णानें तीक्ष्ण शरांनीं तेव्हांच तुकडे उडविले. नंतर भीमानें अंगेठा गळून (वज्रगर्भ) अति भयंकर मूठ आवळून उगारिली आणि कर्णास ठार करण्याचें मनांत आणिलें. त्याला त्याचा वध करतांही आला असता, परंतु क्षणांत त्याला अर्जुनाचें स्मरण झालें; आणि कर्णास स्वतः मारण्याविषयीं त्यानें केलेली ती प्रतिज्ञा राखण्यासाठीं त्या धर्मापेक्षी भीमसेनानें कर्णास ठार केलें नाहीं. मग कर्णानेंही त्या भीमाला तीक्ष्ण शरांनीं पुनः व्याकुल करून अगदीं मूर्च्छित करून टाकलें. परंतु कुंतीच्या भाषणाचें स्मरण असल्यामुळें त्यानें त्या आयुधहीन भीमाचा वध केला नाहीं. त्यानें त्याकडे धांवत जाऊन त्यास आपल्या उग्र धनुष्याचा प्रहार केला, परंतु त्या धनुष्याचा भीमाच्या अंगास स्पर्श होतांच त्यानें चवताळून भुजंगाप्रमाणें फूत्कार करीत त्याचें तें धनुष्य मोडून त्याच्या मस्तकावर घाव घातला ! भीमसेनानें प्रहार केल्यामुळें कर्णाचे नेत्र क्रोधानें लाल झाले व तो हंसत हंसतच बोलूं लागला.

कर्णकृत भीमनिर्भर्त्सना.

तो पुनःपुनः त्यास म्हणालाः—ए षंढा ! मूर्खा, अरे रणभित्र्या पोरा, तूं अस्त्रांचें कांहींच ज्ञान संपादिलें नाहींस, तेव्हां उगाच लढण्याच्या भरीस पडूं नको. अरे खादाडा पांडवा, ज्या ठिकाणीं बहुविध भक्ष्य, भोज्य व पेय पदार्थ असतील, त्या ठिकाणींच तूं योग्य आहेस. दुष्टा, तूं युद्ध करण्यास बिलकूल योग्य नाहींस. भीमा, मुळें, फळें, फुलें खावीं व व्रतनियम करावे हेंच तुला उचित होय. कारण तूं युद्धकलेंत निपुण नाहींस. बा वृकोदरा, हें युद्ध कोणीकडे आणि तुझी ती मुनिवृत्ति कोणीकडे ? यासाठीं, बाबा, वनांत निघून जा. तुला वनवासांतच प्रेम वाटतें, आणि त्यामुळें तूं लढण्यास असमर्थ आहेस. घरांतील आचारी, पाणके व सेवक यांच्या अंगांवर त्वरेनें धांवत जाऊन भोजनासाठीं रागानें तूं त्यांसच मारावेंस ! अथवा, हे दुर्मते, मुनिवेष धारण करून तूं फळें खावींस. अरे कुंतीपुत्रा, तूं युद्धविशारद नाहींस, तेव्हां तूं वनांतच चालता हो ! कारण फळें व मुळें खाण्याचें तुला सामर्थ्य असून अतिथींचें आदरातिथ्यही तुला चांगलें करतां येतें. वृकोदरा, शस्त्र चालविण्यास तूं मुळींच योग्य नाहींस असें मी समजतों !"

राजा, बालपणीं घडलेलीं सर्व रूक्ष व मनास लागणारीं कृत्यें त्यानें भीमास ऐकविलीं, आणि पुनः तेथें अंग चोरून राहिलेल्या त्या भीमास धनुष्यानें डंवचून तो त्यास हंसत

हंसत म्हणाला, " भीमा, तूं इतरांशीं लढावेंस, माझ्यासारख्याशीं लढूं नयेस. कारण अस्मादिकांशीं लढणारांची ही किंवा याहूनही कठीण अवस्था व्हावयाची ! बाबारे, तूं कृष्णार्जुनांकडे जा. ते रणांत तुझें रक्षण करतील. किंवा, हे कुंतीपुत्रा, तूं घरींच निघून जा. बाळा, तुला युद्ध करून काय करावयाचें आहे ! "

भीमाचें प्रत्युत्तर.

कर्णाचें तें बोलणें ऐकून घेऊन भीमसेनानें मोठ्यानें हंसत सर्वांस ऐकूं येईल अशा रीतीनें फारच कडक भाषण केलें. तो म्हणाला, " दुष्टा, तुला मीं अनेकवार जिंकिलें आहे, मग उगाच स्वमुखानें आपली प्रौढी कशाला मिरवितोस ? अरे, प्राचीन लोकांनीं जगामध्यें प्रत्यक्ष इंद्राचा सुद्धां जय व पराजय झालेला पाहिला आहे, मग इतरांची वार्ता कशाला ? अथवा, हे हीनकुलोत्पन्ना, माझ्याशीं मल्लयुद्ध कर. म्हणजे महाबलिष्ठ व मोठा विषयी कीचक जसा मारला तसाच तुलाही सर्व राजांच्या समक्ष ठार करतों ! "

राजा, भीमसेनानें तसें मनोगत ऐकून त्या महाविचारी कर्णानें सर्व धनुर्धर पहात असतांही त्यांशीं लढण्याचें सोडून दिलें. राजा, याप्रमाणें भीमास विरथ करून वृष्णिवीर सात्यकि व महात्मा अर्जुन यांच्या समोर कर्णानें त्याची निर्भर्त्सना केली. तेव्हां श्रीकृष्णानें इषारा केल्यामुळें तो वानरध्वज पार्थ कर्णावर तीक्ष्ण बाण सोडूं लागला. मग अर्जुनाच्या हातून व गांडीवापासून सुटलेले सुवर्णभूषित बाण, क्रौंच पक्ष्यांवर बसरणाऱ्या हंसांप्रमाणें कर्णाच्या शरीरांत घुसले. याप्रमाणें धनंजयानें गांडीवापासून निघालेल्या भुजंगतुल्य शरांनीं कर्णास भीमापासून दूर केलें, तेव्हां भीमानें ज्याचें धनुष्य तोडून टाकिलें होतें असा तो कर्ण अर्जुनाच्या बाणांचा भडिमार होऊं लागल्यामुळें आपल्या मोठ्या रथाच्या योगानें भीमापासून त्वरेनें दूर निघून गेला. मग भरतश्रेष्ठ भीमही सात्यकीच्या रथावर बसून समरांगणांत सव्यसाची अर्जुनाच्या मागून जाऊं लागला. नंतर, क्रोधानें ज्याचे डोळे लाल झाले आहेत अशा अर्जुनानें कर्णाचा त्वरेनें पाठलाग करून अंतक मृत्यूस पाठवून देतो त्याप्रमाणें त्यावर एक नाराच बाण सोडला. मोठ्या भुजंगास उचलूं पाहाणाऱ्या गरुडाप्रमाणें तो गांडीवप्रेरित नाराच बाण आकाशांतून त्वरेनें कर्णावर येऊं लागला. परंतु महारथी अश्वत्थाम्यानें अर्जुनाच्या भीतीपासून कर्णास सोडविण्यासाठीं तो बाण आकाशांतच छेदून टाकिला. तेव्हां अर्जुनास त्याचा कोप येऊन त्यानें चौसष्ट शरांनीं त्याचा वेध केला; आणि, राजा, तो त्यास म्हणाला, " पळूं नको ! उभा रहा ! " परंतु पार्थाच्या शरांनीं घायाळ झाल्यामुळें तो द्रोणपुत्र त्वरेनें मत्तगजांनीं व्याप्त व रथांच्या योगानें गजबजलेल्या अशा सैन्यांत घुसला. मग बलवान् पार्थानें रणांत शब्द करणाऱ्या इतर सर्व सुवर्णपृष्ठ धनुष्यांचा शब्द गांडीवाच्या घोषानें लोपवून टाकिला; आणि अश्वत्थामा दूर गेला नाहीं तोंच बाणांनीं सैन्यास त्रस्त करीत त्याचा पाठलाग केला. अर्जुनानें नाराच बाणांनीं नर, वारण व अश्व यांचे देह विदीर्ण करून कंकपत्रांकित शरांनीं सैन्य पिटाळून लाविलें; आणि, हे भरतश्रेष्ठा, त्या खवळलेल्या इंद्रपुत्रानें हत्ती, घोडे व मनुष्य यांनीं युक्त अशा त्या सैन्याचा निःपात उडविला !

अध्याय एकशें चाळिसावा.

—:०:—

अलंबुषाचा वध.

धृतराष्ट्र विचारितोः—संजया, माझें उज्ज्वल यश दिवसेंदिवस खालावत चाललें आहे, आणि माझे पुष्कळच योद्धे मरून गेले आहेत, तेव्हां कालचक्रच फिरलें असें मला वाटतें! कर्ण व अश्वत्थामा हे रक्षण करीत असल्यामुळें ज्यामध्यें देवांचाही प्रवेश व्हावयाचा नाहीं, अशा माझ्या सैन्यांत आज संतप्त झालेला अर्जुन शिरला आहे! त्या दोघां महावीर्यवंतांहूनही ज्याचा पराक्रम कांकणभर सरस आहे, अशा त्या अर्जुनाला कृष्ण, भीमसेन व वृष्णिश्रेष्ठ सात्यकि यांची जोड मिळाली हें ऐकिल्यापासून तर घरांस लागलेल्या अग्निप्रमाणें शोक मला दग्ध करीत आहे! सांप्रत जयद्रथासुद्धां सर्व राजे मृतच आहेत असें मी समजतों. कारण, किरीटी अर्जुनाचा इतका मोठा अपराध करून जयद्रथ त्याच्या दृष्टीच्या आटोक्यांत आल्यावर कसा जिवंत राहील बरें? हल्लीं जयद्रथ जिवंत नाहीं असें मला अनुमानावरून दिसतें. तेव्हां तें युद्ध कसकसें झालें तें मला तत्त्वतः कथन कर. ज्या एकट्यानें कमलवनास खळबळून सोडणाऱ्या हत्तीप्रमाणें माझी प्रचंड सेना खळबळून देऊन व अनेकवार तिची दाणादाण करून आंत प्रवेश केला, त्या क्रुद्ध वृष्णिवीरानें अर्जुनासाठीं कसकसें युद्ध केलें तें मला यथातथ्य सांग. संजया, तूं मोठा कुशल आहेस, म्हणून विचारतों.

संजय सांगतोः—राजा, मागें सांगितल्याप्रमाणें कर्णानें पीडिलेला पुरुषश्रेष्ठ भीमसेन शूर वीरांमधून जात आहे असें पाहून सात्यकिही त्याच्या मागोमाग आपला रथ घेऊन गेला. ग्रीष्मर्तूच्या शेवटीं मेघ जशी गर्जना करितो, तशी गर्जना करीत, मेघांचें निराकरण झाल्यावर सूर्य ताप देतो त्याप्रमाणें ताप देत, दृढ धनुष्यानें शत्रूंचा संहार करीत, व तुझ्या पुत्राची सेना कंपायमान करीत तो चालला. हे भारता, रुप्याप्रमाणें पांढऱ्या शुभ्र अश्वांच्या योगानें रणांगणांत गर्जना करीत संचार करणाऱ्या त्या वृष्णिवीराचें निवारण करण्यास तुझे सर्व वीर समर्थ झाले नाहींत. तथापि मागें न फिरतां लढणारा, शरासन व सुवर्णकवच धारण करणारा, व अतिशय संतप्त झालेला राजश्रेष्ठ अलंबुष सात्यकीवर चालून जाऊन त्याचें निवारण करूं लागला. हे भारता, मग त्या दोघांची जी भयंकर हाणामारी झाली, तशी मागें कधीं झालीच नव्हती. त्या वेळीं समरभूमि सुशोभित करणाऱ्या त्या वीरांकडे पहात तुझे व शत्रूंकडील सर्व योद्धे तटस्थ उभे राहिले. हे राजाधिराजा, अलंबुषानें सात्यकीचा उपमर्द करून दहा शर त्यावर सोडले. परंतु ते येऊन पोहोंचण्यापूर्वींच त्या शिनिपुंगवानें बाणांनीं त्यांचे तुकडे उडविले. पुनः अलंबुषानें अग्नितुल्य तीन तीक्ष्ण बाण आकर्ण ओढून सोडिले, तेव्हां ते कवच भेदून सात्यकीच्या शरीरांत शिरले! याप्रमाणें त्या अग्नितुल्य शरांनीं त्याच्या शरीराचा भेद करून अलंबुषानें चार तीक्ष्ण व प्रज्वलित शरांनीं, बळेंच त्याचे चारी रौप्यवर्ण अश्व मारून टाकिले! याप्रमाणें त्यानें मारा केला तेव्हां विष्णूप्रमाणें पराक्रमी व चपल अशा त्या शिनीच्या नातवानें चार महावेगवान् शरांनीं अलंबुषाचे चारी घोडे ठार केले; एका प्रलयकालिक अग्निप्रमाणें तेजस्वी शरानें त्याच्या सारथ्याचें शिर उडविलें; आणि त्या अलंबुषाचेंही पूर्णचंद्राप्रमाणें प्रकाशमान, तेजस्वी व कुंडलयुक्त मस्तक देहापासून वेगळें केलें!

राजा, याप्रमाणें त्या राजपौत्र व राजपुत्र अलंबुषाला समरांगणांत ठार करून तो बलाढ्य यादव वीर तुझ्या सैन्यांचें निवारण करीत अर्जुनाच्या मागून जाऊं लागला. आपल्या मागून तो वृष्णिवीर येत आहे असें पाहून व तो शत्रूंच्या मध्यभागीं असतांही अभ्रपटलांचा नाश करणाऱ्या वायूप्रमाणें पुनःपुनः कौरवांच्या सैन्यांचा नाश करीत आहे असें पाहून अर्जुनास आनंद झाला. मग गाईचें दूध, कुंदपुष्पें, चंद्र किंवा बर्फ यांप्रमाणें ज्यांचा वर्ण शुभ्र आहे असे सिंधुदेशचे उत्तम शिकविलेले व सुवर्णमाला घातलेले जातिवंत घोडे त्या नरसिंह सात्यकीला, तो मनांत आणील तिकडे घेऊन चालले. राजा, मग तुझे पुत्र व इतर वीर वीरश्रेष्ठ दुःशासनास पुढें करून एकजुटीनें त्यावर जाऊन पडले. हे अजमीढकुलोत्पन्ना धृतराष्ट्रा, त्यांनीं सैन्यांसह रणांत शैनेयास चोहोंकडून घेरून त्यावर भडिमार चालविला; परंतु त्या सात्वतांतील वरिष्ठ वीरानें बाणजाल पसरून त्यांचें निवारण केलें. हे आजमीढा धृतराष्ट्रा, त्यांचें निवारण केल्यावर, शिनीच्या त्या शत्रुघातक नातवानें शरासन सज्ज करून अग्नितुल्य शरांनीं दुःशासनाचे घोडे मारून टाकिले. तेव्हां मग त्या नरवीरास अवलोकन करून रणांगणांत कृष्ण व अर्जुन यांस हर्ष झाला.

अध्याय एकशें एकेचाळिसावा.

—:०:—

सात्यकि व अर्जुन यांची दृष्टादृष्ट.

संजय सांगतोः—ज्यांत त्वराच केली पाहिजे अशा कामांत त्वरा करणारा, व धनंजयाचा विजय व्हावा असें इच्छिणारा तो महाबलिष्ठ सात्यकि दुःशासनाच्या रथावर हल्ला करण्यास उद्युक्त होऊन अपार सेनासमुद्रांत शिरला असतां, ज्यांचे ध्वज सुवर्णभूषणांनीं सुशोभित केले आहेत असे त्रिगर्त देशाचे महावीर त्याचें निवारण करूं लागले. मग त्या क्रुद्ध झालेल्या महाधनुर्धर वीरांनीं रथसमूहाच्या योगानें सात्यकीस चोहोंकडून घेरून त्यावर बाणांचे लोटच्या लोट फेंकिले; तथापि रणांगणांत झळकणाऱ्या त्या पन्नास राजपुत्रांस एकट्या सत्यपराक्रमी सात्यकीनें पराभूत केलें. मग तो तलघोषानें दणाणून गेलेल्या, खड्ग, शक्ति, गदा, वगैरे आयुधांनीं परिपूर्ण, व नौकारहित उदकाप्रमाणें दुस्तर अशा भारती सेनेच्या मध्यभागीं येऊन पोंचला. त्या ठिकाणीं रणांत शैनेयाचा अद्भुत संचार आम्हांस पाहावयास सांपडला. तो पश्चिमेकडून दिसून लगेच चापल्यामुळें पूर्वेकडे दिसे. याप्रमाणें पूर्व, पश्चिम, दक्षिण, उत्तर व उपदिशा यांचे ठिकाणीं तो रणशूर जसा कांहीं शंभर रथांनीं नाचतच संचार करीत होता. सिंहाप्रमाणें उद्धतगतीनें जाणाऱ्या त्या वीराचा तो पराक्रम अवलोकन करून त्रिगर्त वीर स्वजनांशीं आणभाक करून परतले. त्यांनीं व दुसऱ्या शूरसेन देशच्या वीरांनीं हत्तींस अंकुशांनीं वळवितात त्याप्रमाणें शरसंघांनीं त्याला अडथळा करीत रणांगणांत त्याचें निवारण चालविलें. परंतु थोर अंतःकरणाच्या सात्यकीनें मुहूर्तमात्रांतच त्यांच्याशीं चाललेली लढाई संपविली; आणि मग तो अचिंत्यबलवीर्यशाली वीर कलिंगांशीं लढूं लागला. मग त्या दुर्गम कलिंगसेनेंतूनही पार जाऊन तो महाबलिष्ठ वीर पाण्यांतून पोहतांना थकलेल्या मनुष्यास जमीन सांपडावी त्याप्रमाणें अर्जुनाजवळ जाऊन पोहोंचला; आणि त्या पुरुषश्रेष्ठास पाहून त्याचा जीव खालीं पडला !

कृष्णकृत सात्यकिप्रशंसा.

सात्यकि आपणाकडेच येत आहे असें

पाहून कृष्ण अर्जुनास म्हणाला, " पार्था, हा पहा सात्यकि तुझ्या मागोमाग येत आहे ! हा सत्यपराक्रमी वीर तुझा शिष्य व मित्र असून हा नरश्रेष्ठ सर्व वीरांस तृणसमान लेखून त्यांवर विजय संपादीत आहे. अर्जुना, हा तुझ्या प्राणांपेक्षांही प्रिय सात्यकि कौरववीरांस दारुण पीडा देऊन इकडे येत आहे. हे फाल्गुना, हा बाणांच्या योगानें द्रोण व भोजाधिपति कृतवर्मा यांस तुच्छ करून इकडेसच येत आहे. हा अस्त्रज्ञ वीर धर्मराजाचें प्रिय करण्यासाठीं मोठमोठ्या योद्ध्यांस मारून तुझ्याकडे येत आहे पहा ! बा पंडुपुत्रा, सैन्यामध्यें अतिदुष्कर कर्म करून हा महाबलिष्ठ सात्यकि तुझ्या दर्शनाच्या इच्छेनें येत आहे. पार्था, हा द्रोणाचार्यप्रभृति अनेक महारथ्यांशीं केवळ एकट्या रथाच्या योगानें लढून पुढें येत आहे. आपल्या बाहुबलाचें अवलंबन करून सैन्य दुभंग करून धर्मराजानें पाठविल्यामुळें हा सात्यकि तुजकडे येत आहे. हे कौंतेया, ज्याच्यासारखा योद्धा सर्व कौरवांमध्यें कोणीच नाहीं, तो हा रणमस्त सात्यकि पुढें येत आहे पहा ! बैलांमधून सिंह निघून यावा त्याप्रमाणें हा कौरवसैन्यांतून पार पडलेला सात्यकि पुष्कळ सेना ठार करून इकडेसच येत आहे. हजारों राजांच्या कमलांप्रमाणें तेजस्वी मुखांनीं जमीन आच्छादून सोडून हा त्वरेनें येत आहे. दुर्योधन व त्याचे भाऊ यांस रणांत जिंकून व जलसंधास ठार करून हा सत्वर येत आहे ! जीमध्यें रक्ताचा चिखल होऊन गेला आहे, व जींतून रक्ताचे लोटच्या लोट वहात आहेत, अशी नदी निर्माण करून व कौरवांस तृणाप्रमाणें फेंकून हा सात्यकि येत आहे !

अर्जुनाची चिंता.

कृष्णाचें हें भाषण ऐकून हर्षभरित झालेला अर्जुन त्यास म्हणाला, " हे महाबाहो केशवा, सात्यकि मजकडे येत आहे हें मला मुळींच पसंत नाहीं. सध्या धर्मराजाकडील कांहींच बातमी कळत नाहीं. सात्यकि त्यास सोडून आल्यामुळें तो सांप्रत जिवंत आहे किंवा नाहीं त्याचीच शंका आहे. या महाबलाढ्य वीरानेंच त्याचें रक्षण करितां आलें असतें. परंतु कृष्णा, त्यास सोडून हा माझ्या मागून कशाला आला बरें ? तिकडे धर्मराजा द्रोणांच्या तावडींत सांपडला, इकडे जयद्रथही पडला नाहीं, आणि सात्यकीवरही हा भूरिश्रवा रणांगणांत चालून येत आहे. तेव्हां हा सैंधवासाठीं फारच मोठा भार मजवर येऊन पडला आहे. मला राजाची खुशाली काढली पाहिजे, सात्यकीचें रक्षण केलें पाहिजे, आणि जयद्रथाचाही वध कर्तव्य आहे. परंतु सूर्य तर दूर दूर चालला आहे. सांप्रत हा महाबाहु सात्यकि थकला असून त्याचा जीव अगदीं थोडथोडा होत आहे. शिवाय, माधवा, त्याचे घोडे व सारथि हेही अगदीं दमून गेले आहेत; आणि हा भूरिश्रवा कांहीं तसा थकलेला नसून त्याला दुसऱ्याचें साहाय्यही आहे. तेव्हां, केशवा, अशा स्थितींत या समागमांत तो कुशल राहील काय ? एवढा मोठा सैन्यसागर तरून येऊन हा सत्यपराक्रमी व महाबलिष्ठ सात्यकि या गाईच्या पावलासारख्या लहानशा डबक्यांत पडून नाश पावेल काय रे ? कौरवांकडील प्रमुख व अस्त्रसंपन्न महात्मा भूरिश्रवा यांशीं भिडूनही सात्यकि सुखरूप राहील ना ? केशवा, धर्मराजानें आचार्यांचें भय सोडून सात्यकीला इकडे पाठविलें ही त्यानें मोठीच चूक केली असें मी समजतों. आमिषावर झडप घालण्यास टपलेल्या आकाशगामी श्येन पक्ष्याप्रमाणें द्रोण सर्वदा धर्मराजाला धरण्याविषयीं इच्छा

करीत आहेत; तेव्हां कृष्णा, राजा युधिष्ठिर खुशाल असेलना?

अध्याय एकशें बेचाळिसावा.

—:०:—

भूरिश्रव्याच्या बाहूचा छेद.

संजय सांगतोः—राजा, तो युद्धांत बेहोष होणारा सात्यकि उड्या घेत येत आहे असें पाहून भूरिश्रवा रागारागानें एकाएकीं त्यावर धांवला. महाराज! तो कौरववीर त्या शिनि-पुंगवास म्हणालाः—वीरा, आज माझ्या सुदैवानें तूं मला दृग्गोचर झाला आहेस. आज रणांत माझा इष्ट हेतु साध्य होणार! जर तूं आज रणांगण सोडून पळाला नाहींस, तर कांहीं माझ्या हातून जिवंत सुटणार नाहींस. तूं नेहमीं आपल्या शौर्याबद्दल मोठा अभिमान बाळगीत असतोस नाहीं? ठीक आहे. आज तुला युद्धांत ठार करून मी कुरुपति दुर्योधनास आनंदित करीन. दाशार्हा, एकत्र झालेले वीर केशवार्जुन आज तुला माझ्या बाणांनीं समरांगणांत दग्ध होऊन भूतळावर पडलेला पाहातील. अरे, ज्यानें तुला येथें पाठविलें तो धर्मराजा मीं तुला मारिल्याचें ऐकून आतांच लज्जायमान होणार खास. तूं गतप्राण होऊन व रक्तानें माखून जमीनीवर पडलास म्हणजे पराक्रम कसा काय आहे हें धनंजय पार्थास कळून येईल. अरे, पूर्वी देवासुराच्या युद्धामध्यें इंद्र बलीशीं लढला तसा तुझ्याशीं माझा असा सामना व्हावा ही माझी फार दिवसांची इच्छा होती. तेव्हां, सात्वता, आज मी तुझ्याशीं घनघोर लढाई देईन आणि मग माझें वीर्य, बळ व पौरुष तुला बरोबर कळून येईल. ज्याप्रमाणें रामानुज लक्ष्मणानें इंद्रजितास यमलोकीं पाठविलें, त्याप्रमाणें तूं आज रणांत माझ्या हातून वध पावून यमपुरीस जाणार. माधवा, आज तूं मेल्यास म्हणजे कृष्ण, अर्जुन व धर्मराज हे निरुत्साह होऊन निःसंशय युद्ध सोडून देतील. माधवा, आज तुझी तीक्ष्ण शरांनीं पाद्यपूजा करून, तूं ज्यांना युद्धांत मारिलें आहेस त्यांच्या स्त्रियांस मी आनंद देईन. हे सात्यके, ज्याप्रमाणें सिंहाच्या तडाक्यांत सांपडलेला क्षुद्र प्राणी सुटूं शकत नाहीं, त्याप्रमाणें तूं माझ्या दृष्टीच्या टप्प्यांत आल्यावर आतां कदापि सुटणार नाहींस!

सात्यकीचें प्रत्युत्तर.

राजा, यावर युयुधानानें त्याला हंसत हंसत प्रत्युत्तर केलेंः—हे कौरवेया, मला युद्धांत पीडा कशी ती माहीत नाहीं. केवळ वाग्जालानें मी भिणारा नव्हे. अरे, जो मला आयुधहीन करील तोच मला रणांत मारूं शकेल; आणि जो मला युद्धांत जिंकील तो सर्वकाल शत्रूंचा वधच करील म्हणजे त्याचा सर्वदा विजयच होईल. अरे, पुष्कळ वायफळ बोलण्यांत काय अर्थ आहे? काय दिवे लावावयाचे असतील ते लावून दाखीव. शरत्कालांतील मेघाच्या गर्जनेप्रमाणें तुझी ही व्यर्थ बडबड आहे. वीरा, ही तुझी गर्जना ऐकून मला हंसूं मात्र येतें. कौरवा, फार दिवस तूं इच्छीत होतास तें युद्ध आजच होऊं दे. बाबारे, तुझ्याशीं युद्ध करण्याची इच्छा करणारें माझें मन अगदीं उतावीळ होत आहे. हे पुरुषाधमा, आज तुला ठार केल्याशिवाय मी मागें परतणारच नाहीं!

सात्यकि व भूरिश्रवा यांचा संग्राम.

याप्रमाणें त्या दोघां नरश्रेष्ठांनीं एकमेकांची शब्दांनीं तासरपट्टी काढली आणि ते परम कोपलेले वीर खाऊं कीं गिळूं करीत समरांगणांत झगडूं लागले. संतप्त झालेले दोन मदोन्मत्त हत्ती तरुण हत्तीणीच्या प्राप्तीसाठीं परस्परांशीं भिडतात तद्वत् ते बलाढ्य

रणांत स्पर्धा करणारे धनुर्धर भूरिश्रवा व सात्यकि एकमेकांशीं भिडले; आणि एकमेकांवर वृष्टि करणाऱ्या मेघांसारखे अन्योन्यांवर घोर शरवृष्टि करूं लागले. हे भरतश्रेष्ठा, मग सौमदत्तीनें त्वरित जाणाऱ्या शरांनीं सात्यकीस झांकून टाकिलें आणि त्यास ठार करण्याच्या हेतूनें तीक्ष्ण शरांनीं त्याचा वेध केला. त्या सौमदत्तीनें दहा शरांनीं सात्यकीस जखमी करून नंतर त्यास मारण्यासाठीं दुसरे तीक्ष्ण बाण त्या शिनिश्रेष्ठावर सोडिले. हे प्रजापालका राजा, ते तीक्ष्ण बाण येऊन पोंचण्यापूर्वींच सात्यकीनें अस्त्रमायेच्या योगानें अंतराळींच त्यांची वाट लाविली. नंतर कौरव व वृष्णि यांची कीर्ति वाढविणाऱ्या त्या कुलीन वीरांनीं निरनिराळ्या शरवृष्टींनीं परस्परांवर वर्षाव चालविला. वाघ नखांच्या योगानें किंवा महागज दांतांच्या योगानें एकमेकांचे लचके तोडतात त्याप्रमाणें ते दोघेही रथशक्तींच्या योगानें व बाणांनीं परस्परांस तोडूं लागले. प्राणांची पैज लावून द्यूत खेळणाऱ्या त्या वीरांनीं एकमेकांचे अवयव भेदून रक्तस्राव करीत परस्परांस स्तब्ध केलें. याप्रमाणें ते कौरव व वृष्णि या कुलांची कीर्ति वाढविणारे महापराक्रमी वीर यूथपति गजांप्रमाणें एकमेकांशीं झुंजले. ब्रह्मलोक मिळविण्यास योग्य असे ते वीर थोड्या अवकाशांत श्रेष्ठस्थानीं जाण्याच्या इच्छेनें परस्परांवर गर्जना करूं लागले. सात्यकि व सौमदत्ति यांनीं मोठ्या हुरूपानें कौरव पहात असतांना परस्परांवर बाणांचा पाऊस पाडला. दोन यूथपति गज हत्तीणीच्या कारणानें झुंजतात तसे ते दोन सेनानायक लढत असतांना लोकांनीं पाहिले. त्यांनीं एकमेकांचे घोडे मारिले. धनुष्यें तोडून टाकिलीं, आणि रथांतून खालीं उतरून ते मग रणांगणांत खड्गयुद्धासाठीं एकमेकांशीं भिडले. बैलाच्या कातड्याच्या मोठ्या प्रचंड, शुभकारक व तेजस्वी ढाली घेऊन व तरवारी नग्न करून ते रणांगणांत संचार करूं लागले. नानाप्रकारचे मार्ग व मंडलें करीत ते शत्रुमर्दक क्रुद्ध वीर वरचेवर परस्परांवर प्रहार करूं लागले. त्या दोघांच्या हातांत तरवारी असून अंगांत चकचकीत चिलखतें होतीं; आणि निष्कांच्या माळा, कडीं वगैरे भूषणें त्यांनीं धारण केलीं होतीं. त्यांनीं भ्रांत, उद्भ्रांत, आविद्ध, आप्लुत, सृत, संपात व समुदीर्ण हे गतींचे प्रकार दाखवीत एकमेकांवर खड्गप्रहार चालविले. एकमेकांचीं छिद्रें शोधून काढणारे ते दोघे वीर विलक्षण वल्गना करीत होते; आणि उभयतांही आपलें ज्ञान, चापल्य व प्राविण्य दाखवीत होते; आणि ते श्रेष्ठ लढवय्ये परस्परांस रणांत ओढीत होते.

राजेंद्रा, याप्रमाणें दोन घटकांपर्यंत एकमेकांस प्रहार करून मग ते दोघेही वीर सर्व सैन्यांसमक्ष पुनः विसावा घेऊं लागले. नंतर, हे नराधिपा, परस्परांच्या शेंकडों टिकल्या लाविलेल्या चित्रविचित्र ढालींचे तरवारींनीं तुकडे करून ते वीर मल्लयुद्ध करूं लागले. त्या दोघांचेही हात सडक लांब असून वक्षःस्थल रुंद होतें आणि ते मल्लयुद्धांत तरबेज होते. ते आपल्या लोखंडी अडसरांसारख्या बाहूंनीं लढूं लागले. राजा, भुज ठोकणें, एकमेकांचे हात धरणें व गळ्यांत हात घालणें या त्यांच्या क्रिया उत्कृष्ट शिक्षण व शरीरसामर्थ्य त्यांच्या योगानें फारच उत्तम होऊं लागल्यामुळें त्या पाहून सर्व योद्ध्यांस हर्ष होऊं लागला. राजा, वज्र व पर्वत यांपासून होणाऱ्या ध्वनीप्रमाणें समरांगणांत लढणाऱ्या त्या नरवरांचा भयंकर व प्रचंड ध्वनि होऊं लागला. दंताग्रांनीं झगडणाऱ्या दोन हत्तींप्रमाणें किंवा शिंगांनीं युद्ध करणाऱ्या मोठ्या बैलांप्रमाणें ते दोघे वीर झगडूं लागले. त्यांनीं परस्परांच्या

गळ्यांभोंवतीं बहुपाश घालावे, मस्तकांनीं टकरा माराव्या, पाय ओढावे, पायांत पाय गुंतवावे, फारच मोठ्यानें ताडन करावें, चिमटे घ्यावे, उड्या माराव्या, पायांनीं पोटास विळखे घालावे व पुनः पवित्रे करावे. त्याचप्रमाणें मागें जावें, परत यावें, प्रहार करावे, जमीनीवर पाडावें, पुनः उठावें व परस्परांवर उड्या घालाव्या. अशा प्रकारें ते कुरुसात्वताग्रणी महावीर लढत होते. भारता, बत्तीस प्रकारचीं जीं युद्धें आहेत तीं सर्व त्या महाबलिष्ठांनीं तेथें लढतांना दाखविलीं.

नंतर युयुधान सात्यकि निःशस्त्र झाला असतां कृष्ण अर्जुनास म्हणालाः—पांडवा, हा सर्व धनुर्धरांत वरिष्ठ असलेला सात्यकि रणांगणांत विरथ होऊन लढत आहे पहा. हा तुझ्या मागोमाग भारती सेना दुभंग करून तींत शिरला आहे; आणि, भारता, कौरवांकडील सर्व महापराक्रमी वीरांशीं हा लढला आहे. अशा प्रकारें तो योधवर परिश्रांत होऊन येत असतांना युद्धाभिलाषी भूरिश्रव्यानें त्यास गांठलें आहे; तेव्हां, अर्जुना, हें यथायोग्य झालेलें नाहीं.

राजा, नंतर माजलेल्या हत्तीस दुसऱ्या मत्तगजानें आदळावें त्याप्रमाणें त्या संतप्त झालेल्या युद्धदुर्मद भूरिश्रव्यानें द्वंद्वयुद्धांत सात्यकीस वर उचलून, रथांत बसलेल्या वीराग्रणी क्रुद्ध कृष्णार्जुनांच्या देखत देखत रणांगणांत आदळलें. तेव्हां महाबाहु कृष्ण अर्जुनास म्हणालाः—हा वृष्णि व अंधक यांतील प्रमुख वीर सौमदत्तीच्या तावडींत सांपडला आहे पहा! मोठा दुष्कर पराक्रम केल्यानंतर हा थकून गेलेला वीर भूमीवर पडला आहे! अर्जुना, आपला शिष्य वीर सात्यकि याचें संरक्षण कर. बा नरव्याघ्रा, तुझ्यासाठीं हा यज्ञशील भूरिश्रव्याच्या कचाटींत सांपडणार नाहीं अशी लवकर तजवीज कर बाबा!

मग मनांत आनंदलेला अर्जुन वासुदेवास म्हणालाः—वनामध्यें यूथपति सिंह मदोन्मत्त महागजाला खेळवितो, तद्वत् हा कुरुश्रेष्ठ भूरिश्रवा या वृष्णिवीरास खेळवीत आहे पहा!

संजय सांगतोः—हे भरतर्षभा, धनंजय पार्थ याप्रमाणें बोलत असतां सैन्यांमध्यें मोठाच हाहाःकार उडाला. कारण, महाबाहु भूरिश्रव्यानें सात्यकीस उचलून जमीनीवर आपटलें; आणि सिंह हत्तीस ओढतो तद्वत् तो त्या सात्वतश्रेष्ठास रणांगणांतून फराफरां ओढीत आहे असें त्यांनीं पाहिलें. नंतर भूरिश्रव्यानें रणांत म्यानांतून तरवार बाहेर काढली; सात्यकीचे केंस धरले; त्याच्या छातींत लाथा मारिल्या; आणि तो देहापासून त्याचें सकुंडल मस्तक तोडूं लागणार, इतक्यांत, हे भारता, क्षणामध्यें कुंभार आपलें आंस घातलेलें चाक फिरवितो त्याप्रमाणें सात्यकि आपलें मस्तक भूरिश्रव्यानें केंस धरले होते त्या त्याच्या हातासह त्वरेनें गरगर फिरवूं लागला!

राजा, याप्रमाणें युद्धांत सात्यकीचे हाल होत आहेत असें पाहून कृष्ण पुनः अर्जुनास म्हणालाः—हे महाबाहो! धनुष्य चालविण्यांत तुझ्यापेक्षां मुळींच कमी नसलेला हा तुझा शिष्य वृष्ण्यंधकवीर सात्यकि सौमदत्तीच्या पुरा तावडींत सांपडला आहे पहा! पार्था, भूरिश्रवा रणांत सत्यपराक्रमी सात्यकीवर ताण करीत आहे, त्यापेक्षां पराक्रम व्यर्थ होय!

याप्रमाणें कृष्ण अर्जुनास म्हणाला, तेव्हां त्या महाबलिष्ठ वीरानें मनांतल्या मनांत भूरिश्रव्याची वाखाणणी केली. तो म्हणालाः—हा खेळत खेळत सात्यकीस रणांतून ओढणारा व कौरवांची कीर्ति वाढविणारा भूरिश्रवा मला पुनः हर्षवीत आहे. कारण, हा त्या वृष्णिवीरास

ठार करीत नाहीं; व अरण्यामध्यें सिंह प्रचंड हत्तीस ओढतो त्याप्रमाणें नुसता त्यास फरफरावीतच आहे !

राजा, याप्रमाणें मनांत कौरवांकडील त्या भूरिश्रव्याची स्तुति करून महाबाहु अर्जुन वासुदेवास म्हणाला, "जयद्रथावर सक्त नजर ठेवावी लागत असल्यामुळें मला या सात्यकीकडे पहातां येत नाहीं. तथापि त्या यादवासाठीं मी हें दुष्कर कर्म करतों." असें बोलून, वासुदेवाच्या बोलण्याप्रमाणें वागणाऱ्या त्या पांडवानें एक तीक्ष्ण क्षुरप्र बाण गांडीवास जोडला. आकाशांतून तुटलेल्या ताऱ्याप्रमाणें पार्थाच्या बाहूपासून सुटलेल्या त्या बाणानें यज्ञशील भूरिश्रव्याचा कंकणमंडित व खड्गयुक्त बाहूच छेदून टाकिला !

अध्याय एकशें त्रेचाळिसावा.

—:०:—

भूरिश्रव्याचा वध.

संजय सांगूं लागला:—राजा, मंगलकारक बाहुभूषणें व खड्ग यांनीं युक्त असा तो सुंदर हात भूमीवर पडला, तेव्हां सर्व लोकांस अनिवार दुःख झालें. प्रहार करण्याच्या बेतांत असलेला तो हात अदृश्य अर्जुनानें छेदिला, तेव्हां तो पंचमुखी सर्पाप्रमाणें वेगानें भूमीवर पडला. अर्जुनानें आपला बेत निष्फळ केल्याचें पाहून तो कौरवपक्षीय भूरिश्रवा सात्यकीस सोडून रागारागानें

अर्जुनाची निंदा.

करूं लागला. तो म्हणाला, "अरे कुंतीपुत्रा, मी दुसऱ्याशीं लढण्यांत गुंतलों असतांना व तुजकडे माझी नजरही गेली नसतांना माझा हात तोडलास हें तूं मोठें अधमपणाचें काम केलेंस. अरे, रणांगणांत भूरिश्रवा काय करीत असतांना मीं त्यास युद्धांत मारिलें म्हणून धर्मराज युधिष्ठिराला तूं सांगशील ? अरे, ही अशा प्रकारची विद्या तुला साक्षात् इंद्रानें शिकविली किंवा शंकरानें शिकविली ? बा पार्था, हें अस्त्र तुला द्रोणानें किंवा कृपाचार्यानें—कोणीं सांगितलें बरें ? अरे, जो तूं स्वतःस मोठा अस्त्रधर्मज्ञ व जगांत सर्वांहून मोठा वीर म्हणून म्हणवतोस, त्या तूंच आपणाशीं न लढणाऱ्यावर रणांत कसा रे प्रहार केलास ? बेशुद्ध झालेला, भ्यालेला, विरथ झालेला, प्रार्थना करणारा आणि संकटांत सांपडलेला यांवर उदार अंतःकरणाचे वीर प्रहार करीत नसतात. दुष्ट बुद्धीचे लोकच ज्या प्रकारचें आचरण करितात असलें हें नीच कृत्य आहे. पार्था, हें अति भयंकर पापकर्म तूं कसें रे केलेंस ? धनंजया, जो आर्य असेल त्याला उत्तम कामेंच सुलभ जातात आणि नीचकर्में आर्यांच्या हातून होणें फारच कठीण आहे असें म्हणतात. परंतु, हे नरव्याघ्रा, चांगल्या किंवा वाईट लोकांमध्यें आणि शुभ किंवा अशुभ कामांमध्यें ज्या व जशा प्रकारच्या लोकांत मनुष्य पडतो, तशा प्रकारचा त्याचा स्वभाव लवकरच बनत असतो हाच नियम तुझ्या ठिकाणीं मला दिसत आहे ! अरे, तूं राजवंशांत व त्यांतही कुरुराजाच्या वंशांत जन्मलेला, सुशील व सदाचरणी असून क्षत्रधर्मापासून कसा बरें दूर गेलास ? अरें, सात्यकीसाठीं तूं हें जें अति हलकट काम केलेंस, तें खरोखर कृष्णाचें मत होय. ही मूळची तुझी कल्पना नसावी. अरे, कृष्ण हा ज्याचा सखा नाहीं असा दुसरा कोण बरें दुसऱ्याशीं लढण्यांत गर्क असलेल्यास अशा प्रकारच्या संकटांत घालणार आहे ? पार्था, व्रात्य, अतिक्लिष्ट कामें करणारे व मूळचेच निंद्य, अशा वृष्ण्यंधकांना तूं कसा बरें प्रमाण समजतोस ?"

अर्जुनाचें प्रत्युत्तर.

याप्रमाणें तो रणांत म्हणाला, तेव्हां अर्जुन त्याशीं बोलू लागला. तो म्हणालाः—मनुष्य वृद्ध होऊं लागला म्हणजे त्याची बुद्धिही त्याच्या शरीराबरोबरच जीर्ण होत जाते हें अगदीं खरें आहे. राजा, तूं बोललास त्यांत कांहींच जीव नाहीं. अरे, जाणूनबुजून माझी व कृष्णाची निंदा कां करतोस? अरे, समरांगणांतील धर्म तूं जाणत असून सर्व शास्त्रांत पारंगत आहेस, मग माझ्या हातून अधर्म घडणार नाहीं हें तुला ठाऊक असूनही उगाच कां वेड पांघरतोस? अरे, क्षत्रिय वीर आपल्या आप्तस्वकीयांसह आणि त्याचप्रमाणें भाऊ, बाप, पुत्र, नातलग, संवगडी व मित्र या सर्वांनीं युक्त होत्साते बाहुबलाचा आश्रय करून शत्रूंशीं लढत असतात. तेव्हां, हे राजा, माझा शिष्य, आप्तविषयी, टाकण्यास अत्यंत कठीण अशा प्राणांवरही उदार होऊन आमच्यासाठीं लढणारा, व रणांगणांतील माझा केवळ उजवा हात अशा या दुर्मद सात्यकीची मला कशी बरें उपेक्षा करितां येईल? अरे नराधिपा, असा नियम आहे कीं, रणांत गेलेल्यानें आपल्या प्राणांचेंही रक्षण करूं नये, पण आपल्या कामासाठीं जे झटत असतील त्यांचें रक्षण करावें. अशा लोकांचें रक्षण केलें म्हणजे अर्थातच त्यांच्याकडून महायुद्धांत राजाचें रक्षण होत असतें. जर मी सात्यकीचा महायुद्धामध्यें वध होत असतांना नुसता पहात उभा राहीन, तर मग त्याच्या वियोगापासून मजवर मोठा अनर्थकारक दोष येईल. यासाठींच मीं त्याचें रक्षण केलें. मग माझ्यावर कां कोपतोस बरें? राजा, आतां, तूं दुसऱ्याशीं भिडला असतांना मी तुझा भेद केला म्हणून जो तूं मला दोष देतोस, त्याविषयीं माझा मतभेद आहे. तूं स्वतः कवच घालून रथावर बसलेला असतांना व धनुष्याची दोरी आकर्षीत शत्रूंशीं लढत असतांना मी तुझ्यावर प्रहार केला आहे! आतां असें पहा कीं, हा गंभीर सैन्यसागर रथ व हत्ती यांनीं इतका व्याप्त व पायदळांनीं व स्वारांनीं इतका गजबजून गेला असतांना, व तो सात्यकि भिडला असतां आप्तपरकीयांची इतकी सरमेसळ झाली असतांना एकानें एकाशींच लढावें हें कसें बरें संभवेल? अरे, अनेकांशीं भिडून व त्या महारथांस जिंकून हा सात्यकि थकून गेला आहे, याचे घोडे दमले आहेत, त्याचें मन त्रस्त झालें आहे, आणि शरीर शस्त्रप्रहारांनीं अगदीं जखमी झालें आहे. अशा प्रकारच्या या महारथी सात्यकीस युद्धांत जिंकून तूं आपणास अधिक पराक्रमी समजत आहेस. अरे, त्याचे मस्तकावर तरवारीचा घाव घालण्याची तूं वासना धरलीस, तेव्हां अशा संकटांत सांपडलेल्या सात्यकीची कोण बरें उपेक्षा करील? अरे, तुला स्वतःचें रक्षण करवलें नाहीं तेव्हां तूं याबद्दल स्वतःलाच दोष दे. वीरा, तुला आपलें स्वतःचें रक्षण करतां येत नाहीं, मग तूं आपल्या आश्रिताचें कसें करणार?

संजय सांगू लागलाः—राजा, अर्जुन याप्रमाणें बोलला असतां तो महापराक्रमी व महायशस्वी यूपध्वज भूरिश्रवा सात्यकीचा नाद सोडून देऊन रणांत प्रायोपवेश करून बसला. त्या पुण्यशीलानें डाव्या हातानें दर्भ अंथरले आणि ब्रह्मलोकप्राप्तीच्या इच्छेनें आपल्या प्राणांचें वायूच्या ठिकाणीं संक्रमण केलें. त्यानें आपल्या दृष्टीचा सूर्याचे ठिकाणीं लय करून निर्विकल्प चित्ताचा उदकाच्या ठिकाणीं लय केला; आणि महोपनिषदाचें ध्यान करीत तो मननशील व समाधिस्थ झाला. मग सर्व सैन्यांतील लोक कृष्णार्जुनांची निंदा करूं लागले व त्या पुरुषर्षभास नांवाजूं लागले. याप्रमाणें कृष्णार्जुनांची निंदा चालली असतांना

त्यांनीं त्याबद्दल मुळींच अप्रिय भाषण केलें नाहीं, किंवा यूपध्वज भूरिश्रव्याची स्तुति होत असतांना त्यालाही हर्ष झाला नाहीं. राजा, त्याप्रमाणें तुझे पुत्र बोलत असतां त्यांचें व भूरिश्रव्याचें तें भाषण अर्जुनाच्या मनाला लागलें; तथापि तो स्वस्थ चित्तानें त्याचा विचार करीत आक्षेपपूर्वक बोलूं लागला, "माझ्या बाणांच्या टप्प्यांतील कोणताही माझ्या पक्षाकडील मनुष्य ठार करणें शत्रूंस शक्य नाहीं हें माझें महाव्रत सर्वही राजे जाणतच आहेत. हे यूपकेतो, नीट विचार कर; उगाच मला निंदूं नको. कारण धर्म काय आहे हें न जाणतां दुसऱ्यास दोष देणें योग्य नाहीं. तूं वृष्णिवीरास ठार करण्याचा हेतु धरलास, त्या वेळीं तुझ्या हातांत शस्त्र असतांना मीं तुझा बाहु तोडिला आहे, तेव्हां हें कृत्य धर्मदुष्ट झालेलें नाहीं! अरे बाबा, विरथ, कवचहीन व शस्त्रहीन अशा बाल अभिमन्यूच्या वधास कोणता धर्मशील मनुष्य चांगलें म्हणेल बरें?"

अर्जुन त्यास असें म्हणाला तेव्हां त्यानें मस्तकानें भूमीस स्पर्श केला, आणि डाव्या हातानें तो उजवा हात अर्जुनाकडे फेंकून दिला. हे महाराजा! मग पार्थाचें हें भाषण ऐकिल्यावर तो महातेजस्वी भूरिश्रवा खालीं मान घालून स्तब्ध राहिला. मग अर्जुन त्यास पुनः म्हणाला:—हे शलाग्रजा, धर्मराजावर माझी जितकी प्रीति आहे, आणि त्याचप्रमाणें बलाढ्यवर भीमसेनावर व नकुलसहदेवांवर माझी जितकी प्रीति आहे, तितकीच ती तुझ्यावरही आहे. मी व महात्मा कृष्ण यांच्या अनुमोदनानें तूं औशीनर शिबीप्रमाणें पुण्यवंतांचे लोकीं गमन कर!

त्याचप्रमाणें वासुदेवही त्यांस म्हणाला:—हे सतत अग्निहोत्र चालविणाऱ्या भूपाला, माझे जे सद्यःप्रकाशित व विमल लोक आहेत, व ज्यांची ब्रह्मदेवादिक मोठमोठे देवही इच्छा करीत असतात, त्या लोकीं सत्वर जा; आणि मत्स्वरूपतेस जाऊन गरुडाच्या पाठीवर बसणारा हो!

संजय सांगूं लागला:—सौमदत्तीनें सोडल्यावर सात्यकिही खड्ग घेऊन उठला; आणि त्या महात्म्याचा शिरच्छेद करण्याची इच्छा करूं लागला. तो विपुल दक्षिणा देणारा भूपाल अन्यासक्त असतांना त्यास अर्जुनानें मृतप्राय करून टाकिलें होतें, आणि अशा स्थितींत त्या निष्पाप शलाग्रजाचा वध करण्यास सात्यकि उद्युक्त झाला. हात कापला गेल्यामुळें जो आधींच शुंडारहित हत्तीसारखा होऊन बसला होता अशा त्या सौमदत्तीचा तो जेव्हां वध करूं लागला, तेव्हां सर्व सैन्यें घाबरून मोठ्यानें ओरडूं लागलीं व त्याची निंदा करूं लागलीं. कृष्ण व उदार मनाचा अर्जुन यांनींही त्याचें निवारण करण्याचा प्रयत्न केला. त्याचप्रमाणें भीमसेन, दलपति उत्तमौजा व युधामन्यु, अश्वत्थामा, कृपाचार्य, कर्ण, वृषसेन व जयद्रथ हेही त्यास 'नको, नको' म्हणत असतांना व सैन्यें आक्रोश करीत असतांना त्यानें त्या व्रतस्थाचा वध केला! अर्जुनानें त्याचा बाहु छेदिला होता व जो रणांत प्रायोपवेशन करून बसला होता, अशा त्या कौरवपक्षीय भूरिश्रव्याचें सात्यकीनें खड्गानें मस्तक उडविलें. या कृत्यामुळें सात्यकीची सैन्यें प्रशंसा करीतनाशीं झालीं. कारण, अर्जुनानें पूर्वीं बहुतेक मारिलेल्या त्या कौरववीरांसच त्यानें ठार केलें. तो सहस्रदक्ष इंद्रतुल्य भूरिश्रवा रणांगणांत प्रायोपविष्ट असतांना मारला गेला, हें अवलोकन करून सिद्ध, चारण व मानव आणि त्याच्या कृत्यांनीं विस्मित झालेले देव त्याची प्रशंसा करूं लागले. तुझे सैनिक नाना-

प्रकारचे पक्ष घेऊन बोलूं लागले. कोणी म्हणाले, " यांत सात्यकीचा अपराध नाहीं, कारण भवितव्यच असें होतें. यास्तव तुम्ही रागावूं नका. क्रोध हा मनुष्यास अधिक दुःख मात्र देत असतो. वीराच्या हातूनच त्याचा अंत व्हावयाचा होता. या ठिकाणीं विचार करीत बसण्यांत अर्थ नाहीं. ब्रह्मदेवानेंच रणांत त्याचा सात्यकीच्या हातून वध व्हावा असें ठरविलें होतें ! "

मग सात्यकि म्हणालाः--लोकहो, तुम्ही स्वतः अधर्मी असून बाहेरून मात्र धर्माचें पांघरूण घेऊन ' मारणें योग्य नव्हे, योग्य नव्हे !' असे धर्मवाद मला सांगत आहां; परंतु जेव्हां अल्प वयस्क सुभद्रासुताला निःशस्त्र केल्यानंतर तम्हीं युद्धांत मारिलें, तेव्हां तुमचा धर्म कोठें गेला होता ? आणि मीं तर कोणत्या एका रागाच्या वेळीं अशी प्रतिज्ञाच केलेली आहे कीं, जो मला रणांगणांत चिरडून मी जिवंत असतांना लाथ मारील, तो शत्रुमुनिव्रत स्वीकारलेला असला तरीही मला वध्यच होईल ! शिवाय याला हात असून हा उलट प्रहार करण्याविषयीं धडपडत आहे. तुम्हांस डोळे असतांही याला तुम्ही मेलेलाच म्हणतां, तेव्हां हें तुमच्या बुद्धीचें कौटिल्य होय ! आतां प्रतिज्ञा पाळणाऱ्या पार्थानें मला पाहूनही यांचा सखड्ग बाहु हरण केला. या गोष्टीनेंच मी फसला गेलों. जें भवितव्य असेल तेंच होत असतें. हे सर्व दैवाचे खेळ आहेत. अशा या हातघाईच्या हाणामारींत हा मारला गेला यांत अधर्माचरण तें काय ? अहो, " हे पक्ष्या, स्त्रिया अवध्य आहेत असें तूं म्हणतोस परंतु नित्य उद्योग करणाऱ्या मनुष्यानें शत्रूंस जें जें पीडादायक असेल तें तें सदोदीत केलेंच पाहिजे !" असा एक श्लोक प्राचीन कालीं वाल्मिक मुनींनीं या भूलोकीं म्हटला आहे !

संजय सांगतोः—महाराज ! असें तो म्हणाला, त्यावर कौरवपुंगवांपैकीं कोणीही कांहींएक बोलला नाहीं. ते सर्व मनांतल्या मनांत त्यांची पुजा करूं लागले. जो पूर्वीं पुष्कळ सहस्रावधि दक्षिणा देत असे, आणि अनेक मोठमोठ्या यज्ञांमध्यें मंत्रांच्या योगानें जो पवित्र झाला आहे, अशा त्या अरण्यगत मुनीसारख्या कीर्तिमान् राजांचा झालेला वध तेथें कोणासच रुचला नाहीं. ज्यावरील केंस अगदीं काळेभोर होते, व नेत्र पारव्यांच्या नेत्रांसारखे लाल होते असें तें त्या वरप्रद शूराचें मस्तक हविर्गृहामध्यें तोडून ठेविलेल्या मेध्य अश्वाच्या मस्तकासारखें शोभूं लागलें. तीक्ष्ण शस्त्रानें वध पावल्यामुळें पुनीत झालेला तो याचकांचें इच्छित पुरविणारा व वर मिळविण्यास पात्र असा भूरिश्रवा धारातीर्थीं देह ठेवून व परम धर्माच्या योगानें भूलोक व स्वर्गलोक भरून टाकून परलोकीं गमन करिता झाला !

अध्याय एकशें चवेचाळिसावा.

—:०:—

भूरिश्रव्याचें उत्पत्तिकथन.

धृतराष्ट्रानें प्रश्न केलाः—संजया, द्रोण, कर्ण, विकर्ण व कृतवर्मा यांजकडूनही ज्याचा पराभव झाला नाहीं, जो वीर युधिष्ठिराजवळ प्रतिज्ञा करून सैन्यसागर तरून गेला आणि ज्याचा कधींच पराभव झाला नव्हता, अशा त्या सात्यकीस धरून कौरवपक्षीय भूरिश्रव्यानें बळेंच जमिनीवर कसें पाडिलें बरें ?

संजय सांगूं लागलाः—राजा, याविषयीं शनेयाची व भूरिश्रव्याची उत्पत्ति पूर्वीं कशी झाली आहे हें तूं ऐक, म्हणजे ही तुझी शंका दूर होईल.

राजा, अत्रि ऋषींचा सोम म्हणून पुत्र होता, त्याला बुध झाला. बुधाला एक महेंद्रा-

सारखा तेजस्वी पुत्र होता, त्याचें नांव पुरूरवा. पुरूरव्याचा पुत्र आयु व त्या आयूचा पुत्र नहुष हा होय. देव व ऋषि यांत मान्य असलेला ययाति राजा हा त्या नहुषाचा मुलगा. ययातीला देवयानीचे उदरीं झालेल्या ज्येष्ठ सुताचें नांव यदु असें होतें. या यदूच्या वंशांतच देवमीढाचा जन्म झाला. देवमीढाचा पुत्र त्रैलोक्यसंमत शूर नामक यादव होय. शूराचा पुत्र शौरि म्हणजे वसुदेव हा महायशस्वी, अप्रतिम धनुर्धर, शूर व युद्धांत केवळ कार्तवीर्याच्या तोडीचा होता. राजा, याच कुलामध्यें त्या वसुदेवाच्या वीर्यापासून शिनीची उत्पत्ति झाली. राजा, याच सुमारास महात्म्या देवकाच्या घरीं त्याच्या मुलीच्या स्वयंवरामध्यें सर्व क्षत्रिय गोळा झाले असतां तेथें त्या सर्व राजांस जिंकून शिनीनें वसुदेवासाठीं देवी देवकीला सत्वर रथावर घातलें; परंतु राजा, ती देवकी रथांत बसलेली पाहून महातेजस्वी, पुरुषर्षभ व शूर सोमदत्ताला शिनीचें तें कृत्य खपलें नाहीं. राजा, मग त्या बलाढ्य वीरांचें बाहुयुद्ध जुंपून अर्धदिवसपर्यंत आश्चर्यकारक व अद्भुत युद्ध झालें. शेवटीं शिनीनें बलात्कारानें सोमदत्ताला भुईवर पाडलें; आणि तरवार उपसून व त्याची शेंडी धरून सभोंवार हजारों राजे पहात असतांना त्यांच्या मध्यभागीं त्यास लाथ मारिली, तथापि पुनः त्यास दया देऊन ' जिवंत रहा ! ' असें म्हणून त्यास सोडून दिलें !

हे मारिषा, याप्रमाणें शिनीनें त्याची अवस्था केली असतां सोमदत्तानें क्रोधवश होऊन महादेवास प्रसन्न केलें. श्रेष्ठांसही वरप्रदान देणारे प्रभु महादेव त्याच्यावर संतुष्ट होऊन त्यास वर देण्यास सिद्ध झाले. तेव्हां त्या राजानें असा वर मागितला कीं, " भगवन्, जो शिबीच्या पुत्रास पाडून रणांगणांत हजारों राजांच्या मध्यभागीं त्यास लाथेनें तुडवील असा पुत्र मला मिळावा ! "

राजा, सोमदत्ताचें तें भाषण श्रवण करून ' असें होईल ' ! असें त्या ठिकाणीं म्हणून तो देव अंतर्धान पावला. त्या वरप्रदानाच्या योगानें त्याला हा भूरिदक्षिण भूरिश्रवा मुलगा झाला; आणि त्यानें शिनीच्या पुत्रास रणांत पाडिलें व सर्व सैन्य पाहात असतांना त्यास लत्ताप्रहारही केला. राजा, याप्रमाणें तूं मला जें विचारीत होतास, तें तुला सांगितलें.

वृष्णिप्रशंसा.

राजा, कितीही श्रेष्ठ वीर असले तथापि त्यांस सात्यकीला रणांत जिंकितां येणें शक्य नाहीं. समरांगणांत अचूक नेम मारणारे, आश्चर्यकारक युद्ध करणारे व चकित न होतां देवदानवगंधर्वांसही जिंकणारे पुष्कळ लोक आहेत. ते दुसऱ्याच्या स्वाधीन न राहातां आपल्याच पराक्रमावर विजय मिळवीत असतात; परंतु, हे प्रभो, वृष्णींची बरोबरी करणारा मला येथें भूतलावर तर कोणीच दिसत नाहीं. हे भरतर्षभा, बलानें त्यांची बरोबरी करणारा मागें झाला नाहीं, सांप्रत नाहीं व पुढेंही व्हावयाचा नाहीं. हे वृष्णि कधीं ज्ञातिबांधवांचा अपमान करीत नाहींत; वृद्धांच्या आज्ञेंत तत्पर असतात; फार कशाला ? देव, दानव, गंधर्व, यक्ष, उरग किंवा राक्षस हेही रणांत वृष्णिवीरांस जिंकू शकणार नाहींत, मग मानवांची ती कथा काय ! ब्रह्मस्व, गुरुधन किंवा जातीचें द्रव्य, हे हरण करीत नाहींत, कोणत्याही आपत्तींत जे पडलेले असतील त्यांचे हे रक्षणकर्ते आहेत, हे श्रीमान् असून निरभिमानी आहेत, ब्राह्मणप्रिय असून सत्यवादी आहेत, हे समर्थांचा अपमान करीत नाहींत, व दीनांचा उद्धार करीत असतात, ते नित्य देवभक्त, मनोनिग्रही, दानशूर

व आत्मस्तुति न करणारे आहेत. एखादा मनुष्य मेरु पर्वतही उचलूं शकेल, किंवा महासागरही पोहून जाईल; परंतु त्यांच्या हातून वृष्णिवीरांच्या सैन्याचा पराभव व्हावयाचा नाहीं; व वृष्णिवीरांची गांठ पडल्यावर तो त्यांतून धडपणें शेवटास निभावून जाणार नाहीं. हे प्रभो, तुला ज्याविषयीं शंका होती तें हें सर्व सांगितलें. हे नरश्रेष्ठ कुरुराजा, हा तुझा मोठा अपराध आहे !

अध्याय एकशें पंचेचाळिसावा.

—:०:—

तुंबळ युद्ध.

धृतराष्ट्र विचारतोः—संजया, त्या प्रायोपविष्ट भूरिश्रव्याचा वध झाल्यानंतर पुनः युद्ध कसें काय झालें तें मला सांग.

संजय सांगूं लागलाः—हे भारता, भूरिश्रव्यानें परलोकीं गमन केल्यावर महाबाहु अर्जुन वासुदेवास म्हणाला, " कृष्णा, जिकडे जयद्रथ आहे तिकडे वेगानें घोडे पिटाळ. हे पुंडरीकाक्षा, ती जयद्रथ सन्मुख मरण, पराङ्मुख मरण व पलायनकृत यशःशरीरनाश या तिन्ही धर्मांपैकीं पाहिजे त्याचें अवलंबन करीत असतो असें म्हणतात. यास्तव, प्रथम मार्गाचें अवलंबन करून हा युद्धाभिमुख उभा आहे तोंच याला मारिलें पाहिजे. तेव्हां, हे अनघा, माझी प्रतिज्ञा सफल करणें तुजकडे आहे. हे महाबाहो, सूर्य त्वरेनें अस्तास चालला आहे; आणि, हे पुरुषर्षभा, मीं हें फारच मोठें कार्य आरंभिलेलें आहे. शिवाय कौरवसेनेंतील महारथी याचें रक्षण करीत आहेत. सूर्य अस्तास जाण्यापूर्वी माझी प्रतिज्ञा सत्य व्हावी अशा बेतानें घोडे हांक. म्हणजे, कृष्णा, मला जयद्रथास मारितां येईल. "

नंतर अश्वहृदय जाणणाऱ्या त्या महाबाहु कृष्णानें रजततुल्य अश्व जयद्रथाच्या रथाकडे हांकले. हे महाराजा ! ज्याचे बाण कधींही फुकट जात नाहींत असा तो पार्थ वायूप्रमाणें चौखूर धांवणाऱ्या अश्वांच्या योगानें त्वरेनें येत असतां सेनेंतील मुख्य मुख्य वीर त्यावर वेगानें धांवून गेले. दुर्योधन, कर्ण, वृषसेन, शल्य, अश्वत्थामा, कृपाचार्य व स्वतः जयद्रथ इतकेजण त्यावर चालून आले. जयद्रथ समोर उभा राहिला आहे असें पाहून अर्जुनानें त्यास गांठलें, आणि तो क्रोधदीप्त नेत्रांनीं जसा कांहीं त्यास भाजून काढीतच त्याकडे पाहूं लागला.

दुर्योधनाचें कर्णास प्रोत्साहन.

नंतर जयद्रथाचा वध करण्यासाठीं अर्जुन पुढें सरसावलासें पाहून दुर्योधन राजा त्वरेनें कर्णास म्हणाला, " वैकर्तना, हीच खरी लढण्याची वेळ आहे. हे महात्मन्, या प्रसंगीं तूं आपलें सामर्थ्य काय आहे तें प्रकट कर. कर्णा, जेणेंकरून रणांत अर्जुनाच्या हातून जयद्रथाचा वध होणार नाहीं, अशी तजवीज कर. हे नरवीरा, दिवस फार थोडा उरला आहे. तेव्हां आज शरौघ सोडून शत्रूला विघात कर. हे नरप्रवीरा कर्णा, एकदां सूर्यास्त हातीं आला म्हणजे मग निःसंशय आपलाच जय होणार ! सूर्याचा अस्त होईपर्यंत जयद्रथाचें संरक्षण झालें म्हणजे आपली प्रतिज्ञा मिथ्या झाल्यामुळें अर्जुन अग्नींत प्रवेश करील; आणि, हे मानदा, याप्रमाणें या जगांतून अर्जुन नाहींसा झाला म्हणजे मग त्याचे भ्रातेही आपुल्या अनुयायांसह मुहूर्तमात्र देखील भूतलावर जिवंत राहूं शकणार नाहींत ! कर्णा, पांडवांचा नाश झाल्यावर ही सशैलवनकानन वसुंधरा आपणांस निष्कंटक उपभोगावयास सांपडणार. हे मानदा, अर्जुन आपल्या दुर्दैवाच्या योगानें मोहित झाला आहे; आणि त्याचा स्वभावही

पालटून गेला आहे, यामुळेंच त्यानें कार्याकार्य विचार न करतां रणांगणांत ही प्रतिज्ञा केली आहे. खरोखर, कर्णा, अर्जुनानें जयद्रथाचा वध करण्याविषयींची ही प्रतिज्ञा निःसंशय आपला नाश करण्यासाठींच केली आहे. कारण, राधेया, तुझ्यासारखा अजिंक्य वीर जिवंत असतांना अर्जुन सूर्यास्त होण्यापूर्वी जयद्रथ राजाला कसा मारूं शकेल बरें? समरांगणाच्या तोंडावर मद्रराज शल्य व महात्मा कृपाचार्य हे ज्याचें रक्षण करीत आहेत, त्या जयद्रथाला अर्जुन कोठून मारणार? अरे, अश्वत्थामा, मी व दुःशासन त्याचें रक्षण करीत असतांना तो कालप्रेरित पार्थ सैंधवाला कसा गांठूं शकेल? हे मानदा, पुष्कळ शूर वीर त्यासाठीं लढत आहेत, आणि सूर्यही लांब लांब चालला आहे; तेव्हां अर्जुनाला जयद्रथ सांपडणारच नाहीं असें मला वाटतें. यासाठीं, कर्णा, तूं माझ्यासह, या दुसऱ्या शूर महारथांसह- आणि अश्वत्थामा, शल्य व कृपाचार्य या सर्वांसह आपल्या प्रयत्नाची शिकस्त करून रणांत अर्जुनाशीं लढ."

कर्णाचें उत्तर.

राजा, तुझा पुत्र कर्णास याप्रमाणें म्हणाला, तेव्हां त्या कुरुपति दुर्योधनास त्यानें प्रत्युत्तर दिलेंः—अचूक नेम मारणाऱ्या धनुर्धर भीमसेनानें अनेक शरजालांनीं मला युद्धांत अगदीं घायाळ करून सोडलें आहे; आणि, हे मानदा, सांप्रत मी उभें रहावयाचेंच म्हणून कसा तरी रणांत उभा आहें इतकेंच! प्रखर बाणांनीं संतप्त झाल्यामुळें माझें शरीर इतकें बधिर झालें आहे कीं, मला अगदींच हालवत नाहीं. तथापि मी यथाशक्ति लढाई करीन. माझें जीवित केवळ तुझ्या कार्यासाठींच आहे! हा पांडवश्रेष्ठ जेणेंकरून सैंधवाला मारणार नाहीं असा मी प्रयत्न करीन. मी तीक्ष्ण शर सोडीत लढत असतांना सव्यसाची वीर जयद्रथास गांठूं शकणार नाहीं. भक्तिमान् व हितेच्छु पुरुषाला जेवढें म्हणून करतां येण्याजोगें आहे, तेवढें मी आज करीन; मग जय मिळणें न मिळणें ही दैवाची गोष्ट आहे! हे कौरवाधिपा, हे महाराजा, जय होणें नशीबावर अवलंबून आहे, तथापि मी तुझ्या प्रीतीस्तव सिंधुपतीच्या रक्षणाच्या कामीं रणांत आपली पराकाष्ठा करीन! हे पुरुषश्रेष्ठा, माझें पौरुष आज नष्ट झालें आहे, तथापि मी तुझें प्रिय करण्यासाठीं आज अर्जुनाशीं लढेन. मग जय मिळणें हें नशीबावर अवलंबून आहे. हे कुरुनाथा, आज माझें व अर्जुनाचें अंगावर रोमांच उठविणारें दारुण युद्ध सर्व सैन्यें पाहोत!

राजा, कर्ण व दुर्योधन यांचें असें रणांत संभाषण चाललें असतां अर्जुन तीक्ष्ण शरांनीं तुझ्या सैन्याचा फडशा उडवूं लागला. त्यानें माघार न घेणाऱ्या शूरांचे परिघतुल्य व हत्तींच्या सोंडांसारखे हात तीक्ष्ण सायकांनीं रणांत छेदून पाडले. त्याचप्रमाणें हत्तींच्या सोंडा, घोड्यांच्या माना व रथांचे आंस चोहोंकडे तोडून टाकिले. ज्यांनीं हातांत प्रास व तोमर घेतले आहेत अशा हत्तींवर आरूढ झालेल्या व रक्तबंबाळ होऊन गेलेल्या वीरांचे त्यानें क्षुर बाणांनीं दोन दोन तीन तीन तुकडे करून टाकले. मोठमोठे हत्ती व घोडे समोंवार मरून पडले, आणि ध्वज, छत्रें, धनुष्यें, चंवऱ्या व मस्तकें छिन्नभिन्न होऊन पडलीं. राजा, गवत जाळणाऱ्या प्रदीप्त अग्नीप्रमाणें त्या पार्थानें थोडक्याच वेळांत तुझ्या सैन्याची राखरांगोळी करून सर्व पृथ्वी रक्तानें भरून टाकिली; आणि तुझ्या सैन्यांतील बहुतेक मोठमोठ्या वीरांस ठार करून त्या बलाढ्य, सत्यपराक्रमी व दुर्धर्ष पार्थानें सैंधवास गांठलें. हे भरतश्रेष्ठा, भीम-

सेन व सात्यकि हे ज्यांचें रक्षण करीत होते असा तो अर्जुन प्रज्वलित अग्नीप्रमाणें झळकूं लागला. परंतु तो याप्रमाणें तेथें वीर्यसंपत्तीनें स्थित असल्याचें पाहून महाधनुर्धर नरश्रेष्ठांना तें सहन झालें नाहीं. दुर्योधन, कर्ण, वृषसेन, शल्य, अश्वत्थामा, कृपाचार्य व स्वतः जयद्रथ या सुसज्ज वीरांनीं सैंधवाच्या रक्षणासाठीं अर्जुनास वेढा दिला. तो संग्रामकोविद पार्थ धनुष्याचा टणत्कार व तलशब्द करीत रथमार्गामध्यें थयथय नाचत असतां त्या सर्व युद्धविशारद वीरांनीं त्या आ पसरलेल्या कृतांतासारख्या अर्जुनाला निर्भयपणें गराडा दिला. त्यांनीं जयद्रथास पाठीशीं घातलें असून कृष्णार्जुनांस ठार करण्याची ते इच्छा करीत होते; आणि सूर्य लाल झाला होता तो अस्तास केव्हां जातो याची वाट पहात होते. भुजंगांच्या शरीरांसारख्या आपल्या हातांनीं धनुष्यें वांकवून ते सूर्यकिरणांसारखे शेंकडों तेजस्वी बाण अर्जुनावर सोडूं लागले. तेव्हां रणमस्त अर्जुनही त्यांनीं फेंकलेल्या बाणांचें दोनदोन तीनतीन व आठआठ तुकडे करून त्या रथ्यांचाही वेध करूं लागला.

नंतर राजा, ज्यांचा ध्वज सिंहपुच्छांकित आहे असे शारद्वत कृपाचार्य आपला पराक्रम प्रकटवीत अर्जुनाचें निवारण करूं लागले. त्यांनीं अर्जुनास दहा बाणांनीं घायाळ करून कृष्णावर सात बाण मारिले; आणि जयद्रथाचें रक्षण करीत ते अर्जुनाच्या रथाचा मार्ग अडवून उभे राहिले. तेव्हां मग कौरवांकडील सर्वच प्रमुख महारथी आपल्या प्रचंड रथभारांसह त्या कृपाचार्यांच्या सभोंवतीं जमा झाले; आणि राजा, तुझ्या मुलाच्या आज्ञेनें ते धनुष्यें खेंचून व बाण सोडून सैंधवाचें रक्षण करूं लागले. नंतर तेथें रणशूर अर्जुनाच्या बाहूंचें सामर्थ्य, बाणांचें अक्षयत्व व गांडीव धनुष्याचा प्रभाव दृग्गोचर झाला. त्यानें अश्वत्थामा व कृपाचार्य यांचीं अस्त्रें प्रत्यस्त्रांच्या योगानें नाहींतशीं केलीं; आणि एकमेकांवर दहादहा याप्रमाणें त्यानें सर्वांवर बाण मारिले! तेव्हां अश्वत्थाम्यानें पंचवीस, वृषसेनानें सात, दुर्योधनानें वीस व कर्ण-शल्यांनीं तीन तीन बाण त्याच्यावर टाकून गर्जना करीत, पुनःपुनः वेध करीत आणि धनुष्यें चमकावीत त्यांनीं सर्व बाजूंनीं अर्जुनास गराडा घातला. त्यांनीं लवकरच त्याच्याभोंवतीं सर्व बाजूंनीं घट्ट असें रथांचें कडेंच बनविलें; आणि सूर्यास्ताची वाट पाहाणारे ते महारथी त्वरा करून त्याच्या अंगावर ओरडत व धनुष्यें हालवीत पर्वतावर पाण्याचा वर्षाव करणाऱ्या मेघांप्रमाणें त्याजवर तीक्ष्ण शरांचा वर्षाव करूं लागले. राजा, परिघांसारखे ज्यांचे बाहु अशा त्या शूरांनीं त्या अर्जुनाच्या अवयवांवर मोठमोठ्या अस्त्रांची योजना केली. पण अर्जुन हा बलाढ्य, सत्यपराक्रमी व केवळ अजिंक्य वीर पडला! त्यानें त्या तुझ्या सैन्यांतील मोठमोठ्या वीरांचा फडशा उडवून सैंधवास गांठलें. तेव्हां, हे भरतकुलोत्पन्ना राजा, सात्यकि व भीमसेन यांच्या समक्ष कर्णानें रणांत बाणांनीं त्याचें निवारण केलें. तेव्हां महाबलाढ्य अर्जुनानेंही सर्व सैन्यांच्या देखत रणांगणांत त्या सूतपुत्रावर दहा बाण मारले; आणि, हे मारिषा, सात्यकीनें तीन बाणांनीं त्याचा वेध केला, भीमसेनानें तीन बाण त्यावर टाकले, आणि पुनः पार्थानें सात बाणांचा त्यावर मारा केला. राजा, महारथी कर्णानें साठसाठ बाणांनीं त्या प्रत्येकाचा प्रतिवेध केला, आणि अशा प्रकारें एकट्या कर्णाचें अनेकांशीं युद्ध झालें. हे मारिषा, एकट्या क्रुद्ध कर्णानें रणांत त्या तीन रथ्यांचें निवारण केलें, तेव्हां त्याचें केवळ अद्भुत असें तें कृत्य आम्हीं अवलोकन केलें.

मग महाबाहु पार्थानें रणांत वैकर्तन कर्णाच्या सर्व मर्मस्थलांवर शंभर बाणांचा भडिमार केला. तेव्हां कर्णाचें सर्व शरीर रक्तबंबाळ होऊन गेलें असतांही त्या प्रतापी वीरानें उलट अर्जुनाचा पन्नास शरांनीं वेध केला. राजा, त्याचें तें चापल्य अवलोकन करून रणांत अर्जुनानें तें सहन केलें नाहीं. त्यानें त्याचें धनुष्य छेदिलें, आणि त्वरा करून नऊ बाण त्याच्या स्तनांच्या मध्यभागीं नेमके मारले. नंतर प्रतापी सूतपुत्रानें दुसरें धनुष्य घेऊन आठ हजार शरांनीं अर्जुनास आच्छादून टाकलें. परंतु, राजा, वायु टोळांस उडवून देतो त्याप्रमाणें अर्जुनानें कर्णाच्या धनुष्यापासून उत्पन्न झालेली ती शरवृष्टि बाणांनीं पार उडवून दिली. मग लगेच अर्जुन आपलें हस्तलाघव प्रकट करीत सर्व योद्ध्यांसमक्ष रणांत त्यासच उलट शराच्छादित करूं लागला. या हातघाईच्या वेळीं त्यानें रणांत त्या कर्णाचा वध करण्यासाठीं एक सूर्यासारखा दैदीप्यमान बाण त्वरेनें फेंकला. परंतु तो बाण वेगानें येत असतां अश्वत्थाम्यानें एका प्रखर अर्धचंद्राकृति शरानें त्याचा छेद केला; तेव्हां त्याचे तुकडे होऊन ते जमिनीवर पडले. मग शत्रुहंत्या कर्णानेंही जशास तसें करण्यासाठीं पुष्कळ हजार बाणांनीं अर्जुनास झांकून टाकलें. नंतर त्या महारथी नरसिंहांनीं पोळाप्रमाणें डुरकण्या फोडीत सरलगामी शरांनीं आकाशही भरून टाकलें. त्या वेळीं ते दोघेही शरसंघांच्या योगानें अदृश्य झाले होते, तथापि एकमेकांवर मारा करीतच होते. "हे कर्णा, मी अर्जुन आहें बरें का! उभा रहा!" तसेंच "फाल्गुना, मी कर्ण आहें, उभा रहा!" अशा प्रकारें ते नामनिर्देश करीत होते; व वाक्शरांनीं परस्परांस दुखवीत होते. त्या दोघां वीरांनीं समरांगणांत आश्चर्यकारक, चपळाईचें व फारच उत्कृष्ट युद्ध केलें. सर्व योद्ध्यांच्या समुदायांमध्यें ते प्रेक्षणीय होऊन गेले; आणि सिद्ध, चारण व पन्नग हेही रणांत त्यांची प्रशंसा करूं लागले. हे महाराजा, याप्रमाणें परस्परांचा वध करूं पहाणारे ते वीर लढूं लागले; तेव्हां दुर्योधन तुझ्या वीरांस म्हणाला, "कर्णाचें मोठ्या यत्नानें रक्षण करा. कारण आज रणांत अर्जुनास ठार केल्याशिवाय हा कर्ण मागें परतणार नाहीं अशी त्यानें मजजवळ प्रतिज्ञा केली आहे!"

राजा, इतक्या अवकाशांत कर्णाचा पराक्रम अवलोकन करून श्वेतवाहन पार्थानें आकर्ण ओढून सोडलेल्या चार शरांनीं कर्णाचे चारी घोडे यमलोकीं पाठविले; त्याचा सारथि भल्लानें रथाच्या पेटीवरून पाडिला; आणि तुझ्या पुत्राच्या समक्ष कर्णास बाणांनीं आच्छादून टाकलें. राजा, घोडे व सारथि मरून जाऊन रणांत कर्ण आच्छादित होऊं लागला, तेव्हां त्या बाणजालाच्या योगानें तो भांबावून गेला; व पुढें काय करावयाचें तेंही त्यास सुचेना. हे महाराजा, तेव्हां मग तो अशा प्रकारें विरथ झालेला पाहून अश्वत्थाम्यानें त्यास आपल्या रथावर घातलें; आणि तो पुनः अर्जुनाशीं लढूं लागला. त्याचप्रमाणें शल्यानें तीस बाणांनीं पार्थाचा वेध केला; कृपाचार्यानें वीस बाण कृष्णावर टाकले; आणि बारा शरांचा अर्जुनावर मारा केला. हे महाराजा, सिंधुराजानें चार व वृषसेनानें सात बाण त्यावर टाकले; आणि अशा प्रकारें त्यांनीं पृथक् पृथक् रीतीनें कृष्णार्जुनांचा वेध केला. मग कुंतीपुत्र धनंजयानेंही तसाच त्यांजवर उलट मारा केला. द्रोणपुत्रावर चौसष्ट, शल्यावर शंभर, जयद्रथावर दहा, वृषसेनावर तीन आणि कृपाचार्यांवर वीस बाण टाकून पार्थानें गर्जना केली. मग सव्यसाची अर्जुनाची प्रतिज्ञा व्यर्थ व्हावी असें इच्छिणारे ते तुझे वीर एकजुटीनें सत्वर अर्जुनावर जाऊन

पडले. नंतर अर्जुन सर्वत्र वारुणास्त्र प्रकट करून धार्तराष्ट्रांस त्रास देऊं लागला. तेव्हां कौरव आपल्या उत्कृष्ट रथांच्या योगानें त्या पांडुपुत्रावर चालून गेले, व त्यांनीं त्यावर बाणांच्या सरी पाडिल्या. हे भारता, नंतर येथें तुंबळ, अति दारुण व मोहित करणारा संग्राम सुरू होऊन तो किरीटमाली अर्जुन त्यांत सांपडला असतांही गडबडला नाहीं; इतकेंच नव्हे, तर उलट त्यानें बाणांचे लोटच्या लोट सोडले. त्याला कौरवांच्या राज्याची इच्छा होती; आणि बारा वर्षेंपर्यंत भोगावे लागलेले क्लेश त्याच्या मनांत उभे रहात होते. यामुळें त्या अद्वितीय शूर व थोर अंतःकरणाच्या सव्यसाचीनें गांडीवापासून सुटलेल्या शरांनीं सर्व दिशा भरून काढल्या. तो क्रुद्ध किरीटमाली पिंगट वर्णाची दोरी लाविलेल्या धनुष्याच्या योगानें शत्रूंचा संहार करूं लागला, तेव्हां आकाश जसें कांहीं प्रदीप्त उल्कांनीं भरून गेलें; आणि कलेवरांवर पक्षी उड्या घालूं लागले. नंतर महाकीर्तिमान् व शत्रुसैन्यजेत्या पार्थानें आपल्या प्रचंड धनुष्याच्या योगानें चोहोंकडे बाण फेंकून त्यांनीं उत्कृष्ट अश्वांवर व उत्तमोत्तम गजांवर आरूढ झालेल्या कौरवांकडील मोठमोठ्या वीरांना भूमीवर लोळविलें; तेव्हां ते धिप्पाड राजे वजनदार गदा, लोखंडी परिघ, शक्ति, तरवारी व दुसरीं मोठमोठालीं शस्त्रें घेऊन रणांत वेगानें पार्थावर धांवले; नंतर अर्जुनानें कल्पांतकाळाच्या मेघासारखा ज्याचा ध्वनि असें आपलें इंद्रधनुष्यतुल्य प्रचंड गांडीव धनुष्य दोन्ही हातांनीं हंसत हंसत जोरानें आकर्षिलें; आणि यमराष्ट्राची वृद्धि करणारा तो पार्थ तुझ्या लोकांस दग्ध करीत पुढें जाऊं लागला. त्या महाधनुर्धरानें त्या क्षुब्ध झालेल्या वीरांस रथ, हत्ती पदातिसंघ यांसुद्धां रणांत अगदीं निःशस्त्र करून त्यांचे प्राणही हरण केले; आणि त्यांस यमराष्ट्राची वृद्धि करण्यासाठीं तिकडे पाठवून दिलें!

अध्याय एकशें शेहेचाळिसावा.

—०:०—

जयद्रथवध.

संजय सांगतोः—अर्जुन धनुष्य ताणूं लागला, तेव्हां इंद्राचें वज्र विदीर्ण झालें असतां जसा शब्द होईल तसा अतिघोर शब्द होऊं लागला! राजा, मृत्यूची स्पष्ट गर्जनाच कीं काय असा तो शब्द ऐकून त्या वेळीं तुझें सैन्य भीतीनें उद्विग्न होऊन जाऊन त्यास कांहींएक सुचेनासें झालें; आणि युगांतकालच्या वायूनें क्षुब्ध झाल्यानें ज्यांत लाटा उसळत असल्यामुळें आंतील मासे व मकर खोल दडी देऊन बसले आहेत अशा समुद्राच्या पाण्यासारखें तें दिसूं लागलें. तो धनंजय पार्थ रणांत एकाच वेळीं सर्व दिशांस आश्चर्यकारक अस्त्रें प्रकट करीत प्रेक्षणयि रीतीनें संचार करूं लागला. हे महाराजा, त्या पांडवाचें चापल्य इतकें विलक्षण होतें कीं, तो शर घेतो केव्हां, तो जोडतो केव्हां, जोरानें ओढतो केव्हां आणि सोडतो केव्हां, हें कांहींच आम्हांस दिसत नव्हतें!

नंतर, राजा, त्या खवळलेल्या महाबलिष्ठानें सर्व भारतवीरांस त्रासवीत दुर्धर इंद्रास्त्र सोडलें, तेव्हां दिव्यास्त्रमंडित व अग्निज्वालांसारखे प्रदीप्त असे शेंकडों हजारों बाण उसळूं लागले; आणि आकर्ण ओढून सोडलेल्या व अग्नि व सूर्य यांच्या किरणांप्रमाणें दिसणाऱ्या त्या बाणांच्या योगानें आकाश जसें कांहीं उल्कांनींच व्यापून गेल्यामुळें त्याकडे पाहणेंही कठीण झालें! नंतर त्या कौरववीरांनीं शस्त्रांच्या योगानें सर्वत्र अंधकार पसरला. त्या अंधकाराचा नाश करण्याची गोष्ट मनांत आणणें

हेंही इतरांस अशक्य होतें. तथापि अर्जुनानें गडबडीनें पराक्रम करून प्रभातकाळीं किरणांच्या योगानें रात्रीचा अंधकार क्षणांत नष्ट करणाऱ्या सूर्याप्रमाणें दिव्यास्त्रमंत्रित शरांनीं त्याचा नाश केला. नंतर उन्हाळ्यांतील सूर्य डबक्यांतील पाणी आपल्या किरणांनीं तापवितो त्याप्रमाणें त्या समर्थ पार्थानें तुझें सैन्य शररूप किरणांनीं तप्त करून सोडलें. त्या दिव्यास्त्रज्ञ वीरानें सोडलेल्या बाणरूप किरणांनीं आकाशांतील सूर्याच्या किरणांप्रमाणें शत्रूंच्या सैन्यास व्यापून टाकिलें. मग त्यानें अतिप्रखर असे दुसरे बाण सोडले, तेव्हां ते प्रियमित्रांसारखे त्वरेनें वीरांच्या हृदयांत शिरले. राजा, स्वतःच्या शौर्याची घमेंड करणारे तुझे जे वीर रणांत त्यावर चालून गेले, ते प्रदीप्त अग्नींत पडलेल्या टोळांसारखे नाश पावले ! याप्रमाणें शत्रूंच्या प्राणांचा व त्यांबरोबरच त्यांच्या कीर्तीचाही विध्वंस करीत अर्जुन मूर्तिमंत मृत्यूप्रमाणें रणांत संचार करूं लागला. त्यानें शरांनीं कित्येकांची मुगुटांसह मस्तकें उडविलीं, पुष्कळ अंगदयुक्त बाहू तोडले. आणि कोणाकोणाचे-कुंडलांची जोडी ज्यांत आहे असे-कानच हरण केले. गजस्थ वीरांचे तोमरयुक्त हात, हयस्थांचे प्रासयुक्त हात, पदातींचे ढाली घेतलेले हात, रथ्यांचे धनुर्युक्त हात आणि सारथ्यांचे चाबूक घेतलेले हात त्या पांडवानें तोडून टाकले. तो अर्जुन प्रदीप्त व उग्र शब्दरूपी ज्वालांनीं युक्त असल्यामुळें, ज्यांतून ठिणग्या व ज्वाला निघत आहेत अशा पेटलेल्या अग्नीप्रमाणें तेथें शोभूं लागला. तो सर्व शस्त्रधरांत अग्रेसर व केवळ इंद्राच्या तोडीचा पार्थ रथांत बसून एकाच वेळीं सर्व दिशांस मोठमोठीं अस्त्रें सोडीत होता; प्रत्यंचेचा टणत्कार व तलशब्द करीत होता; आणि रथमार्गामध्यें केवळ नाचत होता; अशा त्या प्रेक्षणीय पार्थाकडे पाहाण्याविषयीं राजे प्रयत्न करीत होते, परंतु मध्याह्नकाळीं आकाशांत प्रखर ताप देत असलेल्या सूर्याकडे पहावत नाहीं त्याप्रमाणें त्यांस त्याकडे वर डोळा करून बघवेना ! ज्यांवर इंद्रधनुष्य पसरलें आहे असा पाण्यानें ओथंबलेला पावसाळ्यांतील प्रचंड मेघ जसा शोभतो, तसा तो किरीटी तेजस्वी व प्रखर शरांच्या संचयामुळें शोभूं लागला. अर्जुनानें उत्पन्न केलेल्या त्या महाघोर व अतिदुस्तर अशा दिव्यास्त्ररूप सागरांत मोठमोठे योद्धेही गडप झाले. अर्जुनाच्या त्या विशाल रणांगणांत—ज्यांचीं मस्तकें तुटून गेलीं आहेत असे देह व ज्यांचे हात छेदले गेले आहेत, अशीं धडें पडलीं होतीं. ज्यांना पंजे नव्हते असे हात व बोटें तुटून गेलेले पंजे तेथें पडले होते. मदोन्मत्त गजांच्या सोंडा तुटून व दांत मोडून गेले होते आणि रथांचा चुराडा उडाला होता. कित्येकांचीं आंतडीं तुटून गेलीं होती, कोणाचे हात कापले गेले होते, आणि दुसऱ्या कित्येकांचे सांधेच मोडले होते, असे शेंकडों हजारों लोक—कोणी निचेष्ट पडले होते तर कोणी विवळत होते ! हे भूमिपाला, या सर्वांच्या योगानें पार्थाचें तें विस्तृत रणांगण म्हणजे मृत्यूची वधक्रीडेची आवडती जागाच बनून राहिली होती ! तिच्या योगानें भिऱ्यांची भीति दुणावत होती, आणि तें रणमैदान—पूर्वी ज्यानें पशूंचा संहार केला त्या रुद्राचें त्या वेळचें क्रीडास्थानच बनलें ! बाणांच्या योगानें तुटून गेलेल्या गजांच्या सोंडा चोहोंकडे पडल्यामुळें भूमि जणू काय भुजंगांनींच व्याप्त होऊन गेली; आणि मुखकमलांनीं ती व्यापून गेल्यामुळें तिनें कमलांच्या माळाच धारण केल्या आहेत असें भासूं लागलें ! चकचकणारीं शिरोवेष्टनें व मुकुट, केयूर, अंगद व कुंडलें,

सोन्यानें मढविलेलीं चिलखतें, हत्ती व घोडे यांवरील गाशे, आणि शेंकडों किरीट यांनीं जागजागीं अगदीं भरून गेल्यामुळें ती रणभूमि हुबेहूब चित्रविचित्र शृंगार केलेल्या नववधूप्रमाणें शोभूं लागली !

रणनदी.

राजा, अर्जुनानें त्या ठिकाणीं एक भित्र्यांचें भय वृद्धिंगत करणारी अतिघोर नदीच निर्माण केली. तींत मज्जा व मेद यांचा चिखल झाला होता; रक्ताचे लोट वहात असून त्यांच्या लाटा उसळत होत्या; मर्मास्थींच्या योगानें ती अगाध झाली होती; केशरूप शेवाळानें ती शाडूळ दिसत होती; वहाणारीं मस्तकें हेच दगड तिच्या तटांवर पसरले होते; मोडून गेलेल्या फांसळ्यांनीं ती संकटमय झाली होती; चित्रविचित्र पताका व ध्वज तींत पडले होते; छत्र व धनुष्यें ह्याच तिला लाटा आल्या होत्या; पुष्कळ प्रेतें तींत पडल्यामुळें तिचें पात्र विशाल झालें होतें; तींत जिकडे तिकडे हत्तींचीं प्रेतेंही पडलीं होतीं; शेंकडों रथरूप नौकांनीं ती भरून गेली होती; मृत घोड्यांच्या ढिगांनींच तिचीं तीरें बनलीं होतीं; रथांचीं चाकें, बावखडे, जोकडें, आंस आणि दांड्या अतिशय पडल्यामुळें तींतून संचार करणें अत्यंत कठीण झालें होतें; प्रास, खड्ग, शक्ति, परशु व बाण ह्याच सर्पांमुळें तींत प्रवेश करणेंही दुःसाध्य होतें; बगळे व कंकपक्षी हेच तिच्यांतील नक्र होत; कोल्हीं हेच तेथें मकर होत; आणि पुष्कळशीं गिधाडें हेच मोठमोठे ग्राह होत; कोल्ह्यांच्या आरोळ्यांनीं ती भीषण झाली होती. नाचणारीं प्रेतें, पिशाचें वगैरे हजारों भूतगणांनीं ती व्यापून गेली होती; आणि गतप्राण झालेल्या योद्ध्यांचीं शेंकडों अचेतन शरीरें तींतून वहात होतीं ! अशी ती वैतरणीनदीसारखी अतिभयंकर, रौद्र व घोर नदी त्या पार्थानें निर्माण केली !

राजा, कृतांतासारखें उग्ररूप धारण करणाऱ्या त्या अर्जुनाचा तो पराक्रम अवलोकन करून रणांगणांत कौरवांना मागें कधीं वाटलें नव्हतें इतकें भय वाटलें ! नंतर त्या पांडुपुत्रानें अस्त्रांच्या योगानें वीरांच्या अस्त्रांचा नाश केला; आणि दारुण कर्मास प्रवृत्त होऊन स्वतःचें उग्ररूप प्रकट केलें. राजा, मग तो अर्जुन मोठमोठे रथही पार उल्लंघून गेला ! मध्याह्नसमयीं आकाशांत प्रकाशणाऱ्या सूर्याकडे जसें कोणास पाहावत नाहीं, तसेंच त्या पांडवाकडेही सर्व भूतांपैकीं कोणासही पाहावलें नाहीं ! त्या महात्म्याच्या गांडीवापासून समरांगणांत जे शरसंघ पसरले होते, ते आम्हांस आकाशांत दिसणाऱ्या हंसपंक्तींसारखे दिसत होते. तो सर्व बाजूंला वीरांच्या अस्त्रांचें अस्त्रांच्या योगानें निवारण करून आपलें उग्ररूप प्रकटवीत दारुण कर्म करीत होता. राजा, त्या वेळीं पार्थानें जयद्रथास ठार मारण्याच्या हेतूनें नाराच बाणांनीं त्या महारथांस मोह पाडीतच त्यांचें अतिक्रमण केलें. तो कृष्णसारथि, प्रेक्षणीय व रथस्थ पार्थ सर्व दिशांस बाण सोडीत त्वरेनें संचार करूं लागला. त्या शूर महात्म्याचे शेंकडों हजारों शरसंघ आकाशांत भ्रमण करतांना दिसूं लागले. राजा, अर्जुन बाण घेतो केव्हां, तो धनुष्यास जोडतो केव्हां व सोडतो केव्हां, हें त्या वेळीं आम्हांस कांहींच दिसत नव्हतें. राजा, याप्रमाणें रणांत सर्व दिशा व सर्व रथी कदंबाच्या फुलांप्रमाणें तुच्छ करून तो कुंतीपुत्र जयद्रथाकडे धांवला; आणि त्यानें त्यास चौसष्ट शरांनीं वेधिलेंही ! अर्जुन सैंधवासन्मुख जात असल्याचें पाहून वीर त्याच्या जिविताविषयीं निराश होऊन रणापासून परावृत्त झाले. हे प्रभो, त्या धुम-

श्रक्रीच्या वेळीं रणांत जो जो अर्जुनावर धांवून जाई, त्याच्या त्याच्या शरीरावर प्राणांत करणारे बाण पडत ! विजय मिळविणारांत श्रेष्ठ अशा त्या महारथी अर्जुनानें अग्निज्वालातुल्य शरांनीं तें तुझें सैन्य कबंधांनीं व्याप्त करून सोडलें. राजा, याप्रमाणें त्या वेळीं तुझ्या त्या चतुरंग सैन्यास व्याकुल करून पार्थ जयद्रथावर चालून गेला. त्यानें द्रोणपुत्रावर पन्नास बाण टाकले, वृषसेनास तीन शरांनीं विद्ध केलें, कृपाचार्यांवर कृपाळू होऊन फक्त नऊ शरांचा मारा केला, आणि शल्यास सोळा, कर्णास बत्तीस व जयद्रथास चौसष्ट शरांनीं वेधून सिंहासारखी गर्जना केली ! याप्रमाणें गांडीवधारी अर्जुनानें शरांनीं वेधिलें असतां सैंधवानें तें सहन केलें नाहीं. अंकुशांनीं टोंचिलें असतां गजास संताप येतो तद्वत् तो अतिशय संतापला. त्या वराहध्वज सैंधवानें शिकलगारानें पाणी दिलेले व गिधाडाचीं पिसें लाविलेले क्रुद्धभुजंगतुल्य सरलगामी बाण आकर्ण ओढून त्वरेनें अर्जुनाच्या रथावर फेंकले. त्यानें तीन बाणांनीं कृष्णास व सहा बाणांनीं अर्जुनास वेधून त्याच्या घोड्यांवर आठ व ध्वजावर एक बाण मारिला. परंतु सैंधवानें सोडलेल्या त्या शरांचे क्षणांत तुकडे उडवून अर्जुनानें एका बाणानें त्याच्या सारथ्याचें मस्तक देहापासून वेगळें केलें; आणि त्याच वेळीं दुसऱ्यानें त्याचा सालंकार ध्वजही छेदिला. धनंजयाच्या बाणांचा तडाका बसून त्या अतिप्रचंड ध्वजाची दांडी मोडली, आणि सिंधुराजाचा तो अग्निज्वालेसारखा तेजस्वी वराहांकित ध्वज खालीं कोसळला !

कृष्णाचें भाषण.

राजा, याच वेळीं सूर्य त्वरेनें जात असतां श्रीकृष्ण घाईघाईनें अर्जुनास म्हणाला, "पार्था, सहा महारथी वीरांनीं या जयद्रथास मध्यें घातलें आहे; आणि हा जीविताची इच्छा करणारा भ्यालेला सैंधव त्यांच्या मध्यभागीं उभा आहे. बा पुरुषर्षभा, या सहा रथांस जिंकिल्याशिवाय निष्कपटपणें सैंधवाचा वध करणें शक्य नाहीं. यासाठीं, अर्जुना, मी सूर्यास आच्छादून टाकण्याविषयीं एक उपाय योजीन. सूर्य अस्तास गेला आहे असें त्या सैंधवास स्पष्ट दिसेल; आणि मग, अर्जुना, तो जीविताची आशा करणारा दुराचारी सैंधव कदापि लिकून राहाणार नाहीं ! तुझा नाश व्हावा म्हणून तो खात्रीनें प्रकट होईल ! बा कुरुसत्तमा, अशा संधीस तूं त्यास मार. सूर्य अस्तास गेला म्हणून कचरूं नको !"

यावर 'ठीक आहे' असें अर्जुनानें त्यास प्रत्युत्तर दिलें. नंतर स्वतः योगी व योग्यांचा ईश्वर जो हरि, त्यानें योगाचें अवलंबन करून सूर्यास झांकण्यासाठीं निबिड अंधकार उत्पन्न केला. हे नराधिपा, अंधकार पसरतांच सूर्य अस्तास गेला असें समजून आतां अर्जुनाचा नाश होणार असें वाटून तुझे योद्धे हर्षभरित झाले. राजा, ते आनंदित झालेले वीर व जयद्रथही रणांत वर तोंडें करून पाहूं लागले, परंतु त्यांस सूर्य दिसला नाहीं.

नंतर तो सिंधुराज सूर्याकडे पाहात असतां पुनः कृष्ण धनंजयास असें म्हणाला, "हे भरतसत्तमा, हा पहा वीर जयद्रथ तुझी भीति सोडून सूर्याकडे पाहात आहे ! हे महाबाहो, या दुष्टाचा नाश करण्याची हीच वेळ आहे. यास्तव सत्वर याचें मस्तक तोड आणि आपलें साफल्य कर !"

राजा, कृष्णानें असें सांगितलें असतां त्या प्रतापी पांडुपुत्रानें सूर्य व अग्नि यांच्या किरणांसारख्या शरांनीं तुझ्या सैन्यांचा वध केला. त्यानें वीस बाणांनीं कृपाचार्यांचा वेध केला; कर्णावर पन्नास बाण टाकले; शल्य व दुर्यो-

धम यांस सहासहा बाण मारले; आणि वृषसेनावर आठ व सैंधवावर साठ बाण टाकून त्याचा वेध केला. राजा, त्याचप्रमाणें तो महाबलिष्ठ पांडुपुत्र तुझ्या वीरांस बाणांनीं अगदीं घायाळ करून जयद्रथावर तुटून पडला. जळजळीत अग्नीसारखा तो पार्थ समीप आलेला पाहून जयद्रथाचे रक्षकांस पराकाष्ठेची चिंता पडली. हे महाराजा, मग विजयाची इच्छा करणारे तुझे सर्व योद्धे रणांत अर्जुनावर शरधारांचा वर्षाव करूं लागले. तेव्हां अनेक शरजालांच्या योगानें आच्छादित होऊं लागल्यामुळें तो कधींही पराभव न पावलेला महाबलिष्ठ कुरुश्रेष्ठ पार्थ संतप्त झाला; आणि त्यानें तुझ्या सैन्याचा नाश करण्याची इच्छा धरून त्यावर बाणांचें घनदाट जाळेंच पसरलें. राजा, त्या वीर अर्जुनाकडून रणांत तुझ्या योद्ध्यांचा वध होऊं लागला, तेव्हां ते अगदीं भयभीत होऊन सैंधवास सोडून पळून गेले. त्यांची इतकी फाटाफूट झाली कीं, त्यांतील दोन इसमही एका मेळानें पळाले नाहींत! राजा, त्या ठिकाणीं कुंतीपुत्राचा अद्भुत पराक्रम आम्हीं पाहिला. त्या महाकीर्तिमान् पार्थानें जसें समरकर्म केलें, तशा प्रकारचें कर्म मागें झालेलें नाहीं व पुढेंही होणार नाहीं! ज्याप्रमाणें रुद्र पशूंचा संहार करितो, त्याप्रमाणें त्यानें हत्ती, हत्तीस्वार, घोडे, घोडेस्वार व रथी यांचा संहार उडविला. हे नराधिपा, ज्याला म्हणून अर्जुनाचे बाण लागले नाहींत, असा हत्ती, घोडा किंवा मनुष्य त्या सबंध रणांगणांत मला कोणीच दिसला नाहीं! धूळ व अंधकार यांच्या योगानें योद्ध्यांची दृष्टि बंद होऊन ते फारच भांबावून गेले; आपपरही त्यांस ओळखेना. हे भारता, पार्थानें फेंकलेल्या शरांनीं त्या सैनिकांचीं मर्मे भिन्न झाल्यामुळें ते धांवपळ करूं लागले, धांवतांना अडखळूं लागले व पडूं लागले. कित्येक तर जागच्या जागीं बसले व म्लान होऊन गेले. कल्पांतसमयाप्रमाणें महाभयंकर, अतिदारुण व केवळ दुस्तर असें तें प्रचंड रणकंदन झालें असतां रक्ताच्या सिंचनानें व वायूच्या शीघ्रगतीनें ती भूमीवरील धूळ जमिनीचा पृष्ठभाग रक्तानें भिजून गेल्यामुळें खालीं बसली. राजा, त्या मत्त व क्षुब्ध पार्थानें रणांगणांत तुझ्या लोकांची इतकी कत्तल उडविली कीं, तेथें रक्तामध्यें रथांचीं चाकें तुंब्यांपर्यंत बुडून गेलीं! ज्यांवरील वीर मरून गेले आहेत असे गात्रें विदीर्ण झालेले गज दीन शब्द करीत व आपलींच सैन्यें तुडवीत पळत सुटले! त्याचप्रमाणें राजा, ज्यांवरील स्वार पडले आहेत असे घोडे व पायदळ शिपाईही अर्जुनाच्या शरांनीं ताडित होऊन भयानें पळूं लागले. ज्यांचे केंस मोकळे सुटले आहेत, कवचें नष्ट झालीं आहेत, जखमांतून रक्त वहात आहे, असे अगदीं त्रस्त झालेले लोक युद्धाचें तोंड सोडून धूम ठोकीत जाऊं लागले. मांड्या गळून गेल्यामुळें त्यांतील कित्येक तेथें जमिनीवरच पडून राहिले; आणि दुसरे कित्येक मरून पडलेल्या हत्तींमध्यें दडाले!

राजा, याप्रमाणें तुझ्या सैन्याची दाणादाण उडवून अर्जुनानें घोर शरांनीं सैंधवाचे रक्षक मारिले. त्यानें द्रोणपुत्र, कृपाचार्य, कर्ण व शल्य, वृषसेन व सुयोधन यांना तीव्र शरजालांनीं आच्छादित केलें! राजा, तो रणांत बाण घेतांना, फेंकतांना, सोडतांना किंवा जोडतांनाही बिलकूल दिसत नव्हता, इतकें त्याचें चापल्य विलक्षण होतें! तो शरसंधान करीत असतांना त्याच्या धनुष्याचें अगदीं कडें झालेलें दिसत होतें, आणि बाण सभोंवतीं संचार करितांना दिसत होते. त्यानें कर्णाचें व वृषसेनाचें धनुष्य तोडलें. एका भल्लानें शल्याचा सारथि रथाच्या पेटीवरून खालीं पाडला; व मामाभाचे कृपा-

चार्य व अश्वत्थामा या दोघांनाही त्या विजयिवर पार्थानें रणांत बाणांच्या योगानें अगदीं घायाळ करून सोडलें. याप्रमाणें तुझ्या महारथी वीरांस व्याकूळ करून त्यानें एक अग्नितुल्य घोर शर भात्यांतून काढला. तो दिव्य बाण इंद्राच्या वज्रासारखा असून त्यावर अस्त्रांचें अभिमंत्रण केलेलें होतें, आणि पाहिजे तितका भार सहन करणारा तो प्रचंड बाण गंधफुलांनीं पुजून ठेविलेला होता, अशा त्या बाणावर महाबलिष्ठ पार्थानें विधिपूर्वक वज्रास्त्राची योजना केली, आणि त्वरेनें तो गांडीवास जोडिला!

राजा, तो अग्नीसारखा तेजस्वी बाण जोडला जात असतां अंतरिक्षांत प्राण्यांचा प्रचंड ध्वनि होऊं लागला. इतक्यांत पुनः कृष्ण त्यास लगबगीनें म्हणाला, "धनंजया, दुरात्म्या सैंधवाचें मस्तक तोडून पाड, सूर्य अस्ताचलास जात आहे! परंतु आधीं जयद्रथाच्या वधाविषयीं मी सांगतों तें ऐकून घे. हें पहा—जयद्रथाचा पिता वृद्धक्षत्र हा जगांत प्रसिद्धच आहे. त्याला पुष्कळ दिवसांनीं हा जयद्रथ मुलगा झाला. त्या वेळीं त्या राजास कांहींएक न दिसतां मेघ किंवा दुंदुभि यांसारख्या आवाजांत आकाशवाणी झाली कीं, 'हे मनुष्येंद्रा, हा तुझा मुलगा कुल-शील-मनोनिग्रहादि गुणांनीं उभय वंशांस अनुरूप होईल. हा जगांतील एक नामांकित योद्धा होईल, व शूर लोकही याला नित्य सन्मान देतील. परंतु हा समरांगणांत लढत असतांना तेथें रणभूमीवर ह्याचें ज्याकडे लक्ष नाहीं असा कोणी क्रुद्ध शत्रु ह्याचें मस्तक छेदील!' हें ऐकून त्या अरिंदम सिंधुराज वृद्धक्षत्रानें पुष्कळ वेळ विचार केला; आणि पुत्रस्नेहानें प्रेरित होऊन सर्व ज्ञातिबांधवांस म्हटलें, "समरांगणांत मोठी जोखीम पतकरून माझा पुत्र लढत असतां जो त्याचें मस्तक भूमीवर पाडील, त्याचेंही मस्तक शतधा विदीर्ण होईल यांत संशय नाहीं!" अर्जुना, तो असें म्हणाला, आणि पुढें जयद्रथास राज्यावर बसवून तो वृद्धक्षत्र रानांत जाऊन उग्र तपश्चर्या करूं लागला. हे वानरकेतना, तो तेजस्वी वृद्धक्षेत्र सांप्रत या समंतपंचकाच्या बाहेरील बाजूस घोर व दुःसाध्य तप करीत आहे. यासाठीं, हे रिपुघ्ना, महायुद्धांत जयद्रथाचें मस्तक उडवून तें त्याचें सकुंडल मस्तक तूं दिव्य, घोर व अद्भुत कृत्य करणाऱ्या अस्त्राच्या योगानें वृद्धक्षत्राच्या मांडीवर नेऊन टाक. हे भारता, तूं वायुपुत्राचा पाठचा भाऊ आहेस, तुला हें कृत्य अशक्य नाहीं. नर का त्याचें मस्तक तूं जमिनीवर पाडशील, तर तुझेंही मस्तक निःसंशय शतधा विदीर्ण होईल! हे कुरुश्रेष्ठा, त्या तप करीत बसलेल्या वृद्धक्षत्र राजाच्या ध्यानांत न येईल अशा रीतीनें तूं दिव्यास्त्रांच्या योगानें हें कृत्य कर. बा इंद्रपुत्रा, खरोखर सर्व त्रैलोक्यामध्यें तुला न करण्यासारखें किंवा असाध्य असें कांहींएक कार्य नाहीं!"

हें भाषण ऐकून, अर्जुनानें तो जो सदोदीत गंधपुष्पांनीं पुजून ठेविलेला, सर्व भार सहन करणारा, दिव्यास्त्रमंडित व इंद्राच्या वज्राच्या तोडीचा बाण सैंधवाच्या वधासाठीं घेतला होता, तो दांत-ओंठ चावीत सोडला! तेव्हां अर्जुनाच्या हातून सुटलेला तो बाण जयद्रथाचें मस्तक तोडून वर आकाशांत उडाला! मग त्यानें तें सिंधुराजाचें मस्तक बाणांनीं वरच्यावर उडवीत नेऊन मित्रांस आनंद व अमित्रांस विषाद उत्पन्न केला. बाणांनीं तें मस्तक चेंडूसारखें उडवून त्याचवेळीं तो पांडुपुत्र त्या सहा महारथांशींही लढला. हे भारता, मग अर्जुनानें तें शिरकमल उडवीत उडवीत समंतपंचकाच्या बाहेर नेलें.

तेव्हां तेथें आम्हांस ती फारच आश्चर्यकारक गोष्ट दिसली! हे मारिषा, ह्याच वेळीं तुझा व्याही वृद्धक्षत्र राजा संध्या करीत बसला होता, त्याच्या मांडीवर अर्जुनानें जयद्रथाचें तें काळेभोर केंस व कुंडलें यांनीं शोभणारें मस्तक पाडिलें! हे अरिंदमा, तें सुंदर कुंडलांनीं मंडित शिरकमल वृद्धक्षत्र राजाच्या मांडीवर पडलें, परंतु तो जप करीत असल्यामुळें त्याच्या तें लक्षांत आलें नाहीं; आणि तो उठूं लागला तेव्हां तें एकदम भूतलावर पडलें! हे भारता, मग त्या राजाच्या पुत्राचें मस्तक त्याच्या हातून खालीं पडतांच त्या वृद्धक्षत्राचेंही मस्तक शतधा विदीर्ण होऊन गेलें! तेव्हां सर्व सैन्यांस विलक्षण विस्मय वाटला, आणि ते वासुदेवाची व महारथी अर्जुनाची प्रशंसा करूं लागले!

हे भरतर्षभा राजा, अर्जुनानें जयद्रथाचा वध केल्यानंतर कृष्णानें तो अंधकार नाहींसा केला; आणि, हे महीपाला, तुझे पुत्र व त्यांचे अनुयायी यांना ही कृष्णानें योजिलेली माया आहे असें वेळ निघून गेल्यावर पाठीमागून कळलें! हे नृपसत्तमा, अशा प्रकारें त्या अमित तेजस्वी पार्थानें आठ अक्षौहिणींचा निःपात करून तुझा जांवई जयद्रथ यास ठार मारिलें! हे नराधिपा, जयद्रथ निधन पावल्याचें अवलोकन करून तुझे पुत्र दुःखाकुल होऊन अश्रु ढाळूं लागले; आणि जय मिळविण्याविषयीं ते निराश होऊन गेले! राजा, मग पार्थानें जयद्रथास मारिलें असतां केशवानें शंख वाजविला, आणि शत्रूंस तप्त करणाऱ्या महाबलिष्ठ अर्जुनानेंही शंखध्वनि केला. हे भारता! मग भीमसेन, वृष्णिवीर सात्यकि, युधामन्यु व पराक्रमी उत्तमौजा यांनींही पृथक् पृथक् शंख फुंकिले. तेव्हां तो प्रचंड ध्वनि ऐकून महात्म्या अर्जुनानें सैंधवास मारिलें असावें असें धर्मराज युधिष्ठिरानें जाणलें. मग त्यानें वाद्यघोषानें आपल्या योद्धयांस हर्षित केलें, आणि तो युद्धेच्छेनें समरांगणांत द्रोणाचार्यांकडे वळला. राजा, नंतर सूर्य अस्तास चालला असतां द्रोणाचा सोमकांबरोबर अंगांवर रोमांच उभे राहातील अशा तऱ्हेचा संग्राम झाला. राजा, सैंधव निधन पावल्यावर ते सर्व महारथी खाऊं गिळूं करीत मोठ्या शर्थीनें लढले. सैंधवास मारिल्यामुळें व जय मिळाल्यामुळें उन्मत्त झालेले ते पांडव ठिकठिकाणीं द्रोणांशीं सामना करूं लागले. तिकडे महाबलिष्ठ अर्जुनही त्या सिंधु देशाच्या राजास ठार केल्यावर तुझ्या इतर महारथी योद्धयांशीं झगडूं लागला आणि ज्याप्रमाणें इंद्र देवांच्या शत्रूंस-दैत्यांस पळवितो, किंवा अंधकारनाशक सूर्य उदय पावला असतां अंधकाराचा नायनाट करितो, त्याप्रमाणें त्या शूर किरीटीनें आपली पूर्वीची प्रतिज्ञा शेवटास नेऊन तुझ्या योद्धयांची चोहोंकडे धूळदैना करून सोडली!

अध्याय एकशें सत्तेचाळिसावा.

—:०:—

कृपमूर्च्छा.

धृतराष्ट्रानें विचारिलें:—संजया, सव्यसाची पार्थानें त्या शूर जयद्रथाचा वध केला, तेव्हां मग माझ्याकडील योद्धयांनीं काय केलें तें मला सांग.

संजय सांगतो:—हे भारता, रणांत अर्जुनानें सैंधवास मारिल्याचें पाहून शारद्वत कृपाचार्यांस संताप येऊन ते अर्जुनावर प्रचंड शरवृष्टि करूं लागले. त्याचप्रमाणें राजा, अश्वत्थामाही रथांत बसून अर्जुनावर धांवला, आणि मग ते दोघे रथिश्रेष्ठ महावीर दोहों बाजूंनीं अर्जुनावर तीक्ष्ण बाणांचा वर्षाव करूं लागले. याप्रमाणें त्या महापरा-

क्रमी रथिश्रेष्ठ पार्थावर दोन अतिप्रचंड शरवृष्टींचा भडिमार सुरू झाला, तेव्हां तो फारच पीडित झाला; तथापि गुरु कृपाचार्य किंवा गुरुपुत्र अश्वत्थामा यांस युद्धांत ठार करूं नये असें त्याच्या मनांत असल्यामुळें त्यानें तेथें गुरूचा जसा कांहीं सन्मानच केला. त्यानें द्रोणपुत्राचीं व कृपाचार्यांचीं अस्त्रें प्रत्यस्त्रांनीं आवरून धरलीं, आणि त्यांस मारण्याची इच्छा नसल्यामुळें तशाच बेतानें मंदवेगानें त्यांवर बाण सोडले. तथापि अर्जुनानें सोडलेले ते बाण त्यांस फार लागले, आणि पुष्कळ बाण लागल्यामुळें ते पराकाष्ठेचे विव्हल झाले. राजा, मग कृपाचार्य तर अर्जुनाच्या बाणांनीं पीडित होऊन रथांत पडले आणि मूर्च्छित झाले! तेव्हां त्या शरपीडित व विव्हल झालेल्या कृपाचार्यांस पाहून, आपला धनी मरण पावला असें त्याच्या सारथ्यास वाटलें आणि त्यामुळें त्यानें त्यास दूर नेलें! मग, हे महाराजा, शारद्वत कृपाचार्यांचा युद्धांत पराभव झाल्यावर अश्वत्थामाही अर्जुनास सोडून दुसऱ्या रथाकडे निघून गेला.

अर्जुनाचा शोक.

राजा, शारद्वत बाणांनीं घायाळ होऊन मूर्च्छित पडलेले पाहून तो महाधनुर्धर पार्थ आपल्या रथावरच त्यांविषयीं शोक करूं लागला. त्याचें तोंड आंसवांनीं भरून जाऊन तो दीनवाणीनें म्हणाला, “हें पुढील भविष्य जाणूनच महाज्ञानी विदुरानें कुलक्षय करणारा पापी दुर्योधन उपजतांच धृतराष्ट्रास सांगितलें कीं, ‘बाबारे, या कुलांगारास परलोकीं पाठीव. कारण याच्यापासून थोर कौरवांस मोठें भय उत्पन्न होणार आहे!’ तें त्या सत्यवादी विदुराचें भाषण आज हें प्रत्ययास आलें! त्या दुर्योधनामुळेंच आज मला भीष्माचार्य शरतल्पावर पडलेले पाहावे लागत आहेत. धिःकार असो या क्षात्रधर्माला आणि सामर्थ्य व पराक्रम यांना! कारण मजप्रमाणें ब्राह्मणांशीं आणि त्यांतही स्वतःच्या गुरूशीं कोण बरें द्रोह करणार आहे? हा कृपाचार्य ऋषीचा पुत्र असून माझा गुरु आहे, आणि शिवाय तो द्रोणाचार्यांचा परममित्र आहे! असें असतांना तो आज माझ्या शरांनीं विव्हल झाल्यामुळें रथांत निजला आहेना? अरेरे, माझी तशी इच्छा नव्हती तरी मीं बाणांनीं त्यास फारच पीडा दिली. हा रथोपस्थावर पडलेला कृपाचार्य माझे प्राण अगदीं कासावीस करून सोडीत आहे! मी आधींच पुत्रवधानें तप्त झालों होतों, आणि वर बाणांनीं आणखी व्यथित झालों. अशा दुःस्थितींत हा एकदम पुष्कळ बाण लागलेला कृपाचार्य खरोखर मला पुत्रवधापेक्षांही अधिक दुःख देत आहे. कृष्णा, आपल्या रथांत पडलेल्या त्या कृपाचार्यांची काय अवस्था झाली पाहा! जे पुरुषश्रेष्ठ गुरूंपासून विद्या शिकून त्यांचे इच्छित मनोरथ पूर्ण करितात, ते देवरूप होतात; आणि जे पुरुषाधम गुरूपासून विद्या घेऊन उलट त्यांचाच घात करतात, ते दुराचारी नरकांत पडतात! तेव्हां, हे माधवा, शरवृष्टीनें मीं कृपाचार्यांस रथांत पाडून आज हें खरोखर नरकाचेंच साधन केलें! मला अस्त्रें देण्याचे वेळीं पूर्वीं कृपाचार्य मला म्हणाले होते कीं, ‘बा कौरवा, गुरूवर कदापि प्रहार करूं नको.’ पण आज रणांत त्यांच्यावरच बाणांचा वर्षाव करून त्या सज्जन व थोर आचार्यांची ती आज्ञा मीं पाळिली नाहीं! त्या पराङ्मुख न होणाऱ्या अत्यंत पूज्य गौतमाला नमस्कार असो; आणि, हे वार्ष्णेया, त्यावर प्रहार करणाऱ्या मला धिःकार असो!”

राजा, याप्रमाणें तो सव्यसाची पार्थ विलाप करीत असतां सैंधव ठार झालेला पाहून कर्ण त्यावर धांवून आला. अर्जुनाच्या रथावर तो

कर्ण चालून येत आहे असें पाहून पांचालपुत्र युधामन्यु व उत्तमौजा आणि सात्यकि हेही एकदम धांवून गेले. राधेय जवळ येत आहे असें पाहून महारथी पार्थ हंसत हंसत देवकीपुत्रास म्हणाला, " हा कर्ण सात्यकीच्या रथावर चालून जात आहे. खरोखर रणांगणांत भूरिश्रव्याचा अंत झाला हेंच याला खपलें नसावें. हा त्याबद्दल सूड उगविल्याशिवाय राहाणार नाहीं खास. यासाठीं, हे जनार्दना, कर्णाला सात्यकीस सौमदत्तीकडे पाठवितां येऊं नये म्हणून हा जिकडे जात आहे तिकडेच तूं घोडे हांक. "

याप्रमाणें अर्जुन कृष्णास म्हणाला. तेव्हां त्या महातेजस्वी महात्म्यानें कालवर्तमानास अनुसरून त्यास प्रत्युत्तर दिलें:—पांडवा, हा सात्यकि एकटा असला तरी तो कर्णास पुरे पडेल. मग आणखी त्या सात्वतर्षभाच्या जोडीला द्रुपदपुत्र असल्यावर काय? तो त्यास पुरूनही उरेल! शिवाय, पार्था, सांप्रत तुझा कर्णाशीं संग्राम होणें इष्ट नाहीं. कारण त्याच्याजवळ मोठ्या थोरल्या उल्केसारखी जाज्वल्य अशी वासवी शक्ति आहे; आणि, हे परवीरघ्ना, ती त्यानें तुझ्याकरितां पुजून राखून ठेविली आहे. यासाठीं येथें कर्ण सात्वताकडे जात आहे तो तसाच जाऊं दे, हे कौंतेया, या दुष्टाची वेळ मी जाणतों. ती भरली म्हणजे मी तुला सांगेन आणि मग त्या वेळीं तूं त्यास तीक्ष्ण शरांनीं भूतलावर पाडशील!

कर्ण व सात्यकि यांचें युद्ध

यावर धृतराष्ट्रानें विचारिलें:—संजया, भूरिश्रवा मारला गेल्यावर व जयद्रथ पडल्यावर हा जो कर्णाशीं वीर सात्यकीचा सामना झाला, तो कसा झाला तें मला सांग; आणि तो विरथ झालेला सात्यकि व ते दोघे चक्ररक्षक पांचालपुत्र कोणत्या रथावर आरूढ झाले तेंही सांग.

संजय सांगूं लागला:—अहाहा! राजा, महारणामध्यें घडला तसा प्रकार मी तुला सांगतों. तूं स्थिर होऊन आपल्या दुराचरणाचा परिणाम श्रवण कर. हे प्रभो, उद्यां सौमदत्ति शूर सात्यकीला जिंकील हें आदल्याच दिवशीं कृष्णाच्या मनांत आलें होतें. कारण, राजा, त्या जनार्दनाला भूत व भविष्यही समजतें! असो; राजा, असें त्याच्या मनांत आल्यानंतर त्या महाबलिष्ठानें दारुक नामक सारथ्यास हांक मारून 'प्रातःकालींच माझा रथ तयार करून ठेव,' अशी आज्ञा केली. बा धृतराष्ट्रा, देव, गंधर्व, यक्ष, उरग, राक्षस अथवा मानव कोणीच त्या कृष्णार्जुनांस जिंकूं शकणार नाहींत. ब्रह्मदेवादि देव व सिद्ध हे त्यांचा पराक्रम जाणतात. राजा, त्यांचा तो अतुल प्रभाव व त्या ठिकाणीं झालेलें तें युद्ध श्रवण कर.

सात्यकि विरथ असून रणांत कर्ण त्यावर उठला आहे असें पाहून माधवानें ऋषभस्वरानें फारच मोठ्यानें शंख वाजविला. तो शंखाचा ध्वनि ऐकून दारुकानें ती आपणासच खूण आहे हें जाणलें; आणि ज्यावर सुपर्णध्वज उभारिला आहे असा तो रथ त्याकडे नेला. मग केशवाच्या अनुज्ञेनें सात्यकि त्या दारुकानें आणलेल्या अग्नि व सूर्य यांसारख्या तेजस्वी रथांत आरूढ झाला. ज्यांचा वेग फार मोठा असून जे इच्छेप्रमाणें गमन करीत असतात असे सुवर्णालंकारांनीं विभूषित असलेले शैब्य, सुग्रीव, मेघपुष्प व बलाहक नामक धिप्पाड अश्व जोडलेल्या विमानासारख्या रथांत बसून तो शिनीचा नातू पुष्कळ बाण टाकीत कर्णावर धांवून गेला. तेव्हां उत्तमौजा व युधामन्यु हे चक्ररक्षकही अर्जुनाचा रथ सोडून कर्णाकडेच चालून गेले. राजा, इकडून राधेय कर्णही शरवृष्टि करीत रणांत फारच रागावून अजिंक्य सात्यकीवर धांवला. मग तेथें जें रणकंदन

झालें, तशा प्रकारचें रणकंदन देवांचें, गंधर्वांचें, असुरांचें किंवा राक्षसांचेंही कधीं पृथ्वीवर किंवा स्वर्गांतही झालेलें ऐकिवांत नाहीं! हे महाराजा, त्यांचा पराक्रम अवलोकन करून मन गर्क झाल्यामुळें तें सर्व चतुरंग सैन्य तटस्थ उभें राहिलें; आणि, राजा, ते सर्वजण त्या नरवरांचें तें अमानुष युद्ध व दारुकाचें सारथ्य उत्सुकतेनें पाहूं लागले. पुढें चाल करणें, मागें येणें, पुनः चाल करणें, मंडलें घेणें व कौशल्यानें परत फिरणें, हीं त्या रथस्थ दारुकाचीं कृत्यें पाहून आकाशांत जमलेले देव, दानव व गंधर्व हेही विस्मित झाले; आणि त्या कर्ण-शैनेयांचा संग्राम फारच दक्षतेनें पाहूं लागले. ते दोघे बलिष्ठ व परस्परांशीं स्पर्धा करणारे वीर केवळ आपआपल्या मित्रांसाठीं पराक्रम करीत होते. हे महाराजा, कर्ण व देवतुल्य सात्यकि यांनीं अन्योन्यांवर शरवृष्टि चालविली. मग, भूरिश्रवा व जलसंध यांचा वध सहन न झाल्यामुळें कर्णानें शैनेयास सायकांच्या वर्षावांनीं जर्जर करून सोडलें. तो शोकाकुल झालेला व प्रचंड भुजंगाप्रमाणें सुस्कारे टाकणारा कर्ण रणांत क्रुद्ध होऊन दृष्टीनें जसा कांहीं भाजून काढीतच पुनःपुनः वेगानें त्यावर धांवून गेला. हे अरिंदमा धृतराष्ट्रा, तो कर्ण अतिशय खवळून गेला आहे असें पाहून, एक हत्ती प्रतिपक्षी हत्तीशीं झुंजतो त्याप्रमाणें सात्यकीही प्रचंड शरवृष्टि करीत त्याच्याशीं लढूं लागला. ते दोघे वाघांसारखे चपल व अतुलपराक्रमी नरव्याघ्र रणांत एकमेकांशीं भिडून परस्परांस प्रहार करूं लागले. नंतर, हे अरिंदमा, सात्यकीनें सर्वपारासव शरांनीं कर्णाच्या सर्व गात्रांचा पुनः पुनः भेद केला; एका भल्लानें त्याचा सारथि रथाच्या पेटीवरून पाडला. तीक्ष्ण शरांनीं त्याचे चारी शुभ्र घोडे मारिले; आणि, हे पुरुषर्षभा, त्याच्या ध्वजाचे व रथाचे शेंकडों तुकडे करून तुझा पुत्र दुर्योधन याच्या समक्ष त्यास विरथ केलें! नंतर राजा, तुझ्या त्या महारथ्यांस वाईट वाटून कर्णपुत्र वृषसेन, मद्रपति शल्य व द्रोणपुत्र अश्वत्थामा यांनीं शैनेयास चोहोंकडून घेरून टाकलें. मग सर्वच गोंधळ उडून कांहींएक समजेनासें झालें. राजा, सात्यकीनें कर्ण वीराला तसें विरथ केल्यावर सर्व सैन्यांत मोठा हाहाःकार उडाला. मग सात्यकीनें शरांनीं विरथ केलेला कर्णही तुझ्या पुत्रांशीं बाळपणापासून जडलेल्या मैत्रीचा अभिमान धरून व त्यानें राज्य दिलें त्या वेळीं केलेली प्रतिज्ञा पाळून दीर्घ निश्वास टाकीत त्वरेनें दुर्योधनाच्या रथावर चढला. हे पार्थिवा, याप्रमाणें विरथ झालेला कर्ण, तुझे मुलगे व दुःशासनप्रभृति वीर यांवर सात्यकीनें भडिमार केला; परंतु त्या मनोनिग्रही वीरानें भीमानें पूर्वी केलेली प्रतिज्ञा सत्य करण्यासाठीं त्यांस नुसतें विरथ व व्याकूळ मात्र केलें, त्यांचे प्राण घेतले नाहींत! कारण, अनुद्यूताचे वेळीं भीमानें तुझ्या पुत्रांच्या वधाची व अर्जुनानें कर्णाच्या वधाची प्रतिज्ञा केली होती! असो; त्या वेळीं त्या कर्णप्रभृति महारथांनीं सात्यकीचा वध करण्याचा यत्न केला, परंतु ती गोष्ट त्यांस साध्य झाली नाहीं. परलोक मिळविण्याची व धर्मराजाचें प्रिय करण्याची इच्छा करणाऱ्या त्या एकट्या सात्यकीनें एका धनुष्याच्या योगानेंच अश्वत्थामा, कृतवर्मा, इतर महारथी व आणखी शेंकडों मोठमोठे क्षत्रिय जिंकिले! तो शत्रुतापन सात्यकी पराक्रमामध्यें उभय कृष्णांच्या योग्यतेचा आहे. त्यानें हंसत हंसतच तुम्हांकडील सर्व सैन्यें जिंकिलीं! या भूलोकामध्यें एक कृष्ण, दुसरा अर्जुन व तिसरा सात्यकि

खरा धनुर्धर आहे ! हे नरव्याघ्रा, चौथा तर कोणीच नाहीं !

धृतराष्ट्र म्हणालाः—युद्धामध्यें वासुदेवाच्या बरोबरीच्या त्या सात्यकीनें कृष्णाच्याच अजिंक्य रथावर बसून कर्णास विरथ केलें. परंतु आपल्या बाहुबलाचा गर्व वहाणाऱ्या दारुकानें युक्त असलेल्या त्या शत्रुतापन सात्यकीला दुसऱ्या रथावर बसावयाचा प्रसंग आला कीं काय, हें ऐकण्याची मला इच्छा आहे. तूं मोठा वर्णनकुशल आहेस. बा संजया, तो सात्यकि शत्रूंस केवळ असह्य आहे असें मला वाटतें, तेव्हां तें मला कथन कर.

संजय सांगतोः—राजा, झालेला प्रकार श्रवण कर. दारुकाच्या महाबुद्धिमान् धाकट्या भावानें लवकरच उत्तम रीतीनें सज्ज केलेला दुसरा रथ आणला. त्याची दांडी लोखंडी व सोन्याच्या पट्ट्यांनीं जखडून टाकिली होती; हजारों तारांचें त्यावर आवरण केलें होतें; सिंहध्वज व पताका उभारिल्या होत्या आणि सुवर्णाच्या अलंकारांनीं भरलेले वायूप्रमाणें वेगवान् अश्व त्याला जोडिलेले होते. ते सिंधुदेशचे अश्व चंद्रासारखे दिसणारे, मोठे बळकट व सर्व प्रकारच्या शब्दांचें निर्भयपणें उल्लंघन करणारे असून त्या अश्वांवर सोन्याचीं चित्रविचित्र चिलखतें घातलेलीं होती. राजा, त्या रथावर घुंगुरमाळांचा घणघणाट चालला होता; शक्ति व तोमर हे विजेसारखे दिसत होता; त्यांचा शब्द मेघाप्रमाणें गंभीर होता; आणि तो पुष्कळ शस्त्रांचे कोश व इतर युद्धोपयोगी पदार्थ यांनीं संपन्न केला होता. अशा त्या रथावर बसून सात्यकि तुझ्या सैन्यावर धांवून गेला, आणि दारुकही स्वेच्छेनें कृष्णाजवळ गेला. राजा, इतक्या अवकाशांत कर्णालाही सेवकांनीं एक उत्तम रथ आणून दिला. त्याला सुवर्णाचीं चित्रविचित्र कवचें घातलेले विशेष वेगवान् व शंख किंवा गोदुग्ध यांसारखे शुभ्र वर्णाचे कुलीन अश्व जोडले होते. सोन्याचे दोर बांधिले होते, ध्वज उभारिला होता, यंत्रें व पताका तयार केल्या होत्या, पुष्कळ शस्त्रांनीं तो सज्ज केला होता, आणि त्यावर कुशल सारथि बसला होता. अशा त्या रथावर बसून कर्णानेंही शत्रूंवर हल्ला केला.

राजा, तूं मला विचारीत होतास तें हें तुला सर्व सांगितलें. आतां पुनः तुझ्या अपनयामुळें आतांपर्यंत किती नाश झाला तो समजून घे, नेहमीं विलक्षण. युद्ध करणाऱ्या दुर्मुखापासून प्रारंभ करून भीमानें तुझे एकतीस पुत्र मारिले; आणि, हे भारता, अर्जुनानें भीष्मापासून व सात्यकीनें भगदत्तापासून प्रारंभ करून शेंकडों शूरांचा वध केला. राजा, तूं दुष्ट मसलत दिल्यामुळें हा असा संहार झाला !

अध्याय एकशें अठ्ठेचाळिसावा.

—:०:—

भीमाचें अर्जुनाशीं भाषण.

धृतराष्ट्र विचारितोः—संजया, याप्रमाणें माझ्या व त्यांच्या वीरांची स्थिति झाली असतां त्या वेळीं भीमानें काय केलें, हें तूं स्पष्ट करून सांग.

संजय सांगतोः—विरथ झालेल्या भीमसेनाला कर्णाचे वाग्बाण लागून त्याच्या अंतःकरणाला घरे पडले. तेव्हां तो क्रोधवश झाला, आणि अर्जुनास म्हणाला, " धनंजया, ' षंढा, मूर्खा, अधाशा, अरे, अस्त्रें न जाणणाऱ्या, संग्रामास भिणाऱ्या पोरा, उगाच लढण्याच्या भरीस पडूं नको. ' असें तुझ्या देखत कर्ण मला पुनःपुनः म्हणाला आहे. असें जो बोलेल तो मला वध्य होय; आणि, हे भारता, कर्ण तर मला असें म्हणाला आहे ! हे महा-

बाहो, तुझ्याबरोबरच मींही ही प्रतिज्ञा केलेली आहे; आणि, अर्जुना, तुजप्रमाणेंच ती मला अवश्य पाळली पाहिजे, यांत तिलप्राय अंतर होणार नाहीं. यासाठीं, हे नरश्रेष्ठा, त्याच्या वधाविषयीं मी हें जें बोललों त्याचें स्मरण ठेव, आणि तें सत्य होईल असें कर.

अर्जुनकृत कर्णाधिक्षेप.

अमितपराक्रमी भीमसेनाचें तें भाषण ऐकून मग रणांत कांहींसा पुढें सरसावून अर्जुन कर्णास म्हणाला, "कर्णा, अरे खोट्या नजरेच्या कर्णा, अरे आत्मश्लाघा करणाऱ्या सारथ्याच्या पोरा, हे अधर्मबुद्धे, मी तुला आतां बोलणार आहें तें माझें बोलणें ऐकून घे. राधेया, युद्धामध्यें वीरांना दोन प्रकारचे परिणाम प्राप्त होत असतात; एक जय आणि दुसरा पराजय. राधेया, प्रत्यक्ष इंद्र जरी लढत असला, तरी त्यालाही जयापजय अनित्यच आहेत; म्हणजे त्यालाही नित्य जयच मिळेल किंवा दुसऱ्या एखाद्याचा नित्य पराभव होईल असें नाहीं. तूं आपलेंच उदाहरण पहाना ? सात्यकीनें तुला विरथ करून तुझे अवयव अगदीं विकल करून टाकिले होते, आणि त्या वेळीं त्याच्या हातून तूं अगदीं मरणाच्याच पंथाला लागला होतास. परंतु माझ्या हातून तुझा वध व्हावयाचा आहे असें समजून त्यानें तुला जिवंत सोडलें ! आतां महाबलिष्ठ भीमसेन रणांत लढत असतांना तूं कसें तरी सहजगत्या त्यास विरथ करून जें कठोर भाषण केलेंस, तें केवळ अनीतीचें आहे. हें तुझें फारच मोठें दुर्वर्तन होय. अरे, चांगल्या अंतःकरणाचे शूर नरवीर शत्रूस जिंकूनही प्रौढी मिरवीत नाहींत, अभद्र वल्गना करीत नाहींत, किंवा कोणाचीही निंदा करीत नाहींत. तूं केवळ कोत्या विचाराचा आहेस, म्हणूनच उतावीळपणामुळें कांहीं एक विचार न करितां ऐकवत नाहीं असें पुष्कळ असंबद्ध बोलत आहेस. अरे, आर्यव्रतांत तत्पर राहून लढणाऱ्या या पराक्रमी व शूर भीमसेनाला तूं जें अप्रिय बोललास, तें तुझें बोलणें बरोबर नाहीं. कारण सर्व सैन्यें, मी व श्रीकृष्ण यांच्या समक्ष भीमसेनानें तुला रणांत अनेक वेळां विरथ केलें आहे; आणि असें असतांही तो तुला कांहींएक बोललेला नाहीं ! आतां ज्यापेक्षां तूं वृकोदराला फारच रूक्ष शब्द ऐकविलेस, आणि ज्यापेक्षां माझ्या मागें तुम्हीं सौभद्राचा वध केला, त्यापेक्षां या गर्वाचें आतांच फळ भोग ! हे दुर्मते, सौभद्राचें तूं धनुष्य तोडलेंस तें स्वतःच्या नाशासाठींच तोडलेंस समजलास ! आणि यासाठींच मूढा, मी तुझे भृत्य, पुत्र व बांधव यांसह तुझा वध करणार ! अरे, आतां तुला महत्संकट प्राप्त झालें आहे. आपलीं काय कामें करावयाचीं तीं सर्व आटपून टाक. मी तुझ्या देखत रणांत तुझ्या वृषसेनाला ठार करणार; आणि जे दुसरे राजे बुद्धिभ्रंशामुळें माझ्या समोर येतील त्याही सर्वांचा वध करणार. हें मी प्रतिज्ञापूर्वक शस्त्र उचलतों ! हे मूढा, अविचारी व अतिगर्विष्ठ अशा तुला रणांत पाडलेला पाहून मूढ दुर्योधनाला फारच दुःख होईल !"

कर्णाच्या पुत्र वृषसेन याच्या वधाविषयीं अर्जुनानें प्रतिज्ञा केली त्या वेळीं रथ्यांमध्यें फारच मोठा गलबला होऊं लागला. याप्रमाणें समरांगणांत व्याकुल करणारे महत्संकट प्राप्त झालें. इतक्यांत मंदतेजकिरण झालेला सहस्ररश्मि सूर्य अस्ताचलास गेला !

कृष्णकृत अर्जुनाभिनंदन.

राजा, नंतर प्रतिज्ञा पार पाडून समरांगणाच्या शिरोभागीं स्थित असलेल्या पार्थास आलिंगून हृषीकेश म्हणाला, "हे जिष्णो, तूं सुदैवानें मोठी प्रतिज्ञा पार पाडलीस. पापी वृद्धक्षत्र आपल्या मुलाबरोबरच नाश पावला, हें सुदैवच

समजलें पाहिजे ! कारण, हे भारता, दुर्योधनाच्या या सैन्याशीं गांठ पडल्यावर प्रत्यक्ष देवसेनाही रणांत गडप होईल, याविषयीं संशय मनांत आणावयास नको. बा पुरुषव्याघ्रा, मी विचार करून पहात आहें, परंतु या सैन्याशीं झगडेल असा तुझ्याशिवाय दुसरा पुरुष त्रैलोक्यांतही मला दिसत नाहीं. मोठे पराक्रमी व तुझ्या बरोबरीचे किंबहुना तुजपेक्षांही अधिक असे पुष्कळ राजे दुर्योधनासाठीं एकत्र झाले आहेत; तथापि क्रुद्ध व चिलखतें चढविलेले तेही रणांत तुझी गांठ पडल्यावर माघारे जात नाहींत ! तुझें वीर्य व बल प्रत्यक्ष रुद्र, इंद्र किंवा यम यांच्या तोडीचें आहे, शत्रूंस ताप देणाऱ्या त्वां एकट्यानें आज रणांत जसा केला तशा प्रकारचा पराक्रम करण्यास कोणीही समर्थ होणार नाहीं. तूं दुरात्म्या कर्णाला त्याच्या अनुयायांसह ठार करशील, व शत्रूंचा निःपात करून त्यांस जिंकशील, तेव्हांही मी तुला पुनः अशीच शाबासकी देईन !"

अर्जुन म्हणालाः—माधवा, देवांसही दुस्तर अशा या प्रतिज्ञेंतून मी पार पडलों, तो केवळ तुझ्या प्रसादामुळेंच ! केशवा, तूं ज्यांचा पाठीराखा आहेस, त्यांचा जय झाला तर त्यांत कांहीं नवल नाहीं. तुझ्या प्रसादाच्या योगानें युधिष्ठिरास अखिल पृथ्वी प्राप्त होईल. हे वार्ष्णेया, हा तुझाच प्रभाव आहे व हा तुझाच विजय आहे. हे मधुसूदना, तूंच नित्य आम्हांस मोठे करीत असतोस !

कृष्णकृत समरभूवर्णन.

अर्जुन याप्रमाणें म्हणाल्यानंतर कृष्णानें सावकाश घोडे हांकीत पार्थास भयंकर व विस्तीर्ण रणभूमि दाखविली. कृष्ण म्हणालाः— युद्धामध्यें जय संपादून जगद्विख्यात कीर्ति मिळवावी अशी इच्छा बाळगणारे हे शूर राजे येथें तुझ्या बाणांनीं मरून पडले आहेत पहा ! यांचीं शस्त्रें व आभरणें चोहोंकडे उडालीं आहेत; घोडे, रथ व हत्ती नाश पावले आहेत; आणि यांचीं मर्मस्थानें छिन्नभिन्न होऊन हे फार च विकल झाले आहेत; यांतील सजीव व निर्जीव असे दोन्ही प्रकारचे राजे विलक्षण तेजस्वी आहेत, आणि त्यामुळें मेलेले आहेत तेही जिवंतसे भासत आहेत ! त्यांचे सुवर्णपुंख बाण, नानाप्रकारचीं तीक्ष्ण शस्त्रें, वाहनें व आयुधें यांनीं रणभूमि व्यापून गेली आहे पहा ! त्याचप्रमाणें कवचें, ढाली, हार, कुंडलयुक्त मस्तकें, टोप, मुकुट, माळा, चूडामणि, अंबर, कंठसूत्रें, सलकडीं, चकचकणारे निष्क आणि दुसरीं चित्रविचित्र आभरणें यांच्या योगानें, हे भारता, भूमि शोभायमान् होऊन गेली आहे ! रथांच्या पेट्या, भाते, पताका, ध्वज, उपकरणें, आसनें, दांड्या, बावखडे, चाकें, रणांत अनेक तुकडे होऊन पडलेले चित्रविचित्र आंस, जोकडें, तंग, पट्टे, धनुष्यें, बाण, भाते, झुली, परिघ, अंकुश, शक्ति, भिंदिपाल, भाते, शूल, परशु, प्रास, तोमर, कुंत, सोटे, शतघ्नी, भृशुंडी, खड्ग, परशु, मुसळें, मोगर, गदा, कुणप, त्याचप्रमाणें, हे भरतर्षभा, सोन्यानें मढविलेले चाबूक, हत्तींच्या गळ्यांतील घंटा व इतर नानाप्रकारचे अलंकार व माळा, नानाप्रकारचीं आभरणें व भोंकें पडलेलीं मूल्यवान् वस्त्रें यांच्या योगानें ही रणभूमि ग्रहांनीं शोभणाऱ्या शरत्कालीन नभोमंडलाप्रमाणें शोभूं लागली आहे ! भूमीसाठींच हे भूपति भूतलावर मरून पडले आहेत. जणूं काय प्रिय कांतेप्रमाणें आपल्या अवयवांनीं भूमीस झांकून हे झोंपींच गेले आहेत ! हे पर्वतशिखरांप्रमाणें शोभणारे ऐरावततुल्य हत्ती शस्त्रच्छेदरूपी दरींतून पुष्कळ रक्तस्राव करीत आहेत. जणूं काय हे पर्वतच दरीरूप मुखांनीं गेरू मिसळलेल्या लाल पाण्याचे प्रवाह सोडीत आहेत ! बा

अर्जुना, असे हे बाणहत होऊन भूमीवर रक्तस्त्राव करणारे हत्ती तूं अवलोकन कर. तसेच हे सुवर्णभूषणांनीं विभूषित असलेले घोडे पडले आहेत पहा! ज्यांचे मालक मरून गेले आहेत, ध्वजपताका फाटून तुटून गेल्या आहेत, चाकें नाहींतशीं झालीं आहेत, सारथि मेले आहेत, दांड्या व जोकडें यांच्या ठिकऱ्या उडाल्या आहेत आणि दांड्या व कळस फुटून गेले आहेत, असे हे गंधर्वनगरांच्या आकारांचे रथ अवलोकन कर. पार्था, हे पहा घोडे भूमीवर विमानांसारखे दिसत आहेत. वीरा, निधन पावलेले शेंकडों हजारों पायदळ शिपाई रक्तबंबाळ होऊन सर्व अवयवांनीं भूमीस आलिंगन देऊन निजले आहेत! त्यांच्या हातांत धनुष्यें व ढाली जशाच्या तशाच राहिल्या आहेत; आणि धुळीनें त्यांचे केंस भरून गेले आहेत! हे महाबाहो, तुझ्या शरांनीं ज्यांचीं शरीरें विदीर्ण झालीं आहेत असे हे योद्धे तूं अवलोकन कर. हे नरवीरा, पाडलेले हत्ती, रथ व अश्व यांनीं हें भरून गेलें आहे; रक्त, मेद व मांस यांचा यांत चिखल माजला आहे; आणि राक्षस, कुत्रीं, लांडगे व पिशाच्च यांना मात्र हें आनंद देत आहे; आणि याकडे पाहाणेंही कठीण झालें आहे, असें हें रणांगण तूं अवलोकन कर! हे प्रभो, रणांत कीर्ति वृद्धिंगत करणारें हें मोठें काम एक तुझ्या हातून किंवा दैत्य-दानवांस रणांगणांत ठार करणाऱ्या देवाधिपति इंद्राच्या हातूनच होणें शक्य आहे!

संजय म्हणालाः—याप्रमाणें कृष्ण अर्जुनास रणभूमि दाखवीत असतां आनंदित झालेले स्वजन त्यांस येऊन भेटले. तेव्हां त्यानें पांचजन्य शंख वाजविला. मग तो शत्रुनाशक जनार्दन रणभूमि पार्थास दाखवीत दाखवीत अजातशत्रु युधिष्ठिराजवळ येऊन पोहोंचला आणि त्यानें त्यास जयद्रथाचा वध झाल्याचें निवेदन केलें!

अध्याय एकशें एकुणपन्नासावा.

—:०:—

युधिष्ठिराचा हर्ष.

(श्रीकृष्णस्तुति.)

संजय सांगतोः—नंतर पार्थानें सैंधवास मारिल्यामुळें मनांत हर्ष पावलेल्या कृष्णानें धर्मराज युधिष्ठिराजवळ जाऊन त्यास वंदन केलें. तेव्हां तो म्हणाला, “ राजेंद्रा, तुझ्या पूर्वसुकृताच्या योगानें तुझी भरभराट होत आहे. तुझे शत्रु निधन पावत आहेत; आणि, हे नरोत्तमा, सुदैवानें आज तुझा हा धाकटा भाऊ प्रतिज्ञेंतून पार पडला आहे! ”

हे भारता, कृष्णानें असें सांगितलें तेव्हां तो परपुरंजय धर्मराज हर्षभरित होऊन त्यानें रथाखालीं उडी टाकली, व त्यास आनंदाश्रूंचें भरतें येऊन त्यानें त्या कृष्णार्जुनांस कवटाळिलें. नंतर आपलें कमलासारखें प्रफुल्लित व स्वच्छ मुख पुसून तो वासुदेवास व पंडुपुत्र अर्जुनास म्हणाला, “ हे कमलनयना, तुझ्या मुखांतून ही प्रिय गोष्ट श्रवण करून मला फारच हर्ष झाला आहे. ज्याप्रमाणें समुद्रांतून पोहणारा मनुष्य कडेला जाऊन पोंचत नाहीं, त्यांतच मग्न होतो, त्याप्रमाणें मी या हर्षसागरांत मग्न झालों आहें! कृष्णा, बुद्धिमान् पार्थानें हें फारच अद्भुत कृत्य केलें. सुदैवानें तुम्ही दोघे महारथी रणांगणांत जोखमीच्या कामगिरींतून उत्तीर्ण झालेले मी पाहात आहें! तो पुरुषाधम पापी सैंधव आपल्या पुण्याईच्या योगानेंच मारला गेला! हे गोविंदा, तूं रक्षण करीत असल्यामुळें अर्जुनानें जयद्रथास मारून सुदैवानें आज मला मोठा आनंद दिला आहे. ज्यांना तुझा आश्रय आहे, त्या आम्हांला कोण-

तीच गोष्ट अत्यद्भुत नाहीं. हे मधुसूदना, तूं सर्व लोकांचा गुरु ज्यांचा नाथ आहेस, त्यांस त्रैलोक्यांत कांहींच दुष्कर नाहीं. गोविंदा, तुझ्या प्रसादानें आम्ही शत्रूंस जिंकू. आमचें प्रिय व हित करण्यास तूं सर्वदा उभा आहेस; आणि दैत्यवधाच्या वेळीं देवांनीं रणांत इंद्राचा आश्रय केला त्याप्रमाणें तुझ्या आश्रयानें आम्हीं शस्त्र उचललें. जनार्दना, जयद्रथाचा वध करणें देवांसह असंभाव्य आहे, परंतु तुझी बुद्धि, बल व पराक्रम यांच्याच योगानें हें अर्जुनानें केलें. कृष्णा, तुझ्या बाल पणापासूनच तुझीं अमानुष, दिव्य व अचाट अशीं पुष्कळ कृत्यें मी ऐकत आलों आहें; आणि तेव्हांच "शत्रु मेले आहेत, व पृथ्वी आपणास प्राप्त झालेलीच आहे!" असें मीं जाणलें आहे. हे अरिसूदना, तुझ्या प्रसादानें उत्पन्न झालेल्या पराक्रमामुळेंच हजारों दैत्यांस मारून इंद्र देवांचा अधिपति झाला. हे हृषीकेशा, तुझ्या प्रसादानेंच हें स्थावरजंगम जग आपआपल्या मार्गांत राहून जपहोमादि करीत असतें. हे महाबाहो, हे नरोत्तमा, हें सर्व जग पूर्वीं एका समुद्रानें युक्त व तमोमय होतें; तें तुझ्याच दृष्टिप्रसादानें नांवारूपास आलें. हे हृषीकेशा, सर्व लोकांचा जनक, परमात्मा व अव्यय अशा तुला जे जाणतील, ते कधींही मोह पावत नाहींत. सर्वांहून जुना, श्रेष्ठ, देवांचा देव, सनातन व देवांचा वरिष्ठ अशा तुला जे शरण आले, त्यांस कदापि मोह पडत नाहीं. देवा, तूं आद्यंतरहित, लोककर्ता व अविनाशी आहेस. जे तुझें भजन करतात ते प्रत्येक संकटांतून तरून जातात. तूं मायेहून पर, सर्वांहून प्राचीन, आदिपुरुष व सर्व श्रेष्ठांहून श्रेष्ठ आहेस; त्या तुज परमात्म्याजवळ प्राप्त झालेल्यांस परम ऐश्वर्य प्राप्त होत असतें. ज्याला चारी वेद गातात आणि वेदांमध्यें ज्याची स्तुति केलेली आहे, त्या तुज महात्म्याचा आश्रय धरून मी सर्व श्रेष्ठ ऐश्वर्य भोगीन. तूं उत्कृष्ट ऐश्वर्याचा भोक्ता परंतु मायातीत आहेस. तूं तिर्यगीश व नरेश्वर आहेस, म्हणजे तिर्यक् योनींत व मनुष्ययोनींत जन्म घेऊनही तूं अविकृत असतोस. सर्व जड पदार्थांचे भोक्ते जे जीव, त्यांस उत्पन्न करणाऱ्या ब्रह्मदेवासही स्फूर्ति देणारा तूंच होस; आणि म्हणूनच तुला पुरुषोत्तम असें म्हणतात. देवा, तुला माझा नमस्कार असो, प्रभो, तूं रुद्रादि ईशांचा ईश व राजधर्मांचा अधिपति आहेस. माधवा, तुझा उत्कर्ष असो. हे विशालाक्षा, तूं सर्वांचा उत्पत्तिकर्ता व प्रलयकर्ता असून सर्वांचा अंतरात्मा तूंच आहेस. तूं अर्जुनाचा मित्र, त्याच्या हिताविषयीं तत्पर व त्याचा रक्षणकर्ता आहेस; तुला शरण आलें असतां कल्याण होत असतें. हे अनघा, मार्कंडेय हा पुराण ऋषि असून तुझें चरित्र जाणणारा आहे. त्यानें पूर्वींच मला तुझें माहात्म्य व प्रसाद कथन केला आहे. त्याचप्रमाणें असित, देवल, महातपस्वी नारद आणि माझे पितामह व्यास हे तुला उत्तम विधाता असें म्हणतात. तूं तेज आहेस, तूं परब्रह्म आहेस, तूं सत्य आहेस व महत्तपही तूंच आहेस. देवा, तूं श्रेय व कीर्ति असून जगाचें आदिकारण तूंच आहेस. हें सर्व स्थावरजंगम जग तूंच उत्पन्न केलेंस; आणि प्रलयकाल आला म्हणजे हें पुनः तुझ्या ठायींच लय पावतें. तूं आद्यंतरहित असा देव असून विश्वाचा स्वामी आहेस. हे जगत्पते, वेदवेत्ते लोक तुला धाता, अज व अव्यक्त असें म्हणतात. तूं भूतात्मा, महात्मा, अनंत व विश्वतोमुख असून आदिगुह्य आहेस. तुज जगत्पतीला देवही जाणत नाहींत. तूं नारायण, श्रेष्ठ देव, परमात्मा, ईश्वर, ज्ञानयोनि, हरि, विष्णु व मुमुक्षूंचें मुख्य आश्रय-

स्थान होस. तूं मायातीत, पुराणपुरुष व पुराणांहूनही पलीकडचा आहेस; अशा तुझ्या आदिगुणांची व इहलोकीं व स्वर्गलोकीं भूतभविष्य उल्लंघून गेलेल्या कृत्यांची गणती करणारा तेथें कोणीच नाहीं, असा तूं सर्वगुणसंपन्न आम्हीं मित्र जोडला आहे, तेव्हां इंद्र देवांचें रक्षण करितो त्याप्रमाणें आमचें सर्व प्रकारें रक्षण करणें तुजकडे आहे!"

याप्रमाणें धर्मराजानें महायशस्वी कृष्णाची प्रशंसा केली, तेव्हां जनार्दनानेंही त्यास अनुरूप असें भाषण केलें, "युधिष्ठिरा, तुझी उग्र तपश्चर्या, परमधार्मिकता साधुत्व व सरळपणा, या गुणांनींच पापी जयद्रथाचा घात झाला. हे पुरुषव्याघ्रा, तुझ्या शुभचिंतनाचें आवरण असल्यामुळेंच अर्जुनानें हजारों योद्धे मारून जयद्रथाचा वध केला. अरे, कर्तृत्व, बाहुवीर्य, मनाचा निधडेपणा, चलाखी व अमोघ बुद्धिमत्ता या गुणांत अर्जुनाची बरोबरी करणारा कोणी कोठेंच नाहीं. हे भरतश्रेष्ठा, तुझा भाऊ अर्जुन यानेंच आज रणांत सैन्यांचा नाश करून सिंधुराजाचें मस्तक हरण केलें!"

राजा, नंतर धर्मपुत्र युधिष्ठिरानें अर्जुनास आलिंगन देऊन त्याचे तोंडावरून हात फिरवून त्याचें समाधान केलें. तो म्हणाला, "फाल्गुना, इंद्रासुद्धां सर्व देवांस असह्य व अशक्य असें फारच मोठें कृत्य तूं केलेंस! हे शत्रुघ्ना, सुदैवानें तूं शत्रूंस मारून आपणावरील भार उतरिलास, आणि सुदैवानें जयद्रथास ठार करून आपली ही प्रतिज्ञा सत्य केलीस!"

याप्रमाणें अर्जुनास सांगून महायशस्वी धर्मराजानें आपला पुण्यगंधयुक्त हात त्याच्या पाठीवरून फिरविला. मग त्याचें तें भाषण ऐकून घेऊन ते दोघे महात्मे कृष्णार्जुन त्या पृथ्वीपति राजास म्हणाले, "राजा, तुझ्या क्रोधाग्नीनेंच पापी जयद्रथ राजा दग्ध झाला, आणि दुर्योधनाच्या अफाट सैन्याचें रणांत उल्लंघन झालें! हे भारता, या कौरवांचा वध झाला आहे, होत आहे, व राहिलेले लवकरच नाश पावतील. कारण, हे शत्रुसूदना, हे तुझ्या क्रोधानें पूर्वीच हत झाले आहेत. वीरा, केवळ क्रोधदृष्टीनें ठार करणाऱ्या तुला कोपवून तो दुर्मति सुयोधन आपले बंधु व मित्र यांसह रणांत प्राण सोडणार खास! हा कौरवांचा पितामह भीष्म पूर्वीं देवांसही केवळ अजिंक्य होता, परंतु तुझ्या कोपामुळें तोही आज शरतल्पावर पडला आहे! पांडवा, तूं ज्यांवर क्रुद्ध झालास, ते शत्रूंचा घात करणारे असले तथापि समरांगणांत त्यांस विजय मिळणें दुर्लभ आहे,—ते मृत्युवशच व्हावयाचे! बा मानदा, तूं ज्यांवर कोपलास त्यांचें राज्य, प्राण, संपत्ति, पुत्र व विविध सौख्यें थोडक्याच वेळांत नाश पावतात. तेव्हां, हे परंतपा, नित्य राजधर्मांत तत्पर राहाणारा तूं कोपला आहेस, त्यापेक्षां कौरव आपले पुत्र, पशु व बांधव यांसह नष्ट झालेलेच आहेत असें मी समजतों!"

नंतर महाबलिष्ठ भीमसेन व महारथी सात्यकि हे दोघे बाणांनीं जखमी झालेले महाधनुर्धर वीर धर्मराजास वंदन करून पांचाल्यासह भूमीवर उभे राहिले. आनंदित झालेले ते वीर हात जोडून समोर उभे राहिले आहेतसें पाहून धर्मराजानें त्या दोघांचें अभिनंदन केलें. तो म्हणाला, "द्रोणरूपी ग्राहाच्या योगानें दुस्तर झालेला, व हार्दिक्यरूप मकराचें ज्यांत वास्तव्य आहे, अशा त्या सैन्यसागरांतून तुम्ही तरून आल्याचें मी पाहात आहें हें माझें भाग्य होय! सुदैवानें पृथ्वीवरील सर्व राजे रणांत जिंकले गेले, आणि रणांत तुमचा विजय झाला, हें सुदैवानें माझ्या नजरेस पडत आहे. द्रोणांचा व महाबलिष्ठ हार्दिक्याचा रणांत पराभव झाला हें मोठें नशीबच समजलें पाहिजे. त्याच-

प्रमाणें तुम्हां दोघां नरर्षभांनीं सुदैवानें शरांनीं रणांत कर्णाचा पराभव करून टाकला, व शल्यासही पराङ्मुख केलें ! तुम्हां दोघां युद्धविशारद व रथिश्रेष्ठांना सुदैवानें मी रणांतून सुखरूप परत आलेले पाहात आहें ! माझें भाषण पार पाडणारे व माझ्या गौरवानें बांधलेले तुम्ही सैन्यसागरांतून तरून आलेले मी सुदैवानें पहात आहें. युद्धाची प्रशंसा करणारे व युद्धांत माघार न घेणारे व माझ्या आज्ञेंत वागणारे असे तुम्ही दोघेजण सुदैवानें माझ्या नजरेस पडलां ! ”

राजा धृतराष्ट्रा, असें म्हणून पंडुपुत्र युधिष्ठिरानें युयुधान व भीमसेन या दोघां नरवीरांस आलिंगन दिलें, तेव्हां हर्षानें त्याच्या नेत्रांत अश्रु उभे राहिले! नंतर, राजा, पांडवांचें सर्व सैन्य आनंदीत झालें आणि रणांत हर्ष पावलेल्या त्या सैन्यानें पुनः युद्ध करण्याची ईर्षा धरली.

अध्याय एकशें पन्नासावा.

—:०:—

दुर्योधनाचा अनुताप.

संजय सांगतोः—राजा, जयद्रथ वध पावला, तेव्हां तुझा पुत्र दुर्योधन याचें मुख आंसवांनीं भरून गेलें, तो दीन झाला, शत्रूंस जिंकण्याचा त्याचा उत्साह मावळला, तो खिन्न होऊन दांत पडलेल्या सर्पासारखा निश्वास टाकूं लागला, आणि अलमदुनियेचा अपराधी तो तुझा पुत्र पराकाष्ठेचा आर्त झाला ! अर्जुन, भीमसेन व सात्यकि यांनीं रणांगणांत केलेलें आपल्या सैन्याचें तें मोठें घोर कंदन अवलोकन करून तो निस्तेज, कृश व दीन होऊन गेला, त्याचे नेत्र पाण्यानें भरून आले आणि ‘ अर्जुनासारखा योद्धा जगतांत नाहीं !’ असें त्यास वाटूं लागलें ! हे मारिषा, तो आपल्याशीं म्हणाला, “ द्रोण, कर्ण, अश्वत्थामा किंवा कृपाचार्य हे रणांत क्रुद्ध पार्थाच्या पुढें उभे राहाण्यास समर्थ नाहींत ! कारण, अर्जुनानें रणांत माझ्या सर्व महारथांस जिंकून सैंधवाचा वध केला, परंतु कोणासही त्याचें निवारण करवलें नाहीं. खरोखर हें कौरवांचें प्रचंड सैन्य अगदीं नष्टच झालेलें आहे. साक्षात् इंद्राच्यानेंही याचें रक्षण करवणार नाहीं ! अहो, ज्याच्या जोरावर आम्हीं रणांगणांत शस्त्र उचलण्याचा खटाटोप केला, त्या कर्णाचा युद्धांत पराभव झाला आणि जयद्रथ तर मरून गेला. अच्युत कृष्ण साम करण्याविषयीं प्रार्थना करीत असतांना ज्याच्या पराक्रमाच्या जोरावर मीं त्याला कस्पटासमान लेखिलें, तो कर्ण युद्धांत जिंकिला गेलाना ! ”

राजा, याप्रमाणें मनांत खिन्न होऊन तो अलमदुनियेचा गुन्हेगार दुर्योधन द्रोणांस पाहाण्यासाठीं त्यांच्या जवळ गेला. हे भरतर्षभा, मग त्यानें कौरवांची झालेली मोठी हानि, शत्रूंचा विजय, धार्तराष्ट्रांचा पराभव वगैरे सर्व त्यांस सांगितलें.

दुर्योधन म्हणालाः—आचार्य, मूर्धाभिषिक्त राजांचा हा प्रचंड संहार पहा ! माझे शूर पितामह भीष्म यांस प्रमुख करून मीं युद्धास प्रारंभ केला, परंतु हा वंचक शिखंडी त्यांस मारून आपले मनोरथ पूर्ण करून सर्व पांचालांसह सेनेच्या अग्रभागीं उभा आहे. दुसरा आपला आजिंक्य शिष्य जयद्रथ राजा; त्याचा अर्जुनानें सात अक्षौहिणी सैन्य मारून वध केला. असे आमच्या विजयाची इच्छा करणारे उपकारक मित्र यमलोकीं गेले आहेत, त्यांचा मी कसा उतराई होऊं ? जे पृथ्वीपति मला पृथ्वी मिळावी असें इच्छीत होते, ते या भूतलावरील ऐश्वर्य सोडून जमिनीवर निजले आहेत; आणि ज्याच्यामुळें मित्रांचा असा क्षय झाला, त्या मज नीचाला आतां सहस्र

अश्वमेधांनींही पवित्र होण्याची आशा नाहीं! मी लोभी, पापी व धर्मद्रोही आहें. माझ्याच वाईट कृतीनें हे विजयेच्छु वीर यमलोकीं गेले आहेत! अहो, मित्रद्रोही व दुराचारी अशा मला पृथ्वीनें त्या राजांमध्येंच कां बरें जागा दिली नाहीं! अहो, पितामह भीष्मांचें शरीर रक्तानें भरून गेलें असून ते रणांत हत होऊन राजांच्या मध्यभागीं पडले असतां त्यांचेंही रक्षण करणें ज्या माझ्या हातून घडलें नाहीं, त्या मज अनार्य, अधार्मिक व मित्रद्रोही मनुष्याची गांठ पडल्यावर परलोकीं गेलेले अजिंक्य भीष्म काय बरें म्हणतील? आचार्य, माझ्यासाठीं प्राणांचीही आशा सोडून युद्धास सिद्ध झालेला हा शूर महाधनुर्धर व महारथी जलसंध सात्यकीनें ठार मारिला पहा! अहो, कांबोज, अलंबुष व दुसरे पुष्कळा मित्र निधन पावल्याचें पाहिल्यावर आतां आज मला जगून कोणता अर्थ साधावयाचा आहे? रणांत माघार न घेणारे शूर वीर माझ्यासाठीं लढत असतां व माझ्या शत्रूंस जिंकण्यासाठीं शिकस्तीचा प्रयत्न करीत असतां पडले आहेत. यास्तव, हे परंतपा, आज मी स्वसामर्थ्यानें त्यांचा उतराई होऊन यमुनेंत तिलांजली देऊन त्यांचें तर्पण करीन! हे सर्वशस्त्रधराग्रणे, इष्टापूर्त, पराक्रम व पुत्र यांची शपथ करून मी तुम्हांस सत्य सांगतों कीं, रणांत पांडवांसह त्या सर्व पांचालांस ठार करून शांत होईन, किंवा रणांत सलोकता तरी मिळवीन. मग माझ्यासाठीं लढणारे ते पुरुषश्रेष्ठ रणांत अर्जुनाकडून वध पावून जेथें गेले आहेत तेथें मी जाईन. आम्हांकडून बरोबर तरतूद न राहिल्यामुळें आमचे साह्यकर्ते सांप्रत आम्हांसाठीं तितके झटून पडत नाहींत; आणि, हे महाभुजा, पांडवांचें ते कल्याण इच्छितात तसें कांहीं आमचें इच्छित नाहींत. सत्यसंध भीष्मांनी तर आपण होऊनच आपला मृत्यु घडवून आणला; आणि आपल्या मनांत अर्जुनाविषयीं शिष्यवात्सल्य असल्यामुळें आपणही हयगय करितां यामुळेंच आमचा जय इच्छिणारे सर्व लोक मरण पावले! सांप्रत आमचा जय इच्छिणारा एक कर्ण काय तो मला दिसत आहे. जो मंदबुद्धीचा मनुष्य मित्राची बरोबर पारख न करतां त्याची मित्रकार्यीं योजना करितो, त्याचा तो अर्थ नाश पावतो. मोह पडल्यामुळें लोभ सुटून धनाची इच्छा करणाऱ्या पापी व कुटिल अशा माझ्या कामाची प्रियमित्र म्हणविणारांनीं अशीच वाट लाविली आहे! जयद्रथ, वीर्यशाली सौमदत्ति, अभीषाह, शूरसेन, शिबि व वसाति हे मरून गेले आहेत. यास्तव माझ्यासाठीं समरांगणांत लढणारे ते नरश्रेष्ठ अर्जुनानें ठार केल्यामुळें जेथें गेले आहेत तेथेंच मी आज जाईन! त्या पुरुषर्षभांवांचून आज माझें जिणें व्यर्थ होय. यासाठीं, अहो पांडवांचे आचार्य! आपण मला आज्ञा द्यावी!

अध्याय एकशें एकावन्नावा.

—:०:—

द्रोणांचें भाषण.

धृतराष्ट्र म्हणालाः—बाबा संजया, सव्यसाची अर्जुनानें रणांत सिंधुराजाचा वध केला, व तसाच त्या भूरिश्रव्याचाही अंत झाला, त्या वेळीं तुमच्या मनाला काय बरें वाटलें? त्याचप्रमाणें दुर्योधन कौरवसमुदायामध्यें द्रोणांस तसें म्हणाला तेव्हां पुढें त्यांनीं काय उत्तर दिलें तें मला सांग.

संजय सांगतोः—हे भारता, जयद्रथ व भूरिश्रवा हे निधन पावलेले पाहून तुझ्या सैन्यांत फारच दुःखोद्गार निघाले; व ज्या मसलतीच्या योगानें शेंकडों क्षत्रियर्षभ नाश

पावले, त्या तुझ्या पुत्राच्या मसलतीचा ते अगदीं अव्हेर करूं लागले. इकडे तुझ्या पुत्राचें तें भाषण ऐकून द्रोणांचें अंतःकरण अगदीं खट्टू झालें. मग मुहूर्तमात्र विचार करून ते दीनवाणीनें त्याशीं बोलूं लागले, "दुर्योधना, मला वाक्शरांनीं असा कां बरें टोंचतोस? अरे, सव्यसाची रणांत अजिंक्य आहे असेंच मी नेहमीं बोलत आलों आहेंना? कौरवा, हा किरीटी रक्षण करीत असल्यामुळेंच शिखंडीनें भीष्मांचा वध केला. एवढ्या गोष्टीवरूनच अर्जुनाची तुला परीक्षा व्हावयास पाहिजे होती! रणांत देवदानवांकडून भीष्मांचा वध व्हावयाचा नाहीं, परंतु तेही जेव्हां निधन पावले, तेव्हांच ही भारती सेना नष्टप्राय आहे असें मला कळून आलें. अरे, त्रैलोक्यामध्यें सर्व पुरुषांहून ज्यांस आपण शूर समजत होतों, ते भीष्मच पडल्यावर आतां आपण कोणाचा भरंवसा धरावा? बाबारे, त्या शकुनीनें कौरवांच्या, सभेमध्यें जे फांसे टाकले, ते खरोखर फांसे नव्हत, शत्रूंस ते ताप देणारे तीक्ष्ण बाण होत! बाबारे, तेच हें अर्जुनानें फेंकलेले बाण आपणांस मारीत आहेत! त्याच वेळीं विदुरानें तुला त्या फांशांचें स्वरूप सांगितलें, परंतु तें तूं जाणलें नाहींस! अरे, तो महात्मा व विजयी विदुर तुझ्या कल्याणासाठीं चांगलें सांगत असतांना त्या धैर्यवंताचीं तीं भाषणें तूं ऐकिलीं नाहींस. दुर्योधना, त्या त्याच्या भाषणांचा अपमान केल्यामुळेंच तुझ्या कृतीनें हा घोर व प्रचंड नाश येऊन ठेपला. हित करणाऱ्या मित्रांच्या हितकर भाषणांकडे लक्ष न देतां जो आपल्याच मताप्रमाणें वागतो, तो मूर्ख थोड्याच अवकाशांत शोचनीय स्थितीस येऊन पोंचतो. अरे, सत्कुलांत जन्मलेली, सर्व धर्मांस अनुसरणारी व अपमानास केवळ अयोग्य अशा द्रौपदीला तुम्हीं आमच्या डोळ्यांदेखत सभेंत आणिलें, त्या अधर्माचें हें महत्फल प्राप्त झालें आहे! हे गांधारीपुत्रा, अरे, येथें हें फळ प्राप्त झालें नसतें तर परलोकीं याहूनही अधिक यातना तुला भोगाव्या लागत्या. अरे, पांडवांस कपटानें द्यूतांत जिंकून त्या वेळीं तूं त्यांना केवळ कृष्णाजिनें परिधान करावयास लावून अरण्यांत पाठविलेंस! आपणांशीं सदोदीत पुत्रधर्मानें वागणाऱ्या पांडवांचा कोणता ब्राह्मण म्हणविणारा मनुष्य मजप्रमाणें द्रोह करील बरें? अरे, तूं व शकुनि यांनीं धृतराष्ट्राच्या सल्लचानें कौरवांच्या सभेमध्यें पांडवांना हा राग आणला, दुःशासनानें त्यांत भर घातली, कर्णानें त्याची वाढ केली, आणि विदुराच्या बोलण्याचा अव्हेर करून तूं पुनःपुनः त्याची उजळणी केलीस! तुम्हीं जयद्रथाच्या जवळ राहून मोठ्या दक्षतेनें अर्जुनास गराडा दिला होता, मग तुमचा सर्वांचाच कसा पराभव झाला? व तुमच्या मध्यभागीं त्या जयद्रथाचा कसा अंत झाला? हे कौरवा, तूं, कर्ण, कृपाचार्य, शल्य व अश्वत्थामा हे जिवंत असतांना सिंधुराजा कसा बरें निधन पावला? अरे, लढणारे ते सर्व राजे जयद्रथाच्या रक्षणासाठीं आपल्या पराक्रमाची शर्थ करीत असतांना तुमच्या मध्यभागीं तोच कां बरें मारला गेला? दुर्योधना, विशेषेंकरून मी किंवा तूं अर्जुनापासून रक्षण करशील अशी त्या जयद्रथ राजाला आशा होती. परंतु अर्जुनापासून त्याचें रक्षण झालें नाहीं! आतां मी अमुक एका गोष्टीकरितां जगावें असें मला कांहींच दिसत नाहीं! त्या शिखंडीसह पांचालास ठार करीपर्यंत मी स्वतःच धृष्टद्युम्नाच्या भीतींत बुडत आहें असें मला वाटत आहे. हे भारता, तुला तर जयद्रथाचें रक्षण करवलें नाहीं; मग मी आधींच दुःखानें पोळत असतांना तूं वाक्शरांनीं उगीच माझ्या काळजाला कां बरें घरे पाडतोस? अरे, सत्यपराक्रमी व

पुण्यशील भीष्मांचा सुवर्णमय ध्वज रणांगणांत दिसत नसतांना तूं जयाची आशा तरी कशी करतोस ? अरे, जेथें महारथांच्या मध्यभागीं सैंधवाचा वध झाला, आणि तसाच भूरिश्रवाही निधन पावला, तेथें काय बाकी राहिलें असें तुला वाटतें ? हे पार्थिवा, जो सिंधुराजाच्या बाजूला गेला नव्हता, तो अजिंक्य कृपाचार्य जर जिवंत असेल, तर त्यालाच मी धन्य मानीन. हे कौरव्या, दुष्कर कर्म करणारे व इंद्रासह सर्व देवांसही केवळ अवध्य असे ते भीष्माचार्य तुझ्या व तुझा भाऊ दुःशासन यांच्या देखत हत झालेले मीं पाहिले, तेव्हांच, राजा, ही पृथ्वी तुला प्राप्त व्हावयाची नाहीं हें माझ्या मनांत येऊन चुकलें ! हे भारता, हीं पांडवांचीं व सृंजयांचीं सैन्यें आज एकवटून मजवर धांवून येत आहेत. तेव्हां हे धार्तराष्ट्रा, सर्व पांचालांस ठार केल्याशिवाय मी कांहीं कवच उतरणार नाहीं. आज तुला हितकर असेंच कर्म मी रणांत करीन. राजा, माझा पुत्र अश्वत्थामा याला असें सांग कीं, जिवाची आशा सोडून तूं रणांत सोमकांचा पिच्छा सोडूं नको; आणि जें पित्यानें सांगितलें आहे तें त्याचें वचन पाळ. दया, शांति, सत्य व सरळपणा यांचे ठिकाणीं स्थिर हो. तूं धर्म, अर्थ व काम यांविषयीं कुशल आहेस; परंतु धर्म व अर्थ या दोहोंसही धक्का न लागूं देतां धर्मप्रधान अशींच कामें करीत जा, हें मी तुला पुनःपुनः सांगतों. दृष्टि व मन यांनीं विप्रांस संतुष्ट करावें, आणि शक्तीप्रमाणें त्यांची संभावना करावी;—त्यांचें अप्रिय कधींही करूं नये; कारण ते केवळ अग्निज्वालेसारखे आहेत. हे शत्रुसूदना राजा, तुझ्या वाक्शरांनीं पीडित होऊन हा मी मोठें रण करण्यासाठीं सैन्यांत घुसतों. दुर्योधना, तुला सामर्थ्य असेल तर आपल्या सैन्याचें रक्षण कर. कारण, बाबारे, हे खवळून गेलेले पांडव व सृंजय रात्रींतही लढतील.

राजा, याप्रमाणें बोलल्यानंतर, नक्षत्रांचें तेज क्षीण करणाऱ्या सूर्याप्रमाणें क्षत्रियांचें तेज लोपवीत ते द्रोण, पांडव व सृंजय यांवर चालून गेले.

अध्याय एकशें बावन्नावा.

—:०:—

पुनर्युद्धारंभ.

संजय सांगतोः—याप्रमाणें द्रोणांनीं सांगितलें तेव्हां दुर्योधन राजा क्रोधवश होऊन त्यानें पुनः युद्ध करण्याचाच संकल्प केला. मग तो तुझा पुत्र कर्णास म्हणाला, “ पहा ! या पांडुपुत्र अर्जुनानें फक्त कृष्णाच्याच साहाय्यानें आचार्यांनीं रचलेला तो देवांसही केवळ दुर्भेद्य व्यूह फोडिला, आणि तूं व महात्मा द्रोण जयद्रथाच्या रक्षणाची खटपट करीत असतांही मोठमोठ्या योद्ध्यांच्या समक्ष जयद्रथाचा वध केला ! राधेया, ज्याप्रमाणें सिंहानें इतर पशु मारावे, त्याचप्रमाणें एकट्या पार्थानें पृथ्वीवर युद्धामध्यें अग्रगण्य असलेले पृथ्वीपति ठार केले आहेत पहा ! मी व महात्मा द्रोण धडपड करीत असतांही त्या इंद्रपुत्रानें माझें बहुतेक सैन्य मारून अगदीं थोडें शेष ठेविलें आहे. अरे, युद्धामध्यें द्रोणाचार्य झटून प्रयत्न करीत असतांना अर्जुन कितीही धडपडत असला तरी त्यानें तो अत्यंत दुर्भेद्य व्यूह कसा फोडावा ? अर्जुनानें सैंधवास मारून आपली प्रतिज्ञा शेवटास नेलीना ? राधेया, इंद्रासारखा ज्यांचा पराक्रम असे हे अनेक पृथ्वीपति अर्जुनानें युद्धांत मारून भूमीवर पाडिले आहेत पहा ! बलाढ्य व झटून पडणारे द्रोणाचार्य आपली शिकस्त करीत असतांही अर्जुनानें त्या केवळ दुर्भेद्य व्यूहाचा युद्धांत कसा रे भेद केला !

मला वाटतें, महानुभाव आचार्यांचा अर्जुन हा सतत आवडता आहे, आणि म्हणूनच त्यांनीं युद्ध न करतां त्यास आंत जाण्यास वाट दिली. हे शत्रुघ्ना, या परंतप द्रोणांनीं प्रथम सिंधुराजाला अभय दिलें, आणि मागून अर्जुनाला वाट दिली! माझें दुर्दैव कसें पहा! जर यांनीं पूर्वीच जयद्रथास घरीं जाण्याविषयीं अनुमोदन दिलें असतें, तर ही प्राणहानि झालीच नसती! मित्रा, जयद्रथ जीविताच्या आशेनें घरीं जात असतां द्रोणांचें अभय मिळाल्यामुळें मींच मूर्खानें त्यास थांबवून घेतलें. भीमसेनाशीं गांठ पडल्यामुळें आपणा दुरात्म्यांच्या देखत आज रणांत माझे चित्रसेनादि भ्राते क्षय पावले!"

कर्ण म्हणालाः—आचार्यांस दोष देऊं नको. ते आपल्या प्राणांचीही पर्वा न करतां आपल्या शक्तीप्रमाणें, सामर्थ्याप्रमाणें व उत्साहाप्रमाणें लढत आहेत. असें असतां त्यांचें उल्लंघन करून अर्जुन आंत शिरला तर त्याचा आचार्यांकडे काडीमात्र सुद्धां दोष नाहीं. कारण अर्जुन कर्तृत्ववान्, दक्ष, तरुण, शूर, अस्त्रसंपन्न व मोठा चलाख आहे. तो आपल्या भुजवीर्याचा गर्व वाहाणारा पराक्रमी पार्थ अभेद्य कवच चढवून, कधींही जीर्ण न होणारें दिव्य गांडीव धनुष्य घेऊन, आणि कृष्ण ज्याचे घोडे हांकीत आहे अशा दिव्यास्त्रसंपन्न व वानरध्वजांकित रथांत बसून तीक्ष्ण शरांचा वर्षाव करीत द्रोणांचा अतिक्रम करून गेला तर त्यांत आश्चर्य कसलें? त्याचें कृत्य यथायोग्यच आहे! उलटपक्षीं, राजा, आचार्य वृद्ध असल्यामुळें जलद जाण्यास व हातांनींही जलदीनें काम करण्यास असमर्थ आहेत! राजा, यामुळें तो कृष्णसारथि श्वेताश्व त्यांचें अतिक्रमण करून गेला, तेव्हां यांत कांहीं द्रोणांचा दोष आहे असें मला वाटत नाहीं. द्रोण जरी अस्त्रज्ञ आहेत, तरी रणांत पांडव त्यांस अजिंक्यच, आहेत अशी माझी समजूत आहे; आणि म्हणूनच पार्थानें त्यांचें अतिक्रमण करून आंत प्रवेश केला. अरे, पराभव झाला ही दैवाची गोष्ट. यांत कांहीं द्रोणांचें कृत्रिम आहे असें मला वाटत नाहीं. कारण, दुर्योधना, आपण आपली शिकस्त करून लढत असतांना सिंधुराज युद्धांत पतन पावला, तेव्हां येथें दैवच बलवत्तर समजलें पाहिजे! अरे, आपण रणांगणांत पराकाष्ठेचा प्रयत्न करीत असतांना आणि कपटानें व पराक्रमानें सतत धडपड करीत असतांना आपल्या पौरुषाचा विघात करून दैव आपणांस मागें सारतें! दुर्दैवग्रस्त पुरुष जें जें कांहीं कर्म करितो, तें तें केल्याबरोबर दैव हाणून पाडतें. तथापि व्यवसाय करणाऱ्या मनुष्यानें जें आपलें कर्तव्य असेल तें सदोदीत निःशंकपणें करीत असावें; मग सिद्धि होणें न होणें ही नशीबाची गोष्ट आहे! हे भारता, आपण पांडवांस कपटानें नागविलें, विषप्रयोग केले, लाक्षागृहांत जाळलेंही, द्यूतांत त्यांस जिंकिलें; आणि राजनीति सोडून अरण्यांतही पाठविलें! परंतु आपण यत्नानें केलेले ते ते प्रयत्न दैवानें हाणून पाडले. असो; राजा दुर्योधना, आतां नशीबावर हवाला न ठेवतां उद्योगाचें अवलंबन करून लढ. तूं व ते प्रयत्न करीत असतांना ज्यांचा प्रयत्न अधिक होईल त्यांस विजय मिळेल. कारण दृढ प्रयत्नानें दैवही अनुकूल होत असतें. अरे, त्यांसच जय प्राप्त व्हावा असें त्यांनीं कांहीं बुद्धिपुरःसर पुण्यकर्म केलें आहे, किंवा, हे कुरुद्वहा वीरा जेणेंकरून तुझा पराभवच व्हावा असें तूंही मूर्खपणानें कांहीं पातक केलें आहेस, असें मला दिसत नाहीं. सुकृत किंवा दुष्कृत हें सर्व ठरविणारें दैव होय. तें तर आपणच मागें केलेलें कर्म होय. मनुष्य झोंपीं गेले तथापि त्यांचें

दैव जागेंच असतें ! अरे, युद्धास सुरुवात झाली त्या वेळीं आपणाकडे सैन्यें पुष्कळ असून योद्धेही विपुल होते, आणि पांडवांकडे कांहीं तितके नव्हते. तथापि त्या थोडच्या लढवय्यांनीं तुम्हां बहुतांचा संहार केला ! तेव्हां तुम्हांकडील वीरांचें पौरुष ज्यानें नष्ट केलें, तो नशीबाचाच सतारा असावा अशी मला शंका येते !

संजय सांगतोः—हे नराधिपा, याप्रमाणें ते अनेक प्रकारें पुष्कळ संभाषण करीत असतां रणांगणांत पांडवांचीं सैन्यें त्यांच्या दृष्टीस पडलीं. नंतर, राजा, तुझ्या बदसल्लेमुळें हत्ती व रथ एकमेकांशीं भिडून जाऊन तुझ्या वीरांचें शत्रूंशीं युद्ध जुंपलें.

घटोत्कचवधपर्व.

अध्याय एकशें त्रेपन्नावा.

—:०:—

दुर्योधनाचा पराभव.

संजय सांगतोः—हे जनाधिपा, तुझें तें सज्ज झालेलें गजसैन्य चोहोंकडून पांडवांच्या सेनेचा पराभव करीत त्यांशीं लढूं लागलें. परलोकाची दीक्षा घेतलेले कौरव व पांचाल हे जसे कांहीं विस्तीर्ण यमराष्ट्रांत जाण्यासाठीं परस्परांशीं लढले! शूर शूरांशीं भिडून त्यांनीं बाण, तोमर व शक्ति यांनीं रणांत परस्परांस घायाळ केलें व यमलोकीं पाठविलें. रथ्यारथ्यांचें युद्ध जुंपून ते एकमेकांवर प्रहार करूं लागले आणि त्यांत दारुण रक्तस्राव होऊं लागला. हे महाराजा, मदोन्मत्त हत्ती अतिशय खवळून परस्परांस गांठून दांतांनीं विदारण करूं लागले. घोडेस्वारांशीं घोडेस्वार भिडले, आणि तुंबळ युद्धांत महायशाची इच्छा धरून प्रास, शक्ति व परशु यांनीं परस्परांचा भेद करूं लागले. त्याचप्रमाणें, हे राजा, सदोदीत पराक्रमांत दक्ष असणारे शेंकडों सशस्त्र पदाति अन्योन्यांस मारूं लागले. हे मारिषा, त्या वेळीं गोत्रें, नांवें व कुळें कानांवर येत होतीं, तेवढ्यावरूनच आम्हांस कौरव व पांचाल ओळखूं येत होते. समरांगणांत निर्भयपणें संचार करणाऱ्या त्या योद्ध्यांनीं बाण, शक्ति व परशु यांच्या भडिमारानें एकमेकांस परलोकीं पाठविलें. राजा, त्यांनीं दशदिशांत सोडलेले हजारों बाण मात्र सूर्य अस्तास गेल्यामुळें पूर्वींसारखे झळकत नव्हते.

हे भारता, याप्रमाणें पांडव लढत असतां दुर्योधन त्यांच्या सैन्यांत घुसला. विशेषेंकरून सैंधवाच्या वधामुळेंच अत्यंत दुःखाकुल होऊन केवळ 'मरून जावें' असा विचार करून तो शत्रूंच्या सैन्यांत शिरला. हे महाराजा, तो तुझा पुत्र रथघोषानें पृथ्वी दणाणवीत व कांपवीत पांडवांच्या सेनेवर चालून गेला. हे भारता, मग त्याची व शत्रूंची सर्व सैन्याचा विनाश करणारी तुंबळ हाणामारी सुरू झाली. राजा, मध्यान्हकालीं किरणांनीं प्रकाशमान् होणाऱ्या सूर्याप्रमाणें शत्रूंच्या मध्यभागीं शररूप किरणांनीं तप्त होणाऱ्या तुझ्या मुलाकडे ते चुलतभाऊ पांडव रणांत धड पाहूंही शकेनात! ते शत्रूंस जिंकण्याविषयीं निरुत्साह होऊन, रणांतून पळून जाण्याचें त्यांनीं मनांत आणिलें. तुझा महानुभाव व धनुर्धर पुत्र लखलखीत अग्रांच्या सुवर्णपंख शरांनीं मारीत सुटल्यामुळें पांचाल चोहोंकडे पळूं लागले; आणि बाणांनीं पीडित होणारे ते पांडवांचे सैनिक पटापट पडूं लागले. हे प्रजापालका, तुझ्या पुत्रानें त्या वेळीं जसा पराक्रम केला तसा तुझ्याकडील वीरांनीं रणांत कधींच केला नाहीं! ज्यामध्यें कमलें प्रफुल्लित झालीं आहेत असें कमलांचें सरोवर हत्तीनें चोहोंकडून कालवून सोडावें त्याप्रमाणें तुझ्या पुत्रानें रणांत पांडवांची ती सेना घुसळून टाकिली. सूर्य व वायु यांनीं बहुतेक पाणी आटविलें असतां कमलपुष्करिणी विशोभित होऊन जाते त्याप्रमाणें तुझ्या पुत्राच्या प्रभावानें ती पांडवांची सेना निस्तेज होऊन गेली!

हे भारता, तुझ्या पुत्रानें पांडवसेनेचा विध्वंस केलेला पाहून भीमसेनाला पुढें करून पांचाल त्यावर धांवून आले. तेव्हां दुर्योधनानें भीमसेनावर दहा, माद्रीपुत्रांवर तीनतीन, विराट व द्रुपद यांवर सहा, शिखंडीवर शंभर, धृष्टद्युम्नावर सत्तर, युधिष्ठिरावर सात आणि केकयांवर व चेदींवर पुष्कळच तीक्ष्ण बाण मारिले. त्याचप्रमाणें सात्यकीस पांच बाणांनीं विद्ध करून द्रौपदीपुत्रांवर तीनतीन बाण टाकिले; आणि घटोत्कचास युद्धांत घायाळ

करून सिंहनाद केला! क्रुद्ध यम प्रजांचा संहार करितो त्याप्रमाणें त्यानें महारणामध्यें दुसरे शेंकडों योद्धे हत्तींसह उग्र शरांनीं कापून काढले! हे नराधिपा, तुझा पुत्र संग्रामांत बाणांनीं वध करूं लागल्यामुळें ती पांडवांची सेना पळूं लागली. राजा, महारणामध्यें सूर्याप्रमाणें प्रकाशत असलेल्या त्या कुरुराजाकडे पांडवांकडील सैनिकांच्यानें पाहावेना.

हे राजसत्तमा, मग युधिष्ठिर राजा कुपित झाला, आणि तुझ्या पुत्रास ठार करण्याच्या हेतूनें त्या कुरुपतीवर धांवला. मग ते दोघे कुरुकुलोत्पन्न, पराक्रमी व परंतप युधिष्ठिर दुर्योधन स्वार्थ साधण्यासाठीं एकमेकांशीं येऊन भिडले. मग दुर्योधनानें दहा नतपर्व शरांनीं त्याचा वेध केला, एका बाणानें त्वरेनें त्याचा ध्वज छेदिला, आणि महात्म्या युधिष्ठिर राजाचा आवडता सारथि इंद्रसेन याच्या कपाळावरही तीन बाण मारिले! पुनः त्या महारथानें दुसऱ्या एका बाणानें युधिष्ठिराचें धनुष्य तोडलें आणि चार बाणांनीं त्याचे चारी घोडे मारिले!

मग युधिष्ठिर राजा संतापला, आणि निमिषमात्रांत दुसरें धनुष्य घेऊन त्यानें दुर्योधनास अडविलें. हे मारिषा, दुर्योधन त्या शत्रूंवर भडिमार करीत असतांना त्या पांडवांतील वडील भावानें दोन भल्लांच्या योगानें त्याच्या त्या प्रचंड सुवर्णपृष्ठ धनुष्याचे तीन तुकडे केले, आणि योग्य प्रकारें दहा बाण सोडून त्याचा वेध केला! तेव्हां ते बाण त्याच्या मर्मस्थलाचा भेद करून एकमेकांशीं जुळलेल्या जुळलेले जमिनींत शिरले. मग वृत्रवधासाठीं देव इंद्राच्या सभोंवतीं जमले त्याप्रमाणें योद्धे आपल्या परिवारांसह युधिष्ठिराच्या भोंवतीं जमा झाले. हे मारिषा, मग युधिष्ठिरानें सूर्यकिरणांसारखा तेजस्वी, अत्यंत उग्र व केवळ अनिवार्य असा एक बाण "हा ठार मारिला," असें म्हणत दुर्योधन राजावर सोडला; तेव्हां त्या आकर्ण ओढून सोडलेल्या बाणानें दुर्योधन घायाळ झाल्यामुळें अगदींच बेशुद्ध होऊन रथांत पडला! राजेंद्रा, मग हर्षभरित झालेल्या पांचालसेनांमध्यें चोहोंकडे "दुर्योधन राजा मारला गेला! मारला गेला!" असा एकच प्रचंड ध्वनि होऊं लागला; आणि, हे मारिषा, त्या ठिकाणीं बाणांचाही भयंकर सणत्कार ऐकूं येऊं लागला. नंतर द्रोण त्वरेनें रणांत त्या ठिकाणीं येऊन पोंचले. इतक्या अवकाशांत दुर्योधनही शुद्धीवर येऊन त्यानें दुसरें बळकट धनुष्य घेतलें, व 'उभा राहा उभा राहा!' असें म्हणत तो धर्मराजावर धांवला. जयेच्छु पांचालही त्वरेनें त्यावर चालून येऊं लागले; परंतु सूर्य हा वादळानें उठलेले मेघ नाहींतसे करितो त्याप्रमाणें द्रोणांनीं कौरवाधिपतीचें रक्षण करण्याच्या इच्छेनें त्या सर्वांस अडवून धरलें. मग, राजा, लढण्याच्या इच्छेनें एकत्र झालेल्या तुझ्या लोकांचा व शत्रूंचा भयंकर संग्राम होऊन त्यांत मोठीच कत्तल उडाली.

अध्याय एकशें चौपन्नावा.

—:०:—

रात्रियुद्ध.

धृतराष्ट्रानें विचारिलें:—ते बलाढ्य व क्रुद्ध आचार्य शास्त्राज्ञा न पाळणाऱ्या माझ्या मंद पुत्राला सांगून जे पांडवांमध्यें घुसले, आणि आंत शिरून रथांत बसून संचार करूं लागले, तेव्हां महाधनुर्धर व शूर द्रोणाचार्यांचें पांडवांनीं कसें निवारण केलें? महायुद्धामध्यें आचार्यांचे दक्षिणेकडील तुकडी कोण संभाळीत होता? पुष्कळ शत्रूंस ठार करून उत्तरेकडील सैन्याचें कोणी रक्षण केलें? त्याचप्रमाणें, त्या लढवय्या वीराच्या मागें कोणकोण उभे होते?

आणि त्या रथाचे समोर तरी शत्रूंकडील कोण कोण होते ? मला वाटतें, त्यांस अस्वाभाविक व अतिशय थंडी भरली असेल, व शिशिरतूंत गाई कांपत असतात त्याप्रमाणें ते थरथर कांपूं लागले असतील. ते सर्व शस्त्रधरांत अग्रेसर, महाधनुर्धर व कधींही पराभव न पावलेले आचार्य पांचालांत शिरले, आणि रथमार्गामध्यें जसे कांहीं थयथय नाचतच सर्व सैन्यें दग्ध करूं लागले, असें असतां धूमकेतूसारखा तो पांचालांचा क्रुद्ध महारथी त्यांना कसा मारूं शकला बरें !

संजय सांगतोः—संध्याकाळीं सैंधवास ठार करून अर्जुन धर्मराजास जाऊन मिळाला आणि नंतर तो व महाधनुर्धर सात्यकि हे द्रोणावरच चालून आले. त्याचप्रमाणें युधिष्ठिर व पंडुपुत्र भीमसेन हे पृथक् पृथक् सैन्यें घेऊन दक्षतेनें द्रोणांवरच धावून आले. त्याच ठिकाणीं धीमान् नकुल, दुर्जय सहदेव, ससैन्य धृष्टद्युम्न, केकयांसह विराट, मत्स्य व शाल्व हे सैन्यांसह समरांगणांत द्रोणांवरच चालून आले. पांचाल ज्याचें रक्षण करीत होते तो धृष्टद्युम्नाचा बाप द्रुपद राजा हाही द्रोणांकडेच वळला. त्याचप्रमाणें महाधनुर्धर द्रौपदीपुत्र व घटोत्कच राक्षस यांनीं सैन्यांसह महातेजस्वी द्रोणांकडेच मोर्चा फिरविला. प्रभद्रक व सहा हजार झुंजार पांचाल हे शिखंडीस पुढारी करून द्रोणांकडेच वळले; आणि तसेच पांडवांचे दुसरेही मोठमोठे महारथी वीर एकजुटीनें अगदीं द्रोणांच्या समोर उभे राहिले.

हे भरतर्षभा, ते शूर युद्ध करूं लागले असतां भित्र्यांचें भय वृद्धिंगत करणारी, योद्ध्यांस अशुभकारक, फार भयंकर, अंतकाकडे जाणारी, आणि हत्ती व मनुष्यें यांचा प्राणांत करणारी घोर रात्र त्या वेळीं प्राप्त झाली. त्या घोर रात्रीं चोहोंकडे कोल्हीं ओरडूं लागून, ज्वालायुक्त ग्रास ज्यांत आहेत अशा मुखांनीं घोर भय निवेदन करूं लागलीं; त्याचप्रमाणें घुबडेंही दृग्गोचर होऊन महत्संकट आल्याचें सुचवूं लागलीं; आणि हे अतिदारुण प्रकार विशेषेंकरून कौरवांच्या सैन्यांत होऊं लागले !

राजेंद्रा, नंतर सैन्यांमध्यें मोठाच कोलाहल होऊं लागला. भेरींचा प्रचंड ध्वनि, मृदंगांचा शब्द, गजांचें किंकाळणें, घोड्यांचें हिंसणें व टापांचा शब्द यांच्या योगानें चोहोंकडे अगदीं कल्होळ उसळला. हे महाराजा, मग सायंकाळीं द्रोणांचें व सर्व सृंजयांचें अति दारुण युद्ध झालें. अंधकारानें जग व्यापून गेल्यामुळें कांहींच समजेना ! सैन्यामुळें उठलेल्या धुळीनें सभोंवतालचा प्रदेश भरून गेला; मनुष्यें, अश्व व गज यांचें रक्त एकत्र झालें; आणि आम्ही बेहोष झाल्यामुळें आम्हांस भुमीवरील धूळही दिसेनाशी झाली ! रात्रीं पर्वतावर वेळूंचें वन पेटलें असतां जसा शब्द होतो, तसा एकमेकांवर आदळणाऱ्या शस्त्रांचा फाडफाड शब्द होऊं लागला. मृदंग व आनक यांचा ध्वनि, झांजांचे व पडघमांचे आवाज, शस्त्रांचे सणत्कार व घोड्यांचें खिंकाळणें यांच्या योगानें सर्वच सैन्य व्याकूळ झालेलें दिसूं लागलें. राजा, अंधकार पडल्यावर आपले कोण व परके कोण हेंही उमजेना; आणि त्या रात्रीच्या पूर्वभागीं तें सर्वच रणांगण केवळ धुंद होऊन गेलें.

राजेंद्रा, मग रक्ताच्या योगानें भूमीवरील धुराळा बसून गेला; आणि सुवर्णमय कवचें व भूषणें यांच्या योगानें अंधकारही कमी झाला. नंतर, हे भारता, ती हेमरत्नविभूषित भारती सेना रात्रीं आकाश नक्षत्रयुक्त असल्यामुळें शोभते तशी शोभूं लागली. तीमध्यें कळप ओरडत होते, शक्ति सणाणत होत्या, ध्वज फडफड करीत होते, हत्ती किंकाळत होते,

घोडे खिंकाळत होते, आणि वीर मोठमोठ्यानें ओरडत होते, यामुळें ती सेना घोर व व्याकूळ झाली. त्या ठिकाणी अंगावर कांटा आणणारा प्रचंड व तुंबळ ध्वनि होऊं लागला, आणि इंद्रवज्राच्या शब्दाप्रमाणें त्यानें सर्व दिशा दणाणून दिल्या ! महाराजा, मध्यरात्रीच्या वेळीं ती भारती सेना बाहुभूषणें, कुंडलें, मोहरांच्या माळा व शस्त्रें यांच्या योगानें प्रकाशमान् झालेली दिसूं लागली. ज्यांच्यावर सोन्याचा शृंगार घातला आहे असे हत्ती व घोडे त्या रात्रीच्या वेळीं तेथें विद्युद्युक्त मेघांसारखे दिसत होते. ऋष्टि, शक्ति, गदा, बाण, मुसळें व पट्टे पडत असतांना तेथें अग्निसारखें तेज टाकीत आहेतसें दिसत होतें. दुर्योधन हाच त्या सेनेंत पूर्वेकडील वारा सुटला होता; त्याच्या योगानें रथ व हत्ती हेच कोणी मेघ हालचाल करीत होते; त्यांवर वाद्यघोषरूपी गडगडाट चालला असून धनुष्यें ह्याच कोणीएक विजा चमकत होत्या; आणि ध्वजही फडकत होते; द्रोण व पांडव हे तेथील वृष्टि करणारे मेघ होत; त्यांपासून खड्ग, शक्ति व गदा ह्याच विजा पडत होत्या; शररूप धारा चालल्या होत्या; अस्त्रें हेच कोणी वायु सुटले होते; आणि थंडी व उष्णता या दोहोंनीं ती अगदीं व्यापून गेली होती. अशा त्या घोर, विस्मयकारक, उग्र, प्राणांत करणाऱ्या, आश्रयरहित व अतिभयंकर सेनेमध्यें युद्धेच्छु वीर प्रविष्ट झाले. त्या घोर रात्रिमुखीं महाध्वनीनें दणाणून गेलेलें, भीरूस त्रासविणारें आणि शूरांचा हर्ष वाढविणारें महाघोर व अतिदारुण रात्रियुद्ध सुरू झालें, आणि पांडव व सृंजय हे चवताळून एकजुटीनें द्रोणांवर धांवून आले. परंतु, राजा, जे जे महारथी वीर त्यांकडे वळले होते, त्या सर्वांस द्रोणांनीं पराङ्मुख केलें; आणि कित्येकांस तर यमलोकींही पाठविलें. ते हजारों हत्ती, कित्येक अयुत रथ, कित्येक प्रयुत पायदळ तुकड्या आणि पुष्कळ अर्बुद घोड्यांचीं पथकें एकट्या द्रोणांनीं आवशीसच नाराच बाणांनीं अगदीं घायाळ करून सोडलीं.

अध्याय एकशें पंचावन्नावा.

—:०:—

शिबिवध.

धृतराष्ट्र विचारतो:—जयद्रथाचा वध सहन न झाल्यामुळें क्षुब्ध झालेले ते अमितपराक्रमी व दुर्धर्ष आचार्य सृंजयांमध्यें शिरले, त्या वेळीं तुमच्या मनांत काय आलें बरें ? माझी आज्ञा न पाळणारा पुत्र दुर्योधन याला तसें सांगून ते थोर मनाचे द्रोण जेव्हां सैन्यांत घुसले, तेव्हां युधिष्ठिरास काय वाटलें बरें ? वीर सैंधव व भूरिश्रवा हे निधन पावल्यावर जेव्हां ते कधींही पराभूत न झालेले महातेजस्वी आचार्य पांचालांवर हल्ला करून गेले, तेव्हां तो शत्रूंस तप्त करणारा दुर्धर्ष वीर आंत प्रविष्ट झाल्यावर कोणतें कर्तव्य बजावण्याची वेळ आली आहे असें दुर्योधनानें मानिलें बरें ! त्या वरद व द्विजश्रेष्ठ वीराच्या बरोबर कोण गेले ? त्या लढाई करणाऱ्या शूराच्या पाठीमागून कोण गेले ? आणि रणांत शत्रूंवर प्रहार करणाऱ्या त्याच्या पुढें तरी कोण उभे राहिले ? अरे बाबा, सर्व पांडव भारद्वाजांच्या शरांनीं व्याकुल होऊन शिशिरर्तूंत थंडीनें कुडकुडणाऱ्या रोडक्या गाईंसारखी त्यांची अवस्था झाली असेल असें मला वाटतें ! अरे, ते शत्रूंचें मर्दन करणारे महाधनुर्धर नरश्रेष्ठ आचार्य पांचालांत प्रवेश करून पंचत्वास गेले तरी कसे ? रात्रीं सर्व योद्धे एकत्र होऊन महारथी एकवटले असतां व सैन्यें पृथक् पृथक् उधळलीं जात असतांना तुमच्यापैकीं तेव्हां कोणकोण शुद्धीवर होते ? अरे, माझेच रथी

विरथ केले गेले, पराभूत झाले, व शत्रूंशी भिडल्यावर निधन पावले म्हणून तूं सांगत आहेस! तेव्हां पांडव दाणादाण उडवूं लागल्यामुळें ज्यांचें चित्त बावरलें आहे असे ते लोक मिट्ट काळोखांत सांपडले असतां त्या वेळीं त्यांच्या मनांत कोणते विचार आले बरें? त्याचप्रमाणें पांडव हे प्रहृष्ट, चवताळलेले व संतुष्ट असल्याबद्दल व माझे लोक दुःखी व अभिष्ट झाल्याबद्दल तूं मला सांगत आहेस. असो; संजया, तेव्हां त्या ठिकाणीं रात्रीच्या वेळीं पलायन न करणारे पांडव व कौरव एकमेकांपासून कसे ओळखितां आले बरें?

संजय सांगतोः—राजा, त्या वेळीं फारच भयंकर रात्रियुद्ध सुरू होऊन सोमकांसह सर्व पांडव द्रोणांवर धांवून आले. नंतर द्रोणांनीं केकयांस व धृष्टद्युम्नाच्या सर्व पुत्रांस शीघ्रगामी शरांनीं प्रेतलोकीं पाठविलें. राजा, जे महारथी त्यांना पुढें सांपडले ते सर्व त्यांनीं पितृलोकीं पाठविले! हे भारता, याप्रमाणें महारथी भारद्वाज वीरांचें कंदन करीत असतां प्रतापी शिबिराजा क्रुद्ध होऊन त्यांवर चालून आला. तो पांडवांचा महारथी उड्या घेत येत आहे असें पाहून द्रोणांनीं सर्वपारासवसंज्ञक दहा तीक्ष्ण बाणांनीं त्याचा वेध केला. शिबीनेंही तीस तीक्ष्ण शरांनीं त्यांचा उलट वेध केला, आणि एका भल्ल बाणानें हास्यपूर्वक त्यांचा सारथि खालीं पाडला! तेव्हां द्रोणांनीं त्या महात्म्याचे घोडे व सारथि मारून टाकले; आणि मग त्याचेंही शिरस्त्राण घातलेलें मस्तक धडापासून वेगळें केलें!

नंतर दुर्योधनानें त्वरेनें त्यांस दुसरा सारथि पाहून दिला; आणि त्यानें घोडे संभाळल्याबरोबर भारद्वाज पुनः शत्रूंवर धांवून गेले.

भीमसेनाचा पराक्रम.

मग, पूर्वी भीमानें आपल्या पित्याचा वध केल्यामुळें क्रुद्ध झालेला कलिंगराजाचा पुत्र कलिंगांच्या सेनेसह रणांत भीमसेनावर धांवून आला. त्यानें भीमसेनास प्रथम पांच व लगेच सात बाण मारून विशोकावर तीन व ध्वजावरही एक बाण मारिला. परंतु क्रुद्ध वृकोदरानें आपल्या रथांतून त्याच्या रथाकडे धांवून कलिंगांच्या त्या क्रुद्ध वीरास मुष्टिप्रहार केला. त्या बलिष्ठ पांडवानें रणांत मुष्टिप्रहार केल्याबरोबर त्याचीं हाडेंहाडें मोकळीं होऊन निरनिराळीं खालीं पडलीं!

हे परंतपा, भीमाचें हें कृत्य कर्णाला व याच्या भावांना सहन झालें नाहीं. त्यांनीं सर्पतुल्य नाराच बाण भीमसेनावर मारले; तेव्हां भीमसेन तो शत्रूचा रथ सोडून ध्रुवाच्या रथावर गेला आणि एकसारखें शरसंधान करणाऱ्या त्या ध्रुवाच्या त्यानें मुष्टिप्रहारानें चिंधड्या उडविल्या! तेव्हां बलिष्ठ पांडुपुत्रानें तसा प्रहार केल्यामुळें तो खालीं कोसळला! हे महाराजा, त्याला ठार करून तो महाबलाढ्य भीमसेन जयराताच्या रथावर जाऊन वारंवार सिंहाप्रमाणें गर्जना करूं लागला; आणि गर्जना करितां करितांच उजव्या हातानें जयरातास प्रहार करून कर्णाच्या डोळ्यांदेखत त्याला एका चपराकीबरोबर ठार केला! मग कर्णानें त्याच्यावर कांचनमय शक्ति सोडली. तेव्हां त्या दुर्धर्ष पांडुनंदन वृकोदरानें ती शक्ति पकडून रणांत ती उलट कर्णावर भिरकावली. परंतु ती शक्ति येत असतांना शकुनीनें एका तैलधौत शरानें तिचे तुकडे उडविले.

रणांत असें महत्कर्म केल्यावर तो अद्भुत पराक्रम करणारा भीमसेन पुनः आपल्या रथावर बसून वेगानें तुझ्या सेनेवर चालून आला. हे प्रजापालका, तो क्रुद्ध अंतकासारखा ठार मारूं इच्छिणारा भीम उड्या घेत असतां तुझ्या पुत्रांनीं त्या महारथाचें निवारण केलें;

आणि त्या महारथांनीं त्यास प्रचंड शरवृष्टीनें आच्छादून टाकिलें. नंतर भीमसेनानें हंसत हंसतच रणांत दुर्मदाचा सारथि व घोडे शरांनीं यमसदनीं पाठविले, तेव्हां दुर्मद दुष्कर्णाच्या रथावर गेला. मग ते एका रथावर आरूढ झालेले दोघेही शत्रुतापक भ्राते तारकासुरावर चालून जाणाऱ्या मैत्रावरुणांप्रमाणें संग्रामाच्या तोंडाच्या मध्यभागीं भीमावर धांवून गेले. मग एका रथावर बसलेले ते तुझे दोघे पुत्र दुष्कर्ण व दुर्मद हे भीमाचा शरांनीं वेध करूं लागले. नंतर कर्ण, अश्वत्थामा, दुर्योधन, कृपाचार्य, सोमदत्त व बाल्हीक इतक्यांच्या देखत अरिंदम भीमसेनानें दुर्मद व दुष्कर्ण वीर यांचा तो रथ लाथेसरसा जमीनदोस्त केला ! आणि तुझ्या त्या दोघां बलिष्ठ पुत्रांचा—दुर्मद व दुष्कर्ण यांचा—रागारागानें मुष्टिप्रहारानें चेंदामेंदा उडवून मोठ्यानें आरोळी दिली! नंतर, राजा, सैन्यामध्यें हाहाःकार उडून भीमास पाहून लोक म्हणूं लागले कीं, " अहो, हा प्रत्यक्ष रुद्रच भीमसेनाच्या रूपानें धार्तराष्ट्रांशीं लढत आहे ! " हे भारता, असें म्हणत सर्व राजे घोडे पिटीत पळत सुटले. त्या वेळीं त्यांचें देहभान इतकें सुटून गेलें होतें कीं, दोन असामी देखील बरोबर पळाले नाहींत !

याप्रमाणें आवशीस सैन्याची अगदींच गाळण उडाल्यानंतर मोठमोठे राजे वृकोदराची स्तुति करूं लागले; आणि मग ज्याचे नेत्र कमलाप्रमाणें प्रफुल्लित झाले आहेत अशा त्या महाबलिष्ठ भीमसेनानें युधिष्ठिर राजाजवळ जाऊन त्यास अभिवंदन केलें. नंतर नकुल, सहदेव, द्रुपद, विराट व केकय यांस व युधिष्ठिरासही मोठा आनंद झाला; आणि अंधकाचा अंत झाला तेव्हां देवांनीं शंकराची प्रशंसा केली त्याप्रमाणें त्यांनीं वृकोदराची फारच प्रशंसा केली. नंतर तुझे जमदग्नीसारखे क्रुद्ध पुत्र व महात्मे द्रोणाचार्य यांनीं रथी, पदाति व हत्ती यांसह युद्ध करण्याची ईर्षा धरून वृकोदराभोंवतीं चोहोंकडून गेर केली ! नंतर, हे नृपवरा, काळोख पाडणाऱ्या मेघांनीं आच्छादित झाल्यामुळें मोठ्या भयंकर झालेल्या प्रदोषकालीं लांडगे, बगळे व गिधाडें यांस आनंद देणारें असें महात्म्या कौरवपांडवांचें अत्यंत दारुण, मोठें भयंकर व केवळ अद्‌भुत युद्ध झालें.

अध्याय एकशें छपन्नावा.

—:०:—

सोमदत्ताचें भाषण.

संजय सांगतोः—प्रायोपवेशन करून बसलेल्या आपल्या मुलास सात्यकीनें त्या वेळीं ठार मारिल्यामुळें सोमदत्त अतिशय संतापून सात्यकीस म्हणाला, "अरे सात्वता, पूर्वी देवांनीं व महात्म्यांनीं जो क्षत्रधर्म दाखवून दिला आहे, तो सोडून तूं अनार्य धर्माच्या ठिकाणींच कसा रत झालास ? हे सात्यके, पराङ्मुखावर, दीनावर व ज्यानें शस्त्र खालीं ठेविलें अशावर क्षत्रधर्मीत तत्पर असणारा शहाणा मनुष्य कसा प्रहार करील बरें ? अरे वृष्णींमधील दोनच वीर युद्धामध्यें महारथी म्हणून जगांत प्रसिद्ध आहेतः एक महाबलिष्ठ प्रद्युम्न व दुसरा तूं. हे सात्वता, अरे, पार्थानें ज्याचा बाहु छेदिला होता, व जो प्रायोपवेशन करून बसला होता, त्याला मारून असें हें पापकारक अघोर कर्म कसें रे केलेंस ? दुराचारा, रणांत त्या कर्माचें फळ भोग. मूर्खा, आज तुझा पराभव करून मी बाणांनीं तुझें मस्तक उडवीन. अरे, मी आपले पुत्र, यजन व पुण्य यांची शपथ घेतों कीं, ' मी मोठा वीर ' म्हणून अभिमान बाळगणाऱ्या तुला—विजयी अर्जुन रक्षण करीत नसेल तर—ही रात्र संपण्यापूर्वी पुत्रबांधवांसह

जर ठार न करीन, तर, हे वृष्णिकुलाधमा, मी घोर नरकांत पडेन!"

सात्यकीचें भाषण.

असें म्हणून त्या अति खवळलेल्या महाबलिष्ठ सोमदत्तानें तारस्वरानें शंख फुंकिला आणि सिंहनाद केला. मग कमलपत्राप्रमाणें ज्याचे नेत्र आहेत व सिंहाप्रमाणें दांत आहेत असा तो दुरासद सात्यकि अतिशय संतापून सोमदत्ताला म्हणाला, "हे कौरवेया, तुझ्या बरोबरच काय, परंतु दुसऱ्या पुष्कळांबरोबर लढत असतांनाही माझ्या हृदयांत यत्किंचित् देखील भीति कदापि यावयाची नाहीं! कौरवा, जरी या सर्व सैन्यासह तूं माझ्याशीं लढूं लागलास, तरीही मला तुझी थोडी सुद्धां भीति वाटणार नाहीं समजलास! अरे, तूं नीच लोकांस मान्य अशा युद्धाच्या लांबलांब बाता झोंकल्यास तरी त्यांनीं क्षत्रकर्मीत तत्पर असलेल्या मला भिवविणें शक्य नाहीं. राजा, तुला जर आज माझ्याशीं खरोखरच लढण्याची इच्छा झाली असेल, तर दयामाया न धरतां तीक्ष्ण बाणांचा प्रहार कर. हा मीही तुजवर भडिमार करितों. हे महाराजा, तुझा महारथी व शूर पुत्र भूरिश्रवा यांस जीं ठार मारिलें असून भ्रातृवधाचा सूड उगविण्यासाठीं धांवलेल्या शलाचाही वध केला आहे, आणि आज तुलाही पुत्रबांधवांसह ठार करितों! कौरवा, तूं महारथी आहेस तर सावधगिरीनें उभा रहा. अरे, ज्याच्या ठिकाणीं दान, दम, पवित्रता, अहिंसा, सौजन्य, धैर्य, क्षमा व सर्व अपायकारक न होणारे गुण नित्य वास करितात, त्या मृदंगकेतु युधिष्ठिर राजाच्या तेजानें तूं पूर्वींच मारलेला आहेस, आणि आतां कर्ण व शकुनि यांसह रणांत नाश पावशील! मी कृष्णाचे पायांची व इष्टापूर्ताची शपथ घेऊन सांगतों कीं, मला तूं चिडविलें आहेस, आतां मी तुज पाप्याला पुत्रांसह युद्धांत ठार करीन. तूं रण सोडून पळून गेलास तर मात्र माझ्या तडाक्यांतून बचावशील!"

रागानें ज्यांचे नेत्र आरक्त झाले आहेत असे ते दोघे पुरुषश्रेष्ठ याप्रमाणें परस्परांस बोलून शरसंघात करण्यास प्रवृत्त झाले. मग हजार रथ व दहा हजार हत्ती यांसह सोमदत्तास चोहोंकडून गराडा देऊन दुर्योधन उभा राहिला. सर्व शस्त्रधरांत अग्रणी जो शकुनि, तोही अतिशय संतापून आपले पुत्रपौत्र व इंद्रासारखे पराक्रमी भाऊ यांसह त्याच्या रक्षणास आला. राजा, तो तुझा महाबलिष्ठ, तरुण, वज्रदेही व बुद्धिमान् श्यालक लक्षाहूनही अधिक घोडेस्वारांनिशीं त्या महाधनुर्धर सोमदत्ताचें सर्व बाजूंनीं रक्षण करूं लागला.

सोमदत्तमूर्च्छा.

याप्रमाणें मोठमोठ्या बलाढ्य वीरांनीं रक्षण केलेल्या त्या सोमदत्तानें सात्यकीस बाणांनीं आच्छादित केलें. नतपर्व शरांनीं तो आच्छादित होत आहे असें पाहून धृष्टद्युम्न संतप्त होऊन प्रचंड सेनेसह त्यावर धांवला. राजा, याप्रमाणें तीं दोन सैन्यें परस्परांवर धांवून येऊं लागलीं तेव्हां प्रचंड वायूनें खवळून टाकलेल्या समुद्राप्रमाणें त्यांचा ध्वनि होऊं लागला. नंतर सोमदत्तानें नऊ शरांनीं सात्यकीचा वेध केला, आणि सात्यकीनेंही तितकेच बाण त्या कुरुपुंगवावर मारिले. तेव्हां त्या दृढधन्वी व बलाढ्य सात्यकीनें फारच घायाळ केल्यामुळें तो सोमदत्त रथांत पडला व बेशुद्ध झाला. तो बेशुद्ध झाल्याचें पाहून सारथ्यानें त्वरेनें त्या महारथी सोमदत्तास रणांतून दूर पळविलें!

नंतर सात्यकीच्या बाणांनीं तो बेसावध झालेला पाहून द्रोण त्या यदुवीरास ठार मारण्याच्या हेतूनें त्यावर धांवले! परंतु ते येत आहेत असें पाहातांच यदुश्रेष्ठ महात्म्या सात्य-

कीचें रक्षण करण्यासाठीं युधिष्ठिरप्रभृति वीर त्यास गराडा देऊन उभे राहिले. मग त्रैलोक्य जिंकण्याची इच्छा करणाऱ्या बलीचें पूर्वी देवांशीं युद्ध झालें तसें द्रोणांचें पांडवांशीं युद्ध होऊं लागलें. नंतर महातेजस्वी भारद्वाजांनीं पांडवांची सेना शरजालानें व्यापून युधिष्ठिराचा वेध केला; आणि सात्यकीवर दहा, धृष्टद्युम्नावर वीस, मत्स्याधिपति विराटावर आठ, द्रुपदावर दहा, युधामन्यूवर तीन व उत्तमौजावर आठ बाण टाकून या सर्वांचा व दुसऱ्याही सैनिकांचा वेध करून ते युधिष्ठिरावर धावले. राजा, याप्रमाणें द्रोणांकडून पांडवांचे सैनिक वध पावूं लागले तेव्हां ते भीतीनें दीन स्वर करीत दशदिशांस उधळून गेले. द्रोण त्या सैन्याची दाणादाण उडवीत आहेत असें पाहून अर्जुन कांहींसा चवताळून वेगानें आचार्यांकडे येऊं लागला. मग द्रोणही रणांत अर्जुनाकडे धांवून येत आहेत असें पाहून तें युधिष्ठिराचें सैन्य पुनः माघारें फिरलें. नंतर भारद्वाजांचें पांडवांशीं पुनः युद्ध जुंपलें.

राजा, वायु ज्याप्रमाणें कापसाचे ढीग उडवून देतो त्याप्रमाणें तुझ्या पुत्रांनीं चोहोंकडून परिवेष्टित असलेल्या द्रोणांनीं पांडवांचीं सैन्यें उधळून दिलीं. मग, राजा, सूर्याप्रमाणें तेजस्वी, प्रदीप्त अग्नीप्रमाणें प्रकाशमान् व शररूप ज्वालांनीं सतत सारखे भरलेले ते आचार्य धनुष्य गरगर फिरवीत व सूर्याप्रमाणें ताप देत समरांगणांत शत्रूंस भाजून काढूं लागले, तेव्हां त्यांचें कोणींहीं निवारण केलें नाहीं ! जो जो मनुष्य त्या द्रोणांच्या पुढें उभा राही, त्याचें त्याचें मस्तक छेदून द्रोणांचे बाण भूमींत शिरत ! याप्रमाणें ती पांडवांची सेना त्या महात्म्याकडून वध पावूं लागल्यामुळें पुनः भयभीत होऊन अर्जुनाच्या देखत पळूं लागली.

हे भारता, द्रोणांनीं रात्रीं सैन्याची अगदीं फाटाफूट केलेली पाहून ' द्रोणांच्या रथाकडे चल. ' असें अर्जुन गोविंदास म्हणाला. मग त्या दाशार्हानें रुपें, गाईचें दूध, कुंद किंवा चंद्र यांच्यासारखे ते शुभ्र अश्व द्रोणांच्या रथाकडे पिटाळिले. अर्जुनानें द्रोणांकडे चाल केली असें पाहून भीमसेनही आपल्या सारथ्यास म्हणाला, ' मला द्रोणांच्या सैन्याकडे घेऊन चल.' हे भरतसत्तमा, त्याचें भाषण श्रवण करून त्या विशोक नामक सारथ्यानेंही सत्यसंध विजयाच्या पाठोपाठ आपले घोडे चालविले. हे महाराजा, ते दोघे भाऊ दक्षतेनें द्रोणसैन्यावर हल्ला करीत आहेत असें पाहून पंचाल, सृंजय, मत्स्य, चेदि, कारूष व कोसल देशाचे वीर आणि महारथी केकय त्यांच्या मागून जाऊं लागले. नंतर, राजा, अंगावर कांटा उभा राहील असा घोर संग्राम झाला. अर्जुनानें दक्षिणेच्या बाजूनें व भीमसेनानें उत्तरेच्या बाजूनें मोठमोठ्या रथसमुदायांनीं तुझें सैन्य पेंचांत धरलें. राजा, पुरुषश्रेष्ठ भीमार्जुनांस पाहून धृष्टद्युम्न व महाबलाढ्य सात्यकि हेही त्यांकडे येऊं लागले. राजा, मग सोसाट्याच्या वाऱ्यामुळें खवळलेल्या सागरांचा शब्द होत असतो त्याप्रमाणें त्या वेळीं परस्परांवर प्रहार करणाऱ्या सैन्यसमूहांचा शब्द होऊं लागला. राजा, सोमदत्तीचा वध झाल्यामुळें कोपलेला अश्वत्थामा रणांत सात्यकीस पाहून त्यास ठार करण्याचा निश्चय करून त्यावर धांवून आला. तेव्हां तो शैनेयाच्या रथावर धांवून येत आहे असें पाहून भीमसेनाचा पुत्र घटोत्कच अतिशय क्षुब्ध होऊन त्या शत्रूचें निवारण करूं लागला.

घटोत्कचाच्या रथाचें वर्णन.

त्या वेळीं तो घटोत्कच ज्या रथांत बसला होता, तो रथ औरसचौरस तीस नल्व म्हणजे बारा हजार हात होता ! त्या अतिप्रचंड व

महाघोर रथावर अस्वलाच्या कातड्याचें आवरण घातलें होतें! आंत यंत्रसामुग्री पसरली होती. महामेघांच्या समुदायाप्रमाणें त्याचा शब्द चालला होता. त्याला घोडे किंवा हत्ती जोडलेले नसून, हत्तींसारखे प्रचंड दिसणारे पिशाच्च लाविले होते! त्याच्या ध्वजाचा दांडा उंच असून त्या ध्वजावर एक गृध्रपक्षी काढलेला होता. त्या पक्ष्याचे पाय व पंख पसरलेले असून डोळे वटारलेले होते; आणि जसा कांहीं बोलत आहे अशा त्या पक्षिराजाच्या योगानें तो रथ शोभत होता. त्या रथावरील पताका रक्तानें भिजून गेल्या होत्या, आंतड्यांच्या माळांनीं तो शृंगारिला होता, आणि त्या प्रशस्त रथाला आठ चाकें होतीं!

घटोत्कचाचें स्वरूपवर्णन.

अशा त्या रथांत बसलेल्या घटोत्कचाच्या बरोबर दिसण्यांत घोर असे एक अक्षौहिणी राक्षस असून त्यांनीं शूल, मुद्गर, पाषाण व वृक्ष हातांत घेतले होते! राजा, कल्पांतकाळचा दंडपाणी यमच कीं काय अशा त्या घटोत्कचानें आपलें प्रचंड धनुष्य उचललें इतकें ऐकतांच राजे भयभीत झाले. तो दिसण्यांत पर्वतशिखरासारखा व भीमरूपी असून मोठा भयंकर होता. त्याच्या दाढा कराल, मुख उग्र, कान शंकूसारखे, हनुवटी भली मोठी, डोळे विरूप, मुख पेटलेलें व पोट आंत गेलेलें असून जाभाड म्हणजे भला मोठा एक खड्डाच होता; आणि त्याच्या डोक्यावरील केंस मुकुटानें झांकून गेले होते.

सर्व प्राण्यांस भय उत्पन्न करणारा, केवळ आ पसरलेल्या कृतांतासारखा आणि शत्रूंची धांदल उडविणारा तो राक्षसाधिपति घटोत्कच प्रचंड धनुष्य उचलून जसा कांहीं प्रकाश पाडीतच येत आहे असें पाहून तुझ्या पुत्राची सेना भयानें व्याकूळ व क्षुब्ध झाली; आणि वायूच्या योगानें जिच्या लाटा उंच उसळत आहेत व भोंवरे क्षुब्ध झाले आहेत अशा गंगेप्रमाणें दिसूं लागली! घटोत्कचानें केलेल्या सिंहनादानें भिऊन हत्ती मूत्रोत्सर्ग करूं लागले आणि लोकही अतिशय भेदरून गेले. मग सायंकाल झाल्यामुळें ज्यांचें बळ अधिक झालें आहे अशा राक्षसांनीं केलेली पाषाणवृष्टि त्या ठिकाणीं भूमीवर चोहोंकडे फारच होऊं लागली. त्याचप्रमाणें लोखंडी चक्रें, भृशुंडी, प्रास, तोमर, शूल, शतघ्नी आणि पट्टे हे एकसारखे पडूं लागले.

तें अतिरौद्र युद्ध पाहून राजे, तुझे मुलगे व कर्णही व्यथित होऊन ते दाही दिशांस उधळले. परंतु त्या ठिकाणीं अस्त्र व बल यांची प्रशंसा करणारा मानी अश्वत्थामा मात्र डगमगला नाहीं; इतकेंच नव्हे, तर घटोत्कचानें निर्माण केलेली ती मायाही त्यानें बाणांनीं उडवून दिली. मायेचा नाश होतांच क्रुद्ध घटोत्कचानें घोर बाण फेंकले, तेव्हां क्रोधमूर्च्छित भुजंग वारुळांत शिरतात त्याप्रमाणें ते बाण वेगानें अश्वत्थाम्याच्या शरीरांत शिरले; आणि त्यास भेदून व रक्तानें भरून जाऊन ते शिळेवर घांसलेले सुवर्णपुंख बाण सत्वर भूमींत घुसले! मग तो हाताचा चपल व प्रतापी अश्वत्थामा फारच संतापला; आणि त्यानें दहा शरांनीं क्रुद्ध घटोत्कचाचा भेद केला. याप्रमाणें द्रोणपुत्रानें मर्मस्थलांचे ठिकाणीं जबर घायाळ केल्यामुळें घटोत्कच फारच व्यथित झाला. त्यानें लक्ष आरा असलेलें एक चक्र उचललें, आणि वस्तऱ्याप्रमाणें ज्याच्या कडा तीक्ष्ण आहेत असें तें मणि-रत्नविभूषित व बालार्कसंनिभ चक्र अश्वत्थाम्यास ठार मारण्याच्या हेतूनें त्यावर फेंकलें! भीमपुत्रानें फेंकलेलें तें चाक फारच वेगानें जाऊं लागलें; परंतु द्रोणपुत्रानें तीक्ष्ण शरांनीं त्यावर प्रहार केला,

तेव्हां अभागी मनुष्याच्या मनोराज्याप्रमाणें तें विफल होऊन जमीनीवर पडलें! तें चक्र खालीं पडल्याचें पाहातांच सूर्यास आच्छादिणाऱ्या राहूप्रमाणें घटोत्कचानें द्रोणपुत्रास हां हां म्हणतां बाणांनीं झांकून टाकलें!

अंजनपर्व्याचा वध.

मग तो द्रौणि चालून येत असतां फुटलेल्या कज्जलपर्वताप्रमाणें भासणाऱ्या परंतु तेजस्वी घटोत्कचसुतानें म्हणजे भीमसेनाच्या अंजनपर्वानामक नातवानें मोठा पर्वत वायूस अडवितो त्याप्रमाणें त्यास अडवून धरिलें. तेव्हां अश्वत्थामा मेघानें जलधारांनीं व्यापलेल्या मेरु पर्वताप्रमाणें शोभूं लागला. परंतु या गोष्टीनें तो इंद्र, रुद्र किंवा उपेंद्र यांच्यासारखा पराक्रमी वीर गडबडून गेला नाहीं. त्यानें एका बाणानें अंजनपर्व्याचा ध्वज छेदिला, दोहोंनीं त्याच्या रथावरील दोन सारथि मारले, तीन शरांनीं त्याचें त्रिवेणुक मोडलें, एकानें धनुष्य तोडलें, आणि चार बाणांनीं त्याचे चारी घोडे ठार केले! मग त्या विरथ झालेल्या अंजनपर्व्यानें सोन्याच्या टिकल्या लाविलेलें खड्ग उगारिलें असतां अश्वत्थाम्यानें एका अति तीक्ष्ण शरानें त्याच्या त्या खड्गाचे हातांतल्या हातांतच दोन तुकडे केले! राजा, मग हिडिंबासुताच्या पुत्रानें सोन्याच्या वळ्या लाविलेली गदा त्वरेनें गरगरावून फेंकिली, परंतु द्रोणपुत्रानें तिजवर बाणांचा भडिमार केल्यामुळें तीही खालीं पडली! मग तो अंजनपर्वा अंतरिक्षांत उड्डाण करून प्रलयकालाच्या मेघाप्रमाणें गर्जना करीत आकाशांतून वृक्षांचा वर्षाव करूं लागला; परंतु सूर्य किरणांनीं मेघास भेदितो त्याप्रमाणें द्रोणसुतानें त्या मायावी घटोत्कचपुत्रास आकाशांतही बाणांनीं विद्ध केलें तेव्हां तो खालीं उतरून समोर सुवर्णविभूषित रथावर उभा राहिला; आणि जमिनीवर पडलेला भयंकर व काळाकुट्ट काजळाचा पर्वतच कीं काय असा शोभूं लागला. परंतु महेश्वरानें अंधकास ठार केलें त्याप्रमाणें द्रोणसुतानें भीमाच्या त्या पोलादी चिलखत चढविलेल्या नातवास ठार मारिलें!

घटोत्कच व अश्वत्थामा यांचें युद्ध.

नंतर अश्वत्थाम्यानें आपल्या महाबलाढ्य पुत्राचा वध केला असें पाहून तो प्रज्वलित अंगदांनीं युक्त असलेला घटोत्कच गोंधळून न जातां, अरण्य जाळणाऱ्या प्रदीप्त अग्नीप्रमाणें पांडवांच्या सैन्याची राखरांगोळी करीत सुटलेल्या वीर शारद्वतीपुत्र अश्वत्थाम्याजवळ जाऊन रागारागानें भाषण करूं लागला.

घटोत्कच म्हणालाः—द्रोणपुत्रा, उभा रहा, उभा रहा, माझ्याजवळून तूं कांहीं जिवंत परत जाणार नाहींस, समजलास! अरे, षडाननानें क्रौंचाला ठार मारिलें त्याप्रमाणें मी तुला ठार करीन!

अश्वत्थाम्यानें उत्तर केलेंः—अरे, देवतुल्य पराक्रमी बालका, जा, तूं दुसऱ्याबरोबर लढ. कारण मी व भीमसेन गुरुबंधु असल्यामुळें मी तुला पित्यासमानच आहें; आणि पुत्रानें पित्याला पीडा देणें न्याय्य नाहीं. बा हिडिंबासुता, खरोखर माझा तुजवर बिलकूल राग नाहीं; आणि असा नियम आहे कीं, रागावलेला प्राणी स्वतःचाच घात करून घेत असतो. तेव्हां तूं रागावशील तर तेणेंकरून तुझाच नाश होईल!

संजय सांगतोः—घटोत्कचाला आधींच पुत्रशोक झाला होता, तशांत अश्वत्थाम्याचें हें भाषण त्यानें ऐकिलें; मग काय विचारतां? रागानें त्याचे डोळे लाल होऊन गेले, आणि तो भीमसेनपुत्र रागारागानें अश्वत्थाम्यास म्हणाला, "द्रोणपुत्रा, तूं जो वल्गना करून मला भिववूं पहात आहेस, तो मी सामान्य

मनुष्याप्रमाणें रणांत भित्रा आहें काय? हें तुझें भाषण अयोग्य आहे. अरे, कौरवांच्या मोठ्या कुलांत भीमसेनापासून माझा जन्म झाला आहे. युद्धांत माघार न घेणाऱ्या पांडवांचा मी बच्चा आहें, राक्षसांचा अधिराज आहें आणि सामर्थ्यामध्यें प्रत्यक्ष रावणाच्या बरोबरीचा आहें! द्रोणपुत्रा, उभा रहा, उभा रहा, माझ्या हातून तूं कांहीं जिवंत सुटणार नाहींस. आज रणांगणांत मी तुझी लढण्याची रगच जिरवून टाकतों!"

असें बोलून, क्रोधानें ज्याचे डोळे लाल झाले आहेत असा तो अतिबलाढ्य राक्षस गजेंद्रावर धांवून जाणाऱ्या क्रुद्ध सिंहाप्रमाणें अश्वत्थाम्यावर धांवून गेला. मेघ ज्याप्रमाणें जलधारांनीं वृष्टि करतो, त्याप्रमाणें त्या घटोत्कचानें रथाच्या आंसाएवढाल्या बाणांचा रथिश्रेष्ठ द्रोणपुत्रांवर वर्षाव केला. परंतु ती शरवृष्टि जवळ येण्यापूर्वींच द्रौणीनें शरांनीं तिचे तुकडे उडविले. तेव्हां आकाशांत बाणाबाणांची दुसरी लढाईच झाली! अस्त्रांवर अस्त्रें घांसून ज्या ठिणग्या उडाल्या, त्यांच्या योगानें आवशीस तें आकाश काजव्यांनीं चित्रविचित्र झालें आहे असें भासूं लागलें. युद्धाभिमानी द्रोणसुतानें ती माया हाणून पाडल्याचें पाहून घटोत्कचानें गुप्त होऊन पुनः माया उत्पन्न केली. त्यानें एका अत्युच्च व महान् पर्वताचें रूप धारण केलें. त्या पर्वताचीं शिखरें वृक्षांच्या झाडीनें अगदीं बिकट झालेलीं होतीं आणि शूल, प्रास, तरवारी व मुसळें यांचे प्रवाह त्यापासून वहात होते. ज्यापासून पुष्कळ शस्त्रसंघ पडत आहेत असा तो अंजन पर्वतासारखा दिसणारा पर्वत पाहूनही अश्वत्थामा भ्याला नाहीं. त्यानें मग हंसत हंसतच वज्रास्त्र सोडलें, आणि त्या अस्त्राच्या तडाक्यानें तो प्रचंड पर्वत तत्काल नाश पावला. नंतर घटोत्कचानें अंतरिक्षामध्यें इंद्रधनुष्यासह नीलवर्ण मेघ बनून अतिशय उग्र पाषाणवृष्टीनें रणांत द्रोणपुत्रास आच्छादून टाकलें, तेव्हां अस्त्रज्ञांत वरिष्ठ अशा त्या द्रोणतनयानें वायव्यास्त्र सोडून तो उठलेला निळा मेघ उडवून दिला आणि बाणसमुदायांनीं सर्व दिशा रोखून त्या मनुष्यवर द्रोणपुत्रानें एक लक्ष रथांचा चुराडा उडविला!

मग घटोत्कच स्वस्थ चित्तानें रथांत बसून व धनुष्य ताणून पुष्कळ राक्षसांसह पुनः चालून येऊं लागला. त्याच्या बरोबरचे राक्षस सिंह व वाघ यांसारखे उग्र व मत्त गजांप्रमाणें पराक्रमी असून त्यांतील कित्येक हत्तींवर आरूढ झाले होते, कित्येक रथांत बसले होते व कांहीं घोड्यांवर स्वार झाले होते. त्यांचीं तोंडें, मस्तकें व माना भ्यासूर होत्या, हिडिंबेचे अनुचर पौलस्त्य, यातुधान व इंद्राप्रमाणें पराक्रमी तामस हे त्याच्या बरोबर होते. ते शूर असून त्यांनीं नानाप्रकारचीं शस्त्रें घेतलीं होतीं; नानाविध कवचें व भूषणें धारण केलीं होती; त्यांचें सामर्थ्य मोठें असून ते भयंकर आरोळ्या देत होते; क्षोभामुळें त्यांनीं डोळे वटारले होते; आणि असे ते रणमस्त राक्षस युद्धास प्राप्त झाले होते.

अशा प्रकारें तो घटोत्कच समरांगणांत हल्ला करून येत आहे असें पाहून तुझा पुत्र दुर्योधन अगदीं भिऊन गेला. तेव्हां त्यास खिन्न पाहून अश्वत्थामा म्हणाला, "दुर्योधना, उभा रहा. आज तूं, तुझे भाऊ, दुसरे वीर व हे इंद्रासारखे पराक्रमी राजे गडबडून गेल्यासारखे दिसतां; परंतु तुम्ही भांबावूं नका. मी तुझ्या शत्रूंस ठार करीन. तुझा कांहीं पराभव व्हावयाचा नाहीं, हें मी तुला प्रतिज्ञापूर्वक सत्य सांगतों. तूं सैन्यास धीर दे."

दुर्योधन म्हणालाः—हे गौतमिनंदना, तूं आम्हांस धीर देत आहेस हें मला कांहीं अद्भुत वाटत नाहीं. कारण तुझें अंतःकरण तसेंच थोर असून आम्हांवरही तुझी पराकाष्ठेची भक्ति आहे.

संजय सांगतोः—अश्वत्थाम्याशीं असें भाषण केल्यानंतर मग तो शकुनीला म्हणाला, " रणास शोभा देणारे घोडे जोडलेले एक हजार रथ अर्जुनाभोंवतीं आहेत. तेव्हां तूं साठ हजार रथांनिशीं त्यावर चाल कर. कर्ण, वृषसेन, कृप, नील, उत्तर दिशेकडील वीर, कृतवर्मा, पुरुमित्र, सुतापन, दुःशासन, निकुंभ, कुंडभेदी, पराक्रम, पुरंजय, दृढरथ, पताकी, हेमकंपन, शल्य, अरुणि, इंद्रसेन, संजय, विजय, जय, कमलाक्ष, परक्राथी, जयवर्मा व सुदर्शन हे वीर व साठ हजार पदाति तुझ्या मागोमाग येतील. मामा, देवेंद्र असुरास जिंकितो त्याप्रमाणें भीमाला, उभयतां नकुलसहदेवांना आणि धर्मराजालाही जिंक. माझी विजय मिळविण्याची हांव केवळ तुजवर अवलंबून आहे. हे मातुला, अश्वत्थाम्यानें या पांडवांस बाणांनीं अतिशय विदीर्ण केलें असून त्यांचीं शरीरें अगदीं घायाळ करून टाकिलीं आहेत. तेव्हां असुरास जिंकणाऱ्या कार्तिकेयाप्रमाणें तूं त्यास जिंकून टाक.

राजा, तुझ्या मुलाची अशी आज्ञा होतांच पांडवांचा नायनाट करण्याच्या हेतूनें तुझ्या मुलांस आनंद देत शकुनि त्वरेनें जाऊं लागला.

इतक्या अवकाशांत इकडे समारांगणांत त्या काळोख्या रात्रीं द्रोणपुत्र व घटोत्कच यांचें शक्रप्रल्हादाच्या युद्धाप्रमाणें अतिशय तुंबळ युद्ध जुंपलें. मग घटोत्कचानें संतापून जाऊन अग्नि किंवा विष यांसारखे भयंकर व मोठे बळकट दहा बाण अश्वत्थाम्याच्या छातीवर मारले. भीमपुत्रानें फेंकलेल्या त्या शरांचा जबर तडाका बसल्यामुळें तो अश्वत्थामा वाऱ्यानें वृक्ष हालतो त्याप्रमाणें रथांतल्या रथांत झोंके खाऊं लागला. इतक्यांत पुनः घटोत्कचानें एका अंजलिक शरानें अश्वत्थाम्याच्या हातांतील मोठें तेजस्वी धनुष्य त्वरेनें छेदून टाकलें. मग द्रोणपुत्रानें भार क्षम असें दुसरें मोठें धनुष्य घेऊन, जलधारांचा वर्षाव करणाऱ्या मेघाप्रमाणें तीक्ष्ण शरांचा वर्षाव चालविला. हे भारता, मग त्या शारद्वतीसुतानें शत्रूंस ठार करणारे सुवर्णपुंख बाण त्या राक्षसांवर फेकलें. त्या बाणांच्या योगानें त्या भरदार छातीच्या राक्षसांचा समुदाय पीडित होऊन, सिंहांनीं व्याकूळ केलेल्या मत्तगजकुलाप्रमाणें शोभूं लागला. त्यानें बाणांनीं त्या राक्षसांची दाणादाण उडविली, आणि कल्पांतकालीं भगवान् अग्निनारायण भूतमात्रास जाळितो त्याप्रमाणें त्यानें त्यांस दग्ध केलें. राजा, पूर्वी त्रिपुरासुरास दग्ध करून देवाधिदेव शंकर स्वर्गांत शोभला त्याप्रमाणें राक्षसांची अक्षौहिणी बाणांनीं दग्ध केल्यावर तो अश्वत्थामा शोभूं लागला; आणि तो विजयिश्रेष्ठ द्रोणपुत्र तुझ्या शत्रूंची राखरांगोळी उडवून युगांतीं सर्व भूतें जाळून शोभणाऱ्या प्रदीप्त अग्नीप्रमाणें झळकूं लागला !

नंतर क्रुद्ध घटोत्कचानें 'ठार करा' अशी आज्ञा करून भीमकर्मी राक्षसांची ती प्रचंड सेना अश्वत्थाम्यावर पाठविली. घटोत्कचाची ती आज्ञा होतांच, ज्यांच्या दाढा तेजस्वी आहेत, तोंडें भली मोठालीं आहेत, स्वरूप घोर व भयंकर आहे, ज्यांनीं आ पसरलेला आहे, जिभाही भ्यासूर दिसत आहेत, आणि ज्यांचे नेत्र रक्तानें लालबुंद झाले आहेत, असे ते राक्षस प्रचंड सिंहनादानें पृथ्वी नादित करीत नानाप्रकारचीं युद्धाचीं आयुधें घेऊन द्रोणपुत्रास ठार मारण्यास धांवले. मग त्या क्रोधताम्राक्ष भीमपराक्रमी राक्षसांनीं शेंकडों हजारों शक्ति,

शतघ्नी, परिघ, अशनि, शूल, पट्टे, खड्ग, गदा, भिंदिपाल, मुसळें, परशु, प्रास, तरवारी, तोमर, कणप, तीक्ष्ण, कंपन व शूल, लोखंडाच्या केलेल्या मोठमोठ्या भुशुंडी, गोळे, गदा व स्थूणा, आणि शत्रूंस विदीर्ण करणारे महाघोर मुद्गर बिलकूल न कचरतां द्रोणपुत्राच्या मस्तकावर फेंकले! ती अति मोठी शरवृष्टि द्रोणपुत्राच्या मस्तकावर पडत आहे असें पाहून तेथील योद्धे अगदीं भिऊन गेले. परंतु पराक्रमी द्रोणसुतानें वरून येत असलेल्या त्या घोर वृष्टीचा शिळेवर घांसलेल्या वज्रतुल्य शरांनीं विध्वंस करून टाकला. नंतर त्या उदारचित्त द्रोणसुतानें त्वरेनें दिव्यास्त्रांनीं मंतरलेल्या दुसऱ्या सुवर्णपुंख बाणांचा त्या राक्षसांवर भडिमार केला. तेव्हां त्या बाणांच्या योगानें ते पीनवक्ष राक्षसांचे समुदाय पीडित होऊन सिंहांनीं गांठलेल्या मत्तगजांच्या टोळीप्रमाणें व्याकूळ दिसूं लागले. तथापि द्रोणपुत्रानें ताडन केल्यामुळें ते महाबलिष्ठ राक्षस फारच क्रुद्ध झाले आणि चवताळून खाऊं गिळूं करीत अश्वत्थाम्यावर धांवले. हे भारता, तेथें मग द्रोणपुत्रानें इतर सर्व लोकांस दुष्कर असा अद्भुत पराक्रम करून दाखविला. त्या एकट्या महास्त्रज्ञानें राक्षसाधिपति घटोत्कचाच्या समक्ष एका क्षणांत ती राक्षसांची सेना प्रज्वलित शरांनीं जाळून टाकिली. तें राक्षसांचें सैन्य ठार केल्यावर रणांत तो द्रोणपुत्र युगाच्या शेवटीं सर्व भूतांस व्यापणाऱ्या अग्नीप्रमाणें झळकूं लागला. हे भारता, सर्पतुल्य शरांनीं तो सैन्यें भाजून काढीत असतां पांडवांकडील त्या हजारों राजांपैकीं महाबलिष्ठ राक्षसाधिपति घटोत्कच वीरावांचून दुसऱ्या एकालाही त्या द्रोणपुत्राकडे वर डोळे करून पाहाण्याची छाती झाली नाहीं! हे भरतश्रेष्ठा, तो घटोत्कच मात्र क्रोधानें डोळे गरगर फिरवीत हातावर हात आपटून व दांतओठ चावून रागानें आपल्या सारथ्यास म्हणाला कीं, ‘अश्वत्थाम्याकडे मला घेऊन चल.’

मग तो शत्रुसूदन घटोत्कच उत्तम पताका लाविलेल्या, घोर व तेजस्वी रथांत बसून पुनः द्रोणपुत्राशीं द्वंद्वयुद्ध करण्यास गेला. त्या भीमपराक्रमी राक्षसानें सिंहाप्रमाणें प्रचंड गर्जना केली, आणि जिला आठ घंटा लाविल्या आहेत अशी एक प्रत्यक्ष देवांनीं तयार केलेली महाघोर अशनि गरगर फिरवून रणांत द्रोणपुत्रावर भिरकाविली! परंतु द्रोणपुत्रानें धनुष्य रथांत ठेवून उंच उडी मारून ती अशनि पकडली, आणि उलट घटोत्कचावर झुगारली! तेव्हां त्यानें रथांतून उडी टाकिली. इतक्यांत त्या अतिदारुण व महातेजस्वी अशनीनें अश्व, सारथि व ध्वज यांसह त्याच्या रथाचें भस्म केलें व ती भूमि विदारून तींत शिरली! द्रोणपुत्रानें ती शंकरनिर्मित घोर अशनि उडी मारून पकडली हा त्याचा पराक्रम पाहून सर्व लोक त्याची प्रशंसा करूं लागले.

राजा, मग तो भीमाचा पुत्र धृष्टद्युम्नाच्या रथावर गेला, आणि इंद्रधनुष्याच्या तोडीचें प्रचंड व घोर धनुष्य घेऊन पुनः अश्वत्थाम्याच्या विशाल वक्षःस्थलावर तीक्ष्ण बाण सोडूं लागला. निधड्या छातीच्या धृष्टद्युम्नानेंही द्रोणपुत्राच्या वक्षःस्थलावर सर्पासारखे भयंकर व सोन्याच्या पिसाऱ्याचे बाण सोडण्यास सुरुवात केली. तेव्हां द्रोणपुत्रानें हजारों नाराच बाण त्यांवर सोडले, आणि त्यांनींही अग्निज्वाळांसारख्या शरांनीं त्याचे ते बाण हाणून पाडले! हे भरतर्षभा, याप्रमाणें अश्वत्थाम्याचें व त्या दोघां पुरुषश्रेष्ठांचें योद्ध्यांस हर्ष देणारें अति तीव्र व घनघोर युद्ध सुरू झालें. नंतर एक हजार रथ, तीनशें हत्ती व सहा हजार घोडे यांसह भीमसेन त्या ठिकाणीं आला. तथापि

अमितपराक्रमी व धर्मशील द्रोणपुत्र, घटोत्कच, धृष्टद्युम्न व त्याचे अनुयायी यांशीं झुंजतच होता. हे भारता, त्या ठिकाणीं अश्वत्थाम्यानें सर्व भूतांपैकीं दुसऱ्या कोणालाही केवळ अशक्य असा अत्यंत अद्भुत पराक्रम तेथें दाखविला ! पहा—त्यानें भीमसेन, हिडिंबापुत्र घटोत्कच, धृष्टद्युम्न, नकुल, सहदेव, धर्मराज, अर्जुन व प्रत्यक्ष श्रीकृष्ण या सर्वांच्या डोळ्यांदेखत त्या अक्षौहिणी राक्षसांच्या हत्ती, घोडे, सारथि व रथ यांसुद्धां निमिषमात्रांत ठिकऱ्या उडविल्या !

समरभूवर्णन.

त्या वेगानें आलेल्या शरांनीं हत्ती अतिशय घायाळ होऊन सशृंग पर्वतासारखे भूमीवर पसरले. कापून टाकलेल्या हत्तींच्या सोंडा इकडून तिकडे वळवूं लागल्या, त्यामुळें भूमि सरपटणाऱ्या भुजंगांनींच जणू व्यापून गेली आहे अशी भासली. सोन्याच्या दांड्यांचीं राजछत्रें मोडून जमिनीवर पडलीं होतीं, यामुळें, ज्यावर चंद्रसूर्य उदय पावले आहेत व जें ग्रहांनीं चित्रविचित्र झालें आहे अशा युगांतींच्या नभोमंडलाप्रमाणें ती रणभूमि शोभूं लागली. राजा, द्रोणपुत्रानें त्या ठिकाणीं एक महाघोर नदीच निर्माण केली. तिची उत्पत्ति मोठमोठे हत्ती, घोडे व योद्धे यांच्या देहनाशापासून झाली असून, रक्ताचे लोटच्या लोट वहात असल्यामुळें ती भयंकर दिसत होती. ध्वजरूपी बेडकांची तींत गर्दी झाली होती व भेरी हीच विस्तीर्ण कांसवें तिच्यामध्यें होतीं; छत्ररूपी हंसांच्या पंक्ति तिचें सेवन करीत होत्या आणि चामररूपी फेंस तिजवर आलेला होता. कंक व गृध्र पक्षी हेच तिजमधील मोठमोठे ग्राह होते. भूमीवर पसरलेले प्रचंड हत्ती हे तिच्यांतील पाषाण होते. अनेक आयुधरूपी मत्स्य तींत तळपत होते. मेलेले घोडे याच जणूं मकरांनीं ती व्यापून गेली होती. रथरूपी मोठाले तट तींत कोसळत होते. पताका हींच तिच्या तीरावरील सुंदर झाडें होत. प्रास, शक्ति व ऋष्टि हींच दिवडे असून बाण हेच मत्स्य होत आणि कबंधें हींच तिजमध्यें टाकिलेलीं होडगीं होत. तिजमध्यें मज्जामांसाचा मोठा चिखल माजला होता, केशरूप शेवाळानें ती शाडवळ झाली होती, आणि भित्र्या लोकांची बोबडी वळवित होती. योद्ध्यांच्या आर्तस्वरानें ती खळखळत असून रक्ताच्या लाटा उसळत होत्या, श्वापदांमुळें ती फारच भयंकर झाली होती, आणि यमराष्ट्रांतील महोदधीलाच मिळालेली होती.

याप्रमाणें राक्षसांस बाणांनीं ठार करून अश्वत्थाम्यानें घटोत्कचास पीडा दिली, आणि पुनः अतिशय संतापून भीमसेन व धृष्टद्युम्नप्रभृति पांडवांकडील योद्ध्यांस बाणसंघांनीं विद्ध करून त्या महाबलिष्ठानें द्रुपदाच्या सुरथनामक पुत्रास ठार केलें. पुनः त्यानें रणांत द्रुपदाच्या शत्रुंजय नामक दुसऱ्या मुलाला आणि बलानीक, जयानीक व जयाश्व यांसही मारिलें. दुसऱ्या तीन तीक्ष्ण व सुपुंख शरांनीं सुवर्णविभूषित श्रुताह्वय राजाला यमलोकीं नेलें; पृषध्र व चंद्रसेन यांचा वध केला; आणि, हे मारिषा, दहा शरांनीं कुंतिभोजाचे दहा पुत्र ठार केले. मग त्या अश्वत्थाम्यानें अतिशय संतप्त होऊन एक उग्र बाण धनुष्यास जोडला, आणि धनुष्य आकर्ण ओढून तो यमदंडासारखा घोर व उत्कृष्ट बाण घटोत्कचास उद्देशून सत्वर सोडला. तेव्हां तो उत्तम पिसाऱ्याचा प्रचंड बाण त्या राक्षसाचें हृदय भेदून त्वरेनें जमीनींत शिरला. हे पृथ्वीपते, मग घटोत्कच मेला असें वाटून महारथी धृष्टद्युम्नानें आपला उत्कृष्ट रथ द्रोणसुतापासून दूर पळविला. मग, राजा, युधिष्ठिराच्या सैन्यांतील राजांनींही पळ काढला ! याप्रमाणें शत्रूंचा

रणांत पराभव करून वीर अश्वत्थाम्यानें गर्जना केली. तेव्हां, हे भारता, सर्व लोक व तुझे पुत्र त्याची प्रशंसा करूं लागले.

नंतर शेंकडों बाणांनीं छिन्नभिन्न झालेले राक्षस तडाक्यासरसे खालीं पडून चोहोंकडे गतप्राण झाल्यामुळें ती रणभूमि जणूं काय पर्वतशिखरांनींच दुर्गम व अतिभयंकर होऊन गेली; आणि असा पराक्रम करणाऱ्या द्रोणपुत्राची सिद्ध, गंधर्व व पिशाच्च यांचे समुदाय, नाग, सुपर्ण, पितर, पक्षी, रक्षोगण, भूतगण अप्सरा आणि देव हेही स्तुति करूं लागले.

अध्याय एकशें सत्तावन्नावा.

—:०:—

बाल्हिकवध.

संजय सांगतोः—द्रुपदाचे पुत्र तसेच कुंतिभोजाचे पुत्र व हजारों राक्षस द्रोणपुत्रानें मारिलेले पाहून युधिष्ठिर, भीमसेन, पार्षत धृष्टद्युम्न व सात्यकि यांनीं पुनः निकरानें लढण्याचा निश्चय केला. हे भारता, मग सात्यकीस रणांत पाहून सोमदत्त पुनः चवताळला, आणि त्यानें मोठी शरवृष्टि करून त्यास आच्छादून टाकलें. नंतर तुझे लोक व शत्रु विजय मिळविण्याच्या ईरेस पडून त्यांचें अतिशय भयंकर व घोर युद्ध झालें. तो सोमदत्त चालून येत आहे असें पाहून सात्यकीच्या बचावासाठीं भीमसेनानें शिळेवर घांसलेल्या दहा सुवर्णपुंख शरांनीं त्याचा वेध केला. तेव्हां सोमदत्तानेंही शंभर बाणांनीं त्या वीराचा प्रतिवेध केला. मग सात्यकीनें तर पुत्रशोकांत मग्न झालेला वृद्ध, वृद्धपणीं येणाऱ्या गुणांनीं युक्त व नाहुष ययातीच्या योग्यतेचा जो सोमदत्त, त्यावर अतिशय संतापून वज्रासारख्या दहा तीक्ष्ण शरांनीं त्यास घायाळ केलें; आणि एका शक्तीनें त्याच्या देहास आरपार भोंक पाडून पुनः त्यावर सात बाण टाकले. मग सात्यकीसाठीं भीमसेनानेंही नवा, बळकट व घोर असा एक परिघ सोमदत्ताच्या मस्तकावर झुगारला; आणि क्रुद्ध सात्यकीनेंही एक उत्तम पिसें लाविलेला, तीक्ष्ण व केवळ अग्नितुल्य बाण समरांगणांत सोमदत्ताच्या उरावर मारला. हे वीरा धृतराष्ट्रा, तो घोर परिघ व तो भयंकर बाण दोन्ही एकदम सोमदत्ताच्या अंगावर पडले आणि तेणेंकरून तो महारथी पतन पावला !

याप्रमाणें पुत्र मूर्च्छित झाला असतां बाल्हीक राजा कालवर्षी मेघाप्रमाणें शरवृष्टि करीत त्या सात्यकीवर धांवून आला. मग भीमसेनानें सात्वताचा कैवार घेऊन नऊ शरांनीं त्या महात्म्यास रणाच्या तोंडींच घायाळ केलें. परंतु त्या प्रातिपेयानें चवताळून जाऊन इंद्रानें वज्रप्रहार करावा त्याप्रमाणें एक शक्ति भीमाच्या छातींत भोंसकली. याप्रमाणें भीम घायाळ झाला. तेव्हां थरथरां कांपूं लागला, व त्यास मूर्च्छाही आली. परंतु पुनः शुद्धीवर येऊन त्या बलवंतानें त्यावर गदा फेंकली. राजा, पंडुपुत्रानें झुगारलेल्या त्या गदेनें बाल्हीकाचें मस्तक उडविलें आणि वज्रप्रहारानें मोठा पर्वत कोसळावा त्याप्रमाणें तो भूमीवर कोसळला.

हे पुरुषर्षभा, तो वीर बाल्हीक पडल्यावर नागदत्त, दृढरथ, महाबाहु, अयोभुज, दृढ, सुहस्त, विरजा, उग्र, प्रमाथि व अनुयायी हे तुझे दाशरथी रामासारखे दहा पराक्रमी पुत्र भीमास पीडा देऊं लागले. त्यांस पाहातांच भीमानें मोठे बळकट बाण उचलले आणि प्रत्येकाच्या मर्मस्थलांवर एकेक बाण टाकला. तेव्हां ते घायाळ, निस्तेज व गतप्राण होऊन, वादळानें मोडलेले वृक्ष पर्वतशिखरावरून खालीं पडतात त्यांप्रमाणें रथांतून खालीं कोसळले !

राजा, याप्रमाणें दहा बाणांनीं तुझ्या त्या दहा मुलांस ठार करून भीमानें कर्णाचा लाडका पुत्र वृषसेन यावरही वर्षाव केला. मग कर्णाच्या वृकरथ नामक प्रख्यात भावानें भीमावर भडिमार केला; तेव्हां तो बलाढ्य त्यावरही धांवून गेला. नंतर, हे भारता, त्या वीरानें तुझ्या श्यालकांचे सात रथी ठार केले, आणि शरांनीं शतचंद्रासही धुळीस मिळविलें. महारथी शतचंद्र मारला गेला हें न साहून शकुनीचे पराक्रमी भाऊ गवाक्ष, शरभ, विभु, सुभग व भानुदत्त हे पांच शूर महारथी धांवून येऊन भीमावर तीक्ष्ण शरांचा भडिमार करूं लागले. पावसाच्या धारांनीं पर्वतावर वर्षाव व्हावा त्याप्रमाणें भीमावर नाराच बाणांचा भडिमार होत असतांही त्या बलवंतानें पांच बाणांनींच त्या पांच अतिरथांस ठार केलें! आणि ते पडलेले पाहून मोठमोठे राजे चळचळां कांपूं लागले!

युधिष्ठिरपराक्रम.

हे अनघा, मग क्रुद्ध युधिष्ठिर द्रोणाचार्यांच्या व तुझ्या मुलांच्या देखत तुझ्या सैन्याचा नाश करूं लागला. त्या क्रुद्ध युधिष्ठिरानें अंबष्ठांस, मालवांस, त्रिगर्तांस व शिबींसही युद्धांत यमलोकीं पाठविलें. त्याचप्रमाणें अभीषाह, शूरसेन व वसातिकांसह बाल्हीक यांची कत्तल उडवून त्या युधिष्ठिर राजानें भूमीवर रक्ताचा चिखल करून टाकला. राजा, यौधेय, मालव व मद्रकांच्या टोळ्या या शूरांस त्यानें बाणांबरोबर यमलोकीं धाडलें; आणि युधिष्ठिराच्या रथाजवळ " मारा, ओढा, धरा, वेध करा, छाटून टाका," अशा प्रकारचा हलकल्लोळ माजून राहिला!

द्रोणयुधिष्ठिरयुद्ध.

याप्रमाणें युधिष्ठिर सैन्यांची दाणादाण उडवीत आहे असें पाहून तुझ्या मुलाच्या प्रेरणेंमुळें द्रोणाचार्य त्यावर बाण टाकूं लागले. त्यांनीं फार संतापून धर्मराजावर वायव्यास्त्र सोडलें आणि युधिष्ठिरानेंही दिव्यास्त्र सोडून त्याचा नाश केला! तें अस्त्र हाणून पडतांच भारद्वाजांनीं युधिष्ठिरावर वारुण, याम्य, आग्नेय, त्वाष्ट्र व सावित्र इतकीं अस्त्रें मोठ्या कोपानें त्या पंडुपुत्रास ठार मारण्याच्या उद्देशानें फेंकलीं, परंतु द्रोणाचार्यांनीं जीं जीं अस्त्रें फेंकिलीं होतीं व जीं ते फेंकीत होते, तीं सर्व अस्त्रें त्या महाबलिष्ठ धर्मपुत्रानें आचार्यांस बिलकूल न भितां प्रत्यस्त्रांनीं हाणून पाडलीं. हे भारता, मग तुझ्या पुत्राच्या कल्याणाविषयीं तत्पर असलेल्या त्या द्रोणांनीं आपली प्रतिज्ञा सत्य करण्याचें मनांत आणून धर्मपुत्रास ठार मारण्याच्या इच्छेनें ऐंद्र व प्राजापत्य अस्त्र प्रकट केलें. तेव्हां गजाप्रमाणें धिम्मेपणें व सिंहाप्रमाणें चपलतेनें जो गमन करितो, ज्याचें वक्षःस्थल विशाल आहे, आणि नेत्र विस्तीर्ण असून या वेळीं आरक्त झाले होते, अशा त्या महातेजस्वी कुरुपति युधिष्ठिरानें दुसऱ्या माहेंद्रास्त्राचीच योजना केली आणि त्या अस्त्रानें पहिल्याचा नाश केला. याप्रमाणें अस्त्रांचा विध्वंस होऊं लागल्यामुळें द्रोणांस संताप चढला आणि त्यांनीं युधिष्ठिराचा वध करण्याचें मनांत आणून ब्रह्मास्त्र सोडलें. हे महीपते, मग सर्व रणांगण घोर अंधकारानें व्यापून गेलें, कशाचाच उमज पडेनासा झाला आणि सर्व लोक अगदीं त्रासून गेले! परंतु, राजेंद्रा, ब्रह्मास्त्र उदय पावलेलें पाहून कुंतीपुत्र युधिष्ठिरानें ब्रह्मास्त्रानेंच त्याचें निवारण केलें! मग तेथील सैन्यांचे नायक त्या दोघां द्रोणयुधिष्ठिरांची वाखाणणी करूं लागले. कारण, ते दोघेही पुरुषश्रेष्ठ महाधनुर्धर व सर्व प्रकारच्या युद्धांत पारंगत होते.

हे भारता, मग द्रोणांनीं धर्मराजाचा नाद सोडून दिला, आणि क्रोधानें डोळे लाल करून वायव्यास्त्रानें द्रुपदाच्या सेनेस उधळून लाविलें. द्रोणांचा प्रहार होऊं लागल्यामुळें ते पांचाल भीमाच्या व महात्म्या अर्जुनाच्या डोळ्यांदेखत भीतीनें पळत सुटले. याप्रमाणें त्यांची दाणादाण उडाली तेव्हां मग अर्जुन व भीमसेन हे सैन्यास आवरून धरून दोन मोठ्या रथसंघांनिशीं एकदम मागें उलटले. दक्षिणेच्या बाजूनें अर्जुनानें व उत्तरेच्या बाजूनें भीमसेनानें याप्रमाणें दोहोंकडून दोन प्रचंड शरौघांनीं भारद्वाजांवर वृष्टि चालविली. हे महाराजा, मग केकय, सृंजय, महापराक्रमी पांचाल व सात्वतांसह मत्स्य हेही त्यांच्या मागून जाऊं लागले. नंतर अर्जुनाकडून वध पावणारी ती भारती सेना अंधकारानें व झोंपेनें व्याकूळ होऊन पुनः फुटून गेली. तेव्हां द्रोणाचार्य व स्वतः तुझा दुर्योधन तीस मागें फिरवूं लागला; परंतु, हे महाराजा, त्याच्यानेंही तिचें निवारण करवलें नाहीं !

अध्याय एकशें अठ्ठावन्नावा.

—:०:—

कर्णदुर्योधनसंवाद.

संजय सांगतोः—पांडवांचें प्रचंड सैन्य चवताळत आहे असें पाहून व त्याचें निवारण करणें अशक्य आहे असें जाणून दुर्योधन कर्णास म्हणाला, " हे मित्रवत्सला, मित्रांच्या खऱ्या मदतीचीच ही वेळ आलेली आहे. यासाठीं, कर्णा, सर्व योद्ध्यांस व महारथांस रणांतून पार पाड. पांचाल, मत्स्य, केकय व पांडवांकडील सर्व महारथी अतिशय कोपले असून त्यांनीं सर्पांप्रमाणें निश्वास टाकीत यांना चोहोंकडून घेरलें आहे. हे पलीकडे जयाची महत्त्वाकांक्षा बाळगणारे पांडव आणि तसेंच तें पांचालांचें इंद्रासारखें पराक्रमी प्रचंड रथसैन्य हर्षानें गर्जना करीत आहे. "

कर्णानें उत्तर केलें:—अरे, अर्जुनाचें रक्षण करण्यास येथें प्रत्यक्ष इंद्र जरी आला, तरी त्याचाही क्षणांत पराभव करून मी अर्जुनास ठार करीन हें मी प्रतिज्ञेवर सत्य सांगतों. हे भारता, शांत हो. मी पांडवांना आणि त्यांस मिळालेल्या पांचालांनाही ठार मारीन, आणि इंद्रास जय मिळवून देणाऱ्या कार्तिकेयाप्रमाणें तुला जय मिळवून देईन. हे पार्थिवा, आपल्या हातून तुझें कांहीं प्रिय व्हावें एवढ्याच करितां माझें जीवित आहे. अरे, सर्व पृथापुत्रांमध्यें अर्जुन अधिक बलवान् आहे, यासाठीं इंद्रानें दिलेली अमोघ शक्ति त्याच्यावरच मी सोडीन, आणि हे मानदा, तो महाधनुर्धर एकदां मरण पावला म्हणजे मग त्याचे भाऊ तुझ्या अंकित तरी होतील किंवा पुनः वनवासास तरी जातील ! कौरवा, मी जिवंत असतांना जरा देखील वाईट वाटून घेऊं नको. मी समरांगणांत सर्व पांडवांना व एकत्र झालेल्या पांचालांना, केकयांना व वृष्णींना जिंकीन आणि बाणांनीं त्यांचे तुकडे उडवून तुला ही पृथ्वी प्राप्त करून देईन.

कृपाचार्य व कर्ण यांची बाचाबाची.

संजय सांगतोः—कर्ण याप्रमाणें बोलत असतां महाबलिष्ठ शारद्वत कृपाचार्य हंसत हंसत कर्णास म्हणाले, " शाबास, शाबास कर्णा ! तुजसारखा वाली मिळाल्यामुळें आज कुरुश्रेष्ठ दुर्योधन राजा सनाथच झाला म्हणावयाचा ! पण राधेया, हें केव्हां ? तर तूं आपलें भाषण खरें करशील तेव्हां ! कर्णा, दुर्योधनाजवळ तूं फारच फुशारकी सांगत आहेस, परंतु तुझ्या अंगचा पराक्रम किंवा तशा प्रकारचें कृत्य कांहींच दृष्टीस पडत नाहीं. तुझा पांडुपुत्राबरोबर पुष्कळ वेळां रणांत सामना आम्हांस दिसला; परंतु सूतपुत्रा, प्रत्येक

वेळीं पांडवांनींच तुला जिंकिलें आहे. जेव्हां गंधर्व दुर्योधनाला पकडून नेत होते, तेव्हां त्या प्रसंगीं सर्व सैन्यें लढत होतीं, तूं मात्र आरंभींच पळ काढलास ! त्याचप्रमाणें विराट-नगरामध्यें एकत्र झालेल्या सर्व कौरवांना अर्जुनानें युद्धांत जिंकिलें, तेव्हां त्यांत बांधवांसह तुलाही जिंकिलें आहे ; अरे, एकट्या अर्जुनापुढें रणांगणांत टिकाव धरण्यास जो तूं केवळ असमर्थ आहेस तोच तूं कृष्णासुद्धां सर्व पांडवांस जिंकण्याचा कसा उत्साह धरतोस ! कर्णा, तूं तोंडानें पटकन् बोललास खरा, पण युद्ध करून दाखव. अरे सूतपुत्रा, तूं फारच फुशारक्या मारीत आहेस, पण जो कांहींएक न बोलतां पराक्रम करील त्याचें तेंच खरें सत्पुरुषव्रत ! हे सूतपुत्रा, तूं शारदीय मेघाप्रमाणें निष्फळ गर्जना केलीस, आणि त्याच्याचसारखा निष्फळ दिसत आहेस. परंतु कर्णा, या दुर्योधन राजाला मात्र तें कळत नाहीं. राधेया, अर्जुन दृष्टीस पडला नाहीं तेथवर गर्जना करून घे. कारण, लवकरच अर्जुनाची गांठ पडल्यावर तुला पुनः गर्जना करण्यास सांपडणें दुर्लभ आहे. अरे, अर्जुनाचे ते बाण येऊन पोंचले नाहींत म्हणूनच तूं मोठ्यानें गर्जत आहेस. एकदां का अर्जुनाच्या शरांनीं घायाळ झालास म्हणजे मग तुझी गर्जना केवळ दुर्लभ होईल. रे बाबा ! अरे, बाहुबलांत क्षत्रिय श्रेष्ठ आहेत, वाग्बलांत ब्राह्मण शूर आहेत, धनुष्याच्या कामांत फाल्गुन शूर आहे, आणि कर्ण मनोराज्य करण्यांत मोठा बहादर आहे ! अरे, ज्यानें प्रत्यक्ष शंकरालाही आपल्या शौर्यानें संतुष्ट केलें, त्या पांडुपुत्र अर्जुनाचा प्रतीकार कोण करूं शकणार आहे ?"

याप्रमाणें त्या वेळीं त्या कृपाचार्यांनीं कर्णास कोपविलें तेव्हां तो वीरश्रेष्ठ कृपाचार्यास म्हणाला, "पावसाळ्यांत मेघ गर्जना करितात त्याप्रमाणें शूरही सदोदीत गर्जना करीत असतात; आणि बीजगर्भ भूमीप्रमाणें तेही लवकरच फळ देत असतात. रणांमध्यें मोठा भार धारण करणारे शूर पुरुष त्याविषयीं कांहीं प्रौढी मिरवीत असले तरी तेथें त्यांचा कांहीं दोष आहे असें मला वाटत नाहीं. जेव्हां कोणताही भार वाहाण्याविषयीं मनुष्य दृढनिश्चय करितो, तेव्हां त्या कामांत दैव त्याला निश्चयानें साहाय्य होत असतें. मीं उद्योगाचीच कांस धरून मोठा भार वहाण्याचें मनांत योजिलें आहे; आणि पांडुपुत्रांस कृष्ण व सात्यकि यांसुद्धां युद्धांत ठार केल्याचें समजूनच गर्जना करीत आहें ! तर, हे ब्राह्मणा, त्यांत तुझें रे काय डबोलें बुडालें ? अरे, शूर लोक शारदीय मेघाप्रमाणें व्यर्थ गर्जना करीत नाहींत. आपलें सामर्थ्य ओळखून मगच पंडित गर्जना करीत असतात. माझ्याहीं मनांत आज रणांत एकत्र झालेल्या सज्ज कृष्णार्जुनांस जिंकण्याचा हुरूप आहे; आणि म्हणूनच, हे गौतमा, मी गर्जना करीत आहें, समजलास ! विप्रा, माझ्या या गर्जनेचें काय फळ आहे तें पहा ! मी आज पांडुपुत्रांस त्यांचे अनुयायी कृष्ण व सात्यकि यांसह रणांत ठार करून व पृथ्वी निष्कंटक करून ती दुर्योधनाला अर्पण करीन !"

कृपाचार्य म्हणालेः—सूतपुत्रा, तुझे हे मनोराज्यांतील प्रलाप मला बिलकूल पसंत नाहींत. अरे, तूं सदोदीत कृष्णाचा व पांडुपुत्र धर्मराजाचा उपमर्द करीत असतोस; परंतु, कर्णा जिकडे ते युद्धविशारद कृष्णार्जुन असतील, तिकडेच निश्चयानें जय आहे. कारण देव, गंधर्व, यक्ष, मनुष्य, उरग व राक्षस हे सर्व जरी सज्ज झालेले असले, तरी त्यांसही कृष्णार्जुन रणांत अजिंक्य आहेत ! धर्मपुत्र युधिष्ठिर हा ब्राह्मणांविषयीं कृपाळू, सत्यवादी, मनोनिग्रही, गुरु व देव यांची भक्ति करणारा,

धर्माचे ठिकाणीं नित्य तत्पर आणि विशेषेंकरून अस्त्रसंपन्न आहे आणि तसाच धैर्यशाली व कृतज्ञही आहे. त्याचे भाऊही मोठे बलाढ्य, सर्व अस्त्रांमध्यें परिश्रम केलेले, गुरुभक्तींत तत्पर, मोठे शहाणे, धर्मनिष्ठ व यशस्वी आहेत; आणि त्यांचे सगेसोयरेही इंद्रासारखे पराक्रमी व लढवय्ये असून पांडवांवर फारच अनुरक्त आहेत. धृष्टद्युम्न, शिखंडी, दौर्मुखी, जनमेजय, चंद्रसेन, रुद्रसेन, कीर्तिधर्मा, ध्रुव, अधर, वसुचंद्र, दामचंद्र, सिंहचंद्र, सुतेजन, तसेच द्रुपदाचे पुत्र व स्वतः महास्त्रज्ञ द्रुपद राजा व भावांसह विराट राजा ज्यांच्या कार्यासाठीं सिद्ध झाला आहे, आणि तसेच ते शतानीक, सूर्यदत्त, श्रुतानीक, श्रुतध्वज, बलानीक, जयानीक, जयाश्व, रथावहन, चंद्रोदय व समरथ हे विराटाचे शूर भाऊ, नकुलसहदेव, द्रौपदीचे पुत्र आणि घटोत्कच राक्षस हे ज्यांच्या कार्यासाठीं लढत आहेत, त्या पांडवांचा क्षय व्हावयाचाच नाहीं ! पांडुपुत्र धर्मराजांकडे हे व दुसरेही पुष्कळ संघ आहेत. फार कशाला ! फक्त भीमार्जुन हें सर्व जग देव, दानव व मानव, यक्षांचे व राक्षसांचे समुदाय आणि भूतें, भुजंग व गज यांसुद्धां पार निःशेष करून टाकतील ! स्वतः युधिष्ठिर आपल्या घोर दृष्टीनें सर्व पृथ्वी भस्म करून टाकील. कर्णा, अमितसामर्थ्यवान् श्रीहरी ज्यांच्यासाठीं कंबर बांधून उभा आहे, त्यांना रणांत जिंकण्यास तूं धजावतोस तरी कसा ? हे सूतपुत्रा, जो तूं रणांत कृष्णाबरोबर लढण्याचा उत्साह धरतोस, त्या तुझी ही नित्याचीच मोठी चूक आहे.

संजय सांगतोः—हे भरतर्षभा, याप्रमाणें कृपाचार्य म्हणाले तेव्हां कर्णानें हंसत हंसत त्या शारद्वत कृपाचार्यांस उत्तर दिलें, "ब्रह्मन्, आपण पांडवाविषयीं जें भाषण केलें, तें अगदीं यथार्थ आहे. हेचसे काय, पण आणखीही पुष्कळ गुण पांडुपुत्रांमध्यें आहेत. इंद्रासह सर्व देवांना आणि दैत्ययक्षगंधर्वांसुद्धां पिशाच, उरग व राक्षस यांनाही रणांत ते केवळ अजिंक्य आहेत; तथापि मी इंद्रानें दिलेल्या शक्तीच्या बळावर पांडवांस जिंकीन. विप्रा, मला इंद्रानें ही अमोघ शक्ति दिली आहे, हिनें मी रणांत सव्यसाची अर्जुनास ठार करीन; आणि तो पांडुपुत्र अर्जुन मेला म्हणजे त्याचे सहोदर भाऊही अर्जुनरहित झाल्यावर कदापि पृथ्वीचा उपभोग घेऊं शकणार नाहींत ! अर्जुन मेल्यावर ते प्राणत्यागच करतील ! गौतमा, याप्रमाणें सर्व पांडव नष्ट झाले म्हणजे ही समुद्रवलयांकित पृथ्वी अनायासेंच कौरवाधिपति दुर्योधनाच्या ताब्यांत येईल. अरे, मुत्सद्दीगिरीनें येथें सर्व कामें निःसंशयपणें साधत असतात. गौतमा, हें सर्व जाणून मगच मी गर्जना करीत आहें. तूं ब्राह्मण व तशांत वृद्ध असून युद्ध करण्यास केवळ असमर्थ आहेस. पांडवांशीं तुझा स्नेह असल्यामुळें तूं माझा अपमान करीत आहेस. ब्राह्मणा, येथें पुनः जर असें अप्रिय भाषण करशील, तर, हे दुर्मते, तरवार उचलून तुझी जीभच कापून टाकीन ! दुष्टा, कौरवांच्या सर्व सैन्यास भिवविण्यासाठीं रणांत पांडवांची स्तुति करूं इच्छितोस काय ? तर, हे द्विजा, याविषयीं माझेंही यथार्थ भाषण ऐक. दुर्योधन, द्रोण, शकुनि, दुर्मुख, जय, दुःशासन, वृषसेन, मद्रपति शल्य, तूं, सोमदत्त, भूरि, तसाच अश्वत्थामा, विविंशति हे सर्व युद्धविशारद वीर सज्ज होऊन ज्याकडे उभे आहेत त्यांस इंद्रासारखा बलाढ्यही कोणता मनुष्य जिंकणार आहे ? कारण हे सर्वजण शूर, अस्त्रसंपन्न, बलाढ्य, स्वर्गप्राप्तीची इच्छा करणारे, धर्मवेत्ते व युद्धकलेंत कुशल आहेत. हे देवांसही युद्धांत ठार करतील. पांडवांचा वध करावा व दुर्योधनाचा जय व्हावा

असें इच्छिणारे हे सर्व वीर सज्ज होऊन समरांगणांत उभे रहातील. आतां बलवंतांनाही जय मिळणें न मिळणें हें केवळ प्राक्तनावर अवलंबून आहे, असें मी समजतों. कारण, महाबलिष्ठ भीष्मही शेंकडों बाणांनीं घायाळ होऊन पडले! त्याचप्रमाणें विकर्ण, चित्रसेन बाल्हीक, जयद्रथ, भूरिश्रवा, जय, जलसंध, सुदक्षिण, महारथी शल व वीर्यशाली भगदत्त हे व देवांसही केवळ अजिंक्य असलेले दुसरे राजे शूर व पांडवांपेक्षांही अधिक बलाढ्य असतांना समरांत निधन पावले. तेव्हां, हे नराधमा, ही गोष्ट दैवदुर्विलासाशिवाय दुसऱ्या कशानें झाली असें समजतोस? शिवाय, हे विप्रा, तूं ज्यांचे सतत गोडवे गात असतोस, त्या दुर्योधनाच्या शत्रूंचेही शेंकडों हजारों वीर पडले आहेत. कौरवांचीं सर्व सैन्यें पांडवांबरोबरच क्षीण होत आहेत, यांत कांहीं पांडवांचा प्रभाव आहे असें मला मुळींच वाटत नाहीं. हे द्विजाधमा, तूं जो त्यांना नित्य बलाढ्य म्हणून समजतोस, त्या पांडवांशींच दुर्योधनाच्या कार्यास्तव रणांत यथाशक्ति दोन हात करण्याचा मी प्रयत्न करीन. मग जय होणें न होणें दैवाची गोष्ट!

अध्याय एकशें एकुणसाठावा.

—:०:—

कर्ण व अश्वत्थामा यांची खडाजंगी.

संजय सांगतोः—याप्रमाणें सूतपुत्रानें मामास दुर्भाषणें केली हें पाहून लगेच अश्वत्थामा खड्ग उगारून त्याकडे वेगानें धावला; आणि अत्यंत संतप्त होऊन सिंह मत्त गजावर चालून जातो त्याप्रमाणें तो कुरुराज दुर्योधनाच्या देखत कर्णाच्या अंगावर चालून गेला.

अश्वत्थामा म्हणालाः—हे नराधमा, माझा मामा अर्जुनाच्या खऱ्या खऱ्या गुणांची प्रशंसा करीत असतां, हे अत्यंत दुर्बुद्धे, केवळ द्वेषामुळें तूं त्यांची निर्भर्त्सना करतोस काय? अरे, गर्वातिशयानें शेफारून जाऊन तूं आज कोणाही सवलोकधर्नुधराची पर्वा करीत नाहींस, व स्वतःच्याच शौर्याच्या बढाया मारीत आहेस, परंतु तुला रणांत जिंकून तुझ्या डोळ्यादेखत गांडीवधारी अर्जुनानें जयद्रथास ठार केलें त्या वेळीं तुझा पराक्रम व अस्त्रें कोठें होतीं? अरे, ज्यानें पूर्वीं साक्षात् महादेवाशीं समरांगणांत लढाई मारिली, त्याला, हे सूताधमा, केवळ मनोरथांच्या जोरावर जिंकण्याची व्यर्थ इच्छा करीत आहेस! कृष्णाचें पाठबळ असतांना ज्या सर्व शस्त्रधराग्रणी पार्थाला जिंकण्यास इंद्रासुद्धां एकत्र झालेले सर्व देवदानवही समर्थ नाहींत, त्या कधींही पराभव न पावलेल्या लोकैक वीराला या राजासुद्धां रणांत जिंकण्याची, हे सुदुर्बुद्धे, तुझी काय प्राज्ञा आहे! अरे अति नीच बुद्धीच्या कर्णा, सांप्रत उभा रहा! अरे सुदुर्मते, रे नराधमा, हा पहा मी आज तुझें मस्तक धडापासून वेगळें करतों!

संजय सांगतोः—राजा, तो अश्वत्थामा कर्णावर घसरला असतां त्यास स्वतः दुर्योधन राजानें व महातेजस्वी कृपाचार्यांनीं आवरून धरलें.

इतक्यांत कर्ण म्हणालाः—हा दुर्मति द्विजाधम जसा कांहीं मोठा शूरच लागून गेला आहे! कुरुपते, याला लढाईची मोठी हौस आहे तर याला सोड. महापराक्रम काय आहे तो याला कळूं दे एकदां!

अश्वत्थामा म्हणालाः—अरे अत्यंत नीच अंतःकरणाच्या सारथ्याच्या पोरा, या तुझ्या कृत्याची आम्ही क्षमा करतों. तुझा हा शिखरास पोंचलेला ताठा अर्जुनच नाहींसा करील!

दुर्योधन म्हणालाः—अश्वत्थामन्, शांत हो, शांत हो. हे मानदा, तूं क्षमा करण्यास योग्य आहेस. अरे, खरोखर कर्णावर त्वां मुळींच

कोप करूं नये. बाबारे, तूं, कर्ण, कृपाचार्य, द्रोण, मद्रपति व शकुनि यांवर फारच मोठें कार्य अवलंबून आहे. यासाठीं, हे द्विजसत्तमा, प्रसन्न हो. ब्रह्मन्, हे पहा कर्णाशीं लढण्याची इच्छा करणारे सर्व पांडव इकडेसच मोर्चा फिरवून चोहोंकडून आव्हान करीत येत आहेत !

संजय सांगतोः—हे महाराजा, अश्वत्थाम्याला रागाचा झटका आला होता तरी दुर्योधन राजा त्याचें समाधान करूं लागला. तेव्हां तो उदारधी शांत झाला. राजा, कृपाचार्यांचें अंतःकरण अति थोर असल्यामुळें व स्वभाव अगदीं सौम्य असल्यामुळें तेही लवकरच शांत झाले व म्हणाले, " सुदुर्मते सूतपुत्रा, तुझ्या या कृत्याची आम्हीं क्षमा करतों. तुझा हा अमर्याद वाढलेला ताठा अर्जुनच जिरवून टाकील ! "

कर्णाचा पराक्रम.

संजय सांगतोः—राजा, मग ते यशस्वी पांचाल चोहोंकडे भडिमार करीत एकजुटीनें कर्णावर चालून आले, आणि देवगणपरिवेष्टित इंद्राप्रमाणें मोठमोठ्या कौरवांनीं वेष्टिलेला, रथिश्रेष्ठ, वीर्यशाली व तेजस्वी कर्णही आपल्या बाहुबलाचा आश्रय करून व धनुष्य सज्ज करून उभा राहिला. मग कर्णाचें पांडवांशीं भयंकर व घनघोर युद्ध सुरू होऊन सिंहनादांनीं त्यास विशेषच शोभा आली. मग, हे महाराजा, ते पांडव व यशस्वी पांचाल महाबलाढ्य कर्णास पाहातांच मोठमोठ्यानें गर्जना करूं लागले. ' हा कर्ण, कोठला कर्ण ! कर्णा, महारणांत उभा रहा ! दुरात्म्या, पुरुषाधमा, आम्हांशीं लढ ! ' असें ते मोठमोठ्यानें ओरडूं लागले. दुसऱ्या कित्येकांचे नेत्र कर्णास पाहातांच क्रोधानें लाल होऊन ते म्हणाले, " ह्या अल्पपराक्रमी उन्मत्त कर्णाला सर्व राजेंद्रांनीं मिळून मारलेंच पाहिजे. हा जिवंत राहातां कामा नये ! हा पापाचा पुतळा व पार्थाचा सतत हाडवैरी असून दुर्योधनाच्या मताप्रमाणें वागत असतो. हाच अनर्थाचें मूळ होय. मारा झाला ! " असें म्हणत ते धर्मराजानें सूतपुत्राच्या वधासाठीं प्रेरिलेले महारथी क्षत्रिय प्रचंड शरवृष्टीनें आच्छादीत त्याच्यावर धांवले. ते सर्व महारथी याप्रमाणें धांवत आहेत असें पाहूनही कर्णाला त्यांची भीति वाटली नाहीं कीं तो घाबरला नाहीं. हे भरतर्षभा, संहारकालच्या सागराप्रमाणें तो सैन्यसागर उचंबळलेला पाहून तुझ्या मुलांस तोषवूं पाहाणाऱ्या त्या समरांगणांत अपराजित, महाबलाढ्य व चलाख कर्णानें त्या सैन्याचें चोहोंकडून निवारण केलें. तेव्हां ते राजेही शरवृष्टीनें त्यास प्रतिबंध करूं लागले. ते शेंकडों हजारों राजे इंद्राशीं लढणाऱ्या दैत्यगणांप्रमाणें धनुष्यें फडकावीत कर्णाशीं लढूं लागले. परंतु, हे प्रभो, त्या राजांनीं केलेली ती शरवृष्टि कर्णानें प्रचंड शरवृष्टीच्या योगानें चोहोंकडे विखरून टाकली. देवासुरांच्या युद्धामध्यें इंद्राचें दानवांशीं जसें युद्ध झालें, तसें त्या तोडीस तोड पाहाणाऱ्या कुरु वीरांचें तें युद्ध झालें. त्या वेळीं सूतपुत्राची अद्भुत चलाखी आमच्या पाहाण्यांत आली. कारण युद्धांत अत्यंत दक्ष शत्रूंच्याही कचाटींत तो सांपडला नाहीं. त्या महारथानें राजांचे ते शरौघ निवृत्त केले, आणि जोकडांवर, दांड्यांवर, छत्रांवर, ध्वजांवर व घोड्यांवर आपल्या नांवानें चिन्हित केलेले घोर बाण पाठविले. तेव्हां ते राजे कर्णाच्या माऱ्यानें पीडित होऊन अगदीं व्याकूळ झाले आणि थंडीनें कुडकुडणाऱ्या गाईंप्रमाणें ठिकठिकाणीं भ्रमण करूं लागले. कर्णानें प्रहार चालविल्यामुळें घोडे, हत्ती व रथ यांचे समुदाय जागजागीं नाश पावत आहेत असें आम्हीं पाहिलें. राजा, माघार न

घेणाऱ्या शूरांचीं उडालेलीं मस्तकें व बाहु यांनीं सभोंवार रणभूमि भरून गेली; आणि मेलेले, मरत असलेले व हळहळत असलेले वीर यांनीं तें सर्व रणांगण यमनगरीप्रमाणें रौद्र होऊन गेलें !

कर्णाचा पराभव.

मग कर्णाचा तो पराक्रम पाहून दुर्योधन राजा अश्वत्थाम्यास गांठून म्हणाला, "हा कर्ण रणांत सर्व राजांशीं निकरानें लढत आहे. कार्तिकेयानें धूळधाण उडविलेल्या राक्षससेनेप्रमाणें कर्णाच्या बाणांनीं पीडिलेली ही सेना पळत सुटली आहे ! धीमान् कर्णानें या सेनेस रणांत जिंकिल्याचें पाहून तो पहा बीभत्सु सूतपुत्रास ठार मारण्याच्या इर्षेनें त्याजकडे चालून येत आहे. तर जेणेंकरून आपल्या डोळ्यांदेखत हा पंडुपुत्र महारथी सूतपुत्रास रणांत मारणार नाहीं अशी कांहीं युक्ति लढीव !"

तेव्हां मग दैत्यचमूवर येणाऱ्या इंद्राप्रमाणें कुंतीपुत्र चालून येत आहे, असें पाहून अश्वत्थामा, कृपाचार्य व महारथी कृतवर्मा हे सूतपुत्राच्या रक्षणार्थ पार्थावर उलट चालून गेले; आणि, हे राजेंद्रा, पांचालांनीं परिवेष्टित अर्जुनही वृत्रासुरावर चाल करणाऱ्या शक्राप्रमाणें कर्णावर हल्ला करून आला.

धृतराष्ट्र विचारतोः—सूता, अर्जुन कल्पांतकालाच्या यमासारखा खवळला आहे असें पाहिल्यावर वैकर्तन कर्णानें पुढें काय केलें ? सूता, जो महारथी पार्थाशीं नित्य स्पर्धा करीत असे व अतिदारुण बीभत्सूला युद्धांत जिंकण्याची ज्यानें इच्छा धरिली होती, त्या वैकर्तन कर्णानें तोच निरंतरचा हाडवैरी एकाएकीं प्राप्त झाला असतां पुढें काय केलें ?

संजय सांगतोः—राजा, हत्तीवर हत्ती धांवतो त्याप्रमाणें अर्जुन येत आहे असें पाहून कर्ण रणांत बिलकूल न गडबडतां त्यावर चालून गेला. याप्रमाणें कर्ण वेगानें जात असतां पार्थानें त्यास शरांनीं आच्छादित केलें आणि कर्णानेंही उलट त्याला झांकून काढलें. मग अर्जुनानें बाणांचें जाळें पसरून कर्णास झांकून टाकलें. तेव्हां कर्णानें अतिशय संतापून तीन शरांनीं त्याचा वेध केला. त्याची ती चलाखी महाबलिष्ठ पार्थास सहन झाली नाहीं. त्या शत्रुतापनानें मग शिळेवर घांसलेले व लललीत अग्रांचे तीनशें बाण सूतपुत्रावर फेंकले, आणि एका नाराच बाणानें त्या खवळलेल्या वीर्यवंतानें हंसत हंसतच त्याच्या डाव्या हाताच्या मनगटावर जबर प्रहार केला. तेव्हां त्या बाणानें जखमी झाल्यामुळें कर्णाच्या हातून धनुष्य गळून पडलें, परंतु त्या महाबलवंतानें निमिषार्धांत तें धनुष्य पुनः उचलून चटलेल्या वीराप्रमाणें अर्जुनास शरौघांनीं झांकून टाकलें. परंतु, हे भारता, सूतपुत्रानें सोडलेली ती शरवृष्टि अर्जुनानें शरवृष्टीनें हंसत हंसतच उडवून दिली. राजा, याप्रमाणें ते दोघे महाधनुर्धर वीर परस्परांस गांठून एकमेकांवर ताण करण्यासाठीं शरवृष्टीनें आच्छादित करूं लागले, तेव्हां हत्तिणीसाठीं खवळलेल्या वन्यगजांचें युद्ध जुंपतें त्याप्रमाणें त्या कर्णार्जुनांचें रणांगणांत फारच मोठें व अद्भुत युद्ध होऊं लागलें. मग महाधनुर्धर पार्थानें कर्णाचा पराक्रम अवलोकन करून त्वरेनें त्याचें धनुष्य मुठीशींच तोडून टाकलें, अर्धचंद्राकृति शरांनीं चारी अश्व यमसदनीं पाठविले, त्या शत्रुतापनानें त्याच्या सारथ्याचेंही मस्तक धडापासून वेगळें केलें, आणि नंतर त्या हताश्व, हतसारथि व छिन्नधनुष्य कर्णाला चार बाणांनीं वेध केला. परंतु कर्ण त्या अश्वहीन रथांतून लगेच खालीं उतरला, आणि अर्जुनाच्या शरांनीं पीडित झाला असतांही त्वरेनें कृपाचार्यांच्या रथावर चढला. याप्रमाणें साळूपक्ष्यासारखा अर्जुनाच्या शरांनीं व्याप्त होऊन जगदीं

व्याकूळ झालेला कर्ण जीवितरक्षणार्थ कृपाचार्यांच्या रथावर आरूढ झाला.

दुर्योधनाचा संताप.

हे भरतर्षभा, कर्णाचा पराभव झालेला पाहून पार्थाच्या शरांनीं व्याकूळ झालेले तुझे लोक दशदिशांस पळूं लागले. हे नृपा, ते पळत आहेत असें पाहून दुर्योधन राजा त्यांस मागें फिरवून असें म्हणाला कीं, " शूरहो ! तुमचें पळणें पुरे, अहो क्षत्रियर्षभहो, उभे रहा. पार्थास ठार करण्यासाठीं हा मी स्वतःच रणांत जातों. पांचाल व सोमक यांसुद्धां सर्व पांडवांना मी ठार करीन. आज मी लढत असतांना युगांतकाळच्या कृतांतासारखा माझा पराक्रम अर्जुनासुद्धां सर्व पांडवांच्या दृष्टीस पडेल. आज मीं सोडलेलीं हजारों बाणजालें टोळधाडींसारखीं योद्धे रणांत पहातील. आज मी धनुष्य घेऊन बाणांचा पाऊस पाडूं लागलों म्हणजे ग्रीष्मर्तूच्या शेवटीं मेघापासून वृष्टि होते तशी ती शरवृष्टि समरांगणांत योद्ध्यांच्या दृष्टीस पडेल. आज मी रणांत नतपर्व शरांनीं अर्जुनास जिंकीन. शूरहो, अर्जुनाची भीति सोडून द्या व रणांत उभे रहा. अहो, ज्याप्रमाणें मकरालय सागर मर्यादेशीं येऊन पोंचल्यावर तिचें उल्लंघन करूं शकत नाहीं, त्याप्रमाणें माझा पराक्रम अनुभवास आल्यावर अर्जुनाला त्याचें उल्लंघन करवणार नाहीं ! "

कृपाचार्यांचें अश्वत्थाम्यास सांगणें.

असें म्हणून, क्रोधानें ज्याचे नेत्र आरक्त झाले आहेत असा तो दुर्धर्ष राजा मोठ्या सैन्यासह चालू झाला, तेव्हां त्या महाबलिष्ठास निघालेला पाहून शारद्वत कृपाचार्य अश्वत्थाम्यास गांठून म्हणाले, " हा महाबलिष्ठ व असहिष्णु राजा क्रोधानें बेहोष होऊन गेल्यामुळें पतंगवृत्तीस अनुसरून अर्जुनाशीं लढण्याची इच्छा करीत आहे. तेव्हां ह्या पुरुषव्याघ्रानें अर्जुनाची गांठ पडून आपल्या देखत प्राण सोडले नाहींत तोंच ह्याचें निवारण कर. अरे, आज हा शूर कौरवराजा रणांत अर्जुनाच्या बाणांच्या तावडींत सांपडला नाहीं तोंच ह्याचें निवारण कर. हे मानदा, आपण उभे असतांना राजा स्वतः कोणाचें साहाय्य न घेतां अर्जुनाबरोबर लढण्यास जात आहे हें मला अनुचित दिसतें. अरे, सिंहाच्या हातून हत्ती सुटणें मुष्किलीचें आहे त्याप्रमाणें अर्जुनाशीं लढणाऱ्या कुरुपतीचें जीवित दुर्लभ आहे असें मी समजतों. "

मातुलानें याप्रमाणें सांगितलें असतां शस्त्रधराग्रणी अश्वत्थामा त्वरेनें राजा दुर्योधनास म्हणाला, " हे गांधारीपुत्रा, मी जिवंत असतां तूं जाणें बरें नव्हे. हे कौरवा, तुझ्या हिताविषयीं सदोदीत तत्पर असलेल्या माझा अनादर करून स्वतः युद्धास जाणें तुला योग्य नाहीं. अरे, अर्जुनाला मी जिंकीन किंवा नाहीं याविषयीं मुळींच चिंता करूं नको. सुयोधना, उभा रहा, मी पार्थास आवरून धरतों. "

दुर्योधनाचें द्रोणपुत्राशीं भाषण.

दुर्योधन म्हणालाः—आचार्य पंडुपुत्रांचें पुत्राप्रमाणें रक्षण करीत असतात; आणि, हे द्विजोत्तमा, तूंही नित्य त्यांची उपेक्षाच करीत असतोस. तेव्हां हें माझ्या मंदभाग्यामुळें आहे किंवा समरांगणांत तुझा पराक्रमच कमी आहे म्हणून, अथवा धर्मराजाचें प्रिय करण्यासाठीं का द्रौपदीचें प्रिय करण्यासाठीं आहे तें आह्मांस कांहींच कळत नाहीं. धिःकार असो मज लोभ्याला, कीं ज्याच्यासाठीं सुखोचित व अपराजित सर्व सगेसोयरे परम दुःखांत पडले आहेत! अरे, शस्त्रज्ञांत मुख्य व युद्धांत महेश्वराच्या तोडीच्या गौतमीपुत्राशिवाय दुसरा कोणता पुरुष अंगांत सामर्थ्य असतांही शत्रूस ठार करणार नाहीं बरें? हे अश्वत्थामन्, मजवर

प्रसन्न हो. या माझ्या शत्रूंचा नाश कर. अरे, तुझ्यासमोर उभे राहाण्यास देवदानवही समर्थ नाहींत. यास्तव, हे द्रोणपुत्रा, अनुगांसह या पांचालांना व सोमकांना जिंक. आम्ही तुझ्या आश्रयानें बाकीच्यांचा समाचार घेतों. विप्रा, हे सोमक व यशस्वी पांचाल चवताळून गेले असून माझ्या सैन्यांत दावानलाप्रमाणें संचार करीत आहेत. हे महाबाहो, अर्जुन ज्यांचें रक्षण करीत आहे अशा या पांचालांनीं माझें सैन्य निःशेष करून टाकण्यापूर्वींच, हे नरोत्तमा, यांचें व केकयांचें निवारण कर. अश्वत्थामन्, अरे अरिंदमा, त्वरा करून लवकर जा. हे मारिषा, आरंभीं किंवा मागून केव्हां तरी हें तुलाच करावयाचें आहे. हे महाबाहो, तूं पांचालांच्या वधासाठींच उत्पन्न झाला आहेस व तूं मनांत आणशील तेव्हां हें सर्व जग निपांचाल करून टाकशील! अरे, सिद्ध असें बोलले आहेत आणि तें तसेंच होईल. यासाठीं, हे पुरुषव्याघ्रा, तूं पांचालांस त्यांच्या सेवकांसुद्धां जिंकून टाक. अरे, तुझ्या अस्त्रगोचर उभे राहाण्यास इंद्रासह देवही समर्थ नाहींत, मग या पांचालांची व पांडवांची कथा काय? हें मी सत्य सांगतों. वीरा, सोमकांसह पांडव रणांत सामर्थ्येंकरून तुझ्याबरोबर लढण्यास खरोखरच समर्थ नाहींत हें मी तुला सत्य सांगत आहें. यास्तव, हे महाबाहो, जा, जा. आजची वेळ निघून जातां उपयोगी नाहीं. कारण, पार्थशरांनीं पीडित झालेली ही सेना पळत सुटली आहे पहा! हे महाबलिष्ठा, हे मानदा, तूं आपल्या दिव्य तेजाच्या योगें करून पांडवांचा व पांचालांचा निग्रह करण्याविषयीं समर्थ आहेस.

अध्याय एकशें साठावा.

—:०:—

अश्वत्थाम्याचा पराक्रम.

संजय सांगतोः—दुर्योधनानें असें भाषण केलें असतां रणमस्त अश्वत्थाम्यानें दैत्यवधाविषयीं झटणाऱ्या इंद्राप्रमाणें शत्रुवधाविषयीं यत्न केला. तो महाबाहू तुझ्या पुत्राला ह्मणाला, “हे महाबलिष्ठ कौरवा, तूं म्हणतोस तें सत्य आहे. मला आणि माझ्या पित्याला पांडव नित्य प्रियच आहेत, आणि तसेच आह्मीही त्यांना प्रिय आहों. परंतु, हे कुरुद्वहा, तो संबंध युद्धामध्यें नाहीं बरें! बाबारे, आम्ही प्राणावरही पाणी सोडून निर्भयपणें आपल्या आवांक्याप्रमाणें लढत आहों. हे नृपोत्तमा, मी, कर्ण, शल्य, कृपाचार्य, कृतवर्मा हे आम्हीं पांडवांची सेना एका निमिषांत नाहींशी करून टाकूं; आणि, हे कुरुद्वहा, आम्ही रणांत नसल्यास पांडवही कौरवांची सेना निमिषार्धांत नष्ट करतील. हे भारता, आम्ही पांडवांशीं लढूं लागलों किंवा ते आमच्याशीं लढूं लागले, तथापि परस्परांचें तेज एकत्र होऊन शांत होऊन जातें, म्हणजे कोणाचाच प्रभाव दुसऱ्यापुढें टिकत नाहीं. तेव्हां पांडव जिवंत असतांना त्यांची सेना एकाएकीं जिंकणें केवळ अशक्य आहे. त्याचप्रमाणें, हे भारता, स्वतःकरितां लढणारे समर्थ पांडुपुत्र तुझ्या सैन्यास मारूं शकत नाहींत, ते तरी कां बरें? राजा, अरे कौरवा, तूं स्वतः अत्यंत लोभी व कपटविद्या जाणणारा आहेस. यामुळें, हे मानी राजा, आपणाप्रमाणेंच सगळे असतील असें वाटून तूं सर्वांविषयींच साशंक आहेस व आम्हांविषयीं तशीच शंका घेतोस. राजा, तूं मोठा कुत्सित अंतःकरणाचा, पापी व केवळ पातकाचा पुतळा आहेस; आणि, हे क्षुद्रा, तुझे विचार पापयुक्त असल्यामुळेंच तूं आम्हां-

विषयीं व इतरांविषयींही संशय घेतोस असें मला वाटतें. तथापि मी तुझ्याखातर आपल्या प्राणांवर उदार होऊन व उद्योगावर भरंवसा ठेवून तुझ्या कार्यासाठीं हा पहा युद्धास चाललों! मी शत्रूंबरोबर झगडेन व मोठमोठ्यांसही चीत करीन. हे अरिंदमा, तुझें प्रिय करण्यासाठीं मी पांचाल, सोमक तसेच केकय व पांडवेय यांबरोबरही रणांत युद्ध करीन. आज माझ्या बाणांनीं दग्ध झालेले पांचाल व सोमक सिंहानें पीडिलेल्या बैलाप्रमाणें सर्व दिशांस उधळून जातील, आज माझा पराक्रम पाहून सर्व जग अश्वत्थाममय झालें आहे असें धर्मपुत्र युधिष्ठिर राजा व सोमक यांस वाटेल. समरांगणांत सोमकांसह पांचाल मरून पडलेले पाहून धर्मराज युधिष्ठिराला उद्वेग उत्पन्न होईल; आणि, हे भारता, जे जे युद्धांत माझ्या समोर येतील त्यांना त्यांना मी ठार करीन. वीरा, माझ्या बाहूंच्या तडाक्यांत आलेले कोणीही वीर जिवंत सुटणार नाहींत, समजलास!

दुर्योधनास असें सांगून मग तो गौतमीपुत्र केकयांस व पांचालांस म्हणालाः—महारथहो! येथून पुढें सर्वजण माझ्या शरीरावर प्रहार करा; स्थिर होऊन लढा आणि आपलें अस्त्रलाघव प्रकट करा.

हे महाराजा, असें म्हणतांच त्या सर्वांनीं मेघ पाण्याची वृष्टि करतात त्याप्रमाणें अश्वत्थाम्यावर बाणांची धार धरली. परंतु, हे प्रभो, द्रोणपुत्रानें त्या बाणांचा नाश करून पंडुपुत्राच्या व धृष्टद्युम्नाच्या देखत दहा वीरांस ठार मारिलें. याप्रमाणें पांचाल व सोमक रणांत मरूं लागले तेव्हां ते रणांत अश्वत्थाम्यास सोडून दशदिशांस पळूं लागले! हे महाराजा, सोमकांसुद्धां ते शूर पांचाल पळत आहेत असें पाहून धृष्टद्युम्न रणांत द्रोणपुत्रावर चालून आला. सजल मेघांप्रमाणें ज्यांचा शब्द होत आहे व सुवर्णविभूषणांनीं जे चित्रविचित्र आहेत, असे माघार न घेणाऱ्या शूरांचे शंभर रथ त्याच्या बरोबर होते. असा तो पांचाल राजाचा महारथी पुत्र धृष्टद्युम्न योद्धे मारलेले पाहून अश्वत्थाम्यास म्हणालाः—हे आचार्यपुत्रा, हे दुर्बुद्धे, तूं इतरांस मारलेंस यांत काय आहे? अरे, जर तूं खरा शूर असशील तर रणांत माझ्याशीं येऊन भीड. आतां माझ्या समोर तर उभा रहा म्हणजे बघ तुला मी ठार करतों!

हे भरतर्षभा, मग त्या प्रतापी धृष्टद्युम्नानें द्रोणपुत्रावर मर्मभेदक तीक्ष्ण शरांचा भडिमार केला. तेव्हां शीघ्रगामी, सुवर्णपुंख, चकचकीत पात्यांचे व सर्व प्रकारचीं शरीरें भेदून जाणारे बाण ओळीओळीनें येऊन मधुलोलुप उन्मत्त भ्रमर पुष्पित वृक्षावर जातात त्याप्रमाणें अश्वत्थाम्याच्या शरीरांत घुसले. तेव्हां, सर्पाच्या शेपटीवर पाय पडला असतां तो जसा संतापतो, तसा तो मानी अश्वत्थामा अतिशय जखमी झाल्यामुळें फारच संतापला आणि निभ्रांतपणें बाण सज्ज करून म्हणाला, "धृष्टद्युम्ना, नीट उभा रहा. मुहूर्तमात्र दम धर; म्हणजे तेवढ्याच अवकाशांत मी तुला यमसदनीं पाठवितों!"

याप्रमाणें पार्षतास बोलून परवीरांतक द्रौणीनें मोठ्या चापल्यानें शरसंघांनीं त्यास चोहोंकडून आच्छादिलें. अशा प्रकारें द्रौणि रणांत पीडा देऊं लागला तेव्हां रणमस्त पांचालपुत्र त्यास टोंचून म्हणाला, "विप्रा, माझी प्रतिज्ञा काय आहे, व तशीच माझी उत्पत्ति कशाकारितां झाली, हें तूं जाणत नाहीस. हे अत्यंत दुर्बुद्धे, द्रोणांस ठार मारल्यानंतर मगच खरोखर माझ्या हातून तूं मारला जाणार आहेस. तेव्हां आज द्रोण रणांत जिवंत असतांना मी तुला मारणार नाहीं. परंतु, हे सुदुर्मते, ही रात्र उजाडण्यापूर्वींच तुझ्या पित्यास

ठार करून नंतर आजच्या आजच तुलाही रणांत पाडून प्रेतलोकीं न्यावें असें माझ्या मनांत आहे. यास्तव तुझा पार्थाचे ठिकाणीं जो द्वेष आहे व कौरवांवर जी भक्ति आहे ती आज स्थिर राहून प्रकट कर. तूं कांहीं माझ्या हातून जिवंत सुटणार नाहींस, समजलास! कारण तुझ्यासारखा जो ब्राह्मण ब्राह्मण्य सोडून क्षत्रकर्मांत रत झाला असेल, तो सर्व जगास वध्य होय."

पार्षत धृष्टद्युम्नानें असें कठोर भाषण केलें तेव्हां द्विजश्रेष्ठ अश्वत्थाम्याला तीव्र संताप चढला. तो त्यास " थांब थांब, " असें म्हणाला, जसा कांहीं नेत्रांनीं जाळीतच त्याकडे पाहूं लागला, आणि सर्पाप्रमाणें निश्वास सोडीत त्यास बाणांनीं आच्छादूं लागला. हे राजसत्तमा, याप्रमाणें रणांत द्रोणपुत्राकडून आच्छादित होत असतांही तो पांचालांच्या सर्व सेनांनीं परिवेष्टित व महाबलिष्ठ महारथी स्वतःच्या पराक्रमावर पूर्ण भरंवसा असल्यामुळें बिलकूल कचरला नाहीं. इतकेंच नव्हे तर उलट त्यानेंही अश्वत्थाम्यावर नानाप्रकारचे बाण टाकले. याप्रमाणें पुनः ते—ज्यांत प्राणाचा पण लावून द्यूत होत असतें अशा— युद्धास प्रवृत्त झाले. परस्परांवर संतप्त झालेले ते महाधनुर्धर शरौघांनीं एकमेकांस पीडा देऊं लागले; आणि सभोंवार शरवृष्टि करूं लागले. अशा प्रकारचें त्या द्रौणि-पार्षतांचें तें भयानक व घोर युद्ध पाहून सिद्ध, चारण व व वार्तिक हेही त्यांची स्तुति करूं लागले! त्यांनीं शरौघांनीं आकाश व त्याचप्रमाणें दिशाही भरून टाकल्या, आणि बाणांनीं मिट्ट अंधकार उत्पन्न करून एकमेकांस न दिसतां ते लढूं लागले. परस्परांच्या वधाविषयीं झटणारे व प्राणिमात्रास भय उत्पन्न करणारे ते वीर धनुष्यें मंडलाकार फिरवीत जणू काय रणांत नाचत होते. ते महाबलिष्ठ विलक्षण पद्धतीनें, मोठ्या चपळाईनें व उत्कृष्ट रीतीनें लढूं लागले, त्या वेळीं हजारों मोठमोठे योद्धे रणांत त्यांची स्तुति करूं लागले. वनांत जागृत झालेल्या वन्यगजाप्रमाणें ते रणांत खवळले आहेत असें पाहून उभय सैन्यांत मोठा आनंद झाला, सिंहनाद होऊं लागले, सैनिक शंख फुंकूं लागले, आणि तें भीरूंचें भय वृद्धिंगत करणारें तुंबळ युद्ध चाललें असतां शेंकडों हजारों वाद्यें वाजूं लागलीं. याप्रमाणें दोन घटकांपर्यंत अगदीं बरोबरीचें युद्ध झालें, कोणी कोणास हार जाईना. शेवटीं, हे महाराजा! द्रोणपुत्रानें महात्म्या पार्षताचें धनुष्य, ध्वज व तसेंच छत्र तोडलें; उभय पार्ष्णिसारथि घोडे हांकणारा सारथि व चारी घोडे ठार मारिले व तो रणांत धांवून गेला. त्या थोर मनाच्या अश्वत्थाम्यानें सन्नतपर्व शरांनीं सर्व पांचालांस शेंकडों हजारों वाटांनीं पळवून लावलें. हे भरतर्षभा, मग काय विचारतां! रणांत इंद्रासारखें त्याचें तें महत्कर्म अवलोकन करून पांडवांची सेना अगदीं भेदरून गेली. महारथी अश्वत्थाम्यानें शंभर बाणांनीं पांचालांचे शंभर वीर मारून धृष्टद्युम्नाच्या व अर्जुनाच्या डोळ्यांदेखत तीन तीक्ष्ण शरांनीं तीन महारथी ठार केले! याप्रमाणें पूर्वीं जे अतिशय व्यवस्थेनें उभे होते त्या पांचालांचा त्यानें नाश केला; आणि रणांत मरूं लागलेल्या पांचालांचे व सृंजयांचे रथ व ध्वज अस्ताव्यस्त होऊन ते द्रोणपुत्रासमोरून दूर पळून गेले!

याप्रमाणें महारथी द्रोणपुत्रानें रणांत शत्रूंस जिंकिलें; व ग्रीष्मांतींच्या मेघांप्रमाणें फारच मोठ्यानें गर्जना केली. युगांतसमयीं सर्व भूतांस भस्म करून अग्नि चमकूं लागतो त्याप्रमाणें तो अश्वत्थामा पुष्कळ वीरांस ठार मारून चमकूं लागला. रणांगणांत कौरव ज्याची स्तुति

करीत आहेत व ज्यानें युद्धांत हजारों शत्रुसंघांस जिंकिलें आहे, असा तो प्रतापी अश्वत्थामा शत्रुसमुदायांस ठार मारिल्यावर शोभणाऱ्या देवेंद्राप्रमाणें शोभूं लागला.

अध्याय एकशें एकसष्टावा.

—:०:—

संकुलयुद्ध.

संजय सांगतो:—हे महाराजा, मग युधिष्ठिर व पांडुपुत्र वृकोदर यांनीं द्रोणपुत्रास चोहोंकडून घेरून टाकलें, आणि इकडून दुर्योधन राजा भारद्वाजांसह त्यांवर चालून गेला. तेव्हां भित्र्यांचें भय वाढविणारी घनघोर लढाई जुंपली. हे महाराजा, क्रुद्ध वृकोदरानें अंबष्ठ, मालव, वंग, शिबि व त्रैगर्त यांचीं पथकेंच्या पथकें यमलोकीं पाठविलीं; आणि अभीषाह व शूरसेन देशाच्या रणमस्त क्षत्रियांस कापून काढून पृथ्वीवर रक्ताचा चिखल करून सोडला! राजा, किरीटी अर्जुनानेंही यौधेय, अद्रित, मद्रक व मालव यांना तीक्ष्ण शरांनीं यमलोकीं पाठवून दिलें. सरलगामी नाराचांनीं अत्यंत घायाळ झालेले हत्ती दोन शिखरांच्या पर्वतांसारखे जमीनीवर पडले; हत्तींच्या कापल्या गेलेल्या सोंडा इतस्ततः विवळत असल्यामुळें पृथ्वी जणू काय सरपटणाऱ्या भुजंगांनींच व्याप्त होऊन गेली आहे अशी शोभूं लागली; आणि सुवर्णानें शृंगारलेलीं राजछत्रें जमीनीवर पडल्यामुळें तीं युगांतकाळीं सूर्यचंद्रादिक ग्रहांनीं व्याप्त झालेल्या आकाशाप्रमाणें दिसूं लागलीं. "मारा, प्रहार करा, निर्भयपणें वेध करा, कापा!" अशा प्रकारचा एकसारखा कल्लोळ शोणाश्व द्रोणाचार्यांच्या रथाजवळ माजून राहिला होता. स्वतः द्रोणाचार्यांनीं तर परमक्रुद्ध होऊन दुर्निवार व प्रचंड वायु मेघांस उडवून देतो त्याप्रमाणें रणांत त्या शत्रूंना वायव्यास्त्रानें उधळून लावलें. याप्रमाणें द्रोणांचा भडिमार चालू होतांच ते पांचाल भीमसेनाच्या व थोर अर्जुनाच्याही देखत भीतीनें पळत सुटले. मग किरीटी व भीमसेन मोठी सेना घेऊन प्रचंड रथसमुदायांसह एकदम मागें फिरले. अर्जुन दक्षिणेकडून व भीमसेन उत्तरेकडून प्रचंड शरौघांच्या योगानें द्रोणांवर वृष्टि करूं लागले. हे महाराजा, याप्रमाणें ते द्रोणांवर घसरतांच सृंजय, महापराक्रमी पांचाल, मत्स्य व सोमक हेही त्यांच्या मागून गेले; आणि, राजा, त्याचप्रमाणें तुझ्या पुत्राचे झुंजार महारथी मोठ्या सेनेसह द्रोणांच्या रथाकडे जाऊं लागले. नंतर ती भारती सेना अर्जुनाचा भडिमार होऊं लागल्यामुळें व कांहींशी अंधारामुळें व झोंप येऊं लागल्यामुळें पुनः विस्कलित होऊन गेली. हे महाराजा, त्या वेळीं द्रोण व स्वतः तुझा पुत्र दुर्योधन त्या सेनेचें निवारण करूं लागला, परंतु त्यांसही योद्ध्यांचें निवारण करवलें नाहीं! पांडुपुत्र अर्जुनाच्या शरांनीं फुटून गेलेली ती प्रचंड सेना जग अंधारांत गडप झालें असतांना सर्व बाजूंनीं पळत सुटली; आणि, हे महाराजा, कित्येक राजेही भयभीत होऊन शेंकडों अश्व तेथें टाकून चोहोंकडे पळून गेले!

अध्याय एकशें बासष्टावा.

सोमदत्ताचा वध.

संजय सांगतो:—सोमदत्त प्रचंड धनुष्य चमकावित आहे असें पाहून सात्यकि सारथ्यास म्हणाला, "सूता, सोमदत्ताकडे मला घेऊन चल. आज रणांत शत्रूला म्हणजे या महाबलिष्ठ सोमदत्ताला ठार केल्याशिवाय मी रणांतून कांहीं मागें फिरणार नाहीं. हें मी खरें खरें सांगतों!"

मग सारथ्यानें मनोवेगी 'शंखवर्ण व कस्त्याही शब्दास न बुजणारे ते सिंधुदेशचे घोडे रणांत पिटाळले. राजा, पूर्वी इंद्र दैत्यांचा वध करण्यास उद्युक्त झाला असतां त्याचे हरिद्वर्ण अश्व त्यास घेऊन गेले तद्वत् ते मन किंवा वायु यांप्रमाणें वेगवान् अश्व सात्यकीस घेऊन गेले. रणांत क्षुब्ध झालेला सात्यकि वेगानें येत आहे असें पाहून महाबलिष्ठ सोमदत्तही निभ्रांतपणें मागें फिरला; आणि वृष्टि करणाऱ्या पर्वताप्रमाणें शरवृष्टि करीत सूर्यास मेघ आच्छादितो त्याप्रमाणें त्यानें शैनेयास आच्छादून टाकलें. हे भरतर्षभा, सात्यकीनेंही रणांत बिलकूल न गडबडतां ह्या कुरुपुंगवास अनेक शरौघांनीं चोहोंकडून झांकून टाकलें. तेव्हां सोमदत्तानें साठ बाणांनीं सात्यकीच्या वक्षःस्थलाचा वेध केला; आणि, राजा, सात्यकीनेंही त्यास तीक्ष्ण शरांनीं वेधिलें. याप्रमाणें त्या नरर्षभांनीं एकमेकांस बाणांनीं ज़खमी केल्यामुळें ते वसंत ऋतूंत फुललेल्या पळसांप्रमाणें फुलून गेलेले दिसूं लागले. त्यांना रक्ताच्या आंघोळी झाल्या; आणि वृष्णि व कुरु यांची कीर्ति पसरविणारे ते वीर एकमेकांकडे असे टवकारून पाहूं लागले कीं, जणूं काय ते नेत्रांच्या योगानें एकमेकांस जाळीतच आहेत ! ते शत्रुमर्दक वीर रथांचे वर्तुलाकार मार्ग फिरत असतां त्यांचें स्वरूप वृष्टि करणाऱ्या मेघांप्रमाणें घोर झालें. राजेंद्रा, बाणांनीं त्यांचीं शरीरें भेदून गेलीं, चोहोंकडे त्यांचे लचके निघाले, आणि अंगांत इतके बाण रुतले कीं, त्यांच्या योगानें ते साळूपक्ष्याप्रमाणें शोभूं लागले. राजा, ज्या बाणांनीं ते व्यापून गेले होते, त्यांचे पिसारे सोन्याचे असल्यामुळें, पावसाळ्यांत काजव्यांनीं भरलेल्या वृक्षांप्रमाणें ते चमकूं लागले ! त्या बाणांच्या योगानें त्यांचें सर्व शरीर तेजःपुज दिसूं लागल्यामुळें ते दोघे महारथी, पाठीवर पुष्कळसे टेंभे पाजळले असतां क्रुद्ध हत्ती रणांत शोभतात त्याप्रमाणें शोभूं लागले !

नंतर, हे महाराजा, महारथी सोमदत्तानें युद्ध करतां करतां एका अर्धचंद्र शरानें सात्यकीचें प्रचंड धनुष्य छेदून टाकलें, लगेच पंचवीस बाण खुद्द त्यावरही टाकले, आणि ही त्वरा करण्यास योग्य संधि असल्यामुळें त्वरेनें पुनः आणखी दहा बाण मारिले ! मग सात्यकीनें दुसरें अधिक वेगवान् धनुष्य घेतलें, आणि त्वरेनें पांच शरांनीं सोमदत्ताचा वेध केला. नंतर, राजा, सात्यकीनें दुसऱ्या एका भल्ल बाणानें बाल्हीक सोमदत्ताचा सुवर्णमय ध्वज हंसत हंसतच रणांत कापून टाकला, तथापि सोमदत्त गडबडला नाहीं ! ध्वज उलथून दिल्याचें पाहातांच त्यानें पंचवीस बाणांनीं सात्यकीस भरून काढलें. इतक्यांत रणांत क्रुद्ध झालेल्या त्या सात्यकीनें एका तीक्ष्ण क्षुरप्रानें सोमदत्ताचें धनुष्यच तोडून टाकलें ! आणि अशा प्रकारें धनुष्य तुटल्यामुळें भग्नदंष्ट्र गजाप्रमाणें झालेल्या त्या सोमदत्ताला शंभर नतपर्व शरांनीं अगदीं भरून काढलें. राजा, मग महारथी व महाबलिष्ठ सोमदत्त दुसरें धनुष्य घेऊन शरवृष्टीनें सात्यकीस आच्छादूं लागला. परंतु क्रुद्ध सात्यकीनें रणांत सोमदत्ताचा वेध केला, आणि सोमदत्तानेंही सात्यकीवर बाणांचें जाळें पसरून त्यास सतावून सोडिलें !

इतक्यांत सात्यकीची कड घेऊन भीमानें त्या बाल्हीक राजावर दहा बाण मारले. परंतु सोमदत्त न गडबडतां भीमावरही तीक्ष्ण शर सोडूं लागला. नंतर पुनः भीमसेनानें सात्यकीसाठीं एक नवा, बळकट व घोर परिघ सोमदत्ताच्या वक्षःस्थलावर फेंकला. परंतु तो घोर दिसणारा परिघ वेगानें येत असतां सोमदत्तानें हंसत हंसतच रणांत त्याचे दोन तुकडे

केले! तेव्हां दुखंड झालेला तो प्रचंड लोखंडी परिघ वज्रानें फुटलेल्या प्रचंड पर्वतशिखराप्रमाणें खालीं कोसळला !

राजा, मग सात्यकीनें रणांत एका भल्लानें सोमदत्ताचें धनुष्य तोडलें आणि पांच बाणांनीं त्याच्या हस्तत्राणाचाही चुराडा केला. नंतर, हे भारता, चार शरांनीं त्याचे ते उत्कृष्ट अश्व त्वरेनें यमराजाकडे पाठविले, आणि त्या नरश्रेष्ठ शिनिपुंगवानें हास्यपूर्वक एका नतपर्व भल्लानें त्याच्या सारथ्याचेंही मस्तक देहापासून वेगळें केलें! नंतर, राजा, अग्नीप्रमाणें जळजळीत, महाघोर व शिळेवर घांसलेला एक सुवर्णपुंख बाण सात्यकीनें सोडला. हे भारता, बलाढ्य सात्यकीनें सोडलेला तो उत्कृष्ट व घोर बाण सत्वर त्याच्या उरःप्रदेशावर जाऊन आदळला! महाराज, तो महारथी सोमदत्त महाबलिष्ठ असतांही सात्यकीनें अशा प्रकारें अत्यंत घायाळ केल्यामुळें खालीं पडला व गतप्राण झाला !

याप्रमाणें सोमदत्त तेथें मरून पडल्याचें पाहून महारथी वीर प्रचंड शरवृष्टि करीत सात्यकीवर धांवले. राजन्, मग सात्यकि बाणांनीं आच्छादिला जात आहे असें पाहून युधिष्ठिरप्रभृति पांडव व सर्व प्रभद्रक मोठ्या सेनेसह द्रोणसैन्यावर चालून आले. मग युधिष्ठिरानें बाणांच्या योगानें तुझ्या प्रचंड सैन्याची भारद्वाजांच्या समक्ष दाणादाण उडविली. परंतु सैन्यें पळ काढीत आहेत असें पाहून द्रोणांचे नेत्र क्रोधानें रक्तासारखे लाल झाले, आणि ते वेगानें युधिष्ठिरावर धांवून गेले. मग त्यांनीं सात अतितीक्ष्ण शरांनीं त्या पृथापुत्रास विद्ध केलें; आणि खवळलेल्या युधिष्ठिरानेंही पांच बाणांनीं त्यांचा प्रतिवेध केला, तेव्हां जबर जखमी झालेल्या द्रोणांनीं ओंठ चाटीत चाटीत युधिष्ठिराचा ध्वज व धनुष्य तोडून टाकिलें. याप्रमाणें नृपश्रेष्ठ युधिष्ठिराचें धनुष्य छिन्न झालें, तेव्हां त्या हातघाईच्या वेळीं युधिष्ठिरानें त्वरा करून वेगानें दुसरें बळकट धनुष्य घेतलें आणि अश्व, सारथि, ध्वज व रथ यांसह द्रोणांस हजारों बाणांनीं शरांचित करून टाकलें! राजा, त्या वेळीं त्याचें तें कृत्य मोठें अपूर्व झालें! हे भरतसत्तमा, त्या शरपातानें द्रोण फारच घायाळ झाले, आणि व्याकूळ होऊन मुहूर्तमात्र रथोपस्थावर स्तब्ध राहिले. परंतु तेवढ्या अवधींत पुनः शुद्धीवर येऊन त्यांनीं अतिशय संतापानें वायव्यास्त्र सोडलें. हे भारता, या गोष्टीनेंही वीर्यशाली धर्मराज भ्याला नाहीं. त्यानें धनुष्य खेंचून तें अस्त्र प्रत्यस्त्रानें कुंठित केलें आणि त्या विप्राचें विशाल धनुष्य तोडून टाकलें. मग क्षत्रियमर्दक द्रोणांनीं दुसरें धनुष्य घेतलें, पण कुरुपुंगव धर्मराजानें तीक्ष्ण भल्लांनीं त्याचेही तुकडे उडविले !

मग कुंतीपुत्र युधिष्ठिरास वासुदेव म्हणाला, " युधिष्ठिरा, हे महाबाहो, मी तुला जें सांगतों तें ऐक. हे भरतसत्तमा, तूं द्रोणांबरोबर लढण्याचें पुरे कर. कारण, द्रोण हे युद्धांत तुला धरण्याविषयीं सतत प्रयत्न करीत आहेत तेव्हां तुझ्याबरोबर त्यांचें युद्ध व्हावें हें मला उचित दिसत नाहीं. त्यांच्या विनाशासाठींच ज्याची उत्पत्ति झाली आहे, तो धृष्टद्युम्नच त्यांचा नाश करील. तूं द्रोणांस टाळून, जेथें सुयोधन राजा उभा आहे तेथें जा. कारण राजानें राजाबरोबरच युद्ध करावें, त्यावांचून इतरांशीं त्यांचें युद्ध योग्य नाहीं. यासाठीं, हे कुंतीपुत्रा, इकडे माझ्या साह्याय्यानें अर्जुन व रथशार्दूल भीमसेन कौरवांबरोबर युद्ध करीत आहेत, तोंच तूं हत्ती, घोडे व रथ यांसह तिकडे चालता हो.

वासुदेवाचें हें भाषण ऐकून धर्मराज युधिष्ठिरानें मुहूर्तमात्र विचार केला; आणि मग जिकडे भीमसेन उभा होता तिकडे तो शत्रु-

नाशक धर्मराज आ पसरलेल्या काळाप्रमाणें तुझ्या योद्ध्यांस ठार करीत, प्रचंड रथघोषानें पृथ्वी दणाणवीत उन्हाळ्याच्या शेवटील मेघाप्रमाणें दशदिशा नादित करीत दारुण युद्धासाठीं त्वरेनें निघून गेला. शत्रूंस ठार करणाऱ्या भीमसेनाची त्यानें बाजू धरली, आणि त्या पूर्वरात्रीं द्रोणांनीं पांडवांची व पांचालांची दाणादाण उडविली.

अध्याय एकशें त्रेसष्टावा.

—:०:—

दीपप्रज्वालन.

संजय सांगतोः—राजा, याप्रमाणें घोर व भयंकर लढाई चालली असतां अंधकारानें व धुळीनें जग भरून गेल्यामुळें रणांत उभे असलेले योद्धे एकमेकांस दिसेनातसे झाले. मग केवळ अनुमानानें व उच्चारिलेल्या शब्दांच्या धोरणानें तें मोठें युद्ध होऊं लागलें. त्यांत नर, नाग व अश्व यांचा संहार होऊं लागला आणि अंगावर रोमांच उठूं लागले. द्रोण, कर्ण, कृपाचार्य तसेच भीमसेन, धृष्टद्युम्न व सात्यकि हे वीर एकमेकांस व परस्परांच्या सैन्यांत क्षोभवूं लागले. हे नृपसत्तमा, हे महारथी वीर चोहोंकडे सैन्यांचा वध करूं लागल्यामुळें व सर्वत्र अंधकार पसरल्यामुळें तीं सैन्यें चौफेर उधळलीं. हे महाराजा, देहभान सुटून ते योद्धे सर्व दिशांकडे पळत सुटले आणि पळत असतांनाच रणांत मारले गेले. तुझ्या मुलांच्या मसलतीमुळें गाढ अंधकारांत मूढ झालेले हजारों महारथी रणांत परस्परांस ठार करूं लागले; आणि, हे भारता, रणांगण तमोमय झालें असतां तेथें सर्व सैन्यें व सेनापतिही गोंधळून गेले.

धृतराष्ट्र विचारतोः—संजया, पांडव तुम्हांस अगदीं सतावून सोडूं लागले, तुमचें तेज मावळून गेलें, आणि तुम्ही घोर अंधकारांत गढून गेलां; त्या वेळीं तुमच्या मनाची काय अवस्था झाली बरें ? तसेंच, संजया, सर्व जग असें अंधकारमय झालें असतांना पांडवांच्या सैन्यास व आपल्या सैन्यासही प्रकाश कसा मिळाला बरें ?

संजय सांगतोः—नंतर द्रोणांनीं सेनानायकांस आज्ञा करून कत्तलींतून जितकीं सैन्यें शिल्लक राहिलीं होतीं तितक्यांचा पुनः व्यूह रचला, व त्याच्या पुढील बाजूस आपण स्वतः उभे राहिले; शल्य, अश्वत्थामा, कृतवर्मा व शकुनि पिछाडीस राहिले; आणि, राजा, स्वतः दुर्योधन राजा त्या रात्रीच्या वेळीं सर्व सैन्यांचें रक्षण करीत चालला. हे पार्थिवा, दुर्योधन त्या सर्व पायदळ तुकड्यांस सांत्वनपूर्वक म्हणाला, ‘ तुम्ही सर्वजण दिव्यास्त्रें टाकून देऊन पेटलेल्या मशाली हातांत घ्या !’

राजश्रेष्ठ दुर्योधनानें अशी आज्ञा करतांच त्यांनीं हर्षभरित होऊन मोठमोठे पेटलेले दिवे घेतले. मग देव, ऋषि, गंधर्व व देवर्षि यांच्या समुदायांनीं, विद्याधरांच्या व अप्सरांच्या संघांनीं आणि त्याचप्रमाणें अंतरिक्षांत असलेले नाग, यक्ष, उरग व किन्नर यांनींही प्रचंड दीप धारण केले ! पुष्कळ सुगंधि तेलानें भरलेले दिवे दिग्देवतांपासून खालीं पडतांना दिसूं लागले, आणि अशा प्रकारचे कित्येक दिवे कौरवपांडवांसाठीं विशेषतः नारद व पर्वत यांनीं पाठविले होते. ती विभक्त झालेली सेना रात्रीं अग्निप्रभेच्या योगानें पुनः चमकूं लागली. त्याचप्रमाणें मूल्यवान् व तेजस्वी आभरणें आणि पडणारीं चकचकीत शस्त्रें यांच्या योगानेंही ती प्रकाशमान् होऊन गेली. कौरवांकडील योधवरांनीं तेथें प्रत्येक रथावर एकेक विदीपक एकेका हत्तीवर तीनतीन प्रदीपक आणि प्रत्येक अश्वावर एकेक महाप्रदीप तयार केला. एका क्षणांत त्यांनीं सर्व प्रदीप तयार केले आणि

त्यांनीं तुझ्या सेनेस लवकरच प्रकाशित केला. पायदळ लोकांनीं हातांत मशाली व तेल घेऊन सर्व सैन्यांत उजेडच उजेड करून सोडला; आणि त्यांनीं प्रकाशित होत असलेल्या सेना रात्रीच्या वेळीं आकाशांत विजांच्या योगानें शोभणाऱ्या मेघांप्रमाणें शोभूं लागल्या. याप्रमाणें सेना प्रकाशित झाली, तेव्हां, हे राजेंद्रा, अग्नीप्रमाणें सभोंवार ताप देणारे व सुवर्णकवच घातलेले द्रोणाचार्य मध्याह्नीं आलेल्या सहस्ररश्मि दिनकराप्रमाणें झळकूं लागले. त्या वेळीं तेथें सुवर्णाचीं आभरणें स्वच्छ निष्क चकचकीत धनुष्यें व पाणीदार शस्त्रें यांवर दिव्यांच्या ज्योतींचीं प्रतिबिंबें पडलीं ! हे अजमीढकुलोत्पन्ना राजा, शिंकाळींत ठेविलेल्या गदा, शुभ्र परिघ, आणि रथांवर वाटोळ्या फिरणाऱ्या शक्ति यांपासून किरणांचें परावर्तन होऊं लागल्यामुळें तीं पुनःपुनः दिवेच उत्पन्न करीत आहेत, असें भासूं लागलें. त्याचप्रमाणें, राजा, छत्रें, चामरें, उज्ज्वल खड्ग, मोठमोठ्या टिकल्या आणि रुळणाऱ्या सुवर्णमाला यांपासून तेथें किरण परावृत्त होत असल्यामुळें त्या वेळीं त्या फारच क्षोभिवंत दिसूं लागल्या. राजा, दिव्यांच्या प्रकाशानें व शस्त्राच्या प्रभांनीं तें सैन्य उज्ज्वल झालें होतें, आणि त्यांत आणखी अलंकाराच्या प्रभांची भर पडली, तेव्हां तें फारच प्रकाशमान् होऊन गेलें. रक्तानें भरलेलीं पाणीदार शस्त्रें व वीरांनीं हालविलेलीं चिलखतें हीं उन्हाळ्याच्या शेवटीं अंतरिक्षांत उत्पन्न होणाऱ्या विजांप्रमाणें त्या ठिकाणीं उज्ज्वलप्रभा पडूं लागली. प्रहारांच्या वेगानें कांपणारें, प्रहार करणारे व वेगानें चाल करणारे यांचीं तोंडें त्या ठिकाणीं वाऱ्यानें हालणाऱ्या प्रफुल्ल कमलांप्रमाणें चमकूं लागलीं. वृक्षांनीं भरलेल्या महावनास वणवा लागून तें सर्व पेटूं लागलें असतां सूर्याची प्रभाही लोपून जाते, अशा पेटलेल्या वनाप्रमाणें ती सेना त्या वेळीं प्रदीप्त झाली आणि, हे भारता, ती भयंकर व उग्र दिसूं लागली.

मग आमचें सैन्य प्रकाशमान् झालेलें पाहून पांडवांनींही त्वरा करून आपल्याप्रमाणेंच सर्व सैन्यांतील पायदळास आज्ञा केली; आणि त्यांनींही ताबडतोब दिवे पेटविले. त्यांनीं प्रत्येक गजावर सात, प्रत्येक रथावर दहा, आणि प्रत्येक घोड्याच्या पाठीवर दोनदोन दिवे लावले. याशिवाय चोहों बाजूंना, ध्वजांवर व पिछाडीस दुसरे दीप तयार केले. सर्व सेनांमध्यें बाजूला पुढें, मागें व सभोंवार, त्याचप्रमाणें मध्येंमध्येंही लोक पेटलेले तोडे घेऊन उभे राहिले आणि त्यांनीं पांडवांची सेना प्रकाशमान् करून सोडली. हातांत जळक्या दिवट्या घेतलेले दुसरे पुष्कळ लोक त्या दोन्ही सैन्यांत संचार करूं लागले; यामुळें त्यांतील हत्ती, रथ व घोडे यांच्या तुकड्यांमध्यें पायदळाचीं पथकें मिसळून गेलीं. त्या मशालीं धरणारांनीं तुझी सेना प्रकाशित केली, आणि तसेंच तें पांडवांचेंही सैन्य प्रकाशित झालें. किरणांचें उत्पत्तिस्थान जो भानुमान् दिनकर, त्यानें सायंकाळीं अग्नींत आपलें तेज ठेविलें असतां तो विशेष उज्ज्वल होतो, तशी तुझी ती प्रदीप्त सेना पांडवांच्या त्या प्रदीप्त सैन्यामुळें फारच देदीप्यमान होऊन गेली. त्या सेनांचा प्रकाश पृथ्वी व अंतरिक्ष भरून टाकून सर्व दिशाही पार उल्लंघून गेला. त्या प्रकाशानें तुझें व पांडवांचें अशीं दोन्ही सैन्यें अगदीं स्पष्ट दिसूं लागलीं; आणि, राजा, त्या प्रकाशानें आकाशांत जाऊन देवांच्या समुदायांस जागें केलें ! मग गंधर्वांचे, यक्षांचे, असुरांचे व सिद्धांचें समुदाय व त्याचप्रमाणें सर्व अप्सरा त्या ठिकाणीं प्राप्त झाल्या; आणि तें देवगंधर्वांनीं गजबजलेलें रणांगण यक्ष, असुर व अप्सरा यांच्या

समुदायांनीं, व निधन पावलेले ते शूर स्वर्गारोहण करीत त्यांच्या योगानें केवळ आकाशतुल्य दिसूं लागलें. रथ, अश्व व गज यांनीं जें गजबजून गेलें आहे, दिव्यांनीं जें प्रकाशमान् झालें आहे, ज्यांतील योद्धे खवळून गेले आहेत, घोडे मरून पडले आहेत, व कांहीं पळत सुटले आहेत, आणि रथ, अश्व व गज यांची ज्यांत योग्य रचना केली आहे, असें तें प्रचंड सैन्य देवदानवांच्या व्यूहासारखें शोभूं लागलें. अनेक शक्तींचा पात हीच ज्याची वावटळ, महारथ हेच ज्याचे मेघ, हत्तींच्या व घोड्यांच्या किंकाळ्या हाच ज्याचा गडगडाट, शस्त्रांचे ओघ हीच ज्याची वृष्टि, आणि रक्ताच्या चिळकांड्या ह्याच ज्याच्या जलधारा आहेत, असें तें रथदुर्दिन त्या रात्रीच्या वेळीं प्रवृत्त झालें; आणि, हे नरेंद्रा, वर्षाकाल उलटून गेल्यावर, आकाशमध्यभागीं आलेला सूर्य किरणांच्या योगानें ताप देऊं लागतो त्याप्रमाणें त्या सैन्यामध्यें अग्नितुल्य तेजस्वी व थोर अंतःकरणाचे द्विजश्रेष्ठ द्रोणाचार्य पांडवांस भाजून काढूं लागले.

अध्याय एकशें चौसष्टावा.

—:०:—

संकुलयुद्ध.

संजय सांगतोः—अंधकारानें व धुळीनें व्यापून गेलेलें जग पुनः प्रकाशित झाल्यावर परस्परांचा वध करण्यासाठीं मनांत जळफळणारे वीर एकमेकांशीं जाऊन भिडले. राजा, ज्यांनीं परस्परांचे अपराध केले होते असे ते वीर प्रास, तरवारी, वगैरे शस्त्रें घेऊन रणांत भिडून एकमेकांकडे डोळे वटारून पाहूं लागले. चोहोंकडे उजळलेल्या हजारों दीपांनीं व ज्यांना सोन्याचे दांडे लाविले असून ज्यांत सुगंधि तेलें घातलीं आहेत, व ज्यांची प्रभा विशेष उज्ज्वल आहे अशा देवगंधर्वादिकांनीं घेतलेल्या रत्नखचित दीपांच्या योगानें त्या वेळीं ती रणभूमि नक्षत्रांनीं शोभणाऱ्या अंतरिक्षाप्रमाणें शोभूं लागली. हे भारता, त्रैलोक्याचा नाश होण्याचे वेळीं म्हणजे कल्पांतीं ही पृथ्वी दग्ध होऊं लागली असतां जशी दिसते, तशी ती रणभूमि या वेळीं पेटविलेल्या शेंकडों तोड्यांच्या योगानें दिसूं लागली. त्या दीपांनीं चोहोंकडे सर्व दिशा उज्ज्वल होऊन गेल्या, आणि पावसाळ्यामध्यें संध्याकाळीं काजव्यांनीं भरलेल्या वृक्षांप्रमाणें शोभूं लागल्या. नंतर वीर वीरांशीं पृथक् पृथक् भिडले, हत्ती हत्तींशीं बिलगले, घोडेस्वारांनीं घोडेस्वारांस गांठलें, आणि रथ हर्षभरानें दुसऱ्या रथांशीं झगडूं लागले. राजा, तुझ्या पुत्राच्या आज्ञेनें त्या घोर प्रदोषकाळीं चतुरंग सैन्याची मोठीच हाणामारी सुरू झाली. नंतर हे महाराजा, अर्जुनानें सर्व पार्थिवांचें निवारण करीत त्वरेनें कौरवांच्या सैन्याची दाणादाण उडविली.

धृतराष्ट्र विचारतोः—तो अजिंक्य व असहिष्णु पार्थ चवताळून दुर्योधनाच्या सैन्यांत शिरला त्या वेळीं तुमच्या मनाची काय अवस्था झाली बरें? तो परपीडक आंत घुसला तेव्हां सैन्यांनीं काय केलें? आणि दुर्योधनानें तरी त्या वेळीं काय केलें पाहिजे म्हणून मनांत योजिलें बरें? कोणते शत्रुमर्दक वीर त्याला तोंड देण्यास गेले? आणि श्वेतवाहन पार्थ सेनेंत प्रविष्ट झाल्यावर द्रोणांचें रक्षण कोणी केलें? त्याचप्रमाणें उजव्या तुकडीचें रक्षण कोणीं केलें? व त्यांची डावी बाजू कोणी संभाळली? तसेंच शत्रूंकडील वीरांस ठार करणाऱ्या त्या द्रोणांच्या मागल्याबाजूस कोणते वीर राहिले, आणि रणांत शत्रूंवर प्रहार करीत कोणीं पुढें चाल केली, तें मला सांग. बा संजया, ज्यांनीं शरांनीं पांचालांच्या

रथांच्या तुकड्यांचें भस्म उडविलें, ते अग्नी-सारखे प्रखर व क्रुद्ध द्रोणाचार्य कसे निधन पावले बरें? सूता, रणांत शत्रु गडबडले नव्हते, त्याचप्रमाणें त्यांचा पराभव झाला नाहीं, त्यांना हुरूप चढला होता, ते खवळून गेले होते, वगैरे मला सांगत आहेस; पण माझें सैन्य असेंच असल्याबद्दल मात्र सांगत नाहींस. तर उलट ते मरून गेले, त्यांची फाटाफूट झाली, ते चोहोंकडे पांगले आणि माझे रथी युद्धांत विरथ केले गेले, असेंच सांगत आहेस! शिवशिव!

संजय सांगतोः—हे महाराजा, लढण्याची इच्छा करणाऱ्या आचार्यांचें मत घेऊन दुर्योधन त्या रात्रीं आपल्या आज्ञाधारक भावांस व कर्ण, वृषसेन, मद्रपति शल्य, दुर्धर्ष व दीर्घबाहु यांना, आणि हे कौरवा, त्यांच्या अनुयायी वीरांना म्हणाला, "वीरहो, तुम्ही शत्रूंस पादाक्रांत केलें आहे. आज तुम्हीं दक्षतेनें द्रोणांच्या पिछाडीच्या बाजूनें रक्षण करावें, हार्दिक्यानें त्यांची दक्षिणेकडील बाजू संभाळावी, आणि शल्यानें उत्तरेकडची संभाळावी."

राजा, त्रिगर्तांचे जे महारथी शिलक उरले होते त्या सर्वांना तुझ्या पुत्रानें पुढें होण्याची आज्ञा केली. तो म्हणाला, "द्रोणाचार्य अगदीं निकरावर आले आहेत व पांडवही फारच तयारीनें आहेत; तेव्हां आचार्य रणांत शत्रूंचा वध करीत असतां तुम्हीं मोठ्या दक्षतेनें त्यांचें रक्षण करा. कारण द्रोण हे बलाढ्य, युद्धांत चलाख व पराक्रमी वीर आहेत; ते युद्धांत देवांसही जिंकतील, मग या पार्थांची व सोमकांची ती कथा काय? यासाठीं, महारथहो! तुम्ही सर्वजण अगदीं काळजीपूर्वक व एकोप्यानें द्रोणांचें पंचालपुत्र महारथी धृष्टद्युम्नापासून रक्षण करा. कारण, रणांत द्रोणांशीं लढेल असा राजा धृष्टद्युम्नावांचून पांडवांच्या सैन्यांत कोणीच दिसत नाहीं. यासाठीं आपल्याकडून होईल तितकें करून भारद्वाजांचें रक्षण करणें हेंच आपलें कर्तव्य आहे असें मी समजतों. त्यांचें उत्तम रक्षण होत असलें म्हणजे ते पांडवांना, सृंजयांना व सोमकांनाही लोळवितील! याप्रमाणें सेनेच्या तोंडींच सर्व सृंजयांचा निःपात उडाला म्हणजे मग अश्वत्थामा रणांत धृष्टद्युम्नाला निःसंशयच ठार करील. त्याचप्रमाणें महारथी कर्ण अर्जुनाला मारील; आणि रणदीक्षा घेतलेला मी भीमसेनालाही युद्धांत चीत करीन. याप्रमाणें अर्जुन व भीमसेन पडले म्हणजे बाकीचे पांडवही अगदीं निस्तेज होऊन जातील आणि मग त्यांचाही मी पराभव करीन. अशा रीतीनें माझा खात्रीनें जय होईल व तो चिरकालचा होईल. यासाठीं, वीरहो, समरांगणांत महारथी द्रोणांचें मात्र रक्षण करा!"

हे भरतश्रेष्ठा, तुझा पुत्र दुर्योधन यानें याप्रमाणें बोलून त्या घोर अंधकारांत सैन्यास लढाईची आज्ञा केली; आणि मग त्या रात्रीच्या वेळीं एकमेकांस ठार करण्याच्या हेतूनें उभय सैन्यांचें घोर युद्ध होऊं लागलें. अर्जुनानें कौरवांच्या सैन्यास व कौरवांनीं अर्जुनास याप्रमाणें परस्परांनीं परस्परांस नानाप्रकारच्या शस्त्रसंघांनीं पीडा दिली. द्रौणीनें पंचालराजाला व भारद्वाजांनीं सृंजयांना रणांत सन्नतपर्व शरांनीं झांकून काढलें. हे भारता, पांडवांचीं व पांचालांचीं सैन्यें आणि कौरवांचीं सैन्यें एकमेकांस मारीत असतां त्यांमध्यें घायाळांचें भयंकर कण्हणें सुरू झालें; आणि असें युद्ध झालें कीं, तशा प्रकारचें घोर व भयानक युद्ध आम्हींचसें काय, पण पूर्वींच्या लोकांनींही कधीं पाहिलें नाहीं इतकेंच नव्हे, तर कधीं झालेलें ऐकिलेंही नाहीं!

अध्याय एकशें पांसष्टावा.

—:०:—

युधिष्ठिरपलायन.

संजय सांगतोः—राजा, सर्व प्राण्यांचा क्षय करणारें भयंकर रात्रियुद्ध सुरू झालें, त्या वेळीं धर्मपुत्र युधिष्ठिर हा पांडव पांचाल व सोमक यांना म्हणाला, "द्रोणांकडे धांवून जा आणि ठार करण्यासाठीं त्यांवर हल्ला करा." युधिष्ठिर राजाच्या आज्ञेवरून पांचाल व सृंजय भैरव शब्द करीत द्रोणांवरच घसरले. ते क्रुद्ध वीर शत्रूंच्या अंगावर मोठ्यानें ओरडत आपल्या अंगची शक्ति, उत्साह व पराक्रम यांची रणांत शर्थ करून धांवून आले. मग मत्तगजावर चालून येणाऱ्या दुसऱ्या मत्तगजाप्रमाणें युधिष्ठिर द्रोणांवर चालून येत असतां हार्दिक्य कृतवर्मा त्यांवर धांवून गेला. राजा, शैनेय आसमंतात् शरवृष्टि करीत असतां रणांगणाच्या शिरोभागीं कौरवपक्षीय भूरि राजा त्यावर चालून गेला. राजा, महारथी सहदेव द्रोणांची गांठ घेण्यासाठीं येत असतां वैकर्तन कर्णानें त्याचें निवारण केलें. आ पसरलेल्या यमासारखा तो भीमसेन चालून येत असतां स्वतः दुर्योधन राजा त्यावर म्हणजे प्रत्यक्ष आपल्या मृत्यूवर चालून गेला. राजा, लढवय्यांत अग्रेसर व युद्धाचे सर्व प्रकार जाणणारा जो नकुल, त्याचें सौबल शकुनीनें सत्वर निवारण केलें! त्याचप्रमाणें रथिश्रेष्ठ शिखंडी रथांत बसून येत असतां शारद्वत कृपाचार्यांनीं त्यास रणांत अडवून धरलें. हे महाराजा, प्रतिविंध्य आपल्या मयूरसदृश अश्वांच्या साह्यानें दक्षतेनें पुढें चाल करीत असतां दुःशासनानें दक्षतेनेंच त्याचें निवारण चालविलें. राजा, शेंकडों प्रकारच्या माया जाणणारा भीमपुत्र घटोत्कच हल्ला करीत असतां अश्वत्थाम्यानें त्या राक्षसाशीं तोंड दिलें. महारथी द्रुपद द्रोणांस गांठण्यासाठीं येत असतां वृषसेनानें तर त्याचें सैन्यासह व पदानुगांसह निवारण केलें! हे भारता, द्रोणांस ठार मारण्यासाठीं विराट राजा त्वरेनें येत असतां त्याला अतिशय क्षुब्ध झालेल्या मद्रपति शल्यानें मागें फिरविलें! नकुलपुत्र शतानीक क्षुब्ध होऊन रणांत चाल करीत असतां द्रोणांचें रक्षण करण्यासाठीं चित्रसेनानें बाणांच्या योगानें त्यास सत्वर अडवून धरलें; आणि, हे महाराजा, वीराग्रणी व महारथी पार्थ वेगानें चाल करीत असतां राक्षसाधिपति अलंबुष त्याचें निवारण करूं लागला. त्याचप्रमाणें महारथी द्रोण रणांत शत्रूंचा संहार करीत असतां पांचालपुत्र धृष्टद्युम्नानें मोठ्या हुरूपानें त्यांचें निवारण चालविलें; आणि तसेंच, राजा, पांडवांचे दुसरे पुष्कळ महारथी धांवून येत असतां तुझे रथी बळेंच त्यांना कुंठित करूं लागले. हत्तींवर बसलेले शेंकडा हजारों वीर महायुद्धांत हत्तींशीं भिडून लढूं लागले व परस्परांचें मर्दन करूं लागले. राजा, निशीथसमयीं घोडे परस्परांची दाणादाण उडवीत असतां आपल्या वेगामुळें ते सपक्ष पर्वतच आहेत कीं काय असें दिसूं लागलें. हे महाराजा, ज्यांनीं प्रास, शक्ति व ऋष्टि हातांत घेतले आहेत, असे स्वार पृथक् पृथक् गर्जना करीत शत्रुपक्षीय स्वारांशीं जाऊन भिडले; आणि त्याचप्रमाणें तेथें समरांगणांत पुष्कळच वीर गदा, मुसळें व नानाप्रकारचीं शस्त्रें यांनीं परस्परांशीं झगडूं लागले!

खवळलेल्या सागरास ज्याप्रमाणें मर्यादा थोपविते, त्याप्रमाणें क्षुब्ध हार्दिक्य कृतवर्म्यानें धर्मपुत्र युधिष्ठिरास कुंठित करून टाकलें होतें. तेव्हां युधिष्ठिरानें पांच शरांनीं त्यास विद्ध करून पुनः वीस बाण त्यावर टाकले आणि "उभा रहा, उभा रहा!" अशी गर्जना केली. परंतु, हे मारिषा, कृतवर्मा फारच संतापला. त्यानें एका बाणानें धर्मराजाचें धनुष्य

तोडलें आणि सात शरांनीं त्याचाही वेध केला! नंतर महारथी धर्मराजानें दुसरें धनुष्य घेऊन हार्दिक्याच्या बाहूवर दहा बाण मारले. हे मारिषा, धर्मराजानें याप्रमाणें त्या कृतवर्म्यास रणांत घायाळ केलें, तेव्हां त्यास इतका राग आला कीं, तो थरथर कांपूं लागला! तथापि त्यानें धर्मावर सात बाण मारलेच! मग त्या पृथापुत्रानें त्याचें धनुष्य तोडलें, हस्तत्राणाचे तुकडे उडविले, आणि, हे राजा, शिळेवर लाविलेले पांच तीक्ष्ण बाण त्यावर सोडिले. ते बाण त्याच्या सुवर्ण विभूषित व बहुमूल्य कवचाचा भेद करून वारुळांत शिरणाऱ्या भुजंगांप्रमाणें जमीन फोडून आंत शिरले! परंतु डोळ्यांचें पातें लवतें न लवतें इतक्या अवकाशांत त्यानें दुसरें धनुष्य घेतलें व साठ बाणांनीं धर्मास व नऊ बाणांनीं त्याच्या सारथ्यास जखमी करून टाकलें! हे भरतश्रेष्ठा, तेव्हां थोर अंतःकरणाच्या धर्मराजानें आपलें प्रचंड धनुष्य रथांत ठेवून नागिणीपेक्षांही भयंकर अशी एक शक्ति त्याच्यावर फेंकिली. पांडुपुत्रानें झुगारलेली ती सुवर्णविकृत प्रचंड शक्ति त्याचा उजवा हात फोडून भूतलांत जाऊन शिरली! इतक्या अवकाशांत पृथापुत्रानें पुनः धनुष्य घेऊन त्या कृतवर्म्यास उत्कृष्ट नतपर्व शरांनीं झांकून टाकलें, नंतर वृष्णींतील नामांकित रथी जो रणशूर कृतवर्मा, त्यानें निमिषार्धांत युधिष्ठिराचे घोडे व सारथि मारून त्यास विरथ करून टाकलें! मग त्या ज्येष्ठ पांडवानें ढाल तलवार उचलली, परंतु माधव कृपाचार्यानें युद्धांत तीही बाणांनीं उडवून दिली. नंतर युधिष्ठिरानें दुःसह्य असा एक सोन्याच्या दांड्याचा तोमर उचलला आणि रणांत त्वरेनें हार्दिक्यावर फेंकला. धर्मराजाच्या हातून निसटलेला तो तोमर वेगानें येत असतां हार्दिक्यानें मोठा पटाईतपणा दाखवून हंसत हंसतच त्याचे दोन तुकडे केले. नंतर त्यानें शेंकडों बाण धर्मराजावर फेंकले आणि रागारागानें तीक्ष्ण शरांनीं त्याचें कवचही फोडून टाकलें! राजा, हार्दिक्याच्या शरांनीं भरलेल्या त्या बहुमोल कवचाचे आकाशांतून पडणाऱ्या नक्षत्रांच्या जाळ्याप्रमाणें रणांत तुकडे उडाले! याप्रमाणें युधिष्ठिराचें धनुष्य भंग पावलें, तो विरथ झाला, त्याच्या कवचाचा चुराडा झाला, आणि अशा स्थितींत त्यावर बाणांचे प्रहार होऊं लागले, तेव्हां तो शरार्दित होऊन त्वरेनें रणांतून दूर पळाला! आणि याप्रमाणें धर्मराज युधिष्ठिरास जिंकिल्यावर कृतवर्मा पुनः महानुभाव द्रोणांच्याच चक्राचें रक्षण करूं लागला.

अध्याय एकशें सहासष्टावा.

—:०:—

भूरीचा वध.

संजय सांगतोः—राजा, रथिश्रेष्ठ सात्यकि आपल्या ठाण्यावरून गजाप्रमाणें चाल करीत असतां भूरीनें त्यास रणांत अडविलें. तेव्हां सात्यकि संतप्त होऊन त्यानें पांच तीक्ष्ण शरांनीं भूरीच्या हृदयाचा वेध केला. तेव्हां त्यांतून रक्त वाहूं लागलें! त्याचप्रमाणें भूरीनेंही दहा तीक्ष्ण शरांनीं रणमस्त सात्यकीस दोहों भुजांच्या मध्यप्रदेशीं वेध केला! याप्रमाणें, हे महाराजा, ते एकमेकांस बाणांनीं फारच घायाळ करूं लागले. त्या वेळीं क्रोधामुळें त्यांचे नेत्र आरक्त झाले होते, आणि ते रागारागानें आपलीं धनुष्यें खेंचीत होते. हे महाराजा, ते खवळलेले वीर यमासारखें किंवा अंतकासारखे झळकत असून शरवृष्टि करीत होते, आणि त्यांची शस्त्रवृष्टि फारच दारुण होत होती; राजा, ते एकमेकांस शरांनीं आच्छादीत असून स्वतः न गडबडतां व्यवस्थेनें उभे होते. याप्रमाणें दोन घटकां-

पर्यंत त्याचें अगदीं बरोबरीचें युद्ध झालें! हे महाराजा, नंतर क्रुद्ध शैनेयानें लढतां लढतां हंसत हंसतच त्या कौरवपक्षीय महात्म्याचें धनुष्य तोडून टाकलें; आणि त्या छिन्न-धनुष्य झालेल्या वीरास नऊ तीक्ष्ण शरांनीं हृत्प्रदेशीं विद्ध करून " उभा रहा, उभा रहा ! " अशी आरोळी दिली. याप्रमाणें त्या बलाढ्य शत्रूनें त्यास अतिशय घायाळ केलें असतांही त्या शत्रुतापनानें दुसरें धनुष्य घेऊन सात्यकीवर उलट मारा केला. राजा, त्यानें तीन शरांनीं सात्यकीस जखमी केलें, आणि एका अति तीक्ष्ण भल्लानें हंसत हंसतच त्याचें धनुष्य तोडून टाकिलें. हे महाराजा, सात्यकिचें धनुष्य भंग पावतांच तो क्रोधानें बेफाम होऊन गेला. आणि त्यानें एक मोठी वेगवान् शक्ति त्याच्या विशाल वक्षःस्थलावर नेमकी मारली ! राजा, त्या शक्तीनें त्याचें शरीर छिन्नभिन्न होऊन गेलें; आणि आकाशांतून मंगळाचा तारा तुटून पडावा त्याप्रमाणें तो दैवयोगानें आपल्या उंच रथावरून खालीं कोसळला !

घटोत्कचाचा पराभव.

राजा, भूरिवीर निधन पावल्याचें पाहातांच महारथी अश्वत्थामा रणांत वेगानें शैनेयाच्या रथावर धांवून आला; आणि राजा, ज्याप्रमाणें मेघ मेरु पर्वतास वृष्टीनें व्यापून टाकतो त्याप्रमाणें त्यानें त्यास " उभा रहा, उभा रहा !" असें म्हणून शरौघांनीं भरून टाकलें ! राजा, तो याप्रमाणें चवताळून शैनेयाच्या रथाकडे जात आहे असें पाहून महारथी घटोत्कच मोठ्यानें गर्जना करून म्हणाला, " द्रोणपुत्रा, थांब, थांब; माझ्या हातून तूं कांहीं जिवंत सुटणार नाहींस ! अरे, ज्याप्रमाणें कार्तिकानें महिषासुरास[1] मारिलें, त्याप्रमाणें हा मी तुझा वध करितों. थांब, आज रणांगणांत तुझी युद्ध करण्याची रगच जिरवून टाकितों ! "

क्रोधानें ज्याचे नेत्र आरक्त झाले आहेत असा तो परवीरांतक राक्षस असें बोलून गजेंद्रावर चाल करणाऱ्या सिंहाप्रमाणें चवताळून त्या द्रोणपुत्रावर धांवला; आणि त्यानें पावसाच्या धारांप्रमाणें रथाच्या आंसाएवढाल्या बाणांची त्या रथिश्रेष्ठ द्रोणपुत्रावर वृष्टि केली ! परंतु ती शरवृष्टि येतांच अश्वत्थाम्यानें मोठ्यानें हंसत सर्पतुल्य शरांनीं रणांत तिचे वेगानें तुकडे उडविले; आणि मग मर्मभेदक, शीघ्रगामी व तीक्ष्ण अशा शेंकडों शरांनीं त्या शत्रूंस जेरीस आणणाऱ्या राक्षसाधिपति घटोत्कचाला अगदीं खिळून टाकलें. राजा, याप्रमाणें त्यानें त्याच्या अंगावर सारखे बाण रोंविले तेव्हां साळूपक्षी साळपिसांनीं शोभतो तसा तो रणांगणाच्या शिरोभागीं शोभूं लागला. मग त्या प्रतापी भीमपुत्रास मोठा क्रोध चढला; त्यानें वज्रतुल्य उग्र शरांनीं द्रोणपुत्राच्या अंगाचे लचके तोडले, आणि त्याचप्रमाणें क्षुरप्र, अर्धचंद्र, नाराच, शिलीमुख, वराहकर्ण, नालीन व विकर्ण इतक्या प्रकारच्या शरांचा त्यावर पाऊस पाडला. याप्रमाणें ती अतुल शस्त्रवृष्टि वज्राप्रमाणें व मेघगर्जनेप्रमाणें ध्वनि करीत वरून पडत असतां तो क्रुद्ध अश्वत्थामा मनांत दचकला सुद्धां नाहीं; इतकेंच नव्हे, तर महामेघांस उडवून देणाऱ्या वायूप्रमाणें त्या महातेजस्वी द्रोणपुत्रानें दिव्यास्त्रमंत्रित घोर शरांनीं ती सुदुःसह शस्त्रवृष्टि उडवून दिली. हे महाराजा, मग आकाशांत बाणांची दुसरीच लढाई सुरू झाली. तिचें स्वरूप मोठें घोर असून ती योद्ध्यांचा हुरूप वृद्धिंगत करूं लागली. मग अस्त्रांच्या संघर्षणानें चोहोंकडे ठिणग्या उडूं लागल्या, आणि त्या रात्रीच्या पहिल्या प्रहरीं आकाश जणूं काय काजव्यांनींच भरून गेलें

१ वनपर्व अध्याय २३१ पृष्ठ ४८२ पहा.

आहे असें दिसूं लागलें. राजा, मग अश्वत्थाम्यानें शरगणांनीं सर्व दिशा व्यापून टाकल्या, आणि तुझ्या पुत्राचें प्रिय करण्यासाठीं राक्षसांस शरांनीं भरून काढलें. नंतर त्या घोर अंधाऱ्या रात्रीं अश्वत्थामा व घटोत्कच यांचें इंद्र व प्रल्हाद यांच्यासारखें घनघोर युद्ध सुरू झालें. मग संतापलेल्या घटोत्कचानें युद्धामध्यें प्रलयकालच्या अग्नीसारखे तेजस्वी दहा बाण अश्वत्थाम्याच्या छातीवर मारले. द्रोणपुत्र इतका महाबलिष्ठ, तथापि त्या प्रचंड शरांचा तडाखा बसतांच तोही वाऱ्यानें हालणाऱ्या वृक्षाप्रमाणें रणांत कांपूं लागला, आणि त्यास मूर्च्छा येऊन त्यानें ध्वजाची काठी धरली! तेव्हां, हे जनाधिपा, तुझ्या सर्व सैन्यांत हाहाःकार उडाला. राजेंद्रा, तो अश्वत्थामा मेला असेंच तुझ्या सर्व लोकांना वाटलें. अश्वत्थाम्याची रणांत तशी अवस्था झालेली पाहून पांचाल व सृंजय यांनीं सिंहनादही केले; परंतु महाबलाढ्य अश्वत्थामा नंतर थोड्या वेळानेंच शुद्धीवर आला. लगेच त्या शत्रुकर्षानें डाव्या हातानें धनुष्य घट्ट धरून व तें आकर्ण ओढून एक यमदंडासारखा घोर व उत्कृष्ट बाण त्वरेनें घटोत्कचावर सोडला. तेव्हां, हे पृथ्वीपते, तो उग्र व उत्कृष्ट बाण त्या राक्षसाचें हृदय भेदून पिसाऱ्यासुद्धां जमिनींत शिरला! हे महाराजा, तो राक्षसाधिपति घटोत्कच अतिशय बलाढ्य असतांही रणशाली अश्वत्थाम्यानें जेव्हां त्याला जबर जखम केली, तेव्हां तो रथांत पडला; आणि तो बेशुद्ध झाल्याचें पाहातांच त्याचा सारथि भिऊन जाऊन त्यानें त्याला रणांगणांतून द्रोणपुत्रापासून त्वरेनें दूर पळविलें. याप्रमाणें घटोत्कच राक्षसास रणांत विद्ध करून महारथी द्रोणपुत्रानें फारच मोठ्यानें गर्जना केली. तेव्हां तुझे पुत्र व सर्व योद्धे त्याची प्रशंसा करूं लागले; आणि, हे भारता, त्याचें शरीर मध्याह्नसमयींच्या सूर्याप्रमाणें अतिशयच प्रज्वलित होऊन गेलें.

भीमसेन व दुर्योधन यांचें युद्ध.

इकडे, हे मारिषा, भीमसेन भारद्वाजांच्या रथाजवळ लढत असतां स्वतः दुर्योधन राजानें तीक्ष्ण शरांचा त्यावर मारा केला. तेव्हां भीमानें त्यावर दहा बाण मारले, आणि दुर्योधनानेंही वीस बाणांनीं त्याचा उलट वेध केला. मग आकाशांत सूर्यचंद्र मेघजालाच्या योगानें अगदीं आच्छादून जातात त्याप्रमाणें रणांत ते दोघेही शरांनीं अगदीं झांकून गेलेले दिसूं लागले. हे भरतश्रेष्ठा, मग भीमसेनास पांच बाणांनीं विद्ध करून दुर्योधनानें "उभा रहा, उभा रहा!" अशी आरोळी दिली. तेव्हां भीमसेनानें त्याचें धनुष्य तोडून दहा बाणांनीं त्याचा ध्वजही छेदून टाकिला आणि त्या कौरवाधिपतीस नव्वद नतपर्वांनीं व्याकूळ केलें. तेव्हां मग दुर्योधनास क्रोध आला. त्यानें दुसरें अधिक मोठें धनुष्य घेतलें, व रणाच्या अग्रभागीं सर्व योद्ध्यांच्या देखत तो भीमसेनावर तीक्ष्ण शर टाकूं लागला. परंतु भीमानें त्याचे धनुष्यापासून सुटणाऱ्या त्या बाणांस हाणून पाडलें, आणि उलट त्या कुरुपतीच्या अंगावरच पंचवीस हलके बाण रोंविले. हे मारिषा, मग तर दुर्योधन भीमसेनावर फारच संतापला. त्यानें एका क्षुरप्रानें त्याचें धनुष्य छेदिलें, व आणखी दहा बाण त्यावर टाकले. नंतर महाबलिष्ठ भीमसेनानें दुसरें धनुष्य घेऊन लगेच राजाला सात तीक्ष्ण शरांनीं वेधिलें. परंतु इतक्यांत दुर्योधनानें मोठ्या चपळाईनें त्याचें तेंही धनुष्य तोडून टाकलें. याप्रमाणें भीमानें घेतलेलें दुसरें, तिसरें, चौथें व पांचवेंही धनुष्य त्यानें तोडून टाकलें. हे महाराजा, भीमानें धनुष्य उचलण्याचा मात्र अवकाश, कीं लगेच

तो तुझा गर्विष्ठ व विजयाची इच्छा करणारा पुत्र तें तोडून टाकी!

दुर्योधनाचा पराजय.

याप्रमाणें पुनःपुनः धनुष्यें तुटूं लागलीं तेव्हां भीमानें सर्वपारासवी नामक उत्कृष्ट अशी शक्ति रणांत फेंकिली. ती अग्निज्वालेप्रमाणें प्रदीप्त शक्ति म्हणजे जणुं यमाची बहीणच अग्नीसारखें तेज टाकीत आकाशांतून भांग पाडीतच येऊं लागली. परंतु ती येऊन पोंचण्यापूर्वींच कुरुपतीनें सर्व लोकांच्या व प्रत्यक्ष भीमसेनाच्याही डोळ्यांदेखत तिचे तीन तुकडे केले! हे महाराजा, मग भीमसेनानें वजनदार व महातेजस्वी गदा गरगर फिरवून वेगानें दुर्योधनाच्या रथावर झुगारिली. तेव्हां त्या प्रचंड गदेनें रणांत तुझ्या पुत्राचे घोडे मारले, सारथि ठार केला, आणि पुनः रथाचाही चक्काचूर उडविला! परंतु, राजेंद्रा, त्या धालमेलींत तुझा पुत्र भीमाच्या भीतीनें दुसऱ्या म्हणजे प्रख्यात नंदकाच्या रथावर चढून लपून बसला! नंतर तुझा महारथी पुत्र मेलाच असें भीमास वाटलें, आणि त्यानें त्या रात्रीच्या वेळीं कौरवांस भिववीत प्रचंड सिंहनाद केला! राजा, तुझ्या लोकांसही राजा मेला असेंच वाटलें, आणि त्यामुळें ते चोहोंकडे ‘ हायहाय ! ’ म्हणून आक्रोश करूं लागले. राजा, त्या भयभीत झालेल्या योद्ध्यांच्या आरोळ्या व भीमसेनाचा सिंहनाद ऐकून युधिष्ठिर राजालाही दुर्योधन मेला असें वाटलें; आणि तो वेगानें भीमसेन होता तिकडे गेला. त्याचप्रमाणें, राजा, पांचाल, केकय, मत्स्य व सृंजय आपल्याआपल्यानें होईल तितकें करून युद्धेच्छेनें द्रोणांवरच चालून गेले. मग त्या ठिकाणीं द्रोणांचें शत्रूंबरोबरच फारच मोठें युद्ध जुंपलें. त्या वेळीं दोन्ही पक्षांचे लोक अंधकारांत गट्प झाले असून परस्परांवर भडिमार करीत होते.

अध्याय एकशें सदुसष्टावा.

—:०:—

कर्णहस्तें सहदेवपराभव.

संजय सांगतोः—राजा, द्रोणांस गांठण्याच्या हेतूनें सहदेव चाल करीत असतां, हे भारता, वैकर्तन कर्णानें युद्धांत त्याला अडवून धरलें. तेव्हां सहदेवानें नऊ शरांनीं त्याचा वेध करून पुनः आणखी दहा नतपर्व बाण त्यावर मारले. तेव्हां कर्णानें शंभर शरांनीं त्याचा प्रतिवेध केला आणि लगेच मोठ्या चपळाईनें त्याचें सज्ज धनुष्यही तोडून टाकलें! नंतर त्या प्रतापी माद्रीसुतानें दुसरें धनुष्य घेऊन वीस बाणांनीं कर्णाचा वेध केला. तेव्हां त्याचें तें कृत्य मोठें अपूर्व होऊन गेलें! परंतु कर्णानें नतपर्व शरांनीं त्याचे घोडे मारिले, आणि एका अर्धचंद्राकृति बाणानें त्याचा सारथिही त्वरेनें यमसदनीं पोंचविला. याप्रमाणें सहदेव विरथ झाला तेव्हां त्यानें ढालतलवार उचलली; परंतु कर्णानें हंसत हंसत तिचेही बाणांनीं तुकडे केले! नंतर त्यानें सुवर्णानें चित्रविचित्र केलेली, महाघोर, मोठी वजनदार व प्रचंड गदा रागारागानें कर्णाच्या रथावर फेंकली. परंतु सहदेवानें फेंकलेली ती गदा एकाएकीं येत असतां कर्णानें तिची गति कुंठित केली आणि ती भूमीवर पाडली! याप्रमाणें गदेचा निकाल लागल्याचें पाहून सहदेवानें त्वरा करून कर्णावर शक्ति फेंकिली, परंतु कर्णानें तिचेही शरांनीं तुकडे केले. हे महाराजा, मग सहदेवानें घाईघाईनें पटकन् रथाखाली उडी मारली आणि कर्ण नीट उभा आहे असें पाहून रथाचें चाक घेऊन तें त्याच्या रथावर उडविलें. तें झुगारिलेलें चक्र उद्यत कालचक्राप्रमाणें वेगानें येऊं लागलें, परंतु कित्येक हजार बाण सोडून कर्णानें तें छेदून टाकलें. याप्रमाणें सूतपुत्रानें तें चक्र हाणून

पाडलें तेव्हां मग दांड्या, दोऱ्या, अनेक प्रकारचीं जोकडें, हत्तींचीं कलेवरें, तसेच मेलेले घोडे व मनुष्यांचीं पुष्कळशीं प्रेतें त्यानें कर्णावर फेंकिलीं, परंतु त्यानें त्या सर्वांचे शरांनीं तुकडे केले! तेव्हां माद्रीपुत्र सहदेवानें आपण निःशस्त्र झालों असें पाहून व कर्णाचे बाण बसत असल्यामुळें युद्ध करण्याचें सोडून दिलें. परंतु, हे भरतर्षभा, मुहूर्तमात्रांत त्याच्या जवळ जाऊन कर्ण त्यास हास्यपूर्वक म्हणाला, "अरे भित्र्या, निवडक योद्ध्यांबरोबर रणांत लढत जाऊं नको! हे माद्रीपुत्रा, आपल्या बरोबरीच्याशीं लढत जा. माझ्या बोलण्याबद्दल कांहीं संशय धरूं नको, कारण तेंच तुझ्या हिताचें आहे." मग उग्र धनुष्यानें त्यास टोंचून तो पुनः म्हणाला, "अरे, हा अर्जुन रणांत त्वरेनें कौरवांशीं लढत आहे; तेव्हां, हे माद्रीसुता, तूं त्याच्याकडे जा किंवा पाहिजे तर घरींच जा."

याप्रमाणें त्यास बोलून रथिश्रेष्ठ कर्ण आपला रथ पिटाळींत पांचालांचीं व पांडवांचीं सैन्यें खाक करीत निघून गेला. माद्रीपुत्र मारण्यास चांगला सांपडला होता, तथापि, राजा, महाकीर्तिमान् कर्ण हा सत्यसंध असल्यामुळें त्या शत्रुनाशकानें कुंतीचें भाषण स्मरून त्याचा वध केला नाहीं. राजा, मग सहदेव अगदींच खिन्न झाला. तो शरांनीं व्याकूळ झाला होता आणि तशांत कर्णाच्या वाग्बाणांनीं तो तप्त झाल्यामुळें त्याला जिवाचाही कंटाळा आला. मग तो महारथी त्वरेनें महात्मा पंचालपुत्र जनमेजय याच्या रथावर जाऊन बसला.

विराट व शल्य यांचें युद्ध.

विराट राजा आपल्या सैन्यासह वेगानें द्रोणांवर चालून आला असतां त्या धनुर्धरास मद्रपतीनें बाणांचा ओघचा ओघ सोडून आच्छादून टाकलें. राजा, पूर्वी जंभासुर व इंद्र यांचें जसें युद्ध झालें, तसें त्या दृढधन्वी वीरांचें मग युद्ध जुंपलें. हे महाराजा, मद्रपति शल्यानें सेनाधिपति विराटावर त्वरेनें शंभर नतपर्व शरांचा मारा केला; आणि राजा, विराटानें त्यास नऊ तीक्ष्ण शरांनीं विद्ध करून त्यावर आणखी सदतीस व लगेच पुनः आणखी शंभर बाण टाकले! मग मद्रपति शल्यानें त्याच्या रथाचे चारही घोडे मारले आणि दोन बाणांनीं त्याचा सारथिही रणांगणांत पाडिला! तेव्हां तो महारथी त्या अश्वहीन झालेल्या रथांतून त्वरेनें खालीं उडी मारून धनुष्य खेंचीत व तीक्ष्ण शर सोडीत उभा राहिला!

शतानिकाचा वध.

नंतर आपल्या भावाचे घोडे मेले आहेत, असें पाहातांच विराटाचा भाऊ शतानीक सर्व लोकांच्या समक्ष रथ पिटाळीत त्वरेनें येऊं लागला. परंतु शतानीक येत आहे असें पाहातांच मद्रराजानें त्याला महारणांत पुष्कळ बाणांनीं विद्ध केलें आणि लगेच यमलोकींच पाठविलें! तो वीर पडतांच रथिश्रेष्ठ विराट राजा त्वरेनें त्याच्याच ध्वजांकित रथावर जाऊन बसला. मग त्यानें क्रोधानें डोळे वटारले; त्याचा पराक्रमही रागामुळें दुप्पट झाला, आणि त्यानें मद्रराजाचा रथ हां हां म्हणतां बाणांनीं भरून टाकला! मग क्रुद्ध झालेल्या मद्रराजानें एका नतपर्व शरानें सेनाधिपति विराटाला छातीवर दृढ प्रहार केला. तेव्हां हे महाराजा, तो जबर जखमी होऊन रथांत पडला! आणि हे भरतर्षभा, त्या प्रहारानें विराट राजाला प्रबल मूर्च्छा आली! हे भारता, तो बाणानें घायाळ होतांच सारथ्यानें त्याला रणांतून दूर नेलें आणि मग रणमाली शल्य शेंकडों बाणांचा भडिमार करूं लागल्यामुळें त्याची ती सेना रात्रीची पळत सुटली!

अलंबुषपराभव.

राजेंद्रा, त्या सेनेनें पळ काढलेला पाहून कृष्णार्जुन हे शल्य उभा होता तिकडे जाऊं लागले. परंतु, राजा, त्यांनीं प्रयाण केलें नाहीं तोंच अलंबुष राक्षस त्यांजवर चालून आला. त्याचा रथ फारच उत्कृष्ट असून त्याला आठ चाकें होतीं. ज्यांचीं तोंडें घोड्यांसारखीं आहेत असे दिसण्यांत मोठे उग्र पिशाच्च त्याला जोडले होते. त्याच्या पताका रक्तानें भिजलेल्या असून त्या रथावर तांबड्या फुलांच्याच माळा घातल्या होत्या. तो घोर रथ सबंध लोखंडी असून त्यावर अस्वलाच्या कातड्याचें आच्छादन घातलें होतें; आणि ज्याचे पंख चित्रविचित्र आहेत, डोळे विशाल आहेत, जो शब्द करीत आहे व दिसण्यांत मोठा उग्र आहे, अशा देदीप्यमान गृध्रपक्ष्यानें अलंकृत असलेला ध्वज उंच काठीवर उभारला होता! राजा, तो फुटलेल्या काजळाच्या पर्वताप्रमाणें काळाकभिन्न राक्षस त्या ध्वजाच्या योगानें शोभत होता. ज्याप्रमाणें मोठा पर्वत वायूस अडवितो, त्याप्रमाणें त्यानें अर्जुन येत असतां त्याच्या मस्तकावर बाणांचे शेंकडों पुंज सोडीत त्यास अडथळा केला. तेव्हां मग त्या नरराक्षसांचें फारच भयंकर व घनघोर युद्ध झालें; आणि तें पाहून, हे भारता, सर्व प्रेक्षकांस कौतुक वाटलें; व गृध्र, काक, बक, घुबड, कंक व कोल्हे यांना हर्ष झाला. हे भारता, अर्जुनानें त्यावर शंभर बाणांचा मारा केला, नऊ तीक्ष्ण शरांनीं त्याचा ध्वज कापून टाकला, तीन बाणांनीं सारथि मारला, तिहींनीं त्रिवेणुक मोडलें, एकानें धनुष्य तोडलें आणि चार बाणांनीं चार घोडेही मारले! पुनः अलंबुषानें धनुष्य सज्ज केलें, परंतु अर्जुनानें त्याचेही दोन तुकडे केले. याप्रमाणें तो विरथ झाल्यावर त्यानें खड्ग उगारला, परंतु त्याचेही त्यानें एकाच बाणानें दोन तुकडे केले! आणि, हे भरतर्षभा, मग त्या राक्षसाधिपतीला अर्जुनानें चार तीक्ष्ण शरांनीं विद्ध केलें, तेव्हां तो घायाळ होऊन भीतीनें पळून गेला!

राजा, याप्रमाणें त्यास जिंकून नर, गज व अश्व यांवर शरसंघांचा मारा करीत अर्जुन त्वरेनें द्रोणांजवळ जाऊं लागला. हे महाराजा, त्या वेळीं महायशस्वी अर्जुनाकडून वध पावणारे तुझे सैनिक वाऱ्यानें मोडलेल्या वृक्षासारखे भूमीवर पडले! राजेंद्रा, महावीर अर्जुन याप्रमाणें त्यांची कत्तल उडवूं लागला तेव्हां तुझ्या पुत्रांचें तें सर्व सैन्य उधळून गेलें.

अध्याय एकशें अडुसष्टावा.

—:o:—

शतानीक व चित्रसेन यांचें युद्ध.

संजय सांगूं लागलाः—हे भारता, शतानीक त्वरेनें तुझी सेना शरांनीं दग्ध करीत असतां तुझ्या चित्रसेन पुत्रानें त्याला अटकाव केला. तेव्हां नकुलपुत्र शतानिकानें पांच शरांनीं त्यास घायाळ केलें. परंतु चित्रसेनानें दहा तीक्ष्ण बाण त्यावर टाकले; आणि, राजा, पुनः नऊ लखलखीत शरांनीं त्यास युद्धांत स्तनमध्यप्रदेशीं जखमी केलें! मग नकुलपुत्रानें पेरें चांगलीं साफ केलेले बाण मारून त्याचें कवच त्याच्या शरीरापासून दूर उडविलें, तेव्हां त्याचें तें कृत्य मोठें विलक्षणच झालें! राजा, याप्रमाणें तुझ्या मुलाचें चिलखत नाहींसें झालें तेव्हां तो अधिकच झळकूं लागला. राजेंद्रा, सर्पानें योग्य वेळीं कात टाकली असतां तो जसा पुनः तेजस्वी दिसूं लागतो, तसा तो दिसूं लागला. असो; पुढें नकुलसुतानें तीक्ष्ण शरांनीं त्याचा ध्वज कापून टाकला, आणि युद्धांत धडपड करणाऱ्या त्या चित्रसेनाचें धनुष्यही तोडलें! महाराजा, त्याप्रमाणें तो

कवचहीन व धनुष्यहीन झाला तेव्हां त्या महारथानें शत्रूंचें निवारण करणारें दुसरें धनुष्य घेतलें; आणि मग त्या भरतांतील महारथी चित्रसेनानें रणांत संतापून नकुलपुत्रावर त्वरेनें नऊ बाण मारले. मग, हे महाराजा, शतानीक फारच संतापला. त्या नरश्रेष्ठानें चित्रसेनाचे चारही घोडे व सारथिही ठार केला. तेव्हां महारथी व बलिष्ठ चित्रसेनानें त्या रथांतून उडी टाकून नकुलपुत्रास पंचवीस बाणांनीं घाय केला. परंतु याप्रमाणें तो रणांत पराक्रम करीत असतां शतानिकानें त्याचें तें रत्नखचित धनुष्यच तोडून टाकलें! मग तो हताश्व, हत सारथि, विरथ व धनुष्यहीन झाल्यामुळें त्वरेनें महात्म्या कृतवर्म्याच्या रथावर जाऊन बसला.

द्रुपद व वृषसेन यांचें युद्ध.

महारथी द्रुपद आपल्या सैन्यासह द्रोणांकडे चाल करीत असतां वृषसेन शेंकडों बाण फेंकीत त्वरेनें त्यावर चालून गेला. तेव्हां यज्ञसेनानें रणांत त्या महारथी कर्णपुत्राच्या बाहूंवर व उरःप्रदेशावर साठ बाण मारले. हे अनघा धृतराष्ट्रा, वृषसेनानेंही रागारागानें त्या रथांत बसलेल्या यज्ञसेनावर पुष्कळ तीक्ष्ण शरांनीं स्तनांच्या मध्यभागीं मारा केला. याप्रमाणें त्या दोघांचीं शरीरें बाणांनीं भोंसकलीं जाऊन त्या दोघांच्याही अंगांत कांट्यांप्रमाणें बाण रुतून बसले. यामुळें, हे महाराजा, साळपिसांमुळें, साळूपक्षी दिसतात तसे ते दिसूं लागले. ज्यांचीं अग्रें लखलखीत आहेत अशा सुवर्णपुंख शरांनीं त्यांचीं चिलखतें अगदीं छिन्नभिन्न होऊन गेलीं होतीं; आणि ते रक्ताच्या धारांनीं भिजून गेले होते, यामुळें त्या महायुद्धांत ते विशेष चमकूं लागले. सुवर्णासारखी ज्यांची कांति आहे असे ते विचित्र दिसणारे वीर अपूर्व कल्पवृक्षाप्रमाणें किंवा फुललेल्या पळसाप्रमाणें रणांत शोभूं लागले, असो; राजा, मग वृषसेनानें नऊ बाणांनीं द्रुपदाचा वेध करून सत्तर बाण त्यावर टाकले; आणि तो दुसरे तीनतीन बाण त्यावर फेंकूं लागला. मग तर तो कर्णपुत्र हजारों बाण सोडूं लागला. त्या वेळीं, महाराज, तो वृष्टि करणाऱ्या मेघासारखा दिसूं लागला. नंतर क्रुद्ध द्रुपदानें एका तीक्ष्ण व पाणीदार भल्लानें त्याच्या धनुष्याचे दोन तुकडे केले. तेव्हां त्यानें सोन्यानें मढविलेलें दुसरें नवें व बळकट धनुष्य घेऊन व एक लखलखीत पाणीदार तीक्ष्ण व बळकट भल्ल भात्यांतून ओढून धनुष्यास जोडला व द्रुपदावर नीट नेम धरून व आकर्ण ओढून सर्व सोमकांस भयभीत करीत सोडला. तो बाण त्याचें हृदय भेदून भूतलावर पडला! याप्रमाणें वृषसेनाचा बाण लागून द्रुपद राजा मूर्च्छित झाला तेव्हां सारथ्यानें आपलें कौशल्य दाखवीत त्याला दूर पळविलें. राजेंद्रा, याप्रमाणें पंचालांचा महारथी द्रुपद राजा पराभव पावला, तेव्हां ज्यांचीं कवचें बाणांनीं फुटून गेलीं आहेत असें तें द्रुपदाचें सैन्यही त्या भयंकर रात्रीच्या वेळीं पार उधळून गेलें. त्यांनीं आपले दिवे टाकले नसल्यामुळें व ते आसमंताद्भागीं पेटत असल्यामुळें, राजा, निरभ्र आकाश नक्षत्रांच्या योगानें शोभतें त्याप्रमाणें ती रणभूमि शोभूं लागली. त्याचप्रमाणें, हे महाराजा, भूमीवर अंगदें गळून पडलीं होतीं त्यांच्या योगानें ती पृथ्वी पावसाळ्यांतील विद्युद्युक्त मेघाप्रमाणें दिसूं लागली. नंतर, तारकासुराच्या वेळीं इंद्राच्या भीतीनें दानव पळून गेले त्याप्रमाणें वृषसेनास भ्यालेले सोमक फारच तातडीनें पळून गेले. हे महाराजा, रणांत तो सोमकांस पीडा देऊं लागल्यामुळें ते पलायन करूं लागले, त्या वेळीं त्यांच्या जवळच्या दिवट्यांचा त्यांच्या अंगावर प्रकाश पडल्यामुळें ते पळत आहेत हें दिसून

आलें. असो; भारता, त्यांस जिंकल्यावर कर्णपुत्र हा मध्याह्नीं आलेल्या सूर्याप्रमाणें रणांत तळपूं लागला. त्या वेळीं तुझ्याकडील व शत्रूकडील त्या हजारों राजांपैकीं एकटा वृषसेनच काय तो त्या ठिकाणीं तेज टाकीत उभा होता. याप्रमाणें रणांत त्या शूर व महारथी सोमकांस जिंकल्यावर, युधिष्ठिर राजा उभा होता तिकडे तो वृषसेन त्वरेनें निघून गेला.

प्रतिविंध्य व दुःशासन यांचें युद्ध.

नंतर प्रतिविंध्य क्रुद्ध होऊन रणांत शत्रूची राखरांगोळी उडवीत असतां तुझा महारथी पुत्र दुःशासन त्यावर चालून गेला. राजा, निरभ्र आकाशामध्यें सूर्याचा व बुधाचा समागम व्हावा त्याप्रमाणें त्या दोघांचा तो समागम फारच आश्चर्यकारक झाला. प्रतिविंध्य रणांत दुष्कर कर्म करीत असतां दुःशासनानें त्याच्या कपाळावर तीन बाण मारले. त्या तुझ्या बलाढ्य व धनुर्धर पुत्रानें याप्रमाणें त्यास अतिशय जखमी केलें. त्या वेळीं तो महाबाहु प्रतिविंध्य तीन शिखरांच्या पर्वतासारखा शोभूं लागला. मग महारथी प्रतिविंध्यानें दुःशासनास रणांत नऊ सायकांनीं विद्ध करून पुनः आणखी सात बाण मारले. तेव्हां त्या ठिकाणीं, हे भारता, तुझ्या पुत्रानें मोठें अचाट कृत्य केलें! त्यानें उग्र शरांनीं प्रतिविंध्याचे घोडे पाडले; एका भल्लानें त्याचा सारथि व ध्वजही उलथून दिला; आणि, राजा, त्या धनुर्धराच्या रथाचे तिळाएवढाले तुकडे उडविले! त्याचप्रमाणें, हे प्रभो, पताका व भाते आणि दोऱ्या व ताण यांचेही त्यानें रागारागानें नतपर्व शरांनीं राईएवढाले तुकडे करून टाकले! याप्रमाणें प्रतिविंध्य विरथ झाला, तथापि तो धर्मशील असल्यामुळें धनुष्य हातांत घेऊन उभा राहिला, आणि वरचेवर शंभर शंभर बाण फेंकीत तुझ्या पुत्राशीं लढूं लागला. परंतु तुझ्या पुत्रानें एका क्षुरप्रानें त्याचें धनुष्य तोडलें, व त्या धनुर्हीन झालेल्यावर दहा बाणांचा मारा केला. मग तो तेथें विरथ झाला आहे असें पाहून त्याचे महारथी भाऊ मोठ्या सेनेसह वेगानें त्याकडे वळले. नंतर तो सुतसोमाच्या तेजस्वी रथावर उडी मारून बसला; आणि, हे महाराजा, धनुष्य घेऊन तुझ्या मुलाचा वेध करूं लागला. मग तुझेही सर्व वीर प्रचंड सेनेसह तुझ्या पुत्रास वेढून युद्ध करूं लागले. मग हे भारता, त्या रात्रीच्या दारुण समयीं तुझ्या मुलांचें व त्यांचें यमराष्ट्राची वृद्धि करणारें युद्ध सुरू झालें.

अध्याय एकशें एकुणसत्तरावा.

—:०:—

शकुनीचा पराभव.

संजय सांगतोः—खवळून गेलेला नकुल तुझ्या सेनेस ठार करीत असतां सौबल शकुनि रागानें त्याजवर चालून गेला; आणि त्यानें "उभा रहा, उभा रहा!" अशी आरोळी दिली. पूर्वींपासूनच ज्यांचें वैर पडलें होतें असे ते वीर एकमेकांस ठार करण्याच्या इच्छेनें बाण आकर्ण ओढून परस्परांवर मारूं लागले. राजा, नकुल बाणांच्या सरीवर सरी सोडीत होता आणि तो शकुनिही युद्धांत आपलें प्राविण्य तसेंच प्रकट करीत होता. हे महाराजा, त्या दोघांच्या अंगांवर बाण रुतले, आणि बाणरूपी कंटकांनीं युक्त झालेले ते वीर साळपिसांनीं साळूपक्षी शोभतो तद्वत् शोभूं लागले! ज्यांचीं अग्रें सरळ आहेत व पिसारे सुवर्णाचे आहेत अशा शरांनीं त्यांचीं कवचें फुटून गेलीं, आणि रक्ताच्या पाटांनीं भिजून गेलेले ते वीर महायुद्धामध्यें झळकूं लागले. ज्यांची कांति सुवर्णासारखी आहे असे ते विचित्र दिसणारे वीर रणां-

गणांत कल्पवृक्षांसारखे किंवा प्रफुल्ल पळसांसारखे शोभूं लागले. हे महाराजा, शररूपी कांट्यांनीं युक्त असलेले ते दोघे शूर वीर त्या वेळीं रणांत क्रांट्यांच्या योगानें सांवरीचे वृक्ष जसे दिसतात तसे दिसूं लागले. राजा, ते डोळे वटारून एकमेकांकडे सारखी टक लावून पहात होते, आणि जसे कांहीं आपल्या क्रोधानें लाल झालेल्या नेत्रांनीं परस्परांस जाळीतच होते! राजा, मग तुझ्या क्रुद्ध श्यालकानें एका कर्णाकार, शरानें हंसत हंसतच माद्रीपुत्राच्या हृदयाचा वेध केला. तेव्हां तुझ्या त्या धनुर्धर श्यालकानें अतिशय घायाळ केल्यामुळें नकुल रथांत निजला आणि त्यास प्रबल मूर्च्छा आली. त्या हाडवैरी व गर्विष्ठ शत्रूची तशी अवस्था झालेली पाहून, राजा, उन्हाळ्याच्या शेवटीं मेघ गर्जना करितो त्याप्रमाणें शकुनि गर्जना करूं लागला. नंतर पंडुपुत्र नकुल शुद्धीवर येऊन आ पसरलेल्या अंतकाप्रमाणें सौबलावर पुनः धांवून गेला. हे भरतर्षभा, त्यानें अतिशय संतापून त्याला साठ बाणांनीं विद्ध केलें; पुनः शंभर बाण त्याच्या स्तनमध्यभागीं मारले; मग लगेच त्याचें सशर धनुष्य मुठीशींच तोडून टाकलें; त्वरेनें ध्वज कापून रथावरून भूमीवर पाडला; आणि व्याध श्येन पक्ष्यास खालीं पाडतो त्याप्रमाणें त्या वेळीं त्या पंडुपुत्र नकुलानें एकाच तीक्ष्ण, पाणीदार व घांसून लखलखीत केलेल्या शरानें त्याच्या दोन्ही मांड्या फोडून त्यास रथांत पाडिलें. तेव्हां, हे महाराजा, तो अतिशय घायाळ झाला आणि कामुक कामिनीला आलिंगन देतो तद्वत् ध्वजाच्या काठीस घट्ट धरून रथांत पहुडला! हे निष्पापा धृतराष्ट्रा, तुझा तो मेहुणा बेशुद्ध पडलेला पाहून सारथ्यानें रथ पिटाळीत त्यास त्वरेनें सेनेच्या अग्रभागापासून दूर पळविलें! नंतर पांडव व त्यांचे अनुयायी मोठ्यानें गर्जना करूं लागले. याप्रमाणें युद्धांत शत्रूस जिंकून शत्रुतापन नकुल रागारागानें सारथ्यास म्हणाला, 'मला द्रोणसैन्याकडे घेऊन चल!' माद्रीसुताची ती आज्ञा ऐकतांच जेथें द्रोण व्यवस्थेनें उभे होते तिकडे त्याचा सारथि त्यास घेऊन गेला.

शिखंडी व कृपाचार्य यांचें युद्ध.

राजेंद्रा, शिखंडी रणांत द्रोणांची गांठ घेऊं पाहात असतां शारद्वत कृपाचार्य सज्ज होऊन वेगानें त्यावर हल्ला करून गेले. शत्रुमर्दक गौतम द्रोणसैन्याकडे त्वरेनें येत असतां शिखंडीनें नऊ भल्लांनीं त्यांचा हास्यपूर्वक वेध केला; आणि, हे महाराजा, तुमच्या पुत्रांचें प्रिय करणाऱ्या त्या कृपाचार्यांनीं त्याचा पांच बाणांनीं वेध करून पुनः त्यांवर वीस बाण टाकले. पूर्वीं देवासुरांच्या युद्धामध्यें शंबराचें व इंद्राचें युद्ध झालें त्याप्रमाणें त्या दोघांचें घोर, भयंकर व तुंबळ युद्ध झालें. ग्रीष्मर्तूच्या शेवटीं मेघ आकाश व्यापून टाकतात त्याप्रमाणें त्या दोघां रणमस्त महारथी वीरांनीं आकाश शरज्वालांनीं व्यापून टाकलें; आणि तें मूळचें घोर आकाश विशेषच भयाण होऊन गेलें. हे भरतश्रेष्ठा, युद्धशाली योद्ध्यांस ती रात्रही कालरात्रीप्रमाणें घोर व भयंकर झाली. असो; हे महाराजा, गौतमानें आपल्या प्रचंड धनुष्यास बाण लावून तें सज्ज केलें, इतक्यांत शिखंडीनें अर्धचंद्र बाणानें तें तोडून टाकलें. तेव्हां, राजा, कृपाचार्यांनीं त्याच्यावर रागावून एक दारुण शक्ति फेंकिली. तिचा दांडा सोन्याचा असून अग्रभाग मुळींच बोंथट नव्हता—अतिशय तीक्ष्ण होता; आणि शिकलगारानें तिला उत्तम पाणी दिलें होतें! ती शक्ति येत असतां शिखंडीनें पुष्कळ बाण मारून ती छेदून टाकिली. तेव्हां ती प्रदीप्त, प्रकाशमान् व मोठी उज्वल शक्ति भूमीवर पडली! नंतर रथिश्रेष्ठ कृपा-

चार्यांनीं दुसरें धनुष्य घेतलें; आणि, हे महाराजा, ते तीक्ष्ण शरांनीं शिखंडीस आच्छादित करूं लागले. याप्रमाणें यशस्वी गौतम त्यास युद्धांत आच्छादूं लागले, तेव्हां रथिश्रेष्ठ शिखंडी रथोपस्थावर स्तब्ध बसला. मग, हे भारता, तो खचत चालला आहे असें पाहातांच शारद्वत कृपाचार्य जणूं त्यास ठार करण्यासाठींच पुष्कळ बाण त्यावर मारूं लागले. याप्रमाणें तो महारथी याज्ञसेनि रणांत खिन्नमुख झालेला पाहून पांचालांनीं व सोमकांनीं त्यास चोहोंकडून गराडा दिला; आणि, हे राजा, इकडे तुझे मुलगेही प्रचंड सेनेसह द्विजश्रेष्ठ कृपाचार्यांभोंवतीं जमा झाले. मग फिरून कचाकची सुरू झाली.

संकुलयुद्ध.

राजा, एकमेकांवर धांवून जाणाऱ्या रथांचा मेघगर्जनांसारखा तुंबळ शब्द होऊं लागला; आणि एकमेकांकडे त्वरेनें जाणारे हत्ती व घोडे यांच्या योगानें, हे प्रजापालका राजा, तें रणांगण शोभून गेलें. त्याचप्रमाणें वेगानें चालणाऱ्या पदातींच्या पादशब्दानें रणभूमि भयभीत झालेल्या स्त्रीप्रमाणें कांपूं लागली. रथी रथांत बसून वेगानें धांवले; आणि, राजा, कावळे टोळास धरतात त्याप्रमाणें त्यांनीं पुष्कळांस पकडलें. त्याचप्रमाणें, हे भारता, ज्यांच्या गंडस्थळांतून मदस्राव होत आहे अशा महागजांनीं त्याच ठिकाणीं दुसऱ्या तशाच मदस्रावी गजांस रोंखून धरलें. स्वारांनीं स्वारांस गांठलें आणि पायदळ पायदळाशीं भिडलें. याप्रमाणें त्यांनीं रणांत परस्परांस गांठलें असतां ते अगदीं खवळून गेले होते, तथापि त्यांस एकमेकांचा पराभव करतां आला नाहीं. त्या ठिकाणीं सैन्यें वेगानें धांवत जात व पुनः मागें फिरत असल्यामुळें त्या रात्रीच्या वेळीं तेथें त्यांचा फारच प्रचंड ध्वनि होऊं लागला. हे महाराजा, रथ, हत्ती व घोडे यांवर जळत असलेले दिवे आकाशांतून तुटलेल्या मोठमोठ्या उल्कांसारखे दिसूं लागले. हे भरतश्रेष्ठा, मोठमोठ्या दीपांनीं ती रात्र इतकी प्रकाशमान् झाली होती कीं, रणांगणांत तो केवळ दिवसच आहे असें भासत होतें. जगांत भरलेला अंधकार जसा सूर्याच्या योगानें नाहींसा होतो, तसा त्या ठिकाणचा घोर अंधकार त्या इतस्ततः संचार करणाऱ्या प्रदीप्त दीपांनीं नाहींसा झाला. अंतरिक्ष, पृथ्वी, दिशा व उपदिशा अंधकारानें व धुळीनें भरून गेल्या होत्या, त्या पुनः या दीपप्रभेनें प्रकाशमान् झाल्या. त्याचप्रमाणें महावीरांचीं अस्त्रें, कवचें व रत्नें या सर्वांचीं तेजें त्या दिव्यांच्या प्रकाशांत लोपून गेलीं. हे भारता, प्रदोषकालीं तें युद्ध सुरू होऊन हलकल्लोळ माजला त्या वेळीं मी कोण व माझ्या पक्षाकडील कोण, हेंहीं कोणास समजेना ! हे भरतसत्तमा, त्या वेळीं रणांत पित्यानें पुत्रास मारिलें, मुलानें अज्ञानामुळें बापाचा वध केला; तसाच मित्रानें मित्राचा प्राण घेतला, आणि मामानें भाच्यास व भाच्यानें मामास ठार मारिलें. आपले लोक आपल्याच लोकांना मारूं लागले आणि शत्रुही आपसांतच एकमेकांची कत्तल करीत सुटले! याप्रमाणें रात्रीं भित्र्यांची बोबडी वळविणारी अमर्याद हाणामारी झाली !

अध्याय एकशें सत्तरावा.

—:०:—

द्रुमसेनाचा वध.

संजय सांगतोः—हे महाराजा, याप्रमाणें तें अतितुंबळ व भयंकर युद्ध चाललें असतां धृष्टद्युम्न द्रोणांकडेच वळला. आपलें श्रेष्ठ धनुष्य सज्ज करून पुनःपुनः त्याची प्रत्यंचा खेंचीत तो द्रोणांच्या सुवर्णविभूषित रथावर

वेगानें चालून आला. हे महाराजा, धृष्टद्युम्न द्रोणांचे प्राण घेण्याच्या इराद्यानें जात असतां पांचालांनीं व पांडवांनीं मिळून द्रोणांस गराडा दिला. याप्रमाणें आचार्यश्रेष्ठ द्रोण वेढले गेले असें पाहून तुझे पुत्रही डोळ्यांत तेल घालून रणांत त्यांचें सर्व बाजूंनीं संरक्षण करूं लागले. नंतर, वाऱ्यानें जे उसळून गेले आहेत आणि त्यामुळें ज्यांतील जीवजंतु क्षुब्ध होऊन गेले आहेत, अशा दोन भयंकर सागरांसारखे ते सैन्यसागर त्या प्रदोषसमयीं एकमेकांशीं भिडले. मग, हे महाराजा, धृष्टद्युम्नानें झटपट पांच बाणांनीं द्रोणांच्या छातीवर घाव घालून सिंहनादही केला. तेव्हां, हे भारता, द्रोणांनींही त्या झटापटींत त्यास घायाळ करून दुसऱ्या भल्ल बाणानें त्याचें मोठा शब्द करणारें धनुष्य तोडून टाकलें. हे भरतर्षभा, याप्रमाणें द्रोणांनीं धृष्टद्युम्नास जखमी केलें असतां त्यानें ओंठ चावीत लगेच तें धनुष्य टाकून दिलें; आणि, हे महाराजा, नंतर त्या रागावलेल्या प्रतापी धृष्टद्युम्नानें द्रोणांस ठार करण्याच्या हेतूनें दुसरें एक उत्कृष्ट धनुष्य घेतलें व तें देदीप्यमान् धनुष्य पुरापूर खेंचून एक प्राणांत करणारा घोर बाण द्रोणांवर सोडला! त्या बलाढ्य वीरानें महारणांत सोडलेल्या त्या घोर बाणानें उदय पावलेल्या सूर्याप्रमाणें तें सैन्य प्रकाशमान् करून सोडलें. तो भयंकर बाण पाहून देव, गंधर्व व मनुष्य "रणांत द्रोणांचें कल्याण असो!" असें म्हणूं लागले. राजा, याप्रमाणें सर्वांनाच आतां द्रोण कसे वांचतात, अशी चिंता पडली. परंतु, राजा, तो बाण आचार्यांच्या रथाकडे येत असतां कर्णानें जलदी करून मोठ्या सफाईनें त्याचा बारा ठिकाणीं छेद केला! आणि राजा, धनुर्धर सूतपुत्रानें छेदिलेला तो बाण निर्विष सर्पासारखा सत्वर खालीं पडला! नंतर कर्णानें दहा शरांनीं धृष्टद्युम्नाचा वेध केला; द्रोणपुत्रानें पांच व स्वतः द्रोणांनीं सात, शल्यानें दहा, दुःशासनानें तीन, दुर्योधनानें वीस आणि त्याचप्रमाणें शकुनीनें पांच बाणांनीं त्याचा वेध केला. याप्रमाणें सर्वच महारथी त्वरेनें धृष्टद्युम्नावर मारा करूं लागले. त्या सात भयंकर वीरांनीं द्रोणांच्या कैवारानें महायुद्धांत त्यास घायाळ केलें. तथापि, हे राजा, बिलकूल न गडबडतां त्यानें उलट त्या सर्वांचा तीन तीन बाणांनीं समाचार घेतला. द्रोण, अश्वत्थामा, कर्ण व तुझा पुत्र दुर्योधन यांना त्यानें घायाळ केलें. त्या धनुर्धरानें त्यांस जखमी केलें असतां त्यांतील प्रत्येक महारथी वीरानें त्या झटापटींत पुनः त्वरेनें पांचपांच बाण त्यावर टाकले; आणि राजा, द्रुमसेनानें तर अतिशयच खवळून एका बाणानें त्यास घायाळ केलें, व लगेहात दुसरे तीन बाण त्यावर मारून 'उभा रहा, उभा रहा!' अशी आरोळी दिली! परंतु त्या चकमकींत सात्यकीनें सोन्याच्या पिसाऱ्यांचे, निसणावर घांसलेले व केवळ प्राणांत करणारे असे तीन तीक्ष्ण बाण त्यावर टाकून त्यास जखमी केलें; आणि त्या वीर्यवंतानें पुनः एका भल्लानें द्रुमसेनाचें उज्ज्वल सुवर्णकुंडलमंडित शिरकमल धडापासून कापून टाकलें! तेव्हां ज्याचे ओंठ रागानें चावले गेले आहेत असें तें मस्तक वावटळीमुळें गळून पडणाऱ्या पिकलेल्या ताडफळाप्रमाणें रणांत भूमीवर कोसळलें!

नंतर पुनः त्या वीर धृष्टद्युम्नानें अतितीक्ष्ण शरांनीं त्या योद्ध्यांस जखमी करून आश्चर्यकारक युद्ध करणाऱ्या त्या कर्णाचें धनुष्य भल्लांनीं तोडून टाकलें. ज्याप्रमाणें मोठ्या सिंहाचें शेंपूट पार तोडून टाकलें असतां तें त्यास सहन होत नाहीं, त्याप्रमाणें धनुष्य तुटलेलें कर्णास सहन झालें नाहीं. त्यानें लगेच दुसरें धनुष्य घेतलें आणि क्रोधानें डोळे लाल करून

सुस्कारे टाकीत व बाणांचे ओघच्या ओघ सोडीत तो त्या महाबलाढ्य धृष्टद्युम्नावर धांवला. कर्ण खवळल्याचें पाहून ते सहा महारथी वीर म्हणजे दुर्योधन, दुःशासन, द्रोण, अश्वत्थामा शकुनि व शल्य यांनींही त्वरेनें ठार मारण्याच्या हेतूनें पांचालपुत्रास वेढा दिला. याप्रमाणें तुझ्या सहा प्रमुख वीरांच्या तावडींत सांपडल्यामुळें धृष्टद्युम्न मृत्यूच्याच तोंडांत येऊन पडला आहे, असें आम्हांस वाटलें.

राजा, याच वेळीं दाशार्ह सात्यकि शर सोडीत पराक्रमी धृष्टद्युम्नाजवळ येऊन पोंचला. तो महाधनुर्धर व रणमस्त सात्यकि येत असतां कर्णानें दहा सरलगामी बाणांनीं त्याचा वेध केला. परंतु, हे महाराजा, सात्यकीनें त्याला सर्व वीरांच्या देखत दहा बाणांनीं विद्ध करून 'आतां पळून जाऊं नको, उभा रहा!' अशी आरोळी दिली. मग, राजा, त्या बलाढ्य सात्यकीचा व प्रख्यात कर्णाचा बलि व इंद्र यांच्यासारखा सामना झाला! क्षत्रियर्षभ सात्यकीनें रथघोषानें क्षत्रियांसही भयभीत करीत राजीवलोचन कर्णावर मारा केला; आणि, हे महाराजा, बलाढ्य सूतपुत्रही धनुष्याच्या घोषानें पृथ्वी कंपायमान करीत सात्यकीशीं झगडूं लागला. कर्णानें विपाठ, कर्णि, नाराच, वत्सदंत, क्षुर या जातींच्या बाणांनीं व शेंकडों शरांनीं सात्यकीवर उलट मारा केला; आणि त्याचप्रमाणें समरांगणांत त्या वृष्णींतील प्रमुख वीरानेंही कर्णावर बाणांचा वर्षाव केला. याप्रमाणें त्यांचें तें युद्ध बरोबरीचें झालें. हे महाराजा, मग तुझे पुत्र व कर्णाचा सज्ज झालेला पुत्र हे चोहोंकडून सात्यकीवर एकसारखे तीक्ष्ण बाण मारूं लागले. परंतु, प्रभो, त्यांचीं व कर्णाचींही अस्त्रें अस्त्रांनीं आंवरून धरून सात्यकीनें रागारागानें वृषसेनाच्या छातीच्या शिपींत घाव घातला! राजा, त्या बाणानें प्रतापी वृषसेन घायाळ झाला, आणि धनुष्य टाकून रथांत मूर्च्छित पडला! तेव्हां महारथी वृषसेन मेला असें समजून कर्ण पुत्रशोकानें विव्हल होऊन सात्यकीस पीडा देऊं लागला. परंतु कर्ण पीडा देत असतांही महारथी युयुधानानें त्वरा करून अनेक बाणांनीं पुनःपुनः त्याचा वेध चालविला. त्यानें कर्णास दहा बाणांनीं विद्ध करून वृषसेनास सात बाणांनीं घायाळ केलें; आणि त्यांचीं हस्तकवचें व धनुष्यें तोडून टाकिलीं. मग त्यांनीं शत्रूंस भय देणारीं दुसरीं धनुष्यें सज्ज करून सात्यकीच्या सर्व शरीरावर तीक्ष्ण शरांचा भडिमार चालविला!

राजा, याप्रमाणें मोठमोठ्या वीरांचा ज्यांत क्षय होत आहे असा तो संग्राम चालू असतां गांडीवाचा प्रचंड टणत्कार फारच मोठ्यानें ऐकूं येऊं लागला. तेव्हां रथाचा घोष व गांडीवाचा ध्वनि श्रवण करून सूतपुत्र कर्ण दुर्योधनाशीं बोलूं लागला.

कर्णाची मसलत.

कर्ण म्हणालाः—हा महाधनुर्धर पार्थ आपली सर्व सेना मारून व मुख्यमुख्य नरवीरांना व पुरुकुलांतील लोकांना ठार करून आपलें उत्कृष्ट धनुष्य चमकावीत तेथें धूम माजवून राहिला आहे खास! कारण गांडीव धनुष्याचा प्रचंड ध्वनि व मेघगर्जनेसारखा रथघोष ऐकूं येत आहे. खरोखर अर्जुन हा आपणास शोभेसेंच कर्म करीत आहे हें उघड दिसतें. राजा, ही भारती सेना अनेक प्रकारें

१ 'दृष्ट्वा कर्णं तु संरब्धं ते वीराः षड्रथर्षभाः' असें मूळ आहे आणि 'षड्रथर्षभाः दुर्योधनदुःशासनद्रोणकर्णशल्यशकुनयः' असा टीकाकार नीलकंठ यांनीं कोश दिला आहे. परंतु कर्णाचें नांव चुकून पडलें असावेंसें उघड दिसतें, म्हणून सन्निध असलेला अश्वत्थामाच स्वीकारला आहे.

विदीर्ण होत आहे पहा. चोहोंकडे पांगलेलीं हीं सैन्यें मुळींच उभीं रहात नाहींत; वायूनें फुटलेल्या मेघजालाप्रमाणें त्यांची फाटाफूट झाली आहे; अर्जुनाची गांठ पडतांच सागरांतील फुटक्या नौकेप्रमाणें या सेनेची अवस्था होऊन गेली आहे. राजा, पळ काढणाऱ्या, व गांडीवापासून सुटलेल्या बाणांनीं घायाळ होणाऱ्या वीरश्रेष्ठांनीं मोठ्यानें दिलेल्या शेंकडों आरोळ्या ऐकूं येत आहेत! हे राजशार्दूला, रात्रीं आकाशांत मेघांचा गडगडाट होतो त्याप्रमाणें अर्जुनाच्या रथाजवळ दुंदुभींचा घोष चालला आहे ऐक. त्याचप्रमाणें हाहाःकारांचे शब्द, पुष्कळसे सिंहनाद, आणि दुसरे नानाप्रकारचे शब्द त्याच्या रथाजवळ होत आहेत श्रवण कर. हा येथें आमच्या मध्यभागीं सात्वतांतील अग्रेसर सात्यकि आहे. या ठिकाणीं आम्हांस हें सात्यकिरूप लक्ष्य साध्य झालें, तर आपण बाकीच्या सर्व शत्रूंस जिंकू शकूं, तसाच शूर व महारथी योद्ध्यांनीं सर्व बाजूंनीं वेष्टिलेला हा पांचाल राजाचा पुत्र द्रोणांशीं भिडला आहे. जरकरितां या सात्यकीला व पार्षत धृष्टद्युम्नाला आम्हीं मारिलें, तर मग, राजा, आमचा खात्रीनें विजय होईल, यांत संशय नाहीं. यासाठीं, हे महाराजा, आम्हीं सौभद्राप्रमाणें या महारथी वीरांस घेरून या वृष्णिपार्षतांस ठार करण्याचा प्रयत्न करतों. परंतु, हे भारता, सात्यकि कौरवांकडील अनेक मोठमोठ्या वीरांशीं भिडला आहे असें जाणून हा पहा सव्यसाची पार्थ समोर द्रोणांच्या सैन्याकडेच येत आहे. तर सात्यकीस पुष्कळांनीं घेरून टाकिल्याचें अर्जुनास समजलें नाहीं तोंच पुष्कळ उत्कृष्ट महारथी वीरांनीं तिकडे जावें, आणि त्या शूरांनीं बाण सोडण्याविषयीं फारच त्वरा करावी. हे महाराजा, युक्तिप्रयुक्तीनें अशी तजबीज कर कीं, तेणेंकरून हा मधुकुलोत्पन्न सात्यकि येथेंच परलोकची वाट धरील!

राजा, कर्णाची मसलत ऐकून पूर्वी इंद्र रणांत यशस्वी विष्णूस म्हणाला त्याप्रमाणें तुझा पुत्र सुबलपुत्र शकुनीला म्हणाला, "मागें न फिरणारे दहा हजार हत्ती आणि तसेच हजारों रथी बरोबर घेऊन तूं लवकरच अर्जुनाकडे जा. दुःशासन, दुर्विषह, सुबाहु व दुःप्रधर्षण हे पुष्कळ पायदळासह तुझ्या मागोमाग येतील. मामा, कृष्णार्जुनांना जिंक; आणि त्याचप्रमाणें, हे महाबाहो, धर्मराज, नकुल-सहदेव व भीमसेन यांचाही पराभव कर. ज्याप्रमाणें देवांची जयाची आशा इंद्रावर अवलंबून होती, त्याप्रमाणें माझी सर्व मदार तुजवर आहे. मामा, इंद्रानें असुरांस जिंकिलें त्याप्रमाणें तूं कुंतीपुत्रांस जिंक."

प्रभो, याप्रमाणें तुझ्या पुत्रानें सांगितलें तेव्हां शकुनि मोठ्या सेनेसह व तुझ्या पुत्रांसह तुझ्या पुत्राचें प्रिय करण्यासाठीं पांडुनंदनांस दग्ध करण्याच्या हेतूनें निघाला. मग, राजा, सौबलानें पांडवांच्या सेनेकडे चाल केली तेव्हां तुझ्या लोकांचें शत्रूंशीं युद्ध जुंपलें. इकडे सूतपुत्र कर्णही मोठ्या सैन्यासह रणांत बाणांचीं पुष्कळ शतकें टाकीत त्वरेनें सात्यकीवर चालून गेला. त्याप्रमाणें सर्व राजांनींही सात्यकीस गराडा दिला; आणि मग भारद्वाज धृष्टद्युम्नाच्या रथाकडे गेले. त्यावेळीं, हे भारता, रात्रीं द्रोणांचें वीर धृष्टद्युम्नाशीं व पांचालांशीं मोठें अपूर्व व घनघोर युद्ध झालें.

अध्याय एकशें एकाहत्तरावा.

--:०:--

सात्यकीचा पराक्रम.

संजय सांगूं लागलाः—नंतर खवळून गेलेले ते सर्व असहिष्णु व झुंजार वीर त्वरेनें

युयुधानाच्या रथावर धांवले. राजा, सोन्या-रुप्याच्या भूषणांनीं शृंगारिलेले सज्ज रथ, अश्व आणि हत्ती यांसह त्यांनीं त्यास चोहोंकडून गराडा घातला. मग त्याच्या सभोंवतीं सर्व बाजूंनीं पक्का वेढा देऊन त्यांनीं सिंहनाद केले, आणि सात्यकीवर मारा चालविला. माधव सात्यकीचा वध करण्याची इच्छा करणाऱ्या त्या वीरांनीं त्वरा करून त्या सत्यपराक्रमी वीरावर तीक्ष्ण शरांचा वर्षाव सुरू केला. याप्रमाणें ते त्वरेनें येऊन पडत आहेत असें पाहून परवीरांतक महाबाहु सात्यकीनें पुष्कळ बाण सोडीत त्यांशीं तोंड दिलें. त्या ठिकाणीं त्या युद्धांत बेहोष होणाऱ्या महाधनुर्धर सात्यकि वीरानें पेरें चांगलीं तासून गुळगुळीत केलेल्या उग्र शरांनीं वीरांचीं मस्तकें कापलीं, हत्तींच्या सोंडा उतरल्या, घोड्यांच्या माना तोडल्या, आणि तुझ्या वीरांचे हत्यारांसह हातही बाणांनीं छेदून टाकले! हे भारता, पडलेलीं चामरें आणि पांढरीं छत्रें यांच्या योगानें ती रणभूमि नक्षत्रपूर्ण नभोमंडलासारखी शोभूं लागली. प्रभो, हे भारता, समरांगणांत युयुधानाशीं लढणाऱ्या या लोकांचा आक्रोश करणाऱ्या पिशाच्चांसारखा भयंकर शब्द होऊं लागला; त्या प्रचंड शब्दानें पृथ्वी दणाणून गेली आणि ती रात्र तीव्र स्वरूपाची व भयावह होऊन गेली. मग, राजा, युयुधानाचे बाण लागून सैन्य फुटत आहे असें पाहून व अंगावर रोमांच उठविणाऱ्या त्या रात्रीं होणारा मोठा कोलाहल ऐकून तुझा रथिश्रेष्ठ पुत्र सारथ्यास पुनःपुनः म्हणाला, 'जेथें हा शब्द होत आहे तिकडे घोडे पिटाळ!'

दुर्योधनाची अशी आज्ञा होतांच सारथ्यानें ते उत्कृष्ट अश्व युयुधानाच्या रथाकडे चालविले. नंतर क्रुद्ध झालेला दुर्योधन राजा युयुधानावर धांवला. तो धनुष्याचा बळकट असून त्याला थकवा कसा तो येतच नसे; आणि त्याचा हात चलाख असून तो आश्चर्यकारक पद्धतीनें लढत असे. असो; दुर्योधनानें हल्ला करितांच माधवानें रक्ताचें भोजन करणारे बारा बाण पूर्ण आकर्षून सोडून दुर्योधनाचा वेध केला. याप्रमाणें त्यानें दुर्योधनास प्रथमच बाणांनीं घायाळ केलें, तेव्हां दुर्योधनानेंही संतप्त होऊन दहा बाणांनीं त्याचा प्रतिवेध केला. मग, हे भरतर्षभा, सर्व पांचालांचें व भरतांचें दारुण व तुंबळ युद्ध होऊं लागलें. हे भारता, रणांत क्रुद्ध झालेल्या शैनेयानें तर तुझ्या महारथी पुत्राच्या उरावर ऐशीं बाण मारले; त्याचे घोडे रणांत बाणांच्या योगानें यमसदनीं पाठविले; आणि एका बाणानें त्याचा सारथिही सत्वर रथावरून खालीं पाडला! हे प्रजापालका, मग तुझा पुत्र त्या हताश्व रथांतच बसून सात्यकीच्या रथावर तीक्ष्ण बाण सोडूं लागला. परंतु, राजा, तुझ्या पुत्रानें त्या चकमकींत सोडिलेले ते पन्नास बाण सात्यकीनें मोठ्या सफाईनें तेव्हांच तोडून टाकले; आणि मग दुसऱ्या एका भल्लानें तुझ्या पुत्राचें तें प्रचंड धनुष्य रणांत एकदम मुठीशींच छेदिलें. मग विरथ व धनुष्यहीन झालेला सर्व लोकांचा अधिपति दुर्योधन राजा त्वरेनें कृतवर्म्याच्या देदीप्यमान रथावर चढला. राजा, याप्रमाणें दुर्योधन पराभूत होतांच सात्यकीनें त्या रात्रीं तुझ्या सेनेस बाणांनीं उधळून लाविलें!

अर्जुनाचा पराक्रम.

राजा, शकुनीनेंही हजारों घोडे, हजारों हत्ती व कित्येक हजार रथ यांच्या योगानें अर्जुनास चौफेर वेढा दिला आणि नानाप्रकारच्या शस्त्रांचा त्यावर वर्षाव चालविला. कालानेंच प्रेरित केलेले ते क्षत्रिय सर्व मोठमोठीं अस्त्रें सोडीत अर्जुनाशीं लढूं लागले; आणि संतप्त झालेल्या अर्जुनानेंही मोठी कत्तल करीत त्या हजारों रथांचें, घोड्यांचें व हत्तींचें निवारण

केलें. तेव्हां सुबलपुत्र रणशूर शकुनीनें तर त्या वेळीं हास्यपूर्वक तीक्ष्ण शरांनीं अर्जुनाचा वेध केला, आणि पुनः शंभर बाणांनीं त्याचा प्रचंड रथ अडवून धरला. हे भारता, मग त्या चकमकींत अर्जुनानें त्याला वीस बाणांनीं घायाळ करून दुसऱ्या महाधनुर्धरांवरही तीन-तीन बाण टाकिले. राजा, धनंजयानें बाणांनीं त्यांचें निवारण केलें आणि असुरांची कत्तल करणाऱ्या इंद्राप्रमाणें तुझ्या योद्ध्यांचें चंदन उडविलें. हे भूपाला, युद्धामध्यें तुटून गेलेल्या—हत्तींच्या सोंडेसारख्या—हातांनीं व्यापून गेलेली ती भूमि जणूं पंचमुखी सर्पांनींच व्यापून गेल्याप्रमाणें शोभूं लागली. ज्यांचीं नाकें तरतरीत आहेत, डोक्यांवर मुकुट असून कानांत सुंदर कुंडलें लटकत आहेत, क्रुद्ध झाल्यामुळें ज्यांनीं ओंठ दांतांनी आवळून धरले आहेत, व तसेच डोळे वटारिले आहेत, आणि जिवंत असतांना ज्यांतून मधुर भाषणें निघत असत, अशीं क्षत्रियांचीं निष्क व चूडामणि धारण करणारीं मस्तकें कमलांप्रमाणें विखरलीं गेल्यामुळें भूमीवर हे जणूं गोटेच पडले आहेत असें भासूं लागलें. याप्रमाणें उग्रपराक्रमी बीभत्सूनें तें उग्र कर्म करून पुनः पांच नतपर्वांनीं शकुनीचा वेध केला, आणि त्याचप्रमाणें उलूकासही तीन बाणांनीं प्रहार केला. याप्रमाणें उलूक घायाळ झाला तेव्हां त्यानेंही वासुदेवावर मारा केला, आणि प्रचंड गर्जना करून पृथ्वी दुमदुमून टाकली. नंतर अर्जुनानें युद्धांत शकुनीचें धनुष्य बाणांनीं तोडलें आणि त्याचे चारही घोडे यमसदनीं पाठविले. तेव्हां, हे भरतर्षभा, सौबल रथाखालीं उडी टाकून त्वरेनें उलूकाच्या रथावर चढला. राजा, मग ते एका रथावर आरूढ झालेले महारथी पितापुत्र पाण्यानें पर्वतास भिजविणाऱ्या मेघांसारखे पार्थावर बाणांचा अभिषेक करूं लागले. परंतु, हे महाराजा, पंडुपुत्रानें तीक्ष्ण शरांनीं त्या दोघांस घायाळ करून बाणांच्या योगानें तुझी सेना शेंकडों वाटांनीं उधळून लाविली. हे प्रजापालका धृतराष्ट्र राजा, ज्याप्रमाणें वाऱ्याच्या योगानें अभ्रें चोहोंकडे फुटून जातात, त्याप्रमाणें तुझ्या सैन्याची अगदीं फाटाफूट होऊन गेली. हे भरतश्रेष्ठा, त्या रात्रीच्या वेळीं वध पावणारें तें सैन्य भयविव्हल होऊन इकडे तिकडे पहात सर्व दिशांस पळून गेलें, कित्येक वाहनें टाकून आणि दुसरे कित्येक त्यांस पिटाळीत अभिष्टासारखे त्या घोर अंधारांत चोहोंकडे धांवत सुटले. हे भारता, याप्रमाणें तुझ्या योद्ध्यांस युद्धांत जिंकून कृष्णार्जुन आनंदानें शंख वाजवूं लागले.

हे महाराजा, इतक्या अवकाशांत इकडे धृष्टद्युम्नानें द्रोणांस तीन शरांनीं घायाळ करून एका तीक्ष्ण शरानें तत्काल त्याच्या धनुष्याची दोरी तोडून टाकिली. मग क्षत्रियमर्दक शूर द्रोणांनीं तें धनुष्य भूमीवर ठेवून दुसरें वेगवान् व अधिक बळकट धनुष्य घेतलें; आणि मग, राजा, धृष्टद्युम्नास सात बाणांनीं जखमी करून युद्धांत त्याच्या सारथ्याचा पांच बाणांनीं वेध केला! तेव्हां महारथी धृष्टद्युम्नानें त्यांचें बाणांनीं सत्वर निवारण करून असुरसेनेची दाणादाण उडविणाऱ्या इंद्राप्रमाणें कौरवांच्या सेनेची दाणादाण उडविली. हे मारिषा, तुझ्या पुत्राच्या त्या सैन्याचा वध होऊं लागला त्या वेळीं तेथें उभय सेनांच्या मध्यभागीं रक्तप्रवाहांच्या लाटा उसळणारी व नर, अश्व व गज वाहून नेणारी एक यमनगरीजवळील वैतरणीसारखी घोर नदी उत्पन्न झाली. याप्रमाणें त्या सैन्याची दाणादाण उडवून तो प्रतापी व तेजस्वी धृष्टद्युम्न देवगणांत शोभणाऱ्या इंद्रासारखा झळकूं लागला. मग धृष्टद्युम्न व शिखंडी यांनीं प्रचंड शंख फुंकिले.

त्याचप्रमाणें नकुल, सहदेव, सात्यकि व पंडुपुत्र भीमसेन हेही शंख वाजवूं लागले; आणि, राजा युद्धांत बेफाम होणारे व विजय मिळाल्यामुळें झळकणारे महारथी पांडव तुझ्या पुत्राच्या, कर्णाच्या, शूर द्रोणांच्या व अश्वत्थाम्याच्याही समक्ष सिंहनाद करूं लागले.

अध्याय एकशें बहात्तरावा.

—:०:—

संकुलयुद्ध.

संजय सांगतोः—राजा, ते महावीर कत्तल करूं लागल्यामुळें आपल्या सैन्याची दाणादाण उडाली असें पाहून तुझा पुत्र दुर्योधन याला फारच क्रोध आला. मग तो रागानें बेफाम झालेला भाषणपटु राजा एकदम कर्ण व विजयिश्रेष्ठ द्रोण यांजवळ जाऊन म्हणाला, " सव्यसाचीनें सिंधुपतीस युद्धांत मारिल्याचें पाहून तुम्हीं दोघांनीं रागारागानें ही लढाई उपस्थित केली, आणि पांडवांचें सैन्य माझ्या सेनेची कत्तल करीत असतां त्यांना जिंकण्याचें सामर्थ्य अंगीं. असूनही तुम्ही नेभळटासारखे पहात राहिलां आहां ! अहो मानी वीरहो, जर तुम्हांला माझा त्याग करावयाचा होता, तर त्याच वेळीं तुम्हीं ' आम्ही दोघे युद्धांत पांडवांना जिंकूं, ' असें सांगावयाचें नव्हतें ! तुमचें बोलणें ऐकूनच त्या वेळीं मी युद्धास संमति दिली; नाहींपेक्षां योद्धयांचा नाश करणारें हें पांडवांबरोबरचें युद्ध मीं चालविलेंच नसतें. हे पुरुषश्रेष्ठहो, तुम्हांला माझा त्याग करणें नसेल तर अजून तरी आपल्या पराक्रमास शोभेसें युद्ध करा. कारण तुम्ही दोघेही उत्तम पराक्रमी आहां ! "

याप्रमाणें तुझ्या मुलानें शब्दरूप कोरडे ओढल्यामुळें दुखविलेल्या सर्पाप्रमाणें चवताळून त्यांनीं युद्धास प्रारंभ केला. मग ते सर्व लोकांतील उत्कृष्ट धनुर्धर व महारथी वीर रणांत सात्यकिप्रभृति पांडवांच्या लोकांवर धांवून गेले. त्याचप्रमाणें पांडवही एकत्र होऊन त्या वरचेवर गर्जना करणाऱ्या वीरांकडे सर्व सैन्यांसह वळले. मग शस्त्रधरश्रेष्ठ महाधनुर्धर द्रोणाचार्यांनीं त्वरा करून रागारागानें शिनिपुंगवावर दहा बाण मारले. त्याचप्रमाणें कर्णानें दहा, तुझ्या पुत्रानें सात, वृषसेनानें दहा आणि शकुनीनें सात बाण त्यावर मारले; आणि, हे कौरवा, इतके वीर युद्धांत सात्यकीवर वर्षाव करूं लागले. मग द्रोण युद्धांत पांडवांची सेना मारीत सुटले आहेत असें पाहून सोमक त्वरेनें चोहोंकडून त्यांवर शरवृष्टि करूं लागले. राजा, हे प्रजापालका, किरणांच्या द्वारें सूर्य अंधकार हरण करितो त्याप्रमाणें त्या ठिकाणीं द्रोण क्षत्रियांचे प्राण हरण करूं लागले. राजा, द्रोण पांचालांची कत्तल करीत असतां ते पांचाल एकमेकांस हांका मारूं लागले, त्यांचा फारच मोठा कोलाहल होऊं लागला. बाप मुलांना टाकून त्वरेनें जीव घेऊन पळत सुटले, मुलगे बापांस सोडून पळाले. त्याचप्रमाणें भाचे मामांस, मामा भाच्यांस, मित्र मित्रांस व आप्तसंबंधी एकमेकांस जागच्या जागीं सोडून जिवाच्या आशेनें धूम पाय काढूं लागले! मोह पडून भांबावलेले दुसरे कित्येक तर द्रोणांच्याच सन्मुख धांवले! आणि पांडवांचे बाकीचे योद्धे लढाईत मारले गेले. याप्रमाणें त्या महात्म्याकडून पीडिली जाणारी ती पांडवांची सेना रात्रीं हजारों दिवट्या टाकून देऊन भीमसेन, पार्थ, कृष्ण, नकुलसहदेव, युधिष्ठिर व धृष्टद्युम्न यांच्या डोळ्यांदेखत वेगानें पळत सुटली. त्या वेळीं अंधकारानें सर्व जग भरून गेलेलें असल्यामुळें कांहींच समजत नव्हतें, तथापि कौरवांकडील प्रकाशामुळें शत्रु पळत आहेत असें दिसत होतें; आणि

राजा, तें सैन्य पळ काढीत असतां महारथी द्रोण, व कर्ण मागून पुष्कळ बाण फेंकीत मारीत होते! याप्रमाणें पांचालांची दाणादाण होऊन ते सर्व बाजूंनीं क्षीण होत आहेत असें पाहून जनार्दन खिन्न होऊन अर्जुनास म्हणाला, "अर्जुना, एकत्र झालेले महाधनुर्धर द्रोण व कर्ण हे धृष्टद्युम्न व सात्यकि यांवर आणि पांचालांवर बाणांचा फारच भडिमार करीत आहेत, आणि यांच्या शरवृष्टीनें आपले महारथी उधळून गेले असून त्यांचें निवारण करूं लागले तरी थांबत नाहींत."

मग त्या पळणाऱ्या सेनेकडे पाहून कृष्णार्जुन म्हणाले, " पांडवांकडील वीरहो! त्रस्त होऊन पळूं नका. भीति सोडून द्या. हे आम्ही शस्त्रें उगारिलेल्या सर्व सैन्यांचे नीट व्यूह रचून द्रोण व सूतपुत्र यांना अटकाव करण्याचा प्रयत्न करतों." मग कृष्ण अर्जुनास म्हणाला, "अर्जुना, हे दोघेही बलाढ्य, शूर, अस्त्रसंपन्न व जयाभिलाषी आहेत. यांची तुझ्या सैन्यानें उपेक्षा केली तर या रात्रीं हे सत्यनास करून सोडतील!"

याप्रमाणें ते बोलत असतां महाबलिष्ठ व भीमकर्मी वृकोदर पुनः सेना मागें फिरवून त्वरेनें येऊं लागला. तेव्हां तो वृकोदर येत आहेसें पाहून, राजा त्या ठिकाणीं जनार्दन अर्जुनास आनंदवीत पुनः म्हणाला, "हा समरश्लाघी भीमसेन सोमक व पांडव यांसह वेगानें महारथी द्रोण व कर्ण यांवर उलटला आहे. हे पांडुनंदना, सर्व सैन्यांस धीर देण्यासाठीं याच्यासह व महारथी पांचालांसह शत्रूंशीं लढ." याप्रमाणें कृष्ण म्हणाल्यानंतर ते दोघे कृष्णार्जुन द्रोण व कर्ण यांस गांठून रणांगणांच्या अग्रभागीं उभे राहिले.

संजय पुढें सांगूं लागलाः—मग तें युधिष्ठिराचें प्रचंड सैन्य पुनः मागें फिरलें. तेव्हां द्रोण व कर्ण हेही युद्धांत शत्रूंस चिरडूं लागले. मग राजा, चंद्रोदय झाल्यामुळें उचंबळलेले दोन सागर एकमेकांत घुसूं लागले असतां तेथें जशी धुमश्चक्री माजते, तशी रात्रीं तेथें मोठी झिम्मड उडून राहिली. नंतर तुझी सेना हातांतून दिवे टाकून देऊन पांडवांबरोबर निर्भयपणें व उन्मत्तासारखी लढूं लागली. त्या वेळीं अंधकार व धूळ यांनीं सर्व प्रदेश झांकून अतिशय दारुण झाला होता; आणि त्या ठिकाणीं जयाभिलाषी वीर हे केवळ परस्परांनीं उच्चारिलेल्या नांवांवरून व गोत्रांवरून एकमेकांशीं लढत होते. हे महाराजा, एकमेकांवर प्रहार करणारे राजे स्वयंवराप्रमाणें त्या रणांगणांत एकमेकांस आपलीं नांवें ऐकवीत आहेत असें कानांवर येत होतें. नंतर एकाएकीं अगदीं सामसूम झालें; आणि मग पुनः संतप्त होऊन लढणाऱ्यांपैकीं विजयी होणाऱ्यांचा व जिंकले जाणारांचाही मोठा गलबला होऊं लागला. हे कुरुसत्तमा, जेथें जेथें म्हणून दिवे दिसत, तेथें तेथें ते शूर पतंगासारखे जाऊन पडत. राजेंद्रा, याप्रमाणें पांडव व कौरव लढत असतां त्यांच्या सभोंवतीं रात्रीचा विशेष दाट अंधकार पसरला.

अध्याय एकशें त्र्याहात्तरावा

—:०:—

कृष्णार्जुनांचें घटोत्कचास प्रोत्साहन.

संजय सांगतोः—नंतर परवीरांतक कर्णानें रणांत दहा मर्मभेदक बाणांनीं धृष्टद्युम्नाच्या हृदयावर प्रहार केला; आणि, हे मारिषा, धृष्टद्युम्नानेंही त्याला दहा बाणांनीं त्वरेनें विद्ध करून 'उभा रहा, उभा रहा!' अशी आरोळी दिली. मग त्या श्रेष्ठ महारथांनीं युद्धांत एकमेकांस बाणांनीं आच्छादिलें आणि पुनः बाण पुरापूर ओढून सोडून ते परस्परांवर मारा करूं लागले.

नंतर कर्णानें पांचालांतील मुख्य धृष्टद्युम्न याचा सारथि व चारही घोडे युद्धांत शरांनीं घायाळ केले, तीक्ष्ण शरांनीं त्याचें उत्कृष्ट धनुष्य तोडून टाकलें, आणि एका भल्लानें त्याचा सारथि रथाच्या पेटीवरून खालीं पाडला. मग घोडे व सारथि मरून विरथ झालेल्या धृष्टद्युम्नानें एक घोर परिघ घेऊन कर्णाच्या घोड्यांचा चुराडा केला! आणि कर्णानें सर्पतुल्य पुष्कळ शरांनीं त्यास घायाळ केलें असल्यामुळें तो पायांनींच युधिष्ठिराच्या सैन्यास जाऊन पोहों-चला व सहदेवाच्या रथावर आरूढ झाला. हे मारिषा, पुनः कर्णावर हल्ला करून जावें असें त्याच्या मनांत होतें, परंतु धर्मपुत्र युधिष्ठिरानें त्याचें निवारण केलें!

इकडे अतितेजस्वी कर्णानेंही धनुष्याचा प्रचंड टणत्कार करून सिंहनादाची त्यांत भर घातली आणि तारस्वरानें शंखही वाजविला! याप्रमाणें धृष्टद्युम्न जिंकला गेला असें पाहून ते महारथी पांचाल व सोमक क्रोधवश झाले, आणि मृत्यूचीही भीति न धरतां सूतपुत्राचा वध करण्यासाठीं सर्व बाजूंनीं शस्त्रें उचलून कर्णावर चालून गेले. इतक्या अवकाशांत कर्णा-च्या सारथ्यानेंही त्याच्या रथास दुसरे शंख-वर्णाचे उत्तम रीतीनें रथ ओढणारे सिंधुदेशचे महावेगवान् अश्व जोडले. मग संतप्त झालेला कर्ण पर्वतावर वृष्टि करणाऱ्या मेघाप्रमाणें पांचालांच्या महारथांवर नेमानें बाण मारूं लागला. याप्रमाणें कर्ण पांचालांच्या त्या प्रचंड सेनेस पीडा देऊं लागला; तेव्हां ती सिंहानें भिवविलेल्या हरिणासारखी भयभीत होऊन पळत सुटली. मग घोड्यांवरून, हत्तींवरून व रथांतूनही पटापट खालीं भूतलावर कोसळ-लेले लोक ठिकठिकाणीं दिसूं लागले! कर्णानें त्या धांवणाऱ्या वीरांचे महायुद्धांत बाणांनीं बाहु छेदिले, कोणाचें सकुंडल मस्तक उडविलें, आणि हत्तींवर व घोड्यांवर बसलेल्या व भूमीवर असलेल्या दुसऱ्या कित्येकांच्या त्यानें मांड्याच कापल्या. आपले अवयव कापले गेले किंवा युद्धांत वाहनें जायबंदी झालीं हें धावत सुटलेल्या पुष्कळ महारथांस समजलेंच नाहीं. ते पांचाल व सृंजय युद्धांत वध पावत असतां इतके भिऊन गेले होते कीं, नुसती गवताची काडी हालली तरी त्यांना कर्ण आला असें वाटे! एखादा बेफाम झालेला आपल्याच पक्षाचा मनुष्य रणांत धांवत असतां त्यांना तो कर्ण वाटे आणि त्यासच भिऊन ते पळत सुटत! हे भारता, त्या सैन्यांची फाटाफूट होऊन त्यांनीं पळ काढिला तेव्हां कर्णानें बाण सोडीत वेगानें त्यांचा पाठलाग केला. मग तर ते भांबावून गेलेले लोक वेड्यां-सारखे एकमेकांकडे पाहूं लागले; परंतु कर्ण त्यांची दाणादाण उडवीत असल्यामुळें त्यांस उभे राहाण्याचा धीर झाला नाहीं. राजा, याप्रमाणें कर्णानें व द्रोणांनीं तीक्ष्ण शरांनीं पांचालांवर भडिमार केला असतां ते चोहोंकडे पहात पळत सुटले!

मग आपलें सैन्य पळत सुटलेलें पाहून तें पळण्याचें कारण युधिष्ठिरानें नीट लक्षांत आणिलें; व तो अर्जुनास म्हणाला, "हा महाधनु-र्धर कर्ण या रात्रीच्या दारुण प्रसंगीं धनुष्य हातांत घेऊन प्रकाशमान् सूर्यासारखा उभा आहे पहा! पार्था, कर्णाच्या बाणांनीं घायाळ होऊन आक्रोश करणाऱ्या तुझ्या बांधवांचा हा अना-थांसारखा शब्द एकसारखा ऐकूं येत आहे! अरे, हा कर्ण बाण सोडतो व पुनः जोडतो यांमध्यें मला मुळींच अंतर दिसत नाहीं; त्या-पेक्षां निःसंशय हा आपणांस ठार करील. या-साठीं, धनंजया, याच्यापुढें कोणती गोष्ट काला-नुसार कर्तव्य आहे असें तुला वाटत असेल ती करून तिजबरोबर कर्णाचा वध होईल अशी तजवीज कर!"

हे महाराजा, याप्रमाणें धर्मराज म्हणाला तेव्हां अर्जुन कृष्णास म्हणाला, "आज कर्णाच्या पराक्रमामुळें युधिष्ठिर राजा भिऊन गेला आहे. कर्णाचें सैन्य याप्रमाणें पुनःपुनः हल्ले करीत आहे. कालास अनुसरून जें कर्तव्य असेल तें लवकर कर. कारण, सेना पळ काढीत आहे. हे मधुसूदना, द्रोणाच्या बाणांनीं हें जर्जर झालें असून शिवाय कर्ण यांना भंडावून सोडीत आहे, यामुळें यांना मुळींच राहावत नाहीं! त्याचप्रमाणें कर्ण या पळ काढणाऱ्या महारथांवर तीक्ष्ण बाण सोडीत निर्भयपणें पाठलाग करतांना दिसत आहे. सर्पाला पादस्पर्श केला असतां तो त्याला सहन होत नाहीं, त्याप्रमाणें, हे वृष्णिशार्दूला, हा असा डोळ्यांदेखत रणाच्या शिरोभागीं संचार करीत आहे हें मला कांहीं सहन करवत नाहीं. यास्तव, हे मधुसूदना, हा महारथी कर्ण जिकडे आहे तिकडे तूं लवकर चल; मग मी त्याला मारीन किंवा तो तरी माझे प्राण घेईल!"

श्रीवासुदेव म्हणालाः—कौंतेया, अमानुषपराक्रमी नरव्याघ्र कर्ण देवराज इंद्रासारखा रणांत संचरत असलेला मला दिसत आहे. धनंजया, हे पुरुषव्याघ्रा, तुझ्यावांचून किंवा घटोत्कच राक्षसावांचून याच्या समोर रणांत जाण्यास दुसरा कोणीच समर्थ नाहीं. परंतु, हे निष्पापा, रणांत तुझा सूतपुत्राशीं सामना होण्याची अजून वेळ आली नाहीं असें माझें मत आहे. कारण, हे महाबाहो, मोठ्या उल्केसारखी देदीप्यमान वासवी शक्ति त्याच्या जवळ तयार आहे; आणि रणांत तुजवर सोडण्यास उपयोगीं पडावी म्हणून कर्ण ती जपून ठेवीत आहे. कारण ती शक्ति तशीच घोर आहे. यास्तव महाबलिष्ठ घटोत्कचानें कर्णावर चाल करावी. कारण तो बलाढ्य भीमसेनाचा पुत्र असून देवांसारखा पराक्रमी आहे. त्याला दिव्य, असुर व राक्षस या तिन्ही प्रकारचीं अस्त्रें अवगत आहेत, आणि शिवाय तो आपणांवर सतत अनुरक्त असून आपलें प्रिय इच्छिणारा आहे. तेव्हां तो युद्धांत कर्णाला जिंकील याविषयीं मला कांहीं संशय वाटत नाहीं.

याप्रमाणें कृष्ण अर्जुनाला म्हणाला तेव्हां त्या कमलनयनानें घटोत्कचास बोलाविलें; तेव्हां लगेच तो राक्षस कवच, धनुर्बाण व खड्ग धारण केलेला असा त्याच्यापुढें प्रकट झाला. राजा, मग कृष्ण व पंडुपुत्र अर्जुन यांना वंदन करून त्या वेळीं तो कृष्णास म्हणाला, 'हा मी सिद्ध आहें. मला आज्ञा करावी!' नंतर, ज्याचें तोंड प्रदीप्त आहे, कुंडलेंही प्रज्वलित आहेत व मेघासारखी ज्याची कांति आहे, अशा त्या हिडिंबपुत्राशीं दाशार्ह कृष्ण हास्यपूर्वक बोलूं लागला.

वासुदेव म्हणालाः—बाळा घटोत्कचा, मी तुला जें सांगणार आहें तें तूं जाणतच आहेस. सांप्रत ही तुझ्याच पराक्रमाची वेळ आली आहे. या वेळीं दुसऱ्या कोणासही पराक्रम करणें शक्य नाहीं. यासाठीं तूं या बुडणाऱ्या आप्तबांधवांना नौकारूप हो. तुला नानाप्रकारचीं अस्त्रें माहीत आहेत, आणि राक्षसी मायाही तूं जाणतोस. हे हिडिंबापुत्रा—पहा! गोवारी गाईस दांडकतो त्याप्रमाणें रणाच्या तोंडीं कर्ण पांडवांची सेना पिटाळीत सुटला आहे पहा! हा कर्ण मोठा धनुर्धर, बुद्धिमान् व दृढ पराक्रमी आहे हा पांडवांच्या सेनेंतील मी मी म्हणणाऱ्या क्षत्रियांना ठार मारीत आहे! प्रचंड शरवृष्टि करणारे दृढधन्वी वीरही त्याच्या शररूपी ज्वालांनीं होरपळून जातात व त्याच्यापुढें उभे राहूं शकत नाहींत. या रात्रीच्या वेळीं सूतपुत्रानें शरवृष्टीनें गांजलेले हे पांचाल सिंहानें गाळण उडवून दिलेल्या मृगांसारखे पळत सुटले आहेत! अशा रीतीनें रणांत वाढलेल्या या कर्णास प्रतिबंध करणारा,

बा भीमविक्रमा, तुजवांचून येथें दुसरा कोणीच विद्यमान नाहीं ! यास्तव, हे महाबाहो, या प्रसंगीं आपल्या नांवलौकिकास साजेसें कर्म कर; आणि त्याचप्रमाणें मातुल व पितर यांच्या तेजाला व अस्त्रबलाला शोभेल असा पराक्रम गाजीव. हे हिडिंबापुत्रा, लोक मुलांची इच्छा करीत असतात ते यासाठींच ! ' हा मला दुःखांतून कसा तारील, अशी ते चिंता करीत असतात. तर, घटोत्कचा, तूं आपल्या बांधवांना संकटांतून पार ने. अरे, आपल्या स्वार्थासाठींच बाप मुलांची इच्छा करीत असतात ! जे पुत्र इहलोकीं व परलोकीं पितरांस तारतात, तेच त्यांचे खरे हितकर्ते होत ! बा भीमनंदना, तूं सतत समरांगणांत लढत आहेस. तुझ्या अंगीं असाधारण शक्ति आहे आणि तुझ्या माया तर केवळ दुस्तर आहेत ! हे परंतपा, कर्णानें या रात्रीच्या वेळीं बाणांनीं पांडवांची दाणादाण उडवून सोडली आहे, आणि ते कौरवसैन्यसागरांत गटंगळ्या खात आहेत ! यास्तव हे परंतपा, तूं यांस तीरभूत हो ! अरे, राक्षस हे स्वभावतःच मोठे बलाढ्य, अत्यंत दुर्धर्ष, शूर व पराक्रम करणारे असतात; आणि त्यांतही रात्रीं तर त्यांच्या पराक्रमास सीमाच रहात नाहीं ! यास्तव, घटोत्कचा, तूं या रात्रीच्या वेळीं युद्धांत महाधनुर्धर कर्णाला जिंक. धृष्टद्युम्नाच्या नायकत्वाखालीं पांडव द्रोणांचा वध करतील !

संजय सांगतोः—हे कुरुकुलोत्पन्ना, केशवाचें भाषण ऐकून अर्जुनही अरिंदम घटोत्कचास म्हणाला, " घटोत्कचा, तूं, आजानुबाहु सात्यकि व पंडुपुत्र भीमसेन इतकेच काय ते सर्व सैन्यामध्यें मला मान्य आहेत ! यास्तव तूं जा आणि कर्णाबरोबर रात्रीं द्वंद्वयुद्ध कर. महारथी सात्यकि तुझा पाठीराखा होईल. ज्याप्रमाणें पूर्वीं इंद्रानें स्कंदाच्या साहाय्यानें तारकासुराला मारिलें, त्याप्रमाणें तूं सात्वताच्या साहाय्यानें शूर कर्णाला रणात जिंक. "

घटोत्कचानें उत्तर दिलेंः—हे भारता, मी कर्णाला पुरेसा आहें. त्याचप्रमाणें द्रोणाला व दुसऱ्या अस्त्रसंपन्न महाथोर क्षत्रियांना पुरून उरेसा आहें. आज रात्रीं मी त्या सूतपुत्राशीं अशी लढाई देईन कीं, ही भूमि आहे तोंपर्यंत लोक ती गात राहातील ! या ठिकाणीं मी शूरांना सोडणार नाहीं, भ्यालेल्यांची गय करणार नाहीं, कीं हात जोडून नम्र झालेल्यांस जीवदान देणार नाहीं ! राक्षसधर्माचें अवलंबन करून सर्वांचीच चटणी उडवून टाकीन.

संजय सांगूं लागलाः—असें बोलून, मोठमोठ्या वीरांस मारणारा तो महाबाहु हिडिंबापुत्र तुंबळ युद्धामध्यें तुझ्या सैन्यास भयभीत करीत कर्णावर चालून गेला. ज्याचें मुख प्रदीप्त आहे व केंसही प्रज्वलित आहेत असा तो राक्षस अतिशय संतप्त होऊन उड्या घेत येत असतां पुरुषश्रेष्ठ सूतपुत्र हास्य करीतच त्यास सामोरा झाला. मग, हे राजशार्दूला, इंद्र-प्रऱ्हादांप्रमाणें गर्जना करणाऱ्या त्या कर्णराक्षसांची रणांगणांत चांगलीच लढाई जुंपली.

अध्याय एकशें चौऱ्याहत्तरावा.

—:०:—

अलंबुषाचा वध.

संजय सांगतोः—तशा प्रकारें उद्युक्त झालेला घटोत्कच कर्णास युद्धांत ठार मारण्याच्या इराद्यानें त्याच्या रथाकडे येत आहे असें पाहून तुझा पुत्र त्या ठिकाणीं दुःशासनास म्हणाला, " कर्णाचा पराक्रम पाहून हा राक्षस रणांत जलदीनें त्यावर धांवून येत आहे. तर या महारथाचें तूं निवारण कर. तो महाबलाढ्य राक्षस आहे तिकडे मोठें सैन्य बरोबर घेऊन जा. वैतर्कन कर्ण युद्धांत राक्षसाशीं लढूं पहात

आहे. यास्तव, हे मानदा, सैन्यासह मोठ्या दक्षतेनें रणांत त्याचें रक्षण कर. आपल्या निष्काळजीपणामुळें त्या घोर राक्षसानें कर्णाचा नाश करूं नये."

राजा, इतक्या अवकाशांत जटासुराचा मोठा लढवय्या व बलाढ्य पुत्र दुर्योधनाजवळ येऊन म्हणाला, "दुर्योधना, तुझी आज्ञा झाल्यास तुझे वैरी जे प्रख्यात व युद्धदुर्मद पांडव त्यांना त्यांच्या अनुयायांसह ठार करावें असें माझ्या मनांत आहे. राक्षसांचा ग्रामाधिपति व माझा पिता जटासुर पूर्वी या क्षुद्र पांडवांनीं राक्षसांचा नाश करणारी कांहीं युक्ति योजून मारला आहे. यास्तव, राजेंद्रा, शत्रूंच्या मांसानें व त्यांच्या रक्ताच्या तर्पणानें त्याचा सूड उगवावा असें मी इच्छितों. राजा, मला आज्ञा दे."

नंतर राजा अतिशय आनंदित होऊन त्यास म्हणाला, "द्रोण, कर्ण वगैरे वीरांच्या मदतीनें मी शत्रूंस जिंकण्यास समर्थ आहें. तूं माझ्या आज्ञेनें जा, आणि घटोत्कचास युद्धांत जिंक. त्या क्रूरकर्मी राक्षसाची राक्षस व मनुष्य यांच्यापासून उत्पत्ति झाली आहे. तो पांडवांच्या हिताविषयीं नित्य तत्पर असून आमचे हत्ती, अश्व व रथ यांचा चुराडा करून टाकतो. आणि स्वतः अंतरिक्षांत असतो ! तर तूं त्याला युद्धांत यमसदनीं पाठवून दे."

यावर ठीक आहे असें म्हणून तो जटासुरपुत्र घटोत्कचास आव्हान करून त्या भैमसेनीवर नानाप्रकारचीं शस्त्रें टाकूं लागला. परंतु प्रचंड वायु मेघांस उडवून देतो त्याप्रमाणें तो घटोत्कच एकटा असतांही त्यानें अलंबुषास, कर्णास व दुस्तर कुरुसैन्यांसही जर्जर करून सोडलें ! मग त्याचें तें मायेचें सामर्थ्य अवलोकन करून अलंबुष राक्षसानें त्वरेनें त्यावर नानाप्रकारच्या बाणांचे लोटच्या लोट फेंकले ! आणि त्याप्रमाणें पुष्कळ शरांनीं त्या भीमपुत्रास घायाळ करून त्या महाबलिष्ठानें शरसंघांनीं पांडवांच्या सेनेस पळवून लाविलें ! हे भारता, वाऱ्यानें फुटलेले मेघ ज्याप्रमाणें चोहोंकडे विखरून जातात, त्याप्रमाणें त्यानें पळविलेलीं पांडवांचीं सैन्यें रात्रीं अगदीं पांगून गेलीं ! त्याचप्रमाणें, राजा, घटोत्कचाच्या बाणांनीं जर्जर झालेली तुझी सेनाहीं रात्रीं हातांत घेतलेले हजारों दिवे टाकून पळत सुटली ! मग महागजास अंकुशांनीं टोंचावें त्याप्रमाणें क्रुद्ध अलंबुषानें त्या महायुद्धांत दहा बाणांनीं भीमसेनास प्रहार केला; आणि घटोत्कचानें तर त्याचा रथ, सारथि व सर्व आयुधें या सर्वांचे तिळाएवढाले तुकडे करून अतिदारुण गर्जना केली ! मग त्यानें मेरु पर्वतावर वृष्टि करणाऱ्या मेघाप्रमाणें कर्णावर, दुसऱ्या हजारों कौरवांवर व अलंबुषावर शरसंघांनीं वृष्टि केली. नंतर त्या राक्षसानें पीडिलेलें तें कौरवांचें सैन्य फारच खवळून गेलें, आणि तें चतुरंग सैन्य वरचेवर परस्परांस चिरडूं लागलें. हे महाराजा, सारथि मरून विरथ झालेल्या जटासुरपुत्रानें रागारागानें रणांत घटोत्कचावर मुष्टीनें दृढ प्रहार केला. तेव्हां धरणीकंप झाला असतां जसा मोठे वृक्ष, जाळ्या, झुडपें व गवत यांनीं भरलेला पर्वत त्यांसुद्धां कंपित होतो, तसा त्या मुष्टिप्रहाराच्या योगानें घटोत्कच कांपूं लागला ! नंतर त्या भीमपुत्रानेंही शत्रुसंघांचें निर्दालन करणाऱ्या आपल्या परिघतुल्य बाहूनें जटासुर पुत्राला जोरानें बुक्का मारला. मग रागारागानें त्यास इकडे तिकडे रेटून एकदम जमिनीवर आदळलें, आणि इंद्रध्वजासारख्या आपल्या हातांनीं तो त्यास भूतलावर चिरडूं लागला ! परंतु जटासुरानें आपणास घटोत्कचापासून सोडवून घेऊन तो पुनः उभा राहिला आणि वेगानें घटोत्क-

च्यावर धांवला. मग त्या अलंबुषानेंही घटोत्कचास इकडे तिकडे गडबडवून वर उचललें, व रागानें तो त्यास रणांगणांत जमिनीवर चिरडूं लागला! याप्रमाणें त्या गर्जना करणाऱ्या प्रचंड देही राक्षसांचें—अलंबुष व घटोत्कच यांचें—मोठें घनघोर व अंगावर कांटा आणणारें युद्ध झालें! ते अत्यंत मायावी व महापराक्रमी वीर मायांच्या योगानें एकमेकांवर ताण करीत इंद्र व वैरोचन यांसारखे झगडले! ते अग्नि व समुद्र यांचीं रूपें धारण करीत आणि पुनः गरुड व तक्षक होऊन लढूं लागत! पुनः मेघ व महावायु होत तर लगेच पर्वत व वज्र बनत! एकजण हत्तीचें रूप घेई तर लगेच दुसरा सिंह होई! आणि पहिला सूर्य बनला कीं दुसरा राहूचें रूप धारण करी! एकमेकांचा वध करूं पाहाणारे ते अलंबुष व घटोत्कच याप्रमाणें शेंकडों माया प्रकट करीत फारच आश्चर्यकारक युद्ध करूं लागले! परिघ, गदा, प्रास, मोगर, पट्टे, मुसळें व पर्वतांचीं शिखरें यांचा त्यांनीं परस्परांवर भडिमार केला; आणि ते महामायावी राक्षसाधिपति घोड्यांवर बसून, हत्तींवर बसून, रथांतून व पायांनींही समरांगणांत एकमेकांशीं लढले.

नंतर, राजा, घटोत्कचानें अतिशय संतप्त होऊन अलंबुषाचा वध करण्याच्या इराद्यानें वर उड्डाण करून एकदम ससाण्याप्रमाणें झडप घातली; आणि त्या महादेही अलंबुष राक्षसाला धरून वर उचलून, मयासुरास विष्णूनें आपटलें त्याप्रमाणें त्यास रणांगणांत आदळलें! नंतर घटोत्कचानें आपला दिसण्यांत अद्भुत असलेला खड्ग बाहेर काढला; आणि, हे महाराजा, अलंबुष रणांत धडपडत असतां व अति भयंकर किंकाळ्या फोडीत असतां त्या भयंकर शत्रूचें तें अक्राळविक्राळ दिसणारें प्रचंड मस्तक त्या अमितपराक्रमी वीरानें धडापासून कापून टाकलें! मग त्या रक्तानें माखलेल्या मस्तकाच्या केंसट्या धरून घटोत्कच त्वरेनें दुर्योधनाच्या रथाकडे गेला; आणि, राजा, दुर्योधनाला असें म्हणाला कीं, "हा तुझा सगा मारिला गेला, याचा पराक्रम त्वां पाहिलाच आहे! यापुढें तूं कर्णाची अशीच अवस्था झालेली पाहाशील आणि नंतर मग आपली स्वतःची बघशील. अरे, स्वधर्म, अर्थ व काम या तिहींची जो इच्छा करीत असेल, त्यानें रित्या हातानें राजा, ब्राह्मण व स्त्री यांचें दर्शन घेऊं नये. तेव्हां मी कर्णास ठार करीपर्यंत अगदीं आनंदानें उभा रहा!"

हे जनेश्वरा, असें म्हणून तो रणांत संतप्त झालेला घटोत्कच तीक्ष्ण शरसंघ फेंकीत कर्णाकडे निघून गेला! मग, हे महाराजा, त्या नरराक्षसांचें रणांगणांत मोठें आश्चर्यकारक, घोर व भयंकर युद्ध झालें.

अध्याय एकशें पंचाहत्तरावा.

—:०:—

घटोत्कचवर्णन.

धृतराष्ट्रानें विचारलें:—मध्यरात्रीं जेव्हां ते वैकर्तन कर्ण व घटोत्कच राक्षस हे एकमेकांशीं भिडले, तेव्हां त्यांचें कसें काय युद्ध झालें! त्याचप्रमाणें त्या घोर राक्षसाचें स्वरूप कोणत्या प्रकारचें होतें, आणि सर्व आयुधें तरी कोणत्या प्रकारचीं होतीं? त्याचे घोडे, रथावरील ध्वज व धनुष्य केवढें मोठें होतें? आणि त्याचें कवच व शिरस्त्राण तरी कशा प्रकारचें होतें? संजया, मीं विचारलें इतकें सर्व मला सांग. तूं या कामांत मोठा पटाईत आहेस!

संजय सांगूं लागलाः—राजा, त्याचे नेत्र रक्तासारखे लाल असून शरीर फारच मोठें होतें. तोंड तांबडें असून पोट तर पाठीला

जाऊन मिळालें होतें! त्याचे केंस वर उभारलेले असून दाढी हिरव्या रंगाची होती! त्याचे कान शंकूसारखे होते व हनुवटी भली मोठी होती, त्याचें तोंड कानांपर्यंत विदारलेलें असून दाढा तीक्ष्ण होत्या व पुढल्या बाजूस चार लांबलांब सुळे होते! त्याची जीभ व ओंठ हीं तांबडीलाल असून फारच लांबट होतीं! सर्व शरीर निळ्या रंगाचें असून जीभ तेवढी लाल होती! त्याचा देह पर्वतप्राय असल्यामुळें त्याच्याकडे पाहूनच भीति वाटे! त्याचें शरीर जसें मोठें होतें तसेच त्याचे हात व मस्तकही प्रचंड होतें; आणि त्याची शक्तिही तशीच मोठी होती. तो अगदीं विद्रूप असून त्याच्या अंगावरील कातडी अगदीं राठ होती, आणि एकंदरींत त्याचा मांड्यांच्या वरील भाग फारच घट्ट होता. त्याचे नितंब स्थूल असून त्या ठिकाणीं मात्र पुष्कळ थलथलीत मांस वाढलेलें होतें; आणि त्याची बेंबी अगदीं खोल झांकलेली होती! त्या महामायावी राक्षसानें हातांत अंगठ्या, कडीं वगैरे अलंकार घातले होते आणि दंडांत अंगदें धारण केलीं होतीं. त्यानें हृदयावर जी निष्कांची माळ लटकावून दिली होती, ती पर्वतावरील वणव्याच्या ओळीसारखी दिसत होती. ज्याचा आकार तोरणासारखा होता, आणि नानाप्रकारचे लहानमोठे भाग प्रमाणशीर असल्यामुळें जो सुंदर दिसत होता, असा चकचकीत, चित्रविचित्र, स्वच्छ व सुवर्णमय मुकुट त्याच्या मस्तकावर शोभत होता. बालसूर्यासारखी ज्यांची प्रभा आहे अशीं कुंडलें त्यानें कानांत घातलीं असून गळ्यांत उज्ज्वल सुवर्णमाळा लटकाविली होती; आणि अंगांत कांशाचें मोठें तेजस्वी व जड कवच चढविलें होतें. त्याचा रथ चारशें हातांचा असून त्यावर शेंकडों घुंगुर वाजत होते, आणि तांबड्या रंगाच्या पताका व ध्वज त्यावर फडकत होता. त्या औरसचौरस चारशें हातांच्या रथावर अस्वलांच्या कातड्याचें आवरण घातलें होतें. सर्व प्रकारचीं उत्तमोत्तम आयुधें त्यावर ठेविलीं होतीं आणि त्यांनीं भरून गेलेला तो रथ ध्वजाच्या योगानें शोभत होता. त्या रथाला आठ चाकें लाविलेलीं होतीं; आणि त्याचा मेघाप्रमाणें गंभीर ध्वनि होत होता. मत्तमातंगांसारखे दिसणारे, रक्ताक्ष, भयंकर, इच्छेप्रमाणें व रंग दिसेल त्याप्रमाणें वेग धारण करणारे शंभर बळकट घोडे त्याला जोडले होते. शेपट्या झुबकेदार असून ज्यांच्या मानेवर आयाळ होती, असे ते दमदार अश्व वरचेवर खिंकाळत त्या घोर राक्षसाला नेत होते! ज्याचीं कुंडलें व मुख प्रदीप्त आहे अशा प्रकारचा एक बटबटीत डोळ्यांचा राक्षस त्याचा सारथि असून त्यानें सूर्यकिरणांसारख्या तेजस्वी दोऱ्यांनीं ते अश्व आवरून धरले होते? तो सारथि जवळ असल्यामुळें घटोत्कच हा अरुणयुक्त सूर्यासारखा, किंवा ज्यावर प्रचंड मेघ बसला आहे अशा महापर्वतासारखा दिसत होता! आकाशाला जाऊन मिळणारा अतिप्रचंड ध्वज त्याच्या रथावर उभारला होता! आणि लाल मस्तकाचा एक अत्यंत भयंकर मांसाहारी गृध्रपक्षी त्या ध्वजावर होता! मेघगर्जनेप्रमाणें शब्द करणारें जें दृढ प्रत्यंचेचें धनुष्य तो एकसारखें खेंचीत होता, तें बारा मुंढे हात लांब असून त्याचा पृष्ठभाग बरोबर हातभर होता!

घटोत्कचयुद्ध.

राजा, रथाच्या आंसाएवढ्याला बाणांनीं सर्व दिशा झांकून टाकीत त्यानें त्या विरांतकारक रात्रीं कर्णावर चाल केली. त्या वेळीं तो रथांत दृढ बसून धनुष्य फिरवीत असल्यामुळें मेघगर्जनेसारखा धनुष्याचा टणत्कार ऐकूं येऊं लागला. तेव्हां, हे भारता, त्या शब्दानें

तुझीं सैन्यें भयभीत होऊन गेलीं, आणि सागराच्या प्रचंड लहरींप्रमाणें तीं सर्व कांपूं लागलीं ! तो बटबटीत नेत्रांचा व विशेष भीषण राक्षस चालून येत आहे असें पाहून कर्ण मोठ्यानें हंसतच त्वरेनें त्याचें निवारण करूं लागला. घटोत्कच शरसंधान करीत जवळ आला असतां यूथपति गजावर दुसऱ्या यूथपतीनें हल्ला करावा त्याप्रमाणें कर्ण शर फेंकीतच त्यावर धांवला. तेव्हां, हे प्रजापालका, त्या कर्ण-राक्षसांचा इंद्र व शंबरासुर यांच्यासारखा घनघोर संग्राम सुरू झाला. त्यांनीं भयंकर शब्द करणारीं महावेगवान् धनुष्यें घेऊन मोठमोठ्या बाणांनीं परस्परांस जखमी करीत झांकून टाकलें; आणि नंतर एकमेकांचीं काशाचीं चिलखतें फोडून, पूर्ण आकर्षून सोडलेल्या नतपर्व शरांनीं परस्परांचें निवारण चालविलें ! वाघ नखांच्या योगानें किंवा महागज दांतांच्या योगानें एकमेकांस घायाळ करतात तद्वत् ते रथशक्तींच्या योगानें व बाणांनीं परस्परांस घायाळ करूं लागले; शरसंधान करून अवयव छिन्नभिन्न करूं लागले; आणि शररूप उल्कांनीं ते प्रज्वलित होत असल्यामुळें त्यांच्याकडे पाहाणेंही मोठें कठीण झालें ! त्यांच्या सर्व शरीराला क्षतें पडलीं होतीं, रक्ताचे पाट चालल्यामुळें ते भिजून गेले होते, आणि तेणेंकरून ते जल स्रवणाऱ्या मेरूच्या पर्वतासारखे शोभत होते, बाणांच्या अग्रांनीं ज्यांचीं शरीरें जखमी झालीं आहेत असे ते महातेजस्वी वीर परस्परांचा अत्यंत भेद करीत पुष्कळ प्रयत्न करीत होते. तथापि ते परस्परांस कंपित करूं शकले नाहींत ! राजा, प्राणांचा पण लावून रणांत द्यूत खेळणाऱ्या त्या कर्ण-घटोत्कचांचें तें सुरू झालेलें रात्रीचें युद्ध पुष्कळ वेळपर्यंत अगदीं बरोबरीचें झालें ! तो घटोत्कच अगदीं भरांत येऊन तीक्ष्ण शर जोडून सोडूं लागला, त्या वेळीं त्याच्या धनुष्याच्या टणत्कारानें आपल्याकडील व शत्रूंकडील लोकही घाबरून गेले ! राजा, जेव्हां कर्णाला घटोत्कचावर ताण करतां येईना, तेव्हां त्या दिव्यास्त्रज्ञ वीरानें एक दिव्य अस्त्र प्रकट केलें ! मग कर्णानें दिव्य अस्त्र योजिलेलें पाहून पांडवपुत्र घटोत्कचानें मोठी राक्षसी माया उत्पन्न केली. तेव्हां ज्यांनीं शूल व मुद्गर धारण केले आहेत व पर्वत व वृक्ष हातांत घेतले आहेत अशा घोर दिसणाऱ्या राक्षसांची मोठी सेना त्याच्या भोंवतीं जमा झाली ! मग तो घटोत्कच आपलें प्रचंड धनुष्य उगारून उग्र कालदंड धारण करणाऱ्या यमासारखा येत आहे असें पाहून तेथील राजे भयभीत झाले. घटोत्कचानें केलेल्या सिंहनादानें भेदरून जाऊन हत्ती मूत्रोत्सर्ग करूं लागले, आणि वीरही अगदीं भिऊन गेले ! नंतर, राजा, मध्यरात्र झाल्यामुळें ज्यांना अधिक बळ चढलें होतें अशा राक्षसांच्या सैन्यांनीं केलेली अत्यंत उग्र व मोठी पाषाणवृष्टि चोहोंकडे होऊं लागली ! त्याचप्रमाणें लोखंडी चक्रें, भुशुंडी, शक्ति, तोमर, शूल, शतघ्नी व पट्टे एकसारखे तेथें पडूं लागले. हे नराधिपा, तें उग्र व अतिघोर युद्ध पाहून तुझे पुत्र व योद्धे व्यथित होऊन जलदीनें पळूं लागले. त्या ठिकाणीं अस्त्रबलाची श्लाघा करणारा मानी कर्ण काय तो एकटा भ्याला नाहीं. इतकेंच नव्हे, तर त्यानें घटोत्कचानें निर्माण केलेली ती मायाही बाणांनीं पार उडवून दिली ! याप्रमाणें मायेचा नाश झाला तेव्हां घटोत्कचानें क्रोधवश होऊन घोर बाण सोडले. ते बाण कर्णाच्या शरीरांत घुसले; व त्यास युद्धांत भेदून व रक्तानें भरून जाऊन अतिक्रुद्ध भुजंगासारखे भूमींत शिरले ! मग कर्णही अतिशय संतापला; आणि त्या हस्तलाघवी व प्रतापी वीरानें घटोत्कचाची तमा न धरतां दहा

बाणांनीं त्याचा भेद केला! घटोत्कचास कर्णानें मर्मस्थानीं अतिशय जखमी केलें, तेव्हां त्यानें अतिशय व्यथित होऊन एक हजार आरांचें दिव्य चक्र उचललें; आणि त्या संतप्त झालेल्या भीमपुत्रानें तें मणिरत्नविभूषित, बालसूर्याप्रमाणें प्रकाशमान् व वस्तऱ्याप्रमाणें तीक्ष्ण धारांचें चक्र प्राण घेण्याच्या हेतूनें कर्णाच्या रथावर फेंकलें, परंतु कर्णाच्या बाणांचा त्यावर प्रहार होऊन तें अगदीं विद्ध झालें व अभाग्याच्या संकल्पाप्रमाणें निष्फळ होऊन भूमीवर पडलें. तें चक्र हाणून पाडलेलें पाहून तर घटोत्कच फारच संतापला, आणि सूर्यास आच्छादिणाऱ्या राहूप्रमाणें कर्णास बाणांनीं आच्छादूं लागला. परंतु रुद्र, उपेंद्र किंवा इंद्र यांच्यासारखा पराक्रमी तो कर्ण मुळींच गडबडला नाहीं; इतकेंच नव्हे, तर त्यानें घटोत्कचाचा रथही बाणांनीं छावून सोडला. तेव्हां मग क्रुद्ध घटोत्कचानें सुवर्णाच्या वळ्या लाविलेली गदा गरगर फिरवून फेंकली. परंतु कर्णानें बाणांनीं प्रहार केल्यामुळें तीही खालीं पडली! मग महादेही घटोत्कच आकाशांत उडून कालमेघाप्रमाणें गर्जना करीत आकाशांतून खालीं वृक्षांची वृष्टि करूं लागला. तेव्हां सूर्य किरणांनीं मेघास भेदितो त्याप्रमाणें कर्णानें भीमसेनाच्या त्या मायावी पुत्रास आकाशांतही बाणांनीं घायाळ केलें. त्यानें त्याचे सर्व घोडे मारून रथावर बाणांचीं शेंकडों आच्छादनें पसरलीं आणि वृष्टि करणाऱ्या पर्जन्याप्रमाणें त्यावर बाणांची वृष्टि चालविली. त्या वेळीं त्या घटोत्कचाच्या अंगावर घायावांचून रिकामी अशी दोन बोटेंही जागा राहिली नाहीं; आणि दोन घटकांच्या अवकाशांत तो साळूपक्ष्यासारखा होऊन गेला! कर्णाच्या बाणांनीं अगदीं झांकून गेल्यामुळें त्याचे घोडे, रथ, ध्वज किंवा स्वतः तो घटोत्कच रणांत आम्हांस मुळींच दिसत नव्हता; परंतु परंतु तोही मायावी वीर कर्णाचें तें दिव्य अस्त्र अस्त्राच्या योगानें नाहींसें करीत त्याच्याबरोबर मायायुद्ध करूं लागला. त्या वेळीं तो कर्णाशीं मायेनें व मोठ्या लाघवानें लढूं लागला; आणि न दिसतां आकाशांतून शरजालें पडूं लागलीं. हे कुरुसत्तमा, तो भीमसेनाचा महामायावी प्रचंडदेही पुत्र मायेच्या योगानें मोह पाडीतच संचार करूं लागला. हे भारता, त्यानें वेडींविद्रीं अशुभ तोंडें करून मायेच्या योगानें सूतपुत्राचीं दिव्य अस्त्रें गिळून टाकलीं; आणि पुनः ज्याचा प्रचंड देह शतधा झांकून गेला आहे अशा प्रकारें तो गतप्राण व निरुत्साह होऊन आकाशांतून खालीं पडलेला दिसूं लागला. तेव्हां तो मेला असें समजून कौरवांकडील वीरांनीं मोठ्यानें गर्जनाही केल्या! परंतु थोड्याच वेळानें दुसरे पुष्कळ नवे देह धारण करून तो सर्व दिशांस दृग्गोचर होऊं लागला! आणि पुनरपि तो महाबाहु—ज्याला शंभर मस्तकें व शंभर पोटें आहेत अशा---प्रचंड देहानें शतशृंग मैनाक पर्वतासारखा तेथें दिसूं लागला! मग पुनरपि तो राक्षस अंगुष्ठमात्र होऊन समुद्राच्या लाटेप्रमाणें इकडे तिकडे व वर उसळूं लागला! मग जमीन विदीर्ण करून पुनः त्यानें पाण्यांत बुडी मारली आणि त्याच वेळीं पुनः तेथें दुसरीकडेच वर निघालेला दिसूं लागला! मग पुनः आकाशांतून उतरून तो चिलखत घातलेला घटोत्कच आपल्या सुवर्णपरिष्कृत रथावर आरूढ झाला; आणि मायेच्या योगानें पृथ्वी, आकाश व दिशा यांच्याकडे भरारी मारून कर्णाच्या रथाजवळ जाऊन इकडे तिकडे फिरूं लागला; आणि, राजा, निभ्रांतपणें म्हणाला, " सूतपुत्रा, सांप्रत उभा रहा. अरे, मी जिवंत असतांना तूं कोठें जाशील?

थांब, आज रणांगणांत तुझी लढाईची खुमखुमच जिरवून टाकतों!"

असें बोलून तो क्रूरपराक्रमी राक्षस रागानें डोळे लाल करून आकाशांत उडाला आणि फारच मोठ्यानें हंसला. मग गजेंद्रावर सिंह प्रहार करितो त्याप्रमाणें त्यानें कर्णावर प्रहार केला, आणि धारांच्या योगानें मेघ वृष्टि करितो त्याप्रमाणें त्यानें रथिश्रेष्ठ कर्णावर रथाच्या आंसाएवढाल्या बाणांची वृष्टि केली! परंतु कर्णानें ती प्राप्त झालेली शरवृष्टि दुरूनच हाणून पाडली! हे भरतर्षभा, कर्णानें आपली माया हाणून पाडल्याचें पाहून मग घटोत्कचानें पुनः गुप्त होऊन माया उत्पन्न केली. तो मग एक अति उंच पर्वत बनला. त्यांचीं शिखरें दाट झाडीमुळें संकटावह झालेलीं असून त्या महापर्वतांतून शूल, प्रास, तरवारी व मुसळें हेंच जल पाझरत होतें! आपल्या धबधब्यांतून उग्र आयुधें वाहून नेणारा तो काजळाच्या ढिगासारखा दिसणारा पर्वत पाहूनही कर्ण घाबरला नाहीं! त्यानें मग हंसत हंसतच दिव्यास्त्राची योजना केली, तेव्हां त्या अस्त्राच्या तडाक्यानें तो मोठा पर्वत नाश पावला. मग तो अत्युग्र राक्षस आकाशांत एक इंद्रधनुष्यासह निळ्या रंगाचा मेघ बनला, आणि सूतपुत्रावर पाषाणवृष्टि करूं लागला. अस्त्रें जाणणारांत वरिष्ठ जो वैकर्तन कर्ण, त्या बलवंतानें वायव्यास्त्राचें संधान करून तो कालमेघ उडवून दिला; आणि, हे महाराजा, शरगणांनीं दिशा पूर्णपणें आच्छादून, घटोत्कचानें सोडलेलें अस्त्र हाणून पाडलें! नंतर त्या महाबलिष्ठ भीमपुत्रानें रणांत विकट हास्य करून महारथी कर्णावर महामायेचा प्रयोग केला. मग पुनः तो रथिश्रेष्ठ घटोत्कच रथांत बसून पुष्कळ राक्षसांसह निभ्रांतपणें चालून येत आहे असें दिसूं लागलें. जे दिसण्यांत सिंहशार्दूलांसारखे असून ज्यांचा पराक्रम मत्तमातंगांसारखा आहे. जे हत्तींवर, रथांत व घोड्यांवरही आरूढ झाले आहेत, आणि त्याचप्रमाणें ज्यांनीं विविध शस्त्रें घेतलीं असून नानाप्रकारचीं कवचें व भूषणें धारण केलीं आहेत, अशा पुष्कळ घोर व क्रूर राक्षसांनीं तो घटोत्कच मरुद्गणांनीं वेष्टिलेल्या इंद्राप्रमाणें परिवृत्त आहे असें पाहून महाधनुर्धर कर्ण त्याशीं लढूं लागला. नंतर घटोत्कचानें पांच बाणांनीं कर्णास विद्ध करून अशी भयंकर गर्जना केली कीं, तिनें सर्व राजे भयभीत होऊन गेले! मग पुनः त्या घटोत्कचानें शरगणांसह एका अंजलिकानें कर्णाच्या हातांतील प्रचंड धनुष्य सत्वर तोडून टाकिलें! नंतर कर्णानें दुसरें भलें मोठें भारक्षम व बळकट धनुष्य घेऊन आकाशांत उठलेल्या इंद्रधनुष्यासारखें तें धनुष्य जोरानें आकर्षिलें; आणि हे, महाराजा, मग कर्णानें सुवर्णपुंखांचे, शत्रूंस मारणारे व आकाशांतून गमन करणारे बाण त्या राक्षसांवर पाठविले. तेव्हां व्याकूळ झालेल्या वन्यगजांच्या टोळीस सिंह पीडित करितो त्याप्रमाणें त्या बाणांनीं त्या पुष्ट छातीच्या राक्षसांचा तो समुदाय पीडित केला. त्या प्रभूनें अश्व, सारथि व गज यांसुद्धां त्या राक्षसांची बाणांनीं दाणादाण उडवून युगाच्या शेवटीं भगवान् अग्निनारायण प्राणिमात्रांस दग्ध करितो त्याप्रमाणें त्यांस जाळून टाकिलें! पूर्वीं ज्याप्रमाणें त्रिपुरासुरास दग्ध करून देवाधिदेव शंकर स्वर्गांत क्षोभला, त्याप्रमाणें त्या राक्षसी सेनेस दग्ध करून तो सूतपुत्र शोभूं लागला. त्या वेळीं, हे भारता, ज्याचें बल व वीर्य फारच मोठें आहे आणि जो महाबलाढ्य आहे, त्या यमतुल्य क्रुद्ध राक्षसाधिपति घटोत्कचावांचून त्या पांडवांकडील हजारों राजांपैकीं दुसऱ्या कोणाच्यानें त्याच्याकडे नुसतें पाहावतही नव्हतें! राजा, मोठ्या दिवटींतून ज्याप्रमाणें पेटलेले

तेलाचे थेंब गळतात, त्याप्रमाणें त्या संतप्त झालेल्या घटोत्कचाच्या नेत्रांतून अग्नि उत्पन्न झाला! मग हातावर हात चोळून व दांतओंठ चावून तो पुनः गजाएवढालीं व पिशाच्चासारख्या तोंडांचीं गाढवें लाविलेल्या मायानिर्मित रथांत बसून संतप्त होत्साता सारथ्यास म्हणाला, 'मला सूतपुत्राकडे घेऊन चल!'

राजा, मग तो रथिश्रेष्ठ घटोत्कच आपल्या घोर स्वरूपाच्या रथांत बसून पुनः कर्णाशीं द्वंद्वयुद्धाला गेला; आणि शंकरानें निर्माण केलेली एक आठ चक्रांची महाघोर अशनि त्या संतप्त झालेल्या राक्षसानें पुनः कर्णावर फेंकली! तिची उभारी दोन योजनें असून लांबीरुंदी एक योजनाची होती! आणि कदंबाच्या फुलावर केसर असतात त्याप्रमाणें त्या लोखंडी अशनीवर सारखे शूल लाविलेले होते! तेव्हां, राजा, कर्णानें आपलें प्रचंड धनुष्य खालीं ठेवून उडी मारून ती अशनि पकडली, आणि उलट घटोत्कचावरच फेंकली! परंतु इतक्यांत त्यानें रथांतून खालीं उडी मारिली! मग ती महातेजस्वी अशनि अश्व, सारथि व ध्वज यांसुद्धां त्या रथाचें भस्म उडवून जमीन फोडून आंत शिरली! हा प्रकार पाहून तेथें देवांसही विस्मय वाटला! आणि कर्णानें उडी मारून ती देवनिर्मित महाशनि पकडली यामुळें तर सर्व लोक मनोभावें त्याची प्रशंसा करूं लागले! याप्रमाणें रणांत कर्म करून कर्ण पुनः रथावर आरूढ झाला; आणि नंतर तो परंतप कर्ण बाण फेंकूं लागला. हे मानदा, त्या वेळीं कर्णानें त्या घोर दिसणाऱ्या संग्रामांत, जें कर्म केलें, तें सर्व प्राण्यांपैकीं दुसऱ्या कोणाला करणें अशक्य आहे! अशा प्रकारें पर्वतावर पडणाऱ्या जलधारांप्रमाणें त्यावर नाराच बाणांचा भडिमार चालला असतां तो गंधर्वनगराच्या आकाराचा राक्षस पुनः अंतर्धान पावला. याप्रमाणें तो महादेही व शत्रुमर्दक राक्षस मायेच्या योगानें व लाघवानें त्या दिव्य अस्त्रांचाही नाश करूं लागला, परंतु तो राक्षस मायेच्या योगानें अस्त्रें हाणून पाडीत असतांही कर्ण त्या वेळीं निर्भ्रांतपणें त्या राक्षसाशीं लढत होता! हे महाराजा, मग महाबलाढ्य घटोत्कच संतप्त झाला, आणि त्यानें महारथीही भिऊन जातील अशीं आपलीं अनेक रूपें प्रकट केलीं. मग सर्व दिशांकडून सिंह, वाघ, तरस, अग्नीसारख्या जिभांचे सर्प व लोखंडी तोंडांचे पक्षी चोहोंकडून तेथें उड्या टाकीत आले! व तो घटोत्कच कर्णाच्या धनुष्यापासून सुटलेल्या शरांनीं भरून निघत असतां असतांच ज्यावर नजर ठरत नाहीं अशा नागराजाप्रमाणें तेथेंच गुप्त झाला! मग राक्षस, पिशाच्च, तसेच यातुधान, पुष्कळ कुत्रे व वेडींविद्रीं तोंडें करणारे लांडगे सर्व बाजूंनीं खाऊं गिळूं करीत कर्णावर धांवून आले! आणि त्या वेळीं त्यांनीं भयानक आरोळ्यांनीं कर्णास अगदीं त्रासवून सोडलें! परंतु कर्णानें सज्ज केलेल्या व रक्तानें माखलेल्या अनेक घोर आयुधांनीं व पुष्कळ बाणांनीं त्यांचा वेध केला; आणि दिव्य अस्त्राच्या योगानें ती राक्षसी मायाही हाणून पाडून सन्नतपर्व बाणांनीं त्याचे घोडे मारिले. तेव्हां बाणांच्या योगानें त्यांच्या पाठी फुटून जाऊन ते घायाळ झाले व अगदीं विदीर्ण होऊन त्या राक्षसाच्या देखत भूमीवर पडले! याप्रमाणें वैकर्तन कर्णानें हिडिंबापुत्राची माया नष्ट करून टाकिली तेव्हां 'हा तुला ठार मारतो!' असें म्हणून तो एकदम अंतर्धान पावला!

अध्याय एकशें शाहात्तरावा.

—:०:—

अलायुधाचें युद्धार्थ आगमन.

संजय सांगतोः—याप्रमाणें कर्ण व घटोत्कच राक्षस यांचें युद्ध चाललें असतां वीर्यशाली अलायुध राक्षस समरांगणांत येऊन पोंचला आणि मोठ्या सेनेसह दुर्योधनाजवळ गेला. नानाप्रकारचीं रूपें धारण करणाऱ्या हजारों विरूप राक्षसांनीं तो परिवेष्टित असून तो पूर्वींचें वैर आठवून आला होता. कारण त्याचा जातभाई ब्राह्मणभक्षक व पराक्रमी बकासुर, तसाच महातेजस्वी किर्मीर व त्याचा मित्र, हिडिंब यांस पूर्वीं भीमानें मारलें होतें. या वेळीं हें रात्रियुद्ध सुरू झालेलें समजतांच तें दीर्घकालपर्यंत मनांत ठेविलेलें पूर्ववैर आठवून भीमास ठार मारण्याच्या इच्छेनें तो अलायुध मत्तमातंगासारखा किंवा क्रुद्धभुजंगासारखा रणांगणांत दाखल होऊन युद्धलालसेनें दुर्योधनास म्हणाला, "हे महाराजा, तुला माहीतच आहे कीं, माझे बांधव हिडिंब, बक व किर्मीर हे राक्षस भीमानें मारिले आहेत ! अहो ! अस्मादिकांचा व इतर राक्षसांचाही उपमर्द करून त्यानें कन्या हिडिंबेचें पाणिग्रहण केलें याहून आणखी तें काय राहिलें ! यास्तव, राजा, त्याला हत्ती, घोडे व रथ यांसह व सर्व परिवारासह ठार करावें आणि घटोत्कच व त्याचे अमात्य यांचाही निकाल लावावा म्हणून मी स्वतः तुझ्याजवळ आलों आहें. वासुदेव हा ज्यांचा पुढारी आहे त्या सर्व कुंतीपुत्रांस त्यांच्या सर्व अनुचरांसह ठार करून मी आज खाऊन टाकीन! राजा, तूं आपल्या सैन्यास मागें फिरीव. आम्ही सर्व पांडवांशीं लढतों ! "

त्याचें तें भाषण ऐकून भावांसह दुर्योधन राजाला आनंद झाला, आणि तो त्याचा सत्कार करून म्हणाला, "तुला तुझ्या टोळीसह पुढें करून आम्ही शत्रूंशीं लढूं. वैराचा एकदां निकाल करावा असें माझ्या सैनिकांच्या मनांत असल्यामुळें हे कांहीं थांबावयाचे नाहींत ! "

यावर राजाला 'असेंच कां होईना !' असें म्हणून तो राक्षसाधिपति मनुष्यभक्षक राक्षसांसह त्वरेनें घटोत्कचावर चालून गेला. त्या वेळीं तो देदीप्यमान शरीरानें सूर्यतुल्य तेजस्वी रथांत बसला होता; आणि, हे राजेंद्रा, त्याचा तो रथ घटोत्कचाच्या रथासारखाच होता ! त्याचाही विलक्षण घडघडाट चालला होता ! पुष्कळ तोरणें लावून तो सुशोभित केला होता, आणि चारशें हातांच्या त्या विस्तीर्ण रथावर अस्वलाच्या कातड्याचें आवरणही घातलें होतें ! त्यालाही रक्तमांसाचें भोजन करणारे भले मोठे हत्तीसारख्या देहांचे व गाढवासारखा शब्द करणारे शीघ्रगामी अश्व जोडले होते ! त्या रथाचा घोषही महामेघांच्या गर्जनेसारखा होत होता. त्या अलायुधाचें धनुष्य देखील तसेंच अति मोठें, दृढ आणि सुवर्णासारखें उज्ज्वल होतें ! त्याचे बाणही आंसाएवढाले असून ते शिळेवर घांसलेले होते व त्यांना सोन्याचे पिसारे लाविलेले होते ! जसा घटोत्कच तसाच तोही वीर मोठा बलिष्ठ होता; त्याचा ध्वजही अग्नि किंवा सूर्य यांप्रमाणें तेजस्वी असून कोल्ह्यांचे कळप त्याचें रक्षण करीत होते ! तो स्वरूपानें तर घटोत्कचापेक्षां फारच शोभिवंत असून त्याचें तोंड प्रदीप्त व कावरेंबावरें होतें ! त्याचीं अंगदें चकचकीत असून मस्तकावर देदीप्यमान मुकुट शोभत होता. त्यानें गळ्यांत माळा घातल्या होत्या, शिरावर मुकुट चढविला होता, आणि कमरेस तरवार बांधिली होती. त्याचप्रमाणें त्यानें गदा, भुशुंडी, मुसल, नांगर व धनुष्य

धारण केलें असून त्याचा देह हत्तीसारखा प्रचंड होता! असो; त्या वेळीं तो अग्नी-सारख्या देदीप्यमान रथांत बसून पांडवांच्या त्या सेनेची दाणादाण उडवीत असतां विजेच्या योगानें शोभणाऱ्या आकाशांतील मेघासारखा रणांगणांत चमकतांना दिसूं लागला! आणि राजा, ज्यांनीं कवचें व ढाली धारण केल्या आहेत असे ते पांडवांकडील महाबलिष्ठ व सर्व-श्रेष्ठ राजेही मोठ्या हर्षानें त्याशीं लढूं लागले.

अध्याय एकशें सत्याहत्तरावा.

—:०:—

अलायुधयुद्ध.

संजय सांगतोः—तो भीमकर्मी अलायुध रणांगणांत येत आहे असें पाहून त्या सर्व कौरवांना आनंद झाला. त्याचप्रमाणें, सागर तरून जाऊं इच्छिणाऱ्या नौकाहीन लोकांस नाव मिळाली असतां जसा हर्ष होतो, तसा तुझ्या दुर्योधनप्रभृति पुत्रांनाही हर्ष झाला. आपला पुनर्जन्मच झाला असें वीरांस वाटलें, आणि ते राक्षसेंद्र अलायुधाची स्वागतपूर्वक प्रशंसा करूं लागले!

इकडे कर्ण व घटोत्कच यांचें रात्रीं तें अमानुष, मोठें भयंकर व दारुण असतांही प्रेक्षणीय असें युद्ध चालू असतां राजांसह पांचाल विस्मित होत्साते तें पहात होते. त्याचप्रमाणें, राजा, तुझे वीरही तें युद्ध पहात ठिकठिकाणीं उभे होते; इतक्यांत रणांगणांत हिडिंबासुताचा तो पराक्रम अवलोकन करून द्रोण, अश्वत्थामा, कृपाचार्य वगैरे वीर अगदीं घाबरून गेले; आणि "हें आमचें सैन्य आतां कांहीं उरत नाहीं!" असें मोठ्यानें ओरडूं लागले! तेव्हां, हे महाराजा, तुझें सर्व सैन्य अगदीं उद्विग्न होऊन गेलें. त्यांत हाहाःकार सुरू झाला, त्याच्या काळजानें ठाव सोडला, आणि कर्णाच्या जीविताविषयीं तें निराश होऊन गेलें! मग कर्ण पराकाष्ठेच्या संकटांत पडला आहे असें पाहून दुर्योधन राक्षसेंद्र अलंबुषास हांक मारून म्हणाला, "हा वैकर्तन कर्ण घटोत्कचाशीं भिडला आहे, आणि युद्धांत आपल्यांस शोभेसा फारच मोठा पराक्रम गाजवीत आहे! अरे, हत्ती वृक्षांचा चुराडा करितो त्याप्रमाणें भैमसेनीनें नाना-प्रकारच्या शस्त्रांच्या प्रहारानें हे शूर राजे कसे ठार मारिले आहेत पहा! घटोत्कच हा रणांत तुझा भाग असें मी तुझ्याच अनुमतानें राजसभेंत ठरविलें आहे, तर, हे वीरा, पराक्रम करून तूं याला ठार कर. हे अरिकर्षका, समोरच पापी घटोत्कच मायाबलाचा आश्रय करून वैकर्तन कर्णास खेंचीत आहे!"

असें राजा म्हणाला, तेव्हां तो भीम-पराक्रमी व महाबलिष्ठ राक्षस 'ठीक आहे' असें म्हणून घटोत्कचावर धांवला. तेव्हां हे प्रभो, तो भीमपुत्रही कर्णास सोडून त्या चालून येणाऱ्या शत्रूवर बाणांचा भडिमार करूं लागला. मग वनांत हत्तिणीवरून दोन मत्तगजांचें युद्ध जुंपावें त्याप्रमाणें त्या क्रुद्ध राक्षसेंद्रांचें घनघोर युद्ध होऊं लागलें. मग राक्षसापासून मुक्त झालेला रथिश्रेष्ठ कर्ण सूर्यासारख्या तेजस्वी रथांत बसून वेगानें भीम-सेनावर चालून गेला! परंतु सिंहानें पोळास पेंचांत आणावें त्याप्रमाणें अलायुधानें रणांत घटोत्कचास ग्रस्त केल्याचें पाहून भीमसेन त्या चालून येणाऱ्या कर्णाकडे लक्षच न देतां आपल्या आदित्यतुल्य तेजःपुंज रथांत बसून शरौघ सोडीत अलायुधाच्या रथाकडेच निघून गेला. हे प्रभो, तो येत आहे असें पहातांच अलायुधानें घटोत्कचास सोडून देऊन भीमासच आव्हान केलें! हे प्रभो, मग राक्षसांचा अंत करणारा भीमसेन एकदम

त्याकडे धांवून त्या राक्षसेंद्राला त्याच्या तुकडीसह शरवृष्टीनें व्यास करूं लागला. त्याचप्रमाणें, राजा, अलायुधही शिळेवर घासलेल्या बाणांचा त्या कुंतीपुत्रावर पुनःपुनः वर्षाव करूं लागला; आणि, हे अरिंदमा, तसेच ते तुझ्या पुत्रांस जय मिळावा असें इच्छिणारे सर्व प्रचंड राक्षसही नानाप्रकारचीं शस्त्रें घेऊन भीमावर धांवून गेले ! महाबलिष्ठ भीमसेनावर याप्रमाणें पुष्कळजणांचा मारा होऊं लागला तेव्हां त्या महाबलिष्ठानें पांचपांच तीक्ष्ण शरांनी त्या सर्वांचा वेध केला ! भीमानें याप्रमाणें भडिमार चालविला असतां ते क्रूर बुद्धीचे राक्षस भयंकर आरोळ्या ठोकीत दशादिशांस पळूत गेले ! भीम त्यांना त्रस्त करीत आहे असें पाहून तो महाबलिष्ठ अलायुध राक्षस वेगानें त्यावर धांवून आला आणि त्यानें भीमसेनास बाणांनीं भरून काढलें ! आणि भीमसेनही तीक्ष्ण अग्रांच्या शरांनी रणांत त्यास घायाळ करूं लागला ! परंतु अलायुधानें भीमानें रणांत फेंकलेल्या त्या बाणांपैकीं कांहीं रणांगणांत छेदून टाकले, आणि कांहीं तर त्वरेनें पकडले ! त्या राक्षसेंद्राचें तें अद्भुत कर्म अवलोकन करतांच त्या भीमपराक्रमी भीमसेनानें आपली वज्रासारखी गदा वेगानें त्यावर फेंकली. जींतून मोठा जाळ निघत आहे अशी ती गदा वेगानें येत असतां अलायुधानें तिच्यावर असा गदेचा तडाका मारला कीं, ती लगेच उलट खाऊन भीमसेनाकडे आली ! मग त्या कुंतीपुत्रानें त्यावर शरवृष्टि केली, परंतु त्या राक्षसानें त्याचे ते बाणही तीक्ष्ण शरांनीं विफल करून टाकले ! मग त्या राक्षसाधिपतीच्या आज्ञेवरून ते सर्व भीमस्वरूपी राक्षसही त्या रात्रीच्या वेळीं मोठमोठ्या रथांचा चुराडा करूं लागले. तेव्हां त्या ठिकाणीं त्या राक्षसांनीं इतकी पीडा दिली कीं, घोडे, मोठमोठे हत्ती किंवा पांचाल व सृंजय वीर यांना तेथें शांति कशी ती मुळींच मिळाली नाहीं ! तो महाघोर रणसंग्राम चालला आहे असें पाहून पुंडरीकाक्ष धनंजयास म्हणाला, "पांडवा, महाबाहु भीमसेन राक्षसेंद्राच्या तावडींत सांपडला आहे पहा ! तेव्हां तूं कांकूं न करतां त्याच्या मागोमाग तो आहे तेथें चल. धृष्टद्युम्न, शिखंडी, एकत्र झालेले युधामन्यु व उत्तमौजा आणि द्रौपदीपुत्र या महारथांनीं कर्णावर चाल करावी; आणि, पार्था, नकुलसहदेव व वीर्यशाली सात्यकि यांनीं तुझ्या आज्ञेनें इतर राक्षसांचा संहार करावा; आणि, हे महाबाहो, द्रोणांनीं पुढें केलेल्या या सेनेचें तूंही निवारण कर. कारण, हे नरव्याघ्रा, ही फारच भीतीची वेळ आलेली आहे !"

कृष्णानें असें सांगतांच ते ते महारथी वैकर्तन कर्णावर व त्या राक्षसांवर रणांत चालून गेले. मग त्या प्रतापी राक्षसेंद्रानें पूर्ण आकर्षून सोडलेल्या सर्पतुल्य शरांनीं भीमाचें धनुष्य तोडून टाकलें, तीक्ष्ण शरांनीं त्याचे घोडे मारले, आणि त्या महाबलिष्ठ राक्षसानें रणांत भीमसेनाच्या डोळ्यांदेखत त्याचा सारथि ठार केला ! मग घोडे व सारथि मरून गेल्यामुळें भीमसेन रथांतून खालीं उतरला, आणि त्यानें मोठ्यानें गर्जना करीत आपली घोर व अवजड गदा त्यावर झुगारली तेव्हां ती महागदा भयंकर शब्द करीत वेगानें येत असतां त्या घोर राक्षसानें तिजवर गदेचा तडाका मारला आणि गर्जना केली ! त्या वेळीं त्या राक्षसेंद्राचें तें घोर व भयावह कर्म अवलोकन करून भीमसेन मनांत संतुष्ट झाला; आणि ती गदा त्यानें चटदिशीं पकडली ! मग त्या नरराक्षसांचें मोठें घनघोर युद्ध होऊं लागलें, आणि त्यांत गदांच्या आघातांच्या शब्दांनीं तर पृथ्वी अतिशय कांपूं लागली ! मग त्यांनीं

गदा खालीं ठेविल्या, आणि पुनः एकमेकांशीं भिडून ते परस्परांस ठोसे मारूं लागले. तेव्हां त्यांचा आघात व आघाताचा शब्द वज्रासारखा होऊं लागला! मग रथाचीं चाकें, जोकडें, आंस, साट्या व दुसरीं उपकरणें वगैरे जें जें जवळ सांपडेल, तें तें उचलून रागारागानें ते एकमेकांस मारूं लागले; आणि ज्यांच्या अंगांतून रक्ताच्या धारा चालल्या आहेत असे ते वीर एकमेकांशी भिडून मत्तमहागजांप्रमाणें पुनःपुनः एकमेकांस ओढूं लागले. परंतु पांडवांच्या हिताविषयीं सदैव उभा असलेल्या कृष्णानें तें पाहिलें, तेव्हां लगेच त्यानें भीमसेनाच्या रक्षणासाठीं घटोत्कचाला तिकडे पाठविलें.

अध्याय एकशें अठ्याहात्तशावा.

—:०:—

अलायुधाचा वध.

संजय सांगतोः—राजा, अलायुधानें रणांत भीमसेनास ग्रासून टाकलें आहे असें पाहून वासुदेव घटोत्कचास म्हणाला, “ हे महाबाहो, हे महापराक्रमी घटोत्कचा, या राक्षसानें सर्व सैन्याच्या व तुझ्याही डोळ्यांदेखत भीमसेनास रणांत ग्रस्त केलें आहे पहा! यास्तव, हे महाबलिष्ठ वीरा, तूं कर्णाचा नाद सोडून प्रथम या अलायुध राक्षसास लवकर जिंक. मग सावकाश कर्णाचा वध कर ! ”

कृष्णाचें भाषण ऐकून तो वीर्यशाली घटोत्कच कर्णास सोडून, बकासुराचा भाऊ व राक्षसांतील प्रमुख जो अलायुध त्याशीं लढूं लागला. मग, हे भारता, रात्रीं त्या दोघां राक्षसांचें—अलायुध व घटोत्कच यांचें—मोठें उग्र व घनघोर युद्ध झालें. अलायुधाचे योद्धे ते भयंकर शरीरांचे शूर राक्षस धनुष्यें घेऊन वेगानें येत असतां अत्यंत संतापलेल्या व सशस्त्र असलेल्या महारथी युयुधानानें व नकुल-सहदेवांनीं तीक्ष्ण शरांनीं त्यांस घायाळ केलें; आणि, राजा, किरीटी अर्जुनानें तर चोहोंकडे बाणांची पेर करीत सर्वच मोठमोठ्या योद्ध्यांवर पाऊस पाडण्यास सुरुवात केली. राजा, इकडून कर्णानेंही पांडवांकडील सर्व राजांस व धृष्टद्युम्न, शिखंडी आदिकरून पांचालांच्या महारथांस पिटाळून लाविलें. त्या पांचालांचा वध होत आहे असें याहातांच महापराक्रमी भीमसेन रणांत बाण टाकीत त्वरेनें कर्णावर चालून गेला. इतक्यांत नकुल, सहदेव व महारथी सात्यकि हेही राक्षसांचा फन्ना उडवून कर्ण होता तेथें येऊन पोंचले. मग ते कर्णाशीं लढूं लागले व पांचाल द्रोणांशीं लढूं लागले.

इकडे संतप्त झालेल्या अलायुधानें परंतप घटोत्कचाच्या मस्तकावर एका अति प्रचंड परिघाचा तडाका दिला. तेव्हां त्या प्रहारानें महाबलाढ्य घटोत्कचासही जराशी मूर्च्छा आली परंतु त्या वीर्यवंतानें आपलें शरीर सावरून धरलें ! मग त्या झटापटींत घटोत्कचानें प्रदीप्त अग्नीसारखी तेजःपुंज, शेंकडों घंटा लाविलेली व सोन्याच्या अलंकारांनीं सुशोभित केलेली गदा त्यावर सोडली. भीमकर्मी घटोत्कचानें सोडलेली ती गदा मोठ्यानें सोसावत आली आणि तिनें झपाट्याबरोबर त्याचे घोडे, रथ व सारथि यांचा चक्काचूर उडविला ! तेव्हां अलायुधही राक्षसी मायेचाच अवलंब करून, ज्याचे घोडे, चाकें व आंस भंगून गेला आहे आणि ध्वज व दांडच्या यांचा चुराडा झाला आहे अशा त्या रथांतून त्वरेनें वर उडाला ! तो मायेचा आश्रय करून रक्ताचा मोठा पाऊस पाडूं लागला; आणि आकाशांत विजा चमकूं लागल्या व तें दाट मेघांनीं अगदीं व्यापून गेलें ! नंतर मेघांचा गडगडाट व विजांचा कडकडाट ऐकूं येऊं लागला व त्या महारणामध्येंही शस्त्रप्रहारांचा चटचट असा

मोठा आवाज निघूं लागला ! त्या राक्षसांची ती मोठी माया घटोत्कचानें अवलोकन केली. तेव्हां तो तरी राक्षसच असल्यामुळें त्यानें आकाशांत उड्डाण करून मायेच्या योगानें त्या मायेचा नाश केला ! याप्रमाणें मायेच्याच योगानें आपल्या मायेचा नाश झालेला पाहून मायावी अलायुधानें घटोत्कचावर अतिभयंकर पाषाणवृष्टि केली. परंतु वीर्यशाली घटोत्कचानें शरवृष्टि करून सर्व दिशांस त्या घोर पाषाणवृष्टीचा अगदीं विध्वंस केला. तेव्हां त्याचें तें कृत्य मोठें अलौकिक होऊन गेलें ! नंतर ते नानाप्रकारच्या शस्त्रांचा परस्परांवर केवळ पाऊस पाडूं लागले. लोखंडी परिघ, शूल, गदा, मुसळें व मोगर, तसेच खांद्यांसह उपटलेले नानाप्रकारचे मोठाले वृक्ष—शमी, ताड, कदंब, चंपक, उंड, बोर, फुललेले कोविदार, पळस, अरिमेद, उंबर, वड व पिंपळ—परस्परांवर फेंकूं लागले; आणि नानाप्रकारच्या खनिज पदार्थांनीं भरलेलीं मोठमोठीं पर्वतशिखरें एकमेकांवर मारूं लागले : तेव्हां राजा, वज्रांचा स्फोट झाला असतां जसा शब्द होईल, तसा त्यांचा प्रचंड शब्द होऊं लागला. पूर्वीं वालिसुग्रीवाचें युद्ध झालें किंवा दोन बलाढ्य सिंहांचें युद्ध होतें, त्याप्रमाणें, राजा, त्या दोघांचें—भैमसेनि व अलायुध यांचें—भयंकर युद्ध झालें ! नानाप्रकारच्या घोर आयुधांनीं व बाणांनीं लढल्यानंतर ते तीक्ष्ण तरवारी घेऊन परस्परांवर जाऊन पडले. त्या महादेही व महाबलिष्ठ वीरांनीं एकमेकांजवळ वेगानें धांवत जाऊन परस्परांच्या शेंड्या धरल्या, व ओढाताणीस सुरुवात केली. राजा, त्या वेळीं त्यांचीं शरीरें घामानें इतकीं उपळलीं कीं, महावृष्टीचे वेळीं मेघांतून धारा चालतात त्याप्रमाणें त्यांच्या शरीरांतून घामाच्या धारा चालल्या, आणि तशाच रक्ताच्याही चिळकांड्या उडूं लागल्या ! नंतर घटोत्कचानें वेगानें अलंबुषावर धांवून जाऊन त्यास वर उचललें; गरगर फिरवून जोरानें जमीनीवर आदळलें; आणि लगेच त्याचें प्रचंड मस्तकही कापलें ! याप्रमाणें त्याचें तें कुंडलविभूषित शिरकमल हरण करून त्या वेळीं त्या अतिबलाढ्य वीरानें फारच मोठ्यानें गर्जना केली ! शत्रूंस जेरीस आणणारा तो बकाचा धिप्पाड शरीराचा भाऊ मेला असें पाहून पांडव व पांचाल सिंहनाद करूं लागले. नंतर रणांत तो राक्षस निधन पावल्यामुळें पांडव हजारों भेरी व लाखों शंख वाजवूं लागले. ती रात्र पांडवांस खास विजयावह होणार हें या अलायुधाच्या मृत्यूनें निश्चित ठरल्यासारखें झालें; आणि चोहोंकडे दिव्यांच्या ओळी लागून राहिल्यामुळें लखलखाट होऊन ती रात्र फारच शोभिवंत दिसूं लागली.

नंतर महाबलिष्ठ घटोत्कचानें तें अलायुधाचें मस्तक दुर्योधनापुढें फेंकलें ! दुर्योधन इतका वेळ केवळ धुंदींत होता, परंतु अलायुध मेला असें पाहातांच त्याचें डोळे लक्कन उघडले; आणि, हे भारता, तो व त्याचे भाऊ परम उद्विग्न होऊन गेले. राजा, याचें कारण असें कीं, पूर्वींचें वैर आठवून व स्वतः पुढें येऊन 'युद्धांत भीमसेनास मारण्याचें काम माझें !' अशी अलायुधानें प्रतिज्ञा केली होती; आणि तो खात्रीनें त्याला मारणार असें समजून दुर्योधन राजा आपणास व आपल्या भावांस चिरंजीव मानीत होता. परंतु त्या वेळीं भीमसेनाच्या पुत्रानें त्या अलायुधास मारिलें असें पाहातांच भीमसेनाची प्रतिज्ञा पूर्ण झालीच असें त्यास वाटूं लागलें.

अध्याय एकशें एकुणऐशींवा.

--:०:--

घटोत्कचवध.

संजय सांगतो:—अलायुधाला ठार मारिल्यामुळें घटोत्कचाला मनांत अतिशय आनंद झाला; आणि तो तुझ्या सैन्याच्या अग्रभागीं नानाप्रकारें गर्जना करूं लागला. हे महाराजा, हत्तीसही कांपरें भरविणारा तो भयंकर शब्द ऐकून तुझ्या योद्धयांस फारच विलक्षण धाक पडला! असो; कांहीं वेळापूर्वीं, महाबलिष्ठ घटोत्कच अलायुधाशीं झगडण्यांत गुंतला आहे असें पाहून महाबाहु कर्ण पांचालांवर चालून गेला होता, त्यानें दहादहा दृढ बाण पूर्ण आकर्षून सोडून धृष्टद्युम्न व शिखंडी यांच्या शरीरांचा भेद केला; उत्तम नाराच बाणांनीं युयुधान व उत्तमौजा यांस घायाळ केलें; आणि सात्यकि एवढा नामांकित रथी—परंतु बाणांचा भडिमार करून त्यानें त्यासही कंपीत करून सोडलें! हे जनाधिपा, हे सर्व वीरही डावीउजवीकडून बाण फेंकीत असतां त्यांचीं धनुष्यें मंडलाकार फिरतांना दिसत होतीं. त्यांच्या प्रत्यंचांचे टणत्कार, तलशब्द व धांवांचा घरघराट यांचा ध्वनि त्या रात्रीच्या वेळीं, उन्हाळ्याच्या शेवटीं मेघांचा गडगडाट होत असतो त्याप्रमाणें भयंकर होत होता. राजा, प्रत्यंचांचे टणत्कार व धांवांचा घोष हेंच ज्याचें गडगडणें आहे, धनुष्यें हींच ज्याचीं विद्युन्मंडलें आहेत, आणि बाणांचे लोट हीच ज्यांची मोठी वृष्टि आहे, असा तो संग्राममेघच तेथें उत्पन्न झाला होता. परंतु याच्या योगानें कर्ण गडबडणार काय? तो म्हणजे महापर्वतासारखा धैर्यशील व शत्रूंच्या टोळ्यांच्या टोळ्या एकदम जेरीस आणणारा! तो पर्वतासारखा निश्चल उभा होता! इतकेंच नव्हे, तर त्यानें त्या अद्भुत वृष्टीच्या रणांत विध्वंसही करून टाकला! राजेंद्रा, मग तर तुझ्या मुलांच्या कल्याणाविषयीं तत्पर असलेल्या कर्णानें, वज्रपातासारखा ज्यांचा तडाका आहे, व ज्यांचे पिसारे सुवर्णानें चित्रविचित्र केले आहेत अशा अनुपमेय तीक्ष्ण शरांनीं रणांत शत्रूंचा अगदीं धुव्वा उडवून दिला! कित्येकांचे ध्वज छिन्नभिन्न होऊन गेले, कित्येकांच्या शरीरांच्या चिंधड्या उडाल्या, कोणाचे सारथि मेले, तर कोणाचे घोडेच ठार झाले! अशी कर्णानें तेथें त्या सर्वांची अगदीं दशा करून टाकली. तेव्हां त्यांना युद्धांत थारा न मिळून ते युधिष्ठिराच्या सैन्याकडे पळून गेले.

त्यांची अशी दाणादाण उडून ते पराङ्मुख झालेले पाहातांच घटोत्कचास अतिशय संताप आला. मग आपल्या स्वर्णरत्नभूषित उत्कृष्ट रथांत बसून त्यानें सिंहासारखी गर्जना केली; आणि वैकर्तन कर्णाजवळ जाऊन तो वज्रतुल्य शरांनीं त्याचा वेध करूं लागला. मग त्या दोघांनीं कर्णी, नाराच, शिलीमुख, नालीक, दंडासन, वत्सदंत, वराहकर्ण, विपाठशृंग आणि क्षुरप्र इतक्या जातींच्या शरांच्या सरींवर सरी पाडून आकाश दणाणून सोडलें! शरधारांनीं व्याप्त झालेल्या त्या आकाशांत सुवर्णपुंख व देदीप्यमान शरांच्या पंक्ति तिर्यग्गतीनें संचार करीत असल्यामुळें तें जणू सुंदर फुलांच्या माळांनींच अलंकृत झाल्याप्रमाणें शोभूं लागलें! ते दोघेही अप्रतिम पराक्रमी वीर सारखेच दक्ष राहून परस्परांवर दिव्य अस्त्रांचा मारा करूं लागले. त्या वेळीं त्या वीरश्रेष्ठांमध्यें कांहीं तफावत असल्याचें कोणासच दिसून आलें नाहीं! सूर्यपुत्र व भीमपुत्र या दोघांचें तें युद्ध अतिशय आश्चर्यकारक, केवळ अतुल, घनघोर, शस्त्रपातामुळें भयंकर, आणि राहु व सूर्य यांचें आकाशांत युद्ध होतें त्याचप्रमाणें बेफामपणाचें होऊं लागलें!

संजय पुढें सांगूं लागलाः—राजा, जेव्हां कर्णाला घटोत्कचावर सरशी करतां येईना, तेव्हां त्या मोठ्या अस्त्रसंपन्न वीरानें एक भयंकर अस्त्र प्रकट केलें आणि त्या अस्त्राच्या योगानें त्यानें त्याचे घोडे व सारथि यांसुद्धां त्याच्या रथाचा चुराडा उडविला! परंतु विरथ होतांच घटोत्कच एकदम गुप्त झाला!

धृतराष्ट्र विचारतोः—संजया, तो कूट योधी राक्षस पटकन् अंतर्धान पावला त्या वेळीं पुढें माझ्या लोकांवर कोणता प्रसंग ओढवला तें मला सांग.

संजय सांगतोः—तो राक्षसाधिपति गुप्त झाला असें पाहातांच सर्व कौरव मोठ्यानें आक्रोश करूं लागले. आतां हा कूटयोधी राक्षस अदृश्यपणेंच कर्णास मारील कीं काय अशी त्यांस भीति पडली. परंतु कर्ण म्हणजे चपळ हाताचा व आश्चर्यकारक अस्त्रांनीं लढणारा वीर! त्यानें बाणजालांनीं सर्व दिशा व्यापून टाकल्या. त्या वेळीं आकाश बाणांनीं इतकें भरून गेलें व त्यांत इतका दाट अंधकार पसरला, कीं, तेथें कोणत्याच प्राण्याचा शिरकाव होऊं नये! त्या कर्णाची चलाखी इतकी विलक्षण होती कीं, तो बाण घेतो केव्हां, जोडतो केव्हां, आणि पुनः त्याचीं बोटें भात्यास स्पर्श करतात केव्हां हें कांहींच दिसत नव्हतें. त्यानें सर्व अंतरिक्ष बाणांनीं भरून काढलें. नंतर आम्हांला आकाशांत राक्षसानें केलेली मोठी प्रचंड, घोर व दारुण माया दिसूं लागली. अभ्राप्रमाणें तिचें रूप असून ती देदीप्यमान दिसत होती; आणि ती अग्निज्वालेप्रमाणें घोर होती. हे कौरवेंद्रा, नंतर त्या मायेवर विजा चमकूं लागल्या, जळजळीत उल्का प्रकट झाल्या, आणि हजारों दुंदुभि वाजाव्या त्याप्रमाणें तिचा अतिघोर शब्द होऊं लागला! नंतर सोन्याच्या पिसाऱ्यांचे बाण, शक्ति, ऋष्टि, प्रास, मुसळें, परशु, तेलावर धार लावलेल्या तरवारी, प्रदीप्त अग्रांचे तोमर, पट्टे, मयूखी, लोखंडी परिघ चित्रविचित्र गदा, तीक्ष्ण धारांचे शूल, अवजड गदा, आणि सुवर्णाच्या पट्ट्या मारलेल्या शतघ्नी सभोंवतीं प्रादुर्भूत झाल्या. त्याचप्रमाणें ठिकठिकाणीं मोठाल्या शिला पडूं लागल्या; आणि अशनि, वज्रें व शेंकडों वस्तरे लाविलेली अग्नीप्रमाणें देदीप्यमान चक्रें उत्पन्न झालीं! शक्ति, पाषण, परशु, प्रास, तरवारी, वज्र, अशनि व मुद्गर यांची ती अफाट व प्रदीप्त वृष्टि होऊं लागली तेव्हां कर्णानें बाणांचे लोटच्या लोट सोडले, तथापि त्याच्यानें तिचा नाश होईना! बाण लागलेले घोडे, वज्रांचे तडाके बसलेले हत्ती, आणि दगड लागलेले महारथी पडत असतां त्यांचा फारच मोठा ध्वनि होऊं लागला! घटोत्कचानें नानाविध शस्त्रांच्या अति भयंकर वृष्टीनें चोहोंकडे भडिमार चालविला असतां तें दुर्योधनाचें सैन्य अगदीं भयभीत होऊन गेलें, आणि चोहोंकडे भटकूं लागलें! त्या भ्रमण करणाऱ्या सैन्यांत अगदीं हाहाःकार उडाला होता, तें जागोजाग दडून बसत होतें, आणि एकंदरींत अगदींच भेदरून गेलें होतें! त्यांतील मुख्यमुख्य वीर मात्र खरे आर्य—खरे क्षत्रिय—असल्यामुळें त्या वेळीं पराङ्मुख झाले नाहींत इतकेंच काय तें! ती मोठमोठ्या शस्त्रांची अतिघोर व भयंकर स्वरूपाची राक्षसी शरवृष्टि होत आहे व सैन्याच्या टोळ्यांच्या टोळ्या मरून पडत आहेत असें पाहून तुझ्या मुलांची तर पांचांवरच धारण बसली! त्याचप्रमाणें, हे नरेंद्रा, अग्नीप्रमाणें ज्यांच्या जिव्हा प्रदीप्त आहेत व ज्यांचे शब्द फारच मोठे आहेत अशा कोल्ह्या शेंकडों प्रकारचे शब्द करीत आहेत, व राक्षसांचेही समुदाय गर्जना करीत आहेत असें पाहून योद्धे फारच भिऊन

गेले. मग, ज्यांच्या जिव्हा पेटलेल्या आहेत, दांत तीक्ष्ण आहेत व देह पर्वतप्राय आहेत असे ते राक्षस शक्ति हातांत घेऊन आकाशांत गेले आणि तेथून मेघाप्रमाणें उग्र वृष्टि करूं लागले! त्यांनीं मारलेले बाण, शक्ति, शूल, उग्र गदा, तेजस्वी परिघ, वज्र, पिनाक, अशनि, शतघ्नी व चक्रें यांनीं ते योद्धे जर्जर होऊन पडले! ते राक्षस शूल, भुशुंडी, दगडांचे गोटे, मोठमोठ्या शतघ्नी व लोखंडी पट्ट्या मारलेले स्थूल तुझ्या पुत्राच्या सैन्यावर फेंकूं लागले. तेव्हा फारच मोठें संकट प्राप्त झालें. शूरांचीं आंतडीं बाहेर निघून आणि मस्तकें विदीर्ण होऊन त्यांनीं रणांगणांत शयन केलें! घोडे घायाळ झाले, हत्तींचेही तुकडे उडाले, आणि दगडांच्या योगानें रथांचा तर चक्काचूर होऊन गेला! याप्रमाणें ते घोर स्वरूपाचे राक्षस भूमीवर मोठी शस्त्रवृष्टि करूं लागले. अशी त्या घटोत्कचानें तेथें माव केली! भ्यालेल्यास किंवा जीवदान मागणारासही तो सोडीत नव्हता, याप्रमाणें कौरवांकडील वीरांची भयंकर कत्तल चालू असतां व क्षत्रियांचा अभाव होण्याची वेळ येऊन ठेपली असतां त्या सर्वच कौरवांची फाटाफूट होऊन, "कौरवहो, पळा, पळा, सर्वच संपलें! इंद्रासह देवच आपणांस पांडवांसाठीं मारीत आहेत!" अशा मोठमोठ्यानें आरोळ्या देत ते पळत सुटले!

याप्रमाणें सर्वच भारती वीर गटंगळ्या खात असतां तेथें एकटा सूतपुत्र कर्णच काय तो बेटासारखा निश्चल होता! ती भयंकर कचाकची सुरू असतां व कौरवांच्या सैन्याची फाटाफूट होऊन तें जागच्या जागींच गोते खात असतां सैन्याच्या तुकड्या अंधकारांत गडप झाल्यामुळें कौरव कोणते व इतर कोणते हेंही ओळखेनासें झालें. कौरवांनीं एकमेकांची मर्यादा न ठेवितां इतका भयंकर पळ काढिला कीं, सर्व दिशा शून्य होऊन जणूं टवकारून पाहूं लागल्या! राजा, ती शस्त्रवृष्टि छातीवर घेऊन तींतून संभाळून जाणारा काय तो एकटा कर्णच तेथें आमच्या दृष्टीस पडला. त्यानें मात्र राक्षसाच्या दिव्य मायेशीं झगडत बाणांनीं अंतरिक्ष व्यापून टाकलें. त्या विनयशीलानें आर्य म्हणविणारास साजेल असें मोठें दुष्कर कर्म केलें आणि त्या युद्धांत तो मुळींच भांबावला नाहीं! राजा, मग भयभीत झालेले सर्व बाल्हिक व सैंधव कर्णाकडे पाहूं लागले, त्यांनीं राक्षसाचा विजय अवलोकन केला आणि अशाही प्रसंगीं रणांत न गडबडल्याबद्दल कर्णाची ते प्रशंसा करूं लागले! मग घटोत्कचानें चक्रें लाविलेली एक शतघ्नी सोडली. तिनें कर्णाचे चारही अश्व एकदम ठार केले; आणि लगेच त्यांचे दांत, डोळे व जिव्हा बाहेर येऊन आणि त्यांबरोबरच प्राणही जाऊन त्यांनीं गुडघे टेंकून भूमीवर लोटांगणें घातलीं! नंतर कर्ण त्या अश्वहीन रथावरून खालीं उतरला; आणि बुद्धि अंतर्मुख करून तो विचार करूं लागला. कौरव पळून गेले, आणि त्यांचीं दिव्य अस्त्रें मायेच्या योगानें विफल होऊं लागलीं, तथापि तो भांबावला नाहीं; पुढें काय करावें याचा तो विचार करूं लागला. इतक्यांत ती घोर स्वरूपाची माया पाहून सर्व कौरव कर्णाकडे बघून म्हणूं लागले, "कर्णा, तूं आपल्याजवळील शक्तीच्या योगानें आज या राक्षसाला जिंक. नाहीं तर हे धृतराष्ट्राचे पुत्र कौरव थोड्याच वेळांत नाश पावतील! अरे, भीमार्जून आमचें मोठेंसें काय करणार आहेत? मध्यरात्रीं ताप देणाऱ्या या पापी राक्षसाचा मात्र तूं पराभव कर. आमच्यापैकीं जो कोणी या घोररूप संग्रामांतून वांचेल, तो पांडवांशीं

व त्यांच्या सैन्यांशीं युद्ध करील, व त्यांस जिंकील. यास्तव. कर्णा, तुला इंद्रानें दिलेल्या शक्तीच्या योगानें या भयंकर राक्षसाला तूं मारून टाक. हे सर्व इंद्रासारखे थोर कौरव या रात्रियुद्धांत आपल्या योद्ध्यांसुद्धां सर्वच गडप होऊं नयेत ! ”

राजा, मध्यरात्रीं राक्षसानें आपणावर चालविलेला भडिमार व सैन्याची उडविलेली तारांबळ पाहून आणि कौरवांच्या त्या अतिशय विनवण्या ऐकून कर्णानें शक्ति सोडण्याचें मनांत आणिलें ! तो स्वतः अत्यंत असहिष्णु पडला, यामुळें रणांत त्याचा झालेला प्रतिघात त्याला सहन झाला नाहीं. तो सिंहासारखा चवताळला; आणि घटोत्कचास ठार मारण्याचें ठरवून त्यानें ती कोणास सहन न होणारी श्रेष्ठ वैजयंती शक्ति हातांत घेतली ! राजा, कर्णानें अर्जुनाच्या वधासाठीं जी वर्षोंवर्षे जपून व पुजून ठेविली होती, व स्वतः इंद्रानें कुंडलांचा मोबदला म्हणून जी त्याला दिली होती, तीच रक्त पिण्याची इच्छा करणारी, फांसांनीं आवळलेली, प्रदीप्त व उत्कृष्ट शक्ति—जणूं अंतकाची जिव्हा किंवा यमाची बहीण किंवा जळजळीत उल्काच कर्णानें त्या राक्षसावर सोडली ! राजा, ती परकायावभेदक उत्कृष्ट शक्ति कर्णाच्या हातांत झळकत आहे असें पाहातांच तो राक्षस भिऊन विंध्याचलाएवढा देह धारण करून फारच त्वरेनें पळूं लागला ! हे राजेंद्रा, कर्णाच्या हातांत ती शक्ति पाहातांच प्राणी अंतरिक्षांत किंकाळ्या फोडूं लागले, सोसाट्याचे वारे वाहूं लागले, आणि, राजा, मेघांच्या प्रचंड गर्जनेप्रमाणें आवाज होऊन तो भूमीवर येऊन आदळला ! त्या देदीप्यमान शक्तीनें ती माया भस्म करून टाकिली, घटोत्कचाच्या हृदयाचा अतिशय भेद केला, आणि ती जळतच वर उडाली व नक्षत्रांमधील पोकळींत शिरली ! याप्रमाणें अनेक प्रकारच्या दिव्य, नाग, मानुष व राक्षस या अस्त्रांनीं लढून शेवटीं त्या घायाळ राक्षसानें वासवी शक्तीच्या योगानें नानाविध भैरव किंकाळ्या फोडीत प्रिय प्राण सोडले ! राजा, मीं आतांपर्यंत सांगितलें हें व आणखी पुष्कळ आश्चर्यकारक व चमत्कारिक कर्मे त्या मेघ किंवा पर्वत यांसारख्या दिसणाऱ्या घटोत्कचानें शत्रूंचा क्षय करण्यासाठीं केलें; आणि शेवटीं त्या शक्तीनें त्याचीं मर्मस्थलें विदीर्ण होऊन गेलेलीं दिसूं लागलीं. मग तो राक्षसांचा राजा घटोत्कच प्रचंड देह धारण करून व डोकें खालीं होऊन आकाशांतून जमिनीवर कोसळला ! त्या वेळीं त्याचे प्राण निघून गेले होते, शरीर छिन्नभिन्न झालें होतें, अवयव स्तब्ध झाले होते; आणि जिव्हा छेदून गेली होती ! तो भीमसेनाचा भीमपराक्रमी पुत्र तें भयंकर व विशाल रूप धारण करून खालीं पडला; आणि, राजा, अशा प्रकारें मेल्यावरही त्यानें आपल्या देहानें सैन्याच्या एका भागाचा चुराडा करून टाकला ! त्या राक्षसानें पडतां पडतां पटकन् आपला देह फारच विस्तीर्ण करून त्याच्या योगानें एकदम तुझें एक अक्षौहिणी सैन्य ठार करून गतप्राण झाल्यावरही पांडवांचें प्रिय केलें !

राजा, नंतर मायेचा विध्वंस होऊन राक्षस निधन पावला असें पाहून कौरव हर्षभरित होऊन गर्जना करूं लागले; आणि सिंहनादांबरोबरच भेरी, शंख, मृदंग व डंके वाजवूं लागले. नंतर वृत्रासुराच्या वधप्रसंगीं देवांनीं इंद्राची स्तुति केली त्याप्रमाणें कौरवांनीं कर्णाची प्रशंसा चालविली; आणि त्यांनेही हर्षभरित होऊन तुझ्या मुलाच्या म्हणजे दुर्योधनाच्या रथांत बसून आपल्या त्या सैन्यांत प्रवेश केला.

अध्याय एकशें ऐशींवा.

—:०:—

श्रीकृष्णहर्ष !

कृष्णार्जुनसंवाद.

संजय सांगतोः—तुकडे उडालेल्या पर्वताप्रमाणें त्या हिडिंबासुताचा चुराडा उडालेला पाहून सर्व पांडवांस मोठा शोक झाला, आणि त्यांचे नेत्र आंसवांनीं भरून आले. परंतु वासुदेवाला मात्र मोठा हर्ष होऊन त्यानें सिंहनाद केला आणि अर्जुनास आलिंगनही दिलें ! त्यानें मोठी गर्जना करून घोड्यांचे लगाम बांधून टाकले; आणि आनंदानें अगदीं देहमान विसरून, वादळामुळें वृक्ष कंपित होतो त्याप्रमाणें तो डोलूं लागला ! पुनः अर्जुनाला आलिंगन देऊन त्यानें वारंवार टाळ्या पिटल्या आणि रथांत बसल्याबसल्याच त्या महाबुद्धिमान् श्रीकृष्णानें पुनः मोठ्यानें गर्जना केली !

मग, राजा, वासुदेव मनांत अतिशय हर्ष पावला आहे असें पाहून महाबलिष्ठ अर्जुन खिन्नपणें त्याला म्हणाला, "हे मधुसूदना, सांप्रत तुला झालेला हा अतिहर्ष केवळ अयोग्य होय. ही हर्षाची वेळ नव्हे. हिडिंबासुताचा वध झाल्यामुळें वास्तविक ही शोक करीत बसण्याची वेळ आलेली आहे ! अरे, घटोत्कचाचा वध झाला आहे म्हणून सैन्यें दुर्मुखलीं आहेत, आणि त्याच्या वधामुळें आम्हीही अतिशय उद्विग्न होऊन गेलों आहों. जनार्दना, इतकें सर्व पाहूनही तूं ज्यापेक्षां हर्षभरित झाला आहेस, त्यापेक्षां त्याचें कारण कांहीं अल्पस्वल्प नसावें खास ! कृष्णा, तूं सत्यवादी लोकांत अग्रेसर आहेस. मी तुला या हर्षाचें कारण विचारीत आहें, तर तें मला सत्य सांग. हे अरिंदमा, जर हें तुला विशेष गुह्य वाटत नसेल, तर तें त्वां मला सांगावें. हे मधुसूदना, आमचा क्षय झाला असतां तुला हर्ष झाला आहे हें पाहून आमचें धैर्य नष्ट होत आहे, तर याचें कारण आतांच मला सांग. जनार्दना, तुझी ही आजची करणी समुद्राच्या शोषणाप्रमाणें किंवा मेरूच्या चलनवलनाप्रमाणें केवळ अघटित वाटत आहे !"

श्रीकृष्णानें उत्तर केलें:—धनंजया, मला हा इतका मोठा हर्ष कां झाला हें ऐक. त्याच्या योगानें मनाला तत्काल उत्तम व अत्यंत शांतता प्राप्त होईल. हे महातेजस्वी धनंजया, घटोत्कचानें ही वासवी शक्ति नाहींशी करून टाकल्यामुळें आतांच कर्ण रणांत मेला आहे असें मी समजतों. शिवाय असें आहे कीं, या कर्णाच्या हातांत ती शक्ति असल्यावर त्या कार्तिकेयतुल्य वीरापुढें रणांत उभा राहील असा पुरुष या सर्व जगांत तरी कोण आहे बरें ? सुदैवानें त्याचें जन्मसिद्ध कवच दूर केलें गेलें, आणि त्याचीं कुंडलेंही हरण केलीं गेलीं, व या वेळीं ती अमोघ शक्तिही आपल्या थोर नशीबामुळें घटोत्कचावरच नाहींशी झाली ! अरे, जर कर्णाचें कवच व कुंडलें कायम असतीं, तर त्या एकट्यानें रणांत देवांसुद्धां सर्व त्रैलोक्य जिंकिलें असतें ! इंद्र, कुबेर, जलाधिपति वरुण किंवा साक्षात् यम यांनाही रणांत त्याची गांठ घेण्याचें धैर्य झालें नसतें. तूं गांडीव सज्ज केलें असतें व मीं सुदर्शन चक्र उगारलें असतें, तथापि आपणां दोघांसही त्या कवचकुंडलवान् नरश्रेष्ठास रणांत जिंकतां येतें ना ! हें सर्व मनांत आणून तुझ्या हितासाठीं इंद्रानें कपटानें त्याचीं कुंडलें हरण केलीं आणि या परपुरंजय वीरास कवचहीनही करून टाकलें ! अरे, यानें आपल्या अंगचें कवच व तीं विमल कुंडलें कापून इंद्रास दिलीं म्हणूनच त्याला वैकर्तन असें म्हणतात. आज हा कर्ण म्हणजे मंत्रसामर्थ्यानें ज्याचें विष

नाहींसें झालें आहे अशा क्रुद्ध सर्पाप्रमाणें किंवा ज्याच्या ज्वाला थंड झाल्या आहेत अशा अग्नीप्रमाणें मला भासत आहे ! हे महाबाहो, कर्णानें जी शक्ति घटोत्कचावर फेंकिली, ती ही शक्ति जेव्हां महात्म्या इंद्रानें कुंडलांच्या व दिव्य कवचाच्या मोबदला त्याला दिली, तेव्हांपासूनच ही शक्ति मिळाल्यामुळें तूं रणांत मेलेलाच आहेस असें हा वृष कर्ण सदोदीत समजत होता ! सांप्रत कर्णाची अशी अवस्था झाली आहे, तथापि अजूनही, हे नरव्याघ्रा, हा तुजशिवाय दुसऱ्या कोणाच्याही हातून वध पावणें शक्य नाहीं ! हे निष्पापा, हें मी सत्य सांगतों. हा कर्ण मोठा ब्राह्मणभक्त, सत्यवादी, तपस्वी, व्रतस्थ आणि शत्रूंवरही दया करणारा आहे; आणि त्यामुळें याला वृष (धर्मप्रधान) असें म्हणत असतात. हा युद्धनिपुण महाबाहु नित्य धनुष्य सज्ज करून यूथपति गजावर गर्जना करणाऱ्या सिंहाप्रमाणें गर्जना करीत रणांगणाच्या अग्रभागीं मी मी म्हणविणाऱ्या रथ्यांस जर्जर करीत आहे ! हे पुरुषव्याघ्रा, मध्याह्नीं आलेल्या आदित्याप्रमाणें या कर्णाकडे वर डोळा करून बघण्यास तुमचे मोठमोठे सेनानायकही समर्थ नाहींत ! शरत्कालाच्या सूर्याप्रमाणें हा शरजालाचा सहस्ररश्मिच होय. उन्हाळ्याच्या शेवटीं मेघ ज्याप्रमाणें वृष्टि करतो, त्याप्रमाणें वारंवार शरधारा सोडणारा हा कर्ण म्हणजे वृष्टिमान् मेघासारखा दिव्यास्त्रांचा मेघच होय. देव जरी चोहोंकडून शरवृष्टि करूं लागले, तथापि त्यांच्या हातूनही हा जिंकिला जाणें अशक्य आहे ! उलट त्या देवांच्या अंगांतूनच मांस व रक्त गळूं लागेल! पांडवा, अशा योग्यतेचा हा कर्ण कवचकुंडलहीन झाल्यामुळें व इंद्रदत्त शक्तीनेंही आज याला सोडल्यामुळें आज हा सामान्य मनुष्यासारखा होऊन गेला आहे ! असें आहे, तथापि त्याच्या वधाला एकच युक्ति आहे ! आणि ती तरी तो संकटांत गुंतला असतां आपण विचारपूर्वक साधली पाहिजे ! त्याच्या रथाचें चाक रुतून तो महत्संकटांत सांपडला असतां मीं पूर्वीं दिलेल्या संज्ञेचा नीट विचार करून तूं त्याला मार. कारण याच्या हातांत शस्त्र असतांना, बलदैत्याचा भेद करणारा वज्रपाणि इंद्रही या अजिंक्य वीरास युद्धांत मारूं शकणार नाहीं ! अर्जुना, मीच तुझ्या हितासाठी निरनिराळ्या युक्त्या योजून जरासंध, विख्यात चेदि राजा आणि महाबलिष्ठ निषाद एकलव्य या सर्वांना एकामागून एक ठार मारविलें; आणि त्याचप्रमाणें राक्षस हिडिंब किर्मीर, बक वगैरे दुसरे मोठमोठे राक्षस, परचक्राचा चुराडा करणारा अलायुध आणि उग्रपराक्रमी चपळ घटोत्कच यांचाही वध करविला !

अध्याय एकशें एक्यायशींवा.

—:०:—

कृष्णाचें भाषण.

अर्जुन म्हणालाः—जनार्दना, ते जरासंधप्रभृति राजे, आमच्या हितासाठीं त्वां कसे व कोणत्या युक्तींनीं मारिले बरें !

वासुदेवानें उत्तर केलें:—जरासंध, चेदिराजा व महाबलिष्ठ निषाद पूर्वींच मारले गेले नसते, तर आजमितीस ते फारच भयंकर होऊन बसले असते. त्या वीरश्रेष्ठांना दुर्योधनानें अगदीं अवश्य बोलाविलें असतें; आणि ते आमचा सतत द्वेष करीत असल्यामुळें कौरवांकडे खात्रीनें येऊन मिळाले असते. ते महाधनुर्धर अस्त्रसंपन्न व दृढपराक्रमी असल्यामुळें त्यांनीं कौरवांच्या सर्व सेनेचें देवांप्रमाणें संरक्षण केलें असतें. कर्ण, जरासंध, चेदिराजा, निषादपुत्र एकलव्य यांनीं दुर्योधनाचा कैवार

घेऊन ही सर्व पृथ्वी पादाक्रांत केली असती. परंतु, धनंजया, मी त्यांना कसकशा हिकमती लढवून मारविलें, तें ऐक. अरे, या हिकमतीवांचून प्रत्यक्ष देवांकडूनही युद्धांत त्यांचा पराभव होता ना! पार्था, देवांच्या सेनेचें लोकपाल रक्षण करीत असतांही त्या सर्व सेनेशीं यांपैकीं एकेकटा देखील वीर खात्रीनें रणांत झगडला असता! पूर्वीं बलरामानें हल्ला केला असतां जरासंधानें संतप्त होऊन आमच्या वधासाठीं खरोखर सर्वघातक अशी गदा फेंकिली! ती अग्निप्रमाणें धगधगति गदा आकाशांत भांग पाडीतच इंद्रानें सोडलेल्या वज्रासारखी येतांना आम्हीं पाहिली. ती गदा वेगानें येत आहे असें पाहातांच रोहिणीपुत्र बलरामानें ती हाणून पाडण्यासाठीं स्थूणाकर्ण नामक अस्त्र सोडलें; आणि त्या अस्त्राच्या वेगानें ती देदीप्यमान गदा कुंठित होऊन पृथ्वी विदीर्ण करीत व पर्वत कंपित करीत भूमीवर कोसळली! जरा नामक एक घोर व अतिपराक्रमी राक्षसी होती, तिनेंच तो अरिंदम जरासंध उत्पन्न झाला तेव्हां त्यास सांधिलें. कारण एका आईपासून अर्धा देह व दुसरीपासून अर्धा देह अशी त्याची उत्पत्ति झाली होती; आणि तीं दोन अर्धें जरेनें एकत्र केल्यामुळें यास जरासंध असें नांव पडलें. पार्था, ती जरा नामक राक्षसी तेथें रणभूमीवर होती; परंतु ती आपले पुत्र व भाऊ यांसहवर्तमान त्या गदेनें व त्या स्थूणाकर्ण अस्त्रानें ठार झाली! धनंजया, तो जरासंध गदारहित झाल्यामुळेंच भीमसेनानें त्यास महायुद्धांत मारिलें हें त्वां पाहिलेंच आहे. हे नरोत्तमा, जर का त्या प्रतापी जरासंधाच्या हातांत गदा असती, तर इंद्रासुद्धां सर्व देवही त्याला युद्धांत मारूं शकले नसते! तसाच तो निषादपुत्र एकलव्य खराखरा पराक्रमी होता; परंतु द्रोणानें गुरुदक्षिणेचें मिष करून तुझ्या हितासाठींच त्याचा अंगठा नाहींसा केला! तो दृढपराक्रमी, व अत्यंत अभिमानी निषादपुत्र हातांत अंगुलित्राण चढवून वनांत संचार करीत असतां दुसरा रामच दिसे! पार्था, एकलव्याचा अंगठा शाबूत असतां त्याला युद्धांत जिंकण्यास देव, दानव, यक्ष किंवा उरग हेही मुळींच समर्थ नव्हते, मग त्याच्याकडे पाहाण्याची मनुष्याची काय प्राज्ञा आहे? तो मुठीचा बळकट, कर्तृत्ववान् आणि रात्रंदिवस शरसंधान करणारा होता; तथापि तुझ्या हितासाठीं त्यालाही मी रणांगणांत ठार मारिलें. पार्था, पराक्रमी चेदिराज तर मीं तुझ्या समक्षच मारिला आहे. तो सुद्धां असाच युद्धांत सर्व देवदानवांसही अजिंक्यच होता! हे नरव्याघ्रा, लोकांचें हित करावें अशी इच्छा धरून तुझ्यासह मी त्या चेदिराजाच्या व इतरही देवद्वेष्ट्यांच्या नाशासाठींच अवतरलों आहें. असो; हिंडिंब, बक व किर्मीर यांना मीं भीमसेनाकडून लोळविलें. ते ब्राह्मणांच्या यज्ञांचा विध्वंस करणारे राक्षस केवळ रावणासारखे जिवंत होते. त्याचप्रमाणें मायावी अलायुधाला घटोत्कचाकडून मारविलें; आणि मींच उपाय योजून कर्णाकडून त्या शक्तीच्या योगानें घटोत्कचाचा नाश करविला! जर कर्णानें याला त्या शक्तीनें महायुद्धांत मारिलें नसतें, तर त्या भीमपुत्राला मारणें मला भाग पडलें असतें! तुमचें प्रिय करण्यासाठींच मीं आजवर त्याला मारिलें नव्हतें इतकेंच! कारण हा ब्राह्मणांचा द्वेष करणारा व यज्ञांचा द्वेष करणारा राक्षस होता; आणि हा असा धर्मद्वेष्टा व पापी अंतःकरणाचा असल्यामुळेंच मीं याला मारविलें! आणि, हे अनघा, मोठ्या हिकमतीनें ती इंद्रानें दिलेली शक्ति फुकट घालविली! पांडवा, जे जे धर्मबुडवे असतील, ते ते मला वध्य होत! कारण धर्मसंस्थापनेसाठीं मीं ही अशी प्रतिज्ञा

केलेली असून ती सदोदीत कायम राहाणार ! ज्या ज्या ठिकाणीं ब्रह्म, सत्य, इंद्रियनिग्रह, पवित्रता, धर्म, शालीनता, ज्ञान, धैर्य व क्षमा वास्तव्य करितात, तेथें तेथें मी नित्य रममाण होतों, हें शपथपूर्वक सत्य सांगतों ! आतां वैकर्तन कर्ण जिवंत आहे याबद्दल तूं बिलकूल विषाद मानूं नको. जेणेंकरून तूं त्याला ठार करशील असा उपाय मी तुला शिकवीन. सुयोधनालाही भीमसेन युद्धांत ठार करील. पांडवा, त्याच्याही वधाचा उपाय मी तुला सांगेन. सांप्रत हा शत्रुसेनेमध्यें तुंबळ जयशब्द वाढत आहे, तुझीं सैन्यें दशदिशा उधळत आहेत, कौरवांचा उद्देश सिद्धीस जाऊन ते तुझ्या सेनेची दाणादाण उडवीत आहेत, आणि हा वीरवर द्रोणाचार्य आपलें सैन्य खाक करीत सुटला आहे !

अध्याय एकशें ब्यायशींवा.

—:०:—

धृतराष्ट्रसंजयसंवाद.

धृतराष्ट्र विचारतोः—एका वीरास निश्चयानें मारणारी शक्ति जर कर्णाजवळ होती, तर त्यानें इतर सर्वांस सोडून ती पार्थावरच कां टाकिली नाहीं ? एक अर्जुन मेला असता तर पांडव व सृंजय हे सर्व मेल्यासारखेच होते. तेव्हां युद्धांत त्या एका वीराचा वध करून त्यानें आपला विजय कसा संपादिला नाहीं बरें ? कोणी आव्हान केलें असतां माघार घ्यावयाची नाहीं असें अर्जुनाचें कडकडीत व्रत आहे. तेव्हां सूतपुत्रानें स्वतः त्यास आव्हान करावयाचें होतें. संजया, अशा रीतीनें त्यास द्वैरथ युद्धांत आणून कर्णानें वासवदत्त शक्तीनें कां ठार केलें नाहीं तें मला सांग खरोखर माझा पुत्र बुद्धिहीन असून त्यास कोणी साहाय्य नाहीं; आणि शिवाय त्या पाप्याला शत्रूंनीं असें ठकविलें, तेव्हां आतां त्याचा जय कसचा होतो ! जिच्यावर त्याची विजयाची सर्व मदार होती, ती कर्णाजवळची उत्कृष्ट शक्ति तर वासुदेवानें घटोत्कचावर फुकट घालविली. ज्याप्रमाणें थोट्यापांगळ्याच्या हातांतील फळ एखाद्या धटिंगणानें हिरावून घ्यावें, त्याप्रमाणें कर्णाची ती अमोघ शक्ति वासुदेवानें हरण केली ! खरोखर ती शक्ति घटोत्कचाकरितां निष्कारण खर्ची पडली ! ज्याप्रमाणें डुकर व कुत्रा यांच्या भांडणांत त्यांतील कोणीही मेला तरी चांडाळाचा लाभच होत असतो, त्याप्रमाणें या कर्ण-घटोत्कचांच्या युद्धांत बुद्धिमान् वासुदेवाचा मात्र लाभ झाला असें मी समजतों ! घटोत्कचानें कर्णास मारिलें तर पांडवांस तो मोठाच लाभ होईल, आणि वैकर्तनानें घटोत्कचास मारिलें तरी त्या शक्तीच्या नाशामुळें आपलें कार्य झाल्यासारखेंच होईल, अशा प्रकारचा विचार करून, त्या बुद्धिवंतानें मोठ्या शहाणपणानें घटोत्कचाला कर्णाकडून युद्धांत मारविलें आणि पांडवांचें प्रिय व हित साधलें !

संजय म्हणालाः—या शक्तीनें अर्जुनास मारावें असा जो कर्णाचा विचार होता, तोच जाणून मधुसूदनानें त्या वेळीं राक्षसेश्वर घटोत्कचास द्वैरथ युद्धास पाठविलें. राजा, त्या अमोघ शक्तीच्या नाशासाठीं महाबुद्धिमान् वासुदेवानें महापराक्रमी घटोत्कचाची योजना केली, हें तरी तुझ्या कुटिल राजनीतीचेंच फळ होय ! कुरुनाथा, कृष्ण जर महारथी कर्णापासून अर्जुनाचें रक्षण करणार नाहीं, तर तेव्हांच आपण कृतकृत्य होऊं. धृतराष्ट्रा, योगांचा ईश्वर व सर्वशक्तिमान् जो प्रभु जनार्दन, तो अर्जुनाजवळ नसेल तर तो अश्व, ध्वज व रथ यांसह युद्धांत भूमीवर तेव्हांच लोटांगण

घालील! परंतु, राजा, अनेक उपायांनीं कृष्ण त्याचें रक्षण करीत असतो आणि तो रक्षण करीत असल्यामुळेंच अर्जुन शत्रूंच्या समोर उभा राहून त्यांस जिंकितो. विशेषेंकरून त्या अमोघ शक्तीपासून कृष्ण त्या पंडुपुत्राचें रक्षण करीत असे. कारण वीज वृक्षाचें भस्म करते त्याप्रमाणें त्या शक्तीनें तेव्हांच कुंतीपुत्राची तीन चिमट्या राख करून सोडली असती!

धृतराष्ट्र म्हणाला:—माझा पुत्र मोठा भांडखोर व कुटिल कारस्थानें करणारा असून पुनः त्यास आपल्या शहाणपणाची मोठी घमेंड आहे. पण अर्जुनाच्या वधाचा व त्यावर विजय मिळविण्याचा जो खरा मार्ग, तो तर अजीच बंद झाला! अरे, कर्ण एवढा महाबुद्धिमान् व सर्व वीरांत वरिष्ठ असतांना त्यानें ती अमोघ शक्ति पार्थावर कशी नाहीं सोडली? बा संजया, तूंही महाबुद्धिमान् असतांना ह्या गोष्टीचें कारण तुला नीटसें समजलें नाहीं, तेव्हां तुझ्या हातून तरी ही एवढी महत्वाची गोष्ट कशी सुटली?

संजय सांगतो:—दुर्योधन, शकुनि, मी व दुःशासन नित्य रात्रीं कर्णाची अशी विनवणी करीत असूं कीं, 'कर्णा, उद्यां तूं सर्वांस सोडून आधीं धनंजयाचाच प्राण घे, मग आम्ही पांडव व पांचाल यांना दासांप्रमाणें सेवा करावयास लावूं; किंवा अर्जुन मेल्यास कृष्ण कदाचित् त्याच्या जागीं दुसऱ्या कोणाची योजना करील, तेव्हां यालाच मारून टाक! पांडवरूप वृक्षाचें कृष्ण हें मूळ आहे; अर्जुन हें उंच वाढलेलें खोड होय; इतर पांडव हे फांद्यांसारखे आहेत; आणि पांचाल हीं त्याचीं पानें होत. पांडवांना आधार काय तो कृष्णाचा; त्यांचें बल कृष्णच आणि त्यांचा स्वामीही तोच! ज्याप्रमाणें नक्षत्रांचा मुख्य चंद्र, त्याप्रमाणें कृष्ण हाच पांडवांतील मुख्य होय. तेव्हां, हे सूतपुत्रा, पानें, फांद्या, किंवा खोड हीं सोडून देऊन, कृष्ण हाच खरोखर सर्व ठिकाणीं व सर्व काळीं पांडवांचें मूळ आहे हें समजून ठेव. तेव्हां, राजा, कर्णानें जर यादवश्रेष्ठ श्रीकृष्णाला ठार मारिलें असतें तर ही संपूर्ण वसुंधरा त्याच्या अंकित झाली असती, यांत संशय नाहीं. तो यदूंच्या व पांडूंच्या कुलास आनंद देणारा महात्मा मरून भूमीवर पडेल, तर, हे नरेंद्रा, पर्वत, वनें व सागर यांसुद्धां ही अखिल पृथ्वी तुझ्या हस्तगत होईल. राजा, आम्ही अशा प्रकारचा निश्चय ठरवीत असूं; परंतु पुनः युद्धाची वेळ आली म्हणजे तो अप्रमेय देवाधिदेव हृषीकेश पांडवांचें कल्याण करण्यासाठीं सदा जागृत असल्यामुळें, युद्धाची वेळ आली म्हणजे पुनः आम्ही तो निश्चय विसरून जात असूं. शिवाय केशव अर्जुनाचें कर्णापासून सदोदीत रक्षण करीत असतो. त्यानें त्यास रणांत कधींही कर्णासमोर येऊं दिलें नाहीं. राजा, ती अमोघ शक्ति कशी विफल करतां येईल याचा विचार करीत तो दुसरेच महारथी कर्णासमोर उभे करीत असे. राजा, जो थोर मनाचा कृष्ण अर्जुनाचें अशा प्रकारें रक्षण करितो, तो पुरुषश्रेष्ठ स्वतःचें रक्षण कसें करणार नाहीं बरें? शत्रूंस जर्जर करणाऱ्या त्या चक्रपाणी जनार्दनाबद्दल मी पुष्कळ विचार करून पाहातों, परंतु त्याला जिंकील असा पुरुष त्रैलोक्यांतही नाहीं.

कृष्णवाक्यकथन.

संजय पुढें सांगूं लागला:—पुढें, रथी वीरांत श्रेष्ठ म्हणजे केवळ महारथी जो सत्यपराक्रमी सात्यकि, त्यानें त्या महाबाहु कृष्णास कर्णाविषयीं प्रश्न केला कीं, "कर्णानें जर असा निश्चय केला होता आणि त्या जवळ ती अमितसामर्थ्याची शक्तिही होती, तर त्यानें ती अर्जुनावर कां सोडली नाहीं बरें?"

कृष्णानें उत्तर केलें:—दुःशासन, कर्ण, शकुनि, जयद्रथ आणि दुर्योधनप्रभृति वीर याविषयीं सतत मसलत करीत असत. ते कर्णास सांगत कीं, ' कर्णा, हे महाधनुर्धरा, अरे रणांत अमित पराक्रम गाजविणाऱ्या कर्णा, ही शक्ति कांहीं तुला कुंतीचा महारथी पुत्र धनंजय याच्याशिवाय दुसऱ्या कोणावरही सोडतां कामा नये. हे विजयिवरिष्ठा, देवांमध्यें जसा इंद्र तसा तोच (अर्जुन) पांडवांमध्यें अतियशस्वी आहे. तो एकदां मेला म्हणजे मग सृंजयांसह सर्व पांडव अग्निरहित देवांप्रमाणें गतप्राण होतील ! ' हे शिनिपुंगवा, यावर कर्णानें ' ठीक आहे ' असें अभिवचन दिलें होतें; आणि गांडीवधारी अर्जुनाचा वध करावयाचा ही गोष्ट त्याच्या हृदयांत नित्य वसत होती. परंतु, हे योधवरा, मीच त्याला मोह पाडीत असें, आणि त्यामुळें त्यानें श्वेताश्व पार्थावर शक्ति टाकिली नाहीं ! अरे, ती शक्ति म्हणजे अर्जुनाचा प्रत्यक्ष मृत्यु होय असें नित्य मनांत घोळत असल्यामुळें मला झोंप येत नसे, किंवा कसलाच हर्ष वाटत नसे ! हे शिनिपुंगवा, ती शक्ति घटोत्कचावर नाश पावलेली पाहून अर्जुन आज मृत्यूच्याच जबड्यांतून सुटला असें मीं समजतों ! खरोखर मला रणांत बीभत्सूचें जसें रक्षण कर्तव्य आहे, तसें स्वतःच्या पित्याचें, मातेचें, तुमचें, भावांचें किंवा फार कशाला--स्वतःच्या प्राणांचेंही रक्षण कर्तव्य नाहीं ! सात्वता, मला धनंजय पार्थावांचून दुसऱ्या कशाचीही इच्छा नाहीं, मग ती वस्तु त्रैलोक्याच्या राज्याहूनही अतिदुर्लभ असली तरीही मला नको ! यामुळेंच, हे युयुधाना, अर्जुन यमाच्या घरूनच परत आला असें पाहून मला आज फारच मोठा हर्ष झाला आहे ! या कामासाठींच मीं घटोत्कचाला रणांत कर्णाकडे पाठविलें. कारण तशा रात्रीच्या वेळीं कर्णास पीडा देण्याला दुसरा कोणीच समर्थ नव्हता !

संजय सांगतो:—राजा, धनंजयाचे हितास वाहिलेल्या आणि त्याचें प्रिय करण्याविषयीं सदा तत्पर असलेल्या देवकीपुत्रानें त्या वेळीं सात्यकीस असें सांगितलें.

अध्याय एकशें त्र्यायशींवा.

—:०:—

धर्मराजाचा शोकावेश.

धृतराष्ट्र विचारतो:—संजया, कर्ण दुःशासनादिकांची, सुबलपुत्र शकुनीची आणि विशेषेंकरून तुझी स्वतःची ही मोठीच चूक झाली ! अरे, ती शक्ति रणांत एका वीरास केव्हांही मारणारी आहे, आणि तिचें कोणाकडूनही निवारण व्हावयाचें नाहीं, इतकेंच नव्हे तर इंद्रासुद्धां सर्व देवांसही ती केवळ असह्य आहे, हें जर तुम्हांस ठाऊक होतें, तर, संजया युद्ध झाल्यावर कर्णानें यापूर्वीच ती शक्ति देवकीपुत्रावर किंवा अर्जुनावर तरी कां सोडली नाहीं बरें ?

संजय सांगतो:—राजा, हे कुरुकुलश्रेष्ठा, आम्हीं सर्वजण लढाईहून परत आलों म्हणजे रात्रीं आमची अशी मसलत होत असे कीं, ' कर्णा, उद्यां सकाळीं उजाडतांच कृष्णावर किंवा अर्जुनावर ही शक्ति त्वां सोडावी. ' राजा, याप्रमाणें आम्हीं नित्य बेत करावे, पण पुनः सकाळीं देवता कर्णाच्या व इतर सर्व योद्ध्यांच्या त्या विचाराचा नाश करीत असत. केवळ हातची गोष्ट असतांना कर्णानें रणांत अर्जुनाला किंवा देवकीपुत्र कृष्णाला ठार मारलें नाहीं, त्यापेक्षां दैवच बलवत्तर होय असें मी समजतों ! कालरात्रीप्रमाणें जाज्वल्य अशी शक्ति त्याच्या हातांत असतांना दुर्दैवानें बुद्धिभ्रंश झाल्यामुळेंच देव-

मायेनें मोहित झालेल्या त्या कर्णानें ती वासवी शक्ति देवकीपुत्र कृष्णावर सोडली नाहीं, किंवा शक्रतुल्य अर्जुनाचा वध करण्यासाठीं ती त्यावरही टाकिली नाहीं!

धृतराष्ट्र म्हणाला:—अरे, तुम्हांला दुर्दैवानें तर घेरलें आहेच, पण त्याबरोबर स्वतःच्या कोत्या बुद्धीनें व केशवाच्या युक्तीनें तुम्ही पुरतेच नागवले आहां. कारण, यःकश्चित् तृणतुल्य घटोत्कचास मारून ती वासवी शक्ति नाश पावली! खरोखर या चुकीमुळें कर्ण, माझे पुत्र व दुसरेही सर्व राजे यमलोकीं गेल्यासारखेच आहेत! असो; घटोत्कच मेल्यावर मग कौरवांचें व पांडवांचें पुनः कसें युद्ध झालें, तें मला सांग. झुंजार संजय आपल्या सैन्यांचा व्यूह रचून पांचालांसह द्रोणावर हल्ला करून गेले, त्यांनीं युद्ध कसें केलें? सौमदत्तीच्या व जयद्रथाच्या वधामुळें द्रोण संतप्त होऊन आपल्या जिवाकडे न पाहातां सेनेचें अवगाहन करीत जांभई देणाऱ्या वाघासारखे किंवा आ पसरलेल्या अंतकासारखे रणांत चालून येत असतां त्या शरसंधान करणाऱ्या द्रोणांशीं पांडवांनीं व सृंजयांनीं कसें काय तोंड दिलें? त्याचप्रमाणें, बाबा; जे आचार्यांचें रक्षण करीत होते त्या दुर्योधनप्रभृति वीरांनीं किंवा त्याचप्रमाणें अश्वत्थामा, कर्ण व कृपाचार्य यांनीं रणांत कोणता पराक्रम गाजविला? आणि संजया, भारद्वाजांस ठार करूं पाहाणाऱ्या भीमार्जुनाशीं माझे वीर युद्धांत कसकसे झगडले तें सर्व मला सांग. सिंधुराजाच्या वधामुळें हे संतापले होते, आणि घटोत्कचवधामुळें ते संतापलेले होते! तेव्हां त्या खवळलेल्या वीरांनीं रात्रीं कशी काय लढाई केली बरें?

संजय सांगतोः—राजा, रात्रीं कर्णानें घटोत्कच राक्षसास मारिलें; तुझे वीर हर्षभरित होऊन गर्जना करूं लागले, आणि त्यांस युद्धाचें स्फुरण चढून ते वेगानें चालून येऊं लागले व त्यामुळें सैन्याचाही वध होऊं लागला, तेव्हां त्या अतिशय काळोख्या रात्रीं युधिष्ठिर राजा फारच खिन्न होऊन गेला, आणि तो भुजवीर्यशाली राजा भीमसेनास म्हणाला, "हे महाबाहो, कौरवांच्या सेनेस आवरून धर. घटोत्कचाच्या मृत्यूमुळें मला फारच मोह पडला आहे!" धृतराष्ट्रा, याप्रमाणें भीमास आज्ञा करून युधिष्ठिर राजा आपल्या रथांत पडला! त्याचें तोंड आंसवांनीं भिजून गेलें. तो वरचेवर दीर्घ निश्वास टाकूं लागला, आणि कर्णाचा पराक्रम पाहून त्याला भयंकर चिंता पडली. याप्रमाणें तो व्यथित झाला आहे असें पाहून कृष्ण त्याला म्हणाला, "बा कौंतेया, दुःख करूं नको. तूं भरतांतील श्रेष्ठ पुरुष, तुला अज्ञ जनांप्रमाणें विव्हल होणें बरें दिसत नाहीं! राजा, ऊठ, लढाईला लाग, आणि तीपैकीं मोठा भाग उचल. प्रभो, तूंच जर हातपाय गाळलेस तर विजय मिळण्याचा वानवाच होईल!"

कृष्णाचें भाषण ऐकून धर्मपुत्र युधिष्ठिर दोहों हातांनीं डोळे पुसून त्यास म्हणाला, "हे महाबाहो, आपलीं कर्तव्यकर्में चुकलीं असतां त्यांचे अंतिम परिणाम काय होत असतात, हें मी जाणतों. आपणावर दुसऱ्यानें केलेले उपकार जो स्मरत नाहीं, त्याला ब्रह्महत्येचें पातक लागतें! जनार्दना, आम्ही वनांत असतांना घटोत्कच अगदीं पोर होता, तथापि त्या थोर मनाच्या हिडिंबासुतानें तेव्हां आम्हांला चांगलेंच साह्य केलें. कृष्णा, श्वेताश्व अर्जुन अस्त्रप्राप्तीसाठीं गेला आहे असें जाणून हा महाधनुर्धर काम्यक वनांत माझ्याजवळ आला, आणि अर्जुन नव्हता तोंपर्यंत आमच्याबरोबर राहिला. गंधमादन पर्वताची यात्रा

करीत असतां मोठ्या अवघड ठिकाणांतून यानें आम्हांस पार पाडलें, आणि द्रौपदी थकली असतां तिला या थोर अंतःकरणाच्या घटोत्कचानें पाठीवर वाहिलें बरें! हे प्रभो, यानें जो पराक्रम गाजविला त्यावरून हा युद्धकलाभिज्ञ होता हें तर स्पष्टच आहे. कृष्णा, सहदेवावर माझें स्वाभाविक जितकें प्रेम आहे, तितकेंच विलक्षण प्रेम या राक्षसेंद्र घटोत्कचावर होतें. हा महाबलिष्ठ वीर माझ्या सेवेस तत्पर असे, आणि तो मला आवडे; तशीच त्याचीही माझ्यावर प्रीति होती. यामुळें, कृष्णा, मला फार शोक झाला आहे आणि तेणेंकरूच उद्विग्नता आली आहे! हे वार्ष्णेया, पहा, कौरव माझ्या सैन्यांची दाणादाण उडवीत आहेत आणि महारथी द्रोण व कर्ण समरांगणांत कसे सज्ज राहिले आहेत! दोन गजांनीं महान् वेळूचें अरण्य उध्वस्त करून टाकावें त्याप्रमाणें या दोन सैन्यांनीं या मध्यरात्रीच्या वेळीं पांडवांच्या सैन्याची दैना करून सोडली आहे! माधवा, भीमसेनाचें बल खिजगणतींत न धरतां व अर्जुनाच्या आश्चर्यकारक शरसंधानाचीही पर्वा न करतां या दोघांसही मागें सारून कौरव पराक्रम गाजवीत आहेत. हे द्रोण, कर्ण व दुर्योधन राजा युद्धांत राक्षसास मारून हर्षानें समरांगणांत गर्जना करीत आहेत! हे जनार्दना, आम्ही जिवंत असतांना आणि तूं जिवंत असतांही सूतपुत्राशीं भिडलेल्या घटोत्कचाला मृत्यु आलाना? कृष्णा, आपणां सर्वांस तुच्छ करून सव्यसाची अर्जुनाच्या डोळ्यांदेखत कर्णानें भीमसेनाच्या त्या महाबलाढ्य पुत्रास मारिलें! ज्या वेळीं दुष्ट धार्तराष्ट्रांनीं अभिमन्यूचा घात केला त्या वेळीं महारथी अर्जुन रणांत तेथें नव्हता, आणि दुरात्म्या जयद्रथानें आम्हां सर्वांसच अडवून धरलें होतें! सौभद्राला मारण्याच्या कामांत द्रोण व त्यांचा पुत्र हे कारणीभूत झाले! त्यास मारण्याचा उपाय स्वतः गुरूंनींच कर्णास सांगितला, आणि तो पराक्रम करीत असतां त्याच्या खड्गाचे दोन तुकडे करून टाकले! तो संकटांत सांपडला असतां कृतवर्म्यानें अनार्यवत् आचरण करून एकाएकीं त्याचे घोडे व उभय पार्ष्णिसारथि ठार केले आणि त्याचप्रमाणें दुसऱ्या महाधनुर्धरांनीं मिळून सौभद्रास युद्धांत पाडलें! परंतु या वेळीं तसा कांहींच प्रकार झालेला नाहीं! एकट्या कर्णानें आणि आपणां सर्वांसमक्ष घटोत्कचाचा घात केला! कृष्णा, खरोखर अगदीं अल्प कारणावरून अर्जुनानें जयद्रथास मारिलें! हे यादवश्रेष्ठा, तें कांहीं मला तितकें आवडलें नाहीं! कारण, जर पांडवांना शत्रूंचा वध करणें न्याय्य असेल तर, आधीं कर्ण व द्रोण यांस रणांत ठार केलें पाहिजे, असें माझें मत आहे. कारण, हे पुरुषर्षभा, आमच्या दुःखाचें मूळ हेच आहेत; व हेच दोघे रणांत दुर्योधनास मिळाल्यामुळें त्यास मोठा धीर आला आहे. जेथें द्रोण किंवा अनुयायांसह सूतपुत्र यांचा वध करावयास पाहिजे होता, तेथें त्यानें दूर असलेल्या जयद्रथासच मारिलें! आतां सूतपुत्राचा निग्रह मला अवश्यच कर्तव्य आहे; म्हणून, हे वीरा, मीच स्वतः कर्णाला मारण्यासाठीं जातों. कारण भुजवीर्यशाली भीमसेन द्रोणांच्या सैन्याकडे गुंतला आहे!"

असें बोलून लगेच युधिष्ठिर आपलें प्रचंड धनुष्य खेंचून व शंखाचा भयंकर शब्द करून त्वरेनें निघून गेला. नंतर हजार रथ, तीनशें हत्ती, पांच हजार घोडे व शिवाय प्रभद्रक व पांचाल यांसह शिखंडीही सत्वर त्याच्या मागोमाग निघून गेला. मग सज्ज झालेले युधिष्ठिरप्रभृति पांडव व पांचाल हे भेरी ठोकूं लागले, आणि शंखही वाजवूं लागले. तेव्हां मग महा-

बाहु वासुदेव धनंजयास म्हणाला, " हा संतप्त झालेला युधिष्ठिर राजा सूतपुत्रास ठार कराण्याची इच्छा धरून त्वरेनें जात आहे. तर त्याची उपेक्षा करणें योग्य नाहीं. " असें बोलून कृष्णानें जलदीनें घोडे हांकले, आणि थोड्याच अंतरावरून पुढें चाललेल्या राजाच्या मागून तो जाऊं लागला.

व्यासकृत युधिष्ठिरसांत्वन.

मग, शोकामुळें ज्याची विचारशक्ति नष्ट झाली आहे आणि क्रोधरूप अग्नीनें जो केवळ जळत आहे, असा तो युधिष्ठिर राजा सूतपुत्रास ठार मारण्याचें मनांत आणून अविचारानें प्रयाण करीत आहे असें पाहून व्यासोनारायणांनीं त्याच्या जवळ जाऊन त्यास उपदेश केला.

व्यास म्हणाले:—धर्मराजा, समरांगणांत कर्णाची गांठ पडली असतांही अर्जुन जिवंत राहिला हें सुदैवच होय ! कारण त्याचा वध करण्याची इच्छा धरून कर्णानें ती शक्ति जिवाशीं बाळगून ठेविली होती ! अर्जुन महायुद्धामध्यें त्याशीं द्वंद्वयुद्धास गेला नाहीं हें फार उत्तम झालें. जर का त्यांचें द्वंद्वयुद्ध जुंपलें असतें, तर परस्परांची स्पर्धा करणाऱ्या त्या वीरांनीं सर्व दिव्य अस्त्रें प्रकट केलीं असतीं, आणि अस्त्रें भंग पावूं लागून कर्णास पीडा झाल्यावर त्यानें ती वासवी शक्ति खात्रीनें रणांत सोडली असती ! मग, हे भरतसत्तमा, तुजवर भयंकर संकट कोसळलें असतें. तेव्हां, हे मानदा, कर्णानें युद्धांत घटोत्कचास मारिलें हें आपलें सुदैवच होय. अरे, येथें वासवी शक्ति केवळ निमित्तमात्र होय. वास्तविक त्याची वेळच भरली होती. त्याचप्रमाणें, बाबा, तुझ्या कार्यासाठींच तो राक्षस युद्धांत मरण पावला आहे; तेव्हां, हे भरतश्रेष्ठा, उगीच रागावूं नको व मनांत शोकाकुलही होऊं नको. युधिष्ठिरा, या मृत्युलोकीं सर्व प्राण्यांची हीच गति व्हावयाची आहे ! हे भारता, तूं आपल्या भावांसह व सर्व थोरथोर राजांसह रणांत कौरवांशीं लढ. असा अविचारानें एकटा जाऊं नको. बाबारे, आजपासून पांचवे दिवशीं पृथ्वी तुझी होईल ! हे पुरुषव्याघ्रा, नित्य धर्माचेंच चिंतन करीत जा. बा पंडुपुत्रा, भूतदया, तप, दान, क्षमा व सत्य यांचें मोठ्या प्रीतीनें सेवन कर. कारण जेथें धर्म असेल तेथेंच जय आहे !

याप्रमाणें पंडुपुत्र युधिष्ठिरास उपदेश करून व्यास तेथेंच अंतर्धान पावले.

द्रोणवधपर्व.

अध्याय एकशें चौऱ्यायशींवा.

—:०:—

सैन्याची निद्रा.

संजय सांगतो:—हे भरतर्षभा, याप्रमाणें व्यासांनीं सांगितल्यावर धर्मराज युधिष्ठिरानें कर्णाचा वध करण्याचा नाद सोडून दिला. तथापि कर्णानें त्या रात्रीं घटोत्कचास ठार केल्यामुळें त्याला अत्यंत दुःख होऊन त्वेषही आला होता. इकडे भीमसेन तुझ्या अफाट सैन्यास निवारीत आहे हें पाहून धर्मराज धृष्टद्युम्नाला म्हणाला, "तूं द्रोणाचार्यास अडवून धर. कारण त्यांच्या नाशासाठींच अग्नीपासून धनुष्य, बाण, कवच व खड्ग यांसुद्धां तूं उत्पन्न झाला आहेस. तेव्हां, हे शत्रुतापना, बिलकूल न डगमगतां मोठ्या हुरूपानें द्रोणांवर चाल कर. जनमेजया, शिखंडी, दौर्मुखी व यशोधर ह्यांनींही सर्व बाजूंनीं मोठ्या उत्साहानें त्यांवर हल्ला करावा. त्याचप्रमाणें नकुल, सहदेव, द्रौपदीचे पुत्र, प्रभद्रक, आपआपल्या मुलांभावांसह द्रुपद व विराट राजा, सात्यकि, केकय व पंडुपुत्र अर्जुन या सर्वांनीं द्रोणांस ठार मारण्याच्या ईर्षेनें वेगानें त्यांवर चालून जावें; आणि तसेच सर्व रथी, हत्ती, घोडे व पदाति वगैरेंनीं मिळून महारथी द्रोणांस युद्धांत पाडावें!"

धर्मराजाचा असा हुकूम होतांच सर्वजण द्रोणांस ठार मारण्याच्या हेतूनें त्यांवर वेगानें तुटून पडले. परंतु ते पराक्रमाची शर्थ करीत अचानक येत असतां सर्वशस्त्रधराग्रणी द्रोणाचार्यांनीं त्यांस आवरून धरलें. मग इकडून दुर्योधन राजाही होईल तितका प्रयत्न करून द्रोणाचार्यांस वांचविण्यासाठीं अतिशय रागानें पांडवांवर धांवला. मग युद्ध जुंपलें. त्यांत पांडव व कौरव एकमेकांच्या अंगावर ओरडत होते, तथापि सर्व वाहनें व सैनिकही थकून गेले होते; आणि, हे महाराजा, झोपेनें त्यांना ग्रासलें असून युद्ध करतां करतां ते फारच दमून गेलें होते; महारथांनाही झोपेनें इतकें घेरलें कीं, रणांत त्यांस कांहींच हालचाल करतां येईना! ती प्राणापहार करणारी अत्यंत घोर व भयंकर रात्र वास्तविक त्रियामा म्हणजे तीन प्रहारांचीच असतांना त्यांस सहस्रयामा भासली. एकमेकांस ठार व जखमी करतां करतां व झोपेच्या डुलक्या घेतां घेतां मध्यरात्र झाली. सर्व क्षत्रिय निरुत्साह व उदास होऊन गेले. तुझ्या व शत्रूंच्याही लोकांचे बाण व अस्त्रें संपून गेलीं होतीं; तरी त्यांपैकीं कांहींनीं स्वपराक्रमामुळें, पुष्कळांनीं लाजेमुळें, आणि कोणीं स्वकर्तव्यास जागून आपआपल्या तुकड्या सोडल्या नाहींत. दुसरे पुष्कळजण निद्रेनें धुंद होऊन शस्त्रें टाकून खुशाल झोंपीं गेले! कांहींजण रथांतल्या रथांत तर कांहींजण हत्तींवर व कांहीं घोड्यांवरच झोंपेनें व्याप्त होऊन निचेष्ट पडले. त्यांना कशाचेंही भान राहिलें नाहीं. अशा झोंपी गेलेल्या लोकांस दुसऱ्या वीरांनीं यमसदनीं पाठविलें! बेहोष होऊन स्वप्नांत असलेल्या शत्रूंस दुसऱ्यांनीं मारिलें, आणि कित्येकांनीं रणांत बेशुद्धपणानें शत्रूंबरोबर आपल्याही लोकांस मारिलें; इतकेंच नव्हे, तर आपल्या स्वतःच्याही अंगावर प्रहार केले! हे महाराजा, आपणाकडील व शत्रूंकडीलही झोंपेनें गुंग झालेले पुष्कळ लोक महारणांत नानाप्रकारची बडबड करीत होते, आणि झोंपेमुळें ज्यांचे डोळे लाल झाले आहेत असे ते लोक लढावयाचेंच म्हणून कसे तरी उभे होते! ते निद्रांध झालेले वीर रणांत चांचपडत चांचपडत शत्रूंस मारीत होते, आणि रणांत त्या घोर अंधारांतही शूर शूरांची कत्तल करीतच

होते. पुष्कळांना इतकी गाढ झोंप लागली होती कीं, शत्रूंनीं त्यांच्यावर केलेल्या प्रहारांची त्यांस दादही लागली नाहीं !

याप्रमाणें त्यांची अवस्था झालेली पाहून पुरुषश्रेष्ठ अर्जुन मोठ्यानें ओरडून सर्व दिशा नादित करीत त्यांस म्हणाला, " वीरहो, तुम्ही सर्वजण थकलां आहां, तुमचीं वाहनेंही दमून गेलीं आहेत, व प्रचंड धुळीनें व अंधकारानें सैन्य व्यापून गेलें आहे. तेव्हां, सैनिकहो ! तुमची इच्छा असेल तर युद्ध थांबवा, आणि कांहीं वेळ येथेंच रणभूमींत पडा. मग तुमची झोंप पुरी होऊन तुम्ही ताजेतवाने झालां म्हणजे, हे कुरुपांडवहो, चंद्रोदय झाल्यावर पुनः एकमेकांशीं भिडा.

राजा, धर्मात्म्या अर्जुनाचें हें बोलणें सर्व धर्मज्ञ लोकांस व सैन्यांसही रुचलें व त्यांनीं तसें एकमेकांजवळ बोलूनही दाखविलें. मग ते मोठ्यानें ओरडून म्हणाले, " कर्णा, अरे कर्णा, हे दुर्योधना, थांबा, कारण पांडवांचें सैन्य थांबलें आहे ! "

हे भारता, त्याप्रमाणें अर्जुन ठिकठिकाणीं ओरडूं लागला, तेव्हां पांडवांची व तुझीही सेना लढावयाची थांबली. अर्जुनाच्या त्या प्रौढ भाषणाची देव, थोर अंतःकरणाचे ऋषि व सर्व सैन्यें यांनीं मोठ्या हर्षानें स्तुति केली. हे भारता, त्या सदय भाषणाची वाखाणणी केल्यानंतर, हे भरतषर्भा, सर्व थकलेलीं सैन्यें मुहूर्तमात्र झोंपीं गेलीं.

हे भारता, तुझ्या त्या सेनेला विश्रांति मिळाली आणि उत्तम समाधान झालें, तेव्हां तिनें अर्जुनाची मनःपूर्वक प्रशंसा केली. तींतील लोक म्हणाले, " हे अर्जुना, तुझ्या ठायीं वेद, अस्त्रें, बुद्धि व पराक्रम हीं वसत आहेत; त्याचप्रमाणें, हे महाबाहो, धर्म व भूतदयाही परिपूर्ण भरली आहे. ज्या अर्थीं तूं आम्हांस आश्वासन दिलें आहेस त्या अर्थीं आम्ही तुझें कल्याण इच्छितों. तुझें कल्याण असो ! वीरा, तुझे प्रिय मनोरथ तुला लवकरच प्राप्त होवोत !

राजा, यात्रमाणें ते त्या नरव्याघ्राची प्रशंसा करून झोंपेनें घेरल्यामुळें स्तब्ध राहिले. मग कांहीं घोड्यांच्या पाठींवर निजले, कांहीं रथांत लवंडले, कांहींनीं हत्तींच्या खांद्यांवरच डोकें टेंकलें, आणि कांहीं जमीनीवर पडले. निजतेवेळीं पुष्कळांनीं आपलीं आयुधें तशींच धरून ठेविलीं होतीं. गदा, खड्ग, परशु, प्रास व कवचें यांसह दुसरे लोक निरनिराळ्या ठिकाणीं निजले. झोंपेनें म्लान झालेल्या हत्तींनीं आपल्या धुळीनें माखलेल्या सर्पांसारख्या सोंडांनीं श्वासोच्छ्वास करून भूमि गार करून सोडली. ते हत्ती जेव्हां तेथें भूतलावर घोरत पडले, तेव्हां ते पर्वत अस्ताव्यस्त पसरले असून त्यांवर सर्वच फूत्कार करीत आहेत कीं काय असा भास झाला ! ज्यांचे तंग सोन्याचे आहेत व मानेवरील जूं आयाळांत गुरफटलें आहे, अशा घोड्यांनीं आपल्या खुरांनीं सपाट व उंचसखल असलेली जमीन उखीरवाखीर करून टाकली. राजेंद्रा, याप्रमाणें तेथें सर्व लोक आपापल्या वाहनांसह झोंपीं गेले; आणि अतिशय थकून गेलेले हत्ती, घोडे व योद्धे युद्धापासून निवृत्त होऊन घोरत पडले !

याप्रमाणें झोंपेनें घेरलेलें तें सैन्य निचेष्ट होऊन स्वस्थ झोंपी गेलें, तेव्हां कुशल चितान्यांनीं पडद्यावर काढलेल्या उत्तम चित्रांसारखें दिसत होतें. एकमेकांच्या बाणांनीं घायाळ झालेले ते कुंडलधारी तरुण क्षत्रिय गजांच्या खांद्यांवर निजले;—जसे कांहीं हे तरुण कामी जन स्त्रियांच्या कुचांवरच निजले आहेत !

नंतर, तरुण स्त्रियेच्या गालाप्रमाणें शुभ्र, नेत्रांस आनंद देणारा व कुमुदांचा पति जो

चंद्र, त्यानें पूर्व दिशा सुशोभित केली;—जणूं काय हा किरणरूपी तेजःपुंज आयाळानें सुवर्णवर्ण दिसणारा व अंधकाररूपी गजसमूहाचें निवारण करणारा उदयपर्वतावरील सिंहच आपल्या पूर्वदिशारूपी दरींतून बाहेर आला! श्रीशंकराच्या नंदीप्रमाणें ज्याची कांति असून तेज मदनाच्या धनुष्यासारखें होतें, असा तो नववधूच्या स्मितहास्याप्रमाणें अतिशय मनोहर व कुमुदसमुदाय विकसित करणारा चंद्र उदय पावूं लागला. नंतर थोड्याच वेळानें, नक्षत्रांचें तेज हरण करणाऱ्या शशलक्षण भगवान् चंद्रानें पुढें अरुणास धाडलें, आणि लगेच त्याच्या मागून आपलें अतिशय उज्ज्वल असें प्रचंड रश्मिजाल हळूहळू पसरलें. त्या चंद्रकिरणांनीं आपल्या प्रकाशानें अंधकार नाहींसा करीत हळूहळू सर्व दिशा, आकाश व भूमिही व्यापून टाकिली. एका क्षणांत सर्व विश्व तेजोमय होऊन गेलें; आणि पूर्वींचा तो अगदीं मिट्ट काळोख पार नाहींसा झाला. याप्रमाणें चंद्रोदय होऊन सर्वत्र दिवसासारखा प्रकाश पडला, तेव्हां, राजा, निशाचरही बहुतेक फिरकेनातसे झाले. राजा, सूर्यकिरणांच्या योगानें कमलांचें वन प्रफुल्लित होतें तद्वत् त्या चंद्रकिरणांनीं तें सैन्य जागें झालें; आणि ज्याप्रमाणें चंद्रोदयामुळें सागरास भरती येऊन तो क्षुब्ध होतो, त्याप्रमाणें तो सैन्यसागर चंद्रोदय होतांच खळबळून गेला. मग, राजा, परलोकची इच्छा करणाऱ्या त्या सैन्यांचें पुनः समरांगणांत भयंकर युद्ध होऊं लागलें.

अध्याय एकशें पंचायशींवा.

—:०:—

द्रोण व दुर्योधन यांचें भाषण.

संजय सांगतोः—नंतर दुर्योधन अत्यंत क्रोधाविष्ट होऊन द्रोणाचार्यांजवळ गेला; आणि त्यांच्या अंगीं उत्साह व क्रोध उत्पन्न व्हावा म्हणून त्यांस म्हणाला, "समरांगणांत शत्रु थकून जाऊन विश्रांति घेऊं लागतील तर त्या वेळीं त्यांची मुळींच कींव करूं नये, आणि ते ग्लान झालेले आपल्या तावडींत सांपडले असल्यास तर त्यांजवर मुळींच दया करतां कामा नये! असें असतां आपल्या मर्जीखातर आम्हीं ही जी त्यांवर दया केली, तीमुळें त्यांच्या श्रमांचा परिहार होऊन ते अधिक बलवान् मात्र झाले आहेत! वास्तविक ते तेजानें व बलानें अगदींच कमी आहेत, परंतु आपण त्यांचें संरक्षण करीत असल्यामुळें पुनःपुनः त्यांस जोर चढतो. महाराज, जेवढीं म्हणून दिव्य, ब्राह्म वगैरे अस्त्रें आहेत, तेवढीं सर्व विशेषेंकरून आपल्याच जवळ वसत आहेत. पांडव, आम्हीं किंवा जगांतील कोणतेही धनुर्धर युद्धांत आपली बरोबरी करणारे नाहींत हें मी सत्य सांगतों! द्विजोत्तमा, आपण सर्व अस्त्रें जाणतां. आपण मनांत आणाल तर दिव्य अस्त्रांनीं देव, दानव व गंधर्व यांसह त्रैलोक्याचा फडशा उडवाल, यांत संशय नाहीं. असें असतां आपण यांची गय करतां—आणि विशेषेंकरून हे आपणांस भिऊन गेलेले असतांही गय करतां! मग ते शिष्य असल्यामुळें आपली त्यांवर मर्जी असल्यामुळें असो किंवा माझ्या मंदभाग्यामुळें असो!"

संजय सांगतोः—राजा, तुझ्या मुलानें द्रोणाचार्यांची अशी खरडपट्टी काढून त्यांस चेव आणिला, तेव्हां ते रागारागानें त्यास म्हणाले, "दुर्योधना, मी वृद्ध आहें, तथापि युद्धामध्यें आपली शिकस्त करीत आहें. आतां याच्यापुढें जयासाठीं नीच काम केलें पाहिजे! म्हणजे आपणास माहीत असलेल्या अस्त्रांच्या जोरावर हें सर्व अस्त्रानभिज्ञ सैन्य मारिलें

पाहिजे ! कांहीं हरकत नाहीं ! तूं जें जें सांगशील--मग तें बरें असो वा वाईट असो, तें तें मी तुझ्या आज्ञेवरून करीन. राजा, यांत काडीमात्र अंतर पडणार नाहीं ! राजा, आज पराक्रम गाजवून सर्व पांचालांस युद्धांत ठार करीन तेव्हांच हें चिलखत उतरीन हें मी शस्त्र हातांत घेऊन शपथेवर सांगतों ! अरे, कुंतीपुत्र अर्जुन युद्धांत थकला आहे असें तुला वाटतें; परंतु, कौरवा, त्याचें खरें सामर्थ्य किती आहे तें ऐक. अरे, सव्यसाची एकदां का रागावला, म्हणजे त्यास युद्धांत जिंकण्याची देव, गंधर्व, यक्ष किंवा राक्षस यांचीही छाती नाहीं. त्यानें खांडवारण्यांत भगवान् सुरेश्वराशीं टक्कर मारिली, आणि तो महात्मा वृष्टि करीत असतां त्याचें बाणांनीं निवारण केलें. त्याचप्रमाणें यक्ष, नाग, दैत्य व बलाचा गर्व वाहाणारे दुसरेही पुष्कळ त्या पुरुषर्षभानें ठार केले, हें तुला माहीतच आहे. घोषयात्रेचे वेळीं चित्रसेनप्रभृति गंधर्वांना त्यानें जिंकिलें, आणि तुम्हांला ते बांधून नेत असतां त्यांपासून सोडविलें. देवांचे शत्रु निवातकवच युद्धांत देवांसही भारी होते, तथापि या बहादरानें त्यांचा पराभव करून हिरण्यपुरांत राहाणाऱ्या हजारों राक्षसांस जिंकिलें ! हा पुरुषसिंह मनुष्याकडून जिंकला जाणें शक्य तरी आहे काय ? राजा, आपण सर्वजण आपली शिकस्त करीत असतांना यानें तुझ्या सैन्याची कशी रेवडी उडवून दिली हें त्वां पाहिलेंच आहे!'

संजय सांगतोः—राजा, याप्रमाणें द्रोणाचार्य अर्जुनाची वाखाणणी करीत आहेत हें पाहून तुझ्या मुलास संताप येऊन तो पुनः त्यांस म्हणाला, " अहो, अर्जुनाची एवढी प्रौढी कशाला पाहिजे ! आज मी, दुःशासन, कर्ण व शकुनिमामा मिळून सैन्याचे दोन भाग करून अर्जुनास युद्धांत ठार मारूं ! "

त्याचें तें भाषण ऐकून द्रोणाचार्यांस हंसूं आलें आणि ते म्हणाले, " राजा, ठीक आहे. तुझें कुशल असो. अरे, त्या तेजानें जळत असलेल्या अजिंक्य गांडीवधारीला कोणता क्षत्रिय पराभूत करणार आहे ? फार कशाला ? अर्जुनाच्या हातांत शस्त्र असल्यावर त्याचा पराभव करण्यास कुबेर, इंद्र, यम, वरुण, असुर, उरग किंवा राक्षस हेही समर्थ नाहींत ! मग इतरांची कथा काय ? हे भारता, मूर्ख लोक मात्र तुझ्याप्रमाणें अशी बडबड करतात ! अरे, युद्धांत अर्जुनाशीं गांठ घालून सुखरूप घरीं येईल असा कोण आहे ? अरे, तूं सर्वाविषयींच संशयखोर असल्यामुळें निष्ठुर व पापी आहेस, आणि म्हणूनच तुझ्या कल्याणाविषयीं झटणाऱ्यांस येथें असें बोलण्याची तुला इच्छा होते ! जा, तूं तरी हाडामांसाचा क्षत्रियच आहेस, आणि तुला लढण्याचीही हाव आहे; तेव्हां तूंच स्वतःसाठीं अर्जुनास जिंक, उगाच वेळ मोडूं नको. या सर्व निरापराधी क्षुद्र क्षत्रियांचा उगीच कशाला संहार करितोस ? अरे, या भांडणाचें मूळ तूंच आहेस, तेव्हां स्वतःच अर्जुनाशीं गांठ घाल. तसेंच आपले हे मामाही मोठे शहाणे आणि क्षत्रधर्माप्रमाणें वागणारे आहेत; तेव्हां या कपटद्यूत खेळणाऱ्या गांधारराजांसही रणांत अर्जुनावर चालून जाऊं दे. हे फांसे टाकण्यांत तरबेज, मोठे कपटी, लफंगे, ठक व अट्टल जुगारी असून खोटया कामांत स्वारी फार हुषार आहे ! हे युद्धांत पांडवांना जिंकतील ! तूं व कर्णानें गर्वाच्या धुंदींत धृतराष्ट्राजवळ मोठ्या दिमाखानें अनेक वेळां अशी फुशारकी मारिली आहे कीं, ' बाबा, मी, कर्ण आणि माझा भाऊ दुःशासन असे तिघे मिळून पांडवांना तेव्हांच लढाईत ठार करूं ! ' प्रत्येक सभेमध्यें तुझी अशी फुशारकी ऐकूं येत असे. तेव्हां आपली ती प्रतिज्ञा पाळ

आणि त्या सोबत्यांसह सत्यवचनी हो. हा तुझा शत्रु अर्जुन निःशंकपणें पुढें उभा आहे, तेव्हां क्षत्रधर्माप्रमाणें वाग. तुला जयापेक्षां वधच अधिक श्लाघ्य आहे. तूं पुष्कळ दानधर्म केला आहेस, भोग भोगले आहेस, अध्ययन केलें आहेस, आणि तुला यथेष्ट ऐश्वर्यही प्राप्त झालेलें आहे. अशा प्रकारें तूं कृतकृत्य व सर्वांच्या ऋणांतून मोकळा झाला आहेस, तेव्हां मुळींच भिऊं नको. जा, अर्जुनाबरोबर युद्ध कर !"

राजा, असें म्हणून द्रोण दुसऱ्या लोकांकडे वळले. मग सैन्याचे दोन भाग करून मोठीच खडाजंगी झाली.

अध्याय एकशें शायशींवा.

—:०:—

संकुलयुद्ध.

संजय सांगतोः—राजा, मग हर्षभरित झालेल्या कौरवपांडवांचें तीन मुहूर्त म्हणजे सहा घटका रात्र शिलक राहिल्यावर पुनः युद्ध सुरू झालें. परंतु लवकरच सूर्याचा सारथि अरुण उदय पावला, आणि त्यानें चंद्रप्रभा हरण करून आकाशपटल आरक्त करून सोडलें. याप्रमाणें पूर्वेस अरुणानें ताम्रवर्ण केलेलें रविमंडल सुवर्णाच्या चक्राप्रमाणें दिसूं लागलें, तेव्हां त्या संध्यासमयीं कौरव व पांडव या उभयतांकडील योद्धे आपापले रथ, घोडे, पालख्या वगैरे सोडून व सूर्याकडे तोंडें करून हात जोडून जप करूं लागले.

नंतर द्रोणाचार्यांनीं कौरवांच्या सेनेचे दोन भाग करून दुर्योधनास पुढें करून सोमक, पांडव व पांचाल यांवर चाल केली. कौरवांनीं आपल्या सैन्याचे दोन भाग केले असें पाहातांच श्रीकृष्ण अर्जुनास म्हणाला, 'अरे, या शत्रूंस डावीकडे घालून तूं यांच्या उजवीकडे हो.' श्रीकृष्णाच्या या बोलण्यास 'ठीक आहे, असें कर.' असें अनुमोदन देऊन धनंजयानें द्रोणाचार्य व कर्ण या दोघां महाधनुर्धरांस डावीकडे घातलें. मग शत्रूंचा नाश करणारा भीमसेन कृष्णाचा अभिप्राय जाणून युद्धाच्या तोंडीं गेलेल्या अर्जुनास म्हणाला, "अर्जुना, अर्जुना, ए बीभत्सो, माझें भाषण ऐक ! अरे, ज्याकरितां क्षत्रियस्त्री पुत्रास प्रसवते, त्याचें सार्थक्य करण्याची ही वेळ आली आहे. अशी वेळ प्राप्त झाल्यावर जर तूं फत्ते मिळविणार नाहींस, तर तूं आपल्यास अनुरूप कर्म करणारा नाहींस असें होईल आणि हें तूं एक अतिनीच काम केलेंस असें ठरेल ! यासाठीं मोठ्या शौर्यानें सत्य, श्री, धर्म व कीर्ति यांच्या ऋणांतून मुक्त हो, म्हणजे हीं प्राप्त होतील असें काम कर. हे वीरा, या सैन्यास भेदून जा व यांच्या उजवीकडे वळ."

संजय सांगतोः—याप्रमाणें भीम व कृष्ण यांकडून उत्तेजन मिळाल्यावर सव्यसाची अर्जुनानें कर्ण व द्रोण यांवर ताण करून त्यांचें सर्व बाजूंनीं निवारण केलें. अशा प्रकारें कुरुसेनेंतील निवडक निवडक योद्ध्यांस जाळीत तो पराक्रमी अर्जुन एखाद्या वाढत्या वणव्याप्रमाणें युद्धाच्या शिरोभागीं येत असतां मोठ्या नाणावलेल्या योद्ध्यांनीं जंग जंग पछाडली, परंतु त्यांच्यानें कांहीं त्याचें निवारण करवलें नाहीं ! मग दुर्योधन, कर्ण व सुबलपुत्र शकुनि त्या कुंतीपुत्रावर बाणांचा पाऊस पाडूं लागले. परंतु, राजा, त्या अस्त्रपटुश्रेष्ठ अर्जुनानें त्या सर्व योद्ध्यांचीं अस्त्रें निष्फल करून उलट त्यांवरच शरवृष्टि केली; आणि लगेच त्या जितेंद्रिय व हस्तलाघवी पार्थानें आपल्या अस्त्रांनीं त्यांचीं अस्त्रें आवरून त्या प्रत्येकाला दहादहा तीक्ष्ण बाणांनीं घायाळ केलें. राजा, या वेळीं धुळीनें व बाणवृष्टीनें दिशा

धुंद होऊन मोठा काळोख पडला आणि एकच हलकल्लोळ होऊं लागला. त्या वेळीं न आकाश दिसे, न दिशा, न पृथ्वी ! कांहींच दिसेनासें झालें, धुळीमुळें सर्व सैन्य भांबावून जाऊन अंधळ्यासारखें झालें, आणि आपणाकडील कोण व शत्रु कोण याचाही उमज पडेना ! यामुळें, राजेंद्रा, ते राजे केवळ वीर आरोळ्या ठोकीत त्या घोरणानें लढूं लागले. त्या अंधारांत विरथ झालेले व रथस्थ वीरही एकमेकांवर आदळून त्यांच्या केसांची व चिलखतांची गुंतागुंत होऊं लागली, आणि ते एकमेकांस भुजांनीं आवळूं लागले. कोणाचे घोडे मेले तर कोणाचे सारथि मरून पडले. पुष्कळ रथी बेशुद्ध झाले आणि पुष्कळांची कत्तल उडाली. जे कोणी नांवाला जिवंत होते, तेही भीतीनें भेदरून गेलेले दिसत होते, आणि पुष्कळ घोडेस्वारांसह मेलेल्या पर्वतप्राय गजांवर गतप्राण होऊन पडले होते !

द्रुपद व विराट यांचा वध.

नंतर द्रोणाचार्य लढाईचें ठिकाण सोडून जरासे रणमैदानाच्या उत्तरेस जाऊन तेथें धूमरहित अग्नीप्रमाणें झळकत उभे राहिले. राजा, आचार्य आपल्या सैन्याची अघाडी सोडून पुढें आलेले पाहातांच पांडवांचें सैन्य थरथरा कांपूं लागलें. द्रोणाचार्यांची ती तेजःपुंज, वीरश्रीनें भरलेली आणि तेजानें जशी कांहीं जळत असलेली मूर्ति अवलोकन करून शत्रूंची त्रेधा उडाली, ते म्लान झाले व पळूंही लागले. ज्याप्रमाणें इंद्राला जिंकण्याविषयीं दानव निराश होतात, त्याप्रमाणें आचार्य शत्रूंच्या सैन्यास आव्हान करीत असतां त्या मदोन्मत्त गजासारख्या वीरांस जिंकण्याची कोणालाच आशा उरली नाहीं. शत्रूंपैकीं कांहींची उमेद तर पार खचून गेली होती, कांहीं थोर वीर रागानें जागच्या जागीं गुरगुरत होते, कांहीं-जण अगदीं चकित झाले होते, आणि कांहींना मात्र हें सहन होत नव्हतें. द्रोणांस पाहून कांहीं राजे हातावर हात चोळूं लागले, कांहीं रागानें बेहोष होऊन दांतओंठ खाऊं लागले, कांहींजण आपलीं हत्यारें फिरवूं लागले, कांहींनीं आपल्या दंडांस पीळ भरला, आणि कांहीं रणशूर मर्दांनीं जिवावर उदार होऊन द्रोणाचार्यांवर हल्ला केला. विशेषेंकरून पांचालांनीं द्रोणांच्या बाणांनीं अत्यंत पीडा होत असतांही युद्धाचा पिच्छा पुरविला.

मग याप्रमाणें रणांत पराक्रम गाजविणाऱ्या अजिंक्य आचार्यांवर द्रुपद आणि विराट हे चालून आले; आणि त्यांच्या मागून द्रुपदाचे तिघे नातू व महाधनुर्धर चेदि यांनीं रणांत त्यांवर हल्ला चढविला. परंतु द्रोणांनीं तीन तीक्ष्ण शरांनीं द्रुपदाच्या त्या तिघां नातवांचे प्राण हरण केले, तेव्हां ते मरून जमिनीवर पडले ! नंतर द्रोणांनीं युद्धांत चेदि, कैकेय व सृंजय यांना जिंकलें, आणि नंतर मत्स्यदेशच्या सर्व महारथ्यांचाही पराभव केला. तेव्हां, हे महाराजा, द्रुपदास राग येऊन त्यानें व विराटानेंही द्रोणांवर सारखी बाणांची धार धरली. परंतु क्षत्रियमर्दक द्रोणांनीं त्या वृष्टीचा नाश केला आणि त्या दोघां विराटद्रुपदांस बाणांनीं छावून सोडिलें. याप्रमाणें द्रोण त्यांस रणांत आच्छादूं लागले, तेव्हां ते संतापले, आणि फारच चवताळून द्रोणांवर बाणांची पेर करूं लागले. नंतर, हे महाराजा, क्रोध व असहिष्णुता यांनीं भरलेल्या द्रोणांनीं दोन अत्यंत तीक्ष्ण भल्लांनीं त्यांचीं धनुष्यें तोडलीं,. तेव्हां विराटानें रागारागानें दहा तोमर व तितकेच बाण द्रोणांस ठार मारण्याच्या इच्छेनें त्यांच्यावर फेंकले; आणि इतक्यांत द्रुपदानेंही एक प्रचंड नागिणीसारखी दिसणारी सुवर्णविभूषित व भयंकर पोलादी शक्ति रागानें त्यांच्या

रथावर भ्रुगारली. तेव्हां द्रोणांनीं अत्यंत तीक्ष्ण अशा शरांनीं ते दहा तोमर व ती सोन्याच्या कोंदणांत वैदूर्यरत्नें बसविलेली शक्तिही छेदून टाकिली! नंतर शत्रुमर्दक द्रोणांनीं दोन उत्तम पाणीदार भल्लांनीं द्रुपद व विराट या दोघांना यमसदनीं पाठविलें!

हे महाराजा, याप्रमाणें विराट, द्रुपद, केकय, मत्स्य, चेदिपांचाल आणि तसेच द्रुपदाचे तीन शूर नातू मारले गेले, तेव्हां द्रोणांचें तें कृत्य पाहून थोर अंतःकरणाचा धृष्टद्युम्न रागानें व दुःखानें व्यापून गेला, आणि त्यानें रथ्यांच्या मध्यभागीं प्रतिज्ञा केली कीं, "आज माझा शत्रु द्रोण माझ्या हातून जिवंत सुटेल किंवा तो माझा पराभव करील, तर मी केलेले यज्ञयाग, कूपतडागादि, त्याचप्रमाणें माझे क्षत्रियत्व आणि (ब्राह्मणरूप अग्नीपासून उत्पन्न झाल्यामुळें) माझ्या अंगीं असलेलें ब्राह्मण्य हें सर्व नष्ट होवो!"

सर्व धनुर्धरांमध्यें अशी प्रतिज्ञा करून तो परवीरांतक पांचालकुमार आपल्या सैन्यासह द्रोणांवर चालून गेला. समोरून पांचाल व पांडव द्रोणांवर मारा करूं लागले, आणि पाठीमागून दुर्योधन कर्ण, सौबल शकुनि आणि तुझे मुख्यमुख्य सहोदर पुत्र रणांत त्यांचें रक्षण करूं लागले. याप्रमाणें ते सर्व महारथी द्रोणांचें संरक्षण करीत असल्यामुळें, पांचाल आपल्याकडून पाहिजे तितकी धडपड करीत होते तथापि ते द्रोणांकडे वांकड्या नजरेनें पाहूंही शकेनात!

हे मारिषा, नंतर भीमसेन धृष्टद्युम्नावर संतापला, आणि त्या पुरुषर्षभानें वाक्शरांनीं त्यास चांगलें झाडलें. भीमसेन म्हणाला, धृष्टद्युम्ना, तूं तर द्रुपदाच्या कुलांत जन्म घेतला असून सर्व अस्त्रांत अगदीं पारंगत आहेस. अरे, आपणास क्षत्रिय म्हणविणारा कोणता पुरुष असा समोर उभा राहिलेल्या शत्रूकडे नुसता पहात राहील? आणि पित्याचा वध झाला असतां आणि विशेषेंकरून राजांच्या समुदायांत तशी शपथ घेतल्यावर कोणता पुरुष असा स्वस्थ बसणार आहे? हा आपल्या तेजानें वैश्वानरासारखा प्रदीप्त झालेला व धनुष्यबाणरूपी इंधनांनीं युक्त असलेला द्रोण आपल्या तेजानें क्षत्रियांस जाळीत आहे आणि समोर पांडवांच्या सेनेचा फडशा उडवीत आहे. तुमच्या अंगीं सामर्थ्य नसेल तर स्वस्थ उभे रहा, आणि माझा पराक्रम पहा. हा मी थेट द्रोणांवर चालून जातों!"

राजा, असें म्हणून क्रुद्ध भीमसेन जोरानें बाण मारून तुझ्या सेनेस पिटाळून लावीत द्रोणांच्या सैन्यांत घुसला. मग धृष्टद्युम्नानें प्रचंड सेनेंत प्रवेश करून रणांत द्रोणांस गांठिलें तेव्हां मग मोठें तुंबळ युद्ध जुंपलें. राजा, त्या सूर्योदयाच्या वेळीं जसें मोठें अमर्याद युद्ध झालें, तसें मागें आम्हीं कधीं पाहिलें नव्हतें किंवा ऐकिलेंही नव्हतें! हे मारिषा, रथांचे समुदाय एकमेकांशीं अगदीं भिडून गेलेले दिसत होते. मनुष्य, घोडे वगैरेंचीं शरीरें चोहोंकडे विखरून गेलीं होतीं; कांहीं लोक दुसरीकडे असतां वाटेंत शत्रूंनीं त्यांवर हल्ला करून त्यांस पळवून लावलें; पराङ्मुख झालेल्या कांहीं लोकांवर मागून मारा होत होता; आणि कित्येकांवर दोहोंबाजूंकडून भडिमार चालला होता. याप्रमाणें तें हातघाईचें युद्ध फारच भयंकर झालें. मग क्षणमात्रांत सूर्य उदय पावला.

अध्याय एकशें सत्यायशींवा.

—:०:—

संकुलयुद्ध.

संजय सांगतोः—हे महाराजा, सहस्ररश्मि सूर्य उदय पावण्याच्या बेतांत आला तेव्हां

रणांगणांत त्या वीरांनीं चिलखतें वगैरे न उतरतां तशीच त्याची उपासना केली; आणि मग तो तप्तकांचनासारखा तेजस्वी सहस्ररश्मि उदय पावून सर्वत्र प्रकाश पडल्यावर पुनः कचाकचीस सुरुवात झाली. हे भारता, उदयापूर्वीं तेथें जीं द्वंद्वें जुंपलीं होतीं, तींच सूर्योदयानंतर पुनर्वार जुंपलीं. रथांशीं घोडे भिडले; हत्ती घोड्यांशीं व पायदळाशींही लढूं लागले; आणि त्याचप्रमाणें स्वार स्वारांवर, पायदळ पायदळावर, रथ रथांवर आणि हत्ती हत्तींवर घसरले. योद्धे केव्हां एकजुटीनें व केव्हां एकेकटेच रणांत शत्रूंवर पडूं लागले. त्यांनीं रात्रभर लढाई केली होती, यामुळें व सूर्याच्या उन्हामुळें पुष्कळ लोक थकून जाऊन भूक व तहान फार लागल्यामुळें बेशुद्ध पडले. तथापि, राजा, शंख, भेरी व मृदंग, चीत्कार करणारे हत्ती व आकर्षून सोडीत असतां घुमणारीं धनुष्यें यांचा ध्वनि आकाशास जाऊन पोंचेल इतका प्रचंड होत होता. पळणारीं पायदळें, सणाणत येणारीं शस्त्रें, खिंकाळणारे घोडे, फिरत असलेले रथ आणि दुसरे आक्रोश व गर्जना करणारे लोक यांच्या शब्दांनीं तर तेव्हां विश्व दुमदुमून गेलें; त्याचा मोठा हलकल्लोळ माजला, आणि तो आकाशांत भरून गेला. त्यांतच नानाप्रकारच्या शस्त्रांनीं घायाळ होऊन तडफडणाऱ्या प्राण्यांचें विवळणें मिसळलें; आणि पडणारे पदाति, घोडे, रथ व हत्ती यांचा प्रचंड ध्वनि एकसारखा भूमीवर ऐकूं येऊं लागून त्याच्या योगानें अंतरिक्ष व्यापून गेलें.

याप्रमाणें सैन्यें अनेक प्रकारें एकमेकांशीं भिडलीं असतां असा कांहीं गोंधळ उडाला कीं, त्यामध्यें आपल्या वीरांनीं आपल्याकडील लोकांची कत्तल केली; तसेच शत्रूंनींही आपलेच लोक कापून काढले; आणि त्यांबरोबर त्यांनीं आपापल्या शत्रूंसही ठार केलें. वीर आपल्या हातांतील खड्गें योद्ध्यांवर व हत्तींवर फेंकीत होते, यामुळें, पाणवठ्यावर धुण्याच्या वस्त्रांच्या राशी पडतात त्याप्रमाणें त्या खड्गांच्या तेथें राशी पडलेल्या दिसत होत्या; आणि चिरगुटांस घाव घालावे त्याप्रमाणें त्यांच्या पडण्याचा आवाज चालला होता! त्या हातघाईच्या लढाईत आंखूड तरवारी, खड्ग, तोमर व परशु यांची खणाखणी चालली असून अतिशय भयंकर कत्तल उडत होती. त्या ठिकाणीं वीरांनीं परलोकाकडे वहात जाणारी एक नदीच निर्माण केली. हत्ती व घोडे यांच्या शरीरांपासून तिचा उगम असून तिजमधून मनुष्यांचीं प्रेतें वहात होतीं. शस्त्ररूपी मत्स्यांनीं ती परिपूर्ण भरलेली असून तिजमध्यें रक्तमांसाचा चिखल झाला होता. आर्तांचें विवळणें हाच शब्द आणि शस्त्रें व पताका यांच्या रूपानें तिजवर फेंस आला होता!

रात्रभर श्रम केल्यामुळें घोडे व हत्ती थकून गेले होते; तशांत आणखी त्यांना बाणांच्या व शक्तीच्या जखमा लागल्या होत्या, यामुळें ते भांबावून सर्व अवयव आंतल्या आंत ओढून धरून स्तब्ध राहिले. वीरांचे हात, चित्रविचित्र कवचें, सुंदर कुंडलें लटकत असलेलीं मस्तकें, युद्धांचीं हत्यारें व दुसरे चकचकीत पदार्थ जागोजाग पडले होते. जिकडे तिकडे मेलेले व घायाळ हे पडले असून त्यांवर कोल्ह्याकुत्र्यांच्या झुंडी पडल्या होत्या, यामुळें रणांगण इतकें व्यापून गेलें होतें कीं, त्या सर्व रणांगणांत रथ चालण्यासही मार्ग नव्हता! शिवाय रथांचीं चाकें रुतत होतीं, व घोडे तर शरपीडित व श्रांत झाल्यामुळें थरथर कांपत होते. ते घोडे मूळचे जातवान्, धैर्यवान्, बलाढ्य व हत्तींसारखे प्रचंड होते; तथापि ते मोठा जोर करून कसे तरी रथ ओढीत होते इतकेंच! हे भारता, या वेळीं सर्व सैन्य विव्हल, अतिशय

भांबावलेलें, भयभीत व आर्त होऊन गेलेलें होतें. फक्त द्रोण व अर्जुन हे दोघे मात्र आपणाकडील आर्तांचें आश्रयस्थान म्हणजे त्यांचें भय नाहींसें करण्यास व शत्रूंचा संहार करण्यास समर्थ होते. इतर लोक या दोघांच्या हातूनच यमलोकीं गेले. कौरवांच्या सर्व प्रचंड सैन्यांत मोठी गडबड उडाली, आणि तें पांचालाच्या सैन्यांशीं मिसळून गेल्यामुळें कांहींच समजेनासें झालें. पृथ्वीवर राजेरजवाड्यांचा अंतकाच्या लीलेप्रमाणें भित्र्यांचें भय वाढविणारा भयंकर संहार उडाला. राजा, सर्व लोक धुळीनें व्यापून गेल्यामुळें तेथें कर्ण, द्रोण, अर्जुन, युधिष्ठिर, भीमसेन, नकुल, सहदेव, धृष्टद्युम्न, सात्यकि, दुःशासन, अश्वत्थामा, दुर्योधन व शकुनि, कृपाचार्य, शल्य, कृतवर्मा किंवा दुसरेही कोणी शत्रूंशीं कोठें भिडले आहेत हें आम्हांस कांहींच दिसत नव्हतें. फार कशाला ? पृथ्वी, दिशा किंवा स्वतःचें शरीरही दिसत नव्हतें ! राजा, तो गरगर फिरणारा, भयंकर व प्रचंड धुळीचा मेघ उत्पन्न झाला तेव्हां दुसरी रात्रच प्राप्त झाली असें सर्वांस वाटलें. कौरव, पांचाल व पांडव कोणीच ओळखत नव्हते. दिशा, आकाश, भूमि, चांगली जमीन किंवा खांचखळगे वगैरे कांहीं समजत नव्हतें. अशा वेळीं जयासाठीं हापापलेल्या वीरांनीं, जे कोणी हातांत सांपडतील—मग ते शत्रु असोत किंवा मित्र असोत—त्यांना खालीं लोळविलें. नंतर जमिनीवरील धूळ रक्ताच्या सड्यानें बसून गेल्यामुळें व वर उडालेली धूळ सोसाट्याच्या वाऱ्यानें दूर गेल्यामुळें जमिनीजवळचा धुरोळा नाहींसा झाला. मग तेथें रक्तबंबाळ झालेले हत्ती, घोडे, वीर, रथी व पदाति पारिजातवनाप्रमाणें शोभूं लागले !

नंतर दुर्योधन, कर्ण, द्रोण व दुःशासन हे चौघे रथी चार पांडवांशीं भिडले. दुर्योधन व दुःशासन हे नकुल-सहदेवांबरोबर, कर्ण भीमाबरोबर आणि द्रोणाचार्य अर्जुनाबरोबर झगडूं लागले. तेव्हां चोहोंकडून सर्व लोक त्या भयंकर रथ्यांचा अमानुष संग्राम आणि त्यांचें तें अति आश्चर्यकारक घोर समरकर्म अवलोकन करूं लागले. ते विलक्षण पद्धतीनें लढणारे वीर आपले चित्रविचित्र रथ आश्चर्यकारक प्रकारांनीं फिरवीत रणांत धुमाकूळ घालूं लागले; आणि लोक तटस्थ राहून त्यांचें तें विचित्र युद्ध पाहूं लागले. ते पराक्रमी वीर परस्परांस जिंकण्याच्या ईर्षेनें झटले; आणि उन्हाळ्याच्या शेवटीं मेघ पर्जन्यवृष्टि करतात त्याप्रमाणें त्यांनीं परस्परांवर बाणांचा पाऊस पाडला. सूर्यासारख्या तेजःपुंज रथांत बसलेले नरवीर हे ज्यांवर विजा चमकत आहेत अशा शारदीय मेघांसारखे शोभत होते. हे महाराजा, ते आठही योद्धे मोठे धनुर्धर, पराक्रमी व पुष्कळ परिश्रम करून तरबेज झालेले असून परस्परांची स्पर्धा करीत होते व रागानें आणि असहिष्णुतेनें अगदीं खवळून गेले होते. ते मत्त हत्तींसारखे किंवा उन्मत्त पोळांसारखे एकमेकांवर धांवून गेले. राजा, अशा वेळीं त्या सर्वांच्या एकदम ठिकऱ्याच उडून जावयाच्या ! परंतु तशा गेल्या नाहींत, त्यापेक्षां वेळ भरल्यावांचून कोणी मरत नाहीं हेंच खरें ! राजा, त्या वेळीं रणांगणांत फारच संहार उडाला. हात व पाय छेदून पडले होते; कुंडलयुक्त मस्तकें विखुरलीं होतीं; जागजागीं धनुष्यें, बाण, भाले, तरवारी, परशु, पट्टे, नालीक, लहान नाराच, शक्ति, तोमर आणि दुसरीं नानाप्रकारच्या आकारांचीं लखलखीत केलेलीं उत्कृष्ट आयुधें पडलीं होतीं. तशींच नानाप्रकारचीं लहानमोठीं चकचकीत चिलखतें, मोडके रथ आणि मेलेले हत्ती व घोडे चोहोंकडे पडले होते. कित्येक पर्वतप्राय प्रचंड

रथांवरील वीर व ध्वज उलथून ते शून्य झाले होते; आणि कोणी आवरणारा मनुष्य न राहिल्यामुळें त्या रथांचे अलंकारयुक्त घोडे बुजून वरचेवर भडकत ते रथ वाटेल तिकडे ओढीत नेत होते. यांशिवाय चंवऱ्या, चिलखतें, ध्वज, छत्रें, भूषणें, वस्त्रें, सुवासिक फुलांच्या माळा, हार, किरीट, मुकुट, पागोटीं, घुंगऱ्यांच्या माळा, छातींवर लटकणारीं रत्नें व निष्क आणि चूडामणि चोहोंकडे विखुरल्यामुळें तेथें तें रणांगण तारांगणांनीं व्याप्त असलेल्या नभोमंडळाप्रमाणें होऊन गेलें!

नकुलयुद्ध.

नंतर दुर्योधनाचा नकुलाशीं सामना झाला. त्या वेळीं दोघांसही सारखाच राग आला असून सारखाच त्वेष चढला होता. प्रथम माद्रीसुतानें मोठ्या ईर्षेनें तुझ्या मुलास उजवी घातली, आणि शेंकडों बाण सोडले; तेव्हां मोठा हाहाःकार उडाला. परंतु, हे महाराजा, चुलतभावानें रणांत आपणास उजवी घातली ही गोष्ट सहन न होऊन तुझा पुत्र दुर्योधनही त्वरेनें नकुलास उजवी घालूं लागला. याप्रमाणें तोडीस तोड देण्यासाठीं तुझा पुत्र नकुलास उजवीकडून प्रदक्षिणा करूं लागला, परंतु आश्चर्यकारक मार्ग जाणणाऱ्या तेजस्वी नकुलानें त्याचें निवारण केलें. त्यानें त्याचें चोहोंकडून निवारण करून टाकलें, तेव्हां सैनिकांनीं त्याची प्रशंसा केली. मग, राजा, मागील सर्व दुःखें स्मरून व तुझें कुटिल कारस्थान आठवून नकुल तुझ्या मुलास म्हणाला, "उभा रहा! दुर्योधना, उभा रहा!"

अध्याय एकशें अठ्यायशींवा.

—:०:—

सहदेवदुःशासनयुद्ध.

संजय सांगूं लागलाः—नंतर दुःशासन मोठ्या क्रोधानें सहदेवावर चालून गेला. त्या वेळीं त्याच्या रथाच्या विलक्षण वेगामुळें पृथ्वी जशी कांहीं कांपूं लागली! तो चालून येत आहे तोंच शत्रुकर्षक माद्रीपुत्रानें एका भल्लानें त्याच्या सारथ्याचें शिरस्त्राण घातलेलें मस्तक पटकन् छेदून टाकलें. हें काम सहदेवानें इतक्या जलदीनें केलें कीं, दुःशासनास अथवा दुसऱ्याही कोणास सारथि मारला गेला हें कळलें देखील नाहीं. मग जेव्हां घोड्यांस आवरणारा न राहिल्यामुळें ते वाटेल तसे भडकूं लागले, तेव्हां सारथि ठार झाला ही गोष्ट दुःशासनाच्या ध्यानांत आली! दुःशासन हा स्वतःघोडे चालविण्यांत तरबेज आहेच! सारथि पडल्याचें पहातांच त्या रथिश्रेष्ठानें स्वतःच घोडे आवरून धरले, आणि एकीकडे मोठ्या चापल्यानें आश्चर्यकारक व उत्तम प्रकारें युद्धही चालविलें! राजा, रथावरील सारथि मेला असतांही जेव्हां तो निर्भयपणें रणांत संचार करूं लागला, तेव्हां तें कृत्य पाहून आपले व शत्रूंकडील लोकही त्याची प्रशंसा करूं लागले. इकडून सहदेवानें तर त्याच्या घोड्यांवर तीक्ष्ण बाण सोडण्याचा सपाटाच चालविला, तेव्हां ते घोडे बाणांनीं व्याकूळ होऊन इतस्ततः भ्रमण करूं लागले. राजा, या वेळीं दुःशासन कांहीं वेळ घोड्यांचे लगाम हातीं घेऊन धनुष्य खालीं ठेवी, आणि लगेच पुनः लगाम सोडून देऊन धनुष्य घेऊन लढावयास लागे. ही संधि साधून लगाम ठेवणें व धनुष्य घेणें यांच्यामधील अवकाशांत माद्रीपुत्र त्यास बाणांनीं झांकूं लागला. परंतु हें पाहातांच तुझ्या पुत्राचें रक्षण करण्यासाठीं कर्ण त्यांच्यामध्यें आडवा झाला; आणि लगेच इकडून वृकोदरानें पुढें सरसावून आपलें धनुष्य आकर्ण ओढून कर्णाच्या छातीवर एक व दोन भुजांवर दोन याप्रमाणें तीन

बाण मारून मोठ्यानें आरोळी दिली. मग ते बाण लागल्यामुळें कर्ण एखाद्या दुखावलेल्या सर्पाप्रमाणें उलटला, आणि तीक्ष्ण शरांचा वर्षाव करीत भीमाचें निवारण करूं लागला. तेव्हां मग

भीम व कर्ण यांचें युद्ध

सुरू होऊन तें मोठें निकराचें झालें. ते दोघेही डोळे वटारून बैलांप्रमाणें डुरकण्या फोडीत मोठ्या वेगानें एकमेकांवर तुटून पडले. लगेच ते दोघे महावीर अगदीं हातघाईवर येऊन एकमेकांच्या इतके जवळ येऊन ठेपले कीं, त्यांस बाणांचा उपयोग करतां येईनासा झाला. मग त्यांच्या गदायुद्धास प्रारंभ झाला. प्रथम भीमानें आपल्या गदेनें कर्णाच्या रथाच्या दांड्यांचे शेंकडों तुकडे केले. तेव्हां त्याच्या या विलक्षण कृत्याचें सर्वांस मोठें आश्चर्य वाटलें. नंतर पराक्रमी कर्णानें भीमाच्या रथावर नेम धरून आपली गदा फेंकिली, परंतु भीमानें तीही छेदून टाकिली, आणि लगेच दुसरी एक मोठी प्रचंड व अवजड गदा कर्णाच्या रथावर झुगारली. ती गदा वेगानें येऊं लागली तेव्हां कर्णानें उत्तम पिसाऱ्यांचे पुष्कळ बाण वरचेवर मोठ्या झपाट्यानें सोडून ती गदा परत फिरविली; तेव्हां मग ती मंत्रांनीं भारलेल्या नागिणीसारखी उलट भीमाकडेच येऊन थडकली. तिच्या आघातानें भीमाच्या रथावरील प्रचंड ध्वज उलथून पडला, आणि तिच्या ठोकरीसरसा त्याचा सारथिही खालीं पडून बेशुद्ध झाला! हे भारता, सारथि व ध्वज पडल्यामुळें भीमास अतिशय राग येऊन तो अगदीं बेफाम होऊन गेला; आणि लगेच त्या परवीरांतक महाबलिष्ठानें घांसून लखलखीत केलेले आठ बाण कर्णावर सोडून त्याचा ध्वज, धनुष्य व भाता यांचा सहज चुराडा उडविला! नंतर कर्णानें सोन्यानें मढविलेलें दुसरें मोठें बळकट धनुष्य हातीं घेऊन पुष्कळ बाण सोडून भीमाचे अस्वली रंगाचे घोडे व दोघे पार्ष्णिसारथि ठार केले. याप्रमाणें भीमसेनाचा रथ निरुपयोगी झाला, तेव्हां मग त्या शत्रूंस जर्जर करणाऱ्या वीरानें एकदम नकुलाच्या रथावर उडी मारिली; आणि सिंह पर्वताच्या शिखरावर चढतो त्याप्रमाणें तो त्याच्या रथावर चढला.

द्रोणार्जुनयुद्ध.

राजेंद्रा, इकडे महारथी द्रोणार्जुनाचेंही असेंच मोठें आश्चर्यकारक युद्ध चाललें होतें. राजा, ते दोघेही गुरुशिष्य युद्ध करण्यांत घटलेले, नेम मारण्यांत पटाईत, युक्ति योजण्यांत चतुर आणि रथ चालविण्यांतही निष्णात असल्यामुळें, त्यांनीं मनुष्यांचे नेत्र आणि अंतःकरणें गुंग करून सोडलीं; आणि त्यामुळें इतर सर्व योद्धे लढाई बंद ठेवून तें गुरुशिष्यांचें अदृष्टपूर्व युद्ध पाहूं लागले. त्या दोघांपैकीं प्रत्येकजण सैन्यामध्ये अनेक आश्चर्यकारक पद्धतींनीं रथ फिरवून दुसऱ्यास आपल्या उजवीकडे घेण्याचा प्रयत्न करीत होता. तेव्हां त्या उभयतांचा तो पराक्रम पाहून योद्ध्यांस फारच विस्मय वाटला. अशा प्रकारें, आमिषासाठीं आकाशांत झगडणाऱ्या ससाण्यांप्रमाणें त्या दोघां द्रोणार्जुनांचें मोठें भयंकर युद्ध झालें. कुंतीपुत्रास जिंकण्यासाठीं द्रोण जी जी शक्कल काढीत, ती ती अर्जुन हंसतच हाणून पाडी. असें होतां होतां जेव्हां द्रोणांच्यानें अर्जुनावर सरशी करवेना, तेव्हां मग त्या अस्त्रविशारद आचार्यांनीं ऐंद्र, ब्राह्म, पाशुपत, त्वाष्ट्र, वारुण, इत्यादि अस्त्रें प्रकट केलीं. परंतु द्रोणांच्या धनुष्यापासून जें जें अस्त्र सुटे, तें तें धनंजय तत्काल छेदून टाकीत होता. याप्रमाणें अर्जुन त्यांचीं अस्त्रें प्रत्यस्त्रांनीं विधिपूर्वक नष्ट करूं लागला, तेव्हां मग द्रोण

त्याहूनही परम दिव्य अस्त्रांचा त्यावर वर्षाव करूं लागले. परंतु त्याला जिंकण्यासाठीं द्रोण जें जें म्हणून अस्त्र योजीत, त्याच्या त्याच्या नाशासाठीं अर्जुन तेंच अस्त्र उलट सोडीत होता, याप्रमाणें तीं परम दिव्य अस्त्रेंही जेव्हां नष्ट होऊं लागलीं, तेव्हां द्रोणांनीं मनांतल्या मनांत त्याची खूप वाखाणणी केली; आणि, हे भारता, अर्जुन हा आपला शिष्य असून इतका निष्णात आहे असें पाहून त्यांना स्वतःच्या कर्तबगारीविषयीं धन्यता वाटली; आणि ते आपणास पृथ्वीवरील सर्व धनुर्धरांहून श्रेष्ठ मानूं लागले. अर्जुन थोरथोर वीरांसमक्ष त्यांना कुंठित करीत होता. तरी त्याबद्दल राग न मानतां आचार्यांनीं उलट प्रेमानें व विस्मयपूर्वक त्याला हटविण्याचा प्रयत्न चालविला. मग आकाशांत हजारों देव, गंधर्व, ऋषि व सिद्धांचे समुदाय तें युद्ध पाहाण्यासाठीं जमा झाले; त्याचप्रमाणें तें आकाश अप्सरांनीं व यक्षगंधर्वांनींही व्यापून गेलें; आणि त्यामुळें तें मेघांनीं भरून गेल्याप्रमाणें शोभूं लागलें. मग राजा, त्या ठिकाणीं द्रोण व अर्जुन या दोघांच्याही स्तुतीनें ओतप्रोत भरलेल्या आकाशवाणी ऐकूं येऊं लागल्या. ते अस्त्रें सोडूं लागले व दशदिशा जणूं पेटवून देऊं लागले. तेव्हां तेथें जमलेले सिद्ध व ऋषि म्हणाले, " हें कांहीं मनुष्ययुद्ध नव्हे, किंवा असुर व राक्षस यांचें युद्धही नव्हे. तसेंच देव किंवा गंधर्व यांच्याही पद्धतीनें हें युद्ध होत नाहीं. हें खरोखर त्यांहून पलीकडचें ब्राह्म युद्ध होत आहे! इतकें विचित्र व आश्चर्यकारक युद्ध आम्हीं कधीं पाहिलें नव्हतें किंवा ऐकिलेंही नव्हतें. द्रोणाचार्य अर्जुनास भारी आहेत, आणि अर्जुनही एका परीनें आचार्यांस भारी आहे. या दोघांमध्यें काय अंतर आहे हें कोणालाही समजणें शक्य नाहीं. जर रुद्र आपल्या दोन मूर्ति प्रकट करून त्यांच्या रूपानें आपण आपल्याशींच लढूं लागेल, तर त्यांची उपमा यांना देतां येईल, दुसरी कोणतीही उपमा यांना शोभण्याजोगी नाहीं! आचार्यांच्या ठिकाणीं सर्व ज्ञान एकवटलें आहे, आणि अर्जुनाच्या ठिकाणीं ज्ञान आणि बल दोन्हीं आहेत. त्याचा सारथि कृष्ण आहे; आणि गांडीव धनुष्य, दिव्य रथ, ध्वजावर हनुमान, वगैरे गोष्टी विशेष असून तो बुद्धिमान् व त्यांतल्या त्यांत तरुण आहे. आचार्यांत शौर्य ओतप्रोत आहे, पण अर्जुनाच्या अंगीं शौर्य व बळ दोन्ही आहेत. या दोघांचाही युद्धांत इतरांकडून पराभव होणें शक्य नाहीं; इतकेंच नव्हे, तर हे मनांत आणतील तर देवांसुद्धां सर्व विश्वाचा फडशा उडवितील!"

हे महाराजा, त्या दोघांना पाहून तेथें दृग्गोचर न होणारे व तेथें दिसणारेही सर्व प्राणी असें म्हणाले. नंतर महाज्ञानी द्रोणांनीं ब्रह्मास्त्र प्रकट केलें आणि अर्जुनास व गुप्त प्राण्यांसही सतावून सोडलें. मग पर्वत, वनें व वृक्ष यांसुद्धां पृथ्वी कंपित होऊं लागली, भयंकर वावटळ सुटली, आणि सागरही खवळून गेले. याप्रमाणें महात्म्या द्रोणांनीं तें अस्त्र जोडलें असतां कौरवपांडवांच्या सेनेला व इतर सर्व प्राण्यांस मोठी भीति वाटली. परंतु, राजेंद्रा, अर्जुनानें न गडबडतां ब्रह्मास्त्रानेंच त्या अस्त्राचा नाश केला. शेवटीं त्या दोघांपैकीं कोणीच कोणास हार जाईना, तेव्हां मग त्या दोन्ही सैन्यांमध्यें मोठें धुमश्चक्रीचें युद्ध जुंपून त्या रणांगणांत अगदीं घेघेमार माजून राहिली! राजा, समरभूमींत द्रोणांचें व अर्जुनाचें तुंबळ युद्ध चालू असतां कशाचेंही भान होईनासें झालें! आकाशांत बाणांचे इतके समुदाय पसरले कीं, तेणेंकरून तें जसें कांहीं मेघजालांनींच

व्यापून गेलें ! आणि त्यामुळें तेव्हां आकाशांत चिटपाखरूंही फिरकेनासें झालें !

अध्याय एकशें एकुणनव्वदावा.

—:०:—

संकुलयुद्ध.

संजय सांगतोः—हे महाराजा, हत्ती, घोडे व मनुष्यें यांचा तो तसा संहार चालला असतां दुःशासन धृष्टद्युम्नाशीं लढूं लागला. या वेळीं धृष्टद्युम्न हा रुक्मरथ द्रोणाचार्यांशीं लढण्यांत गुंतला असून तशांत त्यावर दुःशासनानें बाण टाकून त्यास पीडा दिली, तेव्हां त्यास संताप येऊन त्यानें दुःशासनाच्या घोड्यांवर बाणांची वृष्टि केली. तेव्हां, हे महाराजा, एका क्षणामध्यें सारथि व ध्वज यांसुद्धां त्याचा तो रथ धृष्टद्युम्नाच्या बाणांनीं अगदीं भरून जाऊन दिसेनासा झाला! राजेंद्रा, त्या शरजालानें दुःशासनास फारच पीडा होऊं लागली, आणि त्या महाघोर पांचालपुत्रासमोर त्याच्यानें मुळींच टिकाव धरवेना! पार्षतानें बाणांनीं त्यास पराङ्मुख करून टाकलें, आणि हजारों बाण टाकीत रणांत थेट द्रोणांकडेच चाल केली! परंतु त्यानें चाल केली नाहीं तोंच हृदीकपुत्र कृतवर्मा व त्याचे तीन भाऊ यांनीं त्यास गांठून त्याचें सर्व बाजूंनीं निवारण चालविलें. इकडून पुरुषश्रेष्ठ नकुलसहदेव द्रोणाभिमुख जाणाऱ्या त्या अग्नीप्रमाणें देदीप्यमान धृष्टद्युम्नाचें रक्षण करीत त्याच्या मागोमाग गेले. याप्रमाणें धृष्टद्युम्न व नकुलसहदेव आणि हार्दिक्यप्रभृति आपले वीर यांची गांठ पडून मोठी खडाजंगी सुरू झाली. ते सर्वजणच नामांकित महारथी व मोठे बलाढ्य असून अगदीं संतापून गेले होते. धारातीर्थी देह ठेवावयाचा हा उद्देश डोळ्यांपुढें ठेवून त्यांनीं युद्ध केलें. त्यांचें अंतःकरण व वर्तनही निर्मल असे आणि स्वर्ग मिळविण्याची त्यांची महत्वाकांक्षा होती. राजा, परस्परांस जिंकूं पाहाणाऱ्या त्या वीरांनीं आर्यपद्धतीनें युद्ध केलें. त्यांचीं कुलें शुद्ध असून स्वतः त्यांचेंही वर्तन पवित्र होतें. शिवाय ते मोठे ज्ञाते होते. यामुळें सद्गति मिळण्यासाठीं त्यांनीं धर्मयुद्धच केलें ! त्या ठिकाणीं युद्धामध्यें अधर्म किंवा अप्रशस्त असें बिलकूल कांहीं घडलें नाहीं. अप्रशस्त मानलेला कर्णाकार बाण, नालीक, विषारी बाण, किंवा अंगांतून उपटतांना ज्याचा दांडा बाहेर निघतो व टोंक तसेंच रुतून राहातें तो बस्तिक नामक बाण शपथेलाही दिसला नाहीं ! ज्याला पुष्कळ कांटे असतात तो सूचि, माकडाच्या हाडाचा केलेला असतो तो कपिश, आणि ज्याचें पातें बैलाच्या हाडाचें किंवा हत्तीच्या हाडाचें आहे असाही बाण तेथें उपयोगांत आणला गेला नाहीं. फार कशाला ? ज्याचें पातें गंजलें आहे, किंवा ज्याला दोन टोंकें आहेत, किंवा जो सरळ जात नाहीं, अशाही बाणांचा त्यांनीं उपयोग केला नाहीं ! सर्वांनीं सरळ व शुद्ध अशींच शस्त्रें धारण केलीं होतीं. कारण धर्मयुद्ध करून परलोकची प्राप्ति करून घ्यावी व कीर्ति मिळवावी, अशी त्यांची इच्छा असे.

असो; त्या वेळीं तुझ्या चार वीरांचें पांडवांकडील त्या तिघांशीं अगदीं निर्दोष परंतु

१ धर्मयुद्धांतील हे नियम ध्यानांत ठेवण्याजोगे आहेत. कर्णिसंज्ञक बाणाला खोंचेच्याप्रमाणें दोन टोंकें आंत वळलेलीं असल्यामुळें तो अंगांतून उपटूं लागलें तर मांस बाहेर काढून जास्तच पीडा देतो. अशीच नालीकाची गोष्ट आहे. हाडांचे बाण विषारी असतात. श्लिष्ट म्हणजे दोन टोंकांच्या बाणानें एकदम दोन जखमा होतात म्हणून तो अप्रशस्त. गंजलेल्या बाणानें झालेली जखम लवकर बरी होत नाहीं, म्हणून तो त्याज्य; व जिह्म हा सरळ जात नसल्यामुळें त्याचा प्रतिकार करतां येत नाहीं म्हणून तोही त्याज्य !

घनघोर युद्ध झालें ! मग, राजा, नकुल-सहदेवांनीं तुझ्या त्या वीरांस अडवून धरलें आहे असें पाहून चलाखीनें अस्त्रें सोडणारा धृष्टद्युम्न द्रोणांवर चालून गेला. पर्वत पुढें आले म्हणजे त्यांकडून वाऱ्याचें निवारण होतें त्याप्रमाणें त्या चौघां वीरांचें त्या दोघां पुरुषश्रेष्ठांनीं निवारण केलें; तथापि वारे पर्वतांवरच घोंटाळत राहातात त्याप्रमाणें ते वीरही मागें न फिरतां त्या दोघांशीं झगडत होते. नकुल व सहदेव यांतील प्रत्येक रथिश्रेष्ठ त्या चौघांपैकीं दोघां दोघांशीं भिडला आणि त्यामुळें धृष्टद्युम्नास द्रोणांकडे चालून जातां आलें.

दुर्योधनसात्यकियुद्ध.

तो युद्धांत बेफाम होणारा पांचालपुत्र द्रोणांवर हल्ला करून जात आहे आणि ते चौघेजण नकुल-सहदेवांशीं लढण्यांत गर्क झाले आहेत, असें पाहून दुर्योधन राजा रक्ताचें भोजन करणारे बाण फेंकीत त्यांच्यामधील खिंडाराकडे धांवून गेला. परंतु, हे महाराजा, विशेष वेगानें येणाऱ्या त्या राजाकडे सात्यकि पुनः वळला. मग ते कुरु-मधुकुलोत्पन्न नरवीर एकमेकांजवळ येऊन हंसत हंसत अगदीं निर्भयपणें परस्परांशीं भिडले. त्या वेळीं लहानपणच्या सर्व बालक्रीडा त्यांना आठवून प्रेमाचें भरतें आलें; आणि ते प्रेमपूर्ण दृष्टीनें अन्योन्यांकडे पाहूं लागले व पुनःपुनः हास्य करूं लागले. मग दुर्योधन राजा आपल्या कृतीस दोष देत त्या सतत प्रिय असलेल्या सात्यकि मित्रास म्हणाला, " मित्रा, क्रोध, लोभ, मोह व असहिष्णुता यांस धिःकार असो ! शरीरबलास धिःकार असो ! आणि, हे शिनिपुंगवा, तूं माझ्याशीं व मी तुझ्याशीं लढत आहें त्यापेक्षां या क्षात्राचारासही धिःकार असो ! कारण तूं मला प्राणाहूनही प्रिय आहेस आणि मीही तुला तसाच वाटतों. अरे, आपण बालपणीं ज्या क्रीडा केल्या, त्या सर्व मला आठवत आहेत. सांप्रत रणांगणांत त्या सर्वांवर विरजण पडलेंना ! हे सात्वता, आज आपण क्रोधवश व लोभवश होऊन युद्ध करतों, तेव्हां आतां दुसरें काय राहिलें ! '

याप्रमाणें तो बोलला असतां परमास्त्रवेत्त्या सात्यकीनें तीक्ष्ण बाण सज्ज करीत व मोठ्यानें हंसत त्यास प्रत्युत्तर केलें:—राजपुत्रा, ही सभा नव्हे, किंवा मागें आपण जेथें एकत्र होऊन क्रीडा केली तो आचार्यांचा आश्रमही नव्हे !

दुर्योधन म्हणालाः—हे शिनिपुंगवा, आपली ती बालपणची क्रीडा कोणीकडे आणि पुनः हें युद्ध कोणीकडे ! खरोखर कालाचें अतिक्रमण करणें शक्य नाहीं. जसजशी वेळ येईल तसतसें वागणें भाग आहे. अरे, आपण सर्वजण धनलोभामुळें एकच होऊन लढत आहों, तर धनाची हांव धरून व तें धन मिळवून आपणांस त्याशीं करावयाचें तरी काय आहे ?

संजय सांगूं लागलाः—राजा, याप्रमाणें भाषण करीत असतां मधुकुलोत्पन्न सात्यकि त्यास म्हणालाः—क्षात्रधर्मच सदोदीत अशा प्रकारचा आहे कीं, त्यामुळें क्षत्रिय येथें वडील माणसांशींही लढत असतात ! राजा, मी तुला जर प्रिय असेन तर मला लवकर जिंक, उगाच उशीर लावूं नको. हे भरतर्षभा, तुजखातर मी पुण्यलोकीं गमन करीन; तुझें जें काय कौशल्य व सामर्थ्य असेल तें सर्व सत्वर मजवर दाखीव. मित्रांवर आलेलें असें महत्संकट पहात रहावें हें मला आवडत नाहीं !

याप्रमाणें स्पष्ट उत्तर-प्रतिउत्तर करून सात्यकि बिलकूल न गोंधळतां त्वरेनें चालून गेला. त्यानें आपल्या प्राणांचीही तमा धरली नाहीं ! तो महावीर येत असतां तुझ्या मुलानेंही त्यास

सामोरें जाऊन त्यावर बाण फेंकण्यास सुरुवात केली; आणि मग, राजा, एकमेकांवर संतापलेल्या त्या कुरु व माधव या कुलांतील श्रेष्ठ वीरांचें गजेंद्राच्या युद्धाप्रमाणें घोर युद्ध जुंपलें! नंतर दुर्योधनानें रागारागानें दहा बाण पूर्ण आकर्षून सोडले आणि सात्यकीचा वेध केला. उलट सात्यकीनेंही त्याचा प्रतिवेध केला व पहिल्यानें पन्नास, पुनः तीस आणि लगेच आणखी दहा बाणांनीं त्यास भरून टाकलें! राजा, मग तुझ्या मुलानें हंसत हंसत तीस तीक्ष्ण बाण आकर्ण ओढून सात्यकीवर मारले; आणि लगेच एका क्षुरप्रानें त्याच्या बाण लावून सज्ज केलेल्या धनुष्याचे दोन तुकडे केले! मग चपल हाताच्या सात्यकीनें दुसरें बळकट धनुष्य घेतलें, व तुझ्या मुलावर बाणांची माळच्या माळ लाविली! ती बाणांची मालिका एकाएकीं वेगानें प्राण घेण्यासाठीं येत असतां दुर्योधन राजानें तिचे अगदीं धुडके उडवून दिले. तेव्हां लोक मोठ्यानें आरोळ्या मारूं लागले. इतक्यांत दुर्योधनानें मोठ्या चपळाईनें सात्यकीवरही शिळेवर घांसलेले सोन्याच्या पिसाऱ्याचे त्र्याहात्तर बाण अगदीं आकर्ण ओढून सोडले व त्यास पीडा दिली. परंतु सात्यकीनें शरसंधान करणाऱ्या दुर्योधनाचा प्रत्येक बाण व बाण जोडलेलें धनुष्यही हां हां म्हणतां तोडून टाकलें आणि वर त्यालाही बाणांनीं घायाळ केलें! तेव्हां, हे महाराजा, सात्यकीच्या बाणांनीं दुर्योधनास मोठी दुखापत झाली, तो जबर जखमी झाला, आणि भिऊन दुसऱ्या रथाकडे पळाला! परंतु पुनः अवसान धरून तो सात्यकीवर चालून आला. तो युयुधानाच्या रथावर बाणांचीं जाळ्यांवर जाळीं पसरूं लागला; आणि त्याचप्रमाणें, राजा, सात्यकिही दुर्योधनाच्या रथावर एकसारखे बाण फेंकूं लागला. तेव्हां तें रणांगण अगदीं व्यापून गेलें. तेथें जे बाण फेंकले जात होते, आणि जे शरीरांवर आदळत होते, त्यांचा, अग्नि मोठमोठे शुष्क वृक्ष जाळीत असतां शब्द होतो त्याप्रमाणें प्रचंड शब्द होऊं लागला. त्यांनीं सोडलेल्या हजारों बाणांनीं भूमीचा पृष्ठभाग झांकून गेला आणि आकाशही बाणांमुळें केवळ अगम्य होऊन गेलें!

याप्रमाणें तेथें रथिश्रेष्ठ माधवाची दुर्योधनावर सरशी होत आहे असें पाहून तुझ्या मुलाच्या संरक्षणार्थ कर्ण त्वरेनें त्यावर चालून येऊं लागला तेव्हां महाबलाढ्य भीमसेनास तें सहन झालें नाहीं. तो पुष्कळ बाण फेंकीत त्वरेनें कर्णावर धांवला; परंतु कर्णानें हास्यपूर्वक त्याच्या तीक्ष्ण बाणांचा धुव्वा उडविला, धनुष्यबाण छेदिले, आणि त्याच्या सारथ्यावरही पुष्कळ बाण मारले. मग भीमसेन फारच क्रुद्ध झाला. त्यानें गदा उचलून युद्धांत प्रतिपक्ष्याचा ध्वज व धनुष्य खिळखिळें करून सारथ्यास अगदीं जर्जर केलें; आणि त्या महाबलाढ्य भीमसेनानें कर्णाच्या रथाचें एक चाकही मोडून टाकलें. राजा, अशा वेळींही कर्ण गडबडला नाहीं. एक चाक भंग पावलें असतां त्या तशाच रथांतही तो मोठ्या पर्वताप्रमाणें अगदीं निष्कंप राहिला! आणि सूर्याचा एकचक्राचा रथ त्याचे सात घोडे ओढतात त्याप्रमाणें कर्णाचे घोडेही तो एकचक्रात्मक रथ एकसारखे ओढीत होते! मग असहिष्णु कर्णही विविध शरजालांनीं व नानाप्रकारच्या शस्त्रांनीं रणांत भीमसेनाशीं लढूं लागला. भीमसेनही अतिशय त्वेषानें त्याशीं लढत होता.

याप्रमाणें तें युद्ध चाललें असतां संतापलेला धर्मपुत्र युधिष्ठिर पांचालांच्या व मत्स्यांच्या श्रेष्ठ नरवीरांस उद्देशून म्हणाला, “वीरहो, आमचे केवळ प्राण—केवळ आमचें मस्तक असे हे आमचे महारथी वीर कौरवांशीं झगडत आहेत; आणि, मूढांनो, तुम्ही सर्वजण वेड्या-

सारखे उभे काय राहातां? हे माझे रथी लढत आहेत तिकडेच चला. सर्वजण क्षत्रधर्माचें अवलंबन करा आणि सर्व भीति सोडून द्या. वीरहो, तुम्हाला जय मिळाला किंवा युद्धांत मरण आलें, तथापि तुम्ही इष्टलोकींच जाल! जर तुम्हीं शत्रूंना जिंकिलें, तर पुष्कळ पुष्कळ दक्षिणा देऊन अनेक यज्ञ करा; आणि यदाकदाचित् युद्धांत मेलां, तर देवतुल्य व्हाल आणि आपोआपच तुम्हांला मोठमोठे स्वर्गादि लोक प्राप्त होतील!"

राजानें याप्रमाणें त्यांना चेव आणिला तेव्हां ते महारथी लढवय्ये क्षत्रधर्माचा अंगीकार करून त्वरेनें द्रोणांवर चालून गेले. एका बाजूनें पांचाल द्रोणांवर तीक्ष्ण शरांचा भडिमार करूं लागले; आणि भीमसेनप्रभृति वीर दुसऱ्या बाजूनें त्यांस वेढूं लागले. त्या ठिकाणीं पांडवांचे तीन थोर महारथी होते,—नकुल, सहदेव व भीमसेन; ते अर्जुनास आरोळ्या मारूं लागले कीं, "अर्जुना, लवकर धांव, आणि कौरवांना द्रोणांपासून दूर घालवून दे; म्हणजे हे पांचाल निराश्रित झालेल्या द्रोणांस मारतील!"

नंतर अर्जुन एकाएकीं कौरवांवर धांवून आला; आणि द्रोणही धृष्टद्युम्नप्रभृति पांचालांवर चालून गेले. हे भारता, या पांचव्या दिवशीं वीरांनीं मोठ्या शर्थीनें युद्ध केलें.

अध्याय एकशें नव्वदावा.

—:०:—

युधिष्ठिराचें असत्य भाषण!

संजय सांगतोः—पूर्वीं क्रुद्ध झालेल्या इंद्रानें दानवांचा जसा संहार केला, तसा मग द्रोणांनीं पांचालांचा भयंकर संहार उडविला. हे महाराजा, द्रोणांच्या अस्त्रानें युद्धांत शत्रूंचा वध होऊं लागला, तेव्हां तेथें मोठमोठ्या बलाढ्य महारथांचाही द्रोणांपुढें निभाव लागेना. तथापि, हे महाराजा, पांचाल व सृंजय यांकडील महारथी रणांगणांत लढत लढत द्रोणांकडे चालून जात होते. परंतु द्रोणांच्या शरवृष्टींनीं ते चोहोंकडे आच्छादित होऊं लागले आणि त्यांची कत्तलही उडूं लागली, यामुळें त्यांच्यामध्यें भयंकर गलबला होऊं लागला. याप्रमाणें द्रोणांकडून पांचालांचा वध होऊं लागल्यामुळें आणि त्यांचें अस्त्र प्रकट झालें असल्यामुळें पांडवांस मोठी भीति पडली; आणि हे महाराजा, नर, अश्व व योद्धे यांचा रणांत होत असलेला भयंकर संहार पाहून तर पांडव जयाविषयींही निराश होऊन गेले. ते उदास वाणीनें म्हणूं लागले, "भरउन्हाळ्यांत पेटलेला वणवा सर्व सुकें गवत खाक करून टाकतो, त्याप्रमाणें हा परमास्त्रवेत्ता द्रोण आपणा सर्वांची तर कत्तल उडविणार नाहींना! खरोखर रणांत त्याच्याकडे पहाण्याची कोणाची प्राज्ञा नाहीं. एक अर्जुन कांहींसा समर्थ आहे, पण तो धर्मशील असल्यामुळें या गुरूशीं कधींही लढणार नाहीं!"

पांडव द्रोणांच्या बाणांनीं पीडित होऊन अगदीं भिऊन गेले आहेत असें पाहून त्यांच्या हितार्थ झटणारा बुद्धिमान् श्रीकृष्ण अर्जुनास म्हणाला, "ह्या महाधनुर्धराच्या हातांत धनुष्य असतांना रणांत युद्ध करून याला जिंकणें इंद्रासह सर्व देवांसही कदापि शक्य नाहीं! जर यानें शस्त्र खालीं ठेविलें, तरच युद्धांत मनुष्यांकडून याचा वध होणें शक्य आहे. तेव्हां पांडवहो, या वेळीं धर्म वगैरे सर्व गुंडाळून ठेवून, जेणेंकरून जय मिळेल आणि हा रुक्मवाहन द्रोण युद्धांत आपल्या सर्वांचा निःपात उडविणार नाहीं, अशी युक्ति तुम्ही योजली पाहिजे. मला वाटतें कीं, अश्वत्थामा

मेला तर हा लढणार नाहीं. तेव्हां युद्धांत तो मारला गेल्याचें कोणीं तरी त्याला सांगावें!"

राजा, ही मसलत कुंतीपुत्र अर्जुनास आवडली नाहीं; इतरांना मात्र ती पसंत पडली, आणि युधिष्ठिरानेंही मोठ्या संकटानें तिला अनुमोदन दिलें. मग महाबाहु भीमसेनानें आपल्याच सैन्यांतील मालवपति इंद्रवर्म्याचा अश्वत्थामा नामक मोठा भयंकर व शत्रूंस तुडविणारा महागज गदेनें ठार केला; आणि मग किंचित् सलज्जतेनें रणांत द्रोणांजवळ जाऊन 'अश्वत्थामा मारला गेला!' असें तो मोठ्यानें ओरडला! अश्वत्थामा नामक गज मारला गेला ही गोष्ट मनांत ठेवून म्हणजे गज असें न म्हणतां नुसतें 'अश्वत्थामा मारला गेला!' असें भीमानें त्या वेळीं मिथ्या भाषण केलें! भीमाचें तें अत्यंत अप्रिय भाषण श्रवण करतांच द्रोण एकदम पाण्यांत टाकलेल्या ढेंकळासारखे विरघळले, आणि त्यांचें मन अगदीं चिंतामग्न होऊन गेलें. परंतु तितक्यांत, 'हें खोटें नसेल कशावरून?' अशी त्यांना शंका आली; आणि शिवाय आपल्या मुलाचा पराक्रम ते जाणीत होते यामुळें तो मेला असें ऐकूनही त्यांचें धैर्य खचलें नाहीं. आपला पुत्र शत्रूंकडून जिंकिला जाणें केवळ अशक्य होय, असा त्यांच्या मनाचा निश्चय होऊन त्यांच्या मनोवृत्ति ताळ्यावर आल्या आणि क्षणमात्रांत ते अगदीं सावध झाले. मग आपला मृत्यु जो धृष्टद्युम्न त्यास ठार मारण्याच्या इच्छेनें त्यावर धांवून त्यांनीं हजार तीक्ष्ण बाण फेंकले. याप्रमाणें ते रणांगणांत चाल करीत असतां पांचालांकडील वीस हजार योद्धे चोहोंकडून त्यांच्यावर बाण टाकूं लागले. राजा, त्या वेळीं त्या बाणांनीं द्रोणांचें शरीर भरून गेलें, आणि पावसाळ्यांत मेघांनीं व्यापून टाकिलेला सूर्य दिसेनासा होतो त्याप्रमाणें तो महारथी आम्हांस मुळींच दिसेनासा झाला. परंतु इतक्यांत शत्रूंस तप्त करणाऱ्या त्या महारथी द्रोणांनीं पांचालांच्या बाणांचे ते लोट पार उडवून दिले. आणि मग रागारागानें त्या शूर पांचालांचा वध करण्यासाठीं ब्रह्मास्त्र सोडलें. मग द्रोण सर्व सैनिकांवर भडिमार करीत रणांत संचार करूं लागले. त्यांनीं महारणांत पांचालांचीं मस्तकेंही उडविलीं; आणि तसेच त्यांचे अडसरांसारखे दिसणारे सुवर्णविभूषित बाहुही छेदून टाकले. याप्रमाणें भारद्वाजांकडून वध होऊं लागला तेव्हां ते राजे वाऱ्यानें मोडलेल्या वृक्षांसारखे चोहोंकडे भूमीवर उलथून पडले. हे भारता, हत्ती व घोडे यांचे समुदाय पतन पावूं लागले तेव्हां रणभूमीवर रक्तमांसाचा चिखल पडून तीवरून चालतांही येईनासें झालें. याप्रमाणें पांचालांकडील वीस हजार रथ्यांची कत्तल उडवून द्रोण रणांगणांत धूमरहित प्रदीप्त अग्नीसारखे झळकत राहिले. त्याचप्रमाणें पुनः त्या क्रुद्ध झालेल्या प्रतापी द्रोणाचार्यांनीं एका भल्लानें वसुदानाचें शिरकमल धडापासून वेगळें केलें; पुनः पांचशें मत्स्य, व सहा हजार सृंजय यांची कत्तल उडविली; आणि लगेच दहा हजार हत्ती मारून तितकेच घोडेही ठार केले.

याप्रमाणें द्रोण क्षत्रियांचा अभाव करण्यासच कीं काय उभे राहिलेले पाहून विश्वामित्र, जमदग्नि, भरद्वाज, गौतम, वसिष्ठ, कश्यप, अत्रि, सिकत, पृश्नय, गर्ग, वालखिल्य, मरीचिप, भृगु, आंगिरस् व लहानमोठे दुसरे ऋषि त्यांस ब्रह्मलोकीं नेण्याच्या हेतूनें अग्निनारायणासहवर्तमान सत्वर त्यांच्या समीप प्राप्त झाले, आणि ते सर्वजण रणांगणांत शोभणाऱ्या त्या द्रोणाचार्यांस म्हणाले, "द्रोणा, तूं अधर्मपूर्वक हें युद्ध चालविलें आहेस; आतां वास्तविक ही तुझ्या निधनाची वेळ आहे. तेव्हां,

द्रोणा, आम्ही समोर येऊन उभे राहिलों आहों, याचा विचार करून तरी तूं शस्त्र खालीं ठेव. येथून पुढें अधिक क्रूरपणाचें कृत्य करणें तुला योग्य नाहीं. तूं वेदवेदांगें जाणणारा, सत्य, धर्माविषयीं तत्पर, आणि विशेषेंकरून ब्राह्मण असल्यामुळें तुला हें कृत्य बरोबर नाहीं. हे अमोघेषो, शस्त्र टाकून दे आणि शाश्वत मार्गाचें अवलंबन कर. कारण या मनुष्य लोकांत राहाण्याचा तुझा काळ आज परिपूर्ण झालेला आहे. हे विप्रा, तूं पृथ्वीवरील अस्त्रें न जाणणारे लोक ब्रह्मास्त्रानें दग्ध केलेस; परंतु ब्रह्मन्, हें जें अशा प्रकारचें कृत्य तूं केलेंस, तें कांहीं योग्य नाहीं. ब्रह्मन्, रणांत शस्त्र ठेव. द्रोणा, तूं उगीच उशीर करूं नको. हे द्विजश्रेष्ठा, तूं पुनः आणखी अधिक पापकर्म करणार नाहींस अशी आम्हांस आशा आहे!"

त्यांचें असें भाषण व भीमाचें तें बोलणें ऐकून आणि धृष्टद्युम्नाला रणांत समोर पाहून द्रोणाचार्यांचें मन उद्विग्न होऊन गेलें. ते संशयग्रस्त व दुःखित झाले, आणि आपला पुत्र खरोखरच मेला किंवा जिवंत आहे हें त्यांनीं कुंतीपुत्र युधिष्ठिरास विचारिलें. त्रैलोक्याचें ऐश्वर्य मिळत असलें तरी त्याच्यासाठींही युधिष्ठिर कदापि खोटें बोलणार नाहीं ही त्यांची बालंबाल खात्री होती; आणि धर्मराजाला विचारून खऱ्या खोट्याचा निर्णय करावयाचा असा धर्मराजाच्या बालपणापासूनच द्रोणांचा परिपाठ होता. यामुळें त्या द्विजश्रेष्ठानें दुसऱ्या कोणास न विचारतां धर्मराजासच हें विचारलें.

मग वीरनायक द्रोणाचार्य पृथ्वी निष्पांडवी करून टाकणार असें पाहून श्रीकृष्ण भयभीत होऊन धर्मराजास म्हणाला, "युधिष्ठिरा, हा रागावलेला द्रोण जरी असाच फक्त अर्धा दिवसपर्यंत लढेल, तरी देखील खरोखर सांगतों कीं, तुझ्या सर्व सेनेचा पार फडशा उडेल! यास्तव, युधिष्ठिरा, तूं द्रोणापासून आमचें संरक्षण कर. अरे, अशा प्रसंगीं सत्यापेक्षां असत्य भाषणाचीच अधिक महती आहे. शिवाय, जीव बचावण्यासाठीं जो खोटें बोलतो, त्याला असत्य लागत नाहीं!"

याप्रमाणें ते बोलत असतां भीमसेन मध्येंच म्हणाला, "महाराज, असा हा महात्म्या द्रोणांच्या वधाचा उपाय ऐकतांच मीं तुझ्या सेनेंत संचार करणाऱ्या मालवपति इंद्रवर्म्याचा ऐरावताच्या तोडीचा अश्वत्थामा या नांवानें प्रख्यात असलेला गज युद्धांत पराक्रम गाजवून ठार केला; आणि द्रोणांजवळ जाऊन म्हटलें, 'ब्रह्मन्, अश्वत्थामा मारला गेला, आतां आपण युद्धापासून निवृत्त व्हावें!' राजा, याप्रमाणें मी बोललों, परंतु त्या पुरुषश्रेष्ठाचा माझ्या या बोलण्यावर मुळींच विश्वास बसला नाहीं. यास्तव, राजा, आपला जय व्हावा असें इच्छिणाऱ्या कृष्णाच्या भाषणाला तूं मान दे आणि अश्वत्थामा मेला म्हणून द्रोणांस सांग! राजा, तूं असें सांगितलेंस म्हणजे तो द्विजश्रेष्ठ कदापि लढणार नाहीं. कारण, हे जनाधिपा, तूं सत्यवादी आहेस अशी या त्रैलोक्यांत ख्याति आहे!"

हे महाराजा, धर्मराजाला कृष्णाचें प्रोत्साहन मिळालें असून तशांत त्यानें भीमाचें तें भाषण श्रवण केल्यामुळें आणि विशेषेंकरून भवितव्यताच तशी असल्यामुळें तो असत्य बोलण्यास प्रवृत्त झाला! राजा, या वेळीं युधिष्ठिर असत्य बोलण्यास भीत होता, आणि जयाच्या मोहासही गुंतला होता, यामुळें, "कुंजर मारला गेला!" असें तो अर्धवट बोलला! यापूर्वीं युधिष्ठिराचा रथ पृथ्वीस स्पर्श न करतां तीपासून चार बोटें उंच असे, परंतु याप्रमाणें असत्य भाषण करतांच त्याचे घोडे खट्दिशीं भूपृष्ठावर उतरले! असो; युधिष्ठि-

राच्या तोंडून तें अप्रिय भाषण ऐकून महारथी द्रोण पुत्रशोकानें विव्हल होऊन जीविताविषयींही उदास झाले. पुत्र मेल्याचें श्रवण केल्यावरही ऋषींच्या भाषणास मान न देऊन आपण महात्म्या पांडवांचा मोठा अपराध केला असें त्यांस वाटूं लागलें. त्याचप्रमाणें धृष्टद्युम्नास समोर पाहून तर ते अतिशय उद्विग्न व खिन्न होऊन गेले; आणि, राजा, तेणेंकरून त्या शत्रुमर्दकाला पूर्वींप्रमाणें लढण्याचें सामर्थ्य राहिलें नाहीं !

अध्याय एकशें एक्याणवावा.

—:०:—

द्रोणधृष्टद्युम्नयुद्ध.

संजय सांगतो:—द्रोण अतिशय उद्विग्न झाले असून शोकामुळें त्यांचें चित्तही व्यग्र होऊन गेलें आहे, असें पाहून पंचालराजाचा पुत्र धृष्टद्युम्न त्यांवर धांवून गेला. द्रुपद राजानें मोठा यज्ञ करून केवळ द्रोणांच्या नाशासाठींच प्रदीप्त अग्निनारायणापासून ज्याची प्राप्ति करून घेतली होती, त्या धृष्टद्युम्नानें मेघाप्रमाणें गंभीर शब्द करणारें, दृढ प्रत्यंचेचें, विजय मिळवून देणारें, घोर, मोठें बळकट व दिव्य धनुष्य आणि सर्पतुल्य बाण घेऊन तो अग्नीसारखा मोठा तेजस्वी बाण द्रोणांस ठार करण्याच्या हेतूनें त्या धनुष्यास जोडला. त्या वेळीं धनुर्मंडलाच्या मध्यभागीं तो बाण, मेघाचा निरास झाल्यावर ज्याला कडें पडलें आहे अशा प्रकाशमान् सूर्याप्रमाणें दिसत होता. पार्षतानें उचललेलें तें जसें कांहीं जळत असलेलें धनुष्य पाहून सैनिकांना आपलीं शंभर वर्षें भरलीं असें वाटलें. त्याचप्रमाणें त्यानें जोडलेला तो बाण पाहून प्रतापी भारद्वाजांसही आपल्या देहाची ही शेवटचीच घटका चालली आहे असें वाटलें. तथापि आचार्यांनीं त्या बाणाच्या निवारणासाठीं प्रयत्न चालविला. परंतु, राजेंद्रा, त्या महात्म्याचीं अस्त्रेंच प्रकट होतनाशीं झालीं ! त्यांचे चार दिवस आणि एक रात्र इतका काल सारखा शरसंधान करण्यांत गेला होता; आणि तीन प्रहर दिवसासच त्यांचे बाण संपून गेले होते. याप्रमाणें बाणांचा क्षय झाला होता, पुत्रशोकामुळें ते व्याकूळ झाले होते, नानाप्रकारचीं दिव्य अस्त्रें प्रकट होत नव्हतीं, आणि ऋषींच्या भाषणामुळें शस्त्रें खालीं ठेवण्याचें त्यांच्या मनांत भरलें होतें, यामुळें, ते जरी तेजानें परिपूर्ण होते तरी त्यांस पूर्वींप्रमाणें लढवत नव्हतें. अशी स्थिति होती तरी पुनः अंगिरा ऋषींनीं दिलेलें दिव्य धनुष्य व ब्रह्मदंडासारखे तेजस्वी बाण घेऊन ते धृष्टद्युम्नाशीं लढूं लागले. मग त्यांनीं प्रचंड शरवृष्टि केली; आणि रागारागानें त्या संतप्त झालेल्या धृष्टद्युम्नास घायाळ केलें. द्रोणांनीं आपल्या शरांनीं त्याच्या बाणाचे शेंकडों तुकडे उडविले; आणि तीक्ष्ण शरांनीं त्याचा ध्वज, धनुष्य व सारथिही खालीं पाडला. मग धृष्टद्युम्नानें पुनः हास्यपूर्वक दुसरें धनुष्य घेतलें; आणि एका तीक्ष्ण शरानें स्तनमध्यप्रदेशावर द्रोणांचा वेधही केला. परंतु याप्रमाणें अतिशय घायाळ झाल्यावरही द्रोणांनीं रणांत बिलकूल न गडबडतां तीक्ष्ण धारेच्या भल्लानें पुनः त्याचें धनुष्य छेदिलें. राजा, त्या दुर्धर्ष द्रोणांनीं गदा व खड्ग शिवायकरून त्याच्या जवळ असलेलीं सर्व शस्त्रें व धनुष्यें पार छेदून टाकिलीं; आणि, हे परंतपा, शत्रूंचा प्राण घेणाऱ्या त्या क्रुद्ध व लाल झालेल्या द्रोणांनीं नऊ तीक्ष्ण शरांनीं धृष्टद्युम्नाचा वेधही केला. हे महाराजा, मग महाबलाढ्य व महारथी धृष्टद्युम्नानें ब्रह्मास्त्राचा प्रयोग करीत आपल्या रथाचे घोडे द्रोणांच्या घोड्यांशीं नेऊन भिडविले. तेव्हां, हे भरत-

र्षभा, ते पारव्या रंगाचे व तांबड्या रंगाचे वायूप्रमाणें वेगवान् व चलाख घोडे एकमेकांत मिसळल्यामुळें फारच शोभूं लागले ! हे महाराजा, पावसाळ्यांत गर्जना करणारे विद्युद्युक्त मेघ एकमेकांत शिरूं लागले असतां शोभतात तसे ते रणांगणाच्या अग्रभागीं मिश्रित झालेले अश्व शोभत होते.

असो; इतक्यांत धैर्यशाली द्रोणांनीं धृष्टद्युम्नाच्या रथाचे, चाकांचे व दांड्यांचे बंद कापून टाकले, त्याचें धनुष्य छेदिलें, ध्वज कापला आणि सारथ्याचेही तुकडे उडविले. याप्रमाणें नाश होऊन धृष्टद्युम्न मोठ्या विपत्तींत सांपडला असतां त्या वीरानें मग गदा उचलली; आणि आतां तो ती फेंकणार, इतक्यांत संतप्त झालेल्या सत्यपराक्रमी द्रोणांनीं तीक्ष्ण शरांनीं तिचाही नाश केला. याप्रमाणें द्रोणांनीं बाणांनीं त्या गदेचे तुकडे उडविले असें पहातांच त्या नरश्रेष्ठानें मग शेंकडों टिकल्या लाविलेली लखलखीत ढाल घेऊन तेजस्वी खड्ग उपसलें. त्या पांचालकुमाराची अशी स्थिति झाली होती, तरी प्रलयांत आचार्य जे महात्मा द्रोण, त्यांच्या वधाची वेळ जवळ येऊन ठेपली आहे, असें त्यास फार फार वाटत असून त्याबद्दल त्याला कांहीं संदेहही नव्हता. तो तरवार व लखलखीत ढाल उगारून आपल्या रथाच्या दांडीवरून रथांत बसलेल्या द्रोणांकडे जाऊं लागला. त्या वेळीं तो महारथी दुष्कर कर्म करण्यास प्रवृत्त झाला असून युद्धांत भारद्वाजांच्या हृदयाचा भेद करावा असें तो इच्छीत होता. जातां जातां मध्येंच तो जोकडाच्या मध्यभागीं जोकडास बांधलेल्या दोऱ्यांवर आणि घोड्यांच्या पाठीवर कांहीं वेळ थांबत होता. हें पाहून सैनिक त्याची प्रशंसा करूं लागले. तो जोकडाच्या टोंकावर आल्यानंतर द्रोणांच्या तांबड्या घोड्यांच्या पाठीवर केव्हां चढला हें द्रोणांच्याही लक्षांत आलें नाहीं. इतक्या अद्भुत रीतीनें तो पुढें चालून आला ! या वेळीं धृष्टद्युम्नच इतक्या चपळतेनें संचार करीत होता असें नव्हे, तर धृष्टद्युम्न व द्रोण हे दोघेही आमिषासाठीं आकाशांतून वेगानें उडणाऱ्या ससाण्याप्रमाणें संचार करीत होते. मग द्रोणांनीं रथशक्तीच्या योगानें त्याच्या पारव्या घोड्यांसच तेवढे प्रहार केले आणि मोठ्या कौशल्यानें आपल्या लाल घोड्यांस बिलकूल धक्का लागूं दिला नाहीं. त्या रथशक्तीचे तडाके बसतांच धृष्टद्युम्नाचे ते घोडे धाडकन् भूमीवर कोसळले; आणि तेणेंकरून द्रोणांचे लाल घोड्यांस धृष्टद्युम्नाच्या रथाचा जो अडथळा झाला होता तो नाहींसा झाला. राजा, द्विजश्रेष्ठ द्रोणांनीं आपले घोडे मारिले हें पाहून महारथी व वीराग्रणी धृष्टद्युम्नाला तें सहन झालें नाहीं. तो वीरश्रेष्ठ विरथ झाला होता तथापि तसाच सर्पावर झडप घालणाऱ्या गरुडाप्रमाणें खड्ग घेऊन द्रोणांवर जाऊन पडला. राजा, पूर्वी हिरण्यकशिपूचा वध करण्यास विष्णु प्रवृत्त झाला असतां त्याचें स्वरूप जसें दिसलें होतें, तसें या वेळीं द्रोणांचा वध करूं पाहाणाऱ्या धृष्टद्युम्नाचें स्वरूप भयंकर दिसूं लागलें. राजा, त्या वेळीं रणांत संचार करीत असतां धृष्टद्युम्नानें निरनिराळे तेरा उत्कृष्ट प्रकार दाखविले ! तो हातांत ढाल-तरवार घेऊन मोठ्या कौशल्यानें भ्रांत[1], उद्भ्रांत, आविद्ध, आप्लुत,

[1] भ्रांत म्हणजे मंडलाकार तरवार फिरविणें, उद्भ्रांत म्हणजे हात उंच करून तशीच तरवार फिरविणें; आणि आविद्ध म्हणजे तरवारीची सभोंवार फेंक करणें. शत्रूचा मारा चुकविण्यासाठीं हे तीन प्रकार होत. आप्लुत म्हणजे शत्रूवर हल्ला करून जाणें; प्रसृत म्हणजे तरवारीच्या टोंकानें शत्रूस स्पर्श करणें; सृत म्हणजे त्यास फसवून त्याच्यावर प्रहार करणें; परिवृत्त म्हणजे शत्रूच्या डाव्याउजव्या बाजूनीं फिरणें; निवृत्त म्हणजे मागल्या पायानें मागें निघून जाणें; संपात म्हणजे उभयतांनींही एकमेकांवर प्रहार करणें; समुदीर्ण म्हणजे शत्रूवर सरशी

(पुढें चालू.)

प्रसृत, सृत, परिवृत्त, निवृत्त, संपात, समुदीर्ण, भारत, कौशिक आणि सात्वत इतके मार्ग प्रकट करीत द्रोणांस ठार मारण्याच्या हेतूनें रणांत संचार करूं लागला. तो खड्गचर्मधारी वीर त्या आश्चर्यकारक मार्गांनीं भ्रमण करीत असतां रणांतील सर्व योद्धे व तेथें युद्ध पाहाण्यासाठीं आलेल्या देवताही आश्चर्यचकित होऊन गेल्या. मग द्रोणांनीं हजार बाणांनीं धृष्टद्युम्नाची ती शेंकडों टिकल्या लाविलेली ढाल आणि तरवारही रणांगणांत छेदून पाडली. हातघाईचें युद्ध करीत असतां द्रोणांनीं हे जे वैतस्तिक (वीतभर लांबीचे) बाण सोडले, यांचा उपयोग फक्त अशा जवळच्या लढाईंतच करावयाचा असतो. हे बाण द्रोण, कृपाचार्य, अर्जुन, अश्वत्थामा, कर्ण, प्रद्युम्न, सात्यकि व अभिमन्यु यांशिवाय दुसऱ्या कोणाजवळही नव्हते. हे भारता, मग आचार्यांनीं आपला शिष्य व पुत्रतुल्य जो धृष्टद्युम्न, त्यास ठार मारण्याचा इच्छेनें एक मोठा उत्कृष्ट व बळकट बाण धनुष्यास लाविला, परंतु इतक्यांत सात्यकीनें तुझा मुलगा दुर्योधन व महात्मा कर्ण यांच्या देखत दहा तीक्ष्ण शरांनीं त्याचे तुकडे उडविले आणि आचार्यांच्या तावडींतून धृष्टद्युम्नाची सुटका केली. हे भारता, याप्रमाणें सत्यपराक्रमी सात्यकि रथमार्गांतून चाल करीत द्रोण, कर्ण व कृपाचार्य यांच्या बाणांच्या टप्प्यांत गेला आहे असें महावीर कृष्णार्जुनांनीं पाहिलें, तेव्हां सर्व शत्रूंचीं दिव्य अस्त्रें हाणून पाडीत असून स्वतः बिलकूल डगमगत नसलेल्या त्या वृष्णिवीराची "शाबास ! भले बहादर !' असें म्हणून त्यांनीं प्रशंसा केली. मग कृष्णार्जुनांनीं तुझ्या सैनेवर चाल केली आणि जातां जातां अर्जुन कृष्णास म्हणाला, " केशवा, हा मधुकुलावतंस सात्यकि द्रोणाचार्य व दुसरे मोठमोठे रथी यांच्या मध्यभागीं कसा क्रीडा करीत आहे पहा ! हा परवीरांतक सात्यकि मला पुनः हर्षवीत असून नकुलसहदेव, भीमसेन व युधिष्ठिर राजा यांसही आनंद देत आहे. याच्या अंगीं एवढें कौशल्य आहे, तथापि हा चढून न जातां रणांत संचार करीत आहे; आणि वृष्णींची कीर्ति वृद्धिंगत करणारा हा वीर महारथास केवळ झुलवीत आहे ! हा सात्यकि युद्धांत अगदीं अजिंक्य आहे असें पाहून हे सिद्ध व हीं सैन्यें विस्मित झालीं असून ' शाबास, शाबास ! ' असें म्हणून याचें अभिनंदन करीत आहेत ! "

राजा, सात्यकीच्या पराक्रमाच्या कृत्यांमुळें उभय सेन्यांतील सर्व वीरांनीं त्याची प्रशंसा केली.

[मागील पानावरून पुढें चालू.]
करणें; भारत म्हणजे आजूबाजूला संचार करणें; कौशिक म्हणजे तरवारीचे आश्चर्यकारक हात करणें; आणि सात्वत म्हणजे ढालीआड आपल्या देहाचा बचाव करून तरवारीची फेंक करणें.

अध्याय एकशें ब्याणवावा.

—:०:—

द्रोणवध.

संजय सांगतोः— राजा, सात्वताचा तो पराक्रम अवलोकन करून दुर्योधनादिक वीर क्रुद्ध होऊन चोहोंकडे जोरानें त्यास अटकाव करूं लागले; आणि, हे मारिषा, कृपाचार्य, कर्ण व तुझे पुत्र यांनीं तर रणांत त्याच्याकडे चाल करून तीक्ष्ण शरांचा त्यावर मारा केला. मग युधिष्ठिर राजा, नकुलसहदेव आणि बलाढ्य भीमसेन हे सात्यकीच्या रक्षणार्थ त्याच्या सभोंवतीं उभे राहिले; आणि इकडून कर्ण, महारथी गौतम आणि ते दुर्योधनप्रभृति वीर यांनीं बाणांची वृष्टि करीत त्यास वेढा दिला. राजा, त्या वेळीं एकदम भयंकर स्वरूपाची

शरवृष्टि होऊं लागली, परंतु सात्यकीनें त्या सर्व महारथांशीं लढत तिचें निवारण केलें आणि त्यानें विधिपूर्वक दिव्य अस्त्रें सोडून त्या महावीरांचीं एकवटलेलीं सर्व दिव्य अस्त्रेंही मागें फिरविलीं. याप्रमाणें त्या राजपुरुषांचा सामना होऊं लागला तेव्हां पूर्वी क्रुद्ध रुद्रानें सर्व प्राण्यांचा संहार केला असतां तेथें जसे भयंकर प्रकार दृग्गोचर झाले असतील तशा प्रकारचे भयानक देखावे रणांगणांत दृग्गोचर झाले. हे भारता, हात, मस्तकें, धनुष्यें, फाटकीं छत्रें आणि चवऱ्या यांच्या रणांगणांत ठिकठिकाणीं राशी पडलेल्या दिसूं लागल्या. चाकें मोडलेले रथ, उलथून पडलेले ध्वज, आणि मेलेले घोडे व वीर यांच्या योगानें युद्धभूमि व्यापून गेली. हे कुरुसत्तमा, बाण लागून घायाळ झालेले योद्धे त्या महायुद्धांत नानाप्रकारच्या चेष्टा करतांना दिसूं लागले.

याप्रमाणें तें देवासुरांच्या युद्धासारखें घोर युद्ध सुरू झालें असतां तेथें धर्मराज युधिष्ठिर आपल्या योद्ध्यांस उद्देशून म्हणाला, " महारथी वीरहो, कुंभयोनि द्रोणांकडे लवकर दक्षतेनें धांवून चला. कारण हा पार्षत धृष्टद्युम्न वीर त्या भारद्वाजांशीं भिडला असून त्यांचा घात करण्यासाठीं आपली पराकाष्ठा करीत आहे. आज रणांत त्याचा जो हुरूप व चेहेऱ्यावर जी प्रफुल्लता दिसत आहे, त्यावरून हा आज युद्धांत द्रोणांना ठार मारणार हें स्पष्ट आहे ! यास्तव, वीरहो, तुम्ही सर्वजण एकजुटीनें द्रोणांशीं लढा."

युधिष्ठिराची अशी आज्ञा होतांच ते सृंजयांकडील महारथी भारद्वाजांस ठार करावें म्हणून मोठ्या दक्षतेनें व वेगानें त्यांकडे धांवून गेले. ते सर्वजण उड्या घेत येत असतां, आतां मरून जावयाचें असा ज्यांचा निर्धार झाला होता ते द्रोणाचार्यही जिवावर उदार होऊन वेगानें उलटले. सत्यप्रतिज्ञ आचार्य प्रयाण करूं लागले, तेव्हां पृथ्वी कंपायमान् होऊं लागली, सेनेस भयभीत करणारे सोसाट्याचे वारे वाहूं लागले, आणि एक प्रचंड उल्का सूर्यापासून निघून उभय सेना प्रकाशित करीत व पुढें महद्भय प्राप्त होणार आहे, असें सुचवीत खालीं पडली ! त्याचप्रमाणें, हे मारिषा, भारद्वाजांचीं शस्त्रें जळूं लागलीं, रथांचा अतिशय मोठा घरघराट होऊं लागला, घोडे अश्रु ढाळूं लागले, आणि महारथी भारद्वाजही अगदीं उत्साहहीन होऊन गेले ! त्यांचा डावा डोळा व डावा बाहु स्फुरण पावत होता; धृष्टद्युम्नास समोर पाहून तर त्यांचें मन उदास होऊन गेलें होतें; आणि त्यांतही ऋषींचीं देवतुल्य वचनें श्रवण करून स्वर्गास जाण्यासाठीं धर्मयुद्धानें प्राणत्याग करण्याचा त्यांनीं उपक्रम केला होता. मग चोहोंकडून द्रुपदाच्या सैन्याचा वेढा पडला असतांही शत्रूंच्या टोळ्यांच्या टोळ्या भाजून काढीत द्रोण रणांत संचार करूं लागले. त्या शत्रुमर्दकानें तीक्ष्ण शरांनीं वीस हजार वीर आणि एक लक्ष हत्ती ठार केले; आणि क्षत्रियांचा नायनाट करण्यासाठीं ब्राह्म अस्त्राचा आश्रय करून ते धूमरहित अग्नीप्रमाणें प्रदीप्त होत दक्षतेनें रणांत उभे राहिले. असो; सर्व शस्त्रें नाहींतशीं झाल्यामुळें व विरथ झाल्यामुळें अत्यंत खिन्न झालेल्या महावीर धृष्टद्युम्नाकडे महाबलाढ्य भीमसेन त्वरेनें गेला; आणि त्यास आपल्या रथावर बसवून, वीर द्रोण जवळच शरसंधान करीत आहेत असें पाहून तो शत्रुनाशक धृष्टद्युम्नास म्हणाला, " अरे, आचार्यांबरोबर युद्ध करण्यास धजावेल असा पुरुष तुझ्यावांचून दुसरा कोणीच नाहीं. तेव्हां त्यांचा वध करण्यासाठीं आधीं त्वरा कर. या कामगिरीचा भार तुजवरच सोंपविला गेला आहे ! "

भीम असें त्यास म्हणाला तेव्हां त्या महाबलिष्ठानें पुढें होऊन पटकन् कसाही भार सहन करणारें एक उत्कृष्ट व बळकट धनुष्य घेतलें; आणि रणांत केवळ दुर्निवार अशा द्रोणांवर रागारागानें बाण सोडीत त्या आचार्यांचें निवारण करण्याच्या हेतूनें तो त्यांस शरवृष्टींनीं भरून काढूं लागला. मग ते रणास शोभविणारे व खवळून गेलेले श्रेष्ठ वीर एकमेकांचें निवारण करूं लागले. त्या दोघांनींही ब्रह्मास्त्रें व दुसरीं अनेक दिव्य अस्त्रें सोडिलीं; परंतु, हे महाराजा, धृष्टद्युम्नानें भारद्वाजांचीं सर्व अस्त्रें नष्ट करून आपल्या महास्त्रांनीं त्यांस रणांत आच्छादित केलें; इतकेंच नव्हे, तर स्वतः बिलकुल न गडबडतां त्यानें द्रोणांचें रणांत रक्षण करणारे वसाति, शिबि व बाल्हीक यांना व कौरवांनाही दूर पिटाळून लावलें ! आणि, हे राजा, सर्व दिशा शरजालांनीं चोहोंकडून आच्छादित करीत असतां तो किरणांच्या योगानें दशदिशा व्यापून टाकणाऱ्या सूर्याप्रमाणें शोभूं लागला ! पुढें द्रोणांनीं त्याचें धनुष्य छेदून त्यास शिलीमुखांनीं जखमी केलें; आणि पुनः त्याच्या मर्मस्थलांवर मारा केला, तेव्हां तो अत्यंत व्याकूळ होऊन गेला ! इतक्यांत, हे राजेंद्रा, भयंकर संतापी भीमसेन द्रोणांच्या रथाशीं भिडून जसा कांहीं धिम्मेपणाचा आव घालून त्यांस म्हणाला, स्वकर्मांनीं संतुष्ट न होणारे विद्वान् ब्राह्मण युद्ध करणार नाहींत, तर क्षत्रियांचा पुरता संहार उडणार नाहीं ! प्राणिमात्राविषयीं अहिंसा हाच श्रेष्ठ धर्म होय, असें म्हणत असतात, आणि या अहिंसाधर्मास मुख्य आधार ब्राह्मणांचा असून आपण तर ब्रह्मवेत्त्यांत वरिष्ठ अशा प्रकारचे ब्राह्मण आहां असें असतां, हे ब्रह्मन्, आपण अज्ञानानें मूर्खाप्रमाणें केवळ पुत्र, दारा व द्रव्य यांच्या लालसेनें एखाद्या चांडालासारखी म्लेच्छांच्या टोळ्यांची व दुसऱ्या पुष्कळ निरनिराळ्या लोकांची कत्तल उडविली ! अहो, एकट्या पुत्राच्या सुखसमाधानासाठीं आपण स्वकर्माचा त्याग करून केवळ अधर्मानें स्वकर्मनिष्ठ क्षत्रियांची कत्तल करूनही आपणास त्याची लज्जा कशी वाटत नाहीं ? अहो, ज्याच्यासाठीं आपण शस्त्र उचललें आणि ज्याच्यासाठीं आपण प्राण धारण करीत आहां, तो अश्वत्थामा तर आज मागच्या बाजूला मरून पडला आहे याची आपणास खबरही नाहीं ! तथापि धर्मराजाच्या त्या भाषणाविषयीं संशय बाळगणें आपणांस योग्य नाहीं !"

याप्रमाणें भीम द्रोणांस म्हणाला तेव्हां त्यांनीं तें हातांतील धनुष्य खालीं ठेविलें; आणि सर्व शस्त्रांचा त्याग करण्याचें मनांत ठरवून ते म्हणाले, "कर्णा, हे महाधनुर्धर कर्णा, हे कृपाचार्या, हे दुर्योधना, युद्धाविषयीं आपली शिकस्त करा, हें माझें तुम्हांला पुनःपुनः सांगणें आहे. तुमचें पांडवांपासून संरक्षण होवो. आतां मी मात्र शस्त्र खालीं ठेवितों !"

हे महाराजा, असें तेथें बोलून ते अश्वत्थाम्याच्या नांवानें मोठ्यानें आक्रोश करूं लागले ! शस्त्र रणांगणांत टाकून व रथांत बसून त्यांनीं प्राणिमात्रास अभय दिलें आणि स्वतः योगमार्गाचें अवलंबन केलें. याप्रमाणें द्रोणांनीं शस्त्र खालीं ठेविलें तेव्हां ही उत्तम संधि आहे असें जाणून प्रतापी धृष्टद्युम्नानें आपलें तें बाण लाविलेलें घोर धनुष्य रथांत ठेविलें आणि मग खड्ग घेऊन रथांतून उडी टाकून तो एकदम द्रोणांवर धांवला ! द्रोणांनीं शस्त्रसंन्यास केला असून तशा स्थितींत ते पूर्णपणें धृष्टद्युम्नाच्या तावडींत सांपडले आहेत असें पाहून मनुष्य व इतर प्राणीही हाहाःकार करूं लागले ! त्यांनीं फारच दुःखोद्गार काढिले आणि "अहो, धिःकार असो या धृष्टद्युम्नाला !"

असेंही ते म्हणूं लागले. इकडे द्रोणांनीं तर शस्त्र टाकून परमश्रेष्ठ अशा सांख्ययोगाचा अवलंब केला होता. आतां सांगितल्याप्रमाणें भाषण केल्यावर त्यांनीं समाधि लाविली; आणि लगेच ते महातपस्वी आचार्य पुराणपुरुष व मायेहून पर जो विष्णु त्याच्या ठिकाणीं मनानें लीन झाले. त्या वेळीं त्यांनीं मुख किंचित् वर केलें असून छाती पुढें आणिली होती; आणि विषयवासनांचा, इतकेंच नव्हे, तर विषयांच्या स्मरणाचाही निरास करून शुद्धसत्वगुणस्थ होऊन व नेत्र मिटून ॐकारात्मक, देवदेवेश, मायातीत व सनातन प्रभूचें म्हणजे एकाक्षरात्मक ब्रह्माचें प्रणवरूपानें ध्यान करून त्या आचार्यांनीं साक्षात् मोठमोठ्या साधूंसही दुष्प्राप्य अशा स्वर्गलोकाचें आक्रमण केलें. ते जेव्हां तेजोरूपानें आकाशांत जाऊं लागले, तेव्हां तेथें दोन सूर्य प्रकाशले आहेत असें आम्हांस वाटलें; आणि जेव्हां तो खऱ्या सूर्याप्रमाणें देदीप्यमान असा भारद्वाजरूपी सूर्य आकाशांत जाऊन पोंचला, तेव्हां सर्व आकाश प्रकाशमान् झालें असून त्यांत सर्वत्र तेजाचा एकच लोळ पसरला आहे असें भासूं लागलें! हे महाराजा, निमिषमात्रांत ती ज्योति अंतर्धान पावली; आणि हर्षभरित झालेल्या देवांचा कलकलाट ऐकूं येऊं लागला! राजन्, द्रोणाचार्य ब्रह्मलोकीं गेले तेव्हां असा प्रकार घडला, परंतु बेहोष झालेल्या धृष्टद्युम्नास यांतील कांहींएक समजलें नाहीं! मनुष्ययोनींत जन्मलेल्यांपैकीं आम्हां पांचजणांना म्हणजे मी, धनंजय पार्थ, द्रोणपुत्र अश्वत्थामा, वृष्णिकुलोत्पन्न श्रीकृष्ण आणि पंडुपुत्र युधिष्ठिर इतक्याजणांत मात्र तो महात्मा योगबलानें देहापासून मुक्त होऊन परमगतीला जातांना प्रत्यक्ष दिसला, योगसामर्थ्यानें युक्त होऊन महद्दिव्य व मायेहून पर अशा ब्रह्मलोकीं गमन करणाऱ्या त्या महात्म्याचा हा महिमा दुसऱ्या कोणाच्याही दृष्टीस पडला नाहीं. परमगतीस पोंचलेले ते शत्रुमर्दक आचार्य योगबलानें ऋषींसह ब्रह्मलोकीं गमन करीत असतां अज्ञानी मानवांना तें मुळींच दिसलें नाहीं!

असो; ज्याचें सर्व शरीर पुष्कळ बाण लागून घायाळ झालें आहे आणि त्यांतून रक्त वहात आहे व ज्यानें शस्त्रही खालीं ठेविलें आहे, अशा त्या द्रोणाचार्यांस धृष्टद्युम्नानें —प्राणिमात्र त्याचा धिःकार करीत असतांही— स्पर्श केला! त्यानें त्या गतप्राण झालेल्या परंतु किंचित् गुणगुणत असलेल्या द्रोणाचार्यांच्या शेंडीला हात घालून तरवारीनें त्यांचें मस्तक धडापासून वेगळें केलें! आणि भारद्वाज ठार झाले असतां परमहर्षित होऊन त्यानें रणांगणांत तरवार फिरवीत सिंहनाद केला! राजा, द्रोणांचें वय चारशें वर्षांचें असून त्यांचे कानांपर्यंतचे सर्व केंस पांढरे झाले होते, तथापि त्यांनीं तुझ्यासाठीं सोळा वर्षांच्या तरुणाप्रमाणें रणांगणांत संचार केला!

असो; राजेंद्रा, जेव्हां धृष्टद्युम्न तरवार उपसून आचार्यांच्या सन्निध जाऊन पोंचला, तेव्हां महाबाहु कुंतीपुत्र अर्जुन त्यास म्हणाला, "द्रुपदात्मजा, आचार्यांस जिवंत धरून आण; त्यांचा वध करूं नको." राजा, 'मारूं नको, मारूं नको!' असें तुझे सैनिकही ओरडले आणि अर्जुन तर आक्रोश करीत त्यांच्याकडे जाऊं लागला. परंतु अर्जुन व इतर सर्व राजे आक्रोश करून सांगत असतां तिकडे लक्ष न देतां धृष्टद्युम्नानें रथांतल्या रथांत पुरुषश्रेष्ठ आचार्यांचा वध केला! वध केल्यावर त्यांच्या रक्तानें माखून मग त्यानें रथांतून भूमीवर उडी मारली. या वेळीं तो बालसूर्याप्रमाणें आरक्तवर्ण झाला असून त्याच्याकडे पाहाणेंही कठीण झालें होतें. असो; याप्रमाणें द्रोण रणांगणांत मरण पावले हें सर्व सैनिकांनीं

पाहिलें! राजा, मग धृष्टद्युम्नानें तर भारद्वाजांचें मस्तक कापून घेतलें; आणि तुझ्या महाधनुर्धर वीरांच्या अग्रभागीं तें जोरानें झुगारून दिलें! राजा, भारद्वाजांचें मस्तक पाहातांच ते तुझे वीर पळ काढण्याचें मनांत आणून वाट फुटेल तिकडे पळत सुटले! आणि इकडे द्रोणाचार्य तर आकाशांत जाऊन नक्षत्रमार्गानें पुढें जाऊं लागले. त्या वेळीं, राजा, सत्यवतीचे पुत्र जे कृष्णद्वैपायन मुनि, त्यांच्या प्रसादानें मीं मात्र द्रोणाचार्यांच्या मृत्यूचा खराखरा प्रकार अवलोकन केला. ते महातेजस्वी आचार्य धूमरहित व प्रज्वलित उल्केच्या रूपानें येथून निघून आकाशांत किंचित् विश्राम करून पुढें जातांना त्यांना आह्मीं पाहिलें. द्रोणाचार्य निधन पावले तेव्हां कौरव, पांडव व सृंजय हे सर्वच निरुत्साह होऊन गेले आणि कौरव मोठ्या वेगानें पळूं लागले. नंतर आपल्या सैन्याची अगदीं फाटाफूट होऊन गेली; त्यांतील पुष्कळ लोक मरून गेले असून बाकीचे युद्धांत तीक्ष्ण शरांनीं मरणोन्मुख झाले होते! आणि, राजा, द्रोण पडतांच ते अगदीं मृतप्राय होऊन गेले. पराभव झाल्यामुळें इहलोकींच्या सुखास ते मुकले आणि रणांतून पळून गेल्यामुळें परलोकींही त्यांनीं भयंकर नरकाचें साधन करून ठेविलें! याप्रमाणें इहपर—दोन्ही लोकांस मुकल्यामुळें त्यांचें धैर्य अगदीं सुटून गेलें. हे महाराजा, पुष्कळ राजे भारद्वाजांचें शरीर रणांत धुंडाळीत होते, परंतु हजारों कबंधें उठून रणांगण व्याप्त झालें असल्यामुळें तें आचार्यांचें धड त्यांस सांपडलें नाहीं! इकडे पांडवांना मोठा जय मिळाला, आणि परलोकसाधक मोठी कीर्ति मिळाली, यामुळें ते मोठमोठ्यानें सिंहनाद, बाणांचे ध्वनि आणि शंखनाद करूं लागले.

राजा, मग भीमसेन व धृष्टद्युम्न हे तर एकमेकांस आलिंगन देऊन सैन्यांमध्यें: नाचूं लागले. त्या वेळीं शत्रूंस भयभीत करणाऱ्या त्या धृष्टद्युम्नास भीमसेन म्हणाला, “ पार्षता, जेव्हां तो पापी कर्ण युद्धांत निधन पावेल तेव्हां, व दुर्योधन मारला जाईल तेव्हांही मी तुज विजयी वीराला पुनः असेंच आलिंगन देईन!” असें म्हणून त्या पंडुपुत्र भीमसेनानें मोठ्या हर्षभरानें भुज ठोकून त्या शब्दानें पृथ्वी कंपायमान् केली. त्याच्या शब्दानें तुझे वीर भयभीत झाले, पळून जाण्यापलीकडे त्यांना दुसरें कांहीं एक सुचेनासें झालें, आणि क्षत्रधर्म पार झुगारून देऊन ते रणांगणांतून वेगानें पळूं लागले! पांडवांस जय मिळाल्यामुळें ते आनंदित झाले; आणि, राजा, युद्धांत शत्रूंचा संहार झाल्यामुळें त्यांस मोठें सुख झालें.

नारायणास्त्रमोक्षपर्व.

अध्याय एकशें त्र्याण्णवावा.

—:०:—

कौरवसेनापलायन.

संजय सांगतो:—राजा, या वेळपर्यंत कौरवांना शस्त्रांच्या फारच जखमा झाल्या होत्या, त्यांचे मोठमोठे वीर पडले होते, आणि त्यांचा अगदीं विध्वंस उडाला होता. अशा स्थितींत द्रोणाचार्य पडले तेव्हां तर ते फारच शोकाकुल होऊन गेले. शत्रूंची जय्यत तयारी पाहून ते एकसारखे कांपूं लागले, त्यांचे डोळे पाण्यानें भरून आले, हृदयें भीतीनें धडधडूं लागलीं, आणि ते अगदीं दीनवाणे होऊन गेले! राजा, त्यांच्या अंत:करणानें ठाव सोडला, त्यांचा हुरूप जिरून गेला, भीतीमुळें त्यांचा पराक्रमही लोपून गेला, आणि अशा स्थितींत ते मोठ्यानें आर्तांप्रमाणें हंबरडे फोडीत दुर्योधनासभोंवतीं जमा झाले. त्यांचीं शरीरें धुळीनें भरून गेलीं होतीं, ते चळचळां कांपत होते, चोहोंकडे कावऱ्याबावऱ्यासारखे पहात होते, आणि पूर्वीं हिरण्याक्ष मेल्यावर दैत्यांची स्थिति झाली तशी त्यांची स्थिति होऊन त्यांचे कंठही दाटून आले होते! भयभीत झालेल्या क्षुद्र श्वापदांसारख्या त्या लोकांनीं परिवेष्टिलेल्या त्या तुझ्या पुत्रास म्हणजे दुर्योधन राजास उभें राहाण्याचेंही धैर्य न होऊन तो तेथून पळून गेला. हे भारता, मग त्या सैनिकांची अवस्था काय सांगावी! क्षुधेनें आणि तृषेनें ते अगदीं व्याकूळ झाले असून सूर्याच्या प्रखरतेमुळें ते अगदीं म्लान झाले होते; आणि अशा स्थितींत राजाचाही आश्रय न मिळाल्यामुळें ते अगदीं उदासीन होऊन गेले. सूर्य गळून पडावा, समुद्र सुकून जावा, मेरु पर्वत इकडला तिकडे व्हावा किंवा इंद्राचा पराभव व्हावा, त्याप्रमाणें भारद्वाजांचा असह्य अंत झालेला पाहून, राजा, कौरव विशेष त्रस्त होऊन भीतीमुळें वेगानें पळत सुटले! रुक्मरथ द्रोणाचार्य निधन पावल्याचें ऐकून भ्यालेला गांधारांचा राजा शकुनि आपणाहून विशेष भ्यालेल्या दुसऱ्या रथांसह वेगानें पळूं लागला. निशाणांसह वेगानें पळत असलेली प्रचंड सेना घेऊन सूतपुत्र कर्णानें भीतीनें मागें मोर्चा फिरविला. मद्रांचा राजा शल्य हा आपली रथ, अश्व व गज यांनीं गजबजलेली सेना पुढें घालून कावऱ्याबावऱ्यासारखा चोहोंकडे पाहात पळून जाऊं लागला. जींतील बहुतेक मुख्यमुख्य वीर पडले आहेत, व जीमध्यें पुष्कळ पताका व ध्वज फडकत आहेत अशा आपल्या सेनेसह शारद्वत कृपाचार्य हायहाय म्हणत निघून गेले! शिलक राहिलेलें भोजसैन्य आणि कलिंग, आरट्ट व बाल्हीक देशाचे वीर यांसह कृतवर्मा अत्यंत वेगवान् घोड्यांच्या साह्यानें लगबगीनें मागें फिरला. राजा, द्रोण रणांत पतन पावल्याचें पाहून भयविव्हल व त्रस्त झालेला उलूक आपली पायदळाची तुकडी घेऊन धांवत सुटला. सुंदर, तरुण व शूरपणाच्या लक्षणांनीं सुसंपन्न असलेला दु:शासनही अत्यंत उद्विग्न होऊन गजांसह पळून गेला. दहा हजार रथ आणि तीन हजार हत्ती यांसह वृषसेन हा द्रोण पडल्याचें पाहून त्वरेनें निघून गेला! हे महाराजा, महारथी दुर्योधन राजानेंही चतुरंग सैन्यासह रणांगणांतून प्रयाण केलें! राजा, द्रोण मारले गेले असें पाहातांच अर्जुनानें मारून शिलक राहिलेलीं संशप्तकांचीं पथकें घेऊन सुशर्म्यानें वेगानें कूच केलें; आणि इतर सर्व लोकांनींही आचार्य पडल्याचें पाहातांच हत्तींवर, रथांवर व घोड्यांवर स्वार होऊन रणांगणांत चोहोंकडून पळ काढला. मुलगे आपल्या

पित्यांस त्वरा करूं लागले, भाऊ भावांस घाई करूं लागले, आणि त्याचप्रमाणें भाचे मामांस, मित्र मित्रांस आणि बाप मुलांस तांतड करूं लागले; आणि अशा प्रकारें कौरवांनीं तेव्हां पळ काढला! कित्येक आपल्या सैन्यांस, कित्येक आपल्या भाचांस, आणि तसेच दुसरे कोणी आपल्या नातलगांस पळण्याचा इषारा करीत दशदिशांस उधळले. त्यांचे केंस विखरून गेले, त्यांची अगदी वाताहात उडाली, उत्साह व पराक्रम नाहींसा झाला, आणि कौरवांचें सैन्य पुरतेंच नाश पावलें असें ते मानूं लागले! ते इतक्या तांतडीनें पळाले कीं, त्यांपैकीं कोणतेही दोन इसम एकमेकांबरोबर गेले नाहींत; आणि कित्येक तर कवचें काढून टाकून पळाले! हे भरतर्षभा, ते सैनिक ‘उभा रहा! उभा रहा!’ असें एकमेकांस ओरडत होते, पण स्वतः मात्र तेथें क्षणभरही थांबत नव्हते! आणि ज्यांच्या रथांवरील सारथि मरून गेले होते ते वीर आपल्या रथांचे घोडे सोडून व त्यांवर आरूढ होऊन त्यांस एकसारखे टांचा मारीत पळत सुटले!

राजा, याप्रमाणें भयभीत व निरुत्साह झालेलें तें सैन्य पळ काढीत असतां एकटा द्रोणपुत्र अश्वत्थामा मात्र प्रवाहाच्या उलट दिशेनें मगर त्यांत घुसावा त्याप्रमाणें शत्रूंवर चालून गेला होता. त्याचे शिखंडी वगैरे वीर, प्रभद्रक, पांचाल व केकय यांबरोबर मोठें घनघोर युद्ध झालें. युद्धांत बेहोष होणाऱ्या त्या वीरानें पांडवांच्या पुष्कळ सेना मारिल्या; आणि तो मत्तगजासारखा वीर कसा तरी मोठ्या शिकस्तीनें त्यांच्या कचाटींतून निसटला. इतक्यांत पळ काढण्याचा निश्चय करून आपलें सैन्य धांवत सुटलें आहे असें त्यानें पाहिलें, तेव्हां तो दुर्योधनाजवळ जाऊन त्यास म्हणाला, “हे भारता, ही सेना कावरीबावरी होऊन कां बरें पळत आहे? राजेंद्रा, ही पळत असतांना तूंही हिला रणांत थोपवून धरीत नाहींस! राजा, तुझें मुखही पूर्वीसारखें प्रफुल्लित दिसत नाहीं! शिवाय, राजा, हे कर्णप्रभृति महावीरही धूम पळत सुटले आहेत! अरे, आजपर्यंत पुष्कळ युद्धें झालीं, परंतु त्या वेळीं सैन्यानें कधींच असा पळ काढिला नाहीं! हे महाबाहो दुर्योधना, तुझें सैन्य सुखरूप आहे-ना! राजेंद्रा, हे कौरवा, कोणता रणधुरंधर वीर पडल्यामुळें तुझ्या सैन्याची अशी अवस्था झाली तें मला सांग!”

द्रोणपुत्राचें हें भाषण दुर्योधनानें ऐकून घेतलें खरें, तो अत्यंत अप्रिय व भयंकर प्रकार त्याच्यानें सांगवेना! द्रोणपुत्रास रणांत पाहातांच त्याचा कंठ दाटून आला, आणि नौका फुटलेल्या मनुष्याप्रमाणें तो शोकसागरांत मग्न होऊन गेला! मग तो राजा सलज्जतेनें कृपाचार्यांस म्हणाला, ‘देव आपलें भलें करो! या सैन्यानें कसा पळ काढला तें सर्व आपणच याला सांगा!’

अश्वत्थाम्यास द्रोणवधवृत्तकथन.

राजा, मग कृपाचार्यांनीं पुनःपुनः शोकविव्हल होत द्रोण कसे पडले तें अश्वत्थाम्यास सांगितलें! कृपाचार्य म्हणाले, “सर्व पृथ्वीवरील अद्वितीय रथी द्रोणाचार्य यांस पुढारी करून आम्ही फक्त पांचालांबरोबर युद्ध मांडलें. मग युद्ध चालू असतां कौरव व सोमक यांची सरभेसळ होऊन गेली, ते परस्परांवर गर्जना करूं लागले, आणि बाणांनीं एकमेकांचे मुडदे पाडूं लागले. याप्रमाणें युद्ध चाललें असतां रणांत कौरवांचें सैन्य उत्तरोत्तर क्षीण होऊं लागलें, असें पाहून तुझा पिता खवळून त्यानें अस्त्र सोडलें. त्या नरवरानें मग ब्रह्मास्त्राचा प्रयोग केला आणि भल्लांनीं शेंकडों हजारों शत्रूंची कत्तल उडविली. पांडव, केकय, मत्स्य

आणि विशेषेंकरून पांचाल हे जणूं काय काल-प्रेरित होऊनच रणांत द्रोणांच्या रथाजवळ येऊन नाश पावूं लागले. एक हजार नरवीर आणि दोन हजार हत्ती द्रोणांनीं ब्रह्मास्त्रानें यमसदनीं पाठविले. सर्व केंस पांढरे झालेले आणि चारशें वर्षांच्या वयाचे द्रोणाचार्य रणांगणांत सोळा वर्षांच्या तरुण मांडासारखे थयथयाट करून सोडीत होते! याप्रमाणें सैन्यें जर्जर होऊं लागून राजेरजवाडे मरूं लागले, तेव्हां पांचाल रागानें मनगटें चावीत मागें फिरले. त्यांची जराशी फाटाफूट होऊन ते मागें वळतांच शत्रूस जिंकणारे द्रोणाचार्य दिव्य अस्त्राचा प्रयोग करीत उदय पावलेल्या सूर्यासारखे तळपूं लागले. शररूप किरणांनीं युक्त असलेला तो तुझा प्रतापी पिता पांडवांच्या मध्यभागीं पोंचून खमध्यावर आलेल्या सूर्याप्रमाणें दुष्प्रेक्ष्य होऊन गेला. सूर्याप्रमाणें प्रकाशमान् झालेले द्रोणाचार्य त्यांची राखरांगोळी उडवूं लागले, तेव्हां ते हतवीर्य व निरुत्साह होऊन अगदीं भांबावून गेले. द्रोणांनीं बाणांनीं त्यांस जर्जर केलेलें पाहून पांडवांचा जय व्हावा असें इच्छिणारा श्रीकृष्ण म्हणाला, ' हा शस्त्रधराग्रणी द्रोण मनुष्यांकडून जिंकला जाणें शक्य नाहीं. फार कशाला? इंद्र देखील युद्धांत या अतिरथाचा परभव करूं शकणार नाहीं. यास्तव, पांडवहो, तुम्ही धर्म एका बाजूस ठेवून विजय संपादा आणि जेणेंकरून हा रुक्मवाहन द्रोण युद्धांत आपणां सर्वांची कत्तल करणार नाहीं असा कांहीं उपाय करा. मला असें वाटतें कीं, अश्वत्थामा मेला असतां हा कांहीं लढणार नाहीं! तेव्हां तो युद्धांत मेल्याचें यास कोणी तरी खोटेंच सांगावें!'

" कृष्णाचें हें भाषण कुंतीपुत्र अर्जुनास रुचलें नाहीं, इतर सर्वांस रुचलें; आणि धर्मराजानेंही जरा आढेवेढे घेऊन तें मान्य केलें. मग भीमसेनानें किंचित् लाजत लाजत अश्वत्थामा मेला ' असें तुझ्या पित्यास सांगितलें!' परंतु द्रोणाचार्यांस तें खरें वाटलें नाहीं. तें खोटें असेल अशी शंका येऊन मग तुझ्या पुत्रवत्सल पित्यानें तूं खरेंच रणांत मेलास किंवा नाहीं हें धर्मराजाला विचारलें. तेव्हां खोटें कसें बोलावें असा युधिष्ठिरास विचार पडला, तथापि तो जयाच्या मोहास गुंतला! भीमानें मालवपति इंद्रवर्म्याचा अश्वत्थामा नामक एक पर्वतप्राय महागज युद्धांत ठार केला होता ही गोष्ट मनांत आणून तो भीम द्रोणांजवळ जाऊन मोठ्यानें म्हणाला, ' ज्याच्यासाठीं तूं शस्त्र धारण करीत आहेस, आणि ज्याच्याकडे पाहून तूं सुखानें कालक्रमणा करीत असतोस, तो तुझा नेहमीं लाडका असलेला पुत्र अश्वत्थामा तर ठार होऊन वनांत सिंहाचा छावा मरून पडावा त्याप्रमाणें रणांगणांत पडला आहे!' खोटें बोलण्यापासून पुष्कळ पातक लागत असतें हें जाणून ' कुंजर मारला गेला!' असें तो अस्पष्टपणें बोलला. याप्रमाणें तूं युद्धांत मरण पावलास असें ऐकून त्या संतप्त झालेल्या वीरानें आपलीं दिव्य अस्त्रें आवरून धरलीं, आणि पुढें त्यानें पूर्वीसारखें युद्ध केलें नाहीं. तो अत्यंत उद्विग्न, शोकातुर व घाबरा झाला आहे असें पाहून पांचालराजाचा क्रूरकर्मी पुत्र धृष्टद्युम्न वेगानें धावला. द्रोण हा जगांतील तत्त्वें जाणणारा पडला! धृष्टद्युम्न हा आपला काळच आहे असें जाणून व त्यास समोर पाहून मग त्यानें दिव्य अस्त्रें सोडून दिलीं आणि रणांत प्रायोपवेशन केलें. मग धृष्टद्युम्नानें डाव्या हातानें त्याची शेंडी धरली आणि वीर आक्रोश करीत असतांही तिकडे लक्ष न देऊन दुसऱ्या हातानें त्याचें मस्तक उडविलें! चोहोंकडून सर्व लोक ' मारूं नको! मारूं नको!' असें ओरडत होते; आणि

अर्जुनही रथांतून उडी टाकून हात वर करून ‘ आचार्यांस जिवंत आण, त्यांचा वध करूं नको ! ’ असें पुनःपुनः मोठ्यानें म्हणत त्वरेनें त्याकडे धांवला. परंतु, हे नरवीरा, याप्रमाणें कौरव व अर्जुन निवारण करीत असतांही त्या मांगानें तुझ्या पित्याचा वध केलाच ! मग सर्व सैनिक भयभीत होऊन पळूं लागले; आणि, हे निष्पापा, तुझा पिता पडल्यावर आम्हींही निरुत्साह होऊन माघार घेतली ! ”

संजय सांगतोः—राजा, पित्याची ती निधनवार्ता श्रवण करून पाय दिलेल्या सर्पाप्रमाणें अश्वत्थाम्यास भयंकर त्वेष आला; आणि, हे मारिषा, पुष्कळ लांकडें सांपडलीं असतां धडाडणाऱ्या अग्नीप्रमाणें तो द्रोणपुत्र रणांत अतिशय प्रदीप्त झाला. तो हातावर हात चोळून दांतओंठ खाऊं लागला, सर्पाप्रमाणें निश्वास टाकूं लागला, आणि त्याचे डोळे रक्ताप्रमाणें लाल होऊन गेले !

अध्याय एकशें चौऱ्याण्णवावा.

—:०:—

धृतराष्ट्रप्रश्न.

धृतराष्ट्र विचारतोः—संजया, आपल्या वृद्ध व ब्राह्मण पित्याला धृष्टद्युम्नानें अधर्मानें मारिल्याचें ऐकून अश्वत्थामा काय म्हणाला बरें ? ज्यांच्या ठायीं मानव, वारुण, आग्नेय, ब्राह्म, ऐंद्र व नारायण हीं अस्त्रें सदोदीत तयार असत, त्या धर्मनिष्ठ आचार्यांचा धृष्टद्युम्नानें रणांत अधर्मानें घात केल्याचें ऐकून पुढें अश्वत्थामा म्हणाला तरी काय ? अरे, त्या महात्म्या द्रोणांनीं परशुरामापासून धनुर्वेद संपादन करून आपल्या पुत्रास तरबेज करण्यासाठीं दिव्य अस्त्रें सांगितलीं. ह्या जगांत एक पुत्रच आपल्यापेक्षां अधिक गुणवान् व्हावा असें लोक इच्छीत असतात. दुसरा कोणीही असा वरचढ होण्याची इच्छा करीत नाहींत. महाथोर गुरूंचीं जीं कांहीं रहस्यें म्हणून असतात, तीं ते आपल्या पुत्रास सांगतात किंवा सच्छील शिष्याला सांगतात. संजया, या शिष्यानें आपल्या पित्यापासून सर्व धनुर्विद्या तींतील विशेष खुब्यांसह संपादन केली असून तो मोठा शूर व युद्धांत प्रतिद्रोण बनला आहे. शस्त्र चालविण्यांत तो परशुरामासारखा असून युद्धकलेंत इंद्रासारखा आहे. त्याचें वीर्य कार्तवीर्याच्या तोडीचें असून बुद्धीनें तो बृहस्पतितुल्य आहे. तो तरुण व पर्वतासारखा निश्चल असून अग्नीसारखा तेजस्वी आहे. त्याची गंभीरता सागरासारखी मोठी असून क्रोध सर्पासारखा भयंकर आहे. हा जगांतील अद्वितीय रथी मोठा धनुर्धर असून थकवा कसा तो याला माहीतच नाहीं. याची गति वायूप्रमाणें असून हा क्रुद्ध यमासारखा रणांत संचार करितो. हा युद्धांत बाणांची पेर करूं लागला म्हणजे सर्व भूमि उखळून जाते ! आणि या खऱ्या पराक्रमी वीराला युद्धांत कधींही पीडा होत नाहीं. यानें वेदांचें सांग अध्ययन केलें असून ब्रह्मचर्याश्रम योग्य रीतीनें पार पाडला आहे; आणि शिवाय हा धनुर्वेदांतही पारंगत झाला आहे. दशरथि रामाप्रमाणेंच हाही महासागरासारखा अक्षोभ्य (न गडबडणारा) आहे. तेव्हां, संजया, धृष्टद्युम्नानें त्या धर्मनिष्ठ आचार्यांस अधर्मानें युद्धांत मारिल्याचें ऐकून अश्वत्थाम्यानें काय भाषण केलें ? ज्याप्रमाणें यज्ञसेनपुत्र धृष्टद्युम्न हा द्रोणांचा मृत्यु होता, त्याचप्रमाणें महात्म्या ब्रह्मदेवानें धृष्टद्युम्नाचा काळ म्हणूनच अश्वत्थाम्याला उत्पन्न केलें आहे. तेव्हां त्या पापी, अदूरदर्शी व क्रूर राक्षसानें आचार्यांचा घात केल्याचें ऐकून अश्वत्थामा काय म्हणाला बरें ?

अध्याय एकशें पंचाणववावा.

—:०:—

अश्वत्थाम्याचा क्रोध.

संजय सांगतोः—राजा, पापी धृष्टद्युम्नानें कपटानें पित्याचा घात केल्याचें ऐकून अश्वत्थाम्याचा कंठ भरून आला व त्यास विलक्षण संताप चढला. राजेंद्रा, रागानें त्याचें शरीर नखशिखांत लाल होऊन गेलें, आणि प्रलयकालीं भूतमात्राचा संहार करूं इच्छिणाऱ्या अंतकाप्रमाणें त्याचा देह प्रदीप्त दिसूं लागला. मग, पाण्यानें भरलेले डोळे पुनःपुनः पुसून व क्रोधानें दीर्घ निश्वास सोडून तो दुर्योधनास म्हणाला, "माझ्या पित्यानें शस्त्र खालीं ठेवलें असतां त्या नीचांनीं त्याचा कसा घात केला, आणि त्या धर्माचा झेंडा नाचविणाऱ्या युधिष्ठिरानें जें पापकर्म केलें, तें सर्व मला समजलें ! यमधर्माच्या पुत्राचें तें नीच व अत्यंत अघोरपणाचें कृत्य मीं ऐकिलें आहे. राजा, जे लढाईला तयार झाले, त्यांचा जय किंवा पराजय कांहीं तरी होणारच. अमक्याचा म्हणजे जयच होईल आणि अमक्याचा म्हणजे पराभवच होईल, असें कांहीं ठरलेलें नाहीं ! तेव्हां माझ्या पित्याचा वध झाला हें ठीकच झालें. संग्रामामध्यें लढत असतांना न्यायानें जो वध होतो, तो दुःखास कारण होत नाहीं. युद्धांत आलेल्या मृत्यूबद्दल विद्वानांचें असेंच मत आहे. शिवाय माझा पिता वीरलोकास गेला आहे यांत संशय नाहीं ! तेव्हां, हे नरश्रेष्ठा, तो त्या वेळीं निधन पावला याबद्दल शोक करण्याचें कारण नाहीं, तथापि तो धर्मानें वागत असतां (प्रायोपवेशन करून बसला असतां) दुर्जनानें सर्व सैन्याच्या देखत त्यांचे केंस धरले, ही गोष्ट माझ्या काळजाचे कसे तुकडे तोडीत आहे ! अहो, मी जिवंत असतांना जर बाबांवर शत्रूनें शेंडी धरण्याचा प्रसंग गुजरला तर मुलांपासून सुख मिळविण्याची महत्वाकांक्षा दुसरे बाप कशी बाळगणार ? बुद्धिपुरःसर, क्रोधाच्या आवेशांत, अज्ञानानें, हर्षाच्या भरांत किंवा अविचारानें जे अधर्माचरण करतात, त्यांना तद्नुरूप फल मिळावयाचेंच ! सांप्रत येथें दुष्ट घातकी धृष्टद्युम्नानें माझी खरोखर अवज्ञा करून हें मोठेंच अधर्माचें कृत्य केलें आहे; तेव्हां या धृष्टद्युम्नाला त्या कर्माचें अतिभयंकर फळ आज पहावयास सांपडणार ! आणि असत्यवादी युधिष्ठिरानेंही जें दुष्ट काम केलें आहे त्याचें फळ त्याला भोगावें लागणार ! ज्यानें कपटाचरणानें त्या वेळीं आचार्यांस शस्त्रत्याग करावयास लाविलें त्या धर्मराजाचें रक्त आज भूमि प्राशन करील. कौरवा, मी इष्टापूर्ताची व सत्याची शपथ घेतों कीं, सर्व पांचालांस ठार केल्यावांचून मी कदापि राहाणार नाहीं ! मी हरएक प्रयत्न करून पांचालांचा वध करण्याविषयीं झटेन. पापी धृष्टद्युम्नाला तर मृदु व तीक्ष्ण-कोणत्या ना कोणत्या तरी उपायानें युद्धांत मी ठार करणार ! आणि, कौरवा, पांचालांचा वध केल्यावर मगच मला चैन पडेल ! हे नरर्षभा, लोक मुलांची इच्छा कशासाठीं करतात बरें ? येथें व मेल्यावर परलोकीं त्यांनीं आपल्यास मोठ्या संकटांतून सोडवावें म्हणून ! आणि मी पर्वतासारखा थोर वाढलेला पुत्र व शिष्य जिवंत असतांना माझ्या बाबांना एखाद्या अनाथासारखी तशी स्थिति प्राप्त झाली अं ! अरेरे ! धिक्कार असो या माझ्या दिव्य अस्त्रांना, बाहूंना व पराक्रमाला ! कीं जो पुत्र असतांही द्रोणांना केशग्रहणाचे क्लेश भोगावे लागले ! हे भारतसत्तमा, झाली गोष्ट ती होऊन गेली, परंतु कांहीं हरकत नाहीं; जेणेंकरून परलोकवासी झालेल्या पित्याच्याही ऋणांतून मी मुक्त होईन, असें

कृत्य मी करीन ! आर्यानें आत्मस्तुति कदापि करूं नये हा नियम खरा, परंतु काय करूं माझ्यानें बोलल्यावांचून राहावत नाहीं ! केवळ पितृवध सहन होत नसल्यामुळेंच येथें आज मी आपला पराक्रम सांगत आहें ! राजा, सर्व सैन्यांस जर्जर करीत मी केवळ प्रलय उडवून देत असतां आज कृष्णासह पांडव माझा पराक्रम अवलोकन करोत ! आज रथांत बसलेल्या माझा पराभव करण्यास देव, गंधर्व, असुर किंवा राक्षस हेही समर्थ नाहींत ! मग या मनुष्यांतील वीरांची कथा काय ? एक अर्जुन किंवा मी यांवांचून दुसरा खरा अस्त्रज्ञ वीर या जगांत तर कोठेंही नाहीं ! ज्यांपासून किरण निघतात अशा तेजस्वी ताऱ्यांमध्यें सहस्त्ररश्मि सूर्य प्रकाशित व्हावा त्याप्रमाणें मी आज त्यांच्या सेनेच्या मध्यभागीं जाऊन दिव्य अस्त्रांचा प्रयोग करीन. आज महायुद्धांत मी आपल्या धनुष्यांपासून सोडलेले बाण आपलें सामर्थ्य प्रकट करीत पांडवांना जर्जर करतील ! राजा, जलधारांप्रमाणें आज माझ्या तीक्ष्ण शरांनीं सर्व दिशा अगदीं व्यापून गेल्या आहेत, असें सर्वांच्या दृष्टीस पडेल ! प्रचंड वायु वृक्ष उलथून देतो त्याप्रमाणें मी चोहोंकडून शरजालें पसरून भयंकर शब्द करणाऱ्या शत्रूंचा निःपात उडवीन ! मला हें जें अस्त्र प्रयोग व उपसंहार यांसह माहीत आहे, तें अर्जुनाला, कृष्णाला, भीमाला, नकुलसहदेवांस व धर्मराजासही अवगत नसून तो दुरात्मा धृष्टद्युम्न, शिखंडी किंवा सात्यकि यांसही त्याचें ज्ञान नाहीं. मागें माझ्या पित्यानें नारायणाला विधिपूर्वक प्रणाम केला आणि वैदिक मंत्रांनीं त्याची यथावत् स्तुति केली, तेव्हां साक्षात् भगवंतानें स्वतः त्यास उठविलें आणि वर दिला. तेव्हां माझ्या पित्यानें हें परमश्रेष्ठ नारायणास्त्र मागितलें. मग, राजा, तो भगवान् देवाधिदेव त्याला म्हणाला, दुसरा कोणीही वीर युद्धांत तुझी कदापि बरोबरी करूं शकणार नाहीं; परंतु, ब्रह्मन्, याचा सहसा प्रयोग करूं नको बरें ! कारण हें अस्त्र शत्रूचा वध केल्याशिवाय कदापि मागें फिरणार नाहीं ! शिवाय, हे प्रभो, याचा नाश कशानें होईल हें समजणें शक्य नाहीं. अवध्यांचाही हें वध करील ! यास्तव याचा प्रयोग करूं नको. त्याचप्रमाणें विरथ, शस्त्रहीन किंवा जीवदान मागणारे अशा शत्रूंचा तूं वध करूं नको. कारण तशा स्थितींत त्यांना तूंच त्राता आहेस. हे परंतपा, हे सांगितलेले प्रकार म्हणजे या शस्त्राचा प्रयोग न करण्याचे होत. दुसऱ्या शस्त्रांचा यास प्रतिबंध होत असला तथापि त्यांस न जुमानतां रणांत अवध्यासही पीडा देत हें अस्त्र कत्तल उडवील. यासाठीं याचा उपयोग फारच बेतानें केला पाहिजे !' बाबांनीं तें अस्त्र ग्रहण केलें, आणि नंतर तो भगवान् नारायण मलाही म्हणाला कीं, 'तूं या अस्त्राच्या योगानें युद्धांत सर्व प्रकारच्या अनेक शस्त्रवृष्टींचा नाश करूं शकशील, आणि तेजानें झळकूं लागशील !'

"राजा, असें सांगून तो सर्वशक्तिमान् भगवान् आकाशांत निघून गेला. याप्रमाणें पित्याच्या मर्जीत असलेल्या मला हें अस्त्र नारायणापासून प्राप्त झालें. त्याच्या योगानें मी आज इंद्र दैत्यांस पळवून लावतो त्याप्रमाणें पांडव, पांचाल, मत्स्य व केकय यांची दाणादाण उडवीन. शत्रु पाहिजे तितकी धडपड करीत असले तरी मी जसजशी इच्छा करीन तसतसें रूप धारण करून माझे बाण त्यांजवर जाऊन पडतील. आज मी रणांगणांत उभा राहून पाषाणांची मनसोक्त वृष्टि करीन, अधोमुख शरांनीं व पक्ष्यांच्या आकारांच्या बाणांनीं शत्रूंस पिटाळून लावीन, खरोखर

तीक्ष्ण परशु त्यांवर सोडीन, पांडवांस कस्पटा प्रमाणें करून मी महान् नारायणास्त्राच्या योगानें शत्रूंचा विध्वंस करीन; मित्र, ब्राह्मण व गुरु यांचा द्रोह करणारा तो मूर्ख व महा-नीच पांचालाधम आज माझ्या हातून कदापि जिवंत सुटणार नाहीं !"

द्रोणपुत्राचें हें भाषण ऐकून सेना मागें फिरली. मग सर्व नरवीर प्रचंड शंख वाजवूं लागले; आणि हर्षभरानें हजारों भेरी व डिंडिम (लहान नगारे) वाजवूं लागले. त्याचप्रमाणें टापांच्या व धावांच्या शब्दांनीं जमीन दणदणूं लागली आणि तो प्रचंड ध्वनि आकाश, अंत-रिक्ष व पृथ्वी दुमदुमून सोडूं लागला. तो पावसाच्या गर्जनेसारखा प्रचंड ध्वनि श्रवण करून पांडवांकडील मोठमोठे रथी एकत्र होऊन विचार करूं लागले; आणि हे भारता, त्याच वेळीं इकडे अश्वत्थाम्यानें उदकस्पर्श करून तें दिव्य नारायणास्त्र प्रकट केलें.

अध्याय एकशें शहाण्णवावा.

—:०:—

धर्मराजाची अर्जुनास पृच्छा.

संजय सांगतोः—राजा, नंतर तें नाराय-णास्त्र प्रादुर्भूत झालें तेव्हां आकाश निरभ्र असतांही त्यांत झंझावात सुटून त्याच्याबरोबर पावसाचे थेंब पडूं लागले, आणि घनगर्जनाही होऊं लागल्या. पृथ्वी कांपूं लागली, महासागर खवळला, समुद्रगामिनी नद्यांचे ओघ उलटे वळले आणि पर्वतांचीं शिखरें विदीर्ण होऊन गेलीं ! हे भारता, श्वापदें पांडवांच्या सेनेला अपसव्य घालून जाऊं लागलीं, सर्वत्र अंध-कार पसरला, सूर्यावर डाग आले, आणि मां-साहारी भूतें मोठ्या हर्षानें तेथें झेपावूं लागलीं ! राजा, हा प्रकार पाहून देवदानव व गंधर्व हेही भिऊन गेले; तीं पंचमहाभूतें क्षुब्ध झालेलीं पाहून जिकडेतिकडे 'आतां काय करावें ? पुढें कसें होणार !' असा भयंकर हाहाःकार होऊं लागला; आणि राजा, अश्वत्थाम्यानें तें भयानक व घोर अस्त्र पाहून सर्व राजे भयभीत व त्रस्त होऊन गेले.

धृतराष्ट्र विचारतोः—संजया, पित्याचा वध सहन न होऊन अत्यंत शोकसंतप्त झालेल्या अश्वत्थाम्यानें रणांगणांत सैन्यें माघारीं फिरवि-लीं तेव्हां कौरव जोरानें हल्ला करीत आहेत असें पाहून धृष्टद्युम्नाच्या रक्षणाविषयीं पांडवांनीं काय मसलत केली, ती तूं मला सांग.

संजय सांगतोः—कौरवांनीं पळ काढला हें युधिष्ठिरानें पूर्वींच पाहिलें होतें; आणि पुनः आतां हा प्रचंड हलकल्लोळ त्याला ऐकूं येऊं लागला, तेव्हां तो अर्जुनास म्हणाला, "धनंजया, वज्रधारी इंद्रानें पूर्वीं वृत्र नामक मोठा दैत्य मारिला, त्याप्रमाणें धृष्टद्युम्नानें रणांत आचार्यांस ठार केलें, तेव्हां कौरवांचें अंतःकरण खिन्न झालें; युद्धांत जय मिळविण्याविषयीं ते पूर्ण निराश झाले; आणि कसें तरी स्वतःचें रक्षण करावें म्हणून त्यांनीं रणांगणांतून पळ काढिला. ज्यांचे पार्ष्णिसारथि मरून गेले आहेत; पताका, ध्वज व छत्रें भग्न झालीं आहेत; दांड्या मोडून गेल्या आहेत; साट्या ढांसळल्या आहेत, आणि घोडेही घायाळ झाले आहेत, अशा भड-कून गेलेल्या रथांत बसून कित्येक राजे पळाले; कित्येक भांबावलेले व भयभीत झालेले वीर दुसऱ्याच रथांत चढून पायांनीं घोड्यांस ताडण करीत स्वतःच रथ पिटाळूं लागले; कांहीं गर्भ-गळीत झालेले लोक आपल्या मोडक्यातोडक्या रथांनींच चोहोंकडे पळूं लागले; कांहींजण मोडके रथ सोडून पायांनींच धांवले; दुसरे कित्येक घोड्यांच्या पाठीवर बसलेले स्वार—त्यांचीं खोगिरें अर्धवट बाजूला सरलीं अस-तांना तसेच-त्यांस लटकून चालले होते; आणि

हत्तींवर बसलेल्या कित्येक स्थानभ्रष्ट वीरांचे देह नाराचांनीं हत्तींच्या खांबांशीं खिळून गेल्यामुळें शरपीडित होऊन धांवत सुटलेल्या त्या हत्तींनीं त्यांस दशदिशांस नेऊन सोडलें! कवचहीन व निःशस्त्र झालेले दुसरे कित्येक आपल्या वाहनांवरून खालीं भूमीवर पडले, आणि तेथें रथांच्या चाकांनीं त्यांचे तुकडे झाले व हत्तीघोड्यांच्या पायांनीं त्यांचा चुराडा उडाला! दुसरे कित्येक "बाबा, बाबा! अरे बाळा!" असें मोठ्यानें ओरडत भीतीमुळें पळत होते; भयामुळें त्यांचें मन इतकें बावरून गेलें होतें कीं, कोणीच कोणास ओळखत नव्हतें, आणि दुसरे कित्येक विशेष घायाळ झालेले मुलगे, बाप, मित्र व भाऊ यांस आपल्या वाहनांवर बसवून चालले होते. त्यांनीं आपलीं कवचें काढून टाकिलीं होतीं, तथापि घामानें त्यांना आंघोळ होत होती! अर्जुना, द्रोणाचार्य पडले तेव्हां सैन्याची अशी अवस्था होऊन त्यानें पळ काढिला असतां तें सैन्य पुनः कोणीं मागें फिरविलें हें तुला माहीत असल्यास मला सांग. रथनेमींच्या घरघराटाशीं मिसळून गेलेला घोड्यांच्या खिंकाळण्याचा व हत्तींच्या गर्जनांचा हा प्रचंड ध्वनि येथें ऐकूं येत आहे. कौरवांच्या सैन्यसागरांत अशा प्रकारचे अत्यंत भयंकर शब्द होत आहेत; आणि मधून मधून त्याच्या अशा उकळ्या फुटत आहेत कीं, त्यांच्या योगानें आमचे लोक थरथरां कांपतही आहेत! अर्जुना, हा जो रोमांच उठविणारा भयंकर ध्वनि होत आहे, तो इंद्रासह त्रैलोक्यही ग्रस्त करील असें मला वाटतें. हा वज्रधारी इंद्राच्याच भयंकर गर्जनांचा शब्द असावा असा मला भास होतो! द्रोण पडल्यामुळें कौरवांच्या रक्षणासाठीं इंद्र स्वतः येत आहे खास! अर्जुना, शत्रूंकडील हा अत्यंत भयंकर व प्रचंड ध्वनि ऐकून आपले मोठमोठे रथीही उद्विग्न व रोमांचित झाले आहेत. तेव्हां, अर्जुना, इंद्राप्रमाणें हा कोण महारथी वीर भग्न झालेल्या कौरवांस पुनः स्थिरस्थावर करून युद्धासाठीं समरांगणांत मागें फिरवीत आहे बरें?"

अर्जुनाचें भाषण.

अर्जुनानें उत्तर केलें:—ज्याच्या सामर्थ्याच्या आधारावर कौरवांनीं जोर धरला आहे, आणि पुनः भयंकर लढाई करण्यास उद्युक्त होऊन ते शंख वाजवीत आहेत, तसेंच न्यस्तशस्त्र आचार्यांचा वध झाल्यावर कौरवांस थोपवून धरून कोण गर्जना करीत आहे म्हणून तुला ज्याविषयीं संशय वाटत आहे, तो वीर म्हणजे विजयशील, महाबलिष्ठ, मत्तगजाप्रमाणें गमन करणारा, वाघाप्रमाणें भयंकर स्वरूपाचा, अचाट कृत्यें करणारा, कौरवांचा हितकर्ता, व ज्याच्या जन्मकालीं द्रोणाचार्यांनीं आपल्याजवळील अशेष गाई थोरथोर ब्राह्मणांस दान दिल्या तो अश्वत्थामा होय. तोच हा गर्जना करीत आहे! ज्या वीरानें उत्पन्न होतांच उच्चैःश्रव्याप्रमाणें किंकाळी फोडून भूमि व तिन्ही लोक कंपित करून सोडले, आणि ती ऐकूनच अदृश्य भूतांनीं (आकाशवाणीनें) ज्याचें नांव अश्वत्थामा असें ठेविलें, तोच हा शूर वीर सांप्रत गर्जना करीत आहे! पांडवा, ज्याला अनाथाप्रमाणें गांठून धृष्टद्युम्नानें तशा प्रकारें अत्यंत अघोरपणानें मारिलें, त्या आचार्यांचा वाली आतां उभा राहिला आहे! माझ्या गुरूचे केंस धृष्टद्युम्नानें धरले ह्या गोष्टीचा स्वतःच्या पौरुषाबद्दल खात्री असलेला अश्वत्थामा कदापि क्षमा करणार नाहीं! राजा, तूं राज्यप्राप्तीस्तव आचार्यांस खोटें सांगितलेंस! तूं धर्म जाणणारा असतांही हा अति मोठा अधर्म केलास! वालीचा वध केल्यामुळें

रामाची जशी अपकीर्ति झाली आहे, तशीच तुझी अपकीर्ति आचार्यांचा वध झाल्यामुळें झाली असून ती या चराचर त्रैलोक्यामध्यें चिरकाल राहील! युधिष्ठिर हा सर्व प्रकारचे धर्म जाणणारा आहे आणि आपला शिष्य आहे, तेव्हां तो कदापि असत्य बोलणार नाहीं असा तुझ्यावर आचार्यांचा विश्वास होता, म्हणून त्यांनीं तुला प्रश्न केला; आणि तूं जरी 'कुंजर मारला गेला!' असे शब्द उच्चारिलेस, तरी वास्तविक खऱ्याच्या पांघरुणाखालीं तूं खोटेंच भाषण केलेंस! तुझ्या तोंडचे शब्द ऐकून त्यांनीं शस्त्रत्याग केला, ते निरिच्छ झाले, त्यांची हालचाल बंद पडली, आणि ते अत्यंत विव्हल होऊन गेले, हें तूं पाहिलेंच आहेस. राजा, तो पुत्रवत्सल गुरु शोकाकुल होऊन अधोवदन बसला असतां त्वां शाश्वत धर्माचा त्याग करून शस्त्रानें त्याचा घात करविला! राजा, याप्रमाणें शस्त्रसंन्यास केलेल्या आचार्यांचा तूं अधर्मानें घात करविला आहेस, तेव्हां आतां तुझ्या अंगीं किंवा तुझ्या सल्लामसलतगारांमध्यें सामर्थ्य असेल तर तुम्ही पितृशोकाभितप्त क्रुद्ध आचार्यपुत्रानें ग्रासलेल्या धृष्टद्युम्नाचें रक्षण करून दाखवा. आज आपल्या सवाच्या हातून त्याचें रक्षण होणें शक्य नाहीं. जो दिव्य पुरुष प्राणिमात्रावर दया करीत असतो, तो वीर अश्वत्थामा आज पित्याचे केश आकर्षिले गेले हें ऐकून रणांत आपणांस जाळून टाकील! आचार्यांचा प्राण वांचविण्यासाठीं मी अतिशय मोठ्यानें आक्रोश करीत असतांही स्वतः धर्माचा त्याग करून शिष्यानें गुरूस ठार मारिलें! आपणां सर्वांचेंच बहुतेक आयुष्य गेलें असून थोडकें शिल्लक उरलें आहे, तेव्हां 'साठी आणि बुद्धि नाठी' या म्हणीप्रमाणें म्हातारचळामुळेंच आपल्या हातून हा भयंकर अधर्म घडला म्हणावयाचा! अहो, पित्याप्रमाणें जो आपणांवर प्रेम करीत असे, आणि धर्मतः पाहातां जो आपला गुरु असल्यामुळें पितृतुल्य होता, त्या आचार्यांचा क्षणिक राज्यासाठीं त्वां घात करविला! राजा, धृतराष्ट्रानें तर भीष्म व द्रोण यांच्या चरणीं सर्व पृथ्वी व तीहूनही अधिक असे आपले पुत्र अर्पण केले होते! राजा, शत्रूकडून त्यांस इतका सन्मान मिळत होता आणि त्यांची इतकी उत्तम बरदास्त राखिली जात होती, तथापि गुरूजींचा कौरवांवर लोभ नसून ते आपल्या स्वतःच्या पुत्रापेक्षांही मजवर अधिक लोभ करीत असत. असें असतां, राजा, ते शस्त्रसंन्यास केलेले आचार्य तुझ्याकडे व माझ्याकडे पहात असतांना कीरे मारले गेले! ते लढत असते तर प्रत्यक्ष इंद्रासही त्यांचा वध करवला नसता! राजा, आपण नीच लोभ्यांनीं केवळ राज्यासाठीं त्या नित्य उपकार करणाऱ्या वृद्ध आचार्यांचा द्रोह केला! अहो, आपण राज्यसुखास भुलून या द्रोणांचा घात करविला, त्यापेक्षां हें आपल्या हातून अति भयंकर व महत्पापकर्म घडलें आहे. अरेरे! अर्जुन मजसाठीं पुत्र, भाऊ, बाप, स्त्री व प्रत्यक्ष आपले प्राण यांचाही त्याग करील अशी मजविषयीं गुरूजींची खात्री होती आणि त्याच मी आज आचार्यांचा घात होत असतां राज्यलोभानें त्यांची उपेक्षा केली, तेव्हां, हे प्रभो, मीं अधःशिर होऊन नरकांतच जाऊन पडलों आहें! ब्राह्मण, तशांत वृद्ध, आपले गुरु, मोठे तपस्वी आणि शस्त्रसंन्यास केलेले अशांचा राज्यार्थ घात केल्यावर जगून काय करावयाचें आहे? खरोखर अशा प्रसंगीं जिवंत राहाण्यापेक्षां मृत्युच श्रेयस्कर होय!

अध्याय एकशें सत्याण्णवावा.

—०:—

भीमसेनाचें भाषण.

संजय सांगतोः—हे महाराजा, अर्जुनाचें भाषण ऐकून घेतल्यावर तेथें त्याला महारथांनीं बरें-वाईट कांहींच उत्तर केलें नाहीं. भीमसेन मात्र क्रुद्ध होऊन कुंतीपुत्र अर्जुनास लावून बोलूं लागला, "अर्जुना, तूं एखाद्या अरण्यवासी मुनीप्रमाणें किंवा एखाद्या स्वधर्मदक्ष व क्षमाशील ब्राह्मणाप्रमाणें धर्माच्या गोष्टी सांगत आहेस! संकटापासून रक्षण करणारा आणि स्त्रिया किंवा सत्पुरुष यांवर शस्त्र न धरणारा जो क्षत्रिय संकटांतून निभावतो, त्यास त्वरित राज्यप्राप्ति होते; आणि धर्म, अर्थ व कीर्ति यांचा लाभ होतो. क्षत्रियांच्या अंगीं पाहिजेत असे सर्व गुण तुजमध्यें असून तूं आपल्या कुलांतील नायक आहेस. यामुळें सांप्रत तूं जें असमंजस मनुष्यासारखें बोलत आहेस तें तुला शोभत नाहीं! अर्जुना, तुझा पराक्रम इंद्राच्या तोडीचा आहे. परंतु महासागर ज्याप्रमाणें मर्यादेचें उल्लंघन करूं शकत नाहीं, त्याप्रमाणें तुला धर्माचें अतिक्रमण करवत नाहीं! म्हणजे अश्वत्थाम्याचें निवारण करणें वगैरे गोष्टींची तुजपुढें कांहींच प्रतिष्ठा नाहीं, परंतु असें करण्यांत अधर्म घडेल म्हणून तें करण्यास तुझें मन धजत नाहीं. शाबास धर्मशीला! तेरा वर्षें सतत जाळीत असलेला क्रोध एका बाजूस सारून तूं धर्माचीच कांस धरीत आहेस, तेव्हां आज तुझी कोण प्रशंसा करणार नाहीं? बाबारे, सुदैवानें आज तुझें मन स्वधर्माकडे वळलें आहे, आणि तुझ्या पूर्वपुण्याईच्या बळानें तुझी बुद्धि अशीच सतत क्षमाशील राहील! तूं धर्मानें वागत असतां शत्रूंनीं अधर्मानें तुझें राज्य हिरावून घेतलें, द्रौपदीला सभेंत आणून तिची अप्रतिष्ठा केली, आपणांस वास्तविक योग्य नसतांना झाडाच्या साली व कातडीं नेसवून तेरा वर्षेंपर्यंत वनवासास घालविलें, या सर्व काळजास पीळ पाडणाऱ्या गोष्टी क्षात्रधर्माप्रमाणें वागावयाचें म्हणून मीं सहन केल्या आणि त्याप्रमाणें सर्व वर्तणूक केली. परंतु, अर्जुना, आज तीं अतिनीच अधर्माचीं कृत्यें मनांत सलत असल्यामुळें मी व तूं दोघे मिळून या राज्यापहारक क्षुद्र शत्रूंचा समूळ निःपात करून टाकूं! अर्जुना, युद्धास निघाल्यावर आपण आपल्या शक्तीची पराकाष्ठा करूं' म्हणून तूंही मागें म्हणाला होतास, परंतु आज, तूं तें आपलें वचन पाळीत नाहींस, आणि धर्मज्ञानाची इच्छा करतोस, पण तुझें भाषण खोटें आहे! आम्ही भयविव्हल झालों आहों आणि तूं तर कठोर भाषणांनीं आमच्या काळजाला घरे पाडीत आहेस! हे शत्रुकर्शना, तूं जसें कांहीं जखमेवर मिठाचें पाणी ओतीत आहेस; आणि तुझ्या वाक्शल्यांनीं पीडित झालेलें हें माझें अंतःकरण जणूं विदीर्ण होत आहे! अरे, तूं व आम्ही वास्तविक प्रशंसेस पात्र असतांना आपली प्रशंसा करीत नाहींस; आणि, अर्जुना, वासुदेवासही सोडून, तुझ्या पुरत्या षोडशांशाचीही ज्याला सर नाहीं त्या अश्वत्थाम्याची मात्र प्रशंसा करीत आहेस! अर्जुना, तूं मोठा धार्मिक आहेस. पण हा स्वतःचा ढळढळीत दोष मात्र तुझ्या ध्यानांत येत नाहीं. अरे, आपल्या मुखानें आपले दोष बोलत असतां तुला लाज कशी वाटत नाहीं? अरे, तूं काय समजतोस! मी क्रुद्ध झालों तर ही पृथ्वी विदीर्ण करीन, पर्वतांच्या ठिकऱ्या उडवीन, ही सुवर्णालंकृत भयंकर अवघड गदा मारून पर्वतप्राय वृक्ष वायूप्रमाणें मोडून टाकीन! आणि राक्षस, असुर, उरग व मानव यांसह व इंद्रासुद्धां सर्व देव एकत्र जमून आले तथापि

बाणांनीं त्यांस पळवून लावीन! हे नरर्षभा, अशा प्रकारचा मी तुझा भाऊ आहें, हें तुला ठाऊक असतां द्रोणपुत्राचें भय धरणें तुला योग्य नाहीं! शिवाय तूंही अमितपराक्रमी आहेस. अथवा, अर्जुना, तूं आपल्या दुसऱ्या भावांसह स्वस्थ उभा रहा. मी एकटा गदा घेऊन महायुद्धांत याला जिंकितों!"

धृष्टद्युम्नाचें भाषण.

नंतर, हिरण्यकशिपु ज्याप्रमाणें अत्यंत क्रुद्ध होऊन गुरगुरत असलेल्या श्रीहरीस बोलला त्याप्रमाणें पांचालराजाचा पुत्र धृष्टद्युम्न अर्जुनाशीं बोलूं लागला. तो म्हणाला, "हे बीभत्सो, यजन, याजन, दान, प्रतिग्रह, अध्यापन व अध्ययन हीं ब्राह्मणांचीं सहा कर्में विद्वानांस माहीत आहेत. हीं षट्कर्में आचरीत असेल तोच ब्राह्मण होय. यांपैकीं द्रोण काय करीत होता बरें? पार्था, द्रोण धर्मच्युत झाला आहे असें पाहूनच मीं त्याचा वध केला आहे; मग मला उगीच कां दोष देतोस? अरे, हा आपल्या धर्मापासून भ्रष्ट होऊन क्षात्रधर्मानें राहूं लागला व हा नीच कर्म करणारा आम्हांस अमानुष (दिव्य) ब्रह्मास्त्रानें मारीत होता. अर्जुना, अशा रीतीनें कपटप्रयोग करणाऱ्या या अजिंक्य ब्राह्मणाधमास मीं कपटप्रयोगानेंच मारिलें, यांत काय बरें अयोग्य झालें? याप्रमाणें मी द्रोणास शासन केल्यावर जर अश्वत्थामा रागानें भयंकर गर्जना करीत असेल, तर त्यांत माझें काय जातें? आपल्या अंगीं रक्षण करण्याचें सामर्थ्य नसतां अश्वत्थामा जो कौरवांस लढाईची भर देऊन मृत्युमुखीं पाडीत आहे, त्यांत मला कांहींच अद्भुत वाटत नाहीं! अर्जुना, तूं धर्मज्ञ असतां मला गुरुघातक असें म्हणत आहेस, त्यास मी पांचालपुत्र त्याच्या नाशासाठींच अग्नीपासून उत्पन्न झालों आहें! लढाई करीत असतां चांगलें काम असो किंवा वाईट काम असो—दोन्ही ज्याला सारखींच वाटत असत, त्या द्रोणाला तूं ब्राह्मण किंवा क्षत्रिय तरी कसें म्हणशील? जो रागानें बेफाम होऊन अनस्त्रज्ञ लोकांस ब्रह्मास्त्रानें मारूं लागेल, त्या पुरुषाधमाचा हरप्रयत्नानें वध करावयाला नको का? धर्मज्ञ पुरुष धर्महीनाला विषाची उपमा देतात. अर्जुना, तूं धर्माचीं तत्त्वें बरोबर जाणणारा असून तुला ही सांगितलेली गोष्ट समजत असतांही तूं मला कां बरें दोष देत आहेस? अर्जुना, त्या राक्षसाला गांठून मी रथांतल्या रथांतच पार केला, तेव्हां या माझ्या स्तुत्य कृत्याबद्दल तूं माझी पाठ थोपटावीस! पण तसें कां बरें तूं करीत नाहींस? पार्था, काळानलाप्रमाणें भयंकर, व अग्नि, सूर्य किंवा विष यांच्या उपमेस योग्य असलेलें द्रोणाचें भयंकर मस्तक मीं छिन्नभिन्न केलें असून याबद्दल तूं माझी प्रशंसा कशी करीत नाहींस? अरे, यानें माझेच भाऊ युद्धांत मारिले होते, दुसऱ्या कोणाचे नव्हते, यामुळें तुम्हांस याचा तितका राग आला नाहीं; आणि याचें मस्तक उडवूनही माझा संताप नाहींसा झाला नाहीं. इतकेंच नव्हे, तर तूं जयद्रथाचें मस्तक फेंकून दिलेंस त्याप्रमाणें मीं त्याचें मस्तक मांसाहारी भिल्लांच्या प्रदेशांत फेंकून दिलें नाहीं, ही गोष्ट माझ्या मनाला खात आहे! अर्जुना, शत्रूचा वध न करणें हा अधर्म मानला जातो आणि मारावें किंवा मरावें हा क्षत्रियांचा धर्मच होय. तेव्हां, अर्जुना, तुझ्या पित्याचा मित्र भगदत्त याचा तूं जसा वध केलास, तसाच तो शत्रु (द्रोण) मीं धर्मानें युद्धांत मारिला आहे. अरे, प्रत्यक्ष आजोबांना रणांत ठार मारून हें कृत्य धर्माप्रमाणेंच आहे असें तूं समजतोस, आणि मीं पातकी शत्रूला मारिलें असतां तेवढा मात्र कां धर्म समजत नाहींस? वा खासा न्याय! अरे,

तूं आमच्या बहिणीचा नवरा म्हणून, महातास आपल्या अवयवांवरून वर चढतां यावें यासाठीं खालीं बसणाऱ्या हत्तीप्रमाणें मी तुजपुढें सदोदित नम्र असतों, म्हणून तूं मला टाकून बोलावेंस हें योग्य नव्हे! अर्जुना, तुझ्या फाजील बोलण्याची मी द्रौपदीखातर व तिच्या मुलांखातर गय करितों. दुसऱ्या कोणत्याही हेतूनें नव्हे हो! माझें व द्रोणाचें वैर कुलपरंपरागत आहे हें प्रसिद्धच आहे. ही गोष्ट सर्व लोकांस माहीत आहे; तुम्हां पांडवांनाच कशी माहीत नाहीं कोण जाणे! अर्जुना, पांडवांतील वडील युधिष्ठिर हाही खोटें बोलला नाहीं, आणि मींही कांहीं अधर्म केला नाहीं! तो शिष्यद्रोही पातकी मारला गेला हें योग्यच झालें! तेव्हां, अर्जुना, उगाच संतापूं नको, युद्ध कर, विजय तुझाच आहे!"

अध्याय एकशें अठ्याण्णवावा.

—:०:—

सात्यकि व धृष्टद्युम्न यांची बाचाबाच.

धृतराष्ट्र विचारितोः—ज्या महात्म्यानें सर्व वेद सांग व यथाशास्त्र अध्ययन केले होते, साक्षात् धनुर्वेद व शालीनता ज्याच्या ठिकाणीं मूर्तिमंत वसत होती, आणि ज्याच्या प्रसादानें नरवीर समरांगणांत देवांसही दुष्कर अशीं अमानुष कर्मे करितात, त्या द्रोणाचार्यांचा पापी, पाषाणहृदयी, गुरुघातक व नीच अंतःकरणाच्या क्षुद्राकडून डोळ्यांदेखत उपमर्द होत असतां वीर तेथें कोपले नाहींत. त्यापेक्षां त्यांच्या क्षत्रियत्वास व अक्रोधत्वास धिक्कार असो! अस्तु; संजया, धृष्टद्युम्नाचें तें भाषण ऐकून पांडव, सर्व राजे व पृथ्वींतील दुसरे सर्व धनुर्धर त्याला काय म्हणाले, तें मला सांग.

संजय सांगतोः—हे भूपते, क्रूरकर्मी द्रुपदपुत्राचें तें भाषण ऐकून सर्व राजे तर स्तब्धच राहिले. अर्जुन मात्र वांकड्या नजरेनें त्याकडे पाहून, डोळ्यांत पाणी आणून व दीर्घ निश्वास सोडून 'धिक्कार! धिक्कार!' इतकेंच त्यास म्हणाला. धर्मराज, भीमसेन, नकुलसदेव, कृष्ण व तसेच दुसरे लोक यांनीं अतिशय लाजून खालीं माना घातल्या! राजा, सात्यकि मात्र असें म्हणाला कीं, "ह्या अभद्र भाषण करणाऱ्या पापमूर्ति नराधमाला तावडतोब छाटून टाकील असा पुरुष आज येथें कोणीच नाहीं काय? अरे धृष्टद्युम्ना, ब्राह्मण चांडालाची निंदा करितात त्याप्रमाणें हे सर्व पांडव त्या नीच कृत्यामुळें तुझी निंदा करीत आहेत! अरे, हें महत्पापकर्म केल्यामुळें सर्व सत्पुरुष तुझी निंदा करीत असतां अशा चांगल्या लोकांमध्यें वर तोंड करून बोलावयास तुला लाज कशी वाटत नाहीं? अधमा, तुझी जिव्हा व मस्तक शतधा विदीर्ण कसें होत नाहीं? अरे क्षुद्रा, आपल्या गुरूची निंदा करीत असतां त्या पातकानें तुझा निःपात कसा नाहीं होत? अरे, जें घाणेरडें काम करून तूं जनसमूहामध्यें आपली प्रौढी मिरवीत आहेस, त्याच कामाबद्दल वास्तविक पांडव व अंधक, वृष्णि वगैरे सर्व लोक यांनीं तुला दोष दिला पाहिजे! तशा प्रकारचें निंद्य काम करूनही वर आणखी गुरूचा उपमर्द करीत आहेस त्यापेक्षां तुझा वधच केला पाहिजे! तूं मुहूर्तमात्रही जिवंत राहाण्यांत कांहीं अर्थ नाहीं. हे नराधमा, धर्मशील व सज्जन गुरूची शेंडी धरून त्याचा वध करणें हें नीच काम तुजवांचून दुसरा कोणता आर्य करणार आहे! तूं कुलांगार पांचालांच्या कुलांत जन्मलास, यामुळें त्यांपैकीं मागील सात व पुढील सात पुरुषांची उज्ज्वल कीर्ति नष्ट होऊन ते नरकांत पडले आहेत! हे नरर्षभा, तूं भीष्माच्या वधाबद्दल अर्जुनाला जो दोष दिलास, त्यास महात्म्या भीष्मानें स्वतःच

आपला तसा अंत करून घेतला आणि त्याला मारणारा तरी तुझा महापातकी भाऊच! खरोखर पांचालपुत्रांहून अधिक पातकी या जगांत कोणी नाहीं! त्या शिखंडीला तरी तुझ्या पित्यानें भीष्मांचा काळ म्हणूनच उत्पन्न करून ठेविलें होतें! भीष्मानें शिखंडीचें रक्षण केलें, आणि तो शिखंडीच त्या महात्म्याच्या मृत्यूस कारण झाला! सर्व साधु ज्यांचा धिक्कार करितात, ते, तूं व तुझे भाऊ पांचालांच्या कुलांत निपजल्यामुळें मित्र व गुरु यांचा द्रोह करणारे ते नीच पांचाल धर्मापासून चळले आहेत. परंतु समजून ठेव कीं, जर पुनः माझ्या समक्ष असें भाषण बोलशील, तर या वज्रतुल्य गदेनें तुझ्या टाळक्याच्या चिंधड्या करून टाकीन! अरे, तूं द्रोणाचार्यांचा वध केल्यामुळें तुला ब्रह्महत्येचें पातक लागलें आहे; आणि त्यामुळें तुज ब्रह्मघ्नाचें मुखावलोकन केल्यामुळें लागलेलें पातक घालविण्यासाठीं लोक तुला पाहिल्यानंतर सूर्याकडे पहात आहेत! अरे, अतिनीच आचरण करणाऱ्या पांचालाधमा, माझ्या समोर माझ्या गुरूची व गुरूच्या गुरूचीही निंदा करितांना तुला लज्जा वाटत नाहीं काय? थांब थांब, माझ्या गदेचा एवढा एकच तडाखा सहन कर; मीही तुझे अनेक गदाप्रहार सहन करण्यास तयार आहें!"

याप्रमाणें सात्यकीनें निंदा केली, तेव्हां धृष्टद्युम्नास राग येऊन तो त्या खवळलेल्या सात्यकीस हास्यपूर्वक पण कठोर शब्दांनीं उत्तर देऊं लागला. धृष्टद्युम्न म्हणाला, "माधवा, ऐकलें, ऐकलें बरें का तुझें बोलणें! पण जा, त्याची मी क्षमा करितों! नीच व पातकी मनुष्य सदोदीत सत्पुरुषाची निंदा करूं इच्छितो. क्षमा करणें ही गोष्ट जरी जगांत चांगली समजली जाते, तरी पातकी क्षमेस पात्र नाहीं. पातक्यास क्षमा केली तर तो उलट असें मानूं लागतो कीं, मीं याला जिंकलेंच आहे आणि म्हणूनच याला आपलें कांहीं शासन करण्याचें सामर्थ्य नाहीं! सात्यके, तुझें आचरण अगदीं नीच असून अंतःकरणही तसेंच हलकें आहे आणि तुझे बेतही पापमूलकच आहेत. तूं नखाशिखांत इतका पापानें भरला आहेस कीं, त्या प्रत्येकाबद्दल तुझी निंदाच केली पाहिजे. असें असतां तूं दुसऱ्याचे दोष काढूं पाहातोस, तेव्हां हें केवढें आश्चर्य! अरे, त्या भूरिश्रव्याचा हात तुटला तेव्हां तो प्रायोपवेशन करून बसला होता, आणि तेव्हां लोक तुझें निवारण करीत असतांही तूं तो मारिलास, याहून अधिक पाप तें काय आहे? मीं तर रणांत दिव्य अस्त्रानें सैन्यास भंडावून सोडणाऱ्या द्रोणास त्यानें शस्त्र खालीं ठेवतांच ठार मारिलें, यांत दुष्कर्म तें काय घडलें रे? अरे क्रूरा, ज्याचा दुसऱ्यानें बाहु छेदिला आहे व त्यामुळें लढण्याचें सोडून जो प्रायोपवेशन करून बसला आहे, अशा मुनीला ज्यानें मारिलें असेल, त्यानेंच दुसऱ्याला कसा बरें दोष द्यावा? सात्यके, अरे, तूं एवढा मोठा वीर होतास, तर जेव्हां तो वीर्यवंत तुला लाथ मारून जमिनीवर चिरडीत होता, तेव्हांच कां नाहीं त्याला मारिलेंस? जेव्हां अर्जुनानें आधीं त्या शूर व प्रतापी सौमदत्तीला पूर्णपणें जिंकिलें, तेव्हां मगच त्वां अनार्यानें त्याचा घात केला! मी तर द्रोण जिकडेजिकडे पांडवांच्या सैनेस पिटाळूं लागे तिकडेतिकडे हजारों बाण सोडीत जात असें; आणि तूं स्वतः अशा प्रकारचें चांडालासारखें कर्म करून स्वतः दोषार्ह असतांना मला कठोर शब्द बोलण्याचा तुला काय रे अधिकार आहे? रे वृष्णिकुलाधमा, मी नव्हे तूंच असें नीच कर्म करणारा आहेस आणि पापकर्मांचें केवळ आगर आहेस. पुनः मला दोष देऊं नको. अगदीं गप बैस. यापुढें

तूं एक अक्षरही बोलूं नयेस हें चांगलें. मीं सध्या तुला फक्त तोंडींच उत्तर दिलें आहे, पण पुढें मला निराळ्याच प्रकारानें उत्तर द्यावें लागेल! मला कांहींएक बोलण्यास तूं योग्य नाहींस; आणि याउप्पर मूर्खपणा करून जर पुनः असें अधिकउणें बोलशील, तर समजून ठेव, मी तुला युद्धांत बाणांनीं यमसदनींच पोंचवीन! मूर्खा, सदोदीत केवळ धर्माप्रमाणें वागणें शक्य नसतें! शत्रूंनींही अशाच प्रकारचें अधर्माचरण केलेलें आहे, ऐक. पूर्वी पंडुपुत्र युधिष्ठिराला त्यांनीं अधर्मानेंच फसविलें. तसाच द्रौपदीचा अधर्मानेंच छळ केला, सर्व पांडवांना द्रौपदीसह वनांत घालविलें, आणि त्यांच्या सर्वस्वाचा अपहार केला तो तरी अधर्मानेंच! इकडून मद्रपति शल्य राजाला शत्रूंनीं अधर्मानेंच आपणांकडे ओढलें! आणि त्याचप्रमाणें बाळ अभिमन्यूला अधर्मानेंच मारिलें! आतां आपल्या पक्षाकडील गोष्टी ऐक. शत्रुसमूह जिंकणाऱ्या भीष्मांचा अधर्मानेंच घात झाला, आणि तूं स्वतः मोठा धर्मज्ञ असतां भूरिश्रव्यास अधर्मानेंच ठार केलेंस! याप्रमाणें शत्रूंनीं व पांडवांनींही धर्म कळत असतां देखील जयाचें रक्षण करण्यासाठीं अधर्माचरण केलें आहे! शिवाय, हे सात्वता, धर्म आणि अधर्म ओळखणें मोठें कठीण आहे. अमुक एक धर्म आणि अमुक एक अधर्म अशी निवड करतां येणें शक्य नाहीं. तेव्हां मुकाट्यानें कौरवांशीं लढूं लाग. उगाच माझ्याशीं कलह करून पितृलोकीं जाऊं नको!"

अशा प्रकारें धृष्टद्युम्न पुष्कळ क्रूर व कठोर भाषणें बोलला; परंतु धैर्यशाली सात्यकि मुळींच म्याला नाहीं. त्याचें बोलणें ऐकून सात्यकीचे डोळे रक्तासारखे लाल होऊन त्यानें गदा उचलली; आणि सर्पाप्रमाणें फूत्कार करीत धनुष्य रथांत ठेवून आणि पांचाल्याकडे धावून तो त्वेषानें त्याला म्हणाला, 'ठीक आहे, मी तुला मुळींच कठोर बोलत नाहीं! तुझा वध करणेंच योग्य आहे, तेव्हां मी तुझा ठारच करतों!"

यम अंतकावर धांवावा त्याप्रमाणें तो महाबलिष्ठ व असहिष्णु सात्यकि चवताळून एकदम धृष्टद्युम्नाच्या अंगावर धांवला असें पाहून कृष्णानें महाबलाढ्य भीमसेनास इशारा केला; तेव्हां लगेच त्यानें रथांतून उडी टाकून सात्यकीस आवरून धरलें. बलाढ्य सात्यकि रागारागानें पुढें घुसून आपणास थांबविण्याचा प्रयत्न करणाऱ्या भीमास खेंचीत कांहीं पावलें चालून गेला, परंतु भीमानें पायांवर अतिशय नेट देऊन सहाव्या पावलासच त्या महाबलाढ्य शिनिपुंगवास थांबविलें! राजा, याप्रमाणें भीमानें आपल्या हातांनीं सात्यकीस अगदीं जखडून टाकिलें असतां सहदेव आपल्या रथांतून उडी टाकून गोड शब्दांनीं सात्यकीची समजूत करूं लागला, "हे सन्माननीय नरर्षभा, आम्हांस वृष्णि, अंधक किंवा पांचाल यांहून अधिक प्रिय मित्र दुसरा कोणीच नाहीं. त्याचप्रमाणें वृष्णि व अंधक यांना आणि विशेषेंकरून श्रीकृष्णाला आमच्याप्रमाणें दुसरा प्रिय मित्र नाहीं. हे वार्ष्णेया, समुद्राच्या अंतापर्यंत शोधिलें तरी पांचालांचा वृष्णि व पांडव यांहून चांगला मित्र सांपडावयाचा नाहीं. स्वतः धृष्टद्युम्न तुला मित्र समजतो आणि तूंही त्यास आपला मित्र मानतोस. तुम्ही जसे आमचे मित्र आहां तसेच आम्ही तुमचे मित्र आहों. तेव्हां, हे सर्वधर्मज्ञा सात्यके, मित्रधर्म मनांत आणून धृष्टद्युम्नावरील राग आवरून धर आणि शांत हो कसा! तूं धृष्टद्युम्नाला क्षमा कर, तो तुला क्षमा करील, आणि आम्हीही सर्व गोष्टी

विसरून जाऊं. बाबारे, क्षमेहून श्रेष्ठ असें दुसरें काय आहे ? ”

राजा, याप्रमाणें सहदेव सात्यकीस शांत करीत असतां धृष्टद्युम्न उपहासपूर्वक म्हणाला, “ भीमा, सोड, सोड त्या युद्धाचा मद चढलेल्या शिनीच्या नातवाला ! पर्वतावर आदळणाऱ्या वायूप्रमाणें त्याला माझ्यावर येऊन पडूं दे, म्हणजे मी तीक्ष्ण शरांनीं त्याचा स्वेष नाहींसा करतों आणि त्याची युद्धाची रग व तीबरोबरच त्याचें जीवितही संपवून टाकतों ! पलीकडे हे कौरव हल्ला करून येत आहेत यामुळें पांडवांचें प्राप्त झालेलें हें अति मोठें कार्य करणें मला मुळींच अशक्य नाहीं. तें मी मग करीन अथवा अर्जुन त्या सर्वांचें रणांत निवारण करील आणि तेथपर्यंत मीही बाणांनीं याचें मस्तक उडवीन ! हा मला रणांत हात तुटलेला भूरिश्रवाच समजत आहे ! अरे, याला सोड. मग मी त्याला मारीन किंवा तो तरी मला मारील ! ”

बलवान् सात्यकि भीमाच्या हातांनीं पक्का जखडलेला होता, तथापि धृष्टद्युम्नाचे ते शब्द ऐकून एकसारखा धडपड करीत होता. हे मारिषा, ते दोघे भुजवीर्यशाली बलिष्ठ वीर एकमेकांच्या अंगावर वृषभांप्रमाणें गर्जना करीत असतां वासुदेव आणि धर्मराज त्वरेनें पुढें होऊन त्यांनीं मोठ्या प्रयत्नानें त्यांस आवरून धरलें; आणि याप्रमाणें क्रोधानें डोळे लाल केलेल्या त्या धनुर्धरांस शांत केल्यावर ते सर्व मोठमोठे वीर समरांगणांत लढाईसाठीं आलेल्या शत्रूंवर चालून गेले.

अध्याय एकशें नव्याण्णवावा.

—:०:—

नारायणास्त्रप्रयोग.

संजय सांगतोः—राजा, नंतर द्रोणपुत्रानें युगाच्या शेवटीं सर्व प्राण्यांचा संहार करणाऱ्या कृतांताप्रमाणें सर्व शत्रूंचा संहार उडविला. त्यानें भल्लानें शत्रूंस मारून त्यांच्या प्रेतांचा मोठा थोरला पर्वत पाडला. ध्वज हे त्या पर्वतावरील वृक्ष असून शस्त्रें हीं त्याचीं शिखरें होत; मेलेले हत्ती या मोठमोठ्या शिला होत; तो पर्वत अश्वरूप किंपुरुषांनीं व्याप्त असून धनुष्यरूप वेलींनीं आच्छादिलेला होता; आणि गिधाडें वगैरे मांसाहारी पक्ष्यांनीं तो गजबजलेला असून भूतें व यक्ष यांच्या टोळ्यांनीं तो भरून गेला होता. नंतर त्या नरर्षभानें फारच जोरानें गर्जना करून पुनः आपली प्रतिज्ञा तुझ्या मुलास ऐकविली, “ राजा, हें तुला सत्य सांगतों कीं; ज्यापेक्षां आचार्य लढत असतां कुंतीपुत्र युधिष्ठिरानें धर्माच्या पांघरुणाखालीं वास्तविक अधर्मानें त्यांस शस्त्र टाकावयास सांगितलें, त्यापेक्षां त्याच्या देखत मी त्याच्या सैन्याची दाणादाण उडवीन. सर्वांस पळावयास लावून मी नीच धृष्टद्युम्नाला मात्र ठार मारीन; आणि जर बाकीचे लोक रणांत माझ्याबरोबर लढतील, तर त्याही सर्वांस ठार करीन. राजा, आपल्या सैन्यास मागें फिरव ! ”

अश्वत्थाम्याचें हें भाषण ऐकून तुझ्या पुत्रानें सिंहनाद करून आपल्या सैन्याची सर्व भीति घालविली आणि त्यास मागें फिरविलें. मग, राजा, उदकानें परिपूर्ण असलेले दोन सागर एकमेकांवर येऊन आदळावे त्याप्रमाणें कौरव-पांडवांच्या सैन्यांचा भयंकर सामना झाला. आधीं कौरवांची गडबड उडाली होती, परंतु द्रोणपुत्रानें त्यांस स्थिर केलें होतें; आणि द्रोणांच्या मृत्यूमुळें पांडव व पांचाल यांस विशेष स्फुरण चढलें होतें. राजा, उभयपक्षांकडील लोकांस विलक्षण हुरूप चढला असून दोघांसही आपलाच जय होणार असें वाटत होतें, यामुळें त्या क्षुब्ध झालेल्या वीरांचें तेथें

विलक्षण सामर्थ्य प्रकट झालें. ज्याप्रमाणें पर्वतावर पर्वत किंवा सागरावर सागर जाऊन पडावा, त्याप्रमाणें, राजेंद्रा, ते कौरव व पांडव एकमेकांवर मारा करूं लागले. मग हुरूप आलेले दोहोंकडील सैनिक सहस्रावधि शंख व अयुतावधि भेरी वाजवूं लागले; आणि, राजा, सागराचें मंथन होत असतां त्याचा जसा शब्द झाला, तसा तुझ्या सैन्याचा अति प्रचंड व केवळ अद्भुत असा शब्द होऊं लागला. राजा, नंतर द्रोणपुत्रानें पांडवांच्या व पांचालांच्या सैन्यावर लक्ष्य धरून नारायणास्त्र प्रकट केलें ! मग लखलखीत अग्रांचे हजारों बाण आकाशांत प्रादुर्भूत झाले, आणि ते सर्पासारखे प्रदीप्त मुखांचे बाण पांडवांचा नायनाट करणार असें चिन्ह दिसूं लागलें. राजा, त्या बाणांनीं सूर्याच्या किरणांप्रमाणें क्षणमात्रांत रणांगणांत दिशा, आकाश व सैन्य व्यापून टाकिलें. त्याचप्रमाणें, हे महाराजा, दुसरे लोखंडी गोळे विमल आकाशांत प्रकट होऊन नक्षत्रांप्रमाणें झळकूं लागले, आणि दोन चाकांच्या व चार चाकांच्या शतघ्नी, पुष्कळ गदा व सूर्यमंडलासारखीं उज्वल अशीं वस्तऱ्यासारख्या धारेचीं चक्रें तेथें दृग्गोचर झालीं. हे नरर्षभा, शस्त्रांच्या आकृतींनीं आकाश अगदीं व्यापून गेलेलें पाहून पांडव, पांचाल व सृंजय उद्विग्न झाले. राजा, पांडव जसजसे अधिक लढूं लागले, तसतसें तें अस्त्र वाढत गेलें. याप्रमाणें तेव्हां त्या नारायणास्त्रानें त्यांचा नाश होऊं लागला. ते जसे कांहीं अग्नीनेंच होरपळूं लागले आणि रणांगणांत सर्व बाजूंनीं जर्जर होऊं लागले. ज्याप्रमाणें शिशिर ऋतूच्या शेवटीं पेटलेला वाणवा गवत जाळतो, त्याप्रमाणें, राजा, तें अस्त्र पांडवांची सेना जाळूं लागलें. राजा, त्या सर्वव्यापी अस्त्रानें सैन्य क्षीण होऊं लागलें, तेव्हां धर्मपुत्र युधिष्ठिर राजास अतिशय भीति पडली. आपलें सैन्य पळत सुटलें असून तें अगदीं निर्जीव झालें आहे, व अर्जुन उदासीन आहे, असें पाहून धर्मराजा म्हणाला, “धृष्टद्युम्ना, पांचालांच्या सेनेसह पळून जा. अरे सात्यके, तूंही वृष्णि व अंधक यांना घेऊन पळ काढ. धर्मात्मा वासुदेव आपल्या स्वतःच्या रक्षणाची तजवीज पाहीलच. हा सर्व जगाला कल्याणाची सल्ला देत असतो, त्याला स्वतःचें रक्षण करणें अशक्य नाहीं. ‘ आतां लढाई करूं नये ’ असें सर्व सैन्यांस माझें सांगणें आहे. मजविषयीं म्हणाल तर मी आपल्या भावांसह अग्नींत प्रवेश करीन. काय चमत्कार पहा ! भित्र्यांस केवळ दुरुस्तर अशा समारांगणांत आम्ही भीष्मद्रोणांसारखे सागर तरून गेलों, आणि सांप्रत द्रोणपुत्ररूपी गाईच्या पावलाएवढ्या डबक्यांत सर्व सैन्यासह बुडून जाण्याचा प्रसंग आला आहे ! बरें, आज मजसंबंधानें त्या अर्जुनाचा तरी मनोरथ सफल होवो ! कारण कल्याण करणाऱ्या आचार्यांस मीं युद्धांत मारविलें, असें त्याचें म्हणणें आहे. ज्यानें युद्धकलेंत अनभिज्ञ असलेल्या बाल अभिमन्यूचें रक्षण न करतां उलट पुष्कळ बलाढ्य व क्रूर वीरांकडून त्यास मारविलें, सभेंत आणलेली द्रौपदी आपणावरील दासीपणाचा हक्क असिद्ध करण्यासाठीं प्रश्न विचारीत असतां ज्यानें आपल्या पुत्रासह तिची उपेक्षा केली, दुसरे वीर थकून गेले असतां सैंधवाचें रक्षण करण्यासाठीं अर्जुनास ठार करूं पाहाणाऱ्या दुर्योधनास कवच बांधून त्याच्या रक्षणाची तशी तजवीज केली, ज्या ब्रम्हास्त्रज्ञ वीरानें माझा जय व्हावा म्हणून झटणाऱ्या सत्यजित्प्रभृति पांचालांचा समूळ विनाश केला, आम्हांला राज्यांतून अधर्मानें हांकून लावण्याच्या वेळीं विदुरप्रभृति साधूंनीं निषेध केला असतांही ज्यानें आमच्या वनवा-

त्यास अनुमोदन दिलें, आणि अशा प्रकारें जो आम्हांवर अगदीं पराकाष्ठेचें प्रेम करीत असे, तो आचार्य मारला गेला म्हणून त्याच्यासाठीं मी आज आपल्या बांधवांसह करून जाणार ! ”

याप्रमाणें कुंतीपुत्र युधिष्ठिर बोलत असतां मग कृष्ण लगबगीनें सैन्याचें निवारण करून म्हणाला, “ वीरहो, लवकर शस्त्रें खालीं ठेवा आणि आपल्या वाहनांवरून खालीं उतरा. या अस्त्राचा प्रतिकार करण्याविषयीं भगवंतानें हाच उपाय करून ठेविला आहे. हत्ती, घोडे व रथ यांवरून सर्वजण जमिनीवर उतरा. याप्रमाणें तुम्ही भूमीवर निःशस्त्र उमे राहिलां म्हणजे हें अस्त्र तुम्हांस मारणार नाहीं. या अस्त्राच्या विरुद्ध वीर जितके लढतात तितकें कौरवांस अधिक बल चढतें. जे वाहनांवरून उतरून शस्त्रें टाकून देतील, त्या माणसांस हें अस्त्र रणांत मारणार नाहीं; आणि जे कोणी मनानेंही याच्या उलट लढतील म्हणजे लढण्याचें मनांत आणतील, त्या सर्वांना हें अस्त्र ठार करील. मग ते रसातळीं गेलेले असतना!”

हे भारता, श्रीकृष्णाचें तें भाषण ऐकून, शस्त्रें टाकावीं आणि मनानेंही युद्धापासून परावृत्त व्हावें असें सर्वजण इच्छूं लागले. नंतर ते शस्त्रें टाकण्याच्या बेतांत आहेत असें पाहून पंडुपुत्र भीमसेन आपल्या वाणीनें त्यांस हुरूप आणीत म्हणाला, “ कोणीही कदापि शस्त्रें टाकूं नयेत. मी बाणांनीं अश्वत्थाम्याच्या अस्त्राचें निवारण करतों. या सुवर्णानें मढविलेल्या अवजड गदेनें रणांत यमाप्रमाणें प्रहार करीन आणि अश्वत्थाम्याचें अस्त्र छेदून टाकीन. ज्याप्रमाणें सूर्यासारखा तेजस्वी गोल दुसरा नाहीं, त्याप्रमाणें पराक्रमांत माझी बरोबरी करणारा वीर येथें कोणीच नाहीं. हे माझे गजवराच्या शुंडेसारखे प्रचंड बाहु पहा. हे हिमालय पर्वतही जमीनदोस्त करण्यास समर्थ आहेत ! भूलोकीं मनुष्यांमध्यें दशनागसहस्रबली असा मीच एकटा आहें; ‘ आणि याच्या बरोबरीचा सामनेवाला कोणीच नाहीं ! ’ म्हणून स्वर्गलोकीं देवांमध्यें जशी इंद्राची प्रख्याति आहे, तशीच येथें माझीही आहे. आज युद्धांत द्रोणपुत्राच्या या प्रदीप्त व जळजळीत अस्त्राचें निवारण करीत असतां माझ्या पुष्ट बाहूंचें सामर्थ्य अवलोकन करा. जर नारायणास्त्राबरोबर झगडणारा वीर कोणीच नाहीं, तर मी आज कौरवपांडवांसमक्ष त्याच्याबरोबर झगडेन. अर्जुना, अर्जुना, ए बीभत्सो, गांडीव खालीं ठेवूं नको. तेणेंकरून चंद्रावरील डागाप्रमाणें तुझ्या उज्ज्वल कीर्तीस डाग लागेल ! ”

यावर अर्जुन त्यास म्हणाला:—भीमा, नारायणास्त्र, गाई व ब्राह्मण यांवर गांडीवाचा प्रयोग न करण्याचें माझें श्रेष्ठ व्रतच आहे !

याप्रमाणें अर्जुन बोलल्यानंतर भीमसेन आपल्या सूर्यासारख्या तेजस्वी रथानें मेघाप्रमाणें गर्जना करीत शत्रुमर्दक द्रोणपुत्रावर चालून गेला; आणि त्या शीघ्रपराक्रमी वीरानें आपल्या विलक्षण चपळाईमुळें निमिषमात्रांत त्यास गांठून बाणजालानें त्यास भरून काढलें. द्रोणपुत्रानें आपणावर धावून येणाऱ्या त्या भीमास हंसून व त्याचा उपहास करून लखलखीत अस्त्रांच्या मंतरलेल्या बाणांचा त्यावर मारा केला, तेव्हां प्रदीप्त मुखांच्या सर्पांप्रमाणें भासणाऱ्या व रणांत अग्नि पेटविणाऱ्या त्या बाणांनीं भीमसेन इतका व्यापून गेला कीं, जसें कांहीं सोन्याच्या टिकल्यांनींच त्याचें अंग भरून गेलें. राजा, त्या वेळीं रणांत भीमसेनाचें रूप सायंकाळीं काजव्यांनीं भरलेल्या पर्वतासारखें दिसूं लागलें. हे महाराजा, भीमसेन झगडूं लागला तेव्हां द्रोणपुत्राचें तें अस्त्र वाऱ्यानें अग्नि वाढतो, त्याप्रमाणें उत्तरोत्तर

अधिक प्रखर होऊं लागलें. याप्रमाणें तें भीमपराक्रमी अस्त्र वृद्धिंगत होत आहे असें पाहून एका भीमसेनावांचून पांडवांच्या सर्व सैन्याची अगदीं पांचांवर धारण बसली! मग त्या सर्वांनीं शस्त्रें धार भूतळावर टाकून दिलीं, आणि सर्वजण रथ, हत्ती व घोडे यांवरून खालीं उतरले! याप्रमाणें ते शस्त्रें टाकून वाहनांतून खालीं उतरले असतां त्या अस्त्राचा मोठा भार एकट्या भीमसेनाच्याच शिरावर पडला!

याप्रमाणें भीमसेनाच्या भोंवतीं तें तेजाचें कडें पडलेलें पाहून सर्व प्राणी आणि विशेषेंकरून पांडव हाहा:कार करूं लागले!

अध्याय दोनशेंवा.

—:०:—

नारायणास्त्राची शांति!

संजय सांगतो:—नारायणास्त्रानें भीमसेन व्यापून गेला आहे असें पाहून त्या अस्त्राचें तेज कमी करण्यासाठीं अर्जुनानें त्याभोंवतीं वारुणास्त्र पसरलें. हें काम अर्जुनानें मोठ्या चलाखीनें केल्यामुळें व तें अस्त्र नारायणास्त्राच्या तेजांत लोपून गेल्यामुळें नारायणास्त्राभोंवतीं वारुणास्त्राचें आवरण पडलें आहे हें कोणालाच समजलें नाहीं. द्रोणपुत्राच्या अस्त्रानें रथ, अश्व व सारथि यांसुद्धां भीमसेन आच्छादून गेला होता आणि एका अग्नीवर ठेवलेल्या दुसऱ्या ज्वालायुक्त अग्नीप्रमाणें त्याच्याकडे पहाणेंही फारच कठीण झालें होतें. राजा, ज्याप्रमाणें रात्र संपत आली म्हणजे नक्षत्रें भराभर अस्ताचलीं जाऊं लागतात, त्याप्रमाणें भीमसेनाच्या रथावर एकसारखे बाण पडत होते. हे मारिषा, याप्रमाणें द्रोणपुत्रानें भीमसेनाचा रथ, घोडे व सारथि यांस झांकून टाकलें, तेव्हां ते सर्व अग्नीच्या डोंबाळांतच सांपडले! ज्याप्रमाणें प्रलयकालीं अखिल चराचर जग भस्म केल्यावर अग्नि भगवंताच्या मुखांत प्रवेश करितो, त्याप्रमाणें तें अस्त्र भीमसेनाकडे प्राप्त झालें. सूर्याचे ठिकाणीं अग्नि लय पावला, किंवा अग्नीमध्यें सूर्य शिरला, तरी अग्निच ज्याप्रमाणें दिसेनासा होतो, त्याप्रमाणें त्या अस्त्राचें तेज भीमसेनाच्या अंगांत शिरलें तेव्हां तो दिसेनासा झाला. याप्रमाणें भीमसेनाच्या रथाभोंवतीं अस्त्राचें आवरण पडलें आहे, अश्वत्थामा सज्ज असून त्याच्या समोर रणांत उभा राहाणारा कोणीच नाहीं, पांडवांच्या सर्व सैन्यानें शस्त्रें टाकून दिलीं असून अगदीं हातपाय गाळले आहेत, आणि युधिष्ठिर वगैरे महारथीही पराङ्मुख झाले आहेत, असें पाहून महातेजस्वी वीर कृष्णार्जुन त्वरेनें रथावरून उतरून भीमसेनाकडे धांवले; आणि ते अतिबलाढ्य वीर अश्वत्थाम्याच्या अस्त्रप्रभावापासून उत्पन्न झालेलें तेज विदीर्ण करीत मायेच्या सामर्थ्यानें त्यांत शिरले, त्या वेळीं त्यांनीं शस्त्रें खालीं ठेविलीं असल्यामुळें, वारुणास्त्राच्या प्रयोगामुळें आणि कांहीं त्याच्या अंगच्या विलक्षण सामर्थ्यामुळें त्या अस्त्रोत्पन्न अग्नीनें त्यांस जाळलें नाहीं. मग जवळ जातांच ते नरनारायण त्या अस्त्राच्या शांत्यर्थ भीमाला खालीं ओढूं लागले; आणि बळेंच त्याचीं सर्व शस्त्रें हिसकूं लागले. ते भीमास ओढूं लागले तेव्हां तो मोठ्यानें गर्जना करूं लागला आणि त्यामुळें अश्वत्थाम्याचें तें घोर व अजिंक्य अस्त्र उत्तरोत्तर जास्तच वृद्धिंगत होऊं लागलें. तेव्हां तो कृष्ण भीमास म्हणाला, "अरे भीमा, आम्ही तुला नको नको म्हणत असतांही तूं युद्ध करण्याचें सोडून देत नाहींस हें काय! अरे, जर युद्ध करून कौरवांना जिंकणें शक्य असेल, तर त्या प्रसंगीं आम्ही व हे मोठमोठे नरवीरही युद्धच करतील. परंतु सांप्रत तशी स्थिति नाहीं हें जाणून आम्ही रथाखालीं उत-

रलों आहों, आणि तुझ्या पक्षाचे सर्वच लोक रथाखालीं उतरले आहेत ! त्यापेक्षां तूंही लवकर रथाखालीं उतर ! "

असें म्हणून कृष्णानें त्याला रथावरून ओढून भूमीवर आणलेंच ! या वेळीं क्रोधामुळें त्याचे डोळे लाल झाले असून तो सर्पाप्रमाणें फूत्कार टाकीत होता. तथापि जेव्हां त्यांनीं त्याला रथाखालीं ओढलें आणि त्याजकडून शस्त्रेंही भूमीवर टाकविलीं, तेव्हां तें शत्रूंस पीडा देणारें नारायणास्त्र शांत झालें !

पांडवांची पुनः तयारी.

संजय पुढें सांगूं लागला:—अशा रीतीनें तें दुःसह तेज अगदीं शांत झालें, तेव्हां सर्व दिशा व उपदिशा स्वच्छ झाल्या; कल्याणकारक वारे वाहूं लागले; मृग, पक्षी वगैरे भयभीत झाले होते ते पूर्वस्थितीवर आले; आणि तें अत्यंत दुर्जय अस्त्र नाहींसें होतांच घोडे, हत्ती वगैरे वाहनेंही आनंदित दिसूं लागलीं. हे भारता, रात्र सरली असतां उदयाचलीं आलेला भगवान् सूर्यनारायण जसा शोभूं लागतो, तसा तो भीमसेन त्या घोर तेजाचा निरास झाल्यावर झळकूं लागला. मग अस्त्रशांतीमुळें हर्षभरित झालेलें पांडवांचें तें अवशिष्ट सैन्य तुझ्या पुत्रास ठार मारण्याच्या उमेदीनें रणांत उभें राहिलें.

अश्वत्थामा व दुर्योधन यांचा संवाद.

हे महाराजा, याप्रमाणें त्या अस्त्राचा नाश होऊन पांडवांचें सैन्य पुनः सज्ज झालें, तेव्हां दुर्योधन अश्वत्थाम्यास म्हणाला, " द्रोणपुत्रा, याच अस्त्राचा पुनः लवकर प्रयोग कर. कारण हे विजय मिळविण्याची इच्छा करणारे पांचाल पुनः युद्धास उभे राहिले आहेत ! "

हे मारिषा, याप्रमाणें दुर्योधनानें अश्वत्थाम्यास सांगितलें तेव्हां तो मोठ्या औदासिन्यानें उसासा टाकून राजास असें म्हणाला, " राजा, हें अस्त्र मागें फिरवितां येत नाहीं आणि याचा दुसऱ्यानेंही उपयोग करतां येत नाहीं ! जर याला परतविण्याचा प्रयत्न केला, तर तें निःसंशय त्या परतविणारालाच ठार करील ! अरे, या कृष्णानेंच माझ्या अस्त्राचा विनाश केला. नाहींपेक्षां आज रणांत शत्रूंचा वध झालाच होता ! राजा, पराजय व मृत्यु यांमध्यें मृत्युच श्रेयस्कर होय; पराभव होणें कांहीं श्रेयस्कर नाहीं; आणि आतां तर या सर्व शत्रूंस आपण जिंकलेंच आहे. शिवाय त्यांनीं शस्त्रें खालीं ठेविल्यामुळें ते जिवंत आणि मेले सारखेच आहेत ! "

दुर्योधन म्हणाला:--हे गुरुपुत्रा, जर या अस्त्राचा प्रयोग दोन वेळ करतां येतच नसेल, तर दुसऱ्या अस्त्रांनीं या गुरुघातकांचा वध कर. तूं अस्त्रें जाणणारांत वरिष्ठ आहेस. एक अमितपराक्रमी त्र्यंबकापाशीं आणि दुसऱ्या तुजपाशींच दिव्य शस्त्रें आहेत. फार कशाला ? तूं रागावलास आणि मनावर घेतलेंस तर तुझ्या हातून इंद्रही जिवंत सुटावयाचा नाहीं !

धृतराष्ट्र विचारतो:—द्रोणांचा कपटानें घात झाला, तें अस्त्रही नाश पावलें, आणि वर दुर्योधनानें असें चेतविलें, तेव्हां अश्वत्थाम्यानें पुनः काय केलें बरें ? पांडव पुनः रणांत उभे राहिले असून नारायणास्त्रापासून मुक्त होऊन सेनेच्या अघाडीवर हल्ले करीत आहेत असें पाहून अश्वत्थाम्यानें कोणता उपाय केला ?

द्रौणिधृष्टद्युम्नयुद्ध.

संजय सांगतो:—पित्याचा मृत्यु अंतःकरणांत डांचत असल्यामुळें तो सिंहपुच्छध्वज अश्वत्थामा भीति सोडून रागानें धृष्टद्युम्नावर धांवून गेला आणि, राजा, धांवून जातां जातां त्या नरश्रेष्ठानें लहान बाणांची एक पंचविशी अतिवेगानें सोडून त्याचा वेध केला. राजा, मग धृष्टद्युम्नानें त्या धगधगीत अग्नीसारख्या

तेजस्वी अश्वत्थाम्यावर श्रेसष्ट बाण मारले; त्याच्या सारथ्यावर सोन्याच्या पिसाऱ्याचे शिळेवर घांसलेले वीस बाण टाकले; चार तीक्ष्ण शरांनीं त्याच्या चारही अश्वांचा वेध केला; आणि वरचेवर अश्वत्थाम्यास घायाळ करून अशी भयंकर गर्जना केली कीं, तेणेंकरून पृथ्वी हादरून गेली ! या गर्जनेनें सर्व लोक इतके गर्भगळीत झाले कीं, जणू काय समरांगणांतील सर्व लोकांचे प्राणच त्यानें हरण केले ! राजा, धृष्टद्युम्न हा मोठा बलाढ्य व अस्त्रसंपन्न असून दृढनिश्चयी होता. तो मृत्यूची पर्वा न करितां अश्वत्थाम्यावर धांवला; आणि त्या थोर मनाच्या रथिश्रेष्ठ पांचालपुत्रानें अश्वत्थाम्याच्या मस्तकावर बाणांचा पाऊस पाडला. मग अश्वत्थाम्यानें त्या संतप्त वीरास रणांत बाणांनीं झांकून टाकलें, आणि पित्याच्या वधाची आठवण करीत दहा बाणांनीं त्यास घायाळही केलें.. शिवाय त्यानें दोन क्षुर बाण फार जोरानें मारून त्या पांचालराजाचा ध्वज व धनुष्य छेदून टाकलें; त्याच्यावर आणखी बाण मारले; आणि त्याचे घोडे व सारथि ठार करून त्याला रणांत विरथही करून टाकलें ! मग त्या क्रुद्ध अश्वत्थाम्यानें धृष्टद्युम्नाबरोबरच्या सर्व लोकांची बाणांनीं दाणादाण उडविली. राजा, मग पांचालांच्या सैन्यानें पळ काढला; तें अगदीं भयभीत होऊन भांबावून गेलें; आणि पळतांना त्या लोकांनीं परस्परांकडे पाहिलेंही नाहीं !

द्रौणिसात्यकियुद्ध.

यापमाणें योद्धे पराङ्मुख झाले आहेत आणि धृष्टद्युम्नाला मोठी पीडा झाली आहे असें पाहून सात्यकीनें आपला रथ त्वरेनें अश्वत्थाम्याच्या रथाकडे फेंकला. त्यानें आठ बाणांनीं अश्वत्थाम्यास घायाळ केलें, आणि पुनः रागारागानें नानाप्रकारचे वीस बाण त्यावर मारले; त्याचप्रमाणें त्यानें त्याच्या सारथ्याचा वेध केला; चार बाणांनीं त्याचे चारही घोडे जखमी केले; मोठ्या चलाखीनें धनुष्य व ध्वज छेदिला; त्याचा तो सुवर्णालंकृत रथ घोड्यांसह दूर उडवून दिला; आणि रणांत तीस बाणांनीं त्याच्या हृदयाचाही अतिशय वेध केला ! राजा, अश्वत्थामा एवढा महाबलाढ्य वीर, परंतु जेव्हां तो असा घायाळ झाला व शरजालांनीं वेढून गेला, तेव्हां त्याला पुढें काय करावें हेंही सुचेनासें झालें ! राजा, गुरुपुत्राची अशी अवस्था झाली तेव्हां तुझा महारथी पुत्र दुर्योधन यानें कृपाचार्य, कर्ण, वगैरेंसह सात्वतास बाणांनीं झांकून टाकलें. दुर्योधनानें वीस, कृपाचार्यांनीं तीन, कृतवर्म्यानें दहा, कर्णानें पन्नास, दुःशासनानें शंभर आणि वृषसेनानें सात, याप्रमाणें त्वरेनें तीक्ष्ण बाण मारून त्यांनीं सात्यकीचा वेध केला. तेव्हां, राजा, सात्यकीनें त्या सर्व महारथास हां हां म्हणतां विरथ व पराङ्मुख करून टाकलें ! परंतु इतक्या अवकाशांत इकडे नरश्रेष्ठ अश्वत्थामा सावध झाला होता तो जखमांच्या वेदनांनीं व्याकुल झाला होता आणि सर्पाप्रमाणें सुस्कारे टाकीत विचार करीत होता. दुर्योधनादिक वीर विरथ झाले असें पाहातांच तो परंतप द्रोणपुत्र दुसऱ्या रथावर बसला, आणि शेंकडों बाण सोडीत सात्यकीचें निवारण करूं लागला. याप्रमाणें तो भारद्वाजपुत्र रणांत चालून येत आहे असें पाहातांच महारथी सात्यकीनें पुनः त्यास विरथ करून मागें फिरविलें ! तेव्हां, राजा, सात्यकीचा पराक्रम अवलोकन करून पांडव मोठ्यानें शंख वाजवूं लागले व गर्जना करूं लागले. सत्यपराक्रमी सात्यकीनें याप्रमाणें द्रोणपुत्रास विरथ केल्यानंतर वृषसेनाचे वीस हजार महारथी ठार केले; कृपाचार्यांचे पंधरा हजार हत्ती मारले; आणि, हे महाराजा,

शकुनीचेही पांच हजार घोडे कापून काढले! राजा, मग वीर्यशाली अश्वत्थामा सात्यकीवर अतिशय संतापला आणि रथांत बसून त्यास ठार मारण्याच्या हेतूनें पुनः त्यावर चालून गेला. याप्रमाणें तो पुनर्वार येत आहे असें पाहातांच सात्यकिही अतिभयंकर तीक्ष्ण शरांनीं पुनःपुनः त्यास घायाळ करूं लागला. राजा, युयुधानानें नानाप्रकारच्या बाणांनीं त्यास अतिशय घायाळ केलें, तेव्हां तो असहिष्णु अश्वत्थामा त्यास हास्यपूर्वक म्हणाला, "सात्यके, अरे, गुरुघातक धृष्टद्युम्नाविषयीं तुझ्या मनांत किती पक्षपात आहे हे मी जाणून आहें. तथापि तुला सांगून ठेवतों कीं, तूं कांहीं मजपासून त्याचें रक्षण करूं शकणार नाहींस; इतकेंच नव्हे, तर माझ्या तावडींत सांपडल्यावर तुला स्वतःचेंही रक्षण करवणार नाहीं! शैनेया, जर आज मी सर्व पांचालांस ठार केल्याशिवाय स्वस्थ बसेन, तर मला माझ्या गळ्याची, सत्याचीच व तपश्चर्येचीच शपथ! अरे, पांडवांचें जितकें सैन्य असेल तितकें, आणि वृष्णींचेंही सर्व सैन्य पाहिजे तर येथें एकत्र करून मजसमोर आणा. पण मी सोमकांना ठार मारल्याशिवाय कदापि राहाणार नाहीं!"

असें म्हणून, इंद्रानें ज्याप्रमाणें वृत्रासुरावर वज्र सोडलें, त्याप्रमाणें अश्वत्थाम्यानें एक अतिशय तीक्ष्ण व सूर्यकिरणासारखा तेजःपुंज बाण सात्यकीवर सोडला. त्यानें सोडलेला तो बाण कवचासुद्धां सात्यकीचें शरीर भेदून बिळांत शिरणाऱ्या भुजंगाप्रमाणें सूं सूं करीत भूमींत शिरला. सात्यकीचें कवच फुटून गेलें, तेव्हां अंकुश टोंचलेल्या हत्तीप्रमाणें त्याच्या जखमेंतून मोठा रक्तस्राव होऊं लागला; बाण लाविलेलें धनुष्य गळून गेलें; शक्ति क्षीण होऊं लागली; त्याला रक्ताची आंघोळ झाली आणि तो रथोपस्थावर पडला! तेव्हां लगेच त्याच्या सारथ्यानें त्याला अश्वत्थाम्यापासून दूर दुसऱ्या रथाकडे नेलें.

मग शत्रुमर्दक अश्वत्थाम्यानें दुसरा एक आनतपर्व सुपुंख बाण धृष्टद्युम्नाच्या भिवयांच्या मध्यभागीं नेमका मारला. धृष्टद्युम्न आधींच घायाळ झाला होता आणि तशांत त्याला जबर जखम झाली, तेव्हां तो मटकन् खालीं बसला आणि त्यानें ध्वजाचा दांडा घट्ट धरला!

सुदर्शनादिकांचा वध.

राजा, सिंहानें गांठलेल्या हत्तीप्रमाणें अश्वत्थाम्यानें त्यास शरपीडित केलें आहे, असें पाहातांच पांडवांकडून अर्जुन, भीमसेन, पुरुकुलोत्पन्न वृद्धक्षत्र, चेदींचा युवराज आणि मालवपति सुदर्शन हे पांच शूर महारथी त्याकडे धांवले; आणि त्या सर्वांनीं धनुष्यें सरसावून वेघे करीत वीर अश्वत्थाम्याभोंवतीं गेर केली! त्या सर्वांनीं पंचविसाव्याच पावलावर एकदम चोहोंकडून मोठ्या दक्षतेनें क्रुद्ध गुरुपुत्रावर पांचपांच बाण मारले! परंतु अश्वत्थाम्यानें सर्पांसारख्या पंचवीस तीक्ष्णशा बाणांनीं एकदम ते त्यांचे पंचवीसही बाण तोडून टाकले! मग त्यानें पौरवावर सात, मालवावर तीन, अर्जुनावर एक, आणि वृकोदरावर सहा तीक्ष्ण बाण मारले. राजा, मग ते सर्व महारथी एकदम व पृथक्पणें अश्वत्थाम्यावर सुवर्णपुंख बाण मारूं लागले. युवराजानें वीर बाणांनीं त्याचा वेध केला, अर्जुनानें आठ बाण मारले, आणि बाकीच्या सर्वांनीं तीनतीन बाण त्यावर टाकले. नंतर अश्वत्थाम्यानें अर्जुनावर सहा, कृष्णावर दहा, भीमावर पांच, युवराजावर चार, आणि मालव व पौरव यांवर प्रत्येकीं दोन दोन बाण टाकून त्यांचा वेध केला; सहा बाणांनीं भीमसेनाच्या सारथ्यास घायाळ केलें; दोन बाणांनीं भीमाचें

धनुष्य व ध्वज छेदिला; आणि पुनः शरवृष्टीनें अर्जुनास विद्ध करून भयंकर सिंहनाद केला! राजा, अश्वत्थाम्यानें मागें व पुढें सोडलेल्या त्या तीक्ष्ण, पाणीदार व घोर बाणांनीं पृथ्वी, आकाश, अंतरिक्ष, दिशा व उपदिशा पार व्यापून गेल्या. असो; मग त्या भयंकर तेजस्वी व इंद्राप्रमाणें वीर्यशाली अश्वत्थाम्यानें तीन शरांनीं रथांत बसलेल्या सुदर्शनाचे इंद्रध्वजासारखे दिसणारे दोन्ही हात व मस्तक एकदम कापून टाकलें! नंतर त्यानें पौरवास रथशक्तीनें ठार करून त्याच्या रथाचे बाणांनीं तिळाएवढाले तुकडे उडविले; आणि त्याचे चंदनदिग्ध बाहु छेदून एका भल्लानें त्याचें मस्तकही धडापासून वेगळें केलें! मग त्यानें त्वरा करून चेदींच्या तरुण व निळ्या कमळाप्रमाणें कांतिमान् युवराजाला अग्नितुल्य प्रज्वलित शरांनीं घायाळ करून त्यासही अश्व व सारथि यांसुद्धां यमसदनीं पाठविलें!

द्रौणिभीमसेनयुद्ध.

राजा, मालव, पौरव व चेदिपति युवराज यांस अश्वत्थाम्यानें आपल्या समक्ष ठार केलें असें पाहून महाबलिष्ठ भीमसेनास फारच संताप आला; आणि त्यानें क्रुद्धभुजंगतुल्य शेंकडों तीक्ष्ण शरांनीं रणांगणांत द्रोणपुत्रास आच्छादून टाकलें. परंतु महातेजस्वी अश्वत्थाम्यानें त्या शरवृष्टीचा नाश करून रागारागानें तीक्ष्ण शरांनीं भीमसेनाचा वेध केला, तेव्हां महाबाहु व महाबलाढ्य भीमसेनानें एका क्षुरप्रानें अश्वत्थाम्याचें धनुष्य रणांत तोडून टाकलें; आणि दुसऱ्या बाणानें त्याचा वेध केला. नंतर थोर अंतःकरणाच्या अश्वत्थाम्यानें तें मोडकें धनुष्य फेंकून दुसरें धनुष्य घेतलें, आणि भीमसेनावर बाणांचा मारा सुरू केला. राजा, अश्वत्थामा व भीमसेन हे दोघेही महाबलिष्ठ व पराक्रमी होते. त्यांनीं वृष्टि करणाऱ्या मेघांप्रमाणें रणांत बाणांचा पाऊस पडला. मेघांचे समुदाय सूर्यास आच्छादितात तद्वत् भीमाचें नांव कोरलेले सुवर्णपुंख व शिलाशित बाण अश्वत्थाम्यास आच्छादूं लागले; आणि त्याचप्रमाणें अश्वत्थाम्यानें सोडलेले लाखों नतपर्व बाण सत्वर भीमसेनाभोंवतीं पडूं लागले! हे महाराजा, याप्रमाणें तो रणशाली अश्वत्थामा भीमसेनास आच्छादीत असतांही तो जेव्हां गडबडला देखील नाहीं, तेव्हां तें मोठेंच आश्चर्यकारक वाटलें! हे महाराजा, मग महाबलिष्ठ भीमसेनानें यमदंडाच्या तोडीचे दहा सुवर्णविभूषित तीक्ष्ण नाराच फेंकले. हे मारिषा, ते बाण द्रोणपुत्राच्या खांद्यावर पडले, आणि त्याचा भेद करून बिळांत शिरणाऱ्या सर्पांप्रमाणें त्याच्या शरीरांत घुसले! याप्रमाणें भीमसेनानें त्यास अतिशय घायाळ केलें तेव्हां त्याला घेरी येऊन त्यानें ध्वजाची काठी धरली, आणि डोळे मिटले. राजा, अश्वत्थामा युद्धांत रक्तानें माखून गेला होता, आणि त्यास चक्कर आली होती, तथापि तो क्षणमात्रांत पुनः सावध झाला, आणि अतिशयच संतापला. महात्म्या भीमसेनानें त्यास दृढ जखमी केल्यामुळें चवताळून तो महाबलिष्ठ वीर वेगानें भीमसेनाच्या रथाकडे धांवला; आणि, हे भारता, त्यानें अत्यंत तेजस्वी व सर्पासारखे भयंकर शंभर बाण आकर्ण ओढून भीमसेनावर सोडले. इकडून भीमसेनानेंही अश्वत्थाम्याच्या पराक्रमास न मोजून त्वरेनें भयंकर शरवृष्टि चालविली. तेव्हां हे महाराजा, अश्वत्थाम्यानें बाणांनीं भीमसेनाचें धनुष्य तोडलें; आणि रागारागानें त्याच्या छातीवर तीक्ष्ण बाण मारले. परंतु भीमसेनास तें कसें सहन होणार? त्यानें लगेच दुसरें धनुष्य घेतलें, आणि रणांत अश्वत्थाम्यावर पांच तीक्ष्ण बाण मारले. याप्रमाणें

एकमेकांवर संतापून डोळे लाल केलेल्या त्या वीरांनीं ग्रीष्मर्तूच्या शेवटीं मेघ वृष्टि करतात त्याप्रमाणें शरसमुदायांची वृष्टि करून परस्परांस समरांगणांत झांकून टाकलें. ते भयंकर तलशब्द करून एकमेकांस भिवविण्याचा प्रयत्न करूं लागले; आणि अतिशय खवळून जाऊन तोडीस तोड करण्याच्या ईर्षेनें लढूं लागले. नंतर भीमसेन आपलें सुवर्णविभूषित प्रचंड धनुष्य खेंचून जवळच बाण सोडीत उभा आहे, असें द्रोणपुत्राच्या दृष्टीस पडलें. या वेळीं अश्वत्थामा शरत्कालीं मध्यान्हीं आलेल्या प्रखर सूर्याप्रमाणें झळकत होता. बाण घेणें, तो जोडणें, धनुष्य ओढणें आणि बाण सोडणें, या क्रिया तो इतक्या जलद करीत होता कीं, दोन क्रियांमध्यें लोकांस मुळींच अंतर दिसत नव्हतें. बाण सोडीत असतां त्याचें धनुष्य अलातचक्राप्रमाणें मंडलाकार दिसत होतें; आणि, हे महाराज, त्याच्या धनुष्यापासून सुटलेले शेंकडों हजारों बाण टोळधाडीप्रमाणें आकाशांत पसरलेले दिसत होते! द्रोणसुतानें सोडलेले ते सुवर्णविभूषित घोर बाण एकसारखे भीमाच्या रथावर पडत होते. हे भारता, त्या ठिकाणीं भीमसेनाचा अद्भुत पराक्रम, तशीच शक्ति, वीर्यप्रभाव व समरकर्म आह्मांस पहावयास सांपडलें. उन्हाळ्याच्या शेवटीं मेघापासून मोठी भयंकर जलवृष्टि सुरू होते, तीप्रमाणें चोहोंकडून बाणवृष्टि होत आहे असें पाहून भीमपराक्रमी भीमसेनानें अश्वत्थाम्यास ठार मारण्याच्या हेतूनें पावसाळ्यांत वर्षाव करणाऱ्या मेघाप्रमाणें शरवृष्टि सुरू केली. त्या वेळीं रणांगणांत आकर्षिलें जाणारें त्याचें तें सोन्याच्या पाठीचें घोर धनुष्य दुसरें इंद्रधनुष्यच भासत होतें! त्याच्यापासून शेंकडों हजारों बाण निघून रणांत शोभणाऱ्या अश्वत्थाम्यास समरांगणांत झांकून टाकीत होते. हे मारिषा, याप्रमाणें ते दोघे शरजालें सोडीत असतां मध्यें वाऱ्यासही फिरकण्यास वाव मिळाला नाहीं! हे महाराज, भीमाप्रमाणें अश्वत्थाम्यानेंही भीमाच्या वधार्थ हेमविभूषित, तैलधौत व लखलखीत टोंकांचे बाण त्यावर सोडले. परंतु भीमसेनानें त्याच्यावर सरशी करून बाणांनीं त्या प्रत्येकाचे आकाशांतच तीनतीन तुकडे केले; आणि अश्वत्थाम्यास 'थांब ! थांब!' अशी आरोळी दिली. मग बलाढ्य व क्रुद्ध भीमसेनानें द्रोणपुत्राच्या वधार्थ पुनः उग्र घोर शरवृष्टि केली; तेव्हां महास्त्रज्ञ अश्वत्थाम्यानें अस्त्रमायेच्या योगानें तिचें निवारण करून भीमाचें धनुष्य तोडलें; आणि रागानें पुष्कळ बाण मारून त्यास रणांत घायाळ केलें. राजा, भीमाचें धनुष्य मोडल्यावर त्या बलवंतानें एक अतिदारुण रथशक्ति वेगानें गरगरावून अश्वत्थाम्याच्या रथावर फेंकली. ती शक्ति एकाएकीं महोल्केप्रमाणें झगमगत येत असतां द्रोणपुत्रानें आपलें हस्तकौशल्य दाखवीत रणांत तीक्ष्ण शरांनीं तिचे तुकडे केले! परंतु इतक्या अवकाशांत इकडे भीमसेनानें दुसरें बळकट धनुष्य घेऊन अश्वत्थाम्याचा हास्यपूर्वक वेध केला. तेव्हां हे महाराजा, अश्वत्थाम्यानें एका आनतपर्व शरानें भीमाच्या सारथ्याचें कपाळच फोडलें! याप्रमाणें तो सारथि अतिशय घायाळ झाला, आणि, राजा, घोड्यांचे लगाम सोडून देऊन बेशुद्ध पडला! मग रथाचा सारथि बेसावध होतांच भीमाचे घोडे भडकून जाऊन सर्व धनुर्धरांसमक्ष पार उधळून गेले!

राजेंद्रा, घोडे भडकून त्यांनीं भीमसेनास रणांगणांतून दूर नेलें हें पाहून अजिंक्य अश्वत्थाम्यानें आपला प्रचंड शंख जोरानें वाजविला. त्याबरोबर सर्व पांचाल व भीमसेनही भयभीत होऊन धृष्टद्युम्नाचा रथ सोडून वाट फुटेल तिकडे पळत सुटले! याप्रमाणें त्यांची- फाटाफूट

होतांच अश्वत्थामा त्यांच्या पाठीवर बाण सोडीत पांडवांच्या सेनेचा संहार उडवीत वेगानें त्यांचा पाठलाग करूं लागला. राजा, याप्रमाणें रणांत राजांवर अश्वत्थाम्याचा भडिमार सुरू झाला, तेव्हां ते त्याला भिऊन दशदिशांस उधळले !

अध्याय दोनशेंएकावा.

—:०:—

शतरुद्रिय.

अर्जुनाचें अश्वत्थाम्यास आव्हान.

संजय सांगतोः—त्या सैन्याची अगदीं दाणादाण उडालेली पाहून महावीर कुंतीपुत्र अर्जुन अश्वत्थाम्यास जिंकण्यासाठीं त्या सैन्यास मागें फिरवूं लागला. त्यास थांबविण्यासाठीं कृष्णार्जुनांनीं आपली शिकस्त केली, परंतु ते सैनिक कांहीं तेथें उभे राहिले नाहींत ! मग एकट्या अर्जुनानें सोमकांच्या मांडलिकांस व मत्स्य वगैरे दुसऱ्या वीरांसह कौरवांवर मारा करून त्यांस अडवून धरलें; आणि लगेच सिंहपुच्छध्वज अश्वत्थाम्यास गांठून तो त्या महावीरास म्हणाला, "अरे, तुझ्या अंगीं जी शक्ति, जें ज्ञान, जो पराक्रम व जें पौरुष असेल, तें सर्व आणि तसेंच तुझें कौरवांवर असलेलें प्रेम आमच्या ठिकाणीं असलेला द्वेष आणि तुझ्या अंगीं आणखी असेल तें तेज, वगैरे सर्व येथें मला दाखव. तो द्रोणांला मारणारा धृष्टद्युम्नच तुझा गर्व नाहींसा करील ! हा पांचालकुमार केवळ प्रलयकालाचा अग्नि व शत्रूंचा कृतांतकाळ आहे ! याशीं आणि कृष्णासह माझ्याशीं येऊन भीड. तूं रणांत उन्मत्त झाला आहेस, पण मी आज तुझा गर्व जिरवून टाकीन !"

धृतराष्ट्र विचारितोः—संजया, आचार्यांचा पुत्र अश्वत्थामा मानार्ह व मोठा बलाढ्यही आहे. शिवाय त्याची अर्जुनावर प्रीति असून अर्जुनही त्यावर प्रेम करितो; आणि यामुळें अर्जुन त्याला पूर्वीं कधींही असे कठोर शब्द बोलला नाहीं. मग आतांच तो अर्जुन आपल्या मित्राला इतकें लावून कां बोलला बरें ?

संजय सांगतोः—चेदिपति युवराज आणि पुरुकुलोत्पन्न वृद्धक्षत्र मारला गेला, बाण व अस्त्रें सोडण्यांत निष्णात असलेला मालवाधिपति सुदर्शन ठार झाला, व धृष्टद्युम्नाचा, सात्यकीचा व भीमसेनाचाही पराभव झाला; तसेंच युधिष्ठिराच्या तशा भाषणानें अर्जुनाच्या मर्मस्थानीं घरे पडले होते, अंतःकरणाचा भेद झाला होता, आणि पुत्रवधासारखीं दुःखें मनांत उभीं रहात होतीं; या सर्व कारणांमुळें आणि विशेषेंकरून प्राप्त झालेल्या दुःखामुळें, मागें कधींही आला नव्हता असा भयंकर त्वेष पार्थाला या वेळीं आला होता; आणि त्यामुळेंच तो मान्य गुरुपुत्रास एखाद्या नीच मनुष्यास बोलावें तसें कठोर, अप्रिय व अश्लील बोलला !

आग्नेयास्त्राचा प्रयोग.

राजा, आतां सांगितल्याप्रमाणें अर्जुनानें सर्व मर्मभेदक कठोर भाषण केलें, तेव्हां अतिरथी अश्वत्थाम्यास क्रोध चढून तो दीर्घ निश्वास सोडूं लागला, व तो अर्जुनावर आणि त्याहूनही कृष्णावर विशेष संतापला. मग त्या वीर्यवंतानें रथांत सज्ज राहून उदकस्पर्श केला; आणि त्या आचार्यपुत्रानें सर्व दृश्य व अदृश्य शत्रुसंघांस उद्देशून, देवांसही केवळ असह्य असें आग्नेयास्त्र प्रकट केलें. त्या परवीरांतकानें क्रोधास चढून एक बाण आग्नेयास्त्रानें मंतरला, आणि तो धूमरहित अग्नीसारखा प्रदीप्त बाण शत्रूंवर सोडला. मग आकाशांतून भयंकर शरवृष्टि होऊं लागली, आणि ते पेटलेले बाण अर्जुनाच्या सर्व बाजूंस पडूं लागले ! आकाशांतून उल्काही कोसळूं लागल्या; दिशा दिसेनातशा झाल्या; आणि त्या सेनेंत एकाएकीं असा गर्द अंधकार पसरला कीं डोळ्यांत बोट घातलें तरी

दिसत नसे! राक्षस व पिशाचें यांची खेटा-खेटी होऊन तीं आरोळ्या ठोकूं लागलीं; गार वारे सुटले; सूर्याचीही उष्णता कमी झाली; सर्व दिशांस पक्षी भयंकर शब्द करूं लागले; आकाशांत मेघांचा गडगडाट होऊं लागला; मेघ रक्ताची वृष्टि करूं लागले; पक्षी, पशु, गाई वगैरे किंकाळ्या फोडूं लागल्या; आणि मोठे व्रतस्थ योगीही समाधिभ्रष्ट होऊन त्यांच्याही शांतीचा भंग झाला! सर्व महाभूतें भ्रांत झालीं; सूर्य फिरूं लागलासें भासलें; आणि त्रैलोक्य इतकें तप्त होऊन गेलें कीं, त्याला जसा ज्वरच भरला आहे! हत्ती व दुसरीं भूमीवर राहाणारीं श्वापदें अस्त्राच्या तेजानें पीडित होऊन त्या घोर तेजांतून मुक्त होण्यासाठीं दीर्घ निश्वास सोडीत वेगानें पळूं लागलीं; आणि, हे भारता, जलाशय तापूं लागल्यामुळें जलचर प्राण्यांचाही दाह होऊं लागून त्यांसही चैन पडेनासें झालें! दिशा, उपदिशा, आकाश, भूमि वगैरे सर्वांपासून गरुड किंवा वायु यांप्रमाणें वेगवान् बाणांच्या लहानमोठ्या वृष्टि होऊं लागल्या. अश्वत्थाम्याच्या या वज्रवेगी बाणांच्या प्रहारानें शत्रु दग्ध होऊन अग्नीनें जळलेल्या वृक्षांप्रमाणें पटापट पडूं लागले. मेघांप्रमाणें गर्जना करणारे प्रचंड हत्ती जळावयास लागून भयंकर किंकाळ्या फोडीत चोहोंकडे भूमीवर पडूं लागले. राजा, दुसरे कित्येक हत्ती भयत्रस्त होऊन इकडून तिकडे पळूं लागले; आणि अरण्यांत वणव्यामध्यें सांपडलेल्या हत्तींप्रमाणें भयंकर किंकाळ्या फोडूं लागले. हे मारिषा, घोडे व रथ यांचे समुदायही अस्त्रतेजानें दग्ध होऊं लागून वणव्यांत पेटलेल्या वृक्षांच्या शेंड्यांप्रमाणें दिसूं लागले; आणि ठिकठिकाणीं रथांचे हजारों ढीग पडले. हे भारता, संहारक अग्नि युगांतकालीं यच्चयावत् सर्व पदार्थ जाळून खाक करतो, त्याप्रमाणें तो अस्त्रोत्पन्न अग्नि त्या भयविव्हल झालेल्या सैन्याचें भस्म करून सोडूं लागला.

याप्रमाणें, राजा, समरांगणांत पांडवांची सेना जळत आहे असें पाहून तुझ्या लोकांस फार हर्ष होऊन ते सिंहनाद करूं लागले; आणि, हे भारता, जय मिळाल्यामुळें हुरळून जाऊन ते लगेच नानाप्रकारचीं हजारों वाद्यें वाजवूं लागले. राजा, या वेळीं रणांगणांत सर्वत्र असा अंधकार पसरला होता कीं, पांचालांचें तें संपूर्ण अक्षौहिणी सैन्य व सव्यसाची अर्जुनही मुळींच दिसत नव्हता! राजा, संतप्त झालेल्या अश्वत्थाम्यानें हें जें अस्त्र सोडलें, अशा प्रकारचें अस्त्र आम्हीं मागें कधीं पाहिलें किंवा ऐकिलेंही नव्हतें!

आग्नेयास्त्राची शांति.

नंतर, हे महाराजा, ब्रह्मदेवानें सर्व अस्त्रांच्या नाशासाठींच निर्माण केलेलें ब्रह्मास्त्र अर्जुनानें जेव्हां प्रकट केलें, तेव्हां क्षणमात्रांत तो सर्व अंधकार नाहींसा झाला; शीतल वारा वाहूं लागला; आणि दिशाही मोकळ्या झाल्या. राजा, मग तेथें अद्भुत चमत्कार आम्हांस दिसला. पांचालांची ती संपूर्ण अक्षौहिणी सेना मरून गेली होती; आणि अस्त्रोत्पन्न तेजानें पार दग्ध होऊन गेल्यामुळें कोणाचाही आकार ओळखितां येत नव्हता. असो; मग अस्त्रमुक्त झालेले महाधनुर्धर वीर कृष्णार्जुन आकाशांत एकत्र झालेल्या चंद्रसूर्यांसारखे शोभूं लागले. अर्जुन व कृष्ण या दोघांनाही बिलकूल दुखापत झाली नव्हती. त्याचप्रमाणें त्यांच्या रथावरील पताका, ध्वज, घोडे, अनुकर्ष व उत्तमोत्तम सर्व आयुधें कायम होतीं. मग त्यांचा तो उत्कृष्ट रथ अतिशय झळकूं लागला आणि तुझ्या लोकांचा थरकांप करून सोडूं लागला. कृष्णार्जुनांस अक्षत पाहा-

तांच पांडवांना मोठा हर्ष झाला आणि क्षणांत त्यांच्यामध्यें मोठा गजगजाट व शंखभेरी वगैरेंचे शब्द होऊं लागले. थोड्या वेळापूर्वी, ते दोघे मेले आहेत अशी उभय सैन्यांची समजूत झाली होती; परंतु जेव्हां ते वेगानें चाल करीत आहेत आणि त्यांस बिलकूल इजा झालेली नाहीं असें त्यांनीं पाहिलें, आणि केशवार्जुनांनीं मोठ्या हर्षानें उत्कृष्ट शंख वाजविले, तेव्हां पांडवांस मोठा हर्ष झाला; कौरवांस मात्र फार दुःख झालें! हे मारिषा, ते दोघे महात्मे अस्त्रापासून मुक्त झालेले पाहून अश्वत्थाम्यास तर अतिशय दुःख झालें; आणि 'असें कसें झालें!' म्हणून तो विचार करूं लागला. मग राजेंद्रा, कांहीं वेळ विचार केल्यावर तो चिंतेंत व दुःखांत मग्न झाला. त्यानें दीर्घ व उष्ण उसासा टाकला; आणि त्याचें मन अगदीं खट्टू होऊन गेलें. मग धनुष्य टाकून तो वेगानें रथाखालीं उतरला; आणि ! "धिक्! धिक्! सर्वच गोष्टी मिथ्या आहेत!" असें म्हणत रणांतून वेगानें निघून जाऊं लागला.

अश्वत्थाम्यास व्यासदर्शन.

नंतर, वेदांचें व स्वरस्वतीचें निवासस्थान, वेदांचे विभाग करणारे, निर्विकार व सजलघनश्याम व्यासमुनि त्याच्या दृष्टीस पडले. ते कुरुकुलाचे प्रवर्तक महामुनि समोर उभे राहिले आहेत असें पाहून अश्वत्थामा सद्गदित होऊन त्यांस वंदन करून अत्यंत दीनवाणीनें म्हणाला, "महाराज, ही काय माया आहे, का यदृच्छा म्हणजे अस्त्रशक्तीचाच अनियमितपणा आहे? अहो, हें काय गौडबंगाल आहे हें मला तर कांहींच समजत नाहीं! माझें हें अस्त्र विफल झालें तरी कसें? त्याच्या प्रयोगांत माझ्या हातून कोणती चूक घडली? अथवा ही कांहीं विपरीत गोष्ट घडली आहे? किंवा सृष्टिनियमाचें अतिक्रमण झालें म्हणावयाचें? ज्यापेक्षां हे कृष्णार्जुन जिवंत आहेत, त्यापेक्षां कालो हिदुरतिक्रमः हेंच खरें! हें मीं सोडलेलें अस्त्र विफल करण्याची असुर, गंधर्व, पिशाच, राक्षस, सर्प, यक्ष, पक्षी व मनुष्य यांपैकीं कोणाचीही मुळींच छाती नाहीं. मग तेंच माझें प्रदीप्त अस्त्र आज केवळ एका अक्षौहिणीचाच घात करून कसें शांत झालें! मीं सोडलेलें हें अत्यंत दारुण अस्त्र सर्वांचाच निःपात करणारें असून, त्यानें या मर्त्य कृष्णार्जुनांसच कसें मारिलें नाहीं? भगवान्, मीं आपणांस विचारिलें हें मला आपण जसें असेल तसें सांगावें. महाराज, हें सर्व तत्त्वतः श्रवण करण्याची माझी इच्छा आहे."

नारायणाचें पूर्ववृत्त.

व्यासमुनि म्हणालेः—वत्सा, तूं विस्मित होऊन मला विचारीत आहेस, ही गोष्ट मोठीच महत्त्वाची आहे. मी तुला सर्व सांगतों, स्वस्थ मनानें श्रवण कर. ज्याला नारायण असें म्हणतात, तो आपला पूर्वज होय. या जगत्कर्त्या नारायणानें कांहीं कार्यासाठीं धर्माच्या उदरीं जन्म घेतलें. नंतर हिमालय पर्वतावर बसून त्यानें उग्र तपश्चर्या केली. तो महातेजस्वी—अग्नि व सूर्य यांसारखा तेजःपुंज मुनि तेथें हात वर करून बसला होता. त्यानें सहासष्ट हजार वर्षेपर्यंत केवळ वायु भक्षण करून आपलें शरीर शुष्क केलें; आणि मग त्याच्या दुप्पट काळपर्यंत व पुनः त्याहूनही मोठी तपश्चर्या करून त्यानें आपल्या तेजानें भूमि व नभ यांमधील सर्व अवकाश व्यापून टाकिला! वत्सा, या तपानें तो जेव्हां ब्रह्माप्रमाणें अत्यंत निर्विकार झाला, तेव्हां जगाचा ईश्वर, उत्पत्तिस्थान व पालनकर्ता प्रभु यानें त्यास दर्शन दिलें. तो प्रभु अत्यंत दुर्धर्ष असून सर्व देव त्याची स्तुति करतात. तो परमाणूपेक्षां सूक्ष्म आणि सर्वांत मोठ्या पदार्थी-

पेक्षांही मोठा आहे! त्याला रुद्र, हर व शंभु असेंही म्हणतात. तो ब्रह्मादि देवांचाही अधिदेव आहे. त्याच्या मस्तकावर मोठी थोरली जटा असते; तोच सर्व प्राण्यांचे ठिकाणीं चेतना उत्पन्न करितो; आणि सर्व स्थावरजंगम पदार्थ त्याच्याचपासून उत्पन्न होतात, त्याचें इतरांकडून निवारण होणें अशक्य असून, तो सामान्य जनांस दृग्गोचर होणेंही शक्य नाहीं. त्याचा कोप मोठा प्रखर आहे. तोच सर्व प्राण्यांचा संहार करितो. त्याचा आत्मा व मन फार मोठें असून तो दिव्य धनुष्य व भाता धारण करतो. त्याचें वीर्यही अनंत (नाश न पावणारें) आहे. तो अंगांत सुवर्णकवच घालतो; आणि पिनाक, वज्र, परशु, प्रदीप्त शूल, गदा व एक भली मोठी तरवार धारण करतो. त्याच्या मस्तकावर शुभ्रवर्णाची जटा असून कपाळावर चंद्र आहे. तो व्याघ्रचर्म परिधान करितो, आणि मुसळ, परिघ व दंड हातांत घेत असतो. त्याचीं बाहुभूषणें उज्ज्वल असून त्याच्या गळ्यांत सर्पाचें यज्ञोपवीत असतें. जगांतील नानाप्रकारचे प्राणी आणि भूतपिशाचांचे समुदाय त्याच्या सभोंवतीं असतात; आणि त्यांमध्यें हा शोभत असतो. तोच एकटा ईश्वर सर्व जगास व्यापून राहिला आहे; आणि तोच सर्व तपश्चर्यांचें निधान आहे. वयोवृद्ध मुनि इष्ट शब्दांनीं त्याची स्तुति करतात. तोच उदक, दिशा, आकाश, पृथ्वी, चंद्र-सूर्य, वायु व अग्नि असून जगाच्या कालमर्यादेचें मापही तोच आहे. तो ब्रह्मद्वेष्ट्यांचा काळ असून मुक्तीचें कारण असल्यामुळें दुराचारी लोकांस दृग्गोचर होत नाहीं. फक्त सदाचारी ब्राह्मण पातकांचा नाश झाल्यावर व शोकातीत झाल्यावर अंतर्दृष्टीनें ज्यास पाहूं शकतात, तोच प्रशंसनीय धर्ममूर्ति परमात्मा नारायणाच्या तपश्चर्येमुळें व भक्तीच्या योगानें विश्वरूपानें प्रकट झाला आणि नारायणानें तें विश्वरूप अवलोकन केलें. गळ्याभोंवतीं अक्षमाला घातलेली व सर्व तेजांचें निधान अशी ती मूर्ति पाहून वासुदेवाचें अंतःकरण अतिशय हर्षभरित झालें; आणि वाणी, मन, बुद्धि व शरीर यांच्या द्वारें तो हर्ष व्यक्त होऊं लागला. जगदुत्पन्नकर्ता, वरप्रद, सर्वांगसुंदर, पार्वतीसह क्रीडा करणारा, पिशाचगणांनीं परिवेष्टित, महात्मा, अज, सर्वशक्तिमान् प्रभु, कारणात्मा, अव्यक्त व अच्युत अशा प्रकारच्या त्या प्रभूला पाहातांच नारायणानें त्यास नमन केलें; आणि अंधकास तत्काळ ठार करणाऱ्या त्या रुद्रास अभिवंदन करून त्या भक्तिमान् कमलाक्ष नारायणानें त्याची स्तुति केली.

नारायणकृत ईशस्तुति.

नारायण म्हणालाः—हे वरेण्या आदिदेवा, ज्यांनीं प्रथम पृथ्वीवर येऊन पूर्वी तुझ्या जुन्या देवसृष्टीचें संरक्षण केलें, ते जगाचे संरक्षक प्रजापतिही तुझ्यापासूनच उत्पन्न झाले. सुर, असुर, नाग, राक्षस, पिशाच, मनुष्य, पक्षी, गंधर्व, यक्ष, दुसरे नानाप्रकारचे प्राणिसंघ आणि तशींच सर्व विश्वेंही तुझ्यापासूनच उदय पावलीं आहेत, हें आम्ही जाणतों. इंद्र, यम, वरुण, कुबेर, त्वष्टा व सोम यांच्या नांवानें जें कर्म केलें जातें, तें वास्तविक तुजसाठींच होय. रूप व तेज, शब्द व आकाश, वायु व स्पर्श, रस व उदक, आणि गंध व पृथ्वी, त्याचप्रमाणें काल, ब्रह्मदेव, वेद, ब्राह्मण व सर्व स्थावरजंगम जग तुजपासूनच उत्पन्न झालें आहे. समुद्रापासूनच जलबिंदु पृथक् होतात, परंतु प्रलयकालीं ते सर्व पुनः एकाच समुद्रामध्यें ऐक्य पावतात; तद्वत् प्राणिमात्राची उत्पत्ति व लयही तुझ्याच ठिकाणीं आहे, हें मनांत आणून विद्वान् तुझें

एकत्व जाणतात. चित्प्रतिबिंबरूप दोन हृदयस्थ दिव्य पक्षी (ईश्वर व जीव), शब्दरूप शाखांचे सात अश्वत्थ वृक्ष, आणि दशेंद्रियरूप द्वारांवर राहून या देहनगरीचें संरक्षण करणारे दुसरे दहा रक्षक हे सर्व तूंच निर्माण केले आहेस; तथापि तूं त्यांहून निराळा व स्वतंत्र आहेस. ज्यांवर कोणाचा अंमल चालत नाहीं तें भूत, भविष्य व वर्तमान, तशींच चतुर्दश भुवनें व विश्वें तुजपासुनच उत्पन्न झालीं आहेत. मी तुझी मनोभावें सेवा करणारा भक्त आहें; मजवर प्रसन्न हो आणि कामक्रोधादि विकार माझ्या अंतःकरणांत शिरून माझा नाश करूं नको. देवा, तूं आत्म्याचाही आत्मा आहेस; आणि तुझें स्वरूप अगदीं निर्विकार आहे. अशा प्रकारचें तुझें स्वरूप जो जाणतो, तो निर्विकार ब्रह्मपदीं जाऊन पोंचतो. परंतु, देवा, माझे ठिकाणीं अहंकारादि विकार पुष्कळच आहेत. तथापि तुझी भक्ति करावी अशी इच्छा होऊन तुझ्या प्राप्तीसाठीं मी स्तुतीस सर्वथा योग्य अशा तुझी यथामति स्तुति करीत आहें; यास्तव, हे देवाधिदेवा, माझ्या स्तुतीनें प्रसन्न होऊन तूं मला अत्यंत दुर्लभ असे इष्ट वर दे; आणि आपलें मायेचें आवरण दूर कर.

नारायणास वरप्राप्ति.

व्यास सांगतातः—याप्रमाणें त्या नारायण ऋषीनें स्तुति केली असतां त्या अचिंत्यस्वरूपी भगवान् पिनाकपाणि नीलकंठानें त्या वरार्ह देवाधिदेवाला (नारायणाला) इच्छित वर दिले.

श्रीभगवान् म्हणालेः—नारायणा, माझ्या प्रसादानें तूं इतका बलाढ्य व वीर्यसंपन्न होशील कीं, मनुष्यांमध्यें व देवगंधर्वादि कोटींमध्येंही कोणी तुझी बरोबरी करूं शकणार नाहीं. तुझा पराक्रम सहन करण्यास देव, असुर, महोरग, पिशाच, गंधर्व, यक्ष, राक्षस, पक्षी, हत्ती व सिंहव्याघ्रादि पशु हे सर्व असमर्थच आहेत. शिवाय रणांत तुला कोणीही—मग तो देव कां असेना—जिंकूं शकणार नाहीं. माझ्या प्रसादानें कोणतेंही शस्त्र, वज्र, अग्नि, वायु, आर्द्र व शुष्क पदार्थ आणि स्थावर किंवा जंगम वस्तु यांपैकीं कशानेंही तुला कोणी इजा करूं शकणार नाहीं. फार कशाला, रणांत तुझी व माझी गांठ पडली तर तूं मजवरही सरशी करशील !

बा अश्वत्थाम्या, शौरि श्रीकृष्णानें पूर्वी हे अशा प्रकारचे वर मिळविले आहेत हें समजून घे. अरे, हा तोच नारायण प्रभु मायेच्या योगानें जगास मोह पाडीत संचार करीत आहे. त्याच्याच तपःप्रभावानें नर नामक मोठा थोर मुनियोग्यतेनें त्याच्या अगदीं बरोबरीचा असा उत्पन्न झाला. तोच अर्जुन होय. ही गोष्ट सदोदीत मनांत वागीव. ते हे ब्रह्मादि आद्य देवांहूनही अधिक श्रेष्ठ व तपःसंपन्न मुनि लोकयात्रा नीट चालण्यासाठीं युगायुगाच्या ठिकाणीं अवतार घेत असतात.

अश्वत्थाम्याचें पूर्ववृत्त.

हे महाज्ञानी अश्वत्थाम्या, रुद्राच्या अंशापासून तुझी उत्पत्ति झाली असून तूं केलेलीं संपूर्ण धर्मकृत्यें व मोठी तपश्चर्या यांच्या प्रभावानें या दोघांप्रमाणें तुझ्याही ठिकाणीं मोठें तेज व क्रोध वसत आहे. पूर्वजन्मीं तूं मोठा ज्ञानी असून हें संपूर्ण जग शिवमय आहे असें जाणून नारायणाप्रमाणेंच शंकराच्या प्रीतिसाठीं नियमव्रतांनीं आपलें शरीर शुष्क केलें होतेंस, आणि हविर्द्रव्याची महापुरुषाच्या आकाराची देदीप्यमान मूर्ति करून तूं जप, होम व उपहार यांच्या योगानें प्रभूचें अर्चन केलें होतेंस. बा मानदा, याप्रमाणें तूं पूर्वजन्मीं शंकराची भक्ति करून त्यास प्रसन्न केलेंस; तेव्हां, हे

विद्वन्, त्यानें तुझ्या मनांत असलेले पुष्कळ मोठमोठे वर तुला दिले.

लिंगमहिमा.

याप्रमाणें त्यांच्यासारखेच तुझेंही जन्म, कर्म, योग व तप फार मोठें आहे असें असतां त्यांच्यांत व तुझ्यांत अंतर कां पडलें, हें श्रवण कर. प्रत्येक युगांत त्यांनीं लिंगरूप ईश्वराची उपासना केली; आणि तूं प्रतिमा करून पूजन केलेंस; यामुळेंच त्यांच्यांत व तुझ्यांत फरक पडला. ईश्वर सर्वरूप आहे असें जाणून जो त्या प्रभूची लिंगावर पूजा करितो, त्याच्या ठिकाणीं आत्मयोग म्हणजे जीव व ब्रह्म यांच्या ऐक्याविषयीं अपरोक्ष ज्ञान आणि शास्त्रयोग म्हणजे परोक्ष ज्ञान हीं वास्तव्य करितात. यास्तव यजन करणारे देव, सिद्ध व मोठमोठे ऋषि सर्वश्रेष्ठ अशा शंकराचीच व लिंगरूपानेंच उपासना करतात. कारण तोच सर्वांचा उत्पादक आहे. केशव हा रुद्राचा भक्त असून तो त्याच्याचपासून उत्पन्न झाला आहे, म्हणजे दोघांचें ऐक्य आहे. यास्तव यज्ञ करून त्या सनातन कृष्ण प्रभूचेंच यजन करावें. ईश्वर हा सर्वांचा उगम आहे, असें जाणून जो प्रभूच्या लिंगाची पूजा करितो, त्यावर वृषभध्वज शंकर अधिक प्रीति करितो.

सैन्यावहार.

संजय सांगतोः—व्यास मुनींचें हें भाषण श्रवण करून अश्वत्थाम्यानें रुद्रास नमस्कार केला; आणि तो कृष्णासही थोर मानूं लागला. त्याच्या अंगावर रोमांच उभे राहिले; व त्याचें अंतःकरण शांत झालें. त्यानें व्यासांस अभिवंदन केलें आणि मग सैन्याकडे वळून त्यास युद्ध थांबविण्याविषयीं आज्ञा केली; आणि राजा, मग पांडवांनीं लढाई बंद केली आणि युद्धांत द्रोण पडल्यामुळें दीन झालेले कौरव थांबले. असो; राजा, मागें सांगितल्याप्रमाणें पांच दिवस लढून सैन्याचा संहार करून ते वेदपारंगत ब्राह्मण द्रोणाचार्य ब्रह्मलोकीं गेले !

अध्याय दोनशें दुसरा.

—:०:—

व्यासांचें अर्जुनाशीं भाषण.

धृतराष्ट्र विचारतोः—धृष्टद्युम्नाच्या हातून त्या अतिरथी द्रोणाचार्यांचा अंत झाल्यावर माझ्या मुलांनीं व पांडवांनींही पुढें काय केलें बरें ?

संजय सांगतोः—हे भरतर्षभा, धृष्टद्युम्नाच्या हातून ते अतिरथी आचार्य मारले जाऊन कौरवांचा अगदीं मोड झाला असतां, जेणेंकरून आपणासच जय मिळावा असा जो एक अत्यंत आश्चर्यकारक प्रकार कुंतीपुत्र अर्जुनानें पाहिला होता, त्याविषयीं त्यानें तेथें सहजगत्या आलेल्या व्यासमुनींस प्रश्न केला. अर्जुन म्हणाला, “ हे भगवन्, मी समरांगणांत लखलखीत बाणांनीं शत्रूंचा संहार करीत असतां, माझ्या पुढेंच एक अग्नीसारखा तेजःपुंज पुरुष लखलखीत शूल उगारून चालला आहे असें सदोदीत माझ्या दृष्टीस पडत असे. हे महामुने, तो पुरुष ज्या ज्या दिशेला जाई, तिकडे तिकडे माझ्या शत्रूंची दाणादाण उडे. वास्तविक त्यानें पराभूत केलेले सर्व शत्रु मींच पराभूत केले आहेत असें लोक समजतात; पण खरें पाहिलें तर तोच सैन्यांचा मोड करीत असे, आणि मी नुसता त्याच्या मागून मात्र जात असें. भगवन्, हा जो तेजानें सूर्यासारखा प्रखर व

शूलपाणी पुरुषोत्तम मीं पाहिला, तो कोण आहे, तें मला सांगा. महाराज, तो पायांनीं भूमीस स्पर्श करीत नव्हता; व त्यानें एकदांही शूल फेंकिला नाहीं, तथापि त्याच्या विलक्षण प्रतापामुळें त्या एका शूलापासून हजारों शूल बाहेर पडत होते ! "

रुद्रस्तुति.

व्यासांनीं उत्तर केलें:—पार्था, ब्रह्मा, विष्णु, रुद्र हे प्रजापति ज्यापासून उत्पन्न झाले; जो चित्स्वरूप असून सर्व शरीरांमध्यें शयन करतो व त्यांवर सत्ता चालवितो; आकाश, भूमि व अंतरिक्ष हें सर्व ज्याचें शरीर आहे; आणि जो सर्व लोकांचा स्वामी व सर्वशक्तिमान् आहे, त्या सर्वश्रेष्ठ, सर्वाधिपति व भुवनेश्वर शंकराचेंच तुला दर्शन घडलें. तूं पाहिलास तो साक्षात् शंकरच होय. पार्था, त्या भुवनाधिपति श्रेष्ठ ईश्वराला तूं शरण जा. तो जटाधरी प्रभु ईशान म्हणजे जगाचा एकटा अधिपति असून त्या महात्म्याला महादेव असें म्हणतात. त्याला तीन नेत्र असून त्याच्या मस्तकावर जटा असते. त्याचे बाहु मोठे शक्तिवान् असून तो वल्कलें पांघरीत असतो. त्याला रुद्र असें म्हणतात. त्याचप्रमाणें त्या वरद व भुवनेश्वर महादेवाला हर व स्थाणु अशाही संज्ञा आहेत. सर्व जगामध्यें तोच प्रधान पुरुष असून सर्वदा अजित आहे. तो जगाला आनंद देणारा असून अधीश्वर म्हणजे उपाधिरहित व चित्स्वरूप आहे. तोच जगाच्या उत्पत्तीचें ठिकाण व कारण असून जगाचा लयही त्याच्या ठिकाणींच होत असतो. तो सर्वदा विजयी आहे. तो विश्वाचा आत्मा, विश्वाचा उत्पादक, विश्वस्वरूप व यशस्वी आहे. तो विश्वाचा ईश्वर व त्यास वागविणारा असून सर्व कर्मांचा अधिपति आहे. तो प्रभु स्वयंभू असून सर्व भूतांचा स्वामी, आणि भूत, भविष्य व वर्तमान यांचा उगम आहे. त्यालाच शंभू असें म्हणतात. तो स्वतः योगरूप आहे, आणि योग्यांस फल देणारा योगेश्वरही तोच आहे. सर्व जग हे त्याचेंच रूप असून तो सर्व लोकपालांचाही ईश्वर आहे. तो सर्वांचा अधिपति, जगाहून पर व सर्वश्रेष्ठ असल्यामुळें त्याला परमेष्ठी असें म्हणतात. तिन्ही लोक त्यानेंच उत्पन्न केले आहेत; आणि त्यांस आधारही त्याचाच आहे. तोच एकटा सर्व विश्व व्यापून राहिला आहे. त्याला सर्व असें म्हणतात. त्याचें स्वरूप अगदीं शुद्ध असून त्याच्या मस्तकीं चंद्र आहे. त्याला भव व भीम असें म्हणतात. तो सनातन देव भूमीचा आधार व सर्व वागीश्वरांचाही ईश्वर आहे. तो अत्यंत दुर्जय, जगाचा नाथ, आणि जन्म, मृत्यु व जरा यांच्या पलीकडचा आहे. तो ज्ञानस्वरूप असून ज्ञानानेंच जाणला जातो. तो ज्ञानस्वरूप असल्यामुळें अत्यंत स्तुत्य असून जाणण्यास अतिशय कठीण आहे. तो आपल्या भक्तांवर प्रसन्न होतो; आणि त्यांस योग्य वर देतो. त्या प्रभूचे दिव्य गण नानाप्रकारच्या स्वरूपाचे आहेत. कोणी जटाधारी, तर कोणी मुंड, कित्येक खुजे, कित्येक धिप्पाड, आणि कांहीं आंखूड मानेचे तर कांहीं ढेरपोटे असून, दुसऱ्या कित्येकांचे कान भले मोठे आहेत ! ते सर्वजण मोठे उत्साही आहेत. पार्था, याप्रमाणें वेडींविद्रीं तोंडें, तसेच पाय आणि चमत्कारिक वेष धारण करणारे ते गण त्या महेश्वर महादेवाची सदोदीत सेवा करीत असतात. बा अर्जुना, तोच तेजस्वी शंकर प्रसन्न होऊन, अंगावर कांटा आणणाऱ्या त्या घोर संग्रामांत नित्य तुझ्या अग्रभागीं चालत असे. पार्था, कृपाचार्य, अश्वत्थामा, कर्ण यांसारखे झुंजार महावीर

जिचें रक्षण करीत आहेत, त्या सेनेचा पराभव करण्याची गोष्ट मनांत आणण्याची तरी त्या महाधनुर्धर बहुरूपी महेश्वरावांचून दुसऱ्या कोणाची छाती आहे ? तो रुद्र मात्र अग्रभागीं उभा असल्यावर त्याच्या समोर उभें राहाण्यास कोणी धजावत नाहीं. कारण, त्याची बरोबरी करणारा त्रैलोक्यांतही कोणी नाहीं. फार कशाला ? तो क्रुद्ध झाला असतां समरांगणांत नुसत्या त्याच्या अंगाच्या वासानेंच शत्रु बेशुद्ध होऊन त्यांतील पुष्कळजण मरून जातात; आणि जे जिवंत राहातात तेही थरथर कांपावयास लागतात, व पटापट खालीं पडतात ! इतका जरी तो रागीट आहे, तरी त्याचा प्रसादही तसाच मोठा आहे. त्याला नमन करणारे देव स्वर्गलोकीं राहातात; आणि भूतलावरील जे मानव पुण्यशील पुरुष व भक्त त्या वरद, सर्वेश्वर व कल्याणकारण उमापति रुद्राची अनन्यभावानें नित्य उपासना करतात, त्यांना इहलोकीं सुख मिळतें व ते अंतीं परमगतीला जातात. यास्तव, कौंतेया, त्या शांताला तूं सदोदीत नमन करीत जा. तो रुद्र नीलकंठ, अतिशय सूक्ष्म व विलक्षण तेज संपन्न आहे. त्याला तूं नमस्कार कर. तो जटाधारी व अकाळविकाळ असून कुबेराला वर देणारा तोच आहे. तोच प्रहर, घटिका बनविणारा काल असून तो मायोपाधिक सर्व दृश्य जगांत सूत्ररूपानें वास्तव्य करतो. सदाचारी लोकांचें तो कल्याण करितो. तो काम्य म्हणजे इच्छेचें लक्ष असून पिंगाक्ष, स्थाणु व आदिपुरुष आहे. पार्था, तूं त्याला नमन कर. त्याचे केंस हिरव्या रंगाचे आहेत; आणि पुनः तो मुंडही आहे. तो तपोनिष्ठ असल्यामुळें कृश आहे आणि संसारसागरांतून तारणाराही तोच आहे. तो भास्कर म्हणजे प्रकाशाचा जनक, सुतीर्थ म्हणजे अतिपवित्र व देवांचाही देव असून अतिशय वेगवान् आहे. त्याला तूं नमन कर. त्याचीं नानाप्रकारचीं रूपें असून त्याला सर्व शुभकारक विधि प्रिय आहेत, आणि प्रियवासा म्हणजे चंद्रही तोच आहे. बा पार्था, तूं त्याला वंदन करीत जा. तो डोक्यावर मुकुट घालतो; व त्याचें वंदनही मोठें मनोहर आहे. सहस्राक्ष इंद्र तोच असून तोच पाऊस पाडतो. तो पर्वतावर शयन करणारा अत्यंत शांत, पालन करणारा व वल्कलधारी असून हातांत सुवर्णाचे अलंकार घालतो. अर्जुना, तूं त्या उग्राला नमस्कार कर. दिशांचा अधिपति, पर्जन्याचा स्वामी व भूतांचा अधिपति जो शंकर, त्याला तूं वंदन कर. अर्जुना, तो वृक्षांचा व गाईचाही अधिपति आहे. त्याला नित्य नमस्कार करीत जा. बा पार्था, त्याचा देह वृक्षांनीं आच्छादिलेला असून तो उत्तम सेनानायक व सर्वांतर्यामीं वास करणारा आहे. त्याला तूं शरण जा. यज्ञामध्यें तोच अध्वर्यूच्या रूपानें हातांत स्रुवा घेतो; आणि धनुर्धारी भार्गवराम हें तरी त्याचेंच रूप होय. त्या नानारूपें धारण करणाऱ्या वल्कलधारी जगत्पतीला तूं नमस्कार घाल. बा अर्जुना, ज्याला हजार मस्तकें, हजार पाय व हजार हात आहेत, अशा त्या वरदायक भुवनेश्वराला तूं शरण जा. तो उमेचा पति, विरूपाक्ष, दक्षयज्ञाचा विध्वंस करणारा, प्रजांचा पति, भूतांचा पति, अव्यग्र व अविनाशी आहे. हा कपर्दी मोठमोठ्यांसही मायेच्या योगानें भ्रमण करावयास लावितो. त्याची नाभि फार मोठी असून त्याच्या ध्वजावर वृष म्हणजे बैल आहे. पोळाप्रमाणें त्याचा अहंकार फार मोठा असून तो धर्माचा पति म्हणजे फलदाता आहे. तो धर्मशृंग आहे, म्हणजे धर्म हाच त्याच्या विश्वरूप देहाचा अत्युच्चभाग होय; आणि इंद्रादि

फलदात्यांमध्येंही तो श्रेष्ठ आहे. तो वृषांक, धर्मपरांवर औदार्य करणारा, आणि धर्माच्या योगानेंच जाणला जाणारा असा आहे. त्याचे नेत्र वृषभासारखे आहेत. त्याचीं आयुधें फार श्रेष्ठ असून साक्षात् विष्णु हाच त्याचा बाण आहे. आणि तो धर्मस्वरूप असून यज्ञांचा स्वामी आहे. अर्जुना, तूं त्याला शरण जा. बा पार्था, अनंतकोटि ब्रह्मांडें ज्याच्या उदरांत मावलीं जातात, आणि त्रैलोक्य हें ज्याचें शरीर, त्या प्रभूला तूं शरण जा. तो व्याघ्रचर्म पांघरणारा, लोकांचा स्वामी, वरदाता, मुंड, ब्रह्मनिष्ठ व ब्राह्मणांवर प्रेम करणारा आहे. तो वरदायक प्रभु कधीं त्रिशूळ, तर कधीं ढालतरवार, आणि कधीं पिनाक धनुष्य, तर कधीं नुसताच खड्ग हातांत घेतो. तो तिन्ही लोकांचा पति व सर्वशक्तिमान् ईश्वर आहे. त्या वल्कलधारी शरण्य प्रभूला मी शरण जातों. ज्याचा कुबेर हा मित्र आहे, त्या देवाधिदेवाला नमस्कार असो. हे देवा, तुझीं वस्त्रें निर्मळ असून तुझें आचरणही पवित्र आहे. तुजजवळ मोठे धनुर्धर गण असून तूंही उत्तम धनुर्धर आहेस. यामुळें तुला धनुष्य प्रिय असून तूं स्वतः बाणरूप आहेस. तुला माझा नमस्कार असो. देवा, प्रत्यंचा हेंही तुझेंच रूप असून धनुष्यही तूंच आहेस; आणि तूं धनुर्वेदाचा आदिगुरु आहेस. तुला माझा नमस्कार असो. देवा, तुझीं आयुधें भयंकर आहेत; आणि तूं सर्व देवांमध्यें वरिष्ठ आहेस. तुला माझा नमस्कार असो. हे देवा, तुझीं अनेक रूपें आहेत; आणि तुजपाशीं अनेक धनुर्धर गण आहेत. तुला माझा नमस्कार असो. त्या स्थाणूला माझा नमस्कार असो. त्या तपःसंपन्नाला माझा नमस्कार असो. त्या त्रिपुरनाशक भगनेत्रहर देवाला माझा नमस्कार असो. वनस्पतींचा पति, नरांचा पति, मातांचा पति, गणांचा पति, पशूंचा पति, यज्ञांचा पति, उदकांचा पति आणि देवांचा पति जो शंकर, त्याला माझा नित्य नमस्कार असो. पूषा ऋत्विजाचे दांत पाडणारा, त्रिनेत्रधारी व वरदायक अशा त्या प्रभूला माझा नमस्कार असो. ज्याचा कंठ नीलवर्ण, शरीर पिंगट व केंस सोनेरी आहेत त्या रुद्राला माझा नमस्कार असो.

रुद्रमहिमा.

दक्षयज्ञविध्वंसाची कथा.

बा अर्जुना, या ज्ञानघन महादेवाची जीं दिव्य कर्में मला माहीत आहेत, तीं मीं अशीं ऐकिलीं आहेत तशीं व माझ्या ध्यानांत आहेत तशींच्या तशीं तुला सांगतों. बाबारे, एकदां का तो क्रुद्ध झाला, म्हणजे देव, दानव, गंधर्व व राक्षस यांना या जगांत कोठेंही सुख मिळत नाहीं! फार कशाला! यद्यपि ते गुहेंत जाऊन दडले, तथापि त्यांची सुटका [illegible] याची नाहीं. प्राचीनकाळीं दक्ष प्रजापतीनें एकदां विधिपूर्वक यज्ञ करण्यासाठीं सर्व सिद्धता केली होती; परंतु क्षुब्ध झालेल्या महादेवानें त्याचा विध्वंस करून टाकला. खरोखर त्या वेळीं महादेव फारच निष्ठुर झाला होता. त्यानें धनुष्याला बाण जोडला आणि भयंकर गर्जना ठोकली. मग तेथें जमलेल्या देवांना सख किंवा समाधान कोठचें आलें आहे! महेश्वर क्षुब्ध झाला असून साक्षात् यज्ञनारायण एकाएकीं पळत सुटला आहे, असें पाहातांच त्यांची पांचांवर धारण बसली! इतक्यांत महादेवानें प्रत्यंचेचा टणत्कार व तलशब्द करून तिन्ही लोक हालवून सोडले! तेव्हां, पार्था, तेथें जमलेल्या देवदानवांनीं साष्टांग नमस्कार घातला; आणि ते त्या महादेवाच्या स्वाधीन झाले. पार्था, रुद्रानें प्रत्यंचेचा टणत्कार व तलशब्द करतांच सर्व समुद्र व

जलाशय खवळून गेले; पृथ्वी थरथर कांपूं लागली; पर्वत विदीर्ण झाले; आणि दिशा व दिग्गज भांबावून गेले ! सर्व जग मिट्ट काळोखांत गडप होऊन मुळींच दिसेनासें झालें आणि सूर्यासहवर्तमान सर्व नक्षत्रांचें तेजही पार नाहींसें झालें ! तेथील ऋषिही भयभीत होऊन गडबडून गेले; आणि त्यांनीं आपणां स्वतःस व सर्व प्राण्यांस सुख मिळावें म्हणून शांति केली. या वेळीं पलीकडे पूषा पुरोडाश भक्षण करीत होता. त्यास पाहातांच शंकर उपहास करीत त्यावर धांवून गेला; आणि त्यानें त्याचे पुरोडाश खाणारे दांतच उपटले ! हें पाहून देव थरथर कांपत व महादेवास नमन करीत तेथून बाहेर पडले. परंतु रुद्रानें, ज्यांतून धूर व ठिणग्या निघत आहेत अशा विद्युद्युक्त मेघाप्रमाणें दिसणाऱ्या तीक्ष्ण व प्रदीप्त बाणांची त्यावर फैर झाडली ! शंकर आपणांस सोडीत नाहीं असें पाहून सर्व देवांनीं त्या महेश्वराच्या पायांवर मस्तकें ठेविलीं; आणि प्रत्येक यज्ञांत रुद्राला विशिष्ट भाग द्यावा असें त्यांनीं ठरविलें. पार्था, याप्रमाणें देव भिऊन त्याला शरण आले; आणि मग रुद्राचा कोप शांत होऊन त्यानें तो यज्ञ पुनः जुळवून आणला. याप्रमाणें पूर्वीं देवांची त्रेधा उडाल्यामुळें ते अद्यापि त्या रुद्राला भीत असतात !

त्रिपुरनाशकथा.

अर्जुना, पूर्वीं स्वर्गामध्यें वीर्यशाली असुरांचीं तीन नगरें होतीं. त्यांतील एक लोखंडाचें होतें; दुसरें रुप्याचें होतें; आणि तिसरें सोन्याचें होतें. तीं तिन्ही मोठीं विस्तीर्ण व फार भरभराटीचीं होतीं. सुवर्णनगर कमलाक्ष नामक राक्षसाच्या ताब्यांत होतें; रौप्य नगराचा तारकाक्ष नामक राजा होता; आणि लोहनगराच्या अधिपतीचें नांव विद्युन्माली असें होतें. तीं नगरें व तेथील राक्षस इतके बलाढ्य होते कीं, इंद्राला आपल्या सर्व आयुधांनींही त्यांचा भेद करवला नाहीं ! मग त्या राक्षसांनीं पीडिलेले सर्व देव रुद्राला शरण गेले; आणि ते इंद्रासुद्धां सर्व देव त्या महात्म्याला म्हणाले, " हे त्रिपुरांत राहाणारे राक्षस मूळचेच मोठे भयंकर असून यांना ब्रह्मदेवापासून मोठमोठे वर मिळाले आहेत; आणि त्यांना वरांमुळें मद चढला असून ते त्रैलोक्याला विशेष पीडा देत आहेत. हे देवाधिदेवा, यांचा नाश करण्यास तुझ्यावांचून दुसरा कोणीही मुळींच समर्थ नाहीं. यास्तव, हे महादेवा, तूंच या देवद्वेष्ट्यांना जिंक. हे रुद्रा, मग सर्व यज्ञांतील पशु (सध्या जे त्या असुरांना अर्पण होतात ते) तुलाच अर्पण होतील. हे भुवनेश्वरा, तूं या असुरांचा सहज निःपात करूं शकशील. "

रुद्ररथाचें वर्णन.

याप्रमाणें देवांनीं त्याची विनवणी केली, तेव्हां त्यांचें हित करावयाचें योजून त्यानें ' ठीक आहे ' असें त्यांस उत्तर दिलें; आणि लगेच त्यानें एक विलक्षण रथ सिद्ध केला. त्या हरानें गंधमादन व विंध्य या पर्वतांच्या पताका केल्या; आणि त्या शंकरानें सागर व वनें यांसुद्धां सर्व पृथ्वीचा रथ केला ! त्या त्रिलोचनानें शेष नामक सर्पराजाचा आंस बनविला आणि त्या पिनाकपाणि देवदेवानें चंद्रसूर्य हींच आपल्या रथाचीं चाकें केलीं ! त्या त्र्यंबकानें एलपत्र व पुष्पदंत हेच दांडी व जोकड यांस मारावयाचे खिळे केले; मलय पर्वताचें जूं केलें; आणि तक्षकाचा जुपदोर बनविला ! त्या प्रतापी शर्वानें सर्प वगैरे

प्राण्यांचे तंग बनविले; आणि त्या महेश्वरानें चार वेद हेच चार अश्व केले! त्या त्रैलोक्यनाथानें उपवेद हेच लगामांचे तोंडांत घालावयाचे लोखंडी भाग बनविले; आणि त्या महेश्वरानें गायत्री व सावित्री हे दोन लगाम केले. त्यानें ॐकाराचा चाबूक केला. ब्रह्मदेवास सारथि बनविलें. मंदराचलाचें धनुष्य केलें, आणि त्याला वासुकि ही प्रत्यंचा लाविली. साक्षात् विष्णु हा एक उत्कृष्ट बाण केला, त्याला अग्नि हा फाळ बनविला. प्रत्यक्ष वायूचे दोन पंख लाविले, आणि वैवस्वत यमास पुच्छावर बसविलें! त्यानें विजेला निसणा बनविलें, मेरु पर्वत हाच ध्वज उभारला, आणि अशा त्या सर्वदेवमय दिव्य रथामध्यें तो योधवर, असुरांतक, अतुलपराक्रमी, मोठा तेजःपुंज व अचल शिव त्रिपुरांचा नाश करण्यासाठीं आरूढ झाला.

पार्था, त्या वेळीं मोठमोठे तपोधन ऋषि व देव त्याची स्तुति करीत होते; आणि त्या प्रभूनें माहेश्वर नामक अप्रतिम व दिव्य आसन घातलें होतें! याप्रमाणें तो हजार वर्षेंपर्यंत अगदीं निश्चल बसला होता. मग जेव्हां अंतरिक्षामध्यें तीं तिन्हीं नगरें एकत्र झालीं, तेव्हां त्यानें अग्निमयरूप तीन पात्यांच्या, व विष्णु, वायु व यम अशा तीन पेरांच्या बाणानें त्या नगरांचा भेद केला. पार्था, त्या वेळीं त्या बाणाकडे पाहाण्याचीही दानवांना छाती झाली नाहीं, मग प्रतिकार तर दूरच राहिला! तो बाण कालाग्नीनें युक्त असून विष्णु व सोम यांचा बनविलेला होता. त्यानें तीं नगरें जाळून खाक केलीं!

इंद्रगर्वनाश.

तो बाण तीं नगरें जाळीत असतां पार्वती तेथें पाहाण्यासाठीं आली. मग, ज्याच्या डोक्यावर पांच शेंड्या आहेत असा एक लहान बालक उत्पन्न करून त्यास आपल्या मांडीवर खेळावयास लाविलें; आणि मग त्या उमेनें "हा बालक कोण?" असें मोठ्यानें जिज्ञासेनें देवांस विचारिलें! तेव्हां इंद्रानें मत्सरबुद्धीनें त्याला वज्राचा प्रहार करण्याचें मनांत आणिलें. परंतु आतां तो प्रहार करणार इतक्यांत त्या त्रैलोक्यनाथ भगवान् प्रभूनें (बालकानें) विकट हास्य करून लगेच त्याचा तो वज्र उगारलेला हात तसाच जागच्या जागीं कुंठित करून टाकला!

याप्रमाणें इंद्राचा हात हालेनासा झाला, तेव्हां तो हात तसाच धरून तो देवांसहवर्तमान त्वरेनें अव्यय प्रभु ब्रह्मदेव याकडे गेला. सर्वांनीं त्यास शिरसा प्रणाम केला; आणि ते हात जोडून म्हणाले, "ब्रह्मन्, कोणीएक अद्भुत प्राणी पार्वतीच्या मांडीवर बालरूपानें बसलेला आम्हीं पाहिला; परंतु त्यास आम्हीं प्रणाम केला नाहीं. त्या बालानें युद्ध वगैरे न करतां सहज लीलेनें इंद्रासुद्धां आम्हां सर्वांना जिंकिलें. तेव्हां तो बाल कोण आहे, हें आपणास विचारण्यासाठीं आम्ही आलों आहों!"

त्यांचें तें भाषण श्रवण करून, ब्रह्म जाणणारांत वरिष्ठ अशा त्या ब्रह्मदेवानें किंचित् विचार केला; तेव्हां त्यास कळून आलें कीं तो अमिततेजस्वी बालक म्हणजे साक्षात् भगवान् शंभूच होय. मग भगवान् ब्रह्मदेव इंद्रप्रभृति देवांस म्हणाला, "तो साक्षात् चराचर जगाचा प्रभु भगवान् हर होय. त्या महेश्वराहून अधिक श्रेष्ठ कोणीच नाहीं. तुम्हीं पार्वतीजवळ असलेला जो अमिततेजस्वी बाल पाहिला, तो प्रत्यक्ष शर्व होय. त्यानें फक्त पार्वतीसाठीं तें बालरूप धारण केलें आहे.

तेव्हां, देवहो, तुम्ही सर्वजण माझ्या बरोबर त्याच्याकडे चला."

अर्जुना, तो भगवान् देव सर्व लोकांचा ईश्वर व साक्षात् प्रभु होता; परंतु देवांनीं त्या भुवनेश्वराला नीट ओळखिलें नाहीं. मग ब्रह्मदेवांसुद्धां ते सर्वजण त्या बालसूर्याप्रमाणें तेजःपुंज बालकाजवळ आले. नंतर ब्रह्मदेवानें पुढें होऊन त्या महेश्वराकडे पाहिलें आणि हा साक्षात् ईश्वर आहे असें जाणून त्यास वंदन केलें. ब्रह्मदेव म्हणाला, "तूं स्वतः यज्ञनारायण असून या भुवनाचा पालक आहेस; आणि या भुवनाचा लयही तुझ्या ठिकाणींच होतो. तूं भव (उत्पत्तिकारण) आहेस; तूं महादेव आहेस; तूंच सर्वांचें निजधाम आहेस; आणि परमपदही तूंच होस! हें स्थावरजंगमात्मक सर्व जग तूंच व्यापिलेलें आहेस. हे भगवंता, हे भूतभविष्यांवर सत्ता चालविणाऱ्या, हे लोकनाथा, हे जगत्पते, इंद्र आपल्या कोपामुळें व्याकूळ झाला आहे, त्यावर आपण प्रसाद करा."

व्यास पुढें सांगतातः—ब्रह्मदेवाचें भाषण ऐकून महेश्वर संतुष्ट झाला; आणि प्रसाद करण्याचें मनांत आणून तो खूप मोठ्यानें हंसला. नंतर त्या देवांनीं उमेला व शंकराला प्रसन्न केलें; आणि वज्रधारी इंद्राचा हातही पुनः पूर्वींसारखा झाला. याप्रमाणें तो पत्नीसह बसलेला त्रिदशश्रेष्ठ, दक्षयज्ञविनाशक, वृषभध्वज भगवान् शंकर देवांवर प्रसन्न झाला. पार्था, तो रुद्र होय, तोच शिव होय आणि तोच अग्नि होय. सर्व पदार्थ हें त्याचेंच रूप असून तो सर्वज्ञ आहे. तोच इंद्र आहे, तोच वायु आहे, तोच अश्विनीकुमार आहे, आणि वीजही पण तोच आहे. तो भव पर्जन्य असून तोच सनातन महादेव आहे. तोच चंद्रमा व ईशान असून सूर्य व वरुणही तोच आहे. काल, अंतक, यम व मृत्यु हीं सर्व त्याचींच रूपें असून रात्र व दिवसही तोच आहे. तसेच महिने, पक्ष, ऋतु, दोन्ही संधिकाल (सूर्योदय व सूर्यास्त हे काल) आणि वर्ष तरी तोच आहे. तोच धाता, तोच विधाता आणि तोच विश्वात्मा आहे. विश्वकर्मा तोच आणि विश्वकर्म्यानें केलेलें जगही तोच आहे. तो जरी स्वतः देहातीत आहे, तरी त्यानेंच सर्व देवांचीं रूपें—शरीरें धारण केलीं आहेत. सर्व देव त्याची स्तुति करतात. तो देव एक आहे आणि पुनः तोच अनेक आहे. तो शंभर प्रकारचा, हजार प्रकारचा आणि पुनः लक्ष प्रकारचा आहे. वेदज्ञ ब्राह्मण त्या प्रभूच्या दोन मूर्ति जाणतात. एक घोर आणि दुसरी शिव. त्या मूर्ति पुनः अनेक प्रकारच्या आहेत. अग्नि, विष्णु व सूर्य ह्या त्याच्या घोर मूर्ति होत. आणि उदक, नक्षत्रें व चंद्र या त्याच्या सौम्य मूर्ति होत. वेद, वेदांगें, उपनिषदें, पुराणें, अध्यात्म विषयाचे ग्रंथ आणि या जगांतील प्रत्येक परमगुह्य हें त्याच महेश्वराचें स्वरूप आहे. पार्था, अशा प्रकारचा हा महादेव असून शिवाय तो भगवान् अज म्हणजे उत्पत्तिरहित आहे. बा पांडुपुत्रा, मी हजार वर्षें सारखी बडबड करीत बसलों तरीही मला त्या भगवंताचे सर्व गुण सांगतां यावयाचे नाहींत! मनुष्य सर्व प्रकारच्या दुराग्रहांनीं पछाडलेला असो, किंवा सर्व पातकांचा तो पुतळा असो, तो जर त्याला शरण गेला, तर तो शरण्य प्रभु अत्यंत प्रसन्न होऊन त्यास मुक्त करतो. आयुष्य व आरोग्य, तसेंच ऐश्वर्य, द्रव्य व नानाप्रकारचे भोग तोच मनुष्यांना देतो; आणि ते पुनः तोच हरण करतो! इंद्रादि देवांपाशीं जें ऐश्वर्य आहे तें याचेंच आहे. हा जगामध्यें मनुष्यांचें शुभ व अशुभ करण्यांत गढलेला असतो आणि त्याच्या

ऐश्वर्यामुळें (तो सर्वांचा ईश्वर असल्यामुळें) त्याला इच्छांचा ईश्वर असेंही म्हणतात. तो महेश्वर आहे, म्हणजे इंद्रब्रह्मादिक मोठमोठ्यांचाही ईश्वर आहे. तोच नानाप्रकारचीं अनेक रूपें घेऊन हें जग व्यापून टाकतो. त्या देवाचें तोंड समुद्रांत आहे. त्याला वडवामुख असें म्हणतात. तें मुख उदकमय हवि प्राशन करतें. हा देव नित्य काशींत राहातो. जेथें षड्वर्गजेते संन्यासी राहातात अशा काशीक्षेत्रांतच लोक या ईश्वराचें अर्चन करतात. जगामध्यें लोक याचीं अनेक तेजःपुंज व घोर स्वरूपें कल्पून त्यांचें पूजन करतात व लोक त्याला अनेक नांवांनीं हांक मारतात. त्याचीं लोकांमध्यें जीं अनेक नांवें प्रसिद्ध आहेत, तीं यथार्थ आहेत. कारण, तीं त्याच्या महत्त्वामुळें, विभुत्वामुळें आणि कांहीं त्याच्या कृत्यांवरून पडलीं आहेत. वेदांतही त्याविषयीं एक शतरुद्रिय प्रपाठक सांगितला गेला असून, त्याला अनंतरुद्र असेंही म्हणतात. तो प्रपाठक म्हणजे या महात्म्याचें उपस्थान होय. तो देव दिव्य व मानवी इच्छा पूर्ण करणारा प्रभु आहे. तो विभु म्हणजे व्यापक आहे आणि प्रभु म्हणजे सत्ताधीश आहे. सोन्याच्या कुंडलामध्यें ज्याप्रमाणें सर्वत्र सोनेंच भरलेलें असतें, त्याप्रमाणें हें विस्तीर्ण विश्व त्यानें व्यापिलें आहे. ब्राह्मण व मुनि त्याला महाभूत असें म्हणतात. तोच देवांचा जनक व आद्यप्रजापति आहे; आणि त्याच्या मुखापासून अग्नीची उत्पत्ति झाली आहे. तो पशूंचें म्हणजे जीवांचें सर्व प्रकारें पालन करतो, त्यांच्याबरोबर रममाण होतो, आणि तो त्यांचा अधिपतिही आहे, यामुळें त्याला **पशुपति** असें म्हणतात. ब्रह्मचर्यामुळें याचें दिव्य लिंग यथायोग्य आहे. हा त्रैलोक्यास मोठेपणा देतो म्हणून यास **महेश्वर** असें म्हणतात. त्याच्या ऊर्ध्वभागीं असलेल्या लिंगाची ऋषि, देव, गंधर्व व अप्सरा पूजा करितात; आणि जग पूजा केली असतां तो महेश्वर शंकर आनंद पावतो; व सुखी, संतुष्ट व परमहर्षभरित होतो. त्याचें अनेक प्रकारचें रूप भूत, भविष्य व वर्तमान या कालीं कायम असतें; यामुळें, आणि स्थावर व जंगम असें अनेक प्रकारचें त्याचें स्वरूप असल्यामुळें त्याला **बहुरूप** असें म्हणतात. तो एकाक्ष असून मोठा जाज्वल्य आहे; आणि पुनः त्याला सर्व बाजूंना डोळे आहेत. तो क्रुद्ध होऊन सर्व जगांत संचार करितो म्हणून त्याला **सर्व** असें म्हणतात आणि धुरासारखें त्याचें रूप असल्यामुळें त्याला **धूर्जटि** असें म्हणतात. विश्वेदेव त्याच्यामध्येंच अंतर्भूत असल्यामुळें त्याला **विश्वरूप** असें नांव पडलें आहे. तो भुवनेश्वर स्वर्गदेवता, जलदेवता व पृथ्वी या (त्रैलोक्यरूप) तीन अंबांचें पालन करतो, म्हणून त्याला **त्र्यंबक** असें म्हणतात. तो सदोदीत सर्व प्रकारची संपत्ति वृद्धिंगत करतो आणि मनुष्यांचें सर्वदा शिव म्हणजे कल्याण इच्छितो, यास्तव त्याला **शिव** अशी संज्ञा प्राप्त झाली आहे. त्याला हजार नेत्र आहेत; दहा हजार नेत्र आहेत; आणि तो पुनः चोहोंकडून नेत्रमय आहे! ह्या महत् विश्वाचें तो पालन करितो, म्हणून त्याला **महादेव** असें म्हणतात. ह्या विस्तीर्ण विश्वाच्या उत्पत्तीपूर्वी तो (निरुपाधिस्वरूप) होता आणि सृष्टिकालीं देहाचा अभिमान धरून प्राणरूपानें रहातो. सारांश, सर्व अवस्थांमध्यें तो निर्विकार राहाणारा आहे म्हणून त्याला **स्थाणु** असें म्हणतात. सूर्य व चंद्र यांचे जे किरण जगांत पसरत असतात, ते ह्या त्रिनेत्रधारी शंकराचे केंस होत आणि म्हणूनच त्याला **व्योमकेश** अशी संज्ञा आहे. भूत, भविष्य व वर्त-

१ हल्लीं त्यास रुद्र असें म्हणतात.

मान संपूर्ण जग हें याचेंच स्वरूप असून भूत, भविष्य व वर्तमान यांचाही उगम याच्यापासूनच आहे; यामुळें याला भव असें म्हणतात. कपि म्हणजे श्रेष्ठ आणि वृष म्हणजे धर्म, यांवरून त्या भगवान् देवदेवाला वृषाकपि अशी संज्ञा प्राप्त झाली आहे. ब्रह्मा, इंद्र, वरुण, यम व कुबेर यांस ताब्यांत ठेवून तो देव त्यांना हरण करतो म्हणून त्याला हर असें म्हणतात. त्या महेश्वरानें आपले दोन्ही नेत्र बळेंच घट्ट मिटून कपाळावर तिसरा डोळा उत्पन्न केला, म्हणून त्याला त्र्यक्ष असें नांव पडलें. तो प्राण्यांच्या शरीरांत अनेकरूपांनीं राहातो तथापि सर्वांना सारखाच प्रिय आहे. तो बऱ्यावाईट सर्व प्रकारच्या प्राण्यांच्या शरीरांत प्राण, अपान, इत्यादि वायूंच्या रूपानें राहातो. जो त्या महात्म्याच्या प्रतिमेची किंवा लिंगाचीं (विशेषेंकरून लिंगाचीच] पूजा करितो, त्यालासर्वदा मोठें ऐश्वर्य प्राप्त होतें. त्याच्या मांड्यांपासून खालचा अर्धा भाग अग्नि आहे आणि वरील भाग हा मंगलकारक चंद्र आहे. त्याचप्रमाणें त्याच्या आत्म्याचेही अग्नि व सोम असे दोन भाग मानले जातात. त्याची जी सोमरूप शिवा म्हणजे कल्याणकारक मूर्ति आहे, ती स्वर्गांत देवांकडे असून ती मोठी विशाल, तेजोमय व प्रदीप्त अशी आहे. त्याची दुसरी प्रखर व घोर मूर्ति मनुष्यलोकांत आहे; तिला अग्नि असें म्हणतात. पहिल्या शिवमूर्तीनें हा नित्य ब्रह्मचर्यव्रताचें आचरण करितो; आणि याची जी दुसरी विशेष मूर्ति आहे, तिच्या योगानें हा ईश्वर सर्वांचा संहार करितो. तो तीक्ष्ण, उग्र व प्रतापी असून रक्तमांस भक्षण करितो; आणि कोणताही पदार्थ दग्ध करून टाकतो. या त्याच्या गुणांमुळें त्याला रुद्र असें म्हणतात. बा पार्था, संग्रामामध्यें तुझ्या अग्रभागीं जो शत्रूंस ठार करितांना तूं पाहिलास, तो हा पिनाकपाणि महादेवच होय. हे निष्पापा, तूं जयद्रथाला मारण्याविषयीं प्रतिज्ञा केल्यावर त्या रात्रीं कृष्णानें स्वप्नांत तुला हिमालयाच्या माथ्यावर ज्याचें दर्शन करविलें, तोच हा भगवान् शंकर समरांगणांत तुझ्या अग्रभागीं जात असे. अरे, तूं ज्यांच्या योगानें दानव ठार केलेस तीं अस्त्रें तुला ज्यानें दिलीं, तोच हा प्रभु महादेव होय.

शतरुद्रियस्तोत्राची फलश्रुति.

पार्था, देवाधिदेव शंकराचें हें धन्य, यशस्कर, आयुष्प्रद, पुण्यकारक व वेदतुल्य शतरुद्रिय नामक स्तोत्र तुला सांगितलें. हें मोठें पुण्यकारक असून याच्या योगानें सर्व मनोरथ परिपूर्ण होतात. हें सर्व विकारांचा नाश करतें; आणि सर्व प्रकारचीं दुःखें व भय दूर करतें. अशा प्रकारचें हें चतुर्विधस्तोत्र जो मनुष्य नित्य श्रवण करितो, तो सर्व शत्रूंस जिंकितो; आणि अंतीं रुद्रलोकामध्यें मोठेपणा पावतो. हें महादेवाचें स्तोत्र नित्य समरांगणांत अवश्य पठन करावें, असें सांगितलेलें आहे. विश्वेश्वर शंकराची भक्ति करणारा जो मनुष्य सदोदीत मोठ्या तत्परतेनें हें शतरुद्रिय स्तोत्र श्रवण करतो, किंवा पठन करतो, त्यावर भगवान् त्र्यंबक प्रसन्न होतो; आणि त्याचे सर्व मोठमोठे मनोरथ परिपूर्ण होतात. बा कुंतीपुत्रा, जा, युद्ध कर, तुझा पराभव होण्याची वार्ताच नको. कारण, स्वतः जनार्दन श्रीकृष्ण मंत्री व रक्षक म्हणून ज्याच्या मांडीशीं मांडी लावून बसला आहे, त्याचा पराभव कोठून होणार ?

संजय सांगतोः—हे अरिंदमा भरतश्रेष्ठा, याप्रमाणें रणांगणांत अर्जुनास सांगून पराशरपुत्र व्यास मुनि आल्या वाटेनें निघून गेले. राजा, [मागें सांगितल्याप्रमाणें] पांच दिवसपर्यंत मोठें घनघोर युद्ध करून तो महाबलिष्ठ ब्राह्मण निधन पावून ब्रह्मलोकीं गेला.

द्रोणपर्वाची फलश्रुति.

वेदांचें उत्तम अध्ययन केलें असतां जें पुण्य लागतें, तेंच या पर्वाच्या श्रवणानें लागतें. धैर्यवंत क्षत्रियांना याच्या योगानें मोठें यश प्राप्त होतें. जो कोणी नित्य हें पर्व पठन करतो किंवा श्रवण करतो, तो सर्व महापातकांपासून व केलेल्या घोर कर्मांपासून मुक्त होतो. याच्या योगानें ब्राह्मणांस नित्य यज्ञ केल्याचें पुण्य लागतें; क्षत्रियांना घोर युद्धामध्यें यशःप्राप्ति होते; आणि शेष राहिलेल्या दोन वर्णांच्या लोकांस म्हणजे वैश्यांस व शूद्रांस, इच्छेनुरूप पुत्रपौत्र व इतर सर्व मनोरथ प्राप्त होतात.

१ हे श्लोक संजयाचे म्हणून दिलेले आहेत, परंतु ते त्याचे नसावेत; वैशंपायन किंवा सूत यांपैकीं कोणाचे असावेत असें वाटतें. कारण, संजय ज्या वेळीं धृतराष्ट्रास युद्धाची हकीकत सांगत होता, त्या वेळीं पर्वें, उपपर्वें वगैरे कांहींच व्यवस्था महाभारताची नव्हती.

द्रोणपर्व समाप्त.